ഗ്രീൻ ബുക്സ്

ആയിരത്തൊന്നു അറേബ്യൻ രാവുകൾ

പുനരാഖ്യാനം : **സർ റിച്ചാർഡ് ബർട്ടൺ**

മലയാള പരിഭാഷ: **കെ.പി. ബാലചന്ദ്രൻ**

വിവർത്തകൻ, ചരിത്രകാരൻ.
1939ൽ മണലൂരിൽ ജനനം. പിതാവ് വിദ്വാൻ കെ. പ്രകാശം.
എഞ്ചിനീയറിങ്ങിൽ ബിരുദവും ചരിത്രത്തിൽ
ബിരുദാനന്തര ബിരുദവും. കൊച്ചിൻ ഷിപ്പ്യാർഡിൽ
അസിസ്റ്റന്റ് ജനറൽ മാനേജരായിരുന്നു.
2011ലെ കേരള സംസ്ഥാന ബാലസാഹിത്യ
ഇൻസ്റ്റിറ്റ്യൂട്ടിന്റെ ഏറ്റവും മികച്ച വിവർത്തകനുള്ള
പുരസ്കാരത്തിന് അർഹനായി.
ക്ലാസിക്കുകളടക്കമുള്ള നിരവധി കൃതികൾ
മലയാളത്തിലേക്കു വിവർത്തനം ചെയ്തിട്ടുണ്ട്.

നോവൽ

ആയിരത്തൊന്നു അറേബ്യൻ രാവുകൾ

പുനരാഖ്യാനം

സർ റിച്ചാർഡ് ബർട്ടൺ

മലയാള പരിഭാഷ

കെ.പി. ബാലചന്ദ്രൻ

ഗ്രീൻ ബുക്സ്

green books private limited
little road, ayyanthole, thrissur- 680 003
ph: 0487-2361038
website: www.greenbooksindia.com
e-mail: info@greenbooksindia.com

(english title)
tales from 1001 arabian nights
by sir richard burton

(malayalam)
ayirathonnu arabian ravukal
(stories)

translated by
k.p. balachandran

first published february 2016

cover illustration : gopidas
cover design : rajesh chalode

branches:
thrissur 0487-2422515
palakkad 0491-2546162
kannur 0497-2763038
thiruvananthapuram 9846670899

isbn : 978-81-8423-499-2

GBPL/746/2016

ആമുഖം

ഇസ്ലാമിക സുവർണ്ണകാലത്ത്, 8-ാം നൂറ്റാണ്ടിനും പതിമൂന്നാം നൂറ്റാണ്ടിനുമിടയിൽ, മധ്യേഷ്യയിലെയും തെക്കൻ ഏഷ്യയിലെയും കഥകളും നാടോടിക്കഥകളും സമാഹരിച്ച് അറബിയിൽ രചിക്കപ്പെട്ട ഒരു മഹദ്ഗ്രന്ഥമാണ് 'ആയിരത്തൊന്ന് രാവുകൾ'. അതിലെ കഥകളുടെ വേരുകൾ, പൗരാണിക മദ്ധ്യകാല, അറബിക്, പേർഷ്യൻ, മെസപ്പൊട്ടാമിയൻ, ഇന്ത്യൻ, ഈജിപ്ഷ്യൻ, നാടോടിക്കഥകളിലേക്കും ഇതിഹാസങ്ങളിലേക്കും ഇറങ്ങിച്ചെല്ലുന്നു.

സർ റിച്ചാർഡ് ബർട്ടന്റെ പരിഭാഷ

1706ൽ ആണ് ഇതിന്റെ ആദ്യ ഇംഗ്ലീഷ് വിവർത്തനം, 'ദി അറേബിയൻ നൈറ്റ്സ് എന്റർടെയിൻമെന്റ്' എന്ന പേരിലാണ് പ്രസിദ്ധീകരിക്കപ്പെട്ടത്. 1880കളിൽ സമ്പൂർണ്ണ ഇംഗ്ലീഷ് വിവർത്തനം, ഇംഗ്ലീഷ് അറബ് പണ്ഡിതനും സാഹസിക സഞ്ചാരിയുമായ സർ റിച്ചാർഡ് ഫ്രാൻസിസ് ബർട്ടൺ പ്രശംസനീയമായ രീതിയിൽ നിർവ്വഹിച്ചു. സമ്പൂർണ്ണ വിവർത്തനം, ഏകദേശം 800 പേജുകൾ വീതമുള്ള പതിനാറ് വാല്യങ്ങളിലായാണ് അദ്ദേഹം നിർവ്വഹിച്ചിട്ടുള്ളത്. 'അറേബ്യൻ രാവു'കളിൽ നിന്നുള്ള വളരെ പ്രശസ്ത കഥകളാണ് ഇവിടെ മൊഴിമാറ്റം ചെയ്യുന്നത്. പരിഭാഷയ്ക്കാധാരമാക്കിയ ഇംഗ്ലീഷ് ഗ്രന്ഥത്തിൽ, അപ്രധാനമായ നിരവധി രാത്രികൾ ഒഴിവാക്കിയിട്ടുണ്ട്. വായനക്കാർക്കു മൂലഗ്രന്ഥം വായിച്ചാസ്വദിക്കുന്ന പദാനുപദവിവർത്തനമാണ് ഇതിൽ അവലംബിച്ചിട്ടുള്ളത്. വീണ്ടും വീണ്ടും വായിക്കാൻ തോന്നിപ്പിക്കുന്ന ഒരു കൃതിയാണിത്.

ബർട്ടൺ വിവർത്തനം ചെയ്ത കാലത്ത് 'ആയിരത്തൊന്നു രാവു'കളുടെ നിരവധി ഇംഗ്ലീഷ് വിവർത്തനങ്ങൾ പ്രചാരത്തിലുണ്ടായിരുന്നു. എന്നാൽ, അവയിലൊന്നിനോടും ബർട്ടണ് മതിപ്പു തോന്നിയില്ല. അവയെല്ലാം യൂറോപ്പിൽ മൂല്യഭംഗം സംഭവിച്ച യക്ഷിക്കഥാസമാഹാരങ്ങളാണ് എന്നാണ് അദ്ദേഹം പറഞ്ഞത്. അവയിൽ ചിലതിൽ ഏതാനും രാത്രികൾ മാത്രമാണടങ്ങിയിട്ടുള്ളത്, മറ്റു ചിലതിൽ ആയിരത്തൊന്നും അതിൽ കൂടുതലും! ചില കഥകൾ അറബി മൂലഗ്രന്ഥത്തിൽ ഉള്ളതേ അല്ല, ആന്റോയിൻ ഗല്ലാണ്ടും മറ്റ് ചില യൂറോപ്യൻ വിവർത്തകരും എഴുതിച്ചേർത്തതാണ്. മൂലകൃതിയിലെ ലൈംഗികതയും അശ്ലീലശൈലിയും നീക്കം ചെയ്ത് സംഗ്രഹിച്ച ആദ്യ കാല ഇംഗ്ലീഷ് വിവർത്തനങ്ങൾ ബർട്ടണെ പ്രകോപിപ്പിച്ചു. തീർച്ചയായും ഈ വിവർത്തനം മൂലഗ്രന്ഥത്തോട് തികച്ചും നീതി പാലിച്ചിട്ടുള്ളതാണ്.

കാല്പനികതയും ഭീകരതയും രതിയും നിറഞ്ഞ, മനം കവരുന്ന, വശ്യവും മനോഹരമായ കഥകൾ നിറഞ്ഞതാണ് ഈ ആയിരത്തൊന്ന് അറേബ്യൻ രാവുകൾ. വ്യത്യസ്ത രീതിയിലുള്ള കഥകളാണിതിൽ ഉള്ളത് - ചരിത്രകഥകൾ, പ്രേതകഥകൾ, ഹാസ്യകഥകൾ, ലൈംഗിക കഥകൾ, ജിന്നുകളുടെയും വേതാളങ്ങളുടെയും കഥകൾ, മന്ത്രവാദികളെയും മജീഷ്യന്മാരെയും കുറിച്ചുള്ള കഥകൾ; ഇവയെല്ലാം യുക്തിക്ക് നിരക്കാത്ത രീതിയിലാണെങ്കിലും മനുഷ്യരും ഭൂമിശാസ്ത്രവുമായി കൂടിക്കലർന്ന് കിടക്കുന്നു. മുഖ്യകഥാപാത്രങ്ങളിൽ ചരിത്രപുരുഷന്മാരായ *അബ്ബാസിദ് കാലിഫാ അരുൺ അൽ റഷീദ്*, അദ്ദേഹത്തിന്റെ മന്ത്രി *ജാഫർ അൽബർമാകി*, പ്രശസ്ത കവി *അബുനുവാസ്* എന്നിവരും ഉൾപ്പെടുന്നു, ഷാഹ്രസാദ് കഥ പറയുന്നത് *സാസാനിയൻ സാമ്രാജ്യം* - ഇസ്ലാം ആവിർഭവിച്ചതിനു മുമ്പുള്ള അവസാനത്തെ പേർഷ്യൻ ഭരണകൂടം തകർന്ന് 200 വർഷങ്ങൾക്കു ശേഷമാണ്.

ആയിരത്തൊന്ന് രാവുകൾക്ക്
ആസ്പദമായ ചരിത്ര കഥ

ഇന്ത്യയും ചൈനയും ഭരിച്ചിരുന്ന 'സസാനിയൻ' രാജാവ് ഷാഹ്ര്യാറിനെ ചുറ്റിപ്പറ്റിയുള്ളതാണ് കഥയുടെ ചട്ടക്കൂട്. തന്റെ സഹോദരപത്നി പാതിവ്രത്യമില്ലാത്തവളാണെന്ന് കണ്ടെത്തിയ രാജാവ് ഞെട്ടിപ്പോയി. സ്വന്തം ഭാര്യയുടെ വിശ്വാസവഞ്ചനയും അദ്ദേഹത്തെ കൂടുതൽ ഞെട്ടിച്ചു. എല്ലാ സ്ത്രീകളും ഒരുപോലെയാണെന്ന് അദ്ദേഹം വിശ്വസിച്ചു. അദ്ദേഹം ഭാര്യയെ തൂക്കിലേറ്റി. ഷാഹ്ര്യാർ ഓരോ ദിവസവും ഓരോ കന്യകയെ വിവാഹം കഴിക്കുകയും തന്നെ വഞ്ചിക്കാനവസരം കൊടുക്കാത്തവിധം പിറ്റേന്ന് രാവിലെ അവരെ തൂക്കിലിടുകയും ചെയ്തുപോന്നു. ഒടുവിൽ, രാജാവിന് നൽകുവാനായി കന്യകമാരെ കിട്ടാതായപ്പോൾ, വസീറിന്റെ (മന്ത്രിയുടെ) പുത്രി ഷാഹ്‌രസാദ് അടുത്ത വധുവാകാൻ സ്വയം മുന്നോട്ടു വന്നു. വൈമനസ്യത്തോടെ യാണെങ്കിലും അവളുടെ പിതാവിനത് സമ്മതിക്കേണ്ടി വന്നു. അവരുടെ വിവാഹരാത്രി ഷാഹ്‌രസാദ് രാജാവിന് ഒരു കഥ പറഞ്ഞുകൊടുക്കാൻ തുടങ്ങുന്നു; എന്നാൽ, അന്നത് അവസാനിപ്പിക്കുന്നില്ല. ആ കഥ എങ്ങനെയാണവസാനിക്കുക എന്നറിയാൻ ജിജ്ഞാസുവായ രാജാവ്, ആ കഥയുടെ അന്ത്യം കേൾക്കാനായി അവളുടെ വധം നീട്ടിവെക്കാൻ നിർബ്ബന്ധിതനാകുന്നു. പിറ്റേന്നു രാത്രി ആ കഥ പറഞ്ഞവസാനിച്ച ഉടനെ, അവൾ മറ്റൊരു കഥ തുടങ്ങിവെക്കുന്നു. അതിന്റെ അന്ത്യം കേൾക്കാനായി ഉത്കണ്ഠാകുലനായ രാജാവ് വധം ഒരിക്കൽകൂടി നീട്ടി വെക്കുന്നു. അപ്രകാരം, ആയിരത്തൊന്ന് രാത്രികൾ അത് തുടരുന്നു. അതിനിടയിൽ അവർക്ക് മൂന്നു കുഞ്ഞു ങ്ങൾ പിറന്നു. അതോടെ അദ്ദേഹം ഭാര്യക്ക് മാപ്പു കൊടുക്കുകയും അവളുടെ ജീവൻ രക്ഷിക്കുകയും ചെയ്യുന്നു.

അറേബ്യൻ രാവുകൾ ഒരു അമൂല്യനിധി പോലെ എല്ലാവരും കാത്തു സൂക്ഷിക്കേണ്ട ഒരു മഹദ്ഗ്രന്ഥമാണ്.

കെ.പി. ബാലചന്ദ്രൻ

ഭാഗം ഒന്ന്

ഷാഹ്ര്യാർ രാജാവിന്റെയും സഹോദരന്റെയും കഥ

വണ്ട് പണ്ട് ഇന്ത്യാ-ചൈനാ അർദ്ധദ്വീപുകളിൽ 'സസ്സാനിദ്' രാജവംശത്തിലെ പ്രശസ്തനും കരുത്തനുമായൊരു ചക്രവർത്തി രാജ്യം ഭരിച്ചിരുന്നു. അദ്ദേഹത്തിന് രണ്ട് പുത്രന്മാരുണ്ടായിരുന്നു. രാജാവിന്റെ മരണസമയത്ത് മൂത്തവൻ പക്വത വന്ന ഒരു യുവാവും ഇളയവൻ കൗമാരപ്രായമുള്ളവനുമായിരുന്നു. ഇരുവരും യോദ്ധാക്കളും ധീരരുമായിരുന്നു. എങ്കിലും അനിയനേക്കാൾ സാഹസികനായ ഒരു കുതിരസവാരിക്കാരനായിരുന്നു ചേട്ടൻ. അങ്ങനെ അദ്ദേഹം സാമ്രാജ്യഭരണം ഏറ്റെടുത്തു. അദ്ദേഹത്തിന്റെ സൽഭരണത്തിൽ തലസ്ഥാനത്തിലെയും ആ രാജ്യത്തിലെയും മുഴുവൻ ജനങ്ങളും സന്തുഷ്ടരായിരുന്നു. രാജാവ് അവരുടെയെല്ലാം പ്രിയങ്കരനായി മാറി. അദ്ദേഹത്തിന്റെ പേർ 'ഷാഹ്ര്യാർ' എന്നായിരുന്നു. അദ്ദേഹം തന്റെ സഹോദരൻ 'ഷാസമാനെ' അപരിഷ്കൃതരാജ്യമായ സമർഖണ്ടിന്റെ രാജാവായി വാഴിച്ചു. അവർ ഇരുവരും താന്താങ്ങളുടെ രാജ്യങ്ങൾ ജനക്ഷേമത്തോടെ ധർമ്മാനുവർത്തികളായി ഭരിച്ചു. നീതിപൂർവ്വമായ ഭരണത്തിൽ അവരുടെ പ്രജകൾ സന്തുഷ്ടരും ആഹ്ലാദവാന്മാരുമായിരുന്നു. വർഷങ്ങളായി ഈ നില തുടർന്നു. ഇരുപത് വർഷങ്ങൾ അപ്രകാരം പിന്നിട്ടപ്പോൾ മൂത്തരാജാവിന് അനിയനെ കാണുവാൻ വല്ലാത്ത മോഹം തോന്നി.

തന്റെ മന്ത്രിയുടെ ഉപദേശം അദ്ദേഹം തേടി. എന്നാൽ, ആ പദ്ധതി ഉചിതമല്ലെന്ന് കരുതിയ മന്ത്രി, രാജാവ് സ്വയം പോകുന്നതിനു പകരം താൻ രാജാവിന്റെ ഒരു കത്തും സമ്മാനങ്ങളുമായി സമർഘണ്ടിൽ ചെന്ന് അനിയനെ സ്വന്തം നാട്ടിലേക്ക് രാജാവ് ക്ഷണിക്കയാണ് വേണ്ടതെന്ന് ഒത്താശ ചെയ്തു. ഈ ഉപദേശം സമ്മതിച്ച രാജാവ് ഉടനെ സമ്മാനങ്ങൾ തയ്യാറാക്കി വെയ്ക്കുവാൻ കല്പന നൽകി-മുത്തും സ്വർണ്ണവും പതിച്ച ജീനിവെച്ച കുതിരകൾ, 'മാമെലുകുകൾ', വെളുത്ത അടിമകൾ, സുന്ദരികളായ പരിചാരികമാർ, നിറഞ്ഞ മാറിടമുള്ള കന്യകമാർ, മനോഹരവും വില പിടിച്ചതുമായ മറ്റനേകം വസ്തുക്കൾ- അതിനുശേഷം അദ്ദേഹം ഷാസമാന് തന്റെ ഹൃദ്യമായ സ്നേഹവും, അനിയനെ കാണാനുള്ള അമിതമായ മോഹം പ്രകടിപ്പിച്ചുകൊണ്ടുള്ള ഒരു കത്തും വെച്ചു. ആ കത്ത് അവസാനിപ്പിച്ചത് ഈ വാക്കുകളോടെയാണ് "പ്രിയപ്പെട്ട അനിയൻ ഞങ്ങളുടെ നേരെ നോക്കുവാൻ കനിവുണ്ടാകുമെന്ന് നാം ആശിക്കുന്നു. യാത്ര പുറപ്പെടാനുള്ള എല്ലാ ഒരുക്കങ്ങളും പൂർത്തിയാക്കാൻ ഞാൻ മന്ത്രിയെ ചുമതലപ്പെടുത്തിക്കഴിഞ്ഞു. നീ ഇവിടെ വന്നു കാണണമെന്ന ഏക ആഗ്രഹമേ ഇപ്പോൾ എന്റെ മനസ്സിലുള്ളൂ. എന്നാൽ,

നീ താമസം വരുത്തുകയോ നിരാശപ്പെടുത്തുകയോ ചെയ്താൽ, ഞങ്ങൾക്ക് ആ ആഘാതം താങ്ങാനാകില്ല. നിനക്ക് ശാന്തിയും സമാധാനവും നേരുന്നു". പിന്നെ 'ഷഹ്ര്യാർ' രാജാവ് ആ കത്ത് സീൽ ചെയ്ത് മന്ത്രിയെ ഏല്പിച്ചു. മുന്നിൽ സൂചിപ്പിച്ച പാരിതോഷികങ്ങളുമായി സമർഖണ്ടിലേക്ക് പുറപ്പെടുവാൻ ആജ്ഞാപിച്ചു. "ഉത്തരവുപോലെ!" മന്ത്രി മറുപടി നല്കി. ഒട്ടും സമയം വൈകിക്കാതെ മന്ത്രി സാധനങ്ങളെല്ലാം 'ലോഡ്' ചെയ്തു. അവശ്യസാധനങ്ങളെല്ലാം കെട്ടി തയ്യാറാക്കി വെച്ചു. ഇതിനായി മൂന്ന് ദിവസങ്ങൾ അയാൾ എടുത്തു. നാലാം ദിവസം അയാൾ രാജാവിനോട് വിട പറഞ്ഞ്, പരിവാരത്തോടൊപ്പം നേരെ മാർച്ച് ചെയ്തു. രാവും പകലും വിശ്രമമില്ലാതെ മരുഭൂമിയും, മലയും, വിജനമായ ചരൽ പ്രദേശവും മനോഹരമായ പുൽത്തകിടിയും കടന്ന് ആ യാത്ര തുടർന്നു. തന്റെ രാജാവിന്റെ മേൽക്കോയ്മയിലുള്ള ഏതെങ്കിലും രാജ്യത്ത് പ്രവേശിക്കുമ്പോൾ മന്ത്രിയെ ആദരവോടെ സ്വീകരിച്ച്, അവിടത്തെ ഭരണാധികാരി വില പിടിച്ച സ്വർണ്ണസമ്മാനങ്ങളും മറ്റും നല്കി പ്രീതിപ്പെടുത്തി. മൂന്നുദിവസം അതിഥി സൽക്കാരം സ്വീകരിച്ചശേഷമേ അവരെ പോകാനനുവദിച്ചിരുന്നുള്ളൂ. അതവിടത്തെ ഒരു വ്യവസ്ഥയാണ്. നാലാം ദിവസം അവർ മന്ത്രിയെ ഒരു ദിവസത്തെ ദൂരം ആദരവോടെ പിൻതുടരും.

മന്ത്രിയും പരിവാരങ്ങളും ഷാസമാന്റെ സമർഖണ്ടിലെ കൊട്ടാരം സമീപിക്കാറായപ്പോൾ, തന്റെ വരവിനെക്കുറിച്ചറിയിക്കാനായി ഒരു ഉന്നത ഓഫീസറെ രാജാവിന്നരികിലേക്ക് അയച്ചു. അയാൾ രാജാവിനു മുന്നിൽ കുനിഞ്ഞ് നിലത്ത് ചുംബിച്ച് മന്ത്രിയുടെ സന്ദേശം കൈമാറി. ഉടനെ, തന്റെ നാടുവാഴികളോടും പ്രഭുക്കന്മാരോടും, ഒരു ദിവസത്തെ ദൂരം യാത്ര ചെയ്ത് ജ്യേഷ്ഠന്റെ മന്ത്രിയെ സ്വീകരിക്കാൻ ആജ്ഞാപിച്ചു. അവർ അപ്രകാരം ചെയ്തു. അവർ അദ്ദേഹത്തെ ഭവ്യതയോടെ സ്വാഗതം ചെയ്ത്, അഭിവാദ്യങ്ങൾ അർപ്പിച്ച്, ഘോഷയാത്രയായി അദ്ദേഹത്തെ പിൻതുടർന്നു. അദ്ദേഹം നഗരത്തിൽ പ്രവേശിച്ച് നേരെ കൊട്ടാരത്തിലേക്ക് ചെന്നു, രാജസന്നിധിയിൽ മുഖം കാണിച്ചു. തറയിൽ ചുംബിച്ച്, രാജാവിന്റെ ആരോഗ്യത്തിനും സന്തോഷത്തിനും ശത്രുസംഹാരത്തിനുമായി പ്രാർത്ഥിച്ച ശേഷം ചേട്ടൻ രാജാവിനെ കാണാൻ ഉൽക്കടമായി ആശിക്കുന്നെന്നും സസന്തോഷം യാത്രതിരിക്കണമെന്നും അറിയിച്ചു. പിന്നെ, അദ്ദേഹം ചേട്ടന്റെ കത്ത് കൈമാറി. അത് ഷാസമാൻ പൊട്ടിച്ച് വായിച്ചു. അതിൽ ചിന്തിക്കേണ്ടതായ ബഹുവിധ സൂചനകളും ഇംഗിതങ്ങളും അടങ്ങിയിരുന്നു. അതിലെ ഉള്ളടക്കം രാജാവ് പൂർണ്ണമായി ഉൾക്കൊണ്ടുകഴിഞ്ഞപ്പോൾ അദ്ദേഹം പറഞ്ഞു. "എന്റെ പ്രിയപ്പെട്ട ചേട്ടന്റെ ഉത്തരവുകൾ ഞാൻ അനുസരിക്കുന്നു!" പിന്നെ മന്ത്രിയോട് ഇപ്രകാരം അരുളിച്ചെയ്തു. എന്നാൽ, മൂന്നു ദിവസത്തെ അതിഥി സൽക്കാരം കഴിയുന്നതുവരെ നമ്മൾ യാത്ര പുറപ്പെടില്ല," മന്ത്രിക്ക് അനുയോജ്യമായ 'ക്വാർട്ടേഴ്സ്' കൊട്ടാരത്തിൽ തന്നെ തയ്യാറാക്കി. സൈനികർക്കായി കൂടാരങ്ങൾ നിർമ്മിച്ചു. അവർക്കാവശ്യത്തിനുള്ള മാംസം, പാനീയങ്ങൾ, മറ്റ് സാധനങ്ങൾ എല്ലാം അനുവദിച്ചു നല്കി. നാലാം ദിവസം അവർ മടക്കയാത്രയ്ക്ക് തയ്യാറെടുത്തു. ചേട്ടന്റെ നിലയ്ക്കും വിലയ്ക്കും യോജിച്ച പാരിതോഷികങ്ങൾ രാജാവ് സംഭരിച്ചുവെച്ചു. തന്റെ

അസാന്നിധ്യത്തിൽ മന്ത്രിമുഖ്യനെ രാജാവ് ഭരണചുമതലകൾ ഏല്പിച്ചു. പിന്നെ ഒട്ടകങ്ങളുടെയും കഴുതകളുടേയും പുറത്ത് സമ്മാനങ്ങൾ കയറ്റി. പരിചാരകരേയും അംഗരക്ഷകരേയും കൂട്ടി നഗരത്തിനുപുറത്ത്, പിറ്റേന്ന്, രാവിലെ യാത്ര തിരിക്കാനായി തയ്യാറാക്കി നിർത്തി. എന്നാൽ പാതി രാത്രി ആയപ്പോൾ താൻ കൂടെ കൊണ്ടുവരാനാഗ്രഹിച്ചതെന്തോ കൊട്ടാരത്തിൽ മറന്നു വെച്ചിട്ടുണ്ടെന്ന തോന്നലിൽ അദ്ദേഹം രഹസ്യമായി കൊട്ടാരത്തിലേക്ക് മടങ്ങി. നേരെ സ്വന്തം കിടപ്പറയിലേക്ക് രാജാവ് കടന്നുചെന്നു. തന്റെ കാർപ്പെറ്റ് മെത്തയിൽ രാജ്ഞി, അടുക്കളയിലെ എണ്ണയുടെ മണവും അഴുക്കും പുരണ്ട ഒരു നീഗ്രോ പാചകക്കാരനെ ഇരുകൈകൾ കൊണ്ടും കെട്ടിപ്പിടിച്ച് കിടക്കുന്നത് രാജാവ് കണ്ടു.

അത് കണ്ടപ്പോൾ ലോകം ഇരുളടഞ്ഞതുപോലെ അദ്ദേഹത്തിന് തോന്നി! താൻ നഗരപ്രാന്തത്തിലുള്ളപ്പോൾ തന്നെ ഇപ്രകാരം സംഭവിക്കാമെങ്കിൽ, തന്റെ ചേട്ടനോടൊപ്പം ദീർഘകാലം താമസിക്കാനായി പോയിക്കഴിഞ്ഞാൽ ഈ നശിച്ച അഭിസാരികയുടെ പ്രവൃത്തികൾ എന്തൊക്കെ ആയിരിക്കും?" ഉടനെ അദ്ദേഹം തന്റെ വാൾ ഉറയിൽ നിന്നും ഊരിയെടുത്ത് ഒറ്റവെട്ടിന് ഇരുവരെയും നാല് കഷ്ണങ്ങൾ ആക്കി. ആ മൃതശരീരങ്ങൾ മെത്തയിൽ തന്നെ ഇട്ടുകൊണ്ട് രാജാവ് പെട്ടെന്ന് കേമ്പിലേക്ക് തിരിച്ചുപോയി. ഈ സംഭവം ആരും അറിയാനദ്ദേഹം ആഗ്രഹിച്ചില്ല. ഉടനെതന്നെ യാത്ര പുറപ്പെടാനദ്ദേഹം ഉത്തരവ് നല്കി. യാത്ര ആരംഭിച്ചു.

രാജാവിന് സ്വന്തം പത്നിയുടെ വഞ്ചനയെക്കുറിച്ച് ചിന്തിക്കാതിരിക്കാനായില്ല. അദ്ദേഹം സ്വയം ചോദിച്ചുകൊണ്ടിരുന്നു "അവൾക്കെങ്ങനെ എന്നോട് ഇപ്രകാരം ഒരു പ്രവൃത്തി ചെയ്യാൻ കഴിഞ്ഞു? സ്വന്തം മൃത്യു എന്തിന് കൈവരിച്ചു?" അസഹ്യമായ ദുഃഖം അദ്ദേഹത്തെ കീഴ്പ്പെടുത്തി. അദ്ദേഹത്തിന്റെ ശരീരം വിളർത്ത് മഞ്ഞയായി! ആസന്നമായ മരണത്തെ സൂചിപ്പിക്കുന്ന അപകടകാരിയായ രോഗിയെപ്പോലെ കാണപ്പെട്ടു. അതുകൊണ്ട് ദിവസേനയുള്ള യാത്രയുടെ ദൈർഘ്യം കുറച്ച്, സാവധാനം മരുപ്പച്ചകളിലൂടെയായിരുന്നു മന്ത്രിയുടെ നിർദ്ദേശപ്രകാരം നീങ്ങിയിരുന്നത്. അദ്ദേഹം രാജാവിനെ സമാശ്വസിപ്പിക്കാനായി പരമാവധി ശ്രമിച്ചുപോന്നു. ഷാസമാൻ, ചേട്ടന്റെ കൊട്ടാരത്തിന്നരികിലെത്താറായപ്പോൾ, തന്റെ വരവിനെ സൂചിപ്പിച്ചുകൊണ്ട്, ഉന്മേഷവാന്മാരായ സന്ദേശവാഹകന്മാരെ കൊട്ടാരത്തിലേക്കയച്ചു. ഉടനെ തന്റെ മന്ത്രിമാരോടും പ്രഭുക്കന്മാരോടും നാടുവാഴികളോടുമൊപ്പം ഷാഹ്ര്യാർ അനിയനെ കാണാനെത്തി.

അടക്കാനാവാത്ത ആനന്ദത്തോടെ രാജാവ് അനിയനെ അഭിവാദ്യം ചെയ്തു. അദ്ദേഹത്തിന്റെ ബഹുമാനാർത്ഥം നഗരം മുഴുവൻ അതിമനോഹരമായി അലങ്കരിക്കപ്പെട്ടിരുന്നു. സഹോദരന്മാർ പരസ്പരം കണ്ടുമുട്ടിയപ്പോൾ അനിയന്റെ വിളർത്ത ശരീരം കണ്ട്, അതിന്റെ കാരണമെന്താണെന്ന് ആരാഞ്ഞു." അത് യാത്രാക്ഷീണം മൂലമാണ്, കാര്യമാക്കേണ്ട, വെള്ളവും അന്തരീക്ഷവും മാറിയപ്പോൾ ഉള്ള പ്രശ്നം മാത്രം! എന്നാൽ, ഇത്രയും പ്രിയപ്പെട്ട, ഇത്രയും ഉൽകൃഷ്ടനായ, ഈ സഹോദരനുമായി വീണ്ടും കൂട്ടി ഇണക്കിയതിൽ 'അള്ളാ'യ്ക്ക് നന്ദി പ്രകടിപ്പിക്കുന്നു!" ഈ രീതിയിൽ അനിയൻ തന്റെ രഹസ്യം ഒളിപ്പിച്ചുകൊണ്ട് തുടർന്നു,

“അല്ലയോ, മഹാരാജാവേ, കാലത്തിന്റെ ‘കാലിഫാ, അദ്ധ്വാനം മൂലമാണ് എന്റെ മുഖം വിളർത്തിരിക്കുന്നതും കണ്ണുകൾ കുണ്ടിൽ ആയിരിക്കുന്നതും.”

പിന്നെ എല്ലാവിധ ബഹുമതികളോടും കൂടെ ഇരുവരും നഗരത്തിലേക്ക് പ്രവേശിച്ചു. സുന്ദരമായ ഉദ്യാനത്തിലേക്ക് തള്ളി നിൽക്കുന്ന ഒരു കൊട്ടാരമാണ് അനിയന് താമസിക്കാനായി രാജാവ് നൽകിയത്. കുറച്ച് കഴിഞ്ഞിട്ടും അനിയന്റെ നിലയിൽ മാറ്റമൊന്നും വരാത്തതുകൊണ്ട്, സ്വന്തം നാടും രാജ്യവും വിട്ടു പോന്നതിലുള്ള വിഷമം മൂലമായിരിക്കും അതെന്ന് വിചാരിച്ച് രാജാവ് സമാധാനിച്ചു. അതുകൊണ്ട് കൂടുതലൊന്നും ചോദിച്ച് ബുദ്ധിമുട്ടിക്കാതെ അനിയനെ സ്വന്തം ഇഷ്ടാനുസരണം കഴിയാനായി വിട്ടു. എന്നാൽ, വീണ്ടും ഒരു ദിവസം അദ്ദേഹം ഇപ്രകാരം ചോദിക്കാനിടയായി. “ഓഹ് എന്റെ അനിയാ, നീ കൂടുതൽ ക്ഷീണിക്കുകയും കൂടുതൽ വിളർക്കുകയും ചെയ്തിരിക്കുന്നല്ലോ.”

“ചേട്ടാ.” ഷാസമാൻ മറുപടി നല്കി “എനിക്ക് ആന്തരികമായ ഒരു മുറിവ് ഏറ്റിട്ടുണ്ട്, ഹൃദയത്തിനാണത്.” എന്നിട്ടും ഭാര്യയുടെ കാര്യം അദ്ദേഹം സൂചിപ്പിച്ചതേയില്ല. അതിനുശേഷം പല ഡോക്ടർമാരേയും സർജന്മാരേയും വിളിച്ചുവരുത്തി, വൈദ്യശാസ്ത്രപ്രകാരമുള്ള ചികിത്സകൾ അനിയന് നൽകാനായി ഷാഹ്ര്യാർ ഉത്തരവിട്ടു. ഒരു മാസം അദ്ദേഹം അവരുടെ ചികിത്സയിലായിരുന്നു. എന്നാൽ അവരുടെ കഷായവും സർബത്തും ഫലം കണ്ടില്ല! അദ്ദേഹത്തിന്റെ മനസ്സിൽ നിന്ന് ഭാര്യയുടെ ദുഷ്പ്രവൃത്തി മാഞ്ഞുപോയില്ല. വിഷാദം കുറയുന്നതിനുപകരം അത് ദൃഢമായി നിലനിന്നു. വൈദ്യം പൂർണ്ണമായും പരാജയപ്പെട്ടു. ഒരു ദിവസം ചേട്ടൻ അനിയനോട് പറഞ്ഞു. “ഞാൻ നായാട്ടിന് പോകുകയാണ്. നല്ല രസകരമായ ഒരു വിനോദമാണെനിക്കത്. ഇതൊരു പക്ഷേ നിന്റെ മനസ്സിലെ ഭാരം ലഘൂകരിച്ചേക്കും.”

ഷാസമാൻ, എന്തായാലും ആ നിർദ്ദേശം തള്ളിക്കളഞ്ഞു. “ഓഹ്, എന്റെ ചേട്ടാ, എന്റെ മനസ്സ് ഇത്തരം കാര്യങ്ങളൊന്നും ആശിക്കുന്നില്ല. എന്റെ മനോവ്യാധിയുമായി ഈ സ്ഥലത്ത് ശാന്തനായി കഴിയുവാനെന്നെ അനുവദിക്കണമെന്ന് ഞാൻ അഭ്യർത്ഥിക്കുകയാണ്.”

അങ്ങനെ ഷാസമാൻ അന്ന് രാത്രി കൊട്ടാരത്തിൽ തങ്ങി. പിറ്റേന്ന് രാവിലെ ചേട്ടൻ നായാട്ടിന് പോയപ്പോൾ, അദ്ദേഹം തന്റെ മുറിവിട്ട്, ഉദ്യാനത്തിനെ അഭിമുഖീകരിക്കുന്ന ഒരു മുറിയിലെ ജനലിന്നരികിൽ വന്ന്, പുറത്തേക്ക് നോക്കി ഇരിക്കുകയായിരുന്നു. അപ്പോഴും അദ്ദേഹത്തിന്റെ മനസ്സിൽ ഭാര്യയുടെ വഞ്ചനയുടെ ദുഃഖം നിറഞ്ഞ ചിന്ത മാത്രമായിരുന്നു. വേദനിക്കുന്ന നെഞ്ചിനുള്ളിൽ നിന്ന് ചുടുനിശ്വാസങ്ങൾ പുറത്തുവന്നു. അവിടെ കുറച്ചുനേരം ഇരുന്നപ്പോൾ, അതാ! വളരെ ശ്രദ്ധയോടെ അടച്ചിടാറുള്ള കൊട്ടാരത്തിന്റെ ഒരുപിൻവാതിൽ തള്ളി തുറന്ന്, രാജാവിന്റെ അതിസുന്ദരിയായ പത്നിയോടൊപ്പം ഇരുപത് അടിമ പെൺകുട്ടികൾ പുറത്തിറങ്ങി. വിസ്മയിപ്പിക്കുന്ന സൗന്ദര്യമുള്ള ചേട്ടത്തി അഴകിന്റെയും മാനോഹാരിതയുടേയും ഒരു ‘മോഡൽ’ ആണ്. വടിവൊത്ത ശരീരം! ശീതളമായ അരുവിയിലേക്ക് നടന്നുനീങ്ങുന്ന അഴകാർന്ന മാൻകിടാവിനെ പോലെയാണ് രാജ്ഞി നീങ്ങുന്നത്! ഉടനെ ഷാസമാൻ ജനാലക്കരികിൽ നിന്നും പിൻമാറി സ്ത്രീസംഘത്തെ കാണാവുന്ന ഒരിടത്ത്

ഒളിച്ചിരുന്ന്, അവരെ നിരീക്ഷിച്ചു. അതേ ജാലകത്തിന് കീഴിലൂടെ നടന്നു വന്ന്, പൂന്തോട്ടത്തിലെ നല്ലൊരു ഫൗണ്ടനുള്ള കുളത്തിന്നടുത്തെത്തിയ അവർ പർദ്ദകൾ ഊരിക്കളഞ്ഞു; അതാ, നോക്കൂ, പത്തുപേർ മാത്ര മായിരുന്നു അതിൽ സ്ത്രീകൾ! രാജാവിന്റെ വെപ്പാട്ടികൾ! മറ്റ് പത്തു പേർ വെളുത്ത അടിമകളാണ്. പിന്നെ അവർ ഓരോരുത്തരും ആൺ-പെൺ ജോഡികളായി പിരിഞ്ഞു. എന്നാൽ, ഒറ്റയ്ക്കായ റാണി ഉറക്കെ വിളിച്ചു പറഞ്ഞു "എന്റെ അടുത്തേക്ക് വരൂ, ഓഹ്, എന്റെ നാഥാ സെയിദ്!" അപ്പോൾ ഒരു മരത്തിന്റെ ചില്ലകൾക്കിടയിലൂടെ വൃത്തികെട്ട രൂപവും ഉണ്ടക്കണ്ണുകളുമുള്ള ഒരു നീഗ്രോ ചാടി വന്നു. അവൻ ധീരത യോടെ നടന്നു ചെന്ന് രാജ്ഞിയുടെ കഴുത്തിൽ ചുറ്റിപ്പിടിച്ചു. അവൾ വികാരാവേശത്തോടെ അയാളെ കെട്ടിപ്പുണർന്നു. അവൻ അവളെ ചുംബിച്ച്, അവളെ കാലുകൾകൊണ്ട് ചുറ്റിവരിഞ്ഞു, ഒരു ബട്ടൻ അതിന്റെ തുളയിൽ കയറ്റി അമർത്തി ഇട്ടതുപോലെ! പിന്നെ, അവളെ വലിച്ചിട്ട്, രസമായി അവൻ ആസ്വദിച്ചു. അതേ രീതിയിൽ മറ്റ് അടിമകൾ ആ പെൺകുട്ടികളെ തങ്ങളുടെ വികാരം പൂർത്തിയാകുന്നതുവരെ ആസ്വദിച്ചു. ചുംബിച്ചും, ആലിംഗനം ചെയ്തും, ഇണചേർന്നും ദിവസം മുഴുവൻ ചിലവഴിച്ചു. ഒടുവിൽ, സംതൃപ്തരായ ആ 'മാമെലുക്കുകൾ' ആ കന്യകകളുടെ മാറിടത്തിൽ നിന്നും മുക്തരായി. നീഗ്രോ മരങ്ങൾ ക്കിടയിലൂടെ അപ്രത്യക്ഷനായപ്പോൾ, മറ്റുള്ളവർ പർദ്ദയിട്ട് പഴയതു പോലെ രഹസ്യവാതിൽ തുറന്ന് കൊട്ടാരത്തിനുള്ളിലേക്ക് പോയി.

തന്റെ ചേട്ടത്തിയുടെ ഇത്തരം പ്രവൃത്തികൾ കണ്ട ഷാസമാൻ സ്വയം പറഞ്ഞു. "അള്ളായാണേ എന്റെ കൊടും ദുരിതം ഇതിനേക്കാൾ എത്ര ലഘു ആണ്! എന്റെ ചേട്ടൻ എന്നേക്കാൾ മഹാനായ മഹാരാജാ വാണ്. എന്നിട്ടും അദ്ദേഹത്തിന്റെ ഈ കൊട്ടാരത്തിൽ ഇത്തരം അപകീർത്തിപരമായ സംഭവങ്ങൾ നടക്കുന്നു. അദ്ദേഹത്തിന്റെ പത്നി ഏറ്റവും വൃത്തികെട്ടവനായ ആ അടിമയോടൊപ്പം കാമകേളിയിൽ മുഴുകുന്നു! എന്നാൽ, ഇത് കാണിക്കുന്നത്, അവർ എല്ലാവരും ഇത് ചെയ്യുന്നു എന്നാണ്; ഭർത്താവിനെ വഞ്ചിക്കാത്ത ഒരു ഭാര്യയുമില്ല. അതുകൊണ്ട് അള്ളായുടെ ശാപം അവർ എല്ലാവരിലുമുണ്ട്. അതു പോലെ അവരെ പിൻതാങ്ങുന്നവരിലും, അവരുടെ സ്വഭാവത്തിന്റെ കടിഞ്ഞാൺ പിടിക്കുന്നവരിലും"

അങ്ങനെ അദ്ദേഹം തന്റെ വിഷാദവും നൈരാശ്യബോധവും ദുഃഖവും ദുരിതവും വലിച്ചെറിഞ്ഞ്, സ്ഥിരമായി ഈ വാക്കുകൾ ആവർത്തിച്ചു കൊണ്ടിരുന്നു. 'ഈ ലോകത്തിലെ ഒറ്റ പുരുഷനും അവരുടെ ദ്രോഹ ബുദ്ധിയിൽ നിന്ന് മോചനമില്ല!'

അത്താഴത്തിനുള്ള സമയമായപ്പോൾ 'ട്രേകളിൽ' കൊണ്ടുവന്ന ഭക്ഷണമെല്ലാം അദ്ദേഹം നല്ല വിശപ്പോടെ വാരി വിഴുങ്ങി! കാരണം, കുറെ നാളായി അദ്ദേഹം മാംസം തൊട്ടിട്ടേയില്ല, അതെത്രതന്നെ രുചികരമായാലും. പിന്നെ അദ്ദേഹം സർവ്വശക്തനായ അള്ളാവിനോട് ഹൃദയം നിറഞ്ഞ നന്ദി രേഖപ്പെടുത്തി. അവനെ ധ്യാനിച്ചും, വന്ദിച്ചും ഏറ്റവും സമാധാനപരമായി രാത്രി വിശ്രമിച്ചു. മധുരമായ ഭക്ഷണവും ഉറക്കവും ആസ്വദിച്ചിട്ട് വളരെ നാൾ ആയിരുന്നു! പിറ്റേന്ന് മുതൽ അദ്ദേഹം നന്നായി ആഹാരം കഴിക്കാൻ തുടങ്ങി, ആരോഗ്യവും

ശക്തിയും വീണ്ടെടുത്തുകൊണ്ടിരുന്നു. ഒടുവിൽ ശരിയായ ആരോഗ്യനില പ്രാപിച്ചു. പത്ത് ദിവസത്തിനുശേഷം ചേട്ടൻ നായാട്ട് കഴിഞ്ഞെത്തിയപ്പോൾ അദ്ദേഹത്തെ സ്വീകരിക്കാനായി അനിയൻ കുതിരപ്പുറത്ത് ചെന്ന്; പരസ്പരം അഭിവാദ്യങ്ങൾ അർപ്പിച്ചു. ഷാഹ്റ്യാർ രാജാവ് ഷാസമാൻ രാജാവിനെ നോക്കിയപ്പോൾ, ആരോഗ്യകരമായ നിറം എങ്ങനെ അദ്ദേഹത്തിന് തിരിച്ചു കിട്ടി എന്നും, അദ്ദേഹത്തിന്റെ മെഴുകുപോലെ വിളർത്തിരുന്ന മുഖം എങ്ങനെ ചുവന്ന് തുടുത്തു എന്നും, ഭക്ഷണത്തിൽ താത്പര്യമില്ലാതിരുന്ന ആൾ എങ്ങനെ ഇത്ര വിശപ്പോടെ ഭക്ഷണം കഴിക്കുന്നുവെന്നും കണ്ട് വിസ്മയിച്ചുപോയി! ഭയങ്കര അദ്ഭുതത്തോടെ അദ്ദേഹം പറഞ്ഞു "ഓഹ്, എന്റെ അനിയാ, നീ എന്നോടൊപ്പം നായാട്ടിനു വന്ന്, എന്റെ നാട്ടിലെ ആനന്ദകരമായ വിനോദങ്ങൾ ആസ്വദിക്കണമെന്ന് എനിക്ക് ആഗ്രഹമുണ്ടായിരുന്നു!"

അനിയൻ ക്ഷമ ചോദിച്ച് അതിൽ നിന്നും ഒഴിഞ്ഞുമാറി. പിന്നെ അവർ കുതിരപ്പുറത്തേറി നഗരത്തിലേക്ക് തിരിച്ചു. അവർ കൊട്ടാരത്തിലെത്തിയപ്പോൾ അവർക്കു മുന്നിൽ ഭക്ഷണ'താലി'കൾ നിരത്തപ്പെട്ടു. അവർ അടുത്തടുത്തിരുന്ന് മതിയാവോളം ഭക്ഷണം കഴിച്ചു. അതിനുശേഷം കൈകൾ കഴുകി വന്നപ്പോൾ ഷാഹ്റ്യാർ രാജാവ് അനിയനുനേരെ തിരിഞ്ഞ് പറഞ്ഞു "നിന്റെ ഇപ്പോഴത്തെ ആരോഗ്യനില കണ്ട് എന്റെ മനസ്സിൽ സംതൃപ്തിയും അത്ഭുതവും തോന്നുന്നു. നിന്നെ എനിക്ക് നായാട്ടിന് കൊണ്ടുപോകാൻ വലിയ ആഗ്രഹമായിരുന്നു. എന്നാൽ, നിന്റെ മുഖം വല്ലാതെ വിളറി വെളുത്തിരുന്നു; മനോവേദനയും അനുഭവിച്ചിരുന്നു. എന്നാൽ, ഇപ്പോൾ അൽഹം ദാളില്ല '- ദൈവത്തിന് സ്തുതി!- നിന്റെ സ്വതസിദ്ധമായ നിറം ഇപ്പോൾ മുഖത്തിന് തിരിച്ചു കിട്ടിയതായും, പൂർണ്ണ ആരോഗ്യവാനായി തീർന്നതായും ഞാനിപ്പോൾ മനസ്സിലാക്കുന്നു. നിന്റെ അസുഖത്തിന് കാരണം കുടുംബത്തിൽ നിന്നും സുഹൃത്തുക്കളിൽ നിന്നുമുള്ള വേർപാടാണെന്ന് ഞാൻ വിശ്വസിക്കുന്നു. അതുപോലെ, തലസ്ഥാനത്തുനിന്നും രാജ്യത്തു നിന്നും വിട്ടുപോന്നത് നിന്നെ വേദനിപ്പിക്കുന്നുണ്ടാകാം. അതുകൊണ്ടാണ് കൂടുതൽ ചോദ്യങ്ങൾ ഞാൻ ചോദിക്കാതിരുന്നത്. എന്നാൽ, ഇപ്പോൾ അതിനുള്ള കാരണങ്ങൾ വിശദീകരിച്ചുതരുവാൻ ഞാൻ നിന്നോട് അഭ്യർത്ഥിക്കുകയാണ്. നിന്റെ ആവലാതിയുടെയും, നിറം മാറ്റത്തിന്റേയും മുഖത്ത് ഞാൻ കണ്ട ആരോഗ്യകരമായ അരുണിമ തിരിച്ചുവന്നതിന്റെയും കാരണം എന്താണ്? ഒന്നും മറച്ചുവെക്കാതെ എന്നോട് തുറന്നു പറയുക!"

ഇതുകേട്ട് ഷാസമാൻ തല നിലത്തേക്ക് കുനിച്ച് വീണ്ടും ഉയർത്തിയ ശേഷം മറുപടി നല്കി. "എന്റെ മനോവിഷമത്തിനും, നിറം മാറ്റത്തിനും കാരണമെന്താണെന്ന് ഞാൻ അങ്ങയോട് പറയാം; എന്നാൽ, അവ എനിക്ക് തിരിച്ചു കിട്ടിയതിനും, പൂർണ്ണ ആരോഗ്യലബ്ധിക്കും ഉള്ള കാരണം എനിക്ക് പറയാൻ കഴിയില്ല, എന്നോട് ക്ഷമിക്കണം: തീർച്ചയായും, എന്നോടതിനുള്ള മറുപടിക്കായി നിർബന്ധിക്കരുതെന്ന് ഞാൻ അങ്ങയോട് യാചിക്കുന്നു."

ഈ വാക്കുകൾ കേട്ട് വല്ലാതെ അതിശയിച്ചുപോയ ഷാഹ്റ്യാർ പറഞ്ഞു. "ശരി, ആദ്യം നിന്റെ വിളർച്ചയുടെയും അനാരോഗ്യത്തിന്റെയും കാരണം പറയൂ." "അപ്പോൾ, കേൾക്കുക, എന്റെ സഹോദരാ"

ഷാസമാൻ വിവരിച്ചു.“ അങ്ങയുടെ ക്ഷണക്കത്തുമായി വസീറിനെ എന്റെ അടുക്കലേക്ക് അങ്ങ് അയച്ചപ്പോൾ, ഞാൻ യാത്രയ്ക്കുള്ള തയ്യാറെടുപ്പുകൾ ചെയ്ത്, ഞങ്ങൾ നഗരാതിർത്തിക്കപ്പുറത്തേക്ക് മാർച്ച് ചെയ്തു. അപ്പോഴാണ് ഞാനോർത്തത്, അങ്ങേക്ക് പാരിതോഷികമായി നൽകാൻ വെച്ചിരുന്ന വജ്രമാല ഞാൻ കൊട്ടാരത്തിൽ വിട്ടുപോന്നെന്ന്. അതെടുക്കാനായി ഞാൻ ഒറ്റയ്ക്ക് തിരിച്ചുപോയി. അപ്പോൾ എന്റെ കാർപ്പെറ്റ് മെത്തയിൽ വൃത്തികെട്ട ഒരു നീഗ്രോ പാചകക്കാരന്റെ കരവലയത്തിൽ പറ്റിപ്പിടിച്ച് കിടക്കുന്ന എന്റെ ഭാര്യയെ ഞാൻ കണ്ടു. ഉടനെ രണ്ടിനെയും വെട്ടിക്കൊന്ന് ഞാൻ അങ്ങയുടെ അടുത്തേക്ക് പോന്നു. എന്നാൽ, എന്റെ ചിന്തയിൽ നിന്ന് ഇക്കാര്യം വിട്ടുമാറിയില്ല; ഞാൻ വിളറി വെളുത്തു; എന്റെ ആരോഗ്യം നശിച്ചു. എന്നാൽ, അതെല്ലാം തിരിച്ചു കിട്ടിയതിനുള്ള കാരണം ഇപ്പോഴും പറയാൻ തയ്യാറാകാത്തതിൽ എന്നോട് ക്ഷമിക്കണം.”

ഭയങ്കര അദ്ഭുതത്തോടെ ഷാഹ്റ്യാർ തലകുലുക്കി; ഹൃദയത്തിൽ നിന്നും കോപാഗ്നി ആളിക്കത്തുന്നതുപോലെ അദ്ദേഹം അട്ടഹസിച്ചു. “തീർച്ചയായും സ്ത്രീകളുടെ ദ്രോഹബുദ്ധി ഭയങ്കരം തന്നെ!’ പിന്നെ, സമനില കൈവരിച്ച് അള്ളായെ ഓർത്തുകൊണ്ട് പറഞ്ഞു. “സത്യത്തിൽ, ഓഹ് എന്റെ അനിയാ, നീ സ്വന്തം ഭാര്യയെ വധിച്ചതിനാൽ ഒരുപാട് ദോഷ ങ്ങളിൽ നിന്നും നീ രക്ഷപ്പെട്ടു. നിന്നെ പോലുള്ളൊരു രാജാവിന് ഒരിക്കലും സംഭവിച്ചിട്ടില്ലാത്ത ആ ദൗർഭാഗ്യത്തിൽ നീ പ്രകടിപ്പിച്ച കോപവും ദുഃഖവും തികച്ചും ക്ഷന്തവ്യമാണ്. അള്ളായാണേ എനിക്കായിരുന്നു ഇത് സംഭവിച്ചിരുന്നതെങ്കിൽ, ഒരായിരം സ്ത്രീകളെയെങ്കിലും വധിക്കാതെ ഞാൻ തൃപ്തനാകില്ലായിരുന്നു! എന്നാൽ, ഇപ്പോൾ നിന്റെ ദുരിതം അവസാനിപ്പിച്ചതിൽ അള്ളാവിനെ സ്തുതിക്കണം; നിനക്ക് പെട്ടെന്ന് പഴയ നിറവും ആരോഗ്യവും തിരിച്ചുകിട്ടിയത് എങ്ങനെയാണെന്ന് ഒളിക്കാതെ വിശദീകരിക്കുക.

“ഓഹ്, മഹാരാജാവേ, വീണ്ടും ഞാൻ അങ്ങയോട് ക്ഷമ യാചിക്കുകയാണ്. എനിക്കത് പറയാൻ വിഷമമുണ്ട്.”

“ഇല്ല, നീ പറഞ്ഞേ മതിയാകൂ.”

“എനിക്ക് പേടിയാകുന്നു, എന്റെ ചേട്ടാ, അത് കേട്ട് അങ്ങ് എന്നേക്കാൾ ദുഃഖിതനും ക്രുദ്ധനുമായെങ്കിലോ .”

“എന്നാൽ, അതിന് തക്കതായ കാരണമുണ്ടാകുമല്ലോ.” ഷാഹ്റ്യാർ പറഞ്ഞു. “മുഴുവൻ ചരിത്രവും എന്നോട് പറയൂ. ഞാൻ നിന്നോട് അള്ളായുടെ നാമത്തിൽ സത്യം ചെയ്ത് പറയുന്നു, എന്നിൽ നിന്ന് യാതൊന്നും മറച്ചുവെക്കരുതെന്ന്.”

അതിനുശേഷം നടന്ന സംഭവങ്ങളെല്ലാം കണ്ടതുപോലെ, വിവരിച്ചു കൊടുത്തു, അദ്ദേഹം ഇപ്രകാരം പറഞ്ഞവസാനിപ്പിച്ചു. “ഞാൻ അങ്ങയുടെ ഈ അത്യാപത്ത്, ഭാര്യയുടെ ഈ വഞ്ചന, നോക്കി കണ്ടപ്പോൾ, എന്നേക്കാൾ എത്രയോ വയസ്സിന് മൂത്തവനും, എത്രയോ പ്രശസ്തനുമായ മഹാരാജാവിന് ആണല്ലോ ഇത് സംഭവിച്ചത് എന്ന് ഞാൻ ഓർത്തുപോയി. അത്തരം ഒരു വ്യക്തിയുമായി എന്നെ തുലനം ചെയ്തപ്പോൾ എന്റെ ദുഃഖം എത്രയോ ചെറുതാണ് എന്ന് തോന്നി! എന്റെ മനസ്സിനപ്പോൾ ആശ്വാസം തോന്നി. എന്റെ മനോഭാവവും രീതിയും മാറി.

വിഷാദവും നൈരാശ്യവും വലിച്ചെറിഞ്ഞ് എനിക്ക് തിന്നാനും കുടിക്കാനും ഉറങ്ങാനും കഴിഞ്ഞു; അങ്ങനെ അതിവേഗം ഞാൻ ആരോഗ്യവും ശക്തിയും വീണ്ടെടുത്തു. അതാണ് സത്യം, പൂർണ്ണസത്യം."

ഇതുകേട്ട ഷഹ്‌റ്യാർ രാജാവ് കോപം കൊണ്ട് ജ്വലിച്ചു, കോപം അദ്ദേഹത്തെ ശ്വാസം മുട്ടിച്ച് കൊല്ലുമോ എന്നുപോലും തോന്നി! പിന്നീട് സമനില പ്രാപിച്ചശേഷം അദ്ദേഹം പറഞ്ഞു. "ഓഹ്, എന്റെ അനിയാ, നീ നുണ പറഞ്ഞതാണെന്ന് ഞാൻ ആരോപിക്കുന്നില്ല; എന്നാലും എന്റെ സ്വന്തം കണ്ണുകൾകൊണ്ടത് കാണുന്നതുവരെ എനിക്കത് വിശ്വസിക്കാനാവില്ല."

"അപ്പോൾ സ്വന്തം അത്യാഹിതം സ്വയം കാണണം" ഷാസമാൻ പറഞ്ഞു.

"ഉടനെ ചെന്ന്, വീണ്ടും നായാട്ടിനുള്ള തയ്യാറെടുപ്പ് നടത്തുക. പിന്നെ നമ്മൾ ഇരുവരും ഒളിച്ചിരുന്ന്, അങ്ങേക്ക് എല്ലാറ്റിനും സാക്ഷ്യം വഹിക്കാം. അങ്ങയുടെ കണ്ണുകൾക്ക് അത് ശരിയാണോ, തെറ്റാണോ എന്ന് പരിശോധിക്കാം."

"ശരി." രാജാവ് സമ്മതിച്ചു.

താൻ ഉദ്ദേശിക്കുന്ന യാത്രയെക്കുറിച്ച് രാജാവ് പ്രഖ്യാപനം നടത്തി. നഗരാതിർത്തിക്കപ്പുറത്ത് കാണാവുന്ന രീതിയിൽ ഭടന്മാർക്കായി കൂടാരങ്ങൾ പണിതു. ഷാഹ്‌റ്യാർ ധൃതിയിൽ ഭടന്മാരോടൊപ്പം പുറത്തുകടന്ന് അതിഥിയോടൊപ്പം ഉപവിഷ്ടനായി; ആരെയും തന്റെ അടുത്തേക്ക് കടത്തിവിടരുതെന്ന് അദ്ദേഹം അടിമകൾക്ക് ഉത്തരവ് നൽകി. രാത്രിയായപ്പോൾ അദ്ദേഹം മന്ത്രിയെ വിളിച്ചുവരുത്തി ഇപ്രകാരം പറഞ്ഞു. "മൂന്നു ദിവസം എനിക്ക് പകരം നിങ്ങൾ കാര്യങ്ങൾ നിയന്ത്രിച്ച് നടത്തുക. മറ്റുള്ളവർ എന്റെ അസാന്നിദ്ധ്യം അറിയരുത്."

പിന്നെ ആ സഹോദരന്മാർ പ്രച്ഛന്നവേഷത്തിൽ, കൊട്ടാരത്തിലുള്ളവർ അറിയാതെ, രഹസ്യമായി തിരിച്ചെത്തി. ഇരുണ്ടയാമങ്ങൾ കടന്നുപോയി. രാവിലെ അവർ ഉദ്യാനത്തിനെ അഭിമുഖീകരിക്കുന്ന ജാലകത്തിനരികിൽ ഇരിപ്പുറപ്പിച്ചു. അതാ പഴയതുപോലെ രാജ്ഞിയും അവളുടെ പരിചാരികകളും പുറത്ത് വരുന്നു. ജനാലയ്ക്കടിയിലൂടെ അവർ ഫൗണ്ടസിലേക്ക് നടന്നു. അവിടെ വെച്ചവർ പർദ്ദ ഊരിക്കളഞ്ഞു. അവരിൽ പത്തുപേർ പുരുഷന്മാരും, പത്തുപേർ സ്ത്രീകളുമായിരുന്നു. അവർ ജോടികളായി തിരിഞ്ഞു. അപ്പോൾ രാജ്ഞി ഉറക്കെ വിളിച്ചു. "നീ എവിടെയാണ്, ഓ സയീദ്" ആ വൃത്തികെട്ട നീഗ്രോ ഒരു മരത്തിൽ നിന്ന് നേരെ ചാടി എത്തി; തൽക്ഷണം ഓടിച്ചെന്ന് രാജ്ഞിയുടെ കരവലയത്തിലമർന്നു. "ഞാനാണ് സയീദ് അൽ ദിൻ സൂദ്!" ആ മഹതി ഹാർദ്ദവമായി ചിരിച്ചു. എല്ലാവരും കാമലീലകളിൽ മുഴുകി ഏതാനും മണിക്കൂറുകൾ മദാലസരായി സമയം ചിലവിട്ടു. സ്വയം സംതൃപ്തി നേടി. പിന്നീട് വെളുത്ത അടിമകൾ പരിചാരികമാരുടെ മാറിടത്തിൽ നിന്നും, ആ വൃത്തിക്കെട്ട കാപ്പിരി രാജ്ഞിയുടെ മാറിടത്തിൽ നിന്നും താഴെ ഇറങ്ങി. പിന്നെ 'ബേസിനിൽ' ചെന്ന്, സുഖമായി കുളിച്ച്, വസ്ത്രം ധരിച്ച്, മുമ്പത്തേതുപോലെ തന്നെ തിരിച്ചുപോയി.

തന്റെ ഭാര്യയുടെയും, വെപ്പാട്ടിമാരുടെയും അപകീർത്തിപരമായ ഈ പ്രവൃത്തികണ്ട ഷാഹ്‌റ്യാർ രാജാവ് വല്ലാത്ത മനോവ്യഥയോടെ ഉറക്കെ

പറഞ്ഞു. "തികഞ്ഞ ഏകാന്തവാസത്തിനുമാത്രമേ ഈ നികൃഷ്ടമായ ലോകത്തിലെ പ്രവൃത്തികളിൽ നിന്ന് മോചനമുള്ളൂ! അള്ളായാണേ, ജീവിതം എന്നത് വലിയൊരു തെറ്റ് അല്ലാതെ മറ്റൊന്നുമല്ല". അദ്ദേഹം തുടർന്നു. "ഞാൻ നിർദ്ദേശിക്കുന്നതിൽ നിന്ന്, ഓ എന്റെ അനുജാ, എന്നെ നീ തടയരുത്."

അനിയൻ മറുപടി നല്കി." ഞാൻ തടയില്ല". അദ്ദേഹം പറഞ്ഞു.

നമ്മൾക്കുടനെ പോകാം, രാജ്യാധികാരമൊന്നുമില്ലാതെ അള്ളാവിന്റെ ഭൂമിയിൽ ചുറ്റിക്കറങ്ങാം. ഇത്തരം അത്യാപത്ത് നേരിട്ട ഒരുവനെ കണ്ടെത്തുന്നതുവരെ, അള്ളാവിനെ പ്രാർത്ഥിച്ചുകൊണ്ട് ഈ അലച്ചിൽ തുടരാം. നമ്മൾക്ക് ആരേയും കണ്ടെത്താനായില്ലെങ്കിൽ മരണമാണ് ജീവിതത്തേക്കാളേറെ നമ്മൾക്ക് സ്വാഗതാർഹം."

അങ്ങനെ ഇരു സഹോദരന്മാരും, കൊട്ടാരത്തിന്റെ രണ്ടാമത്തെ രഹസ്യ കവാടത്തിലൂടെ പുറത്തേക്കിറങ്ങി. അവർ രാവും പകലും നടത്തം തുടർന്നു. ഒടുവിൽ കടൽത്തീരത്തുള്ള ഒരു പുൽമൈതാനത്തിന്റെ മദ്ധ്യത്തിൽ സ്ഥിതി ചെയ്യുന്ന ഒരു വൻ മരത്തിന്നടുത്തെത്തി; അതിന്നരികിലൂടെ ശുദ്ധജലമുള്ള ഒരു ചോല ഒഴുകുന്നുണ്ട്. ഇരുവരും മതിയാവോളം വെള്ളം കുടിച്ച് വിശ്രമിക്കാനായി ആ മരത്തിന്നടയിൽ ഇരുന്നു. ഒരു മണിക്കൂർ കഴിഞ്ഞപ്പോൾ ഭയങ്കരമായ ഒരു അലർച്ച അവർ കേട്ടു, ആകാശം ഭൂമിയിൽ പതിച്ചാലെന്നതുപോലെ! അവരുടെ മുന്നിലെ തിരമാലകൾ അടിക്കുന്ന ആ കടൽ രണ്ടായി പിളർന്നു; അതിൽ നിന്ന് കറുത്ത ഒരു സ്തൂപം ഉയർന്നു വന്നു, അത് ആകാശത്തോളം പൊങ്ങി. അത് മൈതാനത്തിലേക്ക് നടന്നുവന്നു. ഇതു കണ്ട് ഭയങ്കരമായി ഭയന്നുപോയ ആ സഹോദരന്മാർ വളരെ പൊക്കമുള്ള മരത്തിന് മുകളിലേക്ക് കയറി. പിന്നെ കാര്യങ്ങൾ എല്ലാം അവിടെ ഇരുന്ന് നോക്കി കണ്ടു. നോക്കൂ, അതൊരു 'ജിന്നി' ആയിരുന്നു, ഭയങ്കര പൊക്കം, ദൃഢമായ മാറിടം, കനത്ത് പരന്ന നെറ്റി. അതിന്റെ തലയിൽ ഒരു സ്ഫടികപേടകം ഉണ്ട്. ആ 'ജിന്നി' കടലിൽ നിന്നും മൈതാനത്തെ ലക്ഷ്യമാക്കി നടന്നു; രാജാക്കന്മാർ ഇരുവരും അഭയം തേടിയ മരത്തിനു കീഴെ അത് ഇരുന്നു. പിന്നെ ശിരസ്സിൽ നിന്നും ആ പേടകം എടുത്ത് നിലത്ത് വെച്ചു. അതിനുള്ളിൽ നിന്ന്, ഏഴ് ഉരുക്കുതാഴുകൾ ഇട്ട് പൂട്ടിയിരുന്ന ഒരു ചെറിയ പെട്ടി, തന്റെ തുടയിൽ ഒളിപ്പിച്ചുവെച്ചിരുന്ന, ഏഴു താക്കോലുകൾ കൊണ്ട് തുറന്നു. അതിൽ നിന്ന് മെലിഞ്ഞ് വെളുത്ത്, അതിസുന്ദരിയായൊരു മഹിള ഇറങ്ങി വന്നു! പതിനാലാം രാവിലെ ചന്ദ്രനെ പോലെ അവൾ ശോഭിച്ചു.

ജിന്നി അവളെ തന്റെ അടുത്ത്, വൃക്ഷത്തിന് കീഴെ ഇരുത്തി; എന്നിട്ട് അവളുടെ മുഖത്ത് നോക്കി പറഞ്ഞു. "ഓഹ് എന്റെ ഹൃദയം കവർന്ന ഓമനേ! ഏറ്റവും കുലീനയായ മഹതി. ഇതുവരെ ആരും സ്പർശിച്ചിട്ടില്ലാത്ത നിന്നെ വിവാഹരാത്രി ഞാൻ തട്ടിക്കൊണ്ടു പോന്നപ്പോൾ ആർക്കും എന്നെ തടയാൻ കഴിഞ്ഞിട്ടില്ല. ഞാനല്ലാതെ ഒറ്റ വ്യക്തിയും നിന്നെ സ്നേഹിക്കയോ ആസ്വദിക്കയോ ചെയ്തിട്ടില്ല. ഓ, എന്റെ പ്രേമഭാജനമേ! ഞാൻ അല്പസമയം സുഖമായി ഉറങ്ങട്ടെ."

അങ്ങനെ ആ മഹതിയുടെ തുടകളിൽ തല വെച്ച്, അയാൾ കിടന്നു; നീണ്ടു നിവർന്ന് കിടന്നപ്പോൾ ആ ജിന്നിയുടെ കാൽ കടൽ വരെ എത്തി.

അയാൾ കൂർക്കം വലിച്ച് സുഖമായി ഉറങ്ങി; ഇടിവെട്ട് പോലുണ്ടായിരുന്നു അയാളുടെ കൂർക്കംവലിയുടെ ശബ്ദം. അവൾ ശിരസ്സ് അറിയാതെ പൊക്കി വൃക്ഷത്തിലേക്ക് നോക്കിയപ്പോൾ അതിന്റെ തലപ്പത്തിരിക്കുന്ന രണ്ട് രാജാക്കന്മാരെ കണ്ടു. അവൾ ജിന്നിയുടെ തല മെല്ലെ എടുത്തു മാറ്റി നിലത്തുവെച്ചു. ആ ഭാരമുള്ള ശിരസ് താങ്ങി വെച്ച് അവളുടെ തുട തളർന്നിരുന്നു! പിന്നെ എഴുന്നേറ്റ്, നേരെ നിന്ന് രാജാക്കന്മാരോട് ആംഗ്യം കാട്ടി. "നിങ്ങൾ രണ്ട് പേരും താഴെ വരൂ, ഈ 'ഇഫ്രിട്ടി'നെ പേടിക്കേണ്ട" അവൾ അവരെ കണ്ടെന്നറിഞ്ഞപ്പോൾ ഇരുവരും വല്ലാതെ പേടിച്ചുവിറച്ചു. അവർ മറുപടി നല്കി. "നിന്നെയും, നിന്റെ പാതിവ്രത്യത്തെയും അള്ളാ തുണക്കട്ടെ, ഓ മഹതി താഴെ വരാത്തതിൽ ഞങ്ങളോട് ക്ഷമിക്കുക!"

അവൾ വീണ്ടും പറഞ്ഞു. "അള്ളാ നിങ്ങളെ രക്ഷിക്കണമെങ്കിൽ, നിങ്ങൾ ഉടനെ താഴെ ഇറങ്ങി വരുക; നിങ്ങൾ വന്നില്ലെങ്കിൽ എന്റെ ഭർത്താവായ ഈ 'ഇഫ്രിട്ടി'നെ ഞാൻ വിളിച്ചുണർത്തും, ഏറ്റവും മോശമായ രീതിയിൽ അയാൾ നിങ്ങളെ കൊല്ലും." അവൾ അവരോട് ആംഗ്യം തുടർന്നുകൊണ്ടിരുന്നു. അതുകണ്ട് പേടിച്ചു വിരണ്ട അവർ വൃക്ഷത്തിൽ നിന്നും താഴെ ഇറങ്ങി, അവളുടെ അടുത്തെത്തി. അവൾ അവർക്കിടയിൽ നിന്നുകൊണ്ട് പറഞ്ഞു. "എന്നോടൊപ്പം കരുത്തോടെ ലൈംഗിക കേളികളിൽ ഏർപ്പെടൂ; വൈകിപ്പിച്ചാൽ ഞാൻ ഈ 'ഇഫ്രട്ടി'നെ വിളിച്ചുണർത്തി നിങ്ങൾക്കെതിരെ വിടും, ഉടനെ അയാൾ നിങ്ങളെ വധിക്കും."

അവർ അവളോട് പറഞ്ഞു."ഓ, മഹതി, ഞങ്ങൾ അള്ളായുടെ നാമത്താൽ അപേക്ഷിക്കുന്നു, ഞങ്ങളെ ഈ പണിയിൽ നിന്നും ഒഴിവാക്കൂ, ഞങ്ങൾ ഇത്തരം കാര്യങ്ങളിൽ നിന്നും ഒളിച്ചോടി പോകുന്നവരാണ്; അതിനു പുറമെ നിങ്ങളുടെ ഈ ഭർത്താവിനെ ഞങ്ങൾ അങ്ങേയറ്റം ഭയപ്പെടുകയും ചെയ്യുന്നു. അപ്പോൾ നിങ്ങളുടെ ആഗ്രഹപ്രകാരം ഞങ്ങൾക്കെങ്ങനെ പ്രവർത്തിക്കാൻ കഴിയും?"

"ഇത്തരം വർത്തമാനങ്ങൾ വിടൂ! ഞാൻ പറഞ്ഞതുപോലെ ചെയ്യൂ." പിന്നെ അവൾ സർവ്വശക്തനായ ദൈവനാമത്താൽ ശപഥം ചെയ്തു, തന്റെ ഇഷ്ടാനുസരണം പ്രവർത്തിച്ചില്ലെങ്കിൽ രണ്ടിനെയും കൊന്ന് കടലിലെറിയുമെന്ന്! അതുകേട്ട് ഭയന്നുപോയ ഷാഹ്ര്യാർ രാജാവ് ഷാസമാൻ രാജാവിനോട് പറഞ്ഞു. "അവൾ പറഞ്ഞതുപ്രകാരം നീ ചെയ്തു കൊടുക്കൂ." എന്നാൽ അദ്ദേഹം മറുപടി നല്കി. "അങ്ങ് ആദ്യം അത് ചെയ്താലേ ഞാൻ ചെയ്യുകയുള്ളൂ."

അങ്ങനെ അക്കാര്യത്തിലവർ വാദപ്രതിവാദം തുടങ്ങി. അപ്പോൾ അവൾ ഇരുവരോടുമായി പറഞ്ഞു. "നിങ്ങൾ വാദപ്രതിവാദം നടത്തി സമയം വൈകിപ്പിക്കുന്നു. ആണുങ്ങളെ പോലെ നിങ്ങൾ മുന്നോട്ടു വന്ന് കാര്യം നടത്തിയില്ലെങ്കിൽ ഞാൻ 'ഇഫ്രിട്ടി'നെ ഉണർത്തി നിങ്ങൾക്കെതിരെ വിടും".

ജിന്നിയോടുള്ള ഭയം മൂലം ഇരുവരും അവളുടെ ഇച്ഛാനുസരണം രാസക്രീഢയിലേർപ്പെട്ടു. അവളുടെ മാറിൽ നിന്നും അവർ ഇറങ്ങിയപ്പോൾ അവൾ പറഞ്ഞു. "നന്നായിരുന്നു!" പിന്നെ അവൾ സ്വന്തം പോക്കറ്റിൽ നിന്ന് ഒരു പേഴ്സ് പുറത്തെടുത്തു. എന്നിട്ട് കെട്ടുള്ള ഒരു ചരട് എടുത്ത് കാണിച്ചു; അഞ്ഞൂറ്റി എഴുപത് മോതിരങ്ങൾ അതിൽ

കോർത്തിട്ടിട്ടുണ്ട്. അവൾ അവരോട് ചോദിച്ചു. "ഇതെന്താണെന്ന് നിങ്ങൾക്കറിയാമോ?" അവർ മറുപടി നല്കി. "ഞങ്ങൾക്കറിയില്ല."

അപ്പോൾ അവൾ വിശദീകരിച്ചു. ഈ വൃത്തിക്കെട്ട, നാറുന്ന 'ഇഫ്രിട്ടി' ന്നടുത്തുവെച്ച് എന്നോട് ലൈംഗിക ബന്ധത്തിലേർപ്പെട്ട അഞ്ഞൂറ്റി എഴുപത് പേരുടെ മുദ്രമോതിരങ്ങളാണിവ; അതുകൊണ്ട് സഹോദരന്മാരായ നിങ്ങളും സ്വന്തം മോതിരങ്ങൾ എനിക്ക് തരിക."

അവർ വിരലുകളിൽ നിന്നും മോതിരങ്ങൾ ഊരിയെടുത്ത് അവൾക്ക് നല്കി. അവൾ അവരോട് പറഞ്ഞു "ഈ 'ഇഫ്രിട്ട്' എന്റെ വിവാഹരാത്രി എന്നെ തട്ടിക്കൊണ്ടുപോയി ഒരു ചെറിയ പെട്ടിയിലാക്കി, ആ പെട്ടി ഒരു പേടകത്തിലിട്ട്, ഏഴ് കരുത്തുറ്റ ഉരുക്കുതാഴിട്ട് പൂട്ടി, തിരയടിച്ചാർക്കുന്ന ആഴക്കടലിന്നടിയിൽ സൂക്ഷിച്ചിരിക്കയാണെന്നുള്ളത് ഒരു സത്യമാണ്. ഞാൻ പതിവ്രതയും സത്യസന്ധയുമായിരിക്കാനായി അയാൾ എനിക്ക് കാവലിരിക്കുന്നു! അയാളല്ലാതെ മറ്റാരുമായും എനിക്ക് ശാരീരിക ബന്ധമില്ലാതിരിക്കാനായി അയാൾ ശ്രദ്ധിക്കുന്നു! എന്നാൽ, എനിക്കിഷ്ടമുള്ളവരോടൊപ്പമെല്ലാം ഞാൻ ശയിക്കുന്നു, വിധിയെ ഏതെങ്കിലും ശക്തിക്ക് മാറ്റാനോ മറിക്കാനോ കഴിയില്ല.

ഒരു 'പെണ്ണ്' ഒരുമ്പെട്ടാൽ 'ആൺ' എത്ര തന്നെ നടന്നാലും തനിക്കു വേണ്ടതെല്ലാം അവൾ നിറവേറ്റിയിരിക്കും"

ഈ വാക്കുകൾ കേട്ട് അവർ വല്ലാതെ വിസ്മയിച്ചുപോയി! പിന്നെ അവൾ അവരിൽ നിന്നും അകന്ന് 'ഇഫ്രിട്ടി'ന്റെ അടുത്തെത്തി, അയാളുടെ തലയെടുത്ത് പഴയതുപോലെ സ്വന്തം തുടയിൽ വെച്ചു, അവരോട് മന്ത്രിച്ചു. "ഇനി നിങ്ങളുടെ മാർഗ്ഗത്തിലൂടെ പോകുക, ഇയാളുടെ ദ്രോഹം എത്താവുന്നതിന്നപ്പുറത്തേക്ക് ഓടി രക്ഷപ്പെടുക."

അവർ ഇപ്രകാരം പറഞ്ഞുകൊണ്ട് അതിവേഗം സ്ഥലം വിട്ടു. "അള്ളാ! സ്വർഗ്ഗീയ തേജസ്സും മഹത്വവും കുടികൊള്ളുന്ന അള്ളാവിനേക്കാൾ ഉപരിയല്ല ഒരു രാജാവും, ഒരു ശക്തിയും. സ്ത്രീകളുടെ ദ്രോഹചിന്തയിൽ നിന്നും കുടിലതന്ത്രങ്ങളിൽനിന്നും രക്ഷപ്പെട്ട് ദൈവത്തിൽ അഭയം തേടുക. ഓ സഹോദരാ, ഈ അതിശയകരമായ മഹതിയുടെ 'ഇഫ്രിട്ടു'മായുള്ള പെരുമാറ്റം ഒന്ന് ചിന്തിച്ചു നോക്കൂ, നമ്മളേക്കാൾ എത്ര ശക്തനാണവൻ! നമ്മളേക്കാൾ എത്രയോ വലുതാണ് അവൻ അനുഭവിക്കുന്ന കഷ്ടത. നമ്മൾ അതിൽ നിന്ന് ആശ്വാസം കണ്ടെത്തണം. അതുകൊണ്ട് നമ്മൾക്ക് സ്വന്തം രാജ്യത്തേക്കും തലസ്ഥാനനഗരയിലേക്കും മടങ്ങാം. ഒരു സ്ത്രീയുമായും ഒരിക്കലും വിവാഹം നടത്തുകയില്ലെന്ന് നമ്മൾക്ക് തീരുമാനമെടുക്കാം. നമ്മുടെ പ്രവൃത്തി എന്താണെന്ന് നമ്മൾ ഇപ്പോൾ അവർക്ക് കാണിച്ചുകൊടുക്കും."

അങ്ങനെ അവർ ഷാഹ്ര്യാർ രാജാവിന്റെ കൂടാരങ്ങളിലേക്ക് തിരിച്ചു പോയി; മൂന്നാം ദിവസം അവർ ഉദ്ദിഷ്ടസ്ഥാനത്തെത്തി. 'വസീറുമാർ'. 'അമീറുമാർ','കാര്യക്കാർ', 'ഉന്നത ഓഫീസർമാർ', എന്നിവരെ വിളിച്ച് സഭ കൂടി, 'വൈസ്രോയി'യെ പൊന്നാടയണിയിച്ച് രാജാവ് അഭിനന്ദിച്ചു. ഉടനെ നഗരത്തിലേക്ക് തിരിച്ചുപോകാനുള്ള ഉത്തരവും നല്കി.

കൊട്ടാരത്തിലെത്തി സിംഹാസനത്തിൽ ഉപവിഷ്ഠനായ ശേഷം അദ്ദേഹം രണ്ട് കുമാരിമാരുടെ പിതാവായ തന്റെ മുഖ്യമന്ത്രിയെ വിളിപ്പിച്ചു. അദ്ദേഹം ഉത്തരവിട്ടു. "എന്റെ ഭാര്യയെ കൊണ്ടു പോയി വെട്ടി കൊല്ലുവാൻ നിങ്ങളോട് ആജ്ഞാപിക്കുന്നു; കാരണം, അവൾ സ്വന്തം വിവാഹപ്രതിജ്ഞയും വിശ്വാസ്യതയും തകർത്തിരിക്കുന്നു."

അയാൾ അപ്രകാരം രാജ്ഞിയെ തൂക്കിലേറ്റുന്ന സ്ഥലത്ത് കൊണ്ടു പോയി വധിച്ചു. പിന്നെ, തന്റെ എല്ലാ വെപ്പാട്ടികളെയും, അവരുടെ 'മാമെലുകു'കളെയും ഷാഹ്റ്യാർ രാജാവ് വധിച്ചു കളഞ്ഞു.

താൻ ഏത് സ്ത്രീയെ വിവാഹം ചെയ്താലും, രാത്രി അവളെ ഉപയോഗിച്ച്, പിറ്റേന്ന് രാവിലെ ശിരച്ഛേദം ചെയ്ത്, തന്റെ അന്തസ്സ് നിലനിർത്തുമെന്നദ്ദേഹം ദൃഢപ്രതിജ്ഞയെടുത്തു.

'എന്തുകൊണ്ടെന്നാൽ' അദ്ദേഹം പറഞ്ഞു." മുമ്പോ, ഇപ്പോഴോ ഒറ്റ പതിവ്രതയായ സ്ത്രീയും ഈ ഭൂമിയിൽ ജനിച്ചിട്ടില്ല."

അപ്പോൾ, നാട്ടിലേക്ക് തിരിച്ചുപോകാനുള്ള അനുവാദത്തിനായി ഷാസമാൻ ചേട്ടനോട് യാചിച്ചു. അദ്ദേഹം സായുധരായ സുരക്ഷാ ഭടന്മാരുടെ അകമ്പടിയോടെ സ്വന്തം രാജ്യാതിർത്തിവരെ യാത്ര ചെയ്തു.

അതിന്നിടയിൽ, അന്ന് രാത്രിക്കുള്ള മണവാട്ടിയെ കൊണ്ടുവരാനായി മന്ത്രിയോട് കല്പിച്ചു; രാജ്യത്തിലെ ഒരു പ്രഭുവിന്റെ അതിസുന്ദരിയായ മകളെ മന്ത്രി രാജാവിന് സമർപ്പിച്ചു. രാത്രി അവളോടൊപ്പം ശയിച്ച ശേഷം രാവിലെ അവളുടെ തലയെടുക്കാൻ അദ്ദേഹം കല്പിച്ചു. സുൽത്താനോടുള്ള ഭയം മൂലം മന്ത്രി ഉടനെ ആ കല്പന നടപ്പാക്കി! മൂന്നു വർഷങ്ങൾ ഈ ജീവിതരീതി രാജാവ് തുടർന്നു. ഓരോ കന്യകയെ ഓരോ രാത്രി വിവാഹം കഴിക്കുകയും പിറ്റേന്ന് രാവിലെ അവളെ വധിക്കുകയും. ഒടുവിൽ, ജനങ്ങൾ അദ്ദേഹത്തിന്നെതിരായി മുറവിളി കൂട്ടാനും ശപിക്കാനും തുടങ്ങി. അദ്ദേഹത്തിന്റെ ഭരണത്തെയും അദ്ദേഹത്തെയും പൂർണ്ണമായും നശിപ്പിക്കാനായി അവർ അള്ളായോട് പ്രാർത്ഥിച്ചു. സ്ത്രീകൾ ഉച്ചത്തിൽ വിലപിച്ചു. അമ്മമാർ കണ്ണുനീരൊഴുക്കി. രക്ഷിതാക്കൾ, മക്കളേയും കൊണ്ട് ഓടി രക്ഷപ്പെട്ടു. നഗരത്തിൽ ദാമ്പത്യബന്ധത്തിന് അനുയോജ്യയായ തരുണികൾ അവസാനിച്ചതു പോലെ തോന്നി! അപ്പോൾ, നരഹത്യയുടെ ചുമതലക്കാരനായ മുഖ്യമന്ത്രിയെ രാജാവ് വിളിച്ച് ഒരു യുവതിയെ ഹാജരാക്കാൻ ഉത്തരവ് നല്കി. എന്നാൽ മന്ത്രി ഊര് മുഴുവൻ ചുറ്റി സഞ്ചരിച്ചെങ്കിലും ഒറ്റ കന്യകയേയും കണ്ടെത്താനായില്ല. അങ്ങനെ, ദുഃഖത്തോടെ അയാൾ വീട്ടിൽ തിരിച്ചെത്തി. രാജാവ് തന്റെ ജീവിനെടുക്കുമെന്ന ഭയാശങ്ക അയാളെ തളർത്തി. അയാൾക്ക് രണ്ട് പുത്രിമാരുണ്ട്. 'ഷാഹ്‌റസാദും ദുനിയാസാദും'. മൂത്തവൾ നല്ല പുസ്തക വായനക്കാരിയായിരുന്നു. ചരിത്രം, പൂർവ്വിക രാജാക്കന്മാരെക്കുറിച്ചുള്ള കഥകൾ, മറ്റ് പലതരം ചെറുകഥകൾ, കഴിഞ്ഞുപോയ കാലത്തെ മനുഷ്യരെയും വസ്തുക്കളെയും കുറിച്ചുള്ള വിവരണങ്ങൾ എല്ലാം അവൾക്ക് ഹൃദിസ്ഥമായിരുന്നു! പുരാതന ഗോത്രവർഗ്ഗത്തെക്കുറിച്ചും, മൺമറഞ്ഞ രാജാക്കന്മാരെക്കുറിച്ചും ഉള്ള ഒരായിരം ചരിത്രപുസ്തകങ്ങൾ അവളുടെ ശേഖരത്തിൽ ഉണ്ടെന്നും പറയപ്പെടുന്നു. നിരവധി കവിതകൾ അവൾക്ക് മനഃപാഠമാണ്. ഫിലോസഫി, ശാസ്ത്രങ്ങൾ, കല എന്നിവയിലെല്ലാം അവൾ പ്രാവീണ്യം

നേടിയിട്ടുണ്ട്. അവൾ സരസയും, വിനീതയും, ബുദ്ധിശാലിയും ആണ്. നന്നായി വായിച്ച് സംസ്കാര സമ്പന്നയായി വളർന്നവൾ.

അന്ന് അവൾ അച്ഛനോട് ചോദിച്ചു. “അങ്ങയിൽ ഞാൻ വലിയ മാറ്റവും, ഉൽക്കണ്ഠയും, വ്യാകുലതയും കാണുന്നു; എന്താണതിനു കാരണം.”

മകളുടെ ചോദ്യം കേട്ടപ്പോൾ, അദ്ദേഹവും രാജാവും താനും തമ്മിൽ നടന്ന എല്ലാ സംഭവങ്ങളും വിശദമായി വിവരിച്ചുകൊടുത്തു.

അത് മുഴുവൻ ശ്രദ്ധിച്ചു കേട്ടശേഷം അവൾ പറഞ്ഞു.“ അള്ളാ എന്റെ അച്ഛാ, എത്രകാലം ഈ സ്ത്രീഹത്യ സഹിക്കാനാകും? ഇരുവശത്തുള്ളവരെയും നാശത്തിൽ നിന്ന് രക്ഷിക്കാനുള്ളൊരു മാർഗ്ഗം എന്റെ മനസ്സിലുള്ളത് ഞാൻ അങ്ങയോട് പറയട്ടെ?”

“പറയൂ, എന്റെ മോളെ.”

അവൾ പറഞ്ഞു. “അങ്ങ് എന്നെ ഈ ഷാഹ്റ്യാർ രാജാവിന് വിവാഹം കഴിച്ചു കൊടുക്കണമെന്നാണെന്റെ ആഗ്രഹം. ഒന്നുകിൽ ഞാൻ ജീവിക്കും, അല്ലെങ്കിൽ മുസ്ലീം കന്യകമാർക്കുവേണ്ടിയുള്ളൊരു ‘മോചന ദ്രവ്യ’മായി ഞാൻ മാറും; രാജാവിന്റെയും അങ്ങയുടേയും കൈകളിൽ നിന്ന് അവർക്ക് മോചനം നേടാൻ ഞാൻ കാരണഭൂതയാകും.”

“അള്ളാ നിന്നെ കാത്തു രക്ഷിക്കട്ടെ!” അദ്ദേഹം ദേഷ്യത്തോടെ അലറി.

“ഓ, മണ്ടത്തരം പറയാതെ, അത്തരം ഒരു വിപത്തിലേക്ക് നിന്റെ ജീവൻ വെച്ച് നീട്ടല്ലെ! ഇത്രയും ബുദ്ധിയില്ലാത്ത രീതിയിൽ നീ എന്നോട് ഇങ്ങനെ വിഡ്ഢിത്തം പുലമ്പാൻ ധൈര്യപ്പെടുന്നല്ലോ? ലോക പരിചയമില്ലാത്തവൻ പെട്ടെന്ന് ആപത്തിലേക്ക് പതിക്കുന്നു...”

അവൾ മറുപടി നല്കി.“ എന്നെ അങ്ങ് ഈ സൽപ്രവൃത്തി ചെയ്യാൻ അനുവദിക്കൂ, അദ്ദേഹം എന്നെ കൊല്ലുമെങ്കിൽ കൊല്ലട്ടെ, മറ്റുള്ളവരുടെ മോചനത്തിനു വേണ്ടി മാത്രമായിരിക്കും എന്റെ മരണം.”

“ഓ, എന്റെ മോളേ,” അദ്ദേഹം ചോദിച്ചു. “നീ ജീവനൊടുക്കി കഴിഞ്ഞാൽ, അതുകൊണ്ട് നിനക്കെങ്ങനെയാണ് ഗുണമുണ്ടാകുക.”

അവൾ മറുപടി നല്കി. “ഓ, അച്ഛാ അതങ്ങനെയാണ്, എന്തെങ്കിലും വരട്ടെ!”

മന്ത്രി വീണ്ടും കുപിതനായി, മകളെ കുറ്റപ്പെടുത്തുകയും ശകാരിക്കുകയും ചെയ്തു.

‘കൃഷിക്കാരന്റെ കാളയ്ക്കും കഴുതയ്ക്കും പറ്റിയതുപോലെ നിനക്കും പറ്റുമെന്നാണെന്റെ ഭയം.”

“അവർക്ക് എന്താണ് പറ്റിയത്, ഓ എന്റെ അച്ഛാ?” അവൾ ചോദിച്ചു.

അങ്ങനെ ‘കാളയുടെയും കഴുതയുടെയും കഥ’ മന്ത്രി പറയാൻ തുടങ്ങി.

കാളയുടെയും കഴുതയുടെയും കഥ

മനസ്സിലാക്കുക, എന്റെ മോളേ, ഒരിക്കൽ ഒരു കച്ചവടക്കാരൻ ഉണ്ടായിരുന്നു, അതിസമ്പന്നൻ. അയാൾക്ക് അനേകം പണിക്കാരും ആടുമാടുകളും ഒട്ടകങ്ങളും ഉണ്ടായിരുന്നു. ഒരു നാട്ടിൻപുറത്ത് ഭാര്യയോടും

കുടുംബത്തോടും കൂടി അയാൾ ജീവിച്ചു. കൃഷിയായിരുന്നു അയാളുടെ തൊഴിൽ. സർവ്വശക്തനായ അള്ളാ അയാൾക്ക് എല്ലാത്തരം മൃഗങ്ങളുടെയും പക്ഷികളുടെയും ഭാഷാജ്ഞാനം കനിഞ്ഞു നല്കി! എന്നാൽ, ഈ ജ്ഞാനം അവൻ മറ്റാർക്കെങ്കിലും പകർന്നുകൊടുത്താൽ മരണമായിരിക്കും ഫലം! അതുകൊണ്ട് ഭീതിയോടെ ആ ജ്ഞാനം അയാൾ മറ്റുള്ളവരിൽ നിന്നും ഒളിച്ചു വെച്ചു.

അയാളുടെ തൊഴുത്തിൽ ഒരു കാളയേയും കഴുതയേയും അടുത്തടുത്തായിട്ടാണ് കെട്ടിയിട്ടിരുന്നത്. ഒരു ദിവസം അയാൾ തന്റെ വേലക്കാരോടൊപ്പം തൊഴുത്തിനടുത്ത് ഇരിക്കുകയായിരുന്നു; അയാളുടെ കുട്ടികൾ ചുറ്റും ഓടി കളിക്കുന്നുണ്ട്. അപ്പോൾ ആ കാള കഴുതയോട് പറയുന്ന തയാൾ കേട്ടു." രാവിലെ എല്ലാവരെയും ഉണർത്തുന്നവനെ, നിനക്കഭിവാദ്യം!

നിനക്ക് ആരോഗ്യം നേരുന്നു. നീ കാര്യമായ ജോലിയൊന്നും ചെയ്യാതെ സുഖമായി കഴിയുകല്ലേ. നിനക്ക് കീഴിലുള്ള സ്ഥലമെല്ലാം വൃത്തിയായി അടിച്ചുവാരി, നന്നായി വെള്ളം നനച്ച് കിടക്കുകയല്ലേ! ആളുകൾ നിനക്കുവേണ്ടി കാത്തു നിന്ന്, നിന്നെ തീറ്റിപ്പോറ്റുന്നു. നിന്റെ ആഹാരം പതിരു നീക്കിയ നല്ല ബാർളിയാണ്; കുടിക്കുന്നതോ ശുദ്ധമായ അരുവിയിലെ വെള്ളവും. എന്നാൽ, നിർഭാഗ്യവാനായ ഞാനോ, പാതിരാത്രി വിളിച്ചുണർത്തപ്പെടുന്നു; അവർ എന്റെ കഴുത്തിൽ കരിയും നുകവും വെച്ച് കെട്ടുന്നു. ഞാൻ, അങ്ങനെ പ്രഭാതം മുതൽ പ്രദോഷം വരെ കഠിനാധ്വാനം ചെയ്യുന്നു! ഓരോ ദിവസവും എനിക്ക് കഴിയാവുന്നതിലേറെ ജോലി എന്നെക്കൊണ്ട് ചെയ്യിപ്പിക്കുന്നു; എല്ലാവിധ ദ്രോഹവും ഞാൻ സഹിക്കേണ്ടിവരുന്നു. ജോലി കഴിഞ്ഞ് അവർ എന്നെ കൊണ്ടുപോകുമ്പോൾ എന്റെ പുറംപൊളിഞ്ഞിട്ടുണ്ടാകും; കാലുകൾ വേദനിക്കും; കണ്ണുകൾ നീറും, അവയിൽ നിന്ന് കണ്ണുനീർച്ചാലുകൾ ഒഴുകും. അപ്പോൾ അവർ എന്നെ തൊഴുത്തിൽ അടച്ചിട്ട്, കുറച്ച് ബീൻസും വൃത്തികെട്ട വൈക്കോലും തിന്നാനായി ഇട്ടുതരുന്നു. നാറുന്ന ചാണകത്തിലാണ് രാത്രി മുഴുവൻ ഞാൻ കഴിച്ചു കൂട്ടുന്നത്. നീയാണെങ്കിലോ, അടിച്ചുവാരി കഴുകിത്തുടച്ച സ്ഥലത്തും! നിനക്കെപ്പോഴും ലഘുവായ ജോലിയേ ചെയ്യേണ്ടതുള്ളൂ. വല്ലപ്പോഴും യജമാനന് എന്തെങ്കിലും ബിസിനസ് ഉണ്ടെങ്കിൽ അദ്ദേഹം നിന്റെ പുറത്തുകയറി പട്ടണത്തിലേക്ക് പോകും, ഉടനെ തന്നെ തിരിച്ചെത്തുകയും ചെയ്യും. ഞാൻ കഷ്ടപ്പെട്ട് രാപ്പകൽ അധ്വാനിക്കുമ്പോൾ നീ നിസ്സാര ജോലിയും വിശ്രമവുമായി കഴിയുന്നു. ഞാൻ ഉറക്കമില്ലാതെ പണിയെടുക്കുമ്പോൾ നീ സുഖമായി ഉറങ്ങുന്നു. ഞാൻ പട്ടിണി കിടക്കുമ്പോൾ നീ വയറു നിറയെ ഭക്ഷിക്കുന്നു. ഞാൻ നിന്ദിക്കപ്പെടുമ്പോൾ നീ ദയ പിടിച്ചുപറ്റുന്നു."

കാള സംസാരം നിർത്തിയപ്പോൾ കഴുത അവനു നേരെ തിരിഞ്ഞുകൊണ്ട് പറഞ്ഞു. "അല്ലയോ കാളേ, അപചയം വരുത്തുന്നവനെ! വെറുതെയല്ല നിന്നെ 'മരത്തലയൻ' എന്ന് വിളിക്കുന്നത്; ഓ കാള തന്തേ, നിനക്ക് വീണ്ടുവിചാരമോ, കൗശലമോ അറിയില്ല. നീ ഏറ്റവും നിഷ്കപടനായ വിഡ്ഢിയാണ്. നല്ല ഉപദേഷ്ടാക്കളെക്കുറിച്ച് നിനക്കറിയില്ല. ബുദ്ധിമാന്മാർ ഇപ്രകാരം പറയുന്നത് നീ കേട്ടിട്ടില്ലേ:-

'മറ്റുള്ളവർക്കുവേണ്ടി ഈ കഠിനാധ്വാനവും കഷ്ടപ്പാടും ഞാൻ സഹിക്കുന്നു; അവർക്ക് സുഖവും എനിക്ക് ക്ലേശവും, മറ്റുള്ള മനുഷ്യരുടെ ഉടുതുണി കഴുകി വെളുപ്പിക്കാനായി വെയിലത്തു നിന്ന് അലക്കി മുഖം കരുവാളിപ്പിക്കുന്ന 'ദോബി'യെ പോലെ! നീ ഒരു വിഡ്ഢിയാണ്, യജമാനനുവേണ്ടി കഷ്ടപ്പെട്ട് പണിയെടുക്കുന്നു, മറ്റുള്ളവരുടെ സുഖസൗകര്യങ്ങൾക്കായി ജോലി ചെയ്ത് ക്ഷീണിച്ച് അവശനാകുന്നു. പ്രഭാത പ്രാർത്ഥനയ്ക്കായി 'വാങ്ക്' വിളിക്കുന്ന സമയത്ത് നീ ജോലിക്കിറങ്ങുന്നു, നീ തിരിച്ചെത്തുന്നതോ സൂര്യനസ്തമിച്ചശേഷവും; ദിവസം മുഴുവൻ എല്ലാവിധ കഠിനാധ്വാനവും നീ ചെയ്യുന്നു. അടിയും, തൊഴിയും ശകാരവുമെല്ലാം! ഇപ്പോൾ കേൾക്കുക, കാള സാറേ! അവർ നിന്നെ നിന്റെ നാറിയ തൊഴുത്തിൽ കെട്ടിയിടുമ്പോൾ കഴുത്ത് നീട്ടി, കൊമ്പ് കുലുക്കി ഉറക്കെ... നിലത്ത് കാലിട്ട് മാന്തിക്കൊണ്ട് നീ നില്ക്കുന്നു; അപ്പോൾ നീ സംതൃപ്തനാണെന്നവർ കരുതുന്നു. അവർ നിനക്ക് വൈക്കോൽ എറിഞ്ഞുതരുമ്പോൾ നീ ആർത്തിയോടെ അത് ചവച്ച് വിഴുങ്ങുന്നു. എന്നാൽ, നീ എന്റെ ഉപദേശം പിൻതുടർന്നാൽ നിനക്ക് എന്നേക്കാൾ സുഖകരമായ ജീവിതം നയിക്കാൻ കഴിയും. നീ വയലിൽ ചെല്ലുന്ന സമയത്ത് അവർ നിന്റെ കഴുത്തിൽ നുകം വെക്കുമ്പോൾ നീ നിലത്ത് കിടക്കുക. യദൃച്ഛയാ, അവർ നിന്നെ തല്ലിയാലും നീ എഴുന്നേല്ക്കരുത്. എഴുന്നേല്ക്കാനിടയായാലും വീണ്ടും കിടക്കുക. അവർ നിന്നെ വീട്ടിൽക്കൊണ്ടുവന്ന് നിനക്ക് 'ബീൻസ്' തന്നാൽ അത് മണപ്പിക്കുക മാത്രം ചെയ്ത് സ്വാദ് പോലും നോക്കാതെ പിൻമാറുക. ചതച്ച വൈക്കോലും ഉമിയും മാത്രം കഴിച്ച് തൃപ്തിപ്പെടുക. ഇത്തരം കപട നാടകം നിനക്ക് രോഗമാണ് എന്ന് കരുതുവാനിടവരുത്തും. ഒന്നോ രണ്ടോ അല്ലെങ്കിൽ മൂന്നോ ദിവസങ്ങൾ നിനക്ക് കഠിനാദ്ധ്വാനത്തിൽ നിന്ന് മുക്തി നേടാനാകും. സുഖമായി വിശ്രമിക്കാം."

ഈ വാക്കുകൾ കേട്ട കാള, കഴുത തന്റെ നല്ല സ്നേഹിതനാണെന്ന് മനസ്സിലാക്കി സ്നേഹിതനോട് നന്ദി പറഞ്ഞു. "നീ പറഞ്ഞത് ശരിയാണ്", കഴുത കാളയ്ക്ക് എല്ലാവിധ ആശംസകളും നേർന്നു. ഓ,'ഫാദർ വെയ്ക്കനർ!' എന്റെ കുറവുകൾ നീ തീർത്തു തന്നിരിക്കുന്നു. (എന്റെ മോളേ, ഇപ്പോൾ അവർ തമ്മിൽ പറഞ്ഞകാര്യങ്ങൾ എല്ലാം ആ വ്യാപാരി മനസ്സിലാക്കി.) പിറ്റേന്ന് ഉഴവുകാരൻ കാളയെ കൊണ്ടുപോയി നുകം കഴുത്തിൽ വെച്ച്, പതിവുപോലെ പണി ചെയ്യാൻ തുടങ്ങി. എന്നാൽ കഴുതയുടെ ഉപദേശപ്രകാരം കാള ഉഴുവാൻ സമ്മതിക്കാതെ ഒഴിഞ്ഞു മാറി. ഉഴവുകാരൻ അതിന് നല്ല അടിവെച്ചുകൊടുത്തു. ഒടുവിൽ നുകം ഒടിഞ്ഞതല്ലാതെ മറ്റ് പ്രയോജനമൊന്നും ഉണ്ടായില്ല! അയാൾ അതിനെ പല രീതിയിലും ജോലി ചെയ്യിപ്പിക്കുവാൻ ശ്രമിച്ചുനോക്കിയെങ്കിലും നിരാശനായി പിൻവാങ്ങേണ്ടിവന്നു. അത് ഒരു പണിയും ചെയ്തില്ലെന്നു മാത്രമല്ല വൈകുന്നേരം വരെ വെറുതെ അവിടെ കിടക്കുകയും ചെയ്തു.

അപ്പോൾ ഒരാൾ വന്ന് കാളയെ തെളിച്ച് കൊണ്ടുപോയി തൊഴുത്തിലാക്കി. എന്നാൽ, അത് പുൽത്തൊട്ടിയിൽ നിന്നും പിൻവാങ്ങി, പതിവുപോലെ ചവുട്ടിമെതിക്കുകയോ, തുള്ളിച്ചാടുകയോ, കൊമ്പുകൊണ്ട് തള്ളുകയോ, മുക്കറയിടുകയോ ചെയ്തില്ല; ആ മനുഷ്യൻ ആശ്ചര്യപ്പെട്ടുപോയി! അയാൾ കാളയ്ക്കുവേണ്ടി ബീൻസും തവിടും കൊണ്ടുവന്നു.

എന്നാൽ കാള അത് മണപ്പിച്ചുനോക്കി, കഴിയുന്നത്ര ദൂരെ മാറിക്കിടന്നു. രാത്രിമുഴുവൻ അത് പട്ടിണി ആയിരുന്നു. കൃഷിപ്പണിക്കാരൻ പിറ്റേന്ന് രാവിലെ വന്നു. പുൽത്തൊട്ടിനിറയെ ബീൻസ് അതേപോലെ കിടക്കുകയാണ്. ചതച്ച വൈക്കോലും തൊട്ടിട്ടില്ല. കഷ്ടം തോന്നിക്കുന്ന അവസ്ഥയിൽ കാള ചെരിഞ്ഞ് കിടക്കുകയാണ്. കാല് നീട്ടി വെച്ചിരിക്കുന്നു. വയറിന് നീരുള്ളതുപോലെ തോന്നും. അയാൾക്ക് കാളയുടെ ദുർഗതി ഓർത്ത് വിഷമം തോന്നി. അയാൾ സ്വയം പറഞ്ഞു."അള്ളായാണേ, അതിന് തീർച്ചയായും അസുഖമുണ്ട്. അതുകൊണ്ടാണ് ഇന്നലെ അതിന് ഉഴുവാൻ കഴിയാതിരുന്നത്."

ഉടനെ അയാൾ വ്യാപാരിയുടെ അടുത്ത് പോയി വിവരം അറിയിച്ചു. "ഓ, യജമാനനെ, കാളയ്ക്ക് സുഖമില്ല. ഇന്നലെ രാത്രി അത് കാലിത്തീറ്റ കഴിച്ചിട്ടില്ല. അതിന്റെ അർത്ഥമെന്താണെന്ന് വ്യാപാരി മനസ്സിലാക്കി. കാരണം അയാൾ കാളയുടെയും കഴുതയുടെയും സംസാരം യാദൃച്ഛികമായി കേട്ടിരുന്നല്ലോ. അതുകൊണ്ടയാൾ പറഞ്ഞു."തെമ്മാടി കഴുതയെ കൊണ്ടുപോയി നുകം അതിന്റെ കഴുത്തിൽ വെച്ചുകെട്ടി, അവനെക്കൊണ്ട് കാളയുടെ പണിചെയ്യിപ്പിക്കുക."

അപ്രകാരം ഉഴവുകാരൻ കഴുതയെ കൊണ്ടുപോയി. ദിവസം മുഴുവൻ കാളയുടെ പണി ചെയ്യിപ്പിച്ചു. അവന് ക്ഷീണം മൂലം പണി ചെയ്യാൻ പറ്റാതായപ്പോൾ, അവന്റെ വാരിയെല്ലുകൾ വേദനിച്ച് പുളയുന്നതുവരെ ഉഴവുകാരന്റെ വടികൊണ്ട് നല്ല അടികിട്ടിക്കൊണ്ടിരുന്നു. പ്രഹരം മൂലം അതിന്റെ പാർശ്വങ്ങൾ വീർത്തു. നുകം കെട്ടിവച്ചിരുന്നിടത്ത് തൊലി പൊളിഞ്ഞുപോയി, വല്ലാത്ത നീറ്റൽ അനുഭവപ്പെട്ടു. വൈകുന്നേരം അവൻ വീട്ടിലെത്തിയപ്പോൾ കാലുകൾ അനക്കാൻ പോലും പറ്റിയിരുന്നില്ല, മുൻകാലുകളും പിൻകാലുകളും.

കാളയാകട്ടെ കാലിത്തീറ്റ മുഴുവൻ നല്ല വിശപ്പോടെ സുഖമായി ശാപ്പിട്ടു. അവൻ അപ്പോഴും കഴുതയുടെ സദുപദേശത്തിന് അനുഗ്രാശിസ്സുകൾ ചൊരിയൽ നിർത്തിയിരുന്നില്ല! ഇതിന്റ പേരിൽ കഴുതയനുഭവിച്ച ദുരിതം അവനറിയില്ലായിരുന്നല്ലോ. അങ്ങനെ രാത്രി കഴുത തൊഴുത്തിൽ തിരിച്ചെത്തിയപ്പോൾ, കാള ബഹുമാനപുരസ്സരം എഴുന്നേറ്റു നിന്ന് പറഞ്ഞു "നിന്റെ ഹൃദയത്തിന് ആഹ്ലാദമുണ്ടാക്കുന്ന വാർത്ത ഞാൻ പറയട്ടെ, ഓ 'ഫാദർ വെയ്ക്കനർ! നീ കാരണം എനിക്ക് ദിവസം മുഴുവൻ വിശ്രമിക്കാൻ കഴിഞ്ഞു; ഞാൻ ശാന്തിയും സമാധാനവും എന്തെന്നറിഞ്ഞ് ഭക്ഷണം കഴിച്ചു."

എന്നാൽ കഴുത യാതൊരു മറുപടിയും നൽകിയില്ല. അവൻ കോപവും, ഹൃദയവേദനയും ക്ഷീണവും സഹിക്കാനാകാതെ നിന്ന് ജ്വലിക്കുകയായിരുന്നു, അത്രയ്ക്കധികം അടി അവന് കിട്ടിയിരുന്നു! ഏറ്റവും ദുഃഖം നിറഞ്ഞ പശ്ചാത്താപമായിരുന്നു അപ്പോൾ അവന്. അവൻ പറഞ്ഞു "സദുപദേശം നല്കുക എന്ന എന്റെ വിഡ്ഢിത്തത്തിൽ നിന്ന് വന്നതാണിത്. ഞാൻ സന്തോഷത്തോടെയും ആഹ്ലാദത്തോടെയുമായിരുന്നു കഴിഞ്ഞിരുന്നത്. അനാവശ്യമായി മറ്റുള്ളവരുടെ കാര്യത്തിൽ കൈയിട്ടതിനാലാണ് ഈ ദുഃഖകൃത്യം എനിക്ക് അനുഭവിക്കേണ്ടിവന്നത്. എന്നാൽ, എന്റെ നൈസർഗ്ഗിക മൂല്യവും, പ്രകൃതിദത്തമായ മഹാമനസ്കതയും ഞാൻ മനസ്സിൽ സദാ കാത്തുരക്ഷിക്കും. ഞാൻ അവനിൽ

ഒരു തന്ത്രം ഉപയോഗിച്ച്, അവനെ പൂർവ്വസ്ഥിതിയിൽ കൊണ്ടുവരണം എന്ന് വിചാരിക്കുകയാണ്, അല്ലെങ്കിൽ ഞാൻ മരിക്കും."

പിന്നെ, ആ കഴുത സ്വന്തം തൊഴുത്തിലേക്ക് തളർന്ന കാൽവെപ്പുകളോടെ നടന്നുചെന്നു. കാള അപ്പോൾ അവന് നന്ദി പറഞ്ഞു ആശീർവദിച്ചു. "അപ്രകാരം ഓ എന്റെ മോളെ," വസീർ പറഞ്ഞു, "നീ വിവേകമില്ലായ്മ മൂലം മരിക്കും. അതുകൊണ്ട് അത്തരം ക്ലേശങ്ങളിലേക്ക് നീ ജീവിതം നയിക്കരുത്. എന്തുകൊണ്ടെന്നാൽ, അള്ളാ ആണേ, ഞാൻ നിനക്ക് ഏറ്റവും നല്ല ഉപദേശം നല്കുവാനാഗ്രഹിക്കുന്നു, നിന്നോടുള്ള സ്നേഹവും ഉൽക്കണ്ഠയും മൂലമാണത്."

"ഓ, എന്റെ അച്ഛാ" അവൾ മറുപടി നല്കി. "എനിക്ക് ഈ രാജാവിന്റെ അടുത്ത് പോകണം, അദ്ദേഹത്തെ വിവാഹം കഴിക്കണം."

"അങ്ങനെ ചെയ്യരുത്"

"സത്യമായും ഞാനത് ചെയ്യും"

"നീ നിശ്ശബ്ദയാകാതെ അതിനായി കാത്തിരുന്നാൽ, ആ കച്ചവടക്കാരൻ തന്റെ ഭാര്യയോട് ചെയ്തതുപോലെ ഞാനും നിന്നോട് ചെയ്യും."

"അയാൾ എന്താണ് ചെയ്തത്?"

"എന്നാൽ മനസ്സിലാക്കുക" വസീർ മറുപടി നല്കി. "കഴുത തിരിച്ചുവന്നശേഷം, വ്യാപാരി ഭാര്യയോടും കുടുംബത്തോടുമൊപ്പം മട്ടുപ്പാവിലേക്ക് വന്നു; അന്ന് പൂർണ്ണചന്ദ്രന്റെ പൂനിലാവ് അവിടമാകെ പ്രകാശമാനമാക്കിയിരുന്നു. മട്ടുപ്പാവിന് നേരെ മുന്നിലാണ് തൊഴുത്ത്. വ്യാപാരി അവിടെ ഇരുന്ന് കുട്ടികളോടൊപ്പം കളിച്ചുകൊണ്ടിരിക്കവെ, കഴുത കാളയോട് സംസാരിക്കുന്നത് കേട്ടു.

"എന്നോട് പറയൂ, 'ഫാദർ ബ്രോഡ് ഓ ബ്രൊ' നാളെ നീ എന്താണ് ചെയ്യാൻ ഉദ്ദേശിക്കുന്നത്?"

"നിന്റെ ഉപദേശം തുടരുക തന്നെ, അല്ലാതെന്താ? തീർച്ചയായും അത് എത്രനല്ല ഉപദേശമായിരുന്നു; അതെനിക്ക് വിശ്രമവും സമാധാനവും നല്കി. ഞാനതിൽ നിന്ന് ഒട്ടും വ്യതിചലിക്കില്ല. അവർ എനിക്ക് തീറ്റക്കൊണ്ടു വരുമ്പോൾ അത് തൊടില്ല, വയറ് വീർപ്പിച്ച് അസുഖം നടിച്ച് ചെരിഞ്ഞ് കിടക്കും."

കഴുത തല കുലുക്കികൊണ്ട് പറഞ്ഞു. "സൂക്ഷിച്ച് പ്രവൃത്തിച്ചോളൂ, കാളയുടെ തന്തേ!"

"എന്തുകൊണ്ട്?" കാള ചോദിച്ചു.

കഴുത മറുപടി നല്കി." ഞാൻ നിനക്ക് ഏറ്റവും നല്ലൊരു ഉപദേശം നല്കാൻ നില്ക്കുകയായിരുന്നു; സത്യമായും യജമാനൻ മൃഗസംരക്ഷകനോട് ഒരു കാര്യം പറയുന്നത് ഞാൻ കേട്ടു; അതായത് നാളെ രാവിലെ കാള എഴുന്നേറ്റ് ജോലിക്ക് പോകാതെയും ഭക്ഷണമൊന്നും കഴിക്കാതെയും കിടന്നാൽ അതിനെ കശാപ്പുകാരന് കൊടുക്കുക. അവൻ അതിനെ കശാപ്പു ചെയ്ത്, അതിന്റെ ഇറച്ചിയും തോലും പാവങ്ങൾക്ക് നല്കട്ടെ, ഇപ്പോൾ, ഇതോർത്ത്, നിന്റെ കാര്യത്തിൽ എനിക്ക് പേടിയുണ്ട്. എന്ന്! അതുകൊണ്ട് നിനക്ക് നാശം സംഭവിക്കുന്നതിനു മുമ്പ് എന്റെ ഉപദേശം സ്വീകരിക്കുക. അവർ നിനക്ക് തീറ്റ കൊണ്ടുവരുമ്പോൾ, എഴുന്നേറ്റു ചെന്ന്, സാധാരണ മട്ടിൽ അത് തിന്നുക; അല്ലെങ്കിൽ നമ്മുടെ

യജമാനൻ, തീർച്ചയായും നിന്നെ കശാപ്പ് ചെയ്യിക്കും. നിനക്ക് ശാന്തിയും സമാധാനവും ഉണ്ടാകട്ടെ!

അതുകേട്ട് കാള എഴുന്നേറ്റ്, ഉറക്കെ കഴുതയോട് നന്ദി പറഞ്ഞു. "നാളെ അവരോടൊപ്പം ഞാൻ നേരെ ജോലിക്ക് പോകും."

അവൻ ഉടനെ കാലിത്തീറ്റ മുഴുവൻ തിന്നു, തൊട്ടു നക്കുക പോലും ചെയ്തു! (യജമാനൻ അവരുടെ ഈ സംഭാഷണമെല്ലാം ശ്രദ്ധിച്ച് നില്ക്കുകയായിരുന്നു).

പിറ്റേന്നു രാവിലെ വ്യാപാരിയും ഭാര്യയും കാളയുടെ തൊഴുത്തി നടുത്ത് ഇരിക്കുമ്പോൾ പണിക്കാരൻ വന്ന് കാളയെ അഴിച്ച് നടത്തി കൊണ്ടുപോയി. യജമാനനെ കണ്ട കാള വാല് പൊക്കി വീശുകയും, ആവേശത്തോടെ ശരീരം വിറപ്പിക്കുകയും ചെയ്തു. അതുകണ്ട് വ്യാപാരി പൊട്ടിച്ചിരിച്ചു; നിർത്താതെ ചിരിച്ചുചിരിച്ച് പിന്നാക്കം വീണു. "നിങ്ങൾ എന്തിനാണിങ്ങനെ പൊട്ടിച്ചിരിക്കുന്നത്? " ഭാര്യ ചോദിച്ചു.

അയാൾ അവൾക്ക് മറുപടി കൊടുത്തു. "ഞാൻ കേൾക്കുകയും കാണുകയും ചെയ്ത ഒരു രഹസ്യസംഭവം ഓർത്ത് ചിരിച്ചതാണ്; എന്നാൽ അതെനിക്ക് പറയാൻ പാടില്ല, പറഞ്ഞാൽ ഞാൻ ഉടനെ മരിച്ച് വീഴും." "നിങ്ങൾ അതെന്നോട് വെളിപ്പെടുത്തണം, അനിവാര്യമാണത്; നിങ്ങൾ മരിച്ചു വീണാലും നിങ്ങളുടെ ചിരിയുടെ കാരണം പറയുക." അവൾ ആവശ്യപ്പെട്ടു.

"മരണഭയം മൂലം പക്ഷിമൃഗാദികൾ തങ്ങളുടെ ഭാഷയിൽ സംസാരിക്കുന്നതെന്തെന്ന് എനിക്ക് വെളിപ്പെടുത്താൻ കഴിയില്ല." അയാൾ മറുപടി നല്കി. അവൾ പറഞ്ഞു. "അള്ളായാണേ, നിങ്ങൾ നുണ പറയുകയാണ്! ഇത് വെറും നാട്യമാണ്. എന്നെ കളിയാക്കിയാണ് നിങ്ങൾ ചിരിച്ചത്; നിങ്ങൾ എന്നിൽ നിന്ന് എന്തൊക്കെയോ ഒളിക്കുന്നുണ്ട്. എന്നാൽ, ദൈവമേ! നിങ്ങൾ കാരണം വെളിപ്പെടുത്തിയില്ലെങ്കിൽ, ഞാനിനി നിങ്ങളോടൊപ്പം ജീവിക്കില്ല. നിങ്ങളെ ഞാൻ ഉടനെ വിട്ടു പോകും."അവൾ അവിടെ ഇരുന്ന് കരഞ്ഞു. അപ്പോൾ വ്യാപാരി പറഞ്ഞു. "ദുർഗ്ഗതി വന്നിരിക്കുകയാണ്. നിനക്ക്; എന്ത് ഉദ്ദേശ്യത്തിലാണ് നീ കരയുന്നത്? അള്ളായെ ഭയപ്പെടുക, ഇക്കാര്യം വിടൂ, കൂടുതലൊന്നും എന്നോട് ചോദിക്കരുത്."

"നിങ്ങൾ ആ ചിരിയുടെ കാരണം എന്നോട് പറയണം."അവൾ ആവർത്തിച്ചു. അയാൾ മറുപടി നല്കി. "പക്ഷിമൃഗാദികളുടെ ഭാഷ മനസ്സിലാക്കാൻ എന്നെ കഴിവുള്ളവനാക്കണമെന്ന് ഞാൻ അള്ളായോട് പ്രാർത്ഥിച്ചപ്പോൾ, ആ രഹസ്യം ആരോടും വെളിപ്പെടുത്തില്ലെന്ന് ഞാൻ ശപഥം ചെയ്തിരുന്നു; വെളിപ്പെടുത്തിയാൽ തൽക്ഷണം മരണമായിരിക്കും ഫലം". "സാരമില്ല" അവൾ നിലവിളിച്ചു. "കാളയും കഴുതയും തമ്മിൽ നടന്ന രഹസ്യ സംഭാഷണം എന്താണെന്ന് എന്നോട് പറയൂ, എന്നിട്ട് ഈ നിമിഷം നിങ്ങൾ മരിച്ചാലും കുഴപ്പമില്ല." അയാൾ മനോവേദനയിൽ തളർന്നവശനാകുന്നതുവരെ അവൾ അതുതന്നെ ചോദിച്ച് ശല്യം ചെയ്തുകൊണ്ടിരുന്നു.

ഒടുവിൽ അയാൾ പറഞ്ഞു. "നിന്റെ മാതാപിതാക്കളെയും, നമ്മുടെ ബന്ധുക്കളെയും, അയൽവാസികളെയുമെല്ലാം വിളിച്ചു വരുത്തുക."

അവൾ അപ്രകാരം ചെയ്തു; അയാൾ 'ഖാസി'യേയും മറ്റ് ഉദ്യോഗസ്ഥരെയും വരുത്തി. അയാൾക്ക് 'ഒസ്യത്ത്' തയ്യാറാക്കണമായിരുന്നു; കാരണം, ഭാര്യയോട് രഹസ്യം വെളിപ്പെടുത്തിയാൽ അയാൾ മരിക്കും. അയാൾക്ക് ഭാര്യയോട് അങ്ങേ അറ്റം സ്നേഹമായിരുന്നു; കാരണം, അവൾ അയാളുടെ 'കസിൻ' ആണ്, പിതൃസഹോദരപുത്രി; തന്റെ മക്കളുടെ അമ്മയാണവൾ. അവളോടൊപ്പം അയാൾ നൂറ്റി ഇരുപത് കൊല്ലമായി ജീവിക്കുന്നു. അങ്ങനെ തന്റെ എല്ലാ ബന്ധുക്കളെയും അയൽവാസികളെയും വിളിച്ചുകൂട്ടിയശേഷം അവരോടയാൾ പറഞ്ഞു." ഒരു വിചിത്രമായ കഥ എന്നെ ചുറ്റിപ്പിണഞ്ഞു കിടക്കുന്നുണ്ട്, ഞാനതിന്റെ രഹസ്യം ആർക്കെങ്കിലും വെളിപ്പെടുത്തിയാൽ, ഉടനെ ഞാൻ മരിച്ചു വീഴും."

അപ്പോൾ അവിടെ കൂടിയിരുന്നവരെല്ലാം ആ സ്ത്രീയോട് പറഞ്ഞു. "നിനക്ക് അള്ളായുടെ കൃപയുണ്ടാകട്ടെ, ഈ പാതകമായ ദുർവ്വാശി വിടൂ, ഇക്കാര്യത്തിലെ സത്യാവസ്ഥ മനസ്സിലാക്കൂ. നിന്റെ ഭർത്താവും, നിന്റെ കുട്ടികളുടെ അച്ഛനുമായ ഈ വ്യക്തിയെ അപകടമരണത്തിന്നിരയാക്കാതിരിക്കൂ."

എന്നാൽ, അവൾ പ്രസ്താവിച്ചു."ഞാൻ അതിൽനിന്ന് പിൻവാങ്ങില്ല; അദ്ദേഹം മരിച്ചാലും വേണ്ടില്ല, രഹസ്യം എന്നോട് പറയണം."

അപ്പോൾ അവർ അവളോടുള്ള നിർബന്ധം ഉപേക്ഷിച്ചു. വ്യാപാരി എഴുന്നേറ്റ് വ്രതസ്നാനം ചെയ്യാനായി 'ഔട്ട്ഹൗസി'ലേക്ക് പോയി. അതിനുശേഷം തിരിച്ചുവന്ന്, രഹസ്യം വെളിപ്പെടുത്തി മരിക്കാമെന്ന് തീരുമാനിച്ചു. മോളെ 'ഷാഹ്രസാദ്', ആ വ്യാപാരിക്ക്, തന്റെ 'ഔട്ട് ഹൗസിൽ അമ്പത് പിടക്കോഴികളും ഒരു ചാത്തൻ കോഴിയുമുണ്ടായിരുന്നു. അയാൾ വിട പറയലിന് തയ്യാറെടുക്കവെ, അവിടത്തെ ഒരു നായ സ്വന്തം ഭാഷയിൽ, പിടക്കോഴികളുമായി ഇണചേർന്നുകൊണ്ടിരിക്കുന്ന ചാത്തൻ കോഴിയോട് ഇപ്രകാരം പറയുന്നത് വ്യാപാരി കേട്ടു.

'ഓ 'ചാന്റീക്ലിയർ!' എത്ര നീചബുദ്ധിയാണ് നിന്റേത്, എത്ര നിർലജ്ജമായ പെരുമാറ്റം! നിന്നെ വളർത്തിക്കൊണ്ടു വന്നവൻ ഇതുകണ്ട് നിരാശനാകില്ലേ! ഇതുപോലുള്ള ഒരുദിവസം, ഇത്തരം പണികൾ ചെയ്യാൻ നിനക്ക് നാണമില്ലേ!"

"എന്താണ്" പൂവൻകോഴി ചോദിച്ചു. "ഇന്ന് സംഭവിച്ചത്?"

നായ മറുപടി നല്കി" നമ്മുടെ യജമാനൻ ഇന്ന് മരിക്കാനുള്ള തയ്യാറെടുപ്പിലാണെന്ന് നിനക്കറിയില്ലേ? അള്ളാ അദ്ദേഹത്തിനെ പഠിപ്പിച്ച രഹസ്യം അദ്ദേഹം വെളിപ്പെടുത്തണമെന്ന് ഭാര്യ ദൃഢനിശ്ചയമെടുത്തിരിക്കുകയാണ്. അത് വെളിപ്പെടുത്തുന്ന നിമിഷം അദ്ദേഹം മരിച്ച് വീഴും. ഞങ്ങൾ നായ്ക്കളെല്ലാം ഒരു ദുഃഖാചരണത്തിലാണ്. എന്നാൽ, നീ ചിറകിട്ടടിച്ച് ഓരോ പിടക്കോഴിക്കും പിന്നാലെ ചെന്ന്, ഉറക്കെ കൂവുകയും, അവയെ ചവുട്ടിമെതിക്കുകയും ചെയ്യുന്നു! ഇത് രസിക്കാനും ആസ്വദിക്കാനുമുള്ള സമയമാണോ? നിനക്ക് ലജ്ജയില്ലേ?"

"അപ്പോൾ ദൈവത്താണേ" പൂവൻകോഴി പറഞ്ഞു." നമ്മുടെ യജമാനൻ ഒരു മഠയനോ, ബുദ്ധിയില്ലാത്തവനോ ആണ്. അദ്ദേഹത്തിന് തന്റെ ഒരേയൊരു ഭാര്യയെ നിയന്ത്രിക്കാൻ കഴിയില്ലെങ്കിൽ ജീവിതം നീട്ടികൊണ്ടു പോയതുകൊണ്ടെന്ത് പ്രയോജനം? എനിക്ക് അമ്പത്

പിടക്കോഴികൾ ഉണ്ട്. ഞാൻ ഒന്നിനെ പ്രസാദിപ്പിച്ചാൽ മറ്റൊന്നിനെ പ്രകോപിപ്പിക്കുന്നു. ഒന്നിനെ പട്ടിണിക്കിട്ടാൽ മറ്റൊന്നിനെ തീറ്റി പോറ്റുന്നു. എന്റെ സൽഭരണത്താൽ, അവരെല്ലാവരും എന്റെ പൂർണ്ണ മായ നിയന്ത്രണത്തിലാണ്. നമ്മുടെ യജമാനൻ ബുദ്ധിമാനും വിവേക ശാലിയുമാണെന്ന് വെറുതെ നടിക്കുകയാണ്; അദ്ദേഹത്തിന് ഒരു ഭാര്യ യേയുള്ളൂ. എന്നിട്ടും അവളെ എങ്ങനെ നിയന്ത്രിക്കണമെന്ന് അറിയില്ല."

'അപ്പോൾ, ഓ പൂവൻകോഴി', നായ ചോദിച്ചു. "ഈ ദുർഘടത്തിൽ നിന്നും രക്ഷപ്പെടാൻ യജമാനൻ എന്താണ് ചെയ്യേണ്ടത്?"

"അദ്ദേഹം ഉടനെ ഉണർന്ന് പ്രവർത്തിക്കണം" പൂവൻകോഴി മറു പടി നല്കി. ആ മൾബറി മരത്തിൽ നിന്ന് കുറച്ചു ചില്ലകൾ ഒടിച്ചെ ടുത്ത്, അവളെ അതുകൊണ്ട് അടിച്ച് പൊളിക്കുക, നിലവിളിച്ചുകൊണ്ട് ഇപ്രകാരം പറയുന്നതുവരെ "ഞാൻ പശ്ചാത്തപിക്കുന്നു, എന്റെ നാഥാ! ഞാൻ ജിവിച്ചിരിക്കുന്നിടത്തോളം കാലം ഒരിക്കലും ഒന്നും ചോദിക്കില്ല!" അപ്പോൾ അദ്ദേഹം അവളെ ഒരിക്കൽ കൂടി പ്രഹരിക്കട്ടെ, ശക്തിയായി തന്നെ. അദ്ദേഹം ഇപ്രകാരം ചെയ്താൽ, മനസ്സമാധാനത്തോടെ ഉറ ങ്ങാനും ജീവിതം ആസ്വദിക്കാനും കഴിയും. എന്നാൽ, നമ്മുടെ ഈ യജ മാനന് വിവേകമോ, വിധിന്യായത്തിനുള്ള കഴിവോ ഇല്ല."

"ഇപ്പോൾ, മോളെ ഷാഹ്റസാദ്" മന്ത്രി തുടർന്നു " ആ ഭർത്താവ് ഭാര്യയോട് ചെയ്തതുപോലെ ഞാൻ നിന്നോട് ചെയ്യും." "അയാൾ എന്താണ് ചെയ്തത്." ഷാഹ്റസാദ് ചോദിച്ചു.

അയാൾ മറുപടി നല്കി. "തന്റെ പൂവൻ കോഴി നായയോട് പറഞ്ഞ ബുദ്ധിപൂർവ്വമായ വാക്കുകൾ കേട്ടപ്പോൾ അയാൾ ധൃതി പിടിച്ച് ചെന്ന്, കുറച്ച് മൾബറിമരക്കൊമ്പുകൾ ഒടിച്ച് ഒളിപ്പിച്ചു പിടിച്ച് ഭാര്യയുടെ മുറി യിൽ പ്രവേശിച്ചു. പിന്നെ അവളെ വിളിച്ചു പറഞ്ഞു. അടുത്തേക്ക് വരൂ, ഞാൻ രഹസ്യം നിന്നോട്, ആരും കേൾക്കാതെ പറഞ്ഞ്, മരിക്കാം." അവൾ അയാളോടൊപ്പം മുറിയിൽ എത്തിയപ്പോൾ അയാൾ വാതിൽ അടച്ച്, അവളുടെ പുറത്തും തോളുകളിലും നെഞ്ചിലും കൈയിലും കാലി ലുമെല്ലാം ഭയങ്കരമായി പ്രഹരിച്ചുകൊണ്ട് ചോദിച്ചു. "നിനക്കാവശ്യ മില്ലാത്ത കാര്യങ്ങളെക്കുറിച്ച് നീ ചോദിക്കുമോ" അവൾ ബോധം കെട്ട് വീഴാറായി.

അവൾ നിലവിളിച്ചുകൊണ്ട് പറഞ്ഞു."ഞാൻ പശ്ചാത്തപിക്കുന്നു! അള്ളായാണേ, ഞാനിനി നിങ്ങളോട് ഒരു ചോദ്യവും ചോദിക്കില്ല; തീർച്ച യായും ഞാൻ പശ്ചാത്തപിക്കുന്നു, ആത്മാർത്ഥമായും പൂർണ്ണമായും."

പിന്നെ ഭർത്താവിന്റെ കൈകാലുകളിൽ അവൾ ചുംബിച്ചു. അനുസ രണയുള്ളൊരു ഭാര്യയായി അയാൾ അവളെ മുറിയിൽ നിന്നും പുറ ത്തേക്ക് കൊണ്ടുവന്നു. അവളുടെ അച്ഛനമ്മമാരും, മറ്റെല്ലാ സ്നേഹിത ന്മാരും ആഹ്ലാദിച്ചു, വിഷാദവും ദുഃഖാചരണവും മാറി ആനന്ദവും ഉത്സാഹവും അവിടെ വ്യാപിച്ചു. അങ്ങനെ തന്റെ പൂവൻകോഴിയിൽ നിന്നും വ്യാപാരികുടുംബം അച്ചടക്കം പഠിച്ചു. അയാളും ഭാര്യയും മരിക്കുന്നതുവരെ ഏറ്റവും സന്തോഷം നിറഞ്ഞ കുടുംബജീവിതം നയിച്ചു. നീയും എന്റെ മകളെ! "മന്ത്രി തുടർന്നു. "ഇക്കാര്യത്തിൽ നിന്ന് നീ മനസ്സ് തിരിച്ചില്ലെങ്കിൽ, ആ വ്യാപാരി തന്റെ ഭാര്യയോട് ചെയ്തതു പോലെ ഞാൻ നിന്നോട് ചെയ്യും."

എന്നാൽ, അവൾ ദൃഢമായ തീരുമാനത്തോടെ മറുപടി നല്കി.“ ഞാൻ ഒരിക്കലും വേണ്ടെന്ന് വെക്കില്ല, എന്റെ അച്ഛാ; ഈ കഥ എന്റെ ഉദ്ദേശ്യത്തെ മാറ്റുകയില്ല. അത്തരം വർത്തമാനവും ജല്പനവും നിർത്തുക. ഞാൻ അങ്ങയുടെ വാക്കുകൾ ശ്രദ്ധിക്കുന്നില്ല; അങ്ങ് എന്നെ വിലക്കിയാൽ, അങ്ങയുടെ മൂക്കിനുകീഴെ ഞാൻ രാജാവിനെ സ്വയം വിവാഹം കഴിക്കും. ആദ്യം ഞാൻ ഒറ്റയ്ക്ക് രാജാവിന്റെ അടുത്തേക്ക് പോകും, എന്നിട്ടദ്ദേഹത്തോട് പറയും-എന്നെ അങ്ങേക്ക് വിവാഹം കഴിച്ചു തരാനായി ഞാൻ അച്ഛനോട് യാചിച്ചു; എന്നാൽ അച്ഛൻ രാജാവിനെ നിരാശനാക്കാൻ തീരുമാനിച്ചു; അങ്ങയോട് എനിക്കുള്ള ഇഷ്ടം മനമില്ലാമനസ്സോടെ വീക്ഷിച്ചു.”

അവളുടെ അച്ഛൻ ചോദിച്ചു.“ ഇതിന്റെ ആവശ്യമുണ്ടോ.”

“അപ്രകാരം തന്നെ വേണം.”

വിലപിക്കലും, എതിർക്കലും നിർബന്ധിക്കലും പിന്തിരിപ്പിക്കലും എല്ലാം നിഷ്ഫലമായപ്പോൾ തളർന്നുപോയ മന്ത്രി ഷാഹ്റ്യാർരാജാവിന്നരികിലേക്ക് പോയി. അദ്ദേഹത്തെ വന്ദിച്ച് മുന്നിലെ നിലം ചുംബിച്ച്, തന്റെ മകളുമായി ഉണ്ടായ വാദപ്രതിവാദം തുടക്കം മുതൽ അവസാനം വരെ വിവരിച്ചുകൊടുത്തു. ഒടുവിൽ, ആ രാത്രി അവളെ രാജാവിന്നടുത്തേക്ക് കൊണ്ടുവരുമെന്ന് അറിയിച്ചു.

രാജാവത് കേട്ട് വല്ലാതെ അദ്ഭുതപ്പെട്ടുപോയി. കാരണം, മന്ത്രിയുടെ മകളെ അദ്ദേഹം പ്രത്യേകം ഒഴിവാക്കിയതായിരുന്നു; രാജാവ് മന്ത്രിയോട് പറഞ്ഞു.“ഓ, കൗൺസിലർമാരിൽ ഏറ്റവും വിശ്വസ്തനായവനെ, എന്താണിത്? ഞാൻ ദൈവനാമത്തിൽ ശപഥം ചെയ്തകാര്യം നിങ്ങൾക്കറിയാവുന്നതല്ലേ, ഇന്ന് രാത്രി ഞാൻ ഇവളോടൊപ്പം ശയിച്ച ശേഷം, നാളെ രാവിലെ ഇവളെ കൊണ്ടുപോയി കൊല്ലുമെന്ന് നിങ്ങളോട് പറയുമെന്ന്! നിങ്ങൾ അവളെ കൊന്നില്ലെങ്കിൽ, ഞാൻ തീർച്ചയായും ആ കൃത്യം ചെയ്യും.”

‘അള്ളാ അങ്ങയെ ഐശ്വര്യത്തിലേക്ക് നയിക്കട്ടെ, അങ്ങേക്ക് ദീർഘായുസ്സ് നൽകട്ടെ, ഓ മഹാരാജാവേ” മന്ത്രി മറുപടി നല്കി.” അവളാണ് അപ്രകാരം ഒരു തീരുമാനമെടുത്തത്; ഇതും ഇതിനപ്പുറവും ഞാനവളോട് പറഞ്ഞതാണ്. എന്നാൽ, ഞാൻ പറഞ്ഞതൊന്നും അവൾ കേട്ടില്ല; ഇന്നുരാത്രി മഹാരാജാവിന്റെ അടുത്ത് വരുമെന്നവൾ നിർബന്ധം പിടിച്ചു.”

ഷാഹ്റ്യാർ വളരെ ആഹ്ലാദത്തോടെ പറഞ്ഞു. “അത് കൊള്ളാം; പോയി അവളെ ഒരുക്കി, ഇന്നു രാത്രി എന്റെ അടുത്തേക്ക് കൊണ്ടുവരൂ.”

മന്ത്രി തന്റെ മകളുടെ അരികിൽ തിരിച്ചെത്തി, രാജാവിന്റെ ഉത്തരവ് അറിയിച്ചു.“നിന്റെ വിയോഗത്തിലൂടെ അള്ളാ നിന്റെ അച്ഛനെ നാശോന്മുഖനാക്കാതിരിക്കട്ടെ!” എന്നാൽ, ഷാഹ്റസാദ് അങ്ങേയറ്റം ആഹ്ലാദത്തിലായിരുന്നു; അവൾ തനിക്കാവശ്യമുള്ളതെല്ലാം എടുത്ത് തയ്യാറായ ശേഷം അനിയത്തി ‘ ദുനിയാസാദി’നോട് പറഞ്ഞു. “ഞാൻ നിന്നെ ചുമതലപ്പെടുത്തുന്ന നിർദ്ദേശങ്ങൾ നന്നായി ശ്രദ്ധിക്കുക! ഞാൻ രാജാവിന്നടുത്തെത്തി കഴിഞ്ഞാൽ, നിനക്കുവേണ്ടി ആളെ അയയ്ക്കും. നീ അപ്പോൾ എന്റെ അടുത്തു വന്ന്, അദ്ദേഹം ഞാനുമായി ശാരീരികബന്ധം

സ്ഥാപിച്ചു കഴിഞ്ഞു എന്ന് മനസ്സിലാക്കിയാൽ, നീ എന്നോട് ഇപ്രകാരം പറയുക- ഓ, എന്റെ ചേച്ചി ഉറങ്ങാതിരിക്കാനായി എനിക്ക് ഏതെങ്കിലും ചില പുതിയ കഥ പറഞ്ഞു തരൂ, ഉറങ്ങാതിരിക്കുന്ന സമയം ആസ്വദിക്കാനായി സന്തോഷപ്രദവും ഉല്ലാസകരവുമായ കഥകൾ." അപ്പോൾ ഞാൻ നിനക്കൊരു കഥ പറഞ്ഞു തരും, അത് നമ്മുടെ വിമോചനമായിരിക്കും, അള്ളായുടെ കൃപയാൽ പ്രീതനായാൽ; രാജാവിനെ തന്റെ രക്തദാഹത്തിൽ നിന്നത് തിരിച്ചുവിട്ടേക്കാം.

ദുനിയാസാദ് മറുപടി നല്കി. "സ്നേഹത്തോടും സന്തോഷത്തോടും കൂടി ചെയ്യാം."അങ്ങനെ രാത്രിയായപ്പോൾ അവരുടെ അച്ഛൻ ഷാഹ്‌റസാദിനെ രാജാവിന്റെ അടുത്തേക്ക് കൊണ്ടുപോയി. സന്തോഷവാനായ രാജാവ് ചോദിച്ചു." നിങ്ങൾ എന്റെ ആവശ്യപ്രകാരമുള്ള ആളെ കൊണ്ടുവന്നിട്ടുണ്ടോ?" മന്ത്രി മറുപടി നല്കി."ഞാൻ കൊണ്ടുവന്നിട്ടുണ്ട്." എന്നാൽ, രാജാവ് അവളെ ആനയിച്ച് മെത്തയിൽ കിടത്തി ലാളിച്ച ശേഷം കൂടെ ശയിക്കാൻ തുനിഞ്ഞപ്പോൾ അവൾ കരഞ്ഞു.

അദ്ദേഹം ചോദിച്ചു." നിന്നെ എന്ത് കാര്യമാണ് വേദനിപ്പിക്കുന്നത്?" അവൾ മറുപടി നല്കി." ഓ, മഹാരാജാവേ, എനിക്കൊരു അനിയത്തിയുണ്ട്. നാളെ നേരം വെളുക്കുന്നത് ഞാൻ കാണുന്നതിനു മുമ്പ്, ഇന്നു രാത്രി തന്നെ എന്നെ അവളോട് വിട പറയാൻ അങ്ങ് അനുവദിച്ചാൽ, വലിയ സന്തോഷമായിരിക്കും."

രാജാവ് അപ്പോൾത്തന്നെ ദുനിയാസാദിനെ വിളിക്കാനായി ആളെ വിട്ടു. അവൾ വന്ന് രാജാവിന്റെ മുന്നിൽ കുനിഞ്ഞു തറയിൽ ചുംബിച്ചു. ശയ്യയുടെ കാലിന്നരികിൽ ഒരു ഇരിപ്പിടത്തിൽ അവളെ ഇരിക്കാനനുവദിച്ചു. അപ്പോൾ, രാജാവ് വധുവുമായി ശാരീരികബന്ധത്തിലേർപ്പെട്ടശേഷം ഉറങ്ങി. അങ്ങനെ മൂന്നുപേരും സുഖനിദ്രയിലാണ്ടു. എന്നാൽ, പാതിരാത്രി ആയപ്പോൾ ഷാഹ്‌റസാദ് ഉണർന്ന്, അനിയത്തി ദുനിയാസാദിന് ആംഗ്യം കാണിച്ചു. അവൾ എഴുന്നേറ്റിരുന്ന് പറഞ്ഞു. "അള്ളാ നിന്നോടൊപ്പം ഉണ്ടാകട്ടെ, ചേച്ചി, ഞങ്ങൾക്ക് ഏതെങ്കിലും പുതിയ കഥ പറഞ്ഞുതരൂ, ആഹ്ലാദകരവും സന്തോഷപ്രദവുമായൊരു കഥ; അങ്ങനെ നമ്മുടെ രാത്രിയിലെ ബാക്കി സമയം ചിലവഴിക്കാം."

"ആനന്ദത്തോടെയും ആഹ്ലാദത്തോടെയും" ഷാഹ്‌റസാദ് മറുപടി നല്കി. "ഈ ഈശ്വരഭക്തനും കീർത്തിമാനുമായ രാജാവ് എന്നെ അനുവദിച്ചാൽ."

"പറയൂ" ഉറക്കം നഷ്ടപ്പെട്ട് അസ്വസ്ഥനായ രാജാവ്, കഥ കേൾക്കാൻ വേണ്ടി ഉത്സാഹത്തോടെ പറഞ്ഞു. അതുകേട്ട് ഷാഹ്‌റസാദ് വളരെയേറെ ആഹ്ലാദിച്ചു. അങ്ങനെ, ആയിരത്തൊന്നുരാവുകളിലെ ആദ്യരാത്രി അവൾ 'വ്യാപാരിയുടെയും ജിന്നിയുടെയും കഥ' പറയാൻ തുടങ്ങി.

വ്യാപാരിയുടെയും ജിന്നിയുടെയും കഥ

ഓ, മഹാത്മാവായ രാജാവേ, അതിസമ്പന്നനായൊരു വ്യാപാരി പണ്ട് ജീവിച്ചിരുന്നതായി പറയപ്പെടുന്നു. പല നഗരങ്ങളിലും അയാൾക്ക് ബിസിനസ്സ് ഉണ്ടായിരുന്നു. ഒരു ദിവസം അയാൾ കുതിരപ്പുറത്തു കയറി ചില പട്ടണങ്ങളിൽ നിന്ന് പണം പിരിച്ചെടുക്കാനായി പോയി. ചൂടുമൂലം

അയാൾക്ക് വല്ലാത്ത അസ്വസ്ഥത തോന്നി. അയാൾ, അതുകൊണ്ട് ഒരു മരത്തിനുകീഴെ ഇരുന്നു. തന്റെ ജീനി സഞ്ചിയിൽ നിന്ന് കുറച്ച് അപ്പക്കഷ്ണങ്ങളും ഉണക്ക ഈത്തപ്പഴവും എടുത്ത് പ്രാതൽ കഴിച്ചു. ഈത്തപ്പഴം കഴിച്ചു കഴിഞ്ഞശേഷം അതിന്റെ കുരുക്കൾ അയാൾ ഊക്കോടെ വലിച്ചെറിഞ്ഞു; അപ്പോൾ ഒരു 'ഇഫ്രിട്ട്' പ്രത്യക്ഷപ്പെട്ടു, ഒരു ഭീകരസത്വം! ഉറയിൽ നിന്നും ഊരിയ വാൾ ചുഴറ്റിക്കൊണ്ടവൻ വ്യാപാരിയെ സമീപിച്ച് പറഞ്ഞു. "എഴുന്നേറ്റ് നിൽക്കൂ, ഞാൻ നിന്നെ വധിക്കാൻ പോകുകയാണ്; കാരണം, നീയാണെന്റെ മകനെ കൊന്നത്!" വ്യാപാരി ചോദിച്ചു. "നിങ്ങളുടെ മകനെ ഞാൻ എങ്ങനെ കൊല്ലാനാണ്?" ജിന്നി മറുപടി നല്കി. "നീ ഈത്തപ്പഴം തിന്ന്, അതിന്റെ കുരുക്കൾ വലിച്ചെറിഞ്ഞപ്പോൾ, അതിലെ നടന്നുപോയിരുന്ന എന്റെ മകന്റെ നെഞ്ചത്തത് പതിച്ചു, ഉടനെ അവൻ മരിക്കുകയും ചെയ്തു.

വ്യാപാരി പറഞ്ഞു. "സത്യമായും 'അള്ളായിൽ നിന്നാണ് നമ്മൾ വന്നത്, അള്ളായിലേക്കു തന്നെ തിരിച്ചു പോകുകയും ചെയ്യുന്നു. അള്ളായേക്കാൾ തേജസ്സുള്ള മറ്റൊരുശക്തിയില്ല. ഉജ്ജ്വലവും മഹത്തായതും! ഞാൻ നിങ്ങളുടെ മകനെ കൊന്നെങ്കിൽ, തിരക്കിനിടയിൽ സന്ദർഭവശാൽ സംഭവിച്ചതാണ്. ഞാൻ നിങ്ങളോടതിന് മാപ്പിരക്കുന്നു."

ജിന്നി പ്രസ്താവിച്ചു. "നിന്നെ കൊല്ലുകയല്ലാതെ എനിക്ക് മറ്റൊരു മാർഗ്ഗവുമില്ല."

പിന്നെ അവൻ വ്യാപാരിയെ പിടിച്ചു വലിച്ചിഴച്ച് നിലത്ത് കിടത്തി, വെട്ടാനായി വാൾ ഓങ്ങി. അപ്പോൾ വ്യാപാരി കരഞ്ഞു കൊണ്ട് പറഞ്ഞു. "എന്റെ കാര്യം ഞാൻ അള്ളായ്ക്ക് സമർപ്പിക്കുന്നു." അയാൾ കുറച്ചു നേരം പ്രാർത്ഥിച്ചു.

വ്യാപാരി പ്രാർത്ഥന നിർത്തിയപ്പോൾ ജിന്നി അയാളോട് പറഞ്ഞു. "നിന്റെ വാക്കുകൾ അവസാനിപ്പിക്കൂ, 'അള്ളായാണേ, എനിക്ക് നിന്നെ വധിച്ചേ തീരു."

എന്നാൽ, വ്യാപാരി മറുപടി നല്കി. "നിനക്കറിയാമോ, ഓ 'ഇഫ്രിട്ട്' എനിക്ക് ചില കടങ്ങളും, ഒരുപാട് സമ്പത്തും, ഭാര്യയും മക്കളും, പല വാഗ്ദാനങ്ങളും ചെയ്തു തീർക്കാനുണ്ട്. അതുകൊണ്ട് എന്നെ വീട്ടിലേക്ക് തിരിച്ചു വിട്ട്, എന്റെ കടമകൾ നിറവേറ്റാനനുവദിക്കുക. ഞാൻ പുതുവർഷാരംഭത്തിൽ നിന്റെ അടുത്തെത്താം. ഞാൻ നിന്റെ അടുത്തേക്ക് തിരിച്ചെത്തുമെന്നതിനുള്ള 'സാക്ഷി'യും 'ജാമ്യ'വും അള്ളായാണ്. ഞാൻ പറഞ്ഞതിനുള്ള സാക്ഷി അള്ളാ ആണെന്ന രീതിയിൽ നിനക്ക് കാര്യങ്ങൾ മുന്നോട്ട് നീക്കാം."

ജിന്നി അയാളുടെ വാഗ്ദാനത്തിന്റെ ഉറപ്പിന്മേൽ അയാളെ പോകാനനുവദിച്ചു. അങ്ങനെ അയാൾ സ്വന്തം നഗരത്തിലേക്ക് മടങ്ങി, തന്റെ ബിസിനസിൽ മുഴുകുകയും, കൊടുക്കാനുള്ളവരുടെ പണം മുഴുവൻ കൊടുത്ത് തീർക്കുകയും ചെയ്തു. തനിക്ക് വന്നുപിണഞ്ഞ ദുർഗതിയെ കുറിച്ച് അയാൾ ഭാര്യയേയും മക്കളെയും അറിയിച്ചശേഷം ഒരു വർഷത്തേക്ക് കാര്യങ്ങൾ വേണ്ടരീതിയിൽ നടത്താനായി ഒരു രക്ഷാധികാരിയെ ഏല്പിച്ച് വ്രതസ്നാനം നടത്തി, മരണത്തിനു മുമ്പ് സ്വയം ശുദ്ധി വരുത്തി 'പ്രേതവസ്ത്രം' കൈയിൽ പിടിച്ച്, സ്വന്തക്കാരോടും അയൽവാസികളോടും, കുടുംബാംഗങ്ങളോടും യാത്ര പറഞ്ഞ്, വിഷമത്തോടെ

മുന്നോട്ടു നീങ്ങി. അപ്പോൾ അവരെല്ലാം നെഞ്ചത്തടിച്ച് നിലവിളിച്ചു കൊണ്ടിരുന്നു. എന്നാൽ അയാൾ പഴയ തോട്ടത്തിലെത്തുന്നതുവരെ നടത്തം തുടർന്നു; അയാൾ അവിടെ എത്തിയത് പുതുവർഷാരംഭദിനത്തിലായിരുന്നു. തന്റെ ദുർവ്വിധിയോർത്ത് അയാൾ കരഞ്ഞുകൊണ്ടിരിക്കവെ, വളരെ വൃദ്ധനായൊരു 'ഷെയ്ക്' ചങ്ങലക്കിട്ട് ഒരു ചെറിയ മാനെയും നടത്തിക്കൊണ്ട് അവിടെ എത്തി.

അദ്ദേഹം വ്യാപാരിയെ അഭിവാദ്യം ചെയ്ത്, ദീർഘായുസ്സ് നേർന്ന ശേഷം ചോദിച്ചു. "പിശാചുക്കളുടെ കേളീരംഗമായ ഇവിടെ നിങ്ങൾ ഒറ്റയ്ക്കിരിക്കുന്നതിന്റെ കാരണമെന്താണ്?"

വ്യാപാരി, താനും 'ഇഫ്രിട്ടും' തമ്മിൽ നടന്ന കാര്യങ്ങൾ ആ വൃദ്ധന് വിവരിച്ചു കൊടുത്തു. ആ ചെറിയ മാനിന്റെ ഉടമയായ വൃദ്ധൻ ആശ്ചര്യത്തോടെ പറഞ്ഞു."അള്ളായാണേ, ഓ സഹോദരാ, നിന്നെപ്പോലെ ദൈവ വിശ്വാസമുള്ള ഒരാളെ കാണില്ല, നിന്റെ കഥ ശരിക്കും വിചിത്രം തന്നെ. താക്കീത് നൽകേണ്ടവർക്കതൊരു നല്ല താക്കീത് ."

പിന്നെ വ്യാപാരിയുടെ അടുത്ത് ഇരുന്നുകൊണ്ടയാൾ പറഞ്ഞു. "നീയും 'ഇഫ്രിട്ടും' തമ്മിൽ നടക്കാൻ പോകുന്നതെന്താണെന്ന് കാണുന്നതുവരെ, അള്ളായാണേ ഞാൻ നിന്നെ വിട്ടുപോകില്ല."

അവർ അങ്ങനെ സംസാരിച്ചുകൊണ്ടിരിക്കവേ, വ്യാപാരിയെ വല്ലാത്ത ഭീതിയും, ഭയങ്കര ദുഃഖവും പിടികൂടി; വല്ലാത്ത നിരാശയും നിസ്സഹായതയും അനുഭവപ്പെട്ടു. കലമാനിന്റെ ഉടമ അയാളുടെ അടുത്ത് അനങ്ങാതിരിക്കുന്നുണ്ട്; അപ്പോൾ, അതാ രണ്ടാമത് ഒരു വൃദ്ധൻ അവരുടെ അടുത്തേക്ക് വരുന്നു, രണ്ട് നായ്ക്കൾ അയാളോടപ്പമുണ്ട്. കണ്ടാൽ വേട്ടനായ്ക്കളാണെന്നേ തോന്നൂ. രണ്ടാമത്തെ വൃദ്ധനും അവർക്ക് 'സലാം' പറഞ്ഞു. വിശേഷങ്ങൾ അന്വേഷിച്ചു. "ഈ പിശാചുക്കളുടെ വാസസ്ഥലത്ത് നിങ്ങൾ വന്നിരിക്കാനുള്ള കാരണമെന്താണ്?"

അപ്പോൾ ആദ്യം മുതൽ അവസാനം വരെയുള്ള കഥ അവർ അയാളോട് പറഞ്ഞു. അയാൾ അവരുടെ അടുത്ത് ഇരിക്കുമ്പോഴേക്കും മൂന്നാമതൊരു വൃദ്ധൻ അവിടെ വന്നു. അയാളോടൊപ്പം ഒരു പെൺ കോവർ കഴുതയാണുണ്ടായിരുന്നത്. തിളങ്ങുന്ന ഒരു കോട്ടിട്ടിട്ടുണ്ട്. അയാളും അവരെ അഭിവാദ്യം ചെയ്ത് ഈ സ്ഥലത്ത് ഇരിക്കുന്നതിന്റെ കാരണം ആരാഞ്ഞു. അവർ തുടക്കം മുതൽ അവസാനം വരെ എല്ലാകാര്യങ്ങളും വിവരിച്ചു കൊടുത്തു; ഓ എന്റെ നാഥാ, രണ്ട് പ്രാവശ്യം ആവർത്തിച്ച അതേ കഥ!

അയാൾ അവിടെ അവരോടൊപ്പം ഇരുന്നു; നോക്കൂ! ഒരു 'മണൽ പടലം' അടുത്തേക്ക് നീങ്ങി അവരുടെ മുന്നിൽ വന്ന് നിലയുറപ്പിച്ചു; പിന്നെ, അത് പിളർന്ന് അതിന്നുള്ളിൽ നിന്ന് ഊരിപ്പിടിച്ച വാളുമായി ആ 'ജിന്നി' പ്രത്യക്ഷപ്പെട്ടു; അതിന്റെ കണ്ണുകളിൽനിന്ന് ക്രോധത്തിന്റെ തീജ്വാല ജ്വലിച്ചുനിന്നു! അയാൾ അവരുടെ അടുത്ത് വന്ന്, ആ വ്യാപാരിയെ അവർക്കിടയിൽ നിന്നും ബലമായി പിടിച്ചുവലിച്ച് മാറ്റിക്കൊണ്ട് ഗർജ്ജിച്ചു. "എഴുന്നേറ്റ് നില്ക്കൂ, ഞാൻ നിന്നെ കൊല്ലാൻ പോകുകയാണ്; കാരണം എന്റെ കരളായ മകനെ നീ കൊന്നു."

വ്യാപാരി വിലപിച്ചു; മറ്റ് മൂന്ന് വൃദ്ധന്മാരും നെടുവീർപ്പിട്ട്, അവരുടെ ചങ്ങാതിക്കുവേണ്ടി കരഞ്ഞു. കലമാന്റെ ഉടമയായ ആദ്യത്തെ വൃദ്ധൻ

എഴുന്നേറ്റു വന്ന്, 'ഇഫ്രിട്ടി'ന്റെ കൈയിൽ ചുംബിച്ചുകൊണ്ട് പറഞ്ഞു. "ഓ ജിന്നി, ജിന്നുകളുടെ രാജാവേ! ഞാൻ എന്റെയും ഈ ചെറുമാനിന്റെയും കഥ പറയാം, അത് അതിശയകരമാണെന്ന് നിങ്ങൾക്ക് തോന്നിയാൽ ഈ വ്യാപാരിയുടെ കൊലശിക്ഷയുടെ മൂന്നിലൊന്ന് എനിക്കുവേണ്ടി ഇളവ് ചെയ്യാമോ?"

അപ്പോൾ ജിന്നി പറഞ്ഞു." അപ്രകാരം ചെയ്യാം, ഓ വൃദ്ധാ! നീ ആ കഥ എനിക്ക് പറഞ്ഞുകേൾപ്പിക്കുക, അത് ആശ്ചര്യകരമാണെന്ന് എനിക്ക് തോന്നിയാൽ ഇവന്റെ ശിക്ഷയുടെ മൂന്നിലൊന്ന് നിനക്കുവേണ്ടി ഇളവു ചെയ്യാം." അങ്ങനെ ആ വൃദ്ധൻ തന്റെ കഥ പറയാൻ തുടങ്ങി.

ആദ്യത്തെ വൃദ്ധന്റെ കഥ

നിങ്ങൾക്കറിയാമോ, ജിന്നി, ഈ ചെറിയ മാൻ എന്റെ ഇളയച്ഛന്റെ മകളാണ്, എന്റെ സ്വന്തം രക്തവും മാംസവും. അവൾ ചെറുപ്പമായിരിക്കെ ഞാനവളെ വിവാഹം കഴിച്ചു. മുപ്പത് വർഷം അവളോടൊപ്പം ഞാൻ ജീവിച്ചു. എന്നിട്ടും അവളിൽ നിന്നെനിക്കൊരു കുഞ്ഞ് പിറന്നില്ല. അതുകൊണ്ട് ഞാനൊരു വെപ്പാട്ടിയെ സ്വീകരിച്ചു. അവൾ പൂർണ്ണ ചന്ദ്രനെപ്പോലൊരു ആൺകുഞ്ഞിനെ തന്നനുഗ്രഹിച്ചു. തിളങ്ങുന്ന സുന്ദരമായ കണ്ണുകളും, പുരികങ്ങളും, കുറ്റമറ്റ അംഗങ്ങളുമായിരുന്നു ആ കുഞ്ഞിന്റേത്. അവൻ വളർന്നുവന്നു. അവന് പതിനഞ്ച് വയസ്സായപ്പോൾ, എനിക്ക് വ്യാപാര ആവശ്യങ്ങൾക്കായി ചരക്കും കൊണ്ട് ചില നഗരങ്ങളിലേക്ക് യാത്ര ചെയ്യേണ്ടി വന്നു. എന്നാൽ, എന്റെ ഇളയച്ഛന്റെ മകൾ (ഈ ചെറിയ മാൻ) ചെറുപ്പം മുതലേ മന്ത്രവാദം പഠിച്ചു വെച്ചിരുന്നു. അവൾ ദുർമന്ത്രവാദം ചെയ്ത് എന്റെ മകനെ ഒരു കാളക്കുട്ടിയാക്കി മാറ്റി, അവന്റെ അമ്മയെ ഒരു പശുക്കുട്ടിയും. അവരെ നോക്കാനായി ഗോപാലകനെ അവൾ ഏല്പിച്ചു. ദീർഘയാത്ര കഴിഞ്ഞ് ഞാൻ തിരിച്ചെത്തിയപ്പോൾ, എന്റെ മകനും അവന്റെ അമ്മയും എവിടെയാണെന്ന് ഞാൻ ചോദിച്ചു. അവൾ എന്നോട് പറഞ്ഞു." നിങ്ങളുടെ അടിമ പെൺകുട്ടി മരിച്ചു, നിങ്ങളുടെ മകൻ ഓടി പോയി, എവിടെയാണെന്നെനിക്കറിയില്ല."

ഞാൻ ഒരു വർഷം മുഴുവൻ വേദനിക്കുന്ന ഹൃദയവുമായി കഴിഞ്ഞു; കണ്ണുനീരൊഴുക്കികൊണ്ട് 'ബക്രീദ്' വരെ ദിവസങ്ങളും മാസങ്ങളും തള്ളി നീക്കി. ഞാൻ ഗോപാലകനെ വിളിച്ച്, എനിക്കുവേണ്ടി തടിച്ചുകൊഴുത്ത ഒരു പശുക്കുട്ടിയെ കൊണ്ടുവരുവാൻ പറഞ്ഞു. അവൻ കൊണ്ടുവന്നത് എന്റെ വെപ്പാട്ടിയായ യുവതിയേയായിരുന്നു. ഈ മാൻ മന്ത്രവാദം കൊണ്ട് രൂപ മാറ്റം നടത്തിയവൾ! ഞാൻ എന്റെ ഷർട്ടിന്റെ കൈ ചുരുട്ടി പൊക്കി വെച്ച്, ഒരു കത്തിയെടുത്ത് അതിന്റെ കഴുത്തറക്കാനായി മുന്നോട്ടു ചെന്നു; എന്നാൽ, അവൾ ഉറക്കെ കരഞ്ഞ് കണ്ണീരൊഴുക്കി. അത് എന്നെ അദ്ഭുതപ്പെടുത്തി; ദയയോടെ പിന്മാറി, ഗോപാലകനോട് പറഞ്ഞു. "മറ്റൊന്നിനെ കൊണ്ടുവരൂ." അപ്പോൾ എന്റെ കസിൻ ഒച്ചവെച്ചു. "അവളെ കൊല്ലൂ, ഇതിനേക്കാൾ നല്ലതോ തടിച്ചതോ, എന്റെ പക്കൽ വേറെയില്ല! വീണ്ടും."

അതിനെ കൊല്ലാനായി ഞാൻ മുന്നോട്ട് ചെന്നു; എന്നാൽ, വീണ്ടും അവൾ ഉറക്കെ നിലവിളിച്ചപ്പോൾ അനുകമ്പയോടെ ഞാൻ പിൻവാങ്ങി, വേലക്കാരനോട് അതിനെ കൊന്ന് തൊലിപൊളിക്കാൻ ഞാൻ ആജ്ഞാപിച്ചു, അവൻ അവളെ കശാപ്പു ചെയ്ത്, തൊലി പൊളിച്ചു; എന്നാൽ, അവളിൽ മാംസമോ കൊഴുപ്പോ കാണാൻ കഴിഞ്ഞില്ല. എല്ലും തൊലിയും മാത്രമാണുണ്ടായിരുന്നത്; ഞാൻ വല്ലാതെ പശ്ചാത്തപിച്ചു. അതിനെ ഞാൻ മൃഗപാലകന് നല്കികൊണ്ട് പറഞ്ഞു. "തടിച്ചു കൊഴുത്ത ഒരു കാളക്കുട്ടിയെ കൊണ്ടുവരൂ." അപ്പോൾ എന്റെ മകന്റെ രൂപാന്തരമായ ആ കാളക്കുട്ടിയെ അവൻ കൊണ്ടുവന്നു. കാളക്കുട്ടി എന്നെ കണ്ട ഉടനെ തന്റെ കയർ പൊട്ടിച്ച്, എന്റെ അടുത്തേക്ക് ഓടി വന്നു; വാലാട്ടിയും ചാടി മറിഞ്ഞും സ്നേഹപ്രകടനം നടത്തി. കരഞ്ഞ്, കണ്ണീരൊഴുക്കി. അതുകണ്ട് അതിനോട് ദയതോന്നി, ഞാൻ വേലക്കാരനോട് പറഞ്ഞു. "ഈ കാളക്കുട്ടിയെ വിടൂ, ഒരു പശുക്കിടാവിനെ കൊണ്ടു വരൂ!"

അപ്പോൾ എന്റെ കസിൻ (ഈ ചെറുമാൻ) എന്നോട് ഉറക്കെ വിളിച്ചു പറഞ്ഞു."നിങ്ങൾ ഈ കാളക്കുട്ടിയെ കൊല്ലൂ; ഇത് അനുഗൃഹീതവും ദിവ്യവുമായൊരുദിനമാണ്. ഏറ്റവും പരിശുദ്ധമായതിനെയാണ് കൊല്ലേണ്ടത്; ഇതിനേക്കാൾ നല്ലതും തടിച്ചതുമായ മറ്റൊരു കാളക്കുട്ടി നമ്മുടെ പക്കൽ ഇല്ല!"

"ആ പശുക്കുട്ടിയെ നിന്റെ ആവശ്യപ്രകാരം ഞാൻ കൊന്നപ്പോൾ അതിന്റെ നില നീ കണ്ടതല്ലേ? എത്ര നിരാശയോടെയാണ് നമ്മൾ അതിനെ തള്ളിക്കളഞ്ഞത്, നമ്മൾക്കൊരു പ്രയോജനവുമുണ്ടായില്ല. അവളെ കൊന്നതിൽ അങ്ങേയറ്റം ഞാൻ പശ്ചാത്തപിക്കുന്നു. ഇപ്രാവശ്യം ഈ കാള കുട്ടിയെ കൊല്ലാനുള്ള നിന്റെ ഉത്തരവ് ഞാൻ മാനിക്കുന്നില്ല."

അവൾ മറുപടി നല്കി. "ഏറ്റവും മഹാനും, കരുണാമയനുമായ അള്ളായാണെ, അതിന് മാറ്റമില്ലെന്ന് ഞാൻ പറയുന്നു! നിങ്ങൾ അതിനെ ഈ വിശുദ്ധദിനത്തിന് കൊല്ലുകതന്നെ വേണം; നിങ്ങൾ അതിനെ കൊന്നില്ലെങ്കിൽ ഞാൻ നിങ്ങളുടെ ഭാര്യയല്ല, നിങ്ങൾ എന്റെ ഭർത്താവുമല്ല."

ഞാൻ അവളുടെ ഈ വാക്കുകൾ കേട്ടപ്പോൾ, അവളുടെ ഉദ്ദേശ്യം എന്താണെന്ന് മനസ്സിലാക്കാതെ, കത്തിയുമെടുത്ത് കാളക്കുട്ടിയെ സമീപിച്ചു- അപ്പോഴേക്കും നേരം പുലർന്നതായി ഷാഹ്രസാദ് കണ്ടു; അതോടെ അവൾക്കനുവദിച്ച ഭാഷണസമയം അവസാനിച്ചെന്നവൾ അറിഞ്ഞു. നേരം പുലരാറായി. അവൾ കഥപറച്ചിൽ നിർത്തി!

അപ്പോൾ അവളുടെ അനിയത്തി അഭിപ്രായപ്പെട്ടു. "നിന്റെ കഥ എത്ര മനോഹരം ആണ്; എത്രമധുരവും സ്വാദുള്ളതുമാണ്, എത്ര ഹൃദ്യം!"

ഷാഹ്രസാദ് അവളോട് മറുപടി നല്കി. "അടുത്തരാത്രി എനിക്കിത് നിന്നോടെങ്ങനെ പറയാൻ കഴിയും? അതിനായി ഞാൻ ജീവിച്ചിരിക്കണ്ടേ, രാജാവെന്നെ വെച്ചിരിക്കുമോ?" അപ്പോൾ രാജാവതിന് മറുപടി നൽകി. "അള്ളായാണേ, ഞാനവളെ കൊല്ലില്ല; ആ കഥയുടെ ബാക്കി ഭാഗം കേട്ടുകഴിയുന്നതുവരെ കൊല്ലില്ല."അങ്ങനെ, അവർ പരസ്പരം ആലിംഗനം ചെയ്ത് നേരം വെളുക്കുവോളം സുഖമായി കിടന്നുറങ്ങി.

പിന്നീട് രാജാവ് തന്റെ കച്ചേരി ഹാളിലേക്ക് ചെന്നപ്പോൾ, മന്ത്രി തന്റെ മകളുടെ ശവശരീരത്തിൽ പുതക്കാനുള്ള തുണിയുമായി അവിടെ എത്തി. രാജാവ് ദിവസം മുഴുവൻ ഔദ്യോഗിക ജോലികളിൽ മുഴുകി, പല ഉത്തരവുകളും ഇറക്കി, ചിലർക്ക് ജോലിക്കയറ്റം നല്കി, ചിലരെ പുറത്താക്കി... എന്നാൽ, മന്ത്രി വല്ലാത്ത അതിശയത്തിലും ഉൽക്കണ്ഠയിലുമാണ് ദിവസം ചിലവഴിച്ചത്! കച്ചേരി പിരിഞ്ഞപ്പോൾ, ഷാഹ്റ്യാർ രാജാവ് തന്റെ കൊട്ടാരത്തിലേക്ക് പ്രവേശിച്ചു.

രണ്ടാം രാത്രി

ദുനിയാസാദ് സഹോദരി ഷാഹ്രസാദിനോട് പറഞ്ഞു." ഓ, എന്റെ ചേച്ചി, വ്യാപാരിയുടേയും ജിന്നിയുടേയും കഥ ഞങ്ങൾക്കായി പറഞ്ഞു തീർക്കൂ."

അവൾ മറുപടി നല്കി."രാജാവ് സസന്തോഷം എന്നെ അതിന് അനുവദിക്കുമെങ്കിൽ."

അപ്പോൾ രാജാവ് പറഞ്ഞു. "നിന്റെ കഥ തുടരൂ."

ഷാഹ്രസാദ് കഥ ഇപ്രകാരം തുടർന്നു. "ഓ, അനുഗൃഹീതനായ രാജാവേ, ദൈവം നയിക്കുന്ന ഭരണാധിപാ! ആ വ്യാപാരി കാളക്കുട്ടിയെ വധിക്കാനായി തയ്യാറെടുത്തെങ്കിലും, അതിന്റെ കരച്ചിൽ കണ്ട് അയാളുടെ ഹൃദയമലിഞ്ഞു. അയാൾ മൃഗപാലകനോട് പറഞ്ഞു. "ഈ കാളക്കുട്ടിയെ മറ്റ് കന്നുകാലികളോടൊപ്പം കൊണ്ടുവിടൂ."

വൃദ്ധൻ ഷേയ്ക്ക് ഇതെല്ലാം ജിന്നിയോട് പറഞ്ഞപ്പോൾ, ഈ വിചിത്രമായ വാക്കുകൾ കേട്ട് ജിന്നി ആശ്ചര്യപ്പെട്ടു. പിന്നെ, ആ കൊച്ചു മാനിന്റെ ഉടമ തുടർന്നു. "ഓഹ് ജിന്നുകളുടെ മഹാരാജാവേ, ഇത്രയും സംഭവങ്ങൾ നടന്നത്, എന്റെ കസിൻ, ഈ മാൻ, നോക്കിനിന്നു. പിന്നീടവൾ പറഞ്ഞു. "ഈ കാളക്കുട്ടിയെ എനിക്കുവേണ്ടി കൊന്നുതരിക, തീർച്ചയായും അത് തടിച്ചുകൊഴുത്തതാണ്."

എന്നാൽ, അതിനെ കൊണ്ടുപോകാൻ ഞാൻ മൃഗപാലകനോട് ഉത്തരവിട്ടിരുന്നതിനാൽ അയാൾ അതിനെയും കൊണ്ട് വീടിനുനേരെ നടന്നു കഴിഞ്ഞിരുന്നു. പിറ്റേന്ന് ഞാൻ വീട്ടിൽ ഇരിക്കുമ്പോൾ, നോക്കൂ! ആ മൃഗപാലകൻ എന്റെ അടുത്ത് വന്ന് നിന്ന് പറഞ്ഞു. "ഓ, എന്റെ യജമാനനെ, എന്റെ മനസ്സിന്റെ ആശ്വാസത്തിനും സമാധാനത്തിനും വേണ്ടി ഞാൻ അങ്ങയോടൊരു കാര്യം പറയാനാഗ്രഹിക്കുന്നു."

ഞാൻ മറുപടി നല്കി. "അപ്രകാരം ആവട്ടെ."

അയാൾ പറഞ്ഞു. "ഓ വ്യാപാരി, എനിക്കൊരു മകൾ ഉണ്ട്; അവൾ ചെറുപ്പത്തിൽ തന്നെ, ഞങ്ങളോടൊപ്പം താമസിച്ചിരുന്ന ഒരു വൃദ്ധയിൽ നിന്ന് മാജിക് പഠിച്ചിട്ടുണ്ട്. ഇന്നലെ നിങ്ങൾ എനിക്ക് ആ കാളക്കുട്ടിയെ തന്നപ്പോൾ അതിനെയും കൂട്ടി ഞാൻ വീട്ടിൽ പോയി, അവളെ കണ്ടു. അവൾ അതിനെ നോക്കി മുഖം മറച്ചു. പിന്നെ അവൾ കരയുകയും ചിരിക്കുകയും ചെയ്തു. ഒടുവിലവൾ പറഞ്ഞു. "ഓ, എന്റെ അച്ഛാ, വിചിത്രരായ മനുഷ്യരെ അടുത്തേക്ക് കൊണ്ടുവന്ന് എന്റെ അന്തസ്സ് കെടുത്തുന്നത് എന്തിനാണ്?"

ഞാൻ അവളോട് ചോദിച്ചു." എവിടെയാണ് ഈ വിചിത്ര മനുഷ്യർ? എന്തിനാണ് നീ കരയുന്നതും, ചിരിക്കുന്നതും?"

അവൾ മറുപടി നല്കി. "നിങ്ങളോടൊപ്പമുള്ള ഈ കാളക്കുട്ടി നമ്മുടെ യജമാനന്റെ മകനാണ്. അയാളുടെ ഭാര്യ മാന്ത്രികശക്തി കൊണ്ട് അവനെയും അമ്മയേയും രൂപം മാറ്റിയതാണ്. ഞാൻ ചിരിച്ച തിന്റെ കാരണം അതാണ്. ഞാൻ കരഞ്ഞത് അവന്റെ അമ്മയെ അച്ഛൻ, അറിയാതെ, കൊന്നതോർത്താണ്. ഞാൻ വല്ലാതെ അതിശയിച്ചു പോയി. ഞാൻ നിങ്ങളുടെ അടുത്തെത്തുന്നതിന് മുമ്പ് നേരം പുലരുമോ എന്നെനിക്ക് ഉറപ്പില്ലായിരുന്നു."

എന്റെ മൃഗപാലകന്റെ വാക്കുകൾ കേട്ടപ്പോൾ, ജിന്നി, അവനോ ടൊപ്പം പുറത്ത് പോയി; വീഞ്ഞ് കുടിക്കാതെ തന്നെ ഞാനപ്പോൾ ഉന്മത്തനായിരുന്നു. അടക്കാനാവാത്ത സന്തോഷത്തോടെ ഞാനവന്റെ വീട്ടിലെത്തി. അവിടെ വെച്ച് മൃഗസംരക്ഷകന്റെ മകൾ എന്നെ ഹാർദ്ദ മായി സ്വാഗതം ചെയ്ത്, എന്റെ കൈയിൽ ചുംബിച്ചു; അപ്പോൾ തന്നെ കാളക്കുട്ടിയും അടുത്തെത്തി, മുമ്പത്തേതുപോലെ വാലാട്ടിയും ചാടി ക്കളിച്ചും സ്നേഹപ്രകടനങ്ങൾ നടത്തി.

മൃഗസംരക്ഷകന്റെ മകളോട് ഞാൻ ചോദിച്ചു. "ഈ കാളക്കുട്ടിയെ ക്കുറിച്ച് നീ പറഞ്ഞത് സത്യമാണോ?" അവൾ മറുപടി നല്കി. "അതെ, യജമാനനെ, അവൻ നിങ്ങളുടെ മകനാണ്, സ്വന്തം ഹൃദയത്തിന്റെ ഒരു ഭാഗം."

ഞാൻ ആഹ്ലാദത്തോടെ അവളോട് പറഞ്ഞു. "ഓ, കുമാരി, നീ അവനെ മോചിപ്പിച്ചാൽ, നിന്റെ അച്ഛൻ സംരക്ഷിക്കുന്ന എന്റേതായ കന്നുകാലികളും സ്വത്തുമെല്ലാം നിനക്ക് ഞാൻ നൽകും."

അവൾ പുഞ്ചിരിയോടെ മറുപടി നല്കി. "ഓ, എന്റെ യജമാനനെ, എനിക്ക് സ്വത്തിനോട് യാതൊരു ആർത്തിയുമില്ല; എനിക്കതൊന്നും ആവശ്യമില്ല. രണ്ട് വ്യവസ്ഥകൾ മാത്രം സമ്മതിച്ചാൽ മതി; ഒന്ന്, നിങ്ങൾ സ്വന്തം മകനെക്കൊണ്ട് എന്നെ വിവാഹം കഴിപ്പിക്കുക; രണ്ട്, അവനെ മാന്ത്രികശക്തികൊണ്ട് രൂപം മാറ്റിയവളെ രൂപം മാറ്റി തടവിലിടുവാൻ എന്നെ അനുവദിക്കുക, അല്ലെങ്കിൽ അവളുടെ ദ്രോഹത്തിൽ നിന്നും ദുർമന്ത്രവാദത്തിൽ നിന്നും എനിക്ക് രക്ഷയുണ്ടാവില്ല."

ഞാൻ മറുപടി നല്കി. "ആ വ്യവസ്ഥകൾക്ക് പുറമെ, നിന്റെ അച്ഛന്റെ മേൽനോട്ടത്തിലുള്ള എല്ലാ കന്നുകാലികളും വീട്ടുസാധനങ്ങളും നിന്റേ തായിരിക്കും, എന്റെ 'കസിനി'ന്റെ കാര്യമാണെങ്കിൽ നിയമപരമായി നിനക്കവളെ ശിക്ഷിക്കാനാവകാശമുണ്ട്."

ഞാനത് പറഞ്ഞപ്പോൾ അവൾ ഒരു കപ്പെടുത്ത്, അതിൽ വെള്ളം നിറച്ചു; പിന്നെ എന്തോ മന്ത്രം ചൊല്ലിക്കൊണ്ട് കാളക്കുട്ടിയുടെ മേൽ തളിച്ച്, പറഞ്ഞു."സർവ്വശക്തനായ അള്ളാ, നിന്നെ കാളക്കുട്ടിയായിട്ടാണ് സൃഷ്ടിച്ചതെങ്കിൽ അതേ പോലെ തന്നെ ഇരിക്കട്ടെ, രൂപം മാറരുത്; അതല്ല, നിന്നെ മന്ത്രശക്തിയാൽ മാറ്റിയതാണെങ്കിൽ, ശരിയായ രൂപം പ്രാപിക്കുക, ഇത് ഏറ്റവും ഉന്നതനായ അള്ളായുടെ കല്പനയാണ്!"

അതാ നോക്കൂ! കാളക്കുട്ടി കിടുകിടാ വിറച്ച് ഒരു മനുഷ്യനായി രൂപാന്തരപ്പെട്ടു.

അപ്പോൾ ഞാനവന്റെ കഴുത്തിൽ ചുറ്റിപ്പിടിച്ച് പറഞ്ഞു." നിന്നെ അള്ളാ കാത്തുരക്ഷിക്കട്ടെ; എന്റെ കസിൻ നിന്നോടും, നിന്റെ അമ്മയോടും ചെയ്തതെന്താണെന്ന് എന്നോട് പറയൂ."

അവൻ എല്ലാ സംഭവങ്ങളും എന്നോട് വിശദീകരിച്ചപ്പോൾ, ഞാൻ പറഞ്ഞു. "എന്റെ മോനേ, നിനക്ക് അള്ളായുടെ അനുകൂല്യമുണ്ട്. നിന്നെ, പൂർവ്വസ്ഥിതിയിലാക്കാൻ ഒരാൾ ഉണ്ടായല്ലോ. നിന്റെ അവകാശങ്ങൾ നിനക്ക് തിരിച്ചു തന്നിരിക്കുന്നു."

പിന്നെ ഞാൻ അവനെക്കൊണ്ട് മൃഗസംരക്ഷകന്റെ മകളെ കല്യാണം കഴിപ്പിച്ചു; അവൾ എന്റെ ഭാര്യയെ ഈ കൊച്ചുമാനാക്കി മാറ്റി, എന്നിട്ടി ങ്ങനെ പറഞ്ഞു- അവളുടെ രൂപം സുന്ദരമാണ്, ഒരിക്കലും അറപ്പ് തോന്നിക്കുന്നതല്ല. രാവും പകലും മരുമകൾ ഞങ്ങളോടൊപ്പം കഴിഞ്ഞു, ദൈവം അവളെ തന്റെ അടുത്തേക്ക് കൊണ്ടുപോകുന്നതുവരെ! അവൾ മരിച്ചപ്പോൾ, എന്റെ മകൻ ഇന്ത്യൻ നഗരങ്ങളിലേക്ക് യാത്ര ചെയ്തു, ഈ വ്യാപാരിയുടെ നഗരത്തിലേക്ക് പോലും ഞാൻ ഈ ചെറിയ മാനി നെയും (എന്റെ കസിൻ) കൂടെ കൊണ്ടുപോന്നു; പിന്നെ, മകനെക്കുറി ച്ചുള്ള വിവരങ്ങൾ തേടി ടൗണുകൾ തോറും ഞാൻ അലയുകയാണ്. വിധി എന്നെ ഇവിടെ കൊണ്ടെത്തിച്ചു. ഈ വ്യാപാരി കണ്ണുനീർ ഒഴുക്കി ഇരിക്കുന്നത് ഞാൻ കാണാനിടയാകുകയും ചെയ്തു. ഇതാണെന്റെ കഥ!"

ജിന്നി പറഞ്ഞു "ഈ കഥ തികച്ചും വിചിത്രം തന്നെ, അതുകൊണ്ട് ഞാനീ വ്യാപാരിയുടെ ശിക്ഷ മൂന്നിൽ ഒന്ന് ഇളവു ചെയ്യാൻ നിന്നെ അനുവദി ച്ചിരിക്കുന്നു."

അതിനുശേഷം, ചാരനിറത്തിലുള്ള രണ്ട് വേട്ടനായ്ക്കളുടെ ഉടമ വന്ന് പറഞ്ഞു. "ഓ, ജിന്നി, എനിക്ക് രണ്ട് സഹോദരന്മാരിൽ നിന്നും (ഈ രണ്ട് വേട്ടനായ്ക്കളിൽ നിന്നും) അനുഭവിക്കേണ്ടി വന്ന സംഭവകഥ നിങ്ങ ളോട് പറയാൻ കഴിഞ്ഞാൽ, നിങ്ങൾക്ക് മനസ്സിലാകും, നിങ്ങൾ ഇപ്പോൾ കേട്ടതിനേക്കാൾ കൂടുതൽ അതിശയകരവും വിശിഷ്ടവുമാണതെന്ന്! എങ്കിൽ ഈ മനുഷ്യന്റെ ശിക്ഷ മൂന്നിൽ ഒന്ന് ഇളവു ചെയ്തു തരാൻ നിങ്ങൾ എന്നെ അനുവദിക്കുമോ!

ജിന്നി മറുപടി നല്കി. "നിങ്ങളുടേത് കൂടുതൽ അതിശയകരവും വിശിഷ്ടവുമാണെങ്കിൽ, നിങ്ങൾക്ക് ഞാൻ വാക്കു തരുന്നു." അപ്പോൾ അയാൾ തന്റെ കഥ പറഞ്ഞു തുടങ്ങി.

രണ്ടാമത്തെ വൃദ്ധന്റെ കഥ

നിങ്ങൾക്കറിയാമോ, ജിന്നുകളുടെ മഹാരാജാവേ! ഈ രണ്ട് നായ്ക്കൾ എന്റെ ചേട്ടന്മാരാണ്, ഞാൻ മൂന്നാമത്തവനും. ഞങ്ങളുടെ അച്ഛൻ മരിച്ച പ്പോൾ ഞങ്ങൾക്കായി മൂവ്വായിരം സ്വർണ്ണനാണ്യങ്ങൾ നീക്കിവെച്ചിരുന്നു. എന്റെ ഭാഗം കൊണ്ട് ഞാനൊരു ഷോപ്പ് തുറന്ന് കച്ചവടം തുടങ്ങി; അതു പോലെ എന്റെ ചേട്ടന്മാരും ഓരോ കടകൾ തുറന്നു. എന്നാൽ, അധിക നാൾ കഴിയുന്നതിനുമുമ്പ് മൂത്തചേട്ടൻ അദ്ദേഹം ആയിരം ദിനാറിന് കട വിറ്റ്, കുറെ വസ്ത്രങ്ങളും സാമാനങ്ങളും വാങ്ങി, വിദേശ വ്യാപാരത്തി നായി പുറപ്പെട്ടു. സാർത്ഥവാഹക സംഘവുമായി അദ്ദേഹം പുറത്തു പോയിട്ട് ഒരു കൊല്ലം കഴിഞ്ഞു. ഒരു ദിവസം ഞാൻ എന്റെ കടയിൽ ഇരിക്കവെ, എന്റെ മുന്നിൽ ഒരു ഭിക്ഷക്കാരൻ വന്നു നിന്ന് ഭിക്ഷ യാചിച്ചു.

ഞാൻ അയാളോട് പറഞ്ഞു. "അള്ളായോട് ചോദിക്കൂ, എന്നോടല്ല. അള്ളാ കാരുണ്യവാനാണ്."

അപ്പോൾ കരഞ്ഞുകൊണ്ടയാൾ ചോദിച്ചു." നിനക്കെന്നെ മനസ്സിലാകാതിരിക്കാൻ മാത്രം എന്നിൽ അത്രയ്ക്ക് മാറ്റം വന്നോ?"

ഞാനാ മനുഷ്യനെ സൂക്ഷിച്ച് നോക്കി, അതേ! അതെന്റെ ചേട്ടനാണ്. ഞാനുടനെ എഴുന്നേറ്റുചെന്ന് അദ്ദേഹത്തെ സ്വാഗതം ചെയ്തു. പിന്നെ എന്റെ കടയിൽ പിടിച്ചിരുത്തി, വിവരങ്ങൾ തിരക്കി.

"എന്നോട് ചോദിക്കല്ലെ" അയാൾ മറുപടി നല്കി. "എന്റെ പണമെല്ലാം നശിച്ചു. പറയാനാവാത്തത്ര ദയനീയാവസ്ഥയിലാണ് ഞാൻ!"

ഞാൻ അദ്ദേഹത്തെ കുളിമുറിയിൽ കൊണ്ടുപോയി നന്നായി കുളിക്കാൻ വിട്ടു. എന്റെ നല്ല വസ്ത്രങ്ങൾ നല്കി, എന്റെ വീട്ടിൽ തന്നെ താമസിക്കാനനുവദിക്കുകയും ചെയ്തു. അതിനും പുറമെ, ഞാൻ എന്റെ ബിസിനസ്സിലെ മുതൽ മുടക്കും ലാഭവും കണക്കാക്കി നോക്കിയപ്പോൾ, എനിക്ക് ആയിരം ദിനാറിന്റെ ലാഭം ഉള്ളതായി കണ്ടു, മൂലധനം രണ്ടായിരം ദിനാറും! അക്കാര്യങ്ങൾ ഞാൻ ചേട്ടനെ പറഞ്ഞ് ധരിപ്പിച്ചു. "അപ്പോൾ, ചേട്ടൻ വിദേശ വ്യാപാരം നടത്താതെ ഇവിടെ ഇരുന്നെങ്കിൽ എന്തായേനെ എന്ന് ഒന്ന് ഓർത്തു നോക്കൂ; അതുകൊണ്ട് കഴിഞ്ഞു പോയ നഷ്ടമോർത്ത് വിഷമിക്കേണ്ട." ഞാൻ കൊടുത്ത പങ്ക് അയാൾ സസന്തോഷം സ്വീകരിച്ച്, സ്വന്തമായൊരു കട തുറന്നു. ഏതാനും നാളുകൾ കാര്യങ്ങൾ ഭംഗിയായി നീങ്ങി. അപ്പോഴേക്കും എന്റെ രണ്ടാമത്തെ ചേട്ടൻ (മറ്റേ നായ) ഒരു വിദേശ യാത്രയ്ക്ക് തയ്യാറെടുത്തു; ഞങ്ങൾ എതിർത്തിട്ടും, തന്റെ സ്വത്തെല്ലാം വിറ്റ് വിദേശ വ്യാപാരത്തിന്നായി പുറപ്പെട്ടു. ഒരു വർഷത്തിനുശേഷം അയാളും എന്റെ അടുത്ത് തിരിച്ചെത്തി. എന്റെ മൂത്തചേട്ടനെപ്പോലെ തന്നെ! അപ്പോൾ ഞാൻ അയാളോട് പറഞ്ഞു. "ഓ, എന്റെ ചേട്ടാ, ഞാൻ നിങ്ങളെ യാത്രയിൽ നിന്ന് പിൻതിരിപ്പിക്കാൻ ശ്രമിച്ചതല്ലേ?"

അയാൾ കണ്ണുനീർ പൊഴിച്ചുകൊണ്ട് പറഞ്ഞു."എന്റെ അനിയാ, എന്റെ വിധിയാണത്: ഇപ്പോൾ ഞാനൊരു യാചകനായി തീർന്നിരിക്കുന്നു, ഒറ്റകാശുപോലുമില്ലാത്തവൻ; എനിക്കിടാനൊരു ഷർട്ട് പോലുമില്ല"

ഞാനയാളെ കുളിമുറിയിലേക്ക് ആനയിച്ച് കുളിച്ചു വൃത്തിയായി പുറത്തു വന്നപ്പോൾ എന്റെ പുതിയ വസ്ത്രങ്ങൾ ധരിക്കാൻ നല്കി. അയാളോടൊപ്പം എന്റെ കടയിലേക്ക് പോയി, സുഭിക്ഷമായി ഭക്ഷണം വാങ്ങി കൊടുത്തു. ജിന്നി.

പിന്നീട് ഞാൻ അയാളോട് പറഞ്ഞു. "എന്റെ ചേട്ടാ, ഓരോ കൊല്ലവും കടയിലെ വിറ്റുവരവിന്റെ കണക്കെടുത്ത്, അതിലെ ലാഭം നമ്മൾക്കിരുവർക്കുമായി പങ്കുവെക്കാം." അങ്ങനെ ഞങ്ങൾ മുന്നോട്ട് പോയി.

രണ്ടായിരം ദിനാർ ആ വർഷം എനിക്ക് ലാഭം ഉണ്ടായി. സർവ്വശക്തനായ ദൈവത്തോട് ഞാൻ നന്ദി പറഞ്ഞു. പാതി ലാഭം ചേട്ടന് നല്കി, പാതി മാത്രം ഞാൻ വെച്ചു. കുറച്ചുനാളേക്കുശേഷം, എന്റെ സഹോദരന്മാർ എന്നേയും കൂട്ടി വിദേശയാത്ര ചെയ്യാൻ പ്ലാനിട്ടു. എന്നാൽ ഞാനത് നിരസിച്ചുകൊണ്ട് പറഞ്ഞു. "നിങ്ങളോടൊപ്പം കടൽ

യാത്ര നടത്തിയതുകൊണ്ട് എനിക്കെന്താണ് നേട്ടം?" ഞാൻ അവരുടെ വാക്ക് കേൾക്കാൻ തയ്യാറാകാതായപ്പോൾ, ഞങ്ങൾ തിരിച്ച് കടകളിൽ എത്തി, പതിവുപോലെ കച്ചവടത്തിലേർപ്പെട്ടു.

അവർ എപ്പോഴും യാത്രയ്ക്കായി എന്നെ നിർബന്ധിച്ചുകൊണ്ടേയിരുന്നു; ആറ് വർഷത്തോളം ഞാനത് നിരസിച്ചുകൊണ്ടും ഇരുന്നു! ഒടുവിൽ ഞാൻ പറഞ്ഞു."ചേട്ടന്മാരേ, ഞാനിതാ നിങ്ങളോടൊപ്പം യാത്രയ്ക്ക് തയ്യാറായി നില്ക്കുന്നു. നിങ്ങളുടെ കൈയിൽ എത്ര പണമുണ്ടെന്ന് ഞാനൊന്ന് കാണട്ടെ."

അവരുടെ പക്കൽ പണമൊന്നുമില്ലെന്നെനിക്ക് മനസ്സിലായി. ആർഭാടമായ ജീവിതവും, സുഭിക്ഷമായ തീറ്റയും കടിയും ഉല്ലാസങ്ങളും മൂലം കിട്ടിയ പണമെല്ലാം അവർ ധൂർത്തടിച്ച് കളഞ്ഞിരുന്നു! എന്നിട്ടും ഒരക്ഷരം ഞാൻ ശകാരിച്ചില്ല. ഞാൻ എന്റെ കടയിലെ കണക്കുകൾ ഒരിക്കൽ കൂടി പരിശോധിച്ചു, എന്റെ ചരക്കുകളെല്ലാം വിറ്റു, ആറായിരം ദിനാർ ഉണ്ടായിരുന്നു. ഞാനത് തുല്യമായി സഹോദരന്മാർക്ക് വീതിച്ചു കൊടുക്കാൻ സസന്തോഷം തീരുമാനിച്ചുകൊണ്ട് പറഞ്ഞു. "ഈ മൂവ്വായിരം സ്വർണനാണ്യങ്ങൾ എനിക്കും നിങ്ങൾക്കും കച്ചവടത്തിനുള്ളതാണ്. ബാക്കി പണം നമ്മൾക്ക് ഭൂമിയിൽ കുഴിച്ചിടാം; നമ്മൾക്ക് പിന്നീട് എന്തെങ്കിലും കഷ്ടതകൾ സംഭവിച്ചാൽ, ഓരോരുത്തർക്കും ആയിരം ദിനാർ വീതം ഇതിൽ നിന്നെടുത്ത് കട തുടങ്ങാം."

"നിന്റെ കണക്ക്കൂട്ടൽ ശരിയാണ്." ഇരുവരും മറുപടി നല്കി.

ഞാൻ അവർക്ക് ഓരോരുത്തർക്കും അവരവരുടേതായ ആയിരം സ്വർണ്ണ നാണ്യങ്ങൾ കൊടുത്തു, ഞാനും അത്രതന്നെ കൈയിൽ വെച്ചു.

പിന്നെ അനുയോജ്യമായ സാധനങ്ങൾ വാങ്ങിച്ച് ഒരു കപ്പൽ വാടകക്കെടുത്ത്, കച്ചവടത്തിനായി കടൽയാത്ര ആരംഭിച്ചു. ദിവസങ്ങൾ കടന്നുപോയി; ഒരു മാസത്തിനുശേഷം ഞങ്ങൾ ഒരു നഗരത്തിലെത്തി. അവിടെ ഞങ്ങൾ ചരക്കുകൾ വിറ്റു. ഓരോ സ്വർണ്ണനാണ്യത്തിനും ഞങ്ങൾക്ക് പത്ത് സ്വർണ്ണനാണ്യം ലഭിച്ചു. ഞങ്ങൾ വീണ്ടും കച്ചവടത്തിനായി കപ്പൽ യാത്ര പുറപ്പെടാൻ പോകുമ്പോൾ, മുഷിഞ്ഞ് കീറിയ വസ്ത്രങ്ങൾ ധരിച്ച ഒരു വനിതയെ കടൽത്തീരത്ത് ഞങ്ങൾ കണ്ടു. അവൾ എന്റെ കൈയിൽ ചുംബിച്ചുകൊണ്ട് പറഞ്ഞു. 'ഓ, യജമാനനെ, നിങ്ങൾ ദയാലുവും ധർമ്മിഷ്ഠനുമാണെങ്കിൽ, അതിന് ഉചിതമായ പ്രതിഫലം തരാനെനിക്ക് കഴിയും.'' ഞാൻ മറുപടി നല്കി. ''ശരി അപ്രകാരമാകട്ടെ. നീ എനിക്കൊരു പ്രതിഫലം തന്നില്ലെങ്കിലും ഞാൻ ദയാലുവും ധർമ്മിഷ്ഠനുമാണ്.'' അവൾ പറഞ്ഞു. ''എന്നെ നിങ്ങൾ ഭാര്യയാക്കുക, ഓ എന്റെ യജമാനനെ; എന്നിട്ട് എന്നെ നഗരത്തിലേക്ക് കൊണ്ടുപോകുക; കാരണം, ഞാൻ എന്നെ നിങ്ങൾക്ക് സമർപ്പിച്ചിരിക്കുന്നു. അതുകൊണ്ട് എന്നോട് ദയ കാണിക്കുക, നല്ല ജോലികളും ദാനധർമ്മങ്ങളും ചെയ്യുന്നവരെ സഹായിക്കുന്നവളാണ് ഞാൻ. ഇതിന് അനുയോജ്യമായൊരു പ്രതിഫലം ഞാൻ തരും, എന്റെ നിലകണ്ട് നിങ്ങൾക്ക് ലജ്ജ തോന്നരുത്.''

അവളുടെ വാക്കുകേട്ടപ്പോൾ അവളോടെനിക്ക് വല്ലാത്ത മോഹം തോന്നി, അള്ളാ അനുഗ്രഹിക്കട്ടെ! അവളെ കൊണ്ടുപോയി ഭംഗിയായി വസ്ത്രം ധരിപ്പിച്ചു; അവൾക്കുവേണ്ടി കപ്പലിൽ നല്ലൊരു മുറി എടുത്തു കൊടുത്തു; അന്തസ്സോടെ അവളോട് പെരുമാറി. അങ്ങനെ ഞങ്ങൾ

കടൽയാത്ര തുടർന്നു. എന്റെ ഹൃദയം അവളുമായി വല്ലാതെ അലിഞ്ഞു ചേർന്നു! രാത്രിയോ പകലോ ഞാനവളിൽ നിന്ന് വേർപിരിയാതെ കഴിഞ്ഞു; എന്റെ സഹോദരന്മാരേക്കാളേറെ അവളെ പരിഗണിച്ചു. അത് മൂലം അവർക്കെന്നോട് വിരോധമായി. എന്റെ സ്വത്തിനോടും കച്ചവട സാധന ങ്ങളോടും അവർക്ക് അസൂയ തോന്നി; എന്റെ മുതലിൽ അത്യാശയോടെ അവർ നോക്കി. അവർ എന്നെ കൊല ചെയ്ത്, എന്റെ സ്വത്തുക്കൾ കൈവശപ്പെടുത്താനായി കൂടിയാലോചന നടത്തി.

''നമ്മൾക്ക് അനിയനെ വധിക്കാം. അപ്പോൾ അവന്റെ സ്വത്ത് മുഴുവൻ നമ്മുടേതാകും.'' സാത്താന്റെ സ്വാധീനത്താൽ ഈ പ്രവൃത്തി നീതിയുക്ത മാണെന്നവർക്ക് തോന്നി. അങ്ങനെ ഞാൻ എന്റെ ഭാര്യയുടെ അടുത്ത് കിടന്ന് ഉറങ്ങുന്ന സമയത്ത് ഞങ്ങളെ ഇരുവരേയും പൊക്കിയെടുത്ത് കടലിലേക്ക് എറിഞ്ഞു. എന്റെ ഭാര്യ ഉറക്കം ഉണർന്ന്, ഞെട്ടിക്കൊണ്ട് ഒരു ഭൂതമായി മാറി, അവൾ എന്നെ വഹിച്ചുകൊണ്ട് ഒരു ദ്വീപിലെത്തി; അല്പ നേരത്തിന് അവൾ അപ്രത്യക്ഷയായി. എന്നാൽ, രാവിലെ തിരിച്ചുവന്ന് പറഞ്ഞു. ''ഞാനിതാ എത്തിയിരിക്കുന്നു, നിങ്ങളുടെ വിശ്വസ്ത അടിമ; ഞാൻ നിങ്ങൾക്ക് ഉചിതമായ പ്രതിഫലം തന്നു കഴിഞ്ഞു; കാരണം, സർവ്വശക്തന്റെ ഉത്തരവാൽ ഞാൻ നിങ്ങളെ വെള്ളത്തിൽ വീഴാതെ താങ്ങി, മരണത്തിൽ നിന്നും രക്ഷിച്ചു. ഞാനൊരു 'ജിന്നി' ആണെന്ന് മനസ്സിലാക്കുക; ഞാൻ നിങ്ങളെ കണ്ടപ്പോൾ ദൈവേച്ഛയാൽ എന്റെ ഹൃദയം നിങ്ങളെ സ്നേഹിച്ചു. ഞാൻ അള്ളായേയും അവന്റെ പ്രവാചക നെയും വിശ്വസിക്കുന്നവളാണ്. അതുകൊണ്ടാണ് നിങ്ങൾ കണ്ട രൂപ ത്തിൽ ഞാൻ നിങ്ങളുടെ അടുത്തേക്ക് വന്നതും നിങ്ങളെ വിവാഹം കഴിച്ചതും, നിങ്ങളെ കടലിൽ മുങ്ങി മരിക്കുന്നതിൽ നിന്ന് രക്ഷിച്ചതും എന്ന് മനസ്സിലായോ? എന്നാൽ, എനിക്ക് നിങ്ങളുടെ ചേട്ടന്മാരോട് ഭയങ്കര ദേഷ്യമാണ്. ഞാനവരെ വധിക്കുവാൻ തീരുമാനിച്ചിരിക്കുകയാണ്.''

അവളുടെ കഥ കേട്ടപ്പോൾ ഞാൻ ആശ്ചര്യപ്പെട്ടുപോയി! അവൾ പറഞ്ഞതിനെല്ലാം നന്ദി രേഖപ്പെടുത്തിക്കൊണ്ട് ഞാൻ പറഞ്ഞു. ''എന്നാൽ, എന്റെ ചേട്ടന്മാരെ കൊല്ലരുത്.''

പിന്നെ, അവരെക്കുറിച്ചുള്ള ചരിത്രം തുടക്കം മുതൽ അവസാനം വരെ ഞാൻ വിവരിച്ചുകൊടുത്തു. അത് കേട്ടശേഷം അവൾ പറഞ്ഞു. ''ഇന്നു രാത്രി ഒരു പക്ഷിയായി ഞാൻ അവരുടെ മീതെ പറന്ന് അവരുടെ കപ്പൽ തകർത്ത്, അവരെ കൊല്ലും.''

ഞാൻ പറഞ്ഞു. ''നിനക്ക് അള്ളായുടെ അനുഗ്രഹവുണ്ടാകും, അങ്ങനെ ചെയ്യരുത്. നീ ഒരു 'ചൊല്ല്' കേട്ടിട്ടില്ലേ, 'തിന്മ ചെയ്യുന്നവന്, ഗുണം ചെയ്യണമെങ്കിൽ, അവനെ തിന്മകൾ ചെയ്യാനായി വിടുക' അതിനും പുറമെ അവരെന്റെ സഹോദരന്മാരും കൂടിയാണല്ലോ.''

എന്നാൽ അവൾ ശഠിച്ചു.''അള്ളായാണേ, അതിനൊരു മാറ്റവുമില്ല, ഞാനവരെ കൊല്ലും.''

അവരോട് ക്ഷമിക്കണമെന്ന് ഞാൻ വളരെ എളിമയോടെ അവളോട് അപേക്ഷിച്ചു. അപ്പോൾ അവൾ എന്നെയും ചുമന്നുകൊണ്ട് ദൂരെക്ക് പറന്ന്, എന്റെ സ്വന്തം വീടിന്റെ മേൽക്കൂരയിൽ വന്നിരുന്നു. ഞാൻ വാതിലുകൾ തുറന്ന്, നിലത്ത് കുഴിച്ചിട്ടിരുന്ന പണം പുറത്തെടുത്തു. അവിടത്തെ ജനങ്ങളെ വണങ്ങിയശേഷം കട തുറന്ന് കച്ചവടമാരംഭിച്ചു.

രാത്രി ഞാൻ വീട്ടിലെത്തിയപ്പോൾ ഈ രണ്ട് വേട്ടനായ്ക്കളെയും അവിടെ കെട്ടിയിരിക്കുന്നത് ഞാൻ കണ്ടു. അവർ എന്നെ കണ്ട ഉടനെ ചാടി എഴുന്നേറ്റ് മോങ്ങാനും വാലാട്ടാനും തുടങ്ങി. എനിക്ക് ഇക്കാര്യം മുമ്പേ അറിയാമായിരുന്നു. എന്റെ ഭാര്യ പറഞ്ഞിരുന്നു. ''ഈ രണ്ട് നായ്ക്കളും നിങ്ങളുടെ സഹോദരന്മാരാണ്!''

''ആരാണ് ഇക്കാര്യം ചെയ്തത്?''

''ഞാൻ എന്റെ സഹോദരിക്ക് ഒരു സന്ദേശം അയച്ചുകൊടുത്തു, അവൾ ഇവരെ ഈ രൂപത്തിലാക്കി. പത്തുവർഷം വരെ അവർക്ക് ഈ രൂപത്തിൽ കഴിയേണ്ടിവരും.'' ഞാൻ എന്റെ ഭാര്യാസഹോദരിയുടെ വീട്ടിലേക്ക് പോകും വഴി ഇവിടെ വന്നതാണ്; അവൾ ഇവരെ, ഇത്രയും വർഷങ്ങൾ കഴിഞ്ഞ നിലയ്ക്ക്, മോചിപ്പിച്ചേക്കും. ഞാൻ ഇതിലെ നടന്നു പോകവെ, ഈ യുവാവിനെ കണ്ടു; അയാൾക്ക് വന്നുപെട്ട ബുദ്ധിമുട്ടുകളെ കുറിച്ചെന്നോട് പറഞ്ഞു. അപ്പോൾ ഇവിടെ സംഭവിക്കാൻ പോകുന്ന തെന്താണെന്ന് കാണാമെന്നുറപ്പിച്ച് ഞാനിവിടെ ഇരുന്നു. അതാണെന്റെ കഥ!

അപ്പോൾ ജിന്നി പറഞ്ഞു.'' തീർച്ചയായും ഇതൊരു വിചിത്രമായ കഥ തന്നെയാണ്; അതുകൊണ്ട്, അയാളുടെ ശിക്ഷയുടെ മുന്നിൽ ഒന്ന് ഇളവുചെയ്യുവാൻ ഞാൻ നിന്നെ അനുവദിക്കുന്നു.''

പെൺകഴുതയുടെ ഉടമയായി മൂന്നാമത്തെ വൃദ്ധൻ ജിന്നിയോട് പറഞ്ഞു. '' ഈ രണ്ട് കഥകളേക്കാൾ അത്ഭുതകരമായൊരു കഥ എനിക്ക് നിങ്ങളോട് പറയാൻ കഴിയും. അപ്പോൾ അയാളുടെ ബാക്കിയുള്ള ശിക്ഷയും ഇളവു ചെയ്യാൻ എന്നെ അനുവദിക്കുമോ?''

ജിന്നി മറുപടി നല്കി '' അങ്ങനെതന്നെ ആവട്ടെ!''

അങ്ങനെ ആ വൃദ്ധൻ പറഞ്ഞു തുടങ്ങി.

മൂന്നാമത്തെ വൃദ്ധന്റെ കഥ

ജിന്നികളുടെ തലവനായ സുൽത്താന് അറിയാമോ ഈ പെൺകഴുത എന്റെ ഭാര്യയാണ്. ഒരിക്കൽ ഞാൻ ഒരു സഞ്ചാരിയായി പുറപ്പെട്ടുപോയി തിരിച്ചെത്തിയത് ഒരു കൊല്ലം കഴിഞ്ഞാണ്. ഞാൻ യാത്ര കഴിഞ്ഞ് തിരിച്ചെത്തിയ രാത്രി അവളുടെ അടുക്കലേക്ക് ചെന്നു. എന്റെ കാർപ്പറ്റ് മെത്തയിൽ ഒരു കാപ്പിരി അടിമയോടൊപ്പം അവൾ ശയിക്കുന്നതാണ് അപ്പോൾ ഞാൻ കണ്ടത്! അവർ കളിക്കുകയും ചിരിക്കുകയും ചുംബിക്കുകയും രതിക്രീഡകളിൽ ഏർപ്പെട്ടിരിക്കുകയുമാണ്!

അവൾ എന്നെ കണ്ടപ്പോൾ ചാടി എഴുന്നേറ്റ്, ഒരു ജഗ്ഗ് വെള്ളവുമായി ധൃതിയിൽ എന്റെ അടുത്തെത്തി. എന്തോ മന്ത്രം ചൊല്ലി ആ വെള്ളം എന്റെ മേൽ തെറിപ്പിച്ചുകൊണ്ട് പറഞ്ഞു. "നിങ്ങളുടെ രൂപം ഒരു നായയുടേതാകട്ടെ." ഉടനെ ഞാനൊരു നായയായി മാറി.

അവൾ എന്നെ വീട്ടിൽ നിന്നും പുറത്തേക്ക് ഓടിച്ചു. ഞാൻ വാതിലിലൂടെ പുറത്തേക്കിറങ്ങി, കശാപ്പുകാരന്റെ കടവരെ നില്ക്കാതെ ഓടി. ഞാനവിടെ നിന്ന്, അവിടെ കിടന്നിരുന്ന കുറച്ച് എല്ലുകൾ തിന്നാൻ തുടങ്ങി. കടക്കാരൻ എന്നെ കണ്ടപ്പോൾ അയാളുടെ വീട്ടിലേക്ക്

കൂട്ടിക്കൊണ്ടുപോയി; എന്നാൽ, അയാളുടെ മകൾ എന്നെ കണ്ട ഉടനെ മുഖം മറച്ച് ഒച്ചവെച്ചു. "നിങ്ങൾ എന്റെ അടുത്തേക്ക് ആളുകളെയും കൊണ്ട് എന്തിനാണ് വരുന്നത്?"

അവളുടെ അച്ഛൻ ചോദിച്ചു. " എവിടെയാണ് ആള്?"

"ഈ നായ ഒരു മനുഷ്യനാണ്. അയാളെ സ്വന്തം ഭാര്യ മന്ത്രവാദം ചെയ്ത് ഈ രൂപത്തിലാക്കിയതാണ്. എനിക്കയാളെ തിരിച്ചറിയാൻ കഴിയുന്നുണ്ട്."

അച്ഛൻ മകളുടെ വാക്കുകൾ കേട്ട് അതിശയത്തോടെ പറഞ്ഞു. "അള്ളാ നിന്നെ അനുഗ്രഹിക്കട്ടെ. എന്റെ മോളെ, അവനെ മോചിപ്പിക്കൂ."

അപ്പോൾ അവൾ ഒരു ജഗ്ഗ് വെള്ളമെടുത്ത് ഏതാനും മന്ത്ര വാക്കുകൾ ഉച്ചരിച്ച്, എന്റെ മേൽ കുറച്ച് തളിച്ചുകൊണ്ട് പറഞ്ഞു. "ഈ രൂപത്തിൽ നിന്ന് നീ സ്വന്തം രൂപത്തിലേക്ക് വരൂ." ഉടനെ ഞാൻ എന്റെ യഥാർത്ഥ രൂപത്തിൽ ആയി! അപ്പോൾ ഞാനവളുടെ കൈയിൽ ചുംബിച്ച്. പറഞ്ഞു. "എന്റെ ഭാര്യ എന്റെ രൂപം മാറ്റിയതുപോലെ നീ എന്റെ ഭാര്യയുടെ രൂപം മാറ്റിത്തരണമെന്നാണെന്റെ ആഗ്രഹം." അപ്പോൾ അവൾ എനിക്ക് കുറച്ച് വെള്ളം തന്നുകൊണ്ട് പറഞ്ഞു. "അവൾ ഉറങ്ങുന്നത് കണ്ടാൽ, ഉടനെ ഈ വെള്ളം അവളുടെ ദേഹത്ത് തളിച്ച് ഞാൻ ഉച്ചരിച്ചതുപോലെ; അതിപ്പോൾ കേട്ടതാണല്ലോ, അങ്ങ് ആഗ്രഹിക്കുന്ന ഏത് രൂപത്തിൽ വേണമെങ്കിലും അവളെ മാറ്റി യെടുക്കാം."

ഞാൻ എന്റെ ഭാര്യയുടെ അടുക്കലെത്തി, അവൾ ഗാഢനിദ്രയിലാണ്. അവളുടെ ദേഹത്ത് വെള്ളം തളിക്കവെ ഞാൻ പറഞ്ഞു. "ഈ രൂപത്തിൽ നിന്ന് ഉടനെ ഒരു കോവർകഴുതയുടെ രൂപത്തിലാക്കുക"

ഉടനെ അവൾ ഒരു പെൺകോവർകഴുതയായി തീർന്നു. അവളാണ് നിങ്ങൾ സ്വന്തം കണ്ണുകൾകൊണ്ട് കണ്ടുകൊണ്ടിരിക്കുന്ന ഈ കോവർ കഴുത, ജിന്നുകളുടെ മഹാരാജാവേ! അപ്പോൾ ജിന്നി അവൾക്കുനേരെ തിരിഞ്ഞുകൊണ്ട് ചോദിച്ചു. "ഇത് നേരാണോ?"

അവൾ തല കുലുക്കിക്കൊണ്ട് ആംഗ്യത്തിൽ മറുപടി നല്കി. "തീർച്ച യായും അത് സത്യമാണ്; അത് തന്നെയാണെന്റെ കഥ, എനിക്ക് വന്നു പിണഞ്ഞത് അതു തന്നെ."

ആ വൃദ്ധൻ പറഞ്ഞുകഴിഞ്ഞപ്പോൾ, ജിന്നി അതീവ പ്രസന്നനായി. ആ വ്യാപാരിയുടെ ശിക്ഷ മൂന്നിലൊന്ന് ഇളവു ചെയ്യുവാനുള്ള അവകാശം ജിന്നി അയാൾക്ക് നല്കി- നേരം പുലരാറായെന്ന് ഷാഹ്‌റസാദ് മനസ്സിലാക്കി; അവൾ കഥപറച്ചിൽ നിർത്തി.

അപ്പോൾ ദുനിയാസാദ് പറഞ്ഞു. "ഓ, എന്റെ ചേച്ചീ, എന്ത് രസമാണ് നിന്റെ കഥ, എത്രമധുരവും ആഹ്ലാദകരവും!" അവൾ മറുപടി പറഞ്ഞു. "എനിക്ക് നിന്നോട് പറയാനുള്ളതുമായി തുലനം ചെയ്യുമ്പോൾ ഇതൊ ന്നുമല്ല, രാത്രിയാവണമല്ലോ, രാജാവ് എന്നെ വിട്ടു തന്നാൽ, ഞാൻ ജീവനോടെ ഉണ്ടെങ്കിൽ?"

അപ്പോൾ രാജാവ് ചിന്തിച്ചു. "അള്ളായാണേ, ബാക്കി കഥ കേൾക്കു ന്നതു വരെ ഞാനവളെ കൊല്ലില്ല, കാരണം, ശരിക്കും അത് അതിശ യകരം തന്നെ." അങ്ങനെ നേരം വെളുക്കുന്നതുവരെയുള്ള സമയം അവർ പരസ്പരം ആലിംഗനം ചെയ്തുകൊണ്ട് കിടന്നു. അതിനുശേഷം

രാജാവ് കച്ചേരി ഹാളിലേക്ക് പോയി. മന്ത്രിയും മറ്റുള്ളവരും വന്നപ്പോൾ കച്ചേരി നിറഞ്ഞു. രാജാവ് ഔദ്യോഗിക കർമ്മങ്ങൾ നിർവഹിച്ചുകൊണ്ട് ദിവസം മുഴുവൻ ചിലവഴിച്ചു. പിന്നെ സഭ പിരിഞ്ഞശേഷം ഷഹ്ര്യാർ രാജാവ് കൊട്ടാരത്തിലേക്ക് പ്രവേശിച്ചു.

മൂന്നാം രാവ്

മന്ത്രിയുടെ പുത്രിയോടൊപ്പം ശയിച്ചശേഷം, സഹോദരി ദുനിയാസാദ് ചേച്ചിയോട് പറഞ്ഞു. "നിന്റെ കഥ ഞങ്ങൾക്കുവേണ്ടി പറഞ്ഞു തീർക്കൂ."

ചേച്ചി മറുപടി നല്കി." സന്തോഷപൂർവ്വം! ഞാൻ പറഞ്ഞു നിർത്തിയത്, ഓ മഹാനായ രാജാവേ, മൂന്നാമത്തെ വൃദ്ധൻ അതിന് മുമ്പ് പറഞ്ഞവരേക്കാൾ അദ്ഭുതകരമായ കഥ ജിന്നിക്ക് പറഞ്ഞു കൊടുത്തു എന്നാണല്ലൊ. ജിന്നി അതുകൊണ്ട് ശരിക്കും വിസ്മയിച്ചു പോയി! ആഹ്ലാദത്തോടെ അട്ടഹസിച്ചു. "നോക്കൂ! വ്യാപാരിയുടെ ബാക്കി ശിക്ഷയും ഒഴിവാക്കാൻ ഞാൻ നിങ്ങൾക്കവകാശം തരുന്നു; നിങ്ങൾക്കു വേണ്ടി ഞാനവനെ സ്വതന്ത്രനാക്കുന്നു."

അതിനുശേഷം വ്യാപാരി ആ വൃദ്ധരെ ആലിംഗനം ചെയ്ത്, നന്ദി പറഞ്ഞു. ഈ വൃദ്ധർ അവനെ ആശീർവദിച്ച് അവരവരുടെ നഗരങ്ങളിലേക്ക് പോയി. എന്നാലും, ഈ കഥ മുക്കുവന്റെ കഥയേക്കാൾ അതിശയകരമല്ല."

രാജാവ് ചോദിച്ചു "എന്താണ് ഈ മുക്കുവന്റെ കഥ?"

അതിന് മറുപടിയായി അവൾ ആ കഥ പറയാൻ തുടങ്ങി.

മുക്കുവനും ജിന്നിയും

ഓ, കീർത്തിമാനായ രാജാവേ, ഒരിടത്ത് അല്പം പ്രായമായൊരു മുക്കുവനും, ഭാര്യയും മൂന്ന് മക്കളും ജീവിച്ചിരുന്നു. അവർ വളരെ ദരിദ്രരായിരുന്നു. ഒരു ദിവസം നാല് പ്രാവശ്യമാണയാൾ മീൻ പിടിക്കാനായി വല വീശിയിരുന്നത്. ഒരു ദിവസം ഉച്ചയ്ക്ക് അയാൾ കടൽത്തീരത്തെത്തി, കുട്ട താഴെ വെച്ച്, ഷർട്ട് പൊക്കിവെച്ച്, വെള്ളത്തിലേക്കിറങ്ങി, വല വീശി, അല്പനേരം കാത്തിരുന്നു. പിന്നെ, ചരടുകൾ കൂട്ടിപ്പിടിച്ച് വല വലിച്ചു കയറ്റാൻ ശ്രമിച്ചു. എന്നാൽ, അതിന് വല്ലാത്ത ഭാരം തോന്നി. എന്തായാലും എത്ര വലിച്ചു കരയ്ക്കണയ്ക്കാൻ ശ്രമിച്ചിട്ടും അയാൾക്കതിന് കഴിഞ്ഞില്ല. അപ്പോൾ അയാൾ ഒരു കുറ്റി നിലത്ത് അടിച്ചു കയറ്റി, അതിൽ വല കെട്ടിയിട്ടു. പിന്നെ, തുണി ഊരി മാറ്റി, വെള്ളത്തിലേക്ക് ഊളയിട്ട് വല പരിശോധിച്ചു; വളരെ കഷ്ടപ്പെട്ട് വല വലിച്ചുപൊക്കി. അയാൾ സന്തോഷത്തോടെ, വീണ്ടും വസ്ത്രം ധരിച്ച്, വലയുടെ അരികിലെത്തി. അതിനുള്ളിൽ ചത്ത ഒരു കഴുത കിടക്കുന്നു! വലയുടെ കണ്ണികൾ കീറിയിട്ടുമുണ്ട്. അയാൾ ദുഃഖത്തോടെ കരഞ്ഞു. "ഇത് വിചിത്രം തന്നെ, ദൈവമേ, സർവ്വശക്തനായ അള്ളായ്ക്ക് സ്തുതി! എന്റെ നിത്യച്ചിലവിനെന്ത് മാർഗ്ഗം." അയാൾ ഒരു കീർത്തനം ആലപിച്ചു. പിന്നെ പറഞ്ഞു. "അവന്റെ നന്മയിൽ എനിക്ക് വിശ്വാസമുണ്ട്, 'ഇൻഷാ അള്ളാ!"

മുക്കുവൻ ചത്ത കഴുതയെ എടുത്തുകളഞ്ഞ്, തന്റെ വല വീണ്ടും വീശി. പിന്നെ വെള്ളത്തിലേക്ക് ചാടിക്കൊണ്ട് പറഞ്ഞു. ''അള്ളാ രക്ഷിക്കണേ!'' വല വലിച്ചു കയറ്റാനയാൾ ശ്രമിച്ചു. എന്നാൽ, ആദ്യത്തേതിനേക്കാൾ ഭാരമുള്ളതായി അയാൾക്കനുഭവപ്പെട്ടു. വെള്ളത്തിന്നടിയിൽ ഉറച്ചു കിടക്കുകയാണ്. ഇപ്പോൾ വലയ്ക്കുള്ളിൽ നിറയെ മീൻതന്നെ ആയിരിക്കുമെന്നയാൾ കരുതി; അയാൾ വസ്ത്രങ്ങൾ ഊരിവെച്ച്, വെള്ളത്തിൽ ഊളിയിട്ടു ചെന്ന്, ഒരുവിധത്തിൽ അത് വലിച്ച് തീരത്തെത്തിച്ചു. അപ്പോൾ അയാൾ വലയ്ക്കുള്ളിൽ കണ്ടത് ചളിയും മണ്ണും നിറഞ്ഞ ഒരു മൺകുടമാണ്!

അയാൾ വല്ലാത്ത മനോവേദനയോടെ വീണ്ടും ഒരു കീർത്തനം ചൊല്ലി. '' ഞാൻ ഇന്നത്തെ നിത്യവൃത്തിക്കെന്ത് ചെയ്യും?''

പിന്നെ, അള്ളാനോട് ക്ഷമ യാചിച്ചുകൊണ്ട്, ആ മൺകുടം വലിച്ചെറിഞ്ഞ്, വല കഴുകി വൃത്തിയാക്കി, മൂന്നാമതും വല വീശി കാത്ത് നിന്നു. അല്പ നേരത്തിനുശേഷം വല പരിശോധിച്ചു; അതിൽ പാത്രങ്ങളുടെയും ഗ്ലാസുകളുടേയും ഉടഞ്ഞ കഷ്ണങ്ങൾ ആയിരുന്നു! അതുകണ്ട് വീണ്ടും അയാൾ കീർത്തനം ചൊല്ലാൻ തുടങ്ങി.

പിന്നെ കണ്ണുകൾ ആകാശത്തേക്കുയർത്തി അയാൾ പറഞ്ഞു. ''എന്റെ ദൈവമേ! നിനക്കറിയാമല്ലൊ ഞാൻ ദിവസത്തിൽ നാല് പ്രാവശ്യമാണ് വല വീശാറുള്ളൂ എന്ന്. മൂന്നെണ്ണം കഴിഞ്ഞു; നീ ഒന്നും എനിക്ക് തന്ന് അനുഗ്രഹിച്ചില്ല. അതുകൊണ്ട് ഇപ്രാവശ്യം എന്റെ നിത്യവൃത്തിക്കുള്ള വക കനിഞ്ഞനുഗ്രഹിക്കുക. ''പിന്നെ, അള്ളായുടെ നാമം വിളിച്ചുകൊണ്ട് അയാൾ വല വീശി, അത് താഴുന്നതും കാത്തിരുന്നു; കുറച്ചു കഴിഞ്ഞു. വല വലിച്ചെടുക്കാൻ ശ്രമിച്ചപ്പോൾ അത് അടിയിൽ കുടുങ്ങി കിടക്കുന്നതയാൾ മനസ്സിലാക്കി. അയാൾ നിരാശയോടെ നിലവിളിച്ചു. ''അള്ളായേക്കാൾ കരുത്തുള്ള മറ്റൊരു ശക്തിയില്ല. അയാൾ വീണ്ടും ഒരു കീർത്തനം ചൊല്ലി.

പിന്നെ, വസ്ത്രങ്ങൾ ഊരിവെച്ച് വെള്ളത്തിൽ ഊളിയിട്ടു ചെന്ന് വല പരിശോധിച്ചു. അത് കഷ്ടപ്പെട്ട് വലിച്ച് കരയ്ക്ക് കയറ്റി. വല തുറന്നു നോക്കിയപ്പോൾ, ചെമ്പുകൊണ്ടുള്ള വെള്ളരിക്ക ആകൃതിയിലുള്ള ഒരു 'ഭരണി' കണ്ടെത്തി. 'ഈയം' കൊണ്ടുള്ള ഒരു മൂടി ഉപയോഗിച്ച് അത് ഭദ്രമായി അടച്ചിരിക്കുന്നു; അതിൽ നിറയെ എന്തോ സാധനങ്ങൾ ഉണ്ടെന്ന് വ്യക്തം. വളയം ഉപയോഗിച്ച് സീൽ ചെയ്തിട്ടുണ്ട്. 'ഡേവിഡിന്റെ പുത്രൻ സുലൈമാൻ' എന്ന മുദ്രയും കാണാം! ഇതുകണ്ട് മുക്കുവൻ ആഹ്ലാദത്തോടെ പറഞ്ഞു. ''ഇത് ഞാൻ ചെമ്പ് ബസാറിൽ വിറ്റാൽ പത്ത് സ്വർണ്ണ ദിനാർ എങ്കിലും കിട്ടും.''

അയാൾ അത് കുലുക്കി നോക്കി. ഭയങ്കര ഭാരമുണ്ടെന്നുകണ്ട് തുടർന്നു. ''ദൈവമേ ഇതിനുള്ളിൽ എന്താണാവോ? ഇത് തുറന്ന്, ഉള്ളിൽ എന്താണുള്ളതെന്ന് നോക്കണം. അതെല്ലാം എന്റെ സഞ്ചിയിലിട്ട് ചെമ്പ് ബസാറിൽ കൊണ്ടുപോയി വിൽക്കണം.''

ഒരു കുറ്റിയെടുത്ത് ഭരണിയുടെ മൂടിയിൽ അടിച്ചു കയറ്റി, അത് ഇളക്കി, തുറന്നു. പിന്നെ മൂടിതാഴെ വെച്ച് അതിനുള്ളിലുള്ളത് പുറത്തെടുക്കാനായി ഭരണി കമഴ്ത്തി കുടഞ്ഞു. അതിനുള്ളിൽ അയാൾ ഒന്നും കണ്ടില്ല. അയാൾക്ക് വല്ലാത്ത അതിശയം തോന്നി. എന്നാൽ, അതാ,

ജാറിൽ നിന്ന് പുക പുറത്ത് വരുന്നു; അത് ആകാശത്തേക്കുയർന്നു. ഒരറ്റം ഭൂമിയിലും, മുകൾ അറ്റം ആകാശത്തിലും! അത് മുഴുവൻ ഉയരം പൂർത്തിയായശേഷം, കനത്ത ആ പുക ഘനീഭവിച്ചു പിന്നെ അതൊരു 'ഇഫ്രിട്ട്' ആയി രൂപാന്തരപ്പെട്ടു. ഭയങ്കര തടിയൻ, അവന്റെ ശിരസ്സ് മേഘങ്ങളെ സ്പർശിച്ചിരുന്നു, കാലുകൾ ഭൂമിയിലും. ശിരസ്സ് ഒരു 'കുംഭഗോപുരം പോലുണ്ട്, കൈകൾ മണ്ണ് ഇളകുന്ന പിക്കാസ് പോലെയും, വായ വലിയൊരു ഗുഹപോലെയും; അവന്റെ പല്ലുകൾ വലിയ കല്ലുകൾ പോലെയും കണ്ണുകൾ രണ്ട് ദീപങ്ങൾ പോലെയുമുണ്ട്. കാണാനോ ഒരു ഭീകരജന്തുവും!

ഇഫ്രിട്ടിനെ കണ്ടപ്പോൾ മുക്കുവന്റെ മാംസപേശികൾ കിടന്ന് പിടച്ചു, പല്ലുകൾ കൂട്ടിയിടിച്ചു. തൊണ്ടവരണ്ടു; എന്തു ചെയ്യണമെന്നറിയാതെ അയാൾ സ്തംഭിച്ച് നിന്നു! അപ്പോൾ 'ഇഫ്രിട്ട്' അയാളെ നോക്കി ഉറക്കെ വിളിച്ചു പറഞ്ഞു. "ഒരേ ഒരു ദൈവമേയുള്ളൂ. സുലൈമാനാണ് ദൈവത്തിന്റെ പ്രവാചകൻ." അവൻ തുടർന്നു. "ഓ അള്ളായുടെ 'റസൂൽ' എന്നെ കൊല്ലല്ലെ; ഒരിക്കലും ഞാനിനി അങ്ങയെ വാക്കുകൊണ്ട് നിന്ദിക്കയോ, പ്രവൃത്തികൊണ്ട് പാപവൃത്തി ചെയ്യുകയോ ഇല്ല."

മുക്കുവൻ പറഞ്ഞു "ഓ, 'മരീദ്, 'നീ പറഞ്ഞില്ലേ, സുലൈമാൻ ആണ് അള്ളായുടെ പ്രവാചകൻ എന്ന്; സുലൈമാൻ മരിച്ചിട്ട് ആയിരത്തി എണ്ണൂറ് വർഷമായി. നമ്മൾ ഇപ്പോൾ ലോകാവസാനത്തിന്റെ ഘട്ടത്തിലെത്തി! എന്താണ് നിന്റെ കഥ, നീ ആരാണ്? ഈ ഭരണിക്കകത്ത് നീ വന്നുപെട്ടതിന്റെ കാരണം എന്താണ്?"

മുക്കുവന്റെ ചോദ്യങ്ങൾ കേട്ട് ആ ഭൂതം പറഞ്ഞു "ദൈവം ഒന്നേ ഉള്ളൂ. നല്ല സന്തോഷവാനായിരിക്കൂ, മുക്കുവാ!" "എന്തുകൊണ്ടാണ്. നല്ല സന്തോഷവാനായിരിക്കാൻ നീ എന്നെ അനുഗ്രഹിച്ചത്." അവൻ മറുപടി നൽകി "എന്തുകൊണ്ടെന്നാൽ ഇതേനിമിഷം നിങ്ങൾക്ക് ദുർമരണം സംഭവിക്കേണ്ടതാണ്." "നിന്റെ സ്വർഗ്ഗത്തിൽ നിന്നുള്ള നിഷ്കാസനത്തിന് സ്വയം അർഹിക്കുന്ന വല്ല ചെയ്തികൾ നീ ചെയ്തുകാണും. നീ എന്തിനാണെന്നെ കൊല്ലും എന്ന് പറഞ്ഞത്? മരണം അർഹിക്കുന്ന തരത്തിൽ എന്ത് കാര്യമാണ് ഞാൻ ചെയ്തത്? ഞാൻ നിന്നെ, ഭരണിയിൽ നിന്നും സ്വതന്ത്രനാക്കി, കടലിനടിയിൽ നിന്നും രക്ഷിച്ചു, വരണ്ട കരയിലെത്തിച്ചു ഇല്ലേ?"

'ഇഫ്രിട്ട്' മറുപടി നല്കി. "ഏത് തരം മരണമാണ് നിങ്ങൾക്ക് വേണ്ടത് എന്ന് മാത്രം പറയൂ, നിങ്ങളെ ഏത് രീതിയിലാണ് ഞാൻ കൊല്ലേണ്ടത്?"

മുക്കുവൻ തുടർന്നു "എന്റെ കുറ്റം എന്താണ്, അപ്പോഴല്ലേ ശിക്ഷ വേണ്ടൂ?"

ഇഫ്രിട്ട് പ്രസ്താവിച്ചു "എന്റെ കഥകേൾക്കൂ, ഓ, മുക്കുവാ!"

അയാൾ മറുപടി നല്കി "പറയൂ, ചുരുക്കിപ്പറയണം; കാരണം, എന്റെ പ്രാണവായു നാസാരന്ധ്രങ്ങളിൽ വന്നുനില്ക്കുകയാണ്."

അപ്പോൾ ജിന്നി പറഞ്ഞു "നിങ്ങൾക്കറിയാമോ ഞാൻ നാസ്തികനായ ജിന്നുകളിൽ ഒരാളാണ്, ഡേവീസിന്റെ മകനായ സുലൈമാനോട് ഞാൻ തെറ്റു ചെയ്തു; ഞാനും, പ്രശസ്തനായ സക്കർ അൽ ജിന്നിയും കൂടിയാണാ പാപകർമ്മം ചെയ്തത്. അപ്പോൾ, പ്രവാചകൻ തന്റെ മന്ത്രി

'അസഫി'നെ (ബർഖിയായുടെ മകൻ) എന്നെ പിടികൂടാനായി വിട്ടു. ഈ മന്ത്രി എന്നെ ബലമായി പിടിച്ചു കെട്ടി അദ്ദേഹത്തിന്റെ അടുത്തേക്ക് കൊണ്ടുപോയി, അദ്ദേഹത്തിന് മുന്നിൽ, ഒരു ഹർജിക്കാരനെപ്പോലെ കുനിച്ച് നിർത്തി. സുലൈമാൻ എന്നെ കണ്ടപ്പോൾ, അള്ളായെ ശരണം പ്രാപിക്കാനും യഥാർത്ഥ വിശ്വാസപ്രമാണങ്ങൾ സ്വീകരിക്കാനും 'അവന്റെ' ആജ്ഞകൾ അനുസരിക്കാനും പറഞ്ഞു. എന്നാൽ ഞാൻ നിരസിച്ചു. അപ്പോൾ അദ്ദേഹം ഈ ഭരണിയിൽ എന്നെ അകത്താക്കി, മൂടിവെച്ച് ഭദ്രമായി അടച്ചു. 'ഈയം' കൊണ്ടുള്ള അടപ്പിൽ അള്ളാവിന്റെ പേരിൽ മുദ്രവെച്ചു; എന്നിട്ട്, ഒരു ജിന്നിനെ വിളിച്ച് എന്നെ സമുദ്രത്തിന് നടുവിൽ നിക്ഷേപിക്കാൻ ഉത്തരവിട്ടു. അവിടെ ഞാൻ നൂറ് കൊല്ലം കിടന്നു. ആ സമയത്ത് ഞാൻ മനസ്സിൽ പറഞ്ഞു "എന്നെ ആരാണോ സ്വതന്ത്രനാക്കുന്നത് അവനെ ഞാൻ വൻ ധനികനാക്കും."എന്നാൽ ഒരു നൂറ്റാണ്ട് കഴിഞ്ഞിട്ടും ആരും എന്നെ സ്വതന്ത്രനാക്കിയില്ല. അപ്പോൾ ഞാൻ രണ്ടാമതൊരു ശപഥം ചെയ്തു "എന്നെ ആര് സ്വതന്ത്രനാക്കുമോ അവന് ഭൂമിയിലെ എല്ലാ നിധികളും ഞാൻ തുറന്ന് കൊടുക്കും."

എന്നിട്ടും, ആരും എന്നെ സ്വതന്ത്രനാക്കിയില്ല. അപ്പോഴേക്കും നാനൂറ് വർഷങ്ങൾ കടന്നുപോയി. അപ്പോൾ ഞാൻ പറഞ്ഞു "ആരാണ് എന്നെ തുറന്നു വിടുന്നത് അവന് തന്റെ മൂന്ന് ആഗ്രഹങ്ങൾ ഞാൻ സാധിപ്പിച്ചു കൊടുക്കും."

എന്നിട്ടും ആരും എന്നെ തുറന്നുവിടാൻ എത്തിയില്ല. അതിനുശേഷം ഭയങ്കര കോപത്തോടെ ഞാൻ സ്വയം പറഞ്ഞു." ഇതിനുശേഷം, എന്നെ സ്വതന്ത്രനാക്കുന്നവനെ ഞാൻ വധിക്കും. ഏത് രീതിയിലുള്ള മരണം വേണമെങ്കിലും അവന് തെരഞ്ഞെടുക്കാം. ഇപ്പോൾ നിങ്ങൾ എന്നെ സ്വതന്ത്രനാക്കിയിരിക്കുന്നു. നിനക്ക് ഏത് രീതിയിലുള്ള മരണം തെരഞ്ഞെടുക്കാനുമുള്ള സ്വാതന്ത്ര്യമുണ്ട്."

'ഇഫ്രീട്ടി'ന്റെ വാക്കുകൾ കേട്ട് മുക്കുവൻ പറഞ്ഞു "ഓ, അള്ളാ! നിന്നെ രക്ഷിക്കാൻ വേണ്ടിയല്ല ഞാനീ ദിവസങ്ങളിൽ വലവീശിയിരുന്നത്! അള്ളാ നിന്റെ ജീവൻ നിനക്ക് വിട്ടുതന്നതുപോലെ എന്റെ ജീവൻ വിട്ടുതരൂ; നിന്നെ അള്ളാ കൊല്ലാതിരുന്നതുപോലെ എന്നെയും കൊല്ലരുത്."

പിടിവാശിക്കാരനായ ആ ഭൂതം മറുപടി നല്കി. ഒരു രക്ഷയുമില്ല; നീ മരിക്കണം; 'വരം' നല്കിയതനുസരിച്ച് ഏത് രീതിയിലുള്ള മരണമാണ് തിരഞ്ഞെടുക്കുന്നതെന്ന് എന്നോട് പറയൂ."

എന്നിട്ടും മുക്കുവൻ 'ഇഫ്രീട്ടി' നോട് പറഞ്ഞു. "നിന്നെ സ്വതന്ത്രനാക്കിയതിന്റെ പേരിൽ, ഉദാരമായ ഒരു പ്രതിഫലമായി എന്നെ മരണത്തിൽ നിന്ന് ഒഴിവാക്കുക."

"തീർച്ചയായും, ആ ശപഥമില്ലായിരുന്നെങ്കിൽ നിന്നെ ഞാൻ കൊല്ലുമായിരുന്നില്ല."

"ഓ, 'ഇഫ്രീട്ട്'മാരുടെ മേധാവി," മുക്കുവൻ പറഞ്ഞു. "ഞാൻ നിനക്ക് നന്മ ചെയ്തു, നീ എനിക്ക് തിന്മയും!"

'ഇഫ്രീട്ട്' മറുപടി നല്കി. "വെറുതെ സംസാരിച്ച് സമയം കളയേണ്ട. എനിക്ക് നിന്നെ കൊല്ലണം."

അപ്പോൾ മുക്കുവൻ ആത്മഗതമായി പറഞ്ഞു."ഇതൊരു ജിന്നിയാണ്; ഞാനാണെങ്കിൽ അല്പം ബുദ്ധിയും കൗശലവും അള്ളാ കണ്ടറിഞ്ഞ് നല്കിയിട്ടുള്ള ഒരു മനുഷ്യജീവിയും. അതുകൊണ്ട് ഞാൻ ബുദ്ധിയും കൗശലവും ഉപയോഗിച്ച് ഇവന്റെ നാശത്തിനായി വല വീശണം. അവന് ദ്രോഹചിന്തയും തലതിരിഞ്ഞ മാർഗ്ഗവും മാത്രമേയുള്ളൂ."

മുക്കുവൻ 'ഇഫ്രീട്ടി'നോട് ചോദിച്ചു "നീ എന്നെ കൊല്ലാൻ തീർച്ചയായും ഉറപ്പിച്ചോ?"

"തീർച്ചയായും" അയാൾ ഉറക്കെപ്പറഞ്ഞു.

"ഏറ്റവും മഹത്തായവന്റെ പേരിൽ ആ മൂടിയിൽ മുദ്രവച്ച ഡേവിന്റെ മകൻ. സുലൈമാന്റെ പേരിൽ ഞാൻ ചില ചോദ്യങ്ങൾ ചോദിച്ചാൽ നീ ശരിയായ ഉത്തരം തരുമോ?"

'ഇഫ്രീട്ട്' മറുപടി നല്കി. "ഉവ്വ്." എന്നാൽ, ഏറ്റവും മഹത്തായ ആ നാമം സൂചിപ്പിക്കപ്പെട്ടപ്പോൾ അവൻ വിഷമിച്ച് വിറക്കാൻ തുടങ്ങി. "ചോദിച്ചോളൂ, പക്ഷേ ചുരുക്കിപറയണം."

മുക്കുവൻ ചോദിച്ചു "നിങ്ങളുടെ കൈപോലും കടത്താൽ പറ്റാത്ത ഭരണിയിൽ എങ്ങനെയാണ് നിങ്ങൾ കടന്നത്; ഇല്ല, നിങ്ങളുടെ കാല് പോലും അതിലേക്ക് കടത്താനാവില്ല. പിന്നെയെങ്ങനെ നിങ്ങളുടെ ശരീരം മുഴുവൻ അതിനകത്ത് കയറ്റി?"

'ഇഫ്രീട്ട്' മറുപടി നല്കി "എന്ത്! ഞാനതിനുള്ളിലായിരുന്നെന്ന് വിശ്വസിക്കുന്നില്ലേ?"

മുക്കുവൻ വീണ്ടും പറഞ്ഞു "ഇല്ല! സ്വന്തം കണ്ണുകൾകൊണ്ട് നിന്നെ അതിന്നകത്ത് ഇരിക്കുന്നതായി കാണുന്നതുവരെ ഞാനതൊരിക്കലും വിശ്വസിക്കില്ല."- അപ്പോഴേക്കും നേരം പുലരാറാകുന്നതുകണ്ട് ഷാഹ്ര സാദ്, അവൾക്കനുവദിച്ച സംസാരം നിർത്തി.

നാലാം രാവ്

അനിയത്തി ചേച്ചിയോട് പറഞ്ഞു "ദയവായി ആ കഥ മുഴുവൻ ഞങ്ങൾക്ക് പറഞ്ഞുതരൂ. നീ ഉറങ്ങല്ലെ!"

അങ്ങനെ അവൾ തുടർന്നു: "ഓ, മഹാനായ രാജാവേ, അപ്പോൾ മുക്കുവൻ 'ഇഫ്രീട്ടി'നോട് പറഞ്ഞു "നീ അതിനുള്ളിൽ കയറുന്നത് സ്വന്തം കണ്ണുകൊണ്ട് കാണുന്നതുവരെ നീ പറഞ്ഞതൊരിക്കലും വിശ്വസിക്കില്ല."

ആ ഭൂതം ശരീരമൊന്ന് വിറപ്പിച്ചു. പിന്നെ അത് ആവിയായി മാറി, ജാറിലേക്ക് കുറെശ്ശെയായി കടന്നു; ഒടുവിൽ മുഴുവനും അതിന്നകത്തായി! മുക്കുവൻ ധൃതിയിൽ ആ ഈയം മൂടിയെടുത്ത് ജാറിന്റെ വായ അമർത്തി അടച്ചു; എന്നിട്ട് 'ഇഫ്രീട്ടി'നെ വിളിച്ചു, പറഞ്ഞു. "വരം അനുസരിച്ച് നിനക്ക് ഏത് വിധത്തിലുള്ള വരമാണ് വേണ്ടതെന്ന് ഞാൻ നിന്നോട് ചോദിക്കുന്നു! അള്ളായാണേ ഞാനിപ്പോൾ നിന്നെ കടലിലേക്ക് എറിഞ്ഞുകളയും. പിന്നെ ഞാനിവിടെ ഒരു വീട് ഉണ്ടാക്കും; ഇവിടെ വരുന്നവരോടെല്ലാം ഇവിടന്ന് മീൻ പിടിക്കരുതെന്ന് താക്കീത് കൊടുക്കും. ഈ വെള്ളത്തിൽ ഒരു 'ഇഫ്രീട്ട്' വസിക്കുന്നുണ്ടെന്നും,

അവനെ രക്ഷിക്കുന്നവന് മരണശിക്ഷ നല്കലാണവന്റെ ശൈലി എന്നും ഞാൻ പറയും."

മുക്കുവൻ ഇത് പറയുന്നത് കേട്ടപ്പോൾ ആണ് താൻ അപകടാവസ്ഥ യിലാണെന്ന് അവന് മനസ്സിലായത്; അവൻ രക്ഷപ്പെടാൻ ശ്രമിച്ചു, എന്നാൽ സോളമന്റെ സീൽ അവനെ അതിനുള്ളിൽ തടഞ്ഞുനിർത്തി. മുക്കുവൻ തന്നെ വഞ്ചിച്ചെന്ന് അവന് മനസ്സിലായി. വിഡ്ഢിയാക്കപ്പെട്ട അവൻ വളരെ താഴ്മയോടെ പറയാൻ തുടങ്ങി, "ഞാൻ നിന്നോട് തമാശ പറഞ്ഞതല്ലേ." എന്നാൽ, മുക്കുവൻ മറുപടി നല്കി "നീ നുണ പറ യുന്നു, ഏറ്റവും ദുഷ്ടനായ 'ഇഫ്രീട്ട്'; നീ വൃത്തികെട്ടവനും നീചനു മാണ്!" അയാൾ കുപ്പിയുമെടുത്ത് കടലിലേക്ക് നടന്നു.

ഇഫ്രീട്ട് വിളിച്ചുപറഞ്ഞു" അരുത്! അരുത്! ആയ്! ആയ്!"

അപ്പോൾ ആ ഭൂതം ശബ്ദം മൃദുവാക്കി, സ്വയം താഴ്ന്ന്, ശാന്തമായി സംസാരിച്ചു.

"നിങ്ങൾ എന്നെ എന്താണ് ചെയ്യാൻ പോകുന്നത്, ഓ, മുക്കുവാ?"

"ഞാൻ നിന്നെ തിരിച്ച് കടലിലേക്കെറിയും."

അയാൾ മറുപടി നൽകി. "അവിടെ നീ ആയിരത്തി എണ്ണൂറ് വർഷം കിടക്കും; വിധിന്യായ വിസ്താര ദിനം വരെ' നിനക്കവിടെ കിടക്കേണ്ടി വരും. ഞാൻ നിന്നോട് പറഞ്ഞില്ലേ- എന്നെ വിട്ടാൽ അള്ളാ നിന്നെയും വിടും; എന്നെ കൊല്ലാതെ വിട്ടാൽ അള്ളാ നിന്നെയും കൊല്ലാതെ വിടും എന്ന്. എന്നിട്ടും നീ, എന്റെ വിനീതാഭ്യർത്ഥന തിരസ്കരിച്ചു; അള്ളാ ഇപ്പോൾ നിന്നെ എന്റെ കൈയിൽ എത്തിച്ചിരിക്കുന്നു. ഞാൻ നിന്നേ ക്കാൾ കൂടുതൽ സൂത്രശാലിയാണെന്ന് മനസ്സിലാക്കിക്കോളൂ."

"എന്നെ തുറന്നു വിടൂ, നിനക്ക് ഞാൻ സമ്പത്തും സൗഭാഗ്യവും നല് കാം."

"നീ നുണയനാണ്, ശപിക്കപ്പെട്ടവൻ. നീയും ഞാനും ആയുള്ള 'കേസ്', യൂനാൻ രാജാവിന്റെ മന്ത്രിയും, യോഗി 'ദുലാനും' പോലുള്ള താണ്."

"ആരാണ് യൂനാൻ രാജാവിന്റെ മന്ത്രിയും ഈ യോഗി 'ദുലാനും'. അവരുടെ കഥ എന്താണ്? 'ഇഫ്രീട്ട്' ചോദിച്ചു. അപ്പോൾ മുക്കുവൻ ആ കഥ പറയാൻ തുടങ്ങി.

മന്ത്രിയുടെയും യോഗി ദുബാന്റെയും കഥ

വണ്ടു പണ്ട്, വളരെക്കാലം മുമ്പ് 'റെനമി'ലെ 'ഫാർസ്' നഗരം ഭരിച്ചി രുന്നത് യൂനാൻ എന്നൊരു രാജാവായിരുന്നെന്ന് നിങ്ങൾക്കറിയാമോ, ഇഫ്രീട്ട്? അദ്ദേഹം ശക്തനും സമ്പന്നനുമായൊരു ഭരണാധിപനായിരുന്നു. വൻ സൈന്യവും രക്ഷാഭടന്മാരും ഉണ്ടായിരുന്നു അദ്ദേഹത്തിന്. എല്ലാ രാജ്യങ്ങളുമായി അദ്ദേഹം സഖ്യത്തിലേർപ്പെട്ടു. എന്നാൽ, ഒരു കുഷ്ഠ രോഗിയായ ആ രാജാവിനെ ചികിത്സിച്ച് ഭേദമാക്കാൻ ഒരു വൈദ്യ ശാസ്ത്രത്തിനും കഴിഞ്ഞില്ല. അദ്ദേഹം കഷായങ്ങൾ കുടിച്ചു, പൊടി കൾ കഴിച്ചു, പക്ഷേ, യാതൊരുവിധ ആശ്വാസവും ലഭിച്ചില്ല. വൈദ്യ സംഘത്തിന് നിസ്സഹായരായി നോക്കി നില്ക്കാനേ കഴിഞ്ഞുള്ളൂ.

ഒടുവിൽ മനുഷ്യരോഗങ്ങൾ മാറ്റിക്കൊടുക്കുന്ന മഹാനായൊരു വ്യക്തി ആ നഗരത്തിലേക്ക് വന്നു; ദുബാൻ എന്നാണദ്ദേഹത്തിന്റെ പേര്. ഇദ്ദേഹം വലിയ വായനക്കാരനാണ്. ഗ്രീക്ക്, പെർഷ്യൻ, റോമൻ, അറേബ്യൻ, സിറിയൻ എന്നീ ഭാഷകളിലെ ധാരാളം പുസ്തകങ്ങൾ അദ്ദേഹം വായിച്ചിട്ടുണ്ട്. 'എസ്ട്രോണമി'യിലും 'ലീച്ച് ക്രാഫ്ട്ടി'ലും വിദഗ്ധനായിരുന്നു അദ്ദേഹം, തിയറിനിലും പ്രാക്ടിക്കലിലും ഒരുപോലെ വിദഗ്ധൻ! ശരീരത്തിൽ ഉണ്ടാകുന്ന രോഗങ്ങൾ എല്ലാം ചികിത്സിച്ച് ഭേദമാക്കുന്നതിൽ നല്ല അനുഭവജ്ഞാനം അയാൾ നേടിയിട്ടുണ്ട്. ഓരോ ചെടിയുടെയും, പുല്ലിന്റെയും, ഔഷധച്ചെടിയുടെയും ഗുണങ്ങളും ദോഷങ്ങളും അയാൾക്ക് നല്ല ജ്ഞാനമാണ്. 'ഫിലോസഫി'യിലും അയാൾ സമർത്ഥനാണ്. വൈദ്യശാസ്ത്രവും മറ്റ് വിജ്ഞാനവും വിദഗ്ധമായ രീതിയിൽ മിശ്രണം ചെയ്യാനയാൾക്ക് കഴിയും. ഈ വൈദ്യൻ കുറച്ചു നാൾ ആ നഗരത്തിൽ തങ്ങി. മുമ്പെത്തന്നെ അയാൾ രാജാവിന്റെ രോഗത്തെ കുറിച്ചും, അള്ളായുടെ ശിക്ഷയായി കുഷ്ഠരോഗത്തിലൂടെ രാജാവ് അനുഭവിക്കുന്ന നരകയാതനകളെ കുറിച്ചും അറിഞ്ഞിരുന്നു. എല്ലാ വൈദ്യന്മാരും ബുദ്ധിമാന്മാരും അദ്ദേഹത്തെ ചികിത്സിച്ച് സുഖപ്പെടുത്തുന്നതിൽ പരാജയപ്പെട്ട വിവരവും അയാൾക്കറിയാമായിരുന്നു.

ഇതിനെക്കുറിച്ചയാൾ രാത്രിമുഴുവൻ അഗാധമായി ചിന്തിച്ചു. നേരം പുലർന്നപ്പോൾ, തന്റെ ഏറ്റവും നല്ല വസ്ത്രങ്ങൾ ധരിച്ച് യൂനാൻ രാജാവിന്റെ അടുത്തേക്ക് പോയി. അദ്ദേഹത്തിന്റെ മുന്നിലെ തറയിൽ ചുംബിച്ചു. പിന്നെ, അദ്ദേഹത്തിന്റെ ശാശ്വതമായ കീർത്തിക്കും അഭിവൃദ്ധിക്കും വേണ്ടി ഏറ്റവും ഭംഗിയായ ഭാഷയിൽ പ്രാർത്ഥിച്ചു.

അയാൾ രാജാവിനോട് പറഞ്ഞു. "ഓ, രാജാവേ, അങ്ങേക്ക് വന്നുപെട്ട അസുഖത്തെക്കുറിച്ചും, വൈദ്യസംഘത്തിനത് ചികിത്സിച്ച് മാറ്റാൻ കഴിയാത്തതിനെ കുറിച്ചും ഞാൻ അറിയാനിടയായി. നോക്കൂ! എനിക്ക് അങ്ങയെ സുഖപ്പെടുത്താൻ കഴിയും. രാജാവേ, അങ്ങയെക്കൊണ്ട് മരുന്ന് കഴിപ്പിക്കയോ, കുഴമ്പ് പുരട്ടിക്കയോ ഞാൻ ചെയ്യില്ല."

യൂനാൻ രാജാവ് ഇതുകേട്ട് വല്ലാതെ ആശ്ചര്യപ്പെട്ടുപോയി!

"നിങ്ങൾ എങ്ങനെയാണത് ചെയ്യുന്നത്? നിങ്ങൾക്കത് ചെയ്യാൻ കഴിയുമെങ്കിൽ, അള്ളായാണേ ഞാൻ നിങ്ങളുടെ സന്തതി പരമ്പരകളെപ്പോലും സമ്പന്നരാക്കും, നിങ്ങൾക്ക് വിലയേറിയ സമ്മാനങ്ങൾ നല്കും, നിങ്ങൾക്ക് ഇഷ്ടമുള്ളതെന്തും തരും, നിങ്ങൾ എന്റെ ഉറ്റ സുഹൃത്തായി കരുതും." രാജാവ് അയാളെ ബഹുമാനാർത്ഥം പൊന്നാട അണിയിച്ചു. പിന്നെ ആദരവോടെ ചോദിച്ചു. "മരുന്നും കുഴമ്പുമൊന്നുമില്ലാതെ നിങ്ങൾക്കെന്നെ തീർച്ചയായും സുഖപ്പെടുത്താൻ കഴിയുമോ?"

"ഉവ്വ്!" യാതൊരു വേദനയോ, മരുന്നിന്റെ ശല്യമോ ഇല്ലാതെ ഞാൻ സുഖപ്പെടുത്താം."

രാജാവ് വല്ലാത്ത വിസ്മയത്തോടെ പറഞ്ഞു. "ഓ, വൈദ്യരെ, നിങ്ങൾ ഈ പറയുന്ന ചികിത്സ എപ്പോഴാണ് നടത്തുക? എത്ര ദിവസത്തിനുള്ളിൽ സുഖംപ്രാപിക്കും? വേഗം വേണേ!" അയാൾ മറുപടി പറഞ്ഞു. "അങ്ങ് പറഞ്ഞത് ഞാൻ കേട്ടു, അപ്രകാരം ഞാൻ അനുസരിക്കുന്നു; നാളെ മുതൽ ചികിത്സ തുടങ്ങും."

അപ്രകാരം പറഞ്ഞ് അയാൾ രാജാവിനോട് വിടവാങ്ങി. മരുന്നുകളും സൗരഭ്യമുള്ള മരുന്നു ചെടികളുടെ വേരുകളും പുസ്തകങ്ങളും മറ്റും നന്നായി ഒരുക്കിവെക്കാൻ വേണ്ടി അയാൾ നഗരത്തിൽ ഒരു വീട് വാടകക്കെടുത്തു. പിന്നെ അനുയോജ്യമായ മരുന്നുകളും ഒറ്റമൂലികളും എടുത്ത് പൊള്ളയായൊരു 'ബേറ്റി'ൽ നിറച്ചു, പുറമേക്ക് നീണ്ടു നില്ക്കുന്ന ഒരു പിടിയും അതിന് ഉണ്ടാക്കി. ഒരു പന്തും ഉണ്ടാക്കി. നല്ല കലാപരമായാണ് രണ്ടും തയ്യാറാക്കപ്പെട്ടത്. പിറ്റേന്ന് രണ്ടും തയ്യാറായപ്പോൾ, അയാൾ രാജാവിന്റെ അടുക്കലേക്ക് ചെന്ന്, മുന്നിലെ നിലം ചുംബിച്ചു, അദ്ദേഹത്തോട് പരേഡ് മൈതാനത്തേക്ക് കുതിരപ്പുറത്ത് വന്ന് 'പോളോ'കളിക്കാനാവശ്യപ്പെട്ടു. രാജാവിനോടൊപ്പം പ്രഭുക്കന്മാരും മന്ത്രിമാരും, ഉന്നത ഉദ്യോഗസ്ഥന്മാരും ഉണ്ടായിരുന്നു. അദ്ദേഹം അങ്ങനെ കുതിരപ്പുറത്തിരിക്കവെ, യോഗി ദൂബാൻ രാജാവിന്നരികിലേക്ക് വന്ന് അദ്ദേഹത്തിന് 'ബേറ്റ്' നല്കി. "ഈ 'ബേറ്റ്' ഞാൻ പിടിച്ചിട്ടുള്ളതുപോലെ മുറുക്കി പിടിക്കൂ; അതുപോലെത്തന്നെ! ഇനി മൈതാനത്തിലേക്ക് കുതിരയെ ഓടിച്ചു ചെന്ന് കുതിരയിൽ, ഞാന്നു കിടന്നു, ബോൾ അടിക്കുക. അങ്ങയുടെ ഉള്ളം കൈയും ശരീരവും വിയർത്ത് നനയുന്നതുവരെ കളി തുടരണം. അപ്പോൾ മരുന്ന് അങ്ങയുടെ ഉള്ളംകൈയിലൂടെ ഉള്ളിലേക്ക് തുളച്ച് കയറും, അങ്ങയുടെ ശരീരം മുഴുവൻ അത് വ്യാപിക്കും. അങ്ങ് കളികഴിഞ്ഞ്, മരുന്നിന്റെ ഫലം അനുഭവിച്ചാൽ, കൊട്ടാരത്തിലേക്ക് തിരിച്ചുപോകുക, എന്നിട്ട് കുളിമുറിയിൽപ്പോയി നന്നായി കുളിച്ച് ദേഹശുദ്ധി വരുത്തുക. പിന്നെ സുഖമായി ഉറങ്ങൂ. അപ്പോൾ അങ്ങേക്ക് സുഖം തോന്നും. ഇപ്പോൾ സമാധാനത്തോടെ ഇരിക്കൂ."

അതിനുശേഷം യൂനാൻ രാജാവ് യോഗിയിൽ നിന്നും ബേറ്റ് വാങ്ങിച്ച്, അത് മുറുക്കിപ്പിടിച്ചു. പിന്നെ, കുതിരപ്പുറത്തേറി, പന്ത് അടിച്ചുകൊണ്ട് മുന്നോട്ട് കുതിച്ചു, പന്തിനു പിന്നാലെ അദ്ദേഹം പാഞ്ഞുകൊണ്ടിരുന്നു. 'ബേറ്റി'ന്റെ പിടിയിൽ മുറുക്കിപ്പിടിച്ച്, അദ്ദേഹം സർവ്വശക്തിയുമെടുത്ത് അടിച്ചു. ഉള്ളംകൈയും ശരീരവും വിയർത്ത്കുളിക്കുന്നതുവരെ അദ്ദേഹം കളി നിർത്തിയില്ല; ആ മരപ്പടിയിൽനിന്ന് ഔഷധം ശരീരത്തിലേക്ക് അപ്പോൾ സംക്രമിച്ചുകൊണ്ടിരുന്നു. ഔഷധം ശരീരത്തിലേക്ക് കടന്നിട്ടുണ്ടെന്ന് മനസ്സിലാക്കിയ യോഗി യൂനാൻ രാജാവിനോട് കൊട്ടാരത്തിലേക്ക് തിരിച്ചു പൊയ്ക്കൊള്ളുവാൻ പറഞ്ഞു, വേഗം കുളിമുറിയിൽ പോയി കുളിക്കാനും. ഉടനെ രാജാവ് തിരിച്ചുപോയി കുളിമുറി തയ്യാറാക്കിവെക്കാൻ ഉത്തരവ് നല്കി. അവർ അപ്രകാരം ചെയ്തു. കാർപ്പെറ്റ് വിരിക്കുന്നവർ പരക്കം പാഞ്ഞു. അടിമകൾ ധൃതിപിടിച്ച് രാജാവിന്റെ ഉടയാടകൾ ഒരുക്കിവെക്കാനായി ഓടി. അദ്ദേഹം കുളിമുറിയിൽകയറി സുഖമായി, ദീർഘമായൊരു കുളി കുളിച്ച്, ദേഹശുദ്ധിവരുത്തി. പിന്നെ, വസ്ത്രം ധരിച്ച്, കുതിരപ്പുറത്തേറി കൊട്ടാരത്തിലെത്തി. സുഖമായി കിടന്നുറങ്ങി. ഇതാണ് യൂനാൻ രാജാവിനെക്കുറിച്ച് പറയാനുള്ളത്. എന്നാൽ ദുബാൻ യോഗിയാവട്ടെ, വീട്ടിലേക്ക് മടങ്ങി. പതിവ്പോലെ കിടന്നുറങ്ങി. നേരംപുലർന്നപ്പോൾ, കൊട്ടാരത്തിലെത്തി, കച്ചേരിയിൽ ഹാജരായി. രാജാവിന്റെ മുന്നിൽ വന്ന് നിലത്ത് ചുംബിച്ചശേഷം

അദ്ദേഹത്തെ പ്രശംസിച്ചുകൊണ്ടൊരു ഗാനം ആദരവോടെ ഈണത്തിൽ ആലപിച്ചു.

യോഗി പാട്ട് നിർത്തിയപ്പോൾ രാജാവ് എഴുന്നേറ്റുനിന്ന് അയാളുടെ കഴുത്തിൽ ചുറ്റിപ്പിടിച്ചു. പിന്നെ, തന്റെ അടുത്ത് പിടിച്ചിരുത്തി മനോഹരമായ ഉടുപ്പുകൾ നല്കി ആദരിച്ചു. കാരണം, തലേന്ന് രാജാവ് കുളി കഴിഞ്ഞ് പുറത്തുവന്നപ്പോൾ കുഷ്ഠരോഗത്തിന്റെ യാതൊരു ലക്ഷണവും ശരീരത്തിലില്ലെന്നു കണ്ട് അദ്ദേഹം വളരെയേറെ സന്തോഷിച്ചു. പത്മം ശുദ്ധ വെള്ളം പോലെ തിളങ്ങുന്നു! ആഹ്ലാദത്തോടെ അദ്ദേഹത്തിന്റെ നെഞ്ച് വിടർന്നു!

പതിവുപോലെ രാജാവ് കച്ചേരി ഹാളിൽ എഴുന്നള്ളിയപ്പോൾ പ്രഭുക്കന്മാരും മന്ത്രിമാരും ഉന്നതഉദ്യോഗസ്ഥരും അവിടെ സന്നിഹിതരായിരുന്നു. അവരോടൊപ്പം യോഗി ദുബാനും ഉണ്ടായിരുന്നു. യോഗിയെ കണ്ടപ്പോൾ രാജാവ് ആദരവോടെ എഴുന്നേറ്റ്, അയാളെ തന്റെ അരികിൽ ഇരിക്കാനായി ആവശ്യപ്പെട്ടു. പിന്നെ രുചികരമായി പാകം ചെയ്യപ്പെട്ട ഭക്ഷണപദാർത്ഥങ്ങൾ തളികകളിൽ നല്കപ്പെട്ടു. രാജാവും വൈദ്യനും അടുത്തടുത്തിരുന്ന് ഭക്ഷണം കഴിച്ചു. ദിവസം മുഴുവൻ ഒന്നിച്ചാണ് ഇരുന്നത്. അതിനും പുറമെ, വൈകുന്നേരമായപ്പോൾ രാജാവ് വൈദ്യൻ ദുബാന് രണ്ടായിരം സ്വർണ്ണനാണയങ്ങൾ, ബഹുമതി സൂചകമായ ഉടുപ്പുകൾ, ധാരാളം സമ്മാനങ്ങൾ എന്നിവ നല്കി, സ്വന്തം കുതിരപ്പുറത്ത് വീട്ടിലേക്ക് പറഞ്ഞയച്ചു.

യോഗി പോയിക്കഴിഞ്ഞപ്പോൾ യൂനാൻ രാജാവ് വീണ്ടും അയാളുടെ കഴിവിനെക്കുറിച്ച് അദ്ഭുതം പ്രകടിപ്പിച്ചു. അദ്ദേഹം പറഞ്ഞു "കഷായമോ, കുഴമ്പോ ഒന്നും ഉപയോഗിക്കാതെ ഈ മനുഷ്യൻ എന്നെ ചികിത്സിച്ചു. അള്ളായാണേ, തീർച്ചയായും ഇത് തികഞ്ഞ വൈദഗ്ധ്യം തന്നെയാണ്! ബഹുമതികളും പാരിതോഷികങ്ങളും നല്കി അയാളെ എനിക്ക് ആദരിക്കാതിരിക്കാനാകില്ല, ഇനിയുള്ളകാലം മുഴുവൻ അയാൾ എന്റെ സന്തതസഹചാരിയും സുഹൃത്തും ആയിരിക്കും."

അങ്ങനെ യൂനാൻ രാജാവ് അതിയായ ആഹ്ലാദത്തിലും ആനന്ദത്തിലും ആറാടി രാത്രി കഴിച്ചു. കാരണം, അത്ര മാരകമായ രോഗവും, മനോവ്യഥയുമായിരുന്നല്ലോ അദ്ദേഹം അനുഭവിച്ചുകൊണ്ടിരുന്നത്. പിറ്റേന്ന് രാവിലെ അദ്ദേഹം ഹാളിലെത്തി സിംഹാസനത്തിൽ ആസനസ്ഥനായപ്പോൾ, പ്രഭുക്കന്മാരും, മന്ത്രിമാരും, ഉന്നതഉദ്യോഗസ്ഥന്മാരും പതിവനുസരിച്ച് അവരവരുടെ സീറ്റുകളിൽ ഇരുന്നു. അപ്പോൾ രാജാവ് ദുബാൻ യോഗിയെ വിളിച്ചു. അയാൾ വന്ന് അദ്ദേഹത്തിന്റെ മുന്നിലെ നിലത്ത് ചുംബിച്ചു. രാജാവ് എഴുന്നേറ്റ് അയാളെ അഭിവാദ്യം ചെയ്ത് തന്റെ തൊട്ടടുത്ത സീറ്റിൽ ഇരുത്തി ഒപ്പം ഭക്ഷണം കഴിച്ച്, ദീർഘായുസ്സ് നേർന്നു. അതിനും പുറമെ നല്ല വസ്ത്രങ്ങളും സമ്മാനങ്ങളും നല്കി. അവർ രാത്രിവരെ തുടർച്ചയായി സംസാരിച്ചുകൊണ്ടിരുന്നു. പിന്നെ, ശമ്പളമായി ആയിരംദിനാറും അഞ്ച് വസ്ത്രങ്ങളും നല്കുവാൻ രാജാവ് ഉത്തരവ് ഇറക്കി. രാജാവിനോട് അകംനിറഞ്ഞ നന്ദിയോടെ വൈദ്യൻ സ്വന്തം വീട്ടിലേക്ക് തിരിച്ചുപോയി.

പിറ്റേന്നുരാവിലെ നേരം പുലർന്നശേഷം പതിവുപോലെ രാജാവ് സമ്മേളനഹാളിലെത്തി. മന്ത്രിമാരും പ്രഭുക്കന്മാരും ഉന്നതാധികാരികളും അവരവരുടെ സ്ഥാനങ്ങളിൽ രാജാവിന്റെ ഇടതും വലതും ഭാഗങ്ങളിലായി ഇരുന്നു.

രാജാവിന്റെ മുഖ്യമന്ത്രി ഒരു അപശകുനം പിടിച്ച, നീചനും, സ്വാർത്ഥിയും, സങ്കുചിതമനസ്കനും അസൂയാലുവും ദുഷിച്ച മനസ്സുള്ളവനുമായിരുന്നു. തന്റെ വൈദ്യനെ രാജാവ് അടുത്ത് വിളിച്ചിരുത്തി ഇത്രയും സമ്മാനങ്ങൾ നല്കുന്നത് കണ്ട് അയാൾക്ക് ഭയങ്കര അസൂയ തോന്നി. വൈദ്യനെ ദ്രോഹിക്കാൻ മനസാ പദ്ധതിയിട്ടു. അയാൾ പറഞ്ഞു "അസൂയ എല്ലാവരിലും പതുങ്ങിയിരിക്കുന്നുണ്ട്; ദ്രോഹം എല്ലാ ഹൃദയത്തിലും ഒളിഞ്ഞുകിടപ്പുണ്ട്: അധികാരം അത് വെളിപ്പെടുത്തുന്നു. ദൗർബല്യം അത് ഒളിച്ചുവെക്കുന്നു."

അപ്പോൾ മന്ത്രി മുന്നോട്ടു വന്ന് രാജാവിന്റെ മുന്നിലെ തറയിൽ ചുംബിച്ച്, പറഞ്ഞു " മഹാരാജാവേ, അങ്ങയുടെ കാരുണ്യത്തിലാണ് ഞാൻ വളർന്നു വലുതായത്. എനിക്കങ്ങയോട് ഗുരുതരമായൊരു ഉപദേശം നല്കാനുണ്ട്. അക്കാര്യം പറയാതിരുന്നാൽ ഞാൻ ഒരു 'ജാരസന്തതി'യാണെന്ന് പറയാം! അങ്ങ് അനുവദിച്ചാൽ ഞാൻ അക്കാര്യം തുറന്നു പറയാം."

മന്ത്രിയുടെ വാക്കുകൾ കേട്ട് വിഷമിച്ച രാജാവ് ചോദിച്ചു. "എന്താണ് നിങ്ങളുടെ ഉപദേശം?'

"ഓ, മഹാനായ രാജാവേ, പണ്ടത്തെ വിവേകശാലികൾ പറഞ്ഞിട്ടുണ്ട്-ഒരാളുടെ വിശ്വസ്തതയിൽ ഉറപ്പില്ലെങ്കിൽ, അയാളെ വിശ്വാസത്തിലെടുക്കുന്നത് ആപൽക്കരമാണ്- രാജാവ് ഈയിടെയായി നേർമാർഗ്ഗത്തിൽ നിന്ന് വ്യതിചലിക്കുന്നതായി ഞാൻ കാണുന്നു; സ്വന്തം ശത്രുവിന് അമിതമായി സമ്മാനങ്ങൾ കോരിക്കൊടുക്കുന്നു! ആ ശത്രുവാണെങ്കിലോ രാജാവിന്റെ നാശം ആഗ്രഹിക്കുന്നവനാണ് താനും. ഈ മനുഷ്യന് അങ്ങ് ആനുകൂല്യങ്ങൾ നല്കുന്നു, അനർഹമായ ആദരവ് നല്കുന്നു, അവനെ ഏറ്റവും അടുത്ത സുഹൃത്തായി കാണുന്നു. അതിനാൽ, രാജാവിന്റെ ജീവനിൽ എനിക്ക് ആശങ്കയുണ്ട്."

ഇതുകേട്ട് രാജാവ് വല്ലാതെ വിഷമിച്ചുപോയി; അദ്ദേഹത്തിന്റെ നിറം തന്നെ ആകെമാറി. അദ്ദേഹം ചോദിച്ചു "ആരെയാണ് നിങ്ങൾ സംശയിക്കുന്നത്, ആരെയാണ് നിങ്ങൾ സൂചിപ്പിക്കുന്നത്?"

മന്ത്രി മറുപടി നല്കി. "ഓ രാജാവേ, അങ്ങ് ഉറങ്ങുകയാണ്, ഉണർന്നെഴുന്നേല്ക്കൂ. വൈദ്യൻ ദുബാനെയാണ് ഞാൻ ഉദ്ദേശിച്ചത്."

രാജാവ് പറഞ്ഞു "ഛീ, നിന്ദിക്കപ്പെടേണ്ടവനാണ് നിങ്ങൾ! എല്ലാവരേക്കാളേറെ ഞാൻ ഇഷ്ടപ്പെടുന്ന യഥാർത്ഥ സുഹൃത്താണയാൾ. അയാൾ എന്നെ നിസ്സാരമായ രീതിയിൽ ചികിത്സിച്ച് സുഖപ്പെടുത്തി. എല്ലാ വൈദ്യന്മാരേയും ചിന്താക്കുഴപ്പത്തിലാക്കിയ എന്റെ കുഷ്ഠരോഗം അയാൾ മാറ്റി. ഇക്കാലത്ത് അയാളെപ്പോലൊരു മനുഷ്യനെ കാണാൻ കഴിയില്ല. തീർച്ചയായും - ഇല്ലാ, ഈ ലോകത്തിന്റെ ഏറ്റവും കിഴക്കെ അറ്റം മുതൽ ഏറ്റവും പടിഞ്ഞാറേ അറ്റം വരെ പരിശോധിച്ചാലും കണ്ടെത്താനാവില്ല! ഇത്തരം ഒരു മനുഷ്യനെ കുറിച്ചാണോ നിങ്ങൾ ഇത്രയും കടുത്ത വാക്കുകൾ പറയുന്നത്. ഈ ദിവസം മുതൽ അയാൾക്ക്

ശമ്പളവും അലവൻസുമായി പ്രതിമാസം ആയിരം സ്വർണ്ണ നാണ്യം നല്കുവാൻ ഞാൻ കല്പിക്കുന്നു. ഇത് ചെറിയ കാര്യമാണ്, അയാളുമായി എന്റെ രാജ്യം പങ്കിടുന്നതിന് വേണ്ടിയായിരുന്നത്. സിന്ദിബാദ് രാജാവിന്റേതുപോലെ അസൂയമൂലമാണത് നിങ്ങൾ പറയുന്നതെന്ന് സംശയിക്കാൻ ഞാൻ നിർബന്ധിതനാകുന്നു."- അപ്പോൾ നേരം പുലരാറായെന്ന് ഷാഹ്റസാദ് മനസ്സിലാക്കി. അവൾ കഥ പറച്ചിൽ നിർത്തി.

അപ്പോൾ ദുനിയാസാദ് പറഞ്ഞു

"എന്റെ ചേച്ചി, എന്ത് രസമാണ് നിന്റെ കഥ, എത്രസുഖകരം, എത്ര മധുരമുള്ളത്!"

"അടുത്തരാത്രി ഞാൻ നിന്നോട് പറയാൻ പോകുന്ന കഥയുമായി താരതമ്യപ്പെടുത്തുമ്പോൾ ഇത് ഒന്നുമല്ല, രാജാവ് എന്റെ ജീവൻ വിട്ടുതരാൻ കനിഞ്ഞ് അരുളിച്ചെയ്തെങ്കിൽ"

അപ്പോൾ രാജാവ് സ്വയം പറഞ്ഞു "അള്ളായാണേ, അവളുടെ കഥയുടെ ബാക്കിഭാഗം കേൾക്കുന്നതുവരെ ഞാനവളെ കൊല്ലില്ല; സത്യത്തിൽ അത് വളരെ വിസ്മയകരം തന്നെ."

അങ്ങനെ, നേരം വെളുക്കുന്നതുവരെയുള്ള ബാക്കി സമയം അവർ ആലിംഗനത്തിലമർന്ന് കിടന്നു. പിന്നെ രാജാവ്, പതിവുപോലെ, പകൽ സമയം കച്ചേരിയിൽ ഔദ്യോഗിക ജോലികളിൽ മുഴുകി. ഉത്തരവുകൾ ഇറക്കുകയും, വിധിന്യായങ്ങൾ നടത്തുകയും, നിയമനങ്ങളും സ്ഥാന ഭ്രഷ്ടരാക്കലും... എല്ലാം കഴിഞ്ഞ്, കച്ചേരി പിരിച്ചുവിട്ട് ഷാഹ്ര്യാർ രാജാവ് കൊട്ടാരത്തിൽ തിരിച്ചെത്തി.

അഞ്ചാം രാവ്

അനിയത്തി പറഞ്ഞു "നിനക്ക് ഉറക്കം വരുന്നില്ലെങ്കിൽ, ഞങ്ങൾക്കു വേണ്ടി ആ കഥ പൂർത്തിയാക്കാമോ?

അവൾ കഥ തുടർന്നു "ഓ, കീർത്തിമാനായ രാജാവേ, കരുത്തനായ ഭരണകർത്താവേ, യൂനാൻ രാജാവ് തന്റെ മന്ത്രിയോട് പറഞ്ഞു. "അല്ലയോ മന്ത്രി, ഈ വൈദ്യൻ കാരണം അസൂയ പിശാച് നിങ്ങളെ ഗ്രസിച്ചിരിക്കുകയാണ്. എന്നെക്കൊണ്ട് അയാളെ കൊല്ലിക്കാനായി നിങ്ങൾ പദ്ധതി തയ്യാറാക്കുകയാണ്; അതിനുശേഷം, തന്റെ പരുന്തിനെ കൊന്നതിന്റെ പേരിൽ പശ്ചാത്താപിച്ച 'സിന്ദിബാദ്' രാജാവിനെപ്പോലെ, വേദനയോടെ ഞാൻ പശ്ചാത്തപിക്കണം, അല്ലേ!"

മന്ത്രി ചോദിച്ചു "എന്നോട് ക്ഷമിക്കണം, ഓ, മഹാരാജാവേ, എന്താണാ സംഭവം!"

അങ്ങനെ രാജാവ് ആ കഥ പറയാൻ തുടങ്ങി:

സിന്ദിബാദ് രാജാവും അദ്ദേഹത്തിന്റെ പരുന്തും

പണ്ട് 'ഫാർസിൽ' ഒരു രാജാവ് രാജ്യം ഭരിച്ചിരുന്നു. വിനോദങ്ങളിലും ഉല്ലാസങ്ങളിലും അതീവ തത്പരനായിരുന്നു അദ്ദേഹം, പ്രത്യേകിച്ച്, കുതിരപന്തയത്തിലും നായാട്ടിലും. അദ്ദേഹം ഒരു പരുന്തിനെ

വളർത്തിയിരുന്നു; സദാസമയം അത് അദ്ദേഹത്തിന്റെ മുഷ്ടിയിൽ ഇരിക്കുന്നുണ്ടാകും. നായാട്ടിന് പോകുമ്പോഴെല്ലാം ഈ പക്ഷിയേയും അദ്ദേഹം കൊണ്ടുപോകുമായിരുന്നു. ഒരു ചെറിയ സ്വർണക്കപ്പ് ഉണ്ടാക്കി അതിന്റെ കഴുത്തിൽ ഇടുവാൻ രാജാവ് ഉത്തരവ് നല്കി; അതിൽ നിന്നതിന് വെള്ളം കുടിക്കാൻ വേണ്ടി ആയിരുന്നു അത്. ഒരു ദിവസം രാജാവ് ശാന്തനായി കൊട്ടാരത്തിൽ ഇരിക്കവെ, പെട്ടെന്ന് ആ പരുന്ത് രാജാവിനോട് പറഞ്ഞു. "ഓ, മഹാരാജാവേ, ഇന്ന് പക്ഷിവേട്ടയ്ക്ക് പറ്റിയ ദിവസമാണ്."

രാജാവ് അതനുസരിച്ച് ഉടനെ പുറപ്പെടാനായി ഉത്തരവ് നല്കി; മുഷ്ടിയിൽ പരുന്തിനെയും ഇരുത്തിക്കൊണ്ടായിരുന്നു അദ്ദേഹത്തിന്റെ യാത്ര. ഉല്ലാസത്തോടെ അവർ യാത്ര ചെയ്ത്, ഒരു മരുപ്പച്ചയിലെത്തി. ആ താഴ്വരയിലവർ വട്ടത്തിൽ വലകെട്ടിവച്ച് പക്ഷിവേട്ടയ്ക്ക് തയ്യാറെടുത്തു. അപ്പോൾ അതാ, അതിനുള്ളിലേക്ക് ഒരു കൊച്ചു പേടമാൻ കയറി വന്നിരിക്കുന്നു. രാജാവ് ഗർജ്ജിച്ചു. "ഏത് മനുഷ്യന്റെ തലയ്ക്കുമീതെ കൂടി ചാടിയിട്ടാണോ ഇവള് ഇവിടെ എത്തിയിരിക്കുന്നത്, അവനെ തീർച്ചയായും ഞാൻ കൊല്ലും."

രാജാവിന്റെ അടുത്തേക്ക് ഈ പേടമാൻ ചാടിയെത്താൻ പോകുമ്പോഴേക്കും അവർ വല അവൾക്കു ചുറ്റും ചുരുക്കി. അപ്പോൾ, രാജാവിന് മുന്നിലെ നിലം ചുംബിക്കാനെന്നോണം ആ മാൻ തന്റെ മുൻകാലുകൾ നെഞ്ചത്ത് വച്ച് കുനിഞ്ഞു. ആ മൃഗത്തിന് തിരിച്ച് അഭിവാദ്യം അർപ്പിക്കുന്ന മാതിരി രാജാവ് തലകുനിച്ചു. പിന്നെ അവൾ തല ഉയർത്തി സ്ഥലം വിട്ടു.

അതിനുശേഷം രാജാവ് തന്റെ സൈനികരെ നോക്കി. അവർ കണ്ണു ചിമ്മി എന്തോ ആംഗ്യം കാണിക്കുന്നതുകണ്ട്, അദ്ദേഹം ചോദിച്ചു "ഓ, മന്ത്രി, എന്താണ് എന്റെ ആളുകൾ പറയുന്നത്?"

മന്ത്രി മറുപടി നല്കി. "ആ പേടമാനെ ഉള്ളിൽ ചാടി വരാനുവദിച്ചവർ ആരായാലും, അവനെ കൊന്നുകളയും എന്ന് അങ്ങ് പ്രഖ്യാപിച്ചു എന്ന് പറയുകയാണ്."

"ഇപ്പോൾ, എന്റെ ജീവനാണേ, ഞാൻ അവളെ പിൻതുടർന്ന് പിടിച്ചു കൊണ്ടുവരും."

അങ്ങനെ പേടമാന്റെ കാൽപ്പാടുകൾ പിൻതുടർന്ന് ഒരു മലയടിവാരത്തിൽ എത്തി. അവിടെ ഒരു ഗുഹ വെട്ടിയുണ്ടാക്കിയത് കാണാൻ കഴിഞ്ഞു. അവിടെ രാജാവ് തന്റെ പരുന്തിനെ വിട്ടു. അത് വേഗം താഴേക്ക് പറന്നുചെന്ന്, ആ മാനിന്റെ കണ്ണുകൾ നഖം കൊണ്ട് കീറിപ്പൊളിച്ചു. രാജാവ് തന്റെ ഗദ എറിഞ്ഞ് അതിനെ വീഴ്ത്തി. അദ്ദേഹം കുതിരപ്പുറത്തുനിന്ന് താഴെ ഇറങ്ങി. ആ മാനിന്റെ കഴുത്തറുത്ത്, തൊലി പൊളിച്ച്, ജീനിയിൽ കെട്ടിഞാത്തിയിട്ടു.

അപ്പോൾ ഉച്ചയുറക്കത്തിന്റെ സമയമായിരുന്നു; ഭൂമി മുഴുവൻ വരണ്ട് പൊരിഞ്ഞിരിക്കുകയാണ്. രാജാവിന് ദാഹം സഹിക്കാനായില്ല. അദ്ദേഹത്തിന്റെ കുതിരയ്ക്കും. രാജാവ് വെള്ളം അന്വേഷിച്ച് ചുറ്റുപാടും നടന്നു നോക്കി. ഒടുവിൽ വെള്ളം വീഴ്ത്തുന്ന ഒരു മരം അദ്ദേഹം കണ്ടു. മരച്ചില്ലയിൽ നിന്ന് വെള്ളം ഇറ്റിറ്റ് വീഴുന്നു! കൈയിൽ വിഷം പകരാതിരിക്കാനായി രാജാവ് തുകൽ കയ്യുറ ധരിച്ചിരുന്നു. അദ്ദേഹത്തിന്റെ

പരുന്തിന്റെ കഴുത്തിൽ നിന്ന് കപ്പ് ഊരിയെടുത്ത്, അതിൽ ആ വെള്ളം നിറച്ച് കുടിക്കാനായി തുനിഞ്ഞു. അതാ നോക്കൂ! പരുന്ത് തന്റെ നഖം കൊണ്ട് ആ കപ്പ് തട്ടി മറിച്ചിട്ടു. രാജാവ് വീണ്ടും മരത്തിൽ നിന്ന് ഇറ്റ് വീണുകൊണ്ടിരുന്ന വെള്ളം കപ്പിൽ നിറച്ച് പരുന്തിന്റെ മുന്നിൽ വെച്ചു, അതിന് വല്ലാത്ത ദാഹം ഉണ്ടെന്നാണ് അദ്ദേഹം കരുതിയത്. എന്നാൽ പരുന്ത് പിന്നെയും നഖം കൊണ്ടത് തട്ടിത്തെറിപ്പിച്ചു കളഞ്ഞു. രാജാവ് പരുന്തിനോട് ഭയങ്കരമായി ദേഷ്യപ്പെട്ടു. അദ്ദേഹം കപ്പ് മൂന്നാമതും നിറച്ച് കുതിരയ്ക്ക് കുടിക്കാൻ കൊടുത്തു. എന്നാൽ, ചിറകുകൊണ്ടടിച്ച് പരുന്ത് അതും തട്ടിമറിച്ചു!

അപ്പോൾ രാജാവ് പറഞ്ഞു "അള്ളയാണേ, നീ നശിച്ചതുതന്നെ! ഏറ്റവും നിർഭാഗ്യവാനായ പക്ഷി! നീ എന്നെ വെള്ളം കുടിക്കുന്നത് മുടക്കി, നീ സ്വയം കുടിച്ചില്ല, കുതിരയേയും കുടിപ്പിച്ചില്ല."

രാജാവ് വാളൂരി ഒറ്റവെട്ടിന് അതിന്റെ ചിറക് മുറിച്ചു വീഴ്ത്തി. എന്നാൽ പരുന്ത് തല ഉയർത്തി ആംഗ്യഭാഷയിൽ സൂചിപ്പിച്ചു

"ആ മരത്തിൽ തൂങ്ങിക്കിടക്കുന്നത് എന്താണെന്ന് നോക്കൂ!

അതനുസരിച്ച് രാജാവ് മുകളിലേക്ക് കണ്ണുകൾ ഉയർത്തി, ഒരു കൂട്ടം അണലി പാമ്പുകളെയാണ് അദ്ദേഹം കണ്ടത്! അവയിൽ നിന്ന് വീഴുന്ന വിഷത്തുള്ളികളാണ് വെള്ളത്തുള്ളികളായി രാജാവ് തെറ്റിദ്ധരിച്ചത്! അപ്പോൾ, താൻ പരുന്തിന്റെ ചിറക് വെട്ടി വീഴ്ത്തിയതിൽ അദ്ദേഹം വല്ലാതെ പശ്ചാത്തപിച്ചു. അദ്ദേഹം കുതിരപ്പുറത്തേറി, വേട്ടയാടിയ മാൻ ഇറച്ചിയുമായി ക്യാമ്പിൽ എത്തി. പാചകക്കാരന് വേട്ട ഇറച്ചി ഇട്ടു കൊടുത്ത് പൊരിക്കാൻ പറഞ്ഞു.

അദ്ദേഹം പരുന്തിനെ കൈയിൽ വെച്ചുകൊണ്ട് ഒരു കസേരയിൽ ഇരുന്നു; പെട്ടെന്ന് ആ പക്ഷി പിടഞ്ഞു വീണ് ജീവൻ വെടിഞ്ഞു. തന്റെ ജീവൻ രക്ഷിച്ച പരുന്തിനെ താൻ തന്നെ കൊന്നല്ലോ എന്നോർത്ത് രാജാവ് സഹിക്കാനാവാത്ത ദുഃഖത്തോടെ കരഞ്ഞു. ഇതാണ് സിന്ദിബാദ് രാജാവിന്റെ കാര്യത്തിൽ സംഭവിച്ചത്. നിങ്ങളുടെ ആഗ്രഹപ്രകാരം ഞാൻ പ്രവർത്തിച്ചാൽ'സ്വന്തം തത്തയെ കൊന്ന മനുഷ്യനെ'പ്പോലെ എനിക്ക് പശ്ചാത്തപിക്കേണ്ടിവരും എന്ന് എനിക്കുറപ്പാണ്. "എന്താണ് ആ കഥ?" മന്ത്രി ചോദിച്ചു. രാജാവ് ആ കഥ പറയാൻ തുടങ്ങി.

ഭർത്താവിന്റെയും തത്തയുടെയും കഥ

പണ്ട് സമ്പന്നനായ ഒരു വ്യാപാരിയുണ്ടായിരുന്നു. അതിസുന്ദരിയും ആകർഷണീയയുമായൊരു യുവതിയെ അയാൾ വിവാഹം കഴിച്ചു. ഭാര്യയെ അസൂയാവഹമായ രീതിയിലയാൾ സ്നേഹിച്ചു. വ്യാപാരാവശ്യങ്ങൾക്കുള്ള യാത്രപോലും ഉപേക്ഷിച്ച് അയാൾ വീട്ടിൽ ഇരുന്നു. ഒടുവിൽ, അവളെ വീട്ടിൽ വിട്ട് കച്ചവടത്തിനായി പോകേണ്ടതായി വന്നു അയാൾക്ക്. അയാൾ 'പക്ഷി മാർക്കറ്റിൽ' പോയി നൂറ് സ്വർണനാണ്യം കൊടുത്ത് ഒരു പെൺതത്തയെ വാങ്ങിച്ച് വീട്ടിൽ കൊണ്ടുവന്നു. ഒരു യുവതിയുടെ രക്ഷാകർതൃത്വം വഹിക്കുന്ന വൃദ്ധയുടെ സ്ഥാനമാണയാൾ ആ പെൺതത്തയ്ക്ക് നല്കിയത്. തന്റെ അസാന്നിദ്ധ്യത്തിൽ വീട്ടിൽ നടന്ന സംഭവങ്ങളെല്ലാം ആ പെൺതത്ത അയാൾ തിരിച്ചെത്തുമ്പോൾ

വിവരിച്ചുകൊടുക്കണം! അത്രയ്ക്ക് അപാരമാണ് ആ തത്തയുടെ ബുദ്ധിയും കൗശലവും. കണ്ടതും കേട്ടതുമൊന്നും അവൾ ഒരിക്കലും മറക്കില്ല.

ഇപ്പോൾ അയാളുടെ അഴകുള്ള ഭാര്യ ഒരു യുവതുർക്കിയുമായി പ്രേമത്തിലാണ്. അയാൾ അവളെ പതിവായി സന്ദർശിക്കാറുണ്ട്. പകൽ അവൾ അയാളെ സല്ക്കരിക്കും. രാത്രി അയാളോടൊപ്പം ശയിക്കും. ഭർത്താവ് വ്യാപാര സംബന്ധമായ യാത്ര വിജയകരമായി പൂർത്തീകരിച്ച് വീട്ടിൽ തിരിച്ചെത്തി. ഉടനെ തത്തയെ എടുത്ത്, താൻ വിദേശത്തായിരുന്ന കാലത്തെ ഭാര്യയുടെ പെരുമാറ്റം എങ്ങനെ ആയിരുന്നെന്ന് ചോദിച്ചു.

പെൺതത്ത പറഞ്ഞു "നിങ്ങളുടെ ഭാര്യക്ക് ഒരു യുവാവ് സുഹൃത്തായിട്ട് ഉണ്ടായിരുന്നു. നിങ്ങളുടെ അസാന്നിദ്ധ്യത്തിൽ എല്ലാ രാത്രിയും അവളോടൊപ്പമാണയാൾ ഉറങ്ങിയിരുന്നത്."

അതുകേട്ട് അടക്കാനാകാത്ത കോപത്തോടെ അയാൾ ഭാര്യയെ പിടിച്ച് തല്ലിച്ചതച്ചു.

ഏതോ അടിമപ്പെൺകുട്ടി ആയിരിക്കും ഈ രഹസ്യം യജമാനോട് പറഞ്ഞുകൊടുത്തതെന്ന് സംശയിച്ച ആ സ്ത്രീ, അടിമപ്പെൺകുട്ടികളെയെല്ലാം വിളിപ്പിച്ച് ശപഥം ചെയ്യിപ്പിച്ച് ചോദ്യം ചെയ്തു. തങ്ങൾ രഹസ്യം സൂക്ഷിച്ചിട്ടുണ്ടെന്ന് അവർ ഓരോരുത്തരും പറഞ്ഞു. എന്നാൽ തത്ത അങ്ങനെ അല്ലെന്നും ആ പെൺതത്ത പറഞ്ഞത് ഞങ്ങൾ സ്വന്തം ചെവികൊണ്ട് കേട്ടതാണെന്നും അവർ പറഞ്ഞു.

അപ്പോൾ അവൾ ഒരു അടിമപ്പെൺകുട്ടിയെ വിളിച്ച്, തത്തക്കൂട്ടിനു കീഴെ ഒരു 'അരക്കല്ല്' കൊണ്ടുവെച്ച് ആട്ടാൻ പറഞ്ഞു. മറ്റൊരു പെൺകുട്ടിയോട് തത്തക്കൂടിന്റെ മുകളിലൂടെ വെള്ളം ഒഴിച്ചുകൊണ്ടിരിക്കാൻ പറഞ്ഞു. മൂന്നാമതൊരു പെൺകുട്ടിയോട് തത്തക്കൂടിന്റെ ഇടതും വലതും വശത്ത് തിളങ്ങുന്ന സ്റ്റീലിന്റെ കണ്ണാടികൾ വച്ച് അതിലേക്ക് വെളിച്ചം വീഴ്ത്താൻ പറഞ്ഞു. രാത്രിമുഴുവൻ ഇവ പ്രവർത്തിപ്പിച്ചുകൊണ്ടിരിക്കണം.

അന്നുരാത്രി ഭർത്താവ് ഒരു സുഹൃത്തിന്റെ സല്ക്കാരത്തിനായി പോയിരിക്കയായിരുന്നു. പിറ്റേന്ന് രാവിലെ അയാൾ വീട്ടിലെത്തി തന്റെ അസാന്നിദ്ധ്യത്തിൽ എന്തൊക്കെയാണ് നടന്നതെന്ന് തത്തയോട് ചോദിച്ചു.

"എന്നോട് ക്ഷമിക്കൂ, എന്റെ യജമാനനെ," ആ പക്ഷി പറഞ്ഞു "രാത്രി മുഴുവൻ നീണ്ടുനിന്ന ഭയങ്കരമായ ഇടിവെട്ടും മഴയും മൂലം എനിക്കൊന്നും കേൾക്കാനോ കാണാനോ കഴിഞ്ഞില്ല."

ഈ വേനൽക്കാലത്ത് ഇടിയും മഴയുമോ? യജമാനൻ വിസ്മയസ്തബ്ധനായി! അയാൾ ഉറക്കെ പറഞ്ഞു "നമ്മൾ ഇപ്പോൾ മധ്യവേനലിലാണ്, കൊടുങ്കാറ്റിന്റെയും മഴയുടേയും കാലമല്ല."

"ഹായ്, അള്ളായാണേ" ആ പക്ഷി പറഞ്ഞു "ഞാൻ അങ്ങയോട് പറഞ്ഞ കാര്യങ്ങൾ ഞാൻ ഇതേ കണ്ണുകൾ കൊണ്ട് കണ്ടതാണ്.'

ഇതുകേട്ട്, ഗൂഢാലോചനയെ കുറിച്ചൊന്നുമറിയാത്ത ആ മനുഷ്യൻ ഭയങ്കരമായി ദേഷ്യപ്പെട്ടു. തന്റെ ഭാര്യയുടെ നേരെ തെറ്റായി ആരോപണമുയർത്തി എന്ന ധാരണയിൽ അയാൾ തത്തയെ കൂട്ടിൽ നിന്നും വലിച്ചെടുത്ത്, അതിനെ നിലത്തടിച്ച് കൊന്നുകളഞ്ഞു. ഏതാനും

ദിവസങ്ങൾക്കു ശേഷം അടിമപ്പെൺകുട്ടികളിലൊരുവൾ സത്യം മുഴുവൻ അയാളോട് ഏറ്റുപറഞ്ഞു.

എന്നിട്ടും, തന്റെ ഭാര്യയുടെ കാമുകനായ യുവതുർക്കി അവളുടെ മുറിയിൽ നിന്ന് ഇറങ്ങി വരുന്നത് നേരിട്ട് കാണുന്നതുവരെ അയാളത് വിശ്വസിച്ചിരുന്നില്ല. അനന്തരം തന്റെ വാൾ ഊരി ഒറ്റ വെട്ടിന് ആ ജാരനെ കഴുത്തറുത്ത് കൊന്നു; ഭാര്യയേയും അപ്രകാരം തന്നെ അയാൾ കഴുത്തറുത്ത് കൊന്നു. അങ്ങനെ മാരകമായി പാപകൃത്യം ചെയ്ത ഇരുവരും ശാശ്വതമായ തീക്കുണ്ഡത്തിൽ പതിച്ചു.

അപ്പോൾ, തത്ത പറഞ്ഞത് സത്യമാണെന്ന് മനസ്സിലാക്കിയ വ്യാപാരി, അതിന്റെ വിയോഗത്തിൽ വല്ലാതെ ദുഃഖിച്ചു, അതുകൊണ്ട് പ്രയോജനമൊന്നുമില്ലെങ്കിലും!

യൂനാൻ രാജാവിന്റെ വാക്കുകൾകേട്ട് മന്ത്രി പറഞ്ഞു "ഓ, മഹാരാജാവേ, ഞാൻ അയാൾക്ക് എന്ത് ദ്രോഹമാണ് ചെയ്തിട്ടുള്ളത്, അല്ലെങ്കിൽ അയാളെ കൊല്ലാൻ മാത്രം എന്ത് ദൂഷ്യമാണ് അയാളിൽ ഞാൻ ദർശിച്ചിട്ടുള്ളത്? അങ്ങയുടെ ജീവൻ രക്ഷിക്കാൻ വേണ്ടി മാത്രമാണ് ഞാനിക്കാര്യം ചെയ്യുന്നത്; അതിവേഗം, ഞാൻ പറയുന്നത് ശരിയാണെന്ന് അങ്ങേക്ക് ബോധ്യമാകും. അല്ലെങ്കിൽ, യുവാവായ രാജാകുമാരനുവേണ്ടി പ്രവർത്തിച്ച വഞ്ചകനായ മന്ത്രി ചെയ്തതുപോലെ അങ്ങ് നശിപ്പിക്കപ്പെടും."

"അതെന്താണ്?" രാജാവ് ചോദിച്ചു. മന്ത്രി ആ കഥ പറയാൻ തുടങ്ങി.

രാജകുമാരന്റെയും രാക്ഷസിയുടെയും കഥ

പണ്ട് ഒരു രാജാവുണ്ടായിരുന്നു. അദ്ദേഹത്തിന് ഒരു മകനാണ് ഉണ്ടായിരുന്നത്. കായിക വിനോദങ്ങളിലും നായാട്ടിലും രാജകുമാരന് ഭയങ്കര ഭ്രമമായിരുന്നു. മകൻ പോകുന്നിടത്തെല്ലാം അവനെ പിൻതുടരുവാൻ മന്ത്രിമാരിൽ ഒരാളെ രാജാവ് ചുമതലപ്പെടുത്തിയിരുന്നു.

ഒരു ദിവസം രാജകുമാരൻ അച്ഛന്റെ മന്ത്രിയോടൊപ്പം നായാട്ടിന് പോയി. അവർ ഒന്നിച്ച് മെല്ലെ ഓടിക്കൊണ്ടിരിക്കവെ,ഒരു വലിയ കാട്ടുമൃഗത്തെ കണ്ടു, രാജകുമാരനോട് മന്ത്രി വിളിച്ചുപറഞ്ഞു " അതാ നോക്കൂ, അവിടെ നല്ലൊരു വേട്ടമൃഗം!"

അങ്ങനെ രാജകുമാരൻ അതിന്റെ പിന്നാലെ പാഞ്ഞു, അവൻ എല്ലാവരിൽ നിന്നും ഒറ്റപ്പെട്ട്, വിജനമായൊരു സ്ഥലത്ത് ചെന്നെത്തി. അവൻ വല്ലാത്ത ആശയക്കുഴപ്പത്തിലായി, ഏത് വഴിക്ക് പോകണമെന്നറിയാതെ അമ്പരന്ന് നില്ക്കുമ്പോൾ, അതാ നോക്കൂ, ഒരു കന്യക അല്പം മുന്നിൽ പ്രത്യക്ഷപ്പെട്ട് നില്ക്കുന്നു! അവൾ കണ്ണീർ ഒഴുക്കുന്നുണ്ട്.

രാജകുമാരൻ ചോദിച്ചു "നീയാരാണ്?"

അവൾ മറുപടി നല്കി. " 'ഹിന്ദി'ലെ ഒരു മഹാരാജാവിന്റെ മകളാണ്. ഞാൻ ഒരു സാർത്ഥവാഹകസംഘത്തോടൊപ്പം മരുഭൂമിയിലൂടെ യാത്ര ചെയ്യുകയായിരുന്നു; ഞാൻ എങ്ങനെയോ തലകറങ്ങി ഒട്ടകപ്പുറത്തു നിന്നും നിലംപതിച്ചു. അങ്ങനെ ഞാൻ എല്ലാവരിൽ നിന്നും ഒറ്റപ്പെട്ടു,

വല്ലാത്തൊരു സംഭ്രമത്തിലാണ് ഞാൻ." ഇതുകേട്ട രാജകുമാരന് അവളോട് ദയതോന്നി. അവൻ അവളെ തന്റെ കുതിരപ്പുറത്ത് പിടിച്ചുകയറ്റി യാത്ര തുടർന്നു. അവർ ജീർണ്ണിച്ച കെട്ടിടത്തിന്നരികിലെത്തിയപ്പോൾ യുവതി രാജകുമാരനോട് പറഞ്ഞു. "എനിക്ക് മൂത്രശങ്ക തോന്നു."

അവൻ അവളെ കുതിരപ്പുറത്തുനിന്നും താഴെ ഇറക്കി, ആ കെട്ടിടത്തിനരികിൽ കാത്തുനിന്നു. വളരെ നേരം കഴിഞ്ഞിട്ടും അവൾ തിരിച്ചു വരാതെയായപ്പോൾ അവൾ വെറുതെ സമയം നഷ്ടപ്പെടുത്തുകയാണെന്ന് രാജകുമാരന് തോന്നി. അവൾ അറിയാതെ അവൻ അവളെ പിന്തുടർന്ന് അകത്ത് ചെന്നു. അതാ നോക്കൂ, അതൊരു ദുഷ്ടരാക്ഷസിയാണ്! അവൾ തന്റെ സന്തതികളോട് പറയുന്നതവൻ കേട്ടു. "ഓ, എന്റെ കുട്ടികളെ, ഇന്ന് നിങ്ങൾക്ക് അത്താഴത്തിനായി നല്ല തടിച്ചുകൊഴുത്തൊരു യുവാവിനെയാണ് ഞാൻ കൊണ്ടുവന്നിട്ടുള്ളത്." അവർ മറുപടി നല്കി. "അയാളെ വേഗം ഇങ്ങോട്ട് കൊണ്ടുവരൂ, അമ്മേ, ഞങ്ങൾ സുഖമായി അയാളെ തിന്ന് വയറ് നിറയ്ക്കട്ടെ."

അവരുടെ സംഭാഷണം കേട്ട് തന്റെ മരണം ഉറപ്പാണെന്ന് രാജകുമാരൻ മനസ്സിലാക്കി. മരണഭയത്താൽ അവന്റെ മാംസപേശികൾ കിടന്ന് വിറച്ചു, അവൻ പിൻതിരിഞ്ഞ് പറക്കാൻ പോകുകയായിരുന്നു.

രാക്ഷസി പുറത്തു വന്ന്, പേടിച്ച് വിറച്ച് നില്ക്കുന്ന രാജകുമാരനെ കണ്ട് (കാരണം, അവന്റെ ഓരോ അവയവവും വിറക്കുന്നുണ്ടായിരുന്നു) വിളിച്ചു ചോദിച്ചു.

"എന്തിനാണ് നീ ഇങ്ങനെ പേടിക്കുന്നത്?"

"എനിക്ക് ഭയങ്കര ഭയമുള്ള ഒരു ശത്രുവിനെ ഇപ്പോൾ കണ്ടുമുട്ടി."

"നിങ്ങൾ ഒരു രാജകുമാരനാണെന്ന് പറഞ്ഞില്ലേ?" രാക്ഷസി ചോദിച്ചു.

"അങ്ങനെത്തന്നെ പറഞ്ഞു."

"എന്തുകൊണ്ട് ആ ശത്രുവിന് കുറച്ചുപണം കൊടുത്ത് തൃപ്തിപ്പെടുത്തി വിട്ടില്ല?" അവൾ ചോദിച്ചു.

"എന്റെ പണം കൊണ്ടവൻ തൃപ്തനല്ല, എന്റെ ജീവനാണവന് വേണ്ടത്. അവനെന്നെ കൊല്ലുമെന്നാണെന്റെ പേടി. ദുസ്സഹമായൊരവസ്ഥയിലാണ് ഞാൻ."

"നിങ്ങൾ അത്രയും പീഡനമനുഭവിക്കുന്നുണ്ടെങ്കിൽ (എനിക്കങ്ങനെ തോന്നുന്നു) അവനെതിരായി അള്ളായുടെ സഹായം അഭ്യർത്ഥിക്കുക. അവന്റെ ദുഷ്പ്രവൃത്തിയിൽ നിന്നും, നീ ഭയപ്പെടുന്ന തിന്മയിൽ നിന്നും അള്ളാ തീർച്ചയായും നിന്നെ രക്ഷിക്കും"അവൾ മറുപടി നല്കി.

അപ്പോൾ രാജകുമാരൻ ആകാശത്തേക്കുയർത്തി ഉറക്കെ പറഞ്ഞു. "ആവശ്യക്കാരുടെ യാചന കൈക്കൊണ്ട് അവരുടെ ദുരിതങ്ങൾ നീക്കിക്കൊടുക്കുന്നവനെ, ഓ എന്റ ദൈവമേ! എന്റെ ശത്രുവിന്മേൽ എനിക്ക് വിജയം അനുവദിച്ചു തരണമേ, അവനെ എന്നിൽനിന്ന് തിരിച്ചു വിടണമേ, അങ്ങ് സർവ്വശക്തനാണല്ലോ."

അവന്റെ പ്രാർത്ഥന കേട്ട് രാക്ഷസി അവനിൽ നിന്നും പിന്മാറി. രാജകുമാരൻ അച്ഛന്നരികിൽ തിരിച്ചെത്തി. ആ മന്ത്രിയുടെ കഥ പറഞ്ഞു, ഉടനെ രാജാവ് തന്റെ അരികിലേക്ക് മന്ത്രിയെ വിളിപ്പിച്ച്, അവിടെ വെച്ചു തന്നെ വധിച്ചുകളഞ്ഞു. "ഓ, രാജാവേ, അങ്ങ് ഈ വൈദ്യനിൽ

വിശ്വാസം വെച്ചുപുലർത്താനാണ് ഭാവമെങ്കിൽ, ഏറ്റവും നിന്ദ്യമായ മരണമായിരിക്കും അനുഭവിക്കാൻ പോകുന്നത്. അങ്ങ് ഇത്രയധികം സമ്പത്ത് അയാൾക്ക് നല്കി, ഏറ്റവും അടുത്ത സുഹൃത്തായിരിക്കാൻ മോഹിച്ചു. സത്യമായും അങ്ങയുടെ നാശത്തിനായി അയാൾ പ്രവർത്തിക്കും. അയാൾ അങ്ങയെ ബാഹ്യമായി എന്തോ കൈയിൽ പിടിപ്പിച്ച് താത്ക്കാലിക രോഗശമനം നടത്തിയതാകാം. ഇതേ രീതിയിൽ അയാൾ അങ്ങയെ നശിപ്പിക്കില്ലെന്ന് എന്ത് ഉറപ്പാണുള്ളത്!"

യൂനാൻ രാജാവ് മറുപടി നല്കി. "നിങ്ങൾ പരമാർത്ഥമാണ് പറഞ്ഞത്, ഓ, മന്ത്രി, നിങ്ങൾ സൂചിപ്പിച്ചതുപോലെത്തന്നെയാകാം കാര്യങ്ങളുടെ കിടപ്പ്. എന്റെ സദുപദേശിയായ മന്ത്രി. ഈ യോഗി എന്നെ കൊല്ലാൻ വേണ്ടി എത്തിയൊരു ചാരനാകാം. എന്റെ കൈയിൽ എന്തോ പിടിപ്പിച്ചു എന്റെ അസുഖം മാറ്റാൻ കഴിയുന്നവന് എന്തെങ്കിലും മണപ്പിച്ച് തീർച്ചയായും, എന്നെ കൊല്ലാനും കഴിഞ്ഞേക്കും." പിന്നെ യൂനാൻ രാജാവ് ചോദിച്ചു "ഓ മന്ത്രി, അയാളെ എന്താണ് ചെയ്യേണ്ടത്?"

"ഉടനെ അയാളെ അങ്ങയുടെ മുന്നിലേക്ക് വിളിച്ചുവരുത്തുക; അയാൾ എത്തിയ ഉടനെ അയാളുടെ കഴുത്തറുക്കുക. അങ്ങനെ അയാളിൽ നിന്നും അയാളുടെ ദുഷ്ടതകളിൽ നിന്നും അങ്ങ് രക്ഷപ്പെടണം. അങ്ങയെ അയാൾക്ക് ചതിക്കാൻ കഴിയുന്നതിനു മുമ്പ് അയാളെ ചതിക്കുക." "നിങ്ങൾ വീണ്ടും സത്യം പറഞ്ഞിരിക്കുന്നു, ഓ മന്ത്രി" രാജാവ് പറഞ്ഞു. അദ്ദേഹം യോഗിയെ വിളിക്കാൻ ആളെ വിട്ടു. അയാൾ ആഹ്ലാദത്തോടെ അവിടെ സന്നിഹിതനായി. കാരണം, തനിക്കെതിരായി അവിടെ നടക്കുന്ന കാര്യങ്ങളൊന്നും അയാൾക്കറിയില്ലല്ലോ.

വൈദ്യൻ ദുബാൻ രാജസന്നിധിയിൽ വന്ന്, രാജാവിനെ വണങ്ങി. അദ്ദേഹത്തെ പ്രകീർത്തിച്ചുകൊണ്ടുള്ള കീർത്തനങ്ങൾ ആലപിച്ചു. രാജാവ് വൈദ്യനോട് ചോദിച്ചു. "നിങ്ങളെ ഞാൻ എന്തിനാണ് വിളിപ്പിച്ചതെന്നറിയാമോ?

"സർവ്വശക്തനായ അള്ളായ്ക്ക് മാത്രമേ അജ്ഞാതമായ കാര്യങ്ങൾ അറിയാൻ കഴിയു!"

"നിങ്ങളുടെ ജീവനെടുക്കാൻ വേണ്ടി മാത്രമാണ് ഞാൻ നിങ്ങളെ വിളിച്ചുവരുത്തിയത്. നിങ്ങളെ പൂർണമായും ഉന്മൂലനം ചെയ്യാൻ."

ബുദ്ധിമാനായ ദുബാൻ വിചിത്രമായ ഈ വിവരം കേട്ട് അങ്ങേയറ്റം ആശ്ചര്യപ്പെട്ടു! "അല്ലയോ, രാജാവേ അങ്ങ് എന്തിനാണെന്ന കൊല്ലാൻ പോകുന്നത്? ഞാനങ്ങയോട് എന്ത് തെറ്റാണ് ചെയ്തത്?" "ആളുകൾ പറയുന്നത്, നിങ്ങൾ എന്നെ കൊല്ലാൻ വന്ന ഒരു ചാരനാണെന്നാണ്. നോക്കൂ! നിങ്ങൾ എന്നെ കൊല്ലുന്നതിനുമുമ്പ് ഞാൻ നിങ്ങളെ കൊല്ലും." പിന്നെ വാൾക്കാരനോടായി പറഞ്ഞു. "ഈ വിശ്വാസവഞ്ചകന്റെ ശിരച്ഛേദം ചെയ്ത്, അവന്റെ ദുഷ്പ്രവൃത്തിയിൽ നിന്ന് മോചിപ്പിക്കുക."

യോഗി പറഞ്ഞു. "എന്നെ കൊല്ലാതെ വിടൂ, അള്ളാ അങ്ങയെ രക്ഷിക്കും. എന്നെ കൊന്നാൽ, അള്ളാ അങ്ങയെ കൊല്ലും." മുക്കുവൻ ഈ വാക്കുകൾ ആവർത്തിച്ചു, "നീയും ഞാനും പോലുള്ളതുപോലെയാണ്, ഇഫ്രീട്ട്, കാര്യങ്ങൾ എന്നിട്ടും, നീ എന്നെ പോകാൻ അനുവദിച്ചില്ല. എന്റെ മരണം സംഭവിക്കണമെന്ന് ശഠിച്ചു."

യൂനാൻ രാജാവ് പറഞ്ഞു."നിന്നെ കൊല്ലാതെ എനിക്ക് സുരക്ഷിതനായി ജീവിക്കാനാവില്ല. കാരണം, എന്റെ കൈയിൽ എന്തോ പിടിപ്പിച്ച്

എന്റെ അസുഖം മാറ്റിയതുപോലെ എന്നെ എന്തെങ്കിലും മണപ്പിച്ച് നീ കൊന്നെങ്കിലോ."

വൈദ്യൻ മറുപടി നല്കി."അപ്പോൾ, ഇതാണോ രാജാവേ, അങ്ങയുടെ പ്രത്യുപകാരവും പാരിതോഷികവും. നന്മയ്ക്കുപകരം തിന്മയാണ് അങ്ങ് തിരിച്ചുതരുന്നത്."

രാജാവ് മറുപടി നല്കി."അക്കാര്യത്തിൽ യാതൊരു രക്ഷയുമില്ല. നിങ്ങൾ ഉടനെ മരിക്കണം."

രാജാവ് തൽക്ഷണം തന്നെ വധിക്കുമെന്ന് വൈദ്യന് മനസ്സിലായി. അയാൾ കരഞ്ഞു. താൻ നന്മ മാത്രം ചെയ്തതിൽ അയാൾ ഖേദിച്ചു.

വാളെടുത്തവൻ മുന്നോട്ട് ചെന്ന് ദുബാൻ യോഗിയുടെ കണ്ണുകൾ തുണികൊണ്ട് മൂടിക്കെട്ടി. വാൾ ഊരിപ്പിടിച്ച് രാജാവിനോട് ചോദിച്ചു. "കൊല്ലട്ടെ."

വൈദ്യൻ വിലപിച്ചു. "എന്നെ വെറുതെ വിടൂ. അള്ളാ അങ്ങയെ തുണയ്ക്കും. എന്നെ കൊല്ലല്ലെ, അല്ലെങ്കിൽ അള്ളാ അങ്ങയെ കൊല്ലും." ദുബാൻ തുടർന്നു. "ഇതാണോ എനിക്ക് അങ്ങ് നല്കുന്ന പ്രത്യുപകാരം. അങ്ങ് എനിക്ക് നല്കുന്നത് 'മുതലയുടെ അനുഗ്രഹ'മാണോ?

"എന്താണ് ഈ മുതലയുടെ അനുഗ്രഹത്തിന്റെ കഥ?"

"എന്റെ ഈ പരിതഃസ്ഥിതിയിൽ അത് പറയുക എന്നത് അസാധ്യമാണ്. അള്ളായെ ഓർത്ത് എന്നെ വെറുതെ വിടൂ. അള്ളാ നിങ്ങളെ രക്ഷിക്കുമെന്ന് വിശ്വസിക്കൂ." പിന്നെ അയാൾ വല്ലാത്ത വേദനയോടെ കരഞ്ഞു.

അപ്പോൾ രാജാവിന്റെ പ്രിയപ്പെട്ട ഏതോ ഒരു സുഹൃത്ത് എഴുന്നേറ്റു നിന്ന് പറഞ്ഞു. "അല്ലയോ രാജാവേ! ഈ വൈദ്യന്റെ ജീവൻ രക്ഷിക്കാൻ അനുവദിക്കുക. അങ്ങേക്ക് എതിരായി അയാൾ എന്തെങ്കിലും പാപം ചെയ്തതായി ഞങ്ങൾ ഒരിക്കലും കണ്ടിട്ടില്ല. ഒറ്റ വൈദ്യനും ശാസ്ത്രജ്ഞനും ചെയ്യാൻ കഴിയാത്ത രോഗനിവാരണമാണ് അയാൾ അങ്ങേക്ക് ചെയ്തത്. മറ്റൊരു കുറ്റവും അയാൾ ചെയ്തിട്ടില്ല." "നിങ്ങൾ പറയുന്ന കാരണം കൊണ്ട് അയാളുടെ മരണം മാറ്റി വെക്കാനാകില്ല. ഞാൻ അയാളുടെ ജീവൻ രക്ഷിച്ചാൽ, അവൻ എന്റെ മരണത്തിനിട വരുത്തും. കാരണം, ഏതോ വടി എന്റെ കൈയിൽ പിടിപ്പിച്ച് ഇത്രയും മാരകമായ എന്റെ രോഗം മാറ്റിയവന് എന്തെങ്കിലും എന്നെക്കൊണ്ട് മണപ്പിച്ച് എന്നെ കൊല്ലാനും കഴിയും. നല്ലൊരു വിലയ്ക്ക് അയാൾ എന്നെ കൊന്നേക്കാം. തീർച്ചയായും അയാൾ ഒരു ചാരനാണ്. എന്റെ നാശം കാണാൻ വേണ്ടിയാണ് അയാൾ ഇവിടെ വന്നിട്ടുള്ളത്. അതുകൊണ്ട് ഒരു രക്ഷയുമില്ല. അയാൾ മരിക്കണം. എങ്കിൽ മാത്രമേ എന്റെ ജീവന് ഉറപ്പ് വരുത്താനാകൂ."

ദുബാൻ വീണ്ടും കരഞ്ഞു."എന്നെ വെറുതെ വിടൂ, എങ്കിൽ അള്ളാ അങ്ങയെ രക്ഷിക്കും. എന്നെ കൊല്ലല്ലെ, അല്ലെങ്കിൽ അള്ളാ അങ്ങയെ കൊല്ലും." എന്നാൽ അത് വൃഥാവിലായി. ഓ, ഇഫ്രിട്ട്, തന്നെ രാജാവ് കൊല്ലുമെന്ന് വൈദ്യന് ഉറപ്പായപ്പോൾ അയാൾ പറഞ്ഞു. "ഓ, രാജാവേ ഞാൻ മരിക്കണമെന്നുതന്നെയാണ് അങ്ങയുടെ തീരുമാനമെങ്കിൽ എനിക്ക് അല്പം സമയം തരൂ. എനിക്ക് വീട്ടിലേക്ക് പോയി ചില കടമകൾ ചെയ്തു തീർക്കേണ്ടതുണ്ട്. എന്റെ ബന്ധുക്കളോടും അയൽവാസികളോടും എന്റെ മൃതദേഹം മറവു ചെയ്യേണ്ട സ്ഥലം പറഞ്ഞു

കൊടുക്കുകയും, മരുന്ന് പുസ്തകങ്ങൾ വിതരണം ചെയ്യുകയും വേണം. അതിൽ ഏറ്റവും അപൂർവമായ ഒരു ഗ്രന്ഥമുണ്ട്, ഞാനത് അങ്ങേക്ക് സമ്മാനിക്കുന്നു. അങ്ങയുടെ ട്രഷറിയിൽ അതൊരു അമൂല്യവസ്തുവായി ഇരിക്കട്ടെ!"

"എന്താണ് ആ പുസ്തകത്തിലുള്ളത്?" രാജാവ് ചോദിച്ചു.

"പറഞ്ഞ് ധരിപ്പിക്കാൻ പ്രയാസമാണ്. രഹസ്യമൊന്നുമില്ല, അങ്ങ് എന്റെ ശിരച്ഛേദം ചെയ്ത ഉടനെ, മൂന്ന് പേജ് മറിച്ച്, ഇടതുവശത്തുള്ള മൂന്ന് വാചകങ്ങൾ വായിക്കുക. അപ്പോൾ അങ്ങേക്ക് ആവശ്യമുള്ള എല്ലാ കാര്യങ്ങളും ചോദിക്കാം. അതിനെല്ലാം എന്റെ തല മറുപടി പറയും."

രാജാവ്, വല്ലാതെ അത്ഭുതപ്പെട്ടു പോയി! അസാധാരമായ ആ കാര്യം കേട്ട് ആഹ്ലാദത്തോടെ അദ്ദേഹം തലകുലുക്കി. "ഓ, വൈദ്യരെ, ഞാൻ നിങ്ങളുടെ തല വെട്ടിയെടുത്താൽ അത് എന്നോട് സംസാരിക്കുമെന്ന് നിങ്ങൾ പറഞ്ഞത് സത്യം തന്നെയാണോ?"

"അതെ, രാജാവേ!"

"ഇത് തീർച്ചയായും വിചിത്രം തന്നെ!"

ഉടനെ രക്ഷാഭടന്മാരോടൊപ്പം അയാളെ സ്വന്തം വീട്ടിലേക്കയച്ചു. ദുബാൻ അതിവേഗം തന്റേതായ എല്ലാ ചുമതലകളും ചെയ്തുതീർത്തു. പിറ്റേന്ന് അയാൾ രാജാവിന്റെ കച്ചേരിയിൽ എത്തി. അവിടെ പ്രഭുക്കന്മാരും മന്ത്രിമാരും ഉന്നത ഉദ്യോഗസ്ഥന്മാരുമെല്ലാം സന്നിഹിതരായിരുന്നു. 'അസംബ്ലി ഹാൾ' ഒരു ഉദ്യാനം പോലെ മനോഹരമായിരുന്നു. അതാ, നോക്കൂ! വൈദ്യൻ വന്ന് രാജാവിന് മുന്നിൽ നിന്നു. കൈയിൽ ഒരു തടിച്ച പഴയ ഗ്രന്ഥമുണ്ട്, ഒരു ചെറിയ ലോഹച്ചെപ്പിൽ 'സുറുമ' എഴുതാൻ ഉപയോഗിക്കുന്നതുപോലുള്ള പൊടിയും.

പിന്നെ അയാൾ താഴെ ഇരുന്നുകൊണ്ട് പറഞ്ഞു "എനിക്കൊരു തളിക തരൂ."

അവർ അയാൾക്ക് ഒരു തളിക കൊണ്ടുകൊടുത്തു. അയാൾ ആ പൊടി അതിൽ ഇട്ട്, നിരപ്പാക്കി. ഒടുവിൽ ഇപ്രകാരം പറഞ്ഞു."ഓ, രാജാവേ, ഈ പുസ്തകം എടുക്കൂ, എന്നാൽ എന്റെ ശിരസ് അറ്റു വീഴുന്നതുവരെ അത് തുറക്കരുത്. മുറിച്ചെടുത്ത എന്റെ ശിരസ് എടുത്ത് ഈ തളികയിൽ വെച്ച് അമർത്തുക. അപ്പോൾ രക്തപ്രവാഹം പെട്ടെന്ന് നിലയ്ക്കും. അപ്പോഴാണ് പുസ്തകം തുറക്കേണ്ടത്."

രാജാവ് പുസ്തകം വാങ്ങിച്ച ശേഷം, വാൾ ഏന്തി നില്ക്കുന്നവന് ഒരു ആംഗ്യം കൊടുത്തു. അയാൾ എഴുന്നേറ്റ് വൈദ്യന്റെ ശിരസ് വെട്ടിയെടുത്ത് തളികയുടെ നടുവിൽ വെച്ച് ആ പൊടിയിൽ അമർത്തിപ്പിടിച്ചു. രക്തപ്രവാഹം നിലച്ചു, യോഗി ദുബാൻ കണ്ണുകൾ തുറന്നുകൊണ്ട് പറഞ്ഞു.

"ഇനി പുസ്തകം തുറന്നോളൂ രാജാവേ!"

രാജാവ് പുസ്തകം തുറന്നു. ഏടുകൾ പരസ്പരം ഒട്ടിപ്പിടിച്ചിരിക്കുകയാണ്. അതുകൊണ്ട് തന്റെ വിരൽ നാവിൽ തൊട്ടുനനച്ച്, എളുപ്പം ഒന്നാം പേജ് മറിച്ചു, അതേപോലെ രണ്ടാം പേജും., മൂന്നാം പേജ് വളരെ ബുദ്ധിമുട്ടിയാണ് മറിച്ചത്. അങ്ങനെ ആറ് പേജുകൾ മറിച്ചപ്പോൾ അദ്ദേഹം അതിലേക്ക് നോക്കി. അതിൽ ഒന്നും എഴുതിയിട്ടില്ലെന്ന് കണ്ടപ്പോൾ അദ്ദേഹം ചോദിച്ചു. "ഓ, വൈദ്യരേ, ഇതിൽ ഒന്നും എഴുതിയിട്ടില്ലല്ലോ!"

"കുറച്ച് പേജുകൾ കൂടി മറിക്കൂ."

രാജാവ് അതേ പ്രകാരം മൂന്ന് പേജുകൾ കൂടി മറിച്ചു. ആ പുസ്തകം വിഷലിപ്തമായിരുന്നു! അതിവേഗം വിഷം അദ്ദേഹത്തിന്റെ സിരകളിൽ വ്യാപിച്ചു. അപസ്മാര രോഗിയെപ്പോല ഭയങ്കരമായി പിടഞ്ഞുകൊണ്ട് നിലവിളിച്ചു. വിഷം പ്രവർത്തിച്ച് തുടങ്ങിയിരിക്കുന്നു!

ക്രൂരനായ സ്വേച്ഛാധിപതികളുടെ ദുഷ്കർമങ്ങളെ കുറിച്ചൊരു ഗാന ശകലം അപ്പോൾ യോഗി ദുബാന്റെ ശിരസ് ആലപിച്ചു.

ആ ശിരസ്സ് നിശ്ശബ്ദമായതോടെ രാജാവ് നിലത്തുവീണ് മരിച്ചു. ഓ, ഇഫ്രിട്ട്, നീ ഒരു കാര്യം മനസ്സിലാക്കണം, രാജാവ് യൂനാൻ, യോഗി ദുബാനെ വെറുതെ വിട്ടിരുന്നെങ്കിൽ, അള്ളാ അദ്ദേഹത്തെ വെറുതെ വിട്ടേനെ. എന്നാൽ, അദ്ദേഹം അത് നിരസിച്ച് അയാളെ വധിക്കാൻ ഉത്തരവ് നല്കി. അപ്പോഴേക്കും നേരം പുലരാറായെന്ന് ഷാഹ്റസാദ് മനസ്സിലാക്കി, അവൾക്ക് നല്കപ്പെട്ട സമയം കഴിഞ്ഞെന്നും.

അപ്പോൾ ദുനിയാസാദ് പറഞ്ഞു "എന്റെ ചേച്ചി, എന്ത് രസമാണ് നിന്റെ കഥ, എത്ര സ്വാദിഷ്ടവും മധുരവുമാണത്!"

ചേച്ചി മറുപടി നല്കി. "രാജാവ് എന്നെ കൊല്ലാതെ വിട്ട്, ഞാൻ നാളെ ജീവിച്ചിരിക്കുകയാണെങ്കിൽ ഞാൻ പറയാൻ പോകുന്ന കഥയുമായി താരതമ്യപ്പെടുത്തിയാൽ ഇതെത്ര നിസ്സാരം!

രാജാവ് സ്വയം പറഞ്ഞു."അള്ളായാണേ, ബാക്കി കഥ പറഞ്ഞുതീരുന്നതുവരെ ഞാനവളെ കൊല്ലില്ല. കാരണം, സത്യമായിട്ടും അദ്ഭുതകരമായ കഥയാണത്."

അവർ പരസ്പരം ആലിംഗനം ചെയ്ത് നേരം പുലരുന്നതുവരെ കിടന്നു. നേരം പുലർന്നപ്പോൾ രാജാവ് ദർബാറിലേക്ക് പോയി. മന്ത്രിമാരും ഔദ്യോഗിക സംഘവും ഹാളിൽ വന്ന് നിറഞ്ഞു. രാജാവ് പതിവുപോലെ ഔദ്യോഗിക കർമങ്ങളിൽ മുഴുകി പകൽ മുഴുവൻ ചെലവഴിച്ചു. കച്ചേരി പിരിച്ചുവിട്ടപ്പോൾ ഷഹ്റ്യാർ രാജാവ് കൊട്ടാരത്തിലേക്ക് പ്രവേശിച്ചു.

ആറാം രാവ്

അനിയത്തി ദുനിയാസാദ് പറഞ്ഞു. "ദയവായി നിന്റെ കഥ ഞങ്ങൾക്കു വേണ്ടി പറഞ്ഞു തീർക്കുക."

അവൾ മറുപടി നൽകി. "രാജാവ് അനുവദിച്ചാൽ ഞാൻ പറയാം."

"പറയൂ." രാജാവ് സമ്മതിച്ചു. അവൾ തുടർന്നു. "ഓ, മഹാനായ രാജാവേ, മുക്കുവൻ ഇഫ്രിട്ടിനോട് പറഞ്ഞു.

"നീ എന്നെ വെറുതെ വിട്ടിരുന്നെങ്കിൽ, ഞാൻ നിന്നെയും വെറുതെ വിട്ടേനെ. എന്നാൽ, എന്റെ മരണത്തിൽ കുറഞ്ഞതൊന്നും നിന്നെ തൃപ്തിപ്പെടുത്തില്ലായിരുന്നു. അതുകൊണ്ട് ഞാൻ ഇപ്പോൾ നിന്നെ ഈ ഭരണിയിൽ അടച്ച് പൂട്ടി, കടലിലേക്ക് വലിച്ചെറിഞ്ഞ് കൊല്ലും."

അപ്പോൾ ഭൂതം ഉറക്കെ നിലവിളിച്ചു." അള്ളാ നിന്നെ കാത്തുരക്ഷിക്കട്ടെ, ഓ, മുക്കുവാ, അങ്ങനെ ചെയ്യല്ലെ. പഴയ കാര്യങ്ങൾക്ക് എനിക്ക് മാപ്പുതരൂ. എന്നെ വെറുതെ വിടൂ. ഞാൻ നിഷ്ഠൂരനാണെങ്കിൽ നീ ഉദാരനാണ്-ദോഷം ചെയ്യുന്നവനോട് നന്മ ചെയ്യുന്നു. 'ഉമാമാ' 'അറ്റിക്ക'യോട്

ചെയ്തതുപോലെ എന്നോട് ചെയ്യല്ലേ." "എന്താണ് അവരുടെ കാര്യം?" മുക്കുവൻ ചോദിച്ചു.,

"കഥ പറയാനുള്ള സമയമല്ല ഇത്, ഞാൻ ഈ തടവിലല്ലേ, എന്നാൽ എന്നെ പുറത്തിറക്കി വിടൂ. അപ്പോൾ നിനക്ക് ആ കഥ ഞാൻ പറഞ്ഞു തരാം."

"ആ ഭാഷ വിടൂ. നിന്നെ കടലിലേക്ക് എറിയുകയല്ലാതെ മറ്റ് മാർഗ്ഗമൊന്നുമില്ല. ഒരിക്കലും നിനക്കിനി പുറത്ത് ഇറങ്ങാൻ കഴിയില്ല. നിന്റെ സംരക്ഷണത്തിനായി ഞാൻ എത്രസമയം വൃഥാ ശ്രമിച്ചു. എത്രമാത്രം എളിമയോടെ ഞാൻ കരഞ്ഞുകൊണ്ട് യാചിച്ചു. എന്നാൽ, നീ എന്നെ കൊന്നേ അടങ്ങൂ എന്ന നിലപാടെടുത്തു. നിന്റെ കൈയിൽ നിന്ന് ഈ ശിക്ഷ ഏറ്റുവാങ്ങാൻ മാത്രം ഞാൻ നിന്നോട് എന്ത് തെറ്റാണ് ചെയ്തത്? നിന്നെ യാതൊരു വിധത്തിലും ഞാൻ മുറിവേല്പിക്കുകയോ, എന്തെങ്കിലും ദുഷ്പ്രവൃത്തി ചെയ്യുകയോ ഉണ്ടായിട്ടില്ല. ഞാൻ, നിങ്ങളെ ഈ ജയിലിൽ നിന്ന് രക്ഷിക്കുക മാത്രമാണ് ചെയ്തത്. ഇപ്പോൾ എനിക്ക് മനസ്സിലായി നിങ്ങൾ ഒരു ദുഷ്ടനാണെന്ന്. ഞാൻ നിന്നെ കടലിൽ എറിഞ്ഞശേഷം ഏതെങ്കിലും മുക്കുവൻ നിന്നെ വലവീശിപ്പിടിച്ചാൽ, അത് വീണ്ടും കടലിലേക്കു തന്നെ വലിച്ചെറിയാൻ ഞാൻ ആ മുക്കുവനോട് പറയും. ലോകാവസാനം വരെ അങ്ങനെ, കടലിനടിയിൽ കിടക്കട്ടെ. അതാവട്ടെ നിന്റെ അന്ത്യം!"

എന്നാൽ, ഇഫ്രിട്ട് വാവിട്ട് നിലവിളിച്ചു. "എന്നെ തുറന്നുവിടൂ, ഉദാരമനസ്കത പ്രദർശിപ്പിക്കാനുള്ള ശ്രേഷ്ഠമായൊരവസരമാണിത്. ഞാൻ നീയുമായി ഒരു കരാർ ഉണ്ടാക്കാം. ഒരിക്കലും നിന്നെ ഞാൻ വേദനിപ്പിക്കുകയോ ദ്രോഹിക്കുകയോ ചെയ്യുകയില്ല. നിന്നെ, ആവശ്യമുള്ളപ്പോഴെല്ലാം ഞാൻ സഹായിക്കാം."

രണ്ട് വ്യവസ്ഥകളിന്മേൽ മുക്കുവൻ അയാളുടെ വാഗ്ദാനങ്ങൾ സമ്മതിച്ചു. തന്നെ മുമ്പത്തെപ്പോലെ ശല്യപ്പെടുത്തരുത്. മാത്രമല്ല, അയാളെ സേവിക്കുകയും വേണം. സർവ്വശക്തനായ അള്ളായുടെ പേരിൽ ദൃഢപ്രതിജ്ഞയെടുത്തശേഷം അയാൾ ഭരണി തുറന്നു. ഗംഭീരമായ പുകപടലം ഉയർന്നുവന്നു. പിന്നെ അത് കട്ടിയായി. ഒരിക്കൽ കൂടി അത് ഒരു ഭീകരനായ ഭൂതമായി മാറി. അവൻ ഒറ്റ ആട്ടിന് ആ ജാർ കടലിലേക്ക് തെറിപ്പിച്ചു. അതുകണ്ട്, തന്നെയും അവൻ കൊന്ന് കളയുമോ എന്ന് മുക്കുവൻ പേടിച്ചു. അയാൾ തന്നോടു തന്നെ പറഞ്ഞു." ഇത് കള്ളസത്യമാണ്." അയാൾ മനസ്സിൽ ധൈര്യം സംഭരിച്ച് ഉറക്കെ വിളിച്ചു പറഞ്ഞു. "ഓ ഇഫ്രിട്ട്, അള്ളാ പറഞ്ഞിട്ടുണ്ട്- നിങ്ങൾ കരാറ് വ്യവസ്ഥകൾ പാലിക്കുക. കാരണം, നിങ്ങളുടെ വ്യവസ്ഥകൾ സ്വയം പാലിക്കപ്പെട്ടിട്ടുണ്ടോ എന്ന് അന്വേഷണം നടത്തപ്പെടും."

"നിങ്ങൾ എന്നോട് സത്യം ചെയ്തിട്ടുണ്ട്, അള്ളാ നിങ്ങളോട് തെറ്റ് ചെയ്തില്ലെങ്കിൽ നിങ്ങളും എന്നോട് തെറ്റ് ചെയ്യില്ലെന്ന് ശപഥം ചെയ്തിട്ടുണ്ട്. സത്യമായും അവൻ ശങ്കാശീലമുള്ളൊരു ദൈവമാണ്. പാപിയെ വെറുതെ വിടില്ല. രക്ഷപ്പെടാനനുവദിക്കില്ല. യോഗി ദുബാൻ, യൂനാൻ രാജാവിനോട് പറഞ്ഞതുപോലെ ഞാൻ നിന്നോട് പറയുകയാണ്.

"എന്നെ വെറുതെവിടൂ, എങ്കിൽ അള്ളാ നിന്നെ വെറുതെ വിടും."

ഇഫ്രീട്ട് പൊട്ടിച്ചിരിച്ച്, ഞെളിഞ്ഞ് നടന്നുകൊണ്ട് മുക്കുവനോട് പറഞ്ഞു. "എന്നെ പിൻതുടരൂ." മുക്കുവൻ സുരക്ഷിതമായൊരു അകലം പാലിച്ച് ഭൂതത്തിനെ പിൻതുടർന്നു.(കാരണം അയാൾക്ക് രക്ഷപ്പെടുമെന്ന് അത്ര ഉറപ്പില്ലായിരുന്നു) അവർ നഗരം വിട്ട് പ്രാന്തപ്രദേശത്തിലെത്തി. കൃഷിയിറക്കാത്ത തരിശ് ഭൂമിയിൽ പ്രവേശിച്ചു, പിന്നെ, മരുഭൂമിയാണ്. അതാ നോക്കൂ! അതിനുനടുവിൽ അതാ ഒരു പർവ്വത തടാകം.' ഇഫ്രീട്ട് കാലുകൾ വലിച്ചുവച്ച് ബുദ്ധിമുട്ടി അതിന്റെ നടുവിലേക്ക് നടന്നു. പിന്നെ വീണ്ടും വിളിച്ചു പറഞ്ഞു. അയാൾ ചെന്നപ്പോൾ ഭൂതം തടാകത്തിന്റെ മധ്യത്തിൽ നിന്ന്, മുക്കുവനോട് മീൻ പിടിക്കാനായി വല വീശാൻ ഉത്തരവ് കൊടുത്തു. മുക്കുവൻ വെള്ളത്തിലേക്ക് നോക്കി. വെളുപ്പും ചുകപ്പും നീലയും മഞ്ഞയുമായ പലതരം മീനുകളെ കണ്ട് അയാൾ ആശ്ചര്യപ്പെട്ടുപോയി. എന്തായാലും അയാൾ വലവീശി. അത് വലിച്ചുകയറ്റിയപ്പോൾ വലയിൽ നാല് മത്സ്യങ്ങൾ പെട്ടതായി കണ്ടു. നാല് വിവിധ നിറത്തിലുള്ളവ. അയാൾ വളരെയേറെ ആഹ്ലാദിച്ചു. അതിനേക്കാൾ ആഹ്ലാദവുമുണ്ടായത് ഭൂതം ഇപ്രകാരം പറഞ്ഞപ്പോഴാണ്. "ഇത് എടുത്തുകൊണ്ടുപോയി സുൽത്താന് സമ്മാനിക്കുക. അപ്പോൾ അദ്ദേഹം നിനക്ക് ധാരാളം പണം തന്ന് ഒരു ധനികനാക്കും. ഇനി എന്നോട് ക്ഷമിക്കൂ. നിനക്ക് ഈ രീതിയിൽ ഒരു ഉപകാരം ചെയ്യാനേ എനിക്കറിയൂ. കാരണം ആയിരത്തി എണ്ണൂറ് വർഷമായി ഈ ലോകത്തിന്റെ മുഖം കാണാനാകാതെ ഞാൻ കടലിന്നടിയിൽ കിടക്കുകയായിരുന്നല്ലോ. എന്നാൽ, ദിവസത്തിൽ ഒരിക്കലേ നീ ഇവിടെ വന്ന് മീൻ പിടിക്കാവൂ."പിന്നെ ഭൂതം യാത്ര പറഞ്ഞു. "അള്ളായുടെ അനുഗ്രഹമുണ്ടെങ്കിൽ നമ്മൾക്ക് വീണ്ടും കാണാം." എന്നിട്ട് കാലുകൊണ്ട് ഭൂമിയിൽ ഒറ്റ ചവിട്ടുകൊടുത്തു. ഭൂമി കുഴിഞ്ഞു, അതിലൂടെ ഭൂതം അപ്രത്യക്ഷനായി.

ഭയങ്കര വിസ്മയത്തോടെ ഇഫ്രീട്ടുമായി നടന്ന സംഭവങ്ങൾ അയാൾ ഓർത്തു! മീനുകളുമായി അയാൾ നഗരത്തിലേക്ക് നടന്നു. അയാൾ വീട്ടിലെത്തിയ ഉടനെ ഒരു മൺകലമെടുത്ത് അതിൽ വെള്ളം നിറച്ചു. അതിൽ ഈ മീനുകളെ ഇട്ടു. അവ അതിനുള്ളിൽ ചാടിപ്പിടഞ്ഞ് കളിക്കാൻ തുടങ്ങി. പിന്നെ ആ കുടം തലയിലേറ്റി അയാൾ കൊട്ടാരത്തിലേക്ക് യാത്രയായി. (ഭൂതം കല്പിച്ചതുപോല) മീനുകളെ രാജാവിന് മുന്നിൽ സമർപ്പിച്ചു. ആ മനോഹരമായ കാഴ്ച കണ്ട് രാജാവ് അത്ഭുതപ്പെട്ടു. അദ്ദേഹം ജീവിതത്തിലൊരിക്കലും ഇത്രയും ഗുണമേന്മയും ഭംഗിയുമുള്ള മീനുകളെ കണ്ടിട്ടില്ല!

അതുകൊണ്ട് അദ്ദേഹം പറഞ്ഞു "ഈ മീനുകളെ ആ പുതിയ അടിമ പെൺകുട്ടിക്ക് കൊടുക്കൂ.

അതവൾ നമ്മൾക്കു വേണ്ടി പാകം ചെയ്യട്ടെ! "ആ അടിമ പെൺകുട്ടിയെ മൂന്നുദിവസം മുമ്പ് മാത്രമാണ് 'റൗമിലെ രാജാവ് അദ്ദേഹത്തിന് അയച്ചുകൊടുത്തത്. അതുകൊണ്ട് പാചകകലയിലെ അവളുടെ കഴിവ് അദ്ദേഹത്തിന് പരീക്ഷിക്കാൻ സമയം കിട്ടിയില്ല. അങ്ങനെ മന്ത്രി ആ മീനുകൾ എടുത്തുകൊണ്ടുപോയി പാചകക്കാരിക്ക് കൊടുത്ത് അത് വറുക്കാനായി ഉത്തരവിട്ടു.

"ഹേ, യുവതി, രാജാവ് ഇപ്രകാരം എന്നോട് പറഞ്ഞയച്ചിരിക്കുകയാണ്- ഞാൻ നിന്റെ പാചകം പരീക്ഷിച്ചിട്ടില്ല. ഇന്നത്തെ ദിവസം നിന്റെ

വിദഗ്ധമായ കൈപ്പുണ്യവും, രുചികരമായ പാചകവും ഞങ്ങൾ ആസ്വദിക്കട്ടെ. കാരണം, ഈ മത്സ്യങ്ങൾ സുൽത്താന് ലഭിച്ച അപൂർവ്വ പാരിതോഷികമാണ്."

ശ്രദ്ധയോടെ അവൾക്ക് തന്റെ ചുമതല വിശദീകരിച്ചുകൊടുത്ത ശേഷം മന്ത്രി രാജസന്നിധിയിലേക്ക് തിരിച്ചെത്തി. മുക്കവന് നാനൂറ് ദിനാർ കൊടുക്കുവാനായി രാജാവ് മന്ത്രിക്ക് ഉത്തരവ് നല്കി. മന്ത്രി അപ്ര കാരം ചെയ്തു. മുക്കുവൻ അത് മാറത്തടക്കിപ്പിടിച്ച്, തട്ടിത്തടഞ്ഞ് വീണും, വീണ്ടും എഴുന്നേറ്റും വീട്ടിലേക്ക് ഓടി. ഇതെല്ലാം ഒരു സ്വപ്ന മാണോ എന്നയാൾക്ക് തോന്നാതിരുന്നില്ല.

ആ കുടുംബത്തിനാവശ്യമുള്ള എല്ലാ സാധനങ്ങളും അയാൾ വാങ്ങിച്ച്, അങ്ങേയറ്റം ആഹ്ലാദത്തോടെയും സന്തോഷത്തോടെയും ഭാര്യ യുടെ അടുത്തെത്തി. ഇത്രയും അയാളെ കുറിച്ച്. ഇനി പാചകക്കാരി യുടെ അടുത്തേക്ക് പോകാം.

അവൾ മീൻ വൃത്തിയാക്കി, 'ഫ്രൈയിംഗ് പാനി'ൽ വച്ച്, അതിനു മീതെ എണ്ണ തളിച്ച്, ഒരു ഭാഗം മൊരിച്ചു. പിന്നെ അത് അവൾ തിരിച്ചിട്ട പ്പോൾ, അതാ അടുക്കള ചുമർ രണ്ടായി പിളർന്ന്, അതിസുന്ദരമായ കണ്ണു കളും മുഖവുമുള്ള ഒരു യുവതി പുറത്ത് വന്നിരിക്കുന്നു! അവൾ സിൽക്ക് ഡ്രസ്സും, നീല അരികുള്ള ഉറുമാൽത്തട്ടുമാണ് ധരിച്ചിട്ടുള്ളത്. അമൂല്യ മായ രത്നങ്ങൾ പതിച്ചിട്ടുള്ള മോതിരം വിരലുകളിലും, വലിയ വളയ ങ്ങൾ കാതുകളിലും, തിളങ്ങുന്ന 'ബ്രേസ്‌ലെറ്റുകൾ' കൈത്തണ്ടകളിലും ധരിച്ചിരിക്കുന്നു. നീണ്ട ഒരു ചൂരൽ അവളുടെ കൈയിലുണ്ട്. 'ഫ്രൈയിംഗ് പാനി'ൽ ആ ചൂരൽ കൊണ്ട് കുത്തിയിട്ട് അവൾ പറഞ്ഞു."ഓ മീനേ! ഓ മീനേ! നീ സ്വന്തം കരാറ് വ്യവസ്ഥകളിൽ ഉറച്ചുനില്ക്കുന്നോ?'

പാചകക്കാരി ഈ മായാരൂപം കണ്ടപ്പോൾ, ബോധം കെട്ട് വീണു. ആ യുവതി തന്റെ വാക്കുകൾ രണ്ടാമതും മൂന്നാമതും ആവർത്തിച്ചു. ഒടുവിൽ ആ മീനുകൾ 'ഫ്രൈയിംഗ് പാനി'ൽ നിന്ന് തലയുയർത്തി നോക്കി. വ്യക്തമായി പറഞ്ഞു." അതെ! അതെ! ഒരേ ശബ്ദത്തിൽ അവർ ഉരുവിട്ടു.

"തിരിച്ചുവരൂ, ഞാനും അപ്രകാരം വരും.!"

അതിനുശേഷം ആ യുവതി 'ഫ്രൈയിംഗ് പാൻ' മറിച്ചിട്ട്, വന്ന മാതിരി അടുക്കള ചുമർ രണ്ടായി പിളർന്ന് അതിനുള്ളിലേക്ക് അപ്രത്യക്ഷയായി.

പാചകക്കാരി ബോധമുണർന്ന് നോക്കിയപ്പോൾ കണ്ടത് കത്തി ക്കരിഞ്ഞ നാലു മീനുകളെയാണ്. അവൾ പേടിച്ച് നിലവിളിച്ച്, ബോധം കെട്ടുവീണു. അവൾ ഈ നിലയിൽ കിടക്കുന്ന സമയത്ത് മന്ത്രി മീനി ന്നായി അവിടെ എത്തി. അവൾ ബോധം കെട്ട് കിടക്കുന്നതുകണ്ട് അവളെ തട്ടി വിളിച്ചു പറഞ്ഞു. "സുൽത്താനുവേണ്ടി മീൻ കൊണ്ടുവരൂ."

അപ്പോൾ ബോധം വന്ന അവൾ, കരഞ്ഞുകൊണ്ട് നടന്ന കാര്യ ങ്ങളെല്ലാം പറഞ്ഞു. മന്ത്രി വിസ്മയപ്പെട്ടുപോയി. "ഇത് അതിവിചിത്ര മായൊരു സംഭവം തന്നെ!"

അയാൾ മുക്കുവനെ വിളിച്ചുവരുത്തി, പറഞ്ഞു." ഓ, മീൻകാരാ, നിങ്ങൾ മുമ്പ് കൊണ്ടുവന്നതുപോലുള്ള നാല് മീനുകൾ കൊണ്ടുവരിക." അതനുസരിച്ച് അയാൾ ആ തടാകത്തിൽ പോയി വലവീശി. അയാൾ വല വലിച്ചുകയറ്റിയപ്പോൾ, അതാ നോക്കൂ! അതേപോലുള്ള നാല്

മീനുകൾ. ഇതയാൾ ഉടനെ മന്ത്രിയുടെ അടുത്തേക്ക് കൊണ്ടുപോയി. മന്ത്രി അതുമായി പാചകക്കാരിയുടെ അടുത്തെത്തി പറഞ്ഞു.

"ഇത് നീ എന്റെ മുന്നിൽ വച്ച് പൊരിക്കുക. കാര്യങ്ങൾ ഞാനൊന്നു കാണട്ടെ."

ആ പെണ്ണ് എഴുന്നേറ്റ്, മീൻ വൃത്തിയാക്കി, അത് ഫ്രൈയിംഗ് പാനിൽ ഇട്ട് തീ കത്തിച്ച് പൊരിക്കാൻ തുടങ്ങി. അവർ അവിടെ അല്പനേരം നിന്നപ്പോഴേക്കും, മുമ്പത്തെപ്പോലെ ചുമർ പിളർന്ന് അതിനുള്ളിൽ നിന്നും ആ യുവതി പ്രത്യക്ഷപ്പെട്ടു. പഴയതുപോലുള്ള വേഷം, കൈയിൽ അതേ ചൂരൽ. അവൾ വീണ്ടും ആ വടികൊണ്ട് ഫ്രൈയിംഗ് പാനിൽ കുത്തിക്കൊണ്ട് പറഞ്ഞു. "ഓ മീനെ! ഓ മീനെ! നിന്റെ പഴയ കരാറ് വ്യവസ്ഥയിൽ നീ ഉറച്ചുനില്ക്കുന്നോ?" മീനുകൾ തലകളുയർത്തി ആവർത്തിച്ച് "ഉവ്വ്!ഉവ്വ്!" അവർ പഴയ പല്ലവിതന്നെ ഉരുവിട്ടു. "തിരിച്ചു വരൂ, ഞാനും അപ്രകാരം വരും!......."

നേരം വെളുക്കാറായെന്ന് മനസ്സിലാക്കിയ ഷാഹ്റസാദ്, അവൾക്കനുവദിച്ച കഥ പറച്ചിൽ നിർത്തി.

ഏഴാം രാവ്

അവൾ തുടർന്നു, ഓ കീർത്തിമാനായ രാജാവേ, ആ മീനുകൾ അപ്രകാരം പറഞ്ഞപ്പോൾ, ആ യുവതി 'ഫ്രൈയിംഗ് പാൻ'ന്റെ വടികൊണ്ട് മറിച്ചിട്ട് വന്ന വഴി ചുമരിലേക്ക് അപ്രത്യക്ഷയായി.

മന്ത്രി ഉറക്കെ പറഞ്ഞു "ഇത് രാജാവിൽ നിന്ന് ഒളിച്ചുവെക്കാവുന്ന ഒരു കാര്യമല്ല."

അങ്ങനെ അയാൾ നേരെപോയി നടന്ന സംഭവങ്ങളെല്ലാം രാജാവിനെ ധരിപ്പിച്ചു. രാജാവ് മറുപടി നല്കി. "എനിക്കിത് സ്വന്തം കണ്ണുകൾ കൊണ്ട് കാണാതെ പറ്റില്ല."

അദ്ദേഹം ഉടനെ മുക്കുവനെ ആളയച്ചു വരുത്തി, ആദ്യത്തേതുപോലുള്ള നാല് മത്സ്യങ്ങൾ പിടിച്ചു ഒപ്പം മൂന്നുപേരെ സാക്ഷികളായി കൊണ്ടുപോകാനും കൊണ്ടുവരാനുമായി കല്പിച്ചു. മുക്കുവൻ ഉടനെ അപ്രകാരം ചെയ്തു. നാനൂറ് സ്വർണനാണ്യം മീൻകാരന് കൊടുക്കാനായി രാജാവ് അവരോട് ഉത്തരവ് നല്കിയശേഷം, മന്ത്രിയുടെ നേരെ തിരിഞ്ഞ് പറഞ്ഞു "ഈ മത്സ്യങ്ങൾ എന്റെ മുന്നിൽ വച്ചുതന്നെ എനിക്ക് പൊരിച്ചു തരൂ!"

മന്ത്രി മറുപടി നല്കി. "ഉത്തരവ് പോലെ!" ഫ്രയിംഗ് പാൻ കൊണ്ടുവരുവാനായി അദ്ദേഹം ഉത്തരവ് നല്കി. വൃത്തിയാക്കിയ മത്സ്യങ്ങൾ അതിലിട്ട്, അടുപ്പിൻമുകളിൽ വച്ചു. അതാ നോക്കൂ! ചുമര് പിളർന്ന്, ഒരു കൂറ്റൻ പാറപോലെ കറുത്തിരുണ്ട ഒരു അടിമ പുറത്തുചാടി. ഒരു മരത്തിന്റെ പച്ചക്കൊമ്പും കൈയിൽ പിടിച്ചിട്ടുണ്ട്. ഭയങ്കര ശബ്ദത്തിൽ അവൻ അലറി "ഓ മീൻ! ഓ, മീൻ! പഴയ കരാർ വ്യവസ്ഥകളിൽ നിങ്ങൾ എല്ലാവരും ഉറച്ചുനില്ക്കുന്നോ!"

ഉടനെ ആ മത്സ്യങ്ങൾ ഫ്രൈയിംഗ് പാനിൽ നിന്ന് ശിരസ്സുയർത്തി മറുപടി നല്കി. "അതെ! അതെ! ഞങ്ങൾ സ്വന്തം ശപഥം മുറുകെ പിടിക്കുന്നു."

വീണ്ടും അവർ പഴയ പല്ലവി ഉരുവിട്ടു. "തിരിച്ചുവരു, ഞാനും അപ്രകാരം വരും...."

പിന്നെ, ആ ഭീകരനായ കറുത്ത അടിമ ഫ്രൈയിംഗ് പാനിന്റെ അടുത്ത് ചെന്ന് തന്റെ വടി ഒരെണ്ണത്ത് തട്ടിയിട്ടു. എന്നിട്ട്, വന്ന മാർഗ്ഗത്തിലൂടെ ത്തന്നെ തിരിച്ചുപോയി. അവൻ അപ്രത്യക്ഷനായപ്പോൾ രാജാവ് ആ മത്സ്യങ്ങൾ പരിശോധിച്ചു. അവ കരിഞ്ഞ് കരിക്കട്ടപോലെ ഇരിക്കുന്നതു കണ്ട് രാജാവ് കോപത്തോടെ മന്ത്രിയോട് പറഞ്ഞു."സത്യമായും ഇത് നിശ്ശബ്ദമായി വെക്കേണ്ട കാര്യമല്ല; മീനുകളെ സംബന്ധിച്ചാണെങ്കിൽ, അവയെ ചുറ്റിപ്പറ്റി വിസ്മയകരമായ എന്തോ വീരസാഹസങ്ങൾ ഉണ്ട്. അദ്ദേഹം മുക്കുവനെ വിളിച്ചുവരുത്തി ചോദിച്ചു." ഛീ കഷ്ടം, നീ ലജ്ജിക്കണം, മനുഷ്യാ! എവിടെ നിന്നാണ് ഈ മീനുകളെ കിട്ടിയത്?"

അവൻ മറുപടി നല്കി. "നഗരത്തിനപ്പുറത്തുള്ള മലകളുടെ നടുവിലെ തടാകത്തിൽ നിന്ന്."

"എത്ര ദിവസം നടക്കണം അവിടേക്ക്?"

"അരമണിക്കൂർ മതി, സുൽത്താനേ."

രാജാവ് അദ്ഭുതപ്പെട്ടുപോയി. ഉടനെതന്നെ അദ്ദേഹം തന്റെ ആളുകളോട് വഴികാട്ടിയായ മുക്കുവനു പിന്നാലെ ചെല്ലുവാൻ പറഞ്ഞു, കുതിരപ്പടയാളികൾ കുതിരപ്പുറത്തും നീങ്ങി.

അവർ കുന്നുകയറിയിറങ്ങി വലിയൊരു മരുഭൂമിയിലെത്തി; തങ്ങളുടെ ജീവിതകാലത്തിലൊരിക്കലും ഈ മരുഭൂമി അവർ കണ്ടിട്ടേയില്ല. സുൽത്താനും ഉല്ലാസവാന്മാരായ അദ്ദേഹത്തിന്റെ അനുചരന്മാരും നാലു മലകൾക്കിടയിലുള്ള തടാകവും ചുകപ്പും വെളുപ്പും, മഞ്ഞയും നീലയും നിറത്തിലുള്ള മത്സ്യങ്ങളെ കണ്ട് വിസ്മയിച്ചുപോയി! രാജാവ് അദ്ഭുതസ്തബ്ധനായി നിന്ന് തന്റെ സൈനികരോടും മറ്റ് സന്നിഹിതരായ മനുഷ്യരോടും പറഞ്ഞു. "ഇതിന് മുമ്പ് നിങ്ങൾ ആരെങ്കിലും ഈ സ്ഥലവും തടാകവും എപ്പോഴെങ്കിലും കണ്ടിട്ടുണ്ടോ?"

"അല്ലയോ മഹാനായ രാജാവേ, ഞങ്ങളുടെ ജീവിതത്തിൽ ഇതൊരിക്കലും കണ്ടിട്ടില്ല."

അവർ കണ്ടുമുട്ടിയ അവിടുത്തെ ഏറ്റവും പഴയ അന്തേവാസികളേയും അവർ ചോദ്യം ചെയ്തു. എന്നാൽ അനേകമനേകം വർഷങ്ങൾ അവിടെ ജീവിച്ച അവർ എല്ലാവരും മറുപടി പറഞ്ഞത് ഇപ്രകാരമാണ്. "ഈ സ്ഥലത്ത് ഇതുപോലൊരു തടാകം ഞങ്ങൾ ഒരിക്കലും കണ്ടിട്ടില്ല."

അപ്പോൾ രാജാവ് അരുളിചെയ്തു "അള്ളായാണേ, ഞാൻ ഈ തടാകത്തെയും, അതിലെ മീനുകളെയും കുറിച്ചുള്ള സത്യം കണ്ടെത്തുന്നതുവരെ സ്വന്തം തലസ്ഥാനത്തേക്ക് തിരിച്ചുപോകുകയോ, എന്റെ പൂർവികരുടെ സിംഹാസനത്തിൽ ഉപവിഷ്ടനാകുകയോ ചെയ്യില്ല."

പിന്നെ അദ്ദേഹം തന്റെ സൈനികരോട് കുതിരപ്പുറത്തുനിന്ന് താഴെ ഇറങ്ങുവാൻ കല്പന നല്കി, മലയ്ക്ക് ചുറ്റും കൂടാരമില്ലാതെ വെളിസ്ഥലത്ത് രാത്രി കഴിച്ചുകൂട്ടാൻ പറഞ്ഞു. അവർ അപ്രകാരം ചെയ്തു. പിന്നെ, സമർത്ഥനും അനുഭവസമ്പത്തുള്ളവനും സൂക്ഷ്മനിരീക്ഷണശക്തിയുള്ളവനും കൂർമബുദ്ധിയുള്ളവനുമായ മന്ത്രിയെ രാജാവ് വിളിപ്പിച്ച്, ഇപ്രകാരം പറഞ്ഞു. "ചില കാര്യങ്ങൾ ചെയ്യാനായി എന്റെ മനസ്സ്

വെമ്പുന്നു. ഞാനത് നിങ്ങളെ അറിയിക്കാം. ഇന്നു രാത്രി ഒറ്റയ്ക്ക് നടക്കണമെന്ന് എന്റെ ഹൃദയം മന്ത്രിക്കുന്നു, എന്നിട്ട് ഈ തടാകത്തിന്റെയും അതിലെ മത്സ്യങ്ങളുടെയും ദുരൂഹമായ പേര് കണ്ടെത്തണം. നിങ്ങൾ എന്റെ കൂടാര വാതിൽക്കൽ ഇരിപ്പ് ഉറപ്പിക്കണം. എന്നെ അന്വേഷിച്ചെത്തുന്ന പ്രഭുക്കന്മാരോടും മന്ത്രിമാരോടും നവാബ്മാരോടും ഉന്നത ഉദ്യോഗസ്ഥരോടും പറയുക-സുൽത്താന് സുഖമില്ല. ആരേയും ഉള്ളിലേക്ക് പ്രവേശിപ്പിക്കരുതെന്നാണ് കല്പന. എന്റെ പദ്ധതി ആരും അറിയാതിരിക്കാൻ നിങ്ങൾ പ്രത്യേകം ശ്രദ്ധിക്കണം."

മന്ത്രി അദ്ദേഹത്തോട് എതിരൊന്നും പറഞ്ഞില്ല. പിന്നെ, രാജാവ് ഉടുപ്പുകളും ആഭരണങ്ങളും മാറ്റി വാള് തോളിൽ ഞാത്തി ഇട്ട്, ഒരു നടപ്പാതയിലൂടെ ഒരു മലയിലേക്ക് നടന്നു, അങ്ങനെ നേരം പുലരുവോളം, ആ രാത്രി മുഴുവൻ നടത്തം തന്നെ ആയിരുന്നു! ചൂട് സഹിക്കാനാവുന്നതുവരെ ആ നടത്തം തുടർന്നു. നീണ്ട യാത്രയ്ക്കുശേഷം അദ്ദേഹം കുറച്ചുനേരം വിശ്രമിച്ചു, പിന്നെയും നടത്തം തുടർന്നു. രണ്ടാമത്തെ രാത്രിയും നേരം പുലരുവോളം അദ്ദേഹം നടന്നു. പെട്ടെന്ന് ദൂരെ ഒരു കറുത്ത ബിന്ദു രാജാവിന്റെ ദൃഷ്ടിയിൽപ്പെട്ടു. അദ്ദേഹം ആഹ്ലാദത്തോടെ സ്വയം പറഞ്ഞു."യദൃച്ഛയാ, ആരോ ഒരാൾ ആ തടാകത്തിന്റെയും അതിലെ മത്സ്യങ്ങളുടെയും ദുരൂഹത എന്നോട് വെളിപ്പെടുത്തും." ആ കറുത്ത വസ്തുവിനെ ലക്ഷ്യം വെച്ച് രാജാവ് നടന്നു. അത് കരിങ്കല്ലും, ഇരുമ്പ് പ്ലേറ്റും കൊണ്ട് നിർമ്മിക്കപ്പെട്ടൊരു കൊട്ടാരമാണെന്ന് അദ്ദേഹം കണ്ടു. ഗേറ്റിന്റെ ഒരു പാളി അടഞ്ഞും, മറ്റേ പാളി തുറന്നും കിടക്കുന്നു. ഗേറ്റിന്റെ മുന്നിൽ നില്ക്കവെ രാജാവ് വളരെ ഉത്സാഹവാനായി കാണപ്പെട്ടു. അദ്ദേഹം ഗേറ്റിൽ മെല്ലെ മുട്ടി. എന്നാൽ മറുപടി ഒന്നും ലഭിക്കാതായപ്പോൾ, രണ്ടാമതും മൂന്നാമതും മുട്ടി. എന്നിട്ടും യാതൊരു മറുപടിയുമില്ല. അപ്പോൾ വളരെ ഉറക്കെ ഒന്ന് മുട്ടി, തദൈവ! "അത് ഒഴിഞ്ഞു കിടക്കുകയാണെന്ന കാര്യത്തിൽ സംശയമില്ല." അദ്ദേഹം അഭിപ്രായപ്പെട്ടു.

അതിനുശേഷം ഒരു ദൃഢനിശ്ചയമെടുത്ത്, ധൈര്യസമേതം പ്രധാന കവാടം കടന്ന് വലിയ ഹാളിൽ പ്രവേശിച്ച്, ഉറക്കെ വിളിച്ചു.

" ഹലോ, കൊട്ടാരനിവാസികളെ!ഞാനൊരു അപരിചിതനാണ്, ഒരു വഴിപോക്കൻ, നിങ്ങളുടെ പക്കൽ ഭക്ഷണസാധനങ്ങളുണ്ടോ?"

അദ്ദേഹം അക്കാര്യം രണ്ടും മൂന്നും പ്രാവശ്യം ഉറക്കെ ആവർത്തിച്ചു. എന്നിട്ടും യാതൊരു മറുപടിയുമില്ല. അപ്പോൾ ധൈര്യം സംഭരിച്ച്, ഒരു ഉറച്ച തീരുമാനത്തോടെ, അദ്ദേഹം പാത്തും പതുങ്ങിയും ഇടനാഴിയിലൂടെ നടന്ന്, കൊട്ടാരത്തിന്റെ ഏറ്റവും നടുവിലെ മുറിയിലെത്തി. അവിടെ ആരെയും അദ്ദേഹത്തിന് കാണാൻ കഴിഞ്ഞില്ല.

ഭംഗിയായി സജ്ജീകരിച്ച സ്വർണം പതിച്ച സിൽക്ക് തുണികൾ കൊണ്ട് അലങ്കരിച്ച മുറിയായിരുന്നു അത്. വാതിലുകളിൽ നീണ്ട കർട്ടനുകൾ ഞാന്നു കിടക്കുന്നു. അതിന് നടുവിൽ വിശാലമായ ദർബ്ബാർ ആണ്; നാല് തുറന്ന അലങ്കാരമണ്ഡപങ്ങൾ അതിനുള്ളിൽ ഉണ്ട്, തറയിൽ നിന്നും അല്പം ഉയരത്തിൽ, പരസ്പരം അഭിമുഖീകരിച്ചുകൊണ്ടാണവ നിലകൊള്ളുന്നത്. ദർബ്ബാറിന്റെ മുകൾഭാഗം ഒരു വിതാനം കൊണ്ട് മറച്ചിരിക്കുന്നു. അതിന് മധ്യത്തിൽ, സ്വർണംകൊണ്ട് നിർമിച്ച നാല്

സിംഹങ്ങളുടെ വായിലൂടെ പ്രവർത്തിക്കുന്ന ഒരു ഫൗണ്ടൻ, സിംഹങ്ങളുടെ വായിൽ നിന്ന് മുത്തുമണികൾപോലെ തെളിഞ്ഞ വെള്ളം ചിതറുന്നു. കൊട്ടാരത്തിന് ചുറ്റും പക്ഷികൾ ഓടിനടക്കുന്നു. അവയ്ക്കു മീതെ ഒരു സ്വർണവല ഉറപ്പിച്ചിട്ടുണ്ട്. അവ പറന്നു പോകാതിരിക്കാനായി. ചുരുക്കത്തിൽ, മനുഷ്യരൊഴികെ മറ്റെല്ലാം അതിലുണ്ട്. രാജാവിന് വല്ലാത്ത അതിശയം തോന്നി. ഈ മരുഭൂമിയേയും തടാകത്തെയും മത്സ്യങ്ങളെയും മലകളെയും ഈ കൊട്ടാരത്തെയും കുറിച്ച് ചോദിച്ചറിയാൻ ആരെയും കണ്ടെത്തിയില്ലല്ലോ എന്നോർത്ത് അദ്ദേഹത്തിന്റെ മനസ്സ് വേദനിച്ചു. അങ്ങനെ വാതിലുകൾക്കിടയിൽ ചിന്താമഗ്നനായി ഇരിക്കവെ, അതാ, ഒരു വിലാപം കേട്ട് സുൽത്താൻ ചാടി എഴുന്നേറ്റ്, ശബ്ദം കേട്ടിടത്തേക്ക് നടന്നു. കർട്ടനിട്ട ഒരു ചെറിയ മുറിയുടെ മുന്നിലെത്തി. അദ്ദേഹം കർട്ടൻ പൊക്കിനോക്കിയപ്പോൾ, ഒരു യുവാവ് ഒരു മുഴം പൊക്കമുള്ള കിടക്കയിൽ ഇരിക്കുന്നത് കണ്ടു, സുമുഖനും ആരോഗ്യവാനുമായൊരു യുവാവ്! നല്ല വെളുത്ത നെറ്റിയും റോസ് നിറത്തിലുള്ള കവിളുകളും, കവിളിൽ ഒരു നാണ്യത്തിന്റെ വലുപ്പത്തിലുള്ളൊരു മറുകും.

രാജാവ് ആഹ്ലാദത്തോടെ അയാളെ അഭിവാദ്യം ചെയ്തു. എന്നാൽ, അയാൾ ഈജിപ്ഷ്യൻ സ്വർണം പതിച്ച സിൽക്ക് തുണി വിരിച്ച ഇരിപ്പിടത്തിൽ തന്നെ ഇരിക്കുകയാണ്. അയാളുടെ കിരീടത്തിൽ പലതരം മുത്തുകളാണുള്ളത്. വല്ലാത്ത ദുഃഖിതനായ ഒരാളുടേതുപോലെ വ്യാകുലമാണ് ആ മുഖം. അയാൾ വളരെ ഭവ്യതയോടെ രാജാവിന്റെ അഭിവാദ്യങ്ങൾ തിരിച്ചുനല്കിക്കൊണ്ട് പറഞ്ഞു " ഓ, പ്രഭോ, അങ്ങയുടെ അന്തസ്സിന്നനുസരിച്ച് ഞാൻ എഴുന്നേൽക്കേണ്ടതാണ്. എന്നാൽ ഉള്ളംകാലിന് വയ്യാത്തതിനാൽ ഞാൻ ക്ഷമയാചിക്കുന്നു."

രാജാവ് മറുപടി നല്കി. "നിങ്ങളോട് ക്ഷമിച്ചിരിക്കുന്നു. ഓ, യുവാവേ, എന്നെ നിന്റെ അതിഥിയായി കാണണം, ഇവിടെ ഒരു പ്രത്യേക കാര്യത്തിനായി വന്നതാണ്. ഈ തടാകം. അതിലെ മത്സ്യങ്ങൾ, ഈ കൊട്ടാരം, നിന്റെ ഏകാന്തവാസം, ഈ രോദനം എന്നിവയുടെ രഹസ്യം എന്താണെന്ന് എന്നോട് പറയുക."

ആ യുവാവ് ഈ വാക്കുകൾ കേട്ടപ്പോൾ വല്ലാത്ത വേദനയോടെ കരയാൻ തുടങ്ങി. കണ്ണുനീർ കൊണ്ടയാളുടെ നെഞ്ച് നനഞ്ഞ് കുതിർന്നു.

രാജാവ് വിസ്മയത്തോടെ അയാളോട് ചോദിച്ചു. "എന്തുകൊണ്ടാണ് നിങ്ങൾ കരയുന്നത്, യുവാവേ?" "എന്റെ കാര്യങ്ങൾ ഇപ്രകാരമാകുമ്പോൾ എങ്ങനെയാണ് എനിക്ക് കരയാതിരിക്കാൻ കഴിയുക!" ഇത്രയും പറഞ്ഞ് അയാൾ തന്റെ ഉടുപ്പ് പൊക്കി കാണിച്ചു. അതാനോക്കൂ! കാലുകൾ കല്ലുപോലെ കാണപ്പെട്ടു. നാഭിമുതൽ തലമുടി വരെ അയാൾ ഒരു സാധാരണ മനുഷ്യനെപ്പോലുണ്ട്. അയാളുടെ ശോചനീയമായ ഈ അവസ്ഥ കണ്ട് രാജാവിന് വല്ലാത്ത വേദനയും ദുഃഖവും തോന്നി. അദ്ദേഹം സഹാനുഭൂതിയോടെ പറഞ്ഞു. "ഹാ, കഷ്ടം! എന്റെ യുവാവേ, നിന്റെ ദുഃഖം എന്റെ ദുഃഖത്തെ വർധിപ്പിക്കുന്നു. മത്സ്യങ്ങളുടെ ദുരൂഹതയെ കുറിച്ച് മാത്രം ചോദിക്കാനാണ് ഞാൻ ഉദ്ദേശിക്കുന്നത്. എന്നാൽ, ഇപ്പോൾ ആ കഥയോടൊപ്പം എനിക്ക് നിന്റെ കഥയും അറിയണമെന്നുണ്ട്. സർവ്വശക്തനായ അള്ളായേക്കാൾ ശക്തനായ ആരുമില്ല. ഒട്ടും സമയം നഷ്ടപ്പെടുത്താതെ നിന്റെ കഥ മുഴുവൻ പറയൂ യുവാവേ!"

അയാൾ മറുപടി നല്കി. "അങ്ങയുടെ കണ്ണുകളും, കാതുകളും, ഉൾക്കാഴ്ചയും എനിക്ക് കടം തരൂ."

"തികച്ചും വിസ്മയകരവും അദ്ഭുതകരവും ആണ് എന്റെയും ഈ മത്സ്യങ്ങളുടെയും കാര്യം. അത് കൺകോണുകളിൽ കൊത്തിവെക്കപ്പെട്ടിട്ടുണ്ട്, താക്കീത് നല്കപ്പെടേണ്ടവർക്കത് ഒരു മുന്നറിയിപ്പാണ്."

"എന്താണത്?" രാജാവ് ചോദിച്ചു. ആ യുവാവ് പറയാൻ തുടങ്ങി.

ദുർമന്ത്രവാദം ചെയ്യപ്പെട്ട രാജകുമാരന്റെ കഥ

ഓ, പ്രഭു, എന്റെ മുൻഗാമി ഈ നഗരത്തിലെ രാജാവായിരുന്നെന്ന് അറിയുക, അദ്ദേഹത്തിന്റെ പേര് 'മഹ്മൂദ്' എന്നായിരുന്നു. അദ്ദേഹം 'ബ്ലാക്ക് ഐലണ്ടു'കളുടെയും ഈ നാല് മലകളുടെയും അധിപനായിരുന്നു. ദീർഘകാലം രാജ്യഭരണം നടത്തിയശേഷം അദ്ദേഹം സ്വർഗ്ഗസ്ഥനായി. പിന്നീട് ഞാനാണ് സുൽത്താനായി ഭരണം നടത്തിയത്. പിതൃസഹോദരപുത്രിയേയാണ് ഞാൻ വിവാഹം കഴിച്ചത്. അവൾ എന്നെ അങ്ങേയറ്റം ആത്മാർത്ഥതയോടെ സ്നേഹിച്ചു. എന്റെ അസാന്നിദ്ധ്യത്തിൽ അവൾ ജലപാനം പോലും ചെയ്തിരുന്നില്ല. ഞങ്ങൾ നല്ല ഭാര്യാഭർത്താക്കന്മാരായി അഞ്ചുവർഷം കഴിഞ്ഞു. ഒരു ദിവസം അവൾ 'ഹമ്മാ'വിൽ കുളിക്കാനായി പോയി. ഞാൻ പാചകക്കാരിയോട് വേഗം അത്താഴം തയ്യാറാക്കാൻ ഉത്തരവ് കൊടുത്തു. പിന്നെ ഞാൻ ഈ കൊട്ടാരത്തിൽ വന്ന്, പതിവായി കിടന്നുറങ്ങാറുള്ള കട്ടിലിൽ വന്നു കിടന്നു. രണ്ട് യുവതികളോട് എന്നെ വീശാൻ പറഞ്ഞു. ഒരാൾ എന്റെ തലയ്ക്കലും മറ്റവൾ കാല്ക്കലും ഇരുന്നു. എന്നാൽ, എന്റെ ഭാര്യയുടെ അസാന്നിദ്ധ്യം എന്നെ വിഷമിപ്പിക്കുകയും അസ്വസ്ഥനാക്കുകയും ചെയ്തു. എനിക്ക് ഉറങ്ങാൻ കഴിഞ്ഞില്ല. എന്റെ കണ്ണുകൾ അടഞ്ഞിരുന്നെങ്കിലും എന്റെ മനസ്സും, ചിന്തകളും പൂർണമായും തുറന്നിരുന്നു. അപ്പോൾ എന്റെ തലയ്ക്കൽ ഇരുന്ന അടിമപ്പെൺകുട്ടി കാല്ക്കൽ ഇരുന്നവളോട് പറയുന്നത് ഞാൻ കേട്ടു.

"ഓ, മസൂദാ, നമ്മുടെ യജമാനന്റെ സ്ഥിതി എത്ര ദയനീയമാണ്! ഈ യുവത്വം വൃഥാ പാഴാക്കുന്നല്ലോ. ശപിക്കപ്പെട്ട വ്യഭിചാരിണിയായ നമ്മുടെ യജമാനത്തിയുടെ വഞ്ചന മഹാകഷ്ടം തന്നെ!"

മറ്റവൾ മറുപടി നല്കി. "അതെ, തീർച്ചയായും, എല്ലാവിശ്വാസവഞ്ചകരായ സ്ത്രീകളെയും പരപുരുഷബന്ധം വെക്കുന്നവരേയും അള്ളാ ശപിക്കട്ടെ!"

"സൽഗുണസമ്പന്നനായ നമ്മുടെ യജമാനനോടുള്ള രാത്രി സഞ്ചാരിയായ ഈ അഭിസാരികയുടെ പെരുമാറ്റം കൂടുതൽ കടുത്ത ശിക്ഷ അർഹിക്കുന്നുണ്ട്."

അപ്പോൾ തലയ്ക്കൽ ഇരുന്നവൾ പറഞ്ഞു.

"നമ്മുടെ യജമാനൻ എന്താ മൂഢനാണോ, 'ബ്ള്ബളാ' എന്ന് സംസാരിക്കാൻ മാത്രമേ കൊള്ളൂ. അവരെ ചോദ്യം ചെയ്യാനറിയില്ല!"

മറ്റവൾ അഭിപ്രായപ്പെട്ടു. "ഛീ കഷ്ടം! ലജ്ജാകരം! നമ്മുടെ യജമാനന് അവളുടെ രീതികൾ അറിയാം, അല്ലെങ്കിൽ അദ്ദേഹത്തെ ഇങ്ങനെ വിട്ടുപോകാൻ കഴിയുമോ? അല്ല, അതിനും പുറമെ, അദ്ദേഹം ഉറങ്ങാൻ കിടക്കുന്നതിന് മുമ്പ് കുടിക്കുന്ന വീഞ്ഞിൽ അവൾ മയക്കുമരുന്ന് കലർത്തുന്നില്ലേ, 'ഭാംഗ്'? അപ്പോൾ അദ്ദേഹം സുഖമായി കിടന്നുറങ്ങും. അവർ എവിടെ പോയെന്നോ, എന്ത് ചെയ്തെന്നോ അദ്ദേഹം അറിയില്ല. എന്നാൽ, നമ്മൾക്കറിയാം. മയക്കുമരുന്നു ചേർത്ത് വീഞ്ഞ് അദ്ദേഹത്തിന് കൊടുത്തശേഷം തന്റെ ഏറ്റവും വിലപിടിച്ച വസ്ത്രങ്ങൾ ധരിച്ച്, ഏറ്റവും വില കൂടിയ പെർഫ്യൂം അടിച്ച്, അവർ അദ്ദേഹത്തെ വിട്ട് പോകുന്നു എന്നത്. രാത്രി മുഴുവൻ പുറമെ ചിലവഴിച്ച് അദ്ദേഹത്തിനരികിൽ തിരിച്ചെത്തുന്നു. പിന്നെ മരുന്നുപുരട്ടിയ പഞ്ഞി മൂക്കിനു കീഴെ പിടിച്ച് കത്തിക്കുമ്പോൾ ചത്തതുപോലുള്ള ഉറക്കത്തിൽ നിന്ന് അദ്ദേഹം ഉണരുന്നു."

ആ അടിമപ്പെൺകുട്ടികളുടെ വാക്കുകൾ ഞാൻ കേട്ടപ്പോൾ, എനിക്ക് മുന്നിൽ വെളിച്ചമുണ്ടെങ്കിലും അവിടെ ഇരുട്ട് വ്യാപിച്ചിരിക്കയാണെന്ന് എനിക്ക് തോന്നി. രാത്രി ഒരിക്കലും മാറില്ലെന്നും.

അപ്പോഴേക്കും എന്റെ ഭാര്യ കുളിമുറിയിൽ നിന്നും കുളികഴിഞ്ഞ് തിരിച്ചെത്തി. അവർ ഞങ്ങൾക്കുവേണ്ടി മേശമേൽ ഭക്ഷണം നിരത്തി. പതിവുപോലെ വീഞ്ഞുകുടിച്ചും ആഹാരം കഴിച്ചും അരമണിക്കൂർ ഒന്നിച്ച് ഇരുന്നു. പിന്നെ അവൾ ഞാൻ ഉറങ്ങുന്നതിനുമുമ്പ് കുടിക്കാറുള്ള പ്രത്യേക വീഞ്ഞ് കൊണ്ടുവരാൻ പറഞ്ഞു. ആ വീഞ്ഞു കപ്പ് എത്തി. പതിവിനനുസരിച്ച് കുടിക്കുന്ന ഭാവത്തിൽ ഞാനത് നെഞ്ചിലെ തുണിയിലേക്ക് കമഴ്ത്തി. മെത്തയിൽ കിടന്ന്, ഉറങ്ങിയതുപോലെ, അവൾ കേൾക്കാനായി കൂർക്കം വലിച്ചു.

അപ്പോൾ അതാ നോക്കൂ, അവൾ വിളിച്ചു പറഞ്ഞു "രാത്രി മുഴുവൻ കിടന്നുറങ്ങൂ, ഒരിക്കലും ഇനി എഴുന്നേൽക്കരുത്. അള്ളായാണേ, ഞാൻ നിങ്ങളെ വെറുക്കുന്നു. നിങ്ങളുടെ ശരീരത്തെ വെറുക്കുന്നു, നിങ്ങളുമായി ശാരീരിക ബന്ധത്തിലേർപ്പെടുമ്പോൾ എന്റെ മനസ്സ് പിൻവലിയുന്നു. അള്ളാ നിങ്ങളുടെ ജീവൻ എപ്പോൾ എടുക്കും എന്ന് ഞാനോർത്തുപോകുന്നു!"

പിന്നെ അവൾ തന്റെ ഏറ്റവും നല്ല വസ്ത്രങ്ങളണിഞ്ഞ്, ഏറ്റവും വിലകൂടിയ പെർഫ്യൂം പൂശി, കഴുത്തിൽ എന്റെ വാള് തൂക്കിയിട്ട് കൊട്ടാര ഗേറ്റ് തുറന്ന് സ്വന്തം ദുർമ്മാർഗ്ഗത്തിലൂടെ അവൾ പോയി. ഞാൻ എഴുന്നേറ്റ് അവൾ പോയ വഴിയിലൂടെ അവളെ പിന്തുടർന്നു. അവൾ നഗര കവാടത്തിലെത്തിയപ്പോൾ, എന്തോ പറഞ്ഞു, ആ വാക്കുകൾ എനിക്ക് മനസ്സിലായില്ല. എന്തായാലും ആ 'ഗേറ്റി'ന്റെ താഴുകൾ മുറിച്ചിട്ടതുപോലെ സ്വയം താഴെ പതിച്ചു!

അങ്ങനെ അവൾ പുറത്ത് കടന്നു (അവളറിയാതെ ഞാൻ അവളെ പിന്തുടർന്നു) ഒടുവിൽ നഗരാതിർത്തിയിലെ ചപ്പുചവറുകൾ കൂട്ടിയിട്ട ഒരു കുന്നിനടുത്തെത്തി. അവിടെ മുള്ളുവേലിക്കുള്ളിൽ, കളിമണ്ണിഷ്ടികകൊണ്ട് നിർമ്മിക്കപ്പെട്ട ഒരു കുടിൽ ഉണ്ട്. അവൾ വാതിൽ കടന്ന് ആ കുടിലിലേക്ക് പ്രവേശിച്ചപ്പോൾ ഞാൻ മേൽക്കൂരയിൽ കയറി ഉൾവശം കാണാവുന്ന ഒരു സ്ഥലത്ത് ഇരുപ്പുറപ്പിച്ചു. എന്റെ സുന്ദരിയായ 'കസിൻ'

അതാ നോക്കൂ! ഒരു വൃത്തികെട്ട നീഗ്രോ അടിമയുടെ അടുക്കലേക്ക് പോയി. അയാളുടെ മേൽച്ചുണ്ട് ഒരു പാത്രത്തിന്റെ മൂടിപോലെയും, കീഴ്ച്ചുണ്ട് തുറന്നുവച്ച ഒരു പാത്രം പോലെയും ഉണ്ട്. കട്ടിലിന്നടിയിലെ മണൽത്തരികളിൽ ചുണ്ടുകൾ സ്പർശിക്കുന്നുണ്ടെന്ന് കണ്ടാൽ തോന്നും. അയാളെ കാണാൻ ഒരു കുഷ്ഠരോഗിയേയോ വാതരോഗിയേയോ പോലുണ്ട്. വൈക്കോൽ വിരിച്ച കിടക്കയിലാണ് കിടക്കുന്നത്. വൃത്തികെട്ട കീറത്തുണികൊണ്ട് പുതച്ചിരിക്കുന്നു. അവൾ അയാളുടെ മുന്നിലെ നിലത്ത് ചുംബിച്ചു. അയാൾ അവളുടെ മുഖം ശരിക്ക് കാണാൻ വേണ്ടി തല ഉയർത്തിക്കൊണ്ട് പറഞ്ഞു. "നീ മുടിഞ്ഞുപോകട്ടെ! ഇത്രയും നേരമായി നീ വരാതിരുന്നതെന്താണ്? ഇവിടെ എന്നോടൊപ്പം നാനാതരത്തിലുള്ള നീഗ്രോ സഹോദരന്മാർ ഉണ്ടായിരുന്നു. ഓരോരുത്തനും വീഞ്ഞ് കുടിച്ച് അവരവരുടെ യുവതികളുമായി രമിച്ചു. നിന്റെ അസാന്നിദ്ധ്യത്തിൽ കുടിക്കുന്നതിലെനിക്കൊരു സംതൃപ്തിയും ലഭിച്ചില്ല."

അപ്പോൾ അവൾ മറുപടി നല്കി "ഓ എന്റെ പ്രഭോ, എന്റെ പ്രിയതമാ, എന്റെ കണ്ണുകൾക്ക് കുളിർമ നല്കുന്നവനേ, ഞാൻ വെറുക്കുന്ന എന്റെ കസിനുമായി എന്റെ വിവാഹം കഴിഞ്ഞിട്ടുണ്ടെന്ന് നിങ്ങൾക്കറിയാവുന്നതല്ലേ? അയാളുടെ സാന്നിദ്ധ്യം തന്നെ എനിക്ക് അറപ്പാണ്. നിങ്ങൾക്കുവേണ്ടി ഞാൻ ആരേയും പേടിക്കുന്നില്ല. അയാളുടെ നഗരം കഴുകന്മാരും മൂങ്ങകളും, കുറുക്കന്മാരും ചെന്നായകളും ബഹളം വച്ച് വിഹരിക്കുന്ന ഒരു തകർന്ന സ്ഥലമാക്കി ഞാൻ മാറ്റും. 'മൗണ്ട് ഹാഫി'ന്റെ പിൻവശത്തേക്ക് അതിന്റെ അസ്തിവാരം ഞാൻ മാറ്റിക്കഴിഞ്ഞു.

നീഗ്രോ അടിമ പറഞ്ഞു. "നീ നുണ പറയുകയാണ്, നശിച്ചവൾ! നീഗ്രോകളുടെ ശൗര്യവും അന്തസ്സും അടിസ്ഥാനമാക്കി (വെളുത്ത മനുഷ്യരുടെ പൗരുഷം പോലെയല്ല ഞങ്ങളുടെ പൗരുഷം എന്ന് മനസ്സിലാക്കുക) ഞാനിതാ ശപഥം ചെയ്യുന്നു, ഇന്നുമുതൽ നീ ഇപ്രകാരം ഒഴിഞ്ഞുമാറി നില്ക്കുകയാണെങ്കിൽ ഞാൻ നീയുമായി യാതൊരു സ്നേഹബന്ധത്തിനുമില്ല, നീയുമായി യാതൊരുവിധ ലൈംഗികബന്ധത്തിനുമില്ല. സ്ഥിരബുദ്ധിയില്ലാത്തവളേ, നിന്റെ വൃത്തികെട്ട കാമാസക്തി തൃപ്തിപ്പെടുത്താനിനി ഞാനില്ല. കൊടിച്ചിപ്പട്ടി! ദുഷിച്ചവൾ! വെളുത്ത നികൃഷ്ടകളിൽ വെച്ച് ഏറ്റവും നികൃഷ്ടയായവളെ!"

ഞാനവന്റെ വാക്കുകൾ കേട്ടപ്പോൾ, ഈ വൃത്തികെട്ടവർ തമ്മിൽ നടക്കുന്ന കാര്യങ്ങൾ നേരിട്ട് കണ്ടപ്പോൾ, എനിക്ക് മുന്നിൽ ഈ ലോകം ഇരുളടഞ്ഞതുപോലെ തോന്നി! ആ സ്ഥലം ഏതാണെന്നുപോലും മനസ്സിലാകാത്തതുപോലെ!

എന്നാൽ, എന്റെ ഭാര്യ വിനീതയായി ആ അടിമയുടെ മുന്നിൽ നിന്ന് കരയുകയും, മുഖസ്തുതിപറഞ്ഞ് അവനെ മയക്കാൻ ശ്രമിക്കുകയും ചെയ്യുന്നു. "ഓ, എന്റെ പ്രിയനെ, എന്റെ ഹൃദയേശ്വരാ, അങ്ങല്ലാതെ എന്നെ സന്തോഷിപ്പിക്കാൻ ആരുമില്ല, അങ്ങെന്നെ തള്ളിക്കളഞ്ഞാൽ ആരാണെന്നെ സ്വീകരിക്കുക? ഓഹ്, എന്റെ പ്രിയതമാ, എന്റെ കണ്ണുകളിലെ പ്രകാശമേ!"

അവൾ കരച്ചിൽ നിർത്താതെ, സ്വയം ഇടിച്ചു താഴ്ത്തിക്കൊണ്ട് പറഞ്ഞുകൊണ്ടേ ഇരുന്നു. ഒടുവിൽ, പരസ്പരം യോജിപ്പിലെത്തുവാനായി

അവൻ സമ്മതിച്ചു. അപ്പോൾ അവൾ അതീവ സന്തോഷത്തോടെ ചാടി എഴുന്നേറ്റ് സ്വന്തം വസ്ത്രങ്ങളെല്ലാം ഊരി മാറ്റി, പെറ്റിക്കോട്ടും ട്രൗസർപോലും! പിന്നെ അവൾ പറഞ്ഞു 'ഓ,എന്റെ നാഥാ, അങ്ങയുടെ പെണ്ണിന് കഴിക്കാനായി ഇവിടെ എന്താണ് ഉള്ളത്?"

"ആ പ്ലേറ്റ് ഒന്ന് പൊക്കി നോക്കൂ." അവൻ പിറുപിറുത്തു. ഞങ്ങൾ കഴിച്ച കുറച്ച് എലികളുടെ വറുത്ത എല്ലുകൾ അതിന്റെ അടിയിൽ കാണാം. അതെടുത്ത് ആ അഴുക്ക് വെള്ളം ഒഴിച്ചു വെക്കാറുള്ള കലത്തിനടുത്തേക്ക് ചെല്ലുക. ഞങ്ങൾ കഴിച്ച് ബാക്കിയുള്ള വീഞ്ഞ് അതിലേക്ക് ഒഴിച്ചിരുന്നു. അത് നിനക്ക് എടുത്ത് കുടിക്കാം."

അങ്ങനെ അവൻ പറഞ്ഞ ഭക്ഷണ പദാർത്ഥങ്ങൾ അവൾ അകത്താക്കി, കൈകഴുകി, അയാളുടെ അരികിൽ ചെന്ന് കിടന്നു. അവന്റെ നാറുന്ന പഴന്തുണിക്കും പുതപ്പിനുമടിയിൽ കിടന്ന് പരിപൂർണ്ണ നഗ്നയായി അവനോടൊപ്പം അവൾ രതിക്രീഡയിൽ മുഴുകി! എന്റെ പിതൃസഹോദര പുത്രിയായ, എന്റെ ഭാര്യ ഈ പണി ചെയ്യുന്നതുകണ്ട്, എന്റെ വിവേകം നഷ്ടപ്പെട്ടതുപോലെ എനിക്ക് തോന്നി. ഞാൻ മേൽപ്പുരയിൽ നിന്നും താഴെ ഇറങ്ങി,മുറിയിൽ പ്രവേശിച്ച് അവൾ കൊണ്ടുവന്ന് വച്ചിരുന്ന എന്റെ വാൾ എടുത്ത് ഉറയിൽ നിന്ന് ഊരി, ഇരുവരെയും വെട്ടിക്കൊല്ലാൻ തീരുമാനിച്ചു. ആദ്യം ഞാൻ അടിമയുടെ കഴുത്തിൽ വെട്ടി. അയാൾ മരിച്ചെന്ന് ഞാൻ കരുതി." - അപ്പോഴേക്കും നേരം പുലരുകയാണെന്ന് ഷാഹ്റസാദ് മനസ്സിലാക്കി, അവൾക്കനുവദിക്കപ്പെട്ട കഥാകഥനം അവൾ നിർത്തി.

എട്ടാം രാവ്

അവൾ തുടർന്നു, ഓ, കീർത്തിമാനായ രാജാവേ, ദുർമന്ത്രവാദത്തിനിരയായ രാജകുമാരൻ രാജാവിനോട് പറഞ്ഞു. "ഞാൻ ആ അടിമയുടെ തലവെട്ടാനായി വാൾ വീശിയപ്പോൾ, അയാൾ മരിച്ചുകാണുമെന്നാണ് ഞാൻ കരുതിയത്. കാരണം, അവൻ ഉറക്കെ നിലവിളിച്ചിരുന്നു. എന്നാൽ കഴുത്തിന്റെ മാംസത്തിന് ഒരു മുറിവ് മാത്രമേ പറ്റിയിരുന്നുള്ളൂ. രണ്ട് രക്തക്കുഴലുകൾ മുറിഞ്ഞു! അതെന്റെ ഭാര്യയെ ഉണർത്താനിടയാക്കി. അതുകൊണ്ട് ഞാൻ വാൾ ഉറയിലിട്ട് നഗരത്തിലേക്ക് പോയി. കൊട്ടാരത്തിൽ പ്രവേശിച്ച് നേരം വെളുക്കുവോളം മെത്തയിൽ കിടന്നുറങ്ങി. എന്റെ ഭാര്യ എന്നെ വിളിച്ചുണർത്തിയപ്പോൾ, അവൾ സ്വന്തം മുടിമുറിച്ചുകളഞ്ഞ്, ദുഃഖാചരണ വസ്ത്രം ധരിച്ച് നില്ക്കുന്നതാണ് ഞാൻ കണ്ടത്.

അവൾ പറഞ്ഞു "എന്റെ പിതൃസഹോദരപുത്രാ, ഞാൻ ചെയ്യുന്നതിനെ കുറ്റപ്പെടുത്തരുത്. ഇപ്പോൾത്തന്നെയാണ് എന്റെ അമ്മ മരിച്ച വാർത്ത ലഭിച്ചത്. എന്റെ അച്ഛൻ 'വിശുദ്ധയുദ്ധ'ത്തിൽ കൊല്ലപ്പെടുകയും ചെയ്തിരിക്കുന്നു. എന്റെ സഹോദരന്മാരിൽ ഒരാൾ പാമ്പുകടിയേറ്റ് മരിച്ചു, മറ്റൊരാൾ ചെങ്കുത്തായ ഒരു മലയിൽ നിന്ന് താഴെ വീണ് മരിക്കുകയും ചെയ്തു. അതുകൊണ്ട് എനിക്ക് കരയാതെയും വിലപിക്കാതെയും ഇരിക്കാനാകില്ല." ഞാനവളുടെ വാക്കുകൾ കേട്ടപ്പോൾ ശകാരിക്കാനാകാതെ എല്ലാം മനസ്സിലടക്കിക്കൊണ്ട് പറഞ്ഞു.

"നിന്റെ ഇഷ്ടാനുസരണം ചെയ്തോളു. നിന്നെ ഞാൻ ഒരിക്കലും തടസ്സപ്പെടുത്തില്ല. ഒരു കൊല്ലം മുഴുവൻ അവൾ കരച്ചിലും വിലാപവു മായി ദുഃഖം ആചരിച്ചു. അതവസാനിച്ചപ്പോൾ അവൾ എന്നോട് പറഞ്ഞു- എനിക്കുവേണ്ടി നിങ്ങളുടെ കൊട്ടാരത്തിൽ ഒരു ശവകുടീരവും 'കപോള'യും പണിയണം. അത് ഞാനെന്റെ ദുഃഖാചരണത്തിനായി മാറ്റി വയ്ക്കും. 'ദുഃഖാചരണ ഗൃഹം' എന്നതിന് നാമകരണം ചെയ്യും.

ഞാൻ വീണ്ടും പറഞ്ഞു. " നിന്റെ ഇഷ്ടാനുസരണം ചെയ്തോളൂ!"

പിന്നെ അവൾ ദുഃഖാചരണം നടത്താനായി അതിനുള്ളിൽ ഒരു സ്മാരക സ്തൂപം നിർമിച്ചു, അതിന്റെ നടുവിൽ ഒരു 'ഡോമും' പണിതു. അതിന് താഴെ ഒരു ശവകുടീരവും. പിന്നീട് ആ അടിമയെ കൊണ്ടു വന്ന്, അവൾ അവിടെ താമസിപ്പിച്ചു. എന്നാൽ മുറിവ് മൂലം അവൻ അങ്ങേയറ്റം ദുർബലനായിരുന്നു. അവൾക്ക് കാമകേളികൾ നടത്തി കൊടുക്കാനാവാത്ത നിലയിൽ! വീഞ്ഞ് കുടിക്കാൻ മാത്രമേ കഴിയൂ. മുറിവേറ്റ അന്നുമുതൽ അയാൾ ഒരക്ഷരം മിണ്ടിയിട്ടില്ല. എന്നാലും, മരണസമയം വന്നിട്ടില്ലാത്തതിനാൽ അവൻ ജീവിക്കുന്നു! എല്ലാ പ്രഭാത ത്തിലും സന്ധ്യക്കും എന്റെ ഭാര്യ അവന്റെ അടുത്തുചെന്ന് കരയുകയും മുറവിളികൂട്ടുകയും ചെയ്യും. വീഞ്ഞും കട്ടിയുള്ള സൂപ്പും കൊടുക്കും. രണ്ടാം വർഷവും ഈ രീതി തുടർന്നു. ഞാൻ എല്ലാം ക്ഷമയോടെ സഹിച്ചു. ഒന്നും കാര്യമാക്കിയില്ല.

ഒരു ദിവസം ഞാൻ അവൾ അറിയാതെ ഉള്ളിൽ കയറിച്ചെന്നു. അവൾ സ്വന്തം മുഖത്തടിച്ചുകൊണ്ട് കരയുന്നത് ഞാൻ കണ്ടു. "നിങ്ങൾ എന്താണെന്റെ മുന്നിൽ വരാത്തത്, എന്റെ ഹൃദയേശ്വരാ? എന്നോട് സംസാരിക്കൂ, എന്റെ പ്രാണനെ, എന്നോട് സംസാരിക്കൂ. എന്റെ പ്രേമ ത്തിടമ്പേ?" അവൾ ഒരു ഗാനമാലപിച്ചു. പിന്നീട്, പൊട്ടിക്കരഞ്ഞുകൊണ്ട് മറ്റൊരു പാട്ട് പാടി. പിന്നെ വീണ്ടും ഒരു പാട്ട് കൂടി.

അവളുടെ ഗാനാലാപനവും വിലാപവും ഒന്ന് നിലച്ചപ്പോൾ ഞാനവ ളോട് പറഞ്ഞു. "ഓ, കസിൻ നിന്റെ ഈ ദുഃഖാചരണം അവസാനിപ്പി ക്കുക, കാരണം ഈ കണ്ണീരൊഴുക്കുന്നതുകൊണ്ട് യാതൊരു പ്രയോ ജനവുമില്ല!"

അവൾ മറുപടി നല്കി. "എന്നെ വിലക്കരുത്. ഞാൻ ചെയ്യുന്നത് വിലക്കിയാൽ ഞാൻ സ്വയം എന്നെ പീഡനത്തിനിടയാക്കും."

അതുകൊണ്ട് ഞാൻ ശാന്തനായി, അവളെ സ്വന്തം വഴിക്ക് വിട്ടു. അവൾ ഒരു വർഷം കൂടി അത്തരം ദുഃഖാചരണം തുടർന്നു. മൂന്നാം വർഷത്തിന്റെ അന്ത്യത്തിൽ, ഈ നീണ്ട ദുഃഖാചരണത്തിൽ അസഹി ഷ്ണുത തോന്നിച്ച ഞാൻ ആ സ്മാരക സ്തൂപത്തിലേക്ക് കടന്നുചെന്ന പ്പോൾ കേട്ട അവളുടെ സംസാരം എന്നെ കുപിതനാക്കി. അവൾ ഇപ്ര കാരം പറഞ്ഞത് ഞാൻ കേൾക്കാനിടയായി. "ഓ, എന്റെ പ്രഭോ, നിങ്ങൾ എന്നോട് ഒരു വാക്ക് പോലും മിണ്ടുന്നില്ലല്ലോ! നിങ്ങൾ എന്താണെന്നോട് മറുപടി പറയാത്തത്, ഓ എന്റെ നാഥാ!" പിന്നെ അവൾ ഒരു ഗാനം പാടി.

അതുകേട്ട് എനിക്ക് കോപം അടക്കാനായില്ല. ഞാൻ അലറി "കടന്നു പോകൂ! എത്രകാലം ഈ ദുഃഖാചരണവുമായി നീ നടക്കും?" ആ ശവകുടീരത്തെ അധിക്ഷേപിച്ചു കൊണ്ട് ഞാൻ ദേഷ്യത്തോടെ സംസാരിച്ചു.

എന്റെ അധിക്ഷേപം കേട്ട്, അവൾ ചാടി എഴുന്നേറ്റ് അലറി. “നീ ലജ്ജിക്കണം, നീചനായ മനുഷ്യാ! ഇതെല്ലാം നിങ്ങളുടെ പ്രവൃത്തി യാണ്. എന്റെ പ്രാണേശ്വരനെ നിങ്ങൾ ആണ് വെട്ടിമുറിവേല്പിച്ചത്. അങ്ങനെ എന്നെ അഗാധമായ ദുഃഖത്തിലാഴ്ത്തി, നിങ്ങൾ അദ്ദേഹ ത്തിന്റെ യുവത്വം തകർത്തു. കഴിഞ്ഞ മൂന്നുവർഷമായി അദ്ദേഹം ഒരു ജീവച്ഛവം പോലെ കിടപ്പാണ്!”

ഞാൻ കോപാന്ധനായി അട്ടഹസിച്ചു.“നീ ഏറ്റവും വൃത്തികെട്ട വ്യഭിചാരിണിയാണ്, നീഗ്രോ അടിമ ഉപയോഗിക്കുന്ന ഏറ്റവും നീചമായ വേശ്യ! അതെ, തീർച്ചയായും ഈ സൽപ്രവൃത്തി ഞാൻ തന്നെയാണ് ചെയ്തത്.” പിന്നെ വാൾ ഊരിയെടുത്ത്, അവളെ വെട്ടിവീഴ്ത്താനായി ഞാൻ മുന്നോട്ട് ചെന്നു. എന്നാൽ, അവൾ എന്നെ നോക്കി, എന്റെ വാക്കു കളെ പരിഹസിച്ച് തള്ളി. അവൾ ഉറക്കെ എന്നെ അധിക്ഷേപിച്ചു. “നീച നായ വേട്ടനായയാണ് നീ! കഷ്ടം, കഴിഞ്ഞത് കഴിഞ്ഞ് പോയി, മരിച്ച വനെ പുനരുജ്ജീവിപ്പിക്കാനാവില്ല. അള്ളാ, തീർച്ചയായും, ഇക്കാര്യം ചെയ്തവനെ എന്റെ കൈയിൽ എത്തിച്ചിരിക്കുന്നു. എന്റെ ഹൃദയം തകർത്തു കളഞ്ഞ ഒരു പ്രവൃത്തി. എന്റെ മനസ്സിൽ ജ്വലിച്ചുനില്ക്കുന്ന ആധി ഒരിക്കലും അണയ്ക്കാനാകില്ല!” പിന്നെ അവൾ എഴുന്നേറ്റ് നിന്ന്, എനിക്ക് മനസ്സിലാകാത്ത ചില വാക്കുകൾ ഉച്ചരിച്ചു. “എന്റെ മാന്ത്രിക ശക്തിയാൽ നീ പാതി കല്ലും, പാതി മനുഷ്യനുമായിത്തീരട്ടെ!”

അതിനുശേഷം അങ്ങ് കാണുന്നതുപോലെ ആയിത്തീർന്നു. എനിക്ക് എഴുന്നേൽക്കാനോ ഇരിക്കാനോ പറ്റില്ല. മരിച്ചവനല്ല, ജീവനുള്ളവനു മല്ല. അതിനുപുറമെ അവൾ ആ നഗരത്തെയും മന്ത്രശക്തി ഉപയോ ഗിച്ച് മാറ്റിക്കളഞ്ഞു. റോഡുകളും തെരുവുകളും തോട്ടങ്ങളുമെല്ലാം! തന്റെ മന്ത്രശക്തിയാൽ നാല് ദ്വീപുകളെ അവൾ, തടാകത്തിന് ചുറ്റുമുള്ള നാല് മലകളാക്കി മാറ്റി. അതിനെ കുറിച്ച് നിങ്ങൾ മുമ്പ് പരാമർശിക്കയു ണ്ടായില്ലേ. നാല്, വ്യത്യസ്ത മതങ്ങളിൽ ഉള്ള, മുസ്ലീം, ക്രിസ്ത്യൻ, യഹൂദർ, മാളിയൻ എന്നിവരെ അവൾ വശീകരണശക്തിയിലൂടെ മത്സ്യ ങ്ങളാക്കിമാറ്റി. മുസ്ലീമുകൾ വെള്ളയും, മാളിയനുകൾ ചുകപ്പും, ക്രിസ്ത്യാ നികൾ നീലയും യഹൂദർ മഞ്ഞയും ആയിരുന്നു. എന്നും അവൾ എന്നെ പീഡിപ്പിക്കുന്നു, എന്നും ചാട്ടവാറുകൊണ്ട് നൂറ് പ്രഹരം! ഓരോ അടി കിട്ടുമ്പോഴും എന്റെ തോളിലെ തൊലി ഉരിഞ്ഞുപോയി ചോരയൊഴുകും. ഒടുവിൽ എന്റെ ശരീരത്തിന്റെ മുകൾഭാഗം അവൾ ഒരു തുണികൊണ്ട് മറച്ച്, അതിനുമീതെ ഈ മേൽക്കുപ്പായം ഇട്ടു. പിന്നെ ആ യുവാവ് കണ്ണു നീരോടെ ഒരു കവിതാശകലം ഉരുവിട്ടു. “ക്ഷമയോടെ എന്റെ ദൈവമേ, ഞാൻ എന്റെ ഭാഗധേയവും വിധിയും സഹിക്കുന്നു. ‘നിന്റെ’ ഇച്ഛ എന്താ യാലും ഞാൻ അനുഭവിച്ചുകൊള്ളാം. അവരെന്നെ അടിച്ചമർത്തുന്നു. അവരെന്നെ ക്രൂരമായി പീഡിപ്പിക്കുന്നു. അവരെന്റെ ജീവിതം ഒരു വേദന യാക്കിതീർക്കുന്നു. എന്നാലും, യദൃച്ഛയാ ദൈവഹിതം എന്റെ കഷ്ടപ്പാടു കൾക്ക് പ്രായശ്ചിത്തം ചെയ്യും.... എന്നാൽ, മുസ്തഫായും മുർത്താ സായും എനിക്കായി സ്വർഗവാതിൽ തുറന്നുതരും.”

അതിനുശേഷം സുൽത്താൻ രാജകുമാരനു നേരെ തിരിഞ്ഞുകൊണ്ട് പറഞ്ഞു “ഓ, യുവാവേ, നിങ്ങൾ എന്റെ ദുഃഖം മാറ്റിയത്, എന്നെ മറ്റൊരു ദുഃഖത്തിലേക്ക് ആനയിച്ചു കൊണ്ടാണ്. എന്നാൽ, എന്റെ സുഹൃത്തേ,

അവൾ എവിടെയാണ്? ആ മുറിവേറ്റ അടിമ കിടക്കുന്ന ശവകുടീരം എവിടെയാണ്?

"അടിമ ആ 'ഡോമി'ന്റെ അടിയിലുണ്ട്." യുവാവ് പറഞ്ഞു. "ആ വാതിലിനപ്പുറത്തെ മുറിയിൽ അവൾ ഇരിപ്പുണ്ട്. എന്നും നേരം വെളുക്കുമ്പോൾ അവൾ വരും, എന്നെ നൂറ് പ്രാവശ്യം ചാട്ടവാറുകൊണ്ട് അടിക്കും, ഞാൻ വേദനിച്ചു പിടഞ്ഞ് ഉറക്കെ നിലവിളിക്കും. എന്നാൽ അവളെ തടയാനായി ചലനശേഷിയില്ലാത്ത എന്റെ അവയവങ്ങൾക്ക് കഴിയില്ലല്ലോ.

എന്റെ മേലുള്ള പീഡനം അവസാനിപ്പിച്ച ശേഷം അവൾ ആ അടിമയെ സന്ദർശിക്കും, അവന് വീഞ്ഞും, പാകം ചെയ്ത മാംസവും കൊടുക്കും. നാളെ നേരം പുലരുമ്പോൾ അവൾ ഇവിടെ ഉണ്ടാകും."

രാജാവ് പറഞ്ഞു "അള്ളായാണോ, ഓ, യുവാവേ ഞാൻ നിങ്ങൾക്കു വേണ്ടി ഒരു സൽപ്രവൃത്തി ചെയ്യും. അത് ലോകം എന്നും ഓർക്കും. ഞാൻ മരിച്ചശേഷം ചരിത്രത്തിലവ രേഖപ്പെടുത്തപ്പെടും."

പിന്നെ രാജാവ് ആ യുവരാജകുമാരനരികിലിരുന്ന്, രാത്രിയാകുന്നതു വരെ സംഭാഷണത്തിലേർപ്പെട്ടു. പിന്നീട് അവിടെത്തന്നെ കിടന്നുറങ്ങി. പുലർച്ചയ്ക്ക് മുമ്പായിത്തന്നെ അദ്ദേഹം എഴുന്നേറ്റ്, വസ്ത്രം ധരിച്ച്, വാൾ ഊരിപ്പിടിച്ച് അടിമ കിടന്നിരുന്ന സ്ഥലത്തേക്ക് പാഞ്ഞു ചെന്നു. അവിടെ കത്തിച്ചുവെച്ച മെഴുകുതിരികളും വിളക്കുകളും അദ്ദേഹം കണ്ടു. കുന്തിരിക്കത്തിന്റെയും സാമ്പ്രാണിയുടെയും ഗന്ധം അവിടെ വ്യാപിച്ചിട്ടുണ്ട്. ഈ ഗന്ധം പിന്തുടർന്ന് അദ്ദേഹം അടിമയുടെ അടുത്തെത്തി, ഒറ്റവെട്ടിന് അവനെ വധിച്ചുകളഞ്ഞു. പിന്നെ, ആ മൃതദേഹം അദ്ദേഹം സ്വയം ചുമന്നുകൊണ്ടുപോയി കൊട്ടാരത്തിലെ ഒരു കിണറ്റിൽ ഇട്ടു. പിന്നെ, തിരിച്ചുവന്ന്, അടിമയുടെ വേഷം ധരിച്ച്, ശവകുടീരത്തിൽ നീണ്ടുനിവർന്ന് കിടന്നു. ഊരിയ വാൾ അദ്ദേഹം തന്റെ അരികിൽത്തന്നെ വെച്ചു. ഒരു മണിക്കൂറോ മറ്റോ കഴിഞ്ഞുകാണും, ആ ശപിക്കപ്പെട്ട മന്ത്രവാദിനി വന്നു, നേരെ ഭർത്താവിനടുത്തു ചെന്ന്, അദ്ദേഹത്തിന്റെ വസ്ത്രങ്ങൾ ഊരിക്കളഞ്ഞ്, ചാട്ടവാറുകൊണ്ട് ക്രൂരമായി പ്രഹരിക്കാൻ തുടങ്ങി.

ആ യുവാവ് ഉറക്കെക്കരഞ്ഞു. "എന്റെ പ്രവൃത്തിക്ക് ഇത്രയും മതി! എന്നോട് ദയ കാണിക്കൂ, ഓ, എന്റെ കസിൻ! "

എന്നാൽ, അവൾ മറുപടി നല്കി. "നീ എന്നോട് ദയ കാണിച്ചോ, എന്റെ ഹൃദയേശ്വരന്റെ ജീവൻ വിട്ടുകൊടുത്തോ?" ചാട്ടവാറടി കഴിഞ്ഞ ശേഷം. അവൾ മേലങ്കി അയാളുടെ മേൽ വലിച്ചെറിഞ്ഞ് പുറത്തേക്ക് പോയി. പിന്നെ ഒരു പാനപാത്രത്തിൽ വീഞ്ഞും ബൗളിൽ വേവിച്ച മാംസവുമായി അടിമയുടെ അറയിലേക്ക് നടന്നു. കരഞ്ഞുകൊണ്ടാണവൾ 'ഡോമി'ന്നടിയിലെത്തിയത്. "എന്റെ പ്രാണനാഥാ! എന്നോടൊരു വാക്ക് സംസാരിക്കൂ! ഓ, എന്റെ യജമാനനെ! എന്നോടല്പം സംസാരിക്കൂ!" പിന്നെ ഒരു ഗാനശകലം ശോകത്തോടെ ആലപിക്കാൻ തുടങ്ങി.

അതിനുശേഷം വീണ്ടും കരഞ്ഞുകൊണ്ട് പറഞ്ഞു. "ഓ, എന്റെ നാഥാ! എന്നോട് സംസാരിക്കൂ. എന്നോട് എന്തെങ്കിലും പറയൂ!"

രാജാവ് ശബ്ദം താഴ്ത്തി, നാവ് കോട്ടി നീഗ്രോകളുടേത് പോലെ സംസാരിച്ചു." ലാക്! ലാക്! മഹാനായ അള്ളായെപ്പോലെ സർവ്വ

ശക്തനായി ആരുമില്ല!"ഈ വാക്കുകൾ കേട്ട് അവൾ ആഹ്ലാദത്തോടെ അട്ടഹസിച്ചു. പിന്നെ ബോധം കെട്ട് നിലം പതിച്ചു. വീണ്ടും ബോധം വന്നപ്പോൾ അവൾ ചോദിച്ചു.

"എന്റെ പ്രഭോ, സംസാരശേഷി തിരിച്ചുകിട്ടിയതൊരു സത്യമാണോ."

വളരെ പതിഞ്ഞ, ദുർബലസ്വരത്തിൽ രാജാവ് മറുപടി നല്കി.

"ഓ, എന്റെ ശാപം! ഞാൻ നിന്നോട് സംസാരിക്കുന്നത് യഥാർത്ഥത്തിൽ നീ അർഹിക്കുന്നുണ്ടോ?"

"എന്തുകൊണ്ടാണങ്ങനെ ചോദിച്ചത്?"

"എന്തുകൊണ്ടെന്നാൽ, എന്നും നീ ഭർത്താവിനെ പീഡിപ്പിക്കുന്നു. അയാൾ ദൈവസഹായം തേടി ഉറക്കെ നിലവിളിക്കുന്നതുകേട്ട്, രാത്രി മുഴുവൻ ഞാൻ ഉറങ്ങാതെ കിടക്കുന്നു. നാശം! അയാൾ നമ്മളെ രണ്ടു പേരെയും ശപിച്ചുകൊണ്ട് പ്രാർത്ഥിക്കുന്നു. അതെന്നെ വിഷമിപ്പിക്കുന്നു. കൂടുതൽ അസ്വസ്ഥനാക്കുന്നു, ഇങ്ങനെ അല്ലായിരുന്നെങ്കിൽ ഞാൻ വളരെ മുമ്പു തന്നെ ആരോഗ്യവാനായിത്തീർന്നേനെ. ഇതാണ് നിന്നോട് മറുപടി പറയുന്നതിൽ നിന്നെന്നെ തടഞ്ഞത്."

"നിങ്ങളുടെ അനുമതിയോടെ അയാളെ മന്ത്രശക്തിയിൽ നിന്ന് ഞാൻ വിമുക്തനാക്കും."

"അയാളെ സ്വതന്ത്രനാക്കുക, നമ്മൾക്കല്പം വിശ്രമം ലഭിക്കട്ടെ!"

"പറഞ്ഞതുപോലെ അനുസരിക്കാം." അവൾ ശവകുടീരത്തിൽ നിന്നും കൊട്ടാരത്തിലേക്ക് പോയി, ഒരു കോപ്പ എടുത്ത് വെള്ളം നിറച്ച്, അതിലേക്ക് എന്തോ മന്ത്രം ചൊല്ലി. അപ്പോൾ ആ പാത്രത്തിലെ വെള്ളം തിളച്ച്, കുമിളകൾ ഉയർന്നു. തീച്ചൂളയിൽ വെച്ച അണ്ടാവിലെ വെള്ളം തിളയ്ക്കുന്നതുപോലെ! ആ വെള്ളം അവൾ ഭർത്താവിനുമേൽ തളിച്ചുകൊണ്ട് പറഞ്ഞു. "ഞാൻ ഉച്ചരിച്ച മന്ത്രവാക്കുകളുടെ ശക്തിയാൽ നീ എന്റെ മാന്ത്രികവലയത്തിൽ വന്നിരിക്കുന്നു. ഇനി അതിൽ നിന്ന് പുറത്തുവന്ന്, പൂർവ്വനിലയിലാകുക."

അതാ നോക്കൂ! ആ യുവാവ് ഇളകി, വിറച്ചു. പിന്നെ അയാൾ സ്വന്തം കാലിൽ എഴുന്നേറ്റ് നിന്നു. തന്റെ മോചനത്തിൽ ആഹ്ലാദവാനായി ഉറക്കെ വിളിച്ചുപറഞ്ഞു."അള്ളാ അനുഗ്രഹിച്ച പ്രവാചകൻ മുഹമ്മദിന്റെ ദൈവമാണ്, യഥാർത്ഥത്തിൽ സർവ്വശക്തനായ ദൈവമെന്ന് ഞാൻ തെളിവ് കൊടുക്കുന്നു!"

അപ്പോൾ അവൾ ഗർജ്ജിച്ചു. "പോകൂ, ഇങ്ങോട്ടിനി തിരിച്ചുവരരുത്, വന്നാൽ തീർച്ചയായും ഞാൻ നിന്നെ കൊല്ലും."

അപ്പോൾ, അവളുടെ കൈയിൽ നിന്നും അയാൾ ഓടിരക്ഷപ്പെട്ടു. അവൾ 'ഡോമി'ലേക്ക് മടങ്ങി. താഴെ ശവകുടീരത്തിൽ ചെന്ന് അവൾ പറഞ്ഞു "ഓ, എന്റെ പ്രഭോ, നേരെ എന്റെ അടുത്തേക്ക് വരൂ. ഞാൻ നിങ്ങളെ ഒന്ന് കാണട്ടെ, ആ അഴക് ഒന്ന് ആസ്വദിക്കട്ടെ!"

രാജാവ് ദുർബലമായ പതിഞ്ഞ സ്വരത്തിൽ മറുപടി നല്കി. "നീ എന്ത് പണിയാണ് ചെയ്തത്? നീ ഒരു ശാഖയിൽ നിന്ന് മാത്രമാണെന്നെ രക്ഷിച്ചത്. എന്നാൽ വേര് ഇപ്പോഴും നിലനിൽക്കുന്നു."

അവൾ ചോദിച്ചു "ഓ, എന്റെ പ്രാണനാഥാ! എന്താണാ വേര്?"

അയാൾ മറുപടി നല്കി. "ഓ നാശം തന്നെ!" നീ മീനുകളാക്കി മാറ്റിയ ഈ നഗരത്തിലെ നാല് ദ്വീപുകളിലേയും ആളുകൾ എന്നും പാതി

രാത്രി തലപൊക്കി ദൈവത്തോട് പ്രാർത്ഥിക്കുന്നു. അവരുടെ കോപം എന്റെയും നിന്റെയും നേരെയാണ്. അക്കാരണത്താലാണ് എന്റെ ശരീരത്തിന് ആരോഗ്യം വീണ്ടെടുക്കാത്തത്. ഉടനെ പോയി അവരെ സ്വതന്ത്രരാക്കൂ. പിന്നെ എന്റെ അരികിലെത്തി ഹസ്തദാനം ചെയ്ത്, എന്നെ പിടിച്ചു എഴുന്നേൽപ്പിക്കുക. കാരണം, അല്പം ആരോഗ്യം എനിക്കിപ്പോൾ തിരിച്ചുകിട്ടിയിട്ടുണ്ട്."

അവൾ രാജാവിന്റെ വാക്കുകൾ കേട്ടപ്പോൾ (അത് അടിമയാണെന്നാണ് അപ്പോഴും അവൾ കരുതിയിട്ടുള്ളത്) ആഹ്ലാദത്തോടെ വിളിച്ചു പറഞ്ഞു. "ഓ, എന്റെ യജമാനനെ, അള്ളായാണെ എന്റെ തലയിലും കണ്ണുകളിലും അങ്ങയുടെ കല്പന മാത്രമേയുള്ളൂ!"

അവൾ ചാടി എഴുന്നേറ്റ്, ആനന്ദത്തിലാറാടിക്കൊണ്ട്, തടാകത്തിലേക്കോടി. അതിൽ നിന്ന് കുറച്ചുവെള്ളം കൈയിലെടുത്തു. - അപ്പോഴേക്കും നേരം പുലരാറായെന്ന് ഷാഹ്റസാദ് മനസ്സിലാക്കി. തനിക്ക് കഥ പറയാനനുവദിച്ച സമയം അവസാനിച്ചെന്നും.

ഒമ്പതാം രാവ്

അവൾ പറഞ്ഞു തുടങ്ങി, ഓ കീർത്തിമാനായ രാജാവേ, ആ മന്ത്രവാദിനി യുവതി, ഒരു കൈക്കുമ്പിൾ തടാകജലമെടുത്ത് ഏതോ അജ്ഞാതമായ മന്ത്രവാചകം ചൊല്ലി. ഉടനെ മത്സ്യങ്ങൾ തലപൊക്കി മനുഷ്യനായി നിലകൊണ്ടു. നഗര പൗരന്മാരിൽ ഉണ്ടായിരുന്ന മന്ത്രവശീകരണം നീക്കപ്പെട്ടു. തടാകം വീണ്ടും തിരക്കു പിടിച്ച നഗരമായി മാറി!. ബസാറുകളിൽ ചരക്കുകൾ വില്ക്കുന്നവരുടെയും വാങ്ങുന്നവരുടെയും ബഹളം തുടങ്ങി. ഓരോ പൗരനും അവനവന്റെ തൊഴിൽ ചെയ്തു തുടങ്ങി. നാല് കുന്നുകൾ പണ്ടത്തെപ്പോലെ ദ്വീപുകളായി മാറി.

പിന്നെ ആ ദുഷ്ട മന്ത്രവാദിനി യുവതി രാജസന്നിധിയിലേക്ക് മടങ്ങി. (അപ്പോഴും അവൾ കരുതിയത് അദ്ദേഹം നീഗ്രോ ആണെന്നാണ്.) അവൾ അദ്ദേഹത്തോട് പറഞ്ഞു. "ഓ, എന്റെ പ്രേമഭാജനമേ! അങ്ങയുടെ ബഹുമാന്യമായ കൈനീട്ടൂ, അങ്ങയെ എഴുന്നേൽക്കാൻ ഞാൻ സഹായിക്കട്ടെ."

"എന്റെ അടുത്തേക്ക് വരൂ." ദുർബലമായ സ്വരത്തിൽ മെല്ലെ രാജാവ് പറഞ്ഞു. അദ്ദേഹത്തെ ആലിംഗനം ചെയ്യാനായി അവൾ വളരെ അടുത്തെത്തി. അദ്ദേഹം, അടുത്ത് ഒളിച്ചുവച്ചിരുന്ന വാൾ എടുത്ത് അവളുടെ മാറിടത്തിൽ ആഞ്ഞ് കുത്തി. വാളിന്റെ അറ്റം അവളുടെ ശരീരത്തിന്റെ മറുവശത്ത് മിന്നിത്തിളങ്ങി! വാൾ വലിച്ചൂരി അദ്ദേഹം വീണ്ടും വെട്ടി. ആ ഉടൽ രണ്ട് കഷണമാക്കി വീഴ്ത്തി.

പിന്നീട് അദ്ദേഹം പുറത്തേക്ക് നടന്ന് ചെന്ന്, മന്ത്രവലയത്തിൽ നിന്നും സ്വതന്ത്രനായി തന്നെ കാത്തുനില്ക്കുന്ന യുവരാജകുമാരനെ കണ്ടു. അവർ പരസ്പരം ആഹ്ലാദപ്രകടനം നടത്തി. രാജാവിന്റെ കൈയിൽ നന്ദിപൂർവം രാജകുമാരൻ ചുംബിച്ചു. നിങ്ങൾ ഈ നഗരത്തിൽ തന്നെ നില്ക്കുകയാണോ, അതോ എന്നോടൊപ്പം എന്റെ നഗരത്തിലേക്ക് വരുന്നോ? രാജാവ് ചോദിച്ചു. യുവാവ് മറുപടി നല്കി. 'ഓ, മഹാരാജാവേ, നിങ്ങൾക്ക് സ്വന്തം നഗരം എത്ര ദൂരെയാണെന്ന് അറിയാമോ?"

''രണ്ടര ദിവസത്തെ യാത്ര" അദ്ദേഹം മറുപടി നല്കി.

"അങ്ങ് ഉറക്കത്തിലാണ്. ഓ രാജാവേ, ഉണരുക! നിങ്ങളുടെ സ്വന്തം നഗരത്തിലെത്താൻ നല്ല വേഗതയിൽ നടക്കുന്ന ഒരുവന് ഒരു വർഷം എടുക്കും. ഈ നഗരം മാന്ത്രികവലയിലല്ലായിരുന്നെങ്കിൽ അങ്ങേക്ക് രണ്ടര ദിവസം കൊണ്ടിവിടെ എത്താൻ കഴിയില്ലായിരുന്നു. പിന്നെ, ഞാൻ, രാജാവേ, അങ്ങയിൽ നിന്നൊരിടത്തും വേർപിരിയില്ല. കണ്ണടച്ച് തുറക്കുന്ന സമയത്തേക്ക് പോലും!"

രാജാവിനെ ആ വാക്കുകൾ വളരെയേറെ ആനന്ദിപ്പിച്ചു. അദ്ദേഹം പറഞ്ഞു. "നിങ്ങളെ എനിക്ക് സമ്മാനിച്ച അള്ളായ്ക്ക് നന്ദി! ഈ നിമിഷം മുതൽ നീ എന്റെ മകനാണ്. എന്റെ ഏകമകൻ. എനിക്ക് സ്വന്തമായി ഒരു മകനെ നല്കി ദൈവം അനുഗ്രഹിച്ചിട്ടില്ല." അതിയായ ആഹ്ലാദത്തോടും സന്തോഷത്തോടും കൂടി അവർ പരസ്പരം ആലിംഗനം ചെയ്തു. കൊട്ടാരത്തിൽ പ്രവേശിച്ച രാജകുമാരൻ അമിതമായ ആഹ്ലാദത്തോടെ തന്റെ പ്രഭുക്കന്മാരേയും ഉന്നത ഉദ്യോഗസ്ഥരേയും വിളിച്ച്, താൻ പുണ്യസ്ഥലങ്ങളിലേക്ക് തീർത്ഥയാത്രപോകാൻ ആഗ്രഹിക്കുകയാണെന്ന് അറിയിച്ചു. അതിനായി വേണ്ട ഒരുക്കങ്ങൾ ഉടനെ ചെയ്യാൻ അവരോട് ഉത്തരവിട്ടു. പത്തുദിവസം കൊണ്ട് ഒരുക്കങ്ങൾ പൂർത്തിയായി. അതിനുശേഷം അദ്ദേഹം സുൽത്താനോടൊപ്പം യാത്രയായി. താൻ ഒരു വർഷമായി വിട്ടുനിന്ന ആ നഗരത്തെ ഓർത്ത് അദ്ദേഹത്തിന്റെ ഹൃദയം പൊരിയുകയായിരുന്നു! അവർ മാമൂലുക്കുകളുടെ അകമ്പടിയോടെയാണ് യാത്ര ചെയ്തിരുന്നത്. വിലപിടിച്ചതും അപൂർവ്വവുമായ എല്ലാത്തരം സമ്മാനങ്ങൾ അവർ കൊണ്ടുപോയിരുന്നു. ഒരു വർഷം രാവും പകലും, ഒരിടത്തും തങ്ങാതെ യാത്ര ചെയ്താണ് സുൽത്താന്റെ തലസ്ഥാനത്തവർ എത്തിയത്. നഗരാതിർത്തിയിലെത്തിയപ്പോൾ അവരുടെ വരവിനെക്കുറിച്ചുള്ള സന്ദേശം തലസ്ഥാനത്തെത്തിച്ചു. അപ്പോൾ മന്ത്രിയും മുഴുവൻ സൈന്യവും ആഹ്ലാദപൂർവം അദ്ദേഹത്തെ കാണാനായി എത്തി. കാരണം, ഇനി തങ്ങളുടെ രാജാവിനെ കാണാനാകുമെന്ന ആശ തന്നെ അവർ കൈവിട്ടിരിക്കയായിരുന്നു! സൈന്യം അദ്ദേഹത്തിന് മുന്നിലെ നിലം ചുംബിച്ചു. സുരക്ഷിതനായി എത്തിയ അദ്ദേഹത്തിന് സന്തോഷകരമായ ജീവിതം ആശംസിച്ചു. രാജാവ് ദർബാറിലെത്തി സിംഹാസനത്തിൽ ഉപവിഷ്ഠനായി. മന്ത്രി അദ്ദേഹത്തിനു മുന്നിൽ വന്നു നിന്നു. യുവാവായ രാജകുമാരന് അനുഭവിക്കേണ്ടിവന്ന ദുരിതങ്ങളെക്കുറിച്ച് മനസ്സിലാക്കിയപ്പോൾ, അദ്ദേഹത്തിന്റെ കഷ്ടിച്ചുള്ള രക്ഷപ്പെടലിൽ മന്ത്രി അഭിനന്ദിച്ചു. നാട്ടിൽ സമാധാനം പുനഃസ്ഥാപിക്കപ്പെട്ടപ്പോൾ രാജാവ് പലർക്കും പാരിതോഷികങ്ങൾ നല്കി. പിന്നെ മന്ത്രിയെ വിളിച്ച് പറഞ്ഞു. "നമ്മൾക്ക് മീൻ കൊണ്ടുവന്ന മുക്കുവനെ, വരുത്തുക!" മാന്ത്രികവലയത്തിലകപ്പെട്ട പൗരന്മാരെയും നഗരത്തേയും കുറിച്ച് ആദ്യസൂചന നല്കാനിടയാക്കിയ ആ മുക്കുവനെ വിളിച്ചുകൊണ്ടുവരുവാൻ ആളെ വിട്ടു. അവൻ രാജസന്നിധിയിലെത്തിയപ്പോൾ, സുൽത്താൻ അവന് ഒരു ബഹുമതി വസ്ത്രം സമ്മാനിച്ചു. പിന്നെ അവന്റെ സ്ഥിതിഗതികളെ കുറിച്ചും കുടുംബത്തെക്കുറിച്ചും ആരാഞ്ഞു. തനിക്ക് രണ്ട് പുത്രിമാരും ഒരു പുത്രനും ഉണ്ടെന്ന് അവൻ പറഞ്ഞു. അപ്പോൾ രാജാവ് അവരെ വിളിച്ചു

വരുത്തി. ഒരു മകളെ രാജാവ് വിവാഹം കഴിച്ചു. മറ്റെ മകളെ രാജകുമാരനും. ധനമന്ത്രിയായി മകനെ നിയമിക്കുകയും ചെയ്തു.

അതിനും പുറമെ, അദ്ദേഹം തന്റെ മന്ത്രിക്ക് 'ബ്ലാക്' ഐലണ്ടി'ലെ സുൽത്താനോട് ഓഫ് സിറ്റിയുടെ ഭരണ ചുമതല അനുവദിച്ചുനല്കി. മുമ്പ് രാജകുമാരന്റേതായിരുന്നല്ലോ അത്. മന്ത്രിയോടൊപ്പം അമ്പത് ആയുധധാരികളായ അടിമകളെ അകമ്പടി സേവിക്കാനായി വിട്ടു. അവരോടൊപ്പം എല്ലാ പ്രഭുക്കന്മാർക്കും ഉന്നത പൗരന്മാർക്കും 'ബഹുമതി വസ്ത്ര'ങ്ങളും കൊടുത്തയച്ചിരുന്നു. വസീർ രാജാവിന്റെ കരം ചുംബിച്ച് യാത്രയായി. എല്ലാവിധ സന്തോഷവും ആസ്വദിച്ച് സുഖസമ്പൂർണ്ണമായൊരു ജീവിതം സുൽത്താനും രാജകുമാരനും നയിച്ചു. അക്കാലത്തെ ഏറ്റവും സമ്പന്നനായ വ്യക്തി ആയിത്തീർന്നു മുക്കുവൻ. മരണം വരെ അയാളുടെ മക്കൾ രാജ്ഞിമാരായിരുന്നു. എന്നാലും ഓ, രാജാവേ! ഇത്, ബാഗ്ദാദിലെ "കാവൽക്കാരനും മൂന്ന് മഹതികളും" എന്ന കഥയേക്കാൾ വിസ്മയകരമായ കഥയല്ല.

ബാഗ്ദാദിലെ ഒരു ചുമട്ടുകാരനും മൂന്ന് മഹതികളും

പണ്ടൊരിക്കൽ ബാഗ്ദാദിൽ ഒരു ചുമട്ടുകാരൻ ഉണ്ടായിരുന്നു. അവൻ ഒരവിവാഹിതനായിരുന്നു. അവിവാഹിതനായിരിക്കാൻ ആഗ്രഹിക്കുന്നവനും. ഒരു ദിവസം അവൻ തന്റെ കുട്ടയിൽ അലസമായി ചാരി ഒരു തെരുവിൽ നില്ക്കുകയായിരുന്നു. അപ്പോൾ അവന് മുന്നിൽ അന്തസ്സുള്ള ഒരു മഹതി വന്നുനിന്നു. നല്ല സ്വർണ്ണകസവിന്റെ അരികുള്ള ഭംഗിയുള്ളൊരു മേൽക്കുപ്പായമാണവൾ ധരിച്ചിട്ടുള്ളത്. അവളുടെ ഷൂസും സ്വർണം പോലെ തിളങ്ങുന്നതാണ്, മുടി ഭംഗിയായി മെടഞ്ഞ് ഇട്ടിരിക്കുന്നു. അവൾ തന്റെ മൂടുപടം പൊക്കി, നിബിഡമായ പുരികങ്ങളോട് കൂടിയ കറുത്ത കണ്ണുകൾ പ്രദർശിപ്പിച്ചു. അതിലെ നോട്ടം മൃദുലവും തളർന്നതുമാണ്. അതിന്റെ മനോഹാരിത വളരെ സന്തോഷകരവും. അവൾ ചുമട്ടുകാരനെ വിളിച്ച്, ഏറ്റവും സൗമ്യമായ വിധത്തിൽ പറഞ്ഞു. "ആ കുട്ടയെടുത്ത് എന്നോടൊപ്പം വരുക."

ചുമട്ടുകാരൻ വിസ്മയിച്ചുപോയി. അവൻ കേട്ടത് വിശ്വസിക്കാനാവാത്തതുപോലെ. എന്നാൽ, അവൻ കുട്ടയെടുത്ത് ധൃതിയിൽ നടന്നുകൊണ്ട് സ്വയം പറഞ്ഞു. "ഭാഗ്യമുള്ള ഒരു ദിവസം! അള്ളായുടെ കൃപയുള്ള ഒരു ദിവസം!" പിന്നെ ആ സ്ത്രീയെ പിന്തുടർന്നു. അവർ ഒരു വീടിന്റെ വാതിൽക്കൽ എത്തിയപ്പോൾ നിന്നു. അവൾ വാതിലിൽ മുട്ടി. പ്രായമായൊരാൾ, നസറീൻ, പുറത്തുവന്നു. അയാൾക്കവൾ ഒരു സ്വർണ്ണ നാണ്യം കൊടുത്തു. അതിനുപകരം, ഒലിവ് എണ്ണപോലെ തെളിഞ്ഞ വീഞ്ഞ് വാങ്ങിച്ചു. അത് സുരക്ഷിതമായി ആ കുട്ടയിൽ വെച്ചുകൊണ്ട് പറഞ്ഞു. "എടുത്ത് നടക്കൂ."

ചുമട്ടുകാരൻ പറഞ്ഞു "ഇത് അള്ളായാണേ, തീർച്ചയായും ഒരു ശുഭദിനം തന്നെ. ഒരു മനുഷ്യൻ ആഗ്രഹിക്കുന്നതെന്തും അനുവദിച്ച് നല്കുന്ന ഒരു ശുഭദിനം."

അവൻ വീണ്ടും ആ കുട്ട പൊക്കിയെടുത്ത് അവളുടെ പിന്നാലെ നടന്നു. അവർ ഒരു പഴക്കച്ചവടക്കാരന്റെ കടയിലെത്തി. അയാളിൽ നിന്ന് 'ഷാമി' ആപ്പിൾ, 'ഓസ്മാനി മാതളനാരകം, ഒമാനി പീച്ച്, നൈൽ കുക്കുമ്പർ, ഈജിപ്ഷ്യൻ ചെറുനാരങ്ങ, സുൽത്താനി ഓറഞ്ച് എന്നിവ വാങ്ങിച്ചു. അതിനും പുറമെ മുല്ലപ്പൂ, സുഗന്ധമുള്ള ബെറി, പ്രിവിറ്റ് പൂക്കൾ, കുടുംചുവപ്പ് എനിമോൺ തുടങ്ങിയവയും മറ്റനേകതരം പൂക്കളും വാങ്ങി ആ കുട്ടയിൽ വെച്ചു. പിന്നെ ചുമട്ടുകാരനോട് പറഞ്ഞു. "അതെടുത്ത് നടക്കുക." അയാൾ അത് പൊക്കിയെടുത്ത് അവളെ പിന്തുടർന്നു. പിന്നെ അവർ പോയത് ഒരു ഇറച്ചിക്കടയിലേക്കാണ്. അവൾ ഓർഡർ കൊടുത്തു. "പത്ത് റാത്തൽ ആട്ടിറച്ചി തരൂ." കശാപ്പുകാരന് അവൾ അതിന്റെ വിലകൊടുത്തു. അയാൾ ഇറച്ചി വാഴയിലയിൽ പൊതിഞ്ഞ് കൊടുത്തു. അതവൾ കുട്ടയിൽ വെച്ച്, പറഞ്ഞു. അത് പൊക്കി എടുക്കുക, ചുമട്ടുകാരാ." അപ്രകാരം കുട്ട എടുത്തുകൊണ്ടവൻ അവളെ പിന്തുടർന്നു. അവൾ ഒരു പലചരക്ക് കടയ്ക്കു മുന്നിൽ നിന്നു. ഉണക്കപ്പഴങ്ങൾ, പിസ്താ, ടിഹാമാമുന്തിരി, അൻമോണ്ട് തുടങ്ങിയ സാധനങ്ങൾ വാങ്ങി കുട്ടയിൽ വെച്ചശേഷം കുട്ടയുമായി തന്നെ പിന്തുടരാനവൾ ചുമട്ടുകാരനോട് പറഞ്ഞു. പിന്നീടവർ ചെന്നെത്തിയത് ഒരു മധുരപലഹാരക്കടയിലാണ്. അവൾ ഒരു മൺകലം വാങ്ങിച്ച്, ആ കടയിലെ എല്ലാത്തരം മധുരപലഹാരങ്ങളും അതിൽ നിറച്ചു. എന്നിട്ടത് ആ കുട്ടയിൽ വെച്ചു. ആഹ്ലാദവാനായ ചുമട്ടുകാരൻ പറഞ്ഞു. "നിങ്ങൾ നേരത്തെ പറഞ്ഞിരുന്നെങ്കിൽ ഒരു കുതിരക്കുട്ടിയേയോ ഒരു ഒട്ടകത്തെയോ ഈ സാധനങ്ങൾ ചുമക്കാനായി എന്നോടൊപ്പം കൊണ്ടുവന്നേനെ." അവൾ ചിരിച്ചുകൊണ്ട് അവന്റെ പുറംകഴുത്തിൽ ഒരു കിഴുക്ക് വെച്ചുകൊടുത്തു. "നടക്കു, അധികപ്രസംഗം വേണ്ട. അള്ളാ സഹായിച്ച്, നിന്റെ കൂലിയിൽ കുറവൊന്നും വരുത്തില്ല."

അതിനുശേഷം അവൾ ഒരു പെർഫ്യൂം കടയിൽ നിന്നു. അവിടന്ന് പത്ത്തരം പെർഫ്യൂമുകൾ, കസ്തൂരിമണമുള്ള റോസ്, ഓറഞ്ച് നിറമുള്ള പൂക്കൾ, ലില്ലി, വില്ലെ പുക്കൾ, വയലറ്റ് പൂക്കൾ, വേറെ അഞ്ച് തരം പൂക്കൾ ഇവയെല്ലാം വാങ്ങി. രണ്ട് പാത്രം പഞ്ചസാര, പെർഫ്യൂം തളിക്കാനുള്ളൊരു കുപ്പി, കുന്തിരിക്കം, മെഴുകുതിരി തുടങ്ങിയവയും വാങ്ങി എല്ലാം ആ കുട്ടയിൽ ഇട്ടു. എന്നിട്ട് ചുമട്ടുകാരനോട് പറഞ്ഞു. "കുട്ടയെടുത്ത് എന്റെ പിന്നാലെ വരൂ." അവൻ അതനുസരിച്ചു. പിന്നീടവർ ചെന്നത് മറ്റൊരു പലചരക്കുകടയിലായിരുന്നു. അവിടന്ന് പലതരം അച്ചാറുകളും ഉപ്പിലിട്ടതും പലതരം ചീസുകളും വാങ്ങി ആ കുട്ടയിൽ നിക്ഷേപിച്ചു. "ആ കുട്ടയെടുത്ത് എന്നെ പിന്തുടരുക." അവൾ ചുമട്ടുകാരനോട് ആജ്ഞാപിച്ചു. അവൻ അപ്രകാരം അനുസരിച്ചു. അവർ വലിയൊരു കെട്ടിടത്തിന് മുന്നിൽ എത്തി. ആ പൊക്കമുള്ള മനോഹരമായ കെട്ടിടത്തിന് മുന്നിൽ വലിയൊരു മുറ്റമുണ്ട്. അതിന്റെ തൂണുകളാണതിന് കരുത്തും അഴകും നല്കുന്നത്. ഗേറ്റിന് രണ്ട് പാളികളുണ്ട്. കരിമരം കൊണ്ട് നിർമ്മിച്ച്, സ്വർണനിറത്തിലുള്ള പ്ലേറ്റ് ഇട്ടവ. ആ മഹതി വാതിൽക്കൽ നിന്ന്, മൂടുപടം ഇരുവശത്തേക്കും മാറ്റി, വിരലുകൊണ്ട് മെല്ലെ മുട്ടി. ചുമട്ടുകാരൻ അവളുടെ പിന്നിൽ, അവളുടെ സൗന്ദര്യത്തെ കുറിച്ച് ഓർത്ത് നിന്നു.

പെട്ടെന്ന് വാതിലിന്റെ ഇരുകതകുകളും മലർക്കെ തുറന്നു. ആരാണ് വാതിൽ തുറന്നതെന്നവൻ നോക്കി. നല്ല പൊക്കമുള്ളൊരു മഹതി ആയിരുന്നു അത്. സൗന്ദര്യത്തിന്റെയും വടിവൊത്തതിന്റെയും ഉത്തമമാതൃകയായിരുന്നു അവൾ! അതിസുന്ദരി. നല്ല വെളുത്ത നെറ്റി. അരുണിമയാർന്ന കവിളുകൾ. മാൻപേടയെപ്പോലുള്ള കണ്ണുകൾ. ചന്ദ്രക്കല പോലുള്ള പുരികക്കൊടികൾ, സുലൈമാന്റെ മോതിരം പോലുള്ള വായ, ചുകന്ന ചുണ്ടുകൾ, മുത്തുമണികൾ പോലുള്ള പല്ലുകൾ തുടങ്ങിയവയാണവളുടെ പ്രത്യേകതകൾ. അവളുടെ കഴുത്ത് മാൻകിടാവിനെ ഓർമ്മിപ്പിക്കും. സ്തനങ്ങൾ വലിയ ഒരു ജോഡി മാതളനാരങ്ങപോലെ ദൃഢവും കൂർത്തതുമാണ്. ചിത്രപ്പണികളോടുകൂടിയ വസ്ത്രത്തിനുള്ളിൽ അവളുടെ ശരീരം ഉയരുകയും താഴുകയും ചെയ്തു. അവളുടെ നാഭിയിൽ ഒരു ഔൺസ് ഓയിന്റ്മെന്റ് എങ്കിലും കൊള്ളും. കവിയുടെ സങ്കല്പത്തിലെ മാസ്മര സൗന്ദര്യമാണവളിൽ നിറഞ്ഞുനിൽക്കുന്നത്!

ചുമട്ടുകാരൻ അവളെ നോക്കിയപ്പോൾ തനിക്ക് ബോധം മറഞ്ഞുപോയതുപോലെ അവന് തോന്നി. ആ പ്രക്ഷുബ്ധാവസ്ഥയിൽ തലയിൽ നിന്ന് കുട്ട നിലത്ത് വീണുപോയേനെ! അവൻ ആത്മഗതമായി പറഞ്ഞു. “ഇതുപോലെ അനുഗൃഹീതമായൊരു ദിനം എന്റെ ജീവിതത്തിൽ ഉണ്ടായിട്ടില്ല!”

ആ മഹതി വീട്ടുകാരിയോട് പറഞ്ഞു. “വാതിലിനുള്ളിലേക്ക് അവനെ കൊണ്ടുപോകൂ, ആ ഭാരം ഇറക്കിവെക്കട്ടെ.” അങ്ങനെ വീട്ടുകാരി മഹതിയുടെ പിന്നാലെ അവർ ഇരുവരും അകത്തേക്ക് കയറിച്ചെന്ന്, വലിയൊരു ഹാളിൽ എത്തി. എല്ലാത്തരം വർണ്ണങ്ങളും കൊത്തുപണികളും ചെയ്തിട്ടുള്ള മനോഹരമായൊരു മുറിയായിരുന്നു അത്. ഉയർന്ന ബാൽക്കണികളും ആർച്ചുകളും ഗ്യാലറികളും കബോർഡുകളും കർട്ടനിട്ട ഉള്ളറകളും അതിനുണ്ട്. നടുവിൽ വെള്ളം നിറച്ച ഒരു ‘ബേസിനും’ മനോഹരമായൊരു ഫൗണ്ടനും. ഒരറ്റത്ത് ഉയർന്ന തറയിൽ രത്നങ്ങളും മുത്തുകളും പതിച്ച ഒരു മരക്കട്ടിൽ. അതിനുമുകളിൽ കൊതുകുവല പോലുള്ളൊരു ‘കനോപ്പി’യുണ്ട്. അതിന്റെ ചുകന്ന സിൽക്ക് തുണിയിൽ വലിയ മുത്തുകൾ തുന്നിപ്പിടിപ്പിച്ചിരിക്കുന്നു. ആ ശയ്യയിൽ അതിമനോഹരിയായൊരു മഹതി ഇരിക്കുന്നു. തിളങ്ങുന്ന കണ്ണുകളും, വില്ലുപോലുള്ള കൺപുരികങ്ങളും ഉള്ള അഴകാർന്ന ഒരു സ്വപ്ന സുന്ദരി! അവളുടെ നിശ്വാസത്തിന് കുന്തിരിക്കത്തിന്റെ സുഗന്ധമാണ്. മധുരമുള്ള ചുണ്ടുകൾ പഞ്ചസാരപോലെ രുചിച്ചുനോക്കാൻ തോന്നും. കണ്ടാൽ കാമവികാരമുണർത്തും! വടിവൊത്ത ശരീരമാണവളുടേത് പ്രകാശിക്കുന്ന മുഖം ഉച്ച സൂര്യന്റെ ശോഭയെപ്പോലും നിസ്സാരമാക്കും! അവൾ ഒരു സുന്ദരി വ്യൂഹം പോലെയോ, സുവർണ്ണഗോപുരം പോലെയോ, യക്ഷിക്കഥയിലെ വധുവിനെപ്പോലെയോ, അറബി മഹതിയെപോലെയോ ഉണ്ട്.

മൂന്നാമത്തവൾ കട്ടിലിൽ നിന്നെഴുന്നേറ്റ്, മനോഹരമായ ചലനത്തോടെ മുറിയുടെ മദ്ധ്യത്തിലെത്തി. അവൾ സഹോദരിമാരോട് പറഞ്ഞു. “എന്താണ് നിങ്ങൾ ഇങ്ങനെ നില്ക്കുന്നത്? ആ പാവം മനുഷ്യന്റെ തലയിൽ നിന്നാ ഭാരം ഇറക്കിവെപ്പിക്കൂ!” ആ മൂന്ന് സഹോദരിമാരും കൂടി ചുമട്ടുകാരന്റെ തലയിൽ നിന്ന് ആ കുട്ട പിടിച്ച് താഴെ ഇറക്കി. കുട്ടയിൽ നിന്ന് സാധനങ്ങളെല്ലാം പുറത്തെടുത്ത് അതാതിന്റെ സ്ഥലത്ത്

വെച്ചു. ഒടുവിൽ, അവന് രണ്ട് സ്വർണ്ണനാണ്യം അവർ കൊടുത്തുകൊണ്ട് പറഞ്ഞു." പൊയ്ക്കൊള്ളൂ, ചുമട്ടുകാരാ."

എന്നാൽ, അവൻ പോയില്ല. ആ മഹതിമാരുടെ സൗന്ദര്യത്തിലും ആകർഷണീയമായ പെരുമാറ്റത്തിലും വശീകരിക്കപ്പെട്ടു. അവൻ അവിടെ തന്നെ നിന്നു. (മുമ്പൊരിക്കലും ഇത്തരം ഒരനുഭവം അവന് ഉണ്ടായിട്ടില്ല. അവൻ അലസനായി, അന്ന് വാങ്ങിച്ചുകൊണ്ടുവന്ന സാമാനങ്ങളിലേക്ക്, നോക്കി നിന്നു. പ്രത്യേകിച്ചും, ആ വീട്ടിൽ ആണുങ്ങൾ ആരും ഇല്ലെന്നുകണ്ട് അവൻ വല്ലാതെ വിസ്മയിച്ചുപോയി. അവൻ തിരിച്ചുപോക്ക് വൈകിപ്പിച്ചു.

അപ്പോൾ ഏറ്റവും മൂത്തവൾ ചോദിച്ചു. "നിനക്ക് എന്താണ് കുഴപ്പം, എന്താണ് പോകാത്തത്? കൂലി വല്ലാതെ കുറഞ്ഞുപോയിട്ടൊന്നുമില്ലല്ലോ?"

തന്റെ തൊട്ടടുത്ത അനിയത്തിയോട് അവൾ പറഞ്ഞു. "അവന് ഒരു 'ദിനാർ' കൂട്ടികൊടുക്കൂ!"

എന്നാൽ ചുമട്ടുതൊഴിലാളി മറുപടി നല്കി." അള്ളായാണേ, എന്റെ ഭവതി, അത് കൂലിക്കുവേണ്ടിയല്ല, എന്റെ കൂലി ഒരിക്കലും രണ്ട് 'ദിറാ'വിൽ കൂടുതലില്ല. എന്നാൽ, എന്റെ ഹൃദയത്തിനും മനസ്സിനും നിങ്ങളെ കാണുമ്പോൾ വല്ലാത്ത ആശ്വാസവും ആഹ്ലാദവും തോന്നുന്നു. നിങ്ങൾ ഒറ്റയ്ക്ക്, ഭർത്താക്കന്മാരില്ലാതെ, ജീവിക്കുന്നതുകണ്ട് എനിക്ക് അദ്ഭുതം തോന്നുന്നു; നാല് തൂണുകളില്ലെങ്കിൽ ഏത് മിനാറും തല കുത്തി വീഴും. നിങ്ങൾക്ക് ഈ നാലാമൻ ആവശ്യമാണ്. കവി പാടിയതു പോലെ ഒരു പുരുഷനില്ലാതെ സ്ത്രീയുടെ സന്തോഷം പൂർണ്ണമാകുകയില്ല." അയാൾ ഒരു കവിതാശകലം ആലപിച്ചു.

"നല്ല സമർത്ഥനും വിവേകശാലിയും ഉല്ലാസവാനുമായൊരു വ്യക്തിയെയാണ് നാലാമനായി നിങ്ങൾക്ക് വേണ്ടത്, എല്ലാകാര്യങ്ങളിലും ഉപദേശം തേടാനാകാൻ കഴിവുള്ളവൻ."

അവന്റെ വാക്കുകൾ അവരെ വല്ലാതെ രസിപ്പിച്ചു. അവർ അവനെ പരിഹസിച്ചുകൊണ്ട് ചോദിച്ചു. "ആർക്കാണത് ഞങ്ങൾക്ക് ഉറപ്പു തരാൻ കഴിയുക? ഞങ്ങൾ സ്ത്രീകളാണ്. ഞങ്ങൾ സ്വന്തം രഹസ്യങ്ങൾ വിശ്വസിച്ചൊരാളെ ഏല്പിക്കാൻ ഭയപ്പെടുന്നു. ഏതോ ഒരു ചരിത്രരേഖയിൽ ഒരു 'ഇബിൻ അൽ-സുലൈമാൻ എഴുതിയത് ഞങ്ങൾ വായിച്ചിട്ടുണ്ട്.

"നിന്റെ രഹസ്യം നിന്നോടൊപ്പം കാത്ത് സൂക്ഷിക്കുക, അത് വെളിപ്പെടുത്തരുത്. രഹസ്യം പുറത്തു പറഞ്ഞാൽ ആ രഹസ്യം നഷ്ടമാകുന്നു."

"നിങ്ങൾക്ക് സ്വന്തം ഹൃദയത്തിൽ ആ രഹസ്യം ഒളിപ്പിച്ചുവെക്കാൻ കഴിയില്ലെങ്കിൽ, മറ്റൊരാൾ അത് മനസ്സിൽ ഒളിപ്പിച്ചു വെക്കുമെന്ന് നിങ്ങൾക്കെങ്ങിനെ പ്രതീക്ഷിക്കാൻ കഴിയും?"

"അഞ്ചു നൊവാസും ഈ വിഷയത്തെക്കുറിച്ച് ഏതാണ്ട് അതുപോലെ തന്നെയാണ് പറഞ്ഞിട്ടുള്ളത്."

ചുമട്ടുകാരൻ അവരുടെ വാക്കുകൾ കേട്ടപ്പോൾ ഇങ്ങനെ പറഞ്ഞു. "നിങ്ങളുടെ ജീവനാണേ! ഞാൻ വിവേകവും വകതിരിവുമുള്ളൊരു മനുഷ്യനാണ്. ധാരാളം പുസ്തകങ്ങളും ചരിത്രപഠനവും നടത്തിയിട്ടുള്ളവനാണ്. ഞാൻ നല്ലത് തുറന്ന് കാട്ടുകയും ചീത്തയായത് ഒളിപ്പിച്ച്

വെയ്ക്കുകയും ചെയ്യുന്നു." അതിനെ ന്യായീകരിച്ചുകൊണ്ടുള്ളൊരു കവിത അയാൾ ചൊല്ലി.

ആ മഹതികൾ അവന്റെ കവിത കേട്ട് പ്രീതരായി പറഞ്ഞു. "ഈ സ്ഥലത്ത് ഞങ്ങൾ ധാരാളം സ്വത്ത് നേടിയിട്ടുണ്ട് എന്ന് നിനക്കറിയാമല്ലോ. ഇനി പറയൂ, ഞങ്ങൾ നിനക്ക് തരുന്ന സല്ക്കാരത്തിന് എന്ത് പ്രത്യുപകാരമാണ് നിനക്ക് നല്കാൻ കഴിയുക? കാരണം, കാര്യമായ തെന്തെങ്കിലും തരാതെ, നിനക്ക് ഞങ്ങളോടൊപ്പം ഇരുന്ന് ചായ സല്ക്കാരം സ്വീകരിക്കാനും ഞങ്ങളുടെ അപൂർവ്വവും സുന്ദരമായ മുഖങ്ങൾ കണ്ടാസ്വദിക്കാനും പറ്റില്ല." അതിനെ ന്യായീകരിച്ചുകൊണ്ട് രണ്ടുവരിപദ്യം അവൻ ചൊല്ലി.

അപ്പോൾ ഏറ്റവും താഴെയുള്ളവൾ പറഞ്ഞു. "നീ എന്തെങ്കിലും കൊണ്ടുവന്നാൽ, നിന്നെ ഒരു പങ്കാളിയായി ഞങ്ങൾ കരുതും; അല്ലെങ്കിൽ നീ ആരുമല്ല, നിനക്ക് പോകാം."

അപ്പോൾ മൂത്തവൾ ഇടപെട്ടു. "വേണ്ട, സഹോദരിമാരേ, അവനെ കളിയാക്കുന്നത് നിർത്തൂ; അള്ളായാണേ, അവൻ ഇന്ന് നമ്മളെ നിരാശപ്പെടുത്തിയിട്ടില്ല. മറ്റൊരാളായിരുന്നെങ്കിൽ, എന്നോട് ഇത്ര ക്ഷമകാണിക്കില്ലായിരുന്നു; അയാളുടെ തെറ്റ് കുറ്റങ്ങൾ എന്തായാലും അതിന്റെ ഉത്തരവാദിത്വം ഞാൻ ഏറ്റെടുക്കുന്നു."

ചുമട്ടുകാരൻ ഭയങ്കര ആഹ്ലാദത്തോടെ അവളുടെ മുന്നിലെ തറയിൽ ചുംബിച്ച് അവളോട് നന്ദി രേഖപ്പെടുത്തിക്കൊണ്ട് പറഞ്ഞു. "അള്ളായാണേ ഈ പണമാണ് എനിക്ക് ഇന്ന് ലഭിച്ച ആദ്യത്തെ പ്രതിഫലം" അതുകേട്ട് അവർ പറഞ്ഞു. "നിനക്ക് സ്വാഗതം, ഇവിടെ വന്ന് ഇരിക്കൂ." ഏറ്റവും മൂത്തവൾ തുടർന്നു. "അള്ളായാണേ, ഞങ്ങൾക്ക് സന്തോഷമേയുള്ളൂ. ഒരു വ്യവസ്ഥയിൽ. അതായത്, നിന്നെ സംബന്ധിക്കാത്ത കാര്യങ്ങളെക്കുറിച്ച് യാതൊരു ചോദ്യങ്ങളും ചോദിക്കരുത്. മര്യാദയില്ലാത്ത പെരുമാറ്റം ശിക്ഷാർഹമായിരിക്കും."

ചുമട്ടുകാരൻ മറുപടി നല്കി." ഞാനത് സമ്മതിക്കുന്നു, എന്റെ മഹതി, എന്റെ തലയും കണ്ണുകളും സാക്ഷി. നോക്കൂ, ഞാൻ ഊമയായിരിക്കും, എനിക്ക് നാവില്ല!"

അപ്പോൾ ഏറ്റവും താഴെയുള്ളവൾ എഴുന്നേറ്റ്, അരപ്പട്ട കെട്ടിമുറുക്കി, തീൻ മേശ ഫൗണ്ടന്നരികിൽ സജ്ജമാക്കി. 'ഫ്ളവർ വാസി'ൽ നല്ല പൂക്കൾ ഭംഗിയായി അലങ്കരിച്ചുവെച്ചു. വീഞ്ഞ് നിറച്ച ഫ്ളാസ്കുകൾ നിരയായി വെച്ചു; ആവശ്യമായ എല്ലാ സാധനങ്ങളും തയ്യാറാക്കിവെച്ചു. പിന്നെ അവളും സഹോദരിമാരും ഇരുന്നു. ഒരു സ്വപ്നം കാണുകയാണെന്ന ഭാവത്തിൽ നിന്നിരുന്ന ചുമട്ടുകാരനെ അവർ തങ്ങളുടെ നടുവിൽ ഇരുത്തി. പിന്നെ അവൾ വീഞ്ഞു കുപ്പിയെടുത്ത് ഒരു കപ്പിലേക്ക് വീഞ്ഞ് പകർന്ന് കുടിച്ചു. അതുപോലെ രണ്ടാമത്തെ കപ്പും, മൂന്നാമത്തെതും. (പൗരസ്ത്യ രാജ്യങ്ങളിലെ ആചാരമാണത്; അതിൽ വിഷം കലർത്തിയിട്ടില്ലെന്ന് മറ്റുള്ളവരെ ബോധ്യപ്പെടുത്താനാണത്രെ!)

അതിനുശേഷം, നാലാമത്തെ കപ്പ് വീഞ്ഞ് അവൾ ഒരു സഹോദരിക്ക് നല്കി; അവസാനം ഒരു കപ്പിൽ വീഞ്ഞു നിറച്ച് അവൾ ചുമട്ടുകാരന് നീട്ടിക്കൊണ്ട് പറഞ്ഞു. "ഈ പ്രിയപ്പെട്ട ദ്രാവകം ഒരിറക്ക് കുടിക്കൂ! സസന്തോഷം! എല്ലാ ദുഃഖങ്ങളും വേദനകളും മറക്കപ്പെടട്ടെ."അവൻ

കപ്പെടുത്ത്, ഒരു അപരിഷ്കൃതനെപ്പോലെ ഒറ്റവലിക്കത് കുടിച്ച്, നന്ദി രേഖപ്പെടുത്തിക്കൊണ്ട് ഒരുപദ്യശകലം പാടി. രണ്ടു പ്രാവശ്യം ആ ഗാനം ആവർത്തിച്ചശേഷം അവൻ അവരുടെ കരണങ്ങളിൽ ചുംബിച്ചു. വീണ്ടും വീണ്ടും മദ്യം പകർന്ന് കുടിച്ച് അവർ ഉന്മത്തരായി. വീണ്ടും ഗാനാലാപനം! സഹോദരിമാർ പരസ്പരം വീഞ്ഞ് പകർന്നുകൊടുത്ത് കുടിച്ചുകൊണ്ടിരുന്നു. ചുമട്ടുകാരൻ കുടിച്ച് ഫിറ്റായി അവരുടെ മുന്നിൽ തറയിൽ ചുംബിച്ച്, അവരോടുള്ള ആദരവും നന്ദിയും പ്രകടിപ്പിച്ചു. വീണ്ടും വീണ്ടും പാട്ടുകൾ പാടി സഹോദരിമാരെ അവൻ പ്രശംസിച്ചു.

അയാൾ യജമാനത്തിയുടെ മുന്നിൽ എഴുന്നേറ്റു നിന്നുകൊണ്ട് പറഞ്ഞു. “അല്ലയോ ഭവതി, ഞാൻ നിങ്ങളുടെ അടിമയാണ്, നിങ്ങളുടെ മാമെലൂക്, നിങ്ങളുടെ വെളുത്ത അടിമ, സ്വന്തം അടിമ. വീണ്ടും കവിത ചൊല്ലൽ! അവൾ അവനോട് പറഞ്ഞു. “കുടിക്കൂ; ആരോഗ്യത്തിനും സന്തോഷത്തിനും വേണ്ടി കുടിക്കൂ.” അപ്പോൾ അവൻ വീഞ്ഞു കപ്പെടുത്ത്, അവളുടെ കൈയിൽ ചുംബിച്ചശേഷം ഒരു ഗാനം അവളെ വാഴ്ത്തിക്കൊണ്ട് ആലപിച്ചു. അതിന് മറുപടിയായി അവളും ഒരു കവിതാശകലം ചൊല്ലി. പിന്നെ, തന്റെ സഹോദരികളുടെ ആരോഗ്യത്തിനായി അവൾ ഒരു കപ്പ് വീഞ്ഞ് കുടിച്ചു.

ചുമട്ടുകാരനെ തങ്ങളുടെ മധ്യത്തിൽ ഇരുത്തിക്കൊണ്ട് അവർ മദ്യപാനം തുടർന്നു. പൊട്ടിച്ചിരിയും പാട്ടും ഡാൻസും നാടോടി ഗാനങ്ങളും അവിടെ കൊടുമ്പിരിക്കൊണ്ടു. ഈ സമയമെല്ലാം ചുമട്ടുകാരൻ അവരോടൊപ്പം കളിച്ചും, പിടിച്ചു വലിച്ചും തോണ്ടിയും ഉല്ലാസകരമായി സമയം നീങ്ങികൊണ്ടിരുന്നു; ഒരുവൾ അവന്റെ വായിൽ ഒരു ഉരുള രുചികരമായ ഭക്ഷണം വെച്ചു കൊടുത്തപ്പോൾ മറ്റൊരുവൾ അവന്റെ തോളിലും കവിളിലും ഒരടി വെച്ചുകൊടുത്തു. വേറെ ഒരുത്തി അവനു നേരെ മനോഹരമായി പൂക്കൾ എടുത്തെറിഞ്ഞു. ചുരുക്കത്തിൽ ആനന്ദകരമായൊരു സ്വർഗ്ഗലോകത്തായിരുന്നു അവൻ! ഹൂറികളോടൊപ്പം സ്വർഗ്ഗീയമായ ആനന്ദലഹരിയിൽ! വീഞ്ഞ് അവരുടെ തല കടിച്ചിരുന്നതിനാൽ എന്തെല്ലാമാണവർ ചെയ്തിരുന്നതെന്നവർക്കു തന്നെ അറിയില്ലായിരുന്നു. കുടിച്ച് ഉന്മത്തരായി കഴിഞ്ഞ അവരിൽ ഏറ്റവും ഇളയവൾ എഴുന്നേറ്റു നിന്ന്, വസ്ത്രങ്ങൾ ഊരിക്കളഞ്ഞ് പൂർണ്ണ നഗ്നയായി. അവൾ മുടി അഴിച്ചിട്ട് വസ്ത്രത്തിനു പകരം ശരീരം മറച്ചു. പിന്നെ ഫൗണ്ടൻ ഉള്ള കുളത്തിലെ വെള്ളത്തിലേക്ക് ചാടി, ഒരു താറാവിനെ പോലെ മുങ്ങുകയും പൊങ്ങുകയും ചെയ്തുകൊണ്ടിരുന്നു; വായിൽ വെള്ളം നിറച്ച് ചുമട്ടുകാരനുമേൽ ഊക്കോടെ തെറിപ്പിച്ചു; പിന്നെ തന്റെ ഓരോ അവയവവും കഴുകി. സ്തനങ്ങൾക്കിടയിലും തുടകൾക്കിടയിലും, നാഭിപ്രദേശത്തും ഉരച്ചുകഴുകി. അതിനുശേഷം കുളത്തിൽ നിന്നും പുറത്തുവന്ന്, ചുമട്ടുകാരന്റെ മടിയിലിരുന്ന് പറഞ്ഞു. “ഓ, എന്റെ നാഥാ, എന്റെ പ്രേമഭാജനമേ, ഈ സാധനത്തിനെ നീ എന്താണ് വിളിക്കുക?” തന്റെ ‘വിടവ്’ ചൂണ്ടി കാണിച്ചുകൊണ്ടാണവൾ ചോദിച്ചത്. “നിങ്ങളുടെ വിള്ളൽ’ എന്നാണ് ഞാൻ വിളിക്കുന്നത്.” ചുമട്ടുകാരൻ മറുപടി നല്കി.

‘വാഹ്! വാഹ്, ഇത്തരം വാക്കുകൾ പറയാൻ നിനക്ക് ലജ്ജയില്ലേ?” അവൾ അവന്റെ കോളറിൽ പിടിച്ച്, ഉറക്കെ ഒരു ഇടി വെച്ചു കൊടുത്തു.

അവൻ അപ്പോൾ പറഞ്ഞു. "ഗർഭാശയം, ലൈംഗികാവയവം" അവൾ അവനെ വീണ്ടും അടിച്ചുകൊണ്ട് വിളിച്ചു പറഞ്ഞു. "ഛീ, ഛീ, മറ്റൊരു വൃത്തികെട്ട വാക്ക്; നിന്നിൽ നാണം എന്ന ഒന്നില്ലേ?" അവൻ പറഞ്ഞു "യോനി." അവൾ അലറി "ഓ,നീ! ഒട്ടും സങ്കോചമില്ലാത്തവൻ!" അവൾ അവന് നല്ല അടിവെച്ചു കൊടുത്തു.

അപ്പോൾ ചുമട്ടുകാരൻ വിളിച്ചു പറഞ്ഞു." കൃസരി"

അപ്പോൾ ഏറ്റവും മൂത്തവൾ അവന്റെ അടുത്തെത്തി നല്ല അടി വെച്ചുകൊടുത്തു, പറഞ്ഞു. "അല്ല" ചുമട്ടുകാരൻ പല പേരുകളും പിന്നീട് പറഞ്ഞുകൊണ്ടിരുന്നു. എന്നാൽ, അവൻ എന്ത് പറഞ്ഞാലും അവന് നല്ല അടി കിട്ടികൊണ്ടിരുന്നു, അവന്റെ കഴുത്തിന് നീര് വന്നു, വല്ലാത്ത വേദനയും! അങ്ങനെ അവർ അവനെ ഒരു പരിഹാസപാത്രമാക്കി.

ഒടുവിൽ അവൻ അവർക്ക് നേരെ തിരിഞ്ഞ് ചോദിച്ചു. "ഈ സാധനത്തിന് നിങ്ങൾ, സ്ത്രീകൾ, എന്താണ് പറയുന്നത്?"

ആ യുവതി മറുപടി കൊടുത്തു. "ബേസിൽ ഓഫ് ബ്രിഡ്ജസ്!"

ചുമട്ടുകാരൻ ഉറക്കെ പറഞ്ഞു. "എന്നെ രക്ഷപ്പെടുത്തിയതിന് അള്ളായ്ക്ക് നന്ദി. എന്നെ സഹായിക്കുക, "ശുഭസൂചക'മായ ഓ, ബേസിൽ ഓഫ് ബ്രിഡ്ജസ്!"

വീഞ്ഞ് കപ്പുകൾ വീണ്ടും നിറയ്ക്കപ്പെട്ടു. ഉന്മത്തയായ രണ്ടാമത്തെ മഹതി എഴുന്നേറ്റു നിന്ന് തന്റെ വസ്ത്രങ്ങളെല്ലാം ഊരിക്കളഞ്ഞ്, ഒന്നാമത്തവളെപ്പോലെ വെള്ളം നിറഞ്ഞ 'കുളത്തിലേക്ക് ചാടി. പിന്നെ പുറത്തു വന്ന് നഗ്നയായി ചുമട്ടുകാരന്റെ മടിയിലിരുന്ന്, തന്റെ യോനിയിലേക്ക് വിരൽ ചൂണ്ടി' കൊണ്ട് ചോദിച്ചു. "ഈ സാധനത്തിന്റെ പേരെന്താണ്?"

അവൻ പഴയതുപോലെ മറുപടി നല്കി "വിടവ്."

"നിനക്കങ്ങനെ പറയാൻ ലജ്ജയില്ലേ?"

അവൾ അവനെ മുഷ്ടി ചുരുട്ടി പൊതിരെ തല്ലി; ഇടിയുടെ ശബ്ദം ആ മുറിയിൽ മാറ്റൊലി കൊണ്ടു! പിന്നെ അവൾ അലറി. "ഛീ!ഛീ! നിനക്ക് നാണമില്ലല്ലൊ ഇങ്ങനെ വിളിച്ചു പറയാൻ."

"ബേസിൽ ഓഫ് ദി ബ്രിഡ്ജസ്."അവൾ വീണ്ടും അലറി." അല്ല! അല്ല! അവന്റെ പിടലിയിൽ അവൾ ശക്തമായി തുരുതുരെ ഇടിച്ചു.

അപ്പോൾ അവൻ തനിക്കറിയാവുന്ന എല്ലാ പേരുകളും വിളിച്ചു പറഞ്ഞു. "വിടവ്, ഗർഭാശയം, കൃസരി...."

അവൾ എല്ലാം നിരസിച്ചുകൊണ്ടിരുന്നു." അല്ല!അല്ല!"

"ബേസിൽ ഓഫ് ദി ബ്രിഡ്ജസ് ' എന്ന വാക്കിൽ ഞാൻ മുറുക്കി പിടിക്കുന്നു." ഒടുവിലവൻ പറഞ്ഞു.

അപ്പോൾ മൂന്നു സഹോദരിമാരും ചിരിച്ചു ചിരിച്ച് കുഴഞ്ഞു വീണു. പിന്നെ അയാളുടെ പിടലിയിൽ നല്ല ഇടി വെച്ചു കൊടുത്തുകൊണ്ട് പറഞ്ഞു. "അല്ല! അല്ല! അതല്ല അതിന്റെ ശരിയായ പേര്."

ചുമട്ടുകാരൻ വിളിച്ചു ചോദിച്ചു. "ഓ, എന്റെ സഹോദരിമാരെ, പിന്നെ എന്താണതിന്റെ പേര്?"

അവർ മറുപടി നല്കി "തോട് കളഞ്ഞ എള്ള് വിത്തിന് നീ എന്താണ് പറയുക? പിന്നെ മൂത്തവൾ തുണി ഉരിഞ്ഞു കളഞ്ഞു എല്ലാവരും കുടിച്ച് ബഹളം വെക്കാൻ തുടങ്ങി; എന്നാൽ, ചുമട്ടുകാരൻ മോങ്ങിക്കൊണ്ടിരുന്നു. "ഓഹ്! ഓഹ്!" അവന്റെ പിടലി നന്നായി വേദനിച്ചിരുന്നു. വീഞ്ഞു

കപ്പുകൾ വീണ്ടും വീണ്ടും നിറയുകയും കാലിയാകുകയും ചെയ്തു കൊണ്ടിരുന്നു. ഒരു മണിക്കൂർ വീണ്ടും ആഹ്ലാദപൂർവ്വം കടന്നു പോയി. അതിനുശേഷം ഏറ്റവും മൂത്തവൾ, ഏറ്റവും സുന്ദരിയായവൾ തന്റെ തുണിയെല്ലാം ഊരിക്കളഞ്ഞു.

"എന്റെ കഴുത്തും തോളുകളും തകർന്നിരിക്കയാണ്!" അവൻ പരിതപിച്ചു. അത് ആർക്കും പെരുമാറാനുള്ള ഒരു പൊതുസ്വത്തായിരിക്കുന്നു!

അപ്പോൾ ഏറ്റവും മൂത്തവൾ വെള്ളത്തിലേക്ക് ചാടി. നീന്തിയും ഊളിയിട്ടും കുളിച്ചും കളിച്ചും രസിച്ചു. അതിമനോഹരമായ ചന്ദ്രബിംബം പോലുള്ള അവളുടെ തേജസ്സുറ്റ മുഖവും വടിവൊത്ത അഴകുള്ള ശരീരവും ചുമട്ടുകാരൻ നോക്കി നിന്നു. അവളുടെ മനോഹരമായ ശരീരാവയവങ്ങൾ നടന്നുപോകുമ്പോൾ കുലുങ്ങി. ജനിക്കുമ്പോഴത്തേതു പോലെ പൂർണ്ണനഗ്നയായിരുന്നു അപ്പോൾ അവൾ.

അവൻ ഉറക്കെ വേദനയോടെ പറഞ്ഞു പോയി" അയ്യോ! അയ്യോ!" പിന്നെ അവളുടെ ശരീരകാന്തിയെ പ്രശംസിച്ചുകൊണ്ടൊരു കവിതാശകലം ആലപിച്ചു.

അതുകേട്ട് അവൾ ബേസിനിൽ നിന്നും പുറത്തുവന്ന്, ചുമട്ടുകാരന്റെ മടിയിൽ ഇരുന്നു. പിന്നെ തന്റെ യോനിയിലേക്ക് വിരൽ ചൂണ്ടി അവനോട് ചോദിച്ചു.

"ഓ, എന്റെ പ്രഭോ, ഇതിന്റെ പേര് എന്താണ്?'

അവൻ, മറുപടി നല്കി." ബേസിൽ ഓഫ് ദി ബ്രിഡ്ജസ്"

"ഭാഹ്, ഭാഹ്" അവൾ നിഷേധിച്ചു.

"തൊലികളഞ്ഞ എള്ള് വിത്ത്."

"ഫൂ, ഫൂ!" അതും അവൾ പുച്ഛിച്ച് തള്ളി.

അപ്പോൾ അവൻ പറഞ്ഞു. "ഗർഭപാത്രം" "ഛീ, ഛീ, നിനക്ക് ലജ്ജയില്ലേ? പിന്നെ അവന്റെ പിടലിക്ക് നല്ല ഇടിവെച്ചു കൊടുത്തു. എന്തൊക്കെ പേരുകൾ അവൻ മാറ്റി മാറ്റി പറഞ്ഞാലും, അവൾ അവനെ പ്രഹരിച്ചു കൊണ്ട് വിളിച്ചു പറഞ്ഞു. "അല്ല, അല്ല!"

ഒടുവിൽ അവൻ ചോദിച്ചു "ഓ, എന്റെ സഹോദരിമാരെ, എന്താണതിന്റെ പേര്?"

അവൾ മറുപടി നല്കി. " 'അബു മൻസൂറിന്റെ ഖാൻ' ആണത്."

അപ്പോൾ ചുമട്ടുകാരൻ മറുപടി നല്കി.

"ഹാ!ഹാ! എന്നെ രക്ഷിച്ചതിന് അള്ളായ്ക്ക് സ്തുതി! ഓ, അബുമൻസൂറിന്റെ ഖാൻ."

പിന്നെ അവൾ എഴുന്നേറ്റു ചെന്ന് വസ്ത്രം ധരിച്ചു; ഒരു മണിക്കൂർ നേരം വീണ്ടും മദിരോത്സവം തുടർന്നു. ഒടുവിൽ, ചുമട്ടുകാരൻ എഴുന്നേറ്റു, തുണി മുഴുവൻ ഊരിക്കളഞ്ഞ് ടാങ്കിലേക്ക് ചാടി, ആ സ്ത്രീകൾ ചെയ്തതുപോലെ നീന്തുകയും, ഊളിയിടുകയും ചെയ്തു. കക്ഷവും കഴുത്തും ശരീരഭാഗങ്ങളെല്ലാം നന്നായി കഴുകി. പിന്നെ, ആദ്യത്തെ മഹതിയുടെ മടിയിലിരുന്ന്, മറ്റ് രണ്ട് സ്ത്രീകളുടെ മടിയിൽ കൈകളും കാലുകളും നീട്ടിവെച്ച് തന്റെ ലിംഗത്തിലേക്ക് ചൂണ്ടിക്കാണിച്ചുകൊണ്ട് ചോദിച്ചു. 'ഓ, എന്റെ യജമാനത്തിമാരെ ഈ സാധനത്തിന്റെ പേരെന്താണ്?"

അവന്റെ ചോദ്യം കേട്ട്, എല്ലാവരും ചിരിച്ചു ചിരിച്ച് തളർന്നു. വീണു പോയി.

"നിന്റെ പിന്റിൽ!" ഒരുവൾ പറഞ്ഞു.

"അല്ല!" അവൻ മറുപടി നല്കി. പിന്നെ ഓരോരുത്തർക്കും ശിക്ഷയായി ഓരോ കടി കൊടുത്തു.

അപ്പോൾ അവർ പറഞ്ഞു. "നിന്റെ പിസ്സിൾ!"

അവൻ ഉറക്കെ പറഞ്ഞു."അല്ല" പിന്നെ ഓരോരുത്തരെയും അവൻ ആലിംഗനം ചെയ്തു - അപ്പോഴേക്കും നേരം പുലരാറായെന്നും തനിക്ക് കഥ പറയാനനുവദിച്ച സമയം കഴിഞ്ഞെന്നും ഷാഹ്‌റസാദ് മനസ്സിലാക്കി.

പത്താം രാവ്

അവളുടെ സഹോദരി 'ദുനിയാസാദ്' പറഞ്ഞു. "ഞങ്ങൾക്കുവേണ്ടി നിന്റെ കഥ പറഞ്ഞു തീർക്കൂ."

"സന്തോഷപൂർവ്വം പറയാം" ചേച്ചി മറുപടി നൽകി.

ഓ, കീർത്തിമാനായ രാജാവേ, ആ യുവതികൾ പറഞ്ഞു. "നിന്റെ 'പ്രിക്കിൾ, നിന്റെ 'പിന്റിൽ', നിന്റെ പിസ്സിൾ, അവൻ വീണ്ടും വീണ്ടും, മതിവരുവോളം, അവരെ ചുംബിക്കുകയും കടിക്കുകയും കെട്ടിപ്പിടിക്കുകയും ചെയ്തു. അവർ ചിരിച്ചുകൊണ്ടേയിരുന്നു. അവസാനം ഒരു മഹതി ചോദിച്ചു. ഓ, ഞങ്ങളുടെ സഹോദരാ, അപ്പോൾ, എന്താണതിന്റെ പേര്?"

"നിങ്ങൾക്കറിയില്ലേ?"

"ഇല്ല!"

"അതൊരു 'അസ്സൽ' പേരു തന്നെയാണ്.". അവൻ പറഞ്ഞു. " കോവർ കഴുതയുടെ 'മദം'. അത് 'ബേസിൽ ഓഫ് ദി ബ്രിഡ്ജസ്സി'ൽ മേയുന്നു; തൊലികളഞ്ഞ 'എള്ള് വിത്തി'നെ ചവയ്ക്കുന്നു; അബു മൻസൂറിന്റെ ഖാനി'ൽ രാത്രി വിശ്രമിക്കുന്നു."

അതുകേട്ട് അവർ ചിരിച്ചുചിരിച്ച് തളർന്നു വീണു. വീണ്ടും അവർ 'മദ്യപാനോത്സവ'ത്തിലേക്ക് തിരിച്ചുപോയി. രാത്രിയാകുന്നതുവരെ ആ ആഘോഷം തുടർന്നു. അവർ ചുമട്ടുകാരനോട് പറഞ്ഞു. "ബിസ്മില്ലാ, ഓ, ഞങ്ങളുടെ പ്രഭോ, നിന്റെ പഴയ ആ ഷൂസ് ധരിച്ച് സ്ഥലം വിട്ടോളൂ!"

അവൻ മറുപടി നല്കി." അള്ളായാണേ, നിങ്ങളെ പിരിയുന്നതിനേക്കാൾ എളുപ്പമാണ് എന്റെ ജീവൻ എടുക്കുന്നത്. വരു, ഇന്നത്തെ രാത്രി നമ്മൾക്ക് ഒന്നിച്ച് കൂടാം; നാളെ രാവിലെ നമ്മൾക്ക് അവരവരുടേതായ വഴിക്ക് പിരിയാം. ഏറ്റവും മൂത്തവൾ പറഞ്ഞു. "നമ്മളോടൊപ്പം ഇത്രനേരം തങ്ങിയതിന് അവന് ഒരുപാടു പീഡനം സഹിക്കേണ്ടിവന്നു, നമ്മുടെ പരിഹാസവും: നമ്മുടെ ജീവിതത്തിൽ ഇതുപോലൊരുത്തനെ ഒരിക്കലും കണ്ടുമുട്ടിയിട്ടില്ല; തീർച്ചയായും അവൻ നല്ല രസികനും തമാശക്കാരനുമായൊരു കുസൃതി തന്നെ!"

അങ്ങനെ അവർ പറഞ്ഞു. "ഞങ്ങളുടെ ഉത്തരവനുസരിച്ച് നിൽക്കാമെന്ന വ്യവസ്ഥയിൽ നിനക്ക് ഇന്നു രാത്രി ഇവിടെ തങ്ങാം; അതായത്, നീ ഇവിടെ എന്തൊക്കെ കണ്ടാലും [illegible]ക്കുറിച്ച് ഒന്നും ചോദിക്കരുത്, അതിന്റെ കാരണങ്ങൾ അന്വേഷിക്കരുത്."

"ശരി" അവൻ സമ്മതിച്ചു.

അവർ തുടർന്നു "പുറമെ പോയി വാതില്ക്കൽ എഴുതിയിട്ടുള്ളത് വായിച്ചു നോക്കൂ."

അവൻ ഉടനെ എഴുന്നേറ്റ് വാതിൽക്കലേക്ക് ചെന്ന്, സുവർണ്ണലിപികളിൽ എഴുതിയ വാചകം വായിച്ചു. "തന്നെ സംബന്ധിക്കാത്ത കാര്യങ്ങളെക്കുറിച്ച് സംസാരിക്കുന്നവൻ തനിക്ക് ഇഷ്ടമില്ലാത്തത് കേൾക്കേണ്ടിവരും!"

ചുമട്ടുകാരൻ പറഞ്ഞു. "എന്നെ സംബന്ധിക്കാത്ത കാര്യങ്ങളെക്കുറിച്ച് ഞാൻ സംസാരിക്കില്ല."

പിന്നീടവർ ഭക്ഷണം മേശപ്പുറത്ത് നിരത്തി, ഒന്നിച്ചിരുന്ന് കഴിച്ചു. അതിനുശേഷം അവർ മദിരോത്സവം മറ്റൊരു ഭാഗത്തേക്ക് മാറ്റി, അവിടെ വിളക്കുകളും മെഴുകുതിരികളും കത്തിച്ചുവെച്ചു; പുതിയ പഴങ്ങളും വീഞ്ഞുപാത്രങ്ങളും മേശപ്പുറത്ത് ഒരുക്കിവെച്ചു. മദ്യപാനം ആരംഭിച്ചു, തങ്ങളുടെ കാമുകരെക്കുറിച്ചായിരുന്നു ആ സഹോദരിമാരുടെ സംഭാഷണം. തിന്നും കുടിച്ചും ഉണക്ക പഴങ്ങൾ കടിച്ചും വലിച്ചും, കളി തമാശകൾ പറഞ്ഞും ഒരു മണിക്കൂർ കടന്നുപോയി. അപ്പോൾ, അതാ വാതില്ക്കൽ മുട്ട് കേൾക്കുന്നു. ആ മുട്ടൽ ഒരു വിധത്തിലും അവരെ ശല്യപ്പെടുത്തിയതായി തോന്നിയില്ല. അവരിൽ ഒരുവൾ എഴുന്നേറ്റ് പോയി, ആരാണവിടെ എന്ന് നോക്കിയശേഷം തിരിച്ചുവന്ന് പറഞ്ഞു. "തീർച്ചയായും ഇന്നു രാത്രിയിലെ നമ്മുടെ സന്തോഷം പൂർണ്ണതയിലെത്തും." "എന്താണത്?" മറ്റുള്ളവർ ചോദിച്ചു. അവൾ മറുപടി നല്കി. " താടിയും പുരികങ്ങളും വടിച്ച മൂന്ന് പെർഷ്യൻ ഭിക്ഷുക്കൾ ഗേറ്റിൽ നില്ക്കുന്നു. മൂന്നു പേർക്കും ഇടതു കണ്ണ് കാണില്ല- അത് വളരെ, വിചിത്രമായി തോന്നുന്നു! 'റൗമി'ൽ നിന്നുള്ള വിദേശികളാണവർ, ദീർഘയാത്രയുടെ ചിഹ്നം അവരിൽ കാണാം. അവർ ബാഗ്ദാദിലേക്ക് കടന്നതേയുള്ളൂ നമ്മുടെ നഗരത്തിൽ ആദ്യമായാണവർ വരുന്നത്. താമസിക്കാൻ മറ്റൊരിടവും കാണാൻ കഴിയാത്തതിനാലാണവർ നമ്മുടെ വാതില്ക്കൽ മുട്ടിയത്. അവരിലൊരാൾ എന്നോട് പറഞ്ഞു- സന്ദർഭവശാൽ, ഈ വീട്ടുടമ ഞങ്ങൾക്ക് അവരുടെ കുതിരലായമോ, പഴയ 'ഔട്ട് ഹൗസോ' ഇന്ന് രാത്രി തങ്ങാനായി തുറന്നു തരും. രാത്രി ആയതിനാൽ അവർക്ക് നല്ല പരിഭ്രമമുണ്ട്. അപരിചിതരായതിനാൽ അഭയം തരുന്നവരെ ഒന്നും അവർക്കറിയില്ല. അല്ലയോ സഹോദരിമാരേ, ഓരോരുത്തനും അവനവന്റേതായ രീതിയിൽ രസികനാണ്. അവരെ ഉള്ളിലേക്ക് വരാനനുവദിച്ചാൽ നമ്മൾക്ക് നല്ലൊരു വിനോദത്തിന് വകയുണ്ട്."

"അവർ ഉള്ളിലേക്ക് വരട്ടെ. നമ്മുടെ പതിവ്, വ്യവസ്ഥ അവരെ ധരിപ്പിക്കുക, അതായത് അവരെ സംബന്ധിക്കാത്ത കാര്യങ്ങൾ അവർ സംസാരിക്കരുത്, അവർക്ക് അഹിതമായത് അപ്പോൾ കേൾക്കേണ്ടിവരും."

അങ്ങനെ അവൾ ആഹ്ലാദത്തോടെ പോയി വാതിൽ തുറന്ന്, താടിയും മീശയും വൃത്തിയായി വടിച്ച മൂന്ന് ഒറ്റക്കണ്ണന്മാരെ ഉള്ളിലേക്ക് കൂട്ടിക്കൊണ്ടുവന്നു.

അവർ സലാം ചെയ്ത്, ആദരവോടെ അല്പം ദൂരെ മാറി നിന്നു; എന്നാൽ മൂന്ന് മഹതികളും എഴുന്നേറ്റു ചെന്ന് അവരെ സ്വാഗതം ചെയ്തു; സുരക്ഷിതരായി യാത്ര ചെയ്ത് എത്തിയതിൽ അവരെ

ആശംസിച്ച്, ആസനസ്ഥരാക്കി. സന്ന്യാസിമാർ ആ മുറിയിലേക്ക് കണ്ണോടിച്ച് സുഖകരമായൊരു സ്ഥലമാണതെന്ന് മനസ്സിലാക്കി. വൃത്തിയായി അടിച്ചു തുടച്ച്, പൂക്കളാൽ അലങ്കരിച്ച ഒരു ഭംഗിയുള്ള മുറി; വിളക്കുകൾ പ്രകാശിക്കുന്നു. സുഗന്ധതിരികളിൽ നിന്ന് പുക പറക്കുന്നു; അതിനും പുറമെ മധുരപലഹാരങ്ങളും പഴങ്ങളും വീഞ്ഞുമെല്ലാം സുലഭം; കന്യകകളായ മൂന്നു പേർ സൽക്കരിക്കാനുമുണ്ട്; അതുകൊണ്ട് ഒരേ സ്വരത്തിൽ അവർ ആശ്ചര്യം പ്രകടിപ്പിച്ചു. "ദൈവത്താണേ, അതിഗംഭീരം!"

പിന്നെ, അവരുടെ ശ്രദ്ധ ചുമട്ടുക്കാരനിലേക്ക് തിരിഞ്ഞു; അവൻ ഒരു സഹൃദയനാണെന്ന് ആ മുഖം കണ്ടപ്പോൾ അവർക്ക് തോന്നി. എങ്കിലും അവൻ അത്ര ശാന്തനായിരുന്നില്ല, പ്രഹരം ഏറ്റതിന്റെ ഫലമായി അല്പം വേദന അനുഭവിക്കുന്നതുപോലെ കാണപ്പെട്ടു. അതുകൊണ്ട് അവനും തങ്ങളെ പോലുള്ള ഒരു ഫക്കീർ ആയിരിക്കുമെന്നവർ കരുതി.

അവർ പറഞ്ഞു. "ഞങ്ങളെ പോലെ ഒരു ഫക്കീർ ആണ്! അറബിയാണോ, പരദേശിയാണോ."

എന്നാൽ, ചുമട്ടുകാരൻ ഈ വാക്കുകൾ കേട്ട് ചാടി എഴുന്നേറ്റ് കോപത്തോടെ അവരെ തുറിച്ചു നോക്കികൊണ്ട് പറഞ്ഞു. "അനാവശ്യമായി വാക്കുകൾ അതിരുകടക്കാതെ നോക്കുക! വാതില്ക്കൽ എഴുതി വെച്ചിട്ടുള്ളത് നിങ്ങൾ വായിച്ചില്ലേ? ഞങ്ങൾക്കുനേരെ ചിലയ്ക്കാനെത്തുന്ന ഇരപ്പാളികൾക്ക് വേണ്ടി എഴുതി വെച്ചിട്ടുള്ളതാണത്."

"ഞങ്ങൾ നിങ്ങളോട് ക്ഷമയാചിക്കുന്നു. ഫക്കീർ" അവർ പറഞ്ഞു. "ഞങ്ങളുടെ ശിരസ്സുകൾ നിങ്ങളുടെ കൈകളിലാണ്."

സ്ത്രീകൾ ഈ കലഹംകണ്ട് രസിച്ച് ചിരിച്ചു. ഫക്കീറുമാരും ചുമട്ടുകാരനും തമ്മിലുള്ള വഴക്ക് പറഞ്ഞു തീർത്ത് അവർ പുതിയ അതിഥികളെ തീൻമേശയ്ക്ക് മുന്നിൽ ഇരുത്തി ഇറച്ചി പൊരിച്ചത് തിന്നാൻ കൊടുത്തു. അതിനുശേഷം ഒന്നിച്ചിരുന്ന് വീഞ്ഞ് കുടിക്കാൻ തുടങ്ങി. ആഹ്ലാദത്തോടെ വീഞ്ഞ് കുടിച്ചുകൊണ്ടിരിക്കവെ, ചുമട്ടുകാരൻ ഫക്കീറുമാരോട് ചോദിച്ചു. "ഓ, എന്റെ സഹോദരന്മാരെ, നിങ്ങൾക്ക് ഞങ്ങളെ രസിപ്പിക്കാനായി എന്തെങ്കിലും അപൂർവ്വ വീരസാഹസങ്ങളോ, കഥയോ പറയാനുണ്ടോ?"

മദ്യലഹരി തലയ്ക്കടിക്കാൻ തുടങ്ങിയപ്പോൾ സംഗീതോപകരണങ്ങൾ കൊണ്ടുവരാനായി അവർ ആവശ്യപ്പെട്ടു. ഏറ്റവും ഇളയ സഹോദരി 'മോസു തമ്പോറും' ഇറാക് ഫ്ളൂട്ടും' പെർഷ്യൻ ഹാർപ്പും' കൊണ്ടുവന്നു. ഫക്കീറുമാർ വാദ്യഘോഷങ്ങൾ ഉയർത്തിയപ്പോൾ മദാലസയായ ഗാനങ്ങൾ ഉറക്കെ പാടി; ആകെ കോലാഹലമായിരുന്നു അവിടെ! ഈ ആഘോഷം നടക്കവെ, അതാ ഗേറ്റിൽ ആരോ മുട്ടുന്നു. ഏറ്റവും താഴെയുള്ളവൾ പുറത്തു ചെന്ന് നോക്കി. ആരാണ് മുട്ടിയതെന്നോ രാജാവേ, (ഷാഹ്‌രസാദ് പറഞ്ഞു) 'കാലിഫാ ഹാരൂൻ അൽ റഷീദ്' ആയിരുന്നു അത്! അദ്ദേഹം ഇടയ്ക്കിടെ ചെയ്യാറുള്ളതുപോലെ, കൊട്ടാരത്തിൽ നിന്നും രാത്രി പുറത്തിറങ്ങി നഗരത്തിൽ പുതിയതായി എന്തെങ്കിലും നടക്കുന്നുണ്ടോ എന്ന് കാണാനും കേൾക്കാനും വേണ്ടി വന്നിരിക്കയാണ്! അദ്ദേഹം ഒരു വ്യാപാരിയുടെ വേഷത്തിലാണ്; കൂടെ അദ്ദേഹത്തിന്റെ മന്ത്രി ജാഫറും, വാൾക്കാരൻ മസ്‌റൂറും ഉണ്ട്. അവർ നഗരത്തിലൂടെ നടക്കവെ, ഈ മൂന്ന് മഹതികളുടെ വീടിന്നരികിലെത്തി;

പാട്ടും കൂത്തും കോലാഹലവും അവർ കേട്ടു. അപ്പോൾ കാലിഫ ജാഫറിനോട് പറഞ്ഞു. "എനിക്ക് ഈ വീട്ടിൽ പോയി ആ പാട്ടുകൾ കേൾക്കാനും, ആ പാട്ടുകാരെ കാണാനും മോഹം തോന്നുന്നു."

ജാഫർ മറുപടി നല്കി."ഓ, വിശ്വാസികളുടെ രാജകുമാരാ, ഈ ആളുകൾ തീർച്ചയായും വീഞ്ഞടിച്ചാണ് ഈ പാട്ടും കൂട്ടും നടത്തുന്നത്. നമ്മൾ അവരുടെ ഇടയിലേക്ക് ചെന്നാൽ എന്തെങ്കിലും കുഴപ്പം നമ്മൾക്ക് വന്നു പെടും." "എനിക്ക് പോകാതെ പറ്റില്ല" കാലിഫാ മറുപടി നല്കി. "നിങ്ങൾ എന്തെങ്കിലും സൂത്രം കണ്ടുപിടിച്ച്, നമ്മൾക്ക് അകത്ത് കട ക്കണം."

"അങ്ങ് പറഞ്ഞതുപോലെ ഞാൻ അനുസരിക്കുന്നു." എന്നിട്ട് മന്ത്രി ചെന്ന് വാതിലിൽ മുട്ടി. ഇളയ സഹോദരി പുറത്തു വന്ന് വാതിൽ തുറന്നു.

അദ്ദേഹം അവൾക്കു മുന്നിൽ വന്ന് തറയിൽ ചുംബിച്ച് പറഞ്ഞു. "ഓ, എന്റെ മഹതി, ഞങ്ങൾ ടൈബീരിയസ് പട്ടണത്തിലെ വ്യാപാരികൾ ആണ്; പത്ത് ദിവസം മുമ്പാണ് ബാഗ്ദാദിൽ എത്തിയത്. വ്യാപാരികളുടെ സംഘത്തിൽ വന്ന ഞങ്ങൾ ചരക്കുകളെല്ലാം വിറ്റു കഴിഞ്ഞു. ഇന്ന് രാത്രി ഒരു വ്യാപാരി ഞങ്ങളെ അതിഥി സല്ക്കാരത്തിനായി ക്ഷണിച്ചി രിക്കയാണ്. അതുകൊണ്ട് ഞങ്ങൾ അയാളുടെ വീട്ടിൽ പോയി. ഭക്ഷണം കഴിച്ചു. പിന്നീട് ഒരു മണിക്കൂറോളം വീഞ്ഞു കുടിച്ചുല്ലസിച്ച് സമയം കളഞ്ഞു. പിന്നീട് ഞങ്ങൾക്ക് പോകാനയാൾ അനുമതി നൽകി. അങ്ങനെ ഇരുട്ടിലൂടെ ഞങ്ങൾ വരുകയായിരുന്നു. അപരിചിതരായ ഞങ്ങൾക്ക് സ്വന്തം താമസ സ്ഥലം കണ്ടുപിടിക്കാൻ പറ്റാതായി. ദയാദാക്ഷിണ്യ മുള്ള നിങ്ങൾ ഞങ്ങളെ ഇന്നുരാത്രി ഇവിടെ തങ്ങാനനുവദിച്ചാൽ പ്രതി ഫലം ദൈവം നിങ്ങൾക്ക് നൽകും."

അവൾ അവരെ നന്നായി ഒന്ന് വീക്ഷിച്ചു; അവർ വ്യാപാരി വേഷമാണ് ധരിച്ചിട്ടുള്ളത്. ഗൗരവമുള്ള മുഖഭാവവും. അവൾ സഹോദരിമാരുടെ അരികിലേക്ക് തിരിച്ചു വന്ന്, ജാഫറുടെ കഥ ആവർത്തിച്ചു. ആ സഹോദരിമാർക്ക് ആ അപരിചതരോട് സഹാനുഭൂതി തോന്നി. അവർ അനിയത്തിയോട് പറഞ്ഞു. "അവരെ ഉള്ളിലേക്ക് കടത്തിവിടൂ."

അവൾ അവർക്കായി വാതിൽ തുറന്നുകൊടുത്തു. അവർ അവളോട് ചോദിച്ചു. "ഞങ്ങളെ ഉള്ളിലേക്ക് വരുവാൻ നിങ്ങൾ അനുവദിക്കുന്നോ?"

"അതെ, ഉള്ളിലേക്ക് വരൂ."

കാലിഫാ, ജാഫറിനോടും മസ്റൂറിനോടുമൊപ്പം ഉള്ളിലേക്ക് വന്നു. അവരെ കണ്ട് പെൺകുട്ടികൾ ആദരവോടെ എഴുന്നേറ്റു നിന്ന് അവരോട് ആസനസ്ഥരാകാൻ അഭ്യർത്ഥിച്ചു. പിന്നെ പറഞ്ഞു. "സ്വാഗതം, നല്ല അതിഥികളായി സന്തോഷപൂർവ്വം താമസിക്കുക, എന്നാൽ, ഒറ്റ വ്യവസ്ഥ മാത്രം!" "എന്താണത്?" അവൾ ചോദിച്ചു, ഒരു യുവതി മറുപടി നൽകി. "നിങ്ങളെ സംബന്ധിക്കാത്ത കാര്യങ്ങൾ സംസാരിക്കരുത്, അല്ലെങ്കിൽ അസുഖകരമായ കാര്യങ്ങൾ കേൾക്കേണ്ടിവരും." "അങ്ങനെത്തന്നെ യാകട്ടെ." അവർ സമ്മതിച്ചു. പിന്നെ അവർ ഒന്നിച്ചിരുന്ന് സുഖമായി വീഞ്ഞ് കുടിച്ചു; അപ്പോൾ കാലിഫായുടെ ദൃഷ്ടി മൂന്ന് ഫക്കീർമാരി ലേക്ക് തിരിഞ്ഞു, മൂവരുടേയും ഇടതു കണ്ണിന് കാഴ്ചയില്ലെന്നു കണ്ട് അദ്ദേഹം അദ്ഭുതപ്പെട്ടു. പിന്നെ അദ്ദേഹം ആ പെൺകുട്ടികളെ മാറി

മാറി നിരീക്ഷിച്ചു. അവരുടെ സൗന്ദര്യവും ശാലീനതയും കണ്ട് കാലിഫാ വല്ലാതെ വിസ്മയിച്ചു പോയി!

അവർ മദിരോത്സവും തുടർന്നു. കാലിഫയോട് ആ പെൺകുട്ടികൾ പറഞ്ഞു. "കുടിക്കൂ!"

അദ്ദേഹം മറുപടി നല്കി. "ഞാൻ തീർത്ഥയാത്രയ്ക്ക് പോകാൻ തീരുമാനിച്ചിട്ടുള്ളതിനാൽ മദ്യപിക്കില്ല." അപ്പോൾ ഏറ്റവും താഴെയുള്ളവൾ എഴുന്നേറ്റ്, കാലിഫായുടെ മുന്നിലെ മേശയിൽ ഭംഗിയുള്ള ഒരു വിരി വിരിച്ച് ഒരു 'ബൗളി'ൽ സുഗന്ധമുള്ള വെള്ളം ഒഴിച്ച് അതിൽ ഐസ് കഷ്ണങ്ങളും പഞ്ചസാരയും ഇട്ട് കുടിക്കാനായി കൊടുത്തു. കാലിഫാ അവൾക്ക് നന്ദി രേഖപ്പെടുത്തി; അദ്ദേഹം ആത്മഗതമായി പറഞ്ഞു. "അള്ളായാണേ, അവൾ ദയാപൂർവ്വം ചെയ്ത സൽപ്രവൃത്തിക്ക് നാളെ ഞാൻ പ്രത്യുപകാരം ചെയ്യും."

മറ്റുള്ളവൻ മദിരോത്സവം ആസ്വദിച്ചുകൊണ്ടിരുന്നു! അവർ മതിമറന്ന് സംഭാഷണത്തിൽ മുഴുകി. വീഞ്ഞ് അവരുടെ മസ്തിഷ്കത്തിൽ പ്രവർത്തനം തുടങ്ങിയപ്പോൾ, വീട്ടമ്മയായ ഏറ്റവും മൂത്തമഹതി എഴുന്നേറ്റ്, അവരെ ഉപചാരപൂർവ്വം വണങ്ങി, അനിയത്തിയുടെ കൈപിടിച്ചുകൊണ്ട് പറഞ്ഞു. "എഴുന്നേൽക്കൂ അനിയത്തി, ഇനിയുള്ള പരിപാടി നമ്മൾക്ക് തുടങ്ങാം." ഇരുവരും മറുപടി നല്കി. "അപ്രകാരമാകട്ടെ!"

ഏറ്റവും താഴെയുള്ളവൾ എഴുന്നേറ്റ് സല്ക്കാര മേശ വൃത്തിയാക്കി, മേശ ഒരു വശത്തേക്ക് മാറ്റിയിടാൻ ശ്രമിച്ചു. സ്വീകരണ മുറിയുടെ മദ്ധ്യഭാഗം ഒഴിച്ചിട്ടു. ഫക്കീറുമാരെ ഒരു വശത്തിട്ടിരുന്ന സോഫയിലേക്ക് മാറ്റി. കാലിഫാ, ജാഫർ, മസ്റൂർ എന്നിവരെ എതിർവശത്ത് ഇരുത്തി. അതിനുശേഷം അവൾ ചുമട്ടുകാരനെ വിളിച്ച് പറഞ്ഞു. "നീ എത്ര മര്യാദയില്ലാത്തവനാണ്! നീ ഇവിടെ ഒരു അപരിചിതനല്ല, വീട്ടിലെ ഒരംഗമാണ്."

അപ്പോൾ അയാൾ എഴുന്നേറ്റുനിന്ന് ഉടുപ്പുകൾ മുറുക്കിക്കെട്ടി ചോദിച്ചു "ഞാൻ എന്താണ് ചെയ്യേണ്ടത്?"

"നിന്റെ സ്ഥലത്തു തന്നെ നില്ക്കുക" അവൾ മറുപടി നല്കി. പിന്നെ മറ്റൊരു യുവതി എഴുന്നേറ്റു ചെന്ന്, മുറിയുടെ നടുവിൽ ഉയരം കുറഞ്ഞ ഒരു കസേര ഇട്ടു; അതിനുശേഷം ഒരു ഉള്ളറ തുറന്ന് ചുമട്ടുകാരനോട് വിളിച്ചു പറഞ്ഞു. "വരൂ, എന്നെ സഹായിക്കൂ."

അവൻ അവളെ സഹായിക്കാനായി ചെന്നു; കഴുത്തിൽ ചങ്ങലയിട്ട രണ്ട് പട്ടികളെ അവൻ കണ്ടു. "അവയെ പിടിച്ചോളൂ" അവൾ അവനോട് പറഞ്ഞു. ചുമട്ടുകാരൻ അവയെ പിടിച്ച് മുറിയുടെ നടുവിലേക്ക് കൊണ്ടുവന്നു. അപ്പോൾ ഗൃഹനാഥ തന്റെ ഉടുപ്പിന്റെ കൈ ചുരുട്ടിക്കയറ്റി വെച്ച്, ഒരു ചമ്മട്ടി കൈയിൽ പിടിച്ച് ചുമട്ടുകാരനോട് പറഞ്ഞു. "അതിലൊരു പട്ടിയെ മുന്നോട്ട് കൊണ്ടുവരൂ."

ചങ്ങലയിൽ പിടിച്ചു വലിച്ച് ഒന്നിനെ അയാൾ മുന്നിലേക്ക് കൊണ്ടുവന്ന് നിർത്തി. ആ പട്ടി കരയുന്നുണ്ട് ; അത് ആ മഹതിയെ നോക്കി തല ആട്ടിക്കൊണ്ടിരുന്നു. അവൾ അതിന്നടുത്തുചെന്ന് ചമ്മട്ടികൊണ്ട് പൊതിരെ തല്ലി. അവളുടെ കൈ കടയുന്നതു വരെ ആ പ്രഹരം തുടർന്നു. പിന്നെ ചമ്മട്ടി ചുഴറ്റി എറിഞ്ഞ്, അവൾ ആ പട്ടിയെ മാറോടണച്ച്, സ്വന്തം കൈകൊണ്ട് അതിന്റെ കണ്ണുനീർ തുടച്ച്, തലയിൽ ചുംബിച്ചു. അവൾ

ചുമട്ടുകാരനോട് വിളിച്ചു പറഞ്ഞു. "ഇവളെ കൊണ്ടുപോയി രണ്ടാമത്തവളെ കൊണ്ടുവരൂ."

അവൻ രണ്ടാമത്തവളെ കൊണ്ടു വന്നപ്പോൾ ആദ്യത്തെ പട്ടിയോട് ചെയ്ത പീഡനങ്ങളും പിന്നീടുള്ള സഹാനുഭൂതിയും അവർത്തിച്ചു.

ഈ ക്രൂരതകൾ കാലിഫായുടെ മനസ്സിൽ വല്ലാതെ സ്പർശിച്ചു. അദ്ദേഹത്തിന്റെ നെഞ്ച് വിരിഞ്ഞു; അദ്ദേഹത്തിന്റെ ക്ഷമ നശിച്ചു; എന്തുകൊണ്ട് ഈ പട്ടികളെ ഇങ്ങനെ ക്രൂരമായി തല്ലിച്ചതയ്ക്കുന്നു എന്നറിയാനയാളുടെ മനസ്സ് വെമ്പി.

അദ്ദേഹം ജാഫറിനു നേരെ ദൃഷ്ടി പായിച്ച് ഇക്കാര്യം ചോദിക്കാനായി ആംഗ്യം കാണിച്ചു. എന്നാൽ മന്ത്രി അദ്ദേഹത്തിനു നേരെ തിരിഞ്ഞ് ആംഗ്യഭാഷയിൽ തന്നെ മറുപടി നല്കി. "നിശ്ശബ്ദനായിരിക്കൂ."

അപ്പോൾ, അനിയത്തി ഗൃഹനാഥയോട് പറഞ്ഞു. "ഓ, എന്റെ ചേച്ചി, എഴുന്നേറ്റ് സ്വന്തം ഇരിപ്പിടത്തിൽ ചെന്നിരിക്കൂ. ഞാൻ എന്റെ പരിപാടി നടത്തട്ടെ."

അവൾ മറുപടി നല്കി. "അപ്രകാരമാകട്ടെ." പിന്നെ, സ്വർണ്ണവും വെള്ളിയും പതിച്ച മനോഹരമായ കട്ടിലിൽ അവൾ ചെന്നിരുന്നു. അനിയത്തിമാരോട് പറഞ്ഞു. "നിങ്ങൾക്ക് ചെയ്യാനുള്ളത് ചെയ്തോളൂ."

അങ്ങനെ ഏറ്റവും ചെറിയ സഹോദരി കട്ടിലിന്നടുത്തുള്ള ഉയരം കുറഞ്ഞ ഒരു ഇരിപ്പിടത്തിൽ ഇരുന്നു. രണ്ടാമത്തവൾ ഉള്ളറയിൽ പ്രവേശിച്ച്, സ്വർണ്ണക്കസവും പച്ച തൊങ്ങലും തുന്നിപ്പിടിപ്പിച്ച ഒരു 'സേറ്റിൻ' സഞ്ചിയുമായി കടന്നു വന്നു. പിന്നെ, ഗൃഹനാഥയുടെ മുന്നിൽ നിന്ന് ആ സഞ്ചികുലുക്കി, ഒരു വീണ അതിൽ നിന്നും പുറത്തെടുത്തു; അതിലെ 'പെഗ്ഗു'കൾ മുറുക്കി അവൾ അത് ട്യൂൺ ചെയ്തു; ട്യൂണിംഗ് പൂർത്തിയായപ്പോൾ അവൾ ഏതാനും ഈരടികൾ ആലപിച്ചു. ഈ വിലാപഗാനം കേട്ട്, ആ യുവതി ഉറക്കെ വിളിച്ചു പറഞ്ഞു. "കഷ്ടം! കഷ്ടം!" പിന്നെ, വസ്ത്രം വലിച്ചു കീറി അവൾ ബോധം കെട്ട് നിലം പതിച്ചു. അവളുടെ പുറത്ത് വടികൊണ്ടും ചാട്ടവാറുകൊണ്ടും അടിയേറ്റ പാടുകൾ കാലിഫാ കണ്ടു; അദ്ദേഹം വല്ലാത്ത വിസ്മയത്തോടെ സ്തംഭിച്ച് ഇരുന്നു പോയി! അപ്പോൾ ഏറ്റവും ഇളയവൾ എഴുന്നേറ്റു ചെന്ന് അവളുടെ മുഖത്ത് വെള്ളം തെളിച്ച്, ബോധം വരുത്തി; പിന്നെ വളരെ മനോഹരമായ പുതുവസ്ത്രങ്ങൾ കൊണ്ടുവന്ന്, അവളെ ധരിപ്പിച്ചു. എന്നാൽ ആളുകൾ ഇത് കണ്ട് വളരെ ഏറെ വേദനിച്ചു. കാരണം, അവർക്ക് ഇക്കാര്യത്തെക്കുറിച്ച് യാതൊരു സൂചനയോ, അതിന്റെ പിന്നിലെ കഥയോ, ഒന്നും അറിയില്ലായിരുന്നു. അതുകൊണ്ട് കാലിഫാ ജാഫറോട് പറഞ്ഞു. "ആ യുവതിയുടെ ശരീരത്തിൽ അടിയുടെ പാടുകൾ നിങ്ങൾ കണ്ടില്ലേ? അതിലെ സത്യാവസ്ഥയും, അതിന്റെ പിന്നിലെ കഥയും രണ്ട് കറുത്ത പട്ടികളുടെ ദുരൂഹതയും അറിയുന്നതുവരെ എനിക്ക് സ്വസ്ഥനായിരിക്കാനോ നിശ്ശബ്ദനായിരിക്കാനോ പറ്റില്ല."

എന്നാൽ, ജാഫർ മറുപടി നല്കി. "ഓ, യജമാനനെ, അവർ നമ്മളിൽ നിന്ന് ചില കരാർ വ്യവസ്ഥകൾ സമ്മതിപ്പിച്ചിട്ടുള്ളതല്ലേ, നമ്മളെ സംബന്ധിക്കാത്ത കാര്യങ്ങൾ നമ്മൾ സംസാരിക്കില്ലെന്നും, അല്ലെങ്കിൽ ഇഷ്ടമില്ലാത്ത കാര്യങ്ങൾ നമ്മൾക്ക് കേൾക്കേണ്ടിവരും എന്നും."

അപ്പോൾ ഏറ്റവും ഇളയ സഹോദരി പറഞ്ഞു. "അള്ളായാണേ, എന്റെ ചേച്ചി, എന്റെ അടുത്തേക്ക് വരൂ, എനിക്കുവേണ്ടി ഈ പണി പൂർത്തിയാക്കൂ."

ചേച്ചി മറുപടി നല്കി. "സസന്തോഷം സമ്മതിക്കുന്നു." അങ്ങനെ അവൾ വീണ കൈയിലെടുത്തു, തന്റെ നെഞ്ചോടടുപ്പിച്ച്, വിരൽത്തുമ്പു കൊണ്ട് വീണ കമ്പികൾ മീട്ടികൊണ്ട് പാടാൻ തുടങ്ങി; ഇടയ്ക്കിടെ നിർത്തി, വീണ്ടും പാടിക്കൊണ്ടിരുന്നു.

ഏറ്റവും ഇളയവൾ ചേച്ചിയുടെ പാട്ടുകേട്ട് ഉറക്കെ ചീറി. "അള്ളായാണേ, അത് ഗംഭീരമായിരിക്കുന്നു!" പിന്നെ, ആദ്യം ചെയ്തതുപോലെ തുണി പിടിച്ചുവലിച്ച് കീറി, ബോധം കെട്ട് നിലത്ത് വീണു. ഉടനെ ചേച്ചി എഴുന്നേറ്റു ചെന്ന് അവളുടെ മുഖത്ത് വെള്ളം തെളിച്ച് ബോധം ഉണർത്തിയശേഷം, പുതിയ വസ്ത്രങ്ങൾ അവളെ അണിയിച്ചു. അവൾ സുഖം പ്രാപിച്ച് എഴുന്നേറ്റിരുന്നു; എന്നിട്ട് ചേച്ചിയോട് പറഞ്ഞു. "എന്റെ ചുമതലയിൽ എന്നെ സഹായിക്കണം; കാരണം ഒരു പാട്ട് കൂടി ബാക്കിയുണ്ട്." അവൾ വീണ്ടും വീണയെടുത്ത് ഒരു ഗാനം ആലപിച്ചു.

അനിയത്തി അതുകേട്ട് ഉറക്കെ നിലവിളിച്ചു; മൂന്നാം പ്രാവശ്യവും ഉടുപ്പ് വലിച്ചു കീറികൊണ്ട് ബോധം കെട്ട് നിലത്ത് വീണു, ചാട്ടവാറിന്റെ പാടുകൾ അപ്പോഴും പുറത്ത് കാണപ്പെട്ടു.

അപ്പോൾ മൂന്ന് ഫക്കീറുകളും പറഞ്ഞു "ദൈവമേ, ഞങ്ങൾ ഈ വീട്ടിൽ ഒരിക്കലും പ്രവേശിക്കില്ലായിരുന്നു; ഇതിലും ഭേദം നഗരത്തിന് പുറത്തുള്ള മണൽത്തിട്ടുകളിലോ, കുന്നുകളിലോ രാത്രി കഴിച്ചു കൂട്ടുകയായിരുന്നു! സത്യമായും, ഈ കാഴ്ച കണ്ട് ഹൃദയം തകർന്നുപോകുന്നു." കാലിഫാ അവർക്കു നേരെ തിരിഞ്ഞ് ചോദിച്ചു. "എന്തുകൊണ്ടാണങ്ങനെ?" അവർ മറുപടി നല്കി. "ഇക്കാര്യത്തിൽ ഞങ്ങൾക്ക് വലിയ മനോവേദനയുണ്ട്." കാലിഫാ ചോദിച്ചു. "നിങ്ങൾ ഈ വീട്ടിലെ അംഗങ്ങളല്ലേ?"

"അല്ല, ഒരു മണിക്കൂറിന് മുമ്പ് മാത്രമാണ് ഞങ്ങൾ ഇവിടെ കാല് കുത്തിയത്."അപ്പോൾ കാലിഫാ അദ്ഭുതത്തോടെ ചോദിച്ചു. "നിങ്ങളുടെ അടുത്തിരിക്കുന്ന ഈ മനുഷ്യന് ഇതിന്റെ രഹസ്യം അറിയില്ലേ?" അദ്ദേഹം ഇത്രയും പറഞ്ഞ്, കണ്ണിറുക്കി ചുമട്ടുകാരനോട് ആംഗ്യം കാട്ടി. അപ്പോൾ അയാൾ മറുപടി നല്കി."സർവ്വശക്തനായ അള്ളായേണേ, ഞാൻ ജനിച്ചു വളർന്നത് ബാഗ്ദാദിൽ ആണെങ്കിലും ഇന്നുവരെ ഞാനീ വീട്ടിൽ കാലെടുത്ത് കുത്തിയിട്ടില്ല. അവരുമായി കൂട്ടായത് വിചിത്രമായൊരു കാര്യം തന്നെ."

"അള്ളായാണേ." അവർ തുടർന്നു "അവരിൽ ഒരാളായാണ് ഞങ്ങൾ നിന്നെ കരുതിയത്; ഇപ്പോഴാണ് മനസ്സിലായത് നീയും ഞങ്ങളെപോലെ ഒരുത്തനാണെന്ന്."

കാലിഫാ പറഞ്ഞു. "നമ്മൾ ഏഴ് പുരുഷന്മാരുണ്ട്, അവരാണെങ്കിൽ നാലാമതൊരാൾ സഹായത്തിനില്ലാത്ത മൂന്ന് സ്ത്രീകൾ മാത്രം. അതുകൊണ്ട് നമ്മൾക്ക് അവരുടെ കാര്യങ്ങൾ ചോദിച്ചറിയാം. അവർ നമ്മൾക്ക് ഉത്തരം തരുന്നില്ലെങ്കിൽ, നിർബന്ധപൂർവ്വം നമ്മൾ അവരെക്കൊണ്ട് ഉത്തരം പറയിപ്പിക്കും."

ജാഫർ ഒഴിച്ച് മറ്റെല്ലാവരും അത് സമ്മതിച്ചു. ജാഫർ പറഞ്ഞു. "ഞാൻ അങ്ങനെയല്ല കരുതുന്നത്; അവർ എന്തെങ്കിലും ചെയ്യട്ടെ; കാരണം, നമ്മൾ അവരുടെ അതിഥികൾ ആണ്; നിങ്ങൾക്കറിയാവുന്നതുപോലെ അവർ നമ്മളോട് ചില വ്യവസ്ഥകൾ വെച്ചിട്ടുണ്ട്; അത് നമ്മൾ സ്വീകരിക്കുകയും കാത്തു സൂക്ഷിച്ചുകൊള്ളാമെന്ന് വാഗ്ദാനം ചെയ്യുകയും ഉണ്ടായിട്ടുണ്ട്. അതുകൊണ്ട് ഇക്കാര്യത്തെക്കുറിച്ച് മൗനം പാലിക്കുകയാണ് ഭേദം. രാത്രി ഇനി അധികം ബാക്കിയില്ലാത്തതിനാൽ ഓരോരുത്തരും സ്വന്തം രീതിയിൽ മുന്നേറുക."

പിന്നെ അദ്ദേഹം കാലിഫായുടെ നേരെ കണ്ണിറുക്കിക്കൊണ്ട് സ്വകാര്യം പറഞ്ഞു. "ഇനി നേരം പുലരാൻ ഒരുമണിക്കൂറേ ഉള്ളൂ; നാളെ ഇവരെ ഞാൻ അങ്ങയുടെ മുന്നിൽ ഹാജരാക്കാം; അപ്പോൾ അവരെക്കുറിച്ചുള്ള കഥകൾ മുഴുവൻ സ്വതന്ത്രമായി ചോദിച്ചറിയാം."

എന്നാൽ, കാലിഫാ ചൂടോടെ ശിരസ്സുയർത്തി ദേഷ്യത്തിൽ മന്ത്രിയോട് പറഞ്ഞു. "എനിക്ക് അതിനുള്ള ക്ഷമയില്ല, അവരെക്കുറിച്ച് അറിയാനുള്ള മോഹം എനിക്ക് അടക്കാൻ കഴിയുന്നില്ല; ഫക്കീറുമാർ അവരെ ഉടനെ ചോദ്യം ചെയ്യട്ടെ." ജാഫർ പറഞ്ഞു. "ഞാനതല്ല ഉദ്ദേശിച്ചത്."

പിന്നെ കുറച്ചുനേരം അതിനെച്ചൊല്ലിയുള്ള വാദപ്രതിവാദമായിരുന്നു, ആരായിരിക്കും അക്കാര്യം അവരോട് ആദ്യം ചോദിക്കുക? അവസാനം, ചുമട്ടുകാരനിൽ ആ ചുമതല വന്നുവീണു! ബഹളം വർദ്ധിച്ചപ്പോൾ വീട്ടുടമയ്ക്ക് അത് ശ്രദ്ധിക്കാതിരിക്കാൻ കഴിഞ്ഞില്ല. അവൾ അവരോട് ചോദിച്ചു. "ഓ, മനുഷ്യരെ, എന്ത് കാര്യമാണ്, നിങ്ങൾ ഇത്ര ഉറക്കെ സംസാരിക്കുന്നത്?"

അപ്പോൾ ചുമട്ടുകാരൻ ബഹുമാനപുരസ്കാരം എഴുന്നേറ്റു നിന്ന് പറഞ്ഞു. "ഓ, എന്റെ മഹതി, ഞങ്ങൾ എല്ലാവരും ഒരു കാര്യം അറിയാൻ ആത്മാർത്ഥമായി ആഗ്രഹിക്കുന്നു, ആ രണ്ട് പട്ടികളെ നിങ്ങൾ ഇത്ര ക്രൂരമായി അടിച്ചതിന്റെ പിന്നിലുള്ള കഥ എന്താണ്? പിന്നെ എന്തുകൊണ്ട് അവർക്കുവേണ്ടി കരയുകയും, അവയെ ചുംബിക്കുകയും ചെയ്തു? അവസാനമായി, നിങ്ങളുടെ സഹോദരിയുടെ കഥയറിയാനും അവർ ആഗ്രഹിക്കുന്നു; ഒരു പുരുഷൻ പീഡിപ്പിച്ചതുപോലെ അവൾക്ക് വടികൊണ്ടുള്ള അടി കിട്ടുവാനുള്ള കാരണം എന്താണ്? നിങ്ങളോട് ഈ ചോദ്യങ്ങൾ ചോദിക്കുവാൻ അവർ എന്നെ ചുമതലപ്പെടുത്തുകയായിരുന്നു. നിങ്ങൾക്ക് ശാന്തിയുണ്ടാകട്ടെ."

അതുകേട്ട് ഗൃഹനാഥ മറുപടി നല്കി. " നിങ്ങൾക്കുവേണ്ടിയാണ് ഇക്കാര്യം അവൻ പറഞ്ഞതെന്ന് സത്യമാണോ?"

എല്ലാവരും ഒരേ സ്വരത്തിൽ മറുപടി നൽകി.

"അതെ!" ജാഫർ മാത്രം നിശ്ശബ്ദത പാലിച്ചു.

ഈ മറുപടി കേട്ട് അവൾ ഉറക്കെ വിളിച്ചു പറഞ്ഞു. "അള്ളായാണേ, നിങ്ങൾ ഞങ്ങളോട് തെറ്റ് ചെയ്തു, ഓ, ഞങ്ങളുടെ അതിഥികളെ വളരെ വേദനയുള്ള തെറ്റ്; എന്തുകൊണ്ടെന്നാൽ നിങ്ങൾ ഞങ്ങളുടെ മുന്നിൽ വരുന്നതിനു മുമ്പ് ഞങ്ങൾ വളരെ വ്യക്തമായ വ്യവസ്ഥകൾ വെച്ചിരുന്നു; അതായത് തന്നെ സംബന്ധിക്കാത്ത വിഷയങ്ങൾ സംസാരിക്കുന്നവന് സുഖകരമല്ലാത്ത കാര്യങ്ങൾ കേൾക്കേണ്ടിവരും എന്ന്. അതിനുശേഷമാണ് ഞങ്ങൾ നിങ്ങളെ വീടിനുള്ളിലേക്ക് കയറ്റിയതും, ഞങ്ങളുടെ

ഏറ്റവും നല്ല ഭക്ഷണം തന്ന് സല്ക്കരിച്ചതും, അല്ലേ? അപ്പോൾ വലിയ തെറ്റാണ് നിങ്ങൾ ചെയ്തത്."

പിന്നെ, തന്റെ ഷർട്ടിന്റെ കൈ പൊക്കിവെച്ച്, അവൾ മൂന്ന് പ്രാവശ്യം നിലത്തിടിച്ചുകൊണ്ട് വിളിച്ചു പറഞ്ഞു."നിങ്ങൾ പെട്ടെന്ന് വരൂ." ഏഴ് നീഗ്രോ അടിമകൾ ഊരിപിടിച്ച വാളുകളുമായി അവിടേക്ക് കടന്നു വന്നു.

അവൾ അവരോട് പറഞ്ഞു. "ആ വിഡ്ഢികളുടെ കൈമുട്ടുകൾ പരസ്പരം കൂട്ടിക്കെട്ടുക."

അവളുടെ ആജ്ഞപോലെ അവർ ചെയ്തു. "ഓ, മൂടുപടം ധരിച്ച നന്മയുള്ളവളെ! അവരുടെ തലവെട്ടണമെന്നാണോ അങ്ങയുടെ ഉത്തരവ്?"

എന്നാൽ അവൾ മറുപടി നല്കി. "ശിരസ്സറുക്കുന്നതിനുമുമ്പ്, അവരുടെ നിലയെക്കുറിച്ച്, ഒരു നിമിഷം ഞാനൊന്ന് ചോദിച്ചറിഞ്ഞോട്ടെ." "അള്ളായാണേ, എന്റെ മഹതി!" ചുമട്ടുകാരൻ നിലവിളിച്ചു. "മറ്റുള്ളവരുടെ പാപത്തിന് എന്നെ കൊല്ലല്ലെ; ഞാനൊഴിച്ച് മറ്റെല്ലാവരും അനുസരണക്കേട് കാണിച്ചതിനാൽ ശിക്ഷാർഹരാണ്. അള്ളായാണേ ആ ഒറ്റക്കണ്ണന്മാരായ ഫക്കീറുമാർ ഈ ജനനിബിഡമായ നഗരത്തെ കൂവി വിളിക്കുന്നൊരു പ്രാകൃത സങ്കേതമാക്കി മാറ്റുന്നതുവരെ, നമ്മുടെ രാത്രി എത്ര ആകർഷണീയവും സുന്ദരവുമായിരുന്നു."

പിന്നെ അതിനെ പ്രകീർത്തിച്ചുകൊണ്ടയാൾ ഒരു കവിത ചൊല്ലി.

ചുമട്ടുകാരൻ ആ കവിത ചൊല്ലി കഴിഞ്ഞപ്പോൾ ആ മഹതി ചിരിച്ചു - അപ്പോഴേക്കും നേരം പുലരാറായെന്നും, തനിക്ക് കഥ പറയാനനുവദിച്ച സമയം തീർന്നെന്നും ഷാഹ്റസാദ് മനസ്സിലാക്കി.

പതിനൊന്നാം രാവ്

അവൾ പറഞ്ഞു തുടങ്ങി, ഓ, കീർത്തിമാനായ രാജാവേ, ചുമട്ടുതൊഴിലാളിക്കുനേരെ പരിഹസിച്ച് ചിരിച്ചശേഷം, കോപിഷ്ടയായ ആ മഹതി ആ സംഘത്തിന് മുന്നിൽ വന്നു നിന്ന് പറഞ്ഞു. "നിങ്ങൾ എല്ലാം ആരാണെന്ന് പറയൂ; കാരണം, നിങ്ങൾക്കിനി ഒരു മണിക്കൂർ സമയത്തെ ജീവിതമേ ബാക്കിയുള്ളൂ. നിങ്ങൾ ഉന്നത മനുഷ്യരായിരിക്കാം, ഒരു പക്ഷെ നിങ്ങളുടെ കുലത്തിലെ പ്രശസ്തർ; പെട്ടെന്ന് നിങ്ങൾക്ക് മരണശിക്ഷ ലഭിക്കാൻ മാത്രം മോശമായിട്ടല്ല നിങ്ങൾ പെരുമാറിയിരുന്നത്."

അപ്പോൾ കാലിഫാ മന്ത്രിയോട് പറഞ്ഞു. "ഓ, നാശം, ഓ ജാഫർ, നമ്മൾ ആരാണെന്ന് അവളോട് പറയൂ, അവൾ നമ്മളെ തെറ്റിദ്ധരിച്ചു കൊന്നുകളയുകയാണെങ്കിലോ; ദുരന്തം സംഭവിക്കുന്നതിനുമുമ്പ് അവളോട് സത്യം തുറന്നു പറയൂ."

"അത് അങ്ങ് അർഹിക്കുന്ന ശിക്ഷയുടെ ഒരു ഭാഗമാണ്." അദ്ദേഹം മറുപടി നൽകി."

ഇതുകേട്ട് കാലിഫാ അദ്ദേഹത്തിനുനേരെ അലറി. "കമാശ പറയാനും, ഗൗരവമുള്ള കാര്യം പറയാനും അതിന്റേതായ സമയമുണ്ട്."

അപ്പോൾ ആ മഹതി മൂന്ന് ഫക്കീർമാരെ വിളിച്ചു വരുത്തി ചോദിച്ചു. "നിങ്ങൾ സഹോദരന്മാരാണോ?" "അല്ല, അള്ളായാണേ അല്ല. ഞങ്ങൾ വിദേശി ഫക്കീറുകളാണ്."

പിന്നെ അവരിലൊരാളോട് അവൾ ചോദിച്ചു. “നിങ്ങളുടെ ഒരു കണ്ണ് ജന്മനാ അന്ധമായിരുന്നോ?” “അല്ല, അള്ളായാണേ, അതൊരു അതിശയ കരമായ കാര്യമാണ്; ആശ്ചര്യം തോന്നുന്നൊരു ദൗർഭാഗ്യം മൂലമാണ് എന്റെ കണ്ണ് കീറി പോയത്! അതൊരു കഥ തന്നെയാണ്.”

അവൾ രണ്ടാമത്തെ ഫക്കീറിനെയും മൂന്നാമത്തവനെയും അപ്ര കാരം ചോദ്യം ചെയ്തു. എന്നാൽ, ഇരുവരും ഒന്നാമത്തവന്റെ രീതിയിൽ തന്നെ മറുപടി നല്കി.

“ദൈവത്താണേ, ഓ, ഞങ്ങളുടെ യജമാനത്തി, ഞങ്ങൾ ഓരോരു ത്തരും വ്യത്യസ്ത രാജ്യങ്ങളിൽ നിന്ന് വരുന്നവരാണ്, രാജാക്കന്മാരുടെ പുത്രന്മാർ; വലിയ തലസ്ഥാന നഗരങ്ങളിൽ ഇരുന്ന് സ്വതന്ത്രരാജ്യങ്ങൾ ഭരിക്കുന്ന രാജകുമാരന്മാർ.

അപ്പോൾ, എല്ലാവരുടെയും നേരെ തിരിഞ്ഞുകൊണ്ടവൾ പറഞ്ഞു. “നിങ്ങൾ ഓരോരുത്തരും സ്വന്തം കഥ എന്നോട് പറയുക; ഞങ്ങളുടെ സ്ഥലത്തേക്ക് വരാനുള്ള കാരണം എന്താണെന്നും വിശദീകരിക്കുക. പറയുന്ന ആളിന്റെ കഥ ഞങ്ങളെ സന്തോഷിപ്പിക്കുന്നതാണെങ്കിൽ, അയാൾക്ക് വിട പറഞ്ഞു സ്വന്തം വഴിക്ക് പോകാം.”

ആദ്യം മുന്നോട്ടു വന്നത് ചുമട്ടുകാരൻ ‘ഹമ്മാൽ’ ആണ്. അവൻ പറഞ്ഞു. ‘‘ഓ, മഹതി, ഞാനൊരു ചുമട്ടുകാരനാണ്. ഈ മഹതി ഒരു ‘ലോഡ്’ ചുമന്നുകൊണ്ടു പോകാനായി എന്നെ കൂലിക്കെടുത്തു, പല കടകളിലേക്കും കൊണ്ടുപോയി, ‘ഗ്രോസറി’, പട്ടിക്കട, ഇറച്ചിക്കട, ബേക്കറി, പെർഫ്യൂ കട, ഉണക്കപ്പഴക്കട, വീഞ്ഞു കട തുടങ്ങിയവ. അവയെല്ലാം ചുമന്നുകൊണ്ട് ഇവിടെ എത്തി. പിന്നെ ഇവിടെ നടന്നത് നിങ്ങൾക്കറിയാമല്ലോ. അതാണെന്റെ കഥ; നിങ്ങൾക്ക് ശാന്തി ലഭിക്കട്ടെ!’’

ഇതുകേട്ട് ആ മഹതി ചിരിച്ചുകൊണ്ട് പറഞ്ഞു. ‘‘നീ തലകുനിച്ച് സ്വന്തം വഴിക്ക് പൊയ്ക്കൊള്ളൂ!’’ എന്നാൽ, അവൻ വിളിച്ചു പറഞ്ഞു. ‘‘ അള്ളയാണേ, എന്റെ കൂട്ടുകാരുടെ കഥകൾ കേൾക്കുന്നതുവരെ ഞാൻ പോകില്ല.’’

പിന്നീട് ഒറ്റക്കണ്ണൻ ഫക്കീർമാരിൽ ഒരാൾ മുന്നോട്ടുവന്ന് അവളോട് കഥ പറയാൻ തുടങ്ങി.

ഒന്നാമത്തെ ഫക്കീറിന്റെ കഥ

ഓ, എന്റെ മഹതി, ഞാൻ താടി വടിച്ചതിന്റെയും, എന്റെ കണ്ണ് നഷ്ട പ്പെട്ടതിന്റെയും കാരണം താഴെ പറയുന്നതാണ്. എന്റെ അച്ഛൻ ഒരു രാജാവായിരുന്നു; അദ്ദേഹത്തിന് ഒരു സഹോദരനുണ്ടായിരുന്നു; മറ്റൊരു നഗരത്തിൽ ഇരുന്നാണ് സഹോദരൻ രാജ്യഭരണം നടത്തിയിരുന്നത്. ഞാനും എന്റെ പിതൃസഹോദരപുത്രനും സന്ദർഭവശാൽ ഒരേ ദിവസമാണ് ജനിച്ചത്. ദിവസങ്ങളും വർഷങ്ങളും കടന്നുപോയി; ഞങ്ങൾ വളർന്നു വന്നു, ഞാൻ എന്റെ അങ്കിളിനെ ഇടയ്ക്കിടെ സന്ദർശിക്കുക പതിവായിരുന്നു. അദ്ദേഹത്തോടൊപ്പം ഏതാനും മാസങ്ങൾ ചിലവഴി ക്കാറുമുണ്ട്. ഞാനും എന്റെ കസിനും ഉറ്റ സുഹൃത്തുക്കളാണ്. എപ്പോഴും അവനെന്നോട് വലിയ സഹാനുഭൂതിയാണ്. എനിക്കുവേണ്ടി ഏറ്റവും തടിച്ച് കൊഴുത്ത ചെമ്മരിയാടുകളെ കൊന്ന് പാകം ചെയ്യിപ്പിച്ച് തരും,

ഏറ്റവും നല്ല വീഞ്ഞ് തരും. മദ്യലഹരിയിൽ ദീർഘനേരം ഞങ്ങൾ സംഭാഷണത്തിൽ ഏർപ്പെടുമായിരുന്നു.

ഒരു ദിവസം വീഞ്ഞ് ഞങ്ങളുടെ തലയ്ക്കടിച്ചപ്പോൾ എന്റെ പിതൃ സഹോദരപുത്രൻ എന്നോട് പറഞ്ഞു. "ഓ, എന്റെ കസിൻ, ഞാൻ നിന്നോട് വലിയൊരു സേവനം ആവശ്യപ്പെടാൻ പോകുകയാണ്. ഞാൻ ആഗ്രഹിക്കുന്ന കാര്യം നീ സാധിപ്പിച്ചു തരുമെന്ന് ഞാൻ വിശ്വസിക്കുന്നു!"

"സന്തോഷസമേതം പൂർണ്ണമനസ്സോടെ." ഞാൻ മറുപടി നല്കി.

അപ്പോൾ എന്നെക്കൊണ്ട് ഏറ്റവും കഠിനമായൊരു ശപഥം ചെയ്യിപ്പിച്ച്, അവൻ സ്ഥലം വിട്ടു; അല്പസമയത്തിനുശേഷം, മൂടുപടം അണിഞ്ഞ്, വിലപിടിച്ച വസ്ത്രങ്ങളും ആഭരണങ്ങളും ധരിച്ച ഒരു സ്ത്രീയേയും നടത്തി ക്കൊണ്ടവൻ തിരിച്ചെത്തി.

അവൻ എന്റെ നേരെ തിരിഞ്ഞുകൊണ്ട് പറഞ്ഞു. (സ്ത്രീ. അപ്പോഴും അവന്റെ പിന്നിൽ ഉണ്ട്) "ഈ സ്ത്രീയേയും കൊണ്ട് നീ എന്റെ മുന്നിലായി ആ ശ്മശാനത്തിലേക്ക് പോകുക, ആ സ്ഥലം എനിക്ക് വിവരിച്ചു തന്നു) എന്നിട്ട് അവളോടൊപ്പം ആ ശവകുടീരത്തിൽ പ്രവേശിച്ച്, എന്റെ വരവും കാത്തിരിക്കുക."

അവന് ഞാൻ കൊടുത്ത ശപഥം മൂലം എനിക്ക് നിശ്ശബ്ദത പാലിക്കേണ്ടിവന്നു; അവനെ എതിർക്കാനെനിക്ക് കഴിഞ്ഞില്ല, ഞങ്ങൾ ഇരിക്കുമ്പോഴേക്കും എന്റെ കസിൻ അവിടെ എത്തി; കൈയിൽ ഒരു ബൗൾ വെള്ളം, ഒരു സഞ്ചി കുമ്മായം, ഒരു പിക്കാസ് എന്നിവയുണ്ട്. ഡോമിന്റെ നടുവിലുള്ള ശവകുടീരത്തിലേക്കവൻ നേരെ നടന്നു ചെന്ന്, പിക്കാസുകൊണ്ടത് വെട്ടിപ്പൊളിച്ച്, അതിലെ ഇഷ്ടികകൾ ഒരു ഭാഗത്ത് മാറ്റിവെച്ചു. പിന്നെ, അതിന്റെ തറ കുഴിച്ച്, 'വിക്കറ്റ് ഗേറ്റി'ന്റെ അത്രയ്ക്ക് വലിയൊരു ഇരുമ്പ് പ്ലേറ്റിൽ എത്തിനിന്നു. അത് പൊക്കിയപ്പോൾ, അതിന്നടിയിൽ ഒരു പിരിയൻ കോണി കണ്ടു, ഒരു നിലവറയിലാണത് സ്ഥിതി ചെയ്യുന്നത്. അവൻ ആ സ്ത്രീയോട് പറഞ്ഞു. "ഇപ്പോൾ വരൂ, നിന്റെ അന്തിമ അവസരം മുതലെടുക്കൂ!"

അവൾ ഉടനെ കോണിയിലൂടെ താഴെ ഇറങ്ങി, അപ്രത്യക്ഷയായി. പിന്നെ, അവൻ എന്നോട് പറഞ്ഞു. "ഓ, എന്റെ കസിൻ, നിന്റെ കാരുണ്യവൃത്തി പൂർണ്ണമാകണമെങ്കിൽ ഇത്രയും കൂടി ചെയ്യണം- ഞാൻ ഇതിലേക്ക് ഇറങ്ങി കഴിഞ്ഞാൽ, ആ 'ട്രേപ്പ് ഡോർ പൂർവ്വസ്ഥാനത്ത് വെച്ച്, പഴയതു പോലെ മണ്ണിട്ട് മൂടുക. പിന്നെ, നല്ലവനായ നീ ഈ സഞ്ചിയിലെ കുമ്മായവും, ഈ ബൗളിലുള്ള വെള്ളവും കൂടി മിശ്രിതമാക്കി, കല്ലുകൾ നിരത്തിവെച്ചശേഷം പ്ലാസ്റ്റർ ചെയ്യുക. അപ്പോൾ പഴയ ശവകുടീരത്തിൽ പുതിയതായി തുളച്ചതാണിതെന്ന് ആരും പറയില്ല. ഒരു കൊല്ലത്തോളം ഞാൻ ഇവിടെ പ്രവർത്തനനിരതനായിരുന്നു, അള്ളാ ഒഴികെ മറ്റാരും ഇതറിയില്ല. ഇതാണ് നിന്നിൽ നിന്നെനിക്കുവേണ്ടത്." അവൻ തുടർന്നു." അള്ളാ നിന്റെ സുഹൃത്തുക്കളെ ഒരിക്കലും ഇല്ലായ്മ ചെയ്യാതിരിക്കട്ടെ, നിന്റെ അസാന്നിധ്യം മൂലം അവരെ നിരാലംബരാക്കാനും ആക്കാതിരിക്കട്ടെ, ഓ, എന്റെ പ്രിയപ്പെട്ട കസിൻ!"

പിന്നെ അവൻ കോണി ഇറങ്ങി, എന്നന്നേക്കുമായി അപ്രത്യക്ഷനായി.

അവനെന്റെ കണ്ണിൽ നിന്ന് മറഞ്ഞപ്പോൾ, ഞാൻ ആ ഇരുമ്പു പ്ലേറ്റ് പൂർവ്വസ്ഥാനത്ത് എടുത്തുവെച്ച്, കസിൻ പറഞ്ഞതുപോലെയെല്ലാം ചെയ്തു; ശവകുടീരം പഴയതുപോലെത്തന്നെയായി! വീഞ്ഞിന്റെ ലഹരി എന്റെ തലയ്ക്കടിച്ചിരുന്നതിനാൽ, മിക്കവാറും അബോധാവസ്ഥയിലായിരുന്നു ഞാനിത് ചെയ്തത്! അങ്കിളിന്റെ കൊട്ടാരത്തിലെത്തിയപ്പോൾ അദ്ദേഹം നായാട്ടിന് പോയിരിക്കയാണെന്ന് ഞാൻ കേട്ടു; അതുകൊണ്ട് അദ്ദേഹത്തെ കാണാൻ നില്ക്കാതെ അന്നുരാത്രി ഞാൻ കിടന്നുറങ്ങി. പിറ്റേന്ന് നേരം പുലർന്നപ്പോൾ തലേന്ന് വൈകുന്നേരം നടന്ന രംഗങ്ങൾ എന്റെ മനസ്സിൽ തെളിഞ്ഞു വന്നു, എനിക്കും കസിനും ഇടയിൽ നടന്ന സംഭവങ്ങളെല്ലാം ഞാൻ ഓർത്തു. അവനെ അനുസരിച്ചതിൽ ഞാൻ പശ്ചാത്തപിച്ചു, പ്രായശ്ചിത്തം ഒന്നുമില്ലല്ലൊ! എന്തായാലും, അതൊരു സ്വപ്നമാണെന്ന് ഞാൻ അപ്പോഴും കരുതി. അതുകൊണ്ട് കസിനെക്കുറിച്ച് ചോദിച്ചറിയാമെന്ന് ഞാൻ വിചാരിച്ചു; എന്നാൽ, അവനെക്കുറിച്ച് കൃത്യമായി മറുപടി പറയാൻ ആർക്കും കഴിഞ്ഞില്ല. ഞാൻ ശവപ്പറമ്പിലേക്കും ശവകുടീരത്തിലേക്കും നടന്നു; എന്നാൽ, അതെനിക്ക് കണ്ടെത്താനായില്ല! ഞാൻ ഓരോ ശവകുടീരങ്ങളിലേക്കും നടന്നു ചെന്ന് അവ പരിശോധിച്ചു, രാത്രി വരെ അലഞ്ഞിട്ടും യാതൊരു പ്രയോജനവും ഉണ്ടായില്ല. അതുകൊണ്ട്, ഞാൻ നഗരത്തിലേക്ക് മടങ്ങി, എനിക്ക് തിന്നാനോ കുടിക്കാനോ തോന്നിയില്ല. എന്റെ ചിന്തകൾ കസിനെക്കുറിച്ച് മാത്രമായിരുന്നു, അവനെന്തുപറ്റിയെന്ന് എനിക്കറിയില്ലായിരുന്നു; എന്റെ വേദന അസഹ്യമായി എനിക്ക് തോന്നി; മറ്റൊരു ദുഃഖം നിറഞ്ഞ രാത്രികൂടി കടന്നുപോയി; നേരം പുലർന്നു. രണ്ടാമതും ഞാൻ ശ്മശാനത്തിലേക്ക് പോയി; എന്റെ പിതൃസഹോദരപുത്രൻ ചെയ്തതോർത്ത് ചുറ്റിത്തിരിഞ്ഞു. അവനെ അനുസരിച്ചതിൽ ഞാൻ വേദനയോടെ പശ്ചാത്തപിച്ചു. എല്ലാ ശവകുടീരങ്ങളും ഞാൻ·നിരീക്ഷിച്ചു; എന്നാൽ, ഞാൻ അന്വേഷിക്കുന്ന ശവകുടീരം മാത്രം കണ്ടില്ല! കഴിഞ്ഞ കാര്യങ്ങളോർത്ത് ഞാൻ ദുഃഖിച്ചു, ഏഴു ദിവസം ദുഃഖമാചരിച്ചു; ആ സ്ഥലം തെരഞ്ഞു നടന്നു, ആ വഴി കണ്ടെത്താനായില്ല. എന്റെ തത്ത്വദീക്ഷയുടെ പീഡനം മനസ്സിൽ വളർന്നു വലുതായി എന്നെ ഭ്രാന്തിന്റെ വക്കിൽ എത്തിച്ചു. എനിക്ക് ദുഃഖത്തിൽ നിന്ന് കരകയറണമെങ്കിൽ, തിരിച്ച് യാത്ര ചെയ്ത് അച്ഛന്റെ അടുക്കൽ എത്തുകയല്ലാതെ പോംവഴിയില്ലെന്ന് എനിക്ക് തോന്നി.

അങ്ങനെ ഞാൻ നാട്ടിലേക്കുള്ള മടക്കയാത്ര ആരംഭിച്ചു; എന്നാൽ, ഞാൻ അച്ഛന്റെ തലസ്ഥാന നഗരത്തിൽ പ്രവേശിക്കവെ ഒരു സംഘം കലാപകാരികൾ എന്റെ മേൽചാടിവീണ്, ബന്ധനസ്ഥനാക്കി, കൈകൾ കെട്ടിയിട്ടു. ഞാൻ വല്ലാതെ ആശ്ചര്യപ്പെട്ടുപോയി! സുൽത്താന്റെ മകനായ തന്നെ അച്ഛന്റെ പ്രജകൾ തന്നെയാണ് ബന്ധനസ്ഥനാക്കിയതെന്ന് ഞാൻ കണ്ടു. എന്റെ അടിമകൾ പോലും അതിൽ ഉണ്ടായിരുന്നു! ഞാൻ വല്ലാതെ ഭയപ്പെട്ടു, ഞാൻ എന്റെ ആത്മാവിനോട് പറഞ്ഞു. “ദൈവമേ, എന്റെ അച്ഛന് എന്ത് പറ്റിയെന്ന് എനിക്കറിയാൻ കഴിഞ്ഞെങ്കിൽ!”

എന്നെ ബന്ധിച്ചവരോട് അതിനുള്ള കാരണം ഞാൻ ആരാഞ്ഞു; എന്നാൽ, അവർ മറുപടി ഒന്നും നല്കിയില്ല. എന്തായാലും കുറച്ചു

സമയം കഴിഞ്ഞ് അവരിലൊരാൾ എന്നോട് പറഞ്ഞു (ഞങ്ങളുടെ വീട്ടിൽ നിന്ന് കൂലിക്കെടുത്ത ഒരു വേലക്കാരനായിരുന്നു അവൻ) "നിങ്ങളുടെ അച്ഛന്റെ കഷ്ടകാലമാണ്; അദ്ദേഹത്തിന്റെ സൈന്യം അദ്ദേഹത്തെ വഞ്ചിച്ചു; അദ്ദേഹത്തെ വധിച്ചുകളഞ്ഞ മന്ത്രിയാണ് ഇപ്പോൾ രാജ്യം ഭരിക്കുന്നത്. അയാളുടെ കല്പനപ്രകാരമാണ് ഞങ്ങൾ നിങ്ങളെ ബന്ധനസ്ഥനാക്കിയത്."

അച്ഛന്റെ മരണവാർത്ത കേട്ട് എനിക്ക് ദുഃഖം അടക്കാനായില്ല, ബോധംകെട്ട് വീഴുമോ എന്നെനിക്ക് തോന്നി. അവരെന്നെ പിടിച്ചു കൊണ്ടു പോയി, ഭരണം തട്ടിയെടുത്തവന് മുന്നിൽ ഹാജരാക്കി. അയാൾക്കും എനിക്കുമിടയിൽ പഴയൊരു പകയുണ്ട്. ഇതാണതിന്റെ കാരണം; എനിക്ക് കല്ലുകൊണ്ട് അമ്പ് എയ്യുന്നത് വലിയ ഇഷ്ടമാണ്. ഒരു ദിവസം മന്ത്രി ഭവനത്തിന് മുകളിൽ ഒരു പക്ഷി വന്നിരുന്നു; സന്ദർഭവശാൽ, ആ സമയത്ത് മന്ത്രി അവിടെ ഉണ്ടായിരുന്നു. ഞാൻ പക്ഷിക്കുനേരെ കല്ല് അമ്പെയ്തു; എന്നാൽ ഉന്നം തെറ്റി; അതുകൊണ്ടത് മന്ത്രിയുടെ കണ്ണിലാണ്, ദൈവയോഗമെന്നു പറയട്ടെ!

ഞാൻ മന്ത്രിയുടെ കണ്ണ് അമ്പെയ്ത് പൊട്ടിച്ചപ്പോൾ, അയാൾ ഒരക്ഷരം മിണ്ടാൻ കഴിഞ്ഞില്ല; കാരണം എന്റെ അച്ഛൻ ആ രാജ്യത്തിന്റെ രാജാവായിരുന്നു. അതിനുശേഷം എന്നോട് അയാൾക്ക് ഭയങ്കര വെറുപ്പായിരുന്നു, അതിപ്പോൾ ഇരട്ടിയായി. അതുകൊണ്ട് എന്നെ ബന്ധനസ്ഥനാക്കി അയാളുടെ മുന്നിൽ എത്തിച്ചപ്പോൾ, എന്നെ ഉടനെ വധിക്കാനാണ്. അയാൾ കല്പിച്ചത്.

"എന്ത് കുറ്റത്തിനാണ് നിങ്ങൾ എനിക്ക് വധശിക്ഷ നല്കിയത്?" ഞാൻ ചോദിച്ചു.

"ഇതിനേക്കാൾ വലിയ കുറ്റമെന്താണ്?" പൊട്ടിപ്പോയ കണ്ണിന്റെ ഭാഗം തൊട്ടുകാണിച്ചു കൊണ്ടയാൾ മറുപടി നല്കി. "അതൊരു അവിചാരിത സംഭവമായിരുന്നു. ഞാൻ ദ്രോഹബുദ്ധിയോടെ ചെയ്തതല്ല."

"നിന്നിൽ നിന്നത് അവിചാരിതമായി സംഭവിച്ചതാണെങ്കിൽ, ഞാനത് മനഃപ്പൂർവ്വം ചെയ്യും." അയാൾ പറഞ്ഞു. പിന്നെ അയാൾ അലറി. "അവനെ മുന്നോട്ട് കൊണ്ടുവരൂ."

അവർ എന്നെ മുന്നോട്ട് കൊണ്ടുവന്ന് നിർത്തി; അപ്പോൾ അയാൾ തന്റെ വിരൽ കൊണ്ട് എന്റെ ഇടതുകണ്ണിൽ ഒറ്റകുത്ത്, പിന്നെ നഖം കൊണ്ടത് ചൂഴ്ന്നെടുത്തു! അതിനുശേഷമാണ് നിങ്ങൾ ഈ കാണുന്നതുപോലെ ഒറ്റക്കണ്ണനായത്. പിന്നെ, എന്റെ കൈകാലുകൾ വരിഞ്ഞു കെട്ടി, എന്നെ ഒരു പെട്ടിയിലാക്കി, വാൾക്കാരനോട് പറഞ്ഞു. "ഇവനെ കൊണ്ടുപോകൂ, നഗരത്തിന് പുറത്ത് വിജനമായ സ്ഥലത്ത് എത്തിയാൽ, അവനെ വെട്ടിക്കൊല്ലുക. ആ മൃതശരീരം മൃഗങ്ങൾക്കും പക്ഷികൾക്കും ഭക്ഷണമാകട്ടെ!"

അങ്ങനെ വാൾക്കാരൻ എന്നെയും കൊണ്ട് നടന്ന് മരുഭൂമിയുടെ നടുവിലെത്തി(എന്റെ കൈകാലുകൾ ബന്ധിച്ചിട്ടുണ്ട്) അവിടെ പെട്ടിവെച്ച്, എന്നെ പുറത്തെടുത്ത് കണ്ണുകൾ കെട്ടി അടക്കാൻ പോകുകയായിരുന്നു; എന്നിട്ടുവേണം ശിരസ്സറുക്കുവാൻ. ഞാൻ വല്ലാതെ സങ്കടപ്പെട്ട് കരഞ്ഞപ്പോൾ, അവനും എന്നോടൊപ്പം കരയാൻ തുടങ്ങി. അവനെ നോക്കിക്കൊണ്ട് ഞാനൊരു ശോകഗാനം ആലപിച്ചു.

അയാൾ എന്റെ ഗാനം കേട്ട് (എന്റെ അച്ഛന്റെയും വാൾക്കാരനായിരുന്നു അയാൾ, എന്നോടവൻ അന്ന് കടപ്പെട്ടിരുന്നു) കണ്ണീരൊഴുക്കികൊണ്ട് പറഞ്ഞു. "ഓ, എന്റെ യജമാനനെ, ഞാൻ എന്ത് ചെയ്യാനാണ്, ഉത്തരവനുസരിക്കേണ്ട ഒരു അടിമ മാത്രമല്ലേ, ഞാൻ?" അവൻ തുടർന്നു "ജീവനും കൊണ്ട് ഓടുക, ഒരിക്കലും ഈ നാട്ടിലേക്ക് ഇനി തിരിച്ചു വരരുത്; അല്ലെങ്കിൽ അവർ നിങ്ങളെക്കൊല്ലും, നിങ്ങളോടൊപ്പം എന്നെയും കൊല്ലും."

എന്റെ മോചനത്തിൽ സ്വയം വിശ്വസിക്കാനാകാതെ ഞാനവന്റെ കൈയിൽ ചുംബിച്ചു; ജീവൻ കിട്ടിയപ്പോൾ ഒരു കണ്ണ് നഷ്ടപ്പെട്ടത് നിസ്സാര കാര്യമായി എനിക്ക് തോന്നി. ഞാനെന്റെ അങ്കിളിന്റെ തലസ്ഥാനത്തെത്തി; അച്ഛനും എനിക്കും സംഭവിച്ച കാര്യങ്ങൾ ഞാൻ അദ്ദേഹത്തിന് വിശദീകരിച്ചു കൊടുത്തു. അദ്ദേഹം അസഹ്യമായ വേദനയോടെ വിലപിച്ചു. "സത്യമായും നിന്റെ സംഭവം എന്റെ ദുഃഖത്തെ പതിന്മടങ്ങ് വർദ്ധിപ്പിക്കുന്നു, ഒരു വിപത്തിൽ നിന്ന് മറ്റൊരു വിപത്തിലേക്ക്. കാരണം, വളരെ ദിവസങ്ങൾ കഴിഞ്ഞു നിന്റെ കസിനെ കാണാതായിട്ട്; അവനെന്ത് പറ്റിയെന്ന് എനിക്കറിയില്ല; ആർക്കും അവനെക്കുറിച്ചൊരു വിവരം നല്കാൻ കഴിഞ്ഞിട്ടില്ല." കരഞ്ഞുകൊണ്ട് അദ്ദേഹം ബോധം കെട്ട് വീണു.

എനിക്ക് ദുഃഖം സഹിക്കാനായില്ല, അദ്ദേഹത്തോടൊപ്പം ഞാനും അനുശോചിച്ചു. അദ്ദേഹം എന്റെ പൊട്ടിയ കണ്ണ് ചികിത്സിച്ച് സുഖപ്പെടുത്താൻ ശ്രമിച്ചേനെ, എന്നാൽ അത് 'വാൾനട്ട്' എടുത്ത ശേഷമുള്ള തൊണ്ട് പോലെയായിരുന്നു!

അപ്പോൾ അദ്ദേഹം പറഞ്ഞു. 'ഓ, എന്റെ മോനെ, കണ്ണ് നഷ്ടപ്പെട്ടാലും ജീവൻ നേടാനായല്ലൊ!"

അതിനുശേഷം എന്റെ കസിനെക്കുറിച്ച് നിശ്ശബ്ദത പാലിക്കാൻ എനിക്ക് കഴിഞ്ഞില്ല; അവൻ അദ്ദേഹത്തിന്റെ വാത്സല്യഭാജനമായ ഒരേ ഒരു മകനാണ്. അതുകൊണ്ട്, നടന്ന കാര്യങ്ങളെല്ലാം ഞാൻ തുറന്നു പറഞ്ഞു. അദ്ദേഹം മകനെക്കുറിച്ച് കേട്ടറിഞ്ഞപ്പോൾ വല്ലാതെ ആശ്വസിച്ചു. "വരൂ, ഇപ്പോൾ തന്നെ എനിക്കാ ശവകുടീരം കാണിച്ചു തരൂ." ഞാൻ മറുപടി നല്കി." അള്ളായാണേ, ഓ, എന്റെ അങ്കിൾ, ആ സ്ഥലം എനിക്കറിയില്ല; പല പ്രാവശ്യം സൂക്ഷ്മതയോടെ ഞാനത് അന്വേഷിച്ചു നോക്കിയെങ്കിലും ആ സ്ഥലം കണ്ടെത്താനായില്ല."

എന്തായാലും ഞാനും അങ്കിളും കൂടി ആ ശ്മാശാനത്തിലേക്ക് പോയി. ഇടതും വലതും വശങ്ങൾ നന്നായി വീക്ഷിച്ചു; ഒടുവിൽ ആ ശവകുടീരം എനിക്ക് തിരിച്ചറിയാൻ കഴിഞ്ഞു. ഞങ്ങൾ ഇരുവരും അതിൽ സന്തോഷിച്ചു. ഞങ്ങൾ ഉള്ളിൽ കയറി, ശവക്കുഴിയുടെ മണ്ണിളക്കി; പിന്നെ ആ 'ട്രേപ് ഡോർ' മാറ്റി, അമ്പത് പടികൾ ഇറങ്ങി, കോണിയുടെ അടിയിലെത്തി. അതാ, ഭയങ്കര പുക! ഒന്നും കാണാനാകുന്നില്ല. അപ്പോൾ അങ്കിൾ പറഞ്ഞു. "അള്ളായേക്കാൾ സർവ്വശക്തനും മഹാനുമായൊരു ദൈവമില്ല!" അങ്ങനെ ഞങ്ങൾ മുന്നോട്ടു നടന്നപ്പോൾ പെട്ടെന്നൊരു സ്വീകരണമുറിയിലെത്തി. അതിന്റെ തറയിൽ ധാന്യപ്പൊടിയും, ധാന്യവും; അവശ്യ ഭക്ഷണസാധനങ്ങളുമെല്ലാം വിതറിയിരിക്കയാണ്. ആ മുറിയുടെ നടുവിൽ ഒരു കട്ടിൽ ഇട്ടിരിക്കുന്നു, അതിന്

മുകളിൽ ഒരു വിതാരവുമുണ്ട്. എന്റെ അങ്കിൾ കട്ടിലിന്നരികിൽച്ചെന്ന് അത് സൂക്ഷ്മമായി പരിശോധിച്ചു. തന്റെ പുത്രനും അവനോടൊപ്പം ശവകുടീരത്തിലേക്ക് പോയ മഹതിയും അതിൽ പരസ്പരം ആശ്ലേഷിച്ച് കിടക്കുന്നതായി അദ്ദേഹം കണ്ടു. എന്നാൽ, ഇരുവരും കരിക്കട്ടപ്പോലെ കറുത്തിരിക്കുന്നു, തീക്കുണ്ഡത്തിലേക്കവർ എറിയപ്പെട്ടതുപോലുണ്ട്! എന്റെ അങ്കിൾ ഇതുകണ്ടപ്പോൾ അദ്ദേഹം മകന്റെ മുഖത്ത് തുപ്പി.

"നിനക്ക് അർഹിക്കുന്ന ശിക്ഷ കിട്ടി, പന്നി! ഈ ലോകത്തിലെ നിന്റെ വിധിയാണിത്. വരാനുള്ള ലോകത്തിലേക്ക് ഇരിക്കുന്നതേയുള്ളൂ, അത് കൂടുതൽ നീണ്ടുനില്ക്കുന്നതായിരിക്കും." - നേരം പുലരാറായെന്ന് ഷാഹ്റാസാദ് മനസ്സിലാക്കി, അവൾക്കനുവദിക്കപ്പെട്ടിരുന്ന കഥ പറച്ചിൽ അവൾ നിർത്തി.

പന്ത്രണ്ടാം രാവ്

അവൾ തുടർന്നു, ഓ കീർത്തിമാനായ രാജാവേ, ആ ഫക്കീർ തന്റെ കഥ ആ മഹതിയുടെയും കാലിഫായുടേയും ജാഫറിന്റെയും മുന്നിൽ തുടർന്നു. എന്റെ അങ്കിൾ ചാരമായി കിടക്കുന്ന സ്വന്തം മകനെ ചെരിപ്പെടുത്ത് അടിച്ചു. അദ്ദേഹത്തിന്റെ ക്രൂരഹൃദയമോർത്ത് ഞാൻ ആശ്ചര്യപ്പെട്ടു പോയി! എന്റെ കസിനെയും ആ മഹതിയേയും കുറിച്ച് ദുഃഖിച്ച് ഞാൻ പറഞ്ഞു. "അള്ളായാണെ, എന്റെ അങ്കിൾ, കോപം അടക്കൂ, എന്റെ ചിന്ത മുഴുവൻ ഈ ദൗർഭാഗ്യകരമായ സംഭവത്തെ കുറിച്ചാണെന്ന് അങ്ങ് കാണുന്നില്ലേ? അങ്ങയുടെ മകന് വന്നു പെട്ടിരിക്കുന്നത് എത്ര ദാരുണമായ അത്യാഹിതമാണ്. അവൻ വെറും ഒരു ചാരക്കൂമ്പാരമായത് എത്ര ഭീകരമായൊരു കാര്യമാണ്! അത്രയും പോരാഞ്ഞിട്ടാണോ, അങ്ങ് അവനെ ചെരിപ്പൂരി അടിച്ചത്?"

അദ്ദേഹം മറുപടി നല്കി." ഓ, എന്റെ സഹോദരപുത്രാ, ഇവൻ ചെറുപ്പം മുതലേ സ്വന്തം സഹോദരിയുമായി ഭയങ്കര സ്നേഹത്തിലായിരുന്നു. പല പ്രാവശ്യം ഞാനവനെ അതിൽ നിന്ന് വിലക്കിയിട്ടുള്ളതാണ്. ഞാൻ സ്വയം സമാധാനിച്ചു-'അവർ വെറും കുഞ്ഞുങ്ങളാണ്; എന്തായാലും, അവർ വളർന്നു വന്നപ്പോൾ അവർക്കിടയിൽ പാപം വന്ന് പതിച്ചു. എനിക്കത് പൂർണ്ണമായി വിശ്വസിക്കാനായില്ലെങ്കിലും, ഞാനവനെ പൂട്ടിയിട്ട്, ശാസിച്ചു. ഭയങ്കരമായി ഭീഷണിപ്പെടുത്തി, പേടിപ്പിച്ചു: നപുംസകങ്ങളും വേലക്കാരും അവനോട് പറഞ്ഞു-'നിനക്ക് മുമ്പ് ആരും ചെയ്തിട്ടില്ലാത്തതും നിനക്ക് ശേഷം ആരും ഒരിക്കലും ചെയ്യാൻ സാധ്യതയില്ലാത്തതുമായ ഈ നാറിയ കാര്യം ശ്രദ്ധിക്കുക. ഇന്നുള്ള രാജാക്കന്മാർക്കിടയിൽ നിങ്ങൾ വൃത്തികെട്ടവനും നിന്ദിതനുമായി ചിത്രീകരിക്കാതിരിക്കാനായി സൂക്ഷിക്കുക; ഭാവിയിലുള്ളവർക്കും നിങ്ങൾ ഒരു അപമാനമാകാതിരിക്കട്ടെ.

ഞാൻ പറഞ്ഞു. "ഇത്തരം വാർത്തകൾ പരദേശത്ത് സാർത്ഥവാഹകസംഘം പറഞ്ഞു പരത്തും. അവർക്കതിന് അവസരം നല്കരുത്. അല്ലെങ്കിൽ ഞാൻ നിന്നെ ശപിക്കുമെന്നുറപ്പാണ്; നിനക്ക് മരണശിക്ഷ നൽകുകയും ചെയ്യും."

അതിനുശേഷം ഞാനവരെ പ്രത്യേക വീടുകളിൽ താമസിപ്പിച്ചു; അവളെ മുറിയിൽ അടച്ചിട്ടു. എന്നാൽ, ആ നശിച്ച പെൺകുട്ടിക്കവനോട് ഭയങ്കരമായ വൈകാരികസ്നേഹമായിരുന്നു. കാരണം, ഇരുവരുടെയും ശരീരത്തിൽ സാത്താൻ കയറി കൂടിയിരിക്കയായിരുന്നു; അതുകൊണ്ട് അവർ ചെയ്യുന്ന വൃത്തികേടുകൾ ശരിയാവാമെന്നാണവർക്ക് തോന്നിയത്! ഞാൻ അവരെ വേർപിരിച്ചിരിക്കുകയാണെന്ന് എന്റെ മകൻ അറിഞ്ഞപ്പോൾ ഈ കല്ലറ നിർമ്മിച്ച്, ഫർണിഷ് ചെയ്ത്, ഭക്ഷണ സാധനങ്ങൾ കൊണ്ടുവന്ന് നിറച്ചു; നീ കണ്ടതു പോലെ! പിന്നെ ഞാൻ നായാട്ടിനുപോയപ്പോൾ, അവൻ സഹോദരിയേയും കൊണ്ട് ഇവിടെ വന്ന്, എന്നിൽ നിന്നും ഒളിച്ച് കഴിഞ്ഞു കൂടി. അപ്പോൾ ദൈവവിധിക്കവർ അർഹരായി, തീച്ചൂളയിൽ ഇരുവരും എറിയപ്പെട്ടു; തീർച്ചയായും 'അന്തിമ വിധി' കൂടുതൽ ദുരിതപൂർണ്ണവും ദീർഘവുമായിരിക്കും!"

പിന്നെ അദ്ദേഹം കരഞ്ഞു, ഞാനും അദ്ദേഹത്തോടൊപ്പം കരഞ്ഞു; അദ്ദേഹം എന്റെ നേരെ നോക്കി പറഞ്ഞു. "അവന്റെ സ്ഥാനത്ത് നീയാണിനി എന്റെ മകൻ."

ഞാൻ ഒരു നിമിഷം ആ ലോകത്തെക്കുറിച്ച് ചിന്തിച്ചു. അതിലെ ആകസ്മിക സംഭവങ്ങളെക്കുറിച്ചും, എന്റെ അച്ഛനെ വധിച്ച് മന്ത്രി രാജ്യം കൈയടക്കിയതും എന്റെ കണ്ണ് പൊട്ടിച്ചതും വിചിത്രമായ ചുറ്റുപാടുകളിൽ എന്റെ കസിൻ മൃതിയടഞ്ഞത്: ഇതെല്ലാം ഓർത്ത് ഞാൻ വീണ്ടും കരഞ്ഞു, അങ്കിളും എന്നോടൊപ്പം കരഞ്ഞു.

പിന്നെ ഞങ്ങൾ കോണികയറി, ഇരുമ്പ് പ്ലേറ്റുകൊണ്ട് കവാടം മൂടി, അതിനുമീതെ മണ്ണിട്ട് പഴയ നിലയിലാക്കി. അതിനുശേഷം ഞങ്ങൾ കൊട്ടാരത്തിലേക്ക് മടങ്ങി; കൊട്ടാരത്തിലെത്തി ഇരിക്കുന്നതിന് മുമ്പു തന്നെ തമ്പോറിന്റെയും കാഹളത്തിന്റെയും ശബ്ദം കേൾക്കാൻ കഴിഞ്ഞു: യോദ്ധാക്കളുടെ കുന്തങ്ങൾ കൂട്ടിമുട്ടുന്ന പടഹദ്ധ്വനിയും പോർക്കുതിരകളുടെ കോലാഹലവും കൊണ്ട് അന്തരീക്ഷം മുഖരിതമായി. കുതിരക്കുളമ്പുകൾ അടിയിൽ നിന്നും ഉയർന്ന പൊടിപടലം അവിടമാകെ പരന്നു.

ആ കാഴ്ചയും ബഹളവും ഞങ്ങളെ വിസ്മയിപ്പിച്ചു! എന്താണ് കാര്യമെന്ന് ഞങ്ങൾക്ക് പിടികിട്ടിയില്ല! ഞങ്ങൾ അതിനുള്ള കാരണം തിരക്കി; എന്റെ അച്ഛന്റെ രാജ്യം തട്ടിയെടുത്ത മന്ത്രി തന്റെ സൈന്യത്തെ അങ്കിളിന്റെ രാജ്യം ആക്രമിക്കാൻ വിട്ടിരിക്കയാണ്.

അറബി ആദിവാസികളെയും മറ്റ് അനേകം ജനങ്ങളെയും പട്ടാള സേവനത്തിലെടുത്ത്, വൻ സൈന്യം സംഘടിപ്പിച്ച്, ഈ രാജ്യത്തേക്ക് നീക്കം ആരംഭിച്ചിരിക്കയാണ്! സൈന്യസംഖ്യ തിട്ടപ്പെടുത്താനാവാത്തത്ര ഭീമമായിരുന്നു! ആർക്കും ആ സൈന്യത്തിന്നെതിരെ പിടിച്ചു നിൽക്കാൻ കഴിയില്ല. അപ്രതീക്ഷിതമായിരുന്നു അവരുടെ സൈനികാക്രമണം. എതിർക്കാൻ കഴിവില്ലാത്ത നഗരവാസികൾ രാജ്യം ശത്രുവിന് അടിയറ വെച്ചു. എന്റെ അങ്കിൾ കൊല്ലപ്പെട്ടു; ഞാൻ നഗരപ്രാന്തങ്ങളിലേക്ക് പലായനം ചെയ്തു; ഞാൻ എന്നോടു തന്നെ പറഞ്ഞു "നീ ഈ ദുഷ്ടന്റെ കൈയിൽ അകപ്പെട്ടാൽ മരണം സുനിശ്ചിതമാണ്."

ഇപ്രകാരം എന്റെ എല്ലാവിഷമങ്ങളും പുനരാരംഭിക്കപ്പെട്ടു. എന്റെ അച്ഛനെയും അങ്കിളിനെയും ബാധിച്ച കഷ്ടതകളെക്കുറിച്ച് ഞാൻ ഓർത്തു. എന്താണ് ഞാൻ ചെയ്യേണ്ടതെന്ന് എനിക്കൊരു രൂപവുമില്ലായിരുന്നു. എന്തുകൊണ്ടെന്നാൽ, നഗരവാസികളോ എന്റെ അച്ഛന്റെ സൈന്യമോ എന്നെ തിരിച്ചറിഞ്ഞാൽ, എന്നെ ഉന്മൂലനം ചെയ്ത് ശത്രുവിന്റെ ആനുകൂല്യം നേടിയെടുക്കാനവർ ശ്രമിക്കും. അതുകൊണ്ട് താടിയും പുരികവും വടിച്ചുകളഞ്ഞ് പ്രച്ഛന്നവേഷത്തിൽ രക്ഷപ്പെടുകയല്ലാതെ എനിക്ക് മറ്റൊരു മാർഗ്ഗവും ഇല്ലായിരുന്നു. അപ്രകാരം ഞാൻ ചെയ്തു; എന്റെ വിലപിടിച്ച വസ്ത്രങ്ങൾ ഉപേക്ഷിച്ച്, ഫക്കീറിന്റെ കീറിപ്പറിഞ്ഞ വസ്ത്രം ധരിച്ച്, അങ്കിളിന്റെ തലസ്ഥാനനഗരിയിൽ നിന്ന് ഇങ്ങോട്ട് നടന്നു, ആരെങ്കിലും എന്നെ, ഭൂമിയിലെ അള്ളായുടെ പ്രതിനിധിയായ കാലിഫായുടെ സാന്നിധ്യത്തിലെത്തിക്കുമെന്ന ആശയിൽ! അങ്ങനെ ഇവിടെ എത്തിയാൽ, ഞാൻ എന്റെ കഥ അദ്ദേഹത്തോട് പറയും, എന്റെ കേസ് അദ്ദേഹത്തിന് മുന്നിൽ സമർപ്പിക്കും. ഇന്നു രാത്രിയാണ് ഞാൻ ഇവിടെ എത്തിയത്. പോകണമോ എന്ന് ശങ്കിച്ചു നില്ക്കുമ്പോഴാണ് പെട്ടെന്ന് ഈ രണ്ടാമത്തെ ഫക്കീറിനെ ഞാൻ കണ്ടത്. അപ്പോൾ ഞാൻ അയാൾക്ക് 'സലാം' ചെയ്ത് പറഞ്ഞു. "ഞാനൊരു പരദേശിയാണ്!"

അയാൾ മറുപടി നല്കി. ''ഞാനും ഒരു പരദേശിയാണ്!''

ഞങ്ങൾ മറുപടി നല്കി. ''ഞങ്ങളും പരദേശികളാണ്!''

പിന്നെ, ഇരുട്ടാകുന്നതുവരെ ഞങ്ങൾ മൂവരും ഒന്നിച്ച് നടക്കുകയും വിധി ഞങ്ങളെ നിങ്ങളുടെ വീട്ടിലെത്തിക്കുകയും ചെയ്തു. അതാണ് എന്റെ താടിയും മീശയും പുരികങ്ങളും വടിക്കാനും വലതു കണ്ണ് പോകാനുമുള്ള കാരണം. ഈ കഥ കേട്ട് അവൾ അതിശയിച്ചു പോയി. കാലിഫാ ജാഫറിനോട് പറഞ്ഞു. ''അള്ളായാണേ, ഈ ഫക്കീറിന് സംഭവിച്ചതുപോലൊരു കാര്യം ഞാനൊരിക്കലും കാണുകയോ കേൾക്കുകയോ ചെയ്തിട്ടില്ല!'' ഗൃഹനാഥ പറഞ്ഞു ''നിങ്ങൾ വിട പറഞ്ഞ് സ്വന്തം വഴിക്ക് പൊയ്ക്കൊള്ളുക.'' എന്നാൽ അയാൾ മറുപടി നല്കി. ''മറ്റ് രണ്ട് പേരുടെ ചരിത്രം കേൾക്കുന്നതുവരെ ഞാൻ പോകില്ല.'' - അപ്രകാരം രണ്ടാമത്തെ ഫക്കീർ മുന്നോട്ടു വന്നു; അയാൾ നിലം ചുംബിച്ച് കഥ പറയാൻ തുടങ്ങി.

രണ്ടാമത്തെ ഫക്കീറിന്റെ കഥ

നിങ്ങൾക്കറിയാമോ, എന്റെ മഹതി, ഞാൻ ഒറ്റക്കണ്ണനായി ജനിച്ചവനല്ല; എന്റെ കഥ വിചിത്രമായ ഒന്നാണ്. ഞാനൊരു രാജാവാണ്, ഒരു രാജാവിന്റെ മകൻ. ഒരു രാജകുമാരന് അനുയോജ്യമായ രീതിയിൽ തന്നെയാണ് ഞാൻ വളർത്തപ്പെട്ടത്. എന്നെ ഖുർ-ആൻ ഈണത്തിൽ ചൊല്ലാൻ ബാല്യത്തിലേ പഠിപ്പിച്ചിരുന്നു. എല്ലാ വേദപുസ്തകങ്ങളും ഞാൻ പഠിച്ചു, അതിലെ ഉള്ളടക്കത്തെക്കുറിച്ച് വേദപണ്ഡിതന്മാരും ശാസ്ത്രജ്ഞരുമായി ഞാൻ വാഗ്വാദം നടത്തി. ഞാൻ ജ്യോതിശാസ്ത്രം, കവിത എന്നു മാത്രമല്ല വിജ്ഞാനത്തിന്റേതായ എല്ലാ ശാഖകളിലും പാണ്ഡിത്യം നേടി. ഞാൻ എല്ലാ നഗരങ്ങളിലും രാജ്യങ്ങളിലും

പരദേശത്തും എന്റെ കീർത്തി വ്യാപിച്ചു. എല്ലാ രാജാക്കന്മാർക്കും എന്റെ പേര് സുപരിചിതമായിരുന്നു. ഇന്ത്യയുടെ രാജാവ് എന്നെ കുറിച്ചറിഞ്ഞു. എന്നെ അദ്ദേഹത്തിന്റെ അരമനയിലേക്ക് ചെല്ലാനായി ക്ഷണിച്ചു, ഒരു രാജാവിനനുയോജ്യമായ നിരവധി വില പിടിച്ച പാരിതോഷികങ്ങളോടെ ദൂതനെ അയച്ചു. അങ്ങനെ എന്റെ അച്ഛൻ എനിക്കും എന്റെ അനുയായികൾക്കും വേണ്ടി ആറ് കപ്പലുകൾ തയ്യാറാക്കി. ഒരു മാസത്തെ കടൽ യാത്രയ്ക്കുശേഷം ഞങ്ങൾ കൂടെ കൊണ്ടുവന്നിരുന്ന കുതിരകളെ കപ്പലിൽ നിന്നും കരയ്ക്ക് ഇറക്കി. ഒട്ടകങ്ങളുടെ പുറത്ത് രാജാവിനുവേണ്ടിയുള്ള ഞങ്ങളുടെ സമ്മാനങ്ങൾ കയറ്റി കരയിലൂടെ ഞങ്ങൾ യാത്ര തുടർന്നു. എന്നാൽ, ഞങ്ങൾ അല്പദൂരം നടന്നപ്പോഴേക്കും ഒരു ശക്തമായ മണൽക്കാറ്റ് രൂപം കൊണ്ട്, ചക്രവാളം വരെ മൂടി!

ഏകദേശം ഒരു മണിക്കൂറിനുശേഷം ആ പൊടിപടലം മാറി, അതിനുള്ളിൽ നിന്ന് ഇരുമ്പ് കവചങ്ങൾ ധരിച്ച അമ്പത് അശ്വാരൂഢർ, ആർത്തി പിടിച്ച സിംഹങ്ങളെ പോലെ ചാടി വീണു. ഞങ്ങൾ അവരെ മുഖാമുഖം കണ്ടു! അവർ കൊള്ളക്കാരാണ്, കാടന്മാരായ അറബികളെ പോലെയുള്ളവർ. വിലപിടിച്ച സമ്മാനങ്ങൾ ചുമക്കുന്ന പത്ത് ഒട്ടകങ്ങളോടൊപ്പം ഞങ്ങൾ നാലു പേരെ ഉള്ളൂ എന്ന് കണ്ടപ്പോൾ ഞങ്ങൾക്കുനേരെ അവർ കുന്തങ്ങളുമായി പാഞ്ഞെത്തി. ഞങ്ങൾ അവരോട് ആംഗ്യഭാഷയിൽ പറഞ്ഞു. "ഹിന്ദു രാജാവിന്റെ സന്ദേശവാഹകരാണ് ഞങ്ങൾ, അതുകൊണ്ട് ഞങ്ങളെ ദ്രോഹിക്കരുത്!"

എന്നാൽ, അവർ മറുപടി നല്കി. "ഞങ്ങൾ അതനുസരിക്കാനായി അദ്ദേഹത്തിന്റെ രാജ്യത്തല്ല ഇപ്പോൾ, അദ്ദേഹത്തിന്റെ ആജ്ഞാനുവർത്തികളുമല്ല."

അവർ ഞങ്ങൾക്കുനേരെ ചാടിവീണ്, ഞങ്ങളുടെ ചില അടിമകളെ വധിച്ചു; ബാക്കിയുള്ളവർ ഓടി രക്ഷപ്പെട്ടു. ഞാനും പരിക്കോടെ, വേദനിച്ചുകൊണ്ട് ഓടി. ഞങ്ങൾ കൊണ്ടുവന്നിരുന്ന പണവും പാരിതോഷികവുമെല്ലാം ആ അറബി കൊള്ളസംഘം കൈക്കലാക്കി. എങ്ങോട്ടെന്നില്ലാതെ ഞാൻ നടന്നു; ധനികനായ ഞാൻ ദരിദ്രനായി മാറി. ഞാൻ ഒരു മലയിലെത്തിയപ്പോൾ, അതിലെ ഒരു ഗുഹയിൽ രാത്രി അഭയം തേടി. നേരം പുലർന്ന ഉടനെ വീണ്ടും നടത്തം തുടങ്ങി; ഒടുവിൽ നല്ലൊരു നഗരത്തിലെത്തി. നല്ല കാലാവസ്ഥയായിരുന്നു അപ്പോൾ; ശീതകാലം അവസാനിച്ച് വസന്തത്തിലേക്ക് കാലെടുത്തുവെക്കാൻ പോകുന്നു! നീർച്ചോലകൾ കോലാഹലം വെച്ചുകൊണ്ട് കുതിച്ചൊഴുകുന്നു; പക്ഷികൾ മധുരമായി ഗാനാലാപനം നടത്തുന്നു. പൂക്കൾ വിരിയാനായി തയ്യാറെടുക്കുന്നു. മൊത്തത്തിൽ ആകർഷണീയമായൊരു അന്തരീക്ഷം!

അവിടെ വന്നുപെട്ടതിൽ ഞാൻ അതിയായി ആഹ്ലാദിച്ചു. കാരണം, ദീർഘദൂരം നടന്ന് ഞാൻ തളർന്നു കഴിഞ്ഞിരുന്നു. മുഖം വിളർത്തു. ക്ഷീണവും തളർച്ചയും! എന്നാൽ, എന്റെ അവസ്ഥ ദയനീയമായിരുന്നു. എങ്ങോട്ട് പോകും എന്ന് എനിക്കുതന്നെ അറിയില്ല. ഞാൻ ഒരു തയ്യൽക്കാരന്റെ കടയിൽ ചെന്നിരുന്ന്, അയാൾക്ക് സലാം ചെയ്തു; അയാൾ അത് തിരിച്ച് തന്നശേഷം എന്നെ ദയാപൂർവ്വം സ്വാഗതം ചെയ്ത്, ആശീർവ്വദിച്ചശേഷം വളരെ മാന്യതയോടെ, ഞാൻ അവിടെ എത്തിപ്പെട്ടതിന്റെ കാരണം ആരാഞ്ഞു.

ആദ്യം മുതൽ അവസാനം വരെയുള്ള കാര്യങ്ങൾ ഞാൻ വിശദീകരിച്ചു. അയാൾക്കെന്റെ കഥ മനസ്സിൽ തട്ടി. അയാൾ പറഞ്ഞു.“ അല്ലയോ യുവാവേ, നിന്റെ രഹസ്യം ആരോടും പറയരുത്. ഈ നഗരത്തിന്റെ രാജാവ് നിന്റെ അച്ഛന്റെ ഏറ്റവും വലിയ ശത്രുവാണ്; അവർക്കിടയിൽ 'കുടിപ്പക' നിലനില്ക്കുന്നു. നിന്റെ ജീവൻ അപകടത്തിലാക്കുവാനത് ഇടയാക്കും.”

പിന്നെ അയാൾ ഇറച്ചിക്കറിയും പാനീയവും എന്റെ മുന്നിൽ നിരത്തി; ഞങ്ങൾ തിന്നുകയും കുടിക്കുകയും ചെയ്തു. രാത്രിയാകുന്നതുവരെ ഞങ്ങൾ സ്വാതന്ത്ര്യത്തോടെ സംസാരിച്ചുകൊണ്ടിരുന്നു. അതിനുശേഷം കട യുടെ ഒരു ഭാഗം വൃത്തിയാക്കി, എനിക്ക് കിടക്കാനായി അയാൾ ഒരു കിടക്കയും പുതപ്പും കൊണ്ടുതന്നു. ഞാൻ അയാളോടൊപ്പം മൂന്നു ദിവസം താമസിച്ചു. അതിനുശേഷം അയാൾ എന്നോട് പറഞ്ഞു. “നിങ്ങൾക്ക് എന്തെങ്കിലും ജീവിതമാർഗ്ഗം അറിയാമോ, എന്റെ മോനേ?”

“എനിക്ക് നിയമമറിയാം.” ഞാൻ മറുപടി നല്കി. “നീതിന്യായത്തിന്റെ ഡോക്ടർ; കലയിലും ശാസ്ത്രത്തിലും പൂർണ്ണ വൈദഗ്ധ്യം സിദ്ധിച്ചവൻ, ഒരു ഗണിതശാസ്ത്രജ്ഞൻ, പ്രശസ്തനായൊരു സാഹിത്യകാരൻ.”

അയാൾ പറഞ്ഞു. “നിങ്ങളുടെ ഈ പരിജ്ഞാനത്തിന് നമ്മുടെ നഗരത്തിൽ ഗുണമൊന്നുമില്ല; ഇവിടെ ഒറ്റമനുഷ്യനും ശാസ്ത്രമോ, സാഹിത്യമോ ഉപയോഗിച്ച് പണം സമ്പാദിക്കാനാവില്ല.”

അപ്പോൾ ഞാൻ പറഞ്ഞു. “അള്ളായാണേ, ഞാൻ സൂചിപ്പിച്ചവയൊഴിച്ച് മറ്റൊന്നും എനിക്കറിയില്ല.” അപ്പോൾ അയാൾ മറുപടി നൽകി. “അരയ്ക്കുചുറ്റും ഒരു കച്ച കെട്ടി ഒരു മഴുവും ഒരു കയറും പിടിച്ച്, കാട്ടിൽ പോയി വിറക് വെട്ടി കൊണ്ടു വരിക; അള്ളാ നിനക്ക് ആശ്വാസം നൽകുന്നതുവരെ വിറകു വിറ്റ് ഉപജീവനം നടത്താം. ഒറ്റ മനുഷ്യനോടും നിങ്ങൾ ആരാണെന്ന് മിണ്ടിപ്പോകരുത്; അല്ലെങ്കിൽ അവർ നിങ്ങളെ കൊന്നു കളയും.”

പിന്നെ, അയാൾ എനിക്ക് ഒരു മഴുവും ഒരു കയറും കൊണ്ടുതന്നു, ചില മരം വെട്ടുകാരെയും പരിചയപ്പെടുത്തി തന്നു. ഈ രക്ഷിതാക്കളോടൊപ്പം ഞാൻ കാട്ടിലേക്ക് പോയി. ഒരു ദിവസം മുഴുവൻ വിറക് വെട്ടി കെട്ടാക്കി കൊണ്ട് തലയിൽ ചുമന്ന്, വൈകുന്നേരം തിരിച്ചെത്തി. അത് ഞാൻ അര ദിനാറിന് വിറ്റു; അതിലൊരുഭാഗം സാമാനങ്ങൾ വാങ്ങാനായി ചിലവഴിച്ചു, ബാക്കി സൂക്ഷിച്ചു വെച്ചു. ഒരു വർഷം മുഴുവൻ ഞാനിങ്ങനെ ജോലി ചെയ്തു. ഒരു ദിവസം പതിവു പോലെ, ഞാൻ കാട്ടിലേക്ക് പോയപ്പോൾ കൂട്ടുകാരില്ലാതെ ഒറ്റയ്ക്ക് കുറച്ചു ദൂരം കറങ്ങിനടക്കാനിടയായി. താഴ്ഭാഗത്ത് കനത്ത് ഇടതിങ്ങി നിൽക്കുന്ന വലിയൊരു കാട് ഞാൻ കണ്ടു. ഞാനതിന്നുള്ളിലേക്ക് കടന്നുചെന്നു. അവിടെ മുറിച്ചു കളഞ്ഞ വലിയൊരു മരത്തിന്റെ ചുറ്റുമുള്ള മണ്ണ് ഇളക്കി മാറ്റിയശേഷം കുറ്റി വെട്ടി മാറ്റാനായി മഴു എടുത്ത് ആഞ്ഞ് വെട്ടി. അപ്പോൾ ഒരു ചെമ്പ് വളയത്തിലത് തട്ടി ശബ്ദമുണ്ടാക്കി. ഞാനപ്പോൾ അതിന്റെ ചുറ്റുമുള്ള മണ്ണ് മാന്തിക്കളഞ്ഞു. അതാ, നോക്കൂ, ആ വളയം ഒരു രഹസ്യവാതിലിലാണ് പിടിപ്പിച്ചിരിക്കുന്നത്. ഞാനത് പൊക്കി മാറ്റി; അതിന്നടിയിൽ ഒരു കോണി കണ്ടു. ഞാനാ കോണിയിലൂടെ താഴേക്കിറങ്ങി, ഒരു വാതിൽക്കൽ

എത്തി. ഞാനത് തുറന്നപ്പോൾ അതിമനോഹരമായി സജ്ജീകരിച്ച, ഉറപ്പുള്ള രീതിയിൽ നിർമ്മിക്കപ്പെട്ട ഒരു ഹാൾ ആണ് കണ്ടത്. അതിനുള്ളിൽ മുത്തുപോലെ, അതിസുന്ദരിയായൊരു യുവതി ഇരിക്കുന്നു! അവളുടെ സാമീപ്യം എന്റെ ഹൃദയത്തിൽ നിന്ന് എല്ലാ വേദനകളും ഉത്കണ്ഠയും എടുത്ത് കളഞ്ഞു. അവളുടെ മൃദുഭാഷണം എന്റെ നിരാശയിലാണ്ട മനസ്സിന് ശാന്തിയും സമാധാനവും നല്കി. അവളുടെ ബുദ്ധിശക്തി എന്നെ വശീകരിച്ചു. അവൾക്ക് അഞ്ചടി പൊക്കം കാണും; കുത്തനെ നിൽക്കുന്ന ഉറച്ച സ്തനങ്ങൾ, ആഹ്ലാദം തുളുമ്പുന്ന തുടുത്ത കവിളുകൾ; വെളുത്ത് പ്രകാശിക്കുന്ന നിറം, സുപ്രഭാതം പോലെ തിളങ്ങുന്ന മുഖം, കൂരിരുട്ട് പോലെ കറുത്ത ചുരുളൻ മുടി, വെളുത്ത മുത്തുപോലെ മിന്നുന്ന പല്ലുകൾ.

അവളെ കണ്ടപ്പോൾ, ഇത്രയും സുന്ദരിയായൊരു സ്ത്രീയെ സൃഷ്ടിച്ച സർവ്വേശ്വരനെ ഞാൻ നമിച്ചു.അവൾ എന്നെ നോക്കി ചോദിച്ചു. "നിങ്ങൾ ഒരു മനുഷ്യനാണോ 'ജിന്നി'യാണോ!"

"ഞാൻ ഒരു മനുഷ്യനാണ്"

"ഇപ്പോൾ ആരാണ് നിങ്ങളെ ഇങ്ങോട്ട് കൊണ്ടുവന്നത്? ഇരുപത്തഞ്ച് വർഷങ്ങളായി ഒരു മനുഷ്യനെയും കാണാതെ ഞാനിവിടെ കഴിയുന്നു. ഞാൻ പറഞ്ഞു (തീർച്ചയായും അവളുടെ മധുരമായ വാക്കുകൾ എന്റെ കരളലിയിച്ചു)."ഓഹ്, എന്റെ മഹതി, എന്റെ വേദനയും ഉത്കണ്ഠയും അകറ്റാൻ വേണ്ടി എന്റെ സൗഭാഗ്യമാണ് എന്നെ ഇവിടെ കൊണ്ടെത്തിച്ചത്!"

പിന്നെ, എന്റെ ദൗർഭാഗ്യകരമായ ചരിത്രം തുടക്കം മുതൽ അവസാനം വരെ ഞാൻ അവൾക്ക് വിവരിച്ചുകൊടുത്തു; അവൾക്കെന്റെ അനുഭവ കഥ വല്ലാത്ത ദുഃഖമുണ്ടാക്കിയതായി തോന്നി.

അവൾ കരഞ്ഞുകൊണ്ട് പറഞ്ഞു. "ഞാൻ എന്റെ കഥ നിങ്ങൾക്ക് പറഞ്ഞു തരാം. ഞാൻ ഇഫിറ്റാമസ് രാജാവിന്റെ മകളാണ്; 'അബ്നൂസ്' ദ്വീപുകളുടെ രാജാവാണദ്ദേഹം. എന്റെ 'കസി'ന് അദ്ദേഹം എന്നെ വിവാഹം കഴിച്ചു കൊടുത്തു; എന്നാൽ, എന്റെ വിവാഹരാത്രി, 'ജിർജിസ് ബിൻ രാജ്മൂസം' എന്ന ജിന്നി എന്നെ തട്ടിയെടുത്ത്, ഒരു പക്ഷിയെ പോലെ പറന്നുയർന്ന്, ഈ സ്ഥലത്തേക്ക് എന്നെ കൊണ്ടുവന്നു; എനിക്കാവശ്യമുള്ള എല്ലാ ഭക്ഷണസാധനങ്ങളും, വസ്ത്രങ്ങളും ആഭരണങ്ങളും, ഫർണിച്ചറും മറ്റും അവൻ കൊണ്ടുവന്നു. പത്ത് ദിവസത്തിലൊരിക്കൽ അവൻ ഇവിടെ വന്ന് ഒരു രാത്രി മാത്രം എന്നോടൊപ്പം കഴിയുന്നു; പിന്നെ, സ്വന്തം വഴിക്ക് പോകും. കാരണം അവൻ എന്നെ സ്വീകരിച്ചത് കുടുംബത്തിന്റെ അനുമതിയില്ലാതെയാണ്. എനിക്ക് ഏതെങ്കിലും രാത്രിയോ പകലോ അവന്റെ സാന്നിധ്യം ആവശ്യമുണ്ടെന്ന് തോന്നിയാൽ, ആ കാണുന്ന ഭിത്തിയിലെ തട്ടിന്റെ മുകളിലായി കൊത്തിവെച്ച രണ്ട് വരികളിലൂടെ കൈയോടിച്ചാൽ മതി; എന്റെ വിരലുകൾ എടുക്കുന്നതിനു മുമ്പ് അവൻ എന്റെ മുന്നിൽ പ്രത്യക്ഷപ്പെടും, എന്ന് എനിക്കവൻ വാക്കു തന്നിട്ടുണ്ട്. അവൻ പോയിട്ട് ഇപ്പോൾ നാല് ദിവസമായി; ഇനി അവൻ വരാനായി ആറ് ദിവസം കൂടിയുണ്ട്. ഞാനൊരു കാര്യം പറയട്ടെ, നിങ്ങൾക്ക് എന്നോടൊപ്പം അടുത്ത അഞ്ച് ദിവസം താമസിക്കാമോ? അവൻ എത്തുന്നതിന് മുമ്പത്തെ ദിവസം നിങ്ങൾക്ക് പോകാം."

“ഉവ്വ് എന്ന് വീണ്ടും വീണ്ടും പറയുന്നു! വിചിത്രം! ഇതൊരു സ്വപ്നം ഒന്നുമല്ലല്ലോ!”

ഇതു കേട്ടവൾ ആഹ്ലാദത്തോടെ ചാടി എഴുന്നേറ്റ് വന്ന്, എന്റെ കൈ പിടിച്ച്, ഒരു ആർച്ച് വാതിലിലൂടെ കൊണ്ടുപോയി; മനോഹരമായി സജ്ജീകരിച്ച വിശാലമായ ഒരു കുളിമുറിയിലേക്കാണവൾ എന്നെ നയിച്ചത്. ഞങ്ങൾ ഇരുവരും വസ്ത്രങ്ങൾ ഊരിക്കളഞ്ഞ് സുഖമായി കുളിച്ചു; അവൾ എന്നെ തേച്ച് കുളിപ്പിച്ചു. അതിനുശേഷം ഞങ്ങൾ കുളിമുറിയിൽ നിന്ന് പോന്നു, മുറിയിൽ തിരിച്ചെത്തിയപ്പോൾ ഉയരമുള്ളൊരു ദിവാനിൽ അവളുടെ അടുത്തായി എന്നെ പിടിച്ചിരുത്തി. കസ്തൂരി മണമുള്ള സർബ്ബത്ത് എനിക്കു വേണ്ടി കൊണ്ടു വന്നു. കുളി കഴിഞ്ഞപ്പോൾ ഞങ്ങൾക്ക് സുഖമായ തണുപ്പനുഭവപ്പെട്ടു. അവൾ എനിക്ക് മുന്നിൽ ഭക്ഷണം നിരത്തി; ഞങ്ങൾ സംസാരിച്ചുകൊണ്ട് ഭക്ഷണം കഴിച്ചു.

പിന്നീടവൾ പറഞ്ഞു. “നിങ്ങൾ തീർച്ചയായും ക്ഷീണിച്ചിട്ടുണ്ടാവും, കുറച്ചു നേരം കിടന്ന് വിശ്രമിച്ചോളൂ.”

ഞാൻ അവളോട് നന്ദി പറഞ്ഞ് കിടന്നപ്പോഴേക്കും, എല്ലാം മറന്ന്, ഗാഢനിദ്രയിലാണ്ടു. ഞാൻ എഴുന്നേറ്റപ്പോൾ ഷാമ്പു ഇട്ട് അവൾ എന്റെ കാലുകൾ തിരുമ്മിക്കൊണ്ടിരിക്കുന്നതാണ് കണ്ടത് (സുഖദ സേവ!) അപ്പോൾ ഞാൻ വീണ്ടും അവൾക്ക് നന്ദി പറയുകയും, അവളെ ആശീർവദിക്കുകയും ചെയ്തു. ഞാൻ എഴുന്നേറ്റിരുന്ന് അവളോടൊപ്പം സംസാരിക്കാൻ തയ്യാറായി. അവൾ പറഞ്ഞു. “ഇരുപത്തഞ്ച് വർഷങ്ങളായി ഞാൻ ഒറ്റപ്പെട്ട് ഭൂമിക്കടിയിൽ ദുഃഖിച്ച് കഴിയുകയായിരുന്നു. എനിക്ക് സംസാരിച്ചിരിക്കാനായി ഒരാളെ അയച്ചുതന്നതിൽ ഞാൻ അള്ളായ്ക്ക് നന്ദി പറയുന്നു.” പിന്നെ അവൾ ചോദിച്ചു. “ഹേ യുവാവേ സ്വല്പം വീഞ്ഞ് കുടിക്കുന്നതിനെക്കുറിച്ച് എന്ത് പറയുന്നു?” “നിന്റെ ഇഷ്ടം” ഞാൻ മറുപടി നല്കി. അപ്പോൾ അവൾ ഒരു ‘കപ്പ് ബോർഡി’ന്നടുത്തു ചെന്ന് സീലടിച്ച ഒരു പഴയ വീഞ്ഞ് ഫ്ളാസ്ക് എടുത്തുകൊണ്ടുവന്ന് മേശപ്പുറത്ത് വെച്ചു; അതോടൊപ്പം കുറച്ച് പൂക്കളും ഔഷധഇലകളും വെച്ചു. പിന്നെ സുഖകരമായൊരു പ്രേമഗാനം അവൾ ആലപിച്ചു.

ഗാനാലാപനം അവസാനിച്ചപ്പോൾ ഞാനവൾക്ക് നന്ദി പറഞ്ഞു. തീർച്ചയായും അവളോടുള്ള പ്രേമം എന്റെ ഹൃദയത്തെ കീഴടക്കി കഴിഞ്ഞിരുന്നു; ദുഃഖവും ഉത്കണ്ഠയും പോയ് മറഞ്ഞു. രാത്രി വരെ ഞങ്ങൾ സംഭാഷണവും മദിരോത്സവവും തുടർന്നു. അവളോടൊപ്പം രാത്രി ഞാൻ ചിലവഴിച്ചു. ഇത്രയും ആനന്ദകരമായൊരു രാത്രി എന്റെ ജീവിതത്തിൽ ഒരിക്കലും ഉണ്ടായിട്ടില്ല! പിറ്റേന്ന് ഉച്ചവരെ തേനൂറുന്ന നിമിഷങ്ങളായിരുന്നു ഞാൻ ആസ്വദിച്ചുകൊണ്ടിരുന്നത്! അപ്പോഴേക്കും അമിതമായ മദ്യപാനം മൂലം എന്റെ ബോധം മറഞ്ഞിരുന്നെന്ന് പറയാം. ഇടത്തോട്ടും വലത്തോട്ടും ആടിയാടി നിന്നുകൊണ്ട് ഞാൻ പറഞ്ഞു. “വരൂ, എന്നെ മയക്കിയെടുത്തവളെ, ഈ ഭൂഗർഭ അറയിൽ നിന്ന് ഞാൻ നിന്നെ പുറത്ത് കൊണ്ടു പോയി നിന്റെ ജിന്നിന്റെ മായാവലയത്തിൽ നിന്ന് രക്ഷിക്കാം.”

അവൾ ചിരിച്ചുകൊണ്ട് മറുപടി നല്കി. “നീ തൃപ്തനായിരിക്കുക, സമാധാനത്തോടെ കഴിയൂ. ഓരോ പത്ത് ദിവസത്തിൽ ഒരു ദിവസം ഞാൻ ജിന്നിന്റെയും, മറ്റ് ഒമ്പത് ദിവസം നിന്റേതുമാണ്.”

ഞാൻ പറഞ്ഞു (അപ്പോഴേക്കും വീഞ്ഞ് എന്റെ തലയ്ക്കടിച്ചിരുന്നു) ഇപ്പോൾ തന്നെ ചുമരിന്റെ തട്ടിന് മുകളിൽ കൊത്തിവെച്ച വരയിലൂടെ കൈയോടിച്ച് 'ഇഫ്രിട്ടി'നെ വരുത്തുക, ഞാനവനെ കൊന്നുകളയാം. 'ഇഫ്രിട്ടു'കളെ കൊല്ലുന്നത് എന്റെ ഒരുശീലമാണ്!"

എന്റെ വാക്കുകൾ കേട്ട് അവൾ വിളറി വെളുത്തു. "അള്ളായാണേ അങ്ങനെ പറയല്ലെ!" അവൾ ആവർത്തിച്ചുകൊണ്ടിരുന്നു. അതിനെ ന്യായീകരിച്ചുകൊണ്ടവൾ ഏതാനും കവിതാശകലങ്ങൾ ചൊല്ലി. അവളുടെ കവിത ഞാൻ കേട്ടെങ്കിലും അത് കാര്യമാക്കിയില്ല. എന്നു മാത്രമല്ല, ഞാൻ എഴുന്നേറ്റ് ആ ഭിത്തിയിൽ ശക്തമായൊരു ചവിട്ട് വെച്ചു കൊടുത്തു - അപ്പോഴേക്കും നേരം പുലരാറായെന്ന് ഷാഹ്രസാദ് മനസ്സിലാക്കി; അവൾക്ക് കഥ പറയാനനുവദിച്ച സമയം കഴിഞ്ഞിരിക്കുന്നു.

പതിമൂന്നാം രാവ്

അവൾ പറഞ്ഞു, ഓ, കീർത്തിമാനായ രാജാവേ, അങ്ങനെ രണ്ടാമത്തെ ഫക്കീർ ആ മഹതിയോട് കഥപറച്ചിൽ തുടർന്നു- എന്നാൽ, അല്ലയോ യജമാനത്തി, ഞാൻ ആ ഭിത്തിയിൽ ശക്തമായി ചവുട്ടിയപ്പോൾ, അതാ നോക്കൂ, വായു വിറങ്ങലിച്ചു, ഇരുളടഞ്ഞു, ഇടിമിന്നലും ഇടിവെട്ടും ഉണ്ടായി; ഭൂമികുലുക്കം അനുഭവപ്പെട്ടു, ഭൂമിയിൽ ഒന്നും കാണാനാകാത്തതു പോലെ! ഉടനെ വീഞ്ഞിന്റെ ലഹരി എന്റെ തലയിൽ നിന്നും വിട്ടുപോയി! ഞാനവളോട് വിളിച്ചു ചോദിച്ചു."എന്താണ് കാര്യം?"

അവൾ മറുപടി നൽകി. "നമ്മൾക്കുമേൽ 'ഇഫ്രിട്ട്' എത്തിയിരിക്കുന്നു! ഇക്കാര്യം ഞാൻ നിനക്ക് മുന്നറിയിപ്പ് തന്നതല്ലേ? അള്ളായാണേ, നീ എന്നെ നാശത്തിലേക്ക് നയിച്ചു; എന്നാൽ, നീ വന്ന വഴി തന്നെ ഓടിപ്പോയി സ്വന്തം ജീവൻ രക്ഷിക്കൂ!"

അങ്ങനെ ഞാൻ കോണിയിലൂടെ മുകളിലേക്ക് പാഞ്ഞു; എന്നാൽ, ഭയങ്കരമായ പേടിമൂലം ഞാൻ ചെരുപ്പുകളും മഴുവും എടുക്കാൻ മറന്നുപോയി! രണ്ട് പടികയറിയശേഷം ഞാനതെടുക്കാനായി പിൻതിരിയവെ, അതാ ഭൂമി പിളർന്ന്, വൃത്തികെട്ട ഭീകരരൂപമുള്ള ഒരു 'ഇഫ്രിട്ട്' പുറത്ത് വരുന്നു!" എന്നെ ശല്യപ്പെടുത്താൻ മാത്രം എന്ത് കുഴപ്പമാണ് ഉണ്ടായത്? എന്ത് അത്യാഹിതമാണ് നിനക്ക് സംഭവിച്ചത്?"

"ഒരു അത്യാഹിതവും സംഭവിച്ചിട്ടില്ല" അവൾ മറുപടി നൽകി; എന്റെ ഹൃദയത്തിലെ കനത്ത ദുഃഖം സഹിക്കാതായപ്പോൾ ഞാൻ അല്പം വീഞ്ഞും കുടിച്ചു! പിന്നെ, കക്കൂസിലേക്ക് പോകാനായി എഴുന്നേറ്റു; എന്നാൽ വീഞ്ഞ് എന്റെ തലയ്ക്ക് പിടിച്ചിരുന്നു; ഞാൻ ആ ഭിത്തിയിലേക്ക് വീണു"

"നീ നുണ പറയുകയാണ്, ഒരു തേവിടിശ്ശിയെ പോലെ!" 'ഇഫ്രിട്ട്' ചീറി; പിന്നെ അവൻ ചുറ്റുപാടും നിരീക്ഷിച്ചപ്പോൾ എന്റെ മഴുവും ചെരുപ്പുകളും കണ്ടെത്തി. അവൻ ചോദിച്ചു. "നിന്റെ സമൂഹത്തിൽപ്പെട്ട ഒരു മനുഷ്യന്റെ വസ്തുക്കളല്ലാതെ മറ്റെന്താണ് ഇവയെല്ലാം?"

അവൾ മറുപടി നല്കി. "ഈ നിമിഷം വരെ ഞാനത് കണ്ടിട്ടില്ല. നിങ്ങൾ സ്വന്തം തുണികൾ കീറാൻ വേണ്ടി അതവിടെ കൊണ്ടുവെച്ചതായിരിക്കും."

ഇഫ്രിട്ട് അട്ടഹസിച്ചു. "അസംബന്ധം, നീ വേശ്യയാണ്, വ്യഭിചാരിണി! പിന്നെ അവളെ പൂർണ്ണ നഗ്നയാക്കി, കൈകളും കാലുകളും നാല് കുറ്റികളിൽ കെട്ടിയിട്ട്, കുരിശിലേറിയതുപോലെ കിടത്തി; അവളെ കുറ്റസമ്മതം നടത്തിക്കാനായി ക്രൂരമായ പീഡനം ആരംഭിച്ചു. അവളുടെ നിലവിളിയും മോങ്ങലും എനിക്ക് കേട്ടുനില്ക്കാൻ കഴിഞ്ഞില്ല. അതുകൊണ്ട് പേടിച്ചു വിറച്ചുകൊണ്ട് ഞാൻ കോണി കയറി മുകളിൽ എത്തി, 'ട്രേപ്പ് ഡോർ' എടുത്ത് പഴയ സ്ഥാനത്തുവെച്ച്, മണ്ണിട്ട് മൂടി. ഞാൻ ചെയ്തതോർത്ത് എനിക്ക് വല്ലാത്ത പശ്ചാത്താപം തോന്നി. ശാന്തമായ ഇരുപത്തഞ്ച് വർഷത്തെ ജീവിതത്തിനുശേഷം ആ നശിച്ച 'ഇഫ്രിട്ടി'ന്റെ കൈയിൽ നിന്നും അവൾ ഏറ്റ പീഡനങ്ങളെക്കുറിച്ച് ഞാനോർത്തു; അവളുടെ സൗന്ദര്യവും വശ്യതയും എന്റെ മനസ്സിൽ നിന്ന് മാഞ്ഞുപോയില്ല! ഞാൻ കാരണമാണല്ലോ ഇതെല്ലാം അവൾക്ക് അനുഭവിക്കേണ്ടിവന്നത്. ഞാൻ എന്റെ അച്ഛനെക്കുറിച്ചും, അദ്ദേഹത്തിന്റെ രാജ്യത്തെക്കുറിച്ചും, ഞാനൊരു വിറകുവെട്ടുകാരനായതിനെക്കുറിച്ചും ചിന്തിച്ചു. അല്പനേരത്തേക്ക് ഞാൻ പ്രസന്നനായിരുന്നു, ലോകം വീണ്ടും എന്നെ സംബന്ധിച്ചിടത്തോളം കലുഷിതവും ദുരിതപൂർണ്ണവുമായിരിക്കുന്നു. ഞാൻ അതീവ ദുഃഖിതനായി പൊട്ടിക്കരഞ്ഞു.

പിന്നെ ഞാൻ നേരെ തയ്യൽക്കാരനായ എന്റെ സുഹൃത്തിന്റെ വീട്ടിലേക്ക് നടന്നു; അവൻ വളരെ ഉത്കണ്ഠയോടെ എന്നെയും പ്രതീക്ഷിച്ച് ഇരിക്കുകയായിരുന്നു; എന്നെക്കുറിച്ചോർത്തവൻ ഒരു പാട് തീ തിന്നു! എന്ന് കണ്ടപ്പോൾ അവൻ പറഞ്ഞു. "രാത്രി മുഴുവൻ നിന്നെ കുറിച്ചോർത്ത് എന്റെ ഹൃദയം പിടച്ചുകൊണ്ടിരുന്നു; വല്ല കാട്ടുമൃഗങ്ങളോ മറ്റോ നിന്നെ ആക്രമിച്ചു കാണുമെന്ന് ഞാൻ ഭയപ്പെട്ടു. നിന്നെ സുരക്ഷിതനായി എത്തിച്ചതിന് അള്ളായോട് നന്ദി പറയുന്നു!"

അവന്റെ സുഹൃത്ത് സഹജമായ ഉത്കണ്ഠക്ക് നന്ദി പറഞ്ഞു, എന്റേതായ മൂലയിലേക്ക് ഞാൻ പിൻവാങ്ങി. എനിക്ക് അനുഭവിക്കേണ്ടി വന്ന വിചിത്ര സംഭവങ്ങളെക്കുറിച്ച് ഞാൻ അഗാധമായ ചിന്തയിലാണ്ട് ഇരുന്നുപോയി. ഞാൻ ചെയ്ത തലതിരിഞ്ഞ പ്രവൃത്തിയേയും, ഒരു വിഡ്ഢിയെപോലെ ഭിത്തിയിൽ ഇടിച്ച് എല്ലാ ദ്രോഹങ്ങളും വരുത്തി വെച്ചതിനെയും കുറിച്ച് കുറ്റബോധത്തോടെ ഞാൻ ഓർത്തു; ഞാൻ എന്നെ സ്വയം ശകാരിച്ചു. ആ സമയത്ത് എന്റെ സുഹൃത്ത് അടുത്തുവെന്ന് പറഞ്ഞു.

"ഓ, യുവാവേ, നിന്നെ അന്വേഷിച്ച് കടയിൽ ഒരു വൃദ്ധനായ പെർഷ്യൻ വന്നിരിക്കുന്നു. നീ വിറകുവെട്ടാൻ പോയപ്പോൾ കൈയിലുണ്ടായിരുന്ന മഴുവും കാലിലിട്ടിരുന്ന ചെരുപ്പുകളും അയാൾ കൊണ്ടുവന്നിട്ടുണ്ട്. അവയുമായി അയാൾ വിറകുവെട്ടുകാരെ സമീപിച്ച് ഇപ്രകാരം പറഞ്ഞത്രെ. "ഞാൻ പുറത്തുപോകാൻ നിൽക്കവെ രാവിലത്തെ പ്രാർത്ഥനയ്ക്കുള്ള വാങ്ക് വിളികേട്ടു. അപ്പോഴാണ് ഈ സാധനങ്ങൾ എന്റെ ശ്രദ്ധയിൽപ്പെട്ടത്. അതാരുടേതാണെന്ന് എനിക്കൊരു പിടിയും കിട്ടിയില്ല; അതുകൊണ്ട് ഇതിന്റെ ഉടമസ്ഥന്റെ അടുത്തേക്ക് എന്നെ നയിക്കുക."

വിറകുവെട്ടുകാർ നിന്റെ മഴു തിരിച്ചറിഞ്ഞ്, അയാളെ നിന്റെ അടുത്തേക്കയച്ചു, അയാൾ എന്റെ കടയിൽ ഇരിക്കുന്നുണ്ട്; അതുകൊണ്ട്

അവിടെ ചെന്ന്, അയാളോട് നന്ദി പറഞ്ഞ് നിന്റെ മഴുവും ചെരുപ്പുകളും എടുത്ത് കൊണ്ടുവരൂ."

ഞാനിത് കേട്ടപ്പോൾ പേടിച്ച് വിളറിപ്പോയി, ഇടി വെട്ടേറ്റ് ബോധം കെട്ടതുപോലെ ആയി! ആ ആഘാതത്തിൽ നിന്ന് ഞാൻ മുക്തി നേടുന്നതിനുമുമ്പ്, നോക്കൂ എന്റെ മുറിയുടെ തറ പൊളിച്ച് പെർഷ്യൽ എന്നു പറഞ്ഞ ആ ഭൂതം പുറത്തു വന്നിരിക്കുന്നു! അവൻ ആ മഹതിയെ ഭയങ്കരമായി പീഡിപ്പിച്ചിട്ടും അവൾ കുറ്റസമ്മതം നടത്തിയിരുന്നില്ല. അപ്പോൾ, അവൻ മഴുവും ചെരുപ്പുകളും എടുത്തുകൊണ്ട് അവളോട് പറഞ്ഞു. "ഞാൻ 'ഇ ബ്ലീസി'ന്റെ വംശത്തിൽ പിറന്ന 'ജിർജിസ്' ആണെങ്കിൽ, ഇവയുടെ ഉടമയെ ഞാൻ നിന്റെ അടുക്കലേക്ക് കൊണ്ടുവരും!"

പിന്നെ അവൻ മുമ്പ് പറഞ്ഞതുപോലെ നടിച്ച് വിറകുവെട്ടുകാരുടെ അടുത്തേക്ക് പോയി. അവർ എന്റെ അടുത്തേക്ക് അവനെ പറഞ്ഞു വിടുകയും ചെയ്തു. കടയിൽ കുറച്ചുനേരം ചിലവഴിച്ച് വസ്തുതകൾ സ്ഥിരീകരിച്ച ശേഷം പെട്ടെന്നവൻ എന്നെ, ഒരു കഴുകൻ എലിയെ ഇറുക്കി പിടിക്കുന്നതു പോലെ, ഇറക്കുപ്പിടിച്ച് ആകാശത്തിലേക്ക് പറന്നുയർന്നു. പിന്നെ, പെട്ടെന്ന് എന്നോടൊപ്പം ഭൂമിക്കുള്ളിലേക്ക് തുളച്ച് കയറി ഭൂഗർഭ കൊട്ടാരത്തിലെത്തി. അന്ന് രാത്രി ഞാൻ സ്വർഗ്ഗീയ സുഖം ആസ്വദിച്ച ആ മുറിയിൽ ആ മഹതിയെ നാല് തൂണുകളിലായി കൈകാലുകൾ ബന്ധിച്ച് കിടത്തിയിരിക്കുന്നത് ഞാൻ കണ്ടു. അവൾ പൂർണ്ണ നഗ്നയാണ്. ശരീരത്തിലെ മുറിവുകളിൽ നിന്നും ചോര ഒലിക്കുന്നുണ്ട്. ആ കാഴ്ച കണ്ട് എന്റെ കണ്ണുകൾ നിറഞ്ഞൊഴുകി.

ഇഫ്രീട്ട് അവളോട് അലറി. "എടീ ദുർന്നടപ്പുകാരി, ഇതല്ലേ നിന്റെ കാമുകൻ?" അവൾ എനിക്കുനേരെ നോക്കി. മറുപടി നൽകി. "എനിക്കയാളെ അറിയില്ല, ഇതിന് മുമ്പൊരിക്കലും അവനെ കണ്ടിട്ടുമില്ല!"

"എന്ത്! ഇത്രയും അടി കിട്ടിയിട്ടും കുറ്റം സമ്മതിക്കുന്നില്ല!"

"ഞാൻ ഈ മനുഷ്യനെ ഇതുവരെ ഒരിക്കലും കണ്ടിട്ടില്ല, അള്ളായ്ക്ക് മുന്നിൽ അയാളെക്കുറിച്ച് നുണ പറയുന്നത് നീതിയല്ലല്ലോ."

"നീ അവനെ അറിയില്ലെങ്കിൽ" ഇഫ്രീട്ട് അവളോട് പറഞ്ഞു. "ഈ വാളെടുത്ത് അവന്റെ തല വെട്ടി വീഴ്ത്തൂ."

അവൾ വാളുമെടുത്ത് എന്റെ അരികിലെത്തി. ഞാൻ കൺപുരികങ്ങൾ കൊണ്ട് ആംഗ്യം കാട്ടി, എന്റെ കവിളിലൂടെ കണ്ണുനീർച്ചാലുകൾ ഒഴുകുന്നുണ്ടായിരുന്നു. എന്റെ ആംഗ്യഭാഷയിൽ തന്നെ അവൾ മറുപടി നൽകി. "ഈ ദ്രോഹമെല്ലാം നിങ്ങൾക്കെന്നെക്കൊണ്ട് എങ്ങനെ ചെയ്യിക്കാൻ കഴിഞ്ഞു?"

അതേ ശൈലിയിൽ ഞാൻ പറഞ്ഞു. "ദയയും മാപ്പും നൽകേണ്ട സമയമാണിത്."

അപ്പോൾ, ഓ, യജമാനത്തി, ആ സ്ത്രീ വാൾ വലിച്ചെറിഞ്ഞുകൊണ്ട് പറഞ്ഞു. "ഞാൻ അറിയാത്ത ഒരാളുടെ കഴുത്ത് ഞാൻ എങ്ങനെയാണ് അറക്കുക? അതും എനിക്ക് യാതൊരു ദ്രോഹവും ചെയ്യാത്ത ഒരാളുടെ? എന്റെ നിയമാവലിയിൽ അത് അനീതിയാണ്!"

ഇഫ്രീട്ട് പറഞ്ഞു "നിനക്ക് സ്വന്തം കാമുകനെ കൊല്ലാൻ ദുഃഖമുണ്ടായിരിക്കും; കാരണം, അവൻ നിന്നോടൊപ്പം ശയിച്ചവനാണ്; നീ ഈ പീഡനങ്ങളെല്ലാം സഹിച്ചിട്ടും കുറ്റം ശക്തമായി നിഷേധിക്കുന്നു.

അതുകൊണ്ട് എനിക്കൊരു കാര്യം വ്യക്തമായി, സ്നേഹം പോലെയാണ് ദയയും."

പിന്നെ അവൻ എന്റെ നേരെ തിരിഞ്ഞ് ചോദിച്ചു. "ഓ, മനുഷ്യാ, നിങ്ങളും ഒരു പക്ഷേ, ഈ സ്ത്രീയെ അറിയില്ലായിരിക്കും?"

ഞാൻ മറുപടി നല്കി. "ഞാൻ അഭ്യർത്ഥിക്കുകയാണ്. അവൾ ആരാണ്? തീർച്ചയായും, ഇതുവരെ ഒരിക്കലും ഞാനവളെ കണ്ടിട്ടേയില്ല."

"എങ്കിൽ, ഈ വാള് എടുക്കൂ" അവൻ പറഞ്ഞു. "അവളുടെ ശിരസ്സറുത്തിടൂ, അപ്പോൾ ഞാൻ വിശ്വസിക്കാം നിനക്കവളെ അറിയില്ലെന്ന്. നിന്നെ ഞാൻ സ്വതന്ത്രനാക്കാം. നിനക്ക് യാതൊരു ദ്രോഹവും ഞാൻ ചെയ്യില്ല." ഞാൻ മറുപടി നൽകി. "അത് ഞാൻ ചെയ്യാം." പിന്നെ വാൾ കൈയിലെടുത്ത് അവളുടെ മുന്നിലെത്തി വെട്ടാനായി വാൾ ഉയർത്തി. എന്നാൽ, അവൾ കൺപുരികങ്ങൾകൊണ്ട് എന്നോട് ആംഗ്യം കാണിച്ചു.

"ഞാൻ നിങ്ങളെ പ്രേമിച്ചത് കുറ്റകരമാണോ; ഇതാണോ അതിന് നിങ്ങൾ എനിക്ക് തരുന്ന പ്രതിഫലം?" അവളുടെ നോട്ടത്തിൽ അടങ്ങിയ ആശയം എനിക്ക് മനസ്സിലായി. ഞാൻ കൺപുരികങ്ങൾ കൊണ്ടുതന്നെ മറുപടി പറഞ്ഞു. "നിനക്കുവേണ്ടി ഞാൻ എന്റെ ആത്മാവ് തന്നെ ബലിയർപ്പിക്കും?"

എന്റെ കണ്ണുകൾ നിറഞ്ഞൊഴുകി; ഞാൻ വാൾ വലിച്ചെറിഞ്ഞു കൊണ്ട് പറഞ്ഞു. "ഓ, കരുത്തനും ശൂരനുമായ ഇഫ്രീട്ട്, വലിയ വിവേകിയല്ലാത്തവളും അത്രയ്ക്ക് വിശ്വാസിയല്ലാത്തവളുമായൊരു സ്ത്രീക്ക് എന്റെ ശിരസ്സറുക്കുന്നത് അനീതിയായി തോന്നിയിട്ടുണ്ടെങ്കിൽ, ഞാൻ ജീവിതത്തിലൊരിക്കലും കണ്ടിട്ടില്ലാത്ത ഒരു സ്ത്രീയുടെ കഴുത്തറുക്കുന്നത് എത്രത്തോളം നീതിയുക്തമാണ്! എനിക്ക് അത്തരം ദുർവൃത്തി ചെയ്യാനാകില്ല, നീ എന്നെ കൊന്നാലും എനിക്ക് നിത്യനരകം നൽകിയാലും വിരോധമില്ല!" അപ്പോൾ ഇഫ്രീട്ട് പറഞ്ഞു."നിങ്ങൾ ഇരുവരും നല്ല പരസ്പര ധാരണയുള്ളവരാണ്. എന്നാൽ, അവയുടെ എല്ലാം അന്ത്യം എന്തായിരിക്കുമെന്ന് ഞാൻ നിങ്ങൾക്ക് കാണിച്ചുതരാം."

അവൻ വാൾ എടുത്ത്, നാല് വെട്ടുകൊണ്ട് ആ സ്ത്രീയുടെ കൈകൾ അറുത്ത് വീഴ്ത്തി, പിന്നെ അവളുടെ കാലുകളും. മരണമുറപ്പാക്കി ഞാൻ നിൽക്കവേ, അവൾ കണ്ണുകൾകൊണ്ട് എന്നോട് അന്തിമ വിടവാങ്ങൽ നടത്തി.

അതുകണ്ട് ഭൂതം അവളോട് അട്ടഹസിച്ചു. "എടീ, വ്യഭിചാരിണി, നിന്റെ കണ്ണുകൾ എന്നെ പരിഹസിക്കുന്നോ?"പിന്നെ, ഒറ്റവെട്ടിന് അവളുടെ തല തെറിപ്പിച്ചുകളഞ്ഞു!

അതിനുശേഷം എന്റെ നേരെ തിരിഞ്ഞു കൊണ്ടവൻ പറഞ്ഞു. "ഹേ, മനുഷ്യാ ഞങ്ങളുടെ നിയമ പുസ്തകപ്രകാരം, വ്യഭിചാരിണിയായ ഭാര്യയെ കൊല്ലുന്നത് നിയമാനുസൃതമാണ്. ഈ യുവതിയെ കുറിച്ചു പറഞ്ഞാൽ അവളുടെ ആദ്യരാത്രിയിലാണ് ഞാനവളെ തട്ടിക്കൊണ്ടുവന്നത്. അന്നവൾ പന്ത്രണ്ട് വയസ്സുള്ള ഒരു ബാലികയായിരുന്നു. അവൾക്ക് എന്നെയല്ലാതെ മറ്റൊരാളെ അറിയില്ല. ഞാൻ പത്ത് ദിവസത്തിലൊരിക്കൽ ഒരു പെർഷ്യന്റെ രൂപത്തിൽ ഇവിടെ വന്ന്, ആ രാത്രി ഇവളോടൊപ്പം ശയിക്കും. അവൾ പരപുരുഷബന്ധം നടത്തിയിട്ടുണ്ടെന്ന് ഞാൻ ഉറപ്പാക്കിയപ്പോഴാണ് അവളെ വധിച്ചത്. നിന്നെ സംബന്ധിച്ചിടത്തോളം അവളിലൂടെ

നീ എന്നോട് തെറ്റു ചെയ്തെന്ന് എനിക്ക് പൂർണ്ണബോധ്യമായിട്ടില്ല. എന്തായാലും നിന്നെ വെറുതെ അങ്ങ് പോകാനും ഞാൻ അനുവദിക്കില്ല; അതുകൊണ്ട് എന്നോടൊരു 'വരം' ചോദിച്ചുകൊള്ളൂ, ഞാനത് നൽകാം."

അപ്പോൾ ഞാൻ ആഹ്ലാദിച്ചു. എന്റെ യജമാനത്തി, അതിയായ സന്തോഷത്തോടെ ഞാൻ ചോദിച്ചു. "എന്ത് വരമാണ് ഞാൻ ആവശ്യപ്പെടേണ്ടത്?" അവൻ മറുപടി നല്കി." ഈ വരം ചോദിക്കുക; നിന്നെ ഏത് രൂപത്തിലേക്കാണ് ഞാൻ മാറ്റേണ്ടത്. ഒരു നായയോ, കഴുതയോ, കുരങ്ങോ."ഞാൻ പറഞ്ഞു(എന്റെ നേരെ ദയകാട്ടുമെന്ന് ഉറപ്പിച്ചുകൊണ്ട്) "അള്ളായെ ഓർത്ത് എന്നെ വിടൂ, നിന്നോട് യാതൊരു തെറ്റും ചെയ്യാത്ത ഒരു മുസ്ലീം ആയ എന്നോട് നീ ദയകാണിച്ചാൽ, അള്ളാ നിന്നോട് ദയ കാണിക്കും."അമിതമായ വിനയത്തോടെ ഞാനവന്റെ മുന്നിൽ നിന്ന് പറഞ്ഞു. "ഈ ചുറ്റുപാടിൽ ഞാൻ തീവ്ര ദുഃഖിതനാണ്." അവൻ മറുപടി നല്കി. "എന്നോട് വലിയ വർത്തമാനമൊന്നും വേണ്ട, നിന്നെ കൊല്ലുകയാണ് ഞാൻ ചെയ്യേണ്ടത്; എന്നാൽ, അതിന് പകരം നിനക്ക് മറ്റെന്തെങ്കിലും തിരഞ്ഞെടുക്കാം."

ഞാൻ മറുപടി നല്കി. "ഓ, ഇഫ്രിട്ട്, അസൂയാലുവിന് മാപ്പു കൊടുത്ത അയൽവാസിയെപ്പോലെ നീ എനിക്ക് മാപ്പു തന്നാൽ, നീയും ആ നിലയിലെത്തും. അവൻ ചോദിച്ചു. "എന്താണത്!" ഞാനവന് ആ കഥ പറഞ്ഞു കൊടുക്കാൻ തുടങ്ങി.

അസൂയാലുവിന്റെയും അസൂയയ്ക്ക് ഇരയായവന്റെയും കഥ

പണ്ട് ഒരു നഗരത്തിൽ രണ്ട് പേർ അടുത്തടുത്ത വീടുകളിൽ താമസിച്ചിരുന്നു. അവരിൽ ഒരാൾ ഭയങ്കര അസൂയാലുവായിരുന്നു. അയൽവാസിയെ അയാൾ തിന്മനിറഞ്ഞ ദൃഷ്ടിയോടെയാണ് നോക്കിയിരുന്നത്; അയാളെ നോവിപ്പിക്കാനായി പരമാവധി ശ്രമിച്ചിരുന്നു. എന്നുമാത്രമല്ല, സദാസമയം അയൽവാസിയോട് ഉള്ള ദ്രോഹചിന്ത അയാളിൽ വളർന്നുവന്നു, ഒടുവിൽ ഊണും ഉറക്കവും ഇല്ലാത്ത നിലയിലെത്തി.

എന്നാൽ, അസൂയയ്ക്ക് ഇരയായവനാകട്ടെ അഭിവൃദ്ധി മാത്രമേ ഉണ്ടായുള്ളൂ! മറ്റവൻ എത്രത്തോളം അയാളെ ദ്രോഹിക്കാൻ ശ്രമിച്ചുവോ, അത്രത്തോളം അയാൾ വളർന്ന് അഭിവൃദ്ധി പ്രാപിച്ചുകൊണ്ടിരുന്നു. അവ സാനം, തന്റെ അയൽക്കാരന്റെ വിദ്വേഷത്തെക്കുറിച്ചും, തന്നെ നിരന്തരമായി ദ്രോഹിക്കാനായി നടത്തിയ പ്രയത്നങ്ങളെക്കുറിച്ചും അയാൾ അറിയാനിടയായി. അപ്പോൾ അയാൾ പറഞ്ഞു. 'അള്ളായാണേ! ദൈവത്തിന്റെ ഭൂമി അതിലെ ജനങ്ങൾക്കായി പരന്നു കിടക്കുകയാണ്."

അയാൾ ആ പരിസരം വിട്ട് മറ്റൊരു നഗരത്തിൽ പോയി, ഒരു കഷ്ണം സ്ഥലം വാങ്ങിച്ച്, അവിടെ വാസയോഗ്യമാക്കി. പഴയ ദ്രവിച്ച വീട് പൊളിച്ചു കളഞ്ഞ് അവിടെ ഒരു പ്രസംഗമണ്ഡപവും, അവശ്യ ഫർണീച്ചർ ഉള്ളൊരു കൊച്ചു വീടും നിർമ്മിച്ചു. പിന്നെ അവിടെ താമസമാക്കി, സർവ്വശക്തനായ ദൈവത്തിൽ വിശ്വാസമർപ്പിച്ച്, പ്രാർത്ഥനയിൽ മുഴുകി ജീവിച്ചു. ഫക്കീറുകളും സന്ന്യാസിമാരും നാടിന്റെ നാനാഭാഗത്ത് നിന്നും അയാളുടെ അടുക്കലേക്ക് ഒഴുകി. അയാളുടെ കീർത്തി എല്ലാ

നഗരങ്ങളിലും, നാട്ടിൻപുറങ്ങളിലും വിദേശത്തും വ്യാപിച്ചു. അയാളുടെ അസൂയക്കാരനായ പഴയ അയൽക്കാരന്റെ ചെവിയിലും ഈ വാർത്തയെത്തി; ഇത്രയും സമ്പന്നനും പ്രമാണിമാരുടെയെല്ലാം ഗുരുവുമായി തീർന്നിരിക്കുന്നു തന്റെ അയൽക്കാരൻ എന്നയാൾ കേട്ടപ്പോൾ, ആ പുണ്യവാളന്റെ ആശ്രമത്തിലയാൾ എത്തി. അദ്ദേഹം അയാളെ ആദരവോടെ സ്വീകരിച്ച് അഭിവാദ്യങ്ങളർപ്പിച്ചു.

"എനിക്ക് നിങ്ങളോട് ഒരു വാക്ക് പറയാനുണ്ട്; അതിനുവേണ്ടിയാണ് ഇത്രയും ദൂരം യാത്ര ചെയ്ത് ഞാനിവിടെ എത്തിയത്; എനിക്ക് നിങ്ങളോട് ഒരു ശുഭ വാർത്ത അറിയിക്കാനുണ്ട്. അതുകൊണ്ട് നിങ്ങളുടെ മുറിയിലേക്ക് വരൂ."

അപ്പോൾ അദ്ദേഹം എഴുന്നേറ്റ് അസൂയാലുവിന്റെ കൈപിടിച്ച് ആശ്രമത്തിന്റെ ഏറ്റവും ഉള്ളിലെ മുറിയിലേക്ക് പോയി. അസൂയാലു പറഞ്ഞു. "നിങ്ങളുടെ സന്ന്യാസിമാരോട് അവരവരുടെ മുറിയിലേക്ക് പോകാനായി ഉത്തരവ് കൊടുക്കൂ; എന്തുകൊണ്ടെന്നാൽ, ഞാൻ പറയുന്ന രഹസ്യം മറ്റാരും കേൾക്കാൻ പാടില്ല." അപ്രകാരം അദ്ദേഹം ഫക്കീർമാരോട് ഉത്തരവ് നൽകി. "നിങ്ങൾ സ്വന്തം മുറികളിലേക്ക് പോകൂ."

അദ്ദേഹത്തിന്റെ ഉത്തരവനുസരിച്ച് എല്ലാവരും പോയപ്പോൾ അദ്ദേഹം തന്റെ സന്ദർശകനോടൊപ്പം കുറച്ചു ദൂരം നടന്ന് പഴയ പൊട്ടക്കിണറിനടുത്തെത്തി. അതിന്റെ അറ്റത്തവർ നിൽക്കവേ ആ അസൂയാലു അദ്ദേഹത്തെ ഒരു തള്ള് വെച്ചു കൊടുത്തു. അദ്ദേഹം പൊട്ടക്കിണറ്റിലേക്ക് തല കുത്തി വീണു; ആരും അത് കാണുകയുണ്ടായില്ല. ഉടനെ അസൂയാലു തിരിച്ചു നടന്നു, താൻ അദ്ദേഹത്തെ കൊന്നു എന്നാണയാൾ കരുതിയത്!

സന്ദർഭവശാൽ ഈ പൊട്ട കിണറിന് ജിന്നിന്റെ ബാധയുണ്ടായിരുന്നു. ഈ വീഴ്ച കണ്ട ജിന്നി അദ്ദേഹത്തെ താങ്ങിപ്പിടിച്ച് മെല്ലെമെല്ലെ അടിയിലെത്തിച്ചു; പിന്നെ വലിയൊരു പാറപ്പുറത്ത് അവർ അദ്ദേഹത്തെ ഇരുത്തി.

അവരിൽ ഒരാൾ മറ്റുള്ളവരോട് ചോദിച്ചു. "ഈ മനുഷ്യൻ ആരാണെന്ന് നിങ്ങൾക്കറിയാമോ?"

"ഇല്ല" അവൻ മറുപടി നല്കി. "ഈ മനുഷ്യൻ" അവൻ തുടർന്നു "അസൂയക്കിരയായൊരു മഹാനാണ്; അസൂയാലുവിൽ നിന്നും ഓടിപോന്ന് നമ്മുടെ നഗരത്തിൽ താമസിക്കാനെത്തിയവൻ; ഇവിടെ അദ്ദേഹം ഈ പുണ്യാശ്രമം സ്ഥാപിച്ചു; അദ്ദേഹം നമ്മളെ ഉത്ബുദ്ധനാക്കുന്നു; ഖുർ-ആൻ പ്രഭാഷണത്തിലൂടെയും പ്രാർത്ഥനകളിലൂടെയും നമ്മൾക്ക് ആത്മീയോന്നതി നേടി തരുന്നു. എന്നാൽ, ആ അസൂയാലു യാത്ര ചെയ്ത് ഇവിടെ വന്ന് അദ്ദേഹത്തെ ചതിച്ച്, നമ്മൾ ഇരിക്കുന്ന ഈ പൊട്ടക്കിണറ്റിലേക്ക് തള്ളിയിട്ടു. എന്നാൽ, ഈ പുണ്യാത്മാവിന്റെ കീർത്തി നമ്മുടെ നഗരത്തിലെ സുൽത്താന്റെ ചെവിയിൽ ഇന്നാണ് എത്തിയിരിക്കുന്നത്. അദ്ദേഹം സ്വന്തം പുത്രിയുടെ കാര്യത്തിനായി നാളെ അദ്ദേഹത്തെ സന്ദർശിക്കാൻ പദ്ധതിയിട്ടിരിക്കയാണ്."

"എന്താണ് അദ്ദേഹത്തിന്റെ മകളുടെ അസുഖം?" ഒരാൾ ചോദിച്ചു. 'അവൾക്കെന്തോ ബാധ ഏറ്റിട്ടുണ്ട്. ദംദമിന്റെ മകൻ 'മെയ്മുൻ' അവൾക്കു വേണ്ടി ഭ്രാന്ത് പിടിച്ച് നടക്കുകയാണ്; എന്നാൽ, ഈ

പുണ്യാത്മാവിന് അതിനുള്ള നിവാരണ മാർഗ്ഗം അറിയാമെങ്കിൽ അവളുടെ അസുഖം വളരെ എളുപ്പത്തിൽ മാറ്റാൻ കഴിയും."

"എന്താണ് മരുന്ന്?" അവരിലൊരാൾ ചോദിച്ചു.

"അദ്ദേഹത്തിന്റെ ആശ്രമത്തിൽ ഒരു കണ്ടൻപൂച്ചയുണ്ട്; അതിന്റെ വാലിന്റെ അറ്റത്ത് ഒരു 'ദിറ'മിന്റെ അത്ര വലുപ്പത്തിൽ ഒരു വെള്ള പാണ്ടുണ്ട്; അതിൽ നിന്ന് അദ്ദേഹം ഏഴ് വെള്ള രോമങ്ങൾ പറിച്ചെടുത്ത് കരിച്ച് രാജകുമാരിയുടെ മൂക്കിലൂടെ കടത്തി വിട്ടാൽ, 'മെയ്മൂൺ' അവളിൽ നിന്നും പറ പറക്കും; പിന്നെ തിരിച്ച് വരില്ല. പിന്നെ ജീവിത കാലം മുഴുവൻ അവൾ സുബോധത്തോടെ ജീവിക്കും."

ഇതെല്ലാം നടന്നത്, ഓ ഇഫ്രിട്ട്, ആ പുണ്യാത്മാവിന്റെ മുന്നിൽ വെച്ചായിരുന്നു; അദ്ദേഹം അതെല്ലാം ശ്രദ്ധിച്ച് കേട്ടു.

നേരം പുലർന്നപ്പോൾ ഫക്കീറുമാർ ഷേക്കിനെ തിരക്കി നടക്കവേ, അദ്ദേഹം കിണറിന്റെ ഭിത്തിയിലൂടെ മുകളിലേക്ക് കയറി വരുന്നത് അവർ കണ്ടു. അദ്ദേഹം പ്രാർത്ഥനയ്ക്കോ, തപസ്സിനോ വേണ്ടി പോയതായിരിക്കും എന്നവർ കരുതി.

കറുത്ത കണ്ടൻ പൂച്ചയ്ക്ക് രോഗശമന മാർഗ്ഗം കാണിച്ചു തരാൻ കഴിയുമെന്ന് മനസ്സിലാക്കിയിരുന്ന അദ്ദേഹം, അതിന്റെ വാലിലെ വെളുത്ത പാണ്ടിൽ നിന്നും ഏഴ് വെള്ള രോമങ്ങൾ പറിച്ചെടുത്ത് അടുത്ത് വെച്ചു. നേരം നന്നായി പുലരുന്നതിന് മുമ്പു തന്നെ സുൽത്താൻ ആശ്രമത്തിലെത്തി; സൈന്യത്തെ പുറത്ത് നിർത്തി, വലിയ പ്രഭുക്കന്മാരോടൊപ്പം അദ്ദേഹം ഉള്ളിലേക്ക് പ്രവേശിച്ചു. ഷേക് അദ്ദേഹത്തെ ഹാർദ്ദവമായി സ്വാഗതം ചെയ്ത്, ആദരവോടെ തന്റെ അരികിൽ ആസനസ്ഥനാക്കി.

അദ്ദേഹം രാജാവിനോട് ചോദിച്ചു. "അങ്ങയുടെ വരവിന്റെ കാരണം ഞാൻ പറയട്ടെ?"

"ശരി" രാജാവ് മറുപടി നല്കി.

അദ്ദേഹം തുടർന്നു." അങ്ങ് ഒരു സന്ദർശനത്തിന്റെ ഒഴിവുകഴിവ് പറഞ്ഞാണിവിടെ വന്നിരിക്കുന്നത്; എന്നാൽ, ഹൃദയത്തിനുള്ളിൽ, സ്വന്തം മകളുടെ പ്രശ്നമാണുള്ളത്; അതിനെക്കുറിച്ചെന്നോട് ചോദിക്കലാണ് യഥാർത്ഥ ലക്ഷ്യം."

"അപ്രകാരം തന്നെയാണ്, പുണ്യാത്മാവായ ഷേക്."

"അവളെ ഇങ്ങോട്ട് കൊണ്ടുവരിക, ഉടനെ ചികിത്സിച്ച് സുഖപ്പെടുത്താമെന്ന് ഞാൻ ഉറപ്പ് തരുന്നു. (അള്ളായുടെ ആഗ്രഹം അതാണെങ്കിൽ)"

അതീവ സന്തുഷ്ടനായി രാജാവ് മകളെ കൊണ്ടുവരുവാനായി ആളെ വിട്ടു; കൈകാലുകൾ കെട്ടിയിട്ടുകൊണ്ടായിരുന്നു രാജകുമാരിയെ അങ്ങോട്ട് കൊണ്ടുവന്നത്. ഷേക് അവളെ ഒരു കർട്ടന് പിന്നിൽ ഇരുത്തി; അവിടെ വെച്ച് രോമം കരിച്ച പുക അവളെകൊണ്ട് മണപ്പിച്ചു. അതോടെ അവളുടെ തലയ്ക്കകത്തുണ്ടായിരുന്ന ഭൂതം നിലവിളിച്ച് പുറത്തു ചാടി, അവളെ വിട്ടൊഴിഞ്ഞു.

ഉടനെ ആ പെൺകുട്ടിക്ക് വിവേകം തിരിച്ചു കിട്ടി; അവൾ മുഖം മറച്ചു കൊണ്ട് പറഞ്ഞു. 'എന്താണ് സംഭവിച്ചത്, എന്നെ ആരാണ് ഇങ്ങോട്ട് കൊണ്ടുവന്നത്?"

സുൽത്താന്റെ ആഹ്ലാദം പറഞ്ഞറിയിക്കാനാവില്ല! മകളുടെ കണ്ണുകളിലും, ആ പുണ്യാത്മാവിന്റെ കൈയിലും സുൽത്താൻ ചുംബിച്ചു. പിന്നെ, തന്റെ പ്രഭുക്കന്മാർക്കുനേരെ തിരിഞ്ഞുകൊണ്ടദ്ദേഹം ചോദിച്ചു.

“നിങ്ങൾ എന്ത് പറയുന്നു! എന്റെ മകളെ സുഖപ്പെടുത്തിയ ഇദ്ദേഹത്തിന് എന്ത് പ്രതിഫലമാണ് കൊടുക്കേണ്ടത്?”

എല്ലാവരും ഏക കണ്ഠമായി മറുപടി നല്കി. “അവളെ ഭാര്യയായി അദ്ദേഹത്തിന് നൽകുക.”

രാജാവ് പറഞ്ഞു. “നിങ്ങൾ സത്യമാണ് പറഞ്ഞത്!”

അപ്രകാരം രാജാവ് മകളെ ഷേക്കിന് വിവാഹം കഴിച്ചു കൊടുത്തു, അങ്ങനെ അദ്ദേഹം രാജാവിന്റെ മരുമകനായി തീർന്നു.

കുറച്ചു നാളുകൾക്കു ശേഷം മന്ത്രി മൃതിയടഞ്ഞപ്പോൾ രാജാവ് ചോദിച്ചു. “ആരെയാണ് ഞാൻ മന്ത്രിയായി വാഴിക്കുക?”

“അങ്ങയുടെ മരുമകനെ” രാജസഭാംഗങ്ങൾ മറുപടി നല്കി.

അങ്ങനെ അദ്ദേഹം മന്ത്രിയായി. കുറച്ചുനാൾക്കുശേഷം രാജാവും മരിച്ചു പോയി. അപ്പോൾ പ്രഭുക്കന്മാർ ചോദിച്ചു. “ആരെയാണ് നമ്മൾ രാജാവാക്കുക?”

എല്ലാവരും ഒന്നിച്ച് വിളിച്ചു പറഞ്ഞു. “മന്ത്രിയെ”

അങ്ങനെ മന്ത്രി രാജാവായി ഭരണം ഏറ്റെടുത്തു; ജനങ്ങളുടെ ഒരു യഥാർത്ഥ ഭരണാധിപനായിരുന്നു അദ്ദേഹം.

ഒരു ദിവസം അദ്ദേഹം കുതിരപ്പുറത്തേറി, തന്റെ പ്രഭുക്കന്മാരോടും മന്ത്രിമാരോടും ഒപ്പം രാജകീയ പ്രൗഢിയോടെ സവാരി ചെയ്യവേ തന്റെ പഴയ അസൂയാലുവായ അയൽക്കാരന്റെ മേൽ ദൃഷ്ടി പതിഞ്ഞു; അയാൾ വഴിയോരത്ത് നിൽക്കുകയാണ്. അപ്പോൾ രാജാവ് തന്റെ ഒരു മന്ത്രിയോടായി പറഞ്ഞു. “ആ മനുഷ്യനെ എന്റെ അടുത്തേക്ക് കൂട്ടിക്കൊണ്ടു വരൂ, ഭയപ്പെടുത്താതിരിക്കാൻ ശ്രദ്ധിക്കണം.”

മന്ത്രി അയാളെ കൂട്ടികൊണ്ടുവന്നപ്പോൾ രാജാവ് ഉത്തരവിട്ടു. “അയാൾക്ക് ട്രഷറിയിൽനിന്ന് ആയിരം സ്വർണ്ണ നാണ്യം (ദിനാർ) കൊടുക്കൂ. പത്ത് ഒട്ടകങ്ങൾക്ക് ചുമക്കാവുന്നത്ര വ്യാപാരസാധനങ്ങൾ ഇതിനായി നല്കുകയും വേണം. അയാളുടെ നഗരത്തിലേക്ക് രക്ഷാഭടന്മാരുടെ അകമ്പടിയോടെ അയാളെ കൊണ്ടാക്കുക.”

പിന്നെ തന്റെ ശത്രുവിനോട് അദ്ദേഹം വിട പറഞ്ഞു. അവൻ ചെയ്ത നിരവധി കുറ്റങ്ങൾക്ക് യാതൊരു ശിക്ഷയും നൽകാതെ ദയാദാക്ഷിണ്യം കാണിച്ച്, വിട്ടയച്ചു! നോക്കൂ ഇഫ്രീട്ട്, അസൂയാലുവിനോട് അവന്റെ ദ്രോഹം അനുഭവിച്ചവന്റെ ദയ; അസൂയാലു തുടക്കം മുതൽ അദ്ദേഹത്തെ വെറുത്തു, ഭയങ്കരമായി ദ്രോഹിച്ചുകൊണ്ടിരുന്നു; എപ്പോൾ കാണുമ്പോഴും വേദനിപ്പിക്കയല്ലാതെ മറ്റൊന്നും ചെയ്തിട്ടില്ല; അവൻ മൂലം അദ്ദേഹത്തിന് നാടും വീടും വിട്ട് ഓടേണ്ടിവന്നു; അദ്ദേഹത്തിന്റെ ജീവൻ എടുക്കാൻ വേണ്ടി അയാൾ ഇത്രദൂരം യാത്ര ചെയ്തുചെന്ന്, പൊട്ട കിണറ്റിലേക്ക് തള്ളിയിട്ടു. ഇത്രയൊക്കെ ദ്രോഹിച്ചിട്ടും അദ്ദേഹം പ്രതികാരം ചെയ്തില്ല; നേരെ മറിച്ച് അവന് മാപ്പ് കൊടുക്കുകയും, ഉദാരമായി ധനസഹായം ചെയ്യുകയുമാണുണ്ടായത്. പിന്നെ, ഞാൻ അവന് മുന്നിൽനിന്ന് കരഞ്ഞു, എന്റെ ഗൃഹനാഥേ, ഭയങ്കര

മനോവേദനയോടെ, ഇത്രയും വേദനയോടെ ഞാൻ ഒരിക്കലും കരഞ്ഞിട്ടില്ല. അതിനു ശേഷം ഞാനൊരു കവിതാശകലം ചൊല്ലി.

"എന്റെ കുറ്റം പൊറുക്കുക,
വിവേകശാലികളുടെ ശീലമാണത്.
എല്ലാ തെറ്റുകളും മാപ്പാക്കുക
പ്രതികാരം മറക്കുക."

ഇഫ്രിട്ട് പറഞ്ഞു. "നിന്റെ വാക്കുകൾ ദീർഘിപ്പിക്കേണ്ട! ഞാൻ നിന്നെ കൊല്ലും എന്ന ഭയം വേണ്ട; അതുപോലെ ഞാൻ മാപ്പ് തരുമെന്നും നീ ആശിക്കേണ്ട; നിന്നിൽ മാന്ത്രികശക്തി ഞാൻ പ്രയോഗിക്കും എന്നത് ഉറപ്പാണ്. നിനക്കതിൽ നിന്ന് രക്ഷപ്പെടാനാകില്ല"

എന്നെ അവൻ നിലത്തോടൊപ്പം പറിച്ചെടുത്ത് താരാപഥത്തിലേക്ക് പറന്നു. അവിടെ നിന്ന് നോക്കിയപ്പോൾ, ഭൂമി ഒരു വലിയ വെളുത്തമേഘ കഷ്ണം പോലെയോ വെള്ളത്തിൽ കിടക്കുന്ന ഒരു 'സോസർ' പോലെയോ കാണപ്പെട്ടു! അപ്പോൾ അയാൾ എന്നെ ഒരു മലമുകളിൽ ഇരുത്തി, അല്പം പൊടി കൈയിലെടുത്ത്, അതിലേക്ക് നോക്കി എന്തോ മന്ത്രം ചൊല്ലി, എന്റെ മേൽ വിതറിക്കൊണ്ട് പറഞ്ഞു. "ഈ രൂപം വിട്ട് ഒരു കുരങ്ങന്റെ രൂപം സ്വീകരിക്കുക."

അതേ നിമിഷം ഞാൻ ഒരു കുരങ്ങനായി മാറി, വാലില്ലാത്ത കുരങ്ങൻ! എന്റെ വൃത്തികെട്ട രൂപം കണ്ട് ഞാൻ കുറെ കരഞ്ഞു. എന്നാൽ, എന്റെ ആത്മാവ് വിധിക്ക് സ്വയം കീഴടങ്ങി; ഒരു മനുഷ്യനും ഭാഗ്യം സ്ഥിരമായിട്ടുള്ളതല്ല എന്ന് ആശ്വസിച്ചു.

ഞാൻ മലമുകളിൽ നിന്ന് താഴെ ഇറങ്ങി; അതിന്റെ അടിയിൽ വിശാല മായ മരുഭൂമിയാണ്. ഒരു മാസം ഞാനാ മണലാരണ്യത്തിലൂടെ നടന്നു. ഒടുവിൽ ഞാനൊരു കടൽ തീരത്തിലെത്തി. അവിടെ അല്പനേരം നിന്ന പ്പോൾ, ഒരു കപ്പൽ അവിടേക്ക് വന്നടുക്കുന്നത് ഞാൻ കണ്ടു. കടലോ രത്തെ ഒരു പാറയ്ക്കു പിന്നിൽ ഞാൻ ഒളിച്ചിരുന്ന്, കപ്പൽ അടുത്തെ ത്തിയപ്പോൾ അതിൽ ചാടി കയറി. അതിൽ നിറയെ കച്ചവടക്കാരും, യാത്രക്കാരുമാണെന്ന് ഞാൻ കണ്ടു. അവരിൽ ഒരാൾ വിളിച്ചു പറഞ്ഞു. "ഓ, ക്യാപ്റ്റൻ, ഈ അപശകുനം പിടിച്ച മൃഗം നമ്മൾക്ക് നാശം വരുത്തി വെക്കും!" അപ്പോൾ മറ്റൊരാൾ അഭിപ്രായപ്പെട്ടു. "ആ അപശകുനം പിടിച്ച മൃഗത്തിനെ ഒഴിവാക്കുക."

ക്യാപ്റ്റൻ പറഞ്ഞു. "നമ്മൾക്കതിനെ കൊന്നു കളയാം!"

"വാളുകൊണ്ട് വെട്ടി കൊല്ലാം" മറ്റൊരാൾ പറഞ്ഞു.

"വെള്ളത്തിൽ മുക്കിക്കൊല്ലാം."

"അമ്പെയ്ത് കൊല്ലാം."

ഇങ്ങനെ നിരവധി അഭിപ്രായങ്ങൾ ഉയർന്നു.

എന്നാൽ, ഞാൻ ചാടി ചെന്ന് ക്യാപ്റ്റന്റെ ഉടുപ്പിന്റെ അറ്റം പിടിച്ചു വലിച്ച്, കരഞ്ഞു. എന്റെ കവിളിലൂടെ കണ്ണുനീർ ചാലുകൾ ഒഴുകി.

ക്യാപ്റ്റന് എന്നോട് ദയ തോന്നി; അദ്ദേഹം പറഞ്ഞു. "ഹേ, വ്യാപാ രികളെ! ഈ കുരങ്ങ് എന്നോട് സംരക്ഷണത്തിനായി യാചിക്കുന്നു; ഞാനവനെ സംരക്ഷിക്കും; അതുകൊണ്ട്, എന്റെ ചുമതലയിലാണവൻ; ആരും അവനെ വേദനിപ്പിക്കുകയോ, ദ്രോഹിക്കുകയോ ചെയ്യരുത്. അല്ലെങ്കിൽ നമ്മൾക്കിടയിൽ രക്തച്ചൊരിച്ചിൽ ഉണ്ടാകും."

പിന്നെ, എന്നോടദ്ദേഹം വളരെ ദയയോടെയാണ് പെരുമാറിയിരുന്നത്. അദ്ദേഹം പറഞ്ഞതൊക്കെ എനിക്ക് മനസ്സിലായി; അയാളുടെ ആഗ്രഹ പ്രകാരം ഞാൻ പ്രവർത്തിച്ചു, ഒരു വേലക്കാരനെ പോലെ സേവിച്ചു. എന്നാലും എന്റെ ആഗ്രഹാനുസരണം നാവ് വഴങ്ങില്ലായിരുന്നു. അങ്ങനെ, അദ്ദേഹത്തിന് എന്നോട് ഇഷ്ടം തോന്നി തുടങ്ങി.

കപ്പൽ കടൽയാത്ര ആരംഭിച്ചു. അമ്പത് ദിവസത്തോളം നല്ല കാലാവസ്ഥയായിരുന്നു, കാറ്റ് അനുകൂലവും. ഒടുവിൽ, ഒരു വൻ നഗരത്തിലെത്തി. കപ്പൽ നങ്കൂരമിട്ടു. നല്ല ജനസംഖ്യയുള്ള ഒരു നഗരമായിരുന്നു അത്, പ്രത്യേകിച്ചും നിറയെ പണ്ഡിതന്മാർ! ആർക്കും അവരെ എണ്ണി തിട്ടപ്പെടുത്താനാവില്ല. അള്ളായ്ക്ക് ഒഴികെ! ഞങ്ങൾ എത്തിയ ഉടനെ ആ നഗരത്തിലെ രാജാവിന്റെ ഉദ്യോഗസ്ഥർ കപ്പലിൽ കയറി വന്ന്, വ്യാപാരികളെ അഭിവാദ്യം ചെയ്ത് കുശലപ്രശ്നം ചെയ്തു. "ഞങ്ങളുടെ രാജാവ് നിങ്ങളെ സ്വാഗതം ചെയ്യുന്നു. അദ്ദേഹം ഈ ഒരു ചുരുൾ കടലാസ് തന്നയച്ചിരിക്കുന്നു; അതിൽ നിങ്ങൾ ഓരോരുത്തരും ഓരോ വാചകം എഴുതണം. കാരണം, നിങ്ങൾ ഒരു കാര്യം അറിയണം., നല്ല കൈയക്ഷരക്കാരനായിരുന്ന മന്ത്രി മരിച്ചു പോയി. അദ്ദേഹത്തെ പോലെ നല്ല കൈയക്ഷരമുള്ളവനെ മാത്രമേ മന്ത്രിയാക്കൂ എന്ന് രാജാവ് സത്യപ്രതിജ്ഞ എടുത്തിരിക്കുകയാണ്."

അയാൾ ആ കടലാസ് ചുരുൾ ഞങ്ങൾക്കു നേരെ നീട്ടി. എഴുതാൻ അറിയാവുന്ന ഓരോ വ്യാപാരിയും അതിൽ ഓരോ വാചകം എഴുതി. അവസാനത്തെ ആളും എഴുതി കഴിഞ്ഞപ്പോൾ (ഞാനപ്പോഴും കുരങ്ങന്റെ രൂപത്തിലാണ്) ഞാനവരുടെ കൈയിൽ നിന്നും ആ പേപ്പർ ചുരുൾ തട്ടിപ്പറിച്ചെടുത്തു. ഞാൻ അത് പിച്ചിച്ചീന്തി കടലിലെറിയുമെന്നവർ ഭയന്നു പോയി! അതുകൊണ്ട് അവർ എന്നെ തടയാനും പേടിപ്പിക്കാനും ശ്രമിച്ചു. എന്നാൽ, എനിക്ക് എഴുതാൻ കഴിയുമെന്ന് ഞാനവരോട് ആംഗ്യം കാണിച്ചു. അപ്പോൾ എല്ലാവരും ആശ്ചര്യത്തോടെ പറഞ്ഞു. "ഒരു കുരങ്ങ് എഴുതുന്നത് ഞങ്ങൾ ഇതുവരെ കണ്ടിട്ടില്ല." അപ്പോൾ ക്യാപ്റ്റൻ വിളിച്ചു പറഞ്ഞു. "അവൻ എഴുതട്ടെ; അവൻ കുത്തിക്കുറിച്ച്, അത് മാന്തിപ്പൊളിച്ചാൽ നമ്മൾ അവനെ തല്ലിക്കൊല്ലും. എന്നാൽ, ഒരു പണ്ഡിതനെ പോലെ അവൻ എഴുതിയാൽ, ഞാനവനെ എന്റെ മകനായി ദത്തെടുക്കും! കാരണം, ഇത്രയും ബുദ്ധിമാനും സൽസ്വഭാവിയുമായൊരു കുരങ്ങനെ ഞാനൊരിക്കലും കണ്ടിട്ടില്ല. പെരുമാറ്റത്തിലും സദാചാരത്തിലും എന്റെ സ്വന്തം മകൻ പോലും ഇവനോടൊപ്പം എത്തുമോ എന്ന് ദൈവത്തിനേ അറിയൂ."

ഞാൻ തൂവൽ എടുത്ത്, കൈ നീട്ടി, അത് മഷി കുപ്പിയിൽ മുക്കി, പല പദ്യങ്ങളിലെ ആറ് ഈരടികൾ എഴുതി, നല്ല ഭംഗിയിൽ ഉരുണ്ട അക്ഷരങ്ങളിൽ!

പിന്നെ ഞാനാ കടലാസ് ചുരുള് ഉദ്യോഗസ്ഥന്മാരെ ഏല്പിച്ചു; അവർ അത് രാജാവിന്നടുക്കൽ എത്തിച്ചു; അദ്ദേഹം അത് കണ്ടപ്പോൾ, എന്റെ കൈയക്ഷരം മാത്രമാണ് ഇഷ്ടപ്പെട്ടത്, മറ്റൊന്നും ഇഷ്ടമായില്ല. അദ്ദേഹം അവിടെ സമ്മേളിച്ചിരുന്ന രാജസഭാംഗങ്ങളോട് പറഞ്ഞു. "ഈ വാചകങ്ങൾ എഴുതിയവന്റെ അടുത്തുചെന്ന്, അവനെ അതിവിശിഷ്ടമായ

ബഹുമതി വസ്ത്രങ്ങൾ ധരിപ്പിച്ച്, ഒരു പെൺകഴുതപ്പുറത്ത് കയറ്റി, ബാന്റ് മേളത്തോടെ, എന്റെ സന്നിധിയിലേക്ക് ആനയിക്കുക."

ആ വാക്കുകൾ കേട്ട് അവർ പുഞ്ചിരിച്ചു. രാജാവപ്പോൾ കോപത്തോടെ അലറി. "ഓ, നാശങ്ങൾ! നിങ്ങൾ എന്നെ പരിഹസിക്കുകയാണോ?"

"അല്ലയോ രാജാവേ," അവർ മറുപടി നല്കി. "ഞങ്ങൾ പരിഹസിച്ചെങ്കിൽ അത് അങ്ങയെ അല്ല, അതിന് മറ്റ് കാരണമുണ്ട്."

"എന്താണത്?"

"ഓ, രാജാവേ, ഈ വരികൾ എഴുതിയവനെ ഇങ്ങോട്ടു കൊണ്ടുവരാനല്ലേ അങ്ങ് ഉത്തരവിട്ടത്. സത്യം പറഞ്ഞാൽ, ആ വരികൾ എഴുതിയിട്ടുള്ളത് ഒരു മനുഷ്യനല്ല, ഒരു കുരങ്ങനാണ്, വാലില്ലാത്ത കുരങ്ങൻ."

"നിങ്ങൾ ഈ പറയുന്നത് നേരാണോ?" "അതെ! അങ്ങയുടെ കൃപയാൽ!"

അവരുടെ വാക്കു കേട്ട് രാജാവ് വിസ്മയിച്ചുപോയി; ഉല്ലാസത്തോടെ ഇളക്കി ചിരിച്ചുകൊണ്ട് പറഞ്ഞു. "ഞാൻ ഈ കുരങ്ങനെ ക്യാപ്റ്റനിൽ നിന്ന് വാങ്ങിക്കുവാൻ ആഗ്രഹിക്കുന്നു."

അപ്പോൾ തന്നെ അദ്ദേഹം ഒരു കഴുതയോടൊപ്പം ബഹുമതി വസ്ത്രവുമായി ദൂതന്മാരെ കപ്പലിലേക്കയച്ചു; സുരക്ഷാഭടന്മാർ ഔദ്യോഗിക വാദ്യ സംഗീതത്തോടൊപ്പം മാർച്ച് ചെയ്താണ് കപ്പലിൽ എത്തിയത്.

പുറപ്പെടുമ്പോൾ രാജാവ് ഓർമ്മിപ്പിച്ചിരുന്നു "അവനെ ബഹുമതി വസ്ത്രം അണിയിക്കണം, അവന് ചുറ്റും സുരക്ഷാഭടന്മാർ നിലകൊള്ളണം, പിന്നാലെ വാദ്യസംഗീതക്കാരും."

അവർ കപ്പലിലെത്തിയശേഷം, എന്നെ ക്യാപ്റ്റനിൽ നിന്നും ഏറ്റുവാങ്ങി ബഹുമതി വസ്ത്രം ധരിപ്പിച്ച്, പെൺകഴുതപ്പുറത്ത് കയറ്റി ഇരുത്തി തെരുവിലൂടെ ഔപചാരിക ഘോഷയാത്ര നടത്തി. ജനങ്ങൾ അതുകണ്ട് അദ്ഭുതപ്പെടുകയും ആസ്വദിക്കുകയും ചെയ്തു; അവർ പരസ്പരം പറഞ്ഞു. "ഹല്ലോ! നമ്മുടെ സുൽത്താൻ ഒരു കുരങ്ങനെ അദ്ദേഹത്തിന്റെ മന്ത്രിയാക്കുമോ?" പിന്നെ എല്ലാവരും ഉദ്വേഗത്തോടെ കൂട്ടംകൂടി എന്റെ നേരെ തുറിച്ചു നോക്കി. ഞാൻ കാരണം പട്ടണം ഇളകിമറിഞ്ഞു.

അവർ എന്നെ രാജാവിന്നരികിൽ എത്തിച്ചപ്പോൾ, അദ്ദേഹത്തിനരികിൽ എന്നെ നിർത്തി. ഞാൻ അദ്ദേഹത്തിന്റെ മുന്നിലെ തറയിൽ മൂന്ന് പ്രാവശ്യം ചുംബിച്ചു. എല്ലാ ഉന്നത ഓഫീസർമാരെയും ഓരോ പ്രാവശ്യം വണങ്ങി. രാജാവ് എന്നോട് ഇരിക്കുവാൻ ആജ്ഞാപിച്ചു. ഞാൻ ആദരവോടെ മുട്ടുമടക്കി ഇരുന്നു. എന്റെ ബഹുമാനത്തോടെയുള്ള പെരുമാറ്റം കണ്ട്, അവിടെ സന്നിഹിതരായിരുന്നവരെല്ലാം ആശ്ചര്യപ്പെട്ടു! ഏറ്റവും അധികം ആശ്ചര്യപ്പെട്ടത് രാജാവായിരുന്നു.

പിന്നെ രാജസഭാംഗങ്ങളോടെല്ലാം. പൊയ്ക്കൊള്ളുവാൻ രാജാവ് ആജ്ഞാപിച്ചു. അപ്പോൾ ഡ്യൂട്ടിയിൽ ഉണ്ടായിരുന്ന നപുംസകവും, ഒരു ചെറിയ വെള്ള അടിമയും മാത്രം ബാക്കിയായി. അദ്ദേഹം അവരോട് തീൻ മേശ ഒരുക്കാനായി ആജ്ഞ നൽകി; തിത്തിരി പക്ഷിയുടേതുൾപ്പെടെ എല്ലാത്തരം ഇറച്ചിയും പൊരിച്ച് തയ്യാറാക്കിയിരുന്നു. പിന്നെ, എന്നോടദ്ദേഹം കൂടെ വന്നിരുന്ന് ഭക്ഷണം കഴിക്കാനായി ആംഗ്യം

കാണിച്ചു. ഞാൻ എഴുന്നേറ്റ്, അദ്ദേഹത്തിന് മുന്നിൽ തറയിൽ ചുംബിച്ച ശേഷം, രാജാവിനോടൊപ്പം ഇരുന്ന് ആഹാരം കഴിച്ചു. മേശ മാറ്റി കഴിഞ്ഞപ്പോൾ ഞാൻ എന്റെ കൈകൾ ആറുതരം വെള്ളങ്ങളിൽ കഴുകി. പിന്നെ 'കെയിസി'ൽ നിന്ന് പേന പുറത്തെടുത്തു. ഒരു കവിത എഴുതി രാജാവിന് കൊടുത്തു.

വിനയത്തോടെ അല്പദൂരം മാറി ഇരുന്ന്, ഞാൻ എഴുതിയ കവിത രാജാവ് വായിക്കുന്നത് നിരീക്ഷിച്ചു. രാജാവ് ഭയങ്കരമായി ആശ്ചര്യപ്പെട്ടു. "എന്തൊരു മഹാദ്ഭുതം, ഇത്രയും അഴകാർന്ന ഒരു ശൈലിയും കാവ്യ ഭാവനയും ഒരു കുരങ്ങന് അനുഗ്രഹിക്കപ്പെട്ടിരിക്കുന്നു! അള്ളായാണേ, അദ്ഭുതങ്ങളിൽ അദ്ഭുതം എന്നിതിനെ പറയാം!"

അവർ രാജാവിനു മുന്നിൽ ഒന്നാന്തരം വീഞ്ഞുകൾ ഗ്ലാസിൽ നിറച്ചു വെച്ചു; അദ്ദേഹം അത് കുടിക്കാൻ തുടങ്ങി; പിന്നെ, രാജാവ് ഒരു കപ്പ് വീഞ്ഞ് എനിക്ക് നീട്ടി, ഞാൻ നിലം ചുംബിച്ചശേഷം അത് കുടിച്ചു. വീണ്ടും ഒരു കവിതാശകലം കുറിച്ചു. രാജാവ് അത് വായിച്ച്, നെടുവീർപ്പിട്ടുകൊണ്ട് പറഞ്ഞു. "ഏത് മനുഷ്യനാണ് ഇത്രയും അനുഗൃഹീതനായിട്ടുള്ളത്. അവന്റെ കാലഘട്ടത്തിലെ ഏതൊരു മനുഷ്യനേയും അവൻ കടത്തിവെട്ടും!"

പിന്നെ അദ്ദേഹം ചെസ് ബോർഡ് കൊണ്ടു വരുവാനായി വിളിച്ചു പറഞ്ഞു. "എന്റെ കൂടെ നിനക്ക് കളിക്കാമോ?"

'ഉവ്വ്' ഞാൻ തല കൊണ്ട് ആംഗ്യം കാണിച്ചു. പിന്നെ ഞാൻ മുന്നോട്ടു ചെന്ന് അദ്ദേഹത്തോടൊപ്പം രണ്ട് കളികളിച്ചു, രണ്ടും ഞാൻ തന്നെ ജയിച്ചു!

അദ്ദേഹം അദ്ഭുതസ്തബ്ധനായി ഇരുന്നു പോയി! അപ്പോൾ ഞാൻ പേനയെടുത്ത്, രണ്ട് കവിതാ ശകലങ്ങൾ ബോർഡിൽ എഴുതി. രാജാവ് അതു വായിച്ച് ഭയങ്കര ആശ്ചര്യത്തോടെ തന്റെ നപുംസകത്തിനോട് പറഞ്ഞു. "ഓ, മഖ്ബിൽ നീ സ്വന്തം യജമാനത്തി, 'സിറ്റ് അൽ ഹുസുനി'ന്റെ അടുത്ത് പോയി പറയുക. "ശരിക്കും അതിശയക്കാരനായ ഈ കുരങ്ങനെ കണ്ട് സന്തോഷിക്കുവാനായി രാജാവ് അങ്ങയെ വിളിക്കുന്നു!"

അപ്പോൾ തന്നെ നപുംസകം പുറത്തുപോയി ഒരു മഹതിയോടൊപ്പം തിരിച്ചെത്തി.

അവൾ മുഖം മറച്ചുകൊണ്ട് പറഞ്ഞു. "ഓ, എന്റെ അച്ഛാ! അങ്ങേക്ക് വിവേകമെല്ലാം നഷ്ടപ്പെട്ടോ? എന്നെ വിളിച്ചു വരുത്തി, അപരിചിതരുടെ മുന്നിൽ നിർത്തുന്നതിൽ എന്തിന് നിങ്ങൾ സന്തോഷിക്കണം?"

"ഓ, 'സീറ്റ് അൽഹുസുൻ'" അദ്ദേഹം പറഞ്ഞു. "നമ്മളെ പരിചരിക്കുന്ന ഈ ചെറിയ മനുഷ്യനും നപുംസകവും നിന്റെ അച്ഛനുമല്ലാതെ മറ്റൊരു മനുഷ്യനും ഇവിടെ ഇല്ലല്ലോ. അപ്പോൾ, ആരിൽ നിന്നാണ് നീ മുഖം മറയ്ക്കുന്നത്? അവൾ മറുപടി നൽകി. "ഒരു കുരങ്ങനാണെന്ന് നിങ്ങൾ കരുതുന്ന ഇവൻ ഒരു യുവാവാണ്; ബുദ്ധിമാനും ആദരണീയനും ജ്ഞാനിയും പണ്ഡിതനും ആയൊരു രാജകുമാർ! അവനെ ദുർമന്ത്രവാദം ചെയ്ത് രൂപം മാറ്റിയിരിക്കയാണ്. ഇബ്ലിസിന്റെ വംശജനായ 'ഇഫ്രിട്ട് ജിർജാരിസ്' 'അബ്നുസ്' ദ്വീപുകളുടെ രാജാവായ 'ഇഫ്രിത്താമുസി'ന്റെ പുത്രിയും തന്റെ ഭാര്യയുമായ സ്ത്രീയെ അവൻ വധിച്ചശേഷം ഇയാളിൽ മായാശക്തി പ്രയോഗിച്ചു.

സ്വന്തം മകളുടെ വാക്കുകൾ കേട്ട് രാജാവ് അദ്ഭുതപ്പെട്ടു; അദ്ദേഹം എന്റെ നേരെ തിരിഞ്ഞ് ചോദിച്ചു. "നിന്നെ കുറിച്ച് ഇവൾ പറഞ്ഞത് സത്യമാണോ?"

ഞാൻ തലകുലുക്കി അതിന് മറുപടി നല്കി. "അതേ സത്യമാണ്." പിന്നെ വേദനയോടെ കരഞ്ഞു. അപ്പോൾ അദ്ദേഹം പുത്രിയോട് ചോദിച്ചു. "അവൻ മാന്ത്രിക വലയത്തിൽ പെട്ടെന്ന് നീ എങ്ങനെയാണ് മനസ്സിലാക്കിയത്?" അവൾ മറുപടി നല്കി. "എന്റെ പ്രിയപ്പെട്ട അച്ഛാ, എന്റെ ബാല്യകാലത്ത് എന്നോടൊപ്പം ഒരു വൃദ്ധ ഉണ്ടായിരുന്നില്ലേ? തന്ത്രശാലിയായൊരു മന്ത്രവാദിനിയായിരുന്നു അവൾ, ബുദ്ധിമതിയും. അവൾ എന്നെ മാജിക്കിന്റെ 'തിയറി'യും 'പ്രാക്ടീസും' അഭ്യസിപ്പിച്ചു. ഞാനതെല്ലാം കുറിച്ചുവെച്ച് കുറ്റമറ്റ രീതിയിൽ വൈദഗ്ധ്യം നേടി. നൂറ്റി എഴുപത് അദ്ധ്യായങ്ങളിൽ അടങ്ങിയിരിക്കുന്ന മാന്ത്രിക 'ഫോർമുല'കൾ എനിക്ക് ഹൃദിസ്ഥമാണ്! അവ ഉപയോഗിച്ച് അങ്ങയുടെ നഗരത്തിലെ കല്ലുകൾ 'കാഫ്മല'യുടെ പിൻഭാഗത്തേക്ക് മാറ്റാൻ കഴിയും; അല്ലെങ്കിൽ, ആ സ്ഥലം അഗാധമായൊരു ഗർത്തമാക്കി തീർക്കാം, ജനങ്ങളെ അതിൽ നീന്തിക്കളിക്കുന്നു മത്സ്യങ്ങളും!"

'ഓ, എന്റെ മോളേ, അച്ഛൻ പറഞ്ഞു" എന്റെ ജീവനാണേ, നീ ഈ യുവാവിനെ മന്ത്രജാലത്തിൽ നിന്ന് മോചിപ്പിക്കുക; ഞാനവനെ എന്റെ മന്ത്രിയാക്കുകയും നിന്നെക്കൊണ്ട് വിവാഹം കഴിപ്പിക്കുകയും ചെയ്യാം; എന്തുകൊണ്ടെന്നാൽ, തീർച്ചയായും അവനൊരു നിഷ്കളകനും, അഗാധ പാണ്ഡിത്യമുള്ളവനുമാണ്."

"സസന്തോഷം സമ്മതിക്കുന്നു" അവൾ മറുപടി നൽകി. ഹീബ്രു അക്ഷരത്തിൽ അള്ളായുടെ നാമം കൊത്തി വെച്ച ഒരു ഇരുമ്പു കത്തി അവൾ കൈയിൽ എടുത്ത്; അതുകൊണ്ട് വലിയൊരു വൃത്തം വരച്ചു - അപ്പോഴേക്കും നേരം വെളുക്കാറായെന്ന് ഷാഹ്റസാദ് മനസ്സിലാക്കി, അതോടെ കഥ പറയാനായി അനുവദിക്കപ്പെട്ട സമയവും കഴിഞ്ഞു.

പതിനാലാം രാവ്

അവൾ പറഞ്ഞു തുടങ്ങി, ഓ കീർത്തിമാനായ രാജാവേ, ആ ഫക്കീർ കഥ ഇങ്ങനെയാണ് തുടർന്നത്- ഓ, എന്റെ ഗൃഹനാഥേ, ഹീബ്രു അക്ഷരത്തിൽ അള്ളായുടെ നാമം കൊത്തി വെച്ച ഇരുമ്പുകത്തി കൊണ്ട് രാജകുമാരി കൊട്ടാര ഹാളിന്റെ നടുവിൽ വലിയൊരു വൃത്തം വരച്ചു; അതിനുള്ളിൽ നിഗൂഢമായ ചില പേരുകളും രക്ഷാകവചങ്ങളും എഴുതി വെച്ചു. പിന്നെ, മന്ത്രോച്ചാരണം നടത്തി, അതിലെ ചില വാക്കുകൾ നമ്മൾക്ക് പരിചിതവും, മറ്റു ചിലത് അപരിചിതവുമായിരുന്നു. പെട്ടെന്ന് ഞങ്ങളുടെ മുന്നിൽ ലോകം ഇരുളടഞ്ഞു പോയി; ആകാശം ഞങ്ങളുടെ തലയിൽ വീഴുകയാണെന്ന് ഞങ്ങൾക്ക് തോന്നി; ഹാ, അതാ നോക്കൂ! ആ ഇഫ്രീട്ട് സ്വയം തന്റേതായ രൂപത്തിൽ പ്രത്യക്ഷപ്പെട്ടു. അവന്റെ കൈകൾ അനേകം നീണ്ട 'ഫോർക്കുകൾ' പോലെ ഉണ്ടായിരുന്നു, കാലുകൾ വലിയ കപ്പലിലെ 'മാസ്റ്റുകൾ' പോലെയും കണ്ണുകൾ തീക്കുണ്ഡത്തിലെ ജ്വാലപോലെയും ആയിരുന്നു. ഞങ്ങൾ അവനെ കണ്ട് ഭയന്ന് വിറച്ചു; എന്നാൽ, രാജകുമാരി അവനോട് അലറി. "നിനക്ക്

സ്വാഗതമില്ല, അഭിവാദ്യവുമില്ല, നായേ!" അപ്പോൾ അവൻ ഒരു സിംഹമായി മാറി. 'ഹേ, വഞ്ചകി, നമ്മൾ പരസ്പരം ദ്രോഹിക്കില്ലെന്ന നമ്മുടെ ഉടമ്പടി നീ എങ്ങനെ ലംഘിച്ചു!"

"ഓ, നശിച്ചവനെ" അവൾ മറുപടി നൽകി. "നിന്നെപ്പോലുള്ള ഒരുവനുമായി എനിക്കെങ്ങിനെ ഉടമ്പടി ഉണ്ടാക്കാൻ പറ്റും?" "എങ്കിൽ, നീ സ്വയം വരുത്തി വെച്ചതിനെ അനുഭവിച്ചോളൂ"

സിംഹം വാപൊളിച്ച് അവൾക്കുനേരെ ചാടി; എന്നാൽ അവനേക്കാൾ ദ്രുതഗതിയിലായിരുന്നു അവളുടെ നീക്കം; അവൾ തന്റെ ഒരു തലനാരിഴ പറിച്ചെടുത്ത്, മന്ത്രം ചൊല്ലിക്കൊണ്ടത് വീശി. ഒരു നിമിഷം കൊണ്ട് ആ തലനാരിഴ ഒരു മൂർച്ചയുള്ള വാളായി മാറി. അവൾ ആഞ്ഞ് ഒറ്റവെട്ടിന് സിംഹത്തെ രണ്ടായി പിളർന്നു! പിന്നെ ആ രണ്ട് ഭാഗങ്ങളും ആകാശത്തേക്കുയർന്ന് അതിന്റെ തല ഒരു പാമ്പായി മാറി; രാജകുമാരി ഉടനെ ഒരു ഉഗ്ര സർപ്പമായി തീർന്നു; അവർ ഇരുവരും ശക്തമായി പോരാടി; ആ പോരാട്ടം ഒരു മണിക്കൂറോളം തുടർന്നു, പിന്നെ ആ ശപിക്കപ്പെട്ട പാമ്പ് ഒരു പരുന്തായിമാറി, സർപ്പം ഒരു കഴുകനും! ഇരുവരും വീണ്ടും ഒരു മണിക്കൂറോളം യുദ്ധം ചെയ്തു. പിന്നീടവൻ ഒരു കറുത്ത കണ്ടൻപൂച്ചയായി രൂപാന്തരപ്പെട്ടു; അത് ചീറികൊണ്ട് പാഞ്ഞു വന്നു; അപ്പോഴേക്കും കഴുകൻ പുള്ളിയുള്ളൊരു ചെന്നായയായി മാറി. അവർ രണ്ടും തമ്മിൽ കൊട്ടാരത്തിനുള്ളിൽ വെച്ച് ഉഗ്രമായ പോരാട്ടം ദീർഘനേരം തുടർന്നു. പൂച്ച പരാജയപ്പെടുമെന്ന് സ്വയം മനസ്സിലാക്കിയപ്പോൾ, അതൊരു പുഴുവായി മാറി, ഒരു ചുവന്ന മാതള നാരങ്ങയ്ക്കുള്ളിൽ കയറി; ആ മാതളനാരങ്ങ കൊട്ടാരത്തിലെ ഹാളിന്റെ നടുവിൽ കിടക്കുകയായിരുന്നു. പിന്നെ അത് വീണ് ഒരു തണ്ണിമത്തന്റെ അത്ര വലുതായി തീർന്നു! അത് വായുവിലേക്കുയർന്ന് കൊട്ടാരത്തിന്റെ മാർബിൾ തറയിൽ വീണ്, പൊട്ടിച്ചിതറി, ആ നിലം അതിന്നുള്ളിൽ ഉണ്ടായിരുന്ന കുരുക്കൾ കൊണ്ട് നിറഞ്ഞു. അപ്പോൾ ചെന്നായ രൂപം മാറി, തൂവെള്ള നിറത്തിലുള്ളൊരു പൂവ്വൻകോഴിയായി, എല്ലാ കുരുക്കളും കൊത്തിയെടുത്തു. എന്നാൽ, വിധി വൈപരീത്യമെന്നു പറയട്ടെ, അതിലൊരു കുരുമാത്രം ഫൗണ്ടന്റെ അരികിലേക്ക് ഉരുണ്ടു പോയി, ആരും കാണാതെ കിടന്നു. ആ കോഴി ചിറകുകൾ ഇട്ടടിച്ച് കൂവിക്കൊണ്ട് കൊക്ക് ഇളക്കി ആംഗ്യഭാഷയിൽ ഞങ്ങളോട് ചോദിച്ചു. "ഏതെങ്കിലും കുരു വിട്ടുപോയിട്ടുണ്ടോ?"

എന്നാൽ, ആ ആംഗ്യം ഞങ്ങൾക്ക് മനസ്സിലായില്ല. ആ കോഴി അലറുന്ന പോലെ ഉച്ചത്തിൽ കൂവി, കൊട്ടാരം ഞങ്ങളുടെമേൽ തകർന്ന് വീഴുമെന്ന് ഞങ്ങൾ പേടിച്ചു പോയി! പിന്നെ ആ പൂവ്വൻകോഴി ഓടി നടന്ന് മുറി മുഴുവൻ പരിശോധിച്ച് ആ ഫൗണ്ടന്നരികിൽ കിടന്നിരുന്ന കുരു കണ്ടെത്തി. അത് എടുക്കാനായി കോഴി കുതിച്ചു പാഞ്ഞു. എന്തൊരദ്ഭുതം, കുരു ഒറ്റ ചാട്ടത്തിന് വെള്ളത്തിന്റെ നടുവിലെത്തി, മീനിന്റെ രൂപം പ്രാപിച്ച് ഊളിയിട്ട് ടാങ്കിന്റെ അടിയിലേക്ക് പോയി. ഉടനെ പൂവ്വൻ കോഴി വലിയൊരു മീനായി മാറി മറ്റേതിന്റെ പിന്നാലെ ഊളിയിട്ട് പോയി. കുറച്ചു നേരത്തേക്ക് ഇരുവരെയും കാണാൻ കഴിഞ്ഞില്ല! അതാ! ഭയങ്കരവേദനയോടെയുള്ള ചീറലും കരച്ചിലും ഞങ്ങൾ കേട്ടു; ഞങ്ങൾ പേടിച്ച് വിറക്കാൻ തുടങ്ങി.

അതിനുശേഷം ഇഫ്രീട്ട് വെള്ളത്തിൽ നിന്നും ഉയർന്നു വന്നു, അവൻ ജ്വലിക്കുന്ന ഒരു തീനാളം പോലുണ്ടായിരുന്നു. വായിൽ നിന്നും മൂക്കിൽ നിന്നും കണ്ണുകളിൽ നിന്നും തീയും പുകയും ചാടി. ഉടനെ രാജകുമാരിയും വെള്ളത്തിൽ നിന്ന് പുറത്തു വന്നു; ജ്വലിക്കുന്ന കൽക്കരി ചൂള പോലുണ്ടായിരുന്നു അവൾ! അവരിരുവരും ഒരു മണിക്കൂറോളം നേരം പോരാടി, അവരുടെ ചുറ്റും തീ വ്യാപിക്കുന്നതുവരെ. കനത്ത പുകപടലം കൊട്ടാരത്തിനുള്ളിൽ തങ്ങിനിന്നു.

ഞങ്ങൾക്ക് ശ്വാസംമുട്ടൽ അനുഭവപ്പെട്ടു, ഞങ്ങൾ ആ തീയിലകപ്പെട്ട് കത്തിച്ചാമ്പലാകാതിരിക്കാനായി 'ടാങ്കി'ലെ വെള്ളത്തിലേക്ക് ചാടിയെങ്കിലോ എന്നു പോലും ചിന്തിച്ചുപോയി.

രാജാവ് പറഞ്ഞു. "അള്ളായേക്കാൾ മഹാനും സർവ്വശക്തനുമായി മറ്റാരുമില്ല! സത്യമായും നമ്മൾ അള്ളായുടേതാണ്. അവനിലേക്ക് നമ്മൾ തിരിച്ചു പോകും. ഈ കുരങ്ങനെ മാന്ത്രികവലയിൽ നിന്ന് മോചിപ്പിക്കാൻ ഞാൻ അവളോട് ആവശ്യപ്പെട്ടതുകൊണ്ടല്ലേ, ദൈവമേ, ഇത്രയും ശക്തനായ ഭൂതത്തോട് അവൾക്ക് പോരാടേണ്ടിവന്നത്. ഈ ലോകത്തിലെ എല്ലാ ഭൂതങ്ങൾ കൂടിയാലും ഈ നശിച്ച ഭൂതത്തിനോടെതിരിടാനാകില്ല, അത്രക്ക് ശക്തനാണവൻ! ദൈവമേ, ഞങ്ങൾ ഈ കുരങ്ങനെ കണ്ടിരുന്നില്ലായിരുന്നെങ്കിൽ എത്ര നന്നായിരുന്നേനെ! അതിന്റെ വരവിനെ അള്ളാ ആശീർവദിച്ചിട്ടുണ്ടാവില്ല ഒരിക്കലും! അള്ളായ്ക്കുമുന്നിൽ അവന് വേണ്ടി ഒരു നല്ലകാര്യം ചെയ്യണമെന്ന് ഞങ്ങൾ കരുതി, അവനെ മാന്ത്രിക വലയത്തിൽ നിന്നും വിമുക്തനാക്കാമെന്ന്; എന്നാൽ, ഞങ്ങൾ ഈ കുഴപ്പങ്ങളെല്ലാം വരുത്തി വെച്ചു, എനിക്ക് ഹൃദയവേദന ഉണ്ടാക്കി."

എന്നാൽ, എന്റെ ഗൃഹനാഥേ, ഞാൻ ഒരു വാക്ക് പോലും സംസാരിക്കാവുന്ന അവസ്ഥയിലായിരുന്നില്ലല്ലോ. പെട്ടെന്ന്, ആ ഇഫ്രീട്ട് തീയിൽ നിന്ന് ചാടി എഴുന്നേറ്റ്, ഞങ്ങൾ നിന്നിരുന്ന മണ്ഡപത്തിലേക്ക് പാഞ്ഞു വന്നു. ഞങ്ങളുടെ മുഖത്തേക്ക് തീജ്വാല വിട്ടു. ആ യുവതി ഓടിയെത്തി ഭൂതത്തിനുനേരെ അഗ്നിജ്വാലകൾ വിട്ട്, അവനെ തടഞ്ഞു; എങ്കിലും ഇരുവരും പ്രയോഗിച്ചുകൊണ്ടിരുന്ന തീജ്വാലകൾ ഞങ്ങൾക്കു മേൽ പതിച്ചുകൊണ്ടിരുന്നു. അവളുടെ തീ ഞങ്ങൾക്ക് ദോഷം ചെയ്തില്ലെങ്കിലും, അവൻ അയച്ച ഒരു അഗ്നിസ്ഫുലിംഗം എന്റെ ഒരു കണ്ണ് നശിപ്പിക്കാനിടയാക്കി; അങ്ങനെ ഞാൻ ഒരു ഒറ്റക്കണ്ണൻ കുരങ്ങൻ ആയി തീർന്നു. മറ്റൊരു തീജ്വാല രാജാവിന്റെ മുഖത്ത് പതിച്ചു; മുഖത്തിന്റെ താഴ്ഭാഗം മുഴുവൻ പൊള്ളി, താടിയും മീശയും കരിഞ്ഞു, താഴെ നിരപ്പല്ലുകൾ കൊഴിഞ്ഞു വീണു! മറ്റൊരു അഗ്നിഗോളം വന്നു പതിച്ചത് ആ നപുംസകത്തിന്റെ നെഞ്ചിലായിരുന്നു; ഉടനെ അവൻ മരിച്ചു വീണു. ഞങ്ങൾ നിരാശരായി, മരണം ഉറപ്പിച്ച് ഇരിക്കവെ, ആവർത്തിച്ചാവർത്തിച്ച് ഉയരുന്ന ഒരു ശബ്ദം കേൾക്കുന്നു. "അള്ളാ സർവ്വശക്തനാണ്! അള്ളാ സർവ്വശക്തനാണ്! ആ സത്യം വിശ്വസിക്കുന്നവർക്ക് വിജയം സുനിശ്ചിതം! ദൈവവിശ്വാസത്തിന്റെ 'ചന്ദ്രൻ' ആയ മുഹമ്മദിന്റെ മതത്തിൽ വിശ്വാസമില്ലാത്തവർക്കെല്ലാം നിരാശയും അപമാനവുമാണ് സഹിക്കേണ്ടിവരിക."

ഭൂതത്തെ കരിച്ചുകൊന്ന്, ചാരക്കൂമ്പാരമാക്കിയശേഷം രാജകുമാരിയിൽ നിന്നും ഉയർന്ന വാക്കുകളായിരുന്നു അവ! പിന്നെ അവൾ

ഞങ്ങളുടെ അരികിലെത്തി പറഞ്ഞു. "ഒരു കപ്പ് വെള്ളം എനിക്ക് കൊണ്ടുവന്ന് തരൂ." അത് അവർ കൊണ്ടു കൊടുത്തു, നമ്മൾക്കറിയാത്ത ചില വാക്കുകൾ അവൾ അതിലേക്ക് നോക്കി മന്ത്രിച്ചു. പിന്നെ എന്റെ മേൽ ആ വെള്ളം തളിച്ചുകൊണ്ട് അലറി. "സത്യത്തിന്റെ പേരിലും, സർവ്വശക്തനായ അള്ളായുടെ പേരിലും നിന്നോട് പഴയരൂപം പ്രാപിക്കുവാൻ ഞാൻ നിർദ്ദേശിക്കുന്നു."

അതാ നോക്കൂ, ഞാൻ വിറച്ചു വിറച്ച്, പഴയതുപോലെ മനുഷ്യനായി മാറി, ഒറ്റക്കണ്ണനാണെന്ന് മാത്രം! പിന്നെ അവൾ നിലവിളിച്ച് "തീ! തീ! ഓ, എന്റെ അച്ഛാ, ആ നശിച്ച ഭൂതം അയച്ച ഒരമ്പ്, എന്നെ മരണത്തിലേക്ക് തള്ളിവിടുകയാണ്; കാരണം ജിന്നികളുമായി പോരാടാൻ ഞാൻ പരിശീലിച്ചിട്ടില്ലല്ലോ! അവനൊരു മനുഷ്യജീവി ആയിരുന്നെങ്കിൽ, തുടക്കത്തിൽ തന്നെ ഞാൻ അവനെ കൊന്നുകളഞ്ഞേനെ! മാതളനാരങ്ങ പൊട്ടിത്തെറിച്ച് അതിന്റെ കുരുക്കൾ ചിന്നിച്ചിതറുന്നതുവരെ എനിക്കൊരു ബുദ്ധിമുട്ടും ഇല്ലായിരുന്നു; എന്നാൽ ജിന്നിയുടെ ജീവൻ അടങ്ങിയിരുന്ന കുരു എന്റെ കാഴ്ചയിൽ പെടാതെ പോയി. ഞാനത് കൊത്തിയെടുത്തിരുന്നെങ്കിൽ അവിടെ വച്ചു തന്നെ അവൻ മരിച്ചേനെ; എന്നാൽ, നിർഭാഗ്യത്തിന് ഞാനത് കണ്ടില്ല! അങ്ങനെ, പ്രതീക്ഷിക്കാതിരിക്കെ അവൻ എനിക്കു നേരെ ആഞ്ഞടിച്ചു. ഭൂമിയിലും ആകാശത്തിലും, വെള്ളത്തിലും വെച്ച് ഘോരമായി ഞങ്ങൾ പരസ്പരം ഏറ്റുമുട്ടി. പലപ്പോഴും ഞാൻ അവനായി ഒരു പടിവാതിൽ തുറന്നു പിടിച്ചു. അവൻ എനിക്കായി അതിനേക്കാൾ കരുത്തുറ്റ ഒരു പടിവാതിലും! ഒടുവിൽ അവൻ എനിക്കു നേരെ തീജ്വാലയുടെ വാതിൽ തുറന്നു, അത് തുറന്നാൽ ചാകാത്തവർ വിരളമാണ്. എന്നാൽ വിധിയാണ്, അവന്റെ കൗശലങ്ങളെ എന്റെ കൗശലം കൊണ്ട് തകർക്കാൻ, ഇട വരുത്തിയത്. ഞാനവനെ അഗ്നിക്കിരയാക്കി കൊന്നു കളഞ്ഞു; അവനെ കൊന്ന് ഇസ്ലാം മതം സ്വീകരിപ്പിക്കാനായി ഞാൻ വൃഥാ ഒരു ശ്രമം നടത്തി നോക്കി. എന്നെ സംബന്ധിച്ച് പറഞ്ഞാൽ ഞാൻ മരിച്ചു കൊണ്ടിരിക്കുന്നൊരുവളാണ്; എനിക്ക് പകരം അള്ളാ അങ്ങയോടൊപ്പമുണ്ടാകും!

പിന്നെ, ദൈവത്തോടവൾ സഹായം യാചിച്ചു. തീയിൽ നിന്നുള്ള ആശ്വാസത്തിനായി കേണപേക്ഷിച്ചുകൊണ്ടേ ഇരുന്നു. അപ്പോഴേക്കും ഒരു കറുത്ത നിറം അവളുടെ പാദങ്ങളിൽ നിന്നുയർന്ന് തുടകൾ വരെ എത്തി; പിന്നെ മാറിടത്തിലേക്കും മുഖത്തേക്കും അത് വ്യാപിച്ചു. ആ നിറം മുഖത്തെത്തിയപ്പോൾ, അവൾ കരഞ്ഞുകൊണ്ട് പറഞ്ഞു. "അള്ളാ അല്ലാതെ സർവ്വശക്തനായ മറ്റൊരു ദൈവമില്ല, മുഹമ്മദ് ദൈവത്തിന്റെ പ്രവാചകനാണ്; എന്ന് ഞാൻ തെളിവ് തരുന്നു!"

ഞങ്ങൾ അവളെ തന്നെ നോക്കി കൊണ്ടിരുന്നു; അപ്പോഴേക്കും അവൾ ഒരു കൂമ്പാരം ചാരമായി മാറി കഴിഞ്ഞു, ആ ഇഫ്രിട്ടിന്റെ വൻ ചാരകുന്നിന്നരികെ! ഞങ്ങൾ അവൾക്കുവേണ്ടി വിലപിച്ചു; അവളുടെ സ്ഥാനത്ത് ഞാനായിരുന്നെങ്കിൽ എന്ന് ഞാൻ ആശിച്ചു പോയി! എന്റെ ശ്രേയസ്സിനു വേണ്ടി ഇത്രയും പ്രയത്നിച്ച അവളുടെ സുന്ദരമായ മുഖം ചാരമായി മാറിയപ്പോൾ എനിക്ക് സഹിക്കാനായില്ല. എന്നാൽ, അള്ളായുടെ ഇംഗിതത്തെ എതിർക്കാനാർക്കും കഴിയില്ലല്ലോ. പുത്രിയുടെ ഭീകരമായ അന്ത്യം കണ്ട രാജാവ്, താടിയിൽ ബാക്കിയുണ്ടായ രോമങ്ങൾ

കൂടി ദുഃഖത്തോടെ പിഴുതെറിഞ്ഞു; സ്വന്തം മുഖത്ത് മുഷ്ടിചുരുട്ടി ഇടിച്ചു. ഉടുതുണി വലിച്ചു കീറി! ഞാനും അദ്ദേഹം ചെയ്തതുപോലെ തന്നെ വേദനയോടെ ചെയ്തു പോയി! അവളെ കുറിച്ചോർത്ത് ഞങ്ങൾ ഇരുവരും കരഞ്ഞു. അപ്പോൾ മന്ത്രിമാരും പ്രഭുക്കന്മാരും അവിടെ എത്തി; രണ്ട് ചാരകൂമ്പാരങ്ങളും, അപസ്മാരം ഏറ്റവനെ പോലുള്ള രാജാവിനെയും കണ്ട് അവർ അദ്ഭുതപ്പെട്ടു[illegible]ായി. അദ്ദേഹം സുഖപ്പെടുന്നതുവരെ അവർ ചുറ്റും നിന്നു. സ്വബോധം വീണ്ടു കിട്ടിയപ്പോൾ, ഇഫ്രീട്ടും സ്വന്തം മകളും തമ്മിൽ നടന്ന പോരാട്ടത്തിന്റെ കഥ അദ്ദേഹം അവരോട് വിശദീകരിച്ചു. അതുകേട്ട് അവർ വല്ലാത്ത വേദനയോടെ വിലപിച്ചു; സ്ത്രീകളും അടിമ പെൺകുട്ടികളും പൊട്ടി കരഞ്ഞു. ഏഴു ദിവസം അവർ ദുഃഖം ആചരിച്ചും, കരഞ്ഞും കഴിച്ചു കൂട്ടി. പുത്രിയുടെ ചാരം അടക്കം ചെയ്ത കല്ലറയ്ക്കു മുകളിൽ വിശാലമായൊരു ശവകുടീരം നിർമ്മിക്കുവാൻ രാജാവ് ഉത്തരവ് നൽകി; അവിടെ മെഴുക് തിരികളും വിളക്കുകളും കത്തിച്ചുവെക്കാനും കല്പന ഇറക്കി. എന്നാൽ, ഇഫ്രീട്ടിന്റെ ചാരം അവർ കാറ്റിൽ പറത്തി കളഞ്ഞു; അങ്ങനെ, അള്ളായുടെ ശാപം ത്വരിതപ്പെടുത്തി!

സുൽത്താൻ വളരെ ഗുരുതരാവസ്ഥയിൽ ഒരു മാസം രോഗശയ്യയിലായിരുന്നു. അദ്ദേഹം വീണ്ടും ആരോഗ്യവാനായപ്പോൾ, എന്നെ അരികിലേക്ക് വിളിപ്പിച്ച് പറഞ്ഞു. "ഹേ, യുവാവേ, വിധി വൈപരീത്യത്താൽ ഞങ്ങളുടെ ജീവിതത്തിലെ സന്തോഷമെല്ലാം നീ വന്നതോടെ ഞങ്ങൾക്ക് നഷ്ടപ്പെട്ടു. ഏത് കാലത്തും സംരക്ഷിതരായി ഏറ്റവും ആനന്ദം നിറഞ്ഞ ജീവിതമാണ് ഞങ്ങൾ നയിച്ചിരുന്നത്, നീ ഇവിടെ വരുന്നതുവരെ. നീ വന്നതോടെ എല്ലാ കുഴപ്പങ്ങളും ഞങ്ങൾക്കുമേൽ വന്നു പതിച്ചു! ദൈവത്താണേ, നിന്നെയും നിന്റെ വൃത്തികെട്ട മുഖവും ഞങ്ങൾ ഒരിക്കലും കണ്ടില്ലായിരുന്നെങ്കിൽ! കാരണം, ഞങ്ങൾ നിന്നോട് ദയ കാണിച്ചു, ഞങ്ങളുടേതെല്ലാം നഷ്ടപ്പെടുത്തി. നീ മൂലം ആദ്യം എനിക്ക് സ്വന്തം മകൾ നഷ്ടപ്പെട്ടു, നൂറ് മനുഷ്യർക്ക് തുല്യമായിരുന്നു അവൾ, രണ്ടാമതായി പൊള്ളലേറ്റ് ഞാൻ രോഗിയായി മാറി, എന്റെ പല്ലുകൾ കൊഴിഞ്ഞു പോയി.

എന്റെ നപുംസകവും കൊല്ലപ്പെട്ടു. ഞാൻ നിന്നെ കുറ്റപ്പെടുത്തുന്നില്ല; കാരണം, ഇതെല്ലാം തടയാനുള്ള കഴിവ് നിനക്കില്ല. നിനക്കും എനിക്കും ലഭിച്ച അള്ളായുടെ ശിക്ഷയാണത്, നമ്മുടെ തലയിലെഴുത്ത്! എന്റെ മോൾക്ക് നിന്നെ മോചിപ്പിക്കാൻ കഴിഞ്ഞതിന് സർവ്വശക്തനോട് നന്ദി പറയുക, അത് മൂലം അവൾക്ക് സ്വന്തം ജീവൻ നഷ്ടപ്പെട്ടെങ്കിലും. ഇപ്പോൾ തന്നെ, എന്റെ മോനെ, എന്റെ ഈ നഗരത്തിൽ നിന്ന് ഒഴിഞ്ഞു പോകുക. നിന്നിൽ നിന്ന് ഞങ്ങൾക്ക് ഇത്രയും ലഭിച്ചത് തന്നെ ധാരാളം! അത് ഞങ്ങളുടെ വിധിയാണെങ്കിലും. സമാധാനത്തോടെ സ്ഥലം വിടൂ; നിന്നെ വീണ്ടും കാണാനിടയായാൽ, ഞാൻ തീർച്ചയായും നിന്നെ കൊല്ലും. അദ്ദേഹം എന്നോട് അട്ടഹസിച്ചു.

അതുകൊണ്ട്, ഓ എന്റെ ഗൃഹനാഥേ, എങ്ങനെ രക്ഷപ്പെടുമെന്നറിയാതെ ഭയങ്കരമായി കരഞ്ഞുകൊണ്ട്, ഞാൻ രാജസന്നിധിയിൽ നിന്ന് പോന്നു. എങ്ങോട്ടാണ് രക്ഷപ്പെടുക എന്നൊന്നും അറിയില്ലായിരുന്നു. എനിക്കനുഭവിക്കേണ്ടി വന്ന ദുരന്തങ്ങളെല്ലാം ഞാൻ ഓർത്തുപോയി.

തയ്യൽക്കാരനുമായുള്ള പരിചയം, ഭൂഗർഭത്തിലെ കൊട്ടാരത്തിലെ യുവതിയുമായുള്ള പ്രേമം, ഇഫ്രീട്ടിൽ നിന്നുള്ള നേരിയ രക്ഷപ്പെടൽ (അവൻ എന്നെ കൊല്ലാൻ തീരുമാനമെടുത്തിട്ടുപോലും) ഞാൻ നഗരത്തിൽ കുരങ്ങന്റെ രൂപത്തിൽ എത്തിയത്, വീണ്ടും മനുഷ്യരൂപം തിരിച്ചു കിട്ടിയത്... അപ്പോൾ ഞാൻ അള്ളായ്ക്ക് നന്ദി രേഖപ്പെടുത്തികൊണ്ട് പറഞ്ഞു. "എന്റെ കണ്ണല്ലേ നഷ്ടപ്പെട്ടുള്ളൂ, ജീവനല്ലല്ലോ!"

പിന്നെ, സ്ഥലം വിടുന്നതിനു മുമ്പ് ഞാൻ കുളിമുറിയിൽ ചെന്ന്, ശിരസ്സും താടിയും മീശയും പുരികങ്ങളുമെല്ലാം വടിച്ചുകളഞ്ഞു. അതിനുശേഷം തലയിൽ ചാരം തേച്ച്, ഒരു ഫക്കീറിനെപോലെ കറുത്ത പരുക്കൻ കമ്പിളിവസ്ത്രം ധരിച്ച്, യാത്ര ആരംഭിച്ചു. ഓരോ ദിവസവും എനിക്ക് സഹിക്കേണ്ടി വന്ന കുഴപ്പങ്ങളെക്കുറിച്ച് ചിന്തിക്കുകയും കരയുകയും ചെയ്തു.

പല നാടുകളിലൂടെയും സഞ്ചരിച്ചു, പല നഗരങ്ങളും സന്ദർശിച്ചു. ബാഗ്ദാദിൽ വന്ന് കാലിഫായോട് എനിക്ക് സംഭവിച്ച കാര്യങ്ങൾ ധരിപ്പിക്കണം. ഈ രാത്രിയാണ് ഞാൻ ഇവിടെ എത്തിയത്; അപ്പോൾ അമ്പരന്ന് നില്ക്കുന്ന ഒന്നാമത്തെ ഫക്കീറിനെ കണ്ടു. ഞാൻ അയാളെ സലാം ചെയ്ത്, കുശലം പറഞ്ഞു നില്ക്കവെ മൂന്നാമത്തെ ഫക്കീർ എത്തി സലാം പറഞ്ഞു. "ഞാനൊരു പരദേശിയാണ്" അയാൾ ഞങ്ങളെ അറിയിച്ചു.

അയാൾക്ക് ഞങ്ങൾ മറുപടി കൊടുത്തു. "ഞങ്ങളും പരദേശികളാണ്." അങ്ങനെ ഞങ്ങൾ മൂവരും ഒന്നിച്ച് നടന്നു, പരസ്പരം കഥകളൊന്നുമറിയാതെ! വിധി ഞങ്ങളെ ഈ വാതില്ക്കലേക്കെത്തിച്ചു, നിങ്ങളുടെ അടുത്തേക്ക് ആ നയിക്കപ്പെട്ടു. ഇതാണെന്റെ കഥ. എന്റെ താടിയും മീശയും വടിക്കാനുള്ള കാരണവും, ഒരു കണ്ണിന്റെ കാഴ്ച നഷ്ടപ്പെട്ടതും അങ്ങനെയാണ്.

ഗൃഹനാഥ പറഞ്ഞു. "നിങ്ങളുടെ കഥ അസാധാരണം തന്നെ. അപ്പോൾ നിങ്ങൾക്ക് ഇഷ്ടമുള്ള വഴിക്ക് പോകാം." എന്നാൽ, അയാൾ മറുപടി നല്കി. "എന്റെ കൂട്ടുകാരുടെ കഥകൾ കേൾക്കുന്നതുവരെ ഞാൻ പോകുന്നില്ല."

അപ്പോൾ, മൂന്നാമത്തെ ഫക്കീർ മുന്നോട്ട് വന്നു. "ഹേ, പ്രശസ്തയായ മഹതി! എന്റെ ചരിത്രം ഈ രണ്ട് കൂട്ടുകാരിൽ നിന്നും വ്യത്യസ്തമാണ്, എന്നാൽ അവയേക്കൾ കൂടുതൽ അതിശയകരവും വിസ്മയകരവുമാണ്. അവരുടെ കാര്യത്തിൽ വിധിയും ഭാഗ്യവും ആണ് അപ്രതീക്ഷിത സംഭവങ്ങൾ സൃഷ്ടിച്ചത്. എന്നാൽ ഞാൻ സ്വയം തലയിൽ വലിച്ചു വെച്ച ദുർവിധി മൂലം എന്നിൽ മനോദുഃഖം സൃഷ്ടിക്കുകയായിരുന്നു; എന്റെ താടിവടിക്കാനിടയായതും, ഒരു കണ്ണ് നഷ്ടപ്പെട്ടതും അങ്ങനെയാണ്. അപ്പോൾ, ഇത് കേൾക്കുക-

മൂന്നാമത്തെ ഫക്കീറിന്റെ കഥ

അല്ലയോ മഹതി, നിങ്ങൾക്കറിയാമോ, ഞാനും ഒരു രാജാവായിരുന്നു, ഒരു രാജാവിന്റെ മകൻ. എന്റെ പേര് 'അജീബ്' എന്നാണ്. 'ഖാസീബിന്റെ പുത്രൻ'. എന്റെ അച്ഛന്റെ മരണശേഷം ഞാൻ സിംഹാസനത്തിലേറി.

ഞാൻ നീതിയോടെ രാജ്യം ഭരിച്ചു; എല്ലാ പ്രഭുക്കന്മാരും ആ ഭരണത്തിൽ പ്രീതരായിരുന്നു. എന്റെ തലസ്ഥാന നഗരി, കടൽ തീരത്തായിരുന്നതിനാൽ, കടൽയാത്ര എനിക്ക് വളരെ ഇഷ്ടമായിരുന്നു. അധികം ദൂരെയല്ലാതെ ധാരാളം വലിയ ദ്വീപുകൾ ആ കടലിൽ ഉണ്ടായിരുന്നു. പ്രധാനപ്പെട്ട ദ്വീപിൽ കോട്ടയും രക്ഷാഭടന്മാരുമുണ്ട്. എന്റെ കപ്പൽവ്യൂഹം വളരെ വലുതായിരുന്നു; അമ്പത് ചരക്ക് കപ്പലുകൾ, നിരവധി 'യാട്ടു'കൾ, നൂറ്റമ്പത് നാവിക കപ്പലുകൾ (കാഫറുകളുടെ നേരെ വിശുദ്ധ യുദ്ധം നടത്തുവാൻ) എന്നിവ അടങ്ങിയതായിരുന്നു അത്. എനിക്ക് ആ ദ്വീപുകളിൽ പോയി കുറച്ചു നാൾ ഉല്ലസിക്കണമെന്ന് തോന്നി. ഞാനും കുറച്ച് ആളുകളുമായി കപ്പലിൽ ഇരുപത് ദിവസത്തെ യാത്രയ്ക്ക് തയ്യാറെടുത്തു. ഒരു മാസത്തേക്കുള്ള ഭക്ഷണ സാധനങ്ങൾ ഞങ്ങൾ കരുതിയിരുന്നു. ഞങ്ങൾ യാത്ര ചെയ്തു കൊണ്ടിരിക്കവേ, ഒരു രാത്രി ഭയങ്കരമായ കാറ്റ് വീശാൻ തുടങ്ങി. ഉഗ്രൻ തിരമാലകൾ ഉയർന്നുപൊങ്ങി; അതോടൊപ്പം അന്തരീക്ഷം കറുത്തിരുണ്ടതായി തീർന്നു. എല്ലാം നശിച്ചു എന്ന് ഞങ്ങൾ കരുതി. ഞങ്ങൾ അള്ളായോട് പ്രാർത്ഥിച്ചു; എല്ലാം അവനിൽ അർപ്പിച്ച് ആശ്വാസം കണ്ടെത്താൻ ശ്രമിച്ചു. എന്നാൽ, കൊടുങ്കാറ്റ് നിലച്ചില്ല. രാത്രി മുഴുവൻ തിരമാലകൾ ആഞ്ഞടിച്ചുകൊണ്ടേയിരുന്നു. രാവിലെ കൊടുങ്കാറ്റ് അവസാനിച്ചപ്പോൾ,. കടൽ ശാന്തമായി. സൂര്യപ്രകാരം പരന്നു, എല്ലാം വ്യക്തമായി കാണാൻ കഴിഞ്ഞു. ഞങ്ങൾ ഒരു ദ്വീപിലെത്തിയപ്പോൾ അവിടെ ഇറങ്ങി, ഭക്ഷണം പാകം ചെയ്ത് ആഹ്ലാദത്തോടെ കഴിച്ചു. പിന്നീട് ഏതാനും ദിവസങ്ങൾ ഞങ്ങൾ അവിടെ വിശ്രമിച്ചു.

വീണ്ടും കപ്പലിൽ കയറി ഇരുപത് ദിവസങ്ങൾ നീണ്ടുനിന്ന യാത്രയ്ക്ക് തുടക്കം കുറിച്ചു. വിശാലമായ സമുദ്രത്തിൽ ഞങ്ങൾ ചെന്നുപെട്ടു. ഒഴുക്ക് ഞങ്ങൾക്ക് എതിരായി മാറി; അപരിചിതമായ ഒരു കടലായിരുന്നു അത്; ക്യാപ്റ്റന്റെ കണക്കുകൂട്ടലെല്ലാം തെറ്റി; അയാൾ കടലിലേക്ക് നോക്കി, അന്ധാളിച്ച് നിന്നു! ഞങ്ങൾ ഒരു ജോലിക്കാരനോട് വിളിച്ചു പറഞ്ഞു.

"നിങ്ങൾ 'മാസ്റ്റി'ന്റെ മുകളിൽ കയറി ചുറ്റുപാടും ശ്രദ്ധയോടെ വീക്ഷിക്കുക."

അയാൾ അപ്രകാരം ചെയ്തു; 'മാസ്റ്റി'ന്റെ മുകളിലെത്തിയ അയാൾ പുറത്തേക്ക് നോക്കി ഉറക്കെ വിളിച്ചു പറഞ്ഞു. "അല്ലയോ ക്യാപ്റ്റൻ, കപ്പലിന്റെ ഇടത് വശത്ത്, ദൂരെ എന്തോ കറുത്ത സാധനം ഞാൻ കാണുന്നു; കടലിൽ പൊന്തി കിടക്കുന്ന മീൻ പോലുണ്ട്, അതിന്റെ നടുവിൽ കറുപ്പും വെളുപ്പും നിറങ്ങൾ മാറിമാറി വരുന്നു. നല്ല തിളക്കമുണ്ട്."

അയാളുടെ വാക്കുകൾ കേട്ട ക്യാപ്റ്റൻ, അസഹ്യമായ ദുഃഖത്തോടെ മുഖത്തടിച്ച് കരയാൻ തുടങ്ങി.

"നല്ല വാർത്ത തന്നെ! നമ്മൾ എല്ലാവരും മരിക്കാൻ പോകുകയാണ്; നമ്മളിൽ ഒറ്റ ആളും രക്ഷപ്പെടാൻ പോകുന്നില്ല"

അയാളുടെ കരച്ചിൽ കണ്ട് സ്വന്തം ജീവനെ ഓർത്ത്, ഞങ്ങൾ എല്ലാവരും കരയാൻ തുടങ്ങി.

ഞാൻ ക്യാപ്റ്റനോട് പറഞ്ഞു. "ഓ, ക്യാപ്റ്റൻ, അയാൾ എന്താണ് കണ്ടതെന്ന് ഞങ്ങളോട് പറയൂ."

"എന്റെ രാജാവേ," അയാൾ മറുപടി നല്കി" ആ കൊടുങ്കാറ്റുണ്ടായ ദിവസം നമ്മൾ വഴി തെറ്റിയാണ് യാത്ര ചെയ്തത്. അതിനുശേഷമുള്ള രണ്ട് ദിവസങ്ങൾ ശാന്തമായിരുന്നു, ആ സമയത്ത് നമ്മൾ അധികം നീങ്ങിയിട്ടില്ല. ആ രാത്രിക്കുശേഷം പതിനൊന്ന് ദിവസങ്ങൾ നമ്മൾ വഴി തെറ്റി യാത്ര തുടരുകയാണ്. നമ്മളെ ശരിയായ മാർഗ്ഗത്തിലെത്തിക്കാനായി കാറ്റും ഇല്ലായിരുന്നു. നാളെത്തെ പകൽ അവസാനിക്കുമ്പോഴേക്കും കറുത്ത കല്ലുള്ള ഒരു മലയ്ക്ക് മുന്നിൽ നമ്മൾ എത്തും; 'കാന്തമല'യാണത്. ഇനി ഒഴുക്ക് നമ്മളെ അങ്ങോട്ട് എത്തിക്കും. നമ്മൾ അതിന്റെ ആകർഷണവലയത്തിലെത്തിയ ഉടനെ കപ്പലിലെ ഒരു വശം തുറക്കപ്പെടും, മരപ്പലകയിലെ ഓരോ ആണിയും പറന്നു ചെന്ന് ആ മലയിൽ തുളച്ചു കയറും. സർവ്വശക്തനായ അള്ളാ ഈ മലയ്ക്ക് ആകർഷണശക്തിയാണ് നല്കിയിട്ടുള്ളത്; അതുകൊണ്ട് അടുത്തെത്തുന്ന ഇരുമ്പ് സാധനങ്ങളെല്ലാം അതിലേക്ക് പാഞ്ഞു ചെല്ലുന്നു. അപ്രകാരം വന്നു ചേർന്ന ഇരുമ്പ് സാധനങ്ങൾ ആ മലയിൽ നിറയെ ഉണ്ട്; എത്രയുണ്ടെന്ന് ആർക്കും പറയാൻ കഴിയില്ല. പണ്ടുകാലം മുതൽ ഇവിടെ എത്തിയ എല്ലാ കപ്പലുകളിലെയും ഇരുമ്പ് സാധനങ്ങൾ അവിടെയുണ്ട്. അതിന്റെ നടുവിലെ തിളങ്ങുന്ന വസ്തു ഒരു ഗോപുരമാണ്, പത്ത് തൂണുകളിലാണത് സ്ഥിതി ചെയ്യുന്നത്. അതിന്റെ 'മകുടം' ചെമ്പുകൊണ്ടുള്ളൊരു കുതിരയും കുതിരക്കാരനുമാണ്, കൈയിൽ ഒരു കുന്തം പിടിച്ചിട്ടുണ്ട്. നെഞ്ചിൽ പല പേരുകൾ കൊത്തിവെച്ചിട്ടുള്ള 'ഈയ'ത്തിന്റെ 'ഏലസ്' ഞാന്നു കിടക്കുന്നു"

"ആ കുതിരക്കാരൻ താഴെ വീഴുന്നതുവരെ ദുരിതം ഒഴിവാക്കാനാവില്ല; എല്ലാവരും കൊല്ലപ്പെടും."

പിന്നെ, എന്റെ ഗൃഹനാഥേ, ഭയങ്കര ദുഃഖത്തോടെ ക്യാപ്റ്റൻ കരഞ്ഞു. ഞങ്ങൾ എല്ലാവരും മരണം ഉറപ്പാണെന്ന് അറിഞ്ഞു; ഓരോരുത്തനും തങ്ങളുടെ സുഹൃത്തുക്കളോട് യാത്ര പറഞ്ഞു. തന്റെ അന്തിമ 'ഒസ്യത്തി'നെക്കുറിച്ച് ഏല്പിച്ചു, ആരെങ്കിലും രക്ഷപ്പെട്ടാൽ നടപ്പിലാക്കാൻ വേണ്ടി! അന്നു രാത്രി ആരും ഉറങ്ങിയില്ല; രാവിലെ ഞങ്ങൾ 'കാന്തമല'യോട് കുറെ കൂടി അടുത്തിരിക്കുന്നതായി തോന്നി; ഇവിടെ വെള്ളത്തിന് മലയുടെ അടുത്തേക്ക് നല്ല ഒഴുക്കായിരുന്നു. കപ്പലുകൾ ആ മലയുടെ അടിയിലെത്തുമ്പോൾ അതിലെ ഇരുമ്പാണികളും, മറ്റ് ഇരുമ്പ് സാധനങ്ങളും ആ കാന്തമലയിലേക്ക് പറന്ന് അതിൽ തറച്ചു നില്ക്കും. സന്ധ്യയായപ്പോൾ ആ മലയ്ക്ക് കീഴെയുള്ള തിരമാലകളിൽ ഞങ്ങളുടെ കപ്പൽ ശക്തമായി ആടി മറിയുകയായിരുന്നു. ഞങ്ങളിൽ ചിലർ രക്ഷപ്പെട്ടു. എന്നാൽ, കൂടുതൽ പേരും മുങ്ങി മരിച്ചു; എന്നാൽ രക്ഷപ്പെട്ടവർ ആരൊക്കെയാണെന്ന് അവർക്കു തന്നെ അറിയില്ലായിരുന്നു; കാരണം, അത്ര പൊക്കമുള്ള തിരകളാണ് വന്നടിച്ചുകൊണ്ടിരുന്നത്, അതിന്നപ്പുറമായിരുന്നു കാറ്റിന്റെ ചീറൽ! എന്നെ സംബന്ധിച്ച് പറഞ്ഞാൽ, ഓ, മഹതി, അള്ളാ(അവന്റെ നാമം വാഴ്ത്തപ്പെടട്ടെ) എന്റെ ജീവൻ കാത്തു രക്ഷിച്ചു. ഞാൻ കഷ്ടപ്പാടും നിർഭാഗ്യവും ആപത്തും അനുഭവിക്കണമെന്നാണ് 'അവ'ന്റെ നിശ്ചയം!

ഞാൻ കപ്പലിൽ നിന്ന് ഊരിപ്പോന്ന ഏതോ മരപ്പലകയിൽ അള്ളിപ്പിടിച്ചുകയറി. കാറ്റും തിരകളും അതിനെ മലയിലേക്ക് അടുപ്പിച്ചു.

അവിടെ നടന്നു പോകാൻ പറ്റുന്ന ഒരു പാത, പാറയിൽ കൊത്തിയുണ്ടാക്കിയിട്ടുള്ളത്, ഞാൻ കണ്ടു. മലയുടെ മുകളിലേക്കാണത് പോകുന്നത്. ഞാൻ ആശ്ചര്യത്തോടെ സർവ്വശക്തനായ അള്ളായെ വിളിച്ചു "ബിസ്മില്ലാ!"-അപ്പോഴേക്കും നേരം പുലരാറായെന്ന് ഷാഹ്രസാദ് മനസ്സിലാക്കി; അവൾക്ക് കഥ പറയാനനുവദിച്ച സമയം കഴിഞ്ഞിരിക്കുന്നു.

പതിനഞ്ചാം രാവ്

അവൾ തുടർന്നു, കീർത്തിമാനായ രാജാവേ, മൂന്നാമത്തെ ഫക്കീർ ഗൃഹനാഥയോട് പറഞ്ഞു.(മറ്റുള്ളവർ ആകാംക്ഷയോടെ ഇരിക്കുകയാണ്; അവരുടെ ശിരസ്സിനു മീതെ ഉയർത്തിപ്പിടിച്ച വാളുകളുമായി അടിമകൾ നിൽക്കുന്നു) സർവ്വശക്തനായ അള്ളായെ വിളിച്ച്, വികാരവിവശനായി സഹായം യാചിച്ചുകൊണ്ട്, കല്ലിൽ വെട്ടിയുണ്ടാക്കിയ പടവുകളിലൂടെ, മെല്ലെ ഞാൻ മുകളിലേക്ക് കയറി. ആ സമയത്ത് ദൈവം കാറ്റിനെ പിടിച്ചുനിർത്തി, അന്തരീക്ഷം നിശ്ചലമാക്കിക്കൊണ്ട്, എന്നെ മുകളിലേക്ക് കയറാൻ സഹായിച്ചു. മലയുടെ ശിഖരത്തിൽ എത്തുവാൻ എനിക്ക് കഴിഞ്ഞു. അവിടെ ആ ഗോപുരമല്ലാതെ വിശ്രമിക്കാനൊരിടവും ഞാൻ കണ്ടില്ല. ഞാൻ അതിനുള്ളിലേക്ക് പ്രവേശിച്ചു. അപ്പോൾ, ജീവൻ രക്ഷപ്പെട്ടതോർത്ത് എന്റെ മനസ്സ് ആനന്ദത്തിൽ ആറാടുകയായിരുന്നു. കൈകാലുകൾ കഴുകി ശുദ്ധിവരുത്തി മനംനൊന്ത് പ്രാർത്ഥിച്ചു. എന്നെ രക്ഷിച്ചതിൽ ദൈവത്തിന് നന്ദി പറഞ്ഞു കൊണ്ട്. പിന്നെ അവിടെതന്നെ കിടന്ന് ഞാനുറങ്ങിപ്പോയി; അപ്പോൾ സ്വപ്നത്തിൽ ദുരൂഹമായൊരു ശബ്ദം കേട്ടു. "ഓ, ഖസീബിന്റെ മകനെ! നീ സ്വപ്നത്തിൽ നിന്ന് ഉണരുമ്പോൾ നിന്റെ കാൽവെച്ചിരുന്ന ഭാഗം കുഴിക്കുക; അപ്പോൾ ചെമ്പ് കൊണ്ടുള്ളൊരു വില്ലും ഈയം കൊണ്ടുള്ള മൂന്ന് അമ്പുകളും കണ്ടെത്തും. അതിൽ മന്ത്രശക്തിയുള്ള ഒരു തകിട് കൊത്തിവെച്ചിട്ടുണ്ടായിരിക്കും. ആ വില്ലെടുത്ത് ഗോപുരത്തിന് മുകളിൽ നിൽക്കുന്ന അശ്വാരൂഢനുനേരെ അമ്പെയ്യുക. അവന്റെ ആപത്ക്കരമായ ദുഷ്പ്രവൃത്തിയിൽ നിന്ന് മാനവരാശിയെ സ്വതന്ത്രമാക്കുക. നിങ്ങൾ അവനെ അമ്പെയ്താൽ അവൻ കടലിലേക്ക് വീഴും; കുതിര നിന്റെ കാൽക്കീഴിലും! അപ്പോൾ അതിനെ ആ വില്ല് ഉണ്ടായിരുന്ന കുഴിയിൽ മറവു ചെയ്യുക. അപ്പോൾ സമുദ്രത്തിലെ വെള്ളം ഉയർന്ന് മലയുടെ ശിഖരം വരെ എത്തും. അപ്പോൾ ചെമ്പുകൊണ്ടുള്ള ഒരു മനുഷ്യനെയും ഇരുത്തിക്കൊണ്ട് ഒരു വഞ്ചി അവിടെ എത്തും. അവന്റെ കൈയിൽ ഒരു ജോടി പങ്കായങ്ങൾ ഉണ്ടായിരിക്കും. അവൻ നിന്റെ അടുത്തെത്തുമ്പോൾ നീ ആ വഞ്ചിയിൽ കയറുക. 'ബിസ്മില്ലാ' എന്നോ സർവ്വശക്തനായ അള്ളാ എന്നോ ഉച്ചരിക്കുമ്പോൾ ശ്രദ്ധിക്കണം. പത്ത് ദിവസം അവൻ നിന്നെ കടലിലൂടെ ഇഴഞ്ഞ് കൊണ്ടു പോകും. ഒടുവിൽ 'സുരക്ഷയുടെ ദ്വീപി'ൽ എത്തിക്കും. അവിടന്ന് നിങ്ങൾക്ക് എളുപ്പത്തിൽ ഒരു തുറമുഖത്തിൽ എത്താൻ കഴിയും; അവിടെയുള്ളവർ നിന്നെ സ്വന്തം നാട്ടിൽ എത്തിക്കും. ഇതെല്ലാം നിനക്ക് സഫലീകൃതമാകും. അതുകൊണ്ട് നീ അള്ളായുടെ നാമം ഉച്ചരിക്കരുത്."

ഞാൻ, അപ്പോൾ, അതിയായ സന്തോഷത്തോടെ ഉറക്കത്തിൽ നിന്നും ചാടി എഴുന്നേറ്റു. ആ ദുരൂഹമായ ശബ്ദം കല്പിച്ചതുപോലെ ധൃതിയിൽ ചെയ്യാൻ തുടങ്ങി; അമ്പും വില്ലും കുഴിച്ചെടുത്തു, അശ്വാരൂഢനെ അമ്പെയ്ത് കടലിൽ വീഴ്ത്തി, കുതിര എന്റെ കാൽക്കൽ നിലംപതിച്ചു; അപ്പോൾ ഞാനതിനെ എടുത്ത് ആ കുഴിയിൽ മറവു ചെയ്തു. ഉടനെ സമുദ്രം പൊന്തി വന്ന് മലയുടെ ശിഖരം വരെ എത്തി. അധികം നേരം എനിക്ക് കാത്തു നിൽക്കേണ്ടി വന്നില്ല, വഞ്ചി അതാ എന്റെ അടുത്തേക്ക് വരുന്നു; അതിൽ 'ഈയ' ഏലസ്സ്, ഇട്ട ഒരു പിച്ചളമനുഷ്യൻ ഇരിക്കുന്നുണ്ട്. ഒരക്ഷരം മിണ്ടാതെ ഞാനതിൽ കയറി ഇരുന്നു. വഞ്ചിക്കാരൻ പത്തു ദിവസം തുടർച്ചയായി വഞ്ചി തുഴഞ്ഞ് 'സുരക്ഷയുടെ ദ്വീപിന്നടുത്ത് എത്തി. അത് കണ്ടപ്പോൾ അടക്കാനാവാത്ത ആഹ്ലാദത്തോടെ ഞാൻ ആശ്ചര്യപ്രകടനം നടത്തി "അള്ളാ! അള്ളാ! അള്ളായുടെ നാമത്താൽ! അള്ളാ മാത്രമാണ് സർവ്വശക്തനായ ദൈവം!"

ഉടനെ വഞ്ചി മേൽകീഴായി മറിഞ്ഞു, ഞാൻ കടലിലേക്ക് എറിയപ്പെട്ടു! പിന്നെ, ആ വഞ്ചി വെള്ളത്തിന്റെ അഗാധതയിലേക്ക് താഴ്ന്നുപോയി. ഞാൻ നല്ലൊരു നീന്തൽക്കാരനായതിനാൽ, ദിവസം മുഴുവൻ ഞാൻ കടലിലൂടെ നീന്തി. രാത്രി ആയപ്പോൾ എന്റെ തോളുകളും കൈകളും മരവിച്ചു പോയി; ഞാൻ വല്ലാതെ തളർന്നു, മരിച്ചുപോകുമെന്ന് പോലും തോന്നിപ്പോയി! ഞാൻ എന്റെ ദൈവ വിശ്വാസത്തെ പിടിച്ച് സത്യം ചെയ്തു, മരണം പ്രതീ ക്ഷിച്ചുകൊണ്ട് അള്ളാവിനെ വിളിച്ചു! കടൽ അപ്പോഴും പ്രക്ഷുബ്ധമാണ്, ഭയങ്കര കൊടുങ്കാറ്റും. മല പോലെ പൊക്കമുള്ള ഒരു തിരമാല വന്ന്, എന്നെ ആകാശത്തേക്ക് പൊക്കി പിടിച്ച് വലിച്ചൊരു ഏറ്! അതാ, വെള്ളമില്ലാത്ത കരയ്ക്ക് ഞാൻ ചെന്ന് വീണിരിക്കുന്നു. അവന്റെ ഇച്ഛ നിറവേറ്റപ്പെട്ടിരിക്കുന്നു; ഞാൻ പതുക്കെ പ്രയാസപ്പെട്ട് മുന്നോട്ടു നീങ്ങി; വസ്ത്രങ്ങൾ അഴിച്ച് വെയിലത്ത് ഉണങ്ങാൻ ഇട്ടു. പിന്നെ, രാത്രി മുഴുവൻ കിടന്നുറങ്ങി. നേരം പുലർന്നപ്പോൾ ഞാൻ വസ്ത്രങ്ങൾ ധരിച്ച്, ഏത് ദിശയിലേക്ക് നടക്കണമെന്ന് നോക്കി നിന്നു. പിന്നെ കുറച്ചു ദൂരം നടന്നപ്പോൾ പൊക്കം കുറഞ്ഞ മരങ്ങൾ നിറഞ്ഞ ഒരു സ്ഥലത്തെത്തി. ചുറ്റുപാടും കണ്ണോടിച്ചപ്പോൾ അതൊരു കൊച്ചു ദ്വീപാണെന്ന് എനിക്ക് തോന്നി, വെറും ചെറിയൊരു തുരുത്ത്, ചുറ്റും കടലാണ്. ഞാൻ അതുകണ്ട് ആത്മഗതമായി പറഞ്ഞു. "എന്നെ വലിയൊരു ദുരിതത്തിൽ നിന്നും രക്ഷിച്ച് അതിനേക്കാൾ വലിയ ദുരന്തത്തിലെത്തിച്ചിരിക്കുന്നു!"

എന്നാൽ, ഞാൻ എന്റെ ശോച്യാവസ്ഥയെ കുറിച്ച് ചിന്തിച്ച് മരണവും പ്രതീക്ഷിച്ചിരിക്കവെ, ഒരു കപ്പൽ ആ ദ്വീപിലേക്ക് വരുന്നത് ഞാൻ കണ്ടു. അപ്പോൾ ഒരു മരത്തിന് മുകളിൽ കയറി, അതിന്റെ ശാഖകൾക്കിടയിൽ ഞാൻ ഒളിച്ചിരുന്നു. കടൽതീരത്ത് കപ്പൽ നങ്കൂരമിട്ട്, പത്ത് കാപ്പിരികളായ അടിമകളെ താഴെ ഇറക്കി; തൂമ്പകളും കുട്ടകളും പിടിച്ച് അവർ ദ്വീപിന്റെ മദ്ധ്യഭാഗത്തെത്തി. ഇവിടെ അവർ അഗാധമായൊരു കുഴി ഉണ്ടാക്കി; ഒടുവിൽ ഭൂഗർഭത്തിലവർ ഒരു ലോഹപ്ലേറ്റ് കണ്ടെത്തി. അതവർ പുറത്തെടുത്തു; അതിന്നടിയിൽ ഒരു രഹസ്യവാതിലാണ്. ഇത്രയും ചെയ്തശേഷം അവർ കപ്പലിലേക്ക് തിരിച്ചു ചെന്ന്, അപ്പം

ധാന്യപ്പൊടി, തേൻ, പഴങ്ങൾ, വെണ്ണ, വെള്ളം നിറച്ച തുകൽ കുപ്പികൾ, മറ്റ് വീട്ടാവശ്യമുള്ള സാധനങ്ങൾ, ഫർണീച്ചർ, കണ്ണാടികൾ, കാർപ്പറ്റ് തുടങ്ങിയ, വീട് സജ്ജീകരിക്കാനുള്ള എല്ലാ വസ്തുക്കളും എടുത്തു കൊണ്ടു വന്നു. അവർ പല പ്രാവശ്യം വന്നും പോയും കൊണ്ടിരുന്നു; കപ്പലിൽ നിന്ന് മുകളിൽ പറഞ്ഞവയെല്ലാം കൊണ്ടുവന്ന്, രഹസ്യ വാതിലിലൂടെ ഭൂഗർഭത്തിലേക്ക് കൊണ്ടുപോയി. കപ്പലിലെ സാമാന ങ്ങളെല്ലാം ഇപ്രകാരം കടത്തികൊണ്ടു വന്ന് ഭൂഗർഭത്തിൽ കൊണ്ടുവന്ന ശേഷം അടിമകൾ വീണ്ടും കപ്പലിലേക്ക് പോയി. പിന്നെ അവർ വില പിടിച്ചവസ്ത്രങ്ങൾ പിടിച്ച് പടുകിഴവനായൊരു മനുഷ്യനെയും കൂട്ടി പുറത്തു വന്നു; ഒരു പഴയ വസ്ത്രം ധരിച്ച, എല്ലും തൊലിയും മാത്ര മുള്ളൊരു വൃദ്ധൻ. അദ്ദേഹം അതികോമളനായൊരു യുവാവിന്റെ കൈയിൽ പിടിച്ചാണ് നടത്തം. ഇത്രയും സുന്ദരനും ആകർഷണീയനു മായൊരു യുവാവിനെ ആരും ഇതുവരെ കണ്ടിട്ടുണ്ടാവില്ല, ആരുടെ ഹൃദയവും വശീകരിക്കുന്ന സൗന്ദര്യം!

അവർ എല്ലാവരും ആ രഹസ്യ വാതിലിലൂടെ താഴേക്കിറങ്ങി പോയി; പിന്നെ, ഒരു മണിക്കൂറിലേറെ സമയം അവർ ഭൂഗർഭത്തിലായിരുന്നു. അതിനുശേഷം വൃദ്ധനും അടിമകളും പുറത്തു വന്നു; എന്നാൽ ആ യുവാവ് മാത്രം ഉണ്ടായിരുന്നില്ല. പിന്നെ സൂക്ഷ്മതയോടെ ആ ഇരുമ്പു പ്ലേറ്റും വാതിൽ 'സ്ലാബും' പഴയതുപോലെ തിരിച്ചുവെച്ച് മൂടിയശേഷം, അവർ കപ്പലിൽ കയറി മടക്കയാത്ര നടത്തി. അങ്ങനെ, അവർ എന്റെ കാഴ്ചയിൽ നിന്നും പോയ്മറഞ്ഞു.

അവർ തിരിച്ചുപോയപ്പോൾ, ഞാൻ മരത്തിൽ നിന്നും താഴെ ഇറങ്ങി വന്ന്, അവർ മൂടിയിട്ട ഭൂഗർഭ കവാടത്തിലെത്തി. മണ്ണ് മുഴുവൻ മാന്തി ക്കളഞ്ഞ് വളരെ കഷ്ടപ്പെട്ട് രഹസ്യ വാതിലിന്നടുത്തെത്തി. അത് മരം കൊണ്ടുണ്ടാക്കിയതാണെങ്കിലും 'അരക്കല്ലി'ന്റെ രൂപത്തിലായിരുന്നു. ഞാനത് പൊക്കിയെടുത്തപ്പോൾ ചുറ്റിക്കറങ്ങിപ്പോകുന്ന കൽപ്പടവുകൾ കണ്ടു.ഞാൻ അദ്ഭുതസ്തബ്ധനായി പോയി! പടവുകൾ ഇറങ്ങി ചെന്ന പ്പോൾ നല്ലൊരു ഹാൾ കണ്ടു; പല തരത്തിലുള്ള കാർപ്പെറ്റുകൾ അതിൽ വിരിച്ചിരിക്കുന്നു, സിൽക്ക് കർട്ടനുകളും വിരികളും മറ്റും സുലഭം! ഒരു ഉയർന്ന കട്ടിലിൽ ഒരു യുവാവ് ഇരിക്കുന്നുണ്ട്; കൈയിൽ ഒരു വിശറിയും പിടിച്ച്, ഉരുണ്ട കുഷ്യനിൽ ചാരിയാണ് ഇരുപ്പ്. മുന്നിലെ 'വാസി'ൽ സൗരഭ്യം പരത്തുന്ന പൂക്കളും ഔഷധഗുണമുള്ള ചെടികളുമുണ്ട്. ഇത്രയും വലിയ ആ അറയിൽ അവൻ ഒറ്റയ്ക്കാണ്!

എന്നെ കണ്ടപ്പോൾ അവൻ വിളറി വെളുത്തു. എന്നാൽ, ഞാനവനെ ആദരവോടെ സലാം ചെയ്തുകൊണ്ട് പറഞ്ഞു. "നീ മനസമാധാന ത്തോടെ നിർഭയനായി ഇരിക്കൂ. നിനക്കൊരു ദ്രോഹവും ഉണ്ടാകില്ല; നിന്നെ പോലൊരു മനുഷ്യനാണ് ഞാൻ. ഒരു രാജാവിന്റെ മകൻ, നിനക്ക് കൂട്ടു നൽകാനും ഈ ഏകാന്തതയിൽ' നിന്നെ സന്തോഷിപ്പിക്കാനുമായി 'വിധി' കല്പിതമായി വന്നുപെട്ടവൻ! എന്നാൽ, ഇപ്പോൾ എന്നോട് പറയൂ, നിന്റെ കഥ എന്താണ്? ഈ ഭൂഗർഭത്തിൽ ഏകാന്തവാസം അനുഷ്ഠി ക്കാനുള്ള കാരണം എന്താണ്?"

ഞാൻ ഒരു ജിന്നിയല്ലെന്നും, അവനെ പോലൊരു മനുഷ്യനാണെന്നും ഉറപ്പായപ്പോൾ, അവൻ ആഹ്ലാദിച്ചു, പഴയ നിറം അവനിൽ തിരിച്ചു വന്നു!

എന്നെ അവന്റെ അടുത്തിരുത്തി അവൻ പറയാൻ തുടങ്ങി. "ഓ, എന്റെ സഹോദരാ, എന്റേത് വിചിത്രമായൊരു കഥയാണ്. അതിപ്രകരമാണ്. എന്റെ അച്ഛൻ അതിസമ്പന്നനായൊരു രത്നവ്യാപാരിയാണ്. അദ്ദേഹത്തിനുവേണ്ടി വ്യാപാരം നടത്തുന്ന അനേകം വെളുത്തതും കറുത്തതുമായ അടിമകൾ ഉണ്ട്. അവർ കപ്പലിലും, ഒട്ടകപ്പുറത്തുമേറി യാത്ര ചെയ്തും വിദൂര ദേശത്തും നഗരങ്ങളിലും ചെന്ന് കച്ചവടം നടത്തുന്നു. എന്നാൽ, അദ്ദേഹത്തിന് മക്കളില്ലായിരുന്നു. ഒരു രാത്രി അദ്ദേഹം ഒരു സ്വപ്നം കണ്ടു, തനിക്കൊരു പുത്രൻ ഉണ്ടാകുമെന്ന്! എന്നാൽ അവൻ അല്പായുസ്സായിരിക്കും. നേരം പുലർന്നപ്പോൾ എന്റെ അച്ഛൻ ഭയങ്കര സന്തോഷത്തോടെ കരഞ്ഞു. പിറ്റേന്ന് രാത്രി എന്റെ അമ്മ ഗർഭിണിയായി. എന്റെ അച്ഛൻ ആ ദിവസം കുറിച്ചു വെച്ചു. സമയമായപ്പോൾ അമ്മ എന്നെ പ്രസവിച്ചു. അച്ഛനും, ആഹ്ലാദവാനുമായിരുന്നു. അയൽവാസികൾക്കദ്ദേഹം നല്ലൊരു സദ്യ നടത്തി. ഫക്കീർമാരെയും ദരിദ്രരേയും വിളിച്ച് ആഹാരം നല്കി.

പിന്നെ അദ്ദേഹം ജ്യോതിശാസ്ത്രജ്ഞരെയും, ജ്യോതിഷ പണ്ഡിതരെയും വിളിച്ചു കൂട്ടി; അവർ എന്റെ ജാതകം എഴുതി തയ്യാറാക്കിയ ശേഷം അച്ഛനോട് പറഞ്ഞു. "അങ്ങയുടെ പുത്രൻ പതിനഞ്ച് വയസ്സുവരെ ജീവിക്കും; എന്നാൽ, പതിനഞ്ചാം വയസ്സിൽ അശുഭസൂചന കാണുന്നു! ആ ചീത്ത കാലം മറികടക്കാൻ കഴിഞ്ഞാൽ അവൻ ദീർഘായുഷ്മാനായിരിക്കും! അവന് മരണ ഭീഷണി ഉയർത്തുന്ന കാര്യം ഇതാണ്. 'ആപത് കടലിൽ' 'കാന്തമല' സ്ഥിതി ചെയ്യുന്നു; അതിന്റെ ശിഖരത്തിൽ പിച്ചള കൊണ്ടുള്ളൊരു കുതിരപ്പുറത്ത് ഒരു ലോഹത്തിലുള്ള അശ്വാരൂഢൻ ഇരിക്കുന്നുണ്ട്! അവൻ കഴുത്തിൽ ഒരു 'ഏലസ്' അണിഞ്ഞിട്ടുണ്ട്. ഈ അശ്വാരൂഢൻ സമുദ്രത്തിലേക്ക് പതിച്ച്, അമ്പത് ദിവസം കഴിയുമ്പോൾ, അങ്ങയുടെ മകൻ മരിക്കും. ഈ അശ്വാരൂഢനെ അമ്പെയ്ത് വീഴ്ത്തിയ 'അജീബ്' രാജകുമാരൻ (ഖാസിബ് രാജാവിന്റെ പുത്രൻ) ആയിരിക്കും. അങ്ങയുടെ പുത്രന്റെ ഘാതകൻ",

ഈ വാക്കുകൾ കേട്ട് എന്റെ അച്ഛൻ വല്ലാതെ ദുഃഖിച്ചു. എന്നാൽ, എന്നെ വളരെ വാത്സല്യത്തോടെ പതിനഞ്ചാം വയസ്സുവരെ വളർത്തി; ഏറ്റവും ശ്രേഷ്ഠമായ വിദ്യാഭ്യാസം നൽകി;

പത്തു ദിവസം മുമ്പ് അശ്വാരൂഢൻ കടലിലേക്ക് വീണു എന്ന വാർത്ത അച്ഛന് ലഭിച്ചു. അതിനെ അമ്പെയ്ത്, വീഴ്ത്തിയത് ഖാസിബ് രാജാവിന്റെ മകൻ അജീബ് ആണെന്നും അറിയാൻ കഴിഞ്ഞു. അപ്പോൾ, എന്നെ നഷ്ടപ്പെടുമോ എന്നോർത്ത് എന്റെ അച്ഛൻ വേദനയോടെ പൊട്ടിക്കരഞ്ഞു; അദ്ദേഹം ജിന്നി ബാധിച്ചതുപോലെയായി! എന്തായാലും എന്റെ മരണത്തെ ഓർത്ത് ഭയപ്പെട്ട് അദ്ദേഹം ഈ ഭൂഗർഭ അഭയകേന്ദ്രം നിർമ്മിച്ചു. അതിൽ ഏതാനും ദിവസങ്ങൾക്ക് ആവശ്യമായ സാധനങ്ങളെല്ലാം സംഭരിച്ചു വെച്ചു. അദ്ദേഹം ഒരു കപ്പലിൽ എന്നെ ഇങ്ങോട്ടു കൊണ്ടുവന്ന് ഇതിന്നുള്ളിൽ വിട്ടുപോയി. പത്ത് ദിവസങ്ങൾ കടന്നുപോയി. നാല്പത് ദിവസങ്ങൾ അങ്ങനെ അപകടമൊന്നും കൂടാതെ കഴിഞ്ഞു പോയാൽ അദ്ദേഹം ഇവിടെ വന്ന് എന്നെ കൂട്ടിക്കൊണ്ടു പോകും; കാരണം, അദ്ദേഹം ഇതൊക്കെ ചെയ്തത് അജീബ് രാജകുമാരനോടുള്ള ഭയം കൊണ്ടുമാത്രമാണ്. അതാണ് എന്റെ കഥ, ഈ ഏകാന്തവാസത്തിനുള്ള കാരണം."

അവന്റെ കഥകേട്ട് ഞാൻ വിസ്മയിച്ചു പോയി; ഞാൻ സ്വയം പറഞ്ഞു. "ഇതെല്ലാം ചെയ്ത അജീബ് രാജകുമാരൻ ഞാനാണ്; എന്നാൽ, അള്ളാ എന്നോടൊപ്പമുള്ളതിനാൽ ഞാൻ തീർച്ചയായും അവനെ കൊല്ലില്ല!"

പിന്നെ ഞാനവനോട് പറഞ്ഞു. "എന്റെ ദൈവമേ, നിന്നെ യാതൊരു ദോഷവും വരുത്താതെ രക്ഷിക്കട്ടെ; അള്ളായെ പ്രീതിപ്പെടുത്തുക, നിനക്ക് യാതൊരു ബുദ്ധിമുട്ടും മനോവേദനയും ഉണ്ടാവില്ല. കാരണം, ഞാൻ എന്നോടൊപ്പം താമസിച്ച് ഒരു വേലക്കാരനെ പോലെ നിന്നെ സേവിക്കാം. അതിനുശേഷം എന്റേതായ വഴിക്ക് പൊയ്ക്കൊള്ളാം. അങ്ങനെ നിന്നോടൊപ്പം നാല്പതുദിവസം കഴിഞ്ഞശേഷം, ഞാൻ നിന്റെ വീട്ടിലേക്ക് വരാം. അവിടന്ന് ചില 'മാമെലൂകുകളെ' എന്നോടൊപ്പം എന്റെ നഗരത്തിലേക്ക് എന്റെ അംഗരക്ഷകരായി നീ അയയ്ക്കണം. ദൈവം നിനക്കതിന് പ്രതിഫലം നൽകും." ഈ വാക്കുകൾ കേട്ടപ്പോൾ അവന് വളരെ സന്തോഷമായി. അവൻ എഴുന്നേറ്റ് വലിയൊരു മെഴുകുതിരി കത്തിച്ചു, മൂന്ന് വിളക്കുകളും, മൂന്ന് റാന്തലുകളും കത്തിച്ചു; എനിക്ക് കഴിക്കാൻ ഇറച്ചിയും പാനീയവും മധുര പലഹാരങ്ങളും മറ്റും തന്നു. രാത്രി വളരെ വൈകുന്നതുവരെ ഞങ്ങൾ തിന്നും കുടിച്ചും സംസാരിച്ചും സമയം കളഞ്ഞു; അവൻ ഉറങ്ങാൻ കിടന്നപ്പോൾ ഞാനവനെ പുതപ്പിച്ചു കിടത്തി, പോയി കിടന്നുറങ്ങി.

പിറ്റേന്ന് രാവിലെ ഞാൻ എഴുന്നേറ്റ് കുറച്ച് വെള്ളം ചൂടാക്കി; അവനെ മെല്ലെ പൊക്കി എഴുന്നേൽപിച്ചു, മുഖം കഴുകുവാനായി ചൂടുവെള്ളം കൊടുത്തു. മുഖം കഴുകിയശേഷം അവൻ പറഞ്ഞു. "ദൈവം എനിക്കു വേണ്ടി നിനക്ക് പ്രതിഫലം തരട്ടെ! എല്ലാവിധ അനുഗ്രഹങ്ങളും നിനക്ക് ലഭിക്കട്ടെ, ഓ, യുവാവേ! അള്ളായാണേ, ഞാൻ ഈ അപകടത്തിൽ നിന്ന് രക്ഷപ്പെട്ടാൽ, ഈ അജീബ് ബിൻഖാസിദിൽ നിന്ന് ജീവൻ രക്ഷിക്കപ്പെട്ടാൽ, ഞാൻ എന്റെ അച്ഛനോട് നിനക്ക് പാരിതോഷികങ്ങൾ തന്ന് സമ്പന്നനും ആരോഗ്യവാനുമാക്കി നിന്നെ സ്വന്തം നഗരത്തിലേക്ക് അയയ്ക്കണമെന്ന് പറയും. ഞാൻ മരിച്ചാൽ, എന്റെ അനുഗ്രഹാശിസ്സുകൾ നിന്റെമേൽ ഉണ്ടാകും." ഞാൻ മറുപടി നല്കി. "നിനക്ക് നിർഭാഗ്യമുള്ള ആ ദിനം ഒരിക്കലും പുലരാതിരിക്കട്ടെ, നിനക്കുമുമ്പ് അള്ളാ എന്റെ ജീവൻ എടുക്കട്ടെ!"

പിന്നെ, ഞാനവനു മുന്നിൽ ഭക്ഷണം നിരത്തി, ഞങ്ങൾ അത് കഴിച്ചു. ആ ഹാളിൽ സൗരഭ്യം പരത്താനായി ഞാൻ പെർഫ്യൂം അടിച്ചു; അവനത് ഇഷ്ടപ്പെട്ടു. പിന്നെ കുറെ നേരം തിന്നുംകുടിച്ചും സംസാരിച്ചുകൊണ്ട് ഞങ്ങൾ ചെസ്സുകളിയിൽ ഏർപ്പെട്ടു. ഇരുട്ടാകുന്നതുവരെ ഞങ്ങൾ അങ്ങനെ സമയം ചിലവഴിച്ചു. പിന്നെ ഞാൻ എഴുന്നേറ്റ് വിളക്കുകൾ കത്തിച്ചു; അവനുമുന്നിൽ ഭക്ഷണം നിരത്തി; രാത്രി വളരെ വൈകുന്നതു വരെ അവനെ കഥകൾ പറഞ്ഞു കേൾപ്പിച്ചു. അവൻ കിടന്നപ്പോൾ ഞാൻ പുതപ്പിച്ചു കൊടുത്തു, ഞാനും കിടന്നുറങ്ങി.

അങ്ങനെ നിരവധി രാവും പകലും കടന്നു പോയി, എന്റെ ഗൃഹനാഥേ, എന്റെ ഹൃദയത്തിൽ അവനോടുള്ള സ്നേഹവാത്സല്യങ്ങൾ വേരൂന്നി മനസ്സിലെ വേദനകൾ ശമിച്ചു തുടങ്ങി, ഞാൻ ആത്മഗതമായി പറഞ്ഞു.

''ജ്യോതിഷ പണ്ഡിതർ നുണ പറഞ്ഞതാണ്; അവരുടെ പ്രവചനപ്രകാരം ഞാൻ അവനെ വധിക്കുമെന്നുള്ളത് തെറ്റാണ്. അള്ളായാണേ, ഞാനവനെ കൊല്ലില്ല.''

മുപ്പത്തൊമ്പത് ദിവസം ഞാൻ തുടർച്ചയായി അവനെ സേവിക്കയും ശുശ്രൂഷിക്കുകയും കഥ പറഞ്ഞു കൊടുക്കുകയും, തിന്നും കുടിച്ചും ഉല്ലസിക്കുകയും ചെയ്ത് ചിലവഴിച്ചു. നാല്പതാം ദിവസം അവൻ ആഹ്ലാദത്തോടെ പറഞ്ഞു. 'ഓ, എന്റെ സഹോദരാ, അൽഹംദോലില്ലാ! എന്നെ മരണത്തിൽ നിന്നും രക്ഷിച്ചവനെ! ഇത് നിന്റെ അനുഗ്രഹാശിസ്സുകൾ കൊണ്ട് മാത്രമാണ്. ഞാൻ ദൈവത്തോട് പ്രാർത്ഥിക്കുന്നു, നിനക്ക് സ്വന്തം നാട് 'അവൻ' തിരിച്ചു തരട്ടെ! എന്നാൽ, ഇപ്പോൾ, സഹോദരാ, കുറച്ച് വെള്ളം ചൂടാക്കി കൊണ്ടുവരിക, ദയവായി നിങ്ങൾ എന്നെ കുളിപ്പിച്ച് വസ്ത്രം മാറ്റി തരിക.''

സസന്തോഷം ഞാൻ കുറെ അധികം വെള്ളം ചൂ ടാക്കി കുളിമുറിയിൽ കൊണ്ടു വെച്ച് അവനെ വൃത്തിയായി തേച്ച് കുളിപ്പിച്ചു. പിന്നെ വസ്ത്രം മാറ്റി ഉയർന്ന ഒരു മെത്തയിൽ വിശ്രമിക്കാനായി കിടത്തി; കുളിച്ചശേഷം അവന് ഉറക്കം വന്നിരുന്നു.

അവൻ എന്നോട് പറഞ്ഞു, ഒരു തണ്ണിമത്തൻ മുറിച്ച് അല്പം പഞ്ചസാര ഇട്ട് കൊണ്ടുവരൂ. ഞാനുടനെ സ്റ്റോറിൽ പോയി നല്ലൊരു തണ്ണിമത്തൻ എടുത്തു കൊണ്ടുവന്നു. അതൊരു വലിയ തളികയിൽ അവനു മുന്നിൽ വെച്ച് ഞാൻ ചോദിച്ചു." ഹേ, സഹോദരാ, നിന്റെ പക്കൽ കത്തിയൊന്നുമില്ലേ?" "ഇതാ ഇവിടെയുണ്ട്." അവൻ മറുപടി നല്കി. "എന്റെ തലയ്ക്കു മുകളിലെ വലിയ ഷെൽഫിൽ."അപ്പോൾ ഞാൻ ധൃതിയിൽ ചെന്ന് മുകളിലെ ഷെൽഫിൽ നിന്ന് ആ കത്തി ഉറയിൽ നിന്നും ഊരിയെടുത്തു; എന്നാൽ താഴെ ഇറങ്ങുമ്പോൾ ഞാൻ കാൽതെറ്റി ആ യുവാവിന്റെ മേൽവീണു! എന്റെ കൈയിൽ ഉണ്ടായിരുന്ന കത്തി, വിധി പ്രവചിച്ചതുപോലെ, ആ യുവാവിന്റെ ഹൃദയത്തിൽ ആഴ്ന്നിറങ്ങി! ആ നിമിഷം അവൻ മൃതിയടഞ്ഞു. അവൻ കൊല്ലപ്പെട്ടെന്നും, ഞാൻ അവനെ കൊന്നതെന്നും അറിഞ്ഞപ്പോൾ, ഞാൻ ഉറക്കെ നിലവിളിച്ചു. മുഖത്തടിച്ച് തേങ്ങി തേങ്ങി കരഞ്ഞു, എന്റെ വസ്ത്രങ്ങൾ വലിച്ചുകീറി. ഞാൻ വിലപിച്ചു സത്യമായും നമ്മൾ അള്ളായുടേതാണ്, അവനിലേക്കു തന്നെ നമ്മൾ തിരിച്ചുപോകും, ഹേ, മുസ്ലിമുകളേ! ഈ യുവാവിന് അപായകരമായ നാല്പത് ദിവസങ്ങളിൽ ഒന്നു മാത്രമേ ബാക്കിയുണ്ടായിരുന്നുള്ളൂ, അപ്രകാരമായിരുന്നല്ലോ ജ്യോതിഷ പണ്ഡിതൻ പ്രവചിച്ചിരുന്നത്. മുൻവിധിയനുസരിച്ചുള്ള ഈ സുന്ദരനായ യുവാവിന്റെ മരണം എന്റെ കൈകൊണ്ടായി. ദൈവമേ! ഞാൻ തണ്ണിമത്തൻ മുറിക്കാൻ ശ്രമിക്കാതിരുന്നെങ്കിൽ! എന്തൊരു ദാരുണമായ നിർഭാഗ്യം! ഇഷ്ടമില്ലെങ്കിലും ഉണ്ടെങ്കിലും ഇതെനിക്ക് സഹിക്കേണ്ടിവന്നല്ലോ. എന്തൊരു അത്യാഹിതം! എന്തൊരു പീഡാനുഭവം! എന്റെ അള്ളാ, ഞാൻ നിന്റെ മാപ്പിന്നായി ഇരക്കുന്നു, അവന്റെ മരണത്തിൽ ഞാൻ നിരപരാധിയാണെന്ന് പ്രഖ്യാപിക്കുന്നു. എന്നാൽ, ദൈവഹിതം എന്തായാലും നടക്കട്ടെ!" നേരം പുലരാറായെന്ന് അപ്പോൾ ഷാഹ്രസാദ് മനസ്സിലാക്കി; അവൾക്ക് കഥ പറയാനനുവദിച്ച സമയവും തീർന്നു.

പതിനാറാം രാവ്

അവൾ തുടർന്നു, ഓ, കീർത്തിമാനായ രാജാവേ, അജീബ് അങ്ങനെ തന്റെ കഥ ആ ഗൃഹനാഥയോട് തുടർന്നു- അവനെ കൊന്നു എന്ന് സ്ഥിരീകരിക്കപ്പെട്ടപ്പോൾ, ഞാൻ എഴുന്നേറ്റ് പടികൾ കയറി, രഹസ്യ വാതിൽ അടച്ച്, പഴയതുപോലെ അതിനു മീതെ മണ്ണിട്ട് മൂടി. പിന്നെ കടലിലേക്ക് ദൃഷ്ടി പായിച്ചപ്പോൾ ആ കപ്പൽ, വെള്ളം പിളർന്നുകൊണ്ട്, ദ്വീപിലേക്ക് പാഞ്ഞു വരുന്നത് കണ്ടു. ഞാൻ പേടിയോടെ സ്വയം പറഞ്ഞു. "അവർ വന്ന് ആ യുവാവ് മരിച്ചു കിടക്കുന്നതു കണ്ട നിമിഷം ഞാനാണവനെ കൊന്നതെന്നവർ മനസ്സിലാക്കുകയും, ഉടനെ എന്നെ വെട്ടി കൊല്ലുകയും ചെയ്യും." അതുകൊണ്ട് പൊക്കമുള്ളൊരു മരത്തിൽ മുകളിൽ കയറി, അതിന്റെ ഇലകൾക്കുള്ളിൽ ഞാൻ ഒളിച്ചിരുന്നു. ഞാനത് ചെയ്തപ്പോഴേക്കും കപ്പൽ കരയ്ക്കടുത്ത് നങ്കൂരമിട്ട്, ആ യുവാവിന്റെ പിതാവായ കിഴവനും അടിമകളും താഴെ ഇറങ്ങി നേരെ ഭൂഗർഭ താവളത്തിന് മുകളിലെത്തി. അവർ രഹസ്യവാതിലിന് മുകളിലെ മണ്ണ് മാറ്റുമ്പോൾ, അത് മൃദുവായിരിക്കുന്നതുകൊണ്ട് അതിശയിച്ചു പോയി! പിന്നെ അവർ രഹസ്യവാതിൽ പൊക്കി, താഴേക്ക് ചെന്നപ്പോൾ, നല്ല പുതുവസ്ത്രങ്ങളണിഞ്ഞ്, കുളിച്ച് തേജസ്സുറ്റ മുഖവുമായി, ഹൃദയത്തിൽ ആഴ്ന്നിറങ്ങിയ കത്തിയുമായി നീണ്ടു നിവർന്നു കിടക്കുന്ന യുവാവിനെ കണ്ടു. ഈ കാഴ്ച കണ്ട് ദുഃഖം സഹിക്കാനാവാതെ സ്വന്തം മുഖത്തടിച്ച് അവർ വാവിട്ട് നിലവിളിച്ചു. വൃദ്ധന് മോഹാലസ്യമുണ്ടായി. മകന്റെ മരണത്തിലുള്ള ദുഃഖത്തിനിരയായി ഷെയ്ക്ക് മരിച്ചു പോയെന്ന് അടിമകൾ കരുതി! ഒടുവിൽ ആ യുവാവിന്റെ മൃതദേഹം അവർ തുണിയിൽ പൊതിഞ്ഞ് മുകളിലേക്ക് കൊണ്ടുവന്ന് നിലത്ത് കിടത്തി സിൽക്ക് തുണികൊണ്ട് പുതച്ചു. അവർ കപ്പലിലേക്ക് പോകാൻ തയ്യാറെടുക്കവേ വൃദ്ധന് ബോധം വന്നു; അദ്ദേഹം നിലത്ത് നീണ്ടുനിവർന്ന് കിടക്കുന്ന മകനെ കണ്ട്, മണ്ണിൽ കിടന്നുരുണ്ട്, മുഖത്ത് സ്വയം അടിക്കുകയും, താടി രോമങ്ങൾ വലിച്ച് പറിക്കുകയും ചെയ്തു. കൊല്ലപ്പെട്ട മകനെക്കുറിച്ചോർത്ത് ആ വൃദ്ധൻ വേദനയോടെ കരഞ്ഞു, വീണ്ടും ബോധം കെട്ട് വീണു!

അല്പനേരത്തിനുശേഷം ഒരു അടിമ പോയി ഒരു സിൽക്ക് തുണി കൊണ്ടുവന്നു. വൃദ്ധനെ അതിൽ കിടത്തി, ആ അടിമ അദ്ദേഹത്തിന്റെ തലയ്ക്കടുത്ത് ഇരുന്നു; ഇതെല്ലാം നടക്കുമ്പോൾ, അവർക്ക് മുകളിൽ മരച്ചില്ലകൾക്കിടയിലിരുന്ന് ഞാൻ എല്ലാം നിരീക്ഷിക്കുകയായിരുന്നു. എന്റെ ഹൃദയം തകർന്നു, എന്റെ തല നരച്ചു; കാരണം, അത്രയ്ക്ക് തീവ്ര ദുഃഖവും, മാനസിക വേദനയുമാണ് ഞാനനുഭവിച്ചത്.

ആ വൃദ്ധൻ, സൂര്യാസ്തമയം വരെ ബോധമില്ലാതെ, അതേ കിടപ്പ് തുടർന്നു. ബോധം വന്ന്, മൃതിയടഞ്ഞ മകനെ നോക്കിയപ്പോൾ, നടന്ന സംഭവങ്ങളെല്ലാം വീണ്ടും ഓർമ്മയിലെത്തി, താൻ ഭയപ്പെട്ടത് തന്നെ സംഭവിച്ചുപോയല്ലോ എന്ന് പരിതപിച്ചു. വീണ്ടും കരഞ്ഞു കൊണ്ട് സ്വയം മുഖത്തടിച്ച് ദുഃഖം പ്രകടിപ്പിച്ചു. പിന്നെ ഒരു തേങ്ങലോടെ ജീവൻ വെടിഞ്ഞു.

അടിമകൾ ഉറക്കെ നിലവിളിച്ചു. "കഷ്ടം ഞങ്ങളുടെ പ്രഭോ!" പിന്നെ തലയിൽ സ്വയം മണ്ണു വാരിയെറിഞ്ഞ് അതീവ ദുഃഖത്തോടെ കരഞ്ഞു

കൊണ്ടിരുന്നു. പിന്നെ മൃതിയടഞ്ഞ തങ്ങളുടെ യജമാനന്റേയും പുത്രന്റേയും ശരീരങ്ങൾ കപ്പലിലേക്ക് എടുത്തുകൊണ്ടുപോയി അടുത്തടുത്തായി കിടത്തി. കപ്പൽ യാത്ര ആരംഭിച്ചു, എന്റെ കണ്ണിൽ നിന്നത് അപ്രത്യക്ഷമായി.

അപ്പോൾ ഞാൻ മരത്തിൽ നിന്നും താഴെ ഇറങ്ങി വന്ന്, രഹസ്യ വാതിൽ തുറന്ന് ഭൂഗർഭ വസതിയിലേക്ക് ചെന്നു; ആ യുവാവിന്റെ ഓർമ്മ എന്നെ വല്ലാതെ ഉലച്ചു.

പിന്നെ, രഹസ്യവാതിലിലൂടെ ഞാൻ വീണ്ടും മുകളിലെത്തി. എന്നും പകൽ മുഴുവൻ ഞാൻ ആ ദ്വീപിൽ അലഞ്ഞു നടക്കും. രാത്രി ആകുമ്പോൾ ആ ഭൂഗർഭവസതിയിൽ തിരിച്ചെത്തും. അങ്ങനെ ഒരു മാസം കടന്നുപോയി. ഒടുവിൽ ആ ദ്വീപിന്റെ പടിഞ്ഞാറ് ഭാഗത്തേക്ക് നോക്കിയപ്പോൾ, ഭയങ്കരമായ വേലിയിറക്കം നടക്കുന്നതായി കണ്ടു; കുറച്ചു ദിവസത്തിനുശേഷം ആ ഭാഗം വറ്റിയിരിക്കുന്നു! അതിലൂടെ നടന്ന് രക്ഷപ്പെടാമെന്നോർത്ത് ഞാൻ ആഹ്ലാദിച്ചു. അങ്ങനെ ഞാൻ നടന്ന്, വൻകരയിലെത്തി. ഞാൻ ആ പൂഴി മണലിൽ മലർന്നു കിടന്നു. ഒട്ടകത്തിന്റെ കാൽ മുട്ടുവരെ താഴ്ന്നു പോകുന്നത്ര പൂഴിയായിരുന്നു ആ കടൽതീരത്ത്! എന്തായാലും, നല്ല മനോധൈര്യത്തോടെ, ആ മണലിലൂടെ ക്ലേശിച്ച് ഞാൻ നടന്നു നീങ്ങവേ, ഭയങ്കരശോഭയോടെ അല്പം ദൂരെ ജ്വലിക്കുന്ന തീനാളം കണ്ടു; തനിക്ക് അഭയം നല്കുന്നവരെ കാണാനാകുമെന്ന് ഞാനപ്പോൾ ആശിച്ചു.

ഞാനാ തീയിനെ ലക്ഷ്യം വെച്ച് നടന്നു; എന്തൊരദ്ഭുതം! അത് തീ ആയിരുന്നില്ല, ഒരു കൊട്ടാരത്തിന്റെ തേച്ചു മിനുക്കിയ, തിളങ്ങുന്ന ചെമ്പ് ഗേറ്റായിരുന്നു. ഉദിച്ചുയരുന്ന സൂര്യന്റെ കിരണങ്ങൾ അതിൽത്തട്ടി പ്രതിബിംബിക്കുമ്പോഴുള്ള പ്രകാരം തീ ജ്വാലപോലെ കാണപ്പെടുന്നതാണ്! ആ കാഴ്ചകണ്ട് ഞാൻ ആഹ്ലാദിച്ചു, ഗേറ്റിന് മുന്നിൽ ഇരുന്നു. അപ്പോഴേക്കും വിലയേറിയ വസ്ത്രങ്ങൾ ധരിച്ച പത്ത് യുവാക്കൾ എന്റെ അടുത്തെത്തി. എല്ലാവരുടേയും ഇടതു കണ്ണ് നഷ്ടപ്പെട്ടിരുന്നു, അത് പിഴുതെറിഞ്ഞതുപോലെ കാണപ്പെട്ടു! അവരോടൊപ്പം പടുകിഴവനായ ഒരു ഷെയ്ക് ഉണ്ടായിരുന്നു. ഒരേ പോലെ ഇടതു കണ്ണില്ലാത്തവരെ കണ്ട് ഞാൻ വല്ലാതെ അതിശയിച്ചു പോയി!

അവരെന്നെ കണ്ടപ്പോൾ, എന്നെ സലാം ചെയ്തശേഷം എന്റെ ചരിത്രം തിരക്കി. എനിക്ക് സംഭവിച്ച കാര്യങ്ങളെല്ലാം ഞാനവർക്ക് വിശദീകരിച്ചു. കൊടുത്തു. എന്റെ നിർഭാഗ്യത്തെക്കുറിച്ച് വിലപിച്ചു!

എന്റെ കഥ കേട്ട് ആശ്ചര്യപ്പെട്ട അവർ എന്നെ കൊട്ടാരത്തിലേക്ക് കൊണ്ടു പോയി. അതിലെ ഹാളിൽ പത്ത് കട്ടിലുകൾ അണിയായി ഇട്ടിരിക്കുന്നത് ഞാൻ കണ്ടു, അതിലിട്ടിരിക്കുന്ന മെത്തകൾക്കും വിരിപ്പുകൾക്കും നീല നിറമാണ്. നടുവിൽ ഒരു ചെറിയ കട്ടിൽ ഇട്ടിട്ടുണ്ട്, അതിലും നീല മെത്തയും നീല വിരിപ്പുമാണ് ഉപയോഗിച്ചിട്ടുള്ളത്. ഞങ്ങൾ മുറിയിലേക്ക് പ്രവേശിച്ചശേഷം ഓരോ യുവാവും അവരവരുടെ കട്ടിലിൽ ഇരുന്നു, വൃദ്ധൻ നടുവിലെ ചെറിയ കട്ടിലിലും. അദ്ദേഹം എന്നോട് പറഞ്ഞു. "ഓ, യുവാവേ, നീ ഈ നിലത്ത് ഇരിക്കുക, ഞങ്ങളെക്കുറിച്ചോ ഞങ്ങളുടെ കണ്ണുകൾ പോയതിനെക്കുറിച്ചോ ചോദിക്കരുത്."അദ്ദേഹം എഴുന്നേറ്റ് ഓരോ യുവാവിന്റെ മുന്നിലും ഇറച്ചി

വേവിച്ചതും പാനീയവും നിരത്തി. എന്നെയും അപ്രകാരം തന്നെ പരിചരിച്ചു. അതിനുശേഷം എന്റെ വീരസാഹസങ്ങളെക്കുറിച്ചും, ഞാൻ അനുഭവിക്കേണ്ടിവന്ന ദുരിതങ്ങളെക്കുറിച്ചും ചോദിച്ചറിഞ്ഞു. രാത്രി വളരെ വൈകുന്നതുവരെ ഞാനെന്റെ കഥ പറഞ്ഞു കൊണ്ടിരുന്നു.

അപ്പോൾ ആ യുവാക്കൾ ചോദിച്ചു. "അല്ലയോ, ഷേയ്ക്കേ, നമ്മുടെ നിത്യോപയോഗ സാധനങ്ങൾ നിങ്ങൾ നിരത്തുന്നില്ലേ? സമയം ആയി."

ആ വൃദ്ധൻ മറുപടി നല്കി. " സസന്തോഷം" പിന്നെ എഴുന്നേറ്റ് ഒരു അറയിലേക്ക് അപ്രത്യക്ഷനായി, വേഗം തന്നെ തലയിൽ പത്ത് 'ട്രേക'ളും വെച്ചുകൊണ്ട് തിരിച്ചെത്തി. ഓരോ ട്രേയും നീല തുണി കൊണ്ട് മൂടിയി രുന്നു. അയാൾ ഓരോ യുവാവിന്റെ മുന്നിലും ഓരോ 'ട്രേ'വെച്ചു; പിന്നെ, പത്ത് മെഴുകു തിരികൾ കത്തിച്ച് ഓരോ 'ട്രേ'യിലും ഓരോന്ന് വെച്ചു. എന്നിട്ട് മൂടിയിരുന്ന തുണി മാറ്റി. നോക്കൂ! അവയിൽ ചാരവും, പൊടിച്ച കരിയും, കെറ്റിലിലെ ചാരപ്പൊടിയുമല്ലാതെ മറ്റൊന്നു മായിരുന്നില്ല! പിന്നെ എല്ലാവരും തങ്ങളുടെ ഷർട്ടിന്റെ കൈകൾ മുട്ടുവരെ പൊക്കിവെച്ച്, മുഖത്തും ശരീരത്തിലും ആ കരിപ്പൊടിയും ചാരവും വാരിത്തേച്ച് തുടർച്ചയായി നെഞ്ചത്തടിച്ച് നിലവിളിക്കാൻ തുടങ്ങി. 'ഞങ്ങൾ സ്വസ്ഥരായി ഇരിക്കുകയാണ്, എന്നാൽ ഞങ്ങളുടെ തല തിരിഞ്ഞ പ്രവൃത്തി ഞങ്ങൾക്ക്, അസ്വസ്ഥത വരുത്തിവെച്ചു!" പുലർച്ച വരെ ഈ പരിപാടി തുടർന്നു! പിന്നെ വൃദ്ധൻ എഴുന്നേറ്റു പോയി വെള്ളം ചൂടാക്കി കൊണ്ടുവന്നു; അവർ മുഖം കഴുകി, പുതിയ വസ്ത്രങ്ങൾ ധരിച്ചു.

ഞാനിത് കണ്ടപ്പോൾ, എന്റെ മഹതി, എന്റെ വിവേകം നഷ്ടപ്പെട്ടതു പോലെ ആയി; ബുദ്ധി കാടുകയറി. പലതരം ചിന്തകൾ കൊണ്ട് മനസ്സ് വിങ്ങി പൊട്ടി! ഞാൻ എന്നെ തന്നെ മറന്നുപോയി. എനിക്ക് നിശ്ശ ബ്ദനായി ഇരിക്കാൻ കഴിഞ്ഞില്ല, ഈ വിചിത്രമായ പ്രവൃത്തിയെക്കുറിച്ച് എനിക്ക് ചോദ്യം ചെയ്യാതിരിക്കാൻ കഴിഞ്ഞില്ല. അതുകൊണ്ട് ഞാൻ അവരോട് ചോദിച്ചു. "നമ്മൾ ഇത്ര തുറന്ന മനസ്സുള്ളവരും സന്തോഷ വാന്മാരുമായിരുന്നിട്ടും ഇപ്രകാരം നിങ്ങൾക്കെങ്ങനെ ചെയ്യാൻ കഴി യുന്നു? നിങ്ങൾ അള്ളായുടെ കൃപയാൽ നല്ല വിവേകശാലികളും ബുദ്ധി മാന്മാരുമാണ്; എന്നാൽ, ഇത്തരം പ്രവൃത്തികളോ ഭ്രാന്തന്മാർക്ക് അനു യോജ്യമായ രീതിയിലും! അല്ലെങ്കിൽ പിശാച് ബാധിച്ചവരെപോലെ! നിങ്ങളുടെ ഏറ്റവും പ്രിയപ്പെട്ടതിന്റെ പേരിൽ നിങ്ങളോട് സത്യം ചെയ്ത് ചോദിക്കുകയാണ്. എന്തുകൊണ്ട് നിങ്ങൾക്ക് സ്വന്തം കഥ എന്നോട് വിവരിച്ചു കൂടാ, എന്ന്? നിങ്ങളുടെ കണ്ണുകൾ നഷ്ടപ്പെടാനുള്ള കാരണം എന്താണ്? നിങ്ങൾ സ്വന്തം മുഖങ്ങളിൽ ചാരവും കരിപ്പൊടിയും വാരി ത്തേച്ചതെന്തിനാണ്?"

അവർ എന്റെ നേരെ തിരിഞ്ഞ് മറുപടി നല്കി. "ഓ, യുവാവേ, ശ്രദ്ധിച്ചു കേൾക്കുക, നിങ്ങളുടെ നന്മ ഉദ്ദേശിച്ച് ഞങ്ങളെ ചോദ്യം ചെയ്യാതിരിക്കുക."

പിന്നെ അവർ ഉറങ്ങി, ഞാനും അവരോടൊപ്പം ഉറങ്ങി. അവർ ഉണർ ന്നപ്പോൾ വൃദ്ധൻ ഞങ്ങൾക്ക് കഴിക്കാനായി ഭക്ഷണം കൊണ്ടുവന്നു. ഭക്ഷണം കഴിച്ച്, പാത്രങ്ങളെല്ലാം എടുത്തുകൊണ്ടു പോയപ്പോൾ, അവർ ഇരുട്ടാകുന്നതുവരെ ഒന്നിച്ചിരുന്ന് സംഭാഷണത്തിലേർപ്പെട്ടു. വൃദ്ധൻ

എഴുന്നേറ്റു മെഴുകുതിരികളും വിളക്കുകളും കത്തിച്ചു വെച്ചു, പാകം ചെയ്ത മാംസവും പാനീയവും ഞങ്ങൾക്കു മുന്നിൽ നിരത്തി. തീറ്റയും കുടിയും കഴിഞ്ഞ ശേഷം, മദ്യപാനം ആസ്വദിച്ച് പാതിരാത്രി വരെ ഞങ്ങൾ സംസാരിച്ചു കൊണ്ടിരുന്നു. ഒടുവിൽ അവർ വൃദ്ധനോട് പറഞ്ഞു. "ഞങ്ങളുടെ പതിവ് സാധനങ്ങൾ കൊണ്ടു വരിക, ഞങ്ങൾക്ക് ഉറങ്ങാൻ പോകേണ്ട സമയമായി!"

അപ്പോൾ അയാൾ എഴുന്നേറ്റു പോയി ചാരവും കരിപ്പൊടിയും നിറച്ച 'ട്രേ'കൾ കൊണ്ടുവന്നു; തലേന്നത്തേത് പോലുള്ള പരിപാടി അവിടെ ആവർത്തിക്കപ്പെട്ടു, ഒട്ടും കൂടുതലില്ല കുറവുമില്ല!

ഈ രീതിയിൽ ഒരു മാസം ഞാൻ അവരോടൊപ്പം കഴിഞ്ഞു; എല്ലാ രാത്രികളിലും അവർ ചാരവും കരിയും മുഖത്ത് വാരിത്തേച്ച് ആ വിലാപം ആവർത്തിക്കുമായിരുന്നു. പുലർച്ചയാകുമ്പോൾ എല്ലാം കഴുകിക്കളഞ്ഞ് പുതിയ വസ്ത്രങ്ങൾ ധരിക്കും. എന്റെ വിസ്മയം കൂടുതൽ വർദ്ധിച്ചു വന്നു; എന്റെ സന്ദേഹവും ജിജ്ഞാസയും അസഹ്യമായി തീർന്നു; തീറ്റയും കുടിയും പോലും ഞാൻ വെടിഞ്ഞു. ഒടുവിൽ എനിക്കെന്നെ തന്നെ നിയന്ത്രിക്കാനാകാതായി. എന്റെ ഹൃദയത്തിലെ അഗ്നി അണക്കാനാകാത്ത വിധത്തിൽ ആളിക്കത്തി! ഞാൻ ചോദിച്ചു. "ഓ, യുവാക്കളെ, എന്റെ മനോവിഷയം നിങ്ങൾ ശമിപ്പിക്കില്ലേ? നിങ്ങൾ മുഖം കറുപ്പിക്കുന്നതിന്റെയും പുലമ്പുന്ന വാക്കുകളുടെയും അർത്ഥം എന്നോട് പറയില്ലേ?"

"ഈ കാര്യങ്ങൾ രഹസ്യമായി വെക്കുന്നതാണ് നല്ലത്."

എന്നിട്ടും, അവരുടെ പ്രവൃത്തികൾ കണ്ട് എന്റെ പരിഭ്രമം വർദ്ധിച്ചതേയുള്ളൂ; ഞാൻ ജലപാനം തന്നെ നിർത്തിയ നിലയിലായി. ഒടുവിൽ ക്ഷമ നശിച്ച് ഞാനവരോട് പറഞ്ഞു. "അക്കാര്യത്തിൽ ഒരു രക്ഷയുമില്ല, നിങ്ങൾ ഈ പെയ്യുന്ന പ്രവൃത്തികൾക്കുള്ള കാരണം എന്നോട് വിശദീകരിക്കണം."

അവർ മറുപടി നല്കി. "ഞങ്ങൾ ഇക്കാര്യം രഹസ്യമാക്കി വെച്ചത് നിന്റെ നന്മ മാത്രം ഉദ്ദേശിച്ചുകൊണ്ടാണ്. നിന്നെ തൃപ്തിപ്പെടുത്താനായി ഞങ്ങൾ ആ രഹസ്യം വെളിപ്പെടുത്തിയാൽ ദോഷം വരുന്നത് നിനക്കു തന്നെയാണ്! നീയും ഞങ്ങളെപ്പോലെ ഒറ്റക്കണ്ണനായി തീരും."

ഞാൻ ആവർത്തിച്ചു. "ഒരു രക്ഷയുമില്ല, നിങ്ങൾ പറഞ്ഞില്ലെങ്കിൽ, ഞാൻ നിങ്ങളെ വിട്ട് സ്വന്തം ആളുകളുടെ അടുത്തേക്ക് പൊയ്ക്കൊള്ളാം; അപ്പോൾ നിങ്ങളുടെ പ്രവൃത്തികൾ കാണാതെ കഴിയാമല്ലോ."

അപ്പോൾ അവർ പറഞ്ഞു."ഓർക്കുക, യുവാവേ, നിനക്ക് ദോഷമാണ് സംഭവിക്കുന്നതെങ്കിൽ നിന്നെ ഞങ്ങളോടൊപ്പം താമസിപ്പിക്കാൻ ഞങ്ങൾക്ക് കഴിയില്ല, "പിന്നെ, ഒരു മുട്ടനാടിനെ കൊണ്ടുവന്ന്, അറത്തു കൊന്ന്, അതിന്റെ തൊലി ഊരിയെടുത്തു. ഒടുവിൽ, അവർ എനിക്കൊരു കത്തി തന്നുകൊണ്ട് പറഞ്ഞു. "ഈ തൊലി എടുത്ത് നിങ്ങൾ സ്വന്തം ശരീരം പൊതിയുക; ഞങ്ങൾ അത് തുന്നിക്കൂട്ടും. പിന്നീട് ഒരു വലിയ കഴുകൻ ഇവിടെ പറന്നെത്തും, അതിന്റെ നഖങ്ങൾ കൊണ്ട് നിന്നെ ഇറുക്കിപ്പിടിച്ച് പറന്നുയരും;

ഒരു മലമുകളിൽ ചെന്നിരിക്കും. ആ പക്ഷി പറക്കുന്നില്ലെന്ന് നിനക്ക് ഉറപ്പായാൽ, ഈ കത്തികൊണ്ട് തുന്നൽ പെട്ടെന്ന് വെട്ടിമുറിച്ച് ഈ

ആട്ടിൻ തുകലിന്നുള്ളിൽ നിന്ന് പുറത്തു ചാടുക. അപ്പോൾ, പക്ഷി പേടിച്ച് നിന്നെ അവിടെ വിട്ട് പറന്നു പോകും! അവിടുന്ന് നീ അരദിവസം നടന്നാൽ, വിസ്മയകരമായൊരു കൊട്ടാരത്തിന് മുന്നിൽ എത്തും. ആകാശത്തേക്ക് ഉയർന്നു നില്ക്കുന്ന ആ സൗധം തേക്കും ചന്ദനമരവും കൊണ്ട് നിർമ്മിക്കപ്പെട്ടതാണ്. സ്വർണ്ണം കൊണ്ട് പൊതിഞ്ഞ്, പലതരം രത്നങ്ങളും വിലപിടിച്ച മുത്തുകളും അതിൽ പതിച്ചിരിക്കുന്നു. അതിലേക്ക് കടന്നു ചെല്ലുക, നിന്റെ ആഗ്രഹം നടക്കട്ടെ; ഞങ്ങൾ എല്ലാവരും ആ കൊട്ടാരത്തിൽ പ്രവേശിച്ചിട്ടുള്ളവരാണ്. ഞങ്ങളുടെ കണ്ണുകൾ നഷ്ടപ്പെടാനും മുഖത്ത് ചാരവും കരിയും തേക്കാനും ഉള്ള കാരണം ഇതിൽ നിന്നുണ്ടായതാണ്! ഞങ്ങളുടെ കഥ നിന്നോട് പറയുകയാണെങ്കിൽ ഒരുപാട് സമയം അതിനായി ചിലവാക്കേണ്ടിവരും; കാരണം, ഞങ്ങൾ ഓരോരുത്തർക്കും ഇടതുകണ്ണ് നഷ്ടപ്പെട്ടത് ഓരോരുത്തരുടെയും സ്വന്തം സാഹസകൃത്യം മൂലമാണ്."

അവരുടെ വാക്കുകൾ എന്നെ വളരെ അധികം ആഹ്ലാദിപ്പിച്ചു, അവർ പറഞ്ഞതുപ്രകാരം എന്നോട് പ്രവർത്തിച്ചു. ആ കഴുകൻ എന്നെയും ഇറുക്കി പിടിച്ചു പറന്ന് ഒരു മലമുകളിൽ ചെന്നിരിക്കുന്നു. അപ്പോൾ ഞാൻ ആട്ടിൻ തോലിൽ നിന്നും പുറത്തുവന്നു. പിന്നെ, നടന്ന് ആ കൊട്ടാരത്തിലെത്തി.

വാതിൽ തുറന്നു കിടന്നിരുന്നു. ഞാൻ ഉള്ളിലേക്ക് കയറി; അതൊരു വിശാലമായ ഹാൾ ആയിരുന്നു, കുതിര പന്തയ മൈതാനം പോലെ! അതിന് ചുറ്റും നൂറ് മുറികൾ ഉണ്ട്; ചന്ദനവും തേക്കും തടികൾ കൊണ്ട് നിർമ്മിച്ച വാതിലുകളാണവയ്ക്ക്. സ്വർണ്ണപ്ലേറ്റുകൊണ്ട് പൊതിഞ്ഞിരിക്കുന്നു; വാതിലുകളിൽ മുട്ടുവാനായി വെള്ളി വളയങ്ങൾ പിടിപ്പിച്ചിട്ടുണ്ട്. ഹാളിന്റെ അറ്റത്ത്, മനോഹരമായി വസ്ത്രധാരണം ചെയ്ത്, സർവ്വാഭരണഭൂഷിതകളായ നാല്പത് യുവതികളെ ഞാൻ കണ്ടു; ഓരോ യുവതിയും ചന്ദ്രനെപ്പോലെ ശോഭിക്കുന്നു! അവരെ എത്രനേരം നിർന്നിമേഷനായി നോക്കി ഇരുന്നാലും ആരും തളരില്ല! ഏതൊരു മഹർഷി പോലും അവരെ കണ്ടാൽ അവരുടെ അടിമയായി ഇഷ്ടാനുസരണം സേവിക്കാൻ തയ്യാറാക്കും! അത്രയ്ക്ക് സുന്ദരികളാണവർ.

അവർ എന്നെ കണ്ടപ്പോൾ ആ 'വാനമ്പാടിക്കൂട്ടം' മുഴുവൻ എന്റെ അടുത്തുവന്ന് പറഞ്ഞു. "സ്വാഗതം, അഭിവാദ്യങ്ങൾ, ഓ, ഞങ്ങളുടെ പ്രഭോ! ഈ മാസം മുഴുവൻ ഞങ്ങൾ നിങ്ങളെ പ്രതീക്ഷിച്ച് ഇരിക്കുകയായിരുന്നു. ഞങ്ങൾക്ക് അനുയോജ്യനായ ഒരാളെ അയച്ചുതന്നതിൽ അള്ളായ്ക്ക് സ്തുതി!"

അവർ എന്നെ ഒരു ഉയർന്ന 'ദിവാനി'ൽ ഇരുത്തിയ ശേഷം എന്നോട് പറഞ്ഞു. "ഇന്ന് അങ്ങാണ് ഞങ്ങളുടെ നാഥനും യജമാനനും."

അവരുടെ പെരുമാറ്റം കണ്ട് ഞാൻ ആശ്ചര്യപ്പെട്ടുപോയി. അവരിലൊരാൾ എന്റെ മുന്നിൽ പാകം ചെയ്ത ഇറച്ചി കൊണ്ടുവന്ന് നിരത്തി. ഞങ്ങൾ ഒന്നിച്ചിരുന്ന് ഭക്ഷണം കഴിച്ചു; മറ്റുള്ളവർ ചൂടുവെള്ളം കൊണ്ടുവന്ന് എന്റെ കൈകാലുകൾ കഴുകിച്ചു; എന്റെ വസ്ത്രങ്ങൾ മാറ്റിച്ചു; മറ്റുള്ളവർ സർബ്ബത്ത് ഉണ്ടാക്കി ഞങ്ങൾക്ക് കുടിക്കാൻ തന്നു. അവരെല്ലാവരും ഞാൻ വന്നതിൽ അതിയായ ആഹ്ലാദം പ്രകടിപ്പിച്ച്, ചുറ്റും കൂടിയിരുന്നു. രാത്രിയാകുന്നതുവരെ ഞങ്ങൾ സംഭാഷണത്തിലേർപ്പെട്ട്

സമയം കളഞ്ഞു. പിന്നെ അവരിൽ അഞ്ചുപേർ എഴുന്നേറ്റ് 'ട്രേ'കളിൽ പൂക്കളും സുഗന്ധം ചൊരിയുന്ന ഔഷധച്ചെടികളുടെ ഇലകളും, പഴങ്ങളും (അപ്പോൾ തന്നെ കൊണ്ടു വന്നതും, ഉണങ്ങിയതും) പലതരം മധുര പലഹാരങ്ങളും നിരത്തി. ഒടുവിൽ, പഴയ ശ്രേഷ്ഠമായ വീഞ്ഞും കൊണ്ടുവന്നു. ഞങ്ങൾ കുടിക്കാനായി ഇരുന്നു; ചിലർ പാട്ടുകൾ പാടി, മറ്റു ചിലർ വാദ്യസംഗീതം ആലപിച്ചു; മദ്യചഷകം ആഹ്ലാദപൂർവ്വം കൈമാറിക്കൊണ്ടിരുന്നു. ആനന്ദസാഗരത്തിൽ ആറാടിയ ഞാൻ, ഈ ലോകത്തിലെ ദുഃഖങ്ങളെല്ലാം പാടെ മറന്നു. ഞാൻ അഭിപ്രായപ്പെട്ടു. "തീർച്ചയായും ഇതാണ് ജീവിതം; ദുഃഖം ക്ഷണികമാണ്!" ഉറങ്ങാൻ പോകുന്നതുവരെ ഞാനവരുടെ സാന്നിധ്യം ശരിക്കും ആസ്വദിച്ചു. ഞങ്ങളുടെ തലയ്ക്ക് മദ്യലഹരി പിടിച്ചുകഴിഞ്ഞിരുന്നു.

അവർ പറഞ്ഞു. "ഓ, ഞങ്ങളുടെ പ്രഭോ, ഞങ്ങളിൽ നിന്ന് ഒരാളെ ഇന്ന് രാത്രിയിലെ കൂട്ടാളിയായി തെരഞ്ഞെടുക്കുക. പിന്നീട് നാല്പതു നാൾ കഴിയുന്നതുവരെ അവളോടൊപ്പം ശയിക്കാൻ പാടില്ല."

അങ്ങനെ, മുഖ സൗന്ദര്യവും ശരീരവടിവുമുള്ള ഒരു 'യുവതി'യെ ഞാൻ തെരഞ്ഞെടുത്തു. കരിനീല നയനങ്ങളും കറുകറുത്ത നീണ്ട മുടിയും, ഇടതൂർന്ന കൺപുരികങ്ങളും മനോഹരമായ പല്ലുകളുമായിരുന്നു അവളുടേത്!

അന്നുരാത്രി ഞാനവളോടൊപ്പം കിടന്നുറങ്ങി; ഇത്രയും സുഖം ഒരിക്കലും ഞാനറിഞ്ഞിട്ടില്ല. നേരം പുലർന്നപ്പോൾ ആ യുവതികൾ എന്നെ കുളി മുറിയിൽ കൊണ്ടുപോയി കുളിപ്പിച്ച് ഏറ്റവും നല്ല വസ്ത്രങ്ങൾ ധരിപ്പിച്ചു. പിന്നെ ഭക്ഷണം വിളമ്പി; ഞങ്ങൾ ഒന്നിച്ചിരുന്നു ഭക്ഷണം കഴിച്ചു. രാത്രി വരെ മദിരോത്സവം തുടർന്നു. അതിനുശേഷം രൂപ ലാവണ്യവും അംഗലാവണ്യവുമുള്ള ഒരു യുവതിയെ ഞാൻ തെരഞ്ഞെടുത്തു. അവളോടൊപ്പം സുഖകരമായൊരു രാത്രി ഞാൻ പങ്കിട്ടു.

ഞാൻ ചുരുക്കിപ്പറയാം, എന്റെ യജമാനത്തി, അവരോടൊപ്പം സുഖകരവും ആനന്ദകരവുമായ നാളുകൾ തിന്നും കുടിച്ചും മദ്യപിച്ചും രാത്രികളിൽ ഓരോ സുന്ദരിമാരോടൊപ്പം മാറി മാറി ശയിച്ചും കഴിച്ചു കൂട്ടി!

എന്നാൽ പുതുവർഷം പിറന്നപ്പോൾ, അവർ, എന്നെ പിടിച്ച് കരഞ്ഞു കൊണ്ട് എന്നോട് വിട പറഞ്ഞു. ഞാൻ അപ്പോൾ ആശ്ചര്യത്തോടെ അവരോട് ചോദിച്ചു.

"എന്താണ് കാര്യം? സത്യമായും നിങ്ങൾ എന്റെ ഹൃദയം തകർക്കുന്നു!" അവർ ആർത്തു വിളിച്ചു. "ദൈവത്താണേ, നിങ്ങളെ ഒരിക്കലും ഞങ്ങൾക്കറിയില്ലായിരുന്നു; ഞങ്ങൾ പലരുമായും കൂട്ടുകൂടിയിട്ടുണ്ടെങ്കിലും നിങ്ങളോടൊപ്പം ചിലവഴിച്ചതു പോലെ ഇത്രയും ആനന്ദകരമായ നാളുകൾ ഞങ്ങൾക്കൊരിക്കലും ഉണ്ടായിട്ടില്ല. നിങ്ങൾ അത്രയ്ക്ക് എളിമയുള്ളവനാണ്." അവർ വീണ്ടും കരഞ്ഞു.

"നിങ്ങൾ എല്ലാം വ്യക്തമായി പറയൂ" ഞാൻ ആവശ്യപ്പെട്ടു. "ഈ കരച്ചിലിന്റെ കാരണമെന്താണ്, അതെന്റെ ഹൃദയം തകർക്കുന്നു."

അവർ മറുപടി നല്കി. " ഓ, ഞങ്ങളുടെ നാഥാ, ഈ വേർപാടാണ് ഞങ്ങളെ കരയിപ്പിക്കുന്നത്; നിങ്ങൾ, നിങ്ങൾ മാത്രമാണ് ഞങ്ങളുടെ കണ്ണുനീരിന് കാരണക്കാരൻ. ഞങ്ങൾ പറയുന്നതു പോലെ നിങ്ങൾ കേട്ടാൽ നമ്മൾക്ക് ഒരിക്കലും വേർപിരിയേണ്ടി വരില്ല; നിങ്ങൾ

കേട്ടില്ലെങ്കിൽ നമ്മൾക്ക് എന്നന്നേക്കുമായി വേർപിരിയേണ്ടിവരും; എന്നാൽ, നിങ്ങൾ ഞങ്ങളുടെ വാക്ക് അനുസരിക്കില്ലെന്നാണ് ഞങ്ങളുടെ മനസ്സ് മന്ത്രിക്കുന്നത്; ഞങ്ങളുടെ കണ്ണുനീരിനും കരച്ചിലിനും കാരണം അതുതന്നെ." "എന്താണ് കാര്യമെന്ന് വിശദമാക്കുക." "നിങ്ങൾക്കറിയാമോ, ഞങ്ങളുടെ പ്രഭോ, ഞങ്ങൾ രാജാക്കന്മാരുടെ പുത്രിമാരാണ്; ഞങ്ങൾ ഇവിടെ വെച്ച്, കണ്ടുമുട്ടി; അനേകം വർഷങ്ങളായി ഒന്നിച്ച് ജീവിക്കുന്നു. കൊല്ലത്തിൽ ഒരിക്കൽ നാല്പത് ദിവസങ്ങൾ ഞങ്ങൾ ഇവിടന്ന് പോകാൻ നിർബന്ധിതരാകുന്നു. അതിനുശേഷം ഞങ്ങൾ മടങ്ങി വന്ന്, ഇവിടെ തിന്നും കുടിച്ചും ആഹ്ലാദിച്ചും ബാക്കി ദിവസങ്ങൾ ആസ്വദിക്കുന്നു. ഞങ്ങളുടെ ആചാരമനുസരിച്ച് ഞങ്ങൾക്ക് വേർപിരിയേണ്ട സമയമായി. ഞങ്ങൾ പോയ ശേഷം നിങ്ങൾ ഞങ്ങളുടെ നിരോധന ഉത്തരവ് മാനിക്കാതിരിക്കുമോ എന്നാണ് ഞങ്ങളുടെ പേടി. ഞങ്ങൾ ഈ കൊട്ടാരത്തിന്റെയും നാല്പത് മുറികളുടെയും താക്കോലുകൾ നിങ്ങളെ ഏല്പിക്കുന്നു. നിങ്ങൾക്ക് മുപ്പത്തി ഒമ്പത് മുറികളും തുറക്കാം; എന്നാൽ, സൂക്ഷിക്കുക. (ഞങ്ങളുടെ ജീവനാണേ, അള്ളായാണേ സത്യം) നാല്പതാമത്തെ വാതിൽ തുറക്കരുത്; കാരണം, അങ്ങനെ ചെയ്താൽ നമ്മൾ എന്നന്നേക്കുമായി വേർപെടുത്തപ്പെടും. ഞാൻ സമ്മതിച്ചു."ഞാൻ അത് തുറക്കില്ലെന്ന് ഉറപ്പുതരുന്നു, നമ്മൾ തമ്മിൽ വേർപിരിയാനത് കാരണമാകുമെങ്കിൽ."

പിന്നെ അവരിലൊരുവൾ മുന്നോട്ടുവന്ന് എന്റെ തോളിൽ തല ചായ്ച്ച് കരഞ്ഞു. അവളുടെ കരച്ചിൽ കണ്ട് ഞാൻ പറഞ്ഞു. "അള്ളായാണേ നാല്പതാമത്തെ വാതിൽ ഞാൻ ഒരിക്കലും തുറക്കില്ല, ഒരിക്കലും! അങ്ങനെ ഞാനവൾക്ക് യാത്രപറഞ്ഞു. അതിനുശേഷം എല്ലാവരും, പക്ഷികളെ പോലെ, പറന്നു പോയി; എനിക്ക് കൈവീശി അവർ വിടവാങ്ങി; ഞാൻ കൊട്ടാരത്തിൽ ഒറ്റയ്ക്കായി.

വൈകുന്നേരമായപ്പോൾ ഞാൻ ഒന്നാമത്തെ മുറിയുടെ വാതിൽ തുറന്ന് അകത്ത് കടന്നപ്പോൾ സുഖകരമായൊരു സ്വർഗ്ഗരാജ്യം പോലെയാണത് എനിക്ക് തോന്നിയത്. അതൊരു തോട്ടമായിരുന്നു, പച്ച ഇലകളും പഴുത്ത ഫലങ്ങളും നിറഞ്ഞ വൃക്ഷങ്ങൾ! പക്ഷികൾ പാടിപ്പറക്കുന്നു. നീർച്ചാലുകൾ കളകളാരവത്തോടെ ഒഴുകുന്നു. ആ മനോഹര കാഴ്ചയും ആരവവും എന്റെ മനസ്സിനെ ആനന്ദിപ്പിച്ചു. ഞാൻ ആ വൃക്ഷങ്ങൾക്കിടയിലൂടെ നടന്നു; ഇളം കാറ്റിലൂടെ ഒഴുകി വന്ന പൂക്കളുടെ സൗരഭ്യം ആസ്വദിച്ചു. കിളികളുടെ ഗാനാലാപനം കേട്ടു. അള്ളായെ പ്രകീർത്തിക്കുന്നതാണ് ആ ഗാനമെന്ന് എനിക്ക് തോന്നി. ചുകപ്പും മഞ്ഞയും നിറമുള്ള ആപ്പിളിലേക്ക് ഞാൻ നോക്കി. ഞാൻ ശീമമാതളത്തിന്നടുത്തുചെന്ന് അതിന്റെ സുഗന്ധം നുകർന്നു. അതിനുശേഷം, ഞാൻ 'പേർ' നിൽക്കുന്നിടത്ത് ചെന്നു, സർബ്ബത്തും പഞ്ചസാരയും ചേർത്തതുപോലത്തെ സ്വാദാണതിന്! 'ശീമബദാം' പഴം കണ്ടാൽ, മിനുക്കിയെടുത്ത 'മാണിക്യക്കല്ല്' ആണെന്നേ തോന്നൂ. പിന്നീട്, ഞാനതിൽ നിന്നും പുറത്തു വന്ന് പഴയതുപോലെ വാതിൽ അടച്ചു പൂട്ടി.

പിറ്റേന്നു രാവിലെ രണ്ടാമത്തെ വാതിൽ തുറന്ന് അകത്തേക്ക് ചെന്നു. അതൊരു വിശാലമായ പറമ്പാണ്. നല്ല പൊക്കമുള്ള ഈന്തപ്പനകൾ ധാരാളമുണ്ട്; ഒരു അരുവി അതിലൂടെ ഒഴുകി ചെടികളെ നനയ്ക്കുന്നു.

കുറ്റിക്കാടുകളും, എല്ലാത്തരം പൂച്ചെടികളും അതിലുണ്ട്. സൗരഭ്യം നിറഞ്ഞ മന്ദമാരുതൻ വീശിക്കൊണ്ടിരിക്കുന്നു. എന്റെ ആത്മാവിനെ ആ സുഗന്ധം ആഹ്ലാദഭരിതമാക്കി. അവിടെ കുറച്ചു സമയം ചിലവഴിച്ച ശേഷം ഞാൻ പുറത്ത് കടന്ന് ആ മുറിയുടെ വാതിൽ അടച്ചു പൂട്ടി. പിന്നെ മൂന്നാമത്തെ വാതിൽ തുറന്നു. അത് വലിയൊരു ഹാൾ ആണ്. പല നിറത്തിലുള്ള മാർബ്ബിളുകൾ കൊണ്ടാണത് നിർമ്മിക്കപ്പെട്ടിട്ടുള്ളത്. നിറയെ വിലപിടിച്ച രത്നങ്ങളാണതിൽ. ചന്ദനമരം കൊണ്ട് നിർമ്മിക്കപ്പെട്ട അനേകം കിളിക്കൂടുകൾ ഞാന്നു കിടക്കുന്നു. അവ നിറയെ പലതരം കിളികളാണ്, അവ മനോഹരമായ ഗാനങ്ങൾ ആലപിക്കുന്നു! എന്റെ ഹൃദയം ആനന്ദത്തിലാറാടി! മനസ്സിലെ ദുഃഖം പറപറന്നു! അവിടെ നേരം പുലരുവോളം കിടന്നുറങ്ങി. പിന്നീട് ഞാൻ നാലാമത്തെ വാതിൽ തുറന്നു, ഒരു ഉഗ്രൻ സല്ക്കാരശാലയാണത്, അതിന്നകത്ത് നാല്പത് മുറികളുമുണ്ട്. അവയുടെ വാതിലുകൾ മലക്കെ തുറന്നു കിടക്കുന്നു. അതുകൊണ്ട് ഞാൻ ഉള്ളിൽ കയറി നോക്കി; പലതരം മുത്തുകളും വൈരക്കല്ലുകളും, വജ്രങ്ങളും കൊണ്ട് നിറഞ്ഞിരിക്കയാണാ മുറികൾ! ഒരു മനുഷ്യനും അത് വർണ്ണിക്കാനാവില്ല! ഞാനതെല്ലാം കണ്ട് സ്തംഭിച്ചുപോയി; ഞാൻ ആത്മഗതമായി പറഞ്ഞു. “മഹാരാജാവിന്റെ ഖജനാവിൽ പോലും ഇത്രയും സമ്പത്ത് കാണില്ല, ലോകത്തിലെ ചക്രവർത്തിമാർ പോലും ഇത്രയും സ്വത്ത് സംഭരിച്ചിട്ടുണ്ടാവില്ല!”

എന്റെ ഹൃദയം വികസിച്ചു. ദുഃഖങ്ങൾ പോയ് മറഞ്ഞു. കാരണം ഞാൻ പറഞ്ഞു.“ഇപ്പോൾ സത്യമായും ഞാൻ ഈ കാലഘട്ടത്തിലെ ചക്രവർത്തിയാണ്; അള്ളായുടെ കാരുണ്യത്താൽ ഈ ബൃഹത്തായ സമ്പത്ത് മുഴുവൻ എന്റേതാണ്; എനിക്ക് നാല്പത് യുവതികൾ ഉണ്ട്, ഞാൻ മാത്രമാണ് അവരുടെ നാഥൻ.”

അങ്ങനെ ഞാൻ മുപ്പത്തിയൊമ്പത് ദിവസം കൊണ്ട് മുപ്പത്തിയൊമ്പത് മുറികളും തുറന്ന് നോക്കി. തുറക്കരുതെന്ന് ആ രാജകുമാരി പറഞ്ഞ മുറി മാത്രം ഞാൻ തുറന്നില്ല. എന്നാൽ, എന്റെ ചിന്തകൾ, ഓ എന്റെ യജമാനത്തി, വിലക്കപ്പെട്ട ആ നാല്പതാമത്തെ മുറിയെക്കുറിച്ചു മാത്രമായി. എന്റെ നാശത്തിനായി സാത്താൻ ആ മുറി എന്നെ കൊണ്ട് തുറപ്പിക്കാൻ നിർബന്ധിച്ചു! എനിക്ക് സഹിച്ചിരിക്കാനുള്ള ക്ഷമയില്ലായിരുന്നു. ഇനി ഒരു ദിവസം മാത്രമേ ബാക്കിയുള്ളൂ. അങ്ങനെ ഞാനാ മുറിയുടെ മുന്നിൽ ചെന്നുനിന്നു; ഒരു നിമിഷം മടിച്ചെങ്കിലും, സ്വർണ്ണം കൊണ്ട് പൊതിഞ്ഞ ആ വാതിൽ തുറന്ന് ഞാൻ അകത്തേക്ക് പ്രവേശിച്ചു. ഞാൻ ഒരിക്കലും മണത്തിട്ടില്ലാത്ത ഒരു ‘പെർഫ്യൂ’മിന്റെ ഗന്ധം എന്റെ മൂക്കിൽ അടിച്ചു! അതിന്റെ രൂക്ഷഗന്ധം നാസാരന്ധ്രങ്ങളിൽ തട്ടിയതോടെ കടുത്ത വീഞ്ഞ് അകത്താക്കിയവനെപോലെ ഞാൻ ബോധം കെട്ട് നിലത്ത് വീണു, ഒരു മണിക്കൂർ നേരം ഞാനാ കിടപ്പ് കിടന്നു! ബോധം വീണുകിട്ടിയപ്പോൾ ഞാൻ ധൈര്യം സംഭരിച്ച്, ഉള്ളിലേക്ക് നടന്നു. ആ മുറിയുടെ തറ കുങ്കുമപ്പൂ നിറത്തിലാണ്. പ്രകാശം പരത്തുന്ന വിളക്കുകളും മെഴുകുതിരികളും ജ്വലിച്ചുകൊണ്ടിരിക്കുന്നു. വിലപിടിച്ച എണ്ണയാണ് വിളക്കുകളിൽ ഒഴിച്ചിട്ടുള്ളത്; മെഴുകുതിരിയുടെ ‘സ്റ്റാണ്ടു’കൾ സ്വർണ്ണനിർമ്മിതമാണ്! കസ്തൂരിയുടെയും

കുന്തിരിക്കത്തിന്റെയും സുഗന്ധം അവിടമാസകലം വ്യാപിച്ചിരിക്കുന്നു. രണ്ട് വലിയ 'ധൂപക്കുറ്റി'കൾ ഞാനവിടെ കണ്ടു, അതിൽ ആണ് കസ്തൂരിയും കുന്തിരിക്കവും കിടന്ന് പുകയുന്നത്. അപ്പോൾ, എന്റെ ഗൃഹനാഥേ, വിശിഷ്ടമായൊരു കുതിര എന്റെ കണ്ണിൽപ്പെട്ടു! കറുത്തിരുണ്ട ഒരു കുതിര. സ്വർണ്ണ ജീസ കെട്ടി തയ്യാറായി നിൽക്കുന്നു! മുന്നിൽ രണ്ട് പുൽത്തൊട്ടികൾ ഉണ്ട്. ഒന്ന് വളരെ വൃത്തിയുള്ളതാണ്; അതിൽ ഉമികളഞ്ഞ എള്ള് ഇട്ടിരിക്കുന്നു; മറ്റേതിൽ കസ്തൂരിമണമുള്ളതും നിറച്ചിട്ടുണ്ട്. ഇതുകണ്ട് ഞാൻ വിസ്മയത്തോടെ പറഞ്ഞു. "ഈ മൃഗത്തിൽ തീർച്ചയായും എന്തോ ദുരൂഹതയുണ്ട്, സംശയമില്ല." സാത്താൻ എന്നെ ചതിക്കുകയായിരുന്നു; ഞാനതിനെ കൊട്ടാരത്തിന് പുറത്തേക്ക് കൊണ്ടുവന്ന്, കുതിരപ്പുറത്ത് കയറി. എന്നാൽ അത് നിന്നിടത്തു നിന്ന് അനങ്ങിയില്ല. അപ്പോൾ അതിന്റെ ഇരുവശത്തും ഞാൻ കാലിട്ട് ചവിട്ടി. എന്നിട്ടും അവൻ അനങ്ങിയില്ല. ഉടനെ ഞാൻ ചാട്ടവാറെടുത്ത് നല്ല പൂശു കൊടുത്തു. അടി കിട്ടിയപ്പോൾ, ചെവികൊട്ടിയടക്കുന്ന ഇടിവെട്ടുപോലെ അവൻ അലറി; ഒരു ജോടി ചിറകുകൾ വിടർത്തി, എന്നെയുംകൊണ്ട് ആകാശത്തേക്ക് പറന്നു, മനുഷ്യദൃഷ്ടികൾക്ക് അഗോചരമായ സ്ഥലത്തേക്ക്!

ഒരു മണിക്കൂർ അപ്രകാരം പറന്നശേഷം ഒരു കെട്ടിടത്തിന്റെ മേൽക്കൂരയിൽ ചെന്നിരുന്ന് എന്നെ അവന്റെ പുറത്തു നിന്നും കുടഞ്ഞ് തെറിപ്പിച്ചു. പിന്നെ അവൻ വാലു കൊണ്ട് എന്റെ മുഖത്ത് ഒറ്റ അടിവെച്ചു തന്നു; അതോടെ എന്റെ ഇടതുകണ്ണ് എന്റെ കവിളിലൂടെ ഉരുണ്ട് താഴെ വീണു! പിന്നെ, അവൻ പറന്നുപോയി. ഞാൻ ടെറസ്സിൽ നിന്നും താഴെ ഇറങ്ങി വന്നപ്പോൾ, ആ പത്ത് ഒറ്റ കണ്ണൻ യുവാക്കൾ നീല വിരിയുള്ള കട്ടിലുകളിൽ ഇരിക്കുന്നത് വീണ്ടും കാണാൻ കഴിഞ്ഞു! എന്നെ കണ്ടപ്പോൾ അവർ വിളിച്ചു പറഞ്ഞു. "നിനക്കിവിടെ സ്വാഗതമില്ലാ അഭിവാദ്യങ്ങളുമില്ല! ഞങ്ങൾ സുഖസമൃദ്ധമായി ജീവിക്കുന്നവരാണ്; ഞങ്ങൾക്കത് തകർക്കാനാവില്ല"

"നോക്കൂ, ഞാൻ നിങ്ങളെ പോലെ ആയിരിക്കുന്നു; നിങ്ങളെ പോലെ ഒരു 'ട്രേ'യിൽനിന്ന് ചാരവും കരിപ്പൊടിയും മുഖത്ത് വാരിത്തേച്ച്, നിങ്ങളുടെ സമൂഹത്തിൽ ഞാൻ ചേരട്ടെ. "അള്ളായാണേ വേണ്ട" അവർ പറഞ്ഞു. "നിനക്ക് ഞങ്ങളോടൊപ്പം താമസിക്കാനാവില്ല. വേഗം സ്ഥലം വിട്ടോളൂ." അങ്ങനെ അവർ എന്നെ ആട്ടിപ്പുറത്താക്കി. എന്നെ അവർ നിരാകരിച്ചപ്പോൾ, കാര്യങ്ങൾ ദുരിതപൂർണ്ണമാകുമെന്ന് ഞാൻ മുൻകൂട്ടി കണ്ടു. എന്റെ തലയിലെഴുതിയ കഷ്ടപ്പാടിന്റെ വിധി ഞാനപ്പോൾ ഓർത്തു, ഞാൻ നിറഞ്ഞ കണ്ണുകളോടെ തകർന്ന മനസ്സുമായി അവരിൽ നിന്നും നടന്നു നീങ്ങി. അപ്പോൾ ഞാൻ ഈ വാക്കുകൾ ആവർത്തിച്ചു കൊണ്ടിരുന്നു. "ഞാൻ സുഖമായി കഴിയുകയായിരുന്നു, എന്നാൽ എന്റെ തലതിരിഞ്ഞ പ്രവൃത്തി എനിക്ക് അസുഖം വരുത്തി."

പിന്നെ ഞാൻ മീശയും താടിയും കൺപുരികങ്ങളും ഷേവ് ചെയ്തു; ലോകം പരിത്യജിച്ച്, അള്ളായുടെ ഈ ഭൂമിയിൽ ഒരു ഫക്കീർ ആയി അലഞ്ഞു തിരിഞ്ഞു. സർവ്വശക്തൻ എനിക്ക് ബാഗ്ദാദിൽ എത്തുന്നതു വരെ സുരക്ഷിതത്വം നൽകി, അതായത് ഇന്ന് വൈകുന്നേരം വരെ. ഇവിടെ വെച്ച് അമ്പരന്നു നിൽക്കുന്ന ഈ രണ്ട് ഫക്കീറുമാരെ ഞാൻ

കണ്ടുമുട്ടി. ഞാനവരെ സലാം ചെയ്ത് പറഞ്ഞു. "ഞാനൊരു പരദേശിയാണ്!" അവർ മറുപടി നൽകി. "ഞങ്ങളും അതുപോലെ പരദേശികൾ തന്നെ!" വിധിയുടെ വിലക്ഷണമായ പ്രതിഭാസം മൂലം ഞങ്ങൾ ഒരേപോലെ ആയി, മൂന്ന് ഫക്കീറുമാർ, ഇടത് കണ്ണില്ലാത്ത മൂന്ന് ഒറ്റക്കണ്ണന്മാർ! അപ്രകാരമാണ്, എന്റെ ഗൃഹനാഥേ, എന്റെ ഒരു കണ്ണ് നഷ്ടപ്പെട്ടതും, എന്റെ താടി വടിക്കാനിടയായതും."

അവൾ അയാളോട് പറഞ്ഞു. "നിങ്ങൾക്ക് നിങ്ങളുടേതായ വഴിക്ക് പോകാം." എന്നാൽ, ഞാൻ മറുപടി നല്കി. "ഈ ആളുകളുടെ കഥകൾ കേട്ടു കഴിഞ്ഞശേഷമേ ഞാൻ പോകുന്നുള്ളൂ; അള്ളായാണേ സത്യം."

അപ്പോൾ ആ മഹതി കാലിഫയുടെയും ജാഫറിന്റെയും മസ്ദൂറിന്റെയും നേരെ തിരിഞ്ഞും പറഞ്ഞു. "നിങ്ങൾക്ക് സ്വന്തം വിശദീകരണം നല്കാമല്ലോ, ഇല്ലേ."

അപ്പോൾ ജാഫർ മുന്നോട്ടു ചെന്ന്, തങ്ങൾ ആ വീട്ടുപടിക്കൽ എത്തിയപ്പോൾ ആ മഹതിയുടെ അനിയത്തിയോട് പറഞ്ഞ കാര്യം ആവർത്തിച്ചു. വ്യാപാരികളും മുസ്ലീമുകളുമായ അവരോട് പറഞ്ഞു. " ഞാൻ നിങ്ങളുടെ ജീവൻ വിട്ടു തരുന്നു, എല്ലാവരും പൊയ്ക്കൊള്ളൂ."

അങ്ങനെ അവർ എല്ലാവരും പുറത്ത് വന്നു; അവർ തെരുവിൽ എത്തിയപ്പോൾ കാലിഫ, ഫക്കീർമാരോട് ചോദിച്ചു." ഇനിയും നേരം പുലർന്നിട്ടില്ലല്ലോ. എങ്ങോട്ടാണ് നിങ്ങൾ പോകുന്നത്?"

"അള്ളായാണേ, എന്റെ പ്രഭോ, എവിടെ പോകണമെന്ന് ഞങ്ങൾക്കറിയില്ല."

'വരൂ, നേരം പുലരുന്നതുവരെ ഞങ്ങളോടൊപ്പം കഴിയാം." കാലിഫാ പറഞ്ഞു. "അവരെ നിങ്ങൾ വീട്ടിലേക്ക് കൊണ്ടുപോകൂ; നേരം വെളുക്കുമ്പോൾ എന്റെ അടുത്തേക്ക് കൊണ്ടുവരൂ. അവരുടെ വീരസാഹസങ്ങൾ കുറിച്ചെടുക്കണം."

ജാഫർ കാലിഫാ കല്പിച്ചതുപോലെ ചെയ്തു; വിശ്വാസികളുടെ നേതാവ് തന്റെ കൊട്ടാരത്തിലേക്ക് മടങ്ങി; എന്നാൽ, അദ്ദേഹത്തിന് ഉറങ്ങാൻ കഴിഞ്ഞില്ല; മൂന്ന് ഫക്കീറുമാരായ രാജകുമാരന്മാരുടെ ദുരന്തത്തെക്കുറിച്ച് ചിന്തിച്ചും, ആ മഹതികളെയും കുറിച്ചറിയാനുള്ള ജിജ്ഞാസയിൽ വിവശനായും അദ്ദേഹം കിടന്നു. നേരം പുലർന്നപ്പോൾ അദ്ദേഹം എഴുന്നേറ്റു ചെന്ന് സിംഹാസനത്തിൽ ഇരുന്നു. എല്ലാ പ്രഭുക്കന്മാരും ഉന്നത ഉദ്യോഗസ്ഥന്മാരും രാജ്യസഭയിലെത്തിയപ്പോൾ, അദ്ദേഹം ജാഫറിനുനേരെ തിരിഞ്ഞു. "ആ മൂന്ന് മഹതിമാരേയും രണ്ട് പട്ടികളെയും മൂന്ന് ഫക്കീർമാരേയും എന്റെ മുന്നിൽ ഹാജരാക്കുക." ജാഫർ പുറത്ത് പോയി, അവരെയെല്ലാം കൂട്ടിക്കൊണ്ടു വന്ന്, കാലിഫായ്ക്ക് മുന്നിൽ ഹാജരാക്കി. (വനിതകൾ മുഖം മറച്ചിരുന്നു). പിന്നെ മന്ത്രി അവർക്കു നേരെ തിരിഞ്ഞ് കാലിഫായുടെ പേരിൽ പറഞ്ഞു. "ഞങ്ങൾക്കുനേരെയുണ്ടായ നിങ്ങളുടെ ദ്രോഹവും മര്യാദകേടും പിന്നീട് കാണിച്ച കാരുണ്യം കണക്കിലെടുത്ത് നാം മാപ്പാക്കുന്നു; കാരണം ഞങ്ങൾ ആരാണെന്ന് നിങ്ങൾക്കറിയില്ലല്ലോ. ഇപ്പോൾ എന്തായാലും സത്യാവസ്ഥ എനിക്ക് നിങ്ങളോട് തുറന്നു പറയാതെ നിവൃത്തിയില്ല. നിങ്ങൾ ഇപ്പോൾ നിൽക്കുന്നത് കാലിഫാ അബ്ബാസിന്റെ സന്തതി

പരമ്പരയിലെ കാലിഫ, അരുൺ അൽറഷീജിന്റെ മുന്നിലാണ്. അദ്ദേഹത്തോട് നിങ്ങൾ സത്യം തുറന്നു പറയുക, സത്യം മാത്രം!"

ജാഫറിന്റെ വാക്കുകൾ ആ മഹതികൾ കേട്ടപ്പോൾ, ഏറ്റവും മൂത്തവൾ മുന്നോട്ടുവന്ന് പറഞ്ഞു. "ഓ, യഥാർത്ഥ വിശ്വാസികളുടെ രാജകുമാരാ, എന്റെ കഥ മുന്നറിവ് കൊടുക്കേണ്ടവർക്ക് നല്ലൊരു താക്കീത് ആയിരിക്കും. അതിൽ നിന്ന് പാഠം പഠിക്കേണ്ടവർക്ക് നല്ലൊരു ഉദാഹരണവും."- അപ്പോഴേക്കും നേരം പുലരാറായെന്ന് 'ഷാഹ്രസാദ്' മനസ്സിലാക്കി, അവൾക്ക് കഥ പറയാനനുവദിച്ച സമയം അവസാനിച്ചെന്നും.

പതിനേഴാം രാവ്

ഷാഹ്രസാദ് പറഞ്ഞു, ഓ, കീർത്തിമാനായ രാജാവേ, ആ മഹതി കാലിഫായുടെ മുന്നിൽ നിന്ന് തന്റെ കഥ പറയാൻ തുടങ്ങി.

മൂത്ത മഹതിയുടെ കഥ

സത്യമായും വിചിത്രമായൊരു കഥയാണ് എന്റേത്. ആ രണ്ട് കറുത്ത പട്ടികൾ എന്റെ സ്വന്തം മൂത്ത സഹോദരിമാരാണ്, ഒരേ അച്ഛനമ്മമാരുടെ മക്കൾ. ശരീരത്തിൽ ചാട്ടവാറിന്റെ പാടുകളുള്ളവളും മറ്റവളും എന്റെ അനിയത്തിമാരാണ്; എന്നാൽ വേറെ അമ്മയിലുണ്ടായതാണെന്നു മാത്രം. എന്റെ അച്ഛൻ മരിച്ചപ്പോൾ, ഓരോരുത്തരും അവരവരുടെ ഓഹരി എടുത്തു. കുറച്ചുനാൾക്കുശേഷം എന്റെ അമ്മയും മരിച്ചു. എനിക്കും എന്റെ സഹോദരിമാർക്കുമായി മൂവ്വായിരും ദിനാർ നീക്കിവെച്ചിരുന്നു. അങ്ങനെ ഓരോരുത്തർക്കും ആയിരം ദിനാർ വീതംകിട്ടി; ഏറ്റവും ഇളയവളായ എനിക്കും അത്ര തന്നെ കിട്ടി. കാലക്രമത്തിൽ എന്റെ ചേച്ചിമാർ പതിവനുസരിച്ചുള്ള ആഘോഷത്തോടെ വിവാഹിതരായി, തങ്ങളുടെ ഭർത്താക്കന്മാരോടൊപ്പം താമസമാക്കി. അവർ തങ്ങളുടെ ഭാര്യമാരുടെ പണം കൊണ്ട് ചരക്കുകൾ വാങ്ങി കച്ചവടത്തിനായി യാത്ര പുറപ്പെട്ടു. ഞാൻ ഇവിടെ ഒറ്റയ്ക്കായി. അഞ്ച് വർഷത്തോളം എന്റെ സഹോദരിമാരും ഭർത്താക്കന്മാരും അന്യനാട്ടിലായിരുന്നു. അതിന്നിടയ്ക്ക് അവർ കയ്യിലുള്ള പണം മുഴുവൻ നശിപ്പിച്ചു; എന്റെ ചേച്ചിമാരെ വിദേശത്ത് അപരിചിതർക്കിടയിൽ ഉപേക്ഷിച്ച് അവരുടെ ഭർത്താക്കന്മാർ സ്ഥലം വിട്ടു. അഞ്ച് വർഷത്തിനുശേഷം എന്റെ ഏറ്റവും മൂത്തചേച്ചി തിരിച്ചെത്തി. വൃത്തികെട്ട കീറിപ്പറിഞ്ഞ വസ്ത്രം ധരിച്ച് ഒരു പിച്ചക്കാരിയെപ്പോലെ ഉണ്ടായിരുന്നു അവൾ. സത്യമായിട്ടും അത്രയ്ക്ക് ദയനീയാവസ്ഥയിലായിരുന്നു അവൾ! ആദ്യത്തെ നോട്ടത്തിൽ എനിക്ക് സ്വന്തം ചേച്ചിയെ മനസ്സിലായതേയില്ല! എന്തൊരവസ്ഥയാണിത്?"

"ഓ, എന്റെ അനിയത്തി." അവൾ മറുപടി നല്കി. "നടന്ന കാര്യങ്ങൾ വാക്കുകൾകൊണ്ട് മായ്ക്കാനാകില്ലല്ലൊ; അള്ളായുടെ നിശ്ചയം പോലെ വിധി എന്നെ വേദനിപ്പിച്ചു."

അപ്പോൾ ഞാനവളെ കുളിമുറിയിലേക്കയച്ച്, വൃത്തിയായി കുളിപ്പിച്ചു. പിന്നെ, എന്റെ ഉടുപ്പുകൾ ധരിക്കാനായി കൊടുത്തു. നല്ല

ഭക്ഷണവും വീഞ്ഞും വിളമ്പിക്കൊണ്ട് ഞാൻ ചോദിച്ചു. "ഓ, എന്റെ സഹോദരി, നീയാണ് ഏറ്റവും മൂത്തവൾ, അച്ഛന്റെയും അമ്മയുടേയും സ്ഥാനമാണ് നിന്റേത്. നിങ്ങൾ രണ്ട് ചേച്ചിമാർക്കും കിട്ടതുപോലെ എനിക്ക് കിട്ടിയ ഓഹരി, അള്ളായുടെ അനുഗ്രഹത്താൽ, കൂടുതൽ അഭിവൃദ്ധിപ്പെട്ടിരിക്കുന്നു. എന്റെ ജീവിതരീതിയും ലളിതമാണ്. നൂല്നൂറ്റും പട്ട് വൃത്തിയാക്കിയും ഞാൻ ധാരാളം പണം സമ്പാദിക്കുന്നു. ഞാൻ എന്റെ സ്വത്ത് നീയുമായി പങ്കു വെക്കാം."

ഞാൻ അവളോട് കേണപേക്ഷിച്ചപ്പോൾ അവൾ എന്നോടൊപ്പം താമസിക്കാൻ സമ്മതിച്ചു. അങ്ങനെ ഒരു വർഷം കഴിഞ്ഞു. കുറച്ചുനാളുകൾക്കുശേഷം മൂത്ത ചേച്ചി വന്നതിനേക്കാൾ വൃത്തികെട്ട രൂപത്തിൽ രണ്ടാമത്തെ ചേച്ചിയും വന്നെത്തി. അതിദയനീയവും ഏറ്റവും ദുഃഖകരവുമായിരുന്നു അവളുടെ അവസ്ഥ. ഏറ്റവും മൂത്തചേച്ചിയോട് ചെയ്തതിനേക്കാളേറെ ആദരവോടെയാണ് ഞാൻ രണ്ടാമത്തെ ചേച്ചിയോട് പെരുമാറിയത്. അവൾക്കും എന്റെ സ്വത്തിന്റെ ഒരു പങ്ക് ഞാൻ നല്കി.

കുറച്ചു നാളുകൾക്കുശേഷം അവർ എന്നോട് പറഞ്ഞു. "ഓ, ഞങ്ങളുടെ അനിയത്തി, ഞങ്ങൾ വീണ്ടും വിവാഹം കഴിക്കാനാഗ്രഹിക്കുന്നു; കാരണം ഭർത്താക്കന്മാരില്ലാതെ ജീവിതകാലം മുഴുവൻ വിധവകളെപോലെ കഴിയാനാഗ്രഹിക്കുന്നില്ല."

ഞാൻ മറുപടി നല്കി. "ഓ, എന്റെ പ്രിയപ്പെട്ടവരെ, ഇക്കാലത്ത് ദാമ്പത്യസുഖം വിരളമായേ കാണാൻ കഴിയൂ, കാരണം നല്ലമനുഷ്യരെ അപൂർവ്വമായേ കാണാനാകൂ. നിങ്ങളുടെ പദ്ധതികൾ അംഗീകരിക്കാവുന്നതല്ലെന്നാണ് എന്റെ പക്ഷം. എന്തുകൊണ്ടെന്നാൽ, നിങ്ങൾ വിവാഹജീവിതം പരീക്ഷിച്ച് പരാജയപ്പെട്ടവരാണ്."

എന്നാൽ, അവർക്കെന്റെ ഉപദേശം സ്വീകാര്യമല്ലാതായിരുന്നു. എന്റെ അനുമതിയില്ലാതെ തന്നെ അവർ വിവാഹം കഴിച്ചു. എന്നിട്ടും എന്റെ പണം കൊണ്ട് വസ്ത്രങ്ങളും, സ്ത്രീധനവും ഞാനവർക്ക് നൽകി. അവർ ഭർത്താക്കന്മാരോടൊപ്പം പോയി. ചെറിയ ഇടവേളയ്ക്കുശേഷം അവരുടെ ഭർത്താക്കന്മാർ അവരെ കബളിപ്പിച്ച്, കൈയിൽ കിട്ടിയതെല്ലാം കരസ്ഥമാക്കി സ്ഥലം വിട്ടു. അതിനുശേഷം നാണം കെട്ട്, നീചമായ അവസ്ഥയിൽ എന്നോട് ക്ഷമ ചോദിച്ചുകൊണ്ട് പറഞ്ഞു. 'ഞങ്ങളുടെ കുറ്റം പൊറുക്കണം; ഞങ്ങളെ കുറ്റപ്പെടുത്തരുതേ; നീ ഞങ്ങളേക്കാൾ വർഷങ്ങളോളം ഇളയവളാണെങ്കിലും, ബുദ്ധിയിൽ മൂത്തവളാണ്! ഇനിയൊരിക്കലും വിവാഹം എന്നൊരു വാക്ക് ഞങ്ങൾ ഉച്ചരിക്കില്ല. നീ ഞങ്ങളെ തിരിച്ചെടുക്കുക, വേലക്കാരികളായിട്ടെങ്കിലും! ഞങ്ങൾ വയറു നിറച്ച് ഭക്ഷണം കഴിച്ചോട്ടെ!

ഞാൻ പറഞ്ഞു."ഞാൻ നിങ്ങളെ സ്വാഗതം ചെയ്യുന്നു, എന്റെ ചേച്ചിമാരെ, നിങ്ങളേക്കാൾ പ്രിയങ്കരരായി എനിക്കാരുമില്ല."

ഞാൻ അവരെ മുമ്പത്തേക്കാളേറെ കരുണയോടെ ഉള്ളിലേക്ക് കൊണ്ടു പോയി. അങ്ങനെ ഒരു വർഷം ഇതേരീതിയിൽ ഞങ്ങൾ ജീവിതം തുടർന്നു. പിന്നെ ഞാൻ നിർമ്മിച്ച സാമാനങ്ങൾ വിദേശത്ത് പോയി വിറ്റഴിക്കാൻ തീരുമാനിച്ചു; ബസറായിലേക്ക് പോകാനുള്ള തയ്യാറെടുപ്പുകൾ ചെയ്തു. വലിയൊരു കപ്പൽ ഞാൻ വാടകക്കെടുത്ത്, അതിൽ എന്റെ സാധനങ്ങൾ നിറച്ചുവെച്ചു; ധാരാളം വിലപിടിച്ച

സാധനങ്ങൾ അതിൽ ഉണ്ടായിരുന്നു. യാത്രയ്ക്ക് ആവശ്യമുള്ള എല്ലാ വസ്തുക്കളും ഞാൻ കരുതിവെച്ചു. പിന്നെ ഞാൻ സഹോദരിമാരോട് ചോദിച്ചു. "നിങ്ങൾ എന്നോടൊപ്പം വരുന്നോ, അതോ വീട്ടിൽ കഴിയാൻ ആഗ്രഹിക്കുന്നോ?"

"ഞങ്ങൾ നിന്നോടൊപ്പം യാത്ര ചെയ്യാനാഗ്രഹിക്കുന്നു." നിന്നെ വിട്ടു പിരിയാൻ ഞങ്ങൾക്കാവില്ല. അവർ മറുപടി നൽകി.

അങ്ങനെ, ഞാൻ പണം രണ്ടായി വീതിച്ചു. ഒരു ഭാഗം കൂടെകൊണ്ടു പോകാനും, മറ്റെഭാഗം ഒരു 'ട്രസ്റ്റി'യെ ഏൽപിക്കാനും. ഞാൻ സ്വയം പറഞ്ഞു. "സന്ദർഭവശാൽ കപ്പലിന് വല്ല അത്യാഹിതവും സംഭവിച്ച് ഞങ്ങൾ ജീവനോടെ രക്ഷപ്പെട്ടാൽ തിരിച്ചുവരുമ്പോൾ ആ പണം കൊണ്ട് ജീവിക്കാമല്ലോ"

ഞാൻ രണ്ടു ചേച്ചിമാരേയും കൂട്ടി യാത്ര പുറപ്പെട്ടു; ഏതാനും ദിവസ ങ്ങൾ കടന്നു പോയി. ക്യാപ്റ്റന്റെ അശ്രദ്ധമൂലം ചലനമാർഗ്ഗം തെറ്റി കപ്പൽ മുന്നോട്ടു നീങ്ങി, മറ്റൊരു കടലിലെത്തി. ആദ്യം ഞങ്ങൾക്ക് അക്കാര്യം മനസ്സിലാക്കിയില്ല. പത്ത് ദിവസം കാറ്റ് ഞങ്ങൾക്കനുകൂല മായിരുന്നു; അതിനുശേഷം നാവികൻ 'മാസ്റ്റിൽ' കയറി ചുറ്റുപാടും വീക്ഷിച്ചുകൊണ്ട് വിളിച്ചുപറഞ്ഞു. "നല്ല വാർത്ത!" പിന്നെ അവൻ സസന്തോഷം താഴെ ഇറങ്ങി വന്നു പറഞ്ഞു. "അതൊരു നഗരമാണെ ന്നാണെനിക്ക് തോന്നുന്നത്."

ഞങ്ങൾ എല്ലാവരും ആഹ്ലാദിച്ചു; ഒരുമണിക്കൂറിനുശേഷം കെട്ടിട ങ്ങൾ വ്യക്തമായി കാണാൻ കഴിഞ്ഞു. ഞങ്ങൾ ക്യാപ്റ്റനോട് ചോദിച്ചു "ആ നഗരത്തിന്റെ പേര് എന്താണ്?"

അയാൾ മറുപടി നൽകി."അള്ളായാണേ എനിക്കറിയില്ല! കാരണം, ഞാൻ മുമ്പൊരിക്കലും ഇത് കണ്ടിട്ടില്ല; ജീവിതത്തിലൊരിക്കലും ഞാനീ കടലിലൂടെ യാത്ര ചെയ്തിട്ടുമില്ല; എന്നാലും നമ്മൾ എല്ലാ കുഴപ്പങ്ങളിൽ നിന്നും രക്ഷപ്പെട്ട് സുരക്ഷിതമായൊരു സ്ഥലത്തെത്തിയല്ലോ. നിങ്ങൾ അവിടെ സ്വന്തം സാമാനങ്ങൾ ലാഭകരമായ രീതിയിൽ വിറ്റഴിച്ച്, അവിടെ യുള്ള സാമാനങ്ങൾ വാങ്ങിച്ച് കൊണ്ടുപോകാം; അല്ലെങ്കിൽ, രണ്ട് ദിവസം ഇവിടെ വിശ്രമിച്ച്, ഭക്ഷണ സാധനങ്ങളും വാങ്ങിച്ച് യാത്ര തുടരാം."

അങ്ങനെ ഞങ്ങൾ തുറമുഖത്ത് പ്രവേശിച്ചു. ക്യാപ്റ്റൻ കപ്പലിൽ നിന്നും താഴെ ഇറങ്ങി പട്ടണത്തിലേക്ക് പോയി, കുറച്ചു കഴിഞ്ഞു ഞങ്ങളുടെ അടുത്ത് തിരിച്ചെത്തി.

അയാൾ പറഞ്ഞു. "എഴുന്നേൽക്കൂ; നഗരത്തിലേക്ക് ചെല്ലൂ. അള്ളായുടെ സൃഷ്ടി കണ്ടാൽ നിങ്ങൾ വിസ്മയിച്ചുപോകും!"

അങ്ങനെ ഞങ്ങൾ നിലത്തിറങ്ങി നഗരത്തിലേക്ക് നടന്നു. ഗേറ്റിൽ സായുധരായ മനുഷ്യർ കാവൽ നിൽക്കുന്നത് ഞങ്ങൾ കണ്ടു . എന്നാൽ, ഞങ്ങൾ അവർക്കടുത്തെത്തിയപ്പോൾ അദ്ഭുതപ്പെട്ടു പോയി! അള്ളാ യുടെ കോപത്താൽ കൽപ്രതിമകളായി തീർന്ന മനുഷ്യരാണവർ!

ഞങ്ങൾ നഗരത്തിനുള്ളിലേക്ക് പ്രവേശിച്ചു; അവിടെ ഉള്ളവരെല്ലാം കരിങ്കൽ പ്രതിമകളാണ്. മനുഷ്യവാസമുള്ള ഒറ്റ വീടും കാണാനായില്ല, ഒരിടത്തും തീ പുകയുന്നില്ല! ഈ കാഴ്ചകണ്ട് ഞങ്ങൾ വല്ലാതെ ഭയ പ്പെട്ടു. ഞങ്ങൾ മാർക്കറ്റിലൂടെ നടന്നു പോകവേ, സാമാനങ്ങളും,

സ്വർണ്ണവും, വെള്ളിയും മറ്റും അതാതിന്റെ സ്ഥലങ്ങളിൽ കിടക്കുന്നത് കണ്ടു. ഞങ്ങൾ സസന്തോഷം പറഞ്ഞു. "ഇതിൽ എന്തോ ദുരൂഹത ഒളിഞ്ഞു കിടക്കുന്നുണ്ടെന്ന കാര്യത്തിൽ സംശയമില്ല."

പിന്നെ ഞങ്ങൾ കൂട്ടം പിരിഞ്ഞ്, അവരവരുടെതായ രീതിയിൽ പണവും സ്വർണ്ണവും മറ്റ് വിലപിടിച്ച സാധനങ്ങളും സംഭരിക്കാൻ തുടങ്ങി; ആരും കൂട്ടുകാരെക്കുറിച്ച് ശ്രദ്ധിക്കാനേ പോയില്ല.

ഞാൻ പോയത് ഒരു കോട്ടയിലേക്കാണ്, കറുത്തൻ മതിലുകളുള്ള ഒരു സൗധം. അതിന്റെ ഗേറ്റ് നിർമ്മിച്ചിരിക്കുന്നത് സ്വർണ്ണം കൊണ്ടാണ്; എല്ലാ സാധനങ്ങളും സ്വർണ്ണവും വെള്ളിയും തന്നെ! രാജാവ്, മന്ത്രിമാർക്കും പ്രഭുക്കന്മാർക്കും ഉന്നത ഉദ്യോഗസ്ഥന്മാരും മധ്യത്തിൽ ആസനസ്ഥരായിരിക്കുന്നു. അതിസുന്ദരമായ വസ്ത്രങ്ങളാണദ്ദേഹം ധരിച്ചിരിക്കുന്നത്. അദ്ദേഹത്തിന്റെ സിംഹാസനത്തിൽ മുത്തുകളും രത്നങ്ങളും പതിച്ചിരിക്കുന്നു. അവരുടെ മേലങ്കികൾ സ്വർണ്ണമയമാണ്, എല്ലാതരം രത്നങ്ങളും പതിച്ചിട്ടുള്ളവ; ഓരോന്നും ഓരോ നക്ഷത്രം പോലെ വെട്ടിത്തിളങ്ങുന്നു. അദ്ദേഹത്തിന് ചുറ്റും അമ്പത് 'മാമെലൂക്കുകൾ' സിൽക്ക് യൂനിഫോം ധരിച്ച് കൈയിൽ വാളും പിടിച്ച് നില കൊള്ളുന്നു. എന്നാൽ, ഞാനവരുടെ അടുത്തെത്തിയപ്പോൾ, അതാ നോക്കൂ! എല്ലാവരും കരിങ്കൽ പ്രതിമകളാണ്! ആ കാഴ്ച കണ്ട് ഞാനാകെ സംഭ്രമിച്ചു പോയി. എന്നാൽ, ഞാൻ മുന്നോട്ട് തന്നെ നടന്നു; സ്ത്രീകളുടെ അന്തഃപുരത്തിൽ പ്രവേശിച്ചു. അതിന്റെ ചുമരുകളിൽ സ്വർണ്ണക്കസവുള്ള സിൽക്ക് തുണിയാണ് കർട്ടനായി ഉപയോഗിച്ചിട്ടുള്ളത്. സ്വർണ്ണപ്പൂക്കൾ തുന്നിപ്പിടിപ്പിച്ച കാർപ്പറ്റ് നിലത്ത് വിരിച്ചിരിക്കുന്നു. മുത്തുകൾ പിടിപ്പിച്ച മേലങ്കി അണിഞ്ഞ് റാണി അവിടെ കിടക്കുന്നത് ഞാൻ കണ്ടു. ശിരസ്സിൽ രത്നങ്ങളും വജ്രങ്ങളും പതിച്ച കിരീടമുണ്ട്, കഴുത്തിൽ നെക്‌ലേസുകളും. അവളുടെ ഉടുപ്പുകളും ആഭരണങ്ങളുമെല്ലാം സാധാരണ മട്ടിൽ തന്നെ ഉണ്ടെങ്കിലും, അള്ളായുടെ കോപാഗ്നിയിൽ അവൾ കരിങ്കല്ലായി മാറിയിരിക്കുന്നു!

ഞാൻ മുന്നിൽ ഒരു തുറന്ന വാതിൽ കണ്ടു, അതിലൂടെ നേരെ ചെന്നപ്പോൾ ഏഴ് പടികളുള്ള ഒരു കോണി കണ്ടു. ഞാനതിലൂടെ മുകളിലേക്ക് കയറി; മാർബിൾ കൊണ്ട് നിർമ്മിച്ച ഒരു മുറി ആയിരുന്നു അത്. സുവർണ്ണ കാർപ്പറ്റും കർട്ടനുകളുമാണ് അവിടെ ഇട്ടിരിക്കുന്നത്. അതിന് നടുവിൽ രത്നങ്ങളും മുത്തുകളും വൈരക്കല്ലുകളും പതിച്ച ഒരു സിംഹാസനം കിടക്കുന്നുണ്ട്. അറ്റത്തെ ചുമരിൽ ഒരു ആർച്ച് വാതിലുണ്ട്. മുത്തുകൾ തുന്നിപ്പിടിപ്പിച്ച കർട്ടനുകളാണതിൽ ഇട്ടിട്ടുള്ളത്. അതിൽനിന്ന് ഒരു പ്രകാശനാളം വരുന്നത് ഞാൻ കണ്ടു. അതെന്താണെന്നറിയാൻ ഞാൻ മുന്നോട്ടു ചെന്നു; ഒട്ടകപ്പക്ഷിയുടെ മുട്ടയോളം വലിയൊരു അമൂല്യ രത്നമായിരുന്നു അത്! അതിൽ നിന്നുയരുന്നതായിരുന്നു അപ്രകാശം. ആ ആർച്ച് വാതിലിന്റെ മുകൾ ഭാഗത്ത് ആനക്കൊമ്പും സ്വർണ്ണവും കൊണ്ടുണ്ടാക്കിയ ഒരു പീഠത്തിൽ വെച്ചിരിക്കുകയാണ് ആ വലിയ രത്നക്കല്ലും. ഇതിൽ നിന്ന് സൂര്യപ്രകാശം പോലെയാണ് ചുറ്റുപാടിലേക്കും വെളിച്ചം വീശുന്നത്. ആ പീഠത്തിൽ വിരിച്ചിരിക്കുന്ന സിൽക് തുണി അതിമനോഹരവും വിലപിടിപ്പുള്ളതുമാണ്. കാണികളെ ആ കാഴ്ച ശരിക്കും ആശ്ചര്യപ്പെടുത്തും.

ഇതെല്ലാം കണ്ട് ഞാൻ അദ്ഭുതസ്തബ്ധയായി നിന്നുപോയി! പ്രത്യേകിച്ചും അവിടെ മെഴുകുതിരികൾ നിന്ന് കത്തുന്നത് കണ്ടപ്പോൾ! ഞാൻ മനസ്സിൽ മന്ത്രിച്ചു. "ഈ മെഴുകുതിരികൾ കത്തിച്ചുവെക്കാൻ ആരെങ്കിലും ഇവിടെ ഉണ്ടായിരിക്കണമല്ലോ."

ഞാൻ നേരെ നടന്ന് അടുക്കളയിലെത്തി, പിന്നെ കലവറയിലും രാജാവിന്റെ ഖജനാവ് മുറിയിലും. ഞാൻ കൊട്ടാരത്തിന്റെ ഓരോ മുക്കിലും മൂലയിലും തിരച്ചിൽ നടത്തി. ഇതെല്ലാം കണ്ട് വല്ലാത്ത പരിഭ്രമത്തിലും വിസ്മയത്തിലും ഞാൻ അകപ്പെട്ടു; രാത്രി ആകുന്നതു വരെ ഞാൻ ചിന്താമഗ്നനായി അലഞ്ഞു തിരിഞ്ഞു. പിന്നെ എനിക്ക് മുന്നോട്ടു പോകാൻ കഴിഞ്ഞില്ല. ഗേറ്റ് എവിടെയാണെന്നെനിക്ക് ഓർക്കാനായില്ല; എനിക്ക് വഴി തെറ്റി. അകത്തു മെഴുകുതിരി വിളക്കിന്റെ പ്രകാശത്തിൽ ഞാൻ ആർച്ച് വാതിലിലേക്ക് തിരിച്ചു വന്ന്; കട്ടിലിൽ ഇരുന്നു. ഒരു പുതപ്പെടുത്ത് ചുറ്റി ഖുറാനിലെ ചില വാചകങ്ങൾ ഉച്ചരിച്ചു. ഞാൻ, വാസ്തവത്തിൽ, ഉറങ്ങിപ്പോകുമായിരുന്നു; എന്നാൽ വല്ലാത്ത അസ്വസ്ഥത എന്നെ പിടികൂടിയിരുന്നു!

അർദ്ധരാത്രി ആയപ്പോൾ, വളരെ മധുരമായ ശബ്ദത്തിൽ ആരോ ഖുർ-ആൻ ഉരുവിടുന്നത് ഞാൻ കേട്ടു. എന്നാൽ, ശബ്ദം ദുർബലമായി വന്നു. അതുകൊണ്ട് ഞാൻ എഴുന്നേറ്റ്, നിശ്ശബ്ദത ഭഞ്ജിക്കുന്നതിലുള്ള ആഹ്ലാദത്താൽ, ആ ശബ്ദം പിൻതുടർന്ന്, വാതിൽ അല്പം തുറന്ന് കിടക്കുന്ന ഒരു അറയുടെ മുന്നിലെത്തി. വാതിലിന്റെ വിടവിലൂടെ ഞാൻ അറയൊന്ന് നിരീക്ഷിച്ചു. അതാ നോക്കൂ! അതൊരു ആരാധനാമുറിയായിരുന്നു; അതിൽ രണ്ട് മെഴുകുതിരി കത്തുന്നുണ്ട്. തട്ടിൽ നിന്ന് വേറെ, വിളക്കുകളും ഞാന്നുകിടക്കുന്നു. നിലത്ത് 'നമസ്ക്കാര'ത്തിനുള്ള പരവതാനി വിരിച്ചിട്ടുണ്ട്. അതിൽ സുന്ദരനായൊരു യുവാവ് ഇരിക്കുന്നു. അയാൾക്കു മുന്നിൽ ഒരു 'സ്റ്റാണ്ടി'ൽ ഒരു ഖുർ-ആൻ വെച്ചിട്ടുണ്ട്; അത് നോക്കിയാണ് അയാൾ വായിക്കുന്നത്. ഈ നഗരത്തിലെ ജനങ്ങൾക്കിടയിൽ ഈ ഒരേ ഒരു വ്യക്തി മാത്രം ജീവനോടെ ഇരിക്കുന്നതുകണ്ട് ഞാൻ വിസ്മയിച്ചുപോയി! മുറിക്കുള്ളിലേക്ക് ഞാൻ കടന്നുചെന്ന് സലാം പറഞ്ഞു. അയാൾ മുഖമുയർത്തി നോക്കി എന്നെ പ്രത്യഭിവാദ്യം ചെയ്തു.

ഞാൻ പറഞ്ഞു. "നിങ്ങൾ വായിക്കുന്ന അള്ളായുടെ പുണ്യഗ്രന്ഥമാണേ, നിങ്ങൾ എന്റെ ചോദ്യങ്ങൾക്ക് സത്യമായ മറുപടി എന്നോട് പറയണമെന്ന് ഞാൻ അഭ്യർത്ഥിക്കുകയാണ്."

അയാൾ എന്നെ പുഞ്ചിരിയോടെ നോക്കിക്കൊണ്ട് പറഞ്ഞു. "ഓഹ്, യുവതി, ഇവിടെ നീ വന്നതിന്റെ കാരണം ആദ്യം പറയൂ; അപ്പോൾ, എനിക്കും ഈ നഗരത്തിലെ ജനങ്ങൾക്കും വന്നുപെട്ട നാശത്തെക്കുറിച്ചും ആ നാശത്തിൽ നിന്ന് ഞാൻ മാത്രം രക്ഷപ്പെട്ടതിന്റെ കാരണത്തെക്കുറിച്ചും പറയാം.

അപ്പോൾ ഞാൻ എന്റെ കഥ പറഞ്ഞു; അയാൾ അതുകേട്ട് അതിശയിച്ചുപോയി. പിന്നെ ആ നഗരത്തിലെ ജനങ്ങളെക്കുറിച്ച് ഞാൻ ചോദിച്ചു.

അയാൾ മറുപടി നൽകി. "ഒരു നിമിഷം ക്ഷമിക്കൂ, എന്റെ സഹോദരി!"

പിന്നെ ആദരവോടെ ആ പുണ്യഗ്രന്ഥം അടച്ച്, അതൊരു 'സാറ്റിൻ' സഞ്ചിയിലാക്കി വെച്ചു. അതിനുശേഷം എന്നെ അയാൾ അരികിൽ

ഇരുത്തി. അപ്പോഴാണ് ഞാൻ അയാളുടെ മുഖത്തേക്ക് നോക്കിയത്, പൂർണ്ണ ചന്ദ്രനെ പോലെ പ്രകാശിക്കുന്ന മുഖവും നല്ല അംഗലാവണ്യവും, ഉയരവുമുള്ള ശരീരമാണയാളുടേത്. ജ്വലിക്കുന്ന വെളിച്ചം പോലെയുണ്ടായിരുന്നു കവിളുകൾ; ചുരുക്കത്തിൽ കൽക്കണ്ടം പോലെ മധുരിക്കുന്നത്!

അതിസുന്ദരമായ ഉടുപ്പുകളാണ് അള്ളാ അയാളെ അണിയിച്ചിരിക്കുന്നത്.

ഒറ്റ നോട്ടമേ ഞാനയാളെ നോക്കിയുള്ളൂ; അതെന്നിൽ ആയിരം നെടുവീർപ്പുകൾ ഉയർത്തി; എന്റെ ഹൃദയം വശീകരിക്കപ്പെട്ടു. ഞാൻ അയാളോട് ചോദിച്ചു. "ഓ, എന്റെ പ്രഭോ, എന്റെ പ്രാണനാഥാ, ഞാൻ ചോദിച്ചതിന് മറുപടി നൽകൂ." "നിങ്ങൾക്കറിയാമോ, യുവതി, ഈ നഗരം എന്റെ അച്ഛന്റെ തലസ്ഥാനമാണ്. ഇവിടത്തെ രാജാവായ അദ്ദേഹമാണ് അള്ളായുടെ ക്രോധത്താൽ കരിങ്കല്ലായി മാറി ആ സിംഹാസനത്തിൽ ഇരിക്കുന്നത്. ആർച്ച് വാതിലിനപ്പുറത്തെ മുറിയിൽ നിങ്ങൾ കണ്ടത് രാജ്ഞിയാണ്, എന്റെ അമ്മ. സർവ്വശക്തനായ ഈശ്വരനായ അവരും നഗരവാസികൾ മുഴുവനും ആരാധിച്ചിരുന്നത് തീയിനെയാണ്, 'മാജിയൻസ്' ആണവർ. എന്റെ അച്ഛന് വളരെക്കാലം മക്കൾ ഇല്ലായിരുന്നു; അവസാനകാലത്താണ് ഞാൻ പിറന്നത്. അദ്ദേഹം എന്നെ നന്നായി വളർത്തി വലുതാക്കി. ഭാഗ്യത്തിന് ഞങ്ങളോടൊപ്പം ഒരു വൃദ്ധയായ മുസ്ലിം സ്ത്രീ താമസിച്ചിരുന്നു; അവർ ഉള്ളാലെ അള്ളാവിലും പ്രവാചകനിലും ആണ് വിശ്വസിച്ചിരുന്നതെങ്കിലും, പുറമേക്ക് ഞങ്ങളുടെ ആളുകളുടെ മതക്കാരിയായിരുന്നു! അവർ വിശ്വസിക്കാവുന്നവളും സൽസ്വഭാവിയുമായതിനാൽ എന്റെ അച്ഛന് അവരിൽ പൂർണ്ണ വിശ്വാസമായിരുന്നു. തന്റെ മതക്കാരിയാണെന്ന് കരുതി, അവരോട് വളരെ കാരുണ്യത്തോടെയാണ് പെരുമാറിയിരുന്നത്.

അങ്ങനെ ഞാൻ വളർന്നുവന്നപ്പോൾ എന്റെ ചുമതല അവരെ ഏല്പിച്ചു കൊണ്ട് പറഞ്ഞു. അവനെ കൊണ്ടുപോയി നമ്മുടെ മത നിയമത്തെക്കുറിച്ചും മറ്റ് വിഷയങ്ങളെക്കുറിച്ചും പഠിപ്പിക്കുക. ഏറ്റവും നല്ല വിദ്യാഭ്യാസം നിങ്ങളുടെ ശിക്ഷണത്തിലൂടെ അവന് ലഭിക്കട്ടെ; അവനെ നന്നായി വളർത്തുക.

അങ്ങനെ അവർ എന്നെ കൊണ്ടുപോയി, ഇസ്ലാമിക സിദ്ധാന്തങ്ങൾ, നിയമങ്ങൾ, ശരീരശുദ്ധി, ദിവസേനെയുള്ള അഞ്ചുനേരത്ത 'നമസ്ക്കാരം' ഖുർ-ആൻ ചൊല്ലൽ, എല്ലാം ആവർത്തിച്ച് പഠിപ്പിച്ചു. അള്ളായെ അല്ലാതെ മറ്റാരേയും സേവിക്കരുത്! ഞാൻ ഇങ്ങനെ നല്ല പാണ്ഡിത്യം നേടി കഴിഞ്ഞപ്പോൾ അവർ എന്നോട് പറഞ്ഞു- ഓ, എന്റെ മകനെ, ഈ വിവരം നീ അച്ഛനിൽനിന്നും ഒളിച്ചു വെക്കണം, അദ്ദേഹം നിന്നെ കൊന്നാലും അത് വെളിപ്പെടുത്തരുത്. അതുകൊണ്ട് അദ്ദേഹത്തിൽ നിന്ന് ഞാനത് ഒളിച്ചു വെച്ചു; കുറച്ചുനാളുകൾക്ക് ശേഷം ആ വൃദ്ധ മരിച്ചു. നഗരവാസികൾ 'യഥാർത്ഥ' മതത്തെ നിരാകരിച്ച്, അഹങ്കാരത്തോടെ അവരുടെ തെറ്റായ മാർഗ്ഗത്തിലൂടെ നീങ്ങികൊണ്ടിരുന്നു.

ഒരു ദിവസം അവർ ഭയങ്കരമായൊരു അലർച്ച കേട്ടു, ഇടിവെട്ട് പോലെയായിരുന്നു ആ ശബ്ദം. അടുത്തുനിന്നത് വ്യക്തമായി കേൾക്കാൻ കഴിഞ്ഞു." "ഓ, ഈ നഗരവാസികളെ, നിങ്ങൾ അഗ്നിപൂജ നിർത്തി സർവ്വശക്തനായ അള്ളായെ ആരാധിക്കുക!" ഇതുകേട്ട് പേടിച്ചു വിരണ്ട

പൗരന്മാർ എന്റെ അച്ഛന്റെ അടുത്ത് വന്ന് കൂടി (അദ്ദേഹം ആ നഗരത്തിന്റെ രാജാവാണല്ലോ) അവർ ചോദിച്ചു. "നമ്മൾ കേട്ട ഭയാനകമായ ആ ശബ്ദം എന്താണ്? അത് ഞങ്ങളെ അമ്പരപ്പിക്കുകയും വിസ്മയിപ്പിക്കുകയും ചെയ്യുന്നു."

അദ്ദേഹം മറുപടി പറഞ്ഞു. "ഒരു ശബ്ദവും നിങ്ങൾ പേടിക്കേണ്ട; നിങ്ങളുടെ സുസ്ഥിരമായ ആരാധനയേയോ, ശരിയായ വിശ്വാസത്തേയോ ഇളക്കാനനുവദിക്കരുത്."

അവരുടെ മനസ്സിൽ അദ്ദേഹത്തിന്റെ വാക്കുകൾ പതിഞ്ഞു കിടന്നു; അഗ്നിപൂജ അവർ നിർത്തിയില്ല; അങ്ങനെ ആ ശബ്ദം കേട്ടശേഷം ഒരു വർഷം മുഴുവൻ അവർ ആ നിയമലംഘനം തുടർന്നു. ഒരു വർഷം തികഞ്ഞപ്പോൾ രണ്ടാമത്തെ നിലവിളി ഉയർന്നു, മൂന്നാം വർഷമായപ്പോൾ, മൂന്നാമത്തെ നിലവിളിയും. ഓരോ വർഷവും ഒരിക്കൽ മാത്രം.

എന്നിട്ടും തെറ്റായ ജീവിതരീതി അവർ തുടർന്നു. ഒരു ദിവസം പുലർച്ചയ്ക്ക് ദൈവകോപവും അവന്റെ ശിക്ഷാവിധിയും പെട്ടെന്ന് അവരുടെ മേൽ പതിച്ചു; അള്ളാ അവരെയും അവരുടെ കന്നുകാലികളെയും കരിങ്കല്ല് ആക്കി മാറ്റി. എന്നെ ഒഴിച്ച് മറ്റാരേയും വെറുതെ വിട്ടില്ല. അപ്പോൾ പ്രാർത്ഥനയിൽ മുഴുകിയിരിക്കയായിരുന്നു ഞാൻ. അന്നുമുതൽ ഇന്നു വരെ, നീ ഈ കാണു ന്നതുപോലെ നിരന്തരമായ പ്രാർത്ഥനയിലും, നിരാഹാരത്തിലും, ഖുർ-ആൻ പാരായണത്തിലുമാണ്; എന്നാൽ, ഈ ഏകാന്തത തീർച്ചയായും എന്നെ തളർത്തുന്നു; എനിക്ക് കൂട്ടായി ആരുമില്ല."

അപ്പോൾ ഞാൻ അയാളോട് പറഞ്ഞു (സത്യമായും അയാൾ എന്റെ ഹൃദയം കവർന്നു കഴിഞ്ഞിരുന്നു, എന്റെ ജീവിതത്തിന്റെയും ആത്മാവിന്റേയും നാഥനായി കഴിഞ്ഞിരുന്നു, അയാൾ) "ഓ, യുവാവേ, നിങ്ങൾ എന്നോടൊപ്പം ബാഗ്ദാദ് നഗരത്തിലേക്ക് വരാമോ. ഉലേമമാരെയും നിയമ പണ്ഡിതന്മാരേയും സന്ദർശിച്ച്, നിങ്ങളുടെ 'തിയോളജി'യിലുള്ള അറിവ് വർദ്ധിപ്പിക്കുകയും ബുദ്ധിശക്തി വികസിപ്പിക്കുകയും ചെയ്യാമോ? നിങ്ങളുടെ മുന്നിൽ നിൽക്കുന്നവൾ നിങ്ങളുടെ ഭാര്യയാകും; എന്നാലും അവൾ സ്വന്തം കുടുംബനാഥയായി തന്നെ തുടരും, മനുഷ്യരും നപുംസകങ്ങളും വേലക്കാരും അടങ്ങുന്ന ഒരു സംഘത്തിന്റെ യജമാനത്തിയായിട്ട്. നിങ്ങളുടെ യുവത്വവുമായി ചേരാൻ കഴിയാത്ത എന്റെ ജീവിതം തീർച്ചയായും ഒരു ജീവിതമേയല്ല! എന്റെ കച്ചവടച്ചരക്കുകൾ നിറച്ച ഒരു കപ്പൽ ഇവിടെയുണ്ട്. സത്യത്തിൽ വിധിയാണ് എന്നെ ഈ നഗരത്തിലേക്ക് നയിച്ചത്; അതുകൊണ്ട് ഇക്കാര്യങ്ങൾ അറിയാൻ കഴിഞ്ഞു. നമ്മൾ കണ്ടുമുട്ടണമെന്നാണ് നിയോഗം. അയാൾ സമ്മതം മൂളുന്നതുവരെ ഞാൻ ഭംഗിയായി അയാളെ നിർബന്ധിച്ചുകൊണ്ടിരുന്നു. നേരം പുലരാറായെന്നും, തനിക്ക് കഥ പറയാനായി അനുവദിച്ച സമയം കഴിഞ്ഞെന്നും ഷാഹ്റസാദ് മനസ്സിലാക്കി.

പതിനെട്ടാം രാവ്

ഷാഹ്റസാദ് തുടർന്നു, അല്ലയോ, കീർത്തിമാനായ രാജാവേ, ആ മഹതി അയാളെ വളരെ സൗമ്യമായ രീതിയിൽ നിർബന്ധിച്ചുകൊണ്ടിരുന്നു; ഒടുവിൽ ആ യുവാവ് അവളോടൊപ്പം പോകാമെന്ന് സമ്മതിച്ചു. അയാളുടെ കാൽക്കീഴിൽ കിടന്ന് അവൾ രാത്രി ഉറങ്ങി; അമിതമായ

സന്തോഷത്തിൽ താൻ എവിടെയാണെന്ന് പോലും അവൾ ഓർത്തില്ല! പിറ്റേന്ന് നേരം പുലർന്നപ്പോൾ (അവൾ കാലിഫായോട് പറഞ്ഞു) ഞാൻ എഴുന്നേറ്റു; ഭാരം കുറഞ്ഞതും എന്നാൽ വില കൂടിയതുമായ സാധന ങ്ങൾ എടുത്തു. പിന്നെ ഞങ്ങൾ ഒന്നിച്ച് കോട്ടയിൽ നിന്നും നഗരത്തി ലേക്ക് ഇറങ്ങി വന്നു. അവിടെ വെച്ച് എന്നെ നോക്കി നടന്നിരുന്ന ക്യാപ്റ്റ നെയും ചേച്ചിമാരേയും അടിമകളെയും കണ്ടെത്തി. അവർ എന്നെ കണ്ട പ്പോൾ ഇത്രയും താമസിച്ചതിന്റെ കാരണം എന്നോട് തിരക്കി. ഞാൻ കണ്ടതും കേട്ടതുമായ കാര്യങ്ങൾ അതേപടി അവരെ പറഞ്ഞ് ധരിപ്പിച്ചു. രാജകുമാരനെക്കുറിച്ചും, ഞങ്ങൾ കണ്ട, കല്ലുകളായി മാറിയ നഗരവാസി കളെക്കുറിച്ചും ഞാൻ വിവരിച്ചു കൊടുത്തു. ഇതുകേട്ട് എല്ലാവരും വിസ്മയപ്പെട്ടു. എന്നാൽ, എന്റെ രണ്ട് ചേച്ചിമാർ (ഈ രണ്ട് പട്ടികൾ, ഓ, വിശ്വാസികളുടെ നേതാവേ,) എന്റെ യുവാവായ കാമുകന്റെ അടുത്ത് ഞാൻ ഇരിക്കുന്നതു കണ്ട് വല്ലാതെ അസൂയപ്പെട്ടു; കുപിതരായ അവർ എനിക്കെതിരെ ഗൂഢാലോചന നടത്തി.

കാറ്റ് അനുകൂലമാകുന്നതുവരെ കുറിച്ചുനാൾ ഞങ്ങൾ കാത്തിരുന്നു. പിന്നെ ആഹ്ലാദപൂർവ്വം ഞങ്ങൾ കപ്പലിൽ കയറി. ഞങ്ങൾക്ക് കിട്ടിയ വിലപിടിച്ച വസ്തുക്കൾ മൂലം മാത്രമല്ല ഞാൻ ഏറ്റവും അധികം സന്തോ ഷിച്ചത്. ആ യുവാവ് മൂലമായിരുന്നു. കാറ്റ് അനുകൂലമായപ്പോൾ ഞങ്ങൾ കപ്പൽയാത്ര ആരംഭിച്ചു.

ഞാൻ ചേച്ചിമാരോടൊപ്പം ഇരിക്കവെ അവർ എന്നോട് ചോദിച്ചു. "നീ ഈ സുന്ദരനായ യുവാവിനെ എന്ത് ചെയ്യാൻ പോകുകയാണ്?"

ഞാൻ മറുപടി നല്കി. "ഞാനദ്ദേഹത്തെ എന്റെ ഭർത്താവാക്കാൻ പോകുന്നു!" പിന്നെ, അദ്ദേഹത്തിനുനേരെ തിരിഞ്ഞു കൊണ്ട് പറഞ്ഞു. 'ഓ, എന്റെ പ്രഭോ, ഞാൻ നിങ്ങളോട് വിവാഹാഭ്യർത്ഥന നടത്താൻ പോകുകയാണ്; നിങ്ങൾ അതിനെതിരെ നില്ക്കരുത്." ഇപ്രകാരമാണ് ഞാൻ ഉദ്ദേശിക്കുന്നത്, നമ്മൾ ബാഗ്ദാദിൽ എത്തുമ്പോൾ (എന്റെ ജന്മ നഗരം) ഞാൻ എന്നെ നിങ്ങൾക്ക് സ്വന്തം ഭാര്യയായി സമർപ്പിക്കും, ദിവ്യമായ വിവാഹകർമ്മത്തിലൂടെ നിങ്ങൾ എന്റെ പുരുഷനും, ഞാൻ നിങ്ങളുടെ സ്ത്രീയുമാകും." അദ്ദേഹം മറുപടി നൽകി." ഞാൻ കേൾ ക്കുന്നു, ഞാൻ അനുസരിക്കുന്നു! നീ എന്റെ സ്ത്രീയും യജമാനത്തി യുമാണ്. നീ എന്ത് ചെയ്താലും ഞാൻ എതിര് പറയില്ല." പിന്നെ ഞാൻ എന്റെ ചേച്ചിമാരുടെ നേരെ നോക്കി പറഞ്ഞു. "ഇതാണെന്റെ നേട്ടം; ഞാൻ ഈ യുവാവിൽ സംതൃപ്തയാണ്. ഞാൻ കാരണം നിങ്ങൾക്ക് കിട്ടിയ സമ്പത്തെല്ലാം എന്റെ സന്മനസ്സുമൂലം നിങ്ങൾക്ക് സ്വന്തമാക്കാം."

"നീ നല്ല കാര്യങ്ങൾ പറയുകയും പ്രവർത്തിക്കയും ചെയ്യുന്നു." ചേച്ചിമാർ മറുപടി പറഞ്ഞെങ്കിലും, അവർക്ക് ഉള്ളിൽ ദ്രോഹചിന്ത യായിരുന്നു. ഞങ്ങൾ കപ്പൽയാത്ര തുടർന്നു, പ്രക്ഷുബ്ധമായ കടൽ കടന്ന്, സുരക്ഷിതമായ കടലിൽ ഞങ്ങൾ എത്തി; ഏതാനും ദിവസ ങ്ങൾക്കു ശേഷം ഞങ്ങൾക്ക് 'ബസ്രനഗരം കാണാൻ കഴിഞ്ഞു. വൈകു ന്നേരം ആകുമ്പോഴേക്കും അതിലെ കെട്ടിടങ്ങൾ വ്യക്തമായി ഞങ്ങളുടെ ദൃഷ്ടിയിൽ പെട്ടു. പിന്നെ ഞങ്ങൾ ഉറങ്ങാൻ കിടന്നു; ഞാൻ ഗാഢ നിദ്രയിലാണപ്പോൾ, എന്റെ രണ്ട് ചേച്ചിമാരും എഴുന്നേറ്റു വന്ന്,

മെത്തയോടൊപ്പം എന്നെ പൊക്കിയെടുത്ത് കടലിലേക്ക് എറിഞ്ഞു. അതു തന്നെ യുവാവായ രാജകുമാരനോടും അവർ ചെയ്തു; നീന്തലറിയാത്ത അദ്ദേഹം വെള്ളത്തിൽ മുങ്ങിച്ചത്തു. അള്ളാവിന്റെ ശ്രേഷ്ഠമായ രക്തസാക്ഷി സേനയിൽ അദ്ദേഹം അംഗമാക്കപ്പെട്ടു! ഞാനും അദ്ദേഹത്തോടൊപ്പം മുങ്ങി മരിച്ചിരുന്നെങ്കിൽ എത്ര നന്നായേനെ! എന്നാൽ, ഞാൻ രക്ഷപ്പെടണമെന്നായിരുന്നു ദൈവനിശ്ചയം. ഞാൻ ഉണർന്നപ്പോൾ കണ്ടത്, കടലിൽ പൊങ്ങി കിടക്കുന്നതാണ്; കപ്പൽ ഒരു മിന്നൽ പോലെ ദൃഷ്ടിയിൽ നിന്ന് മാഞ്ഞ് പോയി. ദൈവം എന്റെ മാർഗ്ഗത്തിൽ ഒരു മരത്തടി എറിഞ്ഞു തന്നിരിക്കുന്നു, ഞാനതിൽ കയറി ഇരുന്നു. തിരമാലകൾ എന്നെ അടിച്ചുകൊണ്ടുപോയി ദ്വീപിന്റെ തീരത്തെത്തിച്ചു. വിജനമായൊരു ഉയർന്ന ദ്വീപ്. ബാക്കി രാത്രി മുഴുവൻ ഞാൻ ആ ദ്വീപിൽ അലഞ്ഞു നടന്നു. നേരം പുലർന്നപ്പോൾ ഞാനൊരു പരുക്കൻ നടപ്പാത കണ്ടു, ഒരു മനുഷ്യന് കഷ്ടിച്ച് നടന്നു പോകാവുന്നത്ര വീതിയുള്ളത്! അത് പോകുന്നത് ആഴം കുറഞ്ഞ ഒരു കടലിടുക്കിലേക്കാണ്, ആ കടലിടുക്ക് കടന്നാൽ വൻകരയിലെത്താം.

സൂര്യൻ ഉദിച്ച ഉടനെ ഞാൻ എന്റെ നനഞ്ഞ തുണികൾ വെയിലത്ത് ഇട്ട് ഉണക്കി. അവിടെ വിളഞ്ഞു നിൽക്കുന്ന പഴങ്ങൾ പറിച്ച് തിന്നു; അവിടത്തെ വെള്ളം കോരി കുടിച്ചു. പിന്നെ ആ നടപ്പാതയിലൂടെ ഞാൻ നടന്നു. ഒടുവിൽ വൻകരയിലെത്തി. നഗരത്തിലേക്ക് രണ്ട് മണിക്കൂർ നേരത്തെ ദൂരം മാത്രമുള്ളപ്പോൾ അതാ ഒരു വലിയ പാമ്പ് എന്റെ നേരെ പാഞ്ഞു വരുന്നു! ഒരു ഈന്തപ്പനയോളം വലിപ്പമുണ്ടതിന്. ഇടത്തോട്ടും വലത്തോട്ടും വളഞ്ഞു പുളഞ്ഞാണതിന്റെ വേഗത്തിലുള്ള വരവ്. അതെന്റെ അടുത്തെത്തിയപ്പോൾ അതിന്റെ നാവ് മുന്നോട്ടു ഞാന്നു കിടന്നു. പൊടിയിൽ ഇഴയുന്നുണ്ടായിരുന്നു! അതിനു പിന്നാലെ ഒരു 'ഡ്രാഗൺ' പാഞ്ഞു വരുന്നു, രണ്ട് കുന്തത്തിന്റത്ര നീളമേ അതിന്നുള്ളൂ. തടിയും കുന്തത്തിന്റെ പിടിയുടെ അത്ര തന്നെ. പാമ്പ് പേടിച്ച് പിടഞ്ഞു കൊണ്ട് കഴിയാവുന്നത്ര വേഗത്തിലാണ് ഓടുന്നതെങ്കിലും, ഡ്രാഗൺ അതിനെ മറികടന്ന്, സ്വന്തം വാലുകൊണ്ട് തടഞ്ഞു നിർത്തി. വേദന കൊണ്ട് പാമ്പിന്റെ വായയിൽ നിന്നും നാവ് പുറത്തു ചാടി, കണ്ണുനീർ ചാലുകൾ ഒഴുകി. എനിക്കതിനോട് വല്ലാത്ത ഭയം തോന്നി; പിന്നെ ഒരു കല്ലെടുത്ത്, അള്ളായുടെ സഹായം യാചിച്ചുകൊണ്ട്, ഡ്രാഗന്റെ തലയ്ക്ക് ശക്തമായി ഒരേറ് വെച്ചുകൊടുത്തു. അതുടനെ ചത്ത് വീണു. ആ പാമ്പാകട്ടെ രണ്ട് ചിറകുകൾ വിടർത്തി മുകളിലേക്ക് പറന്നുയർന്ന്, എന്നിൽ നിന്നും അപ്രത്യക്ഷമായി!

ആ വീരസാഹസം കണ്ട് ഞാൻ വിസ്മയത്തോടെ സ്തബ്ധയായി ഇരുന്നു പോയി,. എന്നാൽ, വളരെ തളർന്നിരുന്നതിനാൽ എനിക്ക് ഉറക്കം വന്നു; ഞാനവിടെ തന്നെ ഇരുന്ന് കുറച്ചുനേരം ഉറങ്ങി.ഞാനുണർന്നപ്പോൾ, ഒരു കറുകറുത്ത യുവതി എന്റെ കാൽക്കൽ ഇരുന്ന് കാലുകളിൽ 'ഷാമ്പു' പുരട്ടുന്നത് കണ്ടു; അവളുടെ അടുത്ത് രണ്ട് കറുത്ത പട്ടികളുമുണ്ട്. (എന്റെ ചേച്ചിമാർ; ഓ, വിശ്വാസികളുടെ നേതാവേ) അവൾ എന്റെ കാലുകൾ തിരുമ്മുന്നതുകണ്ട് എനിക്ക് ലജ്ജ തോന്നി; എഴുന്നേറ്റിരുന്ന

ഞാൻ ചോദിച്ചു. "ഓ, എന്റെ സഹോദരി, നിങ്ങൾ ആരാണ്, എന്താണ് ചെയ്യുന്നത്?"

അവൾ മറുപടി നല്കി. "എത്ര പെട്ടെന്നാണ് നീ എന്നെ മറന്നത്! ഞാനാണ് നിന്റെ സൽപ്രവൃത്തിയാൽ ശത്രുവിൽ നിന്നും രക്ഷപ്പെട്ട നന്ദിയുള്ള സ്ത്രീ, അള്ളായുടെ സഹായത്തോടെ ഡ്രാഗനിൽ നിന്നും നീ ഇപ്പോൾ തന്നെ മോചിപ്പിച്ച പാമ്പ്! ഞാനൊരു ജിന്നിയാണ്, അവൻ എന്നെ വെറുക്കുന്ന ഒരു ജിന്നിയും. നിനക്കൊഴിച്ച് മറ്റാർക്കും എന്റെ ജീവൻ രക്ഷിക്കാൻ കഴിയില്ലായിരുന്നു. അവനിൽനിന്ന് നീ എന്നെ സ്വതന്ത്രയാക്കിയ ഉടനെ ആകാശത്തിലൂടെ ഞാൻ പറന്ന് നിന്നെ കടലിലേക്കെറിഞ്ഞ ആ കപ്പലിൽ ഞാൻ എത്തി;അതിലുണ്ടായിരുന്ന ചരക്കുകളെല്ലാം എടുത്ത് നിന്റെ വീട്ടിൽ എത്തിച്ചു. പിന്നെ, എന്റെ സേവകനായ 'മാരിഡ്സിനെ' വിളിച്ച് ആ കപ്പൽ മുക്കിക്കളയാനായി ഉത്തരവ് നൽകി; നിന്റെ രണ്ട് ചേച്ചിമാരേയും ഈ കറുത്ത പട്ടികളായി രൂപാന്തരപ്പെടുത്തി; എന്തുകൊണ്ടെന്നാൽ, ഇവർക്കും നിങ്ങൾക്കും ഇടയിൽ നടന്ന സംഭവങ്ങളെല്ലാം എനിക്ക് അറിയാം. ആ യുവാവിന്റെ കാര്യം സത്യമാണ്, അവൻ മരിച്ചുപോയി."

അത്രയും പറഞ്ഞ്, അവൾ എന്നെയും പട്ടികളെയുമെടുത്ത് പറന്നുയർന്നു; പിന്നീട് ഞങ്ങളെ എന്റെ വീടിന്റെ ടെറസ്സിൽ കൊണ്ടിരുത്തി. എന്റെ ചരക്കുകളെല്ലാം കപ്പലിൽ നിന്ന് കൊണ്ടുവന്ന് വീട്ടിൽ അടുക്കി വെച്ചിരിക്കുന്നത് ഞാൻ കണ്ടു. യാതൊന്നും നഷ്ടപ്പെട്ടിരുന്നില്ല!. "ഇപ്പോൾ (പാമ്പ് ആയിരുന്നവൾ തുടർന്നു), 'സോളമന്റെ മോതിര' ത്തിൽ കൊത്തിവെച്ച വാക്കുകളുടെ പേരിൽ ഞാൻ ശപഥം ചെയ്യുന്നു, നീ ഈ പട്ടികളെ ഓരോരുത്തരെയും എന്നും മുന്നൂറ് പ്രാവശ്യം ചാട്ട വാറുകൊണ്ട് അടിച്ചില്ലെങ്കിൽ, നിന്നെ ഞാൻ എന്നന്നേക്കുമായി ഭൂമിക്കടിയിൽ കുഴിച്ചിടും. "കേട്ടതുപോലെ അനുസരിക്കാം!" ഞാൻ മറുപടി നൽകി.

അവൾ പറന്നകന്നു. എന്നാൽ പോകുന്നതിനുമുമ്പ് എന്നോടവൾ വീണ്ടും ആജ്ഞാപിച്ചു. "ഞാൻ വീണ്ടും ദൈവനാമത്താൽ 'ആണ'യിടുന്നു, (ഇതെന്റെ രണ്ടാമത്തെ ശപഥമാണ്) നിങ്ങൾ എന്നെ എതിർത്ത് നിൽക്കുകയാണെങ്കിൽ, ഞാൻ വന്ന് നിന്റെ ചേച്ചിമാരെ പോലെ നിന്നെയും പട്ടിയാക്കി മാറ്റും."അതിനുശേഷം, ഓ, വിശ്വാസികളുടെ നേതാവേ, ഞാനവൾ പറഞ്ഞ വാക്കുകൾ ഒരിക്കലും തെറ്റിച്ചിട്ടില്ല. അവൾ ആജ്ഞാപിച്ചത്ര ചാട്ടവാറടികൾ ഞാനവർക്ക് കൊടുക്കുന്നു, ചോര ഒലിക്കുന്നതുവരെ! അവരുടെ ചോരയോടൊപ്പം എന്റെ കണ്ണുനീരും ഒലിച്ചിറങ്ങും. അവർക്കുവേണ്ടി എന്റെ മനസ്സലിയും; അവരെ ചാട്ടവാറുകൊണ്ടടിക്കുന്നത് എന്റെ തെറ്റല്ലെന്ന് അവർക്ക് നന്നായി അറിയാം. എന്റെ ക്ഷമായാചന അവർ സ്വീകരിക്കുന്നു. ഇതാണെന്റെ കഥയും, ചരിത്രവും! അവളുടെ വീരസാഹസകൃത്യങ്ങൾ കേട്ട് കാലിഫ വിസ്മയിച്ചു പോയി! പിന്നെ അദ്ദേഹം ജാഫറിനോട് ആംഗ്യം കാണിച്ചപ്പോൾ, രണ്ടാമത്തെ മഹതിയോട് മന്ത്രി ചോദിച്ചു. "നിന്റെ ശരീരത്തിൽ എങ്ങനെ ചമ്മട്ടിയുടെ പാടുകൾ വന്നു? - അങ്ങനെ അവൾ തന്റ കഥ പറയാൻ തുടങ്ങി.

രണ്ടാമത്തെ മഹതിയുടെ കഥ

ഓ, വിശ്വാസികളുടെ നേതാവേ, എന്റെ അച്ഛൻ പ്രായമായപ്പോൾ മൃതിയടഞ്ഞു. എനിക്ക് വലിയ സമ്പത്ത് വിട്ടുകൊണ്ടാണ് അദ്ദേഹം പോയത്. കുറെക്കാലം ഞാൻ അവിവാഹിതയായി കഴിഞ്ഞെങ്കിലും പിന്നീട് ഏറ്റവും ധനികരായവരിൽ ഒരാളെ വിവാഹം കഴിച്ചു. ഞാൻ അയാളോടൊപ്പം ഒരു കൊല്ലം ജീവിച്ചു. അപ്പോഴേക്കും അയാളും മരിച്ചു. എന്റെ സ്വത്തിന്റെ ഓഹരി അപ്പോൾ എൺപതിനായിരം സ്വർണ്ണ ദിനാർ ആയി വളർന്നിരുന്നു! അങ്ങനെ ധനികയായ എന്റെ പ്രശസ്തി രാജ്യമെമ്പാടും വ്യാപിച്ചു. ഞാൻ പത്ത് വിവിധ തരം വസ്ത്രങ്ങൾ തുന്നിച്ചു. ഓരോന്നിനും ആയിരം ദിനാർ വില വന്നു!

ഒരു ദിവസം ഞാൻ വീട്ടിൽ ഇരിക്കുമ്പോൾ, അതാ ഒരു വൃദ്ധ എന്റെ അടുത്തേക്ക് വരുന്നു! റാന്തൽ പോലുള്ള താടിയെല്ലും കുഴിഞ്ഞ കവിളുകളും, ചെറിയ കണ്ണുകളും ദുർബലമായ പുരികങ്ങളും, മുടിയില്ലാത്ത കഷണ്ടി തലയും, പൊട്ടിയ പല്ലുകളും കൂനും ഉള്ളവളാണവൾ.

ആ വൃദ്ധ ഉള്ളിലേക്കുവന്ന് എനിക്ക് സലാം ചെയ്ത് എന്റെ മുന്നിലെ നിലത്ത് ചുംബിച്ച് പറഞ്ഞു. "എന്റെ വീട്ടിൽ അനാഥയായൊരു മകളുണ്ട്. ഇന്നു രാത്രി അവളുടെ വിവാഹവും 'പ്രദർശനവു'മാണ്. ഞങ്ങൾ ദരിദ്രരും ഈ നഗരത്തിൽ അപരിചിതരുമായതിനാൽ, നഗരവാസികളെയൊന്നും ഞങ്ങൾക്കറിയില്ല. ഞങ്ങൾ, അതിനാൽ, ഹൃദയം തകർന്നിരിക്കയാണ്. അവളെ അണിയിച്ചൊരുക്കി ഇരുത്തുമ്പോൾ നിങ്ങൾ അവിടെ എത്തിയാൽ നിങ്ങൾക്ക് ദൈവാനുഗ്രഹമുണ്ടാകും. നിങ്ങൾ വരുന്ന വിവരം ഈ നഗരത്തിന്റെ മഹതികൾ അറിഞ്ഞാൽ അവരും അവിടെ സന്നിഹിതരാകും. അതുകൊണ്ട് നിങ്ങൾ അവളുടെ വേദനയ്ക്ക് ഒരു ആശ്വാസമായിത്തീരണം; കാരണം, അവളുടെ ആത്മാവിന് വല്ലാതെ മുറിവേറ്റിരിക്കയാണ്. അവളെ സംരക്ഷിക്കാൻ അള്ളയല്ലാതെ മറ്റാരുമില്ല." പിന്നെ ആ വൃദ്ധ കരഞ്ഞു കൊണ്ട് എന്റെ പാദങ്ങളിൽ ചുംബിച്ചു.

എനിക്കവരോട് വലിയ ദയയും അനുകമ്പയും തോന്നി, ഞാൻ പറഞ്ഞു. "ആ കേട്ടതിനോട് ഞാൻ യോജിക്കുന്നു, ദയവായി അള്ളാ, ഞാൻ അവൾക്കുവേണ്ടി പലതും ചെയ്യും. എന്റെ ആഭരണങ്ങളും വസ്ത്രങ്ങളും ധരിപ്പിച്ച് അവളെ വരനുമുന്നിൽ നിർത്തിയാലോ." അതുകേട്ട് വൃദ്ധ ആഹ്ലാദിച്ചു, എന്റെ കാൽക്കൽ കുനിഞ്ഞ് പാദങ്ങളിൽ ചുംബിച്ചുകൊണ്ട് പറഞ്ഞു. "അള്ളാ നിനക്കതിന് പ്രതിഫലം തരും; എന്റെ മനസ്സിന് നീ ആശ്വാസം നൽകിയതുപോലെ, അള്ളാ നിന്റെ മനസ്സിനും നൽകും! എന്നാൽ, അല്ലയോ മഹതി, ഇപ്പോൾ തന്നെ നീ ആ സേവനം നൽകാൻ വേണ്ടി ബുദ്ധിമുട്ടേണ്ട. അത്താഴമാകുമ്പോഴേക്കും നീ തയ്യാറായി ഇരിക്കുക. അപ്പോൾ ഞാൻ വന്ന് നിന്നെ കൂട്ടികൊണ്ടുപോകാം." അപ്രകാരം പറഞ്ഞ് അവൾ എന്റെ കൈയിൽ ചുംബിച്ച് സ്വന്തം വഴിക്ക് പോയി.

ഞാൻ എന്റെ ഏറ്റവും സുന്ദരമായ വസ്ത്രങ്ങൾ ധരിച്ചു; ചിത്രപട്ടാംബരവും മുത്തുമാലയുമണിഞ്ഞു. സുഗന്ധ തൈലം പൂശി. പെട്ടെന്ന് വൃദ്ധ എന്റെ മുന്നിലെത്തി; പല്ലുകൾ മുഴുവൻ പുറത്ത് കാട്ടി ചിരിച്ചുകൊണ്ടവൾ പറഞ്ഞു. "ഓ, എന്റെ യജമാനത്തി, നഗരത്തിലെ മഹിളകൾ

എത്തി കഴിഞ്ഞു. നീ വരുമെന്ന് ഞാനവരോട് വാഗ്ദാനം ചെയ്തപ്പോൾ അവർ സന്തുഷ്ടരായി; അവർ ഇപ്പോൾ ആകാംക്ഷയോടെ നിന്നെയും നോക്കി ഇരിക്കയാണ്, നിന്നെ ആദരവോടെ സ്വീകരിക്കുവാൻ."

അപ്പോൾ ഞാൻ ശിരോവസ്ത്രം ധരിച്ച്, ആ വൃദ്ധയെ മുന്നിൽ നടത്തി പിന്നിൽ വേലക്കാരികളെ നിർത്തി, ഞങ്ങൾ നടന്ന്, വൃത്തിയായി അടിച്ചു കഴുകിയ ഒരു റോഡിൽ എത്തി. അവിടെ വീശിയ മന്ദമാരുതൻ ശീതളവും, മധുരമുള്ളതുമായിരുന്നു! ഇവിടെ ഒരു 'ആർച്ച് ഗേറ്റി'നു മുന്നിൽ ഞങ്ങൾ നിന്നു. നല്ല ഉറച്ച അസ്തിവാരത്തിൽ നിർമ്മിക്കപ്പെട്ട ഒരു മാർബിൾ 'ഡോം' ആണതിന് മുകളിൽ. അത് ഒരു കൊട്ടാരത്തിലേക്കുള്ള കവാടമത്രെ! അതിന് ചുറ്റുപാടുമുള്ള മതിലുകൾ പൊക്കവും കരുത്തും പ്രൗഢിയും ഉള്ളതാണ്. അതിന്റെ ഗോപുരാഗ്രം മേഘത്തെ സ്പർശിച്ചിരിക്കുന്നു!

ഞങ്ങൾ ഗേറ്റിൽ എത്തി. അതിനുമുന്നിൽ ഒരു കറുത്ത കർട്ടൻ ഇട്ടിട്ടുണ്ട്. വൃദ്ധ വാതിലിൽ മുട്ടി, അത് ഞങ്ങൾക്കുവേണ്ടി തുറക്കപ്പെട്ടു. ഞങ്ങൾ അകത്ത് പ്രവേശിച്ചപ്പോൾ കാർപ്പെറ്റ് വിരിച്ച ഒരു ഇടനാഴികണ്ടു. അതിന് ചുറ്റും പ്രകാശിക്കുന്ന വിളക്കുകളും മെഴുകുതിരികളും കണ്ടു. മെഴുകുതിരി സ്റ്റാണ്ടുകൾ അതിമനോഹരമായ പതക്കങ്ങളും വിലപിടിച്ച മുത്തുകളും പതിപ്പിച്ചവയാണ്! ഈ ഇടനാഴികടന്ന് ഞങ്ങൾ ഒരു സ്വീകരണമുറിയിലെത്തി, അതിന്റെ പ്രൗഢിയും മനോഹാരിതയും ലോകത്തിലൊരു സ്വീകരണമുറിക്കും കാണാനാകില്ല! അതിൽ സുന്ദരമായ 'കാർപ്പെറ്റു'കൾ വിരിച്ചിരിക്കുന്നു; തിളങ്ങുന്ന സിൽക്കുതുണികൊണ്ടുള്ള കർട്ടനുകളാണവിടെ ഞാന്നു കിടക്കുന്നത്; പലതരം ദീപാലങ്കാരത്താൽ പ്രകാശം ചൊരിഞ്ഞു കൊണ്ടിരിക്കുന്നു. രത്നങ്ങളും മുത്തുകളും പതിച്ച, മരം കൊണ്ട് നിർമ്മിച്ച ഒരു കട്ടിൽ ആ മുറിയുടെ അറ്റത്ത് കിടക്കുന്നു. സാറ്റിനിൽ തുന്നിയ കൊതുക് കർട്ടൻ അതിന് ചുറ്റും ഞാത്തി ഇട്ടിട്ടുണ്ട്. ഞങ്ങൾ ഇതെല്ലാം ശ്രദ്ധിക്കുമ്പോഴേക്കും അവിടന്ന് ഒരു യുവതി പുറത്തേക്ക് വന്ന് നോക്കി; ഓഹ്, വിശ്വാസികളുടെ നേതാവേ, പൂർണ്ണ ചന്ദ്രനെപ്പോലെ ശോഭിക്കുന്ന മുഖമാണവളുടേത്, അരുണോദയത്തേക്കാൾ അരുണിമയാർന്ന ശോഭ!

ആ സുന്ദരിയായ പെൺകുട്ടി എന്റെ അടുത്ത് വന്ന് പറഞ്ഞു. "എന്റെ സഹോദരിക്ക് സ്വാഗതം, എന്റെ പ്രിയപ്പെട്ട സ്നേഹഭാജനത്തിന് ആയിരം പ്രണാമങ്ങൾ!" പിന്നെ എന്നെ പ്രശംസിച്ചുകൊണ്ടവൾ ഒരു കവിതാശകലം ചൊല്ലി.

അവൾ എന്റെ അടുത്തിരുന്ന് പറഞ്ഞു. "ഓ, എന്റെ സഹോദരി, എനിക്കൊരു സഹോദരൻ ഉണ്ട്, അവൻ നിങ്ങളെ പല വിവാഹാഘോഷങ്ങളിലും ഉത്സവങ്ങളിലും വെച്ച് കണ്ടിട്ടുണ്ട്. എന്നേക്കാൾ സുമുഖനായൊരു യുവാവാണവൻ; അവൻ നിങ്ങളിൽ അഗാധമായ അനുരാഗത്തിലകപ്പെട്ടിരിക്കയാണ്; കാരണം ദൈവം നിങ്ങൾക്ക് സൗന്ദര്യവും അംഗലാവണ്യവും ഉദാരമായി വാരിക്കോരി തന്നിരിക്കുകയാണ്. അവൻ ഈ വൃദ്ധയ്ക്ക് നിങ്ങളെ കൊണ്ടുവരുവാനായി പണം നൽകി അയച്ചതാണ്. നിങ്ങളെ ഞങ്ങളോടൊപ്പം ചേർക്കാനായി അവർക്ക് ഈ തന്ത്രം ഉപയോഗിക്കേണ്ടിവന്നു. നിങ്ങളുടെ വംശത്തിൽ ശ്രേഷ്ഠയാണ് നിങ്ങൾ എന്നവൻ കേട്ടിട്ടുണ്ട്. അവനും ശ്രേഷ്ഠതയിൽ ഒട്ടും കുറവില്ല. നിങ്ങൾ

ഇരുവരും ഒന്നിച്ചു ചേരണമെന്നാണ് അവന്റെ ആഗ്രഹം. എന്നെയും നിങ്ങളുടെ സാന്നിധ്യത്തിലെത്തിക്കുവാൻ ഈ മാർഗ്ഗം അവൻ സ്വീകരിച്ചു. അള്ളായുടേയും പ്രവാചകന്റെയും നിയമമനുസരിച്ച് നിങ്ങളെ വിവാഹം കഴിക്കാൻ അവന് സന്തോഷമാണ്. നിയമാനുസൃതമായി വിവാഹിതരാകുന്നതിൽ ലജ്ജിക്കാനൊന്നുമില്ല."

ഈ വാക്കുകൾ കേൾക്കുകയും, ഞാൻ മിക്കവാറും കെണിയിൽ പെട്ടതുതന്നെ എന്നറിയുകയും ചെയ്തപ്പോൾ, ഞാൻ പറഞ്ഞു. "ഞാൻ കേട്ടതിന് സമ്മതമാണ്."

അവൾ അത് കേട്ട് അത്യധികം ആഹ്ലാദിച്ചു, സഹോദരനെ വിളിക്കാനായി കൈകൊട്ടി. ഉടനെ ഒരു വാതിൽ തുറന്ന് ആരോഗ്യവാനും സുന്ദരനുമായൊരു യുവാവ് ഉള്ളിലേക്ക് കടന്നുവന്നു, മനോഹരമായി വസ്ത്രധാരണം ചെയ്ത സുമുഖനും അംഗലാവണ്യം തുളുമ്പുന്നവനും ഭംഗിയായി പെരുമാറുന്നവനും ആയൊരു യുവാവ്! വില്ലുപോലെ വളഞ്ഞ, നിബിഡമായ കൺപുരികങ്ങൾ; ഏതൊരു ഹൃദയത്തെയും വശീകരിക്കുന്ന കണ്ണുകൾ, കവികൾ വർണ്ണിക്കാറുള്ള ഉദാത്തമായ സൗന്ദര്യം! അയാളെ കണ്ട മാത്രയിൽ എന്റെ ഹൃദയം അയാൾ കൈയടക്കി! അയാൾ അല്പനേരം എന്റെ അടുത്തിരുന്ന്, എന്നോട് സംസാരിച്ചു. പിന്നെ ആ മഹതി വീണ്ടും കൈ കൊട്ടി. ഒരു വശത്തെ വാതിലിലൂടെ 'ഖാസി'യും നാല് സാക്ഷികളും ഉള്ളിലേക്ക് വന്നു; അവർ ഞങ്ങൾക്ക് സലാം തന്ന് ഇരിപ്പിടത്തിൽ ഇരുന്നു. ഞാനും ആ യുവാവും തമ്മിലുള്ള വിവാഹകരാർ അവർ എഴുതിയുണ്ടാക്കിയശേഷം സ്ഥലം വിട്ടു. പിന്നീട് ആ യുവാവ് നേരെ തിരിഞ്ഞു കൊണ്ട് പറഞ്ഞു. "നമ്മുടെ രാത്രി അനുഗൃഹീതമായിരിക്കട്ടെ." അയാൾ തുടർന്നു. "ഓ, എന്റെ മഹതി, എനിക്ക് നിന്റെ മുന്നിൽ ഒരു വ്യവസ്ഥ വെക്കാനുണ്ട്."

"എന്റെ പ്രഭോ, എന്താണത്?" അപ്പോൾ അദ്ദേഹം എഴുന്നേറ്റ് വിശുദ്ധ ഖുർ-ആൻ എന്റെ കൈയിൽ തന്ന് പറഞ്ഞു." നീ എന്നെയൊഴിച്ച് മറ്റാരേയും ഒരിക്കലും നോക്കുകയോ, നിന്റെ ശരീരമോ മനസ്സോ നൽകുകയോ ചെയ്യില്ലെന്ന് ഇത് തൊട്ട് സത്യം ചെയ്യൂ."

ഞാൻ ഉടനെ സത്യം ചെയ്തു. അദ്ദേഹം അത്യധികം ആഹ്ലാദിച്ചു. എന്റെ കഴുത്തിൽ സ്നേഹപൂർവ്വം കെട്ടിപിടിച്ചു. അപ്പോൾ എന്റെ ഹൃദയം അദ്ദേഹത്തോടുള്ള സ്നേഹം കൊണ്ട് വിങ്ങിപ്പൊട്ടുകയായിരുന്നു.

പിന്നെ, അവർ തീൻമേശ നിരത്തി; ഞങ്ങൾ സുഭിക്ഷമായി ഭക്ഷണം കഴിച്ചു; രാത്രിയാവാൻ വേണ്ടി ഞാൻ അക്ഷമയോടെ കാത്തിരിക്കയായിരുന്നു. രാത്രി ആയപ്പോൾ അദ്ദേഹം എന്നെ മണിയറയിലേക്ക് നയിച്ചു, എന്നോടൊപ്പം കട്ടിലിൽ ശയിച്ചു; നേരം പുലരുവോളം ചുംബിച്ചും ആലിംഗനം ചെയ്തും ആനന്ദത്തോടെ ഓരോനിമിഷവും ആസ്വദിച്ചു- അത്തരം ഒരു രാത്രി ഞാൻ സ്വപ്നത്തിൽ പോലും ദർശിച്ചിട്ടില്ല!

ഒരു മാസം മുഴുവൻ ഞാനദ്ദേഹത്തോടൊപ്പം സുഖസമൃദ്ധമായ ആ ജീവിതം തുടർന്നു. അതിനുശേഷം ഒരു ദിവസം ബസാറിൽ പോയി ചില സാധനങ്ങൾ വാങ്ങിക്കുവാൻ ഞാനദ്ദേഹത്തിന്റെ അനുമതിനേടി. അങ്ങനെ ഞാൻ പർദ്ദയണിഞ്ഞ്, ആ വൃദ്ധയേയും ഒരു അടിമപെൺകുട്ടിയേയും കൂട്ടി സിൽക് വ്യാപാരിയുടെ കടയിലേക്ക് പോയി.

ഷോപ്പിന്റെ മുൻവശത്ത് ആ യുവാവായ വ്യാപാരിയുടെ മുന്നിൽ ഞാൻ ഇരിക്കവെ ആ വൃദ്ധ അയാളെ ഒത്താശ ചെയ്തുകൊണ്ട് എന്നോട് പറഞ്ഞു. "ഈ യുവാവ് കുട്ടി ആയിരിക്കവെ അവന്റെ അച്ഛൻ മരിച്ചു; അതോടെ അവൻ വമ്പിച്ച സമ്പത്തിനുടമയായി. അവന്റെ പക്കൽ ഒരുപാട് സാമാനങ്ങൾ ഉണ്ട്; നീ അന്വേഷിക്കുന്നതെന്തും അവിടന്ന് ലഭ്യമാകും; കാരണം, ഈ ബസാറിൽ അവനേക്കാളധികം സ്റ്റോക്കുള്ള ഒറ്റ വ്യാപാരി യുമില്ല. പിന്നെ, ആ വൃദ്ധ അയാളോട് പറഞ്ഞു. "നിന്റെ പക്കലുള്ള ഏറ്റവും വിലപിടിച്ച വസ്തുക്കൾ ഈ മഹതിക്ക് കാണിച്ചു കൊടുക്കുക."

അയാൾ മറുപടി നല്കി." പറഞ്ഞതു പോലെ ചെയ്യാം."

അവൾ എന്നോട് മന്ത്രിച്ചു. "മര്യാദയുള്ള എന്തെങ്കിലും വാക്ക് അവനോട് പറയൂ.'

എന്നാൽ ഞാൻ മറുപടി നല്കി. "ഞാൻ, സ്വന്തം ഭർത്താവിനോട ല്ലാതെ ആരോടും സംസാരിക്കില്ലെന്ന് പ്രതിജ്ഞ ചെയ്തിട്ടുള്ളതാണ്."

അവൾ അയാളെക്കുറിച്ച് സ്തുതിക്കാൻ തുടങ്ങിയപ്പോൾ ഞാൻ കർശനമായി അവളോട് പറഞ്ഞു. "നിങ്ങളുടെ മധുരഭാഷണമൊന്നും എനിക്ക് കേൾക്കണ്ട; നമ്മൾക്കാവശ്യമുള്ളത് അയാളിൽ നിന്ന് വാങ്ങിച്ച ശേഷം തിരിച്ചു പോകുക മാത്രമാണ് നമ്മുടെ ആഗ്രഹം."

അങ്ങനെ ഞാൻ ആവശ്യപ്പെട്ടതെല്ലാം അയാൾ കൊണ്ടുതന്നു. ഞാനതിന് പണവും വെച്ചു നീട്ടി; എന്നാൽ, അയാൾ പണം സ്വീകരി ക്കാതെ പറഞ്ഞു. "ഇത് എന്റെ അതിഥിക്ക് ഞാൻ നൽകിയ സമ്മാനമായി അതിരിക്കട്ടെ."

ഞാൻ, അപ്പോൾ വൃദ്ധയോട് പറഞ്ഞു. "അയാൾ പണം വാങ്ങി ക്കുന്നില്ലെങ്കിൽ, അയാളുടെ സാമാനങ്ങൾ തിരിച്ചു നൽകൂ."

"അള്ളായാണേ," അയാൾ ഉറക്കെ പറഞ്ഞു. "ഞാൻ നിങ്ങളിൽ നിന്ന് ഒന്നു സ്വീകരിക്കില്ല. സ്വർണ്ണത്തിനോ വെള്ളിക്കോ വേണ്ടിയല്ല, ഒരു ചുംബനത്തിനുവേണ്ടിയാണ് ഞാനത് സമ്മാനമായി കൊടുക്കുന്നത്, ഈ കടയിലുള്ള എല്ലാ സാമാനങ്ങളേക്കാൾ വിലപ്പെട്ടതാണ് ആ ചുംബനം."

ആ വൃദ്ധ ചോദിച്ചു. "ആ ചുംബനം കൊണ്ട് എന്ത് ലാഭമാണ് നിന ക്കുള്ളത്?" പിന്നെ, എന്റെ നേരെ തിരിഞ്ഞ് മന്ത്രിച്ചു. "ഓ, എന്റെ മോളേ, നീ കേട്ടില്ലേ, ഈ യുവാവ് എന്താണ് പറയുന്നതെന്ന്? നിന്നിൽ നിന്ന വനൊരു ചുംബനം ലഭിച്ചാൽ നിനക്ക് എന്ത് നഷ്ടമുണ്ടാകാനാണ്? നീ അന്വേഷിച്ച സാധനങ്ങൾ അതിനുള്ള പ്രതിഫലമായി കിട്ടിയില്ലേ?"

ഞാൻ മറുപടി നല്കി. "അത്തരം പ്രവൃത്തികളിൽ നിന്നെന്നെ അള്ളാ രക്ഷിക്കേണമേ! ഞാൻ പ്രതിജ്ഞാബദ്ധയാണെന്ന് നിങ്ങൾക്കറി യാമല്ലോ."

എന്നാൽ, അവൾ മറുപടി നൽകി "കേൾക്കൂ! അവൻ നിന്നെ ഒന്ന് ചുംബിച്ചോട്ടെ; അവന്റെ മേൽ ചാരുകയോ അവനോട് സംസാരിക്കയോ വേണ്ട. അപ്പോൾ നിനക്ക് സ്വന്തം പ്രതിജ്ഞ പാലിക്കാം, ഒപ്പം പണവും നേടാം, നിനക്കൊരു ദോഷവും സംഭവിക്കില്ല."

ആ വൃദ്ധ എന്റെ മേൽ നിർബന്ധം തുടർന്നുകൊണ്ടേയിരുന്നു, നിർ ത്താതെ അപേക്ഷിച്ചുകൊണ്ടിരുന്നു. ഒടുവിൽ, അക്കാര്യം അത്ര ഗൗരവമായി എടുക്കേണ്ടതില്ലെന്ന് എനിക്ക് തോന്നി; പാപചിന്ത എന്റെ മനസ്സിലേക്ക് കടന്നുവന്നു; ഒരിക്കലും അതിന് സമ്മതിക്കില്ലെന്നു

പറഞ്ഞെങ്കിലും, സമ്മതിച്ചുകൊടുത്തു. അങ്ങനെ, ഞാൻ കണ്ണുകൾ മറച്ച്, ശിരോവസ്ത്രത്തിന്റെ ഒരറ്റം പൊക്കി, തെരുവിലൂടെ നടന്നു പോകുന്നവർ കാണാത്ത രീതിയിൽ പിടിച്ചപ്പോൾ, അയാൾ പർദ്ദകളിലൂടെ തന്റെ ചുണ്ടുകൾ എന്റെ കവിളിൽ അമർത്തി. എന്നാൽ, അയാൾ, ചുംബിക്കുന്നതോടൊപ്പം എന്റെ കവിളിൽ ഭയങ്കരമായൊരു കടി വെച്ചു തന്നു; എന്റെ കവിൾ മുറിഞ്ഞ് രക്തം പ്രവഹിക്കാൻ തുടങ്ങി. വേദനയും ഭയവും മൂലം ഞാൻ ബോധം കെട്ട് വീണു! ആ വൃദ്ധ എന്നെ താങ്ങിപ്പിടിച്ചു. ഞാൻ, ബോധമുണർന്നപ്പോൾ കണ്ടത് കട അടച്ചിരിക്കുന്നതാണ്; അവൾ വേദനയോടെ സ്വയം വിലപിച്ചു. "കൂടുതൽ വിഷമങ്ങൾ ഉണ്ടാകാതിരുന്നതിന് അള്ളായോട് നന്ദി പറയുക!" പിന്നീട് എന്നോടായി പറഞ്ഞു. "വരൂ, വിഷമിച്ചിരിക്കാതെ നമ്മൾക്ക് വീട്ടിലേക്ക് പോകാം; ഇക്കാര്യം പരസ്യമാക്കപ്പെട്ട് നീ അപമാനിതയാകുന്നതിനു മുമ്പ് നമ്മൾക്ക് സ്വന്തം വീട്ടിലെത്തണം. വീട്ടിനുള്ളിൽ നീ സുരക്ഷിതയായി എത്തിയാൽ, അസുഖം നടിച്ച്, പുതച്ച് കിടക്കുക. ഞാനപ്പോഴേക്കും ഔഷധ പൊടിയും പ്ലാസ്റ്ററും കൊണ്ടുവന്ന് കവിളിലെ മുറിവ് സുഖപ്പെടുത്താം; മൂന്നു ദിവസത്തിനകം നിന്റെ മുറിവ് സുഖപ്പെടും"

അങ്ങനെ അല്പസമയത്തിനുശേഷം ഞാൻ എഴുന്നേറ്റു; ഞാൻ വല്ലാത്ത വിഷമത്തിലും പേടിയിലും ആയിരുന്നു അപ്പോൾ. മെല്ലെ നടന്ന് വീട്ടിലെത്തിയപ്പോൾ, അസുഖം നടിച്ച് ഞാൻ മുറിയിൽ പുതച്ച് കിടന്നു. രാത്രി ഭർത്താവ് എന്റെ അരികിൽ വന്ന് ചോദിച്ചു. "നിനക്കെന്തു പറ്റി, എന്റെ പ്രാണനാഥേ, ഈ യാത്ര കഴിഞ്ഞപ്പോൾ?"

ഞാൻ മറുപടി നല്കി. "എനിക്ക് സുഖമില്ലാ, ഭയങ്കര തലവേദന"

അപ്പോൾ അദ്ദേഹം ഒരു മെഴുകുതിരി കത്തിച്ച് എന്റെ നേരെ നീട്ടിക്കൊണ്ട് കഠിനസ്വരത്തിൽ ചോദിച്ചു. "നിന്റെ മൃദുവായ കവിളത്ത് ഞാൻ കാണുന്ന ഈ മുറിവ് എന്താണ്?" "ഞാനിന്ന് നിങ്ങളുടെ അനുവാദത്തോടെ സാധനങ്ങൾ വാങ്ങാൻ പോയപ്പോൾ വിറക് ചുമന്നുകൊണ്ടു പോയിരുന്ന ഒരു ഒട്ടകം എന്റെ മേൽ മുട്ടി; ഒരു മരക്കഷ്ണം തട്ടി എന്റെ ശിരോവസ്ത്രവും കവിളും കീറി; അതാണ് നിങ്ങൾ കാണുന്ന കവിളിലെ ഈ മുറിവ്; ഈ നഗരത്തിലെ വഴികളെല്ലാം ഇടുങ്ങിയവയാണല്ലോ."

അദ്ദേഹം അലറി. "നാളെ ഞാൻ ഗവർണർക്ക് പരാതി നൽകും; അയാൾ ബാഗ്ദാദിലെ എല്ലാ വിറക് കച്ചവടക്കാരേയും കഴുമരത്തിലേറ്റട്ടെ." "അള്ളാ അത്തരം ഒരു പാപകർമ്മം ആരുടേയും തലയിൽ കെട്ടിവെക്കാതിരിക്കട്ടെ. സത്യത്തിൽ ഞാൻ ഒരു കഴുതപ്പുറത്ത് സഞ്ചരിക്കവേ, അതിന്റെ കാൽ ഇടറി, എന്നെ നിലത്ത് വീഴ്ത്തി. അപ്പോൾ എന്റെ കവിൾ ഒരു മരക്കഷ്ണത്തിൽ ഉരഞ്ഞതാണ്. അങ്ങനെയാണ് ഈ മുറിവ് പറ്റിയത്."

"അപ്പോൾ" അദ്ദേഹം പറഞ്ഞു. "ഞാൻ ജാഫറിന്റെ അടുത്ത് പോയി ഈ കഥ പറയും; അങ്ങനെ കഴുതകളെ കൊണ്ടുനടക്കുന്ന എല്ലാ പയ്യന്മാരേയും അദ്ദേഹം വധിക്കട്ടെ."

"എന്റെ ഈ മുറിവിന്റെ പേരിൽ നിങ്ങൾ ഈ ആളുകളെയെല്ലാം കൊല്ലുമോ?"

"അല്ലാതെ രക്ഷയില്ല" അദ്ദേഹം മറുപടി നൽകി. പിന്നെ ചാടി എഴുന്നേറ്റ്, എന്നെ വികാരാവേശത്തോടെ ചോദ്യം ചെയ്തു. ഞാൻ വല്ലാതെ

ഭയന്നു പോയി; വിക്കി വിക്കി ഞാനെന്തൊക്കെയോ പറഞ്ഞു. "ഇത് ദൈവ കല്പിതമായി സംഭവിച്ച ഒരു അത്യാഹിതമാണ്." പിന്നെ, വിശ്വാസികളുടെ നേതാവേ, അദ്ദേഹം എന്റെ കാര്യം ഊഹിച്ചെടുത്തു." നീ എന്നോടു ചെയ്ത ശപഥം തെറ്റിച്ചു."

അദ്ദേഹം ഉറക്കെ അലറി വിളിച്ചു; ഉടനെ ഒരു വാതിൽ തുറന്ന്, ഏഴ് കാപ്പിരി അടിമകൾ അകത്തേക്ക് പ്രവേശിച്ചു. എന്നെ കിടക്കയിൽ നിന്നും വലിച്ച് താഴെയിട്ട് മുറിയുടെ മധ്യത്തിലേക്ക് വലിച്ചിഴച്ച് കൊണ്ടു വരുവാൻ അദ്ദേഹം അവരോട് ആജ്ഞാപിച്ചു. എന്നു മാത്രമല്ല, അവരിലൊരാളോട് എന്റെ കൈമുട്ടുകൾ കൂട്ടികെട്ടാനും എന്റെ തലയിൽ കയറി ഇരിക്കാനും കല്പിച്ചു. രണ്ടാമനോട് എന്റെ കാലിൽ ഇരുന്ന് കാൽ മുട്ടുകൾ കൂട്ടിക്കെട്ടുവാനും പറഞ്ഞു. മൂന്നാമത്തവന് തന്റെ വാൾ ഊരി കൊടുത്ത് അദ്ദേഹം ആജ്ഞാപിച്ചു. "ഓ, സാദ്, അവളെ രണ്ടായി വെട്ടിമുറിച്ച്, 'ടൈഗ്രിസ്സിൽ' കൊണ്ടിടുക; അതിലെ മീനുകൾ അവളെ തിന്നട്ടെ. പ്രേമത്തോട് വിശ്വാസവഞ്ചന കാണിക്കുകയും, ശപഥങ്ങൾ പാലിക്കാതിരിക്കുകയും ചെയ്യുന്നവരോട് അങ്ങിനെയാണ് പകരം വീട്ടേണ്ടത്." അദ്ദേഹം കോപാഗ്നിയാൽ നിന്ന് ജ്വലിച്ചു!

അദ്ദേഹം അടിമയോട് ആവർത്തിച്ചു." വെട്ടി കൊല്ലൂ അവളെ, ഓ, സാദ്!" എന്റെ പുറത്തിരുന്നിരുന്ന അടിമ ആജ്ഞ പാലിക്കാൻ തയ്യാറായി കൊണ്ടു എന്നിലേക്ക് കുനിഞ്ഞ് പറഞ്ഞു. "ഓ, എന്റെ യജമാനത്തി, ദൈവത്തോട് പ്രാർത്ഥിച്ചോളൂ; സത്യമായും നിങ്ങളുടെ ജീവിതത്തിന്റെ അന്ത്യനിമിഷമാണിത്."

"ഓ, നല്ലവനായ അടിമേ" ഞാൻ പറഞ്ഞു. "അല്പസമയം ക്ഷമിക്കൂ, എന്നിട്ട് നിനക്കെന്റെ തല വെട്ടാം. പിന്നെ, ഞാൻ തലയുയർത്തി നോക്കി; ഞാൻ എത്രയോ ഉന്നതനിലയിൽ നിന്ന് ഇത്രയും അപമാനകരമായ നിലയിലേക്ക്പതിച്ചല്ലോ എന്നോർത്ത് ഞാൻ പരിതപിച്ചു. സുന്ദരമായൊരു ജീവിതത്തിനു ശേഷം ഇത്തരം ഒരു മരണം! സ്വന്തം പാപം മൂലമല്ലേ ഈ ശിക്ഷ ക്ഷണിച്ചു വരുത്തിയത്! അതോർത്ത് എന്റെ കണ്ണുകൾ നിറഞ്ഞൊഴുകി; ഞാൻ അസഹ്യമായ മനോവേദനയോടെ കിടന്നു കരഞ്ഞു. എന്നാൽ, അദ്ദേഹം ഭയങ്കര ദേഷ്യത്തിൽ തന്നെയായിരുന്നു.

ഞാൻ അദ്ദേഹത്തോട് മാപ്പിരന്നു. എളിമയോടെ മൃദുവായി സ്വയം പറഞ്ഞു. "ഞാൻ അദ്ദേഹത്തോട് മാപ്പ് ചോദിച്ചാൽ, സന്ദർഭവശാൽ എന്നെ കൊല്ലാതിരുന്നെങ്കിലോ, എനിക്കുള്ളതെല്ലാം അദ്ദേഹം എടുത്തോട്ടെ." എന്നാൽ, ക്രുദ്ധനായ അദ്ദേഹം എനിക്കുമേൽ അസഭ്യം ചൊരിയുകയാണുണ്ടായത്! വീണ്ടും അടിമയോടദ്ദേഹം അലറി. "അവളെ രണ്ടായി വെട്ടി കീറുക, അവളിൽ നിന്ന് നമ്മെ മോചിപ്പിക്കൂ; കാരണം, അവളെക്കൊണ്ട് നമുക്കൊരു പ്രയോജനവുമില്ല."

അങ്ങനെ അടിമ എന്നെ സമീപിച്ചു, ഓ, വിശ്വാസികളുടെ നേതാവേ; ഞാൻ മരണം ഉറപ്പാക്കി, എന്നെ സർവ്വശക്തനായ അള്ളായിൽ സമർപ്പിച്ച് കിടന്നു. അപ്പോൾ, അതാ നോക്കൂ, ആ വൃദ്ധ പാഞ്ഞെത്തി. എന്റെ ഭർത്താവിന്റെ കാൽക്കൽ വീണ്, അവയിൽ ചുംബിച്ചുകൊണ്ട് കണ്ണുനീരോടെ പറഞ്ഞു. "ഓ, എന്റെ മോനേ, നിന്റെ വളർത്തമ്മ എന്ന

നിലയ്ക്കും, നിന്നെ ഇത്രയും ദീർഘമായൊരുകാലം സേവിച്ചവൾ എന്ന നിലയ്ക്കും, ഈ മഹതിയോട് ക്ഷമിക്കണമെന്ന് ഞാൻ യാചിക്കുകയാണ്. ഇത്രയും ശിക്ഷ ഏറ്റുവാങ്ങാൻ മാത്രം കുറ്റമൊന്നും അവൾ ചെയ്തിട്ടില്ല. നീയൊരു യുവാവാണ്. അവളുടെ മരണം നിന്റെ വീടിനെ കളങ്കപ്പെടുത്തുമെന്നാണെന്റെ ഭയം; എന്തുകൊണ്ടെന്നാൽ ഇങ്ങനെ ഒരു ചൊല്ലുണ്ടല്ലോ- 'വാളെടുത്തവൻ വാളാൽ" ഈ നീതി കെട്ടവളെ (നീ അങ്ങനെയാണ് അവളെ കാണുന്നത് എങ്കിൽ) വീട്ടിൽ നിന്ന് പുറത്താക്കുക, നിന്റെ ഹൃദയത്തിൽ നിന്നും ആട്ടിയോടിക്കുക, സ്നേഹിക്കുകയും വേണ്ട."

അദ്ദേഹം കാർക്കശ്യം കുറക്കുന്നതുവരെ ആ വൃദ്ധ കരച്ചിലോ, അഭ്യർത്ഥനയോ നിർത്തിയില്ല. ഒടുവിൽ അദ്ദേഹം പറഞ്ഞു. "ഞാൻ അവൾക്ക് മാപ്പ് കൊടുക്കുന്നു; എന്നാൽ, അവൾ ജീവിതകാലം മുഴുവൻ ഓർക്കാനായി ഒരു അടയാളം എനിക്ക് നൽകാതിരിക്കാൻ പറ്റില്ല."

പിന്നെ, എന്നെ നിലത്തിലൂടെ വലിച്ചിഴച്ച്, നിവർത്തി കിടത്തുവാൻ അദ്ദേഹം അടിമകളോട് കല്പിച്ചു. എന്റെ വസ്ത്രങ്ങളെല്ലാം ഊരിയ ശേഷം, എനിക്ക് ഇളകാൻ പറ്റാത്ത രീതിയിൽ അടിമകൾ എന്റെ മേൽ കയറിയിരുന്നു. അദ്ദേഹം ഒരു വടി എടുത്ത് എന്റെ പുറത്ത് ഇരുവശത്തും തുരുതുരെ പ്രഹരിച്ചു. വേദന സഹിക്കാനാകാതെ ഞാൻ ബോധം കെട്ടുപോയി; ജീവനിൽ ആശ കൈവെടിഞ്ഞു. ഇരുട്ടായ ഉടനെ അടിമകളെ വിളിച്ച് ആ വൃദ്ധയേയും കൂട്ടി, എന്റെ പഴയ വീട്ടിൽ എന്നെ കൊണ്ടുവിടാൻ അദ്ദേഹം ആജ്ഞാപിച്ചു. അവർ തങ്ങളുടെ യജമാനന്റെ കല്പന അനുസരിച്ചു; എന്നെ സ്വന്തം വീട്ടിൽ ഒരു മുറിയിൽ കൊണ്ടു പോയി കിടത്തി അവർ സ്ഥലം വിട്ടു.

നേരം പുലരുന്നതുവരെ ഞാൻ അബോധാവസ്ഥയിലായിരുന്നു. ഞാൻ എന്റെ മുറിവുകളിൽ മരുന്ന് പുരട്ടി. 'ഡ്രസ്സ്' ചെയ്തു. എനിക്ക് സ്വയം ചികിത്സിക്കാനറിയാമായിരുന്നു. എന്നാൽ, എന്റെ വശങ്ങളിൽ, വാരിയെല്ലുകൾക്ക് മുകളിലായി വടിയുടെ പാടുകൾ മായാതെ കിടന്നു. നാലുമാസത്തോളം ഞാൻ ശയ്യാവലംബിയായിരുന്നു; പിന്നീട് എനിക്ക് എഴുന്നേറ്റ് നടക്കാറായി; ആരോഗ്യം വീണ്ടുകിട്ടി. അതിനുശേഷം ഈ സംഭവങ്ങളെല്ലാം നടന്ന വീട് ഞാൻ ചെന്നു നോക്കി. എന്നാൽ, വീടിന്റെ നാശാവശിഷ്ടങ്ങൾ മാത്രമാണെനിക്ക് കാണാൻ കഴിഞ്ഞത്! ആ തെരുവ് ഇടിച്ചു തകർക്കപ്പെട്ടിരിക്കുന്നു; മുമ്പ് വീടുണ്ടായിരുന്ന സ്ഥലത്ത് ചപ്പു ചവറുകൾ കുന്നുകൂടി കിടക്കുന്നു! ഇതെങ്ങനെ സംഭവിച്ചെന്ന് എനിക്കൊരു പിടിയും കിട്ടിയില്ല. അങ്ങനെ, ഞാൻ എന്റെ രണ്ടാനമ്മയുടെ മകളായ ഈ ചേച്ചിയെ ചെന്നു കണ്ടു; ഈ രണ്ട് കറുത്ത പട്ടികളും അവിടെ ഉണ്ടായിരുന്നു. അവളെ സലാം ചെയ്ത്, എനിക്ക് സംഭവിച്ച കാര്യങ്ങളെല്ലാം അവളോട് ഞാൻ വിശദീകരിച്ചു.

അവൾ പറഞ്ഞു. "ഓ, എന്റെ അനിയത്തി, കാലദോഷത്തിൽ നിന്ന് ആരാണ് മുക്തരായിട്ടുള്ളത്? നിന്നെ സുരക്ഷിതയായി ഇവിടെ എത്തിച്ച അള്ളായോട് നന്ദി പറയുക."

പിന്നെ അവൾ സ്വന്തം കഥ എന്നോട് പറഞ്ഞു, അവൾക്കും അവളുടെ രണ്ട് സഹോദരിമാർക്കും എന്തെല്ലാം സംഭവിച്ചെന്നും, കാര്യങ്ങൾ അവസാനിച്ചത് എങ്ങനെയാണെന്നുമെല്ലാം! അങ്ങനെ ഞങ്ങൾ ഒന്നിച്ച്

ജീവിച്ചു; ഇക്കാലമത്രയും വിവാഹ കാര്യം ഞങ്ങളുടെ നാവിൽ നിന്നും ഒരിക്കലും ഉയർന്നിട്ടില്ല.

കുറച്ചു നാളുകൾക്കു ശേഷം ഞങ്ങളുടെ മറ്റെ സഹോദരിയും ഞങ്ങളോടൊപ്പം എത്തി; അവളാണ് എന്നും രാവിലെ പോയി രാവും പകലും ഞങ്ങൾക്കാവശ്യമുള്ള സാധനങ്ങൾ വാങ്ങിച്ചുകൊണ്ടു വരുന്നത്. ഇന്നലെ രാത്രി വരെ ഇതായിരുന്നു ഞങ്ങളുടെ നില.

പതിവുപോലെ ഞങ്ങളുടെ സഹോദരി ഇന്നു രാവിലെ മാർക്കറ്റിലേക്ക് പോയി; ചുമട്ടുകാരനെ വീട്ടിലേക്ക് കൊണ്ടുവരൽ, മൂന്ന് ഫക്കീറുമാരെ വീട്ടിലേക്ക് ആനയിക്കൽ തുടങ്ങിയവ സംഭവിച്ചു. ഞങ്ങൾ അവരോട് ദയയോടും അന്തസ്സോടുമാണ് പെരുമാറിയത്. രാത്രി വളരെ വൈകിയപ്പോൾ 'മോസുൽ' നിന്നുള്ള ഗൗരവക്കാരായ മൂന്ന് വ്യാപാരികൾ ഞങ്ങളോടൊപ്പം ചേർന്നു; അവർ സ്വന്തം വീരസാഹസങ്ങൾ വർണ്ണിച്ചു; ഞങ്ങൾ അവരോടൊപ്പം ഇരുന്ന് സംസാരിച്ചത് ഒരു വ്യവസ്ഥയിന്മേലാണ്. അതവർ ലംഘിച്ചു. അപ്പോൾ ശപഥം ലംഘിച്ചതിന്റെ പേരിൽ ഞങ്ങൾ അവരോട് കോപത്തോടെ പെരുമാറി. അവരോട് സ്വന്തം കഥ വിവരിക്കുവാൻ ആവശ്യപ്പെട്ടു. അവർ ഞങ്ങളുടെ ഉത്തരവ് അനുസരിച്ചു; അവരുടെ തെറ്റ് ഞങ്ങൾ പൊറുക്കുകയും ചെയ്തു.

അങ്ങനെ അവർ ഞങ്ങളോട് വിട പറഞ്ഞ് സ്ഥലം വിട്ടു. ഇന്നു രാവിലെ ഞങ്ങൾ അപ്രതീക്ഷിതമായി അങ്ങയുടെ സാന്നിധാനത്തിലേക്ക് വിളിപ്പിക്കപ്പെട്ടു. അതാണ് ഞങ്ങളുടെ കഥ!

അവളുടെ വാക്കുകൾ കേട്ട് കാലിഫ, അദ്ഭുതപ്പെട്ടു. ആ കഥ റിക്കാർഡ് ചെയ്ത്, കാലാനുസൃതവിവരണം നൽകി. തന്റെ ' റിക്കാർഡ് മുറി'യിൽ സൂക്ഷിക്കണമെന്ന് അദ്ദേഹം ഉത്തരവിട്ടു - അപ്പോഴേക്കും നേരം പുലരാറായെന്ന് ഷാഹ്രസാദ് മനസ്സിലാക്കി, തനിക്ക് കഥപറയാനുള്ള സമയം കഴിഞ്ഞെന്നും.

പത്തൊമ്പതാംരാവ്

അവൾ തുടർന്നു, ഓ, കീർത്തിമാനായ രാജാവേ, ഈ കഥയും, സഹോദരിമാരുടെയും ഫക്കീറുമാരുടേയും കഥകളും റിക്കാർഡു ചെയ്ത്. 'ആർക്കൈവ്സി'ൽ വെക്കണമെന്ന് കാലിഫ ആജ്ഞാപിച്ചു.

പിന്നെ ഗൃഹനാഥയായ മൂത്ത സഹോദരിയോട് അദ്ദേഹം ചോദിച്ചു. "നിന്റെ ചേച്ചിമാരെ മാന്ത്രികവലയത്തിലാക്കിയ ആ ഭൂതപ്പെണ്ണിന്റെ വിവരങ്ങൾ നിനക്കറിയാമോ?"

"ഓ, വിശ്വാസികളുടെ നേതാവേ, അവൾ തന്റെ ഒരു ചുരുൾ മുടി എനിക്ക് തന്നിട്ട് ഇപ്രകാരം പറഞ്ഞിരുന്നു. "നീ എന്നെ കാണണമെന്ന് ആഗ്രഹിക്കുമ്പോൾ ഇതിൽ നിന്ന് ഒരു മുടി എടുത്ത് കരിക്കുക, ഞാൻ ഉടനെ നിന്റെ മുന്നിൽ പ്രത്യക്ഷയാകും, ഞാൻ 'കോക്കസസ്' മലയ്ക്കപ്പുറത്താണെങ്കിൽ പോലും!'

"ആ മുടി എനിക്ക് കൊണ്ടു തരൂ" കാലിഫ ആവശ്യപ്പെട്ടു. അവൾ അത് കൊണ്ടുവന്ന്, മുഴുവനും തീയിലിട്ടു. കരിയുന്ന മുടിയുടെ ദുർഗന്ധം പരന്നതോടെ, ആ സ്ഥലം ഇളകി, വല്ലാതെ വിറച്ചു, ഇടി വെട്ടുന്ന ശബ്ദം

അവിടെ ഉയർന്നു, ഒപ്പം ചിറകടി ശബ്ദവും! പാമ്പായിരുന്ന ആ പെൺ ഭൂതം കാലിഫയുടെ മുന്നിൽ അതാ നിൽക്കുന്നു! ഇപ്പോൾ അവൾ ഒരു മുസ്ലീം സ്ത്രീയാണ്; അതുകൊണ്ട് അവൾ അദ്ദേഹത്തെ വണങ്ങിക്കൊണ്ട് പറഞ്ഞു. "അസ്സലാമു അലൈക്കും, അള്ളായുടെ പുരോഹിതാ" അദ്ദേഹം ഉടനെ മറുപടി നൽകി. "വ അലൈക്കും സലാം, അള്ളായുടെ ദയയും അനുഗ്രഹവും നിനക്കുണ്ടാകട്ടെ!" അവൾ തുടർന്നു. "അങ്ങേക്കറിയാമോ ഈ യുവതിയാണ് എന്നിൽ കാരുണ്യത്തിന്റെ വിത്ത് വിതച്ചത്; അതിന് വേണ്ടരീതിയിൽ പ്രതിഫലം നൽകാൻ എനിക്ക് കഴിഞ്ഞിട്ടില്ല. എന്റെ ശത്രുവിനെ നിഗ്രഹിച്ച്, എന്നെ മരണത്തിൽ നിന്നും രക്ഷിച്ചവളാണിവൾ. അപ്പോൾ, അവളുടെ ചേച്ചിമാർ അവളോട് ചെയ്ത ക്രൂരതകൾ എനിക്കറിയാൻ കഴിഞ്ഞു. അതിന്റെ പേരിൽ ഞാനവരോട് പ്രതികാരം ചെയ്യാൻ മുതിർന്നതാണ്. അവരെ കൊന്നു കളയാനാണ് ഞാൻ ആദ്യം വിചാരിച്ചത്; എന്നാൽ, അവൾക്കതിൽ, ദുഃഖം തോന്നിയെങ്കിലോ എന്ന് ഞാൻ ഭയപ്പെട്ടു; അതുകൊണ്ടാണ് ഞാനവരെ പട്ടികളായി രൂപം മാറ്റിയത്. എന്നാൽ, അങ്ങേക്ക് അവരെ സ്വതന്ത്രരാക്കണമെന്നുണ്ടെങ്കിൽ, ഓ, വിശ്വസ്തരുടെ നേതാവേ, അങ്ങയേയും അവളേയും പ്രീതിപ്പെടുത്താനായി ഞാനത് ചെയ്യാം; കാരണം ഞാനൊരു മുസ്ലീം ആണ്."

കാലിഫ മറുപടി നല്കി. "അവരെ സ്വതന്ത്രരാക്കൂ; അതിനുശേഷം ചാട്ടവാറടി കിട്ടിയ സ്ത്രീയുടെ കാര്യം ശ്രദ്ധയോടെ പരിശോധിക്കാം. അവളുടെ കഥ സത്യമാണെന്ന് തെളിഞ്ഞാൽ, അവൻ ചെയ്ത തെറ്റിന് ഞാൻ ബലമായി പ്രതികാരം ചെയ്യിക്കും."

ഭൂതം പറഞ്ഞു. "ഓ, വിശ്വാസികളുടെ നേതാവേ, ഞാൻ ഉടനെ അവരെ മോചിപ്പിക്കാം. ഈ മഹതിയോട് തെറ്റു ചെയ്ത്, സ്വത്തെല്ലാം സ്വന്തമാക്കിയവരെ ഞാൻ കണ്ടെത്താം; എന്നാൽ, അങ്ങേക്ക് മറ്റെല്ലാവരേക്കാളും അടുത്ത ബന്ധമുള്ളൊരു വ്യക്തിയാണയാൾ!"

അപ്രകാരം പറഞ്ഞ ശേഷം ഒരു കപ്പ് വെള്ളമെടുത്ത്, അതിലേക്ക് അവൾ മന്ത്രോച്ചാരണം നടത്തി, പിന്നെ ആ രണ്ട് പട്ടികളുടേയും മുഖത്ത് വെള്ളം തളിച്ചുകൊണ്ട് പറഞ്ഞു.

"നിങ്ങളുടെ പഴയ മനുഷ്യരൂപത്തിലേക്ക് തിരിച്ചു വരിക!"

ഉടനെ അവർ സ്വന്തം മനുഷ്യരൂപത്തിലായി, സൃഷ്ടികർത്താവിനെ സ്തുതിച്ചു. അതിനുശേഷം ഭൂതം പറഞ്ഞു. "ഓ, വിശ്വാസികളുടെ നേതാവേ, സത്യം പറയട്ടെ, ആ മഹതിയെ വടികൊണ്ടടിച്ച് മുറിവേൽപ്പിച്ചത് അങ്ങയുടെ പുത്രൻ അൽ അമീൻ ആണ്, അൽ- മാമുന്റെ സഹോദരൻ. അവളുടെ സൗന്ദര്യത്തെയും അംഗലാവണ്യത്തേയും കുറിച്ച് കേട്ടറിഞ്ഞ അദ്ദേഹം അവളോട് ഒരു പ്രേമനാടകം നടത്തി, കപട സൂത്രത്തിലൂടെ നിയമാനുസൃതമായി വിവാഹം കഴിച്ചു. പിന്നീടവളെ തല്ലി ചതച്ചു. എന്നാലും അവളെ തല്ലിയതിന് തീർച്ചയായും അദ്ദേഹത്തെ കുറ്റപ്പെടുത്താനാവില്ല; കാരണം, അദ്ദേഹം അവളെ കൊണ്ട് ചിലകാര്യങ്ങൾ ചെയ്യരുതെന്ന് മതാചാരപ്രകാരം ശപഥം ചെയ്യിപ്പിച്ചിട്ടുള്ളതാണ്; എന്തായാലും ആ ശപഥം അവൾ ലംഘിച്ചതിനാൽ അവളെ വധിക്കുവാനദ്ദേഹം തീരുമാനിച്ചിരുന്നു. എന്നാൽ, സർവ്വശക്തനായ അള്ളായെ

അദ്ദേഹം ഭയന്നു. മർദ്ദനശിക്ഷയിൽ തൃപ്തനായി. എന്നിട്ട്, അങ്ങെക്കറിയാവുന്നതുപോലെ അവളെ സ്വന്തം സ്ഥലത്തേക്ക് അയയ്ക്കുകയും ചെയ്തു. അതാണ് രണ്ടാമത്തെ മഹതിയുടെ കഥ. അങ്ങേക്ക് എല്ലാം അറിയാവുന്നതാണല്ലോ."

ആ ഭൂതത്തിന്റെ വാക്കുകൾ കേട്ടപ്പോൾ ആരാണവളെ മർദ്ദിച്ചതെന്ന് കാലിഫായ്ക്ക് മനസ്സിലായി. വല്ലാത്ത അദ്ഭുതത്തോടെ അദ്ദേഹം പറഞ്ഞു. 'സർവ്വശക്തനായ അള്ളായ്ക്ക് സ്തുതി; അവൻ എന്നോട് അങ്ങേയറ്റം കരുണ കാണിച്ചിരിക്കുന്നു; അതുകൊണ്ട് ഈ രണ്ട് മഹതികളേയും മായാവലയത്തിൽ നിന്നും പീഡനത്തിൽ നിന്നും എനിക്ക് രക്ഷിക്കാൻ കഴിഞ്ഞു.

ഈ മഹതിയുടെ ചരിത്രത്തിന്റെ രഹസ്യം അറിയുവാനും എന്നെ അനുവദിച്ചു! ഇനി അള്ളായാണേ, നമ്മൾ ഒരു കാര്യം കൂടി ചെയ്യും; അത് റിക്കാർഡ് ചെയ്ത്വെയ്ക്കണം, നമ്മുടെ കാലശേഷം അത് വിസ്മരിക്കപ്പെടരുത്."

അദ്ദേഹം അപ്പോൾ തന്നെ സ്വന്തം മകൻ അൽ-അമീനെ വിളിപ്പിച്ച് രണ്ടാമത്തെ മഹതിയുടെ കഥയെക്കുറിച്ച് ചോദിച്ചറിഞ്ഞു. സത്യാവസ്ഥ അയാൾ സമ്മതിച്ചു. ഉടനെ ഖാസിമാരേയും അവരുടെ സാക്ഷിമാരേയും കാലിഫ അവിടേക്ക് വിളിപ്പിച്ചു; മൂന്ന് ഫക്കീർമാരേയും, ഒന്നാമത്തെ മഹതിയേയും, മന്ത്രവാദത്തിനിരയായ രണ്ട് സഹോദരിമാരേയും വിളിപ്പിച്ചു. മൂന്ന് ഫക്കീർമാരും രാജകുമാരന്മാരാണെന്ന് അദ്ദേഹത്തിന്നറിയാമല്ലോ. അവരെ കൊണ്ട് ആ മൂന്ന് സഹോദരിമാരെ വിവാഹം കഴിപ്പിച്ചു. ആ ഫക്കീർമാരെ തന്റെ സർക്കാരിലെ ഉന്നത പദവികൾ നൽകി ആദരിച്ചു. അവർക്കാവശ്യമുള്ളത്ര വേതനവും അലവൻസുകളും നല്കി; ബാഗ്ദാദിലെ കൊട്ടാരത്തിൽ തന്നെ താമസിപ്പിച്ചു.

പീഡനമേറ്റ മഹതിയെ അദ്ദേഹം തന്റെ മകൻ അൽ-അമീനെ കൊണ്ടുതന്നെ പുനർവിവാഹം നടത്തിച്ചു. നല്ല സമ്പത്തും അവൾക്ക് നൽകി; തകർക്കപ്പെട്ട അവളുടെ വീടിന്റെ സ്ഥാനത്ത് പഴയതിനേക്കാൾ നല്ലൊരു വീട് നിർമ്മിച്ചു കൊടുത്തു.

ഏറ്റവും താഴെയുള്ള സഹോദരിയെ കാലിഫ തന്നെ കല്യാണം കഴിച്ചു. അന്നുരാത്രി അവർ ഒന്നിച്ച് കഴിഞ്ഞു. പിറ്റേന്ന് അവൾക്കായി അദ്ദേഹം നല്ലൊരു വാസസ്ഥലവും, പരിചാരികമാരേയും നൽകി; സുഖകരമായി ജീവിക്കാനുള്ള പ്രതിദിനബത്തയും നിശ്ചയിച്ചു. കാലിഫായുടെ ഉദാരതയും രാജകീയ ഭരണ വൈദഗ്ധ്യവും കണ്ട് ജനങ്ങൾ വിസ്മയിച്ചു പോയി! ഇതെല്ലാം ചരിത്ര രേഖകളിൽ കുറിച്ചുവെക്കാനദ്ദേഹം മറന്നില്ല- ഷാഹ്രസാദ് സംസാരം നിർത്തിയപ്പോൾ ദുനിയാസാദ് ആർത്തുവിളിച്ചു. "ഓ, എന്റെ ചേച്ചി, അള്ളായാണേ രസകരമായൊരു കഥയാണിത്, ആഹ്ലാദകരം! ഇതുപോലെ ഒന്ന് കേട്ടിട്ടേയില്ല. എന്നാൽ, ഞാൻ നിങ്ങളോട് അപേക്ഷി ക്കുകയാണ്, ഇന്നുരാത്രി ബാക്കിയുള്ള സമയത്ത് മറ്റൊരു കഥ എനിക്ക് പറഞ്ഞു തരൂ."

"രാജാവ് സമ്മതിച്ചാൽ സസന്തോഷം പറയാം." "നീ കഥ പറയൂ, അത് വേഗം പറയണം." രാജാവ് സമ്മതിച്ചു. - അങ്ങനെ മറ്റൊരു കഥ അവൾ പറയാൻ തുടങ്ങി.

മൂന്ന് ആപ്പിളിന്റെ കഥ

ഓ, കീർത്തിമാനായ രാജാവേ, ഒരു രാത്രി കാലിഫാ അരുൺ അൽ-റഷീദ് തന്റെ മന്ത്രി ജാഫറിനെ വിളിച്ചുവരുത്തി പറഞ്ഞു. "ഞാൻ നഗരത്തിൽ ചുറ്റിക്കറങ്ങി, സർക്കാരിനെക്കുറിച്ചുള്ള സാധാരണക്കാരന്റെ അഭിപ്രായമറിയാൻ ആഗ്രഹിക്കുന്നു. അവർക്ക് ആവലാതിയുള്ള ഉദ്യോഗസ്ഥരെ നമ്മൾ ജോലിയിൽ നിന്ന് പുറത്താക്കും; അവർ അഭിനന്ദിക്കുന്നവർക്ക് ജോലിക്കയറ്റം നൽകും." ജാഫർ മറുപടി നല്കി. "ഉത്തരവു പോലെ."

അങ്ങനെ ജാഫറിനോടും നപുംസകം മസ്റൂറിനോടുമൊപ്പം കാലിഫാ പട്ടണത്തിലെ തെരുവുകളിലൂടെ നടന്നു. ഒരു ഇടുങ്ങിയവഴിയിൽ അവർ എത്തിയപ്പോൾ, ഒരു വലയും ചെറുമീനുകൾ ഇടാനുള്ള ഒരു കൂടയും തലയിൽ വെച്ച് വളരെ വൃദ്ധനായൊരു മനുഷ്യൻ വരുന്നതുകണ്ടു; കൈയിലൊരു വടിയുമുണ്ട്. അയാൾ അങ്ങനെ സാവധാനം നടന്നു പോകവെ എന്തോ ഗാനശകലം ആവർത്തിച്ച് പാടിക്കൊണ്ടിരുന്നു.

കാലിഫാ അയാളുടെ പാട്ടുകേട്ട് ജാഫറിനോട് പറഞ്ഞു. "നോക്കൂ, ഈ പാവം മനുഷ്യനെ, അയാളുടെ പാട്ട് ഒന്ന് ശ്രദ്ധിക്കൂ; തീർച്ചയായും സ്വന്തം ആവശ്യങ്ങളായിരിക്കാം അതിൽ ഉൾക്കൊണ്ടിട്ടുള്ളത്."

അപ്പോൾ അദ്ദേഹം ആ വൃദ്ധനെ വിളിച്ച് ചോദിച്ചു. "ഓ, ഷെയ്ക്, നിങ്ങളുടെ ജോലി എന്താണ്?" "ഓ, എന്റെ പ്രഭോ, ഞാനൊരു മുക്കുവനാണ്; ഒരു കുടുംബത്തെ പോറ്റാനുണ്ടെനിക്ക്. ഇത്രയും നേരം ഞാൻ വല വീശിയിട്ട് മീനൊന്നും കിട്ടിയില്ല. എന്റെ കുടുംബത്തിന് ഞാനെങ്ങനെ ആഹാരം നേടും? അവർക്ക് അത്താഴം വാങ്ങിച്ചു കൊടുക്കാനായി പണയം വെക്കാൻ പോലും എന്റെ പക്കൽ ഒന്നുമില്ല. എനിക്കെന്റെ ജീവിതത്തോടു തന്നെ വിരക്തിയും വെറുപ്പും തോന്നുന്നു; മരിച്ചാൽ മതിയായിരുന്നു."

കാലിഫ പറഞ്ഞു. "ഞാൻ പറയട്ടെ, നിങ്ങൾ ഞങ്ങളോടൊപ്പം 'ടിഗ്രിസി'ന്റെ തീരത്തേക്ക് വരാമോ; നിങ്ങൾ എന്റെ പേരിൽ വല വീശുക, അതിൽ എന്ത് വന്നു പെട്ടാലും നൂറ് സ്വർണ്ണ നാണ്യത്തിന് ഞാൻ അത് വാങ്ങിക്കാം."

അയാൾ സന്തോഷപൂർവ്വം പറഞ്ഞു. "ഞാൻ നിങ്ങളോടൊപ്പം വരാം."

ഞങ്ങൾ പുഴയോരത്തെത്തിയപ്പോൾ മുക്കുവൻ വലവീശി, അല്പനേരം കാത്തുനിന്നു; പിന്നെ വല വലിച്ച് വെള്ളത്തിൽ നിന്നും പുറത്തെടുത്തു. അതിന്നകത്ത് താഴിട്ട് പൂട്ടിയ ഭാരമുള്ളൊരു പെട്ടിയുള്ളത് കാലിഫാ കണ്ടു. അദ്ദേഹം അത് നന്നായി ഒന്ന് പരിശോധിച്ചു; പൊക്കാൻ നോക്കിയപ്പോൾ നല്ല ഭാരം; അതുകൊണ്ട് അദ്ദേഹം മുക്കുവന് ഇരുനൂറ് ദിനാർ കൊടുത്ത് പറഞ്ഞയച്ചു. പിന്നെ, കാലിഫായുടെ സഹായത്തോടെ മസ്റൂർ ആ പെട്ടി പൊക്കിയെടുത്ത് കൊട്ടാരത്തിലേക്ക് കൊണ്ടുപോയി. അത് താഴെ വെച്ച് മെഴുകുതിരി കത്തിച്ചു ജാഫറും മസ്റൂറും കൂടി ആ പെട്ടിയുടെ മൂടി പൊളിച്ച് നോക്കിയപ്പോൾ ഉള്ളിൽ ഒരു പനയോല സഞ്ചി കണ്ടു; ചുകന്ന കമ്പിളി നൂലുകൊണ്ടത് വരിഞ്ഞ് കെട്ടിയിരിക്കുന്നു. അവർ അത് മുറിച്ച് തുറന്നു നോക്കിയപ്പോൾ ഒരു കഷ്ണം കാർപ്പെറ്റ് കണ്ടു. അതവർ പൊക്കിയെടുത്തു, അതിന്നടിയിൽ ഒരു സ്ത്രീയുടെ

ശിരോവസ്ത്രം നാലായി മടക്കി ഇട്ടിരിക്കുന്നു, അതവർ വലിച്ചെടുത്തു. അപ്പോൾ, പെട്ടിയുടെ അടിയിൽ വെള്ളിക്കട്ടിപോലെ വെളുത്ത ഒരു യുവതിയുടെ മൃതദേഹം കണ്ടെത്തി. പത്തൊമ്പത് കഷ്ണങ്ങളായി വെട്ടി നുറുക്കിയിരിക്കയാണ്.

കാലിഫാ അതുകണ്ട് നിലവിളിച്ചു."കഷ്ടം" അദ്ദേഹത്തിന്റെ കവിളിലൂടെ കണ്ണുനീർ ചാലുകൾ ഒഴുകി. ജാഫറിനു നേരെ തിരിഞ്ഞു അദ്ദേഹം പറഞ്ഞു. 'ഓ, നശിച്ച മന്ത്രി, നമ്മുടെ ഭരണത്തിൽ ജനങ്ങൾ ഇപ്രകാരം വധിക്കപ്പെട്ട് പുഴയിലെറിയപ്പെടുന്നത് വലിയൊരു ഗുരുതര പ്രശ്നം തന്നെയാണ്. നമ്മുടെ ഉത്തരവാദിത്വമാണത് കണ്ടെത്തേണ്ടത്. അല്ലായാണേ, ഈ സ്ത്രീയെ വധിച്ചവരോട് നമ്മൾ പകരം വീട്ടണം, ഏറ്റവും ഭീകരമായ മരണമാണവന് നൽകേണ്ടത്!" പിന്നെ അദ്ദേഹം തുടർന്നു. "ഞാൻ അബ്ബാസിന്റെ മക്കളുടെ പരമ്പരയാണെങ്കിൽ, അവളെ കൊന്നവനെ നിങ്ങൾ പിടിച്ചു കൊണ്ടുവന്ന് അവളോട് നീതി കാട്ടിയില്ലെങ്കിൽ നിങ്ങളെ എന്റെ കൊട്ടാരപടി വാതിൽക്കൽ ഞാൻ തൂക്കി കൊല്ലും; നിങ്ങളോടൊപ്പം നിങ്ങളുടെ ഉറ്റവരെയും ഞാൻ കഴുമരത്തിലേറ്റും." കാലിഫാ കോപിച്ച് കലി തുള്ളുകയായിരുന്നു.

"എനിക്ക് അങ്ങ് മൂന്നുദിവസത്തെ സമയം തരണം." ജാഫർ അപേക്ഷിച്ചു. "നാം അത് അനുവദിച്ചിരിക്കുന്നു."

അങ്ങനെ ജാഫർ കാലിഫായോട് വിട പറഞ്ഞു സ്വന്തം വീട്ടിലേക്ക് പോയി. അതീവദുഃഖത്തോടെ സ്വയം പറഞ്ഞു. "ഈ യുവതിയെ വധിച്ചവനെ ഞാൻ എങ്ങനെ കണ്ടുപിടിക്കാനാണ്? എങ്ങനെ ഞാനവനെ കാലിഫായുടെ മുന്നിൽ ഹാജരാക്കും? കൊലപാതകിയില്ലാത്ത മറ്റാരെയെങ്കിലും ഞാൻ കൊണ്ടുവന്നാൽ എനിക്ക് ദൈവശിക്ഷ ലഭിക്കും. എന്ത് ചെയ്യണമെന്ന് എനിക്കറിയില്ല"

അദ്ദേഹം മൂന്ന് ദിവസം വീട്ടിൽ ഇരുന്നു. നാലാം ദിവസം കാലിഫാ തന്റെ ഒരു ഉദ്യോഗസ്ഥനെ മന്ത്രിയെ വിളിക്കാനായി വിട്ടു. അയാൾ രാജസന്നിധിയിലെത്തിയപ്പോൾ കാലിഫാ ചോദിച്ചു. "ആ സ്ത്രീയുടെ കൊലയാളി എവിടെ?"

"ഓ, വിശ്വാസികളുടെ നേതാവേ, ഞാൻ കൊല്ലപ്പെട്ടവരുടെ പരിശോധകനാണോ, അവളെ ആരാണ് കൊന്നതെന്ന് മനസ്സിലാകുവാൻ?"

മന്ത്രിയുടെ മറുപടി കേട്ട് കാലിഫാ കുപിതനായി. കൊട്ടാരകവാടത്തിന് മുന്നിൽ അയാളെ തൂക്കി കൊല്ലുവാനായി അദ്ദേഹം ആജ്ഞാപിച്ചു. ബാഗ്ദാദിന്റെ തെരുവുകളിൽ ഇക്കാര്യം വിളമ്പരം ചെയ്യാനും ഉത്തരവിട്ടു. "കാലിഫായുടെ മന്ത്രി ജാഫറിനേയും നാല്പത് ബന്ധുക്കളെയും കൊട്ടാര വാതിൽക്കൽ തൂക്കി കൊല്ലുന്നതു കാണാൻ ആഗ്രഹമുള്ളവർക്ക് അവിടെ വന്ന് ആ കൃത്യം കാണാം!"

അതിനുള്ള കാരണം എന്താണെന്നറിയില്ലെങ്കിലും മന്ത്രിയേയും ബന്ധുക്കളെയും കഴുമരത്തിലേറ്റുന്നതു കാണാൻ നഗരത്തിന്റെ നാനാഭാഗത്തുനിന്നും ജനങ്ങൾ കൊട്ടാരകവാടത്തിലേക്ക് പ്രവഹിച്ചു.

ജാഫറിനെയും ബന്ധുക്കളെയും കഴുമരങ്ങൾക്കു കീഴെ തയ്യാറാക്കി നിർത്തി. എല്ലാവരും നിറഞ്ഞ കണ്ണുകളോടെ ജാഫറിനേയും ബന്ധുക്കളെയും നോക്കി നിൽക്കവെ അതാ സുന്ദരനായൊരു യുവാവ് അങ്ങോട്ട്

നടന്നു വരുന്നു. ചന്ദ്രനെപ്പോലെ പ്രകാശം ചൊരിയുന്ന മുഖകാന്തി, കറുത്ത് തിളങ്ങുന്ന കണ്ണുകൾ, തൂവെള്ളനിറത്തിലുള്ള നെറ്റിത്തടം, അരുണിമയാർന്ന കവിളുകൾ! ഗാംഭീര്യത്തോടെ നടന്നുവന്ന് മന്ത്രിക്ക് തൊട്ടുമുന്നിൽ നിന്നുകൊണ്ട് അദ്ദേഹത്തോടെ പറഞ്ഞു. "ഈ ഗതികേടിൽ നിന്ന് അങ്ങ് രക്ഷപ്പെടണം, ഓ, പ്രഭുക്കന്മാരുടെ രാജകുമാരാ, പാവങ്ങളുടെ അഭയകേന്ദ്രമേ! നിങ്ങൾ പെട്ടിയിൽ കണ്ട ആ സ്ത്രീയെ കൊന്നവൻ ഞാൻ ആണ്; അതുകൊണ്ട് അവൾക്കുവേണ്ടി എന്നെ തൂക്കിക്കൊല്ലൂ, അങ്ങനെ അവളോട് നീതി കാണിക്കൂ!

ആ യുവാവിന്റെ കുറ്റസമ്മതം കേട്ട് ജാഫറിന് സ്വന്തം മോചനം ഓർത്ത് ആഹ്ലാദം തോന്നിയെങ്കിലും, സുന്ദരനായ ആ യുവാവിനെ ഓർത്ത് ദുഃഖിച്ചു. അവർ അപ്രകാരം സംസാരിച്ചുകൊണ്ടിരിക്കവെ, നോക്കൂ, വൃദ്ധനായൊരാൾ ജനങ്ങൾക്കിടയിലൂടെ തള്ളിക്കടന്നു വന്ന്, ജാഫറിന്റെയും യുവാവിന്റെയും മുന്നിൽ നിന്നു; വസീറിന് സലാം പറഞ്ഞു. "പ്രഭുക്കന്മാരുടെ രാജകുമാരനായ, ഓ, മന്ത്രി ഈ യുവാവിന്റെ വാക്കുകൾ വിശ്വസിക്കരുത്. ഞാൻ ഉറപ്പിച്ചുപറയുന്നു, ആ യുവതിയെ കൊന്നത് ഞാനല്ലാതെ മറ്റാരുമല്ല. ഇതേ നിമിഷം അതിനുള്ള പ്രതികാര നടപടി എന്നോട് ചെയ്യുക. നിങ്ങൾ അങ്ങനെ ചെയ്യുന്നില്ലെങ്കിൽ, സർവ്വ ശക്തനായ അള്ളായ്ക്ക് മുന്നിൽ അതിന് സമാധാനം പറയേണ്ടിവരും."

അപ്പോൾ യുവാവ് പറഞ്ഞു. "വാർദ്ധക്യത്താൽ ബുദ്ധിഭ്രംശം വന്നൊരു വൃദ്ധനാണ് ഇദ്ദേഹം; ഇദ്ദേഹം പറഞ്ഞത് കാര്യമായി എടുക്കേണ്ട, ഞാനാണവളെ കൊല ചെയ്തത്, അവൾക്കുവേണ്ടി എന്നോട് പ്രതികാരം ചെയ്യൂ!"

"ഓ, എന്റെ കുട്ടി, നീ ചെറുപ്പവും ലോകത്തിലെ സുഖങ്ങൾ എല്ലാം അനുഭവിക്കേണ്ടവനുമാണ്; ഞാനാണെങ്കിൽ കിഴവനും ക്ഷീണിതനുമാണ്, ജീവിതത്തോടും ഈ ലോകത്തോടും മടുപ്പ് വന്നവൻ. എന്റെ ജീവിതം, നിന്റെയും മന്ത്രിയുടേയും ബന്ധുക്കളുടെയും മോചനദ്രവ്യമായി ഞാൻ നൽകുന്നു. ഞാൻ മാത്രമാണ് ആ യുവതിയെ വധിച്ചത്; അതുകൊണ്ട് വേഗം എന്നെ തൂക്കിലേറ്റൂ. അവളുടെ ജീവൻ എടുത്തവൻ ഇനി ജീവിക്കാനർഹനല്ല."ഈ വിചിത്രമായ സംഭവവികാസങ്ങൾകൊണ്ട് മന്ത്രി വിസ്മയിച്ചുപോയി. ആ യുവാവിനെയും വൃദ്ധനേയും കൂട്ടി അദ്ദേഹം കാലിഫായുടെ സന്നിധിയിലെത്തി; ഏഴു പ്രാവശ്യം അദ്ദേഹത്തിന്റെ മുന്നിലെ നിലം ചുംബിച്ചശേഷം മന്ത്രി പറഞ്ഞു. "ഓ, വിശ്വാസികളുടെ നേതാവേ, ആ യുവതിയുടെ ഘാതകനെ ഞാൻ കൊണ്ടുവന്നിരിക്കുന്നു!"

"അവൻ എവിടെയാണ്?"

"ഈ യുവാവ് പറയുന്നു അവനാണ് കൊലയാളി എന്ന്; എന്നാൽ ഈ വൃദ്ധൻ പറയുന്നു താനാണ് കൊലയാളി എന്ന്. നോക്കൂ, ഇരുവരും ഇതാ അങ്ങയുടെ മുന്നിൽ നിൽക്കുന്നു.

കാലിഫാ യുവാവിനേയും വൃദ്ധനേയും നോക്കി കൊണ്ട് ചോദിച്ചു. "നിങ്ങളിൽ ആരാണ് ആ യുവതിയെ കൊന്നത്?"

"ഞാനാണവളെ കൊന്നത്, മറ്റാരുമല്ല." യുവാവ് മറുപടി നല്കി.

"തീർച്ചയായും ഞാനാണ് അവളെ കൊന്നത്, മറ്റാരുമല്ല" വൃദ്ധൻ മറുപടി പറഞ്ഞു. അപ്പോൾ കാലിഫാ ജാഫറോട് പറഞ്ഞു. "ഇരുവരെയും

കൊണ്ടുപോയി തൂക്കി കൊല്ലൂ."എന്നാൽ, ജാഫർ സമർത്ഥിച്ചു. "ഇതിൽ ഒരാൾ മാത്രം ആണ് ഘാതകൻ എന്നതുകൊണ്ട്, മറ്റാളെ തൂക്കി കൊല്ലുന്നത് അനീതിയാണ്.'

"സർവ്വശക്തനായ ഈശ്വരനാണേ, ഞാനാണാ യുവതിയെ വധിച്ചത്" യുവാവ് വിളിച്ചു പറഞ്ഞു. അവളെ കൊന്ന രീതിയും, ആ പെട്ടിയും ശിരോവസ്ത്രവും, കാർപ്പറ്റ് കഷ്ണവും, കാലിഫാ ആ മൃതശരീരത്തിൽ കണ്ട എല്ലാ വസ്തുക്കളെക്കുറിച്ചും അയാൾ വിശദീകരിച്ചു. അങ്ങനെ, ആ യുവാവ് തന്നെയാണ് ഘാതകൻ എന്ന് കാലിഫാ സ്ഥിരീകരിച്ചു. അദ്ദേഹം ആശ്ചര്യത്തോടെ ചോദിച്ചു. "ഈ യുവതിയെ കൊല്ലാനുണ്ടായ കാരണം എന്താണ്? യാതൊരു പീഡനത്തിനുമിരയാകാതെ നീ ഈ കൊലക്കുറ്റം എന്തിന് ഏറ്റെടുത്തു? എന്തിനാണ് നീ സ്വന്തം ജീവിതം കീഴടങ്ങാൻ ഇവിടെ വന്നത്? നീ അവളുടെ കൊലയ്ക്ക് പ്രതികാരം ഏറ്റുവാങ്ങാൻ തയ്യാറാണെന്ന് പറഞ്ഞത് എന്തിനാണ്?"

ആ യുവാവ് മറുപടി നല്കി "അങ്ങേക്ക് അറിയാമോ, വിശ്വാസികളുടെ നേതാവേ, ഈ സ്ത്രീ എന്റെ ഭാര്യയായിരുന്നു, എന്റെ മക്കളുടെ അമ്മ, എന്റെ കസിൻ ആണവൾ, പിതൃസഹോദരന്റെ പുത്രി, ഈ വൃദ്ധന്റെ പുത്രി. എന്റെ അച്ഛന്റെ സ്വന്തം സഹോദരനാണ് ഈ വൃദ്ധൻ. ഞാൻ അവളെ വിവാഹം കഴിച്ചപ്പോൾ അവൾ ഒരു കുമാരി ആയിരുന്നു. അള്ളായുടെ അനുഗ്രഹത്താൽ അവൾ എന്റെ മുന്ന് ആൺമക്കളെ പ്രസവിച്ചു; അവളെന്നെ സ്നേഹിച്ചു, സേവിച്ചു, അവളിൽ യാതൊരു ദോഷവും ഞാൻ കണ്ടില്ല; ഞാനും അവളെ ഏറ്റവും അഗാധമായി സ്നേഹിച്ചിരുന്നു. ഈ മാസം ഒന്നാം തിയ്യതി അവൾ ഗുരുതരമായ രോഗം പിടിപെട്ട് കിടപ്പിലായി. ഞാൻ പല വൈദ്യന്മാരെയും കൊണ്ടുവന്ന് അവളെ കാണിച്ചു. എന്നാൽ, രോഗമുക്തി പ്രയാസമായിരുന്നു. അവളെ ഞാൻ കുളിമുറിയിലേക്ക് കൊണ്ടുപോകുമ്പോൾ അവൾ പറഞ്ഞു. "കുളിമുറിയിലേക്ക് പോകുന്നതിനു മുമ്പ് എനിക്ക് ചിലത് പറയാനാഗ്രഹമുണ്ട്, കുറച്ചു നാളായി ഞാൻ ആഗ്രഹിച്ചിരുന്ന കാര്യമാണ്."

"ശരി, എന്താണത്?" ഞാൻ ചോദിച്ചു. "എനിക്ക് ഒരു ആപ്പിൾ മണപ്പിക്കാനും ഒന്ന് കടിക്കാനും കൊതി തോന്നുന്നു." "നിനക്ക് ഒരായിരം മോഹങ്ങൾ ഉണ്ടെങ്കിലും അത് സാധിപ്പിച്ചു തരുവാൻ ഞാൻ ശ്രമിക്കും!"

അങ്ങനെ ഞാൻ നഗരത്തിൽ പോയി ആപ്പിൾ അന്വേഷിച്ച് നടന്നു, എന്നാൽ, ഒന്നും കാണാനായില്ല; അത് ഒരെണ്ണത്തിന് ഒരു സ്വർണ്ണ നാണയം വിലയുണ്ടെങ്കിൽ പോലും ഞാനത് വാങ്ങിച്ചേനെ. ഞാനാകെ നിരാശനായി വീട്ടിൽ തിരിച്ചെത്തി. ഞാനവളോട് പറഞ്ഞു. "ഓ, എന്റെ കസിൻ, അള്ളായാണേ, എനിക്ക് ഒരിടത്തും ആപ്പിൾ കണ്ടെത്താനായില്ല!"

അവളെ ആ വാർത്ത വല്ലാതെ വിഷമിപ്പിച്ചു. സ്വതവെ ക്ഷീണിച്ച് തളർന്നിരുന്ന അവളുടെ ക്ഷീണം അന്നുരാത്രി കൂടുതൽ മൂർച്ഛിച്ചു. ഞാൻ അന്ന് വളരെ ഉൽക്കണ്ഠാകുലനായിരുന്നു. നേരം പുലർന്ന ഉടനെ ഞാൻ ആപ്പിൾ അന്വേഷിച്ച് ഓരോ തോട്ടത്തിലും കയറിയിറങ്ങി; എന്നാൽ, ഒരിടത്തും ആപ്പിൾ കാണാനായില്ല. ഒടുവിൽ വൃദ്ധനായൊരു തോട്ടക്കാരനെ ഞാൻ കണ്ടുമുട്ടി. അയാളോട് അക്കാര്യം ഞാൻ പറഞ്ഞപ്പോൾ അയാൾ മറുപടി നല്കി. ഓ, മോനേ, ഈ പഴം നമ്മുടെ

തോട്ടത്തിൽ വിരളമായേ കാണാൻ കഴിയൂ, ബസറായിലെ കാലിഫാ യുടെ തോട്ടത്തിൽ കണ്ടേക്കും; കാലിഫായ്ക്ക് കഴിക്കാൻ വേണ്ടി തോട്ട ക്കാരന്നത് സൂക്ഷിക്കുന്നു."

എന്റെ ഉദ്യമം പരാജയപ്പെട്ടപ്പോൾ ഖേദപൂർവ്വം ഞാൻ വീട്ടിൽ തിരിച്ചെത്തി; ഭാര്യയോടുള്ള എന്റെ അഗാധമായ സ്നേഹം ഒരു യാത്രയ്ക്ക് എന്നെ പ്രേരിപ്പിച്ചു, ഞാനതിന് ഉടനെ തയ്യാറായി.

പതിനഞ്ച് രാവും പകലും യാത്ര ചെയ്ത്, ബസ്രായിലെത്തിയ ഞാൻ തോട്ടക്കാരന് മൂന്ന് ദിനാർ കൊടുത്ത്, മൂന്ന് ആപ്പിൾ വാങ്ങിച്ചു. വീട്ടിൽ തിരിച്ചെത്തി ആ മൂന്ന് ആപ്പിളുകൾ ഞാൻ ഭാര്യക്ക് നൽകി; എന്നാൽ, പനി ഭയങ്കരമായി കൂടിയതിനാൽ അവൾ അതിൽ യാതൊരു താത്പര്യവും കാണിച്ചില്ല. ആപ്പിളുകൾ അവളുടെ അരികിൽ തന്നെ കിടന്നു. പത്ത് ദിവസങ്ങൾ അതേ നില തുടർന്നു; അതിനുശേഷം അവളുടെ അസുഖം കുറഞ്ഞു വന്നു, പഴയ ആരോഗ്യം തിരിച്ചു കിട്ടി.

അങ്ങനെ, വീണ്ടും ഞാൻ കടയിൽ പോയി തുടങ്ങി. അന്ന് ഉച്ച സമയത്ത് ഞാൻ കടയിൽ ഇരിക്കവേ ഒരു വൃത്തികെട്ട നീഗ്രോ അടിമ കൈയിൽ ഒരു ആപ്പിൾ ഇട്ട് ഉരുട്ടി കളിച്ചുകൊണ്ട് നടന്ന് പോകുന്നത് കണ്ടു. അപ്പോൾ ഞാൻ അവനോട് ചോദിച്ചു. "ഓ, നല്ലവനായ അടിമേ, എവിടെ നിന്നാണ് നിനക്ക് ആ ആപ്പിൾ കിട്ടിയതെന്ന് പറയാമോ? എനിക്കതുപോലെ ഒരെണ്ണം വാങ്ങിക്കാനാണ്."

അവൻ ചിരിച്ചുകൊണ്ട് മറുപടി നൽകി. "എന്റെ യജമാനത്തി തന്നതാണ്. ഞാൻ കുറച്ചുനാൾ അവിടെ ഉണ്ടായിരുന്നില്ല; ഞാൻ തിരിച്ചു വന്നപ്പോൾ, അവൾ അടുത്ത് മൂന്ന് ആപ്പിൾ വെച്ച് സുഖമില്ലാതെ കിടക്കുന്നതാണ് കണ്ടത്! അപ്പോൾ അവൾ എന്നോട് പറഞ്ഞു. "എന്റെ ഭർത്താവ് അതിനു വേണ്ടി ബസ്രായിലേക്ക് യാത്രചെയ്ത്, മൂന്ന് ദിനാർ കൊടുത്ത് വാങ്ങിച്ചതാണിത്.' ഞാനവളോടൊപ്പം തിന്നും കുടിച്ചും ഇരുന്നു; ഈ ആപ്പിൾ അവിടന്ന് എടുത്ത് കൊണ്ടു പോരുകയും ചെയ്തു.

ആ അടിമയിൽ നിന്ന് ഈ വാക്കുകൾ കേട്ടപ്പോൾ, അല്ലയോ വിശ്വ സ്തരുടെ നേതാവേ, ലോകം മുഴുവൻ ഇരുളടഞ്ഞതായി എനിക്ക് തോന്നി! കട അടച്ച്, അസഹ്യമായ കോപത്തോടെ ഞാൻ 'വീട്ടിലേക്ക് നടന്നു. വീട്ടിൽ വെറും രണ്ട് ആപ്പിളുകൾ മാത്രം കണ്ടപ്പോൾ ഞാൻ ഭാര്യയോട് ചോദിച്ചു. "ഓ, എന്റെ കസിൻ, മൂന്നാമത്തെ ആപ്പിൾ എവിടെ പോയി?" അലസയായി തല ഉയർത്തി അവൾ മറുപടി നൽകി. "എനിക്കറിയില്ലല്ലോ, എന്റെ കസിൻ, എവിടെപ്പോയി അത്!"

അപ്പോൾ ആ അടിമ പറഞ്ഞത് സത്യമാണെന്ന് എനിക്ക് ബോധ്യ മായി; ഞാൻ ഒരു കത്തിയെടുത്ത് അവളുടെ പിന്നിൽച്ചെന്ന്, ഒരക്ഷരം മിണ്ടാതെ അവളുടെ കഴുത്തറുത്ത് ശിരസ്സും, ഓരോ അവയവങ്ങളും വെട്ടിമാറ്റി. അതെല്ലാം ഒരു ശിരോവസ്ത്രത്തിൽ പൊതിഞ്ഞ്, അതോ ടൊപ്പം ഒരു കഷ്ണം കാർപ്പെറ്റും വെച്ച്, ധൃതിയിൽ ചരടിട്ടുകെട്ടി, ഒരു പെട്ടിയിലാക്കി, ഭംഗിയായി താഴിട്ട് പൂട്ടി, എന്റെ കഴുത പുറത്ത് കയറ്റി, ഞാൻ സ്വന്തം കൈകൊണ്ടത് 'ടൈഗ്രിസി'ൽ എറിഞ്ഞു. അള്ളാ അങ്ങയെ അനുഗ്രഹിക്കും, ഓ വിശ്വാസികളുടെ നേതാവേ, എന്നെ എത്രയും പെട്ടെന്ന് തൂക്കിക്കൊല്ലൂ. 'ഉയർത്തെഴുന്നേപ്പ് ദിനത്തിൽ'

അവൾ എന്നോട് പ്രതികാരം ചെയ്യാനിടവരുമെന്നാണെന്റെ പേടി! എന്തുകൊണ്ടെന്നാൽ, ആരും അറിയാതെ ഞാനവളുടെ മൃതദേഹം പുഴയിൽ വലിച്ചെറിഞ്ഞ് തിരിച്ചെത്തിയപ്പോൾ, എന്റെ മൂത്ത മകൻ നിന്ന് കരയുന്നത് ഞാൻ കണ്ടു; അവന്റെ അമ്മയെ ഞാൻ എന്ത് ചെയ്തു എന്നൊന്നും അവന് അറിയുമായിരുന്നില്ല;

ഞാൻ അവനോട് ചോദിച്ചു. "നീ എന്തിനാണ് കരയുന്നത്, മോനെ?"

"ഞാൻ അമ്മയുടെ അടുത്ത് വെച്ചിരുന്ന മൂന്ന് ആപ്പിളുകളിൽ ഒന്ന് എടുത്ത് താഴെ വഴിയിൽ അനിയന്മാരോടൊപ്പം കളിക്കാൻ പോയി. അപ്പോൾ, ഭയങ്കരനായ ഒരു കറുത്ത അടിമ എന്റെ കൈയിൽ നിന്നത് തട്ടിപ്പറിച്ചുകൊണ്ട് ചോദിച്ചു. "നിനക്കെപ്പോഴാണിത് കിട്ടിയത്?"

ഞാൻ പറഞ്ഞു. "എന്റെ അച്ഛൻ ഇതിനായി ബഹുദൂരം യാത്ര ചെയ്ത്, സുഖമില്ലാതെ അമ്മയ്ക്കുവേണ്ടി 'ബസ്രാ'യിൽ നിന്ന് മൂന്ന് ആപ്പിളുകൾ മൂന്നു ദിനാർ കൊടുത്ത് വാങ്ങിച്ചുകൊണ്ടു വന്നതാണ്."

എന്റെ വാക്കുകൾ അവൻ കാര്യമാക്കിയതേയില്ല. ആപ്പിൾ തിരിച്ചു തരുവാനായി ഞാൻ പല പ്രാവശ്യം ആവർത്തിച്ച് ചോദിച്ചിട്ടും അവനത് ചെയ്തില്ലെന്നു മാത്രമല്ല, എന്നെ അടിക്കുകയും കുത്തുകയും ചെയ്ത്, ആപ്പിളുമായി സ്ഥലം വിടുകയും ചെയ്തു! ആപ്പിളിന്റെ പേരിൽ അമ്മ എന്നെ ശകാരിക്കുമോ എന്നാണെന്റെ പേടി; അതുകൊണ്ട്, അമ്മയെ ഭയന്ന്, അനിയന്മാരോടൊപ്പം രാത്രിയാകുന്നതുവരെ ഞാൻ നഗരത്തിന് പുറത്ത് നിൽക്കുകയായിരുന്നു. തീർച്ചയായും അമ്മയെ എനിക്ക് പേടിയുണ്ട്; അള്ളായാണേ, എന്റെ അച്ഛാ, അമ്മയോടിക്കാര്യം പറയല്ലേ, അതവരുടെ അസുഖം വർദ്ധിപ്പിച്ചെങ്കിലോ!"

എന്റെ മകൻ പറഞ്ഞത് കേട്ടപ്പോൾ, ആ അടിമ പറഞ്ഞതെല്ലാം എന്റെ ഭാര്യയുടെ നേരെ നടത്തിയ വൃത്തികെട്ട ദുരാരോപണമാണെന്ന് ഞാൻ മനസ്സിലാക്കി; ഞാനവളെ തെറ്റിദ്ധരിച്ച് കൊല ചെയ്തതാണെന്ന് എനിക്ക് ഉറപ്പായി. ഞാൻ ഭയങ്കര കരച്ചിലായിരുന്നു; അപ്പോൾ ഈ വൃദ്ധൻ, എന്റെ പിതൃ സഹോദരൻ, അവളുടെ അച്ഛൻ, അവിടെ വന്നു. സംഭവിച്ചതെല്ലാം ഞാനദ്ദേഹത്തോട് വിശദീകരിച്ചു. അദ്ദേഹം എന്നോടൊപ്പം ഇരുന്ന്, അസഹ്യമായ വേദനയോടെ ഞങ്ങൾ ഇരുവരും പാതിരാത്രിവരെ കരഞ്ഞു. കഴിഞ്ഞ അഞ്ച് ദിവസങ്ങൾ ഞങ്ങൾ ദുഃഖാചരണത്തിലായിരുന്നു. ഞങ്ങൾ അവൾക്കുവേണ്ടി അഗാധമായി ദുഃഖിച്ചു വിലപിച്ചു. ആ നീഗ്രോ അടിമയുടെ അകാരണമായ അധിക്ഷേപം മൂലം സംഭവിച്ചതാണിത്, ഇങ്ങനെയാണ് ഞാനെന്റെ ഭാര്യയെ വധിക്കാനിടയായത്. അതുകൊണ്ട്, അങ്ങയുടെ പൂർവ്വികരുടെ അന്തസ്സിനെ പിടിച്ച് ഞാൻ ആണയിട്ട് യാചിക്കുകയാണ്, എന്നെ വേഗം കൊല്ലൂ, എന്നെ ശിക്ഷിച്ച് അവൾക്ക് നീതിനൽകൂ, അവളില്ലാതെ ഞാൻ ജീവിക്കാനാഗ്രഹിക്കുന്നില്ല!

അയാളുടെ വാക്കുകൾ കേട്ട് കാലിഫാ അതിശയിച്ചു പോയി; അദ്ദേഹം പറഞ്ഞു. "അള്ളായാണേ, ഈ യുവാവ് മാപ്പ് അർഹിക്കുന്നു. ആ നശിച്ച കാപ്പിരിയെല്ലാതെ മറ്റാരേയും ഞാൻ തൂക്കി കൊല്ലില്ല. മനോവേദന കുറയ്ക്കാനായി ഞാൻ ഒരു കാര്യം ചെയ്യാം, അത് സർവ്വശക്തനായ 'രാജാവി'നേയും സന്തോഷിപ്പിക്കും" - നേരം പുലരാറായെന്ന് ഷാഹ്രസാദ് മനസ്സിലാക്കി, തനിക്ക് കഥ പറയാനനുവദിക്കപ്പെട്ട സമയം കഴിഞ്ഞെന്നും.

ഇരുപതാം രാവ്

ഓ, കീർത്തിമാനായ രാജാവേ, താൻ ആ നീഗ്രോ അടിമയെയല്ലാതെ മറ്റാരേയും വധിക്കില്ലെന്നും, ഈ യുവാവ് മാപ്പ് അർഹിക്കുന്നുണ്ടെന്നും കാലിഫാ ശപഥം ചെയ്തു; പിന്നെ ജാഫറിനു നേരെ തിരിഞ്ഞ് പറഞ്ഞു. "ഈ കുഴപ്പത്തിനെല്ലാം കാരണക്കാരനായ ആ ശപിക്കപ്പെട്ട അടിമയെ എന്റെ മുന്നിൽ ഹാജരാക്കൂ. മൂന്നു ദിവസത്തിനകം ഹാജരാക്കിയില്ലെങ്കിൽ അവന് പകരം നിങ്ങളെ ആയിരിക്കും കൊല്ലുക."

ജാഫർ കരഞ്ഞുകൊണ്ട് നടന്നകന്നു; അയാൾ ആത്മഗതമായി പറഞ്ഞു. "രണ്ട്, വധശിക്ഷകൾ ഇതിനകം എന്നെ പിടികൂടാൻ നോക്കി; എന്നാൽ രക്ഷപ്പെട്ടു. ഇക്കാര്യത്തിൽ കൗശലവും തന്ത്രവും പ്രയോജനപ്പെടുമെന്ന് തോന്നുന്നില്ല. പക്ഷേ, ആദ്യത്തെ പ്രാവശ്യം എന്റെ ജീവൻ കാത്തു രക്ഷിച്ചവൻ രണ്ടാം പ്രാവശ്യവും കാത്തു രക്ഷിക്കും. അല്ലായാണേ അടുത്ത മൂന്നു ദിവസം ഞാൻ വീട്ടിൽ നിന്ന് പുറത്ത് പോകില്ല. 'അവൻ' സത്യം തെളിയിക്കട്ടെ!"

അങ്ങനെ മൂന്നു ദിവസം അദ്ദേഹം വീട്ടിൽ തന്നെ കഴിച്ചു കൂട്ടി; നാലാം ദിവസം അദ്ദേഹം 'ഖാസി'മാരെയും സാക്ഷിമാരേയും വിളിച്ചു വരുത്തി ഒസ്യത്തും സമ്മതപത്രവുമെല്ലാം തയ്യാറാക്കി, കണ്ണീരൊഴുക്കിക്കൊണ്ട് മക്കളോട് യാത്ര പറഞ്ഞു. അപ്പോഴേക്കും കാലിഫായുടെ ദൂതൻ അവിടെ എത്തി അദ്ദേഹത്തോട് പറഞ്ഞു. "വിശ്വാസികളുടെ നേതാവ് ഭയങ്കര കോപത്തിലാണ്. നിങ്ങളെ പോയി കാണാൻ എന്നെ വിട്ടിരിക്കയാണ്. ആ കാപ്പിരി അടിമയെ ഹാജരാക്കിയില്ലെങ്കിൽ ഇന്ന് നിങ്ങളെ തൂക്കി കൊല്ലുമെന്നാണ് ശപഥം ചെയ്തിട്ടുള്ളത്."

ഇതുകേട്ട് ജാഫർ കരഞ്ഞു. വീട്ടിലുണ്ടായിരുന്ന മക്കളും അടിമകളും മറ്റെല്ലാവരും കരഞ്ഞു. തന്റെ ഏറ്റവും ഇളയ പുത്രിയോടൊഴിച്ച് മറ്റെല്ലാവരോടും അദ്ദേഹം യാത്ര പറഞ്ഞു; പിന്നീട് അവളോട് ഒറ്റയ്ക്ക് യാത്ര പറയാനായി ചെന്നു; അദ്ദേഹത്തിന് ഈ സുന്ദരി കുഞ്ഞിനോട് അത്രയ്ക്ക് ഇഷ്ടമാണ്, മറ്റെല്ലാ മക്കളേക്കാളേറെ! അവളെ അദ്ദേഹം മാറോടണച്ച് ചുംബിച്ചു, വിട പറയുമ്പോൾ കഠിനമായ വേദനയോടെ പൊട്ടിക്കരഞ്ഞു. അവളുടെ ഉടുപ്പിനുള്ളിൽ എന്തോ ഉരുണ്ട സാധനം തടഞ്ഞപ്പോൾ അദ്ദേഹം അവളോട് അതെന്തെന്ന് ചോദിച്ചു.'ഓ, അച്ഛാ," അവൾ മറുപടി നൽകി. "അതൊരാപ്പിളാണ്; നമ്മുടെ ദൈവത്തിന്റെയും കാലിഫായുടേയും പേര് അതിൽ എഴുതിയിരിക്കുന്നു. 'റെയ്ഹാൻ', നമ്മുടെ അടിമ നാല് ദിവസം മുമ്പാണത് എനിക്ക് കൊണ്ടുവന്ന് കാണിച്ചത്. അതിന് രണ്ട് ദിനാർ കൊടുക്കുന്നതുവരെ അതെനിക്കവൻ തന്നില്ല."

അടിമയെക്കുറിച്ചും ആപ്പിളിനെക്കുറിച്ചും പറയുന്നതു കേട്ട് ജാഫർ ആഹ്ലാദത്തോടെ കുഞ്ഞിന്റെ പോക്കറ്റിൽ കൈയിട്ടു; ആപ്പിൾ പുറത്തെടുത്ത് ആനന്ദത്തോടെ പറഞ്ഞു. "ഓ, നിഷ്പ്രയാസം കുഴപ്പം അകറ്റുന്നവൻ!"

പിന്നെ അടിമയെ കൊണ്ടു വരുവാനായി അദ്ദേഹം ഉത്തരവ് നൽകി. "നിനക്ക് ലജ്ജയില്ലേ, ഛീ, റെയ്ഹൻ! എപ്പോഴാണ് നിനക്ക് ഈ ആപ്പിൾ കിട്ടിയത്?" "ഈ ആപ്പിൾ ഞാൻ അങ്ങയുടെ കൊട്ടാരത്തിൽ നിന്ന് കട്ടതല്ല, വിശ്വാസികളുടെ നേതാവിന്റെ തോട്ടങ്ങളിൽ നിന്ന് പറിച്ചതുമല്ല.

സത്യം എന്താണെന്നുവെച്ചാൽ, ഈ നഗരത്തിലെ ഒരു ഇടവഴിയിലൂടെ ഞാൻ നടക്കവെ, ചില കുട്ടികൾ അവിടെ കളിക്കുന്നത് കണ്ടു. അവരിൽ ഒരുവന്റെ കൈയിൽ ഈ ആപ്പിൾ ഉണ്ടായിരുന്നു. ഞാനത് അവന്റെ കൈയിൽ നിന്ന് തട്ടിപ്പറിക്കുകയും, അവനെ തല്ലുകയും ചെയ്തു. അപ്പോൾ അവൻ കരഞ്ഞുകൊണ്ട് പറഞ്ഞു. "ഓ, യുവാവേ, ഈ ആപ്പിൾ എന്റെ അമ്മയുടേതാണ്, രോഗിണിയാണവർ. തനിക്ക് ആപ്പിൾ കഴിക്കാൻ കൊതിയാകുന്നെന്ന് അമ്മ അച്ഛനോട് പറഞ്ഞു. അങ്ങനെ അദ്ദേഹം 'ബസ്രാ'യ്ക്ക് യാത്ര ചെയ്ത്, മൂന്ന് സ്വർണ്ണനാണയം കൊടുത്ത് അവിടന്ന് മൂന്ന് ആപ്പിളുകൾ വാങ്ങിച്ചു. അതിലൊന്ന് ഞാൻ കളിക്കാനായി എടുത്തുകൊണ്ടു വന്നതാണ്."

"അവൻ പിന്നെയും കരഞ്ഞുകൊണ്ടിരുന്നു; എന്നാൽ, ഞാനത് കാര്യമാക്കാതെ ആപ്പിളും കൊണ്ട് ഇങ്ങോട്ടു പോന്നു. നമ്മുടെ കൊച്ചു 'മഹതി' രണ്ട് 'ദിനാറി'ന് അതെന്നിൽ നിന്നും വാങ്ങിച്ചു.അതാണ് കഥ."

ജാഫർ അവന്റെ വാക്കുകൾ കേട്ടപ്പോൾ, ആ യുവതിയുടെ കൊലപാതകവും ഈ ദുരിതങ്ങളുമെല്ലാം തന്റെ അടിമ മൂലമാണ് ഉണ്ടായതെന്ന് ആശ്ചര്യത്തോടെ ഓർത്തു. തന്റെ മോചനത്തിൽ മന്ത്രി ആഹ്ലാദിച്ചെങ്കിലും തന്റെ അടിമയുടെ ഗതിയോർത്ത് ദുഃഖിച്ചു.

അദ്ദേഹം അടിമയുടെ കൈപിടിച്ച് നടത്തി, കാലിഫായുടെ മുന്നിലെത്തി; നടന്ന കഥ ആദ്യം മുതൽ അവസാനം വരെ വിവരിച്ചുകൊടുത്തു. കാലിഫാ വല്ലാതെ ആശ്ചര്യപ്പെട്ടുപോയി. അദ്ദേഹം തല തല്ലി ചിരിച്ചു. ആ കഥ രേഖപ്പെടുത്തി, ജനങ്ങൾക്കിടയിൽ പ്രസിദ്ധപ്പെടുത്തണമെന്നദ്ദേഹം ആജ്ഞാപിച്ചു.

എന്നാൽ ജാഫർ പറഞ്ഞു."ആശ്ചര്യപ്പെടേണ്ട, ഓ, വിശ്വാസികളുടെ നേതാവേ, എന്തുകൊണ്ടെന്നാൽ, അത് ഈജിപ്റ്റിലെ വസീർ നൂർഅൽദീൻ'ന്റെയും സഹോദരൻ ഷാംസ് അൽദീൻ മുഹമ്മദി'ന്റെയും ചരിത്രത്തേക്കാൾ ആശ്ചര്യകരമല്ല." കാലിഫാ പറഞ്ഞു. "പറയൂ ആ ചരിത്രം; എന്നാൽ, ഇതിനേക്കാൾ വിചിത്രമായി മറ്റെന്തുണ്ട്?"

ജാഫർ മറുപടി നല്കി. "ഓ, വിശ്വസ്തരുടെ നേതാവേ, അങ്ങ് എന്റെ അടിമയ്ക്ക് മാപ്പ് കൊടുക്കുമെന്ന വ്യവസ്ഥ ചെയ്താലേ ഞാൻ ആ കഥ പറയുകയുള്ളൂ."

"മൂന്ന് ആപ്പിളി'ന്റെ കഥയേക്കാൾ അതിശയകരമാണ് ആ കഥയെങ്കിൽ ഞാനവന്റെ ജീവൻ വിട്ടു തരാം; അല്ലെങ്കിൽ ഞാൻ നിങ്ങളുടെ അടിമയെ തീർച്ചയായും വധിക്കും."

- അങ്ങനെ ജാഫർ കഥ പറയാൻ തുടങ്ങി.

നൂർ അൽദീൻ അലിയുടെയും മകന്റെയും കഥ

ഓ, വിശ്വാസികളുടെ നേതാവേ, പണ്ടു കാലത്ത് നീതിമാനും ഉദാരമതിയുമായൊരു സുൽത്താൻ ഈജിപ്ത് ഭരിച്ചിരുന്നു. അദ്ദേഹം ദരിദ്രരായ ഈശ്വരവിശ്വാസികളെ സ്നേഹിച്ചു, മതപണ്ഡിതരോടും 'ഉലേമ'മാരോടു മൊപ്പം ധാരാളം സമയം ചിലവഴിച്ചു. ഭരണകാര്യങ്ങളിൽ

അതിനിപുണനായ, ബുദ്ധിമാനും അനുഭവസമ്പന്നനുമായ ഒരു വ്യക്തിയായിരുന്നു അദ്ദേഹത്തിന്റെ മന്ത്രി. വളരെ പ്രായമുള്ളൊരാളായിരുന്നു ഈ മന്ത്രി. ചന്ദ്രനെ പോലെ ശോഭിക്കുന്ന രണ്ട് പുത്രന്മാർ അദ്ദേഹത്തിന് ഉണ്ടായിരുന്നു. അഴകിലും അംഗലാവണ്യത്തിലും അവരെ വെല്ലുന്ന ഒരു മനുഷ്യനെ ആരും ഒരിക്കലും, കണ്ടിട്ടില്ല. മൂത്തവന്റെ പേര് 'ഷംസ് അൽദീൻ മുഹമ്മദ് എന്നും, ഇളയവന്റെ പേര് നൂർ അൽദീൻ അലി എന്നുമാണ്. എന്നാൽ, അന്തസ്സുറ്റ പെരുമാറ്റത്തിലും, സുഖകരമായ സംഭാഷണരീതിയിലും ഇളയവൻ മൂത്തവനെ കവച്ചുവെച്ചു. അതുകൊണ്ട് അവന്റെ പേരും പ്രശസ്തിയും വിദൂര ദേശങ്ങളിൽ പോലും വ്യാപിച്ചു; അവനെ കാണാനായി നാനാരാജ്യങ്ങളിൽ നിന്നും ജനങ്ങൾ ഈജിപ്തിലേക്ക് പ്രവഹിച്ചു.

കാലം കടന്നുപോയി; വൃദ്ധനായ അവരുടെ പിതാവ്, മന്ത്രി മൃതിയടഞ്ഞു. അദ്ദേഹത്തിന്റെ മരണത്തിൽ രാജാവ് അഗാധമായി ഖേദിച്ചു; മന്ത്രിയുടെ രണ്ട് മക്കളെയും സുൽത്താൻ തന്റെ സന്നിധിയിലേക്ക് വിളിപ്പിച്ച്, അവർക്ക് ബഹുമതി ചിഹ്നമായ വസ്ത്രങ്ങൾ നൽകിക്കൊണ്ട് പറഞ്ഞു. "നിങ്ങൾ വ്യാകുലപ്പെടരുത്; നിങ്ങൾ സ്വന്തം അച്ഛന്റെ ചുമതലകൾ ഏറ്റെടുക്കണം, ഈജിപ്തിന്റെ മന്ത്രിമാർ ആകണം,"

അതുകേട്ട് അവർ ആഹ്ലാദിച്ചു; രാജാവിനു മുന്നിൽ നിലത്ത് ചുംബിച്ച് ബഹുമാനം പ്രകടിപ്പിച്ചു. ഒരു മാസം ആചാരപ്രകാരമുള്ള ദുഃഖാചരണം അവർ അച്ഛനുവേണ്ടി അനുഷ്ഠിച്ചു. അതിനുശേഷം അവർ സചിവാലയത്തിൽ പ്രവേശിച്ചു. അവരുടെ അച്ഛന്റെ അധികാരങ്ങളെല്ലാം അവർക്ക് കൈമാറപ്പെട്ടു. ഓരോ ആഴ്ച അവർ മാറി മാറി ഡ്യൂട്ടി ചെയ്തു. ഒരേ വീട്ടിലാണവർ താമസിച്ചിരുന്നത്; ഐക്യത്തിലാണവർ സംസാരിച്ചതും പ്രവർത്തിച്ചതും. സുൽത്താന്റെ യാത്രവേളയിൽ അവർ മാറിമാറി അദ്ദേഹത്തെ സേവിച്ചു.

പിറ്റേന്ന് രാവിലെ ഒരു രാത്രി സുൽത്താൻ തന്റെ യാത്രയെക്കുറിച്ച് അവരെ അറിയിച്ചു. മൂത്തവന്റെ ഊഴമായിരുന്നു ആ യാത്ര. അവൻ തന്റെ സഹോദരനുമായി സംഭാഷണത്തിലേർപ്പെട്ടിരിക്കവെ അഭിപ്രായപ്പെട്ടു. "ഓ, എന്റെ അനിയാ, നമ്മൾ ഇരുവരും വിവാഹിതരാകണമെന്നാണ് എന്റെ ആഗ്രഹം. സഹോദരിമാരെ ആയിരിക്കണം വിവാഹം കഴിക്കേണ്ടത്; ഒരേ രാത്രി ആയിരിക്കണം നമ്മുടെ ആദ്യമധുവിധു രാത്രി!"

"ശരി,നിന്റെ ഇഷ്ടപ്രകാരം ചെയ്തോളൂ, ചേട്ടാ" ഇളയവൻ മറുപടി നല്കി. "നീ പറയുന്നതെന്തായാലും തീർച്ചയായും ഞാനനുസരിക്കും."

അങ്ങനെ അക്കാര്യത്തിലവർ യോജിച്ചു. ഷംസ് അൽദീൻ പറഞ്ഞു. "അള്ളായുടെ കല്പന പ്രകാരം നമ്മൾ ഓരോ യുവതികളെ ഒരേ ദിവസം വിവാഹം ചെയ്യുകയും, ഒരേ രാത്രി ഇരുവരും ഗർഭം ധരിക്കുകയും ചെയ്താൽ, അള്ളായുടെ സമ്മതത്തോടെ നിന്റെ ഭാര്യ നിനക്കൊരു ആൺകുട്ടിയേയും, എന്റെ ഭാര്യ എനിക്കൊരു പെൺകുട്ടിയേയും നല്കിയാൽ, അവരെ ഇരുവരെയും നമ്മൾക്ക് വിവാഹം കഴിപ്പിക്കണം. കാരണം, അവർ കസിൻമാരാണല്ലൊ."

നൂർ അൽദീൻ ചോദിച്ചു. "ഓ, എന്റെ ചേട്ടാ, എന്റെ മകനിൽ നിന്ന് 'മഹ്ർ' ആയി എന്താണ് നിങ്ങൾ പ്രതീക്ഷിക്കുന്നത്?" ഷംസ് അൽദീൻ

മറുപടി നല്കി. “മൂവ്വായിരം ദിനാറും, മൂന്ന് വിനോദ ഉദ്യോഗങ്ങളും, മൂന്ന് ‘ഫാമു’കളും ഞാൻ എടുക്കും. ആ യുവാവ് ഇതിൽ കുറഞ്ഞൊരു ‘മഹ്റി’ന് കരാറുണ്ടാകുന്നത് ഉചിതമല്ല.”

ഇത്രയും വലിയൊരു അവകാശപ്പെടൽ കേട്ട് നൂർ അൽ ദീൻ പറഞ്ഞു. “എന്ത് തരം ‘മഹ്ർ’ ആണ് ചേട്ടൻ എന്റെ മേൽ അടിച്ചേൽപ്പിക്കാൻ പോകുന്നത്? നമ്മൾ സഹോദരന്മാരും, അള്ളായുടെ കൃപയാൽ തുല്യ അധികാരമുള്ള മന്ത്രിമാരുമാണെന്ന് നിങ്ങൾക്കറിയില്ലേ? യാതൊരു കരാർ വ്യവസ്ഥയും കൂടാതെ നിങ്ങളുടെ മകളെ എന്റെ മകന് വിവാഹം ചെയ്തു തരേണ്ടതാണ്; വേണമെങ്കിൽ തന്നെ, ലോകത്തിന് കാണിക്കാൻ വേണ്ടി പേരിനൊരു തുക ‘മഹ്ർ’ ആയി കാണിക്കണം. കാരണം, നിങ്ങൾ ക്കറിയാമല്ലൊ പുരുഷനാണ് സ്ത്രീയേക്കാൾ മേന്മയുള്ളത്; എന്റെ മകൻ ഒരു പുരുഷനാണ്, നമ്മുടെ ഓർമ്മ നിലനിർത്തേണ്ടവൻ അവനാണ്, നിങ്ങളുടെ മകൾ അല്ല.”

“എന്നാൽ, എന്ത്?” ഷംസ് അൽദീൻ ചോദിച്ചു.” അവൾക്കൊരു വിലയുമില്ലേ?”

നൂർ അൽദീൻ തുടർന്നു.“ ഈ ലോകത്തെ പ്രഭുക്കന്മാർക്കിടയിൽ അവളിലൂടെയല്ല നമ്മൾ ഓർക്കപ്പെടാൻ പോകുന്നത്.” ഷംസ് അൽദീൻ പറഞ്ഞു. “മതി! എന്റെ മകളെ നിന്റെ മകനേക്കാൾ താഴെക്കിടയിൽ നിർത്തിക്കൊണ്ട് നീ എന്നെ അപമാനിക്കയാണ്. നീ ഏറ്റവും നീചമായ രീതിയിലാണ് കാര്യങ്ങൾ മനസ്സിലാക്കുന്നത്; നിനക്ക് മര്യാദയോടെ പെരുമാറാനറിയില്ല. മന്ത്രിസ്ഥാനത്തെക്കുറിച്ച് ഞാൻ ഓർത്തു പോകുക യാണ്, നിന്നോട് ദയ തോന്നിയതിനാൽ മാത്രമാണ് മന്ത്രി പദവി പങ്കു വെക്കാൻ ഞാൻ നിന്നെ അനുവദിച്ചത്; ഒരു ‘അസ്സിസ്റ്റണ്ട്’ എന്ന നിലയ്ക്ക് നീ എന്നെ സഹായിക്കുവാൻ. എന്നാൽ, നീ ഈ രീതിയിലാണ് എന്നോട് സംസാരിക്കുന്നതെങ്കിൽ, അള്ളായാണേ, എന്റെ മകളെ കൊണ്ട് നിന്റെ മകനെ ഒരിക്കലും വിവാഹം കഴിപ്പിക്കില്ല. അവളുടെ തൂക്കത്തിനുള്ളത്ര സ്വർണ്ണം തന്നാൽ പോലും!”

ചേട്ടന്റെ വാക്കുകൾ കേട്ട് നൂർ അൽദീൻ കോപത്തോടെ തിരിച്ചടിച്ചു. “ഞാനും തീരുമാനിച്ചു, ഒരിക്കലും എന്റെ മോനെ കൊണ്ട് നിങ്ങളുടെ മകളെ വിവാഹം കഴിപ്പിക്കില്ല, മരിച്ചാലും ശരി”

ഷംഷ് അൽദീൻ മറുപടി നൽകി. “അവളുടെ ഭർത്താവായി ഞാന വനെ സ്വീകരിക്കില്ല, അവളുടെ നഖത്തുണ്ടിന്റെ വില പോലും അവനില്ല. എനിക്കിപ്പോൾ യാത്ര ചെയ്യേണ്ടതുള്ളതിനാൽ ഞാൻ ഒന്നും ചെയ്യു ന്നില്ല; അല്ലെങ്കിൽ കാണിച്ചു തന്നേനെ. എന്തായാലും ഞാൻ തിരിച്ചു വരുമ്പോൾ നിനക്ക് കാണാം; എന്റെ അന്തസ്സ് എങ്ങനെ പ്രകടിപ്പി ക്കാമെന്നും, അപമാനിച്ചതിന് എങ്ങനെ പ്രതികാരം ചെയ്യുമെന്നും ഞാൻ കാണിച്ചു തരാം. എല്ലാം അള്ളായുടെ ഇഷ്ടത്തിനനുസരിച്ച് നടക്കട്ടെ.”

ചേട്ടന്റെ ഇപ്രകാരമുള്ള വാക്കുകൾ കേട്ട് നൂർ അൽദീൻ ക്രോധം കൊണ്ട് ജ്വലിച്ചു. എന്നാൽ, അയാൾ എല്ലാം മറച്ചുപിടിച്ച് മിണ്ടാതിരുന്നു. രണ്ട് സഹോദരന്മാരും അന്നുരാത്രി ഉറങ്ങിയത് ദൂരെയുള്ള മുറികളിലാ യിരുന്നു. അവർ അന്യോന്യം കുപിതരായിരുന്നു.

നേരം പുലർന്ന ഉടനെ സുൽത്താൻ യാത്ര ആരംഭിച്ചു; ‘കയറൊ’വിൽ നിന്ന്‘ജീസ’യിലെത്തി, പിരമിഡുകളിലേക്ക് പോയി. വസീർ ഷംഷ്

അൽദീനായിരുന്നു സുൽത്താനെ അനുഗമിച്ചിരുന്നത്, അത് അയാളുടെ ഊഴമായിരുന്നല്ലോ. അയാളുടെ അനിയനാകട്ടെ തലേന്ന് ഭയങ്കര കോപത്തിലായിരുന്നെങ്കിലും, സമാധാനത്തോടെ രാവിലെ എഴുന്നേറ്റ് പ്രാർത്ഥനയിൽ മുഴുകി.

പിന്നീട്, അയാൾ സ്വന്തം പണപ്പെട്ടിയിൽ നിന്ന് സ്വർണ്ണ നാണ്യങ്ങൾ എടുത്ത് ഏതാനും കൊച്ചു സഞ്ചികളിലാക്കി, തന്റെ ചേട്ടന്റെ ഭീഷണിയും പുച്ഛവും ഓർത്തുകൊണ്ടയാൾ ഒരു കവിതാശകലം പാടി. അതിനുശേഷം തന്റെ പരിചാരകരിൽ ഒരാളെ വിളിച്ച് തന്റെ 'നൂബിയൽ' പെൺകഴുതയെ യാത്രയ്ക്ക് സജ്ജമാക്കാൻ ഉത്തരവിട്ടു. വർണ്ണശബളമായ പുള്ളികളുള്ള ചാരനിറമാണവളുടേത്; ചെവികൾ മുളവടി പോലെയും, കാലുകൾ തൂണുകൾ പോലെയും മുതുക് ഗോപുരം പോലെയുമാണ്! സുവർണ്ണ കസവുള്ള തുണി കൊണ്ടാണ് ജീനി; ചവുട്ടുപടി ഇന്ത്യൻ സ്റ്റീലുകൊണ്ടു ണ്ടാക്കിയിട്ടുള്ളതാണ്, ഇരിപ്പിടം വെൽവെറ്റും! ചുരുക്കത്തിൽ കല്യാണ രാത്രിയിലെ വധുവിനെപ്പോലുണ്ടവൾ!

അതിനു പുറമെ, അവളുടെ പുറത്ത് ഒരു സിൽക്ക് തുണി വിരിക്കാനായി അയാൾ ഉത്തരവ് നൽകി, അതോടൊപ്പം ഒരു നിസ്കാര കാർപ്പെറ്റും. ഇവയ്ക്കടിയിലാണയാൾ പണസഞ്ചിവെച്ചത്. അത്രയും ചെയ്തശേഷം അയാൾ പരിചാരകരെയും വേലക്കാരേയും വിളിച്ച് പറഞ്ഞു. ഞാൻ നഗരത്തിന് പുറത്ത് ഒരു ഉല്ലാസയാത്രയ്ക്ക് പോകുകയാണ്, കല്യൂബ് പട്ടണത്തിലേക്കുള്ള റോഡിലൂടെയായിരിക്കും യാത്ര. മൂന്ന് രാത്രികൾ ഞാൻ പുറത്തായിരിക്കും; അതുകൊണ്ട് നിങ്ങളാരും എന്നെ പിൻതുടരരുത്. കാരണം, എനിക്കെന്റെ മനസ്സ് സംശുദ്ധമാക്കാനുണ്ട്."

പിന്നെ ധൃതിയിൽ അയാൾ കഴുതപ്പുറത്തേറി യാത്രപുറപ്പെട്ടു. യാത്രയിൽ കഴിക്കാനുള്ള ആഹാരപദാർത്ഥങ്ങൾ അയാൾ കൈയിൽ കരുതിയിരുന്നു; കയറൊവിൽ നിന്ന് പുറപ്പെട്ട്, ചുറ്റുപാടുമുള്ള കൃഷി ചെയ്യാത്ത, തുറന്ന സ്ഥലത്തിലൂടെയായിരുന്നു പോക്ക്. ഉച്ചയായപ്പോൾ 'ബിൽ ബെയ്സ്' നഗരത്തിൽ പ്രവേശിച്ചു. അവിടെ അയാൾ കഴുതപ്പുറത്തു നിന്നും താഴെ ഇറങ്ങി; അയാളും കുതിരയും കുറച്ചുനേരം വിശ്രമിച്ചു. അയാൾ കൂടെകൊണ്ടുവന്നിരുന്ന ഭക്ഷണം കഴിച്ചു. അയാൾ ബിൽ ബെയ്സിൽ വെച്ച് തനിക്കാവശ്യമുള്ള കുറെ സാധനങ്ങളും കഴുതയ്ക്കു വേണ്ടി തീറ്റിയും വാങ്ങിച്ചു; പിന്നെ തരിശുഭൂമിയിലൂടെ യാത്ര പുനരാരംഭിച്ചു.

രാത്രിയായപ്പോൾ അയാൾ സാദിയാഹ് എന്ന ഒരു പട്ടണത്തിൽ പ്രവേശിച്ചു; അവിടെ ഇറങ്ങി, കൊണ്ടുവന്നിരുന്ന കുറച്ച് ഭക്ഷണം കഴിച്ചു. അതിനുശേഷം സിൽക്ക് തുണി മണലിൽ വിരിച്ച് പണസഞ്ചികൾ അതിന്നടിയിൽ വെച്ച്, തുറസ്സായ സ്ഥലത്ത് കിടന്നുറങ്ങി. അപ്പോഴും അയാളുടെ ദേഷ്യം ശമിച്ചിരുന്നില്ല. പ്രഭാതമായപ്പോൾ അയാൾ എഴുന്നേറ്റ് മുന്നോട്ടുള്ള യാത്ര തുടർന്നു, ഒടുവിൽ വിശുദ്ധനഗരമായ ജെറുസലേമിൽ എത്തി, അവിടെ നിന്ന് അലിപ്പൊ'യിലും. അവിടെ ഒരു സാർത്ഥവാഹക കേന്ദ്രത്തിൽ അയാൾ ഇറങ്ങി, മൂന്നു ദിവസം താനും കഴുതയും വിശ്രമിക്കട്ടെ എന്നയാൾ ഉറപ്പിച്ചു; പരിസരങ്ങളിലൊന്ന് കറങ്ങിയടിക്കണം. പിന്നീട് ഒരു ദീർഘയാത്ര നടത്താമെന്ന തീരുമാനത്തിൽ, അള്ളാ

തനിക്ക് സംരക്ഷണം നൽകുമെന്ന വിശ്വാസത്തിൽ അയാൾ വീണ്ടും യാത്ര ആരംഭിച്ചു. എന്നാൽ, എവിടേക്കാണ് താൻ പോകുന്നതെന്ന യാൾക്ക് ഒരു രൂപവുമില്ലായിരുന്നു. ചില കച്ചവട സംഘത്തോടൊപ്പം ചേർന്ന് അയാൾ ബസ്രാനഗരത്തിലെത്തി; എന്നാലും ആ സ്ഥലം ഏതാണെന്ന് അയാൾക്കറിയില്ലായിരുന്നു. അയാൾ അവിടെ ഇറങ്ങിയപ്പോൾ നല്ല ഇരുട്ടായിരുന്നു. അയാൾ പ്രാർത്ഥനാ കാർപ്പെറ്റും അതിന്നിടയിലെ പണസഞ്ചികളും കഴുതപ്പുറത്തുനിന്നെടുത്ത്, കഴുതയെ കാവൽക്കാരന്റെ ചുമതലയിൽ വിട്ടു; കഴുതയെ പുറത്തു കൊണ്ടു പോയി കുറച്ച് സമയം നടത്തുവാനയാൾ കാവൽക്കാരനോട് പറഞ്ഞു; അവൻ അപ്രകാരം ചെയ്തു. സന്ദർഭവശാൽ ആ സമയത്ത് ബസ്രവസീർ അതിന്നടുത്തുള്ള തന്റെ കൊട്ടാരത്തിലെ ജനാലയിലൂടെ പുറത്തേക്ക് നോക്കി ഇരിക്കുകയായിരുന്നു. അപ്പോൾ, ആ കാവൽക്കാരൻ കഴുതയെ അങ്ങോട്ടും ഇങ്ങോട്ടും നടത്തുന്നത് വസീർ കണ്ടു. ആ കഴുതയുടെ വിലപിടിച്ചുള്ള അലങ്കാരങ്ങൾ കണ്ട്, അത് മന്ത്രിമാരോ, രാജകുടുംബാംഗങ്ങളോ ഉപയോഗിക്കുന്ന വിശിഷ്ട മൃഗമാണെന്നദ്ദേഹത്തിന് തോന്നി. അതിനെ കൂടുതൽ ശ്രദ്ധിച്ച് നോക്കുംതോറും കൂടുതൽ അമ്പരപ്പ് അയാൾക്ക് അനുഭവപ്പെട്ടു. ഒടുവിൽ അയാൾ തന്റെ ഒരു പരിചാരകനെ വിളിച്ച് പറഞ്ഞു. "ആ കാവൽക്കാരനെ ഇങ്ങോട്ട് വിളിച്ചുകൊണ്ടുവരൂ."

പരിചാരകൻ നേരെ പോയി ആ കാവൽക്കാരനെ കൂട്ടിക്കൊണ്ടു വന്നു. കാവൽക്കാരൻ മന്ത്രിയുടെ മുന്നിലെ നിലം ചുംബിച്ച് ഭവ്യതയോടെ നിൽക്കുമ്പോൾ മന്ത്രി അവനോട് ചോദിച്ചു. "ആ കഴുതയുടെ ഉടമ ആരാണ്? ഏത് തരത്തിലുള്ള മനുഷ്യനാണയാൾ ?"

അവൻ മറുപടി നല്കി. "ഓ, എന്റെ പ്രഭോ, നല്ല ഉല്ലാസവാനായൊരു യുവാവാണ് ആ കഴുതയുടെ ഉടമ, സുന്ദരനായൊരു യുവാവ്! ഗൗരവവും അന്തസ്സുമുള്ളവൻ, ഏതെങ്കിലും വ്യാപാരിയുടെ മകനാണെന്നതിൽ സംശയമില്ല."

കാവൽക്കാരന്റെ വാക്കുകൾ കേട്ട മന്ത്രി പെട്ടെന്ന് എഴുന്നേറ്റ്, കുതിരപ്പുറത്തേറി കൂടാരത്തിലെത്തി. അദ്ദേഹം അടുത്തെത്തിയപ്പോൾ നൂർ അൽ ദീൻ എഴുന്നേറ്റ് അദ്ദേഹത്തിനു നേരെ നടന്നുചെന്ന്, സലാം ചെയ്തു. വസീർ അയാളെ ബസ്രായിലേക്ക് സ്വാഗതം ചെയ്തു; കുതിരപ്പുറത്തു നിന്ന് താഴെയിറങ്ങി അയാളെ ആലിംഗനം ചെയ്ത്, അടുത്ത് പിടിച്ചിരുന്നു ചോദിച്ചു." എന്റെ മോനേ, നീ എപ്പോഴാണ് വന്നത്? നീ എന്താണ് അന്വേഷിക്കുന്നത്?"

"എന്റെ പ്രഭോ" നൂർ അൽദീൻ മറുപടി നല്കി. "ഞാൻ 'കയറോ'ന നഗരിയിൽ നിന്നാണ് വരുന്നത്. എന്റെ അച്ഛൻ അവിടത്തെ വസീർ ആയിരുന്നു; പിന്നെ, ആദ്യം മുതൽ അവസാനം വരെ നടന്ന സംഭവങ്ങളെല്ലാം ഈ യുവാവ് വിശദീകരിച്ചു കൊടുത്തു. "ഈ ലോകത്തുള്ള എല്ലാ നാടുകളും നഗരങ്ങളും നടന്നു കണ്ടശേഷമേ ഞാൻ തിരിച്ചു പോകാൻ ഉദ്ദേശിക്കു ന്നുള്ളൂ."

ഇതുകേട്ട് വസീർ അയാളോട് പറഞ്ഞു. "ഓ, എന്റെ മോനേ, 'വികാരത്തിന്റെ ശബ്ദം 'ശ്രദ്ധിക്കരുത്; അല്ലെങ്കിൽ അത് നിന്നെ ഗർത്തത്തിലേക്ക് വലിച്ചെറിയും! ഒരുപാട് പ്രദേശങ്ങൾ മരുഭൂമികളും വിജനസ്ഥലങ്ങളുമാണ്; കാലം പാഴാകുമോ എന്നാണെന്റെ ഖേദം. "

പിന്നെ, അദ്ദേഹം അവന്റെ സഞ്ചികളും, സിൽക്ക് തുണിയും പ്രാർത്ഥനാ കാർപ്പറ്റുകളും കഴുതപ്പുറത്ത് കയറ്റിവെപ്പിച്ച് നൂർ അൽദീനെ സ്വന്തം വീട്ടിലേക്ക് കൊണ്ടുപോയി. നല്ലൊരു വസതിയിൽ അവനെ സുഖമായി പാർപ്പിച്ചു, അന്തസ്സോടെ പെറുമാറി. അവനോടദ്ദേഹത്തിന് അകമഴിഞ്ഞ സ്നേഹവും വാത്സല്യവുമായിരുന്നു.

കുറച്ചു കഴിഞ്ഞ് അദ്ദേഹം അവനോട് പറഞ്ഞു. "ഓ, എന്റെ മോനെ, എത്രയോ വർഷങ്ങളായി ഒരു ആൺകുട്ടി ഇല്ലാതെയാണ് ഞാൻ കഴിയുന്നത്. എന്നാൽ, എനിക്ക് അതിസുന്ദരിയായൊരു പുത്രിയെ അള്ളാ അനുഗ്രിച്ച് നൽകിയിട്ടുണ്ട്. പലരും അവളെ വിവാഹം കഴിക്കാനാഗ്രഹിച്ച് എത്തിയെങ്കിലും, അവർ വളരെ ഉന്നതരായിട്ടും എല്ലാ വിവാഹാലോചനകളും ഞാൻ നിരസിച്ചു. എന്നാൽ, നിന്നോടുള്ള സ്നേഹം എന്റെ ഹൃദയത്തിൽ ചലനങ്ങൾ സൃഷ്ടിച്ചു; അപ്പോൾ നീ പറയൂ, അവളുടെ ഭർത്താവാകാൻ നിനക്ക് സമ്മതമാണോ? എങ്കിൽ ഞാൻ നിന്നെയും കൂട്ടി ബസ്രാ സുൽത്താന്റെ അടുത്തുപോയി പറയാം, നീ എന്റെ സഹോദര പുത്രനാണെന്നും, എന്റെ സ്ഥാനത്ത് വസീർ ആയി നിന്നെ നിയമിക്കണമെന്നും. അള്ളായാണേ, എന്റെ മോനേ, ഞാൻ ദീർഘകാലസേവനത്താൽ തളർന്നിരിക്കുന്നു."

ഈ വാക്കുകൾ കേട്ടപ്പോൾ നൂർ അൽദീൻ ഭവ്യതയോടെ തല കുനിച്ച് മറുപടി നല്കി. " അങ്ങ് പറഞ്ഞത് ഞാൻ അനുസരിക്കുന്നു."

ഇതുകേട്ട് ആഹ്ലാദപൂർവ്വം തന്റെ വേലക്കാരെ വിളിച്ച് നല്ലൊരു സദ്യ തയ്യാറാക്കാനും, വലിയ സമ്മേളന ഹാൾ അലങ്കരിക്കാനും ഉത്തരവ് നൽകി. അവിടെയാണ് പ്രഭുക്കന്മാരുടേയും നാടുവാഴികളുടേയും വിവാഹങ്ങൾ നടത്താറുള്ളത്. അപ്പോൾ തന്നെ അദ്ദേഹം ഉന്നത ഉദ്യോഗസ്ഥന്മാരേയും ബസ്രയിലെ വ്യാപാരികളെയും വിളിച്ചുകൂട്ടി പ്രഖ്യാപിച്ചു.

"എനിക്കൊരു സഹോദരനുണ്ടായിരുന്നു; അദ്ദേഹം ഈജിപ്തിലെ വസീർ ആയിരുന്നു. സർവ്വശക്തനായ അള്ളായുടെ അനുഗ്രഹത്താൽ അദ്ദേഹത്തിന് രണ്ട് പുത്രന്മാർ ജനിച്ചു; എനിക്ക് 'അവൻ' അനുഗ്രഹിച്ചു തന്നത് ഒരു പെൺകുട്ടിയാണെന്ന് നിങ്ങൾക്കറിയാമല്ലൊ. എന്റെ സഹോദരൻ എന്റെ മകളെ അദ്ദേഹത്തിന്റെ ഒരു മകന് വിവാഹം കഴിച്ചു കൊടുക്കുവാൻ എന്നെ ചുമതലപ്പെടുത്തിയിരിക്കയാണ്. ഞാനതിന് സമ്മതിച്ചു. എന്റെ മകൾക്ക് വിവാഹപ്രായമായപ്പോൾ അദ്ദേഹത്തിന്റെ ഒരു മകനെ എന്റെ അരികിലേക്കയച്ചു. അവനിവിടെയുണ്ട്. ആഘോഷപൂർവ്വം അവരുടെ വിവാഹം നടത്തണമെന്ന് ഞാൻ ആഗ്രഹിക്കുന്നു. കാരണം, അവൻ എനിക്കൊരപരിചിതനല്ല, ഏറ്റവും അടുത്തൊരു ബന്ധുവാണ്. വിവാഹശേഷം, അവന് സന്തോഷമാണെങ്കിൽ എന്നോടൊപ്പം താമസിക്കും. അതല്ല അവന് പോകാനാണ് താത്പര്യമെങ്കിൽ, അവനെയും ഭാര്യയേയും അവന്റെ അച്ഛന്റെ വീട്ടിലേക്കയയ്ക്കും." അതിന് എല്ലാവരും മറുപടി നൽകി. "നിങ്ങളുടെ കണക്കുകൂട്ടൽ ശരിയാണ്." അവർ വരനെ നോക്കി; എല്ലാവരും സന്തുഷ്ടി പ്രകടിപ്പിച്ചു. ഉടനെ വസീർ, ഖാസിയേയും, സാക്ഷികളേയും വരുത്തി, വിവാഹക്കരാർ എഴുതിപ്പിച്ചു. അതിനുശേഷം അടിമകൾ അവിടെ സാമ്പ്രാണിയും കുന്തിരിക്കവും പുകച്ചു. അതിഥികൾക്കുമേൽ സുഗന്ധതൈലം തെളിച്ചു; മധുരമുള്ള

ശർബ്ബത്ത് കുടിക്കാനായി നൽകി. അതിനു ശേഷം എല്ലാവരും അവര വരുടേതായ വഴിക്ക് പോയി.

പിന്നെ വസീർ വേലക്കാരെ വിളിച്ച്, നൂർ അൽദീനെ കുളിപ്പി ക്കാനായി അയച്ചു. ഏറ്റവും നല്ലൊരു ഉടുപ്പ് കുളികഴിഞ്ഞ് അണിയാനായി കുളിമുറിയിലേക്ക് കൊടുത്തയയ്ക്കുകയും ചെയ്തു. കുളികഴിഞ്ഞ്, പുതിയ വസ്ത്രമണിഞ്ഞ് വന്നപ്പോൾ അയാൾ പൂർണ്ണചന്ദ്രനെപ്പോലെ ശോഭിച്ചിരുന്നു! അയാൾ തന്റെ കഴുതപ്പുറത്തേക്ക് മന്ത്രിയുടെ കൊട്ടാര ത്തിലേറി പോയി. അവിടെ എത്തിയശേഷം താഴെ ഇറങ്ങി മന്ത്രിയുടെ അടുത്തുചെന്ന്, അദ്ദേഹത്തിന്റെ കൈകളിൽ ചുംബിച്ചു. വസീർ അയാളെ സ്വാഗതം ചെയ്ത് സ്വീകരിച്ചു. - അപ്പോഴേക്കും നേരം പുലരാറായെന്നും, തനിക്ക് കഥ പറയാനനുവദിച്ച സമയം തീർന്നെന്നും ഷാഹ്രസാദ് മനസ്സി ലാക്കി.

ഇരുപത്തിയൊന്നാം രാവ്

അവൾ തുടർന്നു, ഓ, കീർത്തിമാനായ രാജാവേ, വസീർ അയാളെ സ്വാഗതം ചെയ്ത് അടുത്ത് നിന്നുകൊണ്ട് പറഞ്ഞു. "ചെല്ലൂ, ഇന്നുരാത്രി നീ സ്വന്തം ഭാര്യയുടെ അടുത്തേക്ക് പൊയ്ക്കൊള്ളൂ; നാളെ രാവിലെ ഞാൻ നിന്നെ സുൽത്താന്റെ അടുത്തേക്ക് കൊണ്ടുപോകും. അള്ളാ നിനക്ക് എല്ലാവിധ ഐശ്വര്യവും സന്തോഷവും നൽകട്ടെ!"

അപ്രകാരം നൂർഅൽദീൻ തന്റെ ഭാര്യയായ വസീറിന്റെ മകളുടെ അടുത്തേക്ക് പോയി.

അയാളുടെ മൂത്ത സഹോദരൻ ഷംഷ് അൽദീനിന്റെ കാര്യം പറഞ്ഞാൽ, അയാൾ വളരെ നാളുകൾ സുൽത്താനോടൊപ്പം യാത്രയി ലായിരുന്നു; അയാൾ തിരിച്ചെത്തിയപ്പോൾ സ്വന്തം അനിയനെ കാണാൻ കഴിഞ്ഞില്ല. അയാൾ തന്റെ വേലക്കാരോടും അടിമകളോടും അവനെ ക്കുറിച്ചന്വേഷിച്ചു; അവർ മറുപടി നൽകി. "അങ്ങ് സുൽത്താനോടൊപ്പം പോയ അന്നുതന്നെ, ഭംഗിയായി അലങ്കരിച്ച ഒരു കഴുതപ്പുറത്തേറി അദ്ദേഹം പറഞ്ഞു. 'കല്യൂബ് പട്ടണ ഭാഗത്തേക്ക് ഞാൻ പോകുകയാണ്, ഒരു ദിവസം ഞാനിവിടെ ഉണ്ടാകില്ല, പരമാവധി രണ്ട് ദിവസം; കാരണം എനിക്ക് ഹൃദയവേദന അനുഭവപ്പെടുന്നു, നിങ്ങളാരും എന്നെ പിൻതുടരു വാൻ പാടില്ല." അങ്ങനെ അദ്ദേഹം നടന്നകന്നു; അന്നു മുതൽ ഇന്നു വരെ അദ്ദേഹത്തെ കുറിച്ചൊരു വിവരവുമില്ല.

അനിയന്റെ പെട്ടെന്നുള്ള തിരോധാനത്തിൽ ഷംഷ് അൽദീൻ വല്ലാതെ വിഷമിച്ചു. അഗാധമായ ദുഃഖത്തോടെ വിലപിച്ചു. "ഞാൻ, സുൽത്താ നോടൊപ്പം പോകുന്നതിന്റെ തലേന്ന് അവനെ ശാസിക്കുകയും ശകാരി ക്കയും ചെയ്തതുകൊണ്ടു മാത്രമാണ്, അത് സംഭവിച്ചത്. സന്ദർഭ വശാൽ അവന്റെ വികാരങ്ങൾ വ്രണപ്പെടുത്താനത് ഇടയാക്കി; അതു കൊണ്ടാണവൻ ഒരു ദീർഘയാത്രയ്ക്ക് യയ്യാറായത്. എന്നാൽ, ഞാന വനെ അന്വേഷിച്ച് കണ്ടെത്തണം."

അപ്പോൾ അയാൾ നേരെ സുൽത്താന്റെ അടുത്ത് ചെന്ന്, നടന്ന സംഭവങ്ങളെ അദ്ദേഹത്തിന് വിശദീകരിച്ചുകൊടുത്തു. പിന്നെ പല

സ്ഥലത്തേക്കും കത്തുകളും അന്വേഷണങ്ങളും അയച്ചു; എല്ലാ സംസ്ഥാനങ്ങളിലുമുള്ള തന്റെ ഡെപ്യൂട്ടികളെ വിവരമറിയിക്കാനായി ദൂതന്മാരെ വിട്ടു. തന്റെ സഹോദരന്റെ ഇരുപത് ദിവസത്തെ അന്വേഷണ വേളയിൽ നൂർഅൽ ബഹുദൂരം യാത്ര ചെയ്ത് ബസ്രയിൽ എത്തി കഴിഞ്ഞിരുന്നു.

അതുകൊണ്ട്, എത്ര ശുഷ്കാന്തിയോടെ അന്വേഷിച്ചിട്ടും ദൂതന്മാർ യാതൊരു വിവരവും ലഭിക്കാതെ തിരിച്ചെത്തി. അനിയനെ കണ്ടെത്താനാകാത്തതിൽ നിരാശനായ ഷംഷ് അൽദീൻ പറഞ്ഞു. "തീർച്ചയായും, ഞങ്ങളുടെ കുട്ടികളുടെ വിവാഹത്തെക്കുറിച്ച് ഞാൻ പറഞ്ഞത് എല്ലാ അതിർത്തി വരമ്പുകൾക്കുമപ്പുറത്തായിപ്പോയി! ഞാൻ അപ്രകാരം ചെയ്യാതിരുന്നെങ്കിൽ! എന്റെ അവിവേകം കൊണ്ടും അശ്രദ്ധ കൊണ്ടും വന്നതാണിതെല്ലാം.

ഇതിനുശേഷം വേഗം തന്നെ കയ്റോയിലെ ഒരു വൻവ്യാപാരിയുടെ പുത്രിയെ അയാൾ വിവാഹം കഴിച്ചു, അവളോടൊപ്പം താമസമാക്കി. വിചിത്രമെന്നു പറയട്ടെ, അതേ രാത്രി തന്നെയാണ് ഷംഷ് അൽദീൻ തന്റെ വിവാഹശേഷം ഭാര്യയോടൊപ്പം താമസം തുടങ്ങിയതും! സർവ്വശക്തനായ അള്ളായുടെ ഹിതം തന്നെ! തന്റെ സൃഷ്ടികൾക്ക് വിധി നിശ്ചയിക്കുന്നത് അവൻ ആണല്ലോ. അതിനു പുറമെ ആ ഇരുസഹോദരന്മാരും പറഞ്ഞതുപോലെ, അതേ രാത്രി ഇരുവരുടേയും ഭാര്യമാർ ഗർഭിണികളായി! ഇരുവരും പ്രസവിച്ചതും ഒരേ ദിവസം തന്നെ. ഈജിപ്ത് വസീർ 'ഷംഷ് അൽദീൻ'ന്റെ ഭാര്യ ഒരു പെൺകുട്ടിയെ പ്രസവിച്ചു; ഇത്രയും സുന്ദരിയായൊരു കുഞ്ഞിനെ ഒരിക്കലും കയറൊ'യിൽ കണ്ടിട്ടില്ല! 'നൂർ അൽദീനി'ന്റെ ഭാര്യ ഒരു ആൺകുട്ടിയേയാണ് പ്രസവിച്ചത്. അവന്റെ കാലത്ത് അത്രയും അഴകുള്ളൊരു കുട്ടിയെ ആരും കണ്ടിട്ടേയില്ല!

അവർ ആൺകുട്ടിക്ക് ബദർ അൽദീൻ ഹസൻ എന്ന് പേരിട്ടു. ബസ്ര വസീർ ആയ അവന്റെ മുത്തച്ഛൻ അവനിൽ അതീവസന്തുഷ്ടനായിരുന്നു. ജനിച്ചതിന്റെ ആറാം ദിവസം നല്ല കലാപരിപാടിയും, ഉഗ്രൻ സദ്യയും ഉണ്ടായിരുന്നു, രാജകുമാരന്മാർക്ക് കൊടുക്കുന്ന വിരുന്നിനെ അത് അനുസ്മരിപ്പിച്ചു. പിന്നെ 'നൂർ അൽദീനി'നെയും കൂട്ടി അദ്ദേഹം സുൽത്താനെ കാണാൻപോയി. വസീറിന്റെ മരുമകൻ രാജാവിന്റെ മുന്നിലെ നിലത്ത് ചുംബിച്ചശേഷം രാജാവിനെ പ്രശംസിച്ചുകൊണ്ടൊരു ഗാനശകലം ആലപിച്ചു.

സുൽത്താൻ അവരെ ആദരിക്കാനായി എഴുന്നേറ്റു, നൂർ അൽദീനിന്റെ ഔപചാരികമായ സ്തുതി വചനത്തിന് നന്ദി രേഖപ്പെടുത്തികൊണ്ട് വസീറിനോട് ചോദിച്ചു. "ആരായിരിക്കാം ഈ യുവാവ്?" മന്ത്രി സഹോദരകഥ തുടക്കം മുതൽ അവസാനം വരെ വിവരിച്ചു കൊടുത്തു.

സുൽത്താൻ പറഞ്ഞു. "എങ്ങനെ അവൻ നിന്റെ സഹോദര പുത്രനായി? ഇങ്ങനെ ഒരാളെക്കുറിച്ച് ഒരിക്കലും നിങ്ങൾ പറയുന്നത് ഞങ്ങൾ കേട്ടിട്ടില്ലല്ലോ..." മന്ത്രി പറഞ്ഞു. "അല്ലയോ പ്രഭോ, സുൽത്താനേ, എനിക്ക് ഒരു സഹോദരൻ ഉണ്ടായിരുന്നു, അദ്ദേഹം ഈജിപ്ത് വസീർ

ആയിരുന്നു, മരിച്ചുപോയി. അദ്ദേഹത്തിന് രണ്ട് പുത്രന്മാരുണ്ട്. മൂത്തവൻ അച്ഛന്റെ ഔദ്യോഗിക ചുമതല ഏറ്റെടുത്തു. ഇളയവനായ ഇവൻ എന്റെ അടുത്തേക്ക് പോന്നു; ഇവനല്ലാതെ മറ്റാർക്കും എന്റെ മകളെ കല്യാണം കഴിച്ചു കൊടുക്കില്ലെന്ന് ഞാൻ ശപഥം ചെയ്തിരുന്നു. അതുകൊണ്ട് അവൻ ഇവിടെ വന്നപ്പോൾ അവളെ അവനെക്കൊണ്ട് കല്യാണം കഴിപ്പിച്ചു. ഇപ്പോൾ അവൻ ചെറുപ്പവും ഞാൻ വൃദ്ധനുമാണ്. എന്റെ ചെവി ശരിക്ക് കേൾക്കുന്നില്ല, നിഗമനങ്ങൾ എളുപ്പം വഴി തെറ്റുന്നു. അതുകൊണ്ട് എന്റെ ചുമതലകൾ ഇവനെ ഏൽപ്പിക്കുവാൻ ഞാൻ ഞങ്ങളുടെ പ്രഭുവായ സുൽത്താനോട് സവിനയം അപേക്ഷിക്കുന്നു; കാരണം, ഇവനെന്റെ സഹോദരപുത്രനാണ്, എന്റെ മകളുടെ ഭർത്താവും. വസീർ പദവിക്കവൻ യോഗ്യനാണ്; നല്ല ഉപദേഷ്ടാവും, നയതന്ത്ര വിദഗ്ധനുമാണ്."

സുൽത്താൻ നൂർഅൽദീനെ നന്നായി ഒന്ന് നിരീക്ഷിച്ചു, അദ്ദേഹത്തിനവനെ ഇഷ്ടപ്പെട്ടു. അങ്ങനെ വസീറിന്റെ അപേക്ഷ സ്വീകരിച്ച് തൽസ്ഥാനത്ത് അവനെ വസീർ ആയി നിയമിച്ചു; അതിഗംഭീരമായ, 'ബഹുമതി'യുടെ ഉടുപ്പ് സമ്മാനിച്ചു. സുൽത്താന്റെ സ്വന്തം കുതിരലായത്തിൽ നിന്ന് ഭംഗിയുള്ള ഒരു പെൺകഴുതയെ പാരിതോഷികമായി അദ്ദേഹം നൽകി. അവന് നല്ല ശമ്പളവും ബത്തയും അവശ്യ സാധനങ്ങളുമെല്ലാം നൽകി. നൂർഅൽദീൻ സുൽത്താന്റെ കൈചുംബിച്ചശേഷം വീട്ടിലേക്ക് പോയി. അയാളും ഭാര്യാപിതാവും അപ്പോൾ അതീവ സന്തുഷ്ടരായിരുന്നു. അവർ പറഞ്ഞു. "നമ്മുടെ കുഞ്ഞ് ഹസന്റെ പിറവിക്കു തൊട്ടു പിന്നാലെയാണ് ഇതെല്ലാം സംഭവിച്ചത്!"

പിറ്റേന്ന് അയാൾ രാജാവിനു മുന്നിൽ സന്നിഹിതനായി, അദ്ദേഹത്തിന്റെ മുന്നിൽ നിലം ചുംബിച്ചശേഷം അദ്ദേഹത്തെ പ്രശംസിച്ചുകൊണ്ട് നാലുവരി കവിത പാടി.

അവനോട് വസീറിന്റെ ഇരിപ്പിടത്തിൽ ഇരിക്കാനായി സുൽത്താൻ ആജ്ഞാപിച്ചു. അപ്രകാരം ആസനസ്ഥനായ ശേഷം അയാൾ തന്റെ ഔദ്യോഗിക ചുമതലകൾ നിർവഹിക്കാൻ തുടങ്ങി; ജന്മി കുടിയാൻ കേസുകളും മറ്റ് സുപ്രധാന കാര്യങ്ങളും പുതിയ വസീർ പഠിച്ച് തീർപ്പുകല്പിക്കുന്നത് സുൽത്താൻ നിരീക്ഷിച്ചുകൊണ്ടിരുന്നു. അയാളുടെ വിവേക പൂർവ്വമായ വിധിന്യായവും, ഭംഗിയായ പെരുമാറ്റവും ഉൾക്കാഴ്ചയും കണ്ട് സുൽത്താൻ അതിശയിച്ചുപോയി! അദ്ദേഹം അയാളെ ഇഷ്ടപ്പെടുവാനും, കൂടുതൽ അടുപ്പത്തോടെ ഇടപഴകാനും തുടങ്ങി.

സഭ പിരിഞ്ഞശേഷം നൂർ അൽദീൻ സ്വന്തം വീട്ടിലേക്ക് മടങ്ങി, നടന്ന സംഭവങ്ങളെല്ലാം ശ്വശുരനെ ധരിപ്പിച്ചു; അദ്ദേഹം ഇതുകേട്ട് വളരെയേറെ സന്തോഷിച്ചു. അങ്ങനെ സമർത്ഥമായ രീതിയിൽ വസീർ തന്റെ ചുമതലകളിൽ മുഴുകി. രാവും പകലും സുൽത്താന് മന്ത്രി തന്റെ കൂടെ വേണമെന്ന നിലയിലായി. അയാളുടെ ശമ്പളവും ബത്തകളും വർദ്ധിപ്പിക്കപ്പെട്ടു; അയാൾ വൻ സമ്പത്തിനുടമയായി തീർന്നു, അനേകം കപ്പലുകളുടെ ഉടമയായി; അവ വിദേശരാജ്യങ്ങളുമായി വ്യാപാരം നടത്തി. അനേകം മാമെലൂക്കുകളും നീഗ്രോ അടിമകളും അയാൾക്ക് ഉണ്ടായിരുന്നു. അനേകം എസ്റ്റേറ്റുകൾ അയാൾ വാങ്ങിച്ചു, അവ നല്ല തോട്ടങ്ങൾ ആക്കി മാറ്റി.

അയാളുടെ മകൻ ഹസന് നാല് വയസ്സായപ്പോൾ പഴയ വസീർ നിര്യാതനായി. അയാൾ ഭാര്യാപിതാവിനുവേണ്ടി അതിഗംഭീരമായൊരു സംസ്ക്കാരച്ചടങ്ങ് നടത്തി. പിന്നെ, സ്വന്തം മകന്റെ പഠിപ്പിൽ പ്രത്യേകം ശ്രദ്ധിച്ചു; അവൻ കരുത്തനായി വളർന്ന് ഏഴ് വയസ്സായപ്പോൾ, ഒരു മത പണ്ഡിതനെ അവനെ പഠിപ്പിക്കുന്നതിനായി നിയമിച്ചു. അങ്ങനെ നല്ല വിദ്യാഭ്യാസവും, ഉൽകൃഷ്ടമായ പെരുമാറ്റ രീതിയും അവൻ പരിശീലിച്ചു. ഗുരുനാഥൻ അവനെ പല വിഷയങ്ങളും പഠിപ്പിച്ചു; ഏതാനും വർഷങ്ങൾക്കുശേഷം അവൻ ഖുർ-ആൻ കാണാപ്പാഠം ചൊല്ലുമായിരുന്നു. അവൻ അഴകുള്ളവനും അംഗലാവണ്യമുള്ളവനുമായി വളർന്നു വന്നു. അവനെ സ്വന്തം അച്ഛന്റെ കൊട്ടാരത്തിൽ ഇരുത്തിയാണ് അധ്യാപകൻ പഠിപ്പിച്ചിരുന്നത്. സാഹിത്യത്തിലും ഗണിതത്തിലും അദ്ധ്യാത്മിക വിദ്യയിലും സ്തുത്യർഹമായ പാണ്ഡിത്യം അധ്യാപകനിൽ നിന്നും അവൻ കരസ്ഥമാക്കി. മുത്തച്ഛൻ മരണപത്രപ്രകാരം അവന് അദ്ദേഹത്തിന്റെ സ്വത്ത് മുഴുവൻ നാലാം വയസ്സിൽ തന്നെ നൽകിയിരുന്നു.

ചെറുപ്പകാലമത്രയും അവൻ വീട്ടിൽ നിന്ന് പുറത്തിറങ്ങിയിട്ടേയില്ല. ഒരു ദിവസം, അവന്റെ അച്ഛൻ, വസീർ നൂർ അൽദീൻ അവനെ ഏറ്റവും നല്ല വസ്ത്രങ്ങൾ അണിയിച്ച്, ഏറ്റവും ഭംഗിയുള്ള കഴുതപ്പുറത്ത് കയറ്റി, സുൽത്താന്റെ അടുത്തേക്ക് കൊണ്ടുപോയി. 'ബദർ അൽദീൻ ഹസനെ' രാജാവ് മിഴിച്ചു നോക്കി; അവന്റെ സൗന്ദര്യത്തിൽ അദ്ദേഹം അദ്ഭുതപ്പെട്ടുപോയി! അവനോട് വല്ലാത്ത വാത്സല്യം തോന്നി. അവർ പോകുന്നത് കണ്ട നഗരവാസികൾ അവന്റെ സൗന്ദര്യം കണ്ട് വിസ്മയത്തോടെ നോക്കി നിന്നുപോയി! അവരുടെ തിരിച്ചു വരവും പ്രതീക്ഷിച്ച് അവർ റോഡു വക്കിൽ ഇരുപ്പുറപ്പിച്ചു; ആ ബാലന്റെ സൗന്ദര്യവും, അംഗലാവണ്യവും ഒരിക്കൽ കൂടി കണ്ടാസ്വദിക്കാനവർ ആഗ്രഹിച്ചു!

അവൻ കടന്നുപോയപ്പോൾ അവർ ഉച്ചത്തിൽ ആശംസകൾ ചൊരിഞ്ഞു; അവനെ അനുഗ്രഹിക്കാനായി സർവ്വശക്തനായ അള്ളായോടഭ്യർത്ഥിച്ചു. സുൽത്താൻ ആ ബാലനോട് പ്രത്യേക ഇഷ്ടത്തോടെയാണ് പെരുമാറിയത്, അദ്ദേഹം അവന്റെ അച്ഛനോട് പറഞ്ഞു. "ഓ, മന്ത്രി, നിങ്ങൾ അവനെ എന്നും എന്റെ അരികിലേക്ക് കൊണ്ടുവരണം."

"ഉത്തരവു പോലെ" മന്ത്രി സമ്മതിച്ചു. പിന്നെ മകനേയും കൊണ്ടയാൾ വീട്ടിലേക്ക് മടങ്ങി. അതിനുശേഷം അവന് ഇരുപത് വയസാകുന്നതുവരെ ഈ സന്ദർശനം മുടക്കിയിട്ടില്ല.

അതിനിടയ്ക്ക് മന്ത്രിക്ക് സുഖമില്ലാതായപ്പോൾ അയാൾ 'ബദർ അൽദീൻ ഹസനെ' വിളിച്ചുവരുത്തി പറഞ്ഞു. 'ഓ, മോനെ, നിനക്കറിയാമോ, നമ്മൾ കാണുന്ന ഈ ലോകം മരണത്തിന്റെ ഒരാലയം മാത്രമാണ്; എന്നാൽ, ഭാവിയോ അനശ്വരതയുടേതായ ഒരു നികേതനവും! ഞാൻ മരിക്കുന്നതിനു മുമ്പ് ചില ചുമതലകൾ നിന്നെ ഏൽപിക്കണമെന്ന് എനിക്കാഗ്രഹമുണ്ട്. ഞാൻ പറയുന്നത് നീ അനുസരിക്കുമോ, എന്റെ ആഗ്രഹം സാധിപ്പിക്കുമോ?"

പിന്നെ തന്റെ അന്തിമ നിർദ്ദേശങ്ങൾ മന്ത്രി നൽകി. അയൽവാസികളോട് ഏറ്റവും വേണ്ട രീതിയിൽ എങ്ങനെ പെരുമാറാമെന്നും, തന്റെ ഇടപാടുകൾ എങ്ങനെ നിയന്ത്രിച്ച് നടത്തണമെന്നും മറ്റും. അതിനു ശേഷം അദ്ദേഹം തന്റെ സഹോദരനെക്കുറിച്ചും, നാടിനെയും വീടിനേയും

കുറിച്ച് ഓർത്തു; തന്റെ ഏറ്റവും പ്രിയപ്പെട്ടവരുമായുള്ള വേർപാടിനെക്കുറിച്ചോർത്ത് കരഞ്ഞു. പിന്നെ കണ്ണുനീർ തുടച്ച്, മകനു നേരെ തിരിഞ്ഞ് പറഞ്ഞു. "ഞാൻ ചുമതലകളെക്കുറിച്ച് കൂടുതൽ പറയുന്നതിനു മുമ്പ്, എന്റെ മോനെ, എനിക്കൊരു ചേട്ടൻ ഉണ്ടായിരുന്നെന്ന് നീ മനസ്സിലാക്കുക; അതായത് നിന്റെ 'അങ്കിൾ' ഷംഷ് അൽദീൻ, കയ്റൊ വസീർ. അദ്ദേഹത്തിന്റെ ആഗ്രഹത്തിനെതിരായി ഞാൻ ചേട്ടനെ വിട്ടു പോന്നു. ഇനി ഒരു കടലാസെടുത്ത് ഞാൻ പറയുന്നതു പോലെ നീ എഴുതിയെടുക്കുക."

ബദർ അൽദീൻ നല്ലൊരു കടലാസെടുത്ത് അച്ഛൻ പറഞ്ഞതു പ്രകാരം ആദ്യം മുതൽ അവസാനം വരെ നടന്ന സംഭവങ്ങൾ എഴുതിയെടുത്തു; അദ്ദേഹം ബസ്രയിൽ എത്തിയ തിയ്യതി, വസീറുമായുള്ള കണ്ടുമുട്ടലും ബന്ധവും മന്ത്രിയുടെ മകളുമായുള്ള തന്റെ വിവാഹം, പുത്രന്റെ ജനനം, തുടങ്ങിയവ. ചുരുക്കത്തിൽ, തന്റെ ചേട്ടനുമായുള്ള വാഗ്വാദം മുതൽ ഇതുവരെയുള്ള നാല്പത് വർഷത്തെ ജീവചരിത്രം. അതിപ്രകാരം അവസാനിപ്പിച്ചു. 'ഞാനിത് പറഞ്ഞുകൊടുത്ത് എഴുതിക്കുകയാണ്, ഞാൻ മരിക്കുകയാണെങ്കിൽ സർവ്വശക്തനായ അള്ളാ നിങ്ങളോടൊപ്പമുണ്ടാകട്ടെ!"

പിന്നെ ആ കടലാസ് മടക്കി, സീല് വെച്ച്, പറഞ്ഞു. 'ഓ, ഹസൻ, എന്റെ മോനേ, ഈ കടലാസ് വളരെ ശ്രദ്ധയോടെ സൂക്ഷിച്ചു വെക്കുക. കാരണം, ഇത് നിന്റെ ഉല്പത്തിസ്ഥാനവും പദവിയും വംശപരമ്പരയും മനസ്സിലാക്കാൻ നിന്നെ സഹായിക്കും; നിനക്ക് എന്തെങ്കിലും എതിർപ്പുകൾ നേരിടേണ്ടിവന്നാൽ, കയ്റൊവിലേക്ക് പോയി നിന്റെ അങ്കിളിനെ തിരയുക. അദ്ദേഹത്തിന് ഈ കടലാസ് കാണിക്കുക; ഞാൻ അന്യനാട്ടിൽ, സ്വന്തം ആളുകളിൽ നിന്ന് വളരെ ദൂരെ ഒരു അപരിചിതനായി മൃതിയടഞ്ഞു എന്നും; അദ്ദേഹത്തേയും മറ്റുള്ളവരേയും കാണാൻ ആശിച്ചിരുന്നെന്നും അദ്ദേഹത്തോട് പറയുക"

അങ്ങനെ ബദർ അൽദീൻ ഹസൻ ആ രേഖ എടുത്ത് മടക്കി, ഒരു മെഴുകു കടലാസിൽ പൊതിഞ്ഞ്, തന്റെ തൊപ്പിക്കുള്ളിൽ തുന്നിപ്പിടിപ്പിച്ചു. പിന്നെ അച്ഛന്നടുത്തിരുന്നവൻ ഒരു കുഞ്ഞിനെപ്പോലെ കരഞ്ഞു കൊണ്ടിരുന്നു.

കുറച്ചുനേരം നൂർഅൽദീൻ അബോധാവസ്ഥയിലായിരുന്നു, മരണത്തിന്റെ മുന്നോടി. അല്പസമയത്തിനുശേഷം ബോധമുണർന്ന അദ്ദേഹം പറഞ്ഞു. "ഓ, ഹസൻ, എന്റെ മോനെ, ഞാൻ നിനക്ക് ഇപ്പോൾ അഞ്ച് അന്തിമ ആജ്ഞകൾ നൽകുവാനാഗ്രഹിക്കുന്നു. ഒന്ന്, ആരോടും അമിതമായ അടുപ്പം കാണിക്കരുത്, അങ്ങനെ അവരുടെ കുതന്ത്രങ്ങളിൽ നിന്ന് സുരക്ഷിതനായിരിക്കുക. സമൂഹത്തിൽ നിന്നും അല്പം അകന്നു നിൽക്കുന്നതാണ് സുരക്ഷിതമായ കാര്യം.

രണ്ട്, ആരോടും നിഷ്ഠൂരമായി പെരുമാറരുത്; കാരണം, ഇന്ന് നീ ഭാഗ്യവാനാണെങ്കിൽ, നാളെ നീ നിർഭാഗ്യവാനായേക്കാം; ലോകത്തിലെ ഏത് ഭൗതികവസ്തുവും തിരിച്ചു നൽകേണ്ട കടം ആണ്.

മൂന്ന്, സമൂഹത്തിൽ നിശ്ശബ്ദത പാലിക്കാൻ പഠിക്കുക. മറ്റുള്ളവരുടെ കുറ്റങ്ങളിൽനിന്ന് നിന്റെ കുറ്റങ്ങളിലേക്ക് സ്വന്തം ശ്രദ്ധ തിരിക്കട്ടെ. സുരക്ഷിതത്വം നിലകൊള്ളുന്നത് മൗനത്തിലാണെന്ന് പറയപ്പെടുന്നു.

നാല്, എന്റെ മോനെ, നിരന്തരം വീഞ്ഞ് കുടിക്കുന്നവനാകാതിരിക്കുക. അത് വിവേകം നശിപ്പിക്കാനിടയാകും.

അഞ്ച്, എന്റെ മോനെ, നീ സ്വന്തം സ്വത്ത് കാത്ത് രക്ഷിച്ചാൽ അത് നിന്നെ കാത്തു രക്ഷിക്കും."

അങ്ങനെ നൂർ അൽദീൻ തന്റെ പുത്രൻ ബദർ അൽദീൻ ഹസനെ കുറച്ചുനേരം ഉപദേശിച്ചു; പിന്നെ ഒരു ദീർഘ നിശ്വാസത്തോടെ ഇഹലോകവാസം വെടിഞ്ഞു.

ഉടനെ അദ്ദേഹത്തിന്റെ വീട്ടിൽ നിന്നും ദീനരോദനം ഉയർന്നു. സുൽത്താനും എല്ലാ പ്രഭുക്കന്മാരും മന്ത്രിയുടെ വിയോഗത്തിൽ അനുശോചിച്ച്, അദ്ദേഹത്തെ മറവ് ചെയ്തു. അദ്ദേഹത്തിന്റെ മകന്റെ ദുഃഖാചരണം രണ്ടു മാസം നീണ്ടുനിന്നു. ആ സമയത്ത് അയാൾ ഒരിക്കലും കുതിരപ്പുറത്തേറുകയോ, രാജസഭയിൽ പോകുകയോ, സുൽത്താനുമുന്നിൽ ചെല്ലുകയോ ഉണ്ടായിട്ടില്ല.

ഒടുവിൽ കുപിതനായ രാജാവ് തന്റെ കൊട്ടാര ഉദ്യോഗസ്ഥരിൽ ഒരാളെ അയാൾക്കു പകരം വസീർ ആയി നിയമിച്ചു. നൂർ അൽദീന്റെ വീടും എസ്റ്റേറ്റുകളും പിടിച്ചെടുത്ത് സീൽ ചെയ്യാനായി ഉത്തരവും നല്കി. അങ്ങനെ പുതിയ വസീർ ചില കൊട്ടാര ഉദ്യോഗസ്ഥന്മാരേയും, രാജസഭാംഗങ്ങളെയും, രക്ഷാഭടന്മാരേയും കുറെ അലസരായ മനുഷ്യരെയും കൂട്ടി സുൽത്താന്റെ കല്പന നടപ്പാക്കി. ബദർ അൽദീൻ ഹസനെ പിടികൂടി രാജാവിനു മുന്നിൽ, ഹാജരാക്കുവാനായി പുറപ്പെട്ടു, അദ്ദേഹം ഉചിതമായ രീതിയിൽ അയാളോട് ഇടപെട്ടോട്ടെ. ആ ജനക്കൂട്ടത്തിന്നിടയിൽ മൃതിയടഞ്ഞ വസീറിന്റെ ഒരു ' മാമെലുക്കും' ഉണ്ടായിരുന്നു. അയാൾ ഈ കല്പന കേട്ട ഉടനെ തന്റെ കുതിരപ്പുറത്തേറി ബദർ അൽദീൻ ഹസന്റെ വീട്ടിലേക്ക് പാഞ്ഞു ചെന്നു. എന്തുകൊണ്ടെന്നാൽ, അവന് തന്റെ പഴയ യജമാനന്റെ പുത്രന്റെ നാശം സഹിക്കാനായില്ല. അദ്ദേഹം തല താഴ്ത്തി വിഷാദത്തിലാണ്ട് ഗേറ്റിൽ ഇരിക്കുന്നതവൻ കണ്ടു; അച്ഛന്റെ മരണം അദ്ദേഹത്തിന് ഇനിയും ഓർക്കാൻ പ്രയാസമായി തോന്നി. അതുകൊണ്ട് അവൻ കുതിരപ്പുറത്തുനിന്ന് താഴെ ഇറങ്ങിച്ചെന്ന് അദ്ദേഹത്തിന്റെ കൈയിൽ ചുംബിച്ചുകൊണ്ട് പറഞ്ഞു. "എന്റെ പ്രഭോ, എന്റെ യജമാനന്റെ മകനെ, പെട്ടെന്ന് വരൂ, സർവ്വനാശം അടുത്തിരിക്കുന്നു, എല്ലാം കത്തിച്ചാമ്പലാകും!"

ഇതുകേട്ട് ഹസൻ ഞെട്ടി വിറച്ചുകൊണ്ട് ചോദിച്ചു."എന്താണ് കാര്യം? "സുൽത്താൻ, അങ്ങയോട് വല്ലാതെ കുപിതനാണ്. അങ്ങക്കെതിരെ ഒരു 'വാറണ്ട്' ഇറക്കിയിരിക്കുന്നു. അങ്ങയുടെ മാർഗ്ഗത്തിൽ അപകടം നിറഞ്ഞിരിക്കുകയാണ്. അതുകൊണ്ട് സ്വന്തം ജീവനും കൊണ്ട് രക്ഷപ്പെടൂ!"

ഇതുകേട്ട് ഹസന്റെ ഹൃദയം ദുഃഖത്താൽ ആളി കത്തി; അയാളുടെ അരുണിമയാർന്ന കവിളുകൾ വിളർത്തു; അയാൾ 'മാമെലുക്കി'നോട് ചോദിച്ചു. "എന്റെ സഹോദരാ, അകത്തുപോയി എനിക്ക് യാത്രയ്ക്ക് ഉപകാരപ്രദമായ എന്തെങ്കിലും എടുക്കാൻ എനിക്ക് സമയമുണ്ടോ?" എന്നാൽ, അടിമ മറുപടി നൽകി. "ഓ, എന്റെ പ്രഭോ, ഉടനെ പോകുക, ഈ വീടുവിട്ട് സ്വന്തം ജീവൻ രക്ഷിക്കുക, ഇനിയും അതിന് സമയമുണ്ട്."

മാമെലുക്കിന്റെ വാക്കുകൾ കേട്ട് ബദർ അൽദീൻ തന്റെ ശിരസ്സ് വസ്ത്രത്തിന്റെ അറ്റംകൊണ്ട് മൂടി, നഗരാതിർത്തിയിൽ നടന്നെത്തി. അവിടെ വെച്ച് ജനങ്ങൾ ഇപ്രകാരം പറയുന്നതയാൾ കേട്ടു. "സുൽത്താൻ തന്റെ പുതിയ വസീറിനെ പഴയ വസീറിന്റെ വീട്ടിലേക്കയച്ചിരിക്കുകയാണ്; ഉടനെ അദ്ദേഹം പഴയ മന്ത്രിയുടെ സ്വത്തെല്ലാം കണ്ടുകെട്ടും; അദ്ദേഹത്തിന്റെ പുത്രൻ ബദർ അൽദീൻ ഹസനെ പിടികൂടി സുൽത്താന് മുന്നിൽ ഹാജരാക്കും; സുൽത്താൻ അയാളെ തൂക്കിലേറ്റുകയും ചെയ്യും" എല്ലാവരും കരഞ്ഞു. "കഷ്ടം! എത്ര സുന്ദരനും അംഗലാവണ്യവും ഉള്ളവനാണയാൾ!"

ഇതുകേട്ടപ്പോൾ അസ്വസ്ഥനായ അയാൾ, എങ്ങോട്ടാണ് പോകുന്നതെന്നറിയാതെ, കുതിച്ചു പാഞ്ഞു. അച്ഛന്റെ ശവകുടീരത്തിലെത്തിയപ്പോഴാണ് ആ ഓട്ടം നിർത്തിയത്. അങ്ങനെ അയാൾ സെമിത്തേരിയിലേക്ക് പ്രവേശിച്ചു. ശവക്കല്ലറകൾക്കിടയിലൂടെ മെല്ലെ നടന്ന് ഒടുവിൽ അച്ഛന്റെ ശവക്കല്ലറയിലെത്തി. അതിന്നരികിൽ ഇരുന്നപ്പോൾ ശിരസ്സിൽ നിന്ന് സ്വർണ്ണ ക്കസവുള്ള തലപ്പാവ് നിലത്ത് വീണു.

അയാൾ തന്റെ അച്ഛന്റെ ശവക്കല്ലറയ്ക്കരികിൽ ഇരിക്കുമ്പോൾ ഒരു പണമിടപാടുകാരനായൊരു യഹൂദൻ അവിടേക്ക് ചെന്നു; സ്വർണ്ണ നാണയങ്ങൾ നിറച്ച രണ്ട് പണസഞ്ചി കൈയിലുണ്ട്. അയാൾ ബദറിനെ വിളിച്ച്, "രാത്രി ആയല്ലൊ, നിങ്ങൾ എന്താണ് സാധാരണ വേഷത്തിൽ ഇങ്ങനെ ഇരിക്കുന്നത്? നിങ്ങളുടെ മുഖത്ത് വിഷമങ്ങൾ തെളിഞ്ഞ് കാണുന്നല്ലൊ." "ഞാനിവിടെ കിടന്ന് ഉറങ്ങുകയായിരുന്നു." ഹസൻ മറുപടി നല്കി. "അപ്പോൾ അച്ഛൻ പ്രത്യക്ഷപ്പെട്ട് തന്റെ ശവക്കല്ലറ സന്ദർശിക്കാതിരുന്നതിൽ അദ്ദേഹം എന്നെ ശാസിച്ചു. എനിക്ക് വല്ലാത്ത ദുഃഖം തോന്നി." "ഓ, എന്റെ പ്രഭോ" ആ യഹൂദൻ ആഹ്ലാദത്തോടെ പറഞ്ഞു. "നിങ്ങളുടെ അച്ഛന്റെ നിരവധി ചരക്കുകപ്പലുകൾ കടലിൽ നീങ്ങിക്കൊണ്ടിരിക്കുന്നുണ്ട്. അതിൽ കുറച്ചെണ്ണം ഇപ്പോൾ തിരിച്ചെത്താറായിട്ടുണ്ട്. തുറമുഖത്തെത്തുന്ന ആദ്യകപ്പലിലെ ചരക്കുകൾ എനിക്ക് വാങ്ങാനാഗ്രഹമുണ്ട്. അതിന്റെ വിലയായി ആയിരം സ്വർണ്ണ ദിനാർ തരാം."

"എനിക്ക് സമ്മതമാണ്" ഹസൻ പറഞ്ഞു. ഉടനെ യഹൂദൻ സ്വർണ്ണം നിറച്ച ഒരു സഞ്ചി പുറത്തെടുത്ത് എണ്ണി ആയിരം ദിനാർ മന്ത്രികുമാരനായ ഹസന് കൊടുത്തുകൊണ്ട് പറഞ്ഞു. "ഒരു വില്പന രശീതി എഴുതി സീൽ അടിച്ച് തരൂ."

അപ്പോൾ, ഹസൻ ഒരു പേനയും കടലാസുമെടുത്ത് ഇപ്രകാരം എഴുതി (ഒപ്പം ഒരു കോപ്പിയും തയ്യാറാക്കി). "ഈ എഴുതുന്ന ആൾ, വസീർ 'നൂർ അൽദീനി'ന്റെ പുത്രൻ അസൻ ബദർ അൽദീൻ തന്റെ അച്ഛന്റെ തുറമുഖത്തെത്തുന്ന ഒന്നാമത്തെ കപ്പലിലെ ചരക്കുകൾ ഐസക് എന്ന യഹൂദന് ആയിരം ദിനാറിന് വിറ്റിരിക്കുന്നു. ആ തുക മുൻകൂറായി കൈപ്പറ്റിയിരിക്കുന്നു."

അയാൾ ഒരു പകർപ്പ് എടുത്തശേഷം ആ കത്ത് തന്റെ മടിശ്ശീലയിൽ വെച്ച്, നടന്നു പോയി. ഹസൻ തന്റെ നഷ്ടപ്പെട്ട അന്തസ്സും പ്രൗഢിയും ഓർത്ത് വിലപിച്ചു! അങ്ങനെ കരഞ്ഞുകൊണ്ടിരിക്കവെ രാത്രി ആയി. അയാൾ തന്റെ അച്ഛൻ ശവക്കല്ലറിയിൽ തലവെച്ച് ഉറങ്ങിപ്പോയി. ചന്ദ്രൻ

ഉദിച്ച് ഉയരുന്നതുവരെ അയാൾ ഉറക്കം തൂങ്ങിക്കൊണ്ടിരുന്നു. പിന്നെ, തല ശവക്കല്ലറയിൽ നിന്നും വഴുതിയപ്പോൾ നിലത്ത് നീണ്ടു നിവർന്നു കിടന്ന് ഉറങ്ങി; അയാളുടെ മുഖം നിലാവിൽ വെട്ടിത്തിളങ്ങി!

ശവപ്പറമ്പ് രാവും പകലും ഭൂതബാധയുള്ള സ്ഥലമാണ്. വിശ്വാസികളായ ജിന്നുകളാണവിടെ വിഹരിക്കുന്നത്. അവിടെ എത്തിയ ഒരു പെൺഭൂതം ഉറങ്ങി കിടക്കുന്ന ഹസന്റെ മുഖകാന്തിയും അംഗലാവണ്യവും കണ്ട് അതിശയത്തോടെ നിലവിളിച്ചു. "ദൈവത്തിന് സ്തുതി! ഈ യുവാവ് തീർച്ചയായും ഒരു ദേവനാണ്."

പിന്നെ ആചാരപ്രകാരം അവൾ ആകാശത്തേക്ക് പറന്നുയർന്ന്, വലയം വെച്ചു. അവിടെ ഒരു 'ഇഫ്രിട്ടി'നെ അവൾ കണ്ടു; അവൻ അവളെ സലാം വെച്ചപ്പോൾ അവൾ ചോദിച്ചു. "എവിടെന്നാണ് നീ വരുന്നത്?"

'കയ്റൊ'യിൽ നിന്ന്. അവൻ മറുപടി നല്കി. "നീ എന്നോടൊപ്പം വന്ന് ശവപ്പറമ്പിൽ കിടന്നുറങ്ങുന്ന ആ സുന്ദരനായ യുവാവിനെ ഒന്ന് നോക്കാമോ?" "ഞാൻ വരാം" അവൻ സമ്മതിച്ചു.

അവർ ഒന്നിച്ച് പറന്ന് ശ്മശാനത്തിലെത്തിയപ്പോൾ, അവൾ ആ യുവാവിനെ ഇഫ്രിട്ടിന് കാണിച്ചുകൊടുത്തു. അവൾ ചോദിച്ചു. "ഇതു പോലെ ഒരാളെ നീ ഈ ജീവിതത്തിൽ കണ്ടിട്ടുണ്ടോ?"

ഇഫ്രിട്ട് അയാളെ നോക്കിയശേഷം ആർത്തു വിളിച്ചു. "ദൈവത്തിന് സ്തുതി! 'അവന്' തുല്യനായി ആരുമില്ല! അല്ലയോ സഹോദരി, ഇന്ന് ഞാൻ എന്താണ് കണ്ടതെന്ന് നിന്നോട് പറയട്ടെ?"

"എന്താണത്?" അവൾ ചോദിച്ചു. "ഈ യുവാവിന്റെ തനി പകർപ്പിനെ ഞാൻ ഈജിപ്തിൽ കണ്ടു. വസീർ 'ഷംഷ് അൽദീനി'ന്റെ മകൾ ആണവൾ; സൗന്ദര്യത്തിന്റെയും അംഗലാവണ്യത്തിന്റെയും മാതൃകയാണവൾ! അവൾക്ക് പത്തൊമ്പത് വയസ്സായപ്പോൾ ഈജിപ്ത് സുൽത്താൻ അവളെക്കുറിച്ച് കേൾക്കാനിടയായി. അവളുടെ അച്ഛനായ വസീറിനോട് സുൽത്താൻ പറഞ്ഞു. "ഞാൻ പറയുന്നത് കേൾക്കൂ, വസീർ, നിനക്ക് സുന്ദരിയായൊരു പുത്രിയുണ്ടെന്നുള്ള വാർത്ത എന്റെ ചെവിയിലെത്തി; അവളെ എനിക്ക് വിവാഹം കഴിച്ചു തരേണമെന്ന് ഞാൻ നിങ്ങളോടാവശ്യപ്പെടുന്നു."

വസീർ മറുപടി നല്കി. "ഓ, ഞങ്ങളുടെ പ്രഭോ, സുൽത്താനേ, എന്നോട് ക്ഷമിക്കാൻ കരുണ കാണിക്കേണമേ; എന്റെ ദുഃഖങ്ങളിൽ അനുകമ്പ തോന്നേണമേ! അങ്ങേക്കറിയാമല്ലോ, എന്നോടൊപ്പം വസീർ ആയിരുന്ന എന്റെ അനിയൻ, വളരെ വർഷങ്ങൾക്കു മുമ്പ് നമ്മളിൽ നിന്ന് വേർപെട്ടു പോയതും അവനെ നമ്മൾക്ക് കണ്ടെത്താനാകാതിരുന്നതും. അവൻ വിട്ടു പോകുന്നതിനുള്ള കാരണം ഇതായിരുന്നു; ഒരു രാത്രി ഞങ്ങൾ ഒന്നിച്ചിരുന്ന് ഞങ്ങൾക്കുണ്ടാകാൻ പോകുന്ന ഭാര്യമാരേയും മക്കളെയും കുറിച്ച് സംസാരിക്കവെ പരസ്പരം നീരസം തോന്നുന്ന പദപ്രയോഗങ്ങൾ നടന്നു. എന്നാൽ, എന്റെ മകളെ അവളുടെ അമ്മ പ്രസവിച്ച ദിവസം തന്നെ ഞാനൊരു ശപഥം ചെയ്തിരുന്നു, എന്റെ അനിയന്റെ മകനല്ലാതെ മറ്റാർക്കും അവളെ വിവാഹം കഴിച്ചു കൊടുക്കില്ലെന്ന്; ഇപ്പോൾ അവൾക്ക് പത്തൊമ്പത് വയസ്സായി. എന്റെ അനിയൻ ബസ്രായിൽ വെച്ച് നിര്യാതനായെന്ന് ഈയിടെ ഞാനറിഞ്ഞു; അവിടെവെച്ച് അവൻ വസീറിന്റെ പുത്രിയെ വിവാഹം കഴിക്കുകയും

അവളിൽ ഒരു പുത്രൻ ഉണ്ടാവുകയും ചെയ്തിരുന്നു. എന്റെ അനിയന്റെ പാവനസ്മരണയിൽ എന്റെ മകളെ അവനു മാത്രമേ കല്യാണം കഴിച്ച് കൊടുക്കൂ. എന്റെ വിവാഹ ദിനം, ഭാര്യ ഗർഭിണിയായ ദിനം, മകളുടെ ജന്മദിനം തുടങ്ങിയവയെല്ലാം ഞാൻ രേഖപ്പെടുത്തിവെച്ചിട്ടുണ്ട്. അവളുടെ ജാതകപ്രകാരം അവളുടെ വിവാഹം സ്വന്തം പിതൃസഹോദര പുത്രനോടൊപ്പം മാത്രമേ നടക്കൂ എന്നാണ്. വേറെ എത്രയോ കന്യകമാരെ നമ്മുടെ പ്രഭുവായ സുൽത്താന് കിട്ടും."

തന്റെ മന്ത്രിയുടെ നിരസിച്ചുകൊണ്ടുള്ള ഈ മറുപടി കേട്ട് രാജാവ് ഭയങ്കരമായി കോപിച്ചു; അദ്ദേഹം സമനില വിട്ട് അട്ടഹസിച്ചു. "എന്നെ പോലുള്ള ഒരാൾ നിന്നെപ്പോലുള്ളൊരു വ്യക്തിയുടെ മകളെ വിവാഹം കഴിക്കാൻ ആവശ്യപ്പെടുന്നത് നീ വലിയ അന്തസ്സായി കരുതണം; എന്നാൽ, നീ അത് നിരാകരിച്ച് നിസ്സാര ഒഴിവുകഴിവുകൾ എന്റെ മുന്നിൽ നിരത്തുന്നു! ഇനി, എന്റെ ജീവൻ പോയാലും നിന്റെ മകളെ ഇവിടത്തെ ഏറ്റവും താഴ്ന്ന ഒരുവനെക്കൊണ്ട് ഞാൻ കല്യാണം കഴിപ്പിക്കും

കൊട്ടാരത്തിൽ ഒരു കുതിരക്കാരൻ ഉണ്ട്, നെഞ്ചിൽ വലിയൊരു മുഴയുള്ള 'കൂനൻ'. സുൽത്താൻ അവനെ വരുത്തി, വസീറിന്റെ മകളുമായി വിവാഹം ഉറപ്പിച്ചു; അതേ രാത്രി വധുഗൃഹത്തിലേക്ക് വൻ ഘോഷയാത്ര പോകാനുള്ള തയ്യാറെടുപ്പുകൾ നടത്താനും ഉത്തരവിട്ടു. ഞാൻ ഇപ്പോൾ തന്നെ 'കയ്റൊ'വിൽ നിന്ന് പറന്നെത്തിയതേയുള്ളൂ. സുൽത്താന്റെ വെളുത്ത അടിമകളോടൊപ്പം ആ കൂനൻ കുളിക്കാൻ പോയിരിക്കയാണ്; അടിമകൾ അവന് ചുറ്റും നിന്ന് തീപ്പന്തങ്ങൾ വീശികൊണ്ടിരിക്കുന്നു. മന്ത്രിയുടെ മകളാകട്ടെ, പരിചാരികകളുടെ നടുവിലിരുന്ന് കണ്ണീരൊഴുക്കുകയും വിലപിക്കുകയുമാണ്; കാരണം, അവളുടെ അടുത്തേക്ക് വരുവാൻ സ്വന്തം അച്ഛനെ പോലും തടഞ്ഞിരിക്കയാണ്. ഓ, എന്റെ സഹോദരി, ഈ കൂനനെപ്പോലെ ഇത്രയും വൃത്തികെട്ടൊരു ജീവിയെ ഞാനൊരിക്കലും കണ്ടിട്ടില്ല! എന്നാൽ, ആ യുവതി ഈ യുവാവിന് ഏത് രീതിയിലും ഏറ്റവും അനുയോജ്യയാണ്, ഇവനേക്കാളേറെ സുന്ദരി.- അപ്പോഴേക്കും, നേരം പുലരാറായെന്നും, തനിക്ക് കഥ പറയാനായി അനുവദിച്ചു തന്ന സമയം കഴിഞ്ഞെന്നും ഷാഹ്രസാദ് മനസ്സിലാക്കി.

ഇരുപത്തിരണ്ടാം രാവ്

അല്ലയോ കീർത്തിമാനായ രാജാവേ, അങ്ങനെ കൂനനായ വരനും, അതി സുന്ദരിയായ യുവതിയുമായി രാജാവ് തയ്യാറാക്കിയ വിവാഹ കരാറിനെക്കുറിച്ച് 'ജിന്നി'. 'ജിന്നിയാ'യ്ക്ക് വിശദീകരിച്ചുകൊടുത്തു. ആ യുവതി ഹൃദയം തകർന്നിരിക്കുകയാണ്. അവൾ ഇതുവരെ സൃഷ്ടിക്കപ്പെട്ടവളിൽ ഏറ്റവും അഴകുള്ളവളാണെന്നും, ഈ യുവാവിനേക്കാൾ സൗന്ദര്യമുള്ളവളാണെന്നും 'ജിന്നിയാ' മനസ്സിലാക്കിയപ്പോൾ, അവൾ ഉറക്കെ വിളിച്ചു പറഞ്ഞു."നീ നുണ പറയുകയാണ്! ഇന്ന് ജീവിച്ചിരിക്കുന്നവരിൽ വെച്ച് ഏറ്റവും സുന്ദരനാണിവൻ."

ഇഫ്രീട്ട് തറപ്പിച്ചു പറഞ്ഞു. "അള്ളായാണേ, എന്റെ സഹോദരി, ഞാൻ പറയുന്ന ആ യുവതി ഇവനേക്കാൾ ഏറെ സൗന്ദര്യമുള്ളവളാണ്;

ഇവൻ മാത്രമാണ് അവൾക്ക് അനുയോജ്യൻ; ഇരുവരും സഹോദരീ സഹോദരന്മാരെ പോലെയോ, 'കസിനു'മാരെ പോലെയോ ഉണ്ട്. എന്നിട്ട് കണ്ടോ, ഈ കൂനനുവേണ്ടി അവൾക്ക് ജീവിതം തുലക്കേണ്ടി വരുന്നു!"

അപ്പോൾ അവൾ പറഞ്ഞു. "ഓ, സഹോദരാ, ഈ യുവാവിനെ പൊക്കിയെടുത്ത് നമ്മൾക്ക് 'കയ്റൊ' വിലേക്ക് കൊണ്ടു പോകാം; നീ പറഞ്ഞ യുവതിയാണോ, ഈ യുവാവാണോ കൂടുതൽ അഴകുള്ളതെന്ന് തുലനം ചെയ്ത് ഒരു തീരുമാനത്തിലെത്താം."

"ശരി, നീ പറഞ്ഞത് സമ്മതിച്ചിരിക്കുന്നു." അവൻ പറഞ്ഞു. "നിന്റെ അഭിപ്രായം തന്നെയാണ് ശരിയായിട്ടുള്ളത്; ഇതിനേക്കാൾ ഉത്തമ മായൊരു മാർഗ്ഗമില്ല. ഞാൻ സ്വയം അവനെ ചുമന്നുകൊണ്ടുപോകാം."

അങ്ങനെ അവൻ ആ യുവാവിനെ നിലത്തുനിന്നും പൊക്കിയെടുത്ത്, ഒരു പക്ഷിയെപ്പോലെ ആകാശത്തേക്ക് പറന്നുയർന്നു; അതേ വേഗത യിൽ പെൺഭൂതവും അവനോടൊപ്പം പറന്നു. അവൻ അയാളെ 'കയ്റൊ' നഗരത്തിൽ ഇറക്കി, ഒരു കല്ലുബഞ്ചിൽ ഇരുത്തിയശേഷം ഉറക്ക മുണർത്തി. അയാൾ എഴുന്നേറ്റ് ചുറ്റുപാടും നോക്കി; താൻ അച്ഛന്റെ ശ്മശാനത്തിലല്ലെന്നും, ഏതോ അപരിചിതമായ സ്ഥലത്താണെന്നും മനസ്സിലാക്കി; അയാൾ നിലവിളിക്കാൻ പോയതാണ്; എന്നാൽ, ഭൂതം അയാൾക്ക് ഒരു കിഴുക്ക് കൊടുത്തപ്പോൾ അയാൾ നിശ്ശബ്ദത പാലിച്ചു.

പിന്നെ, ഭൂതം ഒന്നാംതരം വസ്ത്രങ്ങൾ അയാൾക്കുവേണ്ടി കൊണ്ടു വന്ന് ധരിപ്പിച്ചു; ഒരു പന്തം കത്തിച്ച് കൈയിൽ വെച്ചുകൊടുത്തു പറഞ്ഞു. "ഞാനാണ് നിന്നെ ഇവിടേക്ക് കൊണ്ടുവന്നതെന്നറിയാമോ? അള്ളായോ ടുള്ള സ്നേഹത്തിനുവേണ്ടി, നിന്റെ നന്മ ഉദ്ദേശിച്ചാണത് ചെയ്തത്. അതുകൊണ്ട് ഈ പന്തം പിടിച്ച്, കുളിമുറി വാതില്ക്കൽ നിൽക്കുന്ന വരുടെ ഇടയിൽ നീയും ചെന്ന് നില്ക്കുക; അവരോടൊപ്പം നടന്ന് വിവാഹാഘോഷം നടക്കുന്ന വീട്ടിലേക്ക് ചെല്ലുക. പിന്നെ ധൈര്യ സമേതം ആ ഗംഭീരമായ സ്വീകരണമുറിയിലേക്ക് പ്രവേശിക്കുക. ആരേയും പേടിക്കേണ്ട, ആ കൂനനായ വരന്റെ വലതുവശത്ത് ചെന്നു നില്ക്കുക. പരിചാരികമാരോ, ജോലിക്കാരികളോ, ഗായികമാരോ നിന്റെ അടുത്ത് വരുമ്പോൾ, നീ സ്വന്തം പോക്കറ്റിൽ കൈയിടുക, അതിൽ നിറയെ സ്വർണ്ണ നാണയങ്ങൾ നിനക്ക് കാണാൻ കഴിയും; അവ പുറത്തെടുത്ത്, അവർക്ക് എറിഞ്ഞു കൊടുക്കുക, ഒന്നും ബാക്കി വെക്കേണ്ട. നീ എപ്പോൾ പോക്കറ്റിൽ കൈയിട്ടാലും അതിൽ നിറയെ സ്വർണ്ണനാണ്യങ്ങൾ കാണാ നാകും! ഉപഹാരം കൈനിറയെ വാരിക്കോരി നല്കുക, ഒന്നും പേടി ക്കേണ്ട, എന്നാൽ നിന്നെ സൃഷ്ടിച്ചവനിൽ വിശ്വാസമർപ്പിക്കുക. സർവ്വ ശക്തനായ അള്ളാ, തന്റെ ജീവികൾക്കു മേൽ വിധി കല്പിക്കും."

ഇഫ്രിട്ടിൽ നിന്നുള്ള ഈ വാക്കുകൾ കേട്ടപ്പോൾ ബദർ അൽദീൻ ഹസൻ സ്വയം പറഞ്ഞു. "ദൈവമേ ഇതിന്റെയെല്ലാം അർത്ഥം എന്താ ണെന്നും, ഇത്തരം ദയാദാക്ഷിണ്യത്തിന് കാരണമെന്താണെന്നും എനിക്കറിയാൻ കഴിഞ്ഞെങ്കിൽ!"

എന്തായാലും അയാൾ മറ്റുള്ളവരോടൊപ്പം കൂടി കലർന്ന്, തീ പന്തവും പിടിച്ച് വിവാഹഘോഷയാത്രയോടൊപ്പം നടന്ന്, കുളിമുറിയുടെ അടുത്തെത്തി. അവിടെ കുതിരപ്പുറത്തിരിക്കുന്ന കൂനനെ അയാൾ കണ്ടു. അപ്പോൾ അയാൾ തിരക്കിനിടയിലൂടെ തള്ളി മുന്നേറി; മനോഹരമായി

വസ്ത്രധാരണം ചെയ്ത്, വില പിടിച്ച തലപ്പാവണിഞ്ഞ് നില്ക്കുന്ന അതി സുന്ദരനായ ആ യുവാവിനെ എല്ലാവരും ശ്രദ്ധിച്ചു. ഇടയ്ക്കിടെ ഗായികമാർ പാരിതോഷികങ്ങൾക്കായി നിന്നപ്പോൾ, അയാൾ പോക്കറ്റിൽ കൈയിട്ടു; അതിൽ നിറയെ സ്വർണ്ണനാണയങ്ങൾ കണ്ടപ്പോൾ, കൈ നിറയെ അത് വാരിയെടുത്ത് 'മദ്ദള'ങ്ങളിലേക്ക് എറിഞ്ഞു കൊടുത്തു. പാട്ടുകാർ ഈ ഉദാര സംഭാവന കണ്ട് വിസ്മയിച്ചു പോയി! അയാളുടെ വിലപിടിച്ച വേഷഭൂഷാദികളും, സൗന്ദര്യവും കണ്ട് ജനങ്ങൾ ആശ്ചര്യപ്പെട്ടു. വസീറിന്റെ (അയാളുടെ പിതൃസഹോദരൻ) കൊട്ടാരത്തിലെത്തുന്നതുവരെ അയാൾ സമ്മാനദാനം തുടർന്നുകൊണ്ടിരുന്നു. അവിടെ വെച്ച് കൊട്ടാര കാര്യസ്ഥന്മാർ ആളുകളെ തടഞ്ഞു, മുന്നോട്ടു പോകാനനുവദിച്ചില്ല; എന്നാൽ, ഗായികമാരും പരിചാരികമാരും പറഞ്ഞു. "അള്ളായാണേ, ഈ യുവാവിനെ ഞങ്ങളോടൊപ്പം അകത്ത് കടക്കാനനുവദിച്ചാലേ ഞങ്ങൾ ഉള്ളിലേക്ക് വരൂ. കാരണം, അത്രയ്ക്ക് പാരിതോഷകങ്ങളാണ് ഞങ്ങൾക്ക് ഇദ്ദേഹം തന്നിരിക്കുന്നത്, അത് മൂലം ഞങ്ങളുടെ ജീവിതത്തിന് ദൈർഘ്യം കൂടിയിരിക്കയാണ്. അദ്ദേഹത്തിന്റെ സാന്നിധ്യത്തിലേ ഞങ്ങൾ വധുവിനെ കാണിക്കൂ."

അങ്ങനെ അവരുടെ അനുമതിയോടെ അയാളെ വിവാഹ ഹാളിലേക്ക് ആനയിച്ചു; കൂനൻ വരന്റെ വൃത്തികെട്ട നോട്ടത്തെ ധിക്കരിച്ചുകൊണ്ട് അയാളെ അവർ ആസനസ്ഥനാക്കി! പ്രഭുക്കന്മാരുടേയും മന്ത്രിമാരുടേയും ഉന്നതോദ്യോഗസ്ഥരുടേയും ഭാര്യമാർ രണ്ട് വരികളിലായിനിന്ന്; ഓരോരുത്തരുടെ കൈയിലും കത്തിച്ച വലിയ പന്തങ്ങളുണ്ട്; എല്ലാവരും നനുത്ത ശിരോവസ്ത്രം ധരിച്ചിരിക്കുന്നു. രണ്ട് വശത്തും (ഇടതും വലതും) സ്ത്രീകളുടെ ഇരട്ടവരികൾ വധുവിന്റെ ഇരിപ്പിടം മുതൽ ഹാളിന്റെ അറ്റം വരെ നീളുന്നു; ആ അറ്റത്തുള്ള മണിയറയിൽ നിന്നാണ് വധു ഇറങ്ങി വരുക.

ആ മഹിളകൾ പൂർണ്ണ ചന്ദ്രനെ പോലെ ശോഭിക്കുന്ന ബദർ അൽദീൻ ഹസന്റെ അഴകാർന്ന മുഖത്ത് നോക്കിയപ്പോൾ, അവരുടെ ഹൃദയം അയാൾക്കുവേണ്ടി തുടിച്ചു! ഗായികമാർ അയാളുടെ ഔദാര്യത്തെക്കുറിച്ച് അവരോട് വാഴ്ത്തി പറഞ്ഞു. "ഈ സുന്ദരൻ ഞങ്ങളുടെ കൈകളിൽ സ്വർണ്ണനാണ്യങ്ങൾ കൊണ്ട് നിറച്ചിരുന്നു എന്നറിയാമോ! അതുകൊണ്ട് അദ്ദേഹത്തിന് സ്ത്രീസേവ ചെയ്യുന്നതിൽ നിങ്ങൾ യാതൊരു ലുബ്ധും കാണിക്കേണ്ട. അദ്ദേഹം എന്ത് ആവശ്യപ്പെട്ടാലും അത് അനുസരിച്ചേക്കൂ."

അപ്പോൾ എല്ലാമഹിളകളും പന്തങ്ങൾ കൈയിലേന്തി അയാൾക്കു ചുറ്റും കൂടി ആ സുന്ദരന്റെ മുഖത്തേക്ക് അസൂയയോടെ തുറിച്ചുനോക്കി. ഓരോരുത്തരും അയാളുടെ നെഞ്ചത്ത് ആഹ്ലാദത്തോടെ ഒരു മണിക്കൂറോ, ഒരു കൊല്ലം തന്നെയോ കിടന്നേനെ! അവരുടെ ഹൃദയങ്ങൾ അത്രയേറെ ഇളകിമറിഞ്ഞിരുന്നു; അവരുടെ ശിരോവസ്ത്രങ്ങൾ അറിയാതെ വീണു പോയി; അവർ പറഞ്ഞു. "ഈ യുവാവിനെ നേടുന്നവൾ, അല്ലെങ്കിൽ ഈ യുവാവിന്റേതായവൾ എത്ര സന്തോഷവതിയായിരിക്കും!"

ആ വിരൂപനായ വരനുനേരെ അവർ ശാപവാക്കുകൾ ചൊരിഞ്ഞു, അതുപോലെ ആ സുന്ദരിയായ പെൺകുട്ടിയെ ഇത്തരം ഒരു വിവാഹ

ബന്ധത്തിന് ഇടവരുത്തിയവരേയും! ബദർ അൽദീൻ ഹസനെ എത്രത്തോളം അവർ ആശംസിച്ചുവോ, അത്രത്തോളം അവർ ആ കൂനനെ അധിക്ഷേപിച്ചു. "സത്യമായും, ഈ യുവാവല്ലാതെ മറ്റാരും നമ്മുടെ വധുവിന് അർഹനല്ല. ആഹ്, ഇത്രയും സുന്ദരിയായ ഒരുവൾക്ക് ഈ കൂനൻ 'ക്വാസിമോദൊ'വെ ഭർത്താവായി കൊണ്ടുവന്നവൻ തുലയട്ടെ. അള്ളായുടെ ശാപം അവന്റെ തലയിൽ പതിക്കും, വിവാഹത്തിന് ഉത്തരവ് കൊടുത്ത സുൽത്താനിലും! അപ്പോൾ ഗായികമാർ തമ്പോറടിച്ച് ആഹ്ലാദത്തോടെ പാട്ടുപാടിക്കൊണ്ട് വധുവിന്റെ രംഗപ്രവേശം ഉദ്ഘോഷിച്ചു. വസീറിന്റെ പുത്രി പരിചാരികമാരുടെ അകമ്പടിയോടെ ഹാളിലേക്ക് പ്രവേശിച്ചു. അവർ അവളെ സുഗന്ധതൈലം പൂശി മനോഹരമായി കേശാലങ്കാരം നടത്തി, വിലപിടിച്ച വസ്ത്രങ്ങളും ആഭരണങ്ങളും ധരിപ്പിച്ച്, രാജകീയ പ്രൗഢിയോടെയാണ് ആനയിപ്പിച്ചത്! പതിവ് വസ്ത്രങ്ങൾക്കുമീതെ ധരിച്ച അയഞ്ഞ മേലങ്കി അതിമനോഹരവും പ്രത്യേകം ശ്രദ്ധേയവുമായിരുന്നു! അതിൽ 'ഡയമണ്ട്' ആകൃതിയിൽ സ്വർണ്ണകസവുകൊണ്ടുള്ള ചിത്രപ്പണികളും കാട്ടുമൃഗങ്ങളുടെ രൂപങ്ങളും മുത്ത് കൊക്കുകളും മുത്ത് കണ്ണുകളും ചുകന്ന റൂബികൾ കൊണ്ടുള്ള നഖങ്ങളും ഉള്ള പക്ഷികളും അതിൽ കാണാം. 'യമനി' മാതൃകയിൽ നിർമ്മിച്ച മനോഹരമായ നെക്ലെയ്സ് ആണവൾ കഴുത്തിൽ അണിഞ്ഞിട്ടുള്ളത്; ആയിരക്കണക്കിന് സ്വർണ്ണ നാണ്യം വില വരുന്നതാണത്! വലിയ മഹാരാജക്കന്മാർക്കു പോലും ഇത്രയും അമൂല്യമായൊരാഭരണം ഉണ്ടായിരുന്നിരിക്കില്ല. വധുവാകട്ടെ പതിനാലാം രാവിലെ ചന്ദ്രനെ പോലെ ശോഭിക്കുകയാണ്. അവൾ ഹാളിലേക്ക് നടന്നു വരുമ്പോൾ സ്വർഗ്ഗത്തിലെ 'ഹൂറി'മാരിൽ ഒരുവളാണെന്ന് തോന്നിപ്പിച്ചു! ഇത്രയും സുന്ദരിയായൊരുവളെ സൃഷ്ടിച്ച സർവ്വേശൻ വാഴ്ത്തപ്പെടട്ടെ!

കണ്ണിന്റെ കൃഷ്ണമണിക്ക് ചുറ്റുമുള്ള 'വെള്ള' പോലെ മഹിളകൾ അവളുടെ ചുറ്റും കൂടി നിന്നു. അവർ നക്ഷത്രങ്ങളും അവൾ കാർമേഘം മൂടാൻ പോകുന്ന ചന്ദ്രനെ പോലെ കാണപ്പെട്ടു! ബസ്രായിലെ ബദർ അൽദീൻ ഹസൻ എല്ലാവരെയും നിരീക്ഷിച്ചുകൊണ്ട് ഇരിക്കുകയാണ്. അപ്പോൾ വധു വശ്യമായ രീതിയിൽ നടന്നു വന്നു; കൂനൻ വരൻ അവളെ സ്വീകരിക്കാനായി എഴുന്നേറ്റ് നിന്നു. എന്നാൽ, അവൾ അയാളെ അവഗണിച്ച് മുന്നോട്ട് നടന്ന് തന്റെ പിതൃസഹോദരപുത്രനായ ഹസന് മുന്നിൽ ചെന്നു നിന്നു. അതുകണ്ട് ജനങ്ങൾ ചിരിച്ചു. അവൾ ബദർ അൽദീനുമായി ആകർഷിക്കപ്പെട്ടതുകണ്ട്, വിവാഹാതിഥികൾ ആർത്ത് അട്ടഹസിച്ചു; ഗായികമാർ ഏറ്റവും ഉച്ചത്തിൽ ഒച്ചവെച്ചു! അപ്പോൾ അയാൾ തന്റെ പോക്കറ്റിൽ കൈയിട്ട്, കൈനിറയെ സ്വർണ്ണനാണ്യങ്ങൾ വാരിയെടുത്ത്, ഗായികമാരുടെ 'തമ്പോറി'ൽ ഇട്ടുകൊടുത്തു. പെൺകുട്ടികൾ ആഹ്ലാദത്തോടെ പറഞ്ഞു. "ഈ വധു നിങ്ങളുടേതാകട്ടെ എന്ന ഞങ്ങളുടെ ആഗ്രഹം സഫലമാകുമോ!"

അതുകേട്ട് അയാൾ പുഞ്ചിരിച്ചപ്പോൾ, ആളുകൾ തീപ്പന്തങ്ങളുമായി അയാളുടെ ചുറ്റും കൂടി. ആ സമയത്ത് കൂനൻ വരൻ, വാലുപോയ കുരങ്ങനെപ്പോലെ ഒറ്റയ്ക്ക് ഇരിക്കുകയായിരുന്നു. അവൻ ഓരോ പ്രാവശ്യം ആ കൂനനു മുന്നിൽ മെഴുകുതിരി കത്തിച്ചുവെക്കുമ്പോഴും അത്

മിന്നിമിന്നി കത്തി, പെട്ടെന്ന് കെട്ടുപോകും; അതുകൊണ്ട് അവൻ ഇരുട്ടിൽ, ഒറ്റയ്ക്കിരുന്ന്, സ്വയം നോക്കുകയായിരുന്നു. വരൻ ഇപ്രകാരം ഇരുട്ടത്ത് ഏകനായി ഇരിക്കുന്നത് ബദർ അൽദീൻ ഹസൻ കണ്ടു; അതേ സമയം വിവാഹാതിഥികളെല്ലാം തീപ്പന്തങ്ങളും മെഴുകുതിരികളും പിടിച്ച്, തനിക്ക് ചുറ്റും നില്ക്കുകയാണെന്നും അയാൾ കണ്ടു; അയാൾ സംഭ്രമിക്കുകയും അതിശയിക്കുകയും ചെയ്തു! എന്നാൽ, അയാൾ സ്വന്തം കസിനു നേരെ ദൃഷ്ടി പായിച്ചപ്പോൾ ആനന്ദിക്കുകയും ആഹ്ലാദിക്കുകയും ചെയ്തു. അയാൾ അവളെ അഭിവാദ്യം ചെയ്യാനാഗ്രഹിച്ചു; വെളിച്ചത്തിൽ ജ്വലിച്ചുകൊണ്ടിരിക്കുന്ന അവളുടെ മുഖത്തേക്ക് അയാൾ മിഴിച്ചുനോക്കി അപ്പോൾ പരിചാരികമാർ അവളുടെ മുഖാവരണം , എടുത്തു മാറ്റി. " വധുവിന്റെ വേഷ' ത്തിൽ അവളെ പ്രദർശിപ്പിച്ചു, ചുകന്ന 'സാറ്റിൻ' ഉടുപ്പ്. അതുകണ്ട് ഹസന്റെ കണ്ണഞ്ചിപ്പോയി! അദ്ഭുതസ്തബ്ധനായി നിന്നു! അവൾ അങ്ങോട്ടുമിങ്ങോട്ടും ആകർഷണീയമായ കാൽവെപ്പുകളോടെ നീങ്ങുന്നതുകണ്ട് ബുദ്ധി മറിഞ്ഞതുപോലെ തോന്നി! സ്ത്രീ പുരുഷന്മാരായ എല്ലാ അതിഥികളുടേയും തല അവൾ തിരിച്ചു കളഞ്ഞു!

പിന്നെ, അവർ ആ ഉടുപ്പ് മാറ്റി, ആകാശനീലിമ പോലുള്ള ഒരു മേലങ്കി ധരിപ്പിച്ചു. ചക്രവാളത്തിൽ നിന്ന് ഉദിച്ചുയരുന്ന ഒരു പൂർണ്ണചന്ദ്രനെപോലെ ഉണ്ടായിരുന്നു അവൾ അപ്പോൾ; അവളുടെ കറുത്തിരുണ്ട തലമുടിയും അരുണിമയാർന്ന കവിളുകളും മനോഹരമായിരുന്നു. മധുരമായി പുഞ്ചിരിക്കുന്ന പല്ലുകൾ, ഉയർന്നു നില്ക്കുന്ന ഉറച്ച മാറിടം. മെലിഞ്ഞ് മൃദുവായ നാഭിപ്രദേശം... എല്ലാം അതിസുന്ദരം തന്നെ! അങ്ങനെ ഏഴ് പ്രാവശ്യം അതിമനോഹരവും വിവിധ വർണ്ണങ്ങളിലുമുള്ള വിലപിടിച്ച വസ്ത്രങ്ങൾ മാറിമാറി വധുവിനെ അവർ ധരിപ്പിച്ച് അതിഥികൾക്കുമുന്നിൽ പ്രദർശിപ്പിച്ചു. ആ കൂനൻ വരനെ പൂർണ്ണമായും അവഗണിച്ച് ഹസൻ അൻബസ്രിയുടെ മുന്നിലായിരുന്നു ഈ പ്രദർശനങ്ങൾ മുഴുവൻ! അത്രയും നേരം കണ്ണുകൾ അടച്ചുകൊണ്ട് നിന്നിരുന്ന അവൾ, കണ്ണുകൾ തുറന്ന് പറഞ്ഞു. "ഓ, അള്ളാ, ഈ മനുഷ്യനെ എനിക്ക് ഭർത്താവായി തരൂ. ഈ കൂനൻ വരന്റെ 'ആപത്തി'ൽ നിന്ന് എന്നെ രക്ഷിക്കൂ!"

ഈ പരിപാടികൾ അവസാനിച്ച ഉടനെ അവർ വിവാഹാതിഥികളെ പിരിച്ചു വിട്ടു. ഹസനും കൂനനും മാത്രം അവിടെ ബാക്കിയായി. പരിചാരികമാർ വധുവിനെ ഉള്ളിലെ മുറിയിലേക്ക് വസ്ത്രം മാറ്റാനും വരന്റെ വരവിനായി തയ്യാറെടുക്കുവാനും വേണ്ടി കൊണ്ടുപോയി. അപ്പോൾ 'ക്വാസി മോദൊ' ബദർ അൽദീൻ ഹസന്റെ അടുത്ത് ചെന്ന് പറഞ്ഞു. "ഓ, എന്റെ പ്രഭോ, അങ്ങയുടെ നല്ല സഹവാസം മൂലം ഈ രാത്രി രസകരമായിരുന്നു; അങ്ങയുടെ കാരുണ്യവും ഔദാര്യവും ഞങ്ങളുടെ ഹൃദയം നിറച്ചു; എന്നാൽ, ഇനി എന്തുകൊണ്ട് എഴുന്നേറ്റ് പൊയ്ക്കൂടാ?"

"ബിസ്മില്ല," അയാൾ മറുപടി നല്കി . ആകട്ടെ! അയാൾ എഴുന്നേറ്റ് വാതിൽക്കലേക്ക് നടക്കവെ, 'ഇഫ്രീട്ട്' അയാളെ തടഞ്ഞുനിർത്തി പറഞ്ഞു. "നീ ഇവിടെ കാത്തിരിക്കുക, ഓ ബദർ അൽദീൻ; കൂനൻ സ്വകാര്യ ടോയ്‌ലറ്റ് മുറിയിലേക്ക് പോകുമ്പോൾ, ഒട്ടും സമയം കളയാതെ നീ മണിയറയിലേക്ക് കടന്നുചെന്ന് സ്വസ്ഥനായി ഇരിക്കുക. വധു

വരുമ്പോൾ അവളോട് പറയുക. "ഞാനാണ് നിന്റെ ഭർത്താവ്; നിനക്ക് കണ്ണേൽക്കാതിരിക്കാനായി രാജാവ് എടുത്ത ഒരു തന്ത്രമാണിത്; നീ കണ്ടവൻ നമ്മുടെ ഒരു കുതിരക്കാരനാണ്. എന്നിട്ട് ധൈര്യസമേതം അവളുടെ അടുത്തുചെന്ന്, മുഖാവരണം എടുത്ത് മാറ്റുക. അസൂയയാണ് ഞങ്ങളെ ഇക്കാര്യം ചെയ്യാൻ പ്രേരിപ്പിച്ചത്."

ഹസൻ ഇഫ്രിട്ടിനോട് സംസാരിച്ചിരിക്കവെ, വരൻ എഴുന്നേറ്റ് ടോയ്‌ലറ്റ് മുറിയിലേക്ക് പോകുന്നത് കണ്ടു. അയാൾ ഒരു സ്റ്റൂളിൽ ഇരിക്കുമ്പോഴേക്കും, ഇഫ്രിട്ട് ഒരു എലിയുടെ രൂപത്തിൽ വെള്ളം നിറച്ച ടാങ്കിൽ നിന്ന് പുറത്തു ചാടി ചിലക്കാൻ തുടങ്ങി. 'സീക്!', 'സീക്!' കൂനൻ വിളിച്ചു പറഞ്ഞു. "എന്താണിത്?"

അപ്പോൾ എലി വളർന്നു വലുതായി ഒരു കരിംപൂച്ചയായി മാറി. അത് ഉറക്കെ കരഞ്ഞു. 'മ്യാവൂ! മ്യാവൂ!' വീണ്ടും അത് വളർന്ന് ഒരു നായയായി മാറി! അത് ശക്തിയായി കുരച്ചു. "ഭൗ! ഭൗ" ഇതുകണ്ട് വരൻ വല്ലാതെ പേടിച്ച് വിളിച്ചു കൂവി. "പുറത്ത് പോ നശിച്ച സാധനം!"

എന്നാൽ, നായ വളർന്നു വലുതായി ഒരു കഴുതക്കുട്ടിയായി മാറി! അത് അവന്റെ മുഖത്ത് നോക്കി നിലവിളിച്ചു. "ബ്രേ! ബ്രേ!"

അതുകണ്ട് കൂനൻ ഭയവിഹ്വലനായി കരഞ്ഞു. "ഓ, വീട്ടുകാരെ, എന്നെ രക്ഷിക്കൂ!" എന്നാൽ, അപ്പോഴേക്കും കഴുത ഒരു കൂറ്റൻ പോത്തായി മാറി; അത് അവനെ തടഞ്ഞു നിർത്തി, എന്നിട്ട് മനുഷ്യരെ പോലെ പറഞ്ഞു. "നീ നശിക്കട്ടെ, ഓ, കൂനാ, നാറീ, ഏറ്റവും വൃത്തികെട്ട കുതിരക്കാരാ!"

ഇതുകേട്ട ആ കുതിരക്കാരൻ സഹിക്കവയ്യാത്ത വയറുവേദനയോടെ നിലത്തിരുന്നു; അവന്റെ പല്ലുകൾ കൂട്ടി ഇടിക്കുന്നുണ്ടായിരുന്നു.

ഇഫ്രിട്ട് അവനോട് പറഞ്ഞു. "നിനക്ക് ഈ ലോകം ഇത്ര ചെറുതായി തോന്നുന്നുണ്ടോ? എന്റെ കാമുകിയെ മാത്രമേ നിനക്ക് കല്യാണം കഴിക്കാൻ കിട്ടിയുള്ളൂ?" എന്നാൽ, അവൻ മിണ്ടാതെ നിന്നപ്പോൾ ഇഫ്രിട്ട് തുടർന്നു. "എനിക്ക് മറുപടി തരൂ; അല്ലെങ്കിൽ നിന്നെ ഞാൻ കൊന്നു കളയും!" "അള്ളയാണേ" കൂനൻ മറുപടി നല്കി. "അല്ലയോ പോത്ത് രാജാവേ, ഇത് എന്റെ കുറ്റമല്ല. കാരണം, അവർ എന്നെ കൊണ്ട് നിർബന്ധിച്ച് വിവാഹം കഴിപ്പിച്ചതാണ്; സത്യമായിട്ടും അവൾ ഒരു പോത്തിന്റെ കാമുകിയാണെന്നെനിക്കറിയില്ലായിരുന്നു. എന്നാൽ, ഇപ്പോൾ ഞാൻ പശ്ചാത്തപിക്കുന്നു, ആദ്യം അള്ളായുടെ മുന്നിലും, പിന്നെ നിന്റെ മുന്നിലും" ഇഫ്രിട്ട് അവനോട് പറഞ്ഞു. "ഞാൻ ശപഥം ചെയ്യുന്നു, നീ ഇവിടെ തന്നെ നില്ക്കുകയോ, സൂര്യോദയത്തിനുമുമ്പ് ഒരക്ഷരം ഉച്ചരിക്കുകയോ ചെയ്താൽ നിന്റെ കഴുത്ത് ഞാൻ പിരിച്ചൊടിക്കും. സൂര്യനുദിക്കുമ്പോൾ നീ ഇവിടം വിട്ടിരിക്കണം, പിന്നെ ഒരിക്കലും ഈ വീട്ടിലേക്ക് തിരിച്ചുവരരുത്." അപ്രകാരം പറഞ്ഞു ഇഫ്രിട്ട് കൂനനെ കക്കൂസിന്റെ ഒരു വിടവിൽ തലകീഴായി ഞാത്തിയിട്ടു. "ഞാൻ നിന്നെ ഇവിടെ വിട്ടുപോകുന്നു; എന്നാലും നേരം പുലരുന്നതുവരെ ഞാൻ നിന്നെ ശ്രദ്ധിക്കുന്നുണ്ടായിരിക്കും. അതിനുമുമ്പ് നീ അനങ്ങിയാൽ, നിന്റെ കാലിൽ പിടിച്ച് ഞാൻ നിലത്തടിച്ച് നിന്റെ തല തകർക്കും. അതുകൊണ്ട് സ്വന്തം ജീവൻ രക്ഷിക്കാൻ നോക്കിക്കോളൂ!" ഇത്രയുമാണ് ആ കൂനന്റെ കാര്യം.

ഇനി, ബസ്രായിലെ ബദർ അൽദീൻ ഹസന് എന്തുപറ്റിയെന്ന് നോക്കാം. കൂനനും ഇഫ്രിട്ടും ബഹളം വെക്കുന്ന നേരത്ത് അയാൾ നേരെ മണിയറയിൽചെന്നു, ആ മുറിയുടെ മദ്ധ്യത്തിൽ ഇരുന്നു. അപ്പോഴേക്കും അതാ വരുന്നു ഒരു വൃദ്ധയോടൊപ്പം ആ കല്യാണപ്പെണ്ണ്! ആ വൃദ്ധ വാതിൽക്കൽ നിന്നുകൊണ്ട് പറഞ്ഞു. "അല്ലയോ മണവാളാ, എഴുന്നേൽക്കൂ, ദൈവം നിനക്കായി കൊണ്ടുത്തന്നത് സ്വീകരിക്കൂ," പിന്നെ ആ വൃദ്ധ പുറത്തേക്ക് പോയി. ആ സുന്ദരി മണിയറയിലേക്ക് പ്രവേശിച്ച് തകർന്ന ഹൃദയത്തോടെ പരിതപിച്ചു. "അള്ളായാണേ, ഞാൻ ഒരിക്കലും എന്റെ ശരീരം അവന് കാഴ്ചവെക്കില്ല. ഇല്ല, അവനെന്റെ ജീവൻ എടുത്താലും!"

എന്നാൽ, അവൾ മുറിയുടെ മദ്ധ്യത്തിലെത്തിയപ്പോൾ അവൾ ബദർ അൽദീൻ ഹസനെ കണ്ട് ആനന്ദത്തോടെ പറഞ്ഞു. "പ്രാണനാഥാ, നിങ്ങൾ ഇപ്പോഴും ഇവിടെ ഇരിക്കുകയാണോ? അള്ളായാണേ, നിങ്ങൾ എന്റെ വരൻ ആകണമെന്ന് ഞാൻ ആശിക്കുകയായിരുന്നു, ചുരുങ്ങിയത് നിങ്ങൾ കൂനനോടൊപ്പം എന്റെ പങ്കാളിയെങ്കിലുമാകണമെന്ന്!" അയാൾ മറുപടി നല്കി. "ഓ, സുന്ദരിയായ പെൺകുട്ടി, എങ്ങനെയാണ് ആ കൂനൻ നിന്നെ വിവാഹം കഴിക്കാനിടയായത്? എങ്ങനെയാണ് അവൻ എന്നോടൊപ്പം നിന്റെ പങ്കാളിയാകുക?" അപ്പോൾ അവൾ ചോദിച്ചു. "ആരാണെന്റെ ഭർത്താവ്, നിങ്ങളോ അവനോ?"

"സിറ്റ് അൽഹുസുൻ" ഹസൻ തുടർന്നു. "വെറും തമാശയ്ക്കു വേണ്ടിയല്ല ഞങ്ങൾ ഇത് ചെയ്തത്; നിനക്ക് കണ്ണേല്ക്കാതിരിക്കാൻ വേണ്ടിയുള്ളൊരു രക്ഷാകവചം മാത്രം! എന്തുകൊണ്ടെന്നാൽ, പരിചാരികമാരും, ഗായികമാരും വിവാഹതിഥികളും നിന്റെ സൗന്ദര്യം എന്റെ മുന്നിൽ വെച്ച് പ്രദർശിപ്പിക്കുമ്പോൾ, വശീകരണം ഉണ്ടായെങ്കിലോ എന്നവർ ഭയപ്പെട്ടിരുന്നു. അതുകൊണ്ട് നിന്റെ അച്ഛൻ, നിനക്ക് കണ്ണേല്ക്കാതിരിക്കാനായി ആ കുതിരക്കാരനെ പത്ത് ദിനാറും ഒരു പാത്രം ഇറച്ചിയും കൊടുത്ത് 'നോക്കുത്തി'യായി വാടകക്കെടുത്തതാണ്! അവൻ കൂലി വാങ്ങി സ്വന്തം വഴിക്ക് പോയി."

ഈ വാക്കുകൾ കേട്ട് ആ സുന്ദരി ആഹ്ലാദത്തോടെ, ആസ്വദിച്ചുകൊണ്ട് ചിരിച്ചു. പിന്നെ, അവൾ അയാളോട് മന്ത്രിച്ചു. "എന്റെ പ്രഭോ, എന്നെ പീഡിപ്പിച്ചുകൊണ്ടിരുന്ന തീയാണ് നിങ്ങൾ ഇപ്പോൾ അണച്ചത്; അള്ളായാണേ, കറുത്ത മുടിയുള്ള എന്റെ പ്രാണനാഥാ, എന്നെ പിടിച്ച് മാറോടണയ്ക്കൂ!"

അവൾ മീതെ ഇട്ടിരുന്ന ഉടുപ്പും, അടിവസ്ത്രങ്ങളും ഊരിക്കളഞ്ഞു. പൂർണ്ണ നഗ്നയായി നിന്ന് അവയവപ്രദർശനം നടത്തി! അതിമനോഹരമായ ആ കാഴ്ച കണ്ട് ബദർ അൽദീനിൽ കാമവികാരം ഉദ്ദീപിച്ചു; അയാൾ വസ്ത്രങ്ങൾ ഊരിക്കളഞ്ഞു. യഹൂദനിൽ നിന്ന് വാങ്ങിച്ച ആയിരം ദിനാറിന്റെ പണസഞ്ചിവെച്ച പോക്കറ്റുള്ള പാന്റ് മടക്കി മെത്തയുടെ അടിയിൽ ഒരു അറ്റത്തായി വെച്ചു. പിന്നെ തലപ്പാവ് ഊരി മറ്റ് ഉടുപ്പുകൾക്കുമീതെ വെച്ചു. അതിനുശേഷം ആ സുന്ദരി അയാളെ അവളിലേക്ക് വലിച്ചടുപ്പിച്ചു. അവനും അവളെ ആവേശത്തോടെ ആലിംഗനം ചെയ്തു. ഇരുവരും ആനന്ദലഹരിയിൽ മതിവരുവോളം കാമകേളികളിൽ മുഴുകി. അതേ രാത്രി തന്നെ അവൾ അയാളിൽ നിന്നും

ഗർഭം ധരിച്ചു. അതിനുശേഷം പരസ്പരം ആശ്ലേഷിച്ചുകൊണ്ട് അവർ ഗാഢനിദ്രയിലാണ്ടു. ഇത്രയുമാണ് 'ബദർ അൽദീൻ ഹസ'ന്റെയും 'സിറ്റ് അൽഹുസുനി' ന്റെയും കാര്യങ്ങൾ.

ഇനി ഇഫ്രിട്ടിനെക്കുറിച്ച്- അവർ ഇരുവരും ഗാഢനിദ്രയിലാണ്ടപ്പോൾ 'ഇഫ്രിട്ട്' 'ഇഫ്രിട്ടാ'യോട് പറഞ്ഞു. "എഴുന്നേല്ക്കൂ, നീ ആ യുവാവിന്റെ അടിയിൽ ചെല്ലൂ. നേരം പുലരുന്നതിനുമുമ്പ് അവനെ പൊക്കിയെടുത്ത് പഴയ സ്ഥലത്തേക്ക് തന്നെ കൊണ്ടുപോകാം. നേരം പുലരാറായി."

അങ്ങനെ, അവൾ മുന്നോട്ടുചെന്ന് ഉറങ്ങി കിടന്നിരുന്ന അയാളുടെ അടിയിൽ കയറി, നീല ഷർട്ടുമാത്രം ഇടുവിച്ച് (ബാക്കി വസ്ത്രങ്ങളെല്ലാം അവിടെ ഇട്ടു) അയാളെയും പൊക്കി പറന്നുയർന്നു. പാതിവഴിയെത്തിയപ്പോഴേക്കും നേരം പുലർന്നു, പള്ളിയിൽ നിന്ന് നിസ്ക്കാരത്തിനുള്ള വാങ്കുവിളികേട്ടു. അപ്പോൾ ഒരു 'കൊള്ളിമീൻ' ഇഫ്രിട്ടിനുമേൽ പതിച്ച്, അവൻ കരിഞ്ഞുപോയി; അള്ളായുടെ നിശ്ചയം! എന്നാൽ പെൺഭൂതം രക്ഷപ്പെട്ടു. അവൾ ബദർ അൽദീനോടൊപ്പം ഇഫ്രിട്ട് കരിഞ്ഞു വീണ സ്ഥലത്ത് ഇറങ്ങി. പിന്നെ, അവനുമായി ബസ്രയിലേക്ക് മടങ്ങിയില്ല; അയാൾക്ക് ദോഷമുണ്ടായെങ്കിലോ എന്നവൾ ഭയപ്പെട്ടു. പിന്നീട് ഈശ്വരേച്ഛയനുസരിച്ച് അവർ സിറിയയിലെ 'ദമാസ്കസ്സി'ൽ എത്തി. ആ പെൺഭൂതം തന്റെ 'ഭാരം' ഒരു നഗരകവാടത്തിൽ ഇറക്കിവെച്ച് സ്ഥലം വിട്ടു.

നേരം വെളുത്ത്, വാതിലുകൾ തുറന്ന് ജനം പുറത്തുവന്നപ്പോൾ, സുന്ദരനായൊരു യുവാവ് സ്വർണ്ണക്കസവുള്ള നീല ഷർട്ടും തൊപ്പിയും മാത്രം ധരിച്ച് നിലത്തു കിടന്ന് സുഖമായി ഉറങ്ങുന്നത് കണ്ടു; തലേന്ന് രാത്രിയിലെ കഠിനാദ്ധ്വാനം അയാളെ ശരിക്കും തളർത്തിയിരുന്നു! ജനങ്ങൾ അയാളെ നോക്കി പറഞ്ഞു. "ഇവനോടൊപ്പം രാത്രി ചിലവഴിച്ചവളുടെ ഭാഗ്യം! എന്നാൽ, അവന് വസ്ത്രം ധരിക്കുന്നതുവരെ കാത്തിരിക്കാമായിരുന്നു!"

മറ്റൊരുവൻ അഭിപ്രായപ്പെട്ടു. "വലിയ കുടുംബങ്ങളിലെ മക്കൾ ദുഃഖിതരായൊരു വർഗ്ഗം തന്നെ! സന്ദർഭവശാൽ അവൻ വല്ല മദ്യശാലയിലും കയറിയിരിക്കാം. വീഞ്ഞ് തലയ്ക്കടിച്ചിരിക്കാം അതിനുശേഷം അയാൾ വഴിതെറ്റി വന്ന് ഈ നഗരവാതിലിൽ എത്തിയിരിക്കാം; അത് അടച്ചിരിക്കുന്നതുകണ്ട് അവിടെ കിടന്നുറങ്ങി."

അങ്ങനെ ആളുകൾ ഊഹാപോഹങ്ങളും, വാഗ്വാദങ്ങളും നടത്തി കൊണ്ടിരിക്കവേ, പുലർക്കാല മന്ദമാരുതൻ അടിച്ച് ബദർ അൽദീനിന്റെ ഷർട്ട് മുകളിലേക്ക് പൊങ്ങി; അപ്പോൾ അയാളുടെ നാഭിപ്രദേശം വരെ പൂർണ്ണ നഗ്നമായി കാണപ്പെട്ടു! കാലുകളും തുടകളും 'ക്രീം' പോലെ മൃദുലമാണെന്ന് കാണാൻ കഴിഞ്ഞു! കാണികൾ വിളിച്ചു പറഞ്ഞു. "അള്ളായാണേ, ഇവൻ അതിസുന്ദരൻ തന്നെ!"

ഉച്ചത്തിലുള്ള അവരുടെ ശബ്ദം കേട്ട് ബദർ അൽദീൻ ഉറക്കത്തിൽ നിന്ന് എഴുന്നേറ്റു; താൻ ഒരു നഗരകവാടത്തിൽ ജനങ്ങളാൽ ചുറ്റപ്പെട്ട് കിടക്കുകയാണെന്നയാൾ കണ്ടു. അയാൾ, വല്ലാത്ത ആശ്ചര്യത്തോടെ ചോദിച്ചു. "ഞാൻ എവിടെയാണ്, മനുഷ്യരെ; എന്തുകൊണ്ടാണ് നിങ്ങൾ എന്റെ ചുറ്റും കൂടി നില്ക്കുന്നത്? നിങ്ങളുമായി എന്റെ ബന്ധമെന്താണ്?"

"പുലർച്ചത്തെ നിസ്ക്കാരസമയത്ത് നിങ്ങൾ ഇവിടെ കിടന്നുറങ്ങുന്നത് ഞങ്ങൾ കണ്ടു. ഇക്കാര്യത്തെക്കുറിച്ച് ഞങ്ങൾക്ക് ഇത്രമാത്രമേ അറിയൂ; എന്നാൽ, ഇന്നലെ രാത്രി നിങ്ങൾ എവിടെയാണ് കിടന്നുറങ്ങിയത്?"

"അള്ളായാണേ, ഓ നല്ലവരായ മനുഷ്യരേ, അയാൾ മറുപടി നൽകി. 'ഇന്നലെ രാത്രി 'കയ്റൊ'വിലാണ് ഞാൻ കിടന്നുറങ്ങിയത്"

ആരോ വിളിച്ചുപറഞ്ഞു. "നീ തീർച്ചയായും 'ഹഷീഷ്' അടിച്ചിട്ടുണ്ട്." മറ്റൊരാൾ അഭിപ്രായപ്പെട്ടു. "അവനൊരു വിഡ്ഢിയാണ്." "അവനൊരു മന്ദബുദ്ധിയാണ്". മൂന്നാമത്തവൻ പറഞ്ഞു. "നീ സ്വബോധത്തിലല്ലോ" നാലാമത്തവൻ അയാളോട് ചോദിച്ചു. "തലേന്ന് രാത്രി 'കയ്റൊ'വിൽ ഉറങ്ങിയവന് പിറ്റേന്ന് രാവിലെ ദമാസ്കസ് നഗരകവാടത്തിൽ ഉണരുകയോ!" അയാൾ ഉറക്കെ വിളിച്ചു പറഞ്ഞു. "അള്ളായാണേ, എന്റെ നല്ലവരായ മനുഷ്യരെ, ഞാൻ നിങ്ങളോട് നുണ പറയുകയല്ല; തീർച്ചയായും ഇന്നലെ രാത്രി ഞാൻ ഈജിപ്തിൽ ആയിരുന്നു, ഇന്നലെ ഉച്ചയ്ക്ക് 'ബസ്രാ'യിലും."

"കൊള്ളാം! കൊള്ളാം!" ഒരാൾ പറഞ്ഞു.

"ഹോ!ഹോ!" മറ്റൊരുവൻ ഒച്ചവെച്ചു.

"തന്നെ!തന്നെ!" മൂന്നാമത്തവൻ അഭിപ്രായപ്പെട്ടു.

"ഈ യുവാവിന് ഭ്രാന്താണ്, 'ജിന്നി' ബാധിച്ചിരിക്കയാണ്." നാലാമൻ അലറി.

അങ്ങനെ അവർ കൈ കൊട്ടിക്കൊണ്ട് പരസ്പരം പറഞ്ഞു. "കഷ്ടം ഈ യുവാവിനോട് ദയ തോന്നുന്നു. അള്ളായാണേ, ഒരു ഭ്രാന്തൻ തന്നെയാണിവൻ! ഭ്രാന്തൻ മനുഷ്യരെ മാനിക്കുന്നവനല്ല."

പിന്നെ അവർ അവനോട് പറഞ്ഞു. "സ്വയം വിവേകത്തോടെ ചിന്തിച്ച് യുക്തിപരമായൊരു നിഗമനത്തിൽ എത്തുക! ഇന്നലെ ബസ്രായിലായിരുന്ന നിങ്ങൾക്ക് രാത്രി കയ്റൊവിലും, ഇന്നു രാവിലെ ദമാസ്കസ്സിലും എത്താൻ കഴിഞ്ഞു?"

എന്നാൽ, അവൻ ശഠിച്ചു. "ഇന്നലെ രാത്രി തീർച്ചയായും 'കയ്റൊവിൽ ഞാനൊരു 'വര'നായിരുന്നു."

"നീ സ്വപ്നം കാണുകയാണെന്ന് തോന്നുന്നു." ആളുകൾ തുടർന്നു "ഇതെല്ലാം സ്വപ്നത്തിൽ നടന്നതായിരിക്കണം."

ഹസൻ അല്പനേരം ചിന്തിച്ച ശേഷം പറഞ്ഞു. "അള്ളായാണേ, ഇതൊരു സ്വപ്നമല്ല, തോന്നലുമല്ല! ഞാൻ തീർച്ചയായും 'കയ്റൊ' വിലായിരുന്നു; അവിടെ വെച്ചവർ വധുവിനെ എന്റെ മുന്നിൽ പ്രദർശിപ്പിച്ചു, മൂന്നാമതൊരുവന്റെ സാന്നിധ്യത്തിൽ, എന്റെ അടുത്ത് ഇരുന്ന കൂനൻ വരൻ. അള്ളായാണേ, എന്റെ സഹോദരാ, ഇത് ഒരു സ്വപ്നമല്ല; ഇത് സ്വപ്നമാണെങ്കിൽ എന്നോടൊപ്പം ഉണ്ടായിരുന്ന സ്വർണ്ണസഞ്ചിയും, തലപ്പാവും, മേലങ്കിയും പാന്റും എല്ലാം എവിടെ?

പിന്നെ അയാൾ എഴുന്നേറ്റ്, നഗരത്തിലേക്ക് നടന്നു; രാജവീഥിയിലൂടേയും, ഇടവഴികളിലൂടേയും അങ്ങാടികളിലൂടേയും നടന്നു. ജനങ്ങൾ അയാളെ തള്ളി 'ഭ്രാന്തൻ! ഭ്രാന്തൻ!" എന്നുറക്കെ വിളിച്ച് പരിഹസിച്ചു. ഒടുവിൽ കുപിതനായ അവൻ ഒരു പാചകക്കാരന്റെ കടയിൽ അഭയം തേടി.

ആ പാചകക്കാരൻ ചെറിയൊരു കൗശലക്കാരനായിരുന്നു. മുമ്പ്, അതായത് ഒരു തെമ്മാടിയും കള്ളനും! എന്നാൽ, അള്ളാ അവനെ പശ്ചാത്തപിപ്പിച്ച്, ദുർമ്മാർഗ്ഗത്തിൽ നിന്നും നേർവഴിക്ക് കൊണ്ടു വന്നു; ഇപ്പോൾ അവൻ ഒരു പാചകശാല തുറന്നിരിക്കയാണ്. ദമാസ്കസ്സിലെ എല്ലാ ജനങ്ങൾക്കും അവന്റെ ചങ്കൂറ്റത്തിൽ ഭയമാണ്! അതുകൊണ്ട് ആ യുവാവ് കടയിൽ കയറുന്നതു കണ്ടപ്പോൾ, ആളുകൾ അയാളെ പേടിച്ച് അവരവരുടെ വഴിക്ക് പിരിഞ്ഞു പോയി.

പാചകക്കാരൻ ബദർ അൽദീനെ നന്നായൊന്ന് നോക്കി; അയാളുടെ സൗന്ദര്യത്തിൽ അവൻ വശീകരിക്കപ്പെട്ടു. സ്നേഹപൂർവ്വം പാചകക്കാരൻ അയാളോട് ചോദിച്ചു. "എവിടെ നിന്നാണ് നിങ്ങൾ വരുന്നത്, യുവാവേ? ഉടനെ നിന്റെ കഥ എന്നോട് പറയൂ; കാരണം നീ എനിക്ക് സ്വന്തം ജീവനേക്കാൾ പ്രിയപ്പെട്ടവൻ ആയി കഴിഞ്ഞിരിക്കുന്നു."

തനിക്ക് വന്നു പിണഞ്ഞ കാര്യങ്ങൾ തുടക്കം മുതൽ അവസാനം വരെ ഹസൻ അവന് വിവരിച്ചു കൊടുത്തു.

അപ്പോൾ വെപ്പുകാരൻ പറഞ്ഞു. "ഓ, എന്റെ പ്രഭോ, ബദർ അൽദീൻ, നിങ്ങളുടെ കഥ അതിശയകരവും സംഭവങ്ങൾ വിസ്മയകരവുമാണെന്നതിൽ സംശയമില്ല. അതുകൊണ്ട്, എന്റെ മോനെ, നിനക്ക് സംഭവിച്ച കാര്യങ്ങൾ എല്ലാം മറച്ചുവെക്കുക. നിന്റെ വിഷമതകൾ അള്ളാ നീക്കി തരുന്നതുവരെയെങ്കിലും. അതിന്നിടയിൽ നിനക്ക് എന്നോടൊപ്പം ഇവിടെ താമസിക്കാം; എനിക്ക് കുട്ടികളില്ല, നിന്നെ ഞാൻ സ്വന്തം മകനായി ദത്തെടുക്കാം." "അങ്ങയുടെ ആഗ്രഹപ്രകാരം തന്നെയാകട്ടെ, എന്റെ അങ്കിൾ!"

അതിനുശേഷം ആ പാചകക്കാരൻ അങ്ങാടിയിൽ പോയി, നല്ല വസ്ത്രങ്ങൾ അവനായി വാങ്ങിച്ചുകൊണ്ടുവന്ന് കൊടുത്തു. പിന്നെ, അവനോടൊപ്പം 'ഖാസി'യുടെ അടുത്ത് ചെന്ന്, ഔദ്യോഗികമായി അവനെ മകനായി ദത്തെടുത്തു.

അങ്ങനെ, ദമാസ്കസ് നഗരത്തിൽ പാചക പുത്രനായിട്ടാണ് ബദർ അൽദീൻ അറിയപ്പെട്ടത്; അവൻ അയാളോടൊപ്പം ഷോപ്പിൽ ഇരുന്ന്, കച്ചവടത്തിൽ സഹായിച്ചു. അങ്ങനെ താത്ക്കാലത്തേക്കവൻ അവിടെ താമസമാക്കി. അത്രയുമാണ് അവന്റെ കാര്യം.

ഇനി സുന്ദരിയായ കസിനെക്കുറിച്ച് - അവൾ രാവിലെ എഴുന്നേറ്റപ്പോൾ ബദർ അൽദീൻ ഹസനെ മെത്തയിൽ കണ്ടില്ല. അയാൾ 'ടോയ്‌ലറ്റി'ൽ പോയിരിക്കാമെന്ന് കരുതി അവൾ കാത്തിരുന്നു; ഒരു മണിക്കൂർ കഴിഞ്ഞിട്ടും അയാൾ പ്രത്യക്ഷപ്പെട്ടില്ല. അപ്പോൾ അതാ, അവളുടെ അച്ഛൻ, ഈജിപ്ത് വസീർ, ഷംഷ് അൽദീൻ മുഹമ്മദ് കടന്നു വരുന്നു! അദ്ദേഹം തീരാദുഃഖമുള്ളവനായി കാണപ്പെട്ടു. സുൽത്താന്റെ നിർബന്ധത്തിനു വഴങ്ങി, അദ്ദേഹത്തിന്റെ ശകാരവും നിന്ദയും സഹിച്ച് മകളെ ഏറ്റവും താഴെക്കിടയിലുള്ള കൂനനായ കുതിരക്കാരന് വിവാഹം കഴിച്ചു കൊടുക്കാനായി കരാർ ഉണ്ടാക്കേണ്ടി വന്നതിൽ മന്ത്രി അങ്ങേയറ്റം ദുഃഖിതനായിരുന്നു.

അദ്ദേഹം ആത്മഗതമായി പറഞ്ഞു."സ്വന്തം ഇഷ്ടപ്രകാരമാണ് എന്റെ മകൾ ഈ വൃത്തികെട്ടവനെ വിവാഹം കഴിച്ചിരുന്നതെങ്കിൽ, അവളെ ഞാൻ കൊന്നുകളഞ്ഞേനെ."

അങ്ങനെ തന്റെ മകളുടെ മണിയറ വാതില്ക്കൽ മന്ത്രി വന്നു, വിളിച്ചു. "ഹോ! 'സിറ്റ് അൽഹുസൻ"

അവൾ മറുപടി നല്കി."ഞാൻ ഇവിടെയുണ്ട്! ഞാൻ ഇവിടെയുണ്ട്. ഓ, എന്റെ പ്രഭോ" തലേന്നു രാത്രിയിലെ മധുരമായ വേദനമൂലം വേച്ചു വേച്ചു നടന്നവൾ പുറത്തുവന്നു. തന്റെ 'കസി'ന്റെ കരങ്ങളിൽ കിടന്ന തിന്റെ ആനന്ദം മൂലം അവളുടെ മുഖം പതിന്മടങ്ങ് പ്രകാശിച്ചിരുന്നു; അവൾ അദ്ദേഹത്തിന്റെ കൈയിൽ ചുംബിച്ചു. മകളുടെ ആഹ്ലാദം തുളു മ്പുന്ന മുഖം കണ്ട് അദ്ദേഹം ചോദിച്ചു. "ശപിക്കപ്പെട്ടവളേ, ഈ കുതിര ക്കാരൻ മണവാളനുവേണ്ടിയാണോ ഇത്ര ആഹ്ലാദം?"

സിറ്റ് അൽഹുസുൻ മധുരമായ പുഞ്ചിരിയോടെ മറുപടി നല്കി. "അള്ളായാണേ എന്നെ അധിക്ഷേപിക്കരുത്. ഇന്നലെ നടന്നതൊക്കെ ധാരാളം, അതിനുമാത്രം ജനങ്ങൾ എന്നെ പരിഹസിച്ചു. എന്റെ ഭർത്താ വിന്റെ ചെരുപ്പ് ചുമക്കാൻ പോലും യോഗ്യനല്ലാത്ത ഒരു വരനോടൊപ്പം വൈകുന്നേരം അവരെന്നെ ഇരുത്തി. എന്റെ ഭർത്താവിന്റെ മുറിച്ചു കളയുന്ന നഖത്തിന്റെ വില പോലും അവനില്ല! ഈശ്വരനാണേ, ഇന്നലത്തെ രാത്രി പോലെ ജീവിതത്തിലൊരു രാത്രിയും ഇത്ര ആനന്ദ ത്തോടെ ഞാൻ ഉറങ്ങിയിട്ടില്ല! അതുകൊണ്ട് ആ കൂനന്റെ കാര്യം പറഞ്ഞ് എന്നെ പരിഹസിക്കല്ലെ."

അവളുടെ വാക്കുകേട്ട് അച്ഛൻ അടക്കാനാവാത്ത കോപം വന്നു, അദ്ദേഹത്തിന്റെ കണ്ണുകൾ തുറിച്ചു. അദ്ദേഹം അലറി." നിനക്ക് ലജ്ജ യില്ലേ! ഇങ്ങനെയാണോ സംസാരിക്കേണ്ടത്? ആ കൂനൻ കുതിര ക്കാരനാണ് രാത്രി നിന്നോടൊപ്പം കഴിഞ്ഞത്!"

"അള്ളാ അങ്ങയെ തുണക്കട്ടെ" ആ സുന്ദരി മറുപടി നല്കി. "ആ കൂനനെ കുറിച്ചു പറഞ്ഞ് എന്നെ വിഷമിപ്പിക്കല്ലെ. അള്ളാ അവന്റെ തന്തയെ തുലയ്ക്കട്ടെ! എന്നെ പരിഹസിക്കുന്നത് നിർത്തു. കാരണം, പത്ത് ദിനാറും ഒരു പാത്രം ഇറച്ചിയും, കൂലി നല്കി വാടകക്കെടുത്തതാണ് ഈ കൂനനെ! അവൻ തന്റെ കൂലി വാങ്ങി സ്വന്തം വഴിക്ക് പോയി!

ഞാൻ മണിയറയിൽ പ്രവേശിച്ചപ്പോൾ യഥാർത്ഥ വരൻ അവിടെ ഇരിക്കുന്നത് കണ്ടു. ഗായികമാർ എന്നെ അദ്ദേഹത്തിനുമുന്നിൽ മുമ്പ് പ്രദർശിപ്പിച്ചിരുന്നു. അദ്ദേഹം അവർക്ക് നിറയെ സ്വർണ്ണനാണ്യങ്ങൾ വാരിക്കോരി നല്കിയിരുന്നു, എല്ലാ നിർദ്ധനരെയും ധനികനാക്കിയവൻ! ആരോഗ്യം തുളുമ്പുന്ന ആ സുന്ദരന്റെ നെഞ്ചിലാണ് ഞാൻ രാത്രി കഴിച്ചത്, ഏറ്റവും ഉന്മേഷവാനായ എന്റെ നാഥൻ, കരിനീല നയനങ്ങളും ഇടതൂർന്ന പുരികങ്ങളുമുള്ളവൻ."

അവളുടെ വാക്കുകൾ കേട്ട് അച്ഛന്റെ മുഖം ഇരുണ്ടു, അദ്ദേഹം അട്ടഹസിച്ചു."ഓ, വേശ്യ! എന്താണ് നീ എന്നോട് ഈ പറയുന്നത്? നിന്റെ ബുദ്ധി മറിഞ്ഞോ?"

"ഓ, എന്റെ അച്ഛാ" അവൾ തുടർന്നു. " നിങ്ങൾ എന്റെ ഹൃദയം തകർക്കുന്നു, എന്നെ വിഷമിപ്പിച്ചത് മതി! തീർച്ചയായും, എന്റെ കന്യ കാത്വം എടുത്ത എന്റെ ഭർത്താവ് ഇപ്പോൾ 'ടോയ്‌ലറ്റി'ൽ പോയിരി ക്കയാണ്; അദ്ദേഹത്തിൽ നിന്ന് ഞാൻ ഗർഭിണിയായിട്ടുണ്ടെന്നാണെനിക്ക് തോന്നുന്നത്."

വസീർ അതിശയത്തോടെ എഴുന്നേറ്റ്, ടോയ്‌ലറ്റിൽ ചെന്നു നോക്കി; അവിടെ കൂനൻ കുതിരക്കാരനെ തലകീഴായി ഞാത്തിയിട്ടിരിക്കുന്നത് കണ്ടു, അദ്ദേഹം ആകെ കുഴപ്പത്തിലായി. "ഇത് അവനല്ലാതെ മറ്റാരുമല്ല, ആ തെണ്ടി, കൂനൻ!" "ഹോ കൂനൻ!"

കൂനൻ പരുക്കൻ ശബ്ദത്തിൽ അമറി "ടഗും!" ടഗും!" ഇഫ്രിട്ടാണ് തന്നോട് സംസാരിച്ചതെന്നാണവൻ കരുതിയത്. അപ്പോൾ വസീർ അവനു നേരെ ഒച്ചവെച്ചു. "പറയൂ, അല്ലെങ്കിൽ നിന്റെ തല ഞാനീവാളു കൊണ്ട് വെട്ടിപ്പിളരും!

അപ്പോൾ കൂനൻ പറഞ്ഞു. 'അള്ളായാണേ, ഇഫ്രിട്ടുമാരുടെ ഷെയ്ക്, ഈ സ്ഥലത്ത് നീ എന്നെ കെട്ടി തൂക്കിയിട്ടശേഷം ഞാൻ എന്റെ തലപൊക്കിയിട്ടേയില്ല. അള്ളാ നിന്നെ അനുഗ്രഹിക്കും, എന്നോട് നീ കരുണ കാണിക്കേണമേ!"

ഇത് കേട്ട്, വസീർ ചോദിച്ചു. "നീ എന്താണ് ഈ പറയുന്നത്? ഞാൻ വധുവിന്റെ അച്ഛനാണ്.ഇഫ്രിട്ട് അല്ല. 'എന്നെ നീ ചാകാറാക്കി, മതി ഇനി ഇതെല്ലാം" 'ക്വാസിമോഡൊ' മറുപടി നല്കി. "ഇനി നിന്റേതായ വഴിക്ക് പൊയ്ക്കോളൂ, എന്നെ ഇങ്ങനെയാക്കിയ ഭൂതം വരുമ്പോഴേക്കും. പോത്തുകളുടേയും ഭൂതങ്ങളുടേയും പ്രിയപ്പെട്ടവളായ ഈ പെൺ കുട്ടിയേയല്ലാതെ മറ്റാരേയും എന്നെകൊണ്ട് വിവാഹം കഴിപ്പിക്കാൻ നിങ്ങൾക്ക് കിട്ടിയില്ലേ? എന്നെ അവളെ കൊണ്ട് വിവാഹം കഴിപ്പിച്ച്, എനിക്ക് ഈ ഗതി വരുത്തിയവരെ അള്ളാ ശപിക്കട്ടെ!- അപ്പോഴേക്കും നേരം പുലരാറായെന്നും, തനിക്ക് കഥ പറയാനനുവദിച്ച സമയം കഴി ഞ്ഞെന്നും ഷാഹ്റസാദ് മനസ്സിലാക്കി.

ഇരുപത്തിമൂന്നാം രാവ്

ഓ, കീർത്തിമാനായ രാജാവേ, കൂനൻ അപ്രകാരം പറഞ്ഞപ്പോൾ വസീർ മറുപടി നൽകി." എഴുന്നേൽക്കൂ, വേഗം സ്ഥലം വിടൂ!"

"എനിക്ക് ഭ്രാന്തുണ്ടോ" കൂനൻ വിളിച്ചു പറഞ്ഞു. " നിങ്ങളോടൊപ്പം പോകാൻ? ഇഫ്രിട്ടിന്റെ അനുവാദമില്ലാതെ എനിക്ക് പോകാൻ പറ്റില്ല; അവൻ പോകുമ്പോൾ പറഞ്ഞ അവസാന വാക്ക് ഇതാണ്. "സൂര്യൻ ഉദിക്കുമ്പോൾ നീ സ്വന്തം വഴിക്ക് പൊയ്ക്കൊള്ളൂ" അപ്പോൾ സൂര്യൻ ഉദിച്ചോ ഇല്ലയോ? ഇല്ലെങ്കിൽ അതുവരെ എനിക്കിവിടന്ന് ഇളകാൻ ധൈര്യമില്ല. "ആരാണ് നിന്നെ ഇവിടെ കൊണ്ടുവന്നത്?" മന്ത്രി ചോദിച്ചു.

"ഞാൻ 'ടോയ്‌ലറ്റി'ൽ പോകാനായി ഇവിടെ വന്നതാണ്. അപ്പോ ഴാണ് ആ വെള്ളത്തിൽ നിന്നൊരു ചുണ്ടനെലി വരുന്നത് കണ്ടത്! എന്റെ നേരെ ചിലച്ചുകൊണ്ടത് വളർന്നു വലുതായി ഒരു പോത്തായി മാറി! അത് സംസാരിക്കുന്നത് ഞാൻ കേട്ടു. പിന്നെ അവൻ എന്നെ ഇവിടെ ഉപേക്ഷിച്ച് പോയി. ആ വധുവിനെയും അവളെ എന്നെക്കൊണ്ട് വിവാഹം കഴിപ്പിച്ചവനേയും അള്ളാ ശപിക്കട്ടെ! വസീർ അവന്റെ അടുത്തുചെന്ന്, അവന്റെ തല ആ തുളയിൽ നിന്നും പൊക്കി; അവൻ സൂര്യൻ ഉദിച്ചോ എന്നൊന്നും നോക്കാതെ ജീവനും കൊണ്ടോടി. പിന്നെ സുൽത്താന്റെ അടുത്തുചെന്ന് ഭൂതത്തിൽ നിന്നും തനിക്ക് സംഭവിച്ച കാര്യങ്ങളെല്ലാം വിശദീകരിച്ചു. വസീർ ആ സമയത്ത് മകളുടെ മണിയറയിൽച്ചെന്നു,

അവളെക്കുറിച്ചോർത്ത് വല്ലാതെ ദുഃഖിച്ചുകൊണ്ട് പറഞ്ഞു. "ഓ, എന്റെ മോളേ, ഈ വിചിത്ര സംഭവം എനിക്ക് വിവരിച്ചു തരൂ" "അത് ഇത്ര മാത്രമാണ്. അവർ എന്നെ പ്രദർശിപ്പിച്ചശേഷം ആ വരൻ രാത്രി എന്നോടൊപ്പം ശയിച്ചു, എന്റെ കന്യകാത്വം അപഹരിച്ചു, ഞാൻ ഇപ്പോൾ അദ്ദേഹത്തിൽ നിന്നും ഗർഭിണിയാണ്. അദ്ദേഹം എന്റെ ഭർത്താവാണ്; നിങ്ങൾ എന്നെ വിശ്വസിക്കുന്നില്ലെങ്കിൽ, അതാ നോക്കൂ, അദ്ദേഹത്തിന്റെ തലപ്പാവ് അതേപോലെ സെറ്റിയിൽ വെച്ചിരിക്കുന്നത്; പിന്നെ അദ്ദേഹത്തിന്റെ കഠാരി, ട്രൗസർ, കിടക്കയ്ക്കടിയിൽ പൊതിഞ്ഞു വെച്ച മറ്റെന്തോ സാധനവും. അതെന്താണെന്നെനിക്കറിയില്ല."

ഇതു കേട്ടപ്പോൾ അച്ഛൻ ഉള്ളിൽ വന്ന്, തന്റെ സഹോദരപുത്രനായ ബദർ അൽദീൻ ഹസന്റെ തലപ്പാവ് എടുത്ത് തിരിച്ചും മറിച്ചും നോക്കിയ ശേഷം പറഞ്ഞു. "ഈ തലപ്പാവ് വസീർമാർ ധരിക്കുന്നതരം 'മസ്ലീൻ' ആണല്ലോ." അപ്പോൾ അദ്ദേഹം അത് നിവർത്തി നോക്കി; അതിലൊരു 'മന്ത്രത്തകിട്' തുന്നിപ്പിടിപ്പിച്ചിട്ടുള്ളത് അദ്ദേഹം കണ്ടു. അയാൾ തുന്നൽ ഊരി അത് പുറത്തെടുത്തു. പിന്നെ ആ ട്രൗസർ പൊക്കിനോക്കി, അതിന്റെ പോക്കറ്റിൽ ആയിരം സ്വർണ്ണനാണ്യങ്ങൾ നിറച്ച സഞ്ചികണ്ടു; അത് തുറന്നുനോക്കിയപ്പോൾ ഒരു കടലാസ് കിട്ടി. അതൊരു വില്പന രശീതിയാണ്, നൂർ അൽദീൻ അലി, ഈജിപ്തുകാരന്റെ മകൻ ബദർ അൽദീൻ ഹസന്റെ പേരിൽ ഒരു യഹൂദൻ എഴുതിക്കൊടുത്തത്; ആയിരം ദിനാറും അതിലുണ്ട്. ഷംഷ് അൽദീൻ ഇത് വായിച്ച ഉടനെ ഉറക്കെ നിലവിളിച്ച് ബോധം കെട്ട് വീണു; കുറച്ചു കഴിഞ്ഞ് ബോധം ഉണർന്നപ്പോൾ കാര്യത്തിന്റെ സാരാംശം പിടികിട്ടി. വല്ലാത്ത വിസ്മയത്തോടെ അദ്ദേഹം പറഞ്ഞു. "സർവ്വശക്തനായ ഒരു ഈശ്വരനേയുള്ളൂ; അവന്റെ പരമാധികാരം എല്ലാവസ്തുക്കളിലുമുണ്ട്. നിനക്കറിയാമോ എന്റെ മകളെ, നിന്റെ ഭർത്താവായി വന്ന് നിന്റെ കന്യകാത്വം അപഹരിച്ചത് ആരാണെന്നറിയാമോ?" '

"ഇല്ല" അവൾ മറുപടി നല്കി.

"സത്യമായും അവൻ എന്റെ അനിയന്റെ മകനാണ്, നിന്റെ 'കസിൻ' ഈ ആയിരം ദിനാർ നിന്റെ 'മെഹ്റും!' അള്ളായ്ക്ക് സ്തുതി! എങ്ങിനെ ഇതെല്ലാം സംഭവിച്ചു!"

പിന്നെ ആ രക്ഷാകവചത്തിന്റെ തുന്നൽ ഊരി നോക്കി. തന്റെ മൃതിയടഞ്ഞ അനിയന്റെ കത്താണതെന്ന് അദ്ദേഹത്തിന് മനസ്സിലായി-ബദർ അൽദീൻ ഹസന്റെ പിതാവ്, ഈജിപ്തുകാരനായ നൂർഅൽദിന്റേത്. ആ കൈയക്ഷരം കണ്ടപ്പോൾ അദ്ദേഹം അതിൽ വീണ്ടും വീണ്ടും ചുംബിച്ചു. മരിച്ചുപോയ അനിയനെക്കുറിച്ചോർത്ത് അദ്ദേഹം ഉറക്കെ നിലവിളിച്ചു.

പിന്നീട് ആ കടലാസ് ചുരുൾ അദ്ദേഹം വായിച്ചു. ബസ്രാ വസീറിന്റെ പുത്രിയെ അനിയൻ വിവാഹം കഴിച്ച തിയതിയും, അവൾ ഗർഭം ധരിച്ചതും, ബദർ അൽദീനെ പ്രസവിച്ചതും, അനിയന്റെ മരണം വരെയുള്ള ചരിത്രം മുഴുവനും അതിലുണ്ട്. അദ്ദേഹം അത് വായിച്ച് അത്ഭുതസ്തബ്ധനായി നിന്നുപോയി! അദ്ദേഹം സ്വന്തം വിവാഹദിനവും, മണിയറ പ്രവേശനവും മകൾ സിറ്റ് അൽഹുസുനിന്റെ ജനന തിയതിയുമെല്ലാം അനിയന്റേതുമായി തുലനം ചെയ്ത് നോക്കി. എല്ലാം

എത്ര പൊരുത്തപ്പെട്ടിരിക്കുന്നു എന്നു കണ്ട് അദ്ദേഹം അങ്ങേയറ്റം ആഹ്ലാദിച്ചു.

അങ്ങനെ അദ്ദേഹം ഈ രേഖകൾ എടുത്ത് സുൽത്താന്റെ അരികിലെത്തി എല്ലാം വിശദീകരിച്ചു, തുടക്കം മുതൽ അവസാനം വരെ. രാജാവ് അദ്ഭുതപ്പെട്ടു പോയി; എല്ലാം അതേപടി രേഖപ്പെടുത്താനായി അദ്ദേഹം ഉത്തരവിട്ടു.

തന്റെ സഹോദര പുത്രനെയും പ്രതീക്ഷിച്ച് വസീർ ഇരുന്നു; എന്നാൽ, അയാൾ വന്നില്ല. ഓരോ ദിവസവും അദ്ദേഹം കാത്തിരിപ്പ് തുടർന്നു; ഏഴ് ദിവസം കഴിഞ്ഞിട്ടും അയാൾ വന്നെത്തിയില്ല!

അപ്പോൾ അദ്ദേഹം പറഞ്ഞു. "അള്ളായാണേ, എനിക്ക് മുമ്പ് ആരും ചെയ്തിട്ടില്ലാത്തൊരു പണി ഞാൻ ചെയ്യും!"

പിന്നെ തൂവൽ പേനയും മഷിയുമെടുത്ത്, ഒരു കടലാസിൽ മുഴുവൻ വീടിന്റെ ഒരു പ്ലാൻ വരച്ചു; അതിൽ കർട്ടനുകളും ഫർണീച്ചറും എല്ലാം ഉള്ള മണിയറ അതേ പോലെ വരച്ചുവെച്ചു. പിന്നെ, ആ പ്ലാൻ വരച്ച കടലാസ് മടക്കി, എല്ലാ ഫർണീച്ചറും, ബദർ അൽദീനിന്റെ ഉടുപ്പുകളും, തലപ്പാവും മേലങ്കിയും പണസഞ്ചിയും മറ്റും എടുത്ത് സ്വന്തം വീട്ടിൽ കൊണ്ടുപോയി ഒരു മുറിയിൽ വെച്ച് താഴിട്ടു പൂട്ടി. സീൽ ചെയ്തുവെച്ചു. തന്റെ മരിച്ചുപോയ അനിയന്റെ മകൻ ബദർ അൽദീൻ ഹസൻ വരുന്നതുവരെ അതങ്ങനെ അടഞ്ഞു കിടക്കട്ടെ എന്നദ്ദേഹം നിശ്ചയിച്ചു.

വസീറിന്റെ മകളാകട്ടെ, മാസം തികഞ്ഞപ്പോൾ പൂർണ്ണചന്ദ്രനെപ്പോലൊരു പുത്രനെ പ്രസവിച്ചു; അച്ഛനെ പോലെ സൗന്ദര്യത്തിലും അംഗലാവണ്യത്തിലും അവൻ തിളങ്ങി. അവർ അവന്റെ സുന്നത്ത് നടത്തി, കണ്ണുകളുടെ സൂക്ഷ്മത വർദ്ധിപ്പിക്കാനായി കൺമഷി എഴുതി, അവനെ വളർത്താനായി നഴ്സുമാരേയും ആയമാരേയും നിർത്തി. അവന് അവർ 'അജീബ്' എന്ന് നാമകരണം ചെയ്തു. അതിവേഗം അവൻ കരുത്തനായി വളർന്നു വന്നു. അവന് ഏഴ് വയസ്സായപ്പോൾ മുത്തച്ഛൻ അവനെ സ്കൂളിലേക്കയച്ചു; അവനെ ഖുർ-ആൻ-നും, മറ്റെല്ലാവിഷയങ്ങളും നന്നായി പഠിപ്പിക്കുവാൻ ഗുരുനാഥനെ നിർദ്ദേശിച്ചു. നാലുകൊല്ലം അവൻ സ്കൂളിൽ നിന്ന് പഠിച്ചു. എന്നാൽ, അവൻ അവിടെ ഒരു വഴക്കാളിയായിരുന്നു, സഹപാഠികളെ പീഡിപ്പിക്കുകയും ശകാരിക്കുകയും അടിപിടികൂടുകയും ചെയ്തുപോന്നു. അവൻ അഹങ്കാരത്തോടെ മറ്റ് വിദ്യാർത്ഥികളോട് വിളിച്ചു പറയും. " എന്നെ പോലുള്ളവർ ആരെങ്കിലും നിങ്ങൾക്കിടയിലുണ്ടോ? ഞാൻ ഈജിപ്ത് വസീറിന്റെ മകനാണ്!" ഒടുവിൽ, എല്ലാ കുട്ടികളും ഒന്നിച്ചു ചേർന്ന് ഗുരുനാഥന്റെ അടുക്കൽ പരാതി സമർപ്പിച്ചു. അദ്ദേഹം അവരോട് പറഞ്ഞു. "നിങ്ങൾ അവനോട് ചെയ്യേണ്ട ചില കാര്യങ്ങൾ ഞാൻ പറയാം; അത് ചെയ്താൽ അവൻ സ്കൂളിൽ നിന്ന് തന്നെ പോയേക്കും. അത് ഇതാണ്. അവൻ നാളെ സ്കൂളിലെത്തുമ്പോൾ, നിങ്ങൾ അവന് ചുറ്റും ഇരുന്ന്, ചിലർ മറ്റു ചിലരോട് ഇങ്ങനെ പറയുക. 'അള്ളായാണേ, അച്ഛനമ്മമാരുടെ പേര് പറയാത്തവരോടൊപ്പം ഞങ്ങൾ കളിക്കില്ല; കാരണം, അച്ഛനമ്മമാരുടെ പേരറിയാത്തവൻ 'ജാരസന്തതി'യാണ്; അവൻ ഞങ്ങളോടൊപ്പം കളിക്കരുത്."

നേരം പുലർന്നപ്പോൾ കുട്ടികൾ സ്കൂളിലെത്തി; അജീബും എത്തി. എല്ലാവരും അവനുചുറ്റും നിന്ന് പറഞ്ഞു. "നമ്മൾക്ക് ഒരു കളികളിക്കാം;

എന്നാൽ, അച്ഛനമ്മമാരുടെ പേരുകൾ പറയുന്നവർക്കേ അതിൽ ചേരാൻ പാടുള്ളൂ"

അവരെല്ലാവരും ആർത്തു വിളിച്ചു "അള്ളായാണേ നല്ലകാര്യം!"

ഒരാൾ പറഞ്ഞു. "എന്റെ പേര് 'മജീദ്' അമ്മയുടെ പേര് 'അലാവിയ', അച്ഛന്റെ പേര് 'ഇസ്സ് അൽദീൻ'. രണ്ടാമനും മൂന്നാമനും അതുപോലെ പറഞ്ഞു. പിന്നെ അജീബിന്റെ ഊഴം വന്നപ്പോൾ അവൻ പറഞ്ഞു. "എന്റെ പേര് അജീബ്, അമ്മയുടേത് 'സിറ്റ് അൽഹുസുൻ' അച്ഛന്റെ പേര് 'ഷംഷ് അൽദീൻ, കയ്റൊവസീർ." "അള്ളായാണേ," അവർ ഉറക്കെ വിളിച്ചു പറഞ്ഞു. "വസീർ നിന്റെ യഥാർത്ഥ അച്ഛനല്ല."

അജീബ് മറുപടി നല്കി."ശരിക്കും വസീർ എന്റെ അച്ഛനാണ്."

കുട്ടികൾ അവനെ പരിഹസിച്ച് കൈകൊട്ടി പറഞ്ഞു. 'സ്വന്തം അച്ഛൻ ആരാണെന്ന് അവനറിയില്ല; കടന്നുപോ, അച്ഛന്റെ പേരറിയാത്തവൻ ഞങ്ങളോടൊപ്പം കളിക്കേണ്ട. പിന്നെ, അവനെ ഒറ്റയ്ക്കു വിട്ട് അകന്നു പോയി, അവർ പുച്ഛത്തോടെ ചിരിച്ചു.

അപമാനിതനായ അവന്റെ കണ്ണുകൾ നിറഞ്ഞു. ഹൃദയം തകർന്നു. അപ്പോൾ അധ്യാപകൻ പറഞ്ഞു. "ഞങ്ങൾക്കറിയാം വസീർ നിന്റെ അച്ഛനാണെന്ന്, നിന്റെ അമ്മയുടെ അച്ഛൻ, നിന്റെ അച്ഛനല്ല. നിന്റെ അച്ഛൻ ആരാണെന്ന് നിനക്കും, ഞങ്ങൾക്കും അറിയില്ല. കാരണം, സുൽത്താൻ നിന്റെ അമ്മയെ കൂനൻ കുതിരക്കാരനാണ് വിവാഹം കഴിച്ചുകൊടുത്തത്. എന്നാൽ, ജിന്നി വന്ന് അവളോടൊപ്പം അന്ന് ശയിച്ചു; അങ്ങനെ നിനക്ക് അറിയപ്പെടുന്ന ഒരു അച്ഛൻ ഇല്ല. അതുകൊണ്ട്, നിനക്ക് നിയമാനുസൃതമായ ഒരു അച്ഛൻ ഉണ്ടെന്നറിയുന്നതുവരെ മറ്റുള്ള കുട്ടികളോട് തുല്യനായി നീ സ്വയം കരുതേണ്ട. അതുവരെ അവർക്കിടയിൽ നീയൊരു ജാരസന്തതിയാണ്. സാമാനങ്ങൾ കൊണ്ട് നടന്ന് വില്ക്കുന്നവന്റെ മകന് പോലും സ്വന്തം അച്ഛനെ അറിയാം. നിന്റെ മുത്തച്ഛൻ ഈജിപ്തിന്റെ വസീർ ആണ്. എന്നാൽ, നിനക്ക് അച്ഛൻ എന്നൊരാൾ തീർച്ചയായിട്ടും ഇല്ല. അതുകൊണ്ട് സ്വബോധത്തിലേക്ക് തിരിച്ചുവരൂ!"

അദ്ധ്യാപകനിൽ നിന്നും കുട്ടികളിൽ നിന്നും ഇത്തരം അപമാനകരമായ വാക്ക് അജീബിന് കേൾക്കാനിടയായപ്പോൾ, ആ അധിക്ഷേപത്തിന്റെ അർത്ഥം ശരിക്കും അവന് മനസ്സിലായി. അവൻ ഉടനെ പുറത്തേക്കോടി അമ്മയുടെ അടുത്തെത്തി, ആവലാതിപ്പെട്ടു; എന്നാൽ ഭയങ്കരമായ തേങ്ങിക്കരച്ചിലിന്നിടയിൽ കുറച്ചു നേരം അവന് സംസാരിക്കാൻ കഴിഞ്ഞില്ല. അവന്റെ തേങ്ങലുകളും, കണ്ണുനീർ പ്രവാഹവും അവളുടെ ഹൃദയം തകർത്തു. അവൾ ചോദിച്ചു. "അയ്യോ, എന്റെ മോനേ, നീ എന്തിനാണ് കരയുന്നത്? അള്ളാ നിന്റെ കണ്ണുനീർ മാറ്റിത്തരട്ടെ! നിനക്ക് എന്താണ് പറ്റിയതെന്ന് പറയൂ."

അപ്പോൾ അദ്ധ്യാപകനും കുട്ടികളും പറഞ്ഞ കാര്യങ്ങൾ മുഴുവൻ അവൻ അവൾക്ക് വിവരിച്ചു കൊടുത്തു. ഒടുവിൽ ചോദിച്ചു, "ഓ, എന്റെ അമ്മേ, ആരാണ് എന്റെ അച്ഛൻ?"

അവൾ മറുപടി നല്കി."നിന്റെ അച്ഛൻ ഈജിപ്തിന്റെ മന്ത്രിയാണ്."

"എന്നോട് നുണപറയേണ്ട. മന്ത്രി അമ്മയുടെ അച്ഛനാണ്, എന്റെ അല്ല! അപ്പോൾ, എന്റെ അച്ഛൻ ആരാണ്? നിങ്ങൾ എന്നോട് സത്യം പറഞ്ഞില്ലെങ്കിൽ ഈ കഠാരി കൊണ്ട് ഞാൻ സ്വയം കുത്തിച്ചാകും."

അവൻ അച്ഛന്റെ കാര്യം പറയുന്നതുകേട്ട് അമ്മ ആദ്യരാത്രിയിൽ തന്റെ 'കസി'നോടൊപ്പം കഴിച്ച സുന്ദര നിമിഷങ്ങളെക്കുറിച്ചോർത്ത്, കരഞ്ഞു; ആ കരച്ചിൽ പിന്നെ നിലവിളിയായി ഉയർന്നു; ഒപ്പം മകനും പൊട്ടിക്കരഞ്ഞു. ആ സമയത്ത് വസീർ അവിടെ എത്തി; അവരുടെ കരച്ചിൽ കണ്ടു അദ്ദേഹത്തിന്റെ ഹൃദയം വേദനിച്ചു. "എന്താണ് നിങ്ങൾ കരയുന്നത്?"

തന്റെ മകനും സ്കൂൾ കുട്ടികളും തമ്മിൽ നടന്ന വാഗ്വാദത്തെക്കുറിച്ച് അവൾ അച്ഛനോട് വിവരിച്ചുകൊടുത്തു. അതുകേട്ട് അദ്ദേഹത്തിനും കരച്ചിൽ അടക്കാനായില്ല. അദ്ദേഹം സ്വന്തം സഹോദരനെക്കുറിച്ചും അവർ തമ്മിൽ നടന്ന സംഭവങ്ങളെക്കുറിച്ചും തന്റെ മകൾക്ക് വന്നുപെട്ട ദുരന്തങ്ങളെക്കുറിച്ചും പുറത്തുകൊണ്ടുവരാനാകാത്ത അതിലെ ദുരൂഹതയെക്കുറിച്ചും ചിന്തിച്ച് വേദനിച്ചു. പിന്നെ, പെട്ടെന്നെഴുന്നേറ്റ് സമ്മേളന ഹാളിലെത്തി, നേരെ രാജാവിനെ കാണാൻ പോയി. രാജാവിനോട് നടന്ന കഥ മുഴുവൻ പറഞ്ഞശേഷം കിഴക്കൻ രാജ്യങ്ങളിലേക്കൊരു യാത്ര പോകാൻ സമ്മതിക്കണമെന്ന് അപേക്ഷിച്ചു; ബസ്രാ നഗരത്തിൽ പോയി തന്റെ സഹോദരപുത്രനെ അന്വേഷിക്കലായിരുന്നു ലക്ഷ്യം.

തന്റെ സഹോദരപുത്രൻ ബദർ അൽജീനെ ആര് കണ്ടെത്തിയാലും പിടികൂടണമെന്ന് ഉത്തരവ് ഇറക്കുവാൻ തനിക്കധികാരം തരണമെന്ന് അദ്ദേഹം സുൽത്താനോട് അപേക്ഷിച്ചു, പിന്നെ രാജാവിന് മുന്നിൽ ഇരുന്ന് കുറച്ചുനേരം കരഞ്ഞു. രാജാവിന് അദ്ദേഹത്തോട് ദയതോന്നി; എല്ലാ രാജ്യങ്ങളിലേയും നഗരങ്ങളിലേയും അധികാരികൾക്ക് അതിനെക്കുറിച്ച് കത്തുകൾ അയച്ചു. മന്ത്രി ഇതിൽ അതീവ സന്തുഷ്ടനായി, രാജാവിനെ അനുഗ്രഹിക്കാനായി അള്ളായോട് പ്രാർത്ഥിച്ചു.

രാജാവിനോട് നന്ദി പറഞ്ഞശേഷം വസീർ സ്വന്തം വീട്ടിലേക്ക് തിരിച്ചു. വീട്ടിൽ വന്ന് മകളെയും, വളർത്തു പുത്രൻ അജീബിനെയും തയ്യാറാക്കി, ഒരു ദീർഘയാത്രയ്ക്കാവശ്യമുള്ള സാമാനങ്ങളുമായി പുറപ്പെട്ടു. ഒടുവിലവർ ദമാസ്കസ് നഗരത്തിലെത്തി. മരങ്ങളും അരുവികളും തടാകങ്ങളും നിറഞ്ഞ മനോഹരമായൊരു സ്ഥലമായിരുന്നു അത്. നഗരത്തിന്റെ പടിഞ്ഞാറ് വശത്തുള്ള 'അൽഹസാ' എന്ന തുറസ്സായ സ്ഥലത്തായിരുന്നു ക്യാമ്പ് ചെയ്തത്. അവിടെ കൂടാരങ്ങൾ നിർമ്മിച്ചശേഷം അദ്ദേഹം വേലക്കാരോട് പറഞ്ഞു. "ഇവിടെ രണ്ട് ദിവസം തങ്ങാം."

അതുകൊണ്ടവർ പല സാധനങ്ങൾ വില്ക്കാനും, വാങ്ങിക്കാനുമായി നഗരത്തിലേക്ക് പോയി; ചിലർ കുളിമുറികളിലേക്കും. 'ബാനുഉമയ്യാ' യുടെ ഗംഭീരമായ പള്ളി കാണാനും പോയി. അതുപോലൊരു പള്ളി ഈ ലോകത്ത് കാണാൻ കഴിയില്ല.'ക്രിസ്ത്യൻ കത്തീഡ്രൽ' മുസ്ലീം മസ്ജിദ് ആയി മാറ്റിയെടുത്തതാണത്രെ അത്! അജീബും തന്റെ പരിചാരകനായ നപുംസകത്തിനോടൊപ്പം ചുറ്റിക്കറങ്ങാൻ പോയി. ദമാസ്കസ്സിലെ ജനങ്ങൾ അജീബിന്റെ സൗന്ദര്യവും അഴകും അംഗലാവണ്യവും കണ്ട്, അവന്റെ പിന്നാലെ നടന്നു. മറ്റു ചിലർ മുന്നിലേക്ക് ഓടിച്ചെന്ന്, അവൻ വരുന്നത് കാണാനായി കാത്തിരുന്നു! അവനെ അതിശയത്തോടെ എല്ലാവരും തുറിച്ചു നോക്കി. അജീബിന്റെ അച്ഛന്റെ ബദർ അൽദീൻ ഹസന്റെ കടയ്ക്കു മുന്നിലാണ് നപുംസകം അവനെ കൊണ്ടു ചെന്ന്

നിർത്തിയത്. ഇപ്പോൾ അയാളുടെ താടി നീണ്ട് കൊഴുത്ത് വളർന്നിരിക്കുന്നു. പന്ത്രണ്ട് കൊല്ലത്തിന്നിടയിൽ അയാൾ കൂടുതൽ ബുദ്ധിമാനും സമർത്ഥനുമായിട്ടുണ്ട്; അവനെ ദത്തെടുത്ത പാചകക്കാരൻ മൃതിയടഞ്ഞിരുന്നു. അയാളുടെ ഷോപ്പിനും സ്വത്തിനും ഉടമ ബസ്രായിലെ ഹസൻ ആണിപ്പോൾ. അയാളുടെ മകനും നപുംസകവും അയാളുടെ മുന്നിലൂടെ കടന്നു പോകവെ, അയാൾ അജീബിനെ മിഴിച്ചുനോക്കി; അവന്റെ സൗന്ദര്യം കണ്ട ഹസന്റെ ഹൃദയം പിടച്ചു. രക്തം രക്തത്തോട് ആകർഷിക്കപ്പെട്ടു; സ്വാഭാവിക സ്നേഹം അവനെ സ്വീകരിക്കാൻ ഉത്ക്കടമായി ആശിച്ചു. സ്നേഹം അയാളുടെ മനസ്സിനെ തളർത്തി! അങ്ങനെ, അയാൾ സ്വന്തം പുത്രൻ അജീബിനെ വിളിച്ച് പറഞ്ഞു. "ഓ, എന്റെ ദൈവമേ, നീ എന്റെ ഹൃദയം വശീകരിച്ചിരിക്കുന്നു; നിന്നെ എന്നിലേക്കാവഹിച്ചെടുക്കാൻ ഞാൻ മോഹിക്കുന്നു! എന്റെ വീട്ടിൽ കടന്നു വന്ന് എന്റെ മനസ്സിന്റെ ആശ്വാസത്തിനാൽ എന്തെങ്കിലും ആഹാരം കഴിക്കാമോ?" താൻ മുമ്പ് എന്തായിരുന്നെന്നും, ഇപ്പോൾ എന്താണെന്നും ഓർത്ത് അയാളുടെ കണ്ണുകൾ നിറഞ്ഞൊഴുകി. അജീഹ് അച്ഛന്റെ വാക്കുകൾ കേട്ടപ്പോൾ, അവന്റെ ഹൃദയവും അയാളോട് ആകർഷിച്ചതായി അവന് തോന്നി; അവൻ നപുംസകത്തെ നോക്കി പറഞ്ഞു. "സത്യം പറയട്ടെ, എന്റെ നല്ലവനായ അംഗരക്ഷകാ, ഈ പാചകക്കാരനോട് എന്റെ മനസ്സിൽ വല്ലാത്ത സ്നേഹം തോന്നുന്നു. ഒരു മകനെ ദൂരെ ഉപേക്ഷിച്ചു പോന്നവനെപ്പോലെയാണയാൾ കാണപ്പെടുന്നത്. അതുകൊണ്ട് നമ്മൾക്ക് അയാളുടെ ആതിഥ്യം സ്വീകരിച്ച് അകത്തു ചെന്ന് അയാളെ പ്രീതനാക്കാം. ഒരു പക്ഷേ അത്തരം പ്രവൃത്തി മൂലം എന്നെയും എന്റെ അച്ഛനെയും അള്ളാ വീണ്ടും ഒന്നിപ്പിച്ചെങ്കിലോ."

ഈ വാക്കുകൾ കേട്ടപ്പോൾ നപുംസകം ഉറക്കെ പറഞ്ഞു. "അള്ളായാണേ, അത് നല്ലൊരുകാര്യം തന്നെ! ഒരു സാധാരണ ചായക്കടയിൽ നിന്നും വസീറിന്റെ മകൻ ഭക്ഷണം കഴിക്കയോ? നിന്നിൽ നിന്ന് ഈ മനുഷ്യരെ മാറ്റി നിർത്താനാണ് ഞാൻ ഉദ്ദേശിക്കുന്നത്; നിന്നെ അവർ നോക്കുകയേ വേണ്ട. നിന്നെ ഈ ചായക്കടയ്ക്കുള്ളിൽ കടത്തുന്നത് എനിക്ക് സഹിക്കാൻ വയ്യ."

ബസ്രായിലെ ഹസൻ ഇതുകേട്ട് വിസ്മയിച്ചു; കവിളിലൂടെ കണ്ണീർ ഒഴുക്കികൊണ്ട് അയാൾ നപുംസകത്തെ നോക്കി. അപ്പോൾ അജീബ് പറഞ്ഞു. "സത്യമായും എന്റെ ഹൃദയം അയാളെ സ്നേഹിക്കുന്നു!" എന്നാൽ നപുംസകം മറുപടി നല്കി. "ഇത്തരം സംസാരം നിർത്തൂ. നിന്നെ ഉള്ളിലേക്ക് പോകാനനുവദിക്കില്ല." അപ്പോൾ അവന്റെ അച്ഛൻ നപുംസകത്തിനു നേരെ തിരിഞ്ഞുകൊണ്ട് പറഞ്ഞു. "ഓ, നല്ലവനായ സാർ, എന്റെ ഷോപ്പിലേക്ക് പ്രവേശിച്ച് എന്തുകൊണ്ട് എന്റെ മനസ്സിന് നിങ്ങൾ ആനന്ദം തരുവാനാഗ്രഹിക്കുന്നില്ല? നിങ്ങൾ ഒരു 'ചെസ്റ്റ് നട്ട്' പോലെയാണ്, പുറമെക്ക് കറുപ്പാണെങ്കിലു വെളുത്ത ഹൃദയമാണ് ഉള്ളിൽ!" പിന്നെ അവനെ പ്രശംസിച്ചുകൊണ്ട് ഒരു കവിതാശകലം അയാൾ ചൊല്ലി.

അതുകേട്ട് നപുംസകം വളറെയേറെ സന്തോഷിക്കയും ആശ്ചര്യപ്പെടുകയും ചെയ്തു! അവൻ നജീബിന്റെ കൈപിടിച്ച്, ആ കടയിലേക്ക് പ്രവേശിച്ചു. ഉടനെ ബസ്രക്കാരനായ ഹസൻ സ്വാദിഷ്ടമായ ഭക്ഷണം

തയ്യാറാക്കി പ്ലേറ്റിൽ ഇട്ട് കൊടുത്തുകൊണ്ട് പറഞ്ഞു. "നിങ്ങളുടെ സാന്നിധ്യം എന്നെ അനുഗൃഹീതനാക്കിയിരിക്കുന്നു; ഇതു കഴിച്ച്, ആരോഗ്യവാന്മാരും സന്തുഷ്ടരുമാകൂ!" അപ്പോൾ അജീബ് അച്ഛനോട് പറഞ്ഞു. "നിങ്ങൾ ഇവിടെ ഇരുന്ന് ഞങ്ങളോടൊപ്പം ഭക്ഷണം കഴിക്കൂ; അപ്പോൾ ഒരു പക്ഷേ ഞങ്ങളെ ഞങ്ങൾ ആഗ്രഹിക്കുന്നവനുമായി ഒന്നിപ്പിച്ചെങ്കിലോ!"

ഹസൻ ചോദിച്ചു. "ഓ, എന്റെ മോനേ, ഇത്രയും ചെറുപ്പത്തിൽ നീ സ്വന്തം പ്രിയപ്പെട്ടവരുമായി വേർപെട്ടെന്നോ?' അജീബ് പറഞ്ഞു. "അപ്രകാരം തന്നെ; എന്റെ ഏറ്റവും പ്രിയപ്പെട്ടവന്റെ നഷ്ടം ഓർത്ത് എന്റെ ഹൃദയം തകരുകയാണ്; ആ പ്രിയപ്പെട്ടവൻ എന്റെ അച്ഛനല്ലാതെ മറ്റാരുമല്ല. അദ്ദേഹത്തെ അന്വേഷിച്ച് ഇറങ്ങിയതാണ് ഞാനും എന്റെ മുത്തച്ഛനും. മഹാകഷ്ടമാണ് എന്റെ കാര്യം; അദ്ദേഹത്തെ കാണാൻ എനിക്ക് എന്തു മാത്രം മോഹമാണെന്നോ!" പിന്നെ സഹിക്കാനാവാത്ത ദുഃഖത്തോടെ അവൻ കരഞ്ഞു, അവന്റെ ദുഃഖവും തന്റെ പഴയ കാര്യങ്ങളും ഓർത്ത് അവന്റെ അച്ഛനും വേദനയോടെ കണ്ണീരൊഴുക്കി. നപുംസകവും വ്യാകുലനായിരുന്നു. പിന്നെ തൃപ്തിയാകുന്നതുവരെ അവർ ഒന്നിച്ചിരുന്ന് ഭക്ഷണം കഴിച്ചു; അജീബും അടിമയും എഴുന്നേറ്റ് ഷോപ്പിൽ നിന്നും പോന്നു. അവരുടെ വേർപാടിൽ 'ബസ്രാഹസന്' അസഹ്യമായ മനോവേദന തോന്നി! അയാളും അവരോടൊപ്പം പോകാൻ ആഗ്രഹിച്ചു. അജീബ് തന്റെ മകനാണെന്നയാൾക്കറിയില്ലെങ്കിലും, കണ്ണു ചിമ്മുന്ന സമയം പോലും അയാൾക്ക് ആ ബാലനെ കാണാതിരിക്കാനായില്ല! അതുകൊണ്ട് അയാൾ തന്റെ കട അടച്ച് അവർ പോയ ദിക്കിലേക്ക് ധൃതി പിടിച്ച് നടന്നു. നല്ലവേഗത്തിൽ നടന്നതിനാൽ, നഗരത്തിന്റെ പശ്ചിമ കവാടം അവർ കടക്കുന്നതിനുമുമ്പ് അയാൾ അവരുടെ അടുത്തെത്തി. നപുംസകം അയാൾക്കു നേരെ തിരിഞ്ഞു കൊണ്ട് ചോദിച്ചു. "എന്താണ് നിങ്ങളെ വിഷമിപ്പിക്കുന്നത്?"

ബദർ അൽദീൻ മറുപടി നല്കി. "നിങ്ങൾ എന്നെവിട്ടു പോന്നപ്പോൾ എന്റെ ആത്മാവ് നിങ്ങളോടൊപ്പം പോയതുപോലെ എനിക്ക് തോന്നി. എനിക്ക് നഗരത്തിന് പുറത്ത് കുറച്ച് പണിയുള്ളതിനാൽ, നിങ്ങളോടൊപ്പം വന്ന്, എന്റെ പണി തീർത്തശേഷം തിരിച്ചു വരാമെന്ന് കരുതി."

നപുംസകത്തിന് ദേഷ്യം വന്നു; അവൻ അജീബിനോട് പറഞ്ഞു. "ഞാൻ പേടിച്ചതുതന്നെയാണിത്! നിർഭാഗ്യവശാൽ നമ്മൾ അയാളുടെ ഭക്ഷണം കഴിച്ചു (നമ്മൾ അത് ആദരവോടെ കാണേണ്ടതാണ്); ഇപ്പോൾ ഇതാ, ഈ മനുഷ്യൻ നമ്മൾ പോകുന്നിടത്തെല്ലാം നമ്മെ പിൻതുടർന്നു; കാരണം ആ ഭാസൻ എന്നും ആഭാസൻ തന്നെയാണ്."

അജീബ് തല തിരിച്ച് ആ പാചകക്കാരനെ തൊട്ടുപിന്നിൽ കണ്ടപ്പോൾ, അവന്റെ മുഖം കോപം കൊണ്ട് ചുവന്നു; അവൻ വേലക്കാരനോട് പറഞ്ഞു. "അയാൾ പ്രധാന റോഡിലൂടെ നടന്നോട്ടെ; എന്നാൽ, നമ്മൾ സ്വന്തം കൂടാരങ്ങളിലേക്ക് തിരിയുമ്പോഴും അയാൾ നമ്മളെ പിൻതുടരുന്നുണ്ടെങ്കിൽ, നല്ലൊരു പ്രഹരം വെച്ചുകൊടുത്ത് അയാളെ ഓടിക്കണം."

പിന്നെ അവൻ തലകുനിച്ച് നടത്തം തുടർന്നു, നപുംസകം അവന് പിന്നാലെയും, എന്നാൽ ഹസൻ, അവരെ പിൻതുടർന്ന് അൽ-ഹസാമൈതാനത്തിലെത്തി. കൂടാരത്തിന്നടുത്തെത്തി തിരിഞ്ഞു

നോക്കിയപ്പോൾ അയാൾ തൊട്ടുപിന്നിൽ എത്തിയിരിക്കുന്നതവർ കണ്ടു. അപ്പോൾ അജീബ് വല്ലാതെ കുപിതനായി; കഴിഞ്ഞ സംഭവങ്ങൾ മുത്തച്ഛനോട് നപുംസകം പറഞ്ഞെങ്കിലോ എന്നവൻ ഭയപ്പെട്ടു. താൻ പാചകക്കടയിൽ കയറി ഭക്ഷണം കഴിച്ചെന്നും അതിനുശേഷം പാചകക്കാരൻ തന്നെ പിൻതുടർന്നെന്നും ആരെങ്കിലും പറഞ്ഞാലോ എന്നോർത്തായിരുന്നു അവന്റെ വിദ്വേഷം. അങ്ങനെ അവൻ തിരിഞ്ഞ് നോക്കിയപ്പോൾ, തന്നെ മിഴിച്ചു നോക്കി നിൽക്കുന്ന ഹസനെയാണവൻ കണ്ടത്! ആ അച്ഛൻ ആത്മാവില്ലാത്ത ഒരു ശരീരമായിരിക്കുന്നു! അയാളുടെ കണ്ണുകൾ വഞ്ചന നിറഞ്ഞവയാണെന്ന് അജീബിന് തോന്നി, ഒരു വിഷയലമ്പടനാണെന്ന്! അതുകൊണ്ട് അവന്റെ ക്രോധം ആളിക്കത്തി; അവൻ കുനിഞ്ഞ് അരറാത്തൽ ഭാരമുള്ള ഒരു കല്ലെടുത്ത് അച്ഛനെ എറിഞ്ഞു. അതയാളുടെ നെറ്റിയിൽ കൊണ്ട്, പുരികങ്ങൾക്കിടയിൽ ഭയങ്കര മുറിവുണ്ടാക്കി. രക്തം ഒഴുകി; ഹസൻ തലചുറ്റി നിലത്ത് വീണു. അജീബും നപുംസകവും കൂടാരത്തിന്നകത്തേക്ക് പോയി. അച്ഛന് ഓർമ്മ തിരിച്ചുകിട്ടിയപ്പോൾ അയാൾ രക്തം തുടച്ചു കളഞ്ഞ്, തലപ്പാവിൽ നിന്നൊരു കഷ്ണം തുണി കീറിയെടുത്ത് മുറിവേറ്റ നെറ്റിയിൽ ചുറ്റി കെട്ടി. അയാൾ സ്വയം കുറ്റപ്പെടുത്തി പറഞ്ഞു. "കടയടച്ച് ആ ബാലനെ ഞാൻ പിൻതുടർന്നത് എന്റെ തെറ്റാണ്, ഞാനൊരു ദുഷിച്ച മനസ്സുള്ളവനാണെന്ന് അവൻ കരുതിക്കാണും."

പിന്നീടയാൾ കടയിലെത്തി സ്വന്തം കച്ചവടത്തിൽ മുഴുകി, അയാൾ അവന്റെ ബസ്രയിലുള്ള അമ്മയെക്കുറിച്ചോർത്ത് കരഞ്ഞു.

ഹസൻ തന്റെ മധുരപലഹാര വ്യാപാരം തുടർന്നു; എന്നാൽ, മൂന്നു ദിവസത്തെ വാസത്തിനുശേഷം അയാളുടെ അങ്കിൾ, വസീർ, ദമാസ്കസ് വിട്ടു. 'എമീസാ'യിലേക്കാണവർ പോയത്. ആ നഗരത്തിലൂടെ കടന്നു പോകവെ അവിടെയെല്ലാം അദ്ദേഹം അയാളെക്കുറിച്ച് അന്വേഷണം നടത്തി. അതുപോലെ അദ്ദേഹം വിശ്രമിച്ച എല്ലാസ്ഥലങ്ങളിലും. അവിടന്ന് 'ഹമാഹ്' അലിപ്പൊ', 'ദിയാർ ബക്കർ', 'മാരിദിൻ', 'മോസിൽ' എന്നിവിടങ്ങളിലൂടെ യാത്ര ചെയ്ത് ബസ്രാനഗരത്തിലെത്തി; വന്ന വഴിയിലെല്ലാം അന്വേഷണം നടത്തിയിരുന്നു.

ഇവിടെ, ഒരു വാസസ്ഥലം വാടകയ്ക്ക് എടുത്ത ഉടനെ അദ്ദേഹം സുൽത്താനെ ചെന്ന് മുഖം കാണിച്ചു. അദ്ദേഹത്തെ, പദവിക്കനുയോജ്യമായ രീതിയിൽ, ബഹുമാനപുരസ്സരം രാജാവ് സ്വീകരിച്ച്, ആഗമനോദ്ദേശ്യം ആരാഞ്ഞു. വസീർ തന്റെ കഥ വിവരിച്ചുകൊടുത്തു, മന്ത്രി 'നൂർ അൽദീൻ' സ്വന്തം സഹോദരനാണെന്ന് സുൽത്താനോട് പറഞ്ഞു. അതുകേട്ട് സുൽത്താൻ അദ്ഭുതം പ്രകടിപ്പിച്ചു.

"അള്ളാ അദ്ദേഹത്തോട് കരുണ കാണിക്കട്ടെ!" സുൽത്താൻ തുടർന്നു. "എന്റെ നല്ലവനായ സാഹിബ്, പതിനഞ്ച് വർഷം അദ്ദേഹം എന്റെ വസീർ ആയിരുന്നു; എനിക്ക് അങ്ങേയറ്റം സ്നേഹമായിരുന്നു അദ്ദേഹത്തോട്, ഒരു മകനായിരുന്നു ഉണ്ടായിരുന്നത്. അദ്ദേഹത്തിന്റെ മരണശേഷം ഒരു മാസം അവൻ ഇവിടെ താമസിച്ചു. പിന്നീട് എവിടെ പോയെന്ന് ഞങ്ങൾക്ക് യാതൊരു വിവരവുമില്ല. എന്നാൽ, അയാളുടെ അമ്മ, എന്റെ പഴയ മന്ത്രിയുടെ മകൾ ഇപ്പോഴും ഞങ്ങളോടൊപ്പമുണ്ട്."

ഈ വാർത്തകേട്ട് വസീർ ഷംഷ് അൽദീൻ സന്തോഷിച്ചു; അദ്ദേഹം പറഞ്ഞു. "ഓ, രാജാവേ, എനിക്കവളെ കാണാൻ അതിയായ ആഗ്രഹമുണ്ട്." ഉടനെ സുൽത്താൻ അതിന് അനുമതി നൽകി.

തന്റെ അനിയൻ നൂർ അൽദിന്റെ കെട്ടിടത്തിലേക്ക് അദ്ദേഹം ചെന്നു; ചുറ്റുപാടും ദുഃഖത്തോടെ കണ്ണോടിച്ച്, വാതിൽപ്പടിയിൽ ചുംബിച്ചു. ബന്ധുക്കളെയും സ്നേഹിതന്മാരേയും സ്വന്തം നാടിനേയും വിട്ട് അപരിചിതമായൊരു നാട്ടിൽവന്ന് ജീവിക്കുകയും മരിക്കുകയും ചെയ്ത അനിയൻ നൂർ അൽദീൻ അലിയെക്കുറിച്ചോർത്ത് അദ്ദേഹം കണ്ണീരൊഴുക്കി.

പിന്നെ, അദ്ദേഹം ഗേറ്റിലൂടെ കടന്ന് ഒരു മുറ്റത്തെത്തി കരുത്തുറ്റ ഒരു വാതിലാണ് ആ കെട്ടിടത്തിന്റേത്, കനത്ത കല്ലുകൾ കൊണ്ടും പല നിറത്തിലുള്ള മാർബിളുകൾ കൊണ്ടും ആണ് കെട്ടിടം നിർമ്മിച്ചിട്ടുള്ളത്, അതിനുള്ളിലേക്കയാൾ കടന്നു ചെന്ന്, വീടിന് ചുറ്റും നടന്നുനോക്കി. തന്റെ അനിയന്റെ പേര്, നൂർ അൽദീൻ എന്ന് ചുമരുകളിൽ സുവർണ്ണ ലിപികളിൽ എഴുതിവെച്ചിട്ടുള്ളത് അദ്ദേഹം കണ്ടു; അപ്പോൾ ആ ശിലാലിഖിതത്തിന്നടുത്തു ചെന്ന്, അതിൽ ചുംബിച്ചു; അനിയനുമായി വേർപെടാനുണ്ടായ കാരണവും, ഇപ്പോൾ അവൻ എന്നന്നേക്കുമായി വേർപെട്ട കാര്യവും ഓർത്ത് അദ്ദേഹം കരഞ്ഞു.

അവിടന്ന് നടന്ന്, തന്റെ അനിയന്റെ വിധവയും ബദർ അൽദീൻ ഹസന്റെ അമ്മയുമായവരുടെ മുറിയിലേക്ക് ചെന്നു.

അവൾ സ്വന്തം മകൻ വിട്ടുപോയശേഷം എന്നും രാപകലില്ലാതെ കരച്ചിലാണ്. വർഷങ്ങൾ കടന്നുപോയപ്പോൾ, വീട്ടിൽ മാർബിൾ കൊണ്ടൊരു ശവകുടീരം അവനായി അവൾ നിർമ്മിച്ചു; രാവും പകലും അവനെ ഓർത്ത് അവിടെ ഇരുന്ന് വിലപിച്ചു, ഉറങ്ങാറേ ഇല്ല എന്നു പറയാം! അവളുടെ മുറിക്കരികിൽ അദ്ദേഹം എത്തിയപ്പോൾ ശവകുടീരത്തിൽ നിന്നവളുടെ വിലാപം കേട്ടു.

അവൾ ഇങ്ങനെ വിലപിച്ചുകൊണ്ട് നില്ക്കവേ വസീർ അവളുടെ അരികിൽ ചെന്ന് സലാം ചെയ്തു, താൻ അവളുടെ ഭർത്താവിന്റെ ചേട്ടൻ ആണെന്ന് അറിയിച്ചു. അവർ തമ്മിൽ നടന്ന കാര്യങ്ങളെല്ലാം അദ്ദേഹം അവൾക്ക് വിശദീകരിച്ചുകൊടുത്തു, പത്ത് വർഷങ്ങൾക്ക്മുമ്പ് അവളുടെ മകൻ ബദർ അൽദീൻ ഹസൻ ഒരു രാത്രി മുഴുവൻ തന്റെ മകളോടൊപ്പം കഴിഞ്ഞതും പിറ്റേന്ന് രാവിലെ അപ്രത്യക്ഷനായതും എല്ലാം അതേപടി അദ്ദേഹം വിവരിച്ചു; എന്നിട്ടിങ്ങനെ പറഞ്ഞവസാനിപ്പിച്ചു. "എന്റെ മകൾ നിങ്ങളുടെ മകനാൽ ഗർഭം ധരിച്ചു. അവൾ ഒരു മകനെ പ്രസവിച്ചു; അവൻ ഇപ്പോൾ എന്നോടൊപ്പമുണ്ട്. അവൻ നിങ്ങളുടെ കുഞ്ഞാണ്, എന്റെ മകളിൽ നിങ്ങളുടെ മകനുണ്ടായ പുത്രൻ."

അവളുടെ മകൻ ബദർ അൽദീൻ ഇപ്പോഴും ജീവിച്ചിരിപ്പുണ്ടെന്നും, ഭർതൃസഹോദരനെ കണ്ടെന്നും കേട്ടപ്പോൾ അവൾ ചാടി എഴുന്നേറ്റുചെന്ന് അദ്ദേഹത്തിന്റെ കാൽക്കൽ വീണു, ആ പാദങ്ങൾ ചുംബിച്ചു.

അപ്പോൾ വസീർ അജീബിനെ അങ്ങോട്ട് വിളിപ്പിച്ചു; അമ്മൂമ്മ എഴുന്നേറ്റ്, അവനെ കെട്ടിപ്പിടിച്ച് കരഞ്ഞു. ഷംഷ് അൽദീൻ അവളോട് പറഞ്ഞു. "ഇത് കരയേണ്ട സമയമല്ല; നീ വേഗം തയ്യാറാകൂ, ഞങ്ങളോടൊപ്പം

ഈജിപ്തിലേക്ക് വരൂ; സന്ദർഭവശാൽ അള്ളാ നിന്നെ സ്വന്തം മകനോടു(എന്റെ സഹോദരപുത്രനോടും)മൊപ്പം ചേർക്കും."

അവൾ മറുപടി പറഞ്ഞു. "നിങ്ങളുടെ ഉത്തരവുപോലെ."

ഉടനെ അവൾ എഴുന്നേറ്റ് തന്റെ സാമാനങ്ങൾ, പണം, ആഭരണങ്ങൾ എല്ലാം എടുത്ത്, അടിമ പെൺകുട്ടികളോടൊപ്പം ദൂരയാത്രയ്ക്ക് തയ്യാറായി. വസീർ ബസ്രാ സുൽത്താനോട് യാത്ര പറയാൻ പോയി. ഈജിപ്ത് സുൽത്താന് നൽകാനായി അദ്ദേഹം സമ്മാനങ്ങളും അപൂർവ്വ വസ്തുക്കളും കൊടുത്തയച്ചു.

ഉടനെ അദ്ദേഹം മടക്കയാത്ര ആരംഭിച്ചു. ഒമസ്കസ് നഗരത്തിലെത്തിയപ്പോൾ പതിവ് സ്ഥലത്ത് അവർ യാത്ര നിർത്തി കൂടാരങ്ങൾ കെട്ടി; തന്റെ സംഘത്തോടദ്ദേഹം പറഞ്ഞു. "നമ്മൾക്ക് ഏഴ് രാത്രികൾ ഇവിടെ തങ്ങാം; സുൽത്താനുവേണ്ടി പാരിതോഷികങ്ങളും അപൂർവ്വ വസ്തുക്കളും വാങ്ങണം."

അപ്പോൾ അജീബ് പഴയ കാര്യങ്ങൾ ഓർത്തുപോയി. അവൻ നപുംസകത്തിനോട് പറഞ്ഞു. "ഓ, ലായിക്, എനിക്ക് ചെറിയൊരു വിനോദയാത്ര നടത്തണം; വരൂ, നമ്മൾക്ക് ദമാസ്കസ്സിലെ പ്രശസ്തമായ ബസാറിലേക്കൊന്ന് പോകാം. നമ്മൾക്ക് മധുര പലഹാരങ്ങൾ കഴിക്കാൻ തന്ന ആ പാചകക്കാരന്റെ തല എറിഞ്ഞ് പൊട്ടിച്ചിട്ടല്ലേ അന്ന് നമ്മൾ പോയത്. അയാൾക്ക് എന്ത് പറ്റി എന്നൊന്ന് നോക്കാം. അയാൾ തീർച്ചയായും നമ്മളോട് വളരെ കാരുണ്യത്തോടെയാണ് പെരുമാറിയതെങ്കിലും, നമ്മൾ അയാളോട് നീചമായാണ് പെരുമാറിയത്"

നപുംസകം മറുപടി നല്കി." അങ്ങയുടെ ഉത്തരവു പോലെ!"

അങ്ങനെ അവർ കൂടാരത്തിൽ നിന്ന് ഇറങ്ങി നടന്നു; രക്തബന്ധം അജീബിനെ അച്ഛന്റെ അരികിലേക്ക് ആകർഷിച്ചു. ഉടനെ അവർ നഗരകവാടം കടന്ന്, നഗരത്തിൽ പ്രവേശിച്ച്, നേരെ ആ പാചകക്കാരന്റെ കടയിലേക്ക് നടന്നു. കടയുടെ വാതില്ക്കൽ ബസ്രാക്കാരൻ ഹസൻ നില്ക്കുന്നതവർ കണ്ടു. ഉച്ചതിരിഞ്ഞുള്ള പ്രാർത്ഥനാ സമയമായിരുന്നു അത്. നല്ല വസ്ത്രങ്ങൾ ധരിച്ചായിരുന്നു അയാളുടെ നില്പ്. അവർ ഇരുവരും അയാളുടെ സമീപത്ത് ചെന്നു. അയാളെ കണ്ടപ്പോൾ അജീബിന്റെ ഹൃദയം പിടച്ചു. നെറ്റിയിലെ മുറിവിന്റെ പാട് കരുവാളിച്ചു കിടന്നിരുന്നു. അവൻ അയാളെ അഭിവാദ്യം ചെയ്തു. "അസ്സലാവു അലൈക്കും, ഓ മനുഷ്യാ, എന്റെ ഹൃദയം നിങ്ങളോടൊപ്പമാണ്." ബദർ അൽദീൻ തന്റെ മകനുനേരെ നോക്കിയപ്പോൾ അയാളുടെ ഹൃദയം അവനുവേണ്ടി പിടച്ചു; എങ്കിലും തലകുനിച്ചുനില്ക്കാനല്ലാതെ ഒരക്ഷരം മിണ്ടാൻ അയാൾക്ക് കഴിഞ്ഞില്ല.

പിന്നീടയാൾ അവരോട് പറഞ്ഞു. "എന്റെ തകർന്ന ഹൃദയത്തെ സുഖപ്പെടുത്തുക, എന്റെ മധുര പലഹാരങ്ങൾ കഴിക്കുക; അള്ളായാണേ, നിന്നെ ഹൃദയമിടിപ്പോടുകൂടിയല്ലാതെ എനിക്ക് നോക്കാൻ കഴിയുന്നില്ല. തീർച്ചയായും അന്ന് ഞാൻ നിങ്ങളെ പിൻതുടരാൻ പാടില്ലായിരുന്നു; എന്നാൽ, എനിക്കെന്നെ നിയന്ത്രിക്കാൻ കഴിഞ്ഞില്ല." "അള്ളായാണേ" അജീബ് മറുപടി നല്കി. "നിങ്ങൾ ഞങ്ങളെ തീർച്ചയായും സ്നേഹിക്കുന്നുണ്ട്; ഞങ്ങൾ മുമ്പ് ഇവിടെ വന്നപ്പോൾ നന്നായി ഭക്ഷണം കഴിച്ചതിൽ ഞങ്ങൾക്ക് പശ്ചാത്തപിക്കേണ്ടിവന്നു; എന്തുകൊണ്ടെന്നാൽ നിങ്ങൾ

ഞങ്ങളെ പിൻതുടർന്ന് ഞങ്ങൾക്ക് മാനക്കേട് വരുത്തി. അതുകൊണ്ട് ഒരു വ്യവസ്ഥയിൽമാത്രമേ ഞങ്ങൾ ഇവിടന്ന് ഭക്ഷണം കഴിക്കൂ; അതായത്, നിങ്ങൾ ഞങ്ങളെ പിൻതുടരുകയോ, നിരീക്ഷിക്കയോ ചെയ്യി ല്ലെന്ന് ശപഥം ചെയ്യണം! അല്ലെങ്കിൽ, ഞങ്ങളുടെ ഇവിടത്തെ താമസ വേളയിൽ നിങ്ങളെ വീണ്ടും സന്ദർശിക്കില്ല; ഞങ്ങൾ ഇവിടെ ഒരാഴ്ച ഉണ്ടാകും. എന്റെ മുത്തച്ഛന് ചില പാരിതോഷികങ്ങൾ രാജാവിനായി വാങ്ങിക്കാനുണ്ട്."

ഹസൻ സമ്മതിച്ചു. "അക്കാര്യം ഞാൻ ശപഥം ചെയ്യുന്നു."

അപ്പോൾ അജീബും നപുംസകവും കടയ്ക്കുള്ളിൽ കയറി; അവന്റെ അച്ഛൻ അവർക്കു മുന്നിൽ സ്വാദിഷ്ടമായ ഭക്ഷണ പദാർത്ഥങ്ങൾ നിരത്തി. അജീബ് പറഞ്ഞു. "ഞങ്ങളോടൊപ്പം ഇരുന്ന് ഭക്ഷണം കഴിക്കുക, ഒരു പക്ഷേ, അള്ളാ നമ്മുടെ ദുഃഖങ്ങൾ മാറ്റി തന്നേക്കാം."

ഹസൻ സസന്തോഷം അവരോടൊപ്പം ഇരുന്ന് ഭക്ഷണം കഴിക്കാൻ തുടങ്ങി; എന്നാൽ, അയാളുടെ കണ്ണുകൾ അജീബിന്റെ മുഖത്തു തന്നെ തറച്ചു നില്ക്കുകയായിരുന്നു! അവന്റെ ഹൃദയവും ആത്മാവും മകനിൽ അലിഞ്ഞു ചേരുകയായിരുന്നു.

ഒടുവിൽ ആ ബാലൻ അയാളോട് പറഞ്ഞു. "നിങ്ങൾ ഒരു മന്ദ ബുദ്ധിയാണോ? എന്താണ് എന്റെ മുഖത്ത് തുറിച്ചുനോക്കി ഇങ്ങനെ ഇരിക്കുന്നത്?"

ഒരിക്കൽ ഹസൻ ഒരു പിടിഭക്ഷണമെടുത്ത് അജീബിന്റെ വായിൽ വെച്ചുകൊടുത്തു, മറ്റൊരിക്കൽ നപുംസകത്തിന്റെയും അങ്ങനെ മൂവരും മതിയാവോളം ആഹാരം കഴിച്ചു.

പിന്നെ അവർ എല്ലാവരും എഴുന്നേറ്റു; പാചകക്കാരൻ അവരുടെ കൈ കഴുകാനായി വെള്ളം ഒഴിച്ചു കൊടുത്തു. ഷാളുകൊണ്ട് കൈ തുടച്ചു കൊടുത്ത് പനിനീർ തളിച്ചു. അതിനുശേഷം അയാൾ പോയി സുഗന്ധമുള്ള ഐസ് ഇട്ട ഒരു പാത്രം ശർബ്ബത്ത് കൊണ്ടു വന്ന്, അവർക്ക് കുടിക്കാൻ കൊടുത്തുകൊണ്ട് പറഞ്ഞു. "എന്നോടുള്ള ഔദാര്യം പൂർണ്ണമാക്കുക!" അപ്പോൾ അജീബ് അത് കുടിച്ചു; പിന്നെ ആ പാത്രം നപുംസകത്തിന് കൊടുത്തു, അതിനുശേഷം പാചക ക്കാരനും. അങ്ങനെ ആവശ്യത്തിലേറെ ഭക്ഷണം അവർ കഴിച്ചു. ഒടുവി ലവർ വേഗം നടന്ന് കൂടാരത്തിലെത്തി. അജീബ് തന്റെ അമ്മൂമ്മയുടെ അടുത്തെത്തിയപ്പോൾ, അവനെ ചുംബിച്ച്, സ്വന്തം പുത്രനായ ബദർ അൽദീൻ ഹസനെ ഓർത്ത് ഉറക്കെ കരഞ്ഞു.

കുറച്ചു കഴിഞ്ഞ് അമ്മൂമ്മ അജീബിനോട് ചോദിച്ചു. "ഓ, എന്റെ മോനെ! നീ എവിടെയായിരുന്നു?"

'ദമാസ്കസ് നഗരത്തിൽ' അവൻ മറുപടി നല്കി. അവർ എഴുന്നേറ്റു ചെന്ന് ഒരു പ്ലേറ്റിൽ കുറച്ച് മാതള നാരങ്ങകുരുകൾ ഇട്ടുകൊടുത്തു. (അത്രയ്ക്ക് മധുരമുള്ളതായിരുന്നില്ല); പിന്നെ നപുംസകത്തോടായി പറഞ്ഞു. "നിന്റെ യജമാനനോടൊപ്പം ഇരിക്കൂ!" നപുംസകം ആത്മഗത മായി പറഞ്ഞു. "അള്ളായാണേ, ഞങ്ങൾക്കൊന്നും തിന്നാൻ തോന്നു ന്നില്ല; അപ്പത്തിന്റെ മണം പോലും വെറുപ്പുളവാക്കുന്നു."

എന്നാലും അവൻ ഇരുന്നു; അജീബും അപ്രകാരം തന്നെ ചെയ്തു, തിന്നും കുടിച്ചും അവരുടെ വയറ് നിറഞ്ഞിരിക്കുകയായിരുന്നെങ്കിലും!

അജീബ് ഒരു കഷ്ണം അപ്പം പൊട്ടിച്ച് മാതളനാരങ്ങനീരിൽ മുക്കി വായിൽ ഇട്ടു; അതത്ര മധുരമുള്ളതല്ലെന്നവന് മനസ്സിലായി; വയറ് നിറഞ്ഞിരുന്നതിനാലുള്ള മട്ടിപ്പും അവനുണ്ടായിരുന്നു. അവൻ പറഞ്ഞു. "ഛേ എന്ത് വൃത്തികെട്ട സാധനമാണിത്?" "ഓ, എന്റെ മോനെ" അമ്മൂമ്മ ഉറക്കെ ചോദിച്ചു" എന്റെ പാചകത്തിന് കുറ്റം കണ്ടെത്തുകയാണോ നീ? ഇത് ഞാൻ സ്വയം പാകം ചെയ്തതാണ്; നിന്റെ അച്ഛൻ ബദർ അൽദീൻ ഹസൻ ഒഴിച്ച് മറ്റാർക്കും ഇതുപോലെ ഇത്രയും സ്വാദുള്ള ഭക്ഷണം പാകം ചെയ്യാനാവില്ല."

"അള്ളായാണേ, ഓ, എന്റെ അമ്മൂമ്മേ" അജീബ് മറുപടി നല്കി. "ഇതൊരു വൃത്തികെട്ട ഭക്ഷണ സാധനം തന്നെയാണ്. ബസ്രാ നഗരത്തിൽ ഞങ്ങൾ കണ്ട പാചകക്കാരൻ എന്ത് രസമായിട്ടാണ് മാതളനാരങ്ങാകുരുക്കൾ പാകം ചെയ്യുന്നത്! അതിന്റെ മണം നേരെ ഹൃദയത്തിലേക്കാണ് കടന്നു ചെല്ലുക! ഏതൊരു മനുഷ്യനും അതിന്റെ സ്വാദോർത്ത് കൊതിച്ചിരുന്നു പോകും. ഈ സാധനം അതുമായി തുലനം ചെയ്താൽ, യാതൊന്നിനും കൊള്ളില്ലെന്ന് പറയാം."

അവന്റെ അമ്മൂമ്മ അത് കേട്ട് ഭയങ്കര കോപത്തോടെ വേലക്കാരനെ നോക്കി- അപ്പോഴേക്കും നേരം പുലരാറായെന്നും, തനിക്ക് കഥ പറയാനനുവദിച്ച സമയം കഴിഞ്ഞെന്നും ഷാഹ്രസാദ് മനസ്സിലാക്കി.

ഇരുപത്തിനാലാം രാവ്

അല്ലയോ കീർത്തിമാനായ രാജാവേ, നജീബിന്റെ അമ്മൂമ്മ അവന്റെ വാക്കുകൾ കേട്ട്, കോപത്തോടെ വേലക്കാരനു നേരെ നോക്കിക്കൊണ്ട് ചോദിച്ചു. "നീ നശിച്ചു പോട്ടെ! നീ എന്റെ മോനെ സാധാരണ ചായക്കടയിൽ കൊണ്ടുപോയി ദുഷിപ്പിക്കുകയാണോ?

നപുംസകം പേടിയോടെ അത് നിഷേധിച്ചു. "ഞങ്ങൾ കടയ്ക്കുള്ളിലേക്ക് ചെന്നില്ല, അതിന്റെ മുന്നിലൂടെ കടന്നുപോയതേയുള്ളൂ."

"അള്ളായാണേ" അജീബ് വിളിച്ചു പറഞ്ഞു. "ഞങ്ങൾ ഉള്ളിൽ പോകുകയും, മൂക്കറ്റം തിന്നുകയും കുടിക്കുകയും ചെയ്തു! ആ പാചകം അമ്മൂമ്മയുടെ പാചകത്തേക്കാൾ നല്ലതാണ്!"

അപ്പോൾ അവന്റെ അമ്മൂമ്മ എഴുന്നേറ്റ് ചെന്ന് ഭർതൃസഹോദരനോട് ഇക്കാര്യം പറഞ്ഞു. കോപിച്ച് ജ്വലിച്ചു കൊണ്ട് അദ്ദേഹം നപുംസകത്തെ വിളിച്ചു വരുത്തി ചോദ്യം ചെയ്തു, "നീ എന്റെ മോനെ എന്തിനാണ് ആ പലഹാരക്കടയിൽ കൊണ്ടുപോയത്?"

നപുംസകം പേടിച്ചു വിറച്ചുകൊണ്ട് മറുപടി നല്കി. "ഞങ്ങൾ ഉള്ളിലേക്ക് പോയില്ല." എന്നാൽ, അജീബ് പറഞ്ഞു. "ഞങ്ങൾ ഉള്ളിലേക്ക് പോകുകയും മാതളനാരക കുരുക്കളും മറ്റും വയറുനിറയെ തിന്നുകയും ചെയ്തു; പിന്നെ ആ പാചകക്കാരൻ ഐസും പഞ്ചസാരയുമിട്ട ശർബ്ബത്ത് കുടിക്കാൻ തന്നു."

ഇതുകേട്ട് വസീറിന്റെ കോപം ഇരട്ടിച്ചു; അയാളവനെ എത്ര ചോദ്യം ചെയ്തിട്ടും അവനത് നിരസിച്ചുകൊണ്ടേയിരുന്നു. ഒടുവിൽ വസീർ പറഞ്ഞു. "നീ സത്യമാണ് പറയുന്നതെങ്കിൽ ഇവിടെ ഇരുന്ന് ഇത് കഴിക്കൂ."

അവൻ വന്നിരുന്ന് ഭക്ഷണം കഴിക്കാൻ ശ്രമിച്ചു, എന്നാൽ ഒരു വായ പോലും കഴിക്കാനായില്ല. അവൻ ഉറക്കെ വിളിച്ചു പറഞ്ഞു. "എന്റെ പ്രഭോ! ഇന്നലെ മുതൽ എന്റെ വയറ് നിറഞ്ഞിരിക്കയാണ്."

ഇതിൽ നിന്ന് നപുംസകം കടയിൽ നിന്ന് വയറു നിറയെ ഭക്ഷണം കഴിച്ചിട്ടുണ്ടെന്ന് വസീറിന് ഉറപ്പായി. അവന് തക്കതായ ശിക്ഷ കൊടുക്കുവാൻ അദ്ദേഹം അടികമകൾക്ക് ഉത്തരവ് നല്കി. അവർ അവന്റെ മേൽ വടിയുമായി ചാടി വീണ് അടിച്ചു തകർത്തു! അവൻ ദയ യാചിച്ചു കൊണ്ട് കരഞ്ഞു, അള്ളാവിന്റെ സഹായത്തിനായി കേണപേക്ഷിച്ചു. "ഓ, യജമാനനെ, എന്നെ കൂടുതൽ അടിക്കല്ലെ, ഞാനങ്ങയോട് സത്യം പറയാം?" വസീർ അടി നിർ ത്തിച്ചു.

"ഇനി സത്യം പറയൂ."

"ഞങ്ങൾ ആ പാചകക്കാരന്റെ കടയിലേക്ക് കടന്നു ചെന്നു. അവൻ മാതള നാരങ്ങക്കുരു തയ്യാറാക്കുകയായിരുന്നു. അത് കുറച്ചെടുത്ത് ഞങ്ങൾക്ക് കഴിക്കാനായി തന്നു. അള്ളായാണേ! അത്രയും സ്വാദുള്ള ഒന്ന് ഞാനെന്റെ ജീവിതത്തിൽ കഴിച്ചിട്ടില്ല! ഇവിടെ ഇപ്പോൾ രുചിച്ചു നോക്കിയത് വൃത്തികെട്ടതുതന്നെയാണ്!"

ബദർ അൽദീൻ ഹസ്സന്റെ അമ്മ ഇതുകേട്ട് വല്ലാതെ കോപിച്ചു; അവർ പറഞ്ഞു. "നീ ആ പാചകക്കാരന്റെ അടുക്കലേക്ക് തിരിച്ചു പോയി ഒരു പ്ലേറ്റിൽ ആ മാതളനാരങ്ങാക്കുരു പാകം ചെയ്തത് എനിക്കായി വാങ്ങിച്ചു കൊണ്ടുവരൂ. എന്നിട്ടത് നിന്റെ യജമാനന് കൊടുക്കൂ. അദ്ദേഹം അതും, എന്റേതും കഴിച്ചശേഷം ഏതാണ് നല്ലതെന്ന് പറയട്ടെ."

"ഞാൻ ചെയ്യാം." നപുംസകം സമ്മതിച്ചു. ഉടനെ അവർ ഒരു പ്ലേറ്റും അരദിനാറും അവന്റെ കൈയിൽ വെച്ചു കൊടുത്തു. അവൻ കടയിൽ ചെന്ന് പാചകക്കാരനോട് പറഞ്ഞു.

"ഓ, പാചകക്കാരുടെ 'ഷേക്കേ'നിന്റെ പാചകത്തെക്കുറിച്ച് എന്റെ യജമാനന്റെ വീട്ടിൽ ഒരു പന്തയം വെച്ചിരിക്കയാണ്. അവിടെയും മാതള നാരക കുരുക്കൾ തയ്യാറാക്കിയിട്ടുണ്ട്. ഈ അരദിനാറിന് നീ പാചകം ചെയ്തത് എനിക്ക് തരിക. നിന്റെ പാചകത്തിന്റെ രുചി കൊണ്ട് ഞാൻ വയറു നിറയെ കഴിച്ചുപോയി. അതുകൊണ്ട് അര ദിനാർ വിലക്കുള്ളത് മാത്രം തന്നാൽ മതി." ഹസൻ ചിരിച്ചുകൊണ്ട് മറുപടി നൽകി. "അള്ളായാണേ, എനിക്കോ എന്റെ അമ്മക്കോ അല്ലാതെ മറ്റാർക്കും ഇതുപോലെ അത് പാകം ചെയ്യാൻ കഴിയില്ല; അമ്മയാണെങ്കിൽ ഇപ്പോൾ എത്രയോ ദൂരെയാണ്."

അയാൾ ഒരു പ്ലേറ്റ് നിറയെ അതെടുത്തിട്ട് തുണികൊണ്ട് പൊതിഞ്ഞ്, സീല് വെച്ച് നപുംസകത്തിന്റെ കൈയിൽ കൊടുത്തു. അവൻ അതും വാങ്ങി ധൃതിയിൽ തിരിച്ചു പോയി. ബദർ അൽദീൻ ഹസന്റെ അമ്മ അത് സ്വാദ് നോക്കുകയും അതിന്റെ സുഗന്ധം അറിയുകയും ചെയ്തപ്പോൾ, ആ വിദഗ്ധ പാചകക്കാരൻ ആരാണെന്നവർ മനസ്സിലാക്കി; തൽക്ഷണം നിലവിളിച്ചു കൊണ്ടവർ ബോധം കെട്ട് വീണു. വല്ലാതെ ഞെട്ടിത്തെറിച്ച് വസീർ അവ രുടെ മുഖത്ത് പനിനീർ തെളിച്ചപ്പോൾ അവർ ബോധമുണർന്ന് സാധാരണ നിലയിലായി. അവർ പറഞ്ഞു. "എന്റെ മകൻ ഈ ഭൂമിയിൽ ജീവിച്ചിരിപ്പു ണ്ടെങ്കിൽ ഈ മാതളനാരങ്ങ തയ്യാറാക്കിയത് അവനല്ലാതെ മറ്റാരുമല്ല. ഈ

പാചകക്കാരൻ എന്റെ മകൻ ബദർ അൽദീൻ ഹസൻ തന്നെയാണ്; അതിൽ യാതൊരു സംശയവുമില്ല, അതിലൊരു തെറ്റും വരാൻ കഴിയില്ല; കാരണം, എനിക്കും അവനും മാത്രമേ ഇപ്രകാരം അത് തയ്യാറാക്കാൻ അറിയൂ. ഞാനാണത് അവനെ പഠിപ്പിച്ചത്."

വസീർ അവരുടെ വാക്കുകൾ കേട്ടപ്പോൾ മതിമറന്ന് ആഹ്ലാദിച്ചു. "ഓ, എന്റെ സഹോദര പുത്രനെ ഒരു നോക്കു കാണാൻ ഞാൻ എത്ര കാലമായി മോഹിച്ചുകൊണ്ട് കഴിയുന്നു! അവനുമായി എന്നെങ്കിലും ഞങ്ങളെ കൂട്ടിച്ചേർക്കുമോ എന്ന് ഞാൻ ആശ്ചര്യത്തോടെ ചിന്തിക്കുമായിരുന്നു! സർവ്വശക്തനായ അള്ളായുടെ കൃപകൊണ്ട് മാത്രമാണ് അത് സംഭവിക്കാൻ പോകുന്നത്."

പിന്നെ, പെട്ടെന്നദ്ദേഹം ചാടി എഴുന്നേറ്റ്, പരിചാരകവൃന്ദത്തിന്നടുത്തു ചെന്ന് പറഞ്ഞു. "നിങ്ങൾ അമ്പതുപേർ വടികളും കുന്തങ്ങളുമായി ചെന്ന് ആ പാചകക്കാരന്റെ കട അടിച്ചു തകർക്കുക; അവന്റെ തന്നെ തലപ്പാവു കൊണ്ട് കൈകൾ പിന്നിൽ വെച്ചു കെട്ടി പറയുക. 'ആ വൃത്തികെട്ട മാതളനാരങ്ങ തയ്യാറാക്കിയത് നീയാണ്!" പിന്നെ, അവനെ ബലമായി വലിച്ചിഴച്ച് കൊണ്ടുവരിക; എന്നാൽ യാതൊരു രീതിയിലും ദ്രോഹിക്കരുത്."

"ശരി." അവർ മറുപടി നല്കി.

ഉടനെ വസീർ നേരെ കൊട്ടാരത്തിലേക്ക് പാഞ്ഞു; പിന്നെ ദമാസ്കർ വൈസ്രോയിയെ കണ്ട്, സുൽത്താന്റെ ഉത്തരവ് കാണിച്ചുകൊടുത്തു. വളരെ ശ്രദ്ധയോടെ അത് വായിച്ചശേഷം ആ കത്തിൽ ചുംബിച്ച്, തന്റെ ശിരസ്സിൽ വെച്ചശേഷം സന്ദർശകനോട് അദ്ദേഹം ചോദിച്ചു.

'നിങ്ങളുടെ ഈ അപരാധി ആരാണ്?"

"ഒരു പാചകക്കാരൻ." മന്ത്രി മറുപടി നല്കി. വൈസ്രോയി ഉടനെ തന്റെ ആളുകളെ ആ കടയിലേക്ക് അയച്ചു; അതെല്ലാം തല്ലിത്തകർക്കപ്പെട്ട നിലയിലാണവർ ചെന്നപ്പോൾ കണ്ടത്. വസീർ കൊട്ടാരത്തിലേക്ക് പോയ സമയത്ത് അദ്ദേഹത്തിന്റെ ആളുകൾ ഈ പണി പറ്റിച്ചു! എന്നിട്ടവർ സുൽത്താന്റെ കൊട്ടാരത്തിൽ നിന്നുള്ള വരവും കാത്ത് നില്ക്കുകയാണ്. അവർ തടവുകാരനായി പിടികൂടിയ ഹസൻ പറഞ്ഞുകൊണ്ടിരുന്നു. "ആ മാതള നാരക കുരുക്കൾ തയ്യാറാക്കിയതിൽ എന്താണവർ കണ്ടെത്തിയതെന്ന് എനിക്കതിശയം തോന്നുന്നു; കാര്യങ്ങൾ ഈ നിലയിലെത്താൻ മാത്രം എന്ത് സംഭവിച്ചു."

വൈസ്രോയിയുമായുള്ള കൂടിക്കാഴ്ചയ്ക്കുശേഷം വസീർ തിരിച്ചെത്തി; തന്റെ 'കുറ്റവാളിയെ' കൂടെ കൊണ്ടു പോകാനുള്ള അനുമതി വസീറിനും അദ്ദേഹം നല്കിയിരുന്നു. കൂടാരത്തിൽ എത്തിയ ഉടനെ അദ്ദേഹം പാചകക്കാരനെ വിളിപ്പിച്ചു.

തലപ്പാവുകൊണ്ട് കൈകൾ ബന്ധിച്ച നലയിൽ അയാളെ അവർ മുന്നോട്ട് കൊണ്ടുവന്നു. ബദർ അൽദീൻ ഹസൻ തന്റെ പിതൃസഹോദരനോട് കരഞ്ഞുകൊണ്ട് ചോദിച്ചു. "ഓ, എന്റെ പ്രഭോ, അങ്ങയോട് ഞാൻ എന്തു തെറ്റാണ് ചെയ്തത്?"

"നീയാണോ ആ മാതളനാരങ്ങ കുരുക്കൾ തയ്യാറാക്കിയത്?" വസീർ ചോദിച്ചു.

“അതെ! എന്റെ തലയെടുക്കാൻ മാത്രം തെറ്റ് ഞാനതിലൂടെ ചെയ്തതെന്ന് അങ്ങ് കണ്ടെത്തിയോ?”

“എന്തായാലും നിനക്ക് അർഹിക്കുന്ന പ്രതിഫലം കിട്ടും!”

“ഓ, എന്റെ പ്രഭോ, എന്റെ കുറ്റമെന്താണെന്ന് അങ്ങ് പറയില്ലേ? എന്ത് ദോഷമാണ് ആ മാതളനാരങ്ങാക്കുരുവിലുള്ളത്?”

“തത്ക്കാലം” വസീർ തന്റെ ആളുകളോട് ഉറക്കെ വിളിച്ചു പറഞ്ഞു. “ഈ ഒട്ടകങ്ങളെ ഇങ്ങോട്ട് കൊണ്ടുവരൂ”

അങ്ങനെ അവർ കൂടാരങ്ങൾ പൊളിച്ചു; വസീറിന്റെ ഇത്തരവ് പ്രകാരം വേലക്കാർ ബദർ അൽദീൻ ഹസനെ എടുത്ത് ഒട്ടകപ്പുറത്തെ ‘പേടകത്തി’ൽ ഇരുത്തി. രാത്രി വരെ നിർത്താതെ അവർ യാത്ര തുടർന്നു. യാത്ര നിർത്തിയപ്പോൾ അവർ കുറച്ച് ഭക്ഷണം കഴിച്ചു. ബദർ അൽദീനെ ഒട്ടകപ്പുറത്തുനിന്നും താഴെയിറക്കി ഭക്ഷണം കൊടുത്തശേഷം വീണ്ടും ബന്ധനസ്ഥാക്കി! ഭക്ഷണശേഷം യാത്ര തുടർന്നു; ‘കിംമ്രാ’യിലെത്തി. അപ്പോൾ അവർ അയാളെ ഒട്ടകപ്പുറത്തുനിന്നും താഴെയിറക്കി വസീറിന് മുന്നിൽ കൊണ്ടുവന്നു. അദ്ദേഹം ചോദിച്ചു. “നീയാണോ ആ മാതള നാരങ്ങ കുരുക്കുൾ തയ്യാറാക്കിയത്?”

“അതെ, എന്റെ പ്രഭോ!”

“അവനെ വിലങ്ങുവെക്കുക!”

അങ്ങനെ അവർ അവനെ വിലങ്ങുവെച്ച് വീണ്ടും ഒട്ടകപ്പുറത്ത് കയറ്റി ‘പേടകത്തി’ൽ ഇരുത്തി, യാത്ര തുടർന്നു. ഒടുവിൽ അവർ ‘കയ്റൊ’ യിൽ എത്തി. ‘അൽറെയ് ദാനിയാ‘യിൽ അവർ ഇറങ്ങി.

അപ്പോൾ, ബദർ അൽദീൻ ഹസനെ താഴെ ഇറക്കുവാൻ വസീർ ആജ്ഞ നല്കി; ഒരു ആശാരിയെ വിളിച്ച്, അയാൾക്കുവേണ്ടി ഒരു കുരിശ് ഉണ്ടാക്കി കൊടുക്കുവാനാവശ്യപ്പെട്ടു!

ബദർ അൽദീൻ ഹസൻ കരഞ്ഞുകൊണ്ട് ചോദിച്ചു. “നിങ്ങൾ അതു കൊണ്ട് എന്താണ് ചെയ്യാൻ പോകുന്നത്?”

വസീർ മറുപടി നല്കി.“ നിന്നെ അതിൽ ആണി അടിച്ചു തറച്ച്, നഗരം മുഴുവൻ പ്രദിക്ഷണം ചെയ്യിപ്പിക്കുവാൻ.”

“എന്തിനാണത് ചെയ്യാൻ നിങ്ങൾ ഉദ്ദേശിക്കുന്നത്?”

“നിന്റെ വൃത്തികെട്ട മാതളനാരക പാചകം മൂലം! കുരുമുളക്, വളരെക്കുറച്ച് ചേർത്താണത് വില്ക്കുന്നത്”

“കുരുമുളക് കുറവായിരുന്നു എന്നതിന്റെ പേരിലാണോ എന്നോട് ഇങ്ങനെയെല്ലാം ചെയ്തതും എന്റെയെല്ലാം നശിപ്പിച്ചതും കൂട്ടിൽ അടച്ചി ട്ടതും, ഒരു നേരം മാത്രം ഭക്ഷണം തന്നതൊന്നും പോരെ!”

“വളരെ കുറച്ച് കുരുമുളക്! വളരെക്കുറിച്ച്! ഈ തെറ്റിനുള്ള പ്രായ ശ്ചിത്തം!”

ഇതുകേട്ട് ബദർ അൽദീൻ ഹസൻ അദ്ഭുതത്തോടെ തന്റെ ജീവനു വേണ്ടി വിലപിച്ചു.

“ നീ എന്താണ് ചിന്തിക്കുന്നത്?”

“നിങ്ങളെപ്പോലെ തലച്ചോറില്ലാത്തവരെക്കുറിച്ച്; കാരണം, നിങ്ങൾക്ക് ഒരു ‘ഔൺസ്’ വിവേകമെങ്കിലും ഉണ്ടായിരുന്നെങ്കിൽ എന്നോട് ഇപ്രകാരം പെരുമാറില്ലായിരുന്നു.”

"നിങ്ങൾ ഇപ്രകാരം വീണ്ടും പ്രവർത്തിക്കാതിരിക്കാൻ വേണ്ടി, ഞങ്ങ ൾക്ക് നിങ്ങളെ ഇപ്രകാരം ശിക്ഷിക്കാതിരിക്കാനാവില്ല." "സത്യത്തിൽ, എന്റെ കുറ്റത്തിന് അർഹിക്കുന്നതിനേക്കാൾ എത്രയോ അധികം ശിക്ഷ എനിക്ക് കിട്ടിക്കഴിഞ്ഞു! എല്ലാ മാതളനാരക കുരുക്കളും അള്ളാ നശിപ്പി ക്കട്ടെ; അത് തയ്യാറാക്കിയത് ഏത് ശപിക്കപ്പെട്ട നിമിഷത്തിലാണ്! അതിനുമുമ്പേ ഞാൻ മരിച്ചിരുന്നെങ്കിൽ!"

എന്നാൽ വസീർ തുടർന്നു. "ഒരു രക്ഷയുമില്ല. കുരുമുളക് കുറച്ച് ഇട്ട് മാതളനാരക കുരുക്കൾ തയ്യാറാക്കി വില്ക്കുന്നവനെ കുരിശിലേറ്റാ തിരിക്കാനെനിക്കാവില്ല."

ഈ മയം മുഴുവൻ ആശാരി മരം കുരിശുണ്ടാക്കാനായി തയ്യാറാക്കുക യായിരുന്നു, ബദർ അത് നോക്കി നില്ക്കുകയും! അങ്ങനെ രാത്രിയാകു ന്നതു വരെ ആ രംഗം തുടർന്നു. പിന്നെ അയാളുടെ പിതൃസഹോദരൻ വീണ്ടും അയാളെ കൂട്ടിലിട്ടടച്ചു കൊണ്ട് പറഞ്ഞു. "നാളെ എല്ലാ കാര്യ ങ്ങളും നടപ്പാകും!"

പിന്നെ ബദർ അൽദീൻ ഹസൻ ഒട്ടകപ്പുറത്തിരുന്ന നല്ല ഉറക്കത്തിലാ കുന്നതുവരെ അദ്ദേഹം കാത്തിരുന്നു. അതിനുശേഷം ആ കുടയെടുത്ത് മാറ്റിച്ചു; നഗരത്തിൽ പ്രവേശിച്ച്, നേരെ സ്വന്തം വീട്ടിൽ എത്തി. അവിടെ അദ്ദേഹം ഇറങ്ങി, മകൾ, 'സിറ്റ് അൽഹുസ്നി'നോട് പറഞ്ഞു. "നിന്നെ ഭർത്താവുമായി കൂട്ടിയോജിപ്പിച്ച അള്ളാ വാഴ്ത്തപ്പെട്ടവനാണ്! എഴു ന്നേറ്റു ചെന്ന്, നിന്റെ മുറി അന്നത്തെ മണിയറ പോലെ സജ്ജീകരി ക്കുക."

അങ്ങനെ വേലക്കാർ എഴുന്നേറ്റ് മെഴുകുതിരികൾ കത്തിച്ചു. വസീർ ആ മണിയറയുടെ പ്ലാൻ പുറത്തെടുത്ത്, എന്തൊക്കെയാണ് ചെയ്യേണ്ട തെന്ന് അവരോട് നിർദ്ദേശിച്ചു. ആ മണിയറ അതേപോലെ അവർ ഒരുക്കി യെടുത്തു! ആര് കണ്ടാലും അത് അന്നത്തെ മണിയറ തന്നെയാണെന്നേ പറയൂ! പിന്നെ ബദർ അൽദീൻ ഹസന്റെ തലപ്പാവ് 'സെറ്റി'യിൽ അയാൾ അന്ന് വെച്ചതുപോലെ വെക്കാൻ ഉത്തരവ് നൽകി; അതേ രീതിയിൽ അയാളുടെ ട്രൗസറും പണസഞ്ചിയും മെത്തക്കടിയിൽവെക്കാനും ആ ജ്ഞാപിച്ചു; പിന്നെ തന്റെ മകളോട് ആദ്യരാത്രിയിലേതുപോലെ നേരിയ വസ്ത്രം ധരിച്ച് മണിയറമെത്തയിലേക്ക് പോകുവാൻ ആവശ്യപ്പെട്ടു. "നിന്റെ പിതൃസഹോദരപുത്രൻ നിന്റെ അടുത്തെത്തുമ്പോൾ അവനോട് പറയുക- നിങ്ങൾ 'ടോയിലറ്റി'ൽ പോയിട്ട് സമയമെത്രയായി; പിന്നെ കൂടെ കിടത്തിനേരം വെളുക്കുന്നതുവരെ സംസാരിച്ചു കൊണ്ടിരിക്കുക. ഞങ്ങൾ എല്ലാകാര്യങ്ങളും അവന് വിശദീകരിച്ച് കൊടുക്കാം."

അതിനുശേഷം കാലുകളിലെ കെട്ടഴിച്ച് മുമ്പ് മണിയറയിൽ ഇട്ടിരുന്ന നീല സിൽക്ക് ഷർട്ട് മാത്രം ധരിപ്പിച്ച്, കൂട്ടിൽ നിന്നും ബദർ അൽദീൻ ഹസനെ എടുത്ത് മണിയറയിൽ കിടത്തുക; ട്രൗസർ ഇടാതെ അർദ്ധ നഗ്നനായിരിക്കണം അയാൾ. അയാൾ അബോധവാനെപ്പോലെ ഗാഢ നിദ്രയിലായിരിക്കുമ്പോഴാണ് ഇതെല്ലാം ചെയ്തത്. പിന്നെ വിധിയെന്നു പറയട്ടെ, ബദർ അൽദീൻ ഹസൻ ഒന്ന് തിരിഞ്ഞു കിടന്നതോടെ ഉറക്കെ മുണർന്നു. നല്ല പ്രകാശമുള്ളൊരു ഇടനാഴിയിലാണ് താൻ എന്ന് കണ്ട അയാൾ ആത്മഗതമായി പറഞ്ഞു. "തീർച്ചയായും, ഞാനേതോ സ്വപ്ന ലോകത്തിലാണ്."

അതുകൊണ്ട് അയാൾ എഴുന്നേറ്റ് അടുത്തുള്ള ഒരു വാതിൽക്കലേക്ക് നടന്നു; അതാ, അയാൾ മണിയറയിലെത്തിയിരിക്കുന്നു; അവിടെ ആർച്ച് കവാടവും, സെറ്റിയിൽ വെച്ചിരിക്കുന്ന തന്റെ തലപ്പാവും, മറ്റ് വസ്ത്രങ്ങളും അയാൾ കണ്ടു!

അയാൾ വല്ലാത്ത ആശയക്കുഴപ്പത്തിലായി; ഒരടി മുന്നോട്ടുവെച്ചാൽ ഒരടി പിന്നോട്ട്വെക്കും. അയാൾ സ്വയം ചോദിച്ചു. "ഞാൻ ഉറങ്ങുകയാണോ, ഉണർന്നിരിക്കുകയാണോ?

അയാൾ നെറ്റി തിരുമ്മിക്കൊണ്ട് പറഞ്ഞു. അള്ളായാണേ, എന്റെ മുന്നിൽ പ്രദർശനം നടത്തിയ ആ വധുവിന്റെ മണിയറയാണിത്, സത്യമായും! അപ്പോൾ ഞാൻ എവിടെയാണ്? ഞാൻ തീർച്ചയായും ആ കൂട്ടിനുള്ളിലല്ല!

അയാൾ ഇങ്ങനെ സ്വയം സംസാരിച്ചുകൊണ്ടിരിക്കെ, മണിയറ വാതിലിന്റെ കർട്ടൻ നീക്കി, പെട്ടെന്ന് 'സിറ്റ് അൽഹുസ്ന്' അവിടെ എത്തി ചോദിച്ചു. "ഓ, എന്റെ നാഥാ, നിങ്ങൾ ഉള്ളിലേക്ക് വരില്ലേ? തീർച്ചയായും 'ടോയ്‌ലറ്റി'ൽ കുറെ നേരമായി നിങ്ങൾ ചിലവഴിക്കുന്നു."

അവളുടെ ശബ്ദം കേട്ടപ്പോൾ, അവളുടെ മുഖത്തുനോക്കി അയാൾ പൊട്ടിച്ചിരിച്ചു." സത്യത്തിൽ, എല്ലാ സ്വപ്നങ്ങളിൽ വെച്ച് ഏറ്റവും വലിയ പേടിസ്വപ്നം തന്നെയാണിത്!"

പിന്നെ അയാൾ നെടുവീർപ്പിട്ടുകൊണ്ട് അഗാധമായ ചിന്തയിലാണ്ടു! എന്താണ് തനിക്ക് സംഭവിച്ചുകൊണ്ടിരിക്കുന്നത്; അയാൾ വല്ലാത്ത ആശയക്കുഴപ്പത്തിലായി. തന്റെ തലപ്പാവും, ട്രൗസറും കണ്ടപ്പോൾ അത് കൂടുതൽ ദുരൂഹമായി തോന്നി. പോക്കറ്റ് തപ്പി നോക്കിയപ്പോൾ, ആയിരം സ്വർണ്ണനാണ്യമുള്ള പണസഞ്ചി അയാൾ കണ്ടെത്തി! അതുകൊണ്ട് അയാൾ നിശ്ചലനായി പിറുപിറുത്തു." അള്ളായ്ക്ക് മാത്രമേ എല്ലാം അറിയൂ! ഞാൻ ഉണർന്നിരുന്ന് ദുഃസ്വപ്നം കാണുകയാണ്!"

"എന്താണ് നിങ്ങൾ പരിഭ്രമിച്ച്, അന്തംവിട്ട് ഇരിക്കുന്നത്? ആദ്യരാത്രിയിൽ നിങ്ങൾ വളരെ വ്യത്യസ്തനായൊരു മനുഷ്യനായിരുന്നല്ലൊ!"

അയാൾ ചിരിച്ചുകൊണ്ടവളോട് ചോദിച്ചു."എത്രകാലം ഞാൻ നിന്നിൽ നിന്ന് അകന്ന് നിന്നു?" "അള്ളാ നിങ്ങളെ കാത്തു രക്ഷിക്കട്ടെ! നിങ്ങൾ ഒരുമണിക്കൂർ നേരത്തേക്ക് പുറത്തുപോയി തിരിച്ചു വന്നതാണ്. നിങ്ങളുടെ വിവേകം പൂർണ്ണമായും നശിച്ചോ?" അവൾ മറുപടി നല്കി.

ബദർ അൽദീൻ ഹസൻ ഇതുകേട്ട് ചിരിച്ചുകൊണ്ട് പറഞ്ഞു. "നീ പറഞ്ഞത് സത്യമാണ്; എന്നാൽ ഞാൻ നിന്നെവിട്ട് പുറത്തുപോയപ്പോൾ ഞാൻ എന്നെ സ്വയം മറന്നു. ഞാൻ ദമാസ്കസ്സിൽ ഒരു പാചകനാണെന്ന് സ്വപ്നം കണ്ടു, അവിടെ പത്ത് കൊല്ലം താമസിച്ചെന്ന്! അവിടെ മഹാന്മാരുടെ മക്കളെപ്പോലൊരു ബാലൻ വന്നു, കൂടെ ഒരു നപുംസകവും"

അയാൾ അപ്പോൾ തന്റെ നെറ്റിയിലെ മുറിവിന്റെ വടുവിൽ ഒന്ന് തലോടി. പിന്നെ ഉറക്കെ പറഞ്ഞു. "അള്ളായാണേ, ഓ, മഹതി, ഞാൻ പറഞ്ഞത് സത്യമായിരിക്കണം; കാരണം, അവൻ എന്റെ നെറ്റിയിൽ കല്ലെടുത്തെറിഞ്ഞ് പൊട്ടിച്ചു. ഇതാണതിന്റെ വടു. അതുകൊണ്ട് അതൊരു സ്വപ്നമല്ല." അയാൾ തുടർന്നു. "എന്നാൽ, നമ്മൾ ഉറങ്ങിയപ്പോൾ ഞാൻ സ്വപ്നം കണ്ടു, നമ്മൾ പരസ്പരം ആലിംഗനം ചെയ്ത് ഗാഢനിദ്രയിലായപ്പോൾ, ഞാൻ ദമാസ്കസ്സിലേക്ക് ട്രൗസറും നിക്കറും

ഇടാതെ യാത്ര ചെയ്തെന്നും, അവിടെ ഒരുപാചകക്കാരനായി കഴിഞ്ഞെന്നും."

പിന്നെ അയാൾ അമ്പരന്ന് അല്പനേരം ചിന്തയിൽ ആണ്ടുപോയി. വീണ്ടും പറഞ്ഞു. "അള്ളായാണേ, ഞാൻ മാതളനാരകക്കുരുക്കൾ പാകം ചെയ്തിരുന്നതായി ഓർക്കുന്നു, അതിൽ വളരെ കുറച്ച് കുരുമുളകാണ് ഇട്ടിരുന്നത്. അള്ളായാണേ, ഞാനിതെല്ലാം ഉറങ്ങിയപ്പോൾ സ്വപ്നത്തിൽ കണ്ടതായിരിക്കണം! എന്നാൽ, എത്രകാലമാണ് ആസ്വപ്നം!"

"അള്ളാ നിങ്ങളെ കാത്തു രക്ഷിക്കട്ടെ" സിറ്റ് അൽഹുസ്ന് പറഞ്ഞു. "ഇനി എന്തൊക്കെയാണ് നിങ്ങൾ കണ്ടത്?" അപ്പോൾ അയാൾ നടന്ന കാര്യങ്ങളെല്ലാം അവൾക്ക് വിവരിച്ചു കൊടുത്തു. "അള്ളായാണേ, ഞാൻ ഉണർന്നില്ലായിരുന്നെങ്കിൽ അവർ എന്നെ ഒരു മരക്കുരിശിൽ ആണി അടിച്ച് കയറ്റിയേനെ!"

"എന്തിന്?" അവൾ ചോദിച്ചു.

'മാതളനാരക കുരുക്കൾ പാകം ചെയ്യുമ്പോൾ വളരെ കുറച്ച് കുരുമുളക് ഇട്ടതിന്! അവർ എന്റെ കട തല്ലിത്തകർത്തത് ഞാൻ കണ്ടതാണ്, എന്റെ പാത്രങ്ങളും സാമാനങ്ങളുമെല്ലാം നശിപ്പിച്ചു. എന്നിട്ട് എന്നെ ഒരു കൂട്ടിൽ അടച്ചിട്ടു! അതിനുശേഷം അവർ ഒരു ആശാരിയെ വരുത്തി, എന്നെ ക്രൂശിക്കാനായി ഒരു കുരിശുണ്ടാക്കുവാൻ ആവശ്യപ്പെട്ടു. "അൽഹം ദാളില്ല! ഇതെല്ലാം ഞാൻ ഉറക്കത്തിൽ സ്വപ്നം കണ്ടതാണ്, ഉണർന്നിരിക്കുമ്പോൾ നടന്നതല്ല."

'സിറ്റ് അൽഹുസ്ന്' ചിരിച്ചുകൊണ്ട് അയാളെ കെട്ടിപ്പിടിച്ച് മാറോടണച്ചു, അയാൾ അവളെയും. അയാൾ വീണ്ടും ചിന്താമഗ്നനായി പറഞ്ഞു. "അള്ളായാണേ, ഞാൻ ഉണർന്നിരിക്കുമ്പോഴല്ലാതെ അങ്ങനെ സംഭവിക്കാനിടയില്ല. സത്യത്തിൽ എങ്ങനെയാണ് ചിന്തിക്കേണ്ടതെന്ന് എനിക്കറിയില്ല." രാത്രി മുഴുവൻ അയാൾ അമ്പരപ്പോടെ അതോർത്ത് കിടന്നു. ഇടയ്ക്കിടക്ക് പറയും. "മറ്റ് ചിലപ്പോൾ പറയും. "ഞാൻ സ്വപ്നം കാണുകയായിരുന്നു." ഞാൻ ഉണർന്നിരിക്കയായിരുന്നു!" നേരം വെളുക്കുവോളം ഈ ജല്പനങ്ങൾ തുടർന്നു.

രാവിലെ അയാളുടെ പിതൃസഹോദരനായ വസീർ അയാളുടെ അടുത്തുചെന്ന് സലാം ചെയ്തു. ബദർ അൽദീൻ ഹസൻ അദ്ദേഹത്തെ കണ്ടപ്പോൾ പറഞ്ഞു. "അള്ളായാണേ, നിങ്ങളല്ലേ എന്റെ കൈകൾ പിന്നിൽ കൂട്ടിക്കെട്ടിയതും എന്റെ കട തകർത്തുകളഞ്ഞതും എന്നെ മാതള നാരക കുരുക്കൾ പാകം ചെയ്തപ്പോൾ കുരുമുളക് കുറച്ചേ ഇട്ടുള്ളൂ എന്ന് പറഞ്ഞ് എന്നെ കുരിശിലേറ്റാൻ തുനിഞ്ഞതും?"

അപ്പോൾ വസീർ മറുപടി നല്കി. " നിനക്കറിയാമോ, എന്റെ മോനേ, സത്യം എന്നും ഉറച്ചു നില്ക്കുന്നതാണെന്ന് തെളിയിക്കപ്പെട്ടു, ഒളിഞ്ഞു കിടന്നിരുന്നത് പുറത്തു കൊണ്ടുവന്നു!"

"നീ എന്റെ അനിയന്റെ പുത്രനാണ്. ഞാനിതെല്ലാം ചെയ്തത് ആ വിവാഹരാത്രി എന്റെ മകളോടൊപ്പം കഴിഞ്ഞത് നീ തന്നെയാണെന്ന് രേഖാമൂലം സ്ഥിരീകരിക്കാൻ വേണ്ടിയാണ്. എനിക്കിക്കാര്യത്തിൽ ഉറപ്പില്ലായിരുന്നു. ഈ മണിയറയും തലപ്പാവും ട്രൗസറും സ്വർണ്ണനാണ്യങ്ങളും എന്റെ സഹോദരനായി നിന്റെ അച്ഛനെക്കുറിച്ച് നീ തന്നെ എഴുതിയ കടലാസുകളും നിനക്ക് മനസ്സിലാകുന്നതുവരെ എനിക്കൊരു

ഉറപ്പും ഇല്ലായിരുന്നു; കാരണം, ഞാൻ നിന്നെ മുമ്പൊരിക്കലും കണ്ടിട്ടില്ല, നിന്നെക്കുറിച്ച് ഒന്നും അറിയുകയുമില്ല. നിന്റെ അമ്മയെ പറഞ്ഞു സമ്മതിപ്പിച്ച് ബസ്രയിൽ നിന്നും എന്നോടൊപ്പം ഇവിടേക്ക് കൊണ്ടുവന്നിട്ടുണ്ട്."

ഇപ്രകാരം പറഞ്ഞ് അദ്ദേഹം സ്വന്തം സഹോദരപുത്രന്റെ നെഞ്ചിൽ തലചായ്ച്ച് ആനന്ദ കണ്ണുനീർ പൊഴിച്ചു. പിതൃസഹോദരനിൽ നിന്ന് ഈ വാക്കുകൾ കേട്ടപ്പോൾ ബദർ അൽദീൻ ഹസൻ അതിവിസ്മയത്തോടെ അദ്ദേഹത്തിന്റെ കഴുത്തിൽ ശിരസ്സമർത്തിവെച്ച് ആനന്ദാശ്രു പൊഴിച്ചു!

അപ്പോൾ വസീർ അവനോട് പറഞ്ഞു. "എന്റെ മോനെ, ഇതിനെല്ലാമുള്ള കാരണം, ഞാനും നിന്റെ പിതാവുമായി നടന്ന വാഗ്വാദമാണ്." അവന്റെ അച്ഛൻ ബസ്രായ്ക്ക് പോകാൻ ഇടയായതും, അവർ തമ്മിൽ നടന്ന കാര്യങ്ങളുമെല്ലാം അദ്ദേഹം അവനോട് തുറന്നുപറഞ്ഞു. ഒടുവിൽ വസീർ അജീബിനെ വിളിച്ചു വരുത്തി. അച്ഛൻ മകനെ കണ്ടപ്പോൾ ഉറക്കെ വിളിച്ചു പറഞ്ഞു. "ഇവനാണ് എന്നെ കല്ലെടുത്ത് എറിഞ്ഞത്!'

"ഇത് നിന്റെ പുത്രനാണ്!" വസീർ പറഞ്ഞു. ബദർ അൽദീൻ ഹസൻ ആനന്ദത്തോടെ സ്വന്തം മകനെ ആശ്ലേഷിച്ചു.

അപ്പോഴേക്കും അയാളുടെ അമ്മ അവിടേക്ക് വന്നു. മകനെ ആലിംഗനം ചെയ്തു. അവൾ കണ്ണുനീരോടെ മകൻ പോയതിനുശേഷം ബിസ്രായിൽ നടന്ന സംഭവങ്ങൾ വിവരിച്ചു. അവൻ അനുഭവിച്ച നരകയാതനകൾ അവനും അമ്മയോട് പറഞ്ഞു. അവരെ വീണ്ടും ഒന്നിച്ചവരെ അവർ വാഴ്ത്തി.

അവർ വന്ന് രണ്ടുദിവസത്തിനുശേഷം വസീർ ഷംഷ് അൽദീൻ സുൽത്താന്റെ അടുത്തുചെന്ന്, അദ്ദേഹത്തിന്റെ മുന്നിലെ നിലം ചുംബിച്ചു, അതീവ ബഹുമാനത്തോടെ രാജാവിനെ ആദരിച്ചു. അദ്ദേഹം തിരിച്ചുവന്നതിൽ സുൽത്താൻ വളരെയേറെ ആഹ്ലാദിച്ചു; അദ്ദേഹത്തിന്റെ മുഖം സന്തോഷംകൊണ്ട് പ്രകാശിച്ചു; മന്ത്രിയെ അടുത്തിരുത്തി യാത്രാവിശേഷങ്ങൾ അന്വേഷിച്ചു. അപ്പോൾ നടന്ന സംഭവങ്ങൾ തുടക്കം മുതൽ അവസാനം വരെ വസീർ വിവരിച്ചുകൊടുത്തു.

സുൽത്താൻ പറഞ്ഞു."നിങ്ങളുടെ വിജയത്തിന് അള്ളായോട് നന്ദി പറയുക" അതുപോലെ, നിങ്ങളുടെ അഭിലാഷങ്ങൾ സഫലീകരിക്കപ്പെട്ടതിനും, നിങ്ങളുടെ മക്കളുടേയും ജനങ്ങളുടേയും അടുക്കലേക്ക് സുരക്ഷിതരായി തിരിച്ചുവരുവാൻ കഴിഞ്ഞതിനും സർവ്വേശ്വരനോട് നന്ദി പ്രകടിപ്പിക്കുക! എനിക്ക് നിങ്ങളുടെ സഹോദരപുത്രനെ കാണണമെന്നുണ്ട്, ബസ്രായിലെ ഹസനെ. അതുകൊണ്ട് നാളെ രാജസഭയിലേക്കവനെ കൊണ്ടുവരിക. ഷംഷ് അൽദീൻ മറുപടി നല്കി." അങ്ങയുടെ അടിമ നാളെ അങ്ങയുടെ മുന്നിൽ, എത്തിയിരിക്കും. 'ഇൻഷാ അള്ളാ', അതാണ് ദൈവഹിതമെങ്കിൽ". പിന്നെ, സുൽത്താനെ സലാം ചെയ്തുകൊണ്ട് അദ്ദേഹം സ്വന്തം വീട്ടിലേക്ക് മടങ്ങി. വീട്ടിൽ ചെന്ന് തന്റെ മരുമകനോട്, അവനെ കാണാനുള്ള സുൽത്താന്റെ ആഗ്രഹം അറിയിച്ചു.

ഹസൻ മറുപടി നല്കി."ഈ അടിമ തന്റെ പ്രഭുവിന്റെ ഉത്തരവുകൾ അനുസരിക്കും."

പിറ്റേന്ന് അയാൾ തന്റെ പിതൃസഹോദരനായ ഷംഷ് അൽദീനോടൊപ്പം സഭയിലേക്ക് പോയി. അവിടെച്ചെന്ന് സുൽത്താനെ അത്യാദരവോടെ പ്രണമിച്ചുകൊണ്ട്, ഒരു സ്തുതിഗീതം പാടി.

സുൽത്താൻ പുഞ്ചിരിയോടെ ഉപവിഷ്ടനാകാൻ ആംഗ്യം കാട്ടി. അവൻ അങ്കിളിന്നടുത്തായി ഒരു പീഠത്തിൽ ഇരുന്നു. അവന്റെ പേര് എന്താണെന്ന് സുൽത്താൻ ആരാഞ്ഞു.

ബദർ അൽദീൻ ഹസൻ മറുപടി നല്കി. "അങ്ങയുടെ ഏറ്റവും എളിമയുള്ള അടിമയുടെ പേര് ബസ്രാക്കാരൻ ഹസൻ എന്നാണ്, അങ്ങേക്കു വേണ്ടി രാവും പകലും പ്രാർത്ഥിക്കുന്നവൻ."

അവന്റെ വാക്കുകൾ കേട്ട് സുൽത്താൻ അതീവ സന്തുഷ്ടനായി. അവന്റെ പാണ്ഡിത്യവും സ്വഭാവരൂപവല്കരണവും പരീക്ഷിക്കാൻ വേണ്ടി അദ്ദേഹം ചോദിച്ചു. "കവിളിലെ 'മറുകി'നെ പ്രശംസിച്ചുകൊണ്ടുള്ള വല്ല കവിതയും നീ ഓർക്കുന്നുണ്ടോ?

"ഉവ്വ്" പിന്നെ അവൻ ഒരു കവിത ആലപിച്ചു.

രാജാവ് അതുകേട്ട് അവനെ അഭിനന്ദിക്കയും പ്രശംസിക്കയും ചെയ്തു. "മറ്റേതെങ്കിലും ഒരു കവിത ചൊല്ലൂ;അള്ളാ നിന്റെ പിതൃസ്ഥാനീയനെ അനുഗ്രഹിക്കട്ടെ; നിന്റെ നാവ് ഒരിക്കലും തളരാതിരിക്കട്ടെ!"

അപ്പോൾ അവൻ മറ്റൊരു കവിത പാടി. രാജാവ് സസന്തോഷം തലയാട്ടിക്കൊണ്ട് പറഞ്ഞു. "ഇനിയും ചൊല്ലൂ, അള്ളാ നിന്നെ അനുഗ്രഹിക്കട്ടെ!" അവൻ വീണ്ടും മറ്റൊരു കവിത ആലപിച്ചു.

രാജാവ് അഭിപ്രായപ്പെട്ടു. "നല്ല ഭാവന! ഓ, ഹസൻ! നീ ഏറ്റവും മധുരമായി സംസാരിക്കുന്നു, എല്ലാ കാര്യത്തിലും നീ സാഫല്യം കണ്ടു! എന്നോട് വിശദീകരിക്കൂ, ' കാക്കാപുള്ളി അല്ലെങ്കിൽ 'മറുക്' എന്ന വാക്കിന് അറബിക് ഭാഷയിൽ എത്ര അർത്ഥങ്ങളുണ്ട്?"

അയാൾ മറുപടി നല്കി. "അള്ളാ രാജാവിനെ കാത്തു രക്ഷിക്കട്ടെ! 'അമ്പത്തി ഏഴ്', ചിലർ പറയുന്നത് പരമ്പരാഗതമായി 'അമ്പത്' എന്നാണ്"

"നീ സത്യമാണ് പറഞ്ഞത്; സൗന്ദര്യത്തിന്റെ മേന്മയെക്കുറിച്ച് നിനക്ക് വിവരമുണ്ടോ?" സുൽത്താൻ ചോദിച്ചു. "ഉവ്വ്" ബദർ അൽദീൻ ഹസൻ മറുപടി പറഞ്ഞു. "സൗന്ദര്യത്തിൽ അടങ്ങിയിരിക്കുന്നത്, മുഖത്തിന്റെ തേജസ്സ്, നിറത്തിന്റെ സ്ഫുടത, മൂക്കിന്റെ ആകൃതി, കണ്ണുകളിലെ സൗമത്യ, ചുണ്ടുകളുടെ മധുരിമ, സംഭാഷണത്തിലെ വിവേകം, അംഗലാവണ്യം, അഴകാർന്ന പെരുമാറ്റം എന്നിവയാണ്. എന്നാൽ, സൗന്ദര്യത്തിന്റെ പാരമ്യം മുടിയിലാണ്; തീർച്ചയായും അൽഷീഹാബ് ഹിജാരി, തന്റെ വിനോദ കവിതയായി'രാജാസി'ൽ അതെല്ലാം വളരെ ഭംഗിയായി വർണ്ണിച്ചിട്ടുണ്ട്."

അയാളുടെ സംഭാഷണം രാജാവിനെ ശരിക്കും വശീകരിച്ചു; അയാളെ അദ്ദേഹം ഒരു സുഹൃത്തായി കരുതി.

സുൽത്താൻ വീണ്ടും ചോദിച്ചു. "ഷുരായ്' കുറുക്കനേക്കാൾ കൗശലക്കാരനാണെന്ന്' ഉള്ള പഴഞ്ചൊല്ലിന്റെ അർത്ഥമെന്താണ്?"

"അങ്ങെക്കറിയാമോ, രാജാവേ, 'കുഫാ'യിലെ 'ഖാസി' 'ഷുരായ്' പ്ലേഗുകാലത്ത് 'അൽനജാഫ്' സന്ദർശിക്കാൻ പോയി(പ്രവാചകനായ മുഹമ്മദിന്റെ മരുമകൻ അലിയുടെ മൃതദേഹം മറവു ചെയ്തിട്ടുള്ളത്

'അൽനജാഫിലാണ്, ഷിയാകളുടെ ഒരു പുണ്യസ്ഥലം). അയാൾ പ്രാർത്ഥിക്കാൻ തുടങ്ങുമ്പോഴെല്ലാം ഒരു കുറുക്കൻ മുന്നിൽ വന്നു നിന്ന്, അയാളുടെ പ്രാർത്ഥനയുടെ ചലനം മിമിക്രികാട്ടി കളിയാക്കും! അദ്ദേഹത്തിന്റെ ഏകാഗ്രത തെറ്റിക്കും. ഇത് തുടർന്നു കൊണ്ടിരുന്നപ്പോൾ സഹികെട്ട 'ഷുരായ്' ഒരു മരക്കമ്പ് താൻ നില്ക്കാറുള്ളിടത്ത് കുത്തിവെച്ചു. അതിൽ തന്റെ മുഴുക്കൈയൻ ഷർട്ട് ഇട്ട്, തലപ്പാവ് വെച്ച്, ഷാളു കൊണ്ട് പുതച്ച്, മനുഷ്യരൂപത്തിൽ നിർത്തി. പതിവുപോലെ കുറുക്കൻ വന്ന് ആ രൂപത്തിനു മുന്നിൽ നിലയുറപ്പിച്ചു. 'മിമിക്രി' കാട്ടാൻ തുടങ്ങി. ആ സമയത്ത് 'ഷുരായ്' പിന്നിലൂടെ നടന്നു വന്ന് അതിനെ പിടികൂടി; അങ്ങനെ 'ഷുരായ് കുറുക്കനേക്കാൾ കൗശലക്കാരനാണെന്ന പഴഞ്ചൊലുണ്ടായി."

ബദർ അൽദീൻ ഹസന്റെ വിവരണം കേട്ട സുൽത്താൻ അവന്റെ പിതൃ സഹോദരനായ ഷംഷ് അൽദീനോട് പറഞ്ഞു. "സത്യമായും, നിങ്ങളുടെ സഹോദരപുത്രൻ കച്ചേരിക്കനുയോജ്യമായ രീതിയിൽ പരിപൂർണ്ണ സ്വഭാവ രൂപീകരണം നടത്തപ്പെട്ടവനാണ്. 'കയ്റൊ'യിൽ ഇവനെ പോലൊരുവനെ കണ്ടെത്താനാകുമെന്ന് എനിക്ക് തോന്നുന്നില്ല."

ഇതുകേട്ട് ഹസൻ എഴുന്നേറ്റ് സുൽത്താന് മുന്നിലെ നിലത്ത് ചുംബിച്ച്, അടിമകൾ യജമാനന് മുന്നിൽ ഇരിക്കുന്നതുപോലെയിരുന്നു. അവന്റെ കഴിവിലും പാണ്ഡിത്യത്തിലും, അന്തസ്സുറ്റ പെരുമാറ്റത്തിലും സംതൃപ്തനായ സുൽത്താൻ, ഉന്നതമായൊരു പദവിയിൽ അവനെ നിയമിച്ചു. പിന്നെ, ബദർ അൽദീൻ ഹസൻ എഴുന്നേറ്റ് രാജാവിന്റെ മുന്നിലെ നിലം ചുംബിച്ച്, അദ്ദേഹത്തിന് സർവ്വവിധ പ്രതാപങ്ങളും ആശംസിച്ച്, പിതൃസഹോദരൻ, വസീർഷംഷ് അൽദീനോടൊപ്പം പോകാനനുവദിക്കണമെന്ന് അഭ്യർത്ഥിച്ചു. സുൽത്താന്റെ അനുമതിയോടെ അവർ വീട്ടിലേക്ക് മടങ്ങി. അവിടെ എത്തി, അള്ളായോട് നന്ദി പറഞ്ഞുകൊണ്ട് അവർ ആഹാരം കഴിച്ചു. ഭക്ഷണം കഴിച്ചശേഷം ഹസൻ ഭാര്യയുടെ മുറിയിലേക്ക് പോയി; സുൽത്താനും താനും തമ്മിൽ നടന്ന സംഭാഷണത്തെക്കുറിച്ചയാൾ ഭാര്യക്ക് അങ്ങനെ വിശദീകരിച്ചു കൊടുത്തു. അപ്പോൾ അവൾ പറഞ്ഞു. "അദ്ദേഹത്തിന് നിങ്ങളെ സ്വന്തം സുഹൃത്ത് ആക്കാതിരിക്കാനും, നിങ്ങൾക്ക് ഉന്നതാധികാരങ്ങളും, ഉദാരവേതനവും നല്കാതിരിക്കാനും കഴിയില്ല! അതുകൊണ്ട്, അള്ളായുടെ അനുഗ്രഹത്താൽ, ദീപസ്തംഭം പോലെ നിങ്ങൾ ഉജ്ജ്വലമായി പ്രകാശം ചൊരിയുക, നിങ്ങൾ കരയിലോ കടലിലോ എവിടെ ആയാലും!"

അവൻ അവളോട് പറഞ്ഞു. "ഞാൻ സുൽത്താനെ സ്തുതിച്ചു കൊണ്ട് ഒരു സങ്കീർത്തനം രചിക്കാൻ ആഗ്രഹിക്കുന്നു; അത് എന്നോടുള്ള അദ്ദേഹത്തിന്റെ പ്രീതി ഇരട്ടിപ്പിക്കാൻ സഹായിച്ചേക്കും."

"നിങ്ങളുടെ ഉദ്ദേശ്യം വളരെ ശരിയാണ്." അവൾ മറുപടി നല്കി. "നിങ്ങൾ ബുദ്ധിചെലുത്തി നല്ല പദങ്ങൾ ഉപയോഗിച്ച് അത് രചിക്കുക. അദ്ദേഹം ഏറ്റവും ഉന്നതമായ ആനുകൂല്യങ്ങൾ എന്റെ ഭർത്താവിന് നല്കുമെന്ന കാര്യത്തിൽ എനിക്ക് സംശയമില്ല."

അങ്ങനെ, ഹസൻ ഒരു മുറിയിൽ അടച്ചിരുന്ന് മനോഹരമായൊരു സങ്കീർത്തനം രചിച്ചു. അത് ഭംഗിയായ കൈയക്ഷരത്തിൽ പകർത്തി എഴുതി, തന്റെ പിതൃസഹോദരന്റെ കൈയിൽ കൊടുത്ത്, സുൽത്താന്റെ

അരികിലേക്കയച്ചു. അദ്ദേഹം അത് ശ്രദ്ധാപൂർവ്വം വായിച്ച് ആസ്വദിച്ചു, സഭയിലുണ്ടായിരുന്നവരെയെല്ലാം വായിച്ചുകേൾപ്പിച്ചു. എല്ലാവരും ഒരു പോലെ അയാൾക്കു നേരെ പ്രശംസകൾ ചൊരിഞ്ഞു. പിന്നീട് സുൽത്താൻ അയാളെ തന്റെ മുറിയിലേക്ക് വിളിപ്പിച്ച് പറഞ്ഞു. ഇന്നുമുതൽ നീയെന്റെ അനുഗൃഹീതനായ സുഹൃത്താണ്; നിനക്ക് ആയിരം ദിർഹം പ്രതിമാസ ശമ്പളവും മറ്റെല്ലാ ആനുകൂല്യങ്ങളും നല്കി നിന്നെ ഞാൻ കച്ചേരിയിൽ ഉന്നതോദ്യോഗസ്ഥനായി നിയമിക്കുന്നു."

അപ്പോൾ ഹസൻ എഴുന്നേറ്റ് സുൽത്താന്റെ മുന്നിലെ നിലത്ത് പലപ്രാവശ്യം ചുംബിക്കയും, സുൽത്താന് പതിന്മടങ്ങ് അഭിവൃദ്ധിയും പ്രൗഢിയും ആയുരാരോഗ്യവും നേരുകയും ചെയ്തു.

അങ്ങനെ ബദർ അൽദീൻ ഹസന്റെ പ്രശസ്തി അത്യുന്നതങ്ങളിലേക്കുയർന്നു; പല രാജ്യങ്ങളിലേക്കും അയാളുടെ കീർത്തി വ്യാപിച്ചു. ശാന്തിയും സമാധാനവും ആഹ്ലാദവും നിറഞ്ഞ ജീവിതം അയാൾ, പിതൃസഹോദരനോടും സ്വന്തം കുടുംബാംഗങ്ങളോടുമൊപ്പം മരണം വരെ ആസ്വദിച്ചു.

കാലിഫാ അരുൺ അൽറഷീദ് സ്വന്തം വസീറായ ജാഫറിൽ നിന്ന് കഥ നേരിട്ട് കേട്ടപ്പോൾ, ഭയങ്കര വിസ്മയത്തോടെ പറഞ്ഞു. "ഈ കഥകൾ സുവർണ്ണ ലിപികളിൽ രേഖപ്പെടുത്തേണ്ടവയാണ്."

അദ്ദേഹം ഉടനെ വസീറിന്റെ അടിമയെ സ്വതന്ത്രനാക്കി; സ്വന്തം ഭാര്യയെ വധിക്കാനിടയായ യുവാവിന് പ്രതിമാസവേതനം നല്കി, സുഖമായി ജീവിക്കാവുന്ന നിലയിലാക്കി; തന്റെ അടിമപെൺകുട്ടികളിൽ നിന്നൊരുവളെ കാലിഫാ അവന് വെപ്പാട്ടിയായി സമ്മാനിക്കയും ചെയ്തു. ആ യുവാവ് അദ്ദേഹത്തിന്റെ ഉറ്റ സുഹൃത്തായി തീർന്നു. "എന്നാലും ഈ കഥ (ഷഹ്റസാദ് തുടർന്നു) ഒരു രീതിയിലും തയ്യൽക്കാരന്റെയും കൂനന്റെയും കഥയേക്കാൾ വിചിത്രമല്ല"

അപ്പോൾ രാജാവ് ചോദിച്ചു. " അതെന്താണ്?"

അങ്ങനെ ഷാഹ്റസാദ് കഥ പറഞ്ഞു തുടങ്ങി.

കൂനന്റെ കഥ

അല്ലയോ, കീർത്തിമാനായ രാജാവേ, പണ്ടുപണ്ട്, വളരെ വർഷങ്ങൾക്കു മുമ്പ്, ചൈനയിലെ ഒരു നഗരത്തിൽ ഒരു തയ്യൽക്കാരൻ ഉണ്ടായിരുന്നു. ഉദാരമനസ്കനായ അയാൾ വിനോദപ്രിയനും ഉല്ലാസവാനുമായിരുന്നു. അയാളും ഭാര്യയും ഇടയ്ക്കിടെ വിനോദത്തിനും ഉന്മേഷത്തിനും വേണ്ടി പൊതുപരിപാടികൾക്ക് പോകുമായിരുന്നു. ഒരു ദിവസം നേരം പുലർന്ന ഉടനെ പുറത്തുപോയ അവർ തിരിച്ചെത്തിയത് വൈകുന്നേരമാണ്. അപ്പോൾ അവർ ഒരു കൂനനെ കണ്ടുമുട്ടി; അയാളുടെ ആകാരം കണ്ടാൽ ആരും ചിരിച്ചുപോകും. അയാളുമായി കുറച്ചുസമയം രസമായി ചിലവഴിക്കാമെന്നവർ കരുതി; അവനെ വീട്ടിലേക്ക് ക്ഷണിച്ച് ഒരു വീഞ്ഞു സല്ക്കാരം നല്കി. അന്നുരാത്രി സംസാരിച്ചിരിക്കുവാനവർ തീരുമാനിച്ചു. അവൻ അതിന് സമ്മതിച്ച്, അവരോടൊപ്പം വീട്ടിലേക്ക് നടന്നു; തയ്യൽക്കാരൻ അങ്ങാടിയിൽ പോയി (രാത്രി ആയിട്ടേയുള്ളൂ) ഒരു പൊരിച്ച മീനും അപ്പവും നാരങ്ങകളും ഉണങ്ങിയ പഴങ്ങളും

വാങ്ങിച്ചുകൊണ്ടുവന്നു. ഇവയെല്ലാം കൂനനുമുന്നിൽ വെച്ച് അവർ ആഹാരം കഴിക്കാൻ തുടങ്ങി. അപ്പോൾ തയ്യൽക്കാരന്റെ ഭാര്യ ഒരു വലിയ മീൻകഷ്ണമെടുത്ത് അയാളുടെ വായിലേക്ക് നീട്ടിക്കൊണ്ട് പറഞ്ഞു. "അള്ളായാണേ, നിങ്ങൾ ഇത് ഒറ്റവായയ്ക്ക് വിഴുങ്ങണം; അത് ചവയ്ക്കാനായി ഞാൻ നിങ്ങൾക്ക് സമയം തരില്ല."

അങ്ങനെ അയാളത് വിഴുങ്ങി; എന്നാൽ, അതിനുള്ളിൽ വലിയൊരു മുള്ള് ഉണ്ടായിരുന്നു, അതയാളുടെ അന്നനാളത്തിൽ തുളച്ചുകയറി; അവന്റെ അവസാനമെത്തി എന്നു പറഞ്ഞാൽ മതിയല്ലോ; അവൻ മരിച്ചു- അപ്പോഴേക്കും നേരം പുലരാറായെന്നും, തനിക്ക് കഥ പറയാനായി അനുവദിക്കപ്പെട്ട സമയം തീർന്നെന്നും ഷാഹ്റസാദ് മനസ്സിലാക്കി.

ഇരുപത്തിയഞ്ചാം രാവ്

അവൾ പറഞ്ഞു, ഓ, കീർത്തിമാനായ രാജാവേ, തയ്യൽക്കാരന്റെ ഭാര്യ ആ കൂനന് വലിയൊരു മീൻ കഷ്ണം വിഴുങ്ങാനായി കൊടുത്ത ഉടനെ അവൻ മൃതിയടഞ്ഞു. ഇതുകണ്ട് തയ്യൽക്കാരൻ ഉറക്കെ കരഞ്ഞു. "സർവ്വശക്തനായ അള്ളാ! കഷ്ടം ഈ പാവം നിർഭാഗ്യവാൻ ഈ രീതിയിൽ ഞങ്ങളുടെ കൈയാൽ മരിക്കേണ്ടിവന്നല്ലോ!" "എന്തിനാണീ വ്യർത്ഥമായ സംസാരം? അവൻ തന്നെ ജീവിക്കാനാശയില്ലെന്ന് പറഞ്ഞത് നിങ്ങൾ കേട്ടതല്ലേ?"

"അപ്പോൾ ഇവനെ ഞാൻ എന്താണ് ചെയ്യേണ്ടത്?"

അവൾ മറുപടി നല്കി "എഴുന്നേറ്റ് അവനെ സ്വന്തം കൈകളിൽ എടുക്കൂ, അവന്റെമേൽ ഒരു സിൽക്ക് തുണി വിരിക്കൂ; പിന്നെ ഞാൻ മുന്നിൽ നടക്കാം, നിങ്ങൾ എന്റെ പിന്നിലും. ഇതേ രാത്രി തന്നെ വേണം. നിങ്ങൾ ആരെയെങ്കിലും കണ്ടാൽ പറയുക."ഇതെന്റെ മകനാണ്; ഞാനും അവന്റെ അമ്മയും കൂടി അവനെ ഡോക്ടറുടെ അടുത്തേക്ക് ചുമന്നുകൊണ്ടു പോകുകയാണ്; അയാൾ അവനെ പരിശോധിക്കട്ടെ."

അപ്രകാരം അയാൾ എഴുന്നേറ്റ്, കൂനനെ കൈയിലെടുത്ത് തെരുവിലൂടെ നടന്നു, മുന്നിൽ നടന്നിരുന്ന ഭാര്യ കരയുന്നുണ്ട്. "എന്റെ മകനെ, അള്ളാ നിന്നെ കാത്തുരക്ഷിക്കട്ടെ! ഏത് ഭാഗത്താണ് ഈ 'വസൂരി' നിന്നെ വേദനിപ്പിക്കുന്നത്? എവിടെയൊക്കെയാണ് നിന്നെ 'വസൂരി' ബാധിച്ചിരിക്കുന്നത്?"

അപ്പോൾ, അവരെ കണ്ടവരെല്ലാം പറഞ്ഞു. "ഇത് 'വസൂരി' രോഗം പിടിപെട്ട കുട്ടിയാണ്." ഡോക്ടറുടെ വീട് അന്വേഷിച്ചുകൊണ്ട് അവർ മുന്നോട്ടു നീങ്ങി. ഒടുവിൽ ആളുകൾ ഒരു യഹൂദന്റെ വീട് കാണിച്ചുകൊടുത്തു. അവർ വാതില്ക്കൽ മുട്ടി; ഒരു കറുത്ത അടിമ പെൺകുട്ടി വന്ന് വാതിൽ തുറന്നു. ഒരു മനുഷ്യൻ ഒരു കുട്ടിയേയും ചുമന്ന് മുന്നിൽ നിൽക്കുന്നു. അവൾ ചോദിച്ചു. "എന്താണ് കാര്യം?"

"ഞങ്ങൾ ഒരു രോഗിയായ കുട്ടിയെ കൊണ്ടുവന്നിരിക്കുന്നു" തയ്യൽക്കാരന്റെ ഭാര്യ പറഞ്ഞു. "ഞങ്ങൾക്കവനെ ഡോക്ടറെ കാണിക്കണം. ഈ കാൽദിനാർ ഡോക്ടർക്കും കൊടുത്ത് , ഒട്ടും സുഖമില്ലാത്ത എന്റെ മകനെ വന്നു കാണാൻ പറയൂ"

ആ പെൺകുട്ടി ഇക്കാര്യം തന്റെ യജമാനനോട് പറയുവാനായി പോയി. ഉടനെ തയ്യൽക്കാരന്റെ ഭാര്യ ഇടനാഴിയിലേക്ക് ചെന്നുകൊണ്ട് ഭർത്താവിനോട് പറഞ്ഞു. "ആ കൂനനെ ഇവിടെ കിടത്തി നമ്മൾക്ക് ജീവനുംകൊണ്ട് ഓടാം."

അങ്ങനെ തയ്യൽക്കാരൻ ആ മൃതശരീരം കോണിയുടെ മുകളിലേക്ക് ചുമന്നുകൊണ്ടുപോയി. ചുമരിൽ ചാരി നിർത്തി, ഭാര്യയോടൊപ്പം ഓടിപ്പോയി. അതിന്നിടയ്ക്ക് ആ പെൺകുട്ടി യഹൂദന്റെ അടുത്തുചെന്ന് പറഞ്ഞു. "വാതിൽക്കൽ ഒരു പുരുഷനും ഒരു സ്ത്രീയും രോഗിയായൊരു കുട്ടിയെ കൊണ്ടുവന്ന് നില്ക്കുന്നുണ്ട്; അവർ നിങ്ങൾക്ക് തരുവാനായി കാൽദിനാർ തന്നിട്ടുണ്ട്. നിങ്ങളോട് താഴെ ചെന്ന് ആ കുട്ടിയെ പരിശോധിക്കാൻ പറയുന്നു."

കാൽദിനാർ കണ്ട ഉടനെ അയാൾ ആഹ്ലാദത്തോടെ എഴുന്നേറ്റു. പണക്കൊതിമൂലം അയാൾ ഇരുട്ടിലൂടെ ധൃതിയിൽ താഴോട്ടിറങ്ങി. എന്നാൽ ഒരു കോണിപ്പടിയിറങ്ങുന്നതിനു മുമ്പുതന്നെ അയാൾ ആ ശവത്തിൽ തട്ടിത്തടഞ്ഞ്, അത് താഴേക്ക് വീഴ്ത്തി. ശവം ഉരുണ്ടുരുണ്ട് കോണിയുടെ അടിയിലേക്ക് എത്തി. അയാൾ ആ പെൺകുട്ടിയോട് വിളക്ക് കൊണ്ടുവരുവാനായി വിളിച്ചു പറഞ്ഞു. അവൾ വിളക്ക് കൊണ്ടുവന്നപ്പോൾ അയാൾ താഴെ ചെന്ന് കൂനനെ പരിശോധിച്ചു. അവൻ മരിച്ച് മരവിച്ചുകഴിഞ്ഞെന്നു കണ്ടപ്പോൾ അയാൾ നിലവിളിച്ചു. "ഓ, എസ്ദ്രാസ്! ഓ, മോസസ്! ഓ, ആരോൺ! ഓ, ജോഷ്വ! ഓ പത്ത് കല്പനകൾ! ഞാൻ രോഗിയെ തട്ടിത്തടഞ്ഞ്, താഴോട്ട് വീഴ്ത്തി കൊന്നിരിക്കുന്നു! ഞാൻ കൊന്ന ഈ മനുഷ്യനെ, എങ്ങനെയാണ് വീട്ടിൽ നിന്ന് പുറം തള്ളുക?"

പിന്നെ അയാൾ മൃതശരീരം വീട്ടിനുള്ളിലേക്ക് എടുത്തുകൊണ്ടുപോയി, നടന്ന സംഭവങ്ങളെല്ലാം ഭാര്യയെ പറഞ്ഞ് മനസ്സിലാക്കി. അവൾ അയാളോട് പറഞ്ഞു. "നിങ്ങൾ എന്താണ് അനങ്ങാതിരിക്കുന്നത്? നേരം വെളുക്കുവോളം ഈ ശരീരം ഇവിടെ വച്ചിരുന്നാൽ നമ്മുടെ ഇരുവരുടേയും ജീവൻ നഷ്ടപ്പെടും! നമ്മൾക്ക് രണ്ടു പേർക്കും കൂടി അതിനെ ടെറസ്സിലേക്ക് എടുത്തു കൊണ്ടുപോയി, നമ്മുടെ മുസ്ലീം അയൽവാസിയുടെ വീട്ടിലേക്ക് എറിയാം. അതവിടെ ഒരു രാത്രി കിടന്നാൽ പരിസരത്തെ വീടുകളിലെ നായ്ക്കൾ അവിടെ എത്തി അതിനെ തിന്നുകൊള്ളും."

സുൽത്താന്റെ അടുക്കളയുടെ ചുമതലക്കാരനായിരുന്നു ആ അയൽവാസി. അയാൾ കൊട്ടാര അടുക്കളയിൽ നിന്ന് ധാരാളം എണ്ണ, നെയ്യ്, ഇറച്ചി കഷ്ണങ്ങൾ തുടങ്ങിയവ കൊണ്ടുവരാറുണ്ട്. എലികളും പൂച്ചകളും നായ്ക്കളും മറ്റും അവിടെവന്ന് അത് കട്ടു തിന്നാറുണ്ട്; അങ്ങനെ അയാൾ കൊണ്ടുവരുന്ന സാധനങ്ങൾ നശിപ്പിക്കുക ഈ ജന്തുക്കളുടെ പതിവാണ്.

അങ്ങനെ യഹൂദനും ഭാര്യയും ഈ കൂനനെ ടെറസ്സിലേക്ക് കൊണ്ടുപോയി, അയൽവാസിയുടെ വീട്ടിലേക്ക് തള്ളിവിട്ട് വെന്റിലേറ്ററിലൂടെ അവർ സ്വന്തം വഴിക്ക് പോയി. അത് കഴിഞ്ഞ ഉടനെ അതിലെ വന്ന അയൽവാസി വീട്ടിൽ ഖുർ-ആൻ വായിക്കുന്നതുകേട്ട് ഉള്ളിൽ വന്ന് മെഴുകുതിരി കത്തിച്ച്, മുകളിലേക്ക് പോയി. അപ്പോൾ 'വെന്റിലേറ്ററിനു

കീഴെ മൂലയിൽ, കൂനൻ ചുമരിൽ ചാരിനില്ക്കുന്നത് കണ്ടു. അപ്പോൾ അയാൾ കോപത്തോടെ പറഞ്ഞു. "വാഹ്! അള്ളായാണേ, സത്യം കണ്ടെത്തിയിരിക്കുന്നു! എന്റെ വസ്തുക്കൾ കട്ട് കൊണ്ടു പോകുന്നത് ഒരു മനുഷ്യൻ തന്നെയാണ്." പിന്നെ അയാൾ കൂനനു നേരെതിരിഞ്ഞ് ആക്രോശിച്ചു. "അപ്പോൾ നീയാണ് എന്റെ ഇറച്ചിയും എണ്ണയും നെയ്യു മെല്ലാം കട്ടുകൊണ്ടുപോകുന്നത്! ഞാൻ വിചാരിച്ചു, പൂച്ചകളും നായകളുമാണെന്ന്, അവയെ കൊന്ന് ഞാൻ വെറുതെ പാപം ഏറ്റു വാങ്ങി. എന്നാൽ, ഇതെല്ലാം ചെയ്തത്, നീ ടെറസ്റ്റിൽ നിന്ന് വന്ന് 'വെന്റിലേറ്ററി'ലൂടെ അകത്ത് കടന്നിട്ടായിരുന്നു. നിനക്കിതിന് എന്റെ കൈകൊണ്ടു തന്നെ ശിക്ഷ കിട്ടും!"

അയാൾ വടിയോ, ചുറ്റികയോ വലിച്ചെടുത്ത്, കൂനന്റെ നെഞ്ചത്ത് ശക്തമായി അടിച്ചു; ആ ശരീരം മറിഞ്ഞു വീണു. അയാൾ ആ ശരീരം പരിശോധിച്ചപ്പോൾ മരിച്ചുപോയെന്ന് മനസ്സിലാക്കി. താനാണവനെ കൊന്നതെന്ന് കരുതി അയാൾ ഉറക്കെ നിലവിളിച്ചു. "അള്ളായല്ലാതെ സർവ്വശക്തനായ മറ്റൊരു ദൈവവുമില്ല!" ജീവനിൽ ഭയം തോന്നിയ അയാൾ തുടർന്നു. "ഇറച്ചിയുടേയും എണ്ണയുടേയും നെയ്യിന്റേയും പേരിൽ അള്ളാ എന്നെ ശപിച്ചു! വിധി എത്ര ശാന്തമായാണ് ഈ മനുഷ്യനെ എന്റെ കൈയിൽ കൊണ്ടെത്തിച്ചത്! പിന്നെ ആ ശവശരീരത്തെ അയാൾ സൂക്ഷിച്ചു നോക്കി; അപ്പോഴാണ് അറിഞ്ഞത് അവൻ ഒരു കൂനനാണെന്ന്! അയാൾ പറഞ്ഞു. "ഒരു കൂനനായത് പോരെ നിനക്ക്, ഒരു കള്ളനും കൂടി ആകണമോ!" അത്രയും പറഞ്ഞ് അയാൾ അവനെ തോളിലേറ്റി, പാതിരാത്രിക്ക് നേരെ ബസാറിലേക്ക് നടന്ന്, ഏറ്റവും അടുത്ത് ഇരുട്ടുള്ള ഒരു കടയുടെ ചുമരിൽ അവനെ ചാരി നിർത്തി, സ്ഥലം വിട്ടു. കുറച്ചു കഴിഞ്ഞ് സുൽത്താന്റെ ദല്ലാൾ ആയ ഒരു 'നസ്രാണി' അവിടെ എത്തി. നന്നായി മദ്യപിച്ചിരുന്ന അവൻ കുളിക്കാ നായി കുളിമുറിയിലേക്ക് പോകുകയായിരുന്നു. "സത്യമായും നിസ്കാര സമയമായി." അയാൾ ആയാസപ്പെട്ട് വേച്ചുവേച്ച് നടന്ന് കൂനന്റെ അടു ത്തെത്തി. പിന്നെ വെള്ളമൊഴിക്കാനായി താഴത്ത് ഇരുന്നപ്പോഴേക്കും, അടുത്ത് ചുമരു ചാരി ഒരാൾ നില്ക്കുന്നത് കണ്ടു. അതിന് കുറച്ചുമുമ്പ് രാത്രി ആരോ അയാളുടെ തലപ്പാവ് തട്ടിപ്പറിച്ച് കൊണ്ടുപോയിരുന്നു. അതുകൊണ്ട് ആ കൂനൻ ചുമരിൽ ചാരി നിൽക്കുന്നതുകണ്ട്, അവനും തന്റെ തലപ്പാവ് തട്ടിക്കൊണ്ടുപോകാൻ വന്നതായിരിക്കുമെന്നയാൾ കരുതി; ഉടനെ മുഷ്ടി ചുരുട്ടി അവന്റെ കഴുത്തിൽ നല്ലൊരു ഇടിവെച്ചു കൊടുത്തു. പിന്നെ, ബസാറിലെ കാവല്ക്കാരനെ ഉറക്കെ വിളിച്ചു. കുടിച്ച്, കുപിതനായ അയാൾ ആ കൂനന്റെ മേൽ ചാടി വീണ്, കഴുത്ത് പിടിച്ച് ഞെരിച്ചു. ആ സമയത്ത് കാവല്ക്കാരൻ അവിടെ ഓടിയെത്തി, ഒരു നസ്രാണി ഒരു മുസ്ലീമിനെ ശരീരത്തിൽ കയറി ഇരുന്ന് ആക്രമിക്കു ന്നതുകണ്ട് ചോദിച്ചു. "ഇവൻ എന്ത് ദ്രോഹമാണ് നിനക്ക് ചെയ്തത്?"

"എന്റെ തലപ്പാവ് തട്ടിപ്പറിക്കാൻ തയ്യാറായി നില്ക്കുകയായിരുന്നു."

"അവനിൽ നിന്ന് എഴുന്നേല്ക്കൂ." അയാൾ അപ്രകാരം ചെയ്തു; കാവൽക്കാരൻ കൂനന്റെ അടുത്ത് ചെന്നപ്പോൾ അവൻ മരിച്ചെന്ന് മനസ്സി ലാക്കി. അയാൾ ആശ്ചര്യത്തോടെ വിളിച്ചു പറഞ്ഞു. "അള്ളായാണേ, ഇത് കൊള്ളാമല്ലോ! ഒരു ക്രിസ്താനി ഒരു മുഹമ്മദനെ കൊല്ലുകയോ!"

ഉടനെ ആ നസ്രാണിയെ അയാൾ കൈകൾ പിന്നിൽ കെട്ടി ബന്ധനസ്ഥനാക്കി ഗവർണ്ണർ ഭവനത്തിലേക്ക് കൊണ്ടുപോയി. യാത്രയിലുട നീളം ആ നസ്രാണി ആത്മഗതമായി പറഞ്ഞുകൊണ്ടിരുന്നു. "ഓ, മിശ്ശിഹാ! ദാ, മേരി! ഞാൻ എങ്ങനെ ഈ മനുഷ്യനെ കൊല്ലാൻ ഇടയായി? ഒറ്റ അടിക്കയാൾ മരിക്കണമെങ്കിൽ, അയാൾക്ക് മരിക്കാൻ എന്ത് ധൃതിയായിരുന്നു!"

അയാളുടെ മദ്യലഹരി പറന്നു പോയി! അതിനുപകരം ദുഃഖം സ്ഥലം പിടിച്ചു! പിറ്റേന്ന് നേരം പുലരുന്നതുവരെ ആ നസ്രാണിയും മൃതശരീരവും ഗവർണറുടെ സ്ഥലത്തായിരുന്നു. ഗവർണ്ണർ പുറത്തു വന്നപ്പോൾ കൊലപാതകിയെന്ന് കരുതപ്പെടുന്നവനെ കഴുമരത്തിലേറ്റാൻ ഉത്തരവിട്ടു. ആരാച്ചാരോട് ആ വിധി വിളംബരം ചെയ്യാൻ അദ്ദേഹം ആജ്ഞാപിക്കുകയും ചെയ്തു. ഉത്തരവുപ്രകാരം കഴുമരം തയ്യാറാക്കി, അതിനു കീഴെ ആ നസ്രാണിയെ കൊണ്ടുനിർത്തി; ആരാച്ചാർ അവന്റെ കഴുത്തിൽ കുരുക്ക് ഇട്ട് കയറിന്റെ ഒരറ്റം കപ്പിയിലൂടെ കടത്തിവലിച്ചു. കയറ് വലിക്കാൻ തുടങ്ങിയതോടെ, ജനാവലിക്കിടയിലൂടെ ഓടി വന്ന ആരോ ആരാച്ചാരോട് വിളിച്ചു പറഞ്ഞു. നിർത്തു നിർത്തൂ! ഞാനാണ് കൂനനെ കൊന്നവൻ!

"നീ എന്തിനാണവനെ കൊന്നത്?" ഗവർണർ ചോദിച്ചു.

അവൻ മറുപടി നൽകി. "ഞാനിന്നലെ രാത്രി വീട്ടിലെത്തിയപ്പോൾ, എന്റെ വീട്ടു സാധനങ്ങൾ കക്കാനായി 'വെന്റിലേറ്ററി'ലൂടെ അകത്തു കടന്ന ഇയാളെ കണ്ടു. അപ്പോൾ വലിയൊരു ചുറ്റികയെടുത്ത് ഞാനവന്റെ നെഞ്ചത്തടിച്ചു, അവൻ ഉടനെ മരിക്കയും ചെയ്തു. അപ്പോൾ ഞാനവനെ ബസാറിലേക്ക് ചുമന്നുകൊണ്ടുപോയി, അടുത്തുള്ള റോഡിലെ ഒരു ചുമരിൽ ചാരി നിർത്തി. ഒരു മുസ്ലീമിനെ കൊന്ന എനിക്ക് വധശിക്ഷ നല്കൂ."

ഗവർണ്ണർ ഈ വാക്കുകൾ കേട്ടപ്പോൾ ദല്ലാളിനെ അദ്ദേഹം സ്വതന്ത്രനാക്കി, ആരാച്ചാനോട് പറഞ്ഞു. "സ്വന്തം കുറ്റസമ്മതത്തിന്റെ പേരിൽ ഈ മനുഷ്യനെ തൂക്കിലേറ്റുക" അങ്ങനെ നസ്രാണിയുടെ കഴുത്തിലെ കുരുക്ക് അയാൾ ഊരി, കുശിനിക്കാരന്റെ കഴുത്തിലിട്ടു. അയാളെ കഴുമരത്തിനു കീഴെനിർത്തി കയറ് വലിക്കാൻ തുടങ്ങുമ്പോഴേക്കും അതാ ആ യഹൂദഡോക്ടർ ആളുകളെ തള്ളിമാറ്റി കൊണ്ട് ഓടി വരുന്നു; അയാൾ ആരാച്ചാരോട് ഉറക്കെ വിളിച്ചു പറഞ്ഞു. "നിർത്തൂ! നിർത്തൂ! ഞാൻ മാത്രമാണ് ആ കൂനനെ കൊന്നത്, മറ്റാരുമല്ല! തലേന്നു രാത്രി ഞാൻ വീട്ടിൽ ഇരിക്കുമ്പോൾ ഒരു പുരുഷനും സ്ത്രീയും വന്ന് എന്റെ വാതിലിൽ മുട്ടി; രോഗിയായ ഈ കൂനനെ അവർ ചുമന്നുകൊണ്ടു വന്നിരുന്നു. അവർ എന്റെ ഭൃത്യപ്പെൺകുട്ടിക്ക് ഒരു 'കാൽദിനാർ' നല്കി, ആ പണം എനിക്ക് തരുവാൻ ആവശ്യപ്പെട്ടു, എന്നോട് താഴോട്ടുവന്ന് ആ രോഗിയെ പരിശോധിക്കാനും. വേലക്കാരി പെൺകുട്ടി ഉള്ളിലേക്ക് പോന്നപ്പോൾ അവർ ഇരുവരും കൂടി അവനെ വീട്ടിനുള്ളിലേക്ക് കൊണ്ടുവന്ന്, കോണിയുടെ മുകളിലെ പടിയിൽ നിർത്തി സ്ഥലം വിട്ടു. ഞാൻ ആ ഇരുട്ടിലൂടെ താഴേക്ക് വരുമ്പോൾ അവനുമേൽ തട്ടി തടഞ്ഞ്; അവൻ ഉടനെ താഴേക്ക് ഉരുണ്ടു വീണ് മരിക്കയും ചെയ്തു! അപ്പോൾ ഞാനും ഭാര്യയും കൂടി അവനെ പൊക്കിയെടുത്ത ടെറസ്സിൽ കൊണ്ടു പോയി;

എന്റെയും കുശിനിക്കാരന്റെയും വീടുകൾ തൊട്ടുതൊട്ടാണ്. ഞങ്ങൾ 'വെന്റിലേറ്ററി'ലൂടെ ആ മൃതശരീരം താഴേക്കിറക്കി. അയാൾ വീട്ടിൽ തിരിച്ചെത്തിയപ്പോൾ കൂനനെ കണ്ട്, അവൻ ഒരു കള്ളനാണെന്നു വിചാരിച്ച് ചുറ്റിക കൊണ്ടടിച്ചു; അങ്ങനെ അവൻ താഴെ വീണപ്പോൾ, താനാണവനെ കൊന്നതെന്നവൻ ഉറപ്പിച്ചു. ഞാൻ അങ്ങനെ അറിയാതെ ഒരു മുസ്ലീമിനെ കൊന്നു, ഇനി അറിഞ്ഞുകൊണ്ട് മറ്റൊരു മുസ്ലീമിനെ കൂടി ഞാൻ കൊലയ്ക്ക് കൊടുക്കണോ?"

ഗവർണ്ണർ ഇതുകേട്ടപ്പോൾ ആരാച്ചാരോട് പറഞ്ഞു. "ആ കുശിനിക്കാരനെ സ്വതന്ത്രനാക്കി, ആ യഹൂദനെ തൂക്കിലേറ്റൂ." അപ്പോൾ ആരാച്ചാർ അവന്റെ കഴുത്തിൽ കൊലക്കയറ് ഇട്ട് മുറുക്കാൻ തുടങ്ങി. അതാ, ആ സമയത്ത് ആളുകളെ തള്ളിമാറ്റികൊണ്ട് തയ്യൽക്കാരൻ മുന്നോട്ടു വന്ന് ആരാച്ചാരോട് വിളിച്ചു പറയുന്നു. "നിർത്തൂ! നിർത്തൂ! ഞാൻ മാത്രമാണ് കൂനനെ കൊന്നത്, വേറാരുമല്ല. ഇതാണ് വാസ്തവം. ഇന്നലെ ഞാനൊരു ഉല്ലാസയാത്രയ്ക്ക് പോയിരിക്കയായിരുന്നു; തിരിച്ച് അത്താഴം കഴിക്കാനായി വീട്ടിലേക്ക് വരുമ്പോൾ മദ്യപിച്ച് 'തമ്പോർ' അടിച്ച് പാട്ടുപാടി രസിച്ചു കൊണ്ടിരിക്കുന്ന ഈ കൂനനെ കണ്ടു. അപ്പോൾ ഞാനവനെ വിളിച്ച് വീട്ടിലേക്ക് കൊണ്ടുപോയി; പിന്നെ ബസാറിൽച്ചെന്ന് ഒരു പൊരിച്ച മീൻ വാങ്ങി കൊണ്ടുവന്നു. ഒന്നിച്ചിരുന്ന് ഭക്ഷണം കഴിച്ചു തുടങ്ങി. അപ്പോൾ എന്റെ ഭാര്യ ഒരു കഷ്ണം മീൻ എടുത്ത് ഉണ്ടയാക്കി അയാളുടെ വായിൽ വെച്ചു കൊടുത്തു; അത് അന്നനാളത്തിൽ കുടുങ്ങി; ഉടനെ അയാൾ മൃതിയടഞ്ഞു! ഞങ്ങൾ, ഞാനും ഭാര്യയും, അവനെ പൊക്കിയെടുത്ത്, യഹൂദന്റെ വീട്ടിലേക്ക് പോയി. അവിടത്തെ അടിമപ്പെൺകുട്ടി വന്ന് വാതിൽ തുറന്നു തന്നപ്പോൾ ഞാൻ ചോദിച്ചു. "ഇവിടെ ഒരു പുരുഷനും സ്ത്രീയും ഒരു രോഗിയെ കൊണ്ടു വന്നിട്ടുണ്ടെന്ന് നിന്റെ യജമാനനോട് പറയൂ, അദ്ദേഹം വന്ന് പരിശോധിക്കട്ടെ! "ഞാനവൾക്ക് ഒരു 'കാൻദിനാർ' നല്കി. അവൾ ഉടനെ യജമാനനെ വിവരമറിയിക്കാനായി മുകളിലേക്ക് പോയി. അവൾ പോയ ഉടനെ ഞാൻ കൂനനെ പൊക്കിയെടുത്ത് കോണിയുടെ മുകളിലെ പടിയിലെത്തി; അവനെ ചുമരിൽ ചാരിനിർത്തി. പിന്നെ ഞാൻ ഭാര്യയേയും കൂട്ടി അവിടന്ന് കടന്നുകളഞ്ഞു. യഹൂദൻ താഴോട്ടുവരുമ്പോൾ ഈ ശവശരീരത്തിൽ തട്ടിത്തടഞ്ഞ് അത് താഴോട്ട് വീഴ്ത്തി; താനാണ് കൂനനെ കൊന്നതെന്ന് അയാൾ കരുതി!"

അദ്ദേഹം യഹൂദനോട് ചോദിച്ചു. "ഇത് സത്യമാണോ?"

"അതെ" യഹൂദൻ മറുപടി നല്കി.

പിന്നെ തയ്യൽക്കാരൻ തുടർന്നു. "ആ യഹൂദനെ പോകാനനുവദിക്കൂ; പകരം എന്നെ തൂക്കിക്കൊല്ലൂ."

തയ്യൽക്കാരന്റെ കഥ കേട്ട്, ഗവർണ്ണർ വിസ്മയത്തോടെ ഈ കൂനന്റെ കാര്യങ്ങൾ ഓർത്തു. "സത്യമായും ഇത് പുസ്തകങ്ങളിൽ രേഖപ്പെടുത്തി വെക്കേണ്ട വീരസാഹസമാണ്! പിന്നെ അദ്ദേഹം ആരാച്ചാരോട് പറഞ്ഞു. "സ്വന്തം കുറ്റസമ്മതപ്രകാരം തയ്യൽക്കാരനെ തൂക്കിലിടൂ; യഹൂദൻ സ്വതന്ത്രനാക്കപ്പെടട്ടെ."

ആരാച്ചാർ കൊലക്കയർ എടുത്ത് യഹൂദന്റെ കഴുത്തിൽ മുറുക്കിക്കൊണ്ട് പറഞ്ഞു. "ഇത്രയും മെല്ലെ ഇഴയുന്നതരം ജോലി ചെയ്ത്

ഞാൻ തളർന്നുപോയി. ഓരോരുത്തരുടെ കഴുത്തിൽ മാറി മാറി കുരുക്ക് ഇട്ടതല്ലാതെ ആരേയും കൊന്നില്ല!"

ഇനി കൂനന്റെ കാര്യം; ചൈനാസുൽത്താന്റെ വിദൂഷകനാണവൻ, അവനെ കാണാതെ ഒരു നിമിഷം രാജാവിന് കഴിയാനാവില്ല. അതു കൊണ്ട് അന്ന് രാത്രി മദ്യപിച്ച് സുൽത്താന് മുന്നിൽ പോകാനവൻ മടികാട്ടി; പിറ്റേന്ന് ഉച്ചയായിട്ടും അവൻ മുഖം കാണിക്കാതായപ്പോൾ, സുൽത്താൻ തന്റെ ഉദ്യോഗസ്ഥന്മാരോട് അവനെക്കുറിച്ചന്വേഷിച്ചു; അവർ മറുപടി നല്കി. "ഓ, ഞങ്ങളുടെ പ്രഭോ, അവനെ ആരോ കൊലപ്പെടുത്തിയതായി നമ്മുടെ ഗവർണ്ണർ അറിഞ്ഞു. അവന്റെ കൊലയാളിയെ തൂക്കി കൊല്ലാൻ ഉത്തരവിട്ടിരിക്കയാണ്. എന്നാൽ, കൊലക്കയറ് വലിക്കാൻ തുടങ്ങുമ്പോഴേക്കും രണ്ടാമതും മൂന്നാമതും നാലാമതും ഓരോരുത്തർ വന്ന് ഇപ്രകാരം പറഞ്ഞു..

"ഞാനാണ്, മറ്റാരുമല്ല കൂനനെ കൊന്നത്" എന്ന്! എന്നിട്ട് നടന്ന സംഭവങ്ങൾ കാര്യകാരണസഹിതം വിശദീകരിക്കയും ചെയ്തു."

രാജാവ് ഇതുകേട്ട് കൊട്ടാരകാര്യസ്ഥനോട് അലറി. "ഗവർണ്ണറുടെ അടുത്ത് പോയി ആ നാലുപേരെയും ഇങ്ങോട്ട് കൊണ്ടുവരിക. ഉടനെ കാര്യസ്ഥൻ തൂക്കിക്കൊല്ലുന്ന സ്ഥലത്തെത്തി; അപ്പോൾ തയ്യൽക്കാരന്റെ കഴുത്തിലെ കുടുക്ക് മുറുകികൊണ്ടിരിക്കയായിരുന്നു. അയാൾ ആരാച്ചാരോട് വിളിച്ചു പറഞ്ഞു. "നിർത്തൂ! നിർത്തൂ!" പിന്നെ രാജകല്പന അയാൾ, ഗവർണ്ണറെ അറിയിച്ചു. ഉടനെ ഗവർണ്ണർ ആ നാലുപേരെയും കൂനന്റെ ശവശരീരത്തോടൊപ്പം രാജസന്നിധിയിലേക്ക് പുറപ്പെട്ടു. അയാൾ രാജാവിന്റെ മുന്നിലെ നിലത്ത് ചുംബിച്ച്, അവർ പറഞ്ഞതു പോലെ രാജാവിന് വിവരിച്ചുകൊടുത്തു. സുൽത്താൻ അതുകേട്ട് വിസ്മയത്തോടെ പറഞ്ഞു." ഈ കഥ സുവർണ്ണ ലിപികളിൽ രേഖപ്പെടുത്തപ്പെടട്ടെ. എന്റെ കൂനന്റേതിനേക്കാൾ അദ്ഭുതകരമായൊരു കഥ നിങ്ങൾ എപ്പോഴെങ്കിലും കേട്ടിട്ടുണ്ടോ?

അപ്പോൾ ആ നസ്രാണി മുന്നോട്ടു വന്ന് പറഞ്ഞു. "ഓ, മഹാരാജാവേ, അങ്ങയുടെ അനുവാദത്തോടെ, ഈ കൂനന്റെ കഥയേക്കാൾ അദ്ഭുതകരവും രസകരവുമായ അനുഭവകഥ ഞാൻ പറയാം." രാജാവ് സമ്മതിച്ചു." നിനക്ക് പറയാനുള്ളത് പറയൂ!" അങ്ങനെ അയാൾ കഥ പറഞ്ഞു തുടങ്ങി.

നസ്രാണി ദല്ലാളുടെ കഥ

അല്ലയോ, മഹാരാജാവേ, ഞാൻ അങ്ങയുടെ ഈ രാജ്യത്ത് വന്നത് വ്യാപാരത്തിനുവേണ്ടിയാണ്. വിധി എന്നെ അങ്ങയോടൊപ്പം ഇവിടെ താമസിക്കാനിടവരുത്തി; എന്നാൽ, ഈജിപ്തിലെ 'കയ്റൊ' ആണ് എന്റെ ജന്മസ്ഥലം. ഞാൻ വളർന്ന് വലുതായതും അവിടെ തന്നെ. എന്റെ അച്ഛനും ഒരു 'ദല്ലാൾ' ആയിരുന്നു. ഞാൻ ഒരു യുവാവായി കഴിഞ്ഞപ്പോഴേക്കും അച്ഛൻ മൃതിയടഞ്ഞു; ഞാൻ അദ്ദേഹത്തിന്റെ ബിസിനസ് ഏറ്റെടുത്തു. ഒരു ദിവസം ഞാൻ എന്റെ കടയിൽ ഇരിക്കവേ, അതികോമളനായൊരു യുവാവ്, മനോഹരമായ വസ്ത്രങ്ങൾ ധരിച്ച്, ഭംഗിയുള്ള ഒരു കഴുതപ്പുറത്തേറി എന്റെ അടുത്ത് വന്നു. എന്നെ കണ്ടപ്പോൾ അവൻ

സലാം ചെയ്തു; ഞാൻ അവനെ ആദരിക്കാനായി എഴുന്നേറ്റ് നിന്നു. അപ്പോൾ അവൻ എള്ളള് നിറച്ച് കെട്ടിയ ഒരു ഉറുമാൽ തുറന്നു കാണിച്ചു കൊണ്ട് ചോദിച്ചു. "ഇരുപത്തിനാല് ഗാലൻ എള്ളിന് എന്ത് വിലകിട്ടും?"

"ചുമട്ടു തൊഴിലാളികളെയും അളവുകാരേയും കൂട്ടി, നാളെ 'ഖാൻ അൽ ജവാലി'യിൽ വരുക, 'വിക്ടറിഗേറ്റി'ന്നരികെ, അവിടെ നിങ്ങൾക്കെന്നെ കാണാം."

അങ്ങനെ ഉറുമാലിൽ പൊതിഞ്ഞ എള്ള് എന്നെ ഏല്പിച്ചുകൊണ്ട് അയാൾ നടന്നകന്നു. പിന്നെ ഞാൻ എന്റെ പറ്റുവരവുകാരുടെ അടുത്തു ചെന്ന് സംസാരിച്ചപ്പോൾ അതിന്റെ വില നൂറ്റിഇരുപത് ദിറം ആണെന്ന് ഉറപ്പായി.

പിറ്റേന്ന് നാലുപേരെ കൂട്ടി ഞാൻ സ്റ്റോറിലേക്ക് ചെന്നു; അയാൾ എന്നെ കാത്തുനില്ക്കുന്നത് ഞാൻ കണ്ടു. എന്നെ കണ്ട ഉടനെ അയാൾ തന്നെ 'ഗോഡൗൺ' തുറന്ന്, അവിടെ ഉണ്ടായിരുന്ന എള്ള് മുഴുവൻ അളന്നു. ആയിരത്തിയിരുന്നൂറ് ഗ്യാലൻ ഉണ്ടായിരുന്നു, അയ്യായിരം വെള്ളിനാണ്യം വിലക്കുള്ളത്. അപ്പോൾ അയാൾ പറഞ്ഞു.

"ഓരോ ഇരുപത്തിനാല് ഗ്യാലന് പത്ത് ദിറം നിങ്ങൾക്ക് കമ്മീഷൻ തരാം. അങ്ങനെ നാലായിരത്തിയഞ്ഞൂറ് ദിറത്തിന് നീ അത് കൊണ്ടു പൊയ്ക്കൊള്ളൂ; എന്റെ മറ്റ് 'ഗൊഡൗണു'കളിലെ സാധനങ്ങൾ വിറ്റു കഴിയുമ്പോൾ ഞാൻ നിന്റെ അടുത്തുവന്ന് പണം വാങ്ങിച്ചു കൊള്ളാം."

"ഞാനങ്ങനെ ചെയ്യാം." ഞാൻ അയാളുടെ കൈയിൽ ചുംബിച്ച് സ്ഥലം വിട്ടു. ആ ഒറ്റദിവസം കൊണ്ട് ഞാൻ ആയിരം ദിറം ലാഭമുണ്ടാക്കി! അയാൾ ഒരു മാസത്തേക്ക് വന്നതേയില്ല! പിന്നീട് ഒരു ദിവസം എന്റെ അടുത്തുവന്ന് അയാൾ ചോദിച്ചു. "പണം എവിടെ?"

ഞാൻ എഴുന്നേറ്റ് സലാം ചെയ്ത് അയാൾക്ക് മറുപടി നല്കി. "നിങ്ങൾ എന്റെ വീട്ടിൽ നിന്ന് എന്തെങ്കിലും കഴിക്കില്ലേ?"

എന്നാൽ, അയാൾ ആ ക്ഷണം നിരസിച്ചു. "പണം തയ്യാറാക്കി വെക്കൂ, ഞാൻ ഉടനെ വന്ന് അത് വാങ്ങിക്കൊള്ളാം."

അപ്പോൾ തന്നെ അയാൾ പോയി. അപ്രകാരം പണം എടുത്തു കൊണ്ടുവന്ന്, ഞാനയാളെ കാത്തിരുന്നു, എന്നാൽ, വീണ്ടും ഒരു മാസം അയാൾ മാറി നിന്നു. തിരിച്ചെത്തിയപ്പോൾ അയാൾ ചോദിച്ചു. "പണം എവിടെ?" ഞാൻ എഴുന്നേറ്റു നിന്ന് അയാളെ സലാം ചെയ്തു. "എന്റെ വീട്ടിൽ നിന്ന് എന്തെങ്കിലും കഴിക്കില്ലേ?" എന്നാൽ,അപ്പോഴും അയാൾ ആ ക്ഷണം നിരസിച്ചു. "പണം തയ്യാറാക്കൂ; ഞാൻ വേഗം തിരിച്ചുവന്ന് അത് വാങ്ങിക്കാം." അതും പറഞ്ഞു അയാൾ സ്ഥലം വിട്ടു. അങ്ങനെ ഞാൻ പണം എടുത്തു കൊണ്ടുവന്ന് അയാൾക്കുവേണ്ടി കാത്തിരുന്നു. എന്നാൽ വീണ്ടും ഒരു മാസം അയാൾ എന്നിൽ നിന്നും മാറി നിന്നു; ഞാൻ സ്വയം പറഞ്ഞു. "സത്യമായും ഈ യുവാവ് ഔദാര്യത്തിന്റെ ഒരു അവതാരം തന്നെ!"

ഒരു മാസത്തിനുശേഷം അയാൾ ഭംഗിയായി വസ്ത്രധാരണം ചെയ്ത്, ഒരു കഴുതപ്പുറത്തേറി അവിടെ വന്നു; പൂർണ്ണചന്ദ്രനെപ്പോലെ പ്രകാശം ചൊരിയുന്ന മുഖം! കുളികഴിഞ്ഞ് വരുന്നതുപോലെയുള്ള പ്രസരിപ്പ്! ചുവന്ന് തുടുത്ത കവിളുകൾ. വെളുത്ത നെറ്റിത്തടം, ആകർഷണീയമായ ചെറിയ മറുക്!

അയാളെ കണ്ട ഉടനെ ഞാൻ എഴുന്നേറ്റ് ആശംസിച്ചുകൊണ്ട് ചോദിച്ചു. "ഓ, എന്റെ പ്രഭോ, അങ്ങ് സ്വന്തം പണം എടുക്കുന്നില്ലേ?'

"എന്തിനാണ് ധൃതി?" അയാൾ പറഞ്ഞു. "എന്റെ ബിസിനസ് അവസാനിക്കുന്നതുവരെ കാത്തിരിക്കുക; പിന്നീട് ഞാൻ വന്ന് അത് എടുത്തു കൊള്ളാം."

വീണ്ടും അയാൾ കഴുതപ്പുറത്തിരുന്ന് ഓടിച്ചുപോയി.

ഞാൻ ആത്മഗതമായി പറഞ്ഞു. "അള്ളായാണേ, അടുത്ത പ്രാവശ്യം വരുമ്പോൾ ഞാനയാളെ എന്റെ അതിഥിയാക്കും, കാരണം, ഞാന യാളുടെ പണം ഇറക്കി വ്യാപാരം നടത്തി ഒരുപാട് ലാഭമുണ്ടാക്കി യിട്ടുണ്ട്."

ആ വർഷാവസാനത്തിൽ അയാൾ വീണ്ടും എത്തി, മുമ്പത്തേക്കാൾ മനോഹരമായ വസ്ത്രങ്ങൾ ധരിച്ചുകൊണ്ട്. ഞാൻ ദൈവത്തെ പിടിച്ച് ആണയിട്ടുകൊണ്ടയാളോടഭ്യർത്ഥിച്ചു, വീട്ടിനുള്ളിൽ വന്ന് ഭക്ഷണം കഴിക്കുവാൻ "ഒരു വ്യവസ്ഥയിൽ ഞാൻ കഴിക്കാം, നിങ്ങൾ എനിക്കു വേണ്ടി ചിലവഴിക്കുന്ന പണം എന്റെ എക്കൗണ്ടിൽ നിന്നായിരിക്കും, നിങ്ങളുടെ പക്കലുള്ള എന്റെ പണത്തിൽ നിന്ന്"

"അങ്ങനെ തന്നെയാകട്ടെ" ഞാൻ മറുപടി നല്കി. ഞാനയാളെ പിടി ച്ചിരുത്തി ഭക്ഷണവും പാനീയവും നിരത്തിയശേഷം കഴിക്കാനായി ക്ഷണിച്ചു. "ബിസ്മില്ല." അയാൾ ഭക്ഷണത്തിന്റെ 'താലി' അടുത്തേക്ക് വലിച്ചു വെച്ച്, തന്റെ ഇടതുകൈകൊണ്ട് എന്നോടൊപ്പം ഭക്ഷണം കഴിച്ചു. അയാൾ വലതുകൈ ഉപയോഗിക്കാത്തതിൽ എനിക്കതിശം തോന്നി! അയാൾ ഭക്ഷണം കഴിച്ചു കഴിഞ്ഞപ്പോൾ, അയാളുടെ കൈകഴുകാനായി ഞാൻ വെള്ളമൊഴിച്ചു കൊടുത്തു; തുടയ്ക്കാനായി ടവൽ കൊടുത്തു. അതിനുശേഷം ഞങ്ങൾ മധുരപലഹാരങ്ങൾ കഴിച്ചുകൊണ്ട് സംഭാഷ ണത്തിലേർപ്പെട്ടു. ഞാൻ ചോദിച്ചു. 'അല്ലയോ, എന്റെ യജമാനനെ, അങ്ങ് എന്തുകൊണ്ടാണ് ഇടതുകൈകൊണ്ട് ഭക്ഷണം കഴിക്കുന്നത്? ഒരു പക്ഷേ, മറ്റെകൈയിന് എന്തെങ്കിലും അസുഖമുണ്ടായിരിക്കുമോ?"

അയാൾ ഷർട്ടിന്റെ വലതു കൈ പൊക്കി കാണിച്ചു കൊടുത്തു; ആ കൈയിലെ കൈപ്പത്തി മുറിച്ചു കളയപ്പെട്ടിരിക്കുന്നു! ഞാൻ ആശ്ചര്യ പ്പെട്ടു പോയി!

അയാൾ പറഞ്ഞു."അദ്ഭുതപ്പെടേണ്ട; ഞാൻ ഇടതുകൈകൊണ്ട് ഭക്ഷണം കഴിച്ചത് മര്യാദകേടായോ, ധിക്കാരമായോ കരുതരുത്, അനി വാര്യമായതുകൊണ്ടാണ്. 'വിചിത്രമായൊരു വീരസാഹസം മൂല മാണെ'ന്റെ വലത് കൈപ്പത്തി നഷ്ടപ്പെട്ടത്.

"എന്താണ് കാരണം?" ഞാൻ ചോദിച്ചു. "നിങ്ങൾക്കറിയാമോ ഞാൻ ബാഗ്ദാദുകാരനാണ്; എന്റെ അച്ഛൻ നഗരത്തിലെ വിഖ്യാതനായൊരു വ്യക്തിയായിരുന്നു. ഞാൻ യുവത്വത്തിലേക്ക് കടന്നപ്പോൾ, തീർത്ഥാ ടകർ, വഴിപോക്കർ, സഞ്ചാരികൾ, വ്യാപാരികൾ, തുടങ്ങിയവർ ഈജി പ്തിനെക്കുറിച്ച് സംസാരിക്കുന്നതുകേട്ട് എന്റെ മനസ്സിൽ ആ രാജ്യത്തെ ക്കുറിച്ച് വലിയ താത്പര്യമുയർത്തി.എന്റെ അച്ഛന്റെ മരണശേഷം, ഞാൻ വലിയൊരു തുക സ്വരൂപിച്ച്, 'ബാഗ്ദാദിലെ'യും'മൊസൂലി'ലെയും ചരക്കുകൾ വാങ്ങി കൂട്ടി, കെട്ടുകളാക്കി, യാത്രയ്ക്ക് തയ്യാറായി. നിങ്ങളുടെ നഗരത്തിലെത്തുന്നതുവരെ അള്ളാ എന്നെ സുരക്ഷിതനായി കാത്തു

രക്ഷിച്ചു. പിന്നെ, ഞാൻ കയ്റൊയിലെത്തി ചരക്കുകെട്ടുകൾ പുറത്തെടുത്ത് 'അൽമസ്റൂർ' 'ഗോഡൗണി'ൽ എത്തിച്ചു. അതിനുശേഷം വേലക്കാരന്റെ കൈയിൽ ഏതാനും വെള്ളിനാണ്യങ്ങൾ ഏല്പിച്ച് കുറച്ച് ഭക്ഷണം കൊണ്ടുവരാൻ പറഞ്ഞു വിട്ടു; അല്പനേരം കിടന്നുറങ്ങി. ഉറക്കമുണർന്നശേഷം 'ബൈൻ അൽകസ്രാൻ' എന്ന തെരുവിലേക്ക് പോയി; പിന്നെ തിരിച്ചുവന്ന് ഞാൻ സുഖമായി കിടന്നുറങ്ങി. നേരം പുലർന്നപ്പോൾ, ഞാൻ ഒരു ഭാണ്ഡം തുറന്ന്, അതിലെ കുറച്ചു സാമാനങ്ങൾ പുറത്തെടുത്ത്, സ്വയം പറഞ്ഞു. "ഞാൻ ചില ബസാറുകളിൽ സ്വയം പോയി 'മാർക്കറ്റ് നിലവാരം' മനസ്സിലാക്കിവരാം."

എന്റെ ചില അടിമകളെകൊണ്ട് ആ ചരക്കുകൾ ചുമപ്പിച്ച് 'സരിയ'യിൽ എത്തി. ഞാൻ ചെല്ലുന്നുണ്ടെന്നറിഞ്ഞ് ദല്ലാളുമാർ എന്നെ കാണാനവിടെ എത്തി. അവർ എന്റെ ചരക്കുകൾ വാങ്ങാൻ തയ്യാറായെങ്കിലും എനിക്ക് മുതല് പോലും കിട്ടാത്തവിലയാണവർ പറഞ്ഞത്! എന്റെ മനസ്സിനെ അത് വല്ലാതെ വിഷമിപ്പിച്ചു. എന്നാലും, അവരിൽ മുതിർന്നൊരു ബ്രോക്കർ എന്നോട് പറഞ്ഞു. "ഓ, എന്റെ പ്രഭോ, ഈ ചരക്കുകൾ വിറ്റ് എങ്ങനെ ലാഭമുണ്ടാക്കാമെന്ന് ഞാൻ നിങ്ങളോട് പറയാം. മറ്റ് കച്ചവടക്കാർ ചെയ്യുന്നതുപോലെ കാലയളവിലേക്ക് നിങ്ങൾ കടമായി നല്കുക; വക്കീലിനെ കൊണ്ട് സാക്ഷികളുടെ സാന്നിധ്യത്തിൽ കരാർ ഒപ്പുവെക്കണം. എല്ലാ തിങ്കാളാഴ്ചയും വ്യാഴാഴ്ചയും പണം അവരിൽ നിന്ന് പിരിക്കാനായി ഒരു ജോലിക്കാരനെ നിയമിക്കുക. ഓരോ തവണയും രണ്ടിൽ കൂടുതൽ ദിറം കിട്ടും. നിങ്ങൾക്ക് മനസ്സമാധാനത്തോടെ 'നൈലും' 'കയ്റോ'യും കാണാനായി പോകാം!"

ഞാൻ പറഞ്ഞു. 'ആരോഗ്യകരമായൊരു ഉപദേശമാണത്." ഞാൻ 'ഗോഡൗണിലേക്ക് ബ്രോക്കർമാരെ കൊണ്ടുപോയി. അവർക്ക്, ബോണ്ട് എഴുതി ഒപ്പിട്ടശേഷം, ചരക്കുകൾ ഞാൻ നല്കി. ഈ ബോണ്ടുകൾ ഞാനൊരു ബാങ്കറുടെ പക്കൽ ഏല്പിച്ചു. അയാൾ തന്ന രശീതുമായി ഞാൻ 'ഗോഡൗണി'ലേക്ക് തിരിച്ചുവന്നു. ഇവിടെ ഞാൻ ഒരു മാസം താമസിച്ചു. എന്നും പ്രാവിറച്ചിയും ആട്ടിറച്ചിയും മധുര പലഹാരങ്ങളും വീണ്ടും കഴിച്ച് ദിവസങ്ങൾ നീക്കി! അപ്പോഴേക്കും രശീതുകളുടെ കാലാവധിയായി. പിന്നെ, ഓരോ തിങ്കളാഴ്ചയും വ്യാഴാഴ്ചയും ഓരോ വ്യാപാരിയുടെ അടുത്ത് ചെന്നിരിക്കും. അപ്പോഴേക്കും 'നോട്ടറി'യും 'ബാങ്കറും' എല്ലാവരുടെ അടുത്തുപോയി പണം പിരിച്ചു ഉച്ചനിസ്കാരം ആകുമ്പോഴേക്കും എന്റെ അടുത്ത് പണവുമായി എത്തും. ആ പണം എണ്ണിതിട്ടപ്പെടുത്തി, പണസഞ്ചികൾ സീലുചെയ്ത്, അവരോടൊപ്പം 'ഗോഡൗണി'ലേക്കു പോകും. ഒരു തിങ്കളാഴ്ച ദിവസം ഞാൻ കുളിമുറിയിൽ പോയി വന്നശേഷം 'ഗോഡൗണി'ലെത്തി പ്രാതലിനോടൊപ്പം അല്പം വീഞ്ഞ് കഴിച്ച്, കുറച്ചുനേരം കിടന്നുറങ്ങി. ഉറക്കമുണർന്നശേഷം, ഞാൻ വൃത്തിയായി വസ്ത്രധാരണം ചെയ്ത്, പെർഫ്യൂം 'സ്പ്രെ' ചെയ്ത്, വ്യാപാരിയായ 'ബദർ അൽദീൻ അൽബസ്താനി'യുടെ കടയിലേക്ക് പോയി. അയാൾ എന്നെ ഹാർദ്ദമായി സ്വാഗതം ചെയ്തു. അങ്ങാടി തുറക്കുന്നതുവരെ ഞങ്ങൾ ഇരുന്ന് സംഭാഷണത്തിലേർപ്പെട്ടു. ആ സമയത്ത് അതാവരുന്നു, മനോഹരമായ ശിരോവസ്ത്രം ധരിച്ച്, സുഗന്ധതൈലം പൂശി അഴകാർന്ന കാൽവെപ്പോടെ സുന്ദരിയായൊരു

മഹതി! എന്നെ കണ്ടപ്പോൾ തന്റെ മനോഹരമായ കരിനീലക്കണ്ണുകൾ ഒരു നോക്ക് കാണിക്കാനെന്നോണം അവൾ ശിരോവസ്ത്രം അല്പം പൊക്കി. അവൾ ബദർ അൽദീനെ സലാം ചെയ്തു, അയാൾ എഴുന്നേറ്റു നിന്ന് അവളെ തിരിച്ച് അഭിവാദ്യം ചെയ്ത്, സംസാരിക്കാൻ തുടങ്ങി. അവളുടെ ശബ്ദം കേട്ട ഉടനെ അവളോടുള്ള പ്രേമം എന്റെ ഹൃദയത്തെ കീഴടക്കി.

അവൾ ബദർ അൽദിനോട് ചോദിച്ചു. "ശുദ്ധസ്വർണ്ണ നൂലുകൊണ്ട് തുന്നിയ തുണി നിങ്ങളുടെ പക്കൽ ഉണ്ടോ?" അപ്പോൾ അയാൾ എഴുന്നേറ്റു പോയി, എന്റെ കൈയിൽ നിന്ന് വാങ്ങിച്ചിരുന്ന തുണിയിൽ നിന്ന് ആവശ്യമുള്ളമുള്ളത് മുറിച്ച് ആയിരത്തിയിരുന്നൂറ് 'ദിറ'മിന് അവൾക്ക് വിറ്റു.

അവൾ പറഞ്ഞു. "ഞാൻ ഈ തുണി കഷ്ണം എടുത്ത് വീട്ടിൽ കൊണ്ടുപോകുന്നു; ഇതിന്റെ വില കൊടുത്തയയ്ക്കാം." "അത് അസാധ്യമാണ്, എന്റെ മഹതി," വ്യാപാരി മറുപടി നല്കി. "കാരണം, ഇതാണാ തുണിയുടെ ഉടമ, അതിന്റെ ഒരു പങ്കിന് അയാൾ അർഹനാണ്."

"ഛീ! കഷ്ടം തന്നെ!" അവൾ ഉറക്കെ പറഞ്ഞു. "നിങ്ങളുടെ പക്കൽ നിന്ന് റോളു' കണക്കിന് വിലപിടിച്ച തുണികൾ ഒന്നിച്ച് എടുത്ത്, നിങ്ങൾ പ്രതീക്ഷിക്കുന്നതിനേക്കാൾ വൻ ലാഭത്തോടെ പണം കൊടുത്തയക്കാറുള്ളതല്ലേ?"

"അതെ" അയാൾ പറഞ്ഞു. "എന്നാൽ, ഇന്നത്തെ ദിവസം എനിക്ക് പണത്തിന് ഭയങ്കര അത്യാവശ്യമുണ്ട്."

പിന്നെ തുണിയെടുത്ത് അയാളുടെ മടിയിലേക്ക് വലിച്ചെറിഞ്ഞു കൊണ്ട് അവൾ പറഞ്ഞു. "ഇതെടുത്തോളൂ! ആരെയും ശരിയായ രീതിയിൽ വിലമതിക്കാൻ പറ്റാത്ത തരത്തിലാണ് നിങ്ങൾ, അള്ളായെ പ്പോലും അമ്പരപ്പിക്കും!"

അവൾ പോകാനായി തിരിഞ്ഞു. എന്റെ ആത്മാവ് അവളോടൊപ്പം പോകുമെന്നെനിക്ക് തോന്നി! അതുകൊണ്ട് ഞാൻ എഴുന്നേറ്റുനിന്ന് അവളെ തടഞ്ഞുകൊണ്ട് പറഞ്ഞു. "ദൈവത്താണേ ഞാൻ ചോദിക്കട്ടെ, അല്ലയോ മഹതി, ഭവതിയുടെ കോമളമായ കാലടികൾ പിന്നാക്കം വെക്കുക"

അവൾ പിൻതിരിഞ്ഞ് പുഞ്ചിരിയോടെ മറുപടി നല്കി. "നിങ്ങൾക്കു വേണ്ടി ഞാൻ തിരിച്ചു വരുന്നു." പിന്നെ, എന്റെ മുന്നിലെ ഒരു 'സീറ്റി'ൽ അവൾ ഇരുന്നു. അപ്പോൾ ഞാൻ ബദർ അൽദീനോട് ചോദിച്ചു.

"ഈ കഷണം തുണിക്ക് അവർ ചോദിച്ചവില എത്രയാണ്?"

"ആയിരത്തി ഒരുനൂറ് ദിറം."

"ആ നൂറ് ദിറം നിങ്ങളുടെ ലാഭമായിരിക്കും. ഒരു കഷ്ണം കടലാസ് എനിക്ക് കൊണ്ടുവന്നു തരൂ. ഞാനതിന് ഒരു രശീതി എഴുതിത്തരാം."

പിന്നെ ഞാൻ സ്വയം കൈകൊണ്ട് ഒരു രശീതി എഴുതി, ആ തുണി ആ മഹതിക്ക് കൊടുത്തു കൊണ്ട് പറഞ്ഞു. "അത് കൊണ്ടു പൊയ്ക്കൊള്ളൂ; നിങ്ങൾക്ക് പറ്റുമെങ്കിൽ അതിന്റെ വില അടുത്ത ചന്തദിവസം കൊണ്ടു വരിക; അല്ലെങ്കിൽ, എനിക്ക് കൂടുതൽ പ്രിയം അത് നിങ്ങൾ എന്റെ പാരിതോഷികമായി സ്വീകരിക്കുന്നതാണ്."

"അള്ളാ നിങ്ങൾക്കതിന് പ്രത്യുപകാരം നല്കട്ടെ" അവൾ മറുപടി നല്കി. "അങ്ങയെ എന്റെ ഭർത്താവാക്കട്ടെ, എനിക്കുള്ള സ്വത്തിനെല്ലാം അധിപനാകട്ടെ!."

അള്ളാ അവളുടെ പ്രാർത്ഥനയെ അനുഗ്രഹിച്ചു. എന്റെ മുന്നിൽ സ്വർഗ്ഗവാതിൽ തുറക്കുന്നത് ഞാൻ കണ്ടു. "ഓ, എന്റെ മഹതി ഈ തുണി നിങ്ങളുടേതാണ്, ഇതുപോലുള്ള മറ്റൊന്നു കൂടി നിങ്ങൾക്കായി ഇപ്പോൾ, എടുത്തുവെക്കും. നിങ്ങളുടെ മുഖത്തേക്ക് ഞാനൊന്ന് നോക്കിക്കോട്ടെ."

അവൾ ശിരോവസ്ത്രം ഉയർത്തി ആ മുഖം എന്നിൽ ആയിരം നെടുവീർപ്പുകൾ ഉയർത്തി! അവളോടുള്ള അനുരാഗത്താൽ എന്റെ ഹൃദയം വശീകരിക്കപ്പെട്ടു; എന്റെ ബുദ്ധി എനിക്ക് അന്യാധീനപ്പെട്ടു. അപ്പോൾ അവൾ ശിരോവസ്ത്രം താഴ്ത്തി.

"ഓ, എന്റെ പ്രഭോ, അങ്ങയുടെ അസാന്നിധ്യം എന്നെ നിരാശയിലാഴ്ത്താതിരിക്കട്ടെ!" അവൾ തിരിഞ്ഞു നടന്ന് അപ്രത്യക്ഷയായി. ഉച്ചതിരിഞ്ഞുള്ള നിസ്കാരം വരെ ഞാനാ കടയിൽ തന്നെയിരുന്നു. ആ പ്രേമത്തെ ആവാഹിച്ചുകൊണ്ട്. ഞാൻ അപ്പോൾ മറ്റൊരുലോകത്തിലായിരുന്നു! വികാരവിക്ഷോഭം അടക്കാനാവാതെ, അവളെക്കുറിച്ചുള്ള വിവരങ്ങൾ ഞാൻ ആ വ്യാപാരിയോട് ചോദിച്ചറിയുവാൻ തീരുമാനിച്ചു. എന്റെ ചോദ്യങ്ങൾക്ക് അയാൾ മറുപടി നല്കി. "ഇവൾ വളരെ ധനികയായൊരു മഹിളയാണ്, ഈയിടെ മൃതിയടഞ്ഞ ഒരു പ്രഭുവിന്റെ പുത്രി. വലിയ സമ്പത്ത് അച്ഛൻ മകൾക്കായി വിട്ടിട്ടുണ്ട്."

പിന്നീട് ഞാൻ സ്വന്തം വാസസ്ഥലത്തെത്തി, ഭക്ഷണം കഴിക്കാനിരുന്നെങ്കിലും അവളെക്കുറിച്ചോർത്ത് എനിക്കൊന്നും കഴിക്കാനായില്ല; പിന്നെ ഉറങ്ങാൻ കിടന്നു; എന്നാൽ, ഉറക്കവും എന്നിൽ നിന്ന് വിട്ടുനിന്നു. അങ്ങനെ രാത്രി മുഴുവൻ നിദ്രാവിഹീനനായി നേരം പുലരുന്നതും നോക്കി മെത്തയിൽ കിടന്നു. നേരം വെളുത്തപ്പോൾ എഴുന്നേറ്റ് നല്ല വസ്ത്രം ധരിച്ച്, ഒരു കപ്പ് വീഞ്ഞ് കുടിച്ച ശേഷം അല്പം പ്രാതൽ കഴിച്ച് ആ വ്യാപാരിയുടെ കടയിലേക്ക് നടന്നു. അയാൾക്ക് സലാം കൊടുത്ത് അയാളുടെ അരികിൽ ഇരുന്നു. പതിവുപോലെ ആ മഹതി എത്തി, പിന്നിൽ ഒരു അടിമ പെൺകുട്ടിയുണ്ട്, മുമ്പത്തേക്കാൾ മനോഹരമായ വേഷമാണ് ആ മഹതി അപ്പോൾ ധരിച്ചിരുന്നത് ബദർ അൽദീനെ ശ്രദ്ധിക്കാതെ അവൾ എനിക്ക് സലാം തന്നു; അതിമനോഹരവും മൃദുവുമായ സ്വരത്തിൽ ഒഴുകിയെത്തുന്ന ശൈലിയിൽ അനായാസമായി അവൾ എന്നോട് സംസാരിച്ചു. "ആ തുണിയുടെ വിലയായ ആയിരത്തൊന്ന് ദിറം കൊണ്ടുവരാനായി ആരെയെങ്കിലും എന്നോടൊപ്പം അയയ്ക്കൂ."

"എന്തിനാണ് ഈ ധൃതി?" ഞാൻ ചോദിച്ചു. "എനിക്ക് നിങ്ങളെ ഒരിക്കലും നഷ്ടപ്പെടാനിടവരാതിരിക്കട്ടെ!" പിന്നെ ആ പണം അവൾ എനിക്ക് തന്നു.

പിന്നെ അവളോടൊപ്പം ഇരുന്ന് ഞാൻ സംഭാഷണത്തിൽ മുഴുകി. ഞാൻ നിശ്ശബ്ദനായി കാണിച്ച ചില ആംഗ്യങ്ങളിൽ നിന്ന് ഞാൻ അവളെ അഗാധമായി സ്നേഹിക്കുന്നുവെന്നവൾക്ക് മനസ്സിലായി. എന്നാൽ എന്തോ അസ്വസ്ഥതയോടെ ധൃതി പിടിച്ച് അവൾ എഴുന്നേറ്റുപോയി.

എന്റെ ഹൃദയം അവളോട് ഒട്ടിച്ചേർന്നു; ഞാൻ ബസാറിൽ നിന്നെഴുന്നേറ്റ് അവൾ പോയ വഴിക്ക് നടന്നു. ഞാൻ നടന്നുകൊണ്ടിരിക്കവേ പെട്ടെന്ന് ഒരു നീഗ്രോ അടിമപ്പെൺകുട്ടി എന്നെ നിർത്തിക്കൊണ്ട് പറഞ്ഞു. "ഓ, എന്റെ പ്രഭോ, ദയവായി വന്ന് എന്റെ യജമാനത്തിയോട് സംസാരിക്കുക."

അതുകേട്ട് ഞാൻ അദ്ഭുതത്തോടെ മറുപടി നല്കി. "എന്നെ അറിയാവുന്നവർ ഇവിടെ ആരുമില്ലല്ലോ"

എന്നാൽ അവൾ തുടർന്നു."ഓ, എന്റെ പ്രഭോ, എത്ര പെട്ടെന്നാണ് നിങ്ങൾ അവളെ മറന്നത്! ഇന്ന് ആ വ്യാപാരിയുടെ കടയിൽ വെച്ചു കണ്ട എന്റെ യജമാനത്തിക്ക് യാതൊരു മാറ്റവുമില്ല, അതുപോലെ തന്നെയാണ്."

ഞാനപ്പോൾ ആ പെൺകുട്ടിയോടൊപ്പം അവരുടെ വീട്ടിലേക്ക് പോയി. അപ്പോൾ അവൾ എന്നെ അവളുടെ അടുത്തേക്ക് വരുത്തി പറഞ്ഞു. "ഓ, എന്റെ പ്രാണനാഥാ, നിങ്ങളുടെ രൂപം എന്റെ മനസ്സിൽ പതിഞ്ഞു കഴിഞ്ഞു, നിങ്ങളോടുള്ള പ്രേമം എന്റെ ഹൃദയത്തെ കീഴടക്കിയിരിക്കുന്നു. നിങ്ങളെ ആദ്യം കണ്ട നിമിഷം മുതൽ എനിക്ക് ഉറങ്ങാനോ, തിന്നാനോ, കുടിക്കാനോ കഴിയുന്നില്ല! യാതൊന്നും എന്നെ സന്തോഷിപ്പിക്കുന്നില്ല."

ഞാൻ മറുപടി നല്കി. "എന്റെ മനോവേദന അതിന്റെ ഇരട്ടിയാണ്."

അപ്പോൾ അവൾ പറഞ്ഞു. 'ഓ, എന്റെ പ്രാണനാഥാ, നിങ്ങളുടെ വീട്ടിൽ ഞാൻ വരണോ, എന്റെ വീട്ടിൽ നിങ്ങൾ വരുന്നോ?"

"ഞാനൊരു അപരിചിതനാണ് ഇവിടെ. 'ഗോഡൗൺ' അല്ലാതെ യാതൊരു സ്വീകരണമുറിയുമില്ല; അതുകൊണ്ട് നിങ്ങളുടെ ഔദാര്യത്താൽ നിങ്ങളുടെ വീട്ടിൽ വെച്ചു തന്നെയാകട്ടെ."

"അങ്ങനെ തന്നെയാകട്ടെ; എന്നാൽ ഇന്ന് വെള്ളിയാഴ്ചയാണ്, നാളത്തെ പൊതുപ്രാർത്ഥനവരെ ഒന്നും ചെയ്യാനാവില്ല; പള്ളിയിൽ പോയി പ്രാർത്ഥിക്കുക. പിന്നെ കഴുതപ്പുറത്തേറി 'ഹബ്ബാനിയാ' ക്വാർട്ടർ അന്വേഷിക്കുക. അവിടെ എത്തിയാൽ, 'അൽനകീബ് ബരക്കാത്തി'ന്റെ ബംഗ്ലാവ് എവിടെയാണെന്ന് തിരക്കുക, 'അബുഷാമാ അൽസിണ്ടിൽ' എന്നാണത് പരക്കെ അറിയപ്പെടുന്നത്. അവിടെയാണ് ഞാൻ താമസിക്കുന്നത്. ഞാൻ നിങ്ങളെ പ്രതീക്ഷിച്ച് ഇരിക്കുന്നുണ്ടാകും. വൈകരുത്"

ഞാൻ അങ്ങേയറ്റം ആഹ്ലാദിച്ചു. അവളോട് യാത്ര പറഞ്ഞ്, ഗോഡൗണിലേക്ക് തിരിച്ചു. അന്ന് നിദ്രാവിഹീനമായൊരു രാത്രിയായിരുന്നു എനിക്ക്! നേരം പുലരാറായപ്പോഴേക്കും ഞാനെഴുന്നേറ്റ് വസ്ത്രം മാറ്റി, സുഗന്ധതൈലം പുരട്ടി, അമ്പത് ദിനാർ ഒരു ഉറുമാലിൽ പൊതിഞ്ഞു പിടിച്ച്, ഗോഡൗണിൽ നിന്ന് സുവെയ് വാഗേറ്റിലേക്ക് പോയി. അവിടെ വെച്ച് ഒരു കഴുതപ്പുറത്ത് കയറി, അതിന്റെ ഉടമയോട് പറഞ്ഞു. "എന്നെ 'ഹബ്ബാനിയാ'യിലേക്ക് കൊണ്ടുപോകൂ.'

അപ്പോൾ അവൻ എന്നെ ഒരു നിമിഷം കൊണ്ട് 'ദർബ് അൽമുങ്കരി' തെരുവിലെത്തിച്ചു. ഞാൻ അവനോട് പറഞ്ഞു. "ഉള്ളിൽച്ചെന്ന്, 'നിണ്ടിക്കി'ന്റെ ബംഗ്ലാവ് ചോദിച്ചറിയുക."

അല്പനേരം കഴിഞ്ഞ് അവൻ തിരിച്ചുവന്ന് പറഞ്ഞു."ശരി"

നീ നേരെ നിന്റെ വീട്ടിലേക്ക് പൊയ്ക്കോള്ളൂ, ഞാൻ തുടർന്നു. "നേരം പുലരാറാകുമ്പോൾ ഇവിടെവന്ന് എന്നെ വീട്ടിലേക്ക് കൊണ്ടു പോകണം."

"അള്ളായാണേ" അവൻ മറുപടി നല്കി. ഞാനവന് കാൽദിനാർ നല്കി; അതും വാങ്ങി അവൻ സ്വന്തം വഴിക്ക് പോയി.

ഞാൻ അവളുടെ വാതിലിൽ മുട്ടിയപ്പോൾ രണ്ട് അടിമ യുവതികൾ വന്നു; ചന്ദ്രനെപ്പോലെ ശോഭിക്കുന്ന ഉയർന്ന മാറിടങ്ങളുള്ള കന്യകമാർ! അവർ എന്നോട് ചോദിച്ചു. 'അകത്തേക്ക് വരൂ, ഞങ്ങളുടെ യജമാനത്തി അങ്ങയെ കാത്തിരിക്കുകയാണ്. അങ്ങയെക്കുറിച്ചോർത്ത് ആനന്ദിച്ചു കൊണ്ടവൾ രാത്രി മുഴുവൻ ഉറങ്ങിയിട്ടേയില്ല."

ഞാൻ ഒരു ഇടനാഴികടന്ന്, ഏഴ് വാതിലുകളുള്ള ഒരു സ്വീകരണമുറി യിലെത്തി, നിറമുള്ള മാർബിൾ വിരിച്ചതറ, പലനിറത്തിലുള്ള സിൽക്ക് കർട്ടനുകൾ ചാർത്തിയിട്ടിരിക്കുന്നു. പല കൊത്തുവേലകളുള്ള, സ്വർണ്ണ നിറത്തിലുള്ള തട്ട്. കുമ്മായച്ചാന്ത് ഇട്ട് മിനുസപ്പെടുത്തിയ ചുമരുകൾ. ഭംഗിയായി ഫർണീച്ചർ സജ്ജീകരിച്ചൊരു മുറിയായിരുന്നു അത്. ആ സല്ക്കാരമുറിക്ക് ചുറ്റും നല്ല കർട്ടനുകളിട്ട ജനലുകൾ ഉണ്ട്; എല്ലാ തരം പഴങ്ങളുമുള്ള വൃക്ഷങ്ങൾ നിറഞ്ഞ തോട്ടത്തിലേക്കാണവ തുറക്കുന്നത്. അതിലെ ചോലകൾ കളകളാരവമുയർത്തിക്കൊണ്ട് ഒഴുകുന്നു; പക്ഷി കൾ ഗാനമാലപിച്ച് പാറിപ്പറക്കുന്നു. ഹാളിന്റെ മദ്ധ്യത്തിൽ വെള്ളം തെറിപ്പിച്ചുകൊണ്ടിരിക്കുന്ന ഒരു ഫൗണ്ടൻ ഉണ്ട്; മൂലകളിലുള്ള മുത്തു കളും രത്നങ്ങളും പതിച്ച സുവർണ്ണ നിറമുള്ള പക്ഷികളാണ് ഫൗണ്ട നായി പ്രവൃത്തിച്ച് ശുദ്ധജലം ചീറ്റുന്നത്. ഞാൻ ഉള്ളിലേക്ക് കടന്നു ചെന്ന് ഒരു ഇരിപ്പിടത്തിൽ ഉപവിഷ്ടനായി- അപ്പോഴേക്കും നേരം പുലരാറായെന്നും, തനിക്ക് കഥ പറയാനനുവദിച്ച സമയം കഴിഞ്ഞെന്നും ഷാഹ്രസാദ് മനസ്സിലാക്കി.

ഇരുപത്തിയാറാം രാവ്

അവൾ പറഞ്ഞു, ഓ, കീർത്തിമാനായ രാജാവേ, ആ യുവാവായ വ്യാപാരി കഥ തുടർന്നു. ഞാൻ മുറിയിൽ കടന്ന് ഒരു പീഠത്തിൽ ഇരുന്ന പ്പോൾ ആ മഹതി പവിഴങ്ങളും രത്നങ്ങളും പതിച്ച കിരീടം ധരിച്ചു കൊണ്ട് പെട്ടെന്നവിടെ എത്തി. അവളുടെ കവിളിൽ കൃത്രിമമായൊരു 'കാക്കാപുള്ളി' തൊട്ടിട്ടുണ്ട്. കൺപുരികങ്ങൾ കൺമഷികൊണ്ട് കറുപ്പി ച്ചിരിക്കുന്നു; കൈകാലുകൾ മൈലാഞ്ചിയിട്ട് മനോഹരമാക്കിയിരിക്കുന്നു. അവൾ എന്നെ കണ്ടയുടനെ എന്റെ അരികിൽ എത്തി, എന്നെ ഗാഢമായി ആശ്ലേഷിച്ച്, മാറോടണച്ചു; പിന്നെ അവൾ എന്നെ ചുംബിച്ചുകൊണ്ട് എന്റെ നാവ് അവളുടെ വായിലാക്കി ചപ്പികുടിച്ചു! (ഞാനും അപ്രകാരം തന്നെ ചെയ്തു) അവൾ വികാരാവേശത്തോടെ പറഞ്ഞു. "ഇത് സത്യം തന്നെയാണോ, ഓ, എന്റെ പ്രാണനാഥാ, അങ്ങ് എന്റെ അടുത്ത് വന്നു?" അവൾ തുടർന്നു. "സ്വാഗതം, നിങ്ങൾക്ക് അഭിവാദ്യങ്ങൾ! അള്ളായാണേ, നിങ്ങളെ കണ്ട ദിവസം മുതൽ ഉറക്കം എനിക്ക് സുഖകരമോ ഭക്ഷണം രസകരമോ ആയി തോന്നിയിട്ടില്ല." "എന്റെ കാര്യവും അപ്രകാരം തന്നെ ആയിരുന്നു. ഞാൻ നിങ്ങളുടെ അടിമയാണ്, നീഗ്രോ അടിമ!"

പിന്നെ ഞങ്ങൾ സംസാരിക്കാനായി അടുത്തടുത്ത് ഇരുന്നു; ലജ്ജയോടെ തലകുമ്പിട്ടിരുന്നു. എന്നാൽ, അവൾ ഒട്ടും സമയം കളയാതെ, ഒരു 'ട്രേ'യിൽ ഒന്നാംതരം ഭക്ഷണസാധനങ്ങൾ, ആട്ടിറച്ചി, കോഴിയിറച്ചി. പിസ്റ്റാ, മധുരപലഹാരങ്ങൾ തുടങ്ങിയവ നിരത്തി. ഞങ്ങൾ ഒന്നിച്ചിരുന്ന് മതിയാവോളം ആഹാരം കഴിച്ചു. പിന്നെ, അവൾ 'ബേസിനും'വെള്ളവും കൊണ്ടുവന്ന് കൈ കഴുകിപ്പിച്ചു; വീണ്ടും പനിനീർകൊണ്ട് കൈകഴുകി തുടച്ചു. വീണ്ടും സംസാരിക്കാനായിരുന്നു.

അവൾ സ്വന്തം ജീവിതകഥയും ഞാൻ എന്റേതും വിവരിച്ചു. അവളോടുള്ള അഗാധപ്രേമത്തെ ഞാൻ തുറന്നുകാട്ടി; അതുമായി തുലനം ചെയ്യു മ്പോൾ എന്റെ സമ്പത്ത് എത്രയോ തുച്ഛമാണെന്ന് ഞാൻ പറഞ്ഞു. രാത്രിയാകുന്നതുവരെ ഞങ്ങൾ ആലിംഗനം ചെയ്തും ചുംബിച്ചു തഴുകിയും കഴിച്ച് കൂട്ടി. പിന്നീട് വേലക്കാരികൾ ഇറച്ചി വേവിച്ചതും വീഞ്ഞും കൊണ്ടു വന്നു; പാതിരാത്രി വരെ ഞങ്ങൾ മദ്യസേവ നടത്തി. രാത്രി മുഴുവൻ ഞങ്ങൾ ഒന്നിച്ച് കെട്ടിപ്പിടിച്ചു കിടന്നു. ആനന്ദനിർവൃതിയിലാണ്ടു. എന്റെ ജീവിതത്തിലൊരിക്കലും ഞാനിത്രയും മധുരമായൊരു രാത്രി ആസ്വദിച്ചിട്ടില്ല! നേരം പുലർന്നപ്പോൾ ഞാൻ എഴുന്നേറ്റ് അവളോട് യാത്ര പറഞ്ഞ് പിരിഞ്ഞു. പോകുന്നതിനുമുമ്പ് മെത്തയ്ക്കുകീഴെ ഉറുമാലിൽ പൊതിഞ്ഞ ദിനാറുകൾ ഇട്ടു. പുറത്തു പോകവേ, അവൾ കണ്ണീരൊഴുക്കിക്കൊണ്ട് പറഞ്ഞു. "ഓ, എന്റെ നാഥാ, ഈ സുന്ദരമായ മുഖം എനിക്കിനിയെപ്പോഴാണ് കാണാനാകുക?"

"സന്ധ്യയാകുമ്പോഴേക്കും ഞാൻ നിന്റെ അരികിലെത്തും." ഞാൻ മറുപടി നല്കി. ഞാൻ പുറത്ത് വന്നപ്പോൾ കഴുതയുടെ ഉടമയെ കണ്ടു. (അവനായിരുന്നു എന്നെ തലേന്ന് ഇവിടെ കൊണ്ടുവിട്ടത്.) അവൻ ഗേറ്റിൽ കാത്തുനിന്നിരുന്നു. ഞാൻ കഴുതപ്പുറത്തുകയറി എന്റെ വാസസ്ഥലത്തേക്ക് പോയി. അവിടെ ഇറങ്ങി കഴുതയുടെ ഉടമയ്ക്ക് അരദിനാർ കൊടുത്തു. "വൈകുന്നേരം വരിക" ഞാനവനോട് പറഞ്ഞു.

"ഞാൻ വരാം."

പിന്നെ ഞാൻ പ്രാതൽ കഴിച്ച് എന്റെ ചരക്കുകളുടെ പണം പിരിക്കാനായി പുറപ്പെട്ടു. അതിനുശേഷം ഞാൻ തിരിച്ചുവന്ന് ഒരു പൊരിച്ച ചെമ്മരിയാടും കുറച്ച് മധുര പലഹാരങ്ങളുമായി ഒരു ചുമട്ടുകാരനെ ആ മഹതിയുടെ അടുക്കലേക്കയച്ചു. അവന്റെ കൂലി ഞാനവന് മുൻകൂറായി കൊടുത്തു. പിന്നെ ഞാൻ തിരിച്ച് പോയി സൂര്യാസ്തമയം വരെ സ്വന്തം ജോലിയിൽ വ്യാപൃതനായിരുന്നു. വൈകുന്നേരം കഴുതയുടമ എന്റെ വാസസ്ഥലത്തെത്തി. ഞാൻ അമ്പത് ദിനാറെടുത്ത് ഉറുമാലിൽ പൊതിഞ്ഞു പിടിച്ച് അവളുടെ വീട്ടിലേക്ക് കഴുതപ്പുറത്ത് സവാരി ചെയ്ത് എത്തി. മാർബിൾ നിലം വൃത്തിയായി അടിച്ച് തുടച്ചിട്ടിരിക്കുന്നത് ഞാൻ കണ്ടു. പിച്ചളവസ്തുക്കൾ തിളങ്ങുന്നു, ദീപങ്ങൾ പ്രകാശിക്കുന്നു, മെഴുകുതിരികൾ കത്തിച്ചുവെച്ചിരിക്കുന്നു. മാംസവും വീഞ്ഞും വിളമ്പിവെച്ചിട്ടുണ്ട്. ആ മഹതി എന്നെ കണ്ടയുടനെ ഓടിവന്ന് ആലിംഗനം ചെയ്ത് നിലവിളിച്ചു. "നിങ്ങൾ എന്നെ ഒറ്റയ്ക്ക് വിട്ടുപോയി, എന്നെ വല്ലാതെ വേദനിപ്പിച്ചു."

പിന്നെ ഭക്ഷണമേശയിൽ എല്ലാ ആഹാരസാധനങ്ങളും നിരത്തി, ഞങ്ങൾ മതിയാവോളം കഴിച്ചു. അതിനുശേഷം അടിമ പെൺകുട്ടികൾ

പാത്രങ്ങൾ എടുത്തുമാറ്റി, വീഞ്ഞ് കൊണ്ടുവന്നു. പാതിരാത്രി വരെ ഞങ്ങളുടെ മദ്യസേവ തുടർന്നു. അങ്ങനെ ഉന്മേഷവാന്മാരായ ഞങ്ങൾ, കിടപ്പ് മുറിയിൽ ചെന്നു, നേരം വെളുക്കുവോളം ആ രാത്രി ആസ്വദിച്ചു. നേരം പുലർന്നപ്പോൾ പതിവു പോലെ അമ്പത് ദിനാർ അവൾക്ക് നൽകി, ഞാൻ സ്ഥലം വിട്ടു. പുറത്ത് ആ കഴുതക്കാരൻ കാത്തുനില്ക്കുന്നുണ്ടായിരുന്നു; ഞാൻ കഴുതപ്പുറത്ത് സവാരി ചെയ്ത്, എന്റെ താമസസ്ഥലത്തെത്തി, അല്പനേരം കിടന്നുറങ്ങി. പിന്നീട്, വിഭവസമൃദ്ധമായ അത്താഴം വീട്ടിൽ തയ്യാറാക്കി; ഒരു ജോടി താറാവുകളെ കറിവെച്ചു, ചോറ് ഉണ്ടാക്കി, ഉരുളക്കിഴങ്ങ് വറുത്ത് തേനിൽ മുക്കി, ബദാമും അണ്ടിപ്പരിപ്പും വറുത്തു, പഴങ്ങളും സുഗന്ധം പരത്തുന്ന പൂക്കളും ഒരുക്കിവെച്ചു. ഇതെല്ലാം ഒരു ചുമട്ടുകാരനെ വിളിച്ച് അവളുടെ വീട്ടിലേക്ക് കൊടുത്തുവിട്ടു. ഇരുട്ടായതോടെ ഞാൻ വീണ്ടും അമ്പത് ദിനാർ ഉറുമാലിൽ കെട്ടി, കഴുതപ്പുറത്തേറി, പതിവുപോലെ അവളുടെ ബംഗ്ലാവിലെത്തി. തിന്നും കുടിച്ചും രാത്രി മുഴുവൻ ആനന്ദലഹരിയിൽ ആറാടിയും നേരം വെളുപ്പിച്ചു. ദിനാർ ഉള്ള ഉറുമാൽ കെട്ട് അവൾക്ക് എറിഞ്ഞു കൊടുത്തശേഷം ഞാൻ കഴുതപ്പുറത്തേറി സ്വന്തം താമസസ്ഥലത്തേക്ക് പോന്നു. എന്റെ പണം മുഴുവൻ തീരുന്നതുവരെ ഈ ദിനചര്യ തുടർന്നു. ഒരു സുന്ദരമായ രാത്രിക്കുശേഷം ഞാൻ നിർധനനാണെന്ന പരമാർത്ഥം ഞാൻ മനസ്സിലാക്കി! ഒറ്റ ദിനാറോ, ദിറമോ അവശേഷിച്ചിട്ടില്ല! ഞാൻ സ്വയം പറഞ്ഞു. "ഇതെല്ലാം സാത്താന്റെ പണികളാണ്."

പിന്നെ, ഞാനെന്റെ വാസസ്ഥലത്തുനിന്നു നടന്ന്, 'സുവായ്‌ലാപോർട്ടിയി'ലെത്തി. അതിന്റെ ഗേറ്റിനുമുന്നിൽ വലിയ ഒരു കൂട്ടം ആളുകൾ നില്ക്കുന്നത് ഞാൻ കണ്ടു. എന്റെ വിധിയെന്നു പറയട്ടെ, അതിന്നിടയിൽ നില്ക്കുന്ന ഒരു അശ്വാരൂഢനിൽ എന്റെ ശ്രദ്ധ പതിഞ്ഞു. ഞാനറിയാതെ അയാളുടെ അരികിലേക്ക് സ്വയം നയിക്കപ്പെട്ടു; അയാളുടെ പോക്കറ്റിൽ എന്റെ കൈ കൊണ്ടപ്പോൾ, അതിൽ ഒരു പണസഞ്ചിയുണ്ടെന്നെനിക്ക് തോന്നി. പോക്കറ്റിൽ നിന്ന് ഒരു പച്ച സിൽക്ക് നൂൽ ഞാന്ന് കിടക്കുന്നത് കണ്ടപ്പോൾ അതൊരു പണസഞ്ചിയാണെന്നെനിക്കുറപ്പായി. ഓരോ നിമിഷവും ജനത്തിന്റെ തള്ളിച്ച കൂടിക്കൊണ്ടിരുന്നു. അ സമയത്ത് വിറക് കെട്ടുകൾ ചുമന്നു കൊണ്ട് അതിലെ ഒരു ഒട്ടകം കടന്നുപോയി; അത് ആ അശ്വാരൂഢനെ എതിർ വശത്തേക്ക് ഉന്തിത്തള്ളി നീക്കാനിടയാക്കി; അയാൾ ഒന്ന് വട്ടം തിരിഞ്ഞു; അപ്പോൾ അയാളുടെ ഷർട്ട് കീറിപ്പോയി. സാത്താന്റെ പ്രേരണയാൽ, ഞാൻ പച്ചസിൽക്ക് ചരട് പിടിച്ചു വലിച്ച്, നീല സിൽക്ക് തുണികൊണ്ടുള്ള ഒരു പണസഞ്ചി കൈക്കലാക്കി! എന്നാൽ, ആ കുതിരപ്പടയാളിയാകട്ടെ, തന്റെ പോക്കറ്റ് പെട്ടെന്ന് ഭാരം കുറഞ്ഞതായി കണ്ടു, കൈ പോക്കറ്റിലിട്ടുനോക്കി; അത് കാലിയായിരിക്കുന്നു! ഉടനെ അയാൾ എന്റെ നേരെ തിരിഞ്ഞു; തന്റെ ജീനിയിൽ നിന്നും കുന്തം വലിച്ചൂരി, അതുകൊണ്ട് എന്റെ തലയ്ക്കടിച്ചു. ഞാൻ ഉടനെ നിലംപതിച്ചു. അതോടെ ആളുകൾ ചുറ്റും കൂടി പടയാളിയുടെ കുതിരയെ തടഞ്ഞുനിർത്തി, വിളിച്ചുപറഞ്ഞു. "നിങ്ങളെ ഒന്ന് തള്ളി എന്നു വെച്ച് ഈ യുവാവിനെ ഇങ്ങനെ അടിച്ച് വീഴ്ത്തുകയോ!"

എന്നാൽ, പടയാളി അവരോട് വിളിച്ചു പറഞ്ഞു. "ഈ മനുഷ്യൻ ഒരു നശിച്ച കള്ളനാണ്!"

അതുകേട്ട് ഞാൻ എഴുന്നേറ്റുനിന്നു; ആളുകൾ എന്നെ നോക്കി അഭിപ്രായപ്പെട്ടു. "ഇല്ല, അവൻ ഒരു നല്ല യുവാവാണ്. അവൻ ഒരിക്കലും കക്കുകയില്ല."

ചിലർ എന്റെ ഭാഗം പിടിച്ചു, മറ്റു ചിലർ എനിക്ക് എതിരായും! വാഗ്വാദം വളരെ ഉച്ചത്തിലായി. ആളുകൾ എന്നെ പിടിച്ചുമാറ്റി, അവനിൽ നിന്നും രക്ഷിക്കുമായിരുന്നു; എന്നാൽ, വിധി വൈപരീത്യത്താൽ, അതേ സമയത്ത്, ഗവർണർ, പൊലീസ് മേധാവി തുടങ്ങിയവർ 'സുവായ്ലാ ഗേറ്റി'ലൂടെ കടന്നുവന്നു.

ആളുകൾ എന്റെ ചുറ്റും കൂടിയിരിക്കുന്നതും, അടുത്ത് ഒരു പടയാളി നില്ക്കുന്നതും കണ്ട് ഗവർണർ ചോദിച്ചു.

"എന്താണ് സംഭവം?"

"അള്ളായാണേ, ഓ പ്രഭോ, പടയാളി മറുപടി നല്കി."ഇവനൊരു കള്ളനാണ്! എന്റെ പോക്കറ്റിൽ നീല സിൽക്കുകൊണ്ടുള്ള ഒരു പണസഞ്ചിയുണ്ടായിരുന്നു. അതിൽ ഇരുപത് സ്വർണനാണയങ്ങൾ വെച്ചിരുന്നു. ഞാൻ തിക്കിലും തിരക്കിലുംപെട്ടപ്പോൾ ഇവൻ അതെടുത്തു."

ഗവർണർ ചോദിച്ചു "അപ്പോൾ അവന്റെ അടുത്ത് മറ്റാരെങ്കിലും ഉണ്ടായിരുന്നോ?"

"ഇല്ല." പടയാളി മറുപടി നല്കി.

ഉടനെ പൊലീസ് മേധാവിയോട് എന്നെ പിടികൂടാനായി ഗവർണർ ആജ്ഞാപിച്ചു. "അവന്റെ തുണി അഴിക്കുക. അവർ തുണിയഴിച്ചപ്പോൾ എന്റെ ഉടുപ്പിനുള്ളിൽ ആ പണസഞ്ചി കണ്ടെത്തി. ഗവർണർ അതെടുത്ത്, തുറന്ന്, എണ്ണിനോക്കി. അതിനുള്ളിൽ പടയാളി പറഞ്ഞതുപോലെ, ഇരുപത് ദിനാർ ഉണ്ടായിരുന്നു. അയാൾ കോപം സഹിക്കാനാവാതെ, തന്റെ രക്ഷാഭടന്മാരോട് എന്നെ അയാൾക്കുമുന്നിൽ കൊണ്ടുവരുവാനായി ആജ്ഞാപിച്ചു.

അയാൾ എന്നോട് ചോദിച്ചു. "ഇനി, ഓ, യുവാവേ സത്യം പറയൂ, ഈ പണസഞ്ചി നീ മോഷ്ടിച്ചതല്ലേ?"

അപ്പോൾ ഞാൻ തലതാഴ്ത്തി നിന്ന് സ്വയം പറഞ്ഞു. "ഇക്കാര്യം ഞാൻ നിഷേധിച്ചാൽ ഭയങ്കര കുഴപ്പത്തിലേക്ക് നീങ്ങും."

അതുകൊണ്ട്, ഞാൻ തലയുയർത്തി പറഞ്ഞു. "അതെ ഞാനാണത് എടുത്തത്."

ഗവർണർ ഈ വാക്കുകൾ കേട്ട് ആശ്ചര്യപ്പെട്ടുപോയി. അയാൾ സാക്ഷികളെ വിളിച്ച് എന്റെ കുറ്റസമ്മതം രേഖപ്പെടുത്തി. ഇതെല്ലാം നടന്നത് 'സുവോയ്ലാ ഗേറ്റി'ൽ വെച്ചാണ്. അപ്പോൾത്തന്നെ ഗവർണർ എന്റെ വലത് കൈപ്പത്തി വെട്ടിക്കളയാനായി ഉത്തരവിട്ടു. ഉടനെ നടപ്പാക്കപ്പെടുകയും ചെയ്തു. അതിനുശേഷം എന്റെ ഇടതുകാലും വെട്ടിക്കളയാനയാൾ ആജ്ഞാപിച്ചേനെ. എന്നാൽ, ആ പടയാളിയുടെ ഹൃദയം വ്യാകുലപ്പെട്ടു. അയാൾക്കെന്നിൽ ദയതോന്നി. എനിക്കുവേണ്ടി അയാൾ ഗവർണറോട് ഇടപെട്ടു. എന്നെ കൊല്ലരുതെന്നപേക്ഷിച്ചു. അപ്രകാരം ഗവർണർ എന്നെ വിട്ടു. ജനങ്ങൾ എനിക്ക് ചുറ്റും കൂടി ഒരു കപ്പ് വീഞ്ഞ് കുടിക്കാൻ തന്നു. ആ പടയാളിയാകട്ടെ, ആ പണസഞ്ചി എന്റെ മേൽ വെച്ചു കൊണ്ട് പറഞ്ഞു" നീയൊരു നല്ലവനായ യുവാവാണ്. ഒരു കള്ളന് യോജിച്ച പ്രകൃതമല്ല നിന്റേത്."

എനിക്ക് ആ പണസഞ്ചി തന്നുകൊണ്ട് ആ പടയാളി തിരിച്ചുപോയി. ഞാൻ കൈയിൽ തുണി വെച്ചുകെട്ടി. അത് നെഞ്ചത്തമർത്തിവച്ചുകൊണ്ട് ഞാനും എന്റെ വഴിക്ക് പോയി. എന്റെ രൂപം തന്നെ മാറിപ്പോയി. ലജ്ജയും വേദനയും മൂലം എന്റെ നിറം വിളർത്ത് മഞ്ഞയായി. എന്നിട്ടും ഞാനെന്റെ കാമുകിയുടെ വീട്ടിലേക്ക് പോയി. അവിടെ വല്ലാത്ത മാന സികാസ്വസ്ഥതയോടെ ഒരു കട്ടിലിൽ തളർന്നുവീണു. ഈ നിലയിൽ എന്നെകണ്ടപ്പോൾ അവൾ ചോദിച്ചു. "എന്താണ് നിങ്ങളെ വേദനിപ്പി ക്കുന്നത്? നിങ്ങളിൽ വല്ലാത്ത മാറ്റം വന്നതെന്തുകൊണ്ടാണ്? "എനിക്ക് തല വേദനിക്കുന്നു. ഒട്ടും സുഖമില്ല." ഞാൻ മറുപടി നല്കി.

അതുകേട്ട് അവൾ വല്ലാതെ വിഷമിച്ചു, എന്നെ കുറിച്ചോർത്ത് വേദ നിച്ചു. അവൾ പറഞ്ഞു "എന്റെ ഹൃദയം തകർക്കല്ലെ, ഓ, എന്റെ നാഥാ, എഴുന്നേറ്റ് തല ഉയർത്തിയിരുന്ന് ഇന്ന് എന്താണ് സംഭവിച്ചതെന്ന് എന്നോട് വിവരിക്കു. നിങ്ങളുടെ മുഖം ഒരു കഥ തന്നെ പറയുന്നുണ്ട്."

"ഈ വർത്തമാനം വിടൂ." ഞാൻ മറുപടി നല്കി. എന്നാൽ, അവൾ കരഞ്ഞുകൊണ്ടു തുടർന്നു. "എനിക്ക് തോന്നുന്നു,നിങ്ങൾക്കെന്നെ മടു ത്തെന്ന്. അങ്ങനെയാണ് നിങ്ങൾ കാണപ്പെടുന്നത്."

എന്നാൽ, ഞാൻ നിശ്ശബ്ദത പാലിച്ചു. ഞാനവളോട് മറുപടി ഒന്നും പറഞ്ഞില്ലെങ്കിലും അവളെന്നോട് രാത്രിയാകുന്നതുവരെ ചോദിച്ചു കൊണ്ടിരുന്നു. പിന്നെ അവൾ എന്റെ മുന്നിൽ ഭക്ഷണം നിരത്തി. എന്നാൽ, ഞാൻ ഭക്ഷണം വേണ്ടെന്നു പറഞ്ഞു. ഞാൻ ഇടതുകൈകൊണ്ട് ഭക്ഷണം കഴിക്കുന്നതവൾ കണ്ടെങ്കിലോ എന്ന് ഞാൻ ഭയപ്പെട്ടു. ഞാൻ അവളോട് പറഞ്ഞു. "ഇപ്പോൾ എനിക്ക് യാതൊരു വിശപ്പുമില്ല."

അവൾ പറഞ്ഞു. "നിങ്ങൾക്കെന്താണ് പറ്റിയതെന്ന് എന്നോട് പറയൂ. എന്തുകൊണ്ടാണ് നിങ്ങൾ ഇത്ര ദുഃഖിതനായി, ഹൃദയം തകർന്ന് ഇരി ക്കുന്നത്?"

ഞാൻ പറഞ്ഞു "അല്പം ക്ഷമിക്കുക, ഞാൻ എല്ലാം നിങ്ങളോട് സാവധാനം പറയാം."

അപ്പോൾ അവൾ എനിക്കായി വീഞ്ഞ് കൊണ്ടുവന്ന് പറഞ്ഞു. "ഇത് കുടിക്കൂ, നിങ്ങളുടെ ദുഃഖമെല്ലാം മാറും. നിങ്ങൾ ഇത് കുടിച്ച്, എല്ലാ വിശേഷങ്ങളും എന്നോട് തുറന്നു പറയുമെന്ന് ഉറപ്പിക്കുന്നു."

ഞാൻ അവളോട് ചോദിച്ചു "ഞാൻ നിങ്ങളോടത് പറയണമെന്നത് നിർബന്ധമാണോ?"

"അതെ." അവൾ മറുപടി നല്കി.

"അങ്ങനെയാണെങ്കിൽ നീ സ്വന്തം കൈക്കൊണ്ട് അത് പകർന്നു തരിക."

അവൾ ആദ്യം ഒരു കപ്പിൽ വീഞ്ഞ് ഒഴിച്ച് ആദ്യം കുടിച്ചു. (വിഷം ചേർത്തിട്ടില്ലെന്ന് ബോധ്യപ്പെടുത്താനായി പൗരസ്ത്യരാജ്യങ്ങളിലെ ഒരു പതിവാണത്!) പിന്നെ കപ്പിൽ എനിക്ക് പകർന്നുതന്നു. ഞാനത് അവ ളിൽ നിന്നും ഇടത് കൈക്കൊണ്ട് വാങ്ങിച്ചു. കണ്ണുനീർ തുടച്ച് ഞാനൊരു ശോകകാവ്യത്തിലെ ഏതാനും ഈരടികൾ പാടി!

പാടികഴിഞ്ഞശേഷം ഞാൻ കരഞ്ഞു. അവളതുകണ്ട് ഉറക്കെ നില വിളിച്ചു. "നിങ്ങളുടെ കണ്ണുനീരിന്റെ കാരണമെന്താണ്? നിങ്ങളെ ഹൃദയം തകർക്കുന്നു! നിങ്ങൾ എന്തുകൊണ്ടാണ് കപ്പ് ഇടതുകൈകൊണ്ട് എടു ക്കുന്നത്?"

ഞാൻ പറഞ്ഞു“ സത്യത്തിൽ, എന്റെ വലതുകൈയിൽ ഒരു കുരു ഉണ്ട്.”

“കൈനീട്ടി വെക്കൂ, ഞാനാകുരു പൊട്ടിച്ചുകളയാം.” “അത് പൊട്ടിക്കാറായിട്ടില്ല.” ഞാൻ മറുപടി നല്കി “അതുകൊണ്ട് എന്നെ ഓരോന്നും പറഞ്ഞു നീ വിഷമിപ്പിക്കല്ലെ! കാരണം, ഇപ്പോൾ എന്തായാലും കൈയിലെ കെട്ടഴിക്കാതെ എനിക്ക് കഴിയില്ല.” പിന്നെ ഒറ്റവലിക്ക് ഞാനാകപ്പിലെ വീഞ്ഞ് അകത്താക്കി. അവൾ പിന്നെ അക്കാര്യം പറഞ്ഞ് കൂടുതൽ ബുദ്ധിമുട്ടിച്ചില്ല. മദ്യലഹരി മൂത്ത്, ഞാൻ ഇരുന്നിരുന്ന കട്ടിലിൽത്തന്നെ കിടന്നുറങ്ങി. അപ്പോൾ, അവളെന്റെ വലതുകൈയിലേക്ക് നോക്കി. കൈപ്പത്തി അറ്റുപോയിരിക്കുന്നതവൾ കണ്ടു! അവൾ അപ്പോൾ എന്നെ ശ്രദ്ധയോടെ പരിശോധിച്ചു. എന്റെ പക്കൽ ഉണ്ടായിരുന്ന സ്വർണ നാണ്യങ്ങളും, പഴന്തുണി കൊണ്ട് കെട്ടിപ്പൊതിഞ്ഞ വലതുകൈയും അവൾ കണ്ടു! ആ കാഴ്ച അവളെ വല്ലാതെ ദുഃഖിപ്പിച്ചു. രാവിലെ വരെ അവൾ വിലപിച്ചുകൊണ്ടിരിക്കുകയായിരുന്നു.

രാവിലെ ഞാൻ ഉറക്കമെഴുന്നേറ്റപ്പോൾ, പാകം ചെയ്ത കോഴിയിറച്ചിയും ഒരു കപ്പ് വീഞ്ഞും അവൾ എന്റെ മുന്നിൽ വെച്ചു. ഞാൻ അവ കഴിച്ച് പണസഞ്ചി അവളെ ഏല്പിച്ച് പോകാൻ തയ്യാറായപ്പോൾ അവൾ പറഞ്ഞു. “എങ്ങോട്ടാണ് പോകുന്നത്?”

“എന്റെ ബിസിനസ് സ്ഥലത്തേക്ക്.”

“നിങ്ങൾ ഇപ്പോൾ പോകില്ല. ഇവിടെ ഇരിക്കൂ.” അങ്ങനെ ഞാൻ ഇരുന്നപ്പോൾ അവൾ തുടർന്നു.“ എന്നോടുള്ള അമിതമായ സ്നേഹംമൂലമല്ലേ നിങ്ങളുടെ പണമെല്ലാം നശിച്ചതും, ഈ കൈപ്പത്തി നഷ്ടപ്പെട്ടതും എല്ലാറ്റിനും ഉത്തരവാദി ഞാനാണെന്ന് നിങ്ങളെയും അള്ളായേയും സാക്ഷ്യപ്പെടുത്തി പറയുന്നു. ഞാൻ നിങ്ങളെ ഒരിക്കലും വിട്ടുപിരിയില്ല, നിങ്ങളുടെ കാല്ക്കൽ കിടന്ന് ഞാൻ മരിക്കും. എന്റെ വാക്കുകൾ സത്യമാണെന്ന് നിങ്ങൾ വേഗം മനസ്സിലാക്കും.”

പിന്നെ ഖാസിയേയും സാക്ഷികളെയും കൊണ്ടുവരാനായി അവൾ ആളെ വിട്ടു. അവർ എത്തിയപ്പോൾ അവൾ പറഞ്ഞു. “ഈ യുവാവുമായുള്ള എന്റെ വിവാഹകരാർ തയ്യാറാക്കുക. ഞങ്ങൾ വിവാഹിതരായെന്ന് സാക്ഷികളോടൊപ്പം രേഖപ്പെടുത്തുക.” അവർ പ്രമാണം തയ്യാറാക്കിയപ്പോൾ അവൾ പറഞ്ഞു. “എന്റെ എല്ലാ സ്ഥാവരജംഗമ സ്വത്തുക്കൾക്കും, ഈ പെട്ടിയിലുള്ള പണത്തിനും,എന്റെ പക്കലുള്ള അടിമകൾക്കും മറ്റ് പരിചാരികമാർക്കും ഈ യുവാവ് അധിപനാണ്. എല്ലാം ഞാൻ അദ്ദേഹത്തിന് ഇഷ്ടദാനമായി നല്കിയെന്ന് നിങ്ങളെ സാക്ഷ്യപ്പെടുത്തി പറയുന്നു.”

അവർ ആ പ്രസ്താവന അംഗീകരിച്ചു. പിന്നെ അവരുടെ പ്രതിഫല തുക വാങ്ങിച്ച്, സ്ഥലം വിട്ടു.

അതിനുശേഷം അവളെന്നെ കൈപിടിച്ച് ഒരു അറയിലേക്ക് കൂട്ടിക്കൊണ്ടുപോയി. വലിയൊരു പെട്ടി തുറന്ന്, എന്നോട് പറഞ്ഞു. “ഇതിലെന്താണെന്ന് നോക്കൂ.” ഞാനതിലേക്ക് നോക്കി, അത് നിറയെ ഉറുമാലുകളാണ്.!

അവൾ പറഞ്ഞു “നിങ്ങൾ എനിക്ക് തന്ന പണമാണിതെല്ലാം. അമ്പത് ദിനാറുകൾ വെച്ച് കെട്ടിയ ഉറുമാലുകൾ! എല്ലാം കെട്ടിപ്പൊതിഞ്ഞ് ഞാൻ ഈ പെട്ടിയിൽ ഇട്ടു. അതെല്ലാം നിങ്ങളുടേതാണ്. എടുത്തോളു, നിങ്ങൾ

വൻ സമ്പത്തിനുടമയാണ്. വിധിയും സമ്പത്തും നിങ്ങളെ വല്ലാതെ പീഡിപ്പിച്ചു, എന്നുമാത്രമല്ല, എനിക്കുവേണ്ടി നിങ്ങളുടെ കൈപ്പത്തി നഷ്ടമാകുകയും ചെയ്തു. എനിക്ക് നിങ്ങളോടൊരിക്കലും പ്രത്യുപകാരം ചെയ്യാനാവില്ല. ഞാൻ സ്വന്തം ജീവൻ നിങ്ങൾക്കുവേണ്ടി സമർപ്പിച്ചാലും അത് തുച്ഛമായ കാര്യമാണ്. എന്നാലും ഞാൻ നിങ്ങൾക്ക് കടപ്പെട്ടവൾ ആയിരിക്കും. നിങ്ങളുടെ പണം ഏറ്റെടുക്കുക."

അപ്പോൾ അവളുടെ പെട്ടിയിലെ പണമെല്ലാം ഞാൻ എന്റെ പെട്ടിയിലേക്ക് മാറ്റി. എന്റെയും അവളുടെയും പണം ഒന്നിച്ചാക്കി. എന്റെ ഹൃദയം ശാന്തമായി. എന്റെ ദുഃഖം നിലച്ചു. ഞാൻ എഴുന്നേറ്റ് നിന്ന് അവളെ ചുംബിച്ചു, അവളോട് നന്ദി പറഞ്ഞു.

അവൾ പറഞ്ഞു "എന്റെ പ്രേമത്തിനുവേണ്ടി നിങ്ങൾ സ്വന്തം കൈ നഷ്ടപ്പെടുത്തി. അതിന് തുല്യമായി എനിക്കെന്താണ് നല്കാൻ കഴിയുക? അള്ളായാണേ, നിങ്ങളുടെ പ്രേമത്തിനുപകരം എന്റെ ജീവൻ തന്നെ തന്നാലും അത് അധികമാകില്ല. എന്നിലുള്ള നിങ്ങളുടെ അവകാശത്തിന് അത് എത്രയോ നിസ്സാര നീതികരണമാണ്!"

പിന്നെ നിയമപരമായി അവളുടെ എല്ലാ സ്വത്തുക്കളും തുണികളും സ്വർണാഭരണങ്ങളും സാമാനങ്ങളും കൃഷിസ്ഥലങ്ങളും എല്ലാം എന്റെ പേരിൽ ആക്കി, പ്രമാണമുണ്ടാക്കി. അന്നവൾ ഉറങ്ങാൻ കിടന്നതേയില്ല. ഞാൻ എന്റെ കാര്യങ്ങളെല്ലാം തുറന്നു പറയുന്നതുവരെ അവൾ ദുഃഖിതയായി രാത്രിമുഴുവൻ ഇരുന്നു. രാത്രി ഞാനവളോടൊപ്പം കഴിഞ്ഞു. എന്നാൽ, ഒരുമാസം ഞങ്ങൾ ഒന്നിച്ച് ജീവിതം തുടർന്നപ്പോഴേക്കും അവൾ രോഗിയായിമാറി. എന്റെ കൈപ്പത്തി നഷ്ടപ്പെടാനിടയായതോർത്ത് അവൾ സദാസമയം ദുഃഖിച്ചിരുന്നു. അവളുടെ രോഗം വർദ്ധിക്കാനത് ഇടയാക്കി. അമ്പത് ദിവസത്തിനുശേഷം അവൾ സ്വർഗ്ഗലോകം പൂകി.

ഖുർ-ആൻ വായനയും, ദൈവിക പ്രാർത്ഥനയും നടത്തിയശേഷം അവളുടെ മൃതദേഹം സംസ്കരിക്കപ്പെട്ടു. ധാരാളം പണം അവളുടെ പേരിൽ ധർമ്മം നല്കുകയുണ്ടായി. അതിനുശേഷം ശ്മശാനത്തിൽ നിന്നും ഞാൻ വീട്ടിലേക്ക് മടങ്ങി.

അവൾ വൻ സമ്പത്തും, അടിമകളും, ബംഗ്ലാവുകളും, ഭൂമിയും വിട്ടുപോയിട്ടുണ്ടെന്ന് ഞാൻ മനസ്സിലാക്കി. അവളുടെ 'ഗോഡൗണു'കളിലൊന്നിൽ നിറയെ എള്ള് ആയിരുന്നു. അതിലെ ഒരു ഭാഗമാണ് ഞാൻ നിങ്ങൾക്ക് വിറ്റത്. ഗോഡൗണിലുള്ളതെല്ലാം വിറ്റു തീരുന്നതുവരെ അതിന്റെ കണക്കെടുക്കാനുള്ള സമയമോ, താത്പര്യമോ എനിക്കില്ലായിരുന്നു. ഇതുവരെ ആയിട്ടും അതിന്റെ പണം പിരിച്ചുകഴിഞ്ഞിട്ടുമില്ല. അതുകൊണ്ട് ഞാൻ പറയാൻ പോകുന്നതിനെ നിങ്ങൾ നിരാകരിക്കരുത്. രണ്ട് പ്രാവശ്യം ഞാൻ നിങ്ങളുടെ ഭക്ഷണം കഴിച്ചിട്ടുണ്ട്. അതുകൊണ്ട് നിങ്ങൾ എനിക്ക് തരാനുള്ള എള്ളിന്റെ വില ഞാൻ നിങ്ങൾക്ക് പാരിതോഷികമായി തരാൻ ആഗ്രഹിക്കുന്നു ഇതാണ് എന്റെ വലതു കൈപ്പത്തി നഷ്ടപ്പെട്ടതിന്റെയും ഇടതുകൈകൊണ്ട് ഭക്ഷണം കഴിക്കേണ്ടിവന്നതിന്റെയും കാരണം.

"തീർച്ചയായും" ഞാൻ പറഞ്ഞു. "നിങ്ങൾ എന്നോട് പരമാവധി കാരുണ്യവും ഔദാര്യവും കാണിച്ചു."

അപ്പോൾ അയാൾ എന്നോട് ചോദിച്ചു. "നിങ്ങൾക്ക് എന്തുകൊണ്ട് എന്നോടൊപ്പം എന്റെ നാട്ടിലേക്ക് വന്നുകൂടാ? ഞാൻ 'കയ്റൊ' യിലേയും അലക്സാണ്ട്രിയായിലേയും ചരക്കുകളുമായി തിരിച്ചുപോകാറായി. പറയൂ, നിങ്ങൾ എന്നോടൊപ്പം വരുമോ?"

"വരാം." ഞാൻ പറഞ്ഞു.

അങ്ങനെ ഞാൻ അയാളോടൊപ്പം ചെല്ലാമെന്ന് സമ്മതിച്ചു. എന്റെ ചരക്കുകൾ എല്ലാം വിറ്റഴിച്ച് മറ്റ് ചരക്കുകൾ വാങ്ങിച്ചു. പിന്നെ ഞങ്ങൾ ഒന്നിച്ച് യാത്രതിരിച്ചു. അങ്ങനെ ഞാനും ആ യുവാവും ഇവിടെ എത്തി. അയാൾ സ്വന്തം ചരക്കുകൾ വിറ്റ്, ഈ രാജ്യത്തെ സാമാനങ്ങൾ വാങ്ങിച്ച്, ഈജിപ്തിലേക്കുള്ള തന്റെ യാത്ര തുടർന്നു. എന്നാൽ, എന്റെ വിധി ഇവിടെ തുടരാനായിരുന്നു. അങ്ങനെ തലേന്ന് രാത്രിയിലെ ആ സംഭവത്തിൽ എനിക്ക് പങ്കാളിയാകേണ്ടിവന്നു. അല്ലയോ മഹാരാജാവേ, എന്റെ കഥ ആ കൂനന്റെ കഥയേക്കാൾ ആശ്ചര്യകരമല്ലേ?

"അല്ല." രാജാവ് മറുപടി നല്കി. "എനിക്കത് സമ്മതിക്കാനാവില്ല. നിന്നെ തൂക്കിക്കൊല്ലുകയല്ലാതെ രക്ഷയില്ല, നിങ്ങളെ ഓരോരുത്തരെയും." - അപ്പോഴേക്കും നേരം പുലരാറായെന്നും, തനിക്ക് കഥ പറയാനായി അനുവദിച്ച സമയം കഴിഞ്ഞെന്നും ഷാഹ് രസാദ് മനസ്സിലാക്കി.

ഇരുപത്തിയേഴാം രാവ്

ഓ, കീർത്തിമാനായ രാജാവേ, അതുകൊണ്ടൊന്നും രക്ഷയില്ല, നിങ്ങൾ തൂക്കിലേറ്റപ്പെടും എന്ന് ചൈനാരാജാവ് പ്രഖ്യാപിച്ചപ്പോൾ, സുൽത്താന്റെ അടുക്കള കാര്യസ്ഥൻ മുന്നോട്ടുവന്ന് പറഞ്ഞു. "അങ്ങ് എന്നെ അനുവദിക്കുമെങ്കിൽ, ഈ കൂനനെ കണ്ടെത്തുന്നതിന് മുമ്പ് എനിക്ക് സംഭവിച്ച കഥ ഞാൻ അങ്ങയോട് പറയാം. അത് ഇയാളുടെ കഥയേക്കാൾ അദ്ഭുതകരമാണെങ്കിൽ അങ്ങ് ഞങ്ങളുടെ ജീവൻ രക്ഷിക്കുമോ?" രാജാവ് "ശരി" എന്ന് പറഞ്ഞതോടെ അയാൾ കഥ പറയാൻ തുടങ്ങി.

അടുക്കള കാര്യസ്ഥന്റെ കഥ

അങ്ങേക്ക് അറിയാമോ രാജാവേ, ഇന്നലെ രാത്രി ഞാൻ മതപണ്ഡിതന്മാരുടെ ഒരു യോഗത്തിൽ ആയിരുന്നു. അവിടെ ഖുർ-ആൻ പാരായണവും വ്യാഖ്യാനവും തുടർന്നു. പാരായണം അവസാനിച്ചപ്പോൾ, ഭക്ഷണത്തിനായി തീൻമേശ വിരിച്ചു. ആഹാരപദാർഥങ്ങൾക്കിടയിൽ, ഏലക്കായയും മസാലയും ചേർത്ത് പാകം ചെയ്ത ഇറച്ചിക്കറിയുണ്ടായിരുന്നു. ഞങ്ങൾ ഭക്ഷണം കഴിക്കവെ ആ കറി സ്പർശിക്കാത്ത ഒരുവൻ ഞങ്ങൾക്കിടയിൽ ഉണ്ടെന്ന് ഞാൻ കണ്ടു! അത് കഴിച്ചുനോക്കാനായി ഞങ്ങൾ അവനോട് ആവശ്യപ്പെട്ടെങ്കിലും അവനത് കഴിക്കില്ലെന്ന് ശപഥം ചെയ്തു. ഞങ്ങൾ വീണ്ടും വീണ്ടും നിർബന്ധിച്ചപ്പോൾ അവൻ പറഞ്ഞു. "എന്നെ നിർബന്ധിക്കരുത്. അത് കഴിച്ച്, വളരെയേറെ ദുരിതമനുഭവിച്ചവനാണ് ഞാനെന്ന് പറഞ്ഞാൽ മതിയല്ലോ."

ഞങ്ങൾ അയാളോട് പറഞ്ഞു. "അള്ളാ നിങ്ങളെ കാത്തുരക്ഷിക്കട്ടെ. നിങ്ങൾ ഏലക്കായ ഇട്ട് പാകം ചെയ്ത ഇറച്ചി നിരസിക്കാൻ ഉള്ളകാരണം ഞങ്ങളോട് പറയൂ."

"എങ്കിൽ, അങ്ങനെത്തന്നെയാകട്ടെ." അയാൾ മറുപടി നല്കി. "ഞാനത് കഴിക്കണമെന്നുണ്ടെങ്കിൽ,എന്റെ കൈ നാല്പത് പ്രാവശ്യം സോപ്പ് കൊണ്ടും, നാല്പത് പ്രാവശ്യം പൊട്ടാഷ് കൊണ്ടും നാല്പത് പ്രാവശ്യം ഇഞ്ചിപ്പുല്ല് വെള്ളം കൊണ്ടും (മണം മാറ്റുവാൻ) കഴുകണം. അതായത് മൊത്തം നൂറ്റിഇരുപത് പ്രാവശ്യം കഴുകണം!" അതുകേട്ട് ആതിഥ്യമര്യാദയുള്ള ആതിഥേയൻ അയാൾക്കാവശ്യമുള്ളതെല്ലാം ചെയ്തുകൊടുക്കുവാനായി തന്റെ അടിമകളോട് ആജ്ഞാപിച്ചു. അങ്ങനെ, ആ യുവാവ് പറഞ്ഞ പ്രകാരം നൂറ്റിഇരുപത് പ്രാവശ്യം തന്റെ കൈകഴുകി.

പിന്നെ, അയാൾ വെറുപ്പോടും ദേഷ്യത്തോടും കൂടി, ഇറച്ചിക്കറിയിൽ അപ്പം മുക്കികഴിക്കാൻ തുടങ്ങി. അതേ സമയം മുഖത്ത് ഭയങ്കരദേഷ്യം പ്രകടമായിരുന്നു. ഞങ്ങൾ ഭയങ്കര അദ്ഭുതത്തോടെ അവനെ മിഴിച്ചു നോക്കിക്കൊണ്ടിരുന്നു. അവന്റെ കൈവിറക്കുന്നുണ്ട്. ഒരുകഷണം എടുത്ത് വായിൽ ഇടുമ്പോൾ, അവന്റെ തള്ളവിരൽ മുറിച്ചുമാറ്റിയതായി ഞങ്ങൾ കണ്ടു. അവൻ തന്റെ നാല് വിരലുകൾ ഉപയോഗിച്ചാണ് ഭക്ഷണം കഴിച്ചിരുന്നത്. അതുകൊണ്ട് ഞങ്ങൾ ചോദിച്ചു. "അള്ളാ നിങ്ങളെ അനുഗ്രഹിക്കട്ടെ, നിങ്ങളുടെ തള്ളവിരലിന് എന്ത് പറ്റി? ജന്മനാ നിങ്ങളുടെ വിരൽ അപ്രകാരമായിരുന്നോ,അതോ വല്ല അപകടം പറ്റിയതാണോ?

"ഓ, എന്റെ സഹോദരന്മാരേ" അവൻ മറുപടി നല്കി. "ഈ തള്ളവിരൽ മാത്രമല്ല, എന്റെ മറ്റെ കൈയിലെ തള്ളവിരലും, ഇരുപാദങ്ങളിലെ തള്ളവിരലുകളും അപ്രകാരം തന്നെ, നിങ്ങൾ നോക്കൂ."

അയാൾ തന്റെ ഇടതുകൈയും പാദങ്ങളും തുണി നീക്കിക്കാണിച്ചു. ഇടതുകൈ വലതുകൈപോലെത്തന്നെയാണെന്നും, ഓരോ പാദത്തിലെയും തള്ളവിരൽ നഷ്ടപ്പെട്ടിരിക്കയാണെന്നും ഞങ്ങൾ കണ്ടു. ഈ രീതിയിൽ ഞങ്ങൾ അവനെ കണ്ടപ്പോൾ, ഞങ്ങൾ കൂടുതൽ ആശ്ചര്യഭരിതരായി, അവനോട് പറഞ്ഞു. "ഞങ്ങൾക്ക് കാത്തിരിക്കാനുള്ള ക്ഷമയില്ല. നിന്റെ തള്ളവിരലുകൾ മുറിച്ചുകളഞ്ഞതിന്റെയും നൂറ്റി ഇരുപത് പ്രാവശ്യം കൈകഴുകുന്നതിന്റെയും കാരണം എന്താണെന്നറിയാൻ ഞങ്ങൾ ആകാംക്ഷഭരിതരാണ്."

നിങ്ങൾക്കറിയാമോ, അവൻ പറഞ്ഞുതുടങ്ങി. കാലിഫാ അരുൺ അൽറഷീദിന്റെ ഭരണകാലത്ത് എന്റെ അച്ഛൻ വ്യാപാരികളിൽ മുഖ്യനും ഏറ്റവും ധനികനുമായിരുന്നു. അദ്ദേഹം ഭയങ്കര മദ്യപാനിയും വീണയും മറ്റ് വാദ്യോപകരണങ്ങളും വല്ലാതെ ആസ്വദിക്കുന്നവനുമായിരുന്നു. അങ്ങനെ അദ്ദേഹം മരിക്കുമ്പോഴേക്കും സ്വത്തെല്ലാം നശിച്ചുകഴിഞ്ഞിരുന്നു! ഞാൻ അദ്ദേഹത്തെ ആചാരപ്രകാരം മറവു ചെയ്തു, ഖുർ-ആൻ പാരായണം നടത്തി. രാവും പകലും ദുഃഖമാചരിച്ചു. പിന്നെ, ഞാൻ അദ്ദേഹത്തിന്റെ കടതുറന്നപ്പോഴാണ് മനസ്സിലാക്കുന്നത്, അവിടെയുള്ള ചരക്കുകളേക്കാൾ എത്രയോ അധികമാണ് കടം എന്ന്.

എന്തായാലും കടക്കാരോട് അവധി വാങ്ങി അവർക്ക് കൊടുക്കാനുള്ള പണമെല്ലാം കൊടുത്തുതീർത്തെന്നുമാത്രമല്ല, ഞാൻ എന്റേതായ

രീതിയിൽ വ്യാപാരം കുറെശ്ശെ കുറെശ്ശെയായി വിപുലീകരിച്ചെടുക്കുകയും ചെയ്തു.

ഒരു ദിവസം ഞാനെന്റെ കടയിൽ ഇരിക്കവെ, അതിസുന്ദരിയായൊരു യുവതി എന്റെ മുന്നിൽ പ്രത്യക്ഷപ്പെട്ടു. ഇവളേക്കാൾ സുന്ദരിയായൊരു സ്ത്രീയെ ഞാനിതുവരെ കണ്ടിട്ടില്ല. ഏറ്റവും വിലപിടിച്ച വസ്ത്രങ്ങളും ആഭരണങ്ങളും ധരിച്ച് ഒരു പെൺകുതിരപ്പുറത്താണ് വരവ്. ഒരു നീഗ്രോ അടിമ അവൾക്ക് മുന്നിലും മറ്റൊരാൾ പിന്നിലും നടക്കുന്നു. അവൾ കഴുതയെ കടിഞ്ഞാൺ പിടിച്ചുനടത്തി ബസാറിലെത്തി. ഒരു നപുംസകത്തോടൊപ്പം അങ്ങോട്ട് കയറിച്ചെന്നു. നപുംസകം അവളോട് പറഞ്ഞു. "ഓ, മഹതി, വരൂ, അങ്ങയുടെ പ്രകാശം ഞങ്ങളെ കത്തിജ്വലിപ്പിക്കട്ടെ!" അവൻ അവളുടെ അംഗരക്ഷകനായി മുന്നിൽ നില്ക്കുകയാണ്. അവൾ കച്ചവടക്കാരുടെ കടകളിലേക്ക് കണ്ണോടിച്ചു. എന്റെ കടയല്ലാതെ മറ്റൊന്നും തുറന്നിട്ടില്ലെന്നവൾ കണ്ടു. അവൾ ഉടനെ എന്റെ കടയിലേക്ക് നപുംസകത്തോടൊപ്പം വന്ന് എന്നെ സലാം ചെയ്ത് ഇരിപ്പിടത്തിൽ ഉപവിഷ്ടയായി. അവളുടേതുപോലെ ഇത്രയും മധുരമായൊരു ശബ്ദം ഞാനിതുവരെ കേട്ടിട്ടില്ല. പിന്നെ അവൾ സ്വന്തം ശിരോവസ്ത്രം മാറ്റി. പൂർണ്ണചന്ദ്രനെപ്പോലെ ശോഭിക്കുന്ന സുന്ദരമായ മുഖമാണവളുടേത്! ഞാൻ ഒളികണ്ണിട്ട് അവളെ ഒന്ന് നോക്കിയപ്പോൾ, ആയിരം നെടുവീർപ്പുകൾ എന്നിൽ നിന്നുയർന്നു. എന്റെ ഹൃദയം അവളുടെ പ്രേമത്തിനുമുന്നിൽ സമർപ്പിക്കപ്പെട്ടു. എനിക്കവളുടെ മുഖത്തുനിന്നും കണ്ണെടുക്കാൻ കഴിഞ്ഞില്ല.

ഏതാനും നിമിഷങ്ങൾക്കുശേഷം അവൾ എന്നോട് ചോദിച്ചു,

"അല്ലയോ യുവാവേ? നിങ്ങളുടെ പക്കൽ എന്തെങ്കിലും നല്ല സാധനങ്ങൾ വില്ക്കാനുണ്ടോ?"

"ഓ, മഹതി, നിങ്ങളുടെ ഈ അടിമ ദരിദ്രനാണ്. എന്നാൽ, മറ്റ് കച്ചവടക്കാർ കട തുറക്കുന്നതുവരെ കാത്തിരിക്കുക. നിങ്ങൾക്ക് വേണ്ടതെല്ലാം ഞാൻ വാങ്ങിച്ചുതരാം."

പിന്നെ ഞങ്ങൾ ഇരുന്നു സംഭാഷണത്തിലേർപ്പെട്ടു (ഞാനവളുടെ പ്രേമസാഗരത്തിൽ മുങ്ങിത്തുടിച്ചു.) മറ്റ് കടകൾ തുറക്കുന്നതുവരെ ആ സംഭാഷണം തുടർന്നു. കട തുറന്നപ്പോൾ ഞാൻ പോയി അവൾക്കാവശ്യമുള്ള വസ്തുക്കൾ വാങ്ങിച്ചു കൊണ്ടുവന്നു. അയ്യായിരം ദിറമിന്റെ സാധനങ്ങൾ. അവൾ ആ സാധനങ്ങളെല്ലാം നപുംസകത്തിനെ ഏല്പിച്ച്, വാതിൽ കടന്ന് കഴുതപ്പുറത്തേറി സ്ഥലം വിട്ടു. എന്നോട് ഒരക്ഷരം മിണ്ടാതെയാണവൾ ഇറങ്ങിപ്പോയത്. ചെറിയകാര്യങ്ങളെക്കുറിച്ചവളോട് പറയാനെനിക്ക് ലജ്ജ തോന്നി. എന്നാൽ, കച്ചവടക്കാർ അവരുടെ പണത്തിനായി എന്നെ ബുദ്ധിമുട്ടിച്ചു. ആ അയ്യായിരം രൂപയ്ക്ക് ഞാൻ മറുപടി പറയേണ്ടതായി വന്നു. അവളോടുള്ള പ്രേമത്തിൽ മുങ്ങിക്കുളിച്ചുകൊണ്ട് ഞാൻ വീട്ടിലേക്ക് പോയി. അവളെ കുറിച്ചോർത്തുകൊണ്ട് അത്താഴം കഴിച്ചു. അവളുടെ സൗന്ദര്യവും പ്രേമവും എന്നെ ഉന്മത്തനാക്കിയിരുന്നു. ആ ചിന്തയിൽ ഞാൻ ഉറങ്ങാൻ കിടന്നു. എന്നാൽ, 'നിദ്ര' എന്നെ കടാക്ഷിച്ചില്ല. ഒരാഴ്ച മുഴുവൻ അതായിരുന്നു എന്റെ അവസ്ഥ. കച്ചവടക്കാർ തങ്ങളുടെ പണത്തിനായി എന്നെ അലട്ടിക്കൊണ്ടിരുന്നു. എന്നാൽ, ഒരാഴ്ചകൂടി ക്ഷമിക്കാനായി അവരോട് അഭ്യർത്ഥിച്ചു. അതിനുശേഷം അവൾ തന്റെ നപുംസകത്തേയും രണ്ട് അടിമകളേയും

കൂട്ടി കഴുതപ്പുറത്തേറി എന്നെ സലാം ചെയ്ത്കൊണ്ട് പറഞ്ഞു. "ഓ, എന്റെ നാഥാ, ആ സാമാനങ്ങളുടെ വില തരുവാൻ ഞങ്ങൾ കുറച്ച് വൈകി. എന്നാൽ ഇതാ നിങ്ങളുടെ പണം." അങ്ങനെ ഞാൻ 'കേഷ്യറെ' വിളിച്ചുവരുത്തി. നപുംസകം പണം അയാളുടെ മുന്നിൽ വച്ച് എണ്ണിതിട്ടപ്പെടുത്തി. എന്നെ ഏല്പിച്ചു.

പിന്നെ മാർക്കറ്റ് തുറക്കുന്നതുവരെ ഞങ്ങൾ ഇരുവരും അടുത്തടുത്തിരുന്ന് സംഭാഷണത്തിലേർപ്പെട്ടു. അതിനുശേഷം അവൾ എന്നോട് പറഞ്ഞു "എനിക്ക് അതും ഇതും എല്ലാം വാങ്ങിച്ച് കൊണ്ടുവരൂ."

അങ്ങനെ, അവൾ ആവശ്യപ്പെട്ടതെല്ലാം മാർക്കറ്റിൽ നിന്ന് വാങ്ങിച്ചു കൊണ്ടുവന്നു. അവൾ അതെല്ലാം എടുത്ത്, വിലയെ കുറിച്ച് ഒരക്ഷരം മിണ്ടാതെ സ്ഥലം വിട്ടു! അവൾ എന്റെ കൺമുന്നിൽ നിന്നും അപ്രത്യക്ഷപ്പെട്ടതോടെ ഞാൻ ചെയ്തതോർത്ത് സ്വയം പശ്ചാത്തപിച്ചു. കാരണം, ആയിരം ദിനാറിന്റെ സാധനങ്ങളാണവൾ വാങ്ങിച്ചു കൊണ്ടുപോയത്! ഞാൻ ആത്മഗതമായി പറഞ്ഞു "എന്തുതരത്തിലുള്ള പ്രേമമാണിത്? അവൾ എനിക്ക് അയ്യായിരം ദിറം കൊണ്ടുതന്നു. എന്നിട്ട് ആയിരം ദിനാറിനുള്ള സാധനങ്ങൾ കൊണ്ടുപോകുകയും ചെയ്തു.

കച്ചവടക്കാർക്ക് പണം നല്കാനാവാതെ എനിക്ക് പിച്ചതെണ്ടേണ്ടി വരുമെന്ന് ഞാൻ ഭയന്നു. ഞാൻ സ്വയം പറഞ്ഞു." അവർക്ക് എന്നെയല്ലാതെ മറ്റാരേയും അറിയില്ല. ഈ സുന്ദരി ഒരു വഞ്ചകിയും തട്ടിപ്പുകാരിയുമായിരിക്കാം. അവൾ സ്വന്തം സൗന്ദര്യവും അംഗലാവണ്യവും പ്രദർശിപ്പിച്ച് എന്നെ പറ്റിക്കുകയായിരുന്നു. ഞാൻ ഒരു വിഡ്ഢി യുവാവാണെന്ന് അവൾ മനസ്സിലാക്കിക്കാണും. അവളുടെ മേൽവിലാസം ചോദിക്കാതിരുന്നതിന് എന്നെ പരിഹസിച്ചുകാണും."

ഈ ചിന്തകളും ഭീതിയും എന്നെ സദാ അലട്ടിക്കൊണ്ടിരുന്നു. കാരണം, അവൾ പോയിട്ട് ഒരുമാസത്തിലധികമായി. വ്യാപാരികൾ തങ്ങളുടെ പണം കിട്ടാനായി എന്നെ ബുദ്ധിമുട്ടിച്ചുകൊണ്ടിരുന്നു. അവരുടെ കഠിനമായ സമ്മർദ്ദം സഹിക്കാതായപ്പോൾ, ഞാൻ എന്റെ സ്വത്ത് വില്ക്കാൻ തീരുമാനിച്ചു. ഞാൻ നാശത്തിന്റെ വക്കിലെത്തി.

എന്തായാലും, ഒരു ദിവസം ഞാൻ എന്റെ കടയിൽ ദുഃഖിതനായി ഇരിക്കവെ, അവൾ പെട്ടെന്ന് സവാരി ചെയ്ത് ബസാർഗേറ്റിൽ എത്തി കഴുതപ്പുറത്തു നിന്ന് താഴെ ഇറങ്ങി, നേരെ എന്റെ അടുത്ത് വന്നു. ഞാൻ അവളെ കണ്ട ഉടനെ എന്റെ എല്ലാ വിഷമങ്ങളും പോയ്മറഞ്ഞു. ബുദ്ധിമുട്ടുകൾ മറന്നു! അവൾ എന്റെ അടുത്ത് വന്ന് അവളുടെ മധുരമായ ശബ്ദത്തിൽ എന്നെ വണങ്ങി സുഖകരമായ സ്വരത്തിൽ സംസാരിച്ചു. "കേഷ്യറെ വിളിച്ച്, നിങ്ങൾ പണം എണ്ണി വാങ്ങിക്കുക."

അങ്ങനെ ഞാനവൾക്ക് വാങ്ങിക്കൊടുത്തതിന്റെ വിലയേക്കാളേറെ പണം അവൾ എനിക്ക് നല്കി. പിന്നെ എന്നോടൊപ്പമിരുന്ന് സ്വതന്ത്രമായി സംസാരിക്കാൻ തുടങ്ങി. സന്തോഷവും ആഹ്ലാദവും മൂലം ഞാൻ മരിച്ചുപോകുമെന്ന് തോന്നി.

അപ്പോൾ അവൾ എന്നോട് ചോദിച്ചു. "നിങ്ങൾക്ക് ഭാര്യയുണ്ടോ?"

"തീർച്ചയായും ഇല്ല, ഒരു സ്ത്രീ എന്താണെന്ന് ഞാൻ ഒരിക്കലും അറിഞ്ഞിട്ടില്ല. ഞാൻ കണ്ണുനീർപൊഴിക്കാൻ തുടങ്ങി. "നിങ്ങൾ എന്തിനാണ് കരയുന്നത്?"

"ഒന്നുമില്ല."

ഞാനപ്പോൾ ആ നപുംസകത്തിന് ഏതാനും സ്വർണ്ണനാണ്യങ്ങൾ നല്കിക്കൊണ്ട് ഇക്കാര്യത്തിൽ എന്റെ ദല്ലാളാകാൻ യാചിച്ചു.

എന്നാലവൻ ചിരിച്ചുകൊണ്ട് പറഞ്ഞു. "നിങ്ങൾ അവളെ സ്നേഹി ക്കുന്നതിലേറെ അവൾ നിങ്ങളെ സ്നേഹിക്കുന്നുണ്ട്. നിങ്ങളിൽ നിന്ന വൾ വാങ്ങിച്ച വസ്ത്രങ്ങൾ അവൾക്കാവശ്യമുണ്ടായിട്ടൊന്നുമല്ല. നിങ്ങ ളുടെ പ്രേമത്തിനുവേണ്ടി മാത്രമാണ്! അതുകൊണ്ട് നിങ്ങളുടെ ആഗ്രഹ ങ്ങൾ നേരിട്ട് പറഞ്ഞോളൂ, അവൾ ഒന്നും നിരസിക്കില്ല."

ഞാൻ നപുംസകത്തിന് ദിനാറുകൾ നല്കുന്നതുകൊണ്ട്, അവൾ തിരിച്ചുവന്ന് വീണ്ടും എന്റെ അടുത്തിരുന്നു.

ഞാൻ അവളോട് പറഞ്ഞു." നിങ്ങൾ സ്വന്തം അടിമയോട് കരുണ കാണിക്കണം, എന്നോടവൻ പറഞ്ഞതിന് അവനോട് ക്ഷമിക്കുക."

പിന്നെ ഞാൻ എന്റെ മനസ്സിലുള്ള കാര്യം അവളോട് തുറന്നു പറഞ്ഞു. അവൾ അതിന് സമ്മതം മൂളി. എന്നിട്ട് നപുംസകത്തിനോട് പറഞ്ഞു. "നീ എന്റെ സന്ദേശം അദ്ദേഹത്തിന് കൊണ്ടുകൊടുക്കണം." പിന്നെ എന്നോട് തുടർന്നു. "നിങ്ങൾ ഈ നപുംസകം നിർദേശിക്കുന്നതു പോലെ ചെയ്യുക."

അതിനുശേഷം അവൾ എഴുന്നേറ്റ് പോയി. ഞാൻ കച്ചവടക്കാർക്ക് അവരുടേതായ പണം നല്കി. എല്ലാവർക്കും നല്ല ലാഭം കിട്ടി. എന്നാൽ അവളുടെ വേർപാടിന്റെ ദുഃഖമായിരുന്നു എന്റെ ലാഭം. അന്ന് രാത്രി മുഴുവൻ എനിക്ക് ഉറങ്ങാൻ കഴിഞ്ഞില്ല. അധികം നാളുകൾ കഴിഞ്ഞില്ലാ അപ്പോഴേക്കും അവളുടെ നപുംസകം എന്റെ അടുത്തെത്തി. ഞാനവനെ ബഹുമാനത്തോടെ സ്വീകരിച്ച്, അവന്റെ യജമാനത്തിയെക്കുറിച്ചന്വേ ഷിച്ചു.

"അവർ ശരിക്കും നിങ്ങളോടുള്ള പ്രേമം മൂത്ത് അവശ നിലയിലെ ത്തിയിരിക്കുകയാണ്." അവൻ മറുപടി പറഞ്ഞു.

"അവൾ ആരാണെന്ന് എന്നോട് പറയൂ."

"കാലിഫാ അരുൺ അൽ റഷീദിന്റെ രാജ്ഞി എടുത്ത് വളർത്തിയ പരിചാരികയാണവൾ. അന്തഃപുര കാര്യസ്ഥ. അവൾക്ക് ഇഷ്ടംപോലെ പുറത്ത് പോകാനും വരാനും സ്വാതന്ത്ര്യമുണ്ട്. അവൾ രാജ്ഞിയോട് നിങ്ങളെ വിവാഹം കഴിക്കാനുള്ള അവളുടെ ആഗ്രഹം പറഞ്ഞു. എന്നാൽ, അവളുടെ അഭ്യർത്ഥനയ്ക്ക് രാജ്ഞി മറുപടി നല്കി. "ആ യുവാവിനെ ഞാൻ നേരിട്ട് കാണുന്നതുവരെ എനിക്കനുമതി നല്കാൻ കഴിയില്ല. അവൻ നിനക്ക് അനുയോജ്യനാണെങ്കിൽ, നിന്നെ ഞാനവന് വിവാഹം ചെയ്ത് കൊടുക്കും."

അങ്ങനെ, നിങ്ങളെ ഏത് രീതിയിലാണ് കൊട്ടാരത്തിനുള്ളിലേക്ക് ഒളിച്ച് കടത്തുക എന്നാണ് ഞങ്ങളുടെ ഇപ്പോഴത്തെ ഉത്ക്കണ്ഠ! രഹ സ്യമായി ഉള്ളിൽ കടക്കുന്ന ഉദ്യമത്തിൽ നിങ്ങൾ വിജയം കണ്ടെത്തി യാൽ നിങ്ങളുടെ വിവാഹമോഹം പൂർത്തീകരിക്കപ്പെടും. എന്നാൽ, ആ പരിശ്രമം പരാജയപ്പെട്ടാലോ, 'രാജ്ഞി സുബൈദാ' നിങ്ങളുടെ തല വെട്ടിക്കളയും. ഇതിനെക്കുറിച്ച് നിങ്ങൾ എന്ത് പറയുന്നു?"

"ഞാൻ എല്ലാ 'റിസ്കും' എടുത്ത് നിന്നോടൊപ്പം വരാം."

"രാത്രി ആയ ഉടനെ, ടൈഗ്രീസ് തീരത്ത് രാജ്ഞി സുബൈദ നിർമിച്ച

പള്ളിയിലേക്ക് പോയി, രാത്രി പ്രാർത്ഥനയ്ക്കുശേഷം അവിടെത്തന്നെ കിടന്നുറങ്ങുക."

"സന്തോഷപൂർവം" ഞാനുറക്കെ പറഞ്ഞു

അങ്ങനെ രാത്രി ആയപ്പോൾ ഞാൻ പള്ളിയിലെത്തി, പ്രാർത്ഥനയ്ക്കുശേഷം കിടന്നുറങ്ങി. പുലർച്ചയായപ്പോൾ ഏതാനും നപുംസകങ്ങൾ കുറെ ഒഴിഞ്ഞ പെട്ടികളുമായി ഒരു വഞ്ചിയിൽ എത്തി. ഒരാളൊഴിച്ച് മറ്റെല്ലാ നപുംസകവും പെട്ടികൾ പള്ളിയിൽവെച്ച് സ്ഥലം വിട്ടു. അയാൾ എന്റെ ദല്ലാളായ നപുംസകമായിരുന്നു.

പിന്നെ എന്റെ കാമുകി വന്ന്, നേരെ എന്റെ അടുത്തെത്തി. ഞാൻ എഴുന്നേറ്റ് അവളെ ആലിംഗനം ചെയ്തു. അവളെന്നെ ചുംബിച്ചു, കണ്ണുനീർ ഒഴുക്കി. ഞങ്ങൾ അല്പസമയം കുശലപ്രശ്നം ചെയ്തു. അതിനുശേഷം അവൾ എന്നെ ആ പെട്ടികളിൽ ഒന്നിന് ഉള്ളിലാക്കി പൂട്ടി. അപ്പോഴേക്കും കുറെ സാമാനങ്ങളുമായി മറ്റ് നപുംസകങ്ങളും തിരിച്ചെത്തി. ആ സാമാനങ്ങളെല്ലാം മറ്റെ പെട്ടികളിൽ നിറച്ച്, അവൾ താക്കോലിട്ടു പൂട്ടി. എല്ലാം തയ്യാറാക്കി കഴിഞ്ഞപ്പോൾ അടിമകൾ ആ പെട്ടികളെല്ലാം വഞ്ചിയിൽ കയറ്റി രാജ്ഞി സുബൈദായുടെ കൊട്ടാരത്തിലേക്ക് വിട്ടു.

ഇതെല്ലാം കണ്ട് ഞാൻ ചിന്തിച്ചു.

"സത്യമായും, നിന്റെ വിഷയാസക്തിയും ചാപല്യവും നിന്നെ മരണത്തിലെത്തിക്കും. എല്ലാം കഴിഞ്ഞ്, നിന്റെ അഭിലാഷം സഫലമാകുമോ, ഇല്ലയോ എന്നതാണ് ചോദ്യം?"

ഞാൻ പെട്ടിക്കുള്ളിൽ കിടന്ന് കരയാൻ തുടങ്ങി, എന്റെ ഞരമ്പുകൾ കോച്ചിവലിച്ചു. ഞാൻ ഉൾപ്പെട്ടിരിക്കുന്ന ഈ ദുർഘടത്തിൽ നിന്ന് എന്നെ രക്ഷിക്കണമേയെന്ന് ഞാൻ അള്ളായോട് പ്രാർത്ഥിച്ചു. വഞ്ചി കൊട്ടാര ഗേറ്റിൽ എത്തിയപ്പോൾ, ഞാൻ അടക്കമുള്ള എല്ലാം പെട്ടികളും പൊക്കിയെടുത്തു. അവർ അത് ഉള്ളിലേക്ക് കടത്തി. ഒരു സംഘം അന്തഃപുര കാവല്ക്കാരായ നപുംസകങ്ങൾക്കിടയിലൂടെ ആ പെട്ടികൾ എടുത്തു നടന്ന് നപുംസക മേധാവിയുടെ മുന്നിലെത്തി. അയാൾ മയക്കത്തിൽ നിന്നും ഞെട്ടിയുണർന്ന് ആ യുവതിയോട് അലറി. "എന്താണ് ഈ പെട്ടികളിൽ?"

"അവ നിറയെ രാജ്ഞി സുബൈദയ്ക്കുള്ള സാധനങ്ങളാണ്."

"അവ ഓരോന്നായി തുറക്കുക, ഓരോന്നിലും എന്താണ് ഉള്ളതെന്ന് എനിക്ക് കാണണം."

"നിങ്ങൾക്കത് തുറക്കേണ്ട കാര്യമെന്താണ്?"

"എന്നോട് ഒരക്ഷരം മിണ്ടിപ്പോകരുത്. അധികപ്രസംഗം വേണ്ട. ഈ പെട്ടികൾ തുറന്നേ മതിയാകൂ."

അത്രയും പറഞ്ഞ് അയാൾ ചാടി എഴുന്നേറ്റ്, ആദ്യത്തെ പെട്ടിതുറക്കാൻ ശ്രമിച്ചു. അതിലായിരുന്നു ഞാൻ ഉണ്ടായിരുന്നത്. അയാളുടെ സ്പർശനം എനിക്കനുഭവപ്പെട്ടപ്പോൾ, ഞാൻ ബോധംകെട്ടുപോയി. സംഭ്രമത്താൽ മൂത്രം ഒഴിച്ചു. പെട്ടിയിൽ നിന്ന് വെള്ളം പുറത്തേക്കൊഴുകി.

അതുകണ്ട് അവൾ നപുംസക മേധാവിയോട് പറഞ്ഞു. "അല്ലയോ, മേൽനോട്ടക്കാരാ നിങ്ങൾ എന്നെയും നിങ്ങളെയും കൊല്ലിക്കും. പതിനായിരം ദിനാറിന്റെ വസ്തുക്കളാണ് നിങ്ങൾ നശിപ്പിക്കുന്നത്. ഈ പെട്ടിയിൽ നിറമുള്ള വസ്ത്രങ്ങളും നാലു 'ഗാലൻ''സംസം' വെള്ളവുമാണ്.

ഇപ്പോൾ അതിലൊരു കുപ്പി വെള്ളം മറിഞ്ഞ് ആ നിറമുള്ള തുണികളിലൂടെ ഒഴുകുകയാണ്. അതിന്റെ നിറമെല്ലാം നാശമാകും." നപുംസകം, മറുപടി നല്കി. "ഈ പെട്ടികൾ എടുത്തുകൊണ്ട് പോ, നീ തുലഞ്ഞു പോകട്ടെ."

അങ്ങനെ ഞാൻ അടക്കമുള്ള എല്ലാ പെട്ടികളുമെടുത്ത് അടിമകൾ വേഗം നടന്നു. അപ്പോൾ പെട്ടെന്നൊരു ശബ്ദം ആരിൽ നിന്നോ ഉയർന്നു. "അയ്യോ! അയ്യോ! കാലിഫാ! കാലിഫാ!" ആ ശബ്ദം എന്റെ ചെവിയിൽ വന്നലച്ചപ്പോൾ ഞാനൊരു ജീവച്ഛവമായിത്തീർന്നു. ഞാൻ അള്ളാവിനെ സ്തുതിച്ചു. ഞാൻ തന്നെയാണവന്റെ നാശത്തിന് ഉത്തവാദിയെന്ന് മനസ്സിൽ ഏറ്റുപറഞ്ഞു. എന്റെ കാമുകിയോട് കാലിഫാ ചോദിക്കുന്നത് ഞാൻ കേട്ടു. "നാശം, എന്താണ് ഈ പെട്ടിക്കുള്ളിൽ?"

"രാജ്ഞി സുബൈദാക്കുള്ള വസ്ത്രങ്ങൾ."

"എന്റെ മുന്നിൽ വെച്ച് അവ തുറന്നു കാണിക്കൂ!" കാലിഫാ ആവശ്യപ്പെട്ടു. ഇതുകേട്ട മൃതപ്രായനായ ഞാൻ സ്വയം പറഞ്ഞു. "അള്ളായാണേ, ഈ ലോകത്തിലെ എന്റെ അന്തിമദിനമാണ് ഇത്. ഞാൻ ഈ ദുർഘടത്തിൽ നിന്നും രക്ഷപ്പെട്ടാൽ എനിക്കവളെ കല്യാണം കഴിക്കാൻ കഴിയും. മറ്റൊന്നും പറയേണ്ടി വരില്ല, എന്നാൽ, എന്നെ കണ്ടുപിടിച്ചാലോ, മരണം സുനിശ്ചിതം. ഞാൻ അള്ളായെ പ്രാർത്ഥിച്ചു. "അള്ളാ മാത്രമാണ് സർവ്വശക്തനായ ദൈവം. മുഹമ്മദ് ആ ദൈവത്തിന്റെ പ്രവാചകനും." -അപ്പോഴേക്കും നേരം പുലരാറായെന്നും, തനിക്ക് കഥ പറയാനനുവദിച്ച സമയം കഴിഞ്ഞെന്നും ഷാഹ്രസാദ് മനസ്സിലാക്കി.

ഇരുപത്തിയെട്ടാം രാവ്

അവൾ പറഞ്ഞു, ഓ, കീർത്തിമാനായ രാജാവേ, ആ യുവവ്യാപാരി ഇപ്രകാരം തുടർന്നു. ആ സമയത്ത് എന്റെ കാമുകി കാലിഫായോട് പ്രഖ്യാപിക്കുന്നത് ഞാൻ കേട്ടു. "ഈ പെട്ടികൾ, അല്ലയോ, വിശ്വാസികളുടെ നേതാവേ, എന്റെ ചുമതലയിൽ രാജ്ഞി സുബൈദ ഏല്പിച്ചവയാണ്. മറ്റാരും കാണുന്നത് അവർക്കിഷ്ടമല്ല."

"സാരമില്ല."കാലിഫാ മറുപടി നല്കി. "അവ തുറക്കാതെ പറ്റില്ല. അവയ്ക്കുള്ളിൽ എന്താണെന്ന് എനിക്ക് കാണണം."

അദ്ദേഹം നപുംസകങ്ങളോട് ഉറക്കെ വിളിച്ചു പറഞ്ഞു. "ആ പെട്ടികൾ എന്റെ മുന്നിലേക്ക് കൊണ്ടുവരിക."

ഈ സമയത്ത് മരണം ഞാൻ ഉറപ്പിച്ചു. (യാതൊരു സംശയവുമില്ല) എന്റെ ബോധം മറഞ്ഞു.

അപ്പോൾ നപുംസകങ്ങൾ ആ പെട്ടികളെല്ലാം അദ്ദേഹത്തിന്റെ അടുത്തേക്ക് കൊണ്ടുവന്നു. ഓരോന്നോരാന്നായി തുറന്ന്, അതിനകം അദ്ദേഹം പരിശോധിച്ചു. എന്നാൽ, അതിനുള്ളിൽ നല്ല തുണികളും മറ്റ് സാധനങ്ങളും മാത്രമേ അദ്ദേഹത്തിന് കാണാൻ കഴിഞ്ഞുള്ളൂ. അവർ പെട്ടികൾ തുറന്നുകൊണ്ടേയിരുന്നു. അദ്ദേഹം സൂക്ഷ്മപരിശോധന നടത്തുകയും ഒടുവിൽ ഞാൻ ഇരിക്കുന്ന പെട്ടി മാത്രം ബാക്കിയായി അവർ അത് തുറക്കാനായി കൈവെച്ചു. എന്നാൽ എന്റെ കാമുകി ധൃതിയിൽ കാലിഫായുടെ അടുത്തു ചെന്ന് പറഞ്ഞു." ഇതുമാത്രം അങ്ങ് രാജ്ഞി

സുബൈദയുടെ മുന്നിൽ വെച്ചേ തുറക്കാവൂ. കാരണം, അവരുടെ വ്യക്തിപരമായ സാധനങ്ങളാണതിലുള്ളത്."

ഇതുകേട്ട കാലിഫാ പെട്ടികൾ ഉള്ളിലേക്ക് കൊണ്ടുപോകാനായി അനുമതി നല്കി. അങ്ങനെ അവർ പെട്ടികൾ ചുമന്നുകൊണ്ടുപോയി അന്തഃപുരത്തിലെ സ്വീകരണമുറിയുടെ മധ്യത്തിൽ വെച്ചു. പേടിച്ചു വിറച്ച് എന്റെ തൊണ്ടയിലെ ഉമിനീർ വറ്റിവരണ്ടിരുന്നു.!

അപ്പോൾ എന്റെ കാമുകി പെട്ടി തുറന്ന്, എന്നെ പുറത്തിറക്കിക്കൊണ്ട് പറഞ്ഞു. പേടിക്കേണ്ട, നിങ്ങൾക്കൊരിക്കലും ഒരപകടം സംഭവിക്കില്ല. നെഞ്ചുവിരിച്ച് ഹൃദ്യമായ രീതിയിൽ രാജ്ഞി സുബൈദ വരുന്നതുവരെ ഇവിടെ ഇരുന്നോളൂ. തീർച്ചയായും എനിക്കുവേണ്ടിയുള്ള നിങ്ങളുടെ മോഹം സഫലമാക്കും."

ഞാൻ അവിടെത്തന്നെ ഇരുന്നു. അല്പ സമയത്തിനുശേഷം, ചന്ദ്രനെപ്പോലെ ശോഭിക്കുന്ന പത്ത് കന്യകമാർ വന്ന്, രണ്ട് വരികളിലായി മുഖത്തോട് മുഖം നോക്കിയിരുന്നു. അതിനുശേഷം ഉയർന്ന മാറിടത്തോടുകൂടിയ പത്ത് കുമാരികളാൽ വലയം ചെയ്ത് മനോഹരമായ വസ്ത്രങ്ങളും വിലപിടിച്ച ആഭരണങ്ങളും ധരിച്ച രാജ്ഞി സുബൈദ എഴുന്നള്ളി. അവരുടെ വേഷവിധാനത്തിന്റെയും ആഭരണങ്ങളുടെയും ഭാരത്താൽ നടക്കാൻ തന്നെ രാജ്ഞി പ്രയാസപ്പെടുന്നതുപോലെ തോന്നി. അവർ അടുത്ത് എത്തിയതോടെ അടിമ പെൺകുട്ടികൾ അവരുടെ ചുറ്റിൽ നിന്നും വിട്ടുപോയി. ഞാൻ മുന്നോട്ട് ചെന്ന് അവരുടെ മുന്നിലെ നിലത്ത് ചുംബിച്ചു.അവർ എന്നോട് ഇരിക്കാനായി ആംഗ്യം കാട്ടി. അവരുടെ സിംഹാസനത്തിന് മുന്നിൽ ഞാൻ ഇരുന്നപ്പോൾ, അവർ എന്നോട് എന്റെ കുടുംബത്തെ കുറിച്ചും ചുറ്റുപാടുകളെ കുറിച്ചും ചോദിച്ചു. അവയ്ക്കെല്ലാം ഞാൻ നല്കിയ മറുപടികൾ അവരെ പ്രീതയാക്കി.

അവർ എന്റെ കാമുകിയോട് പറഞ്ഞു. "നിന്നെ വളർത്തിയെടുത്തതിൽ ഞങ്ങൾ നിരാശരായില്ല, യുവതി." പിന്നെ അവർ എന്നോട് പറഞ്ഞു. "നിനക്കറിയാമോ, ഈ പരിചാരിക ഞങ്ങൾക്ക് സ്വന്തം മകളേക്കാൾ പ്രിയപ്പെട്ടവളാണ്. അള്ളാ നിനക്ക് നല്കിയ ഒരു നിധിയാണവൾ."

ഞാൻ വീണ്ടും അവരുടെ മുന്നിലെ നിലം ചുംബിച്ചു. എന്റെ കാമുകിയെ കല്യാണം കഴിക്കാൻ പറ്റുമെന്നറിഞ്ഞപ്പോൾ അതീവ സന്തോഷമായി. എന്നോട് പത്ത് ദിവസം കൊട്ടാരത്തിനുള്ളിൽ താമസിക്കാനവർ ഉത്തരവിട്ടു. അങ്ങനെ പത്ത് ദിവസങ്ങൾ ഞാനവിടെ കഴിച്ചുകൂട്ടി. അത്രയും കാലം ഞാൻ എന്റെ കാമുകിയേയോ, മറ്റാരേയോ കണ്ടിട്ടില്ല. രാവിലെയും രാത്രിയും ഒരു പരിചാരിക മാത്രം ഭക്ഷണം തരുവാനായി വരുമായിരുന്നു.

അതിനുശേഷം രാജ്ഞി സുബൈദാ, തന്റെ പ്രിയപ്പെട്ട പരിചാരികയുടെ വിവാഹക്കാര്യം കാലിഫായുമായി ചർച്ച ചെയ്തു. അദ്ദേഹം അതിന് സമ്മതിച്ചു. വിവാഹസമ്മാനമായി പതിനായിരം സ്വർണനാണ്യം നല്കുകയും ചെയ്തു. അപ്രകാരം രാജ്ഞി സുബൈദാ 'ഖാസി'യേയും സാക്ഷികളെയും വിളിച്ചുവരുത്തി, ഞങ്ങളുടെ വിവാഹക്കരാർ തയ്യാറാക്കി. പിന്നീട് സ്വാദിഷ്ഠമായ ഭക്ഷ്യ പദാർത്ഥങ്ങളും മധുരപലഹാരങ്ങളും അന്തഃപുരവാസികൾക്കായി വിതരണം ചെയ്തു. അങ്ങനെ പത്ത് ദിവസങ്ങൾ നീണ്ടുനിന്ന ഒരു വിവാഹാഘോഷമായിരുന്നു അത്. അതിനു

ശേഷം എന്റെ ഭാര്യ ആചാരപ്രകാരം കുളിമുറിയിൽ നീരാട്ടിനായി പോയി. ആ സമയത്ത് അവർ വിഭവസമൃദ്ധമായൊരു സദ്യ എനിക്കു വേണ്ടി ഒരുക്കി. എന്റെ മുന്നിലെ തീൻമേശയിൽ എല്ലാവിധ വിഭവങ്ങളും നിരത്തി. അതിൽ ഏലം ചേർത്ത് പാകം ചെയ്ത കോഴിക്കറിയും ഉണ്ടായിരുന്നു. പഞ്ചസാര ചേർത്ത് ചുകപ്പിച്ചത്. അപ്പോൾ, അള്ളായാണേ, നല്ലവരായ മാന്യരെ, എനിക്കധികനേരം കാത്തിരിക്കാൻ കഴിഞ്ഞില്ല. ഞാൻ ആ ചിക്കൻകറി മതിയാവോളം എടുത്ത് കഴിച്ചു. ഇതിനുശേഷം ഞാൻ കൈതുടച്ച് വൃത്തിയാക്കി, എന്നാൽ കഴുകാൻ മറന്നുപോയി. പിന്നെ, ഇരുട്ടാകുന്നതുവരെ അവിടെ ഇരുന്നു. പിന്നീട് മെഴുകുതിരികൾ അവർ അവിടെ കത്തിച്ചുവെച്ചു. ഗായികമാർ തംബുരുകളുമായി എത്തി. വധുവിനെ പല വേഷങ്ങളിൽ പ്രദർശിപ്പിച്ചു. അതിനുശേഷം അവളെ ഘോഷയാത്രയായി കൊട്ടാരത്തിനകത്ത് മുഴുവൻ കൊണ്ടുപോയി, കൈകളിൽ സ്വർണ്ണാഭരണങ്ങൾ അണിയിച്ചു. ഒടുവിൽ അവർ അവളെ എന്റെ അടുത്ത് കൊണ്ടുവന്ന് മേലങ്കി ഊരിയിട്ടു.

അവളുടെ അരികിൽ ഞാൻ മാത്രമായപ്പോൾ,. മെത്തയിൽ കിടന്ന് ഞാനവളെ ആലിംഗനം ചെയ്തു. ഞങ്ങൾ ഒന്നായെന്ന കാര്യം എനിക്ക് വിശ്വസിക്കാനായില്ല.എന്നാൽ, എന്റെ കൈയിലെ ഏലക്കായ ചേർത്ത കോഴിക്കറിയുടെ തീക്ഷ്ണമായ മണം കേട്ട് അവൾ ഉറക്കെ നിലവിളിച്ചു! ഉടനെ നാനാഭാഗത്തുനിന്നും അടിമ പെൺകുട്ടികൾ അവിടെ ഓടിക്കൂടി. എന്താണ് സംഭവമെന്നറിയാതെ ഞാൻ പേടിച്ചുവിറച്ചു. ആ പെൺകുട്ടികൾ അവളോട് ചോദിച്ചു. "എന്താണ് നിന്നെ വിഷമിക്കുന്നത്, സഹോദരി?"

അവൾ മറുപടി നല്കി. "ഈ ഭ്രാന്തനെ എന്റെ അടുത്ത് നിന്ന് കൊണ്ടുപോകൂ. ഒരു വിവേകശാലിയാണവനെന്നാണ് ഞാൻ കരുതിയിരുന്നത്!"

ഞാൻ അവളോട് ചോദിച്ചു. "എന്നെ എങ്ങനെ ഭ്രാന്തനായി കാണാൻ നിനക്ക് കഴിയുന്നു?"

" നീ ഭ്രാന്തനാണ്! എന്തുകൊണ്ട് ഏലക്കായ ഇട്ട ഇറച്ചിക്കറി കഴിച്ച്, നീ കൈകഴുകാൻ മറന്നു? അള്ളായാണേ, നിന്റെ ദുഷ്ടപെരുമാറ്റത്തിന് ഞാൻ പകരം വീട്ടും. നിന്നെപ്പോലൊരാൾ വൃത്തികെട്ട കൈയോടെ എന്നോടൊപ്പം മെത്തയിൽ ശയിക്കുകയോ?"

പിന്നെ അവൾ ഒരു വശത്തുനിന്ന് ഒരു ചാട്ടവാർ എടുത്ത്, എന്റെ പുറത്ത് പൊതിരെ തല്ലി. തന്റെ കൈകടയുന്നതുവരെ ആ പ്രഹരം തുടർന്നു. ഒടുവിൽ, അടിയേറ്റ് ഞാൻ ബോധം കെട്ട് വീണു. അപ്പോൾ, വീട്ടുവേലക്കാരികളോടവൾ പറഞ്ഞു. "അവനെ പൊലീസ് മേധാവിയുടെ അടുത്തേക്ക് ചുമന്ന് കൊണ്ടുപോകുക.അവൻ കോഴിക്കറി കഴിച്ച് കഴുകാതിരുന്ന കരം അയാൾ ഛേദിക്കട്ടെ."

ഞാനത് കേട്ടപ്പോൾ അള്ളായോട് പ്രാർത്ഥിച്ചു." അള്ളായല്ലാതെ സർവ്വശക്തനായ മറ്റൊരു ദൈവമില്ല! ഞാൻ ഏലക്കായ ചേർത്ത കോഴിക്കറി കഴിച്ച് കൈ കഴുകിയില്ലെന്നതിന്റെ പേരിൽ നിങ്ങൾ എന്റെ കൈ മുറിച്ചുകളയുമോ?"

പരിചാരികമാരും ഇക്കാര്യത്തിൽ ഇടപെട്ടു, അവളുടെ കൈയിൽ ചുംബിച്ചുകൊണ്ടവർ പറഞ്ഞു. "ഞങ്ങളുടെ സഹോദരി, ഈ മനുഷ്യൻ

ഒരു പാവമാണ്. ഒരിക്കൽ മാത്രം ഈ പ്രവൃത്തി ചെയ്തതിന്റെ പേരിൽ അയാളെ ശിക്ഷിക്കല്ലെ."

എന്നാൽ, അവൾ മറുപടി നല്കി. "അള്ളായാണേ, യാതൊരു ക്ഷമ യുമില്ല. എന്നാൽ, ചെറിയതെങ്കിലും മുറിച്ചുകളയാം, പ്രത്യേകിച്ച് തെറ്റു ചെയ്ത ഏതെങ്കിലും ഭാഗം.!"

പിന്നെ, അവൾ പുറത്തു പോയി, പത്ത് ദിവസത്തോളം അവളെ ഞാൻ കണ്ടിട്ടേയില്ല. ആ ദിവസങ്ങളിൽ അവൾ ഒരു അടിമപ്പെൺകുട്ടി യുടെ കൈയിൽ എനിക്ക് ഭക്ഷണവും ഇറച്ചിയും വെള്ളവുമെല്ലാം കൊടുത്തയച്ചിരുന്നു. ഏലക്കായ ഇട്ട് പാകം ചെയ്ത ഇറച്ചിയുടെ മണം ഏറ്റ് അവൾ സുഖമില്ലാതിരിക്കയാണെന്ന് ആ അടിമപ്പെൺകുട്ടി എന്നോട് പറഞ്ഞു.

അതിനുശേഷം അവൾ എന്റെ അടുത്ത് വന്ന് പറഞ്ഞു. "ഓ, കറുത്ത മുഖക്കാരാ, കൈകഴുകാതെ ഏലം ചേർത്ത കോഴിക്കറി എങ്ങനെ കഴി ക്കാമെന്ന് ഞാൻ നിന്നെ പഠിപ്പിക്കും.!"

പിന്നെ അവൾ പരിചാരികമാരെ വിളിച്ചുവരുത്തി, അവർ എന്നെ ബന്ധനസ്ഥനാക്കി. അവൾ മൂർച്ചയുള്ളൊരു കത്തിയെടുത്ത് എന്റെ കൈകളിലേയും കാലുകളിലേയും തള്ളവിരലുകൾ മുറിച്ചുകളഞ്ഞു! ഇതാ നിങ്ങൾ എല്ലാവരും കാണുന്നില്ലേ! അതിനുശേഷം ഞാൻ അബോധാവസ്ഥയിലായിരുന്നു. അവൾ ഏതോ പച്ചമരുന്ന് പൊടി മുറി വിൽ കുടഞ്ഞപ്പോൾ രക്തപ്രവാഹം നിലച്ചു. ഞാൻ പറഞ്ഞു."ഞാൻ ഇനി ഒരിക്കലും നാല്പത് പ്രാവശ്യം 'ഗലാഞ്ചലി' കൊണ്ടും നാല്പതു പ്രാവശ്യം സോപ്പുകൊണ്ടും കൈകൾ കഴുകാതെ ഏലക്കായ ഇട്ട് വേവിച്ച കോഴിയിറച്ചി കഴിക്കില്ല."

അക്കാര്യം അവളെന്നെക്കൊണ്ട് ശപഥം ചെയ്യിപ്പിച്ചു. ഒരു ഉടമ്പടി രേഖയും ഉണ്ടാക്കി. അതുകൊണ്ടാണ് നിങ്ങൾ ഏലക്കായ ചേർത്ത കോഴിക്കറി എനിക്ക് തന്നപ്പോൾ എന്റെ നിറം മാറിയതും ഞാനിപ്രകാരം ചെയ്തതും. "ഇതേ കറിയാണ് എന്റെ കൈയുകളിലേയും കാലുകളി ലേയും തള്ളവിരലുകൾ ഛേദിക്കാനിടയാക്കിയത്." പിന്നെ, നിങ്ങൾ എന്നെ നിർബന്ധിച്ചപ്പോൾ ഞാൻ പറഞ്ഞു. "എന്റെ ശപഥം എനിക്ക് പിന്തുടരേണ്ടതുണ്ട്."

"ഇതിനുശേഷം നിങ്ങൾക്കെന്ത് പറ്റി?"

അവിടെ കൂടിയിരുന്നവർ ചോദിച്ചു. ഞാൻ മറുപടി നല്കി. ഞാൻ അവളോട് ശപഥം ചെയ്തതോടെ അവളുടെ കോപം ശമിച്ചു. അങ്ങനെ ഞങ്ങൾ അവിടെ കഴിയവെ, ഒരു ദിവസം അവർ എന്നോട് പറഞ്ഞു.

"സത്യമായും കാലിഫായുടെ കൊട്ടാരം നമ്മൾക്ക് സന്തോഷകര മായി ജീവിക്കാൻ പറ്റിയ ഇടമല്ല. നിങ്ങൾ അല്ലാതെ മറ്റാരും ഇതിനു ള്ളിൽ കയറിയിട്ടില്ല. രാജ്ഞി സുബൈദായുടെ ദയകൊണ്ട് നിങ്ങൾ മാത്രം! ഇപ്പോൾ അവർ എനിക്ക് അമ്പതിനായിരം ദിനാർ തന്നിരിക്കുന്നു." അവൾ തുടർന്നു. "ഈ പണം എടുത്ത് പുറമെ പോയി നല്ലൊരു വാസ സ്ഥലം വാങ്ങിക്കുക."

അങ്ങനെ ഞാൻ പോയി നല്ല വിശാലമായൊരു ബംഗ്ലാവ് വാങ്ങി. ഇവിടേക്ക്. അവളുടെ സ്വത്ത് മുഴുവനും ഞാൻ കച്ചവടത്തിലൂടെ നേടിയ

സമ്പത്തും അവിടേക്ക് മാറ്റി. അതാണ് എന്റെ കൈകാലുകളിലെ തള്ള വിരലുകൾ ഛേദിക്കപ്പെടാനുള്ള കാരണം."

ഞങ്ങൾ ഭക്ഷണം കഴിച്ചശേഷം (അടുക്കള കാര്യസ്ഥൻ തുടർന്നു) വീട്ടിലേക്ക് മടങ്ങവെ, ആ കൂനനെ കാണാനിടയായി. അപ്പോൾ ഇതാണെന്റെ കഥ, 'അസ്സലാമു അലൈക്കും.'

രാജാവ് പറഞ്ഞു "ഈ കഥ ഒരു വിധത്തിലും കൂനിന്റേതിനേക്കാൾ രസകരമല്ല, സത്യത്തിൽ അതിനേക്കാൾ മോശമാണ്. നിങ്ങളെ എല്ലാവരേയും തൂക്കിലിടാതെ രക്ഷയില്ല."

അപ്പോൾ യഹൂദഡോക്ടർ മുന്നോട്ടുവന്ന് രാജാവിന്റെ മുന്നിലെ നിലം ചുംബിച്ചുകൊണ്ട് പറഞ്ഞു.

"ഓ, മഹാരാജാവേ, കൂനനേക്കാൾ അദ്ഭുതകരമായൊരു ചരിത്രം ഞാൻ അങ്ങയോട് പറയാം."

"പറയൂ" ചൈനാരാജാവ് സമ്മതിച്ചു. അപ്രകാരം അയാൾ കഥ പറഞ്ഞു തുടങ്ങി.

യഹൂദ ഡോക്ടറുടെ കഥ

എന്റെ യുവത്വത്തിൽ അതിശയകരമായൊരു സംഭവം കടന്നുപോയി. സിറിയയിലെ ദമാസ്കസ്സിലാണ് ഞാൻ താമസിച്ചിരുന്നത്. അവിടെയായിരുന്നു എന്റെ വിദ്യാഭ്യാസവും. ഒരു ദിവസം ഞാൻ വീട്ടിലിരിക്കുമ്പോൾ, വൈസ്രോയിയുടെ 'മാമെലൂക്കുകൾ' എന്നെ കാണാൻ വന്നു. അയാൾ എന്നോട് പറഞ്ഞു. "എന്റെ പ്രഭുവിനോട് വന്ന് സംസാരിക്കുക."

ഞാനവനെ പിന്തുടർന്ന് വൈസ്രോയി ഭവനത്തിലെത്തി. അവിടത്തെ വിശാലമായ ഹാളിലേക്ക് പ്രവേശിച്ചപ്പോൾ ഒരറ്റത്ത് സുവർണ്ണനിറമുള്ള മരക്കട്ടിലിൽ സുമുഖനായ ഒരു യുവാവ് കിടക്കുന്നത് കണ്ടു. ഒരു രോഗിയുടെ മട്ടുണ്ട്. അത്രയും സുന്ദരനായൊരുത്തനെ കാണാൻ കഴിഞ്ഞേക്കില്ല. ഞാനവന്റെ ശിരസ്സിന്നരികിലിരുന്ന്, അവന്റെ രോഗശാന്തിക്കായി ഈശ്വരനോട് പ്രാർത്ഥിച്ചു. അവൻ കണ്ണുകൊണ്ട് ഒരാംഗ്യം കാണിച്ചപ്പോൾ ഞാൻ പറഞ്ഞു. "ഓ, എന്റെ പ്രഭോ! ദയവായി അങ്ങയുടെ കൈനീട്ടൂ, അങ്ങ് സുഖം പ്രാപിക്കും!"

അപ്പോൾ അവൻ തന്റെ ഇടതുകൈനീട്ടി. ഞാൻ വിസ്മയത്തോടെ പറഞ്ഞു. "അള്ളായാണേ, ഈ സുമുഖൻ യുവാവ് ഒരു വിചിത്രമനുഷ്യൻ തന്നെ. വലിയൊരു കുടുംബത്തിൽ പിറന്നവനായിട്ടും നന്നായി പെരുമാറാനറിയില്ല. അഹങ്കാരവും പൊങ്ങച്ചവും അല്ലാതെ മറ്റൊന്നുമല്ല ഇത്."

എന്തായാലും അയാളുടെ നാഡിമിടിപ്പ് പരിശോധിച്ചശേഷം ഞാനൊരു മരുന്ന് കുറിപ്പടി എഴുതിക്കൊടുത്തു. പത്ത് ദിവസം സ്ഥിരമായി സന്ദർശിച്ചു. അതിനുശേഷം അയാൾ അസുഖം മാറി കുളിച്ചു. വൈസ്രോയി എനിക്ക് സുന്ദരമായൊരു ബഹുമതി വസ്ത്രം സമ്മാനിച്ച്, ദമാസ്കസ്സിലെ ആശുപത്രി സൂപ്രണ്ടന്റായി നിയമിച്ചു. ഞാനയാളെ കുറിമുറികളിലേക്ക് അനുഗമിച്ചു. അവയെല്ലാം അയാളുടെ വാസസ്ഥലവുമായി ബന്ധിപ്പിച്ച പ്രൈവറ്റ് കുളിമുറികളാണ്. അയാളോടൊപ്പം വേലക്കാർ

കുളിപ്പിക്കാനായി ചെന്നിരുന്നു. അവർ അയാളുടെ വസ്ത്രങ്ങൾ മാറ്റിയപ്പോൾ, അയാളുടെ വലതുകൈ, ഈയിടെ വെട്ടിമാറ്റിയതായി ഞാൻ കണ്ടു. അയാളുടെ അസുഖത്തിനുള്ള കാരണം ഇതായിരുന്നു. അതു കണ്ട് ഞാൻ ദുഃഖിച്ചു. അയാളുടെ ശരീരത്തിൽ ചാട്ടവാറടിയേറ്റ പാടുകൾ കാണാം. അതിൽ മരുന്ന് പുരട്ടിയിട്ടുണ്ട്. എന്റെ മനസ്സ് വല്ലാതെ അസ്വസ്ഥമായി. ആ വിഷമം എന്റെ മുഖത്ത് പ്രതിഫലിച്ചു. ആ യുവാവ് എന്റെ മുഖത്ത് നോക്കി. കാര്യം ഗ്രഹിച്ചുകൊണ്ട് പറഞ്ഞു."ഡോക്ടർ, എന്റെ കാര്യത്തിൽ ആശ്ചര്യപ്പെടേണ്ടതില്ല. കുളികഴിഞ്ഞ ഉടനെ ഞാൻ എന്റെ കഥ പറയാം."

ഞങ്ങൾ കുളികഴിഞ്ഞ് വീട്ടിലേക്ക് മടങ്ങി, ഭക്ഷണം കഴിച്ച് അല്പം വിശ്രമിച്ചു. അതിനുശേഷം അയാൾ എന്നോട് ചോദിച്ചു. "അത്താഴം തയ്യാറാക്കാൻ പറയട്ടെ."

"അങ്ങനെയാകട്ടെ." ഞാൻ പറഞ്ഞു. അയാൾ അടിമകളെ വിളിച്ച് മുറി തയ്യാറാക്കാനും ഒരു ആടിനെ പൊരിക്കാനും, പഴങ്ങൾ കൊണ്ടുവരാനും ഉത്തരവിട്ടു. അവർ അയാളുടെ ആജ്ഞയ്ക്കനുസരിച്ച് എല്ലാം സജ്ജമാക്കി. ഞങ്ങൾ ഒന്നിച്ചിരുന്ന് ഭക്ഷണം കഴിച്ചു. അയാൾ ഇടതു കൈ ഉപയോഗിച്ചാണ് ഭക്ഷണം കഴിച്ചിരുന്നത്. അല്പ സമയത്തിനു ശേഷം ഞാൻ പറഞ്ഞു. "ഇനി നിങ്ങളുടെ കഥ എന്നോട് പറയൂ."

"അല്ലയോ, ഡോക്ടർ," അയാൾ മറുപടി നല്കി. എനിക്ക് സംഭവിച്ച കാര്യങ്ങൾ കേൾക്കുക. ഞാൻ ഒരു മോൻസുൽക്കാരനാണ്. മരിക്കുമ്പോൾ അദ്ദേഹത്തിന് എന്റെ മുത്തച്ഛന് ഒമ്പത് മക്കളുണ്ടായിരുന്നു. അവരിൽ എന്റെ അച്ഛനായിരുന്നു ഏറ്റവും മൂത്തത്. എല്ലാവരും വലുതായി, വിവാഹിതരായി. എന്നാൽ, എന്റെ അച്ഛനൊഴികെ മറ്റാർക്കും മക്കൾ പിറന്നില്ല. അച്ഛന് മാത്രം എന്നെ പുത്രനായി നല്കി ദൈവം അനുഗ്രഹിച്ചു. അങ്ങനെ ഞാൻ പിതൃസഹോദരന്മാർക്കിടയിൽ വളർന്നുവന്നു. അവർക്കെന്നോട് വളരെ ഇഷ്ടമായിരുന്നു. ഞാൻ യുവത്വത്തിലേക്ക് കാലെടുത്തുവച്ചു.

ഒരു വെള്ളിയാഴ്ച ദിവസം 'മോൻസുലി'ലെ പ്രധാന പള്ളിയിലേക്ക് അച്ഛനോടും ഇളയസഹോദരന്മാരോടുമൊപ്പം ഞാൻ പോയി. ഞങ്ങൾ പ്രാർത്ഥിച്ചു. അതിനുശേഷം എന്റെ അച്ഛനും ഇളയച്ഛന്മാരും ഒഴിച്ച് മറ്റെല്ലാവരും സ്ഥലംവിട്ടു. വിദേശരാജ്യങ്ങളിലെ അദ്ഭുതകരമായ കാഴ്ചകളെക്കുറിച്ചും വിചിത്രമായ നഗരങ്ങളെക്കുറിച്ചും അവർ സംസാരിച്ചുകൊണ്ടിരുന്നു. ഒടുവിൽ അവർ ഈജിപ്തിനെ കുറിച്ച് സൂചിപ്പിച്ചു. എന്റെ ഒരു ഇളയച്ഛൻ പറഞ്ഞു. "ഭൂമുഖത്ത് 'കയ്റൊ'യേക്കാളും 'നൈലി'നേക്കാളും മനോഹരമായൊരു ദൃശ്യമില്ലെന്നാണ് സഞ്ചാരികൾ ഞങ്ങളോട് പറയുന്നത്."

ഈ വാക്കുകൾ കേട്ടപ്പോൾ 'കയ്റോ'കാണാനുള്ള അതിയായ മോഹം എന്നിൽ ഉദിച്ചു.

എന്റെ അച്ഛൻ പറഞ്ഞു. 'കയ്റോ' കാണാത്തവൻ ലോകം കണ്ടിട്ടില്ല. അവിടത്തെ പൊടി സുവർണ്ണമാണ്. അതിന്റെ 'നൈൽ' ഒരു ദിവ്യാദ്ഭുതവും! അവിടത്തെ സ്ത്രീകൾ 'ഹൂറി'കളെപ്പോലെ സുന്ദരികളാണ്. അതിമനോഹരമായ 'ബൊമ്മകൾ' ആണവിടെയുള്ളത്. വീടുകൾ കൊട്ടാരങ്ങൾ ആണ്. നല്ല പരിശുദ്ധമായ വെള്ളം. ചെളി ഔഷധഗുണമുള്ളതും.

സമശീതോഷ്ണമായ കാലാവസ്ഥയും സൗന്ദര്യമുള്ള വായുവും. അല്ലാതെ എങ്ങനെയാണതിനെ 'ലോകമാതാവ്'എന്നു വിളിക്കുന്നത്? ആ ഭൂമിയിൽ വിടർന്നുനില്ക്കുന്ന വിവിധതരം പൂക്കളും നൈനൽ നദിയിൽ ചിതറി കിടക്കുന്ന ദ്വീപുകളും 'അബിസീനിയൻ തടാകവും' നോക്കിക്കണ്ടാൽ ആ അദ്ഭുതകരമായ കാഴ്ചയിൽ നിന്ന് നിങ്ങൾക്ക് നോട്ടം പിൻവലിക്കാനാവില്ല. കാരണം, അത്തരം സുന്ദരമായൊരു കാഴ്ച നിങ്ങൾക്ക് മറ്റൊരിടത്തും കാണാനാവില്ല. തീർച്ചയായും നൈലിന്റെ ഇരു കൈകൾ ആലിംഗനം ചെയ്യുന്നത് ഏറ്റവും ആനന്ദകരമായൊരു കാഴ്ചയാണ്. "റസാദ് നക്ഷത്ര ബംഗ്ലാവുമായി താരതമ്യപ്പെടുത്താവുന്ന മറ്റെന്താണ് ഉള്ളത്? അതുകണ്ടിട്ടുള്ള ഓരോ കാണിയും അതിന്റെ ആകർഷണീയതയെ കുറിച്ച് പ്രശംസിക്കുന്നു. 'സത്യമായും, ഈ സ്ഥലം മറ്റേതിനേക്കാളും മഹനീയം തന്നെ! 'നൈലിന്റെ പ്രളയരാത്രി' ആഘോഷം അത്യുജ്ജ്വലമാണ്. അവിടത്തെ പൂന്തോട്ടങ്ങളും ചാഞ്ഞുകിടക്കുന്ന തണൽവൃക്ഷങ്ങളും കണ്ടാൽ ആനന്ദനിർവൃതിയിലാണ്ടു പോകും. അച്ഛന്റെ ഈജിപ്തിനെക്കുറിച്ചുള്ള വർണ്ണനകേട്ട് മറ്റുള്ളവർ മതിമറന്ന് ഇരുന്നു പോയി.

ഈ വർണ്ണന എന്റെ മനസ്സിൽ മായാതെ പതിഞ്ഞുകിടന്നു. അത് മാത്രമായിരുന്നു എന്റെ അപ്പോഴത്തെ ചിന്ത. സംഭാഷണത്തിനുശേഷം എല്ലാവരും എഴുന്നേറ്റ് അവരവരുടെ വഴിക്ക് പോയി. അന്ന് രാത്രി ഞാൻ ഉറങ്ങാൻ കിടന്നപ്പോൾ എനിക്ക് ഉറക്കം വന്നതേയില്ല. കാരണം, ഈജിപ്തിലേക്ക് പോകാനുള്ള എന്റെ അതിയായ മോഹം മനസ്സിനെ വല്ലാതെ മഥിച്ചിരുന്നു. ഭക്ഷണപാനീയങ്ങളിൽപോലും എനിക്ക് താത്പര്യമില്ലാതായി. ഏതാനും ദിവസങ്ങൾക്കുശേഷം എന്റെ ഇളയച്ഛന്മാർ ഈജിപ്തിലേക്ക് ഒരു വ്യാപാരയാത്ര നടത്തുവാൻ തീരുമാനിച്ചു. ഞാനും അവരോടൊപ്പം പോകാൻ ആഗ്രഹിച്ചു. എന്റെ കരച്ചിലും നിർബന്ധവും സഹിക്കാതായപ്പോൾ അച്ഛൻ സമ്മതിച്ചു. എനിക്ക് പറ്റിയ ചരക്കുകൾ സംഭരിച്ചതിനുശേഷം അച്ഛൻ അവരോട് പറഞ്ഞു. "അവൻ കയ്റൊവിലേക്ക് പ്രവേശിക്കാനനുവദിക്കരുത്, അവന്റെ സാമാനങ്ങൾ വില്ക്കാനായി അവനെ ദമാസ്കസ്സിൽ വിടുക. അങ്ങനെ ഞാൻ അച്ഛനോട് വിടപറഞ്ഞു. 'മൊസ്ട്രലി' ൽ നിന്നും യാത്രപുറപ്പെട്ട് നേരെ അലെപ്പൊയിലെത്തി. അവിടെ ഏതാനും ദിവസങ്ങൾ ഞങ്ങൾ തങ്ങി. പിന്നെ ദമാസ്കസ്സിലേക്ക് യാത്ര ചെയ്തു. ആ നഗരം കണ്ടപ്പോൾ അതൊരു പറുദീസയാണെന്ന് ഞങ്ങൾക്ക് തോന്നി. വൃക്ഷലതാദികളും അരുവികളും പക്ഷികളും എല്ലാത്തരം പഴങ്ങളും നിറഞ്ഞ നാട്. അവിടത്തെ ഒരു സത്രത്തിൽ ഞങ്ങൾ താമസിച്ചു. ചരക്കുകൾ വില്ക്കാനും, വാങ്ങാനുമായി എന്റെ ഇളയച്ഛന്മാർ അവിടെ സമയം ചെലവഴിച്ചു. എനിക്കുവേണ്ടിയും അവർ കച്ചവടം നടത്തി. ഓരോ ദിറം വിലയുള്ള സാധനത്തിന് അഞ്ച് ദിറം വെച്ച് ലാഭം കിട്ടി. അതെന്നെ വളരെയേറെ സന്തോഷിപ്പിച്ചു. അതിനുശേഷം അവർ എന്നെ ഒറ്റയ്ക്ക് വിട്ട്, ഈജിപ്തിലേക്ക് തിരിച്ചു.

ഒരു ആഭരണ വ്യാപാരിയിൽ നിന്നും പ്രതിമാസം രണ്ട് ദിനാർ വാടകയ്ക്ക് എടുത്ത ഒരു വീട്ടിലായിരുന്നു എന്റെ താമസം. എന്റെ കൈയിലുണ്ടായിരുന്ന പണം കൊണ്ട് സുഖമായി തിന്നും കുടിച്ചും ഞാൻ കഴിഞ്ഞു. ഒരു ദിവസം ഞാൻ എന്റെ വീട്ടുവാതില്ക്കൽ ഇരിക്കവെ,

വിലപിടിച്ച മനോഹരമായി വേഷം ധരിച്ച ഒരു യുവതി അവിടേക്ക് വന്നു.-ഇത്രയും സുന്ദരിയായൊരു സ്ത്രീയെ ഞാനിതുവരെ കണ്ടിട്ടില്ല. ഞാൻ സൗഹൃദപൂർവം കണ്ണിറുക്കി കാണിച്ചപ്പോൾ അവൾ സസങ്കോചം ഉള്ളിൽ കയറി വന്നു. ഞാൻ അപ്പോൾ പോയി വാതിലടച്ചു. അവൾ തന്റെ ശിരോവസ്ത്രം മാറ്റിയപ്പോൾ പൂനിലാവുപോലെ അവളുടെ മുഖം ശോഭിച്ചു. അത്രയ്ക്കഴകായിരുന്നു അവൾക്ക്. അവളോടുള്ള പ്രേമം എന്റെ ഹൃദയത്തെ കീഴടക്കി. ഞാൻ എഴുന്നേറ്റ് ചെന്ന് ഒരു തളികയിൽ ഏറ്റവും സ്വാദുള്ള ഭക്ഷണപദാർത്ഥങ്ങളും, പഴങ്ങളും മറ്റും കൊണ്ടുവന്നുവെച്ചു. ഞങ്ങൾ ഒന്നിച്ചിരുന്ന് അവയെല്ലാം കഴിച്ചു. അതിനുശേഷം 'ഫിറ്റാ'കുന്ന തുവരെ വീഞ്ഞടിച്ചു! പിന്നെ അവളോടൊപ്പം സുഖമായി ആസ്വദിച്ചു കൊണ്ട് കിടന്നുറങ്ങി. എന്റെ ജീവിതത്തിലെ ഏറ്റവും മധുരം നിറഞ്ഞ രാത്രിയായിരുന്നു അത്. നേരം പുലർന്നപ്പോൾ ഞാനവൾക്ക് പത്ത് സ്വർണനാണയം നല്കി. അപ്പോൾ അവളുടെ ശിരസ്സ് താഴ്ന്നു. അവളുടെ കൺപുരികങ്ങൾ വിറച്ചു. ക്രോധത്താൽ ജ്വലിച്ചുകൊണ്ടവൾ അലറി. "ലജ്ജയില്ലേ നിങ്ങൾക്ക്, എന്റെ നല്ലവനായ കൂട്ടുകാരാ. നിങ്ങളുടെ പണം മോഹിച്ചുകൊണ്ടാണ് ഞാൻ വന്നതെന്ന് നിങ്ങൾ കരുതിയോ?"

പിന്നെ അവൾ കമ്മീസിന്റെ പോക്കറ്റിൽ നിന്ന് പതിനഞ്ച് ദിനാർ എടുത്ത് അവന് മുന്നിൽ വെച്ച് പറഞ്ഞു. "അള്ളായാണേ നിങ്ങൾ അത് എടുത്തില്ലെങ്കിൽ ഞാനിനി ഒരിക്കലും നിങ്ങളുടെ അടുത്ത് വരില്ല."

അതുകൊണ്ട് ഞാനത് സ്വീകരിച്ചു. അപ്പോൾ അവൾ എന്നോട് പറഞ്ഞു. "അല്ലയോ, എന്റെ പ്രാണനാഥാ! മൂന്നുദിവസത്തിനുള്ളിൽ എന്നെ വീണ്ടും പ്രതീക്ഷിക്കാം. അന്ന് രാത്രിമുഴുവൻ നമ്മൾക്കാസ്വദിക്കാം. ഈ പണത്തിന് ഇന്നത്തെപ്പോലെയുള്ള ഭക്ഷണം അന്ന് നിങ്ങൾ തയ്യാറാക്കുക."

ഇത്രയും പറഞ്ഞു. "അവൾ എന്നോട് വിടവാങ്ങി, എന്റെ ആത്മാവ് അവളോടൊപ്പം പോയി. മൂന്നാം ദിവസം അവൾ വീണ്ടും വന്നു. സ്വർണ്ണ കസവ് തുണികൊണ്ടുള്ള വസ്ത്രവും മുമ്പത്തെക്കാൾ മനോഹരമായ ആഭരണങ്ങളുമാണവൾ ധരിച്ചിട്ടുള്ളത്. അവൾക്കുവേണ്ടി ഞാൻ നേരത്തെ തന്നെ സ്ഥലം തയ്യാറാക്കിവെച്ചിരുന്നു. അങ്ങനെ പതിവു പോലെ ഞങ്ങൾ ഒന്നിച്ചിരുന്ന് ഭക്ഷണം കഴിച്ച്, നേരം പുലരുവോളം കൂടെ കിടന്ന് രാത്രി മുഴുവൻ ആസ്വദിച്ചു. പിന്നെ എനിക്ക് പതിനഞ്ച് സ്വർണനാണയങ്ങൾ സമ്മാനിച്ച്, മൂന്നുദിവസത്തിനുശേഷം വീണ്ടും വരാമെന്ന് സത്യം ചെയ്ത് ശേഷം സ്ഥലം വിട്ടു. അതനുസരിച്ച് ഞാനവൾക്കു വേണ്ടി എല്ലാം ഒരുക്കിവെച്ചു. അവൾ മുമ്പത്തെ രണ്ട് പ്രാവശ്യത്തേക്കാൾ മനോഹരമായി വസ്ത്രം ധരിച്ച് പ്രത്യക്ഷപ്പെട്ട് എന്നോട് പറഞ്ഞു. "അല്ലയോ, എന്റെ നാഥാ, ഞാൻ സുന്ദരിയല്ലേ?"

"എന്നേക്കാൾ സുന്ദരിയായ ഒരു യുവതിയെ, എന്നേക്കാൾ പ്രായം കുറഞ്ഞ ഒരുവളെ എന്നോടൊപ്പം ഇവിടേക്ക് കൊണ്ടുവരുവാൻ നിങ്ങൾ അനുവദിക്കുമോ? അവൾ നമ്മോടൊപ്പം ചിരിച്ച് കളിക്കട്ടെ. അവളുടെ ഹൃദയം ആഹ്ലാദിക്കട്ടെ. കാരണം, കഴിഞ്ഞ കാലങ്ങൾ അവൾ വളരെ വിഷാദം നിറഞ്ഞ ജീവിതമാണ് നയിച്ചത്. അവൾ എന്നോടൊപ്പം പുറത്ത്

ചുറ്റിക്കറങ്ങാൻ ആഗ്രഹം പ്രകടിപ്പിച്ചു. രാത്രി എന്നോടൊപ്പം കഴിയാനവൾക്ക് മോഹമുണ്ട്."

"അള്ളായാണേ ശരി." ഞാൻ മറുപടി നല്കി. ഞങ്ങൾ തലയ്ക്ക് മത്ത് പിടിക്കുന്നതുവരെ വീഞ്ഞ് കുടിച്ചു. രാത്രിമുഴുവൻ ആനന്ദലഹരിയിൽ മുങ്ങി, ഒന്നിച്ച് ശയിച്ചു. രാവിലെ പതിനഞ്ച് ദിനാർ തന്നുകൊണ്ടവൾ പറഞ്ഞു. "നിങ്ങൾ സാധാരണ തയ്യാറാക്കാറുള്ളതിനേക്കാൾ കൂടുതലായി എന്തെങ്കിലും എന്നോടൊപ്പം വരുന്ന നമ്മുടെ അതിഥിക്കായി ഒരുക്കുക."

പിന്നെ അവൾ സ്ഥലം വിട്ടു. നാലാംദിവസം ഞാൻ പതിവുപോലെ വീട് അവരുടെ വരവിനായി തയ്യാറാക്കി വച്ചു. സൂര്യനസ്തമിച്ചതോടെ അവൾ എത്തി. ഒപ്പം, ശ്രദ്ധയോടെ ശിരോവസ്ത്രം കൊണ്ട് മുഖം മൂടിയ മറ്റൊ യുവതിയും കൂടെയുണ്ട്. അവർ ഉള്ളിൽ കടന്ന് ഇരിപ്പിടങ്ങളിൽ ഇരുന്നു.

ഞാനവരെ കണ്ട് വല്ലാതെ ആഹ്ലാദിച്ചു. അവരെ സസന്തോഷം സ്വീകരിച്ചശേഷം മെഴുകിതിരികൾ കത്തിച്ചുവെച്ചു. അവർ കട്ടിയുള്ള മേലങ്കികൾ ഊരിവച്ചു. നവാഗതയുടെ ശിരോവസ്ത്രം മാറ്റി. പൂർണ്ണചന്ദ്രനെപ്പോലെ ശോഭിക്കുന്ന ആ മുഖത്തേക്ക് വിസ്മയത്തോടെ ഞാൻ ദൃഷ്ടിതിരിച്ചു. -മുമ്പൊരിക്കലും ഇത്രയും മനോഹരമായൊരു മുഖം ഞാൻ കണ്ടിട്ടില്ല.

പിന്നെ ഞാൻ എഴുന്നേറ്റ് വേവിച്ച മാംസവും പാനീയവും അവരുടെ മുന്നിൽ നിരത്തി. ഞങ്ങൾ തിന്നും കുടിച്ചും രസിച്ചു. പുതിയ യുവതിയെ ഞാൻ സ്വന്തം കൈകൊണ്ട് ഊട്ടി! ഒരേ കപ്പിൽ നിന്ന് കുടിച്ചു. ഉള്ളിലെ അസൂയയാൽ അസ്വസ്ഥമായ ഒന്നാമത്തെ യുവതി എന്നോട് ചോദിച്ചു. "അള്ളായാണേ, അവൾ എന്നേക്കാൾ സ്വാദിഷ്ഠയാണോ?"

"അതെ, ദൈവത്താണേ!"

"ഇന്നുരാത്രി നിങ്ങൾ അവളോടൊപ്പം ശയിക്കണമെന്നാണ് എന്റെ ആഗ്രഹം. കാരണം, ഞാൻ നിങ്ങളുടെ പെണ്ണാണ്, അവൾ അതിഥിയാണല്ലോ, അത് അങ്ങനെത്തന്നെ നടക്കട്ടെ."

പിന്നെ അവൾ എഴുന്നേറ്റ് ഞങ്ങൾക്കായി മെത്തവിരിച്ചുതന്നു. ഞാൻ ആ യുവതിയോടൊപ്പം രസകരമായി ആ രാത്രി കഴിച്ചുകൂട്ടി. രാവിലെ എഴുന്നേറ്റപ്പോൾ എന്റെ ശരീരം നനഞ്ഞിരിക്കുന്നതായി കണ്ടു. ഞാൻ വിചാരിച്ചു വിയർത്തതായിരിക്കുമെന്ന്. ഞാൻ എഴുന്നേറ്റിരുന്ന് ആ യുവതിയെ ഉണർത്താൻ ശ്രമിച്ചു. എന്നാൽ, അവളുടെ തോളുകൾ പിടിച്ച് ഞാൻ കുലുക്കിയപ്പോൾഎന്റെ കൈകൾ ചോരകൊണ്ട് ചുകന്ന നിറമായി. അവളുടെ ശിരസ്സ് തലയിണയിൽ നിന്നും ഉരുണ്ടുവീണു. ഉടനെ ഒരു ബുദ്ധിഹീനനെപ്പോലെ ഞാൻ ഉറക്കെ നിലവിളിച്ചു. "ഓ, സർവ്വശക്തനായ രക്ഷിതാവെ, എന്നെ സംരക്ഷിക്കണമെ!"

അവളുടെ കഴുത്ത് അറക്കപ്പെട്ടിരിക്കയാണെന്ന് കണ്ട് ഞാൻ ചാടി എഴുന്നേറ്റു. ലോകം എന്റെ മുന്നിൽ ഇരുളടഞ്ഞതായി എനിക്ക് തോന്നി. എന്റെ ആദ്യകാമുകിയെ ഞാൻ തിരഞ്ഞുനോക്കി. എന്നാൽ, അവളെ കാണാനായില്ല. അതുകൊണ്ട് അസൂയമൂത്ത അവളാണ് ഈ യുവതിയെ

വധിച്ചതെന്ന് ഞാൻ മനസ്സിലാക്കി. "അള്ളായേക്കാൾ സർവ്വശക്തനായ മറ്റൊരു ദൈവമില്ല! എന്താണിനി ചെയ്യേണ്ടത്?"

ഞാൻ ഒരു നിമിഷം ചിന്തിച്ചുനിന്നു. പിന്നെ ഞാനെന്റെ വസ്ത്രങ്ങൾ ഊരിക്കളഞ്ഞ്, മുറ്റത്തിന് നടുവിൽ ഒരു കുഴി കുഴിച്ച് അതിൽ ആ പെൺകുട്ടിയുടെ മൃതശരീരം കിടത്തി. സ്വർണ്ണാഭരണങ്ങളും രത്നങ്ങളും ഒന്നും ഊരിയെടുത്തിരുന്നില്ല. അതിനുശേഷം മണ്ണിട്ട് മൂടി. അതിനുമീതെ പഴയതുപോലെ മാർബിൾ സ്ലാബുകൾ വിരിച്ചു. പിന്നെ നന്നായി കുളിച്ച് ശുദ്ധമായ വസ്ത്രങ്ങൾ ധരിച്ച് കൈയിലുള്ള പണമെല്ലാം എടുത്ത് വീട് പൂട്ടി. ധൈര്യം സംഭരിച്ച് വീട്ടുടമയുടെ അടുത്ത് ചെന്ന് ഒരു വർഷത്തെ വാടക അഡ്വാൻസായി നൽകിക്കൊണ്ട് പറഞ്ഞു. "ഞാൻ ഇളയച്ഛന്മാരുടെ അടുത്തേക്ക്, കയ്റോയിലേക്ക് പോകുകയാണ്."

ഞാൻ ഈജിപ്തിലേക്കുള്ള പ്രയാണം ആരംഭിച്ചു. അവിടെ എത്തിയപ്പോൾ അവരെന്നെ ആഹ്ലാദപൂർവ്വം സ്വീകരിച്ചു. അപ്പോഴേക്കും അവർ സ്വന്തം ചരക്കുകളെല്ലാം വിറ്റഴിച്ചുകഴിഞ്ഞിരുന്നു.

അവർ എന്നോട് ചോദിച്ചു. " നിന്റെ വരവിന്റെ കാരണം എന്താണ്?"

"നിങ്ങളെ കാണാനുള്ള മോഹം കൊണ്ട്." എന്നാൽ, എന്റെ പക്കൽ പണമൊന്നുമില്ലെന്ന കാര്യം ഞാനവരെ അറിയിച്ചില്ല.

'കയ്റൊ' യിലെയും 'നൈലി'ലെയും സുന്ദരമായ കാഴ്ചകൾ ആസ്വദിച്ചുകൊണ്ട് ഞാൻ അവരോടൊപ്പം ഒരു വർഷം കഴിഞ്ഞു. എന്റെ ഇളയച്ഛന്മാർ തിരിച്ചുപോകാറായപ്പോഴേക്കും എന്റെ പക്കലുള്ള പണം മുഴുവൻ തിന്നും കുടിച്ചും ഉല്ലസിച്ചും കളഞ്ഞു കുളിച്ചു.ഞാൻ അപ്പോൾ അവരിൽ നിന്നും കടന്നുകളഞ്ഞു! അവർ എന്നെ കുറിച്ച് അന്വേഷണം നടത്തിയെങ്കിലും യാതൊരു വിവരവും ലഭിച്ചില്ല. അവർ സ്വയം പറഞ്ഞു. "അവൻ ദമാസ്കസ്സിലേക്ക് പോയിക്കാണും."

അവർ പോയിക്കഴിഞ്ഞ ശേഷം ഞാൻ ഒളിസ്ഥലത്തുനിന്ന് പുറത്തുവന്നു. പിന്നീട് മൂന്ന് വർഷം കയ്റൊയിൽ തന്നെ താമസിച്ചു, കൈയിലുള്ള പണം മുഴുവൻ തീരുന്നതുവരെ! ഓരോ വർഷവും ദമാസൂസ് വീടിന്റെ വാടക ഞാൻ മുടങ്ങാതെ അയച്ചുകൊടുക്കുമായിരുന്നു. ഒടുവിൽ ആ വാടകക്കാശുമാത്രം എന്റെ കൈയിൽ ബാക്കിയായി. അതോർത്ത് എന്റെ ഹൃദയം വിങ്ങി! അതുകൊണ്ട് ഞാൻ ദമാസ്കസ്സിലേക്ക് പോയി. അതിന്റെ ഉടമ രത്നവ്യാപാരി എന്നെ കണ്ട് വളരെ സന്തോഷിച്ചു. എല്ലാം ഞാൻ പോയതുപോലെത്തന്നെയുണ്ട്. പൂട്ടുകൾ ഒന്നും തുറന്നിട്ടേയില്ല. ഞാൻ അറകൾ തുറന്ന് എന്റെ വസ്ത്രങ്ങളും അവശ്യസാധനങ്ങളും പുറത്തെടുത്തു. ഞാൻ അന്നുരാത്രി ആ വധിക്കപ്പെട്ട പെൺകുട്ടിയോടൊപ്പം കിടന്ന മെത്തയ്ക്ക് കീഴിൽ പത്ത് അമൂല്യമായ മുത്തുകൾ പതിച്ച സ്വർണ്ണ നെക്ലേസ് വെച്ചിരുന്നു. ഞാനത് പുറത്തെടുത്ത് ഉണങ്ങിയ രക്തക്കറകൾ കഴുകിക്കളഞ്ഞ് അതിലേക്ക് മിഴിച്ചുനോക്കി. കുറച്ചുനേരം കരഞ്ഞു. പിന്നീട് രണ്ടുദിവസം ഞാൻ ആ വീട്ടിൽ താമസിച്ചു. മൂന്നാംദിവസം കുളിമുറിയിൽ പോയി സ്നാനം കഴിഞ്ഞ ശേഷം ഞാൻ വസ്ത്രങ്ങൾ മാറ്റി. എന്റെ കൈയിലെ പണമെല്ലാം കഴിഞ്ഞിരുന്നു. അതുകൊണ്ട് സാത്താൻ എന്നിൽ പ്രലോഭനങ്ങൾ ഉണർത്തിച്ചു. വിധിയുടെ ഉത്തരവ് നടത്തപ്പെട്ടു. പിറ്റേന്ന് ഞാനാ രത്നം

പതിച്ച നെക്ലേസ് ബസാറിലേക്ക് കൊണ്ടുപോയി. അത് വില്ക്കാനായി ഒരു ദല്ലാളുടെ കൈയിൽ വച്ചുകൊടുത്തു. അയാൾ എന്നോട് ഒരു രത്ന വ്യാപാരിയുടെ (എന്റെ വീട്ടുടമ)കടയിൽ ഇരിക്കുവാൻ പറഞ്ഞു. മാർക്കറ്റ് പൂർണ്ണമായും പ്രവർത്തിച്ചുതുടങ്ങുന്നതുവരെ ക്ഷമയോടെ കാത്തിരിക്കാനായി ആവശ്യപ്പെട്ടു. പിന്നീട് അയാൾ അത് കൊണ്ടുപോയി. വില്ക്കാനുള്ളതാണെന്നവിടെ പ്രഖ്യാപിച്ചു. ഞാനറിയാതെ 'നെക്ലേസി'ന് ലേലത്തിൽ രണ്ടായിരം രൂപ വിലമതിക്കപ്പെട്ടു. എന്നാൽ, ദല്ലാൾ എന്റെ അടുത്ത് തിരിച്ചുവന്ന് പറഞ്ഞു. "ഇതിന്റെ 'കോളർ' ചെമ്പാണ്. കൃത്രിമ സ്വർണ്ണം! അതിന് ലേലത്തിൽ ആയിരം ദിറമാണ് വിലകണ്ടത്."

"അതെ." ഞാൻ മറുപടി നല്കി. അത് ചെമ്പായിരുന്നെന്ന് എനിക്കറിയാം. ഒരു സ്ത്രീയെ കളിപ്പിക്കാൻ വേണ്ടി ഞങ്ങൾ അപ്രകാരം ഉണ്ടാക്കിച്ചതാണ്. ഇപ്പോൾ എന്റെ ഭാര്യക്കത് പിന്തുടർച്ചാവകാശപ്രകാരം ലഭിച്ചു. ഞങ്ങൾ അത് വില്ക്കാമെന്ന് കരുതി. അപ്പോൾ, പോയി ആ ആയിരം ദിറം വാങ്ങിക്കൊണ്ടുവരൂ." - അപ്പോഴേക്കും നേരം പുലരാറായെന്നും കഥ പറയാൻ തനിക്ക് അനുവദിക്കപ്പെട്ടസമയം കഴിഞ്ഞെന്നും ഷാഹ്റസാദ് മനസിലാക്കി.

ഇരുപത്തിയൊമ്പതാം രാവ്

അല്ലയോ, കീർത്തിമാനായ രാജാവേ, അവൾ തുടർന്നു, ആ സുന്ദരനായ യുവാവ് ദല്ലാളിനോട് പറഞ്ഞു. "ആ ആയിരം ദിറംകൊണ്ടുവരൂ."

ഇതുകേട്ടപ്പോൾ സംശയാസ്പദമായതെന്തോ ഇതിലുണ്ടെന്ന് അയാൾ മനസ്സിലാക്കി. അതുകൊണ്ടയാൾ 'കോളറു'മായി ബസാറിലെ മുഖ്യന്റെ അരികിലെത്തി. മുഖ്യനാകട്ടെ ആ നെക്ലേസുമെടുത്ത് ഗവർണറുടെ മുന്നിൽ ചെന്ന് ആവലാതിപ്പെട്ട് ഇപ്രകാരം നുണ പറഞ്ഞു. "ഈ 'നെക്ലേസ് എന്റെ വീട്ടിൽ നിന്നും മോഷ്ടിക്കപ്പെട്ടതാണ്; ഒരു വ്യാപാരിയുടെ വേഷത്തിൽ ഞങ്ങൾ ആ കള്ളനെ കണ്ടെത്തി."

അങ്ങനെ ഞാൻ അക്കാര്യം ഓർക്കുന്നതിന് മുമ്പുതന്നെ രക്ഷാഭടന്മാർ എന്നെ വളഞ്ഞ്, തടവുകാരനാക്കി. അവർ എന്നെ ഗവർണ്ണർക്കു മുമ്പിൽ ഹാജരാക്കിയപ്പോൾ അദ്ദേഹം 'കോളറിനെ'ക്കുറിച്ച് എന്നെ ചോദ്യം ചെയ്തു. ദല്ലാളോടു പറഞ്ഞ ആ കഥതന്നെ ഞാൻ ഗവർണ്ണറോട് ആവർത്തിച്ചു. എന്നാൽ അദ്ദേഹം ചിരിച്ചുകൊണ്ട് പറഞ്ഞു "ഈ വാക്കുകൾ സത്യമല്ല."

പിന്നെ, എന്താണ് ചെയ്യാൻ പോകുന്നതെന്ന് ഞാൻ ചിന്തിക്കുന്നതിന് മുമ്പുതന്നെ ഞാൻ നഗ്നനാക്കപ്പെട്ടു, എന്റെ പുറത്ത് വടികൊണ്ടുള്ള പ്രഹരം വന്നു പതിച്ചു. തുടർന്നുള്ള അടി സഹിക്കാതായപ്പോൾ ഞാൻ കുറ്റസമ്മതം നടത്തി "ഞാനാണ് മോഷ്ടിച്ചത്."

അതേസമയം ഞാൻ സ്വയം പറഞ്ഞു "നീ അങ്ങനെ പറഞ്ഞത് നന്നായി; നിന്റെ വീട്ടിൽവച്ച് അതിന്റെ ഉടമ കൊല ചെയ്യപ്പെട്ടു എന്നവർ അറിയുന്നതിനേക്കാൾ ഭേദം അത് കട്ടതാണെന്ന് പറയുന്നതുതന്നെയാണ്; അല്ലെങ്കിൽ ആ കൊലപാതകക്കുറ്റത്തിന്റെ പേരിൽ നീ തൂക്കിലേറ്റപ്പെട്ടേനെ."

അങ്ങനെ, ഞാൻ അത് കട്ടതാണെന്നവർ രേഖപ്പെടുത്തി. ഉടനെ എന്റെ കൈ അവർ വെട്ടിക്കളഞ്ഞു; വേദന സഹിക്കവയ്യാതെ ഞാൻ ബോധംകെട്ട് വീണു. എന്നാൽ, അവർ എനിക്ക് വീഞ്ഞ് കുടിക്കാൻ തന്നപ്പോൾ ബോധം തിരിച്ചുകിട്ടി. അവർ എന്റെ കൈ മുറിച്ചുകളഞ്ഞ ഭാഗത്ത് എണ്ണയും മരുന്നും പുരട്ടിത്തന്നു. ഞാൻ വീട്ടിൽ ചെന്നപ്പോൾ വീട്ടുടമ എന്നോട് പറഞ്ഞു "എന്റെ മോനേ, ഇത്രയൊക്കെ നിനക്ക് സംഭവിച്ച നിലയ്ക്ക് എന്റെ വീട്ടിൽ ഇനി നിന്നെ താമസിപ്പിക്കാനാവില്ല, വേറെ വീട് അന്വേഷിച്ചോളൂ, നീ കളവിന് ശിക്ഷിക്കപ്പെട്ടവനാണ്. നീ ഒരു നല്ലവാനായ യുവാവാണ്; എന്നാൽ ഇതിനു ശേഷം ആർക്കാണ് നിന്നോട് സഹാനുഭൂതി ഉണ്ടാകുക?"

"ഓ, എന്റെ ഗൃഹനാഥാ, മറ്റൊരു വാസസ്ഥലം കണ്ടെത്തുന്നതുവരെ രണ്ടോ മൂന്നോ ദിവസം എന്നെ സഹിക്കുക."

"അങ്ങനെത്തന്നെയാകട്ടെ"അയാൾ മറുപടി നൽകി; പിന്നെ അവിടെനിന്നു പോയി.

ഞാൻ വീട്ടിൽ തിരിച്ചെത്തി കരഞ്ഞുകൊണ്ട് പറഞ്ഞു. "ഞാൻ എങ്ങനെയാണ് സ്വന്തം വീട്ടുകാരുടെ അടുത്തേക്ക് ഛേദിക്കപ്പെട്ട കൈയുമായി തിരിച്ചുപോവുക? ഞാൻ നിഷ്കളങ്കനാണെങ്കിലും, അവർക്കത് അറിവില്ലല്ലോ? അള്ളാ എന്തെങ്കിലും ഉത്തരവ് എനിക്ക് തന്നേക്കാം."

ഞാൻ വല്ലാത്ത സങ്കടത്തിൽ പൊട്ടിക്കരഞ്ഞു; രണ്ടുദിവസങ്ങൾ വേദനയോടെ ഞാൻ കഴിച്ചുകൂട്ടി. എന്നാൽ മൂന്നാം ദിവസം വീട്ടുടമ പെട്ടെന്ന് എന്റെ അടുക്കലെത്തി; അയാളോടൊപ്പം ചില രക്ഷാഭടന്മാരും ഞാൻ നെക്ക്ളേസ് കള്ളനാണെന്ന് ആരോപണമുയർത്തിയ ബജാറിലെ 'വ്യാപാരിമുഖ്യനും' ഉണ്ടായിരുന്നു. ഞാൻ അവരുടെ അരികിൽച്ചെന്ന് ചോദിച്ചു. "എന്താണ് കാര്യം?"

എന്തായാലും എന്നെ അവർ പിടികൂടി ബന്ധനസ്ഥനാക്കി, യാതൊന്നും പറയാതെ എന്റെ കഴുത്തിലൂടെ ഒരു ചങ്ങലയിട്ട് പൂട്ടി, ഇപ്രകാരം പറഞ്ഞു. "നിന്റെ പക്കലുണ്ടായിരുന്ന ഈ നെക്ക്ളേസ് ദമാസ്ക്കസ്സ് വസീറിന്റേതാണെന്ന് തെളിഞ്ഞു, അദ്ദേഹം അവരുടെ വൈസ്രോയിയും കൂടിയാണ്." അവർ തുടർന്നു. "മൂന്നുവർഷം മുമ്പ് അത് അദ്ദേഹത്തിന്റെ വീട്ടിൽനിന്ന് കാണാതായി, അതേസമയം തന്നെയാണ് ഇളയ മകളെയും കാണാതായത്."

ഈ വാക്കുകൾ കേട്ടപ്പോൾ എന്റെ ഹൃദയം തകർന്നു, ഞാൻ സ്വയം പറഞ്ഞു "നിന്റെ ജീവിതം അവസാനിച്ചു എന്നതിൽ യാതൊരു സംശയവുമില്ല. അള്ളായാണേ, മുഖ്യനോട് എന്റെ കഥ ഞാൻ പറയണം; അദ്ദേഹം വേണമെങ്കിൽ എന്നെ കൊന്നോട്ടെ, സന്തുഷ്ടനാണെങ്കിൽ എന്നോട് ക്ഷമിക്കട്ടെ."

അങ്ങനെ അവർ എന്നെ വസീറിന്റെ വീട്ടിലേക്കു കൊണ്ടുപോയി. അദ്ദേഹത്തിന്റെ മുന്നിൽ നിർത്തി.

അദ്ദേഹം എന്നെ കൺകോണുകളിലൂടെ ഒന്ന് ദൃഷ്ടിപായിച്ച ശേഷം അവിടെ സന്നിഹിതരായവരോട് ചോദിച്ചു "എന്തിനാണവന്റെ കൈ ഛേദിച്ചത്? ഈ യുവാവ് നിർഭാഗ്യവാനാണ്, അവൻ യാതൊരു തെറ്റും ചെയ്തിട്ടില്ല; തീർച്ചയായും അവന്റെ കൈ മുറിച്ചുകളഞ്ഞത് നിങ്ങളുടെ ഭാഗത്തുനിന്നുള്ള കുറ്റമാണ്."

അതു കേട്ട് എനിക്ക് മനസ്സിന് ആശ്വാസം തോന്നി. ഞാൻ അദ്ദേഹത്തോട് പറഞ്ഞു "അള്ളായാണേ, ഓ, എന്റെ ദൈവമേ, ഞാൻ കള്ളനല്ല. എന്നാൽ, എന്നെ മാർക്കറ്റിൽ നിർത്തി തല്ലിച്ചതച്ച് എന്നെക്കൊണ്ട് കട്ടെന്ന് കുറ്റസമ്മതം നടത്തിച്ചതാണ്. അടിയുടെ വേദന സഹിക്കാതായപ്പോൾ ഞാൻ എനിക്കെതിരെത്തന്നെ നുണ പറയുകയും, സ്വയം കുറ്റസമ്മതം നടത്തിയതുമാണ്, ഞാൻ പൂർണ്ണമായും നിരപരാധിയാണെങ്കിലും."

"പേടിക്കേണ്ട" വൈസ്രോയി പറഞ്ഞു.

"നിനക്കൊരു ദ്രോഹവും ഉണ്ടാകില്ല."

പിന്നെ, ബസാറിലെ വ്യാപാരിമുഖ്യനെ തുറുങ്കിലടക്കാനായി ഉത്തര വിട്ടുകൊണ്ട് അദ്ദേഹം പറഞ്ഞു "ഇവന് നിങ്ങൾ നഷ്ടപരിഹാരം ചെയ്യൂ; നിങ്ങൾ വൈകിച്ചാൽ ഞാൻ നിങ്ങളെ കഴുമരത്തിലേറ്റും; നിന്റെ സ്വത്തു മുഴുവൻ കണ്ടുകെട്ടും".

അദ്ദേഹം തന്റെ കാവൽഭടന്മാരെ വിളിച്ചു; അവർ വന്ന് അയാളെ വലിച്ചിഴച്ച് കൊണ്ടുപോയി; എന്നെ മുഖ്യന്റെ അരികിൽ ഒറ്റയ്ക്ക് വിട്ടു.

അദ്ദേഹത്തിന്റെ ആജ്ഞപ്രകാരം അവർ എന്റെ കഴുത്തിൽ നിന്ന് ചങ്ങല ഊരിയെടുത്തു; എന്റെ കൈയിലെ കെട്ടുകൾ അഴിച്ചു. പിന്നെ, അദ്ദേഹം എന്നെ നോക്കിപ്പറഞ്ഞു.

"ഓ, എന്റെ മോനേ, എന്നോട് സത്യം പറയൂ, ഈ നെക്ക്ളേസ് എങ്ങനെ നിന്റെ കൈയിൽ വന്നുപെട്ടു എന്നു പറയൂ."

"അള്ളായാണേ, എന്റെ പ്രഭോ," ഞാൻ മറുപടി നൽകി "ഞാൻ അങ്ങയോട് സത്യം മാത്രമേ പറയൂ." പിന്നെ, ആദ്യത്തെ മഹതിയും ഞാനും തമ്മിൽ നടന്ന കാര്യങ്ങൾ ഞാൻ വിസ്തരിച്ചു; അതിനുശേഷം രണ്ടാമത്തെ മഹതിയെ അവൾ കൊണ്ടുവന്ന് എനിക്ക് സമ്മാനിച്ചതും, അസൂയമൂലം അവളെ കൊലചെയ്തതും ഞാൻ വിവരിച്ചു. അദ്ദേഹം എന്റെ കഥ കേട്ടപ്പോൾ വലതുകൈകൊണ്ട് നെഞ്ചത്ത് അടിച്ച്, ഉറുമാൽ മുഖത്തുവെച്ച് കുറച്ചുനേരം കരഞ്ഞു.

പിന്നെ എന്റെ നേരെ തിരിഞ്ഞ് പറഞ്ഞു "നിനക്കറിയാമോ, എന്റെ മോനേ, ആദ്യം നിന്റെ അടുത്തുവന്ന മഹതി എന്റെ മകളാണ്; വളരെ സുരക്ഷിതത്വത്തോടെയാണ് ഞാനവളെ കാത്തുരക്ഷിച്ചിരുന്നത്. അവൾ വളർന്നപ്പോൾ ഞാനവളെ 'കയ്റൊ'യിലേക്കയച്ചു. എന്റെ സഹോദര പുത്രനുമായി വിവാഹം കഴിപ്പിച്ചു. കുറച്ചുകാലത്തിനു ശേഷം അവൻ മരിച്ചപ്പോൾ അവൾ തിരിച്ചുവന്നു. എന്നാൽ, 'കയ്റൊ' യിലെ ആളുകളിൽ നിന്നും അവൾ തോന്ന്യാസവും അനാദരവും പഠിച്ചു! അങ്ങനെ അവൾ നിന്നെ നാല് തവണ സന്ദർശിച്ചു. ഒടുവിൽ അവളുടെ അനിയത്തിയെ കൊണ്ടുവന്നു. അവൾ വളരെ അടുത്ത കൂട്ടുകാരികളെപ്പോലുള്ള സഹോദരിമാരായിരുന്നു! മൂത്തവളുടെ വീരസാഹസം അവളിൽനിന്ന് അനിയത്തി കേട്ടപ്പോൾ, അനിയത്തിക്കും അവളോടൊപ്പം പുറത്തുപോകാനുള്ള മോഹം ഉദിച്ചു. അങ്ങനെ, നിന്റെ അനുവാദം നേടി അവളെ നിന്റെ അടുത്തേക്ക് കൊണ്ടുവന്നു; അതിനുശേഷം അവൾ ഒറ്റയ്ക്കാണ് മടങ്ങിവന്നത്. അവൾ കരയുന്നതുകണ്ട് ഞാനവളെ ചോദ്യംചെയ്തു. അനിയത്തി എവിടെയാണെന്ന് ചോദിച്ചു. അവർ മറുപടി നൽകി "എനിക്കവളെക്കുറിച്ച് ഒന്നുമറിയില്ല." എന്തായാലും, അവൾ അമ്മയോട് രഹസ്യമായി നടന്നതെല്ലാം വിവരിച്ചുകൊടുത്തു, സ്വന്തം അനിയത്തിയുടെ

കഴുത്തറുത്ത കഥ! അവളുടെ അമ്മ അതേപടി എല്ലാം എന്നെ അറിയിച്ചു.

അവൾ പിന്നീട്, കരച്ചിൽ നിർത്തിയിട്ടേയില്ല. അവൾ സ്വയം പറഞ്ഞുകൊണ്ടിരുന്നു "അള്ളായാണേ! ഞാൻ മരിക്കുന്നതുവരെ അവൾക്കു വേണ്ടി കരയും."

അങ്ങനെ കരഞ്ഞു കരഞ്ഞ്, ഹൃദയം തകർന്ന് അവൾ മരിച്ചു; കാര്യങ്ങൾ ആ രീതിയിലാണ് കലാശിച്ചത്. അപ്പോൾ, നോക്കു മോനേ, കഴിഞ്ഞതെല്ലാം കഴിഞ്ഞു; ഇനി എന്റെ ആഗ്രഹം ഞാൻ പറയട്ടെ, നീ അതിന് തടസ്സം നിൽക്കരുത്. എന്റെ ഏറ്റവും താഴെയുള്ള മകളെക്കൊണ്ട് നിന്നെ വിവാഹം കഴിപ്പിക്കണമെന്ന് ഞാൻ ആഗ്രഹിക്കുന്നു. അവൾ കന്യകയാണ്, എനിക്ക് മറ്റൊരു ഭാര്യയിലുണ്ടായ മകൾ. ഞാൻ നിന്നിൽനിന്ന് സ്ത്രീധനമൊന്നും വാങ്ങിക്കില്ല, നേരെമറിച്ച് നിന്നെ ഞാൻ സ്വന്തം മകനെപ്പോലെ കണക്കാക്കി എന്നോടൊപ്പം താമസിപ്പിക്കും, ആവശ്യത്തിനുള്ള തുക ബത്തയായി നൽകും."

"അങ്ങനെയാവട്ടെ" ഞാൻ മറുപടി നൽകി. "എനിക്കെങ്ങനെ ഇത്രയും വലിയൊരു സൗഭാഗ്യം ആശിക്കാനാകും?"

അദ്ദേഹം ഉടനെ 'ഖാസി'യെയും സാക്ഷികളെയും വരുത്തുവാനായി ആളെ വിട്ടു. അങ്ങനെ എന്റെയും അദ്ദേഹത്തിന്റെ മകളുടേയും വിവാഹക്കരാർ തയ്യാറാക്കി ഒപ്പുവെച്ചു. ഞാൻ അവളോടൊപ്പം ജീവിതമാരംഭിച്ചു.

അതിനും പുറമെ, ബസാർമുഖ്യന്റെ കൈയിൽനിന്ന് ഒരു വൻ തുക നഷ്ടപരിഹാരമായി എനിക്ക് തരുവിച്ചു. എന്നോടദ്ദേഹത്തിന് വലിയ വാത്സല്യമായിരുന്നു. ആ വർഷത്തിൽ എന്റെ അച്ഛൻ മരിച്ച വാർത്ത എനിക്ക് ലഭിച്ചു.

വസീർ ഒരു സന്ദേശവാഹകനെ, രാജകീയ സീൽ അടിച്ച കത്തുകളുമായി അയച്ച് എന്റെ അച്ഛന്റെ സ്വത്തെല്ലാം എനിക്ക് നൽകിപ്പിച്ചു. ഇപ്പോൾ സമാധാനത്തോടെയും സന്തോഷത്തോടെയും ഞാൻ ജീവിതം നയിക്കുന്നു. ഇപ്രകാരമാണ് എന്റെ വലതുകൈ ഛേദിക്കപ്പെട്ടത്."

ഞാനീകഥ കേട്ട് വിസ്മയിച്ചുപോയി (യഹൂദൻ തുടർന്നു). ഞാനയാളോടൊപ്പം മൂന്ന് ദിവസങ്ങൾ താമസിച്ചു; അതിനുശേഷം അയാൾ എനിക്ക് ധാരാളം പണം സമ്മാനമായി തന്നു; ഞാൻ പൂർവ്വദേശത്തേക്ക് യാത്രതിരിച്ചു. ഒടുവിൽ നിങ്ങളുടെ ഈ നഗരത്തിലെത്തി. ഇവിടത്തെ താത്ക്കാലിക വാസം എനിക്ക് സുഖകരമായി തോന്നി. അങ്ങനെ ഞാനിവിടെത്തന്നെ സ്ഥിരതാമസമാക്കാൻ ഉദ്ദേശിച്ചു; അപ്പോഴാണ്, നിങ്ങൾക്കറിയാവുന്നതുപോലെ, ഈ കൂനന്റെ പ്രശ്നങ്ങൾ എന്റെ തലയിൽ വന്നു പതിച്ചത്! അപ്പോൾ, ചൈനാരാജാവ് തലകുലുക്കിക്കൊണ്ട് പറഞ്ഞു "നിന്റെ ഈ കൂനന്റെ കഥയേക്കാൾ അദ്ഭുതകരമോ, വിശിഷ്ടമോ, മനോരഞ്ജകമോ അല്ല. അതുകൊണ്ട് നിങ്ങളെ എല്ലാവരെയും ഞാൻ തൂക്കിലേറ്റാൻ പോകുകയാണ്. എന്തായാലും, എല്ലാ കുറ്റകൃത്യങ്ങളുടെയും തലപ്പത്ത് ഇരിക്കുന്ന തയ്യൽക്കാരൻ ഇനിയും ബാക്കിയുണ്ട്." അദ്ദേഹം തുടർന്നു "അല്ലയോ തയ്യൽക്കാരാ, കൂനന്റെ കഥയേക്കാൾ അദ്ഭുതകരമായ ഏതെങ്കിലും കഥ നിനക്ക് പറയാൻ കഴിഞ്ഞാൽ, ഞാൻ നിങ്ങളുടെ എല്ലാവരുടെയും കുറ്റങ്ങൾക്ക് മാപ്പുതരാം." – അതുപ്രകാരം അയാൾ മുന്നോട്ടുവന്ന് തന്റെ കഥ പറയാൻ തുടങ്ങി.

തയ്യൽക്കാരന്റെ കഥ

അല്ലയോ മഹാരാജാവേ, ഇന്നലെ ഈ കൂനനെ കാണുന്നതിനുമുമ്പ് ഏറ്റവും ആശ്ചര്യകരമായൊരു അനുഭവം എനിക്കുണ്ടായി. രാവിലെ എനിക്കൊരു വിവാഹസദ്യയിൽ പങ്കെടുക്കേണ്ടിവന്നു. എന്റെ സുഹൃത്തുക്കളിലൊരാളുടേതായിരുന്നു ആ വിവാഹം.

നഗരത്തിലെ പ്രഗദ്ഭരായ ഇരുപത് കരകൗശലക്കാരും, തയ്യൽക്കാരും, നെയ്ത്തുകാരും, ആശാരിമാരും അതിഥികളിൽ ഉൾപ്പെട്ടിരുന്നു. നേരം പുലർന്ന ഉടനെ അവർ ഞങ്ങൾക്കു മുന്നിൽ പ്രാതൽ നിരത്തി; ഞങ്ങൾ കഴിക്കാൻ തുടങ്ങിയപ്പോൾ, ബാഗ്ദാദ്കാരനായ ഒരു വിദേശി യുവാവിനോടൊപ്പം ഗൃഹനാഥൻ അവിടേക്ക് പ്രവേശിച്ചു. ഏറ്റവും മനോഹരമായ വസ്ത്രങ്ങളാണവൻ ധരിച്ചിരിക്കുന്നത്. അതിസുന്ദരനാണെങ്കിലും ഒരു കാലിനു മുടന്തുണ്ട്! അയാൾ വന്ന് ഞങ്ങളെ സലാം ചെയ്തു; ഞങ്ങൾ അയാളെ സ്വീകരിക്കാനായി എഴുന്നേറ്റു നിന്നു. അയാൾ ഞങ്ങളോടൊപ്പം ഇരിക്കാൻ പോയപ്പോഴേക്കും; അക്കൂട്ടത്തിൽ ഒരു ക്ഷുരകനെ അയാൾ കാണാനിടയായി. അപ്പോൾ അവിടെ ഇരിക്കാൻ ഇഷ്ടപ്പെടാതെ അയാൾ പോകാൻ തയ്യാറായി. എന്നാൽ, ഞങ്ങളും ആതിഥേയനും അയാളെ തടഞ്ഞുനിർത്തി, പോകരുതെന്നഭ്യർത്ഥിച്ചു. ഗൃഹനാഥൻ അയാളോടു ചോദിച്ചു "അങ്ങയുടെ വരവിനും ഉടനെ പോകാൻ തയ്യാറായതിനുമുള്ള കാരണമെന്താണ്?" അയാൾ മറുപടി നൽകി "അള്ളായാണേ, എന്റെ പ്രഭോ, എന്നെ തടയല്ലേ; എന്റെ തിരിച്ചുപോക്കിനുള്ള കാരണം, അപശകുനം പിടിച്ച ആ ക്ഷുരകനാണ്. ആ കറുത്ത മുഖമുള്ളവൻ, വിരൂപൻ!"

ഗൃഹനാഥൻ ഈ വാക്കുകൾ കേട്ടപ്പോൾ ഭയങ്കര അതിശയത്തോടെ പറഞ്ഞു "ബാഗ്ദാദുകാരനായ ഈ യുവാവ് എന്തുകൊണ്ടാണ് ഈ ക്ഷുരകനെ കണ്ട് വിഷമിക്കുന്നതും വിഭ്രാന്തനാകുന്നതും?"

ഞങ്ങൾ അപരിചിതനോട് പറഞ്ഞു "നിങ്ങൾക്ക് എന്തുകൊണ്ടാണ് ഈ ക്ഷുരകനോട് ദേഷ്യം? അതിനുള്ള കാരണം വിശദീകരിച്ചാലും."

"ഓ, നല്ലവരായ കൂട്ടുകാരേ," യുവാവ് പറഞ്ഞു. "ഞാൻ കാല് ഒടിഞ്ഞ്, ഇതുപോലെ ഞൊണ്ടിയാകുന്നതിനു പിന്നിൽ ഈ ക്ഷുരകനുമായുള്ള ചില വീരസാഹസങ്ങൾ ബാഗ്ദാദിൽ ഉണ്ടായിട്ടുണ്ട്. അതുകൊണ്ട് ഞാനൊരിക്കലും ഇനി അവനോടൊപ്പം ഇരിക്കില്ലെന്ന് ശപഥം ചെയ്തിരിക്കയാണ്, അവൻ ഏതു പട്ടണത്തിൽ താമസിച്ചാലും! ഞാൻ ബാഗ്ദാദിനോട് വിടപറഞ്ഞ്, അവിടുന്ന് യാത്രചെയ്ത്, നിങ്ങളുടെ നഗരത്തിൽ താമസിക്കാൻ വന്നിരിക്കയാണ്; എന്നിട്ടും, ഇവിടെ ഒരു രാത്രി പോലും കഴിഞ്ഞിട്ടില്ല. ഞാനവനെ വീണ്ടും ഇവിടെ കണ്ടുമുട്ടിയിരിക്കുന്നു! ഒരു ദിവസം പോലും ഞാനിവിടെ തങ്ങാൻ ആഗ്രഹിക്കുന്നില്ല, ഞാൻ പോകുകയാണ്."

ഞങ്ങൾ അയാളോട് പറഞ്ഞു "അള്ളായാണേ, ആ കഥ ഞങ്ങളോട് പറയൂ."

യുവാവ് മറുപടി നൽകി. (അയാൾ സംസാരിച്ചു തുടങ്ങിയപ്പോൾ ക്ഷുരകൻ വിളറി വെളുത്തു!) – "നിങ്ങൾക്കറിയാമോ, നല്ലവരായ കൂട്ടുകാരേ, എന്റെ അച്ഛൻ ബാഗ്ദാദിലെ ഏറ്റവും പ്രമുഖരായ വ്യാപാരികളിൽ

ഒരാളായിരുന്നു. സർവ്വശക്തനായ അള്ളാ അദ്ദേഹത്തിന് മകനായി എന്നെ മാത്രമെ അനുഗ്രഹിച്ചു നൽകിയുള്ളൂ. ഞാൻ വളർന്നു വലുതായി യുവാവായപ്പോൾ അച്ഛൻ അള്ളാവിനാൽ തിരിച്ചുവിളിക്കപ്പെട്ടു! എല്ലാ സമ്പത്തും, വേലക്കാരും, അടിമകളും, നപുംസകങ്ങളും എന്നിൽ വന്നു ചേർന്നു. ഞാൻ ഭംഗിയായി വസ്ത്രധാരണം ചെയ്ത്, നല്ല ഭക്ഷണം കഴിച്ച് സുഖമായി ജീവിച്ചു. അള്ളാ ഒരു സ്ത്രീവിദ്വേഷിയായാണ് എന്നെ വളർത്തിയത്! ഒരു ദിവസം ബാഗ്ദാദിലെ റോഡരികിലൂടെ ഞാൻ നടക്കവേ, ഒരുകൂട്ടം സ്ത്രീകൾ നടപ്പാതയിൽ എന്റെ നേരെ മുന്നിൽ എത്തി. ഞാൻ അവരിൽനിന്ന് ഓടി അകന്ന് ഒരു ഇടവഴിയിലേക്ക് കടന്നു. സാധാരണയായി ആൾസഞ്ചാരമില്ലാത്തൊരു ഇടവഴിയാണത്. അതിന്റെ ഒരറ്റത്തുള്ള ഒരു കല്ലുബഞ്ചിൽ ഞാൻ ഇരുന്നു; അല്പനേരം കഴിഞ്ഞപ്പോഴേക്കും എതിർവശത്തുള്ള വീടിന്റെ ജനൽ കർട്ടൺ പൊക്കി ഒരു യുവതി പ്രത്യക്ഷപ്പെട്ടു. പൂർണ്ണചന്ദ്രൻ ഉദിച്ചതുപോലെ! ഇത്രയും സുന്ദരിയായൊരു സ്ത്രീയെ എന്റെ ജീവിതത്തിൽ ഇതുവരെ കണ്ടിട്ടില്ല! അവൾ ജനൽപ്പടിയിൽ വച്ചിട്ടുള്ള ചെടിച്ചെട്ടിയിൽ വെള്ളമൊഴിക്കാൻ തുടങ്ങി. അവൾ ഇടത്തോട്ടും വലത്തോട്ടും നോക്കിയപ്പോൾ, അവളെ നിരീക്ഷിച്ചുകൊണ്ടിരിക്കുന്ന എന്നെ കണ്ടു. ഉടനെ ജനൽപ്പാളികൾ വലിച്ചടച്ച് അവൾ സ്ഥലം വിട്ടു.

പെട്ടെന്ന് എന്റെ ഹൃദയത്തിനുള്ളിൽ ഒരു തീജ്വാല നാമ്പെടുത്തു! എന്റെ 'സ്ത്രീവിദ്വേഷം' സ്ത്രീമോഹമായി മാറി. ഞാൻ അവിടെത്തന്നെ, എല്ലാം മറന്ന് വൈകുന്നേരംവരെ ഇരുന്നു! അപ്പോൾ ആ നഗരത്തിലെ 'ഖാസി' ഏതാനും അടിമകളുടെയും നപുംസകങ്ങളുടെയും അകമ്പടിയോടെ ആ യുവതിയുടെ വീട്ടിലെത്തി. അപ്പോൾ അയാൾ അവളുടെ അച്ഛനാണെന്ന് എനിക്ക് മനസ്സിലായി. ഞാൻ വീട്ടിലേക്ക് വിഷാദമനസ്സോടെ തിരിച്ചുപോയി, എന്റെ മെത്തയിൽ കിടന്നു. അപ്പോൾ പരിചാരികമാർ വന്ന് എന്റെ ചുറ്റും ഇരുന്നു; എന്നെ വേദനിപ്പിക്കുന്നതെന്താണെന്നറിയാതെ അവർ കരഞ്ഞു; എന്നാൽ എനിക്കൊന്നും അവരോട് പറയാൻ കഴിഞ്ഞില്ല. അപ്പോൾ അങ്ങോട്ട് കയറിവന്ന പ്രായമായൊരു സ്ത്രീക്ക് ഒറ്റനോട്ടത്തിന് എന്റെ വിഷാദവിഷയം എന്താണെന്ന് പിടികിട്ടി. അവൾ എന്റെ തലയ്ക്കൽ ഇരുന്ന് മൃദുവായി സംസാരിച്ചു. "ഓ, എന്റെ മോനേ, അതിനെക്കുറിച്ചെല്ലാം എന്നോട് തുറന്നു പറയൂ. അവളുമായി നിന്നെ കൂട്ടിയോജിപ്പിക്കാൻ ഞാൻ ശ്രമിക്കാം."

അങ്ങനെ നടന്ന സംഭവങ്ങളെല്ലാം ഞാൻ അവളോട് വിശദീകരിച്ചു. "ഓ, എന്റെ മോനേ, ഇത് ബാഗ്ദാദിലെ ഖാസിയുടെ മകൾ ആണ്. അവളെ ഏകാന്തതയിലാണയാൾ പാർപ്പിച്ചിരിക്കുന്നത്. നീ കണ്ട ആ ജനാല അവളുടെ മുറിയുടേതാണ്; ആ ജനാലയുടെ താഴത്തെ നിലയിലാണ് അവളുടെ അച്ഛന്റെ വിശാലമായ സ്വീകരണമുറി. അവൾ മിക്കപ്പോഴും ഒറ്റയ്ക്കായിരിക്കും അവിടെ; ഞാനവളുടെ വീട് സന്ദർശിക്കാം. എന്നിലൂടെയല്ലാതെ നിനക്കവളെ പ്രാപിക്കാനാവില്ല. തത്ക്കാലം നീ സന്തോഷവാനായി ഇരിക്കുക."

ഇത്രയും പറഞ്ഞ് അവൾ സ്ഥലം വിട്ടു; അവൾ പറഞ്ഞതുകേട്ട് എന്റെ ഹൃദയം ആഹ്ലാദിച്ചു, എന്റെ ആളുകളും അതിൽ സന്തോഷിച്ചു! പിറ്റേന്നു രാവിലെ ഊർജ്ജസ്വലതയോടെ ഞാൻ എഴുന്നേറ്റു.

പിന്നീട് ആ വൃദ്ധ നൈരാശ്യഭാവത്തോടെ പ്രത്യക്ഷപ്പെട്ട് പറഞ്ഞു "ഓ, എന്റെ മോനേ, ഞാൻ അവളിൽനിന്ന് കേട്ടതെന്താണെന്ന് ചോദിക്കല്ലെ! ഞാനവളോട് കാര്യങ്ങൾ പറഞ്ഞപ്പോൾ അവൾ എന്റെ നേരെ അട്ടഹസിച്ചു. 'നീ മര്യാദക്ക് നിന്നില്ലെങ്കിൽ, ഹേ അപശകുനം പിടിച്ച മന്ത്രവാദിനി തള്ളേ, അത്തരം സംസാരമൊന്നും എന്നോട് വേണ്ട; ഞാൻ നിന്നോട് പറയുന്നു; ഏറ്റവും കടുത്ത മരണശിക്ഷയാണ് നീ അർഹിക്കുന്നത്."

ഇതു കേട്ടപ്പോൾ എന്റെ മനോവേദന വർദ്ധിച്ചു. എന്റെ അയൽവാസികൾ എന്നെ സന്ദർശിച്ചപ്പോൾ അധികനാൾ ഞാൻ ജീവിച്ചിരിക്കില്ലെന്ന് അഭിപ്രായപ്പെട്ടു. എന്നാൽ, ഏതാനും ദിവസങ്ങൾക്കു ശേഷം ആ വൃദ്ധ എന്റെ അടുത്തുവന്ന്, എന്റെ കാതിൽ രഹസ്യം പറഞ്ഞു "ഓ, എന്റെ മോനേ, ചില നല്ല വാർത്തയുണ്ട്."

ഇതുകേട്ട് എനിക്ക് വലിയ ആശ്വാസം തോന്നി. ഞാൻ പറഞ്ഞു "നിങ്ങൾ ആഗ്രഹിക്കുന്നതെന്തും ഞാൻ തരും." അവൾ പറഞ്ഞുതുടങ്ങി. "ഇന്നലെ ഞാൻ ആ യുവതിയുടെ അടുത്ത് പോയിരുന്നു; തകർന്ന ഹൃദയത്തോടെയും കലങ്ങിയ കണ്ണുകളോടെയും എന്നെ അവൾ കണ്ടപ്പോൾ, എന്നോട് ചോദിച്ചു "ഓ, എന്റെ അമ്മായി, നിങ്ങളെ എന്താണ് വേദനിപ്പിക്കുന്നത്?" ഞാൻ പൊട്ടിക്കരഞ്ഞുകൊണ്ടവളോട് മറുപടി നൽകി. "ഓ, എന്റെ മഹതീ, നിന്നെ പ്രേമിക്കുന്ന ഒരു യുവാവിന്റെ വീട്ടിൽനിന്നാണ് ഞാൻ ഇപ്പോൾ വരുന്നത്. നിനക്കുവേണ്ടി ചാവാൻ തയ്യാറായി നിൽക്കുകയാണവൻ!" അവൾ മറുപടി നൽകി. (അവളുടെ ഹൃദയം മൃദുവായി കഴിഞ്ഞിരുന്നു) 'ആരാണ് നിങ്ങൾ പറയുന്ന ഈ യുവാവ്?' ഞാൻ പറഞ്ഞു 'അവനെനിക്ക് മകനെപ്പോലെയാണ്, എന്റെ ജീവൻ, ഏതാനും ദിവസങ്ങൾക്കു മുമ്പ് നീ ജനാലയ്ക്കലെ പൂച്ചട്ടി നനയ്ക്കുന്നത് അവൻ കണ്ടിരുന്നു; നിന്റെ മുഖവും കൈകളും കണ്ട ഉടനെ അവൻ നിന്നെ പ്രേമിച്ചുപോയി. കഴിഞ്ഞ പ്രാവശ്യം നിന്നെ കാണാൻ വന്നപ്പോഴുണ്ടായ എന്റെ അനുഭവത്തെക്കുറിച്ച് പറഞ്ഞപ്പോൾ അവന്റെ മനോവിഷമം വർദ്ധിച്ചു, സദാ സമയം മെത്തയിൽ കിടപ്പാണ്, ഒരു മൃതശരീരത്തെപ്പോലെ!' ഇതുകേട്ട് അവളുടെ മുഖം വിളർത്തുപോയി! അവൾ ചോദിച്ചു 'ഇതെല്ലാം എനിക്കു വേണ്ടിയോ!' ഞാൻ മറുപടി നൽകി 'അള്ളായാണേ! നിനക്കുവേണ്ടി ഞാൻ എന്താണ് ചെയ്യേണ്ടത്?' അവൾ പറഞ്ഞു 'തിരിച്ചു പോയി എന്റെ പേരിൽ അഭിവാദ്യം ചെയ്യുക, പിന്നെ പറയുക, അവനേക്കാൾ ഏറെ ഇക്കാര്യത്തിൽ ഞാൻ മനോവേദന അനുഭവിക്കുകയാണെന്ന്. ഈ വെള്ളിയാഴ്ച, പൊതുപ്രാർത്ഥനായോഗത്തിനു മുമ്പ് അവനോട് ഈ വീട്ടിൽ വരാൻ പറയുക; ഞാൻ താഴെ വന്ന് അവനായി വാതിൽ തുറന്നുകൊടുക്കും. അപ്പോൾ അവനെ ഞാൻ സ്വന്തം മുറിയിലേക്ക് കൊണ്ടുപോകും, കുറച്ചുസമയം അവനോടൊപ്പം കഴിയും, പിന്നെ അച്ഛൻ പള്ളിയിൽനിന്ന് തിരിച്ചെത്തുന്നതിനുമുമ്പ് അവൻ സ്ഥലം വിടട്ടേ."

ആ വൃദ്ധയുടെ വാക്കു കേട്ടതോടെ എന്റെ എല്ലാ അസുഖങ്ങളും പമ്പകടന്നു. എന്റെ തീവ്രമായ മാനസികവേദന അവസാനിച്ചു, ഹൃദയം ശാന്തമായി. എന്റെ പക്കലുണ്ടായിരുന്ന വിലപിടിച്ച തുണികൾ ആ വൃദ്ധയ്ക്ക് പാരിതോഷികമായി നൽകി. അവൾ പോകുമ്പോൾ തിരിഞ്ഞു നോക്കി പറഞ്ഞു "സന്തോഷവാനായി ഇരിക്കൂ!"

"എനിക്കിപ്പോൾ ശകലംപോലും ദുഃഖമില്ല" ഞാൻ മറുപടി നൽകി.

ഞാൻ സുഖം പ്രാപിച്ചതുകണ്ട് എന്റെ വീട്ടുകാരും കൂട്ടുകാരും ആഹ്ലാദിച്ചു. ഞാൻ വെള്ളിയാഴ്ചയ്ക്കുവേണ്ടി കാത്തിരുന്നു. അപ്പോൾ, അതാ ആ വൃദ്ധ വരുന്നു. എന്റെ ആരോഗ്യനിലയെക്കുറിച്ചവൾ തിരക്കി. സുഖമായിരിക്കുന്നെന്ന് ഞാൻ മറുപടി കൊടുത്തു. ഞാൻ വസ്ത്രം മാറ്റി സുഗന്ധതൈലം പൂശി പോകാൻ തയ്യാറായിരിക്കയാണ്.

എന്നാൽ ആ വൃദ്ധ പറഞ്ഞു "നിനക്ക് പോകാൻ നേരമായിട്ടില്ല, ഇനിയും സമയമുണ്ട്; അതുകൊണ്ട് കുളിമുറിയിലേക്കുപോയി, മുടി ഷേവ് ചെയ്യുക. (പ്രത്യേകിച്ച് അസുഖം മാറിയതിനുശേഷം അതാവശ്യമാണ്) രോഗിയായിരുന്നതിന്റെ ലക്ഷണങ്ങളൊന്നും കാണരുത്. എന്നിട്ട് നന്നായി കുളിക്കുക."

"ഇതാണ് നല്ലത്." ഞാൻ മറുപടി നൽകി. "ഞാൻ ഇപ്പോൾത്തന്നെ ചൂടുവെള്ളത്തിൽ കുളിച്ചതേയുള്ളു; എന്നാൽ തലവടിപ്പിക്കാം."

"ബസാറിൽപോയി ഒരു ക്ഷുരകനെ വിളിച്ചുകൊണ്ടുവരൂ." ഞാൻ എന്റെ ഒരു വേലക്കാരൻ പയ്യനോട് പറഞ്ഞു "ഒരു വകതിരിവുള്ളവനായിരിക്കണം; അല്ലാതെ, അനാവശ്യകാര്യങ്ങളിൽ ഇടപെടുന്നവനോ, മര്യാദയില്ലാത്ത ഒരു ജിജ്ഞാസുവോ, എന്റെ തലപൊളിക്കുന്ന രീതിയിൽ വാചാലനോ ആകരുത്."

ആ പയ്യൻ ബസാറിൽ പോയി ഈ വൃത്തികെട്ട, അപശകുനംപിടിച്ച, വൃദ്ധനെ കൊണ്ടുവന്നു. അയാൾ വന്ന് എന്നെ സലാം ചെയ്തപ്പോൾ ഞാനും സലാം ചെയ്തു. പിന്നെ അയാൾ ചോദിച്ചു "നിങ്ങളുടെ ശരീരം വല്ലാതെ മെലിഞ്ഞിരിക്കുന്നതെന്തുകൊണ്ടാണ്?" "എനിക്കു സുഖമില്ലായിരുന്നു" ഞാൻ പറഞ്ഞു." അയാൾ തുടർന്നു "അള്ളാ നിങ്ങളുടെ ദുർഗതിയും ദുഃഖവും വിഷമങ്ങളും വേദനയും ദൂരീകരിക്കട്ടെ."

"നിങ്ങളുടെ പ്രാർത്ഥന അള്ളാ കേൾക്കട്ടെ!"

"നിങ്ങൾക്ക് എല്ലാവിധ സന്തോഷങ്ങളും നേടാനാകട്ടെ, അല്ലയോ പ്രഭോ, തീർച്ചയായും നിങ്ങളുടെ അസുഖം മാറിയല്ലോ. നിങ്ങൾ മുടി വെട്ടാനാണോ, വടിക്കാനാണോ ആഗ്രഹിക്കുന്നത്? തീർച്ചയായും, ഇബ്നിൻ അബ്ബാസിന്റെ ആചാരമായിരുന്നു അത്. പ്രവാചകൻ പറഞ്ഞിട്ടുണ്ട് 'വെള്ളിയാഴ്ച മുടിവെട്ടിപ്പിക്കുന്നവന്റെ ഭൂരിഭാഗം വിഷമങ്ങളും അപ്രത്യക്ഷമാകും' അദ്ദേഹം ഇതുകൂടിപ്പറഞ്ഞിട്ടുണ്ട് 'വെള്ളിയാഴ്ച ക്ഷുരകം ചെയ്താൽ കണ്ണിനോ മറ്റ് അവയവങ്ങൾക്കോ അസുഖം വരില്ല."

"ഈ സംസാരം നിർത്തു." ഞാൻ അലറി. "എനിക്കിത് സഹിക്കാനാകുന്നില്ല; ഉടനെ എന്റെ തല മുണ്ഡനം ചെയ്യൂ."

അപ്പോൾ അയാൾ എഴുന്നേറ്റ് വളരെ സാവധാനം തന്റെ കൈനീട്ടി, ഒരു ഉറുമാൽ പുറത്തെടുത്ത്, നിവർത്തി; അതാ, അതിനുള്ളിൽ ഒരു ടെലസ്ക്കോപ്പ്!" പിന്നെ അയാൾ മുറ്റത്തിന്റെ നടുവിൽച്ചെന്ന് സൂര്യനു നേരെ ആ ഉപകരണം തിരിച്ചുപിടിച്ച്, കുറെ നേരം സൂര്യകിരണങ്ങൾ നിരീക്ഷിച്ചു. ഇത് കഴിഞ്ഞശേഷം അയാൾ എന്റെ അടുത്തുവന്ന് പറഞ്ഞു 'ഈ വെള്ളിയാഴ്ച, പ്രവാചകന്റെ പലായനത്തിന് (ഹിജറാ) ശേഷം 'അറനൂറ്റി അമ്പത്തിമൂന്ന്' വർഷത്തിനു ശേഷമുള്ള 'സഫർ' വർഷത്തിലെ വെള്ളിയാഴ്ചയാണ്; അതുപോലെ 'അലക്സാണ്ടറി'ന്റെ കാലം കഴിഞ്ഞ് 'ഏഴായിരത്തി മുന്നൂറ്റി ഇരുപതാം വർഷവും, എട്ട് 'ഡിഗ്രിയും'

ആറ് 'മിനിറ്റു' കഴിഞ്ഞു. അതിനും പുറമെ നമ്മുടെ ഈ ദിവസത്തിന്റെ പ്രഭാവം ഗണിതശാസ്ത്രപ്രകാരം പറഞ്ഞാൽ, 'ചൊവ്വാ' ഗ്രഹത്തിന്റേതാണ്. 'ബുധനും' കൂടി യോജിച്ചാണത് നിൽക്കുന്നത്; മുടിവെട്ടുന്നതിന് ശുഭമായ ദിനമാണിന്ന്. എനിക്ക് മറ്റൊരു കാര്യംകൂടി ഇതിൽനിന്ന് സ്പഷ്ടമാകുന്നത്, നിങ്ങൾ ഏതോ ഒരു വ്യക്തിയുമായി കൂടിച്ചേരാനാഗ്രഹിക്കുന്നുണ്ടെന്നും, എന്നാൽ അത് ശുഭമായി കലാശിക്കില്ലെന്നും ആണ്! ഇതിനു ശേഷം എന്തോ അപകടം നിങ്ങൾക്ക് സംഭവിക്കാൻ പോകുന്നു; അതിനെക്കുറിച്ച് ഞാൻ ഇപ്പോൾ ഒന്നും പറയുന്നില്ല." "ഓ, നീ!" ഞാൻ അലറി. "അള്ളായാണേ, നിന്റെ ഉപദേശം കേട്ട് ഞാൻ തളർന്നു, എന്റെ വിവേകം നഷ്ടപ്പെടുന്നു; നിന്റെ പ്രവചനം അതിനേക്കാൾ ശോചനീയമാണ്! ഞാൻ നിന്നെ വരുത്തിയത് എന്റെ മുടി മുണ്ഡനം ചെയ്യാനാണ്, മറ്റൊന്നിനുമല്ല; അതുകൊണ്ട്, ഉടനെ വന്ന് ഷേവ് ചെയ്യുക, വാചകമടി നിർത്തുക."

"അള്ളായാണേ," അയാൾ മറുപടി പറഞ്ഞു "നിങ്ങൾക്ക് സംഭവിക്കാൻ പോകുന്നതെന്താണെന്ന് നിങ്ങൾ അറിഞ്ഞിരുന്നുവെങ്കിൽ, നിങ്ങൾ ഈ ദിവസം ഒന്നും ചെയ്യില്ല; ഗണിതത്തെയും, ജ്യോതിശാസ്ത്രത്തെയും അടിസ്ഥാനമാക്കി ഞാൻ പറയുകയാണ്, എന്റെ ഉപദേശമനുസരിച്ച് പ്രവർത്തിക്കൂ."

"അള്ളായാണേ, നിങ്ങളെയല്ലാതെ ജ്യോതിഷവിദഗ്ദ്ധനായ മറ്റൊരു ക്ഷുരകനെയും ഞാനിതുവരെ കണ്ടിട്ടില്ല. എന്നാൽ, എനിക്കൊരു കാര്യം അറിയാം, ഇത്രയും നികൃഷ്ടനും ചപലനുമായൊരു വായാടിയെ ഒരിടത്തും കാണാൻ കഴിയില്ല. നിങ്ങളെ ഞാൻ വരുത്തിയത് എന്റെ തല ഷേവ് ചെയ്യാനാണ്; എന്നാൽ നിങ്ങളോ, ഇവിടെവന്ന് ഇഷ്ടമില്ലാത്ത കാര്യങ്ങൾ ചിലച്ചുകൊണ്ട് എന്നെ വിഷമിപ്പിക്കുന്നു."

"മറ്റെന്താണ് നിങ്ങൾ ആഗ്രഹിക്കുന്നത്?" അയാൾ മറുപടി നൽകി "വിദഗ്ദ്ധനായൊരു ജ്യോതിശാസ്ത്രജ്ഞനെ അള്ളാ നിങ്ങൾക്കൊരു ക്ഷുരകനായി അയച്ചുതന്നു, 'രസവാദവിദ്യ'യും, മായാജാലവും അറിയാവുന്ന ഒരുവനെ! അതുപോലെ, 'വാക്യരചനാശാസ്ത്രം', വ്യാകരണം, ശബ്ദകോശം, തർക്കശാസ്ത്രം, അലങ്കാരശാസ്ത്രം, 'മാത്തമാറ്റിക്സ്, കണക്ക്, 'ആൾജീബ്രാ, ജ്യോതിശാസ്ത്രം, ഖുർ-ആൻ വ്യാഖ്യാനം, എന്നിവയിലും നിപുണനായ ഒരാൾ. അതിനും പുറമെ, ഞാൻ ധാരാളം പുസ്തകങ്ങൾ വായിച്ചിട്ടുള്ളവനാണ്, അവയെല്ലാം ഹൃദിസ്ഥമാക്കിയവൻ, അവയെല്ലാം പരീക്ഷണം നടത്തി അപഗ്രഥിച്ചിട്ടുള്ളവൻ. ചുരുക്കത്തിൽ, കലയും ശാസ്ത്രവും സൈദ്ധാന്തികമായും പ്രായോഗികമായും ഞാൻ പഠനം നടത്തിയിട്ടുണ്ട്. അടിസ്ഥാനപരമായ ജ്ഞാനം എനിക്കെല്ലാ വിഷയത്തിലും ഉണ്ടെന്നു മാത്രമല്ല, ഞാൻ എല്ലാറ്റിന്റെയും 'മാസ്റ്റർ' കൂടിയാണ്. ഞാൻ അനാവശ്യമായി ഒന്നിലും ഇടപെടാത്തവനായിരുന്നതിനാൽ നിങ്ങളുടെ അച്ഛൻ എന്നെ ഇഷ്ടപ്പെട്ടു. നിങ്ങളെ സേവിക്കുക എന്നത് എന്റെ ചുമതലയാണ്. നിങ്ങൾ വിചാരിക്കുന്നതുപോലെ ഞാനൊരു തിരക്കുപിടിച്ച വ്യക്തിയൊന്നുമല്ല. അതുകൊണ്ട് 'മൗനി' യായ മനുഷ്യൻ എന്നാണ് ഞാൻ അറിയപ്പെടുന്നത്. 'വിനീതനായ' മനുഷ്യൻ! അതുകൊണ്ട് നിങ്ങൾ സർവ്വശക്തനായ അള്ളായോട് നന്ദിപറയുക; എന്നോട് വഴക്കുണ്ടാക്കുകയുമരുത്; കാരണം, ഞാൻ നിങ്ങളുടെ

സത്യസന്ധനായ ഉപദേഷ്ടാവാണ്, നിങ്ങളോട് കൃപയുള്ളവൻ. ഒരു വർഷം മുഴുവൻ ഞാൻ നിങ്ങളുടെ സേവനത്തിലായിരുന്നെങ്കിൽ! അതിന് ഞാൻ നിങ്ങളോട് ശമ്പളമൊന്നും ചോദിക്കില്ല."

ഈ വാചകമടി സഹിക്കാതായപ്പോൾ ഞാൻ അയാളോട് പറഞ്ഞു "നിങ്ങളെന്നെ ഇന്ന് വധിക്കുമെന്ന കാര്യത്തിൽ സംശയമില്ല!" - അപ്പോഴേക്കും നേരം പുലരാറായെന്നും, തനിക്കു കഥ പറയാനനുവദിച്ച സമയം കഴിഞ്ഞെന്നും ഷാഹ്റസാദ് മനസ്സിലാക്കി.

മുപ്പതാം രാവ്

അവൾ തുടർന്നു, ഓ, കീർത്തിമാനായ രാജാവേ, ആ യുവാവ് ക്ഷുരകനോട് പറഞ്ഞു "നിങ്ങൾ തീർച്ചയായും എന്നെ ഇന്ന് വധിക്കും!"

"ഓ, എന്റെ യജമാനനേ" അവൻ മറുപടി നൽകി. "ഞാൻ 'മൗനി' യാണ്; ഞാൻ മിതഭാഷി ആയതിനാലാണ് അങ്ങനെ വിളിക്കപ്പെടുന്നത്. എന്റെ ആറ് സഹോദരന്മാരിൽ നിന്നും എന്നെ വേർതിരിച്ചറിയാൻ വേണ്ടി. ഏറ്റവും മൂത്തവന്റെ പേര് 'അൽബക്ബൂക്' എന്നാണ്, 'ചിലയ്ക്കുന്നവൻ'; രണ്ടാമത്തവൻ 'അൽഹദ്ദാർ', 'പുലമ്പുന്നവൻ'; മൂന്നാമത്തവൻ 'അൽഫക്കീക്ക്', 'ബഹളംവെക്കുന്നവൻ', നാലാമത്തവൻ 'അൽകുസ് അൽഅസ്വാനി', നീണ്ടകഴുത്തുള്ള 'കാഹളം'; അഞ്ചാമൻ 'അൽനഷാർ', 'വായാടി'; ആറാമൻ, 'ഷക്കാഷിക്ക്', 'ആർത്തുവിളിക്കുന്നവൻ'; ഏഴാമൻ 'അൽസാമിത്' എന്ന് പ്രശസ്തിനേടിയ 'മൗനി' എന്ന ഞാൻ തന്നെ!"

അയാൾ സംഭാഷണം നീട്ടിക്കൊണ്ടുപോയപ്പോൾ, എന്റെ 'ഗാൾ ബ്ലാഡർ' പൊട്ടിപ്പോകുമെന്നെനിക്കു തോന്നി. അപ്പോൾ ഞാൻ വേലക്കാരനോടു പറഞ്ഞു 'അയാൾക്കൊരു കാൽ ദിനാർ കൊടുത്ത് പറഞ്ഞുവിടൂ, അയാളെ സൃഷ്ടിച്ച ദൈവത്തിന്റെ പേരിൽ അയാൾ ഇവിടെനിന്ന് പോകട്ടെ. ഞാൻ ഇന്നെന്റെ ശിരസ്സ് മുണ്ഡനം ചെയ്യുന്നില്ല.'

"ഇതെന്താണീ പറയുന്നത്, എന്റെ പ്രഭോ?" അയാൾ നിലവിളിച്ചു. "അള്ളായാണേ, നിങ്ങളെ സേവിച്ചാൽ മാത്രമേ ഞാൻ എന്റെ ജോലിക്ക് പ്രതിഫലം വാങ്ങൂ, നിങ്ങളുടെ ഇഷ്ടപ്രകാരം പണിയെടുത്തശേഷം! നിങ്ങളുടെ കൈയിൽനിന്ന് പണം കിട്ടിയില്ലെങ്കിലും കുഴപ്പമൊന്നുമില്ല. എന്റെ ഗുണം നിങ്ങൾക്കറിയില്ലെങ്കിലും നിങ്ങളുടേത് എനിക്കറിയാം. ഞാൻ നിങ്ങളുടെ അച്ഛനോട് വളരെ കടപ്പെട്ടവനാണ്, അദ്ദേഹം തികഞ്ഞ സത്യസന്ധനും നീതിമാനുമായിരുന്നു. അള്ളാ അദ്ദേഹത്തോട് ദയ കാണിച്ചു, ഒരുപാട് കാരുണ്യങ്ങൾ; കാരണം, അദ്ദേഹം ഹൃദയാലുവും ഉദാരമനസ്കനുമായിരുന്നു. അള്ളായാണേ, അദ്ദേഹം എന്നെ ഒരുദിവസം വിളിച്ചുവരുത്തി; ഇതുപോലെ അനുഗൃഹീതമായൊരു ദിവസം. ഞാൻ ഉള്ളിൽ എത്തിയപ്പോൾ അദ്ദേഹത്തിന് ചുറ്റും കുറെപേർ നിൽക്കുന്നത് കണ്ടു. അദ്ദേഹം എന്നോട് പറഞ്ഞു "എന്നെ ക്ഷൗരം ചെയ്യൂ." ഉടനെ ഞാനെന്റെ ഉപകരണമെടുത്ത് സൂര്യരശ്മികൾ അദ്ദേഹത്തിനു വേണ്ടി പരിശോധിച്ചു, ഭാവി അശുഭകരമാണെന്ന് ഞാൻ ഉറപ്പിച്ചു; ആ സമയം 'ക്ഷൗരം' ചെയ്യൽ തത്ക്കാലത്തേക്ക് മാറ്റിവെക്കുകയും ചെയ്തു. പിന്നെ അദ്ദേഹത്തെ പ്രശംസിച്ചുകൊണ്ട് ഞാനൊരു കവിതാശകലം ചൊല്ലി.

അദ്ദേഹം ആഹ്ലാദത്തിമിർപ്പോടെ ഭൃത്യനോട് വിളിച്ചുപറഞ്ഞു "അവന് നൂറ്റിമൂന്ന് സ്വർണ്ണനാണ്യങ്ങളും, ഒരു ബഹുമതിവസ്ത്രവും നൽകൂ!" അവൻ അദ്ദേഹത്തിന്റെ ആജ്ഞ പാലിച്ചു. ശുഭകരമായൊരു സമയത്തിനായി ഞാൻ കാത്തിരുന്നു. പിന്നെ അദ്ദേഹത്തിന്റെ താടി വടിച്ചുകൊടുക്കുകയും ചെയ്തു. അവിടെ കൂടിയിരുന്നവരെല്ലാം എന്നോട് നന്ദി പറയുകയും എന്നെ പ്രശംസിക്കുകയും ചെയ്തു. ക്ഷൗരം ചെയ്തുകഴിഞ്ഞപ്പോൾ എനിക്കു നിശ്ശബ്ദനായിരിക്കാൻ കഴിഞ്ഞില്ല, ഞാൻ അദ്ദേഹത്തോട് ചോദിച്ചു "അള്ളായാണേ, അവന് നൂറ്റിമൂന്ന് ദിനാർ കൊടുക്കൂ എന്ന് അങ്ങ് വേലക്കാരനോട് പറയാനുള്ള കാരണം എന്താണ്?"

അദ്ദേഹം മറുപടി നൽകി "ഒരു ദിനാർ ജ്യോതിഷനിരീക്ഷണത്തിനുള്ളതാണ്; മറ്റൊന്ന് നിങ്ങളുടെ സുഖകരമായ സംഭാഷണത്തിന്. ബാക്കി നൂറ് ദിനാറും ബഹുമതി വസ്ത്രവും എന്നെ പ്രശംസിച്ചുകൊണ്ടുള്ള സംഭാഷണത്തിന്, മൂന്നാമത്തേത് പരീക്ഷണത്തിന്, ബാക്കി നൂറ് ദിനാറും ബഹുമതിവസ്ത്രവും എന്നെ പ്രശംസിച്ചുകൊണ്ടുള്ള നിന്റെ കവിതയ്ക്കു വേണ്ടിയാണ്."

"എന്റെ അച്ഛനോട് അള്ളാ കരുണ കാണിക്കേണമേ." ഞാൻ ആശ്ചര്യപൂർവ്വം പറഞ്ഞു "ഇത്തരം മനുഷ്യരെ അദ്ദേഹത്തിന്നറിയാമല്ലോ!"

അയാൾ ചിരിച്ചുകൊണ്ട് പറഞ്ഞു "അള്ളായല്ലാതെ സർവ്വശക്തനായ മറ്റൊരു ദൈവമില്ല, മുഹമ്മദ് ആണവന്റെ പ്രവാചകൻ! സർവ്വശക്തനായ ദൈവത്തിന് സ്തുതി! നിങ്ങളെ വിവേകമുള്ള ഒരുവനായാണ് ഞാൻ കരുതിയിരുന്നത്; എന്നാൽ, നിങ്ങൾ, സുഖമില്ലാതിരുന്നതുകൊണ്ടായിരിക്കണം, വായാടിയും ഭോഷ്കനുമായിരിക്കുന്നത്. അള്ളാ 'പുണ്യപുസ്തക'ത്തിൽ പറഞ്ഞിട്ടുണ്ട് 'സ്വർഗ്ഗരാജ്യം ക്രോധം അടക്കുന്നവനും ക്ഷമാശീലനുമുള്ളതാണെന്ന്.' എന്തായാലും നിങ്ങൾ ക്ഷമിക്കപ്പെട്ടിരിക്കുന്നു. എന്നാലും നിങ്ങൾ ധൃതിപിടിക്കുന്നതിന്റെയും ബഹളം വെക്കുന്നതിന്റെയും അർത്ഥം എനിക്ക് മനസ്സിലാകുന്നില്ല; നിങ്ങൾ ഒരു കാര്യം മനസ്സിലാക്കണം നിങ്ങളുടെ അച്ഛനോ, മുത്തച്ഛനോ എന്നോട് കൂടിയാലോചിക്കാതെ ഒന്നും ചെയ്യാറില്ലെന്ന് നിങ്ങൾ മനസ്സിലാക്കണം. തീർച്ചയായും ഈ ചൊല്ല് സത്യമാണ്. 'ഉപദേശകർ സമ്മാനിക്കപ്പെടട്ടെ, ഉപദേശിക്കുന്നതിൽ ദോഷമൊന്നുമില്ല.' മറ്റൊരു ചൊല്ലുകൂടി 'തന്നെക്കാൾ മുതിർന്ന ഉപദേഷ്ടാവ് ഇല്ലാത്തവൻ, ഒരിക്കലും ഉന്നതനാവില്ല.

തീർച്ചയായും എന്നേക്കാൾ സർവ്വകലാവല്ലഭനായ ഒരാളെ നിങ്ങൾക്ക് കണ്ടെത്താനാകില്ല. ഞാനിതാ നിങ്ങളെ സേവിക്കാനായി നിങ്ങളുടെ മുന്നിൽ നിൽക്കുന്നു. എനിക്ക് നിങ്ങൾ ഒരു ശല്യമായി തോന്നുന്നില്ല; പിന്നെ നിങ്ങൾക്ക് ഞാൻ എന്തിന് ശല്യമായി തോന്നണം?" എന്തൊക്കെ സംഭവിച്ചാലും, നിങ്ങളുടെ അച്ഛൻ എന്നോട് കാണിച്ച കാരുണ്യമോർത്ത് ഞാൻ ക്ഷമയോടെ സഹിക്കും."

"അള്ളായാണേ" ഞാൻ അലറി. "കുറുനരിയുടെ വാലുപോലെ നീണ്ട നാവുള്ളവനെ, നിന്റെ 'ചിലക്കൽ' എന്നെ വല്ലാതെ അസഹ്യപ്പെടുത്തുന്നു. നിന്റെ നീണ്ട പ്രഭാഷണം എന്നെ വല്ലാതെ വെറുപ്പിക്കുന്നു. ഞാൻ നിങ്ങളോട് ആകെ ആവശ്യപ്പെടുന്നത് എന്റെ തല മുണ്ഡനം ചെയ്യണമെന്ന് മാത്രമാണ്, പിന്നെ സ്വന്തം വഴിക്കു പോകൂ!"

അപ്പോൾ എന്റെ തലയിൽ സോപ്പു പതപ്പിച്ചുകൊണ്ടയാൾ പറഞ്ഞു "നിങ്ങൾക്കെന്നോട് ദേഷ്യമാണെന്നു തോന്നുന്നു; എന്നാൽ, ഞാനതിൽ വിരോധം കാണിക്കുന്നില്ല; കാരണം, നിങ്ങളുടെ ബുദ്ധി വികസിച്ചിട്ടില്ല, ഇപ്പോഴും ഒരു ബാലനെപ്പോലെയാണ്. ഇന്നലെ മാത്രമാണ് ഞാൻ നിന്നെ തോളിലേറ്റി സ്കൂളിലേക്ക് കൊണ്ടുപോയിരുന്നത്."

"ഓ, എന്റെ സഹോദരാ," ഞാൻ പറഞ്ഞു "അള്ളായെ ഓർത്ത്, ഞാൻ ആവശ്യപ്പെട്ട ജോലിചെയ്ത്, സ്വന്തം വഴിക്കു പോകൂ." ഞാനെന്റെ വസ്ത്രം പിടിച്ച് അക്ഷമയോടെ വലിച്ചു; ഇതു കണ്ട്, അയാൾ കത്തിയെടുത്ത് മൂർച്ചകൂട്ടാൻ തുടങ്ങി. എന്റെ ക്ഷമ നശിക്കുന്നതുവരെ അയാൾ തുകലിൽ കത്തി തേച്ച് മൂർച്ച കൂട്ടിക്കൊണ്ടേയിരുന്നു! പിന്നെ അയാൾ എഴുന്നേറ്റ് വന്ന്, എന്റെ തലയുടെ ഒരുഭാഗം ഷേവ് ചെയ്തു. പിന്നെ കൈ ഉയർത്തിക്കൊണ്ടയാൾ പറഞ്ഞു "ഓ, എന്റെ പ്രഭോ, ധൃതി പിടിക്കലാണ് സാത്താന്റെ രീതി, സഹാനുഭൂതിയുള്ളവരുടെ രീതിയാകട്ടെ ക്ഷമാശീലവും. എന്നാൽ, നിങ്ങൾക്ക് എന്റെ കൈയിന്റെ കഴിവിനെക്കുറിച്ച് അറിവില്ലെന്നു തോന്നുന്നു; സത്യമായിട്ടും ഈ കൈ രാജാക്കന്മാർ, പ്രഭുക്കന്മാർ, മന്ത്രിമാർ, ദിവ്യന്മാർ, ഡോക്ടർമാർ, നിയമപണ്ഡിതന്മാർ, കവികൾ എന്നിവരുടെ തലയിൽ പെരുമാറിയിട്ടുള്ളതാണ്."

പിന്നെ അയാൾ സ്വയം പ്രശംസിച്ചുകൊണ്ടൊരു കവിത ചൊല്ലി. അപ്പോൾ ഞാൻ പറഞ്ഞു "നിന്നെ സംബന്ധിക്കാത്ത കാര്യങ്ങളെക്കുറിച്ച് സംസാരിക്കാതിരിക്കൂ. ശരിക്കും നീ എന്റെ മനസ്സിനെ പീഡിപ്പിക്കുന്നു, സ്വൈര്യം കെടുത്തുന്നു."

അയാൾ പറഞ്ഞു "നിങ്ങൾ ഒരു വെറിപിടിച്ചവനെപ്പോലെ കാണപ്പെടുന്നു."

"അതെ! അതെ!" ഞാൻ മറുപടി നൽകി!

"നിങ്ങൾ സ്വയം നിയന്ത്രണം പാലിക്കണം, ധൃതി സാത്താന്റെ 'സമ്പത്ത്' ആണ്; അത് ദോഷമേ ക്ഷണിച്ചുവരുത്തൂ. 'അവൻ' പറഞ്ഞിട്ടുള്ളത്, 'ഗാഢമായ പര്യാലോചനയോടെ ചെയ്യുന്ന പ്രവൃത്തിയാണ് ഏറ്റവും നല്ലത്.' എന്നാൽ, എനിക്ക്, അള്ളായാണേ, നിങ്ങളുടെ കാര്യത്തിൽ എന്തോ സന്ദേഹമുണ്ട്; അതുകൊണ്ടു നിങ്ങൾ ഇത്ര ധൃതിപിടിക്കുന്നതിന്റെ പിന്നിലുള്ള കാര്യം എന്താണെന്നറിയാനെനിക്കാഗ്രഹമുണ്ട്. കാരണം, അത് നല്ലതിനല്ല എന്നാണെന്റെ ഭയം." അയാൾ തുടർന്നു. "പ്രാർത്ഥനായോഗത്തിനായി ഇനിയും മൂന്നുമണിക്കൂർ ഉണ്ട്; ഇക്കാര്യത്തിൽ എനിക്കൊരു സംശയവും പാടില്ലെന്നെനിക്ക് നിർബന്ധമുണ്ട്. എനിക്ക് കൃത്യസമയം അറിയണം. 'സമയത്തെക്കുറിച്ചുള്ള ഊഹാപോഹം, അല്ലെങ്കിൽ സന്ദേഹം, പലപ്പോഴും കുഴപ്പങ്ങൾ വരുത്തിവയ്ക്കുന്നു.' പ്രത്യേകിച്ച് എന്നെപ്പോലെ, മനുഷ്യരാശിമുഴുവൻ അറിയുന്ന ഒരു പ്രഗദ്ഭവ്യക്തിക്ക്! സാധാരണ ജ്യോത്സ്യന്മാർ പറയുന്നതുപോലെ അടുക്കും ചിട്ടയുമില്ലാത്ത രീതിയിൽ ജല്പനം നടത്തുന്നത് എനിക്ക് യോജിച്ച രീതിയല്ല."

ഇത്രയും പറഞ്ഞ് അയാൾ കത്തി താഴെവച്ച്, തന്റെ വാനനിരീക്ഷണ ഉപകരണം എടുത്ത് പുറത്തുപോയി വളരെ നേരം സൂര്യനെ നിരീക്ഷിച്ചു. അതിനുശേഷം തിരിച്ചുവന്ന് വിരലുകൾതൊട്ട് എണ്ണിക്കൊണ്ട് എന്നോട് പറഞ്ഞു "ഇനിയും മൂന്നുമണിക്കൂറുകൾ പൂർണ്ണമായും കഴിയണം

പ്രാർത്ഥനായോഗം തുടങ്ങാൻ, കൂടുതലില്ല, കുറവുമില്ല. ഏറ്റവും പാണ്ഡിത്യമുള്ള ജ്യോതിശാസ്ത്രജ്ഞന്മാരുടെ സിദ്ധാന്തപ്രകാരമാണിത് ഏറ്റവും ബുദ്ധിമാന്മാരുടെ പഞ്ചാംഗം അനുസരിച്ചും."

"അള്ളാ, രക്ഷിക്കേണമേ!" ഞാൻ നിലവിളിച്ചു. "നിന്റെ നാവൊന്ന് അടക്കാമോ, എന്റെ ഹൃദയം നീ തകർത്തുകളയും!"

അപ്പോൾ അയാൾ കത്തിയെടുത്ത് വീണ്ടും പഴയതുപോലെ മൂർച്ച കൂട്ടാൻ തുടങ്ങി. എന്നിട്ട് തലയുടെ ഒരുഭാഗം വടിച്ചു. പിന്നെയും ജോലി നിർത്തിക്കൊണ്ട് പറഞ്ഞു "നിങ്ങളുടെ ധൃതിയെക്കുറിച്ചോർത്ത് എനിക്ക് ഉൽക്കണ്ഠയുണ്ട്; തീർച്ചയായും അക്കാര്യം എന്നോട് തുറന്നുപറയുന്ന താണ് നിങ്ങൾക്ക് നല്ലത്; നിങ്ങൾ മനസ്സിലാക്കണം, നിങ്ങളുടെ അച്ഛനോ മുത്തച്ഛനോ എന്റെ ഉപദേശംകൂടാതെ ഒരിക്കലും ഒന്നും ചെയ്യാറില്ല."

അയാളിൽനിന്ന് രക്ഷപ്പെടാനാവില്ല എന്ന് കണ്ടപ്പോൾ ഞാൻ സ്വയം പറഞ്ഞു "പ്രാർത്ഥനാസമയം അടുത്തുവരുന്നു, ആളുകൾ പള്ളിയിൽ നിന്ന് പുറത്തുവരുന്നതിനു മുമ്പ് എനിക്കവളുടെ അടുത്തെത്തണം. ഞാൻ അധികം വൈകിയാൽ, അവളുടെ അടുത്തെങ്ങനെ എത്തുമെന്നെനി ക്കറിയില്ല. അപ്പോൾ ഞാൻ ഉറക്കെ വിളിച്ചുപറഞ്ഞു "വേഗം, ഈ സംസാ രവും ധിക്കാരവും നിർത്തുക, എന്റെ ഒരു സുഹൃത്തിന്റെ വീട്ടിലെ ഒരു സൽക്കാരത്തിന് എനിക്ക് പോകേണ്ടതുണ്ട്."

സൽക്കാരത്തെക്കുറിച്ച് ഞാൻ പറഞ്ഞത് കേട്ടപ്പോൾ അയാൾ സന്തോഷിച്ചു "നിങ്ങളുടെ ഈ സല്ക്കാര ദിവസം എന്റെ അനുഗൃഹീത ദിനമാണ്! സത്യത്തിൽ, ഇന്നലെയാണ് ഒരുസംഘം കൂട്ടുകാരെ ഞാൻ ക്ഷണിച്ചത്, അവർക്ക് എന്തെങ്കിലും ഭക്ഷണം കൊടുക്കേണ്ടകാര്യം തന്നെ ഞാൻ മറന്നുപോയി; ഇപ്പോൾ ഞാനത് ഓർത്തുപോകുകയാണ്. കഷ്ടം, അവരുടെ കണ്ണുകളിൽ ഞാൻ എത്ര മോശക്കാരനായിട്ടു ണ്ടാകും!"

"അതിൽ വിഷമിക്കേണ്ട കാര്യമൊന്നുമില്ല." ഞാൻ മറുപടി നൽകി. "ഞാൻ ചില വിനോദപരിപാടികൾക്കായി പോകുകയാണെന്ന് നിങ്ങളോട് പറഞ്ഞിരുന്നില്ലേ? അതുകൊണ്ട്, നിങ്ങൾ സ്വന്തം ജോലി വേഗം തീർക്കുക; എന്നെ മുണ്ഡനം ചെയ്തുകഴിഞ്ഞാൽ എന്റെ വീട്ടിൽ തിന്നാനും കുടിക്കാനും ഉള്ളതെല്ലാം നിങ്ങൾക്കുള്ളതായിരിക്കും."

അയാൾ മറുപടി നൽകി "അള്ളാ, നിങ്ങൾ അതിന് പ്രത്യുപകാരം നൽകും! നിങ്ങളുടെ വീട്ടിൽ എന്തൊക്കെയാണ് ഉള്ളതെന്ന് വ്യക്ത മാക്കുക; അതിന്നനുസരിച്ച് എനിക്ക് കൂട്ടുകാർക്കുള്ള വിരുന്ന് തയ്യാറാ ക്കാമല്ലോ." ഞാൻ പറഞ്ഞു "അഞ്ച് പ്ലേറ്റ് ഇറച്ചി, പത്തു കോഴി പൊരി ച്ചത്, ആട്ടിറച്ചി വറുത്തത്."

"അവ എന്റെ മുന്നിൽ പ്രദർശിപ്പിക്കുക. ഞാനൊന്ന് കാണട്ടെ!"

അപ്പോൾ ഞാനെന്റെ ജോലിക്കാരോട് പറഞ്ഞു, വാങ്ങിച്ചിട്ടോ, കടം പറഞ്ഞിട്ടോ, കട്ടിട്ടോ ഏതുവിധേനയും അയാളുടെ മുന്നിൽ നിരത്തുക. അയാൾ അവയെല്ലാം കണ്ടപ്പോൾ ഉറക്കെ വിളിച്ചുപറഞ്ഞു "വീഞ്ഞ് വേണം."

"എന്റെ വീട്ടിൽ ഒന്നോ രണ്ടോ പാത്രം വീഞ്ഞുണ്ട്."

"അത് പുറത്തുകൊണ്ടുവന്ന് വെക്കൂ!" അതു കൊണ്ടുവരുവാൻ ഞാൻ ആജ്ഞാപിച്ചു. അയാൾ ആശ്ചര്യത്തോടെ പറഞ്ഞു "ഉദാരമതിയായ

നിങ്ങളെ അള്ളാ അനുഗ്രഹിക്കട്ടെ! ഇനിയും സാധനങ്ങളുണ്ട്. സുഗന്ധ തൈലം എവിടെ?" അതുകൊണ്ടുവന്ന് വെക്കുവാനായി ഞാൻ ഭൃത്യ ന്മാരോട് പറഞ്ഞു. പലതരത്തിലുള്ള പെർഫ്യൂമുകൾ, അമ്പത് ദിനാർ വിലയുള്ളവ അവിടെ കൊണ്ടുവച്ചു! ഇനി സമയം കുറച്ചേയുള്ളൂ, എന്റെ ഹൃദയം കിടന്നു പിടച്ചു. ഞാൻ അയാളോട് പറഞ്ഞു, ഇതെല്ലാം എടു ത്തോളു, 'മുഹമ്മദി'ന്റെ ജീവിതത്തെ ഓർത്ത് എന്റെ തല വേഗം ഷേവു ചെയ്തു തീർക്കൂ.

"അള്ളായാണേ," അയാൾ പറഞ്ഞു "സുഗന്ധദ്രവ്യങ്ങൾ അതിൽ ഉണ്ടോ എന്ന് ബോദ്ധ്യംവന്ന ശേഷമേ ഞാനാ പെട്ടി എടുക്കൂ." അപ്പോൾ ആ പെട്ടി തുറക്കാനായി ഞാൻ എന്റെ ഭൃത്യന് ഉത്തരവ് കൊടുത്തു. ക്ഷുരകൻ തന്റെ 'ടെലസ്ക്കോപ്പ്' താഴെവെച്ച് നിലത്തിരുന്നു. എന്റെ ശിരസ്സ് പാതിപോലും മുണ്ഡനം ചെയ്തിരുന്നില്ല! അയാൾ ആ പെട്ടി യിലെ സുഗന്ധദ്രവ്യങ്ങൾ ഓരോന്നായി പരിശോധിച്ചു. ഞാൻ മനോ വേദന അടക്കാനാവാതെ ഇരിക്കയാണ്. പിന്നെ അയാൾ കത്തി യെടുത്തുവന്ന് എന്റെ തലയുടെ കുറച്ചുഭാഗംകൂടി ഷേവ് ചെയ്തു. അതിനുശേഷം എന്നെയും അച്ഛനെയും ബന്ധപ്പെടുത്തി ഒരു കവിതാ ശകലം ചൊല്ലി.

എന്നിട്ട് പറഞ്ഞു "അള്ളായാണേ, എന്റെ മോനേ, നിങ്ങളോടാണോ അച്ഛനോടാണോ നന്ദി പറയേണ്ടതെന്നെനിക്കറിയില്ല; എന്റെ വിനോദം മുഴുവൻ ഇന്ന് നിങ്ങളുടെ ഔദാര്യവും ദാനശീലവും മൂലമാണ്; എന്റെ കൂട്ടുകാരാരും ഇതിന് അർഹതയില്ലെങ്കിലും ഒരുസംഘം മാന്യർ എന്നോ ടൊപ്പമുണ്ട് - കുളിമുറി സൂക്ഷിപ്പുകാരൻ, മെഴുകുതിരി ഉണ്ടാക്കുന്നവൻ, 'ബീൻസ്' വിൽക്കുന്നവൻ, പച്ചക്കറിക്കാരൻ, തോട്ടി, ഒട്ടകക്കാരൻ, ചുമട്ടു കാരൻ, കാവൽക്കാരൻ, കുതിരക്കാരൻ തുടങ്ങിയവർ. ആരേയും ദ്രോഹി ക്കുന്നവരല്ല അവർ, എത്ര കുടിച്ചാലും! പിശുക്കന്മാരല്ല ആരും. നന്നായി നൃത്തം ചെയ്യും. ഏറ്റവും നല്ലവരാണവർ, നിങ്ങളുടെ ഇവിടത്തെ വേല ക്കാരേയോ, അടിമകളേയോ പോലെ. വാചകമടിക്കാനവർക്ക് അറിയു കയേ ഇല്ല, അടക്കവും ഒതുക്കവും ഉള്ളവർ. എല്ലാവരും നല്ല പാട്ടുകാരും വാദ്യസംഗീതവിദഗ്ദ്ധരുമാണ്! ഓരോരുത്തരും അവരവരുടേതായ രീതി യിൽ നിങ്ങളെ രസിപ്പിക്കും." അയാൾ തുടർന്നു "കേൾക്കുന്നതുപോലെ യല്ല കാണുന്നത്; നിങ്ങൾ ഞങ്ങളോടൊപ്പം വരാൻ തീരുമാനിച്ചാൽ, നിങ്ങ ളുടെ കൂട്ടുകാരുടെ അടുക്കലേക്ക് പോകുന്നില്ലെന്ന് ഉറപ്പിച്ചാൽ, അത് നിങ്ങൾക്കും ഞങ്ങൾക്കും ഒരുപോലെ നല്ലതാണ്. നിങ്ങളുടെ അസുഖം ഇനിയും പൂർണ്ണമായി മാറിയിട്ടില്ല. സന്ദർഭവശാൽ നിങ്ങൾ പോകുന്നത് വാചാലരായ ഒരു സംഘം കൂട്ടുകാരുടെ ഇടയിലേക്കാണ്. തങ്ങളുടേ തല്ലാത്ത കാര്യങ്ങളിൽ അവർ കൈകടത്തിയേക്കാം. അവർക്കിടയിൽ ഒതുക്കമില്ലാത്തവരും കാണും. അനാരോഗ്യവാനായ നിങ്ങളുടെ തല തല്ലി പ്പൊളിക്കാനും അവർ മടിക്കില്ല!"

"ഇത് മറ്റൊരു ദിവസമാകാം" എന്റെ ഹൃദയം കോപംകൊണ്ട് തിളച്ചു മറിയുകയാണെങ്കിലും ഞാൻ പുഞ്ചിരിയോടെ മറുപടി നൽകി "നിങ്ങൾ സ്വന്തം പണിതീർത്തു പോകൂ, സർവ്വശക്തനായ അള്ളായുടെ സംര ക്ഷണത്തോടെ സ്വന്തം സുഹൃത്തുക്കളുടെ അടുക്കലേക്കു പോകൂ. അവർ നിങ്ങളുടെ വരവും പ്രതീക്ഷിച്ച് ഇരിക്കുന്നുണ്ടായിരിക്കും."

"ഓ, എന്റെ പ്രഭോ," അയാൾ മറുപടി നൽകി. "ഭയങ്കര ഉല്ലാസാവാന്മാരായ ഈ ആളുകളെ, സമർത്ഥരായ മനുഷ്യരെ, നിങ്ങൾക്ക് പരിചയപ്പെടുത്താമെന്ന് വിചാരിക്കയായിരുന്നു ഞാൻ. അവരിൽ വായാടികളോ, ഭോഷന്മാരോ ഒന്നുമില്ല! അനാവശ്യകാര്യങ്ങളിൽ ഇടപെടുന്നവരല്ല അവർ, എന്നപോലെ മിതഭാഷികളാണ്. സത്യത്തിൽ, അവരുമായി നിങ്ങൾ കൂട്ടുകൂടുകയോ, ഒരിക്കലെങ്കിലും ഒന്നു കാണുകയോ ചെയ്താൽ, നിങ്ങൾ സ്വന്തം കൂട്ടുകാരെയെല്ലാം മറക്കും."

"നിങ്ങളെ അവരോടൊപ്പം സന്തോഷപൂർവ്വം കഴിയാൻ അള്ളാ അനുഗ്രഹിക്കട്ടെ!" ഞാൻ പറഞ്ഞു. "എതെങ്കിലും ഒരു ദിവസം ഞാൻ അവരുടെ അടുത്തേക്ക് വരാം." എന്നാൽ, അയാൾ നിർബന്ധിച്ചു. "ഇതേ ദിവസം തന്നെയാകട്ടെ; കാരണം, നിങ്ങളെ ഞങ്ങളിലൊരാളാക്കാൻ ഞാൻ ഉറപ്പിച്ചു കഴിഞ്ഞു. എന്നാലും, നിങ്ങൾക്ക് സ്വന്തം കൂട്ടുകാരുടെ അടുക്കൽ പോകണമെന്നുതന്നെയാണെങ്കിൽ, നിങ്ങൾ മഹാമനസ്കതയോടെ സമ്മാനിച്ച ഈ തീറ്റപണ്ടങ്ങളെല്ലാം എടുത്ത് എന്റെ സ്നേഹിതന്മാർക്ക് കഴിക്കാനായി കൊടുക്കാം; അവരോട് എനിക്കുവേണ്ടി കാത്തിരിക്കരുതെന്നും പറയാം. ഞാൻ ധൃതിയിൽ തിരിച്ചുവന്ന് നിങ്ങളുടെ ചെറിയ പാർട്ടിയിൽ പങ്കുകൊള്ളാനായി എത്താം. കാരണം, എനിക്കു കൂട്ടുകാരോടൊപ്പം നിൽക്കാനായി പ്രത്യേക ചടങ്ങൊന്നുമില്ല. വിഷമിക്കേണ്ട, ഞാൻ വേഗം നിങ്ങളുടെ അടുത്തെത്താം, നിങ്ങൾ എവിടെ പോയാലും. അള്ളായെപ്പോലെ സർവ്വശക്തനായ മറ്റൊരു ദൈവമില്ല!"

ഞാൻ ഗർജ്ജിച്ചു "നിങ്ങൾ സ്വന്തം സുഹൃത്തുക്കളുടെ അടുത്തുപോയി പാർട്ടി ആസ്വദിക്കുക, എന്നെ എന്റെ പാർട്ടിക്ക് പോകാൻ അനുവദിക്കുക, ഇന്നവർ എന്നേയും പ്രതീക്ഷിച്ചിരിപ്പാണ്."

എന്നാൽ ക്ഷുരകൻ ഉറക്കെ നിലവിളിച്ചു. "ഞാൻ നിങ്ങളെ ഒറ്റയ്ക്കു പോകാൻ അനുവദിക്കില്ല."

"സത്യമെന്താണെന്നുവച്ചാൽ, ഞാൻ പോകുന്നിടത്ത് എന്നെ അല്ലാതെ മറ്റാരേയും അകത്തു കടത്തിവിടില്ല."

"നിങ്ങൾ ഒരു സ്ത്രീയെ കാണാനാണ് പോകുന്നതെന്ന് ഞാൻ സംശയിക്കുന്നു; അല്ലെങ്കിൽ നിങ്ങൾ എന്നെക്കൂടെ കൊണ്ടുപോയേനെ! എന്നാലും, നിന്റെ സഹായത്തിന്നായി ഏറ്റവും പറ്റിയ ആൾ ഞാനല്ലേ എന്ന് ഞാൻ ചിന്തിച്ചുപോവുകയാണ്. എന്നാൽ, നിങ്ങൾ അപരിചിതരായ സ്ത്രീകളുടെ പിന്നാലെ ഓടിനടന്ന് ജീവൻ നഷ്ടപ്പെടുത്തുമോ എന്നാണെന്റെ ഭയം. കാരണം, നമ്മുടെ ഈ ബാഗ്ദാദ് നഗരത്തിൽ ആർക്കും ഈ രീതിയിൽ ചെയ്യാൻ കഴിയില്ല, പ്രത്യേകിച്ചും വെള്ളിയാഴ്ചപോലൊരു ദിവസം. നമ്മുടെ ഗവർണ്ണർ ഭയങ്കര ദേഷ്യക്കാരനാണ്; കരുത്തുറ്റ ഒരു കത്തി!"

"ലജ്ജയില്ലേ നിനക്ക്, ദുഷ്ടനും വൃത്തികെട്ടവനുമായ വൃദ്ധൻ!" ഞാൻ അട്ടഹസിച്ചു. "കടന്നുപോ! എന്നെക്കുറിച്ച് നീ എന്താണ് പറഞ്ഞത്?"

"ഓ, വിഡ്ഢി!" അയാൾ ഒച്ചവച്ചു. "നിങ്ങൾ എന്നോട് പറഞ്ഞത് സത്യമല്ല, നീ എന്നിൽനിന്ന് കാര്യങ്ങൾ ഒളിച്ചുവെക്കുന്നു. എന്നാൽ വസ്തുതകൾ മുഴുവൻ എനിക്ക് നിശ്ചയമായും അറിയാം. ഇന്ന് നിങ്ങളെ പരമാവധി സഹായിക്കാൻ മാത്രമാണ് ഞാൻ ശ്രമിക്കുന്നത്."

ക്ഷുരകന്റെ സംഭാഷണം എന്റെ ആൾക്കാരോ, അയൽവാസികളോ കേൾക്കുമോ എന്നായിരുന്നു എന്റെ പേടി. അതുകൊണ്ട് അയാൾ എന്റെ തല മുണ്ഡനം ചെയ്ത് തീരുന്നതുവരെ ഞാൻ നിശ്ശബ്ദനായി ഇരുന്നു; അപ്പോഴേക്കും പ്രാർത്ഥനയുടെ സമയമായി, 'ഖുത്ബാ' വായിക്കാൻ പോകുകയായി. അയാൾ ജോലി ചെയ്തുതീർന്നപ്പോൾ, ഞാൻ അയാളോട് പറഞ്ഞു "ഈ ഭക്ഷണപദാർത്ഥങ്ങളും പാനീയവുമായി നിങ്ങൾ സ്വന്തം സ്നേഹിതരുടെ അടുക്കലേക്ക് പോകുക; ഞാൻ നിങ്ങൾ തിരിച്ചു വരുന്നത് നോക്കിയിരിക്കാം. പിന്നെ നമ്മൾക്കൊന്നിച്ച് പോകാം."

ഈ രീതിയിൽ കലക്കവെള്ളത്തിൽ എണ്ണയൊഴിക്കാമെന്ന് ഞാൻ ആശിച്ചു. ആ നശിച്ച നീചനെ പറ്റിക്കാമെന്നും! അങ്ങനെ അയാളെ എനിക്ക് ഒഴിവാക്കാം.

എന്നാൽ, അയാൾ പറഞ്ഞു "നിങ്ങൾ എന്നെ പറ്റിക്കുകയാണ്; നിങ്ങൾ നേരത്തെ പറഞ്ഞുറപ്പിച്ച കൂടിക്കാഴ്ചയ്ക്കായി ഒറ്റയ്ക്ക് പോകും, എന്നിട്ട് സ്വയം അപകടത്തിൽ ചെന്നുചാടും; പിന്നെ നിങ്ങൾക്ക് രക്ഷപ്പെടാനാവില്ല. ഇപ്പോൾ അള്ളായാണേ! ഞാൻ മടങ്ങിവരുന്നതുവരെ പോകരുത്, ഞാൻ നിങ്ങളോടൊപ്പം വന്ന് കാര്യങ്ങൾ നിരീക്ഷിക്കാം.

"അങ്ങനെയാകട്ടെ" ഞാൻ മറുപടി നൽകി. "സമയം വൈകിപ്പിക്കരുത്" അങ്ങനെ ഞാൻ കൊടുത്ത ഭക്ഷണപദാർത്ഥങ്ങളും പാനീയവും അയാൾ എന്റെ വീട്ടിൽനിന്നും എടുത്തുകൊണ്ടുപോയി. എന്നാൽ, ആ ശപിക്കപ്പെട്ടവൻ അതെല്ലാം തന്റെ വീട്ടിലേക്ക് കൊണ്ടുപോകുവാനായി ഒരു ചുമട്ടുകാരനെ ഏല്പിച്ച്, ഒരു ഇടവഴിയിൽ ഒളിച്ചിരിക്കുകയാണ് ചെയ്തത്!

ഞാൻ ഉടനെ എഴുന്നേറ്റു; വെള്ളിയാഴ്ച പ്രാർത്ഥന അപ്പോഴേക്കും തുടങ്ങിക്കഴിഞ്ഞിരുന്നു; ഞാൻ ധൃതിയിൽ വസ്ത്രം മാറി ഒറ്റയ്ക്ക് പുറത്തുകടന്ന്, വേഗം റോഡിലൂടെ നടന്ന് ആ വീടിന്നരികിൽ ചെന്നുനിന്നു. എനിക്ക് ആ മഹതിയെ കാണാൻ കഴിഞ്ഞു. ആ വൃദ്ധ എന്നെക്കാത്ത്, വാതിൽക്കൽ നിൽപ്പുണ്ട്. ഞാൻ അവളോടൊപ്പം ആ യുവതിയുടെ മുകളിലെ മുറിയിലെത്തി. ഞാൻ അവിടെ എത്തിയപ്പോഴേക്കും, അതാ ഗൃഹനാഥനും പ്രാർത്ഥന കഴിഞ്ഞ് വീട്ടിൽ തിരിച്ചെത്തിയിരിക്കുന്നു! വലിയ സ്വീകരണമുറിയിൽ കടന്ന് അദ്ദേഹം വാതിലടച്ചു. ഞാൻ മുകളിലെ ജനലിൽ നിന്ന് താഴോട്ട് നോക്കിയപ്പോൾ ഈ ക്ഷുരകനെ കണ്ടു (അള്ളായുടെ ശാപം അവന് ഏല്ക്കട്ടെ!) അയാൾ വാതിലിന് മുന്നിൽ ഇരിക്കുകയാണ്! ഞാൻ സ്വയം ചോദിച്ചു "ഈ പിശാച് എങ്ങനെയാണ് എന്നെ കണ്ടെത്തിയത്?"

ഇതേ നിമിഷം സംഭവിച്ചതെന്താണെന്ന് നോക്കൂ, എന്റെ ആവരണം എടുത്തുമാറ്റാനുള്ള അള്ളായുടെ നിശ്ചയം എന്നേ പറയാനാകൂ. ഗൃഹനാഥന്റെ ഒരു ഭൃത്യ ചെയ്ത എന്തോ കുറ്റത്തിന്റെ പേരിൽ അദ്ദേഹം അവളെ പൊതിരെ തല്ലി; അവൾ നിലവിളിച്ചപ്പോൾ അദ്ദേഹത്തിന്റെ അടിമ ഓടിയെത്തി അക്കാര്യത്തിൽ ഇടപെടാൻ ശ്രമിച്ചു. 'ഖാസി' അവനെ ബൂട്ട്സിട്ട കാലുകൊണ്ട് ചവുട്ടി; അവനും അലറി നിലവിളിച്ചു. ആ നശിച്ച ക്ഷുരകൻ കരുതിയത് ആ ഖാസി എന്നെയാണ് തല്ലുന്നതെന്നാണ്. അവൻ തന്റെ ഉടുപ്പ് വലിച്ചുകീറി, തലയിൽ മണൽ വാരി വിതറി, അത്യുച്ചത്തിൽ നിലവിളിച്ചു. "രക്ഷിക്കണേ! രക്ഷിക്കണേ!"

ആളുകൾ അയാൾക്കു ചുറ്റും തടിച്ചുകൂടി. "എന്റെ യജമാനനെ ഖാസിയുടെ വീട്ടിലിട്ട് തല്ലിക്കൊല്ലുന്നേ!" അയാൾ നിലവിളിച്ചു.

പിന്നെ പൊട്ടിക്കരഞ്ഞുകൊണ്ട് അയാൾ എന്റെ വീട്ടിലേക്ക് ഓടി, ആളുകൾ അയാളുടെ പിന്നാലെയും! ഇക്കാര്യം അയാൾ എന്റെ വീട്ടുകാരേയും വേലക്കാരേയും അടിമകളെയും അറിയിച്ചു; അയാൾ എന്താണ് ചെയ്യുന്നതെന്ന് ഞാൻ അറിയുന്നതിനുമുമ്പ്, വസ്ത്രങ്ങൾ വലിച്ചുകീറി, മുടി അഴിച്ചിട്ട്, നിലവിളിച്ചുകൊണ്ടവർ എത്തി. "കഷ്ടം, നമ്മുടെ യജമാനൻ!" ആ ലഹളക്കാരെ നയിച്ചുകൊണ്ട്, ദയനീയഭാവത്തിൽ കീറിപ്പറിഞ്ഞ വസ്ത്രവുമായി ക്ഷുരകൻ നിൽക്കുന്നു! അയാൾ ഒരു ഭ്രാന്തനപ്പോലെ അലറി "കഷ്ടം, നമ്മുടെ യജമാനൻ കൊല്ലപ്പെട്ടു!"

അവർ പെട്ടെന്ന് ഞാൻ ഉള്ള ആ വീട് ആക്രമിച്ചു. വാതിൽക്കൽനിന്ന് അട്ടഹാസവും നിലവിളിയും കേട്ട ഖാസി തന്റെ ഒരു ഭൃത്യനോട് പറഞ്ഞു "എന്താണ് കാര്യമെന്ന് നോക്കൂ." അയാൾ പോയി നോക്കിയശേഷം ഉള്ളിൽ വന്ന് പറഞ്ഞു "ഓ, എന്റെ യജമാനനെ, ഗേറ്റിൽ പതിനായിരത്തിലേറെ ആളുകൾ തടിച്ചുകൂടിയിരിക്കുന്നു, സ്ത്രീകളും പുരുഷന്മാരുമുണ്ട്, അവരെല്ലാവരും കരയുന്നു. 'നമ്മുടെ മരിച്ചുപോയ യജമാനന്റെ കാര്യം കഷ്ടം!' അവർ നമ്മുടെ വീട്ടിലേക്കാണ് വിരൽ ചൂണ്ടുന്നത്."

ഖാസി ഇത് കേട്ടപ്പോൾ കാര്യം ഗുരുതരമാണെന്ന് മനസ്സിലാക്കി; അദ്ദേഹം വല്ലാതെ ക്ഷുഭിതനായി, വാതിൽ തുറന്നു നോക്കിയപ്പോൾ ഒരുവൻ ജനാവലിയെക്കണ്ട്, ആശ്ചര്യത്തോടെ ചോദിച്ചു "അല്ലയോ ആളുകളെ! എന്താണ് ചെയ്യുന്നത്!" "ഓ, ശപിക്കപ്പെട്ടവനെ! ഓ, നായേ, ഓ, നീചാ!" എന്റെ വേലക്കാർ മറുപടി നൽകി. "നിങ്ങളാണ് ഞങ്ങളുടെ യജമാനനെ കൊന്നത്!" അയാൾ പറഞ്ഞു "ഓ, നല്ലവരായ മനുഷ്യരെ, ഞാൻ നിങ്ങളുടെ യജമാനനെ കൊല്ലാൻമാത്രം അയാൾ എന്താണെന്നോട് ചെയ്തത്." - അപ്പോഴേക്കും നേരം പുലരാറായെന്നും, തനിക്ക് കഥ പറയാനായി അനുവദിച്ചുതന്ന സമയം കഴിഞ്ഞെന്നും അവൾ മനസ്സിലാക്കി.

മുപ്പത്തിയൊന്നാം രാവ്

അവൾ തുടർന്നു, ഓ കീർത്തിമാനായ രാജാവേ, ഖാസി, എന്റെ വേലക്കാരോട് ചോദിച്ചു "ഞാൻ നിങ്ങളുടെ യജമാനനെ കൊല്ലാൻ മാത്രം എന്താണ് എന്നോട് ചെയ്തത്? ഇതെന്റെ വീടാണ്. നിങ്ങൾക്കുവേണ്ടി ഞാനിത് തുറന്നിട്ടിരിക്കുന്നു."

അപ്പോൾ ക്ഷുരകൻ പറഞ്ഞു "ഇയാൾ അദ്ദേഹത്തെ അടിച്ചു, കരച്ചിൽ ഞാൻ കേട്ടതാണ്."

"എന്നാൽ, അയാൾ എന്ത് ചെയ്തിട്ടാണ് ഞാനയാളെ അടിച്ചത്! എന്തിനാണയാൾ എന്റെ വീട്ടിൽ വന്നത്? എവിടന്നാണയാൾ വന്നത്! എവിടെക്കാണയാൾ പോയത്?"

"ദുഷ്ടത കാട്ടരുത്, വഴിപിഴച്ച വൃദ്ധാ!" ക്ഷുരകൻ അലറി. "കാരണം, എനിക്ക് മുഴുവൻ കഥയുമറിയാം. ചുരുക്കത്തിൽ പറഞ്ഞാൽ, നിങ്ങളുടെ പുത്രി അയാളുമായി പ്രേമത്തിലാണ്, അയാൾ അവളേയും പ്രേമിക്കുന്നു. അയാൾ വീടിനുള്ളിൽ പ്രവേശിച്ചെന്നറിഞ്ഞപ്പോൾ, നിങ്ങൾ വേലക്കാരോട്

അയാളെ മർദ്ദിക്കാനായി കല്പന നൽകി; അവർ അതനുസരിച്ചു. അള്ളാ യാണേ, കാലിഫാ അല്ലാതെ മറ്റാരും നമ്മുടെ കേസിന് തീർപ്പു കല്പി ക്കില്ല; അല്ലെങ്കിൽ, ഞങ്ങളുടെ യജമാനനെ നിങ്ങൾ പുറത്തുകൊണ്ടു വരു; ഇവർ അദ്ദേഹത്തെ കൊണ്ടുപൊയ്ക്കൊള്ളും; ഇവർ ഉള്ളിൽ കയറി ബലമായി അദ്ദേഹത്തെ രക്ഷിച്ചുകൊണ്ടുപോയാൽ നിങ്ങൾക്കത് ലജ്ജാ കരമായിരിക്കും."

അപ്പോൾ ഖാസി പറഞ്ഞു (അയാളുടെ നാവ് നിയന്ത്രണം പാലിച്ചു, അമ്പരപ്പുമൂലം വായതുറക്കാനായില്ല), "നിങ്ങൾ സത്യമാണോ പറയു ന്നത്, നിങ്ങൾക്ക് ഉള്ളിൽവന്ന് അയാളെ പിടിച്ചുകൊണ്ടുവരാം."

അതുകേട്ട ഉടനെ ക്ഷുരകൻ ഓടിച്ചെന്ന് വീട്ടിനുള്ളിൽ കയറി. ഇതു കണ്ടപ്പോൾ, രക്ഷപ്പെടാനുള്ള വല്ല മാർഗ്ഗവുമുണ്ടോ എന്ന് ഞാൻ ചുറ്റും നോക്കി; എന്നാൽ, യാതൊരു സ്ഥലവും ഒളിച്ചിരിക്കാനായി ഞാൻ കണ്ടില്ല; ഞാനിരുന്ന മുകളിലെ മുറിയിൽ വലിയൊരു പെട്ടി ഞാൻ കണ്ടി രുന്നു. ഉടനെ അതിനുള്ളിൽ ഞാൻ കയറിയിരുന്നു. പിന്നെ അത് മൂടി വെച്ച്, ഞാൻ നിശ്ശബ്ദനായി ഇരുന്നു. ക്ഷുരകൻ ആ മുറിയിൽ വന്ന് എന്നെ തിരഞ്ഞുനടന്നു. എടതും വലതും പരിശോധിച്ചശേഷം, എന്റെ നേരെ വന്ന്, ആ പെട്ടിയെടുത്ത് തലയിൽവെച്ച്, കഴിയാവുന്നത്ര വേഗം നടന്നു! എന്റെ വിവേകം നഷ്ടപ്പെട്ടതുപോലെ തോന്നി; കാരണം, അയാൾ എന്നെ വിടുകയില്ലെന്നെനിക്കറിയം. അതുകൊണ്ട്, ഞാൻ ധൈര്യം സംഭ രിച്ച്, പെട്ടിയിൽനിന്ന് പുറത്തേക്ക് ചാടി. വീഴ്ചയിൽ എന്റെ കാല് പൊട്ടി; തുറന്നുകിടക്കുന്ന വാതിലിലൂടെ വലിയൊരു പുരുഷാരം ഉള്ളിലേക്കു നോക്കിനിൽക്കുന്നത് ഞാൻ കണ്ടു! ഞാൻ എന്റെ പോക്കറ്റിൽ ധാരാളം സ്വർണ്ണനാണ്യങ്ങളും കുറച്ചു വെള്ളിനാണ്യങ്ങളും വെച്ചിരുന്നു, ഇതു പോലുള്ള കഷ്ടകാലത്ത് ഉപയോഗിക്കാൻ വേണ്ടി! എന്നിൽനിന്നും അവരുടെ ശ്രദ്ധതിരിക്കാനായി ഞാൻ പണം അവർക്കുനേരെ എറിഞ്ഞു കൊടുത്തു; അവർ അതിനുവേണ്ടി കടിപിടികൂടുന്ന നേരത്ത് ഞാൻ പര മാവധി വേഗത്തിൽ പുറത്തേക്കോടി; ബാഗ്ദാദിലെ റോഡുകളെല്ലാം ഇട ത്തോട്ടും വലത്തോട്ടും ശാഖകൾ തിരിഞ്ഞ് പോകുന്നവയാണ്. എന്നാൽ, ഞാൻ ഏതുവഴിക്ക് തിരിഞ്ഞാലും ഈ നശിച്ച ക്ഷുരകൻ എന്റെ പിന്നാലെ ഓടിവന്ന് ഉറക്കെ വിളിക്കും. "അവർ എന്റെ യജമാനനെ എന്നിൽ നിന്ന് ഒഴിവാക്കിയേനെ! എന്റേയും കുടുംബത്തിന്റേയും സ്നേഹിതന്മാരുടെയും രക്ഷകനായ ഒരാളെ അവർ കൊന്നുകള ഞ്ഞേനെ. അവർക്കെതിരായി നിൽക്കാനും, എന്റെ പ്രഭുവിനെ അവരുടെ കൈകളിൽനിന്ന് രക്ഷിക്കാനും കഴിഞ്ഞതിൽ അള്ളാവിന് സ്തുതി!"

പിന്നെ എന്നോട് ചോദിച്ചു "നിങ്ങൾ എങ്ങോട്ടാണ് ഇപ്പോൾ പോകു ന്നത്! നിങ്ങൾ സ്വന്തം ദുഷ്പ്രവൃത്തികൾ മൂലം ഇത്രയും ബുദ്ധിമുട്ടു കൾ വരുത്തിവെച്ചു. അള്ളാ എന്നെ നിങ്ങളുടെ അടുത്തേക്ക് അനുഗ്ര ഹിച്ചയച്ചില്ലായിരുന്നെങ്കിൽ, നിങ്ങൾ ചെന്നുവീണ ദുർഘടത്തിൽ നിന്നും ഒരിക്കലും രക്ഷപ്പെടില്ലായിരുന്നു. നിങ്ങളുടെ വിവരമില്ലായ്മയെ ഞാൻ അപലപിക്കുന്നില്ല; കാരണം, നിങ്ങൾക്കത്രയേ വിവേകമുള്ളു, ഭയങ്കര വെറിയനും ചപലനുമാണ്!"

ഞാനയാളോട് പറഞ്ഞു "എനിക്ക് ഇത്രയും വിഷമം വരുത്തി വെച്ചത് പോരെ നിങ്ങൾക്ക്, മതിയായില്ലേ? ഇനി പിന്നാലെ ഓടിനടന്ന്

തെരുവിലുള്ളവരെ മുഴുവൻ ഇത് അറിയിക്കണോ?" ഞാൻ കോപത്തോടെ അയാൾക്കുനേരെ പൊട്ടിത്തെറിച്ചു. പിന്നെ ബസാറിന്റെ നടുവിലുള്ള ഒരു നെയ്ത്തുകാരന്റെ കടയിൽ അഭയംപ്രാപിച്ച്, കടയുടമയുടെ സംരക്ഷണം തേടി. അയാൾ ക്ഷുരകനെ ഓടിപ്പിച്ചുവിട്ടു; പിന്നിലെ ഒരു മുറിയിൽ ഇരുന്ന് ഞാൻ ആത്മഗതമായി പറഞ്ഞു "ഞാൻ വീട്ടിലേക്ക് മടങ്ങിയാൽ, ഈ നശിച്ച ക്ഷുരകനിൽനിന്ന് രക്ഷപ്പെടാനാവില്ല; അയാൾ രാവും പകലും എന്നോടൊപ്പം നിൽക്കും; ഒരു നിമിഷംപോലും അയാളെ എനിക്ക് സഹിക്കാൻ കഴിയില്ല."

അതുകൊണ്ട് ഞാൻ സാക്ഷികളെ വിളിച്ച് എന്റെ ഒരു ഒസ്യത്ത് തയ്യാറാക്കാൻ തീരുമാനിച്ചു; എന്റെ സ്വത്തിന്റെ വലിയൊരു ഭാഗം എന്റെ സ്വന്തക്കാർക്കായി വീതിച്ചു നൽകി; അതിനായി ഒരു രക്ഷിതാവിനെ നിയമിച്ചു. എല്ലാ ചുമതലകളും അയാളിൽ അർപ്പിച്ചു. എന്റെ വീടുകളും എസ്റ്റേറ്റുകളും വിൽക്കാനായി അയാളോട് നിർദ്ദേശിച്ചു. പിന്നെ ഞാനൊരു ദീർഘയാത്രയ്ക്ക് തയ്യാറായി, ഈ കൂട്ടിക്കൊടുക്കലുകാരനിൽനിന്ന് രക്ഷപ്പെടാമല്ലോ. അങ്ങനെ, നിങ്ങളുടെ പട്ടണത്തിൽ താമസിക്കാനായി ഞാൻ വന്നു; ഇവിടെ കുറച്ചുകാലമായി താമസിക്കുന്നു.

പിന്നെ, നിങ്ങൾ എന്നെ ക്ഷണിച്ചപ്പോൾ ഞാൻ ഇവിടെ എത്തി. ആദ്യം ഞാൻ കണ്ട കഴ്ച, ആദരണീയനായി ഈ നശിച്ച കൂട്ടിക്കൊടുപ്പുകാരനായ നീചനെ ഇരുത്തിയിരിക്കുന്നതാണ്! ഇത്ര കഷ്ടതകൾ എനിക്ക് വരുത്തിവെച്ച ഒരു വ്യക്തിയോടൊപ്പം സന്തോഷത്തോടെ കൂട്ടുകൂടാൻ എനിക്ക് എങ്ങനെയാണ് കഴിയുക? എന്നെ സ്വന്തം വീട്ടിൽനിന്നും, നാട്ടിൽനിന്നും ഓടിപ്പോരാനിടവരുത്തിയതും, എന്റെ കാല് ഒടിയാൻ കാരണഭൂതനായതും ഇയാളാണ്. അങ്ങനെ, ആ യുവാവ് ഇരിക്കാൻ സമ്മതിക്കാതെ സ്ഥലം വിട്ടു.

ഞങ്ങൾ ഈ കഥ കേട്ടപ്പോൾ (തയ്യൽക്കാരൻ തുടർന്നു) ഞങ്ങൾ വല്ലാത്ത ആശ്ചര്യത്തോടെ ക്ഷുരകനോട് ചോദിച്ചു "അള്ളായാണെ, പറയു, നിങ്ങളെക്കുറിച്ച് ഈ യുവാവ് പറഞ്ഞത് ശരിയാണോ? "അള്ളായാണേ" അയാൾ മറുപടി നൽകി. "എന്റെ മര്യാദയും വിവേകവും ദയാദാക്ഷിണ്യവും മൂലമാണ് കുഴപ്പമൊന്നുമില്ലാതെ കാര്യങ്ങൾ അവസാനിച്ചത്. ഞാനില്ലായിരുന്നെങ്കിൽ അയാൾ ചത്തുപോയേനെ, ഞാൻ കാരണം മാത്രമാണയാൾ രക്ഷപ്പെട്ടത്. ഇപ്പോൾ കാല് മാത്രമേ ഒടിഞ്ഞുള്ളൂ, അല്ലെങ്കിൽ ജീവിതം തന്നെ നഷ്ടപ്പെട്ടേനെ! ഞാനൊരു വായാടി ആയിരുന്നെങ്കിൽ ഇപ്രകാരം ദയാവായ്പോടെ അയാളോട് പ്രവർത്തിക്കില്ലായിരുന്നു. എന്നാൽ, എനിക്ക് സംഭവിച്ച ഒരു കഥ ഞാൻ ഇപ്പോൾ പറയാം. അടക്കവുമൊതുക്കവുമില്ലാത്ത എന്റെ വാചാലരായ ആറ് സഹോദരന്മാരിൽ നിന്നും തികച്ചും വ്യത്യസ്തനായൊരു മിതഭാഷിയാണ് ഞാനെന്ന് അപ്പോൾ നിങ്ങൾക്ക് ബോദ്ധ്യമാകും. ഇതാണാ കഥ."

ക്ഷുരകന്റെ സ്വന്തം കഥ

അന്നത്തെ കാലിഫായായ 'അൽമുസ്താസിർബില്ലാ' യുടെ പുത്രൻ അൽമുസ്താൻ സിർബില്ലാ'യുടെ കാലത്ത് ഞാൻ ബാഗ്ദാദിൽ ജീവിച്ചിരുന്നു. പാവങ്ങളെയും ദരിദ്രരെയും സ്നേഹിച്ചിരുന്ന ആ രാജകുമാരൻ

സദാസമയവും പണ്ഡിതരും ഭക്തരുമായി കൂട്ടുകൂടി ജീവിതം നയിച്ചു. ഒരു ദിവസം അദ്ദേഹം പത്ത് കൊള്ളക്കാരുടെ മേൽ ഭയങ്കരമായി കുപിതനായി; കാലിഫായുടെ പെരുവഴികളിലൂടെ പിടിച്ചുപറിക്കാരായിരുന്നു അവർ. ബാഗ്ദാദ് ഗവർണ്ണറോട് 'ഉത്സവദിവസം' അവരെ തന്റെ മുന്നിൽ ഹാജരാക്കാനായി അദ്ദേഹം ഉത്തരവിട്ടു. ഗവർണ്ണർ വേഗം പുറത്ത് പോയി തടവുകാരെ പിടിച്ച് ഒരു ബോട്ടിൽക്കയറ്റി കൊണ്ടുപോയി. അവർ ബോട്ടിൽ കയറുന്നതുകണ്ട ഞാൻ സ്വയം പറഞ്ഞു "അവർ തീർച്ചയായും ഒരു വിവാഹപാർട്ടിക്ക് പോകുന്നതുപോലുണ്ട്; ആ ബോട്ടിൽ ഇന്ന് അവർ തിന്നും കുടിച്ചും ആഘോഷിക്കുമെന്നാണെനിക്ക് തോന്നുന്നത്. ഞാൻ മാത്രമേ അപ്പോൾ അവർക്ക് കൂട്ടുകാരനായി ഉണ്ടാകാൻ പാടുള്ളൂ."

അങ്ങനെ ഞാൻ എഴുന്നേറ്റു; എന്ത് നല്ല ആളുകൾ! അമിതമായ മര്യാദയോടും വിവേകത്തോടും കൂടി ഞാൻ അവരോടൊപ്പം ബോട്ടിൽ കയറി, സംഭാഷണത്തിലേർപ്പെട്ടു. അവർ ബോട്ടു തുഴഞ്ഞ് അക്കരയെത്തി. അവർ നിലത്തിറങ്ങിയതോടെ കാവൽക്കാരും രക്ഷാഭടന്മാരും എത്തി. കവർച്ചക്കാരുടെ കഴുത്തിൽ ചങ്ങലയിട്ട് ബന്ധിച്ചു. മറ്റുള്ളവരോടൊപ്പം അവർ എന്റെ കഴുത്തിലും ചങ്ങലയിട്ട് പൂട്ടി. അല്ലയോ മനുഷ്യരെ, അത് തന്നെ എന്റെ മര്യാദയുടേയും മൗനത്തിന്റേയും തെളിവല്ലേ! ഞാൻ അപ്രകാരം ശാന്തനായി നാവിട്ടടിക്കാതെ നിന്നത്? പിന്നെ അവർ ഞങ്ങളെ ദൂരത്തേക്ക് കൊണ്ടുപോയി, പിറ്റേന്ന്, രാവിലെ 'അൽമസ്താൻ സിർബില്ലാ'യുടെ മുന്നിൽ ഹാജരാക്കി. പത്ത് തസ്കരന്മാരുടെ കഴുത്തറുക്കാൻ അദ്ദേഹം ഉത്തരവിട്ടു. അവരെ കൊലചെയ്യാനുള്ള പീഠത്തിൽ ഇരുത്തിയശേഷം വാൾക്കാരൻ വാൾ ഊരിപ്പിടിച്ച് എത്തി, ഓരോരുത്തരെയായി വെട്ടിവീഴ്ത്തി. ഞാൻ മാത്രം ബാക്കിയായി. കാലിഫാ എന്റെ നേരെ നോക്കിക്കൊണ്ട് വാൾക്കാരനോട് ചോദിച്ചു "എന്തുകൊണ്ടാണ് നിങ്ങൾ ഒമ്പതുപേരുടെ കഴുത്തുകൾ മാത്രം അറുത്തത്?"

അയാൾ മറുപടി നൽകി "അള്ളാ ക്ഷമിക്കട്ടെ, ഒമ്പതുപേരെയാണോ ഞാൻ കൊന്നത്? അങ്ങ് പത്ത്പേര് എന്നല്ലേ ആജ്ഞാപിച്ചത്!"

കാലിഫാ പറഞ്ഞു "എനിക്ക് തോന്നി നീ ഒമ്പതുപേരുടെ ശിരസ്സു മാത്രമാണ് അറുത്തുവീഴ്ത്തിയതെന്ന്, നിങ്ങളുടെ മുന്നിൽ നിൽക്കുന്ന ഈ മനുഷ്യൻ പത്താമത്തവനാണെന്നും!"

"അങ്ങയുടെ ഔദര്യമാണേ!" ആരാച്ചാർ മറുപടി നൽകി. "ഞാൻ പത്തുപേരുടെ തലവെട്ടി."

"അവരെ എണ്ണിനോക്കുക." കാലിഫാ അലറി.

അവർ തലകൾ എണ്ണിനോക്കി, അതാ പത്ത് തലകൾ!

കാലിഫാ എന്നെനോക്കി ചോദിച്ചു "ഇത്തരം ഒരവസരത്തിൽ നീ എന്തുകൊണ്ടാണ് മൗനം പാലിച്ചത്? ഇത്തരം കൊലയാളി തസ്കരന്മാരോടൊപ്പം നീ എങ്ങനെ കൂട്ടുകൂടാനിടയായി? ഇതിനെല്ലാമുള്ള കാരണങ്ങൾ വിശദമാക്കുക; നിങ്ങൾ വളരെ പ്രായമുള്ളവനായതിനാൽ ഒരുപക്ഷേ, ബുദ്ധി ശരിക്ക് പ്രവർത്തിക്കുന്നില്ലായിരിക്കാം."

ഞാൻ ഈ വാക്കുകൾ കേട്ട് ചാടി എഴുന്നേറ്റ്, മറുപടി നൽകി "വിശ്വാസികളുടെ രാജകുമാരാ, ഞാൻ മൗനിയായയൊരു വൃദ്ധനാണ്, എന്നെ മറ്റു സഹോദരന്മാരിൽ നിന്ന് തിരിച്ചറിയാനായി അപ്രകാരമാണ് വിളിക്കുന്നത്. ഞാൻ ഭയങ്കര പാണ്ഡിത്യമുള്ളവനാണ്, എന്തും പെട്ടെന്ന്

ഗ്രഹിക്കാൻ കഴിവുള്ളവൻ. എന്റെ ബുദ്ധിയെക്കുറിച്ചും മൗനത്തെക്കുറിച്ചും പറയാൻ ഒരുപാടുണ്ട്. ഞാൻ ഒരു ക്ഷുരകനാണ്. ഇന്നലെ അതിരാവിലെ ഞാൻ പുറത്തുപോയപ്പോൾ ഈ മനുഷ്യർ ഒരു ചെറിയ ബോട്ടിൽ കയറുന്നതു കണ്ടു. അവർ ഏതോ വിവാഹവിരുന്നിന് പോവുകയാണെന്നു കരുതി ഞാനവരോടൊപ്പം കൂടി, സൗഹൃദത്തിലായി. കുറച്ചുസമയത്തിനു ശേഷം രക്ഷാഭടന്മാർ അവിടെ എത്തി, അവരുടെ കഴുത്തിൽ ചങ്ങലയിട്ട് ബന്ധിച്ചു; അവരോടൊപ്പം എന്നെയും ബന്ധനസ്ഥനാക്കി. എന്നാൽ, വലിയ വിനയമുള്ളവനായ ഞാൻ ഒരക്ഷരം ഉരിയാടിയില്ല. അവർ എന്നെ അങ്ങയുടെ മുന്നിൽ ഹാജരാക്കി; അങ്ങാകട്ടെ പത്തുപേരുടെ കഴുത്തുവെട്ടാനായി ആജ്ഞാപിക്കയും ചെയ്തു. എന്നിട്ടും, ഞാനാരാണെന്ന് അങ്ങയോട് പറഞ്ഞില്ല, ആരാച്ചാരുടെ മുന്നിൽ ഞാൻ നിശ്ശബ്ദനായി നിന്നു. എന്റെ എളിമയും വിനയവും മാത്രമാണതിന് കാരണം; അതെന്നെ അവരോടൊപ്പം മരണത്തിലേക്ക് നയിച്ചു. ഞാൻ ജീവിതകാലം മുഴുവൻ മനുഷ്യത്വത്തോടെയും അന്തസ്സോടെയും ആണ് പെരുമാറിയിട്ടുള്ളത്; എന്നാൽ, എനിക്കവർ അതിന് പകരം നൽകുന്നതോ, ഏറ്റവും വൃത്തികെട്ട പെരുമാറ്റവും!"

കാലിഫാ എന്റെ വാക്കുകൾ കേട്ടപ്പോൾ, ഞാൻ അങ്ങേയറ്റം ഉദാരമനസ്കനും മിതഭാഷിയും അനാവശ്യകാര്യങ്ങളിൽ ഇടപെടാത്തവനും ആണെന്ന് മനസ്സിലാക്കി. (മരണത്തിൽ നിന്നും ഞാൻ രക്ഷിച്ച ഈ യുവാവ് അത് മനസ്സിലാക്കിയതുപോലെ! എന്നാൽ, അതിന്നയാൾ നീചമായ രീതിയിലാണ് എനിക്ക് പ്രതിഫലം തന്നതെങ്കിലും!)

കാലിഫാ ചിരിച്ച് ചിരിച്ച് പിന്നാക്കം ചാഞ്ഞുകിടന്നു! പിന്നെ എന്നോട് പറഞ്ഞു " ഓ, മൗനിയായ മനുഷ്യാ. നിങ്ങളുടെ ആറ് സഹോദരന്മാർക്ക് നിങ്ങളുടെ ബുദ്ധിശക്തിയും പാണ്ഡിത്യവും അനാവശ്യകാര്യങ്ങളിൽ ഇടപെടാത്ത ശീലവും ലഭിച്ചിട്ടുണ്ടോ?"

"അവർ ഒരിക്കലും എന്നെപ്പോലെ ആയിരുന്നില്ല! അവരെ എന്നോട് തുലനം ചെയ്യാനാവില്ല; അവർ വായാടികളും, മര്യാദയോടെയോ, ഗൗരവത്തോടെയോ പെരുമാറാനറിയാത്തവരുമാണ്. ഓരോരുത്തനും അവനവന്റേതായ അംഗവൈകല്യമുണ്ട്. ഒരാൾ ഒറ്റക്കണ്ണൻ, മറ്റൊരാൾ തളർവാതം പിടിച്ചവൻ, മൂന്നാമത്തവൻ അന്ധൻ, നാലാമത്തവൻ ചെവികളും മൂക്കുമില്ലാത്തവൻ, അഞ്ചാമത്തവൻ മുറിച്ചുണ്ടൻ, ആറാമത്തവൻ ഒരു കൂനനും വക്രമായ അവയവങ്ങളോടു കൂടിയവനുമാണ്. ഓ, വിശ്വാസികളുടെ നേതാവേ, ഞാനൊരു വായാടിയാണെന്ന് അങ്ങു ധരിക്കരുതേ; എന്നാൽ, ഞാൻ മറ്റുള്ളവരേക്കാൾ ഏറെ യോഗ്യതയുള്ളവനും മിതഭാഷിയുമാണെന്ന് ഞാൻ അങ്ങയെ പറഞ്ഞു ധരിപ്പിക്കും. എന്റെ ഓരോ സഹോദരനും അംഗവൈകല്യം സംഭവിച്ചതിന്റെ പിന്നിൽ ഓരോ കഥയുണ്ട്, അത് ഞാൻ അങ്ങേക്ക് വിവരിച്ചു തരാം." - അങ്ങനെ, കാലിഫാ അയാളുടെ കഥ കേൾക്കാനായി കാതുകൂർപ്പിച്ച് ഇരുന്നു.

ക്ഷുരകന്റെ ഒന്നാംസഹോദരൻ

ഓ, വിശ്വാസികളുടെ നേതാവേ, എന്റെ ഒന്നാം സഹോദരൻ 'അൽബക്ബുക്' എന്ന വായാടി ഒരു കൂനനാണ്; ബാഗ്ദാദിൽ ഒരു തയ്യൽക്കാരനായിരുന്നു അയാൾ. ഒരു ധനികനായ വ്യക്തിയുടെ കട വാടകക്കെടുത്ത്,

അതിലാണയാൾ തയ്യൽപ്പണി ചെയ്തിരുന്നത്. കടയുടെ മുകളിലാണ യാൾ താമസിച്ചിരുന്നത്; അതിനടിയിൽ ഒരു ധാന്യംപൊടിക്കുന്ന മില്ല് ഉണ്ടായിരുന്നു. ഒരുദിവസം എന്റെ കൂനൻ സഹോദരൻ തന്റെ കടയിൽ ഇരുന്ന് തയ്യൽപണിയിൽ ഏർപ്പെട്ടിരിക്കവെ, അയാൾ തല ഉയർത്തി മുകളിലേക്ക് നോക്കാനിടയായി; അപ്പോൾ തന്റെ വീട്ടുടമസ്ഥന്റെ ബാൽക്കണി ജനലയിൽ പൂർണ്ണചന്ദ്രനെപ്പോലെ ശോഭിക്കുന്ന ഒരു മഹതി യുടെ മുഖം കണ്ടു; അവൾ റോഡിലൂടെ നടന്നുപോകുന്ന ജനങ്ങളെ നോക്കി നിൽക്കുകയാണ്. എന്റെ സഹോദരൻ അവളെ കണ്ടപ്പോൾ അയാളുടെ ഹൃദയം അവളോടുള്ള സ്നേഹംകൊണ്ട് നിറഞ്ഞുതുളുമ്പി! അയാൾ തന്റെ തുന്നൽപ്പണി അവഗണിച്ച്, ദിവസം മുഴുവൻ അവളെയും നോക്കിക്കൊണ്ട് ഇരിപ്പായി.

പിറ്റേന്ന് രാവിലെ അയാൾ കടതുറന്ന് തുന്നാനായി ഇരുന്നു. ഓരോ തുന്നലിനുമിടയിൽ അയാൾ ജനാലയിലേക്ക് നോക്കും, അവൾ തലേ ദിവസത്തേതുപോലെ അവിടെത്തന്നെ നിൽപ്പുണ്ട്. അയാൾക്ക് അവളോ ടുള്ള മോഹവും കാമവും വർദ്ധിച്ചു. മൂന്നാം ദിവസം അയാൾ അവളെ തുറിച്ചുനോക്കി തന്റെ പതിവ് സ്ഥലത്ത് ഇരിക്കുമ്പോൾ അവൾ അയാളെ കാണാനിടയായി. അയാൾ തന്നിൽ ആകർഷിക്കപ്പെട്ടു എന്ന് മനസ്സിലാ ക്കിയ അവൾ അയാളെ നോക്കി മന്ദഹസിച്ചു, അയാളും അവളെ നോക്കി പുഞ്ചിരിതൂകി.

പിന്നെ അവൾ ജനാലയ്ക്കൽനിന്നും അപ്രത്യക്ഷയായി; വേഗംതന്നെ തന്റെ അടിമപ്പെൺകുട്ടിയെ ഒരു ചുകന്ന സിൽക്ക് തുണിയും കൊടുത്ത് അയാളുടെ കടയിലേക്കയച്ചു. അടിമപ്പെണ്ണ് അയാളോട് പറഞ്ഞു "എന്റെ യജമാനത്തി നിങ്ങൾക്ക് 'സലാം' തന്നയച്ചിരിക്കുന്നു. നിങ്ങളുടെ വിദഗ്ദ്ധ മായ കഴിവുകൾ ഉപയോഗിച്ച്, ഏറ്റവും നല്ലൊരു 'എംബ്രോയിഡറി' തുന്നിത്തരണമെന്നവർ ആഗ്രഹിക്കുന്നു." അയാൾ മറുപടി നൽകി "ഉത്ത രവുപോലെ." അതുകൊണ്ട് കലാവിരുതോടുകൂടിയ ഒരു അടിപ്പാവാട അയാൾ അന്നുതന്നെ തുന്നിത്തീർത്തു.

പിറ്റേന്ന് നേരംപുലർന്നപ്പോൾ വേലക്കാരി പെൺകുട്ടി വന്ന് അയോ ളോട് പറഞ്ഞു "എന്റെ യജമാനത്തി നിങ്ങൾക്ക് 'സലാം' കൊടുത്തയ ച്ചിരിക്കുന്നു; നിങ്ങൾ ഇന്നലെ രാത്രി എങ്ങനെയാണ് കഴിച്ചുകൂട്ടിയതെന്ന് അവൾ ചോദിക്കുന്നു. കാരണം, നിങ്ങൾ അവളുടെ ഹൃദയം അപഹരി ച്ചതിനാൽ അവൾക്ക് ഉറങ്ങാനേ കഴിഞ്ഞില്ല." പിന്നെ അവൾ ഒരു മഞ്ഞ 'സോറ്റിൻ' തുണി കൊടുത്ത് പറഞ്ഞു "എന്റെ യജമാനത്തി ഇതുകൊണ്ട് രണ്ട് അടിപ്പാവാടകൾ ഇന്നുതന്നെ തുന്നിത്തരുവാനാവശ്യപ്പെട്ടിരിക്കുന്നു."

"ഉത്തരവുപോലെ!" അയാൾ മറുപടി നൽകി. "അവൾക്ക് എന്റേ തായ നിരവധി അഭിവാദ്യങ്ങൾ നൽകുക; എന്നിട്ട് പറയൂ 'നിങ്ങളുടെ അടിമ ഏത് ആജ്ഞയും അനുസരിക്കാൻ സന്നദ്ധനാണ്; അതുകൊണ്ട് കല്പിച്ചാലും'."

അയാൾ ഉടനെ തുണി മുറിച്ച് അടിപ്പാവാടകൾ തുന്നുവാൻ കഠിനാ ദ്ധ്വാനം തുടങ്ങി. ഒരു മണിക്കൂറിനുശേഷം ആ മഹതി ജാലകത്തിൽ പ്രത്യക്ഷപ്പെട്ട്, ആംഗ്യംകൊണ്ട് സലാം ചെയ്തു. അവൾ തലതാഴ്ത്തി അയാളെ നോക്കിനിന്നു. അയാളുടെ മുഖത്ത് പുഞ്ചിരിവിടർന്നു, താൻ ഉടനെതന്നെ വിജയം കൈവരിക്കുമെന്ന വിശ്വാസം അവളിൽ ഉദിച്ചു.

ആ രണ്ട് 'പെറ്റിക്കോട്ടു'കൾ തുന്നിത്തീരുന്നതുവരെ അയാളെ ഇളക്കാനാവൾ അനുവദിച്ചിട്ടില്ല. പിന്നെ അവൾ വേലക്കാരിയെ വിട്ട് അത് വാങ്ങിപ്പിച്ചു.

രാത്രി ആയപ്പോൾ, അയാൾ സ്വന്തം മെത്തയിൽ കിടന്ന് ഉറങ്ങാൻ ശ്രമിച്ചെങ്കിലും ഉറക്കം വരാതെ രാവിലെവരെ തിരിഞ്ഞും മറിഞ്ഞും കിടക്കുകയായിരുന്നു. അയാൾ എഴുന്നേറ്റിരുന്നു. ആ സമയത്ത് വേലക്കാരി അയാളുടെ അടുത്ത് വന്ന് പറഞ്ഞു "എന്റെ യജമാനൻ നിങ്ങളെ വിളിക്കുന്നു."

ഇതുകേട്ട് അയാൾ വല്ലാതെ പേടിച്ച് വിറച്ചു. എന്നാൽ, അയാളുടെ ഭയം കണ്ട് അടിമപെൺകുട്ടി പറഞ്ഞു"ദോഷമൊന്നും വരില്ല. ഗുണമാണ് നിങ്ങളെ കാത്തിരിക്കുന്നത്. എന്റെ യജമാനത്തി നിങ്ങളെ യജമാനനുമായി പരിചയപ്പെടുത്തും."

അങ്ങനെ എന്റെ സഹോദരൻ ആഹ്ലാദത്തോടെ അവളോടൊപ്പം പോയി. ആ മഹതിയുടെ ഭർത്താവായ ഗൃഹനാഥന് മുന്നിലെത്തിയപ്പോൾ, അയാൾ, നിലത്ത് ചുംബിച്ച് അഭിവാദ്യം ചെയ്തു. യജമാനൻ അയാളെ പ്രത്യഭിവാദ്യം ചെയ്തശേഷം വലിയൊരു 'ലിനൻ' നൽകിക്കൊണ്ട് പറഞ്ഞു "എനിക്കിതുകൊണ്ട് ഭംഗിയായി ഷർട്ടുകൾ തുന്നിത്തരുക."

"ഉത്തരവുപോലെ" എന്റെ സഹോദരൻ മറുപടി നൽകി. അയാൾ ഭക്ഷണംപോലും കഴിക്കാതെ തുടർച്ചയായി ഇരുപത് ഷർട്ടുകൾ, അത്താഴസമയമാകുമ്പോഴേക്കും തുന്നിത്തീർത്തു.

ഗൃഹനാഥൻ അയാളോട് ചോദിച്ചു "ഇതിന് തുന്നൽക്കൂലി എത്രയാണ്?"

"ഇരുപത് ദിറം."

അയാൾ അടിമപ്പെണ്ണിനോട് വിളിച്ചുപറഞ്ഞു "ഇരുപത് ദിറം കൊണ്ടുവരൂ."

എന്റെ സഹോദരൻ ഒരക്ഷരം മിണ്ടിയില്ല. എന്നാൽ മഹതി ആംഗ്യം കാട്ടി "അയാളിൽനിന്ന് ഒന്നും വാങ്ങിക്കരുത്." അതുകണ്ട് എന്റെ സഹോദരൻ പറഞ്ഞു "അള്ളായാണേ, അങ്ങയിൽ നിന്ന് ഞാൻ ഒന്നും വാങ്ങിക്കില്ല" അങ്ങനെ, തന്റെ തുന്നൽ സാമഗ്രികളുമായി അയാൾ സ്വന്തം കടയിലേക്ക് ബാക്കി ഷർട്ടുകൾ തുന്നാനായി തിരിച്ചുപോന്നു; അയാളുടെ പക്കൽ ഒരു 'സെന്റ്' പോലും ഇല്ലായിരുന്നു! മൂന്നുദിവസങ്ങൾ, ഓരോതുണ്ട് അപ്പവും കുറച്ചു വെള്ളവും കഴിച്ച് അയാൾ തുന്നൽ തുടർന്നു; പിന്നീട് വേലക്കാരി അയാളുടെ അടുത്തുവന്ന് ചോദിച്ചു "എന്താണ് നിങ്ങൾ ചെയ്തിട്ടുള്ളത്?"

"അതെല്ലാം തുന്നിക്കഴിഞ്ഞു."

അവയെല്ലാം ആ മഹതിയുടെ ഭർത്താവിന്റെ അടുത്തേക്കു ചുമന്നുകൊണ്ടുപോയി; അദ്ദേഹം അതിന്റെ തുന്നൽക്കൂലി അയാൾക്ക് കൊടുത്തേനെ: എന്നാൽ മഹതിയോടുള്ള ഭയംകൊണ്ട് അയാൾ പറഞ്ഞു "ഞാനൊന്നും വാങ്ങിക്കില്ല."

അയാൾ കടയിൽ തിരിച്ചുചെന്ന് ഉറങ്ങാൻ ശ്രമിച്ചെങ്കിലും, വിശപ്പ് മൂലം ഉറക്കം വന്നില്ല.!

കാര്യത്തിന്റെ കിടപ്പ് ആ മഹതി തന്റെ ഭർത്താവിനെ ധരിപ്പിച്ചു. (എന്റെ സഹോദരന് ഇതൊന്നും അറിയില്ലായിരുന്നു). ആ തുന്നൽക്കാരനെ

വിഡ്ഢിയാക്കാൻ ഇരുവരും തീരുമാനിച്ചു. പിറ്റേന്ന് രാവിലെ തയ്യൽക്കാരൻ തന്റെ കടയിലെത്തി ഇരിപ്പിടത്തിൽ ഇരിക്കുമ്പോഴേക്കും വേലക്കാരി വന്ന് പറഞ്ഞു "എന്റെ യജമാനനോട് സംസാരിക്കുവാനായി വരിക."

അപ്പോൾ അവളെ പിൻതുടർന്ന് അയാൾ ഗൃഹനാഥന്റെ മുന്നിലെത്തി. അദ്ദേഹം പറഞ്ഞു "എനിക്ക് അഞ്ച് നീണ്ടകൈയുള്ള മേലങ്കി നിങ്ങൾ തുന്നിത്തരണം." അപ്പോൾ അയാൾ അതിന്നാവശ്യമായ തുണി മുറിച്ചെടുത്ത് കടയിലേക്ക് കൊണ്ടുപോയി. പിന്നെ, അത് ഒറ്റ ഇരിപ്പിന് തുന്നിത്തീർത്ത്, ആ മാന്യന്റെ അടുത്തേക്ക് കൊണ്ടുവന്നു. അദ്ദേഹം സന്തുഷ്ടനായി ഒരു പണസഞ്ചി നിറയെ വെള്ളിനാണ്യം അയാൾക്ക് നീട്ടി; അയാളത് വാങ്ങാനായി കൈപൊക്കുമ്പോഴേക്കും, ഭർത്താവിന്റെ പിന്നിൽ നിന്നിരുന്ന ആ മഹതി വാങ്ങരുതെന്ന് ആംഗ്യം കാട്ടി. അപ്പോൾ അയാൾ മറുപടി നൽകി "ഓ, എന്റെ പ്രഭോ, യാതൊരു ധൃതിയുമില്ല, അതിനിനി ധാരാളം സമയം നമ്മൾക്കുണ്ട്." അയാൾ ഏറ്റവും ദരിദ്രനും, തകർന്നവനുമായാണ് ആ വീട്ടിൽനിന്ന് പുറത്തിറങ്ങിയത്, ഒരു വിഡ്ഢികഴുതയെപ്പോലെ! സത്യമായും, അഞ്ച് കാര്യങ്ങൾ അയാളിൽ പതിഞ്ഞുകിടന്നിരുന്നു. പ്രേമം, കടുത്ത ദാരിദ്ര്യം, വിശപ്പ്, നഗ്നത, കഠിനാദ്ധ്വാനം. എന്നാലും ആ മഹതിയുടെ പ്രീതി പ്രതീക്ഷിച്ച് അയാൾ സ്വയം സമാശ്വസിച്ചു. അവരുടെ ജോലികളെല്ലാം ചെയ്ത് തീർത്തപ്പോൾ മറ്റൊരു പറ്റിക്കൽ അവർ ചെയ്തു. അയാളും അവരുടെ അടിമപ്പെൺകുട്ടിയുമായുള്ള വിവാഹം നടത്തി. എന്നാൽ, അയാൾ അവളുടെ അടുത്തേക്ക് പോകേണ്ട ആദ്യരാത്രി അവർ, അവനോട് പറഞ്ഞു "ഇന്ന് രാത്രി ആ 'മില്ലി'ൽ കിടക്കുക; നാളെ എല്ലാം ഭംഗിയായി നീങ്ങും."

എന്തെങ്കിലും നല്ല കാരണങ്ങൾ ഇതിനുണ്ടാകുമെന്ന് എന്റെ സഹോദരൻ കരുതി, രാത്രി ഒറ്റയ്ക്ക് മില്ലിൽ കിടന്നുറങ്ങി. അപ്പോൾ ഗൃഹനാഥൻ ധാന്യം പൊടിക്കുന്നവനെ വിട്ട് തയ്യൽക്കാരനെക്കൊണ്ട് മില്ല് തിരിപ്പിക്കുവാനായി ചട്ടം കൊട്ടി. അങ്ങനെ, പാതിരാത്രി ആയപ്പോൾ അയാൾ എന്റെ അടുത്തുവന്ന് പറഞ്ഞു "എന്റെ ഈ കാള ഒന്നിനും കൊള്ളാത്തവനായിരിക്കുന്നു, 'മില്ല്' കറക്കുന്നതിനുപകരം അത് നിശ്ചലനായി നിൽക്കുകയാണ്! അതിന് എന്തായാലും ഇന്നുരാത്രി ഈ മില്ല് കറക്കാനാവില്ല. ഞങ്ങൾക്ക് കുറെ ധാന്യം പൊടിക്കാനുമുണ്ട്. എന്തായാലും, ഞാൻ നിർബന്ധപൂർവ്വം അതിന്റെ തോളിൽ നുകംവെച്ച് നേരംപുലരുന്നതിനു മുമ്പ് ധാന്യം പൊടിച്ചുതീർക്കാൻ പറ്റുമോ എന്നു നോക്കട്ടെ."

അങ്ങനെ അയാൾ 'ചക്കിൽ' ധാന്യം നിറച്ച്, ഒരു കയറുംപിടിച്ച് എന്റെ സഹോദരന്റെ അടുത്തെത്തി; അയാളുടെ കഴുത്തിൽ അതു ചുറ്റിക്കെട്ടി പറഞ്ഞു "എഴുന്നേൽക്കൂ! 'മില്ല്' കറക്കു! ഹേ, കാളേ, തിന്നുകയും വിസർജ്ജിക്കുകയുമല്ലാതെ മറ്റെന്താണ് നീ ചെയ്യുന്നത്!"

പിന്നെ അവൻ ഒരു ചാട്ടവാറെടുത്ത് എന്റെ സഹോദരന്റെ തോളിലും തുടയിലും അടിച്ചു. അയാൾ വേദനിച്ച് നിലവിളിക്കാൻ തുടങ്ങി; എന്നാൽ, ആരും അയാളുടെ സഹായത്തിനെത്തിയില്ല. നേരംപുലരുന്നതുവരെ സഹോദരന് 'മില്ല്' കറക്കി ഗോതമ്പു പൊടിക്കേണ്ടിവന്നു. അപ്പോൾ ഗൃഹനാഥൻ താഴേക്കുവന്ന്, എന്റെ സഹോദരൻ ചാട്ടവറടി ഏൽക്കുന്നതു കണ്ടിട്ടും ഗൗനിക്കാതെ തിരിച്ചുപോയി! അയാൾ അപ്പോഴും അർദ്ധപ്രാണനായി നുകവും താങ്ങി നിൽക്കുകയായിരുന്നു! അതിനുശേഷം

അടിമപ്പെൺകുട്ടി എത്തി അയാളെ കെട്ടഴിച്ച് വിട്ടശേഷം പറഞ്ഞു "കഴിഞ്ഞ കാര്യങ്ങളോർത്ത് എനിക്കും യജമാനത്തിക്കും, സത്യത്തിൽ, നല്ല ദുഃഖമുണ്ട്, നിങ്ങളോടൊപ്പം ഞങ്ങളും അഗാധമായി ഖേദിക്കുന്നു." എന്നാൽ, മില്ല് കറക്കിയും ചാട്ടവർ അടി ഏറ്റും ക്ഷീണിതനയ അയാൾക്കപ്പോൾ സംസാരിക്കാനായി നാവു പൊന്തിയില്ല! പിന്നെ അയാൾ സ്വന്തം വാസസ്ഥലത്തേക്ക് പോയി. അപ്പോൾ അയാളുടെ വിവാഹം രജിസ്റ്റർ ചെയ്ത ഗുമസ്തൻ വന്ന് അയാൾക്ക് സലാം കൊടുത്തുകൊണ്ട് പറഞ്ഞു "അള്ളാ നിങ്ങൾക്ക് ദീർഘായുസ്സ് നൽകട്ടെ! നിങ്ങളുടെ ദാമ്പത്യം അനുഗൃഹീതമാകട്ടെ! രാത്രിമുഴുവൻ ആസ്വദിച്ചതിന്റെ ലക്ഷണം ഈ മുഖത്ത് തെളിഞ്ഞുകാണാം."

"നുണപറയുന്നവർക്ക് അള്ളാ ശാന്തിയും സമാധാനവും നൽകില്ല, വ്യഭിചാരിണിയുടെ ഭർത്താവേ!" എന്റെ സഹോദരൻ മറുപടി നൽകി. "അള്ളായാണെ, രാത്രിമുഴുവൻ നേരംപുലരുന്നതുവരെ ഞാൻ കാളയ്ക്കു പകരം മില്ല് തിരിക്കുകയായിരുന്നു, മറ്റൊന്നും ചെയ്തിട്ടില്ല!"

"നിങ്ങളുടെ കഥ കേൾക്കട്ടെ." അപ്പോൾ എന്റെ സഹോദരൻ നടന്ന സംഭവങ്ങളെല്ലാം വിവരിച്ചു കൊടുത്തു. "നിങ്ങളുടെയും അവളുടേയും നക്ഷത്രം യോജിച്ചുപോകില്ല. നിങ്ങൾക്കുവേണ്ടി ഞാൻ വിവാഹക്കരാർ മാറ്റി എഴുതട്ടെ; നിങ്ങൾക്ക് മറ്റൊരു ചതി ഇനിയും പറ്റാതെ നോക്കാം."

എന്റെ സഹോദരൻ മറുപടി നൽകി.

"മറ്റ് എന്തെങ്കിലും സൂത്രപ്പണികൾ കിട്ടുമോ എന്ന് നിങ്ങൾ നോക്കിക്കോളു." അപ്പോൾ ഗുമസ്തൻ സ്ഥലം വിട്ടു. ആരെങ്കിലും തുന്നിക്കാനായി വരുമെന്ന പ്രതീക്ഷയിൽ എന്റെ സഹോദരൻ കടയിൽ ഇരുന്നു; അന്നത്തെ ആഹാരത്തിന് മറ്റൊരു മാർഗ്ഗവുമില്ല. അപ്പോൾ വേലക്കാരിവന്ന് പറഞ്ഞു "എന്റെ യജമാനത്തിയോട് സംസാരിക്കൂ."

"കടന്നുപോ, എന്റെ നല്ലവളായ പെൺകുട്ടി", അയാൾ മറുപടി നൽകി. "ഇനി നിന്റെ യജമാനത്തിയും ഞാനുമായി യാതൊരു ഇടപാടുമില്ല."

വേലക്കാരി സ്വന്തം യജമാനത്തിയുടെ അടുത്തേക്ക് തിരിച്ചുപോയി, എന്റെ സഹോദരൻ പറഞ്ഞ കാര്യം ധരിപ്പിച്ചു. അവൾ അപ്പോൾ ജനാലയ്ക്കൽ വന്ന് തല പുറത്തിട്ട് കരഞ്ഞുകൊണ്ട് പറഞ്ഞു "എന്തുകൊണ്ട്, എന്റെ പ്രിയപ്പെട്ടവനേ, നമ്മൾ തമ്മിൽ ഇനി ഒരു ഇടപാടുമില്ലെന്ന് പറഞ്ഞു?"

എന്നാൽ, അയാൾ അതിന് മറുപടി ഒന്നും പറഞ്ഞില്ല. അവൾ കരഞ്ഞുകൊണ്ട് സത്യംചെയ്ത് പറഞ്ഞു, തന്റെ അറിവോടെയല്ല മില്ലിനുള്ളിൽ നടന്നതൊന്നും അക്കാര്യത്തിൽ താൻ നിരപരാധിയാണെന്നും. അവളുടെ മനോഹരമായ മുഖവും, മധുരമായ വാക്കുകളും കേട്ടപ്പോൾ അയാളുടെ ഹൃദയത്തിനുള്ളിലെ വേദന മുഴുവൻ പറന്നുപോയി!

അയാൾ അവളുടെ ക്ഷമാപണം സ്വീകരിച്ചു, അവളെ കണ്ടതിൽ ആഹ്ലാദിച്ചു. അയാൾ അവൾക്ക് സലാം നൽകി, അവളോട് സംസാരിച്ച് തയ്യൽവേലയിലേർപ്പെട്ടു; പിന്നീട്, വേലക്കാരി അവിടെ വന്ന് പറഞ്ഞു "എന്റെ യജമാനത്തി നിങ്ങളെ അഭിവാദ്യം ചെയ്യുന്നു. അവരുടെ ഭർത്താവ് ഇന്നുരാത്രി അദ്ദേഹത്തിന്റെ ഏതോ ഉറ്റ സുഹൃത്തിന്റെ വീട്ടിൽ പോകുകയാണ്; അതുകൊണ്ട്, അദ്ദേഹം പോയിക്കഴിഞ്ഞാൽ, നിങ്ങൾക്ക്

ഞങ്ങളുടെ അടുത്തുവന്ന് ഇന്നുരാത്രി യജമാനത്തിയോടൊപ്പം രാത്രി മുഴുവൻ കിടന്ന് ആസ്വദിക്കാം എന്നവർ നിങ്ങളെ അറിയിക്കാൻ പറഞ്ഞു."

അവളുടെ ഭർത്താവ് അവളോട് ചോദിച്ചു "നമ്മൾ എങ്ങനെയാണ യാളെ നിന്നിൽ നിന്നും പിന്തിരിപ്പിക്കുക?"

അവൾ മറുപടി നൽകി "അയാളുടെ മേൽ ഒരു സൂത്രംകൂടി പ്രയോഗിച്ചുനോക്കാം, അങ്ങനെ പട്ടണവാസികൾക്കെല്ലാം അയാളെ ഒരു പരിഹാസപാത്രമാക്കിത്തീർക്കും ഞാൻ!"

എന്നാൽ, സ്ത്രീകളുടെ ദ്രോഹബുദ്ധിയെക്കുറിച്ചൊന്നും എന്റെ സഹോദരന് അറിയില്ലായിരുന്നു. സന്ധ്യ ആയതോടെ അടിമപ്പെൺകുട്ടി അയാളുടെ അടുത്തെത്തി, അയാളെ അവരുടെ വീട്ടിലേക്ക് കൂട്ടിക്കൊണ്ടു പോയി. ആ മഹതി അയാളെ കണ്ടപ്പോൾ പറഞ്ഞു "അള്ളായാണേ, എന്റെ പ്രഭോ, നിങ്ങളെ അങ്ങേയറ്റം മോഹിച്ചുകൊണ്ടിരിക്കയാണ് ഞാൻ." "അള്ളായാണേ," അയാൾ വിളിച്ചുപറഞ്ഞു. "ആദ്യമായി എനിക്കൊരു ചുംബനം തരൂ."

അയാൾ അത് പറഞ്ഞുകഴിയുമ്പോഴേക്കും ആ മഹതിയുടെ ഭർത്താവ് അടുത്തമുറിയിൽ നിന്നും കടന്നുവന്ന് അയാളെ പിടികൂടി പറഞ്ഞു "അള്ളായാണേ, നിന്നെ ഞാൻ വിടില്ല; പട്ടണത്തിലെ പൊലീസ് മേധാവിയെ ഏല്പിക്കും."

എന്റെ സഹോദരൻ അയാളോട് ക്ഷമ യാചിച്ചു. എന്നാൽ അയാൾ ഒന്നും കേൾക്കാൻ തയ്യാറായില്ല, നേരെ പൊലീസ് മേധാവിയുടെ അടുക്കൽ എത്തിച്ചു. അവനെ ചാട്ടവാറുകൊണ്ട് നൂറ് അടി അവർ അടിച്ചു. പിന്നെ ഒരു ഒട്ടകപ്പുറത്തേറ്റി നഗരം മുഴുവൻ പ്രദക്ഷിണം ചെയ്യിച്ചു. രക്ഷാഭടന്മാർ ഉറക്കെ പ്രഖ്യാപിച്ചു "മാന്യരായവരുടെ പത്നിമാരെ മാനഭംഗപ്പെടുത്തുന്നുള്ളവർക്കുള്ള പ്രതിഫലമാണിത്!"

അതിന്നും പുറമെ, അയാൾ ഒട്ടകപ്പുറത്തുനിന്ന് താഴെ വീണ് കാൽ ഒടിയുകയും ചെയ്തു, അങ്ങനെ മുടന്തൻ ആയി. പിന്നെ പൊലീസ് മേധാവി അയാളെ നഗരത്തിൽനിന്നും നാടുകടത്തി. എവിടേക്കാണ് അയാൾ പോയതെന്ന് അറിഞ്ഞില്ല. പിന്നീട് അയാളെക്കുറിച്ചറിഞ്ഞ് എനിക്ക് വിഷമം തോന്നി; ഞാൻ അയാളെ അന്വേഷിച്ചുപിടിച്ച് രഹസ്യമായി നഗരത്തിലേക്കുതന്നെ തിരിച്ചുകൊണ്ടുവന്ന്, ചികിത്സിച്ച് ആരോഗ്യം വീണ്ടെടുത്ത്, എന്റെ വീട്ടിൽ പാർപ്പിച്ചു; അയാൾ അവിടെത്തന്നെ ഇപ്പോഴും കഴിയുന്നു.

എന്റെ കഥ കേട്ട് കാലിഫാ പൊട്ടിച്ചിരിച്ചുകൊണ്ട് പറഞ്ഞു "നീ നല്ലകാര്യമാണ് ചെയ്തത്, ഓ, മൗനി, ഓ, മിതഭാഷി!"

എന്നോട് ഒരു സമ്മാനവും വാങ്ങി സ്ഥലംവിട്ടുകൊള്ളുവാൻ അദ്ദേഹം കല്പിച്ചു.

എന്നാൽ ഞാൻ പറഞ്ഞു "എന്റെ മറ്റു സഹോദരന്മാർക്ക് വന്നുപിണഞ്ഞ സംഭവങ്ങളെക്കുറിച്ചു പറഞ്ഞ് കഴിയുന്നതിനുമുമ്പ് ഞാനൊന്നും അങ്ങയിൽ നിന്ന് സ്വീകരിക്കില്ല; ഞാൻ ഒരു വായാടിയാണെന്ന് അങ്ങു കരുതരുതേ."

– അങ്ങനെ അയാളുടെ കഥ കേൾക്കാൻ തയ്യാറെടുത്ത് കാലിഫാ ഇരുന്നു.

ക്ഷുരകന്റെ രണ്ടാം സഹോദരൻ

അല്ലയോ, വിശ്വാസികളുടെ നേതാവേ, എന്റെ രണ്ടാം സഹോദരന്റെ പേർ 'അൽഹദ്ദാ', വാചകമടിക്കാരൻ എന്നാണ്. അയാൾ ഒരു തളർവാതം പിടിച്ചവനാണ്. ഒരുദിവസം അയാൾ തന്റെ ബിസിനസ്സ് ചെയ്തുകൊണ്ടിരിക്കേ, ഒരു വൃദ്ധ അയാളോട് വിളിച്ചുപറഞ്ഞു "അല്പനേരം നിൽക്കൂ, എന്റെ നല്ലവനായ മനുഷ്യാ, ഞാൻ നിന്നോടൊരു കാര്യം പറയാം, അത് നിനക്കിഷ്ടപ്പെട്ടെങ്കിൽ, എനിക്കുവേണ്ടി ചെയ്യുക, അതിലൂടെ നിനക്ക് നന്മനേരാനായി ഞാൻ അള്ളായോട് പ്രാർത്ഥിക്കാം!"

എന്റെ സഹോദരൻ നിന്നപ്പോൾ അവൾ തുടർന്നു. "ഞാൻ നിന്നെ ഒരു കാര്യം ഏൽപ്പിക്കാം. നീ അധികം ചിലയ്ക്കാതിരിക്കണം."

"ഓ, എന്റെ സംസാരം."

അവൾ തുടർന്നു "ഞാൻ നിന്നെ അതിമനോഹരമായൊരു ബംഗ്ലാവിലേക്കു കൊണ്ടുപോകാം, ഒഴുകുന്ന നീർച്ചാലുകളും, അഴകാർന്ന പൂന്തോട്ടവും, ഫലവൃക്ഷങ്ങളും ഉള്ള ഒരു ബംഗ്ലാവ്! പഴയ, വീര്യമുള്ള വീഞ്ഞുണ്ടവിടെ. അതിന്റെ ഉടമയായ സുന്ദരിയായ യുവതിയെ സന്ധ്യമുതൽ പിറ്റേന്ന് പുലരുംവരെ ആശ്ലേഷിച്ച് ആസ്വദിക്കാം. അപ്രകാരം ചെയ്താൽ, നിനക്ക് പ്രയോജനപ്രദമായ പലതും നേടാനാകും."

"ഇതൊക്കെ ഈ ലോകത്ത് ഉള്ളതാണോ?" എന്റെ സഹോദരൻ ചോദിച്ചു.

അവൾ മറുപടി നൽകി "അതെ, അതു നിന്റേതാകും, അതുകൊണ്ട് വിവേകത്തോടെ ചിന്തിക്കൂ, ആവശ്യമില്ലാത്ത ഉൽക്കണ്ഠ ഉപേക്ഷിക്കൂ, അനാവശ്യ സംസാരം വിടൂ, എന്റെ ആജ്ഞാനുവർത്തിയാകൂ."

"ഞാൻ തീർച്ചയായും ആകാം, എന്റെ മഹതി." ഞാൻ പറഞ്ഞു. "ഇത്രയും ആളുകൾക്കിടയിൽനിന്നും എന്നെ തിരഞ്ഞെടുക്കാനുള്ള കാരണമെന്താണ്? എന്നിലെ എന്തു പ്രത്യേകതയാണ് നിങ്ങളെ ഇത്രയധികം ആകർഷിച്ചത്?"

"നിന്നോട് ഞാൻ പറഞ്ഞില്ലേ, അനാവശ്യ ജൽപനം ഒഴിവാക്കാൻ? ശാന്തനായി എന്നെ പിൻതുടരൂ. നിന്നെ ഞാൻ കൊണ്ടുപോകുന്നത് ഒരു യുവതിയുടെ അടുത്തേക്കാണ്; അവൾ സ്വന്തം ശൈലി ഇഷ്ടപ്പെടുന്നവളും അതു തടസ്സപ്പെടുത്തുന്നവരെയും അതിനെതിര് പറയുന്നവരെയും വെറുക്കുന്നവളുമാണ്. അതുകൊണ്ട് നിനക്കവളെ സന്തോഷിപ്പിക്കാൻ കഴിഞ്ഞാൽ, സ്വന്തം ആഗ്രഹപ്രകാരം നേടാനാകും."

"ഞാൻ അവൾക്ക് എതിര് നിൽക്കില്ല; ഒരു കാര്യത്തിലും." എന്റെ സഹോദരൻ പറഞ്ഞു.

അപ്പോൾ അവൾ നടന്നുതുടങ്ങി, എന്റെ സഹോദരൻ അവളുടെ പിന്നാലെയും. അവർ മനോഹരവും വിശാലവുമായൊരു വീട്ടിൽ പ്രവേശിച്ചു. അതിന്നകം ആകർഷണീയമായ രീതിയിൽ സജ്ജീകരിച്ചിരിക്കുന്നു, ഒന്നാംതരം ഫർണീച്ചർ; വീട് നിറയെ നപുംസകങ്ങളും വേലക്കാരും! അടിമുടി സമ്പൽസമൃദ്ധി ദൃശ്യമാണ്. വൃദ്ധ അവനെ മുകളിലേക്ക് കൊണ്ടുപോകവെ, വീട്ടുകാർ അവനോട് ചോദിച്ചു "നിങ്ങൾ ഇവിടെ എന്തു ചെയ്യുന്നു?" വൃദ്ധ അവർക്ക് മറുപടി നൽകി "ശാന്തരായിരിക്കുക,

അവനെ ബുദ്ധിമുട്ടിക്കരുത്, അവനൊരു ജോലിക്കാരനാണ്, നമ്മൾ അവന് അവസരമുണ്ടാക്കണം."

പിന്നെ അവൾ അവനെ മനോഹരമായൊരു പ്രദർശനമണ്ഡപത്തിലേക്ക് കൊണ്ടുവന്നു; അതിന്റെ നടുവിൽ ഒരു പൂന്തോട്ടമുണ്ട്, ഇതിനേക്കാൾ സുന്ദരമായൊരു കാഴ്ച കണ്ണുകൾക്ക് കാണാൻ കഴിഞ്ഞിട്ടുണ്ടാവില്ല! അവനെ സുന്ദരമായൊരു കട്ടിലിൽ ഇരുത്തി. അവന് അധികനേരം ഇരിക്കേണ്ടിവന്നില്ല, അപ്പോഴേക്കും ഒരു സംഘം അടിമപ്പെൺകുട്ടികളാൽ ചുറ്റപ്പെട്ട് പൂർണ്ണചന്ദ്രനെപ്പോലെ ശോഭിക്കുന്ന ഒരു യുവതി എഴുന്നള്ളുന്ന ആരവം അവൻ കേട്ടു. അവളെ കണ്ടപ്പോൾ അവൻ എഴുന്നേറ്റ് നിന്ന് പ്രണമിച്ചു. അപ്പോൾ, അവൾ അവനെ സ്വാഗതം ചെയ്ത് ഉപവിഷ്ടനാവാൻ ആജ്ഞാപിച്ചു. അവൾ ഇരുന്നപ്പോൾ അവൻ ചോദിച്ചു "അള്ളാ നിങ്ങളെ ആശീർവദിക്കട്ടെ! നിങ്ങൾക്ക് സുഖമല്ലേ?"

"ഓ, എന്റെ മഹതി" അവൻ മറുപടി നൽകി. "എനിക്ക് സുഖം തന്നെ."

അപ്പോൾ ഭക്ഷണം കൊണ്ടുവരുവാനായി അവൾ ഉത്തരവിട്ടു; അവർ അവൾക്കു മുന്നിൽ ഭക്ഷ്യവിഭവങ്ങൾ നിരത്തി. അങ്ങനെ അവൾ ഭക്ഷണം കഴിക്കാനിരുന്നു. അവൾ എന്റെ സഹോദരനോട് സ്നേഹപ്രകടനങ്ങൾ നടത്തി, തമാശപറഞ്ഞുകൊണ്ടായിരുന്നു ഭക്ഷണം കഴിച്ചുകൊണ്ടിരുന്നത്, സദാസമയം ചിരിച്ചുകൊണ്ടേ ഇരുന്നു. ഭക്ഷണം കഴിക്കുന്നതിനിടെ, ഇടയ്ക്കിടയ്ക്ക് അവൻ അവളെ നോക്കുമ്പോഴെല്ലാം അവൾ വേലക്കാരികളോട് ആംഗ്യം കാട്ടിക്കൊണ്ടിരുന്നു. അവർ തന്നെ പരിഹസിക്കുകയാണെന്നാണവൻ കരുതിയത്. എന്റെ സഹോദരന് (ആ കഴുത!) ഒന്നും മനസ്സിലായില്ല. അവന്റെ പരിഹാസ്യമായ വൈകാരികാവസ്ഥയിൽ, ആ മഹതി അവനോട് പ്രേമത്തിലാണെന്നും, തന്റെ മോഹം ഉടനെ സഫലീകൃതമാകുമെന്നും അവൻ കരുതി.

അവർ ആഹാരം കഴിച്ചുകഴിഞ്ഞപ്പോൾ, വീഞ്ഞു കഴിക്കാനായി ഇരുന്നു. സുന്ദരികളായ പത്തു യുവതികൾ വാദ്യോപകരണങ്ങളുമായി വന്ന് മധുരമായ വിലാപഗാനങ്ങൾ ആലപിക്കാൻ തുടങ്ങി. അതോടെ അവൻ ആനന്ദലഹരിയിൽ ഒരു കപ്പ് വീഞ്ഞ് അവളിൽനിന്നും വാങ്ങിച്ച് നിന്നുകൊണ്ടുതന്നെ കുടിച്ചു. അപ്പോൾ അവളും ഒരു കപ്പ് വീഞ്ഞ് അകത്താക്കി. എന്റെ സഹോദരൻ (നിന്നുകൊണ്ടുതന്നെ) അവളോട് പറഞ്ഞു "നിങ്ങളുടെ ആരോഗ്യത്തിനുവേണ്ടി." പിന്നെ അവളെ കുനിഞ്ഞ് വണങ്ങി. അവൾ മറ്റൊരു കപ്പ് വീഞ്ഞ് അയാളെ ഏല്പിച്ചു. അതയാൾ ഒറ്റവലിക്ക് അകത്താക്കി. ഉടനെ അയാളുടെ പിടലിക്ക് അവൾ ഒരടിവെച്ചുകൊടുത്തു. ആ സമയത്ത് എന്റെ സഹോദരൻ കോപിച്ച് വീട്ടിൽനിന്ന് പുറത്തുപോകേണ്ടതായിരുന്നു. എന്നാൽ, ആ വൃദ്ധ പിന്നാലെവന്ന്, തിരിച്ചുവരുവാനായി അവനോട് കണ്ണിറുക്കിക്കാട്ടി. അതുകൊണ്ട് അയാൾ തിരിച്ചുവന്നു; ആ മഹതി അയാളോട് ഇരിക്കാനാവശ്യപ്പെട്ടു; ഒരക്ഷരം മിണ്ടാതെ അയാൾ ഇരുന്നു. അപ്പോൾ വീണ്ടും അവൾ അയാളുടെ കരണത്ത് അടിച്ചു. രണ്ടാമത്തെ അടികൊണ്ട് തൃപ്തിപ്പെടാത്ത അവൾ എല്ലാ പരിചാരികമാരെക്കൊണ്ടും അയാളെ തല്ലിച്ചു. അയാൾ വൃദ്ധയോട് വിളിച്ചുപറഞ്ഞുകൊണ്ടിരുന്നു "ഇത്രയും സുഖകരമായൊരു സംഭവം എനിക്കുണ്ടായിട്ടില്ല!" വൃദ്ധ ആശ്ചര്യത്തോടെ വിളിച്ചുപറഞ്ഞു "മതി,

മതി, ഞാൻ നിങ്ങളോട് അഭ്യർത്ഥിക്കുന്നു, എന്റെ യജമാനത്തി!" എന്നാൽ അയാൾ ബോധംകെട്ടുവീഴുന്നതുവരെ ആ സ്ത്രീകൾ അയാളെ തൊഴിച്ചുകൊണ്ടിരുന്നു! കുറച്ചുകഴിഞ്ഞ് അയാൾ എഴുന്നേറ്റ് മൂത്രമൊഴിക്കാനായി നടന്നു; എന്നാൽ, ആ വൃദ്ധ അയാളുടെ മുന്നിൽ എത്തി പറഞ്ഞു "അല്പം ക്ഷമിക്കൂ, നിങ്ങളുടെ അഭിലാഷപ്രകാരം എല്ലാം വിജയത്തിൽ കലാശിക്കും."

"എത്രനേരം കാത്തിരിക്കേണ്ടിവരും?" എന്റെ സഹോദരൻ ചോദിച്ചു. "ഈ അടിയും തൊഴിയും എന്നെ അബോധവാനാക്കി."

"അവൾ വീഞ്ഞടിച്ച് 'ഫിറ്റാ'കുമ്പോൾ" വൃദ്ധ പറഞ്ഞു. "നിനക്ക് സ്വന്തം ആഗ്രഹം സഫലമാകും."

അങ്ങനെ അയാൾ വീണ്ടും സ്വന്തം സ്ഥലത്തേക്ക് തിരിച്ച്ചെന്ന്, ആസനസ്ഥനായി. അപ്പോൾ എല്ലാ പരിചാരികമാരും എഴുന്നേറ്റ് നിന്നു; ആ മഹതി അവരോട് തന്നിൽ സുഗന്ധതൈലം പൂശാനും എന്റെ മുഖം 'പനിനീർ' കൊണ്ട് കഴുകാനും ഉത്തരവിട്ടു. പിന്നെ, അവൾ അയാളോട് പറഞ്ഞു "അള്ളാ, നിങ്ങളെ അനുഗ്രഹിക്കട്ടെ! നിങ്ങൾ എന്റെ വീട്ടിൽ വന്ന്, എന്റെ അവസ്ഥയിൽ പങ്കുകൊണ്ടു; എന്നെ തടസ്സപ്പെടുത്തിയ മറ്റാരേയും ഞാൻ ഓടിക്കുകയായിരുന്നു; ക്ഷമയോടെ എല്ലാം സഹിച്ചവന് തന്റെ ആഗ്രഹം പൂർത്തീകരിക്കാം." "ഓ, എന്റെ യജമാനത്തി" അയാൾ പറഞ്ഞു "ഞാൻ നിങ്ങളുടെ കൈക്കുമ്പിളിലെ ഒരു അടിമയാണ്!"

"എങ്കിൽ മനസ്സിലാക്കുക." അവൾ തുടർന്നു "വിനോദകേളികളിൽ വല്ലാതെ ഉത്സുകയായൊരുവളായിട്ടാണ് അള്ളാ എന്നെ സൃഷ്ടിച്ചിരിക്കുന്നത്; അതിൽ വൈകാരികമായ മോഹമാണെനിക്കുള്ളത്. എന്റെ വിനോദകേളികളുമായി രമ്യതയിൽ പോകുന്നവന് എന്നിൽനിന്ന് ആഗ്രഹിക്കുന്നത് നേടാനാകും."

പിന്നെ ഗായികമാരോട് ഉറക്കെ ഗാനമാലപിക്കാനായി അവൾ ആജ്ഞാപിച്ചു; ആ സംഘം മുഴുവൻ ഉന്മാദലഹരിയിലായിരുന്നു! അതിനുശേഷം അവരിൽ ഒരുവളോട് യജമാനത്തി പറഞ്ഞു "നിന്റെ പ്രഭുവിനെ കൊണ്ടുപോയി, അദ്ദേഹത്തിന് ആവശ്യമുള്ളതെല്ലാം നൽകുക. അതിനുശേഷം ഉടനെ എന്റെ അടുത്തെത്തിക്കുക."

ഉടനെ ആ യുവതി എന്റെ സഹോദരനെ കൊണ്ടുപോയി. (അയാൾക്ക് എന്തുചെയ്യണമെന്ന് അറിയില്ലായിരുന്നു!) എന്നാൽ, ആ വൃദ്ധ ഓടി അയാളുടെ മുന്നിലെത്തി പറഞ്ഞു "ക്ഷമയോടെ ഇരിക്കുക; അവിടെ അധികമൊന്നും ചെയ്യാനില്ല."

ഇതുകേട്ട് അയാളുടെ മുഖം പ്രസന്നമായി; അയാൾ ആ മഹതിയുടെ മുന്നിൽ നിൽക്കവെ വൃദ്ധ പറഞ്ഞുകൊണ്ടിരുന്നു "ക്ഷമയോടെ ഇരിക്കുക; നിനക്കുടനെ സ്വന്തം ആഗ്രഹം സഫലമാക്കാനാകും!"

"ആ പരിചാരികയെക്കൊണ്ട് എന്നെ എന്തുചെയ്യാനാണവൾ ഉദ്ദേശിക്കുന്നത്?"

"നല്ലതുമാത്രമേയുള്ളു"വൃദ്ധ മറുപടി നൽകി. "ഞാൻ നിനക്കുവേണ്ടി എന്തു ത്യാഗവും ചെയ്യും! നിന്റെ പുരികങ്ങളിൽ ചായമിടുകയും മീശ പറിച്ചുകളയുകയും മാത്രം!"

"പുരികങ്ങളിൽ ചായമിടുന്നതുകൊണ്ട് കുഴപ്പമില്ല, കഴുകിയാൽ പോകും; എന്നാൽ, മീശ പറിച്ചുകളയുന്നത്, തീർച്ചയായും, ഭയങ്കര വേദനയുള്ള പരിപാടിയാണ്."

"അവളെ എതിർക്കുന്നത് സൂക്ഷിച്ചുവേണം." വൃദ്ധ ഒച്ചവെച്ചു. "കാരണം, അവൾ നിന്റെ മേൽ കണ്ണുവച്ചുകഴിഞ്ഞു."

അതുകൊണ്ട് എന്റെ സഹോദരൻ പുരികത്തിൽ ചായമിടുന്നതും മീശ പറിച്ചുകളയുന്നതും സഹിച്ചിരുന്നു! അതിനുശേഷം പരിചാരിക യജമാനത്തിയുടെ അടുത്തുവന്ന് കാര്യങ്ങൾ പറഞ്ഞു. യജമാനത്തി ഉത്തരവിട്ടു "ഒരു കാര്യം മാത്രം ചെയ്യാൻ ബാക്കിയുണ്ട്; അയാളുടെ മുഖം ഷേവ്ചെയ്ത് മിനുസപ്പെടുത്തൂ."

ആ സ്ത്രീ തിരിച്ചുചെന്ന് തന്റെ യജമാനത്തിയുടെ കല്പന അയാളെ അറിയിച്ചു; എന്റെ സഹോദരൻ (മരത്തലയൻ!)അവളോട് ചോദിച്ചു "ജനങ്ങളുടെ മുന്നിൽ മാനക്കേട് ഉണ്ടാകുന്നരീതിയിൽ ഞാൻ അതെങ്ങനെയാണ് ചെയ്യുക?" എന്നാൽ, വൃദ്ധ പറഞ്ഞു "അവളങ്ങനെത്തന്നെയേ ചെയ്യു; നീ ഒരു താടിയില്ലാത്ത യുവാവായിരിക്കണം. അവളുടെ മൃദുവായ കവിളുകളിൽ നിങ്ങളുടെ താടി ഉരഞ്ഞ് മുറിവേൽക്കരുത്; നിനക്ക് സ്വന്തം മോഹം നേടിയേടുക്കേണ്ടേ?"

എന്റെ സഹോദരൻ ക്ഷമയോടെ ഷേവ് ചെയ്യാൻ ഇരുന്നുകൊടുത്തു. എല്ലാം കഴിഞ്ഞശഷം അയാൾ യജമാനത്തിക്കു മുന്നിൽ ഹാജരാക്കപ്പെട്ടു. നോക്കൂ! ചുകന്ന ചായമടിച്ച പുരികങ്ങളും, പറിച്ചുകളഞ്ഞ മീശകളും, വടിച്ച താടിയും, മിനുക്കിയ കവിളുമായി അയാൾ നിൽക്കുന്നു! ആദ്യം അയാളെക്കണ്ട് അവൾ പേടിച്ചുപോയി! പിന്നെ കളിയാക്കി ചിരിച്ചു ചിരിച്ച് അവൾ തളർന്നുപോയി. "ഓ, പ്രഭോ, സ്വന്തം സൽഗുണംകൊണ്ട് നിങ്ങൾ തീർച്ചയായും എന്റെ ഹൃദയം കീഴടക്കിയിരിക്കുന്നു!" പിന്നെ അയാളോട് നൃത്തംചെയ്യാനായി അവൾ ആവശ്യപ്പെട്ടു. അവർ സംഘനൃത്തം തുടങ്ങി. യജമാനത്തി അയാളെ തലയണകൾ എടുത്ത് എറിഞ്ഞുകൊണ്ടിരുന്നു, അതുപോലെ മറ്റു സ്ത്രീകൾ ഓറഞ്ചും ചെറുനാരങ്ങയുമെല്ലാം എടുത്ത് അയാളുടെ തലയ്ക്കൽ എറിഞ്ഞു; ഒടുവിൽ അയാൾ തലകറങ്ങി നിലത്തുവീണു!

"ഇപ്പോൾ നിന്റെ ആഗ്രഹം സഫലമായിരിക്കുന്നു." അയാൾക്ക് ബോധംതെളിഞ്ഞപ്പോൾ വൃദ്ധ പറഞ്ഞു "ഇനി നിനക്ക് പ്രഹരമൊന്നും കിട്ടില്ല; ഒരു കൊച്ചുകാര്യംകൂടി ചെയ്യാൻ ബാക്കിയുണ്ട്. അവളുടെ ആഗ്രഹമാണത്, അവൾ വീഞ്ഞുകുടിക്കുമ്പോൾ ആരും അവളെ ശല്യപ്പെടുത്തരുത്; അതിനുശേഷം അവൾ ഉടുപ്പും അടിവസ്ത്രങ്ങളും ഊരിക്കളഞ്ഞ് പൂർണ്ണനഗ്നയായി നിൽക്കും; പിന്നെ നിന്നോട് അപ്രകാരം പൂർണ്ണനഗ്നനായി ഓടാൻ പറയും. നിന്റെ മുന്നിലായി അവൾ ഓടും, നിന്നിൽനിന്ന് ഓടിരക്ഷപ്പെടാനെന്നതുപോലെ! നീ അവളെ ഒരു സ്ഥലത്തുനിന്ന് മറ്റൊരു സ്ഥലത്തേക്ക് പിൻതുടരും, നിന്റെ ലിംഗം പൂർണ്ണമായി ഉദ്ധരിച്ചുനിൽക്കുന്നതുവരെ! അപ്പോൾ അവൾ നിനക്ക് വഴങ്ങിത്തരും." വൃദ്ധ തുടർന്നു "ഉടനെ നീ തുണിക്കളെല്ലാം ഊരിക്കളയും."

അങ്ങനെ അയാൾ എഴുന്നേറ്റു, ആനന്ദമൂർച്ഛയിൽ ഉടുപ്പുകൾ ഊരിക്കളഞ്ഞ്, പൂർണ്ണനഗ്നനായി നിന്നു - അപ്പോഴേക്കും നേരം പുലരാറായെന്നും തനിക്ക് കഥപറയാനായി അനുവദിച്ചുതന്ന സമയം കഴിഞ്ഞെന്നും ഷാഹ്ർസാദ് മനസ്സിലാക്കി.

മുപ്പത്തിരണ്ടാം രാവ്

അവൾ പറഞ്ഞു; ഓ, കീർത്തിമാനായ രാജാവേ, "നീ തുണി ഊരി ക്കളയൂ" എന്ന് ആ വൃദ്ധ ക്ഷുരകന്റെ രണ്ടാം സഹോദരനോട് പറഞ്ഞ പ്പോൾ അയാൾ ആനന്ദലഹരിയിൽ ചാടിയെഴുന്നേറ്റ് വസ്ത്രങ്ങൾ ഊരി ക്കളഞ്ഞ് പൂർണ്ണനഗ്നനായി നിന്നു! ഉടനെ ആ മഹതിയും ഉടുപ്പുകളെല്ലാം ഉരിഞ്ഞു കളഞ്ഞ് അയാളോട് വിളിച്ചുപറഞ്ഞു "എന്നിൽ നിന്നും നിങ്ങൾ എന്തെങ്കിലും ആഗ്രഹിക്കുന്നുണ്ടെങ്കിൽ, എന്റെ പിന്നാലെ ഓടിവന്ന് എന്നെ പിടികൂടുക." അവൾ ഓടാൻ തുടങ്ങി, അവൻ അവളുടെ പിന്നാ ലെയും! ഓരോ മുറി കയറി ഇറങ്ങി അവർ ഓടി. കാമാന്ധനായ എന്റെ സഹോദരൻ ഒരു യഥാർത്ഥ ഭ്രാന്തനെപ്പോലെ ഭയങ്കരമായി ഉദ്ധരിച്ച ലിംഗവുമായി അവളുടെ പിന്നാലെ വിരണ്ടോടുകയാണ്! ഇങ്ങനെ കുറെ നേരം പാഞ്ഞ് നടന്നശേഷം അവൾ ഇരുളടഞ്ഞ ഒരു സ്ഥലത്തേക്ക് ഓടി പ്പോയി; അവനും അവിടേക്ക് പാഞ്ഞുചെന്നു. ഒരു മൃദുവായ സ്ഥലത്തി ലൂടെ അയാൾ ഓടിയപ്പോൾ, അയാളുടെ ഭാരംകൊണ്ടത് പൊളിഞ്ഞു വീണു. താൻ എവിടെയാണെന്ന് ചിന്തിക്കുമ്പോഴേക്കും തുകൽബസാ റിന്റെ നടുവിലാണെന്ന് അയാൾക്ക് സ്വയം കാണാൻ കഴിഞ്ഞു. തിരക്കിട്ട ആ ചന്തയിൽ തുകൽ വാങ്ങുന്നവരും വിൽക്കുന്നവരും നിറഞ്ഞ് നിൽക്കുന്നു. ദയനീയാവസ്ഥയിൽ, ഉദ്ധരിച്ച ലിംഗവുമായി പൂർണ്ണനഗ്ന നായി നിൽക്കുന്ന അയാളെ അവർ മിഴിച്ചു നോക്കി. താടി ഷേവ് ചെയ്ത്, മീശ പറിച്ചുകളഞ്ഞ്, കൺപീലികളിൽ ചുകന്ന ചായം തേച്ച്, കവിളു കൾ ചുകപ്പിച്ച് നിൽക്കുന്ന ആ രൂപത്തിനുനേരെ അവർ അട്ടഹസിച്ചു. അവർ അയാളെ കൈകൾകൊണ്ടും, മൃഗത്തോലുകൊണ്ടും പ്രഹരിച്ചു. അയാൾ ബോധംകെട്ട് വീഴുന്നതുവരെ ആ പ്രഹരം തുടർന്നു. പിന്നെ ഒരു കഴുതപ്പുറത്തേക്കയാളെ വലിച്ചെറിഞ്ഞ് പൊലീസ് മേധാവിയുടെ അടുക്കലേക്ക് കൊണ്ടുപോയി. പൊലീസ് മേധാവി ചോദിച്ചു "എന്താ ണിത്?" "ഈ മനുഷ്യൻ പെട്ടെന്ന് ഈ രാജ്യത്തെ വസീറിന്റെ വീട്ടിൽ നിന്നും ഈ അവസ്ഥയിൽ ഞങ്ങളുടെ മേൽ വന്നു പതിച്ചു."

അപ്പോൾ പൊലീസ് മേധാവി അയാൾക്ക് ചമ്മട്ടികൊണ്ട് നൂറ് അടി കൊടുത്ത്, ബാഗ്ദാദിൽ നിന്നും നാടുകടത്തി. എന്തായാലും ഞാനയാളെ രഹസ്യമായി അന്വേഷിച്ചു കണ്ടുപിടിച്ച്, നഗരത്തിൽ കൊണ്ടുവന്ന്, ആവശ്യത്തിനുള്ള ദിനബത്ത നൽകി കൂടെ താമസിപ്പിച്ചു. ഞാൻ ഉദാര മതിയായിരുന്നില്ലെങ്കിൽ, ഇത്തരം ഒരാളെ എന്നോടൊപ്പം താമസിപ്പിക്കി ല്ലായിരുന്നു." പിന്നെ, കാലിഫാ മൂന്നാം സഹോദരന്റെ കഥ കേൾക്കാൻ തയ്യാറായി ഇരുന്നു.

മൂന്നാം സഹോദരൻ

എന്റെ മൂന്നാം സഹോദരന്റെ പേര് 'അൽഫകീൽ' എന്നാണ്, ബഹളം വെക്കുന്നവൻ. അയാൾ ഒരു അന്ധനാണ്. ഒരു ദിവസം, വിധിയോ ഭാഗ്യമോ എന്നു പറയട്ടെ, അയാളെ മനോഹരമായൊരു വലിയ വീട്ടിൽ എത്തിച്ചു. അയാൾ വാതിൽക്കൽ മുട്ടി; വീട്ടുടമസ്ഥനോട് സംസാരിച്ച് നല്ലൊരു തുക ഭിക്ഷ യാചിക്കലായിരുന്നു ലക്ഷ്യം.

വീട്ടുടമസ്ഥൻ ചോദിച്ചു, "ആരാണ് വാതിൽക്കൽ?" എന്റെ സഹോദരൻ മിണ്ടാതെനിന്നു. അപ്പോൾ ഗൃഹനാഥൻ ഉറക്കെ ആവർത്തിച്ചു, "ആരാണത്?" പിന്നെയും അയാൾ നിശ്ശബ്ദത പാലിച്ചു. ഉടനെ യജമാനൻ വാതിൽക്കലേക്ക് നടന്നുവരുന്ന ശബ്ദംകേട്ടു. അദ്ദേഹം വാതിൽ തുറന്നു ചോദിച്ചു, "നിനക്കെന്താണ് വേണ്ടത്?"

"അള്ളായെ ഓർത്ത് എന്തെങ്കിലും."

"നീ കുരുടനാണോ?"

"അതെ."

"നിന്റെ കൈനീട്ടുക."

അദ്ദേഹം എന്തെങ്കിലും തരുമെന്ന് കരുതി എന്റെ സഹോദരൻ കൈനീട്ടി; എന്നാൽ, ഗൃഹനാഥൻ അവന്റെ കൈപിടിച്ച് വീടിനുള്ളിലേക്ക് നടത്തി, പല കോണികളും കയറ്റി, വീടിന്റെ ഏറ്റവും മുകളിലെ മട്ടുപ്പാവിലെത്തി. അദ്ദേഹം തീർച്ചയായും പണമോ, ഭക്ഷണമോ തരുമെന്ന് എന്റെ സഹോദരൻ കരുതി.

അദ്ദേഹം എന്റെ ചേട്ടനോട് ചോദിച്ചു, "നിങ്ങൾക്ക് എന്താണ് വേണ്ടത്, കുരുടാ?"

"സർവ്വശക്തനായ ദൈവത്തെ ഓർത്ത് എന്തെങ്കിലും തരിക."

"അള്ളാ അതിനായി നിനക്ക് മറ്റേതെങ്കിലും വാതിൽ കാണിച്ചുതരും!"

"ഓ, നിങ്ങൾ എന്തുകൊണ്ടത് ഞാൻ താഴെ ആയിരുന്നപ്പോൾ പറഞ്ഞില്ല?"

"ഹേ, ഭിക്ഷക്കാരാ, ഞാൻ നിന്നെ ആദ്യം വിളിച്ചപ്പോൾ നീ എന്താണ് മറുപടി തരാതിരുന്നത്?"

"ഇപ്പോൾ എന്താണ് എനിക്കുവേണ്ടി ചെയ്യാൻ ഉദ്ദേശിക്കുന്നത്?"

"നിനക്ക് തരാനായി ഇപ്പോൾ വീട്ടിലൊന്നുമില്ല."

"എന്നാൽ, എന്നെ താഴെകൊണ്ടുവിടൂ."

"വഴി നിന്റെ മുന്നിൽത്തന്നെയുണ്ട്."

അപ്പോൾ എന്റെ സഹോദരൻ എഴുന്നേറ്റ്, താഴേക്ക് കോണിയിറങ്ങാൻ തുടങ്ങി. ഇരുപത് പടികൾ ഇറങ്ങിയപ്പോഴേക്കും കാലുതെറ്റി അയാൾ താഴേക്ക് ഉരുണ്ടുവീണ് തല പൊട്ടി. അയാൾ അവിടെനിന്ന് എഴുന്നേറ്റ് എങ്ങോട്ട് തിരിയണമെന്നറിയാതെ പുറത്തേക്ക് നടന്നു. അവിടെവെച്ച് തന്റെ രണ്ട് അന്ധരായ സുഹൃത്തുക്കളുമായിച്ചേർന്നു. അവർ അയാളോട് ചോദിച്ചു, "ഇന്ന് നിനക്ക് എന്തു കിട്ടി?"

അവൻ നടന്ന സംഭവങ്ങൾ അയാൾക്ക് വിവരിച്ചുകൊടുത്തു. "ഓ, എന്റെ കൂട്ടുകാരാ, എന്തെങ്കിലും തുക കൈയിൽവരുമെന്നാണ് ഞാൻ വിചാരിച്ചത്."

അയാളെ പിൻതുടർന്നിരുന്ന ഗൃഹനാഥൻ അവർ പറഞ്ഞതെല്ലാം ശ്രദ്ധിച്ചിരുന്നു. എന്നാൽ, എന്റെ സഹോദരനോ, മറ്റുള്ളവർക്കോ ഇക്കാര്യം അറിയില്ലായിരുന്നു. അങ്ങനെ, എന്റെ സഹോദരൻ സ്വന്തം ലോഡ്ജിൽ എത്തി, കൂട്ടുകാർക്കായി കാത്തിരുന്നു. ഗൃഹനാഥൻ, ആരും അറിയാതെ, അവന് പിന്നാലെ വീട്ടിനകത്ത് കയറി. മറ്റ് രണ്ട് കുരുടന്മാർ എത്തിയപ്പോൾ എന്റെ സഹോദരൻ അവരോട് പറഞ്ഞു "നമ്മുടെ പിന്നാലെ ഏതെങ്കിലും അന്യർ അകത്തേക്ക് കയറിയിട്ടുണ്ടോ എന്ന് പരിശോധിച്ചതിനുശേഷം വാതിൽ അടച്ച് കുറ്റിയിടുക."

ആ മനുഷ്യൻ ഇതുകേട്ട്, മേൽക്കൂരയിൽ നിന്നും ഞാണുകിടന്ന ഒരു കയറിൽ പിടിച്ച് കിടന്നു; ആ സമയത്ത് അവർ മുറികൾ മുഴുവൻ നടന്ന് പരിശോധിച്ച്, മറ്റാരുമില്ലെന്ന് ഉറപ്പുവരുത്തി. പിന്നെ, അവർ തിരിച്ചുവന്ന് എന്റെ സഹോദരന്റെ അടുത്തിരുന്നു. അവർ സൂക്ഷിച്ചിരുന്ന പണം പുറത്തെടുത്ത് എണ്ണിനോക്കി, അദ്ഭുതം! അത് പന്തീരായിരം 'ദിറം' ഉണ്ടായിരുന്നു. ഓരോരുത്തനും തനിക്കാവശ്യമുള്ള തുക എടുത്ത്, ബാക്കിയുള്ളത് മുറിയുടെ ഒരു മൂലയിൽ കുഴിച്ചിട്ടു. പിന്നെ അവർ ഭക്ഷണം നിരത്തി കഴിക്കാൻ ഇരുന്നു. അപ്പോൾ അപരിചിതമായൊരു ചവയ്ക്കൽ ശബ്ദം കേട്ട് അവരിലൊരാൾ പറഞ്ഞു, "നമ്മൾക്കിടയിൽ ഒരു അപരിചിതൻ ഉണ്ട്; അവൻ പെട്ടെന്ന് കൈനീട്ടി ആ വീട്ടുടമസ്ഥനെ പിടികൂടി. ഉടനെ എല്ലാവരും അയാളുടെമേൽ ചാടിവീണ്, തല്ലിച്ചതച്ചു. അടിച്ച് തളർന്നപ്പോൾ അവർ അട്ടഹസിച്ചു, "ഓ മുസ്ലിം സഹോദരെ! ഞങ്ങളുടെ പണം മോഷ്ടിക്കാനായി ഒരു കള്ളൻ എത്തിയിരിക്കുന്നു!"

അവർക്ക് ചുറ്റും ജനങ്ങൾ തടിച്ചുകൂടി. ആ കള്ളനും കുരുടന്മാരോടൊപ്പം കൂടി; കുരുടന്മാർ ആവലാതിപ്പെട്ടതുതന്നെ അവനും ആവർത്തിച്ചു; ആ കുരുടന്മാരെപ്പോലെ അവനും കണ്ണടച്ചിരുന്നതിനാൽ, ആർക്കും അവന്റെ അന്ധതയിൽ സംശയം തോന്നിയില്ല. അവനും നിലവിളിച്ചു "ഓ, മുസ്ലിം സഹോദരന്മാരെ, ഞാൻ അള്ളായിലും ഗവർണറിലും രക്ഷതേടുകയാണ്. അദ്ദേഹത്തോടെനിക്ക് കാര്യങ്ങൾ പറയണം!" പെട്ടെന്ന് അവിടെ എത്തിയ പൊലീസുകാരൻ അവരെ എല്ലാവരേയും പടികൂടി (എന്റെ സഹോദരനും അതിൽ പെട്ടിരുന്നു.) ഗവർണറുടെ അടുത്തേക്ക് കൊണ്ടുപോയി. അദ്ദേഹം അവരെ മുന്നിൽനിർത്തി ചോദ്യം ചെയ്തു "എന്താണ് കാര്യം?" "അങ്ങ് തന്നെ സ്വയം കണ്ടുപിടിക്കുക. അടികിട്ടിയാലല്ലാതെ ഞങ്ങളിലാരും സത്യം പറയുമെന്ന് തോന്നുന്നില്ല. അതുകൊണ്ട് അടി തുടങ്ങിക്കോളു, ആദ്യം എന്നെത്തന്നെ ആയിക്കോട്ടെ, അതിനുശേഷം ഞങ്ങളുടെ നേതാവിനെ അടിക്കുക." അവൻ എന്റെ സഹോദരനെ ചൂണ്ടിക്കാട്ടി. അപ്പോൾ അവർ അവനോട് നീണ്ടു നിവർന്ന് കിടക്കാൻ ആജ്ഞാപിച്ചു. പിന്നെ അവന്റെ പുറത്ത് നാനൂറടി വെച്ചുകൊടുത്തു. അടികൊണ്ടപ്പോൾ അവൻ വേദനിച്ച് പുളഞ്ഞു; അവൻ ഒരു കണ്ണ് തുറന്നു, അടി ഇരട്ടിച്ചപ്പോൾ അവൻ മറ്റെ കണ്ണും തുറന്നു. ഗവർണ്ണർ ഇതുകണ്ട് അവനോട് ചോദിച്ചു, "നമ്മുടെ മുന്നിൽ എന്തുതരം നീചന്മാരെയാണ് കൊണ്ടുതന്നിരിക്കുന്നത്, ശപിക്കപ്പെട്ടവനെ?" അവൻ മറുപടി നൽകി, "എനിക്ക് മാപ്പ് തരു! ഞങ്ങൾ നാൽവരും കുരുടന്മാരായി നടിക്കുകയാണ്; ഞങ്ങൾ ആളുകളെ പറ്റിച്ച് വീട്ടിനകത്ത് കടക്കുന്നു; അന്തഃപുരത്തിലെ ശിരോവസ്ത്രമണിയാത്ത സ്ത്രീകളെ നോക്കി രസിക്കുന്നു, അവരെ ദുഷിപ്പിക്കാനുള്ള ഉപായം കണ്ടുപിടിക്കുന്നു. ഈ രീതിയിൽ ഞങ്ങൾ നല്ലൊരു സംഖ്യ സമ്പാദിച്ചിട്ടുണ്ട്, പന്തീരായിരും സംഖ്യ സമ്പാദിച്ചിട്ടുണ്ട്, പന്തീരായിരം ദിറം! ഞാൻ എന്റെ കൂട്ടുകാരോട് പറഞ്ഞു, 'എന്റെ പങ്ക് മുവ്വായിരം ദിറം എനിക്ക് തരു.' എന്നാൽ അവർ എന്റെ മേൽ ചാടിവീണ്, എന്നെ തല്ലിച്ചതച്ച്, എന്റെ പണവും അവർ തട്ടിയെടുത്തു; എനിക്ക് അള്ളയും അങ്ങയും മാത്രമാണൊരു രക്ഷ! എന്റെ പങ്ക് അവർക്ക് കിട്ടുന്നതിനേക്കാൾ ഭേദം അങ്ങേക്ക് കിട്ടുന്നതാണ്. അതുകൊണ്ട്, ഞാൻ പറഞ്ഞ വാക്കുകളിലെ

സത്യം മനസ്സിലാക്കണമെങ്കിൽ അവരെ ഓരോരുത്തരെയും ശരിക്ക് പ്രഹരിക്കുക. എനിക്ക് അങ്ങ് തന്ന അടിയേക്കാളേറെ അവർക്ക് കൊടുക്കുക. അവർ തീർച്ചയായും കണ്ണുകൾ തുറക്കും."

ചോദ്യം ചെയ്യൽ ആരംഭിക്കാനായി ഗവർണർ ഉത്തരവ് നൽകി, എന്റെ സഹോദരനിൽനിന്ന് തുടങ്ങാനായിരുന്നു ആജ്ഞ. അവർ അയാളെ മുക്കാലിയിൽ പിടിച്ച് കെട്ടി. പിന്നെ, ഗവർണർ പറഞ്ഞു, "ഈ ഭൂമിയിലെ കീടമേ, അള്ളാ നൽകിയ മഹത്തായ വരദാനം നീ ദുർവ്വിനിയോഗം ചെയ്യുന്നോ? കുരുടനായി അഭിനയിച്ച് നടക്കുന്നോ!"

"അള്ളാ! അള്ളാ! എന്റെ സഹോദരൻ നിലവിളിച്ചു. "അള്ളായാണേ, ഞങ്ങളിൽ ആർക്കും കാണാൻ കഴിയില്ല."

അപ്പോൾ അയാൾ വേദനിച്ച് ബോധംകെട്ടു വീഴുന്നതുവരെ അവർ അടി തുടർന്നു. ഗവർണർ അലറി: "അവന് ബോധം വന്നാൽ വീണ്ടും അടി തുടങ്ങുക."

അതിനുശേഷം മൂന്ന് കൂട്ടുകാരും മൂന്നൂറിലേറെ ചാട്ടവാറടി ഏറ്റുവാങ്ങി. അപ്പോൾ ആ കള്ളൻ അവരോട് പറഞ്ഞുകൊണ്ടിരുന്നു, "കണ്ണുകൾ തുറന്നോളൂ, അല്ലെങ്കിൽ വീണ്ടും അടികിട്ടും." ഒടുവിൽ ആ മനുഷ്യൻ ഗവർണറോട് പറഞ്ഞു, "ആരെയെങ്കിലും പണം എടുത്തുകൊണ്ടുവരാനായി അങ്ങ് എന്നോടൊപ്പം വിടുക; ജനങ്ങളുടെ മുന്നിൽ നിന്ദിക്കപ്പെടുന്നതുവരെ ഇവർ കണ്ണുകൾ തുറക്കില്ല."

അങ്ങനെ പണം എടുത്തുകൊണ്ടുവരുവാനായി ഗവർണ്ണർ ആളെ വിട്ടു. ആ കള്ളന്, അവന്റെ പങ്ക് എന്നവകാശപ്പെട്ട മുവ്വായിരം ദിറം, ഗവർണ്ണർ കൊടുത്തു; ബാക്കിയുള്ളത് അദ്ദേഹം സ്വയം കൈക്കലാക്കി; ആ മൂന്ന് കുരുടന്മാരെയും നഗരത്തിൽ നിന്ന് നാടുകടത്തുകയും ചെയ്തു. എന്നാൽ വിശ്വാസികളുടെ നേതാവേ, ഞാൻ എന്റെ സഹോദരനെ പിൻതുടർന്നുചെന്ന് അയാളുടെ കേസിനെക്കുറിച്ച് ചോദിച്ചറിഞ്ഞു; അപ്പോൾ, ഞാൻ അങ്ങയോട് ഉണർത്തിച്ച എല്ലാ സംഭവങ്ങളും എനിക്ക് വിവരിച്ചുതന്നു. ഞാനയാളെ രഹസ്യമായി നഗരത്തിലേക്ക് തിരിച്ചു കൊണ്ടുവന്ന്, തിന്നാനും, കുടിക്കാനുമുള്ള ദിനബത്ത നൽകി എന്നോടൊപ്പം ആരുമറിയാതെ താമസിപ്പിച്ചു. എന്റെ കഥകേട്ട് പൊട്ടിച്ചിരിച്ചുകൊണ്ട് കാലിഫാ പറഞ്ഞു "അവന് ഒരു സമ്മാനം കൊടുത്ത് പറഞ്ഞു വിടുക."

എന്നാൽ വിനയപൂർവ്വം അവൻ നിരസിച്ചു. "അള്ളായാണേ, എന്റെ ബാക്കി സഹോദരന്മാരെക്കുറിച്ചുള്ള സംഭവപരമ്പരകൾ വിശദീകരിക്കുന്നതുവരെ ഞാൻ ഒന്നും അങ്ങയിൽനിന്ന് സ്വീകരിക്കില്ല. സത്യത്തിൽ, ഞാനൊരു മിതഭാഷിയും അനാവശ്യകാര്യങ്ങളിൽ ഇടപെടാത്തവനുമാണ്." അങ്ങനെ കാലിഫാ കഥ കേൾക്കാൻ തയ്യാറായി ഇരുന്നു.

ക്ഷുരകന്റെ നാലാമത്തെ സഹോദരൻ

ഇനി നാലാമത്തെ സഹോദരന്റെ കഥ ഞാൻ പറയാം, അല്ലയോ വിശ്വാസികളുടെ നേതാവേ. അയാളുടെ പേര് 'അൽകുസ് അൽ അസ്വാനി' എന്നാണ്. നിർത്താതെ സംസാരിച്ചുകൊണ്ടിരിക്കുന്ന നീണ്ട

കഴുത്തുള്ളവൻ; ഒറ്റക്കണ്ണൻ; ബാഗ്ദാദിലെ പ്രശസ്തനായ കശാപ്പുകാരൻ, തടിച്ചുകൊഴുത്ത ആടുമാടുകളെ കശാപ്പുചെയ്ത് വിൽക്കുന്നവൻ. മഹാന്മാരും, ധനികരുമായവർ അയാളിൽ നിന്നാണ് ഇറച്ചി വാങ്ങിക്കാറുള്ളത്. അങ്ങനെ അയാൾ ധാരാളം പണം സമ്പാദിച്ചു. അനേകം കന്നുകാലികളും വീടുകളും അയാൾക്കുണ്ട്. അങ്ങനെ വളരെ കാലമായി അയാളുടെ ജീവിതം സുഗമമായി നീങ്ങുകയായിരുന്നു.

ഒരുദിവസം അയാൾ സ്വന്തം കടയിൽ ഇരിക്കുമ്പോൾ, നീണ്ട താടിയുള്ള ഒരു വൃദ്ധൻ ഒരു വെള്ളിനാണ്യം കൊടുത്ത് പറഞ്ഞു: "ഇതിനുള്ള ഇറച്ചി തരൂ."

ആ പണത്തിനുള്ള ഇറച്ചി കൊടുത്തപ്പോൾ ആ വൃദ്ധൻ സ്ഥലം വിട്ടു.

ആ വൃദ്ധൻ കൊടുത്ത വെള്ളിനാണ്യം എന്റെ സഹോദരൻ പരിശോധിച്ചു, ആ ദിറം വെളുത്തുതിളങ്ങുന്നുണ്ടായിരുന്നു, പുത്തൻ നാണയങ്ങൾ. അയാൾ പ്രത്യേക ചെപ്പിൽ സൂക്ഷിച്ചുവെച്ചു.

അഞ്ച് മാസത്തോളം ആ നരച്ച താടിക്കാരൻ വൃദ്ധൻ എന്നും ആ കടയിൽ വരുമായിരുന്നു. അയാൾ കൊടുത്ത പുത്തൻ നാണയങ്ങൾ എന്റെ സഹോദരൻ ചിലവാക്കാതെ ഒരേ ചെപ്പിൽത്തന്നെ സംഭരിച്ചുവെച്ചു. ഒടുവിൽ ആടുകളെ വാങ്ങാനായി അയാൾ ആ നാണയങ്ങൾ എടുക്കാൻ തീരുമാനിച്ചു. അപ്പോൾ ചെപ്പ് തുറന്നുനോക്കിയപ്പോൾ അത് ശൂന്യമായിരിക്കുന്നത് കണ്ടു! വെള്ളക്കടലാസുകൾ വട്ടത്തിൽ മുറിച്ച് നാണയംപോലെ ഉണ്ടാക്കിയിരിക്കുന്ന മാന്ത്രികവിദ്യയായിരുന്നു അത്! അയാൾ സ്വന്തം മുഖത്ത് മുഷ്ടി ചുരുട്ടി ഇടിച്ചുകൊണ്ട് ഉറക്കെ നിലവിളിച്ചു. നിലവിളികേട്ട് ജനങ്ങൾ അയാൾക്ക് ചുറ്റും തടിച്ചുകൂടി. അയാൾ അവരോട് നടന്ന കഥ വർണ്ണിച്ചുകൊടുത്തു. ആളുകൾ ഈ കഥകേട്ട് ആശ്ചര്യത്തോടെ തരിച്ചുനിന്നുപോയി!

പിന്നെ അയാൾ എഴുന്നേറ്റ് നല്ല തടിച്ചുകൊഴുത്തൊരു ആടിനെ കശാപ്പുചെയ്ത് കടയിൽ കെട്ടി ഞാത്തിഇട്ടു. അതിനുശേഷം അതിൽ നിന്നൊരു വലിയ കഷണം മുറിച്ചെടുത്ത് കടയുടെ പുറത്ത് ഞാത്തി ഇട്ടുകൊണ്ട് ആത്മഗതമായി പറഞ്ഞു "ഓ, അള്ളാ, ആ പരശകുനം പിടിച്ച മനുഷ്യൻ ഒന്ന് വന്നെങ്കിൽ!"

ഒരു മണിക്കൂറിനുള്ളിൽ വെള്ളിനാണ്യവും കൈയിൽ പിടിച്ച് ആ വൃദ്ധൻ എത്തി. ഉടനെ എന്റെ സഹോദരൻ ചാടിഎഴുന്നേറ്റ് ആ വൃദ്ധനെ പിടികൂടി ഉറക്കെ കൂവി, "വരൂ, സഹായിക്കൂ, ഓ മുസ്ലിംസഹോദരന്മാരെ, ഈ കള്ളന്റെ കഥ കേൾക്കൂ!"

വൃദ്ധൻ ഇതുകേട്ടപ്പോൾ ശാന്തനായി പറഞ്ഞു: "എന്നെ പോകാനനുവദിക്കുന്നതാണോ, ജനങ്ങൾക്കു മുന്നിൽ അപമാനിതനാകുന്നതാണോ നിനക്ക് നല്ലത്?

"എങ്ങനെയാണ് നിങ്ങൾക്ക് എന്നെ അപമാനിക്കാനാകുക?"

"അതായത്, നിങ്ങൾ ആട്ടിറച്ചിയുടെ പേരിൽ മനുഷ്യമാംസമാണ് വിൽക്കുന്നതെന്നു പറഞ്ഞ്!"

"നീ, നുണയൻ, ശപിക്കപ്പെട്ടവൻ!"

"അല്ല, മനുഷ്യമാസം തന്റെ കടയിൽ കെട്ടി ഞാത്തിയിടുന്നവനാണ് ശപിക്കപ്പെട്ടവൻ!"

"നീ പറഞ്ഞതുപോലെയാണ് കാര്യമെങ്കിൽ, ഞാൻ നിയമപരമായി എന്റെ പണവും ജീവനും എടുക്കുവാൻ അനുമതി തരുന്നു."

അപ്പോൾ വൃദ്ധൻ അത്യുച്ചത്തിൽ വിളിച്ചുപറഞ്ഞു: "അല്ലയോ, ജനങ്ങളെ, നിങ്ങൾക്ക് സത്യം തെളിയിക്കണമെന്നുണ്ടെങ്കിൽ ഈ മനുഷ്യന്റെ കടയ്ക്കുള്ളിലേക്ക് കടക്കുക."

ജനങ്ങൾ ഉള്ളിലേക്ക് തള്ളിക്കയറി. ഞാത്തിയിട്ടിരുന്ന ആട് ഒരു ചത്ത മനുഷ്യനായി മാറിയിരിക്കുന്നു! അവർ എന്റെ സഹോദരനുനേരെ അട്ടഹസിച്ചു. "ഓ, വിശ്വാസവഞ്ചകാ! ദുഷ്ടാ" അയാളുടെ നല്ലവരായ സുഹൃത്തുക്കൾപോലും അയാളെ തൊഴിച്ചുകൊണ്ട് പറഞ്ഞു "മനുഷ്യമാംസമായിരുന്നോ നീ ഞങ്ങളെ തീറ്റിച്ചിരുന്നത്?"

അതിനും പുറമെ ആ വൃദ്ധൻ ഒറ്റ അടിക്ക് എന്റെ സഹോദരന്റെ ഒരു കണ്ണ് തെറിപ്പിച്ചുകളഞ്ഞു! പിന്നെ തൊണ്ട അറുത്ത ആ മൃതശരീരം അവർ പൊലീസ് മേധാവിയുടെ അടുക്കലേക്ക് കൊണ്ടുപോയി. അദ്ദേഹത്തോട് വൃദ്ധൻ പറഞ്ഞു: "ഓ, പ്രഭോ, ഈ മനുഷ്യൻ ആളുകളെ വെട്ടിക്കൊന്ന്, ആട്ടിറച്ചിക്ക് പകരം വിൽക്കുന്നു; ഞങ്ങൾ അവനെ അങ്ങയുടെ മുന്നിൽ ഹാജരാക്കിയിരിക്കയാണ്; അതുകൊണ്ട് അള്ളായുടെ നീതിനടപ്പാക്കുക."

എന്റെ സഹോദരൻ എതിർവാദം നടത്തിയേനെ; എന്നാൽ പൊലീസ് മേധാവി അത് കേൾക്കാൻ സന്നദ്ധനായില്ല. ചാട്ടവാർകൊണ്ട്, അഞ്ഞൂറടി കൊടുക്കാനും അയാളുടെ സ്വത്ത് മുഴുവൻ കണ്ടുകെട്ടാനും വിധിയായി. തന്റെ പണം മുഴുവൻ കൈക്കൂലികൊടുത്തതിനാൽ അയാൾക്ക് കൊലക്കയർ കിട്ടിയില്ലെന്നുമാത്രം! പിന്നെ പൊലീസ് മേധാവി അയാളെ ബാഗ്ദാദിൽനിന്നും പുറത്താക്കി. എന്റെ സഹോദരൻ അവിടെനിന്നും യാത്രചെയ്ത് വലിയൊരു നഗരത്തിലെത്തി. ഒരു ചെരുപ്പുകുത്തിയായി ജീവിതം നയിക്കാനയാൾ തീരുമാനിച്ചു. അങ്ങനെ അയാൾ അതിന്നായി ഒരു കടതുറന്ന്, ജോലിചെയ്യാൻ തുടങ്ങി. ഒരു ദിവസം അയാൾ തന്റെ തൊഴിലിൽ ഏർപ്പെട്ടിരിക്കവെ, ദൂരെനിന്ന് കുതിരക്കുളമ്പടിശബ്ദം കേട്ടു. എന്താണതിന് കാരണമെന്നന്വേഷിച്ചപ്പോൾ, രാജാവ് നായാട്ടിന് പോകുന്നതിന്റെ കോലാഹലമാണെന്നറിഞ്ഞു. അപ്പോൾ എന്റെ സഹോദരൻ അഴകേറിയ ആ പരിചാരകവൃന്ദത്തെ നോക്കി നിന്നു. സന്ദർഭവശാൽ എന്റെ സഹോദരനുമേൽ രാജാവിന്റെ ദൃഷ്ടി പതിഞ്ഞു. ഉടനെ രാജാവ് "തലതാഴ്ത്തി പറഞ്ഞു: "ഈ ദിവസത്തെ നാശത്തിൽനിന്ന് രക്ഷിക്കാൻ അള്ളായിൽ ഞാൻ ശരണംപ്രാപിക്കുന്നു."

രാജാവ് പരിവാരത്തോടൊപ്പം കൊട്ടാരത്തിലേക്ക് തിരിച്ചുവിട്ടു! പിന്നെ അദ്ദേഹം രക്ഷാഭടന്മാർക്ക് ഉത്തരവ്കൊടുത്തു, എന്റെ സഹോദരനെ പിടിച്ചുകൊണ്ടുവന്ന് തല്ലിച്ചതക്കാൻ! അടിയുടെ കാഠിന്യത്താൽ അയാൾ വേദനിച്ച് ചാകാറായി. ഈ ശിക്ഷയുടെ കാരണം എന്താണെന്ന് എന്റെ സഹോദരന് പിടികിട്ടിയില്ല. വല്ലാത്ത ദുഃഖത്തോടെയാണയാൾ വീട്ടിൽ തിരിച്ചെത്തിയത്. അതിനുശേഷം കൊട്ടാരത്തിലെ ഒരു ജോലിക്കാരനെ സമീപിച്ച് അയാൾ അതിനുള്ള കാരണം തിരക്കി. അവൻ അതുകേട്ട് ചിരിച്ച് മണ്ണുകപ്പി! "ഓ, എന്റെ സഹോദരാ, നിനക്കറിയാണോ, ഒറ്റക്കണ്ണനെ രാജാവിന് സഹിക്കാനാവില്ല, പ്രത്യേകിച്ച് വലത് കണ്ണില്ലാത്തവനെ! സാധാരണഗതിയിൽ കൊല്ലാതെ വിടില്ല."

ഇതുകേട്ട എന്റെ സഹോദരൻ ഉടനെ സ്ഥലം വിടാൻ തീരുമാനിച്ചു. തന്നെ ആരും അറിയാത്തൊരു നഗരത്തിൽ അയാൾ കുറെക്കാലം ജീവിച്ചു. ഒരുദിവസം തനിക്കനുഭവിക്കേണ്ടിവന്ന ദുരവസ്ഥയോർത്ത് ദുഃഖിച്ച് സ്വയം ആശ്വാസം തേടി പുറത്ത് നടക്കാൻ ഇറങ്ങി. കുറച്ചു നേരം പോയപ്പോൾ പിന്നിൽനിന്നും കുറച്ച് ദൂരെയായി കുതിരക്കുളമ്പടി ശബ്ദംകേട്ട് സ്വയം പറഞ്ഞു: "അല്ലായുടെ വിധി എന്റെ മേൽ പതിക്കുകയാണ്!" ഏതെങ്കിലും സ്ഥലത്ത് ഒളിച്ചിരിക്കാൻ പറ്റുമോ എന്നയാൾ ചിന്തിച്ചുകൊണ്ട് ചുറ്റും നോക്കി, എന്നാൽ ഒരിടവും കാണാനായില്ല!

ഒടുവിൽ അടഞ്ഞിരിക്കുന്നൊരു വാതിൽ അയാളുടെ ദൃഷ്ടിയിൽ പെട്ടു. അയാൾ വാതിൽ തള്ളിത്തുറന്ന് അകത്തേക്ക് കടന്നു. നീണ്ട ഒരു മുറിയിൽ അയാൾ അഭയം പ്രാപിച്ചു; അപ്പോഴേക്കും രണ്ടുപേർ അയാളുടെ മേൽ ചാടിവീണ് അട്ടഹസിച്ചു: "നിന്നെ ഞങ്ങളുടെ കൈയിൽ എത്തിച്ചതിന് അല്ലായ്ക്ക് നന്ദി! ഓ, ദൈവശത്രു! കഴിഞ്ഞ മൂന്ന് രാത്രികളായി നീ കാരണം ഞങ്ങൾക്ക് ഉറങ്ങുവാനോ വിശ്രമിക്കാനോ കഴിഞ്ഞിട്ടില്ല; സത്യമായും ഞങ്ങളെ നീ മരണത്തിലേക്ക് നയിക്കുകയായിരുന്നു!"

എന്റെ സഹോദരൻ ചോദിച്ചു: "എന്റെ മനുഷ്യരേ, എന്താണ് നിങ്ങളെ വിഷമിപ്പിക്കുന്ന പ്രശ്നം?"

"നീയാണ് ഞങ്ങളുടെ പ്രശ്നം; ഞങ്ങൾക്ക് അപമാനം വരുത്തിവെച്ചു; ഞങ്ങളുടെ യജമാനന്റെ കഴുത്തറക്കാൻ പദ്ധതിയിട്ടവൻ! നീയും നിന്റെ ആൾക്കാരും അവനെ നശിപ്പിച്ചതു പോരെ? എന്നും രാത്രി നീ വീശിക്കാണിച്ച് ഞങ്ങളെ ഭീഷണിപ്പെടുത്താറുള്ള ആ കത്തി ഇപ്പോൾ ഒന്ന് കാണട്ടെ."

പിന്നെ എന്റെ സഹോദരന്റെ ശരീരം അവർ പരിശോധിച്ച്, അയാൾ ചെരുപ്പ് തൊലിമുറിക്കാനുപയോഗിക്കുന്ന കത്തി അരയിൽനിന്നും പിടിച്ചെടുത്തു. അയാൾ പറഞ്ഞു: "എന്നെ ഉപദ്രവിക്കരുതേ, അല്ലായേ ഭയപ്പെടുക, എന്റെ ആശ്ചര്യകരമായ കഥ കേൾക്കാൻ സന്മനസ്സുണ്ടാകുക!"

"എന്താണ് നിന്റെ കഥ?"

അവർ തന്നെ വിടുമെന്നു കരുതി സംഭവിച്ച കാര്യങ്ങളെല്ലാം അയാൾ അവർക്ക് വിശദീകരിച്ചുകൊടുത്തു. എന്നാൽ അയാൾ പറഞ്ഞതൊന്നും അവർ ശ്രദ്ധിച്ചതേയില്ല; അയാളെ തല്ലിച്ചതക്കുകയാണുണ്ടായത്, ഉടുപ്പ് അവർ വലിച്ചുകീറി - അയാളുടെ പുറത്ത് പഴയ ചാട്ടവാർഅടിയുടെ പാടുകൾ കണ്ട് അവർ പറഞ്ഞു: "ഓ, ശപിക്കപ്പെട്ടവനെ, ഈ പാടുകൾ കുറ്റവാളിയുടെ അടയാളമാണ്!"

അവർ അവനെ ഗവർണറുടെ അടുക്കൽ എത്തിച്ചു. അവൻ അപ്പോൾ സ്വയം പിറുപിറുത്തു, "എന്റെ പാപങ്ങൾക്ക് ഞാനിപ്പോൾ ശിക്ഷിക്കപ്പെടും, സർവ്വശക്തനായ അല്ലായ്ക്കല്ലാതെ ആർക്കും എന്ന് രക്ഷിക്കാനാവില്ല!"

ഗവർണർ എന്റെ സഹോദരനോട് ചോദിച്ചു: "ഓ, നീചാ, കൊല ചെയ്യാനല്ലാതെ, മറ്റെന്ത് ഉദ്ദേശ്യത്താലാണ് നീ ആ വീട്ടിനുള്ളിലേക്ക് കടന്നുചെന്നത്?"

"ഞാൻ അല്ലായുടെ പേരിൽ സത്യംചെയ്തു പറഞ്ഞു, ഓ, പ്രഭു ഞാൻ പറയുന്നത് കേൾക്കൂ, ധൃതിപിടിച്ച് എനിക്ക് ശിക്ഷ വിധിക്കല്ലെ!"

എന്നാൽ, ഗവർണർ ഗർജ്ജിച്ചു, "ഒരു കവർച്ചക്കാരന്റെ വാക്കുകൾ ഞങ്ങൾ കേൾക്കണോ? ഈ മനുഷ്യരെ നശിപ്പിച്ചവനാണ് നീ. നിന്റെ പുറത്ത് നിറയെ ചാട്ടവാർ അടിയുടെ പാടുകൾ പതിഞ്ഞുകിടക്കുന്നുമുണ്ട്!" അദ്ദേഹം തുടർന്നു, "വലിയൊരു കുറ്റത്തിന്റെ പേരിലല്ലാതെ അവർ ഈ പ്രഹരം നിനക്ക് തരില്ല."

അങ്ങനെ, ചമ്മട്ടികൊണ്ട് നൂറ് അടി അടിക്കാൻ അദ്ദേഹം വിധിച്ചു. അതിനുശേഷം അവർ അയാളെ ഒരു ഒട്ടകപ്പുറത്തേറ്റി നഗരം മുഴുവൻ പ്രദക്ഷിണം വെപ്പിച്ചു; ഒപ്പം ഈ വാക്കുകൾ വിളിച്ചുപറഞ്ഞുകൊണ്ടിരുന്നു, "മറ്റുള്ളവരുടെ വീട്ടിൽ അതിക്രമിച്ചു കടക്കുന്നതിനുള്ള ചെറിയൊരു പകരംവീട്ടൽ മാത്രമാണിത്!"

പിന്നെ, അവർ അയാളെ നഗരത്തിൽനിന്നും പുറംതള്ളി; എന്റെ സഹോദരൻ പലയിടത്തും അലഞ്ഞുനടന്നു; പിന്നീടാണ് ഈ സംഭവങ്ങളെല്ലാം ഞാൻ അറിയുന്നത്. ഞാനയാളെ അന്വേഷിച്ചു കണ്ടുപിടിച്ച് കാര്യങ്ങൾ ചോദിച്ചു മനസ്സിലാക്കി. അയാൾ ആ ദുരന്തകഥ മുഴുവൻ എന്നെ ധരിപ്പിച്ചു. ഞാനയാളെ രഹസ്യമായി നഗരത്തിലേക്ക് കൊണ്ടുവന്ന് തിന്നാനും കുടിക്കാനുമുള്ള പണം ദിവസേന നൽകി, കൂടെ താമസിപ്പിച്ചു. കാലിഫാ അഞ്ചാം സഹോദരന്റെ കഥ കേൾക്കാനായി തയ്യാറെടുത്തു.

ക്ഷുരകന്റെ അഞ്ചാംസഹോദരൻ

എന്റെ അഞ്ചാം സഹോദരന്റെ പേര് 'അൽനഷാർ', വായാടി, എന്നാണ്. ഇരു ചെവികളും മുറിക്കപ്പെട്ടവൻ. രാത്രി യാചിച്ച് കിട്ടുന്ന ഭിക്ഷകൊണ്ട് പകൽ സുഖമായി കഴിയുന്നു. ഞങ്ങളുടെ അച്ഛൻ പ്രായാധിക്യംമൂലം ഉണ്ടായ അസുഖങ്ങൾകൊണ്ട് മൃതിയടഞ്ഞപ്പോൾ, ഏഴുനൂറ് ദിറം ഞങ്ങൾക്കായി നീക്കിവച്ചിരുന്നു. അത് പങ്കിട്ടപ്പോൾ ഓരോരുത്തനും നൂറ് ദിറം വീതം ലഭിച്ചു. എന്നാൽ, എന്റെ അഞ്ചാമത്തെ സഹോദരന് ആ പണംകൊണ്ട് എന്തുചെയ്യണമെന്നറിയാതെ അമ്പരന്നുനിന്നു. ഒടുവിൽ ആ പണത്തിന് പലതരം ഗ്ലാസ്സുപാത്രങ്ങൾ വാങ്ങി കച്ചവടം നടത്താൻ തീരുമാനിച്ചു. അങ്ങനെ നൂറ് ദിറത്തിന് ഗ്ലാസ്സുപാത്രങ്ങൾ വാങ്ങി വലിയൊരു 'ട്രേ'യിൽ നിരത്തി, അതൊരു ബെഞ്ചിൽ വെച്ച്, ഒരു ചുമരിൽ ചാരി അയാൾ ഇരുന്നു. അങ്ങനെ ഇരിക്കവെ അയാൾ ചിന്തയിലാണ്ട് ആത്മഗതമായി പറഞ്ഞു: " എന്റെ മുഴുവൻ സ്വത്തും, നൂറ് ദിറം മുഴുവനും, ഈ ഗ്ലാസ്സുപാത്രങ്ങൾക്കായി ചിലവഴിച്ചു. എനിക്ക് തീർച്ചയായും അത് ഇരുനൂറ് ദിറമിന് വിൽക്കാൻ കഴിയും; ആ തുകയ്ക്ക് മുഴുവൻ ഞാൻ ഗ്ലാസ്സുപാത്രങ്ങൾ വാങ്ങി നാനൂറ് ദിറമിന് വിൽക്കും. ഇപ്രകാരം വാങ്ങുകയും വിൽക്കുകയും ചെയ്ത് ഞാൻ നാലായിരം ദിറം സമ്പാദിച്ച് വേഗംതന്നെ ധനികനാകും. ഈ പണംകൊണ്ട് ഞാൻ പലതരം ചരക്കുകളും രത്നാഭരണങ്ങളും സുഗന്ധതൈലങ്ങളും വാങ്ങി അവ വിറ്റ് വൻലാഭം നേടും! അള്ളായുടെ അനുഗ്രഹത്തോടെ ഒരുലക്ഷം ദിറം കൊണ്ട് ഒരു സ്ഥലം വാങ്ങി വലിയൊരു മാളിക പണിയും, കുറെ അടിമകളെയും നപുംസകങ്ങളെയും കുതിരകളെയും വാങ്ങും; തിന്നും കുടിച്ചും ഉല്ലാസത്തോടെ ജീവിക്കും. നഗരത്തിലെ ഒറ്റ ഗായകനെയും

ഗായികയേയും ഞാൻ വിടില്ല; എല്ലാവരെയും എന്റെ കൊട്ടാരത്തിലേക്ക് വിളിപ്പിച്ച് ഗാനമേള നടത്തും!"

ഇത്തരം ദിവാസ്വപ്നങ്ങൾ അയാളുടെ മനസ്സിലൂടെ കടന്നുപോയി. അപ്പോഴും നൂറ് ദിറമിന്റെ ഗ്ലാസ്സുപാത്രങ്ങൾ അയാളുടെ മുന്നിലെ 'ട്രേ'യിൽ ഇരിക്കുന്നുണ്ട്. അതിലേക്ക് നോക്കി അയാൾ തുടർന്നു, "അള്ളായുടെ അനുഗ്രഹത്താൽ, എന്റെ മൂലധനം ഒരുലക്ഷം ദിനാർ ആയാൽ, ഞാൻ രാജാക്കന്മാരുടേയും മന്ത്രിമാരുടേയും പുത്രിമാരെ വിവാഹം കഴിക്കാനായി ദല്ലാൾമാരെ വിടും. പ്രധാനമന്ത്രിയുടെ ഏറ്റവും മൂത്തപുത്രിയെത്തന്നെ ഞാൻ ആവശ്യപ്പെടും; കാരണം, അവളേക്കാൾ സൗന്ദര്യവും അംഗലാവണ്യവുമുള്ളൊരു യുവതിയെ കാണാൻ പ്രയാസമാണ്! ആയിരം ദിനാർ 'മെഹർ' കൊടുത്ത് അവളുടെ അച്ഛൻ അതിന് വഴങ്ങിയാൽ അയാൾക്ക് നല്ലത്; അല്ലെങ്കിൽ അയാളുടെ കൺമുന്നിൽ വെച്ച് ബലമായി ഞാനവളെ കൊണ്ടുപോകും. അവളെ സുരക്ഷിതയായി ഞാൻ വീട്ടിൽ എത്തിച്ചശേഷം ഞാൻ പത്ത് നപുംസകങ്ങളെ വാങ്ങിക്കും, സുൽത്താന്മാരുടേയും രാജാക്കന്മാരുടേയും വേഷഭൂഷാദികളും! സ്വർണ്ണവും മുത്തുകളുംകൊണ്ട് അലങ്കരിക്കപ്പെട്ട ഒരു കുതിരയെ വാങ്ങും. അടിമകളുടെ അകമ്പടിയോടെ; 'മാമെലൂക്കുകളാ'ൽ വലയം ചെയ്യപ്പെട്ട്, ഞാൻ കുതിരപ്പുറത്തേറി നഗരം ചുറ്റും. അപ്പോൾ നഗരവാസികൾ എന്നെ സലാംചെയ്യുകയും ആശിർവദിക്കുകയും ചെയ്യും. അതിനുശേഷം ഞാൻ വസീറിന്റെ അടുത്തേക്ക് പോകും. (പെൺകുട്ടിയുടെ അച്ഛൻ) എന്റെ മുന്നിലും പിന്നിലും ചുറ്റും ആയുധധാരികളായി വെളുത്ത അടിമകൾ ഉണ്ടായിരിക്കും. എന്നെ കാണുമ്പോൾ അയാൾ എഴുന്നേറ്റു നിന്ന് സ്വന്തം പീഠത്തിൽ എന്നെ ഇരുത്തി, അയാൾ താഴെ ഇരിക്കും. കാരണം, ഞാനയാളുടെ മരുമകനാണല്ലോ. എന്നോടൊപ്പം പണസ്സഞ്ചി ചുമക്കാൻതന്നെ രണ്ട് നപുംസകങ്ങളുണ്ടായിരിക്കും. ഓരോന്നിലും ആയിരം ദിനാർ വീതം കാണും. അതിലൊന്ന് വിവാഹക്കരാർപ്രകാരം അയാൾക്ക് നൽകും. എന്റെ ഉദാരമനസ്കത അയാൾ മനസ്സിലാക്കട്ടെ; എന്റെ മഹത്വവും ലോകം എന്റെ കണ്ണിൽ എത്ര തുച്ഛമാണെന്നും അയാൾ അറിയട്ടെ! എന്നോട് പത്തുവാക്കുകൾ അയാൾ പറയുമ്പോൾ രണ്ട് വാക്കുകളായിരിക്കും ഞാൻ തിരിച്ചുപറയുക!

പിന്നെ ഞാൻ സ്വന്തം വീട്ടിലേക്ക് തിരിച്ചുപോകും. വധുവിന്റെ ഭാഗത്തുനിന്ന് ആരെങ്കിലും വന്നാൽ ഞാനവന് പണവും വസ്ത്രങ്ങളും സമ്മാനിക്കും; എന്നാൽ അവൻ എനിക്ക് വല്ല പാരിതോഷികവും കൊണ്ടുവന്നാൽ ഞാനത് നിരസിക്കും; അവർ എന്റെ അന്തസ്സ് മനസ്സിലാക്കട്ടെ! അങ്ങനെ ഞാനെന്റെ പദവിയും അന്തസ്സും നിലനിർത്തും. പിന്നെ ആഡംബരമായി ആദ്യരാത്രി ആഘോഷമായി കൊണ്ടാടും! വധു പ്രവേശിക്കുമ്പോൾ ഏറ്റവും മനോഹരമായ വസ്ത്രങ്ങൾ അണിഞ്ഞും, സുവർണ്ണ കസവ് വെച്ച് തയ്ച്ച മെത്തയിൽ ഞാൻ ഇരിക്കും, കാലുകൾ തലയിണകളിൽ കയറ്റിവെച്ച് ഘനഗംഭീരമായ ഭാവത്തിൽ! അപ്പോൾ, സുന്ദരമായ വസ്ത്രങ്ങളും ആഭരണങ്ങളും ധരിച്ച് പൂർണ്ണചന്ദ്രനെപ്പോലെ ശോഭിക്കുന്ന എന്റെ ഭാര്യ മുന്നിൽവന്നു നിൽക്കും. ഞാൻ എന്റേതായ ഗമയിൽ ഞാനാഭാഗത്തേക്ക്പോലും നോക്കില്ല. അപ്പോൾ അവിടെക്കൂടി നിൽക്കുന്നവർ പറയും, 'ഓ, ഞങ്ങളുടെ പ്രഭോ, യജമാനനെ, അങ്ങയുടെ

ഭാര്യ, അങ്ങയുടെ പെണ്ണ്, അതാ മുന്നിൽ നിൽക്കുന്നു; അവളോട് അല്പം കൃപകാട്ടുക, ഒന്നവളെ നോക്കൂ! പിന്നെ, എന്റെ മുന്നിലെ നില ത്തവർ പലതവണ ചുംബിക്കുന്നു. അപ്പോൾ ഞാൻ ശിരസ്സുയർത്തി അവളെ ഒറ്റനോട്ടംമാത്രം നോക്കും; വീണ്ടും ദൃഷ്ടി താഴത്തേക്കാകും. പിന്നെ അവർ അവളെ മണിയറയിലേക്ക് കൊണ്ടുപോകും. ഞാൻ എഴു ന്നേറ്റ് വസ്ത്രം മാറി, നനുത്ത ഒരു 'സൂട്ട്' ഇടും. രണ്ടാമതും അവർ വധുവിനെകൊണ്ടുവരുമ്പോൾ ഞാനാഭാഗത്തേക്ക് നോക്കില്ല. അവർ പല പ്രാവശ്യം യാചിച്ചാലേ ഞാൻ നോക്കൂ. അപ്പോൾ ഞാൻ കൺകോണു കളിലൂടെ ഒന്ന് വീക്ഷിക്കും, വീണ്ടും തലതാഴ്ത്തും. പ്രദർശനം തീരു ന്നതുവരെ ഞാനീരീതിയിൽ നാട്യം തുടരും - അപ്പോഴേക്കും നേരം പുലരാറായെന്നും, തനിക്ക് കഥപറയാനായി അനുവദിച്ചുതന്ന സമയം തീർന്നെന്നും ഷാഹ്‌രസാദ് മനസ്സിലാക്കി.

മുപ്പത്തിമൂന്നാംരാവ്

അവൾ പറഞ്ഞു, ഓ, കീർത്തിമാനായ രാജാവേ, ക്ഷുരകന്റെ അഞ്ചാം സഹോദരൻ തുടർന്നു, "അപ്പോൾ, ഞാൻ തലകുനിച്ച് ഗമയിൽ ഇരുന്നു, പ്രദർശനവും മറ്റും കഴിയുന്നതുവരെ അതേരീതി തുടർന്നു. പിന്നെ, ഞാൻ എന്റെ നപുംസകത്തെ വിളിച്ച് അഞ്ഞൂറ് ദിനാറിന്റെ ഒരു പണ സഞ്ചി കൊണ്ടുവരുവാനായി ഉത്തരവിടുന്നു. അതവിടത്തെ സ്ത്രീകൾക്ക് പാരിതോഷികമായി നൽകി. പിന്നെ, അവരോട് എന്നെ മണിയറയിലേക്ക് കൊണ്ടുപോകാൻ ആജ്ഞാപിച്ചു. ഞാൻ വധുവിനോടൊപ്പം ഒറ്റയ്ക്കാ യപ്പോൾ, അവൾക്കു നേരെ നോക്കുകയോ, ഒരക്ഷരം മിണ്ടുകയോ ചെയ്തില്ല, വെറുപ്പ് നടിച്ചുകൊണ്ട് ചുമരിനെതിരെ തിരിഞ്ഞുകിടന്നു. ഞാൻ എത്ര ഗമയുള്ളവനാണെന്ന് അവരെല്ലാവരും കരുതി. അപ്പോൾ അവളുടെ അമ്മ എന്റെ അടുത്തുവന്ന്, എന്റെ ശിരസ്സിൽ ചുംബിച്ച്, എന്നോട് പറയുന്നു, "ഓ,എന്റെ പ്രീതി മോഹിച്ചിരിക്കുന്ന നിന്റെ പെണ്ണിനെ ഒന്ന് നോക്കു; അവളുടെ തകർന്ന ആത്മാവിനെ ആശ്വസി പ്പിക്കു!"

ഞാനവൾക്ക് മറുപടി ഒന്നും കൊടുത്തില്ല. ഇതുകണ്ട്, എഴുന്നേറ്റ് എന്റെ കാലുകളിൽ പലപ്രവാശ്യം ചുംബിച്ചുകൊണ്ടവൾ പറയുന്നു, "ഓ, എന്റെ പ്രഭോ, സത്യമായും എന്റെ മകൾ സുന്ദരിയാണ്, ഒരു പുരുഷനെ അവൾ കണ്ടിട്ടില്ല. നീ അവളെ അവഗണിക്കുകയും വെറുക്കുകയും ചെയ്താൽ, അവളുടെ ഹൃദയം തകരും; പിന്നെ അവൾ എഴുന്നേറ്റ് ഒരു കപ്പ് വീഞ്ഞ് എടുത്തുകൊണ്ടുപോയി നിന്റെ നാഥന് കൊടുക്കൂ.' എന്നാൽ, അവളെന്നെ സമീപിച്ചപ്പോൾ ഞാനവളെ എന്റെ മുന്നിൽനിർത്തി, സ്വർണ്ണക്കസവുള്ള 'കുഷനി'ൽ കൈയൂന്നി, അവളെ നോക്കാതെ അലസമായി പിന്നാക്കം ചാഞ്ഞിരിക്കുന്നു; എന്റെ ഗമ കണ്ടാൽ ഞാൻ കരുത്തനായ സുൽത്താനാണെന്നേ അവൾക്ക് തോന്നൂ.

അപ്പോൾ അവൾ എന്നോട് പറയുന്നു, 'ഓ, എന്റെ നാഥാ, അള്ളാ അങ്ങയെ കാത്തുരക്ഷിക്കട്ടെ, അങ്ങയുടെ ഭൃത്യയുടെ കൈയിൽനിന്നും ഈ കപ്പ് അങ്ങ് വാങ്ങാതിരിക്കരുതേ, സത്യമായും ഞാനങ്ങയുടെ കെട്ടിയ വളാണ്.'

എന്നാൽ, ഞാനവളോട് സംസാരിക്കുന്നില്ല; അവൾ എന്നെ നിർബ്ബന്ധിക്കുന്നു, 'അങ്ങേക്കിത് കുടിക്കാതെ രക്ഷയില്ല.' അവൾ അതെന്റെ ചുണ്ടോടടുപ്പിക്കുന്നു. അപ്പോൾ ഞാനവളുടെ മുഖത്ത് കൈ ചുരുട്ടി ഒരു ഇടിവെച്ചു കൊടുക്കുന്നു, ഇതുപോലെ ഒറ്റ ചവിട്ടും." ഞാൻ ഒരു ചവിട്ട് വെച്ചുകൊടുത്തതോടെ 'ട്രേ'യിൽ നിരത്തിവെച്ചിരുന്ന് ഗ്ലാസ്സുപാത്രങ്ങൾ മുഴുവൻ നിലത്ത് തെറിച്ചുവീണ് പൊട്ടിത്തകർന്നു.

"ഓ, വൃത്തികെട്ടവനെ, എന്റെ ആത്മാവിന്റെ അഹന്തകൊണ്ടാണിതെല്ലാം സംഭവിച്ചത്"എന്റെ സഹോദരൻ വിലപിച്ചു; പിന്നെ, അല്ലയോ വിശ്വാസികളുടെ നേതാവേ, അയാൾ സ്വന്തം മുഖത്ത് മുഷ്ടിചുരുട്ടി ഇടിച്ചു വസ്ത്രം വലിച്ചുകീറി, കരഞ്ഞുകൊണ്ടിരുന്നു. വെള്ളിയാഴ്ച പ്രാർത്ഥനയ്ക്ക് പോയിരുന്നവർ അയാളെ കണ്ടു. ചിലർക്ക് അയാളോട് അനുകമ്പ തോന്നി, ചിലർ ഒന്നും ശ്രദ്ധിക്കാതെ കടന്നുപോയി. അങ്ങനെ എന്റെ സഹോദരന് ബിസിനസ്സിൽ ഇറക്കിയ മൂലധനവും ലാഭവുമെല്ലാം നഷ്ടമായി!

അയാൾ കുറെനേരം കണ്ണീരൊഴുക്കിക്കൊണ്ട് അവിടെത്തന്നെ ഇരുന്നു; ഒടുവിൽ സുന്ദരിയായൊരു മഹതി അവിടെ എത്തി. കസ്തൂരിയുടെ സുഗന്ധം അവളിൽനിന്നും ഉയർന്നു. അവൾ ഒരു സ്വർണ്ണജീനിയുള്ള കഴുതപ്പുറത്തിരുന്ന് വെള്ളിയാഴ്ച പ്രാർത്ഥനയ്ക്ക് പോകുകയായിരുന്നു, കുറച്ച് നപുംസകങ്ങൾ അവളെ പിൻതുടരുന്നുണ്ട്. ഉടനെ ഗ്ലാസ്സുപാത്രങ്ങൾക്ക് മുന്നിലിരുന്ന് കരയുന്ന എന്റെ സഹോദരനെ കണ്ടപ്പോൾ അവനോടുള്ള ദയാവായ്പിൽ അവളുടെ ഹൃദയം വേദനിച്ചു.

എന്താണയാളെ വിഷമിപ്പിക്കുന്നതെന്നവൾ ചോദിച്ചു. തനിക്ക് കച്ചവടം ചെയ്ത് ജീവിക്കാനുള്ളൊരു മാർഗ്ഗമായിരുന്നു ആ ഗ്ലാസ്സുപാത്രങ്ങളെന്നും, അവയെല്ലാം പൊട്ടിത്തകർന്നെന്നും അയാൾ മറുപടി നൽകി. ഉടനെ കൂടെ ഉണ്ടായിരുന്ന ഒരു നപുംസകത്തെ വിളിച്ച് 'നിന്റെ കൈയിലുള്ള പണം ഈ പാവത്തിന് കൊടുക്കൂ!' അവൻ എന്റെ സഹോദരന് ഒരു പണസഞ്ചി കൊടുത്തു; അതിൽ അഞ്ഞൂറ് ദിനാർ ഉള്ളതായ് അവൻ കണ്ടു. അതവന്റെ കൈയിൽ കിട്ടിയപ്പോൾ ആനന്ദലഹരിയിൽ ചാകാറായി! അവൻ അവളെ ആത്മാർത്ഥമായി അനുഗ്രഹിച്ചു; ഒരു സമ്പന്നനായിട്ടാണയാൾ വീട്ടിലേക്ക് മടങ്ങിയത്. അയാൾ വീട്ടിൽവെച്ച് എന്തോ ചിന്തിച്ചുകൊണ്ടിരുന്നപ്പോൾ ആരോ വാതിൽക്കൽ മുട്ടുന്ന ശബ്ദം കേട്ടു. അയാൾ എഴുന്നേറ്റുചെന്ന് വാതിൽ തുറന്നു; താൻ ഒരിക്കലും കണ്ടിട്ടില്ലാത്ത ഒരു വൃദ്ധ അവിടെ നിൽക്കുന്നതു കണ്ടു. "ഓ, എന്റെ മോനേ,"അവൾ പറഞ്ഞു: "പ്രാർത്ഥനയ്ക്കുള്ള സമയം അടുത്തെന്ന് അറിയാമല്ലോ; ഞാൻ കൈകാലുകൾ കഴുകിയിട്ടില്ല; നിന്റെ വീട്ടിൽവന്ന് അത് ചെയ്യാനെന്നെ ദയവായി അനുവദിക്കണം." എന്റെ സഹോദരൻ മറുപടി നൽകി. "ഒരു വിരോധവുമില്ല." അവൾ അയാളെ പിൻതുടർന്ന് ഉള്ളിലെത്തി. അവൻ അവൾക്ക് കൈകാലുകൾ കഴുകാനായി സോപ്പ് കൊണ്ടുകൊടുത്തു. പിന്നെ തന്റെ ബെൽറ്റിൽ കെട്ടിവെച്ച ദിനാറുകൾ നിറഞ്ഞ പണസഞ്ചിയെക്കുറിച്ച് ചിന്തിച്ച് ആഹ്ലാദഭരിതനായി ഇരുന്നു! വൃദ്ധ കൈകാലുകൾ കഴുകിയ ശേഷം അയാളുടെ അടുത്തെത്തി 'നിസ്കരിച്ചു.'

അതിനുശേഷം അവൾ എന്റെ സഹോദരനെ ഹൃദയത്തിൽത്തട്ടി അനുഗ്രഹിച്ചു. അയാൾ അവളോട് നന്ദി പറയവെ, അയാൾ പണ

സഞ്ചിയിൽ കൈയിട്ട് രണ്ട് ദിനാർ എടുത്ത് അവൾക്ക് കൊടുത്തുകൊണ്ട് പറഞ്ഞു: "ഇതെന്റെ ദാനമാണ്."

വൃദ്ധ സ്വർണ്ണനാണ്യം കണ്ടപ്പോൾ ഒച്ചവെച്ചു. "അള്ളായ്ക്ക് സ്തുതി!" നിന്നെ സ്നേഹത്തോടെ നോക്കുന്ന ഒരാളെ നീ എങ്ങനെ ഒരു യാചകിയായി കരുതുന്നു? നിന്റെ പണം തിരിച്ചുവാങ്ങൂ; എനിക്കതിന്റെ ആവശ്യമില്ല. അത് നിനക്ക് വേണ്ടെങ്കിൽ, നിന്റെ ഗ്ലാസ്സുപാത്രങ്ങൾ തകർന്നപ്പോൾ നിനക്ക് പണം തന്നവൾക്കുതന്നെ തിരിച്ചുനൽകുക. അതിനും പുറമെ, നിനക്ക് അവളുമായി ചേരുവാൻ ആഗ്രഹമുണ്ടെങ്കിൽ, എനിക്കത് ഒരുക്കാൻ കഴിയും; കാരണം, അവളെന്റെ യജമാനത്തിയാണ്." "ഓ, എന്റെ അമ്മേ," എന്റെ സഹോദരൻ ചോദിച്ചു "എങ്ങനെയാണെനിക്കവളെ നേടാനാകുക?"

"ഓ, എന്റെ മോനെ, അവൾക്ക് നിന്നോട് ഇഷ്ടമാണ്; എന്നാൽ, ധനികനായൊരു വ്യക്തിയുടെ ഭാര്യയാണവൾ. അപ്പോൾ നിന്റെ കൈയിലുള്ള പണം മുഴുവൻ എടുത്ത് എന്റെ പിന്നാലെ വരുക. നിന്റെ ആഗ്രഹം ഞാൻ സാധിപ്പിച്ചു തരാം. അവളോടൊപ്പം നീ കൂട്ടുകൂടിയാൽ ഭംഗിയായി സംസാരിക്കണം. അങ്ങനെ നിന്റെ മനസ്സിന് തൃപ്തിയാകുന്നതുവരെ അവളുടെ സൗന്ദര്യവും സമ്പത്തും ആസ്വദിക്കുക."

എന്റെ സഹോദരൻ എഴുന്നേറ്റ് തന്റെ പക്കലുള്ള സ്വർണ്ണനാണയങ്ങളെല്ലാം എടുത്ത് ആ വൃദ്ധയെ പിൻതുടർന്നു. അവർ വലിയ വാതിലുള്ള ഒരു മാളികയിലെത്തി, അതിൽ മുട്ടി. ഒരു ഗ്രീക്കുകാരി അടിമപ്പെൺകുട്ടി വന്ന് വാതിൽ തുറന്നു. അപ്പോൾ ആ വൃദ്ധ എന്റെ സഹോദരനെ, മനോഹരമായ പരവതാനികൾ വിരിച്ചു സുന്ദരമായ കർട്ടനുകളുള്ള സന്ദർശനമുറിയിലേക്ക് ആനയിച്ചു. അവിടെ സ്വർണ്ണനാണ്യങ്ങൾ നിറച്ച സഞ്ചിയും പിടിച്ച് തലപ്പാവെടുത്ത് മടിയിൽവെച്ച് അവൻ ഇരുന്നു. അപ്പോൾ, അതിമനോഹരവും വിലപിടിച്ചതുമായ വസ്ത്രങ്ങൾ ധരിച്ച് ഒരു യുവതി അയാളുടെ മുന്നിൽ പ്രത്യക്ഷയായി. (ഇത്രയും അഴകുള്ള ഒരുവളെ ഇതിനുമുമ്പ് കണ്ടിട്ടേയില്ല!) അവളെ കണ്ട ഉടനെ എന്റെ സഹോദരൻ എഴുന്നേറ്റുനിന്നു; അവൾ പുഞ്ചിരിയോടെ അയാളെ സ്വാഗതം ചെയ്തു, ഇരിക്കാൻ ആംഗ്യം കാട്ടി. പിന്നെ വാതിൽ അടക്കാനാജ്ഞാപിച്ചു; വാതിൽ അടയ്ക്കപ്പെട്ടപ്പോൾ അവൾ എന്റെ സഹോദരനു നേരെതിരിഞ്ഞ്, അയാളെ തന്റെ 'പ്രൈവറ്റ്' മുറിയിലേക്ക് കൈപിടിച്ചു കൊണ്ടുപോയി. പലതരത്തിലുള്ള ചിത്രപ്പണികളോടുകൂടിയ, സ്വർണ്ണക്കസവുള്ള തുണികൊണ്ടാണവിടം അലങ്കരിച്ചിരിക്കുന്നത്. അവിടെ അയാൾ ഇരുന്നു, അവൾ അയാളുടെ അടുത്തിരുന്ന് കുറച്ചുനേരം രസിപ്പിച്ചശേഷം എഴുന്നേറ്റുനിന്ന് പറഞ്ഞു "ഇവിടന്ന് അനങ്ങരുത്, ഞാൻ തിരിച്ചുവരുന്നതുവരെ ഇവിടെത്തന്നെ ഇരിക്കുക." അവൾ ഉടനെ അപ്രത്യക്ഷയായി. അതിനിടയ്ക്ക്, അതാ, ഒരു ഭയങ്കരനായ നീഗ്രോ അടിമ എത്തിയിരിക്കുന്നു "ദുഷ്ടാ! ആരാണ് നിന്നെ ഇവിടെ കൊണ്ടുവന്നത്? നിനക്കെന്താണ് വേണ്ടത്?"

എന്റെ സഹോദരനതിന് ഒരു മറുപടി കൊടുക്കാൻ കഴിഞ്ഞില്ല; അയാൾ പേടിച്ചുവിറച്ച് ശബ്ദിക്കാനാവാതെ തരിച്ചിരുന്നു! ആ 'കാപ്പിരി' അയാളുടെ വസ്ത്രങ്ങൾ മുഴുവൻ ഊരിക്കളഞ്ഞ്, അവന്റെ കൈയിലെ വാളിന്റെ പരന്ന ഭാഗംകൊണ്ട് പുറത്ത് നല്ല അടി വെച്ചുകൊടുത്തു.

ബോധംകെട്ട് വീഴുന്നതുവരെ ആഞ്ഞ് വെട്ടി. ആ അപശകുനംപിടിച്ച അടിമ കരുതി, അയാൾ അന്ത്യശ്വാസം വലിച്ചെന്ന്! അവൻ നിലവിളിക്കുന്നത് എന്റെ സഹോദരൻ കേട്ടു "ഉപ്പുപാത്രമെവിടെ?" ഉടനെ വലിയൊരു പാത്രത്തിൽ ഉപ്പുമായി ഒരു വേലക്കാരി വന്നു, ആ 'കാപ്പിരി' എന്റെ സഹോദരന്റെ മുറിവുകളിൽ ഉപ്പ് വിതറി തിരുമ്മിക്കൊടുത്തു; എന്നാൽ, അയാൾ അനങ്ങാതെ കിടന്നു; മരിച്ചില്ലെന്നറിഞ്ഞപ്പോൾ അവൻ തന്നെ വെട്ടിക്കൊന്നെങ്കിലോ എന്നയാൾ ഭയപ്പെട്ടു. പിന്നെ ഉപ്പ് കൊണ്ടുവന്ന പെൺകുട്ടി തിരിച്ചുപോയി. "തണുപ്പുമുറിയുടെ സൂക്ഷിപ്പുകാരിയെവിടെ?"അടിമ വിളിച്ചു ചോദിച്ചു. ഉടനെ ഒരു വൃദ്ധ വന്ന് എന്റെ സഹോദരനെ കാലിൽപിടിച്ച് വലിച്ചിഴച്ച് തണുപ്പുമുറിയിലേക്ക് കൊണ്ടുപോയി, നിരവധി മൃതദേഹങ്ങൾക്കിടയിൽ അയാളെയും ഇട്ടു. ഈ മുറിയിലയാൾ രണ്ടു ദിവസം മുഴുവൻ കിടന്നു. എന്നാൽ, ഉപ്പ് പ്രയോഗം, വാസ്തവത്തിൽ അള്ളാ അയാളെ രക്ഷിക്കാൻവേണ്ടി ചെയ്യിപ്പിച്ചതായിരുന്നു! ആ ഉപ്പ് രക്തപ്രവാഹം തടഞ്ഞു. തത്ക്കാലം നടക്കാമെന്നായപ്പോൾ, 'അൽ നഷാർ' എഴുന്നേറ്റ്, പേടിച്ചുവിറച്ചുകൊണ്ട് രഹസ്യവാതിൽ തുറന്ന് ഇഴഞ്ഞിഴഞ്ഞ് പുറത്തുകടന്നു! അള്ളാ അവനെ രക്ഷിച്ചു; അങ്ങനെ അയാൾ ഇരുട്ടിലൂടെ ചെന്ന് ഇടനാഴിയിൽ നേരം പുലരുന്നതുവരെ ഒളിച്ചിരുന്നു. ആ നശിച്ച വൃദ്ധ അടുത്ത 'വേട്ടമൃഗ' ത്തിനുപിന്നാലെ പോകുന്നത് കണ്ടപ്പോൾ അയാൾ അവളെ പിൻതുടർന്നു; പിന്നീട് സ്വന്തം വിട്ടിലെത്തി മുറിവുകൾ 'ഡ്രസ്സ്' ചെയ്തു; പൂർണ്ണാരോഗ്യവാനാകുന്നതുവരെ മരുന്നുകൾ കഴിച്ചു. അതിനിടയ്ക്ക് അയാൾ വൃദ്ധയുടെ നീക്കങ്ങൾ നിരീക്ഷിച്ചുകൊണ്ടിരുന്നു; അവൾ സദാസമയം തെരുവിൽ കറങ്ങി നടന്ന് ഓരോരുത്തരെ വിളിച്ച് വീട്ടിലേക്ക് കൊണ്ടുപോകുന്നതവൻ ശ്രദ്ധിച്ചു; എന്തായാലും ഒരക്ഷരം അയാൾ മിണ്ടിയില്ല. എന്നാൽ, അയാൾ സുഖംപ്രാപിച്ചപ്പോൾ ഒരു മടിശ്ശീല തുന്നിച്ച് അതിൽ പൊട്ടിയ ചില്ലുക്കഷ്ണങ്ങൾ നിറച്ച് അരയിൽകെട്ടിവെച്ചു. ആരും തന്നെ തിരിച്ചറിയാത്ത വിധത്തിൽ ഒരു പേർഷ്യക്കാരനായി അവൻ വേഷംമാറി; പരദേശി വസ്ത്രത്തിനുള്ളിൽ ഒരു വാള് ഒളിപ്പിച്ചുവെച്ചു. പിന്നെ അയാൾ പുറത്തുപോയി; ആ വൃദ്ധയെ കണ്ടുമുട്ടിയപ്പോൾ പേർഷ്യൻ ഭാഷയിൽ ചോദിച്ചു "ഓ വന്ദ്യവയോധികേ, ഞാൻ ഇന്ന് ഇവിടെ എത്തിച്ചേർന്ന ഒരു വിദേശിയാണ്; എനിക്കിവിടെ ആരേയും അറിയില്ല. ആയിരത്തൊന്ന് ദിനാർ തൂക്കിനോക്കാനുള്ള ഒരു തുലാസ് നിങ്ങളുടെ പക്കൽ ഉണ്ടോ?" "ബാങ്കർ ആയ ഒരു മകൻ എനിക്കുണ്ട്; അവന്റെ പക്കൽ എല്ലാത്തരം തുലാസുകളുമുണ്ട്." അവൾ മറുപടി പറഞ്ഞു. "അതുകൊണ്ട് അവൻ പോകുന്നതിനുമുമ്പ് എന്റെ കൂടെ വരൂ, നിന്റെ സ്വർണ്ണം അവൻ തൂക്കിനോക്കും." "എന്നെ അങ്ങോട്ട് കൊണ്ടുപോകൂ." അവൾ എന്റെ സഹോദരനെ അങ്ങോട്ട് നയിച്ചു; ആ യുവതി സ്വയം വന്ന് വാതിൽ തുറന്നുകൊടുത്തു. അപ്പോൾ വൃദ്ധ പുഞ്ചിരിതൂകിക്കൊണ്ട് പറഞ്ഞു "ഞാൻ നിനക്ക് ഇറച്ചിപൊരിച്ചത് കൊണ്ടുവരാം."

ആ യുവതി എന്റെ സഹോദരന്റെ കൈപിടിച്ച് പഴയ ആ മുറിയിലേക്ക് കൊണ്ടുപോയി. അല്പസമയം അവനോടൊപ്പം സസന്തോഷം ഇരുന്ന്; എഴുന്നേറ്റുകൊണ്ട് പറഞ്ഞു: "ഞാൻ നിങ്ങളുടെ അടുത്തേക്ക് തിരിച്ചെത്തുന്നതുവരെ അനങ്ങാതെ ഇവിടെത്തന്നെ ഇരിക്കുക."

അപ്പോഴേക്കും വാൾ ഊരിപ്പിടിച്ചുകൊണ്ട് ആ നശിച്ച അടിമ അലറിക്കൊണ്ട് എന്റെ സഹോദരനെ സമീപിച്ചു. അപ്പോൾ അയാൾ എഴുന്നേറ്റ്, ഉടുപ്പിനുള്ളിൽ നിന്നും വാൾ വലിച്ചൂരി അടിമയെ ഒറ്റവെട്ടുവെട്ടി! അവന്റെ തല ശരീരത്തിൽനിന്നും തെറിച്ചുവീണു. പിന്നെ ആ ശവശരീരം അയാൾ വലിച്ചിഴച്ച് തണുപ്പുമുറിയിലേക്ക് കൊണ്ടുപോയി. അയാൾ വിളിച്ചു ചോദിച്ചു "ഉപ്പുകാരിപ്പെണ്ണ് എവിടെ?" ഉപ്പ് 'ട്രേ'യുമായി ഒരു പെൺകുട്ടി പ്രത്യക്ഷപ്പെട്ടു. എന്റെ സഹോദരന്റെ കൈയിലെ വാളുകണ്ട് പേടിച്ച് അവൾ ഓടി. അവൻ അവളെ പിൻതുടർന്നു ചെന്ന്, അവളുടെ ശിരസ്സ് ഛേദിച്ചു വീഴ്ത്തി. പിന്നെ അവിടെ എത്തിയ വൃദ്ധയോടയാൾ ചോദിച്ചു: "നിങ്ങൾ എന്നെ അറിയുമോ, നശിച്ച തള്ളേ?"

"ഇല്ല എന്റെ പ്രഭോ?"

"അഞ്ഞൂറ് സ്വർണ്ണനാണ്യത്തിന്റെ അടിമയാണ് ഞാൻ. എന്റെ വീട്ടിലാണ് കൈകാൽ കഴുകി നിങ്ങൾ നിസ്കരിച്ചത്; അവനെയാണ് നിങ്ങൾ പ്രലോഭിച്ച് ഇങ്ങോട്ടുകൊണ്ടുവന്ന് ചതിച്ചത്." "അള്ളായെ ഓർത്ത് എന്റെ ജീവൻ വിട്ടുതരിക." എന്നാൽ, അയാൾ അതൊന്നും ശ്രദ്ധിച്ചില്ല; വൃദ്ധയെ നാലായി വെട്ടിനുറുക്കി! പിന്നെ യുവതിയെ അയാൾ അന്വേഷിച്ചു ചെന്നു. അയാളെ കണ്ടതോടെ അവളുടെ വിവേകമെല്ലാം എങ്ങോ പോയ്മറഞ്ഞു. അവൾ ദയനീയമായി കരഞ്ഞു "ആമേൻ! ദയ കാണിക്കു!"

അതുകൊണ്ടയാൾ അവളോട് ദയകാണിച്ചു.

"നീ എന്തുകൊണ്ടാണ് ഈ കാപ്പിരിയുമായി കൂട്ടുകൂടാൻ തുടങ്ങിയത്?" എന്റെ സഹോദരൻ ചോദിച്ചു. "ഞാൻ ഒരു വ്യാപാരിയുടെ അടിമപ്പെണ്ണായിരുന്നു. അവിടെ ഈ വൃദ്ധ എന്നെ പതിവായി സന്ദർശിക്കുമായിരുന്നു; ഒടുവിൽ അവളുമായി ഞാൻ സൗഹൃദത്തിലായി. ഒരുദിവസം അവൾ എന്റെ അടുത്തുവന്ന് പറഞ്ഞു 'ഞങ്ങളുടെ വീട്ടിൽ ഒരു വിവാഹാഘോഷമുണ്ട്; അതുപോലെ ഒന്ന് ഇതുവരെ ആരും കണ്ടുകാണില്ല. നീയും അതിൽ പങ്കെടുക്കണമെന്നാണെന്റെ ആഗ്രഹം."

"നിങ്ങളുടെ ആഗ്രഹംപോലെ' ഞാൻ മറുപടി നൽകി. എന്റെ ഏറ്റവും സുന്ദരവും വിലപിടിച്ചതുമായ വസ്ത്രങ്ങൾ ധരിച്ച, 'പെഴ്സി'ൽ ആറ് സ്വർണ്ണനാണയങ്ങളുമായി ഞാൻ വീട്ടിൽ കയറിയതോടെ ആ 'നീഗ്രോ' എന്നെ പിടികൂടി. മൂന്ന് വർഷമായി ഞാനിവിടെ ഈ നശിച്ച വൃദ്ധയുടെ ചതിപ്രയോഗവുമായി കഴിയുന്നു."

അപ്പോൾ എന്റെ സഹോദരൻ ചോദിച്ചു: "അവന്റേതായി എന്തെങ്കിലും ഈ വീട്ടിലുണ്ടോ?"

"പണം നിറഞ്ഞ ഒരു ഖജനാവുണ്ട്. നിങ്ങൾക്കത് ചുമന്നുകൊണ്ടുപോകാൻ കഴിയുമെങ്കിൽ അങ്ങനെ ചെയ്തോളു. അള്ളാ നിനക്ക് നന്മ നേരട്ടെ!"

എന്റെ സഹോദരൻ അവളോടൊപ്പം ചെന്ന് അവിടെ വെച്ചിരുന്ന പല പെട്ടികളും തുറന്നുനോക്കി. അതിൽ നിറയെ പണസഞ്ചികളാണ്; അത് കണ്ടയാൾ ആശ്ചര്യപ്പെട്ടുപോയി! പിന്നെ അവൾ പറഞ്ഞു: "എന്നെ ഇവിടെ വിട്ട് നിങ്ങൾ പോയി, ഈ പണം ചുമന്നുകൊണ്ട് പോകാനായി ആളുകളെ കൊണ്ടുവരിക."

അയാൾ പുറത്തുപോയി പത്തുപേരെക്കൊണ്ടുവന്നു; എന്നാൽ തിരിച്ചെത്തിയപ്പോൾ വീടിന്റെ വാതിൽ മലർക്കെ തുറന്നുകിടക്കുന്നതയാൾ കണ്ടു. ആ യുവതി സ്ഥലംവിട്ടിരുന്നു; ഏതാനും ചില്ലറ പൈസകളും

വീട്ടുസാമനങ്ങളും മാത്രം അവിടെ കിടപ്പുണ്ട്! ആ സ്ത്രീ തന്നെ വെട്ടിച്ച് കടന്നുകളഞ്ഞതായി അയാൾ മനസ്സിലാക്കി. അപ്പോൾ, അയാൾ സ്റ്റോർ മുറികൾ തുറന്ന് അതിനുള്ളിലുള്ളതെല്ലാം വാരിക്കെട്ടി അതിനോടൊപ്പം ബാക്കിയുണ്ടായിരുന്ന പണവും! വീട്ടിൽ യാതൊന്നും ബാക്കിവെച്ചില്ല. അന്നുരാത്രി ആഹ്ലാദത്തോടെ അയാൾ കഴിച്ചു. എന്നാൽ, നേരം പുലർന്നപ്പോൾ വാതിൽക്കൽ ഇരുപത് പട്ടാളക്കാർ നിൽക്കുന്നതായി കണ്ടു. അവർ അയാളെ പിടികൂടി പറഞ്ഞു: "ഗവർണർ നിന്നെ വിളിക്കുന്നു."

എന്റെ സഹോദരൻ അവരോട് തന്നെ വിടുവാനായി കേണപേക്ഷിച്ചു, വൻതുക കോഴ നൽകാമെന്നു പറഞ്ഞു; എന്നാൽ, എല്ലാം അവർ നിരാകരിച്ചു; അയാളെ ബന്ധനസ്ഥനാക്കി അവർ കൊണ്ടുപോയി. വഴിക്കുവെച്ച് അവർ എന്റെ സഹോദരന്റെ ഒരു സ്നേഹിതനെ കാണാനിടയായി; സഹോദരൻ അയാളുടെ ഷർട്ടിൽ പിടിച്ചുവലിച്ച്, 'രക്ഷിക്കണേ' എന്ന് യാചിച്ചു, അവരുടെ കൈകളിൽ നിന്ന് വിടുവിക്കാനായി അഭ്യർത്ഥിച്ചു. അയാൾ നിന്ന്, എന്താണ് കാര്യമെന്നവരോട് ചോദിച്ചു.

"ഗവർണർ ഇയാളെ കൊണ്ടുചെല്ലാനായി ഞങ്ങളോട് ആജ്ഞാപിച്ചു; നോക്കൂ, അത് ഞങ്ങൾ ചെയ്തുകൊണ്ടിരിക്കുന്നു."

എന്റെ സഹോദരനെ സ്വതന്ത്രനാക്കണമെന്നയാൾ അവരോട് നിർബന്ധിച്ചുനോക്കി; വിട്ടാൽ അഞ്ഞൂറ് ദിനാർ തരാമെന്നും വാഗ്ദാനം ചെയ്തു; അയാൾ അഭിപ്രായപ്പെട്ടു, "നിങ്ങൾ ഗവർണ്ണറുടെ അടുത്തുപോയി പറയുക, അവനെ കണ്ടെത്താൻ പ്രയാസമാണെന്ന്." എന്നാൽ, അവർ അതൊന്നും ശ്രദ്ധിക്കാതെ എന്റെ സഹോദരനെ വലിച്ചിഴച്ച് കൊണ്ടുപോയി ഗവർണരുടെ മുന്നിലെത്തിച്ചു.

ഗവർണർ അയാളോട് ചോദിച്ചു: "നിനക്ക് എപ്പോഴാണ് ഈ സാധനങ്ങളും പണവും ലഭിച്ചത്?"

"ഞാൻ ദയ യാചിക്കുന്നു!"

ഗവർണ്ണർ അവനോട് ക്ഷമിക്കാൻ തയ്യാറായി. അവൻ തുടക്കം മുതൽ അവസാനംവരെ നടന്ന സംഭവങ്ങൾ അദ്ദേഹത്തിന് വിവരിച്ചുകൊടുത്തു - വൃദ്ധയെ കണ്ടുമുട്ടിയതുമുതൽ ആ യുവതിയുടെ തിരോധാനംവരെ! ഒടുവിൽ ഇങ്ങനെ അവസാനിപ്പിച്ചു "ഞാൻ എടുത്തുകൊണ്ടുപോന്നതെല്ലാം അങ്ങേക്ക് എടുക്കാം, എനിക്ക് ജീവിച്ചുപോകാനുള്ളതെന്തെങ്കിലും വിട്ടുതന്നാൽ മതി."

എന്നാൽ, ഗവർണർ യാതൊന്നും അവന് വിട്ടുകൊടുക്കാതെ, എല്ലാ സാധനങ്ങളും, മുഴുവൻ പണവും സ്വന്തമാക്കി. ഇതെങ്ങാനും സുൽത്താന്റെ ചെവിയിലെത്തിയെങ്കിലോ എന്ന് ഭയന്ന ഗവർണ്ണർ എന്റെ സഹോദരനോട് പറഞ്ഞു: "ഈ നഗരംവിട്ടു പോവുക, അല്ലെങ്കിൽ നിന്നെ തൂക്കിലേറ്റും." "ഉത്തരവുപോലെ" എന്റെ സഹോദരൻ മറ്റൊരു പട്ടണത്തിലേക്കു തിരിച്ചു. യാത്രാമദ്ധ്യേ കൊള്ളക്കാർ അയാളെ ആക്രമിച്ച് കൈയിലുള്ളതെല്ലാം, ഉടുതുണി അടക്കം തട്ടിയെടുത്തു. എന്നാൽ, അയാളുടെ ദർഗ്ഗതിയെക്കുറിച്ചുള്ള വാർത്ത കേട്ട്, ഞാൻ അയാളെ അന്വേഷിച്ചുപിടിച്ചു, വസ്ത്രങ്ങൾ വാങ്ങിച്ചുകൊടുത്തു; രഹസ്യമായി നഗരത്തിലേക്ക് കൂട്ടിക്കൊണ്ടുവന്നു, തിന്നാനും കുടിക്കാനുമുള്ള 'ബത്ത' നൽകി.

പിന്നെ, കാലിഫാ ക്ഷുരകന്റെ ആറാം സഹോദരന്റെ കഥ കേൾക്കാൻ തയ്യാറായി.

ക്ഷുരകന്റെ ആറാം സഹോദരൻ

അല്ലയോ വിശ്വാസികളുടെ നായകാ, എന്റെ ആറാമത്തെ സഹോദരന്റെ പേര്, 'ഷക്കാഷിക്ക് എന്നാണ്, ഭയങ്കരമായി ചിലമ്പിക്കൊണ്ടിരിക്കുന്നവൻ; മുറിച്ചുണ്ടനാണ്. ഒരുകാലത്തയാൾ ധനികനായിരുന്നു, പിന്നീട് ദരിദ്രനായി മാറി! അങ്ങനെ സ്വന്തം ജീവൻ നിലനിർത്താനായി അയാൾ ഒരു ദിവസം പിച്ചതെണ്ടാനിറങ്ങി. അയാൾ നിരത്തിലിറങ്ങിയ ഉടനെ മനോഹരമായൊരു മണിമാളിക കണ്ടു. അതിന് ഒന്നാംതരം ഒരു പടിപ്പുരയുണ്ട്. അവിടെ നിരവധി നപുംസകങ്ങൾ വാചകമടിച്ചുകൊണ്ട് ഇരിക്കുന്നു. അവരിൽ അലസനായിരിക്കുന്ന ഒരാളോട് ആ മാളികയെക്കുറിച്ച് എന്റെ സഹോദരൻ അന്വേഷിച്ചു. അയാൾ മറുപടി നൽകി " 'ബർമകി' പ്രഭു കുടുംബത്തിന്റേതാണ് ഈ കൊട്ടാരം."

അപ്പോൾ അയാൾ ദ്വാരപാലകന്റെ അടുത്തുചെന്ന് ഭിക്ഷയാചിച്ചു. അവർ പറഞ്ഞു: "പ്രധാനകവാടത്തിലൂടെ ഉള്ളിലെത്തിയാൽ ഞങ്ങളുടെ യജമാനനായ വസീറിൽ നിന്ന് നീ ആശിക്കുന്നത് കിട്ടും." അതനുസരിച്ച് അയാൾ ഉള്ളിലേക്ക് കടന്നു. പ്രധാനകവാടം കടന്ന് മാളികയുടെ മുന്നിലെത്തിയപ്പോൾ ആണ് ആ കൊട്ടാരത്തിന്റെ മനോഹാരിത അയാൾക്ക് ശരിക്കും മനസ്സിലാകുന്നത്. മാർബിൾ വിരിച്ച തറ, ജനാലകളിൽ അതിമനോഹരമായ കർട്ടനുകൾ, മദ്ധ്യത്തിൽ പൂക്കൾ വിടർന്നു നിൽക്കുന്ന ആകർഷണീയമായ ഉദ്യാനം, ഇതുപോലൊരു ദൃശ്യം അയാൾ മുമ്പൊരിക്കലും കണ്ടിട്ടില്ല! എന്റെ സഹോദരൻ, എങ്ങോട്ട് തിരിയണമെന്നറിയാതെ അന്തംവിട്ടു നിന്നുപോയി! അപ്പോൾ സന്ദർശനമുറിയുടെ ഏറ്റവും അറ്റത്തായി ആരോ ഇരിക്കുന്നതുകണ്ട്, അയാൾ അങ്ങോട്ടു നടന്നുചെന്നു. ഭംഗിയായി താടിവെച്ച ഒരു സുമുഖനായ മനുഷ്യൻ ആയിരുന്നു അവിടെ ഇരുന്നത്, എന്റെ സഹോദരനെ കണ്ട ഉടനെ അയാൾ എഴുന്നേറ്റ് എന്റെ സഹോദരനോട് എന്റെ ആഗമന ഉദ്ദേശം ആരാഞ്ഞു. ഭിക്ഷ യാചിച്ചെത്തിയതാണെന്നറിഞ്ഞപ്പോൾ പ്രഭു വിഷമത്തോടെ പോക്കറ്റിൽ കയ്യിട്ടുകൊണ്ട് ആശ്ചര്യപൂർവ്വം ചോദിച്ചു: "എന്ത്! ഞാൻ ഈ നഗരത്തിലുള്ളപ്പോൾ, നീ വിശന്നിരിക്കയോ!"

പിന്നെ അദ്ദേഹം അയാളോട് വളരെ ഭംഗിയായി സംസാരിക്കുകയും പെരുമാറുകയും ചെയ്തു. "ഇത്തരം നിന്ദ എനിക്ക് താങ്ങാനാകുന്നില്ല!" അദ്ദേഹം എല്ലാവിധ സഹായങ്ങളും വാഗ്ദാനം ചെയ്തു. "എന്നോടൊപ്പം ഇരുന്ന് ഭക്ഷണം കഴിക്കാതെ നിങ്ങളെ ഞാൻ വിടില്ല." "എന്റെ പ്രഭോ" എന്റെ സഹോദരൻ മറുപടി പറഞ്ഞു: "എനിക്ക് കാത്തിരിക്കാനാവില്ല; കാരണം, ഞാൻ വിശന്ന് ചാകാറായി." അയാൾ ഉടനെ വിളിച്ചു പറഞ്ഞു "ഹേ, പയ്യൻ! വെള്ളത്തിന്റെ പാത്രവും ഭക്ഷണവും കൊണ്ടുവരിക". പിന്നെ, എന്റെ സഹോദരനുനേരെ തിരിഞ്ഞ് പറഞ്ഞു: "എന്റെ വിരുന്നുകാരാ, എഴുന്നേറ്റുവന്ന് കൈകൾ കഴുകൂ."

എന്റെ സഹോദരൻ എഴുന്നേറ്റുചെന്നു; എന്നാൽ, വെള്ളമോ, ഭക്ഷണമോ അവിടെ കാണാനായില്ല! എന്നിട്ടും അയാളുടെ ആതിഥേയൻ അഗോചരമായ സോപ്പുകൊണ്ടും, അദൃശ്യമായ വെള്ളംകൊണ്ടും കൈകഴുകുകയാണ്! എന്നിട്ടയാൾ വിളിച്ചുപറഞ്ഞു: "ആ മേശ കൊണ്ടുവരൂ!" അപ്പോഴേക്കും എന്റെ സഹോദരന് ഒന്നും കാണാനായില്ല. പിന്നെ

അദ്ദേഹം പറഞ്ഞു: "ലജ്ജിക്കാതെ വന്നിരുന്ന് ഭക്ഷണം കഴിച്ച് എന്നെ സന്തോഷിപ്പിക്കൂ."

അദ്ദേഹം ഭക്ഷണം കഴിക്കുന്നതുപോലെ ചേഷ്ടകൾ കാണിച്ചു കൊണ്ടിരുന്നു. പിന്നെ സഹോദരനോട് "നിങ്ങൾ വളരെ കുറച്ചുമാത്രം കഴിക്കുന്നതുകണ്ട് എനിക്ക് ആശ്ചര്യം തോന്നുന്നു, പിശുക്ക് കാണിക്കേണ്ട, നന്നായി കഴിച്ചോളൂ, നിങ്ങൾക്ക് നല്ല വിശപ്പുണ്ടെന്ന് എനിക്കറിയാം."

അപ്പോൾ എന്റെ സഹോദരനും ഭക്ഷണം കഴിക്കുന്നതുപോലെ നടിച്ചു! അപ്പോൾ ആതിഥേയൻ പറഞ്ഞുകൊണ്ടിരുന്നു "കഴിക്കൂ, പ്രത്യേകിച്ച് ഈ അപ്പം എത്ര ഒന്നാംതരമാണ്, നല്ല വെളുപ്പും!"

എന്നാൽ, എന്റെ സഹോദരന് ഒന്നും കാണാനായില്ല. അയാൾ ആത്മഗതമായി പറഞ്ഞു: "മനുഷ്യരെ കളിപ്പിക്കുന്നതിൽ ഈ മനുഷ്യന് വളരെ ഇഷ്ടമാണ്." പിന്നെ മറുപടി നൽകി: "ഓ, എന്റെ പ്രഭോ, എന്റെ ജീവിതത്തിൽ ഇത്ര വെളുത്തതും മധുരമുള്ളതുമായ അപ്പം ഞാൻ കഴിച്ചിട്ടില്ല."

"ഈ അപ്പം എന്റെ ഭൃത്യ സ്വയം ഉണ്ടാക്കിയതാണ്; അവളെ അഞ്ഞൂറ് ദിനാർ കൊടുത്താണ് ഞാൻ വാങ്ങിച്ചത്." പിന്നെ അയാൾ വിളിച്ചുപറഞ്ഞു "ഓ പയ്യൻ, 'ഇറച്ചി പുഡ്ഡിംഗ്' കൊണ്ടുവരൂ. അതാവട്ടെ ആദ്യത്തെ ഇനം, നന്നായി നെയ്യ് ഇട്ടിരിക്കണം." പിന്നെ, എന്റെ സഹോദരനുനേരെ തിരിഞ്ഞ് പറഞ്ഞു: "ഓ, എന്റെ വിരുന്നുകാരാ, അള്ളാ നിന്നെ അനുഗ്രഹിക്കട്ടെ, ഈ 'ഇറച്ചി പുഡ്ഡിംഗി'നേക്കാൾ സ്വാദിഷ്ഠമായതെന്തെങ്കിലും നിങ്ങൾ കഴിച്ചിട്ടുണ്ടോ? നാണിക്കാതെ, നന്നായി കഴിക്കുക."

അയാൾ വീണ്ടും ഉറക്കെ വിളിച്ചു, "ഹേ, പയ്യൻ, നെയ്യൊഴിച്ച് പാകം ചെയ്ത കാട്ടുകോഴിക്കറി വിളമ്പൂ." അദ്ദേഹം സഹോദരനോട് പറഞ്ഞു: "നന്നായി കഴിക്കൂ, എന്റെ വിരുന്നുകാരാ, ശരിക്കും നിങ്ങൾക്ക് നല്ല വിശപ്പുണ്ട്, നന്നായി ആഹാരം കഴിക്കണം."

അങ്ങനെ, എന്റെ സഹോദരൻ ഭക്ഷണം വായിലിട്ട് ചവയ്ക്കുന്നതു പോലെ അഭിനയിച്ചു. അതിനിടയ്ക്ക് ആതിഥേയൻ പയ്യനെ വിളിച്ച് ഓരോതരം ആഹാരപദാർത്ഥങ്ങൾ 'ഓർഡർ' ചെയ്തുകൊണ്ടിരുന്നു. 'ഓർഡറു'കൾ അല്ലാതെ തിന്നാനൊന്നും കൊണ്ടുവന്നു കണ്ടില്ല! അദ്ദേഹം ഉറക്കെ വിളിച്ചു പറഞ്ഞു, "ഹേ പയ്യൻ ബദാം നിറച്ച് പൊരിച്ചകോഴി കൊണ്ടുവരൂ." പിന്നെ സഹോദരനോടായി പറഞ്ഞു: "സത്യമായും, എന്റെ വിരുന്നുകാരാ, പിസ്റ്റാബദാം ചേർത്ത് തയ്യാറാക്കിയിട്ടുള്ളതാണിത്; നന്നായി കഴിച്ചോളൂ. ഇത്തരം ഒരു പാചകം നിങ്ങളൊരിക്കലും ആസ്വദിച്ചുകാണില്ല!" "ഓ, എന്റെ പ്രഭോ," എന്റെ സഹോദരൻ മറുപടി നൽകി. "ഇത് ഒന്നാംതരം ആയിരിക്കുന്നു." പിന്നെ, എന്റെ സഹോദരന്റെ വായിൽ ഒരു പിടിവെച്ചുകൊടുക്കുന്നതുപോലെ ആതിഥേയൻ അഭിനയിച്ചു. എന്നിട്ട് വിശക്കുന്ന മനുഷ്യൻ സുഭിക്ഷമായി ആഹാരം കഴിക്കേണ്ടതിന്റെ ആവശ്യകതയെക്കുറിച്ച് വാചാലനായി.

"ഇതിനേക്കാൾ സ്വാദിഷ്ഠമായ ഏതെങ്കിലും ആഹാരം നിങ്ങൾ എന്നെങ്കിലും കഴിച്ചിട്ടുണ്ടോ?"

"ഇല്ല, എന്റെ പ്രഭോ, ഒരിക്കലുമില്ല!"

"മതിയാവോളം കഴിക്കുക, ലജ്ജിക്കേണ്ടതില്ല."

"ഞാൻ ഇറച്ചി വയറുനിറച്ചു കഴിച്ചു."

"ഇതെല്ലാം എടുത്തുകൊണ്ടുപോയി മധുരപലഹാരങ്ങൾ കൊണ്ടു വരിക."

"തേനിലിട്ട ഈ ബദാം കഴിച്ചുനോക്കുക, 'സിറപ്പ്' ഒഴുകുന്നത് നോക്കു."

"നിങ്ങളിൽനിന്ന് എന്നെ ഒരിക്കലും വേർപെടുത്താതിരിക്കട്ടെ, എന്റെ പ്രഭോ,"വിശന്ന് പിടയുന്ന അയാൾ അഭിപ്രായപ്പെട്ടു, അതിലെ കസ്തൂരി സുഗന്ധത്തെക്കുറിച്ച് പ്രത്യേകം ചോദിച്ചറിഞ്ഞു!"

"അതാണെന്റെ രീതി; അതിലവർ ഒരു ദിനാർ തൂക്കം കസ്തൂരിയും അതിന്റെ പാതി തൂക്കം കുന്തരിക്കവുമാണ് ചേർക്കുന്നത്."

ഈ സമയമത്രയും എന്റെ സഹോദരൻ തലയും താടിയെല്ലുകളും ചലിപ്പിച്ചുകൊണ്ടിരിക്കയായിരുന്നു. ഒടുവിൽ യജമാനൻ വിളിച്ചുപറഞ്ഞു, "പഴങ്ങൾ കൊണ്ടുവരു!"

ഈ ബദാമുകളും ഉണങ്ങിയ പലതരം പഴങ്ങളും, നാണിക്കാതെ എടുത്തുകഴിക്കൂ."

എന്നാൽ എന്റെ സഹോദരൻ മറുപടി നൽകി "എന്റെ വയറ് നിറഞ്ഞു, ഇനി കഴിക്കാനാകില്ല."

"ഓ, എന്റെ വിരുന്നുകാരാ," ആതിഥേയൻ ആവർത്തിച്ചുകൊണ്ടിരുന്നു. "ഈ നല്ല സാധനങ്ങൾ കഴിക്കാൻ നിനക്ക് തോന്നിയെങ്കിൽ; അള്ളാ! അള്ളാ! വിശന്നിരിക്കരുത്."

"ഓ, എന്റെ പ്രഭോ, ഇത്രയും ആഹാരപദാർത്ഥങ്ങൾ കഴിച്ച ഒരാൾക്ക് എങ്ങനെയാണ് വിശക്കുക?"

അപ്പോൾ ചിന്താധീനനായി അദ്ദേഹം സ്വയം പറഞ്ഞു "ഈ കുസൃതിക്ക് ഞാനവനോട് പ്രായശ്ചിത്തം ചെയ്യും."

യജമാനൻ വീണ്ടും വിളിച്ചുപറഞ്ഞു, "വീഞ്ഞ് കൊണ്ടുവരൂ." പിന്നെ അദ്ദേഹം ആകാശത്തുനിന്ന് വീഞ്ഞെടുക്കുന്ന മാതിരി കാണിച്ച്; ഒരു കപ്പ് എന്റെ സഹോദരന് കൊടുത്തുകൊണ്ടു പറഞ്ഞു "ഈ കപ്പ് കഴിച്ചു നോക്കു; അത് നിനക്ക് ഇഷ്ടപ്പെട്ടോ എന്ന് പറയുക."

"ഓ, എന്റെ പ്രഭോ," അവൻ മറുപടി നൽകി: "ഇത് ഉഗ്രൻ വീഞ്ഞാണ്, ഇരുപത് വയസ്സ് മുതൽ കുടിക്കുന്ന എനിക്കത് അറിയാം."

"അപ്പോൾ, ഇത് നിനക്കുവേണ്ടിത്തന്നെ നിർമ്മിക്കപ്പെട്ടതാണ്!" ആതിഥേയന്റെ അഭിപ്രായപ്പെട്ടു "കാരണം ഇതിനേക്കാൾ നല്ല വീഞ്ഞ് നിനക്ക് കുടിക്കാൻ കിട്ടില്ല."

"അങ്ങയുടെ കാരുണ്യം." വീഞ്ഞ് കുടിക്കുന്നതുപോലെ ആംഗ്യം കാണിച്ചുകൊണ്ട് എന്റെ സഹോദരൻ പറഞ്ഞു.

"നിന്റെ ആരോഗ്യത്തിനുവേണ്ടി" ഗൃഹനാഥൻ ആശംസിച്ചു. പിന്നെ ഒരു കപ്പ് വീഞ്ഞ് കുടിക്കുന്നതായി നടിച്ചു. അതിനുശേഷം ഒരു കപ്പ് എന്റെ സഹോദരനുവേണ്ടി നീട്ടി; അയാളത് വാങ്ങി അത്യാർത്തിയോടെ ഒറ്റവലിക്ക് കുടിച്ചുതീർത്തു, മത്ത് പിടിച്ചവനെപ്പോലെ ആയി. പെട്ടെന്നയാൾ ആതിഥേയനുമേൽ ചാടിവീണു; അദ്ദേഹത്തിന്റെ പിടലിക്ക് ഒറ്റ അടിവെച്ചുകൊടുത്തു, കൊട്ടാരത്തിൽ ആ ഇടിയൊച്ച മാറ്റൊലിക്കൊണ്ടു! രണ്ടാമതും ഇടിക്കാനായി അയാൾ ആ വൃദ്ധനുനേരെ പാഞ്ഞെത്തി. ഗൃഹസ്ഥൻ ഉറക്കെ നിലവിളിച്ചു. "എന്താണിത്? വൃത്തികെട്ടവനേ?" "ഓ എന്റെ പ്രഭോ," എന്റെ സഹോദരൻ മറുപടി നൽകി

“അങ്ങ് ഈ അടിമയോട് വലിയ കരുണ കാട്ടി, അരികിലേക്ക് വിളിച്ച് നല്ല ആഹാരപദാർത്ഥങ്ങൾ പാകംചെയ്ത് സുഭിക്ഷമായി കഴിക്കാൻ നൽകി; അതിനുശേഷം അങ്ങയുടെ ഉഗ്രൻ വീഞ്ഞ് ബോധം നശിക്കുന്നതുവരെ കുടിക്കാൻതന്നു; ഞാൻ മദ്യലഹരിയിൽ ഉന്മത്തനായി; എന്നാൽ എന്റെ അവിവേകവും അതിക്രമവും പൊറുക്കാൻമാത്രം അങ്ങ് ശ്രേഷ്ഠനാണല്ലോ.”

എന്റെ സഹോദരന്റെ വാക്കുകൾ കേട്ട് അദ്ദേഹം പൊട്ടിച്ചിരിച്ചു. “എന്റെ വളരെക്കാലമായുള്ള മോഹമായിരുന്നു, ആളുകളെ കളിപ്പിച്ച് രസിക്കുക എന്നത്. എന്റെ കൂട്ടുകാർക്കിടയിൽ അങ്ങനെ കളിക്കാൻ ശ്രമിച്ചെങ്കിലും, നീയൊഴിച്ച് മറ്റാർക്കും എന്റെ കളിയാക്കൽ സഹിച്ചിരിക്കാൻ കഴിഞ്ഞില്ല. അതുകൊണ്ട് ഞാൻ നിന്നോട് ക്ഷമിക്കുന്നു. നീ എന്റെ ഉറ്റ സുഹൃത്തായിരിക്കും, സത്യമായിട്ടും; എന്നെ ഒരിക്കലും വിട്ടുപോകരുത്.”

പിന്നെ ഭൃത്യന്മാരെ വിളിച്ച് തീൻമേശ സജ്ജീകരിക്കാനായി അദ്ദേഹം ഉത്തരവിട്ടു; സാങ്കല്പികമായി ഞങ്ങൾ കഴിച്ച എല്ലാ വിഭവങ്ങളും നിരത്താനായി ഉത്തരവിട്ടു! അദ്ദേഹവും എന്റെ സഹോദരനും ഒന്നിച്ചിരുന്ന് മതിയാവോളം കഴിച്ചു. പിന്നെ അവർ മദ്യശാലയിലേക്ക് നീങ്ങി. അവിടെ സേവിക്കാനായി നിന്നിരുന്ന സുന്ദരികളായ യുവതികൾ ആടിയും പാടിയും അവരെ രസിപ്പിച്ചു. ആതിഥേയൻ എന്റെ സഹോദരനെ ഉറ്റ സുഹൃത്തിനോടെന്നപോലെയാണ് പെരുമാറിയത്, സ്വന്തം സഹോദരനായി! അയാൾക്കദ്ദേഹം ബഹുമതി വസ്ത്രങ്ങൾ നൽകി; അവർ തമ്മിൽ വളരെ അടുപ്പത്തിലായി. പിറ്റേന്ന് രാവിലെ മുതൽ അവരുടെ തമാശകൾ ആരംഭിച്ചു, വീണ്ടും തീറ്റയും കുടിയും അരങ്ങേറി! ഇരുപത് വർഷങ്ങളോളം അവർ ഈ ജീവിതരീതി തുടർന്നു. ഒടുവിൽ, ‘ബർമിസൈഡ്’ മരിച്ചപ്പോൾ അദ്ദേഹത്തിന്റെ സ്വത്ത് മുഴുവൻ സുൽത്താൻ കണ്ടുകെട്ടി. എന്റെ സഹോദരന്റെ സമ്പാദ്യംപോലും രാജാവ് പിടിച്ചെടുത്തു! കൈയിൽ ഒരു പൈസപോലുമില്ലാതെ അയാൾ സ്ഥലംവിട്ടു. എന്നാൽ അയാൾ മറ്റൊരു പട്ടണത്തിലെത്തുന്നതിനു മുമ്പ്, കാടന്മാരായ അറബികൾ അയാളെ പിടികൂടി ബന്ധനസ്ഥനാക്കി അവരുടെ താവളത്തിലേക്ക് കൊണ്ടുപോയി. അയാളെ അവർ ക്രൂരമായി പീഡിപ്പിക്കാൻ തുടങ്ങി “നിനക്ക് സ്വന്തം ജീവൻ വേണമെങ്കിൽ, പണം തരുക; അല്ലെങ്കിൽ ഞാൻ നിന്നെ കൊല്ലും!” എന്റെ സഹോദരൻ കരഞ്ഞുകൊണ്ട് മറുപടി നൽകി “അള്ളായാണേ, എന്റെ പക്കൽ ഒന്നുമില്ല, സ്വർണ്ണമോ വെള്ളിയോ ഒന്നും; എന്നാൽ, ഞാൻ നിങ്ങളുടെ തടവുപുള്ളിയാണ്, നിങ്ങൾക്ക് ഇഷ്ടമുള്ളത് എന്നോട് ചെയ്യാം!” അപ്പോൾ അവരുടെ നേതാവ്, പരന്ന മൂർച്ചയുള്ള ഒരു കത്തി ഊരിപ്പിടിച്ചു; ഒരു ഒട്ടകത്തിന്റെ കഴുത്ത് ഒറ്റവെട്ടിന് അറുത്ത് വീഴ്ത്താൻ കഴിവുള്ള ഒരു കത്തിയാണത്! അവൻ ആ കത്തി കൊണ്ട് എന്റെ സഹോദരന്റെ രണ്ട് ചുണ്ടുകളും കീറിമുറിച്ചു! വീണ്ടും പണത്തെക്കുറിച്ച് ചോദ്യം ചെയ്തു. അവന്റെ വീട്ടിൽ അവനെ തടവിലിട്ടു. അവന്റെ അസാന്നിദ്ധ്യത്തിൽ, അവന്റെ ഭാര്യ എന്റെ സഹോദരനുമായി അടുക്കാൻ ശ്രമം നടത്തി, പല ആനുകൂല്യങ്ങളും വാഗ്ദാനങ്ങളും നൽകി; എന്നാൽ അവളിൽനിന്നും അയാൾ അകലം പാലിച്ചു. ഒരുദിവസം, പതിവുപോലെ എന്റെ സഹോദരനെ പ്രലോഭിച്ചുകൊണ്ടിരുന്നു; ഒടുവിൽ അയാൾ അവൾക്ക് വഴങ്ങി, അവളെ സ്വന്തം മടിയിൽ കയറ്റി ഇരുത്തി! അപ്പോഴേക്കും അതാ അവളുടെ ഭർത്താവ് അവിടെ എത്തുന്നു.

അവനെ കണ്ട് അലറി "ഓ, നശിച്ചവനെ, ശപിക്കപ്പെട്ട ദുഷ്ടാ, എന്റെ ഭാര്യയെ നീ കളങ്കപ്പെടുത്തുന്നോ?"പിന്നെ കത്തി വലിച്ചൂരി അവൻ എന്റെ സഹോദരന്റെ ലിംഗം ഛേദിച്ചുകളഞ്ഞു; പിന്നെ അയാളെ ഒരു ഒട്ടകപ്പുറത്ത് കെട്ടിവെച്ച്, ഒരു മലമുകളിലേക്ക് കൊണ്ടുപോയി അവിടെ ഉപേക്ഷിച്ചുപോന്നു!

ഒടുവിൽ പരിചയമുള്ളവർ ആരോ അയാളെ കണ്ടു. അവർ അയാൾക്ക് തിന്നാനും കുടിക്കാനും നൽകി, സഹോദരന്റെ നില എന്നെ അറിയിച്ചു. ഉടനെ ഞാൻ അവിടെച്ചെന്ന് അയാളെ ബാഗ്ദാദിലേക്ക് കൂട്ടിക്കൊണ്ടുവന്ന്, ജീവിക്കാനാവശ്യമുള്ള ബത്ത നൽകി സംരക്ഷിച്ചു.

വിശ്വാസികളുടെ നേതാവേ, ഇതാണ് എന്റെ ആറ് സഹോദരന്മാരുടേയും ചരിത്രം. ഇതെല്ലാം വ്യക്തമായി അങ്ങയെ ധരിപ്പിക്കാതെ തിരിച്ചു പോകാനെനിക്ക് ഭയമായിരുന്നു; കാരണം, ഞാൻ അവരെപ്പോലെയാണെന്ന് അങ്ങ് തെറ്റിദ്ധരിച്ചെങ്കിലോ! ഇപ്പോൾ അങ്ങേക്ക് മനസ്സിലായല്ലോ, എനിക്ക് ആറ് സഹോദരന്മാരുണ്ടെന്നും അവരേക്കാൾ ധർമ്മിഷ്ഠനും, സത്യസന്ധനുമായ ഞാൻ മുഴുവൻ കുടുംബത്തെയും സംരക്ഷിക്കുന്നുണ്ടെന്നും!

കാലിഫാ എന്റെ കഥയും എന്റെ സഹോദരന്മാരടെ കഥയും കേട്ടപ്പോൾ പൊട്ടിച്ചിരിച്ചുകൊണ്ട് പറഞ്ഞു: "നീ പറയുന്നത് സത്യമാണ്, ഓ, മിതഭാഷിയായവനെ! നീ തീർച്ചയായും അധികം സംസാരിക്കാത്തവനും ഒതുക്കമുള്ളവനുമാണ്! എന്നാൽ, ഇപ്പോൾ ഈ നഗരംവിട്ട് മറ്റേതെങ്കിലും സ്ഥലത്ത് പോയി താമസിക്കൂ." അദ്ദേഹം എന്നെ നാടുകടത്താനുള്ള കല്പന പുറപ്പെടുവിച്ചു. ഞാൻ ബാഗ്ദാദ് വിട്ട് പല വിദേശത്തും സഞ്ചരിച്ചു; അപ്പോഴാണ് അദ്ദേഹം മൃതിയടഞ്ഞെന്നും മറ്റൊരാൾ കാലിഫായായെന്നും ഞാൻ കേട്ടത്. അപ്പോൾ ഞാൻ ബാഗ്ദാദിലേക്ക് തിരിച്ചുവന്നു. അപ്പോഴേക്കും എന്റെ സഹോദരന്മാരെല്ലാം മരിച്ചിരുന്നു. അപ്പോഴാണ്, ഈ യുവാവിനെ കണ്ടുമുട്ടാനിടയായത്; അവന് ഏറ്റവും കരുണാമയമായ സേവനം ഞാൻ നൽകിയില്ലായിരുന്നെങ്കിൽ അവനിതിനകം കൊല്ലപ്പെട്ടേനെ! എന്നാൽ, അവൻ എന്നിൽ ദുരാരോപണം ചുമത്തുകയും, ആക്ഷേപിക്കുകയും ചെയ്യുന്നു, അതൊന്നും എന്റെ പ്രകൃതമല്ല. ഞാൻ മര്യാദയില്ലാത്ത അധികപ്രസംഗിയാണെന്നും, മറ്റുള്ളവരുടെ കാര്യത്തിൽ അനാവശ്യമായി ഇടപെടുന്നെന്നും അടക്കവും ഒതുക്കവുമില്ലാത്തവനാണെന്നും ഉള്ള അവന്റെ ആരോപണം തികച്ചും തെറ്റാണ്. സത്യമായും അവൻ കാരണമാണ് ഞാൻ ബാഗ്ദാദ് വിട്ടതും ഈ നഗരത്തിലെത്തിയതും, ഇതുവരെ ലോകം മുഴുവൻ ചുറ്റിക്കറങ്ങിയതും, അവനെ ഇവിടെ നിങ്ങളുടെ കൂട്ടത്തിൽവെച്ച് വീണ്ടും കണ്ടുമുട്ടിയതും! ഓ, ബഹുമാന്യരായ കൂട്ടരെ, അത് എന്റെ ഉദാരമനസ്കതയുടെ പ്രതിഫലമല്ലേ?

തയ്യൽക്കാരന്റെ കഥയുടെ അന്ത്യം

അങ്ങനെ, ചൈനാമഹാരാജാവിനോട് തയ്യൽക്കാരൻ പറഞ്ഞു - ഞങ്ങൾ ആ ക്ഷുരകന്റെ കഥയും, അയാളുടെ വായാടിത്തവും, ആ യുവാവിനോട് ചെയ്ത ദോഷവും മറ്റും കേട്ടപ്പോൾ ഞങ്ങൾ അവനെ പിടിച്ച്

മുറിയിൽ അടച്ചിട്ട് വിവാഹസദ്യ ആവോളം ആസ്വദിച്ചു. ഉച്ചനേരത്തെ പ്രാർത്ഥനവരെ ആ പരിപാടി തുടർന്നു. പിന്നെ ഞാൻ പാർട്ടിയിൽ നിന്നും എഴുന്നേറ്റ് സ്വന്തം വീട്ടിലേക്ക് പോയി. ഭാര്യ എന്ന് ദേഷ്യത്തോടെ നോക്കി പറഞ്ഞു: "നിങ്ങൾ കൂട്ടരോടൊപ്പംകൂടി ആഘോഷിച്ച് സമയം കളയുന്നു; എന്നെ ഒറ്റയ്ക്ക് ഇരുന്ന് ദുഃഖിക്കാനും ഇടവരുത്തുന്നു. ഇപ്പോൾ എന്നെ നിങ്ങൾ പുറത്തേക്ക്, ഉല്ലാസയാത്രയ്ക്ക് കൊണ്ടുപോയില്ലെങ്കിൽ, ഞാൻ നിങ്ങളുമായുള്ള ബന്ധം വേർപ്പെടുത്തും!"

അപ്പോൾ ഞാൻ അവളേയും കൂട്ടി പുറത്തുപോയി അത്താഴസമയം വരെ ഉല്ലസിച്ചു കഴിഞ്ഞു. അങ്ങനെ വീട്ടിലേക്ക് തിരിച്ചുവരുമ്പോഴാണ് ഈ കൂനനെ കണ്ടുമുട്ടിയത്. അയാൾ കുടിച്ച് പൂസായി ഗാനമാലപിച്ചു കൊണ്ടിരിക്കുകയായിരുന്നു.

അപ്പോൾ , അയാളെ അത്താഴം കഴിക്കാനായി ഞാൻ വീട്ടിലേക്ക് ക്ഷണിച്ചു; പിന്നെ മീൻപൊരിച്ചത് വാങ്ങാൻ വേണ്ടി ഞാൻ പുറത്തു പോയി. അത് കൊണ്ടുവന്നശേഷം ഞങ്ങൾ ഒന്നിച്ച് ഭക്ഷണം കഴിക്കാൻ ഇരുന്നു; എന്റെ ഭാര്യ ഒരു കഷണം അപ്പവും ഒരു കഷണം മീനും കൂട്ടി അയാളുടെ വായിൽ വെച്ചുകൊടുത്തു. അതായളുടെ തൊണ്ടയിൽ കുടുങ്ങി; ഞാൻ അയാളുടെ തോളുകൾക്കിടയിൽ ഉറക്കെ തട്ടിനോക്കി യെങ്കിലും രക്ഷയുണ്ടായില്ല, അയാൾ മരിച്ചു! അപ്പോൾ ഞാൻ അവനെ ചുമന്നുകൊണ്ടുപോയി, സൂത്രത്തിൽ ഈ യഹൂദഡോക്ടറുടെ വീട്ടിൽ കൊണ്ടുവെച്ചു. ഡോക്ടർ ഉപായത്തിലത് കുശിനിക്കാരന്റെ, കുശിനി ക്കാരൻ നസ്രാണി ബ്രോക്കറുടെയും, വീട്ടിലെത്തിച്ചു! ഇന്നലെ എനിക്കു വന്നു പിണഞ്ഞൊരു ദുർഘടമാണിത്. കൂനന്റെ കഥയേക്കാൾ അദ്ഭുത കരമല്ലേ ഇത്? ചൈനാരാജാവ്, തയ്യൽക്കാരന്റെ ഈ കഥ കേട്ട് സസന്തോഷം തലകുലുക്കി. ആഹ്ലാദം പ്രകടിപ്പിച്ചുകൊണ്ട് പറഞ്ഞു "ആ യുവാവിന്റേയും ആരാന്റെ കാര്യത്തിൽ കൈയിടുന്ന ക്ഷുരകന്റെയും കഥ രസകരവും അദ്ഭുതകരവുമാണ്."

പിന്നെ അദ്ദേഹം തന്റെ കാര്യസ്ഥന്മാരിൽ ഒരാളോട് തയ്യൽക്കാ രനെകൂട്ടി ആ ക്ഷുരകനെ ബന്ധനത്തിൽനിന്ന് മോചിപ്പിച്ചു കൊണ്ടുവ രുവാനായി കല്പിച്ചു.

"നിങ്ങളുടെയെല്ലാം മോചനത്തിന് കാരണക്കാരനായ ഈ 'മിതഭാഷി' ക്ഷുരകനോട് എനിക്ക് സംസാരിക്കാനാഗ്രഹമുണ്ട്: നമ്മൾക്ക് ആ കൂനനെ മറവുചെയ്യാം; ഇന്നലെ മരിച്ചതാണല്ലോ; അതിനുമീതെ ഒരു ശവകുടീരം നിർമ്മിക്കണം - " അപ്പോഴേക്കും നേരംപുലരാറായെന്നും, കഥ പറയാനായി തനിക്ക് അനുവദിച്ചുതന്ന സമയം കഴിഞ്ഞെന്നും ഷാഹ്റസാദ് മനസ്സിലാക്കി.

മുപ്പത്തിനാലാം രാവ്

അവൾ പറഞ്ഞു, ഓ, കീർത്തിമാനായ രാജാവേ, ചൈനാരാജാവ് കല്പിച്ചു "നിങ്ങളുടെ മോചനത്തിന് കാരണക്കാരനായ ആ ക്ഷുരകനെ എന്റെ മുന്നിൽ ഹാജരാക്കുക; പിന്നെ ഇന്നലെ മൃതിയടഞ്ഞ ഈ കൂനനെ നമ്മൾക്ക് മറവുചെയ്യാം, അതിനുമുകളിൽ ഒരു ശവകുടീരം നിർമ്മിക്കണം."

അങ്ങനെ ആ തുന്നൽക്കാരനും കാര്യസ്ഥനും ജയിലിൽ പോയി, അയാളെ മോചിപ്പിച്ച് കൂട്ടിക്കൊണ്ടുവന്ന് രാജാവിനു മുന്നിൽ നിർത്തി.

ചൈനാരാജാവ് അയാളെ അടിമുടി ഒന്ന് നിരീക്ഷിച്ചു. തൊണ്ണൂറ് കഴിഞ്ഞ ഒരു വൃദ്ധനാണയാൾ. ഇരുണ്ട മുഖം, നരച്ച താടി, വെളുത്ത കൺപുരികങ്ങൾ, ഞാന്നുകിടക്കുന്ന ചെവികൾ, നീണ്ട മൂക്ക്; നിർവ്വികാര ഭാവമാണ് മുഖത്ത്. വിചിത്രമായ ഈ രൂപംകണ്ട് രാജാവ് ചിരിച്ചു. പിന്നീടദ്ദേഹം ആ വൃദ്ധനോട് പറഞ്ഞു "ഓ, മൗനി' നിന്റെ ചരിത്രം കേൾക്കാൻ ഞാൻ ആഗ്രഹിക്കുന്നു." "ഓ, മഹാരാജാവേ, ആദ്യം ഞാൻ അങ്ങയോടൊരു കാര്യം ചോദിക്കട്ടെ, ഈ നസ്രാണിയുടേയും, യഹൂദന്റേയും, മുസ്ലിമിന്റെയും, കൂനന്റെയും (മൃതദേഹം) കഥകൾ എന്താണ്? ഈ സമ്മേളനത്തിന്റെ ഉദ്ദേശ്യമെന്താണെന്ന് വിശദീകരിക്കുവാൻ ഞാൻ അങ്ങയോടഭ്യർത്ഥിക്കുന്നു."

"നീ എന്തിനാണത് അന്വേഷിക്കുന്നത്?" അയാൾ രാജാവിന് മറുപടി നൽകി "ബഹുമാനപ്പെട്ട രാജാവിനെ എനിക്കൊരു വസ്തുത ബോദ്ധ്യപ്പെടുത്തേണ്ടതുണ്ട്; അതായത്, ഞാൻ വെറുതെ ചിലയ്ക്കുന്നവനോ, അനാവശ്യമായി മറ്റുള്ളവരുടെ കാര്യത്തിൽ കൈകടത്തുന്നവനോ, അടക്കമൊതുക്കമില്ലാത്തവനോ അല്ലെന്ന്! ഞാൻ വായാടിയാണെന്നത് തെറ്റായ ആരോപണം ആണെന്ന്! ഞാൻ ഇക്കാര്യത്തിൽ നിരപരാധിയാണെന്ന്! കാരണം, എന്റെ പേര്, 'മൗനി'യെന്നാണ്, അതെന്റെ പരിഹാസപ്പേരാണെങ്കിലും അതിൽ ഞാൻ സന്തുഷ്ടനാണ്!"

അപ്പോൾ രാജാവ് പറഞ്ഞു: "ഈ കൂനന് അത്താഴസമയത്ത് വന്നുപെട്ട വിപത്തിന്റെ കഥ ക്ഷുരകന് വിവരിച്ചുകൊടുക്കു; അതിനും പുറമെ, ഈ നസ്രാണിയും യഹൂദനും മുസൽമാനും തയ്യൽക്കാരനും പറഞ്ഞ കഥകൾ ആവർത്തിച്ചു കൊടുക്കുക; രണ്ടാമത് കേൾക്കാൻ എനിക്ക് വിഷമമൊന്നുമില്ല!"

രാജാവിന്റെ കല്പനപ്രകാരം അവർ ഒരോരുത്തരും തങ്ങളുടെ കഥകൾ ആവർത്തിച്ചു. എല്ലാം ശ്രദ്ധാപൂർവ്വം കേട്ടശേഷം ക്ഷുരകൻ തല കുലുക്കിക്കൊണ്ട് പറഞ്ഞു: "അള്ളായാണേ ഇത് അതിശയമായിരിക്കുന്നു! ഇനി ആ കൂനന്റെ മൃതദേഹത്തിലെ ആവരണം എടുത്തുമാറ്റു."

അവർ അപ്രകാരം ചെയ്തു. അയാൾ നിലത്തിരുന്ന് കൂനന്റെ ശിരസ്സെടുത്ത് മടിയിൽ വെച്ച്, മുഖത്തേക്ക് സൂക്ഷിച്ചുനോക്കി; പിന്നെ ഉച്ചത്തിൽ, കുറച്ചുനേരം, പൊട്ടിച്ചിരിച്ചു.! "ഓരോ മരണത്തിന് പിന്നിലും ഒരു കാരണമുണ്ടാകും; എന്നാൽ ഈ കൂനന്റെ മരണം സുവർണ്ണലിപികളിൽ കൊത്തിവെക്കേണ്ടതാണ്!"

അടുത്ത് നിന്നിരുന്നവർ ക്ഷുരകന്റെ വാക്കുകൾകേട്ട് അദ്ഭുതപ്പെട്ടുപോയി! ആശ്ചര്യഭരിതനായ രാജാവ് ചോദിച്ചു "എന്താണ് നീ പറഞ്ഞത്, ഓ, 'മൗനി'? നീ പറഞ്ഞത് ഞങ്ങൾക്ക് വിശദീകരിക്കുക!"

"ഓ, മഹാരാജാവേ" ക്ഷുരകൻ പറഞ്ഞു: "അങ്ങയുടെ കൃപയാൽ ഞാൻ സത്യം ചെയ്യുന്നു, ഈ കൂനനിൽ ഇപ്പോഴും ജീവൻ തുടിക്കുന്നുണ്ട്!"

പിന്നെ അയാൾ തന്റെ ബെൽറ്റിന്റെ പോക്കറ്റിൽനിന്ന് ഒരു 'ഡബ്ബ' പുറത്തെടുത്തു; അതിൽനിന്ന് കുറച്ചു കുഴമ്പെടുത്ത് കൂനന്റെ കഴുത്തിലും രക്തധമനികളിലും പുരട്ടി. പിന്നെ ഒരു ഇരുമ്പുചവണയെടുത്ത്,

കൂനന്റെ വായിലേക്ക് കടത്തി മീനിന്റെ വലിയൊരു മുള്ള് പുറത്തെടുത്തു. അതിൽ നിറയെ രക്തമായിരുന്നു! ഉടനെ കൂനൻ ഭയങ്കരമായൊരു തുമ്മൽ തുമ്മി; എന്നിട്ട്, യാതൊന്നും സംഭവിച്ചിട്ടില്ല എന്ന മട്ടിൽ ചാടി എഴുന്നേറ്റ്, കൈകൊണ്ട് മുഖം മറച്ച് പറഞ്ഞു "അള്ളായല്ലാതെ മറ്റൊരു ദൈവമില്ലെന്നും, മുഹമ്മദ് ആണവന്റെ പ്രവാചകനെന്നും സത്യംചെയ്ത് പറയുന്നു."

ഈ കാഴ്ചകണ്ട് എല്ലാവരും ആശ്ചര്യഭരിതരായിനിന്നു! ചൈനാ രാജാവ് ചിരിച്ചു ചിരിച്ച് ചാവാറായി; മറ്റുള്ളവരും അപ്രകാരം തന്നെ! പിന്നെ സുൽത്താൻ പറഞ്ഞു: "അള്ളായാണെ, സത്യമായിട്ടും ഞാൻ ഇതുവരെ കണ്ടതിൽ വെച്ച് ഏറ്റവും അതിശയകരമായ കാര്യം ഇതാണ്! "ഓ, മുസ്ലിംകളുടെ, ഓ, പടയാളികളെ, നിങ്ങൾ ഒരു മനുഷ്യൻ മരിക്കുന്നതും വീണ്ടും ഉയിർത്തെഴുന്നേൽക്കുന്നതും എപ്പോഴെങ്കിലും കണ്ടിട്ടുണ്ടോ? സത്യമായിട്ടും അള്ളാ ഈ ക്ഷുരകനിലൂടെ കൃപകാണിച്ചിരുന്നില്ലെങ്കിൽ, അവൻ ഇതിനകം മരിച്ച് മണ്ണടിഞ്ഞേനെ!"

അവർ ഒന്നിച്ച് പറഞ്ഞു: "അള്ളായാണേ, ഇത് ഭയങ്കര അതിശയം തന്നെ!"

പിന്നെ ചൈനാരാജാവ് ഈ കഥ രേഖപ്പെടുത്തിവെക്കാനായി ഉത്തരവിട്ടു. അവർ അത് രേഖപ്പെടുത്തി 'ആർക്കൈവ്സി'ൽ സൂക്ഷിച്ചു.

അതിനുശേഷം, യഹൂദൻ, നസ്രാണി, കുശിനിക്കാരൻ, തുടങ്ങിയവർക്ക് വിലപിടിച്ച ബഹുമതി വസ്ത്രങ്ങൾ സമ്മാനിച്ച്, അന്തസ്സോടെ പോകാനനുവദിച്ചു. തയ്യൽക്കാരന് ഒന്നാംതരം ഉടുപ്പ് അദ്ദേഹം പാരിതോഷികമായി നൽകി; അയാളെ രാജാവിന്റെ തയ്യൽക്കാരനായി നിയമിച്ചു; നല്ല ബത്തയും ശമ്പളവും നൽകി. കൂനനും നല്ല വിലപിടിച്ച വസ്ത്രങ്ങൾ സമ്മാനമായി നൽകി; ഉദാരമായ ബത്തയും അനുവദിച്ചു നൽകി. രാജാവ് ക്ഷുരകനോട് അതീവ ആദരവോടെയാണ് പെരുമാറിയത്, സമ്മാനങ്ങളും, ബഹുമാനസൂചകമായ വസ്ത്രങ്ങളും നൽകി, രാജകീയ ക്ഷുരകനെ ഉറ്റ സുഹൃത്തുമായി നിയമിച്ചു. അങ്ങനെ, ഏറ്റവും ആഹ്ലാദവും, ആനന്ദവും നിറഞ്ഞ ജീവിതം അവർ ആവോളം ആസ്വദിച്ചു.

എന്നാലും, ഏറ്റവും കീർത്തിമാനായ രാജാവേ (ഷാഹ്രസാദ് തുടർന്നു) ഈ കഥ, ഒരുവിധത്തിലും രണ്ടു വസീർമാരുടേയും 'അനീസ് അൽ ജലീ സ്' ന്റേയും കഥയേക്കാൾ അദ്ഭുതകരമല്ല.

അവളുടെ സഹോദരി 'ദുനിയാസാദ്' ചോദിച്ചു 'അതെന്താണ്?"

– അപ്പോൾ 'ഷാഹ്രസാദ് താഴെ കൊടുത്തിരിക്കുന്ന കഥ പറയാൻ തുടങ്ങി.

കരിമരക്കുതിര

പണ്ട് പണ്ട്, വളരെക്കാലം മുമ്പ് പെർഷ്യയിൽ പരാക്രമശാലിയായൊരു രാജാവുണ്ടായിരുന്നു. എറ്റവും ധനികനും, ഏറ്റവും അധികം രാജ്യങ്ങൾ അടക്കിവാണിരുന്നവനുമായിരുന്നു അദ്ദേഹം. ബുദ്ധിശക്തിയിൽ ആരും അദ്ദേഹത്തോട് കിടപിടിക്കില്ലായിരുന്നു; അത്രയ്ക്ക് വിവേകശാലി! അദ്ദേഹം ഉദാരമതിയും, വലിയ ദാനശീലനുമായിരുന്നു. തന്നെ സമീപിച്ച ആരേയും അദ്ദേഹം നിരാശനാക്കി തിരിച്ചയച്ചില്ല. മനസ്സ് തകർന്നവരേയും

ദുഃഖിതരേയും അദ്ദേഹം അന്തസ്സോടെ സ്വീകരിച്ച് ആശ്വാസം നൽകി. അതിനും പുറമെ, ദരിദ്രരെ അദ്ദേഹം സ്നേഹിച്ചു; അപരിചതരോട് എളിമയോടെ പെരുമാറി, കുറ്റവാളികളെ അമർച്ച ചെയ്തു.

അദ്ദേഹത്തിന് മൂന്ന് പുത്രിമാരുണ്ടായിരുന്നു, പൂർണ്ണചന്ദ്രന്മാരെപ്പോലെ പ്രകാശിക്കുന്നവർ, പൂങ്കാവനംപോലെ ശോഭിക്കുന്നവർ! അതുപോലെ അഴകുള്ള ഒരു പുത്രനും അദ്ദേഹത്തിനുണ്ടായിരുന്നു. വർഷത്തിൽ രണ്ട് ഉത്സവങ്ങളാണ് അദ്ദേഹം ആഘോഷിച്ചിരുന്നത്. 'നൌറോസ്' അല്ലെങ്കിൽ പുതുവർഷം. മറ്റൊന്ന് 'മിഹർഗാൻ' അല്ലെങ്കിൽ രാവും പകലും തുല്യമായിവരുന്ന ദിനം (വിഷു). ഈ സന്ദർഭങ്ങളിൽ അദ്ദേഹം പൊതുജനങ്ങൾക്കായി തന്റെ കൊട്ടാരങ്ങൾ തുറന്നിടും; അവർക്കായി സമ്മാനങ്ങൾ നൽകും. ജോലിക്കാർക്കും കാര്യസ്ഥന്മാർക്കും വൈസ്രോയിമാർക്കും സ്ഥാനക്കയറ്റങ്ങൾ നൽകും. അദ്ദേഹത്തിന്റെ രാജ്യത്തിലെ പൗരന്മാർ രാജാവിനെകണ്ട് വണങ്ങി, സമ്മാനങ്ങളും, വേലക്കാരെയും നപുംസകങ്ങളെയും കാഴ്ചവെക്കും. സയൻസും ജ്യോമെട്രിയും അദ്ദേഹത്തിന് ഇഷ്ടമുള്ള വിഷയങ്ങളാണ്.

ഒരു ഉത്സവദിവസം അദ്ദേഹം സിംഹാസനത്തിൽ ഉപവിഷ്ടനായിരിക്കെ, അതിവിദഗ്ദ്ധരായ മൂന്ന് ബുദ്ധിശാലികൾ മുഖംകാണിക്കാനായി എത്തി. കരകൗശലങ്ങളിൽ സമർത്ഥനും അപൂർവ്വ കൗതുകവസ്തുക്കൾ നിർമ്മിക്കുന്നതിൽ വിദഗ്ദ്ധരും വിവേകശാലികളുമായവർ, മാന്ത്രികശക്തിയുള്ളവർ, ദുർഗ്രാഹ്യമായ കാര്യങ്ങൾ കണ്ടെത്താൻ കഴിവുള്ളവർ! മൂന്ന് രാജ്യത്തുനിന്നുവന്നവരാണ്; വ്യത്യസ്തമായ മൂന്നു ഭാഷകൾ സംസാരിക്കുന്നവർ. ഒന്നാമത്തവൻ ഇന്ത്യൻ, രണ്ടാമത്തവൻ ഗ്രീക്ക്, മൂന്നാമത്തവൻ പേർഷ്യൻ.

ഇന്ത്യക്കാരൻ മുന്നോട്ടുവന്ന് രാജാവിന് മുന്നിൽ പ്രണമിച്ചു. ഉത്സവത്തിന് ആശംസകൾ നേർന്നു, രാജാവിന്റെ അന്തസ്സിന്നനുയോജ്യമായൊരു സമ്മാനം സമർപ്പിച്ചു. അതൊരു സ്വർണ്ണത്തിൽ നിർമ്മിച്ച മനുഷ്യരൂപമായിരുന്നു; വിലപിടിച്ച മുത്തുകളും രത്നങ്ങളും അതിൽ പിടിപ്പിച്ചിട്ടുണ്ട്, കൈയിൽ ഒരു സ്വർണ്ണകാഹളം പിടിച്ചിരിക്കുന്നു.

ഇതുകണ്ട് 'സാബൂർ' ചോദിച്ചു: "ഓ, ജ്ഞാനി, ഇതിന്റെ ശ്രേഷ്ഠത എന്താണ്?" ഇന്ത്യക്കാരൻ മറുപടി നൽകി. "ഓ, എന്റെ പ്രഭോ, ഈ രൂപം അങ്ങ് നഗരകവാടത്തിൽ ഉറപ്പിച്ചാൽ, അത് ഈ നഗരത്തെ സംരക്ഷിക്കും. എന്തുകൊണ്ടെന്നാൽ, ശത്രു ഈ നഗരത്തിലേക്ക് പ്രവേശിച്ചാൽ, ഈ കാഹളം മുഴങ്ങും. അപ്പോൾ ശത്രു അവിടെത്തന്നെ തളർന്നുവീണ് മരിക്കും."

അതുകേട്ട് അദ്ഭുതത്തോടെ രാജാവ് ഉറക്കെ പറഞ്ഞു: "അള്ളായാണേ, ഓ മഹാത്മാവേ, നിങ്ങളുടെ ഈ വാക്ക് സത്യമാണെങ്കിൽ നിനക്ക് ഇഷ്ടമുള്ളതെന്തും ഞാൻ അനുവദിച്ചുതരാം."

പിന്നെ ഗ്രീക്കുകാരൻ മുന്നോട്ടുവന്നു. രാജാവിനു മുന്നിൽ പ്രണമിച്ച് ഒരു വെള്ളിത്താലം സമ്മാനിച്ചു; അതിന്നു നടുവിൽ ഒരു സ്വർണ്ണമയിലും, മയിലിന് ചുറ്റും ഇരുപത്തിനാല് സ്വർണ്ണ പക്ഷിക്കുഞ്ഞുങ്ങളുമുണ്ട്. സാബൂർ അവയെ നിരീക്ഷിച്ചശേഷം ഗ്രീക്കുകാരനുനേരെ തിരിഞ്ഞ് ചോദിച്ചു, "ഓ, ജ്ഞാനി, ഈ മയിലിന്റെ പ്രത്യേകതയെന്താണ്?" "ഓ, എന്റെ പ്രഭോ," അയാൾ മറുപടി നൽകി "രാത്രിയായാലും പകലായാലും

ഓരോ മണിക്കൂർ കഴിയുമ്പോൾ ആ മയിൽ ഒരു കുഞ്ഞിനെ കൊത്തും, പിന്നെ ചിറകിട്ടടിച്ച് കൂകും, അതുപോലെ ഇരുപത്തിനാല് മണിക്കൂർ അത് ആവർത്തിക്കപ്പെടും. അങ്ങനെ, മാസം അവസാനിക്കുമ്പോൾ, അത് വായ തുറക്കും, അപ്പോൾ അങ്ങേക്ക് ഉദിച്ചുയരുന്ന ചന്ദ്രക്കല കാണാം."

രാജാവ് പറഞ്ഞു "നിങ്ങൾ പറയുന്നത് സത്യമാണെങ്കിൽ, നിങ്ങൾക്കാഗ്രഹമുള്ളതെല്ലാം ഞാൻ തരാം."

പിന്നീട് പേർഷ്യൻ ജ്ഞാനി മുന്നിലേക്ക് വന്നു; രാജാവിനുമുമ്പിൽ പ്രണമിച്ചു. ഒരു കരിമരക്കുതിരയെ സമ്മാനിച്ചു; അതിൽ സ്വർണ്ണവും രത്നങ്ങളും പതിച്ചിരിക്കുന്നു, രാജാക്കന്മാർക്കനുയോജ്യമായതുപോലെയാണതിന്റെ ജീനിയും കടിഞ്ഞാണും. സാബൂർ അതുകണ്ട് ശരിക്കും ആശ്ചര്യപ്പെട്ടുപോയി; അതിന്റെ സൗന്ദര്യവും, കല്പനാവൈഭവവും കണ്ട് അദ്ഭുതസ്തബ്ധനായിപ്പോയി! അദ്ദേഹം ചോദിച്ചു: "ഈ മരക്കുതിരയെക്കൊണ്ട് എന്താണ് പ്രയോജനം? അതിന്റെ വിശിഷ്ടത എന്താണ്?" അതിന്റെ ചലനരഹസ്യം എന്താണ്? പേർഷ്യൻ മറുപടി നൽകി. "ഓ, എന്റെ പ്രഭോ, ഈ കുതിരയുടെ സവിശേഷത ഇതാണ്, ആരെങ്കിലും അതിന്റെ പുറത്ത് കയറിയാൽ, അയാൾക്ക് ഇഷ്ടമുള്ള ദിക്കിലേക്ക് അത് ആകാശത്തിലൂടെ കൊണ്ടുപോകും. ഒരു കൊല്ലംകൊണ്ട് എത്താവുന്ന ദിവസംകൊണ്ട് പറന്നെത്തും!

ഈ മൂന്ന് അദ്ഭുതങ്ങളെക്കുറിച്ചുകേട്ട് രാജാവ് ആശ്ചര്യപ്പെട്ട് ഇരുന്നുപോയി. ഓരോ ജ്ഞാനിയുടേയും നേരേ തിരിഞ്ഞ് അദ്ദേഹം പറഞ്ഞു: "സർവ്വശക്തനായ അള്ളാ എല്ലാ ജീവികളെയും സൃഷ്ടിച്ചവനും അവയെ തീറ്റിപ്പോറ്റുന്നവനുമാണ്; നിങ്ങൾ പറഞ്ഞത് സത്യവും പ്രായോഗികവുമായാൽ, ഞാൻ നിങ്ങൾ ആഗ്രഹിക്കുന്നതെന്തും നൽകും."

പിന്നീട് മൂന്ന് ദിവസം അദ്ദേഹം അവരെ സൽക്കരിച്ചു. അതിനുശേഷം അവരുടെ സമ്മാനങ്ങളുടെ പരീക്ഷണം നടത്താൻ തീരുമാനിച്ചു. അപ്രകാരം അവർ താന്താങ്ങളുടെ സമ്മാനങ്ങൾ രാജാവിനു മുന്നിൽ കൊണ്ടുവെച്ചു. ഓരോരുത്തരും നിഗൂഢമായ അവയുടെ പ്രവർത്തനങ്ങൾ കാണിച്ചുകൊടുത്തു. കുഴലൂത്തുകാരൻ കാഹളം മുഴക്കി, മയിൽ അതിന്റെ കുഞ്ഞുങ്ങളെ കൊത്തി; പേർഷ്യൻ ജ്ഞാനി, മരക്കുതിരയിൽ കയറി. അയാളെയും കയറ്റി കുതിര ആകാശത്തേക്ക് പറന്നുയർന്ന് വീണ്ടും തിരിച്ചെത്തി. സാബൂർ രാജാവ് ഇതെല്ലാം കണ്ട്, ആനന്ദപരവശനായി അമ്പരന്ന് ഇരുന്നു! അദ്ദേഹം അവരോട് പറഞ്ഞു:"ഇപ്പോൾ, നിങ്ങളുടെ വാക്കുകൾ സത്യമാണെന്ന് ഞാൻ സാക്ഷ്യപ്പെടുത്തുന്നു. ഞാൻ വാഗ്ദാനം ചെയ്തതുപോലെ പ്രവർത്തിക്കാൻ തയ്യാറാണ്. എന്താണ് വേണ്ടതെന്ന് ചോദിച്ചോളൂ. അത് എന്തായാലും ഞാൻ തരും."

അപ്പോഴേക്കും രാജാവിന്റെ പുത്രിമാരെക്കുറിച്ചവർ ധാരാളം കേട്ടുകഴിഞ്ഞിരുന്നു; അതുകൊണ്ടവർ, മറുപടി നൽകി, "രാജാവ് ഞങ്ങളിൽ പ്രീതനാകുകയും ഞങ്ങളുടെ സമ്മാനങ്ങൾ സ്വീകരിക്കുകയും ചെയ്താൽ, ഞങ്ങളുടെ അഭ്യർത്ഥന അങ്ങ് കണക്കിലെടുക്കാൻ തയ്യാറാകണം. ഞങ്ങളുടെ ആഗ്രഹം അങ്ങയുടെ മൂന്ന് പുത്രിമാരേയും ഞങ്ങൾ മൂന്നുപേർക്കായി വിവാഹം കഴിച്ചുതരണമെന്നാണ്; അങ്ങനെ ഞങ്ങൾ അങ്ങയുടെ ജാമാതാക്കന്മാരാകട്ടെ; അങ്ങത് നിഷേധിക്കരുത്."

രാജാവ് മറുപടി നൽകി: “നിങ്ങളുടെ ആഗ്രഹം ഞാൻ അംഗീകരിച്ചിരിക്കുന്നു.” ഉടനെ വിവാഹ ഉടമ്പടി നടത്താനായി അദ്ദേഹം ഖാസിയെ വിളിപ്പിച്ചു. രാജകുമാരിമാർ കർട്ടനുപിന്നിൽ നിന്ന് എല്ലാം നിരീക്ഷിക്കുന്നുണ്ടായിരുന്നു. വിവാഹക്കാര്യം അവർ തങ്ങളുടെ ഭാവിവരന്മാരുടെ നേരെ ദൃഷ്ടി പായിച്ചു. ഏറ്റവും താഴെയുള്ളവളുടെ വരൻ നൂറുവയസ്സുള്ള ഒരു പടുകിഴവനാണ്! നരച്ചമുടി, ഞാന്നുകിടക്കുന്ന മുഖം, ദുർബ്ബലമായ കൺപുരികങ്ങൾ, വീതികുറഞ്ഞ കണ്ണുകൾ, ചായംതേച്ച താടിയും മീശയും, കണ്ണടവെച്ച ചുകന്ന് കലങ്ങിയ കണ്ണുകൾ, ഒട്ടിക്കിടക്കുന്ന കവിളുകൾ, വഴുതനങ്ങപോലെ നീണ്ട മൂക്ക്, ചെരുപ്പുകുത്തിയുടെ ‘ആപ്രൻ’ പോലെ വൃത്തികെട്ട മുഖം, കോന്ത്രൻ പല്ലുകൾ, ഒട്ടകത്തിന്റെ ‘കിഡ്നി’ പോലുള്ള ചുണ്ടുകൾ, അവ ഞാന്ന് കിടന്ന് ആടിക്കൊണ്ടിരിക്കുന്നു. ചുരുക്കത്തിൽ ഭീതിജനകമായൊരു ഭീകരസത്വമായിരുന്നു അയാൾ! ഇത്രയും പേടിതോന്നിപ്പിക്കുന്ന ഒരു കാഴ്ച അന്നത്തെ ജനങ്ങൾ ഒരിക്കലും കണ്ടുകാണില്ല. ഭീകരനായൊരു ‘ജിന്നി’യെപ്പോലുണ്ട്! എന്നാൽ, ഈ പെൺകുട്ടിയാകട്ടെ അതിസുന്ദരിയാണ്, ആ കാലഘട്ടത്തിലെ ഏറ്റവും അഴകുള്ളവൾ! പേടമാൻകുഞ്ഞിനെപ്പോലെ മാർദ്ദവമുള്ളവൾ, പൂർണ്ണചന്ദ്രനെപ്പോലെ പ്രകാശിക്കുന്നവൾ! മറ്റ് സഹോദരിമാരേക്കാൾ സുന്ദരിയാണവൾ.

തന്റെ ഭാവിവരനെ കണ്ട അവൾ തന്റെ മുറിയിലേക്ക് ഓടിപ്പോയി, തലയിൽ പൊടിവാരിയിട്ട്, വസ്ത്രങ്ങൾ വലിച്ചുകീറി, മുഷ്ടിചുരുട്ടി മുഖത്തടിച്ച്, പൊട്ടിക്കരഞ്ഞുകൊണ്ട് മെത്തയിൽ കിടന്നു. അപ്പോൾ അവളുടെ സഹോദരൻ ‘കമർ അൽ അക്മാർ’ ദൂരയാത്രകഴിഞ്ഞ് അവിടെ എത്തി. അവളുടെ കരച്ചിൽ കേട്ട് രാജകുമാരൻ സഹോദരിയുടെ അടുത്തുചെന്ന് ചോദിച്ചു (അവന് ഈ സഹോദരിയോടാണ് മറ്റ് സഹോദരിമാരേക്കാൾ കൂടുതൽ ഇഷ്ടം) “നിന്നെ എന്ത് കാര്യമാണ് വിഷമിപ്പിക്കുന്നത്? എന്താണ് നിനക്ക് പറ്റിയത്? ഒന്നും മൂടിവെക്കാതെ എന്നോട് തുറന്നുപറയു.”

അപ്പോൾ നെഞ്ചത്തടിച്ചുകൊണ്ട് അവൾ മറുപടി നൽകി. “ഓ, എന്റെ പ്രിയപ്പെട്ട സഹോദരാ, എനിക്കൊന്നും നിന്നിൽനിന്ന് ഒളിച്ചുവെക്കാനില്ല. അച്ഛൻ ഈ കൊട്ടാരജീവിതം ഇങ്ങനെ നരകതുല്യമാക്കുകയാണെങ്കിൽ, ഞാൻ പുറത്തുപോകും, വൃത്തികെട്ട തീരുമാനങ്ങൾ എന്നെ കുറ്റപ്പെടുത്തൽ, ഞാൻ അദ്ദേഹത്തെ പിരിഞ്ഞ് മറ്റെങ്ങോട്ടെങ്കിലും ഓടിപ്പോകും, എനിക്ക് ചിലവിന് തന്നില്ലെങ്കിലും! ദൈവം എനിക്ക് വേണ്ടത് നൽകും.”

“ഇങ്ങനെ സംസാരിക്കാനുള്ള കാരണം എന്താണെന്ന് പറയൂ. നിന്റെ ഹൃദയവേദനയുടെ ഹേതു എന്താണ്? എന്താണീ മാനസിക വിക്ഷോഭത്തിനുള്ള കാരണം?

“ഓ, എന്റെ പ്രിയപ്പെട്ട സഹോദരാ,” രാജകുമാരി മറുപടി നൽകി “അച്ഛൻ എന്നെ ഒരു ദുർമന്ത്രവാദിക്ക് വിവാഹം കഴിച്ചുകൊടുക്കാൻ വാഗ്ദാനം ചെയ്തത് നിനക്കറിയാമോ? അയാൾ തന്റെ മന്ത്രശക്തിയാൽ ഒരു കരിമരക്കുതിരയെ സൃഷ്ടിച്ച് അച്ഛന് സമ്മാനിച്ചു. എന്നാൽ, എനിക്കതിൽ യാതൊരു കാര്യവുമില്ലാ ഞാനദ്ദേഹത്തിന്റെ ലോകത്തിലെ ഒരു വ്യക്തിയല്ല.”

സഹോദരൻ അവളെ ആശ്വസിപ്പിച്ച്, അച്ഛന്റെ അടുത്തുചെന്നു ചോദിച്ചു "എന്റെ ഏറ്റവും ഇളയ സഹോദരിയെ വിവാഹം കഴിക്കുവാൻ പോകുന്ന ഈ മായാവി ആരാണ്? അങ്ങേക്കയാൾ കൊണ്ടുവന്ന സമ്മാനം എന്താണ്? മനോവ്യഥകൊണ്ട് എന്റെ സഹോദരിയെ കൊല്ലാൻ അങ്ങ് എന്തിനാണ് ശ്രമിക്കുന്നത്? ഇത് നടത്തുന്നത് ശരിയല്ല."

അപ്പോൾ ആ പേർഷ്യക്കാരൻ അടുത്ത് നിൽക്കുന്നുണ്ടായിരുന്നു; രാജകുമാരന്റെ വാക്കുകൾ കേട്ട് അയാൾ വല്ലാതെ അപമാനിതനായി, കോപംകൊണ്ട് ജ്വലിച്ചു.

രാജാവ് പറഞ്ഞു: "എന്റെ മോനേ, നീ ഈ കുതിരയെ കണ്ടാൽ, നീ അദ്ഭുതസ്തബ്ധനായിപ്പോകും! നിനക്കതിൽ താല്പര്യമുണരും."

ആ കുതിരയെ ഹാജരാക്കാൻ അടിമകളോട് രാജാവ് ആജ്ഞാപിച്ചു. അവർ കുതിരയെ കൊണ്ടുവന്നപ്പോൾ, രാജകുമാരൻ അതുകണ്ട് സന്തുഷ്ടനായി. വിദഗ്ദ്ധ കുതിരസവാരിക്കാരനായിരുന്നു അവൻ. ഉടനെ അതിന്റെ പുറത്ത് കയറി, അതിന്റെ ഉടലിന്റെ ഇരുവശവും കാലുകൾകൊണ്ട് തട്ടി, പറപ്പിക്കാൻ നോക്കി. എന്നാൽ, കുതിര അനങ്ങിയില്ല. അപ്പോൾ രാജാവ് ആ ജ്ഞാനിയോട് പറഞ്ഞു: "അതിനെ പറപ്പിക്കുന്നത് എങ്ങനെയാണെന്ന് അവനോട് പറഞ്ഞുകൊടുക്കൂ. അവനും നിങ്ങളുടെ ആഗ്രഹം സഫലമാക്കാൻ സഹായിക്കട്ടെ."

ആ പേർഷ്യക്കാരന് രാജകുമാരനോട് വെറുപ്പും പകയും തോന്നിയിരുന്നു; കാരണം അയാളെക്കൊണ്ട് സ്വന്തം സഹോദരിയെ വിവാഹം കഴിപ്പിക്കുന്നത് അവന് ഇഷ്ടമല്ലായിരുന്നല്ലോ. അതുകൊണ്ട് കുതിരയുടെ വലതുവശത്തുള്ള ഒരു സൂചി കാണിച്ചുകൊണ്ടയാൾ രാജകുമാരനോട് പറഞ്ഞു: "ഇത് തിരിക്കുക" ഇത്രയും പറഞ്ഞ് അയാൾ മാറിനിന്നു. രാജകുമാരൻ ആ സൂചി പിടിച്ച് തിരിച്ചതോടെ ആ കുതിര അതിശീഘ്രം ഒരു പക്ഷിയെപ്പോലെ ആകാശത്തേക്കുയർന്ന്, അപ്രത്യക്ഷമായി. രാജാവ് അമ്പരപ്പോടെ പേർഷ്യക്കാരനോട് പറഞ്ഞു: "അല്ലയോ ജ്ഞാനി, നിങ്ങൾ അവനെ വേഗം താഴെ ഇറക്കാൻ നോക്കൂ."

"ഓ, പ്രഭോ, എനിക്കൊന്നും ചെയ്യാൻ കഴിയില്ല. ലോകാവസാനം വരെ ഇനി അങ്ങേക്കവനെ കാണാൻ കഴിയില്ല. കാരണം, അവൻ സ്വന്തം അജ്ഞതയും അഹങ്കാരവും മൂലം താഴെ ഇറങ്ങാനുള്ള സൂചിയെക്കുറിച്ച് എന്നോട് ചോദിച്ചില്ല; അതുകൊണ്ടത് പറഞ്ഞുകൊടുക്കാൻ ഞാൻ മറക്കുകയും ചെയ്തു."

രാജാവിതുകേട്ട് ഭയങ്കരമായി കോപിച്ചു; അയാളെ കഠിനമായി പ്രഹരിച്ച് ജയിലിലടക്കാൻ ഉത്തരവിട്ടു, പിന്നെ കിരീടം ശിരസ്സിൽ നിന്നെടുത്തുവെച്ച്, കൈ ചുരുട്ടി മുഖത്തും നെഞ്ചത്തും ഇടിച്ചു. അതിനും പുറമെ, കൊട്ടാരവാതിലുകൾ അടച്ചിട്ട്, അദ്ദേഹം കരഞ്ഞുകൊണ്ട് സ്വന്തം മുറിയിൽ കഴിച്ചുകൂട്ടി. അദ്ദേഹത്തിന്റെ ഭാര്യയും പുത്രിമാരും നഗരവാസികളും അതേപോലെ വിലപിച്ചുകൊണ്ടിരുന്നു. അങ്ങനെ അവരുടെ സന്തോഷവും ആഹ്ലാദവുമെല്ലാം പീഡനവും ദുഃഖവുമായി മാറി!

ആ സമയത്ത് രാജകുമാരനെയും വഹിച്ചുകൊണ്ട് കുതിര പറന്നുയർന്നുകൊണ്ടിരുന്നു, സൂര്യന്നരികിലേക്ക് അടുക്കുകയാണ്! തന്റെ മരണം അവനവിടെ ദർശിച്ചു! അവൻ മനസ്സു തകർന്ന്, കുതിരപ്പുറത്ത് കയറിയതിൽ പശ്ചാത്തപിച്ച് സ്വയം പറഞ്ഞു: "സത്യമായും എന്റെ

ഏറ്റവും ഇളയ അനിയത്തിയെ നേടാൻ വേണ്ടി അയാൾ ആവിഷ്ക്കരിച്ചൊരു ഉപായമാണിത്. എന്നാൽ, അള്ളായേക്കാൾ ശ്രേഷ്ഠനായൊരു ദൈവമില്ല. ഞാനൊരു മാർഗ്ഗവും കാണാതെ ഉഴലുകയാണ്. എന്നാൽ, ഉയരാനായി സൂചി ഉണ്ടാക്കിയവൻ താഴാനായും ഒരു സൂചി ഉണ്ടാക്കില്ലേ?"

അവൻ വിവേകശാലിയും അതിബുദ്ധിമാനും, ജ്ഞാനിയുമായിരുന്നു. അതുകൊണ്ട് കുതിരയുടെ എല്ലാ ഭാഗത്തും അവൻ പരതിനോക്കി; എന്നാൽ, ഒരു 'സ്ക്രൂ'അല്ലാതെ മറ്റൊന്നും അവന് കണ്ടെത്താനായില്ല! ഒരു കോഴിത്തലപോലുണ്ടത്; അതിന്റെ വലതും ഇടതും തോളുകളിൽ ആണത് കണ്ടത്. അപ്പോൾ അവൻ ആത്മഗതമായി പറഞ്ഞു "ബട്ടൻ പോലുള്ള ഈ സാധനങ്ങളല്ലാതെ മറ്റൊരു ചിഹ്നവും എനിക്ക് കാണാൻ കഴിയുന്നില്ല."

പിന്നെ അവൻ വലതുവശത്തെ സൂചി തിരിച്ചു; അപ്പോൾ കുതിര കൂടുതൽ വേഗതയോടെ മുകളിലേക്ക് ഉയർന്നു. ഉടനെ അതുവിട്ട് ഇടതുവശത്തുള്ള സൂചി പിടിച്ച് തിരിച്ചു. അതിവേഗം കുതിരയുടെ വേഗത നിലയ്ക്കുകയും, മെല്ലെ മെല്ലെ താഴോട്ട് ഇറങ്ങിത്തുടങ്ങുകയും ചെയ്തു. അങ്ങനെ ഭൂമിയുടെ ഉപരിതലം ലക്ഷ്യമാക്കി അത് താഴ്ന്നു വന്നു; കുതിരയെ പറപ്പിക്കുന്നവൻ കൂടുതൽ ജാഗ്രതയോടെ ഇരുപ്പുറപ്പിച്ചു. - അപ്പോഴേക്കും നേരം പുലരാറായെന്നും, തനിക്ക് കഥ പറയാനായി അനുവദിച്ച സമയം തീർന്നെന്നും ഷാഹ്റസാദ് മനസ്സിലാക്കി.

മുന്നൂറ്റി അമ്പത്തിഎട്ടാം രാവ്

അവൾ പറഞ്ഞു, "ഓ കീർത്തിമാനായ രാജാവേ, രാജകുമാരൻ ഇടതുവശത്തെ 'സ്ക്രൂ'തിരിച്ചപ്പോൾ കുതിരയുടെ മുന്നോട്ടുള്ള കുതിപ്പ് നിലയ്ക്കുകയും, സാവധാനം അത് താഴോട്ട് ഇറങ്ങാൻ തുടങ്ങുകയും ചെയ്തു; ഭൂതലത്തിലേക്ക് നീങ്ങവേ സവാരിക്കാരൻ കൂടുതൽ ജാഗ്രതയോടെ ഇരിപ്പുറപ്പിച്ചു. കുതിരയെ ഉപയോഗിക്കേണ്ട രീതി മനസ്സിലാക്കിയപ്പോൾ അവന്റെ ഹൃദയത്തിൽ ആഹ്ലാദം നിറഞ്ഞുതുളുമ്പി; സർവ്വശക്തനായ അള്ളായെ സ്തുതിച്ചു. പിന്നെ തനിക്ക് ഇഷ്ടമുള്ള ദിശയിലേക്ക് കുതിരയുടെ തലതിരിച്ചുനോക്കി, ഇഷ്ടാനുസരണം പൊക്കുകയും താഴ്ത്തുകയും ചെയ്തു. അങ്ങനെ അതിന്റെ ഓരോ ചലനവും അവൻ ഹൃദിസ്ഥമാക്കി. ആ ദിവസം മുഴുവൻ കുതിരയെ പറപ്പിച്ചിട്ടും അവന് ഭൂമിയിലെത്താൻ കഴിഞ്ഞില്ല. കാരണം, അത്രയ്ക്ക് മുകളിൽ അവൻ എത്തിക്കഴിഞ്ഞിരുന്നു! താഴെ ഇറങ്ങവെ, ജീവിതത്തിൽ ഒരിക്കലും കണ്ടിട്ടില്ലാത്ത രാജ്യങ്ങളും നഗരങ്ങളും അവൻ നോക്കിക്കണ്ടു. അപ്പോൾ ദൂരെ നിന്നുകണ്ട ഒരു നഗരം അവനെ വല്ലാതെ ആകർഷിച്ചു; സസ്യലതാദികൾ നിറഞ്ഞ ഒരു പ്രദേശത്തിന് നടുവിലാണത് സ്ഥിതിചെയ്യുന്നത്. വൃക്ഷങ്ങളും, ചോലകളും നിറഞ്ഞ മനോഹരമായ സമനിലത്ത് മാൻപേടകൾ ഓടിനടക്കുന്നു! അയാളുടെ മനസ്സിൽ അത് വല്ലാത്ത കൗതുകമുണർത്തി. അവൻ അതുകണ്ട് സ്വയം പറഞ്ഞു "എനിക്കാപട്ടണം ഏതാണെന്നും, അത് ഏത് രാജ്യത്താണെന്നും അറിയണം!"

അയാൾ അതിന് മുകളിലൂടെ ചുറ്റിക്കറങ്ങി, ഇടതും വലതും വശങ്ങളിലൂടെ വീക്ഷിച്ചു. അപ്പോഴേക്കും സൂര്യൻ അസ്തമിക്കാറായിരുന്നു.

അവൻ ആത്മഗതമായി പറഞ്ഞു: "സത്യത്തിൽ, രാത്രി വിശ്രമിക്കാനായി ഇതിനേക്കാൾ നല്ലൊരു സ്ഥലം കിട്ടില്ല. അതുകൊണ്ട് ഇന്നുരാത്രി ഇവിടെ താമസിച്ച് നാളെരാവിലെ സ്വന്തം നാട്ടിലേക്ക് പോകാം. വീട്ടിൽ എത്തിയശേഷം അച്ഛനോടും വീട്ടുകാരോടും നടന്ന സംഭവങ്ങൾ വിവരിച്ചുകൊടുക്കാം."

അങ്ങനെ തനിക്കും കുതിരയ്ക്കും സുരക്ഷിതമായി കഴിയാനുള്ള ഇടം അവൻ തിരഞ്ഞു; അത്തരം ഒരു സ്ഥലം അവന് കണ്ടെത്താനാകാതെ വിഷമിച്ച് നില്ക്കുമ്പോൾ, നഗരമദ്ധ്യത്തിൽ ഒരു കൊട്ടാരം അവന്റെ ദൃഷ്ടിയിൽപ്പെട്ടു. ചുറ്റും വലിയ മതിലുകളും കോട്ടകളും ഉള്ളത്. കുന്തം, വാൾ, അമ്പും വില്ലും ഏന്തിയ നാല്പത് ആയുധധാരികളായി നീഗ്രോ അടിമകൾ അവിടെ കാവൽ നിൽക്കുന്നു.

അവൻ ചിന്തിച്ചു "ഇതൊരു നല്ല സ്ഥലമാണ്." പിന്നെ, കുതിരയുടെ ഇടതുവശത്തുള്ള 'സ്ക്രൂ' തിരിച്ചു; ഉടനെ, ഒരു പക്ഷിയെപ്പോലെ കുതിര താഴെ ഇറങ്ങി; മെല്ലെ കൊട്ടാരത്തിന്റെ മുകളിൽ നിന്നു. രാജകുമാരൻ അള്ളായ്ക്കു നന്ദിപറഞ്ഞ്, കുതിരപ്പുറത്തുനിന്നും താഴെ ഇറങ്ങി. അവൻ ചുറ്റും നടന്നുനോക്കിക്കൊണ്ട് സ്വയം പറഞ്ഞു 'അള്ളായാണേ, ഇത്രയും കുറ്റമറ്റ രീതിയിൽ ഈ നഗരം നിർമ്മിച്ച ശില്പി തീർച്ചയായും സമർത്ഥനാണ്. സർവ്വശക്തനായ ദൈവം, എന്നെ നാട്ടിലെത്തിച്ച് വീട്ടുകാരുമായി ചേർത്താൽ, ഞാനാശില്പിക്ക് ഉദാരമായ സംഭാവന തീർച്ചയായും നൽകും.

അപ്പോഴേക്കും ഇരുട്ടായിക്കഴിഞ്ഞിരുന്നു; കൊട്ടാരത്തിനുള്ളിൽ ഉള്ളവരെല്ലാം ഉറങ്ങി എന്ന് ഉറപ്പുവരുത്തുന്നതുവരെ ഇരുന്നു. അവനെ വിശപ്പും ദാഹവും വല്ലാതെ അലട്ടി; കാരണം, അച്ഛനെ വിട്ടുപിരിഞ്ഞ ശേഷം അവൻ ജലപാനം കഴിച്ചിട്ടില്ല! അവൻ സ്വയം പറഞ്ഞു: "തീർച്ചയായും ഇത്തരം ഒരു കൊട്ടാരത്തിൽ ആഹാരപദാർത്ഥങ്ങൾക്കൊരു ക്ഷാമം ഉണ്ടാകില്ല."

അങ്ങനെ, കുതിരയെ മുകളിൽ നിർത്തി, ഭക്ഷണപദാർത്ഥങ്ങൾ അന്വേഷിച്ചുകൊണ്ടവൻ താഴേക്കിറങ്ങി. കോണി ഇറങ്ങി അവൻ താഴെ എത്തിയത് ഒരു വെള്ള മാർബിൾ വിരിച്ച മുറ്റത്തായിരുന്നു. ആ തറ നിലാവിൽ വെട്ടിത്തിളങ്ങി. അതിന്റെ മനോഹാരിത അവനെ വിസ്മയിപ്പിച്ചു! എന്നാൽ, യാതൊരു മനുഷ്യശബ്ദവും കേൾക്കാതായപ്പോൾ അവൻ അദ്ഭുതത്തോടെ അമ്പരന്ന് നിന്നുപോയി. ഇടതും വലതും നോക്കി, എന്ത് ചെയ്യേണ്ടു എന്നു ഓർത്ത് പരിഭ്രമിച്ചു. പിന്നെ അവൻ ആത്മഗതമായി പറഞ്ഞു "ഞാൻ കുതിരയെ നിർത്തിയിടത്തേക്ക് തിരിച്ചു പോകുകയാണ് നല്ലത്; നേരംപുലർന്ന ഉടനെ കുതിരപ്പുറത്തേറി പറപ്പിച്ചുപോകാം - "അപ്പോഴേക്കും നേരംപുലരാറായെന്നും, തനിക്ക് അനുവദിച്ചുതന്ന സമയം തീർന്നെന്നും ഷാഹ്റസാദ് മനസ്സിലാക്കി.

മുന്നൂറ്റി അമ്പത്തിഒമ്പതാം രാവ്

അവൾ പറഞ്ഞു, ഓ, കീർത്തിമാനായ രാജാവേ, രാജകുമാരൻ സ്വയം പറഞ്ഞു " എന്റെ കുതിരയുടെ അടുത്തുചെന്ന് രാത്രി ചിലവഴിക്കുകയാണ് നല്ലതെന്ന് എനിക്ക് തോന്നുന്നു; നേരം വെളുത്ത ഉടനെ കുതിരപ്പുറത്തുകയറി സ്ഥലം വിടാം."

എന്തായാലും, അവൻ സ്വയം സംസാരിച്ചുനിൽക്കുന്ന നേരത്ത് കൊട്ടാരത്തിനുള്ളിൽ ഒരു വെളിച്ചം കണ്ടു. അവൻ അതിനടുത്തേക്ക് നടന്നു. അന്തഃപുരവാതിലിന് മുന്നിലുള്ള ഒരു മെഴുകുതിരിയിൽ നിന്നാണ് ആ വെളിച്ചം വരുന്നത്; ഭീകരനായൊരു 'ഇഫ്രിട്ടി'നെപ്പോലുള്ള ഒരു നപുംസകം അതിനടുത്ത് തലവെച്ച് കിടന്നുറങ്ങുന്നു! വാതിലിന്ന് നേരെ മുന്നിലാണവൻ കിടക്കുന്നത്; മെഴുകുതിരിവെളിച്ചത്തിൽ അവന്റെ വാൾ വെട്ടിത്തിളങ്ങുന്നു. അയാളുടെ തലയ്ക്കലെ ഒരു കൽത്തൂണിൽ ഒരു തുകൽസഞ്ചി ഞാന്നുകിടക്കുന്നുണ്ട്. രാജകുമാരൻ ഇതുകണ്ട് ഭയപ്പാടോടെ സ്വയം പറഞ്ഞു: "ഞാൻ അള്ളായുടെ സഹായത്തിന്നായി കേണപേക്ഷിക്കുന്നു! ഓ, പരിശുദ്ധാത്മാവേ, എന്നെ നാശത്തിൽ നിന്നും രക്ഷിച്ചതുപോലെ ഈ കൊട്ടാരത്തിലെ വീരസാഹസങ്ങളിൽനിന്ന് രക്ഷപ്പെടാനുള്ള ശക്തി എനിക്ക് പകർന്നുതരിക!"

അപ്രകാരം പറഞ്ഞ് അവൻ ആ തുകൽസഞ്ചി എടുത്ത് ഒരു മൂലയിലിരുന്നു, അത് തുറന്നുനോക്കി. ഒന്നാംതരം വിഭവസമൃദ്ധമായ ഭക്ഷണമായിരുന്നു അത്! അവനത് മതിവരുവോളം കഴിച്ച്, വെള്ളംകുടിച്ച്, ആ ആഹാരസഞ്ചി പഴയതുപോലെ ചുമരിൽ തൂക്കിയിട്ടു. പിന്നെ, ഉറങ്ങുന്ന നപുംസകത്തിന്റെ വാള് ഉറയിൽനിന്നും ഊരിയെടുത്ത് മുന്നോട്ട് നടന്ന് രണ്ടാമത്തെ വാതിൽക്കൽ എത്തി; അതിന് മുന്നിൽ ഒരു കർട്ടൻ ഇട്ടിട്ടുണ്ട്. അവൻ കർട്ടൻ പൊക്കിനോക്കി. സുന്ദരമായൊരു കട്ടിൽ അവിടെ കിടക്കുന്നുണ്ട്, തൂവെള്ള ആനക്കൊമ്പുകൊണ്ട് നിർമ്മിക്കപ്പെട്ടത്! വിലപിടിച്ച മുത്തുകളും രത്നങ്ങളും ആ കട്ടിലിൽ പതിച്ചിരിക്കുന്നു. അതിന്നടുത്ത് നാല് അടിമപ്പെൺകുട്ടികൾ കിടന്നുറങ്ങുന്നുണ്ട്. അവൻ നേരെ കട്ടിലിനടുത്തേക്ക് നടന്നുചെന്നു. പൂർണ്ണചന്ദ്രനെപ്പോലെ ശോഭിക്കുന്ന മുഖമുള്ളൊരു യുവതി കിടന്നുറങ്ങുകയാണ് ആ കട്ടിലിൽ; വെളുത്ത നെറ്റിത്തടവും സുന്ദരമായ മുടിയും അരുണിമയാർന്ന കവിളുകളും അതിൽ കോമളമായ മറുകും ഉള്ള അഴകാർന്ന ഒരു യുവതി! നിദ്രയിലാണ്ടു കിടക്കുന്ന ആ സുന്ദരിയുടെ മനോഹാരിതയും അംഗലാവണ്യവും അവന്റെ മനസ്സിനെ മഥിച്ചു! വിറച്ചുകൊണ്ട്, ആഹ്ലാദത്തിമിർപ്പിൽ മന്ദംമന്ദം നടന്നുചെന്ന് അവൻ അവളുടെ വലതുകവിളിൽ ചുംബിച്ചു; പെട്ടെന്നവൾ ഉറക്കമുണർന്ന്, മിഴിച്ചുനോക്കി. രാജകുമാരൻ തന്റെ ശിരസ്സിന്നരികിൽ നിൽക്കുന്നതുകണ്ട് അവൾ ചോദിച്ചു "നിങ്ങൾ ആരാണ്? എന്തിനാണിവിടെ വന്നത്?"

"ഞാൻ നിന്റെ അടിമയും കാമുകനുമാണ്."

"നിന്നെ ആരാണിവിടെ കൊണ്ടുവന്നത്?"

"ദൈവവും, എന്റെ സൗഭാഗ്യവും."

അപ്പോൾ 'ഷംസ് അൽനഹാർ (അതാണവളുടെ പേര്) പറഞ്ഞു: "സന്ദർഭവശാൽ, ഇന്നലെ എന്നെ വിവാഹം കഴിക്കാനുള്ള അഭ്യർത്ഥനയുമായി അച്ഛന്റെ അടുത്തുവന്നവനല്ലേ, നീ? വൃത്തികെട്ടവനാണെന്നും പറഞ്ഞ് അച്ഛൻ നിന്നെ നിരാകരിച്ചതല്ലേ? അള്ളായാണേ, അച്ഛൻ പറഞ്ഞത് നുണയാണ്; കാരണം നീ സുന്ദരനാണ്."

ഇന്ത്യൻ രാജാവിന്റെ മകൻ അവളെ കല്യാണം കഴിക്കാനാഗ്രഹിച്ചിരുന്നെന്നും, എന്നാൽ അയാൾ കാണാൻ കൊള്ളാത്തവനാണെന്നും പറഞ്ഞ് അച്ഛൻ അയാളുടെ വിവാഹാഭ്യർത്ഥന നിരസിച്ചെന്നും, അതേ രാജകുമാരനാണ് താൻ എന്നാണവൾ ഇപ്പോൾ കരുതിയതെന്നും അവൻ മനസ്സിലാക്കി. അതുകൊണ്ട് അവന്റെ സൗന്ദര്യവും അഴകാർന്ന ശരീരവും

കണ്ട് (ശോഭിക്കുന്ന ചന്ദ്രനെപ്പോലെ ആയിരുന്നു അവൻ) അവളുടെ ഹൃദയം അനുരാഗത്തിൽ കത്തിജ്ജ്വലിച്ചു. അവർ പരസ്പരം സംഭാഷണത്തിലേർപ്പെട്ടു.

പെട്ടെന്ന് അവളുടെ അംഗരക്ഷകളായ സ്ത്രീകൾ ഉറക്കത്തിൽ നിന്നും എഴുന്നേറ്റ്, തങ്ങളുടെ യജമാനത്തിയുടെ അടുത്തിരുന്ന് രാജകുമാരൻ സംസാരിക്കുന്നതുകണ്ട് ചോദിച്ചു "ഓഹ്, മഹതി, നിങ്ങളുടെ കൂടെ ഇരിക്കുന്നത് ആരാണ്?"

"എനിക്കറിയില്ല; അവൻ എന്റെ അടുത്തിരിക്കുന്നതാണ് ഞാനുണർന്നപ്പോൾ കണ്ടത്; ഒരുപക്ഷേ എന്നോടുള്ള വിവാഹാഭ്യർത്ഥനയുമായി അച്ഛനെ സമീപിച്ചവനായിരിക്കുമോ ഇവൻ?" എന്നാൽ അവർ പറഞ്ഞു: "ഓഹ്, എന്റെ യജമാനത്തി, അള്ളായാണേ, നിങ്ങളോടുള്ള വിവാഹാലോചനയുമായി എത്തിയവൻ ഇദ്ദേഹമല്ല, കാരണം, അയാൾ വിരൂപനായിരുന്നു, ഇദ്ദേഹമോ അതിസുന്ദരനും. തീർച്ചയായും മറ്റേ ആൾ ഇദ്ദേഹത്തിന്റെ ഭൃത്യനാകാൻപോലും അർഹനല്ല."

പിന്നെ, പരിചാരികമാർ നപുംസകത്തിന്റെ അടുത്തെത്തി; അപ്പോഴും കൂർക്കംവലിച്ചുറങ്ങുന്ന അവനെ വിളിച്ചുണർത്തി; അവർ ചോദിച്ചു "നീ ഇവിടെ കാവൽനിന്നിട്ടും എങ്ങനെയാണ് ഞങ്ങൾ ഉറങ്ങിക്കിടക്കുമ്പോൾ ആണുങ്ങൾ ഞങ്ങളുടെ അടുത്തെത്തുന്നത്?"

നീഗ്രോ ഇതുകേട്ട് അരയിൽനിന്നും വാൾ ഊരാൻ ശ്രമിച്ചു, എന്നാൽ വാൾ കാണാനായില്ല! അവൻ പേടിച്ചുവിറക്കാൻ തുടങ്ങി. അവൻ ഉടനെ, അമ്പരന്ന്, യജമാനത്തിയുടെ അടുക്കലേക്ക് പാഞ്ഞുചെന്നു. അവളുടെ അടുത്ത് രാജകുമാരൻ ഇരുന്ന് സംസാരിക്കുന്നതുകണ്ട്, അദ്ദേഹത്തോട് ചോദിച്ചു: "ഓ, എന്റെ പ്രഭോ, അങ്ങ് മനുഷ്യനോ, 'ജിന്നി'യോ?"

രാജകുമാരൻ പറഞ്ഞു: "നിങ്ങൾ തുലഞ്ഞുപോകട്ടെ, നശിച്ച അടിമകളെ, ഒരു രാജകുമാരനെ അവിശ്വാസിയായ സാത്താന്റെ സന്തതിയുമായി താരതമ്യപ്പെടുത്താൻ നിങ്ങൾക്കെങ്ങനെ ധൈര്യംവന്നു?"

അവൻ ക്രുദ്ധനായൊരു സിംഹത്തെപ്പോലെ ആടി, പെട്ടെന്ന് വാൾ ഉയർത്തി അടിമയോട് പറഞ്ഞു: "ഞാൻ രാജാവിന്റെ ജാമാതാവാണ്. അദ്ദേഹം സ്വന്തം മകളെ എനിക്ക് വിവാഹംചെയ്തുതന്നു, എന്നിട്ട് അവളുടെ അറയിലേക്ക് പോകാനായി ഉത്തരവിട്ടു." നപുംസകം ഈ വാക്കുകൾ കേട്ട് മറുപടി നൽകി "ഓ, പ്രഭോ, നിങ്ങൾ ഉറപ്പിച്ചുപറയുന്നതുപോലെ വരൻതന്നെയാണ് നിങ്ങൾ എങ്കിൽ, അവൻ നിങ്ങൾക്ക് അനുയോജ്യൻ തന്നെയാണ്; മറ്റാരേക്കാൾ അർഹതയുള്ളവൾ."

അപ്പോൾത്തന്നെ നപുംസകം രാജാവിന്റെ അടുത്തേക്ക് പാഞ്ഞു, തലയിൽ പൊടി വാരിവിതറി, ഉടുപ്പ് വലിച്ചുകീറി, ഉറക്കെ നിലവിളിച്ചു; രാജാവ് ഈ കരച്ചിൽകേട്ട് അവനോട് ചോദിച്ചു: "നിനക്കെന്തുപറ്റി? വേഗം പറയു; കാരണം, നീ എന്റെ ഹൃദയം വേദനിപ്പിക്കുന്നു."

"അല്ലയോ രാജാവേ, അങ്ങയുടെ പുത്രിയെ തുണയ്ക്കാനായി ഉടനെ എത്തുക. കാരണം ഒരു പിശാച് ജിന്നി, രാജകുമാരന്റെ രൂപത്തിൽ എത്തി അവളെ സ്വന്തമാക്കിയിരിക്കുകയാണ്. വേഗം എഴുന്നേറ്റുവരൂ!"

ഇതുകേട്ട ഉടനെ അവനെ കൊല്ലാനാണ് രാജാവിന് തോന്നിയത്; അദ്ദേഹം ചോദിച്ചു "ഈ പിശാചിനെ എന്റെ മകളുടെ അടുക്കലേക്ക് കടത്തിവിടാൻ മാത്രം എത്ര അശ്രദ്ധനാണ് നീ?" പിന്നെ, അദ്ദേഹം ബദ്ധപ്പെട്ടു നടന്ന് രാജകുമാരിയുടെ കൊട്ടാരത്തിലെത്തി; അവിടെ അടിമ

പ്പെണ്ണുങ്ങൾ തന്നെയും പ്രതീക്ഷിച്ചു നിൽക്കുന്നത് രാജാവ് കണ്ടു. അദ്ദേഹം അവരോട് ചോദിച്ചു "എന്റെ മകൾക്കെന്തുപറ്റി?" "അല്ലയോ, രാജാവേ," അവർ മറുപടി നൽകി. "ഞങ്ങൾ ഉറങ്ങിപ്പോയി; ഉറക്കം ഉണർന്നപ്പോൾ ഞങ്ങൾ കണ്ടത് ഒരു യുവാവ് അവളുടെ കട്ടിലിൽ ഇരുന്ന് സംസാരിക്കുന്നതാണ്; പൂർണ്ണചന്ദ്രനെപ്പോലെ ശോഭിക്കുന്ന ഒരു യുവാവ്! അവനേക്കാൾ യോഗ്യനായ ഒരാളെ ഞങ്ങൾ ഇതുവരെ കണ്ടിട്ടില്ല. ഞങ്ങൾ അവനെ ചോദ്യംചെയ്തു; അങ്ങ് സ്വന്തം പുത്രിയെ അവന് വിവാഹം ചെയ്തു കൊടുത്തു എന്നാണവൻ അപ്പോൾ പ്രഖ്യാപിച്ചത്. ഇതിൽ കൂടുതൽ ഞങ്ങൾക്കൊന്നും അറിയില്ല, അവൻ ഒരു മനുഷ്യനാണോ, 'ജിന്നി'ആണോ എന്നും അറിയില്ല. എന്നാൽ, അവൻ മാന്യനും, ഉന്നതകുലജാതനുമാണ്. അനുചിതമായതോ, അപമാനകരമായതോ ഒന്നും കാണാൻ കഴിഞ്ഞില്ല."

ഈ വാക്കുകൾ കേട്ടപ്പോൾ രാജാവിന്റെ കോപം അടങ്ങി. അദ്ദേഹം കർട്ടൻ ചെറുതായി പൊക്കി ഉള്ളിലേക്കു നോക്കി. അപ്പോൾ പുത്രിയോടൊപ്പം സംഭാഷണത്തിലേർപ്പെട്ടിരിക്കുന്ന പൂർണ്ണചന്ദ്രനെപ്പോലെ തേജസ്വിയായ രാജകുമാരനെ കണ്ടു. ഈ കാഴ്ച കണ്ട്, പുത്രിയുടെ അന്തസ്സ് ഓർത്ത്, ഊരിപ്പിടിച്ച വാളുമായി അടക്കാനാവാത്ത കോപത്തോടെ അവർക്കുനേരെ അദ്ദേഹം പാഞ്ഞുചെന്നു. രാജകുമാരൻ അപ്പോൾ രാജകുമാരിയോട് ചോദിച്ചു: "ഇതാണോ നിന്റെ അച്ഛൻ?"

"അതെ" അവൾ മറുപടി നൽകി - അപ്പോഴേക്കും നേരം പുലരാറായെന്നും കഥ പറയാൻ അനുവദിച്ച സമയം കഴിഞ്ഞെന്നും ഷാഹ്‌രസാദ് മനസ്സിലാക്കി.

മുന്നൂറ്റി അറുപതാം രാവ്

അവൾ പറഞ്ഞു, ഓ, കീർത്തിമാനായ രാജാവേ, ആ രാജാവ് 'വാൾ' ഉയർത്തിപ്പിടിച്ച് തന്റെ നേരെ ക്രുദ്ധനായി പാഞ്ഞുവരുന്നതു കണ്ടപ്പോൾ രാജകുമാരൻ അവളോട് ചോദിച്ചു "ഇതാണോ നിന്റെ അച്ഛൻ?"

"അതെ" രാജകുമാരി മറുപടി നൽകി. ഉടനെ അവൻ വാളും കൈയിൽപിടിച്ച് ചാടി എഴുന്നേറ്റ് രാജാവിനു നേരെ അട്ടഹസിച്ചു; അദ്ദേഹം ആകെ അമ്പരന്നുപോയി! ആ യുവാവ് അദ്ദേഹത്തിനുമേൽ ചാടിവീണേനെ. എന്നാൽ തന്നേക്കാൾ ശൂരപരാക്രമിയാണ് ആ യുവാവെന്ന് മനസ്സിലാക്കിയ രാജാവ് തന്റെ വാൾ ഉറയിലിട്ട് ആ യുവാവ് വന്നെത്തുന്നതുവരെ നിശ്ചലനായി നിന്നു.

പിന്നീട് അവനെ വിളിച്ച് ഉപചാരപൂർവ്വം ചോദിച്ചു: "നീ ഒരു മനുഷ്യനോ, ജിന്നിയോ" "എന്റെ ആതിഥേയനോടുള്ള ആദരവും അങ്ങയുടെ പുത്രിയോടുള്ള ബഹുമാനവും കണക്കിലെടുത്തില്ലായിരുന്നെങ്കിൽ, ഞാൻ മൂലം അങ്ങയുടെ രക്തം ഇവിടെ ചിന്തിയേനെ! നിങ്ങൾ എല്ലാവരും എന്നെ പിശാചായിക്കാണാൻ എങ്ങനെ ധൈര്യപ്പെട്ടു?" 'ചോസ്റോസ്' രാജവംശത്തിലെ രാജകുമാരനാണ് ഞാൻ. അവർക്ക് നിങ്ങളുടെ രാജ്യം പിടിച്ചെടുക്കണമെന്നുണ്ടെങ്കിൽ ഇതിനെ ഭൂമികുലുക്കം പോലെ ഇട്ടു വിറപ്പിക്കാൻ കഴിയുമായിരുന്നു! നിങ്ങളുടെ പ്രതാപവും രാജ്യവും സമ്പത്തുമെല്ലാം ചാമ്പലാക്കപ്പെട്ടേനെ!"

ഇതുകേട്ട് രാജാവ് അന്തംവിട്ട് നിന്നുപോയി. ശരിക്കും പേടിച്ചുകൊണ്ട് പറഞ്ഞു "നീ പറയുന്നതുപോലെ നീ ഒരു രാജകുമാരനാണെങ്കിൽ എങ്ങനെയാണ് എന്റെ അനുവാദമില്ലാതെ എന്റെ കൊട്ടാരത്തിനുള്ളിൽ കയറിയത്? എന്റെ മകളുടെ മുറിയിൽ ഭർത്താവെന്നു പറഞ്ഞ് കയറി എനിക്ക് അപഖ്യാതി വരുത്തിയത്! ഞാൻ നിനക്കവളെ വിവാഹം കഴിച്ചു തന്നതെന്ന് എന്തിന് കാപടനാട്യം നടത്തി? ഞാൻ നിന്നെ പിടികൂടി വധിക്കാനായി എന്റെ അടിമകളോട് കല്പന നൽകിയിരുന്നെങ്കിൽ ആർക്കാണ് നിന്നെ രക്ഷിക്കാൻ കഴിയുക?" രാജാവിന്റെ പ്രഭാഷണം കേട്ട ശേഷം രാജകുമാരൻ പറഞ്ഞു: "സത്യമായും അങ്ങയുടെ ദീർഘദൃഷ്ടിയില്ലായ്മയിലും, വിവേകക്കുറവിലും ഞാൻ അദ്ഭുതപ്പെടുന്നു! നിങ്ങൾ പറയൂ, എന്നേക്കാൾ യോഗ്യനും അനുയോജ്യനുമായൊരു വരനെ നിങ്ങൾക്ക് മകൾക്കുവേണ്ടി കണ്ടെത്താനാകുമോ? ഇത്രയും കരുത്തനും, ഒരു സുൽത്താന് യോജിച്ചവനുമായൊരു പ്രതാപശാലിയെ വേറെ നിങ്ങൾക്ക് വരനായിട്ട് കിട്ടുമോ?" രാജാവ് പറഞ്ഞു "ഇല്ല, അള്ളായാണേ, ഇല്ല! എന്നാൽ, നീ രാജകീയ മാതൃകയിൽ പ്രവർത്തിക്കണമായിരുന്നു; ആചാരങ്ങളും നടപടിക്രമവും പിൻതുടരണമായിരുന്നു, യുവാവേ. സാക്ഷികൾക്കു മുന്നിൽ എന്നോട്, എന്റെ മകളെ ഭാര്യയായി നൽകണമെന്ന് ആവശ്യപ്പെടണമായിരുന്നു. എങ്കിൽ, എന്റെ മകളെ നിനക്ക് പരസ്യമായി വിവാഹം കഴിച്ചുതരും. ഇപ്പോൾ, രഹസ്യമായി ഞാൻ നിനക്കവളെ വിവാഹം കഴിച്ചു തന്നാലും, അവളുടെ പേരിൽ നീ എന്നെ അപകീർത്തിപ്പെടുത്തിക്കഴിഞ്ഞു."

രാജകുമാരൻ പറഞ്ഞു "നിങ്ങൾ സത്യമാണ് പറയുന്നത്, ഓ, രാജാവേ; എന്നാൽ, നിങ്ങൾ സ്വന്തം അടിമകളെയും സൈനികരെയും വിട്ട് എന്നെ കൊല്ലിച്ചിരുന്നെങ്കിൽ നിങ്ങൾ സ്വയം അപമാനിതനാകുകയേ ചെയ്യുമായിരുന്നുള്ളു. ജനങ്ങൾ നിങ്ങളിൽ വിശ്വാസമുള്ളവരും ഇല്ലാത്തവരുമായി വിഭജിക്കപ്പെടും. അതുകൊണ്ട്, ഓ, രാജാവേ, എനിക്ക് തോന്നുന്നത്, നിങ്ങൾ ഇത്തരം ചിന്തകളെല്ലാം മാറ്റിവെച്ച്, എന്റെ ഉപദേശപ്രകാരം നീങ്ങുന്നതാണ് നല്ലതെന്നാണ്."

"നിന്റെ ഉപദേശം എന്താണെന്ന് ഞാനൊന്നു കേൾക്കട്ടെ."

"എനിക്ക് നിങ്ങളോട് നിർദ്ദേശിക്കാനുള്ളത് ഇതാണ്: "നമ്മൾ ഇരുവരും ഒരു ദ്വന്ദ്വയുദ്ധം നടത്തുക. ആര് എതിരാളിയെ വധിച്ച് വിജയം കൈവരിക്കുന്നുവോ, അവൻ ആണ് കൂടുതൽ യോഗ്യൻ, ഈ രാജ്യത്തിന്റെ രാജാവാകാനായി കൂടുതൽ അർഹതയുള്ളവൻ. അതല്ലെങ്കിൽ ഇന്നു രാത്രി ഞാനിവിടെ കഴിഞ്ഞശേഷം, നാളെ നേരംപുലരുമ്പോൾ എനിക്കെതിരെ നിങ്ങൾ കുതിരപ്പടയാളികളെയും കാലാൾപ്പടയാളികളെയും അടിമകളെയും യുദ്ധം ചെയ്യാനായി വിടുക. എന്നാൽ, ആദ്യം അവരുടെ എണ്ണം എന്നോട് പറയണം."

"നാൽപതിനായിരം കുതിരപ്പടയാളികൾക്കു പുറമെ അത്രതന്നെ എന്റെ അടിമകളും, അവരുടെ സഹചാരികളും കാണും."

അപ്പോൾ രാജകുമാരൻ പറഞ്ഞു: "നേരം പുലരുമ്പോൾ അവരെ എനിക്കെതിരായി അണിനിരത്തി, അവരോട് പറയുക" - അപ്പോഴേക്കും നേരംപുലരാറായെന്നും, തനിക്ക് കഥപറയാനനുവദിച്ചുതന്ന സമയം തീർന്നെന്നും ഷാഹ്റസാദ് മനസ്സിലാക്കി.

മുന്നൂറ്റി അറുപത്തിയൊന്നാം രാവ്

അവൾ തുടർന്നു, ഓ കീർത്തിമാനായ രാജാവേ, രാജകുമാരൻ പറഞ്ഞു: “നേരം പുലരുമ്പോൾ നിങ്ങൾ അവരെ എനിക്കെതിരെ അണിനിരത്തി, അവരോട് പറയൂ, ‘ഈ മനുഷ്യൻ എന്റെ മകളുടെ പാണിഗ്രഹണത്തിന്നായി എന്നെ സമീപിച്ചിരിക്കുകയാണ്; അവൻ ഒറ്റയ്ക്ക് നിങ്ങളെ എതിർത്ത് തോൽപ്പിച്ചാൽ ഞാൻ മകളെ അവന് വിവാഹംകഴിച്ചുകൊടുക്കുമെന്നാണ് വ്യവസ്ഥ! നിങ്ങളെ ഒറ്റയ്ക്ക് തോൽപ്പിക്കാമെന്നാണവൻ കരുതുന്നത്. നിങ്ങൾക്ക് പിടിച്ചുനിൽക്കാനാവില്ലെന്നും, നിങ്ങൾ ഓടിരക്ഷപ്പെടുമെന്നാണവന്റെ തോന്നൽ! അതിനുശേഷം എന്നെ അവരോട് യുദ്ധംചെയ്യാൻ അനുവദിക്കൂ; അവർ എന്നെ വധിച്ചാൽ, അങ്ങയുടെ രഹസ്യം കാത്തു രക്ഷിക്കപ്പെടും, അന്തസ്സ് മങ്ങലേൽക്കാതെ നിർത്തപ്പെടും! എന്നാൽ, ഞാൻ അവരെ തോൽപ്പിച്ചോടിച്ചാലോ, എന്നെപ്പോലുള്ളൊരുവനാണ് രാജാവ് ജാമാതാവാക്കാൻ മോഹിക്കുന്നതെന്ന് തെളിയിക്കപ്പെടും!”

അങ്ങനെ അവന്റെ അഭിപ്രായം രാജാവ് സ്വീകരിച്ചു. രാജകുമാരന്റെ ധീരതയോടെയുള്ള വെല്ലുവിളി സ്വീകരിച്ചാൽ അവൻ യുദ്ധത്തിൽ മരിച്ചു വീഴുമെന്ന് രാജാവിന് ഭയമുണ്ടായിരുന്നു; എന്നാലും, അവൻ മരിച്ചാൽ തനിക്ക് അപമാനത്തിൽ നിന്നും രക്ഷപ്പെടാമല്ലോ എന്ന് അദ്ദേഹം വിചാരിച്ചു. രാജാവ് അപ്പോൾത്തന്നെ നപുംസകത്തെ വിളിച്ച്, വേഗം മന്ത്രിയുടെ അടുത്തുപോയി, കുതിരപ്പടയാളികളെ മുഴുവൻ വിളിച്ചുവരുത്തി, ആയുധധാരികളായി എത്തുവാനുള്ള കല്പന എത്തിക്കുവാൻ പറഞ്ഞു. അപ്രകാരമുള്ള ഉത്തരവ് നപുംസകത്തിലൂടെ ലഭിച്ച ഉടനെ സൈന്യാധിപന്മാരേയും, പ്രഭുക്കന്മാരേയും വിളിച്ച് സൈന്യത്തെ യുദ്ധസന്നദ്ധരായി നിർത്തി. ആ സമയത്ത് രാജാവും രാജകുമാരനും സംഭാഷണത്തിൽ ഏർപ്പെട്ടിരിക്കുകയായിരുന്നു. രാജകുമാരന്റെ വിവേകത്തോടെയുള്ള സംസാരവും, സംസ്കാരസമ്പന്നമായ പെരുമാറ്റവും കൂർമ്മബുദ്ധിയും കണ്ടറിഞ്ഞ രാജാവ് അവനിൽ പ്രീതനായി. നേരംപുലർന്നപ്പോൾ രാജാവ് സിംഹാസനത്തിലിരുന്ന് തന്റെ ആളുകളോട്, തന്റെ ഏറ്റവും നല്ല കുതിരകളിലൊന്നിനെ ഭംഗിയായി ജീനികെട്ടി, തയ്യാറാക്കി കൊണ്ടുവന്ന് രാജകുമാരന് നൽകാനായി ആജ്ഞാപിച്ചു. എന്നാൽ, രാജകുമാരൻ പറഞ്ഞു “അല്ലയോ രാജാവേ, ഞാൻ അങ്ങയുടെ പടയാളികളെ കണ്ട് അവലോകനം നടത്തുന്നതുവരെ ഞാൻ കുതിരപ്പുറത്ത് കയറില്ല.”

“നിന്റെ ഇഷ്ടംപോലെ ആകട്ടെ” രാജാവ് മറുപടി നൽകി.

പിന്നെ ഇരുവരും മൈതാനത്തിലേക്ക് പോയി. അവിടെ സൈന്യം തയ്യാറെടുത്തു നിന്നിരുന്നു. അപ്പോൾ രാജകുമാരൻ ആ സൈന്യത്തെ നോക്കി അതിന്റെ ശക്തിയും, സംഖ്യയും തിട്ടപ്പെടുത്തി. അതിനുശേഷം രാജാവ് അവരോട് വിളിച്ചുപറഞ്ഞു: “അല്ലയോ പടയാളികളെ, ഇതാ എന്റെ മകളെ വിവാഹം കഴിക്കാനാഗ്രഹിച്ചുകൊണ്ട് ഒരു യുവാവ് എന്റെ അടുത്തെത്തിയിരിക്കുന്നു. സത്യത്തിൽ ഇവനേക്കാൾ നല്ലവനായൊരുത്തനെ ഞാനിതുവരെ കണ്ടിട്ടില്ല. ഇത്രയും കരുത്തനും, ദൃഢചിത്തനുമായൊരുത്തനെ, വീരപരാക്രമിയായൊരുത്തനെ! അവൻ ഒറ്റയ്ക്ക് നിങ്ങളോടെതിർത്ത് നിങ്ങളെ എല്ലാവരേയും തോൽപ്പിച്ചോടിക്കുമെന്ന് അവൻ കരുതുന്നു! നിങ്ങൾ ഒരുലക്ഷം പോരാളികളാണുള്ളത്; എന്നാൽ, അവനത് നിസ്സാരമാണത്രെ! ഇപ്പോൾ അവൻ നിങ്ങളോട് പോരാട്ടം

തുടങ്ങുമ്പോൾ നിങ്ങൾ വീരശൂരപരാക്രമികളെപ്പോലെ എതിരിടുക; വാളും കുന്തവും പ്രയോഗിക്കുക. അവൻ സുപ്രധാനമായൊരു കാര്യം ഏറ്റെടുത്തിട്ടുള്ളതല്ലേ!"

രാജാവ് രാജകുമാരനോട് പറഞ്ഞു: "എഴുന്നേൽക്കൂ, എന്റെ മോനേ, അവരോട്ചെന്ന് ഏറ്റുമുട്ടൂ." അവൻ മറുപടി നൽകി, " അല്ലയോ രാജാവേ, അങ്ങ് എന്നോട് നീതിപൂർവ്വമല്ല പെരുമാറിയത്. അവർക്കെതിരെ ഞാനെങ്ങനെയാണ് പൊരുതുക? അവർ കുതിരപ്പുറത്തും, ഞാൻ നിലത്തുമല്ലേ?

"ഞാൻ നിന്നോട് കുതിപ്പുറത്തു കേറാൻ ഉത്തരവിട്ടതല്ലോ?" നീയത് നിരസിച്ചു; നിനക്ക് ഇഷ്ടമുള്ള കുതിരയെ തിരഞ്ഞെടുത്തോളൂ."

"അങ്ങയുടെ ഒറ്റക്കുതിരയേയും എനിക്ക് ഇഷ്ടപ്പെട്ടില്ല. ഞാൻ ഇരുന്നുവന്ന കുതിരയിൽ മാത്രമേ ഞാൻ കയറുകയുള്ളു."

"നിന്റെ കുതിര എവിടെയാണ്?"

"അങ്ങയുടെ കൊട്ടാരത്തിന് മുകളിൽ."

"കൊട്ടാരത്തിന്റെ ഏതുഭാഗത്ത്?"

"മേൽക്കൂരയിൽ."

ഈ വാക്കുകൾ കേട്ടപ്പോൾ രാജാവ് ഒച്ചവെച്ചു. "മേൽക്കൂരയിലോ! നിനക്ക് ഭ്രാന്താണെന്നതിന്റെ ആദ്യ ലക്ഷണമാണിത്." എങ്ങനെയാണ് കുതിരയ്ക്ക് മേൽക്കൂരയിൽ പോകാൻ പറ്റുക? എന്നാൽ, നീ പറയുന്നത് സത്യമാണോ, നുണയാണോ എന്ന് ഞങ്ങൾ ഇപ്പോൾത്തന്നെ നോക്കട്ടെ."

പിന്നെ, അദ്ദേഹം തന്റെ സേനാനായകന്മാരിൽ ഒരാളോട് പറഞ്ഞു: "എന്റെ കൊട്ടാരത്തിൽ പോയി, മേൽക്കൂരയിൽ കണ്ടതിനെ എന്റെ അടുത്തേക്ക് കൊണ്ടുവരിക."

അപ്പോൾ ആളുകൾ രാജകുമാരന്റെ വാക്കുകളിൽ ആശ്ചര്യപ്രകടനം നടത്തി. "സത്യമായും നമ്മൾ ഒരിക്കലും കേട്ടിട്ടില്ലാത്തൊരു കാര്യമാണിത്."

അതിനിടയിൽ രാജാവിന്റെ ദൂതൻ കൊട്ടാരത്തിൽ ചെന്ന് മേൽക്കൂരയിൽ കയറി; കുതിര അവിടെ നിൽക്കുന്നതയാൾ കണ്ടു; ഇത്രയും ഭംഗിയുള്ളൊരു കുതിരയെ അയാൾ മുമ്പൊരിക്കലും കണ്ടിട്ടില്ല! എന്നാൽ, അയാൾ അടുത്തുചെന്ന് പരിശോധിച്ചപ്പോൾ അതൊരു മരക്കുതിരയാണെന്ന് മനസ്സിലായി. പിന്നെ ഓഫീസറോടൊപ്പം മറ്റ് പലരും അതിനെ വന്ന് നോക്കി; അവർ പരസ്പരം നോക്കി ചിരിച്ചുകൊണ്ട് പറഞ്ഞു: "ഈ കുതിരപ്പുറത്താണോ രാജകുമാരൻ സവാരി ചെയ്യുന്നത്? അവനെ ഒരു ഭ്രാന്തനായേ നമ്മൾക്ക് കരുതാനാകൂ; എന്തായാലും അതിവേഗം ഇതിന്റെ സത്യാവസ്ഥ നമ്മൾക്ക് മനസ്സിലാക്കാൻ കഴിയും." - അപ്പോഴേക്കും നേരം പുലരാറായെന്നും തനിക്ക് കഥപറയുവാനനുവദിച്ച സമയം കഴിഞ്ഞെന്നും ഷാഹ്രസാദ് മനസ്സിലാക്കി.

മുന്നൂറ്റി അറുപത്തിരണ്ടാം രാവ്

അവൾ തുടർന്നു, ഓ, കീർത്തിമാനായ രാജാവേ, ഉന്നത ഓഫീസർമാർ കുതിരയെ കണ്ടപ്പോൾ അവർ പരസ്പരം നോക്കിച്ചിരിച്ച് പറഞ്ഞു: "ഇത്തരം കുതിരപ്പുറത്താണോ ഈ യുവാവ് സവാരിചെയ്യുന്നത്? ഇവൻ ഭ്രാന്തനാണെന്നല്ലാതെ മറ്റൊന്നും നമ്മൾക്ക് കരുതാനാകില്ല. എന്തായാലും, നമ്മൾക്ക് അതിവേഗം ഇതിന്റെ സത്യം മനസ്സിലാകും.

ദൈവഗത്യാ, നിഗൂഢമായ എന്തോ കാര്യം ഇതിലുണ്ട്; രാജകുമാരൻ വിശിഷ്ടനായൊരു വ്യക്തിയാണ്."

പിന്നെ അവർ കുതിരയെ പൊക്കിയെടുത്ത് രാജാവിന്റെ അടുത്തേക്ക് ചുമന്നുകൊണ്ടുപോയി, അദ്ദേഹത്തിന്റെ മുന്നിൽ നിർത്തി. എല്ലാവരും അതിശയത്തോടെ അതിനെ കാണാനായി ചുറ്റുംകൂടി നിന്നു. ആ കുതിരയുടെ ആനുപാതികമായ സൃഷ്ടിയും സൗന്ദര്യവും വിലപിടിച്ച ജീനിയും മറ്റും കണ്ട് കാണികൾ അതിശയിച്ചുപോയി! രാജാവും അതിനെ പ്രശംസിച്ചു; വല്ലാത്ത വിസ്മയത്തോടെ അദ്ദേഹം രാജകുമാരനോട് ചോദിച്ചു "ഓ, യുവാവേ, ഇതാണോ നിന്റെ കുതിര?"

"അതെ, രാജാവേ, ഇതുതന്നെയാണെന്റെ കുതിര, അത് പ്രദർശിപ്പിക്കുന്ന വിസ്മയകരമായ പ്രവൃത്തികൾ അങ്ങേക്ക് ഉടനെ കാണാം." അവൻ മറുപടി നൽകി. "എങ്കിൽ അതിന്റെ പുറത്തു കയറൂ."

"സൈന്യം ദൂരെക്ക് മാറുന്നതുവരെ ഞാനിതിന്റെ പുറത്ത് കയറില്ല." അതുകൊണ്ട് ഒരു അമ്പെയ്യുവാനുള്ള ദൂരത്തേക്ക് മാറിനിൽക്കുവാൻ സൈന്യത്തോട് രാജാവ് ആജ്ഞാപിച്ചു.

രാജകുമാരൻ പറഞ്ഞു: "അല്ലയോ രാജാവേ, അങ്ങ് മനസ്സിലാക്കുക; ഞാൻ കുതിരപ്പുറത്തു കയറാൻ പോകുകയാണ്. അങ്ങയുടെ പടയാളികളെ ഇടംവലം നോക്കാതെ ഞാൻ ഛിന്നഭിന്നമാക്കും, ഹൃദയം വെട്ടിമുറിക്കും!"

രാജാവ് പറഞ്ഞു: "നിന്റെ ഇഷ്ടപ്രകാരം ചെയ്യുക; അവരെ ജീവനോടെ വെക്കല്ലെ: കാരണം, അവർ നിന്നെ ജീവനോടെ വിടില്ല." അപ്പോൾ രാജകുമാരൻ കുതിരപ്പുറത്തേറി; സൈന്യം അവനു മുമ്പിൽ പദവി അനുസരിച്ച് അണിനിരന്നു; അവരിൽ ഒരുത്തൻ പറഞ്ഞു "ആ യുവാവ് മുന്നോട്ടുവരുമ്പോൾ കുന്തം എറിഞ്ഞും വാളുകൊണ്ടു വെട്ടിയും അവനെ അവസാനിപ്പിക്കും"

മറ്റൊരുവൻ അഭിപ്രായപ്പെട്ടു, "അള്ളായാണേ, ഇത് നിർഭാഗ്യകരം തന്നെ. ഇത്രയും സുന്ദരനും അംഗലാവണ്യമുള്ളവനുമായൊരു യുവാവിനെ നമ്മൾ എങ്ങനെയാണ് വധിക്കുക?"

മൂന്നാമതൊരുത്തൻ പറഞ്ഞു: "അവനെ നമ്മൾക്കെന്തെങ്കിലും ചെയ്യാൻ പറ്റിയാൽ അത് വലിയ കാര്യമായിരിക്കും. അത്രയ്ക്ക് വീരസാഹസവും ധീരതയും അയാളിൽ ഉണ്ട്."

അതിനിടയ്ക്ക് കുതിരപ്പുറത്ത് കയറി ഇരുപ്പുറപ്പിച്ച രാജകുമാരൻ, മുകളിലേക്ക് ഉയരാനുള്ള 'സ്ക്രൂ'തിരിച്ചു. എല്ലാവരും അദ്ഭുതത്തോടെ ആ കുതിരയെ വീക്ഷിച്ചുനിൽക്കവെ, കുതിര അങ്ങോട്ടുമിങ്ങോട്ടും ഇളകിയശേഷം അതിശയകരമായ രീതിയിൽ പറന്നുയർന്നു. രാജാവ് ഇതു കണ്ട് തന്റെ പടയാളികളോട് വിളിച്ചുപറഞ്ഞു: "നാശം! അവനെ പിടിക്കൂ, അവനെ പിടിക്കൂ." എന്നാൽ അദ്ദേഹത്തിന്റെ മന്ത്രിമാരും വസീർമാരും പറഞ്ഞു "ഓ, രാജാവേ, പറന്നുപോകുന്നൊരു പക്ഷിയെ ഒരു മനുഷ്യന് മറികടക്കാനാകുമോ? ഇത് തീർച്ചയായും കരുത്തനായൊരു മാന്ത്രികനോ, ജിന്നോ, പിശാചോ ആണ്. അങ്ങയെ ഇവനിൽനിന്ന് അള്ളാ രക്ഷിക്കട്ടെ! അങ്ങയുടെയും, അങ്ങയുടെ ജനങ്ങളുടേയും രക്ഷയ്ക്കായി, സർവ്വശക്തനെ പ്രാർത്ഥിക്കുക."

അപ്പോൾ രാജാവ് കൊട്ടാരത്തിൽ തിരിച്ചെത്തി മകളുടെ അടുത്തു ചെന്ന്, രാജകുമാരൻ പറന്നുപോയ വിവരം ധരിപ്പിച്ചു; 'പരേഡ്

ഗ്രൗണ്ടി'ൽ നടന്ന സംഭവവും വിശദീകരിച്ചു. രാജകുമാരന്റെ വിയോഗത്തിൽ അവൾ വല്ലാതെ ദുഃഖിക്കുന്നതായി അദ്ദേഹത്തിന് തോന്നി. അവൾ പെട്ടെന്ന് രോഗിയായി മാറി; മഹാരോഗം പിടിപെട്ടവളെപ്പോലെ മെത്തയിൽ കിടപ്പായി. അവളെ ഈ നിലയിൽ കണ്ട രാജാവ് മകളെ മാറോടണച്ച് കണ്ണുകളിൽ ചുംബിച്ചുകൊണ്ട് പറഞ്ഞു: "ഓ, എന്റെ മകളെ, സർവ്വശക്തനായ അള്ളായോട് പ്രാർത്ഥിക്കുകയും നന്ദിപറയുകയും ചെയ്യുക, ഈ മായാവിയിൽ നിന്ന് നമ്മളെ രക്ഷിച്ചതിന്! ഈ നീചൻ നിന്നെ വഴിപിഴപ്പിക്കുന്നതിനുവേണ്ടി മാത്രം വന്നതാണ്!" പിന്നെ രാജകുമാരൻ അപ്രത്യക്ഷമായ കഥ അദ്ദേഹം പുത്രിയോട് ആവർത്തിച്ചു പറഞ്ഞു; തന്റെ മകൾ എന്തുമാത്രം അവനെ സ്നേഹിച്ചിരുന്നതാണെന്ന് അദ്ദേഹം ആക്ഷേപിച്ചു. എന്നാൽ, അദ്ദേഹത്തിന്റെ വാക്കുകൾക്കു അവൾ ചെവികൊടുത്തതേയില്ല. കണ്ണീരൊഴുക്കിക്കൊണ്ടവൾ സ്വയം പറഞ്ഞു: "അള്ളായാണേ, അദ്ദേഹവുമായി എന്നെ യോജിപ്പിക്കുന്നതു വരെ ഞാൻ ആഹാരം കഴിക്കില്ല, വെള്ളംപോലും കുടിക്കില്ല."

അവളുടെ കഷ്ടാവസ്ഥ കണ്ട് രാജാവ് വല്ലാതെ ദുഃഖിക്കുകയും വിലപിക്കുകയും ചെയ്തു; അവളെ ആശ്വസിപ്പിക്കുംതോറും, അവളുടെ അനുരാഗം ഹൃദയത്തിനുള്ളിൽ വർദ്ധിച്ചുവരികയാണുണ്ടായത് - അപ്പോഴേക്കും നേരം പുലരാറായെന്നും തനിക്ക് കഥ പറയാനനുവദിച്ച സമയം തീർന്നെന്നും ഷാഹ്റസാദ് മനസ്സിലാക്കി.

മുന്നൂറ്റി അറുപത്തിമൂന്നാം രാവ്

അവൾ തുടർന്നു, ഓ, കീർത്തിമാനായ രാജാവേ, സ്വന്തം പുത്രിയുടെ ദുഃഖകരമായ അവസ്ഥ കണ്ട്, രാജാവ് വിലപിച്ചു; അദ്ദേഹത്തിന്റെ സാന്ത്വനവാക്കുകൾ അവളുടെ അനുരാഗം വർദ്ധിപ്പിക്കാനേ ഉപകരിച്ചുള്ളു. അത്രയുമാണ് രാജാവിന്റേയും, രാജകുമാരി 'ഷംസ് അൻനഹാറി'ന്റേയും സ്ഥിതി. എന്നാൽ, രാജകുമാരൻ 'കമാർ അൽ അക്മറി'ന് എന്ത് സംഭവിച്ചു എന്ന് നോക്കാം; അയാൾ കുതിരപ്പുറത്തിരുന്ന് ആകാശത്തേക്ക് ഉയർന്നപ്പോൾ, കുതിരയുടെ ശിരസ്സ് സ്വന്തം നാടിനുനേരെ തിരിച്ചു. അവൻ ഏകനായപ്പോൾ, രാജകുമാരിയെക്കുറിച്ചും അവളുടെ സൗന്ദര്യത്തെക്കുറിച്ചും അവൻ ഓർത്തുപോയി. അവൻ ആ നഗരത്തിന്റെയും, രാജാവിന്റെയും, രാജകുമാരിയുടെയും പേര് ഇതിനകം മനസ്സിലാക്കിയിരുന്നു. ആ നഗരത്തിന്റെ പേര് 'സാനാ' എന്നാണ്. അങ്ങനെ, പരമാവധി വേഗത്തിൽ അവൻ അച്ഛന്റെ നഗരത്തിലേക്ക് പറന്ന്, രാജകൊട്ടാരത്തിന്റെ മേൽക്കൂരയിൽ ഇറങ്ങി; കുതിരയെ അവിടെ നിർത്തി, താഴേക്ക് ഇറങ്ങിച്ചെന്നു. കൊട്ടാരത്തിന് മുൻവശം കറുത്തകൊടി കണ്ടപ്പോൾ, തന്റെ കുടുംബത്തിലെ ആരോ മരിച്ചിട്ടുണ്ടെന്നവൻ മനസ്സിലാക്കി. അവൻ ഉള്ളിലേക്ക് കടന്നുചെന്നു; തന്റെ അച്ഛനും അമ്മയും സഹോദരിമാരും കറുത്തവസ്ത്രങ്ങൾ അണിഞ്ഞ്, ദുഃഖാചരണത്തിലെന്നതുപോലെ ഇരിക്കുന്നത് കണ്ടു. എല്ലാവരുടെയും മുഖങ്ങൾ വിളറിവെളുത്തിരിക്കുന്നു, ശരീരം മെലിഞ്ഞിരിക്കുന്നു! അച്ഛൻ ദൂരെനിന്നുതന്നെ അവനെ കണ്ടു; അത് തന്റെ മകനാണെന്ന് ഉറപ്പിച്ച് അദ്ദേഹം ഉറക്കെ നിലവിളിച്ച് ബോധംകെട്ട് വീണു. അല്പനേരത്തിനുശേഷം ബോധം

തിരിച്ചുകിട്ടിയ അദ്ദേഹം അവനെ മാറോടണച്ച് മതിവരുവോളം ആനന്ദിച്ചു! അമ്മയും സഹോദരിമാരും ഇക്കാര്യം കേട്ട്, ഉള്ളിലേക്ക് ഓടിയെത്തി. എല്ലാവരും അവനെ ആലിംഗനം ചെയ്തും ചുംബിച്ചും കരഞ്ഞു, ആഹ്ലാദിച്ചും നിലകൊണ്ടു! പിന്നെ, നടന്ന സംഭവങ്ങളെക്കുറിച്ചവർ ചോദിച്ചറിഞ്ഞു. ആദ്യം മുതൽ അവസാനംവരെ, എല്ലാ ചരിത്രവും അവൻ അവർക്കു വിവരിച്ചുകൊടുത്തു. ഒടുവിൽ അച്ഛൻ അവനോട് പറഞ്ഞു: "നിന്നെ സംരക്ഷിച്ചതിന് അള്ളായ്ക്ക് സ്തുതി, എന്റെ പ്രിയപ്പെട്ടവനെ!"

അതിനുശേഷം ഉഗ്രൻ ആഘോഷം രാജാവ് സംഘടിപ്പിച്ചു; ഈ സന്തോഷവാർത്ത് നഗരം മുഴുവൻ വ്യാപിച്ചു. അവർ ചെണ്ടയും ഇലത്താളവും കൊട്ടി ദുഃഖാചരണം അവസാനിപ്പിച്ചു. നഗരവീഥികളും, ചന്തസ്ഥലങ്ങളും മനോഹരമായി അലങ്കരിച്ചു. ജനങ്ങൾ രാജാവിനെ ആഹ്ലാദപൂർവ്വം അഭിവാദ്യം ചെയ്യാനായി പരസ്പരം മത്സരിക്കുകയായിരുന്നു! രാജാവ് തടവുപുള്ളികൾക്ക് പൊതുമാപ്പു നൽകി; ജനങ്ങൾക്കായി വിഭസമൃദ്ധമായ സദ്യ നൽകി. ഏഴ് ദിനരാത്രങ്ങൾ സുഭിക്ഷമായ ആ സൽക്കാരം തുടർന്നു. എല്ലാവരും ഏറ്റവുമധികം സന്തോഷിച്ച ദിനങ്ങളായിരുന്നു അവ!

രാജാവ് മകനോടൊപ്പം കുതിരപ്പുറത്തേറി നഗരം ചുറ്റിയടിച്ചു; ജനങ്ങൾ അവനെ കണ്ട് ആനന്ദിക്കട്ടെ എന്നായിരുന്നു രാജാവിന്റെ ലക്ഷ്യം. കുറച്ചുകഴിഞ്ഞ് രാജകുമാരൻ ആ കുതിരയെ ഉണ്ടാക്കിയവനെക്കുറിച്ച് അന്വേഷിച്ചു "ഓ, എന്റെ അച്ഛാ, എന്തായിരുന്നു അവന്റെ വിധി?"

രാജാവ് മറുപടി നൽകി, "അള്ളാ അവനെ ഒരിക്കലും അനുഗ്രഹിച്ചില്ല! കാരണം, അയാളാണ് നീ എന്നെ വിട്ടുപോകാനിടയാക്കിയവൻ, എന്റെ മോനെ; നീ അപ്രത്യക്ഷനായ അന്നു മുതൽ അയാൾ ജയിലിൽ അടക്കപ്പെട്ടിരിക്കയാണ്."

പിന്നെ, അയാളെ ജയിൽ മോചിതനാക്കാൻ രാജാവ് ഉത്തരവിട്ടു. അയാളെ രാജസന്നിധിയിൽ വരുത്തി ആദരസൂചകമായ വസ്ത്രങ്ങളും മറ്റു പാരിതോഷികങ്ങളും നൽകി; വളരെ പ്രീതിയോടെയും മഹാമനസ്കതയോടെയും അയാളോട് പെരുമാറി; രാജാവ് സ്വന്തം പുത്രിയെ അയാൾക്ക് വിവാഹം കഴിച്ചുകൊടുക്കാൻ മാത്രം തയ്യാറായില്ല! അതിൽ ആ യോഗി വല്ലാതെ കുപിതനായി, താൻ ചെയ്തുകൊടുത്ത ഉപകാരത്തിലയാൾ പശ്ചാത്തപിച്ചു; കുതിരയെ ഓടിക്കാനുള്ള രഹസ്യമെല്ലാം രാജകുമാരൻ മനസ്സിലാക്കിയതിൽ അയാൾ പരിതപിച്ചു. അതിനുംപുറമെ, രാജാവ് മകനോട് പറഞ്ഞു: "ഇനി നീ ആ കുതിരയുടെ സമീപത്ത് പോകരുതെന്നാണെനിക്ക് പറയാനുള്ളത്; പ്രത്യേകിച്ചും, ഇന്നേക്ക് ശേഷം അതിന്റെ പുറത്ത് കയറാനേ പാടില്ല. കാരണം, അതിന്റെ ഗുണദോഷങ്ങൾ നിനക്ക് പൂർണ്ണമയും അറിയില്ല; നിനക്കക്കാര്യത്തിൽ തെറ്റുപറ്റാൻ ഇടയുണ്ട്."

'സാനാ' രാജാവിന്റെയും, അദ്ദേഹത്തിന്റെ പുത്രിയുടെയും അടുത്ത് അരങ്ങേറിയ വീരസാഹസങ്ങൾ അപ്പോൾ രാജകുമാരൻ അച്ഛനെ ധരിപ്പിച്ചു. രാജാവ് അത് കേട്ട് പറഞ്ഞു " നിന്നെ കൊല്ലാൻ അദ്ദേഹത്തിന് ഉദ്ദേശമുണ്ടായിരുന്നെങ്കിൽ അദ്ദേഹം അത് ചെയ്തേനെ; എന്നാൽ, നിന്റെ സമയം ഇനിയും വന്നിട്ടില്ല."

ആഘോഷപരിപാടികൾ അവസാനിപ്പിച്ചപ്പോൾ, ആളുകൾ സ്വന്തം വീടുകളിലേക്ക് തിരിച്ചുപോയി. രാജാവും പുത്രനും കൊട്ടാരത്തിലേക്ക്

മടങ്ങിവന്ന്, തീറ്റയിലും കുടിയിലും വിനോദങ്ങളിലും ഏർപ്പെട്ടു. രാജാവിന് സംഗീതോപകരണങ്ങൾ ഭംഗിയായി വായിക്കാനറിയാവുന്ന സുന്ദരിയായൊരു പരിചാരികയുണ്ടായിരുന്നു. അവളോട് ഒരു ഗാനമാലപിക്കാൻ അദ്ദേഹം പറഞ്ഞു. രാജാവിന്റെയും രാജകുമാരന്റെയും മുന്നിൽ, വിരഹവേദന അനുഭവിക്കുന്ന കാമുകീകാമുകന്മാരെക്കുറിച്ചൊരു സംഗീതം അവൾ ആലപിച്ചു.

രാജകുമാരൻ ഈ ഗാനം കേട്ടപ്പോൾ ഹൃദയം തകർന്ന് ഇരുന്നുപോയി; വല്ലാതെ വികാരവിവശനായി. 'സാനാ' രാജാവിന്റെ പുത്രിയെ ഓർത്തവൻ വേദനിച്ചു. അച്ഛന്റെ ശ്രദ്ധയിൽപ്പെടാതെ ചാടിയെഴുന്നേറ്റ്, കൊട്ടാരത്തിൽ കുതിരയെ നിർത്തിയിടത്തു ചെന്നു. പിന്നെ, അതിന്റെ പുറത്തേറി, മുകളിലേക്ക് ഉയരാനുള്ള 'സ്ക്രൂ' പിടിച്ചു തിരിച്ചു; അതോടെ, അതിശീഘ്രം ഒരു പക്ഷിയെപ്പോലെ അത് ആകാശത്തേക്കുയർന്നു.

നേരം പുലർന്ന് പുത്രനെ കാണാതായപ്പോൾ, അദ്ദേഹം കൊട്ടാരത്തിന്റെ മേൽക്കൂരയിൽ ചെന്നു. അവൻ താരാപഥത്തിലൂടെ സഞ്ചരിക്കുന്നതു കണ്ട് രാജാവ് വല്ലാതെ വിഷമിച്ചു! ആ കുതിരയെ ഒളിപ്പിക്കാതിരുന്നതിൽ അഗാധമായ ദുഃഖത്തോടെ പശ്ചാത്തപിച്ചു! അദ്ദേഹം സ്വയം പറഞ്ഞു: "അള്ളായാണേ, എന്റെ മകൻ തിരിച്ചെത്തിയാൽ, ഞാൻ ആ കുതിരയെ നശിപ്പിക്കും; അപ്പോൾ, എന്റെ മകന്റെ കാര്യത്തിൽ എനിക്ക് മനസ്സമാധാനം ലഭിക്കുമല്ലോ." വീണ്ടും അദ്ദേഹം കണ്ണീരൊഴുക്കാനും വിലപിക്കാനും തുടങ്ങി - അപ്പോഴേക്കും നേരം പുലരാറായെന്നും തനിക്ക് കഥപറയാനനുവദിക്കപ്പെട്ട സമയം തീർന്നെന്നും ഷാഹ്റസാദ് മനസ്സിലാക്കി.

മുന്നൂറ്റി അറുപത്തിനാലാം രാവ്

അവൾ തുടർന്നു, ഓ കീർത്തിമാനായ രാജാവേ, ആ രാജാവ് വീണ്ടും പുത്രനെയോർത്ത് കണ്ണീരൊഴുക്കാനും വിലപിക്കാനും തുടങ്ങി. ഇത്രയും ആണ് രാജാവിന്റെ കാര്യം. ആ സമയത്ത് രാജകുമാരനാകട്ടെ നിർത്താതെ പറക്കുകയായിരുന്നു; ഒടുവിൽ 'സാനാനഗര'ത്തിലെത്തി. എന്നിട്ട് പഴയതുപോലെ, കൊട്ടാരത്തിന്റെ മട്ടുപ്പാവിൽ ഇറങ്ങി. പിന്നെ പതുങ്ങിപ്പതുങ്ങി താഴോട്ടിറങ്ങി; നപുംസകം കിടന്നുറങ്ങുന്നതുകണ്ട്, മെല്ലെ കർട്ടൻ പൊക്കി, അകത്തുകടന്ന് സാവാധാനം നടന്ന്, രാജകുമാരിയുടെ വാതിലിന്നടുത്തെത്തി. അതാ രാജകുമാരനു മുന്നിൽ ചുറ്റും ഉറങ്ങിക്കൊണ്ടിരിക്കുന്ന പരിചാരികകൾക്കുള്ളിൽ, തോരാത്ത കണ്ണുനീരോടെ പ്രാർത്ഥിച്ചുകൊണ്ടിരിക്കുന്നു! അവളുടെ കരച്ചിൽ കേട്ട് പരിചാരികമാർ തലപൊക്കി ചോദിച്ചു: "അല്ലയോ, ഞങ്ങളുടെ യജമാനത്തി, നിങ്ങൾക്കുവേണ്ടി ദുഃഖിക്കാത്ത ഒരുവനെ ഓർത്ത് നിങ്ങൾ എന്തിനാണ് കരയുന്നത്?"

"ഓ, ബുദ്ധിയില്ലാത്തവളെ, എന്നെ ഓർത്തവൻ ദുഃഖിക്കുന്നുണ്ടാകും; എന്നെ മറക്കുകയോ, മറക്കപ്പെടുകയോ ഇല്ല. അവനുവേണ്ടിയാണ് ഞാൻ വിലപിക്കുന്നത്."

പിന്നീടവൾ കരഞ്ഞുകൊണ്ട് കിടന്നുറങ്ങി. ഇതുകണ്ട് രാജകുമാരന്റെ ഹൃദയം തകർന്നു! അവൻ മുറിയിൽ കടന്നുചെന്ന്, പുതക്കാതെ

കിടന്നുറങ്ങുന്ന അവളെ മെല്ലെ സ്പർശിച്ചു. അവൾ കണ്ണുകൾ തുറന്നപ്പോൾ, തന്റെ അടുത്ത് നിൽക്കുന്ന രാജകുമാരനെ കണ്ടു.

അവൻ ചോദിച്ചു "എന്തിനാണ് ഈ കണ്ണീരൊഴുക്കലും വിലാപവും?" അവൾ ആളെ തിരിച്ചറിഞ്ഞപ്പോൾ, അവനെ ആലിംഗനം ചെയ്ത് ചുംബിച്ചുകൊണ്ട് മറുപടി നൽകി: "നിനക്കുവേണ്ടിയും എന്നെ നീ വിട്ടു പിരിഞ്ഞതുകൊണ്ടും."

"ഓ, എന്റെ മഹതി, ഇത്രയും നാൾ നീ എന്നെ ഒറ്റപ്പെടുത്തിയതിൽ ഞാൻ ദുഃഖിച്ച് കഴിയുകയായിരുന്നു!"

"നീയാണ് എന്നെ ഒറ്റപ്പെടുത്തിയത്. നീ ഇനിയും വൈകിച്ചിരുന്നെങ്കിൽ, തീർച്ചയായും ഞാൻ മരിച്ചുപോയേനെ!"

"ഓ, എന്റെ മഹതി, നിന്റെ അച്ഛൻ ഇക്കാര്യത്തിൽ എന്നോട് പെരുമാറിയ രീതിയെക്കുറിച്ച് നീ എന്ത് കരുതുന്നു? നിന്നോടുള്ള സ്നേഹം കൊണ്ടല്ലേ, എന്തൊക്കെ പ്രലോഭനങ്ങളും അപമാനവും സഹിച്ചിട്ടും ഞാനദ്ദേഹത്തെ വിട്ടുകളഞ്ഞത്; അല്ലെങ്കിൽ, കാണികൾക്ക് ഒരു താക്കീതെന്ന നിലയ്ക്ക് ഞാനദ്ദേഹത്തെ തീർച്ചയായും വധിച്ചേനെ. എന്നിട്ടും നിന്നെ സ്നേഹിക്കുന്നതുപോലെ നിനക്കുവേണ്ടി നിന്റെ അച്ഛനെയും ഞാൻ സ്നേഹിക്കുന്നു. "നിനക്കെങ്ങിനെ എന്നെ ഉപേക്ഷിച്ചുപോകാൻ കഴിഞ്ഞു? അതിനുശേഷം എനിക്ക് സന്തോഷത്തോടെ ജീവിക്കാനാകുമോ?" "എന്താണ് സംഭവിക്കുക എന്ന് പിന്നെ നോക്കാം; ഇപ്പോൾ വിശപ്പും ദാഹവും എനിക്ക് സഹിക്കാനാകുന്നില്ല."

അപ്പോൾ തന്റെ പരിചാരികമാരോട് ആഹാരം കൊണ്ടുവരുവാനായി അവൾ ഉത്തരവിട്ടു. അങ്ങനെ രാത്രി മുഴുവൻ അവർ തിന്നും കുടിച്ചും സംസാരിച്ചും ഇരുന്നു. നേരം പുലർന്നപ്പോൾ, നപുംസകം ഉണരുന്നതിനു മുമ്പ്, അവൻ എഴുന്നേറ്റ് പോകാൻ തയ്യാറായി.

ഷംഷ് അൽനഹർ അവനോട് ചോദിച്ചു: "നീ എങ്ങോട്ടാണ് പോകുന്നത്?" "എന്റെ അച്ഛന്റെ വീട്ടിലേക്ക്. ആഴ്ചയിൽ ഒരു ദിവസം ഞാൻ നിന്റെ അടുത്ത് കുതിരപ്പുറത്തെത്തുമെന്ന് ശപഥം ചെയ്യുന്നു."

"ഞാൻ നിങ്ങളോട് ആണയിട്ടു പറയുന്നു, അള്ളായാണേ, നിങ്ങൾ പോകുന്നിടത്തേക്ക് എന്നെയും കൊണ്ടുപോകൂ, നിന്റെ വേർപാട്മൂലമുള്ള ദുഃഖം എനിക്കനുഭവിക്കാൻ ഇടവരുത്താതിരിക്കൂ."

"നീ തീർച്ചയായും എന്നോടൊപ്പം വരുമോ?"

"ഉവ്വ്."

"എന്നാൽ" അവൻ പറഞ്ഞു "എഴുന്നേൽക്കൂ, നമ്മൾക്ക് പുറപ്പെടാം."

ഉടനെ അവൾ എഴുന്നേറ്റുചെന്ന് പെട്ടി തുറന്ന്, തന്റെ വിലപിടിച്ച ആഭരണങ്ങളും, പ്രിയപ്പെട്ട വസ്തുക്കളുമെല്ലാം എടുത്ത് മുന്നോട്ടു നടന്നു; അവളുടെ പരിചാരികമാർ അതൊന്നും ഗൗനിച്ചതേയില്ല!

അങ്ങനെ അവർ ഇരുവരും കൊട്ടാരത്തിന്റെ മട്ടുപ്പാവിൽ ചെന്ന് കുതിരപ്പുറത്ത് കയറി ഇരുന്നു; അവൻ രാജകുമാരിയെ പിൻസീറ്റിൽ ഭദ്രമായി ബന്ധിച്ച് സുരക്ഷിതയാക്കി. അതിനുശേഷം കുതിരയുടെ തോളിലെ പൊങ്ങാനുള്ള 'സ്ക്രൂ' പിടിച്ച് തിരിച്ചു. ഉടനെ കുതിര അതിശീഘ്രം ആകാശത്തിലേക്ക് പറന്നുയർന്നു. അടിമ പെൺകുട്ടികൾ ഇതു കണ്ട്, ഉറക്കെ നിലവിളിച്ച് അച്ഛനെയും അമ്മയേയും അറിയിച്ചു. അവർ ധൃതിയിൽ കൊട്ടാരത്തിലെ മട്ടുപ്പാവിലേക്ക് ഓടിച്ചെന്നു; മുകളിലേക്ക് നോക്കിയപ്പോൾ രാജകുമാരനെയും രാജകുമാരിയേയും കയറ്റിയ

മാന്ത്രിക കുതിര പറന്നുപോകുന്നതവർ കണ്ടു. അതീവ ദുഃഖിതനായ രാജാവ് ഉറക്കെ വിളിച്ചുപറഞ്ഞു "ഓ, രാജകുമാരാ, അള്ളായുടെ നാമത്താൽ ഞാൻ ആണയിട്ടു പറയുന്നു, എന്നെയും ഭാര്യയേയും നീ ദ്രോഹിച്ചോളൂ, ഞങ്ങളുടെ മകളെ നീ ഒഴിവാക്കൂ!"

രാജകുമാരൻ അതിന് മറുപടി ഒന്നും കൊടുത്തില്ല; എന്നാൽ രാജകുമാരിക്ക് അച്ഛനെയും, അമ്മയേയും വിട്ടുപോകുന്നതിൽ വിഷമമുണ്ടോ എന്ന് ചിന്തിച്ച്, അവളോട് ചോദിച്ചു " അല്ലയോ സ്വർഗ്ഗീയ സുന്ദരി, നിന്നെ അച്ഛന്റെയും അമ്മയുടെയും അടുക്കലേക്ക് ഞാൻ തിരിച്ചുകൊണ്ടുപോകട്ടെ, പറയൂ."

"അള്ളായാണേ, എന്റെ പ്രഭോ, ഞാൻ അപ്രകാരം ആഗ്രഹിക്കുന്നില്ല. നീ എവിടെയാണോ, അവിടെ എനിക്കും കഴിയണമെന്നാണെന്റെ ആഗ്രഹം. എന്റെ അച്ഛനമ്മമാരിൽ നിന്നുപോലും, നിന്റെ പ്രേമം മൂലം ഞാൻ അകന്നിരിക്കുന്നു; എല്ലാവരോടും എനിക്ക് വികർഷണമാണ്."

ഇതുകേട്ട് രാജകുമാരൻ അങ്ങേയറ്റം സന്തോഷിച്ചു; കുതിരയെ ശാന്തമായ രീതിയിൽ പറപ്പിച്ചു; അങ്ങനെ രാജകുമാരിയുടെ മനസ്സ് ശാന്തമാക്കി. ശുദ്ധജലം പ്രവഹിക്കുന്ന ഒരു നീർപോലെയുള്ള ഒരു പുൽത്തകിടി കാണുന്നതുവരെ അവർ നിർത്താതെ യാത്രചെയ്തു. ഇവിടെ അവർ കുതിരയെ നിർത്തി ആഹാരം കഴിച്ചു; അതിനുശേഷം രാജകുമാരിയെ കുതിരപ്പുറത്ത് കയറ്റി ഇരുത്തി സുരക്ഷിതമായി ബന്ധിച്ച്, നേരെ അവന്റെ അച്ഛന്റെ കൊട്ടാരത്തിലേക്ക് വിട്ടു. രാജകുമാരൻ അപ്പോൾ വലിയ ആഹ്ലാദത്തിലായിരുന്നു; തന്റെ അച്ഛന്റെ അധികാരവും പ്രതാപവും സ്വന്തം പ്രേമഭാജനത്തെ കാണിച്ച്, അവളുടെ അച്ഛനേക്കാൾ അന്തസ്സുള്ളവരാണ് തങ്ങൾ എന്ന് അവളെ ബോദ്ധ്യപ്പെടുത്താനവൻ ആഗ്രഹിച്ചു. അതുകൊണ്ട് നഗരത്തിന് പുറത്തുള്ള അച്ഛന്റെ ഒരു ഉദ്യാനത്തിൽ അവൻ അവളെ ഇറക്കി നിർത്തി; അവന്റെ അച്ഛൻ ഉല്ലസിക്കാനായി പോകാറുള്ള ഒരു ഉദ്യാനമാണത്. ഗോപുരമുള്ളൊരു 'വേനൽക്കാല വസതി'യിലേക്കവളെ രാജകുമാരൻ കൊണ്ടുപോയി; രാജാവ് വേനൽക്കാലത്ത് വന്ന് താമസിക്കാൻ വേണ്ടി നിർമ്മിച്ചതാണത്. അതിന്റെ വാതിലിന്നരികെ 'കരിമരകുതിര'യെ നിർത്തി, രാജകുമാരിയോട് അതിനെ ശ്രദ്ധിക്കുവാൻ പറഞ്ഞു. "എന്റെ ദൂതൻ വരുന്നതുവരെ ഇവിടെ ഇരിക്കുക; കാരണം, ഞാനിപ്പോൾ അച്ഛന്റെ അടുത്തുചെന്ന്, നിന്നെ സ്വീകരിക്കാനായി കൊട്ടാരം സജ്ജീകരിക്കാം. പിന്നെ നിനക്ക് രാജ്യമെല്ലാം കാണിച്ചുതരാം." ഈ വാക്കുകൾ കേട്ട് രാജകുമാരി വല്ലാതെ ആഹ്ലാദിച്ചു, "നീ ഇഷ്ടംപോലെ ചെയ്യൂ" - അപ്പോഴേക്കും നേരംപുലരാറായെന്നും തനിക്ക് കഥ പറയാൻ അനുവദിക്കപ്പെട്ട സമയം കഴിഞ്ഞെന്നും ഷാഹ്റസാദ് മനസ്സിലാക്കി.

മുന്നൂറ്റി അറുപത്തിയഞ്ചാം രാവ്

അവൾ തുടർന്നു, ഓ, കീർത്തിമാനായ രാജാവേ, ആ രാജകുമാരി രാജകുമാരന്റെ വാക്കുകൾ കേട്ട് വല്ലാത്ത ആഹ്ലാദത്തോടെ പറഞ്ഞു "നിനക്ക് ഇഷ്ടമുള്ളതുപോലെ ചെയ്യൂ." പിന്നെ അവൾ അവിടെത്തന്നെ നിന്നു; കാരണം, അവൾ അർഹിക്കുന്ന അന്തസ്സോടെയും ആദരവോടെയും

കൂടെയല്ലാതെ അവൾക്ക് നഗരത്തിലേക്ക് പ്രവേശിക്കാനാവില്ല, അതാണല്ലോ അവളുടെ പദവി.

അങ്ങനെ രാജകുമാരൻ അവളെ അവിടെ നിർത്തി, അച്ഛന്റെ കൊട്ടാരത്തിലേക്ക് പോയി. അദ്ദേഹം മകന്റെ വരവിൽ പ്രസന്നനായി, അവനെ സ്വാഗതം ചെയ്തു. രാജകുമാരൻ അച്ഛനോട് പറഞ്ഞു: "ഞാൻ അങ്ങയോട് പറഞ്ഞിരുന്ന രാജകുമാരിയെ എന്നോടൊപ്പം കൊണ്ടുവന്നിട്ടുണ്ട്. നഗരത്തിനു പുറത്തുള്ള ആ ഉദ്യാനത്തിൽ ഞാനവളെ നിർത്തി, അങ്ങയെ വിവരമറിയിക്കാൻ വന്നിരിക്കയാണ്. അങ്ങ് രാജകീയമായ ഘോഷയാത്ര നടത്തി അങ്ങയുടെ സൈന്യത്തെയും രക്ഷാഭടന്മാരെയും പ്രദർശിപ്പിച്ച് സ്വന്തം പ്രൗഢിയും അന്തസ്സും അവളെ കാണിക്കുക!"

"സസന്തോഷം" രാജാവ് മറുപടി നൽകി. നഗരം മനോഹരമായി അലങ്കരിക്കുവാൻ അദ്ദേഹം ഉടനെ ഉത്തരവ് നൽകി. പിന്നെ, രാജാവ് എല്ലാ പ്രഭുക്കന്മാരോടും ഉന്നത ഓഫീസർമാരോടും കുടുംബാംഗങ്ങളോടുമൊപ്പം രാജകീയമായ ആർഭാടത്തോടെ എഴുന്നള്ളി. രാജകുമാരനാകട്ടെ അമൂല്യവും മനോഹരവുമായ ആഭരണങ്ങളും വസ്ത്രങ്ങളുമണിഞ്ഞ്, എല്ലാതരത്തിലുമുള്ള അപൂർവ്വ രത്നങ്ങളും പ്രദർശിപ്പിച്ച്, രാജകുമാരിക്ക് ഇരിക്കാനുള്ള സുന്ദരമായ പല്ലക്കും കൂടെ ഏറ്റിച്ചുകൊണ്ട്, ഇന്ത്യൻ, ഗ്രീക്ക്, അബിസ്സീനിയൻ അടിമകളുമായി ഉദ്യാനത്തിലേക്ക് ചെന്നു. എന്നാൽ, അവിടെ രാജകുമാരിയോ, കുതിരയോ അവർക്ക് കണ്ടെത്താനായില്ല. പരിഭ്രാന്തനായ രാജകുമാരൻ, സ്വന്തം മുഖത്തടിച്ച് വസ്ത്രങ്ങൾ വലിച്ചുകീറി, ഒരു ഭ്രാന്തനെപ്പോലെ ഉദ്യാനത്തിന് ചുറ്റും ഓടിനടന്നു. ഒടുവിൽ സ്വബോധം വീണ്ടെടുത്ത അവൻ സ്വയം പറഞ്ഞു "ഈ കുതിരയുടെ രഹസ്യം അവൾ എങ്ങനെ മനസ്സിലാക്കി? ഞാനവളോട് അതിനെക്കുറിച്ച് ഒന്നും പറഞ്ഞിട്ടില്ലല്ലോ. ഒരുപക്ഷേ, ആ കുതിരയെ സൃഷ്ടിച്ച പേർഷ്യൻ യോഗി, അച്ഛന്റെ പെരുമാറ്റത്തോട് പകരം വീട്ടാൻ വേണ്ടി അവളെ തട്ടിക്കൊണ്ടുപോയതാകാം."

പിന്നെ അവൻ തോട്ടം സൂക്ഷിപ്പുകാരനോട്, ഈ പരിസരത്തുകൂടെ ആരെങ്കിലും പോകുന്നത് കണ്ടോ എന്ന് ചോദിച്ചു. "ആരെങ്കിലും ഇവിടെ വന്നിരുന്നുവോ? എന്നോട് സത്യം പറഞ്ഞോളു; അല്ലെങ്കിൽ നിങ്ങളുടെ എല്ലാവരുടേയും തലകൾ ഞാൻ വെട്ടിവീഴ്ത്തും."

അവന്റെ ഭീഷണി കേട്ട് അവർ പേടിച്ച് കിടുങ്ങി; എന്നാലും ഒരേ സ്വരത്തിൽ അവർ മറുപടി നൽകി "ഔഷധച്ചെടികൾ അന്വേഷിച്ചുവന്ന ഒരു പേർഷ്യൻ യോഗിയൊഴിച്ച് മറ്റാരും ഉള്ളിൽ കടക്കുന്നത് ഞങ്ങൾ കണ്ടില്ല." ഉടനെ രാജകുമാരന് ഉറപ്പായി രാജകുമാരിയെ തട്ടിക്കൊണ്ടുപോയത് അയാൾ തന്നെയാണെന്ന് - അപ്പോഴേക്കും നേരം പുലരാറായെന്നും കഥ പറയാനായി തനിക്ക് അനുവദിച്ചുതന്ന സമയം കഴിഞ്ഞെന്നും ഷാഹ്റസാദിന് മനസ്സിലായി.

മുന്നൂറ്റി അറുപത്തിയാറാം രാവ്

അവൾ തുടർന്നു, ഓ, കീർത്തിമാനായ രാജാവേ, ആ രാജകുമാരൻ അവരുടെ മറുപടി കേട്ടപ്പോൾ, ആ യോഗി തന്നെയാണ് അവളെ തട്ടിക്കൊണ്ടുപോയതെന്ന് ഉറപ്പിച്ചു; അവൻ വല്ലാതെ അമ്പരക്കുകയും

അദ്ഭുതപ്പെടുകയും ചെയ്തു. ജനങ്ങൾക്ക് മുമ്പിൽ അവൻ നാണം കെടുത്തപ്പെട്ടിരിക്കുന്നു! നടന്നിരിക്കുന്ന കാര്യങ്ങൾ അവൻ അച്ഛനെ ധരിപ്പിച്ചു. പിന്നെ, പറഞ്ഞു, "അങ്ങ് സൈന്യവുമായി നഗരത്തിലേക്ക് തിരിച്ചു പോയാലും, ഈ ഇടപാട് നേരെയാക്കുന്നതുവരെ ഞാൻ കൊട്ടാരത്തിലേക്ക് മടങ്ങില്ല." രാജാവ് ഇതുകേട്ട്, നെഞ്ചത്തടിച്ച് കരഞ്ഞുകൊണ്ട് പറഞ്ഞു "ഓ, എന്റെ മകനെ, നിന്റെ കോപമടക്കൂ, മനോവേദന നിയന്ത്രിക്കൂ. ഞങ്ങളോടൊപ്പം വീട്ടിലേക്ക് വന്ന് രാജകുമാരിയോടൊപ്പം സുഖമായി ജീവിക്കാനുള്ള പദ്ധതികൾ തയ്യാറാക്കാം. നിനക്ക് ഞാനവളെ വിവാഹം കഴിപ്പിച്ചുതരാം."

എന്നാൽ, രാജകുമാരൻ അദ്ദേഹത്തിന്റെ വാക്കുകൾ ശ്രദ്ധിച്ചതേയില്ല; യാത്രപറഞ്ഞ് അവൻ സ്ഥലം വിട്ടു, രാജാവ് സ്വന്തം കൊട്ടാരത്തിലേക്കും തിരിച്ചു. അവരുടെ ആഹ്ലാദം അസഹ്യമായ ദുഃഖമായി മാറി!

വിധിവൈപരീത്യമെന്നു പറയട്ടെ, രാജകുമാരൻ ഉദ്യാനഗൃഹത്തിൽ രാജകുമാരിയെ വിട്ട് സ്വഗൃഹത്തിലേക്ക് പോന്നപ്പോൾ, പേർഷ്യൻ ചില ഔഷധച്ചെടികൾ പറിക്കുവാനായി ഉദ്യാനത്തിൽ പ്രവേശിച്ചു. അപ്പോൾ കസ്തൂരിയുടേയും സുഗന്ധതൈലത്തിന്റെയും ഗന്ധം അയാൾക്കനുഭവപ്പെട്ടു; രാജകുമാരിയിൽ നിന്നും വ്യാപിച്ചതായിരുന്നു ആ സൗരഭ്യം. അയാൾ, ആ മണംപിടിച്ച് നടന്ന് 'പവിലിയനി'ൽ എത്തി; അപ്പോൾ വാതിൽക്കൽ താൻ സ്വന്തം കൈകൾകൊണ്ട് നിർമ്മിച്ച കുതിര നിൽക്കുന്നതുകണ്ടു. അയാളുടെ ഹൃദയം ആനന്ദംകൊണ്ട് പിടച്ചു; കാരണം, തന്റെ കൈയിൽനിന്നത് പോയ ദിവസം മുതൽ അയാൾ എന്നും അതിനെ ഓർത്ത് വ്യാകുലപ്പെടുമായിരുന്നു. അയാൾ അതിന്റെ അടുത്തുചെന്ന് ഓരോ അവയവങ്ങളും പരിശോധിച്ച് തൃപ്തിപ്പെട്ടു. അയാൾ ഉടനെ അതിന്റെ പുറത്തു കയറി പുറപ്പെടാൻ തയ്യാറായി നിൽക്കുമ്പോൾ, അയാൾ ചിന്താധീനനായി സ്വയം പറഞ്ഞു "രാജകുമാരൻ എന്ത് സാധനമാണ് ഈ കുതിരപ്പുറത്ത് കയറ്റിക്കൊണ്ടുവന്നതെന്ന് ഞാൻ ആദ്യം നോക്കട്ടെ."

അങ്ങനെ അയാൾ 'പവിലിയനി'ൽ കയറിയപ്പോൾ, രാജകുമാരി അവിടെ ഇരിക്കുന്നത് കണ്ടു; പ്രശാന്തമായ ആകാശത്തിൽ ഉദിച്ചുയരുന്ന സൂര്യനെപ്പോലെ പ്രകാശിക്കുന്ന അവൾ ഒരു ഉന്നതകുലജാതയാണെന്നയാൾ ഒറ്റനോട്ടത്തിന് മനസ്സിലാക്കി. ഈ യുവതിയെ കുതിരപ്പുറത്തു കയറ്റി ഇവിടെ കൊണ്ടുവന്നതാണെന്നും, അവൾ അർഹിക്കുന്ന രീതിയിൽ പരിവാരങ്ങളോടെ ആദരിച്ച്, അവളെ ആനയിച്ച്, ഘോഷയാത്രയായി കൊണ്ടുപോകുവാനുള്ള ഒരുക്കങ്ങൾ നടത്താനായി രാജകുമാരൻ സ്വന്തം കൊട്ടാരത്തിലേക്ക് പോയിരിക്കയാണെന്നും അയാൾ ഉറപ്പിച്ചു. പിന്നെ അയാൾ അവളുടെ മുന്നിൽചെന്ന് കുനിഞ്ഞ് നിലത്ത് ചുംബിച്ചു; ഉടനെ അവൾ തല ഉയർത്തി അവളെ നോക്കി; ആ വൃത്തികെട്ട മുഖം കണ്ടവൾ ചോദിച്ചു "നീ ആരാണ്?"

"ഓ, എന്റെ മഹതി, രാജകുമാരൻ അയച്ച ഒരു ദൂതനാണ് ഞാൻ; നിങ്ങളെ നഗരപ്രാന്തത്തിലെ മറ്റൊരു സുഖവാസസ്ഥലത്തേക്ക് കൊണ്ടുചെല്ലാൻ അദ്ദേഹം എന്നോട് കല്പിച്ചിരിക്കയാണ്."

"എന്നാൽ, രാജകുമാരൻ എവിടെ?"

"അദ്ദേഹം നഗരത്തിൽ അച്ഛനോടൊപ്പം ഉണ്ട്. വലിയ രാജകീയ ഘോഷയാത്രയോടെ അദ്ദേഹം ഉടനെ എത്തും."

"ഓാഹ്, നീ! എന്റെ അടുത്തേക്കയയ്ക്കാൻ നിന്നേക്കാൾ കാണാൻ കൊള്ളാവുന്ന ഒരാളെ അയയ്ക്കാൻ അദ്ദേഹത്തിന് കഴിഞ്ഞില്ലേ?"

ഭയങ്കര പൊട്ടിച്ചിരിയോടെ ആ യോഗി മറുപടി നൽകി "സത്യമായും എന്നേക്കാൾ വിരൂപനായൊരു 'മാമെലൂക്' അദ്ദേഹത്തിനില്ല! അല്ലയോ, എന്റെ മഹതി, എന്റെ വികൃതമുഖമോ, വൃത്തികെട്ട രൂപമോ നിങ്ങളെ വഴിതെറ്റിക്കാതിരിക്കട്ടെ. രാജകുമാരന് ഞാൻ മൂലം ഉപകാരങ്ങൾ ഉണ്ടായിട്ടുണ്ടെങ്കിൽ നിങ്ങൾക്കും ഉണ്ടാകും; അപ്പോൾ സത്യമായും നിങ്ങൾ എന്നെ പ്രശംസിക്കും. തീർച്ചയായും അദ്ദേഹം എന്നെ നിങ്ങളുടെ അടുത്തേക്കയയ്ക്കാനുള്ള ദൂതനായി തിരഞ്ഞെടുത്തതാണ്; നിങ്ങളോടുള്ള പ്രേമത്തിൽ അദ്ദേഹം അസൂയാലു ആയതിനാലാണ് എന്നെപ്പോലൊരു വിരൂപനെ ഈ ദൗത്യവുമായി വിട്ടത്! അല്ലെങ്കിൽ അദ്ദേഹത്തിന്റെ സുന്ദരന്മാരായ ഏതെങ്കിലും 'മാമെലൂക്കു' കളേയോ, ഭൃത്യന്മാരേയോ, പരിചാരകന്മാരേയോ, നപുംസകങ്ങളെയോ അദ്ദേഹം അയച്ചേനെ." ഈ വാക്കുകൾ കേട്ടപ്പോൾ അവൾക്ക് യുക്തിപൂർവ്വമായി തോന്നി, അവൾ അയാളെ വിശ്വസിച്ചു; അവൾ ഉടനെ എഴുന്നേറ്റു - അപ്പോഴേക്കും, നേരം പുലരാറായെന്നും അവൾക്ക് കഥ പറയാനനുവദിക്കപ്പെട്ട സമയം തീർന്നെന്നും ഷാഹ്റസാദ് മനസ്സിലാക്കി.

മുന്നൂറ്റി അറുപത്തിയേഴാം രാവ്

അവൾ തുടർന്നു, കീർത്തിമാനായ രാജാവേ, രാജകുമാരനെക്കുറിച്ചുള്ള കാര്യങ്ങൾ, ആ പേർഷ്യൻ യോഗി പറയുന്നതുകേട്ടപ്പോൾ, അവൾക്ക് അയാളിൽ പൂർണ്ണവിശ്വാസം തോന്നി! അവൾ ഉടനെ എഴുന്നേറ്റ്, അയാളുടെ കൈഗ്രഹിച്ചുകൊണ്ട് ചോദിച്ചു "ഓ പിതാവേ, എനിക്ക് യാത്ര ചെയ്യാൻ എന്താണ് നിങ്ങൾ കൊണ്ടുവന്നിട്ടുള്ളത്?" "അല്ലയോ എന്റെ മഹതി, നിങ്ങൾ വന്ന അതേ കുതിരപ്പുറത്ത് ഇരുന്നുതന്നെ നിനക്ക് സവാരി ചെയ്യാം."

"എനിക്കതിനെ സ്വയം ഓടിക്കാനറിയില്ല." അപ്പോൾ, അയാൾ പുഞ്ചിരിയോടെ മറുപടി നൽകി "ഞാൻ നിന്നോടൊപ്പം ഇരുന്ന് അതിനെ ഓടിക്കാം."

അങ്ങനെ അയാൾ കുതിരപ്പുറത്ത് കയറിയശേഷം അവളെ പിന്നിൽ കയറ്റി ഇരുത്തി, തന്നോടൊപ്പം സുരക്ഷിതമായി ബന്ധിച്ചു. തന്നെ എന്താണയാൾ ചെയ്യാൻ പോകുന്നതെന്നവൾക്ക് യാതൊരു വിവരവുമില്ലായിരുന്നു! പിന്നെ, മുകളിലേക്ക് പോകാനുള്ള 'സ്ക്രൂ' അയാൾ തിരിച്ചു; ഉടനെ കുതിരയുടെ വയറ് വായുകൊണ്ട് വീർത്തു, അത് കടലിലെ തിരമാലകൾപോലെ ചാഞ്ചാടി; പെട്ടെന്നത് പറന്നുയർന്ന് നഗരത്തിൽ നിന്നും അപ്രത്യക്ഷമായി. ഇതുകണ്ട് 'ഷംഷ് അൽനഹർ' അയാളോട് ചോദിച്ചു: "അല്ലയോ, വൃദ്ധാ! നീ രാജകുമാരന്റെ ദൂതനാണെന്നല്ലേ എന്നോട് പറഞ്ഞത്, അദ്ദേഹം പറഞ്ഞയച്ചതാണെന്നും നിങ്ങളെന്നെ വിശ്വസിപ്പിച്ചു? "അള്ളാ ആ രാജകുമാരനെ നശിപ്പിക്കട്ടെ! അവൻ തത്ത്വദീക്ഷയില്ലാത്തൊരു നീചനാണ്."

"നീ നശിച്ചുപോകട്ടെ! നീ എങ്ങനെ സ്വന്തം യജമാനന്റെ കല്പന ധിക്കരിക്കാൻ ധൈര്യപ്പെട്ടു?"

"അവൻ എന്റെ യജമാനനൊന്നുമല്ല. ഞാനാരാണെന്ന് നിനക്കറിയാമോ?"

"നീ പറഞ്ഞതിൽ കൂടുതലൊന്നും നിന്നെക്കുറിച്ച് എനിക്കറിയില്ല."

അയാൾ തിരിച്ചടിച്ചു "നിനക്കും രാജകുമാരനുമെതിരെ ഞാൻ പ്രയോഗിച്ച ഒരു തന്ത്രമാണത്. നമ്മളെ വഹിക്കുന്ന ഈ കുതിരയെച്ചൊല്ലി ഞാൻ കുറെ നാളായി വിലപിക്കുന്നു; കാരണം ഞാനാണതിനെ നിർമ്മിച്ചത്, ഞാനാണതിന്റെ യജമാനൻ. ഇപ്പോൾ അതിന്റേയും നിന്റെയും പിടി പൂർണ്ണമായും എന്റെ കൈയിലായി! എന്റെ ഹൃദയം അവൻ തകർത്തതുപോലെ അവന്റെ ഹൃദയവും ഞാൻ തകർക്കും; അവന് ഇനി ഒരു കാലത്തും ഈ കുതിരയെ ലഭിക്കില്ല. ഒരിക്കലും ഇല്ല. അതുകൊണ്ട് നീ ആഹ്ലാദവതിയായി ഇരിക്കൂ; കാരണം, അവനേക്കാൾ അധികം ഞാൻ നിനക്ക് ഉപകാരമുള്ളവനായിരിക്കും; ഞാൻ ധനികനാണെന്നതുപോലെ ഉദാരമതിയുമാണ്; എന്റെ വേലക്കാരും അടിമകളും നിന്നെ യജമാനത്തിയായി, അനുസരണയോടെ, സേവിക്കും. നിനക്ക് വിലപിടിച്ച വസ്ത്രങ്ങൾ ഞാൻ നൽകും; നിന്റെ എല്ലാ ആഗ്രഹങ്ങളും ഞാൻ സാധിപ്പിച്ചു തരും."

അവൾ ഇതുകേട്ട് സ്വന്തം മുഖത്ത് ഇടിച്ചുകൊണ്ട് കരഞ്ഞു, "ഹേ, വൃദ്ധാ, കടന്നുപോ! എനിക്കെന്റെ പ്രിയപ്പെട്ടവനെ നേടാനായില്ല, അച്ഛനും അമ്മയും നഷ്ടപ്പെടുകയും ചെയ്തു! തന്റെ ദുർഗതി ഓർത്തപ്പോൾ പൊട്ടിക്കരഞ്ഞു; എന്നാൽ, ആ യോഗി അവളുമായി മുന്നോട്ടുള്ള പ്രയാണം തുടർന്നു; ഒടുവിലവൾ 'ഗ്രീസ്സി'ൽ സസ്യശ്യാമളവും നീർച്ചാലുകൾ ഒഴുകുന്നതുമായ സമതലത്ത് ഇറങ്ങി. ഈ മൈതാനം പരാക്രമശാലിയായൊരു രാജാവിന്റെ നഗരത്തിന് സമീപമാണ്. സന്ദർഭവശാൽ അന്നയാൾ അവിടെ നായാട്ടിന് എത്തിയ സമയമായിരുന്നു! അവിടെ ഒരു യുവതിയോടും കുതിരയോടുമൊപ്പം നിൽക്കുന്ന വൃദ്ധനെ അവർ കണ്ടു. ആ യോഗി അവരെ ശ്രദ്ധിക്കുന്നതിനുമുമ്പ് രാജാവിന്റെ അടിമകൾ അയാളുടെമേൽ ചാടിവീണ്, അയാളേയും രാജകുമാരിയേയും കുതിരയേയും കൊണ്ടുപോയി. ആ വിരൂപനും വൃത്തികെട്ടവനുമായ വൃദ്ധനെയും സുന്ദരിയായ പെൺകുട്ടിയേയും ഒന്നിച്ചുകണ്ട്, രാജാവ് ചോദിച്ചു: "ഈ വൃദ്ധനും നീയുമായുള്ള ബന്ധം എന്താണ്?" ആ പേർഷ്യൻ ധൃതിപിടിച്ച് പറഞ്ഞു "ഇവൾ എന്റെ ഭാര്യയാണ്, പിതൃസഹോദരപുത്രി."

എന്നാൽ പെട്ടെന്ന് ആ മഹതി അയാളുടെ തെറ്റ് തിരുത്തി "അല്ലയോ, രാജാവേ, അള്ളായാണേ, എനിക്കിയാളെ അറിയില്ല; അയാൾ എന്റെ ഭർത്താവൊന്നുമല്ല. അയാളൊരു ദുഷ്ടമാന്ത്രികനാണ്, എന്നെ കള്ളത്തരത്തിൽ തട്ടിയെടുത്ത്, ബലാല്ക്കാരമായി പിടിച്ചുകൊണ്ടുവന്നതാണ്."

ആ പേർഷ്യന്റെ ഉള്ളംകാലിൽ ചാകാറാകുന്നതുവരെ ശക്തമായി പ്രഹരിക്കാൻ രാജാവ് ഉത്തരവിട്ടു; അതിനുശേഷം അയളെ നഗരത്തിലേക്ക് കൊണ്ടുപോയി ജയിലിൽ ഇട്ടു. രാജകുമാരിയെ കൊട്ടാരത്തിലേക്കയച്ചു, മരക്കുതിരയെ തന്റെ അപൂർവ്വശേഖരത്തിലേക്കും (അതിന്റെ സവിശേഷതകളോ, ചലനരഹസ്യമോ അദ്ദേഹത്തിന്നറിയില്ലെങ്കിലും.) അത്രയുമാണ് യോഗിയുടേയും യുവതിയുടേയും വിശേഷങ്ങൾ. 'കമർ അൽ അക്മർ' രാജകുമാരനാകട്ടെ, ആവശ്യത്തിനുള്ള സാധനങ്ങൾ കൈയിലെടുത്ത് ദുർഘടംപിടിച്ച യാത്ര ആരംഭിച്ചു. രാജകുമാരിയേയും

മരക്കുതിരയേയും കുറിച്ചന്വേഷിച്ചുകൊണ്ട് പല രാജ്യങ്ങളും നഗരങ്ങളും അവൻ പിന്നിട്ടു. അവന്റെ സംസാരം കേട്ടവരെല്ലാം വിസ്മയിച്ചുപോയി, അതിശയോക്തപരമാണതെന്നവർ കരുതി!

അങ്ങനെ അവൻ തന്റെ അലച്ചിൽ കുറെക്കാലം തുടർന്നു. എന്നാൽ, അവന്റെ അന്വേഷണത്തിന് യാതൊരു ഫലവും ഉണ്ടായില്ല. ഒടുവിൽ അവൻ അവളുടെ അച്ഛന്റെ നഗരമായ 'സാന'യിൽ എത്തി അവളെകുറിച്ചന്വേഷിച്ചു.എന്നാൽ യാതൊരു വിവരവും ലഭിച്ചില്ല. അവളുടെ മാതാപിതാക്കൾ അവളുടെ വേർപാടിൽ അപ്പോഴും കരഞ്ഞുകൊണ്ടിരിക്കയായിരുന്നു. അപ്പോൾ അവൻ അവിടെനിന്നും ഗ്രീസിലേക്ക് പോയി, രാജകുമാരിയേയും 'കരിമര' കുതിരയേയും കുറിച്ച് അന്വേഷണം തുടർന്നു - അപ്പോഴേക്കും നേരം പുലരാറായെന്നും തനിക്ക് കഥപറയാനനുവദിക്കപ്പെട്ട സമയം തീർന്നെന്നും ഷാഹ്റസാദ് മനസ്സിലാക്കി.

മുന്നൂറ്റി അറുപത്തിയെട്ടാം രാവ്

അവൾ തുടർന്നു, ഓ, കീർത്തിമാനായ രാജാവേ രാജകുമാരൻ ഗ്രീസിലേക്ക് പോയി, രാജകുമാരിയേയും 'കരിമര'കുതിരയേയും കുറിച്ചുള്ള അന്വേഷണം നടത്തികൊണ്ടിരുന്നു. ഒരുദിവസം ഒരു സത്രത്തിൽ അവൻ ഇരിക്കവെ ഒരു സംഘം കച്ചവടക്കാർ ഇരുന്ന് സംസാരിക്കുന്നത് കണ്ടു. അവൻ അവരുടെ അടുത്ത് ചെന്നിരുന്നപ്പോൾ ഒരാൾ പറയുന്നത് കേട്ടു "എന്റെ സ്നേഹിതന്മാരേ, ഈയിടെയായ് ഒരു മഹാ അദ്ഭുതം ഞാൻ കാണുകയുണ്ടായി."

"എന്താണത്?" അവർ ചോദിച്ചു

"ഞാൻ ഈ നഗരം ഇന്ന ദിവസം സന്ദർശിക്കവെ (രാജകുമാരി ഉണ്ടായിരുന്ന നഗരത്തിന്റെ പേർ പറഞ്ഞു) ഈയിടെ നടന്ന വിചിത്രമായൊരു സംഭവത്തെകുറിച്ചവർ പറയുന്നത് ഞാൻ കേട്ടു. അവിടത്തെ രാജാവ് പ്രഭുക്കന്മാരോടും ഉന്നതാധികാരികളോടും ഒപ്പം നായാട്ടിന് പോയപ്പോൾ നടന്ന സംഭവമാണത്. നഗരത്തിൽ നിന്നും അവർ പുൽമൈതാനത്തിലെത്തിയപ്പോൾ, ഒരു വൃദ്ധനും ഒരു യുവതിയും ഒരു 'കരിമര'കുതിരയും അവിടെ നിൽക്കുന്നത് കണ്ടു. വിരൂപനും, വൃത്തികെട്ട ശരീരവുമുള്ളവനുമാണോ വൃദ്ധൻ; എന്നാൽ അതിമനോഹരിയും അംഗലാവണ്യവുമുള്ളവളാണാ യുവതി! ആ മരക്കുതിര അതിശയകരമായ ഒന്നുതന്നെ! ഇത്രയും ഭംഗിയും ആകർഷണീയവുമായൊരു കലാസൃഷ്ടി കാണാനാവില്ല!"

"രാജാവ് എന്താണവരെ ചെയ്തത്?"

"രാജാവ് ആ മനുഷ്യനെ തടഞ്ഞുവെച്ച് ചോദ്യംചെയ്തു; ആ യുവതി ആരാണെന്ന് ചോദിച്ചപ്പോൾ തന്റെ ഭാര്യയാണെന്നും ആ വൃദ്ധൻ മറുപടി നൽകി. എന്നാൽ, അയാൾ നുണപറയുകയാണെന്നും അയാൾ ഒരു ദുർമന്ത്രവാദിയാണെന്നും ആ യുവതി പ്രഖ്യാപിച്ചു. അപ്പോൾ രാജാവ് അവളെ അയാളിൽനിന്നും വേർപെടുത്തി; അയാളെ നല്ല പ്രഹരമേല്പിച്ച ശേഷം ജയിലിൽ അടച്ചു. കരിമരക്കുതിരയ്ക്ക് എന്തുപറ്റി എന്നെനിക്കറിയില്ല."

രാജകുമാരൻ ഈ വാക്കുകൾ കേട്ടപ്പോൾ ആ വ്യാപാരിയുടെ അരികിൽ ചെന്നിരുന്ന് രഹസ്യമായി വളരെ ഭവ്യതയോടെ ആ

നഗരത്തിന്റെയും രാജാവിന്റെയും പേരുകൾ ചോദിച്ചറിഞ്ഞു. അതറിഞ്ഞപ്പോൾ ആഹ്ലാദഭരിതനായി അന്ന് രാത്രിമുഴുവൻ അവൻ ചിലവഴിച്ചു!

നേരം പുലർന്ന ഉടനെ അവൻ നഗരത്തിനെ ലക്ഷ്യമാക്കി കുതിച്ചു. എന്നാൽ, ദ്വാരപാലകന്മാർ അവനെ നഗരകവാടത്തിൽവെച്ച് തടഞ്ഞുനിർത്തി; രാജാവിനു മുന്നിൽ അവനെ ഹാജരാക്കണം. അവന്റെ ജോലിയെക്കുറിച്ചും, അവിടെ വരാനുള്ള കാരണത്തെക്കുറിച്ചും രാജാവ് ആരായും - അന്നത്തെ നടപടിക്രമമാണത് - അത്താഴസമയത്തായിരുന്നു അവൻ അവിടെ എത്തിയത്. അതുകൊണ്ട് അപ്പോൾ രാജസന്നിധിയിൽ ചെല്ലുക എന്നത് അസാദ്ധ്യമാണ്; ഈ അപരിചിതനെക്കുറിച്ച് ആ സമയത്ത് ചോദ്യംചെയ്യാനും കഴിയില്ല. അതുകൊണ്ട് രാജഭടന്മാർ അവനെ ജയിലിലേക്ക് കൊണ്ടുപോയി; അന്നു രാത്രി തടവിൽ പാർപ്പിക്കാമെന്നവർ കരുതി; എന്നാൽ, അവന്റെ അഴകും രൂപലാവണ്യവും കണ്ട വാർഡർമാർക്കവനെ തുറങ്കിലടയ്ക്കാൻ മനസ്സുവന്നില്ല; അവർ അവരോടൊപ്പം സ്വതന്ത്രനായി ഇരിക്കുവാൻ അവനെ അനുവദിച്ചു. അവർക്ക് കഴിക്കുവാനുള്ള ഭക്ഷണം വന്നപ്പോൾ, അവന് മതിയാവോളം കഴിക്കാൻ നൽകി. ഭക്ഷണംകഴിച്ചു കഴിഞ്ഞശേഷം അവർ രാജകുമാരനോട് ചോദിച്ചു "നിങ്ങൾ ഏതു നാട്ടുകാരനാണ്?"

"ഫാർസി'ൽ നിന്നാണ് ഞാൻ വരുന്നത്." അവൻ മറുപടി നൽകി. "ചോസ്റോസി'ന്റെ നാട്ടിൽനിന്ന്."

ഇതുകേട്ടവർ സന്തോഷിച്ചു "അല്ലയോ, ചോസ്റോൻ', ഞാൻ അവിടത്തെ മനുഷ്യരുടെ സംസാരവും, അവരുടെ ചരിത്രവും കേട്ടിട്ടുണ്ട്; അവരുടെ പരിതഃസ്ഥിതിയും നന്നായിട്ടറിയാം; എന്നാൽ, ഞങ്ങളുടെ ജയിലിൽ കിടക്കുന്ന 'ചോസ്റോനെ'പ്പോലൊരു 'നുണയനെ' ഞാനൊരിക്കലും കാണുകയോ കേൾക്കുകയോ ചെയ്തിട്ടില്ല."

മറ്റൊരാൾ പറഞ്ഞു 'അയാളേക്കാൾ വൃത്തികെട്ട മുഖവും രൂപവും ഞാനൊരിക്കലും കണ്ടിട്ടില്ല."

രാജകുമാരൻ ചോദിച്ചു "എന്ത് നുണയാണയാൾ പറഞ്ഞത്?"

"ഒരു നാട്യക്കാരനാണയാൾ! രാജാവ് നായാട്ടിന് പോയപ്പോൾ അയാളെ അതിസുന്ദരിയായൊരു യുവതിയോടും ഒരു മനോഹരമായ കരിമരകക്കുതിരയോടുമൊപ്പം കണ്ടെത്തി. ആ യുവതി രാജാവിനോടൊപ്പമുണ്ട്; അദ്ദേഹം അവളിൽ ഭ്രമിച്ചിരിക്കയാണ്; വിവാഹം കഴിക്കാനാഗ്രഹിക്കുന്നു. എന്നാൽ, അവൾക്ക് ഭ്രാന്താണ്; ഈ മനുഷ്യൻ സ്വയം അവകാശപ്പെടുന്നതുപോലെ ഒരു വൈദ്യനാണെങ്കിൽ അവളെ ചികിത്സിച്ച് സുഖപ്പെടുത്തിയേനെ. അവളുടെ ചികിത്സയ്ക്കായി രാജാവ് കഴിയുന്നതെല്ലാം ചെയ്യും; ഇക്കൊല്ലം അദ്ദേഹം വൈദ്യന്മാർക്കും ജ്യോത്സ്യന്മാർക്കും എന്തുമാത്രം പണമാണ് നൽകിയതെന്ന് പറയാനാവില്ല! എന്നാൽ, ആർക്കും അവളെ സുഖപ്പെടുത്താൻ കഴിഞ്ഞിട്ടില്ല. കുതിര അദ്ദേഹത്തിന്റെ വിശിഷ്ടവസ്തുക്കളുടെ സ്റ്റോറി'ൽ ഉണ്ട്, ആ വൃത്തികെട്ട മനുഷ്യൻ ഞങ്ങളോടൊപ്പം ഈ ജയിലിലും! രാത്രിയാകുമ്പോൾ അയാൾ കരയാനും വിലപിക്കാനും തുടങ്ങും; ഞങ്ങളെ ഉറങ്ങാനനുവദിക്കില്ല." - അപ്പോൾ നേരം പുലരാറായെന്നും, തനിക്ക് കഥ പറയാനനുവദിക്കപ്പെട്ട സമയം കഴിഞ്ഞെന്നും ഷാഹ്റസാദ് മനസ്സിലാക്കി.

മുന്നൂറ്റി അറുപത്തിയൊമ്പതാം രാവ്

അവൾ തുടർന്നു, ഓ, കീർത്തിമാനായ രാജാവേ, ആ പേർഷ്യൻ മന്ത്രവാദിയുടെ ജയിലിൽ കിടന്നുള്ള കരച്ചിലിനെകുറിച്ച് വാർഡർമാർ പറഞ്ഞപ്പോൾ, തന്റെ ആഗ്രഹം നടപ്പാക്കാനുള്ള പദ്ധതി രാജകുമാരൻ മനസ്സിൽ തയ്യാറാക്കി. കാവൽക്കാർക്ക് ഉറക്കം വന്നതിനാൽ, അവർ അവനെ ജയിലറയിൽ അടച്ച് വാതിൽപൂട്ടി. സ്വന്തം ഭാഷയിൽ ആ വൃദ്ധൻ വിലപിക്കുന്നത് അപ്പോൾ അവൻ കേട്ടു, "എന്റെ പാപം കഷ്ടംതന്നെ, ഞാൻ എന്നോട് തന്നെയും രാജകുമാരനോടും പാപം ചെയ്തു, എല്ലാം ആ യുവതിയുടെ പേരിൽ! എനിക്കവളെ വിട്ടുകളയാനോ, സ്വന്തമാക്കാനോ കഴിഞ്ഞില്ല! എല്ലാം എന്റെ വിഡ്ഢിത്തംമൂലം സംഭവിച്ചതാണ്. എനിക്കർഹതയില്ലാത്തതും, അനുയോജ്യമല്ലാത്തതിനും വേണ്ടി ഞാൻ മോഹിച്ചു. അത്തരക്കാർക്ക് എന്നപ്പോലെ വീഴ്ച പറ്റും.'രാജകുമാരൻ ഈ വാക്കുകൾ കേട്ട് അയാളോട് ഉറക്കെ വിളിച്ചുചോദിച്ചു "എത്രകാലം ഈ വിലാപവും കണ്ണുനീരൊഴുക്കലും നീണ്ടുനിൽക്കും?" തനിക്ക് വന്നു പിണഞ്ഞത് മറ്റുള്ളവർക്ക് ഒരിക്കലും സംഭവിക്കാതിരിക്കട്ടെ, എന്നു പറഞ്ഞതിന്റെ പൊരുൾ എന്താണെന്ന് എന്നോട് പറയാമോ?"

പേർഷ്യൻ ഇത് കേട്ടപ്പോൾ, അവനുമായി ചങ്ങാത്തം സ്ഥാപിച്ചു; തന്റെ നിർഭാഗ്യത്തെക്കുറിച്ചയാൾ അവനോട് ആവലാതിപ്പെടാൻ തുടങ്ങി. നേരം പുലർന്നതോടെ, വാർഡർമാർ രാജകുമാരനെ രാജസന്നിധിയിലേക്ക് കൊണ്ടുപോയി. 'അവൻ തലേന്ന് രാത്രി നഗരത്തിലേക്ക് കടന്നെന്നും, രാജാവിന്റെ സന്ദർശന സമയമല്ലാത്തതിനാലാണ് ഹാജരാക്കാതിരുന്നതെന്നും' അദ്ദേഹത്തോട് അവർ ഉണർത്തിച്ചു.

രാജാവ് രാജകുമാരനോട് ചോദിച്ചു: "എപ്പോഴാണ് നീ വന്നത്? നിന്റെ പേരും തൊഴിലും എന്താണ്? ഇവിടെ എന്താണ് നിന്റെ യാത്രയുടെ ഉദ്ദേശം?" "എന്റെ പേര് പെർഷ്യനിൽ 'ഹർജാ' എന്ന് പറയും; 'ഫാർസ്' ആണെന്റെ രാജ്യം. വൈദ്യമാണെന്റെ തൊഴിൽ; രോഗികളെ ചികിത്സിക്കൽ, പ്രത്യേകിച്ചും, ജിന്നുകളുടെ ബാധയേറ്റ് ഉന്മാദാവസ്ഥയിലായവരെ! ഇതിനായി എല്ലാ രാജ്യങ്ങളിലും നഗരങ്ങളിലും ഞാൻ ചുറ്റിക്കറങ്ങുന്നു. ഈ ചികിത്സയിൽ കൂടുതൽ വിജ്ഞാനം നേടുകയാണെന്റെ ലക്ഷ്യം; ഏതെങ്കിലും ഒരു രോഗിയെ ഞാൻ കാണാനിടയായാൽ അവനെ ഉടനെ ചികിത്സിച്ച് സുഖപ്പെടുത്തുന്നു. ഇതാണെന്റെ തൊഴിൽ."

ഇതുകേട്ട് അതിയായ ആഹ്ലാദത്തോടെ രാജാവ് പറഞ്ഞു "ഓ, സമർത്ഥനായ യോഗി, നിന്നെ ആവശ്യമായിരിക്കുന്ന സമയത്തുതന്നെയാണ് നിന്റെ വരവ്. പിന്നെ അദ്ദേഹം രാജകുമാരിയുടെ കാര്യം അവന് വിശദീകരിച്ചുകൊടുത്തു. "നീ അവളെ ചികിത്സിപ്പിച്ച് ഭ്രാന്ത് മാറ്റിയാൽ, നീ ആവശ്യപ്പെടുന്നതെല്ലാം ഞാൻ നിനക്ക് തരാം."

"അള്ളാ രാജാവിനെ സംരക്ഷിച്ച് അനുഗ്രഹിക്കട്ടെ: അവളുടെ ഭ്രാന്താവസ്ഥയിൽ അങ്ങ് എന്തൊക്കെയാണ് ദർശിച്ചിട്ടുള്ളതെന്ന് എന്നോട് പറയുക. ഈ രോഗം പിടിപെട്ടിട്ട് എത്രകാലമായി; അങ്ങ് എങ്ങനെയാണ് അവളെയും കുതിരയേയും യോഗിയേയും കാണാനിടയായത്?"

അപ്പോൾ രാജാവ് നടന്ന കഥ മുഴുവൻ അവനോട് പറഞ്ഞു: "ആ യോഗി ഇപ്പോൾ ജയിലിലാണ്."

"ഓ കീർത്തിമാനായ രാജാവേ, അങ്ങ് ആ കുതിരയെ എന്താണ് ചെയ്തത്?"

"ഓ, യുവാവേ, അതിപ്പോഴും എന്റെ പക്കലുണ്ട്; എന്റെ അമൂല്യ ശേഖരങ്ങളുടെ കലവറയിലുണ്ട്."

അപ്പോൾ രാജകുമാരൻ ആത്മഗതമായി പറഞ്ഞു: "ഏറ്റവും നല്ലത്, ഞാനാദ്യം ആ കുതിരയെ കണ്ട് അത് നല്ലനിലയിൽത്തന്നെയാണോ എന്ന് ഉറപ്പ് വരുത്തുന്നതാണ്. അതിന് യാതൊരു കുഴപ്പവുമില്ലെങ്കിൽ എല്ലാം ശുഭമായി പര്യവസാനിക്കും; എന്നാൽ അതിന്റെ യന്ത്രം തകരാറിലാണെങ്കിൽ, എനിക്ക് എന്റെ പ്രേമഭാജനത്തെ കടത്തിക്കൊണ്ടു പോകാൻ മറ്റ് മാർഗ്ഗങ്ങൾ അന്വേഷിക്കേണ്ടിവരും."

പിന്നെ രാജാവിനു നേരെ തിരിഞ്ഞ് പറഞ്ഞു "അല്ലയോ രാജാവേ, അങ്ങ് പറഞ്ഞ കുതിരയെ എനിക്ക് കാണണം, സന്ദർഭവശാൽ അതിൽ നിന്നും ഈ യുവതിയെ ചികിത്സിക്കാനുള്ള എന്തെങ്കിലു സൂചന എനിക്ക് കിട്ടിയേക്കും."

"സസന്തോഷം" രാജാവ് മറുപടി നൽകി; അദ്ദേഹം അവനേയും കൂട്ടി കുതിരയെ വെച്ചിരിക്കുന്ന സ്ഥലത്തെത്തി. രാജകുമാരൻ അതിന് ചുറ്റും നടന്ന് പരിശോധിച്ചു; അതിന് യാതൊരു കുഴപ്പവുമില്ലെന്നവന് ബോദ്ധ്യം വന്നപ്പോൾ മതിമറന്ന് ആഹ്ലാദിച്ചു! അവൻ രാജാവിനോട് പറഞ്ഞു "അള്ളാ രാജാവിനെ പൂർവ്വാധികം ഔന്നത്യത്തിലേക്ക് നയിക്കട്ടെ, അഭിവൃദ്ധിയോടെ കാത്തുരക്ഷിക്കട്ടെ! ഇനി ആ യുവതിയുടെ അടുക്കലേക്ക് പോകാൻ ഞാൻ ആഗ്രഹിക്കുന്നു; അവളെ പരിശോധിക്കാം. കുതിരയിലൂടെ നേടിയ വസ്തുക്കൾവെച്ച് അവളെ എന്റെ കൈകൊണ്ട് ചികിത്സിച്ച് സുഖപ്പെടുത്തുവാൻ അള്ളാ എന്നെ സഹായിക്കുമെന്നെനിക്ക് വിശ്വാസമുണ്ട്."

പിന്നെ, കുതിരയെ സൂക്ഷിച്ചുവെക്കുവാൻ അവൻ അവരോട് ആവശ്യപ്പെട്ടു; രാജാവ് അവനെ രാജകുമാരിയുടെ മുറിയിലേക്ക് ആനയിച്ചു. അവൾ സ്വന്തം കൈകൾ വികാരഭരിതമായി പിടിച്ചമർത്തുകയും, കൈ ചുരുട്ടി നിലത്തടിക്കുകയും, വസ്ത്രങ്ങൾ വലിച്ച് കീറുകയും ചെയ്യുന്നതവൻ കണ്ടു; എന്നാൽ, ജിന്നിന്റെ ബാധയൊന്നും അവളിൽ കാണാൻ കഴിഞ്ഞില്ല; ആരും അവളുടെ അടുത്ത് ചെല്ലാതിരിക്കാനുള്ള ഒരു തന്ത്രമായിരുന്നു ഇത്! രാജകുമാരൻ ഇതുകണ്ട്, അവളോട് പറഞ്ഞു "നിനക്ക് യാതൊരുവിധ ദ്രോഹവും അനുഭവിക്കേണ്ടിവരില്ല, ഹേ, സുന്ദരിക്കുട്ടി"; പിന്നെ അവൻ അടുത്തുചെന്ന് സമാധാനിപ്പിച്ചുകൊണ്ട് ഭംഗിവാക്കുകൾ പറഞ്ഞു. ഒടുവിൽ മെല്ലെ അവളോട് മന്ത്രിച്ചു "ഞാൻ കമാർ അൽ അക്മർ' ആണ്." അതുകേട്ട് ആനന്ദോന്മാദത്തോടെ അവൾ ബോധം കെട്ട് നിലംപതിച്ചു. എന്നാൽ അത് അപസ്മാരബാധയാണെന്നാണ് രാജാവ് കരുതിയത്! അവനെ കണ്ട് പേടിച്ച് ഞെട്ടിത്തെറിച്ച് വീണതായിരിക്കാം.!

അപ്പോൾ രാജകുമാരൻ അവളുടെ ചെവിയിൽ ചുണ്ടുകൾ വെച്ച് മന്ത്രിച്ചു "ഓ, ഷംഷ് അൽനഹർ; ഓ, ലോകത്തെ മുഴുവൻ വശീകരിക്കുന്നവളെ, എന്റെയും നിന്റെയും ജീവിതത്തെക്കുറിച്ച് ശ്രദ്ധിക്കുക, ക്ഷമയും നിശ്ചയദാർഢ്യവും പാലിക്കുക. ഈ ക്രൂരസ്വേച്ഛാധിപതിയിൽ നിന്നും രക്ഷപ്പെടണമെങ്കിൽ നമ്മൾക്ക് സഹനശക്തിയും, അതിലേറെ

വിദഗ്ദ്ധ തന്ത്രങ്ങളും പ്രയോഗിക്കേണ്ടിവരും. എന്റെ ആദ്യത്തെ ജോലി അദ്ദേഹത്തിന്റെ അടുത്തുചെന്ന്, നിനക്ക് ഭ്രാന്ത് പിടിച്ചിട്ടുള്ളത് ജിന്ന് ബാധയേറ്റതുകൊണ്ടാണെന്ന് പറയലാണ്; എന്നാൽ നിന്നെ ഉടനെ അദ്ദേഹം ബന്ധനങ്ങളിൽ നിന്ന് മോചിപ്പിച്ചാൽ, പ്രേതബാധയിൽനിന്ന് മോചിപ്പിക്കാനുള്ള ചികിത്സ എനിക്ക് ഉടനെ തുടങ്ങാൻ കഴിയും. പിന്നെ, അദ്ദേഹത്തോട് ഭംഗിയായി സംസാരിക്കുക; അപ്പോൾ ഞാൻ നിന്നെ സുഖപ്പെടുത്തി എന്നയാൾ കരുതും, നമ്മൾ ആഗ്രഹിക്കുന്നതെല്ലാം ചെയ്തുതരും."

"ഉത്തരവുപോലെ" അവൾ പറഞ്ഞു. ആഹ്ലാദം നിറഞ്ഞ മനസ്സോടെ, അവൻ രാജാവിന്റെ അടുത്തുചെന്ന് പറഞ്ഞു "ഓ, പ്രതാപിയായ രാജാവേ, അങ്ങയുടെ സൗഭാഗ്യത്താൽ, ഞാനവളുടെ രോഗവും നിവാരണവും കണ്ടെത്തി. അങ്ങേക്കുവേണ്ടി അവളെ ചികിത്സിച്ച് സുഖപ്പെടുത്തിയിരിക്കുന്നു. അതുകൊണ്ട്, അങ്ങ്, അവളുടെ അടുത്തുചെന്ന് മൃദുവായി സംസാരിക്കുക, അവളോട് ദയയോടെ പെരുമാറുക, അവൾക്ക് ഇഷ്ടമുള്ളതെല്ലാം വാഗ്ദാനം ചെയ്യുക. ഇപ്പോൾ അങ്ങ് ആഗ്രഹിക്കുന്നതെല്ലാം അവളിൽനിന്ന് അങ്ങേക്ക് നേടാനാകും." – അപ്പോഴേക്കും നേരംപുലരാറായെന്നും, അവൾക്ക് കഥ പറയാനനുവദിക്കപ്പെട്ട സമയം തീർന്നെന്നും ഷാഹ്റസാദ് മനസ്സിലാക്കി.

മുന്നൂറ്റി എഴുപതാം രാവ്

അവൾ തുടർന്നു, ഓ, കീർത്തിമാനായ രാജാവേ, രാജകുമാരൻ ഒരു വൈദ്യനെന്ന ഭാവേന ആ യുവതിയുടെ അരികിൽച്ചെന്ന്, താൻ ആരാണെന്നവളെ ബോദ്ധ്യപ്പെടുത്തി; അവളെ രക്ഷിക്കാൻ പോകുന്ന രീതിയും അവളെ പറഞ്ഞ് മനസ്സിലാക്കി. "അങ്ങയുടെ ആജ്ഞപോലെ!" അവൾ സമ്മതിച്ചു.

അവൻ അവളെ വിട്ട് രാജാവിന്നടുക്കൽചെന്ന് പറഞ്ഞു: "അങ്ങ് അകത്തുചെന്ന് അവളോട് മൃദുവായി സംസാരിക്കു; അവളുടെ ആഗ്രഹങ്ങൾ, എന്തുതന്നെയായാലും, സാധിപ്പിച്ചുകൊടുക്കാമെന്ന് വാഗ്ദാനം ചെയ്യൂ. അപ്പോൾ അവളിൽ നിന്ന് നേടാൻ അങ്ങ് ആഗ്രഹിക്കുന്നതെല്ലാം നേടാനാകും."

അതനുസരിച്ച് രാജാവ് അവളുടെ അടുത്തെത്തി; അദ്ദേഹത്തെ കണ്ട ഉടനെ അവൾ എഴുന്നേറ്റ്, അദ്ദേഹത്തിന്റെ മുന്നിലെ നിലത്ത് ചുംബിച്ച്, സ്വാഗതം ചെയ്തു. "ഇന്ന് അങ്ങ് സ്വന്തം ദാസിയെ സന്ദർശിക്കാനെത്തിയതിൽ എനിക്കതിശയം തോന്നുന്നു!"

അതുകേട്ട് ആനന്ദത്തിലാറാടിയ രാജാവ്, പരിചാരികമാരെയും നപുംസകങ്ങളെയും വിളിച്ച് അവളെ നീരാട്ടിന്നായി കുളിമുറിയിലേക്ക് കൊണ്ടുപോകാനും ഭംഗിയായി വസ്ത്രം ധരിപ്പിക്കാനും ഉത്തരവിട്ടു. അപ്രകാരം അവർ രാജാകുമാരിക്ക് മുന്നിൽ എത്തി സലാം ചെയ്ത്, മധുരമായ ശൈലിയിൽ സംസാരിച്ചു. പിന്നെ വിലപിടിച്ച, മനോഹരമായ വസ്ത്രങ്ങളും എടുത്ത് അവർ രാജകുമാരിയെ കുളിമുറിയിലേക്ക് നയിച്ചു; സുഖകരമായ സ്നാനത്തിനുശേഷം, അമൂല്യമായ ആഭരണങ്ങളും സുന്ദരമായ വസ്ത്രങ്ങളുമണിഞ്ഞ് എഴുന്നള്ളിയ രാജകുമാരിയെക്കാണാൻ

ഉദിച്ചുയരുന്ന പൂർണ്ണചന്ദ്രനെപ്പോലെ ഉണ്ടായിരുന്നു! അവൾ രാജസന്നിധിയിലെത്തിയപ്പോൾ അദ്ദേഹത്തെ സലാം ചെയ്തു, മുന്നിലെ നിലത്ത് ചുംബിച്ചു.

അടക്കാനാവാത്ത ആഹ്ലാദത്തോടെ അദ്ദേഹം രാജകുമാരനോട് പറഞ്ഞു "അല്ലയോ, യോഗി, ഓ, തത്ത്വജ്ഞാനി എല്ലാം നിങ്ങളുടെ അനുഗ്രഹംമൂലമാണ്. നിങ്ങളുടെ മന്ത്രോച്ചാരണത്താൽ, അള്ളാ ഞങ്ങളെ അഭിവൃദ്ധിയിലേക്ക് നയിച്ചിരിക്കുന്നു!"

"അല്ലയോ, രാജാവേ, അവളുടെ രോഗം പൂർണ്ണമായി മാറ്റുവാനായി, അങ്ങ് സ്വന്തം സൈന്യത്തോടൊപ്പം ഇവളെ കണ്ടെത്തിയ സ്ഥലത്തേക്ക് പോകണം, അവളോടൊപ്പം ഉണ്ടായിരുന്ന കരിമരക്കുതിരയേയും കൊണ്ടു പോകണം., മറക്കരുത്; കാരണം, അതിനുള്ളിലാണ് പിശാച്! ഞാൻ ആ പിശാച്ബാധ ഒഴിവാക്കിയില്ലെങ്കിൽ അവൻ എല്ലാ മാസവും തിരിച്ചു വന്ന് അവളെ ശാരീരികമായും, മാനസികമായും പീഡിപ്പിക്കും." "ഞാൻ സസന്തോഷം സമ്മതിക്കുന്നു." രാജാവ് വിളിച്ചുപറഞ്ഞു "തത്ത്വജ്ഞാനികളുടേയും പണ്ഡിതന്മാരുടേയും രാജകുമാരാ, അങ്ങാണ് യഥാർത്ഥ വെളിച്ചം ദർശിക്കുന്നവൻ!"

പിന്നെ, രാജകുമാരന്റെ ഉദ്ദേശ്യം മനസ്സിലാകാതെ അദ്ദേഹം എല്ലാ സൈന്യങ്ങളെയും രാജകുമാരിയെയും കരിമരക്കുതിരയേയും കൂട്ടി പുൽമൈതാനത്തിലേക്ക് നീങ്ങി.

പറഞ്ഞുറപ്പിച്ചിരുന്ന സ്ഥലത്തവർ എത്തിയപ്പോൾ, അപ്പോൾ ഒരു വൈദ്യനെപ്പോലെ നടിച്ച് നിൽക്കുന്ന രാജകുമാരൻ, രാജകുമാരിയേയും, കുതിരയേയും സൈന്യത്തിൽനിന്നും രാജാവിൽനിന്നും പരമാവധി ദൂരെ നിർത്താനായി ഉത്തരവിട്ടു. പിന്നീട് രാജാവിനോട് പറഞ്ഞു "അങ്ങയുടെ അനുവാദത്തോടെയും, അങ്ങ് വാക്ക്തന്നതനുസരിച്ചും, രോഗബീജങ്ങളെ നശിപ്പിക്കാനായി ഞാൻ പുകയ്ക്കാനും, മന്ത്രത്താൽ ആവാഹിക്കാനും പോകുകയാണ്; ഇതോടെ മാനവവംശത്തിന്റെ ശത്രു തളക്കപ്പെടും. അവൻ ഇനി ഒരിക്കലും അവളിലേക്ക് മടങ്ങിവരില്ല. ഈ പ്രയോഗത്തിനു ശേഷം ഈ കരിമരക്കുതിരപ്പുറത്ത് ഞാൻ കയറും; ഈ യുവതിയെ എന്റെ പിന്നിൽ ഇരുത്തും; അപ്പോൾ കുതിര കുടയുകയും ചാഞ്ചാടുകയും ചെയ്യും; പിന്നെ അത് മുന്നോട്ട് പോകും, ഒടുവിൽ അങ്ങയുടെ അടുത്തെത്തുകയും ചെയ്യും; അതോടെ എല്ലാ പ്രശ്നങ്ങളും അവസാനിക്കും; അതിനുശേഷം അങ്ങേക്ക് ഇഷ്ടമുള്ളപ്രകാരം അവളോട് പെരുമാറാം."

രാജാവ് അവന്റെ വാക്കുകൾ കേട്ട് വളരെയെറെ സന്തോഷിച്ചു.

അങ്ങനെ, രാജകുമാരൻ കുതിരപ്പുറത്തേറി; ആ യുവതിയെ അവന്റെ പിന്നിൽ കയറ്റി ഇരുത്തി; രാജാവും, സൈന്യവും നോക്കിനിൽക്കെ അവളെ അവനോടൊപ്പം ബന്ധിച്ചു. പിന്നെ മുകളിലേക്ക് ഉയരാനുള്ള 'സ്ക്രൂ' അവൻ തിരിച്ചു; കുതിര ഭയങ്കര വേഗത്തിൽ ആകാശത്തേക്കുയർന്ന് അവരുടെ ദൃഷ്ടികളിൽ നിന്നും അപ്രത്യക്ഷമായി.

പാതി ദിവസം രാജാവ് അവരുടെ വരവും പ്രതീക്ഷിച്ച് ഇരുന്നു; എന്നാൽ തിരിച്ചെത്തിയില്ല. ഒടുവിൽ അവരിലുള്ള ആശ അദ്ദേഹം കൈവെടിഞ്ഞു; താൻ ചെയ്ത വിഡ്ഢിത്തമോർത്ത് പശ്ചാത്തപിച്ചു. ആ യുവതി നഷ്ടപ്പെട്ടതിൽ അതീവ ദുഃഖിതനായി. അദ്ദേഹം നിരാശനായി സൈന്യത്തോടൊപ്പം നഗരത്തിലേക്ക് മടങ്ങി.

അദ്ദേഹം തടവിലിട്ടിരുന്ന പേർഷ്യനെ വിളിച്ചുവരുത്തി ചോദിച്ചു "ഓ, രാജ്യദ്രോഹി, ഓ, നീചാ, ആ കരിമരക്കുതിരയുടെ നിഗൂഢത എന്തിന് നീ എന്നിൽ നിന്ന് മറച്ചുവെച്ചു? ഇപ്പോൾ ഒരു ചതിയൻ എന്റെ അടുത്തു വന്ന്, അതിനെ കൊണ്ടുപോയിരിക്കുന്നു, ഒപ്പം ഒരു അടിമപ്പെണ്ണിനേയും; അവളുടെ ആഭരണത്തിനുതന്നെ ഒരു ഖജനാവിലുള്ളത്ര വിലവരും! അവരെ ഇനി ഒരിക്കലും എനിക്ക് കാണാനാകുമെന്ന് ഞാൻ കരുതുന്നില്ല!"

അപ്പോൾ ആ പേർഷ്യൻ തന്റെ കഴിഞ്ഞകാല കഥ തുടക്കം മുതൽ അവസാനംവരെ രാജാവിന് വിവരിച്ചുകൊടുത്തു. രാജാവതു കേട്ട് ഭയങ്കരമായി കോപിച്ചു; ഉടനെ മരിച്ചുപോകുമെന്ന് തോന്നി! കുറെനേരം അദ്ദേഹം കൊട്ടാരത്തിനുള്ളിൽ വാതിലടച്ച് പൂട്ടി ഇരുന്ന്, ദുഃഖിച്ച് വിലപിച്ചു! ഒടുവിൽ മന്ത്രിമാർ വന്ന് അദ്ദേഹത്തെ ആശ്വസിപ്പിക്കാൻ ശ്രമിച്ചു! "സത്യമായും, ആ യുവതിയെ തട്ടിക്കൊണ്ടുപോയവൻ ഒരു മന്ത്രവാദിയാണ്, അവന്റെ ദുർമ്മന്ത്രവാദത്തിൽ നിന്ന് അങ്ങയെ രക്ഷിച്ചതിന് അള്ളായോട് നന്ദിപറയുക!"

അവളുടെ നഷ്ടബോധം മനസ്സിൽ നിന്ന് മാഞ്ഞുപോകുന്നതുവരെ, അവർ അദ്ദേഹത്തിനടുത്തിരുന്ന് ആശ്വാസം പകർന്നുകൊണ്ടിരുന്നു. ഇത്രയുമാണ് രാജാവിനെക്കുറിച്ച് പറയാനുള്ളത്.

ആ സമയത്ത് രാജകുമാരനാകട്ടെ, ആഹ്ലാദപൂർവ്വം തന്റെ പിതാവിന്റ തലസ്ഥാന നഗരിയിലേക്ക് പറക്കുകയായിരുന്നു; സ്വന്തം കൊട്ടാരത്തിൽ ഇറങ്ങുന്നതുവരെ ആ പ്രയാണം നിർബാധം തുടർന്നു; അവിടെ എത്തിയപ്പോൾ ആ യുവതിയെ സുരക്ഷിതയായി താഴെ ഇറക്കി. അതിനുശേഷം അവൻ തന്റെ മാതാപിതാക്കളുടെ അടുത്തുചെന്ന് സലാം ചെയ്തു; ആ യുവതി എത്തിയ വിവരം അവരെ ധരിപ്പിച്ചു. അവർ അതറിഞ്ഞ് വളരെ സന്തോഷിച്ചു. അവൻ നഗരവാസികൾക്കായി ഉഗ്രൻ സദ്യ ഒരുക്കുവാനായി ആജ്ഞാപിച്ചു - അപ്പോഴേക്കും നേരം പുലരാറായെന്നും, തനിക്ക് കഥപറയാനായി അനുവദിക്കപ്പെട്ട സമയം തീർന്നെന്നും ഷാഹ്രസാദ് മനസ്സിലാക്കി.

മുന്നൂറ്റി എഴുപത്തിയൊന്നാം രാവ്

അവൾ തുടർന്നു, ഓ, കീർത്തിമാനായ രാജാവേ, രാജകുമാരൻ നഗരവാസികൾക്ക് ഒരു മാസം നീണ്ടുനിന്ന ഉഗ്രൻ സദ്യയും ആഘോഷപരിപാടികളും തയ്യാറാക്കി. ആഘോഷങ്ങൾ അവസാനിച്ചപ്പോൾ അവൻ രാജകുമാരിയുമായിച്ചേർന്നു. അവർ മധുരമായ ദാമ്പത്യജീവിതം ആസ്വദിച്ചു!

അവന്റെ അച്ഛൻ ആ കരിമരക്കുതിരയെ തല്ലിത്തകർത്ത്, പറപ്പിക്കാൻ പറ്റാത്ത നിലയിലാക്കി! രാജകുമാരൻ രാജകുമാരിയുടെ അച്ഛന് അവളുടെ കഥ മുഴുവൻ വിവരിച്ച് കത്തയച്ചു, അവൾ ഇപ്പോൾ രാജകുമാരന്റെ പത്നിയാണെന്നും, ആരോഗ്യവും ആനന്ദവും നിറഞ്ഞ ജീവിതമാണ് നയിക്കുന്നതെന്നും ആ കത്തിൽ സൂചിപ്പിച്ചിരുന്നു. ആ കത്തും വിലിപിടിച്ച നിരവധി സമ്മാനങ്ങളും അപൂർവ്വവസ്തുക്കളും അവൻ തന്റെ ഒരു ദൂതൻവശം ശ്വശുരന് കൊടുത്തയച്ചു.

രാജാവ് അതിയായ ആനന്ദത്തോടെ ആ കത്ത് വായിക്കുകയും, പാരിതോഷികങ്ങൾ സ്വീകരിക്കുകയും ചെയ്തു. സന്ദേശവാഹകനെ ആദരവോടെ സ്വീകരിച്ച്, ഉദാരമായി സമ്മാനങ്ങൾ നൽകി. അതിനും പുറമെ, ജാമാതാവിന്നായി നിരവധി അമൂല്യ സമ്മാനങ്ങളും ദൂതൻ വഴി കൊടുത്തയച്ചു. ദൂതൻ തിരിച്ചെത്തി എല്ലാ വിശേഷങ്ങളും രാജാവിനെ ധരിപ്പിച്ചു. അദ്ദേഹം അത് കേട്ട് വളരെ സന്തുഷ്ടനായി.

ഇതിനുശേഷം എല്ലാവർഷവും രാജകുമാരൻ ശ്വശുരന് കത്തും സമ്മാനങ്ങളും അയയ്ക്കുമായിരുന്നു. കാലം കടന്നുപോയി; അവന്റെ അച്ഛൻ 'സാബൂർ' രാജാവ് മൃതിയടഞ്ഞപ്പോൾ രാജകുമാരൻ രാജ്യഭരണം ഏറ്റെടുത്തു. നീതിപൂർവ്വമായ സൽഭരണമാണദ്ദേഹം ജനങ്ങൾക്കായി കാഴ്ചവെച്ചത്; അതുകൊണ്ട് പൗരന്മാരും ഉദ്യോഗസ്ഥരും ഒരുപോലെ അദ്ദേഹത്തോട് കൂറുള്ളവരായിരുന്നു.

അങ്ങനെ 'കമർ അൽ അക്മറും' ഭാര്യ 'ഷംഷ് അൽനഹറും' ഏറ്റവും ആനന്ദകരമായ ജീവിതം ദീർഘകാലം ആസ്വദിച്ചു.

നാവികനായ 'സിന്ദ്ബാദ്'

കലിഫാ 'ഹരുൺ അൻറഷീദി'ന്റെ ഭരണകാലത്ത്, 'സിന്ദ്ബാദ് ഹമ്മാൽ' എന്നു പേരുള്ള ഒരു മനുഷ്യൻ ബാഗ്ദാദ് നഗരത്തിൽ ജീവിച്ചിരുന്നു, തലച്ചുമടേറ്റി ഉപജീവിതം നടത്തിയിരുന്ന ഒരു ചുമട്ടുതൊഴിലാളി. ഒരു ദിവസം വളരെ ഭാരമുള്ളൊരു ചുമടുമായി പോകവേ, അവൻ സൂര്യാഘാതമേറ്റ്, വിയർത്തു തളർന്ന് അവശനായി. ആ സമയത്തവൻ ഒരു വ്യാപാരിയുടെ പടിവാതിൽക്കലിലൂടെ കടന്നുപോകുകയായിരുന്നു. അവിടത്തെ നിലം വെള്ളം ഒഴിച്ച് നനച്ചതായിരുന്നതിനാൽ കുളിർമ്മയുള്ളതായിരുന്നു. ആ വാതിലിനടുത്ത് ഒരു വീതിയുള്ള ബഞ്ച് കിടന്നിരുന്നു. അല്പം വിശ്രമിക്കാമെന്നു കരുതി അയാൾ ഭാരം അതിൽ ഇറക്കിവെച്ച്, ആ വായുവിന്റെ സുഗന്ധം നുകർന്നു – അപ്പോഴേക്കും നേരംപുലരാറായെന്നും കഥപറയാനായി തനിക്കനുവദിക്കപ്പെട്ട സമയം കഴിഞ്ഞെന്നും ഷാഹ്രസാദ് മനസ്സിലാക്കി.

അഞ്ഞൂറ്റി മുപ്പത്തിയേഴാം രാവ്

അവൾ തുടർന്നു, ഓ, കീർത്തിമാനായ രാജാവേ, 'ഹമ്മാൽ' ഭാരം ബെഞ്ചിൽ ഇറക്കിവെച്ച് അല്പം വിശ്രമിക്കാനും വായുവിലെ സുഗന്ധം നുകരാനും തുടങ്ങിയപ്പോൾ മണിമേടയുടെ വാതിലിലൂടെ സുരഭിലമായൊരു മന്ദമാരുതൻ കടന്നുവന്നു. അയാൾ ബെഞ്ചിന്റെ ഒരറ്റത്ത് ഇരിക്കുകയാണ്. ഉടനെ ഉള്ളിൽനിന്നും വിവിധതരം വാദ്യോപകരണങ്ങളിൽ നിന്നുള്ള സംഗീതം ഉയർന്നുവന്നു, ഒപ്പം ആനന്ദകരമായ ഗാനാലാപനവും. അള്ളായെ വാഴ്ത്തിക്കൊണ്ടുള്ള പക്ഷികളുടെ കളകൂജനവും അതിനോടൊപ്പം കേൾക്കാം, പല രാഗങ്ങളിലും ഭാഷകളിലും. എല്ലാവിധ പക്ഷികളും ഉണ്ടതിൽ! അയാൾ ഗേറ്റിൽ ചെന്ന് അകത്തേക്ക് എത്തിനോക്കി. വലിയൊരു പൂങ്കാവനത്തിൽ നിരവധി ജോലിക്കാരും,

പരിചാരകരും, നീഗ്രോ അടിമകളും അവിടെ അയാൾ കണ്ടു; രാജാക്കന്മാരുടേയും സുൽത്താന്മാരുടേയും കൊട്ടാരങ്ങളിലേ ഇത്തരം പരിവാരങ്ങളെ കാണാൻ കഴിയു. പാകംചെയ്ത മാംസാഹാരങ്ങളുടെയും സ്വാദിഷ്ഠമായ വീഞ്ഞിന്റെയും സുഖകരമായ ഗന്ധം അയാളുടെ നാസാരന്ധ്രങ്ങളിൽ വന്നടിച്ചു.

അപ്പോൾ അയാൾ ആകാശത്തേക്ക് കണ്ണുകൾ ഉയർത്തി പറഞ്ഞു: "സർവ്വശക്തനായ ഈശ്വരന് സ്തുതി! ഓ, പരിശുദ്ധാത്മാവേ, ഞാൻ നിന്നോട് എന്റെ എല്ലാ പാപവൃത്തികൾക്കും മാപ്പിരക്കുന്നു, എല്ലാ തെറ്റുകളും ഓർത്ത് പശ്ചാത്തപിക്കുന്നു!" അയാൾ അള്ളാവിന്, നീണ്ട സ്തുതിഗീതങ്ങൾ പാടി.

സിന്ദ്ബാദ് എന്ന ചുമട്ടുതൊഴിലാളി കീർത്തനാലാപനം അവസാനിപ്പിച്ച്, ചുമട് തലയിലേറ്റി പോകാൻ നിൽക്കവെ, ഭംഗിയായി വസ്ത്രധാരണം ചെയ്ത ഒരു വേലക്കാരൻ പയ്യൻ അയാളുടെ കൈയിൽപിടിച്ച് പറഞ്ഞു "ഉള്ളിലേക്കുവന്ന്, എന്റെ യജമാനനോട് സംസാരിക്കൂ, അദ്ദേഹം നിങ്ങളെ വിളിക്കുന്നു."

ചുമട്ടുതൊഴിലാളി അതു നിരസിക്കാൻ ശ്രമിച്ചെങ്കിലും, പയ്യൻ വിട്ടുകൊടുത്തില്ല. അപ്പോൾ, അയാൾ ചുമട് ദ്വാരപാലകനെ ഏല്പ്പിച്ച്, ആ പയ്യനെ പിൻതുടർന്ന് അകത്തേക്ക് ചെന്നു. അതിഗംഭീരമായൊരു ബംഗ്ലാവായിരുന്നു അത്; അത്യുജ്ജ്വലമായി അലങ്കരിച്ചിരിക്കുന്നു.

പയ്യൻ അയാളെ, പ്രഭുക്കന്മാർ ഇരിക്കുന്ന മനോഹരമായൊരു സ്വീകരണമുറിയിലേക്ക് കൊണ്ടുചെന്നു. അവിടത്തെ മേശപ്പുറത്ത് സുഗന്ധം പരത്തുന്ന പൂക്കളും ഭക്ഷ്യവിഭവങ്ങളും വിവിധതരം പുത്തൻ പഴങ്ങളും മധുരപലഹാരങ്ങളും പലതരം വീഞ്ഞുകളും നിരത്തിയിരിക്കുന്നു. അനേകതരം വാദ്യോപകരണങ്ങൾ, സുന്ദരികളായ അടിമപ്പെൺകുട്ടികൾ വായിക്കുന്നു; കുറെപേർ രസകരമായി പാടുന്നു. പദവി അനുസരിച്ചാണവരുടെ ഇരിപ്പിടങ്ങൾ ഒരുക്കിയിരിക്കുന്നത്. ഏറ്റവും ഉന്നത പീഠത്തിൽ ശ്രേഷ്ഠനായൊരാൾ ഉപവിഷ്ടനായിരിക്കുന്നു. രാജകീയമായ അന്തസ്സും പ്രൗഢിയും ഗൗരവവും ആ മുഖത്ത് തെളിഞ്ഞുകാണാം. ചുമട്ടുകാരൻ സിന്ദ്ബാദ് അമ്പരന്ന്, ഇത് പറുദീസയുടെ ഒരു ഭാഗമാണ്, അല്ലെങ്കിൽ രാജകൊട്ടാരം.

അവൻ ആ സംഘത്തെ അത്യാദരവോടെ സലാം ചെയ്തു; നിലത്ത് ചുംബിച്ച്, അതീവ എളിമയോടെ കുനിഞ്ഞ് നിന്നു - അപ്പോഴേക്കും നേരംപുലരാറായെന്നും തനിക്ക് കഥപറയാനനുവദിക്കപ്പെട്ട സമയം കഴിഞ്ഞെന്നും ഷാഹ്റസാദ് മനസ്സിലാക്കി.

അഞ്ഞൂറ്റി മുപ്പത്തിയെട്ടാം രാവ്

അവൾ തുടർന്നു, ഓ, കീർത്തിമാനായ രാജാവേ, 'സിന്ദ്ബാദ് ചുമട്ടുകാരൻ' അവർക്ക് മുന്നിലെ നിലത്ത് ചുംബിച്ചശേഷം അതീവ എളിമയോടെ കുനിഞ്ഞുനിന്നു. ആ വീട്ടുടമ അയാളോട് അടുത്തുവന്നിരിക്കുവാൻ ആജ്ഞാപിച്ചു; അദ്ദേഹം അവനെ സ്വാഗതം ചെയ്ത് ദയാപൂർവ്വം സംസാരിച്ചു. അദ്ദേഹം അവന് സ്വാദിഷ്ഠമായ പല ആഹാരപദാർത്ഥങ്ങളും കഴിക്കാൻ വേണ്ടി മുന്നിൽ നിരത്തി. ചുമട്ടുകാരൻ 'ബിസ്മില്ല'

ചൊല്ലിയശേഷം വയറുനിറയെ ഭക്ഷണം കഴിച്ചു. പിന്നെ ആശ്ചര്യപൂർവ്വം പറഞ്ഞു "അള്ളായ്ക്ക് സ്തുതി." കൈകഴുകി വന്നശേഷം തന്നെ വിരുന്നൂട്ടിയ സംഘത്തിന് അവൻ നന്ദി രേഖപ്പെടുത്തി.

അപ്പോൾ ആതിഥേയൻ പറഞ്ഞു "നിനക്ക് സ്വാഗതം, അനുഗൃഹീതമാണ് നിന്റെ ഈ ദിനം. പേരും തൊഴിലും എന്താണ്?"

'എന്റെ പ്രഭോ, എന്റെ പേര് സിന്ദ്ബാദ് ഹമ്മാൽ' എന്നാണ്. ആളുകളുടെ സാമാനങ്ങൾ തലച്ചുമടായി കൊണ്ടുപോകുന്ന ഒരു ചുമട്ടുതൊഴിലാളി."

ഗൃഹനാഥൻ പുഞ്ചിരിച്ചുകൊണ്ടു പറഞ്ഞു: "അറിയാമോ, ചുമട്ടുകാരാ, നിന്റെ പേര് തന്നെയാണ് എന്റേതും; ഞാൻ 'നാവികൻ സിന്ദ്ബാദ്' ആണ്. ഇപ്പോൾ, ഓ, ചുമട്ടുകാരാ, നീ ആ ഗേറ്റിൽവെച്ച് പാടിയ ആ കീർത്തനം എന്നെ ഒന്ന് പാടി കേൾപ്പിക്കാമോ?"

ചുമട്ടുകാരൻ നാണിച്ചുകൊണ്ട് മറുപടി നൽകി "അള്ളാ നിങ്ങളെ അനുഗ്രഹിക്കട്ടെ! എന്നോട് ക്ഷമിക്കണം, കഠിനാദ്ധ്വാനവും നിർഭാഗ്യവും ദാരിദ്ര്യവും ഒരു മനുഷ്യനെ മര്യാദയില്ലാത്തവനാക്കുന്നു."

"ലജ്ജിക്കേണ്ടതില്ല; നീ എന്റെ സഹോദരനായിത്തീർന്നിരിക്കുന്നു; കീർത്തനം എനിക്കായി ഒന്ന് ആവർത്തിക്കുക; നീ അത് ഗേറ്റിൽ വെച്ച് പാടുന്നതുകേട്ട് എനിക്ക് വളരെ ഇഷ്ടം തോന്നി."

അതുകേട്ട് ചുമട്ടുകാരൻ ആ കീർത്തനം വീണ്ടും പാടി. വ്യാപാരിയെ അത് വല്ലാതെ സന്തോഷിപ്പിച്ചു. അദ്ദേഹം പറഞ്ഞു "നിനക്കറിയാമോ, ഓ, ഹമ്മാൽ, എന്റെ കഥ വളരെ അതിശയകരമായ ഒന്നാണ്; എനിക്ക് സംഭവിച്ചതെല്ലാം നീ കേൾക്കണം; ഞാൻ ധനികനായി ഈ ഭൂമിയെല്ലാം നേടുന്നതിനുമുമ്പ് എന്തായിരുന്നെന്ന് നീ കേൾക്കണം. ഞാൻ ഈ ഉന്നത നിലയിലെത്തിയത് ഭയങ്കര കഷ്ടപ്പാടുകൾ സഹിച്ചശേഷമാണ്. അക്കാലത്ത് എന്തുമാത്രം ബുദ്ധിമുട്ടുകളും കഠിനമായ ജോലികളുമാണ് എനിക്ക് ചെയ്യേണ്ടിവന്നതെന്ന് പറഞ്ഞറിയിക്കാൻ പ്രയാസമാണ്! ഞാൻ ഏഴ് കടൽയാത്രകൾ നടത്തിയിട്ടുണ്ട്; ഓരോന്നും അതിശയകരമായ ഓരോ കഥയാണ്, അമ്പരപ്പിക്കുന്ന കഥ! അഭയസ്ഥാനമോ, ഓടിരക്ഷപ്പെടാനോ ഇടം ഇല്ലാത്തൊരവസ്ഥ! വല്ലാത്തൊരു ദുർവ്വിധി! അപ്പോൾ, മനസ്സിലായോ, എന്റെ നല്ലവരായ പ്രഭുക്കന്മാരേ (അദ്ദേഹം തുടർന്നു) ഞാൻ എന്റെ കടൽയാത്രകൾ വിവരിക്കാൻ പോകുകയാണ്.

നാവികൻ സിന്ദ്ബാദിന്റെ ആദ്യ കടൽയാത്ര

എന്റെ അച്ഛൻ ഒരു വ്യാപാരി ആയിരുന്നു, എന്റെ നാട്ടിലെ പ്രശസ്ത വ്യക്തികളിൽ ഒരാൾ, ധനികനും വൻ സ്വാധീനവുമുള്ളവൻ. ഞാൻ ഒരു കുഞ്ഞായിരിക്കവെ അദ്ദേഹം മൃതിയടഞ്ഞു. എനിക്കദ്ദേഹം ധാരാളം സമ്പത്തും ഭൂമികളും 'ഫാംഹൗസുകളും' വിട്ടുപോയിരുന്നു. ഞാൻ വളർന്നു വലുതായപ്പോൾ എല്ലാം നന്നായി സംരക്ഷിച്ച്, സുഖമായി തിന്നും കുടിച്ചും കഴിഞ്ഞു; നല്ല വിലപിടിപ്പുള്ള വസ്ത്രങ്ങൾ ധരിച്ച്, തരാതരക്കാരായ കൂട്ടുകാരോടുമൊത്ത് ആർഭാടത്തോടെ ജീവിതം

നയിച്ചു; ഈ സുഖകരമായ ജീവിതം എക്കാലവും തുടരാനാകുമെന്നായിരുന്നു അപ്പോൾ എന്റെ തോന്നൽ. അങ്ങനെ വളരെക്കാലം കടന്നുപോയി; ഒടുവിൽ, ഞാൻ ഉണർന്നെഴുന്നേറ്റ്, സ്വബോധത്തോടെ എല്ലാം വിശകലനം ചെയ്തു; എന്റെ സമ്പത്തെല്ലം നശിച്ചെന്നും നില മോശമാണെന്നും, ഒരുകാലത്ത് എന്റെ കൈയിൽ ഉണ്ടായിരുന്നതെല്ലാം അന്യാധീനപ്പെട്ടെന്നും ഞാൻ മനസ്സിലാക്കി. യുക്തിയും വിവേകവും തിരിച്ചുകിട്ടിയ ഞാൻ ഡേവിഡിന്റെ പുത്രൻ സോളമൻ പറഞ്ഞത് ഓർത്തു, എന്റെ അച്ഛനിൽ നിന്ന് പണ്ട് ഞാൻ കേട്ടിട്ടുള്ളതാണത് "മൂന്നു കാര്യങ്ങൾ മറ്റ് മൂന്നിനേക്കാൾ ഭേദമാണ്; മരണദിവസം ജനനദിവസത്തേക്കാൾ ഭേദമാണ്; ജീവിച്ചിരിക്കുന്ന ഒരു നായ ചത്ത സിംഹത്തേക്കാൾ ഭേദമാണ്; ദാരിദ്ര്യത്തേക്കാൾ ഭേദമാണ് മരണം."

പിന്നെ എന്റെ അവശേഷിച്ച വസ്തുക്കളെല്ലാം എന്റെ വസ്ത്രങ്ങളടക്കം, ഞാൻ മുവ്വായിരം ദിറമിന് വിറ്റു. അതുമായി വിദേശയാത്ര ചെയ്യുവാൻ ഞാൻ ദൃഢനിശ്ചയമെടുത്തു.

അങ്ങനെ വ്യാപാരോദ്ദേശത്തിൽ യാത്ര നടത്തുവാൻ ഞാൻ തയ്യാറെടുത്തു. ഒരു സംഘം വ്യാപാരികളോടൊപ്പം ബ്രസാക്ക് പ്രയാണമാരംഭിച്ചു. അനേകം ദിനരാത്രങ്ങൾ ആ യാത്ര തുടർന്നു, പല ദ്വീപുകളും കരകളും കയറി ഇറങ്ങി; കപ്പൽ സ്പർശിച്ചിടത്തുനിന്നെല്ലാം സാമാനങ്ങൾ വാങ്ങുകയും, ഞങ്ങളുടെ പക്കലുള്ള സാമാനങ്ങൽ അവിടങ്ങളിൽ വിൽക്കുകയും ചെയ്തു. അങ്ങനെ യാത്രചെയ്ത് പൂങ്കാവനങ്ങൾ നിറഞ്ഞൊരു മനോഹരമായ, സ്വർഗ്ഗതുല്യമായ ദ്വീപിൽ എത്തി. ഇവിടെ ക്യാപ്റ്റൻ കപ്പലിന് നങ്കൂരമിട്ട്; കപ്പൽ കടൽത്തീരത്ത് കെട്ടിയിട്ട്, കരക്കിറങ്ങാനുള്ള സൗകര്യങ്ങൾ ചെയ്തുകൊടുത്തു. കപ്പലിലുണ്ടായിരുന്നവരെല്ലാം ദ്വീപിൽ ഇറങ്ങി, അവിടെ അടുപ്പുകൾ ഉണ്ടാക്കി, ഭക്ഷണം പാകംചെയ്യുന്നതിലും തുണി അലക്കുന്നതിലും മറ്റും ഞങ്ങൾ വ്യാപൃതരായി; മറ്റു ചിലർ ദ്വീപിന്റെ ഏകാന്തതയിൽ ചുറ്റിക്കറങ്ങാൻ പോയി. കപ്പൽ ജോലിക്കാർ, തിന്നും കുടിച്ചും കുളിച്ചും ഉല്ലസിച്ചു. ഞാൻ ദ്വീപ് ചുറ്റിക്കാണുന്നവരുടെ സംഘത്തിലായിരുന്നു; ഞങ്ങൾ നടന്നുകൊണ്ടിരിക്കവെ, അതാ ക്യാപ്റ്റൻ ഉച്ചത്തിൽ വിളിച്ചുകൂവുന്നു, "അല്ലയോ, യാത്രക്കാരേ, നിങ്ങൾ സ്വന്തം ജീവൻ വേണമെങ്കിൽ ഓടിവരൂ, വേഗം വന്ന് കപ്പലിൽ കയറൂ, നാശം ഒഴിവാക്കു, എല്ലാം ഉപേക്ഷിച്ച് ഓടി എത്തൂ. അള്ളാ നിങ്ങളെ കാത്തുരക്ഷിക്കട്ടെ! കാരണം, നമ്മൾ നിൽക്കുന്ന ഈ ദ്വീപെന്ന് കരുതുന്ന സ്ഥലം, യഥാർത്ഥത്തിൽ ദ്വീപല്ല, കടലിന്ന് നടുവിൽ നിശ്ചലമായി കിടക്കുന്ന ഒരു 'തിമംഗല'മാണ്, അതിനു പുറത്ത് മണ്ണ് വന്നുകൂടി, മരങ്ങൾ വന്നു വലുതായി, ഒരു ദ്വീപുപോലെ രൂപാന്തരപ്പെട്ടു! എന്നാൽ നമ്മൾ അതിന്റെ പുറത്ത് അടുപ്പ് ഉണ്ടാക്കി തീയിട്ടപ്പോൾ അതിന് ചൂടനുഭവപ്പെട്ട് ഇളകാൻ തുടങ്ങിയിരിക്കുന്നു! ഒരു നിമിഷത്തിനകം അത് കടലിന്നടിയിലേക്ക് മുങ്ങും; നിങ്ങൾ എല്ലാവരും മുങ്ങിച്ചാകുകയും ചെയ്യും. നിങ്ങളുടെ സാമാനങ്ങളെല്ലാം ഉപേക്ഷിച്ച് സ്വന്തം ജീവനുംകൊണ്ട് ഓടി രക്ഷപ്പെടൂ! - അപ്പോഴേക്കും നേരംപുലരാറായെന്നും തനിക്ക് കഥപറയാനനുവദിച്ച സമയം തീർന്നെന്നും ഷാഹ്ർസാദ് മനസ്സിലാക്കി.

അഞ്ഞൂറ്റി മുപ്പത്തൊമ്പതാം രാവ്

അവൾ തുടർന്നു, ഓ, കീർത്തിമാനായ രാജാവേ, കപ്പിത്താൻ യാത്രക്കാരോട്, "നിങ്ങളുടെ സാമാനങ്ങളെല്ലാം ഉപേക്ഷിച്ച് ജീവൻ രക്ഷിക്കാനായി ഓടിവരൂ" എന്ന് വിളിച്ചുപറഞ്ഞപ്പോൾ, അവരെല്ലാം സാമാനങ്ങൾ അവിടെ ഉപേക്ഷിച്ച് (ഭക്ഷണം പാകംചെയ്യുന്ന ചെമ്പ്, പാത്രങ്ങൾ, അലക്കിയതും അലക്കാത്തതുമായ വസ്ത്രങ്ങൾ തുടങ്ങിയവ), സ്വന്തം ജീവനുംകൊണ്ട് കപ്പലിലേക്ക് പാഞ്ഞു; ചിലർക്ക് കപ്പലിൽ പിടിച്ചുകയറാൻ കഴിഞ്ഞു; ഞാനടക്കം ചിലർക്ക് കയറാനായില്ല! കാരണം, പെട്ടെന്ന് ദ്വീപ് ഭയങ്കരമായി കുലുങ്ങി, അഗാധമായ കടലിനടിയിലേക്ക് മുങ്ങിപ്പോയി. അതിലുണ്ടായിരുന്നതെല്ലാം അതോടൊപ്പം താഴ്ന്നു, തിരമാലകൾ അതിനുമീതെ ഒച്ചവെച്ച് അലയടിച്ചു! ഞാൻ മറ്റുള്ളവരോടൊപ്പം അഗാധതയിലേക്ക് താഴ്ന്നു; എന്നാൽ സർവ്വശക്തനായ അള്ളാ എന്നെ മുങ്ങിപ്പോകാനിടവരുത്താതെ, വലിയൊരു 'മരത്തൊട്ടി' വലിച്ചെറിഞ്ഞുതന്ന് രക്ഷിച്ചു! കപ്പലിലുള്ളവർ വെള്ളം ഒഴിച്ചുവച്ചിരുന്ന മരത്തൊട്ടി ആയിരുന്നു അത്. ജീവനിലുള്ള കൊതിമൂലം ഞാനതിൽ പൊത്തിപ്പിടിച്ച്, കാലുകൾ 'പങ്കായ' മാക്കി തുഴഞ്ഞ് മുന്നേറി. അപ്പോഴേക്കും വെള്ളത്തിൽ മുങ്ങിയവരേയോ, മുങ്ങിത്തുടിച്ചുകൊണ്ടിരിക്കുന്നവരേയോ ഗൗനിക്കാതെ, കപ്പലിൽ കയറിയവരെയും കൂട്ടി കപ്പിത്താൻ സ്ഥലംവിട്ടിരുന്നു! കപ്പൽ എന്റെ കണ്ണിൽനിന്ന് മറയുന്നതുവരെ ഞാനതിനെ നോക്കിക്കിടന്നു; അപ്പോൾ മരണം സുനിശ്ചിതമാണെന്ന് ഞാൻ കരുതി. രാത്രി ആയപ്പോൾ കാറ്റും തിരമാലകളും ശക്തമായി അടിച്ചുകൊണ്ടിരുന്നു; അന്ന് രാത്രിയും പിറ്റേന്നും ആ കാലാവസ്ഥ തുടർന്നു. ഒടുവിൽ ആ 'മരത്തൊട്ടി' എന്നെ ഒരു ദ്വീപിന്റെ സുരക്ഷിതമായ മൂലയിൽ എത്തിച്ചു; അതിലെ ഇടതിങ്ങി നിൽക്കുന്ന വൃക്ഷങ്ങളുടെ ഞാന്നുകിടക്കുന്ന ശാഖകൾ തിരമാലകളിൽത്തട്ടി ചാഞ്ചാടികൊണ്ടിരുന്നു. അതിലെ ഒരു ശാഖയിൽ ഞാൻ പിടികൂടി, ഇഴഞ്ഞുചെന്ന് കരയിലിറങ്ങി. അങ്ങനെ മരണത്തിൽനിന്നും രക്ഷപ്പെട്ടു; എങ്കിലും എന്റെ കാലുകൾ മരവിച്ച് കോച്ചിവലിഞ്ഞിരുന്നു. കാലുകളിൽ പല ഭാഗങ്ങളിലും മീനുകൾ കാരിത്തിന്ന പാടുകൾ കാണാം! ഞാൻ തളർന്നു ചാകാറായിരുന്നു. ഞാൻ ഒരു ജീവച്ഛവത്തെപ്പോലെ ആ ദ്വീപിലെ മണലിൽ മലർന്നു കിടന്നു, തികച്ചും അബോധാവസ്ഥയിൽ! പിറ്റേന്ന് സൂര്യൻ ഉദിച്ചുയരുന്നതുവരെ ഞാൻ അതേ കിടപ്പ് തുടർന്നു. ബോധം വന്നപ്പോൾ, കാലുകളെല്ലാം നീരുവന്ന് വീർത്തിരുന്നു. നടക്കാനാവില്ലെന്ന് മനസ്സിലാക്കിയ ഞാൻ കാൽമുട്ടുകളിൽ ഇഴഞ്ഞു; ആ ദ്വീപിൽ ധാരാളം പഴങ്ങളും, ശുദ്ധജലവുമുള്ള അരുവികളും ഞാൻ കണ്ടു.

ഊർജ്ജം പകരുന്ന പഴങ്ങൾ ഞാൻ കഴിച്ചു; അങ്ങനെ ദിനരാത്രങ്ങൾ കഴിഞ്ഞുപോയി; എന്റെ ആരോഗ്യവും മനസ്സും പഴയനില പ്രാപിച്ചെന്ന് പറയാം; എനിക്ക് എഴുന്നേറ്റ് നടക്കാമെന്നായി. അങ്ങനെ ദ്വീപ് ഒന്ന് നടന്നുനോക്കാമെന്ന് ഞാൻ വിചാരിച്ചു. അള്ളാ അവിടെ സൃഷ്ടിച്ച എല്ലാ വസ്തുക്കളും നിരീക്ഷിക്കാനായി ഞാൻ ഇറങ്ങിത്തിരിച്ചു. ഒരു മരത്തിൽ നിന്നും ഒരു കൊമ്പ് വെട്ടിയെടുത്ത് അത് ഊന്നുവടിയായി ഉപയോഗിച്ചു; നടന്ന് തളരുമ്പോൾ മരച്ചുവട്ടിൽ വിശ്രമിക്കും. ഒരു

ദിവസം അങ്ങനെ നടക്കവെ, ദൂരെ എന്തോ ഒരു ജീവി എന്റെ കണ്ണിൽ പ്പെട്ടു; അതൊരു കാട്ടുമൃഗമോ, കടലിലെ വല്ല ഭീകരസത്വമോ ആയിരിക്കുമെന്ന് ഞാൻ വിചാരിച്ചു. ഞാനതിന്റെ അടുത്തുചെന്നപ്പോഴാണ് മനസ്സിലാകുന്നത്, അതൊരു ഭംഗിയുള്ള പെൺകുതിരയാണെന്ന്! അതിനെ ഒരു കയറുകൊണ്ട് കടൽത്തീരത്ത് കുറ്റിയടിച്ച് കെട്ടിയിട്ടിരിക്കയാണ്; എന്നെ നോക്കി അത് ഉറക്കെ കരഞ്ഞു; ഞാൻ അതുകേട്ടു പേടിച്ച് തിരിച്ചുപോകാൻ നിന്നതാണ്. അപ്പോൾ ഭൂമിക്കുള്ളിൽ നിന്ന് ഒരു മനുഷ്യൻ പുറത്തുവന്ന് ഉറക്കെ വിളിച്ചുചോദിച്ചു: "നീ ആരാണ്? എപ്പോഴാണിവിടെ എത്തിയത്? എന്താണിവിടെ വരാൻ കാരണം?"

"ഓ, എന്റെ പ്രഭോ" ഞാൻ മറുപടി നൽകി "സത്യത്തിൽ ഞാൻ ഒരു അനാഥനാണ്, ഒരു അന്യരാജ്യക്കാരൻ; ഞങ്ങൾ യാത്രചെയ്ത കപ്പലിലെ മറ്റുചിലരോടൊപ്പം കടലിൽ മുങ്ങിച്ചാകേണ്ടവനായിരുന്നു ഞാൻ; എന്നാൽ അള്ളാ എനിക്കൊരു 'മരത്തൊട്ടി' ഇട്ടുതന്ന് മരണത്തിൽനിന്നും രക്ഷിച്ചു; തിരമാലകൾ എന്നെ ഈ ദ്വീപിൽ തള്ളി എത്തിക്കുന്നതുവരെ ഞാനതിൽ പൊത്തിപ്പിടിച്ച് കിടന്നു."

ഇതുകേട്ട അയാൾ എന്റെ കൈപിടിച്ച് പറഞ്ഞു: "എന്നോടൊപ്പം വരൂ." ഭൂമിക്കടിയിലെ വലിയൊരു അറയിലേക്ക് അയാൾ എന്നെ കൊണ്ടുപോയി; അത് വിശാലമായൊരു സ്വീകരണമുറിയായിരുന്നു. അതിന്റെ ഉയർന്നഭാഗത്ത് അയാൾ എന്നെ ഇരുത്തി. എന്തോ ഒരുതരം ഭക്ഷണം അയാൾ കൊണ്ടുവന്നു; നല്ല വിശപ്പുണ്ടായിരുന്നതിനാൽ ഞാനത് വയറു നിറയെ കഴിച്ചു. ഞാൻ സ്വസ്ഥനായി ഇരുന്നപ്പോൾ അയാൾ എന്നെക്കുറിച്ച് അന്വേഷിച്ചറിഞ്ഞു. തുടക്കം മുതൽ അവസാനംവരെയുള്ള കഥ ഞാനയാൾക്ക് വിവരിച്ചുകൊടുത്തു. അയാൾ എന്റെ വീരസാഹസ കഥകേട്ട് വിസ്മയിച്ചുപോയി!

ഞാൻ പറഞ്ഞു "അള്ളായാണേ, എന്റെ പ്രഭോ, എന്നോട് ക്ഷമിക്കുക; ഞാൻ എല്ലാം നിങ്ങളോട് തുറന്നുപറഞ്ഞു, എനിക്ക് സംഭവിച്ച അപകടവുമെല്ലാം; ഇനി, നിങ്ങൾ ആരാണെന്നും, എന്തിനാണ് ഭൂഗർഭത്തിൽ വസിക്കുന്നതെന്നും, എന്തിനാണ് ആ പെൺകുതിരയെ കടൽത്തീരത്ത് കുറ്റിയടിച്ച് കെട്ടിയിരിക്കുന്നതെന്നും അറിയാൻ എനിക്കാഗ്രഹമുണ്ട്."

അയാൾ മറുപടി നൽകി "അറിയാമോ, ഈ ദ്വീപിന്റെ വിവിധ ഭാഗങ്ങളിൽ നിർത്തിയിട്ടുള്ള നിരവധി ആളുകളിൽ ഒരാളാണ് ഞാൻ. 'മിഹർജാൻ' രാജാവിന്റെ കുതിരക്കാരനാണ് ഞങ്ങൾ, എല്ലാ കുതിരകളും ഞങ്ങളുടെ കീഴിലാണ്. എല്ലാ മാസവും, തുടക്കത്തിൽ ഞങ്ങളുടെ ഏറ്റവും നല്ല കുതിരകളെ ഇവിടെ കൊണ്ടുവന്ന് കടൽത്തീരത്ത് കെട്ടിയിടുന്നു; എന്നിട്ട് ഭൂഗർഭത്തിലുള്ള ഈ മുറിയിൽ ഞങ്ങൾ ആരും കാണാതെ ഒളിച്ചിരിക്കുന്നു. അപ്പോൾ കടൽക്കുതിരകൾ ഈ പെൺകുതിരകളുടെ മണംപിടിച്ച് വെള്ളത്തിൽനിന്ന് പുറത്തുവന്ന് ഇവയുമായി ഇണചേരുന്നു. പിന്നീടവർ പെൺകുതിരകളെ തങ്ങളോടൊപ്പം കൊണ്ടുപോകാനായി പിടിച്ച് വലിക്കുന്നു; എന്നാൽ കുറ്റിയടിച്ചു കയറിൽ കെട്ടിയിട്ടുള്ളതിനാൽ, അവർക്കതിന് കഴിയില്ല. അപ്പോൾ അവർ നിലവിളിക്കയും, അടിക്കയും ചെയ്യും; അത് കേട്ടാൽ ഞങ്ങൾക്ക് മനസ്സിലാകും കടൽക്കുതിരകളുടെ ഇണചേരൽ തീർന്നെന്ന്. അപ്പോൾ ഞങ്ങൾ

ഓടിയെത്തി അവർക്കുനേരെ ബഹളംവെക്കും. പേടിച്ച് വിരണ്ട നീർക്കുതിരകൾ കടലിനുള്ളിലേക്ക് ഓടിപ്പോകും. പിന്നീട് ഈ പെൺ കുതിരകൾ ചുണയുള്ള ആൺകുതിരക്കുട്ടികളെയും, പെൺകുതിരക്കുട്ടി കളെയും പ്രസവിക്കുന്നു. അവക്ക് ഭയങ്കര വിലയാണ് ലഭിക്കുക; ഇവയെ പ്പോലെയുള്ള കുതിരകളെ ഈ ഭൂമുഖത്ത് കാണാനാകില്ല! നീർക്കുതിര കൾ വരേണ്ട സമയമാണ് ഇപ്പോൾ; 'ഇൻഷാ അള്ളാ' ഞാൻ നിങ്ങളെ 'മിഹർജാൻ' രാജാവിന്റെ അടുത്തേക്ക് കൊണ്ടുപോകാം - അപ്പോഴേക്കും നേരംപുലരാറായെന്നും തനിക്ക് കഥ പറയാനനുവദിച്ച സമയം തീർന്നെന്നും ഷാഹ്രസാദ് മനസ്സിലാക്കി.

അഞ്ഞൂറ്റി നാല്പതാം രാവ്

അവൾ തുടർന്നു, ഓ, കീർത്തിമാനായ രാജാവേ, ആ കുതിരക്കാരൻ നാവികനായ സിൻബാദിനോട് പറഞ്ഞു: "ഞാൻ നിന്നെ മിഹർജാൻ രാജാവിന്നടുക്കൽ കൊണ്ടുപോകാം; ഞങ്ങളുടെ രാജ്യം കാണിച്ചുതരാം. നീ ഞങ്ങളെ കാണാനിടവന്നില്ലെങ്കിൽ, ഇവിടെ കിടന്ന് ആരും കാണാതെ മരിച്ചുപോയേനെ; ഞാൻ കാരണം നിന്റെ ജീവൻ രക്ഷപ്പെട്ടു; സ്വന്തം രാജ്യത്തേക്ക് തിരിച്ചുപോകാനും പറ്റി."

ഞാനവനെ ആശിർവദിച്ചു. അവന്റെ കാരുണ്യത്തിനും ഔദാര്യ ത്തിനും നന്ദിപറഞ്ഞു. ഞങ്ങൾ സംസാരിച്ചുകൊണ്ടിരിക്കവെ, കടൽ ക്കുതിര അവിടെ പ്രത്യക്ഷപ്പെട്ടു. ഭയങ്കര നിലവിളിയോടെ അവൻ പെൺ കുതിരയെ സമീപിച്ചു. അവൻ ഇണചേർന്നശേഷം പെൺകുതിരയെ വലിച്ചുകൊണ്ടുപോകാനൊരു ശ്രമം നടത്തി; എന്നാൽ അതിനെ കയ റിട്ട് കുറ്റിയിൽ കെട്ടിയിരുന്നതിനാൽ കൊണ്ടുപോകാനായില്ല. പെൺകുതിര തൊഴിക്കുകയും നിലവിളിക്കുകയും ചെയ്തു. അപ്പോൾ കുതിരക്കാരൻ വാളും കുന്തവുമായി ഭൂഗർഭത്തിലെ മുറിയിൽ നിന്ന് ഓടി എത്തി നീർക്കുതിരയെ പേടിപ്പിച്ച് ഓടിച്ചു. ഒരു പോത്തിനെപ്പോലെ അത് വെള്ളത്തിൽ ഇറങ്ങി തിരമാലകൾക്കിടയിൽ അപ്രത്യക്ഷമായി. അതിനു ശേഷം ഞങ്ങൾ കുറച്ചുനേരം ഇരുന്നു. അപ്പോഴേക്കും മറ്റുകുതിരക്കാരും ഓരോ പെൺകുതിരയേയും പിടിച്ച് അവിടെ എത്തി. എന്നെ കണ്ടപ്പോൾ, അവർ എന്നോട് വിശേഷങ്ങൾ അന്വേഷിച്ചു. ഞാൻ അവർക്ക് എന്റെ കഥ ആവർത്തിച്ചുകൊടുത്തു. അതിനുശേഷം മേശപ്പുറത്ത് ആഹാര സാധനങ്ങൾ നിരത്തിവെച്ച് എന്നെയും ഭക്ഷണം കഴിക്കാനായി ക്ഷണിച്ചു. ഞാൻ അവരോടൊപ്പം ആഹാരം കഴിച്ചു. പിന്നെ, അവർ കുതിരകളുമായി പുറപ്പെട്ടു; ഒരു കുതിരപ്പുറത്ത് എന്നെയും കയറ്റി. അങ്ങനെ ഒരിടത്തും നിർത്താതെ നടന്ന് ഞങ്ങൾ 'മിഹർജാൻ' രാജാ വിന്റെ തലസ്ഥാനനഗരിയിലെത്തി; അവർ രാജാവിനോട് എന്റെ കഥ പറഞ്ഞുകൊടുത്തു. അപ്പോൾ അദ്ദേഹം എന്നെ ആളയച്ച് അകത്തേക്ക് വിളിപ്പിച്ചു. എനിക്ക് ഹാർദ്ദവമായ സ്വീകരണമാണദ്ദേഹം തന്നത്. പരസ്പരം 'സലാം' വെച്ചശേഷം എന്റെ കഥ പറയാനദ്ദേഹം ആവശ്യ പ്പെട്ടു. ഞാൻ നടന്ന സംഭവങ്ങൾ ആദ്യം മുതൽ അവസാനംവരെ രാജാ വിന് വിവരിച്ചുകൊടുത്തു. അദ്ദേഹം ഭയങ്കര അതിശയത്തോടെ എന്നോട് പറഞ്ഞു "അള്ളായാണേ, എന്റെ മോനെ, ആശ്ചര്യകരമായ വിധത്തിൽ

നീ രക്ഷപ്പെട്ടിരിക്കുന്നു! നിനക്ക് ദീർഘായുസ്സ് ഇല്ലായിരുന്നെങ്കിൽ ഈ ദുർദശയിൽ നിന്ന് രക്ഷപ്പെടില്ലായിരുന്നു! അള്ളായ്ക്ക് സ്തുതി."

എന്നോടദ്ദേഹം കുറെ നേരം സസന്തോഷം സംസാരിച്ചുകൊണ്ടിരുന്നു; എന്നോട് വളരെ കരുണയോടെയും ആദരവോടെയും പെരുമാറി. അതിനും പുറമെ, എന്നെ രാജാവ് തുറമുഖത്തിന്റെ ചുമതല ഏല്പിച്ചു; ആ തുറമുഖത്ത് വരുകയും, പോവുകയും ചെയ്യുന്ന കപ്പലുകളുടെ 'റജിസ്ട്രാർ' ആയിരുന്നു ഞാൻ. ഞാൻ എന്നും അദ്ദേഹത്തെ കാണുമായിരുന്നു; അദ്ദേഹത്തിൽ നിന്ന് ഉത്തരവുകൾ സ്വീകരിക്കും. വലിയ സ്നേഹത്തോടും കാരുണ്യത്തോടുംകൂടിയാണദ്ദേഹം എന്നോട് പെരുമാറിയിരുന്നത്; വിലപിടിച്ച നല്ല വസ്ത്രങ്ങൾ അദ്ദേഹം എനിക്ക് നൽകി. വളരെ അന്തസ്സുള്ള പദവിയായിരുന്നു എന്റേത്, രാജാവിന ും പ്രജകൾക്കും ഇടയിലുള്ളൊരു മദ്ധ്യവർത്തി. തുറമുഖത്തേക്ക് പോകവെ, ബാഗ്ദാദിലെ കച്ചവടക്കാരോടും കടൽയാത്രക്കാരോടും ഞാൻ സംഭാഷണം നടത്താറുണ്ട്, എന്റെ രാജ്യത്തെക്കുറിച്ചവർക്ക് എന്തെങ്കിലും അറിയുമോ എന്നറിയാൻ! എന്നാൽ, അവിടെ പോയവരോ, ആ രാജ്യത്തെക്കുറിച്ചറിയുന്നവരോ ആരും ഇല്ലായിരുന്നു! എനിക്കതിൽ കഠിനായ നൈരാശ്യം തോന്നി; കാരണം, നാട്ടിൽനിന്നുള്ള നീണ്ട വേർപാടിൽ ഞാൻ തളർന്നുപോയിരുന്നു. ഞാൻ നിരാശയോടെ ദിവസങ്ങൾ തള്ളിനീക്കവെ, ഒരു ദിവസം മിഹർജാൻ രാജാവിന്നടുത്ത് ഞാൻ ചെന്നപ്പോൾ ഒരു സംഘം ഇന്ത്യക്കാർ അദ്ദേഹത്തോടൊപ്പം ഇരുന്നു സംസാരിക്കുന്നത് ഞാൻ കണ്ടു. ഞങ്ങൾ പരസ്പരം സലാം ചെയ്തശേഷം എന്നെ അവർ സൗമ്യതയോടെ സ്വാഗതം ചെയ്ത് എന്റെ രാജ്യം ഏതാണെന്ന് ചോദിച്ചു - അപ്പോഴേക്കും നേരം പുലരാറായെന്നും തനിക്ക് കഥപറയാനനുവദിച്ച സമയം തീർന്നെന്നും ഷാഹ്രസാദ് മനസ്സിലാക്കി.

അഞ്ഞൂറ്റി നാല്പത്തിയൊന്നാം രാവ്

അവൾ തുടർന്നു, അല്ലയോ കീർത്തിമാനായ രാജാവേ, സിന്ദ്ബാദ് എന്ന നാവികൻ പറഞ്ഞു: - അവർ എന്റെ രാജ്യമേതാണെന്ന് ചോദിച്ചപ്പോൾ അവരുടെ രാജ്യമേതാണെന്ന് ഞാനും ചോദിച്ചു. അവർ ഇന്ത്യക്കാരാണെന്നു പറഞ്ഞു; ഇന്ത്യയിലെ ജാതിസമ്പ്രദായത്തെക്കുറിച്ചവർ വിശദീകരിച്ചു. അതിൽ ക്ഷത്രിയരാണ് ഏറ്റവും ശ്രേഷ്ഠർ. അവർ ആരേയും അനാവശ്യമായി പീഡിപ്പിക്കുകയോ, ദ്രോഹിക്കുകയോ ചെയ്യില്ല. ബ്രാഹ്മണരാണ് മറ്റൊരു ജാതി; അവർ മദ്യം കഴിക്കില്ല; ശാന്തിയോടും, സമാധാനത്തോടുംകൂടി സുഖമായി ജീവിതം നയിക്കുന്നവരാണവർ. ധാരാളം ഒട്ടകങ്ങളും, കുതിരകളും, കന്നുകാലികളും അവർക്ക് സ്വന്തമാണ്. അതിനും പുറമെ എഴുപത്തിരണ്ട് ജാതികൾ ഇന്ത്യയിലുണ്ടെന്ന് അവർ പറഞ്ഞു! ഞാനിതുകേട്ട് വല്ലാതെ വിസ്മയിച്ചുപോയി!

ഞാൻ മിഹാർജാൻ രാജാവിന്റെ രാജ്യത്ത് കണ്ട മറ്റൊരു രസകരമായ കാര്യം, രാത്രികാലങ്ങളിൽ സദാസമയം ഉയർന്നുകൊണ്ടിരിക്കുന്ന വാദ്യഘോഷങ്ങൾ ആണ്! ചുറ്റുപാടുമുള്ള ദ്വീപ്നിവാസികളും,

സഞ്ചാരികളും ഞങ്ങളോട് പറഞ്ഞത്, ആ ദ്വീപിൽ ജീവിക്കുന്നവർ പ്രയത്നശീലരും, ഉത്സാഹികളും, വിവേകശാലികളും ആണെന്നാണ്. ഈ കടലിൽ ഇരുനൂറ് മുഴം നീളമുള്ള മീനുകളെ ഞാൻ കണ്ടിട്ടുണ്ട്! മീൻപിടുത്തക്കാർക്കവയെ ഭയമാണ്; അവർ അവരെ മരപ്പലകകൊണ്ടടിച്ച് ഓടിക്കുന്നു. മൂങ്ങയെപ്പോലെ തലയുള്ള ഒരുതരം മീനിനെ ഞാനവിടെ കണ്ടു; അതിനും പുറമെ നിരവധി അതിശയകരവും അപൂർവ്വവുമായ കാര്യങ്ങൾ! അതൊക്കെ കണക്കാക്കാൻ തന്നെ പ്രയാസം! ഞാൻ എന്നും അവിടത്തെ ദ്വീപുകൾ സന്ദർശിക്കുന്നതിൽ സമയം കണ്ടെത്തിയിരുന്നു. അങ്ങനെ പതിവുപോലെ വടിയും കുത്തിപ്പിടിച്ച്, ഒരു ദിവസം ഞാൻ തുറമുഖത്ത് നിൽക്കവെ, നിറയെ വ്യാപാരികളുള്ള വലിയൊരു കപ്പൽ തുറമുഖത്തേക്ക് വന്നു. ക്യാപ്റ്റൻ ആ കപ്പൽ തുറമുഖത്തിനുള്ളിലേക്ക് കൊണ്ടുവന്ന്, തീരത്തോടടുത്ത് കെട്ടിയിട്ട്, നിലത്തിറങ്ങാനുള്ള മരപ്പലകകൾ താഴ്ത്തിവെച്ചു. ഞാൻ ചരക്കുകളുടെ കണക്കെടുത്തുകൊണ്ടിരിക്കവെ, കപ്പൽ തൊഴിലാളികൾ ചരക്കുകൾ താഴേക്ക് ഇറക്കിക്കൊണ്ടിരുന്നു. നീണ്ട ഒരുനിരതന്നെ ആ ജോലിയിൽ ഏർപ്പെട്ടിരിക്കുന്നതുകണ്ട് ഞാൻ ക്യാപ്റ്റനോട് ചോദിച്ചു: "നിങ്ങളുടെ കപ്പലിൽ എന്തെങ്കിലും ഇനി ബാക്കിയുണ്ടോ?"

അയാൾ മറുപടി നൽകി "എന്റെ പ്രഭോ, നിരവധി ചരക്കുകെട്ടുകൾ അട്ടിയിട്ട് വെച്ചിരിക്കുകയാണ്; അതിന്റെ ഉടമ ഞങ്ങളോടൊപ്പം യാത്രചെയ്തിരുന്ന ഒരു വ്യാപാരിയായിരുന്നു, ഒരു ദ്വീപിൽ വെച്ചയാൾ മരിച്ചു. അങ്ങനെ അയാളുടെ ചരക്കുകൾ മുഴുവൻ ഞങ്ങളുടെ ചുമതലയിൽ വന്നുപെട്ടു. ഞങ്ങൾ അതൊക്കെ വിറ്റ്, ആ പണം അയാളുടെ ബാഗ്ദാദിലുള്ള ബന്ധുക്കൾക്ക് കൈമാറാൻ ആഗ്രഹിക്കുന്നു."

"ആ വ്യാപാരിയുടെ പേരെന്താണ്?"

"നാവികൻ സിന്ദ്ബാദ്."

അതുകേട്ട് ഞാനയാളെ സൂക്ഷിച്ചുനോക്കി; ആളെത്തിരിച്ചറിഞ്ഞ ഞാൻ ഉച്ചത്തിൽ നിലവിളിച്ചു "ഓ, ക്യാപ്റ്റൻ, മറ്റ് വ്യാപാരികളോടൊപ്പം യാത്രചെയ്തിരുന്ന 'സിന്ദ്ബാദ്' ഞാനാണ്! ആ മീൻ ഇളകുന്നതുകണ്ട് സ്വയം ജീവൻ രക്ഷിച്ചോളൂ എന്ന് നിങ്ങൾ വിളിച്ചുകൂവിയപ്പോൾ, അവിടെ ഉണ്ടായിരുന്നവരിൽ ഒരാൾ ഞാൻ ആയിരുന്നു. അവരിൽ ചിലരുടെ ജീവൻ രക്ഷപ്പെട്ടു, മറ്റുള്ളവർ മുങ്ങിച്ചത്തു. സർവ്വശക്തനായ അള്ള എനിക്കൊരു മരത്തൊട്ടി വലിച്ചെറിഞ്ഞുതന്നു; കപ്പൽ തൊഴിലാളികൾ വസ്ത്രങ്ങൾ അലക്കാനും, കുളിക്കാനും മറ്റും ഉപയോഗിക്കാറുള്ളതാണ് ആ മരത്തൊട്ടി. കാറ്റും തിരമാലകളും ആ തൊട്ടിയോടൊപ്പം എന്നെ തള്ളി ഈ ദ്വീപിൽ എത്തിച്ചു; അള്ളായുടെ കൃപയാൽ മിഹർജാൻ രാജാവിന്റെ കുതിരക്കാരെ ഞാൻ കണ്ടെത്തി. അവർ എന്നെ അവരുടെ രാജാവിന്നരികിലേക്ക് ആനയിച്ചു. ഞാൻ അദ്ദേഹത്തോട് എന്റെ കഥ വിവരിച്ചുകൊടുത്തപ്പോൾ എന്നെ അദ്ദേഹം 'ഹാർബർ മാസ്റ്റർ' ആയി നിയമിച്ചു; ഞാനാതൊഴിലിൽ ശോഭിച്ചു, അദ്ദേഹത്തിന് ഞാൻ സ്വീകാര്യനായി. ഈ ഭാണ്ഡങ്ങൾ എല്ലാം എന്റേതാണ്, ദൈവം എനിക്കുതന്ന സാമാനങ്ങൾ" - അപ്പോഴേക്കും നേരംപുലരാറായെന്നും തനിക്ക് കഥപറയാനനുവദിച്ച സമയം തീർന്നെന്നും ഷാഹ്രസാദ് മനസ്സിലാക്കി.

അഞ്ഞൂറ്റി നാല്പത്തിരണ്ടാം രാവ്

അവൾ തുടർന്നു, ഓ, കീർത്തിമാനായ രാജാവേ, നാവികനായ സിൻദ്ബാദ് ക്യാപ്റ്റനോട് "ഈ ഭാണ്ഡങ്ങൾ അള്ളാ എനിക്കു തന്ന സാമാനങ്ങളാണ്" എന്നു പറഞ്ഞപ്പോൾ അയാൾ ആശ്ചര്യത്തോടെ അഭിപ്രായപ്പെട്ടു "അള്ളായെപ്പോലെ സർവ്വശക്തനായൊരു ദൈവമില്ല! സത്യത്തിൽ, മനുഷ്യരിൽ വിവേകമോ, വിശ്വാസ്യതയോ ഇല്ലാതായിരിക്കുന്നു!"

ഞാൻ ചോദിച്ചു: "അല്ലയോ ക്യാപ്റ്റൻ, ഈ വാക്കുകളുടെ അർത്ഥമെന്താണ്. ഞാൻ എന്റെ സത്യാവസ്ഥ വെളിപ്പെടുത്തിയിട്ടും നിങ്ങൾക്ക് വിശ്വാസമില്ലാ എന്നാണോ?" "മുങ്ങിച്ചത്ത ആളിന്റെ സാമാനങ്ങൾ എന്റെ പക്കൽ ഉണ്ടെന്ന് ഞാൻ പറഞ്ഞതുകേട്ട്, "നിങ്ങൾ അത് സ്വന്തം ചരക്കുകളാണെന്നവകാശപ്പെടുന്നു. ന്യായമായ രീതിയിൽ മാത്രമേ നിങ്ങൾക്കത് എടുക്കാനാകൂ; കാരണം, അയാൾ മറ്റ് പലരോടുമൊപ്പം കടലിൽ മുങ്ങിച്ചാകുന്നത് ഞാൻ സ്വന്തം കണ്ണുകൾകൊണ്ട് കണ്ടതാണ്; ഒരാൾപോലും അന്ന് രക്ഷപ്പെട്ടിട്ടില്ല. അപ്പോൾ നിങ്ങളാണ് ആ ചരക്കുകളുടെ ഉടമ എന്ന് നിങ്ങൾക്കെങ്ങനെ അവകാശപ്പെടാൻ കഴിയും?"

"ഓ, ക്യാപ്റ്റൻ" ഞാൻ മറുപടി നൽകി, "എന്റെ സത്യം എന്താണെന്ന് നിങ്ങൾക്ക് ബോദ്ധ്യപ്പെടും. നുണപറയുന്നത് ചതിയന്മാരുടെ ലക്ഷണമാണ്."

പിന്നെ, എനിക്ക് സംഭവിച്ച കാര്യങ്ങൾ എല്ലാം ഞാൻ അയാൾക്ക് വിവരിച്ചുകൊടുത്തു, ഞാൻ അയാളോടൊപ്പം ബാഗ്ദാദിൽനിന്ന് കപ്പൽയാത്ര ആരംഭിച്ചതുമുതൽ 'തിമിംഗല'ദ്വീപിൽച്ചെന്നുപെട്ട് വെള്ളത്തിൽ മുങ്ങിപ്പോയതുവരെ; ഞങ്ങൾക്കിടയിൽ നടന്ന ചില പ്രത്യേക കാര്യങ്ങൾ ഞാനയാളെ ഓർമ്മിപ്പിച്ചു! അതിനുശേഷം അയാളും വ്യാപാരികളും എന്റെ കഥയിലെ സത്യാവസ്ഥ സാക്ഷ്യപ്പെടുത്തി. എന്നെ തിരിച്ചറിഞ്ഞതിൽ അവർ ആഹ്ലാദിച്ചു; ഞാൻ രക്ഷപ്പെട്ടതിൽ അങ്ങേയറ്റം സന്തോഷിച്ചു. അവർ പറഞ്ഞു "അള്ളായാണേ, നിങ്ങൾ മരണത്തിൽനിന്ന് രക്ഷപ്പെട്ടിരിക്കുമെന്ന് ഞങ്ങൾ കരുതിയില്ല! ദൈവം നിങ്ങൾക്ക് പുതുജീവൻ നൽകിയിരിക്കുന്നു."

പിന്നീട് എന്റെ ചരക്കുകൾ അവർ എനിക്ക് തന്നു; അതിലെല്ലാം എന്റെ പേര് എഴുതിയിരിക്കുന്നത് ഞാൻ കണ്ടു; ഒന്നും നഷ്ടപ്പെട്ടിട്ടില്ല. ഞാൻ കെട്ടുകൾ തുറന്ന് അവയിലെ ഏറ്റവും വിലപിടിച്ച കൗതുകവസ്തുക്കൾ മിഹർജൻ രാജാവിന് പാരിതോഷികമായി കൊടുക്കാൻ തീരുമാനിച്ചു; അവ കപ്പൽജോലിക്കാരെക്കൊണ്ട് എടുപ്പിച്ച് കൊട്ടാരത്തിലെത്തി, രാജാവിന്റെ കാൽക്കൽ സമർപ്പിച്ചു; നടന്ന സംഭവങ്ങളെല്ലാം അദ്ദേഹത്തെ ധരിപ്പിച്ചു, പ്രത്യേകിച്ച് കപ്പലിനെയും എന്റെ ചരക്കുകളെയും കുറിച്ചുള്ള കാര്യങ്ങൾ. അദ്ദേഹം ഇതെല്ലാം കേട്ട് വല്ലാതെ അതിശയിച്ചുപോയി. അതിനുശേഷം രാജാവിന് എന്നോടുള്ള സ്നേഹം ഇരട്ടിച്ചു. ഞാൻ കൊടുത്തതിനേക്കാൾ വിലപിടിച്ച സമ്മാനങ്ങൾ എനിക്ക് തന്നു. ഞാൻ എന്റെ ചരക്കുകൾ വിറ്റ് വലിയ ലാഭമുണ്ടാക്കി. അതിനു പകരം ആ ദ്വീപ് നഗരത്തിൽ നിന്ന് മറ്റ് നിരവധി സാമാനങ്ങൾ വാങ്ങി, വ്യാപാരികൾ മടക്കയാത്രയ്ക്ക് തയ്യാറായപ്പോൾ, ഞാനും ആ കപ്പലിൽ എല്ലാ സാമാനങ്ങളുമായി കയറി. രാജാവിനോട്, അദ്ദേഹം എനിക്കു

വേണ്ടി ചെയ്ത എല്ലാ സഹായങ്ങൾക്കും വിനീതനായി നന്ദി രേഖപ്പെടുത്തി. അദ്ദേഹത്തോട് യാത്രപറഞ്ഞ് ഞാൻ എന്റെ പ്രിയപ്പെട്ട നാട്ടിലേക്ക് യാത്ര ആരംഭിക്കുവാൻ തയ്യാറെടുത്തു. രാജാവ് അന്നാട്ടിലെ ചരക്കുകൾ നിറയെ എനിക്ക് തന്ന്, എന്നെ ആശീർവ്വദിച്ച് യാത്രയാക്കി.

അള്ളായുടെ അനുഗ്രഹത്തോടെ ഞങ്ങൾ രാപകലില്ലാതെ കടൽയാത്ര തുടർന്നു. ഭാഗ്യവശാൽ യാതൊരു പ്രശ്നവും അഭിമുഖീകരിക്കാതെ ഞങ്ങൾ സുരക്ഷിതരായി ബസ്രാനഗരത്തിൽ എത്തി. സ്വന്തം മണ്ണിൽ കാലുകുത്തിയപ്പോഴുള്ള എന്റെ സന്തോഷം പറഞ്ഞറിയിക്കാവുന്നതല്ല! ചെറിയൊരു ഇടവേളയ്ക്കുശേഷം ഞാൻ ബാഗ്ദാദിലേക്ക് പോയി, വിലപിടിച്ച ചരക്കുകളും കൂടെ കൊണ്ടുപോയിരുന്നു. നഗരത്തിൽ പ്രവേശിച്ച ഞാൻ നേരെ എന്റെ വീട്ടിലേക്ക് ചെന്നു. അവിടെ എന്നെ കാണാനായി എല്ലാ ബന്ധുക്കളും സുഹൃത്തുക്കളും എത്തി. അവിടന്ന് ഞാൻ നപുംസകങ്ങളെയും വെപ്പാട്ടിമാരേയും വേലക്കാരേയും നീഗ്രോ അടിമകളേയും വാങ്ങിച്ചു; വീടുകളും ഭൂമിയും പൂന്തോട്ടങ്ങളും എസ്റ്റേറ്റുകളും വാങ്ങിച്ചു. ഞാൻ മുമ്പത്തേക്കാളേറെ സമ്പന്നനായി. സുഹൃത്തുക്കളോടൊപ്പം ഉല്ലാസകരമായി, എന്നത്തേക്കാളേറെ സുഖകരമായ ജീവിതം നയിച്ചു; യാത്രയുടെ ദുരിതങ്ങളും, അനുഭവിച്ച കഷ്ടപ്പാടുകളുമെല്ലാം ഞാൻ മറന്നു. രുചികരമായ ഭക്ഷണവും, ഏറ്റവും നല്ല വീഞ്ഞും ഞാൻ ആസ്വദിച്ചു. അങ്ങനെ സുഖലോലുപനായി ഞാൻ ജീവിച്ചു; അതിന്നുള്ള സമ്പത്ത് എനിക്കുണ്ടായിരുന്നു. "ഇതാണ് എന്റെ ആദ്യ കടൽയാത്ര. ഇൻഷാ അള്ളാ! നാളെ, ഞാൻ നടത്തിയ ഏഴു കടൽയാത്രകളിൽ രണ്ടാമത്തെ യാത്രയുടെ കഥ പറയാം."

ചുമട്ടുകാരൻ സിന്ദ്ബാദിന് സഞ്ചാരി സിന്ദ്ബാദ് അത്താഴവും, നൂറു സ്വർണ്ണനാണയങ്ങളും നൽകിക്കൊണ്ട് പറഞ്ഞു. "നിങ്ങൾ ഇന്ന് ഞങ്ങളോടൊപ്പം ഒത്തുകൂടി ഞങ്ങളെ സന്തോഷിപ്പിച്ചു."

ചുമട്ടുകാരൻ അദ്ദേഹത്തിന് നന്ദിപറഞ്ഞ് സമ്മാനവും എടുത്ത് സ്ഥലംവിട്ടു; താൻ കേട്ട സംഭവകഥയെക്കുറിച്ചയാൾ വിസ്മയത്തോടെ ചിന്തിച്ചുകൊണ്ടിരുന്നു. രാത്രി സ്വന്തം വീട്ടിൽ കിടന്നുറങ്ങിയശേഷം നേരം പുലർന്നപ്പോൾ എഴുന്നേറ്റ്, സഞ്ചാരിയായ സിന്ദ്ബാദിന്റെ വീട്ടിലെത്തി. അയാളവനെ ആദരവോടെ സ്വീകരിച്ച്, തന്റെ അടുത്ത് ഇരുത്തി. മറ്റു സുഹൃത്തുക്കളും കൂടി എത്തിയപ്പോൾ അവർ സുഭിക്ഷമായി തീറ്റയും കുടിയും കഴിഞ്ഞ് ആനന്ദകരമായ അന്തരീക്ഷത്തിൽ സിന്ദ്ബാദിന്റെ രണ്ടാം കടൽയാത്രാ വിവരണം കേൾക്കാൻ ഇരുന്നു.

സഞ്ചാരിയായ സിന്ദ്ബാദിന്റെ രണ്ടാം കടൽയാത്ര

എന്റെ സഹോദരാ, നിങ്ങൾക്കറിയാമോ, ഞാൻ ഏറ്റവും സുഖകരമായ ജീവിതം ആസ്വദിച്ചുകൊണ്ട് കഴിയുകയായിരുന്നു, പ്രശാന്തമായൊരു അന്തരീക്ഷത്തിൽ ആഹ്ലാദത്തോടെ! – അപ്പോഴേക്കും നേരംപുലരാറായെന്നും തനിക്ക് കഥപറയാനനുവദിച്ച സമയം തീർന്നെന്നും ഷാഹ്റസാദ് മനസ്സിലാക്കി.

അഞ്ഞൂറ്റി നാല്പത്തിമൂന്നാം രാവ്

അവൾ തുടർന്നു, ഓ, കീർത്തിമാനായ രാജാവേ, സിന്ദ്ബാദ് സഞ്ചാരിയുടെ അതിഥികളെല്ലാം ഒത്തുകൂടിയപ്പോൾ അയാൾ അവരോട് പറഞ്ഞു – ഞാൻ ഏറ്റവും സന്തോഷകരമായൊരു ജീവിതം നയിക്കുകയായിരുന്നു. അപ്പോൾ ഒരു ദിവസം എന്റെ മനസ്സിൽ വീണ്ടും കടൽയാത്രയെക്കുറിച്ചുള്ള ചിന്ത ഉയർന്നു; ലോകം ചുറ്റിക്കറങ്ങി പല നഗരങ്ങളും, ദ്വീപുകളും കാണുകയും ചെയ്യാം. അങ്ങനെ കുറെ പണം ഇറക്കി, നിരവധി സാമാനങ്ങൾ ഞാൻ വാങ്ങിച്ചുകൂട്ടി. കെട്ടുകളായി അവ സജ്ജീകരിച്ച് കപ്പൽ യാത്രയ്ക്ക് തയ്യാറെടുത്തു. അതിനുശേഷം ഞാൻ നദീതീരത്തെത്തിയപ്പോൾ, നല്ലൊരു പുത്തൻ കപ്പൽ അവിടെ നിൽക്കുന്നതു കണ്ടു; കടൽയാത്രയ്ക്ക് തയ്യാറായി പുതിയ കാറ്റുപായകൾ വിരിച്ച് നിൽക്കുകയാണ്. ഞാനതിൽ പോകാൻ ഉറച്ചു, കൂടെ അനേകം വ്യാപാരികളും ഉണ്ടായിരുന്നു. ചരക്കുകൾ എല്ലാം കയറ്റിയശേഷം അതേ ദിവസം തന്നെ ഞങ്ങൾ യാത്രപുറപ്പെട്ടു; ഓരോ സ്ഥലങ്ങളും ദ്വീപുകളും സ്പർശിച്ചുകൊണ്ടായിരുന്നു ഞങ്ങളുടെ യാത്ര. ഞങ്ങൾ നങ്കൂരമിട്ടിടത്തെല്ലാം അനേകം വ്യാപാരികളെയും മാന്യന്മാരേയും കച്ചവടം നടത്താനായി എത്തിയവരേയും കണ്ടു; ഞങ്ങൾ വില്ക്കലും, വാങ്ങലും നടത്തി ഒടുവിൽ വിധി ഞങ്ങളെ ഒരു ദ്വീപിൽ എത്തിച്ചു, സസ്യലതാദികൾ നിറഞ്ഞ മനോഹരമായൊരു ദ്വീപ്. പലതരം വൃക്ഷങ്ങളും അവിടെ നിബിഡമായി വളരുന്നു; ധാരാളം മഞ്ഞനിറത്തിലുള്ള പഴങ്ങൾ, സുഗന്ധം പരത്തുന്ന പൂക്കൾ, പാറിപ്പറക്കുന്ന പക്ഷികൾ, ശുദ്ധജലം ഒഴുകുന്ന അരുവികൾ – അതിമനോഹരമായൊരു പ്രദേശം. എന്നാൽ, ഒറ്റ മനുഷ്യജീവിയേയും അവിടെ കാണാനില്ല! ഒരിടത്തും തീ പുകയുന്നതുപോലുമില്ല. ക്യാപ്റ്റൻ കപ്പൽ തീരത്ത് കെട്ടിയിട്ടു, ഞങ്ങളോടൊപ്പം ദ്വീപിൽ ഇറങ്ങി നടന്നു. എല്ലാ വ്യാപാരികളും കപ്പൽ ജോലിക്കാരും ഉല്ലാസത്തോടെ മരത്തണലുകളിലും, പക്ഷികളുടെ കളകൂജനവും, ആസ്വദിച്ച് ഓടിനടന്നു; സർവ്വശക്തനായ ദൈവത്തിന്റെ സൃഷ്ടികളെ പാടിപുകഴ്ത്തുകയാണാ പക്ഷികൾ എന്ന് തോന്നും! ഞാനും മറ്റുള്ളവരോടൊപ്പം സന്തോഷപൂർവ്വം നടന്നു. ഞാനൊരു നീർച്ചോലയുടെ തീരത്തിരുന്ന്, കൈയിലുണ്ടായിരുന്ന അല്പം ആഹാരം കഴിച്ചു. പൂക്കളുടെ സൗരഭ്യം നിറഞ്ഞ സുഖകരമായ ഇളംകാറ്റ് അടിച്ചുകൊണ്ടിരുന്നു; ഞാൻ ഉറക്കം തൂങ്ങാൻ തുടങ്ങി; ഒടുവിൽ സുഖമായി കിടന്ന് ഉറങ്ങി! കുറച്ചുകഴിഞ്ഞ് എഴുന്നേറ്റപ്പോൾ ആരേയും കണാനില്ല! കപ്പൽ എന്നെ ഉപേക്ഷിച്ച് സ്ഥലം വിട്ടിരിക്കുന്നു! ഒറ്റ വ്യാപാരിയും നാവികനും എന്നെക്കുറിച്ച് ചിന്തിച്ചില്ല. ദ്വീപിൽ ഞാൻ അവരെ അന്വേഷിച്ച് നടന്നു, ഒറ്റ മനുഷ്യനേയോ, 'ജിന്നി'നേയോ കാണാൻ കഴിഞ്ഞില്ല! കഠിനമായ മനോവ്യഥയും ഉൾക്കാഴ്ചയും എന്നെ അലട്ടി. കാരണം, ഭക്ഷണസാധനങ്ങളൊന്നുമില്ലാതെ ഞാൻ ഈ ലോകത്ത് ഒറ്റപ്പെട്ടിരിക്കുന്നു; ഞാനതോർത്ത് തളർന്നുപോയി, ഹൃദയംപൊട്ടി മരിക്കുമെന്ന് തോന്നി! ഞാൻ നിരാശനായി സ്വയം പറഞ്ഞു: 'എപ്പോഴും കഷ്ടകാലത്ത് ആരെങ്കിലും സഹായത്തിനെത്തുമെന്ന് കരുതേണ്ട. ആദ്യത്തെ പ്രാവശ്യം ഞാനൊരാളെ വിജനമായ ദ്വീപിൽ കണ്ടെത്തുകയും അയാളെന്നെ മനുഷ്യവാസമുള്ളിടത്തേക്ക്

കൊണ്ടുവരികയും ചെയ്തു; എന്നാൽ, ഇപ്പോൾ യാതൊരാശയ്ക്കും വഴിയില്ല.”

ഞാനപ്പോൾ കരയാനും വിലപിക്കാനും തുടങ്ങി; ഞാൻ എന്നെത്തന്നെ കോപത്തോടെ പഴിച്ചു; യാതൊന്നിനും കുറവില്ലാതെ സുഖസമൃദ്ധമായി തിന്നും കുടിച്ചും കഴിഞ്ഞിരുന്നവനായിരുന്നു ഞാൻ, പണവും സാമാനങ്ങളും വീടും ഭൂമിയും വസ്ത്രങ്ങളും ഉണ്ടായിരുന്നു; എന്നിട്ടാണ് വീണ്ടും കടൽയാത്രയുടെ കഷ്ടപ്പാടും ദുരിതങ്ങളും അനുഭവിക്കാനായി ഇറങ്ങിത്തിരിച്ചത്! ബാഗ്ദാദ് വിട്ടുപോന്നതിൽ ഞാൻ പശ്ചാത്തപിച്ചു. അതും, എത്രയോ കഷ്ടപ്പെട്ട് നരകമനുഭവിച്ച ശേഷമാണ് ഒന്നാമത്തെ കടൽയാത്രയിൽ ജീവൻ രക്ഷിച്ചത് എന്നറിയാമായിരുന്നിട്ടും! “സത്യമായും, നമ്മൾ അള്ളായുടെ സ്വന്തമാണ്,” ‘അവന്റെ’ അടുത്തേക്ക് തന്നെ നമ്മൾ തിരിച്ചുപോകുന്നു!”

ഞാൻ പ്രേതബാധ പിടിച്ചവനെപ്പോലെ, ഒരു ഭ്രാന്തനായി മാറി! ഞാൻ എഴുന്നേറ്റ് ദ്വീപിൽ അലക്ഷ്യമായി നടന്നു; ഒരു സ്ഥലത്തും ഇരിക്കാതെയോ, നില്ക്കാതെയോ നടത്തം തുടർന്നു. പിന്നെ, നല്ല പൊക്കമുള്ളൊരു വൃക്ഷത്തിൽ കയറി നാനാഭാഗത്തേക്കും ദൃഷ്ടി പായിച്ചു. എന്നാൽ, ആകാശവും കടലും വൃക്ഷങ്ങളും പക്ഷികളും ദ്വീപുകളും മണൽപ്പരപ്പുകളുമല്ലാതെ മറ്റൊന്നും കണ്ടില്ല!

എന്തായാലും, അല്പസമയത്തിനുശേഷം എന്റെ ആകാംക്ഷ നിറഞ്ഞ കണ്ണുകൾ വലിയൊരു വെളുത്ത സാധനത്തിൽ പതിച്ചു; ദ്വീപിന്റെ ഉൾഭാഗത്താണത് സ്ഥിതിചെയ്യുന്നത്. അപ്പോൾ ഞാൻ മരത്തിൽ നിന്നും താഴെ ഇറങ്ങി ആ സാധനത്തിന്നരികിലേക്ക് നടന്നു. അത് ആകാശത്തേക്ക് ഉയർന്നുനിൽക്കുന്ന ഒരു വെളുത്ത ഗോപുരമായിരുന്നു. വലിയൊരു വൃത്തമാണ് അതിന്റെ ഉപരിതലം. ഞാനതിന് ചുറ്റും നടന്നു നോക്കി, വാതിലൊന്നും കാണാനില്ല. വളരെ മിനുസമുള്ള ഉപരിതലമായതിനാൽ അതിൽ പൊത്തിപ്പിടിച്ച് കയറാനും പറ്റില്ലായിരുന്നു. അതുകൊണ്ട്, ഞാനതിന്റെ ചുറ്റളവ് എടുക്കാനായി തീരുമാനിച്ചു. അതിൽ ഒരു ബിന്ദു അടയാളപ്പെടുത്തി അതിനെ ചുറ്റി നടന്നു, അമ്പത് ചുവടാണതിന്റെ ചുറ്റളവ് എന്ന് ഞാൻ അളന്ന് തിട്ടപ്പെടുത്തി.

അതിന്റെ ഉള്ളിലേക്ക് എങ്ങനെ കടക്കാമെന്ന് ചിന്തിച്ചുകൊണ്ടിരിക്കവെ, ചക്രവാളസീമയിലായിരുന്ന സൂര്യൻ പെട്ടെന്ന് അസ്തമിച്ചു, അന്തരീക്ഷം ഇരുണ്ട് മൂടിക്കെട്ടിയതായി തോന്നി. ഒരു കാർമേഘം വന്ന് സൂര്യനെ മറച്ചതാണെന്നാണ് ഞാൻ കരുതിയത്; എന്നാൽ അത് വേനൽക്കാലമാണല്ലോ!

ഞാനപ്പോൾ വിസ്മയത്തോടെ തല ഉയർത്തി ആകാശത്തേക്ക് നോക്കി. എന്നാൽ, അത് കാർമേഘമല്ലെന്നും ഭീമാകാരനായൊരു പക്ഷിയാണെന്നും അപ്പോൾ മനസ്സിലായി! അതികായനായ ആ പക്ഷി പറക്കുമ്പോൾ, അസാധാരണമാംവിധം വിശാലമായ അതിന്റെ ചിറകുകൾ സൂര്യനെ മറയ്ക്കുന്നു! അത് ദ്വീപിലേക്ക് പറന്നെത്തിയപ്പോൾ സൂര്യൻ പൂർണ്ണമായും അപ്രത്യക്ഷമായി! ഇതുകണ്ട് എന്റെ അദ്ഭുതം പതിന്മടങ്ങായി, ഞാൻ ഒരു കഥ ഓർത്തുപോയി. അപ്പോഴേക്കും നേരംപുലരാറായെന്നും തനിക്ക് കഥപറയാനനുവദിച്ച സമയം തീർന്നെന്നും ഷാഹ്‌രസാദ് മനസ്സിലാക്കി.

അഞ്ഞൂറ്റി നാല്പത്തിനാലാം രാവ്

അവൾ തുടർന്നു, ഓ, കീർത്തിമാനായ രാജാവേ - എന്റെ ആശ്ചര്യം പതിന്മടങ്ങ് വർദ്ധിച്ചു; മുമ്പ്, തീർത്ഥാടനക്കാരും സഞ്ചാരികളും പറഞ്ഞുതന്ന ഭീകരനായ ആനറാഞ്ചിപക്ഷി ജീവിക്കുന്ന ദ്വീപിനെക്കുറിച്ചുള്ള കഥ ഞാൻ ഓർത്തുപോയി. 'രുഖ്' എന്നാണതിന്റെ പേര്. അത് ആനകളെയാണ് റാഞ്ചികൊണ്ടുവന്ന് പക്ഷിക്കുഞ്ഞുങ്ങൾക്ക് തിന്നാൻ കൊടുക്കാറുള്ളത്! അപ്പോൾ, എനിക്ക് മനസ്സിലായി ആ 'ഡോം' (ഗോപുരം) 'രുഖി'ന്റെ മുട്ടയല്ലാതെ മറ്റൊന്നുമല്ലെന്ന്! സർവ്വശക്തനായ ദൈവത്തിന്റെ വിചിത്രമായ വേലകളെക്കുറിച്ച് ചിന്തിച്ചുകൊണ്ട് നിൽക്കവെ, ആ പക്ഷി പറന്നുവന്ന് അതിനുമേൽ അടയിരുന്നു; ചിറകുകൾകൊണ്ട് 'ഡോം' പൂർണ്ണമായും മൂടി കാലുകൾ പിന്നാക്കം നീട്ടി ഭൂമിയിൽ വെച്ചുകൊണ്ടായിരുന്നു അതിന്റെ ഇരുപ്പ്. ഈ നിലയിൽ അത് കണ്ണടച്ച് ഉറങ്ങിപ്പോയി! ഇതുകണ്ട് ഞാൻ എഴുന്നേറ്റ്, എന്റെ തലപ്പാവ് ഊരി രണ്ടായി കയറുപോലെ പിരിച്ച് ബലപ്പെടുത്തി. എന്നിട്ട് അതിന്റെ അരയിൽ ചുറ്റിക്കെട്ടി, പിന്നെ ആ കയറിന്റെ മറ്റെ അറ്റം 'രുഖി'ന്റെ കാലിലും ബലമായി ബന്ധിച്ചുകൊണ്ട് ഞാൻ ആത്മഗതമായി പറഞ്ഞു "ദൈവഗത്യാ, ഈ പക്ഷി എന്നെ ജനവാസമുള്ള നഗരങ്ങളിലേക്ക് കൊണ്ടുപോയെങ്കിലോ! എങ്കിൽ, ഈ വിജനമായ മരുഭൂമിയിൽ ജീവിക്കുന്നതിനേക്കാൾ ഭേദമായിരിക്കുമല്ലോ."

രാത്രി മുഴുവൻ ഉറങ്ങാതെ, ഭീതിയോടെ നിരീക്ഷിച്ചുകൊണ്ട് ഞാൻ കിടന്നു, പെട്ടെന്ന് ആ പക്ഷി പറന്നുയർന്നെങ്കിലോ? നേരം വെളുത്ത് സൂര്യപ്രകാശം പരക്കാൻ തുടങ്ങിയപ്പോൾ 'രുഖ്' മുട്ടയിൽനിന്നും എഴുന്നേറ്റ്, ചിറകുകൾ വിരിച്ച്, ഭയങ്കരമായ കരച്ചിലോടെ, എന്നെയും കൂട്ടി, ആകാശത്തേക്ക് പറന്നുയർന്നു. അതിന്റെ ഉയരങ്ങളിലേക്കുള്ള പറക്കൽ കണ്ട് ആകാശത്തിന്റെ അറ്റത്തെത്തിയെന്ന് ഞാൻ കരുതി! പിന്നീടത് താഴുവാൻ തുടങ്ങി; മെല്ലെ മെല്ലെ താഴ്ന്നുവന്ന് ഒരുയർന്ന കുന്നിൻപുറത്ത് അത് ഇരുന്നു. ഉറച്ച ഭൂമിയിൽ സ്പർശിച്ചെന്നറിഞ്ഞ ഉടനെ ഞാൻ ധൃതിപിടിച്ച് എന്റെ കെട്ടുകൾ അഴിച്ചു. പക്ഷിയെ നോക്കി പേടിച്ച്, വിറച്ചുകൊണ്ടായിരുന്നു ഞാൻ ഈ പണിയിൽ ഏർപ്പെട്ടതെങ്കിലും അതെന്നെ ശ്രദ്ധിച്ചതേയില്ല, ഞാൻ അവിടെ ഉണ്ടെന്ന് മനസ്സിലാക്കിയതുമില്ല! കാലിൽ നിന്ന് ഞാൻ തലപ്പാവിന്റെ കെട്ട് ഊരിയശേഷം പരമാവധി വേഗത്തിൽ അവിടന്നും ഓടി.

ആ പക്ഷി അവിടെനിന്ന് തന്റെ നഖങ്ങൾക്കിടയിൽ ഭീകരമായ എന്തോ ജന്തുവിനെ ഇറുക്കിപ്പിടിച്ച് പറന്നുയരുന്നത് ഞാൻ കണ്ടു; സൂക്ഷിച്ചുനോക്കിയപ്പോൾ ഭയങ്കര വലുപ്പമുള്ളൊരു മലമ്പാമ്പാണതെന്ന് എനിക്ക് മനസ്സിലാക്കാൻ കഴിഞ്ഞു. പെട്ടെന്നതു പറന്ന് എന്റെ ദൃഷ്ടിയിൽനിന്നും അപ്രത്യക്ഷമായി. ഞാൻ ആ കാഴ്ച കണ്ട് വിസ്മയിച്ച്, മുന്നോട്ട് നീങ്ങി, ഞാൻ നിൽക്കുന്നത് ഒരു താഴ്വരയുടെ മുന്നിലെ കൊടുമുടിക്ക് മുകളിലാണെന്ന് അപ്പോൾ ഞാൻ മനസ്സിലാക്കി; ആകാശത്തേക്ക് ഉയർന്നുനിൽക്കുന്ന മലനിരകൾക്കു മുകളിലാണത്, ആർക്കും അതിന്റെ അറ്റം കാണാൻ കഴിയില്ല, അത്രയ്ക്ക് പൊക്കത്തിലാണത്, ആർക്കും അവിടേക്ക് കയറാനും കഴിയില്ല. ഇതുകണ്ട്, ഞാൻ ചെയ്ത മണ്ടത്തരത്തെ

സ്വയം പഴിച്ചു. "ദൈവമേ, ഞാൻ ആ ദ്വീപിൽത്തന്നെ നിന്നിരുന്നെങ്കിൽ ഇതിനേക്കാൾ എത്ര ഭേദമായിരുന്നു! കാരണം, അവിടെ ഭക്ഷിക്കാൻ പഴങ്ങളും കുടിക്കാൻ നല്ല വെള്ളവും ഉണ്ടായിരുന്നു. ഇവിടെ പഴങ്ങളോ, മരങ്ങളോ, അരുവികളോ, ഒന്നുമില്ല. എല്ലാം സർവ്വശക്തനായ അള്ളാവിൽ അർപ്പിക്കാം! സത്യമായും, ഒരു ആപത്തിൽ നിന്ന് ഞാൻ രക്ഷപ്പെടുമ്പോൾ, കൂടുതൽ അപകടകരവും ദുഃഖകരവുമായ ചുറ്റുപാടിൽ വന്നു പെടുന്നു."

ഞാൻ ധൈര്യം സംഭരിച്ച് മെല്ലെ നടന്നുവരുമ്പോൾ മനസ്സിലാക്കി ആ ഭൂമി നിറയെ വജ്രപാറകളാണെന്ന്! പൊട്ടിച്ചെടുത്താൽ വിലപിടിച്ച രത്നക്കല്ലുകളാക്കാം. അതിനും പുറമെ, ആ തഴ്വരയിൽ നിറയെ പാമ്പുകളും, സർപ്പങ്ങളുമാണ്, ഓരോന്നിനും പനയുടെ അത്ര തടിയുണ്ട്! അവ രാത്രിയാണ് പുറത്തിറങ്ങുക; പകൽ സമയം ഒളിച്ചിരിക്കും, 'രുക്കു'കളോ കഴുകന്മാരോ അവയെ കൊത്തിക്കീറിയെങ്കിലോ! ഞാൻ ചെയ്ത പ്രവൃത്തി ഓർത്ത് സ്വയം പശ്ചാത്തപിച്ചു. "അള്ളായാണെ, ഞാൻ സ്വയം നശിക്കാനായി ധൃതിപിടിച്ചു!"

നേരം അസ്മതിക്കാറായി. രാത്രി കിടന്നുറങ്ങാനുള്ള ഒരു സ്ഥലം ഞാൻ തിരഞ്ഞുനോക്കി, പാമ്പുകളെ ഓർത്ത് എനിക്ക് പേടി തോന്നി. ജീവഭയത്താൽ വിശപ്പും ദാഹവുമൊന്നും ഒരു പ്രശ്നമേ അല്ലായിരുന്നു. ഒരു ഇടുങ്ങിയ പ്രവേശനമുള്ള ഒരു ഗുഹ എന്റെ ദൃഷ്ടിയിൽപ്പെട്ടു. ഞാനതിനുള്ളൽ കയറി, വലിയൊരു കല്ല് ഉരുട്ടികൊണ്ടുവന്ന് അതിന്റെ പ്രവേശനദ്വാരം അടച്ചു; ആശ്വാസത്തോടെ സ്വയം പറഞ്ഞു "ഇന്നു രാത്രി സുരക്ഷിതനായി ഇവിടെ കഴിയാം; നേരം പുലർന്നാൽ ഇവിടം വിടാം. വിധി എന്താണെന്നറിയാം."

പിന്നെ ഞാൻ ഗുഹ മുഴുവൻ ഒന്ന് വീക്ഷിച്ചു; അപ്പോഴാണ് കാണുന്നത്, അതിന്റെ മുകൾഭാഗത്ത് ഒരു വലിയ പാമ്പ് മുട്ടയ്ക്കുമീതെ കിടക്കുന്നത്! എന്റെ രക്തം തിളച്ചു, രോമങ്ങൾ എഴുന്നേറ്റുനിന്നു! എന്നാൽ ഞാൻ കണ്ണുകൾ ആകാശത്തേക്കുയർത്തി, എല്ലാം വിധിപോലെ വരട്ടെ എന്ന് കരുതി ആ രാത്രി മുഴുവൻ ഉറങ്ങാതെ ഇരുന്നു! നേരം പുലർന്നപ്പോൾ ഗുഹാമുഖത്തെ കല്ല് നീക്കി, പുറത്തു കടന്ന് ഭീതിയും വിശപ്പും മൂലം, ഒരു മദ്യപാനിയെപ്പോലെ ആടിയാടി നടന്നുനീങ്ങി. ഈ ദയനീയാവസ്ഥയിൽ ആ താഴ്വരയിലൂടെ ഞാൻ മുന്നേറി. അപ്പോൾ എന്നെ വിസ്മയിപ്പിച്ചുകൊണ്ട് മുന്നിൽ ഒരു മൃഗം മുറിവേറ്റ് ചത്തുകിടക്കുന്നത് കാണാനിടയായി! മുമ്പ് വ്യാപാരികളും, തീർത്ഥാടകരും, സഞ്ചാരികളും മറ്റും പറഞ്ഞിട്ടുള്ള ഒരു കഥയാണ് ഞാൻ അപ്പോൾ ഓർത്തത്. ഭീകരമായ പർവ്വതങ്ങളിലാണ് വജ്രം ഉള്ളത്; അപകടഭീതിയും കഷ്ടപ്പാടും മൂലം അവിടേക്ക് ആർക്കും നടന്നുചെല്ലാൻ കഴിയില്ല. എന്നാൽ വജ്രവ്യാപാരികൾക്ക് വജ്രം നേടാനൊരു ഉപായമുണ്ട്. അതായത്, അവർ ഒരു ആടിനെ കൊന്ന്, തൊലി ഉരിച്ച്, വലിയ കഷ്ണങ്ങളാക്കി, മലമുകളിൽ നിന്ന് താഴ്വാരത്തിലേക്ക് എറിയുന്നു. പുത്തൻ മാംസം ചോര പുരണ്ടിരിക്കുന്നതിനാൽ വജ്രക്കല്ലുകൾ അതിൽ ഒട്ടിപ്പിടിച്ചിരിക്കുന്നു. ഉച്ചവരെ അതങ്ങനെ കിടക്കും. പിന്നെ പരുന്തുകളും കഴുകന്മാരും അതിലെ ചുറ്റിപ്പറന്നുവന്ന്, ആ മാംസക്കഷണങ്ങൾ നഖങ്ങൾകൊണ്ട് പൊക്കി എടുത്ത് മലമുകളിലേക്ക് പറക്കുന്നു. അവിടെ വ്യാപാരികൾ എത്തി

അവക്കുനേരെ ഒച്ചവെച്ചു പേടിപ്പിച്ച് ഇറച്ചി കഷ്ണങ്ങളിൽ നിന്നും അകറ്റുന്നു. പിന്നെ, അവർ ഇറച്ചികഷ്ണങ്ങളിൽ ഒട്ടിപ്പിടിച്ചിരിക്കുന്ന വജ്രങ്ങൾ എടുത്തുകൊണ്ടു പോകുന്നു. ഇറച്ചി പക്ഷികൾക്കും, മൃഗങ്ങൾക്കുമായി അവിടെ ഉപേക്ഷിക്കുന്നു. ഈ ഉപായത്തിലൂടെയല്ലാതെ ആർക്കും വജ്രം ഉള്ളിടത്തേക്ക് എത്താനാവില്ല - അപ്പോഴേക്കും നേരംപുലരാറായെന്നും തനിക്ക് കഥപറയാനനുവദിച്ച സമയം തീർന്നെന്നും ഷാഹ്രസാദ് മനസ്സിലാക്കി.

അഞ്ഞൂറ്റി നാല്പത്തിയഞ്ചാം രാവ്

അവൾ തുടർന്നു, അല്ലയോ കീർത്തിമാനായ രാജാവേ, വജ്രമലയിൽ തനിക്ക് വന്നുപെട്ട ദുരിതങ്ങളെ കുറിച്ച് സിന്ദ്ബാദ് സഞ്ചാരി വിവരിച്ചു കൊണ്ടിരുന്നു; മുൻപ് സൂചിപ്പിച്ച ഇത്തരം ഉപായത്തിലൂടെയല്ലാതെ വ്യാപാരികൾക്കാ വജ്രം നേടാനാകുമായിരുന്നില്ല. ഞാൻ ആ ഇറച്ചി കഷ്ണങ്ങൾ കണ്ടപ്പോൾ, ആ കഥ എന്റെ ഓർമ്മയിൽ വന്നു; ഞാനതിന്നടുക്കൽ ചെന്ന് മാംസത്തിൽ ഒട്ടിപ്പിടിച്ചിരുന്ന അമൂല്യ വജ്രങ്ങൾ പെറുക്കി എടുത്ത് എന്റെ ഉടുപ്പിന്റെ പോക്കറ്റുകളിൽ നിറച്ചു; പിന്നെ, ഷാളിലും തലപ്പാവിലും വജ്രങ്ങൾ നിറച്ച്, ഭാണ്ഡമാക്കികെട്ടി. ഞാനപ്രകാരം ചെയ്തുകൊണ്ടിരിക്കവെ മറ്റൊരു വലിയ ഇറച്ചികഷ്ണം എന്റെ മുന്നിൽ വന്നുവീണു. ഞാനതെടുത്ത് നെഞ്ചത്തുവെച്ച് ചുറ്റിപ്പിടിച്ചു. ഞാനതെടുത്ത് പിടിച്ചപ്പോഴേക്കും ഒരു കഴുകൻ പറന്നുവന്ന് അതിന്റെ നഖങ്ങൾകൊണ്ട് മാംസത്തിൽ പിടികൂടി, മുകളിലേക്ക് പറന്നുയർന്നു; ഞാനതിന്റെ കാലിൽ ഞാന്നുകിടക്കുകയാണ്! അതൊരു മലയുടെ ശിഖരത്തിൽ പറന്നുചെന്നിരുന്നു. ആ മാംസപിണ്ഡം നിലത്തിട്ട്, ആ കഴുകൻ അത് പരിശോധിക്കാൻ ഇരുന്നു. ഉടനെ പിന്നിൽ നിന്ന് ബഹളം കേട്ടു, മരത്തടികൊണ്ട് അടിക്കുന്ന ശബ്ദവും; അതുകേട്ട് ഭയപ്പെട്ട കഴുകൻ പറന്നുപോയി. അപ്പോൾ ഞാൻ ശരീരത്തിൽ മുറിക്കിപ്പിടിച്ചിരുന്ന മാംസം താഴെ ഇട്ട്, മാറിനിന്നു. ഉടനെ കഴുകനെ പേടിച്ചോടിച്ച വ്യാപാരി അവിടെ എത്തി. ഞാൻ അവിടെ നിൽക്കുന്നതുകണ്ട്, വല്ലാതെ ഭയപ്പെട്ടുപോയി; എന്നാൽ, ഒന്നും മിണ്ടാതെ ഇറച്ചികഷ്ണത്തിനടുത്തുചെന്ന്, അത് തിരിച്ചും മറിച്ചും നോക്കി; അതിൽ വജ്രമൊന്നും കാണാതായപ്പോൾ ആശ്ചര്യത്തോടെ നിലവിളിച്ചു "കഷ്ടം! എന്തൊരു നിരാശ! സർവ്വശക്തനായ അള്ളാ! ഞങ്ങളുടെ രക്ഷിതാവേ!"

പിന്നെ, അവൻ നെഞ്ചത്തടിച്ച് കരഞ്ഞു. "എന്തൊരു കഷ്ടമാണ്! എങ്ങനെ ഇത് സംഭവിച്ചു?" ഞാൻ അവന്റെ അടുത്തു ചെന്നപ്പോൾ അവൻ എന്നോട് ചോദിച്ചു "നീ ആരാണ്? ഇവിടെ വരാനുള്ള കാരണം എന്താണ്?"

ഞാൻ മറുപടി നൽകി "ഭയപ്പെടേണ്ട, ഞാനൊരു മനുഷ്യനാണ്; നല്ലവനും വ്യാപാരിയുമായൊരു മനുഷ്യൻ. എന്റെ കഥ അതിശയകരമാണ്, എന്റെ വീരസാഹസങ്ങൾ വിസ്മയാവഹമാണ്, ഇവിടെ ഞാൻ വന്നുപെട്ട രീതിയോ, അദ്ഭുതകരവും! സന്തോഷകരവും! അതുകൊണ്ട് സന്തോഷവാനായിരിക്കുക. നിന്നെ പ്രീതനാകും വിധമുള്ള സമ്മാനം ഞാൻ നിനക്ക് തരും. കാരണം, എന്റെ പക്കൽ ധാരാളം വജ്രങ്ങൾ ഉണ്ട്.

നിനക്ക് മതിയാവോളം വജ്രങ്ങൾ ഞാൻ തരാം, മറ്റ് തരത്തിൽ നിനക്ക് നേടാനാവുന്നതിലേറെ! അതുകൊണ്ട് ഒന്നും പേടിക്കേണ്ട"

ആ മനുഷ്യൻ വളരെ സന്തോഷത്തോടെ എനിക്ക് നന്ദിപറഞ്ഞു, എന്നെ ആശംസിച്ചു. മറ്റ് വ്യാപാരികൾ വരുന്നതുവരെ ഞങ്ങൾ സംസാരിച്ചിരുന്നു; അവർ കേട്ടറിഞ്ഞുവന്ന് എന്നെ സലാം ചെയ്തു. അവർ ഓരോരുത്തരും ഇറച്ചികഷ്ണം താഴേക്ക് എറിഞ്ഞിരുന്നു. ഞാനവരോടൊപ്പം പോകുമ്പോൾ, ഞാൻ എന്റെ കഥ മുഴുവൻ അവരോട് പറഞ്ഞു, കടൽയാത്രയിൽ അനുഭവിച്ച ദുരിതങ്ങളും, ഈ താഴ്വരയിൽ വിചിത്രമായ രീതിയിൽ എത്തിപ്പെട്ടതുമെല്ലാം! എന്റെ പക്കലുണ്ടായിരുന്ന കുറെ വജ്രക്കല്ലുകൾ ആ ഇറച്ചികഷ്ണത്തിന്റെ ഉടമസ്ഥക്ക് നൽകി. അവർ എന്റെ അത്ഭുതകരമായ രക്ഷപ്പെടലിൽ സന്തോഷം പ്രകടിപ്പിക്കുകയും, എനിക്ക് നന്മ നേരുകയും ചെയ്തു. "അള്ളായാണേ, നിങ്ങൾക്കൊരു പുതുജീവൻ കിട്ടി. ഇതിന് മുമ്പൊരാളും ഈ താഴ്വരയിൽ നിന്ന് ജീവനോടെ തിരിച്ചെത്തിയിട്ടില്ല! നിങ്ങളുടെ സുരക്ഷിതമായ വരവിന് അള്ളായെ സ്തുതിക്കുക!"

സുരക്ഷിതവും സുഖകരവുമായൊരു സ്ഥലത്ത് ഞങ്ങൾ ഒന്നിച്ച് രാത്രി ചിലവഴിച്ചു; സർപ്പങ്ങളുടെ നാട്ടിൽ നിന്ന് രക്ഷപ്പെട്ട് ജനവാസമുള്ള സ്ഥലത്തെത്തിയ സുദിനം സുഭിക്ഷമായി ഞാൻ ആഘോഷിച്ചു. പിറ്റേന്ന് ഞങ്ങൾ മലനിരകളിലൂടെ യാത്രചെയ്ത്, നിരവധി താഴ്വരകൾ സന്ദർശിച്ച്, മനോഹരമായൊരു ദ്വീപിൽ എത്തി. അവിടെ വലിയ കർപ്പൂരമരങ്ങൾ ഉള്ള ഒരു തോട്ടമുണ്ട്; അതിന്റെ ഓരോന്നിന്റെയും അടിയിൽ നൂറുപേർക്കെങ്കിലും സുഖമായി വിശ്രമിക്കാം. ആളുകൾക്ക് കർപ്പൂരം വേണമെന്ന് തോന്നുമ്പോൾ നീണ്ട ഒരു കമ്പികൊണ്ട് ആ മരത്തിന്റെ മുകൾഭാഗത്ത് തുളയുണ്ടാക്കി, ആവശ്യത്തിനുള്ള കർപ്പൂരരസം പുറത്തേക്കൊഴുക്കി, പാത്രങ്ങളിൽ ശേഖരിക്കുന്നു; ആ രസം പിന്നീടവർ പശപോലെ കുറുക്കിയെടുക്കുന്നു! എന്നാൽ, ഇതിനുശേഷം ആ മരം കരിഞ്ഞുപോകും; അത് കത്തിക്കാനുള്ള വിറകായി മാറുന്നു. അതിനും പുറമെ, ഈ ദ്വീപിൽ ഭീകരന്മാരായ കണ്ടാമൃഗങ്ങൾ ധാരാളമുണ്ട്, കാളകളെയും പോത്തുകളെയുംപോലെ അവ പുല്ലുതിന്ന് നടക്കുന്നു! ഒട്ടകത്തിനേക്കാൾ തടിച്ച ശരീരമാണവയുടേത്, ദുഷ്ടമൃഗമാണ്, ഒട്ടകങ്ങളെപ്പോലെ ഇലകളും ചുള്ളിക്കൊമ്പുകളുമാണ് കഴിക്കുന്നതെങ്കിലും കരുത്തുറ്റ കൊമ്പാണതിന്റേത്; പത്ത് മുഴം നീളമുള്ള ശരീരം! സഞ്ചാരികളും, തീർത്ഥാടകരും 'കർക്കാഡൻ' എന്നാണതിനെ വിളിക്കുന്നത്. ഒരു ആനയെ അത് കൊമ്പിൽ കോർത്ത് ദ്വീപിൽ നടന്നുപോകുന്നത് കണ്ടവരുണ്ടത്രെ; ഒടുവിൽ ആന ചത്ത് അതിന്റെ ശരീരത്തിൽ നിന്നുള്ള കൊഴുപ്പ് കണ്ടാമൃഗത്തിന്റെ കണ്ണുകളിലേക്കൊഴുകി കടൽത്തീരത്ത് കാഴ്ച നഷ്ടപ്പെട്ട് വീഴും! അപ്പോൾ 'ആനറാഞ്ചി പക്ഷി' (രുഖ്) പറന്നെത്തി ആനയെയും കണ്ടാമൃഗത്തെയും റാഞ്ചി, നഖങ്ങളിൽ ഇറുക്കിപ്പിടിച്ച് സ്ഥലം വിടുന്നു. അതിനും പുറമെ, പലതരം കാളകളെയും, പോത്തുകളെയും ഞാൻ ഈ ദ്വീപിൽ കണ്ടിട്ടുണ്ട്; അത്തരം മൃഗങ്ങൾ നമ്മുടെ നാട്ടിൽ ഇല്ല. ഇവിടെ ഞാൻ കുറച്ച് വജ്രക്കല്ലുകൾ വിറ്റ് സ്വർണ്ണ 'ദിനാറു'കളും, വെള്ളി 'ദിറ'മുകളുമാക്കി മാറ്റി. മറ്റ് വജ്രങ്ങൾകൊണ്ട് അന്നാട്ടിലെ ഉല്പന്നങ്ങൾ വാങ്ങിച്ചു. അതെല്ലാം ഒട്ടകങ്ങളുടേയും,

കഴുതകളുടേയും പുറത്തുകയറ്റി താഴ്വരയിൽനിന്ന്, താഴ്വരയിലേക്കും പട്ടണത്തിൽനിന്ന് പട്ടണത്തിലേക്കും യാത്രചെയ്ത്, ചരക്കുകൾ വിറ്റും വാങ്ങിയും നിരവധി വിദേശരാജ്യങ്ങൾ പിന്നിട്ട്, അവിടെ അള്ളായുടെ സൃഷ്ടികൾ കണ്ട് ആസ്വദിച്ച്, ഒടുവിൽ 'ബസ്രാ'നഗരത്തിൽ എത്തി. അവിടെ കുറച്ചുനാളുകൾ ഞങ്ങൾ തങ്ങി; അതിനുശേഷം, ബാഗ്ദാദിലേക്കുള്ള യാത്ര ഞാൻ തുടർന്നു - അപ്പോഴേക്കും നേരംപുലരാറായെന്നും തനിക്ക് കഥ പറയാനനുവദിച്ച സമയം തീർന്നെന്നും ഷാഹ്രസാദ് മനസ്സിലാക്കി.

അഞ്ഞൂറ്റി നാല്പത്തിയാറാം രാവ്

അവൾ തുടർന്നു, അല്ലയോ കീർത്തിമാനായ രാജാവേ, സഞ്ചാരിയായ സിന്ദ്ബാദ് യാത്രയ്ക്കുശേഷം ബാഗ്ദാദിൽ എത്തി. ധാരാളം വജ്രങ്ങളും പണവും, സാമാനങ്ങളുമായി അയാൾ സ്വന്തം വീട്ടിൽ പ്രവേശിച്ചു (അയാൾ കഥ തുടർന്നു). ഞാൻ എന്റെ എല്ലാ ബന്ധുക്കളെയും കൂട്ടുകാരെയും വീട്ടിൽ വിളിച്ചുവരുത്തി, എല്ലാവർക്കും തക്കതായ സമ്മാനങ്ങളും പണവും അപൂർവ്വവസ്തുക്കളും നൽകി സന്തോഷിപ്പിച്ചു. പിന്നീട് സുഹൃത്തുക്കളോടും സ്വന്തക്കാരോടുമൊപ്പം തിന്നും കുടിച്ചും ഉല്ലസിച്ചും, ആനന്ദകരമായ ജീവിതം നയിച്ചു. പ്രശാന്തവും പ്രൗഢവും സുഖകരവുമായ ആ ജീവിതത്തിനിടയിൽ കഴിഞ്ഞകാല ദുരിതങ്ങളും കഷ്ടപ്പാടുകളുമെല്ലാം മറന്നു! ഞാൻ മടങ്ങി എത്തിയ വിവരമറിഞ്ഞ് വന്നവരെല്ലാം എന്റെ വിദേശയാത്രയിലെ വീരസാഹസങ്ങളെക്കുറിച്ച് ചോദിച്ചറിഞ്ഞു. ഞാൻ അവർക്ക് നടന്ന സംഭവങ്ങൾ എല്ലാം അതേപടി വിവരിച്ചുകൊടുത്തു; എന്റെ കഷ്ടപ്പാടുകളെക്കുറിച്ച് കേട്ടറിഞ്ഞ അവർ വല്ലാതെ ആശ്ചര്യപ്പെട്ടു! സുരക്ഷിതമായി തിരിച്ചെത്തിയതിൽ ആഹ്ലാദപൂർവ്വം അവരെന്നെ ആശീർവ്വദിച്ചു.

"ഇതാണ് എന്റെ രണ്ടാം കടൽയാത്രയുടെ അന്ത്യം. നാളെ, ഇൻഷാ അള്ളാ, എനിക്ക് മൂന്നാം കടൽയാത്രയിൽ സംഭവിച്ച കാര്യങ്ങൾ വിവരിക്കാം."

ആ സംഘം അയാളുടെ വിസ്മയകരമായ കഥ കേട്ടശേഷം, അയാളോടൊപ്പം അത്താഴം കഴിച്ചു. പിന്നീട് ചുമട്ടുതൊഴിലാളിക്കയാൾ നൂറ് സ്വർണ്ണദിനാർ സമ്മാനിച്ചു. നന്ദിപ്രകടനങ്ങളോടെ അയാളെ അകമഴിഞ്ഞാശംസിച്ച്, താൻ കേട്ട അതിശയകരമായ ആ കഥയെക്കുറിച്ചോർത്തുകൊണ്ട് സ്വന്തം വീട്ടിലേക്ക് അവൻ നടന്നു.

പിറ്റേന്ന് നേരംപുലർന്ന ഉടനെ ചുമട്ടുകാരൻ എഴുന്നേറ്റ് പ്രഭാത പ്രാർത്ഥന നടത്തി, സിന്ദ്ബാദ് സഞ്ചാരിയുടെ വീട്ടിലേക്ക് പോയി; അയാൾക്ക് സലാം കൊടുത്തു. വ്യാപാരി അവനെ സസന്തോഷം സ്വീകരിച്ച് മറ്റ് കൂട്ടുകാർ എത്തുന്നതുവരെ സ്വന്തം ചാരത്ത് ഇരുത്തി. അവർ എല്ലാവരും വന്നപ്പോൾ, ഒന്നിച്ചിരുന്ന് തീറ്റയും കുടിയും ഉല്ലാസവും ആയി കുറച്ചുസമയം ചിലവഴിച്ചു. പിന്നീട് ആതിഥേയൻ കഥപറയാൻ തുടങ്ങി. "കേൾക്കൂ, എന്റെ സഹോദരന്മാരെ, ഞാൻ നിങ്ങളോട് പറയാൻ പോകുന്നത് ശ്രദ്ധിച്ചുകേൾക്കുക; കാരണം, നിങ്ങൾ കേട്ടതിനേക്കാൾ വിസ്മയകരമാണത്! അള്ളാക്ക് മാത്രമേ, മനുഷ്യനുള്ളിൽ ഒളിഞ്ഞുകിടക്കുന്ന കാര്യങ്ങൾ അറിയാനാകൂ! കേൾക്കുക."

സഞ്ചാരി സിന്ദ്ബാദിന്റ മൂന്നാം കടൽയാത്ര

ഇന്നലെ ഞാൻ നിങ്ങളോട് പറഞ്ഞതുപോലെ, ഞാൻ രണ്ടാം കടൽയാത്രയിൽ നിന്ന്, അമിതമായ സമ്പത്തോടെ, ആഹ്ലാദപൂർവ്വം സുരക്ഷിതനായി നാട്ടിൽ തിരിച്ചെത്തി. ഞാൻ നഷ്ടപ്പെടുത്തിയതും നശിപ്പിച്ചതുമെല്ലാം അള്ളാ എനിക്ക് തിരിച്ചുതന്നു! വൻ സമ്പത്തോടെ സുഖകരമായ ആർഭാടജീവിതം ഞാൻ ബാഗ്ദാദ് നഗരത്തിൽ നയിച്ചു. വിഷയാസക്തനായ മനുഷ്യൻ വീണ്ടും യാത്രയ്ക്കും, വീരകൃത്യത്തിനും, മാറ്റത്തിനും മോഹിപ്പിക്കപ്പെട്ടു. മനുഷ്യമനസ്സ് പ്രകൃത്യാ ദുഷ്കൃത്യങ്ങളിലേക്ക് ചായ്വുള്ളതാണല്ലോ! അങ്ങനെ കടൽയാത്രയ്ക്ക് തീരുമാനമെടുത്തശേഷം ധാരാളം ചരക്കുകൾ വാങ്ങി ബസ്രായിലേക്ക് പോയി. നല്ലൊരു കപ്പൽ കടൽയാത്രയ്ക്ക് തയ്യാറായി നിൽക്കുന്നത് ഞാൻ കണ്ടു; കപ്പൽ ജോലിക്കാരും, നിരവധി ധനികരായ വ്യാപാരികളും അതിൽ ഉണ്ടായിരുന്നു. ഞാൻ അവരോടൊപ്പം കപ്പലിൽ കയറി, പരസ്പരം ശുഭയാത്ര നേർന്നു. അള്ളായുടെ ആശീർവ്വാദത്തോടെ സുരക്ഷിതമായ കടൽയാത്ര ഞങ്ങൾ ആരംഭിച്ചു. പല കടലുകളും, ദ്വീപുകളും, തുറമുഖനഗരങ്ങളും കടന്ന്, സസന്തോഷം സംതൃപ്തമായ കടൽയാത്ര ഞങ്ങൾ തുടർന്നു; ചരക്കുകൾ വിൽക്കുകയും വാങ്ങുകയും ചെയ്തു. ശാന്തസുന്ദരമായി കാര്യങ്ങൾ നീങ്ങി.

പെട്ടെന്നൊരു ദിവസം കടൽ പ്രക്ഷുബ്ധമായി, വൻ തിരമാലകൾ ഗർജ്ജിച്ചുകൊണ്ട് കപ്പലിൽ ആഞ്ഞടിച്ചു. 'ഡെക്കിൽ' നിന്ന് ചുറ്റുപാടും വീക്ഷിച്ചിരുന്ന ക്യാപ്റ്റൻ ഭയങ്കരശബ്ദത്തിൽ അലറി, മുഷ്ടിചുരട്ടി സ്വന്തം മുഖത്തിടിച്ചു, താടിമീശ പിടിച്ചുവലിച്ച് പറിച്ചു, ഉടുപ്പു വലിച്ചുകീറി; കായറ്റുപായ ചുരുട്ടി, നങ്കൂരമിടാൻ ആജ്ഞാപിച്ചു. അതുകേട്ട് ഞങ്ങൾ അയാളോട് ചോദിച്ചു "ക്യാപ്റ്റൻ, എന്താണ് കാര്യം?" "അല്ലയോ സഹോദരന്മാരെ, നിങ്ങൾക്കറിയാമോ (അള്ളാ നിങ്ങളെ കാത്തുരക്ഷിക്കട്ടെ!) കൊടുങ്കാറ്റ് നമ്മളെ തള്ളികൊണ്ടുപോയി നടുക്കടലിൽ എത്തിച്ചിരിക്കുന്നു; നിർഭാഗ്യവശാൽ 'സുഘ്ബ്മല'യുടെ അടുത്താണിപ്പോൾ നമ്മൾ. മനുഷ്യകുരങ്ങന്മാരെപ്പോലെ രോമാവൃതമായ ശരീരമുള്ള മനുഷ്യരാണിവിടെ വസിക്കുന്നത്! അവരുടെ മുന്നിൽ ചെന്നുപെട്ട ഒരു മനുഷ്യനും ഇതുവരെ ജീവനോടെ തിരിച്ചുവന്നിട്ടില്ല! എന്റെ മനസ്സ് മന്ത്രിക്കുന്നു, നമ്മളെല്ലാവരും മൃതിയടയുമെന്ന്!"

ക്യാപ്റ്റൻ ഇത്രയും പറഞ്ഞ് തീരുമ്പോഴേക്കും ഈ മനുഷ്യകുരങ്ങന്മാർ എത്തിക്കഴിഞ്ഞു. അവർ കപ്പൽ വളഞ്ഞു, വെട്ടുകിളികളെപ്പോലെ എല്ലാവശത്തും അവർ തിങ്ങിക്കൂടി, അതുപോലെ കടൽത്തീരത്തും. ഏറ്റവും ഭീകരമായ കാട്ടുജന്തുക്കളാണവർ; ശരീരം നിറയെ കറുത്ത രോമവും ദുർഗ്ഗന്ധം വമിക്കുന്നതുമായ കൊച്ച് രൂപവും, നാല് അടി പൊക്കമേ കാണൂ. കറുത്ത മുഖം, മത്തകണ്ണുകൾ; മനുഷ്യവർഗ്ഗത്തെ അവർ അകറ്റി നിർത്തുന്നു. അവരെ കൊല്ലാനോ, തല്ലാനോ, ഓടിക്കാനോ ഞങ്ങൾക്ക് ഭയംതോന്നി; കാരണം, അവരുടെ അംഗസംഖ്യ അത്രയ്ക്കധികമായിരുന്നു. അവരിൽ ആരെയെങ്കിലും ഞങ്ങൾ ഉപദ്രവിച്ചാൽ, ബാക്കിയുള്ളവർ ഞങ്ങളുടെ മേൽ ചാടിവീണ് ഞങ്ങളെ കൊന്നുകളയും.

സംഖ്യാബലം അവർക്ക് ധൈര്യം നൽകുന്നു. അതുകൊണ്ട് അവർക്കിഷ്ടമുള്ളത് ചെയ്യാൻ ഞങ്ങൾ അനവദിച്ചു; അല്ലെങ്കിൽ അവർ ഞങ്ങളുടെ ചരക്കുകളും മറ്റ് സാധനങ്ങളും കൊള്ളയടിച്ചെങ്കിലോ! അവർ തേനീച്ചകളെപ്പോലെ കയറുകളിലൂടെ ഇരച്ചുകയറി അവർ കരണ്ട് മുറിച്ചു! കപ്പലിലെ എല്ലാ കയറുകളും അപ്രകാരം അവർ മുറിച്ചുവീഴ്ത്തി. അങ്ങനെ കപ്പൽ കാറ്റിൽപെട്ട് അവരുടെ മലനിരകളുള്ള തീരത്താണ്ടു. അപ്പോൾ എല്ലാ കപ്പൽജോലിക്കാരേയും വ്യാപാരികളേയും അവർ വലിച്ചിറക്കി ദ്വീപിൽ നിർത്തി; അവർ കപ്പലിൽ കയറി ചരക്കുകൾ മുഴുവൻ എടുത്ത് എങ്ങോ പോയ്മറഞ്ഞു. ഞങ്ങൾ ദ്വീപിലെ പഴങ്ങളും കിഴങ്ങുകളും ഭക്ഷിച്ച്, അരുവികളിലെ വെള്ളംകുടിച്ച് കഴിഞ്ഞുകൂടി. അതിന്നിടയ്ക്ക്, ഒരുദിവസം, ആൾത്താമസമുള്ളൊരു വീട് കണ്ടു. ഞങ്ങൾ പരമാവധി വേഗത്തിൽ അവിടേക്ക് ഓടിച്ചെന്നു. അത് കരുത്തുറ്റ ഒരു കോട്ടയായിരുന്നു. ചുറ്റും വൻമതിൽ. കരിമരംകൊണ്ട് നിർമ്മിക്കപ്പെട്ട രണ്ട് പാളികളുള്ള ഒരു ഗേറ്റ്. രണ്ട് പാളികളും മലർക്കെ തുറന്നിട്ടിരിക്കുന്നു. ഞങ്ങൾ അതിലൂടെ ഉള്ളിലേക്ക് കടന്നു. വിശാലമായൊരു 'ചത്വരം' ആണവിടെ ഉണ്ടായിരുന്നത്, അതിന് ചുറ്റും പൊക്കമുള്ള നിരവധി വാതിലുകളുണ്ട്; എല്ലാം തുറന്നിട്ടിരിക്കുന്നു. അതിന്റെ ഒരറ്റത്ത് ഒരു നീണ്ട കല്ലുബഞ്ച് കിടക്കുന്നു. ഭക്ഷണം പാകംചെയ്യുന്ന പാത്രങ്ങൾ അവിടെ ഞാത്തിയിട്ടിട്ടുണ്ട്, അതിന്നരികിലായി നിറയെ എല്ലുകളും. എന്നാൽ, ഒറ്റ മനുഷ്യജീവിയേയും അവിടെ കാണാതായപ്പോൾ ഞങ്ങൾ വല്ലാതെ ആശ്ചര്യപ്പെട്ടുപോയി! അപ്പോൾ കുറച്ചുനേരം ഞങ്ങൾ ആ മുറ്റത്ത് ഇരുന്നു; പെട്ടെന്ന് ഉറങ്ങിപ്പോയി, ഉച്ചമുതൽ സന്ധ്യവരെ. അപ്പോൾ ഞങ്ങളുടെ കാൽക്കീഴിലെ ഭൂമി കിടന്നുകുലുങ്ങി, ഭയങ്കര ശബ്ദത്തിലുള്ള അട്ടഹാസം അന്തരീക്ഷത്തിൽ മുഴങ്ങി. പിന്നെ കോട്ടയുടെ മുകളിൽ നിന്ന് ഭീകരമായൊരു സത്വം ഞങ്ങളുടെ അടുത്തേക്ക് ഇറങ്ങിവന്നു. കാണാനത് മനുഷ്യനെപ്പോലെ ആണെങ്കിലും, കറുകറുത്ത നിറവും ഭയങ്കര പൊക്കവും തടിയും ആണതിന്, ഒരു പനപോലെ! കല്ക്കരി ജ്വലിക്കുന്നതുപോലെയാണതിന്റെ കണ്ണുകൾ; പന്നിയുടെ തേറ്റ പോലുള്ള പല്ലുകൾ. കിണറിന്റെ വായപോലെയാണതിന്റെ വായ! ഒട്ടകത്തിന്റേതുപോലെ ഞാന്ന് നീണ്ടുകിടക്കുന്ന ചുണ്ടുകൾ മാറിലേക്ക് തൂങ്ങിക്കിടക്കുന്നു! കാതുകൾ രണ്ട് 'ബാർജു'കൾപോലെ തോളിലേക്ക് വീണ് കിടക്കുന്നു. കൈനഖങ്ങൾ സിംഹത്തിന്റെ നഖങ്ങൾപോലെയാണ്. ഈ ബീഭത്സ രാക്ഷസരൂപത്തെ കണ്ട് ഞങ്ങൾ പേടിച്ച് അബോധാവസ്ഥയിലായി! ഓരോ നിമിഷവും ഞങ്ങളുടെ ഭീതി വർദ്ധിച്ചുവന്നു; അസഹ്യമായ പേടിമൂലം ഞങ്ങൾ ജീവച്ഛവങ്ങളായി മാറി! - അപ്പോഴേക്കും നേരംപുലരാറായെന്നും തനിക്ക് കഥപറയാനനുവദിച്ച സമയം തീർന്നെന്നും ഷാഹ്റസാദ് മനസ്സിലാക്കി.

അഞ്ഞൂറ്റി നാല്പത്തിയേഴാം രാവ്

അവൾ തുടർന്നു, ഓ, കീർത്തിമാനായ രാജാവേ, സഞ്ചാരിയായ സിന്ദ്ബാദ് പറഞ്ഞു - ഈ ഭീകര രാക്ഷസരൂപത്തെക്കണ്ട് സഹിക്കാനാകാത്ത പേടിമൂലം ഞങ്ങൾ സ്തബ്ധരായി നിന്നുപോയി! നിലത്ത്

ചവുട്ടി ഒച്ചയുണ്ടാക്കി വന്ന് അവൻ അല്പസമയം ആ ബഞ്ചിൽ ഇരുന്നു; പിന്നെ, എഴുന്നേറ്റ് ഞങ്ങളുടെ അടുത്തുവന്ന് എന്റെ കൈയിൽ പിടിച്ചു; വ്യാപാരികളിൽനിന്ന് എന്നെയാണവൻ തിരഞ്ഞെടുത്തത്! അവൻ എന്നെ പൊക്കിപ്പിടിച്ച്, ഒന്ന് കറക്കിനോക്കി, കൊല്ലാൻപോകുന്ന ആടിനെ കശാപ്പുകാരൻ തൂക്കിനോക്കുന്നതുപോലെ! എന്നാൽ അവന് ഒരു വായയ്ക്കേ ഞാൻ ഉണ്ടാകുകയുള്ളു. ഞാൻ എല്ലിച്ച് തളർന്നിരുന്നതിനാൽ അവൻ എന്നെ വിട്ട് മറ്റൊരാളെ പിടിച്ചു. അവനെയും പൊക്കിനോക്കിയശേഷം പോകാനനുവദിച്ചു. അങ്ങനെ ഓരോരുത്തരെയും തൂക്കിനോക്കി, ഒടുവിൽ ക്യാപ്റ്റന്റെ അടുത്തെത്തി. അയാൾ നല്ല ആരോഗ്യവാനും തടിയനും ഭാരമുള്ളവനുമായിരുന്നു. രാക്ഷസന് സന്തോഷമായി; അവൻ അയാളെ പിടികൂടി, ഒരു കശാപ്പുകാരൻ മൃഗത്തെ കൊല്ലാനായി പിടിക്കുന്നതുപോലെ! പിന്നെ, അയാളെ നിലത്തേക്കെറിഞ്ഞ്, കഴുത്ത് ചവുട്ടി ഒടിച്ചു. അതിനുശേഷം അയാളെ നീളത്തിൽ വെട്ടി മുറിച്ച്, വലിയൊരു തീകുണ്ഡം തയ്യാറാക്കി, അതിലിട്ട് മാംസം കബാബ് പോലെ ചുട്ടെടുത്തു. പിന്നീട്, ഓരോ അംഗങ്ങളായി വലിച്ചു പറിച്ചെടുത്ത് കടിച്ചു ചവച്ച്, ആസ്വദിച്ചുകൊണ്ട് മുഴുവൻ അകത്താക്കി. കുറച്ച് എല്ലിൻ കഷ്ണങ്ങൾ മാത്രം ബാക്കിയായി; അതവൻ ചുമരിന്നടുത്തേക്ക് വലിച്ചെറിഞ്ഞു. തീറ്റ കഴിഞ്ഞ് കുറച്ചുനേരം അവൻ അവിടെത്തന്നെ ഇരുന്നു. പിന്നീട് ആ കല്ലുബഞ്ചിൽ കൂർക്കംവലിച്ച് കിടന്നുറങ്ങി, തൊണ്ട മുറിച്ച പശുവിന്റേയോ, ആടിന്റേയോ കരച്ചിൽപോലുണ്ടായിരുന്നു അവന്റെ കൂർക്കംവലി! നേരംപുലരുന്നതുവരെ അവൻ ഉണർന്നില്ല; എഴുന്നേറ്റ ഉടനെ അവൻ തന്റെ വഴിക്ക്പോയി. അവൻ പോയെന്ന് ഉറപ്പാക്കിയശേഷം ഞങ്ങൾ പരസ്പരം സംസാരിക്കയും ഞങ്ങൾ വന്നുപെട്ട ദുർഘടസന്ധ്യയെക്കുറിച്ചോർത്ത് വിലപിക്കയും ചെയ്തു. "ദൈവമെ! ഞങ്ങൾ കടലിൽ മുങ്ങിച്ചാവുകയോ, ആ കുരങ്ങന്മാർ ഞങ്ങളെ തിന്നുകയോ ചെയ്തിരുന്നെങ്കിൽ എത്ര നന്നായിരുന്നു! കൽക്കരിച്ചൂളയിലിട്ട് പൊരിക്കുന്നതിൽ ഭേദം അതായിരുന്നു. അള്ളായാണേ, ഇതൊരു നിന്ദ്യമായ മരണംതന്നെ! എന്തായാലും ദൈവനിശ്ചയം നടപ്പാകാതിരിക്കില്ല. 'അവനി'ൽത്തന്നെ അഭയം തേടുക, സർവ്വരിലും ശക്തനായ ഈശ്വരനിൽ! നമ്മൾ തീർച്ചയായും ദയനീയമായ രീതിയിൽ നശിച്ചുപോകും; ആരും നമ്മളെക്കുറിച്ചറിയില്ല; നമ്മൾക്കിവിടന്ന് രക്ഷപ്പെടാനൊരു മാർഗ്ഗവുമില്ല."

പിന്നെ ഞങ്ങൾ എഴുന്നേറ്റ് ദ്വീപിൽ കറങ്ങാൻ പോയി. സന്ദർഭവശാൽ ഏതെങ്കിലും ഒളിത്താവളം കണ്ടെത്താനായെങ്കിലോ, അല്ലെങ്കിൽ ഓടിരക്ഷപ്പെടാൻ വല്ല മാർഗ്ഗവും കാണാൻ കഴിഞ്ഞെങ്കിലോ; എന്തുകൊണ്ടെന്നാൽ, മരണത്തെ ഞങ്ങൾ ഭയപ്പെടുന്നില്ല, തീയ്യിലിട്ട് ഞങ്ങളെ ചുട്ടുതിന്നുന്നതാണ് സഹിക്കാനാവാത്തത്. എന്തായാലും ഒളിസ്ഥലമൊന്നും ഞങ്ങൾക്ക് കണ്ടെത്താനായില്ല; സന്ധ്യയായി. വല്ലാതെ ഭയവിഹ്വലരായ ഞങ്ങൾ കോട്ടയിലേക്ക് തിരിച്ചുവന്ന് കുറച്ചുനേരം ഇരുന്നു. അതാ, മുമ്പത്തെപ്പോലെ ഭൂമികുലുങ്ങുന്നു, ആ കറുത്ത ഭീകര സത്വം ഞങ്ങളുടെ മുന്നിലെത്തി; പഴയതുപോലെ ഓരോരുത്തരേയും എടുത്ത് ഭാരം പരിശോധിച്ചു; ഒടുവിൽ അവന് തൃപ്തനായ ഒരാളെ കണ്ടെത്തി. അയാളെ ചവുട്ടി കഴുത്തൊടിച്ച് കൊന്ന്, ക്യാപ്റ്റനെ ചെയ്തതുപോലെ തീയിലിട്ട് ചുട്ടുതിന്നു. പിന്നീട്, രാത്രിമുഴുവൻ ആ ബഞ്ചിൽ കിടന്ന് നേരം

വെളുക്കുവോളം കൂർക്കംവലിച്ച് ഉറങ്ങി! നേരം പുലർന്നപ്പോൾ, പഴയതു പോലെ എഴുന്നേറ്റ് പോവുകയും ചെയ്തു. അപ്പോൾ ഞങ്ങൾ കൂട്ടം കൂടി പരസ്പരം ചർച്ചനടത്തി. "അള്ളായാണേ, കടലിൽചാടി ചാവുന്ന താണ് തീയിലിട്ട് പൊരിക്കപ്പെടുന്നതിനേക്കാൾ ഭേദം; കാരണം, ഇതൊരു വെറുക്കപ്പെട്ട മരണമാണ്." ഞങ്ങളിൽ ഒരാൾ അഭിപ്രായപ്പെട്ടു. "നിങ്ങൾ എന്റെ വാക്കുകൾ കേൾക്കുക! അയാളെ നമ്മൾ കൊല്ലാൻ നോക്കണം. അങ്ങനെ അയാളിൽനിന്നുള്ള ഭീതിയും ദുഃഖവും ഒഴിവാക്കുക. ആ കാടന്റെ കിരാതവാഴ്ചയിൽനിന്ന് മുസ്ലിമുകളെ രക്ഷിക്കുക."

അപ്പോൾ ഞാൻ മറുപടി നൽകി. "ഞാൻ പറയുന്നതൊന്നു കേൾക്കൂ, എന്റെ സഹോദരന്മാരെ, അയാളെ കൊല്ലുകയല്ലാതെ മറ്റു മാർഗ്ഗമില്ലെങ്കിൽ, ഈ കത്തിക്കാനുപയോഗിക്കുന്ന മരത്തടികളും, കുറെ പലകകളും എടുത്ത് കടൽതീരത്ത് കൊണ്ടുപോയി നമ്മൾക്ക് ഒരു ബോട്ട് ഉണ്ടാക്കാം; എന്നിട്ട് ഈ രാക്ഷസനെ കൊല്ലാൻ കഴിഞ്ഞാൽ, നമ്മൾക്കതിൽ കയറി, കടലിലൂടെ രക്ഷപ്പെടാം, അള്ളാ ആഗ്രഹിക്കുന്നിടത്തേക്ക് ഒഴുകിപ്പോകട്ടെ; അതല്ലെങ്കിൽ ഏതെങ്കിലും കപ്പൽ വരുന്നതുവരെ ഇവിടെതന്നെ തങ്ങാം. എന്നിട്ട്, അതിൽക്കയറി രക്ഷപ്പെടാം. നമ്മൾക്കവനെ കൊല്ലാൻ കഴിഞ്ഞില്ലെങ്കിൽ, നമ്മൾ ബോട്ടിൽക്കയറി കടലിലേക്ക് ഇറങ്ങണം. കടലിൽ മുങ്ങിച്ചത്താലും വേണ്ടില്ല അടുപ്പിലെ തീയിൽക്കിടന്ന് പൊരിയേണ്ടല്ലോ! രക്ഷപ്പെട്ടാൽ രക്ഷപ്പെട്ടു. കടലിൽ മുങ്ങിമരിച്ചാൽ നമ്മൾ രക്തസാക്ഷികളായി മാറും."

"അള്ളായാണേ" അവർ എല്ലാവരും പറഞ്ഞു. "അതു ശരിയാണ്." ഞങ്ങൾ അക്കാര്യം ഉറപ്പിച്ചു, മരവും പലകകളും ചുമന്നുകൊണ്ട് നടന്നു കടൽത്തീരത്തെത്തി, ഒരു ബോട്ട് ഉണ്ടാക്കി അവിടെ കെട്ടിയിട്ടു. പിന്നെ അതവിടെ ഒളിപ്പിച്ചുവെച്ച്, അതിൽ ഭക്ഷണപദാർത്ഥങ്ങൾ സംഭരിച്ച ശേഷം കോട്ടയിലേക്ക് തിരിച്ചു. രാത്രി ആയ ഉടനെ ആ ഭൂമികുലുങ്ങി, ആ കറുത്ത ഭീകരജന്തു ഞങ്ങളുടെ മുന്നിൽവന്ന്, ഞങ്ങളുടെ വഴി മുടക്കിനിന്നു! പഴയതുപോലെ, ഓരോരുത്തനെയും കൈയിലെടുത്ത് തൂക്കി നോക്കി, ഏറ്റവും ഭാരമുള്ളവനെ കൊന്ന്തിന്ന്, പതിവുപോലെ, ബഞ്ചിൽ കിടന്ന്, ഇടിവെട്ടുന്നതുപോലെ കൂർക്കംവലിച്ചുറങ്ങി. അവൻ ഉറങ്ങിയെന്ന് ഉറപ്പായപ്പോൾ ഞങ്ങൾ, അവിടെ കുത്തിവെച്ചിരുന്ന രണ്ട് ഇരുമ്പുകുന്തങ്ങൾ എടുത്ത് കത്തിജ്വലിക്കുന്ന തീച്ചൂളയിൽ വെച്ച് ചുട്ടുപഴുപ്പിച്ച്, അത് ഒന്നിച്ച് മുറുക്കിപ്പിടിച്ച് ആ രാക്ഷസന്റെ അടുത്തെത്തി; ബെഞ്ചിൽ കൂർക്കം വലിച്ചുറങ്ങുന്ന ആ സത്വത്തിന്റെ കണ്ണുകളിൽ അവ കുത്തിയിറക്കി, ഒന്നിച്ച് അമർത്തിപ്പിടിച്ചു. അവന്റെ കണ്ണുകൾ പൊട്ടി, കുരുടനായി! അപ്പോൾ അവനിൽ നിന്നുയർന്ന കരച്ചിൽകേട്ട് ഞങ്ങളുടെ ഹൃദയം കിടന്നു പിടച്ചു; ബെഞ്ചിൽ നിന്നവർ ചാടി എഴുന്നേറ്റ്, ഞങ്ങളുടെ പിന്നാലെ തപ്പിത്തടഞ്ഞ് നടന്നു. ഞങ്ങൾ അവനിൽനിന്ന് അങ്ങോട്ടുമിങ്ങോട്ടും പാഞ്ഞു! അവന് ഞങ്ങളെ കാണാൻ പറ്റില്ലല്ലോ; അവന്റെ കാഴ്ച നിശ്ശേഷം നശിച്ചിരുന്നു. എന്നാലും ഞങ്ങൾ അവനെ വല്ലാതെ ഭയപ്പെട്ടു. ജീവനും കൊണ്ടോടുന്ന ജീവച്ഛവങ്ങളായിരുന്നു ഞങ്ങൾ! അപ്പോൾ തപ്പിപ്പിടിച്ചവൻ വാതില്ക്കലെത്തി. പിന്നെ അലറി വിളിച്ച് പുറത്തേക്ക് പോയി. ഭൂമി ഞങ്ങളുടെ കാൽക്കീഴിൽ കിടന്നപ്പോൾ കുലുങ്ങുകയായിരുന്നു; അത്രയ്ക്ക് ഭീകരമായിരുന്നു അവന്റെ അലർച്ച, ഞാൻ

പേടിച്ച് വിറച്ചു. അവൻ കോട്ടവിട്ടിറങ്ങിയപ്പോൾ, ഞങ്ങളും അവനെ പിൻതുടർന്ന് പുറത്തെത്തി. പിന്നെ ഞങ്ങൾ ബോട്ടിൽ കെട്ടിയിട്ടിരിക്കുന്ന കടൽത്തീരത്തെത്തി. ഞങ്ങൾ പരസ്പരം പറഞ്ഞു "ഈ നശിച്ചവൻ ഇരുട്ടുന്നതുവരെ കോട്ടയിൽ തിരിച്ചെത്തിയില്ലെങ്കിൽ, അവൻ ചത്തെന്ന് നമുക്കുറപ്പിക്കാം; അവൻ തിരിച്ചെത്തിയാൽ, നമ്മൾ ബോട്ടിൽ കയറി തുഴഞ്ഞ്, ഇവിടെനിന്നും രക്ഷപ്പെടാം, എല്ലാം നമ്മൾക്ക് അള്ളായിൽ അർപ്പിക്കാം."

എന്നാൽ, ഞങ്ങൾ സംസാരിച്ചുകൊണ്ടിരിക്കവെ, അവനും അതുപോലെ മറ്റു രണ്ടുപേരുംകൂടി അങ്ങോട്ട് വന്നു, അവനേക്കാൾ വൃത്തികെട്ട ജന്തുക്കളായിരുന്നു ആ രണ്ടുപേർ! കത്തിജ്വലിക്കുന്ന കൽക്കരിപോലുണ്ട് അവരുടെ കണ്ണുകൾ. അത് കണ്ട ഉടനെ ഞങ്ങൾ ബോട്ടിലേക്ക് ഓടി. ബോട്ടിന്റെ കെട്ടുകളഴിച്ച് കടലിലേക്ക് തുഴഞ്ഞുപോയി. ഞങ്ങൾ കടലിലേക്ക് നീങ്ങുന്നതുകണ്ട ആ പിശാചുക്കൾ കടൽത്തീരത്തേക്ക് ഓടിവന്ന് അട്ടഹസിച്ചുകൊണ്ട്, പാറക്കല്ലുകൾ എടുത്ത് ഞങ്ങൾക്ക് നേരെ എറിഞ്ഞു. ഏറുകൊണ്ട് ഞങ്ങളിൽ കുറെപേർ കടലിലേക്ക് തെറിച്ചുവീണു. ഞങ്ങൾ സർവ്വശക്തിയുമെടുത്ത് തുഴഞ്ഞ് അവരുടെ ദൃഷ്ടിയിൽനിന്നും മറഞ്ഞു. എന്നാൽ, ഞങ്ങളിൽ അധികം പേരും കല്ലേറ്കൊണ്ടും, തിരമാലകളിൽപ്പെട്ടും ചത്തുപോയിരുന്നു. പ്രകമ്പനം കൊള്ളുന്ന കടലിന്റെ നടുവിൽ ഞങ്ങൾ എത്തിപ്പെട്ടു; തിരമാലകൾ ആഞ്ഞടിക്കുകയാണ്. ഞങ്ങൾ എങ്ങോട്ടാണ് പോകുന്നതെന്ന് ആർക്കും അറിയില്ലായിരുന്നു. ഞങ്ങളുടെ സംഘത്തിലെ ഓരോരുത്തരായി മരിച്ചുകൊണ്ടിരുന്നു, ഒടുവിൽ ഞങ്ങൾ മൂന്നുപേർ ബാക്കിയായി, ഞാനും, മറ്റ് രണ്ടുപേരും - അപ്പോഴേക്കും നേരംപുലരാറായെന്നും തനിക്ക് കഥ പറയാനനുവദിച്ച സമയം തീർന്നെന്നും ഷാഹ്റസാദ് മനസ്സിലാക്കി.

അഞ്ഞൂറ്റി നാല്പത്തിയെട്ടാം രാവ്

അവൾ തുടർന്നു, അല്ലയോ കീർത്തിമാനായ രാജാവേ, സിന്ദ്ബാദ് സഞ്ചാരി കഥ പറഞ്ഞുകൊണ്ടിരിക്കുകയാണ് - പാറക്കല്ലുകൾ കൊണ്ടുള്ള ഏറ് ഏറ്റ് ഭൂരിഭാഗം ആളുകളും മരിച്ചു, ബോട്ടിൽ ഞങ്ങൾ മൂന്നുപേർ മാത്രം ബാക്കിയായി. മരിക്കുന്ന ഓരോരുത്തനെയും ഞങ്ങൾ കടലിലേക്ക് എടുത്തെറിയുകയായിരുന്നു പതിവ്.

ഞങ്ങൾ അപ്പോൾ വിശന്ന് ചാകാറായിരുന്നു; എന്നാലും പരസ്പരം ആശ്വാസം പകർന്നു ഞങ്ങൾ കരുത്തോടെ ബോട്ട് തുഴഞ്ഞുകൊണ്ടിരുന്നു. ഒടുവിൽ കാറ്റ് ഞങ്ങളെ ഒരു ദ്വീപിൽ എത്തിച്ചു. അപ്പോഴേക്കും ഭീതിയും വിശപ്പും ഞങ്ങളെ വല്ലാതെ വലച്ചിരുന്നു. ഞങ്ങൾ ആ ദ്വീപിൽ ഇറങ്ങി, അല്പസമയം ചുറ്റിക്കറങ്ങി. അവിടം നിറയെ പച്ചപിടിച്ച മരങ്ങളും അരുവികളും പക്ഷികളുമാണ്. ഞങ്ങൾ പഴങ്ങൾ പറിച്ചുതിന്നു, ആ രാക്ഷസനിൽ നിന്നും കടലിൽ നിന്നും രക്ഷപ്പെട്ടതിൽ ഞങ്ങൾ ആഹ്ലാദിച്ചു; അങ്ങനെ രാത്രിയാകുന്നതുവരെ ഞങ്ങൾ ചുറ്റി നടന്നു; ക്ഷീണിച്ചു തളർന്ന ഞങ്ങൾ നിലത്തുകിടന്ന ഉടനെ ഗാഢനിദ്രയിലാണ്ടുപോയി. എന്നാൽ, ഉറങ്ങിയ ഉടനെ ഭയങ്കരമായൊരു ചീറ്റൽ കേട്ട് ഞങ്ങൾ ഞെട്ടിയുണർന്നു; ഞങ്ങൾക്ക് മുന്നിൽ ഭീകരനായൊരു മലമ്പാമ്പ്

ചുരുണ്ടുകൂടിക്കിടക്കുന്നു. ഇത്രയും ഭീമാകാരമുള്ളൊരു പാമ്പിനെ ഒരിക്കലും കണ്ടിട്ടില്ല; എന്റെ ഒരു സുഹൃത്തിനെ പിടിച്ച് അത് തോള്വരെ വിഴുങ്ങിക്കഴിഞ്ഞിരിക്കുന്നു! പിന്നീട് ഒറ്റ വിഴുങ്ങലിന് മുഴുവൻ ശരീരവും അകത്താക്കി. ആ പാമ്പിന്റെ വയറ്റിൽ കിടന്ന് അവന്റെ വാരിയെല്ലുകൾ ഒടിയുന്ന ശബ്ദം ഞങ്ങൾ കേട്ടു. പിന്നെ അത് അതിന്റേതായ വഴിക്ക് പോയി. ഞങ്ങൾ സുഹൃത്തിനെ ഓർത്ത് വല്ലാതെ വേദനിച്ചു; സ്വന്തം മരണഭീതിയിൽ വിറക്കാൻ തുടങ്ങി. ഞങ്ങൾ സ്വയം പറഞ്ഞു "അള്ളായാണേ ഇത് വല്ലാത്ത അതിശയകരമായൊരു കാര്യം തന്നെ! സംഭവിക്കുന്ന ഓരോ മരണം അതിന് തൊട്ടുമുമ്പ് നടന്നതിനേക്കാൾ വ്യത്യസ്തവും വിസ്മയകരവുമായിരുന്നു! കറുത്തഭൂതത്തിൽനിന്നും ആപല്ക്കരമായ കടലിൽനിന്നും രക്ഷപ്പെട്ടതിൽ ഞങ്ങൾ ആഹ്ലാദിച്ചു; എന്നാൽ ഇപ്പോൾ കൂടുതൽ ആപല്ക്കരമായ ഒരു പരിതഃസ്ഥിതിയിൽ ഞങ്ങൾ അകപ്പെട്ടിരിക്കുന്നു. അള്ളായേക്കാൾ ശക്തനായൊരു ദൈവമില്ല! ആ സർവ്വേശ്വരന്റെ ശക്തിയിൽ ഞങ്ങൾ ആ കരിംഭൂതത്തിൽനിന്നും രക്ഷപ്പെട്ടു; മുങ്ങിച്ചാകുന്നതിൽനിന്നും രക്ഷപ്പെട്ടു; എന്നാൽ ഭയങ്കരമായ അറപ്പ് തോന്നിക്കുന്ന ഈ വൃത്തികെട്ട സത്വത്തിൽനിന്ന് ഞങ്ങൾ എങ്ങനെ രക്ഷപ്പെടും?"

ഞങ്ങൾ ദ്വീപിൽ ചുറ്റിനടന്നു. ഇരുട്ടാകുന്നതുവരെ പഴങ്ങൾ പറിച്ചു തിന്നും ചോലയിലെ ശുദ്ധജലം കുടിച്ചും ഞങ്ങൾ കറങ്ങിനടന്നു. പിന്നെ വലിയൊരു വൃക്ഷത്തിന് മുകളിൽ കയറി അതിന്റെ കൊമ്പുകളിൽ കിടന്നുറങ്ങി; ഞാൻ ഏറ്റവും മുകളിലെ കൊമ്പിൽ ആണ് കിടന്നിരുന്നത്. ഇരുട്ടായ ഉടനെ പാമ്പ് കയറിവന്ന് എന്റെ സുഹൃത്തിനെ ഒറ്റ വായയ്ക്ക് തോളുവരെ വിഴുങ്ങി, മരച്ചോട്ടിൽ ചുരുണ്ടുകൂടിക്കിടന്നു; ഞാനതിനെ മിഴിച്ചുനോക്കികിടക്കുകയാണ്. അവന്റെ വാരിയെല്ലുകൾ ഒടിഞ്ഞു തകരുന്ന അതിന്റെ വയറ്റിൽനിന്നും ഉയർന്നുവന്നത് എനിക്ക് കേൾക്കാൻ കഴിഞ്ഞു. അതിനുശേഷം ആ പാമ്പ് അവനെ ഒറ്റ അടിക്ക് മുഴുവനും വിഴുങ്ങി; പിന്നെ, അത് മരത്തിൽനിന്നും വഴുതി താഴേക്കിറങ്ങി.

നേരം പുലർന്ന്, പാമ്പ് പോയെന്നു കണ്ടപ്പോൾ ഞാൻ വൃക്ഷത്തിൽനിന്നും താഴേക്കിറങ്ങി. ഭീതിയും ഉൽക്കണ്ഠയും മൂലം ഞാൻ ചാകാറായിരുന്നു! കടലിൽച്ചാടി ചത്താലോ എന്ന് ഞാൻ ആലോചിച്ചു; അപ്പോൾ ഈ ലോകത്തെ എല്ലാ ശത്രുക്കളിൽ നിന്നു രക്ഷപ്രാപിക്കാമല്ലോ. എന്നാൽ എനിക്ക് സ്വയം അത് ചെയ്യാൻ കഴിഞ്ഞില്ല; കാരണം, സത്യത്തിൽ ജീവിതം എനിക്ക് പ്രിയപ്പെട്ടതായിരുന്നു. പിന്നെ അഞ്ച് വലുതും ചെറുതുമായ മരത്തടികൾ എന്റെ കാലുകളിലും പാർശ്വങ്ങളിലും നെഞ്ചത്തും വെച്ചുകെട്ടി. ഏറ്റവു നീളമുള്ളവ എടുത്ത് എന്റെ തലയിലും വെച്ച് കയറുകൊണ്ട് മുറുക്കിക്കെട്ടി. അതിനു ശേഷം നിലത്ത് മലർന്നുകിടന്നു. അങ്ങനെ എന്റെ ശരീരം സുരക്ഷിതമായി അതിർത്തികൾക്കുള്ളിൽ ആയി. രാത്രി ആയ ഉടനെ പാമ്പ് എത്തി; എന്നാൽ, എന്നെ ചുറ്റിപ്പിണഞ്ഞുകിടന്നിരുന്ന മരത്തടികൾ മൂലം അതിനെന്നെ വിഴുങ്ങാൻ കഴിഞ്ഞില്ല. അതുകൊണ്ട് അതെന്റെ ചുറ്റും കിടന്ന് പുളഞ്ഞു; ഞാൻ പേടിച്ച് ചത്തുപോയി! ഇടയ്ക്കിടക്ക് അത് വഴുതി പിന്നാക്കം വീഴും, വീണ്ടും തിരിച്ചുവരും! എന്നാൽ, ഓരോ പ്രാവശ്യം അതെന്റെ അടുത്തേക്ക് വരാൻ ശ്രമിക്കുംതോറും എന്റെ ചുറ്റും കെട്ടിവെച്ചിട്ടുള്ള ആ

മരത്തടികൾ അതിനെ തടഞ്ഞുനിർത്തും! അത് നേരംവെളുക്കുവോളം ഈ ശ്രമം തുടർന്നു. എന്നാൽ, സൂര്യൻ ഉദിച്ചുയർന്നപ്പോൾ ആ ജന്തു തിരിച്ചുപോയി; ഭയങ്കര ദേഷ്യവും നിരാശയും അതിനെ കീഴടക്കിയിരുന്നു. പിന്നീട് ഞാൻ കൈ പുറത്തേക്കിട്ട്, കെട്ടുകൾ അഴിച്ചുമാറ്റി. ഭീതിമൂലം ഞാനൊരു ജീവച്ഛവമായിക്കഴിഞ്ഞിരുന്നു! ഞാൻ ആ ദ്വീപിലെ കടൽ ത്തീരത്തേക്ക് നടന്നു; ദൂരെ കടലിൽ ഒരു കപ്പൽ പെട്ടെന്നെന്റെ ദൃഷ്ടി യിൽപ്പെട്ടു. ഉടനെ വലിയൊരു മരക്കൊമ്പ് പൊടിച്ചെടുത്ത് ഞാൻ അതു കൊണ്ട് കപ്പൽജോലിക്കാർക്ക് സിഗ്നൽ കൊടുത്തു, ഒപ്പം അലറിവിളി ക്കുകയും ചെയ്തു. കപ്പൽ ജോലിക്കാർ എന്നെക്കണ്ട് പരസ്പരം പറഞ്ഞു "നമ്മൾക്ക് ഒന്ന് നിർത്തി എന്താണെന്ന് നോക്കാം. ഒരുവേള അതൊരു മനുഷ്യനാണെങ്കിലോ!

അങ്ങനെ അവർ ദ്വീപിന്നരികിലെത്തിയപ്പോൾ എന്റെ നിലവിളി കേട്ടു. അവർ എന്നെ എടുത്ത് കപ്പലിൽ കയറ്റി, എന്നോട് വിവരങ്ങൾ തിരക്കി.

എന്റെ വീരസാഹസകഥ ആദ്യം മുതൽ അന്ത്യംവരെ ഞാനവർക്ക് വിവരിച്ചുകൊടുത്തു. അതുകേട്ടവർ വല്ലാതെ ആശ്ചര്യപ്പെട്ടുപോയി; എനിക്ക് നാണം മറക്കാനായി അവർ വസ്ത്രം നൽകി, കഴിക്കാനായി ഭക്ഷണം തന്നു, കുടിക്കാനായി തണുത്ത ശുദ്ധജലം നൽകി. എനിക്ക പ്പോൾ നല്ല ഉന്മേഷം തോന്നി. ജീവച്ഛവമായ എന്നെ അള്ളാ പുനരു ജ്ജീവിപ്പിച്ചു. എന്നോട് സർവ്വശക്തൻ കാണിച്ച സൗമനസ്യത്തിൽ ഞാൻ അങ്ങേയറ്റം നന്ദിയോടെ അവനെ സ്തുതിച്ചു. പൂർണ്ണനിരാശയിൽ തകർന്ന എന്റെ മനസ്സ് ഊർജ്ജസ്വലമാകാൻ തുടങ്ങി. എല്ലാം ഒരു സ്വപ്നംപോലെ എനിക്ക് തോന്നി! അനുകൂലമായ കാറ്റ് ലഭിച്ചപ്പോൾ, ഞങ്ങൾ ആശ്വാസത്തോടെ യാത്ര തുടർന്നു. ഒടുവിൽ 'അൽ - സലാ ഹിറ്റ്' ദ്വീപിൽ ഞങ്ങൾ ചെന്നെത്തി, അതിൽ നിറയെ ചന്ദനമരങ്ങളാണ്. ക്യാപ്റ്റൻ അവിടെ നങ്കൂരമിട്ടു – അപ്പോഴേക്കും നേരംപുലരാറായെന്നും തനിക്ക് കഥ പറയാനനുവദിച്ച സമയം തീർന്നെന്നും ഷാഹ്റസാദ് മനസ്സി ലാക്കി.

അഞ്ഞൂറ്റി നാല്പത്തിയൊമ്പതാം രാവ്

അവൾ പറഞ്ഞു, ഓ, കീർത്തിമാനായ രാജാവേ, കടൽ സഞ്ചാരി സിന്ദ്ബാദ് തുടർന്നു – ഞങ്ങൾ നങ്കൂരമിട്ടു, വ്യാപാരികളും കപ്പൽ ജോലി ക്കാരും സാമാനങ്ങളുമായി ക്രയവിക്രയത്തിന്നായി ഇറങ്ങി.

അപ്പോൾ ക്യാപ്റ്റൻ എനിക്കുനേരേ തിരിഞ്ഞ് പറഞ്ഞു. "നിങ്ങൾ ഒരു ദരിദ്രനും അപരിചിതനും വളരെയേറെ ദുരിതങ്ങൾ അനുഭവിച്ചവനു മാണല്ലോ; അതുകൊണ്ട് നിങ്ങൾക്ക് ഉപകാരപ്രദമായൊരുകാര്യം ചെയ്യാൻ ഞാൻ ആഗ്രഹിക്കുന്നു. അപ്പോൾ നിങ്ങൾക്ക് സസന്തോഷം സ്വരാജ്യത്തേക്ക് തിരിച്ചുപോകാനുള്ള സാമ്പത്തിക ഭദ്രത നേടാനാകും. നിങ്ങൾ അത് കേട്ടാൽ എന്ന് ആശിർവ്വദിക്കും."

"അങ്ങനെത്തന്നെയാകട്ടെ" ഞാൻ മറുപടി പറഞ്ഞു.

"നിങ്ങൾക്കുവേണ്ടി ഞാൻ പ്രാർത്ഥിക്കും."

"അപ്പോൾ കേൾക്കുക, ഞങ്ങളോടൊപ്പം ഒരു യാത്രക്കാരൻ ഉണ്ടാ യിരുന്നു; ഞങ്ങൾക്കയാളെ ഇഷ്ടമായി. അയാൾ ജീവിച്ചിരിപ്പുണ്ടോ,

മരിച്ചോ എന്നുപോലും ഞങ്ങൾക്കറിയില്ല; കാരണം, അയാളെക്കുറിച്ച് ഒരു വാർത്തയും ഞങ്ങൾക്കിതുവരെ ലഭിച്ചിട്ടില്ല. അതുകൊണ്ട് ഈ ചരക്കുകൾ ഞാൻ നിങ്ങളുടെ ചുമതലയിൽ ഏല്പിക്കുന്നു. നിങ്ങൾ അത് ഈ ദ്വീപിൽ വിറ്റഴിക്കണം. അതിൽനിന്ന് ലഭിക്കുന്ന പണത്തിന്റെ ഒരു വീതം നിങ്ങളുടെ പ്രയത്നത്തിന്നായി നൽകുന്നതായിരിക്കും, ബാക്കിയുള്ളത് ബാഗ്ദാദിൽ എത്തുമ്പോൾ, അയാളുടെ ബന്ധുജനങ്ങളെ കണ്ടെത്തി, അവർക്കു നൽകും; വില്ക്കാൻ പറ്റാത്ത ചരക്കുകൾ തിരിച്ചുനൽകുകയും ചെയ്യാം. അപ്പോൾ പറയൂ, നിങ്ങൾ ഈ ചുമതല ഏറ്റെടുക്കാമോ, മറ്റ് വ്യാപാരികളെപ്പോലെ നിങ്ങൾക്ക് വില്ക്കാമോ?"

ഞാൻ മറുപടി നൽകി "അങ്ങയുടെ ഇഷ്ടംപോലെ, പ്രഭോ; അങ്ങ് എന്നോട് കാണിച്ച ദയാവായ്പിന് നന്ദി." അതിനുശേഷം, ആ പറഞ്ഞ ചരക്കുകളെല്ലാം കപ്പലിൽനിന്ന് താഴെ ഇറക്കി. എന്റെ ചുമതലയിലേല്പിക്കാനായി അയാൾ കപ്പൽതൊഴിലാളികളോടും, ചുമട്ടുകാരോടും ആവശ്യപ്പെട്ടു. കപ്പൽ ഗുമസ്തൻ ക്യാപ്റ്റനോട് ചോദിച്ചു. "ഓ, മാസ്റ്റർ, ഈ കെട്ടുകളിൽ എന്താണ്, അതിൽ ഏതു വ്യാപാരിയുടെ പേരാണ് ഞാൻ എഴുതേണ്ടത്?" അയാൾ മറുപടി നൽകി. "സഞ്ചാരി സിന്ദ്ബാദ് എന്ന് അവയിൽ പേരെഴുതുക. അയാൾ കപ്പലിൽ ഞങ്ങളോടൊപ്പം ഉണ്ടായിരുന്നവനാണ്, 'രുക്സ്'ദ്വീപിൽ വെച്ച് അയാളെ കാണാതായി. പിന്നീടൊരു വിവരവും നമ്മൾക്കില്ല. ഈ അപരിചിതൻ ആ ചരക്കുകൾ വിറ്റഴിക്കട്ടെ. അവ വിറ്റുകിട്ടുന്ന പണത്തിന്റെ ഒരു പങ്ക് അയാൾക്ക് തന്റെ പ്രയത്നത്തിന് പ്രതിഫലമായി നൽകാം; ബാക്കി പണം ബാഗ്ദാദിൽ എത്തുന്നതുവരെ നമ്മൾക്ക് സൂക്ഷിക്കാം. അവിടെവെച്ച് ഉടമയെ കണ്ടെത്താൻ കഴിഞ്ഞാൽ അതയാൾക്ക് കൈമാറാം; കണ്ടില്ലെങ്കിൽ അയാളുടെ കുടുംബത്തിന് നൽകാം."

ഗുമസ്തൻ പറഞ്ഞു. "സമുചിതമായ വാക്കുകളാണ് അങ്ങ് പറഞ്ഞത്. എന്റെ പേര് എഴുതാനുള്ള ക്യാപ്റ്റന്റെ ഉത്തരവ് കേട്ട ഞാൻ സ്വയം പറഞ്ഞു "അള്ളായാണെ, ഞാൻ ആണ് സഞ്ചാരി സിന്ദ്ബാദ്!"

ഞാൻ ക്ഷമയോടെ, എല്ലാ വ്യാപാരികളും താഴെവന്ന് കൂട്ടംകൂടി ക്രയവിക്രയത്തെക്കുറിച്ചു സംസാരിക്കുന്നതുവരെ കാത്തിരുന്നു. പിന്നെ ക്യാപ്റ്റനരികിൽച്ചെന്ന് ചോദിച്ചു. "ഓ, എന്റെ പ്രഭോ, ഈ സിന്ദ്ബാദ് ഏതുതരം മനുഷ്യനാണെന്ന് നിങ്ങൾക്കറിയാമോ? അയാളുടെ ചരക്കുകളാണല്ലോ നിങ്ങൾ എന്റെ ചുമതലയിൽ ഏല്പിച്ചിരിക്കുന്നത്?" "അയാൾ ബാഗ്ദാദ് നഗരവാസിയാണെന്നതിൽ കൂടുതലൊന്നും എനിക്കറിയില്ല, സിന്ദ്ബാദ് സഞ്ചാരി, ആ ദ്വീപിൽ ഞങ്ങൾ നങ്കൂരമിട്ടപ്പോൾ മറ്റ് നിരവധിപേരോടൊപ്പം കടലിൽ മുങ്ങിച്ചത്തവൻ; അതിനുശേഷം ഞാനവനെക്കുറിച്ച് യാതൊന്നും കേട്ടിട്ടില്ല." ഈ സമയത്ത് ഞാൻ ഉറക്കെ വിളിച്ചുപറഞ്ഞു. "അല്ലയോ ക്യാപ്റ്റൻ, അങ്ങയെ അള്ളാ തുണക്കട്ടെ! നിങ്ങൾക്കറിയാമോ, ഞാനാണ് ആ സിന്ദ്ബാദ് എന്ന സഞ്ചാരി. ഞാൻ കടലിൽ മുങ്ങിമരിച്ചിരുന്നില്ല. എന്നാൽ, നിങ്ങൾ നങ്കൂരമിട്ടപ്പോൾ ഞാൻ മറ്റുചില വ്യാപാരികളോടും, കപ്പൽ തൊഴിലാളികളോടൊപ്പം നിലത്തിറങ്ങി. പിന്നെ, ഒരിടത്തിരുന്ന് എന്റെ പക്കൽ ഉണ്ടായിരുന്നു ഭക്ഷണം കഴിച്ച്, ആ സുഖകരമായ സ്ഥലത്ത്കിടന്ന് ഉറങ്ങിപ്പോയി. ഉറക്കമുണർന്നപ്പോൾ കപ്പലോ, സഹയാത്രികരോ അവിടെ ഇല്ലായിരുന്നു. ഈ ചരക്കുകളും

ഭാണ്ഡങ്ങളും എന്റേതാണ്. 'ഡയമണ്ട്' താഴ്‌വരയിൽ നിന്ന് രത്നങ്ങൾ നേടിയ എല്ലാ വ്യാപാരികളും ഞാൻ അതേ സഞ്ചാരി സിൻ്ബാദ് ആണെന്ന് സാക്ഷ്യപ്പെടുത്തും. എനിക്ക് സംഭവിച്ചതെല്ലാം ഞാനവരോട് വിവരിച്ചു കൊടുത്തിട്ടുണ്ട്, നിങ്ങൾ ഉറങ്ങിക്കിടക്കുന്ന എന്നെ മറന്നു കൊണ്ട് കപ്പൽവിട്ട് പോയതുമെല്ലാം."

യാത്രക്കാരും ജോലിക്കാരും എന്റെ വാക്കുകൾ കേട്ടപ്പോൾ ചില രെന്നെ വിശ്വസിച്ചു, മറ്റു ചിലർ അവിശ്വസിക്കുകയും ചെയ്തു. ആ സമയത്ത്, 'ഡയമണ്ട്' താഴ്‌വരയെക്കുറിച്ച് സൂചിപ്പിക്കുന്നത് കേട്ട ഒരു വ്യാപാരി എന്റെ അടുത്തുവന്ന് അവരോട് പറഞ്ഞു. "ഞാൻ പറയുന്നത് കേൾക്കൂ, നല്ലവരായ മനുഷ്യരെ! എന്റെ യാത്രയിലെ ഏറ്റവും അദ്ഭുത കരമായ സംഭവം ഞാൻ നിങ്ങളോട് വിവരിച്ചുതന്നത് ഓർക്കുന്നുണ്ടോ? 'സർപ്പത്താഴ്‌വര'യിലേക്ക് ഞങ്ങൾ കശാപ്പുചെയ്ത മൃഗങ്ങളെ വലി ച്ചെറിഞ്ഞ സമയത്ത് ഒരു മനുഷ്യൻ വന്നുപെട്ട കാര്യം! നിങ്ങൾ അപ്പോൾ ഞാൻ പറഞ്ഞത് വിശ്വസിച്ചില്ല, അതു നുണയാണെന്ന് നിങ്ങൾ പറഞ്ഞു."

"അതെ" അവർ ഒന്നിച്ച് പറഞ്ഞു. "നിങ്ങൾ ആ കഥകൾ ഞങ്ങ ളോട് പറഞ്ഞിരുന്നു; ഞങ്ങൾ അതിന് വലിയ വില കല്പിച്ചില്ല." അയാൾ തുടർന്നു. "ഇതാണാമനുഷ്യൻ, അമൂല്യമായ രത്നങ്ങൾ എനിക്ക് സമ്മാനിച്ചവൻ; ഇത്തരം വിലപിടിച്ച രത്നങ്ങൾ കാണാൻ കഴിയില്ല. ഞാൻ എറിഞ്ഞുകൊടുത്ത മാംസക്കഷ്ണത്തിൽ പറ്റിപ്പിടിച്ച് എനിക്ക് കിട്ടിയേക്കാവുന്നതിനേക്കാൾ എത്രയോമടങ്ങ് രത്നങ്ങളാണയാൾ എനിക്ക് സമ്മാനിച്ചത്! പിന്നെ, അയാളോടൊപ്പം ഞാൻ ബസ്രാനഗരം വരെ ഒന്നിച്ച് യാത്രചെയ്തു. അവിടെവെച്ച് അയാൾ ഞങ്ങളെവിട്ട്, സ്വന്തം നാട്ടിലേക്കുപോയി. ഇതാണയാൾ; തന്റെ പേര് 'സഞ്ചാരി സിൻ്ബാദ്' ആണെന്നയാൾ പറഞ്ഞിരുന്നു. എങ്ങനെ അയാളെ ആ വിജനമായ ദ്വീപിൽ വിട്ട് കപ്പൽ പോന്നു! നിങ്ങൾക്കറിയാമോ, അള്ളായാണയാളെ ഇവിടെ എത്തിച്ചത്. എന്റെ കഥ സത്യമാണെന്ന് നിങ്ങൾക്ക് തെളിയിച്ചു തരാൻ എനിക്ക് കഴിഞ്ഞു. അതിനും പുറമെ, ഇതെല്ലാം അയാളുടെ ചര ക്കുകളാണ്. ഞങ്ങളുമായി ചേർന്ന അന്നുതന്നെ അയാൾ അക്കാര്യം പറഞ്ഞിരുന്നു; അയാളുടെ വാക്കുകൾ സത്യമാണെന്ന് ഉറപ്പിക്കാം."

ആ വ്യാപാരിയുടെ പ്രഭാഷണം കേട്ട് ക്യാപ്റ്റൻ എന്റെ അടുത്തു വന്ന് അല്പനേരം ചിന്തിച്ചതിനുശേഷം പറഞ്ഞു. "നിന്റെ ഭാണ്ഡങ്ങളുടെ അടയാളമെന്താണ്?"

"അപ്രകാരവും, അപ്രകാരവും". ഞാൻ മറുപടി നൽകി, പിന്നീട് ഞാനും അയാളും തമ്മിൽ നടന്ന ബസ്രാ യാത്രയ്ക്കിടെ നടന്ന ചില പ്രത്യേക സംഭാഷണം ഞാൻ ഓർമ്മിപ്പിച്ചു. ഞാൻ സഞ്ചാരി സിൻ്ബാദ് ആണെന്ന വസ്തുത അയാൾക്ക് ബോദ്ധ്യമായി. അയാൾ എന്നെ സസ ന്തോഷം ആലിംഗനം ചെയ്തു, എന്റെ ജീവൻ രക്ഷപ്പെട്ടതിൽ ആഹ്ലാദം പ്രകടിപ്പിച്ചു. "അള്ളായാണേ, എന്റെ പ്രഭോ, നിങ്ങളുടെ കാര്യം തീർച്ച യായും ആശ്ചര്യകരം തന്നെ! അദ്ഭുതകരമായ കഥ! നിങ്ങളെയും എന്നെയും വീണ്ടും ഒന്നിപ്പിച്ച അള്ളാ വാഴ്ത്തപ്പെട്ടവനാകട്ടെ! അതിനും പുറമെ, നിങ്ങളുടെ ചരക്കുകളും സാധനങ്ങളും തിരിച്ചുനൽകിയതിനും!" - അപ്പോഴേക്കും നേരംപുലരാറായെന്നും തനിക്ക് കഥ പറയാനനുവദിച്ച സമയം തീർന്നെന്നും ഷാഹ്റസാദ് മനസ്സിലാക്കി.

അഞ്ഞൂറ്റി അമ്പതാം രാവ്

അവർ പറഞ്ഞു, അല്ലയോ കീർത്തിമാനായ രാജാവേ, സഞ്ചാരി സിന്ദ്ബാദ് തുടർന്നു "അൽ ഹംദോലില്ലാ!" ക്യാപ്റ്റൻ പറഞ്ഞു. "നിങ്ങളുടെ ചരക്കുകളും സാധനങ്ങളും തിരിച്ചു നൽകിയ അള്ളാ വാഴ്ത്തപ്പെടട്ടെ."

പിന്നീട് ചരക്കുകളെല്ലാം ഞാൻ നല്ല വിലക്ക് വിറ്റു; അതിൽനിന്ന് നല്ല ലാഭം എനിക്കുണ്ടായി. അതിയായ സന്തോഷത്തോടെ ഞാൻ എന്റെ സ്വരക്ഷയും സാമ്പത്തിക ലാഭവും കൊണ്ടാടി. പല ദ്വീപുകളിലും ഞങ്ങൾ ക്രയവിക്രയം നടത്തി; ഒടുവിൽ ഇന്ത്യയിലെത്തി. അവിടന്ന് കരയാമ്പു, ഇഞ്ചി, ഏലക്കാ, കുരുമുളക്, കറുവപ്പട്ട തുടങ്ങിയവ വാങ്ങിച്ചു. പിന്നെ സിന്ധിൽ എത്തി. അവിടെയും വാങ്ങലും വില്ക്കലും നടത്തി. ഈ ഇന്ത്യൻ സമുദ്രത്തിൽ നിരവധി അദ്ഭുതങ്ങൾ ഞാൻ കണ്ടു; അതിൽ ഒന്നാണ് പശുവിനെപ്പോലുള്ള ഒരു മത്സ്യം! മനുഷ്യരെപ്പോലെ മുലയൂട്ടിയാണവ കുഞ്ഞുങ്ങളെ വളർത്തുന്നത്. അതുപോലെ കഴുതകളെയും ഒട്ടകങ്ങളെയുംപോലുള്ള മീനുകൾ ഉണ്ട്, ഭീമാകാരന്മാരായ ആമകളും! 'കക്ക'കളിൽനിന്ന് ഉയർന്നുവന്ന ഒരു കിളിയെ ഞാൻ കണ്ടു; അത് മുട്ടയിട്ട് വെള്ളത്തിന് മുകളിൽ അടയിരിക്കുന്നു! അതൊരിക്കലും കടൽവിട്ട് കരയ്ക്ക് പോകുന്നില്ല.

അള്ളായുടെ അനുഗ്രഹത്താൽ അനുകൂലമായ കാറ്റുമൂലം സുഖകരമായ യാത്രചെയ്ത്, സുരക്ഷിതരായി ഞങ്ങൾ ബസ്രായിൽ എത്തി. ഇവിടെ ഏതാനും ദിവസങ്ങൾ തങ്ങിയശേഷം ഞാൻ ബാഗ്ദാദിലേക്ക് തിരിച്ചു; നേരെ, സ്വന്തം വീട്ടിലെത്തി, വീട്ടുകാരേയും, സുഹൃത്തുക്കളെയും സലാം ചെയ്തു. ഈ കടൽയാത്രയിലൂടെ കണക്കില്ലാത്ത സ്വത്ത് ഞാൻ സമ്പാദിച്ചു. വിധവകൾക്കും അനാഥർക്കും ഞാൻ ഉദാരമായി പണം ദാനം ചെയ്തു; സുരക്ഷിതനായി തിരിച്ചെത്തിയതിന്റെ ഒരു നന്ദിപ്രകടനമായിരുന്നു അത്. അതിനുശേഷം, സൽക്കാരങ്ങളും മദിരോത്സവങ്ങളും ഉല്ലാസപരിപാടികളുമായി കൂട്ടുകാരോടൊപ്പം അടിച്ചുപൊളിച്ച് ജീവിതം ആസ്വദിക്കാൻ തുടങ്ങി. ഞാൻ അനുഭവിച്ച ദുരിതങ്ങളും കഷ്ടപ്പാടുകളുമെല്ലാം ഞാൻ വിസ്മരിച്ചു! "അപ്പോൾ ഇതൊക്കെയാണ് എന്റെ മൂന്നാം കടൽയാത്രയിൽ എനിക്കുണ്ടായ ഏറ്റവും വിസ്മയകരമായ അനുഭവങ്ങൾ! 'ഇൻഷ അള്ളാ' നാളെ രാവിലെ നിങ്ങൾ എന്റെ അടുത്തു വരുമ്പോൾ ഞാൻ എന്റെ നാലാം കടൽയാത്രയിലെ വീരസാഹസങ്ങൾ വിവരിച്ചു താരം; നിങ്ങൾ ഇപ്പോൾ കേട്ടുകഴിഞ്ഞതിനേക്കാൾ ആശ്ചര്യകരമാണവ!"

പിന്നെ ചുമട്ടുകാരൻ സിന്ദ്ബാദിന് നൂറു സ്വർണ്ണദിനാർ നൽകുവാനായി സഞ്ചാരി സിന്ദ്ബാദ് ഉത്തരവ് നൽകി. അതിനുശേഷം ഭക്ഷണം നിരത്താനായി ആവശ്യപ്പെട്ടു. അങ്ങനെ ഭൃത്യന്മാർ മേശയിൽ ആഹാരപദാർത്ഥങ്ങൾ നിരത്തി; അവർ അത്താഴം കഴിച്ചശേഷം അവരവരുടെ വഴിക്കു പോയി. അവരുടെ മനസ്സിൽ അന്നു കേട്ട വിസ്മയകരമായ കഥ സദാ സമയം തങ്ങിനിന്നു! ചുമട്ടുകാരൻ തനിക്ക് ലഭിച്ച സ്വർണ്ണ നാണയങ്ങളുമെടുത്ത് സ്വന്തം വീട്ടിലേക്കുപോയി രാത്രി വിശ്രമിച്ചു; അവനും

സദാസമയം ആ കഥയെക്കുറിച്ചുതന്നെയായിരുന്നു ചിന്ത! പിറ്റേന്ന് നേരം വെളുത്ത ഉടനെ പ്രഭാതനമസ്കാരത്തിനു ശേഷം സഞ്ചാരി സിൻദ് ബാദിന്റെ വീട്ടിലേക്കവൻ പുറപ്പെട്ടു. അദ്ദേഹത്തിനടുത്തെത്തി സലാം ചെയ്തപ്പോൾ, സഞ്ചാരി സിൻദ്ബാദ് സലാം തിരിച്ചു നൽകി, അവനെ സ്വീകരിച്ചിരുത്തി; മറ്റ് സ്നേഹിതന്മാർ എത്തുന്നതുവരെ ആഹ്ലാദപൂർവ്വം അവനോട് സംസാരിച്ചുകൊണ്ടിരുന്നു. എല്ലാവരും എത്തിയപ്പോൾ അവർ തീറ്റയും കുടിയും ഉല്ലാസവും തുടങ്ങി. അതിനുശേഷം സഞ്ചാരി സിൻദ്ബാദ് അവരോട് തന്റെ നാലാം കടൽയാത്രയെക്കുറിച്ചുള്ള കഥ പറയാൻ തുടങ്ങി.

നാലാം കടൽയാത്ര

എന്റെ സഹോദരന്മാരേ, മൂന്നാം കടൽയാത്രയ്ക്കുശേഷം, ഞാൻ അനുഭവിച്ച ദുരിതങ്ങളും കഷ്ടപ്പാടുകളും പാടേ മറന്ന്, കൂട്ടുകാരോടൊപ്പം തിന്നും കുടിച്ചും ഉല്ലസിച്ചും മധുരമായ ജീവിതം മുന്നോട്ട് നീക്കി. അങ്ങനെ, ഒരു ദിവസം ഒരു വ്യാപാരസംഘവുമായി ഞാൻ സംഭാഷണത്തിലേർപ്പെട്ടിരിക്കവെ, അവർ ഒരു വിദേശയാത്രയ്ക്ക് തയ്യാറായി ഇരിക്കുകയാണെന്ന് ഞാൻ മനസ്സിലാക്കി. ഉടനെ എന്റെ ദുശ്ചിന്ത പുനർജ്ജനിച്ചു! അവരോടൊപ്പം വിദേശരാജ്യങ്ങൾ സന്ദർശിക്കാനും വിചിത്രദൃശ്യങ്ങൾ കണ്ടാസ്വാദിക്കാനുമുള്ള മോഹം എന്നിൽ ഉദിച്ചുയർന്നു. നല്ലൊരു കൗതുകകരമായ യാത്രയും അതുവഴി കൈവരിക്കാവുന്ന നേട്ടങ്ങളും എന്റെ മനസ്സിനെ കീഴടക്കി. അങ്ങനെ കടൽയാത്രയ്ക്ക് ഞാൻ തയ്യാറെടുത്തു. നീണ്ട ഒരു യാത്രയ്ക്കുള്ള സാമാനങ്ങളും ചരക്കുകളും വൻതുക ചിലവക്കി ഞാൻ വാങ്ങിച്ചുകൂട്ടി. മുമ്പൊരിക്കലും ഇത്രയും ചരക്കുകൾ ഞാൻ സ്വരൂപിച്ചിരുന്നില്ല. ഇതെല്ലാം ബാഗ്ദാദിൽനിന്ന് ബസ്രയിലേക്ക് കടത്തികൊണ്ടുപോയി. അവിടെവെച്ച് മുൻപറഞ്ഞ വ്യാപാരികളോടൊപ്പം കപ്പലിൽക്കയറി; പട്ടണത്തിലെ പ്രധാന വ്യാപാരികളായിരുന്നു അവർ. അള്ളായുടെ അനുഗ്രഹത്തിൽ വിശ്വാസമർപ്പിച്ച് ഞങ്ങൾ യാത്ര ആരംഭിച്ചു. നല്ല കാറ്റും കാലാവസ്ഥയും മൂലം സുരക്ഷിതമായി ഞങ്ങൾ ഓരോ ദ്വീപുകളും കയറി ഇറങ്ങി; പല കടലുകളും താണ്ടി യാത്ര തുടരവെ, ഒരു ദിവസം പെട്ടെന്ന് കടൽ കലുഷിതമായി, കൊടുങ്കാറ്റടിക്കാൻ തുടങ്ങി. ക്യാപ്റ്റൻ ഉടനെ നങ്കൂരമിട്ട് കപ്പൽ നിർത്തി, അത് നടുക്കടലിൽ മുങ്ങിപ്പോകുമോ എന്ന് ഞങ്ങൾ ഭയപ്പെട്ടു. ഞങ്ങൾ എല്ലാവരും സർവ്വശക്തനോട് മനംനൊന്ത് പ്രാർത്ഥിച്ചു. ആ സമയത്ത് ഭയങ്കരമായൊരു സീൽക്കാരം ഞങ്ങൾ കേട്ടു; കപ്പലിന്റെ പായകൾ കീറിപ്പറിഞ്ഞു; നങ്കൂരക്കയറ് പൊട്ടി, കപ്പൽ കടലിൽ മുങ്ങി; ഞങ്ങളും സാമാനങ്ങളുമെല്ലാം കടലിലേക്ക് എടുത്തെറിയപ്പെട്ടു. അരദിവസത്തോളം ഞാൻ വെള്ളത്തിൽ പൊങ്ങിക്കിടന്നു; പിന്നെ, ഞാൻ ആശകൈവെടിഞ്ഞു. സർവ്വശക്തൻ അപ്പോൾ കപ്പലിലെ ഒരു വലിയ പലക കടലിലേക്കെറിഞ്ഞുതന്നു. ഞാനും മറ്റുചില വ്യാപാരികളും അതിൽ പറ്റിപ്പിടിച്ചു കയറി - അപ്പോഴേക്കും നേരംപുലരാറായെന്നും തനിക്ക് കഥ പറയാനനുവദിച്ച സമയം തീർന്നെന്നും ഷാഹ്റസാദ് മനസ്സിലാക്കി.

അഞ്ഞൂറ്റി അമ്പത്തിയൊന്നാം രാവ്

അവൾ പറഞ്ഞു, അല്ലയോ കീർത്തിമാനായ രാജാവേ, സഞ്ചാരി സിന്ദ്ബാദ് ഇപ്രകാരം തുടർന്നു - കപ്പൽ മുങ്ങിയപ്പോൾ, ഞാനും മറ്റ് ചില വ്യാപാരികളും കുതിരപ്പുറത്ത് കയറുന്നതുപോലെ ആ മരപ്പലകയിൽ പറ്റിപ്പിടിച്ചിരുന്ന് കാലുകൾ കൊണ്ട് തുഴഞ്ഞു. ഒരു രാവും പകലും അപ്രകാരം കടന്നുപോയി. കാറ്റും തിരമാലകളും ഞങ്ങളെ മുന്നേറാൻ സഹായിച്ചു. രണ്ടാം ദിവസം ഉച്ചയ്ക്ക് തൊട്ടുമുമ്പായി കടൽ ശാന്തമായി, കാറ്റ് ശമിച്ചു, ഞങ്ങൾ ഓളത്തിൽപ്പെട്ട് ഒരു ദ്വീപിൽ ചെന്നടിഞ്ഞു. അവിടെ ഇറങ്ങി നടന്നപ്പോൾ ധാരാളം മരങ്ങളും ചെടികളും ഞങ്ങൾ കണ്ടു. ഉറക്കമില്ലായ്മയും തണുപ്പും വിശപ്പും ദാഹവും ഭീതിയും ഞങ്ങളെ ജീവച്ഛവങ്ങളാക്കി മാറ്റിയിരുന്നു. ഞങ്ങൾ അവിടുന്ന് ധാരാളം പഴങ്ങൾ പറിച്ച് തിന്നു; ശരീരത്തിൽ ജീവൻ നിർത്താൻ കഴിഞ്ഞു. പിന്നെ നേരം പുലരുവോളം ഗാഢനിദ്രയിലാണ്ടു. നേരം വെളുത്തപ്പോൾ ഞങ്ങൾ എഴുന്നേറ്റ് ദ്വീപിൽ ചുറ്റിനടന്നു. അപ്പോൾ ദൂരെ ആൾത്താമസമുള്ളൊരു വീട് കാണാനിട വന്നു. ഞങ്ങൾ അങ്ങോട്ട് നടന്ന് ആ വീടിന്റെ വാതിൽക്കൽ എത്തി. അതാ, കുറെ നഗ്നമനുഷ്യർ അതിൽ നിന്ന് പുറത്ത്വരുന്നു! ഞങ്ങളെ അഭിവാദ്യം ചെയ്യുകയോ, മിണ്ടുകയോപോലും ചെയ്യാതെ ഞങ്ങളെ പിടികൂടി അവരുടെ രാജാവിന്നടുത്തേക്ക് കൊണ്ടുപോയി; അദ്ദേഹം ഞങ്ങളോട് ഇരിക്കാൻ ആംഗ്യം കാണിച്ചു. ഞങ്ങൾ ഇരുന്നപ്പോൾ, ഞങ്ങളുടെ മുന്നിൽ അവർ ഭക്ഷണസാധനങ്ങൾ നിരത്തി. അതുപോലൊന്ന് ഞങ്ങൾ ജീവിതത്തിൽ കണ്ടിട്ടില്ല. വിശപ്പിന്റെ വിളിമൂലം എന്റെ കൂട്ടുകാർ അത് കഴിച്ചു, എന്നാൽ എനിക്ക് ഛർദ്ദിക്കാൻ തോന്നിയതിനാൽ ഞാനത് സ്പർശിച്ചില്ല. അള്ളായുടെ കാരുണ്യത്താലാണത് കഴിക്കാതിരിക്കാനെനിക്ക് തോന്നിയത്; അതുകൊണ്ടാണ് ഞാനിപ്പോൾ ജീവിച്ചിരിക്കുന്നതും! അത് കഴിച്ച ഉടനെ എന്റെ കൂട്ടുകാരുടെ ബുദ്ധി നഷ്ടപ്പെട്ടു; അവർ പ്രേതബാധയേറ്റ ഭ്രാന്തന്മാരെപ്പോലെ ആയി മാറി! അപ്പോൾ ആ കിരാതന്മാർ അവർക്ക് 'കൊക്കൊ' എണ്ണ കുടിക്കാൻ കൊടുത്തു; ആ എണ്ണ ശരീരത്തിൽ പുരട്ടുകയും ചെയ്തു. അതോടെ അവർ ഭക്ഷണം ആർത്തിയോടെ തിന്നാൻ തുടങ്ങി. ഇതുകണ്ട ഞാൻ വല്ലാതെ അമ്പരപ്പിലായി. അവർക്കുവേണ്ടി വിഷമിച്ചു; നഗ്നരെക്കുറിച്ച് വല്ലാത്ത ഭീതിയും ഉൽകണ്ഠയും എന്നിൽ ഉദിച്ചു. ഞാനവരെ സൂക്ഷ്മമായി നിരീക്ഷിച്ചു. അവർ 'മാഗിയൻ' നരഭോജികളാണെന്ന് അതിവേഗം എനിക്ക് മനസ്സിലായി. ഒരു ഭൂതമാണവരുടെ രാജാവ്! അവരുടെ നാട്ടിലേക്ക് വരുന്നവരേയും അവരുടെ താഴ്വരയിൽ വെച്ചോ, റോഡിൽ വെച്ചോ പിടിക്കപ്പെടുന്നവരേയും അവർ ഈ രാജാവിന്നടുത്തേക്ക് കൊണ്ടുവരുന്നു; അവർക്ക് ഭക്ഷണം കൊടുക്കുകയും വയറ്റിൽ എണ്ണ പുരട്ടുകയും ചെയ്യുന്നു; അപ്പോൾ അവരുടെ വയറ് വലുതാകുന്നു, കൂടുതൽ ആഹാരം കഴിക്കുന്നു, മന്ദബുദ്ധികളായി മാറുന്നു, വിവേകം നിശ്ശേഷം നശിക്കുന്നു! അങ്ങനെ വയറ് നിറച്ച് ഭക്ഷണം തള്ളിക്കയറ്റി 'കൊക്കൊ' എണ്ണ പുരട്ടി തടിപ്പിച്ചശേഷം അവരുടെ കഴുത്തറുത്ത് പൊരിച്ചെടുത്ത് രാജാവിന് തിന്നാൻ കൊടുക്കുന്നു. എന്നാൽ, സാധാരണക്കാരായ കിരാതന്മാർ പച്ചമാംസമാണ് കഴിക്കാറ്. ഇതുകണ്ട് ഞാൻ

വല്ലാതെ പേടിച്ചുപോയി! എന്നാൽ, എന്റെ കൂട്ടുകാരാകട്ടെ, മന്ദബുദ്ധികളെപ്പോലെ എന്താണ് തങ്ങളോട് ചെയ്തതെന്നറിയാതെ അന്ധാളിച്ചു നിൽക്കുകയാണ്. നഗ്നനായ നരഭോജികളിലൊരുവൻ അവരുടെ കന്നുകാലികളെ പുല്ലുതീറ്റാൻ കൊണ്ടുപോകുന്നതുപോലെ ദ്വീപിലെ പുൽമൈതാനത്തിലേക്ക് എന്നും കൊണ്ടുപോകും. അവർ സ്വന്തം ഇഷ്ടാനുസരണം കാട്ടിൽ ചുറ്റിക്കറങ്ങും, ഇഷ്ടമുള്ളിടത്ത് കിടന്നുറങ്ങും; അങ്ങനെ അവർ തടിച്ചുകൊഴുത്തു. ഞാനാണെങ്കിലോ ഭീതിയും വിശപ്പും മൂലം മെലിഞ്ഞ് എല്ലും തൊലിയുമായി; തൊലി ചുക്കിച്ചുളിഞ്ഞു. ആ നരഭോജികൾ എന്റെ ശോചനീയാവസ്ഥ കണ്ടപ്പോൾ, എന്നെ എന്റെ പാട്ടിന് വിട്ടു, എന്നെക്കുറിച്ചവർ ചിന്തിച്ചതേയില്ല. അങ്ങനെ ഒരു ദിവസം അവരുടെ ശ്രദ്ധയിൽ പെടാതെ ഞാൻ തെന്നിമാറി, ദൂരെയുള്ള കടലോരത്തേക്ക് നടന്നു. അവിടെ ഉയർന്ന ഒരു സ്ഥലത്ത് ഒരു വൃദ്ധൻ ഇരിക്കുന്നത് കണ്ടു. അയാൾക്ക് ചുറ്റും വെള്ളമാണ്. ഞാനയാളെ സൂക്ഷിച്ചു നോക്കി; എന്റെ കൂട്ടുകാരെ നടത്താൻ കൊണ്ടുപോയവനാണയാൾ. എന്റെ കൂട്ടുകാരെപ്പോലെ നിരവധിപേർ അവനോടൊപ്പമുണ്ട്. അയാൾ എന്നെ കണ്ട ഉടനെ, ഞാൻ മറ്റുള്ളവരെപ്പോലെ മന്ദബുദ്ധിയല്ലെന്നയാൾ മനസ്സിലാക്കി. ദൂരേനിന്നയാൾ എനിക്ക് ആംഗ്യം കാട്ടി. "പിന്നാക്കംപോയി ഇടതുവശത്തെ റോഡിലൂടെ പോകുക; അപ്പോൾ നിങ്ങൾ രാജവീഥിയിലെത്തും."

അങ്ങനെ അയാളുടെ ആജ്ഞപോലെ ഞാൻ ചെയ്തു, വലതുവശത്തെ റോഡിലൂടെ മുന്നോട്ടുപോയി. ചിലപ്പോൾ പേടിയോടെ ഓടും, പിന്നെ സാവധാനത്തിൽ നടക്കും; ഒടുവിൽ, ആ വൃദ്ധന്റെ ദൃഷ്ടിയിൽ നിന്നും ഞാൻ മറഞ്ഞു. ഇതിന്നകം സൂര്യൻ അസ്തമിച്ച് കഴിഞ്ഞിരുന്നു, ഇരുട്ട് വ്യാപിച്ചു. ഞാൻ അപ്പോൾ ഒന്ന് വിശ്രമിക്കാനായി ഇരുന്നു, ഉറങ്ങിപ്പോയേനെ. എന്നാൽ അന്ന് രാത്രി എനിക്ക് ഉറക്കം വന്നതേയില്ല. കാരണം, പേടിയും വിശപ്പും ക്ഷീണവും എന്ന് വല്ലാതെ ഉലച്ചിരുന്നു. അർദ്ധരാത്രിയായപ്പോൾ, ഞാൻ എഴുന്നേറ്റ് നടക്കാൻ തുടങ്ങി. സൂര്യൻ കുന്നിൻ മുകളിൽ ഉദിച്ചുവന്ന്, സമതലങ്ങളിൽ പ്രകാശം പരത്തുന്നതുവരെ ഞാൻ നടത്തം തുടർന്നു! അപ്പോഴേക്കും വിശപ്പും ദാഹവും സഹിക്കാനാവാതെ ഞാൻ തളർന്നുകഴിഞ്ഞിരുന്നു. ഞാൻ ദ്വീപിൽ വളർന്നു നിൽക്കുന്ന ചെടികളും പുല്ലുകളും പറിച്ച് തിന്ന്, ജീവൻ നിലനിർത്തി. അതിനുശേഷം നടത്തം തുടർന്നു; അന്ന് പകൽ മുഴുവനും രാത്രിയും നടത്തം തന്നെ ആയിരുന്നു. ഇലകളും, കിഴങ്ങുകളുമായിരുന്നു എന്റെ ആഹാരം. ഏഴ് രാവും പകലും ഞാനങ്ങനെ നടന്നു. ഒടുവിൽ എട്ടാം ദിവസം രാവിലെ, എന്തോ മങ്ങിയൊരു വസ്തു ദൂരെയായി എന്റെ ദൃഷ്ടിയിൽപ്പെട്ടു. ഞാൻ ഉടനെ അതിനെ ലക്ഷ്യമാക്കി നടന്നു; അപ്പോൾ പേടികൊണ്ട് എന്റെ ഹൃദയം കിടന്ന് പിടയ്ക്കുന്നുണ്ടായിരുന്നു. കുരുമുളക് ശേഖരിക്കുന്ന ഒരു സംഘം ആളുകളായിരുന്നു അത്.

എന്നെ കണ്ട ഉടനെ അവർ എന്റെ ചുറ്റും കൂടിനിന്ന് എന്നോട് ചോദിച്ചു. "നിങ്ങൾ ആരാണ്, എപ്പോൾ ഇവിടെ വന്നു?"

ഞാൻ മറുപടി നൽകി. "ഞാനൊരു പരദേശിയാണ് ആളുകളെ." പിന്നെ, ഞാൻ അനുഭവിച്ച കഷ്ടപ്പാടുകളും ദുരിതങ്ങളും അവർക്ക് വിവരിച്ചുകൊടുത്തു - അപ്പോഴേക്കും നേരംപുലരാറായെന്നും തനിക്ക് കഥ പറയാനനുവദിച്ച സമയം തീർന്നെന്നും ഷാഹ്റസാദ് മനസ്സിലാക്കി.

അഞ്ഞൂറ്റി അമ്പത്തിരണ്ടാം രാവ്

അവൾ പറഞ്ഞു, ഓ, കീർത്തിമാനായ രാജാവേ, സിൻദ്ബാദ് സഞ്ചാരി തുടർന്നു - ആ ദ്വീപിൽ നിന്ന് കുരുമുളക് സംഭരിക്കാനെത്തിയ ആളുകൾ എന്നെ ചോദ്യംചെയ്തപ്പോൾ, ഞാൻ അനുഭവിച്ച കഷ്ടതകളും ദുരിതങ്ങളും ആ നരഭോജികളിൽനിന്ന് ഓടി രക്ഷപ്പെട്ട കാര്യവുമെല്ലാം ഞാൻ അവർക്ക് വിവരിച്ചുകൊടുത്തു. അവരതുകേട്ട് വല്ലാതെ വിസ്മയിച്ചുപോയി! ഞാൻ സുരക്ഷിതനായി ഇവിടെ എത്തിപ്പെട്ടതിലവർ സന്തോഷം പ്രകടിപ്പിച്ചു. "അള്ളായാണേ, ഇത് ആശ്ചര്യകരം തന്നെ! എന്നാൽ, കൂട്ടമായിവന്ന് ദ്വീപിൽ എത്തുന്ന ജനങ്ങളെ പിടിച്ച്തിന്നുന്ന കാടന്മാരിൽനിന്നും നിങ്ങൾ എങ്ങനെ രക്ഷപ്പെട്ടു? ഒരാൾക്കും അവരിൽനിന്ന് മോചനമില്ല; ആർക്കും അവരുടെ പിടിയിൽനിന്നും പുറത്ത് കടക്കാനും പറ്റില്ല."

പിന്നീട്, എന്റെ കൂട്ടുകാർക്ക് സംഭവിച്ച ദുരവസ്ഥയെക്കുറിച്ച് ഞാൻ അവരോട് പറഞ്ഞു. തങ്ങളുടെ പണിതീരുന്നതുവരെ അവർ എന്നെ അടുത്തിരുത്തി; നല്ല ഭക്ഷണം എനിക്ക് കഴിക്കാൻ തന്നു. വിശന്നുവലഞ്ഞ ഞാൻ അത് ആർത്തിയോടെ കഴിച്ചു. അല്പം വിശ്രമിച്ചശേഷം അവർ എന്നെ കപ്പലിലേക്ക് കൊണ്ടുപോയി. ഞങ്ങൾ കടൽയാത്ര ചെയ്ത് അവരുടെ ദ്വീപിന്റെ ആസ്ഥാനത്തെത്തി. അവർ എന്നെ അവരുടെ രാജാവിന് മുന്നിൽ ഹാജരാക്കി. അദ്ദേഹം എന്റെ അഭിവാദ്യത്തിന് പ്രത്യഭിവാദം ചെയ്ത് ആദരവോടെ എന്നെ സ്വീകരിച്ച് എന്റെ കഥ ചോദിച്ചറിഞ്ഞു. ഞാൻ ബാഗ്ദാദ് നഗരത്തിൽനിന്ന് ഇറങ്ങിയശേഷം നടന്ന സംഭവങ്ങൾ അദ്ദേഹത്തിന് വിവരിച്ചുകൊടുത്തു. എന്റെ വീരസാഹസകഥ കേട്ട് രാജാവും അരമന ഉദ്യോഗസ്ഥരും വല്ലാതെ വിസ്മയിച്ചുപോയി. അദ്ദേഹം എന്നെ അടുത്തിരുത്തി അദ്ദേഹത്തോടൊപ്പം ആഹാരം കഴിക്കാൻ ക്ഷണിച്ചു. ഭക്ഷണം മതിയാവോളം കഴിച്ചശേഷം കൈകഴുകി, സർവ്വശക്തനായ അള്ളായ്ക്ക് നന്ദിപറഞ്ഞ്; അവൻ എന്നോട് കാണിച്ച കാരുണ്യമോർത്ത് അകമഴിഞ്ഞ് പ്രാർത്ഥിച്ചു.

പിന്നെ, രാജാവിനോട് വിടപറഞ്ഞ്, നഗരം നടന്നുകാണുവാനായി പുറപ്പെട്ടു. അതിസമ്പന്നവും ജനനിബിഡവുമായിരുന്നു ആ നഗരം. തിരക്കുപിടിച്ച തെരുവുകളിൽ ഭക്ഷണപദാർത്ഥങ്ങളും മറ്റു ചരക്കുകളും നിരത്തിവെച്ച അനേകം കടകളുണ്ട്. ഇത്രയും സുഖകരമായൊരു സ്ഥലത്ത് വന്നുപെട്ടപ്പോൾ, കഷ്ടപ്പാടുകൾ നിറഞ്ഞ ദിവസങ്ങൾക്കുശേഷം വല്ലാത്തൊരാശ്വാസമാണ് എനിക്കനുഭവപ്പെട്ടത്. പട്ടണവാസികളുമായി ഞാൻ ചങ്ങാത്തം സ്ഥാപിച്ചു; അവിടെ പ്രമാണികളും രാജാവുമായും അടുപ്പത്തിലായി.

അവിടത്തെ ഉന്നതരും താഴ്ന്നവരുമെല്ലാം നല്ല ഇനം കുതിരകളിലാണ് സവാരിചെയ്യുന്നതെങ്കിലും ആരും അവയ്ക്ക് 'ജീനി' ഉപയോഗിക്കുന്നില്ലെന്ന് ഞാൻ കണ്ടു. ഞാനക്കാര്യം അതിശയത്തോടെ രാജാവിനു മുന്നിൽ അവതരിപ്പിച്ചു. "അല്ലയോ, പ്രഭോ, നിങ്ങൾ എന്താണ് കുതിരയ്ക്ക് ജീനി കെട്ടാത്തത്? 'ജീനി'യുണ്ടെങ്കിൽ സവാരിചെയ്യുന്നവന് ആശ്വാസവും കരുത്തും നൽകും."

"എന്താണ് 'ജീനി'?" അദ്ദേഹം ചോദിച്ചു. "ഞാൻ അത്തരം ഒരു സാധനം ജീവിതത്തിൽ ഉപയോഗിച്ചിട്ടില്ല."

“അങ്ങയുടെ അനുവാദത്തോടെ ഞാൻ ഒരു ജീനി ഉണ്ടാക്കിത്തരാം. അതിൽ ഇരുന്ന് സവാരിചെയ്താൽ അതിന്റെ സുഖം അങ്ങേക്ക് മനസ്സിലാകും.”

“അങ്ങനെത്തന്നെയാകട്ടെ”. അദ്ദേഹം സമ്മതിച്ചു. “എനിക്ക് കുറച്ച് മരപ്പലകകൾ തരൂ!” അതുകൊണ്ടുവന്നപ്പോൾ, ഞാനൊരു സമർത്ഥനായ ആശാരിയെ തിരഞ്ഞെടുത്ത്, എങ്ങനെയാണ് ജീനി ഉണ്ടാക്കുന്നതെന്ന് അവന്റെ അടുത്തിരുന്ന് മരപ്പലകയിൽ മഷികൊണ്ട് വരച്ചുകാണിച്ചു. പിന്നെ, കമ്പിളിത്തുണി കീറി ‘കുഷൻ’പോലെയാക്കി; ജീനി തുകൽ കൊണ്ട് പൊതിഞ്ഞ്; അതിനുള്ളിൽ സ്പോഞ്ച് നിറച്ചു, ഭംഗിയായി പുറം ഭാഗം മിനുക്കി. അതിനുശേഷം ഒരു കരുവാനെ വരുത്തി, അങ്കപ്പടിയും കടിഞ്ഞാൺപിടിയും ഉണ്ടാക്കിച്ചു. പിന്നെ ഭംഗിയായി അത് പോളിഷ് ചെയ്തു; അതിനുശേഷം സിൽക്ക് തുണികൊണ്ട് പൊതിഞ്ഞു. അങ്ങനെ മനോഹരമായ ജീനിയും അങ്കപ്പടികളും കടിഞ്ഞാൺപിടികളും അണിയിച്ച ഏറ്റവും നല്ലൊരു കുതിരയെ രാജാവിനു മുന്നിൽ ഹാജരാക്കി. അദ്ദേഹം അതിൽ വളരെ പ്രീതനായി, എന്നോട് നന്ദിപറഞ്ഞു. പിന്നെ കുതിരപ്പുറത്തേറി ജീനിയിലിരുന്ന് ആഹ്ലാദത്തോടെ സവാരിചെയ്തു. എന്റെ ജോലിക്ക് ഉദാരമായി പ്രതിഫലം നൽകി. രാജാവിന്റെ വസീർ അതുകണ്ട്, അത്തരം ജീനിയും മറ്റും ഉണ്ടാക്കിക്കൊടുക്കുവാൻ എന്നോട് ആവശ്യപ്പെട്ടു. അതിനുശേഷം എല്ലാ പ്രഭുക്കന്മാരും സർക്കാർ ഓഫീസർമാരും ജീനി ഉണ്ടാക്കിത്തരുവാനാവശ്യപ്പെട്ട് എന്നെ സമീപിച്ചു. ഞാൻ അങ്ങനെ ആ തൊഴിലിൽ വ്യാപൃതനായി (ആ കൈത്തൊഴിൽ ആശാരിയെയും കരുവാനെയും ഞാൻ അഭ്യസിപ്പിച്ചിരുന്നു). ആവശ്യക്കാർക്കെല്ലാം ഞാനത് വിറ്റു; ഞാനീ നിർമ്മാണത്തിലൂടെ വൻ സമ്പത്ത് നേടി. രാജാവും കുടുംബവും പ്രഭുക്കന്മാരും എനിക്ക് നല്ല ആനുകൂല്യങ്ങളും ആദരവും നൽകി. ഞാനങ്ങനെ സംതൃപ്തനും, ആദരണീയനുമായി രാജാവിനോടൊപ്പം ഇരിക്കവെ, അദ്ദേഹം എന്നോട് ചോദിച്ചു. “നീ ഞങ്ങളിൽ ഒരാളായിത്തീർന്നിരിക്കുന്നു എന്ന് നിനക്കറിയാമോ? ഒരു സഹോദരനെപ്പോലെ പ്രിയപ്പെട്ടവൻ. നിന്നെ ഒരിക്കലും വേർപിരിയാനാവത്തത്ര സ്നേഹവും ആദരവും ഞങ്ങൾ നിനക്ക് തരുന്നു. നീ ഞങ്ങളുടെ നഗരം വിട്ടുപോകുന്നത് ഞങ്ങൾക്ക് സഹിക്കാനാവില്ല. അതുകൊണ്ട്, ഞാൻ പറയാൻപോകുന്ന ഒരു കാര്യം നീ അനുസരിക്കണം; നീ മറുത്തൊന്നും പറയില്ലെന്ന് ഞാൻ വിശ്വസിക്കുന്നു.”

ഞാൻ മറുപടി നൽകി. “അല്ലയോ രാജാവേ, അങ്ങ് എന്താണെന്നിൽനിന്ന് ആഗ്രഹിക്കുന്നത്? ഞാനൊരിക്കലും അങ്ങയോട് മറുത്തൊന്നും പറയില്ല. കാരണം, ഞാൻ അങ്ങയോട് പല കാര്യങ്ങളും കടപ്പെട്ടവനാണ്, അത്രയും ആനുകൂല്യങ്ങളും കാരുണ്യവും സമ്പത്തുമാണ് അങ്ങ് എനിക്ക് നൽകിയിട്ടുള്ളത്! (അള്ളായ്ക്ക് സ്തുതി!) ഞാൻ അങ്ങയുടെ സേവകനാണ്.”

അദ്ദേഹം പറഞ്ഞു. “സുന്ദരിയും സുശീലയും അനുയോജ്യയുമായൊരു മഹിളയെ ഞാൻ നിനക്ക് വിവാഹം കഴിച്ചുതരുവാൻ ആഗ്രഹിക്കുന്നു; അവൾ സുന്ദരി മാത്രമല്ല, സമ്പന്നയുമാണ്; അങ്ങനെ നീ ഞങ്ങളുടെ നാട്ടുകാരനായി മാറണം. നിന്നെ ഞാൻ എന്നോടൊപ്പം കൊട്ടാരത്തിൽ താമസിപ്പിക്കും. എന്നെ ഇക്കാര്യത്തിൽ നീ എതിർക്കരുത്.”

ഈ വാക്കുകൾ കേട്ട് ഞാൻ നാണിച്ചുപോയി! ഞാൻ നിശ്ശബ്ദത പാലിച്ചു. മറുപടി നൽകാതെ ശാന്തനായി ഇരുന്നു. ലജ്ജാവിവശനായ എന്നെ നോക്കി അദ്ദേഹം ചോദിച്ചു. "നീ എന്താണെനിക്ക് മറുപടിയൊന്നും നൽകാത്തത്, എന്റെ മോനേ?" "ഓ, എന്റെ യജമാനനേ, അങ്ങേക്ക് ആജ്ഞാപിക്കാമല്ലോ രാജാധിരാജാ!" ഞാൻ മറുപടി നൽകി.

അപ്പോൾ അദ്ദേഹം ഖാസിയേയും സാക്ഷികളെയും വിളിച്ചുവരുത്തി, പ്രഭുകുടുംബത്തിലെ ഒരു മഹതിയുമായി ഉടനെത്തന്നെ വിവാഹം കഴിപ്പിച്ചു; വൻ സമ്പത്തിന്നുടമയായിരുന്നു അവൾ. പുരാതനവംശത്തിലെ മനോഹരമായൊരു കുസുമം! അതിസുന്ദരിയും, അംഗലാവണ്യവുമുള്ള അവൾ നിരവധി എസ്റ്റേറ്റുകൾക്കും കെട്ടിടങ്ങൾക്കും ഫാമുകൾക്കും ഉടമയാണ് - അപ്പോഴേക്കും നേരംപുലരാറായെന്നും തനിക്ക് കഥ പറയാനനുവദിച്ച സമയം തീർന്നെന്നും ഷാഹ്റസാദ് മനസ്സിലാക്കി.

അഞ്ഞൂറ്റി അമ്പത്തിമൂന്നാം രാവ്

അവൾ പറഞ്ഞു, ഓ, കീർത്തിമാനായ രാജാവേ, സഞ്ചാരി സിന്ദ്ബാദ് തന്റെ വാക്കുകൾ തുടർന്നു - രാജാവ്, എന്റെ യജമാനൻ അനുയോജ്യയായ ഈ തരുണിയെ എന്നെക്കൊണ്ട് വിവാഹം കഴിപ്പിച്ചശേഷം, വലിയൊരു മണിമാളിക എനിക്കായി നൽകി, അതോടൊപ്പം കുറെ അടിമകളെയും ഉദ്യോഗസ്ഥരെയും. നല്ല ശമ്പളവും ബത്തയും എനിക്ക് അനുവദിച്ചു. ഞാൻ സുഖസമൃദ്ധമായ ജീവിതം നയിക്കാൻ തുടങ്ങി. കഴിഞ്ഞുപോയ കഷ്ടപ്പാടുകളും ദുരിതങ്ങളും ഞാൻ വിസ്മരിച്ചു. കാരണം, ഞാൻ എന്റെ ഭാര്യയെ ആത്മാർത്ഥമായി സ്നേഹിച്ചു; അവളും എന്നെ അപ്രകാരം തന്നെ സ്നേഹിച്ചു, രണ്ട് ശരീരവും ഒരാത്മാവും എന്നതുപോലെ! പൂർണ്ണസംതൃപ്തിയോടെയും സന്തുഷ്ടിയോടെയും ഞങ്ങൾ ഒന്നിച്ച് ജീവിച്ചു. ഞാൻ സ്വയം പറഞ്ഞു "ഞാൻ സ്വന്തം നാട്ടിലേക്ക് തിരിച്ചുപോകുമ്പോൾ ഇവളെയും കൂടെ കൊണ്ടുപോകും."

എന്നാൽ, ഒരു മനുഷ്യന് വിധിക്കപ്പെട്ടിട്ടുള്ളത് വഴിയിൽ തങ്ങില്ല; എന്താണവന് സംഭവിക്കാൻ പോകുന്നതെന്ന് ആർക്കുമറിയില്ല! കുറെക്കാലം ഞങ്ങൾ അങ്ങനെ കഴിഞ്ഞു. ഒരുദിവസം എന്റെ ഒരു അയൽവാസിയുടെ ഭാര്യ മരിച്ചു. എന്റെ ഉറ്റ സുഹൃത്തായിരുന്നു അയാൾ. മരണവിലാപം കേട്ട് ഞാനയാളെ ആശ്വസിപ്പിക്കാനായി ചെന്നു; വല്ലാത്ത വിഷമാവസ്ഥയിലായിരുന്നു അയാൾ. ആത്മാവും ശരീരവും തളർന്ന ഒരു അവസ്ഥ! ഞാൻ ദുഃഖം പ്രകടിപ്പിച്ചു. "കരയാതിരിക്കൂ, നിന്റെ ഭാര്യ അള്ളായുടെ കാരുണ്യത്തിലായിരിക്കുന്നു; ദൈവം അവൾക്കുപകരം ഇതിനേക്കാൾ നല്ല ഒരുവളെ തീർച്ചയായും തരും, നിന്റെ പേര് പ്രശസ്തിയിലേക്ക് ഉയരും, നീ ദീർഘായുസ്സായിരിക്കും, ഇൻഷാ അള്ളാ!"

എന്നാൽ അയാൾ അപ്പോൾ കൂടുതൽ ഉച്ചത്തിൽ കരയാൻ തുടങ്ങി. "അല്ലയോ എന്റെ സുഹൃത്തേ എനിക്കെങ്ങനെയാണ് അവളേക്കാൾ കൂടുതൽ നല്ലവളായൊരു ഭാര്യയെ അള്ളാ നൽകുക? എനിക്കിനി ഒരു ദിവസത്തെ ജീവിതം മാത്രം അവശേഷിച്ചിട്ടുള്ളപ്പോൾ?"

"ഓ, എന്റെ സഹോദരാ"ഞാൻ പറഞ്ഞു. "സ്വബോധത്തിലേക്ക് തിരിച്ചുവരിക, സ്വന്തം മരണത്തെക്കുറിച്ച് ജൽപിക്കാതിരിക്കുക, നീ എത്ര ആരോഗ്യവാനാണെന്ന് ഓർക്കുക."

"നീയാണേ, എന്റെ സ്നേഹിതാ". അവൻ തുടർന്നു. "നാളെ നിനക്ക് എന്നെ നഷ്ടപ്പെടും, പിന്നെ ഉയിർത്തെഴുന്നേല്പ്പിന്റെ ദിനംവരെ വീണ്ടും നിനക്കെന്നെ കാണാൻ കഴിയില്ല."

"എന്താണിങ്ങനെ?" ഞാൻ ചോദിച്ചു.

അയാൾ മറുപടി നൽകി. "ഇന്നേ ദിവസം അവർ എന്റെ ഭാര്യയെ മറവുചെയ്യുമ്പോൾ എന്നേയും അതേ ശവക്കല്ലറയിൽ കുഴിച്ചുമൂടും; എന്തുകൊണ്ടെന്നാൽ, അതാണ് ഞങ്ങളുടെ ആചാരം. ഭാര്യയാണ് ആദ്യം മരിക്കുന്നതെങ്കിൽ, അവളുടെ മൃതശരീരത്തോടൊപ്പം ഭർത്താവിനെയും മറവുചെയ്യുക; അതുപോലെ ഭർത്താവാണ് ആദ്യം മരിക്കുന്നതെങ്കിൽ, അയാളുടെ മൃതദേഹത്തോടൊപ്പം ഭാര്യയെ കുഴിച്ചുമൂടുക; അങ്ങനെ മരിച്ചാൽ ജീവിതം ആസ്വദിക്കേണ്ട."

"അള്ളായാണേ" ഞാൻ നിലവിളിച്ചു. "ഇത് ഏറ്റവും നിന്ദ്യവും ആഭാസവുമായ ആചാരമാണ്; ആർക്കും സഹിക്കാൻ പ്രയാസമാണിത്!"

അതിനിടയ്ക്ക് നിരവധി പട്ടണവാസികൾ അങ്ങോട്ട് കടന്നുവന്നു; എന്റെ ഉറ്റ സുഹൃത്തിനോട് ഭാര്യയുടെ നിര്യാണത്തിൽ ഖേദം പ്രകടിപ്പിച്ചു, അതുപോലെ അയാളുടെ ദുർഗതിയിലും! അവർ മരിച്ചസ്ത്രീയെ പുറത്തെടുത്ത് ശവമഞ്ചത്തിൽ കിടത്തി; അവളെയും ഭർത്താവിനേയും നഗരത്തിന് പുറത്തേക്ക് കൊണ്ടുപോയി; കടലിന്നടുത്തുള്ള ഒരു മലയടിവാരത്തിലെത്തി; ഇവിടെ അവർ വലിയൊരു പാറക്കല്ല് പൊക്കിമാറ്റി ഒരു വലിയ കിണറിന്റെ മുഖം തുറന്നു. അത് മലയ്ക്കടിയിലുള്ള വിശാലമായ ഒരു ഗുഹയിലേക്കാണ് പോകുന്നത്. ഈ കിണറ്റിലേക്കവർ ശവശരീരം എറിഞ്ഞു; പിന്നെ ഭർത്താവിനെ കയറുകൊണ്ട് കക്ഷത്ത് വരിഞ്ഞുകെട്ടി, ആ ഗുഹയിലേക്ക് ഇറക്കി; അയാളോടൊപ്പം വലിയൊരു പാത്രം നിറയെ ശുദ്ധജലവും, ഏഴ് അപ്പങ്ങൾ 'പാഥേയവും' ആയി വെച്ചു. അയാൾ താഴെ എത്തിയപ്പോൾ അവർ കയർ വലിച്ചൂരി; പിന്നെ ആ ഗുഹാമുഖം പഴയതുപോലെ പാറക്കല്ലെടുത്ത് അടച്ചുമൂടി. അങ്ങനെ എന്റെ സുഹൃത്തിനെ മൃതിയടഞ്ഞ ഭാര്യയോടൊപ്പം ഉപേക്ഷിച്ച്, അവർ നഗരത്തിലേക്ക് തിരിച്ചുപോന്നു. ഇതുകണ്ട് ഞാൻ ആത്മഗതമായി പറഞ്ഞു. "അള്ളാ ഇത്തരം മരണം, ആദ്യത്തെ മരണത്തേക്കാൾ ദുഃഖകരമാണ്!"

ഞാൻ രാജാവിന്റെ അടുത്തുചെന്ന് ചോദിച്ചു. "അല്ലയോ, എന്റെ പ്രഭോ, അങ്ങ് ജീവനുള്ളവരെ മരിച്ചവരോടൊപ്പം സംസ്കരിക്കുന്നത് എന്തിനാണ്?"

"നിനക്കറിയാമോ, അത് ആചാരമാണ്, ഓർമ്മവെച്ച കാലംമുതൽ പുരാതന രാജാക്കന്മാരും, പൂർവ്വികരും പിൻതുടർന്ന ആചാരം; ഭർത്താവാണ് ആദ്യം മരിക്കുന്നതെങ്കിൽ, അയാളോടൊപ്പം ഭാര്യയെ കുഴിച്ചിടുക; അതുപോലെ ഭാര്യയാണ് ആദ്യം മരിക്കുന്നതെങ്കിൽ ഭർത്താവിനെ ഭാര്യയോടൊപ്പം കുഴിച്ചിടുക. അതുകൊണ്ട് നമ്മൾക്കവരെ വേർപെടുത്താനാവില്ല, ജീവിച്ചിരിക്കുമ്പോഴും മരിച്ചാലും."

ഞാൻ ചോദിച്ചു. "അല്ലയോ മഹാരാജാവേ, എന്നെപ്പോലൊരു വിദേശിയുടെ ഭാര്യ മരിച്ചാൽ അവനോട് ഇതുപോലെതന്നെ ചെയ്യുമോ?" അദ്ദേഹം മറുപടി നൽകി. "തീർച്ചയായും. ഞങ്ങൾ അവനോടും ഇപ്രകാരം തന്നെ ചെയ്യും, നിങ്ങൾ ഇപ്പോൾ കണ്ടതുപോലെ."

ഇത് കേട്ടപ്പോൾ എന്റെ ഹൃദയം പൊട്ടിപ്പോകുമെന്നെനിക്കു തോന്നി; എനിക്കെന്റെ കാര്യമോർത്ത് വല്ലാത്ത ഉൽക്കണ്ഠ ഉടലെടുത്തു! എന്റെ വിവേകം നഷ്ടപ്പെടുന്നതുപോലെ! നികൃഷ്ടമായൊരു ഇരുട്ടറയിൽ ഞാൻ അടയ്ക്കപ്പെട്ടിരിക്കുകയാണെന്ന ഒരു തോന്നൽ! അവരുടെ സമൂഹത്തെ ഞാൻ വെറുത്തു; എന്റെ ഭാര്യ എനിക്ക് മുമ്പ് മൃതിയടഞ്ഞാൽ, അവളോടൊപ്പം എന്നെ ജീവനോടെ കുഴിച്ചുമൂടുമല്ലോ എന്ന ചിന്ത എന്നെ കിടിലം കൊള്ളിച്ചു. എന്തായാലും, കുറച്ചുകഴിഞ്ഞ് ഞാൻ എന്നെ സ്വയം ആശ്വസിപ്പിച്ചു. "ഒരുപക്ഷേ, ഞാൻ അവൾക്ക് മുമ്പ് മരിച്ചേക്കാം; അല്ലെങ്കിൽ അവൾ മരിക്കുന്നതിനുമുമ്പ് ഞാൻ സ്വന്തം നാട്ടിലേക്ക് തിരിച്ചുപോകും. ആദ്യം മരിക്കുന്നത് ആരാണെന്ന് ആർക്കും അറിയില്ലല്ലോ."

പിന്നെ എന്റെ മനസ്സിലെ ഈ ചിന്ത അകറ്റാനായി ഞാൻ മറ്റു പല കാര്യങ്ങളും ഓർത്തു. എന്നാൽ, അധികനാൾ കഴിയുന്നതിനുമുമ്പ് എന്റെ ഭാര്യ രോഗിണിയായി മാറി; ഏതാനും ദിവസങ്ങൾക്കുശേഷം മൃതിയടഞ്ഞു. രാജാവും മറ്റ് ആളുകളും എത്തി; എന്നോടും അവളുടെ കുടുംബാംഗങ്ങളോടും ഖേദം പ്രകടിപ്പിച്ചു, ഞങ്ങളെ ആശ്വസിപ്പിച്ചു. പിന്നെ സ്ത്രീകൾ മൃതശരീരത്തെ കുളിപ്പിച്ചു, ഏറ്റവും വിലപിടിച്ച വസ്ത്രങ്ങൾ ധരിപ്പിച്ചു, സ്വർണ്ണാഭരണങ്ങളും, നെക്‌ലേസും, രത്നാഭരണങ്ങളും അണിയിച്ച് ശവമഞ്ചത്തിൽ കിടത്തി, മുമ്പ് പറഞ്ഞ മലയടിവാരത്തിലേക്ക് കൊണ്ടുപോയി; ആ ഗുഹയുടെ മൂടി തുറന്ന്, അവളെ അതിലേക്കറിഞ്ഞു. എന്റെ കൂട്ടുകാരും പരിചയക്കാരും എന്റെ ഭാര്യയുടെ ബന്ധുക്കളും എന്റെ ചുറ്റും കൂടി, എന്റെ ആസന്നമായ വേർപാടിലും മരണത്തിലും എന്നെ ആശ്വസിപ്പിച്ചു. ഞാനപ്പോൾ അവരോട് കരഞ്ഞുകൊണ്ട് പറഞ്ഞു. "ജീവനുള്ളവരെ മരിച്ചവരോടൊപ്പം മറവുചെയ്യാൻ സർവ്വശക്തനായ അള്ളായുടെ നിയമത്തിലില്ല! ഞാനൊരു വിദേശിയാണ്, നിങ്ങളുടെ വംശത്തിൽ പെട്ടവനല്ല. എനിക്ക് നിങ്ങളുടെ ആചാരം ബാധകമല്ല. ഞാനിത് നേരത്തെ അറിഞ്ഞിരുന്നെങ്കിൽ ഇവടന്ന് ഒരിക്കലും വിവാഹം കഴിക്കില്ലായിരുന്നു!"

ഞാൻ പറഞ്ഞതവർ കേട്ടില്ല, ഒട്ടും ശ്രദ്ധിച്ചില്ല; എന്നെ അവർ ബലമായി പിടിച്ച് ബന്ധിച്ചു. വലിയൊരു പാത്രം ശുദ്ധജലവും ഏഴ് അപ്പങ്ങളുമായി, അവരുടെ ആചാരപ്രകാരം അവർ എന്നെ ഗുഹയിലേക്ക് ഇറക്കി. ഞാൻ താഴെ എത്തിയപ്പോൾ, കയർ അഴിച്ചുവിടുവാനായി അവർ എന്നോട് വിളിച്ചുപറഞ്ഞു. എന്നാൽ, ഞാനത് അനുസരിച്ചില്ല. അതുകൊണ്ടവർ അത് താഴേക്ക് വലിച്ചെറിഞ്ഞ്, ഗുഹയുടെ വായ പാറക്കല്ലുകൊണ്ട് മൂടി സ്വന്തം വഴിക്ക്പോയി - അപ്പോഴേക്കും നേരംപുലരാറായെന്നും തനിക്ക് കഥ പറയാനനുവദിച്ച സമയം തീർന്നെന്നും ഷാഹ്റസാദ് മനസ്സിലാക്കി.

അഞ്ഞൂറ്റി അമ്പത്തിനാലാം രാവ്

അവൾ പറഞ്ഞു, അല്ലയോ കീർത്തിമാനായ രാജാവേ, സഞ്ചാരി സിന്ദ്ബാദ് തുടർന്നു - അവർ എന്നെ മൃതിയടഞ്ഞ ഭാര്യയോടൊപ്പം ഗുഹയിൽ ഉപേക്ഷിച്ച് അതിന്റെ മുഖം മൂടിയ ശേഷം സ്വന്തം വഴിക്ക് പോയപ്പോൾ, ഞാൻ ചുറ്റും കണ്ണോടിച്ചു; ആ ഗുഹ നിറയെ മൃതശരീരങ്ങളാണ്;

വൃത്തികെട്ട ദുർഗ്ഗന്ധം അവിടെ തിങ്ങിനിന്നു; മരണത്തിന്റെ ആർത്ത നാദം അവിടെ മുഴങ്ങുന്നു! ഞാൻ എന്നെ സ്വയം പഴിച്ചു. "അള്ളായാണേ എനിക്ക് സംഭവിച്ചതിനും, സംഭവിക്കാൻ പോകുന്നതിനും ഞാൻ തന്നെ യാണ് ഉത്തരവാദി; ഞാനിത് അർഹിക്കുന്നു! ഈ നഗരത്തിൽ നിന്നൊരു ഭാര്യയെ സ്വീകരിച്ചത് എന്ത് ശാപംമൂലമാണ്? അള്ളായേക്കാൾ ശക്ത നായൊരു ദൈവമില്ല! ഞാൻ പലപ്പോഴും പറഞ്ഞിട്ടുള്ളപോലെ, ഒരു അപ കടത്തിൽ നിന്ന് ഞാൻ രക്ഷപ്പെടുമ്പോൾ അതിനേക്കാൾ മോശമായ മറ്റൊന്നിൽ ചെന്ന് വീഴുന്നു. അള്ളായാണേ, ഇതൊരു അറപ്പുളവാക്കുന്ന മരണം തന്നെ! ദൈവമേ, ഞാൻ അന്തസ്സുള്ളൊരു മരണം കൈവരിച്ചി രുന്നെങ്കിൽ! കുളിപ്പിച്ച്, ഒരു മനുഷ്യനെയോ, മുസ്ലിമിനെപ്പോലെയോ, വസ്ത്രം ധരിപ്പിച്ച് മറവുചെയ്തിരുന്നെങ്കിൽ! ഞാൻ കടലിൽ മുങ്ങിച്ചാ കുകയോ, മലകളിൽ മരിച്ചുവീഴുകയോ ചെയ്തിരുന്നെങ്കിൽ! ഈ നികൃ ഷ്ടമരണത്തേക്കാൾ ഏത്ര ഭേദമായിരുന്നു അത്!"

അപ്രകാരം ഞാൻ സ്വന്തം വിഡ്ഢിത്തത്തെക്കുറിച്ച് കുറ്റപ്പെടുത്തി, അവിടെനിന്നും രക്ഷപ്പെടുന്നതിനെകുറിച്ച് ചിന്തിച്ച്, രാവും പകലുമറി യാതെ സമയം നീക്കി. പിശാചിനെ ശപിച്ചും, ദൈവത്തേ വാഴ്ത്തിയും കഴിയവെ, വിശപ്പും ദാഹവും എനിക്ക് സഹിക്കാതായി. ഞാൻ ചിതറി ക്കിടക്കുന്ന അസ്ഥികൂടങ്ങൾക്കുമീതെകൂടെ നടന്ന്, ഒരിടത്തിരുന്ന് എന്റെ ശരീരത്തോടൊപ്പം കെട്ടിവെച്ചിരുന്ന ഒരു അപ്പവും, ഒരു വായ വെള്ളവും അകത്താക്കി. ഇതിനുശേഷം എന്റെ ജീവിതത്തിലെ ഏറ്റവും നശിച്ച രാത്രി കഴിച്ചുകൂട്ടാനായി ഒരുങ്ങി. ഞാൻ ഗുഹ നടന്ന് പരിശോധിച്ചു; അതൊരു നീണ്ടുകിടക്കുന്ന ഗുഹയാണെന്ന് ഞാൻ കണ്ടു; അതിന്റെ പാർശ്വങ്ങളിൽ തുളകളുണ്ട്. തറയിൽ മൃതശരീരങ്ങളും അസ്ഥികൂട ങ്ങളും ചിതറിക്കിടക്കുന്നു, വളരെ കാലപ്പഴക്കമുണ്ടതിന്. ആ ഗുഹയുടെ പൊള്ളയായൊരു ഭാഗത്ത്, ശവങ്ങളിൽനിന്ന് ദൂരെ മാറി, ഞാൻ കിടന്നു റങ്ങി. എന്റെ പക്കലുള്ള ഭക്ഷണസാധനങ്ങൾ തീരുന്നതുവരെ ഞാന ങ്ങനെ കഴിച്ചുകൂട്ടി. പിന്നെ ഒന്നോ രണ്ടോ ദിവസത്തിൽ ഒരിക്കലാക്കി എന്റെ ഭക്ഷണം, വെള്ളംകുടിക്കുന്നത് ദാഹം സഹിക്കാതാകുമ്പോൾ ദിവസത്തിൽ ഒരിക്കലും! എന്റെ ആഹാരപദാർത്ഥങ്ങൾ കഴിഞ്ഞുപോയി. ഞാൻ മരിച്ചെങ്കിലോ! ഞാൻ സ്വയം പറഞ്ഞു. "അല്പം കഴിക്കുക, സ്വല്പം കുടിക്കുക; ദൈവം കൃപകാണിച്ച് നിന്നെ രക്ഷിക്കും."

ഒരു ദിവസം ഞാൻ എന്റെ ദുർഗതിയോർത്ത് വിഷാദിച്ചിരിക്കയായി രുന്നു; ഈ അപ്പവും വെള്ളവും തീർന്നാൽ ഞാൻ എന്തുചെയ്യുമെന്നാ യിരുന്നു എന്റെ ചിന്ത! അപ്പോൾ ഗുഹാമുഖത്തെ പാറ മൂടി മെല്ലെ തുറ ക്കുന്നത് ഞാൻ കണ്ടു! വെളിച്ചം എന്റെ മേൽ പതിച്ചു.

ഞാൻ സ്വയം പറഞ്ഞു. "എന്താണ് കാര്യം? എനിക്ക് അതിശയം തോന്നുന്നു! ഒരുപക്ഷേ, അവർ മറ്റൊരു ശവം കൊണ്ടുവന്നിരിക്കാം."

പിന്നെ ഗുഹാമുഖത്ത് നിൽക്കുന്ന മനുഷ്യരെ എനിക്ക് കാണാൻ കഴിഞ്ഞു; അവർ ഒരു പുരുഷന്റെ മൃതദേഹം താഴേക്കിറക്കി, പിന്നെ വിലപിച്ചുകൊണ്ടിരിക്കുന്ന ഒരു സ്ത്രീയേയും, അവളോടൊപ്പം പതിവി ലധികം അപ്പവും വെള്ളവുമുണ്ട്. ഞാനവളെ നന്നായി കണ്ടു, സുന്ദരി യായൊരു സ്ത്രീ; എന്നാൽ, അവളെന്നെ കണ്ടില്ല. ഞാനൊരു അസ്ഥി കൂടത്തിന്റെ കാല് പറിച്ചെടുത്തു, അവളുടെ തലയ്ക്ക് ശക്തിയായി അടിച്ചു!

നിലവിളിച്ചുകൊണ്ടവൾ ബോധംകെട്ട് വീണു; അവൾ മരിച്ചെന്ന് ബോദ്ധ്യം വരുന്നതുവരെ ഞാൻ അവളെ മർദ്ദിച്ചു. ഞാൻ അവളിൽ നിന്ന് അപ്പവും വെള്ളവും പിടിച്ചെടുക്കുമ്പോൾ അവൾ അണിഞ്ഞിരിക്കുന്ന അമൂല്യമായ സ്വർണ്ണാഭരണങ്ങളും രത്നങ്ങളും കണ്ടു! കാരണം, ഒരു സ്ത്രീയെ, അവളുടെ എല്ലാ ആഭരണങ്ങളോടുമൊപ്പം സംസ്കരിക്കുന്നതാണ് അവരുടെ ആചാരം! ഞാൻ ഭക്ഷണസാധനങ്ങളെല്ലാം എടുത്തുകൊണ്ടുപോയി ഗുഹയുടെ മൂലയിലുള്ള എന്റെ ഉറക്കറയിൽ കൊണ്ടുവെച്ച് അല്പാല്പമായിക്കഴിച്ചു, ശരീരത്തിൽ ജീവൻ നില നിർത്താനുള്ള ആഹാരം മാത്രം! വിശപ്പും ദാഹവും മൂലമുള്ള മരണം ഒഴിവാക്കാനായി! എന്നിട്ടും സർവ്വശക്തനായ അള്ളായിലുള്ള വിശ്വാസം എനിക്ക് നഷ്ടപ്പെട്ടില്ല. അങ്ങനെ, അവിടത്തെ ജനങ്ങൾ ശവത്തോടൊപ്പം താഴെ ഇറക്കുന്ന ജീവനുള്ളവരെയെല്ലാം തല്ലിക്കൊന്ന് അവരുടെ ഭക്ഷണം തട്ടിയെടുത്ത് കഴിച്ച് ഞാൻ കുറെ നാൾ കഴിച്ചുകൂട്ടി!

ഒരു ദിവസം ഞാൻ ഉറങ്ങിക്കിടക്കുമ്പോൾ, ശവശരീരങ്ങൾക്കിടയിലൂടെ എന്തോ ഒരു ജീവി മാന്തുന്നതും, പരതിനടക്കുന്നതും കേട്ട്, ഞാൻ ഉണർന്നു.

"ഇതെന്തായിരിക്കും?. ചെന്നായയായിരിക്കുമോ എന്നു പേടിച്ച് ഞാൻ സ്വയം ചോദിച്ചു.

ഞാൻ മെല്ലെ എഴുന്നേറ്റ് മുമ്പുപറഞ്ഞ കാലിന്റെ അസ്ഥിയുമെടുത്ത്, ശബ്ദം കേട്ടിടത്തേക്ക് നടന്നു. ഞാൻ ചെല്ലുന്നതറിഞ്ഞ ഉടനെ അത് ഗുഹയുടെ ഉൾഭാഗത്തേക്ക് ഓടി. അതാ, അതൊരു കാട്ടുമൃഗമാണ്! എന്തായാലും ഞാനതിനെ പിൻതുടർന്നു; അപ്പോൾ ദൂരെ ഗുഹയുടെ അറ്റത്ത് ഒരു നക്ഷത്രംപോലെ ഒരു പ്രകാശബിന്ദു കണ്ടു! ചിലപ്പോൾ അത് അപ്രത്യക്ഷപ്പെടുന്നുമുണ്ട്. ഞാൻ അതെന്താണെന്നറിയാനായി അങ്ങോട്ട് നടന്നു, അടുത്ത് ചെല്ലുംതോറും അത് വലുതാവുകയും, കൂടുതൽ പ്രകാശിക്കുകയും ചെയ്യുന്നു! അത് പാറയിലെ ഒരു വിള്ളലാണെന്നെനിക്ക് ബോദ്ധ്യമായി, പുറത്തേക്കുള്ള ഒരു മാർഗ്ഗം. ഞാൻ ആത്മഗതമായി പറഞ്ഞു "ഈ വിള്ളലിന് എന്തെങ്കിലും കാരണം കാണും; ഒന്നുകിൽ അത് രണ്ടാം ഗുഹാമുഖത്തിന്റെ മൂടി ആയിരിക്കാം, എന്നെ താഴേക്കിറക്കിയതുപോലെ മറ്റൊന്ന്; അല്ലെങ്കിൽ, പാറയിലെ സ്വതസിദ്ധമായ വിടവായിരിക്കാം.

അപ്രകാരം ചിന്തിച്ചുകൊണ്ട് ഞാൻ ആ പ്രകാശം കണ്ടിടത്തേക്ക് ചെന്നു. മലയടിവാരത്തിലെ ഒരു വിടവാണതെന്നെനിക്ക് മനസ്സിലാക്കാൻ കഴിഞ്ഞു. കാട്ടുമൃഗങ്ങൾ തള്ളിക്കടന്ന് ആ ദ്വാരം വലുതായിരിക്കുന്നു; അങ്ങനെ അതിലൂടെ ഈ കാട്ടുമൃഗങ്ങൾ കടന്നുവന്ന് മൃതശരീരങ്ങൾ ഭക്ഷിച്ച് സ്വതന്ത്രരായി അങ്ങോട്ടുമിങ്ങോട്ടും പോകുന്നു!

അതു കണ്ടപ്പോൾ എനിക്കൊരു പുതുജീവൻ വെച്ചതുപോലെ തോന്നി; എന്റെ മനസ്സിൽ ആശകൾ മൊട്ടിട്ടു; മരണത്തെ അഭിമുഖീകരിച്ചുകഴിഞ്ഞ ഞാൻ രക്ഷപ്പെടുമെന്ന് ഉറപ്പാക്കി. അങ്ങനെ, ഒരു സ്വപ്നാടനക്കാരനെപ്പോലെ ഞാൻ നടന്നു, ആ വിടവിലൂടെ ഇഴഞ്ഞു കയറി; ഉന്നതമായൊരു മലയുടെ അടിവാരത്തിലാണ് ഞാൻ എത്തിയിരിക്കുന്നതെന്ന് എനിക്ക് മനസ്സിലായി; മുന്നിൽ കടലാണ്, ദ്വീപിൽനിന്ന് വേർപെട്ടാണത് കിടക്കുന്നത്. അതുകൊണ്ട് നഗരവാസികൾക്ക് ഒരിക്കലും

അവിടെ വന്നുപെടാനാവില്ല. ഞാൻ സർവ്വേശ്വരനെ സ്തുതിച്ചു, അവന് നന്ദിപറഞ്ഞു, രക്ഷപ്പെടാമെന്ന ആശയിൽ അളവറ്റ് ആഹ്ലാദിച്ചു; ഞാൻ ഗുഹകളിലേക്ക് അതേ മാർഗ്ഗത്തിലൂടെ തിരിച്ചുവന്ന്, അവിടെ ഉണ്ടായിരുന്ന അപ്പവും, വെള്ളവും, ചില ശവങ്ങളിൽനിന്ന് ഊരിയെടുത്ത ഉടുപ്പുകളും ആയി ഞാൻ പുറത്തുവന്നു. പിന്നീട് ശവത്തിൽ അണിയിക്കപ്പെട്ടിരുന്ന സ്വർണ്ണാഭരണങ്ങളും, രത്നങ്ങളും, മുത്തുകളും, വെള്ളിയുമെല്ലാം ഞാൻ ശേഖരിച്ച് ഭാണ്ഡങ്ങളാക്കി കെട്ടി, കടൽത്തീരത്തുള്ള മലയടിവാരത്തിലേക്ക് കൊണ്ടുവന്നു. ഏതെങ്കിലും കപ്പലുകൾ അതിലെ കടന്ന് പോകുന്നതും നോക്കി ഞാനവിടെ കഴിഞ്ഞു; അള്ളായുടെ കരുണയാൽ, ഞാൻ രക്ഷപ്പെടുമെന്നെനിക്കുറപ്പ് തോന്നിയിരിക്കുന്നു.

ഞാൻ എന്നും ആ ഗുഹയിലേക്ക് തിരിച്ച്പോകും. പലപ്പോഴും ജീവനോടെ ഗുഹയിലേക്ക് തള്ളപ്പെട്ടവരെ ഞാൻ കണ്ടു. അലക്ഷ്യഭാവത്തിൽ ആൺപെൺ ഭേദമില്ലാതെ ഞാനവരെ തല്ലിക്കൊന്ന് അവരുടെ ഭക്ഷണപദാർത്ഥങ്ങളും വിലപിടിച്ച ആഭരണങ്ങളും കൈക്കലാക്കി, കടൽത്തീരത്തെ എന്റെ താവളത്തിലേക്ക് പോന്നു. അങ്ങനെ വളരെ നാളുകൾ ഞാനവിടെ കഴിഞ്ഞു - അപ്പോഴേക്കും നേരംപുലരാറായെന്നും തനിക്ക് കഥ പറയാനനുവദിച്ച സമയം തീർന്നെന്നും ഷാഹ്രസാദ് മനസ്സിലാക്കി.

അഞ്ഞൂറ്റി അമ്പത്തിയഞ്ചാം രാവ്

അവൾ പറഞ്ഞു, അല്ലയോ കീർത്തിമാനായ രാജാവേ, സഞ്ചാരി സിൻബാദ് തുടർന്നു - ഭക്ഷണപദാർത്ഥങ്ങളും വിലപിടിച്ച ആഭരങ്ങളുമെല്ലാം ഗുഹയിൽനിന്ന് എടുത്ത്കൊണ്ടുപോയി, കുറെ നാൾ ആ കടൽത്തീരത്ത് ഞാൻ കഴിഞ്ഞു. ഞാൻ സ്വന്തം ദുരവസ്ഥയെക്കുറിച്ച് ചിന്താമഗ്നനായി ഇരിക്കവെ, തിരമാലകൾക്കുമീതെ കടലിൽ ചാഞ്ചാടിപ്പോകുന്ന ഒരു കപ്പൽ എന്റെ ദൃഷ്ടിയിൽപ്പെട്ടു. അപ്പോൾ ഞാനൊരു വെള്ളത്തുണി ഒരു വടിയിൽകെട്ടി, അതും പിടിച്ച് കടൽത്തീരത്തുകൂടെ ഓടി. കപ്പലിലെ യാത്ര്യക്കാർക്കുള്ള ഒരു സിഗ്നൽ ആയിരുന്നു അത്. ഒടുവിൽ അവർ എന്നെ കണ്ടു. എന്റെ കൂക്കൂവിളി കേട്ടു; അവർ എന്നെ കയറ്റി കൊണ്ടുപോകാനായി ഒരു ബോട്ട് വിട്ടു. അത് അടുത്തെത്തിയപ്പോൾ ബോട്ടിലുണ്ടായിരുന്ന കപ്പൽജോലിക്കാർ വിളിച്ചുചോദിച്ചു. "നീ ആരാണ്, ഈ മലയിൽ എങ്ങനെ വന്നുപെട്ടു, ഞങ്ങളുടെ ജീവിതത്തിൽ ഇങ്ങനെ ഒരനുഭവം ഞങ്ങൾക്കുണ്ടായിട്ടില്ല!" ഞാൻ മറുപടി നൽകി "ഞാനൊരു മാന്യനും, ഒരു വ്യാപാരിയുമാണ്, കപ്പൽ തകർന്നപ്പോൾ, ഒരു മരപ്പലകയിൽ പിടിച്ച് മുങ്ങിച്ചാകാതെ രക്ഷപ്പെട്ടവൻ. എന്റെ ചരക്കുകളെല്ലാം ആ കപ്പലിനോടൊപ്പം മുങ്ങിപ്പോയി. സർവ്വശക്തന്റെ കാരുണ്യത്താലും, വിധിവൈഭവത്താലും എന്റെ കരുത്തും കഴിവും മൂലവും, വളരെയേറെ കഷ്ടപ്പാടുകൾ അനുഭവിച്ചുകൊണ്ട് ഞാൻ ഈ കടൽത്തീരത്ത് വന്നുപെട്ടു. ഏതെങ്കിലും കപ്പൽ എന്നെ കണ്ടെത്തി ഇവിടെനിന്നും രക്ഷപ്പെടുമെന്ന പ്രതീക്ഷയിൽ ഞാനിവിടെ കഴിയുകയായിരുന്നു."

അവർ എന്റെ, വിലപിടിച്ച ആഭരണങ്ങൾ നിറച്ച ഭാണ്ഡങ്ങളോടൊപ്പം ബോട്ടിൽ പിടിച്ചുകയറ്റി കപ്പലിലേക്ക് തുഴഞ്ഞുകൊണ്ടുപോയി.

കപ്പിത്താൻ എന്നോട് ചോദിച്ചു. "ഓ, മനുഷ്യാ, ഈ മലയടിവാരത്തിലെ കടൽത്തീരത്ത് നിങ്ങൾ എങ്ങനെ വന്നുപെട്ടു? ഇതിന് പിന്നിലാണല്ലോ ആ വൻനഗരം സ്ഥിതിചെയ്യുന്നത്. ഈ കടലിലൂടെ, എന്റെ ജീവിതത്തിൽ, പല പ്രാവശ്യം അങ്ങോട്ടുമിങ്ങോട്ടും ഞാൻ കടന്നുപോയിട്ടുണ്ട്. ഇവിടെ കാട്ടുമൃഗങ്ങളും പക്ഷികളുമല്ലാതെ മറ്റൊന്നും ഞാൻ കണ്ടിട്ടില്ല."

കപ്പൽ ജോലിക്കാരോട് ഞാൻ പറഞ്ഞ എന്റെ അനുഭവകഥ, അദ്ദേഹത്തോട് ഞാൻ ആവർത്തിച്ചുകൊടുത്തു. എന്നാൽ, ആ നഗരത്തിലോ, ഗുഹയിലോ എനിക്ക് വന്നുപെട്ട ദുരിതങ്ങളെക്കുറിച്ച് ഞാനദ്ദേഹത്തോട് ഒരക്ഷരം മിണ്ടിയില്ല, ആ കപ്പലിൽ ആ ദ്വീപ് നിവാസികൾ ആരെങ്കിലും ഉണ്ടെങ്കിലോ! പിന്നെ, എന്റെ പക്കൽ ഉണ്ടായിരുന്ന ഏറ്റവും നല്ല കുറച്ച് മുത്തുകൾ എടുത്ത്, അവ ക്യാപ്റ്റന് സമർപ്പിച്ചുകൊണ്ട് പറഞ്ഞു. "എന്റെ പ്രഭോ, ഈ മലയിൽനിന്ന് അങ്ങാണ് എന്നെ രക്ഷിച്ചത്. എന്റെ പക്കൽ പണമായിട്ട് ഇപ്പോൾ ഒന്നുമില്ല; എന്നാൽ, ഇപ്പോൾ ഇത് എന്നിൽനിന്ന് സ്വീകരിക്കുക, അങ്ങയുടെ കാരുണ്യത്തിന്റെയും സൽക്കർമ്മത്തിന്റെയും പ്രതിഫലമായി."

എന്നാൽ, അദ്ദേഹം അത് നിരസിച്ച് "കപ്പൽ തകർന്ന് നിരാലംബനായി നിൽക്കുന്ന ഒരു മനുഷ്യനെ കടൽത്തീരത്തോ, ഒരു ദ്വീപിലോ ഞങ്ങൾ കണ്ടെത്തിയാൽ ഞങ്ങൾ അവനെ കൊണ്ടുവന്ന്, ഭക്ഷണവും വെള്ളവും, വസ്ത്രവും നൽകും. അവനിൽ നിന്ന് ഞങ്ങൾ ഒന്നും വാങ്ങിക്കില്ല. സുരക്ഷിതമായി ഞങ്ങൾ ഒരു തുറമുഖത്തെത്തിയാൽ, ഞങ്ങൾ സ്വന്തം കൈയിൽനിന്നവന് പണവും സമ്മാനങ്ങളും നൽകി, ദയയോടും അനുകമ്പയോടുംകൂടി യാത്ര അയയ്ക്കുന്നു; കാരണം, അള്ളാവിനോടുള്ള സ്നേഹമാണ് സർവ്വപ്രധാനം."

അദ്ദേഹത്തിന് ദീർഘായുസ്സ് ആശംസിച്ചുകൊണ്ട്, എന്റെ മോചനത്തിൽ ആഹ്ലാദിച്ച് ഞാൻ നാട്ടിലേക്കു പ്രയാണത്തിന് തുടക്കം കുറിച്ചു. കഴിഞ്ഞുപോയ കഷ്ടപ്പാടുകളും ദുരിതങ്ങളും ഞാൻ മറക്കാൻ ശ്രമിച്ചു. കാരണം, എന്റെ മരിച്ച ഭാര്യയോടൊപ്പം എന്നെ ഗുഹയിലേക്കിട്ട കാര്യമോർക്കുമ്പോഴെല്ലാം ഞാൻ പേടിച്ചു വിറക്കുമായിരുന്നു! പിന്നെ ഞങ്ങൾ കപ്പൽ യാത്ര തുടർന്നു; നിരവധി ദ്വീപുകളും കടലുകളും താണ്ടി ഞങ്ങൾ 'ബെൽദ്വീപിൽ എത്തി, രണ്ട് ദിവസം ആ നഗരത്തിൽ ചിലവഴിച്ച ശേഷം, ആറ് ദിവസം യാത്രചെയ്ത് 'കാലാ' ദ്വീപിലെത്തി, മലബാർതീരത്തിന്നരികിൽ. ശക്തനും പ്രതാപിയുമായൊരു രാജാവാണാരാജ്യം ഭരിച്ചിരുന്നത്. ഒന്നാംതരം കർപ്പൂരവും ചൂരൽ ഉല്പന്നങ്ങളും ആ ഇന്ത്യൻ കരയിൽ ലഭ്യമാണ്. ഇവിടെ ഒരു 'കാരീയ'ഖനിയുമുണ്ട്. ഒടുവിൽ, അള്ളായുടെ കൃപകൊണ്ട് ഞങ്ങൾ സുരക്ഷിതരായി ബസ്രാപട്ടണത്തിലെത്തി. ഞാനവിടെ ഏതാനും ദിവസങ്ങൾ തങ്ങിയശേഷം ബാഗ്ദാദ് നഗരത്തിലേക്ക്പോയി, ആനന്ദത്തോടെ സ്വന്തം വീട്ടിലേക്ക് കയറിച്ചെന്നു! അവിടെ എന്റെ ബന്ധുമിത്രാദികൾ കൂട്ടംചേർന്ന് എന്നെ സ്വീകരിച്ചു; സുരക്ഷിതനായി തിരിച്ചെത്തിയതിൽ ആഹ്ലാദം പ്രകടിപ്പിച്ചു, ആശിർവ്വദിച്ചു.

ഞാൻ കൊണ്ടുവന്ന സാധനങ്ങളെല്ലാം എന്റെ കലവറയിൽ സൂക്ഷിച്ചു. ഫക്കീറുകൾക്കും യാചകർക്കും ഞാൻ ഉദാരമായി പണം

നൽകി; വിധവകൾക്കും അനാഥർക്കും പണത്തിന് പുറമെ വസ്ത്രങ്ങളും നൽകി. പിന്നെ, ഒരു സുഖലോലുപനെന്നപോലെ പഴയരീതിയിൽ ജീവിതം ആസ്വദിക്കാൻ തുടങ്ങി!

"ഇത്രയുമാണ് എന്റെ ഏറ്റവും വിസ്മയകരമായ നാലാമത്തെ വീര സാഹസ കടൽയാത്ര. എന്നാൽ, നാളെ ദയവായി നിങ്ങൾ എന്റെ അടുത്തുവരികയാണെങ്കിൽ, എന്റെ അഞ്ചാം കടൽയാത്രയിൽ എനിക്കുണ്ടായ അനുഭവങ്ങൾ ഞാൻ വിവരിച്ചുതരാം; ഇതുവരെ പറഞ്ഞ യാത്രകളേക്കാൾ ആശ്ചര്യകരവും, അപൂർവ്വവുമാണായാത്രാ വിവരണം! അല്ലയോ, സഹോദരാ, നാട്ടുകാരനായ സിന്ദ്ബാദ്, നിങ്ങൾ എന്നോടൊപ്പം അത്താഴം കഴിക്കുക."

സഞ്ചാരി സിന്ദ്ബാദ് കഥപറഞ്ഞു തീർന്നപ്പോൾ അത്താഴം വിളമ്പാൻ ഉത്തരവ് നൽകി. അവർ ഭക്ഷണം തീൻമേശയിൽ നിരത്തിയപ്പോൾ എല്ലാവരും സുഭിക്ഷമായി അത്താഴം കഴിച്ചു. അതിനുശേഷം, പതിവുപോലെ അദ്ദേഹം ചുമട്ടുകാരന് നൂറ് ദിനാർ നൽകി. അവനും മറ്റ് സുഹൃത്തുക്കളും അവരവരുടെ വഴിക്ക്പോയി. തങ്ങൾ കേട്ട കഥയോർത്ത് എല്ലാവരും ആശ്ചര്യഭരിതരായിരുന്നു. കാരണം, ഓരോ പുതിയകഥയും പഴയതിനെ കവച്ചുവെക്കുന്ന രീതിയിൽ അസാധാരണമായിരുന്നു. ചുമട്ടുകാരൻ തന്റെ വീട്ടിൽ ആനന്ദത്തോടെ രാത്രി കിടന്നുറങ്ങി. നേരം പുലർന്ന ഉടനെ, പ്രഭാതനമസ്കാരത്തിനുശേഷം സഞ്ചാരി സിന്ദ്ബാദിന്റെ വീട്ടിലേക്കവൻ നടന്നു. അദ്ദേഹം അവനെ സ്വീകരിച്ചിരുത്തി. മറ്റ് കൂട്ടുകാർ എത്തിയപ്പോൾ, അവർ ഒന്നിച്ചിരുന്ന്, ആഹ്ലാദപൂർവ്വം സംസാരിച്ചുകൊണ്ട് ആഹാരം കഴിച്ചു. പിന്നെ ആതിഥേയൻ അഞ്ചാം കടൽയാത്ര വിവരിക്കാൻ തുടങ്ങി - അപ്പോഴേക്കും നേരംപുലരാറായെന്നും തനിക്ക് കഥ പറയാനനുവദിച്ച സമയം തീർന്നെന്നും ഷാഹ്രസാദ് മനസ്സിലാക്കി.

അഞ്ഞൂറ്റി അമ്പത്തിയാറാം രാവ്

അവൾ പറഞ്ഞു, അല്ലയോ കീർത്തിമാനായ രാജാവേ, ആതിഥേയൻ തന്റെ കഥപറയാൻ തുടങ്ങി.

സഞ്ചാരി സിന്ദ്ബാദിന്റെ അഞ്ചാം കടൽയാത്ര

നിങ്ങൾക്കറിയാമോ, സഹോദരന്മാരെ, ഞാൻ എന്റെ നാലാം കടൽയാത്ര കഴിഞ്ഞ് തിരിച്ചെത്തിയപ്പോൾ ആനന്ദകരമായ ദിനചര്യകളിൽ മുഴുകി, ദിനരാത്രങ്ങൾ ആവോളം ആസ്വദിച്ചു! സുഖകരമായ ആ നാളുകളിൽ, ഞാനനുഭവിച്ച ദുരിതങ്ങളും കഷ്ടപ്പാടുകളും പാടെ വിസ്മയിച്ചു. വിഷയാസക്തനായ എന്റെ മനസ്സിൽ വീണ്ടും കടൽയാത്രയ്ക്കായി മോഹിച്ചു; വിദേശരാജ്യങ്ങളിലും, ദ്വീപുകളിലും ചുറ്റിക്കറങ്ങാനാഗ്രഹിച്ചു.

അങ്ങനെ ഞാൻ വിലപിടിച്ച ചരക്കുകൾ വാങ്ങിക്കൂട്ടി, പാക്കറ്റുകളായി കെട്ടി തയ്യാറാക്കി ബസ്രായിലേക്ക് കൊണ്ടുപോയി; നല്ലൊരു വലിയ കപ്പൽ കിട്ടുന്നതുവരെ ഞാൻ തുറമുഖത്ത് തങ്ങി. പൊക്കമുള്ളൊരു

പുത്തൻ കപ്പൽ എത്തിയപ്പോൾ അതിൽ യാത്രതിരിക്കാൻ ഞാൻ തീരുമാനിച്ചു. സംതൃപ്തിയോടെ ആ കപ്പലിൽ ഞാൻ ചരക്കുകളെല്ലാം കയറ്റി, ഒരു ക്യാപ്റ്റനെയും കപ്പൽ ജോലിക്കാരേയും നിയമിച്ചു. ഞാൻ എന്റെ കുറെ അടിമകളെയും, ഭൃത്യന്മാരേയും അവരെ നിരീക്ഷിക്കാനായി നിയോഗിച്ചു. മറ്റ് നിരവധി വ്യാപാരികളും എനിക്ക് യാത്രാച്ചിലവു തന്ന് ആ കപ്പലിൽ കയറി. അങ്ങനെ പ്രാർത്ഥനയ്ക്കുശേഷം, സസന്തോഷം ഞങ്ങൾ യാത്ര പുറപ്പെട്ടു; ശുഭയാത്രയും, ലാഭകരമായ വ്യാപാരവും ഞങ്ങൾ പരസ്പരം നേർന്നു. ഞങ്ങൾ പല ദ്വീപുകളിലും നഗരങ്ങളിലും ഇറങ്ങി ക്രയവിക്രയങ്ങൾ നടത്തി പല കടലുകളിലൂടെ പ്രയാണം തുടർന്നു. ഒരു ദിവസം ആൾപ്പാർപ്പില്ലാത്ത വലിയൊരു ദ്വീപിൽ ഞങ്ങൾ ചെന്നെത്തി, വിജനമായ മരുഭൂമിയാണവിടെ. പാതി മണലിൽ പൂണ്ട് വലിയൊരു വെള്ളഗോപുരം ഞങ്ങൾ അവിടെ കണ്ടു. വ്യാപാരികൾ ഈ ഗോപുരം പരിശോധിക്കാനായി ഇറങ്ങിപുറപ്പെട്ടു; എന്നെ അവർ കപ്പലിൽ നിർത്തി; അവർ അതിന്നടുത്തെത്തിയപ്പോഴാണ് മനസ്സിലാകുന്നത് ഒരു 'രുഖ്'ന്റെ മുട്ടയാണതെന്ന്! അതെന്താണെന്നറിയാതെ, കല്ലെടുത്ത് ഇടിച്ച് ആ മുട്ട പൊട്ടിച്ചു. അതിൽ നിന്ന് കുറെ വെള്ളം ഒഴുകിപ്പോയി; പിന്നെ 'രുഖി'ന്റെ കുഞ്ഞു പുറത്തിറങ്ങി. അവർ അതിനെ പിടിച്ചു വലിച്ച് കഴുത്തറുത്ത്, തൊലിപൊഴിച്ച് മാംസം ആക്കി. കപ്പലിലായിരുന്ന എനിക്ക് അവർ ചെയ്തതെന്താണെന്ന് അറിയില്ലായിരുന്നു. ആ സമയത്ത് യാത്രക്കാരിലൊരുവൻ എന്റെ അടുത്തുവന്ന് പറഞ്ഞു. "അല്ലയോ പ്രഭോ, ഒരു ഗോപുരമാണെന്ന് ഞങ്ങൾ കരുതിയ ആ മുട്ട ഒന്ന് വന്ന് കാണൂ."

ഞാനങ്ങോട്ട് നോക്കി; വ്യാപാരികൾ കല്ലെടുത്ത് ഇടിച്ച് മുട്ടപോട്ടിക്കാൻ ശ്രമിക്കുന്നതുകണ്ട് ഞാൻ വിളിച്ചുപറഞ്ഞു. "നിർത്തൂ, നിർത്തൂ! ആ മുട്ടയിൽ അനാവശ്യപ്പണികളൊന്നും ചെയ്യരുത്; അല്ലെങ്കിൽ ആ 'രുഖ്' പറന്നുവന്ന് നമ്മുടെ കപ്പൽ തകർത്ത്, നമ്മളെയെല്ലാം നശിപ്പിച്ചുകളയും."

എന്നാൽ, ഞാൻ പറഞ്ഞതൊന്നും അവർ ശ്രദ്ധിച്ചില്ല; മുട്ടയിൽ കല്ലുകൊണ്ട് ഇടിച്ചുകൊണ്ടേ ഇരുന്നു. പെട്ടെന്ന് ഭയങ്കര കാർമേഘംകൊണ്ട് മൂടിയതുപോലെ ആകാശം ഇരുണ്ടു. സൂര്യൻ ഞങ്ങളിൽ നിന്ന് മറക്കപ്പെട്ടു! ഞങ്ങൾ തല ഉയർത്തിനോക്കിയപ്പോൾ, ഞങ്ങൾക്കും സൂര്യനും ഇടയ്ക്ക് സ്ഥിതിചെയ്യുന്ന് കാർമേഘമെന്ന് മനസ്സിലായി! അതിന്റെ ചിറകുകളാണ് അവിടെ ഇരുൾ വ്യാപിപ്പിച്ചത്! അവൻ താഴേക്കുവന്ന്, തന്റെ മുട്ട പൊട്ടിക്കിടക്കുന്നതുകണ്ട്, അത്യുച്ചത്തിൽ അലറി നിലവിളിച്ചു. ഉടനെ അവന്റെ ഇണയും പറന്നെത്തി; ഇരുവരും കപ്പലിന് ചുറ്റും പറക്കാൻ തുടങ്ങി, ഇടിവെട്ടിനേക്കാൾ ഉച്ചത്തിൽ അവർ നിലവിളിച്ചു. ഞാൻ ക്യാപ്റ്റനെയും കപ്പൽ ജോലിക്കാരേയും വിളിച്ചു. "കടലിലേക്ക് യാത്ര പുറപ്പെടുക, എല്ലാം നശിപ്പിക്കുന്നതിനുമുമ്പ് നമ്മൾക്ക് ഓടി രക്ഷപ്പെടാൻ നോക്കാം."

അപ്പോൾ വ്യാപാരികൾ ധൃതിപിടിച്ച് കപ്പലിൽ കയറി. ഞങ്ങൾ അതിവേഗം ദ്വീപ് വിട്ട് നടുക്കടലിലേക്ക് പാഞ്ഞു. 'രുഖുകൾ' ഇതുകണ്ട് പറന്നുപോയി; ഞങ്ങൾ എല്ലാവരും ആ നാട്ടിൽനിന്ന് വേഗം രക്ഷപ്പെടണമെന്നും പറഞ്ഞ്, കപ്പലിൽ സംഘംകൂടി നിൽക്കവെ, ആ രണ്ട് പക്ഷികൾ വീണ്ടും പ്രത്യക്ഷപ്പെട്ടു. അവർ ഞങ്ങളുടെ തലയ്ക്കുമുകളിൽ വലിയ

പാറകൾ ഇറുക്കിപ്പിടിച്ചുകൊണ്ട് നിലയുറപ്പിച്ചു. ആൺ 'രുഖ്' ആണ് ആദ്യം പാറ ഞങ്ങളുടെ മേൽ വീഴ്ത്തിയത്.

എന്നാൽ, ക്യാപ്റ്റൻ പെട്ടെന്ന് കപ്പൽ ഗതി മാറ്റിയതിനാൽ പാറ കപ്പലിന് തൊട്ടപ്പുറത്തായി കടലിലാണ് പതിച്ചത്; അത് വെള്ളത്തിൽ വീണതോടെ തിരമാലകൾ ആകാശത്തേക്ക് ഉയരുകയും, പാതാളത്തോളം താഴുകയും ചെയ്തു! കപ്പലും അതോടൊപ്പം പൊങ്ങുകയും താഴുകയും ചെയ്തു! അപ്പോൾ 'പെൺരുഖ്' അതിന്റെ കാലുകളിൽ ഇറുക്കിപ്പിടിച്ചിരുന്ന പർവ്വതംപോലുണ്ടായിരുന്ന പാറ കപ്പലിലേക്കിട്ടു; 'ആൺരുഖ്' ഇട്ടതിനേക്കാൾ വലുതായിരുന്നു ഈ പാറ. വിധി എന്നു പറയട്ടെ, കപ്പലിന്റെ 'പൂപ്പ് ഡെക്കി'ൽത്തന്നെ അത് പതിച്ചു; കപ്പൽ തകർന്നു. 'റഡ്ഡാർ' ഇരുപതു കഷ്ണങ്ങളായി ചിന്നിച്ചിതറി; കടലിന്റെ ആഴങ്ങളിലേക്ക് മുങ്ങിത്താഴ്ന്നു. കപ്പലിലുണ്ടായിരുന്ന ചരക്കുകളും അതോടൊപ്പം താഴ്ന്നു. ഞാൻ ജീവനുവേണ്ടി വെപ്രാളപ്പെട്ടു. ഒടുവിൽ 'അള്ളാ' എറിഞ്ഞുതന്ന കപ്പലിലെ ഒരു പലകയിൽ തൂങ്ങിപ്പിടിച്ചു കയറി, കാൽകൊണ്ട് തുഴഞ്ഞു. കാറ്റും തിരയും എന്നെ ഒരു ദ്വീപിന്റെ തീരത്തെത്തിച്ചു. വിശപ്പും, ദാഹവും മൂലം ചാകാറായ ഞാൻ കടൽത്തീരത്ത് ഒരു ശവംപോലെ, മലന്നടിച്ച് കിടന്നു. കുറച്ചു കഴിഞ്ഞ് അല്പം കരുത്താർജ്ജിച്ചപ്പോൾ, ഞാൻ ആ ദ്വീപ് ഒന്ന് നടന്നുനോക്കാൻ ശ്രമിച്ചു. സ്വർഗ്ഗത്തിലെ പൂങ്കാവനമോ, ഉദ്യാനമോ ഒക്കെയാണതെന്ന് എനിക്ക് തോന്നി! മഞ്ഞനിറത്തിൽ പഴുത്ത് പാകമായി നിൽക്കുന്ന ഫലങ്ങൾ നിറഞ്ഞ വൃക്ഷങ്ങൾ കൂട്ടമായി നിൽക്കുന്നു! ശുദ്ധജലം പ്രവഹിക്കുന്ന അരുവികൾ! സുന്ദരമായ, സുഗന്ധം പരത്തുന്ന പൂക്കൾ നിറഞ്ഞ ചെടികൾ. സൃഷ്ടികർത്താവിനെ സ്തുതിച്ചുകൊണ്ട് ഗാനമാലപിച്ച് പാറിപ്പറക്കുന്ന പക്ഷികൾ!

ഞാൻ വയറുനിറയെ പഴങ്ങൾ പറിച്ചുതിന്നു, മതിയാവോളം ശുദ്ധജലം നീർച്ചോലകളിൽനിന്നും കോരിക്കുടിച്ചു; സർവ്വശക്തനായ ഈശ്വരനോട് ഞാൻ എല്ലാറ്റിനും നന്ദിപറഞ്ഞു - അപ്പോഴേക്കും നേരംപുലരാറായെന്നും തനിക്ക് കഥ പറയാനനുവദിച്ച സമയം തീർന്നെന്നും ഷാഹ്രസാദ് മനസ്സിലാക്കി.

അഞ്ഞൂറ്റി അമ്പത്തിയേഴാം രാവ്

അവൾ പറഞ്ഞു, അല്ലയോ നീതിമാനായ രാജാവേ, സഞ്ചാരി സിന്ദ്ബാദ് തുടർന്നു - ഞാൻ കടലിൽ മുങ്ങിച്ചാകാതെ ജീവൻ രക്ഷിച്ച് ദ്വീപിൽ എത്തി മതിയാവോളം പഴങ്ങൾ കഴിക്കുകയും ശുദ്ധജലം കുടിക്കുകയും ചെയ്തപ്പോൾ, സർവ്വശക്തനായ ഈശ്വരനെ വാഴ്ത്തി, അവന് നന്ദി പറഞ്ഞു. അതിനുശേഷം ഞാൻ അവിടെ ശാന്തനായി ഇരുന്നു; യാതൊരു ശബ്ദവും ഞാൻ കേട്ടില്ല, ഒറ്റമനുഷ്യജീവിയേയും കണ്ടില്ല! പിന്നെ, ക്ഷീണവും ഭയവും എന്നെ അസ്വസ്ഥനാക്കിയെങ്കിലും, നേരം പുലരുംവരെ ഞാൻ കിടന്ന് ഒറ്റ ഉറക്കം ഉറങ്ങി. ഉറക്കമുണർന്നപ്പോൾ മരത്തണലിലൂടെ ഞാൻ നടന്നു നടന്ന് ഒരു വലിയ തോട്ടിന്നടുത്തെത്തി. അതിന്റെ തീരത്ത് ഒരു വൃദ്ധൻ ഇരിക്കുന്നത് ഞാൻ കണ്ടു; അയാളുടെ അരയിൽ ഒരു കച്ച കെട്ടിയിട്ടുണ്ട്.

ഞാൻ അപ്പോൾ സ്വയം പറഞ്ഞു "ആ തകർന്ന കപ്പലിലെ യാത്രക്കാരനായിരിക്കാം ഇയാൾ; അതിൽ നിന്ന് രക്ഷപ്പെട്ട് ഈ ദ്വീപിൽ വന്നുചേർന്നതായിരിക്കും."

അങ്ങനെ ഞാൻ അയാളുടെ അടുത്ത് ചെന്ന് സലാം കൊടുത്തു; അയാൾ അതിന് ആംഗ്യഭാഷയിൽ മറുപടി നൽകി, എന്നാൽ ശബ്ദിച്ചില്ല. ഞാൻ അയാളോട് ചോദിച്ചു. "അല്ലയോ, അമ്മാവാ, എന്താണ് നിങ്ങൾ ഇവിടെ ഇങ്ങനെ ഇരിക്കുന്നത്? അയാൾ തലകുലുക്കി സങ്കടപ്പെട്ടുകൊണ്ട് എന്നോട് ആംഗ്യം കാണിച്ചു. "എന്നെ തോളിലേറ്റി ഈ തോടിന്റെ അപ്പുറത്താക്കിത്തരൂ."

ഞാൻ മനസ്സിൽ പറഞ്ഞു. "ഞാനയാളോട് കരുണയോടെ പെരുമാറും, അയാളുടെ ആഗ്രഹംപോലെ ചെയ്യും; അയാൾ ഒരുപക്ഷേ തളർവാതംപിടിച്ചവനായിരിക്കാം, സ്വർഗ്ഗത്തിലെത്തുമ്പോൾ എനിക്കതിന്റെ പ്രതിഫലം ലഭിക്കും."

അങ്ങനെ ഞാനയാളെ തോളിൽ കയറ്റി, അയാൾ ചൂണ്ടിക്കാണിച്ച സ്ഥലത്തെത്തിച്ചു പറഞ്ഞു. "സാവധാനം താഴെ ഇറങ്ങു." എന്നാൽ, അയാൾ താഴെ ഇറങ്ങിയില്ലെന്നു മാത്രമല്ല, എന്റെ കഴുത്തിൽ കാലുകൾകൊണ്ട് ഇറുക്കുകയും ചെയ്തു! ഞാനയാളുടെ കാലുകളിലേക്ക് നോക്കി; അവ പോത്തിൻതോലുപോലെ കറുത്തതും പരുപരുത്തതുമായിരുന്നു. അതെന്നെ ഭയപ്പെടുത്തി, ഞാൻ പിടിച്ചുമാറ്റാൻ ശ്രമിക്കുംതോറും അയാൾ കൂടുതൽ ശക്തിയോടെ കാലുകൾകൊണ്ട് എന്റെ കഴുത്തിൽ ഇറുക്കി. എനിക്ക് ശ്വാസംമുട്ടി; കൺമുന്നിൽ ഇരുട്ട് വ്യാപിച്ചു, മരിച്ചുവീണതുപോലെ ഞാൻ ബോധംകെട്ട് വീണു. എന്നാൽ, അപ്പോഴും അയാൾ എന്റെ പുറത്തുനിന്ന് ഇറങ്ങിയില്ല; എന്റെ പുറത്ത് പാദങ്ങൾകൊണ്ട് ശക്തമായി ഇടിക്കാൻ തുടങ്ങി, വടികൊണ്ടടിക്കുന്നതിനേക്കാളേറെ കരുത്തോടെ! ഭയങ്കരമായ വേദനകൊണ്ട് ഞാൻ എഴുന്നേൽക്കാൻ നിർബന്ധിതനായി. പിന്നെ, നല്ല പഴങ്ങളുള്ള മരങ്ങളിലേക്ക് കൊണ്ടുപോകാനായി അയാൾ എന്നോട് ആംഗ്യഭാഷയിൽ പറഞ്ഞു. അയാളുടെ ആജ്ഞ നിരസിക്കുകയോ, വൈകിക്കുകയോ ചെയ്താൽ അയാൾ കാലുകൾകൊണ്ടെന്നെ പ്രഹരിക്കും, ചാട്ടവാറടിയേക്കാൾ വേദനയായിരുന്നു അയാളുടെ പാദങ്ങൾകൊണ്ടുള്ള പ്രഹരത്തിന്! അയാൾക്ക് പോകാൻ ഇഷ്ടമുള്ളിടത്തേക്കെല്ലാം അയാൾ ആംഗ്യം കാണിച്ചുകൊണ്ടിരുന്നു. അങ്ങനെ ഒരു അടിമയെപ്പോലെ ഞാനയാളെ ദ്വീപ് മുഴുവൻ ചുമന്ന് നടന്നു. അയാൾ എന്റെ തോളുകളിലും പുറത്തും മലമൂത്രവിസർജ്ജനവും നടത്തി! രാവും പകലും തോളിൽ നിന്ന് ഇറങ്ങിയതുമില്ല! ഉറങ്ങണമെന്ന് തോന്നുമ്പോൾ അയാൾ സ്വന്തം കാലുകൾ എന്റെ കഴുത്തിൽ ചുറ്റിവെക്കും, പുറത്ത് ചാരിക്കിടന്ന് കുറച്ചുനേരം ഉറങ്ങും; ഉണർന്നശേഷം എന്റെ പുറത്ത് കാലുകൾകൊണ്ട് അടിക്കും. ഉടനെ ഞാൻ ചാടിപ്പിടഞ്ഞ് എഴുന്നേൽക്കും; വേദനകൊണ്ട് അയാളെ അനുസരിക്കാതിരിക്കാൻ കഴിയില്ല; തീർച്ചയായും, അയാളോട് സഹാനുഭൂതി തോന്നിയ എന്നെ ഞാൻ സ്വയം കുറ്റപ്പെടുത്തി, അയാളെ സഹായിക്കാൻ തോന്നിയതിൽ പശ്ചാത്തപിച്ചു. ഈ അവസ്ഥ തുടരുകയാണ്, ഞാനനുഭവിച്ച ക്ഷീണവും തളർച്ചയും വർണ്ണനാതീതമാണ്. ഞാൻ ആത്മഗതമായി പറഞ്ഞു. "ഞാൻ അയാൾക്ക് സുഖസൗകര്യങ്ങൾ

ചെയ്തുകൊടുത്തു, അയാൾ എനിക്കുതന്ന പ്രത്യുപകാരമോ ദുഷ്ടതയും! എന്റെ ജീവിതത്തിൽ ഇനി ഒരിക്കലും ഞാൻ ആരേയും സഹായിക്കില്ല, അള്ളായാണേ സത്യം!"

വീണ്ടും വീണ്ടും ഞാൻ സർവ്വേശ്വരനോട് ഈ ദുർഘടത്തിൽ നിന്നും രക്ഷിക്കാനായി യാചിച്ചു; വേദനയും തളർച്ചയും സമ്മർദ്ദവും മൂലം ഞാൻ ചത്തുപോകും. അങ്ങനെ ഞാൻ കുറെ നാളുകൾ കഴിച്ചുകൂട്ടി. ഒരുദിവസം ഞാൻ അയാളോടൊപ്പം നിറയെ 'ചുരയ്ക്ക'യുള്ള ഒരു സ്ഥലത്ത് ചെന്നെത്തി; അവയിലധികവും ഉണങ്ങിയതായിരുന്നു. ഞാൻ കുറെ അധികം ചുരക്കകൾ പൊട്ടിച്ചെടുത്ത്, അവയുടെ തലഭാഗം വെട്ടിക്കളഞ്ഞ് ഉള്ളിലുള്ള കുരുവും മറ്റും വായകൊണ്ട് വലിച്ചെടുത്ത് കളഞ്ഞ് വൃത്തിയാക്കി; പിന്നെ കാടുപിടിച്ച് വളരുന്ന മുന്തിരിച്ചെടികളിൽ നിന്ന് ധാരാളം മുന്തിരിപ്പഴങ്ങൾ പറിച്ച് അവയ്ക്കുള്ളിൽ തള്ളിനിറച്ച്, വെയിലത്തുവെച്ചു; കുറച്ചുനാൾ അതവിടെത്തന്നെ കിടന്നു. പിന്നീടത് വീര്യമുള്ള വീഞ്ഞായി മാറി! എന്നും, ഒരു ഉന്മേഷത്തിനും ആശ്വാസത്തിനും വേണ്ടി ഞാനത് കുടിക്കുമായിരുന്നു. അതിന്റെ ലഹരി തലയ്ക്കടിക്കുമ്പോൾ ഞാനെന്റെ വിഷമങ്ങൾ മറക്കും; പുതുജീവൻ എന്നിൽ പ്രതിഷ്ഠിക്കപ്പെടും. ഒരു ദിവസം ആ വൃദ്ധൻ, ഞാനിത് കുടിക്കുന്നതുകണ്ട് ആംഗ്യഭാഷയിൽ ചോദിച്ചു. "എന്താണത്?"

"ഇതൊരു ഒന്നാംതരം ഉന്മേഷപ്രദമായ ലഘുപാനീയമാണ്; അത് ഹൃദയത്തെ ആഹ്ലാദിപ്പിക്കുകയും ആത്മാവിന് ആവേശം പകരുകയും ചെയ്യും." ഞാൻ മറുപടി നൽകി. പിന്നെ, വീഞ്ഞടിച്ച് മത്തുപിടിച്ച ഞാൻ അയാളേയും ചുമലിലേറ്റി മരങ്ങൾക്കിടയിൽ ഓടിച്ചാടി നൃത്തംചെയ്തു; കൈകൊട്ടിയും പാട്ടുപാടിയും ഞാൻ ആഹ്ലാദം പ്രകടിപ്പിച്ചു. ഞാൻ ആടിയാടി നിൽക്കവെ, തനിക്കും അത് കുടിക്കാൻ കൊടുക്കണമെന്ന് ആ വൃദ്ധൻ ആംഗ്യം കാണിച്ചു. എനിക്കയാളെ പേടി ആയിരുന്നതിനാൽ, അയാൾ ആവശ്യപ്പെട്ടതുപ്രകാരം ഞാൻ ചെയ്തു. ഞാൻ ചൊരയ്ക്ക കൊടുത്ത ഉടനെ അയാൾ അത് വാങ്ങി ഒറ്റവലിക്ക് മുഴുവൻ കുടിച്ച്, തൊണ്ട് വലിച്ചെറിഞ്ഞു.

പെട്ടെന്നയാൾ ആവേശത്തോടെ തുള്ളിക്കളിക്കാൻ തുടങ്ങി, എന്റെ തോളിലിരുന്ന് ആടാനും പാടാനും കൈകൊട്ടി കളിക്കാനും തുടങ്ങി! മൂത്രമൊഴിച്ച് എന്റെ വസ്ത്രം മുഴുവൻ നനച്ചു. വീഞ്ഞിന്റെ വീര്യം അതിശീഘ്രം അയാളുടെ തലയ്ക്കടിച്ചെന്നെനിക്ക് മനസ്സിലായി. അയാൾ മുഴുക്കുടിയനെപ്പോലെ തളർന്ന് എന്റെ പുറത്തുകിടന്നു ചാഞ്ചാടി, അയാളുടെ മാംസപേശികളും അംഗങ്ങളും അയഞ്ഞു. അയാൾ മദ്യപിച്ച് അബോധാവസ്ഥയിലാണെന്ന് കണ്ട ഞാൻ അയാളുടെ കാലുകൾ പിടിച്ച് എന്റെ കഴുത്തിൽനിന്ന് എടുത്തുമാറ്റി, നിലത്ത് നിവർത്തിക്കിടത്തി - അപ്പോഴേക്കും നേരംപുലരാറായെന്നും, തനിക്ക് കഥപറയാനനുവദിച്ച സമയം തീർന്നെന്നും ഷാഹ്റസാദ് മനസ്സിലാക്കി.

അഞ്ഞൂറ്റി അമ്പത്തിയെട്ടാം രാവ്

അവൾ പറഞ്ഞു, അല്ലയോ കീർത്തിമാനായ രാജാവേ, സഞ്ചാരി സിൻബാദ് തുടർന്നു - അപ്രകാരം ആ പിശാചിനെ തോളിൽനിന്നെടുത്ത്

നിലത്ത് കിടത്തി; അയാൾ മദ്യലഹരിയിൽനിന്നുണർന്ന് എന്നെ ദ്രോഹിച്ചെങ്കിലോ എന്ന ഭയമുണ്ടായിരുന്നതിനാൽ, എന്റെ മോചനത്തിൽ ഞാൻ അതിരുകടന്ന് ആഹ്ലാദിച്ചില്ല. പിന്നെ, മരങ്ങൾക്കിടയിൽനിന്ന് വലിയൊരു കല്ല് എടുത്തുകൊണ്ടുവന്ന് അയാളുടെ തലമണ്ട ഇടിച്ചുതകർത്തു; അങ്ങനെ മദ്യലഹരിയിൽ കിടന്നയാൾ മൃതിയടഞ്ഞു. അവൻ നരകത്തിലെ തീക്കുണ്ഡത്തിൽ പതിച്ചുകാണണം; അള്ളാ അവനോട് കരുണ കാണിക്കില്ല! അതിനുശേഷം മനസ്സമാധാനത്തോടെ ഞാൻ കടൽത്തീരത്തെ എന്റെ പഴയതാവളത്തേക്ക് മടങ്ങി; ആ ദ്വീപിൽ അനേകം നാളുകൾ ഞാൻ താമസിച്ചു; അവിടത്തെ പഴങ്ങൾ തിന്നും ചോലയിലെ ശുദ്ധജലം കുടിച്ചും ഏതെങ്കിലും കപ്പലുകൾ അതിലേക്ക് കടന്നുപോകുന്നുണ്ടോ എന്ന് നിരീക്ഷിച്ചു ഞാൻ ദിവസങ്ങൾ തള്ളിനീക്കി.

ഒരു ദിവസം ഞാൻ കടലോരത്ത് ഇരിക്കവെ, കഴിഞ്ഞുപോയ ദുർഘടങ്ങൾ ഓർത്ത് ഞാൻ സ്വയം പറഞ്ഞു. “അള്ളാ എന്നെ ജീവനോടെ രക്ഷിച്ച്, സ്വന്തം വീട്ടിലെത്തിച്ച് ബന്ധുമിത്രാദികളെ കാണാൻ ഇടവരുത്തുമോ എന്ന് ഞാൻ ഉൽക്കണ്ഠാപൂർവ്വം ഓർത്തു!” അപ്പോൾ അതാ കടലിലൂടെ തിരമാലകളിലൂടെ ആടിയുലഞ്ഞ്, ഒരു കപ്പൽ ദ്വീപിലേക്ക് വരുന്നു! അത് തീരത്തണഞ്ഞ് നങ്കൂരമിട്ടുനിർത്തി; യാത്രക്കാർ കരക്കിറങ്ങി. അപ്പോൾ ഞാൻ അവരുടെ അടുത്തേക്ക് ചെന്നു. എന്നെ കണ്ടപ്പോൾ, അവരെല്ലാം എന്റെ ചുറ്റും ഓടിക്കൂടി, ഞാൻ എങ്ങനെ ഇവിടെ എത്തി എന്നും മറ്റും ചോദിക്കാൻ തുടങ്ങി. എനിക്ക് സംഭവിച്ച കാര്യങ്ങളെല്ലാം ഞാനവരോട് വിവരിച്ചുകൊടുത്തു. അവർ അതുകേട്ട് വല്ലാതെ വിസ്മയിച്ചുപോയി!

“നിങ്ങളുടെ ചുമലിൽ കയറിയിരുന്നവന്റെ പേര് ‘ഷെയ്ക്ക് അൽബഹർ’ അല്ലെങ്കിൽ ‘കടൽക്കിഴവൻ’ എന്നാണ്. അവന്റെ കഴുത്തിൽ ഇറുക്കിപ്പിടിച്ച കാലുകളിൽനിന്ന് നിങ്ങൾ അല്ലാതെ മറ്റാരും ജീവനോടെ രക്ഷപ്പെട്ടിട്ടില്ല. അവനെ ഏറ്റിനടന്ന്, തളർന്നുപോകുന്നവനെ അവൻ തിന്നുന്നു! നിങ്ങളുടെ ജീവൻ രക്ഷപ്പെട്ടതിൽ അള്ളായോട് നന്ദിപറയുക!” പിന്നെ അവർ ഭക്ഷണം കഴിക്കാനിരുന്നു; ഞാനവരോടൊപ്പം വയറുനിറയെ ആഹാരം കഴിച്ചു. അവർ എനിക്ക് ധരിക്കാനായി വസ്ത്രങ്ങൾ തന്നു; ഞാനതുകൊണ്ട് നാണംമറച്ചു! അതിനുശേഷം അവർ എന്നെ കപ്പലിലേക്ക് കൊണ്ടുപോയി; അങ്ങനെ നിരവധി ദിനരാത്രങ്ങൾ യാത്രചെയ്തശേഷം വിധി ഞങ്ങളെ ‘എയിപ്പ് നഗരത്തി’ലെത്തിച്ചു. വൻമാളികകളാണവിടെ മുഴുവൻ. എല്ലാം കടലിനെ അഭിമുഖീകരിച്ച് നിലകൊള്ളുന്നു. അവയ്ക്ക് ഒറ്റ പടിവാതിലേ ഉള്ളു, അവയിൽ ഇരുമ്പ് ആണികൾ പിടിപ്പിച്ചിരിക്കുന്നു.

എല്ലാ രാത്രികളിലും, ഇരുട്ടായ ഉടനെ നഗരവാസികൾ ഗേറ്റ് തുറന്ന്, കടലിൽ ബോട്ടുകളും കപ്പലുകളുമായി ഇറങ്ങുന്നു; രാത്രി മുഴുവൻ അവർ കടലിലാണ് ചിലവഴിക്കുക; മലകളിൽ നിന്ന് കുരങ്ങുകൾ ഇറങ്ങിവന്ന് തങ്ങളെ ആക്രമിക്കുമെന്നാണവരുടെ ഭയം. മുമ്പ് കുരങ്ങുകളിൽനിന്ന് ഞാൻ അനുഭവിച്ച ദുരിതങ്ങൾ ഞാൻ അപ്പോൾ ഓർത്തുപോയി. ഞാൻ നഗരം ചുറ്റിക്കണ്ട് ആസ്വദിക്കാൻ ഇറങ്ങിയ സമയത്ത് കപ്പൽ എനിക്കുവേണ്ടി കാത്തുനിൽക്കാതെ യാത്രപുറപ്പെട്ടു. കരയ്ക്കിറങ്ങിയതിൽ ഞാൻ പശ്ചാത്തപിച്ചു; കുരങ്ങുകളെ കുറിച്ച് ചിന്തിച്ച് ഞാൻ

വിലപിച്ചുകൊണ്ടിരിക്കവേ, ഒരു ആൾ എന്നോട് വിളിച്ചുചോദിച്ചു. "അല്ലയോ, പ്രഭോ, നിങ്ങൾ ഈ സ്ഥലത്ത് ഒരു അപരിചിതനാണെന്ന് തോന്നുന്നു?" "അതെ" ഞാൻ മറുപടി നൽകി. "ഞാൻ തീർച്ചയായും ഒരു അപരിചിതനാണ്. ഇവിടെ എത്തി നങ്കൂരമിട്ട കപ്പലിൽവന്ന് പട്ടണം കാണാൻ ഇറങ്ങിയ ഒരു പാവം മനുഷ്യനാണ്; ഞാൻ തിരിച്ചെത്തിയപ്പോഴേക്കും കപ്പൽ സ്ഥലം വിട്ടു."

അയാൾ പറഞ്ഞു. "വന്ന് ഞങ്ങളോടൊപ്പം ബോട്ടിൽ കയറൂ; നിങ്ങൾ രാത്രി ഇവിടെ കിടന്നാൽ കുരങ്ങന്മാർ വന്ന് കൊന്നുകളയും."

"ഉത്തരവുപോലെ."

ഞാൻ എഴുന്നേറ്റ്ചെന്ന് ബോട്ടിൽക്കയറി. അങ്ങനെ അവർ ബോട്ടുകളിൽ യാത്രചെയ്ത് കരയിൽനിന്ന് ഏകദേശം ഒരു മൈൽ ദൂരത്തെത്തി നങ്കൂരമിട്ടു; രാത്രി അവർ അവിടെ ചിലവഴിച്ചു. നേരംപുലർന്നപ്പോൾ എല്ലാ ബോട്ടുകളും തിരിച്ചെത്തി; അവർ കരയ്ക്കിറങ്ങി അവരവരുടെ ജോലിയിൽ വ്യാപൃതരായി. എന്നും രാത്രി ഇത് ആവർത്തിക്കപ്പെട്ടു; കാരണം, ആരെങ്കിലും രാത്രി പട്ടണത്തിൽ താമസിച്ചാൽ കുരങ്ങന്മാർ വന്ന് ആ വ്യക്തിയെ കൊല്ലുമായിരുന്നു! നേരം പുലരുമ്പോൾ, തോട്ടത്തിലെ പഴങ്ങളെല്ലാം പറിച്ചുതിന്ന് ആ കുരങ്ങന്മാർ മലകളിലേക്ക് മടങ്ങിപ്പോയി പാതിരാത്രിവരെ അവിടെ കിടന്നുറങ്ങും; രാത്രിയിൽ വീണ്ടും അവർ പട്ടണത്തിലേക്കിറങ്ങിവരും. കറുത്ത മനുഷ്യരുടെ നാടിന്റെ ഏറ്റവും അറ്റത്തുള്ള പട്ടണമാണിത്. ഏറ്റവും വിചിത്രമായൊരു സംഭവം ഞാൻ ഈ നഗരത്തിൽ വസിക്കവെ സംഭവിച്ചു. രാത്രി ബോട്ടിൽവെച്ച് ഒരു കൂട്ടുകാരൻ എന്നോട് ചോദിച്ചു. "അല്ലയോ പ്രഭോ, നിങ്ങൾ ഈ പ്രദേശത്ത് ഒരു അപരിചിതനാണല്ലോ; നിങ്ങൾക്ക് എന്തെങ്കിലും കൈത്തൊഴിൽ അറിയാമോ?"

ഞാൻ മറുപടി പറഞ്ഞു. "അള്ളായാണേ, എന്റെ സഹോദരാ, എനിക്കൊരു കൈത്തൊഴിലും അറിയില്ല. കാരണം, ഞാനൊരു വ്യാപാരി ആയിരുന്നു, വലിയ ധനികൻ; എനിക്ക് സ്വന്തമായൊരു കപ്പൽ ഉണ്ടായിരുന്നു, അത് നിറയെ പലതരം ചരക്കുകളും! എന്നാൽ അത് കടലിൽ മുങ്ങിപ്പോയി. അതിലുണ്ടായിരുന്നവരെല്ലാം മുങ്ങിച്ചത്തു, ഞാനൊഴികെ. അള്ളാ എന്നിൽ കരുണ കാണിച്ച്, ഒരു മരപ്പലക എനിക്ക് എറിഞ്ഞുതന്നു. അതിൽ പൊത്തിപ്പിടിച്ച്കയറി, തുഴഞ്ഞ് ഞാൻ രക്ഷപ്പെട്ടു. അപ്പോൾ അയാൾ ഒരു തുണിസ്സഞ്ചി എനിക്ക് തന്നുകൊണ്ട് പറഞ്ഞു. "ഈ സഞ്ചി വാങ്ങു, ഇതിൽ കടൽതീരത്തെ ഉരുളൻ വെള്ളാരംകല്ലുകൾ പെറുക്കിനിറച്ച് പട്ടണനിവാസികളുടെ ഒരു സംഘത്തോടൊപ്പം പോകുക. അവർ ചെയ്യുന്നതുതന്നെ നിങ്ങൾ അനുകരിക്കുക; നിങ്ങൾക്ക് സ്വന്തം നാട്ടിലേക്ക് തിരിച്ചുപോകാനുള്ള യാത്രച്ചിലവ് ഇതിലൂടെ നിങ്ങൾക്ക് സമ്പാദിക്കാനാകും."

പിന്നെ അയാൾ എന്നെ കടൽത്തീരത്തേക്ക് കൂട്ടിക്കൊണ്ടുപോയി, അവിടന്ന് ചെറുതും വലുതുമായ വെള്ളാരംകല്ലുകൾ ഞാൻ പെറുക്കി സഞ്ചിയിലാക്കി. അപ്പോൾ ഒരു സംഘം പട്ടണവാസികൾ, എന്നെപ്പോലെ സഞ്ചിനിറയെ വെള്ളാരങ്കല്ലുകളുമായി പോകുന്നത് ഞാൻ കണ്ടു. അയാൾ എന്നെ ഇവരെ ഏല്പിച്ചുകൊണ്ട് പറഞ്ഞു. "ഇയാൾ ഒരു പരദേശിയാണ്; അതുകൊണ്ട് ഇയാളെ നിങ്ങൾ കൂടെ കൊണ്ടുപോയി

വെള്ളാരങ്കല്ലുകൾ പെറുക്കിയെടുക്കുന്ന പണി ഭംഗിയായി പരിശീലിപ്പിക്കുക; അവന് നിത്യവൃത്തിക്കുള്ള വക നേടാനാകട്ടെ. നിങ്ങൾക്കതിന് പുണ്യം കിട്ടും."

"അപ്രകാരമാകട്ടെ!" അവർ ഒന്നിച്ച് മറുപടി നൽകി. അവർ എന്നെ സ്വാഗതം ചെയ്തു; ഞങ്ങൾ ഒന്നിച്ചുനടന്ന് ഒരു വിശാലമായ നദീതടത്തിലെത്തി. അവിടെ നിറയെ വൃക്ഷങ്ങൾ തഴച്ചുവളരുന്നു. അവയുടെ തടി വളരെ മിനുസമുള്ളതായതിനാൽ ആർക്കും അതിൽ കയറാനാകില്ല. ഈ മരച്ചുവട്ടിൽ അനേകം കുരങ്ങന്മാർ കിടന്ന് ഉറങ്ങിയിരുന്നു; ഞങ്ങളെ കണ്ട ഉടനെ അവ ചാടിഎഴുന്നേറ്റ്, മരച്ചില്ലകളിലേക്ക് ഓടിക്കയറി. അപ്പോൾ എന്റെ കൂട്ടുകാർ സഞ്ചിയിൽനിന്നും വെള്ളാരംകല്ലുകൾ എടുത്ത് അവരെ എറിയാൻ തുടങ്ങി; ഉടനെ കുരങ്ങന്മാർ മരത്തിലെ പഴങ്ങൾ പറിച്ച് താഴെ നിൽക്കുന്നവർക്കുനേരെ എറിഞ്ഞു. അവർ എറിഞ്ഞ പഴങ്ങൾ ഞാൻ പരിശോധിച്ചു നോക്കി, 'കൊക്കൊ' കായകളാണത്. അപ്പോൾ മറ്റൊരു വലിയ വൃക്ഷത്തിന്നടിയിലേക്ക് ഞാൻ ചെന്നു. അതിൽ നിറയെ കുരങ്ങുകളായിരുന്നു; ഞാനവർക്കുനേരെ വെള്ളാംരംകല്ലുകൾ എടുത്ത് എറിഞ്ഞു. അവർ 'കൊക്കൊകായ' പറിച്ച് എന്റെ നേർക്ക് എറിഞ്ഞു. മറ്റുള്ളവരെപ്പോലെ ഞാനവ ശേഖരിച്ചു. അങ്ങനെ, എന്റെ സഞ്ചിയിലുണ്ടായിരുന്ന ഉരുളൻകല്ലുകൾ തീരുന്നതിനു മുമ്പുതന്നെ എനിക്ക് നിറയെ കൊക്കൊകായകൾ കിട്ടി. എന്റെ കൂട്ടുകാർക്കും അപ്രകാരം ചുമക്കാവുന്നത്ര കൊക്കൊകായകൾ കിട്ടിയപ്പോൾ, ഞങ്ങൾ നഗരത്തിലേക്ക് മടങ്ങി. തിരിച്ചെത്തിയപ്പോഴേക്കും സന്ധ്യ മയങ്ങിക്കഴിഞ്ഞിരുന്നു. അപ്പോൾ, കൊക്കൊ സംഭരിക്കുന്ന തൊഴിലിൽ എന്നെ ഏർപ്പെടുത്തിയ മാന്യന്റെ അരികിൽ ഞാൻ ചെന്ന്, എനിക്ക് കിട്ടിയതെല്ലാം അയാളെ ഏൽപ്പിച്ചു; അയാളുടെ ദയാവായ്പിൽ ഞാൻ നന്ദിപ്രകടിപ്പിച്ചു. എന്നാൽ, അതയാൾ സ്വീകരിച്ചില്ല. അയാൾ പറഞ്ഞു. "അവ വിറ്റ് പണമാക്കുക." പിന്നെ അയാളുടെ വീട്ടിലെ ഒരു 'അറ'യുടെ താക്കോൽ എനിക്ക് തന്നുകൊണ്ട് തുടർന്നു. "ഈ സുരക്ഷിതസ്ഥലത്ത് നിങ്ങൾ 'കൊക്കൊ' കായകൾ സൂക്ഷിക്കുക; എന്നിട്ട് എന്നും രാവിലെ പോയി 'കൊക്കൊ' സംഭരിച്ച് കൊണ്ടുവരിക, ഇന്ന് ചെയ്തരീതിയിൽ! അവയിൽനിന്ന് ചതഞ്ഞ കായകൾ മാത്രം തിരഞ്ഞെടുത്ത് ഉടനെ വിൽക്കുക; ബാക്കിയുള്ളവയെല്ലാം ഇവിടെ കിടക്കട്ടെ; കുറെ കുന്നുകൂടുമ്പോൾ അവ വിറ്റാൽ നിങ്ങൾക്ക് മടക്കയാത്രച്ചിലവിനുള്ള തുക കിട്ടിയേക്കാം."

"അള്ളാ നിങ്ങൾക്കതിന് പ്രതിഫലം നൽകട്ടെ!" ഞാൻ മറുപടി നൽകി. അയാളുടെ ഉപദേശപ്രകാരം ഞാൻ എന്നും 'കൊക്കൊ'പെറുക്കുന്നവരോടൊപ്പം പോയി. അവർ കൂടുതൽ കായകളുള്ള മരങ്ങൾ എനിക്ക് കാണിച്ചുതന്നു. അങ്ങനെ കുറച്ചുനാൾ കഴിഞ്ഞു. ഒന്നാംതരം കൊക്കൊ കായകൾ ഞാൻ സംഭരിച്ചുകൂട്ടി; അതിനുംപുറമെ, ഞാൻ വിറ്റഴിച്ച കായകളിലൂടെ ധാരാളം പണവും സമ്പാദിച്ചിരുന്നു. അങ്ങനെ മനസ്സമാധാനത്തോടെ ഞാൻ ജീവിതം നയിച്ചു. ഞാൻ ഇഷ്ടപ്പെട്ട സാധനങ്ങളെല്ലാം വാങ്ങിക്കൂട്ടി. ആ നഗരത്തിൽ ആനന്ദകരമായ സുഖവാസമായിരുന്നു എന്റേത്! ഒരു ദിവസം ഞാൻ കടൽതീരത്ത് നിൽക്കവേ, വലിയൊരു കപ്പൽ നടുക്കടലിൽനിന്നു വന്ന് കടലോരത്ത് നങ്കൂരമിട്ടു

നിർത്തി. ഒരുസംഘം വ്യാപാരികൾ കരയ്ക്കിറങ്ങി, കൊക്കൊ കായകളും മറ്റു സാധനങ്ങളും ക്രയവിക്രയം നടത്തി. ഞാൻ എന്റെ സുഹൃത്തിനെ സമീപിച്ച് കപ്പൽ വന്ന വാർത്തയും, എനിക്ക് തിരിച്ചുപോകാനാഗ്രഹ മുണ്ടെന്ന കാര്യവും അറിയിച്ചു. അയാൾ പറഞ്ഞു. "അതു നിങ്ങൾ ആണ് തീരുമാനിക്കേണ്ടത്." അയാളുടെ ഉപകാരങ്ങൾക്കെല്ലാം നന്ദി പറഞ്ഞ്, കപ്പലിൽ കയറി ക്യാപ്റ്റനിൽ നിന്നും യാത്രാനുമതി വാങ്ങിച്ചു. എന്റെ പക്കലുള്ള കൊക്കൊയും മറ്റു സാധനങ്ങളും കപ്പലിൽ കയറ്റി - അപ്പോഴേക്കും നേരംപുലരാറായെന്നും തനിക്ക് കഥ പറയാനനുവദിച്ച സമയം തീർന്നെന്നും ഷാഹ്റസാദ് മനസ്സിലാക്കി.

അഞ്ഞൂറ്റി അമ്പത്തിയൊമ്പതാം രാവ്

അവൾ പറഞ്ഞു, അല്ലയോ, കീർത്തിമാനായ രാജാവേ, സഞ്ചാരി സിന്ദ്ബാദ് തുടർന്നു - അങ്ങനെ ഞാൻ കുരങ്ങന്മാരുടെ നഗരം വിട്ടു; കൊക്കൊ കായകളും മറ്റ് ചരക്കുകളും ഞാൻ കപ്പലിൽ കയറ്റി. അന്നു തന്നെ നങ്കൂരമെടുത്ത്, ഞങ്ങൾ കടൽയാത്ര ആരംഭിച്ചു, ദ്വീപിൽനിന്ന് ദ്വീപിലേക്കും കടലിൽനിന്ന് കടലിലേക്കുമുള്ള ആ പ്രയാണം തുടർന്നു. കപ്പൽ നിർത്തുന്ന സ്ഥലത്തെല്ലാം ഞാൻ ചരക്കുകൾ വിൽക്കലും വാങ്ങലും നടത്തി. കൊക്കൊാക്ക് നല്ല വില ലഭിച്ചു. എനിക്ക് നഷ്ടപ്പെട്ട തിന്റെ എത്രയോ ഇരട്ടി സർവ്വശക്തൻ എനിക്ക് നൽകി! പല പ്രദേശ ങ്ങളും സന്ദർശിച്ചതിന്നിടയിൽ, ധാരാളം കരയാമ്പൂവും കറുവോലപ്പട്ടയും കുരുമുളകുമുള്ള ഒരു ദ്വീപിൽ ഞങ്ങൾ ഇറങ്ങുകയുണ്ടായി. കുരുമുളക് ചെടിത്തയ്യുകൾക്ക് സംരക്ഷണമായി അതിന്നടുത്ത് വാഴകൾ നടാറു ണ്ടെന്ന് ആ നാട്ടിലെ ആളുകൾ എന്നോട് പറഞ്ഞു; വാഴയിലകൾ ആ ചെടികളെ വെയിലിൽനിന്നും മഴയിൽനിന്നും സംരക്ഷിക്കുമത്രെ. ഇവി ടന്ന് ഞാൻ, കൊക്കൊാക്ക് പകരം ധാരാളം കുരുമുളകും, കരയാമ്പൂവും, കറുവോലപ്പട്ടയും വാങ്ങിക്കൂട്ടി.

അവിടന്ന് ഞങ്ങൾ 'അൽ-ഉസിരാത്' ദ്വീപിലേക്ക് പോയി, പിന്നെ കന്യാകുമാരിയിലേക്കും അടുത്തുള്ള മറ്റൊരു ദ്വീപിലേക്കും. ആ യാത്ര തന്നെ അഞ്ചുദിവസം നീണ്ടുനിന്നു. അവിടെ ധാരാളം കാറ്റാടി മരങ്ങൾ ഉണ്ട്, കന്യാകുമാരിയിലേതിനേക്കാൾ നല്ലത്. ഇവിടത്തെ ജനങ്ങൾ താഴ്ന്നനിലയിലുള്ളവരാണ്, വ്യത്യസ്ത മതക്കാർ. അവർ വ്യാപാരികളും, മദ്യപാനികളുമാണ്. വാങ്കുവിളിയോ, നിസ്കാരമോ അവിടെ ഇല്ല! ഞങ്ങൾ മുത്തുച്ചിപ്പി പിടിക്കുന്നവരുടെ അടുത്തുപോയി. ആ മുങ്ങൽവിദഗ്ദ്ധർക്ക് ഞാൻ കുറച്ച് കൊക്കൊ കൊടുത്തുകൊണ്ട പറഞ്ഞു. "എനിക്കുവേണ്ടി ഒന്നു മുങ്ങിത്തപ്പുക! എന്റെ ഭാഗ്യം പരീ ക്ഷിക്കുക."

അവർ അപ്രകാരം അഗാധമായൊരു കയത്തിൽ മുങ്ങി, വിലപിടിച്ച മുത്തുകളുമായി പൊങ്ങിവന്നു! അവർ എന്നോട് വിളിച്ചുപറഞ്ഞു. "അള്ളായാണെ, എന്റെ യജമാനനെ, നിങ്ങളുടെ ഭാഗ്യം അപാരംതന്നെ!"

അവിടന്ന് ഞങ്ങൾ ദീർഘമായ യാത്ര ആരംഭിച്ചു. മറ്റൊരിടത്തും നിർത്താത്ത യാത്ര. അള്ളായുടെ അനുഗ്രഹത്താൽ സുരക്ഷിതരായി ഞങ്ങൾ ബസ്രായിലെത്തി.

അവിടെ ഏതാനും ദിവസങ്ങൾ വിശ്രമിച്ച ശേഷം ഞാൻ ബാഗ്ദാദിലേക്ക് പുറപ്പെട്ടു. ഞാൻ സ്വന്തം വീട്ടിലെത്തിയപ്പോൾ ബന്ധുക്കളും സുഹൃത്തുക്കളും ആഹ്ലാദത്തോടെ എന്നെ സ്വീകരിച്ചു; അഭിവാദ്യങ്ങൾ അർപ്പിച്ചു. എന്റെ സുരക്ഷിതമായ തിരിച്ചുവരവിൽ ആനന്ദിച്ചു. എല്ലാ വിലപിടിപ്പുള്ള സാധനങ്ങളും ഞാൻ കലവറയിൽ സംഭരിച്ചുവെച്ചു. പിന്നെ പാവങ്ങൾക്ക് ദാനകർമ്മാദികൾ ചെയ്തു. വിധവകൾക്കും അനാഥർക്കും വസ്ത്രങ്ങൾ വിതരണം ചെയ്തു. ബന്ധുക്കൾക്കും സുഹൃത്തുക്കൾക്കും പാരിതോഷികങ്ങൾ നൽകി. കാരണം, എനിക്ക് നഷ്ടപ്പെട്ടതിന്റെ നാലിരട്ടി സമ്പത്ത് ദൈവം എനിക്ക് തിരിച്ചുതന്നിട്ടുണ്ട്! അതിനുശേഷം ഞാൻ പഴയതുപോലെ ഉല്ലാസവും ആർഭാടവും നിറഞ്ഞ ജീവിതത്തിലേക്ക് മടങ്ങി. അതിസമ്പന്നമായ ഈ നിലയിലെത്തിയപ്പോൾ ഞാൻ അനുഭവിച്ച ദുരിതങ്ങളും കഷ്ടപ്പാടുകളുമെല്ലാം പാടെ വിസ്മരിച്ചു.

"അപ്പോൾ, ഇതാണ് എന്റെ അഞ്ചാം കടൽയാത്രയുടെ വിസ്മയകരമായ കഥ; ഇനി നിങ്ങൾക്ക് അത്താഴം കഴിക്കാം. നാളെ നിങ്ങൾ വീണ്ടും വരിക; ഞാൻ എന്റെ ആറാമത്തെ കടൽയാത്രയുടെ കഥ അപ്പോൾ വിവരിച്ചുതരാം; അത് ഇതിനേക്കാൾ ആശ്ചര്യകരമാണ്."

പിന്നെ, അദ്ദേഹം ഭക്ഷണം വിളമ്പാനായി ഉത്തരവിട്ടു. വേലക്കാർ മേശപ്പുറത്ത് ആഹാരപദാർത്ഥങ്ങൾ നിരത്തി. അത്താഴം കഴിച്ചു കഴിഞ്ഞപ്പോൾ ചുമട്ടുകാരനായ സിന്ദ്ബാദിന് നൂറ് സ്വർണ്ണദിനാർ നൽകുവാൻ അദ്ദേഹം ആജ്ഞ നൽകി. അവൻ വീട്ടിൽപോയി, താൻ കേട്ട വിസ്മയം തുളുമ്പുന്ന കഥയോർത്തുകൊണ്ട് കിടന്നുറങ്ങി, പിറ്റേന്ന് നേരം പുലർന്ന ഉടനെ പ്രഭാതനമസ്കാരത്തിനുശേഷം സഞ്ചാരി സിന്ദ്ബാദിന്റെ വീട്ടിലെത്തി, അദ്ദേഹത്തിന് സലാംപറഞ്ഞു. മറ്റ് കൂട്ടുകാർ എത്തുന്നതുവരെ സഞ്ചാരി അവനോടൊപ്പം ഇരുന്ന് സംഭാഷണത്തിലേർപ്പെട്ടു. പിന്നീട് മേശപ്പുറത്ത് ആഹാരപദാർത്ഥങ്ങൾ നിരത്തപ്പെട്ടു; എല്ലാവരും ഒന്നിച്ചിരുന്ന് തിന്നും കുടിച്ചും ഉല്ലസിച്ചു. അതിനുശേഷം സഞ്ചാരി സിന്ദ്ബാദ് തന്റെ ആറാം കടൽയാത്രയുടെ കഥ പറയാൻ തുടങ്ങി.

ആറാം കടൽയാത്ര

അല്ലയോ സുഹൃത്തുക്കളേ, ഞാൻ അഞ്ചാം കടൽയാത്രയ്ക്കു ശേഷം സന്തോഷവും ഉല്ലാസവും ആർഭാടവും നിറഞ്ഞ ജീവിതം നയിച്ചു കൊണ്ടിരിക്കയായിരുന്നു, സുഖവും, സംതൃപ്തിയും തുളുമ്പുന്ന ജീവിതം! സമ്പന്നനായ ഞാൻ പഴയ ദുരിതങ്ങളും കഷ്ടപ്പാടുകളുമെല്ലാം മറന്നു. ഒരു ദിവസം ഒരുസംഘം വ്യാപാരികളുമായി, അവരുടെ യാത്രാ വിവരണങ്ങളും, വീരസാഹസകഥകളും, ലാഭക്കച്ചവടവിവരണങ്ങളുമെല്ലാം അറിഞ്ഞപ്പോൾ ഞാൻ എന്റെ കഴിഞ്ഞ യാത്രകളെക്കുറിച്ച് ഓർത്തുപോയി; ആ യാത്രകൾ കഴിഞ്ഞ് വീട്ടുകാരുടേയും സുഹൃത്തുക്കളുടേയും അടുത്തെത്തിയപ്പോഴുള്ള ആനന്ദകരമായ ജീവിതത്തെക്കുറിച്ച് സ്മരിച്ചുപോയി. എന്റെ ആത്മാവ് വീണ്ടും കടൽയാത്ര നടത്താനായി മോഹിച്ചു! വിധിയുടെ നിർബന്ധമെന്നു പറയട്ടെ, ഞാൻ മറ്റൊരു യാത്രയ്ക്ക് പോകാനായി തീരുമാനിച്ചു. വിദേശവ്യാപാരത്തിന്നായുള്ള

വിലപിടിച്ച ചരക്കുകൾ ഞാൻ വാങ്ങി ശേഖരിച്ചു; അവ ഭാണ്ഡങ്ങളാക്കി കെട്ടി. ആ ചരക്കുകളുമായി ബാഗ്ദാദിൽ നിന്നും ബസ്രായിലേക്ക് ഞാൻ പോയി. അവിടെ വലിയൊരു കപ്പൽ യാത്രയ്ക്ക് തയ്യാറായി നിൽക്കുന്നത് ഞാൻ കണ്ടു. അതിൽ നിറയെ വ്യാപാരികളും, പ്രമാണികളുമായിരുന്നു; അവരുടെ പക്കൽ വിലപിടിച്ച ചരക്കുകളുണ്ട്. അതിൽ ഞാൻ എന്റെ ഭാണ്ഡങ്ങൾ കയറ്റിവെച്ചു. അള്ളായുടെ കൃപയാൽ ഞങ്ങൾ ആഹ്ലാദത്തോടെ സുരക്ഷിതരായി ബസ്രായിൽനിന്നു യാത്ര തിരിച്ചു - അപ്പോഴേക്കും നേരംപുലരാറായെന്നും തനിക്ക് കഥ പറയാനനുവദിച്ച സമയം തീർന്നെന്നും ഷാഹ്റസാദ് മനസ്സിലാക്കി.

അഞ്ഞൂറ്റി അറുപതാം രാവ്

അവൾ പറഞ്ഞു, അല്ലയോ, കീർത്തിമാനായ രാജാവേ, സഞ്ചാരി സിന്ദ്ബാദ് തുടർന്നു - സുരക്ഷിതരായി ആഹ്ലാദത്തോടെ ചരക്കുകൾ കപ്പലിൽ കയറ്റിയ ശേഷം രസകരമായ കടൽയാത്ര ഞങ്ങൾ ആരംഭിച്ചു. പലസ്ഥലങ്ങളിലും നഗരങ്ങളിലും ഇറങ്ങി ഞങ്ങൾ ക്രയവിക്രയം ചെയ്ത്, നല്ല ലാഭം കൊയ്ത്; പലതരം ദേശങ്ങൾ സന്ദർശിച്ച്, പലവിധത്തിലുള്ള ജനങ്ങളെ കണ്ടുരസിച്ച് ദിവസങ്ങൾ ചിലവഴിച്ചു. ധനലാഭവും സുഖകരമായ യാത്രയും ഞങ്ങളെ ആനന്ദിപ്പിച്ചു. എന്നാൽ, ഒരു ദിവസം പെട്ടെന്ന് ക്യാപ്റ്റൻ ഉച്ചത്തിൽ അലറി നിലവിളിച്ചുകൊണ്ട് തലപ്പാവ് വലിച്ചെറിയുന്നത് ഞങ്ങൾ കണ്ടു. അയാൾ പെണ്ണുങ്ങളെപ്പോലെ മുഖത്തിടിച്ച് കരയാൻ തുടങ്ങി, താടിരോമം പിടിച്ച് വലിച്ചുപറിച്ചു, ദുഃഖവും, കോപവും സഹിക്കാനാവാതെ നിലത്ത്, അർദ്ധബോധാവസ്ഥയിൽ, വീണുകിടന്ന് വിലപിച്ചു. "ഹോ! കഷ്ടം! എന്റെ കുടുംബം തകർന്നു, എന്റെ പാവം കുട്ടികൾ അനാഥരായി!" അപ്പോൾ എല്ലാ വ്യാപാരികളും കപ്പൽജോലിക്കാരും അയാൾക്ക് ചുറ്റും വന്നുനിന്ന് ചോദിച്ചു. "ഓ, മാസ്റ്റർ, എന്താണ് കാര്യം?"

അപ്പോൾ രാത്രി ആയിരുന്നു. അയാൾ മറുപടി നൽകി. "നിങ്ങൾക്കറിയാമോ മനുഷ്യരെ, നമ്മൾ മാർഗ്ഗം തെറ്റി സഞ്ചരിച്ച് ബഹുദൂരം പോയിരിക്കുന്നു; നമ്മൾക്ക് പോകേണ്ടതായ കടലിലൂടെയല്ല ഇപ്പോൾ നീങ്ങുന്നത്. അള്ളാ കൃപകാട്ടി നമ്മൾക്കൊരു രക്ഷാമാർഗ്ഗം നൽകിയില്ലെങ്കിൽ, നമ്മൾ എല്ലാം മരിച്ചതുതന്നെ! അതുകൊണ്ട്, സർവ്വശക്തനോട് പ്രാർത്ഥിക്കൂ, ഈ ഗതികേടിൽനിന്ന് അവൻ നമ്മളെ രക്ഷിക്കട്ടെ. നിങ്ങളിൽ നീതിമാനായ ആരുടെയെങ്കിലും പ്രാർത്ഥന അവൻ കേട്ടെങ്കിലോ!" പിന്നെ അയാളെഴുന്നേറ്റ് 'മാസ്റ്റിൽ' കയറി എന്തെങ്കിലും രക്ഷാമാർഗ്ഗമുണ്ടോ എന്ന് നിരീക്ഷിച്ചു. അയാൾ 'കപ്പൽപായ' അയയ്ക്കാൻ നോക്കി. എന്നാൽ കപ്പലിലേക്ക് ഭയങ്കരമായി കാറ്റടിച്ചപ്പോൾ പായ ചുറ്റിപ്പിണഞ്ഞ്, കപ്പലിനെ പിന്നാക്കം തള്ളി; അതോടെ അതിന്റെ 'റഡ്ഡാർ' ഒടിഞ്ഞുപോയി, കപ്പൽ ഒരു ഉയർന്ന മലയിൽ ചെന്നിടിച്ചു! ഉടനെ ക്യാപ്റ്റൻ 'മാസ്റ്റിൽ' നിന്ന് താഴെ ഇറങ്ങിവന്ന് പറഞ്ഞു. "അള്ളായേക്കാൾ മഹാനായൊരു ദൈവമില്ല; വിധിയെ ഒരു മനുഷ്യനും തടുക്കാനാവില്ല! അള്ളായാണേ, നമ്മൾ നാശത്തിന്റെ വക്കിലെത്തിയിരിക്കയാണ്; നമ്മൾക്ക് രക്ഷപ്പെടാനൊരു മാർഗ്ഗവും ഞാൻ കാണുന്നില്ല, ഒറ്റ വ്യക്തിയും രക്ഷപ്പെടില്ല!"

എല്ലാവരും കരഞ്ഞുകൊണ്ട് പരസ്പരം യാത്രപറഞ്ഞു; കാരണം, ഞങ്ങളുടെ അന്ത്യദിനം വന്നെത്തിയിരിക്കുന്നു; ജീവനിലുള്ള എല്ലാ ആശയും ഞങ്ങൾ ഉപേക്ഷിച്ചു. അപ്പോഴേക്കും കപ്പൽ മലയിൽ ഇടിച്ച് തകർന്നുകഴിഞ്ഞിരുന്നു; കപ്പലിൽ ഉണ്ടായിരുന്ന എല്ലാവരും വെള്ളത്തിലേക്ക് തെറിച്ചുവീണു. കുറെ വ്യാപാരികൾ കടലിൽ മുങ്ങിച്ചത്തു; മറ്റുള്ളവർ നീന്തി, മലയോരത്ത് കയറിപ്പറ്റി. ഞാനും, ചിലരും കരയ്ക്കു കയറിയപ്പോൾ, അത് വലിയൊരു ദ്വീപോ, അർദ്ധദ്വീപോ ആണെന്ന് കരുതി. അതിന്റെ തീരത്ത് മുഴുവൻ തകർന്ന കപ്പലുകളുടെയും ചരക്കുകളുടെയും അവശിഷ്ടങ്ങൾ ചിതറിക്കിടക്കുകയാണ്; അതിലെ യാത്രക്കാരെല്ലാം മുങ്ങിച്ചത്തുകാണും. ഞാൻ കടുംതൂക്കായ മല കയറിക്കടന്ന് ദ്വീപിന്റെ ഉൾഭാഗത്തേക്ക് നടന്നു. കുറെ പോയപ്പോൾ ഒരു ശുദ്ധജല ച്ചോല കണ്ടു; മലയടിവാരത്തിൽ ഒരു കിണർ വെള്ളംനിറഞ്ഞ് കിടക്കുന്നുണ്ട്. മറ്റെല്ലാവരും മലമുകളിലെ മാർഗ്ഗങ്ങളിലൂടെ ഉള്ളിലേക്ക് പോയി; കടൽത്തീരത്ത് അടിഞ്ഞുകിടന്നിരുന്ന സമ്പത്തുകണ്ട് ചിത്തഭ്രമം വന്നതുപോലെ ആയിരുന്നു അവർ. ഞാനാവട്ടെ, മുൻ പറഞ്ഞ ചോലയിൽ ധാരാളം മാണിക്യക്കല്ലുകളും, വലിയ മുത്തുകളും, വിവിധതരം രത്നങ്ങളും, വിലപിടിച്ച വൈരക്കല്ലുകളും കണ്ട് കണ്ണുതള്ളി നിന്നുപോയി. പുഴയിലെ ചരൽപോലെ ഇതെല്ലാം വയലിലൂടെ ഒഴുകുന്നു! മുത്തുകൾ നിറഞ്ഞ മണൽ മിന്നിത്തിളങ്ങുന്നു. ആ ദ്വീപിൽ ഒന്നാംതരം ഗ്രാമ്പുവും ഞങ്ങൾ കണ്ടു. 'നാഫ്താ'യുടെ നീർച്ചോലയും ഉണ്ടവിടെ; മെഴുകോ പശയോ പോലെ ചാലിലൂടെ 'നാഫ്താ'ഒഴുകുന്നു! യാത്രക്കാരും വ്യാപാരികളും അത് കടൽത്തീരത്തുനിന്ന് ശേഖരിച്ച്, വിൽക്കുന്നു. വേനൽക്കാലത്ത് അത് ഉരുകുമ്പോൾ കസ്തൂരിഗന്ധമാണതിന്. പരിസരമാകെ ആ സൗരഭ്യം വ്യാപിക്കുന്നു. വേനൽക്കാലം അവസാനിക്കുമ്പോൾ അത് വീണ്ടും ഘനീഭവിക്കും. ആ പ്രദേശം മലകളാൽ ചുറ്റപ്പെട്ടതിനാൽ ആർക്കും ഈ പ്രദേശത്ത് കാലുകുത്താനായിട്ടില്ല. അങ്ങനെ ഞങ്ങൾ ആ ദ്വീപിൽ സൂക്ഷ്മനിരീക്ഷണം തുടർന്നു. അള്ളായുടെ സൃഷ്ടികൾ ഓർത്ത് വിസ്മയിച്ചു! എത്ര വിലപിടിച്ച രത്നങ്ങളും മുത്തുകളുമാണവിടെ നിറഞ്ഞുകിടക്കുന്നത്! എന്നാൽ, ഞങ്ങൾക്കെന്ത് ഗുണമാണതുകൊണ്ടുള്ളത്. ഞങ്ങൾ സ്വന്തം ഭാവിയെക്കുറിച്ചോർത്ത് ഭയചകിതരായി. കടൽത്തീരത്ത്വെച്ച് ഞങ്ങൾ കുറച്ച് ആഹാരസാധനങ്ങൾ കൈയിൽ കരുതിയിരുന്നു; അത് സൂക്ഷിച്ചാണ് കഴിച്ചിരുന്നത്, രണ്ടുദിവസത്തിൽ ഒരു പ്രാവശ്യം മാത്രം! അതു തീർന്നാൽ വിശപ്പു സഹിക്കാനാവാതെ ദയനീയാവസ്ഥയിൽ ചത്തുപോകുമെന്ന് ഞങ്ങൾക്കറിയാമായിരുന്നു. അതിനുംപുറമെ, ഞങ്ങൾ ഉദരരോഗം മൂലം തളർന്ന് വിവശരുമായിരുന്നു! എന്റെ കൂട്ടുകാർ ഓരോരുത്തരായി മരിച്ചുകൊണ്ടിരുന്നു; ഒടുവിൽ ഞങ്ങൾ ഏതാനുംപേർ മാത്രം ബാക്കിയായി. മരിച്ചവരെ വിധിപ്രകാരം കുളിപ്പിച്ച് നല്ല വസ്ത്രം ധരിപ്പിച്ച് ഞങ്ങൾ കടൽത്തീരത്ത് തിരമാലകൾക്കടുത്ത് കൊണ്ടുകിടത്തും. കുറച്ചുകഴിഞ്ഞപ്പോൾ മറ്റുള്ളവരും ഓരോരുത്തരായി മൃതിയടഞ്ഞു! അങ്ങനെ അവസാന കൂട്ടുകാരനേയും ഞാൻ മറവുചെയ്തതോടെ ഞാൻ ആ ദ്വീപിൽ ഒറ്റയ്ക്കായി. എന്നാൽ, അല്പം ഭക്ഷണസാധനങ്ങൾ അവശേഷിച്ചിരുന്നു. ഞാൻ ദുഃഖത്തോടെ വിലപിച്ചു കൂട്ടുകാർക്കുമുമ്പ് ഞാൻ മരിച്ചിരുന്നെങ്കിൽ! അവൻ

എന്നെ കുളിപ്പിച്ച് വസ്ത്രം ധരിപ്പിച്ച് മറവുചെയ്തിരുന്നെങ്കിൽ! ഞാൻ ഒറ്റപ്പെട്ട് മരിച്ചുപോകുന്നതിനേക്കാൾ എത്രയോ ഭേദമായിരുന്നു അത്! എന്നെ കുളിപ്പിക്കാനും വസ്ത്രം ധരിപ്പിക്കാനും സംസ്കരിക്കാനും ആരുമില്ലാതായിപ്പോയല്ലോ. എന്നാൽ, അള്ളായേക്കാൾ വലിയവനായ മറ്റൊരു ദൈവമില്ല" - അപ്പോഴേക്കും നേരംപുലരാറായെന്നും തനിക്ക് കഥ പറയാനനുവദിച്ച സമയം തീർന്നെന്നും ഷാഹ്രസാദ് മനസ്സിലാക്കി.

അഞ്ഞൂറ്റി അറുപത്തിയൊന്നാം രാവ്

അവൾ പറഞ്ഞു, "അല്ലയോ കീർത്തിമാനായ രാജാവേ, ആ സഞ്ചാരി സിൻബാദ് ഇപ്രകാരം തുടർന്നു, എന്റെ അവസാന സുഹൃത്തിനെയും മറവുചെയ്തുകഴിഞ്ഞപ്പോൾ ആ ദ്വീപിൽ ഞാൻ ഏകനായി. ഞാൻ എഴുന്നേറ്റ്, കടലോരത്ത് എനിക്കായി ആഴമുള്ള ഒരു ശവക്കുഴി കുഴിച്ചുകൊണ്ട് സ്വയം പറഞ്ഞു - "ഞാൻ വല്ലാതെ തളർന്ന് മരിക്കാറാകുമ്പോൾ ഞാൻ സ്വയം ആ ശവക്കുഴിയിലേക്ക് ചാടി, അതിൽകിടന്ന് ചാകും. അപ്പോൾ കാറ്റടിച്ച് പൂഴിമണ്ണ് വന്ന് എന്റെ മൃതശരീരത്തിൽ വീഴും, അങ്ങനെ ഞാൻ മണ്ണിൽ മറവുചെയ്യപ്പെടും."

ഞാൻ നാടുവിട്ടതോർത്ത് സ്വയം ശപിച്ചു; എന്തിനാണ് വീണ്ടും കടൽയാത്രക്കൊരുങ്ങിയതെന്ന് ഓർത്ത് പരിതപിച്ചു; ആദ്യത്തെ അഞ്ച് കടൽയാത്രകളിലും ഞാനത്രയ്ക്ക് കഷ്ടപ്പാടും ദുരിതങ്ങളും അനുഭവിച്ചതല്ലേ. ഒറ്റയാത്രയും ഭീകാരാനുഭവങ്ങളോടുകൂടിയതല്ലാതിരുന്നിട്ടില്ല! ഓരോ കടൽയാത്രയും അതിന് മുമ്പത്തേക്കാൾ കഷ്ടപ്പാടും വേദനയും നിറഞ്ഞതായിരുന്നു, ഒരുതരത്തിലും രക്ഷപ്പെടാനാകില്ലെന്നതുപോലെ! എന്റെ മണ്ടത്തരമോർത്ത് ഞാൻ പശ്ചാത്തപിച്ചു, പ്രത്യേകിച്ചും, എനിക്ക് പണത്തിന് യാതൊരാവശ്യവുമില്ലാത്ത സമയത്താണ് ഞാനീ യാത്രയ്ക്ക് ഇറങ്ങിത്തിരിച്ചത്! എന്റെ സമ്പാദ്യത്തിന്റെ പകുതിപോലും, ജീവിതകാലം മുഴുവൻ ആർഭാടത്തോടെ ജീവിച്ചാലും തീരില്ലായിരുന്നു! ഞാൻ ഇരുന്ന് വിലപിച്ചു. കുറച്ചുകഴിഞ്ഞ് "അള്ളാ എന്നെ ചിന്തിപ്പിച്ചു, 'ഈശ്വരനാണേ, ഈ നീർച്ചോലയ്ക്ക് ആരംഭമുണ്ടെങ്കിൽ അന്ത്യവുമുണ്ടാകും! ആകയാൽ, അത് ചെന്നെത്തുന്നത് ജനവാസമുള്ള സ്ഥലത്തായിക്കൂടെന്നില്ല. അങ്ങനെ, എനിക്ക് ഇരിക്കാവുന്നത്രക്കുള്ള ചെറിയൊരു ചങ്ങാടം ഉണ്ടാക്കുവാൻ ഞാൻ തീരുമാനിച്ചു; എന്നിട്ട് അതും ചുമന്നുകൊണ്ടുപോയി ഞാനാ അരുവിയിൽ ഇടും; അതിൽ കയറിയിരുന്ന് ആ ചോലയിലൂടെ മുന്നോട്ടു നീങ്ങും! ദൈവാനുഗ്രഹത്താൽ ഞാൻ രക്ഷപ്പെട്ടെങ്കിലോ? അതല്ല, ചാവുകയാണെങ്കിലും, ഇവിടെക്കിടന്നു ചാകുന്നതിനേക്കാൾ വെള്ളത്തിൽ കിടന്ന് ചാകുന്നതാണ് നല്ലത്."

പിന്നെ ദീർഘശ്വാസം വലിച്ച്, ഞാൻ പോയി മരത്തടികൾ ശേഖരിക്കാൻ തുടങ്ങി, അവ കൂട്ടിക്കെട്ടി ഞാനൊരു ചങ്ങാടമുണ്ടാക്കി. അതിനുശേഷം, തകർന്ന കപ്പലിലെ അവശിഷ്ടങ്ങളിൽ നിന്ന് പരന്ന മരപ്പലകകളും കയറുകളും കൊണ്ടുവന്ന് ഭംഗിയായി കെട്ടിയപ്പോൾ സുഖകരമായൊരു 'ബോട്ട് ചങ്ങാട'മായി അത് മാറി; ആണി അടിച്ചുറപ്പിച്ചതുപോലുണ്ടായിരുന്നു കയറുകൊണ്ടുള്ള കെട്ട്! അതിൽ നിറയെ സാമാനങ്ങളും വിലിപിടിച്ച രത്നങ്ങളും കയറ്റി. ബാക്കിയുണ്ടായിരുന്ന ഭക്ഷണ

സാധനങ്ങളും ഇലച്ചെടികളും കൈയിൽ കരുതി. എല്ലാം ഒരുക്കിയശേഷം ഇരുവശത്തും പലകക്കഷണങ്ങൾകൊണ്ട് പങ്കായം ഉണ്ടാക്കി കെട്ടിവെച്ചു. ഒടുവിൽ ഞാനതിൽക്കയറി തുഴഞ്ഞ് നീങ്ങി.

എന്റെ ചങ്ങാടം നീർച്ചാലിലൂടെ നിർബാധം ഒഴുകി; ഞാൻ ചിന്താമഗ്നനായി അതിൽ ഇരുന്നു. മലയുടെ താഴ്‌വരയിലെത്തുന്നതുവരെ അത് നിൽക്കാതെ മുന്നേറി. ഇരുളടഞ്ഞ അന്തരീക്ഷത്തിൽ ചങ്ങാടം ഒരു ഭൂഗർഭ തോടിലേക്ക് പ്രവേശിച്ചു; വളരെ ഇടുങ്ങിയതായിരുന്നു അത്. ചങ്ങാടത്തിന്റെ വശങ്ങൾ തോടിന്റെ ഓരങ്ങളിൽ സ്പർശികൊണ്ടാണ് നീങ്ങിയത്. 'ടണലി'ന്റെ മുകളിൽ എന്റെ തല തട്ടുമായിരുന്നു; അതിൽ നിന്ന് തിരിച്ചുപോരുക എന്നതും അസാദ്ധ്യമായിരുന്നു. ജീവിതം അപകടപ്പെടുത്തിയതിൽ ഞാൻ സ്വയം കുറ്റപ്പെടുത്തിക്കൊണ്ട് പറഞ്ഞു. "ഈ 'ടണൽ' കൂടുതൽ വീതി കുറഞ്ഞുവന്നാൽ, ചങ്ങാടത്തിന് കടന്നുപോകാൻ കഴിയില്ല, എനിക്ക് പിൻവാങ്ങാനും കഴിയില്ല. അതുകൊണ്ട് ഞാൻ ഈ സ്ഥലത്തുകിടന്ന് ചത്തതുതന്നെ!"

ഞാൻ ചങ്ങാടത്തിൽ തല കുനിച്ചിരുന്നു. ആ തോട് വളരെ വീതി കുറഞ്ഞതായതിനാൽ എനിക്ക് മുന്നോട്ടുനീങ്ങാനാകില്ലെന്നുറപ്പായി. ഇവിടെകിടന്ന് ചത്തതുതന്നെ എന്നോർത്ത് ഞാൻ ദുഃഖത്തിലാണ്ടു! ഭീതിയും ഉൽക്കണ്ഠയും എന്നെ അവശനാക്കി. കുറെ കഴിഞ്ഞപ്പോൾ, ഞാൻ ചങ്ങാടത്തിൽ കിടന്നുറങ്ങിപ്പോയി. എത്രനേരം അങ്ങനെ കിടന്നുറങ്ങി എന്നെനിക്കറിയില്ല. ഒടുവിൽ ഞാൻ ഉണർന്നപ്പോൾ നല്ല സൂര്യപ്രകാശമാണ് എന്റെ കണ്ണുകളെ എതിരേറ്റത്! വിശാലമായൊരു പുഴയിൽ ഒരു ദ്വീപിനോട് ചേർന്ന് എന്റെ ചങ്ങാടം കെട്ടിയിട്ടിരിക്കുന്നു. ചുറ്റും കുറെ ഇന്ത്യക്കാരും അബിസീനിയക്കാരും നിൽക്കുന്നുണ്ട്. ഞാൻ ഉണർന്നെന്നു കണ്ട് അവർ എന്റെ അരികിലെത്തി അവരുടെ ഭാഷയിൽ എന്നോട് എന്തൊക്കെയോ ചോദിച്ചു. അവർ പറഞ്ഞതൊന്നും എനിക്ക് മനസ്സിലായില്ല. ഭീതിയും, ഉൽകണ്ഠയും മൂലം തകർന്ന് മനസ്സിന്റെ തോന്നലോ, സ്വപ്നമോ ആയിരിക്കും ഇതെന്ന് ഞാൻ കരുതി. എന്നാൽ, ചോലയിലെ ടണലിൽനിന്നും രക്ഷപ്പെട്ടല്ലോ എന്നോർത്ത് ഞാൻ സന്തോഷിച്ചു; അവർ പറഞ്ഞതൊന്നും എനിക്ക് മനസ്സിലായിട്ടില്ലെന്നവർക്ക് പിടികിട്ടിയപ്പോൾ, അവരിലൊരാൾ മുന്നോട്ട് വന്ന് എന്നോട് അറബിയിൽ പറഞ്ഞു. "അസലാമു അലൈയ്ക്കും, എന്റെ സഹോദരാ! നിങ്ങൾ ആരാണ്, എങ്ങനെ ഇവിടെ വന്നുപെട്ടു? നിങ്ങൾ എങ്ങനെയാണ് ഈ പുഴയിലേക്ക് വന്നത്? ആ മലകൾക്കപ്പുറത്ത് ഏത് തരം ഭൂമിയാണുള്ളത്? ഇതിലെ ആരെങ്കിലും വന്നതായി ഞങ്ങൾ ഓർക്കുന്നില്ല!!" ഞാൻ പറഞ്ഞു. "വ അലൈയ്ക്കും സലാം! നിങ്ങൾ ആരാണ്, ഇത് ഏത് രാജ്യമാണ്?"

"ഓഹ്, എന്റെ സഹോദരാ" അയാൾ മറുപടി നൽകി. "ഞങ്ങൾ കൃഷിക്കാരും കർഷകത്തൊഴിലാളികളുമാണ്, ഞങ്ങളുടെ കൃഷിസ്ഥലങ്ങൾ നനക്കാൻവേണ്ടി വന്നവരാണ്. നിങ്ങൾ ഈ ചങ്ങാടത്തിൽ കിടന്നുറങ്ങുന്നതുകണ്ട് അതവിടെ പിടിച്ചുകെട്ടിയിട്ടു, നിങ്ങൾ ഉറക്കം കഴിഞ്ഞ് സ്വയം എഴുന്നേൽക്കുന്നതുവരെ കാത്തുനിൽക്കുകയായിരുന്നു. അപ്പോൾ, നിങ്ങൾ പറയൂ എങ്ങനെയാണിവിടെ എത്തിയതെന്ന്?"

ഞാൻ മറുപടി നൽകി. "അല്ലായെ ഓർത്ത്, എന്റെ പ്രഭോ, ഞാൻ സംസാരിക്കുന്നതിന് മുമ്പ് എന്തെങ്കിലും എനിക്ക് തിന്നാൻ തരാമോ;

കാരണം, ഞാൻ വിശന്ന് ചാകാറായി. അതിനുശേഷം നിങ്ങൾ ഇഷ്ട മുള്ളതെല്ലാം ചോദിച്ചോളു."

അപ്പോൾ അയാൾ ധൃതിപിടിച്ച് എനിക്ക് ഭക്ഷണം കൊണ്ടുവന്നു; ഞാനത് വയറുനിറയെ കഴിച്ചു; അതോടെ എന്റെ ജീവൻ എനിക്ക് തിരിച്ചു കിട്ടി. എന്റെ ഭീതിമാറി, ഞാൻ ശാന്തനായി ഇരുന്നു. പിന്നെ എന്നോട് കാണിച്ച കാരുണ്യത്തിന് ഞാൻ നന്ദി പറഞ്ഞു. പുഴയിൽനിന്ന് പുറത്തു വന്ന് അവരോടൊപ്പം ചേരാൻ കഴിഞ്ഞതിൽ ആഹ്ലാദിച്ചു. ഞാനവരോട് എന്റെ വീരസാഹസകഥകൾ തുടക്കം മുതൽ അവസാനംവരെ വിവരിച്ചു കൊടുത്തു, പ്രത്യേകിച്ച് ആ ഇടുങ്ങിയ ചോലയിൽ കുടുങ്ങിപ്പോയത്! - അപ്പോഴേക്കും നേരംപുലരാറായെന്നും തനിക്ക് കഥപറയാനനുവദിച്ച സമയം തീർന്നെന്നും ഷാഹ്റസാദ് മനസ്സിലാക്കി.

അഞ്ഞൂറ്റി അറുപത്തിരണ്ടാം രാവ്

അവൾ പറഞ്ഞു, ഓ കീർത്തിമാനായ രാജാവേ, സിന്ദ്ബാദ് സഞ്ചാരി തുടർന്നു - ഞാൻ ഭൂമിയിലിറങ്ങി അവരുടെ ഇടയിലേക്ക് ചെന്ന്, അല്പം വിശ്രമമെടുത്തു. അവർ പരസ്പരം കൂടിയാലോചിച്ച് പറഞ്ഞു: "അവനെ കൊണ്ടുപോയി നമ്മുടെ രാജാവിനു മുന്നിൽ ഹാജരാക്കാതെ രക്ഷയില്ല. അവർ തന്റെ വീരസാഹസകഥകൾ സ്വയം രാജാവിനെ പറഞ്ഞുകേൾപ്പി ക്കട്ടെ."

അങ്ങനെ അവർ എന്നെ, ചങ്ങാടവും സമ്പത്തും ചരക്കുകളുമെല്ലാം ആയി രാജസന്നിധിയിലേക്ക് കൊണ്ടുപോയി. അത് 'സിന്ദ്ലോൺ' രാജാ വായിരുന്നു. അവർ നടന്ന സംഭവങ്ങൾ അദ്ദേഹത്തെ ധരിപ്പിച്ചു. അതു കേട്ട് രാജാവെന്നെ അഭിവാദ്യം ചെയ്ത് സ്വീകരിച്ചു. പിന്നെ, അദ്ദേഹം അറബി സംസാരിച്ചിരുന്ന ദ്വിഭാഷിയിലൂടെ, എന്റെ നിലയെക്കുറിച്ചും, വീര സാഹസങ്ങളെക്കുറിച്ചും ചോദിച്ചറിഞ്ഞു; തുടക്കം മുതൽ അവസാനം വരെ ഞാൻ വിവരിച്ചുകൊടുത്തു. അദ്ദേഹം എന്റെ കഥകൾ കേട്ട് വല്ലാത്ത വിസ്മയത്തോടെ സ്തംഭിച്ച് ഇരുന്നുപോയി. എന്നെ സസ ന്തോഷം മോചിപ്പിച്ചു. ഞാൻ കുറെ രത്നങ്ങളും മുത്തുകളും സുഗന്ധ ദ്രവ്യങ്ങളുമെല്ലാം എടുത്ത്, അവ രാജാവിന് സമ്മാനിച്ചു. അദ്ദേഹം അതെല്ലാം സ്വീകരിച്ച് എന്നോട് അങ്ങേ അറ്റം ആദരവോടെ പെരുമാറി, സ്വന്തം കൊട്ടാരത്തിൽത്തന്നെ എനിക്ക് താമസിക്കാനുള്ള സൗകര്യം ചെയ്തുതന്നു. ദ്വീപിലെ പ്രഭുക്കന്മാരോടൊല്ലാം ഞാൻ സൗഹൃദത്തി ലായി. അവർ വലിയ ആദരവാണെനിക്ക് നൽകിയത്. ഞാൻ കുറച്ചുനാൾ രാജകൊട്ടാരത്തിൽത്തന്നെ തങ്ങി. സിലോൺ ദ്വീപ് സ്ഥിതിചെയ്യുന്നത് ഭൂമദ്ധ്യരേഖയിലാണ്, രാവും പകലും തുല്യമായ രാജ്യം (പന്ത്രണ്ട് മണിക്കൂർ വീതം). അതിന് '80 ലീഗ്' നീളവും '30 ലീഗ്' വീതിയുമുണ്ട്; മദ്ധ്യത്തിൽ വൻ മലയും വലിയ താഴ്വരയുമാണ്. അനേകം മൈലു കൾക്കപ്പുറത്ത് നിന്നുതന്നെ ആ മല കാണാം; അതിൽ പലതരം വജ്ര ങ്ങളും, മറ്റ് ധാതുക്കളും അടങ്ങിയിരിക്കുന്നു. എല്ലാത്തരം സുഗന്ധ വ്യഞ്ജനച്ചെടികളും അതിലുണ്ട്. അതിന്റെ ഉപരിതലം മരതക കല്ലു കൊണ്ട് മൂടപ്പെട്ടിരിക്കുന്നു; അവിടന്ന് 'രത്നം' വെട്ടിമുറിച്ചെടുത്ത്,

രൂപപ്പെടുത്തിയെടുക്കുന്നു. അവിടത്തെ പുഴകളിൽ നിറയെ വൈരക്കല്ലുകൾ ഉണ്ട്, സമതലങ്ങളിൽ മുത്തുകളും.

ഞാൻ മലകയറി അതിന്റെ വിസ്മയകരമായ കാഴ്ചകണ്ട് രസിച്ചു; ശരിക്കും വർണ്ണനാതീതമാണത്! പിന്നീട് ഞാൻ രാജാവിന്നടുത്തേക്ക് മടങ്ങി. അപ്പോൾ എല്ലാ സഞ്ചാരികളും വ്യാപാരികളും കൂടി എന്റെ രാജ്യത്തെക്കുറിച്ചും, 'കാലിഫാ അരുൺ അൽറഷീദ്'നെക്കുറിച്ചും, അദ്ദേഹത്തിന്റെ ഭരണത്തെക്കുറിച്ചും ചോദിച്ചു. ഞാൻ അവരുടെ ചോദ്യങ്ങൾക്കെല്ലാം മറുപടി നൽകി, അദ്ദേഹത്തിന്റെ കീർത്തിയെക്കുറിച്ചും സർഭരണത്തെക്കുറിച്ചുമെല്ലാം. പിന്നീട്, അവരുടെ രാജ്യത്തിലെ ആചാരങ്ങളെയും സമ്പ്രദായങ്ങളെയും കുറിച്ചന്വേഷിച്ചു. ഞാൻ ആഗ്രഹിച്ച വിവരങ്ങളെല്ലാം അവരിൽ നിന്ന് ലഭിച്ചു.

ഒരു ദിവസം എന്റെ രാജ്യത്തിലെ ഭരണസമ്പ്രദായത്തെയും, സർക്കാർ നിയമങ്ങളെയും കുറിച്ച് രാജാവ് സ്വയം എന്നോട് ചോദിച്ചറിഞ്ഞു. ബാഗ്ദാദ് നഗരത്തിലെ കാലിഫായുടെ ഭരണരീതിയെക്കുറിച്ചും, നിയമസമ്പ്രദായത്തെക്കുറിച്ചും ഞാൻ അദ്ദേഹത്തെ പറഞ്ഞു ധരിപ്പിച്ചു. കാലിഫായുടെ നീതിയുക്തമായ ഭരണത്തെക്കുറിച്ചുള്ള എന്റെ വർണ്ണന കേട്ട് അദ്ദേഹം വല്ലാതെ വിസ്മയിച്ചുപോയി! "അള്ളായാണേ, കാലിഫായുടെ നിയമസമ്പ്രദായം ശരിക്കും വിവേകപൂർണ്ണമാണ്; എല്ലാം പ്രശംസനീയം തന്നെ! നീ പറഞ്ഞതുകേട്ട് എനിക്കദ്ദേഹത്തോട് വലിയ സ്നേഹവും ആരാധനയും തോന്നുന്നു; എനിക്കദ്ദേഹത്തിന് ഒരു സമ്മാനം കൊടുക്കാനൊരു മോഹം, നിന്നിലൂടെ ഞാനത് കൊടുത്തയയ്ക്കാം."

ഞാൻ മറുപടി നൽകി: "ഉത്തരവുപോലെ, എന്റെ പ്രഭോ, അദ്ദേഹത്തിനുള്ള സമ്മാനം ഞാൻ കൊണ്ടുപോകാം; അങ്ങ് കാലിഫായുടെ ഉറ്റ സുഹൃത്തും, ആത്മാർത്ഥമായി സ്നേഹിക്കുന്നവനുമാണെന്ന് ഞാൻ പറയാം."

അങ്ങനെ, ഞാൻ രാജാവിനോടൊപ്പം ആദരണീയനായി കുറെ നാൾ കഴിഞ്ഞു. ഒരു ദിവസം ഞാൻ രാജാവിനോടൊപ്പം കൊട്ടാരത്തിൽ ഇരിക്കവെ, ഒരു സംഘം വ്യാപാരികളുടെ കപ്പൽ ബസ്രായിലേക്ക് പോകുകയാണെന്ന വാർത്ത കേട്ടു. ഞാൻ സ്വയം പറഞ്ഞു: "ഈ മനുഷ്യരോടൊപ്പം യാത്രചെയ്യുന്നതിനേക്കാൾ നല്ലൊരു കാര്യമില്ല!"

ഞാൻ ഉടനെ എഴുന്നേറ്റ് രാജാവിന്റെ കൈയിൽ ചുംബിച്ച്, "ഈ വ്യാപാരികളോടൊപ്പം പോകാനുള്ള എന്റെ മോഹം അദ്ദേഹത്തെ അറിയിച്ചു. കാരണം, എന്റെ നാടും, സ്വന്തം ആളുകളേയും കാണാൻ എന്റെ മനസ്സ് കൊതിക്കുന്നു!"

"നീയാണക്കാര്യത്തിൽ ഒരു തീരുമാനമെടുക്കേണ്ടവൻ. എന്നാലും, ഞങ്ങളോടൊപ്പം ജീവിക്കാനാണ് നിന്റെ ആഗ്രഹമെങ്കിൽ, നിന്റെ സാന്നിദ്ധ്യം ഞങ്ങളെ ഏറ്റവും അധികം സന്തോഷിപ്പിക്കും."

"അള്ളായാണേ, എന്റെ പ്രഭോ" ഞാൻ മറുപടി നൽകി: "അങ്ങയുടെ സൽപ്രവൃത്തികളും, എനിക്ക് ചെയ്ത ഉപകാരങ്ങളും അത്യധികം എന്റെ മനസ്സിനെ ആകർഷിച്ചു; എന്നാൽ എന്റെ സുഹൃത്തുക്കളെയും കുടുംബാംഗങ്ങളെയും നാടും കാണാനായി എന്റെ ഹൃദയം പിടക്കുകയാണ്!"

അദ്ദേഹം ഇതുകേട്ടപ്പോൾ, യാത്ര പുറപ്പെടാൻ തയ്യാറെടുക്കുന്ന വ്യാപാരികളെ വിളിച്ചുവരുത്തി, എന്റെ ചുമതല അവരെ ഏൽപ്പിച്ചു; എന്റെ യാത്രാക്കൂലി അദ്ദേഹം നൽകി. പിന്നെ തന്റെ ഖജനാവിൽ നിന്ന് വൻതുകയെടുത്ത് അദ്ദേഹം എനിക്ക് സമ്മാനമായി നൽകി. അതോടൊപ്പം കാലിഫാ അൽറഷീദിന്നായി രാജകീയപ്രൗഢിയുള്ള ഒരു സമ്മാനവും എന്നെ ഏല്പിച്ചു. അതിന്റെ കൂടെ സീലുവെച്ച ഒരു കത്തും ഉണ്ടായിരുന്നു. "ഇത് നീ സ്വന്തം കൈകൊണ്ട് 'വിശ്വാസികളുടെ സർവ്വസൈന്യാധിപന്' നൽകുക; അദ്ദേഹത്തിന് ഞങ്ങളുടെ അകമഴിഞ്ഞ അഭിവാദ്യങ്ങൾ നൽകുക!"

"ഉത്തരവുപോലെ," ഞാൻ മറുപടി നൽകി. സന്ദേശം എഴുതിയിരുന്നത് ആട്ടിൻതോലിനേക്കാൾ മൃദുവായ മഞ്ഞനിറത്തിലുള്ള ഒരു തുകലിൽ ആയിരുന്നു, കടും നീലമഷിയിൽ; അതിലെ ഉള്ളടക്കം ഇതായിരുന്നു – 'അൽഹിന്ദ്' രാജാവിൽനിന്ന് സലാം. അദ്ദേഹത്തിന്റെ പക്കൽ ആയിരം ആനകളും, ഖജനാവിൽ ആയിരം രത്നങ്ങളും ഉണ്ട്. എന്നാൽ അള്ളാവിനേയും അവന്റെ പ്രവാചകനേയും വണങ്ങിക്കൊണ്ട് നാം അങ്ങേക്ക് ചെറിയൊരു പാരിതോഷികം അയച്ചുതരുന്നു; അത് അങ്ങ് സസന്തോഷം സ്വീകരിക്കണം. അങ്ങ് നമുക്കൊരു സഹോദരനും ആത്മാർത്ഥ സുഹൃത്തുമാണ്. അങ്ങയോട് നാം ഹൃദയത്തിൽ കാത്തുസൂക്ഷിക്കുന്ന സ്നേഹം നിസ്സീമമാണ്. ദയവായി ഇതിനൊരു മറുപടി നൽകാൻ കരുണ കാണിക്കണം. ഈ പാരിതോഷികം ഒരുപക്ഷേ, അങ്ങയുടെ അന്തസ്സിന് അനുയോജ്യമായിരിക്കില്ല; എന്നാൽ, എന്റെ പ്രിയസഹോദരാ, ഇത് ദയാപൂർവ്വം സ്വീകരിക്കുവാൻ നാം യാചിക്കുകയാണ്. 'അസ്സലാമു അലൈക്കും.'

'റൂബി'കൊണ്ടുള്ള വലിയൊരു കപ്പ് ആണ് പാരിതോഷികമായി നൽകിയത്. ആ കപ്പിനുള്ളിൽ നിറയെ അമൂല്യമായ മുത്തുകൾ പതിച്ചിരിക്കുന്നു. അതോടൊപ്പം പെരുമ്പാമ്പിന്റെ തോലുകൊണ്ട് മൂടിയൊരു കിടക്ക, ആ തോലിലെ പുള്ളികൾക്ക് ഒരു ദിനാറിന്റെ വലിപ്പമുണ്ട്. അതിൽ ഇരിക്കുന്നവന് ഒരു രോഗവും ബാധിക്കില്ല. പിന്നെ, നിരവധി ചാക്കുകൾ നിറയെ സുഗന്ധവ്യഞ്ജനങ്ങൾ, ചന്ദ്രനെപ്പോലെ ശോഭിക്കുന്ന ഒരു അടിമപ്പെൺകുട്ടി.

ഞാൻ എന്റെ കൂട്ടുകാരോടും പരിചയക്കാരോടുമെല്ലാം വിടപറഞ്ഞ് മുൻ പറഞ്ഞ വ്യാപാരികളോടൊപ്പം കപ്പലിൽക്കയറി ദ്വീപുവിട്ടു. അള്ളായുടെ കാരുണ്യത്താൽ അനുകൂലമായ കാറ്റിൽ ഞങ്ങൾ യാത്ര ആരംഭിച്ചു. അവന്റെ ആശീർവാദത്തോടെ ഞങ്ങൾ ബസ്രായിലെത്തി. ഏതാനും ദിവസങ്ങൾ അവിടെ തങ്ങിയശേഷം ഞാൻ ചരക്കുകളും മറ്റു സാധനങ്ങളുമെല്ലാം സജ്ജീകരിച്ച്, ബാഗ്ദാദ് നഗരത്തിലേക്ക് പോയി. അവിടെ എത്തിയശേഷം കാലിഫായ്ക്ക് മുഖം കാണിച്ച് അദ്ദേഹത്തിനുള്ള രാജാവിന്റെ സമ്മാനങ്ങൾ സമർപ്പിച്ചു. ഞങ്ങൾ എവിടന്നാണെത്തിയതെന്ന് അദ്ദേഹം ചോദിച്ചു.

"അള്ളായാണേ, വിശ്വാസികളുടെ സൈന്യാധിപാ, എനിക്കാനഗരത്തിന്റെ പേരോ, അങ്ങോട്ടുള്ള മാർഗ്ഗമോ അറിയില്ല!"

"അല്ലയോ, സിന്ദ്ബാദ്, ഇതിൽ രാജാവ് എഴുതിയതെല്ലാം സത്യമാണോ!" ഞാൻ നിലത്തു ചുംബിച്ചുകൊണ്ട് മറുപടി നൽകി: "ഓ,

എന്റെ പ്രഭോ, രാജാവ് ഇതിൽ എഴുതിയതിനേക്കാൾ എത്രയോ കൂടുതലാണ് ഞാനവിടെ കണ്ടത്! രാജകീയ ഘോഷയാത്രയിൽ ഭയങ്കര പൊക്കമുള്ള ഒരാനപ്പുറത്ത് അദ്ദേഹം സിംഹാസനത്തിൽക്കയറി ഇരിക്കും; ആ സമയത്ത് അദ്ദേഹത്തിന്റെ ഉന്നത പ്രഭുക്കന്മാരും, മേധാവികളും, അദ്ദേഹത്തിന്റെ ഇടതും വലതും വശങ്ങളിലായി അണിനിരക്കും. അദ്ദേഹത്തിനു മുന്നിൽ ഒരാൾ സ്വർണ്ണവാളും കൈയിലേന്തി നടക്കും; മറ്റൊരാൾ പിന്നിൽ വലിയൊരു സ്വർണ്ണ ഗദയും പിടിച്ചായിരിക്കും നടക്കുന്നത്. അദ്ദേഹം ആനപ്പുറത്ത് കയറുമ്പോൾ, ചിത്രപ്പണികളോടുകൂടിയ സിൽക്ക് വസ്ത്രങ്ങൾ ധരിച്ച ഒരായിരം കുതിരപ്പടയാളികൾ കുതിരപ്പുറത്തേറും. അങ്ങനെ രാജാവ് മുന്നേറുമ്പോൾ അദ്ദേഹത്തിനു പിന്നാലെ അവർ നടന്നുകൊണ്ട് വിളിച്ചുപറയും "പ്രതാപവാനായ രാജാവ് എഴുന്നെള്ളുന്നു!"

അയാൾ രാജാവിനെ പ്രകീർത്തിച്ചുകൊണ്ടുള്ള ഉദ്ഘോഷങ്ങൾ തുടരുന്നു; ആ വാക്കുകൾ പൂർണ്ണമായി ഞാൻ ഓർക്കുന്നില്ല; എന്നാൽ ആ പ്രശംസാവാക്യത്തിന്റെ അന്ത്യം ഇപ്രകാരമായിരുന്നു - "സോളമനോ മറ്റ് ഏതൊരു മഹാരാജാവോ ഒരിക്കലും അലങ്കരിക്കാത്ത കിരീടം ധരിക്കുന്ന മഹാരാജാവാണിത്."

"അതിനും പുറമെ, നീതിമാനും വിവേകശാലിയുമായ അദ്ദേഹത്തിന്റെ നാട്ടിൽ 'ഖാസി'മാർ ഒന്നുമില്ല. അദ്ദേഹത്തിന്റെ ജനങ്ങൾക്ക് തെറ്റും ശരിയും തിരിച്ചറിയാനുള്ള വിവേകമുണ്ട്."

കാലിഫാ പറഞ്ഞു: "എത്ര മഹാനാണീരാജാവ്! അദ്ദേഹത്തിന്റെ സന്ദേശം അതെനിക്ക് കാണിച്ചുതരുന്നു. അദ്ദേഹത്തിന്റെ ശക്തമായ രാജ്യത്തെക്കുറിച്ച് ദൃക്സാക്ഷിയായ നിങ്ങൾ വിവരിച്ചല്ലോ. അള്ളായാണേ, അദ്ദേഹം അതിബുദ്ധിമാനും, വിശാലമനസ്കനുമായ ഭരണാധികാരിയാണ്."

അപ്പോൾ 'വിശ്വാസികളുടെ സൈന്യാധിപന്, കഴിഞ്ഞ യാത്രയിൽ എനിക്കനുഭവിക്കേണ്ടിവന്ന ദുരിതങ്ങളെക്കുറിച്ച് ഞാൻ വിവരിച്ചുകൊടുത്തു; അദ്ദേഹം വല്ലാതെ വിസ്മയിച്ചുപോയി. എന്റെ കഥ രേഖപ്പെടുത്തി, 'ആർക്കൈവിസി'ൽ സൂക്ഷിക്കുവാനായി കാലിഫാ ചരിത്രകാരന്മാരോട് ആജ്ഞാപിച്ചു; മറ്റുള്ളവരെ അത് പ്രബുദ്ധരാക്കട്ടെ.

അതിനുശേഷം എനിക്ക് അദ്ദേഹം ഒരുപാട് ആനുകൂല്യങ്ങൾ കനിഞ്ഞ് നൽകി. അവിടന്ന് ഞാൻ നേരെ സ്വന്തം വീട്ടിലേക്ക് പോയി. വീട്ടിലെ കലവറയിൽ എല്ലാ സമ്പത്തും വിശിഷ്ടവസ്തുക്കളും സംഭരിച്ചുവെച്ചു. അപ്പോഴേക്കും എന്റെ സുഹൃത്തുക്കൾ അവിടെ എത്തി. കുടുംബാംഗങ്ങൾക്കും മിത്രങ്ങൾക്കും ഞാൻ സമ്മാനങ്ങൾ വിതരണം ചെയ്തു; പാവങ്ങൾക്ക് ദാനധർമ്മങ്ങൾ നടത്തി. അതിനുശേഷം ആർഭാടം നിറഞ്ഞ സുഖകരമായ ജീവിതം നയിച്ചു; ഞാൻ അനുഭവിച്ച ദുരിതങ്ങളും കഷ്ടപ്പാടുകളും പാടെ വിസ്മരിക്കപ്പെട്ടു! "അതാണ് സഹോദരന്മാരെ, എനിക്ക് ആറാം കടൽയാത്രയിൽ അനുഭവിക്കേണ്ടിവന്നതിന്റെ ചരിത്രം. നാളെ 'ഇൻഷാ അള്ളാ" ഞാൻ എന്റെ ഏഴാമത്തേതും അവസാനത്തേതുമായ കടൽയാത്രയുടെ കഥ പറയാം. ആദ്യത്തെ ആറ് കഥകളേക്കാൾ വിസ്മയകരവും, ആശ്ചര്യജനകവുമാണ് ആ കഥ!"

പിന്നെ, തീൻമേശയിൽ ഭക്ഷണം നിരത്താനായി അയാൾ ആജ്ഞാപിച്ചു; കൂട്ടുകാർ ഒന്നിച്ചിരുന്ന് അത്താഴം കഴിച്ചു. അതിനുശേഷം

ചുമട്ടുകാരന് നൂറ് ദിനാർ നൽകി. തങ്ങൾ കേട്ട കഥയെക്കുറിച്ച് അതിശയത്തോടെ ഓർത്തുകൊണ്ട് അവരെല്ലാം തങ്ങളുടേതായ വഴിക്ക് പോയി - അപ്പോഴേക്കും നേരംപുലരാറായെന്നും തനിക്ക് കഥ പറയാനനുവദിച്ച സമയം തീർന്നെന്നും ഷാഹ്റസാദ് മനസ്സിലാക്കി.

അഞ്ഞൂറ്റി അറുപത്തിമൂന്നാം രാവ്

അവൾ പറഞ്ഞു, അല്ലയോ കീർത്തിമാനായ രാജാവേ, സഞ്ചാരി സിന്ദ്ബാദ് തന്റെ ആറാം കടൽയാത്രയുടെ കഥ പറഞ്ഞുകഴിഞ്ഞപ്പോൾ ആ സംഘം പിരിഞ്ഞുപോയി. ചുമട്ടുകാരൻ സിന്ദ്ബാദ് സ്വന്തം വീട്ടിൽച്ചെന്ന് സുഖമായി കിടന്നുറങ്ങി. പിറ്റേന്ന് രാവിലെ എഴുന്നേറ്റ്, പ്രഭാതനമസ്കാരത്തിനുശേഷം തന്റെ പേരുകാരന്റെ ഗൃഹത്തിലേക്ക് പോയി. മറ്റ് കൂട്ടുകാർ ഒത്തുചെന്നപ്പോൾ ആതിഥേയൻ തന്റെ ഏഴാം കടൽയാത്രയെക്കുറിച്ച് വിവരിക്കാൻ തുടങ്ങി.

ഏഴാം കടൽയാത്ര

നിങ്ങൾക്കറിയാമോ, കൂട്ടുകാരെ, എന്റെ ആറാം കടൽയാത്ര കഴിഞ്ഞു വന്നപ്പോൾ ഞാൻ വലിയ സമ്പന്നനായിത്തീർന്നിരുന്നു. അങ്ങനെ, ആഹ്ലാദവും ആർഭാടവും നിറഞ്ഞ സുഖജീവിതത്തിൽ ഞാൻ മുങ്ങി! ഇപ്രകാരം സംതൃപ്തമായൊരു ജീവിതം നയിച്ചുകൊണ്ടിരിക്കവെ, എന്റെ മനസ്സ് വീണ്ടും ഒരു കടൽയാത്രയ്ക്കായി മോഹിച്ചു, വിദേശരാജ്യങ്ങൾ സന്ദർശിക്കാനും, വ്യാപാരികളുമായി കൂട്ടുകൂടുവാനും, പുത്തൻവൃത്താന്തങ്ങൾ അറിയാനുമുള്ള മോഹം! അങ്ങനെ കടൽയാത്ര പോകാനുള്ള തീരുമാനമെടുത്തശേഷം കടൽവ്യാപാരത്തിനു വിലപിടിച്ച സാമാനങ്ങളും ചരക്കുകളും ഭാണ്ഡങ്ങളിലാക്കിക്കെട്ടി ബാഗ്ദാദ് സിറ്റിയിൽനിന്നും ബസ്രായിലേക്ക് പുറപ്പെട്ടു. അവിടെ ഒരു കപ്പൽ യാത്രക്കൊരുങ്ങിനിൽക്കുന്നതായി ഞാൻ കണ്ടു. ധാരാളം വ്യാപാരികൾ ഉണ്ടതിൽ. ഞാനാകപ്പലിൽ ക്കയറി അവരുമായി ചങ്ങാത്തം സ്ഥാപിച്ചു. സുരക്ഷിതവും ആരോഗ്യകരവുമായ അന്തരീക്ഷത്തിൽ, അനുകൂലമായ കാറ്റിൽ ഞങ്ങൾ യാത്ര ആരംഭിച്ചു; 'മദീനത് അൽസീൻ'വരെ യാത്ര സുഖകരമായിരുന്നു. എന്നാൽ, സസന്തോഷം ആഹ്ലാദിച്ചുകൊണ്ടാണവിടം വിട്ടതെങ്കിലും കുറച്ചുകഴിഞ്ഞപ്പോൾ ഭയങ്കരമായ കൊടുങ്കാറ്റും പേമാരിയും തുടങ്ങി. ഞങ്ങളും ചരക്കുകളും വെള്ളത്തിൽ മുങ്ങി; ഉടനെ ചരക്കുകളും തുണികളുമെല്ലാം ഞാൻ 'കാൻവാസി'ലിട്ട് മൂടി; അവ മഴയിൽ നനയാതിരിക്കട്ടെ! ഞങ്ങൾ സർവ്വശക്തനായ അള്ളായിൽ വിശ്വാസമർപ്പിച്ച് പ്രാർത്ഥനയിൽ മുഴുകി! 'ഈ ദുർഘടത്തിൽ നിന്ന് രക്ഷിക്കണെ' എന്ന് മനംനൊന്ത് പ്രാർത്ഥിച്ചു.

അപ്പോൾ ക്യാപ്റ്റൻ തന്റെ അരപ്പട്ട മുറുക്കിക്കെട്ടി, പൈജാമ പൊക്കിവെച്ച്, അള്ളായെ മനസ്സിൽ ധ്യാനിച്ച്, 'മാസ്റ്റി'ന്റെ മുകളിലേക്ക് കയറി, ചുറ്റുപാടും വീക്ഷിച്ചശേഷം യാത്രക്കാരേയും കപ്പൽജോലിക്കാരേയും നോക്കി ദുഃഖത്തോടെ മുഖത്ത് മുഷ്ടിചുരുട്ടി ഇടിക്കുകയും താടിരോമങ്ങൾ വലിച്ച് പറിക്കുകയും ചെയ്തു! അപ്പോൾ ഞങ്ങൾ അയാളോട്

വിളിച്ചുചോദിച്ചു, "അല്ലയോ, ക്യാപ്റ്റൻ, എന്താണ് കാര്യം?" അയാൾ മറുപടി നൽകി: "നമ്മൾ വന്നുപെട്ട ദുർദ്ദശയിൽനിന്ന് മോചിപ്പിക്കാനായി സർവ്വശക്തനോട് യാചിക്കൂ; സ്വയം വിലപിക്കയും അന്യോന്യം യാത്ര പറയുകയും ചെയ്തേക്കൂ. കൊടുങ്കാറ്റ് കപ്പലിന്റെ നിയന്ത്രണത്തെ നമ്മ ളിൽനിന്നെടുത്ത് കളഞ്ഞ്, നടുക്കടലിലേക്ക് നമ്മളെ എത്തിച്ചിരിക്കുന്നു!"

പിന്നെ, അയാൾ 'മാസ്റ്റി'ൽ നിന്നും ഇറങ്ങിവന്ന്, വലിയൊരു പെട്ടി തുറന്ന് നീലനിറത്തിലുള്ളൊരു തുണിസഞ്ചി വലിച്ചെടുത്തു. അതിൽനിന്ന് ചാരംപോലുള്ളൊരു പൊടി പുറത്തെടുത്ത്, അതൊരു പിഞ്ഞാണത്തിൽ ഇട്ട്, അല്പം വെള്ളത്തിൽ ചാലിച്ചു. കുറച്ചുനേരം കാത്തിരുന്ന ശേഷം അത് മണപ്പിക്കുകയും, സ്വാദുനോക്കുകയും ചെയ്തു. പിന്നെ പെട്ടി യിൽനിന്നൊരു കൊച്ചു പുസ്തകം പുറത്തെടുത്തു. അത് സ്വൽപനേരം വായിച്ച്, കരഞ്ഞുകൊണ്ട് പറഞ്ഞു: "അല്ലയോ യാത്രക്കാരെ, നിങ്ങൾ ക്കറിയാമോ, ഈ പുസ്തകത്തിൽ വിസ്മയകരമായൊരു കാര്യമുണ്ട്; ഇവിടെ ആരുവന്ന് പെട്ടാലും തീർച്ചയായും മരിക്കുമെന്നാണതിൽ സൂചി പ്പിച്ചിട്ടുള്ളത്! രക്ഷപ്പെടാമെന്നുള്ള ഒരു ആശയും മനസ്സിൽ കാത്തുസൂ ക്ഷിക്കേണ്ട! കാരണം, ഈ കടലിന്നടിയിലാണ് ഡേവിഡിന്റെ പുത്രനായ സോളമന്റെ ശവക്കുഴി സ്ഥിതിചെയ്യുന്നത്, കണ്ടാൽ പേടിച്ച് ചാകുന്ന തരം ഭീമാകാരമായ പാമ്പുകളാണിവിടെ ഉള്ളത്! ഏതു കപ്പൽ ഈ പ്രദേശത്തുവന്നാലും ഭയങ്കര വലുപ്പമുള്ളൊരു മത്സ്യം പൊന്തിവന്ന്, കപ്പ ലിനെ അതിനുള്ളിൽ ഉള്ളവരോടൊപ്പം വിഴുങ്ങുന്നു!"

ക്യാപ്റ്റനിൽ നിന്നുയർന്ന ഈ വാക്കുകൾ കേട്ട് ഞങ്ങൾ അദ്ഭുത പ്പെട്ടുപോയി. എന്നാൽ, അയാൾ ഇത് പറഞ്ഞ് തീരുമ്പോഴേക്കും കപ്പൽ പെട്ടെന്ന് വെള്ളത്തിൽനിന്ന് മുകളിലേക്ക് ഉയർത്തപ്പെടുകയും, പിന്നീട് താഴേക്ക് വീഴ്ത്തപ്പെടുകയും ചെയ്തു. ഞങ്ങൾ, ജീവൻ അള്ളായി ലർപ്പിച്ച് അന്ത്യപ്രാർത്ഥന നടത്തി. ആ സമയത്ത് ഭീകരമായൊരു അലർച്ച ഞങ്ങൾ കേട്ടു; ഇടിവെട്ട് പോലുണ്ടായിരുന്നു അത്! ഞങ്ങൾ എല്ലാവരും പേടിച്ച് ചത്തുപോയി! എല്ലാം അവസാനിച്ചെന്ന് ഞങ്ങൾ കരുതി. അപ്പോഴേക്കും അതാ, ഭീമാകാരനായൊരു മത്സ്യം ഞങ്ങളുടെ അടുക്കലേക്ക് വരുന്നു, വലിയൊരു മലപോലുണ്ട്! ഞാൻ പേടിച്ച് നില വിളിക്കാൻ തുടങ്ങി, മരണത്തിന് തയ്യാറെടുത്തു. അതിന്റെ വലുപ്പവും ബീഭത്സരൂപവും ഞങ്ങളെ വിസ്മയിപ്പിച്ചു. അപ്പോഴേക്കും അതാ രണ്ടാ മതൊരു മത്സ്യം പ്രത്യക്ഷപ്പെടുന്നു, ആദ്യത്തേതിനേക്കാളേറെ ഭീകര മായത്! ഞങ്ങൾ സ്വന്തം ജീവനുവേണ്ടി വിലപിച്ചു; അന്യോന്യം വിട വാങ്ങി. പെട്ടെന്നതാ മൂന്നാമതൊരു മത്സ്യംകൂടി പൊന്തിവന്നിരിക്കുന്നു! അതിന് ആദ്യത്തെ രണ്ട് മത്സ്യങ്ങളേക്കാളേറെ വലുപ്പമുണ്ട്. അതോടെ ഞങ്ങൾക്ക് ബുദ്ധിയും, യുക്തിയും നഷ്ടപ്പെട്ടതുപോലെ തോന്നി. പേടി മൂലം ഞങ്ങൾ മന്ദബുദ്ധികളെപ്പോലെ മിഴിച്ചുനിന്ന്പോയി. ആ മൂന്നു മത്സ്യങ്ങളും ഞങ്ങളുടെ കപ്പലിനു ചുറ്റും കറങ്ങാൻ തുടങ്ങി; പിന്നെ, ഏറ്റവും വലിയ മൂന്നാമത്തെ മത്സ്യം കപ്പലിനെ വിഴുങ്ങാനായി വായ തുറന്നു. ഞങ്ങൾ അതിന്റെ വായിലേക്ക് തുറിച്ചുനോക്കി; ഒരു നഗരക വാടത്തേക്കാൾ വലുപ്പമുണ്ടതിന്, തൊണ്ടയോ, നീണ്ട ഒരു താഴ്വരയും! ഞങ്ങൾ സർവ്വശക്തനെ പ്രാർത്ഥിച്ചു. പിന്നെ കൊടുങ്കാറ്റിന്റേതുപോലു ള്ളൊരു ആക്രോശം ഉയർന്നുകേട്ടു; കപ്പൽ പൊട്ടിത്തകർന്നു; കടലിലെ

ഒരു പാറക്കൂട്ടത്തിൽ ചെന്നടിഞ്ഞു. കടലിലെ ഈ ജന്തുക്കൾ അതിനെ ഛിന്നഭിന്നമാക്കി. പലകക്കഷണങ്ങൾ വെള്ളത്തിൽ പൊന്തിക്കിടന്നു; ചരക്കുകൾ കടലിൽ താഴ്ന്നുപോയി. ഞാൻ ഗൗൺ ഒഴിച്ചുള്ള എല്ലാ വസ്ത്രങ്ങളും ഊരിക്കളഞ്ഞ്, അല്പദൂരം നീന്തി. ഒടുവിൽ കപ്പലിന്റെ ഒരു ഒഴിഞ്ഞപലകയിൽ പിടികൂടി, അതിൽ ഞാന്നുകിടന്ന് തുഴഞ്ഞു. കാറ്റും തിരയും എന്നെ തള്ളിനീക്കി. പേടിയും, വിശപ്പും, ദാഹവും മൂലം വല്ലാത്ത ദയനീയാവാസ്ഥയിലായിരുന്നു ഞാൻ. എന്റെ മണ്ടൻ പ്രവൃത്തികളോർത്ത് ഞാൻ സ്വയം ശകാരിച്ചു, സുഖകരമായ ജീവിതത്തിനു ശേഷം എന്റെ മനസ്സ് മടുത്തതിന്റെ ഫലം, ഞാൻ ആത്മഗതമായി പറഞ്ഞു: "അല്ലയോ സിന്ദ്ബാദ്, അല്ലയോ സഞ്ചാരി നീ ഒരിക്കലും പശ്ചാത്തപിക്കില്ല, അതുകൊണ്ടുതന്നെയാണ് എപ്പോഴും കഷ്ടപ്പാടുകൾ സഹിക്കേണ്ടിവരുന്നത്. എന്തു സംഭവിച്ചാലും നീ കടൽയാത്ര ഉപേക്ഷിക്കില്ല. 'ഞാൻ ഉപേക്ഷിക്കുന്നു' എന്ന് നീ പറയുന്നത് ശുദ്ധ നുണയാണ്! അപ്പോൾ, എല്ലാം ക്ഷമയോടെ സഹിക്കുക; സത്യമായും, നീ അനുഭവിക്കുന്നതെല്ലാം നീ അർഹിക്കുന്നതുതന്നെയാണ് - അപ്പോഴേക്കും നേരം പുലരാറായെന്നും തനിക്ക് കഥ പറയാനനുവദിച്ച സമയം തീർന്നെന്നും ഷാഹ്റസാദ് മനസ്സിലാക്കി.

അഞ്ഞൂറ്റി അറുപത്തിനാലാം രാവ്

അവൾ പറഞ്ഞു - ഓ, കീർത്തിമാനായ രാജാവേ, സഞ്ചാരി സിന്ദ്ബാദ് തുടർന്നു - ഞാൻ മരപ്പലകയിൽ പിടിമുറുക്കിക്കൊണ്ട് പറഞ്ഞു: "നിനക്ക് വന്നുപെട്ടതെല്ലാം നീ അർഹിക്കുന്നതുതന്നെ. ഇതെല്ലാം എനിക്ക് കല്പിച്ചു തന്നിട്ടുള്ളതാണ്, എന്റെ സമ്പാദ്യത്തിനുള്ള ആർത്തി മാറ്റി എടുക്കുവാൻ! ആർത്തികൊണ്ടാണല്ലോ ഞാൻ ഇതെല്ലാം സഹിക്കാൻ ഇടയായത്; എനിക്ക് ഇഷ്ടംപോലെ സ്വത്ത് ഉണ്ടായിരുന്നതല്ലേ!"

പിന്നെ, വീണ്ടും വിവേകത്തോടെ ചിന്തിച്ച് ഞാൻ പറഞ്ഞു: "സത്യത്തിൽ, ഇപ്രാവശ്യം സർവ്വശക്തനോട് ഞാൻ പശ്ചാത്താപം പ്രകടിപ്പിക്കുന്നു, ആത്മാർത്ഥമായി പശ്ചാത്തപിക്കുന്നു. എന്റെ നാവിൽ കടൽയാത്ര എന്നൊരു വാക്ക് ഇനി വരില്ല; അതിനെക്കുറിച്ച് ഞാൻ ചിന്തിക്കുകയേ ഇല്ല." ഞാൻ വളരെ എളിമയോടെ സർവ്വശക്തനോട് കേണപേക്ഷിച്ചുകൊണ്ടിരുന്നു. പഴയ സുഖസമൃദ്ധമായ ജീവിതത്തെക്കുറിച്ചോർത്ത് ഞാൻ കണ്ണീരൊഴുക്കുകയും വിലപിക്കുകയും ചെയ്തു; അങ്ങനെ രണ്ടുദിവസങ്ങൾ കഴിഞ്ഞു. അതിനുശേഷം വൃക്ഷലതാദികളും നീർച്ചോലകളും നിറഞ്ഞ വലിയൊരു ദ്വീപിൽ ഞാൻ വന്നണഞ്ഞു! അവിടെ കരയ്ക്കുകയറി ഞാൻ ധാരാളം പഴവും, ശുദ്ധജലവും കഴിച്ചപ്പോൾ ആരോഗ്യവും ഓജസ്സും തിരിച്ചുകിട്ടയതുപോലെ എനിക്കു തോന്നി. മനസ്സിന് വല്ലാത്ത ആശ്വാസം അനുഭവപ്പെട്ടു.

അവിടെ കുറച്ചുനേരം ഞാൻ ചുറ്റിക്കറങ്ങി; അപ്പുറത്ത് ശുദ്ധജലം ഒഴുകുന്ന വലിയൊരു പുഴ ഞാൻ കണ്ടു. ഭയങ്കര ഒഴുക്കാണതിന്! അപ്പോൾ, മുമ്പ് ഞാൻ കെട്ടിയുണ്ടാക്കിയ ചങ്ങാടത്തെക്കുറിച്ച് ഓർത്തുപോയി! "അതുപോലൊരു ചങ്ങാടം ഉണ്ടാക്കണം; ഈ ദുർഘടത്തിൽ നിന്ന് അതിലൂടെ ഒരുപക്ഷേ, രക്ഷപ്പെടാൻ പറ്റിയേക്കാം. ഞാൻ

രക്ഷപ്പെട്ടാൽ, ഇനിയൊരിക്കലും കടൽയാത്രയ്ക്ക് പോകില്ലെന്ന് സർവ്വശക്തനായ അള്ളായോട് ശപഥം ചെയ്യും. ഞാൻ മരിച്ചാൽ, എല്ലാം ശാന്തമായി പര്യവസാനിക്കും, ഈ കഷ്ടപ്പാടുകളെല്ലാം എന്നന്നേക്കുമായി തീരും!"

ഞാൻ എഴുന്നേറ്റ് വലിയ മരക്കൊമ്പുകൾ ശേഖരിച്ചു; എല്ലാം കരുത്തുറ്റ ചന്ദനമരങ്ങൾ. പടർന്നുകിടക്കുന്ന വള്ളിച്ചെടികൾ പറിച്ചെടുത്ത് മെടഞ്ഞ് കയർ ഉണ്ടാക്കി. അതുകൊണ്ട് ചന്ദനമരത്തടികൾക്കൂട്ടിക്കെട്ടി ഒരു ചങ്ങാടമുണ്ടാക്കി. ആശയോടെ ഞാൻ പറഞ്ഞു: "ദൈവാനുഗ്രഹത്താൽ എനിക്ക് രക്ഷപ്പെടാൻ കഴിയട്ടെ!"

ഞാൻ ചങ്ങാടത്തിൽക്കയറി, ഒഴുക്കിന്നനുസരിച്ച് നീങ്ങി. മൂന്നു ദിവസങ്ങൾ അപ്രകാരം കഴിഞ്ഞു. ഭീതിയും വിശപ്പും എന്നെ തളർത്തി; ദാഹിക്കുമ്പോൾ പുഴവെള്ളം കുടിച്ചു. ഒടുവിൽ ഉയരമുള്ളൊരു മലയിലാണ് ഞാൻ ചെന്നുപെട്ടത്; അവിടന്ന് പുഴ ഒരു വെള്ളച്ചാട്ടമായി താഴേക്ക് പതിക്കുകയാണ്. ഞാനത് കണ്ട് പേടിച്ച് കിടുങ്ങി. ജീവൻ അപകടത്തിലാണെന്നെനിക്ക് ബോദ്ധ്യമായി. ഗത്യന്തരമില്ലാത്തതിനാൽ ഞാൻ ചങ്ങാടത്തിൽ മുറുകെ പിടിച്ചിരുന്നു. തീരത്തിറങ്ങാൻ ശ്രമിച്ചുനോക്കിയെങ്കിലും ശക്തമായ പ്രവാഹത്തിൽപെട്ട്, ആർച്ചുപോലെ ഭൂഗർഭത്തിലേക്ക് ഞാൻ പതിച്ചു! ഞാൻ സർവ്വേശ്വരനോട് അന്ത്യപ്രാർത്ഥന നടത്തി. എന്തായാലും അല്പനിമിഷങ്ങൾക്കുശേഷം ചങ്ങാടം തുറസ്സായ ഒരു സ്ഥലത്തേക്ക് ഒഴുകിയെത്തി. എന്റെ മുന്നിൽ പരന്നുകിടക്കുന്ന വിശാലമായൊരു താഴ്‌വര ഞാൻ കണ്ടു. അവിടേക്കാണ് ഇടിവെട്ടുന്നതുപോലെ അട്ടഹാസം മുഴക്കിക്കൊണ്ട് പുഴ പതിക്കുന്നത്; കാറ്റിന്റെ വേഗതയുണ്ട് അപ്പോൾ ആ പുഴയ്ക്ക്! തെറിച്ചുപോകാതിരിക്കാനായി ഞാൻ ചങ്ങാടത്തിൽ മുറുക്കിപ്പിടിച്ചു; തിരമാലകൾ എന്നെ ഇടത്തോട്ടും വലത്തോട്ടും അമ്മാനമാട്ടി! ചങ്ങാടം വെള്ളച്ചാട്ടത്തോടൊപ്പം പതിച്ചുകൊണ്ടിരിക്കയാണ്; എനിക്കതിന്റെ പോക്ക് തടയാനോ, കരയ്ക്കടുപ്പിക്കാനോ കഴിയുന്നില്ല. ഒടുവിൽ, വലിയൊരു നഗരത്തിൽച്ചെന്നതു നിന്നു. വലിയ കെട്ടിടങ്ങളും മണിമാളികകളുമുള്ള ജനനിബിഡമായൊരു നഗരമാണത്. നഗരവാസികൾ ചങ്ങാടത്തിലിരിക്കുന്ന എന്നെകണ്ട്, പ്രവഹിച്ചുകൊണ്ടിരിക്കുന്ന പുഴയിലേക്ക്, എനിക്ക് പിടിക്കാൻവേണ്ടി, കയറുകൾ എറിഞ്ഞു തന്നു. എനിക്കത് കയറിപ്പിടിക്കാനുള്ള കരുത്തില്ലായിരുന്നു. അപ്പോൾ അവർ ഒരു വലയെടുത്ത് ചങ്ങാടത്തിനുനേരെ വീശി, എന്നോടൊപ്പം അതിനെ വലിച്ച് കരയ്ക്കടുപ്പിച്ചു. ഞാൻ കരയ്ക്കിറങ്ങിയ ഉടനെ, അവർക്കിടയിൽ തളർന്ന് നിലംപതിച്ചു! ഉറക്കമില്ലായ്മയും വിശപ്പും ഭീതിയും എന്നെ വല്ലാതെ തളർത്തിയിരുന്നു; ഞാനൊരു ജീവച്ഛവമായി മാറിയിരുന്നു. അല്പസമയത്തിനുശേഷം, ജനക്കൂട്ടത്തിൽനിന്ന് മാന്യനായൊരു വൃദ്ധൻ വന്ന് എന്നെ സ്വാഗതംചെയ്ത്, ധരിക്കാനായി വസ്ത്രങ്ങൾ തന്നു. പിന്നെ അയാൾ എന്നെ കുളിമുറിയിലേക്ക് കൊണ്ടുപോയി, സർബത്തും സുഗന്ധതൈലവും മറ്റും തന്നു. കുളികഴിഞ്ഞെത്തിയപ്പോൾ അയാൾ സ്വന്തം വീട്ടിലേക്കെന്നെ കൊണ്ടുപോയി. അവിടെവച്ച് അയാളുടെ വീട്ടുകാർ എന്നെ വളരെ സന്തോഷപൂർവ്വം സ്വീകരിച്ചു, സുഖകരമായൊരു സ്ഥലത്ത് ഇരുത്തി, രുചികരമായ ഭക്ഷണപദാർത്ഥങ്ങൾ വിളമ്പിത്തന്നു. ഞാൻ വയറുനിറയെ ആഹാരം കഴിച്ച്, എന്നെ രക്ഷിച്ചതിന്

സർവ്വശക്തനായ ഈശ്വരനോട് നന്ദിപറഞ്ഞു. അതിനുശേഷം അയാളുടെ ഭൃത്യന്മാർ എനിക്ക് കൈകഴുകാനായി ചൂടുവെള്ളം കൊണ്ടുതന്നു; പരിചാരികമാർ കൈതുടയ്ക്കാനായി സിൽക്ക് തുണിയുമായി എത്തി. അതുകൊണ്ട് ഞാൻ കൈകളും മുഖവും തുടച്ചു. വൃദ്ധൻ എനിക്കുവേണ്ടി, അയാളുടെ വീട്ടിൽ ഒരു മുറി ഒഴിച്ചുതന്നു; അയാളുടെ ഭൃത്യന്മാരേയും അടിമപ്പെൺകുട്ടികളേയും എന്നെ ശുശ്രൂഷിക്കാനേല്പിച്ചു. എന്റെ എല്ലാ ആവശ്യങ്ങളും നിറവേറ്റാനവർ സദാ സന്നദ്ധരായിരുന്നു. അവർ അതീവശ്രദ്ധയോടെ എന്നെ സേവിച്ചു. മൂന്നുദിവസം അയാളുടെ അതിഥിയായി ഞാനവിടെ താമസിച്ചു. എന്റെ മനസ്സും ശരീരവും കരുത്താർജ്ജിക്കുന്നതുവരെ സുഖമായി തിന്നും കുടിച്ചും ഞാനവിടെ കഴിഞ്ഞു. നാലാം ദിവസം വൃദ്ധനായ ആതിഥേയൻ എന്റെ അടുത്തുവന്ന് പറഞ്ഞു: "എന്റെ മോനെ, നിന്റെ സാന്നിദ്ധ്യം ഞങ്ങൾക്കങ്ങേയറ്റം സന്തോഷമായി. നീ സുരക്ഷിതനായി എത്തിയതിൽ അള്ളായ്ക്ക് സ്തുതി! നീ എന്നോടൊപ്പം ബസാറിലേക്ക് പോയി നിന്റെ ചരക്കുകൾ വിറ്റ് പണമാക്കാൻ ആഗ്രഹിക്കുന്നുണ്ടോ, പറയൂ. നിനക്ക് യാത്രയ്ക്കുള്ള പണമുണ്ടാക്കാൻ അതുകൊണ്ട് പറ്റും. തകർന്ന കപ്പലിലെ നിങ്ങളുടെ ചരക്കുകൾ കടലിൽനിന്ന് ശേഖരിച്ചുകൊണ്ടുവരുവാനായി ഞാൻ എന്റെ വേലക്കാർക്ക് ആജ്ഞ നൽകിയിരുന്നു. അവർ അപ്രകാരം ശേഖരിച്ച് കടൽത്തീരത്ത് കുന്നുകൂട്ടി ഇട്ടിട്ടുണ്ട്."

ഞാൻ അല്പസമയം നിശ്ശബ്ദത പാലിച്ചു. പിന്നെ സ്വയം പറഞ്ഞു: "ഈ വാക്കുകളുടെ അർത്ഥമെന്താണ്? എനിക്ക് എന്തു ചരക്കുകളാണുള്ളത്?" അപ്പോൾ അയാൾ പറഞ്ഞു: "എന്റെ മോനെ, നീ വിഷമിക്കേണ്ട; എന്നാൽ എന്നോടൊപ്പം മാർക്കറ്റിലേക്ക് വരിക; നിന്റെ ചരക്കിന്നവർ നൽകുന്ന പണം എത്രയായാലും നീ അത് സ്വീകരിക്കുക. നിനക്കത് തൃപ്തികരമല്ലെങ്കിൽ, നിനക്കുവേണ്ടി ഞാനവ എന്റെ 'ഗോഡൗണി'ൽ സൂക്ഷിക്കാം. നല്ലൊരവസരം വരുമ്പോൾ വിൽക്കാം." ഞാൻ അതിനെക്കുറിച്ച് ചിന്തിച്ചുകൊണ്ട് സ്വയം പറഞ്ഞു: "അയാളുടെ ലേലംവിളിക്ക് പോകാം, ഈ സാധനങ്ങൾ എന്താണെന്ന് ഒന്നു കാണുകയും ചെയ്യാമല്ലോ."

പിന്നെ ഞാനയാളോട് പറഞ്ഞു: "അല്ലയോ, എന്റെ അമ്മാവാ, അങ്ങ് പറഞ്ഞതെനിക്ക് സമ്മതമാണ്. ഞാൻ അങ്ങയെ എതിർക്കില്ല; കാരണം, അങ്ങു ചെയ്യുന്നതിലെല്ലാം അള്ളായുടെ അനുഗ്രഹമുണ്ട്."

അതനുസരിച്ച്, അയാൾ എന്നെ മാർക്കറ്റിലേക്ക് കൊണ്ടുപോയി. അവിടെ അതാ എന്റെ ചങ്ങാടത്തിന്റെ ചന്ദനമരത്തടികൾ കൂട്ടിയിട്ടിരിക്കുന്നു. അതു കാണിച്ച് ദല്ലാൾ ഉറക്കെ വിളിച്ച് ലേലം ചെയ്യുന്നു - അപ്പോഴേക്കും നേരംപുലരാറായെന്നും തനിക്ക് കഥ പറയാനനുവദിച്ച സമയം തീർന്നെന്നും ഷാഹ്‌രസാദ് മനസ്സിലാക്കി.

അഞ്ഞൂറ്റി അറുപത്തിയഞ്ചാം രാവ്

അവൾ പറഞ്ഞു - അല്ലയോ, കീർത്തിമാനായ രാജാവേ, സഞ്ചാരി സിൻഡ്ബാദ് കഥ പുനരാരംഭിച്ചു - വൃദ്ധൻ എന്റെ തകർന്ന ചങ്ങാടത്തിന്റെ കൂട്ടിയിട്ടിരുന്ന ചന്ദനത്തടിക്കഷണങ്ങൾ കടലോരത്തുനിന്ന് കൊണ്ടുവന്ന്,

ദല്ലാളിനെക്കൊണ്ട് ലേലം ചെയ്യിക്കുകയാണ്. അപ്പോൾ വ്യാപാരികൾ എത്തി മത്സരിച്ചു വിളിച്ച് അതിന്റെ വില ആയിരം ദിനാർവരെ എത്തി. അവിടെവെച്ചവർ ലേലംവിളി നിർത്തിയപ്പോൾ എന്റെ ആതിഥേയൻ എന്നോട് പറഞ്ഞു: "കേൾക്കൂ, എന്റെ മോനേ, മോശം സമയത്ത് ഇതിന് ഇത്രയേ വിലകിട്ടുകയുള്ളൂ. നീ ഈ വിലക്കിത് വിൽക്കുന്നോ, അതോ ഞാനിത് എന്റെ ഗോഡൗണിൽ നിനക്കുവേണ്ടി സൂക്ഷിച്ചുവച്ച് വിലകൂടുമ്പോൾ വിൽക്കുന്നോ?"

"അല്ലയോ, എന്റെ പ്രഭോ" - ഞാൻ മറുപടി നൽകി. "അങ്ങേക്ക് വ്യാപാരം നന്നായിട്ടറിയാമല്ലോ. അങ്ങ് ഇഷ്ടംപോലെ ചെയ്തോളൂ."

അപ്പോൾ അദ്ദേഹം ചോദിച്ചു: "നീ ഈ ചന്ദനമരങ്ങൾ എനിക്കു വിൽക്കുന്നോ, എന്റെ മോനേ, മറ്റു വ്യാപാരികൾ വിളിച്ചതിനേക്കാൾ നൂറ് ദിനാർ കൂടുതൽ തരാം."

ഞാൻ മറുപടി നൽകി: "ശരി, ഞാനിത് അങ്ങേക്ക് വിൽക്കുന്നു."

അങ്ങനെ, തന്റെ ഗോഡൗണിലേക്ക് അത് കൊണ്ടുപോകാനായി സ്വന്തം ഭൃത്യജനങ്ങൾക്ക് ഉത്തരവ് നൽകി. എന്നെ വീട്ടിലേക്ക് കൊണ്ടുപോയി അടുത്തിരുത്തി അയാൾ എനിക്ക് ലേലത്തുകയും, നൂറ് ദിനാർ കൂടുതലും തന്നു. അതിനുശേഷം അയാൾ പണം മുഴുവൻ കൊച്ചുസഞ്ചിയിലാക്കി അവയെല്ലാം ഒരു ലോക്കറിൽവച്ച് താഴിട്ട്പൂട്ടി. അതിന്റെ താക്കോൽ എനിക്ക് തന്നു. ഏതാനും ദിവസങ്ങൾക്കുശേഷം വൃദ്ധൻ എന്നോട് പറഞ്ഞു: "അല്ലയോ, എന്റെ മോനെ, എനിക്ക് ഒരു കാര്യം നിന്നോട് പ്രസ്താവിക്കാനുണ്ട്. എന്റെ ആഗ്രഹത്തിന് നീ എതിര് നിൽക്കില്ലെന്ന് ഞാൻ വിശ്വസിക്കുന്നു."

"എന്താണത്?" - ഞാൻ ചോദിച്ചു.

അയാൾ പറഞ്ഞു: "ഞാനൊരു വൃദ്ധനാണ്; എനിക്ക് പുത്രനില്ല. എന്നാൽ ഒരു മകൾ ഉണ്ട്, അമിതമായ സമ്പത്തുള്ള അതിസുന്ദരിയും സുശീലയുമായൊരു യുവതി. അവളെ നിനക്ക് വിവാഹംകഴിച്ചുതരണമെന്നാണെന്റെ മോഹം. വിവാഹശേഷം നീ അവളോടൊപ്പം ഇവിടെ, ഈ രാജ്യത്ത് കഴിയണം. എന്റെ എല്ലാ സമ്പത്തിനും ഞാൻ നിന്നെ അവകാശിയാക്കും; കാരണം, എനിക്ക് ഒരുപാട് പ്രായമായി, ഇനി എനിക്ക് പകരം നീയാണ് എല്ലാം ചെയ്യേണ്ടത്."

ഞാൻ നാണിച്ച് നിശ്ശബ്ദനായി നിന്നു. അപ്പോൾ അയാൾ തുടർന്നു. "ഇക്കാര്യത്തിൽ നീ എന്റെ ആഗ്രഹാനുസരണം പ്രവർത്തിക്കൂ, എന്റെ മോനേ; കാരണം, നിന്റെ ക്ഷേമം മാത്രമാണെന്റെ ലക്ഷ്യം. ഞാൻ പറയുന്നത് നീ അനുസരിച്ചാൽ നിനക്കവളെ ഉടനെ ലഭിക്കും, നീ എന്റെ മകനാകുകയും ചെയ്യും; എന്റെ പക്കലുള്ളതും ഇനി വരാൻപോകുന്നതുമായ എല്ലാ സമ്പത്തിന്റേയും അധിപൻ നീ ആയിരിക്കും. നിനക്ക് സ്വന്തം നാട്ടിലേക്ക് പോകാൻ താത്പര്യമുണ്ടെങ്കിൽ ആരും നിന്നെ തടയില്ല; നിന്റെ സ്വത്ത് നിനക്ക് വിൽക്കാൻ അവകാശമുണ്ടായിരിക്കും. നിന്റെ ഇഷ്ടംപോലെ ചെയ്യൂ."

"അള്ളായാണേ, എന്റെ അമ്മാമാ," ഞാൻ മറുപടി നൽകി: "അങ്ങ് എനിക്കെന്റെ അച്ഛനെപ്പോലെയാണ്. ഞാൻ വളരെ കഷ്ടപ്പാടുകൾ സഹിച്ച ഒരു പരദേശിയാണ്. എനിക്കൊന്നിനെക്കുറിച്ചും ഒരു വിവരവുമില്ല. അതുകൊണ്ട് ഞാൻ എന്തുചെയ്യണമെന്ന് തീരുമാനിക്കേണ്ടത് നിങ്ങളാണ്."

ഉടനെ അയാൾ തന്റെ ഭൃത്യന്മാരെ വിട്ട് ഖാസിയേയും സാക്ഷികളെയും വരുത്തി, മകളെ എനിക്ക് വിവാഹം കഴിച്ചുതന്നു. അതിനുശേഷം ശ്രേഷ്ഠമായൊരു വിവാഹസദ്യയും ആഘോഷവും നടന്നു. ഞാനവളുടെ അരികിലെത്തിയപ്പോൾ ഇത്രയും സുന്ദരിയായൊരു തരുണീമണിയെ ഞാൻ കണ്ടിട്ടില്ലെന്ന് തോന്നി! വിലിപിടിച്ച മനോഹരമായ വസ്ത്രങ്ങളും മുത്തുകളും രത്നങ്ങളും പതിച്ച സ്വർണ്ണാഭരണങ്ങളുമാണവൾ ധരിച്ചിട്ടുള്ളത്. ഒരു ഖജനാവിലെ പണം മുഴുവൻ മുടക്കിയാലും അത്രയും വലിയൊരു സമ്പത്ത് വാങ്ങിക്കാനാവില്ല! അവൾ എന്നെ ആനന്ദിപ്പിച്ചു; ഞങ്ങൾ പരസ്പരം ആത്മാർത്ഥതയോടെ സ്നേഹിച്ചു. ഞങ്ങൾ അങ്ങനെ ശാന്തിയും സമാധാനവും നിറഞ്ഞ ജീവിതം ആസ്വദിച്ചു. കുറച്ചുനാളുകൾക്കു ശേഷം അവളുടെ അച്ഛൻ സ്വർഗ്ഗലോകം പൂകി. അദ്ദേഹത്തെ ഞങ്ങൾ ആദരവോടെ സംസ്കരിച്ചു. അതിനുശേഷം അദ്ദേഹത്തിന്റെ എല്ലാ സ്വത്തുകളും, ഭൃത്യന്മാരും, അടിമകളും എന്റേതായി. അതിനും പുറമെ വ്യാപാരികൾ എന്നെ അദ്ദേഹത്തിന്റെ സ്ഥാനത്ത് അവരുടെ മുഖ്യനായി നിയമിച്ചു. മുമ്പ് അദ്ദേഹത്തിന്റെ അനുമതിയോ, അറിവോ കൂടാതെ ഒരു ചരക്കും ക്രയവിക്രയം ചെയ്യപ്പെട്ടിരുന്നില്ല. ആ പദവി ഇപ്പോൾ എന്നിലേക്ക് പകർന്നു.

അങ്ങനെ പട്ടണവാസികളുമായി ഇഴുകിച്ചേർന്ന് ജീവിക്കവെ, വിചിത്രമായൊരു കാര്യം ഞാൻ മനസ്സിലാക്കി; ഓരോ മാസാരംഭത്തിലും അവരുടെ മുഖത്തിന്റെ രൂപം മാറി ഒരു പക്ഷിയുടേതുപോലെയാകുകയും അവർക്ക് ചിറക് മുളക്കുകയും ചെയ്യുന്നു. പിന്നീടവർ ആകാശത്തേക്ക് പറന്നുയരുന്നു; അപ്പോൾ നഗരത്തിൽ സ്ത്രീകളും കുട്ടികളുമല്ലാതെ മറ്റാരും അവശേഷിക്കുന്നില്ല.!

അതുകണ്ട് ഞാൻ മനസ്സാപറഞ്ഞു: “ഒന്നാംതീയതിയാകുമ്പോൾ, അവരിൽ ഒരാളോട് എന്നെ ചുമന്നുകൊണ്ട് അവർ പോകുന്നിടത്തേക്ക് കൊണ്ടുപോകാൻ ഞാൻ ആവശ്യപ്പെടും.”

അങ്ങനെ സമയമായപ്പോൾ അവരുടെ നിറം മാറി, രൂപവും മാറി! ഞാനൊരു നഗരവാസിയുടെ അടുത്തുചെന്ന് പറഞ്ഞു: “എന്നെ നീ ചുമന്നുകൊണ്ടുപോകുമോ, ഞാനും മറ്റുള്ളവരോടൊപ്പം വിനോദത്തിലേർപ്പെട്ട്, നിന്റെ കൂടെ തിരിച്ചുപോരാം.”

“അത് പറ്റില്ല.” അവൻ മറുപടി നൽകി. എന്നാൽ, ഞാനവനോട് അഭ്യർത്ഥിച്ചുകൊണ്ടേയിരുന്നു; എന്റെ വിടാതെയുള്ള അപേക്ഷകേട്ടവൻ സമ്മതം മൂളി. അപ്പോൾ, എന്റെ വീട്ടുകാരോടോ, ജോലിക്കാരോടോ, കൂട്ടുകാരോടോ ഒന്നും പറയാതെ ഞാൻ അവനോടൊപ്പം പോകാൻ തീരുമാനിച്ചു. അവൻ എന്നെ പുറത്ത് കയറ്റി, ആകാശത്തേക്ക് പറന്നുയർന്നു. ആകാശത്തിന്നപ്പുറത്തുനിന്ന് മാലാഖകൾ സർവ്വേശ്വരനെ വാഴ്ത്തുന്നത് ഞാൻ കേട്ടു. ഞാൻ അത് കേട്ട് ആശ്ചര്യത്തോടെ വിളിച്ചു പറഞ്ഞു: “അള്ളാ സ്തുതിക്കപ്പെടട്ടെ! അള്ളായുടെ പൂർണ്ണത വാഴ്ത്തപ്പെടട്ടെ!” ഞാനിത് പറഞ്ഞുതീരുമ്പോഴേക്കും സ്വർഗ്ഗത്തിൽനിന്നൊരു തീജ്വാലവന്ന് എല്ലാവരേയും വിഴുങ്ങുമോ എന്നു തോന്നി! അവർ അതിൽ നിന്ന് ഓടിരക്ഷപ്പെട്ട് എന്റെ മേൽ ശകാരവർഷം ചൊരിഞ്ഞു; എന്നെ വലിയൊരു മലമുകളിൽ ഇറക്കിവിട്ട് ഭയങ്കര ദേഷ്യത്തോടെ അവർ സ്ഥലം വിട്ടു. ഞാൻ ദുർഘടാവസ്ഥയിലാണെന്ന് മനസ്സിലാക്കിയപ്പോൾ,

എനിക്കാവാത്ത പണിക്ക് ഇറങ്ങിത്തിരിച്ച എന്നെ ഞാൻ സ്വയം ശപിച്ചു; സ്വന്തം മണ്ടത്തരത്തിൽ പശ്ചാത്തപിച്ചു. "അള്ളായേക്കാൾ ശക്തനായൊരു ദൈവമില്ല! ഒരു വിപത്തിൽനിന്ന് ഞാൻ രക്ഷപ്പെടുമ്പോൾ അതിനേക്കാൾ വലിയ വിപത്തിൽ ചെന്നുചാടുന്നു!"

ഞാൻ എങ്ങോട്ടാണ് പോകുക എന്നറിയാതെ അമ്പരന്ന് നിൽക്കവെ, അതാ രണ്ടു യുവാക്കൾ വരുന്നു, ചന്ദ്രനെപ്പോലെ തേജസ്വികളായ രണ്ടു പേർ. ഓരോരുത്തന്റെ കൈയിലും ഓരോ സ്വർണ്ണവടിയുണ്ട്. ഞാനവരെ സമീപിച്ച് സലാം ചെയ്തു. അവർ എനിക്ക് സലാം തിരിച്ചുതന്നപ്പോൾ, ഞാനവരോട് ചോദിച്ചു: "നിങ്ങളെ ഇരുവരേയും അള്ളാ കാത്തുരക്ഷിക്കട്ടെ. നിങ്ങൾ ആരാണ്, എന്തുചെയ്യുന്നു?"

"ഞങ്ങൾ സർവ്വശക്തനായ അള്ളായുടെ സേവകരാണ്; ഈ മലയിൽ താമസിക്കുന്നു."

അവർ എനിക്കൊരു സ്വർണ്ണവടി സമ്മാനിച്ച്, സ്വന്തംവഴിക്ക് പോയി. ആ രണ്ടു യുവാക്കളേയും കുറിച്ച് ചിന്തിച്ചുകൊണ്ട് ഞാൻ മലയോരത്തുകൂടെ നടക്കുകയായിരുന്നു. അപ്പോൾ അതാ, മലയടിവാരത്തുനിന്ന് വലിയൊരു മലമ്പാമ്പ്, ഒരാളെ നാഭിവരെ വിഴുങ്ങിയ നിലയിൽ കയറിവരുന്നു. അവൻ അതിന്റെ വായിൽ ഇരുന്നുകൊണ്ട് നിലവിളിക്കുകയാണ്. "എന്നെ രക്ഷിക്കുന്നവനെ അള്ളാ എല്ലാ ബുദ്ധിമുട്ടുകളിൽനിന്നും രക്ഷിക്കും!" അപ്പോൾ ഞാൻ പാമ്പിന്റെ അടുത്തുചെന്ന്, അതിന്റെ തലയ്ക്ക് സ്വർണ്ണവടികൊണ്ട് ഒരടിവച്ചുകൊടുത്തു. ഉടനെ ആ പാമ്പ് അവനെ വായിൽ നിന്നും നിലത്തിട്ടു - അപ്പോഴേക്കും നേരംപുലരാറായെന്നും, തനിക്ക് കഥപറയാനനുവദിച്ച സമയം തീർന്നെന്നും ഷാഹ്രസാദ് മനസ്സിലാക്കി.

അഞ്ഞൂറ്റി അറുപത്തിയാറാം രാവ്

അവൾ പറഞ്ഞു, ഓ, കീർത്തിമാനായ രാജാവേ, സഞ്ചാരി സിൻദ്ബാദ് ഇപ്രകാരം തുടർന്നു - ഞാൻ ആ പാമ്പിന്റെ തലയ്ക്ക് സ്വർണ്ണവടികൊണ്ടടിച്ചപ്പോൾ അത് വായിൽനിന്നും ആ മനുഷ്യനെ സ്വതന്ത്രനാക്കി. അപ്പോൾ അതിനു ഒരടികൂടിഞാൻ കൊടുത്തതോടെ, ആ പാമ്പ് തിരിഞ്ഞ് ഓടിക്കളഞ്ഞു. അവൻ എന്റെ അടുത്തുവന്ന് പറഞ്ഞു: "ആ പാമ്പിൽനിന്നും എന്നെ രക്ഷിച്ച നിങ്ങളെ ഞാൻ ഉപേക്ഷിക്കില്ല; ഈ മലയിൽ ഞാൻ നിങ്ങൾക്കൊരു കൂട്ടുകാരനായി നിൽക്കും."

"സ്വാഗതം." ഞാൻ മറുപടി നൽകി.

അങ്ങനെ ഞങ്ങൾ ആ മലയിൽ ഒന്നിച്ച് നടന്നു; ഒടുവിൽ ഒരുകൂട്ടം ആളുകളുടെ അടുത്ത് ഞങ്ങളെത്തി. അവരിൽ ഒരാളാണ് എന്നെ ചുമന്നുകൊണ്ടുപോയി മലമുകളിൽ ഉപേക്ഷിച്ചതെന്നെനിക്ക് മനസ്സിലായി! ഞാനവന്റെ അടുത്തുചെന്ന് ഭംഗിയിൽ ക്ഷമചോദിച്ചുകൊണ്ട് പറഞ്ഞു: "അല്ലയോ എന്റെ സഖാവേ, ഒരു സ്നേഹിതൻ മറ്റൊരു സ്നേഹിതനോട് ഇപ്രകാരമല്ല ചെയ്യേണ്ടിയിരുന്നത്."

"നീയാണ് എന്റെ പുറത്തിരുന്ന് ഈശ്വരപ്രാർത്ഥനചൊല്ലി ഞങ്ങളെ നശിപ്പിച്ചത്."

"എന്നോട് ക്ഷമിക്കുക, എനിക്കതിനെക്കുറിച്ചൊന്നും അറിയില്ലായിരുന്നു. എന്നാൽ, നീ എന്നെ നിന്നോടൊപ്പം കൊണ്ടുപോയാൽ, ഞാനൊരക്ഷരം മിണ്ടില്ലെന്ന് സത്യംചെയ്യാം."

അപ്പോൾ അവന് എന്നോട് അനുകമ്പ തോന്നി, എന്നെ ചുമന്നുകൊണ്ടു പോകാമെന്നേറ്റു, എന്നാൽ ഒരു വ്യവസ്ഥയിൽ മാത്രം! ഞാൻ അവന്റെ പുറത്ത് ഇരിക്കുന്നിടത്തോളം കാലം ദൈവത്തെ സ്തുതിച്ചുള്ള പ്രാർത്ഥനയൊന്നും ചൊല്ലാൻപാടില്ല! പിന്നെ, ഞാൻ പാമ്പിന്റെ വായിൽനിന്നും രക്ഷിച്ചവന് എന്റെ സ്വർണ്ണവടി സമ്മാനിച്ച് അവനോട് വിടപറഞ്ഞു. എന്റെ സുഹൃത്ത് എന്നെ പുറത്തുകയറ്റി, മുമ്പത്തെപ്പോലെ ആകാശത്തേക്ക് പറന്നുയർന്നു; ഒടുവിൽ ഞങ്ങളുടെ നഗരത്തിലെത്തി, എന്നെ സ്വന്തംവീട്ടിൽ ഇറക്കിവിട്ടു. എന്റെ ഭാര്യ എന്നെ സ്വീകരിക്കാനായി ഓടിയെത്തി സലാംചെയ്തു; ഞാൻ സുരക്ഷിതനായി തിരിച്ചെത്തിയതിൽ ആഹ്ലാദിച്ചുകൊണ്ട് പറഞ്ഞു: "ആ ആളുകളോടൊപ്പം പുറത്തുപോകുന്നത് സൂക്ഷിച്ചുവേണം, അവരോട് കൂട്ടുകൂടുകയുമരുത്. കാരണം, അവർ പിശാചുക്കളുടെ കൂടപ്പിറപ്പുകളാണ്. സർവ്വശക്തനായ അള്ളായുടെ പേരുപോലും അവർ ഉച്ചരിക്കില്ല, ആരാധിക്കയുമില്ല!"

"അപ്പോൾ അച്ഛൻ അവരോടൊപ്പം എങ്ങനെയാണ് കഴിഞ്ഞിരുന്നത്?"

"എന്റെ അച്ഛൻ അവരിൽ ഒരാളായിരുന്നില്ല, അവരെപ്പോലെ ഒന്നും ചെയ്തിരുന്നില്ല. ഇപ്പോൾ, അദ്ദേഹം മൃതിയടഞ്ഞസ്ഥിതിക്ക്, നമ്മൾക്കുള്ള സ്വത്തെല്ലാം വിറ്റ്, ആ പണംകൊണ്ട് ചരക്കുകൾ വാങ്ങിച്ച്, നിങ്ങളുടെ സ്വന്തം നാട്ടിലേക്ക് പോകുന്നതാണ് നല്ലത്; ഞാനും നിങ്ങളോടൊപ്പം വരാം. എനിക്കീനഗരത്തിൽ താമസിക്കാൻ താത്പര്യം തോന്നുന്നില്ല; എന്റെ അമ്മയും അച്ഛനും മരിച്ചല്ലോ."

ഇങ്ങനെ ഞാൻ ഭാര്യയുടെ അച്ഛന്റെ സ്വത്തെല്ലാം കുറെശ്ശെയായി വിറ്റുതീർത്തു. ബസ്രയ്ക്കുപോകുന്ന ആരെങ്കിലും ഉണ്ടെങ്കിൽ അയാളോടൊപ്പം ഞാനും പോകാമെന്നുറച്ച്, കാത്തിരുന്നു. അങ്ങനെ ഇരിക്കുമ്പോൾ, ഒരു സംഘം പട്ടണവാസികൾ കടൽയാത്രയ്ക്ക് പോകാൻ തയ്യാറെടുക്കുന്നുണ്ടെന്ന് ഞാൻ കേട്ടു; എന്നാൽ, അവർക്ക് കപ്പലൊന്നും കിട്ടിയില്ല. അതുകൊണ്ട്, അവർ മരത്തടികളും, മരപ്പലകകളും കൊണ്ടുവന്ന് വലിയൊരു കപ്പൽ നിർമ്മിച്ചു. ആ കപ്പലിൽ ഞാനും അവരോടൊപ്പം യാത്രചെയ്യാൻ തീരുമാനിച്ചു; യാത്രാചിലവ് അവർക്കുനൽകി. ഞാനും ഭാര്യയും സാമാനങ്ങളോടൊപ്പം കപ്പലിൽ കയറി. വീടും എസ്റ്റേറ്റുകളുമെല്ലാം ഉപേക്ഷിച്ച് യാത്ര പുറപ്പെട്ടു. ഓരോ ദ്വീപുകളും സന്ദർശിച്ച്, പല കടലുകൾ കടന്ന്, അനുകൂലമായ ആറ്റിന്റെ തലോടലോടെ ഞങ്ങൾ സുരക്ഷിതരും, ആരോഗ്യവാന്മാരുമായി ബസ്രായിലെത്തി. ഞാനവിടെ വിശ്രമിക്കാൻ നിൽക്കാതെ, മറ്റൊരു കപ്പലിലേക്ക് ചരക്കുകൾ എടുത്തുവച്ച്, നേരെ ബാഗ്ദാദ് നഗരത്തിലക്ക് പുറപ്പെട്ടു. സുരക്ഷിതരായി ബാഗ്ദാദിൽ എത്തിയ ഞങ്ങൾ, എന്റെ വീട്ടിൽ പ്രവേശിച്ചു; വീട്ടുകാരും സുഹൃത്തുക്കളുമായിച്ചേർന്ന് സാമാനങ്ങളെല്ലാം കലവറകളിൽ ശേഖരിച്ചുവച്ചു.

അവിടത്തെ ആളുകൾ എന്റെ ഏഴാം കടൽയാത്ര ഇരുപത്തിഏഴ് വർഷങ്ങൾ നീണ്ടുനിന്നെന്ന് കണക്കുകൂട്ടി, യാതൊരു ആശയ്ക്കും

വകയില്ലെന്ന് കരുതിയിരിക്കുമ്പോഴാണ് എന്റെ തിരിച്ചുവരവിനെക്കുറിച്ച് കേൾക്കുന്നത്! അവർ ആഹ്ലാദത്തോടെ എന്നെ സ്വീകരിക്കാനായി ഓടിയെത്തി; ഞാൻ സുരക്ഷിതനായി തിരിച്ചെത്തിയതിൽ ആഹ്ലാദം പ്രകടിപ്പിച്ചു. എനിക്ക് സംഭവിച്ച കാര്യങ്ങളെല്ലാം ഞാൻ അവരെ ധരിപ്പിച്ചു. അതുകേട്ട് അവർ വല്ലാതെ വിസ്മയിച്ചുപോയി. ഇനി ഞാൻ കടൽയാത്ര ചെയ്യില്ലെന്ന് ആണയിട്ടു; കരയിലോ, കടലിലോ ഇനി സഞ്ചരിക്കില്ലെന്ന് സർവ്വശക്തനായ അള്ളായുടെപേരിൽ പ്രതിജ്ഞയെടുത്തു. ഈ ഏഴാമത്തേതും അവസാനത്തേതുമായ യാത്രയോടെ എനിക്ക് സഞ്ചാരത്തിലും വീരസാഹസങ്ങളിലും മടുപ്പായി. ഞാൻ ജഗദീശ്വരനോട് നന്ദി പറഞ്ഞു; എന്നെ എന്റെ വീട്ടുകാരുടെയും, നാട്ടുകാരുടേയും അടുത്തെത്തിച്ച സർവ്വേശ്വരനെ ഞാൻ വാഴ്ത്തി. "ഓർത്തുനോക്കു, ചുമട്ടുകാരനായ സിന്ദ്ബാദ്" സഞ്ചാരി സിന്ദ്ബാദ് തുടർന്നു: "എന്തുമാത്രം ദുരിതങ്ങളും കഷ്ടപ്പാടുകളുമാണ്, ഈ നിലയിലെത്തുന്നതിന്മുമ്പ് ഞാൻ സഹിച്ചത്."

"അള്ളാ നിങ്ങളോടൊപ്പം ഉണ്ടാകട്ടെ, ഓ, പ്രഭോ." ചുമട്ടുകാരൻ മറുപടി നൽകി. "ഞാൻ അങ്ങയോട് അസൂയപ്പെട്ടതിന് മാപ്പുതരൂ."

അവർ ഇരുവരും മരണംവരെ ആ സൗഹൃദം തുടർന്നു. ആഹ്ലാദവും, സന്തോഷവും, സമാധാനവും നിറഞ്ഞ ജീവിതം അവർ അവസാനംവരെ പങ്കുവച്ചു.

ജലകന്യക 'ജുൽനാറും' അവളുടെ പുത്രൻ ബദർ ബാസിമും

പണ്ടുപണ്ട് 'അജം' രാജ്യത്ത് 'ഷഹ്രിമാൻ' എന്നൊരു രാജാവുണ്ടായിരുന്നു; ഖൊറാസാൻ ആയിരുന്നു അദ്ദേഹത്തിന്റെ തലസ്ഥാനം. അദ്ദേഹത്തിന് നൂറ് വെപ്പാട്ടിമാർ ഉണ്ടായിരുന്നുവെങ്കിലും, ഒരു കുഞ്ഞുണ്ടാകാനുള്ള ഭാഗ്യമുണ്ടായില്ല.!

വാർദ്ധക്യത്തിലേക്ക് കാല്വെക്കാറായിട്ടും ഒരു മകനോ മകളോ പിറക്കാത്തതിൽ അദ്ദേഹത്തിന് വലിയ ദുഃഖമുണ്ടായിരുന്നു.

ഒരു ദിവസം ഇക്കാര്യം ചിന്തിച്ച് അദ്ദേഹം വിലപിച്ചുകൊണ്ടിരിക്കുകയായിരുന്നു; തനിക്കൊരു പിൻഗാമിയില്ലാതെ സ്വന്തം രാജ്യം തനിക്കുശേഷം ആര് ഭരിക്കും? കഠിനമായ നൈരാശ്യം മൂലം അദ്ദേഹത്തിന്റെ മനസ്സ് വല്ലാതെ വേദനിച്ചു. അദ്ദേഹം അപ്രകാരം ദുഃഖിച്ചിരിക്കവെ, അദ്ദേഹത്തിന്റെ 'മാമുലൂക്കു'കളിലൊരാൾ വന്ന് പറഞ്ഞു: "അല്ലയോ രാജാവേ, വാതിൽക്കൽ ഒരു അടിമപ്പെണ്ണ് അവളുടെ വ്യാപാരിയോടൊപ്പം നിൽക്കുന്നു. അവളേക്കാൾ സുന്ദരിയായ ഒരുവളെ ഞാനൊരിക്കലും കണ്ടിട്ടില്ല."

രാജാവ് പറഞ്ഞു: "അടിമപ്പെണ്ണിനേയും വ്യാപാരിയേയും എന്റെ അടുത്തേക്ക് കൊണ്ടുവരൂ." ഇരുവരും അകത്തേക്ക് വന്നു. 'ഷഹ്രിമാൻ' അവളെ നോക്കി. സ്വർണ്ണക്കസവുള്ളൊരു സിൽക്ക് തുണികൊണ്ടവൾ മുഖംമറച്ചിരിക്കുന്നു. വ്യാപാരി ആ മൂടുപടം എടുത്തുമാറ്റി; അവളുടെ സൗന്ദര്യംമൂലം അവിടമാകെ പ്രകാശിച്ചു! അവളുടെ നീണ്ടമുടി, കുതിരവാൽപോലെ കണങ്കാൽവരെ ഞാന്നുകിടക്കുന്നു! കണ്ണുകൾ പ്രകൃതി

ദത്തമായി കരിമഷി എഴുതിയതുപോലുണ്ട്. തടിച്ച നിതംബം, മൃദുവായ തുടകളും അരക്കെട്ടും. അവളുടെ ദൃശ്യം എല്ലാവിഷമതകളും തുടച്ചു നീക്കും! കവിഭാവനയിലെ മാദകസുന്ദരിയാണവൾ!

അവളുടെ സൗന്ദര്യവും അംഗലാവണ്യവും കണ്ട് രാജാവ് വിസ്മയിച്ചുപോയി! അദ്ദേഹം വ്യാപാരിയോട് ചോദിച്ചു: "ഓ, വൃദ്ധാ, ഈ യുവതിക്ക് എന്ത് വില വരും?"

"അല്ലയോ, എന്റെ പ്രഭോ, ഞാൻ അടിമവ്യാപാരിയിൽനിന്ന് അവളെ വാങ്ങിച്ചത് രണ്ടായിരം ദിനാറിന്നാണ്. മൂന്നുവർഷമായി ഞാനവളെ തീറ്റിപ്പോറ്റുന്നു, മറ്റൊരു മുവ്വായിരം ദിനാർ അതിന്നായി ചിലവായിക്കാണും; എന്നാൽ അവളെ ഞാൻ അങ്ങേക്ക് ഒരു പാരിതോഷികമായി തരുവാൻ പോകുകയാണ്."

രാജാവ് അവന് ബഹുമതിസൂചകമായി വസ്ത്രങ്ങൾ സമ്മാനിച്ചു, ഒപ്പം പതിനായിരം ദിനാറും! അദ്ദേഹത്തിന്റെ സഹായത്തിൽ നന്ദിരേഖപ്പെടുത്തിക്കൊണ്ടയാൾ സ്വന്തം വഴിക്കുപോയി.

രാജാവ് അവളെ ഭൃത്യകളെ ഏല്പിച്ചുകൊണ്ട് പറഞ്ഞു: "യാത്രയിലെ അഴുക്കുകൾ കളയാനായി ഇവളെ കുളിമുറിയിൽകൊണ്ടുപോയി കുളിപ്പിക്കുക; പിന്നെ സുഗന്ധതൈലം പൂശി അവളെ ഇങ്ങോട്ടു കൊണ്ടുവരിക. വീട്ടുകാര്യസ്ഥനോട് അവൾ ഇരിക്കുന്ന മുറിയിലെ എല്ലാ വാതിലുകളും അടച്ചിടുവാനായി രാജാവ് ഉത്തരവിട്ടു. അദ്ദേഹത്തിന്റെ തലസ്ഥാനനഗരിയെ 'വെളുത്തനഗരം' എന്നാണ് വിളിക്കുക. കടൽത്തീരത്താണത് സ്ഥിതിചെയ്യുന്നത്. അങ്ങനെ, അവളെ അതിലെ ഒരു മുറിയിൽ താമസിപ്പിച്ചു. അതിലെ ജാലകങ്ങൾ കടലിനെയാണ് അഭിമുഖീകരിക്കുന്നത് - അപ്പോഴേക്കും നേരംപുലരാറായെന്നും തനിക്ക് കഥ പറയാനനുവദിച്ച സമയം തീർന്നെന്നും ഷാഹ്രസാദ് മനസ്സിലാക്കി.

എഴുനൂറ്റി മുപ്പത്തൊമ്പതാം രാവ്

അവൾ പറഞ്ഞു, അല്ലയോ, കീർത്തിമാനായ രാജാവേ, ആ രാജാവ് ആ യുവതിയെ പരിചാരികമാരെ ഏല്പിച്ച് കുളിമുറിയിൽ കൊണ്ടുപോകാൻ ആജ്ഞാപിച്ചു. പിന്നെ, വീട്ടുകാര്യസ്ഥനെ വിളിച്ച് അവൾ താമസിക്കുന്ന മുറിയുടെ വാതിലുകളെല്ലാം അടച്ചിടുവാനായി ഉത്തരവിട്ടു; അവളെ താമസിപ്പിച്ചിരുന്ന മുറിയുടെ ജനലുകളെല്ലാം കടലിനെയാണ് അഭിമുഖീകരിച്ചിരുന്നത്.

'ഷാഹ്രിമാൻ' അവളുടെ മുറിയിലേക്ക് ചെന്നു; എന്നാൽ, അവൾ അദ്ദേഹത്തെ ശ്രദ്ധിക്കുകയോ, അദ്ദേഹത്തോട് മിണ്ടുകയോ ചെയ്തില്ല. അദ്ദേഹം പറഞ്ഞു: "അവൾ നല്ലരീതിയിലല്ല വളർത്തപ്പെട്ടതെന്ന് തോന്നുന്നു; മര്യാദകളൊന്നും പഠിപ്പിച്ചിട്ടില്ല."

പിന്നെ അദ്ദേഹം ആ യുവതിയുടെ, മുഖത്തേക്ക് ദൃഷ്ടിപായിച്ചു. പൂർണ്ണചന്ദ്രനെപ്പോലെ ശോഭിക്കുന്ന അതിസുന്ദരമായ മുഖവും, മനം മയക്കുന്ന അംഗലാവണ്യവും കണ്ട് രാജാവ് ആശ്ചര്യപ്പെട്ടുപോയി! അദ്ദേഹം അള്ളായെ സ്തുതിച്ചു; പിന്നെ നടന്നുചെന്ന് അവളുടെ അരികിലിരുന്നു, അവളെ മാറോടണച്ച്, തന്റെ തുടയിൽ ഇരുത്തി. അവളുടെ അധരങ്ങളിൽ നിന്നദ്ദേഹം മധു നുകർന്നു. അതിന് തേനിനേക്കാൾ

മധുരമുണ്ടെന്നദ്ദേഹത്തിന് തോന്നി. അദ്ദേഹം ഏറ്റവും സ്വാദിഷ്ഠമായ ഭക്ഷണപദാർത്ഥങ്ങൾ വിളമ്പാനായി ഭൃത്യകൾക്ക് ആജ്ഞ നൽകി; അവളോടൊപ്പം മതിയാവോളം ഭക്ഷണം കഴിച്ചു. അവളെ രാജാവ് തൃപ്തിയാകുന്നതുവരെ സ്വന്തം കൈകൊണ്ട് ഊട്ടി; എന്നിട്ടും ഒറ്റവാക്കുപോലും അവൾ ഉച്ചരിച്ചില്ല. രാജാവ് അവളോട് ഓരോന്ന് ചോദിച്ചുകൊണ്ടിരുന്നു; അവളുടെ പേര് എന്താണെന്ന് ചോദിച്ചതിനുപോലും അവൾ മറുപടി നൽകിയില്ല. അവൾ തലതാഴ്ത്തി, ഒരേ ഇരുപ്പ് തുടർന്നു.അവളുടെ മനോഹരമായ മുഖവും അഴകാർന്ന അംഗങ്ങളുമാണ് രാജാവിനെ കുപിതനാക്കാതിരുന്നത്! അദ്ദേഹം ആത്മഗതമായി പറഞ്ഞു: "ഈ പെൺകുട്ടിയുടെ സൃഷ്ടികർത്താവിന് സ്തുതി! അവൾ സംസാരിക്കുന്നില്ലെങ്കിലും എന്തൊരു സൗന്ദര്യം!"

അദ്ദേഹം അടിമപ്പെൺകുട്ടികളെ വിളിച്ച് ചോദിച്ചു, അവൾ സംസാരിച്ചിരുന്നുവോ എന്ന്. അവർ ഒന്നിച്ച് മറുപടി നൽകി: "അവൾ ഇവിടെ വന്നതുമുതൽ ഇതുവരെ ഒരു വാക്ക് മിണ്ടിയിട്ടില്ല; ഞങ്ങളെ വിളിക്കുന്നതും കേട്ടിട്ടില്ല."

അപ്പോൾ അദ്ദേഹം തന്റെ ചില പരിചാരികമാരേയും വെപ്പാട്ടിമാരേയും വിളിച്ച് അവൾക്ക് പാട്ടുപാടിക്കൊടുത്ത് പ്രീതിപ്പെടുത്താൻ ഉത്തരവിട്ടു; അപ്പോൾ അവൾ സംസാരിച്ചെങ്കിലോ!

അപ്രകാരം സ്ത്രീകൾ എല്ലാത്തരം വാദ്യോപകരണങ്ങളും നിരത്തിവച്ച് ഗാനമേളയും വിനോദപരിപാടികളും ആരംഭിച്ചു. അവർ എല്ലാവരും ഉല്ലസിച്ച് തകർത്തു, ആ യുവതി മാത്രം ഒന്നിലും പങ്കുകൊണ്ടില്ല; ചുമ്മാ അവരെ മിഴിച്ചുനോക്കി നിശ്ശബ്ദയായി ഇരുന്നു. എന്നാൽ, ചിരിക്കുകയോ മിണ്ടുകയോ ചെയ്തില്ല! രാജാവിന്റെ മനസ്സിന് വലിയ വിഷമമായി. അദ്ദേഹം സ്ത്രീകളെയെല്ലാം പറഞ്ഞുവിട്ട് ആ യുവതിയോടൊപ്പം ഒറ്റയ്ക്ക് ഇരുന്നു. അതിനുശേഷം അദ്ദേഹം സ്വന്തം വസ്ത്രം ഊരിക്കളഞ്ഞു, അവളുടെ വസ്ത്രങ്ങൾ അദ്ദേഹം സ്വന്തം കൈകൊണ്ട് അഴിച്ചിട്ടു; അവളുടെ ശരീരത്തിലേക്കു അദ്ദേഹം ആർത്തിയോടെ നോക്കി, ഒരു വെള്ളിവിഗ്രഹംപോലുണ്ടായിരുന്നു അവൾ! കലശലായ പ്രേമാവേശത്തോടെ രാജാവ് അവളെ പ്രാപിച്ചു. അവൾ പരിശുദ്ധകന്യകയാണെന്നദ്ദേഹത്തിന് ബോദ്ധ്യമായി. അതിൽ അദ്ദേഹം അങ്ങേയറ്റം ആഹ്ലാദിച്ച് സ്വയം പറഞ്ഞു: "അള്ളായാണേ, ഇത്രയും സുന്ദരിയായൊരു പെൺകുട്ടിയെ വ്യാപാരികൾ സ്പർശിക്കാതെ കന്യകയായി കാത്തുരക്ഷിച്ചത് അദ്ഭുതം തന്നെ!"

പിന്നെ അദ്ദേഹം സ്വന്തം സമയം മുഴുവൻ അവളോടൊപ്പം ചിലവഴിച്ചു, മറ്റാരേയും ശ്രദ്ധിച്ചതേയില്ല; തന്റെ മറ്റ് വെപ്പാട്ടിമാരേയും പ്രേമഭാജനങ്ങളെയുമെല്ലാം രാജാവ് മാറ്റി നിർത്തി; അവളോടൊപ്പം കഴിഞ്ഞു. ഒരു വർഷം ഒരു ദിവസമായിട്ടാണദ്ദേത്തിന് തോന്നിയത്. എന്നിട്ടും അവൾ സംസാരിച്ചില്ല.

ഒരു ദിവസം രാവിലെ രാജാവ് അവളോട് പറഞ്ഞു: "അല്ലയോ പ്രിയതമേ, സത്യമായും നിന്നോടുള്ള എന്റെ പ്രേമം അവാച്യമാണ്. നിനക്കുവേണ്ടി ഞാൻ എല്ലാ അടിമപ്പെൺകുട്ടികളെയും, വെപ്പാട്ടിമാരെയും, കാമുകിമാരേയും മറ്റ് സ്ത്രീകളേയും ഒഴിവാക്കി. നിന്നെ എന്റെ പങ്കാളിയാക്കി, നിന്നോടൊപ്പം ഒരു വർഷം ജീവിച്ചു. സർവ്വ ശക്തനായ

അള്ളായുടെ കൃപയാൽ നിന്റെ ഹൃദയം മൃദുലമായിട്ടുള്ളതായി എനിക്ക് തോന്നുന്നു; അതുകൊണ്ട് നിനക്കെന്നോട് സംസാരിച്ചുകൂടേ? അല്ലെങ്കിൽ നീയൊരു ഊമയാണോ? എനിക്കൊരു ആംഗ്യം കാണിച്ചാൽ മതി, നീ സംസാരിക്കുമെന്ന ആശ ഞാൻ കൈവെടിയാം. ഞാൻ സർവ്വശക്തനായ ദൈവത്തോട് പ്രാർത്ഥിക്കുകയാണ്, 'നിന്നിലൂടെ എനിക്കൊരു പുത്രനെ നൽകി, ദൈവം കടാക്ഷിക്കേണമേ എന്ന്; എനിക്ക് ശേഷം അവൻ ഈ രാജ്യം ഭരിക്കണം; കാരണം, ഞാൻ വൃദ്ധനായി, അവകാശിയില്ലാതെ ഒറ്റയ്ക്കായി! അള്ളായാണേ, നീ എന്നെ സ്നേഹിക്കുന്നുണ്ടെങ്കിൽ എനിക്കൊരു മറുപടി തരൂ."

ആ യുവതി ചിന്തയിലാണ്ടുകൊണ്ട് തലകുനിച്ചു, പിന്നെ തല ഉയർത്തി ഒന്നു മന്ദഹസിച്ചു. ആ മുറിയിൽ ഇടിമിന്നിയതുപോലെ രാജാവിന് തോന്നി.

പിന്നീടവൾ പറഞ്ഞു: "അല്ലയോ മഹാനുഭാവനായ രാജാവേ, ധീരോദാത്തനായ സിംഹമേ, അള്ളാ അങ്ങയുടെ പ്രാർത്ഥന കേട്ടിരിക്കുന്നു! കാരണം, ഞാൻ അങ്ങയുടെ കുഞ്ഞിനെ ചുമക്കുന്നുണ്ട്; അടുത്തുതന്നെ പ്രസവിക്കും; എന്നാൽ, കുഞ്ഞ് ആണോ പെണ്ണോ, എന്നെനിക്ക് പറയാൻ കഴിയില്ല. അങ്ങയാൽ ഞാൻ ഗർഭിണി ആയിരുന്നില്ലെങ്കിൽ, ഞാൻ അങ്ങയോട് ഒരക്ഷരം മിണ്ടില്ലായിരുന്നു."

അവൾ സംസാരിക്കുന്നതു കേട്ട് രാജാവിന്റെ മുഖം ആനന്ദത്താൽ വെട്ടിത്തിളങ്ങി! ആഹ്ലാദപൂർവ്വം അവളുടെ ശിരസ്സിലും കൈകളിലും അദ്ദേഹം ചുംബിച്ചു.

"അൽ ഹം ദേലില്ലാ! ഞാൻ ആഗ്രഹിച്ച കാര്യം എനിക്കനുഗ്രഹിച്ചു നൽകിയല്ലോ! ആദ്യത്തേത് നിന്റെ സംസാരം, രണ്ടാമത്തേത്, നീ എന്റെ കുട്ടിയെ പ്രസവിക്കാൻ പോകുന്നു എന്ന വാർത്ത."

പിന്നെ അദ്ദേഹം അവിടെനിന്നും എഴുന്നേറ്റ് പോയി രാജസിംഹാസനത്തിൽ ചെന്നിരുന്ന് അതീവ ആഹ്ലാദത്തോടെ, പാവങ്ങൾക്കും വിധവകൾക്കും യാചകർക്കും അള്ളായുടെ നാമത്താൽ ഒരുലക്ഷം ദിനാർ ദാനം ചെയ്യാനായി വസീറിനോട് ആജ്ഞാപിച്ചു. രാജാവിന്റെ ഉത്തരവനുസരിച്ച് മന്ത്രി പ്രവർത്തിച്ചു. പിന്നീട് രാജാവ് അവളുടെ അടുത്തെത്തി ആലിംഗനം ചെയ്തുകൊണ്ട് പറഞ്ഞു: "അല്ലയോ എന്റെ രാജ്ഞി, നിന്റെ അടിമയായ ഞാൻ നിന്നോട് അപേക്ഷിക്കുകയാണ്, ആ മൗനത്തിന്റെ കാരണം എന്താണ്? നീ എന്നോടൊപ്പം ഒരു വർഷം ജീവിച്ചു, രാവും പകലും. എന്നിട്ടും ഇന്നുവരെ ഒരക്ഷരം നീ എന്നോട് സംസാരിച്ചിട്ടില്ല."

അവൾ മറുപടി നൽകി: "കേൾക്കുക, മഹാരാജാവേ, ഞാൻ ഏറ്റവും ദയനീയമായ നിലയിൽ ആണിപ്പോൾ; നാടുകടത്തപ്പെട്ടവൾ, ഹൃദയം തകർന്നവൾ, മാതാപിതാക്കളിൽ നിന്നും സഹോദരനിൽ നിന്നും വേർപെടുത്തപ്പെട്ടവൾ!"

രാജാവ് അവളുടെ വാക്കുകൾ കേട്ട് മറുപടി നൽകി: "നീ ദയനീയാവസ്ഥയിലാണ് ഇപ്പോൾ എന്നു പറയുന്നതിന് യാതൊരടിസ്ഥാനവുമില്ല; എന്റെ രാജ്യവും എനിക്കുള്ള എല്ലാ സമ്പത്തും നിനക്കുള്ളതാണ്, ഞാനും നിന്റെ അടിമയാണ്! 'ഞാൻ മാതാപിതാക്കളിൽ നിന്നും, സഹോദരനിൽനിന്നും വേർപെട്ടവളാണ്' എന്നു പറയുന്നതിന്റെ അർത്ഥമെന്താണ്? അവർ എവിടെയാണെന്ന് എന്നോട് പറയൂ, ഞാൻ ആളുകളെ വിട്ട് അവരെ തേടിപ്പിടിച്ച് നിന്റെ അടുത്തെത്തിക്കാം."

അപ്പോൾ അവൾ മറുപടി നൽകി: "അല്ലയോ കീർത്തിമാനായ രാജാവേ, എന്റെ പേര് 'ജുൽനാർ' എന്നാണ്, കടലിൽ പിറന്നവൾ. കടലിന്റെ രാജാവായിരുന്നു എന്റെ അച്ഛൻ. അദ്ദേഹം മരിച്ചപ്പോൾ ആ രാജ്യം ഞങ്ങൾ ഭരിക്കാൻ തുടങ്ങി. ഞങ്ങൾ ഭരണം ഉറപ്പിച്ചെടുക്കുന്നതിനുമുൻപ് മറ്റൊരു രാജാവ് ഞങ്ങളെ ആക്രമിച്ച് ഞങ്ങളുടെ രാജ്യം തട്ടിയെടുത്തു. എനിക്ക് 'സാലിഹ്' എന്നുപേരുള്ള ഒരു സഹോദരനുണ്ട്; എന്റെ അമ്മയും കടലിൽ ജനിച്ചവളാണ്, എന്നാൽ ഞാൻ സഹോദരനിൽനിന്നും അകന്നു; ഞാൻ കരയിലുള്ള ആരെയെങ്കിലും സ്വീകരിക്കുമെന്ന് ശപഥം ചെയ്തു. അങ്ങനെ നിലാവുള്ളൊരു രാത്രി ഞാൻ കടലിൽനിന്നും പുറത്തുവന്ന് ഒരു ദ്വീപിന്റെ തീരത്തിരിക്കവെ, അതിലെ കടന്നുപോയ ഒരാൾ എന്നെ കാണാനിടയായി. അയാൾ എന്നെ സ്വന്തം വീട്ടിലേക്ക് കൊണ്ടുപോയി പ്രേമാഭ്യർത്ഥന നടത്തി. ഞാനയാളുടെ തലയ്ക്ക് ഒരടി വച്ചുകൊടുത്തു; അപ്പോൾ അയാൾ എന്നെ കൊണ്ടുപോയി ഒരു വ്യാപാരിക്ക് വിറ്റു; അയാളിൽനിന്നാണ് അങ്ങ് എന്നെ വാങ്ങിച്ചത്. അയാൾ സദാചാരിയായ നല്ലൊരു മനുഷ്യനായിരുന്നു, ഭക്തനും ഉദാരമതിയും! അങ്ങ് എന്നെ സ്നേഹിക്കയും എല്ലാ വെപ്പാട്ടികളേക്കാൾ മുൻപന്തിയിൽ എന്നെ നിർത്തുകയും ചെയ്തില്ലായിരുന്നെങ്കിൽ അങ്ങയോടൊപ്പം ഒരു മണിക്കൂർപോലും ഞാൻ നിൽക്കില്ലായിരുന്നു, ഈ ജനലിലൂടെ കടലിലേക്കു ചാടി എന്റെ അമ്മയുടെ വീട്ടിലെത്തിയേനെ. എന്നാൽ, നിങ്ങളുടെ കുഞ്ഞിനേയും ചുമന്ന് അവരെ സമീപിക്കാനെനിക്ക് ലജ്ജ തോന്നി. കാരണം, അവർ എന്നെ മോശക്കാരിയായേ കാണൂ, ഒരു രാജാവാണ് എന്നെ വാങ്ങിച്ചതെന്നും എന്നെ അദ്ദേഹത്തിന്റെ എല്ലാ സ്വത്തിനും പങ്കാളിയാക്കിയെന്നും എല്ലാ ഭാര്യമാരേക്കാളും ശ്രേഷ്ഠമായ നിലയിലാണ് എന്നെ വാഴിച്ചിട്ടുള്ളതെന്നും സത്യംചെയ്ത് ഞാൻ പറഞ്ഞാലും അവർ അത് അംഗീകരിക്കില്ലായിരുന്നു. അപ്പോൾ ഇതാണെന്റെ കഥ!" - അപ്പോഴേക്കും നേരംപുലരാറായെന്നും തനിക്ക് കഥ പറയാനനുവദിച്ച സമയം തീർന്നെന്നും ഷാഹ്റസാദ് മനസ്സിലാക്കി.

എഴുനൂറ്റി നാല്പതാം രാവ്

അവൾ തുടർന്നു, അല്ലയോ കീർത്തിമാനായ രാജാവേ, ജലകന്യക 'ജുൽനാർ' രാജാവ് ഷാഹ്‌രിമാന്റെ ചോദ്യത്തിനുത്തരമായി തന്റെ കഥ തുടക്കം മുതൽ അവസാനം വരെ വിവരിച്ചുകൊടുത്തു. രാജാവ് അവൾക്ക് നന്ദിപറഞ്ഞു; പിന്നെ അവളുടെ നെറ്റിയിൽ ചുംബിച്ചുകൊണ്ട് പറഞ്ഞു: "അള്ളായാണേ, എന്റെ കണ്ണേ, നിന്നെ ഒരുമണിക്കൂർ പോലും വിട്ടു നിൽക്കാൻ എനിക്ക് കഴിയില്ല; നീയെന്നെ വിട്ടുപോയാൽ ഉടനെ ഞാൻ ചത്തുപോകും. അപ്പോൾ എന്തുചെയ്യും?"

അവൾ മറുപടി നൽകി: "ഓ, എന്റെ പ്രഭോ, എന്റെ പ്രസവം അടുത്തുകഴിഞ്ഞു; പ്രസവസമയത്ത് എന്റെ വീട്ടുകാർ അടുത്തുവേണം; അവർ ആയിരിക്കണം എന്റെ പ്രസവശുശ്രൂഷ നടത്തേണ്ടത്; സമുദ്രത്തിലെ സ്ത്രീകളുടെ പ്രസവമെടുക്കാൻ കരയ്ക്കുള്ള സ്ത്രീകൾക്കറിയില്ല; കടലിലെ സ്ത്രീകൾക്ക് കരയിലെ സ്ത്രീകളുടെ പ്രസവശുശ്രൂഷ ചെയ്യാനറിയാത്തതുപോലെ! എന്റെ വീട്ടുകാർ വന്നാൽ ഞാൻ അവരുമായി യോജിപ്പിലെത്താം; അവർ എന്നോട് രഞ്ജിപ്പിലാകും."

രാജാവ് ചോദിച്ചു: "എങ്ങനെയാണ് കടൽമനുഷ്യർ നനയാതെ നടക്കുന്നത്?"

"അല്ലയോ മഹാരാജാവേ, നിങ്ങൾ കരയിൽ നടക്കുന്നതുപോലെ ഞങ്ങൾ വെള്ളത്തിലൂടെ നടക്കുന്നു, ദൈവാനുഗ്രഹത്താൽ! അല്ലയോ രാജാവേ, എന്റെ വീട്ടുകാർ വരുമ്പോൾ എന്നെ അങ്ങ് സ്വർണ്ണംകൊടുത്ത് വാങ്ങിച്ചതാണെന്നും എന്നോട് ദയയോടും ഔദാര്യത്തോടുംകൂടെയാണ് പെരുമാറുന്നതെന്നും ഞാനവരോട് പറയും. അത് സത്യമാണെന്ന് നിങ്ങളുടെ പെരുമാറ്റംകൊണ്ടവർ മനസ്സിലാക്കും. നിങ്ങളുടെ രാജ്യം അവർ സ്വന്തം കണ്ണുകൾകൊണ്ട് കാണുകയും, നിങ്ങൾ രാജാവാണെന്നവർ മനസ്സിലാക്കുകയും ചെയ്യും."

അദ്ദേഹം പറഞ്ഞു: "അല്ലയോ എന്റെ പ്രിയതമെ, നിനക്ക് നല്ലതാണെന്ന് തോന്നുന്നത് ചെയ്യുക; നിനക്കിഷ്ടമുള്ളതുപോലെ പ്രവർത്തിക്കുക. നീ ചെയ്യുന്നതിനോടെല്ലാം എനിക്ക് യോജിപ്പാണ്."

അവൾ തുടർന്നു. "അതെ, ഞങ്ങൾ കടലിലൂടെ നടക്കുന്നു; അതിനുള്ളിൽ നിന്ന് എല്ലാം കാണുന്നു. സൂര്യൻ, ചന്ദ്രൻ, നക്ഷത്രങ്ങൾ, ആകാശം എന്നിവയെ കരയിലെന്നതുപോലെ ഞങ്ങൾ കാണുന്നു; അത് ഞങ്ങൾക്ക് അസഹ്യമായി തോന്നുന്നില്ല. കടലിൽ ധാരാളം ആളുകൾ ഉണ്ടെന്ന് മനസ്സിലാക്കുക; പലരൂപത്തിലുള്ള, ജീവികളുണ്ടവിടെ, ഭൂമിയിലേതുപോലെത്തന്നെ. രണ്ടിടത്തുമുള്ള ജീവികളെക്കുറിച്ച് താരതമ്യം ചെയ്യുന്നത് വലിയൊരു കാര്യമൊന്നുമല്ല."

അവളുടെ വാക്കുകൾ കേട്ട് രാജാവ് വിസ്മയിച്ചുപോയി! പിന്നെ അവൾ നെഞ്ചിൽ നിന്ന് രണ്ട് കഷ്ണം കുന്തിരിക്കം പറിച്ചെടുത്ത് ഒരു പിഞ്ഞാണത്തിലെ തീക്കനലിലേക്ക് ഇട്ടു. പിന്നെ ഉറക്കെ ചൂളമടിച്ചുകൊണ്ട്, ആർക്കും മനസ്സിലാകാത്ത ഭാഷയിൽ ഏതോ വാക്കുകൾ ഉച്ചരിച്ചു! അപ്പോൾ വലിയ പുകച്ചുരുളകൾ ഉയർന്നുവന്നു. അത് നോക്കിയിരിക്കുന്ന രാജാവിനോടവൾ പറഞ്ഞു: "എന്റെ പ്രഭോ, അങ്ങ് എഴുന്നേറ്റ് ഒരു മുറിയിൽ അടച്ച് പൂട്ടി ഇരിക്കൂ. ഞാനങ്ങേക്ക് എന്റെ അമ്മയേയും സഹോദരനെയും കുടുംബത്തെയും കാണിച്ചുതരാം; അതേ സമയം അവർ അങ്ങയെ കാണുകയുമരുത്. ഞാൻ അവരെ ഇവിടെ കൊണ്ടുവരുവാനൊരു പദ്ധതി ഒരുക്കിയിരിക്കയാണ്; നിങ്ങൾക്കിപ്പോൾ ആശ്ചര്യകരമായൊരു കാര്യം കണ്ടുപിടിക്കാൻ കഴിയും; സർവ്വശക്തനായ അള്ളാ സൃഷ്ടിച്ചിട്ടുള്ള നിരവധി ജീവികളെയും അവയുടെ വിചിത്രരൂപങ്ങളും കണ്ട് നിങ്ങൾ വിസ്മയിച്ചുപോകും."

അദ്ദേഹം പെട്ടെന്നെഴുന്നേറ്റ് ഒരു മുറിയിൽ പോയി അടച്ചിരുന്നു; അവിടെ ഇരുന്ന് അവൾ ചെയ്യുന്ന പ്രവൃത്തികൾ നിരീക്ഷിച്ചു. അവൾ പുകയ്ക്കലും, മന്ത്രത്താൽ ആവാഹിക്കലും തുടർന്നു. കടലിൽ പത വന്ന് നിറഞ്ഞു, ആകെ കലങ്ങി; അതിൽനിന്ന്, പൂർണ്ണചന്ദ്രനെപ്പോലെ ശോഭിക്കുന്ന ഒരു സുന്ദരനായ യുവാവ് ഉയർന്നുവന്നു! വെളുത്തനിറം, ചുകന്ന കവിളുകൾ, മുത്തുപോലുള്ള പല്ലുകൾ! അവൻ തന്റെ സഹോദരിയെപ്പോലെത്തന്നെയുണ്ട്.

അവനുശേഷം, കടലിൽനിന്ന് നരച്ച തലമുടിയുള്ള പ്രായമായ ഒരു സ്ത്രീ പുറത്തുവന്നു; അവളോടൊപ്പം അഞ്ച് യുവതികളുമുണ്ടായിരുന്നു, ചന്ദ്രനെപ്പോലെ ശോഭിക്കുന്നവർ! 'ജുൽനാറി'നോട് മുഖസാദൃശ്യമുള്ളവർ. വെള്ളത്തിലൂടെ നടന്നു വരുന്ന അവരെ രാജാവ് നോക്കിനിന്നു.

അവർ ജനാലയ്ക്കൽ എത്തിയപ്പോൾ ജുൽനാറിനെ കണ്ടു; ആളെ തിരിച്ചറിഞ്ഞ അവർ അവളുടെ അടുക്കലെത്തി. അവൾ എഴുന്നേറ്റ്, ആനന്ദത്തോടെച്ചെന്ന് അവരെ സ്വീകരിച്ച് വേദനയോടെ കരഞ്ഞു. പിന്നെ അവർ, അവളോട് പറഞ്ഞു: "ഓ, ജുൽനാർ, നാല്കൊല്ലത്തോളം നിനക്ക് ഞങ്ങളെ വിട്ടുനിൽക്കാനെങ്ങനെ കഴിഞ്ഞു? നീ താമസിക്കുന്ന സ്ഥലംപോലും ഞങ്ങളെ അറിയിക്കാതെ! അള്ളായാണേ, നിന്നെ വിട്ടുപിരിഞ്ഞതിലുള്ള വേദനമൂലം ഞങ്ങളുടെ ജീവിതം നരകതുല്യമായിരുന്നു. ജലപാനത്തിനുപോലും ഞങ്ങൾക്ക് താത്പര്യമില്ലായിരുന്നു. നിന്നെ കാണാനുള്ള മോഹത്താൽ ഞാൻ രാവും പകലും കണ്ണീരൊഴുക്കി കഴിഞ്ഞു!"

പിന്നെ, അവർ സ്വന്തം സഹോദരന്റെയും അമ്മയുടെയും 'കസിനു' മാരുടെയും കരണങ്ങളിൽ ചുംബിച്ചു. കുറച്ചുനേരം അവർ ഒന്നിച്ചിരുന്ന് സംസാരിച്ചു, അവൾക്ക് വന്നുപെട്ട കാര്യങ്ങളെക്കുറിച്ചും ഇപ്പോഴത്തെ നിലയെക്കുറിച്ചും അവർ ആരാഞ്ഞു. അവൾ മറുപടി പറഞ്ഞു: "ഞാൻ നിങ്ങളെ വിട്ടുപോന്ന് ഒരു ദ്വീപിന്റെ തീരത്ത് ഇരിക്കവെ, ഒരാൾ എന്നെ കൂട്ടിക്കൊണ്ടുപോയി ഒരു വ്യാപാരിക്ക് വിറ്റു; അയാൾ എന്നെ ഈ നഗരത്തിലേക്ക് കൊണ്ടുപോന്ന്, ഈ രാജ്യത്തെ രാജാവിന്ന് പതിനായിരം ദിനാറിന് വിറ്റു. അദ്ദേഹം അന്തസ്സോടെയാണെന്നോട് പെരുമാറിയത്, തന്റെ എല്ലാ വെപ്പാട്ടിമാരെയും കാമുകിമാരെയും സ്ത്രീകളെയും എനിക്കുവേണ്ടി അകറ്റിനിർത്തി, തന്റേതായ സമ്പത്തെല്ലാം എനിക്ക് സമർപ്പിച്ചു." അവളുടെ സഹോദരൻ പറഞ്ഞു: "ഞങ്ങളെ നീയുമായി യോജിപ്പിച്ചതിന് അള്ളായ്ക്ക് സ്തുതി! എന്നാൽ ഇനി അല്ലയോ സഹോദരി, എന്റെ അഭിപ്രായം നീ ഞങ്ങളോടൊപ്പം സ്വന്തം നാട്ടിലേക്ക് വരണമെന്നാണ്."

രാജാവ് ഈ വാക്കുകൾ കേട്ട് വല്ലാതെ പേടിച്ചുപോയി; അവൾ സഹോദരന്റെ നിർദ്ദേശം സ്വീകരിച്ചെങ്കിലോ! അവളെ തനിക്ക് നഷ്ടപ്പെട്ടെങ്കിലോ എന്നോർത്ത് അദ്ദേഹത്തിന്റെ മനസ്സ് പിടച്ചു. എന്നാൽ ജുൽനാർ മറുപടി നൽകി: "അള്ളായാണേ, എന്റെ സഹോദരാ, എന്നെ വാങ്ങിച്ച മനുഷ്യൻ ഈ നഗരത്തിന്റെ അധിപനാണ്, കരുത്തനും വിവേകശാലിയുമായൊരു രാജാവാണ്, നല്ലവനും അങ്ങേയറ്റം ഉദാരമതിയുമാണ്. അതിനും പുറമെ ഭയങ്കര ധനവാനും സൽസ്വഭാവിയും മക്കളില്ലാത്തവനുമാണ്. എന്നോടദ്ദേഹം അന്തസ്സോടെയാണ് പെരുമാറിയിട്ടുള്ളത്, എല്ലാ രീതിയിലുള്ള ആനുകൂല്യങ്ങളും, കരുണയും എന്നോടദ്ദേഹം കാണിച്ചിട്ടുണ്ട്. എന്നെ വാങ്ങിച്ചതു മുതൽ ഇന്നുവരെ എന്നെ വേദനിപ്പിക്കുന്ന രീതിയിൽ മോശമായൊരു വാക്ക് ശബ്ദിച്ചിട്ടില്ല. എപ്പോഴും മര്യാദയോടെ മാത്രമേ എന്നോട് പെരുമാറിയിട്ടുള്ളൂ. എന്നോടാലോചിക്കാതെ ഒരു കാര്യവും ചെയ്യാറില്ല. എനിക്കിവിടെ അദ്ദേഹത്തോടൊപ്പം ഉള്ള ജീവിതം വളരെ സുഖമാണ്, തികച്ചും സൗഭാഗ്യകരം! അതിനും പുറമെ ഞാനദ്ദേഹത്തെ ഉപേക്ഷിച്ചാൽ അദ്ദേഹം മരിച്ചുപോകും; കാരണം; ഒരു മണിക്കൂർപോലും എന്നെ വിട്ടുപിരിഞ്ഞിരിക്കാൻ അദ്ദേഹത്തിന് കഴിയില്ല. ഞാൻ അദ്ദേഹത്തെ വിട്ടുപിരിഞ്ഞാൽ ഞാനും മരിച്ചുപോകും; കാരണം, ഞാനത്രയ്ക്കദ്ദേഹത്തെ സ്നേഹിക്കുന്നു. അദ്ദേഹത്തോടൊപ്പമുള്ള ഇത്രയും കാലത്തെ ജീവിതത്തിൽ

നിന്ന് അദ്ദേഹത്തിന്റെ മഹനീയമായ സ്വഭാവം എനിക്ക് മനസ്സിലാക്കാൻ കഴിഞ്ഞിട്ടുണ്ട്. സത്യമായും, അദ്ദേഹത്തിന്റെ കുഞ്ഞിനെ ഞാൻ ചുമക്കുന്നത്, നിങ്ങൾക്കു കാണാം. അള്ളായ്ക്ക് സ്തുതി! സർവ്വശക്തനായ അള്ളാ എന്നെ കടൽരാജാവിന്റെ മകളായും, കരയിലെ ഏറ്റവും കരുത്തനായ രാജാവിന്റെ ഭാര്യയായും സൃഷ്ടിച്ചല്ലോ. വാസ്തവത്തിൽ എനിക്ക് നഷ്ടപ്പെട്ടതെല്ലാം അള്ളാ നഷ്ടപരിഹാരമായി നൽകി" - അപ്പോഴേക്കും നേരംപുലരാറായെന്നും, തനിക്ക് കഥ പറയാനനുവദിച്ച സമയം തീർന്നെന്നും ഷാഹ്റസാദ് മനസ്സിലാക്കി.

എഴുനൂറ്റി നാല്പത്തിയൊന്നാം രാവ്

അവൾ പറഞ്ഞു, അല്ലയോ കീർത്തിമാനായ രാജാവേ, ജലകന്യക ജുൽനാർ തന്റെ സഹോദരനോട് സ്വന്തം കഥ പറഞ്ഞു: "അള്ളാ എന്നെ നഷ്ടപ്പെടുത്തിയില്ല, എല്ലാറ്റിനും നഷ്ടപരിഹാരം നടത്തി! ഈ രാജാവിന് ആണും പെണ്ണുമായി ഒറ്റകുട്ടിയുമില്ല; അതുകൊണ്ട് എനിക്കൊരു പുത്രനെ തന്ന് അനുഗ്രഹിക്കണമെന്ന് ഞാൻ ജഗദീശ്വരനോട് പ്രാർത്ഥിക്കുന്നു. അദ്ദേഹത്തിന്റെ രാജ്യത്തിനും സമ്പത്തിനും ഒരവകാശി ഉണ്ടാകട്ടെ!

അവളുടെ സഹോദരനും, പിതൃസഹോദര പുത്രിമാരും അവളുടെ പ്രസ്താവന കേട്ട്, നിറകണ്ണുകളോടെ പറഞ്ഞു: "അല്ലയോ ജുൽനാർ, ഞങ്ങൾക്ക് എത്ര വിലപ്പെട്ടവളാണ് നീ എന്ന് നിനക്കറിയാമല്ലോ. ഞങ്ങൾക്ക് നിന്നോടുള്ള സ്നേഹം എത്ര മഹത്തരമാണെന്നും നിനക്കറിയാം. നീയാണ് ഞങ്ങൾക്ക് മറ്റാരേക്കാൾ പ്രിയങ്കരം; നിനക്ക് അല്ലലില്ലാത്ത സുഖകരമായ ജീവിതം മാത്രമാണ് ഞങ്ങളാഗ്രഹിക്കുന്നത്. അതുകൊണ്ട്, നിനക്കെന്തെങ്കിലും ബുദ്ധിമുട്ട് തോന്നുന്നുണ്ടെങ്കിൽ എഴുന്നേറ്റ് വരൂ, സ്വന്തം നാട്ടിലേക്ക് പോകാം. എന്നാൽ, നിനക്കിവിടെ സുഖമാണെങ്കിൽ, അന്തസ്സോടും ആനന്ദത്തോടുമാണ് ജീവിക്കുന്നതെങ്കിൽ ഇവിടെ നിൽക്കാം. ഞങ്ങൾക്കതിൽ സന്തോഷമേ ഉള്ളൂ. നിന്റെ ക്ഷേമമാണ്, എന്തായാലും, ഞങ്ങളുടെ ലക്ഷ്യം."

അവൾ പറഞ്ഞു: "അള്ളായാണേ, ഞാനിവിടെ ഏറ്റവും സുഖവും സന്തോഷവുമായാണ് ജീവിക്കുന്നത്, അന്തസ്സോടെയും അഭിമാനത്തോടെയും!"

അവൾ പറഞ്ഞതുകേട്ട് രാജാവിന്റെ ഹൃദയം ആനന്ദത്താൽ ത്രസിച്ചു. അതിന് മൗനമായി നന്ദിപറഞ്ഞു. അദ്ദേഹത്തിന് അവളോടുള്ള സ്നേഹം ഇരട്ടിയായി! അത് ഹൃദയത്തിന്റെ അഗാധതയിലേക്ക് ആഴ്ന്നിറങ്ങി! താൻ അവളെ സ്നേഹിക്കുന്നതുപോലെ, അവളും തന്നെ സ്നേഹിക്കുന്നുണ്ടെന്ന് അദ്ദേഹത്തിന്നറിയാം, അവൾക്ക് അദ്ദേഹത്തോടൊപ്പം ജീവിക്കാനാണാഗ്രഹമെന്നും; അവളിൽ ഉണ്ടായ അദ്ദേഹത്തിന്റെ കുഞ്ഞിനെ കാണാൻ ധൃതിയായെന്നും!

പിന്നെ തീൻമേശ ഒരുക്കുവാനായി ജുൽനാർ സ്ത്രീകളോട് ആജ്ഞാപിച്ചു; എല്ലാത്തരം വിശിഷ്ട ആഹാരപദാർത്ഥങ്ങളും അതിൽ നിരത്തി. എല്ലാം അവളുടെ ദൃഷ്ടിയിൽവച്ച് പാകംചെയ്യപ്പെട്ടവ. അതിനുപുറമെ,

പഴവർഗ്ഗങ്ങളും, മധുരപലഹാരങ്ങളും നിരത്തപ്പെട്ടു. അവളും, വീട്ടുകാരും ഒന്നിച്ചിരുന്ന് ആഹാരം കഴിച്ചു.

അവർ അവളോട് പറഞ്ഞു: "അല്ലയോ ജുൽനാർ, നിന്റെ പ്രഭു ഞങ്ങൾക്ക് അപരിചിതനാണ്; ഞങ്ങൾ ഈ വീട്ടിൽ കയറിയത് അദ്ദേഹത്തിന്റെ അനുവാദമില്ലാതെയാണ്. നീ അദ്ദേഹത്തിന്റെ ഗുണഗണങ്ങളെ ഞങ്ങളോട് വാഴ്ത്തി, അദ്ദേഹത്തിന്റെ ആഹാരപദാർത്ഥങ്ങൾ ഞങ്ങൾക്കുമുന്നിൽ നിരത്തി, ഞങ്ങൾ അവ കഴിച്ചു; എന്നിട്ടും, അദ്ദേഹം നമ്മോടൊപ്പം ഇരിക്കുകയോ, ഒന്ന് മുഖംകാണിക്കുകയോ ചെയ്തിട്ടില്ല; അദ്ദേഹവും നമ്മളെ കാണുകയോ, നമ്മുടെ അടുത്തേക്ക് വരികയോ, നമ്മളോടൊപ്പം ഭക്ഷണം കഴിക്കുകയോ ചെയ്തിട്ടില്ല."

അവർ ഭക്ഷണം കഴിച്ചുകഴിഞ്ഞു; അവളോടവർക്ക് ഭയങ്കര ദേഷ്യം തോന്നി; അവരുടെ വായിൽനിന്നും തീജ്വാലകൾ ഉയർന്നു! രാജാവതു കണ്ട് വല്ലാതെ പേടിച്ചുപോയി. എന്നാൽ, ജുൽനാർ എഴുന്നേറ്റുചെന്ന് അവരെ ശാന്തരാക്കി. പിന്നെ രാജാവ് ഇരുന്നിരുന്ന അടച്ചിട്ട മുറിയിൽച്ചെന്ന് പറഞ്ഞു: "അല്ലയോ എന്റെ നാഥാ, ഞാൻ സ്വന്തം വീട്ടുകാരോട് അങ്ങയെക്കുറിച്ച് പ്രശംസിച്ചത് കാണുകയും കേൾക്കുകയും ചെയ്തല്ലോ. അവർക്ക് എന്നെ അവരോടൊപ്പം കൂട്ടിക്കൊണ്ട് പോകാനാണ് ആഗ്രഹമെന്ന് അവർ എന്നോട് പറഞ്ഞത് നിങ്ങൾ ശ്രദ്ധിച്ചിരിക്കുമല്ലോ?"

അദ്ദേഹം മറുപടി നൽകി: "ഞാൻ കേൾക്കുകയും കാണുകയും ചെയ്തു. അതിന് സർവ്വശക്തൻ നിനക്ക് പ്രത്യുപകാരം ചെയ്യട്ടെ! ഈ അനുഗൃഹീത നിമിഷംവരെ അള്ളായാണേ, നിന്റെ സ്നേഹം പൂർണ്ണമായും എനിക്കളക്കാൻ കഴിഞ്ഞിട്ടില്ല.! ഇനി നിനക്കെന്നോടുള്ള സ്നേഹത്തെക്കുറിച്ച് ഞാൻ സംശയിക്കില്ല."

"ഓ, എന്റെ പ്രഭോ, എല്ലാം അങ്ങയുടെ കാരുണ്യംകൊണ്ടാണ്. സത്യമായും, അങ്ങ് ഔദാര്യത്തോടെയാണ് എന്നോട് പെരുമാറിയത്, എന്നോട് ശരിക്കും ഒരുതരം ആരാധനയായിരുന്നു, അങ്ങേയറ്റം സ്നേഹമായിരുന്നു. എന്നെ മാന്യതയോടെയും അന്തസ്സോടെയുമാണങ്ങ് പരിചരിച്ചത്, അങ്ങ് മറ്റെല്ലാറ്റിനേക്കാളേറെ എന്നെ ഇഷ്ടപ്പെട്ടു. അപ്പോൾ, അങ്ങയെ വിട്ടുപോകാൻ എനിക്കെങ്ങനെ മനസ്സുവരും? എന്നോട് ഇത്രയും നന്മചെയ്തിട്ടുള്ളവനോട് എനിക്കെങ്ങനെ അത് ചെയ്യാതിരിക്കാൻ കഴിയും? ഇനി അങ്ങ് ഉപചാരപൂർവ്വം എന്റെ കുടുംബത്തെ അഭിവാദ്യം ചെയ്യൂ, അവരെ സലാം ചെയ്യൂ; അങ്ങനെ അങ്ങ് അവരെ കാണുകയും, അവർ അങ്ങയെ കാണുകയും ചെയ്യട്ടെ; നിങ്ങൾ തമ്മിൽ ആത്മാർത്ഥ സ്നേഹവും ഉടലെടുക്കട്ടെ! അല്ലയോ മഹാരാജാവേ, എന്റെ സഹോദരനും, അമ്മയും, പിതൃസഹോദരപുത്രിമാരും അങ്ങയെ നന്നായി സ്നേഹിക്കുന്നുണ്ട്; അതിന് കാരണം, നിങ്ങളെക്കുറിച്ചുള്ള എന്റെ പ്രശംസയാണ്. അവർ എന്നോട് പറഞ്ഞതെന്താണെന്നോ, 'ഞങ്ങൾ രാജാവിനെ കണ്ട്, സലാം പറയുന്നതുവരെ നിന്നെ വിട്ടുപിരിയുകയോ, നാട്ടിലേക്ക് തിരിച്ചുപോവുകയോ ചെയ്യില്ല.' തീർച്ചയായും അവർക്ക് അങ്ങയെ കാണാനും, പരിചയപ്പെടാനും വലിയ മോഹമുണ്ട്."

രാജാവ് മറുപടി നൽകി: "നിന്റെ ആഗ്രഹംപോലെ! എന്റെ ആഗ്രഹവും അതുതന്നെയാണ്." അപ്രകാരം പറഞ്ഞ് അദ്ദേഹം എഴുന്നേറ്റ്

പുറത്തുവന്ന് ആദരവോടെ സലാം ചെയ്തു. അവർ ഭക്തിപൂർവ്വം ചാടി എഴുന്നേറ്റ് അദ്ദേഹത്തെ സ്വീകരിച്ചു; അതിനുശേഷം അവരോടൊപ്പം ഇരുന്ന് ഭക്ഷണം കഴിച്ചു. പിന്നീട് മുപ്പതു ദിവസം അവരെ വിശിഷ്ടാതിഥികളായി കൊട്ടാരത്തിൽ പാർപ്പിച്ചു. അതിനുശേഷം, നാട്ടിൽ പോകാൻ ആഗ്രഹിച്ചുകൊണ്ടവർ രാജാവിന്റെയും രാജ്ഞിയുടെയും അനുവാദം തേടി. എല്ലാവിധ ബഹുമതികളോടെയും ആ ദമ്പതികൾ അവരെ യാത്രയാക്കി. കുറച്ചുനാൾക്കു ശേഷം ജുൽനാർ, പൂർണ്ണചന്ദ്രനെപ്പോലെ ശോഭിക്കുന്ന ഒരാൺകുഞ്ഞിനെ പ്രസവിച്ചു. അപ്പോഴുണ്ടായ രാജാവിന്റെ ആനന്ദം അവർണ്ണനീയമായിരുന്നു! അദ്ദേഹത്തിന് ആദ്യമായി ജനിക്കുന്ന കുഞ്ഞാണല്ലോ അത്! അവർ നഗരം ഏഴ്ദിവസം മനോഹരമായി അലങ്കരിച്ച്, ഉഗ്രൻ സദ്യ നാട്ടുകാർക്കായി നൽകി. ഈ ഉത്സവവും നഗരവാസികൾ ആഹ്ലാദപൂർവ്വം ആഘോഷിച്ചു. ജുൽനാർ പ്രസവിച്ച വിവരമറിഞ്ഞ് രാജ്ഞിയുടെ അമ്മ ഫരാഷായും സഹോദരനും, പിതൃസോഹദരപുത്രിമാരും ഏഴാംദിവസം അവിടെ എത്തി - അപ്പോഴേക്കും നേരംപുലരാറായെന്നും തനിക്ക് കഥ പറയാനനുവദിച്ച സമയം തീർന്നെന്നും ഷാഹ്രസാദ് മനസ്സിലാക്കി.

എഴുനൂറ്റി നാല്പത്തിരണ്ടാം രാവ്

അവൾ പറഞ്ഞു, "അല്ലയോ കീർത്തിമാനായ രാജാവേ, ജുൽനാറിന്റെ പ്രസവശേഷം അവളുടെ വീട്ടുകാർ അവളെ സന്ദർശിക്കാനായി എത്തിയപ്പോൾ രാജാവ് അവരെ സസന്തോഷം സ്വീകരിച്ചുകൊണ്ട് പറഞ്ഞു: "നിങ്ങൾ വന്ന് ഒരു പേര് മകന്നായി നിർദ്ദേശിക്കുന്നതുവരെ ഞാനവന് നാമകരണം ചെയ്യില്ലെന്ന് വിചാരിച്ച് ഇരിക്കയാണ്." അപ്പോൾ അവർ ആ കുഞ്ഞിന് 'ബദർ ബാസിം' എന്ന പേരിട്ടു; ആ പേര് എല്ലാവരും അംഗീകരിച്ചു. പിന്നെ, കുഞ്ഞിനെ അവർ അമ്മാവൻ 'സാലിഹി'ന് കാണിച്ചുകൊടുത്തു. അയാൾ അവനെ എടുത്ത് മുറിയിൽ അങ്ങോട്ടുമിങ്ങോട്ടും നടക്കാൻ തുടങ്ങി. പിന്നെ കൊട്ടാരത്തിൽ നിന്നും പുറത്തു കടന്ന് കടൽത്തീരത്തെത്തി. ഒടുവിൽ രാജാവിന്റെ ദൃഷ്ടിപഥത്തിൽനിന്നുമയാൾ മറഞ്ഞു. അയാൾ തന്റെ പുത്രനേയുമേറ്റി ആഴക്കടലിലേക്ക് അപ്രത്യക്ഷനായതുകണ്ട രാജാവ്, പുത്രൻ നഷ്ടപ്പെട്ടെന്നോർത്ത് വേദനയോടെ വിലപിക്കാൻ തുടങ്ങി; എന്നാൽ ജുൽനാർ അദ്ദേഹത്തോട് പറഞ്ഞു: "അല്ലയോ മഹാരാജാവേ, പേടിക്കേണ്ട. മകനെ ഓർത്ത് ദുഃഖിക്കയും വേണ്ട. കാരണം, എന്റെ കുഞ്ഞിനെ നിങ്ങളെക്കാളേറെ സ്നേഹിക്കുന്നുണ്ട്; അവൻ എന്റെ സഹോദരനാണ്. അതുകൊണ്ട് കടലിനെ പേടിക്കേണ്ട, വെള്ളത്തിൽ മുങ്ങിച്ചാകുമെന്നും പേടിക്കേണ്ട. കുഞ്ഞിന് എന്തെങ്കിലും അപകടം ഉണ്ടാകുമെന്ന് തോന്നിയിരുന്നെങ്കിൽ, ഈ പ്രവൃത്തി അവൻ ചെയ്യില്ലായിരുന്നു. അവൻ വേഗം അങ്ങയുടെ പുത്രനെ സുരക്ഷിതനായി ഇവിടെ എത്തിക്കും, ഇൻഷാ അള്ളാ!" ഒരുമണിക്കൂർ കഴിയുന്നതിനുമുമ്പ് കടൽ ആകെ കലങ്ങിമറിഞ്ഞു, 'സാലിഹ്' രാജാവ് കടലിൽനിന്നുയർന്നുവന്നു; കുഞ്ഞ് അദ്ദേഹത്തിന്റെ കൈയിൽ ശാന്തനായി ഇരിക്കുന്നുണ്ട്, മുഖം അപ്പോഴും പൂർണ്ണചന്ദ്രനെപ്പോലെ ശോഭിക്കുന്നു! പിന്നെ രാജാവിനുനേരെ നോക്കിക്കൊണ്ടയാൾ പറഞ്ഞു: "മകന്

എന്തെങ്കിലും അപകടം പിണഞ്ഞെങ്കിലോ എന്ന്, ഞാനവനോടൊപ്പം കടലിന്നടിയിലേക്ക് പോയപ്പോൾ അങ്ങ് പേടിച്ചുകാണും?"

ആ അച്ഛൻ മറുപടി നൽകി: "അതെ, അല്ലയോ പ്രഭോ, ഞാൻ അവനുവേണ്ടി തീർച്ചയായും പേടിച്ചുപോയി; കുഞ്ഞ് ഒരിക്കലും അതിൽനിന്ന് രക്ഷപ്പെടുമെന്ന് ഞാൻ കരുതിയില്ല."

സാലിഹ് പറഞ്ഞു: "അല്ലയോ ഭൂമിയിലെ രാജാവേ, ഞങ്ങൾ അവന്റെ കണ്ണുകളിൽ ഒരുതരം പൊടി ഉപയോഗിച്ച് കണ്ണെഴുതി; പിന്നെ സോളമന്റെ മോതിരത്തിൽ കൊത്തിവെച്ചിട്ടുള്ള പേരുകൾ ചൊല്ലി; കാരണം, നവജാതശിശുക്കളെ ഞങ്ങൾ ഇപ്രകാരമാണ് ചെയ്യാറുള്ളത്. ഇനി അവൻ ഏതു സമുദ്രത്തിൽ പോയാലും മുങ്ങിച്ചാകുമെന്ന ഭയം നിങ്ങൾക്കു വേണ്ട; അവനതിന്റെ അടിയിലേക്ക് പോയാലും ശ്വാസംമുട്ടില്ല! കാരണം, നിങ്ങൾ ഭൂമിയിൽ നടക്കുന്നതുപോലെ ഞങ്ങൾ കടലിൽ നടക്കുന്നു!"

പിന്നെ അയാൾ തന്റെ പോക്കറ്റിൽനിന്നൊരു ആഭരണപ്പെട്ടി പുറത്തെടുത്തു; കൊത്തുപണികളോടുകൂടിയ ആ പെട്ടി സീൽ ചെയ്തിരുന്നു; സീൽ പൊട്ടിച്ച് അയാൾ ആ പെട്ടി കാലിയാക്കി. അപ്പോൾ അതിൽനിന്ന് അനേകതരം ചെയിനുകൾ, രത്നങ്ങൾ, മരതകക്കല്ലുകൾ, ഒട്ടകപ്പക്ഷിയുടെ മുട്ടയോളം വലുപ്പമുള്ള തിളങ്ങുന്ന മുട്ടകൾ (അവയുടെ തിളക്കത്തിൽ സൂര്യചന്ദ്രന്മാരുടെ ശോഭ മങ്ങിപ്പോയി!) തുടങ്ങിയവ പുറത്തുവന്നു.

സാലിഹ് പറഞ്ഞു: "അല്ലയോ മഹാരാജാവേ, ഈ രത്നങ്ങളും ആഭരണങ്ങളുമെല്ലാം, അങ്ങേക്കുള്ള എന്റെ സമ്മാനമാണ്. ഞങ്ങൾ അങ്ങേക്ക് ഒരു സമ്മാനവും ഇതുവരെ തന്നിട്ടില്ലല്ലോ; കാരണം, ഞങ്ങൾക്ക് ജുൽനാറിന്റെ വാസസ്ഥലം അറിയില്ലായിരുന്നു; യാതൊരു വാർത്തയോ, രൂപമോ ഇല്ലായിരുന്നു. എന്നാൽ, ഇപ്പോൾ നിങ്ങൾ ഒന്നായിത്തീർന്നെന്ന് ഞങ്ങൾ കണ്ടപ്പോൾ ഞങ്ങൾക്ക് സന്തോഷമായി; അങ്ങേക്ക് ഈ സമ്മാനങ്ങൾ ഞങ്ങൾ കൊണ്ടുവന്നു. കടൽത്തീരത്തെ വെള്ളാരംകല്ലുകളേക്കാൾ അധികമാണ് ഇത്തരം മുത്തുകളും രത്നങ്ങളും ഞങ്ങളുടെ പക്കൽ ഉള്ളത്. അതിൽ നല്ലതും ചീത്തയും ഞങ്ങൾക്ക് തിരിച്ചറിയാം; അവ സ്ഥിതിചെയ്യുന്ന സ്ഥലവും അവിടേക്കുള്ള മാർഗ്ഗവുമെല്ലാം; ഞങ്ങൾക്കത് വളരെ എളുപ്പമാണ്!"

രാജാവ് ആഭരണങ്ങൾ കണ്ടപ്പോൾ, ആകെ അന്ധാളിച്ചുപോയി! അദ്ദേഹം ആശ്ചര്യത്തോടെ പറഞ്ഞു: "അള്ളായാണേ, ഇതിലെ ഒറ്റ മുത്തിനുതന്നെ എന്റെ രാജ്യത്തിന്റെ അത്രവിലയുണ്ട്!"

ആ അമൂല്യമായ സമ്മാനത്തിനദ്ദേഹം സാലിഹിനോട് നന്ദിപറഞ്ഞു. പിന്നെ രാജ്ഞി, ജുൽനാറിനുനേരെ തിരിഞ്ഞു – "ഞാൻ നിന്റെ സഹോദരനുമുന്നിൽ നാണിച്ചുപോയി! എത്ര ഉദാരമതിയായാണവൻ എന്നോട് പെരുമാറിയത്, എനിക്ക് ഇത്രയും അമൂല്യമായ സമ്മാനങ്ങൾ നൽകി, കരക്കുള്ള മനുഷ്യർക്ക് ഒരിക്കലും ഇത്തരം സമ്മാനം നൽകാനാവില്ല."

അവൾ സഹോദരനോട്, ഈ സൽപ്രവൃത്തിക്ക് നന്ദി രേഖപ്പെടുത്തി. അയാൾ രാജാവിനുനേരെ തിരിഞ്ഞ് പറഞ്ഞു: "അല്ലയോ മഹാരാജാവേ, ഞങ്ങളുടെ ഏറ്റവും വലിയ ബന്ധു ആണ് അങ്ങ്; അതുകൊണ്ട് അങ്ങയോട് എന്നും ഞങ്ങൾ നന്ദിയുള്ളവരായിരിക്കും; കാരണം, അങ്ങ്

ഞങ്ങളുടെ സഹോദരിയെ അത്രയ്ക്ക് കരുണയോടെയാണ് കാണുന്നത്. ഞങ്ങൾ അങ്ങയുടെ കൊട്ടരത്തിൽ വസിക്കയും ആഹാരം കഴിക്കയും ചെയ്തിട്ടുണ്ട്; അതുകൊണ്ട്, അങ്ങുതന്ന നന്മയ്ക്ക്, ആയിരം വർഷം ഞങ്ങൾ അങ്ങയെ സേവിച്ചാലും അത് മതിയായ പ്രതിഫലമാകില്ല!"

രാജാവ് അയാൾക്ക് ഹൃദയംഗമായ നന്ദി രേഖപ്പെടുത്തി. ആ കടൽമനുഷ്യർ അവിടെ അദ്ദേഹത്തോടൊപ്പം നാല്പത് ദിവസങ്ങൾ താമസിച്ചു. അതിനുശേഷം സാലിഹ് തന്റെ സ്യാലനുമുന്നിൽച്ചെന്ന്, നിലത്ത് ചുംബിച്ച് നിന്നപ്പോൾ രാജാവ് ചോദിച്ചു: "ഓ, സാലിഹ്, നിങ്ങൾക്ക് എന്താണ് വേണ്ടത്?"

"അല്ലയോ, മഹാരാജാവേ, തീർച്ചയായും അങ്ങ് അളവില്ലാത്തത്ര ആനുകൂല്യങ്ങൾ ഞങ്ങൾക്ക് നൽകി. അങ്ങയുടെ ഉദാരമായ സല്ക്കാരങ്ങൾ ഞങ്ങൾ കൊതിയോടെ അനുഭവിച്ചു; ഞങ്ങളോട് എത്ര ഔദാര്യത്തോടെയാണങ്ങ് പെരുമാറിയിരുന്നത്! ഇനി ഞങ്ങൾക്ക് പോകാൻ അനുമതി തന്നാലും. കാരണം, സ്വന്തം നാടും വീടും ജനങ്ങളെയും കാണാൻ ഞങ്ങൾക്ക് അടങ്ങാത്ത മോഹമുണ്ട്. അങ്ങയുടെയോ, എന്റെ സഹോദരിയുടേയോ, അവളുടെ പുത്രന്റേയോ സേവനങ്ങൾ ഞങ്ങൾ ഒരിക്കലും കൈവിടില്ല. അള്ളായാണേ, അല്ലയോ, രാജാവേ, നിങ്ങളെ വിട്ടുപിരിയുന്നതിൽ എന്റെ ഹൃദയം പിടയ്ക്കുകയാണ്. എന്നാൽ, ഞങ്ങൾ എന്ത് ചെയ്യാനാണ്? ഞങ്ങൾ കടലിൽ വളർന്നവരായതിനാൽ, ഞങ്ങൾക്ക് കരയ്ക്ക് ജീവിക്കാൻ പ്രയാസമാണ്."

രാജാവ് ഈ വാക്കുകൾ കേട്ടപ്പോൾ, എഴുന്നേറ്റ് സാലിഹിനും അമ്മയ്ക്കും പിതൃസോഹദരപുത്രിമാർക്കും യാത്രാശംസകൾ നൽകി. എല്ലാവരും ഒന്നിച്ച് കരയാൻ തുടങ്ങി! വേർപാട് അവർക്കത്ര വേദനാജനകമായിരുന്നു. അവർ രാജാവിനോട് പറഞ്ഞു: "വേഗം ഞങ്ങൾ നിങ്ങളുടെ അടുത്ത് വീണ്ടുമെത്തും; ഞങ്ങൾക്ക് നിങ്ങളെ കൈവെടിയാനാവില്ല; ഇടയ്ക്കിടെ സന്ദർശിച്ചുകൊണ്ടിരിക്കും."

പിന്നെ, അവർ പറന്നുപോയി കടലിൽ താഴ്ന്ന്, അപ്രത്യക്ഷരായി - അപ്പോഴേക്കും നേരംപുലരാറായെന്നും തനിക്ക് കഥ പറയാനനുവദിച്ച സമയം തീർന്നെന്നും ഷാഹ്റസാദ് മനസ്സിലാക്കി.

എഴുനൂറ്റി നാല്പത്തിമൂന്നാം രാവ്

അവൾ പറഞ്ഞു, അല്ലയോ, കീർത്തിമാനായ രാജാവേ, വിരഹവേദന സഹിക്കാനാകാതെ കരഞ്ഞുകൊണ്ടാണ് ജലകന്യകയായ ജുൽനാറിന്റെ കുടുംബക്കാർ അവളോടൊപ്പം രാജാവിനോടും വിടപറഞ്ഞത്; അങ്ങനെ, അവർ പറന്നുപോയി കടലിനടിയിലേക്ക് അപ്രത്യക്ഷരായി. അതിനുശേഷം രാജാവ് ഷാഹ്രിമാൻ ജുൽനാറിനോടുള്ള ആദരവും ബഹുമാനവും പതിന്മടങ്ങ് വർദ്ധിച്ചു. കുഞ്ഞ് ആരോഗ്യവാനായി വളർന്ന് വലുതായി; അവന്റെ അമ്മാവനും മുത്തശ്ശിമാരും ഇളയമ്മമാരും ഇടയ്ക്കിടെ രാജാവിനെ സന്ദർശിക്കാനായി എത്തുമായിരുന്നു, പലപ്പോഴും ഒന്നോ രണ്ടോ മാസം അവിടെ താമസിച്ചശേഷമായിരിക്കും തിരിച്ചുപോകുക. വളർന്നുവരുംതോറും ആ ബാലന്റെ സൗന്ദര്യം വർദ്ധിച്ചുവന്നു; പതിനഞ്ച് വയസ്സായപ്പോൾ, അംഗലാവണ്യത്തിലും സൗന്ദര്യത്തിലും അവൻ

തികഞ്ഞവനായിത്തീർന്നു! അവൻ എഴുത്തും വായനയും പഠിച്ചു; ഖുർ-ആൻ വായിക്കുമായിരുന്നു; ചരിത്രം, കവിത, ശബ്ദകോശം, എന്നിവയിൽ പ്രാവീണ്യം നേടി. രാജകുമാരന്മാർക്കനുയോജ്യമായ രീതിയിൽ ധനുർവ്വേദം, കുന്തമേറ്, കുതിരസ്സവാരി എന്നിവ പരിശീലിച്ച് അവയിൽ വിദഗ്ദ്ധനായി. ആ യുവാവിനെക്കുറിച്ച് പ്രശംസിച്ച് സംസാരിക്കാത്ത ഒറ്റമനുഷ്യനും ആ നഗരത്തിലില്ലായിരുന്നു. ആബാലവൃദ്ധം ജനങ്ങളും രാജകുമാരന്റെ കുറ്റമറ്റ സൗന്ദര്യത്തെയും അവന്റെ അംഗലാവണ്യത്തേയും അകമഴിഞ്ഞ് വാഴ്ത്തി.

രാജാവിന് പുത്രനോട് അങ്ങേയറ്റം സ്നേഹമായിരുന്നു. അദ്ദേഹം മന്ത്രിമാരേയും ഉന്നത ഉദ്യോഗസ്ഥന്മാരേയും പ്രഭുക്കന്മാരേയും വിളിച്ചുകൂട്ടി, തനിക്ക് ശേഷം സ്വന്തം മകൻ രാജ്യാധികാരം ഏറ്റെടുക്കുമെന്നും, എല്ലാവരും അത് അംഗീകരിച്ചതായി സത്യപ്രതിജ്ഞ എടുക്കണമെന്നും ആവശ്യപ്പെട്ടു. അവരെല്ലാം സസന്തോഷം സത്യപ്രതിജ്ഞ ചെയ്തു; കാരണം, രാജകുമാരൻ പ്രഭുക്കന്മാരോട് സൗഹൃദമുള്ളവനും, ഉദാരമതിയും പരസ്പരം കൂടിയോലോചന നടത്തുന്നവനും നന്മനിറഞ്ഞവനും പ്രജകളുടെ നന്മയെക്കുറിച്ച് മാത്രം സംസാരിക്കുന്നവനുമായിരുന്നു. പിറ്റേന്ന് 'ഷഹിരിമാൻ' കുതിരപ്പുറത്തേറി, സൈന്യത്തോടും പ്രഭുക്കന്മാരോടുമൊപ്പം കറങ്ങാൻ പോയി, കൊട്ടാരത്തിൽ തിരിച്ചെത്തി. അവർ കൊട്ടാരത്തിൽ തിരിച്ചെത്തിയപ്പോൾ, രാജാവ് കുതിരപ്പുറത്തുനിന്ന് താഴെ ഇറങ്ങി നിൽക്കവെ രാജകുമാരൻ കുതിരപ്പുറത്തേറി അദ്ദേഹത്തിന് മുന്നിലെത്തി; അവർ എല്ലാവരും ബഹുമാനപൂർവ്വം കൊട്ടാരം വരെ രാജകുമാരനെ പിൻതുടർന്നു. അവിടെവെച്ച് രാജകുമാരൻ കുതിരപ്പുറത്തുനിന്ന് താഴെ ഇറങ്ങി; അവന്റെ അച്ഛനും പ്രഭുക്കന്മാരും അവനെ ആലിംഗനം ചെയ്ത്, രാജസിംഹാസനത്തിലിരുത്തി. അപ്പോൾ അവർ (രാജാവ് അടക്കം) അവന്റെ മുന്നിൽ നിലയുറപ്പിച്ചു. പിന്നെ ബദർ ബാസിം ആളുകളെ പരിശോധിച്ച് ഔദ്യോഗികതീർപ്പ് ഇറക്കി; അത് പ്രകാരം നീതിമാന്മാർക്ക് ജോലിക്കയറ്റം നൽകുകയും, കഴിവില്ലാത്തവരെ താരംതാഴ്ത്തുകയും ചെയ്തു; ഉച്ചവരെ ഇത്തരം ഔദ്യോഗിക നടപടികൾ തുടർന്നു. അതിനുശേഷം സിംഹാസനത്തിൽ നിന്നിറങ്ങി അമ്മ ജുൽനാറിന്നടുത്തെത്തി. അപ്പോൾ കിരീടം തലയിൽനിന്നും എടുത്തിരുന്നില്ല; ആ മുഖം പൂർണ്ണചന്ദ്രനെപ്പോലെ ശോഭിച്ചു. അവൾ മകനെ പിതാവിനോടൊപ്പം കണ്ടപ്പോൾ, എഴുന്നേറ്റുചെന്നവനെ ചുംബിച്ചു. രാജ്യഭാരം ഏറ്റെടുത്തതിൽ ആനന്ദിച്ചു; അവന് ദീർഘായുസ്സും ശത്രുവിജയവും ആശംസിച്ചു! ഉച്ചതിരിഞ്ഞുള്ള പ്രാർത്ഥനവരെ അവൻ അമ്മയോടൊപ്പം തങ്ങി. പിന്നീട്, കുതിരപ്പുറത്തേറി മൈതാനത്തിലേക്ക് പുറപ്പെട്ടു. പ്രഭുക്കന്മാർ അദ്ദേഹത്തിന് മുന്നിലായി നീങ്ങി; അവിടെ പ്രഭുക്കന്മാരോടും അച്ഛനോടുമൊപ്പം കായികവിനോദങ്ങളിലേർപ്പെട്ട് രാത്രിവരെ സമയം ചിലവഴിച്ചു. പിന്നെ, എല്ലാ ആളുകളുടെയും അകമ്പടിയോടെ കൊട്ടാരത്തിലേക്ക് മടങ്ങി. അദ്ദേഹം എന്നും ഈ മൈതാനത്തിൽ അഭ്യസിക്കാൻ പോകുമായിരുന്നു. തിരിച്ചുവന്നശേഷം നീതിന്യായതീരുമാനങ്ങൾ എടുക്കുന്നതിൽ പങ്കുകൊള്ളും. അങ്ങനെ, ഒരുകൊല്ലം കടന്നുപോയി. അതിനുശേഷം നല്ലൊരു നായാട്ട് സംഘടിപ്പിച്ചു; തന്റെ രാജ്യത്തിനുള്ളിലെ നഗരങ്ങളും നാട്ടിൻപുറങ്ങളും ചുറ്റിക്കറങ്ങികണ്ടു.

രാജാവിന്നനുയോജ്യമായ രീതിയിൽ എല്ലാവർക്കും സുരക്ഷിതവും സംതൃപ്തവുമായ ഭരണം വാഗ്ദാനം ചെയ്തു. അക്കാലത്തുണ്ടായിരുന്ന രാജാക്കന്മാരേക്കാൾ പ്രജാരക്ഷകനും കരുത്തനും പ്രതാപിയുമായൊരുവനായിരുന്നു അദ്ദേഹം, അതുല്യവ്യക്തി!

ഒരു ദിവസം പെട്ടെന്ന് വൃദ്ധൻ രാജാവ് സുഖമില്ലാതെ കിടപ്പിലായി; രോഗം അതിവേഗം മൂർച്ഛിച്ചുവന്നു, മരണവക്ത്രത്തിലെത്തി! അപ്പോൾ അദ്ദേഹം തന്റെ മകനെ വിളിച്ച്, അവന്റെ സംരക്ഷണം സ്വന്തം അമ്മയേയും ഏല്പിച്ചു; പ്രഭുക്കന്മാരെക്കൊണ്ട് രാജകുമാരനുള്ള പിന്തുണ വീണ്ടും ശപഥം ചെയ്യിപ്പിച്ചു. അതിനുശേഷം ഏതാനും ദിവസങ്ങൾക്കു ശേഷം രാജാവ് സ്വർഗ്ഗലോകം പൂകി!

അദ്ദേഹത്തിന്റെ മകനും ഭാര്യയും എല്ലാ പ്രഭുക്കന്മാരും മന്ത്രിമാരും ദുഃഖത്തോടെ വിലപിച്ചു. അവർ അദ്ദേഹത്തിനായി ഒരു ശവകുടീരം നിർമ്മിച്ച്, അതിൽ ശവം മറവുചെയ്തു.

ഒരു മാസം മുഴുവൻ രാജ്യമാകെ ദുഃഖാചരണത്തിലായിരുന്നു. സാലിഹ്, അദ്ദേഹത്തിന്റെ അമ്മ, പിതൃസഹോദരപുത്രിമാർ, തുടങ്ങിയവർ രാജകീയ ദുഃഖാചരണത്തിനായി എത്തിയിരുന്നു.

അവർ പറഞ്ഞു: "ഓ, ജുൽനാർ, രാജാവ് മരിച്ചെങ്കിലും, അദ്ദേഹം ഈ ശ്രേഷ്ഠനും, നിസ്തുലനുമായ യുവാവിനെ നിനക്കായി നൽകിയിട്ടുണ്ടല്ലോ. സിംഹത്തെപ്പോലെ ശക്തനും ചന്ദ്രനെപ്പോലെ ശോഭിക്കുന്നവനുമായ ഒരുവനെ ആരാണ് മരിക്കുമ്പോൾ സമ്മാനിക്കുക!" - അപ്പോഴേക്കും നേരംപുലരാറായെന്നും തനിക്ക് കഥ പറയാനനുവദിച്ച സമയം തീർന്നെന്നും ഷാഹ്റസാദ് മനസ്സിലാക്കി.

എഴുനൂറ്റി നാല്പത്തിനാലാം രാവ്

അവൾ പറഞ്ഞു, ഓ, കീർത്തിമാനായ രാജാവേ, ജുൽനാറിന്റെ സഹോദരനും, പിതൃസഹോദരപുത്രിമാരും ജുൽനാറിനോട് പറഞ്ഞു: "രാജാവാമൃതിയടഞ്ഞെങ്കിലും ഈ ശ്രേഷ്ഠനും, നിസ്തുലനുമായ സിംഹത്തെപ്പോലെ ശക്തനും, ചന്ദ്രനെപ്പോലെ ശോഭിക്കുന്നവനുമായൊരു പിൻഗാമിയെ തന്നല്ലോ."

അതിനുശേഷം പ്രഭുക്കന്മാരും നാടുവാഴികളും ബദർ ബാസിം രാജാവിന്റെ അടുത്തുചെന്ന് പറഞ്ഞു: "അല്ലയോ രാജാവേ, സ്വർഗ്ഗസ്ഥനായ രാജാവിനുവേണ്ടി വിലപിക്കുന്നതിൽ കുഴപ്പമൊന്നുമില്ല. എന്നാൽ, സ്ത്രീകളൊഴിച്ച് മറ്റാരും അമിതമായി വിലപിക്കാറില്ല. അതുകൊണ്ട് കൂടുതൽ വിലപിച്ച് അങ്ങയുടേയും, ഞങ്ങളുടേയും ഹൃദയം വേദനിപ്പിക്കരുത്. അങ്ങയെപ്പോലെ ഇത്രയും പ്രതാപശാലിയെ ആരാണ് മരിക്കുമ്പോൾ വിട്ടുപോയിട്ടുള്ളത്!"

അങ്ങനെ പലതും പറഞ്ഞാശ്വസിപ്പിച്ചുകൊണ്ടവർ, അദ്ദേഹത്തിന്റെ ശ്രദ്ധതിരിപ്പിച്ച്, കുളിമുറിയിലേക്ക് ആനയിച്ചു. കുളിമുറിയിൽ നിന്നും പുറത്തുവന്ന അദ്ദേഹത്തെ മുത്തുകളും, രത്നങ്ങളും പതിപ്പിച്ച വിലപിടിച്ച വസ്ത്രങ്ങൾ ധരിപ്പിച്ച്, ശിരസ്സിൽ രാജകിരീടം അണിയിപ്പിച്ച്, രാജസിംഹാസനത്തിൽ ഉപവിഷ്ടനാക്കി. പിന്നീട് അദ്ദേഹം ഔദ്യോഗിക

ജോലികളിൽ വ്യാപൃതനായി. കരുത്തനും ദുർബ്ബലനും ഒരുപോലെ നീതി നൽകി; ധനികരിൽ നിന്നും പണം എടുത്ത് ദരിദ്രർക്ക് വിതരണം ചെയ്തു; അതുകൊണ്ട് പ്രജകൾ അദ്ദേഹത്തെ അമിതമായി സ്നേഹിച്ചു. അപ്രകാരം ഒരുവർഷം കടന്നുപോയി; ഇടയ്ക്കിടെ അദ്ദേഹത്തിന്റെ ബന്ധുക്കൾ കടലിൽ നിന്നും അദ്ദേഹത്തെ സന്ദർശിക്കുവാൻ വരുമായിരുന്നു; അങ്ങനെ, ശാന്തസുന്ദരമായി അവരുടെ ജീവിതം മുന്നോട്ട്പോയി. ഒരു രാത്രി രാജാവിന്റെ അമ്മാവൻ സാലിഹ് ജുൽനാറിന്റെ അടുത്തു വന്ന് സലാം ചെയ്തു. അവൾ ചാടി എഴുന്നേറ്റ് അയാളെ ആലിംഗനം ചെയ്ത്, അടുത്ത് ഇരുത്തി ചോദിച്ചു: "അല്ലയോ സഹോദരാ, നിങ്ങളും അമ്മയും പിതൃസഹോദരപുത്രിമാരും എങ്ങനെ ഇരിക്കുന്നു, സുഖമല്ലേ?"

"എന്റെ സഹോദരി, അവർക്കു സുഖമാണ്, സന്തോഷത്തോടെ കഴിയുന്നു, നിങ്ങളെ കാണാത്തതിലുള്ള വിഷമം മാത്രമേയുള്ളൂ."

പിന്നെ, അവൾ അദ്ദേഹത്തിന് മുന്നിൽ ആഹാരപദാർത്ഥങ്ങൾ നിരത്തി; അദ്ദേഹം ഭക്ഷണം കഴിച്ചശേഷം അവർ സംഭാഷണത്തിൽ മുഴുകി. ബദർ ബാസിം രാജാവിന്റെ സൗന്ദര്യവും അംഗലാവണ്യവും കുതിരസവാരിയിലുള്ള പ്രാഗദ്ഭ്യവും, ബുദ്ധിശക്തിയും, സൽസ്വഭാവവും, മറ്റുമായിരുന്നു സംസാരവിഷയം. അമ്മയും, അമ്മാവനും തന്നെക്കുറിച്ച് സംസാരിക്കുന്നതുകേട്ട് ബദർ ഉറക്കംനടിച്ചു കിടന്നു; അവരുടെ സംഭാഷണം മുഴുവനും ശ്രദ്ധിച്ചു!

സാലിഹ് സഹോദരിയോട് പറഞ്ഞു: "നിങ്ങളുടെ മകന് ഇപ്പോൾ പതിനേഴ് വയസ്സായി, ഒരു അവിവാഹിതൻ; ഒരു പുത്രനില്ലാതിരിക്കവെ അവന് എന്തെങ്കിലും അപകടം സംഭവിച്ചാലെന്താകും എന്നാണെന്റെ ഭയം. അതുകൊണ്ട് കടലിലെ ഒരു രാജകുമാരിയെക്കൊണ്ടവനെ വിവാഹം കഴിപ്പിക്കണമെന്നാണെന്റെ മോഹം. സൗന്ദര്യത്തിലും അംഗലാവണ്യത്തിലും അവന് അനുയോജ്യമായിട്ടുള്ള ഒരു രാജകുമാരി."

ജുൽനാർ പറഞ്ഞു: "ആരെയാണ് ഉദ്ദേശിക്കുന്നതെന്ന് എന്നോട് പറയു. അവരെയെല്ലാം എനിക്കറിയാമല്ലോ."

അപ്പോൾ ഓരോ രാജകുമാരിയുടേയും പേര് അവളോട് സാലിഹ് പറയാൻ തുടങ്ങി; എന്നാൽ, ഒരോ പേരു പറയുമ്പോഴും അവൾ അഭിപ്രായപ്പെട്ടു - "എന്റെ മകന് അവളെ പറ്റില്ല, എനിക്കിഷ്ടമല്ല. അവന് അനുയോജ്യയായ സുന്ദരിയും സുശീലയും ആയിരിക്കണം അവൾ; ബുദ്ധിയും, മഹാമനസ്കയും, ഉന്നതപദവിയും, വംശപാരമ്പര്യവും ഉള്ളവളുമായിരിക്കണം."

"ഇതിൽ കൂടുതൽ രാജകുമാരിമാരെ എനിക്കറിയില്ല; നൂറിൽ കൂടുതൽ ജലകന്യകമാരെ, ഞാൻ ചൂണ്ടിക്കാണിച്ചു, അവരിൽ ആരേയും നിങ്ങൾക്കിഷ്ടപ്പെട്ടില്ല. എന്നാൽ, നോക്കൂ, എന്റെ സഹോദരി, നിങ്ങളുടെ മകൻ ഉറക്കമാണോ, അല്ലയോ?" അവൾ ബദറിനെ തൊട്ടുനോക്കി, അവനിൽ നിദ്രയുടെ ലക്ഷണങ്ങൾ കണ്ട് സാലിഹിനോട് പറഞ്ഞു: "അവൻ ഉറക്കത്തിലാണ്; നിങ്ങൾക്ക് എന്താണ് പറയാനുള്ളത്, അവൻ ഉറങ്ങിയെന്ന് ഉറപ്പിക്കുന്നതിന്റെ ഉദ്ദേശ്യമെന്താണ്?"

"എന്റെ സഹോദരി, നിങ്ങളുടെ പുത്രന് ഏറ്റവും അനുയോജ്യയായൊരു ജലകന്യകയെ ഞാൻ കണ്ടുവെച്ചിട്ടുണ്ട്. എന്നാൽ, എനിക്കാ

പേര് പറയാൻ പേടിയാണ്; അവൻ ഉണർന്നിരുന്നാൽ, അവളോടുള്ള പ്രേമത്തിൽ ഹൃദയം വശീകരിക്കപ്പെട്ടെങ്കിലോ; ഒരുപക്ഷേ, നമ്മൾക്കവളെ വിവാഹത്തിന് സമ്മതിപ്പിക്കാൻ കഴിഞ്ഞില്ലെങ്കിലോ; അപ്പോൾ അവനും, നമ്മളും, അവിടുത്തെ രാജാവും അനാവശ്യമായി വിഷമിക്കേണ്ടിവരും; നമ്മൾക്കത് വെറുതെ പ്രശ്നങ്ങൾ സൃഷ്ടിക്കും!"

ഈ വാക്കുകൾ കേട്ടപ്പോൾ അവൾ ചോദിച്ചു: "ഈ പെൺകുട്ടിയെക്കുറിച്ചുള്ള വിവരങ്ങൾ എന്നോട് പറയൂ. അവളുടെ പേരെന്താണ്? എല്ലാ ജലകന്യകകളെയും കടലിലെ രാജാകുമാരികളെയും എനിക്കറിയാം. അവൾ അവന് അനുയോജ്യയാണെന്ന് ഞാൻ വിധിയെഴുതിയാൽ, ഞാൻ അവളുടെ പിതാവിനോട് അവളെ മോന് വിവാഹം കഴിച്ചുകൊടുക്കുവാൻ ആവശ്യപ്പെടും; എന്റെ കൈയിലുള്ള സ്വത്തെല്ലാം കൊടുത്താലും വിരോധമില്ല. അതുകൊണ്ട് അവളെക്കുറിച്ചുള്ള കാര്യങ്ങൾ എനിക്ക് വിവരിച്ചുതരിക; പേടിക്കേണ്ട, എന്റെ മോൻ ഉറങ്ങുകയാണ്."

"എന്നാലും, എനിക്ക് പേടിതോന്നുന്നു, അവൻ ഉണർന്നിരിക്കുകയാണെങ്കിലോ!" സാലിഫി പറഞ്ഞു.

ജുൽനാർ നിർബന്ധിച്ചു - "പറയൂ, പേടിക്കാതെ ചുരുക്കിപ്പറയൂ, എന്റെ സഹോദരാ!"

അപ്പോൾ അദ്ദേഹം പറഞ്ഞു: "അള്ളായാണെ, എന്റെ സഹോദരീ, ഒറ്റ സ്ത്രീയും നിങ്ങളുടെ പുത്രന് യോജിച്ചവളല്ല, അൽ-സമന്ദർ രാജാവിന്റെ പുത്രി രാജകുമാരി 'ജൗഹരാ' ഒഴിച്ച്; അവൾ സൗന്ദര്യത്തിലും, വശ്യതയിലും, ബുദ്ധിശക്തിയിലും അവനോട് കിടനിൽക്കുന്നവളാണ്. അവളേക്കാൾ സുന്ദരിയും സുശീലയും വിവേകശാലിയുമായ ഒരു യുവതിയെ കടലിലോ, കരയിലോ കണ്ടെത്താനാവില്ല. അത്രയ്ക്ക് കുറ്റമറ്റ അംഗലാവണ്യമാണ് അവളുടേത്. അവളുടെ കവിളുകൾക്ക് അരുണവർണ്ണമാണ്; വെളുത്ത നെറ്റി, മുത്തുകൾപോലെ തിളങ്ങുന്ന പല്ലുകൾ, കറുകറുത്ത കൃഷ്ണമണി, തടിച്ച നിതംബം, ഇടുങ്ങിയ അരക്കെട്ട്, അനുപമസൗന്ദര്യമുള്ള ആകാരം! അവളുടെ മൂടുപടം മാറ്റിയാൽ മുഖം ചന്ദ്രനെപ്പോലെ ശോഭിക്കും. ആകർഷണീയമായ നടത്തം! അവളെ നോക്കുന്നവരെല്ലാം തൽക്ഷണം അവൾക്കടിമപ്പെട്ടുപോകുന്നു!"

സാലിഹ് പറഞ്ഞതുകേട്ട് ജുൽനാർ മറുപടി നൽകി - "നിങ്ങൾ പറഞ്ഞത് നേരാണ്, എന്റെ സഹോദരാ! അള്ളായാണേ, പല തവണ ഞാനവളെ കണ്ടിട്ടുണ്ട്, അവളെന്റെ കൂട്ടുകാരിയായിരുന്നു, വളരെ ചെറുപ്പത്തിൽ. എന്നാൽ, ഇപ്പോൾ പരസ്പരം ഞങ്ങൾ ബന്ധപ്പെടാറില്ല, വളരെ ദൂരെയല്ലേ, ഇപ്പോൾ പതിനെട്ട് വർഷമായി ഞാനവളെ കണ്ടിട്ട്. അള്ളായാണേ, അവളല്ലാതെ മറ്റാരും എന്റെ പുത്രന് യോഗ്യയല്ല!"

അവർ പറഞ്ഞതെല്ലാം ബദർ കേട്ടു. രാജാവ് അൽ-സമന്ദലിന്റെ പുത്രി ജൗഹാരയെക്കുറിച്ചുള്ള പ്രശംസകൾ കേട്ട് അദ്ദേഹം അവളിൽ അനുരക്തനായി. ഉറക്കം നടിച്ചു കിടന്ന അദ്ദേഹത്തിന്റെ ഹൃദയത്തിൽ തീനാളം കൊളുത്തിവിട്ടു, നിലകാണാത്ത കടലിന്റെ അഗാധതയിൽ ആണ്ടുപോയി - അപ്പോഴേക്കും നേരംപുലരാറായെന്നും തനിക്ക് കഥ പറയാനനുവദിച്ച സമയം തീർന്നെന്നും ഷാഹ്രസാദ് മനസ്സിലാക്കി.

എഴുനൂറ്റി നാല്പത്തിയഞ്ചാം രാവ്

അവൾ പറഞ്ഞു, ഓ, കീർത്തിമാനായ രാജാവേ, തന്റെ അമ്മാവൻ സാലിഹിന്റെ വാക്കുകളും രാജാവ് അൽ സമന്ദലിന്റെ പുത്രിയെക്കുറിച്ചുള്ള അമ്മ ജുൽനറിന്റെ പ്രശംസകളും കേട്ടപ്പോൾ രാജാവ് ബദർ ബാസിമിന്റെ ഹൃദയം കത്തിജ്വലിക്കാൻ തുടങ്ങി, അഗാധമായ കടലിനടിയിലേക്കദ്ദേഹം മുങ്ങിപ്പോയി. അപ്പോൾ, സ്വന്തം സഹോദരിയുടെ നേരെ നോക്കി സാലിഹ് ആശ്ചര്യം പ്രകടിപ്പിച്ചു - "അള്ളായാണേ, സഹോദരി, അവളുടെ അച്ഛനെപ്പോലെ മണ്ടനായൊരു രാജാവ് കടലിൽ ഉണ്ടാകില്ല, അതുപോലെ ഇത്രയും ദേഷ്യമുള്ള ഒരുത്തനും! അതുകൊണ്ട് അവളുടെ അച്ഛന്റെ സമ്മതം ലഭിക്കുന്നതുവരെ മകനോട് ആ പെൺകുട്ടിയുടെ പേര് പറയരുത്. അദ്ദേഹം ഈ വിവാഹത്തിന് സമ്മതം മൂളിയാൽ, നമ്മൾക്ക് സർവ്വശക്തനായ അള്ളായെ സ്തുതിക്കാം; അദ്ദേഹം നിരസിക്കുകയാണെങ്കിൽ, നമ്മൾ അക്കാര്യം പിന്നെ ചിന്തിക്കാതെ അവന് മറ്റൊരു ഇണയെത്തേടാം."

"നിങ്ങൾ പറഞ്ഞത് ശരിയാണ്." ജുൽനാർ മറുപടി നൽകി.

അതോടെ കൂടിയാലോചന തീർന്നു. എന്നാൽ, രാജകുമാരി ജൗഹാരയോടുള്ള വികാരാഗ്നിയിൽ ഹൃദയം വെന്തുരുകിക്കൊണ്ടാണ് ബദർ ആ രാത്രി ചിലവഴിച്ചത്. എന്തായാലും, അദ്ദേഹം ഇക്കാര്യം സ്വന്തം അമ്മയിൽനിന്നും, അമ്മാവനിൽനിന്നും ഒളിച്ചുവെച്ചു; എങ്കിലും അവളോടുള്ള പ്രേമത്താൽ അദ്ദേഹം എരിപൊരികൊള്ളുകയായിരുന്നു. നേരം പുലർന്നപ്പോൾ രാജാവും അമ്മാവനും കുളിച്ച് ഉന്മേഷവാന്മാരായി വന്നു വീഞ്ഞും പ്രാതലും കഴിച്ചു; ജുൽനാറും അവരോടൊപ്പം പ്രാതൽ കഴിച്ച്, കൈകഴുകിവന്നിരുന്നപ്പോൾ, സാലിഹ് എഴുന്നേറ്റുചെന്ന് തന്റെ സഹോദരിയോടും, സഹോദരീപുത്രനോടുമായി പറഞ്ഞു: "നിങ്ങളുടെ അനുമതിയോടെ ഞാൻ എന്റെ അമ്മയുടേയും വീട്ടുകാരുടേയും അടുത്ത് പോകാനാഗ്രഹിക്കുന്നു; ഞാൻ നിങ്ങളുടെ അടുത്ത് വന്നിട്ട് കുറച്ചു ദിവസങ്ങളായി; എന്നെ കാണാതെ അവരുടെ ഹൃദയം പിടയ്ക്കുന്നുണ്ടാകും."

അപ്പോൾ ബദർ ബാസിം അദ്ദേഹത്തോട് പറഞ്ഞു: "ഇന്നത്തെ ദിവസം ഞങ്ങളോടൊപ്പം തങ്ങുക." അദ്ദേഹം സമ്മതിച്ചു. അപ്പോൾ രാജാവ് പറഞ്ഞു: "വരൂ, എന്റെ അമ്മാവാ, നമ്മൾക്ക് ഒന്നു പൂന്തോട്ടത്തിലേക്ക് പോകാം."

അവർ വേഗം നടന്ന് പുൽത്തകിടിയിലെത്തി, ഉല്ലാസത്തോടെ ഉലാത്താൻ തുടങ്ങി. ശാന്തസുന്ദരമായ ആ പരിസരം രാജാവിനെ വശീകരിച്ചു; അദ്ദേഹം ഒരു മരത്തണലിൽ വിശ്രമിക്കാനായി കിടന്നു, അല്പനേരം ഉറങ്ങിയാലോ എന്നാലോചിച്ചു!

എന്നാൽ, ആ സുന്ദരിയായ രാജകുമാരിയെക്കുറിച്ചുള്ള അമ്മാവന്റെ വർണ്ണന ഓർത്തപ്പോൾ, കണ്ണുകൾ നിറഞ്ഞൊഴുകി! ഒരു പ്രേമഗാനം ആലപിച്ച്, നെടുവീർപ്പിട്ടുകൊണ്ടയാൾ വിലപിച്ചു.;

തന്റെ സഹോദരീപുത്രന്റെ വിലാപഗാനം കേട്ട്, കൈകൊട്ടിക്കൊണ്ട് പറഞ്ഞു: "അള്ളായേക്കാൾ ശക്തനായ മറ്റൊരു ദൈവമില്ല! മുഹമ്മദ് ആണ് ദൈവത്തിന്റെ പ്രവാചകൻ!" അദ്ദേഹം തുടർന്നു, "അല്ലയോ എന്റെ മകനേ, ജൗഹാര രാജകുമാരിയെക്കുറിച്ച് ഞാനും നിന്റെ

അമ്മയും തമ്മിൽ നടന്ന സംഭാഷണം നീ കേട്ടുവോ?" ബദർ മറുപടി പറഞ്ഞു: "ഉവ്വ്, എന്റെ അമ്മാവാ, നിങ്ങൾ പറയുന്നതുകേട്ട് ഞാൻ അവളിൽ അനുരക്തയായിരിക്കുന്നു. തീർച്ചയായും, എന്റെ ഹൃദയം അവൾക്കുവേണ്ടി പിടയ്ക്കുകയാണ്, അവളില്ലാതെ എനിക്ക് ജീവിക്കാൻ കഴിയില്ല."

അദ്ദേഹത്തിന്റെ അമ്മാവൻ തുടർന്നു: "അല്ലയോ രാജാവേ, നമ്മൾക്ക് നിന്റെ അമ്മയുടെ അടുത്തേക്ക് മടങ്ങി കാര്യങ്ങളുടെ നിജസ്ഥിതി ധരിപ്പിക്കാം; അവളോട് നമ്മളെ തല്ക്കാലത്തേക്ക് വിടാനായി കെഞ്ചിനോക്കാം. എന്നിട്ട് ഞാൻ നിന്നെ എന്നോടൊപ്പം കൊണ്ടുപോയി അവളുടെ അച്ഛനെ കണ്ട് രാജകുമാരിയെ വിവാഹം കഴിച്ചുതരുവാനപേക്ഷിച്ചുനോക്കാം എന്ന് അമ്മയോട് പറയാം. അവളുടെ അനുവാദമില്ലാതെ നിന്നെ കൊണ്ടുപോകുവാനെനിക്ക് പേടിയാണ്; എന്നോടവൾ ദേഷ്യപ്പെട്ടെങ്കിലോ; സത്യത്തിൽ, അവളുടെ ഭാഗത്താണ് ശരി; കാരണം, നിന്നെ അവളിൽ നിന്ന് വേർപെടുത്താനുള്ള കാരണക്കാരൻ ഞാൻ ആണല്ലോ. അതിനും പുറമെ ഈ നഗരം രാജാവില്ലാതായിത്തീരുകയും ചെയ്യും; പ്രജകളെ ഭരിക്കാനാരുമുണ്ടാകില്ല, അവരുടെ ക്ഷേമം അന്വേഷിക്കാനാരുമുണ്ടാകില്ല. അങ്ങനെ രാജ്യം നിനക്കെതിരായിത്തിരിഞ്ഞാലോ, നിന്റെ കൈകളിൽ നിന്ന് രാജാധികാരം നഷ്ടപ്പെട്ടെങ്കിലോ!"

എന്നാൽ, ബദർ ബാസിം, ഈ വാക്കുകൾ കേട്ട് ഉറക്കെ പറഞ്ഞു: "എന്റെ അമ്മാവാ, ഞാൻ അമ്മയുടെ അടുത്തുചെന്ന് ഇക്കാര്യം അവതരിപ്പിച്ചാൽ, അവർ എന്നെ പോകാനനുവദിക്കില്ല; അതുകൊണ്ട് അമ്മയുടെ അടുത്തുചെന്ന് ഞാൻ ഉപദേശം ആരായുന്നില്ല."

അദ്ദേഹം കണ്ണുനീരോടെ കൂട്ടിച്ചേർത്തു, "ഞാൻ അവരോട് ഒന്നും പറയാതെ നിങ്ങളോടൊപ്പം വരും; പിന്നീട് ശുഭമായി തിരിച്ചെത്തും."

തന്റെ സഹോദരീപുത്രൻ പറഞ്ഞതുകേട്ട് പെട്ടെന്ന് സാലിഹ് ഒന്ന് അമ്പരന്നു – "ഞാൻ സർവ്വശക്തിൽ സഹായം തേടുന്നു."

പിന്നെ, അമ്മ അനുവദിച്ചാലും ഇല്ലെങ്കിലും താൻ പോകുകതന്നെ ചെയ്യും എന്ന് ദൃഢപ്രതിജ്ഞയെടുത്ത് നിൽക്കുന്ന ബദർ ബാസിമിനെക്കണ്ട്, അദ്ദേഹം തന്റെ വിരലിൽനിന്ന് അള്ളായുടെ പേരുകൾ കൊത്തിവെച്ച ഒരു മോതിരം ഊരിയെടുത്ത് ബദറിന് കൊടുത്തുകൊണ്ട് പറഞ്ഞു: "ഇത് നിന്റെ വിരലിൽ അണിയുക; നീ വെള്ളത്തിൽ മുങ്ങിപ്പോകാതിരിക്കാനിത് ഉപകരിക്കും; കടലിലെ വൻജീവികളിൽ നിന്നും, ഭീകര മത്സ്യങ്ങളിൽനിന്നും യാതൊരു ദ്രോഹവുമേൽക്കാതെ ഇത് നിന്നെ രക്ഷിക്കും."

അങ്ങനെ ബദർ ബാസിം രാജാവ് ആ മോതിരം വാങ്ങി, തന്റെ വിരലിൽ ഇട്ടു; കടലിന്റെ അഗാധതയിലേക്കവർ ഊളയിട്ടു – അപ്പോഴേക്കും നേരംപുലരാറായെന്നും, തനിക്ക് കഥ പറയാനനുവദിച്ച സമയം തീർന്നെന്നും ഷാഹ്രസാദ് മനസ്സിലാക്കി.

എഴുനൂറ്റി നാല്പത്തിയാറാം രാവ്

അവൾ പറഞ്ഞു, അല്ലയോ കീർത്തിമാനായ രാജാവേ, ബദർ ബാസിം രാജാവും അമ്മാവനും കടലിന്നടിയിലേക്ക് ഊളിയിട്ട് പോയി; സാലിഹിന്റെ കൊട്ടാരത്തിലെത്തി. അവിടെ തന്റെ മുത്തശ്ശിയും വീട്ടുകാരും ഇരിക്കുന്നതദ്ദേഹം കണ്ടു; അദ്ദേഹം അവരുടെ അരികിൽച്ചെന്ന് കരം

ഗ്രഹിച്ച്, ചുംബിച്ചു. വൃദ്ധയായ രാജ്ഞി ബദറിനെ കണ്ടപ്പോൾ എഴുന്നേറ്റുനിന്ന്, അവനെ ആലിംഗനം ചെയ്ത് നെറ്റിയിൽ ചുംബിച്ചു. "എന്റെ മോനെ, അനുഗൃഹീതമായ വരവ് തന്നെ! നിന്റെ അമ്മ ജുൽനാർ എങ്ങനെയുണ്ട്?"

"അവർ സുഖമായി കഴിയുന്നു, സൗഭാഗ്യത്തോടെ; നിങ്ങളെയും പിതൃസഹോദരപുത്രിമാരേയും സലാം ചെയ്യുന്നു."

അപ്പോൾ സാലിഹ് നടന്ന സംഭവങ്ങളെല്ലാം വിവരിച്ചു; എങ്ങനെയാണ് ബദർ ബാസിം രാജാവ്, അൽ-സമന്ദർ പുത്രി ജൗഹരാ രാജകുമാരിയുമായി അനുരാഗത്തിലായതെന്നും മറ്റും! അവൻ വന്നിരിക്കുന്നത് അവളുടെ അച്ഛനോട് വിവാഹാഭ്യർത്ഥന നടത്താൻവേണ്ടി മാത്രമെന്ന്!"

അതുകേട്ട് വല്ലാത്ത ഉൽക്കണ്ഠയും ഭീതിയും മുത്തശ്ശിയുടെ മുഖത്ത് പ്രതിഫലിച്ചു; അവൾ ദേഷ്യത്തോടെ മകനോട് പറഞ്ഞു: "ഓ, സാലിഹ്, എന്റെ മോനേ, നിനക്ക് നന്നായിട്ടറിയാമല്ലോ അവളുടെ അച്ഛൻ ഒരു മണ്ടനും കോപിഷ്ഠനുമായൊരു മനുഷ്യനാണെന്ന്. സത്യത്തിൽ നിന്റെ സഹോദരപുത്രന് തെറ്റായൊരു പങ്കാളിയേയാണ് നീ നിർദ്ദേശിച്ചത്; വിവേകമില്ലാത്തവനും, ക്രൂരനുമാണവളുടെ പിതാവ്! മകളെ വിവാഹം കഴിക്കാനെത്തുന്ന ഏതൊരുവനോടും അത്രമോശമായാണയാൾ പെരുമാറുന്നത്. കടലിലെ എല്ലാ രാജാക്കന്മാരും അവളുടെ പാണിഗ്രഹണത്തിന്നായി മോഹിച്ചവരാണ്; അയാൾ അതെല്ലാം നിരസിക്കയും ചെയ്തു. എന്നുമാത്രമല്ല, അവരോടയാൾ പറഞ്ഞതെന്താണെന്നോ, "നിങ്ങൾ എന്റെ മകൾക്ക് അനുയോജ്യനല്ല, സൗന്ദര്യത്തിലോ, അംഗലാവണ്യത്തിലോ, ബുദ്ധിശക്തിയിലോ, ഒന്നിലും!" അതുകൊണ്ട്, അയാളോട് മകളെ വിവാഹം കഴിച്ചുതരുമോ എന്ന് ചോദിക്കാൻ ഞങ്ങൾക്ക് പേടിയാണ്!, മറ്റുള്ളവരെ തള്ളിക്കളഞ്ഞതുപോലെ നമ്മളെയും നിരാകരിച്ചാലോ? ഉല്ലാസത്തോടെ ചെന്ന നമ്മൾ തകർന്ന ഹൃദയത്തോടെ മടങ്ങേണ്ടിവരും."

ഈ വാക്കുകൾ കേട്ട് സാലിഹ് മറുപടി പറഞ്ഞു: "എന്റെ അമ്മേ, എന്താണപ്പോൾ ചെയ്യേണ്ടത്? എന്തുകൊണ്ടെന്നാൽ ബദർ ബാസിം രാജാവ് പറയുന്നത്, 'അവളുടെ അച്ഛനോട് വിവാഹാഭ്യർത്ഥന നടത്തുകയല്ലാതെ മറ്റ് മാർഗ്ഗമില്ല' എന്നാണ്, തന്റെ രാജ്യം മുഴുവൻ നൽകിയാലും വിരോധമില്ല; അവളെ ഭാര്യയായി ലഭിച്ചില്ലെങ്കിൽ പ്രേമനൈരാശ്യം മൂലം താൻ മരിച്ചുപോകുമെന്നവൻ ആണയിട്ട് പറയുന്നു." സാലിഹ് തുടർന്നു – "അവൻ അവളേക്കാൾ സുന്ദരനും അംഗലാവണ്യമുള്ളവനുമാണ്; അവന്റെ അച്ഛൻ പേർഷ്യയുടെ സർവ്വാധിപനായിരുന്നു, അതിന്റെ രാജാവ് ഇപ്പോൾ അവനാണ്; ബദർ ബാസിം അല്ലാതെ മറ്റാരും ജാഹാരക്ക് അനുരൂപനല്ല. അവളുടെ അച്ഛന് വിലപിടിച്ച രത്നചകിതമായ, രാജകീയ അന്തസ്സിന്നനുസരിച്ച, ഒരു പാരിതോഷികവും കാഴ്ച വെച്ച്, അദ്ദേഹത്തിന്റെ മകളെ വിവാഹം കഴിച്ചുതരണമെന്ന് ആവശ്യപ്പെടാൻ പോകുകയാണ്. അയാൾ ഒരു രാജാവാണെന്നും പറഞ്ഞ് നിരസിക്കയാണെങ്കിൽ, പറയാം നമ്മുടെ ആളും രാജാവാണെന്നും മഹാനായൊരു രാജാവിന്റെ പുത്രനാണെന്നും; അവളുടെ സൗന്ദര്യത്തിന്റെ പേരിലാണ് എതിർപ്പ് പറയുന്നതെങ്കിൽ, നമ്മുടെ ആൾ അവളേക്കാളേറെ സൗന്ദര്യമുള്ളവനാണ് എന്നു പറയും. അതല്ല, അയാളുടെ വിസ്തൃതമായ

രാജ്യത്തെച്ചൊല്ലിയാണ് ഏതിർപ്പെങ്കിൽ നമ്മുടെ ആളുടെ രാജ്യം അയാളുടേതിനേക്കൾ എത്രയോ വിസ്തൃതമാണ്; അയാളേക്കാൾ കൂടുതൽ പട്ടാളവും സുരക്ഷാഭടന്മാരുമുണ്ട്. അവന്റെ രാജ്യം അൽ സമന്ദലിനേക്കാൾ വലുതാണ്. എന്റെ ജീവൻ പോയാലും എന്റെ സഹോദരീപുത്രന്റെ പ്രേമം സഫലീകൃതമാകാനായി ഞാൻ കഠിനശ്രമം നടത്തും. കാരണം, ഈ സംഭവങ്ങൾക്കെല്ലാം ഉത്തരവാദി ഞാനാണ്. അവനെ പ്രേമസാഗരത്തിലേക്ക് ചാടിച്ച എനിക്ക്, അവനെക്കൊണ്ടവളെ വിവാഹം കഴിപ്പിക്കേണ്ട ചുമതലയുമുണ്ട്. എനിക്ക് സർവ്വശക്തനായ അള്ളായുടെ സഹായം ഉണ്ടാകാതിരിക്കില്ല.!"

അയാളുടെ അമ്മ പറഞ്ഞു: "നിന്റെ ഇഷ്ടംപോലെ ചെയ്തോളൂ; എന്നാൽ അവളുടെ അച്ഛനോട് കടുത്തവാക്കുകൾ പ്രയോഗിക്കുമ്പോൾ സൂക്ഷിക്കണം; കാരണം, നിനക്കറിയാമല്ലോ അയാളുടെ മണ്ടത്തരവും ക്രൂരതയും! അയാൾ നിനക്കെന്തെങ്കിലും ദ്രോഹം ചെയ്തെങ്കിലോ എന്നാണെന്റെ പേടി; കാരണം, ആരെയും ബഹുമാനിക്കാനയാൾക്കറിയില്ല."

സാലിഹ് മറുപടി നൽകി:" ഉത്തരവുപോലെ." പിന്നെ അയാൾ ചാടി എഴുന്നേറ്റ് രണ്ട് സഞ്ചിനിറയെ മുത്തുകളും മറ്റ് വിലപിടിച്ച രത്നങ്ങളുമെടുത്ത്, വേലക്കാരെക്കൊണ്ട് ചുമപ്പിച്ച്, സഹോദരീപുത്രനേയും കൂട്ടി അൽ സമന്ദലിന്റെ കൊട്ടാരത്തിലേക്ക് പുറപ്പെട്ടു. അവർ അവിടെ എത്തിയ ശേഷം രാജാവിനെ കാണാനുള്ള അനുമതി സാലിഹ് തേടി; ഉള്ളിലേക്ക് കടത്തിവിട്ടപ്പോൾ, അദ്ദേഹത്തിന്റെ മുന്നിലെത്തി ചുംബിച്ച്, അതീവ ഭവ്യതയോടെ 'സലാം' പറഞ്ഞു. രാജാവ് എഴുന്നേറ്റ് തികഞ്ഞ ആദരവോടെ അദ്ദേഹത്തെ സ്വീകരിച്ച്, അടുത്ത് ഇരിക്കാനായി ആജ്ഞാപിച്ചു. രാജാവ് ചോദിച്ചു – "ഒരു അനുഗൃഹീതവരവ് തന്നെ; തീർച്ചയായും നീ എന്നെ സന്തുഷ്ടനാക്കിയിരിക്കുന്നു, സാലിഹ്! ഇപ്പോൾ നിന്നെ ഇങ്ങോട്ടു നയിക്കാൻ കാരണമെന്താണ്? നിന്റെ യാത്രാഉദ്ദേശ്യം വ്യക്തമാക്കുക, നമുക്കത് നിനക്കുവേണ്ടി നിറവേറ്റുവാനാകുമോ എന്ന് നോക്കാം."

അപ്പോൾ സാലിഹ് എഴുന്നേറ്റ്, രണ്ടാമതും നിലത്ത് ചുംബിച്ച് പറഞ്ഞു: "അല്ലയോ രാജാധിരാജാ, പ്രതാപിയും ലോകപ്രശസ്തനുമായ അങ്ങയെകാണാൻ വന്നകാര്യം ഞാൻ പറയാം."

അയാൾ താൻ കൊണ്ടുവന്ന രണ്ട് സഞ്ചികളും തുറന്ന് അതിന്നുള്ളിലുള്ള അമൂല്യവസ്തുക്കൾ അൽസമന്ദലിനു മുന്നിൽ പ്രദർശിപ്പിച്ചുകൊണ്ട് പറഞ്ഞു: "അല്ലയോ, മഹാരാജാവേ, എന്റെ ഹൃദയവേദന ശമിപ്പിക്കുവാനായി അങ്ങ് എന്റെ ഈ പാരിതോഷികം സ്വീകരിക്കുമല്ലോ" – അപ്പോഴേക്കും നേരംപുലരാറായെന്നും തനിക്ക് കഥ പറയാനനുവദിച്ച സമയം തീർന്നെന്നും ഷാഹ്രസാദ് മനസ്സിലാക്കി.

എഴുനൂറ്റി നാല്പത്തിയേഴാം രാവ്

അവൾ തുടർന്നു, അല്ലയോ, കീർത്തിമാനായ രാജാവേ, സാലിഹ് തന്റെ സമ്മാനങ്ങൾ രാജാവിന് സമർപ്പിച്ചുകൊണ്ട് പറഞ്ഞു: "എന്റെ ലക്ഷ്യം, എന്റെ ഈ പാരിതോഷികം രാജാവ് സ്വീകരിച്ച്, എന്റെ ഹൃദയവേദന ശമിപ്പിക്കാൻ സൗമനസ്യം കാട്ടണമെന്നാണ്."

അൽ സമന്ദർ രാജാവ് ചോദിച്ചു: "എന്ത് കാര്യത്തിനുവേണ്ടിയാണ് നിങ്ങൾ ഈ പാരിതോഷികം എനിക്കായി നൽകുന്നത്? എല്ലാ കാര്യങ്ങളും എന്നോട് തുറന്നുപറയുക, നിങ്ങളുടെ ആവശ്യം എന്താണ്? എന്റെ അധികാരപരിധിക്കുള്ളിൽ നിന്നത് നേടിത്തരാമെങ്കിൽ ഞാനത് നിർവഹിക്കാം; നിങ്ങളുടെ കഷ്ടപ്പാടുകൾ ദൂരീകരിക്കാം; എനിക്ക് പറ്റാത്തതാണെങ്കിൽ, അതിന് അള്ളാ നിർബന്ധിക്കാതിരിക്കട്ടെ."

അപ്പോൾ സാലിഹ് എഴുന്നേറ്റ് മൂന്നു പ്രാവശ്യം നിലത്ത് ചുംബിച്ച് പറഞ്ഞു: "അല്ലയോ മഹാരാജാവേ, എന്റെ ആഗ്രഹം അങ്ങേക്ക് സാധിച്ചുതരാവുന്നതേയുള്ളു; അങ്ങയുടെ അധികാരപരിധിക്കുള്ളിലുള്ളതാണ്, അങ്ങാണതിന്റെ യജമാനൻ,. ഞാൻ രാജാവിന് ഒരിക്കലും ബുദ്ധിമുട്ടുണ്ടാക്കുവാനാഗ്രഹിക്കുന്നില്ല; രാജാവിന്റെ പക്കലില്ലാത്തത് നേടാൻ ആഗ്രഹിക്കുന്ന ഒരു 'ജിൻ' അല്ല ഞാൻ! ഒരു ദിവ്യൻ ഇപ്രകാരം പറഞ്ഞിട്ടുണ്ട് – 'ഉടനെ നൽകാൻ കഴിയാവുന്നതേ നിങ്ങൾ ആവശ്യപ്പെടാവൂ' എന്ന്! അതുകൊണ്ട് ഞാൻ അന്വേഷിച്ചു വന്നത് രാജാവിന് പ്രദാനം മചെയ്യാൻ കഴിയും."

രാജാവ് മറുപടി നൽകി – "നിങ്ങൾക്ക് എന്താണ് വേണ്ടതെന്ന് പറയൂ; കാര്യം എന്താണെന്ന് തുറന്ന്പറയൂ." "അല്ലയോ, മഹാരാജാവേ, ഒരു വിവാഹാഭ്യർത്ഥനയുമായാണ് ഞാൻ വന്നിരിക്കുന്നുത്, അനുപ മുത്തായ, അങ്ങയുടെ പുത്രിമജൗഹാര രാജാകുമാരിയുടെ വിവാഹക്കാര്യമാണ്; അല്ലയോ രാജാവേ, ഈ വിവാഹക്കാര്യവുമായി വന്നവനെ നിരാശനാക്കരുതേ."

രാജാവ് ഇതുകേട്ട്, ചിരിച്ചു ചിരിച്ച് മണ്ണുകപ്പി! അയാളെ കളിയാക്കിക്കൊണ്ട് പറഞ്ഞു: "ഓ, സാലിഹ് ഞാൻ നിന്നെ വിവേകമുള്ളൊരു മനുഷ്യനായാണ് കരുതിയിരുന്നത്, സമർത്ഥനായ യുവാവാണെന്നും, ന്യായമായത് മാത്രം തേടുന്നവനും, പറയാൻപാടില്ലാത്ത് പറയാത്തവനും! നിന്റെ ബുദ്ധിക്കെന്തുപറ്റി? ഇത്തരം ഭീകരകാര്യങ്ങൾ എങ്ങനെ നീ ചിന്തിക്കാനിടയായി? രാജാക്കന്മാരുടെ പുത്രിമാരുമായുള്ള വിവാഹോലോചന നടത്തുകയോ, ഇത്രയും നഗരങ്ങളുടേയും സാമ്രാജ്യങ്ങളുടേയും അധിപന്മാരുമായിട്ടോ? നിനക്ക് ആശിക്കാനുള്ള കുലീനത്വമുണ്ടോ എന്ന് സ്വയം ചിന്തിച്ചുനോക്കുക. ഇത്രയും ഉന്നതപദവിയിലേക്കുയരാനുള്ള മോഹം വെച്ചു പുലർത്താൻ മാത്രം നിന്റെ ബുദ്ധി മന്ദിച്ചുപോയോ? നീ എന്നോടീ ആവശ്യം ഉന്നയിക്കാനെങ്ങനെ ധൈര്യപ്പെട്ടു?"

സാലിഹ് മറുപടി നൽകി: "അള്ളാ, രാജാവിന്റെ തെറ്റ് തിരുത്തട്ടെ! ഞാൻ എനിക്കുവേണ്ടിയല്ല അവളെ അന്വേഷിക്കുന്നത് (ഞാനവൾക്ക് അനുയോജ്യനാണെങ്കിലും, അവളേക്കാൾ യോഗ്യനാണെങ്കിലും, കാരണം എന്റെ അച്ഛൻ കടലിലെ രാജാക്കന്മാരുടെ രാജാവായിരുന്നെന്ന് നിങ്ങൾക്കറിയാവുന്നതാണല്ലോ, നിങ്ങൾ ഇന്ന് ഇരിക്കുന്ന സ്ഥാനത്ത്), ബദർ ബാസിം രാജാവിനുവേണ്ടിയാണ് ഞാനവളെ ആവശ്യപ്പെടുന്നത്; ഷഹ്‌രിമാൻ രാജാവിന്റെ പുത്രനുവേണ്ടി; അദ്ദേഹത്തിന്റെ പ്രഭാവത്തെക്കുറിച്ച് നിങ്ങൾക്കറിയാമല്ലോ. നിങ്ങൾ കരുത്തനായ രാജാവാണെന്ന് സ്വയം കരുതുന്നുണ്ടെങ്കിൽ അതിനേക്കാൾ കരുത്തനും പ്രതാപിയുമായ രാജാവാണ് ബദർ! നീ സ്വന്തം പുത്രി സുന്ദരിയാണെന്ന് കരുതുന്നുണ്ടെങ്കിൽ അവളേക്കാൾ സുന്ദരനാണ് ബദർ രാജാവ്. അവളേക്കാൾ അംഗലാവണ്യവും രൂപസാദൃശ്യവും ഉന്നതകുല ജാതനുമാണവൻ, ഈ

കാലഘട്ടത്തിന്റെ രണവീരൻ! അതുകൊണ്ട്, നിങ്ങൾ എന്റെ അപേക്ഷ മാനിച്ചാൽ കാര്യങ്ങൾ ഭംഗിയായി നീങ്ങും. അതല്ല, ഞങ്ങളോട് നിങ്ങൾ കർക്കശ നിലപാടാണ് സ്വീകരിക്കുന്നതെങ്കിൽ, നിങ്ങൾ ഞങ്ങളെ നേർവഴിക്ക് പോകാനനുവദിക്കില്ലെന്ന് സാരം! അതിനും പുറമെ, അല്ലയോ രാജാവേ, നിങ്ങളുടെ പുത്രി ജൗഹാരക്കും വിവാഹം വേണമെന്ന കാര്യം നിങ്ങൾക്കറിയാമല്ലോ; ഋഷിമാർ പറഞ്ഞിട്ടുള്ളത്, 'ഒരു സ്ത്രീയുടെ ഭാഗധേയം ഒന്നുകിൽ ദാമ്പത്യത്തിന്റെ സൗകുമാര്യം, അല്ലെങ്കിൽ ശവക്കല്ലറ' എന്നാണ്. അതുകൊണ്ട് അങ്ങ് അവളെ വിവാഹം കഴിപ്പിച്ചയക്കാൻ ഉദ്ദേശിക്കുന്നുണ്ടെങ്കിൽ മറ്റാരേക്കാൾ അനുയോജ്യനായ വരൻ എന്റെ സഹോദരീപുത്രനാണ്."

ആ വാക്കുകൾ കേട്ട് രാജാവ് ഭയങ്കരമായി കോപിച്ചു. അദ്ദേഹത്തിന് വിവേകം നഷ്ടപ്പെട്ടു! കോപംകൊണ്ട് ശരീരത്തിൽ നിന്നും ആത്മാവ് പറന്നുപോകുമെന്ന് തോന്നിപ്പോയി! അദ്ദേഹം അട്ടഹസിച്ചു - "എടാ, നായേ, നിന്നെപ്പോലുള്ളവർ എന്നോട് ഇപ്രകാരം സംസാരിക്കാൻ ധൈര്യപ്പെടുകയോ? എന്റെ മകളുടെ പേര് സഭയിൽ ഉച്ചരിക്കയോ? നിന്റെ സഹോദരി ജുൽനാറിന്റെ പുത്രൻ എന്റെ മകൾക്കനുയോജ്യനാണെന്ന് പറയുകയോ? നീ ആരാണ്, നിന്റെ സഹോദരി ആരാണ്, അവളുടെ മകൻ ആരാണ്, അവന്റെ അച്ഛൻ ആരാണ്, നീ എന്നോട് ഇത്രയും ധിക്കാരത്തോടെ അവരുടെ കുലീനതയെക്കുറിച്ച് പ്രസംഗിക്കാൻ? എന്റെ മകളുമായി തുലനംചെയ്യുമ്പോൾ നിങ്ങൾ എല്ലാം ആരാണ്, വെറും നായ്ക്കൾ?" അയാൾ തന്റെ ഭൃത്യന്മാരെ വിളിച്ച് പറഞ്ഞു: "അവന്റെ തലയെടുക്കു!"

അപ്പോൾ, ഊരിയവാളുമായി അവർ സാലിഹ്നുനേരെ ചെന്നു. അയാൾ അതിശീഘ്രം പാഞ്ഞ് കൊട്ടാരവാതിൽക്കലെത്തി. കവാടത്തിലെത്തിയപ്പോൾ തന്റെ ബന്ധുക്കളും വേലക്കാരും ആയിരത്തിലേറെ അശ്വാരൂഢന്മാരും, സ്റ്റീൽകവചങ്ങൾ അണിഞ്ഞ്, കൈയിൽ കുന്തവും, തിളങ്ങുന്ന വാളുകളുമായി നിൽക്കുന്നത് കണ്ടു. സാലിഹ് കൊട്ടാരത്തിൽ നിന്നും ഓടിവരുന്നതവർ കണ്ടപ്പോൾ (അവരെ തക്കസമയത്ത് പ്രയോജനപ്പെടുത്താനായി അയാളുടെ അമ്മ അയച്ചതായിരുന്നു) അദ്ദേഹത്തോടവർ സംഗതികൾ ആരാഞ്ഞു. എന്താണ് ചെയ്യേണ്ടതെന്ന് അദ്ദേഹം അവരോട് നിർദ്ദേശിച്ചു. രാജാവൊരു വിഡ്ഢിയും ധിക്കാരിയുമാണെന്നവർ മനസ്സിലാക്കി. ഉടനെ അവർ ഊരിപ്പിടിച്ച വാളുകളുമായി അൽ സമന്ദർ രാജാവിന്നടുത്തേക്ക് പാഞ്ഞു. രാജാവ് അപ്പോൾ സിംഹാസനത്തിൽ ഉപവിഷ്ടനായിരിക്കുന്നതവർ കണ്ടു; ഭയങ്കര ദേഷ്യത്തിൽ സാലിഹിനെതിരെ പുലമ്പുന്നുണ്ട്; അവർ വന്നതദ്ദേഹം അറിഞ്ഞിട്ടില്ല! അവർ അദ്ദേഹത്തിന്റെ നപുംസകങ്ങളെയും ഭൃത്യന്മാരേയും ഓഫീസർമാരേയും ഓർക്കാപ്പുറത്ത് പിടികൂടി. അവർ അകത്ത് കടക്കുന്നതുകണ്ട രാജാവ് വാളൂരി പിടിച്ചുകൊണ്ട് തന്റെ ആളുകളോട് വിളിച്ചുകൂവി - "ശത്രുക്കൾ! ആ നീചന്മാരുടെ തലയെടുക്കുക!"

എന്നാൽ, ഒരു മണിക്കൂറിനുള്ളിൽ അൽ സമന്ദലിന്റെ ആളുകളെയെല്ലാം അവർ കൊന്നുകളഞ്ഞു; സാലിഹും ബന്ധുക്കളും ചേർന്ന് രാജാവിനെ പിടികൂടി ബന്ധനസ്ഥനാക്കി - അപ്പോഴേക്കും നേരംപുലരാറായെന്നും തനിക്ക് കഥപറയാനനുവദിച്ച സമയം തീർന്നെന്നും ഷാഹ്റസാദ് മനസ്സിലാക്കി.

എഴുനൂറ്റി നാല്പത്തിയെട്ടാം രാവ്

അവൾ പറഞ്ഞു, അല്ലയോ കീർത്തിമാനായ രാജാവേ, സാലിഹും ബന്ധുക്കളും രാജാവിന് കയ്യാമം വെച്ചപ്പോൾ ജൗഹാര രാജകുമാരി ഉറക്കത്തിൽനിന്നും എഴുന്നേറ്റു; അപ്പോഴാണവൾ അറിയുന്നത്, തന്റെ അച്ഛൻ ഒരു ബന്ദി ആയിരിക്കുന്നെന്നും, രക്ഷാഭടന്മാരെല്ലാം കൊല്ലപ്പെട്ടെന്നും! അതുകൊണ്ട് അവൾ ഏതോ ദ്വീപിലേക്ക് ഓടി രക്ഷപ്പെട്ടു ഉയരമുള്ളൊരു മരത്തിന്റെ മുകളിൽ കയറി ഒളിച്ചിരുന്നു. ഇരുപാർട്ടികളും പോരാടാൻ തുടങ്ങിയപ്പോൾ, അൽ സമന്ദ് രാജാവിന്റെ ചില ഭൃത്യന്മാർ ഓടി രക്ഷപ്പെടുമ്പോൾ, ബദർ ബാസിം അവരെ കണ്ടുമുട്ടുകയും വിവരങ്ങൾ തിരക്കുകയും ചെയ്തു; അപ്പോൾ അവിടെ സംഭവിച്ച കാര്യങ്ങൾ അവർ അദ്ദേഹത്തിന് വിവരിച്ചുകൊടുത്തു. രാജാവ് ഒരു ബന്ദിയാണെന്നറിഞ്ഞപ്പോൾ, ബദർ സ്വന്തം കാര്യമോർത്ത് പേടിച്ച് ഓടി; അദ്ദേഹം ആത്മഗതമായി പറഞ്ഞു - "സത്യമായും, ഞാൻമൂലം ഉണ്ടായതാണ് ഈ കലാപം മുഴുവൻ; എന്നെ മാത്രമാണ് അവർക്കിപ്പോൾ വേണ്ടത്!"

അതുകൊണ്ട് സ്വരക്ഷയ്ക്കായി അദ്ദേഹം ഓടി, രക്ഷപ്പെടാനുള്ള മാർഗ്ഗം ആരാഞ്ഞു; എങ്ങോട്ടാണ് പോയതെന്ന് അദ്ദേഹത്തിന് അറിയില്ലായിരുന്നു. എന്നാൽ വിധി അദ്ദേഹത്തെകൊണ്ടെത്തിച്ചത് രാജകുമാരി അഭയം തേടിയ അതേ ദ്വീപിലായിരുന്നു. അവൾ ഒളിച്ചിരിക്കുന്ന അതേ വൃക്ഷത്തിന് കീഴിൽ തളർന്നവശനായി ഒരു മൃതശരീരംപോലെ കിടന്നു! കുറെ നേരം അവിടെ വിശ്രമിക്കണമെന്നായിരുന്നു അദ്ദേഹത്തിന്റെ മോഹം; ഓടിപ്പിക്കപ്പെടുന്നവന് വിശ്രമമില്ലെന്നറിയില്ലല്ലോ! ഭാവിയിൽ എന്താണ് സംഭവിക്കാൻ പോകുന്നതെന്ന് ആർക്കും അറിയില്ല.

അദ്ദേഹം മലർന്ന് കിടന്നപ്പോൾ കണ്ണുകൾ മരത്തിനുമുകളിലേക്കുയർന്നു, രാജകുമാരിയുടെ കണ്ണുകളുമായി ഇടഞ്ഞു. അദ്ദേഹം അവളെ നിർന്നിമേഷനായി നോക്കി, കിഴക്ക് ചന്ദ്രൻ ഉദിച്ചുയരുന്നതുപോലെ അദ്ദേഹത്തിന് തോന്നി. അദ്ദേഹം ഉറക്കെ വിളിച്ചുപറഞ്ഞു - "ഇത്രയും പൂർണ്ണവും പരിശുദ്ധമായൊരു രൂപം സൃഷ്ടിച്ചവൻ വാഴ്ത്തപ്പെടട്ടെ! അള്ളായാണേ, എന്റെ അനുമാനം ശരിയാണെങ്കിൽ ഇത് അൽ സമന്ദർ രാജാവിന്റെ പുത്രി ജൗഹാരയാണ്! എനിക്ക് തോന്നുന്നത്, അവളുടെ പിതാവുമായുള്ള ഞങ്ങളുടെ പോരാട്ടത്തെക്കുറിച്ചറിഞ്ഞ്, അവൾ ഈ ദ്വീപിലേക്ക് ഓടിരക്ഷപ്പെട്ട് ഈ മരത്തിനുമുകളിൽ കയറി ഒളിച്ചിരുന്നതാണ്. ഇത് രാജകുമാരിയല്ലെങ്കിൽ, അവളേക്കാൾ സുന്ദരിയായ മറ്റാരോ ആയിരിക്കണം!

പിന്നെ അവളെക്കുറിച്ചോർത്ത് അദ്ദേഹം സ്വയം പറഞ്ഞു - "ഞാൻ മുകളിലേക്ക് കയറിച്ചെന്ന്, അവളുടെ കരം ഗ്രഹിച്ച്, അവളുടെ നിലയെന്തെന്ന് ചോദിച്ചറിയാം; അവൾ ഞാൻ ഉദ്ദേശിച്ചവൾ തന്നെയാണെങ്കിൽ, അവളോട് ഞാൻ വിവാഹാഭ്യർത്ഥന നടത്തി എന്റെ ആഗ്രഹം സഫലീകരിക്കാൻ ശ്രമിക്കും."

അങ്ങനെ ചിന്തിച്ചുകൊണ്ട് അദ്ദേഹം എഴുന്നേറ്റുനിന്ന് അവളോട് ചോദിച്ചു: "എല്ലാ ആശകൾക്കും ലക്ഷ്യമായവളെ, നീ ആരാണ്? ആരാണ് നിന്നെ ഇവിടേക്ക് കൊണ്ടുവന്നത്?" അവൾ ബദർ ബാസിമിനെ നോക്കി;

കാർമേഘത്തിൽനിന്നു പുറത്തുവരുന്ന പൂർണ്ണചന്ദ്രനെപ്പോലുള്ള മുഖം; മധുരമായി പുഞ്ചിരിച്ചുനിൽക്കുന്ന ആ യുവാവിനോട് അവൾ മറുപടി പറഞ്ഞു: "അല്ലയോ, സുന്ദരനായ യുവാവേ, ഞാൻ അൽ സമന്ദർ രാജകുമാരിയാണ്. എന്റെ അച്ഛനോട് സാലിഹ് പോരാടി, അച്ഛന്റെ രക്ഷാഭടന്മാരെ വധിക്കുകയും ചില ബന്ധുക്കളോടൊപ്പം അച്ഛനെ ബന്ധനസ്ഥനാക്കുകയും ചെയ്തിരിക്കുന്നു. അതുകൊണ്ട് സ്വന്തം ജീവനുംകൊണ്ട് ഞാനിങ്ങോട്ട് ഓടി രക്ഷപ്പെട്ടതാണ്. അച്ഛന്റെ ഗതി എന്തായെന്ന് എനിക്കറിയില്ല."

ബദർ ബാസിം രാജാവ് ഇതുകേട്ട്, തന്റെ അസുലഭമായ അവസരത്തെക്കുറിച്ച് വിസ്മയപൂർവ്വം ചിന്തിച്ചു, "അവളുടെ അച്ഛനെ ബന്ദിയാക്കിയതുകൊണ്ട്, എന്റെ ആഗ്രഹം സഫലീകരിക്കാൻ കഴിഞ്ഞു എന്നതിൽ സംശയമില്ല."

പിന്നെ, അദ്ദേഹം മുകളിലേക്ക് നോക്കി ജൗഹാരയോട് പറഞ്ഞു: "താഴേക്ക് വരൂ, എന്റെ മഹതി, ഞാൻ നിന്റെ പ്രേമത്തിനുവേണ്ടി മരിക്കുകയാണ്. നിന്റെ കണ്ണുകൾ എന്നെ കീഴടക്കിയിരിക്കുന്നു. എന്റെയും നിന്റെയും പേരിലാണ് ഈ വഴക്കും പോരാട്ടവുമെല്ലാം. ഞാൻ പേർഷ്യൻ രാജാവ് ബദർ ബാസിം രാജാവാണെന്ന് നീ മനസ്സിലാക്കണം, സാലിഹ് എന്റെ മാതൃസഹോദരനും; അദ്ദേഹമാണ് എനിക്കുവേണ്ടി നിന്റെ വിവാഹാലോചനയുമായി എത്തിയത്. എന്നെ സംബന്ധിച്ചിടത്തോളം ഞാൻ എന്റെ രാജ്യം നിനക്കുവേണ്ടി വിട്ടുപോന്നിരിക്കുകയാണ്. നമ്മുടെ ഈ കൂടിക്കാഴ്ച ഏറ്റവും അപൂർവ്വമായൊരു യാദൃച്ഛികത്വം തന്നെ! അതുകൊണ്ട് താഴെ ഇറങ്ങിവരുക; നമ്മൾക്കൊന്നിച്ച് നിന്റെ അച്ഛന്റെ കൊട്ടാരത്തിലേക്ക് പോകാം: ഞാൻ സാലിഹിനോട് അച്ഛനെ സ്വതന്ത്രനാക്കാൻ ആവശ്യപ്പെടാം: പിന്നെ നിന്നെ ഞാൻ നിയമാനുസൃതമായി ഭാര്യയാക്കാം."

ഇതുകേട്ട് അവൾ സ്വയം പറഞ്ഞു – "ഈ തൂക്കിലേറ്റപ്പെടേണ്ടവന്റെ ഹീനകൃത്യം മൂലമാണ്, അപ്പോൾ, ഇതെല്ലാം സംഭവിച്ചത്, എന്റെ അച്ഛൻ ബന്ദി ആയതും. വീട്ടുകാര്യസ്ഥന്മാരും രക്ഷാഭടന്മാരും മറ്റും കൊല്ലപ്പെട്ടതും, ഞാൻ കൊട്ടാരംവിട്ട് ഓടിരക്ഷപ്പെട്ട് കഷ്ടതകളനുഭവിച്ച്, ഈ ദ്വീപിൽ അഭയം പ്രാപിച്ചതുമെല്ലാം! അപ്പോൾ ഇയാളിൽ നിന്നും ഒഴിഞ്ഞുമാറാനായി ഞാൻ എന്തെങ്കിലും ഉപായം കണ്ടെത്തുകയല്ലേ നല്ലത്? അയാൾ എന്നെ സ്വന്തമാക്കും, എന്നോട് സ്വന്തം ഇഷ്ടപ്രകാരം പെരുമാറും. കാരണം, അയാൾക്കെന്നോട് പ്രേമമാണ്."

പിന്നെ, മധുരവും, മൃദുവുമായ സംഭാഷണത്തിലൂടെ അവൾ അയാളെ ചതിക്കാൻ തീരുമാനിച്ചു. അവൾ ലക്ഷ്യമിട്ട അയാൾക്കെതിരെയുള്ള വഞ്ചനയെക്കുറിച്ച്, അയാൾക്ക് പിടികിട്ടിയിരുന്നില്ല! അവൾ ചോദിച്ചു: "അല്ലയോ, പ്രഭോ, എന്റെ കണ്ണേ, നിങ്ങൾ തീർച്ചയായും ജുൽനാർ രാജ്ഞിയുടെ പുത്രൻ ബദർ ബാസിം രാജാവ് തന്നെയാണോ, എന്നോട് പറയൂ."

അദ്ദേഹം മറുപടി നൽകി: "അതെ എന്റെ മഹതി" – അപ്പോഴേക്കും നേരംപുലരാറായെന്നും തനിക്ക് കഥപറയാനനുവദിച്ച സമയം തീർന്നെന്നും ഷാഹ്‌രസാദ് മനസ്സിലാക്കി.

എഴുനൂറ്റി നാല്പത്തിയൊമ്പതാം രാവ്

അവൾ പറഞ്ഞു, അല്ലയോ കീർത്തിമാനായ രാജാവേ, അൽ സമന്ദർ രാജാവിന്റെ പുത്രി ജൗഹാര ആ യുവാവിനോട് ചോദിച്ചു - "നിങ്ങൾ സത്യമായും, ജുൽനാർ രാജ്ഞിയുടെ പുത്രൻ ബദർ ബാസിം രാജാവ് തന്നെയാണോ?"

അദ്ദേഹം മറുപടി നൽകി: ''അതെ, എന്റെ മഹതി!

അപ്പോൾ അവൾ പറഞ്ഞു: "അള്ളാ എന്റെ അച്ഛനെ ഛേദിക്കട്ടെ! അദ്ദേഹത്തിൽ നിന്നും രാജ്യം എടുത്ത് മാറ്റട്ടെ, അദ്ദേഹത്തിന്റെ നിഷ്ഠൂര മനസ്സിനൊരു തക്കതായ ശിക്ഷയാണ്. നിങ്ങളെപ്പോലെ ഇത്രയും സുന്ദരനും സുശീലനുമായൊരു യുവാവിനെ അദ്ദേഹത്തിന് എങ്ങനെ മോഹിക്കാനാകും! അള്ളായാണേ, അദ്ദേഹം അവിവേകിയായൊരു വിധികർത്താവാണ്! എന്നാൽ, അല്ലയോ മഹാരാജാവേ, അദ്ദേഹം ചെയ്തകുറ്റത്തിന് ശിക്ഷ നൽകരുത്.നിങ്ങൾ എന്നെ സ്നേഹിക്കുന്നതിനേക്കാൾ പതിന്മടങ്ങാണ് നിങ്ങളെ ഞാൻ സ്നേഹിക്കുന്നത്. തീർച്ചയായും നിങ്ങളുടെ സ്നേഹവലയത്തിൽ ഞാൻ കുടുങ്ങിപ്പോയി, ഞാൻ, നിങ്ങൾക്കുവേണ്ടി മരിക്കുകയാണ്. നിന്റെ ഹൃദയത്തിൽ എന്നോടുള്ള സ്നേഹം പൂർണ്ണമായും എന്നിലേക്ക് പകർന്നിരിക്കുകയാണ്."

ഇത്രയും പറഞ്ഞ്, അവൾ വൃക്ഷത്തിൽ നിന്നും താഴെ ഇറങ്ങിവന്ന്, അയാളെ മാറോടണച്ച് ചുംബിച്ചു! അതോടെ അവളോടുള്ള കാമവികാരങ്ങൾ അയാളിൽ പതിന്മടങ്ങു ഉദ്ദീപിപ്പിക്കപ്പെട്ടു. അവളുടെ സ്നേഹത്തിൽ യാതൊരു സന്ദേഹവുമില്ലാതിരുന്ന ബദർ രാജാവ്, അവളെ ആലിംഗനം ചെയ്ത് ചുംബനങ്ങൾ തിരിച്ചുനൽകി, അവളെ തലോടി.

അപ്പോൾ അയാൾ പറഞ്ഞു: "അള്ളായാണേ, രാജകുമാരി, എന്റെ അമ്മാവൻ സാലിഹ് നിന്റെ സൗന്ദര്യത്തിന്റെ നാല്പതിലൊരംശംപോലും വർണ്ണിച്ചിരുന്നില്ല!

ഉടനെ ജൗഹാരാ അയാളെ മാറോടണച്ച്, അജ്ഞാതമായ ഭാഷയിൽ എന്തോ പുലമ്പി; പിന്നെ അയാളുടെ മുഖത്ത് തുപ്പിക്കൊണ്ട് പറഞ്ഞു: "നീ സ്വന്തം രൂപം മാറി ഒരു പക്ഷിയുടെ രൂപം പ്രാപിക്കട്ടെ, ഏറ്റവും മനോഹരമായ പക്ഷികളിലൊന്ന്, വെളുത്ത ഉടലും, ചുകന്ന കൊക്കും കാലുകളുമുള്ളൊരു പക്ഷി!" അവൾ അത് പറഞ്ഞ് തീരുമ്പോഴേക്കും, താൻ ഒരു പക്ഷിയായിത്തീർന്നതായി ബദർ ബാസിം രാജാവ് കണ്ടു! സുന്ദരനായ ആ പക്ഷി, ശരീരം കുടഞ്ഞുകൊണ്ട് അവളെത്തന്നെ നോക്കി ഇരുന്നു. അപ്പോൾ, തന്നോടൊപ്പം ഉണ്ടായിരുന്ന 'മാർസീനാ' എന്ന അടിമപ്പെൺകുട്ടിയോട് പറഞ്ഞു: "അള്ളായാണേ, ഇയാളുടെ അമ്മാവന്റെ ബന്ദിയായ എന്റെ അച്ഛന്റെ ജീവനെ ഓർത്ത് എനിക്ക് പേടിയില്ലായിരുന്നെങ്കിൽ, ഞാനിവനെ കൊന്നേനെ! അള്ളാ ഇവന് ഒരിക്കലും നന്മ നൽകരുത്! എത്ര നിർഭാഗ്യകരമാണ് നമ്മുടെ അടുത്തേക്കുള്ള അവന്റെ വരവ്; എല്ലാ ദുരിതങ്ങൾക്കും കാരണം, അവന്റെ കടുംപിടുത്തമാണ്! നീ, അടിമപ്പെണ്ണേ, ഇവനെ കൊണ്ടുപോയി 'ദഹദ്വീപി'ൽ ഉപേക്ഷിച്ച്പോരുക; അവിടെ കിടന്നവൻ ദാഹിച്ച് ചാകട്ടെ."

അങ്ങനെ, 'മാർസീന' ആ ദ്വീപിലേക്ക് അദ്ദേഹത്തെ കൊണ്ടുപോയി, അവിടെ ഉപേക്ഷിച്ച് തിരിച്ചുപോന്നേനെ. എന്നാൽ, അവൾ സ്വയം

പറഞ്ഞു- “അള്ളായാണേ, ഇത്രയും സുന്ദരനും രൂപഭംഗിയുമുള്ള വനുമായ യുവാവ് ദാഹിച്ച് പിടഞ്ഞ് മരിക്കേണ്ടവനല്ല!”

അവൾ അദ്ദേഹത്തെയും കൊണ്ട് വൃക്ഷലതാദികളും പഴങ്ങളും നിറഞ്ഞൊരു ദ്വീപിലേക്ക് പോയി. അദ്ദേഹത്തെ അവിടെ വിട്ടുപോന്നു. സ്വന്തം യജമാനത്തിയുടെ അടുത്ത് തിരിച്ചെത്തി അവൾ പറഞ്ഞു: “ഞാനദ്ദേഹത്തെ ദഹദ്വീപിൽ ഉപേക്ഷിച്ചു.”

അത്രയുമാണ് ബദർ ബാസിനെക്കുറിച്ചിപ്പോൾ പറയാനുള്ളത്. എന്നാൽ സാലിഹ് രാജാവാകട്ടെ, രാജാവിന്റെ ആളുകളെ വധിച്ച്, രാജാവിനെ ബന്ധനസ്ഥനാക്കിയ ശേഷം, ജൗഹാരയെ അന്വേഷിച്ചിറങ്ങി. എന്നാൽ അവളെ കണ്ടെത്താനാകാത്തപ്പോൾ സ്വന്തം കൊട്ടാരത്തിലേക്ക് മടങ്ങി, അമ്മയോട് ചോദിച്ചു: “എന്റെ സഹോദരീപുത്രൻ ബദർ ബാസിം രാജാവ് എവിടെ?” “അള്ളായാണേ, എന്റെ മോനേ” അവർ മറുപടി നൽകി, “എനിക്കവനെക്കുറിച്ച് ഒന്നുമറിയില്ല! നീയും അൽ സമന്ദർ രാജാവും തമ്മിൽ പോരാട്ടം തുടങ്ങി എന്നും കൊലകൾ നടന്നു എന്നും കേട്ടപ്പോൾ, അവൻ പേടിച്ച് ഓടി എന്നാണ് ഞാൻ കേട്ടത്.”

സാലിഫ് ഇതറിഞ്ഞ്, തന്റെ സഹോദരീപുത്രനുവേണ്ടി വേദനിച്ചു കൊണ്ട് പറഞ്ഞു: “അല്ലയോ, എന്റെ അമ്മേ, ഞങ്ങൾ ബദർ രാജാവിന്റെ കാര്യത്തിൽ വലിയ അനാസ്ഥ കാണിച്ചു; അവൻ മരിച്ചിരിക്കുമോ എന്നാണെന്റെ ഭയം! അൽ സമന്ദർ രാജാവിന്റെ ഏതെങ്കിലും പടയാളിയോ, അല്ലെങ്കിൽ, രാജാവിന്റെ മകൾ ജൗഹാരയോ അവന്റെ മേൽ ചാടിവീണിരിക്കാം. അതുകൊണ്ട് അവന്റെ അമ്മയുടെ മുന്നിൽ നമ്മൾ നാണംകെട്ടവരായി. അവൾ നമ്മളെ കുറ്റപ്പെടുത്തും, കാരണം, അവളുടെ അനുവാദമില്ലാതെയാണ് ഞാനവനെ കൊണ്ടുപോയത്.”

പിന്നെ രക്ഷാഭടന്മാരെയും ചാരന്മാരെയും കടലിലും മറ്റിടങ്ങളിലും, ബദറിനെ തിരക്കാനായി, വിട്ടു; എന്നാൽ അദ്ദേഹത്തെക്കുറിച്ച് യാതൊരു വാർത്തയും അവർക്ക് ലഭിച്ചില്ല.

അവർ തിരിച്ചുവന്ന്, സാലിഹ് രാജാവിനെ വിവരമറിയിച്ചു.അദ്ദേഹത്തിന്റെ ഹൃദയം ബദർ ബാസിം രാജാവിനുവേണ്ടി വിങ്ങിപ്പൊട്ടി. ഇത്രയുമാണ് ആ അമ്മാവനേയും മരുമകനേയും പറ്റി പറയാനുള്ളത്. എന്നാൽ, മത്സ്യകന്യക ജുൽനാർ ആകട്ടെ, അവരുടെ വേർപാടിനുശേഷം, അവരേയും പ്രതീക്ഷിച്ച് ദിവസങ്ങൾ തള്ളിനീക്കുകയായിരുന്നു; അവരുടെ മകൻ തിരിച്ചുവന്നില്ല. അവനെക്കുറിച്ച് യാതൊരു വിവരവും ലഭിക്കുകയുണ്ടായില്ല. അങ്ങനെ കുറെ ദിവസങ്ങൾ നിഷ്ഫലമായി കാത്തിരുന്ന ശേഷം, അവൾ എഴുന്നേറ്റ് കടലിന്നടിയിലേക്ക് യാത്ര ചെയ്ത് അമ്മയുടെ അരികിലെത്തി. അവളെ കണ്ട അമ്മ, എഴുന്നേറ്റുചെന്ന്, അവളെ ആലിംഗനം ചെയ്ത് ചുംബിച്ചു, അതുപോലെ മത്സ്യകന്യകകളായ പിതൃസഹോദരീപുത്രിമാരും.

പിന്നെ ബദർ ബാസിം രാജാവിനെകുറിച്ചവൾ അമ്മയോട് ചോദിച്ചു. അവർ മറുപടി പറഞ്ഞു: “എന്റെ മോളെ, അവൻ സ്വന്തം അമ്മാവനോടൊപ്പം ഇവിടെ വന്നു എന്നത് സത്യമാണ്; അവർ രത്നങ്ങളും മുത്തുകളുമെല്ലാമായിച്ചെന്ന് അൽ സമന്ദർ രാജാവിനോട് സ്വന്തം മകളെ നിന്റെ മകന് വിവാഹംകഴിച്ചു കൊടുക്കുവാനായി അഭ്യർത്ഥിച്ചു; എന്നാൽ അയാൾക്ക് അതിന് സമ്മതമല്ലായിരുന്നു; അയാളും നിന്റെ സഹോദരനും

തമ്മിൽ വാക്കുതർക്കവും വഴക്കുമായി. അപ്പോൾ, ആയിരം കുതിരപ്പട യാളികളെ ഞാൻ സാലിഹിന്റെ സഹായത്തിനായി അയച്ചുകൊടുത്തു. അവനും അൽ സമന്ദർ രാജാവും തമ്മിൽ ഉഗ്രപോരാട്ടം നടന്നു; നിന്റെ സഹോദരനെ അള്ളാ സഹായിച്ചു; അവൻ രക്ഷാഭടന്മാരേയും സൈന്യത്തേയും കൊന്നൊടുക്കി അയാളെ ബന്ദിയാക്കി. അതിനിടയ്ക്ക് ഈ വിവരം നിന്റെ മകന്റെ ചെവിയിലെത്തി; അവൻ പേടിച്ച് നമ്മളിൽനിന്നും ദൂരേക്ക് ഓടിപ്പോയി! നമ്മൾ അറിയാതെയാണവനത് ചെയ്തത്; പിന്നെ തിരിച്ചെത്തിയിട്ടില്ല; അവനെക്കുറിച്ചൊരു വാർത്തയും ഞങ്ങൾക്ക് ലഭിച്ചിട്ടില്ല."

അപ്പോൾ ജുൽനാർ സാലിഹ് രാജാവ് എവിടെയാണെന്ന് അന്വേഷിച്ചു.

അമ്മ പറഞ്ഞു: "അവൻ അൽ സമന്ദറിന്റെ സിംഹാസനത്തിലിരിക്കുന്നു. നിന്റെ മകനെയും ജൗഹാര രാജകുമാരിയേയും അന്വേഷിച്ച്പിടിക്കാനായി അവൻ എല്ലാ ദിശയിലേക്കും ആളുകളെ വിട്ടിട്ടുണ്ട്."

അമ്മയുടെ വാക്കുകൾ കേട്ട ജുൽനാർ മകനുവേണ്ടി വല്ലാത്ത വേദനയോടെ കരയാൻ തുടങ്ങി. തന്റെ അനുവാദമില്ലാതെ മകനെകൂട്ടിക്കൊണ്ടുപോയതിൽ അവൾക്ക് സഹോദരൻ സാലിഹിനോട് ഭയങ്കര ദേഷ്യം തോന്നി.

അവൾ പറഞ്ഞു: "എന്റെ അമ്മേ, എനിക്ക് സ്വന്തം രാജ്യത്തെക്കുറിച്ചോർത്ത് പേടി തോന്നുന്നു. ഞാൻ നിങ്ങളുടെ അടുത്തേക്ക് വന്നത് ആരും അറിയാതെയാണ്. നിങ്ങളോടൊപ്പം ഞാൻ താമസിച്ചാൽ നാട്ടിൽ കലാപം ഉയർത്തപ്പെടുമോ എന്നും, നമ്മൾക്ക് രാജ്യം നഷ്ടപ്പെടുമോ എന്നും എനിക്ക് പേടിയുണ്ട്. അതുകൊണ്ട് ഞാൻ ഉടനെ തിരിച്ചുപോയി, നമ്മുടെ മകനെ അള്ളാ തിരിച്ചെത്തിക്കുന്നതുവരെ ഭരണം ഏറ്റെടുത്ത് നടത്തുന്നതാണ് നല്ലത്. നിങ്ങൾ, അവനെ മറക്കരുത്, അവന്റെ കാര്യം അവഗണിക്കരുത്. അവനെന്തെങ്കിലും ദോഷം സംഭവിച്ചാൽ തീർച്ചയായും ഞാൻ മരിക്കും; അവൻ അല്ലാതെ ഈ ലോകത്ത് എനിക്ക് മറ്റാരുമില്ല; അവന്റെ ജീവിതത്തിലൂടെയാണ് ഞാൻ ആനന്ദം കാണുന്നത്."

അമ്മ മറുപടി നൽകി - "സസന്തോഷത്തോടും സ്നേഹത്തോടും കൂടെ, എന്റെ മോളെ, അവന്റെ അസാന്നിദ്ധ്യത്തിൽ നമ്മൾ അനുഭവിക്കുന്ന ദുഃഖത്തെക്കുറിച്ച് പറയാതിരിക്കയാണ് നല്ലത്."

ഹൃദയം തകർന്ന്, കരഞ്ഞുകലങ്ങിയ കണ്ണുകളോടെ ജുൽനാർ തിരിച്ചുപോയി; തീർച്ചയായും ആ ലോകത്തിലെ സന്തോഷമെല്ലാം അവൾക്ക് നഷ്ടപ്പെട്ടിരിക്കുന്നു. അമ്മൂമ്മ തന്റെ പേരക്കുട്ടിയെ അന്വേഷിക്കാനായി രക്ഷാഭടന്മാരെ നാനാഭാഗത്തേക്കും അയച്ചു - അപ്പോഴേക്കും നേരംപുലരാറായെന്നും തനിക്ക് കഥപറയാനനുവദിച്ച സമയം തീർന്നെന്നും ഷാഹ്രസാദ് മനസ്സിലാക്കി.

എഴുനൂറ്റി അമ്പതാം രാവ്

അവൾ പറഞ്ഞു, അല്ലയോ കീർത്തിമാനായ രാജാവേ, രാജ്ഞി ജുൽനാർ അമ്മയോട് വിടവാങ്ങി സ്വന്തം രാജ്യത്തിലേക്ക് മടങ്ങിയപ്പോൾ അവളുടെ ഹൃദയം ദുഃഖഭാരത്താൽ തകർന്നിരുന്നു. അവളെക്കുറിച്ച് തത്ക്കാലം ഇത്രമാത്രം.

ഇനി ബദർ ബാസിം രാജാവിന് എന്തു പറ്റി എന്ന് നോക്കാം. ജൗഹാരാ രാജകുമാരി അദ്ദേഹത്തെ രൂപം മാറ്റി, തന്റെ അടിമപ്പെണ്ണിനോടൊപ്പം 'ദാഹദ്വീപി'ലേക്കയച്ച് ഇപ്രകാരം പറഞ്ഞല്ലോ 'അവിടെ കിടന്ന് ചാകാനായി അവനെ വിട്ട്പോരുക.' എന്നാൽ, മർസീനാ അയാളെ പച്ചപിടിച്ചൊരു ദ്വീപിലാണ് ഉപേക്ഷിച്ചു പോന്നത്. അയാൾ കുറെ ദിവസങ്ങൾ, പഴങ്ങൾ കഴിച്ചും വെള്ളം കുടിച്ചും, അവിടെ തള്ളിനീക്കി. എവിടേക്ക് പോകണമെന്നയാൾക്കറിയില്ലായിരുന്നു, പറക്കാനും അറിയില്ല. ഒരു ദിവസം ഒരു പക്ഷി വേട്ടക്കാരൻ, പക്ഷികളെ പിടിക്കാനായി ആ ദ്വീപിലെത്തി; അവന്റെ ഉപജീവനമാർഗ്ഗമാണത്. വെളുത്ത ഉടലും, ചുകന്ന കൊക്കും കാലുകളുമുള്ള പക്ഷിയെ (ബദറിനെ) കണ്ട്, അവൻ വശീകരണവലയത്തിൽ പെട്ടുപോയി! ആശ്ചര്യത്തോടെ അവൻ ചിന്തിച്ചു - "സത്യമായും അതിമനോഹരമായൊരു പക്ഷി തന്നെയാണത്. ഇത്രയും സുന്ദരമായ മറ്റൊന്നിനെ ഞാനൊരിക്കലും കണ്ടിട്ടില്ല."

അങ്ങനെ ബദറിനെ അവൻ വല വീശിപ്പിടുത്തമിട്ടു; അതിനെ നല്ലൊരു തുകയ്ക്ക് വില്ക്കാമെന്ന പ്രതീക്ഷയിലവൻ പട്ടണത്തിലേക്ക് കൊണ്ടുപോയി. പോകുന്നവഴിക്ക് പട്ടണവാസികളിലൊരാൾ അവനെ വിളിച്ച് ചോദിച്ചു, "ഈ പക്ഷിക്ക് എന്താണ് വില, പക്ഷിപിടുത്തക്കാരാ?"

"നിങ്ങൾ അതിനെ വാങ്ങിച്ചിട്ട് എന്താണ് ചെയ്യാൻ പോകുന്നത്?"

"അതിനെ കൊന്ന് പാകംചെയ്ത് തിന്നും."

"ആർക്കാണ് ഇതുപോലത്തെ ഒരു പക്ഷിയെ കൊന്നുതിന്നാൻ തോന്നുക? സത്യമായും ഇതിനെ രാജാവിന് സമ്മാനിക്കാനാണ് ഞാൻ ഉദ്ദേശിക്കുന്നത്; കൂടുതൽ പണം തരും, ഇതിനെ കൊല്ലുകയുമില്ല, ഇതിന്റെ സൗന്ദര്യം കണ്ടാസ്വദിച്ചുകൊണ്ടിരിക്കും; കാരണം, എന്റെ ജീവിതത്തിൽ, ഞാനൊരു പക്ഷിപിടുത്തക്കാരനായതിനുശേഷം, ഭൂമിയിലോ, കടലിലോ ഇത്രയും സുന്ദരനായൊരു പക്ഷിയെ കണ്ടിട്ടില്ല! പരമാവധി നിങ്ങൾക്ക് തരാൻ കഴിയുന്നത് ഒരു ദിറം ആയിരിക്കും, അള്ളായാണേ, ഞാനവനെ വില്ക്കില്ല!"

പിന്നെ, അവൻ ആ പക്ഷിയേയും കൊണ്ട് രാജകൊട്ടാരത്തിലേക്ക് പോയി. അതിന്റെ മനോഹാരിതയിൽ രാജാവ് വിസ്മയിച്ചുപോയി! പക്ഷിയുടെ ചുകന്ന കൊക്കും, കാലുകളും കണ്ട് രാജാവിന് വലിയ സന്തോഷം തോന്നി. അദ്ദേഹം അതിനെ വാങ്ങിക്കാനായി ഒരു നപുംസകത്തെ വിട്ടു. അവൾ ആ പക്ഷിവേട്ടക്കാരനെ വിളിച്ച് പറഞ്ഞു, "ഈ പക്ഷിയെ നീ വില്ക്കുന്നോ?"

"ഇല്ല, ഇത് രാജാവിനുള്ള എന്റെ സമ്മാനമാണ്."

നപുംസകം ആ പക്ഷിയേയും പിടിച്ച് രാജസന്നിധിയിലെത്തി പക്ഷിക്കാരൻ പറഞ്ഞത് ഉണർത്തിച്ചു. അദ്ദേഹം അതിനെ സ്വീകരിച്ച്, അവന് പത്ത് ദിനാർ നൽകി; അവൻ നിലത്ത് ചുംബിച്ച് സ്ഥലം വിട്ടു. പിന്നെ നപുംസകം ആ പക്ഷിയെ സുന്ദരമായൊരു കൂട്ടിൽ ഇട്ട്, അതിൽ മാംസവും വെള്ളവും കഴിക്കാനായി വെച്ചു.

രാജാവ് സഭയിൽ നിന്നും പുറത്ത് വന്നപ്പോൾ, നപുംസകത്തോട് ചോദിച്ചു: "ആ പക്ഷി എവിടെ? എന്റെ അടുത്തേക്ക് കൊണ്ടുവരൂ; ഞാനതിനെ നന്നായി ഒന്ന് കാണട്ടെ; അള്ളായാണെ, അതിസുന്ദരം!"

അപ്പോൾ നപുംസകം ആ കിളിക്കൂടുമായി രാജാവിന്നടുത്തെത്തി; കൂട്ടിലെ ഭക്ഷണം അതേപടി സ്പർശിക്കാതെ ഇരിക്കുന്നതുകണ്ട് അദ്ദേഹം പറഞ്ഞു, "അള്ളായാണേ, എന്താണത് തിന്നുക എന്നെനിക്കറിയില്ല; എങ്ങനെയാണതിനെ തീറ്റിപ്പോറ്റി വളർത്തുക!"

പിന്നെ രാജാവ് ആഹാരം കഴിക്കാനായി തീൻമേശയ്ക്ക് മുന്നിൽ ഇരുന്നു. അദ്ദേഹം ഭക്ഷണം കഴിച്ചശേഷം, മേശപ്പുറത്തുണ്ടായിരുന്ന ഇറച്ചിക്കറിയും, പഴങ്ങളും മധുരപലഹാരങ്ങളും എന്നുവേണ്ട, രാജാവിന്റെ മുന്നിൽ നിരത്തിയിരുന്ന 'ട്രേ'യിലെ എല്ലാ ആഹാരപദാർത്ഥങ്ങളും ആ പക്ഷി കഴിച്ചു! രാജാവും അവിടെ സന്നിഹിതനായിരുന്ന മറ്റുള്ളവരും അദ്ഭുതസ്തബ്ധരായി നിന്നുപോയി! രാജാവ് തന്റെ പരിചാരകരോടും നപുംസകത്തോടും അടിമകളോടുമായിപറഞ്ഞു - "എന്റെ ജീവിതത്തിൽ ഇന്നേവരെ ഇതുമാതിരി ഭക്ഷണംകഴിക്കുന്ന ഒരു പക്ഷിയെ ഞാൻ കണ്ടിട്ടില്ല."

പിന്നെ, അദ്ദേഹം തന്റെ പത്നിയെ വിളിക്കാനായി ഒരു നപുംസകത്തെ വിട്ടു, അവളും ഈ മനോഹരമായ ദൃശ്യം കണ്ടാസ്വാദിച്ചോട്ടെ. അവൻ രാജ്ഞിയുടെ അടുത്തെത്തി പറഞ്ഞു, "അല്ലയോ, മഹതീ, രാജാവ് അങ്ങയുടെ സാന്നിദ്ധ്യം ആഗ്രഹിക്കുന്നു; അദ്ദേഹം വാങ്ങിച്ച പക്ഷിയെ വന്ന് കാണുവാൻ ആവശ്യപ്പെടുന്നു. ഞങ്ങൾ മേശപ്പുറത്ത് നിരത്തിയ ഭക്ഷണമെല്ലാം, അത് കൂട്ടിൽനിന്ന് പുറത്തുവന്ന്, കഴിച്ചിരിക്കുന്നു! അതുകൊണ്ട്, എഴുന്നേൽക്കൂ എന്റെ മഹതീ, ഈ യുഗത്തിന്റെ മഹാ അദ്ഭുതങ്ങളിൽ അദ്ഭുതമാണത്!"

ഈ വാക്കുകൾ കേട്ട്, അവൾ ധൃതിപിടിച്ച് അവിടെ എത്തി.എന്നാൽ, അവൾ ആ പക്ഷിയെ കണ്ട ഉടനെ ശിരോവസ്ത്രംകൊണ്ട് മുഖം മറച്ച് പിൻവാങ്ങി. രാജാവിതുകണ്ട് എഴുന്നേറ്റ് ചോദിച്ചു, "ഇവിടെ നിന്നെയും എന്നെയും പരിചരിക്കുന്ന സ്ത്രീകളും, നപുംസകങ്ങളും മാത്രമുള്ളപ്പോൾ നീ എന്തിനാണ് മുഖം മൂടുന്നത്?"

"അല്ലയോ രാജാവേ, ഈ പക്ഷി ഒരു പക്ഷിയല്ല, അങ്ങയെപ്പോലെ ഒരു പുരുഷനാണ്."

"നീ നുണപറയുകയാണ്; ഈ തമാശ കുറച്ച് കടന്ന കാര്യമായിപ്പോയി! എങ്ങനെയാണിത് പക്ഷിയല്ലാതാകുന്നത്?"

"അല്ലയോ, രാജാവേ, ഞാൻ അങ്ങയോട് തമാശ പറഞ്ഞതല്ല, നുണയുമല്ല, സത്യം മാത്രമാണ്; സത്യമായും ഈ പക്ഷി, പേർഷ്യൻ രാജാവായിരുന്ന ഷഹരിമാന്റെ പുത്രൻ ബദർ ബാസിം രാജാവാണ്. ജലകന്യകയായ ജുൽനാർ ആണവന്റെ അമ്മ" - അപ്പോഴേക്കും നേരം പുലരാറായെന്നും, തനിക്ക് കഥപറയാനനുവദിച്ച സമയം തീർന്നെന്നും ഷാഹ്രസാദ് മനസ്സിലാക്കി.

എഴുനൂറ്റി അമ്പത്തിയൊന്നാം രാവ്

അവൾ പറഞ്ഞു, കീർത്തിമാനായ രാജാവേ, രാജാവിന്റെ പത്നി ഇപ്രകാരം പറഞ്ഞു, "സത്യമായും ഈ പക്ഷി പേർഷ്യൻ രാജാവായിരുന്ന ഷഹ്രിമാന്റെ പുത്രൻ ബദർ ബാസിം രാജാവാണ്; ജലകന്യകയായ ജുൽനാർ ആണവന്റെ അമ്മ."

"അൽ സമന്ദർ രാജാവിന്റെ പുത്രി ജൗഹാരാ രാജകുമാരി ആഭിചാരം ചെയ്ത് രൂപം മാറ്റിയതാണ്." പിന്നെ,ബദർ ബാസിം രാജാവിന് സംഭവിച്ച കാര്യങ്ങളെല്ലാം, തുടക്കം മുതൽ അവസാനംവരെ അവൾ അദ്ദേഹത്തെ പറഞ്ഞ് ധരിപ്പിച്ചു.

തന്റെ ഭാര്യയുടെ വാക്കുകൾ കേട്ട് രാജാവ് വല്ലാതെ വിസ്മയിച്ചു പോയി! ആഭിചാരകർമ്മത്തിലൂടെ ബദറിനെ സ്വതന്ത്രനാക്കാൻ രാജാവ് ഭാര്യയോടാവശ്യപ്പെട്ടു, (അക്കാലഘട്ടത്തിലെ ഏറ്റവും പ്രശസ്തയായ ആഭിചാരിണി ആയിരുന്നു അവൾ) അവനെ ഇങ്ങനെ പീഡനമനുഭവിപ്പിക്കരുത്. "സർവ്വശക്തനായ അള്ളാ, വൃത്തികെട്ട ദുർമ്മന്ത്രവാദിനിയായ ജൗഹാരയുടെ കൈ വിഛേദിക്കട്ടെ! എത്ര നിസ്സാരമാണവളുടെ ഈശ്വര ഭക്തി; എന്നാൽ എത്ര ഭയങ്കരമാണവളുടെ കാപട്യവും വിശ്വാസവഞ്ചനയും!" രാജ്ഞി പറഞ്ഞു: "നിങ്ങൾ അവനോട് ഇപ്രകാരം ആവശ്യപ്പെടുമോ, 'അല്ലയോ ബദർ ആ മുറിയിലേക്ക് കടന്നുചെല്ലൂ!"

രാജാവ് അപ്രകാരം ഉത്തരവ് കൊടുത്തപ്പോൾ, അവൻ അനുസരണയോടെ പോയി. അപ്പോൾ രാജ്ഞി ശിരോവസ്ത്രംകൊണ്ട് മുഖം മൂടി, കൈയിൽ ഒരു കപ്പ് വെള്ളവുമെടുത്ത്, ആ മുറിയിലേക്ക് പ്രവേശിച്ചു; പിന്നെ, അവൾ ആ വെള്ളത്തിനോട് അജ്ഞാതമായ ഭാഷയിൽ ചില വാക്കുകൾ മന്ത്രിച്ചു; അതിന്റെ അവസാനം ഇപ്രകാരമായിരുന്നു, "സർവ്വശക്തനും സൃഷ്ടികർത്താവുമായ അള്ളായുടെ നന്മയാൽ, നീ ഇപ്പോഴത്തെ ഈ രൂപം ഉപേക്ഷിച്ച്, ഈശ്വരൻ നിന്നെ സൃഷ്ടിച്ച യഥാർത്ഥരൂപത്തിലേക്ക് തിരിച്ചുവരിക!"

അവൾ ഈ വാക്കുകൾ പറഞ്ഞ് തീരുമ്പോഴേക്കും, പക്ഷി ഒന്ന് പിടഞ്ഞ്, ഒരു മനുഷ്യനായി രൂപാന്തരപ്പെട്ടു. തന്റെ മുന്നിൽ നിൽക്കുന്ന സുന്ദരയുവാവിനെ രാജാവ് മിഴിച്ചുനോക്കി. ഭൂമിയിൽ ഇവനേക്കാൾ സുന്ദരനായി മറ്റാരുമില്ല!

താൻ സ്വന്തം രൂപം പ്രാപിച്ചെന്നുകണ്ട ബദർ ബാസിം ഉറക്കെ വിളിച്ചുപറഞ്ഞു, "അള്ളായല്ലാതെ മറ്റൊരു ദൈവമില്ല, മുഹമ്മദ് ആണ് ദൈവത്തിന്റെ പ്രവാചകൻ! സർവ്വശക്തനായ ജഗദീശ്വരനെ ഞാൻ നമിക്കുന്നു!"

പിന്നെ, അവൻ രാജാവിന്റെ കൈയിൽ ചുംബിച്ചു, അദ്ദേഹത്തിന് ദീർഘായുസ്സ് ആശംസിച്ചു; രാജാവ് അവന്റെ മൂർദ്ധാവിൽ ചുംബിച്ച് പറഞ്ഞു: "അല്ലയോ ബദർ ബാസിം, മാന്ത്രികവലയത്തിൽ നിന്നും അള്ളാ നിന്നെ രക്ഷിച്ചു, നിന്റെ ചരിത്രം തുടക്കം മുതൽ അവസാനം വരെ എനിക്ക് പറഞ്ഞുതരൂ."

അങ്ങനെ തന്റെ ചരിത്രം മുഴുവൻ ബദർ അദ്ദേഹത്തെ പറഞ്ഞു കേൾപ്പിച്ചു, ഒന്നും മറക്കാതെ. രാജാവതുകേട്ട് ആശ്ചര്യത്തോടെ ചോദിച്ചു, "അല്ലയോ ബദർ ബാസിം, അള്ളാ നിന്നെ മന്ത്രവലയത്തിൽ നിന്നും രക്ഷിച്ചു; എന്നാൽ, നിന്റെ തീരുമാനമെന്താണ്, നീ എന്താണ് ചെയ്യാൻ പോകുന്നത്?"

"അല്ലയോ, രാജാവേ, അങ്ങയുടെ ഔദാര്യം എനിക്കാവശ്യമാണ്. അങ്ങ് എനിക്ക് ഒരു കപ്പൽ നിറയെ അങ്ങയുടെ ആളുകളെ കയറ്റി ആവശ്യമുള്ള ഉപകരണങ്ങളോടൊപ്പം എന്നോടൊപ്പം നാട്ടിലേക്കയയ്ക്കണം. ഞാൻ നാടുവിട്ടുപോന്നിട്ട് ദീർഘകാലമായതിനാൽ, എന്റെ

അസാന്നിദ്ധ്യത്തിൽ ആരെങ്കിലും എന്റെ രാജ്യം തട്ടിയെടുത്തിട്ടുണ്ടോ എന്നെനിക്കറിയില്ല. എന്നെ നഷ്ടപ്പെട്ട ദുഃഖത്തിൽ എന്റെ അമ്മ മരിച്ചിട്ടുണ്ടോ എന്നും അറിയില്ല! ഞാൻ ജീവിച്ചിരിപ്പുണ്ടോ, മരിച്ചുപോയോ എന്നൊന്നും അമ്മയ്ക്കറിയാത്തതിനാൽ എന്റെ സംശയം കൂടുതൽ ബലപ്പെട്ടുവരുന്നു! അതുകൊണ്ട്, ഞാൻ ആവശ്യപ്പെടുന്നത് അനുവദിച്ചു തന്ന്, എന്നെ സഹായിക്കണമെന്ന് ഞാൻ അപേക്ഷിക്കുകയാണ്, രാജാവേ."

സുന്ദരനായ ബദർ ബാസിമിന്റെ മധുരമായ സംസാരം ശ്രദ്ധിച്ചിരുന്ന രാജാവ് മറുപടി നൽകി, "നിന്റെ ഇഷ്ടംപോലെ."

അങ്ങനെ ഒരു കപ്പലിൽ ആവശ്യമുള്ള സാധനങ്ങളെല്ലാം അവൻ കയറ്റി, നിറയെ ഭൃത്യന്മാരേയും. ബദർ ബാസിം രാജാവിനോട് വിട പറഞ്ഞു. ആ കപ്പലിൽ യാത്ര ആരംഭിച്ചു. അനുകൂലമായ കാറ്റിന്റെ സഹായത്താൽ അവർ പത്ത് ദിവസം പിന്നിട്ടു; എന്നാൽ, പതിനൊന്നാം നാൾ കടൽ കലുഷിതമാകാൻ തുടങ്ങി, ഭയങ്കര കോളിളക്കം. ആടി ഉലയുന്ന കപ്പലിനെ നിയന്ത്രിക്കാൻ കപ്പൽജോലിക്കാർക്കായില്ല. അങ്ങനെ തിരമാലകളുടെ ദയയ്ക്ക് കീഴടങ്ങി ആ കപ്പൽ നീങ്ങിക്കൊണ്ടിരുന്നു; ഒടുവിൽ കടലിൽ ഉയർന്ന ഒരു പാറയിൽ ഇടിച്ച് അത് തകർന്ന് തരിപ്പണമായി! ബദർ ബാസിം ഒഴിച്ച് മറ്റുള്ളവരെല്ലാം കടലിൽ മുങ്ങിമരിച്ചു. അയാൾക്ക് കപ്പലിൽ നിന്നും അടർന്നുപോയ ഒരു പലകയിൽ പിടികൂടാൻ കഴിഞ്ഞു. കൊടുങ്കാറ്റും തിരമാലയും മൂന്ന് ദിവസം മുഴുവൻ ശക്തമായി അടിച്ചുകൊണ്ടിരുന്നതിനാൽ, താൻ എങ്ങോട്ടാണ് ഒഴുകിക്കൊണ്ടിരിക്കുന്നതെന്ന് ബദറിന് പിടികിട്ടിയില്ല. നാലാം ദിവസം അയാൾ ഒരു തീരത്ത് അണഞ്ഞു, അവിടെ വെളുത്ത ഒരു നഗരവും ബാസിം കണ്ടു. ഒരു വെള്ളപ്രാവ് പോലുണ്ട്. കടലിലേക്ക് നീണ്ടുകിടക്കുന്ന ഒരു കരയാണത്, നാവ്പോലെ! തോക്കുകളും പീരങ്കികളും ചുറ്റും ഉറപ്പിച്ച് സുരക്ഷിതമാക്കിയിരിക്കുന്നു. അതിന്റെ ഉയർന്നുനിൽക്കുന്ന 'ടവറു'കളിലും, വൻമതിലുകളിലും തിരമാലകൾ അടിച്ച് ചിന്നിച്ചിതറുന്നു.

ഈ നഗരം കണ്ടപ്പോൾ ബദർ ബാസിമിന് വളരെ സന്തോഷമായി. കാരണം, വിശപ്പും, ദാഹവും മൂലം അയാൾ ചാകാറായിരുന്നു; മരപ്പലകയിൽ നിന്നും താഴെ ഇറങ്ങി, നഗരത്തിലേക്ക് പോകാനായി കരയിൽ കയറി. എന്നാൽ, ഒരു കൂട്ടം കഴുതകളും കോവർ കഴുതകളും കുതിരകളും വന്ന് തടഞ്ഞ്, മുന്നോട്ട് നീങ്ങാനനുവദിച്ചില്ല. അതുകൊണ്ട്, അയാൾ നീന്തിച്ചെന്ന് നഗരത്തിന്റെ പിൻവശത്തെത്തി; അവിടെ ഒറ്റ മനുഷ്യനെയും കാണാതായതിനാൽ അവൻ അദ്ഭുതസ്തബ്ധനായി നിന്നുപോയി! അയാൾ സ്വയം പറഞ്ഞു: "ആരുടെതാണ് ഈ നഗരമെന്ന് എങ്ങനെ അറിയാനാണ്? ഇവിടെ രാജാവിനെയോ നാടുവാഴിയേയോ ഒന്നും കാണാനില്ല. എങ്ങനെയാണ് എന്നെ തടഞ്ഞ കഴുതകളും കോവർകഴുതകളും ഇവിടെ എത്തിയത്?"

അയാൾ ഇക്കാര്യത്തെക്കുറിച്ച് ഗാഢമായി ചിന്തിച്ചു. പിന്നെ, ഭാഗ്യം പരീക്ഷിക്കാമെന്ന മട്ടിൽ നടക്കാൻ തുടങ്ങി. കുറച്ച് നടന്നപ്പോൾ ഒരു പലചരക്ക് കട നടത്തുന്ന വൃദ്ധൻ വ്യാപാരി ഇരിക്കുന്നത് കണ്ടു. അയാൾ വൃദ്ധനെ സലാം ചെയ്തു. വൃദ്ധൻ സലാം തിരിച്ചു നൽകി; സുന്ദരനായ

ആ യുവാവിനോട് പറഞ്ഞു: "അല്ലയോ യുവാവേ, എവിടെനിന്നാണ് നീ വരുന്നത്, ഈ നഗരത്തിൽ എന്തിനാണ് വന്നത്?"

ബദർ തന്റെ കഥ പറഞ്ഞു; വൃദ്ധൻ അതുകേട്ട് ഭയങ്കര വിസ്മയത്തോടെ ചോദിച്ചു: "നീ വരുന്ന വഴിക്ക് എന്തെങ്കിലും കണ്ടിരുന്നുവോ?"

"തീർച്ചയായും, എന്റെ അമ്മാവാ, കുതിരകളും, കഴുതകളും മാത്രമുള്ള വിജനമായൊരു നഗരം കണ്ട് ഞാൻ വല്ലാതെ അദ്ഭുതപ്പെട്ടുപോയി."

"എന്റെ മോനെ, കടയ്ക്കുള്ളിലേക്ക് വരു, അല്ലെങ്കിൽ നീ നശിച്ചുപോകും." അങ്ങനെ ബദർ ബാസി കടയ്ക്കുള്ളിൽ ചെന്ന് ഇരുന്നു. വൃദ്ധൻ അയാൾക്ക് മുന്നിൽ എന്തോ ഭക്ഷണസാധനങ്ങൾ നിരത്തിക്കൊണ്ട് പറഞ്ഞു: "ആ പിശാച് മന്ത്രവാദിനികളിൽ നിന്നും നിന്നെ കടയ്ക്കുള്ളിലേക്ക് കടത്തിവിട്ട സർവ്വേശ്വരന് സ്തുതി."

കച്ചവടക്കാരന്റെ വാക്കുകൾ കേട്ട് ബദർ ബാസിം രാജാവ് വല്ലാതെ ഭയപ്പെട്ടു; എന്നാലും വയറുനിറയെ അയാൾ ഭക്ഷണം കഴിച്ച് കൈകഴുകിയശേഷം ആതിഥേയനോട് ചോദിച്ചു: "എന്റെ പ്രഭോ, ഈ വാക്കുകളുടെ അർത്ഥമെന്താണ്? സത്യമായും, ഈ നഗരത്തെയും, അതിലെ ജനങ്ങളെയും കുറിച്ച് നിങ്ങൾ എന്റെ മനസ്സിൽ ഭീതി ഉയർത്തിയിരിക്കുന്നു."

"എന്റെ മകനെ, നിനക്കറിയാമോ, മാന്ത്രികരുടെ നഗരമാണിത്, ഇതിന്റെ രാജ്ഞി ഒരു പിശാച് സ്ത്രീയാണ്, കരുത്തുറ്റ ഒരു ആഭിചാരിണി, ഭയങ്കരമായ രീതിയിൽ ദുർമ്മന്ത്രവാദം നടത്താൻ ശക്തിയുള്ളവൾ. നീ കണ്ട ആ കുതിരകളും, കഴുതകളുമെല്ലാം ഒരുകാലത്ത് നിന്നെപ്പോലെയും എന്നെപ്പോലെയുമുള്ള മനുഷ്യസന്തതികൾ ആയിരുന്നു, അന്യദേശക്കാർ. നിന്നെപ്പോലുള്ള യുവാവാണ് ഇവിടെ വന്നുപെടുന്നതെങ്കിൽ ഈ ദുഷ്ട മന്ത്രവാദിനി അവനെ വീട്ടിലേക്ക് കൂട്ടിക്കൊണ്ടുപോയി നാല്പത് ദിവസം താമസിപ്പിക്കുന്നു; അതിനുശേഷം ദുർമ്മന്ത്രവാദത്തിലൂടെ അവനെ കുതിരയോ കഴുതയോ ആക്കി മാറ്റുന്നു. കടൽത്തീരത്ത് നീ കണ്ടത് ഇവരെയാണ്" - അപ്പോഴേക്കും നേരംപുലരാറായെന്നും, തനിക്ക് കഥപറയാനനുവദിച്ച സമയം തീർന്നെന്നും ഷാഹ്രസാദ് മനസ്സിലാക്കി.

എഴുനൂറ്റി അമ്പത്തിരണ്ടാം രാവ്

അവൾ പറഞ്ഞു, അല്ലയോ കീർത്തിമാനായ രാജാവേ, വൃദ്ധൻ കച്ചവടക്കാരൻ ദുർമ്മന്ത്രവാദിനിയുടെ കഥ ബദർ ബാസിം രാജാവിനോട് ഇപ്രകാരം പറഞ്ഞവസാനിപ്പിച്ചു, "ഈ ആളുകളെയെല്ലാം ദുർമന്ത്രവാദം നടത്തി രൂപംമാറ്റം ചെയ്തതാണ്. നീ കരയ്ക്കിറങ്ങാൻ പോയപ്പോൾ, നിനക്കും അവരുടെ ഗതിവരുമെന്നോർത്ത് പേടിച്ച് അവർ നിനക്ക് കാണിച്ച ആംഗ്യത്തിന്റെ അർത്ഥം ഇതാണ് 'കരയ്ക്കിറങ്ങരുത്, അവരെപ്പോലെ നിന്നെയും അവൾ രൂപമാറ്റം നടത്തിയെങ്കിലോ എന്ന ഉൽക്കണ്ഠയായിരുന്നു അവർക്ക്! അവൾ ഈ നഗരം കൈയടക്കി വാഴുന്നു. ദുർമ്മന്ത്രവാദം പ്രയോഗിച്ചാണ് ഇവിടത്തെ പൗരന്മാരിൽ നിന്നും ഈ നഗരം തട്ടിയെടുത്തത്. അവളുടെ പേര് 'ലാബ് രാജ്ഞി' എന്നാണ്,

അറബിയിൽ ആ വാക്കിന്റെ അർത്ഥം, 'സൂര്യപഞ്ചാംഗം' എന്നാണ്." ആ വൃദ്ധൻ പറഞ്ഞതുകേട്ട് ബദർ ബാസിം പേടിച്ച് ആലിലപോലെ വിറക്കാൻ തുടങ്ങി! അവൻ സ്വയം പറഞ്ഞു, "ഈ ദുർമ്മന്ത്രവാദത്തിൽ നിന്ന് എനിക്ക് രക്ഷപ്പെടാനാകുമെന്നെനിക്ക് തോന്നുന്നില്ല; ഒരു വിപത്തിൽനിന്ന് രക്ഷപ്പെട്ടെന്ന് കരുതുമ്പോഴേക്കും അതിനേക്കാൾ ദുഃഖകരമായൊരവസ്ഥയിലേക്ക് വിധി എന്നെ വീഴ്ത്തിയിരിക്കുന്നു!

താൻ വന്നുപെട്ട ദുർഘടത്തെക്കുറിച്ചോർത്ത് അവൻ വല്ലാതെ വേദനിച്ചു. അവന്റെ ചിന്ത എന്താണെന്ന് ഊഹിച്ച വൃദ്ധൻ പറഞ്ഞു: "എന്റെ മോനേ, വരൂ, ഈ കടയുടെ ഉമ്മറപ്പടിയിലിരുന്ന് ആ ജീവികളെ നോക്കൂ, അവരുടെ വേഷവിധാനങ്ങളും, നിറവും നോക്കൂ; രാജ്ഞിയും ഈ നഗരവാസികളുമെല്ലാം എന്നെ സ്നേഹിക്കുന്നു; അവരെന്റെ ഹൃദയത്തെ നോവിക്കുകയോ, മനസ്സിനെ വേദനിപ്പിക്കുകയോ ചെയ്യില്ല."

അപ്പോൾ ബദർ ബാസിം രാജാവ് മുറിയിൽ നിന്നും പുറത്തുവന്ന് കടയുടെ വാതിൽക്കൽ ഇരുന്ന്, ആ ജനങ്ങൾക്കുനേരെ ദൃഷ്ടിപായിച്ചു. അനേകം ആളുകൾ അയാളുടെ മുന്നിലൂടെ കടന്നുപോയി. എന്നാൽ, അയാളെ കണ്ടപ്പോൾ, അവർ വൃദ്ധനോട് വിളിച്ചുചോദിച്ചു, 'അല്ലയോ ചേട്ടാ, ഇത് നിങ്ങളുടെ ബന്ദിയോ ഇരയോ ആണോ?"

വൃദ്ധൻ മറുപടി നൽകി, "ഇതെന്റെ സഹോദരപുത്രനാണ്, അവന്റെ അച്ഛൻ മരിച്ചുപോയെന്ന് ഞാൻ അറിഞ്ഞപ്പോൾ, അവനെ ഇങ്ങോട്ടു വിളിച്ചുവരുത്തിയതാണ്, എന്റെ വീട്ടിൽ നിന്നൊഴിഞ്ഞ് നിൽക്കുന്ന വിരഹദുഃഖം, അല്പമെങ്കിലും ശമിപ്പിക്കാമല്ലോ."

അവർ പറഞ്ഞു: "സത്യമായും അവൻ സുന്ദരനായൊരു യുവാവ് തന്നെ; എന്നാൽ രാജ്ഞി 'ലാബി'നെ ഓർത്ത് ഞങ്ങൾക്ക് ഭയം തോന്നുന്നു; അവൾ നിന്നോട് ദുർമ്മന്ത്രം പ്രയോഗിച്ച്, അവനെ നിന്നിൽ നിന്നും തട്ടിയെടുത്തെങ്കിലോ? കാരണം, സുന്ദരന്മാരായ യുവാക്കളെ അവൾക്ക് സ്നേഹമാണ്." "രാജ്ഞി എന്റെ കല്പനയെ എതിർക്കില്ല; അവൾ എന്നെ സ്നേഹിക്കയും ആദരിക്കയും ചെയ്യുന്നു; അതിനും പുറമെ, അവൻ എന്റെ സഹോദരപുത്രനാണെന്നുകൂടി അറിഞ്ഞാൽ, അവൾ അവനെ ഉപദ്രവിക്കില്ല, അവന്റെ പേരിൽ എനിക്ക് ഹൃദയവേദന നൽകുകയുമില്ല."

അങ്ങനെ, ബദർ ബാസിം രാജാവ് വൃദ്ധന്റെ ലാളനയിൽ തിന്നും കുടിച്ചും ഏതാനും മാസങ്ങൾ അയാളോടൊപ്പം കഴിഞ്ഞു.

ഒരു ദിവസം പതിവുപോലെ ബദർ ആ കടയിൽ ഇരിക്കവെ, അതാ ഒരായിരം നപുംസകങ്ങൾ ഊരിയവാളും പിടിച്ച്, രത്നചകിതമായ തിളങ്ങുന്ന ഉടുപ്പുകളിഞ്ഞ്, മാർച്ച്ചെയ്ത് വരുന്നു! എല്ലാവരും അറേബ്യൻ പടക്കുതിരകളിലാണ് സവാരിചെയ്യുന്നത്, തിളങ്ങുന്ന ഇന്ത്യൻ വാളുകളാണ് കൈയിൽ! അവർ പലചരക്കു കച്ചവടക്കാരനെ സല്യൂട്ട് ചെയ്തു, അവർ കടയുടെ മുന്നിലൂടെ കടന്നുപോയപ്പോൾ, അവയ്ക്കു പിന്നാലെ ചന്ദ്രനെപ്പോലെ ശോഭിക്കുന്ന ഒരായിരം തരുണീമണികൾ, മനോഹരമായ സിൽക്കിന്റെയും സാറ്റിന്റെയും വസ്ത്രങ്ങളും വിലപിടിച്ച രത്നാഭരണങ്ങളും അണിഞ്ഞ് തോളിൽ കുന്തവും ഞാത്തി ഇട്ടുകൊണ്ട് കടന്നുവന്നു. അവർക്ക് നടുവിൽ, പലതരം രത്നങ്ങളും, മുത്തുകളും പതിച്ച സ്വർണ്ണജീനിയിട്ട ഒരു പെൺകുതിരപ്പുറത്ത് അതിസുന്ദരിയായ യുവതി

സവാരി ചെയ്യുന്നു. അവർ വൃദ്ധന്റെ പലചരക്കുകടയ്ക്ക് മുന്നിൽ എത്തി. യുവതികൾ അയാളെ സല്യൂട്ട് ചെയ്ത് മുന്നേറി. എന്നാൽ, അതാ നോക്കൂ, രാജ്ഞി 'ലാബ്' കടയുടെ മുന്നിൽ എത്തി, പൂർണ്ണചന്ദ്രനെപ്പോലെ ശോഭിക്കുന്ന ബദർ ബാസിം രാജകുമാരനെക്കണ്ട്, അയാളിൽ ആസക്തയായി വിസ്മയത്തോടെ നോക്കിനിന്നു! പിന്നെ അവൾ ഇറങ്ങി വന്ന്, ബദർ ബാസിം രാജാവിന്നടുത്ത് ചെന്നിരുന്ന് വൃദ്ധനോട് ചോദിച്ചു, "ഈ സുന്ദരക്കുട്ടനെ നിങ്ങൾക്കെവിടെനിന്നാണ് കിട്ടിയത്?"

"അവൻ എന്റെ സഹോദരപുത്രനാണ്. അടുത്തകാലത്താണ് എന്റെ അടുത്ത് വന്നത്."

"അവനെ ഇന്നു രാത്രി എന്നോടൊപ്പം താമസിക്കാനായി വിടൂ; അവനുമായി കുറച്ചുനേരം എനിക്ക് സംസാരിച്ചിരിക്കാമല്ലോ."

"അവനെ എന്നിൽ നിന്ന് കൊണ്ടുപോയി ദുർമ്മന്ത്രവാദം ചെയ്യില്ലല്ലോ?"

"ഇല്ല."

"എന്നോട് ശപഥം ചെയ്യൂ."

അപ്പോൾ, താൻ അവനെ ഉപദ്രവിക്കില്ലെന്നും, അവനോട് ആഭിചാര കർമ്മം ചെയ്യില്ലെന്നും അവൾ സത്യംചെയ്തു. പിന്നെ സ്വർണ്ണചകിതവും, മുത്തുകളും, രത്നങ്ങളും പതിച്ച ജീനി അണിഞ്ഞ സുന്ദരനായൊരു കുതിരയെ അവൾ ബദറിനുവേണ്ടി വരുത്തിച്ചു; വൃദ്ധന് ആയിരം ദിനാർ കൊടുത്തുകൊണ്ടവൾ പറഞ്ഞു: "ഇത് ചിലവിനായി ഇരിക്കട്ടെ"; പിന്നെ ബദറിനെ വീട്ടിലേക്ക് കൊണ്ടുപോയി. ആ സുന്ദരനായ യുവാവിന്റെ പൂർണ്ണചന്ദ്രനെപ്പോലുള്ള മുഖം കണ്ട്, ജനങ്ങൾ അവനുവേണ്ടി വിലപിച്ചു. "സത്യമായും, അള്ളായാണേ, ആ നശിച്ച് മന്ത്രവാദിനിയാൽ ദുർമ്മന്ത്രവാദം ചെയ്യപ്പെടാൻ അർഹിക്കുന്നവനല്ല അവൻ!" അപ്പോൾ അവൾ പറഞ്ഞതെല്ലാം ബദർ ബാസിം രാജാവ് കേട്ടു; എന്നാൽ, നിശ്ശബ്ദത പാലിച്ചു; സർവ്വശക്തനായ അള്ളായ്ക്ക് എല്ലാം അവൻ അർപ്പിച്ചു! - അപ്പോഴേക്കും നേരംപുലരാറായെന്നും, തനിക്ക് കഥ പറയാനനുവദിച്ച സമയം തീർന്നെന്നും ഷാഹ്‌രസാദ് മനസ്സിലാക്കി.

എഴുനൂറ്റി അമ്പത്തിമൂന്നാം രാവ്

അവൾ പറഞ്ഞു, അല്ലയോ കീർത്തിമാനായ രാജാവേ, 'ലാബ്' രാജ്ഞിയോടും പരിവാരങ്ങളോടുമൊപ്പം ബദർ ബാസിം രാജാവ് അവളുടെ കൊട്ടാരപടിവാതിൽ വരെ എത്തി. അവിടെ പ്രഭുക്കന്മാരും ഉന്നത ഉദ്യോഗസ്ഥന്മാരും നപുംസകങ്ങളും അവിടെ വന്ന് അഭിവാദ്യങ്ങൾ അർപ്പിച്ചു; നിലത്ത് ചുംബിച്ചശേഷം അവരോടെല്ലാം പിരിഞ്ഞുപൊയ്ക്കൊള്ളുവാനായി രാജ്ഞി, കൊട്ടാരകാര്യസ്ഥന്മാരിലൂടെ ആജ്ഞ നൽകി. പിന്നെ, ബദർ ബാസിമിനെയും കൂട്ടി നപുംസകങ്ങളോടും സ്ത്രീകളോടുമൊപ്പം അവൾ കൊട്ടാരത്തിലേക്ക് പ്രവേശിച്ചു. മറ്റൊരിടത്തും കാണാത്തത്ര വിസ്മയകരമായിരുന്നു അവിടത്തെ കാഴ്ച. ആ സ്ഥലം നിർമ്മിച്ചിരിക്കുന്നത് സ്വർണ്ണം കൊണ്ടാണ്; അതിന്റെ മദ്ധ്യത്തിലായി ഒരു ജലാശയമുണ്ട്, അതിനുള്ളിൽ വിശാലമായൊരു പൂന്തോട്ടവും. അയാൾ പൂന്തോട്ടത്തിലേക്ക് ദൃഷ്ടിപായിച്ചു, അതിൽ നിറയെ വിവിധ

തരത്തിലും, വർണ്ണത്തിലുമുള്ള പക്ഷികളാണ്, ആഹ്ലാദത്തോടെ ചിലച്ചുകൊണ്ടിരിക്കുന്നു. എല്ലാ ഭാഗത്തും പ്രൗഢഗംഭീരമായ കാഴ്ചകളുമാണ്. അതുകണ്ടപ്പോൾ സർവ്വശക്തനായ ഈശ്വരനെ വാഴ്ത്തി!

രാജ്ഞി, ഒരു ആനക്കൊമ്പുകൊണ്ടുള്ള കട്ടിലിൽ ഉദ്യാനത്തെ അഭിമുഖീകരിക്കുന്ന ഒരു ജനാലയ്ക്കൽ ഇരിക്കുകയാണ്; തടിച്ച ഒരു മെത്ത ആ കട്ടിലിൽ വിരിച്ചിരിക്കുന്നു. അവളുടെ അടുത്തായി ബദർ ബാസിം രാജാവ് ഇരിക്കുന്നു. അവൾ അവനെ ചുംബിച്ച് മാറോടണച്ചു; പരിചാരികമാരോട് ഒരു താലത്തിൽ ഭക്ഷണം കൊണ്ടുവരുവാനായി ഉത്തരവിട്ടു. മുത്തുകളും, രത്നങ്ങളും പതിച്ച ഒരു സ്വർണ്ണത്തളികയിൽ വിഭവസമൃദ്ധമായ ആഹാരം അവർ കൊണ്ടുവന്ന് വെച്ചു. അവനും അവളും അത് കഴിച്ച്, കൈകഴുകി വന്നപ്പോൾ പരിചാരികകൾ പലതരം ഉണക്കപ്പഴങ്ങളും സൗരഭ്യം പരത്തുന്ന പൂക്കളും സ്വർണ്ണപാത്രങ്ങളിലും വെള്ളിത്തളികകളിലുമായി കൊണ്ടുവന്ന് നിരത്തി. പിന്നെ, രാജ്ഞി ഗായികമാരെ വിളിച്ചു വരുത്തി; ചന്ദ്രനെപ്പോലെ ശോഭിക്കുന്ന പത്ത് കന്യകമാർ എത്തി; എല്ലാത്തരം വാദ്യോപകരണങ്ങളും അവരുടെ പക്കൽ ഉണ്ടായിരുന്നു; 'ലാബ്' രാജ്ഞി ഒരു കപ്പ് വീഞ്ഞ് എടുത്ത് കുടിച്ചു; മറ്റൊരു കപ്പ് നിറച്ച് ബദർ ബാസിം രാജകുമാരന് നൽകി; അയാളത് വാങ്ങി കുടിച്ചു. അങ്ങനെ മതിയാവോളം മദ്യം അവർ അകത്താക്കി. പിന്നെ, ആ ഗായികമാരോട് ഗാനമാലപിക്കാനവൾ ആജ്ഞാപിച്ചു. അവർ എല്ലാത്തരം ഗാനങ്ങളും പാടിത്തകർത്തു. തന്നെ പ്രീതിപ്പെടുത്താനായി കൊട്ടാരം മുഴുവൻ ആഹ്ലാദപൂർവ്വം നൃത്തം ചവിട്ടുകയാണെന്ന് ബദർ ബാസിമിന് തോന്നി. അയാളുടെ മനസ്സ് പരമാനന്ദത്താൽ നിർവൃതി പൂണ്ടു! ഹൃദയം ആനന്ദലഹരിയിൽ ആറാടി. താൻ അപരിചിതനാണെന്ന ചിന്ത തന്നെ അയാൾ മറന്നു, " സത്യമായും, ഈ രാജ്ഞി യുവതിയും സുന്ദരിയുമാണ്; ഞാനവളെ ഒരിക്കലും കൈവിടില്ല! അവളുടെ രാജ്യം എന്റെ രാജ്യത്തേക്കാൾ വിസ്തൃതമാണ്, അവൾ ജൌഹാര രാജകുമാരിയേക്കാൾ സുന്ദരിയാണ്."

രാത്രി വളരെ വൈകുന്നതുവരെ അവർ മദ്യപാനം തുടർന്നു. വിളക്കുകളും, മെഴുകുതിരികളും കത്തിച്ച്, സുഗന്ധദ്രവ്യങ്ങൾ പുകച്ച്, മദ്യലഹരിയിലവർ മുങ്ങി. ഗായികമാർ ഗാനാലാപനം തുടർന്നു. പിന്നെ മദ്യത്തിന്നടിമയായ 'ലാബ്' രാജ്ഞി പീഠത്തിൽ നിന്നു എഴുന്നേറ്റ് ഒരു കിടക്കയിൽ പോയിക്കിടന്നു; സ്ത്രീകളെ മുഴുവൻ പറഞ്ഞയച്ച്, ബദർ ബാസിമിനോട് തന്റെ അടുത്തുവന്ന് കിടക്കുവാനാവശ്യപ്പെട്ടു. അവൻ അവളോടൊപ്പം കിടന്നു, രാത്രിമുഴുവൻ, ജീവിതത്തിലെ ആനന്ദം നുകർന്നു! - അപ്പോഴേക്കും നേരംപുലരാറായെന്നും തനിക്ക് കഥ പറയാനനുവദിച്ച സമയം തീർന്നെന്നും ഷാഹ്റസാദ് മനസ്സിലാക്കി.

എഴുനൂറ്റി അമ്പത്തിനാലാം രാവ്

അവൾ പറഞ്ഞു, അല്ലയോ കീർത്തിമാനായ രാജാവേ, രാജ്ഞി ഉണർന്നപ്പോൾ, കൊട്ടാരത്തിലെ കുളിമുറിയിലേക്ക് കുളിക്കാനായി പോയി, ബദർ ബാസിം രാജാവിനെയും കൂടെ കൊണ്ടുപോയി. ഇരുവരും കുളിച്ച് ശുദ്ധരായി പുറത്ത് വന്നു; അതിനുശേഷം രാജ്ഞി ബദറിനെ

ഏറ്റവും നല്ല വസ്ത്രങ്ങൾ അണിയിച്ച്, വീഞ്ഞ് കുടിക്കാനായി ക്ഷണിച്ചു. അപ്പോൾ പരിചാരികമാർ, വീഞ്ഞ് പാത്രങ്ങൾ കൊണ്ടുവെച്ചു. അവർ മദ്യസേവ തുടങ്ങി. പിന്നെ, രാജ്ഞി എഴുന്നേറ്റുചെന്ന് ബദറിന്റെ കൈപിടിച്ചുകൊണ്ട്, തൊട്ടുരുമ്മി കസേരയിലിരുന്ന്, ഭക്ഷണം കൊണ്ടു വരുവാൻ ഭൃത്യകളോട് ആജ്ഞാപിച്ചു. അവർ മതിയാവോളം ആഹാരം കഴിച്ച് കൈകഴുകിവന്നു. വീണ്ടും തരുണീമണികൾ വീഞ്ഞും, പഴങ്ങളും, പൂക്കളും മേശപ്പുറത്ത് നിരത്തി; പലതരം മധുരപലഹാരങ്ങളുമുണ്ടായി രുന്നു. അങ്ങനെ തിന്നും കുടിച്ചും, കുമാരിമാരുടെ സംഗീതം ആസ്വദിച്ചും, സന്ധ്യവരെ സമയം ചിലവഴിച്ചു. നാല്പത് ആനന്ദകരമായ ദിവസങ്ങൾ ഉല്ലാസപൂർവ്വം അവർ ചിലവഴിച്ചു. അതിനുശേഷം രാജ്ഞി ബദറിനോട് ചോദിച്ചു: "അല്ലയോ, ബദർ ബാസിം, ഈ സ്ഥലമാണോ, അതോ നിന്റെ അമ്മാവൻ പലചരക്കുകടക്കാരന്റെ സ്ഥലമാണോ നിനക്ക് കൂടുതൽ ഇഷ്ടം?"

"അള്ളായാണേ, അല്ലയോ രാജ്ഞീ ഈ സ്ഥലമാണ് കൂടുതൽ സന്തോഷകരം. കാരണം, എന്റെ അമ്മാവൻ ഒരു ദരിദ്രനാണ്, പലചര ക്കുകൾ വിറ്റ് ജീവിക്കുന്നവൻ."

അവൾ, ഈ വാക്കുകൾ കേട്ട് പൊട്ടിച്ചിരിച്ചു; പിന്നെ ഇരുവരും ആഹ്ലാദത്തോടെ രാത്രി മുഴുവൻ ഒന്നിച്ച് കിടന്നുറങ്ങി.

പിറ്റേന്ന് രാവിലെ ബദർ ബാസിം രാജാവ് ഉറക്കമുണർന്ന് നോക്കിയ പ്പോൾ തന്റെ അരികിൽ ലാബ് രാജ്ഞിയെ കണ്ടില്ല. അയാൾ സ്വയം പറഞ്ഞു, "ദൈവമേ, അവൾ എവിടെയാണ് പോയിരിക്കുന്നതെന്ന് എനി ക്കറിയാൻ കഴിഞ്ഞെങ്കിൽ!"

അവളുടെ അസാന്നിദ്ധ്യത്തിൽ തീർച്ചയായും അയാൾ വിഷമിച്ചി രുന്നു, വല്ലാതെ അമ്പരന്നിരുന്നു! കാരണം വളരെ നേരമായിട്ടും അവൾ തിരിച്ചെത്തിയതേയില്ല. അയാൾ ഉടുപ്പുകൾ മാറ്റി, അവളെ അന്വേഷിച്ചി റങ്ങി; എന്നാൽ, കണ്ടെത്താനായില്ല. അപ്പോൾ, അയാൾ സ്വയം പറഞ്ഞു, "ഒരുപക്ഷേ, അവൾ ഉദ്യാനത്തിലേക്ക് പോയിക്കാണും."

അങ്ങനെ അയാൾ ഉദ്യാനത്തിലേക്ക് നടന്ന്, അവിടത്തെ ഒരു അരുവി യുടെ തീരത്തെത്തി. അതിന്നരികിലൊരു വെളുത്ത പെൺപക്ഷിയെ കണ്ടു. അരുവിയുടെ തീരത്തെ വൃക്ഷത്തിൽ പല വർണ്ണങ്ങളിലുള്ള അനവധി പക്ഷികൾ. അയാൾ അവയുടെ കണ്ണിൽ പെടാതെ, ഒളിച്ചു നിന്ന് ആ പക്ഷികളെ നിരീക്ഷിച്ചു. അപ്പോൾ, അതിൽനിന്നൊരു കറുത്ത പക്ഷി പറന്നുവന്ന് ആ വെളുത്തപക്ഷിയുമായി ഇണചേർന്നു; പിന്നെ, അതിന്റെ മീതെ കിടന്ന് മൂന്നുപ്രാവശ്യം അതാവർത്തിച്ചു. അതിനുശേഷം ആ പെൺപക്ഷി രൂപംമാറി ഒരു സത്രീ ആയിത്തീർന്നു. ബദർ അവളെ നോക്കി, അത് ലാബ് രാജ്ഞിയായിരുന്നു! അപ്പോൾ അയാൾക്ക് മനസ്സി ലായി, ആ കറുത്ത പക്ഷി അവൾ രൂപം മാറ്റിയ മനുഷ്യനാണെന്നും, അവൾ സ്വയം രൂപം മാറി, അവനെ സുഖിപ്പിക്കാൻ പോയതാണെന്നും! അവനിൽ അസൂയ കത്തിപ്പടർന്നു! ഈ കറുത്ത പക്ഷി മൂലം അവന് രാജ്ഞിയോട് വല്ലാത്ത കോപം വന്നു. അയാൾ തിരിച്ചുവന്ന് തന്റെ മെത്ത യിൽ ശയിച്ചു. ഏകദേശം ഒരുമണിക്കൂറിനു ശേഷം അവൾ അയാളുടെ അടുത്ത് തിരിച്ചെത്തി, അയാളെ ചുംബിക്കാനും, കളിപ്പിക്കാനും തുടങ്ങി. എന്നാൽ, ഉള്ളിൽ കോപം കത്തിജ്ജ്വലിച്ചിരുന്ന അയാൾ അവളോട്

ഒരക്ഷരം മിണ്ടിയില്ല. അപ്പോൾ, താൻ വെളുത്തപക്ഷിയുടെ രൂപത്തിൽ കറുത്തപക്ഷിയായി ഇണചേർന്നതവൻ കണ്ടിട്ടുണ്ടെന്നവൾക്ക് ഉറപ്പായി. എന്നാൽ, ആ ചിന്ത അവനിൽ നിന്നും അവൾ മറച്ചുവെച്ചു. അവളുടെ ലൈംഗികാവശ്യങ്ങൾ അവൻ നിർവ്വഹിച്ചുകൊടുത്ത ശേഷം ഇപ്രകാരം പറഞ്ഞു: "അല്ലയോ രാജ്ഞി, എന്നെ അമ്മാവന്റെ കടയിൽപ്പോകാൻ നിങ്ങൾ അനുവദിക്കണം; കഴിഞ്ഞ നാല്പതു ദിവസങ്ങളായി അദ്ദേഹത്തെ കണ്ടിട്ടില്ലാത്തതിനാൽ, എനിക്ക് കാണാൻ കൊതിയാകുന്നു."

അവൾ മറുപടി പറഞ്ഞു: "അദ്ദേഹത്തിന്റെ അടുത്തേക്ക് പൊയ്ക്കൊള്ളൂ; എന്നാൽ, എന്റെ വീട്ടിൽനിന്ന് താമസം മാറ്റരുത്; കാരണം, നിന്റെ വേർപാട് എനിക്ക് സഹിക്കാനാവില്ല; ഒരു മണിക്കൂർ പോലും നിന്നെ കാണാതിരിക്കാനാവില്ല!"

"നിങ്ങളുടെ ഉത്തരവുപോലെ." കുതിരപ്പുറത്തേറി അയാൾ പല ചരക്കു കച്ചവടക്കാരന്റെ കടയിലെത്തി. അദ്ദേഹം ചാടി എഴുന്നേറ്റ് ചെന്ന് അവനെ ആലിംഗനം ചെയ്ത് പറഞ്ഞു: "ആ വിഗ്രഹാരാധനക്കാരിയോടൊപ്പം നീ എങ്ങനെയാണ് കഴിഞ്ഞിരുന്നത്, സുഖമല്ലേ?" "ഇന്നലെ രാത്രിവരെ എല്ലാരീതിയിലും സുഖകരമായിരുന്നു ജീവിതം." പിന്നീട് കറുത്തപക്ഷിയുമായി തോട്ടത്തിൽവെച്ചുണ്ടായ സംഭവം അവൻ വിവരിച്ചുകൊടുത്തു.

ഈ വാക്കുകൾ കേട്ട് വൃദ്ധൻ പറഞ്ഞു: "അവളെ സൂക്ഷിക്കുക; ആ മരത്തിലുണ്ടായിരുന്ന പക്ഷികളെല്ലാം യുവാക്കളും പരദേശികളുമായിരുന്നെന്ന് മനസ്സിലാക്കുക. അവൾ പ്രേമിച്ചിരുന്നവരാണവർ; പിന്നീട് മാന്ത്രിക ശക്തിയാൽ പക്ഷികളാക്കി മാറ്റി. നീ കണ്ട ആ കറുത്തപക്ഷി, അവൾ വല്ലാതെ പ്രേമിച്ചിരുന്ന ഒരു വെളുത്ത അടിമയാണ്, അവൻ അവളുടെ ഒരു പരിചാരികയുമായി അടുപ്പത്തിലാകുന്നതുവരെ. അതിനുശേഷം അവൾ, അവനെ ആഭിചാരക്രിയയിലൂടെ ഒരു കറുത്തപക്ഷിയാക്കി മാറ്റി" – അപ്പോഴേക്കും നേരംപുലരാറായെന്നും, തനിക്ക് കഥപറയാനനുവദിച്ച സമയം തീർന്നെന്നും ഷാഹ്റസാദ് മനസ്സിലാക്കി.

എഴുനൂറ്റി അമ്പത്തിയഞ്ചാം രാവ്

അവൾ പറഞ്ഞു, അല്ലയോ കീർത്തിമാനായ രാജാവേ, ബദർ ബാസിം വൃദ്ധനായ പലചരക്കു കടക്കാരനോട് 'ലാബ്' രാജ്ഞിയുടെ പ്രവൃത്തികളേയും, താൻ നേരിട്ടുകണ്ട കാര്യങ്ങളേയും കുറിച്ച് വിവരിച്ചുകൊടുത്തപ്പോൾ, ആ മരത്തിൽ കണ്ട പക്ഷികളെല്ലാം രാജ്ഞി രൂപമാറ്റം നടത്തിയ യുവാക്കളും പരദേശികളുമാണെന്നദ്ദേഹം ധരിപ്പിച്ചു. ആ കറുത്തപക്ഷി അവളുടെ ഒരു 'മാമുലൂക്ക്' ആയിരുന്നു. "പിന്നെ, വൃദ്ധൻ തുടർന്നു, അവൾക്ക് കാമമുണരുമ്പോൾ, അവൾ സ്വയം ഒരു പെൺപക്ഷിയായി അവന് സുഖിക്കാനായി അടുത്തുചെല്ലും; അവളിപ്പോഴും അവനെ കാമാർത്തിയോടെ മോഹിക്കുന്നു. നീ അവളുടെ രഹസ്യം കണ്ടുപിടിച്ചെന്നറിഞ്ഞപ്പോൾ, അവളുടെ മനസ്സിൽ നിന്നെക്കുറിച്ച് ദുഷ്ചിന്ത ഉടലെടുത്തിട്ടുണ്ട്; നിന്നെ പൂർണ്ണമായി അവൾ സ്നേഹിക്കുന്നില്ല. എന്നാൽ, അവളിൽ നിന്ന് നിനക്ക് ദ്രോഹമൊന്നും ഉണ്ടാകില്ല, ഞാൻ നിന്നെ സംരക്ഷിക്കുന്നിടത്തോളം കാലം; അതുകൊണ്ട് ഒന്നും പേടിക്കണ്ട. ഞാൻ

അബ്ദുള്ള എന്നു പേരുള്ള ഒരു മുസ്ലിം ആണ്. എന്നേക്കാൾ വലിയൊരു മന്ത്രവാദി ഇന്ന് നിലവില്ല. എന്നാലും, ഗത്യന്തരമില്ലാത്തൊരു നിലയിലേ ഞാൻ മന്ത്രവാദം പ്രയോഗിക്കൂ. പല തവണ ആ ശപിക്കപ്പെട്ട മന്ത്രവാദിനിയുടെ പ്രവൃത്തികൾ ഞാൻ നിഷ്ഫലമാക്കി, ആളുകളെ രക്ഷിച്ചിട്ടുണ്ട്. ഞാനവളെ ഒട്ടും വിലവെക്കുന്നില്ല; അവൾക്കെന്നെ യാതൊരു വിധത്തിലും ദ്രോഹിക്കാനാകില്ല. എന്നുമാത്രമല്ല, അവൾക്കെന്നെ ഭയങ്കര ഭയവുമാണ്, അതുപോലെ എല്ലാ നഗരവാസികൾക്കും. അവരെല്ലാം അവളെപ്പോലെ മാന്ത്രികരാണ്, അഗ്നിയെ ആരാധിക്കുന്നവർ. സർവ്വശക്തനായ അള്ളായെ അല്ല അവർ ആരാധിക്കുന്നത്. നാളെ നീ എന്റെ അടുത്തുവന്ന്, അവൾ എന്താണ് നിന്നോട് ചെയ്തതെന്ന് പറയുക; ഇന്നത്തെ രാത്രി തന്നെ നിന്നെ നശിപ്പിക്കാനവൾ തുനിയും; അപ്പോൾ എങ്ങനെയാണ് നീ അവളോട് പെരുമാറേണ്ടതെന്ന് ഞാൻ പറഞ്ഞുതരാം; അവളുടെ ദുർമന്ത്രവാദത്തിൽ നിന്ന് അപ്പോൾ നിനക്ക് സ്വയം രക്ഷപ്പെടാനാവും."

ബദർ ബാസിം വൃദ്ധനോട് യാത്രപറഞ്ഞ് രാജ്ഞിയുടെ അടുത്തേക്ക് തിരിച്ചുപോയി; തന്നെ അവൾ കാത്തിരിക്കുന്നതായി അവൻ കണ്ടു. അവനെ കണ്ട ഉടനെ അവൾ എഴുന്നേറ്റ്, അവനെ സ്വാഗതം ചെയ്ത്, അരികിൽ പിടിച്ചിരുത്തി ആഹാരം വിളമ്പി. ഇരുവരും മതിയാവോളം ഭക്ഷണംകഴിച്ച്, കൈകഴുകി വന്നിരുന്നശേഷം വീഞ്ഞ് കഴിക്കാൻ തുടങ്ങി; രാത്രി വളരെ വൈകുന്നതുവരെ അവരുടെ മദിരോത്സവം തുടർന്നു; അവന് ബോധം മറയുന്നതുവരെ അവൾ വീഞ്ഞ് പകർന്നു കൊണ്ടിരുന്നു. കുടിച്ച് ഫിറ്റായ സമയത്ത് അവൾ അവനോട് ചോദിച്ചു: "അള്ളായുടേയും, നീയാരാധിക്കുന്ന മറ്റേതെങ്കിലും ദൈവത്തിന്റേയോ പേരിൽ സത്യം ചെയ്ത്, ഞാൻ ചോദിക്കുന്ന ഒരു ചോദ്യത്തിന് നീ ശരിയായ ഉത്തരം തരുമോ?" കുടിച്ച് ഉന്മത്തനായ അവൻ മറുപടി നൽകി, "ഉവ്വ്, എന്റെ മഹതി."

അവൾ പറഞ്ഞു: "പ്രഭോ, എന്റെ കണ്ണുകളിലെ പ്രകാശമേ, ഇന്നലെ രാത്രി നീ എഴുന്നേറ്റ് എന്നെ കാണാതായപ്പോൾ, നീ ഉദ്യാനത്തിലേക്ക് എന്നെത്തേടി വന്നു; അപ്പോൾ ഞാൻ വെളുത്തപക്ഷിയുടെ രൂപത്തിൽ നിൽക്കുന്നതും ഒരു കറുത്തപക്ഷി വന്ന് എന്നോട് ഇണചേരുന്നതും നീ കണ്ടു. ഇക്കാര്യത്തിലെ സത്യം എന്താണെന്ന് ഞാൻ പറയാം. ഞാൻ വളരെ വൈകാരികമായി പ്രേമിച്ചിരുന്ന എന്റെ ഒരു 'മാമലൂക്ക്' ആയിരുന്നു ആ കറുത്തപക്ഷി; എന്നാൽ ഒരു ദിവസം എന്റെ അടിമപ്പെൺകുട്ടികളിൽ ഒരുവളെ അയാൾ നോട്ടമിട്ടു. അതിൽ അസൂയമൂത്ത ഞാൻ, ആഭിചാര കർമ്മത്തിലൂടെ, അവനെ ഒരു കറുത്തപക്ഷിയായി മാറ്റി; ആ അടിമപ്പെൺകുട്ടിയെ കൊന്നുകളയുകയും ചെയ്തു. എന്നാൽ, ഇപ്പോൾ അവനെക്കൂടാതെ ഒരു മണിക്കൂർ പോലും എനിക്ക് കഴിയാൻ പറ്റില്ലെന്ന നിലയിലായി; അതുകൊണ്ട് അവനോട് എനിക്ക് കാമമുണരുമ്പോൾ, ഞാൻ ഒരു പെൺപക്ഷിയുടെ രൂപത്തിൽ പോയി, അവനുമായി ഇണചേർന്ന് രസിക്കുന്നു, നീ കണ്ടതുപോലെ. ഇതുമൂലം നിനക്കെന്നോട് കോപമുണ്ട്; ദൈവത്താണേ, ഞാൻ എന്നത്തേക്കാളേറെ നിന്നെ സ്നേഹിക്കുന്നു, എന്റെ ജീവിതത്തിന്റെ ഒരു ഭാഗമായാണ് ഞാൻ നിന്നെ കരുതുന്നത്."

അർദ്ധബോധാവസ്ഥയിൽ അവൻ പുലമ്പി. "എന്റെ കോപത്തെക്കുറിച്ചുള്ള നിങ്ങളുടെ അനുമാനം ശരിയാണ്; ഇതല്ലാതെ അതിന് മറ്റൊരു കാരണവുമില്ല."

അതുകേട്ടപ്പോൾ അവൾ അവനെ കെട്ടിപ്പിടിച്ച് ഉമ്മവെച്ചു; ഭയങ്കര സ്നേഹപ്രകടനങ്ങൾകൊണ്ട് മൂടി. പിന്നെ, അവനോട് പറ്റിച്ചേർന്നു കൊണ്ടവൾ കിടന്നുറങ്ങി. പാതിരാത്രി ആയപ്പോൾ മെത്തയിൽ നിന്ന് എഴുന്നേറ്റു; ബദർ ബാസിം രാജാവും ഉണർന്നെങ്കിലും, അവൾ ചെയ്യുന്നതെന്താണെന്ന് രഹസ്യമായി ശ്രദ്ധിച്ച് അവൻ ഉറക്കം നടിച്ച് കിടന്നു. അവൾ ഒരു ചുകന്ന സഞ്ചിയിൽ നിന്ന് ഒരു ചുകന്ന സാധനം പുറത്തെടുത്ത്, ആ മുറിയുടെ മദ്ധ്യത്തിൽ അത് വെച്ചു; അത് പ്രവഹിക്കുന്ന ഒരു നീർച്ചാലായി മാറി! അതിനുശേഷം ഒരു പിടി 'ബാർലി' എടുത്ത് നിലത്ത് വിതറി; ആ നീർച്ചാലിലെ വെള്ളമെടുത്ത് അതിനെ നനച്ചു. അത് ചെടിയായി, അതിൽ ഗോതമ്പ്ധാന്യം ഉണ്ടായി; ആ ഗോതമ്പ് പറിച്ചെടുത്ത് അവൾ പൊടിച്ചെടുത്തു. പിന്നെ അത് മാറ്റിവെച്ചശേഷം മെത്തയിൽ തിരിച്ചെത്തി ബദർ ബാസിമിന്റെ അടുത്തുകിടന്ന് പുലരുവോളം ഉറങ്ങി. അവൻ ഉറക്കമുണർന്നപ്പോൾ മുഖം കഴുകി, തന്റെ അമ്മാവനെ സന്ദർശിക്കാനവൻ അവളുടെ അനുമതി തേടി. അവൾ അനുമതി നൽകി. അവൻ അബ്ദുള്ളയുടെ അടുത്തെത്തിയ ശേഷം നടന്ന സംഭവങ്ങളെല്ലാം വിവരിച്ചു കൊടുത്തു. വൃദ്ധൻ ചിരിച്ചുകൊണ്ട് മറുപടി നൽകി, "അള്ളായാണേ, ഈ നീചയായ മന്ത്രവാദിനി നിനക്കെതിരെ ദുഷ്പ്രവൃത്തികൾ സജ്ജീകരിക്കുകയാണ്; എന്നാലതു നടക്കില്ല!" എന്നിട്ടദ്ദേഹം അവന് ഒരു റാത്തൽ വറുത്ത ധാന്യപ്പൊടി നൽകിക്കൊണ്ട് പറഞ്ഞു: "ഇതു കൊണ്ടുപോവുക; അവൾ ഇതു കാണുമ്പോൾ നിന്നോട് ചോദിക്കും, 'ഇത് എന്താണ്, എന്താണിതുകൊണ്ട് നീ ചെയ്യാൻ പോകുന്നത്?' എന്ന്. അപ്പോൾ നീ മറുപടി പറയുക, 'നല്ല സാധനമാണ്'; എന്നിട്ടത് തിന്നുക. അപ്പോൾ, താൻ പൊടിച്ചുവെച്ച ധാന്യംകൊണ്ട് ഉണ്ടാക്കിയ അപ്പം കൊണ്ടുവന്ന് 'ഈ അപ്പം തിന്നുക' എന്നവൾ നിന്നോട് പറയും. അപ്പോൾ അവളുടെ അപ്പം തിന്നുന്നതുപോലെ നടിച്ച്, അതിനു പകരം ഈ ധാന്യംകൊണ്ടുണ്ടാക്കിയ അപ്പം തിന്നുക; ശകലം അവളുടെ അപ്പം തിന്നരുത്, അത് പ്രത്യേകം ശ്രദ്ധിക്കുക. അതു തിന്നാൽ, അവളുടെ ദുർമന്ത്രവാദത്തിന് നീ ഇരയാകും; അവൾ നിന്നെ മാന്ത്രിക വലയത്തിൽ കൊണ്ടുവന്ന് പറയും, 'ഈ മനുഷ്യരൂപം ഉപേക്ഷിക്കുക'. ഉടനെ നീ സ്വന്തം രൂപം ഉപേക്ഷിച്ച് അവൾക്കിഷ്ടമുള്ള രൂപം സ്വീകരിക്കും. എന്നാൽ, നീ അവളുടെ അപ്പം തിന്നില്ലെങ്കിലോ, അവളുടെ മന്ത്രം നിന്നിൽ ഫലിക്കാതാകും; നിനക്കൊരു ദ്രോഹവും സംഭവിക്കില്ല. അവൾ അപ്പോൾ ഭയങ്കരമായി ലജ്ജിച്ചുകൊണ്ട് നിന്നോട് പറയും, 'ഞാൻ നിന്നോടൊരു തമാശ പറഞ്ഞതാണ്!'

പിന്നെ, നിന്നോടവൾ വലിയ പ്രേമം നടിക്കും, എല്ലാം വഞ്ചനയാണ്, വെറും പ്രകടനം. നീയും അവളോട് അപ്രകാരം പ്രേമാഭിനയം നടത്തണം; ഇങ്ങനെ പറയണം, 'അല്ലയോ മഹതി, എന്റെ കണ്ണിലെ പ്രകാശമേ, ഈ ബാർലി അപ്പം ഒന്ന് തിന്നു നോക്കൂ, എന്ത് സ്വാദുള്ളതാണെന്നോ?' അവൾ അത് തിന്നാൽ, അത് വെറും ബാർലി അപ്പമാണെങ്കിലും, കൈക്കുമ്പിളിൽ അല്പം വെള്ളമെടുത്ത് അവളുടെ മുഖത്ത്

കുടഞ്ഞ് ഇപ്രകാരം പറയുക, 'ഈ മനുഷ്യരൂപം ഉപേക്ഷിക്കു' (എന്നിട്ട് നിനക്ക് തോന്നിയ രൂപം എടുക്കുവാൻ പറയുക.) പിന്നെ, അവളെ വിട്ട് എന്റെ അടുത്തേക്ക് വരൂ, അപ്പോൾ എന്താണ് ചെയ്യേണ്ടതെന്ന് ഞാൻ ഉപദേശിക്കാം."

അങ്ങനെ ബദർ ബാസിം വൃദ്ധനോട് വിടപറഞ്ഞ്, കൊട്ടാരത്തിലെത്തി, രാജ്ഞിയെ സമീപിച്ചു. അവൾ അവനോട് പറഞ്ഞു: "നിനക്ക് ആഹ്ലാദം നിറഞ്ഞ സ്വാഗതം!" അവൾ എഴുന്നേറ്റ് അവനെ ചുംബിച്ചുകൊണ്ട് പറഞ്ഞു, "നീ എന്നെ വിട്ടുപോയിട്ട് കുറെ നേരമായി, എന്റെ പ്രഭോ."

അവൻ മറുപടി നൽകി: "ഞാൻ എന്റെ അമ്മാവനോടൊപ്പമായിരുന്നു. അദ്ദേഹം ഈ അപ്പം എനിക്ക് കഴിക്കാനായി തന്നു."

അവൾ പറഞ്ഞു: "നമ്മുടെ പക്കൽ ഇതിനേക്കാൾ നല്ലത് ഉണ്ട്."

പിന്നെ അവന്റെ അപ്പം ഒരു പ്ലേറ്റിലും, അവളുടേത് മറ്റൊരു പ്ലേറ്റിലും വെച്ചുകൊണ്ടവൾ പറഞ്ഞു: "ഇത് കഴിക്കൂ, നിന്റേതിനേക്കാൾ നല്ലതാണ്."

അപ്പോൾ അത് തിന്നുന്നതായി അവൻ നടിച്ചു; അതവൻ തിന്നു എന്ന് വിചാരിച്ച അവൾ അല്പം വെള്ളം ഉള്ളം കൈയിലെടുത്ത് അവനുമേൽ തളിച്ച് പറഞ്ഞു: "ഈ രൂപം ഉപേക്ഷിക്കുക; തൂക്കിലിടപ്പെടേണ്ടവനെ, നികൃഷ്ട, ദുർഗ്ഗന്ധമുള്ള ഒറ്റക്കണ്ണൻ കോവർ കഴുതയുടെ രൂപം എടുക്കുക."

എന്നാൽ, അവന്റെ രൂപം മാറിയില്ല! ഉടനെ അവൾ എഴുന്നേറ്റ് ചമ്മലോടെ അവന്റെ അടുത്തുചെന്ന് നെറ്റിയിൽ ചുംബിച്ച് പറഞ്ഞു, "അല്ലയോ എന്റെ പ്രിയതമാ, ഞാൻ നിന്നെ ഒന്ന് കളിപ്പിച്ചുനോക്കിയതാണ്; അതുകൊണ്ട് യാതൊരു ദോഷവും വരില്ല." "അല്ലയോ മഹതി, നിങ്ങൾ എനിക്ക് ദ്രോഹം ചെയ്യില്ലെന്നെനിക്കറിയാം; എന്നു മാത്രമല്ല, നിങ്ങൾ എന്നെ സ്നേഹിക്കുന്നുണ്ടെന്നും എനിക്കുറപ്പാണ്. ഞാൻ കൊണ്ടുവന്ന ബാർലി അപ്പം കുറച്ച് കഴിച്ചുനോക്കൂ."

അവൾ അബ്ദുള്ളായുടെ അപ്പം അല്പം കഴിച്ചു; എന്നാൽ അത് വയറ്റിലെത്തിയ ഉടനെ അവൾ അപസ്മാരബാധയേറ്റവളെപ്പോലെ ആയി. ബദർ ബാസിം രാജാവ് കുറച്ച് വെള്ളമെടുത്ത്, അവളുടെ മുഖത്ത് കുടഞ്ഞുകൊണ്ട് പറഞ്ഞു, "ഈ മനുഷ്യരൂപം ഉപേക്ഷിച്ച് ഒരു പുള്ളിക്കുത്തുള്ള കോവർകഴുതയായി മാറട്ടെ!" അവൻ അത് പറഞ്ഞുതീരുമ്പോഴേക്കും അവൾ ഒരു പെൺ കോവർകഴുതയായി മാറി. അവളുടെ കണ്ണുകളിൽ നിന്ന് കണ്ണുനീർച്ചാലുകൾ ഒഴുകി; അവൾ മോന്തകൊണ്ട് അവന്റെ കാലുകളിൽ ഉരസി! അവളെ കടിഞ്ഞാണിട്ട് നിർത്താമെന്നവൻ കുരുതിയതാണ്; എന്നാൽ, അവൾ ഒഴിഞ്ഞുമാറി. അപ്പോൾ അവൻ അതിനെ അവിടെ വിട്ട്, പലചരക്കു കച്ചവടക്കാരന്റെ അടുത്ത് പോയി നടന്നകാര്യങ്ങളെല്ലാം വിവരിച്ചുകൊടുത്തു. അബ്ദുള്ള അവന് ഒരു കടിഞ്ഞാൺ എടുത്തു കൊടുത്ത് അതിനെ വേഗം കടിഞ്ഞാണിടാൻ ആജ്ഞാപിച്ചു. അവൻ തിരിച്ചുചെന്ന ഉടനെ അവൾ അവന്റെ അടുത്തെത്തി. ബദർ അവളെ കടിഞ്ഞാണിട്ടശേഷം പുറത്ത് കയറി വൃദ്ധന്റെ അടുക്കലേക്ക് സവാരി ചെയ്തു. വൃദ്ധൻ അവളെ കണ്ട ഉടനെ എഴുന്നേറ്റുചെന്ന് അവളോട് പറഞ്ഞു: "സർവ്വശക്തനായ അള്ളാ നിന്നെ തുലച്ചു, ഓ,

ശപിക്കപ്പെട്ടവളെ! പിന്നെ, വൃദ്ധൻ ബദറിനോട് പറഞ്ഞു, "എന്റെ മോനേ, ഈ നഗരത്തിൽ ഇനി നീ താമസിക്കരുത്, അതുകൊണ്ട് അവളുടെ പുറത്തിരുന്ന് സവാരിചെയ്ത് നിനക്കിഷ്ടമുള്ളിടത്തേക്ക് പോകുക; എന്നാൽ, ഈ കടിഞ്ഞാൺ നീ ആർക്കും വിട്ടുകൊടുക്കാതിരിക്കാൻ ശ്രദ്ധിക്കുക."

ബദർ രാജാവ് വൃദ്ധനോട് നന്ദിപൂർവ്വം വിടപറഞ്ഞു, നിർത്താതെ മൂന്നുദിവസം സവാരി തുടർന്നു. പിന്നീട്, മറ്റൊരു നഗരത്തിലെത്തിയപ്പോൾ, തലനരച്ച സുമുഖനായൊരു വൃദ്ധനെ അവൻ കണ്ടുമുട്ടി. അയാൾ അവനോട് ചോദിച്ചു: "നീ എവിടെനിന്നാണ് വരുന്നത്, എന്റെ മോനേ?"

ബദർ മറുപടി പറഞ്ഞു: "ഈ മന്ത്രവാദിനിയുടെ നഗരത്തിൽ നിന്ന്."

വൃദ്ധൻ പറഞ്ഞു: "ഇന്നു രാത്രി നീ എന്റെ അതിഥിയാണ്."

ബദർ സമ്മതം മൂളി, അയാളുടെ പിന്നാലെ പോയി; എന്നാൽ വഴി മദ്ധ്യേ അവർ ഒരു വൃദ്ധയെ കണ്ടുമുട്ടി. ആ കോവർകഴുതയെക്കണ്ട് വൃദ്ധ ദുഃഖിച്ച് കരയാൻ തുടങ്ങി, "അള്ളായെപ്പോലെ സർവ്വശക്തനായൊരു ദൈവമില്ല! സത്യമായും, ഈ കോവർകഴുത എന്റെ മകന്റെ ചത്തുപോയ കഴുതയെപ്പോലെയുണ്ട്, അതിനുവേണ്ടി എന്റെ ഹൃദയം പിടയ്ക്കുകയാണ്. അല്ലയോ പ്രഭോ, അങ്ങ് എനിക്കിതിനെ വിലയ്ക്ക് തരുകയാണെങ്കിൽ, അള്ളാ അങ്ങയെ അനുഗ്രഹിക്കും!"

"അള്ളായാണെ, അമ്മേ, എനിക്കിതിനെ വില്ക്കാൻ പറ്റില്ല."

എന്നാൽ അവൾ വിലപിക്കാൻ തുടങ്ങി, "അള്ളാ നിന്നെ രക്ഷിക്കും, എന്റെ അപേക്ഷ നിരസിക്കല്ലെ; ഈ കോവർകഴുതയെ വാങ്ങിച്ചുകൊടുത്തില്ലെങ്കിൽ എന്റെ മകൻ തീർച്ചയായും ചാകും." അവൾ വിടാതെ അപേക്ഷിച്ചുകൊണ്ടിരുന്നു; അവൻ അവളിൽ നിന്നും രക്ഷപ്പെടാൻ വേണ്ടി ഉറക്കെപ്പറഞ്ഞു, "ആയിരം ദിനാർ കിട്ടാതെ ഞാനിതിനെ വിൽക്കില്ല!" അവൻ സ്വയം പറഞ്ഞു, "ഈ കിഴവിക്ക് എവിടെനിന്ന് ആയിരം സ്വർണ്ണനാണ്യം കിട്ടാനാണ്?" ഉടനെ അവൾ തന്റെ അരപ്പട്ടയിൽ നിന്ന് ഒരു പണസഞ്ചി വലിച്ചെടുത്ത് ആയിരം ദിനാർ പുറത്തെടുത്തു. അതു കണ്ട് ബദർ വിളിച്ചുപറഞ്ഞു, "അല്ലയോ, എന്റെ അമ്മേ, ഞാൻ നിങ്ങളോട് തമാശ പറഞ്ഞതാണ്; എനിക്കിതിനെ വില്ക്കാൻ കഴിയില്ല." എന്നാൽ, വൃദ്ധ അവന്റെ മുഖത്ത് നോക്കിപ്പറഞ്ഞു, "എന്റെ മോനേ, ഈ നഗരത്തിൽ ആരും നുണ പറയില്ല, കാരണം, നുണപറയുന്നവൻ തൂക്കിലേറ്റപ്പെടുന്നു!"

അങ്ങനെ ബദർ ബാസിം രാജാവ് കഴുതപ്പുറത്തുനിന്ന് താഴെ ഇറങ്ങി - അപ്പോഴേക്കും നേരംപുലരാറായെന്നും തനിക്ക് കഥ പറയാനനുവദിച്ച സമയം തീർന്നെന്നും ഷാഹ്രസാദ് മനസ്സിലാക്കി.

എഴുനൂറ്റി അമ്പത്തിയാറാം രാവ്

അവൾ പറഞ്ഞു, അല്ലയോ കീർത്തിമാനായ രാജാവേ, ബദർ ബാസിം രാജാവ് കഴുതപ്പുറത്തുനിന്ന് താഴെ ഇറങ്ങി ആ വൃദ്ധയ്ക്ക് കോവർകഴുതയെ കൈമാറിയപ്പോൾ, അവൾ വായിൽനിന്ന് എന്തോ ഒരു സാധനം എടുത്ത്, കൈക്കുമ്പിളിൽ കുറച്ച് വെള്ളാം ഒഴിച്ച്, അത് കഴുതയുടെ മേൽ കുടഞ്ഞുകൊണ്ട് പറഞ്ഞു, "ഈ രൂപം ഉപേക്ഷിച്ച് പഴയ യഥാർത്ഥരൂപമെടുക്കു, മോളെ!"

ഉടനെ അവൾ പഴയ രൂപത്തിലായി; ഇരുസ്ത്രീകളും പരസ്പരം ആലിംഗനം ചെയ്തു ചുംബിച്ചു. ആ വൃദ്ധ ലാബ് രാജ്ഞിയുടെ അമ്മയാണെന്നും, തന്നെ അവർ പറ്റിച്ചതാണെന്നും ബദർ ബാസിം രാജാവിന് മനസ്സിലായി. അവൻ ഓടി രക്ഷപ്പെടാനായി അലോചിച്ചതാണ്. അപ്പോഴേക്കും ആ വൃദ്ധ ഭയങ്കര ശബ്ദത്തിൽ ഒരു വിസിലടിച്ചു; ഉടനെ പർവ്വതം പോലെ ഭീമാകാരനായൊരു ഭൂതം അവിടെ പ്രത്യക്ഷപ്പെട്ടു. ബദർ പേടിച്ചു വിറച്ചു നിന്നുപോയി! അപ്പോൾ വൃദ്ധ ആ ഭൂതത്തിന്റെ പുറത്ത് കയറി ഇരുന്നു, പിന്നിൽ തന്റെ മകളെയും, മുന്നിൽ ബദർ ബാസിം രാജാവിനേയും ഇരുത്തി. ഭൂതം അവരെയും കൊണ്ട് പറന്നുയർന്നു. ഒരു മണിക്കൂറിനുള്ളിൽ അവർ ലാബ് രാജ്ഞിയുടെ കൊട്ടാരത്തിലെത്തി. അവൾ രാജസിംഹാസനത്തിലിരുന്ന് ബദറിനോട് പറഞ്ഞു: "നീ തൂക്കിലിടപ്പെടേണ്ടവൻ തന്നെയാണ്. ഇപ്പോൾ, എന്തായാലും എന്റെ ആഗ്രഹാനുസരണം ഞാനിവിടെ വന്ന നിലയ്ക്ക്, നിന്നേയും ആ വൃദ്ധൻ പലചരക്ക് കച്ചവടക്കാരനേയും ഒരു പാഠം പഠിപ്പിക്കുന്നത് നിനക്ക് ഉടനെ കാണാം! എന്തുമാത്രം ആനുകൂല്യങ്ങളാണ് ഞാനാവൃദ്ധന് ചെയ്തുകൊടുത്തിട്ടുള്ളത്! എന്നിട്ടും മര്യാദകേടാണ് അയാൾ എന്നോട് കാണിച്ചത്; കാരണം, അയാളുടെ സഹായമില്ലാതെ നിനക്ക് സ്വന്തം ലക്ഷ്യത്തിലെത്താനാവില്ലായിരുന്നു."

പിന്നെ, അവൾ കുറച്ചു വെള്ളമെടുത്ത് അവനു മേൽ തെറിപ്പിച്ചുകൊണ്ട് പറഞ്ഞു: "നീ സ്വന്തം രൂപം വിട്ട് വൃത്തികെട്ട നാറുന്ന ഒരു പക്ഷിയായി മാറട്ടെ!" പക്ഷിയായ അവനെ ഒരു കൂട്ടിലാക്കി ജലപാനം കൊടുക്കാതെ അവൾ പൂട്ടിയിട്ടു. എന്നാൽ, ഈ ക്രൂരതകണ്ട രാജ്ഞിയുടെ ഒരു പരിചാരികയ്ക്ക് അവനോട് അനുകമ്പ തോന്നി, ആരുമറിയാതെ അവന് ഭക്ഷണവും വെള്ളവും കൊടുത്തുപോന്നു. ഒരു ദിവസം, യജമാനത്തി അറിയാതെ ആ പരിചാരിക വൃദ്ധൻ പലചരക്കു കച്ചവടക്കാരന്റെ അടുത്തുചെന്ന് നടന്ന സംഭവങ്ങളെല്ലാം വിവരിച്ചുകൊടുത്തു. "നിങ്ങളുടെ സഹോദരപുത്രന്റെ കഥ കഴിക്കാൻ ലാബ് രാജ്ഞി തീരുമാനമെടുത്തിരിക്കയാണ്."

വൃദ്ധൻ അവളോട് നന്ദിരേഖപ്പെടുത്തിക്കൊണ്ട് പറഞ്ഞു: "ഈ നഗരം അവളിൽനിന്ന് എനിക്ക് പിടിച്ചെടുക്കാതെ പറ്റില്ല; എന്നിട്ട് അവളുടെ സ്ഥാനത്ത് നിന്നെ ഞാൻ രാജ്ഞിയായി വാഴിക്കും."

വൃദ്ധൻ ഉറക്കെ ഒരു വിസിൽ അടിച്ചു. തൽക്ഷണം നാലു ചിറകുകളുള്ള ഒരു ഭീകര ഭൂതം അവിടെ പ്രത്യക്ഷപ്പെട്ടു. അയാൾ ഭൂതത്തിനോട് പറഞ്ഞു, "ഈ യുവതിയേയും ചുമന്ന് ജലകന്യകയായ ജുൽനാറിന്റെ നഗരത്തിലും, അവളുടെ അമ്മ 'ഫറാഷ'യുടെ അടുത്തും ചെല്ലുക; കാരണം, അവർ ഇരുവരും ആണ് ഈ ലോകത്തിലെ ഏറ്റവും ശക്തരായ രണ്ട് മാന്ത്രികർ."

പിന്നെ അയാൾ ആ യുവതിയോട് പറഞ്ഞു: "നീ അവിടെച്ചെന്ന്, ബദർ ബാസിം രാജാവ് ഇപ്പോൾ ലാബ് രാജ്ഞിയുടെ ബന്ദിയാണെന്ന് അവരോട് പറയുക."

ഉടനെ ആ യുവതിയെ പുറത്തുകയറ്റി ഭൂതം പറന്നുയർന്നു; അല്പസമയത്തിനുള്ളിൽ ജുൽനാർ രാജ്ഞിയുടെ കൊട്ടാരത്തിലെ 'ടെറസ്സി'ൽ അവളെ ഇറക്കി. അവൾ താഴെവന്ന്, രാജ്ഞിയുടെ മുന്നിലെ നിലത്ത് ചുംബിച്ച്, അവരുടെ മകന് സംഭവിച്ച കാര്യങ്ങൾ തുടക്കം മുതൽ അവസാനംവരെ വിവരിച്ചുകൊടുത്തു. ഉടനെ ജുൽനാർ എഴുന്നേറ്റ് ചെന്ന്

അവളെ ആദരവോടെ സ്വീകരിച്ച് നന്ദി പ്രകടിപ്പിച്ചു. പിന്നെ, നഗരത്തിലുടനീളം പെരുമ്പറ അടിച്ച് ബദർ ബാസിം രാജകുമാരനെ കണ്ടെത്തിയെന്ന ശുഭ വാർത്ത അറിയിച്ചു; പ്രഭുക്കന്മാരേയും ഉന്നത ഉദ്യോഗസ്ഥന്മാരേയും എല്ലാ വിവരങ്ങളും ധരിപ്പിച്ചു. പിന്നീട് അവളും അമ്മ ഷരാഫായും സഹോദരൻ സാലിഹും ചേർന്ന് എല്ലാ 'ജിന്നു'കളേയും സമുദ്ര സേനകളേയും വിളിച്ചുകൂട്ടി. അൽ സമന്ദർ രാജാവിനെ തടവിലിട്ട ശേഷം ജിന്നുകളുടെ രാജാവ് അവരുടെ ആജ്ഞാനുവർത്തിയാണ്. പെട്ടെന്ന് അവരെല്ലാവരും ആകാശത്തിലൂടെ പറന്നുചെന്ന് മന്ത്രവാദികളുടെ നഗരത്തിലിറങ്ങി. കണ്ണടച്ച് തുറക്കുന്നതിനുമുമ്പവർ ആ നഗരവും കൊട്ടാരവും തകർത്തുകളഞ്ഞു! എല്ലാ അവിശ്വാസികളേയും കൊന്നൊടുക്കി. പിന്നെ ജുൽനാർ ആ യുവതിയോട് ചോദിച്ചു, "എന്റെ മകൻ എവിടെ?"

അപ്പോൾ അടിമപ്പെണ്ണ് ഒരു കിളിക്കൂട് കൊണ്ടുവന്ന്, അതിനുള്ളിലെ കിളിയെ ചൂണ്ടിക്കാണിച്ച് പറഞ്ഞു: "ഇതാണ് നിങ്ങളുടെ മകൻ." ഉടനെ ജുൽനാർ കിളിക്കൂട് വാങ്ങി അതിൽ വെള്ളം തളിച്ചുകൊണ്ട് പറഞ്ഞു: "ഈ രൂപം ഉപേക്ഷിച്ച് നീ സ്വന്തം രൂപത്തിലേക്ക് വരിക." അവർ അത് പറഞ്ഞുതീരുമ്പോഴേക്കും, അവൻ സ്വയം ശരീരം കുടഞ്ഞ്, പഴയതുപോലെ മനുഷ്യരൂപം പ്രാപിച്ചു. അതുകണ്ട അമ്മ മകനെ ആലിംഗനം ചെയ്ത്, അടക്കാനാവത്ത ദുഃഖത്തോടെ കരഞ്ഞു. അതുപോലെ അവന്റെ അമ്മാവൻ സാലിഹും, അമ്മൂമ്മയും, അമ്മാവന്റെ പുത്രിമാരും അവനെ ആലിംഗനം ചെയ്ത് കൈകളിൽ ചുംബിച്ചു.

ജുൽനാർ വൃദ്ധൻ അബ്ദുള്ളയെ വിളിച്ചുവരുത്തി, തന്റെ മകനോട് കാണിച്ച കാരുണ്യത്തിന് നന്ദി പറഞ്ഞു; അയാളെക്കൊണ്ട് സന്ദേശം കൊണ്ടുചെന്ന ആ യുവതിയെ വിവാഹം കഴിപ്പിച്ചു; അയാളെ ആ നഗരത്തിന്റെ രാജാവായി വാഴിപ്പിച്ചു. അതിനും പുറമെ, ആ നഗരത്തിൽ അവശേഷിച്ചവരെ (അവർ മുസ്ലീമുകൾ ആയിരുന്നു) വിളിച്ചുവരുത്തി പുതിയ രാജാവിന് വിധേയത്വവും വിശ്വാസവും സത്യപ്രതിജ്ഞ ചെയ്യിപ്പിച്ചു. അതിന്നവർ സസന്തോഷം തയ്യാറായി; അവർ മറുപടി നൽകി, "ഉത്തരവുപോലെ."

പിന്നെ അവളും സംഘവും അയാളോട് വിടപറഞ്ഞ് സ്വന്തം തലസ്ഥാനത്തേക്ക് മടങ്ങി. നഗരവാസികൾ അവരെ സ്വീകരിക്കാനായി എത്തി; തമ്പേറടിച്ച് സ്വാഗതം ചെയ്തു. മൂന്നുദിവസം തലസ്ഥാനനഗരി മനോഹരമായി അലങ്കരിക്കപ്പെട്ട് ശോഭായമാനമായി നിലകൊണ്ടു; ഗംഭീരമായൊരു ഉത്സവമായിരുന്നു അവർ കൊണ്ടാടിയത്. അത്രയ്ക്ക് ആഹ്ലാദമായിരുന്നു അവർക്ക് തങ്ങളുടെ രാജാവായ ബദർ ബാസിമിന്റെ തിരിച്ചുവരവ്.

അതിനുശേഷം ബദർ അമ്മയോട് പറഞ്ഞു: "എന്റെ അമ്മേ, നമ്മൾ വീണ്ടും ഒന്നിച്ചല്ലോ, എന്റെ വിവാഹം നടന്നില്ലെങ്കിലും."

അമ്മ മറുപടി നൽകി: "ശരിയാണ് നീ പറഞ്ഞത്, എന്റെ മോനെ, ഏതു രാജകുമാരിയാണ് നിനക്ക് യോജിച്ചതെന്ന് ഞങ്ങൾ ചോദിക്കുന്നതുവരെ നീ കാത്തിരിക്കുക."

അവന്റെ മുത്തശ്ശി ഫരാഷായും അമ്മാവന്റെ പുത്രിമാരും പറഞ്ഞു: "ഓ, ബദർ ബാസിം, നിന്റെ ആഗ്രഹം സാധിപ്പിച്ചു തരുവാൻ ഞങ്ങൾ ഉടനെ പ്രവർത്തന നിരതരാവുകയാണ്." അവർ ഓരോരുത്തരും എഴുന്നേറ്റ് അനുയോജ്യയായ പെൺകുട്ടിയെ കണ്ടെത്താനായി ഭൂമിമുഴുവൻ ചുറ്റിയടിച്ചു. അതേ സമയം തന്റെ പരിചാരികമാരെ ഭൂതത്തിന്റെ പുറത്തു

കയറ്റി, എല്ലാ കൊട്ടാരങ്ങളിലും പോയി സുന്ദരികളായ പെൺകുട്ടികളുടെ വിവരങ്ങൾ ശേഖരിച്ചുകൊണ്ടുവരുവാനായി വിട്ടു. ഇക്കാര്യത്തിൽ മറ്റുള്ളവർ ഏറ്റെടുത്ത ബുദ്ധിമുട്ടുകൾ കണ്ട ബദർ ബാസിം രാജാവ് ജുൽനാറിനോട് പറഞ്ഞു: "എന്റെ അമ്മേ, ഇതെല്ലാം വിട്ടുകളയു, അൽ സമന്ദർ രാജാവിന്റെ പുത്രി ജൗഹാരെയല്ലാതെ മറ്റാരേയും എനിക്ക് തൃപ്തിയില്ല. അവൾ ആ പേരുപോലെതന്നെ ഒരു രത്നമാണ്." "നീ അവളെയാണ് ഇഷ്ടപ്പെടുന്നതെന്ന് എനിക്കറിയാം." ജുൽനാർ മറുപടി നൽകി. ഉടനെ അൽ സമന്ദർ രാജാവിനെ ഹാജരാക്കാനവൾ ഉത്തരവിട്ടു. അയാൾ എത്തിയപ്പോൾ, രാജ്ഞി ബദർ ബാസിമിനെ വിളിപ്പിച്ച്; അവൻ അവിടേക്ക് പ്രവേശിച്ചപ്പോൾ രാജാവ് എഴുന്നേറ്റ് നിന്ന് സലാം ചെയ്ത്, അഭിവാദ്യമർപ്പിച്ചു. ബദർ ബാസിം അയാളോട് മകളെ തനിക്ക് വിവാഹം കഴിച്ചു തരുവാൻ ആവശ്യപ്പെട്ടു.

അയാൾ മറുപടി നൽകി: "അവൾ നിങ്ങളുടെ ഭൃത്യയാണ്, എന്തു സേവനത്തിനും തയ്യാർ! നിങ്ങൾക്ക് ഇഷ്ടമുള്ളത് ചെയ്യാം." പിന്നെ, തന്റെ ഒരു അനുചരസംഘത്തെ അയാൾ ജൗഹാരയെ ഉടനെ കൊണ്ടു വരുവാനായി വിട്ടു. അച്ഛൻ ബദർ ബാസിം രാജാവിന്റെ കൈകളിലാണെന്ന് മകളോട് പ്രത്യേകം പറയണമെന്നയാൾ അവരെ ധരിപ്പിച്ചിരുന്നു. ആ സംഘം പെട്ടെന്ന് ആകാശത്തിലേക്കുയർന്ന് അപ്രത്യക്ഷമായി. അല്പസമയത്തിനുശേഷം രാജകുമാരിയോടൊപ്പം അവൾ തിരിച്ചെത്തി. അച്ഛനെ കണ്ട ഉടനെ അവൾ ഓടിച്ചെന്ന് അയാളുടെ കഴുത്തിൽ കെട്ടിപ്പിടിച്ചു. അവളെ നോക്കി അയാൾ പറഞ്ഞു: "എന്റെ മോളെ, മഹാമനസ്കനും, സിംഹംപോലെ ശൂരനും, ജലകന്യകയായ ജുൽനാർ രാജ്ഞിയുടെ പുത്രനുമായ ബദർ ബാസിം രാജാവിന് നിന്നെ ഞാൻ വിവാഹം കഴിച്ച് കൊടുക്കുകയാണ്. അവനെപ്പോലെ അത്ര ശക്തനും ശ്രേഷ്ഠനുമായൊരു വ്യക്തിയെ ഇക്കാലത്ത് കാണാൻ കഴിയില്ല. അവൻ നിനക്കുവേണ്ടിയും, നീ അവനുവേണ്ടിയും സൃഷ്ടിക്കപ്പെട്ടവരാണ്!" അവൾ മറുപടി നൽകി: "ഞാൻ അങ്ങയോട് എതിര് പറയില്ല, എന്റെ അച്ഛാ; അങ്ങയുടെ ഇഷ്ടംപോലെ ചെയ്തുകൊള്ളൂ. മനോവ്യഥയും പീഢനവും ഇതോടെ അവസാനിക്കട്ടെ; ഞാനദ്ദേഹത്തിന്റെ പരിചാരികയാണല്ലോ!"

അങ്ങനെ, അവർ, 'ഖാസി'യേയും സാക്ഷികളേയും വരുത്തി വിവാഹക്കരാർ തയ്യാറാക്കി; ബദർ ബാസിം രാജാവും ജൗഹരാ രാജകുമാരിയും വിവാഹിതരായി. നഗരവാസികൾ നഗരം മുഴുവൻ അലങ്കരിച്ച് മനോഹരമാക്കി, ആഹ്ലാദത്തിന്റേതായ വാദ്യഘോഷങ്ങൾ അലയടിച്ചു. ജയിലിലുള്ളവരെയെല്ലം സ്വതന്ത്രരാക്കി; വിധവകൾക്കും അനാഥകൾക്കും രാജാവ് വസ്ത്രങ്ങൾ ദാനം ചെയ്തു. പ്രഭുക്കന്മാർക്കും ഉന്നത ഉദ്യോഗസ്ഥന്മാർക്കും നാടുവാഴികൾക്കും ബഹുമതി വസ്ത്രങ്ങൾ സമ്മാനിച്ചു. വിവാഹസദ്യ പത്തു ദിവസങ്ങൾ നീണ്ടുനിന്നു, രാവും പകലും! ആഘോഷപരിപാടിയുടെ അന്ത്യത്തിൽ വ്യത്യസ്തമായ ഒമ്പതുതരം മനോഹരമായ വസ്ത്രങ്ങൾ മാറി മാറി അണിയിച്ച് വധുവിനെ പ്രദർശിപ്പിച്ചു! ബദർ ബാസിം രാജാവ് അൽ സമന്ദർ രാജാവിന് ബഹുമതി സൂചകമായ വസ്ത്രങ്ങൾ സമ്മാനിച്ച് ആദരവോടെ സ്വന്തം രാജ്യത്തേക്കാനയിച്ചു.

അതിനുശേഷം ആ ദമ്പതികൾ ഏറ്റവും ആഹ്ലാദത്തോടെ ജീവിതകാലം മുഴുവൻ സുഖമായി ജീവിച്ചു! ഇതാണ് അവരുടെ കഥയുടെ അന്ത്യം. അള്ളാ അവരോട് കാരുണ്യവാനായിരിക്കട്ടെ!

ഭാഗം രണ്ട്

ആയിരത്തൊന്നു രാവുകളിലെ
അനുബന്ധ രാവുകൾ

നാനൂറ്റി തൊണ്ണൂറ്റിയേഴാം രാവ്

ദുനിയാസാദ് പറഞ്ഞു: "അല്ലയോ സഹോദരി, നീ ഉറങ്ങാത്ത നിലയ്ക്ക്, നല്ലൊരു കഥ എനിക്ക് പറഞ്ഞുതരൂ; അങ്ങനെ, രാത്രി സമയം രസമായി ചിലവഴിക്കാമല്ലോ."

ഷാഹ്‌റാസാദ് മറുപടി നൽകി, "സന്തോഷപൂർവ്വം ഞാനൊരു കഥ പറയാം."

സയിൻ അൽഅസ്നമിന്റെ കഥ

അല്ലയോ മഹാരാജാവേ, പണ്ട് കരുത്തനായൊരു സുൽത്താൻ ബസ്രാ നഗരം ഭരിച്ചിരുന്നു. അങ്ങേയറ്റം സമ്പന്നനായ അദ്ദേഹത്തിന് ലോകത്തിലെ എല്ലാ സുഖസൗകര്യങ്ങളും ഉണ്ടായിരുന്നു. എന്നാൽ, തനിക്കു ശേഷം രാജ്യം ഭരിക്കാനും ഇത്രയും വലിയ സമ്പത്തിന് അവകാശിയാകാനും ഒരു കുഞ്ഞ് മാത്രം ഇല്ലായിരുന്നു! ഇക്കാര്യത്തിൽ അദ്ദേഹം അതീവ ദുഃഖിതനായിരുന്നു. എന്നും രാവിലെ എഴുന്നേറ്റാൽ അദ്ദേഹം ദാനധർമ്മങ്ങളിൽ മുഴുകും. പാവങ്ങൾക്കും ഫക്കീറുകൾക്കും പുണ്യാത്മാക്കൾക്കും പണവും വസ്ത്രങ്ങളും ഉദാരമായി ദാനം ചെയ്യും. നിരന്തരമായി ഈശ്വരപ്രാർത്ഥനയിൽ മുഴുകി; സർവ്വശക്തനായ അള്ളായോട് ഒരു കുഞ്ഞിനുവേണ്ടി യാചിച്ചു. ഒടുവിൽ ആ പ്രാർത്ഥനകൾ ദൈവം കേട്ടു; രാജ്ഞി ഗർഭിണിയായി. ഇതറിഞ്ഞ രാജാവ് വല്ലാത്ത ആഹ്ലാദത്തിലായിരുന്നു. പ്രസവം അടുക്കാറായപ്പോൾ അദ്ദേഹം എല്ലാ ജ്യോത്സ്യന്മാരേയും സന്ന്യാസിമാരേയും വിളിച്ചുകൂട്ടി കവടി നിരത്തുവാൻ ആവശ്യപ്പെട്ടുകൊണ്ട് പറഞ്ഞു: "ഈ മാസം രാജ്ഞി പ്രസവിക്കുന്ന കുഞ്ഞ് ആണാണോ, പെണ്ണാണോ എന്നറിയുവാൻ നമുക്ക് ആഗ്രഹമുണ്ട്. പിന്നീട് എന്താണ് സംഭവിക്കുക എന്നും കുഞ്ഞിന്റെ ഭാവി എന്തായിരിക്കും എന്നും ജാതകം നോക്കി പറയുക." അപ്പോൾ ജ്യോത്സ്യന്മാർ കവടി നിരത്തി, ജനിക്കാൻ പോകുന്ന കുഞ്ഞിന്റെ ജാതകം ഗണിച്ചെടുത്തു. അവർ രാജാവിനോട് പറഞ്ഞു: "അല്ലയോ മഹാരാജാവേ, തീർച്ചയായും രാജ്ഞി പ്രസവിക്കുന്നത് ഒരു ആൺകുഞ്ഞായിരിക്കും. അവന് അങ്ങ് 'സയിൻ അൽഅസ്നം' എന്ന് നാമകരണം ചെയ്യുന്നതായിരിക്കും ശരി." അവർ തുടർന്നു. "ഒരു കാര്യം മനസ്സിലാക്കുക, രാജാവേ, അവൻ വളർന്നു വലുതാകുമ്പോൾ വീരശൂരപരാക്രമിയും, ബുദ്ധിമാനും ആകും. എന്നാൽ ചെറിയ ബുദ്ധിമുട്ടുകളും കഷ്ടപ്പാടുകളും തരണം ചെയ്യേണ്ടിവരും. പക്ഷേ, എല്ലാം സാഹസികതയോടെ പോരാടി ജയിച്ചാൽ അവൻ ലോകത്തിലെ ഏറ്റവും സമ്പന്നനായ രാജാവാകും."

സുൽത്താൻ ഉദ്ഘോഷിച്ചു, “നിങ്ങൾ പ്രഖ്യാപിച്ചതുപോലെ കുഞ്ഞ് വീരശൂരപരാക്രമിയായിരിക്കുമല്ലോ; അപ്പോൾ അദ്ധ്വാനശീലനായിരിക്കും; ബുദ്ധിമുട്ടുകളും കഷ്ടപ്പാടുകളും രാജകുമാരന്മാരെ പരിശീലിപ്പിച്ച് കരുത്തരാക്കാനുള്ള ഉപായങ്ങളാണ്.”

ഏതാനും ദിവസങ്ങൾക്കു ശേഷം, രാജ്ഞി ഒരു മകനെ പ്രസവിച്ചു. അതിസുന്ദരനായൊരു കുഞ്ഞ്! രാജാവ് തന്റെ പുത്രന് ‘സയിൻ അൽ അസ്നം’ എന്നു പേരിട്ടു. സയിൻ അൽഅസ്നം വളർന്ന് പതിനഞ്ചു വയസ്സായി. സയൻസിലും ഫിലോസഫിയിലും പ്രഗദ്ഭനായ, അനുഭവ ജ്ഞാനമുള്ളൊരു ഗവർണ്ണറെ മകന്റെ വിദ്യാഭ്യാസച്ചുമതല ഏല്പിച്ചു. ഒരു യുവാവാകുമ്പോഴേക്കും എല്ലാ വിഷയങ്ങളിലും രാജകുമാരൻ പ്രാവീണ്യം നേടി. ഒരു ദിവസം സുൽത്താൻ തന്റെ അനന്തരാവകാശിയായ പുത്രനേയും, പ്രഭുക്കന്മാരേയും നാടുവഴികളേയും ഉന്നത ഉദ്യോഗസ്ഥരെയും വിളിച്ചുവരുത്തിപ്പറഞ്ഞു: “എന്റെ മോനേ സയിൻ അൽ അസ്നം, എനിക്ക് പ്രായമായി വരികയാണ്, പല അസുഖങ്ങളും എന്നെ അലട്ടുന്നു; എന്റെ ഈ ലോകത്തിലെ ജീവിതം എന്നുവേണമെങ്കിലും അവസാനിക്കാം. അപ്പോൾ നീയാണ് എന്റെ ഈ സിംഹാസനത്തിൽ ഇരിക്കേണ്ടവൻ. അതുകൊണ്ട് താഴെ പറയുന്ന ചുമതലകൾ ഞാൻ നിന്നെ ഏല്പിക്കുന്നു. എന്റെ മോനേ, ആരോടും തെറ്റായ രീതിയിൽ പെരുമാറാതിരിക്കാൻ ശ്രദ്ധിക്കുക, പാവങ്ങൾ പരാതിപ്പെടാനിടവരരുത്. പീഡിതർക്ക് നീതി നൽകണം. മഹാന്മാർ നിന്നോട് പറയുന്ന വാക്കുകൾ നീ ഉൾക്കൊള്ളണം. പൊതുജനാഭിപ്രായങ്ങൾ നീ ചെവിക്കൊള്ളണം. നാടുവാഴികൾ സ്വന്തം നന്മയ്ക്കുവേണ്ടി നിന്നെ വഞ്ചിച്ചേക്കാം; പ്രജാതാത്പര്യങ്ങൾക്കെതിരായി പ്രവർത്തിച്ചേക്കാം.”

ഈ സംഭവം കഴിഞ്ഞ് ഏതാനും ദിവസങ്ങൾക്കു ശേഷം, വൃദ്ധൻ സുൽത്താന്റെ അസുഖം മൂർച്ഛിക്കുകയും, ഇഹലോകവാസം വെടിയുകയും ചെയ്തു.

ആറുദിവസത്തെ ദുഃഖാചരണത്തിനുശേഷം അവൻ സദസ്സിൽചെന്ന് രാജസിംഹാസനത്തിൽ ഉപവിഷ്ടനായി. എല്ലാ മന്ത്രിമാരേയും, പ്രഭുക്കന്മാരേയും സൈനിക മേധാവികളേയും വിളിച്ചുകൂട്ടി സഭാ നടപടികൾ നടത്തി. അച്ഛന്റെ മരണത്തിൽ അവർ എല്ലാവരും ഖേദം പ്രകടിപ്പിച്ചു. അവന് എല്ലാ ഭാവുകങ്ങളും നേർന്നു; രാജാവിന് നന്മയും, രാജ്യത്തിന് അഭിവൃദ്ധിയും നേർന്നു - അപ്പോഴേക്കും നേരംപുലരാറായെന്നും, തനിക്ക് കഥ പറയാനനുവദിച്ച സമയം തീർന്നെന്നും ഷാഹ്രസാദ് മനസ്സിലാക്കി.

നാനൂറ്റി തൊണ്ണൂറ്റിയെട്ടാം രാവ്

ദുനിയാസാദ് പറഞ്ഞു: “അല്ലയോ എന്റെ സഹോദരി, നിനക്ക് ഉറക്കം വരുന്നില്ലെങ്കിൽ നീ ഞങ്ങൾക്ക് നല്ലൊരു കഥ പറഞ്ഞുതരൂ; അപ്പോൾ, രാത്രി സമയം രസമായി നമ്മൾക്ക് തീർക്കാമല്ലോ.”

അപ്പോൾ ഷാഹ്രസാദ് തുടർന്നു, അല്ലയോ കീർത്തിമാനായ രാജാവേ, താൻ ഉന്നതപദവിയിലും പ്രതാപത്തിലും എത്തിയെന്ന് കണ്ട സയിൻ അൽഅസ്നം, സുഖലോലുപനായി പണം ധൂർത്തടിച്ച് ജീവിക്കാൻ തുടങ്ങി. സുഖലോലുപരായ പല ധനികരുമായി അവൻ ചങ്ങാത്തത്തിലായി.

കണക്കില്ലാത്തത്ര പണം അവൻ ആർഭാടങ്ങൾക്കായി നശിപ്പിച്ചു; ഭരണ കാര്യങ്ങൾ ശ്രദ്ധിക്കാതായി. പ്രജകളുടെ താത്പര്യങ്ങൾ അവഗണിച്ചു. അതുകണ്ട് അമ്മ മഹാറാണി, അവനെ നേർവഴിക്ക് കൊണ്ടുവരാൻ വേണ്ടി സദുപദേശങ്ങൾ നൽകി. ദുർമ്മാർഗ്ഗങ്ങളിൽ നിന്ന് പിൻതിരിഞ്ഞ് സത്ഭരണം കാഴ്ചവെച്ചില്ലെങ്കിൽ നാട്ടുപ്രഭുക്കന്മാർ രാജാവിനെതിരായി തിരിയുമെന്നും കലാപമുയർത്തി രാജാവിനെ സ്ഥാനഭ്രഷ്ടനാക്കുമെന്നും അമ്മ ഉപദേശിച്ചു. എന്നാൽ, അമ്മയുടെ ഒറ്റ വാക്കുപോലും അവൻ ശ്രദ്ധിച്ചില്ല, പഴയ ജീവിതശൈലിതന്നെ തുടർന്നു! രാജാവ് കർഷകനയം ശ്രദ്ധിക്കുന്നില്ലെന്നു കണ്ട ഭൂപ്രഭുക്കന്മാർ കൂടുതൽ ക്രൂരത കർഷകരോട് കാണിക്കാൻ തുടങ്ങി; തങ്ങളുടെ കൃഷിക്കാർക്കു മേൽ സ്വേച്ഛാധിപത്യവും അടിച്ചമർത്തലും ആരംഭിച്ചു! സാധാരണക്കാർ സയിൻ അൽ അസ്നാമിന്നെതിരായി കലാപക്കൊടി ഉയർത്തി; തന്ത്രശാലിയും, സമർത്ഥയും ബുദ്ധിമതിയുമായ രാജമാതാവിന്റെ ആത്മാർത്ഥമായ ഇടപെടൽ ഇല്ലായിരുന്നെങ്കിൽ കലാപം നിയന്ത്രണാതീതമായേനെ. ജനങ്ങൾ രാജമാതാവിനെ അത്രയ്ക്ക് സ്നേഹിക്കയും, ആദരിക്കയും ചെയ്തിരുന്നു. അസന്തുഷ്ടരായവരെ അവർ നേരിൽ കണ്ട് സംസാരിച്ച് സത്ഭരണം പ്രാവർത്തികമാക്കാമെന്ന് വാക്കുകൊടുത്തു. പിന്നെ, അവർ മകൻ സയിൻ അൽഅസ്നമിനെ വിളിച്ചുവരുത്തി പറഞ്ഞു: "നോക്കൂ, എന്റെ കുട്ടി, ഞാൻ നിന്നോട് മുൻകൂട്ടി പ്രവചിച്ചിരുന്നതാണ്; നീ ഈ രീതിയിൽ പോയാൽ സ്വന്തം ജീവിതവും രാജ്യവും നശിപ്പിക്കും. മണ്ടത്തരമാണ് നീ ചെയ്യുന്നത്; അനുഭവസമ്പത്തില്ലാത്ത യുവാക്കളെ നീ ഭരണച്ചുമതലകൾ ഏല്പിച്ചു, മുതിർന്നവരെ തഴഞ്ഞു; സ്വന്തം പണവും ഖജനാവും നീ നശിപ്പിച്ചു. സുഖലോലുപനായി കഴിയാൻ വേണ്ടി നീ ധനമെല്ലാം ധൂർത്തടിച്ചു. അനാസ്ഥയുടെ മയക്കത്തിൽ നിന്നും സയിൻ അൽഅസ്നം ഞെട്ടിയുണർന്നു! ഉടനെ അമ്മയുടെ ഉപദേശം സ്വീകരിച്ചു; നേരെ കച്ചേരിയിലേക്ക് നടന്നുചെന്ന്, ഭരണച്ചുമതലകൾ ചില പഴയ ഓഫീസർമാരെ ഏല്പിച്ചു. ബുദ്ധിമാന്മാരും, അനുഭവസമ്പത്തും ഉള്ളവരെ. എന്നാൽ, അവൻ ഇപ്രകാരം തെറ്റുതിരുത്താൻ തുടങ്ങുമ്പോഴേക്കും ബസ്രാ നഗരം നശിച്ചുകഴിഞ്ഞിരുന്നു! ഖജനാവ് കാലിയായി, അവൻ ദരിദ്രനായിത്തീർന്നിരുന്നു. ആ രാജകുമാരൻ താൻ ചെയ്ത ദുഷ്പ്രവൃത്തികളോർത്ത് ദുഃഖിച്ചു, പശ്ചാത്തപിച്ചു; അവന് ഉറക്കംപോലും നഷ്ടപ്പെട്ടു, അന്നപാനീയങ്ങൾ ഉപേക്ഷിച്ചു. ദുഃഖചിന്തകളാൽ രാത്രിമുഴുവൻ കഴിച്ചുകൂട്ടി. നേരം പുലരാറാകുമ്പോൾ അല്പനേരം കണ്ണടക്കാനായാൽ ഭാഗ്യം!

ഒരു ദിവസം മയക്കത്തിൽ അവന്റെ മനസ്സിൽ വൃദ്ധനായൊരു മാന്യൻ പ്രത്യക്ഷപ്പെട്ട് പറഞ്ഞു: "അല്ലയോ, സയിൻ അൽഅസ്നം, ദുഃഖിക്കേണ്ട; ദുഃഖത്തിനുശേഷം സന്തോഷം വരും. ഈ ചീത്തകാലം മാറും. എഴുന്നേൽക്കൂ, ഈജിപ്തിലേക്ക് പോകൂ; അവിടെ സമ്പത്ത് കുന്നുകൂടി കിടക്കുന്നത് നിനക്ക് കാണാൻ കഴിയും; നിനക്ക് നഷ്ടപ്പെട്ടതിന്റെ ഇരട്ടിയിലധികം അവിടന്ന് നേടാനാകും." ഉറക്കമുണർന്ന ഉടനെ ഈ സ്വപ്നത്തെക്കുറിച്ചവൻ അമ്മയോട് പറഞ്ഞു. അമ്മ അവനെ പരിഹസിച്ച് ചിരിച്ചപ്പോൾ അവൻ പറഞ്ഞു: "എന്നെ കളിയാക്കേണ്ട; ഞാൻ ഈജിപ്തിലേക്ക് പോകുകതന്നെ ചെയ്യും." "ഇത്തരം സ്വപ്നങ്ങളിലൊന്നും വിശ്വസിക്കരുത്, എന്റെ മോനെ, അത് ഉറക്കത്തിൽ ഉണ്ടാകുന്ന മാനസിക വിഭ്രാന്തിയോ, മനോരാജ്യമോ ആണ്."

അവൻ അതിനെ എതിർത്തു. "എന്റെ മനസ്സിൽ കണ്ട ദർശനം വളരെ സത്യമാണ്. ഞാൻ കണ്ട ആ വൃദ്ധൻ അള്ളായുടെ പുണ്യവാളനാണ്, അദ്ദേഹത്തിന്റെ വാക്കുകൾ വിധികല്പിക്കുന്നതുപോലെയാണ്."

അങ്ങനെ, ഒരു രാത്രി കുതിരപ്പുറത്തേറി, അവൻ ഒറ്റയ്ക്ക്, രഹസ്യമായി നാടുവിട്ടിറങ്ങി ഈജിപ്തിലേക്ക് പ്രയാണം ആരംഭിച്ചു. 'കയിറൊ' നഗരം എത്തുന്നതുവരെ രാവും പകലും നിൽക്കാതെ അവൻ യാത്ര ചെയ്തു. അത് അതിമനോഹരവും, സമ്പന്നവുമായ നഗരമാണെന്നവൻ കണ്ടു! തന്റെ കുതിരയെ ഒരു കയറിൽ കെട്ടിയിട്ട് ഒരു പള്ളിയിൽ അഭയം തേടി; അവൻ വല്ലാതെ ക്ഷീണിച്ച് തളർന്നിരുന്നു. അല്പനേരം വിശ്രമിച്ച ശേഷം പുറത്തുപോയി കഴിക്കാനായി അല്പം ഭക്ഷണം വാങ്ങിച്ചുകൊണ്ടുവന്നു. ഭക്ഷണം കഴിച്ചതോടെ അവന് വല്ലാത്ത ഉറക്കം വന്നു; അവനവിടെക്കിടന്ന് ഉറങ്ങിപ്പോയി. അപ്പോൾ ആ വൃദ്ധൻ വീണ്ടും അവന്റെ സ്വപ്നത്തിൽ പ്രത്യക്ഷപ്പെട്ടു. "അല്ലയോ സയിൻ അൽഅസ്നം-" അപ്പോഴേക്കും നേരംപുലരാറായെന്നും തനിക്ക് കഥ പറയാനനുവദിച്ച സമയം തീർന്നെന്നും ഷാഹ്രസാദ് മനസ്സിലാക്കി.

നാനൂറ്റി തൊണ്ണൂറ്റിയൊമ്പതാം രാവ്

ദുനിയാസാദ് പറഞ്ഞു, അല്ലയോ, എന്റെ സഹോദരി, നിനക്ക് ഉറക്കം വരുന്നില്ലെങ്കിൽ നല്ലൊരു കഥ പറഞ്ഞുതരാമോ; എങ്കിൽ രാത്രി സമയം രസമായി ചിലവഴിക്കാമായിരുന്നു.

ഷാഹ്രസാദ് പറഞ്ഞു, "അല്ലയോ, മഹാരാജാവേ, ആ വൃദ്ധൻ വീണ്ടും രാജകുമാരന്റെ സ്വപ്നത്തിൽ പ്രത്യക്ഷപ്പെട്ട് പറഞ്ഞു: "ഓ, സയിൻ അൽഅസ്നം, എന്റെ കല്പന നീ അനുസരിച്ചിരിക്കുന്നു; നീ ഒരു സാഹസികനാണോ, ഭീരുവാണോ എന്ന് ഞാനൊരു പരീക്ഷണം നടത്തിനോക്കിയതാണ്! നീ എന്റെ വാക്കുകൾ സ്വീകരിക്കുകയും, എന്റെ ഉപദേശമനുസരിച്ച് പ്രവർത്തിക്കുകയും ചെയ്തതിനാൽ നീ ധീരനാണെന്ന് ഞാൻ കരുതുന്നു. അതുകൊണ്ട് നീ നേരെ സ്വന്തം തലസ്ഥാനത്തേക്ക് മടങ്ങുക. നിന്നെ അതിസമ്പന്നനായൊരു ഭരണാധിപനായി ഞാൻ മാറ്റും. നിന്നെപ്പോലെ നിനക്കുമുമ്പോ, നിനക്ക് ശേഷമോ ഒരു ഭരണാധിപൻ ഉണ്ടാകില്ല!"

ഉടനെ, സയിൻ അൽഅസ്നം ഉറക്കമുണർന്ന് ഉറക്കെ വിളിച്ചു പറഞ്ഞു, "ബിസ്മില്ല! ഞാൻ 'കയിറൊ'വിൽ എത്തുന്നതുവരെ, സത്യത്തിൽ എന്തിനാണീവൃദ്ധൻ എന്നെ ഇങ്ങനെ ക്ലേശിപ്പിച്ചത്; ഞാനയാളിൽ ശരിക്കും വിശ്വാസമർപ്പിച്ചു, അയാൾ ഒരു പ്രവാചകനോ, ദൈവദൂതനോ ആണെന്ന് കരുതി. അള്ളായാണേ, ഞാൻ എന്റെ സ്വപ്നത്തെക്കുറിച്ച് അമ്മയോടല്ലാതെ മറ്റാരോടും പറയാതിരുന്നത് എത്ര നന്നായി; ഞാൻ യാത്ര പുറപ്പെട്ടത് രഹസ്യമാക്കിവെച്ചതും നന്നായി. ഈ വൃദ്ധനിൽ എനിക്ക് പൂർണ്ണവിശ്വാസമായിരുന്നു, എന്നാൽ, ഇപ്പോൾ എനിക്ക് തോന്നുന്നു ഇയാൾ ദൈവത്തിന്റെ ആളല്ലെന്ന്. അതുകൊണ്ട്, അള്ളായാണേ, ഞാൻ ഈ വൃദ്ധനിലുള്ള എല്ലാ വിശ്വാസവും, അയാളുടെ പ്രവൃത്തികളും നിരാകരിക്കുകയാണ്."

ഈ ദൃഢനിശ്ചയത്തോടെ രാജകുമാരൻ അന്നു രാത്രി പള്ളിയിൽ കിടന്നുറങ്ങി. രാവിലെ എഴുന്നേറ്റ് കുതിരപ്പുറത്തേറി, ഏതാനും

ദിവസത്തെ ദുരിതപൂർണ്ണമായ യാത്രയ്ക്കുശേഷം സ്വന്തം തലസ്ഥാന നഗരിയിലെത്തി; രാത്രിയിലാണവൻ എത്തിയത്. ഉടനെ അമ്മയുടെ അടുക്കലേക്ക് ചെന്നു. അവർ മോനോട് ചോദിച്ചു: "ആ വൃദ്ധൻ വാഗ്ദാനം ചെയ്ത രീതിയിൽ നീ എല്ലാം നേടിയോ?" തന്റെ വീരസാഹസ കഥ മുഴുവൻ അവൻ അമ്മയെ പറഞ്ഞു കേൾപ്പിച്ചു. അവർ മകനെ സമാധാനിപ്പിച്ചു. "ദുഃഖിക്കേണ്ട, എന്റെ മോനെ; സർവ്വശക്തനായ അള്ളാ കനിഞ്ഞാൽ വലിയ അദ്ധ്വാനവും കഷ്ടപ്പാടും കൂടാതെ നിനക്കത് നേടാനാകും. എന്നാൽ, നിന്നെ വിവേകശാലിയും, ബുദ്ധിമാനുമായിക്കാണാൻ ഞാൻ ആഗ്രഹിക്കുന്നു; എന്റെ മോനേ, നിന്നെ ദാരിദ്ര്യത്തിലേക്ക് നയിച്ച പദ്ധതികളെല്ലാം നീ ഉപേക്ഷിക്കുക. അനുഭവസമ്പത്തില്ലാത്തവർക്കും കുത്തഴിഞ്ഞ ജീവിതം നയിക്കുന്ന സ്ത്രീപുരുഷന്മാരുമായുള്ള ബന്ധങ്ങൾ വിഛേദിക്കുക. ഒന്നിനും കൊള്ളാത്ത താഴെക്കിടയിലുള്ളവരുടെ മക്കൾക്ക് യോജിച്ചതാണ് അത്തരം ജീവിതം, രാജകുമാരന്മാർക്കോ പ്രഭുകുമാരന്മാർക്കോ യോജിച്ചതല്ല."

അപ്പോൾത്തന്നെ, അമ്മ പറഞ്ഞ കാര്യങ്ങളെല്ലാം മനസ്സിൽ കാത്തുസൂക്ഷിക്കുമെന്നവൻ ശപഥം ചെയ്തു; ഒരിക്കലും അവരുടെ ആജ്ഞക്കെതിരായും നിൽക്കില്ല, തലനാരിഴക്കുപോലും വ്യതിചലിക്കില്ല. അമ്മ വിലക്കിയതെല്ലാം ഉപേക്ഷിക്കും, ചിന്ത മുഴുവൻ സത്ഭരണത്തിലായിരിക്കും. പിന്നെ അവൻ ഉറങ്ങാൻ കിടന്നു. ഉറക്കത്തിൽ, മൂന്നാം തവണയും ആ വൃദ്ധൻ പ്രത്യക്ഷപ്പെട്ട് പറഞ്ഞു: "സയിൻ അൽഅസ്നം, ഓ, വീരശൂര പരാക്രമിയായ രാജകുമാരാ, മയക്കത്തിൽ നിന്നും നീ സടകുടഞ്ഞെഴുന്നേറ്റ ഇതേ ദിവസംതന്നെ ഞാൻ നിന്നോട് ചെയ്ത പ്രതിജ്ഞ നിറവേറ്റും. അതുകൊണ്ട് ഒരു പിക്കാസ് എടുത്ത് നിന്റെ അച്ഛന്റെ 'ഇന്ന' കൊട്ടാരത്തിലേക്ക് വേഗം ചെല്ലുക; 'ഇന്ന' സ്ഥലം കുത്തിപ്പൊളിച്ച് ഉൾഭാഗം നന്നായി പരിശോധിക്കുക. അവിടെനിന്ന് വൻ സമ്പന്നനാകാനുള്ള വസ്തുക്കൾ നിനക്ക് ലഭിക്കും."

രാജകുമാരൻ എഴുന്നേറ്റ ഉടനെ ഭയങ്കര സന്തോഷത്തോടെ അമ്മയുടെ അടുക്കലേക്ക് ഓടിച്ചെന്ന് ഈ കഥ പറഞ്ഞു; എന്നാൽ, അവർ വീണ്ടും അവനെ പരിഹസിക്കയാണുണ്ടായത്. "എന്റെ മോനേ, തീർച്ചയായും ഈ വൃദ്ധൻ നിന്നെ കളിപ്പിക്കുകയാണ്, മറ്റൊന്നുമല്ല; അതുകൊണ്ട് അയാളെ ഒഴിവാക്കു."

"എന്റെ അമ്മേ, സത്യമായും ഈ വൃദ്ധൻ ദൈവജ്ഞനാണ്, നുണയനല്ല; ആദ്യത്തെ പ്രാവശ്യം അദ്ദേഹം എന്നെ പരീക്ഷിക്കുകയായിരുന്നു; ഇപ്പോൾ, തന്റെ വാഗ്ദാനം അദ്ദേഹം നിറവേറ്റുവാൻ പോകുകയാണ്."

"എന്തായാലും ജോലി അത്ര ക്ലേശകരമൊന്നുമല്ലല്ലോ; നിന്റെ ഇഷ്ടംപോലെ ചെയ്തോളു, അയാൾ കല്പിച്ചതുപോലെ ശ്രമിച്ചുനോക്കൂ, 'ഇൻഷാ അള്ളാ, സസന്തോഷം തിരിച്ചുവരൂ. എന്നാലും നീ മടങ്ങിവന്ന് എന്നോട് ഇപ്രകാരം പറയുമോ എന്നെനിക്ക് പേടിയുണ്ട് 'നിങ്ങൾ പറഞ്ഞത് സത്യമാണ്, എന്റെ അമ്മേ!'

എന്തായാലും സയിൻ അൽഅസ്നം ഒരു പിക്കാസ് എടുത്ത്, കൊട്ടാരത്തിന്റെ ഒരു ഭാഗത്തെത്തി, അച്ഛന്റെ ശവകുടീരത്തിന്നരികിൽ, വൃദ്ധൻ സൂചിപ്പിച്ചതുപോലെ കുഴിക്കാൻ തുടങ്ങി; അധികം കുഴിക്കേണ്ടിവന്നില്ല, അപ്പോഴേക്കും അവിടെ വട്ടത്തിലുള്ള ഒരു മാർബിൾ സ്ലാബ് പതിഞ്ഞ്

കിടക്കുന്നത് കാണാൻ കഴിഞ്ഞു. അത് എടുത്ത് മാറ്റിയപ്പോൾ, ഭൂഗർഭ ത്തിലേക്ക് പോകുന്ന പടവുകൾ കണ്ടു; അതിലൂടെ അവൻ ഇറങ്ങി ച്ചെന്നു. ഒരു വലിയ ഹാളിൽ അവൻ ചെന്നെത്തി, നിറയെ മാർബ്ബിൾ തൂണുകളാണതിൽ. ഉള്ളിലേക്ക് കടന്നുചെന്നപ്പോൾ, ഗുഹപോലുള്ളൊരു അറ കണ്ടു. അവൻ അതിലേക്ക് അമ്പരപ്പോടെ നോക്കി. അതിനുള്ളിൽ പച്ചനിറത്തിലുള്ള എട്ട് പാത്രങ്ങൾ ഇരിക്കുന്നു. അവൻ മനസ്സിൽ പറഞ്ഞു, "ഈ പാത്രങ്ങൾ എന്തായിരിക്കും? എന്താണിവകളിൽ നിറച്ചു വെച്ചിരിക്കുക?" – അപ്പോഴേക്കും നേരംപുലരാറായെന്നും തനിക്ക് കഥ പറയാനനുവദിച്ച സമയം തീർന്നെന്നും ഷാഹ്റസാദ് മനസ്സിലാക്കി.

അഞ്ഞൂറാം രാവ്

ദുനിയാസാദ് പറഞ്ഞു, "അല്ലയോ, എന്റെ സഹോദരീ, നിനക്ക് ഉറക്കം വരുന്നില്ലെങ്കിൽ നീ ഞങ്ങൾക്ക് നല്ലൊരു കഥ പറഞ്ഞുതരൂ; അപ്പോൾ രാത്രി സമയം രസമായി ചിലവഴിക്കാമല്ലോ."

ഷാഹ്റസാദ് പറഞ്ഞു, അല്ലയോ മഹാരാജാവേ, സയിൻ അൽ അസ്നം ആ പാത്രങ്ങൾ കണ്ടപ്പോൾ മുന്നോട്ട്ചെന്ന് അവയുടെ അടപ്പു കൾ തുറന്നുനോക്കി; അവ നിറയെ പഴയ സ്വർണ്ണനാണ്യങ്ങളാണ്. അവൻ അതിൽനിന്ന് കുറച്ചുനാണ്യങ്ങൾ കൈയിലെടുത്ത്, അമ്മയുടെ അടുത്തുചെന്ന്, അവ കൊടുത്തുകൊണ്ട് പറഞ്ഞു: "ഇതു കണ്ടോ, അമ്മേ?" അമ്മ വിസ്മയത്തോടെ മറുപടി നൽകി, "സൂക്ഷിക്കുക, എന്റെ മോനേ, മുമ്പത്തെപ്പോലെ ഈ സമ്പത്തും നീ നശിപ്പിക്കരുത്."

ഉടനെ മകൻ ശപഥം ചെയ്തു. "പേടിക്കേണ്ട, എന്റെ അമ്മേ, നന്മ മാത്രമേ അമ്മയുടെ ഹൃദയത്തിൽ ഞാൻ കാണുന്നുള്ളു. എന്റെ പ്രവൃത്തി കളിൽ അമ്മയ്ക്ക് സംതൃപ്തി ദർശിക്കാനാകും."

ഉടനെ അവർ എഴുന്നേറ്റ് മകനോടൊപ്പം ഭൂഗർഭത്തിന്റെ ആ മുറിയി ലേക്ക് പോയി; രാജ്ഞി സ്വന്തം കണ്ണുകൾകൊണ്ടവ കണ്ടു. പാത്രങ്ങൾ നിറയെ സ്വർണ്ണനാണ്യങ്ങളാണെന്ന് മനസ്സിലാക്കി. അങ്ങനെ അവർ ആ നിധി നോക്കി ആസ്വദിച്ചു നിൽക്കവേ, പച്ചനിറത്തിലുള്ള മനോഹര മായൊരു ജാർ അവരുടെ ദൃഷ്ടിയിൽ പെട്ടു. സയിൻ അൽഅസ്നം അത് തുറന്നുനോക്കി; അതിലൊരു സ്വർണ്ണതാക്കോൽ കിടക്കുന്നു. അപ്പോൾ അമ്മ പറഞ്ഞു: "എന്റെ മോനേ, ഏതോ വാതിൽ തുറക്കാനുള്ള താക്കോൽ ആണിത്."

അതനുസരിച്ച് അവർ, അടച്ചുകിടക്കുന്ന ഏതെങ്കിലും വാതിലുണ്ടോ എന്ന് ആ 'പവില്യൻ' മുഴുവൻ നടന്ന് പരിശോധിച്ചു; ഒടുവിൽ ഒരു മരം കൊണ്ടുള്ള വാതിൽ അവർ കണ്ടെത്തി; രാജകുമാരൻ ആ താക്കോൽ കൊണ്ടത് തുറന്നു. അവർ ഇരുവരും ആ വാതിലിലൂടെ അകത്തേക്ക് കടന്നു; അത് ആദ്യത്തെ 'പവില്യ'നേക്കാൾ വിശാലമായൊരു ഹാൾ ആയിരുന്നു. പ്രകാശം പരത്തുന്ന ഒരു വെളിച്ചം അവിടെ നിറഞ്ഞ് നിന്നി രുന്നു. അതിന്റെ ശോഭയിൽ അവരുടെ കണ്ണഞ്ചിപ്പോയി! എന്നാലും, ഒറ്റ മെഴുകുതിരിയോ, വിളക്കോ അവർക്ക് കാണാൻ കഴിഞ്ഞില്ല! അവർ വിസ്മയത്തോടെ ചിന്തിച്ചുനിന്നുപോയി! അപ്പോഴാണ് ശോഭിച്ചുകൊണ്ടി രിക്കുന്ന എട്ട് അമൂല്യ രത്നങ്ങൾകൊണ്ട് സൃഷ്ടിച്ച പ്രതിമകൾ എട്ട്

സിംഹാസനങ്ങളിൽ വച്ചിരിക്കുന്നതവർ കണ്ടെത്തിയത്. എല്ലാം പരിശുദ്ധ രത്നങ്ങളാണ്, ഏറ്റവും വിലപിടിച്ചവ! സയിൻ അൽഅസ്നം അമ്പരപ്പോടെ അമ്മയോട് ചോദിച്ചു, "എപ്പോഴാണ് എന്റെ അച്ഛൻ ഈ അപൂർവ്വ വസ്തുക്കളെല്ലാം സംഭരിച്ചത്?"

ഇരുവരും അതീവ സന്തോഷത്തോടെ അവയെല്ലാം മിഴിച്ച് നോക്കി നിന്നു! ഒമ്പതാമത്തെ സിംഹാസനം ഒഴിഞ്ഞുകിടക്കുന്നത് കണ്ട് അവർക്ക് അദ്ഭുതം തോന്നി. അപ്പോൾ അതിനു മീതെ എന്തോ എഴുതിയ ഒരു സിൽക്ക് തുണി വിരിച്ചിട്ടുള്ളത് രാജ്ഞി കണ്ടു. അതിൽ ഇപ്രകാരമുള്ളൊരു ലിഖിതമാണ് ഉണ്ടായിരുന്നത്. "എന്റെ മോനേ, ഇത്രയും വലിയൊരു സമ്പത്ത് ഞാൻ നേടിയതിൽ നീ ആശ്ചര്യപ്പെടേണ്ട; കഠിനാദ്ധ്വാനം ചെയ്ത് ഞാൻ സമ്പാദിച്ചതാണിതെല്ലാം. എന്നാൽ, ഒരു കാര്യം മനസ്സിലാക്കുക, ഒമ്പതാമത്തെ ഒരു പ്രതിമകൂടി ഉണ്ട്, ഇപ്പോൾ നീ കണ്ടതിന്റെ ഇരുപത് ഇരട്ടി വിലയുള്ളതാണത്! അത് നിനക്ക് നേടണമെങ്കിൽ നീ വീണ്ടും 'കയ്റോ' നഗരത്തിലേക്ക് പോകണം. അവിടെ എന്റെ അടിമ മുബാരക്കിനെ നീ കണ്ടുമുട്ടും; അവൻ നിന്നെ കൊണ്ടുപോയി ആ പ്രതിമയുടെ അടുത്തെത്തിക്കും; 'കയ്റൊ'യിൽ പ്രവേശിച്ച ഉടനെ എളുപ്പത്തിൽ അവനെ കണ്ടെത്താനാകും. നീ വിളിച്ചുചോദിക്കുന്ന ആദ്യ വ്യക്തിതന്നെ അവന്റെ വീട് കാണിച്ചുതരും; കാരണം, മുബാരക്ക് ആ സ്ഥലത്ത് സുപ്രസിദ്ധനാണ്."

സയിൻ അൽഅസ്നം ഈ ലിഖിതം വായിച്ചപ്പോൾ, ഉറക്കെ വിളിച്ചു പറഞ്ഞു "എന്റെ അമ്മേ, 'കയ്റൊ'യിൽ പോയി ഈ വിഗ്രഹം അന്വേഷിക്കണമെന്നാണെന്റെ ആഗ്രഹം. എന്റെ സ്വപ്നം ഇപ്പോൾ സത്യമാണോ, കഥയാണോ എന്ന് നിങ്ങൾക്ക് മനസ്സിലായില്ലേ? എന്നോട് അന്ന് എന്താണ് അമ്മ ഉറപ്പിച്ച് പറഞ്ഞത്, 'ഇത് ഉറക്കപ്പിച്ചാണ്' എന്ന്. എന്തായാലും, എന്റെ അമ്മേ, എനിക്ക് ഒരിക്കൽകൂടി 'കയ്റോ' യിലേക്ക് യാത്രചെയ്യാതെ രക്ഷയില്ല."

"എന്റെ മോനേ, നീ അല്ലായുടെ പ്രവാചകന്റെ സംരക്ഷണയിൽ ആയിരിക്കുമെന്ന വിശ്വാസത്തിൽ സുരക്ഷിതനായി യാത്രചെയ്യുക. നീ തിരിച്ചെത്തുന്നതുവരെ ഞാനും വസീറും കൂടി നിന്റെ രാജ്യം ഭരിക്കാം."

അപ്രകാരം രാജകുമാരൻ 'കയ്റൊ'യിലേക്ക് യാത്ര പുറപ്പെട്ടു. കയ്റൊയിലെത്തി അവൻ മുബാരക്കിന്റെ വീട് അന്വേഷിച്ചു. ആളുകൾ മറുപടി കൊടുത്തു, "അല്ലയോ പ്രഭോ, ആ മനുഷ്യനെപ്പോലെ സമ്പന്നനായൊരു വ്യക്തിയെ കാണാൻ കഴിയില്ല. അദ്ദേഹത്തിന്റെ വീട് സദാസമയം നവാഗതർക്കായി തുറന്നിട്ടിരിക്കയാണ്."

പിന്നെ, അവർ അവന് വഴി കാണിച്ചുകൊടുത്തു; അവൻ മുബാരക്കിന്റെ ബംഗ്ലാവിൽ എത്തി, വാതിൽക്കൽ മുട്ടി; ഒരു നീഗ്രോ അടിമ വന്ന് വാതിൽ തുറന്നു - അപ്പോഴേക്കും നേരംപുലരാറായെന്നും, തനിക്ക് കഥപറയാനനുവദിച്ച സമയം തീർന്നെന്നും ഷാഹ്രസാദ് മനസ്സിലാക്കി.

അഞ്ഞൂറ്റിയൊന്നാം രാവ്

ദുനിയാസാദ് പറഞ്ഞു, അല്ലയോ, സഹോദരീ, നിനക്ക് ഉറക്കം വരുന്നില്ലെങ്കിൽ ഒരു നല്ല കഥ പറഞ്ഞുതരൂ; അങ്ങനെ നമ്മൾക്ക് രാത്രി സമയം രസമായി ചിലവഴിക്കാമല്ലോ.

ഷാഹ്റസാദ് തുടർന്നു, "അല്ലയോ മഹാരാജവേ, സയിൻ അൽ അസ്നം വാതിൽക്കൽ മുട്ടിയപ്പോൾ, മുബാരക്കിന്റെ ഒരു നീഗ്രോ അടിമ വന്ന് വാതിൽ തുറന്നുകൊണ്ട് ചോദിച്ചു, "നിങ്ങൾ ആരാണ്? എന്താണ് നിങ്ങൾക്ക് വേണ്ടത്?" രാജകുമാരൻ മറുപടി നൽകി, "ഞാൻ ഒരു പരദേശിയാണ്, ദൂരെനിന്ന് വരുന്നു. നിന്റെ പ്രഭു ഉദാരമതിയും, ദാനശീലനുമാണെന്ന് ഞാൻ കേട്ടിട്ടുണ്ട്, അത്രയ്ക്ക് കീർത്തിമാനാണ്. അദ്ദേഹത്തിന്റെ ഒരു അതിഥി ആയിട്ടാണ് ഞാൻ വന്നിരിക്കുന്നത്."

ഉടനെ അവൻ തന്റെ യജമാനന്റെ അടുത്തുചെന്ന് കാര്യങ്ങൾ അറിയിച്ചു; പിന്നെ, അവൻ പുറത്തുവന്ന് സയിൻ അൽഅസ്നമിനോട് പറഞ്ഞു: "എന്റെ പ്രഭോ, അങ്ങയുടെ പാദസ്പർശംകൊണ്ട് ഞങ്ങൾ അനുഗൃഹീതരായിരിക്കുന്നു. ഉള്ളിലേക്ക് വരൂ, എന്റെ യജമാനൻ മുബാരക് അങ്ങേക്കുവേണ്ടി കാത്തിരിക്കുകയാണ്."

അങ്ങനെ, രാജകുമാരൻ അങ്കണത്തിലേക്ക് കടന്നു. വിശാലമായ ആ മുറ്റത്ത് മനോഹരമായ വൃക്ഷങ്ങളും, തോടുകളും സ്ഥിതിചെയ്യുന്നു. മുബാരക് ഇരിക്കുന്ന ഹാളിലേക്ക് അടിമ രാജകുമാരനെ കൊണ്ടുപോയി. അതിഥി പ്രവേശിച്ച ഉടനെ ആതിഥേയൻ എഴുന്നേറ്റ് ഹാർദ്ദവമായി സ്വീകരിച്ച്, വിളിച്ചുപറഞ്ഞു: "ഈശ്വരൻ ഞങ്ങളെ അനുഗ്രഹിച്ചിരിക്കുന്നു. നിങ്ങൾ വന്നതുമൂലം ഇന്നുരാത്രി ഏറ്റവും അനുഗൃഹീതരാത്രിയായി കരുതപ്പെടും! നിങ്ങൾ ആരാണ്, യുവാവേ. എവിടന്നാണ് വരുന്നത്, എന്താണ് ഈ വരവിന്റെ ഉദ്ദേശ്യം?"

"ഞാൻ സയിൻ അൽഅസ്നം ആണ്, ഒരു മുബാരക്കിനെ അന്വേഷിച്ച് ഇറങ്ങിയതാണ്; ഒരു വർഷം മുമ്പ് മരിച്ച ബസ്രാ സുൽത്താന്റെ അടിമയായിരുന്നു അയാൾ, ഞാൻ അദ്ദേഹത്തിന്റെ മകനും."

"എന്താണ് നിങ്ങൾ പറയുന്നത്? ബസ്രാ രാജാവിന്റെ മകനാണ് നിങ്ങളെന്നോ?"

"അതെ. സത്യമായിട്ടും ഞാൻ അദ്ദേഹത്തിന്റെ മകനാണ്."

"സത്യത്തിൽ, എന്റെ മൃതിയടഞ്ഞ പ്രഭുവായ ബസ്രാ രാജാവിന് മകനൊന്നുമില്ലായിരുന്നുവല്ലോ! എന്നാൽ നിങ്ങളുടെ വയസ്സെത്രയാണ് യുവാവേ?"

"ഇരുപത് വയസ്സ് ആയിക്കാണും; എന്നാൽ നിങ്ങൾ എന്റെ അച്ഛനെ വിട്ടുപോയിട്ട് എത്രകാലമായിക്കാണും?"

"പതിനെട്ടുവർഷം മുമ്പാണ് ഞാൻ അദ്ദേഹത്തെ വിട്ടുപോന്നത്." മുബാരക്ക് തുടർന്നു. "എന്റെ കുട്ടി, സയിൻ അൽഅസ്നം, നിങ്ങൾ എന്റെ പഴയ യജമാനനായ ബസ്രാ രാജാവിന്റെ പുത്രനാണെന്ന് തെളിയിക്കാൻ എന്ത് അടയാളമാണുള്ളത്?"

"അച്ഛന്റെ കൊട്ടാരത്തിൽ ശവകുടീരത്തിന്നരികെ ഒരു ഗുഹ നിർമ്മിച്ചിട്ടുള്ളത് നിങ്ങൾക്ക് മാത്രമേ അറിയൂ. അതിൽ, ഏറ്റവും ഭംഗിയുള്ള പച്ചക്കല്ലുകൊണ്ടുണ്ടാക്കിയ നാല്പത് ഭരണികൾ വെച്ചിട്ടുണ്ട്. പഴയ സ്വർണ്ണനാണ്യങ്ങൾ ഇട്ട് അവ നിറച്ചിരിക്കയാണ്. മറ്റൊരു 'പവില്യൻ' നിർമ്മിച്ച് അതിൽ അദ്ദേഹം അമൂല്യരത്നങ്ങൾ കൊണ്ടുള്ള എട്ട് പ്രതിമകൾ സ്വർണ്ണസിംഹാസനങ്ങളിൽ വെച്ചിരിക്കുന്നു. ഒരു സിൽക്ക് തുണിയിൽ അവിടെ അദ്ദേഹം ഒരു ലിഖിതം എഴുതിവെച്ചിട്ടുണ്ട്. അത് വായിച്ചതിനാലാണ് ഞാൻ ഇവിടെ വരാൻ ഇടയായത്. നിങ്ങൾ ഒമ്പതാമത്തെ

പ്രതിമയെക്കുറിച്ചുള്ള വിവരം തരുമെന്നും, അത് ആ എട്ട് പ്രതിമകളേക്കാൾ എത്രയോ മടങ്ങ് വിലപ്പെട്ടതാണെന്നും എഴുതിയിരിക്കുന്നു."

ഈ വാക്കുകൾ മുബാരക്ക് കേട്ടപ്പോൾ അയാൾ സയിൻ അൽ അസ്നമിന്റെ കാൽക്കൽ വീണ്, പാദങ്ങൾ ചുംബിച്ചുകൊണ്ട് ഉറക്കെ പറഞ്ഞു, "എന്നോട് ക്ഷമിക്കുക, എന്റെ പ്രഭോ, സത്യത്തിൽ അങ്ങ് എന്റെ പഴയ യജമാനന്റെ മകൻ തന്നെയാണ്!" അയാൾ തുടർന്നു, "എന്റെ പ്രഭോ, ഞാൻ ഇന്നൊരു സദ്യ ഒരുക്കിയിട്ടുണ്ട്. 'കയ്റൊ'യിലെ എല്ലാ പ്രഭുക്കന്മാരും സന്നിഹിതരായിട്ടുണ്ട്. അങ്ങയുടെ സാന്നിദ്ധ്യം കൊണ്ടതിനെ അനുഗൃഹീതമാക്കണം."

രാജകുമാരൻ മറുപടി നൽകി, "സന്തോഷപൂർവ്വം!"

പിന്നെ, മുബാരക്ക് എഴുന്നേറ്റ്, സയിൻ അൽഅസ്നമിനെ സ്വീകരണമുറയിലേക്ക് നയിച്ചു. അവിടം പ്രഭുക്കന്മാരെക്കൊണ്ട് നിറഞ്ഞിരുന്നു. സയിൻ അൽഅസ്നമിനെ ബഹുമാന്യമായ ആസനത്തിലിരുത്തിയ ശേഷം അയാളും ഇരുന്നു. പിന്നെ, ആഹാരപദാർത്ഥങ്ങൾ മേശമേൽ നിരത്താനായി അയാൾ ഉത്തരവിട്ടു. കൈകൾ പിന്നിൽ കെട്ടി, രാജകുമാരന്റെ സേവനത്തിനായി ആദരവോടെ മുബാരക്ക് നിന്നു. നഗരത്തിലെ ഉന്നത വ്യക്തികളിൽ ഒരാളായ മുബാരക്ക് ഇപ്രകാരം ആ യുവാവിനെ സേവിക്കുന്നതുകണ്ട് 'കയ്റൊ'യിലെ പ്രഭുക്കന്മാർ വിസ്മയിച്ചുപോയി! ഈ അപരിചിതൻ ആരാണെന്നവർക്കൊരു പിടിയും കിട്ടിയില്ല - അപ്പോഴേക്കും നേരംപുലരാറായെന്നും തനിക്ക് കഥ പറയാനനുവദിച്ച സമയം തീർന്നെന്നും ഷാഹ്രസാദ് മനസ്സിലാക്കി.

അഞ്ഞൂറ്റിരണ്ടാം രാവ്

ദുനിയാസാദ് പറഞ്ഞു, "അല്ലയോ, എന്റെ സഹോദരീ, നിനക്ക് ഉറക്കം വരുന്നില്ലെങ്കിൽ നല്ലൊരു കഥ ഞങ്ങൾക്ക് പറഞ്ഞുതരിക, അങ്ങനെ രാത്രി രസകരമായി നമ്മൾക്ക് ചിലവഴിക്കാമല്ലോ."

ഷാഹ്രസാദ് തുടങ്ങി, "അല്ലയോ മഹാരാജാവേ, തന്റെ പഴയ യജമാനന്റെ മകൻ സയിൻ അൽഅസ്നമിനെ സേവിച്ചുകൊണ്ടു നിൽക്കുന്ന മുബാരക്കിനെ കണ്ട കയ്റൊയിലെ പ്രഭുക്കന്മാർ അദ്ഭുതസ്തബ്ധരായി! അവർക്ക് ഈ അപരിചിതനെ അറിയില്ലായിരുന്നു.

അവർ തിന്നും കുടിച്ചും ആ വിരുന്നു സദ്യ ആഘോഷിച്ചു. ഒടുവിൽ ആഹ്ലാദഭരിതരായി ഇരിക്കുന്ന അതിഥികൾക്കു നേരെ തിരിഞ്ഞ് മുബാരക്ക് പറഞ്ഞു: "മാന്യരേ, ഞാൻ ഈ യുവാവിനെ ആദരവോടെയും ബഹുമാനത്തോടെയും സേവിച്ചത് നിങ്ങൾ കണ്ടല്ലോ; എന്തുകൊണ്ടെന്നാൽ, ഇദ്ദേഹം എന്റെ പഴയ യജമാനൻ ബസ്രാ സുൽത്താന്റെ പുത്രനാണ്. എന്നെ പണം കൊടുത്ത് അടിമയാക്കി വാങ്ങിച്ച ആളാണ് ബസ്രാ സുൽത്താൻ. എന്നെ സ്വതന്ത്രനാക്കുന്നിതിന് മുമ്പദ്ദേഹം മരിച്ചുപോയി. അതുകൊണ്ട്, അദ്ദേഹത്തിന്റെ പുത്രനെ സേവിക്കാൻ, ഞാൻ ബാദ്ധ്യസ്ഥനാണ്. യുവയജമാനന്റെ കൈയിലാണ് എന്റെ സ്വാതന്ത്ര്യവും സമ്പത്തുമെല്ലാം."

'കയ്റൊ' പ്രഭുക്കന്മാർ ഇതുകേട്ട് എഴുന്നേറ്റുനിന്ന് അതീവ ആദരവോടെ സലാം ചെയ്തു; അഭിവാദ്യം ചെയ്ത് ആശീർവ്വദിച്ചു. അപ്പോൾ

രാജകുമാരൻ പറഞ്ഞു: "അല്ലയോ, മാന്യരെ, നിങ്ങളുടെ ആശംസകൾക്ക് മുന്നിൽ ഞാൻ നിൽക്കുകയാണ്, നിങ്ങൾ എന്റെ സാക്ഷികളാകട്ടെ. അല്ലയോ മുബാരക്ക്, നിങ്ങളെ ഇപ്പോൾ ഞാൻ സ്വതന്ത്രനായി പ്രഖ്യാപിക്കുന്നു; ഞങ്ങളുടേതായ, നിങ്ങളുടെ പക്കലുള്ള എല്ലാ സാധനങ്ങളും സ്വർണ്ണവും സ്വത്തും ഇന്നുമുതൽ നിങ്ങളുടേതാണ്; എന്നന്നേക്കുമായി അവയെല്ലാം നിങ്ങൾക്കവകാശപ്പെട്ടതാണ്. ഞാനൊരിക്കലും അവയെക്കുറിച്ചിനി ചോദിക്കില്ല."

ഇതുകേട്ട് മുബാരക്ക് എഴുന്നേറ്റ് സയിൻ അൽഅസ്നമിന്റെ കൈയിൽ ചുംബിച്ചുകൊണ്ട് തനിക്ക് നൽകിയ വരദാനത്തിന് നന്ദി പറഞ്ഞു. "അല്ലയോ, എന്റെ പ്രഭോ, അങ്ങയുടെ ഐശ്വര്യമാണ് ഞാൻ ആഗ്രഹിക്കുന്നത്; എന്റെ പക്കലുള്ള സമ്പത്ത് എനിക്ക് ആവശ്യത്തിൽ കൂടുതലാണ്."

പിന്നെ രാജകുമാരൻ അയാളോടൊപ്പം നാല് ദിവസം താമസിച്ചു. ആ സമയത്ത് 'കയ്റൊ'യിലെ പ്രഭുക്കന്മാരെല്ലാം രാജകുമാരനെ കണ്ട് സലാം പറയാനായി എത്തി. അവിടത്തെ പൗരന്മാർ പറഞ്ഞു, "ഇത് മുബാരക്കിന്റെ യജമാനനാണ്, ബസ്രാ സുൽത്താൻ." ഇതുകേട്ട ഉന്നത പൗരന്മാരെല്ലാം രാജകുമാരന്റെ ദർശനത്തിനായി വന്നുകൊണ്ടിരുന്നു.

ഒരു ദിവസം ആ അതിഥി ആതിഥേയനോട് പറഞ്ഞു, "ഓ മുബാരക്ക് ഞാൻ നിന്നോടൊപ്പം താമസിക്കാൻ തുടങ്ങിയിട്ട് നാളുകൾ കുറെ ആയി."

"അല്ലയോ പ്രഭോ, അങ്ങ് തിരക്കിവന്ന കാര്യം ഏറ്റവും അപൂർവ്വമായ ഒന്നാണ്; അപായകരമായ ഒരു പണി, ജീവൻ പോലും അപകടപ്പെട്ടേക്കാം. അങ്ങയുടെ ശൂരതകൊണ്ടത് നേടാനാകുമോ എന്നെനിക്കറിയില്ല." "അല്ലയോ മുബാരക്ക്, ഐശ്വര്യവും സമ്പത്തും നേടണമെങ്കിൽ രക്തം ചിന്താതെ പറ്റില്ല! അല്ലെങ്കിൽ അത് ദൈവവിധി ആയിരിക്കണം. അതുകൊണ്ട് നിങ്ങൾ സ്വയം മാനസിക ധൈര്യം നേടിക്കോളൂ, എന്റെ കാര്യമോർത്ത് വിഷമിക്കേണ്ട."

ഉടനെ ഒരു യാത്രയ്ക്ക് തയ്യാറെടുക്കാൻ തന്റെ അടിമകൾക്ക് മുബാരക്ക് ഉത്തരവ് കൊടുത്തു. യജമാനന്റെ ഉത്തരവിനനുസരിച്ച് അവർ ആവശ്യമുള്ള എല്ലാ സാധനങ്ങളും കുതിരപ്പുറത്ത് കയറ്റി ദുർഘടം പിടിച്ച പല മാർഗ്ഗങ്ങളും കടന്ന് ഒരു പ്രത്യേക സ്ഥലത്തെത്തി; ജീവിതത്തിൽ ഒരിക്കലും കാണാത്ത അപൂർവ്വമായ വിചിത്രമായ ദൃശ്യങ്ങൾ അവർക്ക് മാർഗ്ഗമദ്ധ്യെ കാണാൻ കഴിഞ്ഞു! അവർ ആ സ്ഥലത്ത് കുതിരപ്പുറത്തുനിന്ന് ഇറങ്ങി. നീഗ്രോ അടിമകളോടും നപുംസകങ്ങളോടും അവിടെ നില്ക്കാനായി മുബാരക്ക് ആജ്ഞാപിച്ചു. "ഞങ്ങൾ തിരിച്ചു വരുന്നതുവരെ കുതിരകളെയും ഭാരംചുമക്കുന്ന മറ്റ് മൃഗങ്ങളെയും കാത്ത് സൂക്ഷിക്കുക. അതിനുശേഷം അവർ ഇരുവരും ഒന്നിച്ച് നടക്കാൻ തുടങ്ങി. അപ്പോൾ മുബാരക്ക് പറഞ്ഞു, "എന്റെ പ്രഭോ, ധീരതയാണിവിടെ ആവശ്യം. നിങ്ങൾ അന്വേഷിച്ചെത്തിയ പ്രതിമകളുടെ ഭൂമിയിൽ നിങ്ങൾ എത്തിയിരിക്കുന്നു."

അവർ നടന്നുനടന്ന് ഒരു തടാകത്തിലെത്തി, നല്ല നീളവും വീതിയുമുള്ളൊരു തടാകം. അപ്പോൾ മുബാരക്ക് കൂട്ടുകാരനോട് പറഞ്ഞു, "അല്ലയോ എന്റെ പ്രഭോ, ഉടനെ ആകാശനിറമുള്ള ഒരു 'ബാനർ'

പിടിപ്പിച്ച ചെറിയൊരു ചങ്ങാടം വരും; അതിലെ പലകകൾ കന്യാകുമാരിയിലെ ഏറ്റവും വിലപിടിച്ച ചന്ദനത്തടികൊണ്ട് നിർമ്മിച്ചതായിരിക്കും. ഞാൻ ഇനി നിങ്ങൾക്ക് ഒരു ഭാരിച്ച ജോലി ഏല്പിക്കുന്നു, ഏറ്റവും ശുഷ്കാന്തിയോടെ അത് സൂക്ഷ്മമായി നിരീക്ഷിക്കണം."

"എന്താണ് ഈ ഭാരിച്ച ചുമതല?"

"നിങ്ങൾ ആ വഞ്ചിയിൽ ഒരു വഞ്ചിക്കാരനെ കാണും, സാധാരണ മനുഷ്യന്റെ വിപരീതശൈലിയാണയാളുടേത്; എന്നാൽ സൂക്ഷിക്കുക, വീണ്ടും ഞാൻ ആവർത്തിക്കുന്നു സൂക്ഷിക്കുക, ഒരക്ഷരം മിണ്ടരുത്; അല്ലെങ്കിൽ ഉടനെ അവൻ നമ്മളെ മുക്കിക്കൊല്ലും. ഈ സ്ഥലം ജിന്നുകളുടെ രാജാവിന്റേതാണെന്ന് അറിയുക, നിങ്ങൾ കാണുന്നതെല്ലാം ജിന്നുകളുടെ സൃഷ്ടിയാണ് - അപ്പോഴേക്കും നേരംപുലരാറായെന്നും തനിക്ക് കഥ പറയാനനുവദിച്ച സമയം തീർന്നെന്നും ഷാഹ്‌രസാദ് മനസ്സിലാക്കി.

അഞ്ഞൂറ്റിമൂന്നാം രാവ്

ദുനിയാസാദ് പറഞ്ഞു, "എന്റെ സഹോദരി, നിനക്ക് ഉറക്കം വരുന്നില്ലെങ്കിൽ ഞങ്ങൾക്ക് നീ നല്ലൊരു കഥ പറഞ്ഞു കേൾപ്പിക്കൂ, അങ്ങനെ നമ്മുടെ ഈ രാത്രി സമയം രസകരമായി ചിലവഴിക്കാം."

ഷാഹ്‌രസാദ് തുടർന്നു, "അല്ലയോ മഹാരാജാവേ, മുബാരക്കും സയിൻ അൽഅസ്നവും ഒരു തടാകത്തിലെത്തി; അവിടെ കന്യാകുമാരിയിലെ ചന്ദനമരംകൊണ്ട് നിർമ്മിക്കപ്പെട്ട ഒരു ചെറിയ ചങ്ങാടം അവർ കണ്ടു. അവിടെ ഒരു കടത്തുകാരൻ നില്പുണ്ട്; ഒരു ആനയുടെ ശിരസ്സും സിംഹത്തിന്റെ ഉടലും ആണവന്! പെട്ടെന്നവൻ അവരുടെ അടുത്തുവന്ന്, തുമ്പിക്കൈകൊണ്ടവരെ ഇരുവരെയും ചുറ്റിപ്പിടിച്ച് പൊക്കിയെടുത്ത് ചങ്ങാടത്തിലേക്ക് കൊണ്ടുവന്ന് തന്റെ അടുത്ത് ഇരുത്തി. പിന്നെ, വഞ്ചി തുഴഞ്ഞ് തടാകത്തിൽ മദ്ധ്യത്തിലെത്തി; എവിടെയും ചങ്ങാടം നിർത്താതെ തുഴഞ്ഞ് തടാകത്തിന്റെ മറുകരയിലെത്തി. ഇവിടെ ഇരുവരും നിലത്തിറങ്ങി മുന്നോട്ട് നടക്കാൻ തുടങ്ങി. അനേകതരത്തിലുള്ള വൃക്ഷങ്ങൾ നിറഞ്ഞ കാടാണവിടെ. എല്ലാറ്റിലും പൂക്കളും ഫലങ്ങളും നിറയെ ഉണ്ട്.അവയുടെ സൗരഭ്യം അവിടമാകെ വ്യാപിച്ചിരുന്നു; ദുർദേവതകളെ അത് ആവേശംകൊള്ളിക്കും! അതിനും പുറമെ പാട്ടുപാടി പാറിക്കളിക്കുന്ന പലതരം പക്ഷികൾ! അവരുടെ ഗാനങ്ങൾ ഏത് ഹൃദയത്തെയും ഹഠാദാകർഷിക്കും, അത്രയ്ക്ക് സംഗീതാന്മകം!

മുബാരക്ക് രാജകുമാരനു നേരെ തിരിഞ്ഞ് ചോദിച്ചു, "ഈ സ്ഥലം എങ്ങനെയുണ്ട്?"

"എനിക്ക് തോന്നുന്നത്, അല്ലയോ മുബാരക്ക്, സത്യത്തിൽ പ്രവാചകൻ നമ്മളോട് വാഗ്ദാനം ചെയ്ത പറുദീസയാണിതെന്നാണ്."

പിന്നെ അവർ നടന്ന്, ഒരു മനോഹരമായ കൂറ്റൻ കൊട്ടാരത്തിന് മുന്നിലെത്തി. മരതകക്കല്ലുകൾ കൊണ്ടും മാണിക്യക്കല്ലുകൾ കൊണ്ടുമാണത് നിർമ്മിക്കപ്പെട്ടിരിക്കുന്നത്; ശുദ്ധ തങ്കംകൊണ്ടാണതിന്റെ ഗേറ്റുകളും വാതിലുകളും ഉണ്ടാക്കിയിരിക്കുന്നത്. അതിന് മുന്നിൽ ഒരു പാലമുണ്ട്. നൂറ്റമ്പതടി നീളവും അമ്പതടി വീതിയും ഉണ്ടതിന്. അപ്പുറത്ത്

അനേകം 'ജിന്നു'കൾ നില്പുണ്ട്; എല്ലാം പേടിപ്പിക്കുന്ന ഭീകരരൂപമുള്ളവർ. ഓരോരുത്തന്റെ കൈയിലും തിളങ്ങുന്ന മൂർച്ചയേറിയ കുന്തങ്ങൾ ഉണ്ട്. അതുകണ്ട് രാജകുമാരൻ കൂട്ടുകാരനോട് പറഞ്ഞു, "ഇത് കൗതുകകരമായൊരു ദൃശ്യം തന്നെ! മനസ്സിനെ മോഹിപ്പിക്കുന്നത്!"

"ഇപ്പോൾ നമ്മൾ മുന്നോട്ട് പോകാതെ ഇതേ സ്ഥലത്തുതന്നെ നിലകൊള്ളണം, അല്ലെങ്കിൽ നമ്മൾക്ക് എന്തെങ്കിലും അത്യാഹിതം സംഭവിക്കും; അള്ളാ നമ്മളെ സുരക്ഷിതരായി കാത്തുരക്ഷിക്കട്ടെ!"

പിന്നെ, അയാൾ സഞ്ചിയിൽ നിന്ന് നാല് സിൽക്കു തുണികൾ വലിച്ചെടുത്ത്, ഒന്ന് അരയിൽ കെട്ടി, മറ്റൊന്ന് തോളിലിട്ടു. മറ്റ് രണ്ട് തുണികൾ അയാൾ രാജകുമാരന് കൊടുത്തു; അവനും അത് മുബാരക്ക് ചെയ്തപോലെ അരയിലും തോളിലും ചുറ്റിക്കെട്ടി. അവൻ അതിനു മുമ്പ് ഒരു വെളുത്ത അരപ്പട്ട കെട്ടിയിരുന്നു. അതിൽ നിന്ന് വിലപിടിച്ച പല കല്ലുകളും, സുഗന്ധദ്രവ്യങ്ങളും, കുന്തിരിക്കം തുടങ്ങിയവയും പുറത്തെടുത്തു. ഒടുവിൽ, ഓരോരുത്തനും അവരവരുടെ അരക്കച്ച വിരിച്ച് ഇരുന്നു. ഇരുവരും തയ്യാറെടുത്ത് കഴിഞ്ഞപ്പോൾ മുബാരക്ക് താഴെ പറയുന്ന വാക്കുകൾ രാജകുമാരന് ആവർത്തിച്ചുകൊടുത്ത്, അത് 'ജിന്നു'കളുടെ രാജാവിനോട് പറയുവാൻ പഠിപ്പിച്ചു, "അല്ലയോ പ്രഭോ, ജിന്നുകളുടെ രാജാവേ, നിങ്ങളുടെ പരിസരപ്രദേശത്താണ് ഞങ്ങൾ നിൽക്കുന്നത്; ഞങ്ങൾ അങ്ങയുടെ സംരക്ഷണത്തിനായി സ്വയം അർപ്പിക്കുന്നു." അതോടൊപ്പം സയിൻ അൽഅസ്നം കൂട്ടിച്ചേർത്തു "അവൻ നമ്മളെ സ്വീകരിക്കുമെന്ന് ഞാൻ ആത്മാർത്ഥമായി ആണയിട്ട് പറയുന്നു."

എന്നാൽ മുബാരക്ക് പറഞ്ഞു, "അല്ലയോ പ്രഭോ, അള്ളായാണേ, എനിക്ക് ഭയങ്കര പേടി തോന്നുന്നു. ഞാൻ പറയുന്നത് കേൾക്കൂ! നമ്മളെ അവൻ ദ്രോഹിക്കാതെ സ്വീകരിക്കാൻ തീരുമാനിച്ചിട്ടുണ്ടെങ്കിൽ, അവൻ നമ്മളെ സുന്ദരനായ മനുഷ്യരൂപത്തിൽ സമീപിക്കണം; അല്ലെങ്കിൽ, അവൻ വരുന്നത് ഭീകരരൂപത്തിലായിരിക്കും! അവൻ സുന്ദരമായ രൂപത്തിലാണ് വരുന്നതെങ്കിൽ, നിങ്ങൾ എഴുന്നേറ്റ് അവനെ സലാം ചെയ്യുക; എല്ലാറ്റിനും ഉപരി ശ്രദ്ധിക്കേണ്ടത് നിങ്ങൾ ഈ 'കച്ച'യിൽ നിന്ന് മാറിപ്പോകരുതെന്നതാണ്."

രാജകുമാരൻ മറുപടി നൽകി, "ഉത്തരവുപോലെ."

"അവന് നിങ്ങൾ സലാം ചെയ്യണം, അല്ലയോ ഭൂതങ്ങളുടെ രാജാവേ, ഭൂമിയുടെ അധിപനായ പ്രഭോ, മൃതിയടഞ്ഞ എന്റെ അച്ഛൻ, ബസ്രാ സുൽത്താൻ, അങ്ങയുടെ രക്ഷാവലയത്തിൽ ആയിരുന്നതുപോലെ, എന്നെയും അങ്ങ് കാത്ത് രക്ഷിക്കണം" - അപ്പോഴേക്കും നേരംപുലരാറായെന്നും, തനിക്ക് കഥപറയാനനുവദിച്ച സമയം തീർന്നെന്നും ഷാഹ്റസാദ് മനസ്സിലാക്കി.

അഞ്ഞൂറ്റിനാലാം രാവ്

ദുനിയാസാദ് പറഞ്ഞു, "എന്റെ സഹോദരി, നിനക്ക് ഉറക്കം വരുന്നില്ലെങ്കിൽ ഞങ്ങൾക്ക് നല്ലൊരു കഥ പറഞ്ഞു തരൂ, അങ്ങനെ ഉറക്കമൊഴിച്ചിരിക്കുന്ന ഈ രാത്രി രസമായി ചിലവഴിക്കാം."

ഷാഹ്റസാദ് തുടർന്നു, "അല്ലയോ മഹാരാജാവേ, ജിന്നുകളുടെ രാജാവിനെ എങ്ങനെയാണ് അഭിവാദ്യം ചെയ്യേണ്ടതെന്ന് മുബാരക്ക്

രാജകുമാരനെ പഠിപ്പിച്ചു. അയാൾ പറഞ്ഞു, "അതുപോലെ, അല്ലയോ പ്രഭോ, സസന്തോഷം സ്വാഗതം ചെയ്തുകൊണ്ടാണ് അവൻ നമ്മളെ സ്വാഗതം ചെയ്യുന്നതെങ്കിൽ, തീർച്ചയായും ഇപ്രകാരം അവൻ പറയും, "നിനക്കെന്താണ്, വേണ്ടതെന്ന് എന്നോട് ചോദിക്കൂ!" അത് കേട്ട ഉടനെ നിങ്ങൾ സ്വന്തം അപേക്ഷ സമർപ്പിക്കുക; "അല്ലയോ പ്രഭോ, ഈ ലോകത്തിലെ ഏറ്റവും വിലപിടിച്ച 'ഒമ്പതാം പ്രതിമ' ഞാനാവശ്യപ്പെടുന്നു; അങ്ങത് എനിക്ക് തന്നുകൊള്ളാമെന്ന് എന്റെ അച്ഛനോട് വാഗ്ദാനം ചെയ്തിരുന്നതാണ്."

പിന്നീട് എങ്ങനെയാണ് ആ രാജാവിനോട് സുഖകരമായ രീതിയിൽ സംഭാഷണം നടത്തേണ്ടതെന്നും, എങ്ങനെയാണ് കെഞ്ചി അപേക്ഷിച്ച് 'വരം' നേടേണ്ടതെന്നും മറ്റും മുബാരക്ക് തന്റെ യജമാനന് നിർദ്ദേശങ്ങൾ നൽകി. പിന്നെ ആ വാക്കുകൾ അവൻ ഉച്ചരിച്ച് പഠിച്ചുകൊണ്ടിരുന്നു, അവയുടെ അർത്ഥം ശരിക്ക് ഗ്രഹിച്ചിരുന്നില്ലെങ്കിലും! അല്പനേരം കഴിഞ്ഞപ്പോൾ ഭയങ്കരമായ ഇടിവെട്ടും മഴയും തുടങ്ങി, ഭൂമുഖം വല്ലാതെ ഇരുണ്ട് കൂടി; പെട്ടെന്ന് ശക്തമായ കൊടുങ്കാറ്റടിച്ചു, ഒപ്പം ഭൂമികുലുക്കം പോലുള്ള അലർച്ചയും! ലോകം അവസാനിക്കുന്ന ദിനം ആയെന്നതു പോലെ!

ഇതിനുമുമ്പ് ഒരിക്കലും കാണുകയോ കേൾക്കുകയോ ചെയ്തിട്ടില്ലാത്ത സംഭവങ്ങൾക്ക് സാക്ഷ്യം വഹിച്ച രാജകുമാരൻ പേടിച്ച് കിടുങ്ങി! എന്നാൽ, മുബാരക്ക് അവനെ പരിഹസിച്ചുകൊണ്ട് പറഞ്ഞു, "പേടിക്കേണ്ട, എന്റെ പ്രഭോ; എന്തുകൊണ്ടെന്നാൽ, അങ്ങ് 'പേടിക്കുന്നതിനെ' യാണ് നമ്മൾ തിരയുന്നത്; നമ്മളെ സംബന്ധിച്ചിടത്തോളം ഇതൊരു ആഹ്ലാദകരമായ വിജയവാർത്തയാണ്. അതുകൊണ്ട് അങ്ങ് സന്തുഷ്ടനായിരിക്കുക, അങ്ങ് സുരക്ഷിതനാണെന്ന് മനസ്സിലാക്കുക."

അതിനുശേഷം ആകാശം വ്യക്തമായി, തെളിഞ്ഞതും പ്രശാന്തവുമായി; സൗരഭ്യം പരത്തുന്ന മന്ദമാരുതൻ അവരെ തഴുകി കടന്നുപോയി. പെട്ടെന്ന് ജിന്നുകളുടെ രാജാവ് സുന്ദരനായൊരു മനുഷ്യനായി അവരുടെ മുന്നിൽ പ്രത്യക്ഷപ്പെട്ടു. അവൻ സയിൻ അൽഅസ്നമിനെ മിഴിച്ചു നോക്കി; ആ മുഖത്ത് ആനന്ദം അലയടിച്ചു! തൽക്ഷണം രാജകുമാരൻ എഴുന്നേറ്റ്, തന്റെ കൂട്ടുകാരൻ പറഞ്ഞുപഠിപ്പിച്ച സ്തുതിഗീതം ആലപിച്ചു. പ്രീതിയോടെ മന്ദഹസിച്ച് രാജാവ് അദ്ദേഹത്തോട് പറഞ്ഞു, "അല്ലയോ, സയിൻ അൽഅസ്നം, ശരിക്കും നിന്റെ അച്ഛൻ ബസ്രാ സുൽത്താനും ഞാനും വലിയ സ്നേഹത്തിലായിരുന്നു. അദ്ദേഹം എന്നെ സന്ദർശിക്കുമ്പോഴെല്ലാം ഞാൻ നിന്റെ അച്ഛന് ഓരോ പ്രതിമ കൊടുക്കുമായിരുന്നു, നീ കണ്ട ആ പ്രതിമകൾ. ഓരോന്നും ഒറ്റരത്നത്തിൽ നിർമ്മിക്കപ്പെട്ടതാണ്. ഇപ്പോൾ നിന്റെ അച്ഛനെപ്പോലെ നീയും എനിക്ക് ആദരണീയനായിരിക്കുന്നു, ഒരുപക്ഷേ അതിൽ കൂടുതൽ! അദ്ദേഹം മരിക്കുന്നതിനുമുമ്പ്, നീ വായിച്ച ലിഖിതം ഒരു സിൽക്ക് തുണിയിൽ എഴുതിവെക്കാൻ ഞാൻ അദ്ദേഹത്തെ ചുമതലപ്പെടുത്തിയിരുന്നു, നീ വായിച്ച ആ ലിഖിതം. ഞാൻ അദ്ദേഹത്തോട് ശപഥം ചെയ്തിരുന്നു, ഒരു കരാറുണ്ടാക്കിയിരുന്നു, നിന്റെ അച്ഛനെ സംരക്ഷിച്ചതുപോലെ നിന്നെയും സംരക്ഷിക്കുമെന്നും, അദ്ദേഹത്തിന് സമ്മാനിച്ചതുപോലെ നിനക്ക് ഒമ്പതാമത്തെ വിഗ്രഹം സമ്മാനിക്കുമെന്നും! നീ കണ്ട ആ എട്ടു വിഗ്രഹങ്ങളേക്കാൾ വിലപിടിച്ചതാണ് ഒമ്പതാമത്തെ വിഗ്രഹം. അതുകൊണ്ട്

എന്റെ വാക്ക് പാലിച്ച് വാഗ്ദത്തപ്രകാരമുള്ള സഹായം നിനക്ക് തരുക എന്നതാണ് എന്റെ ഏറ്റവും വലിയ അഭിലാഷം – അപ്പോഴേക്കും നേരം പുലരാറായെന്നും തനിക്ക് കഥപറയാനനുവദിച്ച സമയം തീർന്നെന്നും ഷാഹ്‌രസാദ് മനസ്സിലാക്കി.

അഞ്ഞൂറ്റിയഞ്ചാം രാവ്

ദുനിയാസാദ് പറഞ്ഞു, " എന്റെ സഹോദരീ, നിനക്ക് ഉറക്കം വരുന്നില്ലെങ്കിൽ നല്ലൊരു കഥ ഞങ്ങൾക്ക് പറഞ്ഞുതരൂ. അങ്ങനെ രസമായി നമ്മൾക്ക് രാത്രി ചിലവഴിക്കാം."

ഷാഹ്‌രസാദ് തുടർന്നു, "അല്ലയോ മഹാരാജാവേ, ജിന്നുകളുടെ രാജാവ് രാജകുമാരനോട് പറഞ്ഞു, "ഞാൻ നിന്നെ എന്റെ സംരക്ഷണത്തിൽ നിർത്താം; നീ സ്വപ്നത്തിൽ ദർശിച്ച വൃദ്ധൻ ഞാൻ തന്നെയാണ്; കൊട്ടാരവളപ്പിൽ മണ്ണു കുഴിച്ച് 'ഭൂഗർഭ'ത്തിലേക്ക് നിർദ്ദേശിച്ചതും ഞാനാണ്. അവിടെ ഭരണിയിൽ നിറച്ച സ്വർണ്ണനാണ്യങ്ങളും രത്നങ്ങൾകൊണ്ട് നിർമ്മിക്കപ്പെട്ട പ്രതിമകളും നീ കണ്ടല്ലോ. അതുകൊണ്ട് നീ ഇവിടെ വരുമെന്നും എനിക്കറിയാമായിരുന്നു. നിന്നെ ഇവിടെ വരുത്താനുള്ള കാരണക്കാരൻ ഞാനാണ്. നീ അന്വേഷിക്കുന്നത് ഞാൻ നിനക്കു തരും; നിന്റെ അച്ഛനുകൊടുക്കാതിരുന്നതാണത്, എന്നാൽ ഒരു വ്യവസ്ഥയിൽ മാത്രം, നീ പതിനഞ്ചുകാരിയായൊരു യുവതിയുമായി എന്റെ അടുത്തേക്ക് തിരിച്ചുവരിക; അവൾ മറ്റാരേക്കാൾ അഴകുള്ളവളായിരിക്കണം, അതിനും പുറമെ, ആരും സ്പർശിക്കാത്ത പരിശുദ്ധ കന്യകയായിരിക്കണം, ഒരുബന്ധവുമില്ലാത്തവൾ. പുരുഷനെ കാമവികാരത്തോടെ നോക്കിയിട്ടില്ലാത്തവൾ! പെൺകുട്ടിയെ സംരക്ഷിക്കുന്ന കാര്യത്തിൽ നീ എന്നെ വഞ്ചിക്കരുത്. അവളെ എനിക്ക് നീ കൊണ്ടുവന്ന ശേഷം നീ അവളെ ഒറ്റുകൊടുക്കുന്നവനാകരുത്."

ഈ കാര്യത്തിൽ രാജകുമാരൻ ഒരു ഉഗ്രശപഥംതന്നെ എടുത്തു; എന്നിട്ട് പറഞ്ഞു, "എന്റെ പ്രഭോ, എനിക്ക് ഇത്രയും സേവനം ചെയ്ത് അങ്ങ് എന്നെ ആദരിച്ചിരിക്കുന്നു; എന്നാൽ, ഇത്തരം ഒരു യുവതിയെ കണ്ടെത്തുവാൻ എനിക്ക് വളരെ പ്രയാസമായിരിക്കും. അങ്ങയുടെ ആവശ്യങ്ങൾക്കായി ഏറ്റവും സുന്ദരിയായൊരു യുവതിയെ എനിക്ക് വർഷങ്ങളുടെ തിരച്ചിലിനുശേഷം കണ്ടെത്താനായേക്കും. എന്നാൽ, അവൾ ഏതെങ്കിലും പുരുഷനുമായി ബന്ധപ്പെട്ടിട്ടുണ്ടോ, അല്ലെങ്കിൽ ഒരു പുരുഷനവളെ കാമാർത്തിയോടെ നോക്കിയിട്ടുണ്ടോ എന്ന് എനിക്കെങ്ങനെയാണ് അറിയാൻ കഴിയുക?"

ഭൂതരാജാവ് മറുപടി നൽകി, "നീ പറഞ്ഞതു ശരിയാണ്, ഓ, സയിൻ അൽഅസ്നം, സത്യമായും ഈ ജ്ഞാനം മനുഷ്യർക്ക് കിട്ടാൻ അത്ര എളുപ്പമല്ല. എന്തായാലും ഞാൻ നിനക്കൊരു കണ്ണാടി തരാം; അതിന്റെ ഗുണം ഇതാണ്, നീ സുന്ദരിയും അംഗലാവണ്യമുള്ളവളുമായൊരു യുവതിയെ കണ്ടെന്നിരിക്കട്ടെ; നിനക്കവളെ ഇഷ്ടപ്പെട്ടെങ്കിൽ, ഈ കണ്ണാടി നീ തുറന്നുനോക്കുക. അവളുടെ രൂപം അതിൽ വ്യക്തമായി തെളിഞ്ഞു കണ്ടാൽ അവൾ പരിശുദ്ധയായ കന്യകയാണെന്നും, സൽഗുണവതിയും ശ്രേഷ്ഠസ്വഭാവഗുണമുള്ളവളുമാണെന്ന് ഉടനെ മനസ്സിലാക്കാം. നേരെമറിച്ച്, അതിലെ രൂപം ഇരുണ്ടതും മങ്ങിയതും അഴുക്കുപിടിച്ച്

വസ്ത്രങ്ങൾ ധരിച്ചവളുമാണെങ്കിൽ, അവൾ ദുഷിച്ച സ്വഭാവമുള്ളവളും, ലൈംഗികാർത്തി ഉള്ളവളുമാണെന്നും ഉടനെ മനസ്സിലാക്കാം. പരിശുദ്ധയും, സ്വഭാവഗുണമുള്ളവളും സുന്ദരിയുമായൊരു യുവതിയെ നീ കണ്ടുമുട്ടിയാൽ, അവളെ എന്റെ അടുത്തേക്ക് കൊണ്ടുവരിക; എന്നാൽ, ഒരു കാര്യം ശ്രദ്ധിക്കുക, അവളോട് ഏറ്റുമുട്ടുവാനോ, ദുഷ്ടത പ്രവർത്തിക്കാനോ പാടില്ല. എന്നോട് നീ വിശ്വാസംവെച്ച് പുലർത്താതിരിക്കുകയോ, പ്രതിജ്ഞ ലംഘിക്കുകയോ ചെയ്താൽ, നിന്റെ മരണമായിരിക്കും ഫലം എന്നോർത്തോളൂ."

ഉടനെ അതിന്നനുസൃതമായി ദൃഢവും, വിശുദ്ധവുമായ ഒരു ഉടമ്പടി തയ്യാറാക്കപ്പെട്ടു. സുൽത്താന്മാരുടെ മക്കൾ തമ്മിലുള്ള കരാർ ഒരിക്കലും ലംഘിക്കപ്പെട്ടിട്ടില്ല - അപ്പോഴേക്കും നേരംപുലരാറായെന്നും, തനിക്ക് കഥ പറയാനനുവദിച്ച സമയം തീർന്നെന്നും ഷാഹ്റസാദ് മനസ്സിലാക്കി.

അഞ്ഞൂറ്റിയാറാം രാവ്

ദുനിയാസാദ് പറഞ്ഞു, " അല്ലയോ എന്റെ സഹോദരീ, നിനക്ക് ഉറക്കം വരുന്നില്ലെങ്കിൽ നീ ഞങ്ങൾക്ക് നല്ലൊരു കഥ പറഞ്ഞു തരൂ; അങ്ങനെ നമ്മൾക്ക് രാത്രി രസമായി ചിലവഴിക്കാം."

ഷാഹ്റസാദ് തുടർന്നു - "അല്ലയോ മഹാരാജാവേ, സയിൻ അൽ അസ്നം രാജകുമാരൻ ഭൂതരാജാവുമായി ദൃഢവും വിശുദ്ധമായൊരു കരാറിൽ ഏർപ്പെട്ടു; ഒരിക്കലും വിശ്വാസവഞ്ചന ചെയ്യരുത്; ആ കണ്ണാടി നിർദ്ദേശിക്കുന്നതിന്നനുസരിച്ച് കിട്ടുന്ന കന്യകയെ രാജാവിന് കൊണ്ടുവന്ന് സമർപ്പിക്കുക. കണ്ണാടി അവന് കൈമാറിക്കൊണ്ട് ഭൂതരാജാവ് പറഞ്ഞു, "എന്റെ മോനേ, ഈ കണ്ണാടി എടുത്തോളൂ, നിനക്ക് വിട പറഞ്ഞ് ഇറങ്ങാം."

അങ്ങനെ രാജകുമാരനും മുബാരക്കും എഴുന്നേറ്റ് രാജാവിനെ പ്രശംസിച്ച് ഇറങ്ങി; അവർ നടന്ന് ജലാശയത്തിന്നടുത്തെത്തി; അവിടെ അല്പനേരം ഇരുന്നപ്പോഴേക്കും ആനയുടെ ശിരസ്സും സിംഹത്തിന്റെ ഉടലുമുള്ള തോണിക്കാരൻ ചങ്ങാടവുമായി എത്തി; അവൻ തിരിച്ച് ചങ്ങാടം തുഴയാനായി തയ്യാറെടുത്തുനിന്നു. അവൻ, ജിന്നി രാജാവിന്റെ ഉത്തരവുപ്രകാരം അവരെ തടാകത്തിന്നക്കരയിലെത്തിച്ചു. പിന്നെ, അവർ കയ്റൊയിലെത്തി, സ്വന്തം വീട്ടിൽ പ്രവേശിച്ചു. യാത്രാക്ഷീണം മാറ്റാനായി കുറെ നേരം വിശ്രമിച്ചു. പിന്നെ, രാജകുമാരൻ കൂട്ടുകാരന് നേരെ തിരിഞ്ഞ് പറഞ്ഞു, "എഴുന്നേൽക്കൂ, നമ്മൾക്ക് ബാഗ്ദാദ് നഗരത്തിൽ പോയി ഭൂതരാജാവ് വർണ്ണിച്ചതുപോലുള്ള ഏതെങ്കിലും കന്യകയെ കിട്ടുമോ എന്നു നോക്കാം!" മുബാരക്ക് മറുപടി നൽകി, "എന്റെ പ്രഭോ, നമ്മൾ ഇപ്പോൾ നഗരങ്ങളുടെ നഗരമായ 'കയ്റൊ'വിലാണ്; ലോകത്തിലെ അദ്ഭുതകരമായ നഗരങ്ങളിലൊന്നാണിത്. ഇവിടെ അത്തരത്തിലുള്ളൊരു കന്യകയെ കണ്ടെത്താതിരിക്കില്ല. അതുകൊണ്ട്, വിദൂരമായൊരു രാജ്യത്തേക്ക് യാത്രചെയ്യേണ്ട ആവശ്യമില്ല." സയിൻ അൽ അസ്നം സമ്മതിച്ചു. "നിങ്ങൾ പറഞ്ഞത് ശരിയാണ്, മുബാരക്ക്, എന്നാൽ, ഏതുരീതിയിലാണ് അത്തരം ഒരു പെൺകുട്ടിയെ കണ്ടെത്തുക, നമ്മൾക്കുവേണ്ടി ആരാണവളെ തിരയാനായി പോകുക?" "എന്റെ

പ്രഭോ, മനസ്സ് വിഷമിപ്പിക്കാതിരിക്കുക. ഇവിടെ എനിക്കറിയാവുന്ന പ്രായമായൊരു സ്ത്രീയുണ്ട്. കപടോപായത്തിന്റെയും, വശീകരണതന്ത്രത്തിന്റെയും അഗ്രഗണ്യയാണവൾ! ഒറ്റ പ്രതിബന്ധങ്ങൾക്കും അവളെ തടസ്സപ്പെടുത്താനാവില്ല, അത്രയ്ക്ക് അജയ്യയാണവൾ!"

അപ്രകാരം പറഞ്ഞ്, അവളെ വിളിക്കാനായി അയാൾ ആളെ വിട്ടു. അവൾ വന്നപ്പോൾ അയാൾ കാര്യങ്ങൾ വിശദീകരിച്ചു, അതിസുന്ദരിയും പതിനഞ്ചുവയസ്സ് തികയാത്തവളുമായൊരു കന്യകയെ തനിക്ക് വേണം; തന്റെ പ്രഭുവിന്റെ മകന് അവളെ അയാൾ വിവാഹംകഴിച്ചുകൊടുക്കുവാനാഗ്രഹിക്കുന്നു. ധാരാളം വിലയേറിയ സമ്മാനങ്ങൾ അയാൾ അവൾക്ക് വാഗ്ദാനം ചെയ്തു; പദ്ധതി വിജയിപ്പിച്ചാൽ മാത്രം മതി! അവൾ കഠിനമായി അദ്ധ്വാനിച്ച് ശ്രമിക്കണം.

അവൾ മറുപടി നൽകി, "അല്ലയോ പ്രഭോ, സമാധാനിക്കുക. അങ്ങയുടെ ആഗ്രഹത്തിന്നപ്പുറം ആവശ്യങ്ങൾ സാധിപ്പിച്ചുതരാനായി ഞാൻ കൗശലം കണ്ടെത്താം; കാരണം, എന്റെ സ്വാധീനത്തിൽ അതിസുന്ദരികളും അംഗലാവണ്യമുള്ളവരുമായ യുവതികളുണ്ട്. എല്ലാവരും ബഹുമാന്യരായ ഉന്നത വ്യക്തികളുടെ പുത്രിമാരാണ്."

എന്നാൽ, മഹാരാജാവേ, ആ വൃദ്ധയ്ക്ക് ആ കണ്ണാടിയെക്കുറിച്ചൊന്നുമറിയില്ലായിരുന്നു. അങ്ങനെ നഗരത്തിൽപോയി, അവൾ സ്വന്തം രീതിയിൽ അന്വേഷണമാരംഭിച്ചു - അപ്പോഴേക്കും നേരംപുലരാറായെന്നും തനിക്ക് കഥ പറയാനനുവദിച്ച സമയം തീർന്നെന്നും ഷാഹ്റസാദ് മനസ്സിലാക്കി.

അഞ്ഞൂറ്റിയേഴാം രാവ്

ദുനിയാസാദ് പറഞ്ഞു, " എന്റെ സഹോദരീ, നിനക്ക് ഉറക്കം വരുന്നില്ലെങ്കിൽ നീ ഞങ്ങൾക്ക് നല്ലൊരു കഥ പറഞ്ഞു തരൂ; അങ്ങനെ നമ്മൾക്ക് രാത്രി സുഖമായി ചിലവഴിക്കമല്ലോ."

ഷാഹ്റസാദ് തുടർന്നു - അല്ലയോ, മഹാരാജവേ, ആ വൃദ്ധ തന്റേതായ മാർഗ്ഗങ്ങളിലൂടെ നഗരംചുറ്റി സഞ്ചരിച്ച്, സയിൻ അൽഅസ്നം രാജകുമാരനുവേണ്ടി ഒരു സുന്ദരിയായ യുവതിയെ കണ്ടെത്താനായി ശ്രമം തുടങ്ങി. അവൾ കണ്ടുമുട്ടിയ പ്രശസ്ത സുന്ദരികളെയെല്ലാം മുബാരക്കിനുമുന്നിൽ ഹാജരാക്കി; എന്നാൽ ആ കണ്ണാടിയിൽ ദർശിച്ച അവരുടെ പ്രതിബിംബങ്ങൾ അങ്ങേയറ്റം ഇരുണ്ടതും, അവ്യക്തവുമായിരുന്നു. അങ്ങനെ, പരിശോധകൻ ആ പെൺകുട്ടികളെ തിരസ്കരിച്ചു. പരിശുദ്ധയായ ഒറ്റ കുമാരിയേയും കയ്റോയിലവർക്ക് കണ്ടെത്താനായില്ല; ജിന്നുകളുടെ രാജാവിന്റെ നിർദ്ദേശപ്രകാരമുള്ള ഒരു സുന്ദരിപോലും 'കയ്റൊ'യിൽ ഇല്ലെന്നവർ മനസ്സിലാക്കി; ഒടുവിൽ, ബാഗ്ദാദിലേക്ക് പോകാൻതന്നെ അവർ തീരുമാനിച്ചു. അതുകൊണ്ട് അവർ എഴുന്നേറ്റ്, എല്ലാ ഒരുക്കങ്ങളും നടത്തി; അവർ സമാധാനത്തിന്റേയും, ശാന്തിയുടേയും നഗരമായ ബാഗ്ദാദിൽ എത്തി. നഗരത്തിന്റെ മദ്ധ്യഭാഗത്ത് വലിയൊരു ബംഗ്ലാവ് അവർ വാടകക്കെടുത്തു; വളരെ ആഡംബരപൂർവ്വം ജീവിച്ചു. അവിടത്തെ പ്രഭുക്കന്മാർ എന്നും അവിടെ സൽക്കാരങ്ങളിൽ പങ്കുകൊള്ളാൻ എത്തുമായിരുന്നു. സദ്യക്ക് പാകംചെയ്ത ഭക്ഷണ

പദാർത്ഥങ്ങൾ ബാക്കിയാകുമ്പോഴത് പാവങ്ങൾക്ക് വിതരണം ചെയ്തു. അതിനുംപുറമെ, പള്ളികളിൽ അഭയം തേടിയിരുന്ന ഏറ്റവും ദരിദ്രരായവർ അദ്ദേഹത്തിന്റെ വീട്ടിൽ ഭക്ഷണം കഴിക്കാനെത്തിയിരുന്നു. ഉദാരതയ്ക്കും ദാനധർമ്മത്തിനും കീർത്തികെട്ടവരാണവരെന്ന വാർത്ത നഗരം മുഴുവനും, വിദേശത്തും പരന്നു. അവർ അതീവ പ്രശസ്തരും ഉദാരമതികളുമായി വാഴ്ത്തപ്പെട്ടു. സയിൻ അൽഅസ്നമിനെയും, അദ്ദേഹത്തിന്റെ ഔദാര്യത്തെയും സമ്പത്തിനേയും കുറിച്ച് സംസാരിക്കാത്ത ആരും ആ നഗരത്തിൽ ഇല്ലായിരുന്നു!

അവിടത്തെ സുപ്രധാനമായൊരു പള്ളിയിലെ ഇമാം ആയ അബൂബക്കർ താമസിച്ചിരുന്നത് രാജകുമാരനും മുബാരക്കും താമസിച്ചിരുന്ന ബംഗ്ലാവിന്റെ അടുത്തായിരുന്നു. അസൂയാലുവായൊരു പിശാചായിരുന്നു അയാൾ. അവർ നൽകുന്ന ഉദാരമായ സമ്മാനങ്ങളേയും ദാനധർമ്മങ്ങളേയും കുറിച്ച് കേട്ട് അസൂയ സഹിക്കാനാകാതെ അയാൾ അവരെ അങ്ങേയറ്റം വെറുക്കുകയും, അവരുടെ സന്തോഷകരമായ ജീവിതം തല്ലിത്തകർക്കാനും അവരെ മരണത്തിലേക്ക് വലിച്ചിഴക്കാനും തീരുമാനിച്ചു.

ഒരു ദിവസം മദ്ധ്യാഹ്നപ്രാർത്ഥനയ്ക്കു ശേഷം അയാൾ പള്ളിയിൽ നിൽക്കവെ, ജനങ്ങൾക്കിടയിലേക്കുചെന്ന്, വിളിച്ചുപറഞ്ഞു, “അല്ലയോ, വിശ്വാസികളായ സഹോദരന്മാരെ, ഞാൻ ഒരു കാര്യം നിങ്ങളെ ധരിപ്പിക്കാനാഗ്രഹിക്കുന്നു; നമ്മുടെ പരിസരത്ത് രണ്ട് വിദേശികൾ താമസിക്കുന്നുണ്ട്. എത്ര ഉദാരതയോടെയാണവർ കണക്കില്ലാത്തത്ര പണം വിതരണം ചെയ്യുന്നതും നശിപ്പിക്കുന്നതും എന്ന് നിങ്ങൾ കേട്ടുകാണും. അളവില്ലാത്തത്ര പണമാണവർ ദുർവ്വിനിയോഗം ചെയ്യുന്നത്! എനിക്കവരെ സംശയദൃഷ്ട്യാ വീക്ഷിക്കാതിരിക്കാനാവില്ല! അവർ പോക്കറ്റടിക്കാരോ, സ്വന്തം നാട്ടിൽനിന്ന് കൊള്ളയടിച്ച പണം വ്യയം ചെയ്യാൻ വന്നവരോ ആയിരിക്കണം - അപ്പോഴേക്കും നേരംപുലരാറായെന്നും തനിക്ക് കഥ പറയാനനുവദിച്ച സമയം തീർന്നെന്നും ഷാഹ്റസാദ് മനസ്സിലാക്കി.

അഞ്ഞൂറ്റിയെട്ടാം രാവ്

ദുനിയാസാദ് പറഞ്ഞു, “ എന്റെ സഹോദരി, നിനക്ക് ഉറക്കം വരുന്നില്ലെങ്കിൽ ഞങ്ങൾക്ക് നല്ലൊരു കഥ പറഞ്ഞു തരാമോ, അങ്ങനെ രാത്രി രസകരമായി നമ്മൾക്ക് ചിലവഴിക്കാം.”

ഷാഹ്റസാദ് തുടർന്നു - അല്ലയോ മഹാരാജാവേ, സയിൻ അൽ അസ്നമിനോടും, മുബാരക്കിനോടും അസൂയമൂത്ത് ആ ഇമാം ആ പ്രാർത്ഥനായോഗത്തിൽ പറഞ്ഞു, “സത്യമായും അവർ കൊള്ളസംഘാംഗങ്ങളും പോക്കറ്റടിക്കാരുമാണ്. അല്ലയോ, മുഹമ്മദിൽ വിശ്വസിക്കുന്നവരെ, അത്തരം ശപിക്കപ്പെട്ടവരിൽ നിന്നും മാറിനിൽക്കണമെന്ന് അള്ളായുടെ പേരിൽ ഞാൻ ഉപദേശിക്കുന്നു. സന്ദർഭവശാൽ കാലിഫാ ഇതിലെ വരുന്ന സമയത്ത് ഈ രണ്ടുപേരെ കണ്ടാൽ നിങ്ങളും കുഴപ്പത്തിലാകും! ഞാൻ നിങ്ങൾക്ക് അപായസൂചന നൽകുകയാണ്. ഇത് ചെയ്ത് ഞാൻ എന്റെ കൈ കഴുകുകയാണ്, നിങ്ങളുടെ ഇടപാടിൽ എനിക്കൊരു താത്പര്യവുമില്ല; നിങ്ങൾക്ക് യുക്തമായി തോന്നുന്നത് ചെയ്യുക.”

അവിടെ കൂടിയിരുന്നവരെല്ലാം ഏകസ്വരത്തിൽ മറുപടി നൽകി, "തീർച്ചയായും ഞങ്ങൾ എന്താണ് ചെയ്യേണ്ടതെന്ന് അങ്ങ് പറഞ്ഞാൽ മതി, അതുപോലെ ഞങ്ങൾ ചെയ്യും, അബൂബക്കർ!"

ഇമാം ഇതു കേട്ട ഉടനെ എഴുന്നേറ്റ് ചെന്ന് മഷിക്കുപ്പിയും, തൂവൽ പേനയും ഒരു ഷീറ്റ് കടലാസും കൊണ്ടുവന്ന്, 'വിശ്വാസികളുടെ നേതാവിന്' ആ രണ്ട് പരദേശികളെ ആക്ഷേപിച്ചുകൊണ്ടുള്ളൊരു സന്ദേശം തയ്യാറാക്കി. എന്തായാലും, വിധിയുടെ വികൃതി എന്നു പറയട്ടെ ആ പള്ളി സദസ്യർക്കിടയിൽ സന്ദർഭവശാൽ മുബാരക്കും സന്നിഹിതനായിരുന്നു! ദുഷ്ടനായ ഇമാമിന്റെ പ്രഭാഷണം അയാൾ കേട്ടു; കാലിഫാക്കയാൾ കത്തെഴുതുന്നതും കണ്ടു. ഒട്ടും സമയംകളയാതെ അയാൾ വീട്ടിലേക്ക് പാഞ്ഞു; വീട്ടിൽനിന്ന് നൂറ് ദിനാർ എടുത്ത് കീശയിലിട്ട്, വിലപിടിച്ച കുറെ വസ്ത്രങ്ങൾ പാക്ക്ചെയ്ത്, ധൃതിയിൽ ഇമാമിന്റെ വീട്ടിലെത്തി, വാതിലിൽ മുട്ടി. ഉപദേശി വന്ന് വാതിൽ തുറന്നു; എന്നാൽ മുബാരക്കിനെ കണ്ട് അട്ടഹസിച്ചു. "നിനക്ക് എന്താണ് വേണ്ടത്, ആരാണ് നീ?" "ഞാൻ അങ്ങയുടെ സേവകൻ മുബാരക്ക് ആണ്, അല്ലയോ യജമാനനെ, ഇമാം അബൂബക്കർ. അങ്ങയുടെ അടുത്തേക്ക് ഞാൻ വന്നത്, എന്റെ പ്രഭു അമീർ സയിൻ അൽഅസ്നത്തിന്റെ അടുത്തുനിന്നാണ്. "അങ്ങയുടെ മതപാണ്ഡിത്യത്തെകുറിച്ചും, ഈ നഗരത്തിൽ അങ്ങേക്കുള്ള സൽകീർത്തിയെക്കുറിച്ചും അറിഞ്ഞ എന്റെ പ്രഭുവിന് കീർത്തിമാനായ അങ്ങയെ കണ്ട് പരിചയപ്പെടണമെന്നുണ്ട്. അതിനും പുറമെ, ഈ വസ്ത്രങ്ങളും, കുറച്ചു പണവും തന്നയച്ചിട്ടുണ്ട്; ഇത് അങ്ങയുടെ പദവി അനുസരിച്ച് ചെറിയ സമ്മാനമായതിൽ ക്ഷമിക്കണമെന്നും, പ്രത്യേകം പറഞ്ഞിട്ടുണ്ട്; 'ഇൻഷാ അള്ളാ', ഇതിനുശേഷം അങ്ങേക്ക് അർഹതപ്പെട്ട പാരിതോഷികങ്ങൾ യഥാസമയം വന്നുകൊണ്ടേയിരിക്കും; അതു മുടങ്ങില്ല."

സ്വർണ്ണനാണ്യങ്ങളും, വസ്ത്രങ്ങളും കണ്ട അബൂബക്കർ മുബാരക്കിനോട് പറഞ്ഞു, "ഞാൻ ക്ഷമയാചിക്കുന്നു, എന്റെ പ്രഭോ; നിങ്ങളുടെ യജമാനനു മുന്നിൽവന്ന് ക്ഷമ ചോദിക്കാൻ എനിക്ക് ലജ്ജയില്ല, പശ്ചാത്താപമാണ് ശരിയായ മാർഗ്ഗം. എന്റെ തെറ്റിന് മാപ്പുനൽകണമെന്നദ്ദേഹത്തോട് കേണപേക്ഷിക്കാനായി, എനിക്കുവേണ്ടി ഞാൻ നിങ്ങളെ ചുമതലപ്പെടുത്തുന്നു. നിങ്ങൾ അപ്രകാരം ചെയ്യുമെന്ന് ഞാൻ ആശിക്കട്ടെ! 'ഇൻഷാ അള്ളാ', ഞാൻ നാളെ വന്ന് എന്റെ കടപ്പാട് നിർവ്വഹിക്കാം, എന്റെ സേവനം അർപ്പിക്കാം, ആദരിക്കാം".

മുബാരക്ക് പറഞ്ഞു, "എന്റെ യജമാനന്റെ അന്തിമാഭിലാഷം അങ്ങയെ ദർശിക്കുക എന്നതാണ്, അല്ലയോ, പ്രഭു അബൂബക്കർ; അങ്ങയുടെ സാന്നിദ്ധ്യത്താൽ ഉൽകൃഷ്ടനാകാനും, അതിലൂടെ അനുഗൃഹീതനാകാനും അദ്ദേഹം കൊതിക്കുന്നു." ഇപ്രകാരം പറഞ്ഞ് ഇമാമിന്റെ കയ്യിൽ അയാൾ ചുംബിച്ചു. പിന്നെ, വീട്ടിലേക്ക് മടങ്ങി. പിറ്റേന്ന്, അബൂബക്കർ വെള്ളിയാഴ്ച പ്രഭാതപ്രാർത്ഥന നയിക്കവെ, പള്ളിമദ്ധ്യത്തിൽ നിന്നുകൊണ്ട് ഭക്തജനങ്ങളോട് ഉദ്ഘോഷിച്ചു, "വലിയവരും ചെറിയവരുമായ മുസ്ലിം സഹോദരന്മാരെ, സമ്പന്നരും പ്രശംസനീയരുമായവരോട് അസൂയ പാടില്ല, താഴ്ന്നരീതിയിലേക്ക് അധഃപതിക്കാൻ പാടില്ല. ഇന്നലെ ആ രണ്ട് പരദേശികളെകുറിച്ച് ഞാൻ പറഞ്ഞത് തെറ്റായിരുന്നു എന്ന് ഞാൻ നിങ്ങളോട് പറയാൻ ആഗ്രഹിക്കുന്നു. അവരിലൊരാൾ

അത്യുന്നത പദവിയിലുള്ള മാതാപിതാക്കളുടെ പുത്രനായ ഒരു അമീർ ആണ്; ഒരു അസൂയാലു എന്നെ അറിയിച്ചതുപോലെ കൊള്ളസംഘത്തിൽപെട്ടവരോ, പോക്കറ്റടിക്കാരോ അല്ല. ഇക്കാര്യം ഞാൻ ഉറപ്പിച്ചു പറയുന്നു, ആ 'റിപ്പോർട്ട്' ശുദ്ധ നുണയാണ്. അതുകൊണ്ട്, അവർക്കെതിരെ നിങ്ങൾ എന്തെങ്കിലും പറയുന്നത് സൂക്ഷിച്ചുവേണം. ഈ അമീറിനെക്കുറിച്ച്, ഇന്നലെ ഞാൻ കേട്ടതുപോലെ, ആരും കുറ്റം പറയരുത്. അല്ലെങ്കിൽ ഞാനും നിങ്ങളും കാലിഫായുടെ മുന്നിൽ വലിയ കുറ്റക്കാരായിത്തീരും, ഭയങ്കര പ്രശ്നങ്ങൾ അനുഭവിക്കേണ്ടിവരും. ഇത്രയും ഉന്നതവ്യക്തികൾ ബാഗ്ദാദിൽ വസിക്കുന്നത് കാലിഫായ്ക്ക് അറിയാത്ത കാര്യമായിരിക്കില്ല - അപ്പോഴേക്കും നേരംപുലരാറായെന്നും തനിക്ക് കഥ പറയാനനുവദിച്ച സമയം തീർന്നെന്നും ഷാഹ്രസാദ് മനസ്സിലാക്കി.

അഞ്ഞൂറ്റിയൊമ്പതാം രാവ്

ദുനിയാസാദ് പറഞ്ഞു, "എന്റെ സഹോദരീ, നിനക്ക് ഉറക്കം വരുന്നില്ലെങ്കിൽ, ഞങ്ങൾക്കൊരു നല്ല കഥ പറഞ്ഞുതരൂ; അങ്ങനെ രാത്രി സമയം രസമായി കഴിക്കാമല്ലൊ."

ഷാഹ്രസാദ് തുടർന്നു - അല്ലയോ മഹാരാജാവേ, അമീർ സയിൻ അൽഅസ്നമിന്നെതിരായി പ്രജകളുടെ മനസ്സിൽ കുത്തിവെക്കപ്പെട്ട വിഷം, അപ്രകാരം അബൂബക്കർ ഇമാം പിഴുതെറിഞ്ഞു. പ്രാർത്ഥനായോഗം അവസാനിച്ച ശേഷം അയാൾ, വീട്ടിലേക്ക് തിരിച്ചുവന്ന്, തന്റെ നീണ്ട കോട്ടുധരിച്ച് രാജകുമാരന്റെ ബംഗ്ലാവിലേക്ക് നടന്നു. അവിടേക്ക് കടന്നുചെന്ന് യുവാവായ പരദേശിക്ക് അത്യാദരപൂർവ്വം അഭിവാദ്യങ്ങൾ അർപ്പിച്ചു! സയിൻ അൽഅസ്നം പ്രായത്തിൽ വളരെ താഴെ ആയതിനാൽ, ബോധപൂർവ്വം ഭംഗിയായി പെരുമാറി, അബൂബക്കർ ഇമാമിന്റെ സലാം, അതേ രീതിയിൽത്തന്നെ ബഹുമാനപുരസ്സരം തിരിച്ചുനൽകി; ഭവ്യതയോടെ അയാളെ പിടിച്ച് ഉന്നതപീഠത്തിൽ അടുത്തിരുത്തി; ഏലക്കായയിട്ട കാപ്പികൊണ്ടുവരുവാൻ ഉത്തരവിട്ടു. പിന്നീട് പ്രാതൽമേശ ഒരുക്കി, ഇരുവരും ഒന്നിച്ചിരുന്ന് വിഭവസമൃദ്ധമായ ഭക്ഷണം കഴിച്ച്, അടുത്ത കൂട്ടുകാരെപ്പോലെ സംഭാഷണത്തിൽ ഏർപ്പെട്ടു. അപ്പോൾ, ഇമാം രാജകുമാരനോട് ചോദിച്ചു, "അല്ലയോ, എന്റെ പ്രഭോ, സയിൻ അൽഅസ്നം അങ്ങ് ഈ ബാഗ്ദാദ് നഗരത്തിൽ ദീർഘകാലം താമസിക്കാനുള്ള പദ്ധതി ഉണ്ടോ?" "ഉവ്വ്, തീർച്ചയായും, എന്റെ പ്രഭോ, ഇമാം; കുറച്ചുനാൾ ഇവിടെ താമസിക്കണമെന്നാണ് എന്റെ ഉദ്ദേശ്യം; എന്റെ ലക്ഷ്യപ്രാപ്തി കൈവരിക്കുന്നതുവരെ."

"അപ്പോൾ എന്താണ് അങ്ങയുടെ ലക്ഷ്യം, പ്രഭോ, അമീർ? ഒരു പക്ഷേ അതു കേട്ടാൽ, എന്റെ സമയം ആ ലക്ഷ്യപ്രാപ്തിക്കായി വിനിയോഗിക്കാൻ കഴിഞ്ഞെങ്കിലോ?"

"ഒരു അതിസുന്ദരിയായ പതിനഞ്ചുകാരിയെ വിവാഹം കഴിക്കുക എന്നതാണെന്റെ ലക്ഷ്യം; അവൾ പരിശുദ്ധയും പതിവ്രതയുമായിരിക്കണം. ഒരു പുരുഷനും അവളെ സ്പർശിച്ചിരിക്കാൻ പാടില്ല, അവൾ ഒരു പുരുഷനേയും കാമദാഹത്തോടെ നോക്കിയിട്ടുണ്ടായിരിക്കയുമരുത്. അതിനും പുറമെ, അനുരൂപമായ വിധത്തിൽ സൗന്ദര്യവും അംഗലാവണ്യവുമുള്ളവളുമായിരിക്കണം."

"എന്റെ പ്രഭോ, തീർച്ചയായും ഇത്തരം ഒരു സ്ത്രീയെ കണ്ടെത്തുക ദുഷ്ക്കരമാണ്; എന്നാൽ നിന്റെ വർണ്ണനയ്ക്കനുയോജ്യയായ ഒരുവളെ എനിക്കറിയാം. അവളുടെ അച്ഛൻ ഒരു മന്ത്രിയായിരുന്നു, സ്വന്തം ഇഷ്ടാനുസരണം ജോലി രാജിവെച്ചു; ഇപ്പോൾ ഒരു ബംഗ്ലാവിൽ താമസിക്കുന്നു. മകളെ ശ്രദ്ധിച്ച് വളർത്തി, വേണ്ടതായ വിദ്യാഭ്യാസം നൽകിക്കൊണ്ടിരിക്കുന്നു. അങ്ങയുടെ ഭാവനയ്ക്കനുസരിച്ചവളാണിവളെന്ന് ആണെന്റെ അഭിപ്രായം; അങ്ങയെപ്പോലൊരു അമീറിനെ അവൾ ആഹ്ലാദപൂർവ്വം സ്നേഹിക്കും; അവളുടെ മാതാപിതാക്കൾക്കും അതുപോലെ ഇഷ്ടമാകും!"

"'ഇൻഷാ അള്ളാ', നിങ്ങൾ പറയുന്ന ഈ യുവതി എനിക്ക് യോജിക്കും, എന്റെ ആഗ്രഹങ്ങൾക്കനുസൃതമായിരിക്കും. എന്റെ അഭിലാഷപൂർത്തീകരണം നിങ്ങളുടെ കരങ്ങളിലാണ്. എന്നാൽ, അല്ലയോ പ്രഭോ, ഇമാം, എന്റെ ആഗ്രഹം ആദ്യം അവളെ കാണുക എന്നതാണ്, അവൾ പരിശുദ്ധയായ കന്യകയാണോ, അല്ലയോ എന്നു നോക്കണം. അവളുടെ സൗന്ദര്യത്തെക്കുറിച്ചുള്ള നിങ്ങളുടെ വർണ്ണന ഞാൻ വിശ്വാസത്തിലെടുക്കുന്നു, അത് ധാരാളം മതി; എന്നാൽ അവളുടെ പരിശുദ്ധി നിങ്ങൾക്ക് പോലും സാക്ഷ്യപ്പെടുത്താനാവില്ല."

"നിങ്ങൾക്കെങ്ങനെയാണതിന് കഴിയുക? അല്ലയോ എന്റെ അമീർ പ്രഭോ, അവളുടെ മുഖത്തുനിന്നത് വായിച്ചെടുക്കാനാകുമോ? അവളുടെ അന്തസ്സും പരിശുദ്ധിയുമെല്ലാം? ഇത് അങ്ങേക്ക് അറിയാൻ കഴിയുമെങ്കിൽ, അങ്ങ് മുഖലക്ഷണ ശാസ്ത്രത്തിൽ പൂർണ്ണ വൈദഗ്ദ്ധ്യം സിദ്ധിച്ച ഒരാൾ തന്നെയാണ്! എന്തായാലും, അങ്ങ് എന്നോടൊപ്പം വരാൻ തയ്യാറാണെങ്കിൽ, ഞാൻ അങ്ങയെ അവളുടെ അച്ഛന്റെ ബംഗ്ലാവിലേക്ക് കൊണ്ടുപോകാം, അദ്ദേഹത്തെ പരിചയപ്പെടുത്തിത്തരാം. അപ്പോൾ അദ്ദേഹം അവളെ നിങ്ങളുടെ മുന്നിലെത്തിക്കും –" അപ്പോഴേക്കും നേരം പുലരാറായെന്നും, തനിക്ക് കഥപറയാനനുവദിച്ച സമയം തീർന്നെന്നും ഷാഹ്റസാദ് മനസ്സിലാക്കി.

അഞ്ഞൂറ്റി പത്താം രാവ്

ദുനിയാസാദ് പറഞ്ഞു, "എന്റെ സഹോദരീ, നിനക്ക് ഉറക്കം വരുന്നില്ലെങ്കിൽ ഞങ്ങൾക്ക് ഒരു നല്ല കഥ പറഞ്ഞുതരൂ; ഈ രാത്രി രസകരമായി ചിലവഴിക്കാമല്ലോ"

ഷാഹ്റസാദ് തുടർന്നു – അല്ലയോ, മഹാരാജാവേ, അബൂബക്കർ ഇമാം രാജകുമാരനേയും കൂട്ടി വസീറിന്റെ ബംഗ്ലാവിലേക്ക് പോയി; വീട്ടിൽ കടന്നുചെന്നപ്പോൾ ഇരുവരും വീട്ടുടമയെ സലാം ചെയ്തു; അദ്ദേഹം എഴുന്നേറ്റ് അവരെ അഭിവാദ്യം ചെയ്തു; പ്രത്യേകിച്ചും തന്നെ സന്ദർശിക്കുന്നത് ഒരു 'അമീർ' ആണെന്നും, മകളെ വിവാഹം കഴിക്കാനാഗ്രഹിച്ചാണ് അദ്ദേഹത്തിന്റെ വരവെന്നും മനസ്സിലായപ്പോൾ! അദ്ദേഹം മകളെ തങ്ങളുടെ സന്നിധിയിലേക്ക് വിളിപ്പിച്ചു. അവൾ വന്നപ്പോൾ മുഖംമൂടി ഉയർത്താനായി അദ്ദേഹം ആവശ്യപ്പെട്ടു. അവൾ അച്ഛന്റെ ആജ്ഞ അനുസരിച്ചു. രാജകുമാരൻ അവളെ നോക്കി. അവളുടെ സൗന്ദര്യവും അംഗലാവണ്യവും കണ്ട് രാജകുമാരൻ അദ്ഭുതസ്തബ്ധനായി നിന്നു! ഇത്രയും അഴകുള്ളൊരു യുവതിയെ അവൻ കണ്ടിട്ടില്ല! അവൻ സ്വയം

മനസ്സിൽ പറഞ്ഞു, "ദൈവമേ, എനിക്കിവളെ സ്വന്തമാക്കാൻ കഴിഞ്ഞെങ്കിൽ! അത് നീതിയുക്തമല്ലെങ്കിലും!"

അപ്രകാരം ചിന്തിച്ച് അവൻ തന്റെ സഞ്ചിയിൽ നിന്നും കണ്ണാടി പുറത്തെടുത്ത് അതിൽ അവളുടെ പ്രതിബിംബം സശ്രദ്ധം വീക്ഷിച്ചു. എത്ര വ്യക്തവും തെളിഞ്ഞതുമാണത്! പരിശുദ്ധമായ വെള്ളപ്രാവുപോലുണ്ടവൾ! ഉടനെ അദ്ദേഹം ഖാസിയേയും, സാക്ഷികളേയും വരുത്തി വിവാഹക്കരാർ ഒപ്പുവെച്ചു. വധുവിനെ വിധിപ്രകാരം 'നിക്കാഹ്' കഴിച്ചു. പിന്നെ, തന്റെ ശ്വശുരായ വസീറിനെ രാജകുമാരൻ സ്വന്തം ബംഗ്ലാവിലേക്ക് കൊണ്ടുപോയി, വധുവിന് വിലപിടിച്ച രത്നങ്ങൾ സമ്മാനങ്ങളായി കൊടുത്തയച്ചു. ഗംഭീര വിവാഹാഘോഷം അരങ്ങേറി, അതുപോലൊന്ന് ഒരിക്കലും കണ്ടിട്ടില്ല; ഇല്ല, ഒരിക്കലും!

രാജകീയമായ രീതിയിൽ സയിൻ അൽഅസ്നം ജനങ്ങളെ വിളിച്ചുവരുത്തി, അബൂബക്കർ ഇമാമിന് തക്കതായരീതിയിൽ ആദരിച്ചു, അമൂല്യമായ പാരിതോഷിതങ്ങൾ നൽകി, ശ്വശുരന് അപൂർവ്വവസ്തുക്കൾ സമ്മാനങ്ങൾ ആയി കൊടുത്തയച്ചു.

വിവാഹച്ചടങ്ങുകൾ അവസാനിച്ചപ്പോൾ, മുബാരക്ക് രാജകുമാരനോട് പറഞ്ഞു, "എന്റെ പ്രഭോ, നമ്മൾ സമയം പാഴാക്കാതെ, നമ്മുടെ വഴിക്ക് പോകാം; നമ്മൾ അന്വേഷിച്ചുവന്നത് ഇപ്പോൾ കണ്ടെത്തിയല്ലോ." "നിങ്ങൾ പറഞ്ഞത് ശരിയാണ്." രാജകുമാരൻ പറഞ്ഞു, തന്റെ കൂട്ടുകാരനോടൊപ്പം എഴുന്നേറ്റ് യാതയ്ക്ക് തയ്യാറെടുത്തു; വധുവിനെ ഒരു മൂടിയ പല്ലക്കിൽ ഇരുത്തി, ഒട്ടകങ്ങളുടെ പുറത്തുകയറ്റി അവർ യാത്രപുറപ്പെട്ടു. ആ യുവതിയോട് അഗാധമായ പ്രേമമാണ് രാജകുമാരനെന്ന് മുബാരക്കിന് നന്നായി അറിയാമായിരുന്നു. അതുകൊണ്ട്, അയാൾ അവനെ മാറ്റി നിർത്തിക്കൊണ്ട് പറഞ്ഞു, "എന്റെ പ്രഭോ, സയിൻ അൽഅസ്നം, അങ്ങ് പഞ്ചേന്ദ്രിയങ്ങളും വികാരങ്ങളും സ്വയം നിയന്ത്രിക്കണമെന്നും കാത്തുസൂക്ഷിക്കണമെന്നും ഞാൻ അങ്ങേക്ക് മുന്നറിയിപ്പ് തരുന്നു. ജിന്നുകളുടെ രാജാവിന് നൽകിയ വാഗ്ദാനം അങ്ങേക്ക് പാലിക്കേണ്ടതുണ്ട്."

"അല്ലയോ, മുബാരക്ക്." രാജകുമാരൻ മറുപടി നൽകി. "നിങ്ങൾക്കറിയാമല്ലോ, എനിക്ക് ഈ യുവതിയോട് തോന്നുന്ന വികാരാവേശത്തോടെയുള്ള പ്രേമവും നിങ്ങൾക്കെന്നോട് അനുകമ്പ തോന്നുന്നുണ്ടാകും! അവളെ ബസ്രായിലേക്ക് കൊണ്ടുപോയി സ്വന്തമാക്കണമെന്നാണെന്റ മോഹം."

മുബാരക്ക് പറഞ്ഞു, "അല്ലയോ എന്റെ പ്രഭോ, ആത്മധൈര്യം കൈവിടരുത്, കരാറ് ലംഘിക്കാനിടവരരുത്; വലിയൊരു ദുഃഖകരമായ ദുരന്തം അങ്ങേക്ക് ഒഴിവായി കിട്ടട്ടെ; അങ്ങയുടെയും ഈ യുവതിയുടേയും ജീവൻ നഷ്ടപ്പെടാതിരിക്കട്ടെ. നിങ്ങൾ അവളെ പ്രാപിക്കുന്നതിനുമുമ്പ് ഭൂതരാജാവ് നിങ്ങളെക്കൊന്ന്, അവളെ തട്ടിക്കൊണ്ടുപോകും! അങ്ങ് ചെയ്ത ശപഥം ഓർക്കുക; ഒരുതരത്തിലും നീചമായ കാമദാഹത്തിന്നടിമപ്പെടരുത്; എല്ലാ നേട്ടങ്ങളും അന്തസ്സും ജീവൻ തന്നെയും അങ്ങ് നഷ്ടപ്പെടുത്തരുത്."

"അല്ലയോ, മുബാരക്ക്" രാജകുമാരൻ പറഞ്ഞു. "നിങ്ങൾ അവളുടെ രക്ഷകനായി നിലകൊള്ളുക; അവളെ ഒന്നു നോക്കാൻപോലും ഒരിക്കലും എന്നെ അനുവദിക്കരുത്" - അപ്പോഴേക്കും നേരംപുലരാറായെന്നും തനിക്ക് കഥപറയാനനുവദിച്ച സമയം തീർന്നെന്നും ഷാഹ്രസാദ് മനസ്സിലാക്കി.

അഞ്ഞൂറ്റി പതിനൊന്നാം രാവ്

ദുനിയാസാദ് പറഞ്ഞു, " എന്റെ സഹോദരീ, നിനക്ക് ഉറക്കം വരുന്നില്ലെങ്കിൽ നീ ഞങ്ങൾക്കൊരു നല്ല കഥ പറഞ്ഞു കേൾപ്പിക്കൂ; അപ്പോൾ രാത്രി സമയം രസകരമായി ചിലവഴിക്കാമല്ലോ."

ഷാഹ്റസാദ് തുടർന്നു – അല്ലയോ മഹാരാജാവേ, ആ കുമാരിയായ വധുവിനോടുള്ള കാമവികാരത്തിൽനിന്ന് സയിൻ അൽഅസ്നം സ്വയം മുക്തനാകണമെന്ന് മുബാരക്ക് അദ്ദേഹത്തിന് മുന്നറിയിപ്പ് നൽകി; അവളെ രക്ഷിക്കാനായി മുബാരക്ക് ആ ചുമതല ഏറ്റെടുക്കണമെന്നദ്ദേഹം ആവശ്യപ്പെട്ടു. അവളെ രാജകുമാരൻ കാണുന്നത് പോലും വിലക്കപ്പെട്ടു. അങ്ങനെ ജിന്നുകളുടെ ദ്വീപിലേക്ക് റോഡുവഴി അവർ യാത്ര തുടർന്നു; 'വിസർ' കഴിഞ്ഞ് വീണ്ടും യാത്ര തുടർന്നപ്പോൾ വധുവിന് എന്തോ ആശങ്ക തോന്നി; അവൾക്ക്, കല്യാണരാത്രിക്കുശേഷം, വരനെ ഒരു നോക്ക് കാണാൻ പോലും പറ്റിയിട്ടുമില്ല. അവൾ മുബാരക്കിന് നേരെ തിരിഞ്ഞ് ചോദിച്ചു, "അള്ളാ എന്നോട് കരുണ കാണിക്കട്ടെ! അങ്ങളുടെ പ്രഭു 'അമീർ' ആണെന്ന്, എന്നോട് സത്യം പറയൂ, മുബാരക്ക്. എന്റെ വരൻ, സയിൻ അൽഅസ്നം രാജകുമാരന്റെ ഉത്തരവനുസരിച്ചാണോ നമ്മൾ ഇത്രയും ദൂരം സഞ്ചരിച്ചത്?" "ആഹ്, അല്ലയോ മഹതി, നിങ്ങളുടെ കാര്യമോർത്ത് എനിക്ക് വല്ലാത്ത് വേദനയുണ്ട്; എന്നാലും, അതിന്റെ രഹസ്യം നിങ്ങളോട് എനിക്ക് പുറത്താക്കാതെ പറ്റില്ല. നിങ്ങൾ വിചാരിക്കുന്നത് ബസ്രാ രജാവ്, സയിൻ അൽഅസ്നം നിങ്ങളുടെ വരനാണെന്നാണ്; എന്നാൽ കഷ്ടം, അങ്ങനെയല്ല. അദ്ദേഹം നിങ്ങളുടെ ഭർത്താവല്ല. വിവാഹക്കരാർ, നിങ്ങളുടെ മാതാപിതാക്കളുടേയും, നാട്ടുകാരുടേയും മുന്നിൽവെച്ചു നടത്തിയത് വെറും നാട്യമായിരുന്നു. ഇപ്പോൾ നിങ്ങൾ പോകുന്നത് ജിന്നുകളുടെ രാജാവിന്റെ വധു ആയിട്ടാണ്, അവൻ രാജകുമാരനോട് ആവശ്യപ്പെട്ടതത്പ്രകാരം."

ഈ വാക്കുകൾ കേട്ട് ആ യുവതി കരയാൻ തുടങ്ങി; സയിൻ അൽഅസ്നം അവൾക്കുവേണ്ടി കരഞ്ഞു; അവന് അവളോട് അത്രയ്ക്കധികം സ്നേഹവും വാത്സല്യവുമായിരുന്നു.

പിന്നെ ആ യുവതി പറഞ്ഞു, "നിങ്ങൾക്ക് നിങ്ങളോടുതന്നെ അനുകമ്പയില്ല, എന്നോട് സഹതാപവുമില്ല. നിങ്ങൾക്ക് അള്ളായെ ഭയമില്ല; അല്ലെങ്കിൽ അന്യനാട്ടുകാരിയായ എന്നെപ്പോലൊരു യുവതിയെ ഇത്തരം ഒരു അത്യാപത്തിലേക്ക് വലിച്ചെറിയുമോ? 'അന്തിമ വിചാരണ ദിവസം' എന്റെ നേരെ ചെയ്ത വഞ്ചനയ്ക്ക് എന്ത് മറുപടിയാണ് നിങ്ങൾ കൊടുക്കുക?" എന്തായാലും അവളുടെ കരച്ചിലിനും, വിലാപത്തിനും യാതൊരു ഫലവുമുണ്ടായില്ല. ഒടുവിലവർ ജിന്നുകളുടെ രാജാവിന്റെ അടുത്തെത്തി. ഉടനെതന്നെ അവളെ ഭൂതരാജാവിന് സമർപ്പിച്ചു. ആ യുവതിയെ കണ്ടപ്പോൾ അയാൾ സന്തുഷ്ടനായി; അപ്പോൾ രാജാവ് സയിൻ അൽഅസ്നമിനു നേരെ തിരിഞ്ഞ് പറഞ്ഞു, "സത്യമായും നീ എനിക്കുവേണ്ടിക്കൊണ്ടുവന്ന വധു അതിസുന്ദരിയാണ്, അങ്ങേയറ്റം അംഗലാവണ്യമുള്ളവളും; എന്നാൽ അതിനേക്കാളേറെ എന്നെ ആകർഷിച്ചത് നിന്റെ യഥാർത്ഥ കൂറും, സ്വന്തം വികാരങ്ങളെ നിയന്ത്രിക്കാനുള്ള കഴിവുമാണ്; അതുപോലെ അതിശയകരമായ നിന്റെ പരിശുദ്ധിയും ഹൃദയലാവണ്യവും! അതുകൊണ്ട് നീ ആവശ്യപ്പെട്ട ഒമ്പതാമത്തെ പ്രതിമ

നിനക്ക് കൈവരും. നീ വിട്ടിലേക്ക് പൊയ്ക്കൊള്ളു; ഞാനാപ്രതിമ എന്റെ ഒരു അടിമയുടെ കൈയിൽ കൊടുത്തുവിടാം. നിനക്ക് ആ പ്രതിമ മറ്റു പ്രതിമകളുടെ അരികിലെ ഒമ്പതാമത്തെ പീഠത്തിൽ കാണാൻ കഴിയും!"

സയിൻ അൽഅസ്നം അയാളുടെ കരത്തിൽ ചുംബിച്ച് മുബാരക്കിനോടൊപ്പം 'കയ്റൊ'യിലേക്ക് മടങ്ങി. അവിടെ അധികസമയം കൂട്ടുകാരനോടൊപ്പം അവൻ തങ്ങിയില്ല. അല്പം വിശ്രമിച്ചശേഷം, ഒമ്പതാമത്തെ പ്രതിമ കാണാനുള്ള ഉത്ക്കണ്ഠയും കൊതിയും മൂലം അവൻ സ്വന്തം വീട്ടിലേക്ക് പാഞ്ഞു. തന്റെ വധുവിന്റെ സൗന്ദര്യത്തേയും അംഗലാവണ്യത്തേയും കുറിച്ച് ചിന്തിച്ച് ദുഃഖിച്ചായിരുന്നു അവന്റെ പ്രയാണം! അവൻ വേദനയോടെ വിലപിച്ചു, "എന്റെ നഷ്ടപ്പെട്ട് എല്ലാ സന്തോഷത്തിനും കാരണക്കാരിയായവളെ, അപൂർവ്വമായ സൗന്ദര്യത്തിനും ആകർഷണീയതയ്ക്കും ഉടമയായവളെ, നിന്നെ ഞാൻ മാതാപിതാക്കളിൽ നിന്നും അടർത്തിയെടുത്ത് ജിന്നുകളുടെ രാജാവിന് സമർപ്പിച്ചല്ലോ. കഷ്ടം, ശോചനീയമായൊരു ദിനം തന്നെ!" - അപ്പോഴേക്കും നേരം പുലരാറായെന്നും, തനിക്ക് കഥപറയാനനുവദിച്ച സമയം തീർന്നെന്നും ഷാഹ്റസാദ് മനസ്സിലാക്കി.

അഞ്ഞൂറ്റി പന്ത്രണ്ടാം രാവ്

ദുനിയാസാദ് പറഞ്ഞു, " അല്ലോയോ എന്റെ സഹോദരീ, നിനക്ക് ഉറക്കം വരുന്നില്ലെങ്കിൽ ഞങ്ങൾക്ക് ഒരു നല്ല കഥ പറഞ്ഞുതരൂ; കേൾപ്പിക്കൂ, ഈ രാത്രി രസകരമായി ചിലവഴിക്കാമല്ലോ"

ഷാഹ്റസാദ് തുടങ്ങി - അല്ലയോ മഹാരാജാവേ, ആ യുവതിയുടെ അച്ഛനമ്മമാരെ ചതിച്ച്, അവളെകൊണ്ടുവന്ന് ജിന്നുകളുടെ രാജാവിന് സമർപ്പിച്ചതിൽ സയിൻ അൽഅസ്നം സ്വയം ശകാരിച്ചു. പിന്നെ, ഒരിടത്തും നിർത്താതെ യാത്രചെയ്ത് അവൻ ബസ്രായിലെത്തി, കൊട്ടാരത്തിലേക്ക് പ്രവേശിച്ചു; അമ്മയ്ക്ക് സലാം നൽകിയ ശേഷം തനിക്ക് സംഭവിച്ച കഥ മുഴുവൻ വിവരിച്ചുകൊടുത്തു. അവർ മറുപടി നൽകി, 'എഴുന്നേൽക്കൂ, എന്റെ മോനേ, നമ്മൾക്ക് ഒമ്പതാമത്തെ പ്രതിമ കാണാം. അത് നമ്മൾക്ക് ലഭിച്ചതിൽ ഞാൻ അതീവ സന്തുഷ്ടയാണ്."

അങ്ങനെ ഇരുവരും ഭൂഗർഭത്തിലെ 'പവലിയനി'ലേക്ക് ഇറങ്ങിച്ചെന്നു. അവിടെ എട്ട്, അമൂല്യ രത്നങ്ങളാൽ നിർമ്മിക്കപ്പെട്ട, പ്രതിമകൾ ഇരിക്കുന്നുണ്ട്. വിസ്മയാവഹമായൊരു കാഴ്ച അവർ അപ്പോൾ കണ്ടു! അതിതാണ്. ഒമ്പതാമത്തെ പ്രതിമയ്ക്ക് പകരം ആ സ്വർണ്ണസിംഹാസനത്തിൽ സൂര്യനെപ്പോലെ പ്രകാശിക്കുന്ന ഒരു സുന്ദരി ഇരിക്കുന്നു! ഒറ്റ നോട്ടത്തിൽത്തന്നെ സയിൻ അൽഅസ്നമിന് ആളെ മനസ്സിലായി; അവൾ അവനെ അഭിസംബോധന ചെയ്തു. "നിങ്ങൾ ആവശ്യപ്പെട്ട വസ്തുവിനു പകരം എന്നെ ഈ പീഠത്തിൽ കണ്ടതിൽ വിസ്മയപ്പെടേണ്ട! നിങ്ങൾ ആവശ്യപ്പെട്ട അമൂല്യവസ്തുവിന് പകരം എന്നെ ലഭിച്ചതിൽ നിങ്ങൾക്ക് ഖേദമോ പശ്ചാത്താപമോ ഉണ്ടാകില്ലെന്ന് ഞാൻ വിശ്വസിക്കുന്നു."

"അള്ളായാണെ, ഇല്ലാ, ദുഃഖിക്കില്ല; അല്ലയോ, എന്റെ ഹൃദയേശ്വരി, സത്യമായും നീയാണ് എന്റെ എല്ലാ അഭിലാഷങ്ങളുടെയും പരിസമാപ്തി.

ലോകത്തിലെ എല്ലാ രത്നങ്ങൾ തന്നാലും നിന്നെ ഞാൻ വിട്ടുകൊടുക്കില്ല. നമ്മളുടെ വേർപാടിൽ ഞാൻ എന്തുമാത്രം ദുഃഖിച്ചെന്ന് നിനക്കറിയാമോ? നിന്റെ മാതാപിതാക്കളിൽ നിന്നും ചതിപ്രയോഗത്തിലൂടെ നിന്നെ വേർപെടുത്തി, ജിന്നുകളുടെ രാജാവിന് സമർപ്പിക്കേണ്ടിവന്നതിൽ ഞാനെന്തുമാത്രം വേദനതിന്നുവെന്ന് നിനക്ക് വിഭാവനം ചെയ്യാനാകുമോ? ഒമ്പതാമത്തെ പ്രതിമ ത്യജിച്ചുകൊണ്ട്, നിന്നെ സ്വന്തം വധുവായി ബസ്രായിലേക്ക് കൊണ്ടുപോകാനായി ഞാൻ തീരുമാനമെടുത്തതാണ്. അപ്പോഴാണ് എന്റെ കൂട്ടുകാരനും ഉപദേഷ്ടാവുമായ മുബാരക്ക് എന്ന് അതിൽനിന്നും പിൻതിരിപ്പിച്ചത്, അങ്ങനെ ചെയ്യുന്നത് എന്റെയും, നിന്റെയും മൃത്യു ക്ഷണിച്ചുവരുത്തലായിരിക്കുമെന്നയാൾ പറഞ്ഞു."

സയിൻ അൽഅസ്നം ഇത്രയും പറഞ്ഞ് തീർന്നപ്പോഴേക്കും ഇടിവെട്ടുന്ന ശബ്ദവും, ഭൂകമ്പംപോലുള്ള അലർച്ചയും ചലനവും അനുഭവപ്പെട്ടു! രാജമാതാവും വല്ലാതെ പേടിച്ചുവിറച്ചുപോയി. എന്നാൽ ജിന്നുകളുടെ രാജാവ് അവിടെ പെട്ടെന്ന് പ്രത്യക്ഷപ്പെട്ട് രാജമാതാവിനോട് പറഞ്ഞു, "അല്ലയോ, മഹതി, പേടിക്കേണ്ട! നിങ്ങളുടെ മകന്റെ രക്ഷകനാണ് ഞാൻ; അവന്റെ അച്ഛൻ എന്നെ സ്നേഹിച്ചിരുന്നതുപോലെ അവനെ ഞാൻ സ്നേഹിക്കുന്നു. അവന്റെ സ്വപ്നത്തിൽ പ്രത്യക്ഷപ്പെട്ടിരുന്ന വ്യക്തിയും ഞാൻ തന്നെയാണ്. എന്റെ ഉദ്ദേശ്യം അവന്റെ വീരശൂരപരാക്രമങ്ങൾ പരീക്ഷിക്കലായിരുന്നു; അതുപോലെ തന്റെ പ്രതിജ്ഞ പാലിക്കാനായി, വികാരങ്ങൾക്ക് മുന്നിൽ എപ്രകാരം ആത്മപീഡനം അനുഭവിച്ച് സ്വയം നിയന്ത്രിക്കാനവന് കഴിയുമെന്നും! അതല്ല, ഈ യുവതിയുടെ സൗന്ദര്യം അവനെ പ്രലോഭിപ്പിക്കുകയും വശീകരിക്കുകയും ചെയ്ത് അവൻ എന്നോട് ചെയ്ത ശപഥം ലംഘിക്കുമോ എന്നും പരീക്ഷിക്കണമായിരുന്നു" - അപ്പോഴേക്കും നേരംപുലരാറായെന്നും, തനിക്ക് കഥപറയാനനുവദിച്ച സമയം തീർന്നെന്നും ഷാഹ്റസാദ് മനസ്സിലാക്കി.

അഞ്ഞൂറ്റി പതിമൂന്നാം രാവ്

ദുനിയാസാദ് പറഞ്ഞു, "അല്ലയോ, എന്റെ സഹോദരീ, നിനക്ക് ഉറക്കം വരുന്നില്ലെങ്കിൽ, ഞങ്ങൾക്ക് നല്ലൊരു കഥ പറഞ്ഞുതരൂ; അങ്ങനെ രാത്രിസമയം രസമായി ചിലവഴിക്കാമല്ലോ."

ഷാഹ്റസാദ് തുടർന്നു - അല്ലയോ മഹാരാജാവേ, ജിന്നുകളുടെ രാജാവ് രാജമാതാവിനോട് ഇപ്രകാരം പറഞ്ഞു, "തീർച്ചയായും ഈ മഹതിയെ സംബന്ധിച്ചിടത്തോളം വിശ്വാസവും കരാർ വ്യവസ്ഥകളും സയിൻ അൽഅസ്നം പൂർണ്ണമായും പാലിച്ചെന്ന് പറയാനാവില്ല; അവൾ സ്വന്തം ഭാര്യയായിക്കാണാനവൻ മോഹിച്ചു. എന്തായാലും, ഇത് മനുഷ്യന്റെ സ്വഭാവികവും സഹജവുമായ ചാപല്യം മൂലം അവനിൽ വന്ന് പതിച്ചിട്ടുള്ളതാണ്; എന്നാലും, അവനോട് ഞാൻ ആവർത്തിച്ച് ആജ്ഞാപിച്ചിരുന്നു, അവൾക്ക് സംരക്ഷണം കൊടുക്കുവാൻ, സ്വന്തം മുഖം അവളിൽ നിന്ന് മറച്ച് പിടിക്കുവാൻ. ഇപ്പോൾ അവന്റെ ശൗര്യം ഞാൻ അംഗീകരിക്കുന്നു, അവളെ അവന് ഭാര്യയായി സമ്മാനിക്കുന്നു; അവളാണ് ഞാൻ അവന് വാഗ്ദാനം ചെയ്ത ഒമ്പതാമത്തെ പ്രതിമ, ഈ രത്നനിർമ്മിതങ്ങളായ പ്രതിമകളേക്കാളേറെ അമൂല്യമാണിവൾ.

അവളെപ്പോലൊരുവളെ ഈ ലോകം മുഴുവൻ അന്വേഷിച്ചാലും കണ്ടെത്താനാവില്ല."

പിന്നെ, ജിന്നുകളുടെ രാജാവ് രാജകുമാരനു നേരെ തിരിഞ്ഞ് പറഞ്ഞു, "അല്ലയോ അമീർ സയിൻ അൽഅസ്നം, ഇത് നിന്റെ വധുവാണ്. അവളോടൊപ്പം ആനന്ദകരമായ ജീവിതം നയിക്കുക, എന്നാൽ, ഒരു വ്യവസ്ഥയിൽ മാത്രം, നീ അവളെ മാത്രമേ സ്നേഹിക്കാവൂ, അവളെക്കൂടാതെ മറ്റൊരു ഭാര്യയെയും സ്വീകരിക്കരുത്. ഞാൻ വാഗ്ദാനം ചെയ്യുന്നു, അവൾ നിന്നെ അത്രയ്ക്ക് ആത്മാർത്ഥതയോടെ സ്നേഹിക്കും."

അതിനുശേഷം ഭൂതരാജാവ് അപ്രത്യക്ഷനായി. രാജകുമാരൻ ആഹ്ലാദത്തോടെ ആ യുവതിയോടൊപ്പം കൊട്ടാരത്തിലേക്ക് പോയി; ആചാരപ്രകാരമുള്ള ആദ്യ സന്ദർശനം നടത്തി തന്റെ പ്രേമവും വാത്സല്യവും അന്ന് രാത്രി അവൻ അവളോട് പ്രകടിപ്പിച്ചു; ഗംഭീരസദ്യയും വിരുന്നൂട്ടും രാജ്യത്തുടനീളം നടത്തപ്പെട്ടു. നിയമാനുസൃതമായ വിവാഹ കർമ്മവും അതോടെ അരങ്ങേറി. പിന്നെ രാജസിംഹാസനത്തിലേറി അവൻ രാജ്യഭരണം തുടങ്ങി. അവന്റെ പങ്കാളി ബസ്രാരാജ്ഞിയായി മാറി. കുറച്ചു നാളുകൾക്കു ശേഷം രാജമാതാ ഇഹലോകവാസം വെടിഞ്ഞു. അവർ ഇരുവരും അമ്മയുടെ വിയോഗത്തിൽ അഗാധമായി ദുഃഖിച്ചു. അവർ ഇരുവരും ദീർഘകാലം പരസ്പരം സ്നേഹിച്ച്, സുഖസമൃദ്ധമായ ജീവിതം ആസ്വദിച്ചു, മരണം അവരെ വേർപെടുത്തുന്നതുവരെ - ഷാഹ്രസാദ് തന്റെ സുഖകരമായ കഥപറച്ചിൽ നിർത്തി. ദുനിയാസാദ് പറഞ്ഞു, "എന്റെ സഹോദരീ, എത്ര സന്തോഷപ്രദവും, മനോജ്ഞകവുമാണ് നിന്റെ കഥാകഥനം, എത്ര അപൂർവ്വമാണ് നിന്റെ ഈ കഥകൾ!"

അതുകേട്ട് ഷാഹ്രസാദ് മറുപടി നൽകി, "എന്റെ പ്രഭുവും രാജാവുമായ അദ്ദേഹം എന്റെ ജീവനെടുത്തില്ലെങ്കിൽ, ഞാൻ നിങ്ങളോട് പറയാൻ പോകുന്ന 'അലാവുദ്ദീനും അദ്ഭുതവിളക്കും' എന്ന കഥയുമായി തുലനം ചെയ്യുമ്പോൾ ഈ കഥ ഒന്നുമല്ല!"

അപ്പോൾ രാജാവ് സ്വയം പറഞ്ഞു, "അള്ളായാണേ, അവൾ കഥകൾ പൂർണ്ണമായും പറഞ്ഞുതീരുന്നതുവരെ ഞാനവളെ കൊല്ലില്ല."

അഞ്ഞൂറ്റി പതിനാലാം രാവ്

ദുനിയാസാദ് ഷാഹ്രസാദിനോട് പറഞ്ഞു, "എന്റെ സഹോദരീ, നിനക്ക് ഉറക്കം വരുന്നില്ലെങ്കിൽ, നീ നല്ല ചില കഥകൾ ഞങ്ങൾക്ക് പറഞ്ഞുതരു." - അപ്പോൾ ഷഹ്രസാദ് കഥപറയാൻ തുടങ്ങി.

അലാവുദ്ദീനും അദ്ഭുതവിളക്കും

അല്ലയോ, മഹാരാജാവേ, 'ചൈന'യിലെ ഒരു നഗരത്തിൽ ഒരു തയ്യൽക്കാരൻ താമസിച്ചിരുന്നു. അയാൾ വളരെ ദരിദ്രനായിരുന്നു. അയാൾക്ക് ഒരേഒരു മകനേ ഉണ്ടായിരുന്നുള്ളു, അലാവുദ്ദീൻ. അവൻ കുട്ടിക്കാലം മുതൽ ഒരു തെമ്മാടിയായാണ് വളർന്നുവന്നത്. അവന് പത്തുവയസ്സായപ്പോൾ, അച്ഛൻ സ്വന്തം തൊഴിൽ അവനെ പഠിപ്പിക്കാൻ തുനിഞ്ഞു. മറ്റ് പണികൾ പണംചിലവാക്കി പഠിപ്പിക്കാനയാൾക്ക് താത്പര്യമില്ലായിരുന്നു.

അങ്ങനെ തയ്യൽവേല പഠിപ്പിക്കാനായി അയാൾ മകനെ കടയിലേക്ക് കൊണ്ടുപോയി. എന്നാൽ, തെമ്മാടിയായ അലാവുദ്ദീൻ ഒരിക്കലും തയ്യൽപണിയിൽ ശ്രദ്ധചെലുത്തിയില്ല; അവിടത്തെ തെരുവ് പിള്ളേരോടൊപ്പം കളിച്ചും തല്ലുകൂടിയും സമയം കളയാനായിരുന്നു അവന് ഇഷ്ടം! ഒറ്റ ദിവസം പോലും അവൻ കടയിൽ ഇരുന്നില്ല. അവന്റെ അച്ഛൻ പണം കടംവാങ്ങിച്ചവരെ കാണാനോ, മറ്റെന്തെങ്കിലും കാര്യത്തിനോ പുറത്തിറങ്ങിയാലുടനെ അവൻ തന്റെ താഴെക്കിടയിലുള്ള തെരുവ് പിള്ളേരുകൂടി തോട്ടത്തിലേക്ക് കളിക്കാനായി പായും! അത്തരത്തിലായിരുന്നു അവന്റെ കാര്യം. ഉപദേശമോ, ശാസനയോ ഒന്നും അവനിൽ ഫലം കണ്ടില്ല! അവൻ അച്ഛനെ അനുസരിക്കയോ, എന്തെങ്കിലും കൈത്തൊഴിൽ അഭ്യസിക്കയോ ചെയ്തില്ല. തന്റെ മടിയനായ പുത്രന്റെ അധമജീവിതത്തിൽ വേദനിച്ച് ഹൃദയം തകർന്ന് ആ തുന്നൽക്കാരൻ മൃതിയടഞ്ഞു. എന്നിട്ടും അലാവുദ്ദീൻ തന്റെ ദുഷിച്ച ജീവിതരീതി തുടർന്നു. ഭർത്താവ് മരിച്ചിട്ടും മകൻ ദുർമ്മാർഗ്ഗത്തിലൂടെത്തന്നെ ചരിക്കുന്നതുകണ്ട അമ്മ, അവരുടെ കട വിറ്റ്, കിട്ടിയകാശിന് പരുത്തിനൂൽ ചർക്ക വാങ്ങി നൂൽനൂൽക്കൽ ജോലിയിലേർപ്പെട്ടു. കഷ്ടപ്പെട്ട് പണിയെടുത്തിട്ടാണെങ്കിലും തനിക്കും മകനും ജീവിക്കാനുള്ള പണം അവൾ സമ്പാദിച്ചു. എന്നാൽ, അച്ഛന്റെ കർശനമായ പെരുമാറ്റത്തിൽ നിന്നും രക്ഷപ്പെട്ട അലാവുദ്ദീനാകട്ടെ കൂടുതൽ മടിയനും വൃത്തികെട്ടവനുമായി മാറി. ഭക്ഷണനേരത്ത് മാത്രമേ അവനെ വീട്ടിൽ കാണാൻ കഴിഞ്ഞിരുന്നുള്ളൂ. പാവം അമ്മ അവനെ കഷ്ടപ്പെട്ട് നൂൽനൂൽക്കുന്ന ജോലിചെയ്ത് പതിനഞ്ചുവയസ്സുവരെ തീറ്റിപ്പോറ്റി - അപ്പോഴേക്കും നേരംപുലരാറായെന്നും തനിക്ക് കഥപറയാനനുവദിച്ച സമയം തീർന്നെന്നും ഷാഹ്റസാദ് മനസ്സിലാക്കി.

അഞ്ഞൂറ്റി പതിനഞ്ചാം രാവ്

ദുനിയാസാദ് പറഞ്ഞു, "എന്റെ സഹോദരീ, നിനക്ക് ഉറക്കം വരുന്നില്ലെങ്കിൽ, നീ ഏതെങ്കിലും നല്ലൊരു കഥ ഞങ്ങൾക്ക് പറഞ്ഞു കേൾപ്പിക്കൂ."

അപ്പോൾ ഷഹ്റസാദ് പറഞ്ഞു, "സസന്തോഷം, സന്മനസ്സോടെ." - അല്ലയോ, മഹാരാജാവേ, അലാവുദ്ദീന് പതിനഞ്ച് വയസ്സായപ്പോൾ അവൻ തെണ്ടിപ്പിള്ളേരോടൊപ്പം ഒരുദിവസം കളിച്ചുകൊണ്ടിരിക്കവെ, 'മഗ്രിബിൽ' നിന്നുള്ളൊരു വൃദ്ധസന്ന്യാസി അവിടെ എത്തി ആ കുട്ടികളെ ശ്രദ്ധിച്ച് നോക്കിനിന്നു, അലാവുദ്ദീനെ വല്ലാതെ തറപ്പിച്ചൊന്ന് നോക്കി! അവനിൽ മറ്റുള്ളവർക്കില്ലാത്ത എന്തോ പ്രത്യേകത അയാൾ ശ്രദ്ധിച്ചു. ഈ വൃദ്ധസന്ന്യാസി മൊറോക്കൊയിലെ ഒരു 'മൂർ' ആയിരുന്നു. കുന്നുകൾക്കുമേൽ കുന്ന് സൃഷ്ടിക്കാൻ കഴിവുള്ള അതിവിദഗ്ദ്ധനായൊരു മാന്ത്രികനായിരുന്നു അയാൾ; പൂർണ്ണവൈദഗ്ദ്ധ്യം സിദ്ധിച്ച ഒരു ജ്യോത്സ്യനുംകൂടിയാണയാൾ! അലാവുദ്ദീനെ സൂക്ഷ്മമായി നിരീക്ഷിച്ച ശേഷം അയാൾ സ്വയം പറഞ്ഞു, "സത്യമായും എനിക്കാവശ്യമുള്ളവൻ ഈ പയ്യൻ തന്നെ! ഇവനെ കണ്ടെത്താൻവേണ്ടിയാണ് ഞാനെന്റെ ജന്മദേശം വിട്ടുപോന്നത്!"

അയാൾ തെരുവ് പിള്ളേരിൽ ഒരാളെ മാറ്റിനിർത്തി, അവനെക്കുറിച്ച് ചോദിച്ചറിഞ്ഞു. "ആരുടെ മകനാണിവൻ?" അവനെക്കുറിച്ചുള്ള എല്ലാ വിവരങ്ങളും അയാൾ ശേഖരിച്ചു. പിന്നെ, അയാൾ അലാവുദ്ദീന്റെ

അരികിൽച്ചെന്ന്, അവനെ ഒരു ഭാഗത്തേക്ക് മാറ്റിനിർത്തി ചോദിച്ചു, "എന്റെ മോനേ, നീ 'ഇന്ന' തയ്യൽക്കാരന്റെ മകനാണോ?"

"അതെ, എന്റെ പ്രഭോ, എന്നാൽ, അദ്ദേഹം മരിച്ചിട്ട് കാലം കുറെ ആയി." ഈ വാക്കുകൾ കേട്ട് ആ മാന്ത്രികൻ അവന്റെ കഴുത്തിൽ ചുറ്റിപ്പിടിച്ച്, ചുംബിച്ച് പൊട്ടിക്കരഞ്ഞു; അയാളുടെ കവിളുകളിലൂടെ കണ്ണുനീർച്ചാലുകൾ ഒഴുകി. എന്നാൽ, ആ 'മൂറി'ന്റെ പ്രകടനം കണ്ട് ആ ബാലൻ ആശ്ചര്യപ്പെട്ടു, ചോദിച്ചു, "നിങ്ങൾ കരയാനുള്ള കാരണം എന്താണ്, എന്റെ പ്രഭോ, നിങ്ങൾ എങ്ങനെയാണ് എന്റെ അച്ഛനെക്കുറിച്ച് അറിഞ്ഞത്?"

"എന്റെ മോനേ, നിനക്കെങ്ങനെ ഇത്തരം ചോദ്യങ്ങൾ ചോദിക്കാൻ കഴിയുന്നു? നിന്റെ അച്ഛൻ എന്റെ സഹോദരനാണ്. ഞാൻ സ്ഥിരതാമസമാക്കിയ രാജ്യത്തുനിന്നും സഹോദരനെ ഒരുനോക്കു കണ്ട് സന്തോഷിക്കാൻ വേണ്ടിയാണ് ഇത്രയും കാലത്തിനുശേഷം ദൂരയാത്രചെയ്ത് ഇവിടെ എത്തിയത്; കഴിഞ്ഞകാലത്തെക്കുറിച്ച് ഓർത്ത് ഞാൻ പരിതപിക്കുന്നു. അദ്ദേഹം മരിച്ചെന്ന് നീ ഇപ്പോൾ പറഞ്ഞു. എന്നാൽ, രക്തം രക്തത്തെ തിരിച്ചറിയും; നീ എന്റെ സഹോദരപുത്രനാണെന്ന് ഞാൻ മനസ്സിലാക്കി. ആ കുട്ടികൾക്കിടയിൽനിന്ന് ഞാൻ നിന്നെ തിരിച്ചറിഞ്ഞു; ഞങ്ങൾ വേർപെടുന്ന സമയത്ത് നിന്റെ പിതാവ് വിവാഹം കഴിച്ചിരുന്നില്ലെങ്കിലും-" അപ്പോഴേക്കും നേരം പുലരാറായെന്നും തനിക്ക് കഥപറയാനനുവദിച്ച സമയം തീർന്നെന്നും ഷാഹ്‌രസാദ് പറഞ്ഞു.

അഞ്ഞൂറ്റി പതിനാറാം രാവ്

ദുനിയാസാദ് പറഞ്ഞു, "എന്റെ സഹോദരീ, നിനക്ക് ഉറക്കം വരുന്നില്ലെങ്കിൽ, ഏതെങ്കിലും നല്ലൊരു കഥ ഞങ്ങൾക്ക് പറഞ്ഞുതരൂ."

അപ്പോൾ ഷഹ്‌രസാദ് മറുപടി നൽകി, "സസന്തോഷം, സന്മനസ്സോടെ" - അല്ലയോ, മഹാരാജാവേ, ആ മന്ത്രവാദി തയ്യൽക്കാരന്റെ മകനോട് പറഞ്ഞു, "എന്റെ മോനേ, അലാവുദ്ദീൻ, ഞാൻ ദുഃഖാചരണച്ചടങ്ങുകൾ അനുഷ്ഠിച്ചിട്ടില്ല; നിന്റെ അച്ഛനെ, എന്റെ സഹോദരനെ, കാണുന്നതിലുള്ള എന്റെ മനസ്സിലെ ആനന്ദം മുഴുവൻ നഷ്ടപ്പെട്ടു. എന്റെ നീണ്ടവേർപാടിന് ശേഷം മരിക്കുന്നതിനുമുമ്പ് ഒരിക്കൽകൂടി അദ്ദേഹത്തെ കാണണമെന്ന് ഞാൻ ആഗ്രഹിച്ചു. എന്നാൽ, ദൂരം എന്നെ ഈ കുഴപ്പത്തിൽ കൊണ്ടെത്തിച്ചു!"

വീണ്ടും അയാൾ അലാവുദ്ദീനെ മാറോടണച്ച് കരഞ്ഞു, "നീയല്ലാതെ സഹതപിക്കാൻ എനിക്കാരുമില്ല. നിന്റെ അച്ഛന്റെ സ്ഥാനത്ത് ഞാൻ നിന്റെ മുന്നിൽ നിൽക്കുന്നു; നീ അദ്ദേഹത്തിന്റെ പുത്രനും പ്രതിനിധിയുമായ നിലയ്ക്ക്, എന്റെ കുട്ടി, ഒരു ചൊല്ലുണ്ട്, 'ഒരു അവകാശിയെ വിട്ടുപോകുന്നവന് മരണമില്ല." അപ്രകാരം പറഞ്ഞ് മാന്ത്രികൻ മടിശീലയിൽ കൈയിട്ട് പത്ത് സ്വർണ്ണനാണയങ്ങളെടുത്ത്, അവന് കൊടുത്തുകൊണ്ട് ചോദിച്ചു, "എന്റെ മോനേ, എവിടെയാണ് നിന്റെ വീട്? നിന്റെ അമ്മ, എന്റെ സഹോദരന്റെ വിധവ എവിടെയാണ് താമസിക്കുന്നത്?"

അലാവുദ്ദീൻ എഴുന്നേറ്റ്, വീട്ടിലേക്ക് പോകാനുള്ള വഴി അയാൾക്ക് കാണിച്ചുകൊടുത്തു. അതിനിടയ്ക്ക് അയാൾ പറഞ്ഞു, "എന്റെ മോനേ, ഈ പണം കൊണ്ടുപോയി നീ അമ്മയ്ക്ക് കൊടുക്കൂ; എന്റെ അഭിവാദ്യങ്ങൾ

അവളെ അറിയിക്കുക. നിന്റെ പിതൃസോഹോദരൻ അന്യനാട്ടിൽ നിന്നും തിരിച്ചെത്തി എന്നവൾ അറിയട്ടെ; 'ഇൻഷാ അള്ളാ', നാളെ ഞാൻ അവളെ സലാം ചെയ്യാനായി അവിടെ വരാം; എന്റെ സഹോദരൻ താമസിച്ചിരുന്ന വസതിയും, സംസ്കരിക്കപ്പെട്ട സ്ഥലവും കാണാമല്ലോ."

അപ്പോൾ അലാവുദ്ദീൻ ആ മാന്ത്രികന്റെ കൈയിൽ ചുംബിച്ച് ആഹ്ലാദത്തോടെ കഴിയാവുന്നത്ര വേഗത്തിൽ അമ്മയുടെ അടുത്തേക്ക് പാഞ്ഞു. ഒരിക്കലും ഭക്ഷണസമയത്തല്ലാതെ അവൻ അവളുടെ അടുത്തെത്താറില്ലാത്തതാണ്! അമ്മയെ കണ്ട ഉടനെ അമിതമായ ഉല്ലാസത്തോടെ ആ പയ്യൻ വിളിച്ചുപറഞ്ഞു, "എന്റെ അമ്മേ, പിതൃസഹോദരനെക്കുറിച്ച് സന്തോഷകരമായൊരു വാർത്ത ഞാൻ നിങ്ങൾക്ക് തരുന്നു; അദ്ദേഹം പരദേശത്തുനിന്ന് തിരിച്ചെത്തി; നിങ്ങൾക്ക് സലാം തരുവാനായി പറഞ്ഞിരിക്കുന്നു."

"എന്റെ മോനേ" അവൾ മറുപടി നൽകി, "നീ എന്നെ കളിയാക്കുകയാണോ! ഏതാണ് പിതൃസഹോദരൻ, നിനക്ക് എങ്ങനെയുണ്ടാകാനാണ് അങ്ങനെ ഒരു ബന്ധം?"

"നിങ്ങൾ എന്താണീപറയുന്നത്? എന്റെ അമ്മേ, ഈ മനുഷ്യൻ എന്റെ അച്ഛന്റെ സ്വന്തം സഹോദരനായിരിക്കേ, എങ്ങനെയാണെനിക്ക് പിതൃസോഹദരനും ബന്ധുക്കളും ഇല്ലാതാകുക? തീർച്ചയായും അയാൾ ആലിംഗനം ചെയ്തു, ചുംബിച്ചു, കണ്ണുനീരൊഴുക്കി; അമ്മയെ പരിചയപ്പെടുത്താൻ പറഞ്ഞു."

"നിനക്കൊരു പിതൃസഹോദരൻ ഉള്ളതായി എനിക്കറിയില്ല, എന്റെ മോനേ" - അപ്പോഴേക്കും നേരം പുലരാറായെന്നും, തനിക്ക് കഥപറയാനനുവദിച്ച സമയം തീർന്നെന്നും ഷാഹ്രസാദ് മനസ്സിലാക്കി.

അഞ്ഞൂറ്റി പതിനേഴാം രാവ്

ദുനിയാസാദ് പറഞ്ഞു, "എന്റെ സഹോദരീ, നിനക്ക് ഉറക്കം വരുന്നില്ലെങ്കിൽ, ഞങ്ങൾക്ക് ഏതെങ്കിലും നല്ല ചില കഥകൾ പറഞ്ഞുതരൂ."

അപ്പോൾ ഷഹ്രസാദ് മറുപടി നൽകി, "സസന്തോഷം, സന്മനസ്സോടെ"-

അവൾ തുടർന്നു, അല്ലയോ മഹാരാജാവേ, പിറ്റേന്ന് രാവിലെ മൊറോക്കൻ മന്ത്രവാദി അലാവുദ്ദീനെ കാണാനായി നടന്നുചെന്നു; ആ പയ്യനിൽ നിന്നും വേർപെട്ടുപോകാനവന്റെ മനസ്സ് ആഗ്രഹിച്ചില്ല. അയാൾ നഗരവീഥികളിൽ അങ്ങോട്ടുമിങ്ങോട്ടും നടക്കവെ, അയാൾ ആഗ്രഹിച്ചതുപോലെ അലാവുദ്ദീനെ കണ്ടെത്തി; ആ തെരുവ് പിള്ളേരോടൊപ്പം കളിക്കുകയായിരുന്നു അവൻ. അയാൾ അവന്റെ അടുത്തെത്തി, അവനെ ആലിംഗനം ചെയ്ത് ചുംബിച്ചു; പിന്നെ പോക്കറ്റിൽ നിന്ന് രണ്ട് ദിനാർ എടുത്തുകൊടുത്ത് പറഞ്ഞു, "ഈ പണം നീ അമ്മയ്ക്ക് കൊണ്ടുപോയി കൊടുക്കുക, ഇന്ന് അത്താഴം കഴിക്കാനായി ഇളയച്ഛൻ നിങ്ങളോടൊപ്പമുണ്ടാകുമെന്നും പറയുക. അതുകൊണ്ട് ഈ രണ്ടു ദിനാർ ചിലവാക്കി നമ്മൾക്കായി നല്ല അത്താഴം തയ്യാറാക്കുക."

"തീർച്ചയായും, എന്റെ ഇളയച്ഛാ."

ആ പയ്യൻ നേരെ വിട്ടിലേക്ക് പാഞ്ഞു; മാന്ത്രികൻ സ്വന്തം വഴിക്കും

പോയി. വീട്ടിലെത്തിയ അലാവുദ്ദീൻ രണ്ട് ദിനാർ നൽകിക്കൊണ്ട് അമ്മയോട് പറഞ്ഞു, "എന്റെ ഇളയച്ഛൻ നമ്മളോടൊപ്പം അത്താഴം കഴിക്കും."

അപ്പോൾ അമ്മ എഴുന്നേറ്റ് നേരെ മാർക്കറ്റിലേക്ക് പോയി ആവശ്യമുള്ള സാധനങ്ങളെല്ലാം വാങ്ങിച്ചു. അയൽപക്കക്കാരിൽനിന്ന് പാത്രങ്ങളും തളികകളും കടം വാങ്ങി. ഭക്ഷണം പാകംചെയ്തശേഷം അവൾ അലാവുദ്ദീനോട് പറഞ്ഞു, "എന്റെ മോനേ, ചോറും കറിയുമെല്ലാം തയ്യാറായി; എന്നാൽ, നിന്റെ ഇളയച്ഛൻ ഇതുവരെ വീട്ടിൽ എത്തിയില്ലല്ലോ. നീ റോഡിൽ ഒന്ന് നടന്ന് നോക്കൂ, അയാളെ കണ്ടുമുട്ടാനായെങ്കിലോ!" "ഉത്തരവുപോലെ." ഇത്രയും പറഞ്ഞ് തീരുമ്പോഴേക്കും വാതിൽക്കൽ മുട്ടുന്നത് കേട്ടു. അലാവുദ്ദീൻ പുറത്തുചെന്ന് നോക്കിയപ്പോൾ അതാ ആ മാന്ത്രികൻ നിൽക്കുന്നു, ഒപ്പം ഉണങ്ങിയ പഴവർഗ്ഗങ്ങളും വീഞ്ഞും ചുമന്നുകൊണ്ടൊരു നപുംസകവും. ആ പയ്യൻ വാതിൽ തുറന്നുകൊടുത്തു. അടിമ സാമാനങ്ങൾ ഒതുക്കിവെച്ചു. മാന്ത്രികൻ തന്റെ സഹോദര പത്നിയെ സലാം ചെയ്തു, പിന്നെ വിതുമ്പിക്കരഞ്ഞു; "എന്റെ സഹോദരനെ മറവുചെയ്ത സ്ഥലമേതാണ്?" അവൾ ആ സ്ഥലം കാണിച്ചുകൊടുത്തു. അയാൾ, അതിന്നടുത്തുചെന്ന് സാഷ്ടാംഗം പ്രണമിച്ച് പ്രാർത്ഥിച്ചുകൊണ്ട് നിലത്ത് ചുംബിച്ചു. "എത്ര ദുഃഖിതനാണ് ഞാൻ, എത്ര നിർഭാഗ്യവാൻ! എനിക്ക് നിങ്ങൾ നഷ്ടപ്പെട്ടല്ലോ, എന്റെ കണ്ണേ!" പിന്നെ അയാൾ കുറെ നേരം തേങ്ങിക്കരഞ്ഞു. അതോടെ അയാളുടെ സത്യസന്ധതയിൽ അലാവുദ്ദീന്റെ അമ്മയ്ക്ക് യാതൊരു സന്ദേഹവും തോന്നിയില്ല. അവൾ അയാളുടെ അരികിൽ വന്ന്, അയാളെ നിലത്തുനിന്ന് പിടിച്ചെഴുന്നേൽപ്പിച്ചു. "നിങ്ങൾ സ്വയം മരിക്കുന്നതുകൊണ്ടെന്തു പ്രയോജനം? - അപ്പോഴേക്കും നേരം പുലരാറായെന്നും, തനിക്ക് കഥ പറയാനനുവദിച്ച സമയം തീർന്നെന്നും ഷാഹ്റസാദ് മനസ്സിലാക്കി.

അഞ്ഞൂറ്റി പതിനെട്ടാം രാവ്

ദുനിയാസാദ് പറഞ്ഞു, "എന്റെ സഹോദരീ, നിനക്ക് ഉറക്കം വരുന്നില്ലെങ്കിൽ, ഞങ്ങൾക്കൊരു സുഖകരമായ കഥ പറഞ്ഞുതരൂ."

"നിർവ്യാജമായ സന്തോഷത്തോടെ."- അല്ലയോ മഹാരാജാവേ, അലാവുദ്ദീന്റെ അമ്മ ആ മന്ത്രവാദിയെ ആശ്വസിപ്പിക്കാൻ തുടങ്ങി; അയാളെ സോഫയിൽ പിടിച്ചിരുത്തി. അയാൾ ശാന്തനായി ഇരുപ്പുറപ്പിച്ചപ്പോൾ തളികകളിൽ ഭക്ഷണം വിളമ്പി. അയാൾ അവളോട് സംഭാഷണം ആരംഭിച്ചു, "അല്ലയോ, എന്റെ സഹോദരപത്നീ, എന്റെ സഹോദരന്റെ ജീവിതകാലത്ത് എന്നെ കണ്ടിട്ടില്ലല്ലോ എന്നോർത്ത് നിങ്ങൾ അദ്ഭുതപ്പെടുന്നുണ്ടായിരിക്കും! നാല്പതു വർഷങ്ങൾക്കുമുമ്പ് ഞാൻ ഈ പട്ടണം വിട്ടുപോയി; സ്വയം നാടുകടത്തപ്പെട്ടവനെപ്പോലെ ഇന്ത്യയിലെയും സിന്ധിലേയും നഗരങ്ങളിൽ കറങ്ങിനടന്നു; ഒടുവിൽ അതിഗംഭീര നഗരമായ കയ്റൊയിലെത്തി. വളരെക്കാലം അവിടെ താമസിച്ചു; ലോകത്തിലെ ഏറ്റവും വിസ്മയകരമായ നഗരങ്ങളിലൊന്നാണത്. പിന്നീട് മുപ്പതുകൊല്ലങ്ങൾ ഞാൻ താമസിച്ചത് മൊറോക്കൊയുടെ ഉൾഭാഗത്തായിരുന്നു. അങ്ങനെ ഒരു ദിവസം ഞാൻ വീട്ടിൽ ഒറ്റയ്ക്കിരിക്കുമ്പോൾ, എന്റെ ചേടത്തി, ഞാൻ സ്വന്തം നാടിനെക്കുറിച്ച് ഓർത്തുപോയി; അതോടൊപ്പം സ്വന്തം ജന്മദേശത്തെയും എന്റെ സഹോദരനെയും കുറിച്ചോർത്തു.

അയാളെ കാണാനുള്ള മോഹം എന്റെ മനസ്സിനെ മഥിച്ചു; ഞാൻ വിദേശത്ത് സഹോദരനിൽ നിന്നും ഇത്രയും ദൂരെ ജീവിക്കുന്നതോർത്ത് ഒരുപാട് കരഞ്ഞു. ഒടുവിൽ, എന്റെ അടക്കാനാവാത്ത മോഹം എന്നെ വീട്ടിലേക്ക് നയിച്ചു! സഹോദരനെ ഒരിക്കൽകൂടി കാണണമെന്നായിരുന്നു എന്റെ ആഗ്രഹം. ഞാൻ സ്വയം പറഞ്ഞു, "അല്ലയോ മനുഷ്യാ, നീ സ്വന്തം നാടും വീടും ഉപേക്ഷിച്ച് എത്രകാലമാണ് ഒരു പ്രാകൃത അറബിയെപ്പോലെ അലഞ്ഞുനടക്കുക? നിനക്ക് ഒരേ ഒരു സഹോദരനല്ലാതെ മറ്റാരുമില്ല. അതുകൊണ്ട് എഴുന്നേൽക്കൂ, യാത്രപുറപ്പെടൂ, നീ ചാകുന്നതിനുമുമ്പ് അദ്ദേഹത്തെ ഒരു നോക്കുകാണൂ. സ്വന്തം സഹോദരനെ കാണാതെ മരിക്കുന്നത് ഏറ്റവും ദുഃഖകരമായ കാര്യമാണ്; അള്ളാ, നിനക്ക് വേണ്ടതിലേറെ സമ്പത്ത് വാരിക്കോരി തന്നിട്ടുണ്ട്; സഹോദരൻ വളരെ കഷ്ടപ്പാടിലാണ് കഴിയുന്നത്; നിനക്ക് സഹോദരനെ കാണുകയും സഹായിക്കുകയും ചെയ്യാം.' അങ്ങനെ ഞാൻ പെട്ടെന്നെഴുന്നേറ്റ്, സാധനങ്ങൾ ഒരുക്കിവെച്ച് 'ഫാത്തിഹാ' ചൊല്ലി. വെള്ളിയാഴ്ച പ്രാർത്ഥനകൾ കഴിഞ്ഞപ്പോൾ, ഈ നഗരത്തിലേക്ക് യാത്രപുറപ്പെട്ടു. വളരെ ദുരിതങ്ങളും കഷ്ടപ്പാടുകളും സഹിച്ച്, സഹിഷ്ണുതയോടെ ഞാൻ യാത്ര തുടർന്നു. അള്ളാ എന്നെ സംരക്ഷിച്ചു. അങ്ങനെ, ഈ നഗരത്തിലെ തെരുവുകളിൽ ഞാൻ അലഞ്ഞ് തിരിയുമ്പോൾ മിനിഞ്ഞാന്നാണ് ഞാനെന്റെ സഹോദരപുത്രൻ അലാവുദ്ദീനെ കാണുന്നത്! അവൻ ആ തെരുവ്പിള്ളേരോടൊപ്പം കളിക്കുകയായിരുന്നു. സർവ്വശക്തനായ ഈശ്വരനാണേ എന്റെ ചേടത്തി, അവനെ കണ്ട ഉടനെ എന്റെ ഹൃദയം പിടച്ചു. അവന്റെ അടുക്കലേക്ക് ഓടിച്ചെല്ലാനെന്റെ മനസ്സ് കൊതിച്ചു!" (രക്തം രക്തത്തെ തിരിച്ചറിയുന്നു, സ്നേഹിക്കുന്നു!). എന്റെ ആത്മാവിന് അതനുഭവപ്പെട്ടു; അതെന്നെ അറിയിച്ചു, 'ഇവൻ എന്റെ സഹോദരപുത്രൻ തന്നെ' എന്ന്! ഞാൻ എന്റെ കഷ്ടപ്പാടുകളും ദുരിതങ്ങളുമെല്ലാം അവനെ കണ്ട ഉടനെ, മറന്നു, ആനന്ദത്തിലാറാടി! എന്റെ പ്രിയസഹോദരന്റെ നിര്യാണത്തെക്കുറിച്ചവൻ പറഞ്ഞപ്പോൾ ദുഃഖവും നിരാശയും സഹിക്കാനാകാതെ ഞാൻ സ്തംഭിച്ചു നിന്നുപോയി. ഞാൻ അനുഭവിച്ച മനോവേദനയെക്കുറിച്ച് എന്റെ സഹോദരപുത്രൻ നിങ്ങളെ അറിയിച്ചു കാണും; അല്പസമയത്തിനുശേഷം, അലാവുദ്ദീന്റെ ദർശനം എന്റെ മനസ്സിന് ആശ്വാസം നൽകി; പൈതൃകമായി അവന് ലഭിച്ച പാരമ്പര്യത്തിൽ നിന്നും നമ്മൾക്കാശ്വസിക്കാം, സന്താനത്തെ വിട്ടുപോകുന്നവൻ പൂർണ്ണമായും മരിക്കുന്നില്ല.' - നേരം പുലരാറായതുകണ്ട് ഷാഹ്രസാദ് അതിശയിച്ചുപോയി; തനിക്ക് കഥപറയാനനുവദിച്ച സമയം കഴിഞ്ഞെന്നവൾ അറിഞ്ഞു.

അഞ്ഞൂറ്റി പത്തൊമ്പതാം രാവ്

ദുനിയാസാദ് പറഞ്ഞു, "എന്റെ സഹോദരി, നിനക്ക് ഉറക്കം വരുന്നില്ലെങ്കിൽ ഞങ്ങൾക്കായി രസകരമായൊരു കഥപറയുക"

ഷാഹ്രസാദ് മറുപടി നൽകി, "സന്തോഷപൂർവ്വം" - അല്ലയോ മഹാരാജാവേ, മാന്ത്രികൻ അലാവുദ്ദീന്റെ അമ്മയോട് പറഞ്ഞു, "സന്താനത്തെ വിട്ടുപോകുന്നവരായാലും പൂർണ്ണമായി മരിക്കുന്നില്ല."

അയാൾ സഹോദരപത്നിയെ നോക്കിയപ്പോൾ തന്റെ വാക്കുകൾ കേട്ട് അവൾ കണ്ണീരൊഴുക്കുന്നത് കണ്ടു; അവളെ വിരഹദുഃഖത്തിലാഴ്ത്തേണ്ടെന്ന് കരുതി അയാൾ പയ്യനുനേരെ തിരിഞ്ഞ് വഞ്ചനാപരമായ വാക്കുകൾ തുടർന്നു, "അല്ലയോ, എന്റെ മോനെ, അലാവുദ്ദീൻ, നീ എന്ത് ജോലിയിലാണ് പരിശീലനം നേടിയിട്ടുള്ളത്? എന്താണ് നിന്റെ തൊഴിൽ? എന്നോട് പറയൂ, നിനക്കും അമ്മയ്ക്കും സുഖമായി ജീവിക്കാനുള്ള എന്തെങ്കിലും കൈത്തൊഴിൽ നീ പരിശീലിച്ചിട്ടുണ്ടോ?"

ആ പയ്യൻ നാണിച്ച് തലതാഴ്ത്തി, നിലത്ത് ദൃഷ്ടി പതിപ്പിച്ച് മിണ്ടാതിരുന്നു.

അപ്പോൾ അവന്റെ അമ്മ പറഞ്ഞു, "എന്ത്, സത്യം പറയട്ടെ? അള്ളായാണേ, അവന് ഒന്നും അറിയില്ല. ഇത്രയും അനാദരവോടെ കഴിയുന്ന ഒരു കുട്ടിയെ ഞാനൊരിക്കലും കണ്ടിട്ടില്ല! ദിവസം മുഴുവൻ മടിയനായി ഇവൻ തെരുവ് പിള്ളേരുമായി കളിച്ച് സമയം കളയുന്നു. ഇവന്റെ കാര്യം ഓർത്ത് ദുഃഖിച്ചാണ് അവന്റെ അച്ഛൻ മരിച്ചത്; ഞാനും ഇപ്പോൾ ദയനീയമായ ദുർഘടസന്ധിയിലാണ്. രാവും പകലും കഷ്ടപ്പെട്ട് നൂൽനൂറ്റാണ് കഷ്ടിച്ച് ജീവിച്ചുപോകാനുള്ള പണം സമ്പാദിക്കുന്നത്. ഇതാണ് അവന്റെ അവസ്ഥ, എന്റെ അനിയാ. 'നീയാണേ', ഭക്ഷണസമയത്തല്ലാതെ, മറ്റൊരു സമയത്തും ഇവൻ എന്റെ അടുത്ത് വരാറേ ഇല്ല. തീർച്ചയായും ഞാൻ ചിന്തിക്കാറുണ്ട്, അവനെ പുറത്തിറക്കി വാതിൽ അടച്ചെങ്കിലോ എന്ന്! അവൻ എവിടെയെങ്കിലും പോയി സ്വന്തം ജീവിതമാർഗ്ഗം കണ്ടെത്തട്ടെ. ഈ രീതിയിൽ അദ്ധ്വാനിച്ച് പണം ഉണ്ടാക്കാനെനിക്ക് കഴിയാതെയായി, പ്രായമായില്ലേ? എനിക്ക് ആഹാരം തരേണ്ടവനാണ് ഇപ്പോൾ അവൻ; എന്നാൽ ഇപ്പോഴും ഞാനാണവന് ദൈനംദിന ആഹാരത്തിനുള്ള വക ഉണ്ടാക്കുന്നത്! ഹേ, അള്ളാ, ഞാനതിന് നിർബന്ധിതനായിരിക്കുന്നു!"

ഇതുകേട്ട് അയാൾ അലാവുദ്ദീനോട് ചോദിച്ചു, "എന്താണിത്, എന്റെ മോനേ, നീ ഇങ്ങനെ ഉത്തരവാദിത്വമില്ലാത്തവനാകുന്നത്? നിനക്കിത് അപമാനകരമാണ്, നിന്നെപ്പോലുള്ളവന് യോജിക്കാത്ത കാര്യം! നീ ഒരു വിവേകമുള്ള യുവാവല്ലേ, എന്റെ മോനേ; നീ അന്തസ്സുള്ളവന്റെ മകനാണ്, പ്രായമായ അമ്മ കഷ്ടപ്പെട്ട് പണിയെടുത്ത് നിന്നെ തീറ്റിപ്പോറ്റുന്നതിൽ നീ ലജ്ജിക്കണം. ഇപ്പോൾ നീ വളർന്ന് ഒരു യുവാവായിരിക്കുന്നു; നീ സ്വന്തം ജീവിതമാർഗ്ഗം തിരഞ്ഞെടുക്കേണ്ട സമയമായി, എന്റെ കുട്ടീ. ഈ പരിസരം, അള്ളായുടെ അനുഗ്രഹങ്ങളുടേയും അദ്ധ്യാപകന്മാർ വസിക്കുന്ന ഇടമാണ്; ഇത്രയധികം അദ്ധ്യാപകരെ മറ്റൊരിടത്തും കാണാനാകില്ല. ഇവരിൽ ആരെയെങ്കിലും തിരഞ്ഞെടുത്ത് നിനക്ക് ഇഷ്ടമുള്ള വിദ്യ അഭ്യസിക്കുക; ഞാൻ നിന്നെ അവിടെ ആക്കാം. നീ അവിടെ വളർന്നുവന്നാൽ, എന്റെ മോനേ, ജീവിക്കാനൊരു ബിസിനസ്സ് സ്വന്തമാക്കാം. സന്ദർഭവശാൽ നിന്റെ അച്ഛന്റെ തൊഴിൽ നിനക്ക് ഇഷ്ടമില്ലാത്തതായിപ്പോയി; അങ്ങനെയാണെങ്കിൽ നിനക്കിഷ്ടമുള്ള മറ്റെന്തെങ്കിലും തൊഴിൽ സ്വീകരിക്കൂ; എന്നിട്ട് എന്നോട് പറയൂ, എനിക്ക് കഴിയാവുന്ന സഹായം ഞാൻ തരാം, എന്റെ മോനേ." എന്നാൽ, അലാവുദ്ദീൻ നിശ്ശബ്ദനായി ഇരിക്കുന്നതുകണ്ട്, ആ പയ്യന് കളിച്ചുനടക്കാനല്ലാതെ ജോലിയിൽ താത്പര്യമില്ലെന്ന് മാന്ത്രികന് മനസ്സിലായി; അയാൾ അവനോട് പറഞ്ഞു, "എന്റെ മോനേ, എന്റെ വാക്കുകൾ കഠിനമായെന്ന് നിനക്ക്

തോന്നരുത്; ഞാൻ പറഞ്ഞതിനോട് വിരോധം തോന്നുന്നുണ്ടെങ്കിൽ, ഇനിയും ഒരു കൈത്തൊഴിൽ അഭ്യസിക്കാൻ നിനക്ക് ഇഷ്ടമില്ലെങ്കിൽ, ഞാൻ നിനക്ക് കച്ചവടം ചെയ്യാനായി ഒരു കട ഇട്ടുതരാം. നിറയെ വില പിടിച്ച സാമാനങ്ങൾ അതിൽ വാങ്ങിവെച്ച്, ബിസിനസ്സ് നടത്തി, വലിയ പണക്കാരനായിത്തീരാം. നഗരത്തിലെ ഒരു പ്രശസ്തവ്യക്തിയായി ഉയരാം."

അലാവുദ്ദീൻ തന്റെ അമ്മാവന്റെ വാക്കുകളും തന്നെ വ്യാപാരിയും മാന്യനുമാക്കാനുള്ള പദ്ധതികളും കേട്ട് അത്യധികം ആഹ്ലാദിച്ചു. അത്തരം മാന്യന്മാർ മനോഹരമായ വസ്ത്രങ്ങൾ ധരിച്ച്, സുഖമായ ജീവിതമാണ് നയിക്കുന്നതെന്നവനിയാം. അവൻ പുഞ്ചിരിച്ചുകൊണ്ട് തല താഴ്ത്തി, തനിക്ക് തൃപ്തി ആയെന്ന് പറഞ്ഞു – അപ്പോഴേക്കും നേരം പുലരാറായെന്നും തനിക്ക് കഥ പറയാനനുവദിച്ച സമയം തീർന്നെന്നും ഷാഹ്‌രസാദ് മനസ്സിലാക്കി.

അഞ്ഞൂറ്റി ഇരുപതാം രാവ്

ദുനിയാസാദ് പറഞ്ഞു, "എന്റെ സഹോദരീ, നിനക്ക് ഉറക്കം വരുന്നില്ലെങ്കിൽ, ഞങ്ങൾക്ക് രസകരമായൊരു കഥ പറഞ്ഞുതരൂ."

ഷാഹ്‌രസാദ് മറുപടി നൽകി, "സന്തോഷത്തോടെയും, സന്മനസ്സോടെയും" – അല്ലയോ മഹാരാജാവേ, അലാവുദ്ദീൻ മന്ദഹസിച്ച് തല താഴ്ത്തി നിൽക്കുന്നതുകണ്ടപ്പോൾ, ഒരു കച്ചവടക്കാരനാകാൻ ആ പയ്യന് ഇഷ്ടമാണെന്നാ മാന്ത്രികൻ മനസ്സിലാക്കി. അയാൾ അവനോട് പറഞ്ഞു, "നിനക്ക് അതിൽ തൃപ്തിയാണെങ്കിൽ ഞാൻ ഒരു കട നിനക്കുവേണ്ടി തുറന്ന്, നിന്നെ ഞാനൊരു മാന്യനായി മാറ്റാം, എന്റെ മോനേ, നീ അതിന് അർഹനാണെന്ന് തെളിയിക്കൂ, 'ഇൻഷാ അള്ളാ', നാളെ നിന്നെ ഞാൻ ബസാറിൽ കൊണ്ടുപോയി, നല്ലൊരു 'സൂട്ട്' തുന്നിപ്പിക്കും; അതാണ് ആദ്യം ചെയ്യാൻ പോകുന്നത്, വ്യാപാരികൾ ധരിക്കുന്ന തരത്തിലുള്ള വസ്ത്രങ്ങൾ! രണ്ടാമതായി, നിനക്ക് ഞാൻ വാക്കുതന്നതനുസരിച്ചുള്ള ഒരു കട കണ്ടുപിടിക്കും."

ആ മൊറോക്കൊക്കാരൻ തന്റെ ഭർതൃസഹോദരൻ തന്നെയാണോ എന്ന് അലാവുദ്ദീന്റെ അമ്മയ്ക്ക് അതുവരെ നേരിയ സംശയം ഉണ്ടായിരുന്നു; എന്നാൽ, തന്റെ മകനുവേണ്ടി വിലപിടിച്ച സാധനങ്ങൾ നിറച്ച് ഒരു ഷോപ്പ് തുറന്നുകൊടുക്കുമെന്ന അയാളുടെ വാഗ്ദാനം കേട്ടതോടെ, സത്യമായും അത് തന്റെ ഭർതൃസഹോദരൻ തന്നെയാണെന്നവൾ ഉറപ്പിച്ചു. ഒരു അന്യനും ഇത്രയും വലിയ കാര്യങ്ങൾ തന്റെ മകനുവേണ്ടി ചെയ്തുകൊടുക്കില്ല. അങ്ങനെ അവൾ മകനെ നേർമാർഗ്ഗം ഉപദേശിച്ചു കൊടുത്തു, തലയിൽനിന്ന് അജ്ഞത എടുത്തു വലിച്ചെറിയാൻ പഠിപ്പിച്ചു; അതിനും പുറമെ, തന്റെ ഇത്രയും നല്ലവനായ ഇളയച്ഛനെ അനുസരിക്കുവാനായി അവൾ ആജ്ഞാപിച്ചു, അവൻ സ്വന്തം മകനാണെന്ന മട്ടിൽ അയാളോട് പെരുമാറണം, തെരുവ് പിള്ളേരോടൊപ്പം കളിച്ചു നടന്ന് നശിപ്പിച്ച സമയം വീണ്ടെടുക്കണം. അതിനുശേഷം, അവൾ തീൻമേശ വൃത്തിയാക്കി അത്താഴം വിളമ്പി; എല്ലാവരും ഒന്നിച്ചിരുന്ന് തിന്നും കുടിച്ചും അത്താഴം ആസ്വദിച്ചു. മാന്ത്രികൻ കുറെനേരം അലാവുദ്ദീനുമായി ബിസിനസ്സ് കാര്യങ്ങൾ ചർച്ചചെയ്തു. അവൻ അങ്ങേയറ്റം

ആഹ്ലാദവാനായിരുന്നു, ആനന്ദലഹരിയിൽ അന്നുരാത്രി അവന് ഉറക്കം പോലും വന്നില്ല! രാത്രി വളരെ വൈകി, വീഞ്ഞ് മുഴുവൻ കുടിച്ച് തീർത്ത ശേഷം മാന്ത്രികൻ എഴുന്നേറ്റ് തന്റെ വഴിക്ക് പോയി; എന്നാൽ പോകുന്നതിനുമുമ്പ്, താൻ പിറ്റേന്നു രാവിലെ അലാവുദ്ദീനെ 'സൂട്ട്' തുന്നിക്കാനായി ബസാറിലേക്ക് കൂട്ടിക്കൊണ്ടുപോകുമെന്ന് ഓർമ്മിപ്പിച്ചിരുന്നു.

നേരം പുലർന്ന ഉടനെ അയാൾ വന്ന് വാതില്ക്കൽ മുട്ടി; അലാവുദ്ദീന്റെ അമ്മ വാതിൽ തുറന്നുകൊടുത്തു. അയാൾ വീട്ടിനുള്ളിലേക്ക് കടന്നില്ല; പയ്യനെ മാർക്കറ്റിലേക്ക് കൂട്ടികൊണ്ടുപോകാനനുവാദം ചോദിച്ചു. ഉടനെ അലാവുദ്ദീൻ പുറത്തുവന്ന് സലാം പറഞ്ഞു ഇളയച്ഛന്റെ കൈയിൽ ചുംബിച്ച് യാത്രയ്ക്ക് തയ്യാറായി. മൊറോക്കൻ ആ പയ്യന്റെ കൈപിടിച്ച്, മാർക്കറ്റിലേക്ക് നടന്നു. അവിടെ ഒരു തുണിക്കടയിൽ കയറി; എല്ലാത്തരം തുണികളും അതിൽ ഉണ്ടായിരുന്നു; ഏറ്റവും വിലകൂടിയ 'സൂട്ടി'ന്റെ തുണികൾ കൊണ്ടുവരുവാൻ മാന്ത്രികൻ ആവശ്യപ്പെട്ടു. കച്ചവടക്കാരൻ അപ്രകാരം ചെയ്തു; എല്ലാം നല്ല 'റെഡിമെയ്ഡ്' സൂട്ടുകൾ ആയിരുന്നു. അയാൾ പയ്യനോട് പറഞ്ഞു, "തിരഞ്ഞെടുത്തോളൂ, എന്റെ മോനെ, നിനക്ക് ഇഷ്ടമുള്ളത് തിരഞ്ഞെടുത്തോളൂ."

തന്റെ ഇഷ്ടാനുസരണം തിരഞ്ഞെടുക്കാൻ ഇളയച്ഛൻ അനുമതി നൽകിയപ്പോൾ, അലാവുദ്ദീനുണ്ടായ ആഹ്ലാദത്തിന് അതിരില്ലായിരുന്നു! അങ്ങനെ അവനിഷ്ടപ്പെട്ടൊരു സൂട്ട് അലാവുദ്ദീൻ തിരഞ്ഞെടുത്തു. മൊറോക്കൻ അതിന്റെ പണം നൽകി, നേരെ കുളിമുറിയിൽ പോയി ഇരുവരും നന്നായി കുളിച്ചു. പുറത്തുവന്ന ശേഷം സർബ്ബത്ത് കുടിച്ചു. പിന്നീട് അലാവുദ്ദീൻ എഴുന്നേറ്റ്പോയി, സന്തോഷത്തോടെ പുതിയ സൂട്ട് ധരിച്ചു. ഇളയച്ഛന്റെ അടുത്തുവന്ന് കൈയിൽ ചുംബിച്ചു, അയാൾ ചെയ്ത ഉപകാരങ്ങൾക്ക് നന്ദി പറഞ്ഞു - അപ്പോഴേക്കും നേരംപുലരാറായെന്നും, തനിക്ക് കഥപറയാനനുവദിച്ച സമയം തീർന്നെന്നും ഷാഹ്റസാദ് മനസ്സിലാക്കി.

അഞ്ഞൂറ്റി ഇരുപത്തിയൊന്നാം രാവ്

ദുനിയാസാദ് പറഞ്ഞു, "എന്റെ സഹോദരീ, നിനക്ക് ഉറക്കം വരുന്നില്ലെങ്കിൽ, നീ നല്ല ഏതെങ്കിലും കഥ ഞങ്ങൾക്ക് പറഞ്ഞുതരുമോ?"

അപ്പോൾ ഷഹ്റസാദ് മറുപടി നൽകി, "സന്തോഷത്തോടെയും സന്മനസ്സോടെയും" - അല്ലയോ മഹാരാജാവേ, കുളിമുറിയിൽ നിന്ന് പുറത്ത് വന്നശേഷം മാന്ത്രികൻ അലാവുദ്ദീനേയുംകൂട്ടി കച്ചവടക്കാരുടെ തെരുവിലേക്ക് നടന്നു. പയ്യന്, വാങ്ങലും വിൽക്കലുമെല്ലാം കാണിച്ചുകൊടുത്തുകൊണ്ടയാൾ പറഞ്ഞു: "എന്റെ മോനേ, ഇവരെയെല്ലാം നിനക്ക് പരിചയപ്പെടേണ്ടതുണ്ട്, പ്രത്യേകിച്ച് വ്യാപാരികളെ; വ്യാപാരകല അവരിൽ നിന്നാണ് അഭ്യസിക്കേണ്ടത്; നിന്റെ തൊഴിൽ ഇനി അതാണല്ലോ."

പിന്നെ, അയാൾ അവനെ നഗരം മുഴുവൻ കൊണ്ടുനടന്ന് കാണിച്ചു, വലിയ പള്ളികളും മറ്റ് സുഖകരമായ കാഴ്ചകളും. ഒടുവിൽ ഒരു ഭക്ഷണശാലയിലവർ കടന്നുചെന്നു. അവിടന്ന് വിഭവസമൃദ്ധമായ ഭക്ഷണം മതിയാവോളം കഴിച്ചു; പിന്നീടവർ അവരവരുടെ വഴിക്ക് പോയി.

അതിനുശേഷം മന്ത്രവാദി അലാവുദ്ദീനേയും കൂട്ടി പോയി വിനോദശാലകളും, പ്രഭുമന്ദിരങ്ങളും അവന് കാണിച്ചുകൊടുത്തു. സുൽത്താന്റെ

കൊട്ടാരത്തിൽച്ചെന്ന്, അതിനുള്ളിലെ പ്രൗഢഗംഭീരമായ മുറികൾ കാണിച്ചുകൊടുത്ത് അലാവുദ്ദീനെ സന്തോഷിപ്പിച്ചു. ഒടുവിൽ, വിദേശ വ്യാപാരകേന്ദ്രം കാണിച്ചുകൊടുത്തു; അയാളുടെ താവളം അവിടെ ത്തന്നെ ആയിരുന്നു. ആ കേന്ദ്രത്തിൽ വസിച്ചിരുന്ന വിദേശവ്യാപാരി കളെ മൊറോക്കൻ ക്ഷണിച്ച് വരുത്തി; അവർ ഒന്നിച്ചിരുന്ന് അത്താഴം കഴിച്ചു, അലാവുദ്ദീനെ തന്റെ സഹോദരപുത്രനായി അയാൾ അവർക്ക് പരിചയപ്പെടുത്തിക്കൊടുത്തു. തീറ്റയും കുടിയും കഴിഞ്ഞ് രാത്രി കുറെ വൈകിയപ്പോൾ, അയാൾ എഴുന്നേറ്റ് ആ പയ്യനേയും കൂട്ടി തിരിച്ച് അമ്മ യുടെ അടുക്കലെത്തി. മകനെ വ്യാപാരിയുടെ വേഷത്തിൽ കണ്ട അമ്മ സന്തോഷം സഹിക്കാനാകാതെ കണ്ണുനീർ പൊഴിച്ചു! പിന്നെ തന്റെ വ്യാജബന്ധുവായ മൊറോക്കനോട്, അയാൾ ചെയ്ത എല്ലാ സഹായ ങ്ങൾക്കും നന്ദി പറഞ്ഞു. “അല്ലയോ എന്റെ ഭർതൃസഹോദരാ, എനിക്ക് പൂർണ്ണമായും പ്രകടിപ്പിക്കാൻ കഴിയില്ലെങ്കിലും, ഈ കുട്ടിക്കുവേണ്ടി നിങ്ങൾ ചെയ്ത എല്ലാ സഹായങ്ങൾക്കും ഉപകാരങ്ങൾക്കും ഞാൻ എക്കാലത്തും ഉപകാരസ്മരണ വെച്ചുപുലർത്തും.”

“അല്ലയോ, എന്റെ സഹോദരപത്നി, ഇത് എന്റെ ദയാവായ്പായി കാണരുത്; എന്തുകൊണ്ടെന്നാൽ, ഇവൻ എനിക്ക് സ്വന്തം മകൻ തന്നെ യാണ്; എന്റെ സഹോദരൻ, അവന്റെ അച്ഛനാണത്. അതുകൊണ്ട്, നിങ്ങൾ സമാധാനത്തോടെ ഇരിക്കൂ!”

“അങ്ങയെ കാത്തുരക്ഷിക്കുവാനായി ഞാൻ അള്ളായോട് പ്രാർത്ഥി ക്കുന്നു; ദീർഘായുഷ്മാനാകട്ടെ. ഈ അനാഥനായ പയ്യന് നിങ്ങൾ ഒരു തണലായിത്തീരട്ടെ. അവൻ എന്നും നിങ്ങളുടെ ഉത്തരവുകൾ ശിരസ്സാ വഹിക്കും, അല്ലെങ്കിൽ നിങ്ങൾക്ക് ഉചിതമായതെന്തും ചെയ്യാം.” “അല്ലയോ, എന്റെ സഹോദരപത്നി, അലാവുദ്ദീൻ ഇപ്പോൾ, ഒരു വിവേകശാലിയായ മനുഷ്യനാണ്, ശ്രേഷ്ഠപുത്രൻ; അള്ളാ അവനെ സ്വന്തം അച്ഛന്റെ പാതയിലൂടെ നടത്തുമെന്നും, നിങ്ങൾക്ക് ആശ്വാസം പകരുമെന്നും എനിക്ക് പ്രതീക്ഷയുണ്ട്. നാളെ വെള്ളിയാഴ്ച ആയതി നാൽ, അവന്റെ കടതുറക്കാൻ പറ്റില്ലെന്ന് പറയുവാനെനിക്ക് ഖേദമുണ്ട്; എല്ലാ വ്യാപാരികളും പ്രാർത്ഥനയ്ക്കുശേഷം പൂന്തോട്ടങ്ങളിലും മറ്റ് വിനോദ കേന്ദ്രങ്ങളിലും പോയി ഉല്ലസിക്കുന്ന ദിവസമാണ് വെള്ളിയാഴ്ച. ശനി യാഴ്ച എന്തായാലും, ഇൻഷാ അള്ളാ, നമ്മൾ ബിസിനസ്സ് ആരംഭിക്കും. അതിനിടയ്ക്ക് നാളെ തക്ക സമയത്ത് വന്ന് അലാവുദ്ദീനെ നഗരത്തിനു പുറത്ത് പാർക്കിലേക്കോ, മറ്റ് വിനോദകേന്ദ്രങ്ങളിലേക്കോ ഉല്ലാസയാത്ര കൊണ്ടുപോകാം; ഒരുപക്ഷേ, അവനതൊന്നും കണ്ടുകാണില്ല. ഉല്ല സിച്ചുകൊണ്ടിരിക്കുന്ന വ്യാപാരികളെയും മറ്റ് പ്രമാണികളെയും അവന് കാണുകയും ചെയ്യാം; അങ്ങനെ അവർക്ക് പരസ്പരം പരിചയപ്പെടാ മല്ലോ - നേരം പുലരുന്നതുകണ്ട് ഷാഹ്റസാദ് അദ്ഭുതപ്പെട്ടുപോയി; തനിക്ക് കഥ പറയാനനുവദിച്ച സമയം കഴിഞ്ഞെന്നവൾ മനസ്സിലാക്കി.

അഞ്ഞൂറ്റി ഇരുപത്തിരണ്ടാം രാവ്

ദുനിയാസാദ് പറഞ്ഞു, “എന്റെ സഹോദരീ, നിനക്ക് ഉറക്കം വരുന്നി ല്ലെങ്കിൽ, നല്ലൊരു കഥ ഞങ്ങളെ പറഞ്ഞു കേൾപ്പിക്കൂ.”

ഷാഹ്റസാദ് മറുപടി നൽകി, “സന്തോഷത്തോടെയും, സന്മനസ്സോടെയും” - അല്ലയോ, മഹാരാജാവേ, മന്ത്രവാദി തിരിച്ചുപോയി സ്വന്തം വാസസ്ഥലത്തെത്തി സുഖമായി കിടന്നുറങ്ങി. നേരംപുലർന്ന ഉടനെ അയാൾ തയ്യൽക്കാരന്റെ വീട്ടിലെത്തി, വാതിൽക്കൽ മുട്ടി. അപ്പോൾ അലാവുദ്ദീനാകട്ടെ തലേദിവസത്തെ ആനന്ദകരമായ സംഭവങ്ങൾ ഓർത്ത് (പുതിയ ‘സൂട്ട്’ ധരിക്കൽ, കുളിമുറിയിലെ സ്നാനം, സുഭിക്ഷമായ തീറ്റയും കുടിയും, ആളുകളെ പരിചയപ്പെടൽ, കാലത്ത് ഇളയച്ഛൻ വന്ന് ഉല്ലാസയാത്രയ്ക്ക് കൂട്ടിക്കൊണ്ടുപോകാമെന്ന് പറഞ്ഞത്) രാത്രി ഒരു പോള കണ്ണടച്ചിട്ടില്ല! നേരം പുലർന്നതുപോലും അവൻ അറിഞ്ഞില്ല! എന്നാൽ, വാതിൽക്കൽ മുട്ടുന്നതുകേട്ട്, അവൻ ധൃതിയിൽ തീപ്പൊരിപോലെ പാഞ്ഞുചെന്ന് വാതിൽ തുറന്നപ്പോൾ, ഇളയച്ഛനെ കണ്ടു; അയാൾ അവനെ ആലിംഗനം ചെയ്ത് ചുംബിച്ചു. പിന്നെ, അവന്റെ കൈപിടിച്ച് നടക്കവെ, മാന്ത്രികൻ പറഞ്ഞു, “ഓ, എന്റെ സഹോദരപുത്രാ, “നീ ജീവിതത്തിലൊരിക്കലും കണ്ടിട്ടില്ലാത്തൊരു കാര്യമാണ് ഞാനിന്ന് നിനക്ക് കാണിക്കാൻ പോകുന്നത്.”

അങ്ങനെ സുഖകരമായൊരു രീതിയിൽ സംസാരിച്ച് ആ ബാലനെ അയാൾ ചിരിപ്പിക്കുകയും രസിപ്പിക്കുകയും ചെയ്തു. നടന്ന് നടന്ന അവർ നഗരവാതിൽ കടന്നു. അവർ വിനോദയാത്ര ആരംഭിച്ചു; പല പൂന്തോട്ടങ്ങളും, വിനോദകേന്ദ്രങ്ങളും, പ്രൗഢഗംഭീരമായ ‘പവലിയ’നുകളും അവർ സന്ദർശിച്ചു. അവർ എവിടെയെങ്കിലും നിൽക്കുമ്പോൾ, വൻ കെട്ടിടങ്ങളിലേക്കോ, കൊട്ടാരത്തിലേക്കോ തുറിച്ചുനോക്കിനിൽക്കുന്ന അലാവുദ്ദീനെ കണ്ട് ആ മന്ത്രവാദി ചോദിക്കും, “ഇത് നിന്നെ സന്തോഷിപ്പിക്കുന്നോ, സഹോദരപുത്രാ?”

ഇന്നുവരെ കണ്ടിട്ടില്ലാത്ത ഇത്തരം മനോഹരദൃശ്യങ്ങൾ കണ്ട് അലാവുദ്ദീന്റെ മനസ്സ് ആനന്ദത്താൽ പറന്നുയരുകയായിരുന്നു! ക്ഷീണം തോന്നുന്നതുവരെ അവരുടെ ഈ ഉല്ലാസയാത്ര തുടർന്നു. ഒടുവിൽ, അതിമനോഹരമായൊരു പൂന്തോട്ടത്തിലേക്കവർ കടന്നുചെന്നു; അവിടുത്തെ സുന്ദരദൃശ്യങ്ങൾ കണ്ട് ഹൃദയം ആഹ്ലാദത്താൽ പിടച്ചു! പൂച്ചെടികൾക്കിടയിലൂടെ അതിവേഗത്തിൽ കുതിച്ചുപായുന്ന കൊച്ചരുവികൾ, പിച്ചളകൊണ്ടുണ്ടാക്കിയ സിംഹത്തിലൂടെ വെള്ളം ചീറി ചിതറുന്ന മനോഹരമായ ഫൗണ്ടനുകൾ തുടങ്ങിയവ തികച്ചും ഹൃദ്യമായ ദൃശ്യങ്ങൾ തന്നെ! അവർ ഒരു ചെറിയ തടാകത്തിന്നരികെ ഇരുന്ന് കുറച്ചുനേരം വിശ്രമിച്ചു. അമിതമായ ആനന്ദലഹരിയിൽ അലാവുദ്ദീൻ മാന്ത്രികനോട് സ്വന്തം ഇളയച്ഛനാണെന്ന വിശ്വാസത്തോടെ കളിതമാശകൾ പറഞ്ഞ് രസിച്ചു. പിന്നെ മാന്ത്രികൻ എഴുന്നേറ്റ്, സ്വന്തം അരപ്പട്ടയിൽ നിന്ന് ഒരു സഞ്ചിനിറയെ ഭക്ഷണസാധനങ്ങളും, ഉണക്കപ്പഴങ്ങളും മറ്റും പുറത്തെടുത്ത്, അലാവുദ്ദീനോട് പറഞ്ഞു, “അല്ലയോ, എന്റെ സഹോദരപുത്രാ, നിനക്കൊരുപക്ഷേ വിശക്കുന്നുണ്ടായിരിക്കും, നിനക്കാവശ്യമുള്ളത് എടുത്തു കഴിച്ചോളൂ.”

ഉടനെ ആ പയ്യൻ ഭക്ഷണപദാർത്ഥങ്ങൾ വാരിത്തിന്നാൻ തുടങ്ങി, മാന്ത്രികനും അതിൽ പങ്കുകൊണ്ടു. ആഹ്ലാദത്തോടെ അവർ സമയം ചിലവഴിച്ചു. പിന്നെ, അയാൾ പറഞ്ഞു, “എഴുന്നേൽക്കൂ, മോനെ, നമ്മൾക്ക് കുറച്ചുകൂടി മുന്നോട്ട് നടന്ന് ഈ വിനോദയാത്രയ്ക്ക് അന്ത്യം കുറിക്കാം.”

ഉടനെ അലാവുദ്ദീൻ എഴുന്നേറ്റ് ഓരോ പൂന്തോട്ടവും കടന്ന് ഒരു വലിയ മൊട്ടക്കുന്നിന്റെ അടിവാരത്തിലെത്തി. ആ പയ്യൻ ജീവിതത്തിലൊരിക്കലും നഗരകവാടത്തിന്നപ്പുറം പോയിട്ടില്ലാത്തവനാണ്. ഇത്രയും ദീർഘദൂരം ഇതുവരെ നടന്നിട്ടുമില്ല. അവൻ മാന്ത്രികനോട് ചോദിച്ചു, "എന്റെ ഇളയച്ഛാ, ഇനിയും നമ്മൾ നടത്തം തുടരാൻ പോവുകയാണോ? നമ്മൾ ഓരോരോ പൂന്തോട്ടങ്ങൾ പിന്നിലാക്കി വരണ്ട ഒരു മൊട്ടക്കുന്നിൽ എത്തിയിരിക്കുന്നു. നമ്മൾക്ക് പോകേണ്ടവഴി ഇനിയും ദീർഘിച്ചു പോയാൽ എനിക്കതിനുള്ള ശക്തിയില്ല, ഞാൻ ക്ഷീണിച്ച് തളർന്ന് വീണുപോകും, നമ്മൾക്ക് മുന്നിൽ ഇനി പൂന്തോട്ടങ്ങളൊന്നുമില്ല; ഇനി നഗരത്തിലേക്ക് തിരിച്ചുപോകാം."

"ഇല്ല, എന്റെ മോനേ; ഇത് നേരായ മാർഗ്ഗമാണ്, പൂന്തോട്ടങ്ങൾ അവസാനിച്ചിട്ടൊന്നുമില്ല; ഇതിനുമുമ്പൊരിക്കലും കണ്ടിട്ടില്ലാത്ത മനോഹരമായൊരു തോട്ടമാണ് കാണാൻ പോകുന്നത്; രാജാക്കന്മാർക്കു പോലും ഇല്ലാത്തത്! നടക്കാനുള്ള നിന്റെ കരുത്ത് സംഭരിക്കുക. നീ ഇപ്പോൾ ഒരു യുവാവാണ് - അള്ളായ്ക്ക് സ്തുതി!" പിന്നെ മാന്ത്രികൻ അലാവുദ്ദീനെ മധുരമായ വാക്കുകൾകൊണ്ട് ആശ്വസിപ്പിക്കാൻ തുടങ്ങി, അദ്ഭുതകരമായ കഥകൾ പറഞ്ഞുകൊണ്ടിരുന്നു, യഥാർത്ഥ കഥകളും സാങ്കല്പിക കഥകളും. ഒടുവിൽ ആ ആഫ്രിക്കൻ മാന്ത്രികൻ ഉദ്ദേശിച്ച സ്ഥലത്തെത്തി. ഇതിനുവേണ്ടിയാണ് ഭൂമിയുടെ അറ്റത്തുനിന്നും ചൈനായിലെ ഈ ഉൾപ്രദേശത്തേക്കയാൾ വന്നത്! അവർ ഉദ്ദിഷ്ട സ്ഥാനത്തെത്തിയപ്പോൾ മാന്ത്രികൻ അലാവുദ്ദീനോട് പറഞ്ഞു, "എന്റെ സഹോദരപുത്രാ, അല്പനേരം ഇരുന്ന് വിശ്രമിച്ചോളൂ; നമ്മൾ അന്വേഷിച്ചുവന്ന സ്ഥലം ഇതാണ്; ഇൻഷാ അള്ളാ, വേഗം തന്നെ അദ്ഭുതകരമായ കാര്യങ്ങൾ കാണിച്ച് ഞാൻ നിന്നെ രസിപ്പിക്കാം; ഇതുപോലൊന്ന് ലോകത്ത് ആരും ഇതുവരെ കണ്ടുകാണില്ല. നീ ഇപ്പോൾ കാണാൻപോകുന്നതു പോലെ ആശ്ചര്യകരമായൊരു കാഴ്ച ആരും ഇതുവരെ കണ്ടാസ്വദിച്ചു കാണില്ല - നേരം പുലരുന്നതുകണ്ട് ഷാഹ്‌രസാദ് അത്ഭുതപ്പെട്ടുപോയി; തനിക്ക് കഥ പറയാനനുവദിച്ച സമയം കഴിഞ്ഞെന്നും അവൾ മനസ്സിലാക്കി.

അഞ്ഞൂറ്റി ഇരുപത്തിമൂന്നാം രാവ്

ദുനിയാസാദ് പറഞ്ഞു, "എന്റെ സഹോദരീ, നിനക്ക് ഉറക്കം വരുന്നില്ലെങ്കിൽ, ഞങ്ങൾക്ക് നീ നല്ലൊരു കഥ പറഞ്ഞു കേൾപ്പിക്കൂ."

അപ്പോൾ ഷാഹ്‌രസാദ് മറുപടി നൽകി, "സന്തോഷത്തോടെയും, സന്മനസ്സോടെയും" - അല്ലയോ, മഹാരാജാവേ, ആ മന്ത്രവാദി അലാവുദ്ദീനോട് പറഞ്ഞു: "നീ കാണാൻ പോകുന്ന കാഴ്ച ഈ ലോകത്ത് ഇതുവരെ സൃഷ്ടിക്കപ്പെട്ടവരാരും കണ്ടിട്ടില്ലാത്തതാണ്! നിന്റെ വിശ്രമം കഴിഞ്ഞാൽ, കുറച്ച് ഉണങ്ങിയ മരക്കൊമ്പുകളും ചില്ലകളും കൊണ്ടുവരൂ, ചെറിയ കഷ്ണങ്ങൾ. നമ്മൾക്ക് ഒന്ന് തീപൂട്ടാം. പിന്നെ ഞാൻ നിനക്ക് കാണിച്ചുതരാം, എന്റെ സഹോദരപുത്രാ, 'കാര്യത്തിന്നപ്പുറത്തുള്ള കാര്യം!'

ആ പയ്യൻ ഇതുകേട്ടപ്പോൾ, ഇളയച്ഛൻ എന്താണ് ചെയ്യാൻ പോകുന്നതെന്ന് കാണാനുള്ള മോഹം അവന്റെ മനസ്സിൽ ഉദിച്ചു; തന്റെ ക്ഷീണമെല്ലാം അവൻ മറന്ന്, ചാടിയെഴുന്നേറ്റ് ചെറിയ ഉണങ്ങിയ മരച്ചില്ലകൾ

ശേഖരിക്കാൻ തുടങ്ങി. ആവശ്യത്തിന് വിറക് ശേഖരിച്ചുകഴിഞ്ഞപ്പോൾ അയാൾ വിളിച്ചുപറഞ്ഞു, "മതി, എന്റെ സഹോദരപുത്രാ!" പിന്നെ തന്റെ പോക്കറ്റിൽ നിന്നൊരു ചെപ്പെടുത്ത് ആ മാന്ത്രികൻ തുറന്നു, അതിൽ നിന്ന് കുറച്ച് കുന്തിരിക്കം പുറത്തെടുത്തു; അത് മരക്കമ്പുകൾ കത്തിച്ച കനലിൽ ഇട്ട് പുകച്ച്, ആർക്കും മനസ്സിലാവാത്ത ഭാഷയിൽ എന്തൊക്കെയോ മന്ത്രിച്ചു. ഉടനെ ഭൂമി പിളർന്നു, ആകാശം ഇരുണ്ടു, ഇടിവെട്ടും ഭൂകമ്പവുമുണ്ടായി! അതുകണ്ട് പേടിച്ചുവിരണ്ട അലാവുദ്ദീൻ ഓടിരക്ഷപ്പെടാൻ തുനിഞ്ഞു. അവന്റെ ഉദ്ദേശ്യം മനസ്സിലാക്കിയ ആഫ്രിക്കൻ മാന്ത്രികൻ അവനോട് ഭയങ്കരമായി ക്ഷോഭിച്ചു; കാരണം, അവനില്ലാതെ തന്റെ ജോലി നിഷ്ഫലമാകുമെന്നയാൾക്കറിയാം. അവൻ ഓടിപ്പോകാനാണ് ശ്രമിക്കുന്നതെന്ന് മനസ്സിലാക്കിയ മാന്ത്രികൻ എഴുന്നേറ്റ് അവന്റെ ചെകിട്ടത്ത് ശക്തമായൊരടി വെച്ചുകൊടുത്തു. അടിയുടെ ശക്തികൊണ്ട് അവന്റെ അണപ്പല്ലുകൾ തെറിച്ചുവീണു; അവൻ ബോധംകെട്ട് നിലംപതിച്ചു! അല്പസമയത്തിനുശേഷം മാന്ത്രികന്റെ മന്ത്രത്താൽ അവന് സ്വബോധം വന്നു. അവൻ കരഞ്ഞുകൊണ്ട് ചോദിച്ചു, "എന്റെ ഇളയച്ഛാ, ഞാൻ എന്ത് തെറ്റുചെയ്തിട്ടാണ് നിങ്ങൾ എന്നെ ഇങ്ങനെ തല്ലിയത്?"

മാന്ത്രികൻ അവനെ ആശ്വസിപ്പിച്ചുകൊണ്ട് പറഞ്ഞു, "എന്റെ മോനേ, നിന്നെ ഒരു മാന്യവ്യക്തിയാക്കണമെന്നാണെന്റെ ലക്ഷ്യം; അതുകൊണ്ട് നീ എനിക്ക് എതിര് പറയരുത്. ഞാൻ നിന്റെ ഇളയച്ഛനാണെന്നോർക്കണം, അച്ഛന്റെ സ്ഥാനത്തുള്ളവൻ. എന്നെ അനുസരിക്കുക, ഞാൻ ആജ്ഞാപിക്കുന്നതുപോലെ പ്രവർത്തിക്കുക; അതിവേഗം ഈ കഷ്ടപ്പാടുകളും ദുരിതങ്ങളുമെല്ലാം മറക്കും; ഞാൻ നിനക്ക് കാണിക്കാൻ പോകുന്ന അദ്ഭുതകൃത്യങ്ങൾ കണ്ട് നീ ആനന്ദിക്കും!"

ഭൂമി പിളർന്ന സ്ഥലത്ത്, മാന്ത്രികന്റെ മുന്നിലായി, ഒരു മാർബിൾ സ്ലാബ് പ്രത്യക്ഷപ്പെട്ടു; അതിൽ ഒരു ചെമ്പ് വളയം പിടിപ്പിച്ചിട്ടുണ്ട്. മാന്ത്രികൻ ചില ക്ഷേത്രഗണിതകണക്കുകൾ മണ്ണിൽ വരച്ച് കുറിച്ച് നോക്കിയശേഷം, അലാവുദ്ദീനുനേരെ തിരിഞ്ഞ് പറഞ്ഞു, "ഞാൻ നിന്നോടാജ്ഞാപിക്കുന്നതെല്ലാം അതേപടി നീ ചെയ്യും. അപ്പോൾ, തീർച്ചയായും നീ ഏതൊരു രാജാവിനേക്കാളേറെ സമ്പന്നനാകും. ഇക്കാരണത്താലാണ്, എന്റെ മോനേ, ഞാൻ നിന്നെ അടിച്ചത്; എന്തുകൊണ്ടെന്നാൽ, നിന്റെ പേരിൽ വലിയൊരു കൂമ്പാരം അമൂല്യനിക്ഷേപമാണ് ഇവിടെ കുന്നുകൂടി കിടക്കുന്നത്; എന്നിട്ടും നീ അതെല്ലാം ഉപേക്ഷിച്ച് ഓടിപ്പോകാൻ തയ്യാറായി. എന്നാൽ, ഇപ്പോൾ നിനക്ക് മനസ്സിലായല്ലോ, എങ്ങനെയാണ് മന്ത്രശക്തിയാൽ ഞാൻ ഭൂമി തുറന്നതെന്ന്; നീ ഇനി നന്നായി ചിന്തിക്കുക" - അപ്പോഴേക്കും നേരം പുലരാറായെന്നും തനിക്ക് കഥ പറയാനനുവദിച്ച സമയം തീർന്നെന്നും ഷാഹ്റസാദ് മനസ്സിലാക്കി.

അഞ്ഞൂറ്റി ഇരുപത്തിനാലാം രാവ്

ദുനിയാസാദ് പറഞ്ഞു, "എന്റെ സഹോദരീ, നിനക്ക് ഉറക്കം വരുന്നില്ലെങ്കിൽ, ഞങ്ങൾക്ക് നല്ല ചില കഥകൾ പറഞ്ഞുതരൂ."

ഷാഹ്റസാദ് മറുപടി നൽകി, "സ്നേഹത്തോടെയും, സന്മനസ്സോടെയും" - അല്ലയോ, മഹാരാജാവേ, മാന്ത്രികൻ അലാവുദ്ദീനോട് പറഞ്ഞു, "എന്റെ മോനേ, ഇനി നീ ചിന്തിച്ചുനോക്കൂ, ശ്രദ്ധിച്ചുകേൾക്കൂ,

ആ വളയം പിടിപ്പിച്ച സ്ലാബിന്റെ അടിയിൽ ആണ് ഞാൻ നിന്നോട് വിവരിച്ചുതന്ന നിക്ഷേപം കിടക്കുന്നത്. നിനക്കല്ലാതെ ഈ ലോകത്ത് മറ്റാർക്കും അതു തുറക്കാനുള്ള ശക്തിയില്ല, നീയൊഴിച്ച് മറ്റാർക്കും ഈ മാന്ത്രികവലയത്തിൽപെട്ട ഖജനാവ് മുറിയിൽ കാലുകുത്താൻ കഴിയില്ല; അത് നിനക്കുവേണ്ടി വെച്ചിരിക്കുന്നതാണ്." എന്നാൽ, എന്നിൽനിന്ന് ചെയ്യേണ്ടകാര്യങ്ങളെല്ലാം, നീ പഠിക്കണം; നിന്നെ ഞാൻ വേണ്ടരീതിയിൽ നിർദ്ദേശിക്കാം; എന്റെ വാക്കുപോലും നീ മറുത്തുപറയരുത്. ഇതെല്ലാം എന്റെ മോനേ, നിന്റെ നന്മയ്ക്കുവേണ്ടിയാണ്. ആ നിക്ഷേപം വിലമതിക്കാനാവത്തത്ര അമൂല്യ സമ്പത്താണ്. ലോകത്തിലെ രാജാക്കന്മാർക്കാർക്കും സംഭരിക്കാൻ കഴിയാത്തത്രയധികം! നീ ഒന്നോർത്തു നോക്കൂ, ഇത് നിനക്കും എനിക്കും മാത്രമുള്ളതാണ്."

പാവം, അലാവുദ്ദീൻ ക്ഷീണവും അടിയും കരച്ചിലുമെല്ലാം മറന്നു! മാന്ത്രികന്റെ വാക്കുകേട്ട് അവൻ അദ്ഭുതസ്തബ്ധനായിപ്പോയി! സുൽത്താന്മാരേക്കാൾ വലിയ സമ്പന്നനാകാൻ പോകുകയാണെന്ന ചിന്ത അവനെ ആഹ്ലാദഭരിതനാക്കി. അവൻ വിളിച്ചുപറഞ്ഞു, "എന്റെ ഇളയച്ഛാ, നിങ്ങൾക്ക് ഇഷ്ടമുള്ളതെല്ലാം ചെയ്യാൻ എന്നോട് ആജ്ഞാപിച്ചോളൂ; ഞാനെപ്പോഴും അങ്ങയുടെ ആജ്ഞാനുവർത്തി ആയിരിക്കും."

അല്ലയോ, എന്റെ സഹോദരപുത്രാ, നീ എന്റെ സ്വന്തം മകനെപ്പോലെ പ്രിയങ്കരനാണ്, ഒരുപക്ഷേ അതിനേക്കാളേറെ! എന്റെ സഹോദരന്റെ മകനായ നീയൊഴികെ എനിക്ക് മറ്റൊരു ബന്ധുക്കളുമില്ല; എന്റെ കുട്ടീ, നീ എന്റെ അവകാശിയും പിൻഗാമിയുമാണ്." ഇത്രയും പറഞ്ഞ് അയാൾ അലാവുദ്ദീന്റെ അടുത്തുചെന്ന്, അവനെ ചുംബിച്ചുകൊണ്ട് തുടർന്നു, "ഈ കഷ്ടപ്പാടുകളെല്ലാം ഞാൻ ആർക്കുവേണ്ടിയാണ് ചെയ്യുന്നത്? തീർച്ചയായും, എല്ലാം നിനക്കുവേണ്ടിയാണ്. എന്റെ മോനേ, നിന്നെ ഞാനൊരു ധനികനാക്കും, ഏറ്റവും വലിയ ധനികരിൽ ഒരുവൻ. അതുകൊണ്ട്, ഞാൻ പറയുന്നതൊന്നും എതിർക്കരുത്. ഇനി ആ സ്ലാബിന്നടുത്തുചെന്ന്, ആ ചെമ്പുവളയം പിടിച്ച് ഞാൻ പറഞ്ഞതുപോലെ പൊക്കുക."

"അല്ലയോ ഇളയച്ഛാ, ഈ വളയം എനിക്ക് പൊക്കാൻപറ്റാത്തത്ര ഭാരമുള്ളതാണ്. ഒറ്റയ്ക്കിത് പൊക്കാൻ കഴിയില്ല, ഞാൻ ചെറുപ്പമല്ലേ. നിങ്ങളുംകൂടിവന്ന് ഇത് പൊക്കാനായി ഒന്ന് സഹായിക്കാമോ?"

"എന്റെ സഹോദരപുത്രാ, ഞാൻ നിന്നെ സഹായിച്ചാൽ, നമ്മുടെയെല്ലാ അദ്ധ്വാനവും വൃഥാവിലാകും. എന്നാൽ, നീ ആ വളയത്തിൽ പിടിച്ച് ഒന്നു പോക്കിനോക്കൂ, ഉടനെ നിനക്ക് ആ സ്ലാബ് പൊക്കാനാകും. ഞാൻ പറഞ്ഞത് സത്യമാണ്, നിനക്കല്ലാതെ മറ്റാർക്കും അത് സ്പർശിക്കാനാകില്ല. അതു ബലംപ്രയോഗിച്ച് പൊക്കുന്ന സമയത്ത്, നിന്റെ പേരും, മാതാപിതാക്കളുടെ പേരും നിർത്താതെ പറഞ്ഞുകൊണ്ടേയിരിക്കണം; അപ്പോൾ സ്ലാബ് ഉടനെ പൊങ്ങും. നിനക്കതിന്റെ ഭാരം അനുഭവപ്പെടുകയേ ഇല്ല."

അങ്ങനെ ആ പയ്യൻ ശക്തിസംഭരിച്ച് മൊറോക്കൻ ആജ്ഞാപിച്ചതുപോലെ ചെയ്തു, സ്ലാബ് അനായാസമായി പൊക്കി! മാന്ത്രികൻ പറഞ്ഞതുപോലെ തന്റെയും മാതാപിതാക്കളുടെയും പേരുകൾ അവൻ ഉരുവിട്ടുകൊണ്ടിരുന്നു. സ്ലാബ് പൊക്കി, അതവൻ ഒരു വശത്തേക്കിട്ടു - അപ്പോഴേക്കും നേരം പുലർന്നത് കണ്ട് ഷാഹ്റസാദ് അദ്ഭുതപ്പെട്ടു; തനിക്ക് കഥപറയാനനുവദിച്ച സമയം കഴിഞ്ഞെന്നവൾ മനസ്സിലാക്കി.

അഞ്ഞൂറ്റി ഇരുപത്തിയഞ്ചാം രാവ്

ദുനിയാസാദ് പറഞ്ഞു, "എന്റെ സഹോദരീ, നിനക്ക് ഉറക്കം വരുന്നില്ലെങ്കിൽ, ചില നല്ല കഥ നീ ഞങ്ങൾക്ക് പറഞ്ഞുതരൂ."

ഷാഹ്റസാദ് മറുപടി നൽകി, "സ്നേഹത്തോടെയും, സന്മനസ്സോടെയും" - അല്ലയോ, മഹാരാജാവേ, അലാവുദ്ദീൻ ആ സ്ലാബ് മാറ്റിയപ്പോൾ, അവന് മുന്നിൽ ഒരു ഭൂഗർഭ ഹാൾ ആണ് കണ്ടത്; പന്ത്രണ്ടു ചവിട്ടുപടികളിലൂടെ വേണം അവിടേക്ക് പ്രവേശിക്കാൻ.

മാന്ത്രികൻ പറഞ്ഞു, "അല്ലയോ അലാവുദ്ദീൻ, ഞാൻ പറഞ്ഞത് ഓർക്കുക. ഞാൻ എല്ലാ കാര്യങ്ങളും വളരെ വിശദമായി വിവരിച്ചുതന്നിട്ടുള്ളതാണ്; ഒന്നും വിട്ടുകളയരുത്, നിസ്സാരകാര്യങ്ങൾ പോലും! ആ ഹാളിലേക്ക് ഇറങ്ങിച്ചെല്ലുക. അതിന്റെ അടിയിൽ എത്തുമ്പോൾ, നിനക്ക് നാല് ഹാളുകൾ കാണാൻ കഴിയും; അതിൽ ഓരോന്നിലും നാല് സ്വർണ്ണ ഭരണികൾ നിനക്ക് കാണാനാകും. സൂക്ഷിക്കുക, അത് സ്പർശിക്കരുത്. നിന്റെ ഷർട്ടോ, ഉടുപ്പോ പോലും ആ ഭരണികളിലോ, ചുമരുകളിലോ തട്ടിപ്പോകരുത്. അവ കടന്ന് ഒരിടത്തുനിൽക്കാതെ നടന്ന് നീ നാലാമത്തെ ഹാളിലെത്തുക. പോകുന്നവഴിക്ക് അതുമിതും നോക്കിനിന്നാൽ നീ ഒരു കറുത്തശിലയായി മാറും! നാലാമത്തെ ഹാളിലെത്തുമ്പോൾ നിനക്കൊരു വാതിൽ കാണാനാകും; അത് നീ തുറക്കുക, സ്ലാബ് പൊക്കുമ്പോൾ പറഞ്ഞതുപോലെ എല്ലാ പേരുകളും മന്ത്രിക്കുക. അതിലൂടെ പുറത്തുകടന്നാൽ ഒരു ഉദ്യാനത്തിലെത്തും. അതിൽ നിറയെ പഴങ്ങൾ നിറഞ്ഞ വൃക്ഷങ്ങൾ ആയിരിക്കും. ഒരു നടപ്പാതയിലൂടെ കുറുകെ കടക്കുക. അതിന്നപ്പുറത്ത് തുറസ്സായ ഒരു ടെറസ്സുണ്ട്, അതിലേക്ക് കയറുവാൻ മുപ്പതുപടികളുള്ള ഒരു കോണിയും. അതിന്റെ മേൽക്കൂരയിൽനിന്ന് തോരണങ്ങൾ തൂങ്ങിക്കിടക്കുന്നത് കാണാം - അപ്പോഴേക്കും നേരം പുലർന്നത് കണ്ട് ഷാഹ്റസാദ് അദ്ഭുതപ്പെട്ടുപോയി; തനിക്ക് കഥ പറയാനനുവദിച്ച സമയം കഴിഞ്ഞെന്നവൾ അറിഞ്ഞു.

അഞ്ഞൂറ്റി ഇരുപത്തിയാറാം രാവ്

ദുനിയാസാദ് പറഞ്ഞു, "അല്ലയോ സഹോദരീ, നിനക്ക് ഉറക്കം വരുന്നില്ലെങ്കിൽ, ഞങ്ങൾക്ക് നീ നല്ലൊരു കഥ പറഞ്ഞുതരൂ."

ഷാഹ്റസാദ് മറുപടി നൽകി, "സ്നേഹത്തോടും, സന്മനസ്സോടും" - അല്ലയോ, മഹാരാജാവേ, അലാവുദ്ദീൻ എങ്ങനെയാണ് കലവറയിലേക്ക് കടക്കേണ്ടതെന്ന് മാന്ത്രികൻ പഠിപ്പിച്ചു. "ആ മുറിയിൽ എത്തിയാൽ, തട്ടിൽ നിന്നും ഞാത്തിയിട്ടിരിക്കുന്നൊരു വിളക്ക് കാണാം; കോണിയിലൂടെ കയറിച്ചെന്ന് ആ വിളക്ക് എടുക്കുക; അതിനുള്ളിലെ എണ്ണയെല്ലാം പുറത്തേക്ക് ഒഴിച്ച് കളഞ്ഞ്, അത് ഉടുപ്പിന്റെ പോക്കറ്റിലിടുക. ആ എണ്ണ സാധാരണ എണ്ണ അല്ലാത്തതിനാൽ ഉടുപ്പിന്നത് അപകടകരമാണ്. തിരിച്ചുവരുമ്പോൾ മരങ്ങളിൽ നിന്ന് നിനക്കിഷ്ടമുള്ളത്ര പഴങ്ങൾ പറിക്കാം; എന്തുകൊണ്ടെന്നാൽ, ആ വിളക്ക് നിന്റെ കൈയിൽ ഉള്ളിടത്തോളം കാലം നീയാണ് അതിന്റെയെല്ലാം ഉടമ."

തന്റെ നിർദ്ദേശങ്ങൾ കൊടുത്തുകഴിഞ്ഞപ്പോൾ ആ മാന്ത്രികൻ ഒരു മോതിരം അവന്റെ ചൂണ്ടാണിവിരലിൽ ഇട്ടുകൊടുത്തുകൊണ്ട് പറഞ്ഞു,

"എന്റെ മോനേ, സത്യത്തിൽ ഈ 'മുദ്രാമോതിരം' നിന്നെ ദുർഘടങ്ങളിൽ നിന്നും, ഭീതിയിൽ നിന്നും ഭീഷണിയിൽനിന്നും രക്ഷിക്കും; എന്നാൽ ഒരു വ്യവസ്ഥയിൽ മാത്രം, ഞാൻ പറഞ്ഞതെല്ലാം നീ ഓർത്ത് അതേ പടി നീ ചെയ്യണം. അപ്പോൾ, നീ എഴുന്നേറ്റ്, ആരോഗ്യം സംഭരിച്ച് പടി ഇറങ്ങുക. ഒന്നുകൊണ്ടും നീ പേടിക്കേണ്ട; നീ ഇപ്പോൾ ഒരു കുട്ടിയല്ല, ഒരു യുവാവാണ്. ചെറിയൊരു ഇടവേളയ്ക്കുള്ളിൽ അമിതമായ സമ്പത്താണ് നിനക്ക് വന്നുചേരാൻ പോകുന്നത്; ലോകത്തിലെ ഏറ്റവും വലിയ സമ്പന്നനായി നീ മാറും."

അപ്രകാരം അലാവുദ്ദീൻ എഴുന്നേറ്റ് ഭൂഗർഭഹാളിലേക്ക് ഇറങ്ങിച്ചെന്നു. അവിടെ നാല് ഹാളുകൾ അവൻ കണ്ടു. ഓരോന്നിലും നാല് ഭരണികൾ നിറയെ സ്വർണ്ണം വെച്ചിട്ടുണ്ട്; അത് കടന്ന്, മാന്ത്രികൻ കല്പിച്ചതുപോലെ, വളരെ ശ്രദ്ധിച്ച്, ഒരിടത്തും സ്പർശിക്കാതെ അവൻ മുന്നേറി. നടന്നുനടന്ന് പൂന്തോട്ടത്തിലെത്തി, അത് കുറുകെ കടന്ന് ടെറസ്സിലെത്തി. അവിടെ കോണിയിലൂടെ കയറി, കത്തുന്ന വിളക്കെടുത്ത് ഊതിക്കത്തി. അതിന്നുള്ളിലുണ്ടായിരുന്ന എണ്ണ പുറത്തേക്കൊഴിച്ച്, ആ വിളക്ക് ഷർട്ടിന്റെ പോക്കറ്റിൽ ഇട്ടു. പിന്നെ, കോണിയിലൂടെ താഴെ ഇറങ്ങി തോട്ടത്തിലൂടെ തിരിച്ചുനടന്നു. അവിടത്തെ വൃക്ഷങ്ങളിൽ കിളികൾ ഇരുന്ന് ഉറക്കെ സർവ്വേശ്വരനെ വാഴ്ത്തുന്നത് അവൻ തുറിച്ചു നോക്കി നിന്നു. അവൻ ഉള്ളിലേക്ക് പോകുമ്പോൾ അതു ശ്രദ്ധിച്ചിരുന്നില്ല. ആ വൃക്ഷങ്ങളിലെ പഴങ്ങളിൽ വിലപിടിച്ച രത്നങ്ങൾ ആയിരുന്നു! ഓരോന്നിലും പ്രത്യേകം വലുപ്പത്തിലും രൂപത്തിലും ഉള്ളവ; എല്ലാ നിറത്തിലുള്ളവയുമുണ്ട്. പച്ച, വെള്ള, മഞ്ഞ, ചുകപ്പ്, മറ്റു പല തിളങ്ങുന്ന നിറങ്ങളും! ഈ രത്നങ്ങളിൽ നിന്നുയരുന്ന പ്രഭാവലയം സൂര്യപ്രകാശത്തെപ്പോലും മങ്ങലേൽപ്പിച്ചു! അതിനും പുറമെ വലുപ്പം അവർണ്ണനീയമായിരുന്നു. ലോകത്തിലെ ഒറ്റ രാജാവിനും ഇത്ര വലിയ രത്നം ഇല്ലായിരുന്നു; ഇതിന്റെ പകുതി വലുപ്പമുള്ളതുപോലും ഉണ്ടെന്നവർക്ക് വീരവാദം മുഴക്കാനാവില്ല! - അപ്പോഴേക്കും നേരം പുലരാറായി എന്നു കണ്ട്, ഷാഹ്റസാദ് അദ്ഭുതപ്പെട്ടു; തനിക്ക് കഥപറയാനായി അനുവദിച്ച സമയം കഴിഞ്ഞെന്നും അവൾ മനസ്സിലാക്കി.

അഞ്ഞൂറ്റി ഇരുപത്തിയേഴാം രാവ്

ദുനിയാസാദ് പറഞ്ഞു, "എന്റെ സഹോദരീ, നിനക്ക് ഉറക്കം വരുന്നില്ലെങ്കിൽ, ഏതെങ്കിലും രസകരമായ കഥ നീ ഞങ്ങൾക്ക് പറഞ്ഞുതരൂ!"

അപ്പോൾ ഷാഹ്റസാദ് മറുപടി നൽകി, "സ്നേഹത്തോടെയും സന്മനസ്സോടെയും" - അല്ലയോ, മഹാരാജാവേ, അലാവുദ്ദീൻ വൃക്ഷങ്ങൾക്കിടയിലൂടെ നടന്ന്, അവിടത്തെ വിസ്മയകരമായ കാഴ്ചകളിലേക്ക് തുറിച്ചു നോക്കി! എല്ലാം ഏറ്റവും അദ്ഭുതകരമായി അവനു തോന്നി! ആ വൃക്ഷങ്ങളിലെ പഴങ്ങൾ സാധാരണ പഴങ്ങളല്ലായിരുന്നു; അവ അമൂല്യ രത്നങ്ങളായിരുന്നു, മരതകം, റൂബി, മുത്ത്, തുടങ്ങിയ പലതരം രത്നങ്ങൾ! മനുഷ്യനെ വിസ്മയസ്തബ്ധമാക്കുന്നവ! ഈ പയ്യൻ ജീവിതത്തിൽ ഇതുവരെ ഇത്തരം രത്നങ്ങൾ കണ്ടിട്ടില്ലാത്തതിനാൽ അവയുടെ മൂല്യത്തെക്കുറിച്ചവന് യാതൊരു ഗ്രാഹ്യവുമില്ലായിരുന്നു! (അവനിപ്പോഴും കുട്ടിത്തം വിടാത്ത ഒരു ബാലനാണല്ലോ). അവൻ വിചാരിച്ചത് ഈ

രത്നങ്ങളെല്ലാം 'ഗ്ലാസ്സോ' 'സ്ഫടികമോ' ആണെന്നാണ്. ഷർട്ടിന്റെ പോക്കറ്റ് നിറയുന്നതുവരെ അവൻ അവ സംഭരിച്ചു. അവ തിന്നാൻ പറ്റുന്ന, മുന്തിരിയോ, അത്തിപ്പഴമോപോലുള്ള ഫലങ്ങൾ ആയിരിക്കുമോ എന്നവൻ പരിശോധിച്ചു. എന്നാൽ, അവ ഗ്ലാസ്സ്പോലെ ഇരുന്നതിനാൽ, തിന്നാൻ പറ്റില്ലെന്നവന് മനസ്സിലായി; അമൂല്യരത്നങ്ങളെക്കുറിച്ചവൻ തികച്ചും അജ്ഞനായിരുന്നെങ്കിലും, എല്ലാ മരത്തിലെ പഴങ്ങളും അവൻ പോക്കറ്റുകളിൽ കുത്തിനിറച്ചു! അവ തിന്നാൻ പറ്റില്ലെന്ന് അറിഞ്ഞപ്പോൾ അവൻ മനസ്സിൽ പറഞ്ഞു, "ഈ ഗ്ലാസ്സ് പഴങ്ങൾ വീട്ടിൽകൊണ്ടുപോയി കളിക്കാം." അങ്ങനെ ഷർട്ടിന്റെയും പൈജാമയുടെയും എല്ലാ പോക്കറ്റുകളിലും അവനാ പഴങ്ങൾ കുത്തിനിറച്ചു.

പോക്കറ്റുകൾ നിറഞ്ഞപ്പോൾ ഷാളിൽ നിറച്ച് ഭാണ്ഡമാക്കിക്കെട്ടി; അതെല്ലാം വീട്ടിൽ അലങ്കരിച്ച് വെക്കണം എന്നായിരുന്നു അവന്റെ മോഹം; അവ ഗ്ലാസ്സല്ലാതെ മറ്റൊന്നുമല്ലെന്നായിരുന്നു അവന്റെ ധാരണ! പിന്നെ, ഇളയച്ഛനെക്കുറിച്ചോർത്ത് പേടിച്ചുകൊണ്ടവൻ ധൃതിയിൽ നടന്നു. അവൻ നാലു ഹാളുകളും കടന്ന്, ഒടുവിൽ വലിയ ഹാളിലെത്തി. സ്വർണ്ണഭരണിയിലേക്കവൻ ദൃഷ്ടിപായിച്ചില്ലെങ്കിലും, തിരിച്ചുവരുമ്പോൾ അതിനുള്ളിലുള്ള സാധനങ്ങളെല്ലാം എടുക്കാനവന് അനുമതി കിട്ടിയിരുന്നു. വലിയ ഹാളിന്റെ കോണിപ്പടിയിലെത്തി, മുകളിലേക്ക് കയറി, അവസാനപടിയിലെത്തി; മറ്റു പടികളേക്കാൾ അതിന് ഉയരമുള്ളതിനാൽ, പരസഹായമില്ലാതെ അവന് പുറത്തുകടക്കാൻ പറ്റില്ലായിരുന്നു, അതിനും പുറമെ, രത്നഫലങ്ങളുടെ ഭാരവും ഉണ്ടല്ലോ. അതുകൊണ്ടവൻ മാന്ത്രികനോട് വിളിച്ചുപറഞ്ഞു, "എന്റെ ഇളയച്ഛാ, നിങ്ങളുടെ കൈ ഒന്നു തരൂ, എന്നെ കയറാൻ സഹായിക്കൂ."

എന്നാൽ, മന്ത്രവാദി മറുപടി നൽകി, "എന്റെ മോനേ, ആ വിളക്ക് എനിക്കു തരൂ, എന്നിട്ട് നിന്റെ ശരീരത്തിലെ ഭാരം കുറയ്ക്കൂ; അതിന്റെ ഭാരംകൊണ്ട് നീ താഴേക്ക് പതിക്കും!"

"എന്റെ ഇളയച്ഛാ, ആ വിളക്കിന് അത്ര ഭാരമൊന്നുമില്ല; നിങ്ങൾ ആ കൈയൊന്ന് തരൂ. ഞാൻ പുറത്തിറങ്ങിയ ഉടനെ ഈ വിളക്ക് നിങ്ങൾക്ക് തരാം." എന്നാൽ, വിളക്കിലല്ലാതെ മറ്റൊന്നിലും താത്പര്യമില്ലാതിരുന്ന മാന്ത്രികൻ, വിളക്ക് ഉടനെ തനിക്ക് കൈമാറാനായി അലാവുദ്ദീനെ നിർബ്ബന്ധിക്കാൻ തുടങ്ങി; എന്നാൽ തന്റെ പോക്കറ്റിന്നടിയിലായിരുന്നു അവൻ വിളക്ക് വെച്ചിരുന്നത്, അതിനുമീതെ രത്നങ്ങൾ കുത്തിനിറച്ച് പോക്കറ്റ് വീർത്ത് തുറിച്ചുനിൽക്കുകയായിരുന്നു. അതുകൊണ്ട് ആ പയ്യന് പോക്കറ്റിൽ വിരൽ കടത്തി വിളക്ക് എടുക്കാനായില്ല. തന്റെ ആവർത്തിച്ചുള്ള നിർബ്ബന്ധത്തിന് വശംവദനാവാത്ത സഹോദരപുത്രനുനേരെ ഭയങ്കര ദേഷ്യത്തിൽ വിളക്കുകൊടുക്കാനായി മാന്ത്രികൻ അലറി; എന്നാൽ, അലാവുദ്ദീനത് പുറത്തെടുക്കാൻ കഴിഞ്ഞില്ല - അപ്പോഴേക്കും നേരം പുലരാറായെന്നും തനിക്ക് കഥ പറയാനായി അനുവദിച്ച നൽകിയ സമയം കഴിഞ്ഞെന്നും ഷാഹ്റസാദ് മനസ്സിലാക്കി.

അഞ്ഞൂറ്റി ഇരുപത്തിയെട്ടാം രാവ്

ദുനിയാസാദ് പറഞ്ഞു, "എന്റെ സഹോദരീ, നിനക്ക് ഉറക്കം വരുന്നില്ലെങ്കിൽ, ഞങ്ങൾക്ക് രസകരമായൊരു കഥ നീ പറഞ്ഞുതരുമോ"

ഷാഹ്രസാദ് മറുപടി നൽകി, "സ്നേഹത്തോടെയും, സന്മനസ്സോടെയും" - അല്ലയോ, മഹാരാജാവേ, അലാവുദ്ദീന് പോക്കറ്റിൽനിന്ന് ആ വിളിക്കെടുക്കാൻ കഴിഞ്ഞില്ല; തന്റെ ആഗ്രഹപ്രകാരം പയ്യൻ പ്രവൃത്തിക്കാത്തതിൽ മാന്ത്രികൻ ഭയങ്കരമായി കോപിച്ചു. എന്നാൽ, താൻ കരയ്ക്ക് കയറിയ ഉടനെ അത് കൈമാറാമെന്ന് ആ പയ്യൻ സത്യസന്ധതയോടെയാണ് പറഞ്ഞത്; അതിൽ യാതൊരു ദുരുദ്ദേശ്യമോ ദുഷ്ചിന്തയോ ഇല്ലായിരുന്നു. എന്നാൽ, അത് ഉടനെ അലാവുദ്ദീൻ കൈമാറുന്നില്ലെന്ന് കണ്ടപ്പോൾ മാന്ത്രികന് കോപം അടക്കാനായില്ല, അത് ലഭിക്കുമെന്ന ആശ തന്നെ അയാൾ ഉപേക്ഷിച്ചു. പിന്നെ അയാൾ കുന്തിരിക്കവും സാമ്പ്രാണിയും തീക്കനലിലിട്ട് പുകച്ച്, മന്ത്രം ചൊല്ലി ആഭിചാരകർമ്മം നടത്തി. ഉടനെ ആ 'സ്ലാബ്' സ്വയം നീങ്ങിച്ചെന്ന് ആ ഭൂഗർഭത്തിലേക്കുള്ള മാർഗ്ഗം മൂടി. അതിനുമീതെ, മുമ്പത്തെപ്പോലെ മണ്ണ് വന്ന് മൂടി. എല്ലാം അയാളുടെ മാന്ത്രികശക്തി! ഈ മന്ത്രവാദി ഒരു പരദേശി ആണ്, ഞങ്ങൾ മുമ്പ് സൂചിപ്പിച്ചതുപോലെ, അലാവുദ്ദീന്റെ ഇളയച്ഛനൊന്നുമല്ല; ആ ബാലനെ ഉപയോഗിച്ച് ആ വിളക്ക് കരസ്ഥമാക്കുകയാണ് ലക്ഷ്യം. അതുകൊണ്ട് ആ ശപിക്കപ്പെട്ടവൻ ആ ബാലനെ മണ്ണിന്നടിയിൽ കുഴിച്ചുമൂടി, വിശന്ന് മരിക്കാനായി വിട്ടു! ഈ മാന്ത്രികൻ ഒരു ആഫ്രിക്കക്കാരനാണ്, ഉൾപ്രദേശത്തുകാരൻ. കൊച്ചുനാൾ മുതൽ അവന് ദുർമന്ത്രവാദത്തിൽ അത്യാസക്തി ആയിരുന്നു, അതിൽ അഗാധമായ പാണ്ഡിത്യവും പരിശീലനവും നേടി; ഇത്തരം അധാർമ്മിക പ്രവൃത്തികൾക്ക് ആഫ്രിക്കൻ നഗരങ്ങൾ കുപ്രസിദ്ധമാണ്. ആഭിചാരകർമ്മത്തിന്റെ എല്ലാ ശാഖകളിലും വിപുലമായ പഠനം നടത്തി അയാൾ അതിന്റെ പണ്ഡിതശ്രേഷ്ഠനായി ത്തീർന്നു. നാല്പത് വർഷത്തെ പഠനംകൊണ്ട് നേടിയ 'പൈശാചി'കാദി വിജ്ഞാനം മൂലം, ചൈനയിലെ 'അൽകലാസ്' നഗരത്തിൽ ഭീമമായൊരു നിക്ഷേപം ഒളിഞ്ഞുകിടക്കുന്നുണ്ടെന്ന് കണ്ടെത്തി. ലോകത്തിലെ ഒറ്റ രാജാവ് പോലും ഇത്രയേറെ ഭീമമായ സമ്പത്തിന് അധിപനല്ല. അതിനും പുറമെ, ഈ നിക്ഷേപത്തിലെ ഏറ്റവും വിശിഷ്ടമായ വസ്തു ഒരു "അദ്ഭുതവിളക്കാണ്." അത് സ്വന്തമാക്കുന്നവന് അതിന്റെ മാന്ത്രിക ശക്തിയിലൂടെ ഈ ലോകത്ത് നേടാൻ കഴിയാത്തതായി ഒന്നും ഉണ്ടാകില്ല. പ്രശസ്തിയിലായാലും, ധനസമൃദ്ധിയിലായാലും! - നേരം പുലർന്ന് കണ്ട് ഷാഹ്രസാദ് അദ്ഭുതപ്പെട്ടു, അവൾ കഥപറച്ചിൽ നിർത്തി.

അഞ്ഞൂറ്റി ഇരുപത്തിയൊമ്പതാം രാവ്

ദുനിയാസാദ് പറഞ്ഞു, "അല്ലയോ സഹോദരീ, നിനക്ക് ഉറക്കം വരുന്നില്ലെങ്കിൽ, ഞങ്ങൾക്ക് നല്ല ചില കഥകൾ പറഞ്ഞുതരൂ."

ഷാഹ്രസാദ് മറുപടി നൽകി, "സ്നേഹത്തോടെ, സന്മനസ്സോടെ" - അല്ലയോ മഹാരാജാവേ, മാന്ത്രികൻ തന്റെ ശാസ്ത്രപ്രകാരം അലാവുദ്ദീൻ എന്നു പേരുള്ളൊരു പയ്യന് മാത്രമേ ഭൂഗർഭ നിക്ഷേപം തുറക്കാനാകു എന്ന് ഉറപ്പായതിനാൽ (ആ നഗരത്തിൽ വസിക്കുന്ന ഒരു ദരിദ്ര കുടുംബാംഗം) വലിയ ബുദ്ധിമുട്ട് കൂടാതെ അത് നിഷ്പ്രയാസം കരസ്ഥമാക്കാമെന്ന വിശ്വാസത്തിൽ ഉടനെ എല്ലാ സജ്ജീകരണങ്ങളോടുമൊപ്പം

അയാൾ ചൈനയിലേക്ക് പുറപ്പെട്ടു. (നേരത്തെ ഞാൻ സൂചിപ്പിച്ചതു പോലെ) തനിക്ക് വിളക്കിന്റെ ഉടമയാകാനുള്ള അത്യാസക്തിയോടെ അലാവുദ്ദീനെ ആ ജോലിക്ക് നിയോഗിച്ചു. എന്നാൽ, അയാളുടെ പ്രയത്നങ്ങളും ആശകളുമെല്ലാം നിഷ്ഫലമായി. അതുകൊണ്ട് ആ പയ്യൻ മരിക്കട്ടെ എന്നയാൾ തീരുമാനിച്ചു; (ഭൂഗർഭ കാവാടം മൂടി), അതിനുമീതെ മണ്ണിട്ട് നിറച്ചു, ആ നിർഭാഗ്യവാൻ അതിൽ കിടന്ന് ചാകട്ടെ. അയാൾ സ്വയം പറഞ്ഞു, "ഞാൻ ഒരു കൊലപാതകിയല്ല; കാരണം, ഞാനവനെ കൊന്നിട്ടില്ല, ചാവാനനുവദിക്കുക മാത്രമാണ് ചെയ്തിട്ടുള്ളത്!"

രണ്ടാമതായി, അലാവുദ്ദീൻ ഭൂഗർഭത്തിൽനിന്ന് പുറത്ത് വരാതിരിക്കാനയാൾ പദ്ധതിയിട്ടു, തനിക്കാണെങ്കിൽ വിളക്ക് പുറത്തുകൊണ്ടു വരാനുള്ള കഴിവുമില്ല. അങ്ങനെ അവൻ സ്വന്തം വഴിക്ക് പോയി; പിന്നീട് നിരാശനായി, ഏറ്റവും വലിയ ദുഃഖിതനായി അയാൾ ആഫ്രിക്കയിലേക്ക് മടങ്ങി! ഇത്രയുമാണ് ആ മാന്ത്രികന്റെ കാര്യം.

നമ്മൾക്കിനി അലാവുദ്ദീനിലേക്ക് തിരിച്ചുപോകാം. ഭൂഗർഭ കവാടം അടച്ച് മണ്ണിട്ട് മൂടപ്പെട്ടപ്പോൾ, താൻ ഇളയച്ഛനാണെന്ന് കരുതിയിരുന്ന ആ മന്ത്രവാദിയെ അവൻ ഉറക്കെ വിളിച്ചു; തന്നെ കൈതന്ന് പിടിച്ചു പൊക്കി ഉപരിതലത്തിലെത്തിക്കുവാനായി കേണപേക്ഷിച്ചു. എന്നാൽ, എത്ര ഉറക്കെ വിളിച്ചുകൂവിയിട്ടും, യാതൊരു മറുപടിയും ലഭിക്കപ്പെട്ടില്ല! അപ്പോൾ, ആ മന്ത്രവാദി പ്രയോഗിച്ച തന്ത്രം അവന് മനസ്സിലായി, ആ മനുഷ്യൻ തന്റെ ഇളയച്ഛനല്ലെന്നും ഒരു നുണയനും മന്ത്രവാദിയുമാണെന്നും! അങ്ങനെ നിരാശനും ദുഃഖിതനുമായ അവൻ തനിക്ക് രക്ഷപ്പെടാനാവില്ലെന്ന വസ്തുത മനസ്സിലാക്കി. തനിക്ക് വന്നുപെട്ട അത്യാപത്തോർത്ത് അവൻ പൊട്ടിക്കരഞ്ഞു. അല്പനേരത്തിനുശേഷം അവൻ എഴുന്നേറ്റു; എന്തെങ്കിലും രക്ഷാമാർഗ്ഗം സർവ്വേശ്വരൻ തനിക്കായി തുറന്നുതന്നിട്ടുണ്ടോ എന്ന് നോക്കാനായി കോണിപ്പടി ഇറങ്ങി; ചുറ്റുപാടും ദൃഷ്ടിപായിച്ചു. അന്ധകാരം മാത്രം അവിടെ തളംകെട്ടിനിന്നു. നാല് മതിലുകൾക്കുള്ളിലവൻ അടക്കപ്പെട്ടിരിക്കുന്നു; എല്ലാ വാതിലുകളും മന്ത്രശക്തികൊണ്ട് ആ മാന്ത്രികൻ അടച്ചുപൂട്ടിയിരിക്കുന്നു, തോട്ടത്തിലേക്കുള്ള വാതിൽപോലും! അതുവഴി ഭൂമുഖത്തേക്ക് പോകാമെന്ന ആശയും അതോടെ നശിച്ചു! താൻ തീർച്ചയായും മരിക്കും എന്നവൻ കരുതി. എല്ലാ വാതിലുകളും അടച്ച് പൂട്ടിയിരിക്കുന്നത് കണ്ട് അലാവുദ്ദീൻ അടക്കാനാവാത്ത വേദനയോടെ വിലപിച്ചു. അവൻ വലിയ ഹാളിലെ കോണിപ്പടിയിൽ ഇരിക്കാനായി തിരിച്ചുവന്നു - അപ്പോഴേക്കും നേരം പുലരാറായെന്നുകണ്ട് ഷാഹ്റസാദ് അതിശയിച്ചു; തനിക്ക് പറായാനനുവദിച്ച കഥപറച്ചിൽ നിർത്തി.

അഞ്ഞൂറ്റി മുപ്പതാം രാവ്

ദുനിയാസാദ് പറഞ്ഞു, "അല്ലയോ, എന്റെ സഹോദരീ, നിനക്ക് ഉറക്കം വരുന്നില്ലെങ്കിൽ, ഞങ്ങളെ ചില നല്ല കഥകൾ പറഞ്ഞു കേൾപ്പിക്കൂ."

ഷാഹ്റസാദ് മറുപടി നൽകി, "സ്നേഹത്തോടെയും, സന്മനസ്സോടെയും" - അല്ലയോ, മഹാരാജാവേ, അലാവുദ്ദീൻ ഹാളിലെ കോണിപ്പടിയിൽ, എല്ലാ ആശകളും കൈവെടിഞ്ഞ് ഇരുന്ന് കരഞ്ഞു. എന്നാൽ, അള്ളായ്ക്കത് നിസ്സാരകാര്യമാണ്. 'അവൻ' 'അങ്ങനെയാകട്ടെ' എന്നു

പറഞ്ഞാൽ അങ്ങനെത്തന്നെ ആയി ഭവിക്കും. ദുഃഖത്തിന് നടുവിൽ 'അവൻ' ആനന്ദം പരത്തുന്നു. അലാവുദ്ദീന്റെ കാര്യത്തിലും അതുതന്നെ സംഭവിച്ചു. അവനെ ആ മാന്ത്രികൻ ഭൂഗർഭമുറിയിലേക്കയയ്ക്കുന്ന സമയത്ത്, അവന്റെ വിരലിൽ ഒരു മുദ്രമോതിരം ഇട്ടുകൊണ്ട് പറഞ്ഞിരുന്നല്ലോ, "സത്യമായും, ഈ മുദ്രമോതിരം നിന്നെ എല്ലാത്തരം ദുർഘടങ്ങളിൽ നിന്നും, അത്യാപത്തുകളിൽ നിന്നും കഷ്ടതകളിൽ നിന്നും രക്ഷിക്കും; എല്ലാ ദുരിതങ്ങളും നിന്നിൽനിന്ന് അകറ്റും; കരുത്തുള്ള അജ്ഞാതശക്തി നിന്നെ സഹായിക്കും."

ദൈവവിധിയാൽ, ഇതായിരുന്നു അലാവുദ്ദീന് രക്ഷാമാർഗ്ഗം തുറന്നു കൊടുത്തത്. എന്തുകൊണ്ടെന്നാൽ, തന്റെ ദുരവസ്ഥ ഓർത്ത് അവൻ കരഞ്ഞ്, എല്ലാ ആശകളും കൈവെടിഞ്ഞ്, ദുഃഖാർത്തനായി ഇരിക്കവെ, ഇരുകൈകളും സങ്കടത്തോടെ കൂട്ടിത്തിരുമ്മി; പിന്നെ, ആ കരങ്ങൾ മുകളിലേക്കുയർത്തി അള്ളായോട് കേണപേക്ഷിച്ചു. "അങ്ങല്ലാതെ സർവ്വശക്തനായ മറ്റൊരു ദൈവമില്ല, സൃഷ്ടിയും സംഹാരവും പരിരക്ഷണവുമെല്ലാം അങ്ങുതന്നെ ചെയ്യുന്നു! ദുഃഖങ്ങൾക്ക് പരിഹാരം കണ്ട്, സന്തോഷം പ്രദാനം ചെയ്യുന്നതും അങ്ങുതന്നെ! അങ്ങാണെന്റെ സർവ്വസ്വവും, യഥാർത്ഥ രക്ഷാധികാരി; മുഹമ്മദ് ആണങ്ങയുടെ ദാസനും, അപ്പോസ്തലനും. ഞാനങ്ങയോട് കേണപേക്ഷിക്കുകയാണ്, സർവ്വേശ്വരാ, എന്നെ ഈ കഷ്ടതയിൽനിന്ന് സ്വതന്ത്രനാക്കുക."

ദൈവത്തോട് ഇപ്രകാരം യാചിച്ചുകൊണ്ട് ഖേദപൂർവ്വം ഇരുകൈകളും കൂട്ടിത്തിരുമ്മവേ, മുദ്രാമോതിരത്തിൽ വിരലുകൾ ഉരയാൻ ഇടയായി. പെട്ടെന്നതാ ഒരു ഉഗ്രസത്വം അവനു മുന്നിൽ പ്രത്യക്ഷപ്പെട്ടിരിക്കുന്നു! ആ സത്വം ഉറക്കെ വിളിച്ചുപറഞ്ഞു, "അങ്ങയുടെ അടിമ ഇതാ വന്നിരിക്കുന്നു! എന്താണ് വേണ്ടതെന്ന് പറയൂ; ഈ മുദ്രമോതിരം ധരിക്കുന്നവൻ ആരായാലും, അവന്റെ ദാസനാണ് ഞാൻ; എന്റെ യജമാനന്റെ മുദ്രമോതിരമാണത്." ആ പയ്യൻ തന്റെ മുന്നിൽ ഭവ്യതയോടെ നിൽക്കുന്ന ആ ഭൂതത്തെ നോക്കി. ആ ഭീകരരൂപം കണ്ട് അവൻ വിറച്ചു പോയി. എന്നാലും ആ ദാസന്റെ വാക്കുകൾക്കവൻ ധൈര്യപൂർവ്വം ആഹ്ലാദത്തോടെ മറുപടി നൽകി (ആ മോതിരം ഇട്ടു കൊടുക്കുമ്പോൾ മന്ത്രവാദി പറഞ്ഞകാര്യം അവന്റെ ഓർമ്മയിൽ വന്നു) "അല്ലയോ, മോതിരഉടമയുടെ അടിമേ, നീയെന്നെ ഭൂമുഖത്തെത്തിക്കണമെന്നാണെന്റെ ആഗ്രഹം."

അവൻ പറഞ്ഞുതീരുമ്പോഴേക്കും, പെട്ടെന്ന് ഭൂമി പിളർന്ന് അവൻ ആ ഭൂഗർഭമുറിയുടെ പുറത്തെത്തി! ഈ ലോകം അവനുമുന്നിൽ ദൃശ്യമായി. മൂന്ന് ദിവസം മുഴുവൻ അലാവുദ്ദീൻ ഭൂഗർഭമുറിയിലെ കൂരിരുട്ടിൽ കഴിയുകയായിരുന്നല്ലോ; പെട്ടെന്ന് സൂര്യപ്രകാശം കണ്ണിലടിച്ചപ്പോൾ അവന് കണ്ണുകൾ തുറക്കാൻ പ്രയാസം തോന്നി; അതുകൊണ്ട് അവൻ കൺപോളകൾ അല്പാല്പം തുറക്കുകയും അടയ്ക്കുകയും ചെയ്തുകൊണ്ടിരുന്നു; അല്പസമയത്തിനുശേഷം കൺപോളകൾക്ക് ശേഷി ലഭിക്കുകയും, എല്ലാം സാധാരണഗതിയിലാവുകയും ചെയ്തു - അപ്പോഴേക്കും നേരംപുലരാറായതുകൊണ്ട് ഷാഹ്റസാദ് അദ്ഭുതപ്പെട്ടു; തനിക്ക് കഥ പറയാനനുവദിക്കപ്പെട്ട സമയം കഴിഞ്ഞെന്നറിഞ്ഞ് കഥപറച്ചിൽ നിർത്തി.

അഞ്ഞൂറ്റി മുപ്പത്തിയൊന്നാം രാവ്

ദുനിയാസാദ് പറഞ്ഞു, "അല്ലയോ, സഹോദരീ, നിനക്ക് ഉറക്കം വരുന്നില്ലെങ്കിൽ, ഞങ്ങൾക്ക് രസകരമായ ചില കഥകൾ പറഞ്ഞുതരൂ."

ഷാഹ്റസാദ് മറുപടി നൽകി, "സ്നേഹത്തോടെയും, സന്മനസ്സോടെയും" - അല്ലയോ മഹാരാജാവേ, ഭൂഗർഭമുറിയിൽനിന്ന് പുറത്തുവന്ന അലാവുദ്ദീൻ അല്പസമയത്തിനുശേഷം കണ്ണുകൾ തുറന്ന് നോക്കിയപ്പോൾ താൻ ഭൂമിയിലെ ഉപരിതലത്തിലാണെന്ന് മനസ്സിലാക്കി. അതിൽ അവൻ അളവറ്റ് ആഹ്ലാദിച്ചു, എന്നുമാത്രമല്ല, മാന്ത്രികൻ തുറന്നുവിട്ട വാതിലിലൂടെ താൻ കടന്നുചെന്ന ആ നിക്ഷേപമുറിയിലല്ല താൻ എന്ന സത്യം മനസ്സിലാക്കിയ അലാവുദ്ദീൻ വിസ്മയസ്തബ്ധനായി നിന്നുപോയി! പ്രത്യേകിച്ച്, ആ കവാടം മൂടി ഉപരിതലം ഭംഗിയായി നിരപ്പാക്കപ്പെട്ടിരിക്കുന്നു; കവാടത്തിന്റെ യാതൊരു ലക്ഷണവും കാണാനില്ല. അതവന്റെ ആശ്ചര്യം വർദ്ധിപ്പിക്കാൻ ഇടയാക്കി; ഒരു പരിസരബോധമില്ലാതെ, അങ്ങനെ, അവൻ അമ്പരന്ന്നിൽക്കവെ, മാന്ത്രികന് കുന്തിരിക്കവും സാമ്പ്രാണിയും പുകയ്ക്കാനായി അഗ്നികുണ്ഡം താൻ ഉണ്ടാക്കിക്കൊടുത്ത സ്ഥലം അവൻ കണ്ടു. അവന് പരിസരബോധം തിരിച്ചുകിട്ടി. അപ്പോൾ അവൻ ചുറ്റുപാടും ദൃഷ്ടിപായിച്ചു. ദൂരെ പൂന്തോട്ടങ്ങൾ അവന് കാണാൻ കഴിഞ്ഞു. അവൻ വന്നവഴി അവനുടനെ തിരിച്ചറിഞ്ഞു. അവൻ സർവ്വശക്തനായ അള്ളായോട് നന്ദിപറഞ്ഞു; തന്നെ ഭൂഗർഭത്തിൽ നിന്ന് പുറത്തുകൊണ്ടുവന്നതിനും, ജീവിതത്തിൽ ആശ നഷ്ടപ്പെട്ടിരിക്കെ, ജീവിതത്തിലേക്ക് തിരിച്ചുകൊണ്ടുവന്നതിനും അവൻ അള്ളായോട് അകമഴിഞ്ഞ കൃതജ്ഞത രേഖപ്പെടുത്തി. ഉടനെ അവൻ എഴുന്നേറ്റ് നഗരത്തിലേക്കുള്ള മാർഗ്ഗത്തിലൂടെ നടന്നു. അതവന് നന്നായി അറിയാവുന്ന വഴിയാണ്. അവൻ നഗരത്തിന്നുള്ളിലെ തെരുവുകളിലൂടെ നടന്ന് സ്വന്തം വീട്ടിലെത്തി. അവൻ അമ്മയെ കണ്ടപ്പോൾ, താൻ രക്ഷപ്പെട്ടതിലുള്ള അതിയായ ആഹ്ലാദവും, വിശപ്പു സഹിക്കാനാവാത്തതിലുള്ള ക്ഷീണവും മൂലം അമ്മയുടെ മുന്നിൽ തലകറങ്ങി വീണുപോയി! അമ്മയാകട്ടെ അവന്റെ വേർപാടിൽ ദുഃഖിച്ച് കരഞ്ഞുകൊണ്ടിരിക്കയായിരുന്നു. എന്നാൽ, മകൻ അകത്തേക്ക് കടന്നുവരുന്നത് കണ്ട് അമിതമായി ആഹ്ലാദിച്ചെങ്കിലും അവൻ ബോധംകെട്ട് നിലംപതിച്ചപ്പോൾ സങ്കടം സഹിക്കാനാവാതെ കരയാൻ തുടങ്ങി. എന്നാലും, അവളത് നിസ്സാരമായി എടുത്തില്ല; ഓടിച്ചെന്ന്, വെള്ളം എടുത്തുകൊണ്ടുവന്ന് അവന്റെ മുഖത്ത് കുടഞ്ഞു; പിന്നെ, അയൽവാസികളിൽനിന്നും ഏതോ സുഗന്ധദ്രവ്യം വാങ്ങിച്ചുകൊണ്ടുവന്ന് അവനെക്കൊണ്ട് മണപ്പിച്ചു. അവൻ സുഖം പ്രാപിച്ചപ്പോൾ, അമ്മയോട് ഭക്ഷണം കൊടുക്കുവാനായി അഭ്യർത്ഥിച്ചു. "അമ്മേ, ഞാൻ ഭക്ഷണംകഴിച്ചിട്ട് മൂന്നുദിവസമായി." ഉടനെ അവൾ എഴുന്നേറ്റു ചെന്ന്, അവിടെ ഉണ്ടായിരുന്ന ആഹാരപദാർത്ഥങ്ങൾ എടുത്തുകൊണ്ടുവന്നു. അത് അവന്റ മുന്നിൽവെച്ച് പറഞ്ഞു, "വരു, എന്റെ മോനേ, സന്തോഷത്തോടെ കഴിക്കു; പിന്നെ, വിശ്രമമെടുത്തശേഷം നിനക്കെന്താണ് സംഭവിച്ചതെന്ന് എന്നോട് പറയൂ; മോനെ; ഇപ്പോൾ ഞാൻ ഒന്നും ചോദിക്കുന്നില്ല; നീ അത്രയ്ക്ക് തളർന്നിരിക്കുകയാണെന്ന് എനിക്കറിയാം - അപ്പോഴേക്കും നേരം പുലർന്നതുകണ്ട് ഷാഹ്റസാദ് അദ്ഭുതപ്പെട്ടു; അവൾക്ക് പറയാനനുവദിക്കപ്പെട്ട കഥ പറച്ചിൽ അവൾ നിർത്തി.

അഞ്ഞൂറ്റി മുപ്പത്തിരണ്ടാം രാവ്

ദുനിയാസാദ് പറഞ്ഞു, "അല്ലയോ, സഹോദരീ, നിനക്ക് ഉറക്കം വരുന്നില്ലെങ്കിൽ, എനിക്ക് നല്ല ചില കഥകൾ പറഞ്ഞുതരു."

ഷാഹ്‌രസാദ് മറുപടി നൽകി, "സ്നേഹത്തോടെയും സന്മനസ്സോടെയും" - അല്ലയോ, മഹാരാജാവേ, അലാവുദ്ദീൻ വയറുനിറയെ ഭക്ഷണം കഴിച്ചു. സസന്തോഷം അല്പം വിശ്രമിച്ചശേഷം ഉന്മേഷവാനായി അമ്മയെ വിളിച്ചു, "എന്റെ അമ്മേ, എന്നെ ആ നശിച്ചവനോടൊപ്പം വിട്ടതിൽ എനിക്ക് അമ്മയോട് വലിയ ഇഷ്ടക്കേടുണ്ട്; അയാൾ എന്റെ നാശത്തിനാണ് ഉദ്യമിച്ചത്, എന്റെ ജീവിനെടുക്കാൻ പദ്ധതിയിട്ടു. ഈ വൃത്തികെട്ട ദുഷ്ടന്റെ കൈയിൽ ഞാനെന്റെ മരണം ദർശിച്ചു. അയാൾ എന്റെ പിതൃസഹോദരനാണെന്നല്ലേ നിങ്ങൾ പറഞ്ഞിരുന്നത്. സർവ്വശക്തനായ അള്ളാ എന്നെ ആ ക്രൂരനിൽനിന്നും രക്ഷിച്ചില്ലായിരുന്നെങ്കിൽ ഞാനും നിങ്ങളും എന്റെ അമ്മേ, ഭയങ്കരമായി വഞ്ചിക്കപ്പെട്ടേനെ! എന്റെ നല്ല ഭാവി വാഗ്ദാനം ചെയ്ത്, ഭയങ്കരമായ സ്നേഹം പ്രകടിപ്പിച്ച് അയാൾ നമ്മെ ചതിക്കുകയായിരുന്നു. അമ്മയ്ക്കറിയാമോ, ഇയാൾ ഒരു മന്ത്രവാദിയാണ്, ഒരു ആഫ്രിക്കൻ, നശിച്ചവൻ, നുണയൻ, വഞ്ചകൻ, ചതിയൻ, പിശാചുക്കൾ പോലും അവനെപ്പോലെ നിന്ദ്യനല്ല. അള്ളാ അവനെ എല്ലാ രേഖകളിലും അപമാനകരമായി എഴുതിവെയ്ക്കട്ടെ! ഈ വെറുക്കപ്പെട്ട വ്യക്തി ചെയ്തതെന്തെല്ലാമാണെന്ന് കേൾക്കൂ, ഞാൻ അമ്മയോട് പറയുന്നതെല്ലാം സത്യം മാത്രമാണ്. ആ ദുഷ്ടൻ നമ്മൾക്ക് തന്ന വാഗ്ദാനങ്ങളെല്ലാം ലംഘിച്ച്, അയാൾ ചെയ്യുന്നതെല്ലാം എന്റെ നന്മയ്ക്കാണെന്ന് പറഞ്ഞുകൊണ്ടിരുന്നു! അയാൾ എന്നോട് പ്രകടിപ്പിച്ച സ്നേഹവും എന്നോട് ചെയ്ത പ്രവൃത്തികളും നിങ്ങൾ ഒന്ന് പര്യാലോചിച്ചു നോക്കൂ! അതെല്ലാം അയാളുടെ അഭിലാഷങ്ങൾ നേടിയെടുക്കാൻവേണ്ടി മാത്രമായിരുന്നു. അയാളുടെ പദ്ധതി എന്നെ നശിപ്പിക്കലായിരുന്നു; 'അൽഹംദോലില്ലാ' - എന്നെ വിട്ടുകൊടുക്കാൻ! ശ്രദ്ധിച്ചുകേൾക്കുക, എന്റെ അമ്മേ, ഇയാൾ എങ്ങനെയാണെന്നോട് പെരുമാറിയതെന്ന്." പിന്നെ, തനിക്കുസംഭവിച്ച കാര്യങ്ങളെല്ലാം അതേപടി അമ്മയോടവൻ വിവരിച്ചുകൊടുത്തു (ആനന്ദാശ്രുക്കൾ പൊഴിച്ചുകൊണ്ടുതന്നെ!) മാന്ത്രികൻ തന്നെ നിക്ഷേപം സ്ഥിതിചെയ്യുന്ന മൊട്ടക്കുന്നിലേക്ക് കൂട്ടിക്കൊണ്ടുപോയത്, എങ്ങനെയാണ് അയാൾ കുന്തിരിക്കവും സാമ്പ്രാണിയും പുകച്ചത് എന്നെല്ലാം. "അതിനുശേഷം, എന്റെ അമ്മേ, എന്നെ ഭയങ്കര ഭീതി പിടികൂടി; കാരണം, അപ്പോഴാണ് കുന്നുപൊളിഞ്ഞ്, ഭൂമിയിൽ ഒരു വിടവുണ്ടായത്, എല്ലാം മാന്ത്രികശക്തിമൂലം! ഇടിവെട്ടുന്ന ശബ്ദം ചെവികളിൽ വന്നലച്ചപ്പോൾ ഞാൻ പേടിച്ചുവിറച്ചുപോയി; അതുപോലെ കുന്തിരിക്കം പുകച്ച മന്ത്രം ചൊല്ലിയപ്പോൾ അവിടമാകെ ഇരുട്ട് വ്യാപിച്ചു. ഇതുകണ്ട് ഭയപ്പെട്ട ഞാൻ ഓടി രക്ഷപ്പെടാൻ തുനിഞ്ഞു; എന്നാൽ, എന്റെ ഉദ്ദേശ്യം മനസ്സിലാക്കിയ അയാൾ എന്റെ ശിരസ്സിൽ ശക്തമായൊരടിവെച്ചുതന്നു; ഞാൻ ഉടനെ ബോധംകെട്ടുവീണു. എന്തായാലും, ആ ഖജനാവ് തുറക്കുവാൻ ഞാൻതന്നെ വേണമായിരുന്നു; എനിക്കു മാത്രമേ അത് തുറക്കാൻ കഴിയൂ, എന്റെ അമ്മേ, അയാൾക്ക് സ്വയം താഴേക്ക് ഇറങ്ങാൻ കഴിയില്ല; എന്റെ പേരിൽ മാത്രമേ ഇറങ്ങാൻ പറ്റൂ, അയാളുടെ പേരുകൊണ്ട് പറ്റില്ല; കാരണം, അയാളൊരു അപശകുനം

പിടിച്ച ദുർമന്ത്രവാദിയാണ്. എന്നെ അയാൾക്കാവശ്യമുണ്ടെന്ന കാര്യം അയാൾക്ക് നന്നായി അറിയാം; അതായിരുന്നു അയാൾക്കെന്നോടുള്ള വാത്സല്യത്തിനു കാരണം! – അപ്പോഴേക്കും നേരം പുലരുന്നതുകണ്ട് ഷാഹ്രസാദ് അദ്ഭുതപ്പെട്ടു; അതോടെ അവൾ കഥ പറച്ചിൽ നിർത്തി.

അഞ്ഞൂറ്റി മുപ്പത്തിമൂന്നാം രാവ്

ദുനിയാസാദ് പറഞ്ഞു, “അല്ലയോ, സഹോദരീ, നിനക്ക് ഉറക്കം വരുന്നില്ലെങ്കിൽ, എനിക്ക് നല്ല ചില രസകരമായ കഥകൾ എന്നെ പറഞ്ഞു കേൾപ്പിക്കൂ.”

ഷാഹ്രസാദ് മറുപടി നൽകി, “സ്നേഹത്തോടെയും, സന്മനസ്സോടെയും” – അല്ലയോ, മഹാരാജാവേ, തനിക്ക് ആ മന്ത്രവാദിയിൽ നിന്നും അനുഭവിക്കേണ്ട കഷ്ടതകളെല്ലാം അലാവുദ്ദീൻ അമ്മയോട് വിശദീകരിച്ചു. “അയാൾ എന്റെ തലയ്ക്കടിച്ചശേഷം, എന്നെ ഭൂഗർഭത്തിലെ നിക്ഷേപ അറയിലേക്കയയ്ക്കണമെങ്കിൽ, എന്നെ ആശ്വസിപ്പിക്കയാണ് വേണ്ടതെന്നയാൾക്ക് മനസ്സിലായി; ആദ്യമായി, അയാൾ തന്റെ വിരലിൽ ഇട്ടിരുന്ന ഒരു മോതിരം ഊരി എന്റെ വിരലിൽ ഇട്ടുതന്നു. പിന്നെ, ഞാൻ താഴേക്കിറങ്ങി. അവിടെ സ്വർണ്ണം നിറച്ചുവെച്ച നാല് ഭരണികൾ ഉണ്ട്, അതൊന്നും തൊട്ടുപോകരുതെന്ന് ആ മന്ത്രവാദി എനിക്ക് നിർദ്ദേശം നൽകിയിരുന്നു. പിന്നെ മനോഹരമായൊരു വലിയ പൂന്തോട്ടത്തിൽ ഞാൻ എത്തി; ആരും കണ്ടാൽ കൊതിക്കുന്ന പഴങ്ങൾ ആ തോട്ടത്തിലെ വൃക്ഷങ്ങളിൽ തൂങ്ങിക്കിടക്കുന്നു. എന്റെ അമ്മേ, അതെല്ലാം പല നിറത്തിലുള്ള സ്ഫടികങ്ങളും ഗ്ലാസ്സുകളുമാണ്; ഒടുവിൽ, ഈ വിളക്ക് ഞാന്നുകിടന്നിരുന്ന ഹാളിൽ ഞാൻ എത്തി. ഞാനത് നേരെച്ചെന്ന് എടുത്ത്, കെടുത്തി, അതിലെ എണ്ണ ഒഴിച്ച് കളഞ്ഞു.” ഇപ്രകാരം പറഞ്ഞ് അലാവുദ്ദീൻ പോക്കറ്റിൽ നിന്ന ആ വിളക്ക് പുറത്തെടുത്ത് അമ്മയ്ക്ക് കാണിച്ചുകൊടുത്തു; അതോടൊപ്പം തോട്ടത്തിൽ നിന്ന് പറിച്ചുകൊണ്ടു വന്ന മുത്തുകളും രത്നങ്ങളും. രണ്ട് വലിയ പോക്കറ്റുകൾ നിറയെ അമൂല്യരത്നങ്ങൾ ആയിരുന്നു; അത്തരം ഒന്നുപോലും ഈ ലോകത്തിലെ ഒറ്റ രാജാവിന്റെ പക്കൽപോലും കാണില്ല! എന്നാൽ, ഈ പയ്യന് അതിന്റെ വിലയൊന്നുമറിയില്ല; അത് ഗ്ലാസ്സോ, സ്ഫടികമോ ആണെന്നാണവൻ കരുതിയത്! അവൻ തുടർന്നു, “ഇതിനുശേഷം എന്റെ അമ്മേ, ഞാൻ നിക്ഷേപമുറിയിൽ ഈ വിളക്കുമായി എത്തി, പിന്നെ, ആ മാന്ത്രികനോട് ഉറക്കെ വിളിച്ചുപറഞ്ഞു ‘ഇളയച്ഛാ, എനിക്ക് ഒന്നു കൈതരൂ, പിടിച്ച് മുകളിലേക്ക് പൊക്കൂ, എന്റെ പക്കൽ കുറെ ഭാരമുള്ളസാധനങ്ങൾ ഉള്ളതിനാൽ പുറത്ത് കടക്കാൻ പറ്റുന്നില്ല.’ എന്നാൽ, അയാൾ അതിന് തയ്യാറായില്ല; ഇപ്രകാരം മറുപടി പറയുകമാത്രം ചെയ്തു ‘ആദ്യം ആ വിളക്ക് എനിക്ക് കൈമാറൂ!’ എന്തായാലും, അത് പോക്കറ്റിന്റെ അടിയിൽ, മറ്റ് സാധനങ്ങൾക്ക് കീഴെ ആയതിനാൽ, അതെനിക്ക് പുറത്തെടുക്കാനായില്ല; ഞാൻ വിളിച്ചുപറഞ്ഞു, ‘ഇളയച്ഛാ, എന്റെ വിരലുകൾ വിളക്കിലേക്ക് എത്തുന്നില്ല; എന്നെ, പുറത്തേക്ക് വലിച്ചുകയറ്റിയാൽ ഞാനത് നിങ്ങൾക്ക് തരാം.’ അയാളുടെ ഒരേ ആവശ്യം ആ വിളക്ക് മാത്രമായിരുന്നു; അയാൾ പദ്ധതി ഇട്ടിരുന്നത്, എന്റെ അമ്മേ, എന്നിൽ നിന്നത് തട്ടിയെടുത്തശേഷം എന്നെ കൊന്നുകളയലായിരുന്നു! തീർച്ചയായും

കവാടം അടച്ച് അതിനുമീതെ മണ്ണിട്ട് മൂടിയത് അതിനുവേണ്ടിത്തന്നെ ആയിരുന്നു. ഈ ദുഷ്ടൻ മാന്ത്രികനിൽ നിന്നും എനിക്കനുഭവിക്കേണ്ടി വന്ന ദുരിതങ്ങൾ ഇതൊക്കെയാണ്."

അതിനുശേഷം ഭയങ്കര ദേഷ്യത്തിൽ ആ മാന്ത്രികനെ അലാവുദ്ദീൻ ശകാരിച്ചു; കത്തുന്ന ഹൃദയത്തോടെ ഉച്ചത്തിൽ പറഞ്ഞു, "ഞാൻ ഈ നശിച്ച ദുഷ്ടനും, മനുഷ്യത്വമില്ലാത്തവനുമായ, ചതിയൻ ദുർമ്മന്ത്രവാദിയിൽ നിന്നും രക്ഷപ്പെട്ടല്ലോ. നിർദ്ദയനും ക്രൂരനുമായ, ആ വഞ്ചകൻ പോയി തുലയട്ടെ!" - അപ്പോഴേക്കും നേരം പുലരാറായെന്നുകണ്ട് ഷാഹ്റസാദ് അദ്ഭുതപ്പെട്ടു; തനിക്ക് പറയാനനുവദിക്കപ്പെട്ട കഥ പറച്ചിൽ നിർത്തി.

അഞ്ഞൂറ്റി മുപ്പത്തിനാലാം രാവ്

ദുനിയാസാദ് പറഞ്ഞു, "അല്ലയോ, സഹോദരീ, നിനക്ക് ഉറക്കം വരുന്നില്ലെങ്കിൽ, ഞങ്ങൾക്ക് നല്ലൊരു കഥ നീ കേൾപ്പിക്കുമോ?"

ഷാഹ്റസാദ് മറുപടി നൽകി, "സ്നേഹത്തോടെയും, സന്മനസ്സോടെയും" - അല്ലയോ, മഹാരാജാവേ, ആ ദുർമ്മന്ത്രവാദിയിൽ നിന്നും പുത്രൻ അനുഭവിച്ച ദുരിതങ്ങൾ അലാവുദ്ദീന്റെ അമ്മ കേട്ടപ്പോൾ, ഇങ്ങനെ പറഞ്ഞു, "അതെ, സത്യമായിട്ടും മോനെ, അവൻ ഒരു ദുഷ്ടനും വഞ്ചകനും, തന്റെ ദുർമ്മന്ത്രവാദത്തിൽ ആളുകളെ കൊല്ലുന്നവനുമാണ്. നിന്റെ ഇളയച്ഛനാണെന്ന് ഞാൻ കരുതിയ ഈ നശിച്ച മാന്ത്രികന്റെ ചതിപ്രയോഗങ്ങളിൽ നിന്നും നീ രക്ഷപ്പെട്ടത് സർവ്വശക്തനായ അള്ളായുടെ കൃപകൊണ്ട് മാത്രമാണ്."

കഴിഞ്ഞ മൂന്നുദിവസങ്ങൾ ആ പയ്യൻ കണ്ണിന്റെ പോള അടച്ചിട്ടില്ലാതിരുന്നതിനാൽ, അവൻ ഉറക്കം തൂങ്ങാൻ തുടങ്ങി. അമ്മ അവനെ ഉറങ്ങാനായി വിട്ടു. പിറ്റേന്ന് ഉച്ചവരെ അവൻ ഗാഢനിദ്രയിലായിരുന്നു. ഉറക്കം ഉണർന്ന ഉടനെ, വിശപ്പുസഹിക്കാനാവാതെ, അവൻ ഭക്ഷണം ആവശ്യപ്പെട്ടു. അമ്മ അവനോട് പറഞ്ഞു, "ഇവിടെ ഭക്ഷണ പദാർത്ഥങ്ങൾ ഒന്നുമില്ല, എന്റെ മോനേ, ഉള്ളതെല്ലാം ഇന്നലെ നിനക്കു ഞാൻ വെച്ചുവിളമ്പി. എന്നാൽ, കുറച്ചുനേരം ക്ഷമയോടെ കാത്തിരിക്കുക. ഞാൻ കുറച്ച് നൂൽനൂറ്റ്, അത് മാർക്കറ്റിൽകൊണ്ടുപോയി വിറ്റ്, നിനക്കുവേണ്ടി കുറച്ചു ഭക്ഷണ സാധനങ്ങൾ, വാങ്ങിച്ചുകൊണ്ടുവരാം." "എന്റെ അമ്മേ," അവൻ പറഞ്ഞു, "നിങ്ങൾ അതിപ്പോൾ വില്ക്കേണ്ട; എന്നാൽ, ആ വിളക്ക് എടുത്തുകൊണ്ടുവരൂ, അത് ചന്തയിൽ കൊണ്ടുപോയി വിറ്റ് എന്തെങ്കിലും ഭക്ഷണ സാധനങ്ങൾ വാങ്ങിച്ചുകൊണ്ടുവരാം, നൂലിനേക്കാളധികം പണം അതിനു കിട്ടുമെന്നെനിക്ക് തോന്നുന്നു."

അപ്പോൾ അലാവുദ്ദീന്റെ അമ്മ എഴുന്നേറ്റുചെന്നു ആ വിളക്ക് എടുത്തുകൊണ്ടുവന്നു; അത് വല്ലാതെ അഴുക്കുപിടിച്ചിരിക്കുന്നതായി അവൾ കണ്ടു. അപ്പോൾ അവൾ പറഞ്ഞു, "എന്റെ മോനേ, ഇതാ വിളക്ക്; എന്നാൽ, ഇത് വൃത്തികേടായിരിക്കുന്നു. നമ്മൾക്ക് അത് കഴുകി, പോളിഷ്ചെയ്തശേഷം വിൽക്കാം, അപ്പോൾ കൂടുതൽ വില കിട്ടും."

പിന്നെ കുറച്ച് മണൽ എടുത്ത് അവൾ വിളക്കിൽ ഉരക്കാൻ തുടങ്ങി. എന്നാൽ അവൾ ആ പണി തുടങ്ങുമ്പോഴേക്കും, ഭീമാകാരനായൊരു ഭൂതം പ്രത്യക്ഷപ്പെട്ടു, അതിനെ കണ്ടാൽ ആരും പേടിച്ചുപോകും. ആ

ഭൂതം അവളോട് അട്ടഹസിച്ചു, "എന്നിൽ നിന്ന് എന്താണ് വേണ്ടതെന്ന് പറയൂ? ഞാനിതാ നിങ്ങളുടെ മുന്നിൽ നിൽക്കുന്നു, നിങ്ങളുടെ അടിമ, ഈ വിളക്ക് സ്വന്തമാക്കുന്നവന്റെ അടിമ. ഞാൻ മത്രമല്ല, ഈ അദ്ഭുത വിളക്കിന്നധീനരായ എല്ലാ അടിമകളും." അമ്മ വല്ലാതെ ഭയപ്പെട്ട് വിറച്ചു പോയി; ആ ഭീകരരൂപത്തിലേക്കവൾ ദൃഷ്ടി പതിപ്പിച്ചപ്പോൾ, അവൾക്ക് മിണ്ടാനായില്ല, നാവ് ബന്ധിച്ചതുപോലെ! മറുപടി പറയാനാകുന്നില്ല, ഇത്തരം രൂപങ്ങൾ കണ്ട് പരിചയിച്ചിട്ടില്ലാത്തവളാണല്ലോ അവൾ - അപ്പോഴേക്കും നേരം പുലർന്നതായിക്കണ്ട് ഷാഹ്റസാദ് അദ്ഭുത പ്പെട്ടുപോയി; അവൾക്ക് പറയാനനുവദിച്ച കഥപറച്ചിൽ നിർത്തി.

അഞ്ഞൂറ്റി മുപ്പത്തിയഞ്ചാം രാവ്

ദുനിയാസാദ് പറഞ്ഞു, "അല്ലയോ, സഹോദരീ, നിനക്ക് ഉറക്കം വരുന്നില്ലെങ്കിൽ, ഞങ്ങൾക്ക് നല്ലൊരു കഥ നീ കേൾപ്പിക്കുമോ?"

ഷാഹ്റസാദ് മറുപടി നൽകി, "സ്നേഹത്തോടെയും, സന്മനസ്സോടെയും" - അല്ലയോ, മഹാരാജാവേ, ഭയങ്കരമായ ഭയം മൂലം അലാവുദ്ദീന്റെ അമ്മയ്ക്ക് ഭൂതത്തിന്റെ ചോദ്യത്തിന് മറുപടി കൊടുക്കാനായില്ല; ഭയപ്പെട്ട് നിലത്ത് വീണുപോയി! അല്പം ദൂരെനിന്നിരുന്ന മകൻ, നിക്ഷേപമുറിയിൽവെച്ച് മോതിരം തുടച്ചപ്പോൾ ഒരു ഭൂതത്തെ കണ്ടവനായിരുന്നല്ലോ. അതുകൊണ്ട്, ആ അടിമഭൂതം അമ്മയോട് സംസാരിക്കുന്നത് കേട്ട് അവൻ അമ്മയുടെ അടുക്കൽ ഓടിച്ചെന്ന് ആ വിളക്ക് തട്ടിപ്പറിച്ചു പറഞ്ഞു, "അല്ലയോ, വിളക്കിന്റെ അടിമ, ഞാൻ വിശന്നു വലഞ്ഞിരിക്കുന്നു; നീ എന്തെങ്കിലും ഭക്ഷണം എനിക്ക് കൊണ്ടുവന്നു തരണമെന്ന് ഞാൻ ആഗ്രഹിക്കുന്നു; നല്ല ഭക്ഷണമായിരിക്കണം."

ജിന്നി അപ്രത്യക്ഷനായി; കണ്ണടച്ച് തുറക്കുന്നതിനുമുമ്പ് വലിയൊരു വിലപിടിച്ച വെള്ളിത്തളികയിൽ, പന്ത്രണ്ട് സ്വർണ്ണസോസറുകളിൽ നിറയെ പലതരം വിശിഷ്ട ആഹാരപദാർത്ഥങ്ങളുമായി ആ ഭൂതം വീണ്ടും പ്രത്യക്ഷപ്പെട്ടു. മഞ്ഞ്പോലെ തൂവെള്ള നിറത്തിലുള്ള അപ്പം. രണ്ട് വെള്ളിക്കപ്പുകൾ, അനേകം ഭരണികളിൽ നിറയെ വിലപിടിച്ച വീഞ്ഞ്! ഇതെല്ലാം അലാവുദ്ദീനു മുന്നിൽവെച്ച ശേഷം അവൻ അപ്രത്യക്ഷനായി. അതിനു ശേഷം ആ പയ്യൻ അമ്മയുടെ അടുത്തുചെന്ന് അല്പം പനിനീർ എടുത്ത്, അമ്മയുടെ മുഖത്ത് കുടഞ്ഞു, സുഗന്ധതൈലം മൂക്കിൽവെച്ച് മണപ്പിച്ചു. അവൾക്ക് ബോധം വന്നപ്പോൾ അവൻ പറഞ്ഞു, "എഴുന്നേൽക്കൂ എന്റെ അമ്മേ, നമ്മൾക്ക് വിഭവസമൃദ്ധമായ ഈ ഭക്ഷണം കഴിക്കാം; സർവ്വശക്തനായ അള്ളാ നമ്മളെ ദാരിദ്ര്യത്തിൽ നിന്നും കരകയറ്റിയിരിക്കുന്നു."

വെള്ളിക്കിണ്ണം നിറയെ ആഹാരസാധനങ്ങൾ കണ്ട അമ്മ വിസ്മയത്തോടെ ചോദിച്ചു, "എന്റെ മോനേ, നമ്മുടെ വിശപ്പും ദാരിദ്ര്യവും ശമിപ്പിച്ച ഈ ഉദാരമതിയായ മഹാനുഭാവൻ ആരാണ്? നമ്മൾ തീർച്ചയായും അവന് കടപ്പെട്ടവരാണ്; എനിക്ക് തോന്നുന്നത്, നമ്മുടെ കഷ്ടപ്പാടുകളെക്കുറിച്ച് കേട്ടറിഞ്ഞ, സുൽത്താനായിരിക്കും ഈ ഭക്ഷണത്താലി അയച്ചു തന്നത് എന്നാണ്."

"എന്റെ അമ്മേ, ഇത് ചോദ്യം ചോദിച്ചിരിക്കാനുള്ള സമയമല്ല; എഴുന്നേൽക്കൂ, നമ്മൾ ഇരുവരും വിശന്ന് വലഞ്ഞിരിക്കയാണ്. നമ്മൾക്ക് ഭക്ഷണം കഴിക്കാം."

അപ്രകാരം അവർ വെള്ളിക്കിണ്ണത്തിന് മുന്നിലിരുന്ന് ആഹാരം കഴിക്കാൻ തുടങ്ങി. ഇത്രയും സ്വാദുള്ള ഇറച്ചിക്കറി താൻ ജീവിതത്തിൽ കഴിച്ചിട്ടില്ലെന്ന് അമ്മ അഭിപ്രായപ്പെട്ടു. അങ്ങനെ വിശന്നുവലഞ്ഞ അവർ ആർത്തിയോടെ ആ ഭക്ഷണം മതിയാവോളം കഴിച്ചു; തികച്ചും രാജകീയരീതിയിലുള്ള ഭക്ഷണമായിരുന്നു അത്! ഇത്തരം ഒരു തളിക ഈ ലോകത്ത് ഉള്ളതുതന്നെയാണോ എന്നവർക്ക് അറിയില്ലായിരുന്നു, ജീവിതത്തിലൊരിക്കലും ഇത്തരം ഒന്ന് അവർ കണ്ടിട്ടേ ഇല്ല! അവർ ഭക്ഷണം കഴിച്ചുതീർന്ന ഉടനെ (അത്താഴത്തിനും, പിറ്റേന്നത്തേക്കുമായി അവർ അതിൽ നിന്ന് ഭക്ഷണം കരുതിവെച്ചു.) ഉടനെ എഴുന്നേറ്റ് കൈകഴുകി, സംഭാഷണത്തിലേർപ്പെട്ടു; അമ്മ മകനുനേരെ തിരിഞ്ഞ് ചോദിച്ചു, "എന്നോട് പറയൂ, എന്റെ മോനേ, നീയും ആ ജിന്നി അടിമയുമായുള്ള ഇടപാട് എന്താണ്? 'അൽഹംദോലില്ലാ!' എന്താണ് സംഭവിച്ചത്? നല്ല ഭക്ഷണമാണ് നമ്മൾ കഴിച്ചത്; ദൈവം നമ്മളിൽ പ്രസാദിച്ചു; ഇനി 'വിശക്കുന്നു' എന്ന് നീ പറയില്ല."

അപ്പോൾ തനിക്കും അടിമഭൂതത്തിനുമിടയിൽ നടന്ന സംഭവങ്ങളെല്ലാം അലാവുദ്ദീൻ അമ്മയോട് വിവരിച്ചുകൊടുത്തു; ആ സമയത്ത് പേടിച്ച് ബോധംകെട്ട്, നിലത്ത് വീണുകിടക്കുകയായിരുന്നല്ലോ അവന്റെ അമ്മ. അതുകേട്ടവൾ വല്ലാതെ വിസ്മയിച്ചുപോയി. അവൾ അഭിപ്രായപ്പെട്ടു. "അത് സത്യമാണ്; മനുഷ്യർക്കു മുന്നിൽ ജിന്നുകൾ പ്രത്യക്ഷപ്പെടാറുണ്ട്; എന്നാൽ, എന്റെ മോനേ, എന്റെ ജീവിതത്തിലൊരിക്കലും ഞാനവരെ കണ്ടിട്ടില്ല; എനിക്ക് തോന്നുന്നത് ഇവൻ തന്നെ ആയിരിക്കണം, നീ ഭൂഗർഭനിക്ഷേപമുറിയിൽ അടക്കപ്പെട്ടപ്പോൾ നിന്നെ രക്ഷിക്കാനെത്തിയത് എന്ന്."

"ഇതവനല്ല, എന്റെ അമ്മേ, നിങ്ങളുടെ മുന്നിൽ എത്തിയവൻ വിളക്കിന്റെ അടിമയാണ്!"

"അതാരായിരിക്കും? മോനേ?"

"ഇത് മറ്റവനേക്കാൾ വ്യത്യസ്തരൂപമുള്ളവനാണ്; അത് മോതിരത്തിന്റെ അടിമയാണ്; നിങ്ങളുടെ കൈയിലുള്ള വിളക്കിന്റെ അടിമയും! - അപ്പോഴേക്കും നേരം പുലർന്നതുകണ്ട് ഷാഹ്റസാദ് അദ്ഭുതപ്പെട്ടുപോയി; അവൾക്ക് പറയാനനുവദിക്കപ്പെട്ട കഥ പറച്ചിൽ നിർത്തി.

അഞ്ഞൂറ്റി മുപ്പത്തിയാറാം രാവ്

ദുനിയാസാദ് പറഞ്ഞു, "എന്റെ സഹോദരീ, നിനക്ക് ഉറക്കം വരുന്നില്ലെങ്കിൽ, നീ ചില നല്ല കഥകൾ ഞങ്ങൾക്ക് പറഞ്ഞുതരൂ."

അപ്പോൾ ഷാഹ്റസാദ് മറുപടി നൽകി, "സ്നേഹത്തോടെയും, സന്മനസ്സോടെയും" - അല്ലയോ, മഹാരാജാവേ, അലാവുദ്ദീൻ പറഞ്ഞു, "സത്യമായും എന്റെ അമ്മേ, നിങ്ങളുടെ മുന്നിൽ പ്രത്യക്ഷപ്പെട്ട ജിന്നി വിളക്കിന്റെ അടിമയാണ്." അതു കേട്ട അമ്മ വിളിച്ചുപറഞ്ഞു, "ഹാ! ഹാ! അപ്പോൾ, എന്റെ മുന്നിൽ പ്രത്യക്ഷപ്പെട്ട്, എന്നെ ഭയപ്പെടുത്തി കൊല്ലാൻ പോയവൻ ഈ വിളക്കുമായി ബന്ധപ്പെട്ടവനാണോ?"

"അതെ."

"ഞാൻ നിന്നോട് അപേക്ഷിക്കുകയാണ്, എന്റെ മോനേ, നിന്നെ മുലയൂട്ടിയ ഈ അമ്മയുടെ അഭ്യർത്ഥന മാനിക്കൂ, ഈ വിളക്കും,

മോതിരവും നീ എറിഞ്ഞുകളയൂ; കാരണം, അവ നമ്മൾക്ക് ഭീകരമായ ഭീതി മാത്രമേ നൽകൂ; പ്രത്യേകിച്ച്, രണ്ടാമതൊരു തവണ എനിക്കവരെ നോക്കാൻ കഴിയില്ല! അതിനും പുറമെ അവരുമായുള്ള എല്ലാ ഇട പാടുകളും നിയമവിരുദ്ധമാണ്. അവർക്കെതിരെ പ്രവാചകൻ താക്കീത് നൽകിയിട്ടുള്ളതാണ്." "നിങ്ങളുടെ കല്പനകൾ, എന്റെ അമ്മേ, ഞാൻ സദാ ശിരസ്സിൽ വഹിക്കും; എന്നാൽ, വിളക്കോ മോതിരമോ എനിക്ക് ഉപേക്ഷിക്കാനാവില്ല. നമ്മൾ പട്ടിണി കിടക്കുമ്പോൾ ആ അടിമ ചെയ്ത ഉപകാരങ്ങൾ അമ്മ സ്വയം കണ്ടതല്ലേ? അമ്മയ്ക്കറിയാമോ, ആ ചതിയൻ മന്ത്രവാദി ആ ഭൂഗർഭ നിക്ഷേപ അറയിലേക്ക് എന്നെ അയച്ചപ്പോൾ, ആ നാലു ഹാളുകളിലുണ്ടായിരുന്ന സ്വർണ്ണമോ, വെള്ളിയോ ഒന്നുമല്ല അയാൾ ആഗ്രഹിച്ചത്; ഈ വിളക്കുമാത്രം കൊണ്ടുവരാനാണ് എന്നെ ചുമതലപ്പെടുത്തിയത്! അതിൽ നിന്ന് അയാൾ അതിന്റെ അമൂല്യമായ വില അറിഞ്ഞിരുന്നു എന്നാണ് മനസ്സിലാക്കേണ്ടത്. അക്കാര്യത്തിൽ ഉറപ്പില്ലായിരുന്നെങ്കിൽ, ഇത്രയും കഷ്ടപ്പാടും ദുരിതവും സഹിച്ച്, സ്വന്തം രാജ്യത്തുനിന്നും ഇതന്വേഷിച്ച് ഇവിടെ എത്തില്ലായിരുന്നു! ഞാന യാൾക്ക് വിളക്ക് കൊടുക്കാതായപ്പോൾ എന്നെ ഭൂഗർഭ അറയിൽ അട ച്ചിടുകയുമില്ലായിരുന്നു! അതുകൊണ്ട് അത് ഇവിടെ ഇരിക്കട്ടെ, എന്റെ അമ്മേ, അതിന്റെ രഹസ്യത്തെക്കുറിച്ച് ആരോടും മിണ്ടിപ്പോകരുത്; കാരണം, ഇതാണിപ്പോൾ നമ്മുടെ ഉപജീവനമാർഗ്ഗം, ഇത് നമ്മളെ സമ്പ ന്നരാക്കും. അതുപോലെത്തന്നെയാണ് ഈ മോതിരത്തിന്റെ കാര്യവും; ഞാനിത് എന്റെ വിരലിൽനിന്നൊരിക്കലും ഊരുകയില്ല; ഇതില്ലായിരു ന്നെങ്കിൽ നിങ്ങൾ പിന്നീടൊരിക്കലും എന്നെ കാണില്ലായിരുന്നു! ഞാൻ ആ ഭൂഗർഭ അറയിൽക്കിടന്ന് ചത്തേനെ. പിന്നെ ഞാൻ എങ്ങനെയാ ണത് വിരലിൽനിന്നും ഊരിക്കളയുക? എന്തായാലും, അമ്മയുടെ വികാര ങ്ങൾ മാനിച്ചുകൊണ്ട്, ഞാനീവിളക്ക് ഇനി ഒരിക്കലും അമ്മയുടെ ദൃഷ്ടി യിൽപ്പെടാതെ ഒളിപ്പിച്ചുവെക്കാം."

ഈ വാക്കുകൾ കേട്ട് അമ്മ ചിന്തിച്ചു; അവൻ പറഞ്ഞത് ശരിയാ ണെന്നവൾക്ക് തോന്നി; അവൾ മകനോട് പറഞ്ഞു, "നിനക്ക് ഇഷ്ട മുള്ളതുപോലെ ചെയ്തോളൂ മോനേ. എന്നെ സംബന്ധിച്ചിടത്തോളം എനിക്കത് കാണേണ്ട, ആ ഭീകരരൂപത്തേയും കാണേണ്ട! –" അപ്പോ ഴേക്കും നേരം പുലരാറായെന്നുകണ്ട് ഷാഹ്‌റസാദ് അദ്ഭുതപ്പെട്ടു; അവൾക്ക് അനുവദിക്കപ്പെട്ട കഥപറച്ചിൽ നിർത്തി.

അഞ്ഞൂറ്റി മുപ്പത്തിയേഴാം രാവ്

ദുനിയാസാദ് പറഞ്ഞു, "എന്റെ സഹോദരീ, നിനക്ക് ഉറക്കം വരുന്നി ല്ലെങ്കിൽ, ഞങ്ങൾക്ക് രസകരമായ ചില കഥകൾ പറഞ്ഞുതരൂ."

അപ്പോൾ ഷാഹ്‌റസാദ് മറുപടി നൽകി, "സ്നേഹത്തോടെയും സന്മനസ്സോടെയും" – അല്ലയോ, മഹാരാജാവേ, ആ ജിന്നി കൊണ്ടു കൊടുത്ത ആഹാരം അലാവുദ്ദീനും അമ്മയും രണ്ടുദിവസംമുഴുവൻ കഴിച്ചു. ഭക്ഷണപദാർത്ഥങ്ങൾ തീർന്നെന്നുകണ്ട്, അവൻ ജിന്നി കൊണ്ടു വന്ന തളികയിലുണ്ടായിരുന്ന ഒരു പ്ലേറ്റ് എടുത്തു. ഒന്നാംതരം സ്വർണ്ണം കൊണ്ടുള്ളതായിരുന്നു അവയെല്ലാം. എന്നാൽ, ആ പയ്യനത് അറിയി ല്ലായിരുന്നു. അങ്ങനെ അവനത് ബസാറിലേക്ക് കൊണ്ടുപോയി.

ബസാറിൽച്ചെന്ന്, ഒരു ജൂതനെക്കണ്ട്, അതയാൾക്ക് വില്ക്കാൻ തീരുമാനിച്ചു; ഒരു പിശാചിനേക്കാൾ നികൃഷ്ടനായിരുന്നു അയാൾ! ജൂതൻ അത് കണ്ട ഉടനെ ആരുംകാണാത്ത രീതിയിൽ അവനെ മാറ്റിനിർത്തി. ആ പ്ലേറ്റ് പരിശോധിച്ചു; അത് പരിശുദ്ധതങ്കത്തിൽ നിർമ്മിച്ചതാണെന്നയാൾ ഉറപ്പുവരുത്തി. എന്നാൽ, അലാവുദ്ദീനതിന്റെ യഥാർത്ഥമൂല്യത്തെക്കുറിച്ച് ഗ്രാഹ്യമുണ്ടോ എന്നയാൾക്കറിയില്ലായിരുന്നു; ഈ ബാലൻ ഇത്തരം കാര്യങ്ങളിൽ അജ്ഞനാണോ? അയാൾ ചോദിച്ചു "എത്ര വിലയാണിതിന് ഉദ്ദേശിക്കുന്നത്?"

"അതിന്റെ വില നിങ്ങൾതന്നെ തീരുമാനിക്കുക." അവർ പരസ്പരം വിലയെക്കുറിച്ച് ചർച്ചചെയ്തു. നിസ്സാരമായൊരു വില പറയാമെന്ന് ജൂതൻ കരുതി; അതേസമയം, ആ പയ്യനതിന്റെ യഥാർത്ഥമൂല്യം അറിയാമെങ്കിൽ വൻതുക ആവശ്യപ്പെട്ടേക്കാമെന്നുമയാൾ ഭയപ്പെട്ടു. അതുകൊണ്ടയാൾ മനസ്സിൽ പറഞ്ഞു "ഇത്തരം കാര്യത്തിൽ വിവരമില്ലാത്ത വ്യക്തിയാണിവനെന്ന് തോന്നുന്നു; ഈ പ്ലേറ്റിന്റെ മൂല്യത്തെക്കുറിച്ചവൻ അജ്ഞനാണ്."

പിന്നെ, അയാൾ പോക്കറ്റിൽനിന്ന് ഒരു ദിനാർ എടുത്തു; അയാളുടെ കൈയിലെ സ്വർണനാണ്യം കണ്ടപ്പോൾ, അലാവുദ്ദീൻ ധൃതിയിലത് വാങ്ങിച്ച് സ്ഥലംവിട്ടു! അപ്പോൾ തന്റെ കക്ഷി നിഷ്കളങ്കനും, ഇത്തരം വിഷയങ്ങളിൽ വിവരമില്ലാത്തവനാണെന്നും ജൂതൻ ഉറപ്പിച്ചു. ആ പയ്യന് ഇത്രയും വിലകൊടുക്കണ്ടായിരുന്നു എന്നയാൾ പശ്ചാത്തപിച്ചു.

എന്തായാലും അലാവുദ്ദീൻ സമയം നഷ്ടപ്പെടുത്താതെ ബേക്കറിയിൽ പോയി അപ്പം വാങ്ങി; ബാക്കി ചില്ലറയുമായി അമ്മയെ സമീപിച്ച് പറഞ്ഞു "എന്റെ അമ്മേ, ഇത് കൊണ്ടുപോയി ആവശ്യമുള്ള സാധനങ്ങൾ വാങ്ങിച്ചോളൂ."

ഉടനെ അവൾ എഴുന്നേറ്റ് ബസാറിലേക്ക് പോയി. ആവശ്യമുള്ള സാധനങ്ങൾ വാങ്ങി തിരിച്ചെത്തി. ആ പ്ലേറ്റ് വിറ്റ് കിട്ടിയ പണം തീർന്നപ്പോൾ മറ്റൊന്ന് അലാവുദ്ദീൻ എടുത്തുകൊണ്ടുപോയി ആ നശിച്ച ജൂതനുതന്നെ വിറ്റു. അങ്ങനെ ഓരോന്നോരോന്നായി നിസ്സാരവിലയ്ക്കയാൾ വാങ്ങിച്ചുകൂട്ടി! ഇതിനേക്കാൾ കുറഞ്ഞവിലയ്ക്കയാൾ അവ വാങ്ങിച്ചേനെ; എന്നാൽ, ആ പയ്യനത് അയാളുടെ എതിരാളികളായ ഏതെങ്കിലും കടക്കാർക്ക് വിറ്റെങ്കിലോ, അങ്ങനെ തന്റെ കൊള്ളലാഭം നഷ്ടപ്പെട്ടെങ്കിലോ! ഒടുവിൽ, എല്ലാ സ്വർണപ്ലേറ്റുകളും വിറ്റുകഴിഞ്ഞപ്പോൾ, ആ വെള്ളിത്തളിക മാത്രം അവശേഷിച്ചു. അത് വളരെ വലിയതും ഭാരമുള്ളതുമായതിനാൽ, അലാവുദ്ദീൻ ജൂതനെ വീട്ടിലേക്ക് വിളിച്ചുകൊണ്ടുവന്ന്, തളിക കാണിച്ചുകൊടുത്തു. അതിന്റെ വലിപ്പംകണ്ട് ജൂതൻ അതിന് പത്ത് ദിനാർ നല്കി. അലാവുദ്ദീനും അമ്മയും ഈ പണം തീരുന്നതുവരെ സുഖമായിക്കഴിഞ്ഞു. പിന്നെ, അവൻ ആ വിളക്കെടുത്ത് ഉരച്ചു. ഉടനെ, ആ അടിമ പ്രത്യക്ഷപ്പെട്ടു - അപ്പോഴേക്കും നേരം പുലരാറായെന്നുകണ്ട് ഷാഹ്‌രസാദ് അദ്ഭുതപ്പെട്ടു; അവൾ കഥ പറച്ചിൽ നിർത്തി.

അഞ്ഞൂറ്റി മുപ്പത്തിയെട്ടാം രാവ്

ദുനിയാസാദ് പറഞ്ഞു "എന്റെ സഹോദരീ, നിനക്ക് ഉറക്കംവന്നില്ലെങ്കിൽ, ഞങ്ങൾക്ക് കുറച്ച് രസകരമായ കഥകൾ പറഞ്ഞുതരാമോ?"

അപ്പോൾ ഷാഹ്‌രസാദ് മറുപടി നല്കി. "സ്നേഹത്തോടെയും സന്മനസ്സോടെയും."

അല്ലയോ മഹാരാജാവേ, അലാവുദ്ദീന് മുന്നിൽ പ്രത്യക്ഷപ്പെട്ട വിളക്കിന്റെ അടിമഭൂതം പറഞ്ഞു "എന്റെ യജമാനനെ, നിങ്ങൾക്ക് വേണ്ടത് എന്താണെന്ന് ചോദിച്ചോളൂ; ഞാൻ നിങ്ങളുടെ അടിമയാണ്, ഈ വിളക്കിന്റെ ഉടമയുടെ അടിമ."

പയ്യൻ മറുപടി നല്കി "അന്ന് നീ കൊണ്ടുവന്നതുപോലെ ഒരു തളിക ഭക്ഷണം നീ കൊണ്ടുവരണമെന്ന് ഞാൻ ആഗ്രഹിക്കുന്നു; വിശന്നിട്ട് വയ്യ."

അത്പ്രകാരം കണ്ണ് ചിമ്മി തുറക്കുന്ന സമയംകൊണ്ട് ആ അടിമ മുമ്പ് കൊണ്ടുവന്നതുപോലെ ഒരു തളികയിൽ പന്ത്രണ്ട് പ്ലേറ്റുകൾ നിറച്ച് വിഭവസമൃദ്ധമായ ഭക്ഷണം കൊണ്ടുവന്നു. അതോടൊപ്പം തൂവെള്ള നിറത്തിലുള്ള അപ്പവും ഏതാനും കുപ്പി ശുദ്ധവീഞ്ഞും ഉണ്ടായിരുന്നു. അലാവുദ്ദീൻ വിളക്കിൽ ഉരയ്ക്കാൻ പോകുന്നതിന് തൊട്ടുമുമ്പ്, ജിന്നിനെ കാണാൻ താല്പര്യമില്ലാത്ത അമ്മ പുറത്ത് പോയി നിന്നു. അല്പസമയത്തിനുള്ളിൽ തിരിച്ചെത്തിയ അവൾ തളികയിലെ പ്ലേറ്റുകളിൽ നിറച്ചുവെച്ച വിഭവസമൃദ്ധമായ ആഹാരം കണ്ട്, ആഹ്ലാദപൂർവ്വം അതിന്റെ സുഗന്ധം ആസ്വദിച്ച് നിന്നു. പയ്യൻ പറഞ്ഞു "എന്റെ അമ്മേ, ആ വിളക്ക് വലിച്ചെറിയാനല്ലേ അമ്മ എന്നോട് ഉത്തരവിട്ടത്! ഇപ്പോൾ അതിന്റെ ഗുണങ്ങൾ കണ്ടോ!"

"അള്ളാ അവന്റെ ഐശ്വര്യം വർദ്ധിപ്പിക്കുന്നു; എന്നാൽ ഞാനവനെ നോക്കാൻ ഇഷ്ടപ്പെടുന്നില്ല."

പിന്നെ അലാവുദ്ദീൻ അമ്മയോടൊപ്പം ഇരുന്ന് ആ തളികയിൽനിന്നും മതിയാവോളം ഭക്ഷണം കഴിച്ചു. ബാക്കിയുള്ളത് പിറ്റേ ദിവസത്തേക്കായി മാറ്റിവെച്ചു. ഭക്ഷണം കഴിച്ചശേഷം അലാവുദ്ദീൻ എഴുന്നേറ്റ് ഒരു പ്ലേറ്റ് തന്റെ വസ്ത്രത്തിനുള്ളിൽ ഒളിപ്പിച്ചുവെച്ച്, അത് വില്ക്കാനായി ജൂതന്റെ അടുത്തേക്ക് നടന്നു. എന്നാൽ, ഭാഗ്യമെന്നു പറയട്ടെ, അവൻ ഒരു പഴയ സ്വർണക്കടയുടെ മുന്നിലൂടെയാണ് കടന്നുപോയത്. ദൈവഭയമുള്ള ഒരു സത്യസന്ധനായിരുന്നു ആ കട ഉടമ. അയാൾ ആ പയ്യനോട് ചോദിച്ചു "എന്റെ മോനേ, നിനക്കെന്താണ് വേണ്ടത്? ഇതിനുമുമ്പ് നീ ഇതിലെ വന്ന് ആ ജൂതനുമായി ഇടപാട് നടത്തുന്നത് ഞാൻ കണ്ടിട്ടുണ്ട്; ചില സാധനങ്ങൾ നീ അവന് കൊടുക്കുന്നത് കണ്ടിട്ടുണ്ട്. ഇപ്പോഴും നിനക്ക് എന്തോ വില്ക്കാനുണ്ടെന്ന് എനിക്ക് തോന്നുന്നു. എന്റെ കുട്ടീ, ജൂതന്മാർ ഒരിക്കലും മുസ്ലീമുകളോട് നീതിപൂർവ്വം പെരുമാറില്ല; എപ്പോഴും അവരെ പറ്റിക്കാനാണ് ശ്രമിക്കുക. പ്രത്യേകിച്ച്, നീയുമായി ഇടപാട് നടത്തിയ ഈ നശിച്ച ജൂതൻ; അവന്റെ കൈയിൽ നീ അന്ന് അകപ്പെട്ടുപോയി. എന്റെ മോനേ, നിനക്ക് വില്ക്കാനുള്ളത് എന്താണെന്ന് എനിക്ക് കാണിച്ചുതരൂ, ഒരിക്കലും പേടിക്കണ്ട; അള്ളായാണേ, സത്യസന്ധമായി അതിന്റെ യഥാർത്ഥവില ഞാൻ തരും."

അപ്പോൾ, അലാവുദ്ദീൻ ആ പ്ലേറ്റ് പുറത്തെടുത്തു; ആ തട്ടാൻ അത് തുലാസ്സിൽ തൂക്കിനോക്കി, ചോദിച്ചു "ഇതുപോലുള്ള പ്ലേറ്റ് തന്നെയാണോ നീ ആ ജൂതന് വിറ്റത്?"

"അതെ, ഇതേപോലുള്ളതുതന്നെ."

"എന്ത് വിലയാണവൻ നിനക്ക് തന്നത്?"

"ഒരു ദിനാർ."

അപ്പോഴേക്കും നേരം പുലർന്നതുകണ്ട് ഷാഹ്റസാദ് അതിശയിച്ചു; കഥ പറയൽ നിർത്തി.

അഞ്ഞൂറ്റി മുപ്പത്തിയൊമ്പതാം രാവ്

ദുനിയാസാദ് പറഞ്ഞു "എന്റെ സഹോദരീ, നിനക്ക് ഉറക്കം വരുന്നില്ലെങ്കിൽ കുറച്ച് നല്ല കഥകൾ ഞങ്ങൾക്ക് പറഞ്ഞുതരൂ."

ഷാഹ്റസാദ് മറുപടി നല്കി "സ്നേഹത്തോടെയും സന്മനസ്സോടെയും." അല്ലയോ, മഹാരാജാവേ, തനിക്ക് ഒരു ദിനാർ ആണ് ആ ജൂതൻ ഒരു പ്ലേറ്റിന് തന്നതെന്ന് അലാവുദ്ദീൻ പറഞ്ഞതുകേട്ട് ആ വൃദ്ധൻ തട്ടാൻ ഉറക്കെ പറഞ്ഞു "അള്ളായുടെ സേവകരെ ചതിക്കുന്ന ഈ നശിച്ചവനിൽ നിന്ന് ഞാൻ എങ്ങനെ രക്ഷിക്കും!"

പിന്നെ, ആ പയ്യനെ നോക്കി അയാൾ പറഞ്ഞു "എന്റെ മോനെ, സത്യമായും ആ വഞ്ചകൻ ജൂതൻ നിന്നെ പറ്റിച്ചു. ഈ പ്ലേറ്റ് പരിശുദ്ധ സ്വർണമാണ്. ഞാനത് തൂക്കിനോക്കി, എഴുപത് ദിനാർ കിട്ടും. നിനക്ക് തൃപ്തിയാണെങ്കിൽ ആ തുക തരാം."

ആ വൃദ്ധൻ എഴുപത് സ്വർണനാണ്യങ്ങൾ എണ്ണിക്കൊടുത്തു. ആ ജൂതന്റെ തെണ്ടിത്തരം തുറന്ന് കാട്ടിയതിലും, തന്നോട് ദയ കാണിച്ചതിലും അവൻ വൃദ്ധനോട് നന്ദിപറഞ്ഞ് ആ പണം സ്വീകരിച്ചു. അതിനുശേഷം പണം ചിലവഴിച്ചുകഴിഞ്ഞപ്പോൾ അവൻ മറ്റൊന്ന് കൊണ്ടുവന്ന് വിറ്റു. അങ്ങനെ അവന്റെയും അമ്മയുടെയും നില മെച്ചപ്പെട്ടു. എന്നാലും, ഇടത്തരക്കാരുടെ ശൈലിയിലാണവർ ജീവിതം നയിച്ചത്, ധാരാളിത്തമില്ലാതെ. അലാവുദ്ദീൻ കുട്ടിത്തംവിട്ട് യുവത്വത്തിലേക്ക് കടന്നു. തെമ്മാടിപിള്ളരുമായുള്ള സഹവാസം ഉപേക്ഷിച്ചു. എന്നും മാർക്കറ്റിൽ പോയി നല്ലവരോടും വ്യാപാരികളോടും സൗഹൃദം സ്ഥാപിച്ചു, വ്യാപാരത്തെക്കുറിച്ചും കച്ചവടത്തിൽ മുതൽമുടക്കുന്നതിനെക്കുറിച്ചും മറ്റും പഠിച്ചു. രത്നവ്യാപാരികളിൽനിന്നും തട്ടാന്മാരിൽനിന്നും വിലപിടിച്ച രത്നങ്ങൾ പരിശോധിക്കുവാനും ക്രയവിക്രയം ചെയ്യാനും പഠിച്ചു. അപ്പോൾ അവൻ ഒരു കാര്യം മനസ്സിലാക്കി, താൻ ഭൂഗർഭഅറയിലെ തോട്ടത്തിൽനിന്നും പഴങ്ങൾ ആണെന്ന് കരുതി പറിച്ചെടുത്ത് പോക്കറ്റുകളിൽ കുത്തിനിറച്ച് കൊണ്ടുവന്നത് ഗ്ലാസ്സോ സ്ഫടികമോ അല്ല, അമൂല്യരത്നങ്ങൾ ആണ് എന്ന്; അപൂർവ്വരത്നങ്ങൾ! ലോകത്ത് ഒറ്റ രാജാവിനും ഇല്ലാത്തത്ര വമ്പിച്ച സമ്പത്തിനുടമയാണ് താനെന്ന് അലാവുദ്ദീൻ മനസ്സിലാക്കി. അവിടത്തെ രത്നവ്യാപാരികൾക്കുള്ള എല്ലാ രത്നങ്ങളുമായി തന്റെ രത്നങ്ങൾ അവൻ തുലനം ചെയ്തുനോക്കി; അവരുടെ ഏറ്റവും വലിയ രത്നം പോലും തന്റെ ഏറ്റവും ചെറിയ രത്നത്തേക്കാൾ വിലകുറഞ്ഞതാണ്! അങ്ങനെ ദിവസവും അവൻ ബസാറിൽ പോയി രത്നവ്യാപാരികളുമായി നല്ല സുഹൃദ്ബന്ധം സ്ഥാപിച്ചു, ക്രയവിക്രയങ്ങൾ ചോദിച്ചു മനസ്സിലാക്കി, വിലപ്പെട്ടതും വിലകുറഞ്ഞതും തിരിച്ചറിഞ്ഞു.

ഒരു ദിവസം അവൻ രാവിലെ എഴുന്നേറ്റ് വൃത്തിയായി വസ്ത്രം ധരിച്ച്, രത്നവ്യാപാരികളുടെ ബസാറിലേക്ക് പോയി. അവൻ തെരുവിലൂടെ കടന്നുപോകവെ, 'വിളംബരങ്ങൾ വിളിച്ചുപറയുന്നവൻ' ഉറക്കെ ഉദ്ഘോഷിക്കുന്നതു കേട്ടു' മഹാരാജാവിന്റെ കല്പന! ബസാറിലെ എല്ലാ വ്യാപാരികളും സ്വന്തം കടകൾ അടച്ച് അവരവരുടെ വീടുകളിലേക്ക് പോകട്ടെ. സുൽത്താന്റെ പുത്രി 'ബദർ അബുദൂർ' 'സ്നാനഗൃഹം' സന്ദർശിക്കാൻ പോകുകയാണ്; ഈ ഉത്തരവ് അനുസരിക്കാത്തവൻ വധശിക്ഷയ്ക്ക് വിധേയനാകും!"

ഈ പ്രഖ്യാപനം കേട്ട അലാവുദ്ദീന് രാജകുമാരിയെ കാണാൻ വല്ലാത്ത കൊതി തോന്നി. അവൻ സ്വന്തം മനസ്സിൽ പറഞ്ഞു "എല്ലാ പ്രഭുക്കന്മാരും അവളുടെ സൗന്ദര്യത്തെ വാഴ്ത്തുന്നു; അവളെ ഒന്നു കാണുക എന്നതെന്റെ അന്തിമാഭിലാഷമാണ്" - അപ്പോഴേക്കും നേരം പുലർന്നതുകണ്ട് ഷാഹ്റസാദ് ആശ്ചര്യപ്പെട്ടു; അവൾ കഥപറയൽ നിർത്തി.

അഞ്ഞൂറ്റി നാല്പതാം രാവ്

ദുനിയാസാദ് പറഞ്ഞു "എന്റെ സഹോദരീ, നിനക്ക് ഉറക്കം വരുന്നില്ലെങ്കിൽ ഞങ്ങൾക്ക് സുഖകരമായ ചില കഥകൾ പറഞ്ഞുതരൂ."

ഷാഹ്റസാദ് മറുപടി നല്കി.

"സ്നേഹത്തോടെയും സന്മനസ്സോടെയും." -അല്ലയോ മഹാരാജാവേ, രാജകുമാരി ബദർ അൽബദൂറിനെ കാണുവാനുള്ള ഉപായം അലാവുദ്ദീൻ ചിന്തിച്ചുകൊണ്ടിരുന്നു; ഒടുവിൽ, ഏറ്റവും നല്ല ഉപായം, ഒടുവിൽ, ഏറ്റവും നല്ല ഉപായം, കുളിമുറി വാതിലിനു പിന്നിൽ ഒളിച്ചുനിന്ന്, അവൾ അതിലേക്ക് കടക്കുമ്പോൾ മുഖം നോക്കി കാണുന്നതാണ്. അതനുസരിച്ച് ഒട്ടും സമയം കളയാതെ അവൻ കുളിമുറികളുടെ അടുത്തേക്ക് നടന്നു; അവൾ അവിടെ എത്തുന്നതിനുമുമ്പ്, കുളിമുറി വാതിലിനു പിന്നിൽ നിലയുറപ്പിച്ചു; ആ ഭാഗത്തേക്ക് ഒരാളുടേയും ദൃഷ്ടി ചെല്ലില്ല. രാജകുമാരി നഗരം മുഴുവൻ ചുറ്റിയടിച്ച്, കാഴ്ചകൾ കണ്ടുരസിച്ചശേഷം കുളിമുറിയിലെത്തി. പ്രവേശനകവാടത്തിൽവെച്ചവൾ ശിരോവസ്ത്രം മാറ്റിയപ്പോൾ, തിളങ്ങുന്ന സൂര്യനെപ്പോലെ ഉണ്ടായിരുന്നു ആ മുഖം! അതു കണ്ട അലാവുദ്ദീൻ പറഞ്ഞു "എന്തൊരു സൗന്ദര്യം! ഇത്രയും അഴകും അംഗലാവണ്യവും അവൾക്ക് നല്കിയ സർവ്വശക്തൻ വാഴ്ത്തപ്പെടട്ടെ!"

അവളെ കണ്ടതോടെ അവൻ തളർന്നുപോയി, മനോവ്യഥ അവനെ അവശനാക്കി. രാജകുമാരിയോടുള്ള പ്രേമം അവന്റെ ഹൃദയം തകർത്തു, ദുഃഖിച്ചുകൊണ്ടവൻ അമ്മയുടെ വീട്ടിലെത്തിയപ്പോൾ, അമ്മ ചോദിച്ചതിനൊന്നും അലാവുദ്ദീൻ മറുപടി പറഞ്ഞില്ല. അവൾ അവനു മുന്നിൽ പ്രാതൽ വിളമ്പിയപ്പോഴും അതേ ഇരിപ്പുതന്നെ! അപ്പോൾ അമ്മ ചോദിച്ചു "എന്റെ മോനേ, നിനക്കെന്തുപറ്റി? എന്നോട് പറയൂ, എന്തെങ്കിലും അസുഖമുണ്ടോ? പതിവുപോലെ, നീ എന്നോട് എന്താണ് സംസാരിക്കാത്തത്?" അലാവുദ്ദീൻ അമ്മയുടെ നേരെ തിരിഞ്ഞ് പറഞ്ഞു "ഞാനിവിടെ ഇരുന്നോട്ടെ." (എല്ലാ സ്ത്രീകളും അമ്മയെപ്പോലെയാണെന്നാണവൻ കരുതിയിരുന്നത്;) സുൽത്താന്റെ പുത്രി ബദർ അൽബദൂരിന്റെ സൗന്ദര്യത്തെകുറിച്ചവൻ കേട്ടിട്ടുണ്ടെങ്കിലും, 'സൗന്ദര്യ'വും 'ലാവണ്യ'വും എന്താണെന്നവന് അറിയില്ലായിരുന്നു.

എന്തായാലും എഴുന്നേറ്റുവന്ന് പ്രാതൽ കഴിക്കാനായി അവൾ മകനെ നിർബന്ധിച്ചു. അവൻ എഴുന്നേറ്റ് ചെന്നെങ്കിലും, ഭക്ഷണം തൊട്ടില്ല! പിന്നെ കട്ടിലിൽ നീണ്ടുനിവർന്ന് ഒറ്റ കിടപ്പാണ്. പിറ്റേന്ന് നേരം പുലരുന്നതുവരെ! അവൻ അഗാധചിന്തയിൽ ആണ്ട്കിടക്കുകയായിരുന്നു, ഉറങ്ങുകയല്ല. പിറ്റേന്നും ഇതുതന്നെയായിരുന്നു അവന്റെ നില. അതു കണ്ട് പരിഭ്രമിച്ച അവന്റെ അമ്മ മോന് എന്താണ് പറ്റിയതെന്നറിയാതെ വിഷമിച്ചു. അവന് എന്തെങ്കിലും അസുഖം പിടിപെട്ടോ എന്ന് ഭയപ്പെട്ട അവൾ മകന്റെ അടുത്തുചെന്നിരുന്ന് ചോദിച്ചു,

"എന്റെ മോനേ, നിന്റെ ശരീരത്തിന് വേദനയോ, മറ്റെന്തെങ്കിലും അസുഖമോ ഉണ്ടോ? എന്നോട് പറയൂ, ഞാൻ പോയി വൈദ്യനെ വിളിച്ചു കൊണ്ടുവരാം. ഇന്ന് നമ്മുടെ നഗരത്തിൽ അറബിനാട്ടിൽനിന്നുള്ള പ്രഗദ്ഭനായൊരു വൈദ്യൻ എത്തും, സുൽത്താൻ വിളിച്ചുവരുത്തുന്ന താണ്. നിനക്ക് സുഖമില്ലെങ്കിൽ ഞാൻ ചെന്ന് അദ്ദേഹത്തെ കൂട്ടിക്കൊണ്ടു വരാം." – അപ്പോഴേക്കും നേരം പുലർന്നതുകണ്ട് ഷാഹ്റസാദ് ആശ്ചര്യ പ്പെട്ടുപോയി; തനിക്ക് പറയാനനുവദിച്ച കഥ പറച്ചിൽ അവൾ നിർത്തി.

അഞ്ഞൂറ്റി നാല്പത്തിയൊന്നാം രാവ്

ദുനിയാസാദ് പറഞ്ഞു "അല്ലയോ സഹോദരീ, നിനക്ക് ഉറക്കം വരുന്നി ല്ലെങ്കിൽ നീ ഏതെങ്കിലും സുഖകരമായ കഥകൾ ഞങ്ങൾക്ക് പറഞ്ഞു തരൂ."

ഷാഹ്റസാദ് മറുപടി നല്ല "സന്തോഷത്തോടെയും സന്മനസ്സോ ടെയും." – അല്ലയോ മഹാരാജാവേ, വൈദ്യനെ കൊണ്ടുവരാമെന്ന അമ്മ യുടെ അഭിപ്രായം കേട്ട് അലാവുദ്ദീൻ പറഞ്ഞു "എന്റെ അമ്മേ, എന്റെ ശരീരത്തിന് യാതൊരസുഖവുമില്ല, എനിക്ക് സുഖമാണ്. എന്നാൽ, ഇന്നലെവരെ ഞാൻ കരുതിയിരുന്നത് എല്ലാ സ്ത്രീകളും അമ്മയെ പോലെ ആണെന്നാണ്, രാജകുമാരി ബദർ അൽബുദൂർ കുളിമുറിയി ലേക്ക് പോകുന്നത് ഞാൻ കാണുന്നതുവരെ!"

പിന്നെ, നടന്ന സംഭവങ്ങളെല്ലാം അവൻ അമ്മയ്ക്ക് വിവരിച്ചു കൊടുത്തു. "ഒരുപക്ഷേ, ആ വിളംബരം ചെയ്യുന്നവന്റെ അറിയിപ്പ് നിങ്ങളും കേട്ടിരിക്കാം, 'രാജകുമാരി ബദർ അൽബദൂർ കുളിമുറിയിലേക്ക് പോകുന്നതിനാൽ, ആരും കടകൾ തുറന്നിരിക്കയോ, തെരുവിൽ നില്ക്കു കയോ ചെയ്യരുത്, ആരുടെ ദൃഷ്ടിയും അവളിൽ പതിയാൻ പാടില്ല.' എന്നാൽ, കുളിമുറികവാടത്തിൽ വെച്ചവൾ ശിരോവസ്ത്രം പൊക്കിയ പ്പോൾ, അവളെ ഞാൻ നന്നായി നോക്കിക്കണ്ടു. ദൈവത്തിന്റെ അതി മനോഹരമായ ആ സൃഷ്ടികണ്ട് ഞാൻ ആനന്ദനിർവൃതിയിലായിരുന്നു; മധുരമായൊരു വേദന ഞാൻ അനുഭവിച്ചു, എന്റെ അമ്മേ! അവളെ നേടിയേ അടങ്ങൂ എന്ന മോഹം എന്റെ മനസ്സിൽ ഉദിച്ചുയർന്നു; അവളെ നേടാനാവാത്തിടത്തോളംകാലം എനിക്ക് വിശ്രമമില്ല. അതുകൊണ്ട് അവ ളുടെ അച്ഛനായ സുൽത്താനോട് അവളെ എനിക്ക് നിയമപരമായി വിവാഹം കഴിച്ചുതരാനായി ആവശ്യപ്പെടാൻ ഞാൻ പോകുകയാണ്."

മകന്റെ വാക്കുകൾ കേട്ട്, അവന്റെ അവിവേകത്തെക്കുറിച്ചോർത്ത് അമ്മ നിലവിളിച്ചു "എന്റെ മോനെ, നിനക്ക് അള്ളായുടെ കൃപയുണ്ടാ കട്ടെ! നിനക്ക് വിവേകം നഷ്ടപ്പെട്ടെന്ന് തോന്നുന്നു. നീ സ്വന്തം ബുദ്ധി നേർവഴിക്ക് തിരിക്കൂ. എന്റെ മോനേ, നീ ഭൂതബാധയേറ്റവനെപ്പോലെ ആകല്ലേ!"

അവൻ മറുപടി നല്കി. "ഇല്ല. എന്റെ അമ്മേ, എനിക്ക് ചിത്തഭ്രമ മൊന്നും വന്നിട്ടില്ല. ഞാൻ ഭ്രാന്തനുമല്ല. നിങ്ങൾ പറയുന്നതുകൊണ്ട് എന്റെ മനസ്സിലെ ചിന്തകൾക്ക് അണുപോലും മാറ്റം സംഭവിക്കാനും പോണില്ല. എന്റെ ഹൃദയേശ്വരിയെ കരസ്ഥമാക്കുന്നതുവരെ മറ്റെല്ലാം അസാധ്യമാണ്. സുന്ദരിയായ ബദർ അൽബദൂറിനെ വിവാഹം കഴിച്ചു

തരാനായി അവളുടെ അച്ഛനായ സുൽത്താനോട് ആവശ്യപ്പെടാൻ ഞാൻ ദൃഢനിശ്ചയമെടുത്തുകഴിഞ്ഞു."

"അയ്യോ, എന്റെ മോനേ, എന്റെ ജീവനാണേ, ഇത്തരം വാക്കുകൾ പറയല്ലേ; ആരെങ്കിലും അത് കേൾക്കാനിടയായാൽ നിനക്ക് ഭ്രാന്താണെന്നവർ പറയും. ഇത്തരം വിഡ്ഢിത്തങ്ങൾ വലിച്ചെറിയൂ! ഇത്തരം പദ്ധതികൾ ആരെങ്കിലും ആസൂത്രണം ചെയ്യുമോ, ആരെങ്കിലും രാജാവിനോട് ഇങ്ങനെ ആവശ്യപ്പെടുമോ? നീ സ്വന്തം തീരുമാനത്തിൽത്തന്നെ ഉറച്ചുനിന്നാൽത്തന്നെ, ആരിലൂടെയാണ് നീ ഈ വിവാഹാഭ്യർത്ഥന രാജാവിനെ ധരിപ്പിക്കുക? എനിക്കൊരു പിടിയും കിട്ടുന്നില്ല."

"ആരിലൂടെയാണ് ഞാൻ വിവാഹാഭ്യർത്ഥന നടത്തുകയെന്നോ, എന്റെ അമ്മേ, നിങ്ങൾ ഇവിടെ ഉള്ളപ്പോൾ? നിങ്ങളേക്കാൾ പ്രിയപ്പെട്ടവളും വിശ്വസ്തയുമായി എനിക്ക് മറ്റാരാണുള്ളത്? അതുകൊണ്ട് അമ്മ തന്നെ അഭ്യർത്ഥനയുമായി രാജാവിന്നടുത്ത് പോകണമെന്നാണെന്റെ ആഗ്രഹം."

"എന്റെ മോനേ, അള്ളാ എന്നെ അതിനുമുമ്പ് തിരിച്ചെടുക്കട്ടെ! എന്ത്! നിന്നെപ്പോലെ എനിക്കും വിവേകം നഷ്ടപ്പെട്ടോ? അത്തരം ചിന്തകൾ നീ മനസ്സിൽനിന്നും വലിച്ചെറിയൂ. എന്റെ മോനേ, നീ ആരുടെ മകനാണെന്ന് ഓർക്കുക; ഈ നഗരത്തിൽ കഷ്ടപ്പെട്ട് ജോലിചെയ്ത് ജീവിച്ചിരുന്ന ഏറ്റവും താഴേക്കിടയിലുള്ള ദരിദ്രനായൊരു തയ്യൽക്കാരന്റെ മകൻ! നിന്റെ അമ്മയായ ഞാനോ, അഗതിയും ദരിദ്രയുമായൊരുവൾ. അപ്പോൾ സുൽത്താന്റെ മകളെ വിവാഹം കഴിക്കണമെന്നാവശ്യപ്പെടാൻ നീ എങ്ങനെ ധൈര്യപ്പെടുന്നു? തനിക്ക് തുല്യനായ ഒരു രാജാവിന്റെ മകനെയല്ലാതെ മറ്റ് പ്രഭുകുമാരന്മാരെപോലും തന്റെ മകളെ വിവാഹം കഴിച്ചുകൊടുക്കാൻ തയ്യാറാകാത്തവനാണ് ഈ രാജാവ്." - അപ്പോഴേക്കും നേരം പുലർന്നതുകണ്ട് ഷാഹ് രസാദ് അദ്ഭുതപ്പെട്ടു; അവൾ കഥ പറച്ചിൽ നിർത്തി.

അഞ്ഞൂറ്റി നാല്പത്തിരണ്ടാം രാവ്

ദുനിയാസാദ് പറഞ്ഞു "എന്റെ സഹോദരീ, നിനക്ക് ഉറക്കം വരുന്നില്ലെങ്കിൽ, നല്ല രസകരമായ ചില കഥകൾ ഞങ്ങൾക്ക് പറഞ്ഞുതരൂ."

ഷാഹ്‌രസാദ് മറുപടി നല്കി "സ്നേഹത്തോടെയും സന്മനസ്സോടെയും." - അല്ലയോ, മഹാരാജാവേ, അലാവുദ്ദീൻ അമ്മ പറഞ്ഞത് ക്ഷമയോടെ കേട്ടശേഷം മറുപടി നല്കി "എന്റെ അമ്മേ, നിങ്ങൾ പറഞ്ഞതെല്ലാം എനിക്കറിയാവുന്നതാണ്. ഞാനൊരു ദരിദ്രരായ മാതാപിതാക്കളുടെ സന്തതിയാണെന്ന കാര്യവും എനിക്ക് വളരെ നന്നായി അറിയാവുന്നതാണ്; എന്നു മാത്രമല്ല, നിങ്ങളുടെ ഈ വാക്കുകേട്ട് എന്റെ പദ്ധതിക്ക് യാതൊരു മാറ്റവും വരുന്നതല്ല, തീർച്ചയായും. നിങ്ങളിൽനിന്ന് ഞാൻ എതിരായി ഒന്നും പ്രതീക്ഷിക്കുന്നില്ല; ഞാൻ നിങ്ങളുടെ പ്രിയപ്പെട്ട മകനാണ്, നിങ്ങൾ എന്നെ ആത്മാർത്ഥമായി സ്നേഹിക്കുന്നു; നിങ്ങൾ എന്നെ സഹായിക്കും; അല്ലെങ്കിൽ എന്റെ മരണമായിരിക്കും നിങ്ങൾ ക്ഷണിച്ചുവരുത്തുക. എന്റെ പ്രിയതമയെ നേടാനായില്ലെങ്കിൽ ഞാൻ മരിക്കും; ഞാൻ, എന്തായാലും, നിങ്ങളുടെ മകനല്ലേ." ഇതുകേട്ട് മകനെക്കുറിച്ചോർത്ത് ആ അമ്മ ദുഃഖിച്ചുകരഞ്ഞു. "എന്റെ മോനേ!

അതെ, എല്ലാ രീതിയിലും ഞാൻ നിന്റെ അമ്മ തന്നെയാണ്, നീയല്ലാതെ എനിക്കൊരു രക്തബന്ധവുമില്ല. എന്റെ ജീവിതത്തിലെ അന്തിമാഭിലാഷം നിനക്കൊരു ഭാര്യയെ കണ്ടെത്തി, സന്തോഷകരമായ ജീവിതം നല്കുക എന്നത് മാത്രമാണ്. എന്നാൽ നമ്മൾക്ക് ഇഷ്ടമുള്ള തരാതരക്കാരോട് വിവാഹാഭ്യർത്ഥന നടത്തുമ്പോൾത്തന്നെ അവളുടെ ബന്ധുക്കൾ ഉടനെ ചോദിക്കുന്നത് നിനക്ക് ഭൂസ്വത്തുണ്ടോ, കച്ചവടമുണ്ടോ, തൊഴിലുണ്ടോ, ഭാര്യയെ പോറ്റാൻ കഴിവുണ്ടോ എന്നൊക്കെയാണ്! എന്ത് മറുപടി യാണെനിക്ക് കൊടുക്കുവാൻ കഴിയുക? അങ്ങനെ, നമ്മളെപ്പോലുള്ള ദരിദ്രരോട് എനിക്ക് മറുപടി പറയാൻ പറ്റാത്ത നിലയ്ക്ക്, ചൈനാ മാഹാ രാജാവിന്റെ മകളെ ആവശ്യപ്പെടുവാൻ ഞാൻ എങ്ങനെയാണ് ധൈര്യ പ്പെടുക, എന്റെ മോനേ? അതുകൊണ്ട് ഈ ചിന്ത നീ മനസ്സിൽനിന്ന് എടുത്തുമാറ്റുക' ഒരു തയ്യൽക്കാരന്റെ മകനുവേണ്ടി ആരാണ് ഒരു രാജ കുമാരിയോട് വിവാഹാഭ്യർത്ഥന ചെയ്യുക? ഞാൻ പറയുന്നത്, അത് നമ്മുടെ നിർഭാഗ്യങ്ങൾ വർദ്ധിപ്പിക്കാനേ ഇടവരുത്തൂ എന്നാണ്; സുൽത്താൻ അതിന്റെ പേരിൽ നമ്മൾ ഇരുവരേയും വധിക്കാനും മടി ക്കില്ല! ഞാൻ എങ്ങനെയാണ് ഇത്തരം സാഹസികവും ആപൽക്കരവു മായ പ്രവൃത്തിക്ക് തുനിയുക, എന്റെ മോനേ? ഏത് രീതിയിലാണ് ഞാൻ സുൽത്താനോട് അദ്ദേഹത്തിന്റെ മകളെ എന്റെ മകന്റെ ഭാര്യയാക്കാ നായി അഭ്യർത്ഥിക്കുക? അദ്ദേഹത്തെ സമീപിക്കാൻതന്നെ എനിക്കു കഴി യുമോ? കഴിഞ്ഞാൽത്തന്നെ എന്തിനാണ് ഞാൻ കൊട്ടാരത്തിലേക്ക് ചെല്ലുന്നതെന്നവർ ചോദിച്ചാൽ ഞാൻ എന്ത് മറുപടിയാണ് നല്കുക? ഒരുപക്ഷേ, ഞാനൊരു ഭ്രാന്തിയാണെന്ന് രാജാവ് കരുതിയേക്കും. ഒടു വിൽ, എനിക്ക് സുൽത്താന് മുഖം കാണിക്കാൻതന്നെ കഴിഞ്ഞെന്ന് കരു തുക; അപ്പോൾ എന്ത് കാഴ്ചദ്രവ്യമാണ് ഞാനദ്ദേഹത്തിന് സമർപ്പി ക്കുക?" - അപ്പോഴേക്കും നേരം പുലരാറായെന്നുകണ്ട് ഷാഹ് രസാദ് അദ്ഭുതപ്പെട്ടു; അവൾ ഉടനെ കഥപറച്ചിൽ നിർത്തി.

അഞ്ഞൂറ്റി നാല്പത്തിമൂന്നാം രാവ്

ദുനിയാസാദ് പറഞ്ഞു "അല്ലയോ സഹോദരീ, നിനക്ക് ഉറക്കം വരുന്നി ല്ലെങ്കിൽ ഞങ്ങൾക്ക് ചില രസകരമായ കഥകൾ പറഞ്ഞുതരൂ."

ഷാഹ്രസാദ് മറുപടി നല്കി "സ്നേഹത്തോടെയും സന്മനസ്സോ ടെയും." - അല്ലയോ മഹാരാജാവേ, അലാവുദ്ദീന്റെ അമ്മ തന്റെ മക നോട് തുടർന്നു "എന്റെ കുട്ടി, സുൽത്താൻ മൃദുലഹൃദയനും ദയാലുവു മാണെന്ന കാര്യം സത്യമാണ്; നീതിക്കോ സംരക്ഷണത്തിനോ, ദാന ത്തിനോ വേണ്ടി അദ്ദേഹത്തെ സമീപിക്കുന്നവരെ നിരാകരിക്കില്ല. അദ്ദേഹം ഉദാരമതിയും ധർമ്മിഷ്ഠനുമാണെന്ന് എല്ലാവർക്കുമറിയാം. എന്നാൽ, അർഹിക്കുന്നവർക്ക് മാത്രമേ അദ്ദേഹം ആനുകൂല്യങ്ങൾ നല്കാറുള്ളൂ; തന്റെ നാടിനുവേണ്ടി സേവനം ചെയ്തവർക്കും യുദ്ധ ത്തിൽ പങ്കെടുത്തവർക്കും മറ്റും. എന്നാൽ, നിനക്ക് അങ്ങനെ അവകാശ പ്പെടാൻ എന്താണുള്ളത്? അതിനുപുറമെ, സുൽത്താന്റെ അടുത്ത് എന്തെങ്കിലും ആനുകൂല്യത്തിനായി പോകുന്നവൻ, രാജകീയ പ്രൗഢി ക്കനുസൃതമായ പാരിതോഷികങ്ങൾ എന്തെങ്കിലും കൈയിൽ കരുതേ ണ്ടതാണെന്ന് തീർച്ചയായും മുമ്പ് ഞാൻ പറഞ്ഞിരുന്നല്ലോ. അപ്പോൾ

അതൊന്നുമില്ലാതെ നീ സുൽത്താന്റെ മുന്നിൽ ചെന്നുനിന്ന് അദ്ദേഹത്തിന്റെ മകളെ വിവാഹം കഴിച്ചുതരാനാവശ്യപ്പെടുന്നത് എത്ര ആപല്ക്കരമായ പ്രവൃത്തിയാണ്."

"എന്റെ അമ്മേ, നിങ്ങൾ അത് പറഞ്ഞിട്ടുള്ളതാണ്, പല പ്രാവശ്യം ഓർമ്മിപ്പിച്ചിട്ടുള്ളതാണ്, അതുപ്രകാരം എല്ലാം ചെയ്യാൻ ഞാൻ തീരുമാനിച്ചിട്ടുണ്ട്. എന്റെ അമ്മേ, രാജകുമാരി ബദർ അൽബദൂർ എന്റെ ഹൃദയത്തിന്നടിത്തട്ടിൽ എത്തിക്കഴിഞ്ഞു. അവളെ നേടാതെ എനിക്ക് ഇനി വിശ്രമമില്ല. എന്തായാലും അമ്മ ഓർമ്മിപ്പിച്ച കാര്യങ്ങൾ, ചക്രവർത്തിയോട് അദ്ദേഹത്തിന്റെ മകളെ ചോദിക്കാൻ എനിക്ക് ധൈര്യം പകരുന്നു! എന്റെ പക്കൽ സുൽത്താന് സമർപ്പിക്കാനനുയോജ്യമായ സമ്മാനം ഇല്ലെന്ന് അമ്മ പ്രഖ്യാപിച്ചെങ്കിലും സത്യത്തിൽ എന്റെ പക്കൽ ഏതൊരു രാജാവിന്റെ പക്കലും ഇല്ലാത്തത്ര അമൂല്യമായ വസ്തു പാരിതോഷികമായി നല്കാനുണ്ട്." - അപ്പോഴേക്കും നേരം പുലരാറായെന്നു കണ്ട് ഷാഹ്റസാദ് അദ്ഭുതപ്പെട്ടു; അവൾ കഥപറച്ചിൽ നിർത്തി.

അഞ്ഞൂറ്റി നാല്പത്തിനാലാം രാവ്

ദുനിയാസാദ് പറഞ്ഞു "അല്ലയോ സഹോദരീ, നിനക്ക് ഉറക്കം വരുന്നില്ലെങ്കിൽ, രസകരമായ ചില കഥകൾ നീ ഞങ്ങൾക്കു പറഞ്ഞുതരൂ."

ഷാഹ്റസാദ് മറുപടി നല്കി, "സ്നേഹത്തോടെയും സന്മനസ്സോടെയും." - അല്ലയോ മഹാരാജാവേ, അലാവുദ്ദീൻ അമ്മയോട് പറഞ്ഞു "സത്യമായും ഞാൻ 'ഗ്ലാസും സ്ഫടിക'വുമാണെന്ന് കരുതിയ പഴങ്ങൾപോലുള്ള സാധനങ്ങളെല്ലാം അമൂല്യരത്നങ്ങളാണ്. ഈ ലോകത്തിലെ ഒറ്റ രാജാവിനും ഇവയിലെ ഏറ്റവും ചെറിയ രത്നത്തിന്റെ അത്ര വിലയുള്ള രത്നംപോലുമില്ല എന്ന് ഞാൻ മനസ്സിലാക്കി! കാരണം, രത്നവ്യാപാരികളെ പതിവായി സന്ദർശിച്ച് ഞാൻ അവയുടെ വില മനസ്സിലാക്കി; അവ ലോകത്തിലെ ഏറ്റവും വിലപിടിച്ച രത്നങ്ങളാണ്. ആ ഭൂഗർഭഅറയിൽ ചെന്നപ്പോൾ പോക്കറ്റുകൾ കുത്തിനിറച്ച് ഞാൻ കൊണ്ടുവന്നത് ഈ രത്നങ്ങളാണ്. അതുകൊണ്ട് നിങ്ങൾ മനസ്സ് ശാന്തമാക്കുക. നമ്മുടെ വീട്ടിൽ ഒരു പൊഴ്സെലിൻ കോപ്പയുണ്ട്; നിങ്ങൾ എഴുന്നേറ്റ് അത് എടുത്തുകൊണ്ടുവരൂ; അതിൽ ഞാൻ ഈ രത്നങ്ങൾ ഇട്ട് നിറയ്ക്കാം. അത് നിങ്ങൾ കൊണ്ടുപോയി പാരിതോഷികമായി രാജാവിന് സമർപ്പിക്കൂ; അദ്ദേഹത്തിന്റെ മുന്നിൽനിന്ന് എന്റെ ആഗ്രഹം അവതരിപ്പിക്കൂ. അപ്പോൾ നിങ്ങൾക്ക് നിഷ്പ്രയാസം കാര്യങ്ങൾ നിറവേറ്റാനാകുമെന്ന് ഞാൻ ഉറപ്പ് തരുന്നു. അമ്മ അതിന് സമ്മതിച്ച്, എന്റെ ആഗ്രഹപ്രകാരം ബദർ അൽബദൂറിനെ നേടിത്തന്നില്ലെങ്കിൽ, തീർച്ചയായും ഞാൻ മരിക്കുമെന്നോർത്തോളൂ. ഈ രത്നങ്ങൾ ലോകത്തിലെ ഏറ്റവും വിലപിടിച്ചവയാണെന്ന കാര്യത്തിൽ സംശയിക്കേണ്ട; രത്നവ്യാപാരികളുടെ അടുത്തേക്ക് ഞാൻ നടത്തിയ നിരവധി സന്ദർശനത്തിൽനിന്നും ഈ രത്നങ്ങളുടെ കാൽഭാഗംപോലും ഭംഗിയോ വിലയോ ഇല്ലാത്തവയാണവർ വിറ്റിട്ടുള്ളതെന്ന് ഞാൻ മനസ്സിലാക്കിയിരുന്നു! അതുകൊണ്ടാണ് നമ്മുടെ രത്നങ്ങൾ എല്ലാറ്റിനേക്കാളും വിലയുള്ളതാണെന്ന് ഞാൻ സാക്ഷ്യപ്പെടുത്തുന്നത്. അതുകൊണ്ട് എഴുന്നേല്ക്കൂ എന്റെ അമ്മേ, ഞാൻ പറഞ്ഞ ആ പൊഴ്സെലിൻ കോപ്പ എടുത്ത് കൊണ്ടു

വരൂ; ഇതിലെ ചില രത്നങ്ങൾ ഞാനതിൽ ഒരുക്കിവെച്ചുതരാം; അതിന്റെ രൂപം എങ്ങനെ ഇരിക്കുമെന്ന് നമ്മൾക്കൊന്ന് നോക്കാം! ഉടനെ അവൾ കോപ്പ കൊണ്ടുവന്ന് പറഞ്ഞു "എന്റെ മകൻ ഈ രത്നങ്ങളെക്കുറിച്ച് പറഞ്ഞത് സത്യമാണോ അല്ലയോ എന്ന് എനിക്ക് മനസ്സിലായാൽ എന്താണ് ചെയ്യേണ്ടതെന്ന് എനിക്കറിയാം."

അവൾ കോപ്പ മകന് മുന്നിൽ വെച്ചു; അവൻ പോക്കറ്റിൽനിന്ന് രത്നങ്ങൾ പുറത്തെടുത്ത് കോപ്പയിൽ ഭംഗിയായി ഒരുക്കിവെച്ചു. ആ കോപ്പ വക്കോളം നിറഞ്ഞപ്പോൾ, അമ്മയ്ക്ക് അതിൽ നോക്കിനില്ക്കാൻ കഴിഞ്ഞില്ല. ആ രത്നങ്ങളുടെ തിളക്കത്തിൽ കണ്ണ് മഞ്ഞളിച്ചുപോയി, ഇടിമിന്നൽപോലുള്ള തിളക്കമായിരുന്നു അതിൽനിന്നുയർന്നത്; അവൾ അതു കണ്ട് അന്ധാളിച്ചുപോയി! അവളോട് പറഞ്ഞതിനേക്കാൾ എത്രയോ മടങ്ങ് ആയിരിക്കും അതിന്റെ മൂല്യം എന്നവൾ ഓർത്തു. അതിനും പുറമെ, അത്തരം രത്നങ്ങൾ ഈ ലോകത്തിലെ ഒറ്റ രാജാവിന്റെ പക്കലും ഉണ്ടാകില്ലെന്ന് മകൻ പ്രഖ്യാപിച്ചത് സത്യമായിരിക്കുമെന്നും അവൾ കരുതി. അലാവുദ്ദീൻ അമ്മയ്ക്കുനേരെ തിരിഞ്ഞ് പറഞ്ഞു "നിങ്ങൾ കണ്ടല്ലോ, എന്റെ അമ്മേ, സുൽത്താന് കൊടുക്കാൻ ഉദ്ദേശിച്ച ഈ സമ്മാനം രാജകീയ പ്രൗഢിയുള്ളതാണ്. അദ്ദേഹത്തിൽനിന്നും നിങ്ങൾക്ക് ഉന്നത സ്വീകരണം കിട്ടുമെന്ന് ഞാൻ ഉറപ്പുതരുന്നു; എല്ലാവിധ അന്തസ്സോടെയും രാജാവ് നിങ്ങളെ സ്വാഗതം ചെയ്യും. ഇനി, എന്റെ അമ്മേ, നിങ്ങൾക്ക് യാതൊരു ഒഴികഴിവുമില്ലല്ലോ! അതുകൊണ്ട് മനസ്സമാധാനത്തോടെ എഴുന്നേല്ക്കൂ; ഈ കോപ്പയുമെടുത്ത് കൊട്ടാരത്തിലേക്കു ചെല്ലൂ."

അവന്റെ അമ്മ പറഞ്ഞു "എന്റെ മകനെ, ഈ സമ്മാനം ഏറ്റവും വിലപിടിപ്പുള്ളതാണെന്നത് സത്യംതന്നെ, നീ പറഞ്ഞതുപോലെ മറ്റാർക്കും ഇത്തരം രത്നങ്ങൾ സ്വന്തമായിട്ടില്ല. എന്നാൽ, സുൽത്താന്റെ മുന്നിൽ ചെന്ന് അദ്ദേഹത്തിന്റെ മകളെ ആവശ്യപ്പെടാൻ ആർക്കാണ് ധൈര്യം? 'അങ്ങയുടെ പുത്രിയെ എനിക്ക് വേണം' എന്ന് പറയാൻ തീർച്ചയായും എനിക്ക് ധൈര്യമില്ല! 'നിങ്ങൾക്ക് എന്തുവേണം?' എന്നദ്ദേഹം ചോദിക്കുമ്പോൾ, നിനക്കറിയാമോ എന്റെ മോനേ, എന്റെ നാവ് കെട്ടിയിട്ടതുപോലെയാകും. അള്ളാ സഹായിച്ച്, ഞാൻ ധൈര്യം സംഭരിച്ച് ഇങ്ങനെ പറഞ്ഞെന്ന് കരുതുക, 'അങ്ങയുടെ മകൾ ബദർ അൽബദൂറിനെ എന്റെ മകൻ അലാവുദ്ദീനെക്കൊണ്ട് വിവാഹം കഴിപ്പിച്ച്, അങ്ങയുടെ ബന്ധു ആകണമെന്നാണെന്റെ ആഗ്രഹം'. ഇത് കേട്ട ഉടനെ, എനിക്ക് ഭ്രാന്താണെന്നവർ കരുതി, എന്നെ നിന്ദിക്കുകയും അപമാനിക്കുകയും ചെയ്യും. ഞാൻ മാത്രമല്ല, നീയും അതോടെ വധിക്കപ്പെടും. എന്തായാലും, എന്റെ മോനേ, നിന്റെ ഉദ്ദേശ്യസാഫല്യത്തിനായി ഞാൻ ധൈര്യം സംഭരിച്ച് വേഗം പോകാം; എന്റെ മോനേ, സമ്മാനത്തിന്റെ പേരിൽ രാജാവ് ആദരവോടെ എന്നെ സ്വീകരിച്ച്, എന്റെ ആഗ്രഹം എന്താണെന്ന് ആരാഞ്ഞാൽ" – അപ്പോഴേക്കും നേരം പുലർന്നതുകണ്ട് ഷാഹ്രസാദ് ആശ്ചര്യപ്പെട്ടു; കഥ പറയുന്നത് നിർത്തി.

അഞ്ഞൂറ്റി നാല്പത്തിയഞ്ചാം രാവ്

ദുനിയാസാദ് പറഞ്ഞു "അല്ലയോ, എന്റെ സഹോദരീ, നിനക്ക് ഉറക്കം വരുന്നില്ലെങ്കിൽ ഞങ്ങൾക്ക് രസകരമായ കുറച്ച് കഥകൾ പറഞ്ഞുതരിക.

അപ്പോൾ ഷാഹ്റസാദ് മറുപടി നല്കി. "സ്നേഹത്തോടും സന്മന സ്സോടുംകൂടി." - അല്ലയോ മഹാരാജാവേ, അലാവുദ്ദീന്റെ അമ്മ മക നോട് പറഞ്ഞു "ഞാൻ മറുപടിയായി രാജാവിനോട് നിന്റെ ആഗ്രഹം പറയും, അദ്ദേഹത്തിന്റെ പുത്രിയെ വിവാഹം കഴിക്കാൻ നീ ആഗ്രഹി ക്കുന്നെന്ന്. എന്നാൽ, നിനക്ക് എത്ര എസ്റ്റേറ്റുകൾ ഉണ്ടെന്നും, എത്ര വരുമാനമുണ്ടെന്നും അദ്ദേഹം ചോദിച്ചാൽ ഞാൻ എന്ത് മറുപടി നല്കും? ഒരുപക്ഷേ, എന്റെ മോനേ, നിന്നെക്കുറിച്ച് അന്വേഷിക്കുന്നതിനു മുമ്പ് എന്നെ അദ്ദേഹം ചോദ്യംചെയ്തേക്കാം."

"ആ രത്നങ്ങളും അവയുടെ രാജകീയപ്രൗഢിയും കണ്ടാൽ പിന്നെ അത്തരം കാര്യങ്ങളൊന്നും രാജാവ് ചോദിക്കില്ല; അത്തരം ചിന്തതന്നെ മനസ്സിലേക്ക് കടന്നുവരില്ല. ഇപ്പോൾ അമ്മ ഒന്നെഴുന്നേറ്റ് ഈ അമൂല്യ രത്നങ്ങൾ രാജാവിന് സമ്മാനിച്ച്, അദ്ദേഹത്തിന്റെ പുത്രിയെ എനിക്കായി ചോദിക്കുക; വെറുതെ അവിടെ ഇരുന്ന് ഓരോന്ന് സങ്കല്പിച്ച് കൂടുതൽ ബുദ്ധിമുട്ടുകൾ സൃഷ്ടിക്കല്ലെ. ഇത് അറിയുന്നതിനുമുമ്പുതന്നെ നമ്മൾക്ക് ആവശ്യത്തിനുള്ള സ്ഥിരവരുമാനം നമ്മുടെ വിളക്ക് തരുന്നുണ്ട്. നമ്മൾക്ക് വേണ്ടതെല്ലാം അത് തന്നുകൊണ്ടിരിക്കും. നിങ്ങൾ പറയുന്നതു പോലെ സുൽത്താൻ എന്നെ ചോദ്യംചെയ്താൽ ഞാൻ വേണ്ടരീതിയിൽ മറുപടി കൊടുത്തോളാം."

അങ്ങനെ അലാവുദ്ദീനും അമ്മയും രാത്രി മുഴുവൻ ഈ വിഷയ ത്തെക്കുറിച്ച് ചർച്ചചെയ്തുകൊണ്ടിരുന്നു. നേരം പുലർന്നപ്പോൾ ആ വീട്ടമ്മ എഴുന്നേറ്റ്, മനസ്സിനെ സ്വയം ആശ്വസിപ്പിച്ച്; പ്രത്യേകിച്ചും മകൻ പറഞ്ഞ വിളക്കിന്റെ മഹത്വത്തെയും ശക്തിയേയുംകുറിച്ചോർത്തു; അവർക്കാവശ്യമുള്ളതെല്ലാം അത് നല്കും. താൻ ആ വിളക്കിന്റെ പ്രവർത്തനത്തെക്കുറിച്ച് വിശദീകരിച്ചതുകേട്ട് അമ്മയ്ക്ക് ആത്മവിശ്വാസം വന്നതായി അലാവുദ്ദീൻ കണ്ടു; അവൾ ആളുകളോട് അനാവശ്യമായി ചിലച്ചെങ്കിലോ എന്നു പേടിച്ച് അലാവുദ്ദീൻ പറഞ്ഞു "ആ വിളക്കിന്റെ ഗുണഗണങ്ങളെക്കുറിച്ചും ആദായത്തെക്കുറിച്ചും മറ്റും ആളുകളോട് സംസാരിക്കുമ്പോൾ സൂക്ഷിക്കണം, എന്റെ അമ്മേ; ഇത് നമ്മുടെ വലി യൊരു സ്വത്താണ്. മറ്റുള്ളവരുടെ മുന്നിൽ വാചാലയാകരുത്, നാവ് നിയന്ത്രിക്കണം, അവർ ആരായാലും. സന്ദർഭവശാൽ നമ്മൾക്കത് നഷ്ട പ്പെടാനിടവരരുത്; ആ വരദാനം നഷ്ടപ്പെട്ടാൽ, നമ്മൾക്കവനിൽനിന്ന് കിട്ടുന്നതെല്ലാം ഇല്ലാതാകും."

"പേടിക്കേണ്ട മോനേ" അവൾ രത്നങ്ങൾ നിറച്ച കോപ്പയുമെടുത്ത് അത് നല്ലൊരു ഉറുമാലിൽ പൊതിഞ്ഞ് നേരെ കൊട്ടാരത്തിലേക്ക് നടന്നു. ആളുകൾ വന്ന് നിറയുന്നതിനു മുമ്പവൾ ദർബാർഹാളിൽ കടന്നുകൂടി. ഉള്ളിലേക്ക് പോകുമ്പോൾ മന്ത്രിമാരും പ്രഭുക്കന്മാരും ദർബാറിലേക്ക് പോകുന്നതവൾ കണ്ടു. അല്പസമയത്തിനുശേഷം സുൽത്താൻ അങ്ങോട്ട് എഴുന്നള്ളി. മന്ത്രിമാരും പ്രഭുക്കന്മാരും ജന്മികളുമെല്ലാം എഴുന്നേറ്റ് കൈയുംകെട്ടി നിന്നു; രാജാവ് ഇരുന്നശേഷം, അവരോട് ഇരിക്കാൻ ഉത്ത രവിടുന്നതുവരെ ആ നില്പ് തുടർന്നു. ഉത്തരവ് ലഭിച്ചതോടെ അവര വരുടെ പദവിക്കനുസൃതമായ പീഠങ്ങളിൽ അവർ ഇരുന്നു. പിന്നീട് സഭാ നടപടികൾ ആരംഭിച്ചു. ഔദ്യോഗിക കൃത്യനിർവഹണത്തിനുശേഷം സഭ പിരിയുകയും, രാജാവ് എഴുന്നേറ്റ് കൊട്ടാരത്തിലേക്ക് പോകുകയും

ചെയ്തു; മറ്റുള്ളവരും അവരവരുടെ വഴിക്ക് പോയി – അപ്പോഴേക്കും നേരം പുലർന്നതുകണ്ട് ഷാഹ് രസാദ് അദ്ഭുതപ്പെട്ടു; തനിക്ക് പറയാനനുവദിച്ച കഥ പറച്ചിൽ നിർത്തി.

അഞ്ഞൂറ്റി നാല്പത്തിയാറാം രാവ്

ദുനിയാസാദ് പറഞ്ഞു "എന്റെ സഹോദരീ, നിനക്ക് ഉറക്കം വരുന്നില്ലെങ്കിൽ, ഏതാനും രസകരമായ കഥകൾ ഞങ്ങൾക്ക് പറഞ്ഞുതരൂ."

ഷാഹ്രസാദ് മറുപടി നല്കി "സ്നേഹത്തോടും സന്മനസ്സോടും കൂടെ."

-അല്ലയോ മഹാരാജാവേ, അലാവുദ്ദീന്റെ അമ്മ എല്ലാവരേക്കാളും മുമ്പായി ദർബാർ ഹാളിലെത്തി. സഭാനടപടികൾ അവസാനിച്ച്, സുൽത്താൻ എഴുന്നേറ്റ് കൊട്ടാരത്തിലേക്ക് തിരിച്ചുപോകുന്നതുവരെ അവൾ അവിടെനിന്നു. സഭ കാലിയാവുകയും സുൽത്താൻ അന്തഃപുരത്തിലേക്ക് പ്രവേശിക്കയും ചെയ്തപ്പോൾ അവളും സ്വന്തം വീട്ടിലേക്ക് തിരിച്ചു. അവളെ കൈയിൽ കോപ്പയുമായി മകൻ കണ്ട ഉടനെ എന്തോ പ്രതികൂലസംഭവങ്ങൾ നടന്നിട്ടുണ്ടെന്നവൻ കരുതി. എന്നാൽ, അവൾ കോപ്പ താഴെവെക്കുന്നതുവരെ അവൻ ഒന്നും ചോദിച്ചില്ല. അവിടെ നടന്ന കാര്യങ്ങൾ അവൾ മകനെ ധരിപ്പിച്ചു "അൽഹം ദോലില്ലാ, എന്റെ കുട്ടീ, ഞാൻ ധൈര്യം സംഭരിച്ച് ദർബാറിൽ കടന്നുചെന്ന് നിലയുറപ്പിച്ചു. എങ്കിലും രാജാവിനോട് സംസാരിക്കാൻ ഞാൻ ഭയപ്പെട്ടു (ഇൻഷാ അള്ളാ) നാളെ ഞാൻ അദ്ദേഹത്തോട് സംസാരിക്കും; ഇന്ന് എന്നെപ്പോലെ നിരവധിപേർക്ക് സംസാരിക്കാനവസരം ലഭിച്ചില്ല. എന്നാലും സന്തോഷവാനായിരിക്കൂ, എന്റെ മോനേ, നാളെ നിന്റെ കാര്യം ഞാൻ അദ്ദേഹത്തോട് സംസാരിക്കും. ഈ സംഭവിച്ചതൊന്നും ഇനി ആവർത്തിക്കില്ല."

അമ്മയുടെ വാക്കുകൾകേട്ട് അലാവുദ്ദീൻ വല്ലാതെ ആഹ്ലാദിച്ചു. അവന് ബദർ അൽബദൂറിനോടുള്ള അമിതമായ പ്രേമവും അഭിനിവേശവുംമൂലം മനസ്സ് അസ്വസ്ഥമായെങ്കിലും, എല്ലാം ക്ഷമയോടെ സഹിച്ചു.

അന്നു രാത്രി അവർ സസന്തോഷം ഉറങ്ങി. പിറ്റേന്നു രാവിലെ അലാവുദ്ദീന്റെ അമ്മ എഴുന്നേറ്റ് തയ്യാറായി, കോപ്പയുമെടുത്ത് ദർബാറിന് മുന്നിലെത്തി; അത് അടഞ്ഞുകിടക്കുകയാണ്! മറ്റുള്ളവരോട് അതിനുള്ള കാരണം അവൾ തിരക്കി. സുൽത്താൻ എന്നും ദർബാർ നടത്തില്ലെന്നും ആഴ്ചയിൽ മൂന്നുദിവസമേ നടത്തൂ എന്നും അവർ മറുപടി നല്കിയപ്പോൾ, അവൾ തിരിച്ചുപോകാൻ തീരുമാനിച്ചു. അതിനുശേഷം ദർബാർ നടക്കുന്ന ദിവസങ്ങളിലെല്ലാം അവൾ രാജാവിന്റെ മുന്നിൽ വന്നു നില്ക്കും, കച്ചേരി അവസാനിക്കുമ്പോൾ വീട്ടിലേക്ക് തിരിച്ചുപോകും! ഒരുമാസം മുഴുവൻ ഈ രീതി തുടർന്നു. സുൽത്താൻ അവളെ ശ്രദ്ധിച്ചിരുന്നു; അവസാനദിവസം അദ്ദേഹം അവൾക്ക് സംസാരിക്കാനവസരം നല്കുമായിരുന്നു; എന്നാൽ മുന്നോട്ടുവന്ന് ഒരക്ഷരം മിണ്ടാനവൾക്ക് ധൈര്യമുണ്ടായില്ല! രാജാവ് സഭാനടപടികൾ അവസാനിപ്പിച്ച് വസീറിനോടൊപ്പം അന്തഃപുരത്തിലേക്ക് നടക്കവെ, അദ്ദേഹം വസീറിനു നേരെ തിരിഞ്ഞ് പറഞ്ഞു, "അല്ലയോ വസീർ, കഴിഞ്ഞ ആറേഴ് ദർബാർ ദിവസങ്ങളിൽ അവിടെ ഒരു വൃദ്ധ സ്ത്രീ നില്ക്കുന്നത് ഞാൻ കാണാറുണ്ട്;

അവൾ ഉറുമാലിൽ പൊതിഞ്ഞ് എന്തോ പിടിച്ചിട്ടുമുണ്ട്. നിങ്ങൾക്ക് അവളെക്കുറിച്ചെന്തെങ്കിലും അറിയുമോ? എന്താണവളുടെ ഉദ്ദേശ്യം?"

"അല്ലയോ, എന്റെ പ്രഭോ, സുൽത്താനേ, സത്യമായും സ്ത്രീകൾ വിവേകശാലികളല്ല, ഒരുപക്ഷേ ഈ വീട്ടമ്മ തന്റെ ഭർത്താവിനെയോ ബന്ധുക്കളെയോകുറിച്ച് ആവലാതി പറയാൻ വന്നതായിരിക്കും." എന്നാൽ ഈ മറുപടി സുൽത്താനെ തൃപ്തിപ്പെടുത്തിയില്ല. അവൾ വീണ്ടും വന്നാൽ തന്റെ മുന്നിൽ ഹാജരാക്കണമെന്നദ്ദേഹം വസീറിനോടാജ്ഞാപിച്ചു. വസീർ ശിരസ്സിൽ കൈവെച്ച് ഉറക്കെ പറഞ്ഞു. "സുൽത്താന്റെ ഉത്തരവ്പോലെ!" - അപ്പോഴേക്കും നേരം പുലർന്നെന്നുകണ്ട് ഷാഹ്റസാദ് ആശ്ചര്യപ്പെട്ടു. തനിക്ക് അനുവദിച്ചുതന്ന കഥപറച്ചിൽ നിർത്തി.

അഞ്ഞൂറ്റി നാല്പത്തിയേഴാം രാവ്

ദുനിയാസാദ് പറഞ്ഞു "അല്ലയോ സഹോദരീ, നിനക്ക് ഉറക്കം വരുന്നില്ലെങ്കിൽ ഞങ്ങൾക്ക് ചില നല്ല കഥകൾ പറഞ്ഞുതരൂ."

ഷാഹ്റസാദ് മറുപടി നല്കി "സ്നേഹത്തോടും സന്മനസ്സോടും കൂടെ." - അല്ലയോ മഹാരാജാവേ, അലാവുദ്ദീന്റെ അമ്മ എന്നും ദർബാർ ഹാളിൽ എത്തി രാജാവിന് മുന്നിൽ നില്ക്കുക ഒരു പതിവായിരുന്നു. അവൾ ക്ഷീണിതയും ദുഃഖിതയുമായിരുന്നെങ്കിലും, തന്റെ മകനുവേണ്ടി പ്രയത്നിച്ച് സ്വന്തം ബുദ്ധിമുട്ടുകൾക്ക് പരിഹാരം കാണാൻ അവൾ ശ്രമിച്ചു. ഒരുദിവസം, പതിവുപോലെ അവൾ കച്ചേരിയിലെത്തിയപ്പോൾ സുൽത്താന്റെ ദൃഷ്ടി അവളിൽ പതിഞ്ഞു. അദ്ദേഹം വസീറിനോട് പറഞ്ഞു. "ഇന്നലെ നിങ്ങളോട് ഈ സ്ത്രീയെക്കുറിച്ചാണ് ഞാൻ സംസാരിച്ചത്. അവളെ നേരെ എന്റെ അടുത്തേക്ക് കൊണ്ടുവരിക, അവളുടെ പരാതി എന്താണെന്ന് കേട്ട് വേണ്ടത് ചെയ്യാം."

ഉടനെ മന്ത്രി അവളെ സുൽത്താന്റെ മുന്നിലേക്ക് കൊണ്ടുവന്നു. അവൾ സുൽത്താന് സലാം ചെയ്തു; സ്വന്തം വിരൽത്തുമ്പിൽ ചുംബിച്ച് അത് നെറ്റിയിൽവെച്ചു. സുൽത്താന്റെ ആയുരാരോഗ്യത്തിനും അഭിവൃദ്ധിക്കും പ്രശസ്തിക്കുംവേണ്ടി പ്രാർത്ഥിച്ച് അദ്ദേഹത്തിന് മുന്നിലെ നിലത്ത് ചുംബിച്ചു.

അപ്പോൾ രാജാവ് പറഞ്ഞു. "അല്ലയോ സ്ത്രീ, ഏതാനും ദിവസങ്ങളായി നിങ്ങളെ ഞാൻ ദർബാറിൽ, ഒരക്ഷരം മിണ്ടാതെ നില്ക്കുന്നത് കാണുന്നു. ഞാൻ അനുവദിച്ചു നല്കേണ്ട എന്തെങ്കിലും ആവശ്യം നിങ്ങൾക്ക് സമർപ്പിക്കാനുണ്ടോ, പറയൂ?"

അവൾ രണ്ടാമതും നിലത്ത് ചുംബിച്ച്, അദ്ദേഹത്തെ അനുഗ്രഹിച്ചുകൊണ്ട് മറുപടി നല്കി "സത്യമായിട്ടും എനിക്കൊരാവശ്യമുണ്ട് മഹാരാജാവേ; എന്നാൽ, എന്റെ സുരക്ഷിതത്വം, ആദ്യം അങ്ങ് വാഗ്ദാനം ചെയ്യണം; എങ്കിലേ സുൽത്താനോടക്കാര്യം എനിക്ക് പറയാൻ കഴിയൂ. ഒരുപക്ഷേ അത് വിചിത്രമായി അങ്ങേക്ക് തോന്നിയേക്കാം."

അവളുടെ ആഗ്രഹം അറിയാൻ താത്പര്യമുള്ള അസാധാരണമാംവിധം സൗമ്യതയും ദാക്ഷിണ്യവുമുള്ള രാജാവ് അവൾക്ക് സുരക്ഷിതത്വം വാഗ്ദാനം ചെയ്തു; വസീർ ഒഴിച്ച് മറ്റെല്ലാവരേയും ദർബാർ ഹാളിൽനിന്ന് ഒഴിപ്പിച്ചു. പിന്നെ, ആ സ്ത്രീക്കുനേരെ തിരിഞ്ഞ് പറഞ്ഞു "നിങ്ങളുടെ

അപേക്ഷ എന്താണെന്ന് പറയൂ. സർവ്വശക്തനായ അള്ളായുടെ സംരക്ഷണം നിങ്ങൾക്കുണ്ടാകും."

"അല്ലയോ മഹാരാജാവേ" അവൾ മറുപടി നല്കി "അങ്ങും എനിക്ക് മാപ്പ് നല്കണം."

"അള്ളായെപ്പോലെ ഞാനും നിങ്ങൾക്ക് മാപ്പ് നല്കുന്നു."

അപ്പോൾ അവൾ പറഞ്ഞുതുടങ്ങി "അല്ലയോ പ്രഭോ, സുൽത്താനേ, അലാവുദ്ദീൻ എന്നു പേരുള്ളൊരു പുത്രൻ എനിക്കുണ്ട്. എല്ലാ കടകളും അടച്ച് തെരുവുകളിൽനിന്ന് ആളുകളോട് ഒഴിഞ്ഞുപോകാൻ വിളംബരം ചെയ്യുന്നത് ഒരുദിവസം അവൻ കേട്ടു; സുൽത്താന്റെ പുത്രി ബദർ അൽബദൂർ കുളിമുറിയിലേക്ക് പോകുന്ന സമയമായിരുന്നു അത്. അവളെ കാണാനുള്ള അടക്കാനാവാത്ത മോഹം അലാവുദ്ദീന്റെ മനസ്സിൽ ഉദിച്ചു. അവളെ നന്നായി കാണാൻ വേണ്ടി അവൻ കുളിമുറി വാതില്ക്കൽ ഒളിച്ചുനിന്നു. അവൾ കുളിമുറിയിലേക്ക് ശിരോവസ്ത്രം നീക്കി പ്രവേശിക്കവെ അവളുടെ മുഖം അവൻ ഭംഗിയായി കണ്ടു. അവളെ ദർശിച്ച ആ ദിവസം മുതൽ ഈ നിമിഷംവരെ അവൻ അതീവ അസ്വസ്ഥനാണ്. അവനുവേണ്ടി അങ്ങയുടെ മകളുടെ കരം ആവശ്യപ്പെടുവാനായി അവൻ എന്നോട് അഭ്യർത്ഥിച്ചിരിക്കയാണ്! അവൻ അത്രയ്ക്ക് അഗാധമായി രാജകുമാരിയെ സ്നേഹിക്കുന്നതിനാൽ അവന്റെ മനസ്സിൽനിന്നാ ചിന്ത മാറ്റാൻ എനിക്ക് കഴിയുന്നില്ല. അവൻ എന്നോട് പറഞ്ഞു 'എന്റെ അമ്മേ, എന്റെ ആഗ്രഹം സഫലമായില്ലെങ്കിൽ ഞാൻ മരിക്കും.' ദയാലുവും മൃദുലഹൃദയനുമായ അങ്ങ് എന്റെയും മകന്റെയും ചങ്കൂറ്റത്തെ പൊറുക്കണമെന്നും ഞങ്ങളെ ശിക്ഷിക്കരുതെന്നും ഞാൻ യാചിക്കുന്നു."

അവളുടെ കഥകേട്ട് സുൽത്താൻ കരുണയോടെ പൊട്ടിച്ചിരിച്ചുകൊണ്ട് ചോദിച്ചു. "നിങ്ങൾ ഉറുമാലിൽ പൊതിഞ്ഞുകൊണ്ടുനടക്കുന്നതെന്താണ്?"

തന്റെ വാക്കുകൾകേട്ട്, സുൽത്താൻ ദേഷ്യപ്പെടുന്നതിനുപകരം ചിരിക്കുന്നതുകണ്ട അലാവുദ്ദീന്റെ അമ്മ ആശ്വാസത്തോടെ ഉറുമാൽ തുറന്ന്, രത്നം നിറച്ച കോപ്പ അദ്ദേഹത്തിനു മുന്നിൽ വെച്ചു. ഉടനെ ദർബാർഹാൾ പ്രഭാപൂരിതമായി. അപൂർവ്വമായ ഈ രത്നങ്ങളുടെ പ്രകാശവലയത്തിൽപ്പെട്ട് സുൽത്താൻ മിഴിച്ചുനിന്നുപോയി! അവയുടെ വലിപ്പവും പ്രൗഢിയും; മനോഹാരിതയും കണ്ട അദ്ദേഹം വിസ്മയിച്ചുപോയി - അപ്പോഴേക്കും നേരം പുലർന്നതുകണ്ട് ഷാഹ്റസാദ് ആശ്ചര്യപ്പെട്ടു; തനിക്ക് അനുവദിക്കപ്പെട്ട കഥപറച്ചിൽ നിർത്തി.

അഞ്ഞൂറ്റി നാല്പത്തിയെട്ടാം രാവ്

ദുനിയാസാദ് പറഞ്ഞു "അല്ലയോ സഹോദരീ, നിനക്ക് ഉറക്കം വരുന്നില്ലെങ്കിൽ നല്ല കുറച്ച് കഥകൾ ഞങ്ങൾക്ക് പറഞ്ഞുതരൂ."

ഷാഹ്റസാദ് മറുപടി നല്കി "സ്നേഹത്തോടെയും സന്മനസ്സോടെയും" - അല്ലയോ മഹാരാജാവേ, രാജാവ് ആ രത്നങ്ങൾ കണ്ട് അതിശയത്തോടെ വിളിച്ചുപറഞ്ഞു "ഇത്രയും വലുതും മനോഹരവും പ്രൗഢഗംഭീരവുമായ രത്നങ്ങൾ എന്റെ ജീവിതത്തിൽ ഇതുവരെ കണ്ടിട്ടില്ല. എന്റെ ഖജനാവിൽ ഇതുപോലെ ഒരെണ്ണംപോലും കാണാൻ കഴിയില്ല." പിന്നെ തന്റെ വസീറിനു നേരെ തിരിഞ്ഞ് അദ്ദേഹം ചോദിച്ചു "അല്ലയോ

വസീർ, നിങ്ങൾ എന്ത് പറയുന്നു? ഇതുപോലെ സുന്ദരവും വലിപ്പവുമുള്ള രത്നങ്ങൾ നിങ്ങൾ എപ്പോഴെങ്കിലും കണ്ടിട്ടുണ്ടോ. പറയൂ?"

"ഞാൻ ഒരിക്കലും ഇത്തരം രത്നങ്ങൾ കണ്ടിട്ടില്ല, എന്റെ പ്രഭോ, സുൽത്താനേ. അങ്ങയുടെ ഖജനാവിലും ഇത്തരം രത്നങ്ങൾ ഇല്ല."

രാജാവ് പറഞ്ഞു "മനോഹരവും അമൂല്യവുമായ രത്നങ്ങൾ എനിക്ക് സമ്മാനിച്ചവൻ എന്റെ മകൾ ബദർ അൽബദൂറിന്റെ വരനാകാൻ എന്തുകൊണ്ടും അനുയോജ്യനാണ്. അവനേക്കാൾ അർഹതയുള്ള ഒരാളെ എനിക്ക് കണ്ടെത്താൻ കഴിയില്ല."

സുൽത്താന്റെ ഈ വാക്കുകൾ കേട്ട് വസീർ വല്ലാതെ ദുഃഖിച്ച്, മിണ്ടാനാകാതെ നിന്നു; കാരണം മന്ത്രിയുടെ മകന് രാജകുമാരിയെ വിവാഹം കഴിച്ചുകൊടുക്കാമെന്ന് രാജാവ് വാഗ്ദാനം ചെയ്തതായിരുന്നു! അതുകൊണ്ട് അല്പനേരത്തിനുശേഷം മന്ത്രി പറഞ്ഞു "അല്ലയോ മഹാരാജാവേ, രാജകുമാരി ബദർ അൽബദൂർ എന്റെ മകന്റെ ഭാര്യ ആയിരിക്കും എന്ന് അങ്ങ് എനിക്ക് വാക്കുതന്നിട്ടുള്ളതല്ലേ. അതുകൊണ്ട് മഹാനായ അങ്ങ് മൂന്നുമാസത്തെ സമയം ഞങ്ങൾക്ക് ദയവായി അനുവദിച്ചുതരണം; അതിനുള്ളിൽ, ഇൻഷ അള്ളാ, എന്റെ മകൻ ഇതിനേക്കാൾ വിലയുള്ള ഒരു പാരിതോഷികം കൊണ്ടുവന്ന് അങ്ങേക്ക് നല്കും."

വസീറിനോ, തന്റെ രാജ്യത്തെ വമ്പന്മാരായ പ്രഭുക്കന്മാർക്കോ അത്തരം ഒരു കൃത്യം നിർവ്വഹിക്കാനാകില്ലെന്നറിയാമെങ്കിലും ദയാലുവും അന്തസ്സുള്ളവനുമായ സുൽത്താൻ, വസീർ ആവശ്യപ്പെട്ട കാലയളവ് അനുവദിച്ചുനല്കി. പിന്നെ അദ്ദേഹം അലാവുദ്ദീന്റെ അമ്മയ്ക്കുനേരെ തിരിഞ്ഞ് പറഞ്ഞു "മകന്റെ അടുത്തുചെന്ന് പറയൂ, എന്റെ മകൾ അവനുള്ളതാണെന്ന് ഞാൻ വാക്കുതരുന്നെന്ന്. വിവാഹസംബന്ധമായ അവളുടെ ഫർണീച്ചർ തയ്യാറാക്കാനുള്ള സമയം മാത്രം എനിക്ക് വേണം. അതിനായി മൂന്നുമാസം അവൻ കാത്തിരിക്കട്ടെ."

ഈ മറുപടി കേട്ട് അലാവുദ്ദീന്റെ അമ്മ അദ്ദേഹത്തോട് നന്ദിപറയുകയും അനുഗ്രഹിക്കുകയും ചെയ്തു. പിന്നെ, പരമാനന്ദലഹരിയിൽ അവൾ വീട്ടിലേക്ക് പാഞ്ഞു! പുഞ്ചിരിച്ച മുഖവുമായി വരുന്ന അമ്മയെ മകൻ കണ്ടപ്പോൾ ശുഭവാർത്തയാണ് കൊണ്ടുവന്നിരിക്കുന്നതെന്നവൻ മനസ്സിലാക്കി; പ്രത്യേകിച്ച് പതിവിന് വിപരീതമായി ഇന്നവൾ നേരത്തെ എത്തിയിരിക്കുന്നു, കോപ്പ തിരിച്ച് കൊണ്ടുവന്നിട്ടുമില്ല!

അവൻ അമ്മയോട് ചോദിച്ചു, "ഇൻഷാ അള്ളാ, സന്തോഷവാർത്തയാണ് നിങ്ങൾ കൊണ്ടുവന്നിട്ടുള്ളതെന്ന് ഞാൻ കരുതട്ടെ? ദൈവഗത്യാ, അമൂല്യരത്നങ്ങൾ അവയുടെ കൃത്യം നിർവ്വഹിച്ചിരിക്കുന്നു. രാജാവ് നിങ്ങളെ കരുണയോടെ സ്വീകരിക്കയും അന്തസ്സോടെ നിങ്ങളോട് പെരുമാറുകയും നിങ്ങളുടെ അപേക്ഷ ചെവിക്കൊള്ളുകയും ചെയ്തിരിക്കുന്നു, അല്ലേ?"

അവൾ നടന്ന കഥ അതേപടി അവനെ ധരിപ്പിച്ചു. സുൽത്താൻ തന്നോട് ഭംഗിയായി പെരുമാറിയത്, രത്നങ്ങളുടെ അസാധാരണ വലിപ്പവും മനോഹാരിതയുംകണ്ട് വിസ്മയിച്ചത്, വസീർ പറഞ്ഞത് എല്ലാം. "അദ്ദേഹത്തിന്റെ മകൾ നിനക്കുള്ളതാണെന്ന് സുൽത്താൻ വാഗ്ദാനം ചെയ്തു. എന്റെ മോനേ, എനിക്ക് ഈ വാഗ്ദാനം തരുന്നതിനുമുമ്പ്, സുൽത്താൻ വസീറിന് കൊടുത്ത ഒരു രഹസ്യകരാറിനെ

ക്കുറിച്ച് വസീർ പറയുകയുണ്ടായി; പിന്നീടാണ് മൂന്നുമാസത്തിനുശേഷം വിവാഹമാകാമെന്ന് രാജാവ് പറഞ്ഞത്. അതുകൊണ്ട് വസീർ അദ്ദേഹത്തെ സ്വാധീനിച്ച്, സുൽത്താന്റെ മനസ്സ് മാറ്റുമോ എന്നെനിക്ക് ഭയമുണ്ട്, വസീർ നിന്നെ ചതിച്ചെങ്കിലോ!" – അപ്പോഴേക്കും നേരം പുലർന്നതുകണ്ട് ഷാഹ്റസാദ് അദ്ഭുതപ്പെട്ടു; കഥ പറച്ചിൽ നിർത്തി.

അഞ്ഞൂറ്റി നാല്പത്തിയൊമ്പതാം രാവ്

ദുനിയാസാദ് പറഞ്ഞു "അല്ലയോ സഹോദരീ, നിനക്ക് ഉറക്കം വരുന്നില്ലെങ്കിൽ ഞങ്ങൾക്ക് നല്ല കുറച്ച് കഥകൾ പറഞ്ഞുതരൂ."

അപ്പോൾ ഷാഹ്റസാദ് മറുപടി നല്കി, "സ്നേഹത്തോടും സന്മനസ്സോടുംകൂടെ." -അല്ലയോ മഹാരാജാവേ, സുൽത്താൻ തന്റെ അമ്മയോട് രാജകുമാരിയെ മകന് മൂന്നുമാസത്തിനുശേഷം വിവാഹം കഴിച്ചുകൊടുക്കുമെന്ന് വാഗ്ദാനം ചെയ്ത വിവരം അലാവുദ്ദീൻ കേട്ടപ്പോൾ അവന്റെ ഹൃദയം ആനന്ദത്തിലാറാടി. അവൻ അഭിപ്രായപ്പെട്ടു. "മൂന്നുമാസത്തിനുശേഷം വിവാഹം നടത്താമെന്ന് രാജാവ് വാഗ്ദാനം ചെയ്ത നിലയ്ക്ക് (അതൊരു നീണ്ട കാലയളവുതന്നെ!) എന്റെ സന്തോഷം അല്പമൊന്നുമല്ല!"

പിന്നെ, അമ്മയുടെ കഠിനാധ്വാനവും സ്ഥിരോത്സാഹവും വിജയം കണ്ടതിൽ അവൻ അമ്മയോട് നന്ദി പറഞ്ഞു. "അള്ളായാണേ, എന്റെ അമ്മേ, എന്നെ ശവക്കുഴിയിൽനിന്നാണ് നിങ്ങൾ പുറത്തെടുത്തത്! ഞാൻ സർവ്വശക്തനായ അള്ളായെ സ്തുതിക്കുന്നു; എന്തുകൊണ്ടെന്നാൽ, ഇന്ന് ഈ ലോകത്ത് എന്നേക്കാൾ സന്തോഷവാനും ഭാഗ്യവാനുമായൊരു വ്യക്തിയില്ലതന്നെ."

അങ്ങനെ ക്ഷമയോടെ രണ്ടു മാസങ്ങൾ അവൻ തള്ളിനീക്കി. ഒരു ദിവസം അവന്റെ അമ്മ എണ്ണ വാങ്ങിക്കാനായി ബസാറിലേക്ക് പോയി. അപ്പോൾ, എല്ലാ കടകളും അടച്ചിരിക്കുന്നതും നഗരം മുഴുവൻ തോരണങ്ങൾകൊണ്ട് അലങ്കരിച്ചിരിക്കുന്നതും വീടുകളിലെ ജാലകങ്ങൾ മെഴുകുതിരികളും പൂക്കളുംകൊണ്ട് അലങ്കരിച്ചിരിക്കുന്നതും അവൾ കണ്ടു. സൈന്യവും പൊലീസുകാരും മറ്റ് രക്ഷാഭടന്മാരും പന്തങ്ങൾ ഏന്തി ഘോഷയാത്ര നടത്തുന്നു. പ്രൗഢഗംഭീരമായ ഈ കാഴ്ചകണ്ട് അവൾ അതിശയിച്ചുപോയി! അപ്പോഴും അടച്ചിട്ടില്ലാത്ത ഒരു എണ്ണക്കടയിൽചെന്ന് ആവശ്യമുള്ള എണ്ണ വാങ്ങിയശേഷം അവൾ ചോദിച്ചു "അമ്മാവാ എന്താണ് ഈ നഗരത്തിലെ ഇന്നത്തെ വിശേഷം? നഗരത്തിന്റെ എല്ലാ കടകളും വീടുകളും അലങ്കരിച്ചിരിക്കുന്നു, പൊലീസും പട്ടാളവും റോന്ത് ചുറ്റുന്നു!"

കച്ചവടക്കാരൻ അവളോട് ചോദിച്ചു "അല്ലയോ സ്ത്രീ, നിങ്ങൾ ഈ നഗരവാസിയല്ല, പരദേശിയാണെന്ന് തോന്നുന്നു?"

"അല്ല, ഞാനീ നഗരവാസി തന്നെയാണ്."

"ഈ നഗരവാസി ആയിട്ട്, വസീറിന്റെ മകൻ സുൽത്താന്റെ മകൾ ബദർ അൽബദൂറിനെ ഇന്നു രാത്രി വിവാഹം കഴിക്കുന്ന കാര്യം അറിയില്ലെന്നോ! വരൻ ഇപ്പോൾ കുളിമുറിയിൽ പോയിരിക്കയാണ്; സുൽത്താന്റെ സായുധപട്ടാളം മുഴുവൻ അവന്റെ സുരക്ഷയ്ക്കായി അണിനിരത്തപ്പെട്ടിരിക്കയാണ്. അവൻ കുളിമുറിയിൽനിന്ന് പുറത്തുവരുമ്പോൾ

സൈനിക അകമ്പടിയോടെ കൊട്ടാരത്തിലേക്ക് ഘോഷയാത്രയായി കൊണ്ടുപോകും; രാജകുമാരി അവിടെ ഒരുങ്ങി നില്ക്കുന്നുണ്ടാകും."

ഈ വാക്കുകൾ കേട്ട അലാവുദ്ദീന്റെ അമ്മ തകർന്ന ഹൃദയത്തോടെ തരിച്ചുനിന്നു. ഈ ദുഃഖവാർത്ത തന്റെ മകനെ എങ്ങനെയാണ് അറിയിക്കുക എന്നവൾ ഓർത്തു. ആ പാവം യുവാവ് മൂന്നുമാസങ്ങൾ തീരാനായി എത്ര വിഷമിച്ചാണ് ഓരോ മണിക്കൂറും തള്ളിനീക്കിയിരുന്നത്! അവൾ നേരെ വീട്ടിൽ തിരിച്ചെത്തി മകനോട് പറഞ്ഞു "എന്റെ മോനെ, എന്നെ വേദനിപ്പിച്ച ചില വാർത്തകൾ ഞാൻ നിനക്ക് തരാൻ പോകുകയാണ്, നിന്നെയും അത് വല്ലാതെ വേദനിപ്പിക്കും."

അവൻ ഉറക്കെ വിളിച്ചുപറഞ്ഞു. "നിങ്ങളുടെ വാർത്ത കേൾക്കട്ടെ?"

അമ്മ മറുപടി നല്കി "ബദർ അൽബദൂറിന്റെ കാര്യത്തിൽ നിനക്ക് തന്ന വാഗ്ദാനം സുൽത്താൻ ലംഘിച്ചിരിക്കുന്നു. ഇന്നു രാത്രി വസീറിന്റെ മകൻ അവളെ വിവാഹം കഴിക്കുകയാണ്. എന്റെ മോനേ, ഞാൻ പറഞ്ഞിരുന്നല്ലോ വസീർ സുൽത്താന്റെ മനസ്സ് മാറ്റിയെടുക്കുമെന്ന്! അയാൾ എന്റെ മുന്നിൽവെച്ച് രഹസ്യമായി സുൽത്താനോട് അന്ന് സംസാരിച്ചതിൽ എനിക്ക് സംശയമുണ്ടായിരുന്നെന്ന്!"

"ഇന്നു രാത്രി മന്ത്രിയുടെ മകൻ രാജകുമാരിയുടെ അടുത്ത് ആദ്യ സന്ദർശനത്തിനായി പോകുമെന്ന് ആരാണ് നിങ്ങളോട് പറഞ്ഞത്?"

അപ്പോൾ, താൻ എണ്ണ വാങ്ങാനായി ബസാറിൽ പോയതും നഗരം മുഴുവൻ അലങ്കരിക്കപ്പെട്ടിരിക്കുന്നതും വരൻ കുളിമുറിയിൽ നിന്ന് പുറത്തിറങ്ങുമ്പോൾ ആനയിച്ച് കൊണ്ടുപോകാനായി പൊലീസും പട്ടാളവും സുരക്ഷാഭടന്മാരും നിരയായി നില്ക്കുന്നതും അന്ന് വധൂവരന്മാരുടെ ആദ്യരാത്രിയാണെന്നും ഉള്ള കഥ മുഴുവൻ അവൾ മകനോട് പറഞ്ഞു. ഇതുകേട്ട് ദുഃഖിതനായ അലാവുദ്ദീനെ അസഹ്യമായ അസൂയ കീഴടക്കി! എന്തായാലും അല്പസമയത്തിനുശേഷം അവൻ വിളക്കിനെ ഓർത്തു. ഉന്മേഷം വീണ്ടെടുത്ത് അവൻ പറഞ്ഞു. "എന്റെ അമ്മേ, അമ്മയാണേ, നിങ്ങൾ കരുതുന്നതുപോലെ വസീറിന്റെ മകന് അവളെ ആസ്വദിക്കാൻ കഴിയില്ല. അക്കാര്യം ഇപ്പോൾ എനിക്ക് വിട്ടുതരൂ. എഴുന്നേറ്റ് എനിക്ക് അത്താഴം വിളമ്പൂ; ഭക്ഷണം കഴിച്ചശേഷം എന്നെ സ്വന്തം മുറിയിലേക്ക് പോകാനനുവദിക്കൂ; എല്ലാം ഭംഗിയായി, സന്തോഷകരമായി പര്യവസാനിക്കും." - അപ്പോഴേക്കും നേരം പുലർന്നതായി കണ്ട് ഷാഹ്റസാദ് അദ്ഭുതപ്പെട്ടു; അവൾ തനിക്കനുവദിക്കപ്പെട്ട കഥപറച്ചിൽ നിർത്തി.

അഞ്ഞൂറ്റി അമ്പതാം രാവ്

ദുനിയാസാദ് പറഞ്ഞു "അല്ലയോ സഹോദരീ, നിനക്ക് ഉറക്കം വരുന്നില്ലെങ്കിൽ ചില നല്ല കഥകൾ ഞങ്ങൾക്ക് പറഞ്ഞുതരൂ."

അപ്പോൾ ഷാഹ്റസാദ് മറുപടി നല്കി.

"സ്നേഹത്തോടെയും സന്മനസ്സോടെയും."

-അല്ലയോ മഹാരാജാവേ, അത്താഴം കഴിച്ചശേഷം അലാവുദ്ദീൻ സ്വന്തം മുറിയിലേക്ക് പിൻവാങ്ങി. വാതിൽ അടച്ച് ഭദ്രമാക്കി വിളക്ക് പുറത്തെടുത്ത്, അതിൽ ഉരച്ചു. ഉടനെ വിളക്കിന്റെ അടിമ പ്രത്യക്ഷപ്പെട്ടു.

“അങ്ങേക്ക് വേണ്ടതെല്ലാം ആവശ്യപ്പെട്ടോളൂ. ഞാൻ അങ്ങയുടെ അടിമയാണ്, വിളക്കിന്റെ ഉടമയുടെ അടിമ ഞാനും വിളക്കിന്റെ മറ്റ് എല്ലാ അടിമകളും.”

അവൻ മറുപടി നല്കി. “ഞാൻ പറയുന്നതു കേൾക്കൂ! ഞാൻ സുൽത്താനോട് അദ്ദേഹത്തിന്റെ മകളെ എനിക്ക് ഭാര്യയായി നല്കുവാൻ അപേക്ഷിച്ചിരുന്നു; മൂന്നുമാസത്തിനുശേഷം വിവാഹം കഴിച്ചുതരാമെന്ന് വാക്കുതരുകയും ചെയ്തു. എന്നാൽ, അദ്ദേഹം വാക്ക് പാലിച്ചില്ല; എന്നു മാത്രമല്ല, വസീറിന്റെ മകനെക്കൊണ്ടവളെ വിവാഹം കഴിപ്പിക്കാൻ പോകുകയുമാണ്. ഇന്നവരുടെ ആദ്യരാത്രിയാണ്. ഞാൻ നിന്നോട് കല്പിക്കുന്നു, (നീ വിളക്കിന്റെ വിശ്വസ്തനായ അടിമയാണല്ലോ) ഇന്നു രാത്രി വധൂവരന്മാർ മെത്തയിൽ ചെന്ന് കിടന്ന ഉടനെ അവരെ മെത്തയോടുകൂടി പൊക്കിയെടുത്ത് ഇവിടെ കൊണ്ടുവരിക. ഇതാണ് നിന്നിൽ നിന്ന് ഞാൻ ആഗ്രഹിക്കുന്നത്.”

ഭൂതം മറുപടി നല്കി “ഉത്തരവുപോലെ! ഇതിനുംപുറമെ മറ്റെന്തെങ്കിലും സേവനം ആഗ്രഹിക്കുന്നുണ്ടെങ്കിൽ അതും ചെയ്യാൻ ഞാൻ സന്നദ്ധനാണ്.”

അലാവുദ്ദീൻ പറഞ്ഞു “തത്കാലം ഞാൻ കല്പിച്ചതു മാത്രം ചെയ്താൽ മതി.”

അടിമ അപ്രത്യക്ഷനായി; അലാവുദ്ദീൻ സന്ധ്യാസമയം അമ്മയോടൊപ്പം ചിലവഴിക്കാനായി തിരിച്ചുചെന്നു. അടിമ വരാറായ സമയത്ത് അവൻ എഴുന്നേറ്റ് സ്വന്തം മുറിയിലേക്ക് ചെന്നു. അല്പസമയത്തിനുശേഷം നവവധൂവരന്മാരെ കിടത്തിയ കട്ടിൽ പൊക്കിയെടുത്ത് അതാ അടിമ എത്തിയിരിക്കുന്നു. അമിതമായ ആഹ്ലാദത്തോടെ അലാവുദ്ദീൻ അവരെ നോക്കി. പിന്നെ അടിമയോട് വിളിച്ചുപറഞ്ഞു. “ആ കഴുവേറിയെ കൊണ്ടുപോയി കക്കൂസിൽ കിടത്തൂ.”

തൽക്ഷണം അവന്റെ ഉത്തരവ് അനുഷ്ഠിക്കപ്പെട്ടു; എന്നാൽ, അവനെ വിട്ടുപോരുന്നതിനുമുമ്പ് വരനുമേൽ ആ അടിമ ഭയങ്കര തണുപ്പുള്ള വായു അടിച്ചുവിട്ടു; അതവനെ ചുക്കിച്ചുളിച്ചുകളഞ്ഞു. മന്ത്രികുമാരന്റെ അവസ്ഥ പരിതാപകരമായി!

അടിമ അലാവുദ്ദീന്റെ അടുത്ത് വന്ന് പറഞ്ഞു “അങ്ങ് ഇനി എന്തെങ്കിലും ആഗ്രഹിക്കുന്നുണ്ടെങ്കിൽ എന്നെ അറിയിക്കുക.”

“നാളെ രാവിലെ വരുക. ഇവരെ അവരുടെ സ്ഥലത്ത് തിരിച്ചുകൊണ്ടുവിടണം.”

“ഉത്തരവുപോലെ.” ഭൂതം അപ്രത്യക്ഷനായി.

പദ്ധതി ഇത്രയും വിജയകരമായെന്ന് വിശ്വസിക്കാനാകാത്തപോലെ അലാവുദ്ദീൻ എഴുന്നേറ്റു. തന്റെ മേൽക്കൂരയ്ക്കു കീഴിൽ ശയിക്കുന്ന ബദർ അൽബദൂർ രാജകുമാരിയെ അവൻ നോക്കി. അവളോടുള്ള പ്രേമത്തിൽ അവൻ ദഹിക്കുകയായിരുന്നുവെങ്കിലും, അവൻ അവളോട് ആദരവോടെ പറഞ്ഞു “അല്ലയോ സുന്ദരികളുടെ രാജകുമാരി, നിന്റെ മാനം കവരാൻവേണ്ടിയാണ് ഞാൻ നിന്നെ ഇവിടെ കൊണ്ടുവന്നതെന്ന് കരുതരുത്. തെറ്റായ മനുഷ്യൻ നിന്നെ ആസ്വദിക്കുന്നത് തടയാൻവേണ്ടി മാത്രമാണ്. നിന്റെ അച്ഛനായ സുൽത്താൻ നിന്നെ എനിക്ക് വിവാഹം ചെയ്തുതരാമെന്ന് വാഗ്ദാനം ചെയ്തിരുന്നതാണ്. അതുകൊണ്ട് നീ

സമാധാനത്തോടെ വിശ്രമിക്കുക." - അപ്പോഴേക്കും നേരം പുലർന്നതു കണ്ട് ഷാഹ്‌റസാദ് അതിശയിച്ചു; അവൾക്ക് പറയാൻ അനുവദിക്കപ്പെട്ട കഥപറച്ചിൽ അവൾ നിർത്തി.

അഞ്ഞൂറ്റി അമ്പത്തിയൊന്നാം രാവ്

ദുനിയാസാദ് പറഞ്ഞു "എന്റെ സഹോദരീ, നിനക്ക് ഉറക്കം വരുന്നില്ലെങ്കിൽ നല്ല കുറച്ചു കഥകൾ ഞങ്ങൾക്ക് പറഞ്ഞുതരൂ."

അപ്പോൾ ഷാഹ്‌റസാദ് മറുപടി നല്കി.

"സ്നേഹത്തോടും സന്മനസ്സോടും."

-അല്ലയോ മഹാരാജാവേ, സുൽത്താന്റെ പുത്രി ബദർ അൽബദൂർ താൻ ഒരു ഇരുണ്ട മോശപ്പെട്ട മുറിയിൽ കിടക്കുന്നത് സ്വയം കാണുകയും, അലാവുദ്ദീന്റെ വാക്കുകൾ കേൾക്കുകയും ചെയ്തപ്പോൾ വല്ലാതെ പേടിച്ചുവിറച്ചു. മറുപടി പറയാൻപോലും ശക്തിയില്ലാതെ തളർന്നിരുന്നുപോയി! ആ യുവാവ് എഴുന്നേറ്റ് മേലങ്കി ഊരി ഒരു വാൾ എടുത്ത് അവർക്കിരുവർക്കുമിടയിൽ മെത്തയിൽ വെച്ചു. വാളിന്റെ ഒരു വശത്തായി അവൻ മെത്തയിൽ ശയിച്ചു. യാതൊരുവിധ ദുഷ്ചിന്തകളും അവന് ഇല്ലായിരുന്നു. വസീറിന്റെ മകനോടൊപ്പം അവൾ മധുവിധു ആസ്വദിക്കരുതെന്നേ അവൻ ഉദ്ദേശിച്ചിരുന്നുള്ളൂ. ബദർ അൽബദൂറിന്റെ ജീവിതത്തിലെ ഏറ്റവും നശിച്ച രാത്രി ആയിരുന്നു അത്; ഇത്രയും മോശം ദിവസം അവൾക്കുണ്ടായിട്ടില്ല, 'ടോയ്‌ലറ്റി'ൽ കിടന്ന മന്ത്രികുമാരന്റെ ഗതിയും അതുതന്നെ. അവനെ ബലപ്രയോഗത്തിലൂടെ കീഴടക്കിയ ജിന്നിനെ പേടിച്ച് അവൻ അനങ്ങാൻപോലും ധൈര്യപ്പെട്ടില്ല! നേരം വെളുത്ത ഉടനെ അടിമ, വിളക്ക് തിരുമ്മാതെതന്നെ അലാവുദ്ദീന് മുന്നിൽ പ്രത്യക്ഷപ്പെട്ടു.

"എന്റെ പ്രഭോ, ഞാൻ എന്താണ് ചെയ്യേണ്ടതെന്ന് കല്പിച്ചാലും."

"വധൂവരന്മാരെ ചുമന്നുകൊണ്ടുപോയി അവരുടെ മുറിയിലാക്കുക."

കണ്ണടച്ച് തുറക്കുന്ന നേരംകൊണ്ട് ഇരുവരെയും അടിമ ചുമന്ന് കൊണ്ടുപോയി ആരുടേയും ദൃഷ്ടിയിൽപ്പെടാതെ കൊട്ടാരമുറിയിലെത്തിച്ചു. എന്നാൽ, ആ യാത്രയിൽ അവർ പേടിച്ച് ചാകാറായിരുന്നു. ഭൂതം അവരെ മുറിയിൽ ഇറക്കിപോയപ്പോഴേക്കും തന്റെ പുത്രിയെ അഭിനന്ദിക്കാനായി സുൽത്താൻ എത്തി. വാതിൽ തുറക്കുന്ന ശബ്ദം കേട്ട മന്ത്രികുമാരൻ കട്ടിലിൽനിന്നും എഴുന്നേറ്റ് ഓടിച്ചെന്ന് വസ്ത്രം മാറ്റി; കാരണം, ആ സമയത്ത് രാജാവല്ലാതെ മറ്റാരും അവിടെ വരില്ല. എന്നാൽ രാത്രി മുഴുവൻ ടോയ്‌ലറ്റിലെ കിടുങ്ങുന്ന തണുപ്പിൽ കിടന്ന അവന് എഴുന്നേല്ക്കാൻ എളുപ്പമല്ലായിരുന്നു, ചൂടേറ്റ് കട്ടിലിൽ പുതച്ച് കിടക്കാനായിരുന്നു അവന് മോഹം! - അപ്പോഴേക്കും നേരം പുലർന്നതുകണ്ട് ഷാഹ്‌റസാദ് അദ്ഭുതപ്പെട്ടു; അവൾ കഥപറച്ചിൽ നിർത്തി.

അഞ്ഞൂറ്റി അമ്പത്തിരണ്ടാം രാവ്

ദുനിയാസാദ് പറഞ്ഞു "അല്ലയോ സഹോദരീ, നിനക്ക് ഉറക്കം വരുന്നില്ലെങ്കിൽ നീ ചില രസകരമായ കഥകൾ ഞങ്ങളെ പറഞ്ഞുകേൾപ്പിക്കൂ."

അപ്പോൾ ഷാഹ്‌റസാദ് മറുപടി നല്കി.

"സ്നേഹത്തോടെയും സന്മനസ്സോടെയും."

-അല്ലയോ മഹാരാജാവേ, സുൽത്താൻ തന്റെ പുത്രി ബദർ അൽബദൂറിന്റെ അടുത്തുചെന്ന് 'സുപ്രഭാതം' നേർന്ന്, അവളുടെ നെറ്റിയിൽ ചുംബിച്ചു. അദ്ദേഹം വരനെക്കുറിച്ചന്വേഷിച്ചു. അവൾ അവനിൽ തൃപ്തയും സന്തുഷ്ടയുമല്ലേ എന്നാരാഞ്ഞു. എന്നാൽ, അവൾ മറുപടിയൊന്നും നല്കാതെ, കോപത്താൽ ജ്വലിക്കുന്ന കണ്ണുകളോടെ നോക്കി നില്ക്കുക മാത്രം ചെയ്തു. അദ്ദേഹം ആവർത്തിച്ചെങ്കിലും അവൾ ഒരക്ഷരം മിണ്ടാതെ നിശ്ശബ്ദം നിലകൊണ്ടു. അപ്പോൾ, രാജാവ് പുറത്ത് പോയി, രാജ്ഞിയുടെ അടുത്തുചെന്ന് മകളുടെ പെരുമാറ്റത്തെക്കുറിച്ച് ധരിപ്പിച്ചു. രാജ്ഞി മകളെ കുറ്റപ്പെടുത്തി ദേഷ്യത്തോടെ പറഞ്ഞു "അല്ലയോ രാജാവേ, മിക്കവാറും എല്ലാ പുതുദമ്പതിമാരുടേയും രീതി ഇതാണ്. ആദ്യവിവാഹരാത്രിയെക്കുറിച്ച് പറയാനവർക്ക് നാണമാണ്. അതുകൊണ്ട് അവളോട് അങ്ങ് ക്ഷമിക്കുക. കുറച്ചു കഴിയുമ്പോൾ അവൾ പഴയ രീതിയിലെത്തി ആളുകളോട് നന്നായി സംസാരിക്കും. അല്ലയോ മഹാരാജാവേ, ലജ്ജയാണ് അവളെ മൗനിയാക്കുന്നത്. എന്തായാലും, എനിക്കവളെ ഒന്ന് കാണാൻ തോന്നുന്നു."

ഉടനെ രാജ്ഞി എഴുന്നേറ്റ് വസ്ത്രം മാറ്റി, മകളുടെ അടുത്തുചെന്ന് 'സുപ്രഭാതം' നേർന്ന് അവളുടെ നെറ്റിയിൽ ചുംബിച്ചു. എന്നിട്ടും, രാജകുമാരി മറുപടിയൊന്നും നല്കിയില്ല. അപ്പോൾ, രാജ്ഞി സ്വയം പറഞ്ഞു.

"എന്തോ വിചിത്രസംഭവം നടന്നിട്ടുണ്ടെന്നുറപ്പാണ്; അല്ലാതെ, അവൾ ഇത്രമാത്രം വിഷമിക്കില്ല."

രാജ്ഞി മകളോട് ചോദിച്ചു "എന്റെ മോളേ, എന്താണ് കാര്യം? നിനക്ക് എന്താണ് സംഭവിച്ചതെന്ന് എന്നോടു പറയൂ. ഞാൻ വന്ന് നിനക്ക് പ്രഭാതവന്ദനം നേർന്നിട്ടും ഒരക്ഷരം തിരിച്ചുപറയാതിരുന്നതെന്തുകൊണ്ട്?"

അപ്പോൾ ബദർ അൽബദൂർ ശിരസ്സുയർത്തി പറഞ്ഞു "എന്നോട് ക്ഷമിക്കൂ അമ്മേ. നിങ്ങൾ എന്നെ സന്ദർശിച്ച് ആദരിച്ചപ്പോൾ, എല്ലാവിധ ബഹുമാനത്തോടെയും ഉപാസനയോടെയും ഞാൻ നിങ്ങളോട് പെരുമാറേണ്ടതായിരുന്നു. എന്തായാലും എന്റെ ഇന്നത്തെ ഈ നിലയെക്കുറിച്ച് നിങ്ങൾ കേൾക്കണമെന്ന് ഞാൻ അപേക്ഷിക്കുകയാണ്; ഞാൻ ഇന്നലെ കഴിച്ചുകൂട്ടിയ രാത്രി എന്റെ ജീവിതത്തിലെ ഏറ്റവും നശിച്ച രാത്രി ആയിരുന്നെന്ന്, അപ്പോൾ നിങ്ങൾക്ക് മനസ്സിലാകും. ഞങ്ങൾ ഇന്നലെ മെത്തയിൽ ശയിച്ചപ്പോഴേക്കും ഒരു ഭീകരസത്വം വന്ന് ഞങ്ങളെ മെത്തയോടെ പൊക്കിയെടുത്ത്, ഒരു ഇരുണ്ട മോശപ്പെട്ട മുറിയിൽ കൊണ്ടുപോയി കിടത്തി." പിന്നെ ആ രാത്രിയിലെ സംഭവങ്ങളെല്ലാം അതേപടി രാജകുമാരി അമ്മയെ ധരിപ്പിച്ചു; തന്നെ ഒറ്റയ്ക്കാക്കി വരനെ മറ്റൊരിടത്തേക്ക് മാറ്റിയശേഷം ഒരു യുവാവ് വന്ന് എന്റെ അടുത്ത് മെത്തയിൽ ശയിച്ചത്, അവർക്കിടയിൽ ഒരു വാൾ വെച്ചത്, എല്ലാം. അവൾ തുടർന്നു. "രാവിലെ ഞങ്ങളെ അതേ ഭൂതം ചുമന്നുകൊണ്ടു വന്ന് ഞങ്ങളുടെ മുറിയിൽ ആക്കി. ഉടനെ അവൻ സ്ഥലംവിട്ടു; അപ്പോൾത്തന്നെയാണ് അച്ഛൻ മുറിയിലേക്ക് കടന്നുവന്നത്. എനിക്കപ്പോൾ സംസാരിക്കാൻ നാവ് പൊന്തിയില്ല; ഹൃദയവും തകർന്നിരിക്കയായിരുന്നു! അതിനുംപുറമെ, ഞാനപ്പോൾ പേടിച്ച് വിറച്ചിരുന്നു. സ്വാഭാവികമായും, എന്റെ നിരുത്തരവാദപരമായ പെരുമാറ്റം അച്ഛനെ വേദനിപ്പിച്ചുകാണും; അമ്മേ, എന്റെ ഈ നിലയ്ക്കുള്ള കാരണം നിങ്ങൾ അച്ഛനെ പറഞ്ഞ് ധരിപ്പിക്കണം; ഞാൻ മറുപടി പറയാതിരുന്നതിൽ

എന്നെ കുറ്റപ്പെടുത്തരുതെന്നും എന്നോട് ക്ഷമിക്കണമെന്നും പറയണം." - അപ്പോഴേക്കും നേരം പുലർന്നതുകണ്ട് ഷാഹ്റസാദ് അദ്ഭുതപ്പെട്ടു; അവൾ അതോടെ കഥപറച്ചിൽ നിർത്തി.

അഞ്ഞൂറ്റി അമ്പത്തിമൂന്നാം രാവ്

ദുനിയാസാദ് പറഞ്ഞു "അല്ലയോ സഹോദരീ, നിനക്ക് ഉറക്കം വരുന്നില്ലെങ്കിൽ കുറച്ച് നല്ല കഥകൾ ഞങ്ങൾക്ക് പറഞ്ഞുതരൂ."

ഷാഹ്റസാദ് മറുപടി നല്കി "സ്നേഹത്തോടും സന്മനസ്സോടും കൂടി."

-അല്ലയോ മഹാരാജാവേ, രാജ്ഞി, മകളുടെ വാക്കുകൾ കേട്ടപ്പോൾ പറഞ്ഞു

"എന്റെ കുട്ടീ, നിന്റെ ആവേശം നിയന്ത്രിക്കുക. മറ്റാരുടെയെങ്കിലും മുന്നിൽ ഈ കഥ അവതരിപ്പിച്ചാൽ അവർ പറയും, 'സത്യമായും സുൽത്താന്റെ മകൾക്ക് ഭ്രാന്താണ്' എന്ന്! എന്തായാലും, നീ സ്വന്തം വീരസാഹസകഥ അച്ഛനോട് പറയാതിരുന്നത് നന്നായി. സൂക്ഷിക്കുക, ഞാൻ ആവർത്തിക്കുന്നു, നീ സൂക്ഷിക്കുക. അദ്ദേഹത്തോട് നീ ഇക്കാര്യം പറയരുത്."

രാജകുമാരി മറുപടി നല്കി "എന്റെ അമ്മേ, ഞാൻ നിങ്ങളോട് പറഞ്ഞതെല്ലാം സ്വബോധത്തോടെത്തന്നെയാണ്, എനിക്ക് ഭ്രാന്തൊന്നുമില്ല. എനിക്ക് വന്നുപെട്ട കാര്യങ്ങളാണിതെല്ലാം. ഞാൻ പറയുന്നത് വിശ്വസിക്കാനാവില്ലെങ്കിൽ എന്റെ വരനോട് ചോദിച്ച് നോക്കൂ."

അതിന് രാജ്ഞി ഇപ്രകാരം മറുപടി നല്കി,

"എഴുന്നേറ്റ് വരൂ എന്റെ മോളെ. ഇത്തരം ദുഷ്ചിന്തകളെല്ലാം മനസ്സിൽനിന്ന് എടുത്തുകളയൂ. വസ്ത്രംമാറ്റി വിവാഹസദ്യയും ആഘോഷങ്ങളും നഗരത്തിൽ സജ്ജമാക്കിയിട്ടുള്ളത് പോയിക്കാണാം. എല്ലാം നിന്റെ വിവാഹച്ചടങ്ങിന്റെ ഭാഗങ്ങളാണ്. ആ പാട്ടുകളും വാദ്യസംഗീതങ്ങളും കേൾക്കുക; ആ തോരണങ്ങളും ദീപാലങ്കാരങ്ങളും മറ്റും നോക്കൂ. എല്ലാം നിന്റെ വിവാഹം ആഘോഷിക്കാൻ വേണ്ടി സജ്ജമാക്കിയിട്ടുള്ളതാണ്, എന്റെ മോളെ!!"

അപ്രകാരം പറഞ്ഞ്, രാജ്ഞി പരിചാരികമാരെ വരുത്തി മകളെ ഭംഗിയായി വസ്ത്രം ധരിപ്പിക്കാൻ ആജ്ഞാപിച്ചു; വേഗം സുൽത്താന്റെ അടുത്ത് തിരിച്ചെത്തി, മകൾ ദുഃസ്വപ്നങ്ങൾ കണ്ടതിനാൽ വിഷമിച്ചിരിക്കയായിരുന്നെന്നും അവളുടെ മോശം പെരുമാറ്റം ഗൗരവമായി എടുക്കരുതെന്നും അഭ്യർത്ഥിച്ചു. പിന്നെ രാജ്ഞി രഹസ്യമായി മന്ത്രികുമാരനെ വിളിപ്പിച്ച് ചോദിച്ചു,

"ബദർ അൽബദൂർ പറഞ്ഞതെല്ലാം സത്യമാണോ, അല്ലയോ? എന്നോടു പറയൂ."

എന്നാൽ തനിക്ക് വധുവിനെ നഷ്ടപ്പെട്ടെങ്കിലോ എന്ന് ഭയപ്പെട്ട് അവൻ മറുപടി നല്കി "അല്ലയോ രാജ്ഞി, നിങ്ങൾ പറയുന്നതിനെക്കുറിച്ച് എനിക്ക് യാതൊന്നുമറിയില്ല."

മകൾ ദുഃസ്വപ്നങ്ങൾ കണ്ടതാണെന്ന് അതോടെ അമ്മ ഉറപ്പിച്ചു! ദിവസം മുഴുവൻ പാട്ടും കൂത്തുമായി വിവാഹാഘോഷങ്ങൾ തകർത്തു!

രാജകുമാരിയുടെ ആനന്ദത്തിനുവേണ്ടി രാജ്ഞിയും മന്ത്രിയും മന്ത്രികുമാരനും ആഘോഷപരിപാടികൾ പരമാവധി ദീർഘിപ്പിക്കാൻ ശ്രമിച്ചു. അവിടെ പ്രദർശിപ്പിക്കാത്ത കലാപരിപാടികൾ ഒന്നുമില്ലായിരുന്നു; രാജകുമാരിയുടെ മനസ്സിലെ ദുഷ്ചിന്തകൾ ദൂരീകരിച്ച്, ആനന്ദത്തിലാറാടിക്കയായിരുന്നു അവരുടെ ലക്ഷ്യം. എന്നാലും, ഇതൊന്നും അവളുടെ മനസ്സിനെ സ്പർശിച്ചില്ല. അവൾ സദാസമയം തനിക്ക് തലേന്ന് സംഭവിച്ച കാര്യങ്ങൾ ഓർത്ത് വേദനയോടെ ചിന്തിച്ച്, വല്ലാത്ത അമ്പരപ്പോടെ നിശ്ശബ്ദയായി ഇരിക്കയായിരുന്നു. മന്ത്രികുമാരനാണ് അതിനേക്കാളേറെ കഷ്ടതകളനുഭവിച്ചതെന്നൊരു വാസ്തവമാണ്; കാരണം രാത്രി മുഴുവൻ തണുത്തുവിറച്ച് ടോയ്ലറ്റിലാണവൻ കിടന്നത്! അവൻ എന്തായാലും, അത് തെറ്റായ കഥയാണെന്ന് ചിത്രീകരിച്ചു, രാത്രിയിലെ സംഭവങ്ങൾ മനസ്സിൽനിന്ന് വലിച്ചെറിയാൻ ശ്രമിച്ചു. ഒന്നാമതായി, വധുവിനെ തനിക്ക് നഷ്ടപ്പെടുമോ എന്നവൻ ഭയപ്പെട്ടു; അതുമൂലം അവന് ലഭിച്ച എല്ലാ ആനുകൂല്യങ്ങളും ഉന്നതാഭിലാഷങ്ങളും നഷ്ടപ്പെടും. രണ്ടാമതായി, ബദർ അൽബദൂറിന്റെ അഴകും അംഗലാവണ്യവും തനിക്ക് എന്നന്നേക്കുമായി നഷ്ടപ്പെടും! അലാവുദ്ദീനും അന്ന് നഗരം മുഴുവൻ ചുറ്റിക്കറങ്ങി ആഘോഷപരിപാടികളെല്ലാം ആസ്വദിച്ചു; കൊട്ടാരത്തിലെ കലാപരിപാടികൾ കാണാനും അവൻ പോയി. മന്ത്രികുമാരന്റെ സൗഭാഗ്യത്തെക്കുറിച്ചും, ഉന്നതപദവിയെക്കുറിച്ചും ആർഭാടം നിറഞ്ഞ വിവാഹാഘോഷങ്ങളെക്കുറിച്ചും ജനങ്ങൾ പ്രശംസിക്കുന്നതും മറ്റും കേട്ട് അലാവുദ്ദീൻ ചിരിച്ചു; പ്രത്യേകിച്ച്, വസീറിന്റെ മകന് സുൽത്താന്റെ മരുമകനാകാൻ കഴിഞ്ഞതിലൂടെ നേടാൻ പോകുന്ന ഉയർച്ചയും സൗഭാഗ്യവും ജനങ്ങൾ വാഴ്ത്തുന്നതുകേട്ട്!

അവൻ സ്വയം മനസ്സിൽ പറഞ്ഞു.

"അല്ലയോ പാവങ്ങളെ, നിങ്ങൾ അസൂയപ്പെടുന്ന ഈ മനുഷ്യന് എന്താണ് ഇന്നലെ രാത്രി വന്നുപിണഞ്ഞതെന്ന് നിങ്ങൾക്കറിയില്ല!"

രാത്രി ഉറങ്ങാനുള്ള സമയമായപ്പോൾ അലാവുദ്ദീൻ എഴുന്നേറ്റ് സ്വന്തം മുറിയിലേക്ക് പിൻവാങ്ങി, വിളക്ക് എടുത്ത് ഉരച്ചു. പെട്ടെന്ന് ആ അടിമ അവിടെ ചാടിവീണു! –അപ്പോഴേക്കും നേരം പുലരാറായെന്നുകണ്ട് ഷാഹ്റസാദ് അദ്ഭുതപ്പെട്ടു; അവൾ തനിക്ക് പറയാനനുവദിക്കപ്പെട്ട കഥ പറച്ചിൽ നിർത്തി.

അഞ്ഞൂറ്റി അമ്പത്തിനാലാം രാവ്

ദുനിയാസാദ് പറഞ്ഞു "അല്ലയോ എന്റെ സഹോദരീ, നിനക്ക് ഉറക്കം വരുന്നില്ലെങ്കിൽ, ഞങ്ങൾക്ക് നല്ല ചില കഥകൾ നീ പറഞ്ഞുതരുമോ?'

ഷാഹ്റസാദ് മറുപടി നല്കി "സ്നേഹത്തോടെയും സന്മനസ്സോടെയും" - അല്ലയോ മഹാരാജാവേ, അടിമ അലാവുദ്ദീന് മുന്നിൽ പ്രത്യക്ഷപ്പെട്ടപ്പോൾ തലേന്ന് രാത്രിയിലേതുപോലെ സുൽത്താന്റെ പുത്രിയേയും വരനേയും മെത്തയോടൊപ്പം പൊക്കിക്കൊണ്ടുവരാനായി അവൻ അടിമയോട് ആജ്ഞാപിച്ചു. ദമ്പതികൾ ശാരീരികമായി ബന്ധപ്പെടാനിടവരരുത്. അടിമ ഒട്ടും സമയം പാഴാക്കാതെ അപ്രത്യക്ഷനായി; അല്പസമയത്തിനുള്ളിൽ ബദർ അൽബദൂറും വസീറിന്റെ മകനും കിടന്നിരുന്ന കട്ടിൽ

അവരോടൊപ്പം പൊക്കിക്കൊണ്ടുവന്ന് അലാവുദ്ദീന്റെ കിടപ്പുമുറിയിൽ വെച്ചു. വരനെ തലേന്ന് ചെയ്തതുപോലെ 'ടോയ്‌ലറ്റി'ൽ കൊണ്ടുപോയി മലർത്തിക്കിടത്തി. അവൻ പേടിച്ചുവിറച്ച് അനങ്ങാതെ കിടന്നു. പിന്നെ അലാവുദ്ദീൻ എഴുന്നേറ്റുചെന്ന് രാജകുമാരിയുടെ അരികിൽ കിടന്നു. എന്നാൽ അവർക്കിടയിൽ തലേന്ന് രാത്രി ചെയ്തിരുന്നതുപോലെ ഒരു വാൾ വെച്ചു. നേരം പുലർന്നപ്പോൾ പഴയതുപോലെ ആ ദമ്പതികളെ അവരുടെ വീട്ടിലേക്കയച്ചു. മന്ത്രികുമാരന്റെ ഗതികേട് കണ്ട് അലാവുദ്ദീൻ ശരിക്കും രസിച്ചു.

രാവിലെ സുൽത്താൻ എഴുന്നേറ്റപ്പോൾ, മകളുടെ അടുത്തുചെന്ന് അവൾ തന്നോട് തലേദിവസത്തേതുപോലെ പെരുമാറുമോ എന്ന് നോക്കാൻ തീരുമാനിച്ചു. അദ്ദേഹം മെത്തയിൽനിന്നും ചാടി എഴുന്നേറ്റ്, ഉടുപ്പ് മാറ്റി, മകളുടെ മുറിയിലെത്തി. അപ്പോഴേക്കും ഭൂതം മുറിയിലെത്തിച്ച മന്ത്രികുമാരൻ കട്ടിലിൽ നിന്നെഴുന്നേറ്റ് വേഷം മാറുകയായിരുന്നു. അവന്റെ വാരിയെല്ലുകൾ തണുപ്പ് മൂലം കോച്ചിവലിഞ്ഞു! സുൽത്താൻ വാതിൽ തുറന്ന് അകത്ത് കടക്കുന്നതിന് തൊട്ടുമുമ്പ് മാത്രമാണ് ഭൂതം അവരെ കട്ടിലോടൊപ്പം അവിടെ വിട്ടുപോയത്. സുൽത്താൻ മുറിയിലെത്തിയപ്പോൾ മകൾ കട്ടിലിൽനിന്ന് എഴുന്നേറ്റിരുന്നില്ല. അദ്ദേഹം അവൾക്ക് പ്രഭാതവന്ദനം നല്കി, നെറ്റിയിൽ ചുംബിച്ചു; അവളോട് വിശേഷങ്ങൾ ആരാഞ്ഞു.

എന്നാൽ, അവൾ വല്ലാത്ത വേദനയോടും ദുഃഖത്തോടുംകൂടി നോക്കിനിന്നതല്ലാതെ ഒരക്ഷരം ഉരിയാടിയില്ല! എന്നു മാത്രമല്ല, അച്ഛനു നേരെ കോപത്തോടെ തുറിച്ചുനോക്കുകയും ചെയ്തു, അവളുടെ നില ദയനീയമായിരുന്നു! അതുകണ്ട് അടക്കാനാവാത്ത ക്രോധത്തോടെ വാൾ ഊരിപ്പിടിച്ച് അദ്ദേഹം അവളോട് അലറി. "എന്താണ് നിനക്ക് പറ്റിയത്? ഒന്നുകിൽ, എന്താണ് സംഭവമെന്ന് എന്നോട് തുറന്ന് പറയുക, അല്ലെങ്കിൽ ഈ നിമിഷം നിന്റെ ജീവൻ ഞാൻ എടുക്കും! ഇത്തരം അന്തസ്സില്ലാത്ത പെരുമാറ്റമല്ല നിന്നിൽനിന്ന് ഞാൻ പ്രതീക്ഷിക്കുന്നത്. ഞാൻ നിന്നോട് ആദരവോടെ സംസാരിക്കുമ്പോൾ നീ ഒരക്ഷരം എനിക്ക് മറുപടി തരുന്നില്ല?"

തന്റെ അച്ഛൻ അടക്കാനാവാത്ത നീരസത്തോടെ ഊരിപ്പിടിച്ച വാളുമായി നില്ക്കുന്നതു കണ്ടപ്പോൾ, പഴയ ഭീതി അവളിൽ നിന്ന് ഒഴിഞ്ഞുപോയി; അവൾ ശിരസ്സുയർത്തി അദ്ദേഹത്തോട് പറഞ്ഞു "എന്റെ സ്നേഹംനിറഞ്ഞ അച്ഛാ, എന്നോട് കോപിക്കയോ വികാരത്തള്ളിച്ചയിൽ ധൃതിപിടിച്ചൊന്നും ചെയ്യുകയോ അരുത്; കാരണം, എന്റെ കാര്യം കേൾക്കുമ്പോൾ അത് ക്ഷമിക്കത്തക്കതാണെന്ന് അങ്ങേക്ക് മനസ്സിലാകും. അതുകൊണ്ട് എനിക്ക് സംഭവിച്ച കാര്യം ഒന്ന് ശ്രദ്ധയോടെ കേൾക്കൂ; കഴിഞ്ഞ രണ്ട് രാത്രികളിൽ, എനിക്കുണ്ടായ അനുഭവങ്ങൾ കേട്ടശേഷം, അങ്ങ് എനിക്ക് മാപ്പുതരും, അങ്ങയുടെ ഹൃദയം മൃദുലമാകും, അങ്ങയുടെ കുഞ്ഞിനോടുള്ള സ്നേഹത്തിൽ അനുകമ്പ തോന്നും."

പിന്നെ തനിക്കുണ്ടായ അനുഭവങ്ങൾ ഒന്നും വിടാതെ രാജകുമാരി അച്ഛനോട് വിവരിച്ചുകൊടുത്തു.

"എന്റെ അച്ഛാ, നിങ്ങൾ ഞാൻ പറയുന്നത് വിശ്വസിക്കുന്നില്ലെങ്കിൽ എന്റെ വരനോട് ചോദിച്ചുനോക്കൂ. അവൻ ഈ സാഹസങ്ങൾ അതേ മാതിരിതന്നെ അങ്ങയോട് ആവർത്തിക്കും! അവനെ എന്നിൽനിന്ന്

വേർപെടുത്തിയശേഷം അവർ എന്താണവനോട് ചെയ്തതെന്ന് എനിക്കറിയില്ല; എവിടെയാണവനെ കിടത്തിയിരുന്നതെന്നും"– അപ്പോഴേക്കും നേരം പുലർന്നതുകണ്ട് ഷാഹ്റസാദ് അദ്ഭുതപ്പെട്ടു; അവൾ കഥപറച്ചിൽ നിർത്തി.

അഞ്ഞൂറ്റി അമ്പത്തിയഞ്ചാം രാവ്

ദുനിയാസാദ് പറഞ്ഞു "അല്ലയോ എന്റെ സഹോദരീ, നിനക്ക് ഉറക്കം വരുന്നില്ലെങ്കിൽ കുറച്ച് രസകരമായ കഥകൾ നീ ഞങ്ങൾക്ക് പറഞ്ഞു തരുമോ?"

ഷാഹ്റസാദ് മറുപടി നല്കി "സന്തോഷത്തോടെയും സന്മനസ്സോടെയും."

–അല്ലയോ മഹാരാജാവേ, സുൽത്താൻ മകളുടെ വാക്കുകൾ കേട്ടപ്പോൾ വല്ലാതെ ദുഃഖിതനായി, കണ്ണുകൾ നിറഞ്ഞു. പിന്നെ, വാൾ ഉറയിലിട്ട് അവളെ ചുംബിച്ച് പറഞ്ഞു "ആദ്യരാത്രിയിൽ നടന്ന സംഭവങ്ങൾ നീ ഇന്നലെ പറഞ്ഞിരുന്നെങ്കിൽ, ഈ രണ്ടാംപീഡനത്തിൽനിന്നും നിന്നെ എനിക്ക് സംരക്ഷിക്കാൻ കഴിഞ്ഞേനെ. ഇനി, സാരമില്ല. എഴുന്നേൽക്കൂ. എല്ലാ ചിന്തകളും വലിച്ചെറിയൂ. ഇന്നു രാത്രി നിന്നെ കാത്തുരക്ഷിക്കാനുള്ള നടപടിയെടുക്കാം. നിനക്കിനി ഒരാപത്തും വരാതെ നോക്കാം!"

സുൽത്താൻ ഉടനെ കൊട്ടാരത്തിലേക്ക് തിരിച്ചുചെന്ന് നേരെ വസീറിനെ വിളിപ്പിച്ചു. അയാൾ സന്നിഹിതനായപ്പോൾ അദ്ദേഹം ചോദിച്ചു.

"അല്ലയോ വസീർ ഇക്കാര്യം നിങ്ങൾ എങ്ങനെയാണ് വിലയിരുത്തുന്നത്? ഒരുപക്ഷേ, എന്റെ മകൾക്കും നിങ്ങളുടെ മകനും എന്താണ് സംഭവിച്ചതെന്ന് അവൻ നിങ്ങളെ അറിയിച്ചുകാണും."

മന്ത്രി മറുപടി നല്കി "ഞാൻ ഇന്നലെയോ ഇന്നോ എന്റെ മകനെ കണ്ടിട്ടില്ല."

അപ്പോൾ രാജകുമാരിക്ക് സംഭവിച്ച കാര്യങ്ങളെല്ലാം സുൽത്താൻ അയാളോട് വിവരിച്ചുകൊടുത്തു. "നിങ്ങൾ ഉടനെ മകനോട് വസ്തുതകൾ ചോദിച്ചറിയണമെന്നാണെന്റെ ആഗ്രഹം. ഒരുപക്ഷേ, ഭയംമൂലം എന്റെ മകൾക്ക് സംഭവിച്ചത് മുഴുവൻ അവൾ ശ്രദ്ധിച്ചുകാണില്ല. അവളുടെ വാക്കുകൾ മുഴുവൻ സത്യമാണെന്ന് ഞാൻ മനസ്സിലാക്കുന്നു."

വസീർ എഴുന്നേറ്റുപോയി മകനെ വിളിച്ചുവരുത്തി. സുൽത്താൻ പറഞ്ഞതെല്ലാം നേരാണോ എന്ന് ചോദിച്ചു. യുവാവ് മറുപടി നല്കി.

"എന്റെ അച്ഛാ, ബദർ അൽബദൂർ പറഞ്ഞതൊന്നും നുണയല്ല, തീർച്ചയായും അവൾ പറഞ്ഞത് പൂർണമായും സത്യമാണ്. വിവാഹശേഷമുള്ള മധുരമായ രാത്രികൾക്കുപകരം, ഏറ്റവും നരകയാതന അനുഭവിച്ച നശിച്ച രണ്ട് രാത്രികളായിരുന്നു ഞങ്ങൾക്ക് അവ! എനിക്ക് സംഭവിച്ചതാണ് അവളേക്കാൾ ഭീകരം; എന്റെ വധുവിനോടൊപ്പം ഞാൻ ശയിക്കുന്നതിനു പകരം വൃത്തികെട്ട നാറിയ 'ടോയ്‌ലറ്റിലാ'യിരുന്നു എനിക്ക് ശയിക്കേണ്ടിവന്നത്! ശരിക്കും നനഞ്ഞ് തണുത്ത് മരവിച്ച തറയിൽ; എന്റെ വാരിയെല്ലുകൾ കോച്ചിവലിച്ചുപോയി!" ആ യുവാവ് അച്ഛനോട് എല്ലാം വിശദമായി പറഞ്ഞു "എന്റെ പ്രിയപ്പെട്ട അച്ഛാ, ഈ വിവാഹബന്ധത്തിൽനിന്നെന്നെ മോചിപ്പിക്കുവാൻ സുൽത്താനോട് പറയണമെന്ന് ഞാനങ്ങയോട് കേണപേക്ഷിക്കുകയാണ്. അതെ, സുൽത്താന്റെ

മരുമകൻ ആകുക എന്നത് എന്നെ സംബന്ധിച്ചിടത്തോളം ഏറ്റവും അന്തസ്സുള്ള പദവിയാണ്; പ്രത്യേകിച്ചും രാജകുമാരിയുടെ സ്നേഹം എന്റെ ഹൃദയത്തിൽ അലിഞ്ഞുചേർന്ന നിലയ്ക്ക്. എന്നാൽ, കഴിഞ്ഞ രണ്ടു രാത്രികൾപോലെ ഒന്നുകൂടി ഉണ്ടായാൽ എനിക്കത് സഹിക്കാനുള്ള ശക്തിയില്ല." അപ്പോഴേക്കും നേരം പുലർന്നെന്നുകണ്ട് ഷാഹ്റസാദ് അദ്ഭുതപ്പെട്ടു. - തനിക്ക് പറയാനനുവദിക്കപ്പെട്ട കഥപറച്ചിൽ അവൾ നിർത്തി.

അഞ്ഞൂറ്റി അമ്പത്തിയാറാം രാവ്

ദുനിയാസാദ് പറഞ്ഞു "അല്ലയോ എന്റെ സഹോദരീ, നിനക്ക് ഉറക്കം വരുന്നില്ലെങ്കിൽ കുറച്ച് നല്ല കഥകൾ ഞങ്ങൾക്ക് നീ പറഞ്ഞുതരുമോ?"

ഷാഹ്റസാദ് മറുപടി നല്കി "സ്നേഹത്തോടെയും സന്മനസ്സോടെയും" - അല്ലയോ മഹാരാജാവേ, മകന്റെ വാക്കുകൾ കേട്ട് വസീർ ഭയങ്കരമായി ദുഃഖിച്ചു. കാരണം, തന്റെ പുത്രനെ സുൽത്താന്റെ ജാമാതാവായി ഉയർത്തുക എന്നത് വസീറിന്റെ ജീവിതാഭിലാഷമായിരുന്നു. അയാൾ ചിന്താധീനനായി അന്ധാളിച്ചു നിന്നു! എങ്ങനെയാണ് കാര്യങ്ങൾ നേരെയാക്കുക? വിവാഹബന്ധം വേർപെടുത്തുന്നത് അയാൾക്ക് ഏറ്റവും വേദനാജനകമാണ്. ഇത്രയും വലിയൊരു സൗഭാഗ്യം അയാൾക്ക് അഭൂതപൂർവ്വമായൊരുതരം പരമാനന്ദമാണ് പ്രദാനം ചെയ്തിരുന്നത്!

അയാൾ പറഞ്ഞു "ക്ഷമയോടെ കാത്തിരിക്കുക, എന്റെ മോനേ, ഇന്നു രാത്രി എന്താണ് സംഭവിക്കാൻ പോകുന്നതെന്ന് നമ്മൾക്കു നോക്കാം; ഞങ്ങൾ നിന്റെ സംരക്ഷണത്തിനായി സുരക്ഷാഭടന്മാരെ നിർത്തും. നിനക്കുമാത്രം നേടാനായ ഈ അത്യുന്നതപദവി നീ കളഞ്ഞുകുളിക്കരുത്."

പിന്നെ വസീർ മകനെ വിട്ട്, സുൽത്താന്റെ അടുത്തേക്ക് തിരിച്ചുചെന്നു. ബദർ അൽബദൂർ രാജകുമാരി പറഞ്ഞതെല്ലാം സത്യമാണെന്ന് മന്ത്രി സുൽത്താനെ അറിയിച്ചു. സുൽത്താൻ അഭിപ്രായപ്പെട്ടു "കാര്യങ്ങളുടെ കിടപ്പ് ഇപ്രകാരമാണെങ്കിൽ നമ്മൾ വൈകിക്കാൻ പാടില്ല."

അദ്ദേഹം ഉടനെ എല്ലാവിധ ആഘോഷപരിപാടികളും നിർത്തിവെക്കാനായി ഉത്തരവിട്ടു; വിവാഹബന്ധം വേർപെടുത്തുവാൻ പോകുകയാണെന്നും പ്രഖ്യാപിച്ചു! ഇക്കാര്യംകേട്ട് നഗരവാസികൾ ആശ്ചര്യപ്പെട്ടു. പ്രത്യേകിച്ചും വസീറും പുത്രനും വികാരവിവശരായി ദുഃഖിച്ചു. വല്ലാത്ത ദയനീയാവസ്ഥയിൽ കൊട്ടാരത്തിൽനിന്ന് പുറത്തു പോകുന്നത് കണ്ടപ്പോൾ ജനങ്ങൾ ചോദിക്കാൻ തുടങ്ങി "എന്താണ് സംഭവിച്ചത്? വിവാഹബന്ധം അവസാനിപ്പിക്കാനുള്ള കാരണമെന്താണ്?"

അലാവുദ്ദീനൊഴിച്ച് മറ്റാർക്കും അതിന്റെ സത്യാവസ്ഥ അറിയില്ല; രാജകുമാരിയുടെ കരം ആവശ്യപ്പെട്ട, അവളുടെ കാമുകനാണല്ലോ അവൻ; അവൻ ഉള്ളാലെ ചിരിച്ചു!

എന്നാൽ വിവാഹം റദ്ദാക്കിയശേഷവും സുൽത്താൻ അലാവുദ്ദീന്റെ അമ്മയ്ക്ക് കൊടുത്ത വാഗ്ദാനം ഓർത്തില്ല! അതുതന്നെയായിരുന്നു വസീറിന്റെ അവസ്ഥയും. അവർക്ക് സംഭവിച്ച വിപത്തുകളെക്കുറിച്ചവർക്കൊരു ഊഹാപോഹംപോലും ഇല്ലായിരുന്നു. അങ്ങനെ മൂന്നുമാസം കഴിയുന്നതുവരെ അലാവുദ്ദീൻ ക്ഷമയോടെ കാത്തിരുന്നു; മൂന്നുമാസത്തിനുശേഷം മകളെ വിവാഹം കഴിച്ചുകൊടുക്കാമെന്നായിരുന്നല്ലോ

രാജാവിന്റെ പ്രതിജ്ഞ. മൂന്നുമാസം തികഞ്ഞ അന്നുതന്നെ അലാവുദ്ദീൻ അമ്മയെ രാജകൊട്ടാരത്തിലേക്ക് അദ്ദേഹത്തിന്റെ വാഗ്ദാനം ഓർമ്മിപ്പിക്കാനായി അയച്ചു.

അമ്മ കൊട്ടാരത്തിലെ ഡർബാർ ഹാളിലെത്തി നിലയുറപ്പിച്ചു. രാജാവ് എഴുന്നള്ളിയപ്പോൾ, തന്റെ മുന്നിൽ നില്ക്കുന്ന വൃദ്ധയെ കാണാനിടയായി. മൂന്നുമാസത്തിനുശേഷം തന്റെ പുത്രിയെ അവളുടെ മകന് വിവാഹം കഴിച്ചുകൊടുക്കാമെന്ന കരാർ അദ്ദേഹം ഓർത്തു. അദ്ദേഹം മന്ത്രിക്കുനേരെ തിരിഞ്ഞ് പറഞ്ഞു.

"അല്ലയോ വസീർ, ഈ വൃദ്ധയല്ലേ എനിക്ക് രത്നങ്ങൾ സമ്മാനിച്ചത്; മൂന്നുമാസത്തിനുശേഷം അവളെ വിളിച്ച് വരുത്തി മക്കളുടെ വിവാഹം നടത്തിക്കൊടുക്കാമെന്ന് ഞാൻ വാക്കുകൊടുത്തിരുന്നതല്ലേ?"

അപ്പോൾ മന്ത്രി അവളെ രാജാവിന് മുന്നിലേക്ക് കൂട്ടിക്കൊണ്ടുവന്നു. അവൾ അദ്ദേഹത്തെ സലാംചെയ്തു. എന്താണ് കാര്യം എന്ന് സുൽത്താൻ അവളോട് ചോദിച്ചു.

"അല്ലയോ മഹാരാജാവേ, അങ്ങ് എനിക്കുതന്ന മൂന്നുമാസകാലാവധി അവസാനിച്ചു. അങ്ങയുടെ പുത്രി ബദർ അൽബദൂറും എന്റെ പുത്രൻ അലാവുദ്ദീനും തമ്മിലുള്ള വിവാഹം നടത്തണം."

ഈ ആവശ്യംകേട്ട് സുൽത്താൻ വിഷമിച്ചു. പ്രത്യേകിച്ചും ഏറ്റവും ദരിദ്രയായ അവളെ നിരീക്ഷിച്ചപ്പോൾ! എന്നാലും അവളുടെ ആവശ്യം നിരസിക്കാനദ്ദേഹം അശക്തനായതുപോലെ കാണപ്പെട്ടു. അദ്ദേഹം വസീറിനുനേരെ തിരിഞ്ഞ് ചോദിച്ചു. "നിങ്ങളുടെ പക്കൽ എന്തെങ്കിലും ഉപായമുണ്ടോ? സത്യത്തിൽ ഞാൻ വാക്കുകൊടുത്തിട്ടുള്ളതാണ്. എന്നാലും, അവൾ വളരെ ദരിദ്രയാണെന്നെനിക്ക് തോന്നുന്നു, ഉന്നതനിലയിലുള്ള വളല്ല" - അപ്പോഴേക്കും നേരം പുലർന്നതുകണ്ട് ഷാഹ്രസാദ് അദ്ഭുതപ്പെട്ടു; തനിക്കനുവദിക്കപ്പെട്ട കഥപറച്ചിൽ നിർത്തി.

അഞ്ഞൂറ്റി അമ്പത്തിയേഴാം രാവ്

ദുനിയാസാദ് പറഞ്ഞു "അല്ലയോ എന്റെ സഹോദരീ, നിനക്ക് ഉറക്കം വരുന്നില്ലെങ്കിൽ നീ കുറച്ച് നല്ല കഥകൾ ഞങ്ങൾക്ക് പറഞ്ഞുതരൂ."

അപ്പോൾ ഷാഹ്രസാദ് മറുപടി നല്കി.

"സ്നേഹത്തോടും സന്മനസ്സോടുംകൂടെ." - അല്ലയോ മഹാരാജാവേ, അസൂയകൊണ്ട് ചാകാറായ വസീർ (പ്രത്യേകിച്ചും മകന്റെ പതനത്തിൽ അതീവദുഃഖിതനായിരുന്നവൻ) സ്വയം പറഞ്ഞു "എന്റെ മകന് ഈ ഉന്നത ബഹുമതി നഷ്ടപ്പെട്ടിരിക്കുമ്പോൾ, ഇത്തരം ഒരുത്തൻ രാജകുമാരിയെ വേൾക്കുകയോ!"

മന്ത്രി സുൽത്താനോട് രഹസ്യമായി പറഞ്ഞു. "എന്റെ പ്രഭോ, ഇത്തരം ഒരു ഏഴയെ ഒഴിവാക്കാൻ എളുപ്പമാണ്. ആരാണെന്നുപോലും അറിയാത്ത ഒരു ദരിദ്രവാസിക്ക് രാജാവിന്റെ മകളെ വിവാഹം കഴിച്ചുകൊടുക്കേണ്ട ആവശ്യമൊന്നുമില്ല."

"എന്ത് മാർഗ്ഗമാണ് നമ്മൾ സ്വീകരിക്കുക? അവർക്ക് ഞാൻ വാക്ക് കൊടുത്തിട്ടുള്ളതല്ലേ! രാജാക്കന്മാർക്ക് വാക്ക് മാറ്റാൻ പാടുള്ളതല്ല."

"അല്ലയോ പ്രഭോ, പരിശുദ്ധസ്വർണം കൊണ്ടുണ്ടാക്കിയ നാല്പത് പ്ലേറ്റുകൾ ആവശ്യപ്പെടുക, അവ നിറയെ രത്നങ്ങളും (മുമ്പ് ആ സ്ത്രീ

അങ്ങേക്ക് സമ്മാനിച്ചതുപോലെ); അവ എടുത്തുകൊണ്ടുവരുന്നത് നാല്പത് വെളുത്ത അടിമ പെൺകുട്ടികളും നാല്പത് കറുത്ത നപുംസക അടിമകളുംകൂടി ആയിരിക്കണം."

"അള്ളായാണേ, അല്ലയോ വസീർ, നീ നല്ലൊരു നിർദ്ദേശംതന്നെയാണ് തന്നത്. അത്തരം ഒരു സമ്മാനം അസാധ്യമായതിനാൽ നമ്മൾ ഈ ഊരാക്കുടുക്കിൽനിന്ന് രക്ഷപ്പെടും."

പിന്നെ അദ്ദേഹം അലാവുദ്ദീന്റെ അമ്മയോട് പറഞ്ഞു "നിങ്ങൾ പോയി മകനെ അറിയിക്കുക, ഞാൻ വാക്കുതന്നാൽ അത് ലംഘിക്കുന്നവനല്ല; എന്നാൽ, ഒരു വ്യവസ്ഥയുണ്ട്, അവന് എന്റെ മകൾക്കനുയോജ്യമായ 'മെഹർ' തരാൻ കഴിയണം. നാല്പത് സ്വർണപ്ലേറ്റിൽ അന്ന് നിങ്ങൾ സമ്മാനിച്ചതുപോലുള്ള മുത്തുകളും രത്നങ്ങളും നിറച്ച് നാല്പത് വെളുത്ത അടിമപ്പെൺകുട്ടികളും നാല്പത് കറുത്ത നപുംസക അടിമകളുമാണ് ഞാൻ സ്ത്രീധനമായി ഉദ്ദേശിക്കുന്നത്. അവയുമായി മകൻ വരുമ്പോൾ, അവന് ഞാനെന്റെ മകളെ വിവാഹം കഴിച്ച് കൊടുക്കും."

അലാവുദ്ദീന്റെ അമ്മ തലതാഴ്ത്തി വീട്ടിലേക്ക് തിരിച്ചുപോയി; അവൾ ചിന്തിച്ചു "എന്റെ മകൻ ഇത്രയും സ്വർണപ്ലേറ്റുകളും രത്നങ്ങളും എങ്ങനെ നേടാനാണ്? ഭൂഗർഭമാന്ത്രിക അറയിലേക്ക് കടക്കാൻ കഴിഞ്ഞാൽ അവന് അതിലെ മരങ്ങളിൽനിന്നവ പറിച്ചുകൊണ്ടുവരാൻ പറ്റിയേക്കും. അതിപ്പോൾ അസാധ്യമാണല്ലോ. അത് സാധിച്ചെന്നുതന്നെ കരുതുക; എന്നാൽ വെളുത്ത അടിമപ്പെൺകുട്ടികളെയും കറുത്ത നപുംസകങ്ങളെയും അവൻ എവിടെന്ന് കൊണ്ടുവരാനാണ്?"

വീട്ടിൽ എത്തുന്നതുവരെ അവൾ ഇപ്രകാരം സ്വയം സംസാരിച്ചുകൊണ്ടിരുന്നു; അവിടെ അലാവുദ്ദീൻ അമ്മയേയും കാത്ത് നിന്നിരുന്നു, അവൾ ചെന്ന ഉടനെ പറഞ്ഞു "എന്റെ മോനേ, ഞാൻ നിന്നോട് പറഞ്ഞിരുന്നതല്ലേ നമ്മളെപ്പോലുള്ളവർ ബദർ അൽബദൂറിനെപ്പോലൊരു രാജകുമാരിയെ മോഹിക്കരുതെന്ന്; കാരണം, അത്തരം ഒരു കാര്യം അസാധ്യമാണ്."

"എന്താണ് വിവരം എന്ന് എന്നോട് പറയൂ."

"എന്റെ കുട്ടീ, സത്യമായും സുൽത്താൻ എന്നെ ആചാരപ്രകാരം ആദരവോടെത്തന്നെയാണ് സ്വീകരിച്ചത്; അദ്ദേഹത്തിന് നമ്മളോടുള്ള പെരുമാറ്റം സൗഹൃദപൂർവ്വമാണെന്നാണ് ഞാൻ കരുതിയത്. എന്നാൽ, നിന്റെ ശത്രു ആ നശിച്ച വസീർ ആണ്. ഞാൻ രാജാവിനോട് നിന്റെ പേരിൽ, നീ നിർദ്ദേശിച്ചതുപ്രകാരം പറഞ്ഞു, 'സത്യത്തിൽ കരാർപ്രകാരമുള്ള കാലാവധി അവസാനിച്ചിരിക്കുന്നു. അങ്ങയുടെ പുത്രിയും എന്റെ മകനുമായുള്ള വിവാഹത്തിന് അങ്ങ് ഉത്തരവിടണം." അദ്ദേഹം മന്ത്രിക്കുനേരെ തിരിഞ്ഞു; അയാൾ രഹസ്യമായി സുൽത്താനോട് എന്തോ കൂടിയാലോചിച്ചു. പിന്നെ, സുൽത്താൻ എനിക്ക് മറുപടി നല്കി. അവൾ രാജാവിന്റെ ആവശ്യങ്ങൾ അലാവുദ്ദീന് വിശദീകരിച്ചുകൊടുത്തു. "എന്റെ മോനേ, നിന്നിൽനിന്ന് ഉടനെ ഒരു മറുപടി അദ്ദേഹം പ്രതീക്ഷിക്കുന്നു. എന്നാൽ, നമ്മൾക്കദ്ദേഹത്തിനുവേണ്ടി യാതൊരു മറുപടിയുമില്ലെന്നാണെനിക്ക് തോന്നുന്നത്." - അപ്പോഴേക്കും നേരം പുലർന്നതുകണ്ട് ഷാഹ്റസാദ് അതിശയിച്ചു; തനിക്ക് കഥ പറയാനനുവദിക്കപ്പെട്ട സമയം കഴിഞ്ഞതിനാൽ കഥപറച്ചിൽ നിർത്തി.

അഞ്ഞൂറ്റി അമ്പത്തിയെട്ടാം രാവ്

ദുനിയാസാദ് പറഞ്ഞു "എന്റെ സഹോദരീ, നിനക്ക് ഉറക്കം വരുന്നില്ലെങ്കിൽ ഞങ്ങൾക്ക് കുറച്ച് രസകരമായ കഥകൾ നീ പറഞ്ഞുതരുമോ?"

അപ്പോൾ ഷാഹ്റസാദ് മറുപടി നല്കി "സ്നേഹത്തോടെയും സന്മനസ്സോടെയും." - അല്ലയോ മഹാരാജാവേ, അലാവുദ്ദീൻ ഈ വാക്കുകൾ കേട്ട് ചിരിച്ചുകൊണ്ട് പറഞ്ഞു "എന്റെ അമ്മേ, നമ്മൾക്ക് മറുപടി ഒന്നുമില്ലെന്ന് നിങ്ങൾ ഉറപ്പിച്ചോ; ഭയങ്കര ബുദ്ധിമുട്ടുള്ള കാര്യമാണിതെന്ന് നിങ്ങൾ കരുതുന്നു. എന്നാൽ ആ ചിന്ത മനസ്സിൽനിന്ന് എടുത്ത് കളയുക; എഴുന്നേറ്റ്, എനിക്ക് എന്തെങ്കിലും കഴിക്കാനായി കൊണ്ടുവരൂ. നമ്മൾ ഭക്ഷണം കഴിച്ചശേഷം ഇൻഷാ അള്ളാ, നിങ്ങൾക്കെന്റെ മറുപടി കേൾക്കാം."

നിങ്ങളെപ്പോലെ സുൽത്താനും കരുതുന്നുണ്ടാവും, അസാധ്യമായൊരു 'മെഹർ' ആണ് താൻ ആവശ്യപ്പെട്ടതെന്ന്! അതോടെ തന്റെ മകളിൽനിന്നും ഞാൻ ഒഴിഞ്ഞുപോകുമെന്ന് അദ്ദേഹം പ്രതീക്ഷിച്ചുകാണും. വാസ്തവത്തിൽ ഇതിനേക്കാൾ വലിയ ചിലതാണ് 'മെഹർ' ആയി ആവശ്യപ്പെടുമെന്ന് ഞാൻ കരുതിയിരുന്നത്! നിങ്ങൾ ഉടനെ ബസാറിൽ പോയി സാമാനങ്ങൾ വാങ്ങിച്ചുകൊണ്ടുവരൂ, അപ്പോഴേക്കും ഞാൻ നിങ്ങൾക്കുവേണ്ടി ഒരു മറുപടി തയ്യാറാക്കാം."

അങ്ങനെ ആവശ്യമുള്ള സാധനങ്ങൾ വാങ്ങിക്കാനായി അവൾ ബസാറിലേക്ക് പോയി. അലാവുദ്ദീൻ സ്വന്തം മുറിയിൽച്ചെന്ന്, വിളക്ക് എടുത്ത് ഉരച്ചു; ഉടനെ അടിമ പ്രത്യക്ഷപ്പെട്ട് പറഞ്ഞു "അങ്ങേക്കെന്താണ് വേണ്ടതെന്ന് ചോദിക്കൂ പ്രഭോ."

അലാവുദ്ദീൻ മറുപടി നല്കി "സുൽത്താന്റെ മകളെ എനിക്ക് വിവാഹം കഴിച്ചുതരാൻ അമ്മ അദ്ദേഹത്തോട് ആവശ്യപ്പെട്ടു. എന്നാൽ, മെഹർ ആയി അദ്ദേഹം അവകാശപ്പെടുന്നത്, പത്ത് റാത്തൽ ഭാരമുള്ള, നാല്പത് തങ്കപ്ലേറ്റുകളിൽ നിറച്ച രത്നങ്ങൾ ആണ്, ആ ഭൂഗർഭതോട്ടത്തിലുള്ളതുപോലത്തെ രത്നങ്ങൾ! അതിനും പുറമെ, ഇതെല്ലാം ചുമന്നുകൊണ്ട് നാല്പത് വെളുത്ത അടിമപെൺകുട്ടികളും അവരെ അകമ്പടി സേവിക്കാനായി നാല്പത് കറുത്ത നപുംസക അടിമകളും ഉണ്ടായിരിക്കണം! അതുകൊണ്ട് ഇതെല്ലാം നീ എന്റെ സന്നിധിയിലെത്തിക്കണമെന്നാണെന്റെ ആഗ്രഹം."

"ഉത്തരവുപോലെ, എന്റെ പ്രഭോ."

ഭൂതം ആകാശത്തിലേക്ക് അപ്രത്യക്ഷനായി. ഏകദേശം ഒരു മണിക്കൂറിനുശേഷം, പറഞ്ഞപ്രകാരം തങ്കപ്ലേറ്റുകൾ നിറയെ രത്നങ്ങളും അടിമപെൺകുട്ടികളും നപുംസകങ്ങളുമായി ഭൂതം തിരിച്ചെത്തി. എല്ലാം മുന്നിലെത്തിച്ചശേഷം ഭൂതം ഉണർത്തിച്ചു. "അങ്ങ് എന്നോട് ആവശ്യപ്പെട്ടതെല്ലാം ഇതാ കൊണ്ടുവന്നിരിക്കുന്നു. അങ്ങേക്കിനി മറ്റെന്തെങ്കിലും വേണോ, എന്റെ വല്ല സേവനവും?"

"ഇപ്പോൾ ഒന്നും വേണ്ട; ആവശ്യമുണ്ടെങ്കിൽ നിന്നെ വിളിക്കാം."

ഭൂതം ഉടനെ അപ്രത്യക്ഷനായി. കുറച്ചുകഴിഞ്ഞ് അമ്മ തിരിച്ചെത്തി വീട്ടിൽ കയറിയപ്പോൾ അടിമകളെ കണ്ടു. അടക്കാനാകാത്ത അതിശയത്തോടെ അവൾ വിളിച്ചുപറഞ്ഞു. "അള്ളാ ശാശ്വതമായി എന്റെ മകന് നല്കിയ ആ വിളക്കിൽനിന്നാണോ ഇവരെയെല്ലാം ലഭിച്ചത്!" പിന്നെ

പർദ്ദ മാറ്റി ഉള്ളിലേക്ക് പോകാൻനിന്ന അമ്മയോടവൻ പറഞ്ഞു "എന്റെ അമ്മേ, സുൽത്താൻ ദർബാറിലെത്തുന്നതിനുമുമ്പ്, അദ്ദേഹം ആവശ്യപ്പെട്ട 'മെഹറു'മായി ചെന്ന് മുഖം കാണിക്കുക, ഉടനെത്തന്നെ! അപ്പോഴേ, എനിക്ക് ഇതും ഇതിന്നപ്പുറവും നല്കാൻ കഴിവുണ്ടെന്ന് അദ്ദേഹം അറിയും; അതിനുംപുറമെ, അദ്ദേഹം മന്ത്രിയാൽ ചതിക്കപ്പെട്ടുകയായിരുന്നെന്നും അറിയട്ടെ. എന്നെ ഇത് വിഷമിപ്പിക്കുമെന്ന് ഇരുവരും വൃഥാ വിഭാവനം ചെയ്തു!"

അവൻ എഴുന്നേറ്റ്, വീടിന്റെ വാതിൽ തുറന്നു. വെളുത്ത അടിമപ്പെൺകുട്ടികളും നീഗ്രോ നപുംസക അടിമകളും ജോടിയായി നടന്നുനീങ്ങി. ഓരോ പെൺകുട്ടിയുടെയും പിന്നിൽ ഓരോ നപുംസകംവീതം. അലാവുദ്ദീന്റെ അമ്മയുടെ പിന്നാലെ വരിയായി അവർ മുന്നോട്ടു നീങ്ങി. അവിടത്തെ ജനങ്ങൾ മനോഹരമായ ഈ കാഴ്ച കണ്ട് വിസ്മയിച്ചുപോയി! അദ്ഭുതസ്തബ്ധരായി നിന്നു! വെളുത്ത അടിമപ്പെൺകുട്ടികളെല്ലാം അതിസുന്ദരികളും, വിലപിടിച്ച മനോഹരമായ വസ്ത്രങ്ങൾ ധരിച്ചവരുമായിരുന്നു. സ്വർണക്കസവുള്ളതും രത്നങ്ങൾ തുന്നിപ്പിടിപ്പിച്ചതുമാണവരുടെ ഉടുപ്പുകൾ. ആയിരം ദിനാറിൽ കുറയാത്ത വിലയുണ്ട് ഓരോ ഉടുപ്പിനും. നഗരവാസികൾ ആ കോപ്പകളിലേക്ക് തുറിച്ചുനോക്കി. അവ ചിത്രപ്പണികളോടുകൂടിയ തുണികൾ ഇട്ട് മൂടിയിരുന്നെങ്കിലും അതിനടിയിലെ രത്നങ്ങളിൽനിന്നുയർന്നിരുന്ന ശോഭ സൂര്യപ്രകാശത്തെപ്പോലും നിശ്ചേതനമാക്കി! - അപ്പോഴേക്കും നേരം പുലർന്നതുകണ്ട് ഷാഹ്‌റസാദ് അതിശയിച്ചുപോയി; തനിക്ക് പറയാനനുവദിച്ച കഥപറച്ചിൽ അവൾ നിർത്തി.

അഞ്ഞൂറ്റി അമ്പത്തിയൊമ്പതാം രാവ്

ദുനിയാസാദ് പറഞ്ഞു "അല്ലയോ എന്റെ സഹോദരീ, നിനക്ക് ഉറക്കം വരുന്നില്ലെങ്കിൽ ഞങ്ങൾക്ക് നീ കുറച്ചു രസകരമായ കഥ പറഞ്ഞുതരൂ."

ഷാഹ്‌റസാദ് മറുപടി നല്കി "സ്നേഹത്തോടെയും സന്മനസ്സോടെയും." - അല്ലയോ മഹാരാജാവേ, ആ നഗരവാസികൾ ഈ അപൂർവ്വരംഗം കണ്ട് അദ്ഭുതസ്തബ്ധരായി നിന്നുപോയി. അലാവുദ്ദീന്റെ അമ്മ മുന്നിലും മനോഹരമായി വസ്ത്രധാരണം ചെയ്ത അടിമപ്പെൺകുട്ടികളും നപുംസകങ്ങളും പിന്നിലുമായി അവർ കൊട്ടാരത്തിലേക്ക് നടന്നു. ആ പെൺകുട്ടികളുടെ സൗന്ദര്യം കണ്ടാസ്വദിക്കാനായി സർവ്വശക്തനായ ദൈവത്തെ വാഴ്ത്തിക്കൊണ്ട്, കൊട്ടാരവാതിൽവരെ ജനങ്ങൾ തടിച്ചുകൂടി നിന്നിരുന്നു. അങ്ങനെ തുന്നൽക്കാരന്റെ വിധവ നയിച്ച ഘോഷയാത്ര കൊട്ടാരത്തിലെത്തി. കൊട്ടാരം സൂക്ഷിപ്പുകാരും പട്ടാളഓഫീസർമാരും അവരെ കണ്ട് വിസ്മയിച്ചുപോയി! പ്രത്യേകിച്ചും അടിമപ്പെൺകുട്ടികളുടെ വശ്യമായ മനോഹാരിതകണ്ട്! ഋഷികളെപ്പോലും മോഹിപ്പിക്കുന്ന അഴകായിരുന്നു അവർ ഓരോരുത്തർക്കും! കൊട്ടാരസൂക്ഷിപ്പുകാരും ഉദ്യോഗസ്ഥരും രാജകുടുംബാംഗങ്ങളും പ്രഭുക്കന്മാരുടെ മക്കളുമെല്ലാം ആ അടിമപ്പെൺകുട്ടികളുടെ വിലപിടിച്ച വസ്ത്രങ്ങളും അവരുടെ തലയിൽ വെച്ചിരിക്കുന്ന സ്വർണപ്ലേറ്റുകളും കണ്ട് ആശ്ചര്യപ്പെട്ട് നിന്നുപോയി! ആ കോപ്പയിൽനിന്നുയരുന്ന ജ്യോതിസ്സിലേക്കവർക്ക് നോക്കിനില്ക്കാൻ കഴിഞ്ഞില്ല, അത്രയ്ക്ക് കണ്ണഞ്ചിപ്പിക്കുന്നതായിരുന്നു

അത്! ദ്വാരപാലകർ സുൽത്താനോട് ഇവരുടെ വരവിനെക്കുറിച്ചറിയിച്ചു. ഉടനെ അവരെ ഉള്ളിലേക്ക് കയറ്റിവിടാനായി രാജാവ് ആജ്ഞാപിച്ചു; അലാവുദ്ദീന്റെ അമ്മ പരിവാരങ്ങളോടൊപ്പം ഉള്ളിലേക്ക് ചെന്നു. അവർ എല്ലാവരും വലിയ ആദരവോടും ആരാധനയോടുംകൂടി സുൽത്താന് സലാംചെയ്ത്, അദ്ദേഹത്തിന് അഭിവൃദ്ധിയും പ്രതാപവും ഉണ്ടാകട്ടെ എന്ന് ആശംസിച്ചു; പിന്നെ, അവർ ശിരസ്സിൽനിന്നും പ്ലേറ്റുകൾ ഇറക്കി അദ്ദേഹത്തിന്റെ കാൽക്കൽ വെച്ച്, അവ മൂടിയിരുന്ന തുണികൾ മാറ്റി, കൈയുംകെട്ടി നിലയുറപ്പിച്ചു. സുൽത്താൻ ഭയങ്കരമായി അദ്ഭുതപ്പെട്ടു! അടിമപ്പെൺകുട്ടികളുടെ ശാലീനതയും ശ്ലാഘനീയമായ അഴകും കണ്ട് അന്തംവിട്ടുനിന്നുപോയി! രത്നങ്ങൾ നിറഞ്ഞുതുളുമ്പുന്ന തങ്കപ്ലേറ്റുകൾകണ്ട് അമ്പരന്നുപോയ സുൽത്താൻ ഒരക്ഷരം മിണ്ടാനാകാതെ, ബുദ്ധി മന്ദിച്ചവനെപ്പോലെ വിസ്മയത്തോടെ നിലകൊണ്ടു! കുറെനേരം ആ നില തുടർന്നു. പിന്നെ, രാജകുമാരിക്കുള്ള 'മെഹർ' ഉള്ളിലേക്ക് കൊണ്ടുവരുവാനായി അദ്ദേഹം അടിമപ്പെൺകുട്ടികൾക്ക് ഉത്തരവ് നല്കി. അവർ ഉള്ളിലേക്ക് പോയപ്പോൾ അലാവുദ്ദീന്റെ അമ്മ മുന്നോട്ടുചെന്ന് സുൽത്താനോട് പറഞ്ഞു "എന്റെ പ്രഭോ, ബദർ അൽബദൂർ രാജകുമാരിയെ ആദരിക്കാൻ ഇത്രയും പോരെ?" ഉടനെ സുൽത്താൻ മന്ത്രിക്കു നേരെ തിരിഞ്ഞ് ചോദിച്ചു "നിങ്ങൾ എന്ത് പറയുന്നു, വസീർ? ഇത്രയും ചെറിയ ഇടവേളയിൽ ഇത്രയും അമൂല്യമായ സമ്പത്ത് കൊണ്ടുവരാൻ കഴിഞ്ഞവൻ, സുൽത്താന്റെ ജാമാതാവാകാനും രാജാവിന്റെ മകളുടെ ഭർത്താവാകാനും യോഗ്യനല്ലേ?"

ആ സമ്പത്ത് കണ്ട് രാജാവിനേക്കാളേറെ ആശ്ചര്യഭരിതനായിരുന്നു മന്ത്രി എങ്കിലും, അസൂയയിൽ വെന്തുരുകുന്ന അയാൾ ഓരോ നിമിഷവും കൂടുതൽ നീറിക്കൊണ്ടിരുന്നു. സുൽത്താൻ വിലപിടിച്ച ആ 'മെഹറിൽ' തൃപ്തനാണെന്നുകണ്ട വസീർ, വസ്തുതകൾക്കെതിരെ പോരാടാൻ ബുദ്ധിമുട്ടാണെന്ന് മനസ്സിലാക്കിയെങ്കിലും മറുപടി നല്കി "ഇത് അവൾക്ക് ഉചിതമായതല്ല."

അതിനുംപുറമെ ബദർ അൽബദൂർ രാജകുമാരിയെ അലാവുദ്ദീനിൽ നിന്നും അകറ്റിനിർത്താനുള്ള ഒരു ഉപായം രാജാവിലൂടെ പ്രയോഗിക്കാൻ മന്ത്രി തീരുമാനിച്ചു. അതനുസരിച്ച് അയാൾ തുടർന്നു "എന്റെ പ്രഭോ, ഈ ലോകത്തിലെ മുഴുവൻ സമ്പത്ത് ഒന്നിച്ച് ചേർത്താലും അങ്ങയുടെ മകളുടെ ഒരു നഖത്തിന്റെ അത്രപോലും വിലവരില്ല. തീർച്ചയായും അവളുമായി തുലനം ചെയ്യുമ്പോൾ, അങ്ങ് ഈ വസ്തുക്കളെ വളരെ നിസ്സാരമായി കണക്കാക്കണം." - അപ്പോഴേക്കും നേരം പുലരാറായെന്നു കണ്ട് ഷാഹ് രസാദ് അദ്ഭുതപ്പെട്ടു; തനിക്ക് പറയാനനുവദിക്കപ്പെട്ട കഥ പറയൽ അവൾ നിർത്തി.

അഞ്ഞൂറ്റി അറുപതാം രാവ്

ദുനിയാസാദ് പറഞ്ഞു "എന്റെ സഹോദരീ, നിനക്ക് ഉറക്കം വരുന്നില്ലെങ്കിൽ ഞങ്ങൾക്ക് കുറച്ച് രസകരമായ കഥകൾ നീ പറഞ്ഞുതരുമോ?"

ഷാഹ്രസാദ് മറുപടി നല്കി "സ്നേഹത്തോടെയും സന്മനസ്സോടെയും" - അല്ലയോ മഹാരാജാവേ, സുൽത്താൻ തന്റെ വസീറിന്റെ വാക്കുകേട്ടപ്പോൾ അത് അസഹ്യമായ അസൂയ മൂലമാണെന്ന് ഉടനെ

മനസ്സിലാക്കി. അതുകൊണ്ട് അലാവുദ്ദീന്റെ അമ്മയുടെ നേരെതിരിഞ്ഞ് സുൽത്താൻ പറഞ്ഞു "അല്ലയോ സ്ത്രീ, മകന്റെ അടുത്ത് പോയി അവനോട് പറയുക ഞാൻ അവന്റെ 'മെഹർ' സ്വീകരിച്ചെന്ന്. എന്റെ മകൾ അവന്റെ വധുവും അവൻ എന്റെ ജാമാതാവുമായിരിക്കും. അതിനും പുറമെ, അവനോട് ഉടനെ ഇങ്ങോട്ട് വരുവാൻ പറയുക, എനിക്കവനുമായി പരിചയപ്പെടണമല്ലോ; അവന് എന്നിൽനിന്ന് ആദരവും പരിഗണനയും എപ്പോഴും ലഭിക്കും. ഇന്നു രാത്രി വിവാഹാഘോഷങ്ങൾക്ക് തുടക്കം കുറിക്കട്ടെ. ഞാൻ നിങ്ങളോട് പറഞ്ഞതുപോലെ അവൻ എന്റെ അടുത്തേക്ക് വരട്ടെ, വൈകിക്കരുത്."

"അതിനുശേഷം അലാവുദ്ദീന്റെ അമ്മ തിരിച്ചുപോയി, അവൾ വാസ്തവത്തിൽ, കൊടുങ്കാറ്റിന്റെ വേഗതയിലാണ് പറന്നത്! മകനെ അഭിനന്ദിക്കാനായി പരമാവധി ധൃതിയിൽ! സുൽത്താന്റെ മരുമകനാകാൻ പോകുകയാണല്ലോ തന്റെ മകൻ എന്നോർത്ത് അവൾ പരമാനന്ദത്തിലായിരുന്നു.

അവൾ പോയശേഷം കച്ചേരി പിരിച്ചുവിട്ട് രാജകുമാരിയുടെ കൊട്ടാരത്തിലെത്തി, കോപ്പകളും അടിമപ്പെൺകുട്ടികളും ഹാജരാക്കപ്പെടട്ടെ എന്ന് സുൽത്താൻ ആജ്ഞാപിച്ചു. തനിക്കും മകൾക്കും ഒന്നിച്ചിരുന്ന് അവ പരിശോധിക്കാമല്ലോ എന്ന് അദ്ദേഹം കരുതി. ബദർ അൽബദൂർ രത്നങ്ങൾ പരിശോധച്ച് ഭയങ്കര അമ്പരപ്പോടെ നിലവിളിച്ചു. "ലോകത്തിലെ ഒറ്റ നിധിസൂക്ഷിക്കുന്ന സ്ഥലത്തും ഈ രത്നങ്ങളെ വെല്ലുന്ന വക കണ്ടെത്താനാവില്ല! പിന്നെ അവൾ അടിമപ്പെൺകുട്ടികളുടെ സൗന്ദര്യവും അംഗലാവണ്യവും കണ്ട് ആശ്ചര്യത്തോടെ നോക്കിയിരുന്നുപോയി. ഇതെല്ലാം തന്റെ പുതുവരൻ തന്റെ സേവനത്തിനായി കൊടുത്തയച്ചതാണെന്നവൾ മനസ്സിലാക്കി; വളരെയേറെ ആഹ്ലാദിച്ചു, പഴയ ഭർത്താവുമൂലം അവൾക്കനുഭവിക്കേണ്ടിവന്ന കഷ്ടപ്പാടുകളിൽ ദുഃഖിതയായിരുന്നെങ്കിലും! ആ അടിമപ്പെൺകുട്ടികളുടെ മനോഹാരിതയിൽ അവളുടെ മനം കുളിർത്തു. മകൾ എല്ലാ ദുഃഖങ്ങളിൽനിന്നും മുക്തയായി ആഹ്ലാദിക്കുന്നതു കണ്ടപ്പോൾ സുൽത്താനും അതീവസന്തുഷ്ടനായി. മകളുടെ മുഖത്തുനിന്ന് പഴയ വിഷാദഭാവം പാടെ മാഞ്ഞുപോയിരിക്കുന്നു. അതുകണ്ട് സുൽത്താൻ ഉന്മേഷവാനായി.

അദ്ദേഹം അവളോട് ചോദിച്ചു "മോളേ, നീ ഈ മാറ്റത്തിൽ സന്തുഷ്ടയല്ലേ? തീർച്ചയായും ഈ വരൻ നിനക്ക് മന്ത്രികുമാരനേക്കാൾ കൂടുതൽ യോജിച്ചവനാണെന്നെനിക്ക് തോന്നുന്നു. അതിവേഗം ഇൻഷാ അള്ളാ നിനക്കവനോടൊപ്പം രസിച്ച് ഇരിക്കാം, എന്റെ മോളേ."

അത്രയുമാണ് രാജാവിന്റെ കാര്യം. അലാവുദ്ദീനാകട്ടെ, അമ്മ ആഹ്ലാദത്തോടെ മന്ദഹസിച്ചുകൊണ്ട് വീട്ടിലേക്ക് കയറുന്നത് കണ്ടപ്പോൾ ശുഭവാർത്തയായിരിക്കും അമ്മ കൊണ്ടുവന്നിരിക്കുന്നതെന്ന് മനസ്സിലാക്കി അവൻ ഉറക്കെ വിളിച്ചുപറഞ്ഞു. "അള്ളായ്ക്ക് സ്തുതി!"

അമ്മ അറിയിച്ചു "എന്റെ ശുഭവാർത്ത കേട്ട് ആനന്ദിക്കുക, എന്റെ മോനേ, നിന്റെ അഭിലാഷങ്ങൾ സാക്ഷാൽക്കരിക്കാൻ പോകുന്നു; ഹൃദയം ആനന്ദത്തിലാറാടട്ടെ, കണ്ണുകൾക്ക് കുളിർമ്മ നല്കട്ടെ! നിന്റെ പാരിതോഷികം സുൽത്താൻ സ്വീകരിച്ചിരിക്കുന്നു; രാജകുമാരിക്കുള്ള മെഹറും മറ്റ് അമൂല്യവസ്തുക്കളും! അവളിപ്പോൾ നിന്റെ വധുവാണ്. ഇന്നു രാത്രിതന്നെ നിന്റെ വിവാഹം നടക്കും; എന്റെ മോനേ, നിന്റെ

ആദ്യരാത്രി! സുൽത്താന്റെ പ്രഖ്യാപനം വിശ്വസിക്കാമെങ്കിൽ നീയാണ് അദ്ദേഹത്തിന്റെ മരുമകൻ, ഇന്ന് രാത്രിതന്നെ 'വധൂഗൃഹ' പ്രവേശനവും. അദ്ദേഹം ഇതുകൂടി എന്നോട് പറയുകയുണ്ടായി. 'എന്റെ മകൻ ഉടനെ ഇങ്ങോട്ട് വരട്ടെ, എനിക്കവനുമായി പരിചയപ്പെടണം, എല്ലാവിധ ആദര വോടെയും ആരാധനയോടെയും കൂടിയാണവനെ ഞാൻ സ്വീകരിക്കുക'; എന്റെ മോനേ, എല്ലാ പ്രയത്നങ്ങളും സഫലമാക്കിയശേഷം ഞാനിതാ എത്തിയിരിക്കുന്നു. എന്തൊക്കെ ഇനി സംബന്ധിച്ചാലും അതെല്ലാം നിന്റെ ഉത്തരവാദിത്വമാണ്."

ഉടനെ അലാവുദ്ദീൻ എഴുന്നേറ്റ് അമ്മയുടെ കൈ ചുംബിച്ച്, അവ ളുടെ ആത്മാർത്ഥ സേവനത്തിന് നന്ദിപറഞ്ഞു; പിന്നെ സ്വന്തം മുറിയി ലെത്തി വിളക്ക് കൈയിലെടുത്ത് ഉരച്ചു. അടിമ പ്രത്യക്ഷപ്പെട്ട് ചോദിച്ചു. "അങ്ങേക്ക് ആവശ്യമുള്ളത് ചോദിക്കൂ." യുവാവ് മറുപടി നല്കി "ലോക ത്തിലെ ഏറ്റവും സുന്ദരമായ 'സ്നാനഗൃഹ'ത്തിലേക്ക് എന്നെ കൊണ്ടു പോകൂ. പിന്നെ ഒരു രാജാവും ഇന്നുവരെ ധരിച്ചിട്ടില്ലാത്തത്ര വിലപിടിച്ച വസ്ത്രങ്ങൾ എനിക്കായി കൊണ്ടുവരൂ; അതാണെന്റെ ആഗ്രഹം."

"ഉത്തരവുപോലെ." ഭൂതം അവനെ കുളിമുറിയിലേക്ക് കൊണ്ടു പോയി. ഇത്രയും മനോഹരവും പ്രൗഢിയും വൃത്തിയുമുള്ളൊരു 'സ്നാന ഗൃഹം' ഒറ്റ രാജാവും കണ്ടുകാണില്ല. അതിലെ ചുമരുകളെല്ലാം രത്ന ങ്ങൾ പതിച്ചവയാണ്, അതിസുന്ദരം. അലാവുദ്ദീൻ ചെന്നപ്പോൾ ഒറ്റമനു ഷ്യനും അതിൽ ഉണ്ടായിരുന്നില്ല. അവനെ മനുഷ്യരൂപത്തിലുള്ള ഒരു ജിന്നി ഇഷ്ടാനുസരണം ഭംഗിയായി കുളിപ്പിച്ചുകൊടുത്തു. - അപ്പോ ഴേക്കും നേരം പുലർന്നതുകണ്ട് ഷാഹ്റസാദ് അതിശയിച്ചു; തനിക്ക് പറയാനനുവദിച്ച കഥ പറച്ചിൽ നിർത്തി.

അഞ്ഞൂറ്റി അറുപത്തിയൊന്നാം രാവ്

ദുനിയാസാദ് പറഞ്ഞു "എന്റെ സഹോദരീ, നിനക്ക് ഉറക്കം വരുന്നില്ലെ ങ്കിൽ, ഞങ്ങൾക്ക് നല്ല കുറച്ചു കഥകൾ നീ പറഞ്ഞുതരൂ."

ഷാഹ്റസാദ് മറുപടി നല്കി "സ്നേഹത്തോടും സന്മനസ്സോടും" - അല്ലയോ മഹാരാജാവേ, അലാവുദ്ദീൻ സുഖമായി കുളിച്ചശേഷം 'സ്നാനഗൃഹം' വിട്ട്, അതിലെ വിശാലമായ ഹാളിൽ എത്തി. അവിടെ തന്റെ പഴയ ഉടുപ്പുകൾക്കുപകരം ഏറ്റവും വിലപിടിച്ച രാജകീയ വസ്ത്ര ങ്ങൾ വെച്ചിരിക്കുന്നത് കണ്ടു. അവന് ശർബത്തും കസ്തൂരി ഇട്ട കാപ്പിയും നല്കപ്പെട്ടു. കാപ്പി കുടിച്ചശേഷം അവൻ എഴുന്നേറ്റപ്പോൾ ഒരു സംഘം നീഗ്രോ അടിമകൾ എത്തി ഏറ്റവും വിലയേറിയ ഉടുപ്പു കൾ അണിയിപ്പിച്ചു. പിന്നെ സുഗന്ധതൈലം പൂശി. അലാവുദ്ദീൻ ദരിദ്ര നായൊരു തയ്യൽക്കാരന്റെ പുത്രനാണെന്ന് എല്ലാവർക്കും അറിയാം. എന്നാൽ, ഇനിയാരും അവനെ അപ്രകാരം കരുതില്ല. ഇല്ല, എല്ലാവരും പറയും "ഇതാണ് ലോകത്തിലെ ഏറ്റവും മഹാനായ രാജാവിന്റെ സന്തതി! അള്ളായ്ക്ക് സ്തുതി!"

ഉടനെ ജിന്നി എത്തി അവനെ പൊക്കിയെടുത്ത് വീട്ടിലേക്ക് തിരി ക്കവെ, ചോദിച്ചു "എന്റെ പ്രഭോ ഇനി എന്താണ് ആവശ്യം എന്ന് പറയൂ?"

"ശരി, നാല്പത്തിഎട്ട് മാമുലൂക്കുകളെ കൊണ്ടുവരിക, അവരിൽ രണ്ട് ഡസൻ പേർ എന്റെ മുന്നിലും രണ്ടു ഡസൻ പേർ എന്റെ പിന്നിലും

നടക്കണം; അവർ നല്ല യൂണിഫോമുകളും പടക്കോപ്പുകളും ധരിച്ചിരിക്കണം. ഏറ്റവും വിലപിടിച്ച വേഷഭൂഷാദികളുള്ള പടക്കുതിരകളായിരിക്കണം അവരുടേത്, മറ്റൊരു രാജാവിനും ഇല്ലാത്തത്ര പ്രൗഢിയുള്ളവ! പിന്നെ, ഏറ്റവും വിലപിടിച്ച ജീനി ഇട്ട ഒരുഗ്രൻ കുതിരയെ എനിക്കായി കൊണ്ടുവരൂ. അതിന്റെ ഇരിപ്പിടം മുത്തുകൾ പതിച്ച സ്വർണം കൊണ്ടുണ്ടാക്കിയതായിരിക്കണം. നാല്പത്തിഎണ്ണായിരം ദിനാർ കൊണ്ടുവന്ന്, ഓരോ 'മാമുലൂക്കിന്റെ കൈയിലും ആയിരം സ്വർണനാണയം വീതം വെച്ചുകൊടുക്കുക. ഇനി രാജസന്നിധിയിലേക്ക് പുറപ്പെടാനാണ് ഞാൻ ഉദ്ദേശിക്കുന്നത്, താമസിപ്പിക്കേണ്ട. മുൻപറഞ്ഞ സൗകര്യങ്ങൾ ഒരുക്കിയാലേ ഞാൻ സുൽത്താന്റെ അടുത്തേക്കു പോകൂ. അതിനുംപുറമെ അതിസുന്ദരികളായ ഒരു ഡസൻ സുന്ദരികളെ വിലപിടിച്ച മനോഹരമായ വസ്ത്രങ്ങൾ ധരിപ്പിച്ച് അമ്മയോടൊപ്പം കൊട്ടാരത്തിലേക്ക് പോകാനായി തയ്യാറാക്കി നിർത്തുക; രാജ്ഞിമാരെപ്പോലെ ആയിരിക്കണം അവരുടെ വേഷവിധാനങ്ങൾ!"

ഭൂതം മറുപടി നല്കി "ഉത്തരവുപോലെ." അവൻ അപ്രത്യക്ഷനായി. കണ്ണടച്ചു തുറക്കുന്നനേരംകൊണ്ട്, അവൻ ആവശ്യപ്പെട്ടതെല്ലാം കൊണ്ടുവന്നു. അറബിനാടുകളിൽപോലും കാണാത്തത്ര കരുത്തുറ്റ കുതിരയെയാണാ ഭൂതം അലാവുദ്ദീനുവേണ്ടി നടത്തിക്കൊണ്ടുവന്നത്, സ്വർണത്തിൽ മുത്തുക്കൾ പതിച്ച കണ്ണഞ്ചിപ്പിക്കുന്ന ഇരിപ്പിടവും ജീനിയുമായിരുന്നു അതിന്റേത്. അപ്പോൾത്തന്നെ അതിവിശിഷ്ടമായ വസ്ത്രങ്ങൾ അമ്മയ്ക്ക് ധരിക്കാനായി അവൻ കൊടുത്തയച്ചു, അതോടൊപ്പം അമ്മയെ കൊട്ടാരത്തിലേക്ക് പോകുമ്പോൾ അകമ്പടി സേവിക്കാനുള്ള പന്ത്രണ്ട് അടിമപ്പെൺകുട്ടികളേയും അയച്ചു.

ജിന്നി കൊണ്ടുവന്ന മാമെലൂക്കുകളിൽ ഒരാളെ സുൽത്താൻ കൊട്ടാരം വിട്ട് ഇറങ്ങിയോ എന്നറിയാനായി അയച്ചു. അവൻ മിന്നൽ വേഗത്തിൽ പറന്നുചെന്ന് വിവരങ്ങൾ അറിഞ്ഞ് അതേ വേഗതയിൽ തിരിച്ചെത്തി, മറുപടി കൊടുത്തു.

"എന്റെ പ്രഭോ, സുൽത്താൻ അങ്ങയെ കാത്തിരിക്കുകയാണ്!"

ഉടനെ അലാവുദ്ദീൻ എഴുന്നേറ്റ് കുതിരപ്പുറത്തേറി. ഒരു സംഘം മാമെലൂക്കുകൾ അവന്റെ മുന്നിലും മറ്റൊരു സംഘം പിന്നിലുമായി ദൈവനാമം വിളിച്ച് മുന്നേറി. യജമാനനു മുന്നിൽ എത്തിയ പ്രജകൾക്കുനേരെ മാമെലൂക്കുകൾ സ്വർണനാണ്യങ്ങൾ വിതറി. നഗരവാസികൾ അവനെ വാഴ്ത്തി! അദ്ഭുതവിളക്കിന്റെ മഹത്വമാണിത്; അതിന്റെ ഉടമ ആരായാലും അവർക്കത് ഏറ്റവും നല്ല ആനുകൂല്യങ്ങളും ആകാരവും സമ്പത്തും വിവേകവും പ്രദാനം ചെയ്യുന്നു. ജനങ്ങൾ അലാവുദ്ദീന്റെ വിശാലമനസ്കതയേയും ഔദാര്യത്തെയും ശ്ലാഘിച്ചു. അവന്റെ സൗന്ദര്യവും അംഗലാവണ്യവും അന്തസ്സും പ്രൗഢിയും സൽപ്പെരുമാറ്റവും കണ്ട് നഗരവാസികൾ അമ്പരന്നു. ഇത്തരം സൃഷ്ടികൾ നടത്തിയ സർവ്വേശ്വരനെ അവർ സ്തുതിച്ചു. അവർ അലാവുദ്ദീനെ ആശീർവദിച്ചു. അവൻ 'ഇന്ന' തയ്യൽക്കാരന്റെ മകനാണെന്നവർക്കറിയാമായിരുന്നെങ്കിലും ഒറ്റ മനുഷ്യനും അവനോട് അസൂയാലു ആയിരുന്നില്ല. ഈ സൗഭാഗ്യത്തിന്നവൻ അർഹനാണെന്നായിരുന്നു എല്ലാവരുടേയും അഭിപ്രായം. - അപ്പോഴേക്കും നേരം പുലർന്നതുകണ്ട് ഷാഹ്റസാദ് അദ്ഭുതപ്പെട്ടു; അവൾ കഥപറച്ചിൽ നിർത്തി.

അഞ്ഞൂറ്റി അറുപത്തിരണ്ടാം രാവ്

ദുനിയാസാദ് പറഞ്ഞു "എന്റെ സഹോദരീ, നിനക്ക് ഉറക്കം വരുന്നില്ലെങ്കിൽ ഏതാനും നല്ല കഥകൾ നീ ഞങ്ങൾക്ക് പറഞ്ഞുതരാമോ?"

ഷാഹ്റസാദ് മറുപടി നല്കി "സ്നേഹത്തോടും സന്മനസ്സോടും" - അല്ലയോ മഹാരാജാവേ, അലാവുദ്ദീന്റെ മഹാമനസ്കതയും ഔദാര്യവും കണ്ട് ജനങ്ങൾ അന്തംവിട്ട് നിന്നു! എല്ലാവരും അവനെ ആശീർവ്വദിക്കുകയും അവനുവേണ്ടി പ്രാർത്ഥിക്കയും ചെയ്തു. വലിയവനായാലും താഴ്ന്നവനായാലും! മാമെലൂക്കുകളെ തന്റെ മുന്നിലും പിന്നിലും നടത്തി, സ്വർണ്ണനാണ്യങ്ങൾ വഴിനീളെ വിതറിക്കൊണ്ട് അലാവുദ്ദീൻ കൊട്ടാരത്തിലേക്ക് നീങ്ങി.

സുൽത്താൻ നാട്ടിലെ പ്രഭുക്കന്മാരെയെല്ലാം വിളിച്ചുകൂട്ടി താൻ അലാവുദ്ദീന് കൊടുത്ത വാഗ്ദാനത്തെക്കുറിച്ചറിയിച്ചു. അവൻ തന്റെ മകളെ വിവാഹം കഴിക്കാൻ പോകുകയാണെന്നും, ഇപ്പോൾ സ്ഥലത്തെത്തുമെന്നും പറഞ്ഞു. എല്ലാവരും അവനെ സ്വാഗതം ചെയ്യാനായി കാത്തിരുന്നു. അങ്ങനെ പ്രഭുക്കന്മാർ, മന്ത്രിമാർ, കൊട്ടാരകാര്യസ്ഥന്മാർ, പട്ടാളമേധാവികൾ തുടങ്ങിയവർ കൊട്ടാരവാതില്ക്കൽ അവനെയും പ്രതീക്ഷിച്ച് നിന്നു. അലാവുദ്ദീൻ കൊട്ടാരവാതിൽക്കൽ കുതിരപ്പുറത്തുനിന്ന് ഇറങ്ങി ഉള്ളിലേക്ക് നടന്നുവരാൻ നിന്നതാണ്; എന്നാൽ, രാജാവ് നിർദ്ദേശിച്ചപ്രകാരം പ്രഭുക്കന്മാരിലൊരാൾ മുന്നോട്ടുചെന്ന് അവനോട് പറഞ്ഞു "എന്റെ പ്രഭോ, അങ്ങ് ദർബാർവരെ കുതിരപ്പുറത്തുതന്നെ ചെല്ലണമെന്നാണ് രാജാവിന്റെ ഉത്തരവ്. ഇവിടെ ഇറങ്ങി നടക്കേണ്ട. (ഇത് ഏറ്റവും ഉന്നതമായ ബഹുമാന്യമാണ്)

പിന്നെ അവരെല്ലാവരും ചേർന്ന് അവനെ ലക്ഷ്യസ്ഥാനത്തേക്ക് ആനയിച്ചു. അവർ അവന് ചുറ്റും തടിച്ചുകൂടി. ചിലർ അവനെ ഇറങ്ങാൻ സഹായിച്ചു. മറ്റു ചിലർ കുതിരയെ പിടിച്ചുനിർത്തി. പിന്നീട് പ്രഭുക്കന്മാരും ജന്മിമാരും അവനെ ദിവാനിലേക്ക് കൊണ്ടുപോയി സിംഹാസനത്തിനരികിലെത്തിച്ചു. സുൽത്താൻ സിംഹാസനത്തിൽനിന്ന് എഴുന്നേറ്റുവന്നു; തന്റെ മുന്നിൽ അവൻ നിലത്ത് ചുംബിക്കുന്നത് തടഞ്ഞു. അലാവുദ്ദീനെ ആലിംഗനം ചെയ്ത് ചുംബിച്ച് തന്റെ വലതുവശത്ത് രാജാവ് പിടിച്ചിരുത്തി. അലാവുദ്ദീനാകട്ടെ രാജോചിതമായ രീതിയിൽ അദ്ദേഹത്തിന് സലാം ചെയ്ത്, ആശീർവ്വാദങ്ങൾ അർപ്പിച്ചു. അവൻ പറഞ്ഞു "അല്ലയോ പ്രഭോ, ഞങ്ങളുടെ സുൽത്താനേ, അങ്ങയുടെ മകളെ എനിക്ക് വിവാഹം കഴിച്ചു തരുവാനായി അങ്ങ് എന്നോട് കൃപ കാണിച്ചത് തീർച്ചയായും അങ്ങയുടെ മഹാമനസ്കതയുടേയും ഔദാര്യത്തിന്റേയും തെളിവാണ്. ബദർ അൽബദൂർ രാജകുമാരിയെപോലുള്ള മഹത്തായൊരു വധുവിന് ഞാൻ ഒരിക്കലും അർഹനല്ല; ഞാൻ അങ്ങയുടെ ഒരു എളിയ അടിമ മാത്രമാണ്. അങ്ങേക്ക് ശാശ്വതമായ അഭിവൃദ്ധിയുണ്ടാകട്ടെ എന്ന് ഞാൻ അള്ളായോട് പ്രാർത്ഥിക്കുന്നു. എനിക്ക് അങ്ങ് നല്കിയ ഉപകാരങ്ങളും സഹായങ്ങളും എണ്ണിയെണ്ണിപ്പറഞ്ഞ് നന്ദി പറയാനെനിക്ക് വാക്കുകൾ കിട്ടുന്നില്ല. അങ്ങ് എനിക്കും അങ്ങയുടെ മകൾ ബദർ അൽബദൂർ രാജകുമാരിക്കും പാർക്കാനുള്ള ഒരു വീടുപണിയാൻ ഒരു കഷണം ഭൂമി തരുമെന്ന് ഞാൻ ആശിക്കുന്നു."

അലാവുദ്ദീനെ ഒരു രാജകുമാരന്റെ വേഷത്തിൽ കണ്ടപ്പോൾ, രാജാവ് അവനുനേരെ അഭിനന്ദനത്തോടെ നോക്കി. അവൻ എത്ര അഴകുള്ളവനാണെന്ന് ചിന്തിച്ചു; ചന്തമുള്ള മാമെലൂക്കുകൾ അവനെ സേവിക്കാൻ സന്നദ്ധരായി നില്ക്കുന്നത് കൗതുകത്തോടെ വീക്ഷിച്ചു. വിലപിടിച്ച, മനോഹരമായ ഉടുപ്പുകൾ ധരിച്ച് തന്റെ മുന്നിലെത്തിയ അലാവുദ്ദീന്റെ അമ്മയെ കണ്ട് രാജാവ് വല്ലാതെ വിസ്മയിച്ചു. അവളെ അപ്പോൾ കണ്ടാൽ രാജ്ഞിയാണെന്നേ ആരും കരുതൂ. അവളെ സേവിക്കാനായി കൈയുംകെട്ടി ആരാധനയോടെയും ഭവ്യതയോടെയും നില്ക്കുന്ന പന്ത്രണ്ട് സുന്ദരികളായ അടിമപ്പെൺകുട്ടികളെ അദ്ദേഹം മിഴിച്ചുനോക്കി! അലാവുദ്ദീന്റെ വാചാലതയും സംസ്കാരം നിറഞ്ഞ സംഭാഷണരീതിയും രാജാവ് ശ്രദ്ധിച്ചു. അദ്ദേഹത്തിന്റെ ദർബാറിലെ പ്രഭുക്കന്മാരും അതിൽ അതിശയം പ്രകടിപ്പിച്ചു.

വസീറിന്റെ ഹൃദയത്തിൽ അസൂയയുടെ തീജ്വാല കത്തിക്കാളാൻ തുടങ്ങി; താൻ ആ ജ്വാലയിൽ കരിഞ്ഞ് ചാമ്പലാകുമോ എന്നുപോലും അയാൾക്കു തോന്നി. അലാവുദ്ദീന്റെ സംഭാഷണചാതുര്യത്തിലും പ്രശംസയിലും സംതൃപ്തനായ സുൽത്താൻ സ്നേഹാദരപൂർവ്വം അവനെ ആലിംഗനം ചെയ്ത് ചുംബിച്ചപ്പോൾ സുൽത്താന്റെ അസൂയ പതിന്മടങ്ങായി വർദ്ധിച്ചു. സുൽത്താൻ അലാവുദ്ദീനോട് പറഞ്ഞു "മോനേ, ഇതിനുമുമ്പൊരിക്കലും നിന്റെ മധുരസംഭാഷണം എനിക്ക് ആസ്വദിക്കാനായിട്ടില്ല. - അപ്പോഴേക്കും നേരം പുലർന്നെന്നുകണ്ട ഷാഹ്റസാദ് അദ്ഭുതപ്പെട്ടു; തനിക്ക് പറയാനനുവദിക്കപ്പെട്ട കഥപറച്ചിൽ നിർത്തി.

അഞ്ഞൂറ്റി അറുപത്തിമൂന്നാം രാവ്

ദുനിയാസാദ് പറഞ്ഞു 'അല്ലയോ എന്റെ സഹോദരീ, നിനക്ക് ഉറക്കം വരുന്നില്ലെങ്കിൽ ഞങ്ങൾക്ക് കുറച്ച് നല്ല കഥകൾ നീ പറഞ്ഞുതരൂ."

ഷാഹ്റസാദ് മറുപടി നല്കി "സ്നേഹത്തോടും സൻമനസ്സോടും." - അല്ലയോ, മഹാരാജാവേ, സുൽത്താൻ അലാവുദ്ദീനെ ഈ വേഷത്തിൽ കണ്ടപ്പോൾ വല്ലാതെ ആഹ്ലാദിച്ചു; ഉടനെ വാദ്യാഘോഷങ്ങൾ തുടങ്ങാനായി ആജ്ഞാപിച്ചു.

അദ്ദേഹം അവനെ കൊട്ടാരത്തിലേക്ക് കൊണ്ടുപോയി; നപുംസകങ്ങൾ അത്താഴം വിളമ്പി. രാജാവ് തീൻമേശയ്ക്ക് മുന്നിൽ ഇരുന്നു. അദ്ദേഹത്തിന്റെ ജാമാതാവിനെ വലതുവശത്തിരുത്തി. മന്ത്രിമാരും ജന്മിമാരും പ്രഭുക്കന്മാരുമെല്ലാം അവരവരുടെ പദവിക്കനുസൃതമായ പീഠങ്ങളിൽ ഉപവിഷ്ടരായി. അതോടെ വാദ്യഘോഷങ്ങൾ മുഴങ്ങി. കൊട്ടാരത്തിൽ വിഭവസമൃദ്ധമായ വിവാഹസദ്യയ്ക്ക് തുടക്കംകുറിച്ചു. അലാവുദ്ദീനുമായി സ്നേഹപൂർവ്വം സുൽത്താൻ സംഭാഷണത്തിലേർപ്പെട്ടു. വളരെ ഭവ്യതയോടെ മധുരമായ ശൈലിയിൽ ആ യുവാവ് അദ്ദേഹത്തിന് മറുപടി നല്കിക്കൊണ്ടിരുന്നു; അതുകേട്ടാൽ തോന്നും അലാവുദ്ദീൻ രാജകൊട്ടാരത്തിലാണ് വളർന്നുവന്നതെന്ന്. ദിവസവും രാജാക്കന്മാരോടൊപ്പമാണ് കഴിഞ്ഞിരുന്നതെന്ന്! കൂടുതൽ സംസാരിക്കുംതോറും സുൽത്താന്റെ സന്തോഷം വർദ്ധിച്ചുവന്നു. മരുമകന്റെ ചടുലതയോടെയുള്ള മറുപടികളും മധുരമായി. സംഭാഷണശൈലിയും രാജാവിനെ

ഹറാദാകർഷിച്ചു! അവർ തീറ്റയും കുടിയും അവസാനിപ്പിച്ചപ്പോൾ, പ്ലേറ്റുകളെല്ലാം എടുത്ത് മാറ്റി, സ്ഥലം വൃത്തിയാക്കപ്പെട്ടു. ഉടനെ സുൽത്താൻ ഖാസിയേയും നാസ്തികളെയും വിളിച്ചുവരുത്തി, അലാവുദ്ദീനും ബദർ അൽബദൂർ രാജകുമാരിയും തമ്മിലുള്ള വിവാഹക്കരാർ തയ്യാറാക്കിച്ചു. 'കെട്ട്' കെട്ടി.

വരൻ എഴുന്നേറ്റ് പോകാൻ നിന്നപ്പോൾ, ശ്വശുരൻ അവനെ തടഞ്ഞു കൊണ്ട് ചോദിച്ചു,

"എങ്ങോട്ടാണ് എന്റെ മോനേ? വിവാഹോത്സവം ആരംഭിച്ചുകഴിഞ്ഞു. വിവാഹം കഴിഞ്ഞു, 'കെട്ട്' കെട്ടി, കരാർ ഒപ്പിട്ടു."

"അല്ലയോ പ്രഭോ, രാജാവേ, ബദർ അൽബദൂർ രാജകുമാരിക്കനുയോജ്യമായൊരു വീട് നിർമ്മിച്ചുകൊടുക്കണമെന്നാണെന്റെ ആഗ്രഹം. അതിനുമുമ്പ് എനിക്കവളെ സന്ദർശിക്കാൻ കഴിയില്ല. എന്നാൽ, 'ഇൻഷാ അള്ളാ', ഏറ്റവും കുറഞ്ഞ സമയത്തിനുള്ളിൽ അതിന്റെ നിർമ്മാണം തീർത്തിരിക്കണം. അങ്ങയുടെ ഈ സേവകന്റെ പരിശ്രമത്താലും അങ്ങയുടെ ദാക്ഷിണ്യത്താലും അത് നടക്കും. ഞാൻ തീർച്ചയായും ബദർ അൽബദൂർ രാജകുമാരിയുടെ സാന്നിധ്യം കൊതിച്ചിരിക്കയാണെങ്കിലും, ആദ്യം അവളെ സേവിക്കുക എന്നതാണെന്റെ കടമ, തൽക്ഷണം ഞാൻ നിർമ്മാണം നടത്തട്ടെ."

"ചുറ്റുപാടും നോക്കൂ, എന്റെ മോനെ." സുൽത്താൻ മറുപടി നല്കി. "നിന്റെ പദ്ധതിയനുസരിച്ച് ഏത് സ്ഥലമാണ് നിനക്ക് വേണ്ടത്? നീ എല്ലാ കാര്യങ്ങളും സ്വയം ഏറ്റെടുത്ത് ചെയ്യാൻ പോകുകയാണോ? എനിക്കു തോന്നുന്നത് എന്റെ കൊട്ടാരത്തിന് മുന്നിലെ പരന്നുകിടക്കുന്ന സ്ഥലമാണ് ഏറ്റവും നല്ലതെന്നാണ്. നിനക്കത് ഇഷ്ടമാണെങ്കിൽ അവിടെ 'പവലിയൻ' പണിതോളൂ."

"എന്റെ ആഗ്രഹവും അതുതന്നെയാണ്." അലാവുദ്ദീൻ മറുപടി നല്കി. "അപ്പോൾ അങ്ങയുടെ സമീപത്തുതന്നെ കഴിയാമല്ലോ."

അങ്ങനെ രാജാവിനോട് വിടപറഞ്ഞ് അവൻ കുതിരപ്പുറത്തേറി മുന്നിലും പിന്നിലും മാമെലൂക്കുകളുടെ സംഘങ്ങളുമായി യാത്ര പുറപ്പെട്ടപ്പോൾ ലോകം മുഴുവൻ അവനെ ആശംസിച്ചു.

"അള്ളായാണേ അവനത് അർഹിക്കുന്നു."

അവൻ വീട്ടിലെത്തി, കുതിരപ്പുറത്തുനിന്നും താഴെ ഇറങ്ങി, സ്വന്തം മുറിയിലേക്കു വന്നു; വിളക്കെടുത്ത് ഉരച്ചപ്പോൾ ഭൂതം പ്രത്യക്ഷനായി. "എന്റെ പ്രഭോ, എന്താണ് വേണ്ടതെന്ന് ആവശ്യപ്പെടൂ."

അലാവുദ്ദീൻ പറഞ്ഞു "വളരെ ഗുരുതരമായൊരു കാര്യമാണ് ഞാൻ നിന്നോട് ആവശ്യപ്പെടാൻ പോകുന്നത്; സുപ്രധാനമായ ഈ കാര്യം നീ എനിക്കായി ചെയ്തുതരണം. സുൽത്താന്റെ കൊട്ടാരത്തിന് മുന്നിൽ പെട്ടെന്നൊരു കെട്ടിടം എനിക്ക് നീ നിർമ്മിച്ചുതരണം. അത് ഉഗ്രൻ കെട്ടിടമായിരിക്കണം. രാജകൊട്ടാരത്തിലേതുപോലെ മനോഹരമായ വീട്ടുപകരണങ്ങൾ നിറഞ്ഞതായിരിക്കണം. ആവശ്യമുള്ള എല്ലാ സാധനങ്ങളും അതിൽ അടങ്ങിയിരിക്കണം."

അടിമ മറുപടി നല്കി. "ഉത്തരവുപോലെ." – അപ്പോഴേക്കും നേരം പുലർന്നതുകണ്ട് ഷാഹ്റസാദ് അദ്ഭുതപ്പെട്ടു; അവൾക്ക് പറയാനനുവദിക്കപ്പെട്ട കഥപറച്ചിൽ നിർത്തി.

അഞ്ഞൂറ്റി അറുപത്തിനാലാം രാവ്

ദുനിയാസാദ് പറഞ്ഞു "എന്റെ സഹോദരീ, നിനക്ക് ഉറക്കംവരുന്നില്ലെങ്കിൽ ഏതെങ്കിലും നല്ല കഥകൾ നീ ഞങ്ങൾക്ക് പറഞ്ഞുതരൂ."

ഷാഹ്റസാദ് പറഞ്ഞു "സ്നേഹത്തോടും സന്മനസ്സോടുംകൂടെ." - അല്ലയോ മഹാരാജാവേ, അടിമ ഉടനെ അപ്രത്യക്ഷനായി. പിറ്റേന്ന് നേരം പുലരുന്നതിനുമുമ്പ് അവൻ അലാവുദ്ദീന്റെ അടുത്ത് തിരിച്ചുവന്ന് പറഞ്ഞു "അല്ലയോ പ്രഭോ, വീട് നിർമ്മാണം കഴിഞ്ഞിരിക്കുന്നു. അങ്ങയുടെ ഇഷ്ടാനുസരണം അകം എല്ലാം സജ്ജീകരിക്കയും ചെയ്തിരിക്കുന്നു. അങ്ങേക്കത് പരിശോധിക്കണമെന്നുണ്ടെങ്കിൽ എഴുന്നേറ്റ് എന്നോടൊപ്പം വരൂ."

അപ്രകാരം അവൻ എഴുന്നേറ്റു. അടിമ അവനെയും ചുമന്ന് ആകാശത്തിലൂടെ പറന്ന് കണ്ണ് ചിമ്മി തുറക്കുന്നതിനു മുമ്പ് ആ പവലിയനിൽ എത്തി.

അലാവുദ്ദീനതുകണ്ട് വിസ്മയിച്ചുപോയി! ഇത്രയും മനോഹരമായൊരു വെണ്ണക്കൽ നിർമ്മിതമായ മന്ദിരം ആരും കണ്ടുകാണില്ല! പിന്നെ അടിമ അവനെ ഖജനാവ് മുറിയിലേക്ക് കൊണ്ടുപോയി. അവിടം നിറയെ സ്വർണം, വെള്ളി, വിലപിടിച്ച രത്നങ്ങൾ തുടങ്ങിയവയാണ്. എണ്ണാനോ വില കണക്കാക്കാനോ പറ്റാത്തത്ര! മറ്റൊരു മുറിയിലേക്ക് അലാവുദ്ദീൻ ആനയിക്കപ്പെട്ടു. ആവശ്യത്തിനുള്ള മേശകളും പ്ലേറ്റുകളും കോപ്പകളും സ്പൂണുകളും കപ്പുകളും നിരത്തിവെച്ചിരിക്കുന്നു. എല്ലാം വിലപിടിപ്പുള്ള ലോഹങ്ങൾകൊണ്ട് നിർമ്മിക്കപ്പെട്ടവ! പിന്നെ, അടുക്കള. പാചകത്തിനാവശ്യമുള്ള എല്ലാതരം പാത്രങ്ങളും ഉപകരണങ്ങളുമുണ്ടവിടെ. എല്ലാം സ്വർണവും വെള്ളിയുംകൊണ്ട് നിർമ്മിക്കപ്പെട്ടവ. അതിനടുത്ത് സ്റ്റോർമുറിയാണ്. പെട്ടികൾ നിറയെ പാകംചെയ്യാനുള്ള ആഹാരപദാർത്ഥങ്ങളാണ്. ഇന്ത്യയിൽനിന്നും ചൈനയിൽനിന്നും വരുത്തിയ ചിത്രപ്പണികളും സ്വർണക്കസവുമുള്ള സാമാനങ്ങൾ നിറച്ച നിരവധി സഞ്ചികളും ഉണ്ട്. അങ്ങനെ പോകുന്നു അവിടത്തെ അവർണനീയമായ നിരവധി മുറികൾ. ലോകത്തിലെ ഒറ്റ രാജാവിനും ഇല്ലാത്തത്ര കരുത്തുറ്റ കുതിരകൾ നിറഞ്ഞ കുതിരലായങ്ങളാണ് പിന്നെ, അലാവുദ്ദീൻ നടന്നു കണ്ടത്. അവസാനമായി കുതിരക്കോപ്പ് സംഭരിച്ചുവെച്ചിട്ടുള്ള കലവറകൾ. വിലപിടിച്ച ജീനികൾ സ്വർണനിർമ്മിതമാണ്. രത്നങ്ങളും മുത്തുകളും പതിച്ചവ! ജീനികളും കടിഞ്ഞാണുകളും ഇരിപ്പിടങ്ങളുമെല്ലാം ക്രമമായി അടുക്കിവെച്ചിരിക്കുന്നു! ഇതെല്ലാം ഒറ്റരാത്രീലെ പരിശ്രമമാണ്!

പ്രൗഢഗംഭീരവും വിലിപിടിപ്പുള്ളതുമായ ഈ വസ്തുക്കളുടെ പ്രദർശനംകണ്ട് അലാവുദ്ദീൻ വിസ്മയിച്ച് നിന്നുപോയി. ലോകത്തിലെ ഏറ്റവും ശക്തനായ ചക്രവർത്തിക്ക്പോലും ഇതുപോലൊന്ന് നിർമ്മിക്കാനാവില്ല! അതിനുപുറമെ അവന്റെ വീട്ടിൽ എല്ലായിടത്തും സേവനസന്നദ്ധരായ നപുംസകങ്ങളും ഋഷികളെപ്പോലും മോഹിപ്പിക്കുന്ന സുന്ദരികളായ പരിചാരികകളേയും കാണാം! ആ കെട്ടിടത്തിലെ ഏറ്റവും മനോഹരമായ കാഴ്ച, മുകളിലെ ഇരുപത്തിനാല് ജാലകങ്ങളുള്ള തുറസ്സായ 'പവലിയൻ' ആണ്. മരതകം, റൂബി, മുത്ത് എന്നിവ പതിച്ചിട്ടുള്ളവ. അവയിൽ ഒരു ജനൽ പണിതീർക്കാതെ വിട്ടിരിക്കുന്നു.

അലാവുദ്ദീന്റെ നിർദ്ദേശപ്രകാരമാണങ്ങനെ ചെയ്തത്. തനിക്കത് ചെയ്യാൻ കഴിയാതിരുന്നതാണെന്ന് സുൽത്താൻ തെളിയിക്കട്ടെ!

ആ യുവാവ് കെട്ടിടം മുഴുവൻ പരിശോധിച്ചുകഴിഞ്ഞപ്പോൾ അതീവ സന്തുഷ്ടനായി. അവൻ അടിമയുടെ നേരെ തിരിഞ്ഞ് പറഞ്ഞു. "ഞാൻ നിന്നോട് പറയാൻ മറന്നുപോയ ഒരു കാര്യംകൂടി ചെയ്തുതീർക്കാനുണ്ട്."

"എന്താണങ്ങയുടെ ആഗ്രഹം, ചോദിച്ചോളൂ. എന്റെ പ്രഭോ."

"സുന്ദരമായ ചിത്രപ്പണികളുള്ള ഒരു ഉഗ്രൻ സ്വർണക്കസവ് കാർപ്പെറ്റ് കെട്ടിടം മുതൽ ഈ വീടുവരെ വിരിക്കണം. രാജകുമാരിക്ക് കൊട്ടാരത്തിൽനിന്ന് ഈ വീട്ടിലേക്ക് വരുമ്പോൾ മണ്ണിൽ കാല് കുത്താനിടവരരുത്. അടിമ അല്പനേരത്തേക്കായി സ്ഥലംവിട്ടു. തിരിച്ചെത്തിയപ്പോൾ പറഞ്ഞു "എന്റെ പ്രഭോ, സത്യമായും അങ്ങ് ആവശ്യപ്പെട്ടത്.... ഇതാ." അടിമ അലാവുദ്ദീനെ കാർപ്പെറ്റ് കാണിച്ചുകൊടുത്തു. അത് കൊട്ടാരം മുതൽ പവലിയൻ വരെ നീണ്ടുകിടന്നു! പിന്നീട് ഭൂതം അലാവുദ്ദീനെ സ്വന്തം വീട്ടിലാക്കി. - അപ്പോഴേക്കും നേരം പുലർന്നതുകണ്ട് ഷാഹ്രസാദ് അദ്ഭുതപ്പെട്ടു; തനിക്ക് പറയാനനുവദിക്കപ്പെട്ട കഥപറച്ചിൽ അവൾ നിർത്തി.

അഞ്ഞൂറ്റി അറുപത്തിയഞ്ചാം രാവ്

ദുനിയാസാദ് പറഞ്ഞു "അല്ലയോ എന്റെ സഹോദരീ, നിനക്ക് ഉറക്കം വരുന്നില്ലെങ്കിൽ കുറച്ച് രസകരമായ കഥകൾ നീ ഞങ്ങൾക്കു പറഞ്ഞു തരൂ."

ഷാഹ്രസാദ് മറുപടി നല്കി 'സ്നേഹത്തോടും സന്മനസ്സോടും." - അല്ലയോ മഹാരാജാവേ, അടിമ അലാവുദ്ദീന് കാർപ്പറ്റ് കാണിച്ചുകൊടുത്തശേഷം അവനെ സ്വന്തം വീട്ടിൽ കൊണ്ടാക്കി. നേരം നന്നായി പുലർന്നപ്പോൾ സുൽത്താൻ ഉറക്കത്തിൽനിന്ന് എഴുന്നേറ്റ് ജാലകം തുറന്ന് പുറത്തേക്ക് നോക്കി. കൊട്ടാരത്തിന്നെതിരായി കൊട്ടാരതുല്യമായൊരു കെട്ടിടം ഉയർന്നുനില്ക്കുന്നു! അദ്ദേഹം കണ്ണുകൾ തിരുമ്മി വീണ്ടും തുറിച്ചുനോക്കി. വിസ്മയകരമായൊരു കെട്ടിടം തന്നെയാണതെന്ന് അദ്ദേഹത്തിന് മനസ്സിലായി. അതിനേക്കാൾ അതിശയിപ്പിച്ചത് കൊട്ടാരം മുതൽ ആ 'പവലിയൻ' വരെ നീണ്ടുകിടക്കുന്ന കാർപെറ്റാണ്! അതിന്റെ ഉടമയെപ്പോലെയുണ്ടത്. രാജകീയ കാവൽക്കാരും വീട്ടുജോലിക്കാരും എല്ലാവരും ഒരുപോലെ വിസ്മയിപ്പിക്കുന്നവർ. അതിനിടയിൽ വസീർ അവിടേക്ക് കടന്നുവന്നു. പുതുതായി നിർമ്മിക്കപ്പെട്ട ആ കെട്ടിടവും പരവതാനിയുംകണ്ട് അയാളും ആശ്ചര്യപ്പെട്ടുപോയി. അയാൾ സുൽത്താന്റെ അടുത്തുചെന്നു; അതിശയകരമായ ഈ വസ്തുതയെക്കുറിച്ച് അവർ സംസാരിച്ചു. ഹൃദയത്തെ വശീകരിക്കുന്നൊരു കാഴ്ചയായി അവർ അതിനെ കണ്ടു. ഒടുവിൽ അവർ പറഞ്ഞു. "സത്യത്തിൽ ഇതുപോലൊരു കെട്ടിടം ഒറ്റ രാജാവിനും നിർമ്മിക്കാനാവില്ല എന്ന് നമ്മൾ കരുതുന്നു." രാജാവ് മന്ത്രിയുടെ നേരെ തിരിഞ്ഞ് ചോദിച്ചു.

"ഇപ്പോൾ നിങ്ങൾക്ക് തോന്നുന്നുണ്ടോ, അലാവുദ്ദീൻ എന്റെ മകളുടെ ഭർത്താവാകാൻ യോഗ്യനാണെന്ന്? ഈ രാജകീയ കെട്ടിടം നിങ്ങൾ

നോക്കിക്കണ്ടോ? അതിന്റെ പ്രൗഢിയും ഐശ്വര്യവും ഒരു മനുഷ്യനും ഉൾക്കൊള്ളാനെളുപ്പമല്ല!"

എന്നാൽ, അലാവുദ്ദീനോട് അസൂയാലുവായ വസീർ മറുപടി നല്കി. "മഹാരാജാവേ, തീർച്ചയായും ഇതിന്റെ അസ്തിവാരവും ഈ കെട്ടിടവും പ്രൗഢിയും മാന്ത്രികശക്തികൊണ്ടല്ലാതെ ഈ ലോകത്തിലെ ഒരു മനുഷ്യനും സൃഷ്ടിക്കാനാവില്ല; അവൻ ഏറ്റവും വലിയ ധനികനോ, ഭരണാധികാരിയോ ആയിക്കൊള്ളട്ടെ, ഇത്തരം ഒരു കെട്ടിടം ഒറ്റ രാത്രികൊണ്ട് നിർമ്മിക്കാനാവില്ല."

സുൽത്താൻ പറഞ്ഞു "നിങ്ങൾ ഇങ്ങനെ എപ്പോഴും അലാവുദ്ദീനെക്കുറിച്ച് ദുഷിച്ച അഭിപ്രായം പറയുന്നതുകേട്ട് എനിക്കദ്ഭുതം തോന്നുന്നു. നിങ്ങളുടെ അസൂയ മൂലമാണതെന്ന് ഞാൻ മനസ്സിലാക്കുന്നു. അവൻ തന്റെ ഭാര്യയെ പാർപ്പിക്കാനായി ഒരു കെട്ടിടം നിർമ്മിക്കുവാനുള്ള സ്ഥലം നല്കുവാനായി എന്നോട് അപേക്ഷിച്ചപ്പോൾ നിങ്ങളും എന്നോടൊപ്പം ഉണ്ടായിരുന്നതല്ലേ? ഞാനവന് അക്കാര്യത്തിനായി ഒരു സ്ഥലം അനുവദിച്ചുനല്കി, അതും നിങ്ങളുടെ ഈ മുഖത്തിനു മുന്നിൽവെച്ചുതന്നെ! എന്നാൽ, അതെന്തൊക്കെ ആയാലും, രാജകുമാരിക്കുവേണ്ടി ഇത്രയും അമൂല്യരത്നങ്ങൾ 'മെഹർ' ആയി എനിക്ക് അയച്ചുതന്നവന് (മറ്റൊരു രാജാവിനും ഇതിന്റെ ഒരംശംപോലും സ്വന്തമായിട്ടില്ല!) ഇത്തരം ഒരു കെട്ടിടം നിർമ്മിക്കാൻ എന്തുകൊണ്ട് കഴിയില്ല?" - അപ്പോഴേക്കും നേരം പുലരാറായെന്നറിഞ്ഞ് ഷാഹ് രസാദ് അദ്ഭുതപ്പെട്ടു; തനിക്ക് പറയാനനുവദിക്കപ്പെട്ട കഥപറച്ചിൽ അവൾ നിർത്തി.

അഞ്ഞൂറ്റി അറുപത്തിയാറാം രാവ്

ദുനിയാസാദ് പറഞ്ഞു "എന്റെ സഹോദരീ, നിനക്ക് ഉറക്കം വരുന്നില്ലെങ്കിൽ ഞങ്ങൾക്ക് കുറച്ച് നല്ല കഥകൾ നീ പറഞ്ഞുതരൂ."

ഷാഹ്‌രസാദ് മറുപടി നല്കി. "സ്നേഹത്തോടും സന്മനസ്സോടും" - അല്ലയോ മഹാരാജാവേ, വസീർ സുൽത്താന്റെ വാക്കുകൾ കേട്ടപ്പോൾ, തന്റെ പ്രഭു അലാവുദ്ദീനെ അങ്ങേയറ്റം സ്നേഹിക്കുന്നുണ്ടെന്ന് മനസ്സിലാക്കി; അതുകൊണ്ട് അയാളുടെ അസൂയ വല്ലാതെ വർദ്ധിച്ചു. ആ യുവാവിനെതിരെ തനിക്കൊന്നും ചെയ്യാൻ കഴിയില്ലെന്നറിയാവുന്ന അയാൾ നിശ്ശബ്ദത പാലിച്ചു. നേരം നന്നായി പുലർന്നതുകണ്ട അലാവുദ്ദീൻ തനിക്ക് കൊട്ടാരത്തിലേക്ക് പോകേണ്ട സമയമായെന്ന് അറിഞ്ഞു. (അവിടെ അവന്റെ വിവാഹാഘോഷങ്ങൾ നടക്കുകയാണ്; സുൽത്താന് ചുറ്റും മന്ത്രിമാരും പ്രഭുക്കന്മാരും ജന്മികളും കൂടിയിരുന്ന് ആഘോഷത്തിൽ പങ്കുകൊള്ളുകയാണ്.) അലാവുദ്ദീൻ വിളക്ക് എടുത്ത് ഉരച്ചു. ഉടനെ അടിമ പ്രത്യക്ഷപ്പെട്ട് ചോദിച്ചു.

"അല്ലയോ പ്രഭോ, അങ്ങേക്ക് ആവശ്യമുള്ളത് ചോദിക്കൂ. അങ്ങയുടെ അടിമ ഇതാ എത്തിയിരിക്കുന്നു."

"എനിക്ക് ഉടനെ കൊട്ടാരത്തിലേക്ക് പോകണം. ഇന്നെന്റെ വിവാഹാഘോഷമായതിനാൽ നീ എനിക്ക് പതിനായിരം ദിനാർ കൊണ്ടുവന്നു തരണം എന്ന് ഞാനാവശ്യപ്പെടുന്നു."

അടിമ അപ്രത്യക്ഷനായി, ഒരു നിമിഷത്തിനകം പണവുമായി തിരിച്ചെത്തി. അലാവുദ്ദീൻ കുതിരപ്പുറത്തേറി മാമെലൂക്കുകളോടൊപ്പം

കൊട്ടാരത്തിലേക്ക് നീങ്ങി. വഴിനീളെ കാത്തുനിന്നിരുന്ന ജനങ്ങൾക്ക് സ്വർണനാണയങ്ങൾ വലിച്ചെറിഞ്ഞുകൊടുത്ത് അന്തസ്സോടെയായിരുന്നു യാത്ര! ജനങ്ങൾക്ക് അവനോടുള്ള ബഹുമാനവും ആരാധനയും വർദ്ധിച്ചു.

അവൻ കൊട്ടാരവാതിൽക്കൽ എത്താറായപ്പോൾ അവനുവേണ്ടി കാത്തുനിന്നിരുന്ന പ്രഭുക്കന്മാരും പട്ടാളമേധാവികളും ധൃതിയിൽ രാജാവിന്നടുത്തെത്തി വിവരം നല്കി. സുൽത്താൻ എഴുന്നേറ്റ് മരുമകനെ സ്വീകരിച്ച് ആലിംഗനം ചെയ്ത് ചുംബിച്ചു. അവനെ അദ്ദേഹം കൈപിടിച്ച് അകത്തെ മുറിയിലേക്ക് ആനയിച്ച് തന്റെ വലതുവശത്ത് ഉപവിഷ്ടനാക്കി.

നഗരം മുഴുവൻ മനോഹരമായി അലങ്കരിക്കപ്പെട്ടിരുന്നു. കൊട്ടാരം മുഴുവൻ സംഗീതത്തിൽ മുങ്ങി. രാജാവ് ഉച്ചഭക്ഷണത്തിന് ഉത്തരവ് നല്കുന്നതുവരെ ഗാനാലാപനം തുടർന്നു. ഭക്ഷണസമയമായപ്പോൾ നപുംസകങ്ങളും മാമെലൂക്കുകളും എത്തി തീൻമേശ ഒരുക്കി. വിഭവസമൃദ്ധമായ രാജകീയഭക്ഷണം വിളമ്പി. സുൽത്താനും അലാവുദ്ദീനും പ്രഭുക്കന്മാരും മറ്റ് ഉന്നതരും മതിവരുവോളം തിന്നുംകുടിച്ചും ഉല്ലസിച്ചു. നഗരത്തിൽ നടത്തപ്പെട്ട ആർഭാടംനിറഞ്ഞൊരു വിവാഹാഘോഷമായിരുന്നു അത്. ഉന്നതരായ എല്ലാ പ്രഭുക്കന്മാരും അതിൽ പങ്കുകൊണ്ട് ആനന്ദിച്ചു. സാധാരണക്കാരും അതുപോലെ സന്തുഷ്ടരായിരുന്നു. ദൂരെ ദേശത്തുള്ള ഗവർണർമാരും ജില്ലാ മേധാവികളും അലാവുദ്ദീന്റെ വിവാഹാഘോഷങ്ങളും സദ്യകളും ഘോഷയാത്രകളും ആസ്വദിക്കാനായി വന്നുചേർന്നു. ഒരുസമയത്ത് ദരിദ്രയുടെ രൂപത്തിൽ തന്റെ മുന്നിൽ എത്തിയിരുന്ന അലാവുദ്ദീന്റെ അമ്മയെ സുൽത്താൻ ഓർത്തുപോയി. ഇപ്പോൾ എത്ര സുന്ദരമായി, വിലപിടിപ്പുള്ള വസ്ത്രങ്ങൾ അണിഞ്ഞാണവൾ നില്ക്കുന്നതെന്ന് സുൽത്താൻ നോക്കിക്കണ്ടു. ഐശ്വര്യവും പ്രൗഢിയും നിറഞ്ഞ ഒരു മകന്റെ അമ്മയാണിപ്പോൾ അവൾ! വിവാഹാഘോഷങ്ങളിൽ പങ്കുകൊള്ളാനായി കൊട്ടാരത്തിൽ തടിച്ചുകൂടിയവരെല്ലാം അലാവുദ്ദീന്റെ കെട്ടിടവും അതിലെ 'പവലിയ'ന്റെ മനോഹാരിതയും കണ്ട് അദ്ഭുതസ്തബ്ധരായി! ഒറ്റ രാത്രികൊണ്ട് ഇത്രയും വലിയൊരു കെട്ടിടം നിർമ്മിക്കപ്പെട്ടതെന്നറിഞ്ഞപ്പോൾ ആവരുടെ വിസ്മയം പതിന്മടങ്ങ് വർദ്ധിച്ചു. അവർ ആ യുവാവിനെ ആശീർവ്വദിച്ചുകൊണ്ട് വിളിച്ചുപറഞ്ഞു. "അള്ളാ അങ്ങയെ സന്തോഷവാനാക്കട്ടെ! അള്ളായാണേ അവൻ അത് അർഹിക്കുന്നുണ്ട്! അള്ളാ അവന് നല്ല ഭാവി അനുഗ്രഹിച്ച് നല്കട്ടെ!" - അപ്പോഴേക്കും നേരം പുലർന്നതുകണ്ട് ഷാഹ്റസാദ് അദ്ഭുതപ്പെട്ടു; തനിക്ക് പറയാനനുവദിച്ച കഥപറച്ചിൽ അവൾ നിർത്തി.

അഞ്ഞൂറ്റി അറുപത്തിയേഴാം രാവ്

ദുനിയാസാദ് പറഞ്ഞു "എന്റെ സഹോദരീ, നിനക്ക് ഉറക്കം വരുന്നില്ലെങ്കിൽ ഞങ്ങൾക്ക് നീ കുറച്ച് രസകരമായ കഥകൾ പറഞ്ഞുതരാമോ?"

ഷാഹ് രസാദ് മറുപടി നല്കി "സ്നേഹത്തോടും സന്മനസ്സോടും."-

അല്ലയോ മഹാരാജാവേ, ഭക്ഷണം കഴിച്ചശേഷം അലാവുദ്ദീൻ എഴുന്നേറ്റ്, സുൽത്താനോട് വിടപറഞ്ഞു. കുതിരപ്പുറത്തേറി മാമെലൂക്കുകളോടൊപ്പം തന്റെ പുത്തൻ കെട്ടിടത്തിലേക്ക് പോയി. വധു ബദർ അൽബദൂർ രാജകുമാരിയെ സ്വീകരിക്കാനുള്ള ഒരുക്കങ്ങൾ അവന്

പൂർത്തിയാക്കണം. അവൻ കടന്നുപോകുമ്പോൾ ജനങ്ങൾ നന്മ നേർന്നു കൊണ്ട് ആരവം മുഴക്കി. "അള്ളാ നിങ്ങൾക്ക് സന്തോഷംനിറഞ്ഞ ജീവിതം നല്കട്ടെ! അള്ളാ അങ്ങയുടെ പ്രൗഢി വർദ്ധിപ്പിക്കട്ടെ! അള്ളാ അങ്ങേക്ക് ദീർഘായുസ്സ് നല്കട്ടെ!" ഭയങ്കരമായ ഘോഷയാത്രയോടെ ജനങ്ങൾ അവനെ പുതിയ വീട്ടിലേക്ക് ആനയിച്ചു. ജനങ്ങൾക്കുനേരെ അവൻ സ്വർണനാണ്യങ്ങൾ എറിഞ്ഞുകൊണ്ടേയിരുന്നു!

അവൻ തന്റെ പവലിയനിൽ എത്തിയപ്പോൾ കുതിരപ്പുറത്തുനിന്ന് താഴെ ഇറങ്ങി ഉള്ളിലേക്ക് കടന്നുചെന്ന് ഒരു ദിവാനിൽ ഇരുന്നു. മാമെലൂക്കുകൾ അവന് മുന്നിൽ കൈയും കെട്ടി നിലയുറപ്പിച്ചു. അല്പം കഴിഞ്ഞ് അവർ ശർബത്ത് കൊണ്ടുകൊടുത്തു. അത് കുടിച്ചശേഷം, തന്റെ മാമെലൂക്കുകളോടും പരിചാരികമാരോടും നപുംസകങ്ങളോടും പവലിയനിലുണ്ടായിരുന്ന മറ്റുള്ളവരോടും ബദർ അൽബദൂർ രാജകുമാരിയെ സ്വീകരിക്കാനുള്ള ഒരുക്കങ്ങൾ ചെയ്തുതീർക്കുവാൻ ആജ്ഞാപിച്ചു.

ഉച്ചതിരിഞ്ഞ് സൂര്യന്റെ ചൂട് കുറഞ്ഞ് അന്തരീക്ഷം അല്പം തണുത്തപ്പോൾ, സുൽത്താൻ തന്റെ സൈനികഓഫീസർമാർ, പ്രഭുക്കന്മാർ, മന്ത്രിമാർ എന്നിവരോട് കായികപ്രദർശനത്തിനായി മൈതാനത്തിലേക്ക് പോകുവാൻ ഉത്തരവിട്ടു. അലാവുദ്ദീനും തന്റെ മാമെലൂക്കുകളോടൊപ്പം കുതിരപ്പുറത്തേറി മൈതാനത്തിലേക്ക് പോകാൻ തയ്യാറായി. അവന്റെ കുതിരയെപ്പോലെ പ്രൗഢിയുള്ള ഒരു കുതിര അറേബിയയിലെങ്ങും കാണില്ല! അലാവുദ്ദീൻ കുതിരസ്സവാരിയിലുള്ള തന്റെ വൈദഗ്ധ്യം അവിടെ പ്രദർശിപ്പിച്ചു. കുന്തം ഏറിലും മറ്റാർക്കും അവനെ വെല്ലാനാവില്ലായിരുന്നു! വധു തന്റെ സ്വകാര്യ ബാല്ക്കണിയുടെ കർട്ടനിട്ട ജനാലയ്ക്കൽ ഇരുന്ന് ഇതെല്ലാം ശ്രദ്ധിച്ച് നോക്കിക്കൊണ്ടിരുന്നു. അവന്റെ സൗന്ദര്യവും ആയുധപ്രയോഗത്തിലുള്ള വൈദഗ്ധ്യവും കണ്ട് അവൾ അവനിൽ അനുരക്തയായി; ആനന്ദത്തിലാറാടി! അവിടെ നടന്ന അശ്വാരൂഢപ്രകടനങ്ങളിൽ ഏറ്റവും മുന്നിട്ടുനിന്നത് അലാവുദ്ദീന്റേതായിരുന്നു. മറ്റുള്ളവർ സുൽത്താന്റെ കൊട്ടാരത്തിലേക്ക് മടങ്ങിയപ്പോൾ ആ യുവാവ് സ്വന്തം പവലിയനിലേക്ക് പോയി.

എന്നാൽ, വൈകുന്നേരം വസീർമാരുടേയും പ്രഭുക്കന്മാരുടേയും അകമ്പടിയോടെ വരനെ രാജകീയ 'സ്നാനഗൃഹ'ത്തിലേക്ക് കൊണ്ടുപോയി. ('സുൽത്താനി' എന്നാണതിന്റെ പേര്) അവനെ തേച്ചുകുളിപ്പിച്ച ശേഷം സുഗന്ധതൈലം പൂശി; അവിടന്ന് പുറത്തുവന്ന ഉടനെ മുമ്പത്തേക്കാൾ പ്രൗഢിയേറിയ വസ്ത്രങ്ങൾ ധരിപ്പിച്ചു. അലാവുദ്ദീൻ തന്റെ കുതിരപ്പുറത്തേറി പ്രഭുക്കന്മാരുടേയും സൈനിക ഓഫീസർമാരുടേയും അകമ്പടിയോടെ പവലിയനിലേക്ക് തിരിച്ചു. അപ്പോൾ നാലു മന്ത്രിമാർ ഊരിപ്പിടിച്ച വാളും പൊക്കിപ്പിടിച്ച് നാലുവശത്തുമായി നീങ്ങിയിരുന്നു! എല്ലാ നഗരവാസികളും വിദേശികളും കത്തുന്ന മെഴുകുതിരികളും ചെണ്ടകളും കാഹളങ്ങളും മറ്റു പലതരം വാദ്യോപകരണങ്ങളുമായി അലാവുദ്ദീന് മുന്നിലായി നടന്നു. അവനെ പവലിയൻ വരെ അവർ അനുഗമിച്ചു.

കുതിരപ്പുറത്തുനിന്ന് അവൻ താഴെ ഇറങ്ങി, ഉള്ളിലേക്ക് പ്രവേശിച്ച് സ്വന്തം ഇരിപ്പിടത്തിലിരുന്നു; തന്നെ അനുഗമിച്ച പ്രഭുക്കന്മാർക്കും മന്ത്രിമാർക്കും അനുയോജ്യമായ ഇരിപ്പിടങ്ങൾ നല്കി; മാമെലൂക്കുകൾ അവർക്കെല്ലാം ശർബത്ത് കൊണ്ടുവന്ന് കൊടുത്തു. അവനോടൊപ്പം

ഘോഷയാത്രയിൽ വന്നവർക്കും ശർബത്ത് നല്കി. അവിടെ തടിച്ചുകൂടിയ ജനാവലിയെക്കുറിച്ച് വർണിക്കാൻ പ്രയാസമാണ്. അതിനും പുറമെ, അലാവുദ്ദീൻ തന്റെ മാമെലൂക്കുകളോട് വീടിന്റെ ഗേറ്റിൽ ചെന്നുനിന്ന് ജനാവലിക്ക് സ്വർണനാണ്യങ്ങൾ വിതരണം ചെയ്യാൻ ആജ്ഞാപിച്ചു - അപ്പോഴേക്കും നേരം പുലർന്നതുകണ്ട് ഷാഹ്റസാദ് അദ്ഭുതപ്പെട്ടു; തനിക്ക് പറയാനനുവദിച്ച കഥപറച്ചിൽ അവൾ നിർത്തി.

അഞ്ഞൂറ്റി അറുപത്തിയെട്ടാം രാവ്

ദുനിയാസാദ് പറഞ്ഞു "അല്ലയോ, സഹോദരീ, നിനക്ക് ഉറക്കം വരുന്നില്ലെങ്കിൽ കുറച്ച് രസകരമായ കഥകൾ നീ ഞങ്ങൾക്ക് പറഞ്ഞുതരൂ."

ഷാഹ്റസാദ് മറുപടി നല്കി "സ്നേഹത്തോടെയും സന്മനസ്സോടെയും." - അല്ലയോ രാജാവേ, സുൽത്താൻ മൈതാനത്തിൽനിന്നും കൊട്ടാരത്തിലേക്ക് മടങ്ങിയപ്പോൾ, ഒരു ഘോഷയാത്ര മകൾക്കുവേണ്ടി സംഘടിപ്പിക്കുവാൻ കൊട്ടാരത്തിലെ സ്ത്രീപുരുഷന്മാരോട് ആജ്ഞാപിച്ചു. എന്നിട്ട് ഘോഷയാത്രയിലൂടെ മകളെ വരന്റെ പവലിയനിലേക്ക് കൊണ്ടുപോകുക. ഉടനെ വരനെ അനുഗമിച്ച പ്രഭുക്കന്മാരും സൈനിക ഓഫീസർമാരും കുതിരപ്പുറത്തേറി. അടിമപ്പെൺകുട്ടികളും നപുംസകങ്ങളും മെഴുകുതിരികൾ കൈയിൽ പിടിച്ചു. ബദർ അൽബദൂർ രാജകുമാരിക്കുവേണ്ടിയുള്ള ഘോഷയാത്ര പ്രൗഢഗംഭീരമായിരുന്നു! എല്ലാവരും രാജകുമാരിയെ പിൻതുടർന്ന്, 'പവലിയനി'ൽ എത്തിയപ്പോൾ അലാവുദ്ദീന്റെ അമ്മ വന്ന് രാജകുമാരിയോടൊപ്പം നടന്നു. രാജകുമാരിക്കു മുന്നിൽ വസീറുമാരുടേയും പ്രഭുക്കന്മാരുടേയും ഉയർന്ന ഉദ്യോഗസ്ഥരുടേയും ഭാര്യമാർ ആണ് നടന്നിരുന്നത്. അവളെ സേവിക്കാനായി നാല്പത്തെട്ട് അടിമപ്പെൺകുട്ടികൾ മുമ്പ് വരൻ സമ്മാനിച്ചവർ, കൈയിൽ രത്നം പതിച്ച സ്വർണപ്പിടിയുള്ള മെഴുകുതിരിത്തട്ടിൽ പുകയുന്ന കുന്തിരിക്കവും സാമ്പ്രാണിയും കർപ്പൂരവുമായി രാജകുമാരിയോടൊപ്പം നീങ്ങി.

അലാവുദ്ദീന്റെ പവലിയനിൽ എത്തിയപ്പോൾ രാജകുമാരിയെ അവളുടേതായ മുകളിലെ സ്വകാര്യ മുറിയിലേക്കവർ ആനയിച്ചു. മേലങ്കി ഊരിവെച്ച് ആസനസ്ഥയാക്കി. പിന്നെ, ആചാരപ്രകാരമുള്ള പലതരം വസ്ത്രങ്ങൾ മാറ്റുന്ന പരിപാടി അരങ്ങേറി. ഒടുവിൽ, അവർ അവളെ കൂട്ടിക്കൊണ്ടുപോയി അലാവുദ്ദീന്റെ മുറിയിലാക്കി; അവന്റെ ആദ്യ സന്ദർശനം. അപ്പോൾ അലാവുദ്ദീന്റെ അമ്മ വധുവിനോടൊപ്പം ഉണ്ടായിരുന്നു. വരൻ വന്ന് അവളുടെ മൂടുപടം പൊക്കിയപ്പോൾ രാജകുമാരിയുടെ സൗന്ദര്യം കണ്ട് അമ്മ വിസ്മയിച്ചുപോയി! പിന്നെ, അവൾ പവലിയനുള്ളിൽനിന്ന് ചുറ്റുപാടും ദൃഷ്ടി പായിച്ചു. സ്വർണവും വിലപിടിച്ച പലതരം രത്നങ്ങളും മുത്തുകളുംകൊണ്ട് നിർമ്മിക്കപ്പെട്ട ശോഭിച്ചു നില്ക്കുന്ന ആ പവലിയൻ കണ്ട് അവൾ അദ്ഭുതപ്പെട്ട് നിന്നുപോയി! അവൾ മനസ്സിൽ പറഞ്ഞു "ഒരുകാലത്ത് ഞാൻ കരുതിയിരുന്നത് സുൽത്താന്റെ കൊട്ടാരമാണ് ഏറ്റവും മനോഹരവും പ്രൗഢിയുമുള്ളതെന്ന്. എന്നാൽ ഇതുപോലൊന്ന് ലോകത്ത് ഒറ്റ രാജാവിനും നിർമ്മിക്കാൻ കഴിഞ്ഞിട്ടില്ലെന്ന് എനിക്ക് സാക്ഷ്യപ്പെടുത്താൻ കഴിയും."

ബദർ അൽബദൂർ രാജകുമാരിപോലും ആ പവലിയന്റെ മനോഹാരിതയും പ്രൗഢിയുംകണ്ട് വിസ്മയത്തോടെ നിന്നു! പിന്നീട്

തീൻമേശകൾ സജ്ജീകരിച്ച് അവർ എല്ലാവരും ഇരുന്ന് സസന്തോഷം ആഹാരം കഴിച്ചു. ഭക്ഷണശേഷം നാല് യുവതികൾ അവരുടെ മുന്നിൽ വന്ന് മധുരമായ സംഗീതപരിപാടികൾ നടത്തി. വാദ്യഘോഷങ്ങളോടൊപ്പം ഗാനമേളയും അരങ്ങേറി. ശ്രോതാക്കളുടെ ഹൃദയം നിറഞ്ഞു. രാജകുമാരി ആശ്ചര്യപൂർവ്വം സ്വയം പറഞ്ഞു "ഇത്രയും മധുരമായ ഗാനങ്ങൾ ഞാൻ എന്റെ ജീവിതത്തിൽ ഇതുവരെ കേട്ടിട്ടില്ല."

ഒടുവിൽ അലാവുദ്ദീൻ വീണ്ടും പകർന്ന് സ്വന്തം കൈകൊണ്ടത് അവൾക്കു നല്കി. അങ്ങനെ ആനന്ദകരമായ ആ രാത്രി രസകരമായി നീങ്ങിക്കൊണ്ടിരുന്നു. ആരും ഒരിക്കലും ആസ്വദിച്ചിട്ടില്ലാത്തത്ര വിശിഷ്ട രാത്രി! തീറ്റയും കുടിയും കഴിഞ്ഞപ്പോൾ തീൻമേശകൾ എടുത്തുമാറ്റി. അലാവുദ്ദീൻ എഴുന്നേറ്റ് തന്റെ വധുവിന്നരികിലേക്ക് പോയി. പിറ്റേന്ന് നേരം പുലർന്ന ഉടനെ അവൻ മെത്തയിൽനിന്ന് എഴുന്നേറ്റുവന്നു. ട്രഷറർ അവന് വളരെ വിലപിടിച്ച ഒന്നാംതരം രാജകീയവസ്ത്രങ്ങൾ കൊണ്ടുകൊടുത്തു. പിന്നെ ഏലക്കായ ഇട്ട കാപ്പി കുടിച്ച് സ്വന്തം അലങ്കരിച്ച കുതിരയെ വരുത്തി, മാമെലുക്കുകളെ മുന്നിലും പിന്നിലുമായി നടത്തി സുൽത്താന്റെ കൊട്ടാരത്തിലെത്തി. നപുംസകങ്ങൾ അകത്തുചെന്ന് സുൽത്താന് വിവരം നല്കി. – അപ്പോഴേക്കും നേരം പുലർന്നതുകണ്ട് ഷാഹ്റസാദ് അദ്ഭുതപ്പെട്ടു; തനിക്ക് പറയാനനുവദിച്ച കഥപറച്ചിൽ അവൾ നിർത്തി.

അഞ്ഞൂറ്റി അറുപത്തിയൊമ്പതാം രാവ്

ദുനിയാസാദ് പറഞ്ഞു "എന്റെ സഹോദരീ, നിനക്ക് ഉറക്കം വരുന്നില്ലെങ്കിൽ ഞങ്ങൾക്ക് ഏതെങ്കിലും ചില നല്ല കഥകൾ നീ പറഞ്ഞുതരൂ."

"ഷാഹ്റസാദ് മറുപടി നല്കി. "സ്നേഹത്തോടും സന്മനസ്സോടും." – അല്ലയോ മഹാരാജാവേ, അലാവുദ്ദീൻ വന്നെന്ന വാർത്തകേട്ട രാജാവ്, ഉടനെ എഴുന്നേറ്റുചെന്ന് അവനെ സ്വീകരിച്ച് ആലിംഗനം ചെയ്ത് ചുംബിച്ചു, സ്വന്തം പുത്രനോടെന്നതുപോലെ! പിന്നെ അവനെ തന്റെ വലതുവശത്ത് ഇരുത്തി ആശീർവ്വദിച്ച് അവനുവേണ്ടി പ്രാർത്ഥിച്ചു; അപ്രകാരം വസീർമാരും പ്രഭുക്കന്മാരും ജന്മിമാരും ചെയ്തു. സുൽത്താൻ പ്രാതൽ വിളമ്പാനായി ഉത്തരവിട്ടു; അവർ എല്ലാവരും ഒന്നിച്ചിരുന്ന് പ്രാതൽ കഴിച്ചു. അവർ സുഭിക്ഷമായി ഭക്ഷണം കഴിച്ചശേഷം നപുംസകങ്ങൾ വന്ന് തീൻമേശകളെല്ലാം മാറ്റിയപ്പോൾ, അലാവുദ്ദീൻ സുൽത്താനോട് പറഞ്ഞു, "എന്റെ പ്രഭോ, അങ്ങ് ഇന്ന് ഉച്ചഭക്ഷണത്തിന് അങ്ങയുടെ പ്രിയപ്പെട്ട പുത്രി ബദർ അൽബദൂറിന്റെ വീട്ടിൽ വന്ന് ഞങ്ങളെ അനുഗൃഹീതരാക്കുമോ? ഈ രാജ്യത്തിലെ പ്രഭുക്കന്മാരേയും മന്ത്രിമാരേയും കൂടെ കൊണ്ടുവരുമോ?'

തന്റെ മരുമകനിൽ സംപ്രീതനായ രാജാവ് മറുപടി നല്കി "നീ എല്ലാ മഹാമനസ്കതയേയും കടത്തിവെട്ടിയിരിക്കുന്നു, എന്റെ മോനേ!" പിന്നെ ക്ഷണിക്കപ്പെട്ടവരെയെല്ലാം അദ്ദേഹം വിളിച്ചുവരുത്തി, അലാവുദ്ദീനേയും കൂട്ടി പവലിയനിലേക്ക് കുതിരസ്സവാരി ചെയ്തു. അദ്ദേഹം അകത്തു കടന്നപ്പോൾ ആ കെട്ടിടത്തിന്റെ നിർമ്മാണരീതിയും കലാനൈപുണ്യവും ഗാംഭീര്യവും പ്രൗഢിയും ഐശ്വര്യവുംകണ്ട് കണ്ണുതള്ളി നിന്നുപോയി!

പിന്നെ, മന്ത്രിയുടെ നേരെ തിരിഞ്ഞ് അദ്ദേഹം ചോദിച്ചു "നിങ്ങൾ എന്തു പറയുന്നു? നിങ്ങളുടെ ജീവിതത്തിൽ ലോകത്തിലെ ഏതെങ്കിലും രാജാവ് നമ്മൾ ഈ കാണുന്നത്ര സ്വർണവും രത്നങ്ങളും കണ്ടിട്ടുണ്ടോ?" വസീർ മറുപടി നല്കി "അല്ലയോ മഹാരാജാവേ, മനുഷ്യവംശത്തിലെ എത്ര ശക്തനായ രാജാവിനായാലും ഇത്രയും വലിയ കാര്യം ചെയ്യാനാകില്ല; ലോകത്തിലെ മുഴുവൻ ജനങ്ങളുടെ കൂട്ടായ്മകൊണ്ടും ഇത്തരം ഒരു കെട്ടിടം നിർമ്മിക്കാനാവില്ല. എത്ര വലിയ നിർമ്മാതാവിനും അസാധ്യമാണത്, (ഞാൻ അങ്ങയോട് പറഞ്ഞതുപോലെ) മായാജാലം കൊണ്ടു മാത്രമേ അത് നിർവ്വഹിക്കാനാകൂ."

അലാവുദ്ദീനോടുള്ള വസീറിന്റെ അസൂയ മാത്രമാണീ വാക്കുകളിൽ നിറഞ്ഞുനില്ക്കുന്നതെന്ന് രാജാവിന് ബോധ്യമായി. ഈ രമണീയസൗധം മാനവശേഷികൊണ്ടല്ല, മാന്ത്രികശക്തികൊണ്ടാണ് സൃഷ്ടിക്കപ്പെട്ടതെന്ന് രാജാവിന്റെ മനസ്സിൽ പതിപ്പിക്കലാണയാളുടെ ലക്ഷ്യമെന്നും രാജാവിന് മനസ്സിലായി.

അദ്ദേഹം അയാളോട് പറഞ്ഞു "അത്രയും മതി, മന്ത്രീ. നിങ്ങൾക്ക് മറ്റൊന്നും പറയാനില്ല; എനിക്കറിയാം ഈ രീതിയിൽ നിങ്ങൾ സംസാരിക്കുന്നതിനുള്ള കാരണം."

അപ്പോൾ അലാവുദ്ദീൻ വന്ന്, സുൽത്താനെ മുകളിലെ 'കയോസ്കി'ലേക്ക് കൊണ്ടുപോയി. അതിലെ ആകാശവെളിച്ചജാലകങ്ങളും ജനലുകളും കൊത്തുപണികളുള്ള കിളിവാതിലുകളും അവയിൽ പതിച്ച നിരവധിതരം അമൂല്യരത്നങ്ങളും അവൻ സുൽത്താന് കാണിച്ചുകൊടുത്തു. അദ്ദേഹം അമ്പരപ്പോടെ ഓരോന്ന് ചിന്തിച്ച്, പരിഭ്രമിച്ചുനിന്നു. അദ്ദേഹം ഓരോ വിസ്മയകരമായ കാഴ്ചകളും നോക്കിക്കൊണ്ട് 'കയോസ്കി'ന് ചുറ്റും നടന്നു. അപ്പോഴാണ് അലാവുദ്ദീൻ പൂർത്തിയാക്കാതെ ഇട്ട ഒരു ജനാല കാണാൻ ഇടയായത്. അതുകണ്ടദ്ദേഹം ഉറക്കെ വിളിച്ചു പറഞ്ഞു "ഓ, ജനലോ, എനിക്ക് നിന്നെ കാണണ്ട. നിന്റെ അപൂർണമായ രൂപംമൂലം!"

മന്ത്രിയുടെ നേരെ തിരിഞ്ഞ് അദ്ദേഹം ചോദിച്ചു "ഇതിന്റെ ചട്ടക്കൂട് പൂർത്തിയാക്കാതെ ഇട്ടതിന്റെ കാരണമെന്താണെന്ന് നിങ്ങൾക്കറിയാമോ?" - അപ്പോഴേക്കും നേരം പുലർന്നതുകണ്ട് ഷാഹ്രസാദ് അദ്ഭുതപ്പെട്ടു; തനിക്ക് പറയാനനുവദിച്ച കഥപറച്ചിൽ അവൾ നിർത്തി.

അഞ്ഞൂറ്റി എഴുപതാം രാവ്

ദുനിയാസാദ് പറഞ്ഞു "എന്റെ സഹോദരീ, നിനക്ക് ഉറക്കം വരുന്നില്ലെങ്കിൽ, ഞങ്ങൾക്ക് നല്ല കുറച്ചു കഥകൾ നീ പറഞ്ഞുതരുമോ?"

ഷാഹ്രസാദ് മറുപടി നല്കി. "സ്നേഹത്തോടെയും സന്മനസ്സോടെയും." - അല്ലയോ മഹാരാജാവേ, വസീർ സുൽത്താനോട് പറഞ്ഞു "എന്റെ പ്രഭോ, അങ്ങ് അലാവുദ്ദീന്റെ വിവാഹത്തിന് ധൃതിപിടിച്ചതിനാൽ പണിതീർക്കാൻ അവന് സമയം കിട്ടിയില്ല എന്നാണെനിക്ക് തോന്നുന്നത്."

ആ സമയത്ത് അലാവുദ്ദീൻ തന്റെ ഭാര്യയുടെ അടുത്ത് പോയിരിക്കയായിരുന്നു. അവളുടെ അച്ഛന്റെ വരവിനെ അറിയിക്കുവാൻ. അവൻ തിരിച്ചെത്തിയപ്പോൾ രാജാവ് ചോദിച്ചു,

"എന്റെ മോനേ, ഈ 'കയോസ്കി'ന്റെ ജനൽ അപൂർണമായി കിടക്കുന്നതിന്റെ കാരണമെന്താണ്?"

"മഹാരാജാവേ, എന്റെ പെട്ടെന്നുള്ള വിവാഹം മൂലം." അവൻ മറുപടി നല്കി. "അത് പണിതുതീർക്കാനുള്ള ശില്പികളെ ലഭിച്ചില്ല."

"അത് ഞാൻ സ്വയം പൂർത്തീകരിപ്പിച്ചെങ്കിലോ എന്നാലോചിക്കയാണ്."

"അള്ളാ, അങ്ങയുടെ പ്രതാപം അനശ്വരമാക്കിത്തീർക്കട്ടെ, മഹാരാജാവേ; അങ്ങനെ അങ്ങയുടെ പുത്രിയുടെ പവലിയനിലൂടെ അങ്ങയുടെ പ്രശസ്തി അനശ്വരമായിത്തീരട്ടെ."

സുൽത്താൻ ഉടനെ എല്ലാ രത്നവ്യാപാരികളോടും സ്വർണപ്പണിക്കാരോടും അവരുടെ പക്കലുള്ള സ്വർണവും രത്നങ്ങളും മറ്റ് അമൂല്യമുത്തുകളും എത്തിച്ചുകൊടുക്കാനായി ഉത്തരവിട്ടു. അവയെല്ലാം എത്തിക്കഴിഞ്ഞപ്പോൾ കയോസ്ക് ജനലയുടെ പണി പൂർത്തീകരിക്കുവാനാവശ്യപ്പെട്ടു. അതിന്നിടയ്ക്ക് രാജകുമാരി അച്ഛനെ സ്വാഗതം ചെയ്യാനായി മന്ദഹാസത്തോടെ എത്തി. അദ്ദേഹം അവളെ ആലിംഗനം ചെയ്ത് ചുംബിച്ചു. അവളെ പവലിയനിലേക്ക് നയിച്ചു. എല്ലാവരും അവരെ പിന്തുടർന്നു. അപ്പോഴേക്കും ഉച്ചഭക്ഷണത്തിനുള്ള സമയമായി. ഒരു തീൻമേശ രാജാവിനും മകൾക്കും ജാമാതാവിനും വേണ്ടി തയ്യാറാക്കി. മറ്റൊന്ന് മന്ത്രിമാർ, പ്രഭുക്കന്മാർ, ഉന്നതഉദ്യോഗസ്ഥർ, കൊട്ടാര കാര്യസ്ഥന്മാർ തുടങ്ങിയവർക്കും.

രാജകുമാരിയുടേയും ഭർത്താവിന്റേയും നടുവിലാണ് രാജാവ് ഇരുന്നത്. അദ്ദേഹം ഭക്ഷണം എടുത്ത് കഴിക്കാൻ തുടങ്ങിയപ്പോൾ അതിന്റെ സ്വാദും മണവും അനുഭവിച്ച് അദ്ഭുതസ്തബ്ധനായി ഇരുന്നുപോയി! എത്ര വിഭവസമൃദ്ധവും സ്വാദിഷ്ടവുമായ പാചകം! അദ്ദേഹത്തിനു മുന്നിൽ അനേകം സുന്ദരികളായ യുവതികൾ സേവനസന്നദ്ധരായി നിലകൊണ്ടു. അവർ ഓരോരുത്തരും പൂർണചന്ദ്രനോട് ഇപ്രകാരം പറയുന്നതുപോലെ കാണപ്പെട്ടു. "എഴുന്നേല്ക്കൂ, നിനക്കു പകരം ഞാൻ നില്ക്കാം!"

എല്ലാവരും വിവിധതരം വാദ്യോപകരണങ്ങൾ ഏന്തിയിട്ടുണ്ട്. ഏറ്റവും മനോഹരമായ ഗാനമേള അവർ നടത്തി, സംഗീതാത്മകമായ വാദ്യസംഗീതത്തോടൊപ്പം മധുരമായ ഗാനാലാപനവും! സുൽത്താൻ അതീവ സന്തുഷ്ടനായി. പരമാന്ദത്തിൽ അദ്ദേഹം ഉറക്കെ അഭിപ്രായപ്പെട്ടു. "സത്യത്തിൽ മറ്റൊരു രാജാവിനും ഇത്തരം സുഖം അനുഭവിക്കാൻ കഴിഞ്ഞിട്ടുണ്ടാവില്ല."

പിന്നെ തീറ്റയും കുടിയും ആരംഭിച്ചു. മദ്യചഷകങ്ങൾ ഒന്നിനു പിന്നാലെ ഒന്നായി നീങ്ങിക്കൊണ്ടിരുന്നു, മതിവരുവോളം! മധുരപലഹാരങ്ങളും എല്ലാവിധത്തിലുള്ള പഴങ്ങളും വിളമ്പുകയുണ്ടായി. മധുരപലഹാരങ്ങൾ മറ്റൊരു മുറിയിലാണ് നിരത്തിവെച്ചിരുന്നത്. എല്ലാവരും തൃപ്തിയാവോളം കഴിച്ചു. പിന്നെ, സുൽത്താൻ എഴുന്നേറ്റ് രത്നങ്ങളും മുത്തുകളും കൊണ്ട് പൂർത്തിയാക്കപ്പെട്ട ജനാല പരിശോധിക്കാനായി മുകളിലേക്ക് പോയി. എന്നാൽ ജോലിയിൽ വലിയ വ്യത്യാസം അദ്ദേഹം കണ്ടു. അലാവുദ്ദീന്റെ പവലിയനിലെ മറ്റു പണികൾപോലെയുള്ള പ്രവൃത്തിനൈപുണ്യം തന്റെ ശില്പികളിൽ സുൽത്താന് ദർശിക്കാനായില്ല. -

അപ്പോഴേക്കും നേരം പുലരാറായതുകണ്ട് ഷാഹ്രസാദ് അദ്ഭുതപ്പെട്ടു; അവൾക്ക് കഥപറയാനനുമതി ലഭിച്ച കഥ പറച്ചിൽ അവൾ നിർത്തി.

അഞ്ഞൂറ്റി എഴുപത്തിയൊന്നാം രാവ്

ദുനിയാസാദ് പറഞ്ഞ "അല്ലയോ സഹോദരീ, നിനക്ക് ഉറക്കം വരുന്നില്ലെങ്കിൽ ഞങ്ങൾക്ക് കുറച്ച് നല്ല കഥകൾ നീ പറഞ്ഞുതരൂ."

ഷാഹ്റസാദ് മറുപടി നല്കി "സ്നേഹത്തോടെയും സന്മനസ്സോടെയും."

- അല്ലയോ മഹാരാജാവേ, തന്റെ രത്നവ്യാപാരികളുടേയും സ്വർണപ്പണിക്കാരുടേയും ജോലി പരിശോധിക്കവെ, അവൻ അദ്ദേഹത്തെ ഖേദപൂർവ്വം അറിയിച്ചു, തങ്ങൾ കൊണ്ടുവന്ന എല്ലാ രത്നങ്ങളും മുത്തുകളും ഉപയോഗിച്ചിട്ടും അവ തികഞ്ഞില്ല എന്ന്! അപ്പോൾ തന്റെ വലിയ ഖജനാവ് തുറന്ന് ആവശ്യമുള്ള രത്നങ്ങളും മുത്തുകളും കൊണ്ടുവന്ന് പണിതീർക്കാൻ രാജാവ് ഉത്തരവിട്ടു. അതിനുംപുറമെ, ആവശ്യമാണെങ്കിൽ അലാവുദ്ദീൻ തനിക്ക് സമ്മാനിച്ച രത്നങ്ങളും എടുക്കാമെന്ന് രാജാവ് പറഞ്ഞു. അപ്രകാരം അവർ പണി തുടർന്നു. എന്നിട്ടും കയോസ്ക് ജനലിന്റെ പാതി പണിപോലും തീർക്കാനായില്ല! എല്ലാ മന്ത്രിമാരുടേയും പ്രഭുക്കന്മാരുടേയും പക്കലുള്ള വിലപിടിച്ച രത്നങ്ങൾ കൊണ്ടുവരുവാനായി രാജാവ് ഉത്തരവിട്ടു. അവർ ഉത്തരവനുസരിച്ചെങ്കിലും അതുകൊണ്ടൊന്നും പണി മുഴുമിപ്പിക്കാനായില്ല!

പിറ്റേന്നു രാവിലെ അപൂർണമായ ജനലകണ്ട് അലാവുദ്ദീൻ അവരോട് പറഞ്ഞു, ചെയ്തുതീർത്ത ഭാഗങ്ങളെല്ലാം പൊളിച്ചെടുത്ത് രത്നങ്ങൾ അതാതിന്റെ ഉടമകൾക്ക് തിരിച്ചുകൊടുക്കുവാൻ. അതുപ്രകാരം അവർ ചെയ്തു. സുൽത്താന്റെ രത്നങ്ങൾ സുൽത്താനും വസീറുമാരുടേത് വസീറുമാർക്കും പ്രഭുക്കന്മാരുടേത് പ്രഭുക്കന്മാർക്കും തിരിച്ചു നല്കപ്പെട്ടു. അവർ സുൽത്താന്റെ അടുത്തുചെന്ന് അലാവുദ്ദീന്റെ ഉത്തരവ് അറിയിച്ചു. അപ്പോൾ അദ്ദേഹം ചോദിച്ചു "അവൻ നിങ്ങളോട് എന്താണ് പറഞ്ഞത്, അവന്റെ തീരുമാനത്തിന് പിന്നിലെ കാരണമെന്താണ്, ആ ജനലയുടെ പണി തീർക്കാനവൻ ഉദ്ദേശിക്കുന്നില്ലേ, നിങ്ങൾ ചെയ്ത പണി അവൻ എന്തിന് പൊളിച്ചുമാറ്റി?"

"അല്ലയോ പ്രഭോ, ഞങ്ങൾക്കൊന്നും അറിയില്ല. ചെയ്ത പണിയെല്ലാം പൊളിച്ചുമാറ്റാനവൻ ഞങ്ങളോട് ഉത്തരവിട്ടു."

ഉടനെ സുൽത്താൻ തന്റെ കുതിരയെ വരുത്തി നേരെ പവലിയനിലേക്ക് വിട്ടു. അപ്പോൾ അലാവുദ്ദീൻ തട്ടാന്മാരേയും രത്നവ്യാപാരികളേയുമെല്ലാം പിരിച്ചുവിട്ട് സ്വന്തം മുറിയിൽ കയറി അടച്ചിരുന്ന് വിളക്കെടുത്ത് ഉരച്ചു. ഉടനെ ഭൂതം പ്രത്യക്ഷപ്പെട്ടു. "അങ്ങേക്ക് എന്താണ് വേണ്ടതെന്ന് ആവശ്യപ്പെട്ടോളൂ. അങ്ങയുടെ അടിമ ഇതാ നില്ക്കുന്നു."

"അന്ന് പൂർത്തീകരിക്കാതെ വിട്ട ആ ജനാല നീ പണിത് തീർക്കണമെന്നാണെന്റെ ആഗ്രഹം."

ഭൂതം മറുപടി നല്കി "ഉത്തരവുപോലെ!" അവൻ അപ്രത്യക്ഷനായി; ഏതാനും നിമിഷങ്ങൾക്കുശേഷം തിരിച്ചെത്തി പറഞ്ഞു "അല്ലയോ എന്റെ പ്രഭോ, സത്യമായും അങ്ങ് എന്നോട് ആജ്ഞാപിച്ച പണി ചെയ്തു തീർത്തിരിക്കുന്നു." അപ്പോൾ അലാവുദ്ദീൻ മുകളിലെ 'കയോസ്കി'ലേക്ക് കയറിച്ചെന്നു. ജനാലയുടെ പണി പൂർണമായും കഴിഞ്ഞിരിക്കുന്നതവൻ കണ്ടു! അവൻ അവിടെ ചിന്താധീനനായി നില്ക്കവെ, നപും സകം വന്ന് "സുൽത്താൻ പവലിയൻ ഗേറ്റിൽ എത്തിയിരിക്കുന്നു"

എന്നവനെ അറിയിച്ചു. ഉടനെ അലാവുദ്ദീൻ താഴെ ഇറങ്ങിച്ചെന്ന് തന്റെ ശ്വശുരനെ സ്വീകരിച്ചു - അപ്പോഴേക്കും നേരം പുലർന്നെന്നുകണ്ട് ഷാഹ്‌റസാദ് അദ്ഭുതപ്പെട്ടു; തനിക്ക് പറയാനനുവദിച്ച കഥ പറച്ചിൽ അവൾ നിർത്തി.

അഞ്ഞൂറ്റി എഴുപത്തിരണ്ടാം രാവ്

ദുനിയാസാദ് പറഞ്ഞു "അല്ലയോ സഹോദരീ, നിനക്ക് ഉറക്കം വരുന്നില്ലെങ്കിൽ ഞങ്ങൾക്ക് കുറച്ച് സുഖകരമായ കഥകൾ നീ പറഞ്ഞു തരൂ."

"സ്നേഹത്തോടും സന്മനസ്സോടും" ഷാഹ്‌റസാദ് മറുപടി നല്കി -

അല്ലയോ മഹാരാജാവേ, സുൽത്താൻ തന്റെ ജാമാതാവിനെ കണ്ട് വിളിച്ചു ചോദിച്ചു.

"എന്റെ കുട്ടീ, എന്താണ് തട്ടാന്മാരേയും രത്നവ്യാപാരികളെയും നീ ജനാലയുടെ പണിതീർക്കാനനുവദിക്കാതെ അവർ ചെയ്തപണിപോലും പൊളിച്ചുകളയിപ്പിച്ചത്?"

"അല്ലയോ മഹാരാജാവേ, ഞാനത് എന്റെ സ്വന്തമായൊരു 'ഡിസൈൻ' അനുസരിച്ച് ചെയ്യാൻ വേണ്ടി അപൂർണമായി വിട്ടതാണ്. അത് കുറ്റമറ്റതായി എനിക്ക് ചെയ്യാൻ കഴിയാഞ്ഞിട്ടല്ല. പൂർണമാകാത്തൊരു പവലിയൻ അങ്ങ് സന്ദർശിച്ച് എന്നെ ആദരിക്കുമെന്ന് ഞാൻ ഉദ്ദേശിച്ചിട്ടുമില്ല. ഞാൻ കുറ്റമറ്റരീതിയിൽ അത് പണിതീർക്കാൻ കഴിവുള്ളവനാണെന്ന് അങ്ങ് മനസ്സിലാക്കണം. പ്രഭോ, അങ്ങ് എന്നോടൊപ്പം മുകളിൽ വന്ന് ഇനി എന്തെങ്കിലും ചെയ്തുതീർക്കാനുണ്ടോ എന്നൊന്ന് പരിശോധിക്കാൻ ദയവുണ്ടാകണം."

അങ്ങനെ, സുൽത്താൻ അവനോടൊപ്പം മുകളിലേക്ക് പോയി. 'കയോസ്കിൽ' പ്രവേശിച്ചു. അദ്ദേഹം അതിലെ എല്ലാ ജനലുകളും പരിശോധിച്ചു. ഒരു കുറ്റവും കുറവും ഒറ്റ ജനാലയിലും അദ്ദേഹത്തിന് കാണാൻ കഴിഞ്ഞില്ല. എല്ലാം ഒരുപോലെ കുറ്റമറ്റവ! അദ്ദേഹം അതുകണ്ട് അന്തം വിട്ടുനിന്നു! അലാവുദ്ദീനെ സുൽത്താൻ ആലിംഗനം ചെയ്ത് ചുംബിച്ചുകൊണ്ട് ചോദിച്ചു. "എന്റെ മോനേ, എന്താണീ അപൂർവ്വവിജയത്തിന് പിന്നിലുള്ളത്? മാസങ്ങളോളം പ്രവർത്തിച്ച് പൂർത്തീകരിക്കാൻ കഴിവുള്ളവർക്ക് കഴിയാത്തത് നീ ഒറ്റ രാത്രികൊണ്ട് ചെയ്യുന്നു. അള്ളായാണേ, ഈ ലോകത്ത് നിനക്ക് പ്രതിയോഗിയായി ആരുമില്ല എന്ന് ഞാൻ കരുതുന്നു."

അലാവുദ്ദീൻ മറുപടി നല്കി "അള്ളാ അങ്ങേക്ക് ദീർഘായുസ്സും അനശ്വരതയും നല്കട്ടെ! അങ്ങയുടെ അടിമ ഇത്രയും പ്രശംസ അർഹിക്കുന്നില്ല."

"അള്ളായാണേ, എന്റെ മോനേ, ലോകത്തിലെ ഒറ്റ ശില്പിക്കും കഴിയാത്തൊരു വിജയം കരസ്ഥനാക്കിയ നീ എന്തുകൊണ്ടും ഏറ്റവും മഹത്തായ പ്രശംസയ്ക്ക് യോഗ്യനാണ്."

പിന്നീട് സുൽത്താൻ തന്റെ പുത്രിയുടെ മുറിയിലേക്ക് കടന്നുചെന്നു. അവൾ തന്റെ പ്രതാപത്തിലും ഐശ്വര്യത്തിലും അതീവസന്തുഷ്ടയാണെന്നദ്ദേഹം കണ്ടു. അല്പസമയത്തെ വിശ്രമത്തിനുശേഷം

സുൽത്താൻ കൊട്ടാരത്തിലേക്ക് മടങ്ങി. അലാവുദ്ദീൻ എന്നും തന്റെ മാമെലൂക്കുകളോടൊപ്പം നഗരത്തിൽ ചുറ്റിക്കറങ്ങാൻ പോകും. ജനങ്ങൾക്കുനേരെ സ്വർണനാണ്യങ്ങൾ എറിഞ്ഞുകൊടുക്കും! അവന്റെ അയൽവാസികളും ദൂരദേശവാസികളും പരദേശികളും എല്ലാം ഒരുപോലെ അലാവുദ്ദീന്റെ അളവറ്റ ഉദാരതയേയും കാരുണ്യത്തേയും വാനോളം വാഴ്ത്തി. പാവങ്ങൾക്കും മതപ്രവർത്തകർക്കുമുള്ള ആനുകൂല്യങ്ങൾ അവൻ വർദ്ധിപ്പിച്ചു. സ്വന്തം കൈകൊണ്ട് ദാനകർമ്മങ്ങൾ ചെയ്തു. അതുമൂലം അവന്റെ പ്രശസ്തി വാനോളം ഉയർന്നു. മിക്കവാറും എല്ലാ പ്രഭുക്കന്മാരും ജന്മിമാരും അവനോടൊപ്പം ഇരുന്ന് ആഹാരം കഴിക്കുമായിരുന്നു. സുൽത്താന്റെ സാന്നിധ്യത്തിൽ, മൈതാനത്തിൽ വെച്ചവൻ കുതിരസവാരിയിലും കുന്തം എറിയുന്നതിലും മറ്റു പല ശരീരാഭ്യാസങ്ങളിലുമുള്ള തന്റെ വൈദഗ്ധ്യം പ്രകടിപ്പിക്കുമായിരുന്നു! ഈ അഭ്യാസങ്ങൾ കാണാൻ ഇടയാകുമ്പോൾ ബദർ അൽബദൂർ രാജകുമാരി തനിക്ക് ലഭിച്ച സൗഭാഗ്യത്തിന് അള്ളായോട് നന്ദി പറയും. വസീറിന്റെ മകനുമൊത്ത് എന്തൊക്കെ യാതനകൾ അനുഭവിക്കേണ്ടി വന്നിട്ടും തന്റെ യഥാർത്ഥ വരനായ അലാവുദ്ദീനുവേണ്ടി തന്റെ കന്യാത്വം കാത്തുരക്ഷിച്ചതിൽ ദൈവത്തിന് സ്തുതി പറഞ്ഞു. - അപ്പോഴേക്കും നേരം പുലർന്നതുകണ്ട് ഷാഹ്രസാദ് അദ്ഭുതപ്പെട്ടു; തനിക്ക് കഥ പറയാനനുവദിക്കപ്പെട്ട സമയം കഴിഞ്ഞതിനാൽ, കഥപറച്ചിൽ അവൾ നിർത്തി.

അഞ്ഞൂറ്റി എഴുപത്തിമൂന്നാം രാവ്

ദുനിയാസാദ് പറഞ്ഞു "അല്ലയോ സഹോദരീ, നിനക്ക് ഉറക്കം വരുന്നില്ലെങ്കിൽ ഞങ്ങൾക്ക് കുറച്ച് രസകരമായ കഥകൾ പറഞ്ഞുതരൂ."

ഷാഹ്രസാദ് മറുപടി നല്കി. "സ്നേഹത്തോടും സന്മനസ്സോടും കൂടി." - അല്ലയോ രാജാവേ, ദിവസം ചെല്ലുംതോറും അലാവുദ്ദീന്റെ പേരും പ്രശസ്തിയും വർദ്ധിച്ചുവന്നു; എല്ലാ ജനങ്ങൾക്കും അവനോടുള്ള സ്നേഹം അപാരമായിരുന്നു.

ഒരിക്കൽ, സുൽത്താന്റെ ചില ശത്രുക്കൾ രാജ്യം ആക്രമിക്കാനിടയായി. സുൽത്താൻ ഒരു സൈന്യം സംഘടിപ്പിച്ച് പടക്കോപ്പുകളണിഞ്ഞ് അലാവുദ്ദീന്റെ നേതൃത്വത്തിൽ പ്രതിരോധത്തിന് തയ്യാറെടുത്ത് ശത്രുസേനയ്ക്കെതിരെ പോരാട്ടം തുടങ്ങി. കനത്ത യുദ്ധം നടന്നു. അനേകം പേർ കൊല്ലപ്പെട്ടു. ഒടുവിൽ ശത്രുവിനെ തുരത്തി ഓടിച്ചു. അലാവുദ്ദീൻ അവരുടെ സ്വത്തും കന്നുകാലികളും പിടിച്ചെടുത്തു. കണക്കില്ലാത്ത സമ്പത്താണ് ആ യുദ്ധത്തിലൂടെ ബലാല്ക്കാരമായി കവർന്നെടുക്കാനായത്! ശ്രേഷ്ഠമായ ഈ യുദ്ധത്തിൽ വിജയശ്രീലാളിതനായി അവൻ മടങ്ങി തലസ്ഥാനനഗരിയിൽ പ്രവേശിച്ചു. അവനെ സ്നേഹിച്ചാരാധിച്ചിരുന്ന നഗരവാസികൾ നഗരം മുഴുവൻ അലങ്കരിച്ചുകൊണ്ടാണവനെ സ്വീകരിച്ചത്! സുൽത്താൻ മുന്നോട്ടുചെന്ന് അവനെ സ്വീകരിച്ച് ആഹ്ലാദപൂർവ്വം ആലിംഗനം ചെയ്ത് ചുംബിച്ചു. രാജ്യമാസകലം ആനന്ദലഹരിയിൽ അലാവുദ്ദീന്റെ വിജയം ആഘോഷിക്കുകയുണ്ടായി!

സുൽത്താനും മരുമകനുംകൂടി പവലിയനിലെത്തിയപ്പോൾ രാജകുമാരി ബദർ അൽബദൂർ ഉള്ളിൽ ഉണ്ടായിരുന്നു. ആദ്യം, അലാവുദ്ദീൻ

സന്തോഷത്തോടെ ഇരിക്കുന്ന ഭാര്യയെ ചെന്നുകണ്ടു. അവൾ അവന്റെ നെറ്റിയിൽ ചുംബിച്ച് സ്വന്തം മുറിയിലേക്കാനയിച്ചു. അല്പസമയത്തിനു ശേഷം സുൽത്താനും അവിടെ എത്തി. അടിമപ്പെൺകുട്ടികൾ അവർക്ക് ശർബ്ബത്തും അപ്പവും കഴിക്കാനായി കൊടുത്തു. രാജ്യം മുഴുവൻ തന്റെ മരുമകന്റെ യുദ്ധവിജയം ആഘോഷിക്കാനായി അലങ്കരിക്കണമെന്ന് സുൽത്താൻ ആഹ്വാനം നല്കി. ജനങ്ങളും സൈന്യവും സ്വർഗ്ഗത്തിലിരിക്കുന്ന അള്ളായേയും ഭൂമിയിലെ അലാവുദ്ദീനേയും വാഴ്ത്തി. അലാവുദ്ദീൻ തന്നെ ഔദാര്യശീലം മൂലമാണ് ജനതയുടെ സ്നേഹം പിടിച്ചെടുത്തത്. അവന്റെ ശ്രേഷ്ഠമായ അശ്വകലാവൈദഗ്ധ്യം, രാജ്യത്തിനു നേരെ ഉയർന്ന ശത്രുഭീഷണിയെ തടയാനും ശത്രുസേനയെ തകർത്തുവിടാനും ഇടയാക്കി. അത്തരം സൗഭാഗ്യത്തിന്റെ ഉച്ചകോടിയിലെത്തിയിരുന്നു അപ്പോൾ അലാവുദ്ദീൻ!

ഈ സമയത്ത് സ്വന്തം നാട്ടിലേക്ക് നിരാശയോടെ തിരിച്ചുപോയ മാന്ത്രികൻ 'മഗ്രബി'ക്ക് എന്തുപറ്റി എന്നു നോക്കാം. താൻ ജീവിതകാലം മുഴുവൻ കഷ്ടപ്പെട്ട് അധ്വാനിച്ചിട്ടും കൈയിൽ കിട്ടാറായ 'അദ്ഭുതവിളക്ക്' തട്ടിത്തെറിപ്പിക്കപ്പെട്ടതോർത്ത് വിലപിച്ച് കഴിയുകയായിരുന്നു ഇത്രയും കാലം! അയാൾ സദാസമയം ചിന്തിച്ചും കരഞ്ഞും അലാവുദ്ദീനെ ദേഷ്യത്തോടെ ശപിച്ചും ജീവിച്ചു. ചിലപ്പോൾ അയാൾ ഉദ്ഘോഷിക്കും. "ഈ തന്തയില്ലാത്തവൻ ഭൂമിക്കടിയിൽ കിടന്ന് ചത്തതിൽ എനിക്ക് വലിയ സംതൃപ്തി നല്കുന്നു. 'വിളക്ക്' ഭൂഗർഭത്തിൽ സുരക്ഷിതത്വത്തോടെ കിടക്കുന്നുണ്ടെങ്കിൽ അതെപ്പോഴെങ്കിലും എനിക്ക് കരസ്ഥമാക്കാൻ കഴിയുമെന്നാണെന്റെ ആശ!"

ഒരു ദിവസം അയാൾ മേശപ്പുറത്ത് മണൽവിരിച്ച്, ഗ്രഹനില അടയാളപ്പെടുത്തി ജ്യോതിശാസ്ത്ര കണക്കുകൾ സുസൂക്ഷ്മം പരിശോധിച്ചു. പിന്നെ അതെല്ലാം കടലാസിൽ കുറിച്ചുവെച്ച് അലാവുദ്ദീൻ മരിച്ചോ 'വിളക്ക്' ഭൂഗർഭത്തിൽത്തന്നെ ഉണ്ടോ എന്നെല്ലാം ഗണിച്ചുനോക്കി. അയാൾ എത്രയൊക്കെ സൂക്ഷ്മമായി പരിശോധിച്ചിട്ടും അഗാധമായി ഗവേഷണം നടത്തിയിട്ടും ഗ്രഹനിലപ്രകാരം 'വിളക്ക്' കണ്ടെത്താനായില്ല. അയാൾ വല്ലാതെ കുപിതനായി, വീണ്ടും മറ്റൊരു പരീക്ഷണം അലാവുദ്ദീന്റെ മരണം ഉറപ്പിക്കാനായി നടത്തി. എന്നാൽ ആ ഭൂഗർഭ അറയിൽ അയാൾക്കവനെ കണ്ടെത്താനായില്ല. അതോടെ അയാളുടെ കോപം നിയന്ത്രണാതീതമായി. ആ യുവാവ് ഭൂഗർഭഅറയിൽനിന്നും പുറത്തുവന്നെന്നും ഈ ഭൂമുഖത്ത് ഊർജ്ജസ്വലനായി ജീവിക്കുന്നുണ്ടെന്നും ഉറപ്പിച്ചതോടെ അയാൾക്ക് ക്രോധം അടക്കാനായില്ല. അതിനുംപുറമെ അവൻ വിളക്കിന്റെ ഉടമയായിക്കഴിഞ്ഞിരിക്കുന്നു; അതിനുവേണ്ടിയാണല്ലോ മന്ത്രവാദി ഇത്രയേറെ കഷ്ടപ്പെട്ട് അധ്വാനിച്ചത്. അയാൾ സ്വയം പറഞ്ഞു. "വിളക്ക് നേടാനാകുമെന്ന ആശയിൽ ഈ ലോകത്ത് ആരും സഹിച്ചിട്ടില്ലാത്ത കഷ്ടപ്പാടും നരകയാതനകളുമാണ് ഞാൻ സഹിച്ചത്. എന്നിട്ട് ഈ നശിച്ചവൻ അനായാസമായി അത് കരസ്ഥമാക്കിയിരിക്കുന്നു. ആ വിളക്കിന്റെ ഉടമയേക്കാൾ സമ്പന്നനായൊരാൾ ഈ ലോകത്തില്ലെന്ന് അവനുണ്ടോ അറിയുന്നു?" - അപ്പോഴേക്കും നേരം പുലരാറായെന്നും തനിക്ക് കഥപറയാനനുവദിക്കപ്പെട്ട സമയം കഴിഞ്ഞെന്നും ഷാഹ്റസാദ് മനസ്സിലാക്കി; അവൾ കഥപറച്ചിൽ നിർത്തി.

അഞ്ഞൂറ്റി എഴുപത്തിനാലാം രാവ്

ദുനിയാസാദ് പറഞ്ഞു "അല്ലയോ എന്റെ സഹോദരി, നിനക്ക് ഉറക്കം വരുന്നില്ലെങ്കിൽ ഞങ്ങൾക്ക് കുറച്ച് സുഖകരമായ കഥകൾ പറഞ്ഞുതരൂ."

ഷാഹ്റസാദ് മറുപടി നല്കി. "സ്നേഹത്തോടും സന്മനസ്സോടും."

– അല്ലയോ മഹാരാജാവേ, ആ മാന്ത്രികൻ 'മഗ്രബി' രാശിവെച്ച് ഗണിച്ച് അലാവുദ്ദീൻ ഭൂഗർഭത്തിൽനിന്നും വിളക്കുമായി രക്ഷപ്പെട്ടെന്ന് ഉറപ്പിച്ചപ്പോൾ ആത്മഗതമായി പറഞ്ഞു "അവനെ നശിപ്പിക്കയല്ലാതെ രക്ഷയില്ല."

അയാൾ വീണ്ടും ഗ്രഹനിലവെച്ച് ഗണിച്ച് കണ്ടുപിടിച്ചു, ആ പയ്യൻ അസാമാന്യമായ സമ്പത്ത് നേടിക്കഴിഞ്ഞെന്നും തന്റെ രാജാവിന്റെ പുത്രിയെ വിവാഹം കഴിച്ചെന്നും. അയാളുടെ അസൂയ അടക്കാനാവാത്ത ക്രോധമായി ആളിക്കത്തി! അയാൾ ചാടി എഴുന്നേറ്റ് ചൈനയിലേക്ക് പുറപ്പെട്ടു. അലാവുദ്ദീനുള്ള നഗരത്തിൽ എത്തിയ അയാൾ ഒരു സത്രത്തിൽ താമസിച്ചു. യാത്രാക്ഷീണം മാറ്റാനായി അല്പം വിശ്രമിച്ചശേഷം അയാൾ വേഷം മാറി തെരുവുകളിൽ ചുറ്റിക്കറങ്ങാൻ പോയി. അവിടെ ഒറ്റ വ്യക്തിപോലും അലാവുദ്ദീന്റെ സൗന്ദര്യത്തെയോ കഴിവുകളെയോ ദയാവായ്പിനേയോ അവന്റെ പ്രൗഢഗംഭീരമായ 'പവലിയനെ'കുറിച്ചോ പ്രശംസിക്കാത്തതായി കണ്ടില്ല! മാന്ത്രികൻ ഒരു ചായക്കടയിൽ കയറി തൊള്ളപൊളിച്ചു സംസാരിക്കുന്ന ഒരാളുടെ അടുത്ത് ചെന്നിരുന്ന് ചോദിച്ചു,

"നല്ലവനായ യുവാവേ, നീ വിവരിക്കുന്ന ഈ മനുഷ്യൻ ആരാണ്?"

"അല്ലയോ മനുഷ്യാ, നിങ്ങൾ ഒരു പരദേശിയാണെന്ന് തോന്നുന്നു. ദൂരദേശത്തുനിന്ന് വന്നവനാകാം. അത് സമ്മതിച്ചാലും. അലാവുദ്ദീൻ പ്രഭുവിനെക്കുറിച്ച് എങ്ങനെയാണ് നിങ്ങൾ കേൾക്കാതിരിക്കുന്നത്? ലോകം മുഴുവൻ അദ്ദേഹത്തിന്റെ പ്രശസ്തി പരന്നിട്ടുണ്ടെന്നാണെന്റെ വിശ്വാസം. ഇവിടെ ലഭിച്ച വിവരമനുസരിച്ച് അദ്ദേഹത്തിന്റെ പവലിയൻ ലോകത്തിലെ അദ്ഭുതങ്ങളിൽ ഒന്നാണെന്നാണ്. അപ്പോൾ നിങ്ങളുടെ കാതുകളിൽ മാത്രം അലാവുദ്ദീന്റെ പേരും പ്രശസ്തിയും വന്നെത്തിയില്ല?"

ആ മാന്ത്രികൻ മറുപടി നല്കി "ആ പവലിയൻ ഒന്നു കാണണമെന്ന് എനിക്ക് വലിയ മോഹം തോന്നുന്നു. ഞാൻ നിങ്ങളോട് അപേക്ഷിക്കുകയാണ്. എന്നെ അവിടേക്കൊന്ന് കൂട്ടിക്കൊണ്ടുപോകാൻ കരുണ കാണിക്കാമോ? ഞാനൊരു പരദേശിയല്ലേ."

"ഉത്തരവുപോലെ" അയാൾ സമ്മതിച്ചു. അയാളെ അവൻ കൂട്ടിക്കൊണ്ടുപോയി പവലിയൻ കാണിച്ചുകൊടുത്തു. അത് വിളക്കിന്റെ സൃഷ്ടി തന്നെയാണെന്ന് മാന്ത്രികൻ ചിന്തിച്ചു കണ്ടുപിടിച്ചു. അയാൾ അട്ടഹസിച്ചു "ഹാ! ഹാ! ഒരു നേരത്തെ ആഹാരത്തിനുപോലും വകയില്ലാതിരുന്ന ഈ നശിച്ച തയ്യൽക്കാരന്റെ മകനെ ഞാൻ കുഴിച്ചുമൂടുകയാണ് വേണ്ടത്. വിധി എനിക്കനുകൂലമായാൽ ഞാൻ തീർച്ചയായും ഇവന്റെ ജീവനെടുക്കും. അവന്റെ അമ്മയെ വീണ്ടും നൂൽനൂൽക്കുന്ന 'ചർക്ക'യിലേക്കയയ്ക്കും." ഇപ്രകാരം പുലമ്പിക്കൊണ്ടയാൾ സ്വന്തം വാസസ്ഥലമായ സത്രത്തിലേക്ക് പോയി. അലാവുദ്ദീനോടുള്ള അസൂയയും വെറുപ്പും മൂലം അയാളുടെ മനസ്സ് അസഹ്യമായ വേദന അനുഭവിച്ചുകൊണ്ടിരുന്നു – അപ്പോഴേക്കും നേരം പുലർന്നെന്നറിഞ്ഞ് ഷാഹ്റസാദ് അദ്ഭുതപ്പെട്ടു; തനിക്ക് അനുവദിക്കപ്പെട്ട കഥപറച്ചിൽ അവൾ നിർത്തി.

അഞ്ഞൂറ്റി എഴുപത്തിയഞ്ചാം രാവ്

ദുനിയാസാദ് പറഞ്ഞു "അല്ലയോ, എന്റെ സഹോദരി, നിനക്ക് ഉറക്കം വരുന്നില്ലെങ്കിൽ ഞങ്ങൾക്ക് കുറച്ച് രസകരമായ കഥകൾ നീ പറഞ്ഞു തരൂ."

ഷാഹ്റസാദ് മറുപടി നല്കി "സ്നേഹത്തോടെയും സന്മനസ്സോടെയും."

-അല്ലയോ മഹാരാജാവേ, ആ മാന്ത്രികൻ 'മഗ്രബി' തന്റെ സത്രത്തിൽ തിരിച്ചുവന്ന് രാശിവെച്ച് ഗ്രഹനിലപ്രകാരമുള്ള ഗണിതങ്ങൾ നടത്തി. വിളക്ക് എവിടെയാണ് ഇരിക്കുന്നതെന്ന് ഗണിച്ചുനോക്കി. അലാവുദ്ദീന്റെ പോക്കറ്റിലല്ല, 'പവലിയനി'ലാണത് വെച്ചിട്ടുള്ളതെന്നയാൾ കണ്ടുപിടിച്ചു. അമിതമായ ആഹ്ലാദത്താലയാൾ ഉദ്ഘോഷിച്ചു. "ഇപ്പോൾ, ഈ നശിച്ചവന്റെ ജീവനെടുക്കുക വളരെ എളുപ്പമാണ്, എന്നിട്ട് ആ വിളക്ക് കരസ്ഥമാക്കാനുള്ള മാർഗം നോക്കാം."

അയാൾ ഒരു തട്ടാന്റെ അടുത്തുചെന്ന് ചോദിച്ചു "നിനക്ക് കുറച്ചു വിളക്കുകൾ എനിക്ക് ഉണ്ടാക്കിത്തരാമോ? അതിന് പതിവുവിലയേക്കാളേറെ പ്രതിഫലം ഞാൻ തരാം. നീ അവ പെട്ടെന്ന് ഉണ്ടാക്കിതത്തരണമെന്നു മാത്രം!" തട്ടാൻ മറുപടി നല്കി. "ഉത്തരവുപോലെ!" അതനുസരിച്ച് അവൻ ജോലിയിൽ മുഴുകി. അവ പണിത് തീർന്നപ്പോൾ തട്ടാൻ ആവശ്യപ്പെട്ട വില അവയ്ക്ക് നല്കി. പിന്നെ മാന്ത്രികൻ അത് കൊണ്ടുപോയി സത്രത്തിൽ ചെന്ന് ഒരു കുട്ടയിൽ വെച്ചു. അവൻ ആ വിളക്കുകളും ചുമന്ന് തെരുവുതോറും വിളിച്ചുപറഞ്ഞുകൊണ്ട് നടന്നു, "ഹോ! ആർക്കാണ് പഴയ വിളക്കുമായി പുതിയത് മാറ്റേണ്ടത്?"

എന്നാൽ, അയാളുടെ ഈ തൊള്ളപൊളിക്കൽ കേട്ട് അയാൾക്ക് ഭ്രാന്താണെന്ന് നഗരവാസികൾ കരുതി. അവർ പരിഹാസത്തോടെ പറഞ്ഞു "ഈ മനുഷ്യൻ ഭ്രാന്തനാണെന്ന കാര്യത്തിൽ സംശയമില്ല. അല്ലാതെ പഴയ വിളക്കിനുപകരം ആരെങ്കിലും പുതിയതു കൊടുക്കുമോ? സകല മനുഷ്യരും അയാളുടെ പിന്നാലെ നടന്ന് നിന്ദിച്ചു. തെരുവുപിള്ളേർ അയാളെ പരിഹസിച്ചുകൊണ്ട് പിൻതുടർന്നു. എന്നാൽ അയാൾ അവരെ തടയുകയോ, അവരുടെ നിന്ദയ്ക്കെതിരെ പ്രതികരിക്കയോ ചെയ്തില്ല. ഒടുവിൽ അയാൾ അലാവുദ്ദീന്റെ പവലിയന്റെ കീഴിലെത്തി. അവിടെനിന്ന് അത്യുച്ചത്തിൽ വിളിച്ചുചോദിച്ചു. പിന്നാലെ കൂടിയിരുന്ന ബാലന്മാരും അലറിവിളിച്ചു. "ഒരു ഭ്രാന്തൻ! ഒരു ഭ്രാന്തൻ!"

ദൈവകല്പിതം എന്നു പറയട്ടെ ബദർ അൽബദൂർ രാജകുമാരി അപ്പോൾ 'കയോസ്കിൽ' ഇരിക്കുകയായിരുന്നു. അപ്പോഴാണ് വിളംബരങ്ങൾ വിളിച്ചുപറയുന്നതുപോലെ ആരോ ഉറക്കെ വിളിച്ചുപറയുന്നതും ബാലന്മാർ ആക്രോശിക്കുന്നതും അവൾ കേൾക്കാനിടയായത്. എന്താണവിടെ നടക്കുന്നതെന്നവൾക്ക് പിടികിട്ടിയില്ല. അതുകൊണ്ടവൾ ഒരു അടിമപ്പെൺകുട്ടിയോട് പറഞ്ഞു "ആരാണവിടെ വിളിച്ചുപറയുന്നതെന്നും എന്താണ് കാര്യമെന്നും നീ പോയി നോക്കിവരൂ."

ആ പെൺകുട്ടി ചെന്നപ്പോൾ ഒരു മനുഷ്യൻ ഇപ്രകാരം വിളിച്ചുകൂവുന്നത് കണ്ടു. "ഹോ! ആർക്കാണ് പഴയ വിളക്കിനു പകരം പുതിയത് വേണ്ടത്?" അതോടൊപ്പം ബാലന്മാർ അയാളെ കളിയാക്കിച്ചിരിക്കുന്നുമുണ്ട്. ഈ വിചിത്രമായ കാര്യം കേട്ട് രാജകുമാരി പൊട്ടിച്ചിരിച്ചു.

അലാവുദ്ദീൻ തന്റെ അദ്ഭുതവിളക്ക് അശ്രദ്ധമായി പവലിയനിൽ തുറന്നുവെച്ച് പോയിരിക്കയായിരുന്നു. അത് 'ലോക്കറിൽ' വെച്ച് പൂട്ടുകയോ മറച്ചുവെക്കുകയോപോലും ചെയ്തിരുന്നില്ല. അത് കാണാനിടയായ അടിമപ്പെൺകുട്ടികളിലൊരുവൾ പറഞ്ഞു, "അല്ലയോ, രാജകുമാരി, എന്റെ യജമാനൻ അലാവുദ്ദീന്റെ മുറിയിൽ ഒരു പഴയ വിളക്ക് കിടക്കുന്നത് ഞാൻ കണ്ടിരുന്നു. അത് ഈ മനുഷ്യന് കൊടുത്ത് പുതിയൊരു വിളക്കുമായി കൈമാറാം. അവൻ വിളിച്ചുപറയുന്നത് സത്യമാണോ കള്ളമാണോ എന്നറിയാമല്ലോ." - അപ്പോഴേക്കും നേരം പുലരാറായെന്നു കണ്ട് ഷാഹ്റസാദ് അദ്ഭുതപ്പെട്ടു; കഥപറയാനനുവദിച്ച സമയം കഴിഞ്ഞതിനാൽ അവൾ കഥപറച്ചിൽ നിർത്തി.

അഞ്ഞൂറ്റി എഴുപത്തിയാറാം രാവ്

ദുനിയാസാദ് പറഞ്ഞു "അല്ലയോ എന്റെ സഹോദരീ, നിനക്ക് ഉറക്കം വരുന്നില്ലെങ്കിൽ ഞങ്ങൾക്ക് ചില നല്ല കഥകൾ നീ പറഞ്ഞുതരൂ."

ഷാഹ്റസാദ് മറുപടി നല്കി "സ്നേഹത്തോടും സന്മനസ്സോടും" - അല്ലയോ മഹാരാജാവേ, രാജകുമാരി അടിമപ്പെണ്ണിനോട് പറഞ്ഞു "നിന്റെ യജമാനന്റെ മുറിയിൽ കണ്ട ആ പഴയ വിളക്ക് നീ പോയി എടുത്തുകൊണ്ടുവരൂ."

ആ വിളക്കിനെകുറിച്ചോ, അതിന്റെ പ്രത്യേകതകളെക്കുറിച്ചോ ബദർ അൽബദൂർ രാജകുമാരിക്ക് അറിയില്ലായിരുന്നു. തന്റെ ഭർത്താവിനെ ഇത്രയും ഔന്നത്യത്തിലേക്കുയർത്തിയത് ആ വിളക്കാണെന്ന് അവൾ എങ്ങനെ അറിയാനാണ്! അവളുടെ ഒരേ ഒരു ലക്ഷ്യം, പഴയതിനു പകരം പുതിയ വിളക്ക് കൊടുക്കുന്നവന്റെ മനശ്ശാസ്ത്രം മനസ്സിലാക്കലായിരുന്നു! അങ്ങനെ അടിമപ്പെൺകുട്ടി അലാവുദ്ദീന്റെ മുറിയിൽചെന്ന് വിളക്കുമായി രാജകുമാരിയുടെ അരികിൽ തിരിച്ചെത്തി. അവൾ ആകട്ടെ, മറ്റാരേയുംപോലെ മഗ്രബിയുടെ കുടിലതന്ത്രങ്ങളോ വശീകരണങ്ങളോ അറിയാത്തവളുമായിരുന്നു. അവൾ നപുംസകങ്ങളുടെ നേതാവിനെ വിളിച്ച് താഴെപോയി ഈ പഴയ വിളക്കിനുപകരം പുതിയ വിളക്ക് മാറ്റിക്കൊണ്ടുവരുവാൻ പറഞ്ഞു. അവൻ അപ്രകാരം അവളുടെ ഉത്തരവ് അനുസരിച്ചു. അവൻ ഒരു പുതിയ വിളക്കുമായി രാജകുമാരിയുടെ അടുത്തേക്ക് തിരിച്ചുവന്നു. അവൾ അത് പരിശോധിച്ച് തികച്ചും പുത്തനാണെന്നുകണ്ട് ആ കിഴവന്റെ ബുദ്ധിയില്ലായ്മയെക്കുറിച്ചോർത്ത് പൊട്ടിച്ചിരിച്ചു. മാന്ത്രികനാകട്ടെ, അത് കണ്ട ഉടനെ അത് മാന്ത്രിക അറയിലെ അദ്ഭുതവിളക്കാണെന്ന് തിരിച്ചറിഞ്ഞു. ഉടനെ അത് തന്റെ പോക്കറ്റിലിട്ട് ബാക്കിയുണ്ടായിരുന്ന വിളക്കുകളെല്ലാം പഴയതുമായി മാറ്റാൻ വന്നവർക്കായി ഇട്ടുകൊടുത്ത് സ്ഥലംവിട്ടു! നഗരാതിർത്തി കഴിയുന്നതുവരെ അയാൾ ഓടുകയായിരുന്നു. പിന്നെ, മൈതാനത്തിലെത്തിയപ്പോൾ നടത്തം സാവധാനമാക്കി. ഏകനായി മരുഭൂമിയിൽ ആ മന്ത്രവാദി രാത്രിയാകുന്നതുവരെ കാത്തിരുന്നു. പിന്നെ, ആ വിളക്ക് പുറത്തെടുത്ത് ഉരച്ചു. പെട്ടെന്ന് ഭൂതം പ്രത്യക്ഷപ്പെട്ട് പറഞ്ഞു. "അഡ്സം! നിങ്ങളുടെ അടിമ ഇതാ വന്നിരിക്കുന്നു. നിങ്ങൾക്ക് വേണ്ടതെന്താണെന്ന് എന്നോടു ചോദിക്കൂ."

“നീ അലാവുദ്ദീന്റെ പവലിയൻ, അതിനുള്ളിൽ ഉള്ളവരോടൊപ്പം പൊക്കിയെടുത്ത് എന്റെ നാടായ ആഫ്രിക്കയിൽ കൊണ്ടുവെക്കുക. എന്നെ മറക്കരുത്. ഇതാണെന്റെ ആഗ്രഹം. നിനക്കെന്റെ നഗരം അറിയാമല്ലൊ. അതിന്റെ തോട്ടത്തിന് മുന്നിലായിരിക്കും അത് വെക്കേണ്ടത്.”

“ഉത്തരവുപോലെ. അങ്ങ് കണ്ണടച്ച് തുറക്കുന്നതിനുമുമ്പ് ആ ‘മൊറോക്കനും’ പവലിയനും അതിനുള്ളിൽ ഉള്ളവരുമെല്ലാം ആഫ്രിക്കൻ ഭൂമിയിലേക്ക് നാടുകടത്തപ്പെട്ടു. ഇത്രയുമാണ് മാന്ത്രികൻ ‘മഗ്രബി’യുടെ കാര്യം.

നമ്മൾക്കിനി സുൽത്താന്റേയും മരുമകന്റേയും അടുത്തേക്ക് മടങ്ങാം. എന്നും രാവിലെ എഴുന്നേറ്റ ഉടനെ കണ്ണുതിരുമ്മി ജനലയിലൂടെ മകളുടെ വീട്ടിലേക്ക് നോക്കുക സുൽത്താന്റെ ഒരു പതിവായിരുന്നു. കാരണം സുൽത്താന് അത്രയ്ക്കധികം വാത്സല്യമായിരുന്നു മകളോട്. അങ്ങനെ, അന്നും എഴുന്നേറ്റ ഉടനെ അങ്ങോട്ടു നോക്കി – അപ്പോഴേക്കും നേരം പുലർന്നതുകണ്ട് ഷാഹ്റസാദ് അതിശയിച്ചുപോയി; തനിക്ക് അനുവദിക്കപ്പെട്ട കഥപറച്ചിൽ അവൾ നിർത്തി.

അഞ്ഞൂറ്റി എഴുപത്തിയേഴാം രാവ്

ദുനിയാസാദ് പറഞ്ഞു “അല്ലയോ, എന്റെ സഹോദരീ, നിനക്ക് ഉറക്കം വരുന്നില്ലെങ്കിൽ ഞങ്ങൾക്ക് കുറച്ച് നല്ല കഥ നീ പറഞ്ഞുതരൂ.”

ഷാഹ്റസാദ് മറുപടി നല്കി “സ്നേഹത്തോടും സന്മനസ്സോടും” – അല്ലയോ മഹാരാജാവേ, സുൽത്താൻ തന്റെ മുറിയുടെ ചിത്രപ്പണിയുള്ള ജനൽകർട്ടൻ നീക്കി അലാവുദ്ദീന്റെ പവലിയനിലേക്ക് നോക്കി. ആ സ്ഥലം നിരപ്പാക്കിയൊരു രാജവീഥിപോലെ! കെട്ടിടമോ, ഓഫീസുകളോ ഒന്നും അദ്ദേഹത്തിന് കാണാൻ കഴിഞ്ഞില്ല. അദ്ദേഹം ബുദ്ധി മന്ദിച്ചതുപോലെ ആശ്ചര്യത്തോടെ കണ്ണുകൾ വീണ്ടും വീണ്ടും തിരുമ്മിക്കൊണ്ട് അങ്ങോട്ട് മിഴിച്ചുനോക്കി. ഒടുവിൽ, സുൽത്താന് ബോദ്ധ്യം വന്നു, ആ പവലിയൻ ഉണ്ടായിരുന്നതിന്റെ യാതൊരു ലക്ഷണവും അവിടെ ഇല്ല തന്നെ! എങ്ങനെയത് അപ്രത്യക്ഷമായി എന്ന കാര്യം പിടികിട്ടിയില്ല. അദ്ദേഹത്തിന്റെ അതിശയം വർദ്ധിച്ചുകൊണ്ടേയിരുന്നു. കൈകൾ കൂട്ടിയടിച്ച് കണ്ണുനീരൊഴുക്കി. തന്റെ മകൾക്കെന്തുപറ്റി എന്നോർത്ത് വേദനയോടെ വിതുമ്പി.

ഉടനെ ഉദ്യോഗസ്ഥരെ വിട്ട് വസീറിനെ വിളിപ്പിച്ചു. അയാൾ ഉടനെ മുഖം കാണിക്കാനെത്തി. സുൽത്താന്റെ ദയനീയാവസ്ഥ കണ്ട് വസീർ ചോദിച്ചു.

“ക്ഷമിക്കണം മഹാരാജാവേ, അള്ളാ അങ്ങയുടെ എല്ലാ ദുഃഖങ്ങളും ദൂരീകരിക്കട്ടെ! എന്തുകൊണ്ടാണ് അങ്ങ് ഇത്രയും ദുഃഖിതനായിരിക്കുന്നത്?”

“എന്റെ കാര്യങ്ങൾ ഒന്നും നിങ്ങൾ അറിഞ്ഞില്ലേ?”

“ഇല്ല. എന്റെ പ്രഭോ. അള്ളായാണേ, എനിക്കൊന്നും അറിയില്ല.”

“അപ്പോൾ...” സുൽത്താൻ തുടർന്നു. “അതിന്റെ അർത്ഥം ഇന്ന് നിങ്ങൾ അലാവുദ്ദീന്റെ പവലിയനുനേരെ നോക്കിയിട്ടില്ലെന്നാണ്.”

“സത്യമാണ്, എന്റെ പ്രഭോ.” വസീർ മറുപടി നല്കി “അത് ഇപ്പോഴും തുറന്നു കാണില്ല. അടച്ചുപൂട്ടിയിരിക്കയാകും.”

"നിങ്ങൾക്ക് ഒന്നും ഊഹിക്കാനാകില്ലെങ്കിൽ, എഴുന്നേറ്റ് ജനാലയിലൂടെ അലാവുദ്ദീന്റെ പവലിയനുനേരെ നോക്കൂ. എന്നിട്ട് പറയൂ അത് അടച്ചുപൂട്ടിയിരിക്കയാണെന്ന്."

മന്ത്രി അപ്രകാരം ജനാലയ്ക്കൽ ചെന്ന് അങ്ങോട്ട് നോക്കി. അവിടെ പവലിയനോ, മറ്റെന്തെങ്കിലും വസ്തുവോ കാണാൻ കഴിഞ്ഞില്ല! വല്ലാതെ അമ്പരന്ന്, വേദനിച്ച മനസ്സുമായി സുൽത്താനരികിൽ ചെന്ന മന്ത്രിയോട് അദ്ദേഹം ചോദിച്ചു, "ഇപ്പോൾ എന്റെ തീവ്രദുഃഖത്തിന്റെ കാരണം മനസ്സിലായോ? കൊട്ടാരം അടച്ചുപൂട്ടിയിരിക്കയല്ല എന്ന്?"

"അല്ലയോ മഹാരാജാവേ, ഞാനന്ന് അങ്ങയോട് ഉണർത്തിച്ചിരുന്നില്ലേ ഈ പവലിയനും മറ്റും മാന്ത്രികസൃഷ്ടിയാണെന്ന്."

ഇതുകേട്ട് സുൽത്താൻ കോപത്തോടെ അലറി "അലാവുദ്ദീൻ എവിടെ?

"അദ്ദേഹം ഒരു നായാട്ടിന് പോയിരിക്കയാണ്."

അപ്പോൾ സുൽത്താൻ തന്റെ നപുംസകമേധാവികളോടും പട്ടാളഓഫീസർമാരോടും ഉത്തരവിട്ടു, "തന്റെ മരുമകനെ ഉടനെ വിലങ്ങുവെച്ച് എന്റെ മുന്നിൽ ഹാജരാക്കുക."

അവർ ഉടനെ പുറപ്പെട്ട് അലാവുദ്ദീന്റെ അരികിൽ എത്തി പറഞ്ഞു, "ഞങ്ങളുടെ പ്രഭോ, അലാവുദ്ദീൻ, ഞങ്ങളോട് ക്ഷമിക്കുക, ഞങ്ങളോട് കോപിക്കരുത്. അങ്ങയെ കയ്യാമംവെച്ച് ചങ്ങലക്കിട്ട് തന്റെ മുന്നിൽ ഹാജരാക്കണമെന്നാണ് രാജാവിന്റെ ഉത്തരവ്. അങ്ങ് ഞങ്ങൾക്ക് മാപ്പ് തരുമെന്ന് വിശ്വസിക്കുന്നു. കാരണം ഞങ്ങൾക്ക് രാജകീയകല്പന അനുസരിക്കാതെ നിർവ്വാഹമില്ല."

ഈ വാക്കുകൾ കേട്ട അലാവുദ്ദീൻ അദ്ഭുതസ്തബ്ധനായി നിന്നുപോയി. അതിനുള്ള കാരണം ഊഹിക്കാനാകാതെ നിശ്ശബ്ദനായി അല്പസമയം നിന്നു. പിന്നെ അവൻ അവർക്കുനേരെ തിരിഞ്ഞ് ചോദിച്ചു "മാന്യരെ, രാജകല്പനയെക്കുറിച്ച് നിങ്ങൾക്ക് യാതൊരു വിവരവുമില്ലേ? എന്റെ മനസ്സ് പറയുന്നു, ഞാൻ നിരപരാധിയാണെന്ന്, രാജാവിനോ രാജ്യത്തിനോ എതിരെ ഞാനൊരു തെറ്റും ചെയ്തിട്ടില്ല."

"അല്ലയോ പ്രഭോ." അവർ മറുപടി നല്കി. "ഞങ്ങൾക്ക് ഇക്കാര്യത്തെക്കുറിച്ച് യാതൊരു ഊഹവുമില്ല."

അപ്പോൾ അലാവുദ്ദീൻ കുതിരപ്പുറത്തുനിന്ന് താഴെ ഇറങ്ങി, അവരോട് പറഞ്ഞു "സുൽത്താന്റെ ആജ്ഞ നിങ്ങൾ അനുസരിച്ചോളൂ. രാജകല്പനയാണ് ഏറ്റവും പ്രധാനം." - അപ്പോഴേക്കും നേരം പുലർന്നതറിഞ്ഞ് ഷാഹ് രസാദ് അദ്ഭുതപ്പെട്ടു. തനിക്ക് പറയാനനുവദിച്ച കഥ പറച്ചിൽ അവൾ നിർത്തി.

അഞ്ഞൂറ്റി എഴുപത്തിയെട്ടാം രാവ്

ദുനിയാസാദ് പറഞ്ഞു "എന്റെ സഹോദരീ, നിനക്ക് ഉറക്കം വരുന്നില്ലെങ്കിൽ കുറച്ച് രസകരമായ കഥകൾ ഞങ്ങൾക്ക് നീ പറഞ്ഞുതരുമോ?"

ഷാഹ്രസാദ് മറുപടി നല്കി "സ്നേഹത്തോടും സന്മനസ്സോടും" - അല്ലയോ മഹാരാജാവേ നപുംസക മേധാവികൾ അലാവുദ്ദീനെ ബന്ധിച്ച്, ചങ്ങലക്കിട്ട് നഗരത്തിലേക്ക് കൊണ്ടുപോയി. അവനെ ഈ

നിലയിൽ കണ്ട ജന്മിമാരും പ്രഭുക്കന്മാരും ജനതയും മനസ്സിലാക്കി സുൽത്താൻ അലാവുദ്ദീന്റെ തലവെട്ടാൻ പോകുകയാണെന്ന്!

അവർ എല്ലാവരും അവനെ അഗാധമായി സ്നേഹിച്ചിരുന്നതിനാൽ അവർ ആയുധങ്ങളുമെടുത്തുവന്ന് ഒത്തുകൂടി എന്താണ് ചെയ്യാൻ പോകുന്നതെന്നറിയാനായി സൈനികരെ പിന്തുടർന്നു. കൊട്ടാരത്തിൽ അലാവുദ്ദീനെയുംകൊണ്ട് സൈനിക ഓഫീസർമാർ എത്തി. അവർ സുൽത്താനെ വിവരമറിയിച്ചു. ഉടനെ തന്റെ മരുമകന്റെ തലയെടുക്കാൻ ആരാച്ചാർക്ക് സുൽത്താൻ ഉത്തരവ് നല്കി. ഈ ഉത്തരവ്കേട്ട ഉടനെ ജനങ്ങൾ ഗേറ്റിന് മുന്നിൽ വഴിയടച്ചു. കൊട്ടാരവാതിലുകൾ അടച്ചുപൂട്ടി. ഒരു സന്ദേശം രാജാവിന് കൊടുത്തയച്ചു. "അലാവുദ്ദീനെ ഏതെങ്കിലും രീതിയിൽ അങ്ങ് ദ്രോഹിച്ചാൽ ഇതേ നിമിഷം അങ്ങയേയും മറ്റെല്ലാവരേയുമടക്കം ഞങ്ങൾ കൊട്ടാരം ഇടിച്ചുനിരപ്പാക്കും."

അപ്പോൾ വസീർ സുൽത്താന്റെ അടുത്തുചെന്ന് ഉണർത്തിച്ചു. "അല്ലയോ രാജാവേ, അങ്ങയുടെ കല്പന നമ്മുടെ ജീവൻ എടുക്കുമെന്ന് തോന്നുന്നു. അങ്ങ് മരുമകന് മാപ്പ് കൊടുക്കുന്നതാണ് കൂടുതൽ ഉചിതമെന്ന് തോന്നുന്നു. അല്ലെങ്കിൽ ഭയങ്കര വിപത്താണ് നമ്മളെ കാത്തിരിക്കുന്നത്! കാരണം, ജനങ്ങൾ നമ്മളെ സ്നേഹിക്കുന്നതിനേക്കാൾ വളരെയധികം അവനെ സ്നേഹിക്കുന്നു."

അപ്പോഴേക്കും ആരാച്ചാർ രത്നകാർപ്പറ്റ് നിലത്തു വിരിച്ച് അലാവുദ്ദീനെ കണ്ണുകൾ കെട്ടി, അതിൽ ഇരുത്തിക്കഴിഞ്ഞിരുന്നു. പ്രഭുവിന്റെ അന്തിമഉത്തരവും കാത്ത് ആരാച്ചാർ അവന് ചുറ്റും നടക്കുകയാണ്. ആ സമയത്താണ് രാജാവ് പുറത്തേക്ക് ജനലിലൂടെ ദൃഷ്ടിപായിച്ചത്. പ്രജകൾ തേനീച്ചക്കൂട്ടംപോലെ മതിലുകൾക്ക് മുകളിലൂടെ അവരെ പിച്ചിച്ചീന്താനായി ചാടിവീണു. അലാവുദ്ദീന്റെ മേൽ കൈവെക്കരുതെന്ന് സുൽത്താൻ ആരാച്ചാർക്ക് ആജ്ഞ നല്കി. താൻ മരുമകന് മാപ്പു നല്കിയെന്നും ആനുകൂല്യങ്ങളോടെ തിരിച്ചെടുത്തെന്നും ജനാവലിയോട് വിളംബരം ചെയ്യാനായി ഉത്തരവിട്ടു.

താൻ സ്വതന്ത്രനായെന്നുകണ്ട അലാവുദ്ദീൻ സിംഹാസനത്തിൽ ഉപവിഷ്ടനായിരിക്കുന്ന രാജാവിനു മുന്നിൽ ചെന്ന് പറഞ്ഞു "അല്ലയോ പ്രഭോ, എന്റെ ജീവിതകാലം മുഴുവൻ അങ്ങ് എന്നെ സഹായിക്കയേ ചെയ്തിട്ടുള്ളൂ. ഇപ്പോൾ അങ്ങ് എന്നോട് കനിഞ്ഞ് അരുളിയാലും. ഞാൻ അങ്ങയോട് എന്ത് തെറ്റാണ് ചെയ്തിട്ടുള്ളത്?"

"ഹേ വഞ്ചകാ." രാജാവ് ഗർജ്ജിച്ചു. "ഇതുവരെ നീ ഒരു തെറ്റും ചെയ്തതായി ഞാൻ അറിഞ്ഞിട്ടില്ല." പിന്നെ അദ്ദേഹം വസീറിനുനേരെ തിരിഞ്ഞു. "അവനെ കൊണ്ടുപോയി ജനാലിലൂടെ പുറത്തേക്ക് നോക്കിപ്പിക്കൂ. അതിനുശേഷം അവൻ നമ്മളോട് പറയട്ടെ, അവന്റെ പവലിയൻ എവിടെ പോയെന്ന്."

രാജകീയ കല്പന നിർവ്വഹിക്കപ്പെട്ടു. നിരത്തപ്പെട്ട ഒരു റോഡുപോലെ പവലിയൻ നിന്നിരുന്ന സ്ഥലം പരന്നുകിടക്കുന്നത് അലാവുദ്ദീൻ കണ്ടു. അവിടെ ആ കെട്ടിടത്തിന്റെ അസ്തിവാരമോ കെട്ടിടമോ ഉണ്ടായിരുന്നതിന്റെ നേരിയ അടയാളംപോലും കാണാനില്ല! എന്താണ് സംഭവിച്ചതെന്നറിയാതെ അവൻ വല്ലാതെ അദ്ഭുതപ്പെട്ട് സ്തംഭിച്ചുനിന്നുപോയി. രാജാവിന്റെ സന്നിധാനത്തിൽ തിരിച്ചെത്തിയ അവനോട് അദ്ദേഹം ചോദിച്ചു. "നീ എന്താണ് കണ്ടത്? എവിടെയാണാ പവലിയൻ?

എന്റെ കരളായ ഏകമകൾ എവിടെ? എനിക്ക് ആരുമില്ലാതായിപ്പോയല്ലോ! അലാവുദ്ദീൻ മറുപടി നല്കി. "അല്ലയോ മഹാരാജാവേ, എന്താണ് സംഭവിച്ചതെന്ന് എനിക്കറിയില്ല."

"നീ അറിയണം, ഓ, അലാവുദ്ദീൻ, ഞാൻ നിനക്ക് മാപ്പു നല്കിയത്, നീ ഇക്കാര്യം നിരീക്ഷിച്ച് അന്വേഷണം നടത്തി എന്റെ മകളെ തിരിച്ചുകൊണ്ടുവരാൻവേണ്ടി മാത്രമാണ്. അവളോടൊപ്പമല്ലാതെ ഇനി നിന്നെ എന്റെ മുന്നിൽ കണ്ടുപോകരുത്. അവളെ നീ കൊണ്ടുവന്നില്ലെങ്കിൽ എന്റെ ജീവിതാണെ, നിന്റെ തല അറുക്കും.'

അലാവുദ്ദീൻ മറുപടി നല്കി. "ഉത്തരവുപോലെ, ദയവായി എനിക്ക് നാല്പത് ദിവസത്തെ സമയം അനുവദിച്ചുനല്കണം. അതിനുശേഷം അവളെ എനിക്ക് ഹാജരാക്കാൻ കഴിയാതിരുന്നാൽ എന്റെ തല വെട്ടിയെടുക്കുക. അങ്ങേക്ക് ഇഷ്ടമുള്ളതെന്തും എന്നോട് ചെയ്യാം." - അപ്പോഴേക്കും നേരം പുലർന്നതുകണ്ട് ഷാഹ് രസാദ് അദ്ഭുതപ്പെട്ടു; തനിക്ക് അനുവദിക്കപ്പെട്ട കഥപറച്ചിൽ നിർത്തി.

അഞ്ഞൂറ്റി എഴുപത്തിയൊമ്പതാം രാവ്

ദുനിയാസാദ് പറഞ്ഞു "എന്റെ സഹോദരീ, നിനക്ക് ഉറക്കംവരുന്നില്ലെങ്കിൽ ഞങ്ങൾക്ക് ചില രസകരമായ കഥകൾ നീ പറയുമോ?"

ഷാഹ്രസാദ് മറുപടി നല്കി "സ്നേഹത്തോടും സന്മനസ്സോടും കൂടെ." - അല്ലയോ മഹാരാജാവേ, സുൽത്താൻ അലാവുദ്ദീനോട് പറഞ്ഞു "സത്യമായും നിന്റെ അപേക്ഷ ഞാൻ അനുവദിച്ചുതന്നിരിക്കുന്നു. നാല്പത് ദിവസത്തെ ഇടവേള. എന്നാൽ എന്റെ കൈയിൽനിന്ന് നിനക്ക് പറന്നുപോകാൻ കഴിയുമെന്ന് നീ കരുതേണ്ട. കാരണം, നീ ഭൂമുഖത്തുനിന്ന് പോയി കാർമേഘങ്ങളിൽ ഒളിച്ചാലും ഞാൻ നിന്നെ പിടികൂടും."

"അല്ലയോ എന്റെ പ്രഭോ, സുൽത്താനേ, ഞാൻ അങ്ങയോട് ഉണർത്തിച്ചതുപോലെ, പറഞ്ഞസമയത്തിനുള്ളിൽ എനിക്കവളെ അങ്ങയുടെ മുന്നിൽ ഹാജരാക്കാൻ പറ്റിയില്ലെങ്കിൽ എന്റെ ശിരസ്സ് അറുത്തു വീഴ്ത്താം."

അലാവുദ്ദീൻ സ്വതന്ത്രനാക്കപ്പെട്ടതുകണ്ട പൊതുജനം ആഹ്ലാദത്തിലാറാടി. എന്നാൽ, തന്റെ സുഹൃത്തുക്കൾക്കും ആസൂയാലുക്കളായ ശത്രുക്കൾക്കും മുന്നിൽ വെച്ച് തനിക്കനുഭവിക്കേണ്ടിവന്ന അപമാനകരമായ പെരുമാറ്റം അലാവുദ്ദീന്റെ തലതാഴ്ത്തിക്കളഞ്ഞു. അവൻ ഉടനെ പുറത്തുകടന്ന് നഗരത്തിൽ ചുമ്മാ അലഞ്ഞുനടന്നു. തന്റെ കാര്യമോർത്തവൻ അമ്പരന്നു. എന്താണ് തന്നിൽ വന്നുപതിച്ചതെന്ന് യാതൊരു പിടിയും അവന് കിട്ടിയില്ല. അഗാധമായ ദുഃഖവും പേറി രണ്ടു ദിവസങ്ങൾ അവൻ നഗരത്തിൽ തങ്ങി. തന്റെ ഭാര്യയേയും പവലിയനെയും അവൻ എങ്ങനെ കണ്ടെത്തും?

ഈ സമയത്ത് ചിലർ അവന് രഹസ്യമായി തിന്നാനും കുടിക്കാനും നല്കി. നഗരത്തിലെ രണ്ടു ദിവസത്തെ അലച്ചിലിനുശേഷം, നഗരത്തിന് പുറത്തുള്ള ഒഴിഞ്ഞുകിടക്കുന്ന സ്ഥലങ്ങളിൽ ചുറ്റിക്കറങ്ങി. എവിടേക്കാണ് പോകേണ്ടതെന്നവന് യാതൊരു രൂപവുമില്ലായിരുന്നു. അവൻ

അലക്ഷ്യനായി നടന്ന് ദുഃഖം സഹിക്കാനാകാഞ്ഞ്, പുഴയിൽ ചാടി ആത്മഹത്യ ചെയ്തെങ്കിലോ എന്ന് ആലോചിച്ചു. എന്നാൽ, നല്ലൊരു മുസ്ലീമായ അവന് അള്ളായെ ഉള്ളാലെ ഭയമായിരുന്നു. അവൻ കാലും മുഖവും കഴുകി പ്രാർത്ഥിക്കാമെന്നു കരുതി വലതുകൈയിൽ വെള്ളമെടുത്ത് കൈവിരലുകൾ തിരുമ്മിയപ്പോൾ മോതിരത്തിലും തിരുമ്മാനിടയായി. ഉടനെ മോതിരത്തിന്നടിമയായ ഭൂതം പ്രത്യക്ഷപ്പെട്ട് അവനോട് പറഞ്ഞു. "അഡ്സം! അങ്ങയുടെ അടിമ വന്നിരിക്കുന്നു. നിങ്ങൾക്കാവശ്യമുള്ളത് എന്നോട് ചോദിച്ചുകൊള്ളുക." ഭൂതത്തെകണ്ട് ആനന്ദമൂർച്ഛയിൽ അലാവുദ്ദീൻ വിളിച്ചുപറഞ്ഞു. "അല്ലയോ, അടിമേ, നീ എന്റെ പവലിയനും അതിനുള്ളിലെ എന്റെ ഭാര്യയേയും മറ്റെല്ലാവരേയും സാധനങ്ങളും അടക്കം എന്റെ മുന്നിലേക്ക് കൊണ്ടുവരൂ."

"അല്ലയോ എന്റെ പ്രഭോ," ഭൂതം മറുപടി നല്കി "ഭയങ്കര കഠിനമായൊരു ജോലിയാണ് അങ്ങ് എന്നോട് ചെയ്യാൻ ആവശ്യപ്പെടുന്നത്. ഇത് വിളക്കിന്റെ അടിമയെ ആശ്രയിച്ചിരിക്കും. എനിക്കത് ശ്രമിക്കാൻപോലും ധൈര്യമില്ല."

"അത് നിന്റെ കഴിവിനപ്പുറമാണെങ്കിൽ, ഞാൻ നിന്നെ നിർബന്ധിക്കുന്നില്ല. ചുരുങ്ങിയത്, എന്റെ പവലിയൻ ഏത് രാജ്യത്തായാലും അതിന്നരികിൽ എന്നെ കൊണ്ടുപോയി നിർത്തൂ." അടിമ ഉൽഘോഷിച്ചു. "ഉത്തരവുപോലെ എന്റെ പ്രഭോ."

അലാവുദ്ദീനെ ഭൂതം പൊക്കിയെടുത്ത് ആകാശത്തിലൂടെ പറന്ന്, ആഫ്രിക്കയിലെത്തി. അവന്റെ ഭാര്യയുടെ മുറിക്ക് മുന്നിൽ കൊണ്ടിറക്കി. അപ്പോൾ ഇരുട്ടായിത്തുടങ്ങിയെങ്കിലും അവന് സ്വന്തം വീട് തിരിച്ചറിയാൻ ബുദ്ധിമുട്ടുണ്ടായില്ല. തന്റെ ഭാര്യയെ വീണ്ടും ഒരു നോക്കുകൂടി കാണാനാകുമെന്ന് കണ്ടപ്പോൾ നിരാശയെല്ലാം മാറി. അള്ളായിൽ വീണ്ടും വിശ്വാസമർപ്പിച്ചു. പിന്നെ ദൈവത്തിന്റെ നിഗൂഢമായ ആനുകൂല്യങ്ങളെക്കുറിച്ചവൻ ചിന്തിച്ചു. എല്ലാ ആശകളും കൈവെടിഞ്ഞ് തകർന്ന ഹൃദയവുമായി ഇരിക്കവെ എങ്ങനെയാണ് ആ മോതിരം തന്നെ സഹായിക്കാനായി എത്തിയതെന്നവൻ ഓർത്തുപോയി! അള്ളാ അതിന്റെ അടിമയിലൂടെ എനിക്ക് സഹായം കനിഞ്ഞനുഗ്രഹിച്ചുതന്നു! എല്ലാ വിഷാദഭാവവും കൈവെടിഞ്ഞ് അവൻ ഹൃദയംഗമമായി ആഹ്ലാദിച്ചു. കഴിഞ്ഞ നാല് ദിവസങ്ങൾ അതീവദുഃഖത്തോടെയും ഉൽക്കണ്ഠയോടെയും ഉറക്കമില്ലാതെ കഴിഞ്ഞതിനാൽ അവൻ തന്റെ പവലിയന്റെ അരികിലുള്ള ഒരു വൃക്ഷത്തിനു കീഴെ കിടന്നുറങ്ങി. ആഫ്രിക്കയിലെ ഒരു നഗരാതിർത്തിക്കപ്പുറത്തുള്ള ഒരു തോട്ടത്തിലായിരുന്നു അത്. - അപ്പോഴേക്കും നേരം പുലർന്നതായി കണ്ട് ഷാഹ്റസാദ് അദ്ഭുതപ്പെട്ടു. തനിക്ക് പറയാനായി അനുവദിക്കപ്പെട്ട കഥപറച്ചിൽ അവൾ നിർത്തി.

അഞ്ഞൂറ്റി എൺപതാം രാവ്

ദുനിയാസാദ് പറഞ്ഞു "അല്ലയോ എന്റെ സഹോദരീ, നിനക്ക് ഉറക്കം വരുന്നില്ലെങ്കിൽ ഞങ്ങൾക്ക് നീ നല്ല കുറച്ച് കഥകൾ പറഞ്ഞുതരാമോ?"

ഷാഹ്റസാദ് മറുപടി നല്കി "സ്നേഹത്തോടും സന്മനസ്സോടും കൂടെ" - അല്ലയോ മഹാരാജാവേ, അലാവുദ്ദീൻ തന്റെ പവലിയന്നരികിലെ ഒരു മരത്തിനുകീഴിൽ ശാന്തനായി കിടന്നു. നേരം വെളുക്കുവോളം

ജാഗ്രതയോടെ ഉറങ്ങി. മയക്കം എന്നു പറയാം. നേരം പുലരാറായി. കിളികളുടെ ചിലമ്പൽ കേട്ടപ്പോൾ അവൻ എഴുന്നേറ്റ് മുഖം കഴുകാനായി പുഴയുടെ തീരത്തേക്ക് പോയി. കാലും മുഖവും കഴുകി ശുദ്ധമാക്കിയ ശേഷം പ്രഭാതനിസ്കാരം നടത്തി. വീണ്ടും പവലിയന്റെ അരികിലെത്തി രാജകുമാരിയുടെ മുറിയുടെ ജനലകൾക്കു കീഴെ ഇരിപ്പുറപ്പിച്ചു.

രാജകുമാരി ബദർ അൽബദൂർ ആകട്ടെ, തന്റെ ഭർത്താവിൽനിന്നും വേർപെട്ട ദുഃഖവും മാന്ത്രികൻ മഗ്രബിയിൽനിന്ന് നേരിട്ട മഹാവിപത്തും സഹിക്കാനാകാതെ നേരം പുലരുന്നതിനു മുമ്പുതന്നെ എഴുന്നേറ്റ് ഇരുട്ടിൽ കണ്ണീരൊഴുക്കിക്കൊണ്ടിരിക്കയായിരുന്നു. രാത്രി മുഴുവൻ അവൾക്കുറങ്ങാൻ കഴിഞ്ഞില്ല. ഭക്ഷണവും കഴിച്ചില്ല. അവളുടെ തോഴിയായ അടിമപ്പെൺകുട്ടി അകത്തുവന്ന് രാജകുമാരിയെ പ്രഭാതപ്രാർത്ഥനയ്ക്കായി വസ്ത്രം മാറ്റിച്ചു. ഈ സമയത്ത്, വിധിയുടെ വികൃതി എന്നു പറയട്ടെ, രാജകുമാരി പ്രകൃതിഭംഗി കണ്ടാസ്വദിച്ച് ആശ്വസിച്ചോട്ടെ എന്നു കരുതി അടിമപ്പെൺകുട്ടി ജനൽവാതിൽ മലർക്കെ തുറന്നു. ഉടനെ തന്റെ യജമാനൻ താഴെ ഇരിക്കുന്നതവളുടെ ദൃഷ്ടിയിൽപ്പെട്ടു. അവൾ ഓടിച്ചെന്ന് കാര്യം രാജകുമാരിയെ ധരിപ്പിച്ചു. "അല്ലയോ യജമാനത്തി! അല്ലയോ യജമാനത്തി, ഇതാ എന്റെ യജമാനൻ അലാവുദ്ദീൻ ചുമരിനടിയിൽ ഇരിക്കുന്നു." ഉടനെ അവളുടെ യജമാനത്തി എഴുന്നേറ്റ് ഓടിച്ചെന്ന് നോക്കിയപ്പോൾ, അവനെ കണ്ടു. അവളുടെ ഭർത്താവ് തലഉയർത്തി നോക്കിയപ്പോൾ അവളേയും കണ്ടു. അവൾ അവന് സലാം കൊടുത്തു. അവൻ അവൾക്കും. ഇരുവരും ആഹ്ലാദത്തിലാറാടി!

അവൾ പറഞ്ഞു "എഴുന്നേറ്റ് ആരും കാണാതെ എന്റെ അടുത്തേക്ക് വരൂ. ആ നശിച്ചവൻ ഇവിടെയില്ല."

അവൾ അടിമപ്പെൺകുട്ടിയോട് അവനുവേണ്ടി താഴെ പോയി വാതിൽ തുറന്നുകൊടുക്കാനായി ആജ്ഞാപിച്ചു. അങ്ങനെ അലാവുദ്ദീൻ ഉള്ളിൽ കടന്നുവന്ന് ഭാര്യയെ കണ്ടു. പരസ്പരം ആലിംഗനത്തിലമർന്ന് ചുംബനങ്ങൾ അർപ്പിച്ചു. അവൻ ആഹ്ലാദത്താൽ ആനന്ദാശ്രുക്കൾ പൊഴിച്ചു. പിന്നെ അവർ ഇരുന്നപ്പോൾ അലാവുദ്ദീൻ പറഞ്ഞു "എന്റെ പ്രിയേ, ആദ്യമായി എനിക്ക് നിന്നോട് ഒരു കാര്യം ചോദിക്കാനുണ്ട്. ഞാൻ പവലിയനിലെ 'ഇന്ന' ഭാഗത്ത് ഒരു പഴയ ചെമ്പുവിളക്ക് വെച്ചിരുന്നു. അതിനെന്തുപറ്റി?"

രാജകുമാരി ഇതുകേട്ട് നെടുവീർപ്പോടെ പറഞ്ഞു "എന്റെ പ്രിയ നാഥാ, അതേ വിളക്കാണ് നമ്മളെ ഈ വിഷമാവസ്ഥയിലേക്ക് തള്ളിവിട്ടത്!"

"എങ്ങനെയാണത് സംഭവിച്ചത്?"

അവൾ തുടക്കം മുതൽ അവസാനംവരെയുള്ള സംഭവകഥ അവന് വിവരിച്ചുകൊടുത്തു. പ്രത്യേകിച്ച് പഴയ വിളക്കിനുപകരം പുതിയ വിളക്ക് വാങ്ങിച്ചത്. "പിറ്റേന്നു രാവിലെ നമ്മൾക്ക് പരസ്പരം കാണാൻ കഴിഞ്ഞില്ല. പിന്നെ ഈ നാട്ടിൽവെച്ചാണ് നമ്മൾ കണ്ടുമുട്ടുന്നത്. നമ്മളിൽ നിന്നും ചതിപ്രയോഗത്തിലൂടെ വിളക്കുകൾ കൈമാറിയ അവൻ പറഞ്ഞു, ഈ പണികളെല്ലാം ചെയ്തത് വിളക്കിലൂടെ മായാജാലം പ്രയോഗിച്ചാണ് എന്ന്! അവൻ ഒരു 'ആഫ്രിക്കൻ മൂർ' ആണെന്നും ഇപ്പോൾ നമ്മൾ അവന്റെ നാട്ടിലാണെന്നും." - അപ്പോഴേക്കും നേരം പുലർന്നെന്നുകണ്ട് ഷാഹ്റസാദ് അദ്ഭുതപ്പെട്ടു; അവൾ തനിക്ക് പറയാനനുവദിച്ച കഥപറച്ചിൽ നിർത്തി.

അഞ്ഞൂറ്റി എൺപത്തിയൊന്നാം രാവ്

ദുനിയാസാദ് പറഞ്ഞു "അല്ലയോ സഹോദരീ, നിനക്ക് ഉറക്കം വരുന്നില്ലെങ്കിൽ, കുറച്ച് നല്ല കഥകൾ നിനക്ക് ഞങ്ങളോട് പറഞ്ഞുതരാമോ?"

ഷാഹ്റസാദ് മറുപടി നല്കി. "സ്നേഹത്തോടും സന്മനസ്സോടും."

- അല്ലയോ മഹാരാജാവേ, ബദർ അൽബദൂർ രാജകുമാരി സംസാരം നിർത്തിയപ്പോൾ അലാവുദ്ദീൻ പറഞ്ഞു "നിന്റെ കാര്യത്തിൽ ഈ നശിച്ചവന്റെ ഉദ്ദേശ്യമെന്താണ്, നിന്നോടയാൾ എന്താണ് സൂചിപ്പിച്ചിട്ടുള്ളത്?"

അവൾ മറുപടി നല്കി "എന്നും ഒരു പ്രാവശ്യം അയാൾ എന്നെ സന്ദർശിക്കുന്നു, അത്രതന്നെ. അയാൾ എന്നും എന്നോട് പ്രേമാഭ്യർത്ഥന നടത്തുന്നു, നിങ്ങൾക്കുപകരം അയാളെ ഭർത്താവായി സ്വീകരിക്കണമെന്ന് അഭ്യർത്ഥിക്കുന്നു. നിങ്ങളെ മറന്നാൽ സർവ്വഐശ്വര്യങ്ങളും വാഗ്ദാനം ചെയ്യുന്നു. സുൽത്താൻ എന്റെ ഭർത്താവിന്റെ ശിരസ്സ് ഛേദിച്ചു എന്നയാൾ പറഞ്ഞു, ദരിദ്രമാതാപിതാക്കളുടെ സന്തതിയായ നിങ്ങളെ ധനികനാക്കിയത് അയാളാണെന്ന് സമർത്ഥിച്ചു. അയാൾ എന്നെ ഇഷ്ട വാക്കുകളാൽ പ്രീതിപ്പെടുത്താൻ ശ്രമിച്ചു. എന്നാൽ, കരച്ചിലും കണ്ണീരുമല്ലാതെ എന്നിൽനിന്നയാൾക്കൊന്നും കാണാനായില്ല! ഒറ്റ മധുരവാക്കുപോലും എന്നിൽ നിന്നയാൾക്ക് കേൾക്കാൻ കഴിഞ്ഞിട്ടില്ല. അയാൾ എന്നെ ബലാൽക്കാരമായി കീഴ്പ്പെടുത്താൻ ശ്രമിച്ചാൽ, ഞാൻ ആത്മഹത്യ ചെയ്യുമെന്ന് ദൃഢപ്രതിജ്ഞയെടുത്തു. രാവും പകലും അയാളെ പേടിച്ചുകൊണ്ട് ഞാൻ കഴിച്ചുകൂട്ടി. എന്നാൽ ഇപ്പോൾ നിങ്ങളെ കണ്ടതോടെ എന്റെ ഹൃദയം ആഹ്ലാദത്താൽ ഓളംവെട്ടി!"

"അയാൾ എവിടെയാണ് വിളക്ക് വെച്ചിട്ടുള്ളതെന്ന് നിനക്കറിയാമോ?"

"അയാൾ അത് സദാസമയം തന്റെ ശരീരത്തിൽതന്നെ വെച്ച് നടക്കുകയാണ്. ഒരു മണിക്കൂർനേരം പോലും അത് താഴെ എടുത്തുവെക്കില്ല. ഞാൻ നിങ്ങളെ ധരിപ്പിച്ച കഥയെല്ലാം അയാൾ എന്നോട് പറഞ്ഞ ശേഷം, അയാൾ ശരീരത്തിൽ ഒളിപ്പിച്ചുവെച്ച ആ വിളക്കെടുത്ത് ഷർട്ടിന്റെ നെഞ്ചിലെ പോക്കറ്റിൽവെച്ച് എന്നെ അതിലേക്ക് നോക്കാൻ ഇപ്പോൾ അയാൾ അനുവദിക്കുന്നു." ഇക്കാര്യം അലാവുദ്ദീൻ കേട്ട് അങ്ങേയറ്റം ആഹ്ലാദിച്ചു.

"എന്റെ പ്രിയതമെ, ഞാൻ പറയുന്നത് ഒന്ന് ചെവികൊള്ളുമോ? ഞാൻ ഉടനെ നിന്നെ വിട്ടുപോയി പിന്നീട് മറ്റൊരു വേഷത്തിൽ തിരിച്ചുവരും. പ്രച്ഛന്നവേഷത്തിൽ എന്നെ കണ്ട് നീ അദ്ഭുതപ്പെടേണ്ട. ആ ഇടനാഴിക്കരികെ ഒരു പെൺകുട്ടിയെ നിർത്തണം. ഞാൻ വരുന്നതവൾ എപ്പോൾ കണ്ടാലും ഉടനെചെന്ന് വാതിൽ തുറന്നുകൊടുക്കുവാൻ നിർദ്ദേശം കൊടുക്കണം. ആ നശിച്ച നീചനെ കൊല്ലാനുള്ള പദ്ധതികളാണ് ഞാൻ ആവിഷ്കരിക്കാൻ പോകുന്നത്."

അത്രയും പറഞ്ഞ് അവൻ എഴുന്നേറ്റ് പവലിയൻ ഗേറ്റ് തുറന്ന് പുറത്തുകടന്നു. വഴിയിൽ വെച്ചുകണ്ട ഒരു കർഷകനോടവൻ പറഞ്ഞു. "അല്ലയോ മനുഷ്യാ, എന്റെ വസ്ത്രങ്ങൾ നീ എടുത്ത്, നിന്റേത് എനിക്കു തരൂ."

എന്നാൽ ആ കർഷകൻ ആ നിർദ്ദേശം നിരാകരിച്ചു. അപ്പോൾ അലാവുദ്ദീനവനെ പിടിച്ചുനിർത്തി വസ്ത്രങ്ങൾ മുഴുവൻ ഊരിയെടുത്ത് അത് ധരിച്ചു. ആ കർഷകന് തന്റെ വിലപിടിച്ച വസ്ത്രങ്ങൾ സമ്മാനമായി

നല്കി. പിന്നെ അടുത്ത നഗരത്തിലേക്കുള്ള പാതയിലൂടെ അവൻ നടന്നു. അയൽനഗരത്തിൽ പ്രവേശിച്ച അലാവുദ്ദീൻ ശക്തിയുള്ള കുറച്ച് 'ഭാംഗ്' രണ്ടു ദിനാർ കൊടുത്ത് വാങ്ങിച്ച് വന്നവഴിക്കുതന്നെ തിരിച്ചുനടന്ന് പവലിയനിൽ എത്തി. അടിമപ്പെൺകുട്ടി ചെന്ന് അവൻ രഹസ്യവാതിൽ തുറന്നുകൊടുത്തു. അതിലൂടെ കടന്ന് അവൻ ബദർ അൽബദൂർ രാജകുമാരിയുടെ അടുത്തെത്തി. - അപ്പോഴേക്കും നേരം പുലർന്നതുകണ്ട് ഷാഹ്‌രസാദ് അദ്ഭുതപ്പെട്ടു; തനിക്ക് കഥപറയാനനുവദിക്കപ്പെട്ട സമയം കഴിഞ്ഞതിനാൽ അവൾ കഥപറച്ചിൽ നിർത്തി.

അഞ്ഞൂറ്റി എൺപത്തിരണ്ടാം രാവ്

ദുനിയാസാദ് പറഞ്ഞു "എന്റെ സഹോദരീ, നിനക്ക് ഉറക്കം വരുന്നില്ലെങ്കിൽ ഞങ്ങൾക്ക് നീ കുറച്ച് നല്ല കഥകൾ പറഞ്ഞുതരാമോ?"

"ഷാഹ്‌രസാദ് മറുപടി നല്കി "സ്നേഹത്തോടും സന്മനസ്സോടും കൂടെ." - അല്ലയോ മഹാരാജാവേ, അലാവുദ്ദീൻ വേഷംമാറിച്ചെന്ന് ഭാര്യയോട് പറഞ്ഞു "ഞാൻ പറയുന്നത് കേൾക്കൂ. നീ നിന്റെ ഏറ്റവും നല്ല വേഷഭൂഷാദികളണിഞ്ഞ് ആഹ്ലാദപൂർവ്വം നിൽക്കുക. പേടിയും വിദ്വേഷവുമെല്ലാം വലിച്ചെറിയുക. ആ നശിച്ച 'മഗ്രബി' നിന്നെ സന്ദർശിക്കുമ്പോൾ സസന്തോഷം അയാളെ സ്വീകരിക്കുക. മധുരമായ മന്ദഹാസത്തോടെ സ്വാഗതം ചെയ്ത് നിന്നോടൊപ്പം കഴിക്കാനായി ക്ഷണിക്കുക. നീ പ്രിയപ്പെട്ടവരായ ഭർത്താവിനേയും അച്ഛനേയും വിസ്മരിച്ചുകഴിഞ്ഞു എന്നയാൾക്കു തോന്നണം! അയാളെ നീ അഗാധമായി പ്രേമിക്കുന്നെന്നും ആഹ്ലാദവതിയാണെന്നും ബോധ്യപ്പെടുത്തണം. പിന്നെ വീഞ്ഞ് കുടിക്കാനായി അവനെ ക്ഷണിക്കുക. രണ്ടുമൂന്നു കപ്പുകൾ അവൻ അകത്താക്കിയശേഷം ഈ ദ്രാവകത്തുള്ളികൾ കപ്പിൽ ഒറ്റിച്ച് വീഞ്ഞ് നിറച്ച് കുടിക്കുവാൻ കൊടുക്കുക. അത് അകത്തുചെന്ന ഉടനെ അവൻ ബോധം കെട്ട് ചത്തവനെപ്പോലെ നിലംപതിക്കും."

ഈ വാക്കുകൾ കേട്ട രാജകുമാരി പറഞ്ഞു. "ഇത്തരം ഒരു പ്രവൃത്തി ചെയ്യുക എന്നത് എനിക്ക് അങ്ങേയറ്റം വേദനയുള്ള കാര്യമാണ്. എന്നാൽ ഈ നശിച്ചവൻ എന്നെ നിങ്ങളിൽനിന്നും അച്ഛനിൽനിന്നും വേർപ്പെടുത്തി പരമാവധി ദ്രോഹിച്ചിട്ടുള്ളവനായതിനാൽ ഇവന്റെ പീഡനത്തിൽനിന്നും രക്ഷപ്പെടാനായി ഞാനിത് ചെയ്യാൻ തയ്യാറാണ്. ഈ നശിച്ചവന്റെ കൊല അതിനാൽ നീതീകരിക്കാനാവുന്നതും ധാർമ്മികവുമാണ്.'

പിന്നെ അലാവുദ്ദീൻ ഭാര്യയോടൊപ്പം ഇരുന്ന് സുഖമായി ആഹാരം കഴിച്ചശേഷം എഴുന്നേറ്റ് പവലിയന് പുറത്തുകടന്നു.

ബദർ അൽബദൂർ രാജകുമാരി പരിചാരികമാരെ വിളിച്ച് ഏറ്റവും നല്ല വസ്ത്രങ്ങൾ തന്നെ ധരിപ്പിക്കാനും പരിമളദ്രവ്യം പൂശാനും ആവശ്യപ്പെട്ടു. അപ്പോഴേക്കും അതാ ആ നശിച്ച മാന്ത്രികൻ മഗ്രബ് ഉള്ളിലേക്ക് പ്രവേശിക്കുന്നു! അത്തരം വേഷഭൂഷാദികളിൽ അവളെ കണ്ടപ്പോൾ അയാൾ മതിമറന്ന് ആഹ്ലാദിച്ചു. പ്രത്യേകിച്ച് പതിവിനു വിപരീതമായി അവൾ പുഞ്ചിരിച്ച മുഖവുമായി അയാളോട് പെരുമാറുന്നത് കണ്ടപ്പോൾ! അവളെ നേടാനുള്ള അവന്റെ മോഹം മനസ്സിനുള്ളിൽ ഒതുക്കിനിർത്താനവൻ പാടുപെട്ടു. അവൾ അയാളെ തന്റെ അരികിൽ പിടിച്ചിരുത്തി

പറഞ്ഞു "എന്റെ പ്രിയതമാ, നിങ്ങൾ 'ഇൻഷാ അള്ളാ', ഇന്നു രാത്രി എന്നോടൊപ്പം അത്താഴം കഴിക്കാൻ വരുമോ? ഞാനിനി ദുഃഖിച്ചിരുന്നിട്ട് കാര്യമില്ല. ഇത്രയും വേദനിച്ചതുതന്നെ ധാരാളം! കാരണം, ഞാനിവിടെ ആയിരമോ രണ്ടായിരമോ വർഷങ്ങൾ ഇരുന്ന് വിലപിച്ചാലും അലാവുദ്ദീൻ തന്റെ ശവക്കുഴിയിൽ നിന്നെഴുന്നേറ്റ് എന്റെ അടുത്ത് വരില്ല. നിങ്ങൾ ഇന്നലെ പറഞ്ഞത് ഞാൻ വിശ്വസിക്കുന്നു. എന്റെ അച്ഛനായ സുൽത്താൻ, എന്നിൽനിന്ന് വേർപെടേണ്ടിവന്ന ദുഃഖത്തിൽ അലാവുദ്ദീനെ കൊന്നു. അതുകൊണ്ട് ഇന്നലെത്തേതിൽനിന്ന് എനിക്കിന്ന് മാറ്റം വന്നതിൽ നിങ്ങൾ അദ്ഭുതപ്പെടേണ്ട. നിങ്ങളെ എന്റെ തുണയായി, അലാവുദ്ദീനു പകരം, സ്വീകരിക്കാൻ ഞാൻ നിശ്ചയിച്ചുകഴിഞ്ഞു. നിങ്ങളല്ലാതെ മറ്റൊരു പുരുഷൻ എനിക്കില്ല. അതുകൊണ്ട്, ഇന്നു രാത്രി നിങ്ങളുടെ സാന്നിധ്യം ഞാൻ പ്രതീക്ഷിക്കുന്നു. നമ്മൾ ഒന്നിച്ച് അത്താഴം കഴിച്ച് രസമായി മതിവരുവോളം വീഞ്ഞു കുടിച്ച് രാത്രി മുഴുവൻ ഒന്നിച്ചുകിടന്ന് ഉല്ലസിക്കാം. പ്രത്യേകിച്ച്, ഞാൻ കഴിക്കാറുള്ള ചൈനീസ് വീഞ്ഞിൽ നിന്നും വ്യത്യസ്തമായ ആഫ്രിക്കൻ വീഞ്ഞിന്റെ സ്വാദ് ആസ്വദിക്കണമെന്ന് എനിക്ക് വലിയ ആഗ്രഹം തോന്നുന്നു. എന്റെ പക്കൽ കുറച്ച് വീഞ്ഞുണ്ട്. എന്നാൽ അതെന്റെ നാട്ടിലേതാണ്. നിങ്ങളുടെ നാട്ടിലെ വീഞ്ഞ് കഴിക്കുവാനാണെനിക്ക് മോഹം." - അപ്പോഴേക്കും നേരം പുലർന്നതുകണ്ട് ഷാഹ്റസാദ് അദ്ഭുതപ്പെട്ടു; തനിക്ക് പറയാനനുവദിച്ചിരുന്ന കഥപറച്ചിൽ അവൾ നിർത്തി.

അഞ്ഞൂറ്റി എൺപത്തിമൂന്നാം രാവ്

ദുനിയാസാദ് പറഞ്ഞു "എന്റെ സഹോദരീ, നിനക്ക് ഉറക്കം വരുന്നില്ലെങ്കിൽ ഞങ്ങൾക്ക് നല്ല കുറച്ചു കഥകൾ നീ പറഞ്ഞുതരുമോ?"

ഷാഹ്റസാദ് മറുപടി നല്കി "സ്നേഹത്തോടെയും സന്മനസ്സോടെയും." - അല്ലയോ മഹാരാജാവേ, തന്റെ മേൽ ബദർ അൽബദൂർ രാജകുമാരി നിർലോഭം ചൊരിയുന്ന പ്രേമവും പെരുമാറ്റത്തിലെ സുഖകരമായ മാറ്റവും മാന്ത്രികൻ 'മഗ്രബി'യെ അത്യധികം ആഹ്ലാദിപ്പിച്ചു. വിഷാദഭാവം കൈവെടിഞ്ഞ് സസന്തോഷം മന്ദഹാസത്തോടെ തന്നോട് സംസാരിക്കുന്ന അവൾ, തീർച്ചയായും അലാവുദ്ദീൻ തിരിച്ചുവരുമെന്ന ആശ ഉപേക്ഷിച്ചിട്ടുണ്ടെന്നയാൾ കരുതി. അടക്കാനാവാത്ത ആനന്ദലഹരിയിലയാൾ അവളോട് പറഞ്ഞു. "നിന്റെ ആജ്ഞ ഞാൻ ശിരസ്സാവഹിക്കാൻ തയ്യാറാണ്. രാജകുമാരി, എല്ലാം നിന്റെ ആഗ്രഹംപോലെ. എന്റെ വീട്ടിൽ ഒരു ഭരണി നിറയെ നാടൻ വീഞ്ഞുണ്ട്. എട്ടുവർഷമായി ശ്രദ്ധയോടെ മണ്ണിന്നടിയിൽ കുഴിച്ചിട്ടിട്ടുള്ളത്! ഞാൻ പോയി അതിൽ നിന്ന് നമ്മൾക്കാവശ്യമുള്ളത് പകർന്നെടുത്ത് ധൃതിയിൽ നിന്റെ അടുത്തെത്താം."

രാജകുമാരി അയാളെ ചക്കരവാക്കു പറഞ്ഞ് കൂടുതൽ വശീകരിക്കാൻ നോക്കി. അവൾ മറുപടി നല്കി. "എന്റെ പ്രിയതമാ, നിങ്ങൾ എന്നെ ഒറ്റയ്ക്കാക്കി പോകല്ലെ. ഒരു നപുംസകത്തെ അയച്ച് വീഞ്ഞ് കൊണ്ടുവരുത്താമല്ലോ. നിങ്ങൾ എന്റെ അടുത്തിരിക്കുന്നത് എനിക്കെന്തു മാത്രം ആശ്വാസമാണെന്നോ!"

"അല്ലയോ രാജകുമാരി, മറ്റൊരാൾക്കും ഞാൻ വീഞ്ഞുഭരണി കുഴിച്ചിട്ട സ്ഥലം അറിയില്ല. ഞാൻ ഒട്ടും വൈകാതെ തിരിച്ചെത്താം."

അപ്രകാരം പറഞ്ഞ് ആ 'മൂർ' പുറത്തുപോയി. കുറച്ചുകഴിഞ്ഞ് അവർക്ക് ആവശ്യമുള്ള വീഞ്ഞുമായി മടങ്ങിവന്നു.

രാജകുമാരി അയാളോട് പറഞ്ഞു. "നിങ്ങൾ എനിക്കുവേണ്ടി എന്തു മാത്രം ബുദ്ധിമുട്ടാണ് സഹിക്കുന്നതെന്നോർത്ത് എനിക്ക് വിഷമമുണ്ട്, എന്റെ പ്രിയതമാ."

"ഒരിക്കലുമില്ല, എന്റെ കണ്ണേ. നിന്റെ സേവനത്തിൽ ഞാൻ അഭിമാനംകൊള്ളുന്നു."

രാജകുമാരി ബദർ അൽബദൂർ മേശയ്ക്കരികിൽ അയാളോടൊപ്പം ഇരുന്ന് ആഹാരം കഴിക്കാൻ തുടങ്ങി. അവൾ വീഞ്ഞ് കുടിക്കാൻ ആഗ്രഹം പ്രകടിപ്പിച്ചു. അപ്പോൾ പരിചാരിക ഒരു കപ്പിൽ അവൾക്കും ഒന്നിൽ ആ 'മൊറോക്കനും' വീഞ്ഞ് നിറച്ചുകൊടുത്തു. അവൾ അവന്റെ 'ദീർഘായുസ്സിനും രഹസ്യാഭിലാഷങ്ങൾക്കും' അവൻ അവളുടെ ആയുസ്സിനും വേണ്ടി കുടിച്ചു. പിന്നെ മധുരഭാഷിയും വാചാലമായ രാജകുമാരി അനുപമമായ ശൈലിയിൽ സംസാരിച്ച് അയാളെ അടുത്ത ഒരു മദ്യപാന സുഹൃത്താക്കി മാറ്റി! അയാൾ തന്നിൽ ഭ്രാന്താവേശത്തോടെ ഭ്രമിക്കുകയായിരുന്നു അവളുടെ ലക്ഷ്യം. എന്നാൽ, മഗ്രബി കരുതിയത് അവൾ തന്നിൽ ശരിക്കും അനുരക്തയായെന്നാണ്! അത് ശത്രുവിനെ കുടുക്കി കൊല്ലാനുള്ള ഒരു സൂത്രമാണെന്നയാൾക്ക് വിഭാവനം ചെയ്യാനേ കഴിഞ്ഞില്ല!

അങ്ങനെ അവളോടുള്ള അയാളുടെ ആസക്തി വർദ്ധിച്ചുവന്നു. അവളുടെ പ്രേമത്തിനുവേണ്ടി അവൻ മരിക്കുകയായിരുന്നു. കാരണം അത്രയ്ക്ക് മധുരവും മൃദുവുമായ രീതിയിലാണവൾ അയാളോട് സംസാരിച്ചിരുന്നത്. അയാളുടെ തല ആടാൻ തുടങ്ങി. ലോകം മുഴുവൻ അയാൾക്കു മുന്നിൽ നിഷ്പ്രഭമായി.

അത്താഴം അവസാനിക്കാറായപ്പോഴേക്കും വീഞ്ഞ് അയാളുടെ തലയ്ക്കടിച്ചുകഴിഞ്ഞിരുന്നു. അതുകണ്ട രാജകുമാരി പറഞ്ഞു "ഞങ്ങളുടെ നാട്ടിൽ പ്രചാരത്തിലുള്ള ഒരു ആചാരമുണ്ട്. നിങ്ങളുടെ നാട്ടിൽ അങ്ങനെയുണ്ടോ എന്നെനിക്കറിയില്ല."

"എന്താണത്?" മൂർ ചോദിച്ചു.

"അത്താഴം തീരുന്ന സമയത്ത് പ്രേമഭാജനങ്ങൾ പരസ്പരം വീഞ്ഞുകപ്പുകൾ കൈമാറി ഒറ്റവലിക്ക് കുടിച്ചുതീർക്കും." ഉടനെ അവൾ ഒരു കപ്പ് വീഞ്ഞൊഴിച്ച് നിറച്ചു. തന്റെ വീഞ്ഞുകപ്പ് അയാൾക്ക് കൊണ്ടുകൊടുക്കാനായി പരിചാരികയ്ക്ക് ഉത്തരവ് നല്കി. അത് 'ഭംഗ്' കലക്കിയതായിരുന്നു. ആ അടിമപ്പെൺകുട്ടിയെ ചെയ്യേണ്ട കാര്യങ്ങളെല്ലാം രാജകുമാരി പഠിപ്പിച്ചിരുന്നു. എല്ലാ അടിമപ്പെൺകുട്ടികളും പവലിയനിലെ നപുംസകങ്ങളുമെല്ലാം ആ ദുർമന്ത്രവാദിയെ വധിക്കാൻ തയ്യാറെടുത്തു നിന്നു. അക്കാര്യത്തിൽ അവരെല്ലാം രാജകുമാരിയുടെ അതേ അഭിപ്രായക്കാരായിരുന്നു. ആ അടിമപെൺകുട്ടി അയാളുടെ കൈയിൽ വീഞ്ഞ് കപ്പ് നല്കി. അവളുടെ വാക്ക് കേൾക്കുകയും അയാൾ അവൾക്കുനേരെ നീട്ടിയ കപ്പിലെ വീഞ്ഞ് അവൾ കുടിക്കുന്നതു കാണുകയും ചെയ്തപ്പോൾ അയാളുടെ ഹൃദയം പ്രേമലഹരിയിൽ തുളുമ്പി!

അവളുടെ വീഞ്ഞുകപ്പ് അയാൾ സ്വന്തം കൈയിലെടുത്ത് ആടിയുലഞ്ഞുകൊണ്ട് അവൾ പറഞ്ഞു. "എന്റെ പ്രാണനാഥാ, ഇതാ അങ്ങയുടെ കപ്പ് എന്റെ കൈയിൽ, എന്റെ കപ്പ് അങ്ങയുടെ കൈയിലും. ഇങ്ങനെ കമിതാക്കൾ പരസ്പരം കൈമാറിയ കപ്പിൽനിന്ന് വീഞ്ഞ് കുടിക്കുക."

അവൾ സ്വന്തം കപ്പിൽനിന്ന് വീഞ്ഞ് കുടിക്കുന്നതുപോലെ നടിച്ചു. അതുകണ്ട് ആഹ്ലാദഭരിതനായി അയാൾ തന്റെ കപ്പ് ചുണ്ടിലേക്കുയർത്തി ഒറ്റവലിക്ക് മുഴുവൻ അകത്താക്കി. ഉടനെ അയാൾ ചത്തതുപോലെ അബോധാവസ്ഥയിൽ നിലംപതിച്ചു. കൈയിൽനിന്നും വീഞ്ഞുകപ്പ് നിലത്തുവീണു. ബദർ അൽബദൂർ രാജകുമാരിയും അടിമപ്പെൺകുട്ടിയും ധൃതിയിൽ പാഞ്ഞുചെന്ന് പവലിയൻ വാതിൽ തുറന്ന് അവരുടെ പ്രഭുവായ കർഷകവേഷത്തിൽ നിന്നിരുന്ന അലാവുദ്ദീനെ ഉള്ളിലേക്ക് ആനയിച്ചു. - അപ്പോഴേക്കും നേരം പുലർന്നതുകണ്ട് ഷാഹ്റസാദ് അദ്ഭുതപ്പെട്ടു; തനിക്ക് പറയാനനുവദിക്കപ്പെട്ട കഥപറച്ചിൽ അവൾ നിർത്തി.

അഞ്ഞൂറ്റി എൺപത്തിനാലാം രാവ്

ദുനിയാസാദ് പറഞ്ഞു "എന്റെ സഹോദരീ, നിനക്ക് ഉറക്കം വരുന്നില്ലെങ്കിൽ ഞങ്ങൾക്ക് കുറച്ച് നല്ല കഥകൾ പറഞ്ഞുതരുമോ?"

ഷാഹ്റസാദ് മറുപടി നല്കി "സ്നേഹത്തോടും സന്മനസ്സോടും കൂടി." - പവലിയനിലേക്ക് കടന്നുചെന്ന അലാവുദ്ദീൻ തന്റെ ഭാര്യയുടെ മുറിയിലെത്തി. അപ്പോഴും രാജകുമാരി മേശയ്ക്കരികിൽ ഇരുന്ന് ചത്തതുപോലെ കിടക്കുന്ന മഗ്രബിയെ മിഴിച്ച് നോക്കുകയായിരുന്നു! അവൻ ഉടനെ അവളുടെ അടുത്തെത്തി അവളെ ചുംബിച്ച് നന്ദി രേഖപ്പെടുത്തി. പിന്നെ അടക്കാനാകാത്ത ആഹ്ലാദത്തോടെ അവൾക്കുനേരെ തിരിഞ്ഞ് പറഞ്ഞു. "നീ അടിമപ്പെൺകുട്ടികളോടൊപ്പം ഉള്ളിലെ മുറികളിലേക്ക് പോകുമോ? അല്പനേരത്തേക്ക്. എന്റെ ജോലികൾ പൂർത്തിയാക്കാനായി എന്നെ ഒറ്റയ്ക്ക് വിടണം."

രാജകുമാരി യാതൊരെതിർപ്പും കാണിക്കാതെ ഭർത്താവ് പറഞ്ഞതുപോലെ പരിചാരികകളോടൊപ്പം അകത്തേക്ക് പോയി. അപ്പോൾ അലാവുദ്ദീൻ എഴുന്നേറ്റ് മുറിയുടെ വാതിൽ അടച്ചു. മന്ത്രവാദിയുടെ അടുത്തുചെന്ന് അയാളുടെ ഷർട്ടിന്റെ പോക്കറ്റിൽ കൈയിട്ട് അദ്ഭുതവിളക്ക് പുറത്തെടുത്തു. പിന്നെ തന്റെ വാൾ ഉറയിൽനിന്നും വലിച്ചൂരി ആ നീചനെ വെട്ടിക്കൊന്നു.

അവൻ ആ വിളക്കിൽ ഉരച്ച ഉടനെ ഭൂതം പ്രത്യക്ഷപ്പെട്ട് ചോദിച്ചു.

"അഡ്സം! എന്റെ പ്രഭോ, അങ്ങ് എന്താണാഗ്രഹിക്കുന്നത്?"

"എന്റെ ആഗ്രഹം." അലാവുദ്ദീൻ പറഞ്ഞു. "നീ എന്റെ പവലിയൻ ഈ രാജ്യത്തുനിന്നും പൊക്കിയെടുത്ത് ചൈനയിലേക്ക് കൊണ്ടുപോയി പഴയതുപോലെ സുൽത്താന്റെ കൊട്ടാരത്തിന് മുന്നിലെ സ്ഥലത്ത് സ്ഥാപിക്കുക." ഭൂതം മറുപടി നല്കി. "ഉത്തരവുപോലെ."

അലാവുദ്ദീൻ തന്റെ ഭാര്യയുടെ അടുത്തുചെന്നിരുന്ന് അവളെ ആലിംഗനം ചെയ്ത് ചുംബിച്ച് സംഭാഷണത്തിൽ മുഴുകി. ആ സമയം 'ജിന്നി' പവലിയൻ അതിലുള്ള എല്ലാ വസ്തുക്കളോടുമൊപ്പം എടുത്തുകൊണ്ട് നിർദ്ദേശിച്ച സ്ഥലത്തേക്ക് പറന്നു. പരിചാരികമാരോട് മേശപ്പുറത്ത്

ഭക്ഷണം വിളമ്പാനായി അലാവുദ്ദീൻ ഉത്തരവിട്ടു. അവനും ഭാര്യയും ഒന്നിച്ചിരുന്ന് സുഖമായി ആഹാരം കഴിച്ചു. അതിനുശേഷം ആഹ്ലാദം നിറഞ്ഞ അന്തരീക്ഷത്തിൽ വീഞ്ഞ് അടിച്ച് രസിച്ചു. ഉന്മാദലഹരിയിൽ പരസ്പരം ആലിംഗനം ചെയ്ത് ചുംബിച്ചു! രാത്രി മുഴുവൻ ആനന്ദം നുകർന്നുകൊണ്ട് ഉല്ലസിച്ചശേഷം ഉറങ്ങാൻ കിടന്നത് പുലർച്ചയ്ക്കാണ്. നേരം പുലർന്നപ്പോൾ അലാവുദ്ദീൻ എഴുന്നേറ്റു. ഭാര്യയെ വിളിച്ചുണർത്തി അടിമപ്പെൺകുട്ടികൾ എത്തി അവളെ ഭംഗിയായി ഉടുപ്പുകൾ അണിയിച്ച് ഒരുക്കിനിർത്തി. ആസമയത്ത് അവളുടെ ഭർത്താവ് ഏറ്റവും വില പിടിച്ച വസ്ത്രങ്ങളണിഞ്ഞ് തയ്യാറായി. ആ ജോടികൾ അതീവ ആഹ്ലാദത്തിലായിരുന്നു. രാജകുമാരി പ്രത്യേകിച്ചും! അന്ന് അവൾ പ്രിയപ്പെട്ട അച്ഛനെ കാണാമെന്ന പ്രതീക്ഷയിലാണ്. അത്രയുമാണ് അലാവുദ്ദീനെയും ഭാര്യ ബദർ അൽബദൂർ രാജകുമാരിയേയുംകുറിച്ച് ഇപ്പോൾ പറയാനുള്ളത്.

ഇനി സുൽത്താന്റെ അരികിലേക്ക് പോകാം. അദ്ദേഹം തന്റെ മരുമകനെ ഓടിച്ചുവിട്ടശേഷം മകളെക്കുറിച്ചോർത്ത് ദുഃഖിക്കാത്ത ദിവസമില്ല. എന്നും ഏതുസമയത്തും മകൾക്കുവേണ്ടി ഇരുന്ന് കരയും. പ്രതിമകളെപ്പോലെ! കാരണം, അതദ്ദേഹത്തിന്റെ ഒരേ ഒരു മകൾ ആണ്. തനിക്ക് ഹൃദയത്തിൽ കാത്തുസൂക്ഷിക്കാൻ മറ്റാരുമില്ല. എന്നും രാവിലെ എഴുന്നേല്ക്കുമ്പോൾ അദ്ദേഹം ജനലിനരികിലേക്ക് ഓടും. അത് തള്ളിത്തുറന്ന് അലാവുദ്ദീന്റെ പവലിയൻ ഉണ്ടായിരുന്ന സ്ഥലത്തേക്ക് ദൃഷ്ടി പായിക്കും. കണ്ണുകൾ വരളുന്നതുവരെ കണ്ണുനീരൊഴുക്കും. കൺപോളകൾ വ്രണം ബാധിച്ചതുപോലെ വീർത്തു! അന്നു രാവിലെയും പതിവുപോലെ എഴുന്നേറ്റ് പുറത്തേക്ക് നോക്കിയപ്പോൾ അതാ അദ്ദേഹത്തിനു മുന്നിൽ ആ കെട്ടിടം ഉയർന്നുനില്ക്കുന്നു! അദ്ദേഹം കണ്ണുകൾ തിരുമ്മി വീണ്ടും വീണ്ടും ശ്രദ്ധിച്ച് നോക്കി. അത് തന്റെ മരുമകന്റെ പവലിയൻ തന്നെയാണെന്നദ്ദേഹത്തിന് ഉറപ്പായി. ഉടനെ തന്റെ കുതിരയെ അണിയിച്ചുകൊണ്ട് വരുവാനായി അദ്ദേഹം ആജ്ഞാപിച്ചു. കുതിര വന്നപ്പോൾ അതിൽ സവാരിചെയ്ത് പവലിയനിലേക്ക് ചെന്നു. തന്റെ ശ്വശുരൻ എത്തുന്നതുകണ്ട അലാവുദ്ദീൻ താഴെ ഇറങ്ങിച്ചെന്ന് പാതിവഴിയിൽ വെച്ചദ്ദേഹത്തെ സ്വീകരിച്ചു. അദ്ദേഹത്തിന്റെ കൈപിടിച്ച് അവൻ മുകളിലെ മകളുടെ മുറിയിലേക്ക് കയറാൻ സഹായിച്ചു. അച്ഛനെ കാണാൻ ആകാംക്ഷയോടെ കാത്തിരുന്ന രാജകുമാരി, അപ്പോഴേക്കും താഴെ ഇറങ്ങിവന്ന് കോണിപ്പടി വാതിലിൽ വെച്ച് കണ്ട് സ്വീകരിച്ചു. അദ്ദേഹം മകളെ ആലിംഗനം ചെയ്ത് ചുംബിച്ചു, ആനന്ദാശ്രുക്കൾ പൊഴിച്ചു. അവളും അതേ നിലയിലായിരുന്നു. ഒടുവിൽ അലാവുദ്ദീൻ അവരെ മുകളിലെ സ്വീകരണമുറിയിലേക്ക് ആനയിച്ചു. അവിടെ ഇരുന്നശേഷം, അവൾക്ക് വന്നുപെട്ട സംഭവങ്ങളെക്കുറിച്ച് സുൽത്താൻ ചോദിച്ചറിഞ്ഞു.
- അപ്പോഴേക്കും നേരം പുലർന്നതുകണ്ട് ഷാഹ്രസാദ് അദ്ഭുതപ്പെട്ടു. തനിക്ക് പറയാനനുവദിക്കപ്പെട്ട കഥപറച്ചിൽ അവൾ നിർത്തി.

അഞ്ഞൂറ്റി എൺപത്തിയഞ്ചാം രാവ്

ദുനിയാസാദ് പറഞ്ഞു "അല്ലയോ സഹോദരീ, നിനക്ക് ഉറക്കം വരുന്നില്ലെങ്കിൽ ഞങ്ങൾക്ക് കുറച്ച് നല്ല കഥകൾ നീ പറഞ്ഞുതരുമോ?"

ഷാഹ്റസാദ് മറുപടി നല്കി "സ്നേഹത്തോടും സന്മനസ്സോടുംകൂടി" - അല്ലയോ മഹാരാജാവേ, രാജകുമാരി ബദർ അൽബദൂർ, തന്റെ അനുഭവകഥ അതേപടി സുൽത്താന് വിവരിച്ചുകൊടുക്കാൻ തുടങ്ങി. അച്ഛാ, ഇന്നലെ ഞാൻ എന്റെ ഭർത്താവിനെ കണ്ടുമുട്ടിയില്ലായിരുന്നെങ്കിൽ എനിക്കൊരിക്കലും രക്ഷപ്പെടാനാവില്ലായിരുന്നു! ആ നശിച്ച ദുർമന്ത്രവാദി മഗ്രബിയുടെ അടിമത്തത്തിൽ നിന്നെന്നെ രക്ഷിച്ചത് അദ്ദേഹമാണ്. ഈ ഭൂമുഖത്ത് ആ മാന്ത്രികനെപ്പോലൊരു ദുഷ്ടനെ കാണാനാവില്ല എന്നാണെന്റെ വിശ്വാസം. എന്റെ പ്രാണനാഥനില്ലായിരുന്നെങ്കിൽ, അയാളിൽ നിന്നൊരിക്കലും എനിക്ക് രക്ഷപ്പെടാൻ കഴിയില്ലായിരുന്നു. ജീവിതകാലം മുഴുവൻ എനിക്കങ്ങയെ കാണാനും കഴിയില്ലായിരുന്നു. അങ്ങയുടെ വേർപാട് മാത്രമായിരുന്നില്ല എന്നെ അത്രയും ദുഃഖിപ്പിക്കാൻ കാരണം, എന്റെ ഭർത്താവിന്റെ വിയോഗം കൂടി ആയിരുന്നു. അദ്ദേഹത്തിന്റെ കാരുണ്യം മൂലമാണ് എനിക്കീ ജീവിതം നീട്ടിക്കിട്ടിയത്, ആ ഭീകരനായ ദുർമന്ത്രവാദിയിൽനിന്ന് സ്വതന്ത്രയായത്.

പിന്നെ, തനിക്ക് സംഭവിച്ച കാര്യങ്ങളെല്ലാം അവൾ അച്ഛന് വിശദീകരിച്ചുകൊടുത്തു. ഒരു വിളക്ക് കച്ചവടക്കാരന്റെ വേഷത്തിൽ വന്ന് അവൾക്ക് പുതിയ വിളക്ക് കൊടുത്ത് അതിനുപകരം പഴയ വിളക്ക് വാങ്ങിച്ചത്, ആ പഴയ വിളക്കിന്റെ മൂല്യം അറിയാതെ അതവൾ എടുത്തുകൊടുത്തത്, വിളക്കുകച്ചവടക്കാരന്റെ മണ്ടത്തരം പുറത്തുകൊണ്ടുവരുവാൻ വേണ്ടി മാത്രമാണവൾ അപ്രകാരം ചെയ്തത് തുടങ്ങിയവയെല്ലാം.

"പിറ്റേന്ന് രാവിലെ എന്റെ അച്ഛാ," അവൾ തുടർന്നു "ഞങ്ങൾ ഉള്ള പവലിയൻ ആഫ്രിക്കൻ മണ്ണിൽ ഇരിക്കുന്നതാണ് ഞാൻ കണ്ടത്! എന്റെ ഭർത്താവ് അവിടെ എത്തി തക്കതായ പദ്ധതി നടപ്പാക്കുന്നതുവരെ ഞങ്ങൾ അവിടെത്തന്നെ ആയിരുന്നു. അലാവുദ്ദീൻ ധൃതിപിടിച്ച് ഞങ്ങളെ സഹായിക്കാനെത്തിയില്ലെങ്കിൽ ആ നശിച്ച മന്ത്രവാദി എന്നെ ബലാല്ക്കാരമായി കീഴടക്കിയേനെ, അയാളത് തീരുമാനിച്ചുകഴിഞ്ഞിരുന്നു!"

പിന്നെ അയാൾക്ക് 'ഭാംഗ്' തുള്ളികൾ വീഞ്ഞിൽ കലക്കിക്കൊടുത്ത കഥ അവൾ വർണ്ണിച്ചുകൊടുത്തു. അവൾ തന്റെ വിവരണം ഇപ്രകാരം അവസാനിപ്പിച്ചു.

"പിന്നെ, എന്റെ ഭർത്താവ് ഞങ്ങളെ ആഫ്രിക്കയിൽനിന്ന് ഇങ്ങോട്ട് തിരിച്ചുകൊണ്ടുവന്നു. എങ്ങനെയെന്നെനിക്കറിയില്ല."

തന്നെ സംബന്ധിച്ച കാര്യങ്ങൾ അലാവുദ്ദീൻ സുൽത്താന് വിവരിച്ചുകൊടുത്തു. മാന്ത്രികൻ കുടിച്ച് ഫിറ്റായി അബോധാവസ്ഥയിൽ വീണെന്നു കണ്ടപ്പോൾ താൻ ഭാര്യയേയും മറ്റ് സ്ത്രീകളേയും ഉള്ളിലെ മുറികളിലേക്കയച്ചതും മാന്ത്രികന്റെ പോക്കറ്റിൽനിന്ന് അദ്ഭുതവിളക്ക് എടുത്തതും ആ ദുഷ്ടനെ വധിച്ചതും, അദ്ഭുതവിളക്കിലൂടെ ഭൂതത്തെ വിളിച്ചുവരുത്തി പവലിയൻ പഴയ സ്ഥലത്തേക്കുതന്നെ തിരിച്ചുകൊണ്ടുവന്ന് വെപ്പിച്ചതുമെല്ലാം. ഒടുവിൽ കഥ ഇങ്ങനെ പറഞ്ഞവസാനിപ്പിച്ചു "അങ്ങേക്ക് എന്റെ വാക്കുകളിൽ എന്തെങ്കിലും സംശയമുണ്ടെങ്കിൽ എഴുന്നേറ്റ് എന്നോടൊപ്പം വന്ന് ആ നശിച്ച ദുർമന്ത്രവാദിയെ ഒന്നു നോക്കൂ."

രാജാവ് അപ്രകാരം ആ മാന്ത്രികനെ പരിശോധിച്ച് ശവം പുറത്ത് കൊണ്ടുപോയി കത്തിച്ച് ചാരം കാറ്റിൽ പറത്തി. പിന്നെ അലാവുദ്ദീനെ

അദ്ദേഹം ആലിംഗനം ചെയ്ത്, ചുംബിച്ചുകൊണ്ട് പറഞ്ഞു "എന്നോട് ക്ഷമിക്കൂ. എന്റെ മോനേ, ഞാൻ നിന്നെ കൊന്നുകളയാൻ പോയതാണ്. ഈ നശിച്ച മാന്ത്രികനാണ് എല്ലാറ്റിനും ഉത്തരവാദി. നിന്നെ ഇത്രയും ദ്രോഹിച്ചത് അവനാണ്. എന്റെ കുട്ടി, എന്നോട് ക്ഷമിക്കൂ. നിന്നോട് ചെയ്ത എല്ലാ ദ്രോഹങ്ങൾക്കും! കാരണം, എന്റെ എല്ലാമെല്ലാമായ ഏക മകൾ എനിക്ക് നഷ്ടപ്പെട്ടപ്പോൾ എനിക്ക് സ്വയം നിയന്ത്രിക്കാനായില്ല. എനിക്കവൾ സ്വന്തം രാജ്യത്തേക്കാൾ പ്രിയപ്പെട്ടവളാണ്. സ്വന്തം മകൾക്കുവേണ്ടി മാതാപിതാക്കളുടെ ഹൃദയം എങ്ങനെയാണ് പിടയ്ക്കുന്നതെന്ന് നീ മനസ്സിലാക്കണം. പ്രത്യേകിച്ച് എന്നെപ്പോലെ ഒരേഒരു കുഞ്ഞ് മാത്രം ഉള്ളവരുടെ! മറ്റാരും സ്നേഹിക്കാനില്ലാത്തവരുടെ!" ഇപ്രകാരം പറഞ്ഞ് സുൽത്താൻ തന്റെ മരുമകനോട് മാപ്പിരുന്നുകൊണ്ടവനെ ചുംബിച്ചു - അപ്പോഴേക്കും നേരം പുലർന്നതുകണ്ട് ഷാഹ്റസാദ് കഥ പറച്ചിൽ നിർത്തി.

അഞ്ഞൂറ്റി എൺപത്തിയാറാം രാവ്

ദുനിയാസാദ് പറഞ്ഞു "എന്റെ സഹോദരീ, നിനക്ക് ഉറക്കം വരുന്നില്ലെങ്കിൽ, ഞങ്ങൾക്ക് രസകരമായ കുറച്ച് കഥകൾ നീ പറഞ്ഞുതരൂ."

ഷാഹ്റസാദ് മറുപടി നല്കി "സ്നേഹത്തോടെയും സന്മനസ്സോടെയും." - അല്ലയോ മഹാരാജാവേ, അലാവുദ്ദീൻ സുൽത്താനോട് പറഞ്ഞു "അല്ലയോ രാജാവേ, വിശുദ്ധനിയമമനുസരിച്ചു മാത്രമേ അങ്ങ് എന്നോട് പ്രവർത്തിച്ചിട്ടുള്ളൂ. ഞാനും അങ്ങേക്കെതിരായി യാതൊരു തെറ്റും ചെയ്തിട്ടില്ല. എന്നാൽ, എല്ലാ കുഴപ്പങ്ങളും ആ ദുർമന്ത്രവാദി മഗ്രബിയിൽ നിന്നുണ്ടായിട്ടുള്ളതാണ്."

ഉടനെ നഗരം മുഴുവൻ അലങ്കരിക്കാനും വിഭവസമൃദ്ധമായ സദ്യകളും ആഘോഷങ്ങളും നടത്താനും സുൽത്താൻ ഉത്തരവിട്ടു. ആളുകളെ വിട്ട് ഇപ്രകാരം വിളംബരം ചെയ്യാനും ആജ്ഞാപിച്ചു. "ഇന്ന് ഒരു മഹത്തായ ഉത്സവദിനമാണ്. രാജ്യം മുഴുവൻ പൊതുആഘോഷങ്ങൾ സംഘടിപ്പിക്കുക; ഈ ആഘോഷം രാജകുമാരി ബദർ അൽബദൂറിന്റേയും അവളുടെ ഭർത്താവ് അലാവുദ്ദീന്റേയും തിരിച്ചുവരവിനെ ആദരിച്ചുകൊണ്ട് അരങ്ങേറുന്ന, ഒരുമാസം നീണ്ടുനില്ക്കുന്ന ഉത്സവമാണ്."

ഇത്രയുമാണ് അലാവുദ്ദീന്റേയും മഗ്രബിയുടേയും വിശേഷങ്ങൾ. എന്നാൽ, ആ നശിച്ചവനെ ദഹിപ്പിച്ച് അവന്റെ ചാരം കാറ്റിൽ പറത്തിയെങ്കിലും ആ ദുർമന്ത്രവാദിയുടെ വലയത്തിൽനിന്ന് രാജാവിന്റെ മരുമകന് രക്ഷപ്പെടാനായില്ല. കാരണം, ആ ദുഷ്ടന് ഒരു സഹോദരനുണ്ടായിരുന്നു, അയാളേക്കാളേറെ ദുഷ്ടൻ. ജ്യോതിശാസ്ത്രത്തിലും ഗണിതത്തിലും മറ്റും അയാളേക്കാൾ നിപുണൻ! ആ സഹോദരന്മാർ അവരവരുടേതായ പ്രദേശങ്ങളിലാണ് താമസിച്ചിരുന്നതെങ്കിലും, വഞ്ചനയും ദുർമന്ത്രവാദവും തട്ടിപ്പുമെല്ലാം പരസ്പരധാരണയോടെയാണവർ നടത്തിയിരുന്നത്! ഒരു ദിവസം മഗ്രബിയുടെ സഹോദരൻ പ്രശ്നംവെച്ച് മഗ്രബിയെകുറിച്ചറിയാൻ ശ്രമിച്ചു. തന്റെ ചന്ദനപ്പലക പുറത്തെടുത്ത് അതിൽ രാശി വരച്ച്, ഗണിച്ച് ശ്രദ്ധാപൂർവ്വം നോക്കി. ജ്യോതിശാസ്ത്രപ്രകാരം ചേട്ടൻ മരിച്ചുകഴിഞ്ഞെന്ന് അയാൾ കണ്ടെത്തി. മരണം സ്ഥിരീകരിച്ച അയാൾ വല്ലാതെ ദുഃഖിച്ചു. മരണകാരണവും മരണസ്ഥലവും

കണ്ടെത്താനായി അയാൾ രണ്ടാമതും ജ്യോതിശാസ്ത്രപ്രകാരം ഗണിച്ചു നോക്കി. അങ്ങനെ സ്ഥലം ചൈനയാണെന്നും ചതിച്ച് കൊന്നതാണെന്നും അയാൾ മനസ്സിലാക്കി. അയാളെ വധിച്ചത് യുവാവായ അലാവുദ്ദീനാണ്. ഇതുകണ്ട ഉടനെ അയാൾ അവനുമായുള്ള ഒരു പോരാട്ടത്തിന് തയ്യാറെടുത്തു! അങ്ങനെ കാടുകളും മലകളും നദികളും കടന്ന് വളരെ മാസങ്ങൾ നീണ്ടുനിന്ന ദുർഘടം പിടിച്ച യാത്രയ്ക്കുശേഷം ചൈനയിൽ, തന്റെ സഹോദരഘാതകൻ താമസിക്കുന്ന നഗരത്തിലെത്തി. അയാൾ വിദേശികൾ താമസിക്കുന്ന, സത്രത്തിൽ ചെന്ന് ഒരു മുറി വാടകയ്ക്കെടുത്ത് അല്പനേരം അതിൽ വിശ്രമിച്ചു. പിന്നെ എഴുന്നേറ്റ് നഗരത്തിലെ റോഡുകളിലൂടെയും തെരുവുകളിലൂടെയും നടന്നു. തന്റെ സഹോദരന്റെ കൊലപാതകിയോടുള്ള പ്രതികാരം വിജയിച്ചാൽ റോഡുകൾ പരിചയപ്പെട്ടാലല്ലേ എളുപ്പം രക്ഷപ്പെടാനാകൂ!

അയാൾ ഒരുഹോട്ടലിൽ കയറി. മാർക്കറ്റിലെ നല്ലൊരു കെട്ടിടത്തിലാണത് പ്രവർത്തിക്കുന്നത്. ധാരാളം ആളുകൾ അവിടെ ചെസ്സും ചീട്ടും മറ്റ് നിരവധി കളികളിലും ഏർപ്പെട്ട് സമയം കളയുന്നു. അയാൾ അവിടെ ഇരുന്ന് മറ്റുള്ളവരുടെ സംഭാഷണം ശ്രദ്ധിച്ചു. ഒരു വൃദ്ധയായ പുണ്യവാളത്തിയെകുറിച്ചാണവർ സംസാരിച്ചിരുന്നത്. പേര് ഫാത്തിമ. പട്ടണത്തിന് പുറത്തുള്ള ഒരു ആശ്രമത്തിലാണവളുടെ താമസം. മാസത്തിൽ രണ്ടു ദിവസം മാത്രമേ അവൾ പട്ടണത്തിലേക്ക് വരുകയുള്ളൂ. അവൾക്ക് പലതരത്തിലുള്ള അദ്ഭുതകൃത്യങ്ങൾ ചെയ്യാൻ കഴിവുണ്ടത്രെ! അതു കേട്ട് ആ മാന്ത്രികൻ ആത്മഗതമായി പറഞ്ഞു. "ഇപ്പോൾ ഞാൻ തേടി വന്നത് കണ്ടെത്തി. ഇൻഷാ അള്ളാ, ഈ പടുകിഴവിയിലൂടെ ഞാനെന്റെ ആഗ്രഹം നേടിയെടുക്കും. – അപ്പോഴേക്കും നേരം പുലർന്നതുകണ്ട് ഷാഹ്റസാദ് അദ്ഭുതപ്പെട്ടു. തനിക്ക് കഥ പറയാനനുവദിച്ച സമയം കഴിഞ്ഞതിനാൽ കഥപറച്ചിൽ നിർത്തി.

അഞ്ഞൂറ്റി എൺപത്തിയേഴാം രാവ്

ദുനിയാസാദ് പറഞ്ഞു "അല്ലയോ എന്റെ സഹോദരീ, നിനക്ക് ഉറക്കം വരുന്നില്ലെങ്കിൽ ഞങ്ങൾക്ക് കുറച്ച് സുഖകരമായ കഥകൾ നീ പറഞ്ഞു തരുമോ?"

ഷാഹ്റസാദ് മറുപടി നല്കി "സ്നേഹത്തോടെയും സന്മനസ്സോടെയും കൂടെ." – അല്ലയോ മഹാരാജാവേ, ആ മന്ത്രവാദി, ദിവ്യയായ വൃദ്ധയുടെ അദ്ഭുതകൃത്യങ്ങളെക്കുറിച്ച് ആളുകൾ ചർച്ച ചെയ്യുന്നതു കേട്ട്, അടുത്തിരുന്ന ഒരാളോട് ചോദിച്ചു. "എന്റെ അമ്മാവാ, നിങ്ങൾ എല്ലാവരും ഫാത്തിമ എന്നു പേരുള്ള ഒരു പുണ്യവാളത്തിയുടെ അപൂർവ്വ പ്രതിഭകളെക്കുറിച്ച് സംസാരിക്കുന്നത് കേട്ടു. അവൾ ആരാണ്? എവിടെയാണ് താമസിക്കുന്നത്?"

"അദ്ഭുതംതന്നെ! ഈ നഗരത്തിൽ താമസിച്ചിട്ട് എങ്ങനെയാണ് ഫാത്തിമായുടെ അദ്ഭുതകൃത്യങ്ങളെക്കുറിച്ച് അറിയാത്തത്? തീർച്ചയായും നീയൊരു പാവമായിരിക്കണം. അല്ലെങ്കിൽ ഒരു പരദേശി. ഈ ഭക്തയുടെ ഉപവാസത്തെക്കുറിച്ചും സന്ന്യാസജീവിതത്തെക്കുറിച്ചും നീ കേട്ടിട്ടില്ലെന്നോ!"

"അത് സത്യമാണ്, പ്രഭോ. അതെ, ഞാനൊരു പരദേശിയാണ്. ഇന്നലെ രാത്രിയാണ് ഞാനിവിടെ എത്തിയത്. ഈ ദിവ്യസ്ത്രീയുടെ അദ്ഭുതകൃത്യങ്ങളെക്കുറിച്ച് എന്നോട് പറയാമോ? എവിടെയാണവൾ താമസിക്കുന്നത്? ഞാനൊരു അത്യാപത്തിൽപെട്ടിരിക്കയാണ്. എനിക്കവളെ സന്ദർശിക്കണമെന്ന് ആഗ്രഹമുണ്ട്. എന്നിട്ട്, അവളോട് കേണപേക്ഷിക്കണം. അവളുടെ അനുഗ്രഹത്തിലൂടെ അള്ളാ എന്നെ പാപവിമുക്തനാക്കിയെങ്കിലോ!"

ആ മനുഷ്യൻ മന്ത്രവാദിക്ക് പുണ്യവാളത്തി ഫാത്തിമായുടെ കഴിവുകളെക്കുറിച്ചും അദ്ഭുതകൃത്യങ്ങളെക്കുറിച്ചും വിവരിച്ചുകൊടുത്തു. അയാളെ പിടിച്ചുകൊണ്ട് നഗരാതിർത്തിക്കപ്പുറത്തുചെന്ന് കുന്നിൻമ്പുറത്തുള്ള ദിവ്യയുടെ ആശ്രമം കാണിച്ചുകൊടുത്തു. മാന്ത്രികൻ അയാളുടെ കാരുണ്യത്തിന് പല പ്രാവശ്യം നന്ദിപറഞ്ഞ് സ്വന്തം സത്രത്തിലേക്ക് തിരിച്ചുപോയി.

വിധിയെന്നു പറയട്ടെ, പിറ്റേദിവസംതന്നെ ഫാത്തിമാ നഗരത്തിലേക്ക് വന്നു! രാവിലെ മാന്ത്രികൻ പുറത്തിറങ്ങിയപ്പോൾ, ജനങ്ങൾ വന്നുനിറയുന്നത് അയാൾ കണ്ടു. എന്താണ് സംഭവമെന്നറിയാനായി അയാൾ അവിടേക്ക് ചെന്നു. ആ പുണ്യവാളത്തി വൃദ്ധ ജനക്കൂട്ടത്തിനു നടുവിൽനിന്ന്, വേദന അനുഭവിക്കുന്നവരെയും രോഗികളെയും പ്രാർത്ഥനകളിലൂടെ സുഖപ്പെടുത്തുന്നതാണയാൾ കണ്ടത്. അവൾ സ്പർശിച്ച ഓരോ വ്യക്തിയും രോഗമുക്തരാകുന്നു! മാന്ത്രികൻ അവളെ ദിവസം മുഴുവൻ പിന്തുടർന്നു. വൈകുന്നേരമായപ്പോൾ, വീഞ്ഞുകടയിൽനിന്ന് ഒരു കപ്പ് വീഞ്ഞ് കുടിച്ചു. പിന്നെ, നടന്ന് ദിവ്യസ്ത്രീയുടെ വാസസ്ഥലത്തെത്തി. അവൾ ഒരു പായയിൽ ശയിക്കയായിരുന്നു. മാന്ത്രികൻ മുന്നോട്ടുചെന്ന് അവളുടെ വയറ്റത്ത് കയറി ഇരുന്നു. കഠാരി ഉറയിൽനിന്നും വലിച്ചൂരി അവളോട് അട്ടഹസിച്ചു. അവൾ ഉണർന്ന്, കണ്ണുകൾ തുറന്നപ്പോൾ, തന്റെ മേൽ ഒരു നീഗ്രോ കഠാരി ഊരിപ്പിടിച്ച് കൊല്ലാനായി ഓങ്ങുന്നതുകണ്ടു. അവൾ വല്ലാതെ പേടിച്ച് വിരണ്ടുപോയി! അയാൾ പറഞ്ഞു "കേൾക്കൂ! നീ നിലവിളിച്ച് ബഹളംവെച്ചാൽ, ഈ നിമിഷം നിന്നെ ഞാൻ കൊല്ലും. എഴുന്നേറ്റ് ഞാൻ കല്പിക്കുന്നതുപോലെ ചെയ്യൂ." പിന്നെ അവൻ അവൾക്കൊരു സത്യവാചകം ചൊല്ലിക്കൊടുത്തു, അവൾ അയാളുടെ ഉത്തരവുകൾ അനുസരിച്ചാൽ താൻ അവളെ കൊല്ലുകയില്ല, അവർ ആരുതന്നെ ആയാലും. അപ്രകാരം പറഞ്ഞുകൊണ്ട് അയാൾ അവളുടെ ശരീരത്തിൽനിന്നും എഴുന്നേറ്റു. ഫാത്തിമായും കിടക്കപ്പായയിൽനിന്നും എഴുന്നേറ്റു.

അയാൾ ഫാത്തിമയോട് പറഞ്ഞു "നിന്റെ വസ്ത്രങ്ങൾ എനിക്ക് തരിക, എന്റേത് നീ എടുക്കുക."

അവൾ അപ്രകാരം വസ്ത്രങ്ങൾ കൈമാറി. അവളുടെ ഉടുപ്പും ശിരോവസ്ത്രവും ഉറുമാലും മുഖംമൂടിയുമെല്ലാം. അപ്പോൾ അയാൾ ആവശ്യപ്പെട്ടു. "എന്റെ മുഖത്ത് നീ ചായംതേച്ച് നിന്റെ നിറം വരുത്തുക." അതനുസരിച്ച് അവൾ ഉള്ളിലേക്ക് പോയി ഒരു പാത്രത്തിൽ കുറച്ച് ഓയിന്റ്മെന്റ് കൊണ്ടുവന്ന് ഉള്ളംകൈയിൽ പരത്തി. അയാളുടെ മുഖത്ത് പുരട്ടി അവളുടെ മുഖത്തിന്റെ നിറമാക്കിയെടുത്തു! അവൾ തന്നെ ഊന്നുവടി അയാൾക്ക് നല്കി; എങ്ങനെയാണ് നടക്കേണ്ടതെന്നും, നഗരത്തിലെത്തിയാൽ എന്തൊക്കെയാണ് ചെയ്യേണ്ടതെന്നും അയാളെ പരിശീലിപ്പിച്ചു.

തന്റെ ജപമാല അവൾ അയാളുടെ കഴുത്തിൽ ഇട്ടുകൊടുത്തു. ഒടുവിൽ, അവൾ ഒരു കണ്ണാടി അവന് കൊടുത്തുകൊണ്ട് പറഞ്ഞു "ഇതിലേക്ക് നോക്കൂ! നീ കാണാൻ എന്നെപ്പോലെ തന്നെയുണ്ട്." അവൻ കണ്ണാടിയിൽ നോക്കിയപ്പോൾ ഫാത്തിമായുടെ തനിപ്പകർപ്പാണ് താൻ എന്ന് മനസ്സിലാക്കി. തന്റെ എല്ലാ ആവശ്യങ്ങളും നേടിക്കഴിഞ്ഞപ്പോൾ, അവൻ അവളോട് ഒരു കയർ കൊണ്ടുവരുവാൻ പറഞ്ഞു. അവൾ കയർ കൊണ്ടുകൊടുത്തു. അത് കൈയിൽ കിട്ടിയതോടെ ആ ദുഷ്ടൻ തന്റെ കള്ളശപഥം മറന്ന് അവളെ കഴുത്തിൽ കുരുക്കിട്ട് വലിച്ച് കൊന്നുകളഞ്ഞു. അവൾ മരിച്ചെന്ന് ഉറപ്പായപ്പോൾ അവളുടെ ശവം പുറത്ത് വലിച്ചുകൊണ്ടുപോയി അടുത്തുള്ള കൊക്കയിലേക്ക് എറിഞ്ഞു. - അപ്പോഴേക്കും നേരം പുലരാറായെന്ന് ഷാഹ്രസാദ് കണ്ടു; തനിക്ക് പറയാനനുവദിക്കപ്പെട്ട കഥപറച്ചിൽ അവൾ നിർത്തി.

അഞ്ഞൂറ്റി എൺപത്തിയെട്ടാം രാവ്

ദുനിയാസാദ് പറഞ്ഞു "അല്ലയോ എന്റെ സഹോദരീ, നിനക്ക് ഉറക്കം വരുന്നില്ലെങ്കിൽ ഞങ്ങൾക്ക് കുറച്ച് രസകരമായ കഥകൾ പറഞ്ഞുതരാമോ?"

ഷാഹ്രസാദ് മറുപടി നല്കി "സ്നേഹത്തോടെയും സന്മനസ്സോടെയും." - അല്ലയോ മഹാരാജാവേ, ഫാത്തിമായെ കൊലപ്പെടുത്തിയശേഷം മന്ത്രവാദി, അവളുടെ ശവം ഒരു കൊക്കയിലേക്ക് വലിച്ചെറിഞ്ഞ് അവളുടെ കുടിലിൽ വന്നുകിടന്നുറങ്ങി. നേരം പുലർന്നപ്പോൾ അയാൾ എഴുന്നേറ്റ് നടന്ന് അലാവുദ്ദീന്റെ പവലിയന്റെ മതിലിന് കീഴെ ചെന്നുനിന്നു. അപ്പോഴേക്കും ജനങ്ങൾ ചുറ്റുംകൂടി. എല്ലാവരും അവനെ ഫാത്തിമായാണെന്ന് ഉറപ്പിച്ചു. അവൾ ചെയ്തിരുന്നതുപോലെയെല്ലാം അവനും ചെയ്തു. വേദനിക്കുന്നവരുടെ മേൽ കൈവെച്ച്, ഖുറാനിലെ വാചകങ്ങൾ ഉദ്ധരിച്ച് പ്രാർത്ഥിച്ചു. ഈ കോലാഹലങ്ങൾ കേട്ട് ബദർ അൽബദൂർ രാജകുമാരി തന്റെ അടിമപ്പെൺകുട്ടിയെ വിളിച്ച് ചോദിച്ചു. "ഈ ബഹളംകേൾക്കുന്നതിന്റെ കാരണമെന്താണ്?"

അപ്പോൾ നപുംസകമേധാവി താഴെപ്പോയി നോക്കി മുകളിലേക്ക് തിരിച്ചുവന്നു. "അല്ലയോ രാജകുമാരി, ഈ കോലാഹലം ഫാത്തിമാ പുണ്യവാളത്തിമൂലം ഉണ്ടാകുന്നതാണ്. അങ്ങ് ഉത്തരവിട്ടാൽ അവളെ ഞാൻ അങ്ങയുടെ സന്നിധാനത്തിലെത്തിക്കാം. അങ്ങേക്ക് അവളുടെ അനുഗ്രഹം നേടാമല്ലോ."

"അവളെ ഇങ്ങോട്ട് കൊണ്ടുവരൂ. കുറച്ചുനാളായി അവളുടെ ഗുണഗണങ്ങളെയും അദ്ഭുതകൃത്യങ്ങളെയും കുറിച്ച് ഞാൻ കേൾക്കുന്നു. എനിക്കവളെ കണ്ട് അനുഗ്രഹം വാങ്ങിക്കണമെന്ന് മോഹമുണ്ട്. അവളുടെ ദിവ്യദൃഷ്ടിയിലൂടെ പല ദുർഘടങ്ങളും കണ്ടെത്തി പരിഹരിച്ചിട്ടുള്ളതായി ജനങ്ങൾ പറയുന്നു."

നപുംസകമേധാവി ഉടനെ പോയി ഫാത്തിമായുടെ വേഷത്തിലുള്ള മാന്ത്രികനെ രാജകുമാരിയുടെ അരികിലേക്ക് കൊണ്ടുവന്നു. അയാൾ ബദർ അൽബദൂറിന്റെ മുന്നിൽനിന്ന് ചില പ്രാർത്ഥനകൾ ചൊല്ലി അവളെ അനുഗ്രഹിച്ചു. അത് ദിവ്യശക്തിയുള്ള ഫാത്തിമയല്ല എന്നാരും സംശയിച്ചില്ല. രാജകുമാരി എഴുന്നേറ്റ് അവനെ സലാംചെയ്തു. അവനെ

അടുത്തിരുത്തി പറഞ്ഞു "അല്ലയോ ഫാത്തിമാ പുണ്യവാളത്തി, നിങ്ങൾ സ്ഥിരമായി എന്നോടൊപ്പം താമസിക്കണമെന്നാണെന്റെ ആഗ്രഹം. അങ്ങനെ എനിക്ക് എന്നും നിങ്ങളുടെ ആശീർവാദം നേടാനാകുമല്ലോ. അതിനുംപുറമെ നിങ്ങളുടെ ഭക്തിമാർഗ്ഗവും ആരാധനയും എനിക്ക് പഠിക്കുകയും ചെയ്യാം. അങ്ങനെ നിങ്ങളുടെ മോക്ഷത്തിനുള്ള മാതൃക എനിക്ക് പിന്തുടരാമല്ലോ."

ശപിക്കപ്പെട്ട ആഫ്രിക്കക്കാരന്റെ ചതിപ്രയോഗമായിരുന്നു ഇത്. തന്റെ വിശ്വാസവഞ്ചന പൂർത്തീകരിക്കാനയാൾ പദ്ധതി തയ്യാറാക്കിക്കഴിഞ്ഞിരുന്നു. അയാൾ പറഞ്ഞു "എന്റെ രാജകുമാരി, ഞാനൊരു പാവം സ്ത്രീയാണ്. മരുഭൂമിയിൽ വസിക്കുന്ന ഒരു മതഭക്ത. രാജകൊട്ടാരത്തിലെ ജീവിതം ഞാൻ അർഹിക്കുന്നതല്ല!"

"എന്തായാലും അക്കാര്യം ഓർത്ത് വിഷമിക്കരുത്, എന്റെ ഫാത്തിമാ പുണ്യവാളത്തി. എന്റെ പവലിയനിൽ നിങ്ങൾക്കായി ഒരു മുറി ഞാൻ പ്രത്യേകം തയ്യാറാക്കിത്തരാം. നിങ്ങൾക്കതിൽ ആരാധന നടത്താം. ആരും നിങ്ങളെ ബുദ്ധിമുട്ടിക്കാനവിടെ വരില്ല. നിങ്ങൾക്ക് ആശ്രമത്തിലേതിനേക്കാൾ സുഖമായി എന്റെ സ്ഥലത്ത് അള്ളായെ ധ്യാനിക്കാം."

"അങ്ങയുടെ ഉത്തരവുപോലെ രാജകുമാരി. ഞാൻ അങ്ങയുടെ ഉത്തരവിനെ എതിർക്കുന്നില്ല. രാജസന്തതികളുടെ കല്പനകൾക്കെതിരു നിൽക്കാനോ നിരാകരിക്കാനോ പാടില്ല. ഒരു കാര്യം മാത്രം ഞാൻ ഭക്ഷണം കഴിക്കുന്നതും മറ്റും സ്വന്തം മുറിയിലിരുന്നിട്ടായിരിക്കും. അത് പരമരഹസ്യമാക്കി വെക്കുകയും വേണം. എനിക്ക് വിഭവസമൃദ്ധമായ ഭക്ഷണമൊന്നും വേണ്ട. നിങ്ങൾ വേലക്കാരിയുടെ കൈയിൽ ദിവസവും ഒരു കഷണം അപ്പവും അല്പം വെള്ളവും കൊടുത്തയച്ചാൽ മതി. എനിക്ക് ഭക്ഷണം കഴിക്കണമെന്ന് തോന്നുമ്പോൾ അത് എടുത്ത് കഴിച്ചുകൊള്ളാം. എന്നെ ഒറ്റയ്ക്ക് മുറിയിലിരുന്ന് ആഹാരം കഴിക്കാൻ അനുവദിക്കുക."

തന്റെ മുഖാവരണം മാറ്റി ഭക്ഷണം കഴിക്കുമ്പോൾ, തന്റെ യഥാർത്ഥ രൂപം കണ്ടുപിടിച്ചെങ്കിലോ എന്നായിരുന്നു അയാളുടെ ഭയം. താടിയും മീശയും കാണാനിടയായാൽ പുരുഷനാണെന്ന് കണ്ടുപിടിക്കാനാകുമല്ലോ. അങ്ങനെ ആ സാധ്യത അയാൾ ഒഴിവാക്കി.

രാജകുമാരി മറുപടി നല്കി. "എന്റെ ഫാത്തിമാ പുണ്യവാളത്തി, മനസ്സമാധാനത്തോടെ ഇരിക്കൂ. നിങ്ങളുടെ ആഗ്രഹപ്രകാരമല്ലാതെ മറ്റൊന്നും നടക്കില്ല. എഴുന്നേല്ക്കൂ. ഈ കൊട്ടാരത്തിലെ നിങ്ങളുടെ മുറി ഞാൻ കാണിച്ചുതരാം. അത് നിങ്ങളുടെ ഇവിടത്തെ താമസത്തിനായി ഞാൻ സജ്ജീകരിച്ചുതരാം" - അപ്പോഴേക്കും നേരം പുലർന്നതു കണ്ട് ഷാഹ്റസാദ് അദ്ഭുതപ്പെട്ടു; അവൾ കഥപറച്ചിൽ നിർത്തി.

അഞ്ഞൂറ്റി എൺപത്തിയൊമ്പതാം രാവ്

ദുനിയാസാദ് പറഞ്ഞു "എന്റെ സഹോദരീ, നിനക്ക് ഉറക്കം വരുന്നില്ലെങ്കിൽ ഞങ്ങൾക്ക് സുഖകരമായ ചില കഥകൾ പറഞ്ഞുതരാമോ?"

അപ്പോൾ ഷാഹ്റസാദ് മറുപടി നല്കി. "സ്നേഹത്തോടും സന്മനസ്സോടും." - അല്ലയോ മഹാരാജാവേ, ദിവ്യസന്ന്യാസിനിയെപ്പോലെ

വേഷംകെട്ടിയ ആ മാന്ത്രികനെ തന്റെ മുറി കാണിക്കാനായി ബദർ അൽബദൂർ രാജകുമാരി കൂട്ടിക്കൊണ്ടുപോയി.

അവൾ പറഞ്ഞു "അല്ലയോ, ഫാത്തിമാ പുണ്യവാളത്തി, ഇവിടെ നിങ്ങൾക്ക് എല്ലാ സുഖസൗകര്യങ്ങളോടുംകൂടി കഴിയാം. സ്വസ്ഥമായി സ്വകാര്യത കാത്തുസൂക്ഷിച്ചുകൊണ്ട് വിശ്രമിക്കാം. ഈ മുറിക്ക് നിങ്ങളുടെ പേരിടും."

മാന്ത്രികൻ അപ്പോൾ അവൾക്കുവേണ്ടി പ്രാർത്ഥിച്ചു. അവളുടെ കാരുണ്യത്തിന് നന്ദി രേഖപ്പെടുത്തി. രാജകുമാരി അയാൾക്ക്, രത്നംപതിച്ച ശോഭായമാനമായ ഇരുപത്തിനാല് ജാലകങ്ങളുള്ള 'കയോസ്ക്' കാണിച്ചുകൊടുത്ത് ചോദിച്ചു "ഈ പ്രൗഢഗംഭീരമായ പവലിയനെക്കുറിച്ച് നിങ്ങൾ എന്തുപറയുന്നു, ഫാത്തിമാ പുണ്യവാളത്തി?"

ആഫ്രിക്കൻ മറുപടി നല്കി "അള്ളായാണേ, എന്റെ മോളേ, അത് തീർച്ചയായും മനോഹരംതന്നെ. അങ്ങേയറ്റം അദ്ഭുതകരം! ഇത്തരം ഒരു കെട്ടിടം സൃഷ്ടിക്കാൻ ലോകത്താർക്കും കഴിയില്ല. എന്നാൽ, കഷ്ടം, ഒരേ ഒരു കുറവ് അതിന്റെ സൗന്ദര്യത്തെ ബാധിക്കുന്നുണ്ട്."

രാജകുമാരി ചോദിച്ചു "അല്ലയോ ഫാത്തിമാ പുണ്യവാളത്തി, എന്താണതിന്റെ പോരായ്മ? അത് കൂടുതൽ മനോഹരമാക്കിത്തീർക്കാൻ എന്താണ് ചെയ്യേണ്ടത്? എന്നോടു പറയൂ."

"അല്ലയോ രാജകുമാരി, ആ താഴികക്കുടത്തിന്റെ മധ്യത്തിൽനിന്ന് 'രുഖ്' എന്ന പക്ഷിയുടെ മുട്ട ഞാത്തിയിടണം. അത് ചെയ്താൽ, ലോകത്തിലെ ഏതു കെട്ടിടവും ഇതിന് പിന്നിലേ നില്ക്കൂ."

"എന്ത് പക്ഷിയാണിത്, എവിടെനിന്നാണിതിന്റെ മുട്ട കിട്ടുക?"

"എന്റെ രാജകുമാരി, തീർച്ചയായും 'രുഖ്' ഭീമാകാരനായൊരു പക്ഷിയാണ്. അത് നഖങ്ങളിൽ ഇറുക്കിപ്പിടിച്ച് ആനകളേയും ഒട്ടകങ്ങളേയും കൊണ്ട് പറന്നുപോകും. അത്രയ്ക്ക് ഭീമാകാരനായൊരു പക്ഷിയാണത്. ഭയങ്കര ശക്തിയുള്ള പക്ഷി! 'കാഫ്' മലമുകളിൽ ആണ് ഈ പക്ഷിയെ അധികവും കാണാറുള്ളത്. ഈ പവലിയൻ ഉണ്ടാക്കിയ ശില്പിക്ക് അതിന്റെ മുട്ട നിനക്കുവേണ്ടി കൊണ്ടുവരാൻ പറ്റും."

പിന്നെ അവർ സംസാരം നിർത്തി പിരിഞ്ഞുപോന്നു. ഭക്ഷണസമയമായതിനാൽ പരിചാരിക മേശപ്പുറത്ത് ഭക്ഷണപദാർത്ഥങ്ങൾ നിരത്തി. ആ നശിച്ച ആഫ്രിക്കനെ തന്നോടൊപ്പം ആഹാരം കഴിക്കാനായി രാജകുമാരി വിളിപ്പിച്ചു. എന്നാലവനത് നിരസിച്ചു. അതവനൊരിക്കലും സ്വീകാര്യമല്ലാത്ത കാര്യമാണ്. അയാൾ, രാജകുമാരി നല്കിയ മുറിയിൽ ഇരുന്ന് വേലക്കാരി കൊണ്ടുവന്ന ഭക്ഷണം കഴിച്ചു.

വൈകുന്നേരം അലാവുദ്ദീൻ നായാട്ടുകഴിഞ്ഞ് തിരിച്ചെത്തി; ഭാര്യയെ മാറോടണച്ച് ചുംബിച്ചു. അപ്പോൾ അവളുടെ മുഖത്ത് എന്തോ വിഷാദത്തിന്റെ കരിനിഴൽ അവൻ ദർശിച്ചു. പതിവുപോലെ അവൾ പുഞ്ചിരിച്ചില്ല എന്നതും അവൻ ശ്രദ്ധിച്ചു.

അവൻ ഭാര്യയോട് ചോദിച്ചു "നിനക്കെന്തുപറ്റി, എന്റെ പ്രിയതമേ? എന്നോട് പറയൂ. നിന്നെ വേദനിപ്പിക്കുന്ന ചിന്തകൾ എന്താണ്?"

"ഒന്നുമില്ല." അവൾ തുടർന്നു പറഞ്ഞു.

"എന്നാൽ, എന്റെ പ്രിയപ്പെട്ടവനെ, നമ്മുടെ പവലിയന് കുറവുകളൊന്നുമില്ലെന്നാണ് എന്റെ വിചാരം. എന്നാലും എന്റെ പ്രാണനാഥാ,

ആ മുകളിലെ ഗോപുരത്തിൽനിന്ന് 'രുഖ്' പക്ഷിയുടെ മുട്ട ഞാത്തിയിട്ടാൽ, ഇതുപോലൊരു കെട്ടിടം ഈ ലോകത്ത് ഉണ്ടാകില്ല."

അവളുടെ ഭർത്താവ് മറുപടി നല്കി.

"ഇത്രയും നിസ്സാരകാര്യത്തിനുവേണ്ടിയാണോ നീ വിഷാദിച്ചിരിക്കുന്നത്? എന്നെ സംബന്ധിച്ചിടത്തോളം ഏറ്റവും എളുപ്പമുള്ളൊരു പണിയാണത്! അതുകൊണ്ട് ആഹ്ലാദവതിയായിരിക്കുക. നിനക്ക് എന്ത് ആഗ്രഹമുണ്ടെങ്കിലും എന്നോട് പറഞ്ഞാൽ മതി, ഞാനത് ലോകത്തിന്റെ അറ്റത്ത് നിന്നായാലും നിനക്ക് കൊണ്ടുവന്നു തരും, അതിശീഘ്രം! - അപ്പോഴേക്കും നേരം പുലരാറായെന്നുകണ്ട് ഷാഹ്റസാദ് അദ്ഭുതപ്പെട്ടു. തനിക്ക് പറയാനനുവദിച്ചുതന്ന കഥപറച്ചിലവൾ നിർത്തി.

അഞ്ഞൂറ്റി തൊണ്ണൂറാം രാവ്

ദുനിയാസാദ് പറഞ്ഞു "അല്ലയോ സഹോദരീ, നിനക്ക് ഉറക്കം വരുന്നില്ലെങ്കിൽ, ഞങ്ങൾക്ക് കുറച്ചു നല്ല കഥകൾ നീ പറഞ്ഞുതരൂ."

ഷാഹ്റസാദ് മറുപടി നല്കി "സ്നേഹത്തോടും സന്മനസ്സോടും" - അല്ലയോ മഹാരാജാവേ, തന്റെ ഭാര്യയെ ഉന്മേഷപ്പെടുത്തിയശേഷം അലാവുദ്ദീൻ അവൾക്കാവശ്യമുള്ളതെല്ലാം നല്കാമെന്ന് വാഗ്ദാനം ചെയ്തു. നേരെ സ്വന്തം മുറിയിലേക്ക് പോയി വിളക്കെടുത്ത് ഉരച്ചു. ഉടനെ ഭൂതം പ്രത്യക്ഷപ്പെട്ട് പറഞ്ഞു, "അങ്ങേക്ക് എന്താണ് വേണ്ടതെന്ന് ചോദിക്കൂ."

"നീ 'രുഖ്' പക്ഷിയുടെ മുട്ട കൊണ്ടുവന്ന് എന്റെ പവലിയനിലെ ഗോപുരത്തിൽ ഞാത്തിയിടണമെന്നാണെന്റെ ആഗ്രഹം."

എന്നാൽ, ഇതുകേട്ടപ്പോൾ അവന്റെ മുഖം പേടിച്ച് വിളർത്തുപോയി. ഭീതിയോടെ ഉറക്കെ അലറി. "അല്ലയോ നന്മകളുടെ നിഷേധി, ഞാനും വിളക്കിന്റെ എല്ലാ അടിമകളും നിന്നെ ഇത്രയും സേവിച്ചതൊന്നും പോരേ! നീ ഞങ്ങളുടെ ദേവതയെത്തന്നെ കൊണ്ടുവരാൻ ആവശ്യപ്പെട്ടല്ലോ, നിന്റെയും പത്നിയുടേയും ആനന്ദത്തിനുവേണ്ടി ഗോപുരത്തിൽനിന്ന് ഞാത്തിയിടുവാൻ! ഇപ്പോൾ അള്ളായാണേ, നിന്നെയും അവളെയും കൊന്ന് പൊടിച്ചുകളയുകയാണ് ഞാൻ വേണ്ടത്. ഈ കുറ്റത്തിന് നിങ്ങൾ അർഹിക്കുന്ന ശിക്ഷ അതാണ്. എന്നാൽ, ഇക്കാര്യത്തെക്കുറിച്ച് നിങ്ങൾ അജ്ഞനായതിനാൽ, നിരപരാധികളായ നിങ്ങൾക്ക് ഞാൻ മാപ്പു നല്കുന്നു. തെറ്റുകാരൻ ആ മാന്ത്രികനാണ്. മഗ്രബിയുടെ സഹോദരൻ. ദിവ്യയായ ഫാത്തിമായുടെ രൂപത്തിൽ അവൻ ഇവിടെ ഒളിച്ചിരിപ്പുണ്ട്. ഫാത്തിമായെ അവൻ വെട്ടിക്കൊന്ന് കൊക്കയിലെറിഞ്ഞ്, അവളുടെ വസ്ത്രങ്ങളും മറ്റു സാധനങ്ങളും കരസ്ഥമാക്കി. തീർച്ചയായും അവൻ തന്റെ സഹോദരന്റെ കൊലയ്ക്ക് പ്രതികാരം ചെയ്യാനായിട്ടാണിവിടെ എത്തിയിരിക്കുന്നത്, നിന്നെ കൊല്ലാൻ. അവനാണ് നിന്റെ ഭാര്യയെ ഇക്കാര്യം നിന്നോടാവശ്യപ്പെടാനായി പ്രേരിപ്പിച്ചത്. "ഇത്രയും പറഞ്ഞ് ആ ഭൂതം അപ്രത്യക്ഷനായി.

അലാവുദ്ദീൻ ഭൂതത്തിന്റെ അട്ടഹസിച്ചുകൊണ്ടുള്ള ഈ വാക്കുകൾകേട്ട് പേടിച്ചുവിറച്ചു. എന്നാൽ, അവൻ ധൈര്യം വീണ്ടെടുത്ത് ചാടി എഴുന്നേറ്റ് തന്റെ മുറിയിൽനിന്ന് ഭാര്യയുടെ അടുത്തേക്ക് പോയി. അവൻ ഭയങ്കര തലവേദന നടിച്ച് ഇരുന്നു. അത്തരം വേദനകൾ മാറ്റുവാനുള്ള

നിഗൂഢവിദ്യ ഫാത്തിമായ്ക്ക് അറിയാമെന്ന കാര്യം അലാവുദ്ദീൻ കേട്ടിട്ടുണ്ട്. ബദർ അൽബദൂർ രാജകുമാരി വന്നപ്പോൾ അവൻ വ്യാജതലവേദനയിൽ പുളഞ്ഞ് കൈ തലയിൽവെച്ച് ഇരിക്കയായിരുന്നു! എന്താണ് പ്രശ്നം എന്നവൾ ചോദിച്ചപ്പോൾ അലാവുദ്ദീൻ മറുപടി നല്കി. "ഭയങ്കരമായ തലവേദന."

ഉടനെ ഫാത്തിമായെ വരുത്താനായി അവൾ ഉത്തരവിട്ടു. ആ പുണ്യവാളത്തി അവന്റെ ശിരസ്സിൽ സ്പർശിച്ച് അസുഖം മാറ്റട്ടെ.

അലാവുദ്ദീൻ അവളോട് ചോദിച്ചു.

"ആരാണീ ഫാത്തിമ?"

പുണ്യവാളത്തി ഫാത്തിമ ആണതെന്നും പവലിയനിൽ താമസിക്കാനായി അവൾക്ക് രാജകുമാരി അനുമതി നല്കിയിട്ടുണ്ടെന്നും അൽബദൂർ മറുപടി നല്കി. അതിനിടയിൽ അടിമപ്പെൺകുട്ടികൾ ചെന്ന് ആ മാന്ത്രികനെ വിളിച്ചുകൊണ്ടുവന്നിരുന്നു. ആ നശിച്ചവൻ ആ മുറിയിലേക്ക് കാലെടുത്തുവെച്ചപ്പോൾ, അവന്റെ ലക്ഷ്യത്തെക്കുറിച്ചൊന്നുമറിയില്ല എന്ന ഭാവത്തിൽ, അലാവുദ്ദീൻ എഴുന്നേറ്റ് സലാം പറഞ്ഞു. യഥാർത്ഥ ഫാത്തിമായാണെന്ന ഭാവത്തിൽ അവൻ മാന്ത്രികന്റെ കൈയിൽ ചുംബിച്ച്, ഹൃദ്യമായി സ്വാഗതം ചെയ്ത് ആദരവോടെ പറഞ്ഞു "അല്ലയോ ഫാത്തിമാ പുണ്യവാളത്തി, നിങ്ങൾ എന്നെ അനുഗ്രഹിക്കണം. നിങ്ങളുടെ വേദനകൾ മാറ്റാനുള്ള സിദ്ധി സുപ്രസിദ്ധമാണ്. എനിക്ക് സഹിക്കാനാവാത്ത തലവേദനയുണ്ട്."

ആ ശപിക്കപ്പെട്ടവൻ ആഗ്രഹിച്ചതും അതുതന്നെയാണ്. പെട്ടെന്ന് തന്റെ അഭിലാഷം പൂർത്തീകരിക്കാൻ പോകുകയാണെന്നവന് തോന്നി. സ്വയം വിശ്വസിക്കാനാവാത്തതുപോലെ! - അപ്പോഴേക്കും നേരം പുലർന്നതിനാൽ ഷാഹ്‌രസാദ് കഥപറച്ചിൽ നിർത്തി.

അഞ്ഞൂറ്റി തൊണ്ണൂറ്റിയൊന്നാം രാവ്

ദുനിയാസാദ് പറഞ്ഞു "എന്റെ സഹോദരീ, നിനക്ക് ഉറക്കം വരുന്നില്ലെങ്കിൽ ഞങ്ങൾക്ക് കുറച്ച് നല്ല കഥകൾ പറഞ്ഞുതരുമോ?"

ഷാഹ്‌രസാദ് മറുപടി നല്കി "സ്നേഹത്തോടും സന്മനസ്സോടും കൂടെ." - അല്ലയോ മഹാരാജാവേ, ഫാത്തിമാ പുണ്യവാളത്തിയുടെ വേഷത്തിൽ കഴിഞ്ഞിരുന്ന ആ മാന്ത്രികൻ, അലാവുദ്ദീന്റെ ശിരസ്സിൽ കൈവെച്ച് വേദന മാറ്റിക്കൊടുക്കാനായി അവന്റെ അടുത്തെത്തി. അയാൾ ഒരു കൈ ശിരസ്സിൽ തൊടാനായി പൊക്കവെ, മറ്റേ കൈ ഉടുപ്പിനുള്ളിൽ കടത്തി. അലാവുദ്ദീനെ കൊല്ലാൻവേണ്ടി ഒരു കഠാരി വലിച്ചൂരിയെടുത്തു! എന്നാൽ, അലാവുദ്ദീൻ അത് ശ്രദ്ധിച്ചിരുന്നെങ്കിലും കഠാരി പൂർണമായി ഊരിയെടുക്കുന്നതുവരെ കാത്തുനിന്നു. അയാൾ കഠാരി കൈയിലെടുത്ത ഉടനെ അലാവുദ്ദീനത് ബലമായി പിടിച്ചുവാങ്ങി ആ നീചന്റെ ഹൃദയത്തിൽ കുത്തിയിറക്കി. ഇതുകണ്ട ബദർ അൽബദൂർ രാജകുമാരി ഉച്ചത്തിൽ നിലവിളിച്ചു "ഈ പുണ്യവാളത്തി എന്തു കുറ്റം ചെയ്തിട്ടാണ് നിങ്ങൾ അവളെ കുത്തിവീഴ്ത്തിയത്? അദ്ഭുതകൃത്യങ്ങൾക്ക് ഇത്രയും പ്രശസ്തി നേടിയ പുണ്യവാളത്തി ഫാത്തിമയെ കൊന്ന നിങ്ങൾ അള്ളായെ ഭയപ്പെടുന്നില്ലേ?"

"ഇല്ല. ഞാൻ ഫാത്തിമായെ കൊന്നിട്ടില്ല. ഫാത്തിമായുടെ ഘാതകനെയാണ് ഞാൻ കൊന്നത്. 'മഗ്രബി'യുടെ സഹോദരനായ ആ ശപിക്കപ്പെട്ട മാന്ത്രികനെ, നിന്നെ ദുർമന്ത്രവാദം ചെയ്ത് പവലിയനോടൊപ്പം ആഫ്രിക്കയിലേക്ക് കടത്തിയവനാണ് 'മഗ്രബി'. അവന്റെ നീചനായ ഈ സഹോദരൻ ഈ നഗരത്തിലെത്തി ഫാത്തിമായെ വധിച്ച് അവളുടെ വസ്ത്രങ്ങളും സാധനങ്ങളും കരസ്ഥമാക്കി. അവന്റെ സഹോദരന്റെ കൊലയ്ക്ക് എന്നോട് പ്രതികാരം ചെയ്യുകയായിരുന്നു അവന്റെ ലക്ഷ്യം. എന്നോട് 'രുഖി'ന്റെ മുട്ട കൊണ്ടുവരാൻ നിന്നെ പഠിപ്പിച്ചുവിട്ടതും അവനായിരുന്നു. അത്തരം ആവശ്യം ഉന്നയിച്ചാൽ ഞാൻ കൊല്ലപ്പെടുമെന്നവനറിയാമായിരുന്നു. ഞാൻ പറഞ്ഞതിൽ നിനക്കെന്തെങ്കിലും സംശയമുണ്ടെങ്കിൽ, മുന്നോട്ടുവന്ന് ഞാൻ കൊന്ന വ്യക്തിയെ ഒന്ന് പരിശോധിക്കൂ."

അലാവുദ്ദീൻ ആ ആഫ്രിക്കന്റെ ശിരോവസ്ത്രം വലിച്ചുമാറ്റി. താടിയും മീശയുമുള്ള മുഖമാണ് ആ ശിരോവസ്ത്രത്തിനുള്ളിൽ എന്ന് ബദൽ അൽബദൂർ കണ്ടു. തൽക്ഷണം സത്യാവസ്ഥ അവൾക്ക് മനസ്സിലായി. അവൾ ഭർത്താവിനോടു പറഞ്ഞു.

"എന്റെ പ്രാണനാഥാ, രണ്ടുപ്രാവശ്യം ഞാൻ നിങ്ങളെ മരണവക്ത്രത്തിലെത്തിച്ചു!"

"അതുകൊണ്ട് നാശമൊന്നും വന്നില്ലല്ലൊ, എന്റെ ഹൃദയേശ്വരീ. നിന്റെ സ്നേഹം നിറഞ്ഞ കണ്ണുകളുടെ ആശീർവ്വാദമാണതിന് കാരണം. നീ എനിക്ക് വരുത്തിവച്ചതെന്തും ആനന്ദത്തോടെ ഞാൻ സ്വീകരിക്കുന്നു."

ഈ വാക്കുകൾ കേട്ട് രാജകുമാരി പാഞ്ഞുചെന്ന് അവനെ ആലിംഗനം ചെയ്ത് ചുംബിച്ചുകൊണ്ട് പറഞ്ഞു. "എന്റെ പ്രാണനാഥാ, നിങ്ങളോടുള്ള സ്നേഹംമൂലമാണ് ഇപ്രകാരമെല്ലാം ചെയ്തുപോയത്. മറ്റൊന്നും എനിക്കറിയില്ല. എന്നാലും, നിങ്ങളുടെ സ്നേഹം കുറയാനിടവരുന്ന പ്രവൃത്തികളൊന്നും ഞാൻ ചെയ്യില്ല."

അപ്പോൾ അലാവുദ്ദീൻ അവളെ മാറോടണച്ചുപിടിച്ച് ചുംബിച്ചു. അവർ തമ്മിലുള്ള പ്രേമം അഭിവൃദ്ധിപ്പെട്ടതേയുള്ളൂ.

ആ സമയത്ത് സുൽത്താൻ അവിടെ എഴുന്നെള്ളി. അവർ നടന്ന സംഭവങ്ങളെല്ലാം അദ്ദേഹത്തിന് വിവരിച്ചുകൊടുത്തു. ആ മാന്ത്രികന്റെ മൃതദേഹം കാണിച്ചുകൊടുത്തു. ആ ശവം കാണിച്ച് ചാരം അന്തരീക്ഷത്തിൽ ചിതറി വിടാൻ രാജകല്പന ഉണ്ടായി, ആ മാന്ത്രികന്റെ സഹോദരനോട് ചെയ്തതുപോലെ! അങ്ങനെ എല്ലാ അപകടങ്ങളിൽനിന്നും മുക്തനായി അലാവുദ്ദീൻ ഭാര്യ ബദർ അൽബദൂർ രാജകുമാരിയോടൊപ്പം സന്തോഷം നിറഞ്ഞ ജീവിതം ആസ്വദിച്ചു. കുറച്ചുകാലത്തിനുശേഷം രാജാവ് സ്വർഗലോകം പൂകിയപ്പോൾ അദ്ദേഹത്തിന്റെ മരുമകൻ സിംഹാസനത്തിലേറി. അവന്റെ നീതിപൂർവ്വമായ സൽഭരണംമൂലം പ്രജകൾക്കെല്ലാം അവൻ ജീവനായിരുന്നു! മരണംവരെ ആ ദമ്പതികൾ ശാന്തിയും സമാധാനവും സന്തുഷ്ടിയും നിറഞ്ഞ ജീവിതം നയിച്ചു.

ദുനിയാസാദ് പറഞ്ഞു "എത്ര അപൂർവ്വവും മനോരഞ്ജകവുമാണ് നിന്റെ കഥകൾ!"

ഷാഹ്രസാദ് മറുപടി നല്കി "രാജാവ് എന്നെ വധിച്ചിട്ടില്ലെങ്കിൽ, നാളെ രാത്രി ഞാൻ പറയാൻ പോകുന്ന കഥയുമായി തുലനം ചെയ്താൽ

ഇതൊന്നുമാവില്ല!" അപ്പോൾ ഷഹ്ര്യാർ ആത്മഗതമായി പറഞ്ഞു "മുഴുവൻ കഥകളും പറഞ്ഞുതീരുന്നതുവരെ തീർച്ചയായും ഞാനവളെ കൊല്ലില്ല."

അഞ്ഞൂറ്റി തൊണ്ണൂറ്റിരണ്ടാം രാവ്
ഖുദാദാദും സഹോദരന്മാരും

ഖുദാദാദിന്റേയും സഹോദരന്മാരുടേയും വീരസാഹസകഥകൾ ഷാഹ്രസാദ് പറഞ്ഞുതുടങ്ങി.

അല്ലയോ കീർത്തിമാനായ രാജാവേ, എന്റെ ഈ കഥ 'ദിയാർബക്കർ' രാജ്യത്തെ സംബന്ധിച്ചുള്ളതാണ്. ഈ രാജ്യത്തിന്റേ തലസ്ഥാനനഗരിയായ 'ഹരാനി'ൽ അതിപ്രശസ്തനായൊരു സുൽത്താനാണ് രാജ്യം ഭരിച്ചിരുന്നത്. അദ്ദേഹം പ്രജകളെ സംരക്ഷിക്കുകയും സ്നേഹിക്കുകയും ചെയ്തിരുന്നു. എല്ലാ ഗുണങ്ങളുമുള്ള ആ സുൽത്താൻ ഒരു തികഞ്ഞ മനുഷ്യസ്നേഹിയായിരുന്നു. അദ്ദേഹത്തിന്റെ ഹൃദയാഭിലാഷങ്ങൾ മുഴുവൻ സർവ്വശക്തനായ അള്ളാ സാധിച്ചുകൊടുത്തിട്ടുണ്ട്, ഒരു കാര്യമൊഴിച്ച്. അദ്ദേഹത്തിന്റെ അന്തഃപുരത്തിൽ അനേകം അഴകാർന്ന ഭാര്യമാരും വെപ്പാട്ടിമാരും ഉണ്ടായിരുന്നെങ്കിലും ഈശ്വരൻ അദ്ദേഹത്തിനൊരു പുത്രനെ നല്കി അനുഗ്രഹിച്ചില്ല. ഒരു കുഞ്ഞിനുവേണ്ടി അദ്ദേഹം നിരന്തരമായ ഈശ്വരപ്രാർത്ഥനയിൽ മുഴുകി. ഒരു ദിവസം രാത്രി പ്രവാചകനെപ്പോലൊരു ദിവ്യൻ സ്വപ്നത്തിൽ പ്രത്യക്ഷപ്പെട്ട് സുൽത്താനോട് പറഞ്ഞു "അല്ലയോ പ്രതാപവാനായ രാജാവേ, നിന്റെ ദീർഘമായ പ്രാർത്ഥനകൾ കേട്ടിരിക്കുന്നു. നാളെ പുലർച്ചയ്ക്ക് എഴുന്നേറ്റ്, ദൈവത്തോട് പ്രാർത്ഥിച്ച് നിന്റെ നിവേദനങ്ങൾ അർപ്പിക്കുക. പിന്നെ തോട്ടക്കാരന്റെ അടുത്തെത്തി ഒരു മാതളനാരങ്ങ കൊണ്ടുവരാൻ പറയുക. നല്ലതാണെന്ന് നിനക്ക് തോന്നുന്ന കുരുക്കൾ കഴിയാവുന്നത്ര കഴിക്കുക. വീണ്ടും പോയി പ്രാർത്ഥിക്കുക. അള്ളാ നിന്റെ ശിരസ്സിൽ ആനുകൂല്യങ്ങളും ദൈവകൃപയും വർഷിക്കും."

രാജാവ് കാലത്ത് എഴുന്നേറ്റ് രാത്രി കണ്ട സ്വപ്നത്തെക്കുറിച്ചോർത്തു. അള്ളായ്ക്ക് നന്ദിപറഞ്ഞ്, പ്രാർത്ഥിച്ചു. പിന്നെ, തോട്ടത്തിലേക്ക് പോയി തോട്ടക്കാരനിൽനിന്നും ഒരു മാതളനാരങ്ങ വാങ്ങി പൊളിച്ച് അമ്പത് കുരുക്കൾ എണ്ണിയെടുത്ത് കഴിച്ചു. ഓരോന്നും ഓരോ ഭാര്യയുടെ പേരിൽ. അതിനുശേഷം ഓരോരുത്തരോടൊപ്പം മാറിമാറി അദ്ദേഹം ലൈംഗികവേഴ്ച നടത്തി. സർവ്വശക്തന്റെ കാരുണ്യത്താൽ എല്ലാവരും ഗർഭം ധരിച്ചതായി പിന്നീട് മനസ്സിലായി. 'ഫിറൂസാ' എന്ന ഒരുവൾ ഒഴിച്ച്! അതുകൊണ്ട് രാജാവിന് അവളോട് ഉള്ളാലെ വെറുപ്പ് തോന്നി. അദ്ദേഹം മനസ്സാ പറഞ്ഞു "അള്ളാ ഇവളെ നികൃഷ്ടയും ശപിക്കപ്പെട്ടവളുമായാണ് കാണുന്നത്. അതുകൊണ്ട് ഒരു രാജകുമാരന്റെ അമ്മയാകുന്നത് അവൻ ഇഷ്ടപ്പെടുന്നില്ല, വന്ധ്യത അവളുടെ വിധിയാണ്."

രാജാവ് അവളെ വധിക്കാൻ തുനിഞ്ഞതാണ്. എന്നാൽ, വസീർ അവൾക്കുവേണ്ടി ഇടപെട്ടു. ഒരുപക്ഷേ, 'ഫിറൂസാ' ഗർഭിണി ആയിരിക്കാം. ചില സ്ത്രീകളിൽ ഗർഭലക്ഷണങ്ങൾ കാണിക്കാറില്ല. അങ്ങനെയാണെങ്കിൽ അവളെ വധിക്കുന്നതിലൂടെ ഒരു രാജകുമാരനെ ആയിരിക്കും

വധിക്കുന്നത്! രാജാവ് പറഞ്ഞു "അങ്ങനെത്തന്നെ ആകട്ടെ! അവളെ കൊല്ലേണ്ട; എന്നാൽ, അവൾ ഈ കൊട്ടാരത്തിലോ നഗരത്തിലോ താമസിക്കാൻ പാടില്ല. എനിക്കവരെ കാണുന്നത് സഹിക്കാനാവില്ല."

മന്ത്രി മറുപടി നല്കി "അങ്ങയുടെ കല്പന നടപ്പാക്കപ്പെടും. അവളെ അങ്ങയുടെ സഹോദരപുത്രൻ സമീറിന്റെ വീട്ടിലേക്കയയ്ക്കാം."

രാജാവ് മന്ത്രിയുടെ ഉപദേശപ്രകാരം പ്രവർത്തിച്ചു. വെറുക്കപ്പെട്ട തന്റെ രാജ്ഞിയെ ഒരു കത്തിനോടൊപ്പം 'സമരിയാ'യിലുള്ള സഹോദരപുത്രന്റെ അടുത്തേക്കയച്ചു. കത്തിലെ ഉള്ളടക്കം ഇതായിരുന്നു. "നാം ഈ മഹതിയെ നിന്റെ സംരക്ഷണച്ചുമതലയിലേക്ക് അയച്ചുതരുന്നു. അവളെ അന്തസ്സോടെ സംരക്ഷിക്കുക. അവളിൽ ഗർഭത്തിന്റെ ലക്ഷണങ്ങൾ കണ്ടാൽ ഉടനെ നമ്മെ അറിയിക്കുക."

അങ്ങനെ 'ഫിറൂസാ' സമരിയായിലേക്ക് യാത്രതിരിച്ചു. സമയം വന്നപ്പോൾ അവൾ ഒരു ആൺകുഞ്ഞിനെ പ്രസവിച്ചു. അങ്ങനെ അവൾ ഒരു രാജകുമാരന്റെ മാതാവായി. സൂര്യനെപ്പോലെ തേജസ്സുള്ളവനായിരുന്നു ആ രാജകുമാരൻ. സമരിയാ രാജാവ് ഹരൻ സുൽത്താന് കത്തയച്ചു.

"ഫിറൂസാ ഒരു രാജകുമാരനെ പ്രസവിച്ചിരിക്കുന്നു. സർവ്വശക്തനായ അള്ളാ അങ്ങേക്ക് ശാശ്വതമായ ശ്രേയസ്സ് നല്കിയിരിക്കുന്നു!" ഈ വാർത്ത കേട്ട് രാജാവ് ആഹ്ലാദഭരിതനായി. അദ്ദേഹം ഇപ്രകാരം സമീറിന് മറുപടി നല്കി.

"എന്റെ നാല്പത്തിഒമ്പത് ഭാര്യമാരും പ്രസവിച്ചു. ഞാൻ അങ്ങേയറ്റം സന്തോഷവാനാണ്, ഫിറോസായും എനിക്കൊരു പുത്രനെ നല്കിയെന്നറിഞ്ഞപ്പോൾ! അവന്റെ പേര് 'ഖുദാദാദ്' എന്നായിരിക്കട്ടെ. അവന്റെ കാര്യത്തിൽ നന്നായി ശ്രദ്ധിക്കണം. ആഘോഷങ്ങൾക്കൊരു കുറവും വരുത്തരുത്. അതിനുള്ള എല്ലാ ചിലവുകളും ഞാൻ വഹിക്കും."

അങ്ങനെ ഖുദാദാദ് രാജകുമാരന്റെ പിറവി ആഘോഷങ്ങൾ എല്ലാവിധ ആർഭാടങ്ങളോടെ സസന്തോഷം സമീർ രാജകുമാരൻ കൊണ്ടാടി. കുട്ടി വളർന്ന് വലുതായപ്പോൾ അവന് എല്ലാവിധ വിദ്യകളും അയാൾ അഭ്യസിപ്പിച്ചു. വാൾപ്പയറ്റും ധനുർവേദവും കുതിരസ്സവാരിയും കലകളും ശാസ്ത്രങ്ങളും രാജകുമാരന്മാർ അറിഞ്ഞിരിക്കേണ്ടതായ എല്ലാ ജ്ഞാനവും അവൻ കരസ്ഥമാക്കി. അവയിലെല്ലാം നല്ല വൈദഗ്ധ്യവും നേടി. പതിനെട്ട് വയസ്സായപ്പോൾ ലോകത്ത് മറ്റാർക്കുമില്ലാത്തത്ര കരുത്തും ശൗര്യവും അവൻ നേടി. അസാധാരണ ഊർജ്ജസ്വലതയും പൗരുഷവുമുള്ള സ്വഭാവക്കാരനാണവൻ. ഒരു ദിവസം അവൻ അമ്മ ഫിറൂസായോട് ചോദിച്ചു. "എന്റെ അമ്മേ, എന്നെ സമരിയ വിട്ടുപോകാൻ അനുവദിക്കൂ. യുദ്ധങ്ങളിലൂടെ ഞാൻ വീരപരാക്രമം പ്രദർശിപ്പിച്ച് ഭാഗ്യാന്വേഷണത്തിനായി ശ്രമിക്കട്ടെ. എനിക്കതിൽ പ്രാഗത്ഭ്യം തെളിയിക്കാൻ കഴിയും. ഹരൻ സുൽത്താനായ എന്റെ അച്ഛന് നിരവധി ശത്രുക്കൾ ഉണ്ട്. അവരിൽ ചിലർ അദ്ദേഹത്തോട് യുദ്ധം ചെയ്യാൻ തക്കംപാർത്തിരിക്കുകയാണ്. അത്തരം സന്ദർഭങ്ങളിൽ അദ്ദേഹം എന്നെ സഹായത്തിനായി വിളിക്കാത്തതിൽ എനിക്ക് അദ്ഭുതം തോന്നുന്നു! അള്ളാ എനിക്ക് നല്കിയ കരുത്തും ധീരതയും അലസനായി ഇവിടെ ഇരുന്ന് പാഴാക്കാൻ ഞാൻ ആഗ്രഹിക്കുന്നില്ല. എന്റെ മോഹം എന്താണെന്ന് എന്റെ അച്ഛന് അറിയില്ല. സത്യമായും അദ്ദേഹം എന്നെ ഓർക്കുകപോലും ഉണ്ടാകില്ല. എന്തൊക്കെയായാലും ഇത്തരം സന്ദർഭത്തിൽ ഞാൻ സ്വയം

അദ്ദേഹത്തിനു മുന്നിൽ പ്രത്യക്ഷപ്പെടുന്നതാണ് അനുയോജ്യം! എന്നിട്ട് എന്റെ സഹോദരന്മാർ യുദ്ധത്തിൽ ശത്രുവിനെ തടുക്കാൻ കഴിവുള്ള വരാകുന്നതുവരെ ഞാൻ എന്റെ സേവനം സമർപ്പിക്കും."

അവന്റെ അമ്മ മറുപടി നല്കി.

"എന്റെ പ്രിയപ്പെട്ട മോനേ, നിന്റെ അസാന്നിധ്യം എന്നെ വേദനിപ്പിക്കുമെങ്കിലും സത്യത്തിൽ നിന്റെ അച്ഛനെ നാനാഭാഗത്തുനിന്നും ആക്രമിക്കുന്ന ശത്രുക്കളിൽനിന്ന് രക്ഷിച്ച് സഹായിക്കേണ്ടത് നിന്റെ കർത്തവ്യം തന്നെയാണ്. അദ്ദേഹം നിന്റെ സഹായം ആവശ്യപ്പെടുകയാണെങ്കിൽ." - അപ്പോഴേക്കും നേരം പുലർന്നതിനാൽ ഷാഹ്റസാദ് തന്റെ കഥപറച്ചിൽ നിർത്തി.

അഞ്ഞൂറ്റി തൊണ്ണൂറ്റിമൂന്നാം രാവ്

അവൾ പറഞ്ഞു - അല്ലയോ കീർത്തിമാനായ രാജാവേ, 'ഖുദാദാദ്' അമ്മ 'ഫിറൂസാ'യോട് പറഞ്ഞു "തീർച്ചയായും എനിക്ക് കാലവിളംബം സഹിക്കാനാവില്ല. അതിനുംപുറമെ എന്റെ അച്ഛനായ സുൽത്താനെ കാണാൻ എനിക്ക് കൊതിയാകുന്നു. അദ്ദേഹത്തെ സന്ദർശിച്ച് ആ പാദങ്ങളിൽ ചുംബിക്കാൻ കഴിഞ്ഞില്ലെങ്കിൽ ഞാൻ തീർച്ചയായും ചത്തുപോകും. ഒരു അപരിചിതനെപ്പോലെ ഞാനദ്ദേഹത്തിന്റെ ജോലിയിൽ കയറും. എല്ലാം അദ്ദേഹത്തിന് അജ്ഞാതമായിരിക്കും. ഞാൻ അദ്ദേഹത്തിന്റെ പുത്രനാണെന്ന് അറിയാൻ ഇടകൊടുക്കില്ല. ഒരു പരദേശിയെപ്പോലെയോ, കൂലിക്കെടുത്ത ജോലിക്കാരനെപ്പോലെയോ ആയിരിക്കും അദ്ദേഹത്തോട് പെരുമാറുക. എന്നാൽ, ഏറ്റവും ആത്മാർത്ഥതയോടും കൂറോടുംകൂടിയായിരിക്കും ഞാൻ അദ്ദേഹത്തെ സേവിക്കുക. ഒടുവിൽ, ഞാൻ സ്വന്തം പുത്രനാണെന്നദ്ദേഹം അറിയുമ്പോൾ എനിക്ക് എല്ലാവിധ സ്നേഹവാത്സല്യങ്ങളും ആനുകൂല്യങ്ങളും ലഭിക്കും."

സമീർ രാജകുമാരും അവനെ വിട്ടുപിരിയാൻ വിഷമമായിരുന്നു. അദ്ദേഹം അവനെ യാത്രയിൽനിന്ന് പിന്തിരിപ്പിക്കാൻ ശ്രമിച്ചു. എന്നാൽ, പെട്ടെന്നൊരു ദിവസം നായാട്ടിനെന്ന ഭാവേന രാജകുമാരൻ സമരിയായിൽനിന്നും പുറപ്പെട്ടു.

വെള്ളനിറത്തിലുള്ള കുതിരപ്പുറത്തവൻ കയറി. അതിന്റെ കടിഞ്ഞാണും ജീനിയുമെല്ലാം സ്വർണംകൊണ്ട് ഉണ്ടാക്കിയവയായിരുന്നു. ഇരിപ്പിടം രത്നങ്ങളും മുത്തുകളും തുന്നിപ്പിടിപ്പിച്ച മൃദുവായ സാറ്റിൻ തുണികൊണ്ടുള്ളതും. അവന്റെ വാളിന്റെ പിടി ഒറ്റ വൈരക്കല്ലുകൊണ്ട് കടഞ്ഞെടുത്തതാണ്. വാളുറ ചന്ദനമരംകൊണ്ടുണ്ടാക്കി, അതിൽ 'റൂബി'യും 'എമെറാൾഡു'കളും പതിച്ചിരിക്കുന്നു. അത് തൂക്കിയിട്ട ബെൽറ്റിൽ നിറയെ മുത്തുകൾ ഒട്ടിച്ചിരിക്കുന്നു. തോളിൽ വിലപിടിച്ചൊരു വില്ല് തൂക്കിയിട്ടിട്ടുണ്ട്. അങ്ങനെ ആയുധധാരിയായി സുഹൃത്തുക്കളോടും പരിചയക്കാരോടുമൊപ്പം ഹരാൻ നഗരത്തിലെത്തി. സന്ദർഭം വന്നപ്പോൾ അവൻ രാജാവിനെ മുഖം കാണിച്ചു. ദർബാളിൽവെച്ച് പ്രണാമം അർപ്പിച്ചു. അവന്റെ അഴകിൽ ആകൃഷ്ടനായിട്ടോ, സഹജമായ ആകർഷണം കൊണ്ടോ സുൽത്താൻ അവന്റെ സലാം ആഹ്ലാദപൂർവ്വം തിരിച്ചുനല്കി. മഹാമനസ്കതയോടെ അടുത്തേക്ക് വിളിച്ച് അവന്റെ പേരും കുലപരമ്പരയും ചോദിച്ചു.

ഖുദാദാദ് മറുപടി നല്കി "അല്ലയോ പ്രഭോ, ഞാൻ കയ്റൊ അമീറിന്റെ പുത്രനാണ്. യാത്രയ്ക്കുള്ള മോഹം മൂലം സ്വന്തം നാടുവിട്ട് സഞ്ചരിച്ചു സഞ്ചരിച്ച് ഇവിടെ വന്നെത്തി. അങ്ങേക്ക് സുപ്രധാനമായ ചില പണികൾ ചെയ്യാനുണ്ടെന്നറിഞ്ഞ്, എന്റെ കരുത്തും ശൗര്യവും അങ്ങയെ ബോധ്യപ്പെടുത്താൻ വന്നതാണ്."

ഇത്തരം സാഹസികമായ വാക്കുകൾകേട്ട് രാജാവ് വളരെയേറെ സന്തോഷിച്ചു. ഉടനെ ഒരു സൈന്യത്തെ നയിക്കേണ്ട ചുമതല അവനെ ഏല്പിച്ചു. ശ്രദ്ധയോടെയുള്ള അവന്റെ സൈനിക പരിശീലനംമൂലം അതിവേഗം സൈനിക ഓഫീസർമാരുടെ ആദരവ് അവൻ പിടിച്ചുപറ്റി. അല്പനാളുകൾക്കുള്ളിൽ ഖുദാദാദ് പട്ടാളക്കാരുടെ മുഴുവൻ ആരാധനാപാത്രമായി മാറി! അവന്റെ ഊർജ്ജസ്വലതയും ധീരതയും സൽസ്വഭാവവും സൽപെരുമാറ്റവും അവരുടെ ഹൃദയം കവർന്നു. അവൻ യുദ്ധത്തിനാവശ്യമുള്ള എല്ലാ ഒരുക്കങ്ങളും പൂർത്തിയാക്കി, വെടിക്കോപ്പുകളും സ്ഫോടകവസ്തുക്കളും സംഭരിച്ചുവെച്ചു. രാജാവ് അവ പരിശോധിക്കാനായി എത്തിയപ്പോൾ ഈ തയ്യാറെടുപ്പുകൾകണ്ട് അതിരില്ലാതെ ആനന്ദിച്ചു. ഖുദാദാദിനെ സർവ്വസൈന്യാധിപനായി ഉയർത്തി. രാജാവിന്റെ കണ്ണിലുണ്ണിയായി അവൻ മാറി! അവനോടുള്ള രാജാവിന്റെ ആദരവും വാത്സല്യവും കണ്ടറിഞ്ഞ മന്ത്രിമാരും പ്രഭുക്കന്മാരും ഉന്നതന്മാരുമെല്ലാം അവനോട് സന്മനസ്സും വാത്സല്യവും കാട്ടി. എന്നാൽ രാജാവിന്റെയോ പ്രഭുക്കന്മാരുടെയോ ശ്രദ്ധയിൽപ്പെടാതിരുന്ന മറ്റ് രാജകുമാരന്മാർ അവന്റെ ഉയർച്ചകണ്ട് വല്ലാതെ അസൂയപ്പെട്ടു. തന്റെ അച്ഛനായ സുൽത്താനെ ഖുദാദാദ് സന്തോഷിപ്പിച്ചുകൊണ്ടിരുന്നു. സദാസമയം അവർ സംഭാഷണത്തിൽ ഏർപ്പെട്ടുകൊണ്ടിരിക്കും. അവന്റെ പ്രായോഗികജ്ഞാനവും ഔചിത്യബോധവും വിവേകവും ബുദ്ധികൂർമ്മതയും രാജാവിന് അവനോടുള്ള താത്പര്യവും ആദരവും വർദ്ധിപ്പിച്ചുകൊണ്ടേയിരുന്നു. ആ രാജ്യത്തിനുമേൽ ആക്രമണം അഴിച്ചുവിടാൻ പദ്ധതിയിട്ടിരുന്ന ശത്രുക്കൾ ഖുദാദാദിന്റെ യുദ്ധസാമഗ്രികളെയും സൈന്യത്തിന്റെ അച്ചടക്കത്തെയും കുറിച്ചറിഞ്ഞ് ആക്രമണങ്ങളെല്ലാം ഉപേക്ഷിച്ചു! കുറച്ചു നാൾക്കുശേഷം, തന്റെ നാല്പത്തിഒമ്പത് രാജകുമാരന്മാരുടേയും വിദ്യാഭ്യാസച്ചുമതലകൾ ഖുദാദാദിനെ രാജാവ് ഏല്പിച്ചു. അവന്റെ കഴിവിലും വൈദഗ്ധ്യത്തിലും അദ്ദേഹത്തിന് അത്രയ്ക്ക് വിശ്വാസമായിരുന്നു. തന്റെ സഹോദരന്മാരിൽ സമപ്രായക്കാരായിരുന്നെങ്കിലും, അവന്റെ വിവേകവും വകതിരിവുംമൂലം അവൻ അവരുടെ ഗുരുനാഥനായി. അതിനുശേഷം അവർ അവനെ കൂടുതൽ വെറുക്കാൻ തുടങ്ങി. ഒരു ദിവസം അവർ സംഘം ചേർന്നപ്പോൾ ഒരാൾ പറഞ്ഞു. "എന്താണ് അച്ഛൻ ഈ ചെയ്യുന്നത്? അപരിചിതനായ ഒരാളെ ഉറ്റ മിത്രമായി കാണുന്നു, ഒന്നിച്ചിരുന്ന് മദ്യപിക്കുന്നു, നമ്മളുടെ ചുമതലകൾ അയാളെ ഏല്പിക്കുന്നു. നമ്മൾ ഈ ഗവർണറെ ഒഴിവാക്കിയില്ലെങ്കിൽ, നമ്മുടെ നില ഗതികേടിലാകും! അതുകൊണ്ട് ഇവനെ ഒഴിവാക്കാനുള്ള ഉപായം കണ്ടെത്തുക. ചുരുങ്ങിയത് അച്ഛന്റെ മുന്നിൽ ഈ പരദേശിയെ കരിതേച്ച് കാണിക്കുകയെങ്കിലും വേണം. അവൻ അധമനും നിന്ദ്യനുമാണെന്ന് അദ്ദേഹത്തിന് തോന്നണം!"

ഒരാൾ പറഞ്ഞു "ഏകാന്തമായൊരു സ്ഥലത്തുവെച്ച് നമ്മൾക്കവനെ വധിച്ചുകളയാം."

മറ്റൊരുത്തൻ അഭിപ്രായപ്പെട്ടു "അങ്ങനെ ചെയ്യരുത്! അവനെ കൊന്നതുകൊണ്ട് നമ്മൾക്കൊരു ഗുണവും കിട്ടാൻ പോകുന്നില്ല. കാരണം, അക്കാര്യം നമ്മൾക്കെങ്ങനെ സുൽത്താനിൽനിന്നും മറച്ചുപിടിക്കാനാകും? അദ്ദേഹം നമ്മളുടെ ശത്രു ആയി മാറും. അപ്പോൾ എന്തെല്ലാം അത്യാപത്തുകളാണ് നമ്മുടെ മേൽ വന്നുപതിക്കാൻ പോകുന്നതെന്ന് അള്ളായ്ക്ക് മാത്രമേ അറിയൂ. അതിനേക്കാൾ നല്ലത്, നമ്മൾക്കവനോട് ഒരു നായാട്ടിന് പോകാനുള്ള അനുവാദം വാങ്ങിച്ച് ദൂരെയുള്ള ഏതെങ്കിലും പട്ടണത്തിൽ ചെന്ന് നമ്മൾക്ക് താമസിക്കാം. കുറച്ചുനാൾ കഴിയുമ്പോൾ നമ്മുടെ അസാന്നിധ്യത്തിൽ രാജാവ് അദ്ഭുതപ്പെടുകയും അതീവദുഃഖിതനാകുകയും ചെയ്യും. ഇവനെക്കുറിച്ചദ്ദേഹം സംശയാലുവും അസന്തുഷ്ടനുമാകും, കൊട്ടാരത്തിൽനിന്ന് പുറത്താക്കും. ഒരു പക്ഷേ, അവന് കൊലക്കയറ് ലഭിക്കാനും സാധ്യതയുണ്ട്! അവന്റെ നാശം ഉറപ്പുവരുത്താൻ വിശ്വസനീയവും സുരക്ഷിതവുമായ മാർഗ്ഗം ഇതു മാത്രമാണ്." - അപ്പോഴേക്കും നേരം പുലരുന്നതുകണ്ട് ഷാഹ്റസാദ് തന്റെ കഥപറച്ചിൽ നിർത്തി.

അഞ്ഞൂറ്റി തൊണ്ണൂറ്റിനാലാം രാവ്

ഷാഹ്റസാദ് പറഞ്ഞു - അല്ലയോ കീർത്തിമാനായ രാജാവേ, നാല്പത്തിഒമ്പത് സഹോദരന്മാരും സമ്മതിച്ചു, ഏറ്റവും വിവേകമുള്ള പദ്ധതിയാണിതെന്ന്! അവർ ഒന്നിച്ച് ഖുദാദാദിന്റെ അടുത്ത് ചെന്ന് നാട്ടിൻപുറത്തേക്ക് നായാട്ടിന് പോകാനുള്ള അനുവാദം ചോദിച്ചു, വൈകുന്നേരം ആകുമ്പോഴേക്കും തിരിച്ചെത്താം. അവൻ വലയിൽപെടുത്തപ്പെട്ടു! അങ്ങനെ നായാട്ടിനെന്ന ഭാവത്തിലവർ മുന്നോട്ടുനീങ്ങി. എന്നാൽ, പിറ്റേന്നോ, അതിന്റെ പിറ്റേന്നോ അവർ തിരിച്ചുവന്നില്ല. മൂന്നാംദിവസം പ്രഭാതത്തിൽ, തന്റെ മക്കളെ ഒന്നും കാണാത്തതെന്താണെന്ന് രാജാവ് ഖുദാദാദിനോട് ചോദിച്ചു. അവർ മൂന്നുദിവസം മുമ്പ് തന്നോട് നായാട്ടിന് പോകാനനുവാദം ചോദിച്ചിരുന്നെന്നും, പിന്നീട് ഇതുവരെ തിരിച്ചെത്തിയിട്ടില്ലെന്നും ഖുദാദാദ് മറുപടി നല്കി. ഇതുകേട്ട് ആ പിതാവ് വല്ലാതെ പരിഭ്രമിച്ചു. കുറച്ചു ദിവസങ്ങൾകൂടി അപ്രകാരം കടന്നുപോയി. രാജകുമാരന്മാർ തിരിച്ചെത്തിയില്ല! മനസ്സു തകർന്ന രാജാവ് കോപം സഹിക്കാനാകാതെ ഖുദാദാദിനെ വിളിച്ചുവരുത്തി, ഭയങ്കര ദേഷ്യത്തിൽ അട്ടഹസിച്ചു "എന്ത് അശ്രദ്ധനായ മനുഷ്യനാണ് നീ, പരദേശി, നീ അവരോടൊപ്പം പോകാതെ എന്റെ മക്കളെ ഒറ്റയ്ക്ക് നായാട്ടിന് വിട്ടത് എന്ത് ചങ്കൂറ്റമാണ്! നീ ഉടനെ അവരെ അന്വേഷിച്ചുപോയി ഇങ്ങോട്ട് കൂട്ടിക്കൊണ്ടുവരിക. അല്ലെങ്കിൽ, നിന്റെ മരണം ഉറപ്പാണെന്ന് കരുതിക്കോളൂ."

ഈ കടുത്ത വാക്കുകൾ കേട്ട് ഖുദാദാദ് ഞെട്ടിപ്പോയി. എന്തായാലും അവൻ ഉടനെ കുതിരപ്പുറത്തേറി തന്റെ സഹോദര രാജകുമാരന്മാരെ തേടി പുറപ്പെട്ടു. ഓരോ നാട്ടിൻപുറത്തും അവൻ ശ്രദ്ധയോടെ അന്വേഷിച്ചു, കൂട്ടത്തിൽനിന്ന് ഒറ്റപ്പെട്ടുപോയ ആട്ടിൻകുട്ടിയെ അന്വേഷിച്ചുനടക്കുന്നവനെപ്പോലെ! ഗ്രാമങ്ങളിലോ വിജനപ്രദേശത്തോ അവരുടെയാതൊരു തുമ്പും കിട്ടാതായപ്പോൾ അവൻ അസഹ്യമായ ദുഃഖത്തോടെ

മനസ്സിൽ പറഞ്ഞു "അല്ലയോ എന്റെ സഹോദരന്മാരേ, എവിടെയാണ് നിങ്ങൾ താമസിക്കുന്നത്? എന്താണ് നിങ്ങൾക്ക് വന്നുപിണഞ്ഞത്? ഒരു പക്ഷേ, കരുത്തനായ ഏതെങ്കിലും ശത്രുക്കൾ നിങ്ങളെ തടവുകാരായി പിടിച്ചിരിക്കുമോ? നിങ്ങൾ രക്ഷപ്പെടാനാവാത്ത ഒരു നിലയിലായിരിക്കുമോ? നിങ്ങളെ കണ്ടെത്തുന്നതുവരെ ഞാൻ 'ഹരാനി'ലേക്ക് തിരിച്ചു പോകില്ല. കാരണം, ഇത് രാജാവിന് അഗാധമായ ദുഃഖവും വേദനയുമുണ്ടാക്കും."

തന്റെ അകമ്പടിയും നേതൃത്വവും കൂടാതെ അവരെ വിട്ടതിൽ അവൻ കൂടുതൽ കൂടുതൽ പശ്ചാത്തപിച്ചു. ഓരോ മുക്കിലും മൂലയിലും നിരന്തരമായി അന്വേഷണം നടത്തിയശേഷം അവൻ വിശാലമായൊരു പുൽമൈതാനത്തിലെത്തിപ്പെട്ടു. അതിന്റെ മധ്യത്തിൽ കറുത്ത മാർബിൾ കൊണ്ട് നിർമ്മിക്കപ്പെട്ട ഒരു കോട്ട സ്ഥിതിചെയ്യുന്നുണ്ട്. അതിന്റെ അടിവരെ അവൻ സവാരിചെയ്ത് എത്തി. അവൻ ചുമരിന്നടിയിൽ നില്ക്കവെ, അതിസുന്ദരിയായൊരു യുവതി ജനാലയ്ക്കരികിൽ ഇരിക്കുന്നതവൻ കണ്ടു. വിഷാദഭാവമാണവളുടെ മുഖത്തിന്. യാതൊരാഭരണങ്ങളും ധരിച്ചിട്ടില്ല. അവളുടെ മനോഹരമായ ചുരുളൻമുടി ചിതറിക്കിടക്കുന്നു, വസ്ത്രങ്ങൾ കീറിപ്പറിഞ്ഞവയാണ്. വിളർത്ത മുഖത്ത് ദുഃഖം നിറഞ്ഞു നില്ക്കുന്നു! അവൾ എന്തോ മെല്ലെ പറയുന്നുണ്ട്; ഖുദാദാദ് അത് ശ്രദ്ധിച്ചു. "അല്ലയോ യുവാവേ, ഈ മാരകമായ സ്ഥലത്തുനിന്ന് കടന്നുപോകൂ, അല്ലെങ്കിൽ ഇവിടെ വസിക്കുന്ന പിശാചിന്റെ കരങ്ങളിൽ നീ ചെന്നുപെടും. നരഭോജിയായ ഒരു 'എത്തിയോപ്പിയൻ' ആണീ കൊട്ടാരത്തിന്റെ യജമാനൻ. വിധിവൈപരീത്യത്താൽ ഈ മൈതാനത്തിലെത്തുന്നവരെ മുഴുവൻ അവൻ പിടികൂടി തടവിൽ പാർപ്പിക്കുന്നു, ഇരുളടഞ്ഞ ഇടുങ്ങിയ ജയിലറകളിൽ! അവരെ ഓരോരുത്തരെയായി പിന്നീട് അവൻ കൊന്നുതിന്നുന്നു."

ഖുദാദാദ് ആശ്ചര്യത്തോടെ ചോദിച്ചു "അല്ലയോ എന്റെ മഹതി, ഞാൻ കേണപേക്ഷിക്കുകയാണ്, നീ ആരാണെന്നും നിന്റെ സ്ഥലമെവിടെയാണെന്നും എന്നോടു പറയൂ."

"ഞാൻ 'കയ്റൊ'യിലെ ഏറ്റവും ശ്രേഷ്ഠനായൊരു പ്രഭുവിന്റെ പുത്രിയാണ്. ഈയിടെ ഞാൻ ബാഗ്ദാദിലേക്ക് പോകുന്ന വഴിക്ക് ഈ മൈതാനത്തിലിറങ്ങാനിടയായി. അപ്പോൾ ഈ പിശാചിനെ കണ്ടു. അവൻ എന്റെ എല്ലാ ഭൃത്യജനങ്ങളെയും കൊന്നു. എന്നെ ബലാൽക്കാരമായി പിടിച്ച് ഈ കൊട്ടാരത്തിലേക്ക് കൊണ്ടുവന്നു. എനിക്ക് ജീവിക്കാൻ യാതൊരു ആഗ്രഹവുമില്ല. അതിനേക്കാൾ ആയിരം തവണ ഭേദമാണ് ചാകുന്നത്! കാരണം, ഈ 'എബിസീനിയന്' തന്റെ കാമദാഹം തീർക്കാൻ എന്നെ വേണമത്രെ. ഇത്രയും നാൾ ഞാനീ നശിച്ചവനിൽ നിന്നും രക്ഷപ്പെട്ട് നിന്നു. നാളെയും ഞാനവനെ നിരാകരിച്ചാൽ, അവന്റെ മോഹം സഫലീകരിക്കാനാകാതെ പോയാൽ, അവൻ തീർച്ചയായും എന്നെ ബലാൽസംഗം ചെയ്ത് കൊല്ലും. അതുകൊണ്ട് രക്ഷപ്പെടാനുള്ള എല്ലാ ആശയും ഞാൻ കൈവെടിഞ്ഞു. എന്നാൽ, നിങ്ങൾ! നിങ്ങൾ നശിക്കാൻവേണ്ടി എന്തിനിവിടെ വന്നു? ഒട്ടും സമയം കളയാതെ ഇവിടന്ന് രക്ഷപ്പെടൂ. വഴിപോക്കരെ പിടിക്കാൻ പോയ ആ പിശാച് ഇപ്പോൾ

തിരിച്ചെത്തും. അതിനും പുറമെ, ഈ ലോകത്ത് നടക്കുന്നതെല്ലാം അവന് ദൂരെനിന്നുതന്നെ കാണാൻ കഴിയും."

ആ സ്ത്രീ ഇത്രയും പറഞ്ഞുതീരുമ്പോഴേക്കും ആ എബിസീനിയനെ കാണാൻ കഴിഞ്ഞു. കാട്ടിലെ ഒരു പ്രാകൃതജീവിപോലെ ഉണ്ടവൻ. ഭീമാകാരനായൊരു ഭീകരൻ. വലിയൊരു കുതിരപ്പുറത്താണ് യാത്ര. അത് ഓടുമ്പോൾ ചുഴലിക്കാറ്റടിക്കുന്നതുപോലുണ്ട്. കൈയിൽ വലിയൊരു വാൾ പിടിച്ചിരിക്കുന്നു. ആർക്കും അവനിൽനിന്ന് രക്ഷപ്പെടാനാവില്ല! ഈ ഭീകരരൂപം കണ്ട ഖുദാദാദ് വല്ലാതെ വിസ്മയിച്ചുപോയി. ആ പിശാചിനെ തോല്പിക്കാൻ കഴിയണമെന്നവൻ സർവ്വേശ്വരനോട് പ്രാർത്ഥിച്ചു. പിന്നെ, അവൻ വാൾ ഊരിപ്പിടിച്ച് എബിസീനിയന്റെ വരവും കാത്ത് ധീരതയോടെ നിലകൊണ്ടു. എന്നാൽ അവനാകട്ടെ, രാജകുമാരൻ തനിക്ക് നിസ്സാരനായൊരു ശത്രുവാണെന്ന മട്ടിൽ പോരാട്ടത്തിന് തയ്യാറാകാതെ അദ്ദേഹത്തെ ജീവനോടെ പിടിക്കാനാണ് ആഗ്രഹിച്ചത്! ആ നീഗ്രോ ശത്രുവിന് പോരാടാനാഗ്രഹമില്ലെന്ന് മനസ്സിലാക്കിയ ഖുദാദാദ്, അവന്റെ കാൽമുട്ടിൽ വാൾകൊണ്ട് ആഞ്ഞുവെട്ടി. അവൻ വേദന സഹിക്കാനാകാതെ അലറിവിളിച്ചു. അവന്റെ അട്ടഹാസം ആ സമതലപ്രദേശം മുഴുവൻ മാറ്റൊലികൊണ്ടു! കോപത്താൽ ജ്വലിച്ച ആ രാക്ഷസൻ ശക്തമായി തന്റെ വാൾ ഖുദാദാദിനുനേരെ വീശി. രാജകുമാരൻ തന്ത്രപരമായി ഒഴിഞ്ഞുമാറിയില്ലെങ്കിൽ 'കുക്കുമ്പർ' പോലെ അവൻ വെട്ടിമുറിക്കപ്പെട്ടേനെ! ചീറിവന്ന ആ വാൾകൊണ്ടുള്ള വെട്ട് നിഷ്ഫലമായി. കണ്ണടച്ച് തുറക്കുന്നതിനുമുമ്പ് ഖുദാദാദ് രണ്ടാമതും വെട്ടി. അവന്റെ വലതുകൈ ഛേദിക്കപ്പെട്ട് നിലത്തുവീണു! അതോടെ ആ കാപ്പിരി സമനില തെറ്റി കുതിരപ്പുറത്തുനിന്ന് നിലംപതിച്ചു. ഉടനെ രാജകുമാരൻ ചാടിയിറങ്ങി അതിവിദഗ്ധമായ രീതിയിൽ ആ പിശാചിന്റെ ശിരസ്സ് വെട്ടിയെടുത്തു! അപ്പോൾ ആ മഹതി ജനലിലൂടെ ആ ധീരയുവാവിനെ നോക്കി പ്രാർത്ഥനയിൽ മുഴുകിയിരിക്കയായിരുന്നു. എബിസീനിയനെ വധിച്ച് വിജയശ്രീലാളിതനായി നില്ക്കുന്ന രാജകുമാരനെ നോക്കിക്കൊണ്ടവൾ അടക്കാനാവാത്ത ആഹ്ലാദത്തോടെ ഉൽഘോഷിച്ചു. "സർവ്വശക്തനായ അള്ളായ്ക്ക് സ്തുതി. ഓ എന്റെ പ്രഭോ, അങ്ങ് സ്വന്തം കൈകൊണ്ട് ഈ പിശാചിനെ തോല്പിച്ച് കൊന്നല്ലോ. എന്റെ അടുത്തേക്ക് ഉടനെ വരൂ. ഈ കൊട്ടാരത്തിന്റെ താക്കോൽ എബിസീനിയന്റെ കൈയിലുണ്ട്. അതെടുത്ത്, വാതിൽ തുറന്ന് എന്നെ സ്വതന്ത്രയാക്കൂ."

മരിച്ച മനുഷ്യന്റെ അരപ്പട്ടയിൽ വലിയൊരു താക്കോൽകൂട്ടം ഖുദാദാദ് കണ്ടു. അതുകൊണ്ട് കോട്ടവാതിലുകൾ അദ്ദേഹം തുറന്നു. ആ മഹതി ഇരിക്കുന്ന വിശാലമായ സന്ദർശനമുറിയിലേക്ക് രാജകുമാരൻ കടന്നുചെന്നു. അദ്ദേഹത്തെ കണ്ട ഉടനെ അവൾ ഓടിച്ചെന്ന് കാൽക്കൽ വീണ് പാദങ്ങൾ ചുംബിക്കാൻ ശ്രമിച്ചു. എന്നാൽ, ഖുദാദാദ് അവളെ തടഞ്ഞു. ഏറ്റവും മഹനീയമായ വാക്കുകൾകൊണ്ടദ്ദേഹത്തെ അവൾ വാഴ്ത്തി, ലോകത്തിലെ ഏത് വീരശൂരപരാക്രമിയെക്കാൾ ഉന്നതനാണദ്ദേഹമെന്ന് പ്രശംസിച്ചാദരിച്ചു. അവളുടെ 'സലാം' അദ്ദേഹം തിരിച്ചു നല്കി. അടുത്തുകണ്ടപ്പോൾ, ദൂരെനിന്ന് കണ്ടതിനേക്കാൾ എത്രയോ മടങ്ങ് സൗന്ദര്യമാണവൾക്കെന്ന് അദ്ദേഹത്തിനു തോന്നി. രാജകുമാരനും

അവൾ അടുത്തെത്തിയപ്പോൾ വലിയ ആനന്ദലഹരിയിലായിരുന്നു! ഇരുവരും അടുത്തിരുന്ന് സംഭാഷണത്തിൽ മുഴുകി. അപ്പോൾ, ഉറക്കെയുള്ള കരച്ചിലും വിലാപവും തേങ്ങലും ഖുദാദാദ് കേട്ടു.

"ഈ ദയനീയമായ കരച്ചിലും മോങ്ങലുകളും എവിടെനിന്നാണ് വരുന്നത്?"

മുറ്റത്തെ ഒരു ചെറിയ ഗേറ്റ് ചൂണ്ടിക്കാണിച്ച് അവൾ മറുപടി നല്കി,

"ഈ ശബ്ദം വരുന്നത് അവിടെനിന്നാണ് പ്രഭോ. പല പാവങ്ങളെയും വിധി ഇങ്ങോട്ട് നയിക്കുകയും അവരെല്ലാം ഈ എബിസീനിയൻ പിശാചിന്റെ കൈകളിൽ വന്നുപെടുകയും ചെയ്തു. അവൻ എല്ലാവരേയും തടവറകളിൽ പൂട്ടിയിട്ടിരിക്കുകയാണ്. ഓരോ ദിവസവും അവൻ ഓരോരുത്തരെ പുറത്തെടുത്ത് പൊരിച്ചുതിന്നുന്നു."

"അവരെ സ്വതന്ത്രരാക്കാൻ കഴിഞ്ഞതിൽ എനിക്ക് അതീവസന്തോഷമുണ്ട്." അദ്ദേഹം പറഞ്ഞു. "വരൂ, എന്റെ മഹതി, അവരുടെ തടവറ എനിക്ക് കാണിച്ചുതരൂ."

അങ്ങനെ അവർ ഇരുവരും ആ സ്ഥലത്തേക്ക് നടന്നുചെന്നു. രാജകുമാരൻ ഒരു താക്കോൽ എടുത്ത് ആ തടവറ തുറക്കാൻ ശ്രമിച്ചു. എന്നാൽ, ആ താക്കോൽ അതിന്റേതായിരുന്നില്ല. അപ്പോൾ മറ്റൊരു താക്കോൽ ഇട്ട് തിരിച്ചുനോക്കി, വാതിൽ തുറക്കപ്പെട്ടു. അപ്പോഴേക്കും തടവുപുള്ളികളുടെ കരച്ചിലും വിലാപവും പൂർവ്വാധികം വർദ്ധിച്ചു. അതു കേട്ട് വിഷമിച്ച ഖുദാദാദ്, അതിനുള്ള കാരണവും ആരാഞ്ഞു. ആ മഹതി മറുപടി നല്കി. "അല്ലയോ പ്രഭോ, നമ്മുടെ കാലടിസ്വരവും പൂട്ട് തുറക്കുന്ന സ്വരവും കേട്ടപ്പോൾ അവർ കരുതിയത്, ആ നരഭോജി പതിവുപോലെ അവർക്ക് രാത്രിഭക്ഷണം നല്കാനും, അവരിലൊരാളെ തന്റെ അത്താഴത്തിനായി കൊണ്ടുപോകാനും വന്നതാണെന്നാണ്! ഓരോരുത്തനും ഓർത്ത് വിഷമിക്കുന്നത് തന്നെ പൊരിച്ച് തിന്നാനുള്ള സമയമായെന്നാണ്. അതുകൊണ്ട് എല്ലാവരും വല്ലാത്തൊരു ഭീകരാവസ്ഥയിലാണ്. അതുകൊണ്ടാണ് കരച്ചിലും വിലാപവും ഇരട്ടിച്ചത്." - അപ്പോഴേക്കും നേരം പുലരാറായെന്നു കണ്ട് ഷാഹ്രസാദ് കഥപറച്ചിൽ നിർത്തി.

അഞ്ഞൂറ്റി തൊണ്ണൂറ്റിയഞ്ചാം രാവ്

ഷാഹ്രസാദ് പറഞ്ഞു, അല്ലയോ കീർത്തിമാനായ രാജാവേ, ആ രഹസ്യഅറകളിൽനിന്നുമുയർന്ന വിലാപങ്ങൾ, ഭൂഗർഭത്തിൽനിന്നോ ആഴമുള്ള കിണറുകളിൽനിന്നോ ആണെന്നു തോന്നിച്ചു. എന്നാൽ, രാജകുമാരൻ ഇരുട്ടറവാതിൽ തുറന്നപ്പോൾ, അദ്ദേഹം കുത്തനെയുള്ള ഒരു കോണി കണ്ടു. അതിലേക്കദ്ദേഹം ഇറങ്ങിച്ചെന്നു. ആഴമുള്ളൊരു കുഴിയായിരുന്നു അത്. ഇടുങ്ങിയതും ഇരുളടഞ്ഞതും. അതിൽ നൂറിലേറെ മനുഷ്യരെ കൈമുട്ടുകൾ കൂട്ടിക്കെട്ടി, ചങ്ങലക്കിട്ട് അടച്ചിട്ടിരിക്കയാണ്. ഇരുട്ടായതുകൊണ്ട് ഒന്നും വ്യക്തമല്ല. അദ്ദേഹം അവരോട് വിളിച്ചുപറഞ്ഞു "അല്ലയോ നിർഭാഗ്യവാന്മാരേ, ഇനിയൊട്ടും പേടിക്കേണ്ടതില്ല! ഞാൻ ആ 'എബിസീനിയ'നെ കൊന്നു. നിങ്ങളെ ആ ദുഷ്ടനിൽനിന്നും രക്ഷിച്ചു. സർവ്വശക്തനായ അള്ളായെ സ്തുതിക്കുക! നിങ്ങളുടെ കാൽവിലങ്ങുകൾ പൊട്ടിച്ചെറിഞ്ഞ് നിങ്ങളെ സ്വതന്ത്രനാക്കാൻ വന്നവനാണ് ഞാൻ."

ഈ വാർത്ത കേട്ട് തടവുകാർ ആഹ്ലാദത്തോടെ ആരവം മുഴക്കി. എല്ലാവരും ആനന്ദമൂർച്ഛയിലെത്തിയിരുന്നു! ഉടനെ ഖുദാദാദും മഹതിയുംകൂടി അവരുടെ കൈമുട്ടുകളിലെ കെട്ടുകളും കാലുകളിലെ ചങ്ങലകളും അഴിച്ചുമാറ്റാൻ തുടങ്ങി. ഏതാനും മിനിറ്റുകൾക്കുള്ളിൽ എല്ലാവരും സ്വതന്ത്രരാക്കപ്പെട്ടു. അപ്പോൾ അവർ ഓരോരുത്തനും ഖുദാദാദിന്റെ പാദങ്ങളിൽ ചുംബിച്ച് നന്ദിപറഞ്ഞു. അദ്ദേഹത്തിന്റെ നന്മയ്ക്കുവേണ്ടി പ്രാർത്ഥിച്ചു. ആ തടവുപുള്ളികളെല്ലാം മുറ്റത്തേക്കിറങ്ങിവന്നപ്പോൾ സൂര്യൻ നന്നായി പ്രകാശിച്ചിരുന്നു. അവർക്കിടയിൽ തന്റെ സഹോദരന്മാരെ ഖുദാദാദ് തിരിച്ചറിഞ്ഞു. അവരെ തേടി ആയിരുന്നല്ലോ അദ്ദേഹം ഇത്രയും നാളുകൾ അലഞ്ഞുനടന്നത്! അദ്ദേഹം അടക്കാനാവാത്ത ആശ്ചര്യത്തോടെ ഉൽഘോഷിച്ചു, "സർവ്വശക്തനായ ജഗദീശ്വരൻ വാഴ്ത്തപ്പെടട്ടെ, എനിക്ക് നിങ്ങളെ സുരക്ഷിതരും ആരോഗ്യവാന്മാരുമായി കണ്ടെത്താൻ കഴിഞ്ഞല്ലോ! നിങ്ങളുടെ അസാന്നിധ്യത്തിൽ നിങ്ങളുടെ അച്ഛൻ വല്ലാതെ ദുഃഖിച്ചും വേദനിച്ചുമാണ് കഴിയുന്നത്! ദൈവാനുഗ്രഹത്താൽ ആ രാക്ഷസൻ നിങ്ങളിൽ ആരെയും കൊന്നുതിന്നിട്ടില്ലെന്ന് കരുതുന്നു!"

പിന്നെ അവരെ അദ്ദേഹം എണ്ണി തിട്ടപ്പെടുത്തി. നാല്പത്തി ഒമ്പതു പേരുണ്ട്; അവരെ അദ്ദേഹം മാറ്റിനിർത്തി. അവർ ഓരോരുത്തരും പരസ്പരം ആലിംഗനം ചെയ്ത് ആനന്ദത്തിലാറാടി. തങ്ങളുടെ രക്ഷകനെ അവർ നിർത്താതെ ആലിംഗനം ചെയ്തുകൊണ്ടിരുന്നു!

ഇതിനുശേഷം രാജകുമാരൻ ആ ബന്ദികൾക്കായി ഗംഭീരമായൊരു സദ്യ നടത്തി. മതിവരുവോളം തിന്നും കുടിച്ചും ഉല്ലസിച്ചശേഷം ആ എബിസീനിയൻ അവരിൽനിന്ന് തട്ടിയെടുത്ത സാധനങ്ങളെല്ലാം അവരവർക്ക് തിരിച്ചുനല്കി. അതിനും പുറമെ ആ രാക്ഷസൻ മറ്റ് സാർത്ഥവാഹകസംഘങ്ങളെ കൊള്ളയടിച്ച് സംഭരിച്ചുവെച്ചിരുന്ന ടർക്കി കാർപ്പെറ്റുകൾ, ചൈനീസ് സിൽക്കുകൾ, ചിത്രപട്ടാംബരങ്ങൾ, മറ്റ് നിരവധി വിലപിടിച്ച സാധനങ്ങൾ, എല്ലാം അവർക്കദ്ദേഹം തുല്യമായി വീതിച്ചുനല്കി.

എന്നാൽ, അദ്ദേഹം ചോദിച്ചു. "എങ്ങനെയാണ് നിങ്ങൾ ഇത്രയും സാധനങ്ങൾ സ്വന്തം നാട്ടിലേക്ക് കൊണ്ടുപോകുക? ഈ മരുഭൂമിയിൽ അത് ചുമന്നുകൊണ്ടുപോകാനുള്ള മൃഗങ്ങളെ എങ്ങനെ കിട്ടാനാണ്?"

അവർ പറഞ്ഞു. "ഞങ്ങളുടെ പ്രഭോ, ആ എബിസീനിയൻ ഞങ്ങളുടെ ഒട്ടകങ്ങളെ ചരക്കുകളോടൊപ്പം തട്ടിയെടുക്കുകയാണുണ്ടായത്. കോട്ടയിലെ ലായങ്ങളിൽ അവ നില്ക്കുന്നുണ്ടാകുമെന്ന കാര്യത്തിൽ സംശയമില്ല."

അങ്ങനെ ഖുദാദാദ് അവരോടൊപ്പം ലായങ്ങളിലേക്ക് നടന്നു. ലായങ്ങൾ നിറയെ ഒട്ടകങ്ങളെ മാത്രമല്ല, തന്റെ സഹോദരന്മാരുടെ നാല്പത്തി ഒമ്പത് കുതിരകളെയും കെട്ടിയിട്ടിരിക്കുന്നതദ്ദേഹം കണ്ടു. അതിനും പുറമെ, ലായങ്ങളിൽ നൂറുകണക്കിന് എബിസീനിയൻ അടിമപയ്യന്മാരുമുണ്ടായിരുന്നു. തങ്ങളുടെ നരഭോജിയായ യജമാനൻ കൊല്ലപ്പെട്ടെന്നും ബന്ദികൾ സ്വതന്ത്രരാക്കപ്പെട്ടെന്നും അറിഞ്ഞപ്പോൾ അവർ ചകിതരായി കാടുകളിലേക്ക് ഓടിരക്ഷപ്പെട്ടു. ആരും അവരെ പിൻതുടരാൻ തുനിഞ്ഞില്ല.

അതിനുശേഷം വ്യാപാരികൾ ഞങ്ങളുടെ ചരക്കുകൾ ഒട്ടകപ്പുറത്ത് കയറ്റി, രാജകുമാരനോട് വിടപറഞ്ഞ് സ്വന്തം നാടുകളിലേക്ക് യാത്രയായി.

പിന്നീട് ഖുദാദാദ് ആ മഹതിയോട് പറഞ്ഞു "അപൂർവ്വസുന്ദരിയും പതിവ്രതയുമാണ് നീ; എബിസീനിയൻ നിന്നെ ബന്ദിയാക്കിയപ്പോൾ നീ എങ്ങോട്ട് പോകുകയായിരുന്നു, എവിടെനിന്നാണ് നീ വന്നത്? എന്നോട് തുറന്നുപറയൂ. അപ്പോൾ സ്വന്തം വീട്ടിൽ നിന്നെ എനിക്ക് കൊണ്ടുവിടാമല്ലോ."

ആ മഹതി ഖുദാദാദിനു നേരെ തിരിഞ്ഞ് മറുപടി നല്കി. "ഞാൻ എന്റെ രാജ്യത്തിൽനിന്ന് ബഹുദൂരെയാണ് ഇപ്പോൾ വസിക്കുന്നത്. എന്നാൽ, അല്ലയോ വീരശൂരപരാക്രമിയായ രാജകുമാരാ, നിങ്ങൾ എന്റെ അന്തസ്സും ചാരിത്ര്യവും ജീവനും ആ എബിസീനിയന്റെ കൈയിൽനിന്ന് രക്ഷിച്ചു. എനിക്കത്രയേറെ സഹായങ്ങളും ഉപകാരങ്ങളും നല്കിയ അങ്ങയിൽനിന്ന് എന്റെ കഥ ഒളിപ്പിച്ചുവെക്കുന്നത് തെറ്റാണ്. ഞാൻ ശക്തനായൊരു രാജാവിന്റെ പുത്രിയാണ്. 'സായീദ്' (നൈൽനദീതടത്തിന്റെ മുകൾഭാഗം) രാജ്യം ഭരിച്ചിരുന്ന രാജാവ്. നിഷ്ഠൂരനായൊരു രാജാവ് ആക്രമിച്ച് അദ്ദേഹത്തിന്റെ രാജ്യവും ജീവനും അപഹരിച്ചു. അച്ഛന്റെ സിംഹാസനം തട്ടിയെടുത്ത് രാജ്യഭരണം തുടങ്ങിയപ്പോൾ, എന്റെ ജീവനും അന്തസ്സും കാത്തുരക്ഷിക്കാനായി ഞാൻ രാജ്യം വിട്ടോടി!"

ഖുദാദാദും അദ്ദേഹത്തിന്റെ സഹോദരന്മാരും അവളുടെ സംഭവകഥ വിവരിച്ചുകൊടുക്കാനായി അഭ്യർത്ഥിച്ചു. "ഇനി നിങ്ങൾക്ക് ശാന്തിയോടും സമാധാനത്തോടുംകൂടി സുഖസമൃദ്ധമായ ജീവിതം നയിക്കാം. യാതൊരു വിധ കഷ്ടപ്പാടുകളോ പ്രശ്നങ്ങളോ നിങ്ങൾക്കുണ്ടാകില്ല." - കഥപറയാതെ രക്ഷയില്ലെന്നുകണ്ട് അവൾ സ്വന്തം ചരിത്രം വിശദീകരിക്കാൻ തുടങ്ങി.

ദരിയാബാദ് രാജകുമാരിയുടെ ചരിത്രം

ഒരു ദ്വീപ്സമൂഹത്തിലെ ഒരു ദ്വീപിൽ 'ദരിയബാദ്' എന്നൊരു വൻനഗരമുണ്ട്. മഹാനായൊരു രാജാവാണവിടെ വസിച്ചിരുന്നത്. എല്ലാവിധ സൽഗുണങ്ങളും ധീരതയും ശൗര്യവും ഉണ്ടായിരുന്ന ആ രാജാവിനെ ഒരേ ഒരു ദുഃഖചിന്ത സദാസമയം അലട്ടിക്കൊണ്ടേയിരുന്നു! അദ്ദേഹത്തിന് കുഞ്ഞുങ്ങൾ ഉണ്ടായിരുന്നില്ല; നിരന്തരമായ പ്രാർത്ഥനകളിൽ അദ്ദേഹം മുഴുകിയിരുന്നെങ്കിലും ഫലമുണ്ടായില്ല! വർഷങ്ങളോളം നീണ്ടുനിന്ന പ്രാർത്ഥനകൾക്കുശേഷം ഒരു 'പാതിവരം' അദ്ദേഹത്തിന് ലഭിച്ചു. ഒരു പുത്രി (ഞാൻ) ജനിച്ചു. അത്രനാൾ ദുഃഖത്തിലാണ്ടിരുന്ന അച്ഛൻ, നിർഭാഗ്യവതിയായ എന്റെ ജനനത്തോടെ അതീവസന്തുഷ്ടനും ആഹ്ലാദവാനുമായി. എന്റെ വളർച്ചയ്ക്കനുസൃതമായി എല്ലാതരം വിദ്യാഭ്യാസവും എഴുത്തുംവായനയും മറ്റും അദ്ദേഹം എനിക്ക് നല്കിപ്പോന്നു. കച്ചേരി നടപടികളും രാജകീയ ചുമതലകളും പഴയ ചരിത്രങ്ങളും ഭരണസമ്പ്രദായങ്ങളുമെല്ലാം അച്ഛൻ എന്നെ അഭ്യസിപ്പിച്ചു. അദ്ദേഹത്തിനുശേഷം അനന്തരാവകാശിയായി ഞാൻ സിംഹാസനത്തിലേറണമെന്നായിരുന്നു അച്ഛന്റെ ലക്ഷ്യം. ഒരു ദിവസം അദ്ദേഹം നായാട്ടിനിടെ ഒരു കാട്ടുസീബ്രായുടെ പിന്നാലെ പാഞ്ഞുകൊണ്ടിരിക്കവെ, തന്റെ സംഘത്തിൽനിന്നും ഒറ്റപ്പെട്ടുപോയി. തളർന്ന് അവശനായ രാജാവ് കുതിരപ്പുറത്തുനിന്നും താഴെ ഇറങ്ങി, കാട്ട് നടപ്പാതയുടെ ഓരത്ത് ഇരുന്ന് ചിന്തിച്ചു. "ഈ നിബിഢവനത്തിൽ എല്ലാം മൂടപ്പെട്ടിരിക്കുന്നു.

പെട്ടെന്ന് മരങ്ങൾക്കിടയിലൂടെ ഒരു വെളിച്ചത്തിന്റെ പ്രകാശം അദ്ദേഹം കണ്ടു. വനത്തിനുള്ളിലെ ഒരു കൊച്ചുഗ്രാമമായിരിക്കാം അതെന്ന് രാജാവ് കരുതി; അന്നു രാത്രി അവിടെ തങ്ങിയശേഷം നേരം പുലരുമ്പോൾ ഭാവിപരിപാടി നിശ്ചയിക്കാമെന്നദ്ദേഹം തീരുമാനിച്ചു. അങ്ങനെ, അയാൾ എഴുന്നേറ്റ് വെളിച്ചത്തെ ലക്ഷ്യമാക്കി നീങ്ങി. അത് കാട്ടിനുള്ളിലെ ഒറ്റപ്പെട്ടൊരു കുടിലാണദ്ദേഹം കണ്ടു. അതിന്നുള്ളിലേക്കദ്ദേഹം എത്തിനോക്കിയപ്പോൾ, സാത്താനെപ്പോലെ ഭീമാകാരനായൊരു എബിസീനിയൻ, ഒരു ദിവാനിൽ ഇരിക്കുന്നത് കണ്ടു. അവന്റെ മുന്നിൽ നിരവധി വീഞ്ഞ് ഭരണികൾ നിരത്തിവെച്ചിരിക്കുന്നു. തീക്കനൽ എരിയുന്ന അടുപ്പിൽ ഒരു കാളയെ പൂർണമായി പൊരിച്ചെടുത്ത് കഴിച്ചുകൊണ്ടിരിക്കുന്നു. ഒപ്പം വീഞ്ഞ് കോരിയെടുത്ത് മോന്തുന്നുമുണ്ട്! ആ കുടിലിലെ ഒരു മൂലയിൽ വേദനിച്ച് ആധിപൂണ്ട് അതിസുന്ദരിയായ ഒരു സ്ത്രീ ഇരിക്കുന്നതും രാജാവ് കണ്ടു. അവളുടെ കൈകൾ കയറുകൊണ്ട് കൂട്ടിക്കെട്ടിയിട്ടുണ്ട്. അവളുടെ കാൽക്കീഴിൽ രണ്ടുമൂന്നു വയസ്സുള്ള ഒരു കുഞ്ഞ്, അമ്മയുടെ ദയനീയാവസ്ഥയിൽ കരഞ്ഞുകൊണ്ടിരിക്കുന്നു. - അപ്പോഴേക്കും നേരം പുലർന്നതിനാൽ ഷാഹ്രസാദ് കഥപറച്ചിൽ നിർത്തി.

അഞ്ഞൂറ്റി തൊണ്ണൂറ്റിയാറാം രാവ്

ഷാഹ്രസാദ് പറഞ്ഞു "അല്ലയോ കീർത്തിമാനായ രാജാവേ, ആ ഇരുവരുടേയും പരിതാപകരമായ അവസ്ഥ കണ്ട് എന്റെ അച്ഛന് വല്ലാത്ത അനുകമ്പ തോന്നി. വാളൂരിച്ചെന്ന് ആ രാക്ഷസനെ വെട്ടിക്കൊല്ലാൻ ആഗ്രഹിച്ചു. എന്നാൽ തനിക്കതിന് കഴിയില്ലെന്ന് മനസ്സിലാക്കിയതിനാൽ കോപം അടക്കി പതുങ്ങിനിന്ന് അകത്തെ കാഴ്ച നിരീക്ഷിച്ചു. ഭരണികളിലെ മുഴുവൻ വീഞ്ഞും പൊരിച്ച കാളയുടെ പാതിയും അകത്താക്കിയശേഷം അയാൾ ആ സ്ത്രീയോട് ചോദിച്ചു. "അല്ലയോ സുന്ദരിയായ രാജകുമാരി, എത്രനേരം നീ നാണിച്ച് എന്നിൽനിന്ന് ഒഴിഞ്ഞുമാറിനില്ക്കും? നിന്റെ ഹൃദയം കവർന്നെടുക്കാൻ ഞാൻ എത്ര ആഗ്രഹത്തോടെയാണ് ഇരിക്കുന്നതെന്ന് നിനക്കറിയാമല്ലൊ? നിന്റെ പ്രേമത്തിനുവേണ്ടി ഞാൻ മരിക്കുകയാണ്. അതുകൊണ്ട് നീയും എനിക്ക് പ്രേമം തിരിച്ചുതരുന്നതാണ് ശരിയായ മാർഗ്ഗം. ഞാൻ നിന്റെ സ്വന്തമാണെന്ന് ഓർക്കുക, ഞാൻ നിനക്കുവേണ്ടി ഈ ലോകത്തിലെ ഏറ്റവും ദയാശീലനായിരിക്കും."

"ഓ, നശിച്ച പിശാചേ" ആ മഹതി നിലവിളിച്ചു. "ഒരു വിഡ്ഢിയെപ്പോലെ ചിലക്കാതിരിക്കൂ. ഒരിക്കലുമില്ല; നിനക്കൊരിക്കലും എന്റെ മേൽ നിന്റെ മോഹം അടിച്ചേല്പിക്കാനാവില്ല. എന്തൊക്കെ നീ ചെയ്താലും നിന്റെ ആഗ്രഹം സഫലമാകില്ല. എന്നെ എത്ര പീഡിപ്പിച്ചാലും കൊന്നാലും വേണ്ടില്ല, നിന്റെ കാമക്രീഡകൾ എന്നോട് നടക്കില്ല."

ഇതുകേട്ട് ക്രോധം അടക്കാനാവാതെ ആ പ്രാകൃതൻ അലറി "മതി, ആവശ്യത്തിലേറെയായി. നിന്റെ വെറുപ്പ് അതുപോലെ എനിക്കും നിന്നോട് തോന്നുന്നു. നിന്നെ കൊല്ലാനാണ് ഞാൻ പോകുന്നത്."

പിന്നെ, അയാൾ ഒരു കൈകൊണ്ടവളെ പിടിച്ചു. മറ്റേ കൊകൊണ്ട് വാൾ വലിച്ചൂരി, അവളുടെ കഴുത്ത് അറുക്കാനായി ഓങ്ങി. പെട്ടെന്ന്

അച്ഛൻ ഒരു കുന്തമെടുത്ത് വിദഗ്ധമായ രീതിയിൽ ഒറ്റ ഏറ് വെച്ചുകൊടുത്തു. അതവന്റെ ഹൃദയം പിളർന്ന് പിന്നാംപുറത്തേക്ക് തുറിച്ചുവന്നു! തൽക്ഷണം ആ ദുഷ്ടൻ മരിച്ചുവീഴുകയും ചെയ്തു. അച്ഛൻ കുടിലിന്നുള്ളിലേക്ക് കടന്നുചെന്ന് അവളുടെ കൈയിലെ കെട്ടുകൾ അഴിച്ചു. ആ രാക്ഷസൻ അവളെ എന്തിനാണ് ഇവിടെ കൊണ്ടുവന്നതെന്ന് അദ്ദേഹം ചോദിച്ചു.

അവൾ മറുപടി നല്കി. "ഇവിടന്ന് അധികം ദൂരെയല്ലാതെ, കടൽത്തീരത്ത് പ്രാചീന അറബ് വർഗ്ഗങ്ങൾ ജീവിക്കുന്നു. മരുഭൂമിയിലെ രാക്ഷസന്മാരെപോലെയാണവർ. എന്റെ ഇഷ്ടത്തിനെതിരായി കഠിനവേദനയോടെ അവരുടെ രാജകുമാരനെ എനിക്ക് വിവാഹം കഴിക്കേണ്ടിവന്നു. ഇപ്പോൾ നിങ്ങൾ വധിച്ച ആ വൃത്തികെട്ട നീചൻ എന്റെ ഭർത്താവിന്റെ മുഖ്യഓഫീസർമാരിൽ ഒരാളാണ്. അവൻ ഭയങ്കര ഭ്രാന്തമായ ആവേശത്തോടെ എന്നെ മോഹിച്ചു. അവന്റെ അധീനതയിൽ എന്നെ നിർത്തുവാൻ അവൻ അങ്ങേഅറ്റം ആഗ്രഹിച്ചു. എന്റെ വീട്ടിൽനിന്ന് എന്നെ തട്ടിക്കൊണ്ടുപോകുവാൻ തക്കംപാർത്തിരുന്നു!

അതനുസരിച്ച്, എന്റെ ഭർത്താവില്ലാത്ത സന്ദർഭം നോക്കി അവൻ സ്വന്തം മുറിയിൽ ഇരിക്കവെ, അവൻ എന്നെ എന്റെ ഈ കുഞ്ഞിനോടൊപ്പം കൊട്ടാരത്തിൽനിന്ന് പൊക്കിക്കൊണ്ടുവന്ന് ഈ കാട്ടിൽ ആക്കി. ഇവിടെ ആണെന്ന വിവരം ദൈവത്തിനല്ലാതെ മറ്റാർക്കും അറിയില്ല. എത്ര അന്വേഷണം നടത്തിയാലും ഒരെത്തുംപിടിയും കിട്ടില്ലെന്നവനറിയാം. പിന്നെ ഓരോ മണിക്കൂറും അവൻ എന്റെ നേരെ ദുഷിച്ച പദ്ധതികൾ നടപ്പാക്കാൻ ശ്രമിച്ചുകൊണ്ടിരുന്നു. എന്നാൽ, അള്ളായുടെ കൃപയാൽ ആ ഭീകരന്റെ ഓരോ ദുഷ്പ്രവൃത്തികളിൽനിന്നും ഞാൻ രക്ഷപ്പെട്ടുപോന്നു! ഇന്നു വൈകുന്നേരം ഞാൻ രക്ഷയില്ലെന്നറിഞ്ഞുകൊണ്ടു തന്നെ അവന്റെ ക്രൂരമായ നീക്കങ്ങൾ ചെറുത്തുകൊണ്ടിരുന്നു. അങ്ങനെ, എന്റെ ജീവനെടുക്കാനായി ആ ദുഷ്ടൻ ശ്രമിക്കവെ ആണ് ധീരോദാത്തമായ കരങ്ങളാൽ അവൻ വധിക്കപ്പെട്ടത്! ഇതാണെന്റെ കഥ."

എന്റെ അച്ഛൻ രാജകുമാരിക്ക് ധൈര്യം കൊടുത്തുകൊണ്ട് പറഞ്ഞു.

"അല്ലയോ എന്റെ മഹതി, നിന്റെ മനസ്സ് ശാന്തമാക്കൂ. നാളെ നേരം പുലരുമ്പോൾ ഞാൻ നിന്നെ ഈ കാട്ടിൽനിന്നും ദരിയാബാദിലേക്ക് കൊണ്ടുപോകാം. ഞാൻ ആ നഗരത്തിലെ രാജാവാണ്. നിനക്കാ സ്ഥലം ഇഷ്ടപ്പെട്ടാൽ, നിന്റെ ഭർത്താവ് നിന്നെ അന്വേഷിച്ച് അവിടെ വരുന്നതുവരെ ദരിയാബാദിൽ താമസിക്കാം."

"എന്റെ പ്രഭോ, അങ്ങയുടെ പദ്ധതി എനിക്ക് ഇഷ്ടപ്പെട്ടു."

അങ്ങനെ പിറ്റേന്ന് പുലർച്ചയ്ക്ക് അവർ എഴുന്നേറ്റു. എന്റെ അച്ഛൻ ആ അമ്മയേയും കുഞ്ഞിനേയുംകൂട്ടി കാട്ടിൽനിന്നും വീട്ടിലേക്ക് പുറപ്പെട്ടു. പെട്ടെന്ന്, രാത്രി മുഴുവൻ സുൽത്താനെത്തേടി കാട്ടിൽ അലഞ്ഞുനടന്നിരുന്ന പ്രഭുക്കന്മാരേയും ഓഫീസർമാരേയും അദ്ദേഹം കണ്ടുമുട്ടി. രാജാവിനെകണ്ട് അവർ അകമഴിഞ്ഞാഹ്ലാദിച്ചു. എന്നാൽ അദ്ദേഹത്തോടൊപ്പം മൂടുപടമിട്ട സുന്ദരിയായൊരു തരുണിയെ കണ്ടവർ വിസ്മയിച്ചുപോയി! ഇത്രയും ഗഹനമായൊരു കാട്ടിൽ ഇത്ര മനോഹരിയായൊരു സുന്ദരി എങ്ങനെ വന്നുപെട്ടു! അദ്ദേഹം അവർക്ക് തലേന്നു രാത്രി നടന്ന സംഭവങ്ങൾ വിവരിച്ചുകൊടുത്തു. ആ രാക്ഷസന്റേയും രാജകുമാരിയുടേയും കഥ, ആ പിശാചിനെ കുന്തമെറിഞ്ഞുകൊന്ന കഥ! പിന്നെ, അവർ

വീട്ടിലേക്കുള്ള യാത്ര തുടർന്നു. ഒരു പ്രഭുവിന്റെ കുതിരപ്പുറത്ത് ആ സ്ത്രീയേയും മറ്റൊന്നിന്റെ പുറത്ത് കുഞ്ഞിനേയും കയറ്റി. അവർ തലസ്ഥാനനഗരിയിലെത്തി. തന്റെ അതിഥികൾക്കായി വലിയൊരു ബംഗ്ലാവ് നിർമ്മിക്കാൻ രാജാവ് ഉത്തരവിട്ടു. കുഞ്ഞിന് അനുയോജ്യമായ വിദ്യാഭ്യാസം നല്കി. അങ്ങനെ ശാന്തവും സമാധാനവുമായി ആ അമ്മ ജീവിതം മുന്നോട്ട് കൊണ്ടുപോയി. ഏതാനും മാസങ്ങൾക്കുശേഷം, അവളുടെ ഭർത്താവിൽനിന്ന് പ്രതീക്ഷയ്ക്കനുസരിച്ച വാർത്തകളൊന്നും ലഭിക്കാതായപ്പോൾ, അവൾ എന്റെ അച്ഛനെ വിവാഹം കഴിക്കാൻ തീരുമാനിച്ചു. അവളുടെ സൗന്ദര്യത്തിലും അംഗലാവണ്യത്തിലും ഊർജ്ജസ്വലതയിലും അദ്ദേഹം വല്ലാതെ ആകർഷിക്കപ്പെട്ടിരുന്നു. അങ്ങനെ അവർ തമ്മിലുള്ള വിവാഹം നടന്നു. ആചാരപ്രകാരമുള്ള വിവാഹക്കരാറും ഒപ്പുവെക്കപ്പെട്ടു. അവർ ഒന്നിച്ച് ജീവിതമാരംഭിച്ചു. കാലം കടന്നുപോയപ്പോൾ ആ കുഞ്ഞ് സുമുഖനും ആരോഗ്യവാനുമായൊരു യുവാവായി മാറി! കച്ചേരി നടപടിക്രമങ്ങളും ഭരണസമ്പ്രദായങ്ങളും അവൻ പഠിച്ചു. ഒരു രാജകുമാരനുവേണ്ട എല്ലാ യോഗ്യതകളും അവൻ നേടി. രാജാവും പ്രഭുക്കന്മാരും മന്ത്രിമാരും ഉന്നത ഉദ്യോഗസ്ഥന്മാരും ഒരുപോലെ അഭിപ്രായപ്പെട്ടു, ഞാനും അവനുമായുള്ള വിവാഹം നടത്തണമെന്ന്. അതുപോലെ രാജ്യാവകാശിയായി അവനെ വാഴിക്കണമെന്നും. എന്റെ അച്ഛനിൽനിന്ന് ഇത്തരം വാക്കുകൾ കേൾക്കാനിടയായപ്പോൾ രാജകുമാരൻ ആഹ്ലാദഭരിതനായി. പ്രത്യേകിച്ചും തന്റെ രക്ഷിതാവിന്റെ പുത്രിയെ വിവാഹം കഴിക്കാനാകുമെന്ന കാര്യത്തിൽ! ഒരു ദിവസം എന്റെ കൈപിടിച്ച് അവനെ ഏല്പിക്കാൻ അച്ഛൻ തീരുമാനിച്ചു, വിവാഹാഘോഷം ഉടനെ നടത്തുവാൻ. എന്നാൽ ഒരു വ്യവസ്ഥ. വിവാഹത്തിന് മുമ്പായി വരൻ ചെയ്യണമെന്ന് രാജാവിന് നിർബന്ധമായിരുന്നു; അവൻ തന്റെ മകളെയല്ലാതെ മറ്റാരേയും വിവാഹം കഴിക്കില്ലെന്ന്. ഈ വ്യവസ്ഥ ഗർവ്വിഷ്ഠനായ യുവാവിന് ഇഷ്ടപ്പെട്ടില്ല. അവൻ അതിന് സമ്മതിക്കുന്നില്ലെന്നറിയിച്ചു. അതോടെ അവൻ അനുയോജ്യവരനല്ലാതായി. - അപ്പോഴേക്കും നേരം പുലർന്നതിനാൽ ഷാഹ് രസാദ് കഥപറച്ചിൽ നിർത്തി.

അഞ്ഞൂറ്റി തൊണ്ണൂറ്റിയേഴാം രാവ്

ഷാഹ്രസാദ് പറഞ്ഞു "അല്ലയോ കീർത്തിമാനായ രാജാവേ, അങ്ങനെ വിവാഹം നീട്ടിവെക്കപ്പെട്ടു. ഈ കാലതാമസം ആ യുവാവിന് വല്ലാത്ത അതൃപ്തിക്കിടവരുത്തി. എന്റെ അച്ഛൻ അവന്റെ ശത്രുവാണെന്നവൻ മനസ്സിൽ കരുതി. അവന് അധികാരത്തിലേറാൻ തിടുക്കമായി. ഒരു ദിവസം അടക്കാനാവാത്ത ക്രോധത്താൽ അവൻ രാജാവിനെ വധിച്ച് സ്വയം ദരിയാബാദ് സുൽത്താനായി പ്രഖ്യാപിച്ചു. അതിനുംപുറമെ ആ ഘാതകൻ എന്റെ മുറിയിൽ കടന്നുവന്ന് എന്നേയും കൊല്ലേണ്ടതായിരുന്നു; രാജാവിന്റെ വിശ്വസ്തസേവകനായിരുന്ന വസീർ, യജമാനന്റെ ഹത്യയെക്കുറിച്ചു കേട്ട് ഓടിവന്ന് എന്നെ കൊണ്ടുപോയി ഒരു സുഹൃത്തിന്റെ വീട്ടിൽ ഒളിപ്പിച്ചതിനാൽ എന്റെ ജീവൻ നഷ്ടപ്പെട്ടില്ല! രണ്ടുദിവസത്തിനുശേഷം ഒരു കപ്പൽ തയ്യാറാക്കി എന്നെ അതിൽ കയറ്റി, ഒരു വൃദ്ധയെ എന്റെ ചുമതലയേല്പിച്ചു. എന്റെ അച്ഛന്റെ സുഹൃത്തിന്നടുത്തേക്ക് ഞങ്ങൾ അദ്ദേഹത്തോടൊപ്പം യാത്രയായി. ആ സുഹൃത്ത് ഒരു

രാജ്യത്തിന്റെ രാജാവാണ്. ആ രാജാവ് എന്റെ ചുമതല ഏറ്റെടുത്ത്, എനിക്കുവേണ്ടി ഒരു സൈന്യം സംഘടിപ്പിച്ചുതന്നു. തിന്ന 'ഉപ്പും ചോറി'നും നന്ദിയില്ലാത്ത ആ രാജ്യദ്രോഹിക്കെതിരെ പോരാടി പ്രതികാരം ചെയ്യണം എന്നായിരുന്നു വസീറിന്റെ ഉപദേശം. എന്നാൽ ഞങ്ങൾ കടൽയാത്ര ആരംഭിച്ച് ഏതാനും ദിവസങ്ങൾ കഴിഞ്ഞപ്പോൾ ശക്തമായ കൊടുങ്കാറ്റടിച്ചു; ക്യാപ്റ്റനും മറ്റ് നാവികരും പരിഭ്രാന്തരായി. ഒടുവിൽ ഭീകരമായ കാറ്റിൽപെട്ട് കപ്പൽ തകർന്നുപോയി! വസീറും വൃദ്ധയും ഞാനുമൊഴിച്ച് മറ്റെല്ലാവരും കടലിൽ മുങ്ങിച്ചത്തു. ഞാൻ മോഹാലസ്യപ്പെട്ടുപോയെങ്കിലും, ഒരു മരപ്പലകയിൽ പിടികൂടി, ഒഴുകിച്ചെന്ന് ഏതോ കടൽത്തീരത്ത് അടിഞ്ഞു. പ്രക്ഷുബ്ധമായ കടലിൽനിന്ന് സർവ്വശക്തനായ അള്ളാ എന്റെ ജീവൻ രക്ഷിച്ചു. എന്നാൽ, കൂടുതൽ കുഴപ്പങ്ങൾ എനിക്ക് അനുഭവിക്കാനായിരുന്നു യോഗം!

എനിക്ക് ബോധം വന്നപ്പോൾ കടൽത്തീരത്ത് കിടക്കുന്നതാണ് ഞാൻ കണ്ടത്. സർവ്വശക്തനായ അള്ളായോട് ഞാൻ നന്ദിപറഞ്ഞു. എന്നാൽ, വസീറിനേയോ മറ്റ് കൂട്ടുകാരേയോ കാണാതായപ്പോൾ അവരെല്ലാം വെള്ളത്തിൽ മുങ്ങി ചത്തുകാണുമെന്ന് ഞാൻ മനസ്സിലാക്കി. – അപ്പോഴേക്കും നേരം പുലർന്നതിനാൽ ഷാഹ്റസാദ് കഥപറച്ചിൽ നിർത്തി.

അഞ്ഞൂറ്റി തൊണ്ണൂറ്റിയെട്ടാം രാവ്

ഷാഹ്റസാദ് പറഞ്ഞു, അല്ലയോ കീർത്തിമാനായ രാജാവേ, ദരിയാബാദ് രാജകുമാരി തുടർന്നു, എന്റെ അച്ഛന്റെ കൊലപാതകത്തെക്കുറിച്ചോർത്ത് ഞാൻ പൊട്ടിക്കരഞ്ഞു. എന്റെ ഏകാന്തതയിൽ ഞാൻ വല്ലാതെ ഭയപ്പെട്ടു. എന്നാലും കടലിൽനിന്ന് രക്ഷപ്പെട്ടല്ലോ എന്ന് ഓർത്ത് സമാധാനിക്കയും ചെയ്തു. പെട്ടെന്ന് മനുഷ്യശബ്ദവും കുതിരക്കുളമ്പടിയും ഞാൻ കേട്ടു. ചുറ്റുപാടും നോക്കിയപ്പോൾ, സുന്ദരനായൊരു രാജകുമാരൻ, ഒരു കൂട്ടം കുതിരപടയാളികളോടൊപ്പം വരുന്നതുകണ്ടു. കടുംചുകപ്പുള്ളൊരു കുതിരപ്പുറത്താണ് ആ രാജകുമാരന്റെ ഇരിപ്പ്. സ്വർണ്ണക്കസവുള്ള തുണിയാണദ്ദേഹം പുതച്ചിട്ടുള്ളത്. രത്നങ്ങളും മുത്തുകളും പതിച്ച അരപ്പട്ട, ശിരസ്സിൽ സ്വർണക്കിരീടം! അദ്ദേഹത്തിന്റെ വസ്ത്രത്തിൽനിന്നും ഭാവത്തിൽനിന്നും ഒരു രാജാവാണെന്ന് മനസ്സിലാക്കാം. എന്നെ അവിടെ ഒറ്റയ്ക്ക് കണ്ടപ്പോൾ അശ്വാരൂഢൻ വല്ലാതെ വിസ്മയിച്ചുപോയി! രാജകുമാരൻ അവയുടെ മേധാവിയെ എന്റെ അടുത്തേക്ക് വിവരങ്ങൾ അറിയാനായി വിട്ടു. അയാൾ എന്നോട് പല ചോദ്യങ്ങൾ ചോദിച്ചെങ്കിലും ഞാൻ മറുപടി ഒന്നും പറയാനാകാതെ പൊട്ടിക്കരഞ്ഞ് നിശ്ശബ്ദയായി ഇരുന്നു. ആ മണലിൽ ഇരിക്കുന്ന അനാഥയെക്കുറിച്ചവർ സ്വയം ചിന്തിച്ചു. "ഒരുപക്ഷേ, ഈ കടൽത്തീരത്ത് ഏതെങ്കിലും കപ്പൽ തകർന്നിരിക്കാം. അതിലെ മരപ്പലകകൾ കടൽതീരത്ത് അടിഞ്ഞു കിടക്കുന്നുണ്ട്; ഈ സ്ത്രീ ആ കപ്പലിലുണ്ടായിരുന്നെന്നും ഒരു മരപ്പലകയിൽ പിടിച്ചുകിടന്ന് ഈ തീരത്തണഞ്ഞതാണെന്നതിനും സംശയമില്ല! അങ്ങനെ, കുതിരപ്പടയാളികൾ എനിക്കുചുറ്റും കൂടി. എന്താണ് എനിക്ക് സംഭവിച്ചതെന്ന് ചോദിച്ചു. എന്നിട്ടും ഞാനവരോട് ഒരക്ഷരം മിണ്ടിയില്ല.

അപ്പോൾ രാജകുമാരൻ എന്റെ അരികിലെത്തി, അതിശയത്തോടെ എന്നെ മിഴിച്ചുനോക്കി, പിന്നെ കുതിരപ്പടയാളികളെ അവിടെന്ന് പറഞ്ഞയച്ച് എന്നോട് ഒറ്റയ്ക്ക് സംസാരിച്ചു.

"അല്ലയോ മഹതി, എന്നിൽനിന്ന് എന്തെങ്കിലും ദ്രോഹമുണ്ടാകുമെന്നോർത്ത് ഭയപ്പെടേണ്ട. അനാവശ്യമായ ഭയം കളയൂ. ഞാൻ നിന്നെ വീട്ടിലേക്ക് കൊണ്ടുപോയി എന്റെ അമ്മയുടെ ചുമതലയിലേല്പിക്കാം. അതുകൊണ്ട് നീ ആരാണെന്നറിയാൻ എനിക്ക് ആകാംക്ഷയുണ്ട്. രാജ്ഞി നിങ്ങൾക്ക് സന്തോഷത്തോടും സമാധാനത്തോടുംകൂടി ജീവിക്കാനും ഒരുക്കങ്ങൾ ചെയ്യും!

അദ്ദേഹത്തിന് എന്നോട് താല്പര്യം ഉണ്ടെന്ന് മനസ്സിലാക്കിയ ഞാൻ, എനിക്ക് സംഭവിച്ച കാര്യങ്ങളെല്ലാം വിവരിച്ചുകൊടുത്തു. എന്റെ ദുഃഖം നിറഞ്ഞ കഥകേട്ട് അദ്ദേഹത്തിന്റെ ഹൃദയം വികാരഭരിതമായി, കണ്ണുകൾ നിറഞ്ഞു! അദ്ദേഹം എന്നെ ആശ്വസിപ്പിച്ച് കൂടെകൊണ്ടുപോയി രാജമാതാവിനെ ഏല്പിച്ചു. അവരും എന്റെ കഥകേട്ട് വല്ലാതെ സങ്കടപ്പെട്ടു. എന്നെ സന്തോഷവതിയാക്കാനായി അവർ രാവും പകലും പ്രയത്നിച്ചു.

അവരുടെ മകൻ എന്നിൽ ആകൃഷ്ടനാണെന്നറിഞ്ഞപ്പോൾ ഞാൻ അവരുടെ ഭാര്യയാകണമെന്ന് രാജ്ഞി ആഗ്രഹിച്ചു. അദ്ദേഹത്തിന്റെ ഐശ്വര്യമുള്ള മുഖത്തേക്ക് നോക്കിയപ്പോൾ ഞാനും അതിന് സമ്മതം മൂളി. അദ്ദേഹത്തിന് എന്നോടുണ്ടായിരുന്ന വാത്സല്യവും സന്മനസ്സും അത്രയ്ക്ക് വലുതായിരുന്നു!

അങ്ങനെ രാജകീയപ്രൗഢിയോടെയും ആഢംബരത്തോടെയും ഞങ്ങളുടെ വിവാഹം ആഘോഷിക്കപ്പെട്ടു. എന്നാലും, വിധിയിൽ നിന്നാർക്കാണ് രക്ഷപ്പെടാൻ കഴിയുക? അതേ രാത്രി, ആ ദ്വീപിനടുത്ത് താവളമടിച്ചിരുന്ന 'സാൻസിബാർ' രാജാവ് കനത്ത ഒരു സൈന്യവുമായി എത്തി ഞങ്ങളെ ആക്രമിച്ചു. അനേകംപേരെ വധിച്ചു. എന്നെയും ഭർത്താവിനേയും ജീവനോടെ പിടികൂടി. എന്നാൽ ഞങ്ങൾ അവരുടെ കൈയിൽനിന്നും രക്ഷപ്പെട്ട് രാത്രി ഓടിപ്പോയി കടപ്പുറത്തുണ്ടായിരുന്ന ഒരു വഞ്ചിയിൽ കയറി, ദൈവത്തോട് നന്ദിപറഞ്ഞ്, യാത്ര പുറപ്പെട്ടു. ഒഴുക്കിൽപെട്ട് ബഹുദൂരം ഞങ്ങൾ എത്തി, വിധി എങ്ങോട്ടാണ് ഞങ്ങളെ നയിക്കുന്നതെന്ന് യാതൊരു ഊഹവുമില്ലായിരുന്നു!

മൂന്നാംദിവസം ഞങ്ങൾ ഒരു കപ്പൽ അടുത്തുവരുന്നതു കണ്ടു. അടക്കാനാവാത്ത ആഹ്ലാദത്തോടെ, ഏതെങ്കിലും വ്യാപാരികൾ ഞങ്ങളുടെ സഹായത്തിനായി എത്തുമെന്ന പ്രതീക്ഷയിൽ ഞങ്ങൾ നോക്കിനിന്നു. അത് തൊട്ടടുത്ത് എത്തിയ ഉടനെ അഞ്ചാറ് കടൽകൊള്ളക്കാർ ഞങ്ങളുടെ വഞ്ചിയിലേക്ക് കുതിച്ചുചാടി. ഞങ്ങൾക്കുനേരെ ഊരിപ്പിടിച്ച വാൾ വീശിക്കൊണ്ട്, ഞങ്ങളുടെ കൈകൾ പിന്നിൽ കൂട്ടിക്കെട്ടി ഞങ്ങളെ അവരുടെ കപ്പലിലേക്ക് എടുത്തുകൊണ്ടുപോയി! എന്റെ ശിരോവസ്ത്രം അവർ വലിച്ചുമാറ്റി എന്നെ പ്രാപിക്കാൻ കൊതിയോടെ സമീപിച്ചു. അവർ പരസ്പരം വിളിച്ചുപറഞ്ഞു, "ഈ യുവതിയെ ഞാൻ ആസ്വദിക്കും."

ഇപ്രകാരം പരസ്പരം ഒച്ചവെച്ച് വഴക്കിട്ട്, കൈയാങ്കളിയായി, വാളെടുത്തവർ പോരാടി ഓരോരുത്തരായി മരിച്ചുവീണു. അവരിൽ ഏറ്റവും ധീരനായ ഒരു കടൽക്കൊള്ളക്കാരൻ മാത്രം ബാക്കിയായി. അവൻ എന്നോട് പറഞ്ഞു "നീ എന്റെ കൂടെ 'കയ്നെ'യിലേക്ക് വരിക. എന്റെ

ഒരു സ്നേഹിതൻ അവിടെ താമസിക്കുന്നുണ്ട്. ഞാൻ നിന്നെ അവനെ ഏല്പിക്കാം. ഞാൻ ഈ യാത്ര പുറപ്പെടുന്നതിന് മുമ്പവനോട് ശപഥം ചെയ്തിരുന്നു, സുന്ദരിയായൊരു ഭൃത്യയെ അവനുവേണ്ടി കൈക്കലാക്കി കൊണ്ടുവരാമെന്ന്."

പിന്നെ കടൽകൊള്ളക്കാരൻ ബന്ദിയാക്കി കൈകൾ പിന്നിൽ കെട്ടി നിർത്തിയിരുന്ന എന്റെ ഭർത്താവിനെ കണ്ട് അവൻ ഒച്ചവെച്ചു. "ആരാണ് ഈ നീചൻ? നിന്റെ കാമുകനോ അതോ സുഹൃത്തോ?"

ഞാൻ മറുപടി നല്കി "ഞാൻ വിവാഹം കഴിച്ച എന്റെ ഭർത്താവ്."

അവൻ അട്ടഹസിച്ചു, "സത്യത്തിൽ ഈ ലോകത്തിൽ നിന്നവനെ മോചിപ്പിക്കുകയാണ് ഞാൻ ചെയ്യേണ്ടത്. മറ്റൊരാൾ നിന്നെ ആലിംഗനം ചെയ്യുന്ന കാഴ്ച അവനപ്പോൾ കാണേണ്ടിവരില്ല."

ആ ക്രൂരൻ, ദൗർഭാഗ്യവാനായ രാജകുമാരന്റെ കൈകാലുകൾ വരിഞ്ഞുകെട്ടി, അദ്ദേഹത്തെ കടലിലേക്കെറിഞ്ഞു. ഞാൻ അലറി നില വിളിച്ചുകൊണ്ടവനോട് ദയ കാണിക്കാനായി കേണപേക്ഷിച്ചെങ്കിലും എല്ലാം വ്യർത്ഥമായി. രാജകുമാരൻ തിരമാലകളിൽപെട്ട് മുങ്ങിത്താഴു ന്നതുകണ്ട് ഞാൻ പൊട്ടിക്കരഞ്ഞു, സ്വയം മുഖത്തടിച്ചു, മുടിപിടിച്ചു പറിച്ചു. കടലിലേക്ക് ചാടാൻ തയ്യാറായി. എന്നാൽ, അവൻ എന്നെ ബല മായി കൊടിമരത്തിൽവെച്ച് അമർത്തിപ്പിടിച്ചിരുന്നതിനാൽ എനിക്ക് ഇള കാനായില്ല! അനുകൂലമായ കാറ്റിന്റെ സഹായത്താൽ, അതിവേഗം ഒരു ചെറിയ തുറമുഖഗ്രാമത്തിൽ ഞങ്ങൾ ചെന്നെത്തി. അവിടെ നിന്ന യാൾ ഒട്ടകങ്ങളെയും അടിമബാലന്മാരെയും വാങ്ങി, 'കയ്റൊ'വിലേക്ക് യാത്ര ആരംഭിച്ചു. പല സ്ഥലങ്ങളും പിന്നിട്ട് ഇവിടെ എത്തിയപ്പോൾ, പെട്ടെന്ന് ഈ കോട്ടയിൽ വസിച്ചിരുന്ന എബിസീനിയൻ ഞങ്ങളെ ഓർക്കാപ്പുറത്ത് പിടികൂടി. ദൂരെ നിന്ന് അവനെ കണ്ടപ്പോൾ വലിയൊരു 'ടവർ' ആണെന്ന് ഞങ്ങൾ കരുതി. ഒരു മനുഷ്യനാണെന്ന് വിശ്വസിക്കാ നായില്ല! - അപ്പോഴേക്കും നേരം പുലർന്നതിനാൽ ഷാഹ്‌രസാദ് കഥ പറച്ചിൽ നിർത്തി.

അഞ്ഞൂറ്റി തൊണ്ണൂറ്റിയൊമ്പതാം രാവ്

ഷാഹ്‌രസാദ് പറഞ്ഞു "അല്ലയോ കീർത്തിമാനായ രാജാവേ, ദരിയാ ബാദ് രാജകുമാരി തുടർന്നു, തന്റെ ഉഗ്രൻ വാൾ വലിച്ചൂരിപ്പിടിച്ച് എബിസീനിയൻ കടൽകൊള്ളക്കാരന്റെ അടുത്തെത്തി ആജ്ഞാപിച്ചു. "നീയും ആ സ്ത്രീയും നിന്റെ അടിമകളും എനിക്ക് കീഴടങ്ങി ബന്ദി കളാകുക, എന്നിട്ട് എന്നെ പിന്തുടരുക' എന്നാൽ, കടൽകൊള്ളക്കാരൻ തന്റെ സംഘത്തോടൊപ്പം എബിസീനിയനെ ആക്രമിച്ചു. അവൻ തമ്മിൽ ഉഗ്രമായ പോരാട്ടം നടന്നു. വളരെ നേരത്തോളം അത് തുടർന്നു. ഒടു വിൽ അവനും സംഘവും നിശ്ശേഷം നശിപ്പിക്കപ്പെട്ടു! പിന്നീട്, എബി സീനിയൻ ഒട്ടകങ്ങളേയും നയിച്ച് എന്നെ തോളിലേറ്റി കോട്ടയിലേക്ക് നടന്നു. അന്ന് അത്താഴമായി തന്റെ ശത്രുവിനെ അവൻ ചുട്ടുതിന്നു. പിന്നെ കണ്ണീരൊഴുക്കി നില്ക്കുന്ന എന്നോടവൻ പറഞ്ഞു "നിന്റെ മന സ്സിൽനിന്നും ഈ ശത്രുവിനെ ഒഴിവാക്കുക, അതുപോലെ ഈ ദേഷ്യവും സങ്കടവും. ഈ കൊട്ടാരത്തിൽ സുഖമായി സമാധാനത്തോടെ കഴിയുക. എന്റെ ആലിംഗനത്തിൽ ആഹ്ലാദവതിയാകുക. നീ ഇപ്പോൾ വല്ലാത്ത

വിഷമാവസ്ഥയിലായതിനാൽ, ഇന്നു രാത്രി ഞാൻ ക്ഷമിക്കുന്നു. എന്നാൽ, നാളെ എനിക്ക് നിന്നെ തീർച്ചയായും വേണം!"

അവൻ എന്നെ ഒരു പ്രത്യേകമുറിയിലേക്ക് കൊണ്ടുപോയി. അതിനുള്ളിൽ ആക്കി വാതിലുകളും ഗേറ്റുകളും അടച്ചുപൂട്ടി. മറ്റൊരു സ്ഥലത്ത് അവൻ ചെന്ന് കിടന്നുറങ്ങി. കാലത്ത് നേരത്തെ എഴുന്നേറ്റ് കോട്ടയ്ക്കു ചുറ്റും നിരീക്ഷിച്ചശേഷം ഗേറ്റുകൾ അടച്ച്, പതിവുപോലെ വഴിപോക്കരെ തേടി നടന്നു. സാർത്ഥവാഹകസംഘം അന്ന് അവനിൽനിന്നും ഭാഗ്യവശാൽ രക്ഷപ്പെട്ടു. അങ്ങനെ വെറുംകൈയുമായി വരുമ്പോഴാണ് അങ്ങയുമായി അവൻ ഏറ്റുമുട്ടിയതും കൊല്ലപ്പെട്ടതും. ദരിയാബാദ് രാജകുമാരിയുടെ കഥകേട്ട് ഖുദാദാദ് രാജകുമാരന്റെ ഹൃദയം വേദനിച്ചു. അവൾക്കുവേണ്ടി അവന്റെ മനസ്സലിഞ്ഞു! പിന്നെ അവളെ ആശ്വസിപ്പിച്ചുകൊണ്ടദ്ദേഹം പറഞ്ഞു.

"ഇനി നീ പേടിക്കേണ്ട. ഒട്ടും ഭയപ്പെടേണ്ട. ഈ രാജകുമാരന്മാർ 'ഹരാൻ' രാജാവിന്റെ പുത്രന്മാരാണ്; നിനക്ക് സന്തോഷമാണെങ്കിൽ അവർ നിന്നെ അദ്ദേഹത്തിന്റെ കൊട്ടാരത്തിലേക്ക് ആനയിക്കും. അവിടെ നിനക്ക് സുഖമായി ആർഭാടത്തോടെ ജീവിക്കും. രാജാവും നിന്നെ എല്ലാ അസുഖകരമായ പരിതഃസ്ഥിതിയിൽനിന്നും കാത്തുരക്ഷിക്കും. അവരോടൊപ്പം താമസിക്കാൻ നിനക്ക് ഇഷ്ടമില്ലെങ്കിൽ, വലിയൊരു ദുരന്തത്തിൽനിന്നും നിന്നെ രക്ഷിച്ചവനെ നിനക്ക് ഭർത്താവായി സ്വീകരിച്ചുകൂടേ?"

അദ്ദേഹത്തെ വിവാഹം കഴിക്കാൻ ദരിയാബാദ് രാജകുമാരി സമ്മതിച്ചു. ആ കോട്ടയിൽവെച്ച് ആഘോഷപൂർവ്വം അവരുടെ വിവാഹം നടന്നു. എല്ലാവിധ ആഹാരങ്ങളും ഉഗ്രൻ വീഞ്ഞും പഴങ്ങളും മധുരപലഹാരങ്ങളും സുലഭമായി നല്കപ്പെട്ടു. തന്റെ സഹോദരന്മാരെ ഖുദാദാദ് ഭംഗിയായി സല്ക്കരിച്ചു. പിറ്റേന്ന് എല്ലാവരും 'ഹരാനി'ലേക്ക് യാത്ര പുറപ്പെട്ടു. ഓരോ ദിവസവും രാത്രി സുഖകരമായൊരു സ്ഥലത്തവർ ക്യാമ്പടിക്കും. ഒടുവിൽ അവർക്കു മുന്നിൽ ഒരു ദിവസത്തെ യാത്ര മാത്രം ബാക്കിയുള്ളപ്പോൾ, രാജകുമാരന്മാർ അന്ന് രാത്രി ബാക്കിയുണ്ടായിരുന്ന ഭക്ഷണസാധനങ്ങളും വീഞ്ഞുമെല്ലാം നിർലോഭം അകത്താക്കി. വീഞ്ഞ് അവരുടെ തലയ്ക്കടിച്ചു! അപ്പോൾ ഖുദാദാദ് സഹോദരന്മാരെ അഭിസംബോധന ചെയ്ത് പറഞ്ഞു "ഇതുവരെ എന്റെ ജനനത്തെക്കുറിച്ചുള്ള രഹസ്യം ഞാൻ നിങ്ങളിൽനിന്ന് ഒളിപ്പിച്ചുവെച്ചു. അത് ഇപ്പോൾ ഞാൻ വെളിപ്പെടുത്തട്ടെ. നിങ്ങൾക്കറിയാമോ, ഞാൻ നിങ്ങളുടെ സഹോദരനാണ്. ഞാനും ഹരാൻ രാജാവിന്റെ ഒരു പുത്രനാണ്. 'സമരിയാ'യിലാണ് ഞാൻ വളർന്നതും പഠിച്ചതും. എന്റെ അമ്മരാജകുമാരി 'ഫിറൂസാ' ആണ്. പിന്നെ ദരിയബാദ് രാജകുമാരിയോട് പറഞ്ഞു. "നീ എന്റെ പദവിയും വംശപാരമ്പര്യവും തിരിച്ചറിഞ്ഞിട്ടില്ല. നേരത്തെതന്നെ ഞാനക്കാര്യം പുറത്താക്കിയിരുന്നെങ്കിൽ താഴ്ന്നകുലത്തിൽപെട്ടൊരുവനെ നിനക്ക് വിവാഹം കഴിക്കേണ്ടിവന്നല്ലോ എന്ന അപമാനഭാരം ഒഴിക്കാമായിരുന്നു! ഇപ്പോൾ നിനക്ക് മനസ്സമാധാനത്തോടെ ഇരിക്കാം. ഒരു രാജകുമാരനെയാണല്ലോ നിനക്ക് ഭർത്താവായി ലഭിച്ചത്!"

അവൾ പറഞ്ഞു "നിങ്ങൾ അത് എന്നോട് പറഞ്ഞിരുന്നില്ലെങ്കിലും നിങ്ങൾ ഒരു ശ്രേഷ്ഠകുലത്തിൽ പിറന്നവനാണെന്നും കരുത്തനായ ഏതെങ്കിലും രാജാവിന്റെ പുത്രനാണെന്നും എന്റെ മനസ്സ് ഉറപ്പിച്ചിരുന്നു."

രാജകുമാരന്മാരെല്ലാം പുറമേയ്ക്ക് സന്തുഷ്ടരായി നടിച്ചെങ്കിലും, വിവാഹവേളയിൽ വധൂവരന്മാരെ ഹാർദ്ദവമായി അഭിനന്ദിച്ചെങ്കിലും, ഉള്ളാലെ അവർ അസൂയകൊണ്ട് ജ്വലിക്കുകയായിരുന്നു; അത്തരം നല്ല സംഭവങ്ങൾ അവർക്ക് ഒട്ടും സ്വാഗതാർഹമല്ലായിരുന്നു. ഖുദാദ് ദരിയാബാദ് രാജകുമാരിയോടൊപ്പം സ്വന്തം കൊട്ടാരത്തിലേക്ക് ഉറങ്ങാൻ പോയപ്പോൾ ഈ നന്ദിയില്ലാത്തവർ സുരക്ഷിതമായൊരു സ്ഥലത്തിരുന്ന് സഭകൂടി അദ്ദേഹത്തെ വധിക്കാൻ തീരുമാനിച്ചു; ഈ സഹോദരൻ, അവരെ നരഭോജിയായ എബിസീനയനിൽനിന്ന് രക്ഷിച്ചതും അവർക്കൊരു പുനർജന്മം നല്കിയതുമെല്ലാം അവർ മറന്നു.

അവരിൽ ഒന്നാമൻ പറഞ്ഞു “അല്ലയോ എന്റെ സഹോദരന്മാരേ, അവൻ, വെറുതെ അലഞ്ഞുനടക്കുന്ന, ഒരു പരദേശി ആയിരുന്നിട്ടുപോലും അച്ഛൻ അവനോട് ആത്മാർത്ഥമായ സ്നേഹവാത്സല്യങ്ങളോടെയാണ് പെരുമാറിയിരുന്നത്; നമ്മുടെ ചുമതലകൾ അവനെയാണ് ഏല്പിച്ചിരുന്നത്. ഇനി, ആ രാക്ഷസനുമേൽ അവൻ നേടിയ വിജയവും, ഈ പരദേശി സ്വന്തം മകനാണെന്ന വാർത്തയും കേൾക്കുമ്പോൾ, അച്ഛൻ ഈ ‘തന്തയില്ലാത്തവനെ’ തന്റെ ഒരേ ഒരു കിരീടാവകാശിയായി അദ്ദേഹം നിയമിക്കും, രാജ്യം അവന് നല്കും. നമ്മൾ എല്ലാം അവന്റെ കാൽക്കൽ വീഴാൻ നിർബന്ധിതരാകും, അവന് ദാസ്യവൃത്തി ചെയ്യേണ്ടിവരും. എന്റെ അഭിപ്രായം, അവനെ ഇതേ സ്ഥലത്തുവെച്ചുതന്നെ വധിച്ചുകളയണമെന്നാണ്.”

അതനുസരിച്ച് അവർ മെല്ലെ അവന്റെ കൂടാരത്തിലേക്ക് നടന്നുചെന്ന്, അവന്റെ ചുറ്റുംനിന്ന് വാളെടുത്ത് വെട്ടിനുറുക്കി. രാജകുമാരിയെ ഉണർത്താതെതന്നെ തങ്ങൾക്കീ കൃത്യം നിർവ്വഹിക്കാൻ കഴിഞ്ഞതിൽ അവർ കൃതാർത്ഥതയോടെ തിരിച്ചുപോന്നു.

പിറ്റേന്നു രാവിലെതന്നെ അവർ ഹരാൻ നഗരത്തിൽ പ്രവേശിച്ചു. അവരെ കാണാതെ ദുഃഖിച്ച് കഴിച്ചിരുന്ന രാജാവിനെ കണ്ട് അവർ സലാം പറഞ്ഞു. അവർ സുരക്ഷിതരായി തിരിച്ചെത്തിയതിൽ രാജാവ് അതീവ സന്തുഷ്ടനായി എന്തുകൊണ്ടാണ് ഇത്രയുംകാലം തന്നിൽനിന്നവർ ദൂരെ പോയി താമസിച്ചതെന്ന് ആ പിതാവ് പുത്രന്മാരോട് ആരാഞ്ഞു. തങ്ങളെ ആ രാക്ഷസൻ, എബിസീനിയൻ, പിടികൂടി ഇരുട്ടറയിൽ അടച്ചതും, ഖുദാദാദ് തങ്ങളെ രക്ഷിച്ചതുമെല്ലാം അവർ മറച്ചുവെച്ചു; അതിനുപകരം, നീണ്ടുനിന്ന നായാട്ടും പരിസരനഗരങ്ങളിലെ സന്ദർശനവുമാണവർ വൈകി എത്തിയതിനുള്ള കാരണമായി സമർത്ഥിച്ചത്! അവരുടെ പ്രസ്താവന പൂർണമായും സുൽത്താൻ വിശ്വാസത്തിലെടുത്ത്, സമാധാനിച്ചു. ഇത്രയുമാണ് അവരെപറ്റി പറയാനുള്ളത്. എന്നാൽ, ഖുദാദാദിനെന്തു പറ്റിയെന്ന് നോക്കാം. പിറ്റേന്നു രാവിലെ ദരിയാബാദ് രാജകുമാരി ഉറക്കമുണർന്നപ്പോൾ, തന്റെ വരൻ മുറിവേറ്റ് രക്തത്തിൽ കുളിച്ചുകിടക്കുന്നതു കണ്ടു; ശരീരത്തിൽ നിരവധി മുറിവുകൾ ഉണ്ട് - അപ്പോഴേക്കും നേരം പുലർന്നതുകണ്ട് ഷാഹ്റസാദ് കഥപറച്ചിൽ നിർത്തി.

അറുനൂറാം രാവ്

ഷാഹ്റസാദ് പറഞ്ഞു - അല്ലയോ കീർത്തിമാനായ രാജാവേ, ഭർത്താവ് മരിച്ചെന്ന് കരുതി, അസഹ്യമായ വേദനയോടെ അവൾ കരഞ്ഞു. ആ

യുവാവിന്റെ സൗന്ദര്യവും ധീരതയും ശൗര്യവും ഓർത്തപ്പോൾ അവളുടെ കണ്ണുകളിൽനിന്ന് കണ്ണുനീർ ധാരയായി പ്രവഹിക്കാൻ തുടങ്ങി! അവൾ വിലപിച്ചു. "എന്റെ പ്രിയതമാ, അല്ലയോ ഖുദാദാദ്, നിങ്ങളുടെ പെട്ടെന്നുള്ള ഇത്തരം മരണം എന്റെ കണ്ണുകൾക്ക് കാണാനുള്ള കെല്പില്ല. നീ ജീവൻ കൊടുത്ത ആ സഹോദരന്മാർ (ആ പരമദുഷ്ടന്മാർ) ആണോ നിന്റെ ഘാതകർ? അതോ ഞാനാണോ നിങ്ങളുടെ ഘാതകി? ഭാഗ്യഹീനയായ എന്നോടൊപ്പം ചേർന്നതുകൊണ്ടായിരിക്കാം നിന്റെ വിധി ഇപ്രകാരമായത്; എന്നോട് സൗഹൃദത്തിലായവരുടെയെല്ലാം ഗതി അതായിരുന്നു!"

അങ്ങനെ തന്റെ ഭർത്താവിന്റെ ശരീരം സൂക്ഷ്മമായി നിരീക്ഷിച്ചുകൊണ്ടിരിക്കവെ, അവൻ മൂക്കിലൂടെ ശ്വാസം വലിക്കുന്നതും വിടുന്നതും അവൾ ശ്രദ്ധിച്ചു! നേരിയ രീതിയിൽ ശ്വാസോച്ഛ്വാസം ചെയ്യുന്നുണ്ട്; അവയവങ്ങൾക്ക് അപ്പോഴും ചൂടുണ്ട്! ഉടനെ അവൾ വാതിൽ അടച്ച്, ഒരു വൈദ്യനെ വിളിച്ചുകൊണ്ട് വരുവാനായി നഗരത്തിലേക്ക് പാഞ്ഞു; വിദഗ്ധനായൊരു വൈദ്യനേയും കൂട്ടി കൊട്ടാരത്തിലെത്തിയപ്പോൾ ഖുദാദാദിനെ കാണാനില്ല! അദ്ദേഹത്തിനെന്താണ് സംഭവിച്ചതെന്നവൾക്ക് പിടികിട്ടിയില്ല; വല്ല കാട്ടുമൃഗങ്ങളും വന്നദ്ദേഹത്തെ എടുത്തുകൊണ്ടുപോയിക്കാണും എന്നവൾ കരുതി. അവൾ ചങ്ക് പൊട്ടുന്നതുപോലെ വാവിട്ടു കരഞ്ഞു. അത്യാഹിതത്തെക്കുറിച്ചോർത്ത് വേദനയോടെ വിലപിച്ചു. ഇതു കണ്ട് മനസ്സലിഞ്ഞ വൈദ്യൻ, ആശ്വാസവാക്കുകളിലൂടെ അവളെ സമനിലയിലാക്കി; അവൾക്ക് താമസിക്കാനൊരു പ്രത്യേക വീടും, രണ്ട് അടിമപ്പെൺകുട്ടികളേയും നല്കി പട്ടണത്തിൽ താമസിപ്പിച്ചു. ആ വൈദ്യന് അവളെക്കുറിച്ച് കൂടുതലൊന്നും അറിയില്ലെങ്കിലും രാജകീയമായ ആദരവോടെയാണയാൾ രാജകുമാരിയോട് പെരുമാറിയിരുന്നത്.

ഒരു ദിവസം, അവളുടെ ദുഃഖം അല്പം കുറഞ്ഞെന്ന് കണ്ടപ്പോൾ, വൈദ്യൻ പറഞ്ഞു. "അല്ലയോ, ഭവതി, ദയവായി നിങ്ങൾക്കനുഭവിക്കേണ്ടിവന്ന ദൗർഭാഗ്യത്തെക്കുറിച്ചെന്നോട് തുറന്നു പറയൂ. എന്നെക്കൊണ്ട് കഴിയുന്ന സഹായം ഞാൻ നിങ്ങൾക്കു നല്കാം."

വൈദ്യൻ ബുദ്ധിമാനും വിശ്വസിക്കാൻ കൊള്ളാവുന്നവനുമാണെന്ന് മനസ്സിലാക്കിയ രാജകുമാരി തന്റെ കഥ മുഴുവൻ അയാൾക്ക് വിശദീകരിച്ചുകൊടുത്തു.

വൈദ്യൻ അഭിപ്രായപ്പെട്ടു "നിങ്ങൾക്ക് ആഗ്രഹമുണ്ടെങ്കിൽ, ഞാൻ സസന്തോഷം നിങ്ങളോടൊപ്പം വന്ന് സ്വന്തം ശ്വശുരനായ ഹരാൻ രാജാവിന്റെ അടുക്കൽ എത്തിക്കാം. നീതിമാനും വിവേകശാലിയുമായൊരു രാജാവാണദ്ദേഹം. നിങ്ങളെ കാണുന്നത് അദ്ദേഹത്തിന് ആനന്ദകരമായിരിക്കും. പ്രകൃതിവിരുദ്ധമായി പ്രവർത്തിച്ച, രാജകുമാരന്മാർക്കെതിരെ രാജാവ് നടപടി എടുക്കാതിരിക്കില്ല, നിങ്ങളുടെ ഭർത്താവിനെ ക്രൂരമായി വധിച്ച ഘാതകർ ശിക്ഷ അർഹിക്കുന്നു."

ഈ വാക്കുകൾ രാജകുമാരിയെ പ്രീതിപ്പെടുത്തി. അങ്ങനെ രണ്ട് കുതിരവണ്ടികൾ വാടകയ്ക്കെടുത്ത് അവർ ഹരാൻ നഗരത്തിലേക്ക് യാത്രതിരിച്ചു. അന്നുരാത്രി ഒരു സത്രത്തിൽ ഇറങ്ങിയപ്പോൾ, പട്ടണത്തിൽനിന്ന് വല്ല വാർത്തയും വന്നിട്ടുണ്ടോ എന്ന് വൈദ്യൻ സത്രമുടമയോടു ചോദിച്ചു. സത്ര ഉടമ മറുപടി നല്കി. "ഹരാൻ രാജാവിന് വീരശൂരപരാക്രമിയായൊരു പുത്രൻ ഉണ്ടായിരുന്നു; ഏതാനും വർഷങ്ങളായി

അവൻ അപരിചിതനെപ്പോലെയാണവിടെ കഴിഞ്ഞിരുന്നത്; എന്നാൽ, ഈയിടെ അവനെ കാണാതായി; അവൻ ജീവിച്ചിരിപ്പുണ്ടോ, മരിച്ചു പോയോ എന്നൊന്നും ആർക്കുമറിയില്ല! അവന്റെ അമ്മ ഫിറൂസാരാജ കുമാരി, മകനെ തിരയാനായി നാനാഭാഗത്തേക്കും ആളുകളെ വിട്ടിട്ടുണ്ട്; എന്നിട്ടും യാതൊരു വിവരവും ലഭിച്ചിട്ടില്ല. അവന്റെ മാതാപിതാക്കളും ധനികരും ദരിദ്രരുമായ മുഴുവൻ പ്രജകളും അവനുവേണ്ടി വേദനിച്ച് കരയുന്നു. സുൽത്താന് മറ്റ് നാല്പത്തിഒമ്പത് പുത്രന്മാരുണ്ടെങ്കിലും അവരാരും ഇവനെപ്പോലെ സാഹസികനോ, സമർത്ഥനോ, വീരശൂര പരാക്രമിയോ അല്ല. രാജാവിന് ആശ്വാസവും സമാധാനവും നല്കാൻ പ്രാപ്തരല്ല ഇവർ ആരും! സമഗ്രമായ രീതിയിൽ തിരച്ചിലും അന്വേഷ ണവും നടത്തുന്നുണ്ടെങ്കിലും എല്ലാം വിഫലമായിരിക്കയാണ്."

വൈദ്യൻ ഇക്കാര്യങ്ങളെല്ലാം ദരിയാബാദ് രാജകുമാരിയെ അറിയിച്ചു. നേരെ ഖുദാദാദിന്റെ അമ്മയുടെ അടുക്കൽ ചെന്ന്, എല്ലാ സംഭവങ്ങളും വിശദീകരിച്ചുകൊടുക്കണമെന്ന് അവൾക്കു തോന്നി. എന്നാൽ, വൈദ്യൻ ഗാഢമായി ചിന്തിച്ചശേഷം പറഞ്ഞു. "അല്ലയോ രാജകുമാരി, ഈ കാര്യ ത്തിനുവേണ്ടി നിങ്ങൾ പോയാൽ, നിങ്ങൾക്കു മുമ്പ് ഇവിടെ എത്തിയ നാല്പത്തിഒമ്പത് രാജകുമാരന്മാർ നിങ്ങളുടെ വരവിനെക്കുറിച്ച് അറിയും; അവർ ഏതെങ്കിലും രീതിയിൽ നിങ്ങളെ കൊല്ലിക്കും. അങ്ങനെ യാതൊരു പ്രയോജനവുമില്ലാതെ നിങ്ങളുടെ ജീവിതം പാഴാകും. രാജ കുമാരൻ ഖുദാദാദിന്റെ അമ്മയുടെ അടുത്തേക്ക് ഞാൻ പോകുന്നതാണ് കൂടുതൽ നല്ലത്. ഞാൻ നിങ്ങളുടെ കഥ പൂർണമായും അവളെ ധരിപ്പി ക്കാം. അപ്പോൾ അവൾ തീർച്ചയായും നിങ്ങളെ വിളിപ്പിക്കും. അതുവരെ നിങ്ങൾ രഹസ്യമായി ഈ സത്രത്തിൽ കഴിയുക."

അങ്ങനെ വൈദ്യൻ അലസനായി കുതിരപ്പുറത്തേറി നഗരം ചുറ്റി ക്കറങ്ങിക്കാണുകയായിരുന്നു. അപ്പോൾ ഏറ്റവും മനോഹരമായി, വില പിടിച്ച ഇരിപ്പിടത്താൽ അലങ്കരിക്കപ്പെട്ട ഒരു കോവർകഴുതപ്പുറത്തിരുന്ന് ഒരു മഹതി റോഡിലൂടെ പോകുന്നതു കണ്ടു. അവൾക്കു പിന്നിലായി വിശ്വസ്തരായ ഭൃത്യന്മാർ നടക്കുന്നു. അതിന് പിന്നിൽ ഒരു സംഘം കുതിരപ്പടയാളികളും കാലാൾപ്പടയും അടിമകളും! അവൾ കടന്നു പോകവെ, റോഡിന്റെ ഇരുവശത്തും നിന്നിരുന്നവർ അവളെ സലാം ചെയ്തു. വൈദ്യനും ആ ജനക്കൂട്ടത്തിൽ ചേർന്ന്, അവളെ വണങ്ങി. പിന്നീടയാൾ അടുത്തുനിന്ന ഒരാളോട് ചോദിച്ചു. "ഈ മഹതി ഒരു രാജ്ഞി ആയിരിക്കുമെന്ന് ഞാൻ കരുതുന്നു?"

"അത് ശരിയാണ്." മറ്റെയാൾ മറുപടി നല്കി. "നമ്മുടെ സുൽ ത്താന്റെ പത്നിയാണവർ. എല്ലാ പ്രജകളും അവന്റെ മറ്റു പത്നിമാരേ ക്കാളേറെ ബഹുമാനിക്കുകയും ആദരിക്കുകയും ചെയ്യുന്നു. കാരണം, അവരാണ് ഖുദാദാദ് രാജകുമാരന്റെ അമ്മ. അദ്ദേഹത്തെക്കുറിച്ച് നിങ്ങൾ തീർച്ചയായും കേട്ടുകാണും."

അതിനുശേഷം വൈദ്യൻ ആ സംഘത്തോടൊപ്പം നീങ്ങി. രാജ്ഞി പള്ളിയിൽ ഇറങ്ങി ചുറ്റുപാടും ഉണ്ടായിരുന്നവർക്ക് സ്വർണനാണ്യങ്ങൾ ഭിക്ഷയായി നല്കി. (ഖുദാദാദ് സുരക്ഷിതനായി സമാധാനത്തോടെ വീട്ടിൽ തിരിച്ചെത്തുന്നതുവരെ, സ്വന്തം കൈകൊണ്ട് പാവങ്ങൾക്ക് പണം വിതരണം ചെയ്യുവാനായി അവളോട് രാജാവ് അഭ്യർത്ഥിച്ചിരുന്നു.) വൈദ്യനും മറ്റ് അഭ്യർത്ഥനകളായി എത്തിവരോടൊപ്പം ചേർന്നു. അയാൾ

ഒരു അടിമയോട് മന്ത്രിച്ചു. "എന്റെ സഹോദരാ, രാജ്ഞി ഫിറൂസായോട് ഒരു രഹസ്യകാര്യം പറയാൻ വന്നതാണ്, വൈകിപ്പിക്കാൻ പറ്റില്ല." അടിമ മറുപടി നല്കി. "അത് ഖുദാദാദ് രാജകുമാരനെപറ്റിയാണെങ്കിൽ, ശരി രാജ്ഞി തീർച്ചയായും നിങ്ങളുടെ വാക്കുകൾ ചെവിക്കൊള്ളും. എന്നാൽ, മറ്റു കാര്യങ്ങൾ വല്ലതുമാണെങ്കിൽ നിങ്ങളെ അവർ അനുവദിക്കില്ല. കാരണം, പുത്രന്റെ വിയോഗത്തിൽ വല്ലാത്ത മനോവ്യഥയിലാണവർ, മറ്റൊരു കാര്യവും അവർ ശ്രദ്ധിക്കില്ല."

വൈദ്യൻ മറുപടി നല്കി. "അവരുട മനസ്സിലുള്ള കാര്യം തന്നെയാണ് ഞാൻ പറയാൻ പോകുന്ന രഹസ്യം." "അങ്ങനെയാണെങ്കിൽ" അടിമ പറഞ്ഞു. "അവരുടെ സംഘത്തോടൊപ്പം രഹസ്യമായി കൊട്ടാര ഗേറ്റ് വരെ നിങ്ങൾ പിന്തുടരുക."

അങ്ങനെ ഫിറൂസാ രാജ്ഞി കൊട്ടാരത്തിനുള്ളിൽ പ്രവേശിച്ചപ്പോൾ അടിമ അവരോട് അപേക്ഷിച്ചു. "ഒരു അപരിചിതന് അങ്ങയോട് എന്തോ രഹസ്യം പറയാനുണ്ടത്രെ."

രാജ്ഞി അനുമതി നല്കി. "ശരി, അവനെ ഇങ്ങോട്ട് കൊണ്ടുവരൂ."

ഉടനെ അടിമ ആ വൈദ്യനെ രാജ്ഞിയുടെ മുന്നിൽ ഹാജരാക്കി. അയാളെ അവർ അടുത്ത് വരാൻ ആജ്ഞാപിച്ചു. അയാൾ അവരുടെ മുന്നിൽ തറയിൽ ചുംബിച്ച് നിവേദനം നല്കി. "എനിക്ക് ഭവതിയോട് നീണ്ട ഒരു കഥ പറയാനുണ്ട്. അതു കേട്ടാൽ അങ്ങ് വല്ലാതെ വിസ്മയിച്ചുപോകും."

പിന്നെ അയാൾ ഖുദാദാദ് ചെന്നുപെട്ട നിലയെക്കുറിച്ചും സഹോദരന്മാർ അവനെ ചതിച്ച് കൊന്നതിനെക്കുറിച്ചും ശവശരീരം കാട്ടുമൃഗങ്ങൾ കൊണ്ടുപോയതിനെക്കുറിച്ചും വിവരിച്ചുകൊടുത്തു. തന്റെ പുത്രന്റെ മരണവിവരം കേട്ട ഉടനെ രാജ്ഞി ഫിറൂസാ ബോധംകെട്ട് നിലംപതിച്ചു. പരിചാരികമാർ ഓടിയെത്തി പനിനീർ ജലം മുഖത്ത് കുടഞ്ഞു. അല്പ നേരത്തിനുശേഷം ബോധം തിരിച്ചുകിട്ടി. പിന്നെ അവർ വൈദ്യന് ഉത്തരവ് നല്കി. "നിങ്ങൾ നേരെ ദരിയാബാദ് രാജകുമാരിയുടെ അടുത്തു ചെന്ന് എന്റേയും അവന്റെ അച്ഛന്റേയും സഹാനുഭൂതിയും അഭിവാദ്യങ്ങളും അർപ്പിക്കുക." വൈദ്യൻ പോയപ്പോൾ അവർ അടക്കാനാവാത്ത വേദനയോടെ പൊട്ടിക്കരഞ്ഞു. അപ്പോൾ അതിലെ കടന്നുപോയ സുൽത്താൻ രാജ്ഞി കരയുന്നതിന്റെ കാരണം ആരാഞ്ഞു - അപ്പോഴേക്കും നേരം പുലർന്നതിനാൽ ഷാഹ്റസാദ് കഥപറച്ചിൽ നിർത്തി.

അറുനൂറ്റി ഒന്നാംരാവ്

ഷാഹ്റസാദ് പറഞ്ഞു - അല്ലയോ കീർത്തിമാനായ രാജാവേ, എന്തിനാണ് രാജ്ഞി കരയുന്നതെന്ന് അവരുടെ ഭർത്താവ് ചോദിച്ചപ്പോൾ ഫിറൂസാ രാജ്ഞി വൈദ്യനിൽനിന്ന് കേട്ടതെല്ലാം വിവരിച്ചുകൊടുത്തു. രാജാവിന് മക്കളോട് കടുത്ത കോപം തോന്നി. അദ്ദേഹം ചാടിയെഴുന്നേറ്റ് ദർബാർ ഹാളിലെത്തി. അവിടെ പ്രജകൾ നിവേദനങ്ങളുമായി രാജാവിനെ കണ്ട് ആനുകൂല്യങ്ങളും നീതിയും നേടാനായി തടിച്ചുകൂടിയിട്ടുണ്ട്. കുപിതനായ രാജാവിന്റെ മുഖംകണ്ട് അവരെല്ലാം വല്ലാതെ ഭയപ്പെട്ടുപോയി. സുൽത്താൻ രാജസിംഹാസനത്തിൽ ഉപവിഷ്ടനായശേഷം

തന്റെ വസീറിന് ഉത്തരവ് നല്കി. "വസീർഹസൻ, കൊട്ടാരസുരക്ഷാസേനയിലെ മുവ്വായിരം പടയാളികളേയും കൂട്ടി, എന്റെ അയോഗ്യരായ നാല്പത്തി ഒമ്പത് രാജകുമാരന്മാരേയും ഇങ്ങോട്ടു കൊണ്ടുവന്ന് കൊലപാതകികളുടെ തുറുങ്കിൽ അടയ്ക്കുക. അവരിൽ ആരും രക്ഷപ്പെടാതിരിക്കാൻ ശ്രദ്ധിക്കണം."

ആജ്ഞപോലെ വസീർ പ്രവർത്തിച്ചു. എല്ലാ രാജകുമാരന്മാരേയും പിടികൂടി കൊലപാതകികൾക്കായുള്ള അറകളിൽ അടച്ചിട്ടശേഷം, തന്റെ പ്രവൃത്തി രാജാവിനെ ബോധിപ്പിച്ചു. പിന്നെ നിവേദനവുമായി എത്തിയവരോടായി രാജാവ് കല്പിച്ചു, "ഈ നീതിന്യായകോടതിയിൽ ഒരു മാസം മുഴുവൻ ഞാൻ സന്നിഹിതനാകില്ല. ഇപ്പോൾ പിരിഞ്ഞുപോയി മുപ്പത് ദിവസത്തിനുശേഷം ഇവിടെ വീണ്ടും വരിക."

അതിനുശേഷം സിംഹാസനത്തിൽനിന്നും എഴുന്നേറ്റ് അദ്ദേഹം വസീർ ഹസനോടൊപ്പം രാജ്ഞി ഫിറൂസായുടെ മുറിയിലെത്തി. ധൃതിയിൽ പോയി സത്രത്തിൽനിന്ന് ദരിയാബാദ് രാജകുമാരിയേയും വൈദ്യനേയും രാജകീയ അന്തസ്സോടെ അങ്ങോട്ട് കൂട്ടിക്കൊണ്ടുവരുവാൻ ഉത്തരവ് നല്കി. രത്നചകിതമായ അലങ്കാരങ്ങളോടുകൂടിയ ഒരു വെള്ള കഴുതയെ വസീർ കൊട്ടാരലായത്തിൽനിന്നും കൊണ്ടുവന്ന്, പ്രഭുക്കന്മാരോടും പടയാളികളോടുമൊപ്പം കുതിരപ്പുറത്തേറി, ദരിയാബാദ് രാജകുമാരി താമസിക്കുന്ന സത്രത്തിലേക്കു ചെന്നു. രാജാവിന്റെ പ്രവൃത്തികൾ അദ്ദേഹം രാജകുമാരിയെ ധരിപ്പിച്ചു. അവളെ അലങ്കരിച്ച കഴുതപ്പുറത്തും വൈദ്യനെ നല്ലൊരു 'ടർക്കോമൻ' കുതിരപ്പുറത്തും കയറ്റി രാജകീയ ശൈലിയിൽ ഘോഷയാത്രയായി കൊട്ടാരത്തിലേക്കു കൊണ്ടുപോയി. വ്യാപാരികളും നഗരവാസികളും രാജകുമാരിയെ അഭിവാദ്യം ചെയ്യാനായി തെരുവുകളിൽ വന്നുനിറഞ്ഞു. ഖുദാദാദ് രാജകുമാരന്റെ പത്നിയാണതെന്നവർ കേട്ടപ്പോൾ ജനം ആഹ്ലാദഭരിതരായി നോക്കിനിന്നു. അദ്ദേഹത്തിന്റെ സ്ഥിതിയെക്കുറിച്ച് ഇപ്പോഴാണവർ അറിയുന്നത്. ഘോഷയാത്ര കൊട്ടാരഗേറ്റിൽ എത്തിയ ഉടനെ ദരിയാബാദ് രാജകുമാരി സുൽത്താനെ കണ്ടു. അദ്ദേഹം അവളെ സ്വീകരിക്കാനായി എത്തിയതായിരുന്നു. അവൾ കഴുതപ്പുറത്തുനിന്ന് താഴേക്കിറങ്ങി അദ്ദേഹത്തിന്റെ പാദങ്ങളിൽ ചുംബിച്ചു. രാജാവ് അവളെ പിടിച്ചെഴുന്നേല്പിച്ച്, അവൾക്കുവേണ്ടി കാത്തിരിക്കുന്ന ഫിറൂസാ രാജ്ഞിയുടെ മുറിയിലേക്ക് ആനയിച്ചു. അവർ മൂവരും പരസ്പരം കഴുത്തിൽ കൈയിട്ട് അസഹ്യമായ വേദനയോടെ പൊട്ടിക്കരഞ്ഞു. അവർക്ക് കുറെനേരത്തേക്ക് ദുഃഖം നിയന്ത്രിക്കാനായില്ല. അല്പനേരം കഴിഞ്ഞ് സമനിലയിലെത്തിയ ദരിയാബാദ് രാജകുമാരി രാജാവിനോട് പറഞ്ഞു. "അല്ലയോ പ്രഭോ, എനിക്കങ്ങയോട് വിനീതമായ ഒരപേക്ഷയുണ്ട്. എന്റെ ഭർത്താവിന്റെ നീചമായ വധത്തിൽ ചതിച്ചുകൊന്നവരോട് പൂർണമായും പ്രതികാര നടപടി എടുക്കണം."

രാജാവ് മറുപടി നല്കി. "എന്റെ ഭവതി, ഖുദാദാദിനെ കൊന്നതിന് പ്രതികാരമായി ഓരോ നികൃഷ്ടഘാതകനേയും ഞാൻ കൊന്നുകളയുമെന്ന് ഉറപ്പിച്ചോളൂ." അദ്ദേഹം തുടർന്നു. "എന്റെ പുത്രന്റെ മൃതശരീരം കിട്ടിയില്ല എന്നതൊരു വാസ്തവമാണ്. എന്നാലും അവനുവേണ്ടി ഒരു ശവകുടീരം നിർമ്മിക്കുന്നതാണ് ശരി എന്നെനിക്കു തോന്നുന്നു. മൃതദേഹം മറ്റൊരിടത്ത് അടക്കപ്പെട്ടവന്റേതായൊരു സ്മാരകം അവനുവേണ്ടി

നിർമ്മിക്കണം. അവന്റെ മഹത്വവും നന്മയും അതിലൂടെ എന്നുമെന്നും ഓർമ്മിക്കപ്പെടണം."

അദ്ദേഹം വസീറിനെ വിളിപ്പിച്ച്, വെളുത്ത വെണ്ണക്കല്ലിൽ മഹത്തായൊരു ശവകുടീരം നഗരമധ്യത്തിൽ നിർമ്മിക്കാനുള്ള തയ്യാറെടുപ്പ് നടത്താൻ കല്പന നല്കി. മന്ത്രി ഉടനെത്തന്നെ തലസ്ഥാനനഗരിയിൽ ഉചിതമായ സ്ഥലം കണ്ടെത്തി സമർത്ഥരായ ശില്പികളെ ചുമതല ഏല്പിച്ചു. ശ്രേഷ്ഠമായൊരു ഗോപുരത്തിനടിയിൽ ഖുദാദാദിന്റെ രൂപം കൊത്തിവെക്കപ്പെട്ടു. അതിന്റെ നിർമ്മാണം പൂർത്തിയായെന്നറിഞ്ഞ രാജാവ് ഒരു ദിവസം ഔപചാരിക ദുഃഖാചരണത്തിനും ഖുറാൻ പാരായണത്തിനുമായി മാറ്റിവെച്ചു. മുൻനിശ്ചയപ്രകാരം വിലാപയാത്രയും ശവസംസ്കാരക്രിയകളും നടത്തപ്പെട്ടു. എല്ലാ വസീർമാരോടും പ്രഭുക്കന്മാരോടുമൊപ്പം സുൽത്താൻ ശവകുടീരത്തിൽ ചെന്ന് കറുത്ത സാറ്റിൻ കാർപെറ്റിൽ ഇരുന്നു. സ്വർണപൂക്കൾ തുന്നിപ്പിടിപ്പിച്ച ആ കാർപ്പെറ്റ് മാർബിൾത്തറ മുഴുവൻ വിരിച്ചിരുന്നു. അതിനുശേഷം ഒരു സംഘം കുതിരപടയാളികൾ എത്തി. അവരുടെ ശിരസ്സുകൾ കുനിഞ്ഞിരുന്നു. കണ്ണുകൾ പാതി അടഞ്ഞിരുന്നു. അവർ രണ്ടുപ്രാവശ്യം ഗോപുരം വലംവെച്ച ശേഷം മൂന്നാംപ്രാവശ്യം വാതിലിനു മുന്നിൽ നിന്ന് ഉൽഘോഷിച്ചു. "അല്ലയോ, രാജകുമാരാ, ഞങ്ങളുടെ സുൽത്താന്റെ പുത്രാ, ഞങ്ങളുടെ വാളുകളുടെയോ മറ്റു യുദ്ധസാമഗ്രികളുടെയോ കരുത്തുകൊണ്ട് അങ്ങയുടെ ജീവൻ തിരിച്ചുകൊണ്ടുവരാൻ കഴിഞ്ഞിരുന്നെങ്കിൽ! ഈ ഉദ്യമത്തിൽ ഞങ്ങളുടെ ഹൃദയമോ ശക്തിയോ തളരില്ലായിരുന്നു. എന്നാൽ സർവ്വശക്തനായ അള്ളായുടെ തീർപ്പിനു മുന്നിൽ എല്ലാവർക്കും ശിരസ്സ് കുനിക്കണമല്ലോ."

പിന്നെ കുതിരപ്പടയാളികൾ അവർ വന്ന സ്ഥലത്തേക്കുതന്നെ തിരിച്ചുപോയി. അതിനുശേഷം ഗുഹകളിൽ താമസമാക്കിയിട്ടുള്ള നൂറ് സന്ന്യാസിമാർ അവിടെ എത്തി. ആരോടും സംസാരിക്കാത്ത 'മൗനിബാബ'കളാണവർ. രാജാക്കന്മാരുടെ ശവസംസ്കാരചടങ്ങുകൾക്കല്ലാതെ മറ്റൊരിക്കലും അവർ ഹരാൻനഗരത്തിൽ വന്നിട്ടില്ല. ഏറ്റവും മുന്നിൽ നരച്ച താടിക്കാരനായൊരു സന്ന്യാസി ശിരസ്സിൽ ഭാരമുള്ള ഒരു ബൃഹത്ഗ്രന്ഥം താങ്ങിപ്പിടിച്ച് നടന്നു. എല്ലാ സന്ന്യാസിമാരും മൂന്നുപ്രാവശ്യം ആ ശവകുടീരത്തെ പ്രദക്ഷിണം ചെയ്തു. പിന്നെ കവാടത്തിൽനിന്ന് അവരിൽ ഏറ്റവും മുതിർന്നവൻ ഉത്ഘോഷിച്ചു.

"അല്ലയോ രാജകുമാരാ, ഞങ്ങൾക്ക് പ്രാർത്ഥനകൊണ്ടും ഭക്തികൊണ്ടും നിന്റെ ജീവൻ തിരിച്ചുകൊണ്ടുവരാൻ കഴിഞ്ഞെങ്കിൽ ഞങ്ങളുടെ ഹൃദയങ്ങളും ആത്മാവുകളും നിന്റെ വേഗത്തിലുള്ള ഉയിർത്തെഴുന്നേല്പിനായി ഞങ്ങൾ സമർപ്പിക്കാം, നീ ഉയിർത്തെഴുന്നേറ്റാൽ ഞങ്ങൾ സ്വന്തം നരച്ച താടിമീശകൊണ്ട് നിന്റെ പാദങ്ങൾ തുടയ്ക്കാം."

അവരും പിരിഞ്ഞുപോയപ്പോൾ മനോഹരമായി അലങ്കരിച്ച വെള്ളകുതിരപ്പുറത്തേറി അതിസുന്ദരികളായ നൂറ് യുവതികൾ എത്തി. അവർ മുഖം മറച്ചിരുന്നില്ല. തലയിൽ സ്വർണപ്പെട്ടികൾ വെച്ചിരുന്നു. ആ പെട്ടികളിൽ മരതകവും വജ്രവും മറ്റു പല അമൂല്യരത്നങ്ങളും നിറച്ചിരുന്നു. അവരും ശവകുടീരത്തിന് ചുറ്റും പ്രദക്ഷിണം വെച്ചു. പിന്നെ അതിന്റെ കവാടത്തിൽനിന്നുകൊണ്ട് അവരിൽ ഏറ്റവും ചെറിയവളും ഏറ്റവും സുന്ദരിയുമായ യുവതി ഉത്ഘോഷിച്ചു. "അല്ലയോ രാജകുമാരാ,

ഞങ്ങളുടെ യുവത്വവും അഴകും നിനക്കുവേണ്ടി സമർപ്പിക്കാൻ ഞങ്ങൾ തയ്യാറാണ്. ഞങ്ങൾ നിന്റെ ഭൃത്യകളായിരിക്കും! എന്നാൽ കഷ്ടം! നിനക്ക് വളരെ നന്നായി അറിയാം ഞങ്ങളുടെ സൗന്ദര്യം വൃഥാവിലാണെന്ന്. അവയ്ക്ക് നിന്നെ ഊഷ്മളമാക്കാനാവില്ലെന്ന്."

പിന്നെ, അവരും അഗാധമായ ദുഃഖത്തോടെ തിരിച്ചുപോയി. അവർ സ്ഥലംവിട്ട ഉടനെ, സുൽത്താനും അദ്ദേഹത്തോടൊപ്പം ഉണ്ടായിരുന്നവരും എഴുന്നേറ്റ് ഗോപുരത്തിനടിയിലുള്ള പ്രതിമയെ മൂന്നു പ്രാവശ്യം പ്രദക്ഷിണം ചെയ്ത് അതിന്റെ കാൽക്കൽനിന്ന് ആ പിതാവ് പറഞ്ഞു, "എന്റെ ഏറ്റവും പ്രിയപ്പെട്ട മകനേ, വിരഹംമൂലം ഇരുളടഞ്ഞ ഈ കണ്ണുകൾക്ക് നീ ദീപ്തി നല്കുക!" പിന്നെ അദ്ദേഹം ദുഃഖം സഹിക്കാനാകാതെ പൊട്ടിക്കരഞ്ഞു. ഒപ്പം അദ്ദേഹത്തിന്റെ മന്ത്രിമാരും പ്രഭുക്കന്മാരും ഉന്നത ഉദ്യോഗസ്ഥന്മാരും വിലപിച്ചു. പ്രാർത്ഥനകൾക്കുശേഷം സുൽത്താനും സംഘവും കൊട്ടാരത്തിലേക്ക് തിരിച്ചുപോയി ശവകുടീരത്തിന്റെ വാതിൽ പൂട്ടി. അപ്പോഴേക്കും നേരം പുലർന്നതിനാൽ ഷാഹ്റസാദ് കഥപറച്ചിൽ നിർത്തി.

അറുനൂറ്റി രണ്ടാംരാവ്

ഷാഹ്റസാദ് പറഞ്ഞു - അല്ലയോ കീർത്തിമാനായ രാജാവേ എല്ലാ പള്ളികളിലും ഒരാഴ്ചത്തേക്ക് പ്രാർത്ഥനായോഗങ്ങൾ നടത്താൻ സുൽത്താൻ ഉത്തരവിട്ടു. എട്ടു ദിവസങ്ങൾ സുൽത്താൻ മകന്റെ സ്മാരകത്തിനു മുന്നിൽനിന്ന് കരഞ്ഞും വിലപിച്ചും സമയം ചിലവഴിച്ചു. ഈ ഔപചാരികദുഃഖാചരണത്തിനുശേഷം രാജാവ് വസീറിന് ഉത്തരവ് നല്കി, ഖുദാദാദ് രാജകുമാരന്റെ ഘാതകരെ തടവറകളിൽനിന്ന് പുറത്തുകൊണ്ടുവന്ന് പ്രതികാര നടപടി നടപ്പാക്കുക. ഉടനെ അവരെ തൂക്കിക്കൊല്ലുക. നഗരം മുഴുവൻ ഈ വാർത്ത പരന്നു. കൊലമരങ്ങൾ ഉയർന്നു തുടങ്ങി. അവ കാണാനായി ജനങ്ങൾ തിങ്ങിക്കൂടി. പെട്ടെന്നവിടെ ഒരു ആപൽക്കരമായ വാർത്ത എത്തി. മുമ്പ് രാജാവ് തോല്പിച്ചോടിച്ച ഒരു ശത്രുസൈന്യം വൻസന്നാഹങ്ങളോടെ നഗരത്തിലേക്ക് മാർച്ച് ചെയ്യുകയാണെന്ന്. സുൽത്താൻ വല്ലാത്ത വിഷമത്തിലായി. മന്ത്രിമാർ പരസ്പരം പറഞ്ഞു. "കഷ്ടം! ഖുദാദാദ് രാജകുമാരൻ ജീവനോടെ ഉണ്ടായിരുന്നെങ്കിൽ എത്രതന്നെ കരുത്തരായ ശത്രു ആയാലും അവരെ തോല്പിച്ചോടിച്ചേനെ."

എന്തായാലും രാജാവ് യുദ്ധസന്നദ്ധനായി നഗരത്തിൽനിന്നും പുറപ്പെട്ടു. ശത്രുസൈന്യം വിജയം കൈവരിച്ചാൽ, പുഴയിലൂടെ പലായനം ചെയ്ത് മറ്റേതെങ്കിലും രാജ്യത്തേക്ക് ഓടിരക്ഷപ്പെടാമെന്നദ്ദേഹം കരുതി. പിന്നെ ഇരുസൈന്യങ്ങളും ഏറ്റുമുട്ടി. ഘോരമായ പോരാട്ടം നടന്നു. ആക്രമണകാരി ഹരാൻ രാജാവിനെ വളഞ്ഞു. അദ്ദേഹത്തേയും മുഴുവൻ സൈന്യത്തേയും ശത്രുസൈന്യം വെട്ടിനുറുക്കിയേനെ! അപ്പോഴേക്കും അതാ ദൂരെനിന്ന്, മൈതാനത്തിലൂടെ, അതുവരെ കണ്ടിട്ടില്ലാത്ത ആയുധധാരികളായ ഒരു സൈനികവ്യൂഹം പാഞ്ഞടുക്കുന്നു! ഭയങ്കര വിസ്മയത്തോടെ ഇരുശത്രുരാജാക്കന്മാരും അവരെ നോക്കി. അവർ ആരുടെ ഭാഗത്തുള്ളവരാണെന്ന് ഇരുവർക്കും പിടിയില്ലായിരുന്നു. എന്നാൽ അവർ

അടുത്തെത്തിയപ്പോൾ, കുതിരപ്പട ശത്രുസൈന്യത്തിനു നേരെ തിരിഞ്ഞു. കണ്ണടച്ചുതുറക്കുന്ന നേരംകൊണ്ടവരെ തോല്പിച്ചോടിച്ചു. അവരെ ആ സൈന്യം പിന്തുടർന്നു ചെന്ന് വെട്ടിവീഴ്ത്തുകയും കുന്തങ്ങൾ എറിഞ്ഞ് കൊലപ്പെടുത്തുകയും ചെയ്തു. ഈ കടന്നാക്രമണം കണ്ട് ഹരാൻ രാജാവ് അദ്ഭുതസ്തബ്ധനായി നിന്നുപോയി! അദ്ദേഹം ദൈവത്തോട് നന്ദി പറഞ്ഞുകൊണ്ട് ചുറ്റുപാടും നിന്നവരോട് ചോദിച്ചു. "ആ സൈന്യാധിപന്റെ പേര് നിങ്ങൾക്കറിയാമോ? അവൻ ആരായിരിക്കും, എവിടെനിന്നാണവൻ വന്നത്?"

ഏതാനും പേർ ഒഴിച്ച്, ശത്രുസേനയിലെ എല്ലാവരും രണഭൂമിയിൽ വീണ് മരിച്ചിരുന്നു. ശത്രുരാജാവ് ബന്ദിയായി പിടിക്കപ്പെട്ടു. സുഹൃദ്സേനയുടെ സൈന്യാധിപൻ യുദ്ധം അവസാനിപ്പിച്ച് സസന്തോഷം രാജാവിനെ അഭിവാദ്യം ചെയ്യാനായി എത്തി. എന്തൊരദ്ഭുതം! അവർ പരസ്പരം അടുത്തെത്തിയപ്പോൾ, ആ സൈന്യാധിപൻ തന്റെ പ്രിയപുത്രൻ ഖുദാദാദ് അല്ലാതെ മറ്റാരുമല്ലെന്ന് രാജാവിന് മനസ്സിലായി! മരിച്ചെന്നു കരുതിയവൻ ഇതാ പ്രത്യക്ഷപ്പെട്ടിരിക്കുന്നു! ആനന്ദലഹരിയിൽ രാജാവ് മതിമറന്നു. തന്റെ ശത്രു നാമാവശേഷനായി. തന്റെ പുത്രൻ ജീവനോടെ ആരോഗ്യവാനായി സുരക്ഷിതനായി മുന്നിൽ നില്ക്കുന്നു! "എന്റെ അച്ഛാ." രാജകുമാരൻ ആർത്തുവിളിച്ചു. "ഇത് ഞാൻ തന്നെയാണ്, കൊല്ലപ്പെട്ടവനെന്ന് അങ്ങ് കരുതിയവൻ! അള്ളായുടെ കൃപകൊണ്ട് എന്റെ ജീവൻ രക്ഷിക്കപ്പെട്ടു. അതുകൊണ്ട് ഇന്നത്തെ ദിവസം അങ്ങയുടെ ശത്രുവിനെ നശിപ്പിക്കാനും അങ്ങയുടെ മുന്നിൽ ഇങ്ങനെ ആരോഗ്യവാനായി നിലകൊള്ളാനും കഴിഞ്ഞു."

"എന്റെ പ്രിയപ്പെട്ട മോനേ", രാജാവ് മറുപടി നല്കി. "തീർച്ചയായും ഞാൻ നിരാശയിലാണ്ടുപോയിരുന്നു. ഈ കണ്ണുകൾകൊണ്ട് വീണ്ടും നിന്നെ കാണാനാകുമെന്ന് ഞാൻ ഒരിക്കലും ആശിച്ചതല്ല."

അച്ഛനും മകനും കുതിരപ്പുറത്തുനിന്ന് താഴെ ഇറങ്ങി പരസ്പരം ആലിംഗനത്തിലമർന്നു. സുൽത്താൻ മകന്റെ കൈപിടിച്ചുകൊണ്ട് പറഞ്ഞു. "നിന്റെ വീരശൂരപരാക്രമങ്ങളെക്കുറിച്ച് ഞാൻ നേരത്തെ കേട്ടിരുന്നു. നരഭോജിയായ എബിസീനിയനിൽ നിന്ന് നശിച്ച സഹോദരന്മാരെ നീ രക്ഷിച്ചതും അവർ നന്മയ്ക്ക് പകരം നിന്നോട് തിന്മ ചെയ്തതുമെല്ലാം. ഇപ്പോൾ നീ സ്വന്തം അമ്മയുടെ അരികിലേക്ക് ചെല്ലൂ, നിനക്കു വേണ്ടി വേദനിച്ച് കണ്ണുനീരൊഴുക്കി അവൾ എല്ലും തൊലിയും മാത്രമായിരിക്കുന്നു! നീതന്നെ ആദ്യം ഈ സന്തോഷവാർത്ത അറിയിച്ച് അവളെ ആഹ്ലാദവതിയാക്കുക. നിന്റെ യുദ്ധവിജയവാർത്തയും അറിയിക്കുക.

അവർ ഒന്നിച്ച് സവാരിചെയ്യവെ രാജകുമാരൻ സുൽത്താനോട് ചോദിച്ചു, 'അങ്ങ് എങ്ങനെയാണ് നരഭോജിയുടെ കൈയിൽനിന്ന് രാജകുമാരന്മാരെ രക്ഷിച്ച കാര്യം അറിഞ്ഞത്?"

"എന്റെ സഹോദരന്മാരിൽ ഒരാൾ ഈ സാഹസത്തെക്കുറിച്ച് പറഞ്ഞുകാണും?

"അങ്ങനെയല്ല, എന്റെ മോനേ" രാജാവ് മറുപടി നല്കി. "അവരാരുമല്ല. ദരിയാബാദ് രാജകുമാരിയാണ് ദുരിതപൂർണമായി ആ കഥ എന്നോടു പറഞ്ഞത്. കുറെനാൾ ആയി അവൾ എന്നോടൊപ്പം താമസിക്കുന്നു.

നിന്റെ കൊലയ്ക്ക് പ്രതികാരം ചെയ്യുവാൻ ആദ്യമായി ആവശ്യപ്പെട്ടത് അവളാണ്. തന്റെ ഭാര്യയായ രാജകുമാരി അച്ഛന്റെ അതിഥിയാണെന്ന് കേട്ടപ്പോൾ ഖുദാദാദിനുണ്ടായ ആനന്ദം പറഞ്ഞറിയിക്കാൻ പ്രയാസമാണ്. സീമാതീതമായ ആഹ്ലാദത്തോടെ രാജകുമാരൻ പറഞ്ഞു "ആദ്യം ഞാൻ അമ്മയെ കാണട്ടെ, പിന്നെ പോയി ദരിയാബാദ് രാജകുമാരിയെ കാണാം."

ഹരാൻ രാജാവ് തന്റെ മുഖ്യശത്രുവിന്റെ ശിരസ്സറുത്തെടുത്ത്, തലസ്ഥാനനഗരി മുഴുവൻ കൊണ്ടുനടന്ന് പ്രദർശിപ്പിച്ചു.

ജനങ്ങൾ ഒന്നടങ്കം യുദ്ധവിജയം ആഘോഷിച്ചു. അത് യുദ്ധവിജയത്തിന്റെ പേരിൽ മാത്രമായിരുന്നില്ല. ഖുദാദാദിന്റെ സുരക്ഷിതനായുള്ള തിരിച്ചുവരവിന്റെ പേരിലും കൂടി ആയിരുന്നു. ഓരോ വീട്ടിലും പാട്ടും ഡാൻസും അരങ്ങേറി. രാജ്ഞി ഫിറൂസായും ദരിയാബാദ് രാജകുമാരിയും സുൽത്താന് മുന്നിൽ എത്തി. അവരുടെ അഭിനന്ദനങ്ങൾ അദ്ദേഹത്തെ അറിയിച്ചു. പിന്നെ, അവർ ഖുദാദാദിനെ കാണാൻ പോയി. പരസ്പരം കഴുത്തിൽ കൈയിട്ടുകൊണ്ട് അവർ മൂവരും ആനന്ദക്കണ്ണുനീർ പൊഴിച്ചു. – അപ്പോഴേക്കും നേരം പുലർന്നതിനാൽ ഷാഹ്റസാദ് കഥപറച്ചിൽ നിർത്തി.

അറുനൂറ്റി മൂന്നാംരാവ്

ഷാഹ്റസാദ് പറഞ്ഞു – അല്ലയോ കീർത്തിമാനായ രാജാവേ, അതിനുശേഷം രാജാവും രാജ്ഞിയും മരുമകളും ഒന്നിച്ചിരുന്ന് കുറെനേരം സംഭാഷണത്തിലേർപ്പെട്ടു. ഇത്രയും മാരകമായ വെട്ടുംകുത്തുകളുമെല്ലാം ഏറ്റിട്ടും ഖുദാദാദ് എങ്ങനെ മരണത്തിൽനിന്നും രക്ഷപ്പെട്ടു എന്നതവർക്കൊരു ആശ്ചര്യജനകമായ വസ്തുതതന്നെ ആയിരുന്നു. പ്രത്യേകിച്ചും ആ കാട്ടുപ്രദേശത്തുനിന്ന്!

അച്ഛന്റെ ആജ്ഞ അനുസരിച്ച് രാജകുമാരൻ സ്വന്തം കഥപറഞ്ഞു കേൾപ്പിച്ചു. "ഒട്ടകപ്പുറത്തേറി സഞ്ചരിച്ചിരുന്ന ഒരു കർഷകൻ എന്റെ കൂടാരത്തിനരികിലൂടെ പോകാനിടയായി. ഞാൻ മാരകമായി മുറിവേറ്റ് രക്തത്തിൽ കുളിച്ചുകിടക്കുന്നതുകണ്ട്, അവൻ എന്നെ എടുത്ത് ഒട്ടകപ്പുറത്ത് കിടത്തി സ്വന്തം വീട്ടിലേക്ക് കൊണ്ടുപോയി. പിന്നെ, മരുഭൂമിയിലെ ചില ഔഷധച്ചെടികളുടെ വേരുകൾ പറിച്ചെടുത്ത് എന്റെ മുറിവുകളിൽ വെച്ചുകെട്ടി. എന്റെ മുറിവുകൾ അതിവേഗം ഉണങ്ങി എന്നു മാത്രമല്ല, ആരോഗ്യവും പെട്ടെന്ന് തിരിച്ചുകിട്ടി. എന്റെ രക്ഷകനോട് നന്ദി പറഞ്ഞ് ഉദാരമായ പാരിതോഷികങ്ങൾ അവന് നല്കി ഞാൻ ഹരാൻ നഗരത്തിലേക്ക് തിരിച്ചുവരികയായിരുന്നു. അപ്പോഴാണ് ശത്രുസൈന്യം റോഡിലൂടെ അങ്ങയുടെ നഗരം ആക്രമിക്കാനായി മാർച്ച് ചെയ്യുന്നത് കാണാനിടയായത്. അപ്പോൾ ചുറ്റുപാടുമുള്ള പട്ടണവാസികളോടും ഗ്രാമീണരോടും വിവരമറിയിച്ച് അവരുടെ സഹായങ്ങൾ തേടി. വലിയൊരു സൈന്യം സംഘടിപ്പിച്ച് സായുധരാക്കി അതിന്റെ സൈന്യാധിപത്യം ഞാൻ സ്വയം ഏറ്റെടുത്ത് കൃത്യസമയത്തിന് ഇവിടെ എത്തി ശത്രുസൈന്യത്തെ തകർത്തുവിട്ടു."

സർവ്വശക്തനായ അള്ളായ്ക്ക് സുൽത്താൻ നന്ദി പറഞ്ഞു. "നിനക്കെതിരായി ഗൂഢാലോചന നടത്തിയ എല്ലാ രാജാക്കന്മാരും തൂക്കിലേറ്റപ്പെടട്ടെ." ഇപ്രകാരം പറഞ്ഞ് അദ്ദേഹം ആരാച്ചാരെ വിളിക്കാൻ ആളെ അയച്ചു. എന്നാൽ ഖുദാദാദ് അച്ഛനോട് അഭ്യർത്ഥിച്ചു. "സത്യത്തിൽ എന്റെ പ്രഭുവായ രാജാവേ, അങ്ങയുടെ വിധിപ്രകാരം വധശിക്ഷയ്ക്കവർ അർഹരാണ്. എന്നാലും അവർ എന്റെ സഹോദരന്മാരും അങ്ങയുടെ സ്വന്തം ചോരയുമല്ലേ? എനിക്കെതിരായി അവർ ചെയ്ത ക്രൂരകൃത്യത്തിന് ഞാൻ മാപ്പ് നല്കിക്കഴിഞ്ഞു. അങ്ങും അപ്രകാരം അവർക്കു മാപ്പ് കൊടുക്കണമെന്നാണെന്റെ വിനീതമായ അഭ്യർത്ഥന. അങ്ങ് അവരുടെ ജീവൻ വിട്ടുകൊടുക്കണം. കാരണം, രക്തം രക്തത്തെ ഓർക്കുന്നു."

ഒടുവിൽ, സുൽത്താൻ അവന്റെ അഭ്യർത്ഥന ചെവിക്കൊണ്ടു. അവരുടെ തെറ്റുകൾ അദ്ദേഹം പൊറുത്തു. പിന്നെ എല്ലാ മന്ത്രിമാരേയും വിളിച്ചുകൂട്ടി തടവറയിൽനിന്ന് സ്വതന്ത്രരാക്കപ്പെട്ട എല്ലാ രാജാകുമാരന്മാരുടേയും സാന്നിധ്യത്തിൽ ഖുദാദാദിനെ തന്റെ പിൻഗാമിയും കിരീടാവകാശിയുമായി രാജാവ് പ്രഖ്യാപിച്ചു.

ഖുദാദാദ് സഹോദരന്മാരുടെ ബന്ധനങ്ങളും കാൽചങ്ങലകളും ഊരിക്കളഞ്ഞു; ഓരോരുത്തരേയും മാറോടണച്ചു. അവരോട് നരഭോജിയുടെ കോട്ടയിൽ വെച്ച് കാണിച്ച അതേ സ്നേഹവാത്സല്യങ്ങൾ പ്രകടിപ്പിച്ചു. ഖുദാദാദിന്റെ ശ്രേഷ്ഠമായ ഈ പ്രവൃത്തികളെക്കുറിച്ച് കേട്ട ജനങ്ങൾ കൈയടിച്ച് അനുമോദിച്ചു. മുമ്പത്തേക്കാളേറെ അവർ അവനെ സ്നേഹിച്ചു. ദരിയാബാദ് രാജകുമാരിക്ക് ഇത്രയും മഹത്തായ സേവനം നല്കിയ വൈദ്യനെ ബഹുമതി വസ്ത്രങ്ങളും വൻസമ്പത്തും നല്കി ആദരിച്ചു. അങ്ങനെ ദൗർഭാഗ്യകരമായ സംഭവങ്ങൾ സൗഭാഗ്യങ്ങൾക്ക് വഴിമാറിക്കൊടുത്തു. രാജ്ഞി ഷാഹ്റസാദ് ഈ കഥ അവസാനിപ്പിച്ച് ഷഹ്ര്യാറിനോട് പറഞ്ഞു.

"അല്ലയോ പ്രഭോ, കാലി ഫാ ഹരൂൺ അൽ റഷീദ്, 'ഘാനിമി'നോടും അമ്മയോടും സഹോദരിയോടുമുള്ള കോപം മാറ്റി സ്നേഹവാത്സല്യങ്ങളോടെ പെരുമാറിയതുകണ്ട് അങ്ങ് അദ്ഭുതപ്പെട്ടിട്ടുണ്ടാകുമെന്ന കാര്യത്തിൽ സംശയമില്ല. അതേ കാലിഫായുടെ ബാബാ അബ്ദുള്ളാ എന്ന അന്ധനുമായുള്ള വിചിത്രമായ വീരസാഹസകഥ കേൾക്കുമ്പോൾ, അങ്ങ് അതിലേറെ വിസ്മയിച്ചുപോകുമെന്ന് എനിക്കുറപ്പാണ്!"

അപ്പോൾ ദുനിയാസാദ് തന്റേതായ ശൈലിയിൽ സഹോദരി ഷാഹ്റസാദിനോട് പറഞ്ഞു. "അല്ലയോ സഹോദരീ, എത്ര അപൂർവ്വവും മനോഹരവുമായ കഥയാണ് നീ പറഞ്ഞത്. മറ്റൊരു കഥകൂടി പറഞ്ഞ് ഞങ്ങളെ ആനന്ദിപ്പിക്കാനായി ഞാൻ നിന്നോട് കേണപേക്ഷിക്കുകയാണ്."

ഷാഹ്റസാദ് മറുപടി നല്കി "നേരം പുലരാറായിരിക്കുന്നു. എന്നാൽ എന്റെ ജീവൻ രക്ഷിക്കപ്പെട്ടാൽ നാളെ ഞാൻ നിനക്ക് കാലിഫാ ഹരൂൺ അൽറഷീദിന്റെ വിചിത്രവും അദ്ഭുതകരവുമായ ചരിത്രം പറഞ്ഞു കേൾപ്പിക്കാം." – അപ്പോഴേക്കും നേരം പുലർന്നതിനാൽ ഷാഹ്റസാദ് കഥപറച്ചിൽ നിർത്തി.

അറുനൂറ്റി നാലാം രാവ്
കാലിഫായുടെ രാത്രിയിലെ വീരസാഹസം

ഷാഹ്രസാദ് കഥ പറയാൻ തുടങ്ങി - അല്ലയോ കീർത്തിമാനായ രാജാവേ, ഒരു രാത്രി കാലിഫാ ഹരൂൺ അൽ്റഷീദിന് ഒട്ടും ഉറക്കം വന്നില്ല. രാവിലെ എഴുന്നേറ്റപ്പോൾ അദ്ദേഹം വല്ലാതെ അസ്വസ്ഥനായിരുന്നു. അദ്ദേഹത്തെ വിഷമിപ്പിച്ച പ്രശ്നം ഇതാണ്. "രാജാവിന്റെ പെരുമാറ്റം പ്രജകൾ പിന്തുടരുന്നു."

രാജാവ് ആഹ്ലാദവാനായിരിക്കുമ്പോൾ അവരും ആഹ്ലാദവാന്മാരാകുന്നു. ദുഃഖിതനാകുമ്പോൾ അവരും അപ്രകാരം ദുഃഖിതരാകുന്നു. എന്തുകൊണ്ടാണതിന്റെ കാരണമെന്നവർക്ക് അറിയില്ലെങ്കിലും ഉടനെ അദ്ദേഹം അവന്റെ നപുംസകം, മസ്മൂറിനെ വിളിപ്പിച്ച് ഉത്തരവിട്ടു. "എന്റെ വസീർ 'ജാഫർ ബർമകി'യെ വിളിച്ചുകൊണ്ടുവരിക, വൈകരുത്."

അപ്രകാരം അവൻ പോയി മന്ത്രിയേയുംകൂട്ടി തിരിച്ചെത്തി. പതിവിന് വിപരീതമായി കാലിഫാ ഒറ്റയ്ക്കിരിക്കുന്നതുകണ്ട് വസീർ ചിന്തിച്ചു. അദ്ദേഹം വ്യാകുലനാണ്, ശിരസ്സ് കുനിച്ചിരിപ്പാണ്. തന്റെ നേരെ നോക്കാനുള്ള കൃപ പ്രഭു കാണിക്കുന്നതുവരെ അനങ്ങാതെ നില്ക്കാൻ വസീർ തീരുമാനിച്ചു. ഒടുവിൽ കാലിഫാ ശിരസ്സുയർത്തി ജാഫറിനുനേരെ ദൃഷ്ടി പായിച്ചു. വീണ്ടും തലതിരിച്ച് പഴയതുപോലെ നിശ്ചലനായി ഇരുപ്പ് തുടർന്നു. വ്യക്തിപരമായി എന്ത് പ്രശ്നമാണുണ്ടായതെന്ന് വസീറിന് അറിയില്ലെങ്കിലും അയാൾ ചോദിച്ചു.

"അല്ലയോ വിശ്വാസികളുടെ നേതാവേ, എന്താണ് ഈ വിഷാദത്തിന് കാരണമെന്ന് അടിയൻ ചോദിച്ചോട്ടെ?" നേരെനോക്കി കാലിഫാ മറുപടി നല്കി.

"സത്യമായും അല്ലയോ വസീർ, ഈ വിഷാദം എന്നെ വല്ലാതെ കുഴക്കുന്നു. വിചിത്രമായ കഥകളോ കവിതകളോ കേട്ടാലല്ലാതെ ഈ വൈക്ലബ്യം മാറിക്കിട്ടില്ല. നിങ്ങൾക്ക് ഗൗരവമുള്ള കാര്യങ്ങളൊന്നും ചെയ്യാനില്ലെങ്കിൽ എന്റെ വിഷാദം മാറ്റി ആഹ്ലാദം ഉണർത്താനുതകുന്ന എന്തെങ്കിലും വിശേഷകാര്യങ്ങൾ പറയൂ."

"അല്ലയോ വിശ്വാസികളുടെ നേതാവേ, അങ്ങയെ സേവിക്കലാണ് എന്റെ ഔദ്യോഗിക ചുമതല. ഞാൻ സസന്തോഷം അങ്ങയെ ഓർമ്മപ്പെടുത്തട്ടെ. ഇന്നത്തെ ദിവസം തലസ്ഥാനത്തേയും സമീപപ്രദേശങ്ങളിലേയും ഭരണകാര്യങ്ങളെക്കുറിച്ച് അങ്ങയോട് റിപ്പോർട്ട് തരേണ്ട ദിവസമാണ്. എല്ലായിടത്തും ഭരണം ഭംഗിയായി നീങ്ങുന്നു. ഈ വിവരം ഇൻഷാ അള്ളാ, അങ്ങയുടെ മനസ്സിലെ മ്ലാനത മാറ്റാനിടവരട്ടെ!"

"നിങ്ങൾ എന്നെ ഓർമ്മിപ്പിച്ചത് നന്നായി. കാരണം, ഞാനത് പാടേ മറന്നുപോയിരുന്നു. നിങ്ങൾ നേരെ പോയി ഉടുപ്പ് മാറ്റിവരിക, ഞാനും അപ്രകാരം ചെയ്യാം."

വിദേശവ്യാപാരികളുടെ വേഷത്തിൽ ഇരുവരും കൊട്ടാരഉദ്യാനത്തിലെ ഒരു രഹസ്യവാതിലിലൂടെ പുറത്തുകടന്നു. അത് വയലുകളിലേക്കാണ് പോകുന്നത്.

അവർ നഗരാതിർത്തി കടന്നശേഷം 'യൂഫ്രെട്ടീസ്' നദീതീരത്തെത്തി. ഗേറ്റിൽനിന്ന് കുറച്ച് ദൂരെ യാതൊരു അപാകതകളും അവിടെ കണ്ടില്ല. പിന്നെ ആദ്യം കണ്ട കടത്ത് തോണിയിൽ മറുകരയിലെത്തി. ബാഗ്ദാദ്

നഗരത്തിലെ ഇരുഭാഗങ്ങളേയും ഒന്നിച്ച് യോജിപ്പിക്കുന്ന പാലം അവർ കടന്നു. ആ പാലത്തിനടിയിൽ അവർ അന്ധനായൊരു വൃദ്ധനെ കണ്ടുമുട്ടി. അയാൾ അവരോട് ഭിക്ഷ യാചിച്ചു. കാലിഫാ ഒരു ദിനാർ അയാളുടെ കൈയിൽ വെച്ചുകൊടുത്തു. ഉടനെ ആ യാചകൻ അദ്ദേഹത്തിന്റെ കൈയിൽ കയറിപ്പിടിച്ചു പറഞ്ഞു. "അല്ലയോ ദാനശീലനായ മനുഷ്യാ, നിങ്ങൾ ആരായാലും അള്ളായുടെ പ്രേരണയാൽ എനിക്ക് ഭിക്ഷ തന്നു. ഞാൻ നിങ്ങളോടു കേണപേക്ഷിക്കുന്ന ഒരു ആനുകൂല്യം നിരസിക്കരുത്. എന്റെ ചെകിട്ടത്ത് മുഷ്ടിചുരുട്ടി ഒരു ഇടി വെച്ചുതരിക. ഈ ശിക്ഷയ്ക്ക് ഞാൻ അർഹനാണ്. ഒരുപക്ഷേ, ഇതിനേക്കാൾ വലിയ ശിക്ഷ!"

ഇത്രയും പറഞ്ഞ് കുരുടൻ കാലിഫായുടെ കൈയിലെ പിടിവിട്ടു. അദ്ദേഹത്തിന് ആ കൈകൊണ്ടാണല്ലോ ഇടിക്കേണ്ടത്! എന്നാൽ ആ അപരിചിതൻ പേടിച്ച് പിന്മാറിയെങ്കിലോ എന്നു കരുതി കുരുടൻ അദ്ദേഹത്തിന്റെ മേലങ്കിയിൽ മുറുക്കിപ്പിടിച്ചു - അപ്പോഴേക്കും നേരം പുലർന്നതിനാൽ ഷാഹ്രസാദ് കഥപറച്ചിൽ നിർത്തി.

അറുനൂറ്റി അഞ്ചാംരാവ്

ഷാഹ്രസാദ് പറഞ്ഞു - അല്ലയോ കീർത്തിമാനായ രാജാവേ, കുരുടന്റെ വാക്കുകളും പ്രവൃത്തികളും കണ്ട് ആശ്ചര്യത്തോടെ കാലിഫാ പറഞ്ഞു "നിന്റെ അപേക്ഷ എനിക്ക് അനുവദിക്കാനാകില്ല. നീ അഭ്യർത്ഥിച്ചതുപോലെ പ്രവർത്തിച്ച് എന്റെ ദാനധർമ്മത്തെ ഇടിച്ചുതാഴ്ത്താനും പറ്റില്ല."

ഇത്രയും പറഞ്ഞ് അന്ധയാചകനിൽനിന്നും രക്ഷപ്പെടാനദ്ദേഹം ശ്രമിച്ചു. ദാനശീലരുടെ ഇത്തരം നിരാകരണം കേട്ട് പരിചയിച്ച അവൻ അദ്ദേഹത്തെ തടഞ്ഞുനിർത്താനായി പരമാവധി ബലം പ്രയോഗിച്ചു. അവൻ ഉറക്കെ വിളിച്ചുപറഞ്ഞു, "എന്റെ പ്രഭോ, എന്റെ ചങ്കൂറ്റവും പിടിവാശിയും പൊറുക്കുക. ഒന്നുകിൽ അങ്ങ് എന്റെ ചെവിക്കുറ്റിക്ക് ഒരടി വെച്ചുതരിക, അല്ലെങ്കിൽ അങ്ങയുടെ ഭിക്ഷ തിരിച്ചെടുക്കുക. കാരണം, ആ വ്യവസ്ഥയിൽ മാത്രമേ എനിക്ക് ഭിക്ഷ സ്വീകരിക്കാനാകൂ. ഞാൻ അള്ളായുടെ മുന്നിൽ ശപഥം ചെയ്യുന്നു. നിങ്ങൾ അതിന്റെ കാരണം അറിഞ്ഞുകഴിയുമ്പോൾ ഈ ശിക്ഷ വളരെ ലഘുവായിപ്പോയെന്ന് തീർച്ചയായും പറയും.

അപ്പോൾ അധികം താമസിക്കാനിടകൊടുക്കാതെ കുരുടന്റെ ശല്യം പിടിച്ച അപേക്ഷയ്ക്ക് വഴങ്ങി അവന്റെ ചെകിട്ടത്ത് അദ്ദേഹം ചെറിയൊരു ഇടി വെച്ചുകൊടുത്തു. ഉടനെ അവൻ കാലിഫായുടെ മേലങ്കിൽനിന്ന് പിടിവിട്ട് അദ്ദേഹത്തെ ആശീർവ്വദിക്കുകയും നന്ദി പറയുകയുംചെയ്തു. കാലിഫായും വസീറും അല്പദൂരം നടന്നശേഷം കാലിഫാ അതിശയത്തോടെ അഭിപ്രായപ്പെട്ടു. "ഭിക്ഷ കൊടുക്കുന്നവരോടെല്ലാം ഈ അന്ധയാചകൻ ഇപ്രകാരം പെരുമാറുന്നതിന് തീർച്ചയായും തക്കതായ എന്തെങ്കിലും കാരണം കാണും. അതറിയാനെനിക്കാഗ്രഹമുണ്ട്. നിങ്ങൾ തിരിച്ചുചെന്ന് ഞാൻ ആരാണെന്ന് അവനോട് പറയുക. ഉച്ചതിരിഞ്ഞുള്ള പ്രാർത്ഥനാസമയത്ത് അവനോട് എന്റെ കൊട്ടാരത്തിലെത്താൻ ഉത്തരവ് കൊടുക്കുക. സമയം തെറ്റിക്കരുതെന്ന് പ്രത്യേകം പറയണം.

അപ്പോൾ അവനുമായി സംഭാഷണം നടത്താം. അവന് പറയാനുള്ള തെല്ലാം താങ്കൾക്കു കേൾക്കാം."

അപ്രകാരം ജാഫർ യാചകന്റെ അടുത്ത് തിരിച്ചുചെന്ന് ഭിക്ഷ കൊടുത്ത്, ചെകിട്ടത്ത് ഒരടികൂടി വെച്ചുകൊടുത്തശേഷം കാലിഫാ യുടെ കല്പന അറിയിച്ചു. ഉടനെ പ്രഭുവിന്നരികിൽ തിരിച്ചെത്തുകയും ചെയ്തു.

അവർ ഇരുവരും പട്ടണത്തിലെത്തിയപ്പോൾ, ഒരു 'സ്ക്വയറി'ൽ നിറയെ ജനങ്ങൾ കൂടിനില്ക്കുന്നതു കണ്ടു. ഒരു കുതിരപ്പുറത്തിരുന്ന് ആ കുതിരയെ ശക്തമായി ചാട്ടവാറുകൊണ്ടടിച്ച് അതിശീഘ്രം പായി ക്കുന്ന സുന്ദരനായൊരു യുവാവിനെ നോക്കിനില്ക്കുകയാണവർ. ക്രൂര മായി മർദ്ദനമേറ്റ് ആ കുതിരയുടെ ശരീരത്തിൽനിന്ന് ചോര വരുന്നുണ്ട്, അതിവേഗം പാഞ്ഞുകൊണ്ടിരിക്കുന്നതിനാൽ വിയർത്ത് കുളിച്ചിട്ടുമുണ്ട്. ആ യുവാവിന്റെ ക്രൂരതയിൽ കാലിഫായ്ക്ക് അദ്ഭുതം തോന്നി. അവിടെ നില്ക്കുന്നവരോട് അതിനുള്ള കാരണം അദ്ദേഹം ആരാഞ്ഞു. എന്നാൽ, ആർക്കും അതറിയില്ലായിരുന്നു. കുറച്ചുനാളായി എന്നും ഈ സമയത്ത് അത് ആവർത്തിക്കപ്പെടുന്നുണ്ടെന്നു മാത്രം അവർ പറഞ്ഞു. അവർ ഇരുവരും മെല്ലെ സ്ഥലംവിട്ടു. എന്നാൽ, ആ യുവാവിനോട് പിറ്റേന്ന് കൊട്ടാരത്തിൽ വരുവാനായി രാജാവ് ഉത്തരവിട്ടു. കുരുടന് കൊടുത്ത സമയംതന്നെയാണ് ഈ യുവാവിനും കൊടുത്തിരുന്നത്. ആ സ്ഥലം ശ്രദ്ധിച്ചുവെക്കുവാൻ വസീറിനോടദ്ദേഹം പ്രത്യേകം നിർദ്ദേശം നല്കി.

കാലിഫാ കൊട്ടാരത്തിലെത്തുന്നതിനു മുമ്പ് ഒരു തെരുവിലെത്തി യപ്പോൾ പുതിയതായി നിർമ്മിച്ച ഒരു ബംഗ്ലാവ് കണ്ടു. വളരെ മാസങ്ങ ളായി കാലിഫാ ആ വഴിക്ക് വന്നിട്ട്. ആ നാട്ടിലെ ഏതെങ്കിലും വലിയ പ്രഭുവിന്റെ കൊട്ടാരമായിരിക്കും അതെന്ന് അദ്ദേഹം കരുതി. ആരാണ തിന്റെ ഉടമയെന്ന് കാലിഫാ വസീറിനോടു ചോദിച്ചു. തനിക്കറിയില്ലെന്നും അന്വേഷിച്ചറിയാമെന്നും വസീർ മറുപടി നല്കി. അയാൾ ഒരു അയൽവാ സിയോട് അന്വേഷിച്ചപ്പോൾ ഖൊജാഹസൻ അൽഹബ്ബാൽ ആണതിന്റെ ഉടമ എന്നറിയാൻ കഴിഞ്ഞു. കയർനിർമ്മാണമാണയാളുടെ തൊഴിൽ. ദരിദ്രനായ ഒരു കൂലിപ്പണിക്കാരനായിരുന്നു അയാൾ ഒരുകാലത്ത് എന്ന് വസീറിനറിയാം. ഒരു നിർഭാഗ്യവാനായ മനുഷ്യൻ. അതേ ഖൊജായാണ് ഇത്രയും സമ്പന്നനായൊരു മനുഷ്യനായി തീർന്നത്! ഈ കൊട്ടാരം നിർമ്മിക്കാനുള്ള പണം നിർലോഭമാണയാൾ ചിലവാക്കിയത്! വസീർ തിരിച്ചുവന്ന് കാലിഫായ്ക്ക് പൂർണവിവരങ്ങൾ നല്കി. കാലിഫാ ഉറക്കെ ഉദ്ഘോഷിച്ചു. "എനിക്ക് ഈ 'ഖൊജാഹസൻ അൽഹബ്ബാലി'നെ കാണണം." അതുകൊണ്ട് അല്ലയോ വസീർ, നിങ്ങൾ പോയി അയാ ളോട് പറയൂ, മറ്റ് രണ്ടുപേർക്കും കൊടുത്ത അതേ സമയത്ത് ഇയാളും എന്നെ കൊട്ടാരത്തിൽ വന്നു കാണണമെന്ന്."

മന്ത്രി തന്റെ പ്രഭുവിന്റെ കല്പന അയാളെ അറിയിച്ചു. പിറ്റേന്ന് ഉച്ച തിരിഞ്ഞുള്ള പ്രാർത്ഥനയ്ക്കുശേഷം കാലിഫാ സ്വന്തം മുറിയിലേക്കു പോയി. ജാഫർ ആ മൂവരേയും അദ്ദേഹത്തിനു മുന്നിൽ ഹാജരാക്കി, പരിചയപ്പെടുത്തി. എല്ലാവരും അദ്ദേഹത്തിന്റെ കാൽക്കൽ സാഷ്ടാംഗം പ്രണമിച്ചു. അവർ എഴുന്നേറ്റപ്പോൾ ആ അന്ധനോട് പേരെന്താണെന്ന് കാലിഫാ ചോദിച്ചു. അയാൾ മറുപടി നല്കി. "ബാബാ അബ്ദുള്ള."

"അല്ലയോ അള്ളായുടെ ദാസാ..." കാലിഫാ ഉറക്കെ പറഞ്ഞു. "ഇന്നലെ നീ ഭിക്ഷ യാചിക്കുന്ന രീതി വളരെ വിചിത്രമായി എനിക്കു തോന്നി. ചില പ്രത്യേക പരിഗണനമൂലമാണ് ഞാൻ നിങ്ങളുടെ അപേക്ഷ മാനിച്ചത്. അല്ലെങ്കിൽ ജനങ്ങൾക്ക് കൂടുതൽ ശല്യം ചെയ്യുന്നത് ഞാന പ്പോൾത്തന്നെ തടഞ്ഞേനെ. ഞാൻ നിന്നെ ഇവിടേക്ക് വിളിച്ചുവരുത്തി യത് നീ ഇത്തരം ഒരു ശപഥം ചെയ്യാനുള്ള കാരണം എന്താണെന്ന് അറിയാൻ വേണ്ടിയാണ്. അത് ശരിയാണോ, തെറ്റാണോ എന്ന് എനി ക്കിപ്പോൾ വിധി കല്പിക്കാനാകും. ഇത്തരം ഒരു ഭ്രാന്തൻ ആശയം എങ്ങനെ നിന്റെ തലയിൽ കയറി എന്ന് എന്നോട് തുറന്നു പറയൂ. യാതൊന്നും മറച്ചുവെക്കരുത്. കാരണം, പൂർണസത്യം ഞാൻ അറിയും." - അപ്പോഴേക്കും നേരം പുലർന്നതിനാൽ ഷാഹ്രസാദ് കഥപറച്ചിൽ നിർത്തി.

അറുനൂറ്റി ആറാംരാവ്

ഷാഹ്രസാദ് പറഞ്ഞു - അല്ലയോ കീർത്തിമാനായ രാജാവേ, ഈ വാക്കുകൾ കേട്ട് പേടിച്ചുവിരണ്ട ബാബാ അബ്ദുള്ള കാലിഫായുടെ പാദങ്ങളിൽ രണ്ടാമതും വീണു. മുഖം നിലത്ത് മുട്ടിച്ചു. വീണ്ടും എഴു ന്നേറ്റ് പറഞ്ഞു. "അല്ലയോ വിശ്വാസികളുടെ നേതാവേ, എന്റെ ചങ്കൂറ്റ ത്തിന് ഞാൻ അങ്ങയോട് മാപ്പിരക്കുന്നു. ഞാൻ അങ്ങയോട് നിർബ ന്ധിച്ച് ചെയ്യിപ്പിച്ച കാര്യം സത്യമായും അവിവേകമാണെന്ന് തോന്നും. എന്റെ അതിക്രമം ഞാൻ അംഗീകരിക്കുന്നു. ആ സമയത്ത് ഞാൻ അങ്ങയെ തിരിച്ചറിഞ്ഞിരുന്നില്ല. അങ്ങയുടെ ദാക്ഷിണ്യത്തിനായി ഞാൻ കേണപേക്ഷിക്കുന്നു. അങ്ങയുടെ പദവിയെക്കുറിച്ച് ഞാൻ അജ്ഞനാ യിരുന്നു എന്ന് കാര്യം അങ്ങ് പരിഗണിക്കണമെന്ന് ഞാൻ താഴ്മയോടെ അപേക്ഷിക്കുന്നു. എന്റെ അതിരുകവിഞ്ഞ പ്രവൃത്തി സാധാരണമനു ഷ്യർക്ക് വിചിത്രമായി തോന്നുമെന്ന കാര്യം ഞാൻ സമ്മതിക്കുന്നു. എന്നാൽ, അള്ളായുടെ ദൃഷ്ടിയിൽ അതൊരു ചെറിയ പ്രായശ്ചിത്തം മാത്രമാണ്. ഞാൻ ചെയ്ത വലിയൊരു കുറ്റത്തിന്റെ പ്രായശ്ചിത്തം. ഈ ലോകത്തിലെ എല്ലാ മനുഷ്യരും എന്റെ ചെകിട്ടത്ത് ഓരോ അടി വെച്ചു തന്നാലും അതു മതിയായ പ്രായശ്ചിത്തമാകില്ല. അങ്ങ് സ്വയം വിധി കല്പിക്കുക. അങ്ങയുടെ ആജ്ഞപ്രകാരം ഞാൻ എന്റെ കഥ പറയാം. എന്റെ കുറ്റമെന്താണെന്ന് വിശദമാക്കാം." അവൻ തന്റെ കഥ പറയാൻ തുടങ്ങി.

അന്ധനായ
ബാബാ അബ്ദുള്ളായുടെ കഥ

എന്റെ പ്രഭോ, കാലിഫാ, അങ്ങയുടെ ഏറ്റവും എളിയ ദാസനായ ഞാൻ ബാഗ്ദാദിലാണ് ജനിച്ചത്. ഈയിടെ എന്റെ മാതാപിതാക്കൾ മൃതിയട ഞ്ഞപ്പോൾ എനിക്ക് ജീവിതകാലം മുഴുവൻ സുഖമായി കഴിയാനുള്ള സ്വത്ത് വിട്ടുപോയിരുന്നു. എന്നാൽ അതിന്റെ വില ഞാൻ മനസ്സിലാക്കി യില്ല. ഞാൻ സമ്പത്ത് മുഴുവൻ ആർഭാടജീവിതത്തിനായി ധൂർത്തടിച്ചു

തീർത്തു. എല്ലാം നശിച്ചപ്പോൾ ഞാൻ എന്റെ ദുഷിച്ച ജീവിതരീതി ഓർത്ത് പശ്ചാത്തപിച്ചു. രാവും പകലും പണമുണ്ടാക്കാനായി കഷ്ടപ്പെട്ട് അധ്വാനിച്ചു. ഈ ചൊല്ല് സത്യമാണ്. "നാശത്തിനുശേഷമാണ് സദ്ബുദ്ധി തോന്നുക."

കുറെശ്ശെ കുറേശ്ശെയായി ഞാൻ കുറച്ച് ഒട്ടകങ്ങളെ വാങ്ങി. അവയെ വ്യാപാരികൾക്ക് വാടകയ്ക്ക് കൊടുത്തു. അങ്ങനെ നല്ല അവസരങ്ങളിൽ നല്ല രീതിയിൽ പണം സമ്പാദിക്കാൻ കഴിഞ്ഞു. അതിനുംപുറമെ ഞാനും ഒട്ടകങ്ങളോടൊപ്പം പോകുമായിരുന്നു. ഇപ്രകാരം അങ്ങയുടെ രാജ്യം മുഴുവൻ ഞാൻ കറങ്ങിക്കണ്ടു. ചുരുക്കത്തിൽ, ഒട്ടകങ്ങളെ വാടകയ്ക്കു കൊടുത്ത് സ്വർണം കൊയ്യാമെന്ന് ഞാൻ നേരത്തെതന്നെ ആശിച്ചിരുന്നു – അപ്പോഴേക്കും നേരം പുലരുന്നതുകണ്ട് ഷാഹ്രസാദ് കഥപറച്ചിൽ നിർത്തി.

അറുനൂറ്റി ഏഴാംരാവ്

ഷാഹ്രസാദ് പറഞ്ഞു – അല്ലയോ കീർത്തിമാനായ രാജാവേ, ബാബാ അബ്ദുള്ള തന്റെ കഥ ഇപ്രകാരം തുടർന്നു. "ഒരിക്കൽ ഞാൻ വ്യാപാരികളുടെ ചരക്കുകൾ ഇന്ത്യയിലേക്ക് പോകുന്ന കപ്പലുകളിൽ കയറ്റാനായി ബസ്രായിൽ എത്തിച്ചു. അവിടന്ന് ചരക്കുകളൊന്നും ഇല്ലാതെ ഒട്ടകങ്ങളേയുംകൊണ്ട് ബാഗ്ദാദിലേക്ക് മടങ്ങുകയായിരുന്നു. വീട്ടിലേക്കുള്ള യാത്രയ്ക്കിടയിൽ എന്റെ ഗ്രാമത്തിൽനിന്നും ബഹുദൂരെ ഒന്നാംതരം ഒരു പുൽമേടിലൂടെ ഞാൻ പോകാനിടയായി. ഞാൻ ഒട്ടകങ്ങളെ സ്വതന്ത്രരായി അവിടെ മേയാൻ വിട്ടു. തഴച്ചുവളരുന്ന പുല്ലുകൾ അവ വയറുനിറച്ച് തിന്നട്ടെ എന്ന് ഞാൻ വിചാരിച്ചു. എന്നാലും വഴിവിട്ട് അലയാനനുവദിച്ചില്ല.

അപ്പോൾ ബസ്രായിലേക്ക് നടന്നുപോകുന്ന ഒരു സന്ന്യാസിയെ ഞാൻ കണ്ടുമുട്ടി. കഷ്ടപ്പെട്ടുള്ള നടത്തത്തിൽനിന്നും കുറച്ചാശ്വാസം നേടാനായി അയാൾ എന്റെ പിന്നിൽ ഒട്ടകപ്പുറത്തേറി ഇരിപ്പുറപ്പിച്ചു. എങ്ങോട്ടാണ് പോകുന്നതെന്ന് ഞാനയാളോടു ചോദിച്ചു. അയാളും അതേ ചോദ്യം എന്നോടും ചോദിച്ചു. ഞങ്ങൾ സ്വന്തം കഥകൾ അന്യോന്യം പറഞ്ഞു. പല കാര്യങ്ങളും സംസാരിച്ചുകൊണ്ട് ഞങ്ങൾ പ്രാതൽ കഴിച്ചു.

ആ സന്ന്യാസി എന്നോടു പറഞ്ഞു. "ഇതിനടുത്ത് നിക്ഷേപം കുന്നുകൂടിക്കിടക്കുന്ന ഒരു സ്ഥലം എനിക്കറിയാം. നിനക്ക് ആ നിക്ഷേപത്തിൽനിന്നും ഇഷ്ടംപോലെ സ്വർണനാണയങ്ങളും അമൂല്യരത്നങ്ങളും ഒട്ടകങ്ങളുടെ പുറത്ത് കയറ്റി കൊണ്ടുപോകാം."

ഈ വാർത്ത കേട്ട് ഞാൻ ആനന്ദലഹരിയിലാണ്ടുപോയി. അയാളുടെ പെരുമാറ്റത്തിൽനിന്നും ഭാവത്തിൽനിന്നും അയാൾ എന്നെ പറ്റിക്കില്ലെന്നു ഞാൻ വിശ്വസിച്ചു. ഞാൻ ഉടനെ ചാടിയെഴുന്നേറ്റ് അയാളുടെ കഴുത്തിൽ കെട്ടിപ്പിടിച്ചുകൊണ്ട് ഉത്ഘോഷിച്ചു. "അല്ലയോ അള്ളായുടെ പുണ്യവാളാ, ആരാണ് സമ്പത്ത് ആഗ്രഹിക്കാത്തത്. ലൗകികാസക്തികളും സുഖഭോഗങ്ങളും ആഡംബരങ്ങളും ആരാണ് ഉപേക്ഷിക്കുക? പുണ്യവാളനായ അങ്ങേക്ക് ഈ നിക്ഷേപത്തെക്കുറിച്ച് പൂർണബോധ്യമുണ്ടല്ലോ. നിങ്ങളെപ്പോലുള്ള പുണ്യവാളന്മാരിൽനിന്ന് അത് മറച്ചുവെക്കാനാവില്ല.

ഞാൻ കേണപേക്ഷിക്കുകയാണ് എവിടെയാണീ നിധി കണ്ടെത്താനാകുക എന്ന് എന്നോടു പറയൂ. ഞാനവ എന്റെ ഒട്ടകപ്പുറത്ത് കേറ്റി നിറയ്ക്കട്ടെ. നിങ്ങൾക്ക് പണത്തിനോട് യാതൊരു മോഹവുമില്ലെന്ന് എനിക്ക് നന്നായി അറിയാം. എന്നാലും എനിക്ക് പറഞ്ഞുതന്ന ഈ ഔദാര്യത്തിന്റെ പേരിൽ എന്റെ ഒരു ഒട്ടകത്തെ നിങ്ങൾ സമ്മാനമായി എടുത്തോളൂ. അപ്രകാരം പറഞ്ഞെങ്കിലും ഒരു ഒട്ടകപ്പുറത്ത് കയറ്റിക്കൊണ്ടു പോകാവുന്ന സമ്പത്ത് നഷ്ടപ്പെട്ടല്ലോ എന്നോർത്ത് എന്റെ മനസ്സ് വേദനിച്ചു. എന്നാലും പത്തൊമ്പത് ഒട്ടകപ്പുറത്ത് ചുമന്നുകൊണ്ടു പോകാവുന്ന സമ്പത്തുകൊണ്ട് തൃപ്തിപ്പെടാം. അങ്ങനെ എന്റെ മനസ്സ് ചാഞ്ചാടിക്കൊണ്ടിരുന്നു. ചിലപ്പോൾ സംതൃപ്തനാകും. എന്റെ അത്യാർത്തിയും ദുരാഗ്രഹവും ശ്രദ്ധിച്ച സന്ന്യാസി പറഞ്ഞു.

"അപ്രകാരമല്ല എന്റെ സഹോദരാ ഇത്രയും വലിയ നിധി നിനക്കു കാണിച്ചുതരണമെങ്കിൽ ഒരു ഒട്ടകത്തെ മാത്രം തന്നാൽ പോരാ. ഒറ്റ വ്യവസ്ഥയിൽ മാത്രമേ ഞാൻ നിനക്ക് ആ നിധി സ്ഥിതിചെയ്യുന്ന സ്ഥലം പറഞ്ഞുതരൂ. നമ്മൾ ഇരുവരുംകൂടി ഈ ഒട്ടകങ്ങളെ അവിടേക്ക് നയിക്കും. അവയുടെ പുറത്ത് നിധിയെ കയറ്റിനിറയ്ക്കും. എന്നിട്ട് നമ്മൾ പപ്പാതിയായി വീതിച്ചെടുക്കും. അത്രയും സ്വത്ത് ലഭിച്ചാൽ നിനക്ക് ആയിരക്കണക്കിന് ഒട്ടകങ്ങളെ വാങ്ങിക്കാം."

അത് നിരസിക്കാനാവില്ലെന്നുകണ്ട് ഞാൻ സമ്മതിച്ചു. "അങ്ങനെ തന്നെ ആകട്ടെ. നിങ്ങളുടെ നിർദ്ദേശം ഞാൻ അംഗീകരിക്കുന്നു. നിങ്ങളുടെ ഇഷ്ടംപോലെ ചെയ്യാൻ ഞാൻ സന്നദ്ധനാണ്."

ഞാൻ അതിനെക്കുറിച്ച് മനസ്സിൽ ഒരു അപഗ്രഥനം നടത്തി. ഇത്രയും ഒട്ടകപ്പുറത്ത് കേറ്റാവുന്നത്ര സ്വർണവും രത്നങ്ങളും എനിക്ക് ധാരാളമാണ്. എനിക്ക് മാത്രമല്ല എന്റെ അനേകം തലമുറകൾക്കും! ഞാൻ അയാൾക്ക് എതിര് നിന്നാൽ ഇത്രയും വലിയൊരു സമ്പത്ത് കൈവിട്ടു പോയതിൽ പശ്ചാത്തപിക്കേണ്ടി വന്നെങ്കിലോ എന്നായിരുന്നു എന്റെ ഭയം! അതുകൊണ്ട് എല്ലാ വ്യവസ്ഥകളും എനിക്ക് പൂർണസമ്മതമായിരുന്നു. അങ്ങനെ, എന്റെ എല്ലാ ഒട്ടകങ്ങളേയുംകൂട്ടി ആ 'ഫക്കീറി' നോടൊപ്പം യാത്ര പുറപ്പെട്ടു. അല്പദൂരംപോയശേഷം കടുംതൂക്കാം പാറകളോടുകൂടി രണ്ട് ഉന്നതമലകൾക്കിടയിലുള്ള ഒരു സ്ഥലത്തെത്തി. വളരെ ഇടുങ്ങിയ ഒരു ഒറ്റയടിപ്പാതയിലൂടെയാണ് ഞങ്ങൾക്ക് ആ ചുരം കടക്കേണ്ടിയിരുന്നത്. മൃഗങ്ങളെ ഓരോന്നിനെ പിന്നുക്ക് പിന്നാലെയായി നടത്തി. ചുരം കഴിഞ്ഞപ്പോൾ, താഴെ സുഖമായി നടന്നുപോകാവുന്ന സമതലമായിരുന്നു. ഈ കാട്ടുപ്രദേശത്ത് ഒറ്റ മനുഷ്യനെ കാണാനോ കേൾക്കാനോ കഴിഞ്ഞില്ല. അതുകൊണ്ട് വാസ്തവത്തിൽ മനസ്സമാധാനമാണ് തോന്നിയത്. ആരും ഞങ്ങളെ കാണില്ലല്ലോ. അപ്പോൾ ഫക്കീർ പറഞ്ഞു "ഒട്ടകങ്ങളെ ഇവിടെ നിർത്തി എന്നോടൊപ്പം വരൂ." - അപ്പോഴേക്കും നേരംപുലർന്നതിനാൽ ഷാഹ്റസാദ് കഥപറച്ചിൽ നിർത്തി.

അറുനൂറ്റി എട്ടാംരാവ്

ഷാഹ്റസാദ് പറഞ്ഞു- അല്ലയോ കീർത്തിമാനായ രാജാവേ, കുരുടൻ ബാബാ അബ്ദുള്ള തന്റെ കഥ ഇപ്രകാരം തുടർന്നു- ഫക്കീർ കല്പിച്ചതുപോലെ ഞാൻ ചെയ്തു. എല്ലാ ഒട്ടകങ്ങളേയും കുനിച്ചുകിടത്തി ഞാൻ

അയാളെ പിന്തുടർന്നു. അവിടന്ന് അല്പദൂരം നടന്നപ്പോൾ അയാൾ ഒരു തീക്കല്ലും ഉരുക്ക് കഷണവും എടുത്ത് കൂട്ടിയുരച്ച് തീയുണ്ടാക്കി ചുള്ളിക്കമ്പുകൾ കത്തിച്ചു. പിന്നെ ഭയങ്കര മണമുള്ള കുന്തിരിക്കവും സാമ്പ്രാണിയും ആ തീയിലേക്കിട്ടു. മനസ്സിലാകാത്ത ഭാഷയിൽ എന്തോ മന്ത്രം ചൊല്ലി. അതോടെ ഭയങ്കരമായ ധൂമപടലം ആകാശത്തേക്കുയർന്ന് ആ മലകളെ മൂടിക്കളഞ്ഞു. പിന്നീട് പുകപടലം മാറിയപ്പോൾ വലിയൊരു പടവ് കണ്ടു. മുകളിലേക്ക് കുത്തനെ കയറാനുള്ള വഴിയാണത്. അതിന്റെ അറ്റത്ത് ഒരു വാതിലുണ്ട്. അതിലൂടെ ചെന്നാൽ ആ മലകൾക്കുള്ളിൽ മനോഹരമായൊരു കൊട്ടാരം കണ്ടു. ജിന്നുകളുടെ കലാസൃഷ്ടി ആയിരിക്കണം. കാരണം, മനുഷ്യവർഗ്ഗത്തിലാർക്കും ഇത്തരം ഒരു മന്ദിരം നിർമ്മിക്കാനുള്ള കഴിവില്ല. വല്ലാതെ കഷ്ടപ്പെട്ട് പടവുകൾ കയറി ഞങ്ങൾ കൊട്ടാരത്തിനുള്ളിലേക്ക് പ്രവേശിച്ചു. അനന്തമായ സമ്പത്താണവിടെ നിരനിരയായി കുന്നുകൂട്ടിയിരിക്കുന്നത്. ശവത്തിലേക്ക് ചാടിവീഴുന്ന കഴുകനെപ്പോലെ ഞാൻ ആദ്യം സ്വർണക്കൂമ്പാരത്തിലേക്ക് ചാടിവീണ് മതിയാവോളം സ്വർണനാണ്യങ്ങൾ ചാക്കുകളിൽ വാരിനിറച്ചു. ചാക്കുകൾ വലുതായിരുന്നെങ്കിലും എനിക്ക് ചുമക്കാൻ പറ്റുന്നത്രയല്ലേ നിറയ്ക്കാനാകൂ. ഫക്കീറും അതുതന്നെ ചെയ്തുകൊണ്ടിരുന്നു. എന്നാൽ അയാൾ ചാക്കുകളിൽ മുത്തുകളും രത്നങ്ങളും മാത്രമായിരുന്നു നിറച്ചത്. അയാൾ ചെയ്യുന്നത് അനുകരിക്കാനയാൾ എന്നെ ഉപദേശിച്ചു. അപ്പോൾ ഞാൻ സ്വർണനാണ്യങ്ങൾ ഉപേക്ഷിച്ച് അമൂല്യരത്നങ്ങളും മുത്തുകളും മാത്രം ചാക്കുകളിൽ നിറയ്ക്കാൻ തുടങ്ങി. ഞങ്ങൾ എടുക്കാവുന്നത്ര നിറച്ചുകഴിഞ്ഞപ്പോൾ, പുറത്തുവന്ന് ചാക്കുകളെല്ലാം ഒട്ടകങ്ങളുടെ പുറത്ത് കയറ്റി. തിരിച്ചുപോകാൻ തയ്യാറെടുത്തു. ആ നിക്ഷേപകലവറയിൽനിന്ന് ഞങ്ങൾ പുറത്തുപോകുന്നതിനു മുമ്പ് അവിടെ ഉണ്ടായിരുന്ന ആയിരക്കണക്കിന് മനോഹരമായ സ്വർണപാത്രങ്ങളിലേക്ക് ഞങ്ങളുടെ ദൃഷ്ടി പാഞ്ഞു. ആ ഫക്കീർ ഒരു രഹസ്യഅറയിലേക്ക് ചെന്ന് ചെറിയൊരു സ്വർണച്ചെപ്പ് എടുത്തുകൊണ്ടുവന്ന് എന്നെ കാണിച്ചശേഷം സ്വന്തം പോക്കറ്റിൽ ഇട്ടു. ആ ചെപ്പിൽ എന്തോ കുഴമ്പ് ഉണ്ടായിരുന്നു. പുറത്തുവന്നശേഷം അയാൾ തീകുണ്ഡത്തിലേക്ക് കുന്തിരിക്കവും സാമ്പ്രാണിയും ഇട്ട് പുകച്ച് മന്ത്രം ചൊല്ലിയപ്പോൾ ആ വാതിൽ അടഞ്ഞു. പാറ പഴയതുപോലെയായി.

ഞങ്ങൾ ഒട്ടകങ്ങളെ പങ്കുവെച്ചു. പാതി അയാളും പാതി ഞാനും എടുത്തു. വീണ്ടും ഇടുങ്ങിയ മലയിടുക്കിലെ ഒറ്റയടിപ്പാതയിലൂടെ നടന്ന് ഞങ്ങൾ തുറസ്സായ ഭൂമിയിലെത്തി. ഇവിടെവെച്ച് ഞങ്ങൾ വഴിപിരിഞ്ഞു. അയാൾ ബസ്രായിലേക്കും ഞാൻ ബാഗ്ദാദിലേക്കും പോന്നു. ഞങ്ങൾ വിട്ടുപിരിയാറായപ്പോൾ ഇത്രയേറെ സമ്പത്ത് എനിക്ക് നേടിത്തന്ന ഫക്കീറിനോട് ഞാൻ ആത്മാർത്ഥതയോടെ നന്ദി പറഞ്ഞു. വികാരവായ്പോടെയും കൃതജ്ഞതയോടെയും ഞാനയാളെ ആലിംഗനം ചെയ്തു. എന്നാൽ യാത്രപറഞ്ഞ് ഫക്കീർ കുറച്ചുദൂരം പോയപ്പോഴേക്കും എന്റെ മനസ്സിൽ ദുഷ്ചിന്ത ഉയർന്നുവന്നു. പിശാച് ബാധിച്ചവനെപ്പോലെ! കൂടുതൽ സമ്പത്ത് നേടാനുള്ള മോഹം. ഞാൻ ആത്മഗതമായി പറഞ്ഞു. “ഈ ഫക്കീർ ബന്ധുക്കളോ സുഹൃത്തുക്കളോ ഇല്ലാത്ത ഒരു മനുഷ്യനാണ്. ലൗകിക മോഹങ്ങളെല്ലാം വെടിഞ്ഞവൻ. ഒട്ടകപ്പുറത്ത് നിറച്ചുവെച്ച ഈ സമ്പത്തുകൊണ്ടയാൾക്ക് എന്ത് പ്രയോജനമാണുള്ളത്?

അതിനും പുറമെ സമ്പത്ത് മൂലമുണ്ടാകുന്ന പ്രശ്നങ്ങളെക്കുറിച്ച് പറയാതിരിക്കുകയാണ് ഭേദം. അയാൾ പ്രാർത്ഥനയും ഭക്തിയും അവഗണിച്ചേക്കാം. അതുകൊണ്ട് അയാളിൽനിന്ന് കുറച്ച് ഒട്ടകങ്ങളെ തിരിച്ച് വാങ്ങിക്കുകയാണ് നല്ലതെന്ന് എനിക്കു തോന്നുന്നു."

ഈ ദൃഢനിശ്ചയത്തിൽ ഞാൻ ഒട്ടകങ്ങളെ നിർത്തി അവയുടെ മുൻകാലുകൾ കെട്ടിയിട്ട് ആ ഫക്കീറിന് പിന്നാലെ ഓടിച്ചെന്ന് അയാളെ പേരെടുത്ത് വിളിച്ചു. എന്റെ ഉച്ചത്തിലുള്ള വിളികേട്ട് അയാൾ നിന്നു. ഞാൻ അയാളുടെ അടുത്തെത്തിയ ഉടനെ പറഞ്ഞു, "നിങ്ങളെ വിട്ടു പിരിഞ്ഞ ഉടനെ എനിക്കൊരു കാര്യം തോന്നി. നിങ്ങൾ ഭക്തിയിലും പ്രാർത്ഥനയിലും മുഴുകി ശുദ്ധാത്മാവായി ഐഹികവിഷയങ്ങളിൽ നിന്നും വേറിട്ട് ജീവിക്കുന്ന ഒരു തപസ്വിയല്ലേ. ഇത്രയും ഒട്ടകങ്ങളെ പാലിക്കുക എന്നത് നിങ്ങൾക്ക് കഷ്ടപ്പാടും ബുദ്ധിമുട്ടുമായിരിക്കും. വിലപ്പെട്ട സമയം നഷ്ടപ്പെടുത്താനും അത് ഇടവരുത്തും. ഇത്തരം ആപത്കരമായ പ്രശ്നങ്ങൾ ഒഴിവാക്കാനായി ആ മൃഗങ്ങളെ എനിക്ക് തിരിച്ചുതരുന്നതായിരിക്കും നല്ലത്."

ഫക്കീർ മറുപടി നല്കി. "എന്റെ മോനേ, നീ പറയുന്നത് സത്യമാണ്. ഈ മൃഗങ്ങളെയൊക്കെ പോറ്റി വളർത്തുക എന്നത് എനിക്കൊരു തലവേദന തന്നെയാണ്. അതുകൊണ്ട് നിനക്ക് ആവശ്യമുള്ളത്ര ഒട്ടകങ്ങളെ നീ എടുത്തോളൂ. നീ എന്റെ ശ്രദ്ധയിൽപെടുത്തുന്നതുവരെ ഇത്തരം ഭാരിച്ച ജോലിയെക്കുറിച്ച് ഞാൻ ചിന്തിച്ചതേയില്ല. എന്നാൽ, ഇപ്പോൾ അതൊരു മുന്നറിയിപ്പായി എനിക്ക്. സർവ്വശക്തനായ അള്ളാ നിന്നെ കാത്തുരക്ഷിക്കട്ടെ!"

അപ്രകാരം ഞാൻ അയാളിൽനിന്ന് പത്ത് ഒട്ടകത്തെ എടുത്തു. തിരിച്ചുപോകാൻ നില്ക്കുമ്പോൾ പെട്ടെന്ന് എനിക്കു തോന്നി. "ഈ ഫക്കീർ പത്ത് ഒട്ടകങ്ങളെ യാതൊരു വിഷമവുമില്ലാതെയാണ് തന്നത്. അതുകൊണ്ട് കൂടുതൽ ഒട്ടകങ്ങളെ ചോദിച്ചിരുന്നെങ്കിൽ നന്നായിരുന്നേനെ."

വീണ്ടും അയാളുടെ അടുത്തുചെന്ന് ഞാൻ പറഞ്ഞു. "നിങ്ങൾക്ക് മുപ്പത് ഒട്ടകങ്ങളെ നോക്കി വളർത്താൻ ബുദ്ധിമുട്ടാകും. അതുകൊണ്ട് പത്തെണ്ണംകൂടി എനിക്ക് തരുവാൻ ഞാൻ അപേക്ഷിക്കുകയാണ്."

ഫക്കീർ പറഞ്ഞു. "എന്റെ മോനേ, നിന്റെ ആഗ്രഹംപോലെ ചെയ്തോളൂ. മറ്റ് പത്ത് ഒട്ടകങ്ങളെ എടുക്കാം. എനിക്ക് ഇരുപതെണ്ണം ധാരാളമാണ്."

അങ്ങനെ എന്റെ നാല്പത് ഒട്ടകങ്ങളോടൊപ്പം ഈ ഇരുപതെണ്ണം കൂടി ചേർക്കപ്പെട്ടു. വീണ്ടും അതിമോഹം എന്നെ പിടികൂടി. പത്ത് ഒട്ടകങ്ങളെകൂടി ഫക്കീറിൽനിന്ന് കിട്ടിയാൽ നന്നായിരുന്നെന്ന് തോന്നി. മൂന്നാമതും ഞാൻ തിരിച്ചുചെന്ന് പത്ത് ഒട്ടകത്തെകൂടി തരുമോ എന്നയാളോട് ചോദിച്ച് അത് നേടി. വീണ്ടും പത്തെണ്ണംകൂടി ആവശ്യപ്പെട്ടു. ഫക്കീറാകട്ടെ, തന്റെ അവസാനത്തെ പത്ത് ഒട്ടകങ്ങളേയും അവന് നല്കി. സസന്തോഷം ഷർട്ട് കുടഞ്ഞ് യാത്ര പുറപ്പെട്ടു. അപ്പോഴും എന്റെ നശിച്ച അത്യാർത്തി എന്നെ വിട്ടുപിരിഞ്ഞില്ല. രത്നങ്ങളും മുത്തുകളും നിറച്ച എല്ലാ ഒട്ടകങ്ങളേയും സ്വന്തമാക്കിയ ഞാൻ സന്തോഷത്തോടും സംതൃപ്തിയോടും കൂടെ തിരിച്ചുപോകേണ്ടതാണ്. എത്രയോ തലമുറകൾക്കുള്ള സ്വത്ത് ഞാൻ നേടിക്കഴിഞ്ഞു. പിന്നേയും സാത്താൻ എന്നെ

കൂടുതൽ പ്രലോഭിപ്പിച്ചുകൊണ്ടിരുന്നു. ആ കുഴമ്പുള്ള ചെറിയ സ്വർണ ച്ചെപ്പ് ഞാൻ ഫക്കീറിനോടാവശ്യപ്പെട്ടു. രത്നങ്ങളേക്കാൾ വിലപിടിച്ച എന്തോ സാധനമായിരിക്കും ആ ചെപ്പിൽ എന്നാണ് ഞാൻ കരുതിയിരുന്നത്. – അപ്പോഴേക്കും നേരം പുലർന്നതിനാൽ ഷാഹ്റസാദ് കഥപറച്ചിൽ നിർത്തി.

അറുനൂറ്റി ഒമ്പതാംരാവ്

ഷാഹ്റസാദ് പറഞ്ഞു – അല്ലയോ കീർത്തിമാനായ രാജാവേ, ബാബാ അബ്ദുള്ള ഇപ്രകാരം കഥ തുടർന്നു. വീണ്ടും അയാളെ ആലിംഗനം ചെയ്ത് വിടപറയവെ ഞാൻ ഒരുനിമിഷം നിന്ന് ചോദിച്ചു. "നിങ്ങൾ എടുത്തുവെച്ച സ്വർണച്ചെപ്പുകൊണ്ട് നിങ്ങൾ എന്താണ് ചെയ്യാൻ പോകുന്നത്? അതുംകൂടി എനിക്കു തരുവാൻ ഞാൻ അപേക്ഷിക്കുന്നു."

ഫക്കീർ, എന്തുപറഞ്ഞിട്ടും അത് വിട്ടുകൊടുക്കാൻ തയ്യാറായില്ല. അതുകണ്ട് ഏതുവിധേനയും അത് കരസ്ഥമാക്കണമെന്ന മോഹം എന്നിൽ കലശലായി ഉയർന്നുവന്നു! ആ സന്ന്യാസി അത് സ്വമനസ്സാലെ കൈമാറിയാൽ വളരെ നല്ലത്. അല്ലെങ്കിൽ ബലപ്രയോഗത്തിലൂടെ ഞാനത് കരസ്ഥമാക്കും. എന്റെ ഉദ്ദേശ്യം മനസ്സിലാക്കിയ ഫക്കീർ അത് പോക്കറ്റിൽ നിന്നെടുത്ത് എനിക്ക് തന്നുകൊണ്ട് പറഞ്ഞു. "എന്റെ മോനേ, ഈ കുഴമ്പിന്റെ ചെപ്പ് നീ വെച്ചോളൂ. ഞാനത് സ്വമേധയാ നിനക്ക് തരുന്നു. എന്നാൽ, അതിലുള്ള കുഴമ്പിന്റെ മൂല്യം നീ മനസ്സിലാക്കണം."

"നിങ്ങൾ ഇത്രയും ഉപകാരങ്ങൾ എനിക്കു ചെയ്തുതന്ന നിലയ്ക്ക് ഈ കുഴമ്പിന്റെ ഗുണങ്ങളും എനിക്കു പറഞ്ഞുതരുവാൻ ഞാൻ യാചിക്കുകയാണ്." അയാൾ മറുപടി നല്കി. "വിചിത്രവും അപൂർവ്വവുമാണ് ഈ കുഴമ്പിന്റെ അദ്ഭുതകൃത്യങ്ങൾ. നിങ്ങൾ ഇടതുകണ്ണടച്ച് അല്പം കുഴമ്പ് കൺപോളയ്ക്കു മുകളിൽ പുരട്ടിയാൽ നമ്മുടെ ദൃഷ്ടിയിൽനിന്ന് മറഞ്ഞുകിടക്കുന്ന, ലോകത്തിലെ എല്ലാ നിക്ഷേപങ്ങളും തെളിഞ്ഞു കാണാനാകും. എന്നാൽ വലതുകണ്ണിൽ പുരട്ടിയാലോ നിങ്ങളുടെ രണ്ട് കണ്ണുകളുടേയും കാഴ്ച നഷ്ടപ്പെടും."

ഈ അതിശയകരമായ കുഴമ്പിന്റെ ശക്തി അപ്പോൾത്തന്നെ പരീക്ഷിക്കണമെന്നെനിക്കു തോന്നി. ആ ചെപ്പ് ഫക്കീറിന്റെ കൈയിൽ വെച്ചുകൊടുത്തുകൊണ്ട് ഞാൻ പറഞ്ഞു. "ഇക്കാര്യം നിങ്ങൾക്ക് വളരെ നന്നായി അറിയാവുന്നതിനാൽ നിങ്ങൾതന്നെ സ്വന്തം കൈക്കൊണ്ടത് എന്റെ ഇടത് കൺപോളമേൽ പുരട്ടിത്തരൂ."

അപ്പോൾ ഫക്കീർ എന്റെ ഇടതുകണ്ണ് അടച്ച് കൺപോളയിൽ അല്പം കുഴമ്പ് എടുത്ത് പുരട്ടി. പിന്നെ കണ്ണുതുറന്ന് ചുറ്റും നോക്കിയപ്പോൾ, ഫക്കീർ പറഞ്ഞതുപോലെ, ലോകത്തിൽ ഒളിഞ്ഞുകിടക്കുന്ന എല്ലാ നിക്ഷേപങ്ങളും എനിക്കു കാണാൻ കഴിഞ്ഞു. അതിനുശേഷം ഞാൻ വലതുകണ്ണടച്ച് ആ കൺപോളയിൽ കുഴമ്പ് പുരട്ടാനായി അയാളോടാവശ്യപ്പെട്ടു.

അയാൾ മറുപടി നല്കി. "എന്റെ മോനേ, ഞാൻ നിനക്ക് മുന്നറിയിപ്പ് തന്നിരുന്നതല്ലേ, ഞാൻ വലതുകണ്ണിൽ കുഴമ്പ് പുരട്ടിയാൽ നിന്റെ രണ്ട് കണ്ണുകളുടേയും കാഴ്ച നഷ്ടപ്പെടും. ഇത്തരം മണ്ടൻ ചിന്തകൾ

വിട്ടുകളയൂ. നിനക്ക് യാതൊരു പ്രയോജനവുമില്ലാതെ എന്തിന് ഈ ദൗർഭാഗ്യം സ്വയം വരുത്തിവെക്കണം?" തീർച്ചയായും അയാൾ പറഞ്ഞത് സത്യമായിരുന്നു. എന്നാൽ എന്റെ നശിച്ച ദുർവിധിമൂലം ഞാൻ ഫക്കീറിന്റെ വാക്ക് മാനിച്ചില്ല. ഞാൻ ചിന്തിച്ചു. "ഇടതുകണ്ണിൽ ഈ കുഴമ്പ് പുരട്ടിയപ്പോൾ ഇത്രയും അദ്ഭുതകരമായ കാഴ്ച കാണാൻ കഴിയുമെങ്കിൽ വലതുകണ്ണിൽ പുരട്ടിയാൽ ഇതിനേക്കാൾ എത്രയോ ആശ്ചര്യകരമായ കാഴ്ചകളായിരിക്കും കാണാനാകുക! ഈ മനുഷ്യൻ കള്ളക്കളി കളിക്കുകയാണ്. സത്യം എന്നിൽനിന്ന് മറച്ചുവെക്കുന്നു."

ഒരു ഉറച്ച തീരുമാനത്തിലെത്തിയശേഷം ഞാൻ പൊട്ടിച്ചിരിച്ചുകൊണ്ട് ആ സന്ന്യാസിയോട് പറഞ്ഞു,

"നിങ്ങൾ എന്നെ വഞ്ചിക്കുകയാണ്. ഈ രഹസ്യത്തിൽനിന്ന് എനിക്ക് പ്രയോജനമുണ്ടാകരുതെന്ന് നിങ്ങൾ വിചാരിക്കുന്നു. എന്തുകൊണ്ടെന്നാൽ, ഇടതുകണ്ണിൽ കുഴമ്പ് പുരട്ടിയപ്പോൾ കണ്ടതിനേക്കാൾ കൂടുതൽ ആശ്ചര്യകരമായ കാഴ്ചകളായിരിക്കും വലതുകണ്ണിൽ പുരട്ടിയാൽ കാണാൻ പോകുന്നത്. അക്കാര്യം നിങ്ങൾ എന്നിൽനിന്ന് മറച്ചുപിടിക്കുകയാണ്. ഒരേ കുഴമ്പിന് പരസ്പരവിരുദ്ധമായ ഗുണങ്ങൾ ഒരിക്കലും ഉണ്ടാകില്ല."

ഫക്കീർ മറുപടി നല്കി. "സർവ്വശക്തനായ അള്ളായെ സാക്ഷി നിർത്തി പറയുകയാണ്. ഞാൻ നിന്നോട് പറഞ്ഞത് തന്നെയാണ് ഈ കുഴമ്പിന്റെ അദ്ഭുതപ്രവൃത്തികൾ. അല്ലയോ എന്റെ പ്രിയസുഹൃത്തേ, എന്നിൽ വിശ്വാസമർപ്പിക്കൂ. സത്യമല്ലാതെ മറ്റൊന്നും ഞാൻ നിന്നോട് പറഞ്ഞിട്ടില്ല."

എന്നിട്ടും ഞാനയാളുടെ വാക്കുകൾ വിശ്വസിച്ചില്ല. അയാൾ കുഴമ്പിന്റെ മുഖ്യഗുണം എന്നിൽനിന്ന് മറച്ചുവെക്കുകയാണെന്ന് ഞാൻ കരുതി. അതിന്റെ രഹസ്യം പുറത്തുവിടാനാഗ്രഹിക്കുന്നില്ലെന്ന്. ഇത്തരം വിഡ്ഢിചിന്തകളോടെ ഞാനയാളെ ഭയങ്കരമായി നിർബന്ധിച്ചു. വലതു കൺപോളയിൽ കുഴമ്പ് പുരട്ടാനായി കേണപേക്ഷിച്ചു. എന്നിട്ടും വിസമ്മതിച്ചുകൊണ്ടയാൾ പറഞ്ഞു.

"ഞാൻ നിനക്ക് എന്തുമാത്രം ആനുകൂല്യങ്ങളാണ് നല്കിയത് എന്ന് നിനക്കറിയാം. അതുകൊണ്ട് നിനക്ക് ഒരു നാശത്തിന് ഞാൻ ഇടവരുത്തുമോ? ഈ പ്രവൃത്തി നിനക്ക് ജീവിതകാലം മുഴുവൻ ദുരിതവും ദുഃഖവും മാത്രമേ നല്കൂ എന്നെനിക്കുറപ്പാണ്. ഞാൻ നിന്നോട് അഭ്യർത്ഥിക്കുകയാണ്. അള്ളായാണേ, ഈ പിടിവാശി വിടൂ. എന്റെ വാക്കുകൾ വിശ്വസിക്കൂ."

എന്നാൽ, അയാൾ കൂടുതൽ നിരാകരിക്കുംതോറും ഞാൻ കൂടുതൽ നിർബന്ധിക്കാൻ തുടങ്ങി. ഒടുവിൽ അള്ളായുടെ പേരിൽ ഞാൻ ശപഥം ചെയ്ത് പറഞ്ഞു. "അല്ലയോ സന്ന്യാസീ, ഞാൻ നിങ്ങളോട് ആവശ്യപ്പെട്ടതെല്ലാം സസന്തോഷം നിങ്ങൾ എനിക്ക് നല്കി. ഇനി ഈ ഒറ്റ അഭ്യർത്ഥന മാത്രമേ എനിക്കുള്ളൂ. അള്ളായാണേ, ഇതിനെന്നോട് എതിർ പറയരുത്. ഈ അവസാനവരം എനിക്ക് നല്കൂ. എനിക്കതുമൂലം എന്തു സംഭവിച്ചാലും നിങ്ങളെ ഞാനതിന് ഉത്തരവാദിയാക്കില്ല. നല്ലതോ ചീത്തയോ എന്തായാലും വിധിക്ക് വിട്ടുകൊടുക്കുക."

ആ സന്ന്യാസി തന്റെ എതിർപ്പുകൊണ്ട് യാതൊരു പ്രയോജനവുമില്ലെന്ന് മനസ്സിലാക്കുകയും എന്റെ നിർബന്ധം അയാൾക്ക്

അസഹനീയമാകുകയും ചെയ്തപ്പോൾ അയാൾ അല്പം കുഴമ്പ് എന്റെ വലത് കൺപോളയിൽ പുരട്ടി. ഞാൻ കണ്ണുകൾ പൂർണ്ണമായും തുറന്നു നോക്കി. രണ്ടു കണ്ണുകളും നിശ്ചലമായിരിക്കുന്നു! ഞാൻ അന്ധനായി മാറി. അതിനുശേഷം ഞാൻ അന്ധനും നിസ്സഹായനുമായി! അങ്ങ് എന്നെ കണ്ടുമുട്ടിയ രീതിയിൽ. കുരുടനായെന്ന് മനസ്സിലാക്കിയപ്പോൾ ഞാൻ ഉറക്കെ വിളിച്ചു പറഞ്ഞു. "അല്ലയോ അപശകുനം പിടിച്ച സന്ന്യാസി, നിങ്ങൾ പ്രവചിച്ചതുപോലെത്തന്നെ സംഭവിച്ചു." ഞാന യാളെ ശപിച്ചുകൊണ്ട് പറഞ്ഞു, "ദൈവത്താണേ നിങ്ങൾ ഒരിക്കലും ഈ നിധി എനിക്ക് നല്കിയില്ലായിരുന്നെങ്കിൽ! ഇനി ഈ സ്വർണവും രത്നങ്ങളുംകൊണ്ട് എന്തു ചെയ്യാനാണ്? എല്ലാ സമ്പത്തും നാല്പത് ഒട്ടകങ്ങളും നിങ്ങൾതന്നെ എടുത്തോളൂ. എന്റെ കാഴ്ച തിരിച്ചുതരൂ."

ഫക്കീർ മറുപടി നല്കി. "എന്ത് ദോഷമാണ് ഞാൻ നിനക്ക് ചെയ്തത്? ഏതൊരു മനുഷ്യൻ ചെയ്യാവുന്നതിലേറെ ഉപകാരങ്ങൾ ഞാൻ നിനക്ക് നല്കി. ഞാൻ പറഞ്ഞതൊന്നും നീ ചെവിക്കൊണ്ടില്ല. സമ്പത്ത് വാരി ക്കൂട്ടാനായി നീ കഠിനഹൃദയനായി മാറി. മറഞ്ഞുകിടക്കുന്ന നിക്ഷേപ ങ്ങൾ നേടുവാനായി ഭൂമിക്കടിയിലേക്ക് ഒളിഞ്ഞുനോക്കി. ഇത്രയും സമ്പത്തു ണ്ടായിട്ടും നീ അതിലൊന്നും തൃപ്തനായില്ല. ഞാൻ നിന്നോട് കള്ളക്കളി നടത്തുകാണെന്ന് നീ സംശയിച്ചു. കാഴ്ചയുടെ കാര്യത്തിൽ ആശയ്ക്ക് വകയില്ല. നിന്റെ കാഴ്ചശക്തി ഒരിക്കലും തിരിച്ചുകിട്ടില്ല, ഒരിക്കലും."

ഞാൻ കണ്ണീരോടെ വിലപിച്ചു. "അല്ലയോ ഫക്കീർ, നിങ്ങൾ എല്ലാ ഒട്ടകങ്ങളേയും അവയിലെ സ്വർണവും രത്നങ്ങളുമെല്ലാം എടുത്ത് സ്വന്തം വഴിക്ക് പൊയ്ക്കോളൂ. എല്ലാ കുറ്റങ്ങളിൽനിന്നും ഞാൻ നിങ്ങളെ ഒഴിവാക്കുന്നു. അള്ളായാണേ എന്റെ കാഴ്ചശക്തി തിരിച്ചുതരുവാൻ ഞാൻ യാചിക്കുകയാണ്. നിങ്ങൾക്കതിന് കഴിയും."

അയാൾ ഒരക്ഷരം മറുപടി പറഞ്ഞില്ല. എന്നെ ഈ ദയനീയാവസ്ഥ യിൽ വിട്ടുകൊണ്ട് അമൂല്യമായ ധനശേഖരവുമായി ഒട്ടകങ്ങളെ തെളിച്ച് ബസ്രായിലേക്ക് പോയി. ഈ നശിച്ച കാട്ടിൽനിന്ന് എന്നെ പുറത്തേക്ക് കൊണ്ടുപോയി രക്ഷപ്പെടുത്താനോ ഏതെങ്കിലും സാർത്ഥവാഹകസം ഘത്തോടൊപ്പം വിടാനോ ഞാൻ ഉറക്കെ അഭ്യർത്ഥിച്ചുനോക്കിയെങ്കിലും എന്റെ കരച്ചിലുകൾ ശ്രദ്ധിക്കാതെ എന്നെ അവിടെവിട്ട് അയാൾ പോയി. - അപ്പോഴേക്കും നേരം പുലർന്നതിനാൽ ഷാഹ്‌റസാദ് കഥപറച്ചിൽ നിർത്തി.

അറുനൂറ്റി പത്താംരാവ്

ഷാഹ്‌റസാദ് പറഞ്ഞു - അല്ലയോ കീർത്തിമാനായ രാജാവേ, അന്ധൻ ബാബാ അബ്ദുള്ളാ തന്റെ കഥ തുടർന്നു - അങ്ങനെ ഫക്കീർ എന്നെ വിട്ടുപോയപ്പോൾ എന്റെ കാഴ്ചയും സമ്പത്തും നഷ്ടപ്പെട്ടതോർത്ത് ദുഃഖവും ദേഷ്യവും എനിക്ക് സഹിക്കാനായില്ല. വിശന്നും ദാഹിച്ചും ഞാൻ ചാകാറായി.

പിറ്റേന്ന് ഭാഗ്യത്തിന് ബസ്രായിൽനിന്നുള്ളൊരു വ്യാപാരിസംഘം അതിലെ കടന്നുപോയി. ദുഃഖകരമായ അവസ്ഥയിൽ എന്നെ കാണാ നിടയായ അവർ എന്നെ സഹാനുഭൂതിയോടെ അവരോടൊപ്പം ബാഗ്ദാദി ലേക്ക് കൊണ്ടുപോന്നു. പിച്ചതെണ്ടാതെ എനിക്കു ജീവിക്കാനാകില്ലാ യിരുന്നു. അങ്ങനെ ഞാനൊരു ഭിക്ഷക്കാരനായിത്തീർന്നു. അതോടൊപ്പം

സർവ്വശക്തനായ അള്ളായോട് ഞാൻ ശപഥം ചെയ്തു. "എന്റെ ആർത്തിക്കും ദുരാഗ്രഹത്തിനും ശിക്ഷയായി എനിക്ക് ഭിക്ഷ തരുന്നവനോട് അതോടൊപ്പം ചെകിട്ടത്ത് ഒരടിയും തരണമെന്ന് ഞാൻ ആവശ്യപ്പെടും. അപ്രകാരം ഇന്നലെ അങ്ങയോടും എന്റെ ചെകിട്ടത്തടിക്കാൻ ഞാൻ ശാഠ്യം പിടിച്ചു."

കുരുടൻ തന്റെ കഥ പറഞ്ഞവസാനിപ്പിച്ചപ്പോൾ കാലിഫാ പറഞ്ഞു.

"ഹേ ബാബാ അബ്ദുള്ളാ! നിന്റെ തെറ്റ് ദുഃഖകരംതന്നെ. അതുകൊണ്ട് അള്ളാ നിന്നോട് ദയ കാണിക്കട്ടെ. നിന്റെ കാര്യം ഭക്തരോടും സന്ന്യാസികളോടും പറയണം. അവർ നിനക്കുവേണ്ടി ആത്മാർത്ഥതയോടെ പ്രാർത്ഥിക്കട്ടെ. നിന്റെ ദൈനംദിന ചിലവുകളെക്കുറിച്ച് ആശങ്കപ്പെടേണ്ട. നിന്റെ ജീവിതകാലം മുഴുവൻ ദിവസേന നാല് ദിറം വീതം നിനക്ക് ചിലവിലേക്ക് തരുവാൻ ഞാൻ ഖജനാവിലേക്ക് ഉത്തരവ് നല്കാം. എന്നാൽ ഇനി ഒരിക്കലും നീ നഗരത്തിൽ പിച്ചതെണ്ടാൻ പാടില്ല."

ബാബാ അബ്ദുള്ളായുടേയും ഫക്കീറിന്റേയും കഥ കേട്ടുകഴിഞ്ഞ കാലിഫാ അരുൻ അൽറഷീദ്, തലേന്ന് കുതിരയെ ഭയങ്കര വേഗത്തിൽ ഓടിപ്പിക്കുകയും അതിനെ നിർദ്ദയം ചാട്ടവാറുകൊണ്ടടിച്ച് ശരീരം മുറിപ്പെടുത്തുകയും ചെയ്ത യുവാവിനുനേരെ തിരിഞ്ഞ് ചോദിച്ചു,

"നിന്റെ പേരെന്താണ്?"

തലകുനിച്ച് യുവാവ് മറുപടി നല്കി. "അല്ലയോ വിശ്വാസികളുടെ നേതാവേ, എന്റെ പേര് 'സീതിനൂമാൻ' എന്നാണ്."

കാലിഫാ പറഞ്ഞു. "ശ്രദ്ധിച്ചു കേൾക്കൂ, സീതിനൂമാൻ കുതിരക്കാർ പതിവായി തങ്ങളുടെ കുതിരയെക്കൊണ്ട് വ്യായാമം ചെയ്യിപ്പിക്കുന്നത് ഞാൻ കണ്ടിട്ടുണ്ട്. ഞാനും അപ്രകാരം ചെയ്യിക്കാറുണ്ട്. എന്നാൽ ഇത്രയും നിർദ്ദയമായി കുതിരയെ മർദ്ദിപ്പിച്ച് ഓടിപ്പിക്കുന്നത് ഞാൻ ഒരിക്കലും കണ്ടിട്ടില്ല. നീ സ്വന്തം കുതിരയോട് ചെയ്യുന്നതുപോലെ! ചാട്ടവാറുകൊണ്ടും ഇരുമ്പുവടികൊണ്ടും അത്രയ്ക്ക് ക്രൂരമായാണതിനെ നീ മർദ്ദിക്കുന്നത്! ജനങ്ങൾ അദ്ഭുതസ്തബ്ധരായി അത് നോക്കി നിൽക്കുന്നു. എനിക്കിഷ്ടമില്ലെങ്കിലും, ഞാനവിടെ നിന്ന് കാണികളോട് അതിന്റെ കാരണം ആരാഞ്ഞു. എന്നാൽ, ആർക്കും അതിന്റെ കാരണം അറിയില്ല. ഈ ക്രൂരമായ പീഡനം എന്നും ആവർത്തിക്കപ്പെടുന്നുണ്ടെന്നു മാത്രം അവർ പറഞ്ഞു. അതുകേട്ട് എന്റെ ആവശ്യം പതിന്മടങ്ങ് വർദ്ധിച്ചു. ഈ ക്രൂരമായ കാടത്തത്തിന്റെ കാരണമെന്താണെന്ന് ഞാൻ നിന്നോട് ചോദിക്കുകയാണ്. ഒന്നും വിട്ടുപോകാതെ എല്ലാം എന്നോട് തുറന്നു പറയുക."

എല്ലാം തുറന്നു പറഞ്ഞാലല്ലാതെ അവിടം വിടാനാകില്ലെന്ന് കാലിഫായുടെ വാക്കുകൾ കേട്ടപ്പോൾ സീതിനൂമാന് ബോധ്യമായി. അയാളുടെ മുഖത്തിന്റെ നിറം മാറി. പേടിച്ചുവിറച്ച് അവൻ ശബ്ദിക്കാനാകാതെ പ്രതിമപോലെ നിലകൊണ്ടു. അതുകണ്ട് കാലിഫാ പറഞ്ഞു. "സീതിനൂമാൻ, നീ പേടിക്കേണ്ട. നിന്റെ കഥ എന്നോട് പറഞ്ഞോളൂ. എന്നെ സ്വന്തം സുഹൃത്തായി കരുതി മനസ്സുതുറന്ന് സംസാരിക്കൂ. കൂട്ടുകാരോട് പറയാറുള്ളതുപോലെ. എന്നോട് ശങ്കിക്കാതെ എല്ലാം പറയൂ. അതിനും പുറമെ എന്നോട് എന്തെങ്കിലും കാര്യം വെളിപ്പെടുത്തിയാൽ ഞാൻ

ധാർമ്മികരോഷം കൊള്ളുമോ എന്ന് നീ ഭയപ്പെടേണ്ട. ഞാൻ നിനക്ക് കുറ്റവിമുക്തിയും മാപ്പും വാഗ്ദാനം ചെയ്യുന്നു."

കാലിഫായുടെ ഇത്തരത്തിലുള്ള ആശ്വാസവചനങ്ങൾ കേട്ടപ്പോൾ സീതിനൂമാൻ ധൈര്യം സംഭരിച്ച് കൈകെട്ടി നിന്നുകൊണ്ട് മറുപടി പറഞ്ഞു. "അങ്ങയുടെ നിയമത്തിനോ ആചാരത്തിനോ എതിരായി ഞാൻ യാതൊന്നും ചെയ്തിട്ടില്ലെന്ന് ഉറപ്പുതരുന്നു. അതുകൊണ്ട് അങ്ങയുടെ ആജ്ഞ ഞാൻ സ്വമനസ്സാലെ അനുസരിക്കുന്നു. ഞാനെന്റെ കഥ പറയാം. ഞാൻ എന്തെങ്കിലും കുറ്റം ചെയ്തിട്ടുണ്ടെങ്കിൽ ശിക്ഷ ഏറ്റു വാങ്ങാൻ തയ്യാറാണ്. കുതിരയെ എന്നും ഞാൻ വ്യായാമം ചെയ്യിപ്പിക്കാറുള്ളതും ഭയങ്കര വേഗത്തിൽ ഓടിപ്പിക്കാറുള്ളതും ശക്തിയായി അതിനെ പ്രഹരിക്കാറുള്ളതും സത്യമാണ്. അങ്ങേക്ക് ആ കുതിരയോട് അനുകമ്പ തോന്നിയതിനാൽ എന്നെ ക്രൂരഹൃദയനായി കരുതുന്നു. എന്നാൽ, എന്റെ അപ്രതീക്ഷിതവും സ്തോഭകരവുമായ സംഭവകഥ കേൾക്കുമ്പോൾ ഇൻഷാ അള്ളാ, അത് അതിന്റെ അതിക്രമങ്ങൾക്ക് കൊടുക്കുന്ന നിസ്സാരശിക്ഷ മാത്രമാണെന്നും കുതിരയല്ല ഞാനാണ് അനുകമ്പയ്ക്കും മാപ്പിനും അർഹനെന്നും അങ്ങ് സമ്മതിക്കും. അങ്ങയുടെ അനുവാദത്തോടെ ഞാൻ എന്റെ കഥ ആരംഭിക്കുകയാണ്." - അപ്പോഴേക്കും നേരം പുലർന്നതിനാൽ ഷാഹ്രസാദ് കഥപറച്ചിൽ നിർത്തി.

അറുനൂറ്റി പതിനൊന്നാംരാവ്

ഷാഹ്രസാദ് പറഞ്ഞു - അല്ലയോ കീർത്തിമാനായ രാജാവേ, കാലിഫാ അരുൻ അൽറഷീദ് ആ യുവാവിന് തന്റെ കഥ പറയാൻ അനുവാദം നല്കി. ആ അശ്വാരൂഢൻ താഴെ കൊടുത്തിരിക്കുന്ന രീതിയിൽ കഥപറയാൻ തുടങ്ങി.

സീതിനൂമാന്റെ ചരിത്രം

മനുഷ്യസ്നേഹിയും ദാനശീലനുമായ പ്രഭോ, എന്റെ മാതാപിതാക്കൾ വലിയ സമ്പന്നരായിരുന്നു. അവരുടെ മരണശേഷം മകന് സുഖമായി ദീർഘകാലം ജീവിക്കാനുള്ള സ്വത്ത് അവർ വിട്ടുപോയിരുന്നു. അതുകൊണ്ട് സുഖലോലുപനായി ആഡംബരത്തോടുകൂടിയ ജീവിതമാണ് ഞാൻ നയിച്ചത്. വലിയൊരു പ്രഭുവിനെപ്പോലെ! ഞാൻ - അവരുടെ ഏക സന്തതി - യാതൊരു അല്ലലുമില്ലാതെ സുഖമായി ജീവിച്ചു. ഞാൻ യുവത്വത്തിന്റെ മൂർദ്ധന്യത്തിലെത്തിയപ്പോൾ സുന്ദരിയും സുശീലയുമായൊരു യുവതിയെ വിവാഹം കഴിക്കാൻ ആഗ്രഹിച്ചു. അങ്ങനെ പരസ്പരം സ്നേഹിച്ചു. മധുരമായ ദാമ്പത്യജീവിതമായിരുന്നു എന്റെ സങ്കല്പം! എന്നാൽ, സർവ്വശക്തനായ അള്ളാ എനിക്ക് വിധിച്ചത് മറ്റൊന്നായിരുന്നു. ദുഃഖം നിറഞ്ഞ ഏറ്റവും ദാരുണമായ ജീവിതം! പുറമേക്ക് അതിസുന്ദരിയും ലാവണ്യവതിയുമായൊരു യുവതിയെയാണ് ഞാൻ വിവാഹം കഴിച്ചത്. എന്നാൽ, യാതൊരുവിധ സൽഗുണങ്ങളുമില്ലാത്ത ദുഷിച്ച മനസ്സായിരുന്നു അവളുടേത്. വിവാഹദിനത്തിന്റെ പിറ്റേന്നുതന്നെ

അത് സ്വയം പ്രത്യക്ഷപ്പെടാൻ തുടങ്ങി. അങ്ങേക്ക് നന്നായി അറിയാവുന്ന കാര്യമാണല്ലോ, വിശ്വാസികളുടെ നേതാവ്, വിവാഹക്കരാർ ഒപ്പുവെക്കുന്നതുവരെ വിവാഹം കഴിക്കുന്നവളുടെ മുഖം മുസ്ലീം ആചാരപ്രകാരം വരൻ കാണാറില്ല എന്ന്. വിവാഹശേഷം വധു ഒരു ശുണ്ഠിക്കാരിയും വഴക്കാളിയും മുഖം കറുപ്പിച്ച് നടക്കുന്നവളും ആകാൻ പാടില്ല. അവൾ സുന്ദരി ആയാലും അല്ലെങ്കിലും തന്റെ വിധിയിൽ തൃപ്തനായി അവളോടൊപ്പം സുഖമായി കഴിയണം. ഞാൻ എന്റെ ഭാര്യയുടെ മുഖം ആദ്യമായി കണ്ടപ്പോൾ, അത് സുന്ദരമാണെന്നറിഞ്ഞ് അകമഴിഞ്ഞാഹ്ലാദിച്ചു. എനിക്ക് സുന്ദരിയായൊരു പത്നിയെ തന്നതിൽ സർവ്വശക്തനായ അള്ളായോട് നന്ദിപറഞ്ഞു. ഞങ്ങളുടെ ആദ്യരാത്രി ആനന്ദകരമായിരുന്നു. എന്നാൽ, പിറ്റേന്ന് ഞങ്ങൾക്കായി ഉച്ചഭക്ഷണം നിരത്തിയപ്പോൾ അവളെ തീൻമേശയ്ക്കരികിൽ കാണാനായില്ല. ഞാൻ അവളെ വിളിപ്പിച്ചപ്പോൾ കുറെകഴിഞ്ഞ് അവൾ വന്ന് അടുത്തിരുന്നു. എനിക്ക് നല്ല ദേഷ്യം വന്നിരുന്നു. നേരം വൈകിവന്നതിൽ ഞാനവളെ കുറ്റപ്പെടുത്തി. അതിന് തക്കതായ മറ്റ് പല കാരണങ്ങളുമുണ്ടായിരുന്നു. നല്ല സ്വാദിഷ്ഠമായ പുള്ളാവ് വിളമ്പിയിരുന്നു. ഞങ്ങളുടെ നഗരത്തിലെ ആചാരപ്രകാരം ഞാനത് സ്പൂൺ ഉപയോഗിച്ച് കഴിക്കാൻ തുടങ്ങി. അവളാകട്ടെ പോക്കറ്റിൽനിന്നൊരു 'ചെപ്പിത്തോണ്ടി' പുറത്തെടുത്ത് അതുകൊണ്ട് ഓരോ വറ്റ് എടുത്ത് കഴിച്ചുകൊണ്ടിരുന്നു. ഈ വിചിത്രമായ പ്രവൃത്തികണ്ട് ഞാൻ വല്ലാതെ വിസ്മയിച്ചുപോയി. ഉള്ളിൽ കോപാഗ്നി ജ്വലിച്ചുകൊണ്ടിരുന്നെങ്കിലും മധുരമായ സ്വരത്തിൽ ഞാൻ പറഞ്ഞു.

"എന്റെ ആമിനാ, എന്താണ് ഈ രീതിയിൽ ഭക്ഷണം കഴിക്കുന്നത്? നീ സ്വന്തം വീട്ടുകാരിൽനിന്ന് പഠിച്ച ശീലമാണോ ഇത്, അതോ 'വറ്റ്' എണ്ണിനോക്കുകയോ? പിന്നീട് സുഖമായി ഇരുന്ന് ഭക്ഷണം കഴിക്കാനുദ്ദേശിച്ചാണോ? ഇതിനുള്ളിൽ പത്തോ ഇരുപതോ വറ്റാണ് നീ അകത്താക്കിയിട്ടുള്ളത്. ഒരുപക്ഷേ, നീ പിശുക്ക് കാണിക്കുകയായിരിക്കുമോ? എങ്കിൽ ഞാൻ പറയട്ടെ, അള്ളാ സഹായിച്ച് എനിക്ക് ആവശ്യത്തിലേറെ സ്വത്തുണ്ട്. കലവറ നിറയെ അരിയും. അക്കാര്യം ഓർത്ത് നീ വിഷമിക്കേണ്ട. എന്റെ പ്രിയതമേ, എല്ലാവരും ചെയ്യുന്നതുപോലെ നീയും ചെയ്യൂ. നിന്റെ ഭർത്താവ് ഭക്ഷണം കഴിക്കുന്ന രീതിയിൽ നീയും ഭക്ഷണം കഴിക്കൂ."

അവൾ തീർച്ചയായും നന്ദിവാക്കുകൾ പറയുമെന്നാണ് ഞാൻ കരുതിയത്. എന്നാലവൾ ഒരക്ഷരം മിണ്ടിയില്ല. 'വറ്റ്' പെറുക്കിത്തിന്നുന്നത് നിർത്തിയതുമില്ല. അത് മാത്രമല്ല, എന്നെ കൂടുതൽ ദേഷ്യപ്പെടുത്താനായി അവൾ പ്രകോപിപ്പിക്കുകയും ചെയ്തു. വറ്റുകൾ പെറുക്കിക്കഴിക്കുന്നത് വളരെ സാവധാനത്തിലാക്കി. ഭക്ഷണത്തിന്റെ അടുത്ത 'കോഴ്സ്' ആയി കേക്ക് കൊണ്ടുവന്നപ്പോൾ അലസയായി 'ബ്രെഡ്ഡി'ൽനിന്ന് ഒന്നുരണ്ട് നുള്ള് അവൾ പൊട്ടിച്ചെടുത്ത് സ്വന്തം വായിലേക്ക് എറിഞ്ഞു. സത്യത്തിൽ ഒരു കുരുവിയുടെ വയറ് നിറക്കാവുന്നത്ര ഭക്ഷണം പോലും അവൾ കഴിച്ചിട്ടില്ല. അവളെ ഇത്രയും ദുർവ്വാശിക്കാരിയും സ്വാർത്ഥയുമായി കണ്ട് ഞാൻ വല്ലാതെ വിസ്മയിച്ചുപോയി. എന്നാലും എന്റെ നിഷ്കളങ്കതയിൽ ഞാൻ സ്വയം പറഞ്ഞു. "ഒരുപക്ഷേ, പുരുഷന്മാരോടൊപ്പം ഇരുന്ന് ഭക്ഷണം കഴിച്ച് ശീലമില്ലായിരിക്കാം അവൾക്ക്. ഭർത്താവിന്റെ സാന്നിധ്യത്തിൽ വയറുനിറയെ ഭക്ഷണം

കഴിക്കാനവൾക്ക് നാണമായിരിക്കാം. കാലക്രമേണ മറ്റു മനുഷ്യരെപ്പോലെ അവളും ചെയ്യും."

ഒരുപക്ഷേ, അവൾ നന്നായി പ്രാതൽ കഴിച്ചിട്ടുണ്ടായിരിക്കാം. അതിനാൽ ഇപ്പോൾ വിശപ്പില്ലായിരിക്കാം. ചിലപ്പോൾ ഒറ്റയ്ക്ക് ഭക്ഷണം കഴിക്കുന്നതായിരിക്കാം അവളുടെ രീതി. അതുകൊണ്ട് ഞാനൊന്നും പറഞ്ഞില്ല. ഭക്ഷണത്തിനുശേഷം ഞാൻ പുറത്തുവന്ന് ശുദ്ധവായു ശ്വസിക്കാനും 'ജരീദ്' കളിക്കാനും പോയി. അക്കാര്യത്തെക്കുറിച്ചൊന്നും പിന്നീട് ചിന്തിച്ചില്ല.

അത്താഴം കഴിക്കാനിരുന്നപ്പോഴും മുമ്പത്തെ രീതിയിൽതന്നെയാണവൾ കഴിച്ചത്. അതേതലതിരിഞ്ഞ പെരുമാറ്റം. അതിൽ എനിക്ക് വല്ലാത്ത മനോവേദന തോന്നി. ഭക്ഷണം കഴിക്കാതെ അവൾ ജീവൻ എങ്ങനെ നിലനിർത്തുന്നുവെന്ന് ഞാൻ ആശ്ചര്യപ്പെട്ടു. ഒരു രാത്രി ഞാൻ ഗാഢനിദ്രയിലാണെന്ന് കരുതിയ അവൾ ഞാൻ അറിയാതെ എന്റെ അരികിൽനിന്ന് മെല്ലെ എഴുന്നേറ്റു. ഞാൻ അപ്പോൾ ഉറങ്ങിയിട്ടേയില്ലായിരുന്നു. എന്നെ ശല്യപ്പെടുത്തേണ്ട എന്ന ഭാവത്തിൽ അവൾ വളരെ ശ്രദ്ധയോടെ മന്ദംമന്ദം മുറിയിൽ നടക്കുന്നത് ഞാൻ കണ്ടു. എന്നെ കിടക്കയിൽ വിട്ടുകൊണ്ട് രാത്രി അവൾ രഹസ്യമായി ഇറങ്ങിപ്പോകുന്നതിൽ എനിക്ക് വല്ലാത്ത വിസ്മയവും ജിജ്ഞാസയും തോന്നി. എന്താണ് കാര്യം എന്നറിയണം. അതുകൊണ്ട് അപ്പോഴും ഉറക്കം നടിച്ചുകൊണ്ട് കൂർക്കംവലിച്ച് ഞാൻ കിടന്നു. എന്നാൽ, അവിടെ കിടന്ന് ഞാനവളെ ശ്രദ്ധിക്കയായിരുന്നു. അവൾ വസ്ത്രം മാറ്റി പുറത്തേക്ക് പോയി. ഞാൻ ഉടനെ ചാടി എഴുന്നേറ്റ് മേലങ്കി ധരിച്ച് തോളിൽ വാൾ ഞാത്തി ഇട്ട് എവിടേക്കാണവൾ പോയതെന്ന് ജനാലയിലൂടെ നോക്കി. അവൾ മുറ്റത്തുകൂടെ നടന്ന് ഗേറ്റ് തുറന്ന് റോഡിലേക്കിറങ്ങി. അവൾ തുറന്നിട്ട ഗേറ്റിലൂടെ ഞാൻ ധൃതിയിൽ ഓടിക്കടന്ന് നിലാവിൽ അവളെ പിന്തുടർന്നു. ഞങ്ങളുടെ വീടിനടുത്തുള്ള ഒരു ശ്മശാനത്തിലെത്തി. - അപ്പോഴേക്കും നേരം പുലർന്നതിനാൽ ഷാഹ്‌രസാദ് കഥപറച്ചിൽ നിർത്തി.

അറുനൂറ്റി പന്ത്രണ്ടാംരാവ്

ഷാഹ്‌രസാദ് പറഞ്ഞു - അല്ലയോ കീർത്തിമാനായ രാജാവേ, സീതിനൂമാൻ തന്റെ കഥ തുടർന്നു. എന്നാൽ, എന്റെ ഭാര്യ ആമിന ശ്മശാനത്തിലേക്ക് കയറുന്നത് കണ്ടപ്പോൾ ഞാൻ മതിലിന് തൊട്ടടുത്തുനിന്ന് ഉള്ളിലേക്ക് ഒളിച്ചുനോക്കി. അവിടെനിന്നാൽ എനിക്കവളെ കാണാം. അവൾക്കെന്നെ കാണാനൊക്കുകയുമില്ല. അപ്പോൾ ഞാൻ എന്താണ് കണ്ടതെന്നോ! ആമിന ഒരു ഭൂതത്തിനോടൊപ്പം ഇരിക്കുകയാണ്. ഈ ഭൂതം പിശാച് വർഗ്ഗത്തിൽപെട്ടവളാണ്. ഈ വൃത്തികെട്ട പിശാചുക്കൾ ജീർണിച്ച് തകർന്ന കെട്ടിടങ്ങളിൽ വസിക്കുന്നു. ഒറ്റയ്ക്ക് പോകുന്ന വഴിപോക്കരെ പേടിപ്പിക്കുന്നു, ചിലസമയത്ത് അവരെ പിടികൂടി കൊന്ന് പച്ച മാംസം കഴിക്കുന്നു. പകൽസമയത്ത് ആരേയും പിടികൂടാനായില്ലെങ്കിൽ അവർ രാത്രി ശവപ്പറമ്പിൽചെന്ന് ശവക്കുഴി തോണ്ടി ശവം പുറത്തെടുത്ത് ഭക്ഷിക്കുന്നു. അപ്രകാരം എന്റെ ഭാര്യ ആ പിശാചിന്നടുത്തിരിക്കുന്നതുകണ്ട് ഞാൻ അദ്ഭുതപ്പെടുകയും ഭയപ്പെടുകയും ചെയ്തു.

അവർ ഇരുവരും ചേർന്ന് അന്ന് കുഴിച്ചിട്ടിരുന്ന ഒരു ശവം കുഴിയിൽനിന്ന് മാന്തി പുറത്തെടുത്ത്, കഷണങ്ങളാക്കി കഴിക്കാൻ തുടങ്ങി. കൂട്ടുകാരിയുമായി രസിച്ച് സംസാരിച്ചുകൊണ്ടായിരുന്നു അവൾ ശവം തിന്നിരുന്നത്. ഞാൻ കുറച്ച് ദൂരെ നിന്നിരുന്നതിനാൽ എന്താണവർ പറഞ്ഞിരുന്നതെന്നെനിക്ക് മനസ്സിലായില്ല. ഇതുകണ്ട് ഞാൻ ഭയങ്കരമായി പേടിച്ചുവിറച്ചു. അവർ തീറ്റകഴിഞ്ഞപ്പോൾ എല്ലുകൾ ശവക്കുഴിയിലിട്ട് അത് പഴയതുപോലെ മണ്ണിട്ട് മൂടി.

അവരെ ഈ വൃത്തികെട്ട പണിക്കുവിട്ട് ഞാൻ ധൃതിയിൽ വീട്ടിലേക്കു മടങ്ങി. എന്റെ ഭാര്യ തുറന്നിട്ട ഗേറ്റ് അതുപോലെതന്നെ ഞാൻ പാതി തുറന്നിട്ടു. മുറിയിലെത്തി ഉറക്കം നടിച്ച് ഞാൻ മെത്തയിൽ കിടന്നു. അപ്പോൾ ആമിന എത്തി വസ്ത്രം മാറി ശാന്തയായി എന്റെ അടുത്ത് കിടന്നു. അവളുടെ ഭാവത്തിൽനിന്നും എന്നെ അവൾ പുറത്തുവെച്ച് കണ്ടിട്ടേ ഇല്ലെന്നെനിക്ക് മനസ്സിലായി. ഞാൻ അവളെ ശ്മശാനം വരെ പിന്തുടർന്നെന്നവൾക്ക് വിഭാവനം ചെയ്യാൻപോലും കഴിയില്ലല്ലൊ. ഇതെന്റെ മനസ്സിന് വലിയ ആശ്വാസം നല്കി. എങ്കിലും ഒരു നരഭോജിയും ശവംതീനിയുമായൊരു സ്ത്രീയോടൊപ്പം ശയിക്കാൻ എനിക്ക് അറപ്പ് തോന്നി. എന്തൊക്കെ ആയാലും പുലർച്ചയ്ക്കുള്ള പ്രാർത്ഥനയുടെ വാങ്ക് വിളി കേൾക്കുന്നതുവരെ അറപ്പോടെ ഞാനവിടെത്തന്നെ കിടന്നു. ഞാൻ ധൃതിപിടിച്ചെഴുന്നേറ്റ് ദേഹവിശുദ്ധി വരുത്തി പള്ളിയിലേക്ക് പോയി.

പ്രാർത്ഥനകഴിഞ്ഞ് തോട്ടത്തിലൂടെ നടന്നുവരുമ്പോൾ എന്റെ ഭാര്യയുടെ പ്രവൃത്തികൾ എന്റെ മനസ്സിൽ തെളിഞ്ഞുവന്നു. അവളുടെ ആ വൃത്തികെട്ട സുഹൃത്തുമായുള്ള ചങ്ങാത്തം അവസാനിപ്പിക്കണം. ശവം തീറ്റയിൽനിന്ന് മോചിപ്പിക്കണം. ഇത്തരം ചിന്തയിൽ മുഴുകി ഞാൻ ആഹാരം കഴിക്കാനായി വീട്ടിലെത്തി. അതുകണ്ട് ഉച്ചഭക്ഷണം മേശപ്പുറത്ത് നിരത്താനായി ആമിന വേലക്കാർക്ക് നിർദ്ദേശം നല്കി. ഞങ്ങൾ ഇരുവരും തീൻമേശയ്ക്ക് മുന്നിൽ ഇരുന്നു. പതിവുപോലെ അവൾ ഓരോ വറ്റ് പെറുക്കിത്തിന്നാൻ തുടങ്ങി. അപ്പോൾ ഞാൻ അവളോട് പറഞ്ഞു "എന്റെ ഭാര്യേ, ഒരു പിടക്കോഴിയെപ്പോലെ ഓരോ വറ്റും പെറുക്കിയെടുത്ത് നീ കഴിക്കുന്നതുകണ്ട് എനിക്ക് വെറുപ്പ് തോന്നുന്നു. ഈ വിളമ്പിവെച്ച ആഹാരം നിനക്ക് ഇഷ്ടമില്ലെങ്കിൽ സർവ്വശക്തനായ അള്ളായുടെ കൃപയാൽ നമ്മുടെ മുന്നിൽ നിരത്തിവെച്ചിട്ടുള്ള ഏത് തരം മാംസാഹാരം വേണമെങ്കിലും നിനക്ക് എടുത്തു കഴിക്കാം. നിനക്ക് ഏറ്റവും ഇഷ്ടമുള്ളത് എടുക്കുക. എന്നും എല്ലാത്തരം വിഭവങ്ങളും മേശപ്പുറത്ത് നിരത്തുന്നുണ്ട്. ഇവയൊന്നും നിനക്കിഷ്ടമില്ലെങ്കിൽ നിന്റെ മനസ്സ് ആശിക്കുന്നതെന്താണെന്ന് പറഞ്ഞാൽ മാത്രം മതി. അത് വരുത്തിത്തരാം. ഞാൻ നിന്നോടൊരു ചോദ്യം ചോദിക്കട്ടെ. മേശപ്പുറത്തുള്ള ഈ മാംസാഹാരമൊന്നും നരമാംസത്തോളം സ്വാദിഷ്ടമല്ലേ? അവർ വിളമ്പിവെച്ച എല്ലാ മാംസാഹാരവും എന്തുകൊണ്ടാണ് നീ നിരസിക്കുന്നത്?"

ഞാൻ ഇത് പറഞ്ഞുതീരുന്നതിനുമുമ്പുതന്നെ തന്റെ രാത്രിസാഹസത്തെക്കുറിച്ച് ഭർത്താവിനറിയാമെന്നവൾ ഉറപ്പിച്ചു. അവൾ പെട്ടെന്ന് ഭയങ്കരമായി ക്ഷോഭിച്ചു. അവളുടെ മുഖം തീജ്വാലപോലെ ചുകന്നു. അവളുടെ കണ്ണുകൾ പുറത്തേക്കു ചാടി. അസഹ്യമായ ക്രോധത്താൽ അവളുടെ വായിൽ പതനിറഞ്ഞു. അവളെ ഈ നിലയിൽ കണ്ട് ഞാൻ

പേടിച്ച് ബോധംകെട്ടതുപോലെ ആയി. ഭ്രാന്തമായ വികാരാവേശത്താൽ അവളുടെ അടുത്തുണ്ടായിരുന്ന ഒരു പാത്രത്തിലെ വെള്ളത്തിൽ അവൾ വിരലുകൾ മുക്കി. എനിക്ക് മനസ്സിലാകാത്ത ചില വാക്കുകൾ മന്ത്രിച്ചു. പിന്നെ ആ വെള്ളം എന്റെ മേൽ കുടഞ്ഞുകൊണ്ട് അലറി. "നീ ശപിക്കപ്പെട്ടവനാണ്. നിന്റെ ഈ ധിക്കാരത്തിന്റേയും വഞ്ചനയുടേയും പേരിൽ നീ ഉടനെ ഒരു നായയായി മാറട്ടെ!"

ഉടനെ ഞാനൊരു നായയായി മാറി. അവൾ ഒരു വടിയെടുത്ത് എന്നെ തല്ലിച്ചതച്ചു. ഞാൻ തല്ലുകൊണ്ട് ചാകാറായി. ഞാൻ മുറിയിൽ അങ്ങോട്ടുമിങ്ങോട്ടും വേദനിച്ച് പുളഞ്ഞുകൊണ്ട് ഓടി. എന്നാൽ അവൾ എന്നെ പിൻതുടന്ന് തല്ലിക്കൊണ്ടിരുന്നു. അവൾ തളരുന്നതുവരെ ഈ പീഡനം തുടർന്നു. പിന്നെ പുറത്തേക്കുള്ള ഗേറ്റ് അവൾ പാതി തുറന്നുവെച്ചപ്പോൾ അതിലൂടെ ഓടിരക്ഷപ്പെടാൻ ഞാൻ ശ്രമിച്ചു. ആ സമയത്ത് പെട്ടെന്നവൾ ഗേറ്റ് പിടിച്ചമർത്തി എന്നെ ഞെരിച്ച് കൊല്ലാൻ നോക്കി. അവളുടെ ഉദ്ദേശ്യം മനസ്സിലാക്കിയ ഞാൻ അതിൽനിന്ന് രക്ഷപ്പെട്ടു. എന്റെ വാലിന്റെ അറ്റം മുറിഞ്ഞ് ഗേറ്റിൽ വിട്ടുപോരേണ്ടിവന്നെങ്കിലും! ദയനീയമായി കരഞ്ഞുകൊണ്ട് ഞാൻ അവളുടെ പീഡനത്തിൽനിന്നും ദൂരേക്ക് ഓടിമറഞ്ഞു. എല്ലൊടിയാതെ രക്ഷപ്പെട്ടല്ലോ എന്ന് ഞാൻ സമാധാനിച്ചു. ഭാഗ്യം. ഞാൻ വേദനയോടെ തെരുവിൽ നിൽക്കവെ ഒരു അപരിചിത നായ നായയെകണ്ട് ആ പരിസരത്തെ നായ്ക്കൾ എന്റെ നേരെ കുരച്ചുകൊണ്ട് ചാടിവന്ന് കടിച്ചുകുടഞ്ഞു. ഞാൻ വാല് കാലുകൾക്കിടയിൽ മടക്കിവെച്ച് ആട്ടിൻതലകൾ വിൽക്കുന്ന ഒരു കടയിലേക്ക് ഓടിക്കയറി. അതിനുള്ളിലെ ഇരുണ്ട ഒരു മൂലയിൽ പതുങ്ങിയിരുന്നു - അപ്പോഴേക്കും നേരം പുലർന്നതിനാൽ ഷാഹ്രസാദ് കഥപറച്ചിൽ നിർത്തി.

അറുനൂറ്റി പതിമൂന്നാംരാവ്

ഷാഹ്രസാദ് പറഞ്ഞു - അല്ലയോ നീതിമാനായ രാജാവേ, ആ സീതിനൂമാൻ തന്റെ കഥ ഇപ്രകാരം തുടർന്നു - എല്ലാ നായ്ക്കളും വൃത്തികെട്ടവയാണെന്ന വിശ്വാസക്കാരനാണ് ആ കടക്കാരൻ എങ്കിലും എന്റെ കഷ്ടതയിൽ അയാൾക്ക് സഹാനുഭൂതി തോന്നി. കുരച്ച് കടിക്കാനെത്തിയ മറ്റ് നായ്ക്കളെ അയാൾ ഓടിച്ചുവിട്ടു. ഈ അപകടസന്ധിയിൽനിന്നും രക്ഷപ്പെട്ട ഞാൻ രാത്രി മുഴുവൻ ആ മൂലയിൽ കഴിച്ചുകൂട്ടി. നേരം പുലർന്ന ഉടനെ ആ കശാപ്പുകാരൻ ആട്ടിൻതലയും മറ്റും വാങ്ങിക്കാനായി വേഗം അങ്ങാടിയിലേക്ക് പോയി. ധാരാളം സാധനങ്ങളുമായി തിരിച്ചുവന്ന് അവ വില്പനയ്ക്കായി കടയിൽ നിരത്തിവെച്ചു. ഇറച്ചിയുടെ മണം കേട്ട് ആ പരിസരത്തുള്ള നായ്ക്കൾ മുഴുവൻ കൂട്ടംകൂടി നില്ക്കുന്നതുകണ്ട് ഞാനും അവരുടെ കൂട്ടത്തിൽ ചെന്നുനിന്നു. ആ വൃത്തികെട്ട നായ്ക്കൾക്കിടയിൽ എന്നെ കണ്ട് ആ കടക്കാരൻ ആത്മഗതമായി പറഞ്ഞു "ഈ നായ ഇന്നലെ മുതൽ ഒന്നും കഴിച്ചിട്ടില്ല. വിശന്നുകരഞ്ഞ് ഓടിവന്ന് എന്റെ കടയിൽ ഒളിച്ചിരിക്കയായിരുന്നു."

പിന്നെ നല്ലൊരു കഷണം ഇറച്ചി എനിക്കുനേരെ എറിഞ്ഞുതന്നു. എന്നാൽ, ഞാനത് നിരസിച്ചു. അയാളുടെ അടുത്തുചെന്ന് വാലാട്ടി നിന്നു. തനിക്ക് അയാളോടൊപ്പം നില്ക്കാനാണ് ആഗ്രഹമെന്നയാൾ മനസ്സിലാക്കിയെങ്കിൽ! എന്നാൽ, കടക്കാരൻ കരുതിയത് ഞാൻ മതിയാവോളം

തിന്നിട്ടുണ്ടാകുമെന്നായിരുന്നു. അയാൾ ഒരു വടിയെടുത്ത് എന്നെ ഭീഷണിപ്പെടുത്തി ഓടിപ്പിച്ചു. എന്റെ ഉദ്ദേശ്യം അയാൾ മനസ്സിലാക്കിയിട്ടില്ലെന്ന് ഞാൻ അറിഞ്ഞപ്പോൾ അവിടന്ന് ഓടിപ്പോയി. അവിടേയും ഇവിടേയും അലഞ്ഞുതിരിഞ്ഞ് ഒരു ബേക്കറിയുടെ മുന്നിലെത്തി. കടയുടെ ഉള്ളിലേക്ക് നോക്കിയപ്പോൾ കടയുടമ പ്രാതൽ കഴിക്കുന്നത് ഞാൻ കണ്ടു. എനിക്ക് ഭക്ഷണം വേണമെന്ന ചിഹ്നമൊന്നും ഞാൻ കാണിച്ചില്ലെങ്കിലും അയാൾ എനിക്ക് ഒരു കഷണം അപ്പം എറിഞ്ഞുതന്നു. സാധാരണ നായ്ക്കൾ ചെയ്യുന്നതുപോലെ ഞാനത് ചാടിപ്പിടിച്ച് വിഴുങ്ങാതെ വളരെ ശാന്തനായി അത് പിടിച്ച് അയാളുടെ അടുത്തുചെന്ന് മുഖത്തേക്ക് മിഴിച്ചുനോക്കി വാലാട്ടി നന്ദി പ്രകടിപ്പിച്ചു. ഇത്തരം കുലീനമായ പെരുമാറ്റം കണ്ട് അയാൾ പ്രീതനായി എന്നെ നോക്കി പുഞ്ചിരിച്ചു. അപ്പോൾ അയാളെ സന്തോഷിപ്പിക്കാനായി മാത്രം കുറേശ്ശെ ആ അപ്പക്കഷണം കടിച്ചുതിന്നുകൊണ്ട് ഞാൻ ആദരവുകാട്ടി. എന്റെ പെരുമാറ്റത്തിൽ കൂടുതൽ സന്തുഷ്ടനായ അയാൾ എന്നെ സ്വന്തം കടയിൽ നിർത്താൻ ആഗ്രഹിച്ചു. ഉദ്ദേശ്യം മനസ്സിലാക്കിയ ഞാൻ വാതിൽക്കൽ ഇരുന്ന് പ്രതീക്ഷയോടെ അയാളുടെ മുഖത്തേക്ക് നോക്കി. അപ്പോൾ അദ്ദേഹത്തിന്റെ സംരക്ഷണം തന്നെയാണ് ഞാൻ ആഗ്രഹിക്കുന്നതെന്നയാൾക്ക് മനസ്സിലായി. അയാൾ എന്നെ സ്നേഹപൂർവ്വം തലോടി എന്റെ ചുമതല ഏറ്റെടുത്ത് കടയുടെ സംരക്ഷണം എന്നെ ഏല്പിച്ചു. എന്നാൽ എന്നെ അകത്തേക്ക് കൂട്ടിക്കൊണ്ടുപോകുന്നതുവരെ ഞാനയാളുടെ വീട്ടിൽ പ്രവേശിച്ചിട്ടില്ല. രാത്രി എവിടെയാണ് ഞാൻ കിടക്കേണ്ടതെന്നും അയാൾ എനിക്ക് കാണിച്ചുതന്നു. എനിക്ക് സമയത്തിന് ഭക്ഷണം തരികയും ഔദാര്യത്തോടെ പെരുമാറുകയും ചെയ്തു. ഞാനും അതുപോലെ അയാളുടെ എല്ലാ നീക്കങ്ങളും ശ്രദ്ധിച്ചിരുന്നു. അയാളുടെ ഉത്തരവ്പ്രകാരം നില്ക്കുകയോ കിടക്കുകയോ ചെയ്തു. അയാൾ വാസസ്ഥലം വിട്ട് എങ്ങോട്ടെങ്കിലും നടക്കാൻ പോകുമ്പോൾ എന്നേയും ഒപ്പം കൊണ്ടുപോകുമായിരുന്നു. എപ്പോഴെങ്കിലും അയാൾ നടക്കാൻ പോകുമ്പോൾ ഞാൻ ഉറങ്ങിക്കിടക്കുകയാണെങ്കിൽ, അയാൾ റോഡിൽനിന്ന് "ബക്ത്! ബക്ത്!" (എനിക്കയാൾ നല്കിയ ശുഭനാമം) എന്ന് വിളിക്കും. അത് കേട്ടയുടനെ ഞാൻ ഓടിച്ചെന്ന് വാതിൽക്കൽനിന്ന് തുള്ളിച്ചാടും. ശുദ്ധവായു ശ്വസിക്കാനായി അയാൾ നടക്കാൻ പോകുമ്പോൾ ഞാൻ ഒപ്പം നടക്കും. ചിലപ്പോൾ അയാളുടെ മുന്നിൽ ഓടും, ചിലപ്പോൾ പിന്നിൽ നടക്കും. അയാളുടെ മുഖത്തേക്ക് ഇടയ്ക്കിടെ നോക്കും. അങ്ങനെ അയാളോടൊപ്പമുള്ള എന്റെ ജീവിതം സുഖകരമായി നീങ്ങി.

ഒരു ദിവസം ഒരു സ്ത്രീ അപ്പം വാങ്ങാനായി ആ ബേക്കറിയിൽ വന്നു. അതിന്റെ വിലയായി അവൾ നല്കിയ 'ദിറ'മുകൾ ഒന്ന് 'എടുക്കാത്ത' ദിറമായിരുന്നു. എന്റെ യജമാനൻ എല്ലാം നന്നായി പരിശോധിക്കവെ ആ കള്ളനാണ്യം കണ്ടെത്തി. അത് മാറ്റിത്തരുവാനായി അവളോട് പറഞ്ഞു. എന്നാൽ, ആ സ്ത്രീ ശണ്ഠകൂടാൻ തുടങ്ങി. ആ നാണ്യം നല്ലതാണെന്നവൾ വാദിച്ചു. തിരിച്ചെടുക്കാൻ തയ്യാറായില്ല. ബേക്കറി ഉടമ പറഞ്ഞു. "ഈ ദിറം 'എടുക്കാത്ത'താണെന്ന കാര്യത്തിൽ യാതൊരു സംശയവുമില്ല. എന്റെ ആ നായയെ ഒന്നു നോക്കൂ. അവൻ ഒരു മൃഗമാണെങ്കിലും അവൻ നിങ്ങളോട് പറയും നല്ല ദിറം ഏതാണെന്നും ചീത്ത ദിറം ഏതാണെന്നും."

അങ്ങനെ അയാൾ എന്നെ വിളിച്ചു. "ബക്ത്! ബക്ത്!" അതുകേട്ട് ഉടനെ ഞാൻ ചാടിഎഴുന്നേറ്റ് അയാളുടെ അടുത്ത് പാഞ്ഞെത്തി. അയാൾ പണം മുഴുവൻ എന്റെ മുന്നിൽ നിലത്തിട്ട് വിളിച്ചുപറഞ്ഞു, "നോക്കൂ, ഇതിൽ ഏതെങ്കിലും ദിറം കള്ളദിറമാണെങ്കിൽ അത് മാറ്റിവെക്കൂ."

ഞാൻ ഓരോ വെള്ളിനാണ്യവും പരിശോധിച്ചു. കള്ളനാണ്യം കണ്ടെത്തി. അപ്പോൾ അതെടുത്ത് മാറ്റി മറ്റൊരു ഭാഗത്ത് വെച്ചു. ആ കള്ളനാണ്യത്തിനുമേൽ ഞാൻ കൈവെച്ച് എന്റെ യജമാനന്റെ മുഖത്ത് നോക്കി വാലാട്ടി. ബേക്കറിക്കാരൻ എന്റെ ബുദ്ധികൂർമ്മതയിൽ ആഹ്ലാദം പ്രകടിപ്പിച്ചു. ആ സ്ത്രീ വല്ലാതെ വിസ്മയസ്തബ്ധയായി നിന്നുപോയി. അവൾ എടുക്കാത്ത ദിറമിനു പകരം നല്ല വെള്ളിദിറം നല്കി. അവൾ തിരിച്ചുപോയപ്പോൾ, എന്റെ യജമാനൻ അയൽവാസികളെയെല്ലാം വിളിച്ചുവരുത്തി ഈ സംഭവം വർണ്ണിച്ചുകൊടുത്തു. അപ്പോൾ അവർ എന്റെ മുന്നിൽ നല്ലതും ചീത്തയുമായ നാണ്യങ്ങൾ ഇട്ട് അവ വേർതിരിക്കാനാവശ്യപ്പെട്ടു. അവർക്ക് സ്വന്തം കണ്ണുകൊണ്ട് കാണണം, ഞാൻ യജമാനൻ പറഞ്ഞതുപോലെ ബുദ്ധിമാനാണോ എന്ന്! പല പ്രാവശ്യം ഞാൻ കള്ളനാണയങ്ങൾ വേർതിരിച്ചെടുത്ത് കാണിച്ചു. ഒരിക്കൽപോലും എനിക്ക് തെറ്റുപറ്റിയില്ല. അങ്ങനെ എല്ലാവരും ആശ്ചര്യഭരിതരായാണ് തിരിച്ചുപോയത്. കണ്ടവരോടെല്ലാം അവർ ഇക്കാര്യം വിവരിച്ചു കൊടുത്തു. എന്നെക്കുറിച്ചുള്ള കിംവദന്തി നഗരമാസകലം പരന്നു. ആ ദിവസം മുഴുവൻ എന്റെ ജോലി നല്ല ദിറമും ചീത്ത ദിറമും വേർതിരിക്കലായിരുന്നു. - അപ്പോഴേക്കും നേരം പുലർന്നതിനാൽ ഷാഹ്റസാദ് കഥ പറച്ചിൽ നിർത്തി.

അറുനൂറ്റി പതിനാലാംരാവ്

ഷാഹ്റസാദ് പറഞ്ഞു - അല്ലയോ കീർത്തിമാനായ രാജാവേ, സീതിനൂമാൻ തന്റെ കഥ തുടർന്നു - ആ ദിവസം മുതൽ ബേക്കറിക്കാരൻ എന്നെ കൂടുതൽ ആദരിക്കാൻ തുടങ്ങി. അയാളുടെ എല്ലാ സുഹൃത്തുക്കളും പരിചയക്കാരും ചിരിച്ചുകൊണ്ട് പറഞ്ഞു.

"സത്യത്തിൽ നിന്റെ ഈ നായ നല്ലൊരു പണമിടപാടുകാരനാണ്."

എന്നെ കടയിൽ നിർത്താൻ പറ്റിയത് എന്റെ യജമാനന്റെ മഹാഭാഗ്യമാണെന്നു പറഞ്ഞ് ചിലർ അയാളോട് അസൂയാലുക്കളായിരുന്നു. എന്നെ പ്രലോഭിപ്പിച്ച് കൊണ്ടുപോകാനവർ ശ്രമം നടത്തി. എന്നാൽ അയാൾ എന്നെ സദാസമയം തന്നോടൊപ്പം നിർത്തി. എന്നെ അടുത്തുനിന്ന് മാറാനേ സമ്മതിച്ചില്ല. കാരണം, എന്റെ പ്രശസ്തി വർദ്ധിച്ചതോടെ ധാരാളം ആളുകൾ ബേക്കറിസാധനങ്ങൾ വാങ്ങാനായി അവിടെ എത്താൻ തുടങ്ങി; ദൂരദേശങ്ങളിൽനിന്നുപോലും!

കുറച്ചുനാൾക്കുശേഷം അപ്പം വാങ്ങാനെത്തിയ ഒരു സ്ത്രീ ബേക്കറിക്കാരന് കൊടുത്ത ആറ് ദിറമിൽ ഒന്ന് കള്ളനാണയമായിരുന്നു. എന്റെ യജമാനൻ അത് പരിശോധിക്കാനായി അവന്റെ മുന്നിൽ ഇട്ടു. നേരെ കള്ളദിറം ഞാനെടുത്തു മാറ്റി. ഞാൻ കാൽ ആ ദിറമിനുമേൽ അമർത്തിവെച്ച് ആ സ്ത്രീയുടെ മുഖത്തേക്ക് നോക്കി. അവൾ അമ്പരപ്പോടെ അത് കള്ളനാണ്യമാണെന്ന് കുറ്റസമ്മതം നടത്തി. ഞാനത് കണ്ടെത്തിയതിൽ

എന്നെ പ്രശംസിച്ചു. അവൾ തിരിച്ചുപോകവെ ബേക്കറിക്കാരൻ അറിയാതെതന്നെ പിൻതുടരാനായി അവൾ എന്നോട് ആംഗ്യം കാട്ടി. ഞാൻ അള്ളായോടുള്ള പ്രാർത്ഥന നിർത്തിയിരുന്നില്ല. എന്നെങ്കിലും ദൈവം എന്നെ പഴയ രൂപത്തിലാക്കുമെന്ന് ഞാൻ വിശ്വസിച്ചു. സർവ്വശക്തനായ അള്ളായുടെ ഏതെങ്കിലും വിശ്വാസി, എന്റെ ദുഃഖകരമായ അവസ്ഥകണ്ട് എന്നോട് കൃപകാട്ടി സഹായിക്കുമെന്ന് ഞാൻ ആശിച്ചു. അതുകൊണ്ട് ആ സ്ത്രീ പലപ്രാവശ്യം എന്നെ പിൻതിരിഞ്ഞ് നോക്കിയപ്പോൾ അവൾക്കെന്റെ കാര്യം അറിയുമെന്ന് എന്റെ മനസ്സ് മന്ത്രിച്ചു. അതുകൊണ്ട് ഞാൻ അവളിൽത്തന്നെ ദൃഷ്ടി പതിപ്പിച്ച് നിന്നു. അതുകണ്ട് അവൾ പിന്നാക്കംവന്ന് വീണ്ടും എന്നോട് പിന്തുടരാൻ ആംഗ്യം കാണിച്ചുകൊണ്ട് നടന്നു. എനിക്കവളുടെ ആംഗ്യം മനസ്സിലായി. ബേക്കറിക്കാരൻ അടുപ്പിൽ പാചകവൃത്തിയിലേർപ്പെട്ടിരിക്കെ ഞാൻ പതുക്കെ കടയ്ക്ക് പുറത്തുവന്ന് അവളെ പിന്തുടർന്നു. ഞാൻ അവളെ അനുസരിച്ചതിൽ വളരെയേറെ സന്തോഷിച്ച അവൾ നേരെ എന്നേയുംകൂട്ടി സ്വന്തം വീട്ടിലേക്ക് പോയി. ഉള്ളിൽ കയറിയ ഉടനെ വാതിൽ അടച്ചുപൂട്ടി. പിന്നീട്, എന്നെ അവൾ മറ്റൊരു മുറിയിലേക്ക് കൂട്ടിക്കൊണ്ടുപോയി. അവിടെ സുന്ദരിയായൊരു യുവതി ഇരുന്ന് ചിത്രവേലകൾ തുന്നുകയാണ്. അവൾ ആ നല്ല സ്ത്രീയുടെ മകളാണെന്ന് ഞാൻ മനസ്സിലാക്കി. അവൾ മാന്ത്രികകലയിൽ അതിവിദഗ്ധയാണ്. അമ്മ അവളോട് പറഞ്ഞു "എന്റെ മോളേ, ഇതാ നോക്കൂ. ഈ നായ നല്ല ദിറമും ചീത്ത ദിറമും തിരിച്ചറിയുന്നവനാണ്. ഈ അദ്ഭുതകൃത്യത്തെക്കുറിച്ചറിഞ്ഞ ഉടനെ എനിക്കു തോന്നിയത് ഏതെങ്കിലും ക്രൂരഹൃദയനായ വൃത്തികെട്ട മായാവി രൂപംമാറ്റിയെടുത്ത മനുഷ്യനായിരിക്കും ഈ നായ എന്നാണ്. ഇന്ന് അപ്പം വാങ്ങാനായി ബേക്കറിയിൽ പോകുമ്പോൾ ഈ മൃഗത്തെ കാണാമെന്നും പരീക്ഷിച്ചുനോക്കാമെന്നും ഞാൻ വിചാരിച്ചു. അതാ എന്റെ പരീക്ഷണം വിജയിച്ചിരിക്കുന്നു. ഇതിനെ ഒന്ന് നന്നായി നോക്കൂ എന്റെ മോളേ; ഇത് തീർച്ചയായും ഒരു മൃഗം തന്നെയാണോ അതോ മാന്ത്രികശക്തികൊണ്ട് മൃഗമായി രൂപാന്തരപ്പെട്ട മനുഷ്യനാണോ എന്ന്!"

മൂടുപടമിട്ടിരുന്ന ആ യുവതി എന്നെ ശ്രദ്ധയോടെ നിരീക്ഷിച്ച് ഉത്ഘോഷിച്ചു. "എന്റെ അമ്മേ, ഇത് നിങ്ങൾ പറഞ്ഞതുപോലെതന്നെയാണ്. നിങ്ങളുടെ ഊഹം ശരിയാണെന്ന് തെളിയിക്കാം."

പിന്നെ അവൾ എഴുന്നേറ്റ് ഒരു പാത്രത്തിൽ കുറച്ചു വെള്ളം കൊണ്ടുവന്ന് അതിൽ കൈമുക്കി എന്റെ മുഖത്ത് കുടഞ്ഞുകൊണ്ട് പറഞ്ഞു "നീ ഒരു നായയായി പിറന്നവനാണെങ്കിൽ നായയായിത്തന്നെ ഇരിക്കുക, അതല്ല ഒരു മനുഷ്യനായി പിറന്നവനാണെങ്കിൽ ഈ വെള്ളത്തിന്റെ ശ്രേഷ്ഠതമൂലം നീ സ്വന്തം മനുഷ്യരൂപം കൈക്കൊള്ളുക."

ഉടനെ ഞാൻ നായയുടെ രൂപം വിട്ട് മനുഷ്യരൂപം പൂകി. ഞാൻ ആ യുവതിയുടെ കാല്ക്കൽ വീണ് നിലത്ത് ചുംബിച്ച് നന്ദി പറഞ്ഞു. അവളുടെ ഉടുപ്പിന്റെ അറ്റത്ത് ചുംബിച്ചുകൊണ്ട് ഞാൻ ഉറക്കെ പറഞ്ഞു. "എന്റെ ഭവതീ, നിങ്ങൾക്ക് യാതൊരു പരിചയവുമില്ലാത്തൊരു വ്യക്തിയോട് നിങ്ങൾ അങ്ങേയറ്റം മഹാമനസ്കത കാണിച്ചു. നിങ്ങൾ അർഹിക്കുന്നവിധം നന്ദി പറയാനും ആശീർവ്വദിക്കാനും ഞാൻ എങ്ങനെ വാക്കുകൾ കണ്ടെത്തും? എന്നോട് പറയൂ, ഏത് രീതിയിലാണ് ഞാൻ നിങ്ങൾക്ക് പ്രത്യുപകാരം ചെയ്യേണ്ടത്? ഇന്നു മുതൽ ഞാൻ എന്നും

നിങ്ങളുടെ കാരുണ്യം ഓർക്കും. ഞാനെന്നും നിങ്ങളുടെ അടിമയായിരിക്കും."

ഞാനവളോട് എന്റെ കഥ മുഴുവൻ വിവരിച്ചുകൊടുത്തു, ആമിനായുടെ ദുഷ്ടതയും എന്നിൽ അവൾ ഏല്പിച്ച ദ്രോഹങ്ങളുമെല്ലാം. എന്നെ സ്വന്തം വീട്ടിലേക്ക് ആനയിച്ച അമ്മയോടും ഞാനെന്റെ ഹൃദയം നിറഞ്ഞ കൃതജ്ഞത രേഖപ്പെടുത്തി. ആ യുവതി എന്നോട് പറഞ്ഞു,

"അല്ലയോ സീതിനൂമാൻ, ഇത്രയും ഏറെ എന്നോട് നിങ്ങൾ നന്ദി പറയേണ്ട ആവശ്യമൊന്നുമില്ല. നിങ്ങളെപ്പോലെ അർഹിക്കുന്ന ഒരുവന് സേവനം നല്കാൻ അവസരം ലഭിച്ചതിൽ ഞാൻ വാസ്തവത്തിൽ സന്തുഷ്ടയും കൃതജ്ഞതയുള്ളവളുമാണ്. നിങ്ങൾ വിവാഹിതനാകുന്നതിനുമുമ്പ് നിങ്ങളുടെ ഭാര്യ ആമിനയുമായി ദീർഘകാലത്തെ പരിചയം എനിക്കുണ്ട്. അവൾ ദുർമന്ത്രവാദത്തിൽ വിദഗ്ധയാണന്നും എനിക്കറിയാം. അതുപോലെ എനിക്കും ആ കലയിൽ നൈപുണ്യമുണ്ടെന്ന് അവൾക്കറിയാം. എന്തുകൊണ്ടെന്നാൽ, ഞങ്ങൾ ഇരുവരും ഒരേ ഗുരുനാഥയിൽനിന്നാണ് ഈ കല അഭ്യസിച്ചത്. പലപ്പോഴും സ്നാനഗൃഹങ്ങളിൽവെച്ച് ഞങ്ങൾ കണ്ടുമുട്ടാറുണ്ട്, സുഹൃത്തുക്കളെപ്പോലെ. എന്നാൽ മര്യാദയില്ലാത്തവളും ദേഷ്യക്കാരിയും ആയതിനാൽ അവളോട് ഞാൻ കൂടുതൽ അടുക്കാൻ പോകാറില്ല. നിങ്ങളെ പഴയ രൂപത്തിലേക്ക് കൊണ്ടുവന്നതുകൊണ്ടു മാത്രം ഞാൻ തൃപ്തയായി എന്ന് നിങ്ങൾ കരുതേണ്ട. ഇല്ല, സത്യമായും അവൾ നിനക്കുതന്ന ദ്രോഹങ്ങൾക്ക് പ്രതികാരം ചെയ്യണം. അത് ഞാൻ സ്വന്തം കൈകൊണ്ട് ചെയ്തുകൊള്ളാം. അങ്ങനെ അവൾക്കുമേൽ നിങ്ങളുടെ ആധിപത്യം സ്ഥാപിക്കാം. അതോടെ നിങ്ങൾ സ്വന്തം വീടിന്റേയും കുടുംബത്തിന്റേയും നാഥനാകും. ഞാൻ തിരിച്ചുവരുന്നതുവരെ ഇവിടെത്തന്നെ നില്ക്കുക."

അപ്രകാരം പറഞ്ഞ് ആ യുവതി മറ്റൊരു മുറിയിലേക്ക് പോയി. ഞാൻ അവിടെത്തന്നെ ഇരുന്ന് അവളുടെ അമ്മയുമായി സംഭാഷണത്തിലേർപ്പെട്ടു. അവളുടെ അകൈതവമായ ദയാവായ്പിനെ ഞാൻ വാനോളം വാഴ്ത്തി. തികച്ചും നിയമാനുസൃതമായ കാര്യങ്ങൾക്കായി താൻ ചെയ്ത വിചിത്രവും അപൂർവ്വവും വിസ്മയകരവുമായ സംഭവങ്ങൾ അമ്മ വിവരിച്ചുതന്നു. ആ പെൺകുട്ടി പരന്ന വായയുള്ള ഒരു 'ജഗ്ഗ്' കൈയിൽ പിടിച്ചുകൊണ്ട് തിരിച്ചെത്തി പറഞ്ഞു.

"അല്ലയോ സീതിനൂമാൻ, എന്റെ മാന്ത്രികദൃഷ്ടി പറയുന്നു, ആമിന ഇപ്പോൾ വീട്ടിൽനിന്നും പുറത്തുപോയിരിക്കയാണെന്ന്. എന്നാൽ, വേഗം തിരിച്ചെത്തും. അതിനിടയിൽ അവൾ വീട് അലങ്കോലമാക്കി. നിന്റെ വിയോഗത്തിൽ ദുഃഖം അഭിനയിച്ച് കഴിയുകയാണ്. അവൾ എല്ലാവരോടും പറഞ്ഞ് ധരിപ്പിച്ചിട്ടുള്ളത് ഭക്ഷണസമയത്ത് നിങ്ങൾ എന്തോ കാര്യം പറഞ്ഞ് ദേഷ്യപ്പെട്ട് ഇറങ്ങിപ്പോയി എന്നാണ്. അതേസമയത്തു തന്നെ ഒരു നായ തുറന്ന വാതിലിലൂടെ മുറിയിലേക്ക് കടന്നുവന്നപ്പോൾ അവൾ അതിനെ വടികൊണ്ട് അടിച്ചോടിച്ചു എന്നും."

പിന്നെ ഒരു പാത്രം നിറയെ വെള്ളം എനിക്കു തന്നുകൊണ്ട് ആ യുവതി തുടർന്നു,

"അല്ലയോ സീതിനൂമാൻ ഇപ്പോൾത്തന്നെ സ്വന്തം വീട്ടിലേക്ക് പോകുക. ഈ പാത്രം വെള്ളം കൈയിൽ പിടിച്ചുകൊണ്ട് ആമിനായുടെ വരവും കാത്ത് ക്ഷമയോടെ ഇരിക്കുക. ഉടനെ അവൾ തിരിച്ചെത്തും.

നിങ്ങളെ കാണുമ്പോൾ വല്ലാതെ പരിഭ്രമിച്ച് നിങ്ങളിൽനിന്ന് രക്ഷപ്പെടാനായി അവൾ പരക്കംപായും. എന്നാൽ അവൾ ഓടി രക്ഷപ്പെടുന്നതിനു മുമ്പ് ഈ പാത്രത്തിൽ വിരൽമുക്കി ഏതാനും തുള്ളിവെള്ളം അവളുടെ മേൽ കുടഞ്ഞ് ഈ മന്ത്രം ചൊല്ലുക. മന്ത്രം ഞാൻ ഇപ്പോൾ പഠിപ്പിച്ചു തരാം. കൂടുതലൊന്നും ഞാൻ നിന്നോട് പറയേണ്ട ആവശ്യമില്ല. എന്താണ് സംഭവിക്കുന്നതെന്ന് നിനക്ക് സ്വന്തം കണ്ണുകൾകൊണ്ട് കാണാം."

ഇത്രയും പറഞ്ഞ് ആ യുവതി എന്നെ മന്ത്രങ്ങൾ പഠിപ്പിച്ചു. അത് ഞാൻ ഹൃദിസ്ഥനാക്കി മനസ്സിൽ സൂക്ഷിച്ചു. പിന്നെ അവർ ഇരുവരോടും വിടവാങ്ങി. ഞാൻ വീട്ടിലെത്തിയപ്പോൾ ആ യുവമാന്ത്രിക പറഞ്ഞതുപോലെ, എന്റെ ഭാര്യ അവിടെ ഇല്ലായിരുന്നു. അല്പനേരം കാത്തിരുന്നപ്പോഴേക്കും ആമിനാ ഉള്ളിലേക്ക് വന്നു. വെള്ളംപാത്രവും പിടിച്ച് നില്ക്കുന്ന എന്നെ കണ്ടവൾ പേടിച്ചുവിറച്ച് ഓടാൻ ശ്രമിച്ചു. എന്നാൽ, ഞാൻ പാഞ്ഞുചെന്ന് വെള്ളം അവളുടെമേൽ തളിച്ച് ആ മന്ത്രം ഉരുവിട്ടു. ഉടനെ അവൾ ഒരു പെൺകുതിരയായി മാറി! അങ്ങ് ഇന്നലെ കണ്ട ആ മൃഗം. ഈ കാഴ്ചകണ്ട് ഞാൻ വല്ലാതെ അതിശയിച്ചുപോയി. അതിനെ പിടിച്ചുനടത്തി, കുതിരലായത്തിലേക്ക് ഞാൻ കൊണ്ടുപോയി ഒരു കയറിൽ കെട്ടിയിട്ടു. - അപ്പോഴേക്കും നേരം പുലർന്നതിനാൽ ഷാഹ്രസാദ് കഥപറച്ചിൽ നിർത്തി.

അറുനൂറ്റി പതിനഞ്ചാംരാവ്

ഷാഹ്രസാദ് പറഞ്ഞു - അല്ലയോ കീർത്തിമാനായ രാജാവേ, സീതി നൂമാൻ തന്റെ കഥ തുടർന്നു - ഞാൻ ആ പെൺകുതിരയെ കെട്ടിയിട്ട് അവളുടെ ക്രൂരതയേയും നീചമായ പ്രവൃത്തികളേയുംകുറിച്ച് ശകാരിച്ചുകൊണ്ട് എന്റെ കൈകടയുന്നതുവരെ ചാട്ടവാറുകൊണ്ടതിനെ തല്ലിച്ചതച്ചു. അതിനുശേഷം ഞാൻ ദൃഢനിശ്ചയമെടുത്തു. ഞാനവളെ പൂർണവേഗതയിൽ എന്നും സ്ക്വയറിൽ കൊണ്ടുപോയി ഓടിപ്പിക്കും. ഒപ്പം നല്ല ശിക്ഷയും കൊടുക്കും. - അങ്ങനെ കഥപറഞ്ഞവസാനിപ്പിക്കുന്നതിനു മുമ്പ് സീതിനൂമാൻ ഒന്നുനിർത്തി വീണ്ടും തുടർന്നു, "അല്ലയോ വിശ്വാസികളുടെ നേതാവേ, എന്റെ ഈ പെരുമാറ്റത്തിൽ അങ്ങേക്ക് എന്നോട് ഇഷ്ടക്കേട് തോന്നിയിട്ടില്ലെന്ന് ഞാൻ കരുതുന്നു. അങ്ങായിരുന്നെങ്കിൽ ഇത്തരം ഒരു സ്ത്രീയെ ഇതിനേക്കാൾ കഠിനമായി ശിക്ഷിച്ചേനെ."

പിന്നെ അവൻ കാലിഫായുടെ മേലങ്കിയുടെ അറ്റം ചുംബിച്ച് നിശ്ശബ്ദനായി നിന്നു.

അവന് പറയാനുള്ളതെല്ലാം പറഞ്ഞുതീർന്നെന്ന് കരുതിയ കാലിഫാ ഉത്ഘോഷിച്ചു. "സത്യത്തിൽ നിന്റെ കഥ വളരെ വിചിത്രവും അപൂർവ്വവുമായി തോന്നുന്നു. നിന്റെ ഭാര്യയുടെ തെറ്റിന് ക്ഷമ അർഹിക്കുന്നില്ല. നിന്റെ പ്രതികാരവും തക്കതായ രീതിയിലുള്ളതാണെന്ന് ഞാൻ കരുതുന്നു. എന്നാൽ, നിന്നോട് ഞാൻ ഒരു കാര്യം ചോദിക്കട്ടെ - എത്രകാലം നീ ഇവളെ ഇപ്രകാരം ശിക്ഷിക്കും. എത്രകാലം അവൾ ഇങ്ങനെ മൃഗത്തിന്റെ രൂപത്തിൽ തുടരും? നല്ലതെന്താണെന്നുവെച്ചാൽ, നിന്റെ ഭാര്യയെ മാന്ത്രികശക്തികൊണ്ട് ഈ രൂപത്തിലാക്കിയ യുവതിയെകണ്ട് മനുഷ്യരൂപത്തിലേക്ക് മാറ്റാനായി അപേക്ഷിക്കുക എന്നതാണ്.

അല്ലെങ്കിൽ അവളുടെ സുഹൃത്തായ ഭൂതത്തിലൂടെ അവൾ മനുഷ്യരൂപം വീണ്ടെടുത്താൽ നിന്നോട് ഇതിനേക്കാൾ ക്രൂരമായ രീതിയിൽ പ്രതികാരം ചെയ്തേക്കും. ആർക്കറിയാം? അതിൽനിന്ന് നിനക്ക് രക്ഷപ്പെടാനാവില്ല."

അപ്രകാരം ഇനിയുള്ള കാലം സൽസ്വഭാവത്തോടെ കഴിയാമെന്ന വ്യവസ്ഥയിൽ ആ പെൺകുതിരയ്ക്ക് മനുഷ്യരൂപം നല്കി.

അതിനുശേഷം വസീർ കാലിഫായുടെ മുന്നിലേക്ക് ആനയിച്ച മൂന്നാമനോട് അദ്ദേഹം ചോദിച്ചു. "ഞാൻ 'ഇന്ന' ഭാഗത്തുകൂടെ നടക്കവെ നിന്റെ ബംഗ്ലാവുകണ്ട് അദ്ഭുതപ്പെട്ടുപോയി. അത്രയും പ്രൗഢഗംഭീരമാണത്. ഞാൻ നഗരവാസികളോട് അന്വേഷിച്ചപ്പോൾ അവർ എന്നോടു പറഞ്ഞു, ഒരു ഖ്വാജാഹസന്റെ (നിങ്ങളുടെ) കൊട്ടാരമാണിതെന്ന്. അവർ ഇതുകൂടി പറഞ്ഞു നീ അങ്ങേയറ്റം ദരിദ്രനായിരുന്നെന്നും എന്നാൽ ഇപ്പോൾ അള്ളായുടെ കൃപയാൽ വൻസമ്പത്തിനുടമയാണെന്നും! അങ്ങനെയാണ് ഈ ഏറ്റവും നല്ല ആ കെട്ടിടം പണിതതെന്ന്. നീ വലിയ ധനവാനാണെങ്കിലും പഴയ കൃഷിപ്പണി ഉപേക്ഷിച്ചില്ല. വ്യാപാരത്തോടൊപ്പം അതും കൊണ്ടുനടക്കുന്നു. അയൽവാസികളെല്ലാം നിന്നെക്കുറിച്ച് മതിപ്പോടെയാണ് സംസാരിക്കുന്നത്. ആർക്കും എതിരഭിപ്രായമില്ല. അതുകൊണ്ട് അക്കാര്യങ്ങളിലെ സത്യാവസ്ഥ നിന്റെ ചുണ്ടിലൂടെത്തന്നെ കേൾക്കണമെന്നുണ്ടെനിക്ക്. ഇത്രയും ഭീമമായ സ്വത്ത് നീ എങ്ങനെ സമ്പാദിച്ചു? അത് വ്യക്തമായി അറിയാൻ വേണ്ടിയാണ് ഞാൻ നിന്നെ എന്റെ മുന്നിലേക്ക് വിളിപ്പിച്ചത്. അതുകൊണ്ട് എന്നോട് നിന്റെ കഥ പറയാൻ ഒട്ടും പേടിക്കേണ്ട. ഒന്നും എന്നിൽനിന്ന് ഒളിച്ചുവെക്കരുത്. സർവ്വശക്തനായ അള്ളാ നിനക്ക് അനുഗ്രഹിച്ച് നല്കിയിട്ടുള്ള സ്വത്ത് ഹൃദയംഗമമായി ആസ്വദിച്ച് ജീവിക്കുക. അത് നിന്റെ മനസ്സിന് ആനന്ദം നല്കട്ടെ."

കാലിഫായുടെ ഇത്തരം നന്മനിറഞ്ഞ വാക്കുകൾ ആ മനുഷ്യന് കരുത്തേകി. ഖ്വാജാഹസൻ വിശ്വാസികളുടെ നേതാവിന് മുന്നിൽ സാഷ്ടാംഗം പ്രണമിച്ചു. അദ്ദേഹത്തിന്റെ സിംഹാസനത്തിന് മുന്നിലെ പരവതാനിയിൽ ചുംബിച്ചുകൊണ്ട് പറഞ്ഞു,

"അല്ലയോ വിശ്വാസികളുടെ രാജകുമാരാ, ഞാൻ എന്റെ സാഹസകഥ സത്യസന്ധതയോടെ വിവരിക്കാം. ഞാൻ അങ്ങയുടെ നിയമങ്ങൾക്കോ ശാസനങ്ങൾക്കോ എതിരായി യാതൊന്നും ചെയ്തിട്ടില്ലെന്നതിന് സർവ്വശക്തനായ അള്ളാ സാക്ഷിയാണ്. ഈ സ്വത്തെല്ലാം എനിക്ക് ലഭിച്ചത് അള്ളായുടെ കൃപകൊണ്ട് മാത്രമാണ്."

ധൈര്യസമേതം കഥപറയുവാൻ ഹരൂൺ അൽറഷീദ് അവനോട് വീണ്ടും ആജ്ഞാപിച്ചു. ഉടനെ അവൻ താഴെ കൊടുത്തിരിക്കുന്ന രീതിയിൽ പറയാൻ തുടങ്ങി.

ഖ്വാജാ ഹസൻ അൽ ഹബ്ബാലിന്റെ ചരിത്രം

അല്ലയോ ഉദാരനായ പ്രഭോ! അങ്ങയുടെ അടിമയായ എനിക്ക് ഇത്രയേറെ ധനം വിധി നേടിത്തന്നതാണെന്ന് തീർത്ത് പറയാം. എന്നാൽ, ആദ്യം ഞാൻ രണ്ട് സുഹൃത്തുക്കളെക്കുറിച്ച് അങ്ങയോട് പറയട്ടെ.

ഇരുവരും ബാഗ്ദാദിൽ ഇപ്പോഴും ജീവിച്ചിരിപ്പുണ്ട്. അങ്ങയുടെ ഈ അടിമ പറയാൻ പോകുന്ന കഥ ഇരുവർക്കും നന്നായി അറിയാവുന്നതാണ്. അവരിൽ ഒരാളുടെ പേര് 'സാദ്' എന്നും മറ്റവന്റെ പേര് 'സാദി' എന്നുമാണ്. സാദി ഒരു ദിവസം അഭിപ്രായപ്പെട്ടു 'പണമില്ലാതെ ഈ ലോകത്ത് ആർക്കും സുഖമായി, സ്വതന്ത്രനായി ജീവിക്കാൻ കഴിയില്ല' എന്ന്. അതിനുംപുറമെ കഠിനാധ്വാനവും ബുദ്ധിമുട്ടും വിവേകവും കഷ്ടപ്പാടും സഹിക്കാതെ ധനികനാകാനും പറ്റില്ല. എന്നാൽ, 'സാദ്' ഭിന്നാഭിപ്രായക്കാരനായിരുന്നു. 'വിധിയും സൗഭാഗ്യവും അനുകൂലമായാലേ ധനികനാകാനാകൂ എന്നയാൾ അഭിപ്രായപ്പെട്ടു. സാദ് ഒരു ദരിദ്രനും സാദി ഒരു ധനവാനും ആയിരുന്നു. എന്നാലും അവർ ഉറ്റസുഹൃത്തുക്കളായിരുന്നു. പരസ്പരം ആത്മാർത്ഥതയോടെ അവർ സ്നേഹിച്ചു. ഇക്കാര്യമൊഴിച്ച് മറ്റൊന്നിലും അവർ ഭിന്നാഭിപ്രായക്കാരല്ലായിരുന്നു. സന്ദർഭവശാൽ ഒരു ദിവസം അവർ ഇക്കാര്യത്തെക്കുറിച്ച് സംസാരിക്കയായിരുന്നു. സാദി പറഞ്ഞു, "ഒരു ദരിദ്രൻ എന്ന് പറയുന്നവൻ ഒന്നുകിൽ ജന്മനാ നിർദ്ധനനായിരിക്കണം. അവൻ ജീവിതകാലം മുഴുവൻ ഇല്ലായ്മയിൽ കഴിയുന്നു. അല്ലെങ്കിൽ ധനികകുടുംബത്തിൽ പിറന്ന് സുഖമായി വളർന്ന് യുവത്വത്തിലേക്ക് കടക്കുമ്പോൾ സുഖലോലുപനായി ജീവിച്ച് സ്വത്ത് മുഴുവൻ നശിപ്പിച്ച് ദാരിദ്ര്യത്തിലേക്ക് വഴുതിവീഴുന്നവൻ, വീണ്ടും പഴയനിലയിൽ സ്വത്ത് സമ്പാദിക്കാൻ കഴിവില്ലാത്തവൻ."

സാദ് മറുപടി നല്കി. "ഒരാൾക്ക് വിവേകമോ കഴിവോ ആവശ്യമില്ല ധനികനാകാൻ. വിധി അവനെ സമ്പന്നനാക്കും. കഷ്ടപ്പാടും ദാരിദ്ര്യവും ആകസ്മികസംഭവങ്ങളാണ്. കരുതിക്കൂട്ടി ഉണ്ടാക്കുന്നതല്ല. നിരവധി ദരിദ്രർ വിധിയുടെ സഹായത്താൽ ധനികരായിട്ടുണ്ട്. ധനികർ എത്രതന്നെ സമർത്ഥരും വിദഗ്ധരുമായിട്ടും പാപ്പരായിട്ടുണ്ട്." സാദി പറഞ്ഞു. "നീ വിഡ്ഢിത്തമാണ് പുലമ്പുന്നത്. നമ്മൾക്കൊരു പരീക്ഷണം നടത്തിനോക്കാം. ദരിദ്രനായ ഒരു കരകൗശലക്കാരനെ, ദിവസക്കൂലികൊണ്ട് ജീവിച്ചുപോകാൻ പാടുപെടുന്നവനെ കണ്ടുപിടിക്കുക. എന്നിട്ടവന് ആവശ്യത്തിനുള്ള പണം നമ്മൾ കൊടുക്കുക. അവൻ സ്വന്തം തൊഴിൽ വികസിപ്പിച്ചെടുത്ത് സുഖമായി പണം സമ്പാദിച്ച് ജീവിക്കുന്നുണ്ടോ എന്ന് നോക്കാം. ഉണ്ടെങ്കിൽ എന്റെ വാക്കുകൾ സത്യമാണെന്ന് നീ സമ്മതിക്കണം."

അങ്ങനെ അവർ ഇരുവരും നടന്ന് എന്റെ വീടിന് മുന്നിലുള്ള വഴിയിലെത്തിയപ്പോൾ ഞാൻ കയറ് പിരിച്ചുകൊണ്ടിരിക്കുന്നതവർ കണ്ടു. ആ തൊഴിലാണ് എന്റെ അച്ഛനും മുത്തച്ഛനും മുൻതലമുറക്കാരും ചെയ്തിരുന്നത്. എന്റെ നിലയും വീടും വേഷവുമെല്ലാം കണ്ടപ്പോൾ ഞാൻ വലിയ അവശതയിലാണെന്നവർ വിധിയെഴുതി. സാദ് എന്നെ ചൂണ്ടിക്കാണിച്ചുകൊണ്ട് സാദിയോട് പറഞ്ഞു.

"നമ്മുടെ തർക്കത്തിന് അതാ നോക്കൂ, അയാളെ ഒരു മാതൃകയാക്കാം. അയാൾ വളരെ വർഷങ്ങളായി ഇവിടെ ജീവിക്കുന്നവനാണ്. ഇതേ തൊഴിൽചെയ്ത് ഉപജീവനം നടത്തുന്നു. യാതൊരു സമ്പാദ്യവും ഇതുവരെ ഉണ്ടായിട്ടില്ല. എനിക്ക് വളരെ വർഷങ്ങളായി അവനെ അറിയാം. പരീക്ഷണത്തിന് പറ്റിയ 'വസ്തു'വാണയാൾ. അവന് കുറച്ച് സ്വർണനാണ്യങ്ങൾ കൊടുക്കൂ. നമ്മൾക്ക് പരീക്ഷണം തുടങ്ങാം."

"സന്തോഷപൂർവ്വം" സാദി മറുപടി നല്കി.

"എന്നാൽ ആദ്യം നമ്മൾക്കവനെ പൂർണമായി മനസ്സിലാക്കണം."

അങ്ങനെ ഇരുസുഹൃത്തുക്കളും എന്റെ അടുത്തെത്തി. അതുകണ്ട് ഞാൻ ജോലി ഉപേക്ഷിച്ച് അവരെ സലാംചെയ്ത് സ്വീകരിച്ചു. അവർ 'സലാം' തിരിച്ചുനല്കിയശേഷം സാദി പറഞ്ഞു. "നിങ്ങളുടെ പേരെന്താണ്?"

ഞാൻ മറുപടി നല്കി. "എന്റെ പേര് ഹസൻ എന്നാണ്. എന്നാൽ കയറ് പിരിക്കുന്ന തൊഴിലുകാരനായതിനാൽ എല്ലാ മനുഷ്യരും എന്നെ 'ഹസൻ അൽഹബ്ബാൽ' എന്നാണ് വിളിക്കാറ്." - അപ്പോഴേക്കും നേരം പുലർന്നതിനാൽ ഷാഹ്രസാദ് കഥപറച്ചിൽ നിർത്തി.

അറുനൂറ്റി പതിനാറാംരാവ്

ഷാഹ്രസാദ് പറഞ്ഞു - "അല്ലയോ കീർത്തിമാനായ രാജാവേ (കയറ് പിരിക്കുന്നവൻ) ഹസൻ അൽഹബ്ബാൽ തന്റെ കഥ തുടർന്നു - അപ്പോൾ സാദി എന്നോട് ചോദിച്ചു. "ഈ തൊഴിൽ എങ്ങനെ പോകുന്നു? എനിക്കു തോന്നുന്നത്, നിങ്ങൾ ഉല്ലാസവാനും ഈ തൊഴിലിൽ തൃപ്തനുമാണെന്നാണ്. നീ ദീർഘകാലം നന്നായി ഈ തൊഴിൽ തുടർന്നുപോരുന്നതിനാൽ ധാരാളം സമ്പത്ത് നേടിയിട്ടുണ്ടെന്ന കാര്യത്തിൽ സംശയമില്ല. നിന്റെ പൂർവ്വികരും അനേകം വർഷങ്ങളോളം ഈ തൊഴിൽതന്നെ ആയിരുന്നല്ലോ ചെയ്തിരുന്നത്. അവരും നിനക്ക് ധാരാളം സമ്പത്ത് നീക്കിവെച്ചിട്ടുണ്ടായിരിക്കും. അപ്പോൾ നീ വലിയ ധനികനായി മാറിയിട്ടുണ്ടാകുമല്ലോ."

ഞാൻ മറുപടി നല്കി. "എന്റെ പ്രഭോ, എന്റെ പക്കൽ പണമൊന്നുമില്ല. ആഹാരം കഴിക്കാനുള്ള തുകപോലുമില്ലാതെ കഷ്ടത്തിലാണ്. ഞാൻ പ്രഭാതംമുതൽ സന്ധ്യവരെ കയർ പിരിക്കുന്ന ജോലിയിൽ ഏർപ്പെട്ടുകൊണ്ടിരിക്കുന്നു. ഒരു നിമിഷംപോലും വിശ്രമിക്കുന്നില്ല. എന്നിട്ടും എന്റെ കുടുംബത്തിന് ഉണക്കറൊട്ടിപോലും കൊടുക്കാനാകാതെ ഞാൻ ഉഴലുകയാണ്. എനിക്കൊരു ഭാര്യയും അഞ്ച് കൊച്ചുകുഞ്ഞുങ്ങളുമുണ്ട്. ഈ തൊഴിലിൽ സഹായിക്കാൻ മാത്രം ആ കുട്ടികൾ വളർന്നിട്ടില്ല. അവരുടെ ദൈനംദിന ആവശ്യങ്ങൾ നിർവ്വഹിച്ചുകൊടുക്കുക എന്നത് അത്ര നിസ്സാര കാര്യമൊന്നുമല്ല. പിന്നെ എങ്ങനെയാണ് ഞാൻ സമ്പന്നനാണെന്ന് നിങ്ങൾ കരുതിയത്?

ഞാൻ പിരിക്കുന്ന കയറുകൾ അതാത് ദിവസം ഞാൻ വില്ക്കുന്നു. അത് വിറ്റുകിട്ടുന്ന പണത്തിന്റെ ഒരു ഭാഗം ഭക്ഷണച്ചിലവിനായി വിനിയോഗിക്കുന്നു. ബാക്കി പണംകൊണ്ട് പിറ്റേന്ന് കയർ ഉണ്ടാക്കാനുള്ള ചണനൂൽ വാങ്ങിക്കുന്നു. എന്തായാലും ദാരിദ്ര്യത്തോടെയാണ് കഴിയുന്നതെങ്കിലും സർവ്വശക്തനായ അള്ളായുടെ കൃപയാൽ ആഹാരത്തിനുള്ള വക എന്നും മുട്ടിപ്പോകുന്നുണ്ട്."

എന്റെ നില വിവരിച്ചുകൊടുത്തപ്പോൾ സാദി മറുപടി നല്കി.

"അല്ലയോ ഹസൻ, ഇപ്പോൾ നിന്റെ നില എനിക്ക് ബോധ്യമായി. തീർച്ചയായും ഞാൻ കരുതിയതിന് വിപരീതമാണത്. ഞാൻ നിനക്ക് ഇരുനൂറ് ദിനാറിന്റെ ഒരു പണക്കിഴി തന്നാൽ നിനക്ക് തീർച്ചയായും തൊഴിൽ വികസിപ്പിച്ച് നല്ല ലാഭമുണ്ടാക്കി സുഖസമൃദ്ധമായി ജീവിക്കാൻ പറ്റുമല്ലോ. അതിനെക്കുറിച്ച് നീ എന്തു പറയുന്നു?"

ഞാൻ അഭിപ്രായപ്പെട്ടു. "അങ്ങ് എനിക്കങ്ങനെ ഒരു സഹായം ചെയ്തുതന്നാൽ ആ ധനംകൊണ്ട് എന്റെ ബിസിനസ് വികസിപ്പിച്ചെടുത്ത് എന്റെ സഹവ്യവസായികളേക്കാൾ സമ്പന്നനായിത്തീരാൻ എനിക്ക് കഴിയും. ബാഗ്ദാദ് നഗരം ജനബഹുലമെന്നതുപോലെ സമ്പൽസമൃദ്ധവുമാണ്."

ഞാൻ സത്യസന്ധനും വിശ്വസ്തനുമാണെന്ന് മനസ്സിലാക്കിയ സാദി, പോക്കറ്റിൽനിന്ന് ഇരുനൂറ് ദിനാർ നിറച്ച ഒരു പണസഞ്ചി വലിച്ചെടുത്ത് എനിക്കുതന്ന് പറഞ്ഞു, "ഈ പണം എടുത്ത് വ്യാപാരം നടത്തുക. അള്ളാ നിന്നെ അഭിവൃദ്ധിയിലേക്ക് നയിക്കട്ടെ. എന്നാൽ, ഈ പണം നീ സൂക്ഷിച്ച് ഉപയോഗിക്കുക. ബുദ്ധിശൂന്യമായ പ്രവൃത്തിക്കോ ദൈവദോഷമുണ്ടാക്കുന്ന പണികൾക്കോ വേണ്ടി പണം തുലയ്ക്കരുത്. നിന്റെ ഉയർച്ചയറിഞ്ഞാൽ ഞാനും എന്റെ സുഹൃത്ത് സാദും അതീവമായി സന്തോഷിക്കും. ഇനി ഞങ്ങൾ ഇവിടെ വരുമ്പോഴേക്കും നീ അഭിവൃദ്ധിയിലേക്ക് ഉയരുന്നതായി ഞങ്ങൾക്ക് കാണണം. അതിൽപരം സന്തോഷവും സംതൃപ്തിയും ഞങ്ങൾക്ക് ഉണ്ടാകാനില്ല!"

അപ്രകാരം അല്ലയോ വിശ്വാസികളുടെ നേതാവേ, ഞാൻ ആഹ്ലാദത്തോടെ ആ പണസഞ്ചി എടുത്ത് ആത്മാർത്ഥമായ കൃതജ്ഞതയോടെ പോക്കറ്റിൽ വെച്ചു. സാദിയോട് അയാളുടെ ഉടുപ്പിന്റെ അറ്റത്ത് ചുംബിച്ച് നന്ദി രേഖപ്പെടുത്തി. അതിനുശേഷം ഇരുസുഹൃത്തുക്കളും തിരിച്ചുപോയി. അല്ലയോ വിശ്വാസികളുടെ നേതാവേ അവർ പോകുന്നത് കണ്ട ഞാൻ ജോലിയിലേക്ക് തിരിഞ്ഞു. എന്നാൽ എവിടെയാണ് ഈ പണസഞ്ചി സൂക്ഷിക്കുക എന്നോർത്ത് ഞാൻ വല്ലാതെ പരിഭ്രമിച്ചു. കാരണം എന്റെ വീട്ടിൽ അലമാരിയോ പൂട്ടുള്ള പെട്ടിയോ ഇല്ല. എന്തായാലും ഞാനത് വീട്ടിൽ കൊണ്ടുപോയി. ഭാര്യയും കുട്ടികളും അറിയാതെ ഒരിടത്ത് സൂക്ഷിച്ചുവെച്ചു. ആരും എന്നെ ശ്രദ്ധിക്കാത്ത സമയത്ത് ചിലവഴിക്കാനായി അതിൽനിന്ന് പത്ത് സ്വർണനാണ്യം പുറത്തെടുത്തു. പിന്നെ പണസഞ്ചിയുടെ വായ മുറുക്കി മൂടികെട്ടി എന്റെ തലപ്പാവിനോടൊപ്പം ബന്ധിച്ചു. ചന്തയിൽ പോയി കുറെ ചണനൂൽ വാങ്ങി. വരുന്നവഴി കുറച്ച് ഇറച്ചി അത്താഴത്തിനായി വാങ്ങി. ഞങ്ങൾ ഇറച്ചികഴിച്ചിട്ട് വളരെ നാളുകളായി. ഞാൻ മന്ദംമന്ദം നടന്നുനീങ്ങവേ, പെട്ടെന്നൊരു കഴുകൻ താഴേക്ക് പറന്നുവന്ന് എന്റെ കൈയിലെ ഇറച്ചി തട്ടിയെടുക്കാൻ ശ്രമിച്ചു. മറ്റേ കൈകൊണ്ടതിനെ അടിച്ചോടിച്ചില്ലായിരുന്നെങ്കിൽ അത് ഇറച്ചി റാഞ്ചി കൊണ്ടുപോയേനെ. അപ്പോൾ ഞാൻ ഇറച്ചി ഇടതുകൈയിലേക്ക് മാറ്റി. ഞാൻ പരിഭ്രമത്തോടെ കഴുകനിൽനിന്നും ഇറച്ചി ഒളിപ്പിച്ചുപിടിക്കാനുള്ള ബദ്ധപ്പാടിൽ കഷ്ടകാലത്തിന് എന്റെ തലപ്പാവ് നിലത്തുവീണു. ഉടനെ ആ നശിച്ച പക്ഷി താഴേക്ക് പറന്നുവന്ന് ആ തലപ്പാവ് നഖങ്ങളിൽ ഇറുക്കിപ്പിടിച്ച് ആകാശത്തേക്ക് പറന്നുയർന്നു. ഞാൻ ഉറക്കെ നിലവിളിച്ച് അതിന്റെ പിറകെ ഓടുന്നതുകണ്ട് ബസാറിലുണ്ടായിരുന്ന പുരുഷന്മാരും സ്ത്രീകളും കുട്ടികളും ഒന്നടങ്കം ആ കഴുകനെ പേടിപ്പിച്ച് തലപ്പാവ് വീണ്ടെടുക്കാൻ ശ്രമിച്ചു. എന്നാൽ, അവരുടെ ഒച്ചപ്പാടും കല്ലേറും വെറുതെയായി. ആ പക്ഷി തലപ്പാവുംകൊണ്ട് പറന്ന് അപ്രത്യക്ഷമായി. ഞാൻ വല്ലാതെ ദുഃഖിച്ച് ഹൃദയം തകർന്ന മട്ടിലായി. ചണനൂലും ഇറച്ചിയുമായി വീട്ടിലേക്ക് മടങ്ങവേ എന്റെ ഏറ്റവും വലിയ വേദന സാദിയോട് എന്ത് പറയും എന്നതായിരുന്നു. ഞാൻ നാണിച്ച്

ചാകാറായി. പ്രത്യേകിച്ചും എന്റെ വാക്കുകൾ എങ്ങനെയാണയാൾ സംശയിക്കാതിരിക്കുക? ഒരു കഴുകൻ പറന്നുവന്ന് പണസഞ്ചിയുള്ള എന്റെ തലപ്പാവ് തട്ടിക്കൊണ്ടുപോയി എന്ന് ഞാൻ പറയുമ്പോൾ അത് സത്യമാണെന്നയാൾ എങ്ങനെ വിശ്വസിക്കും? ഞാൻ അയാളെ വഞ്ചിച്ച താണെന്നും കള്ളക്കഥ പറഞ്ഞ് രക്ഷപ്പെടുകയാണെന്നും കരുതില്ലേ? എന്തായാലും പത്ത് സ്വർണനാണ്യങ്ങൾ തീരുന്നതുവരെ ഞാനും ഭാര്യയും കുട്ടികളും സുഖസമൃദ്ധമായി ഭക്ഷണം കഴിച്ച് ഏതാനും ദിവസ ങ്ങൾ ജീവിച്ചു. അത് മുഴുവൻ ചിലവായതോടെ ഞാൻ വീണ്ടും പഴ യതുപോലെ കഷ്ടപ്പാടിലായി. എന്നാലും ഞാൻ സർവ്വശക്തനായ അള്ളാ യോട് നന്ദിയുള്ളവനായിരുന്നു. എന്റെ വിധിയെ ഞാൻ പഴിച്ചില്ല. 'അവൻ' സ്വർണനാണ്യങ്ങൾ നിറച്ച ഒരു പണസഞ്ചി ഓർക്കാതിരിക്കെ കൊടു ത്തയച്ച് എന്നോട് കരുണകാട്ടി. ഇപ്പോൾ 'അവൻ' തന്നെ അത് തിരിച്ചെ ടുത്തു. അതുകൊണ്ട് ഞാൻ നന്ദിയുള്ളവനും സംതൃപ്തനുമാണ്. കാരണം, 'അവൻ' ചെയ്യുന്നതെന്തും നല്ലതിനാണ് - അപ്പോഴേക്കും നേരം പുലർന്നതറിഞ്ഞ് ഷാഹ്റസാദ് കഥപറച്ചിൽ നിർത്തി.

അറുനൂറ്റി പതിനേഴാംരാവ്

ഷാഹ്റസാദ് പറഞ്ഞു - അല്ലയോ കീർത്തിമാനായ രാജാവേ, കയർ പിരിക്കുന്നവനായ ഹസൻ തന്റെ കഥ ഇപ്രകാരം തുടർന്നു - ആ സ്വർണ നാണയങ്ങളെക്കുറിച്ച് അജ്ഞയായിരുന്ന എന്റെ ഭാര്യ, ഞാൻ അസ്വ സ്ഥനാണെന്ന് എങ്ങനെയോ മനസ്സിലാക്കി. അതിന്റെ പിന്നിലെ രഹസ്യം അറിയാനായി അവൾ എന്നിൽ നിർബന്ധം ചെലുത്തിക്കൊണ്ടിരുന്നു. അതിനുംപുറമെ അയൽവാസികളും എന്റെ അടുത്തുവന്ന് എന്നെ ചോദ്യം ചെയ്യാൻ തുടങ്ങി. എനിക്ക് സംഭവിച്ച കാര്യങ്ങൾ അവരോട് പറയാൻ ഞാൻ വൈമുഖ്യം കാണിച്ചു. നഷ്ടപ്പെട്ടത് അവർക്ക് തിരിച്ചുകൊണ്ടു വരാനാവില്ല. എന്റെ വിഷമത്തിൽ അവർ ആഹ്ലാദിക്കയേ ഉള്ളൂ. എന്താ യാലും അവർ എന്നെ നിരന്തരമായി നിർബന്ധിച്ചപ്പോൾ ഞാൻ എല്ലാം അവരോട് തുറന്നുപറഞ്ഞു. ചിലർ കരുതിയത് ഞാൻ നുണപറഞ്ഞതാ ണെന്നാണ്. അവർ എന്നെ പരിഹസിച്ചു. മറ്റു ചിലർ ഞാൻ വിഡ്ഢിയും ബുദ്ധിഹീനനുമായി കരുതി. എന്റെ വാക്കുകൾ ഒരു മന്ദബുദ്ധിയുടെ ജല്പനങ്ങൾ ആണെന്നും. അസംബന്ധമായ സ്വപ്നത്തിലെ 'പിച്ചും പേയും' പറച്ചിൽ! ചെറുപ്പക്കാർ ശരിക്കും എന്നെ കളിയാക്കി ചിരിച്ച് രസിച്ചു. ഞാൻ ജീവിതത്തിലൊരിക്കലും സ്വർണനാണ്യം കണ്ടിട്ടില്ലാ ത്തവനെന്ന് നിന്ദിച്ചു. എങ്ങനെ ഇത്രയും സ്വർണനാണ്യങ്ങൾ ലഭിച്ചു? എങ്ങനെ ഒരു കഴുകൻ അത് റാഞ്ചി പറന്നുപോയി? എന്തായാലും എന്റെ ഭാര്യ എന്റെ കഥ പൂർണമായും വിശ്വസിച്ചു. അവൾ ദുഃഖംസഹിക്കാനാ കാതെ നെഞ്ചത്തടിച്ച് നിലവിളിച്ചു. അങ്ങനെ ആറ് മാസങ്ങൾ കടന്നു പോയി. ഒരു ദിവസം സുഹൃത്തുക്കളായ സാദിയും സാദും പട്ടണത്തിലെ എന്റെ വീടിന്നരികിലൂടെ പോകാനിടയായി. സാദ് സാദിയോട് പറഞ്ഞു,

"അതാ അവിടെയാണ് ഹസൻ അൽ ഹബ്ബാൽ താമസിക്കുന്ന തെരുവ്. വരൂ. നമ്മൾക്ക് പോയി നിങ്ങൾ കൊടുത്ത ഇരുനൂറ് ദിനാർ കൊണ്ട് അവൻ എന്തുമാത്രം അഭിവൃദ്ധിപ്പെട്ടിട്ടുണ്ടെന്ന് നോക്കാം."

സാദി സമ്മതിച്ചു "നല്ല കാര്യമാണ് പറഞ്ഞത്. തീർച്ചയായും അവനെ നമ്മൾ കണ്ടിട്ട് നാളുകൾ കുറെ ആയല്ലോ. എനിക്കവനെ സന്ദർശിക്കാൻ സന്തോഷമുണ്ട്. അവൻ അഭിവൃദ്ധിപ്പെട്ടെന്ന് കേൾക്കാൻ മോഹമുണ്ട്. അങ്ങനെ ഇരുവരും എന്റെ വീടിന്നരികിലേക്ക് നടന്നുവന്നു. അപ്പോൾ സാദ് സാദിയോട് പറഞ്ഞു. "സത്യമായും അവൻ പഴയതു പോലെത്തന്നെയാണല്ലോ. മുമ്പത്തേതുപോലെ കഷ്ടപ്പെടുന്നൊരു ദരിദ്രൻ! കീറിപ്പറിഞ്ഞ പഴയ വസ്ത്രങ്ങൾ ധരിച്ചിരിക്കുന്നു. തലപ്പാവ് മാത്രം അല്പം വൃത്തിയുള്ളതും പുതിയതുമായി കാണപ്പെട്ടു. ഞാൻ പറഞ്ഞ കാര്യം നിങ്ങൾതന്നെ പരിശോധിച്ച് തീരുമാനിക്കുക."

സാദി എന്റെ അടുത്തേക്ക് വന്നു. അയാൾക്കും ബോധ്യമായി എന്നിൽ യാതൊരു ബോധവും വന്നിട്ടില്ലെന്ന്. പിന്നെ ഇരുവരും പരസ്പര അഭിവാദ്യങ്ങൾക്കുശേഷം എന്നെ അഭിസംബോധന ചെയ്ത് ചോദിച്ചു,

"അല്ലയോ ഹസൻ, നിനക്ക് എങ്ങനെയുണ്ട്? നിന്റെ 'ബിസിനസ്' എങ്ങനെ നീങ്ങുന്നു? ആ ഇരുനൂറ് ദിനാർ നിന്റെ വ്യാപാരം വിപുലീകരിക്കാൻ ഉപയോഗപ്പെട്ടോ?"

ഞാൻ മറുപടി നല്കി. "എന്റെ പ്രഭുക്കന്മാരേ, എനിക്ക് വന്നു പിണഞ്ഞ അത്യാഹിതത്തെക്കുറിച്ച് ഞാൻ എങ്ങനെ പറഞ്ഞ് ബോധ്യപ്പെടുത്താനാണ്. ലജ്ജയാൽ ഞാനത് പറയാൻ ധൈര്യപ്പെടുന്നില്ല. എന്നാലും ആ സാഹസസംഭവം എനിക്ക് ഒളിപ്പിച്ചുവെക്കാനാവില്ല. സത്യമായും വിസ്മയകരമായൊരു കാര്യമാണ് എനിക്ക് സംഭവിച്ചത്. ആ കഥ കേട്ടാൽ നിങ്ങളും അദ്ഭുതപ്പെടും. ഒരുപക്ഷേ സംശയിക്കുകയും ചെയ്തേക്കാം. കാരണം, നിങ്ങളത് പൂർണമായി വിശ്വസിക്കുമെന്ന് ഞാൻ കരുതുന്നില്ല. ഞാനൊരു നുണയനാണെന്ന് നിങ്ങൾ വിചാരിച്ചേക്കാം. ഇഷ്ടമല്ലെങ്കിലും ഞാൻ എല്ലാം നിങ്ങളോട് തുറന്നുപറയാം."

ഞാനവരോട് എനിക്ക് സംഭവിച്ച കാര്യങ്ങൾ ഒന്നും വിടാതെ തുടക്കം മുതൽ അവസാനംവരെ വിശദീകരിച്ചുകൊടുത്തു. പ്രത്യേകിച്ചും ആ കഴുകനിൽനിന്നും എനിക്കുണ്ടായ ദുരിതാനുഭവങ്ങൾ! എന്നാൽ സാദി അവിശ്വാസത്തോടെ അലറി,

"ഹേ ഹസൻ, നീ ഞങ്ങളോട് നേരംപോക്ക് പറയാണ്, കാപട്യമാണിത്. നീ പറഞ്ഞ കഥ വിശ്വസിക്കാൻ പ്രയാസം. കഴുകൻ തലപ്പാവ് എടുത്ത് പറന്നുപോകുകയില്ല. അവയ്ക്ക് തിന്നാനുള്ള സാധനങ്ങളേ തട്ടിപ്പറിക്കൂ. നീ തന്ത്രത്താൽ ഞങ്ങളെ തോല്പിച്ചു. സൗഭാഗ്യം അറിയാതെ കടന്നുവന്നിട്ടും സ്വന്തം ജോലിയും ബിസിനസ്സും അവഗണിച്ച് പണം മുഴുവൻ സുഖലോലുപനായി ആർഭാടത്തിന് നശിപ്പിക്കുന്നവരുണ്ട്. വീണ്ടും ദരിദ്രരായി തട്ടിമുട്ടി ജീവിക്കുന്നു. നിന്റെ കാര്യവും അപ്രകാരമാണെന്ന് ഞാൻ കരുതുന്നു. ഞങ്ങളുടെ സമ്മാനത്തുക നീ എത്രവേഗമാണ് ധൂർത്തടിച്ച് നശിപ്പിച്ചത്. വീണ്ടും മുമ്പത്തെപ്പോലെ ദരിദ്രനായിരിക്കുന്നു!"

"നല്ലവനായ എന്റെ പ്രഭോ, അങ്ങനെയല്ല." ഞാൻ പറഞ്ഞു "ഈ കുറ്റപ്പെടുത്തലും ഈ കഠിനവാക്കുകളും എന്റെ നാശത്തിന് തുല്യമാണ്. കാരണം, ഞാൻ പൂർണമായും നിരപരാധിയാണ്. നിങ്ങളുടെ ആരോപണം ശരിയല്ല."

"ഞാൻ പറഞ്ഞ വിചിത്രമായ ആ ആപത്ത് തികച്ചും സത്യമാണ്. അത് നുണയല്ലെന്ന് തെളിയിക്കാൻ ഈ നഗരവാസികൾ എല്ലാം ഉണ്ട്.

അവർക്ക് എല്ലാം അക്കാര്യമറിയാം. ഞാൻ ഒരു കള്ളവും കളിക്കുന്നില്ല. സത്യമാണത്. കഴുകന്മാർ തലപ്പാവുമെടുത്ത് പറന്നുപോകാറില്ലെന്നത് ശരിതന്നെ. എന്നാൽ അത്തരം വിസ്മയകരമായ അപകടങ്ങൾ മനുഷ്യ വർഗ്ഗത്തിന് സംഭവിക്കാം. പ്രത്യേകിച്ചും കഷ്ടകാലം വരുമ്പോൾ."

അപ്പോൾ സാദി പോക്കറ്റിൽനിന്ന് ഒരു പണസഞ്ചി പുറത്തെടുത്ത് എണ്ണി, ഇരുനൂറ് ദിനാർകൂടി എനിക്ക് തന്നുകൊണ്ട് പറഞ്ഞു, "അല്ലയോ ഹസൻ, ഈ സ്വർണനാണ്യങ്ങൾ എടുക്കൂ. ഇത് ശ്രദ്ധയോടെ ബിസിനസ്സിലിറക്കി അഭിവൃദ്ധി നേടുക. ഞാൻ വീണ്ടും പറയുന്നു, ശ്രദ്ധിക്കുക. മുമ്പത്തെപ്പോലെ ഇത് നശിപ്പിക്കരുത്. പണം വേണ്ടരീതിയിൽ ഇറക്കി ബിസിനസ് വളർത്തി മറ്റുള്ളവരേക്കാൾ സമ്പന്നനാകൂ."

ഞാൻ അയാളിൽനിന്നും പണം സ്വീകരിച്ച് അദ്ദേഹത്തിന്റെ ശിരസ്സിൽ നന്ദിയും ആശീർവാദവും വർഷിച്ചു. അവർ തങ്ങളുടെ വഴിക്ക് പോയപ്പോൾ ഞാൻ എന്റെ കയറ് പിരിക്കുന്ന പണിയിലേക്ക് മടങ്ങി. പിന്നെ വീട്ടിലെത്തി. എന്റെ ഭാര്യയും മക്കളും അപ്പോൾ പുറത്ത് പോയിരിക്കയായിരുന്നു. ഞാൻ വീണ്ടും പത്ത് സ്വർണനാണ്യങ്ങൾ എടുത്ത് ബാക്കി പണം ഒരു തുണിയിൽ കെട്ടിവെച്ചു. പിന്നെ, എന്റെ ഭാര്യയും മക്കളും കാണാതെ ആ പണക്കിഴി എവിടെ ഒളിപ്പിച്ചുവെക്കാമെന്ന് ഓർത്ത് ഞാൻ ചുറ്റും നോക്കി. തവിട് നിറച്ചുവെച്ച ഒരു ഭരണി ഞാൻ കണ്ടു. മുറിയുടെ ഒരു മൂലയിലാണത് വെച്ചിരിക്കുന്നത്. അതിനുള്ളിൽ ആ സ്വർണനാണ്യക്കെട്ട് ഞാൻ ഒളിപ്പിച്ചുവെച്ചു. അത് ഭാര്യയും മക്കളിൽനിന്നും ഒളിപ്പിച്ചുവെച്ചു എന്ന് ഞാൻ തെറ്റിദ്ധരിച്ചു - അപ്പോഴേക്കും നേരം പുലർന്നതിനാൽ ഷാഹ്റസാദ് കഥപറച്ചിൽ നിർത്തി.

അറുനൂറ്റി പതിനെട്ടാംരാവ്

ഷാഹ്റസാദ് പറഞ്ഞു - അല്ലയോ കീർത്തിമാനായ രാജാവേ, അസൻ അൽ ഹബ്ബാൽ തന്റെ കഥ തുടർന്നു - ഞാൻ ആ സ്വർണനാണ്യങ്ങൾ തവിട് ഭരണിയിൽ ഒളിപ്പിച്ചുവെച്ചു. ഭാര്യ വന്നപ്പോൾ ആ രണ്ട് സുഹൃത്തുക്കളെക്കുറിച്ചോ അവിടെ നടന്ന സംഭവങ്ങളെക്കുറിച്ചോ ഞാൻ ഒന്നും മിണ്ടിയില്ല. ഞാൻ ചണനൂല് വാങ്ങിക്കാനായി ബസാറിലേക്ക് പോയി. ഞാൻ പുറത്തിറങ്ങിയ ഉടനെ എന്റെ കഷ്ടകാലമെന്നു പറയട്ടെ, തലമുടി കഴുകുന്ന 'കളിമണ്ണ്' (പാവങ്ങളായ സ്ത്രീകൾ മുടി കഴുകുന്നതിന് ഈ കളിമണ്ണുകൊണ്ടാണ്) വില്ക്കുന്നവൻ അവിടെ എത്തി. എന്റെ ഭാര്യയ്ക്ക് കുറച്ച് 'കളിമണ്ണ്' വാങ്ങിക്കണമെന്നുണ്ട്. എന്നാൽ ഒറ്റപ്പൈസ കൈയിലില്ല. അവൾ ചിന്തിച്ച് സ്വയം പറഞ്ഞു. "ഈ ഭരണി നിറച്ച് തവിടുണ്ട്. യാതൊരു ഉദ്ദേശ്യവുമില്ലാതെ ഇവിടെ വെച്ചിരിക്കുകയാണ്. 'കളിമണ്ണി'നു പകരം ഈ തവിട് കൊടുക്കാം."

കച്ചവടക്കാരൻ അതിന് സമ്മതം മൂളി, കളിമണ്ണിനു പകരം ഒരു ഭരണി തവിട് വാങ്ങി. ഞാൻ പെട്ടെന്ന് ചണനൂലുമായി തിരിച്ചെത്തി. ഞാനും അഞ്ച് ചുമട്ടുതൊഴിലാളികളും തലച്ചുമടായി കൊണ്ടുവന്ന ചണനൂല് താഴെ ഇറക്കിവെച്ച് മുറിയിൽ അട്ടിയിട്ടശേഷം ചുമട്ടുകാരെ കൂലി കൊടുത്ത് പിരിച്ചുവിട്ടു. പിന്നെ അല്പം വിശ്രമിക്കാനായി നിലത്ത് നിവർന്നുകിടന്നു. ദൃഷ്ടി തവിട്ഭരണി വെച്ചിരുന്ന മൂലയിലേക്ക് പാഞ്ഞു.

അതവിടെ കാണാനില്ല. എന്റെ തൊണ്ടയിൽനിന്ന് ശബ്ദം പുറത്തുവരുന്നില്ല. അല്ലയോ വിശ്വാസികളുടെ നേതാവേ, അതുകണ്ട ഉടനെ എന്റെ ഹൃദയത്തിലലയടിച്ച വികാരവിക്ഷോഭംമൂലം മിണ്ടാനായില്ല. ഞാൻ ചാടി എഴുന്നേറ്റ് ഭാര്യയുടെ അടുക്കലേക്ക് പാഞ്ഞുചെന്നു. എവിടെയാണ് ആ ഭരണി കൊണ്ടുവെച്ചിരിക്കുന്നതെന്നു ചോദിച്ചു. അത് കുറച്ച് മുടി കഴുകുന്ന 'കളിമണ്ണി'ന് പകരം കൊടുത്തു എന്നവൾ മറുപടി നല്കി.

ഞാൻ ഉറക്കെ നിലവിളിച്ച് "ഓ, നശിച്ചവളെ, നികൃഷ്ടേ, എന്താണ് നീ ഈ ചെയ്തത്? നീ എന്നേയും കുഞ്ഞുങ്ങളേയും നശിപ്പിച്ചു. വൻതുകയാണ് നീ ആ കളിമണ്ണുകാരന് കൊടുത്തത്."

പിന്നെ എനിക്ക് വന്നുപിണഞ്ഞ കാര്യങ്ങളെല്ലാം ഞാനവൾക്ക് വിവരിച്ചുകൊടുത്തു. ആ രണ്ട് സുഹൃത്തുക്കളുടെ വരവ്, നൂറ്റിത്തൊണ്ണൂറ് ദിനാർ ആ ഭരണിയിൽ ഒളിപ്പിച്ചുവെച്ചത്, എല്ലാം. അവളതുകേട്ട് വേദനയോടെ നെഞ്ചത്തടിച്ച് നിലവിളിച്ചു. മുടിപിടിച്ചുവലിച്ചു. അവൾ സ്വയം ചോദിച്ചു, "എവിടെയാണ് എനിക്ക് ആ കളിമണ്ണ് കച്ചവടക്കാരനെ കണ്ടെത്താൻ കഴിയുക? അയാളൊരു അപരിചിതനാണ്. ഒരിക്കലും ഈ തെരുവിൽ മുമ്പയാളെ ഞാൻ കണ്ടിട്ടില്ല." പിന്നെ എന്റെ നേരെ തിരിഞ്ഞവൾ പറഞ്ഞു, "നിങ്ങൾ എന്ത് മണ്ടത്തരമാണ് കാണിച്ചത്. നിങ്ങൾ എന്നോട് എന്തുകൊണ്ടക്കാര്യം പറഞ്ഞില്ല. എന്നെ നിങ്ങൾ വിശ്വാസത്തിലെടുത്തില്ല. അല്ലെങ്കിൽ ഈ അത്യാഹിതം ഒരിക്കലും നമ്മൾക്ക് സംഭവിക്കില്ലായിരുന്നു. ഇല്ല, ഒരിക്കലുമില്ല."

പിന്നെ അവൾ സഹിക്കാനാവാത്ത ദുഃഖത്തിൽ ഉറക്കെ വിലപിച്ചു. ഞാൻ അവളോട് പറഞ്ഞു, "വലിയ കോലാഹലമൊന്നും സൃഷ്ടിക്കേണ്ട. വിഷമങ്ങളൊന്നും പ്രകടിപ്പിക്കേണ്ട. നമ്മുടെ അയൽവാസികളെങ്ങാനും ഇത് യാദൃച്ഛികമായി കേട്ട് നമ്മുടെ അപകടത്തെക്കുറിച്ചറിയാനിടയായാൽ അവർ നമ്മളെ പരിഹസിക്കുകയും വിഡ്ഢികൾ എന്ന് വിളിക്കുകയും ചെയ്യും. അള്ളായുടെ നിശ്ചയമാണെന്ന് കരുതി സമാധാനിക്കുക."

എന്തായാലും ഞാൻ എടുത്തിരുന്ന പത്ത് ദിനാർകൊണ്ട് ബിസിനസ് നടത്താനും കുറച്ചുനാൾ സുഖമായി കഴിയാനും പറ്റി. എന്നാൽ, സാദാ തിരിച്ചുവരുമ്പോൾ എന്ത് മറുപടി പറയുമെന്നോർത്ത് ഞാൻ വല്ലാതെ ദുഃഖിച്ചു. ആദ്യത്തെ പ്രാവശ്യംതന്നെ അയാൾക്കെന്നെ വിശ്വാസമില്ലായിരുന്നു. ഇപ്രാവശ്യം തീർച്ചയായും എന്നെ വഞ്ചകനും നുണയനുമാണെന്ന് അയാളെന്നെ ഉറക്കെ അധിക്ഷേപിക്കും.

ഒരു ദിവസം ഇരുസ്നേഹിതന്മാരും സാദും സാദിയും എന്റെ വീട്ടിലേക്ക് സംസാരിച്ചുകൊണ്ട് വരുന്നത് ഞാൻ കണ്ടു. പതിവുപോലെ എന്നെക്കുറിച്ചുതന്നെയാണ് ചർച്ച. അവരെ ദൂരെനിന്നുതന്നെ കണ്ട ഞാൻ പണിനിർത്തി ഒളിച്ചിരുന്നെങ്കിലോ എന്ന് ചിന്തിച്ചു. ലജ്ജയാൽ അവരോട് എങ്ങനെ സംസാരിക്കാനാവും? ഇതുകണ്ട് അതിനുള്ള കാരണം മനസ്സിലായില്ലെങ്കിലും അവർ എന്റെ വീട്ടിലെത്തി, എന്നെ സലാം ചെയ്ത് സുഖവിവരങ്ങൾ ആരാഞ്ഞു. നാണക്കേടും സംഭ്രമവുംമൂലം ഞാൻ തലകുനിച്ചിരുന്നു. കണ്ണുകൾ ഉയർത്തിനോക്കാനെനിക്ക് ധൈര്യമില്ലായിരുന്നു. ശിരസ്സ് താഴ്ത്തിക്കൊണ്ട് ഞാനവരുടെ സലാം തിരിച്ചു നല്കി. അവർ എന്റെ ദയനീയാവസ്ഥകണ്ട് വിസ്മയത്തോടെ ചോദിച്ചു. "നിനക്ക് സുഖംതന്നെയല്ലേ? എന്താണ് നീ ഈ അവസ്ഥയിലിരിക്കുന്നത്?

ആ സ്വർണനാണയങ്ങൾ നീ വേണ്ടരീതിയിൽ വിനിയോഗിച്ചില്ലേ? ദുർന്ന ടപ്പുള്ള ജീവിതം നയിച്ച് പണമെല്ലാം തുലച്ചോ?"

ഞാൻ മറുപടി നല്കി. "എന്റെ പ്രഭുക്കന്മാരേ, ആ പണത്തിന്റെ കഥ ഇപ്രകാരമാണ്. നിങ്ങൾ എന്നോട് വിടപറഞ്ഞുപോയപ്പോൾ ഞാൻ പണ വുമായി വീട്ടിലെത്തി. വീട്ടുചെലവിനായി പണമൊന്നുമില്ലാതിരുന്നതി നാൽ അതിൽനിന്ന് പത്ത് ദിനാർ പുറത്തെടുത്തു. ബാക്കിയുള്ള പണം സഞ്ചിയോടൊപ്പം ഒരു മൂലയിൽ വെച്ചിരുന്ന തവിട് നിറച്ചുവെച്ചിരുന്ന വലിയൊരു മൺഭരണിയിൽ കുഴിച്ചിട്ടു. അപ്പോൾ വീട്ടിലുള്ളവരെല്ലാം പുറത്തുപോയിരിക്കയായിരുന്നു. അവരിൽനിന്ന് ഞാനക്കാര്യം അങ്ങനെ രഹസ്യമായി വെച്ചു. എന്നാൽ ഞാൻ ചണനൂല് വാങ്ങിക്കാനായി മാർക്ക റ്റിൽ പോയ സമയത്താണ് ഭാര്യ വീട്ടിൽ തിരിച്ചെത്തിയത്. അപ്പോൾ മുടികഴുകുന്ന കളിമണ്ണ് വില്ക്കുന്ന ഒരാൾ അവിടെ എത്തി. അവളുടെ കൈയിൽ പണമൊന്നുമില്ലാതിരുന്നതിനാൽ അവൾ അവന്റെ അടുത്തുചെന്ന് പറഞ്ഞു, "എന്റെ കൈയിൽ ഒറ്റ പൈസയില്ല, എന്നാൽ കുറെ തവിട് ഉണ്ട്, നീ കളിമണ്ണിനു പകരം ആ തവിട് എടുക്കുമോ? എന്റെ ഭാര്യയുടെ ആവശ്യത്തിനവൻ വഴങ്ങി. അവൾ വാങ്ങിച്ച കളി മണ്ണിനു പകരം ഒരു ഭരണി തവിട് കൈമാറി. അവനതുമായി സ്ഥലം വിട്ടു. 'നീ ഈ പണത്തിന്റെ കാര്യം ഭാര്യയോട് എന്തുകൊണ്ട് സ്വകാര്യ മായി പറഞ്ഞില്ല?' എന്ന് ചോദിച്ചാൽ എന്റെ മറുപടി ഇതാണ്. 'നിങ്ങൾ എനിക്ക് കർശന നിരോധന ഉത്തരവ് നല്കിയിരുന്നതാണ് ഇപ്രാവശ്യം പണം അങ്ങേയറ്റം കരുതലോടെ സൂക്ഷിച്ചുവെക്കണമെന്ന്. അതു കൊണ്ട് ആ ഭരണിയിൽ ഒളിപ്പിച്ചുവെക്കുന്നതാണ് ഏറ്റവും സുരക്ഷിതം എന്ന് ഞാൻ കരുതി. എനിക്കെന്റെ ഭാര്യയെ വിശ്വാസമില്ലായിരുന്നു. വീട്ടു ചെലവിന് അവൾ അത് എടുത്തെങ്കിലോ! അല്ലയോ എന്റെ പ്രഭുക്ക ന്മാരേ, നിങ്ങളുടെ സന്മനസ്സ് എനിക്കറിയാമല്ലോ. എന്നാൽ ദാരിദ്ര്യവും കഷ്ടപ്പാടും എന്റെ തലയിലെഴുത്താണ്. പിന്നെ ഞാൻ എങ്ങനെ അഭി വൃദ്ധിപ്പെടും? എങ്ങനെ ധനികനാകും? എനിക്കൊന്നും ആശിക്കാൻ പാടില്ല. എന്തായാലും നിങ്ങളുടെ ഔദാര്യം ജീവാവസാനംവരെ ഓർക്കും."

സാദി പറഞ്ഞു, "ഞാൻ വെറുതെ നാനൂറ് ദിനാർ നിനക്കുവേണ്ടി തുലച്ചു. നിനക്ക് യാതൊരു പ്രയോജനവുമില്ലാതെ. നിനക്ക് പ്രയോജന പ്പെടുമെന്ന ഉദ്ദേശ്യത്തിലാണ് ഞാനത് തന്നത്. നിന്റെ പ്രശംസയ്ക്കും നന്ദിക്കും വേണ്ടിയല്ല."

അങ്ങനെ അവർ ഇരുവരും എന്നെ സഹാനുഭൂതിയോടെ ആശ്വസി പ്പിച്ചു. എന്റെ ദൗർഭാഗ്യത്തിൽ ഖേദം പ്രകടിപ്പിച്ചു. പിന്നെ, എന്നെ വളരെ വർഷങ്ങളായി അറിയാവുന്ന സാദ് ഒരു ഈയനാണ്യം പോക്കറ്റിൽനിന്ന് പുറത്തെടുത്തു. അതയാൾക്ക് വഴിയിൽനിന്ന് കിട്ടിയതാണ്. അത് അയാൾ സാദിയെ കാണിച്ചശേഷം എന്നോട് പറഞ്ഞു, "ഈ ഈയ ത്തുട്ട് നീ കാണുന്നോ? ഇതെടുക്കൂ, വിധിയുടെ ആനുകൂല്യത്താൽ എന്തെല്ലാം അനുഗ്രഹങ്ങളാണ് നിന്നിൽ വർഷിക്കാൻ പോകുന്നതെന്ന് നോക്കാം."

സാദി അതുകണ്ട് പൊട്ടിച്ചിരിച്ചു. കളിയാക്കി പറഞ്ഞു, "ഈ നിസ്സാ രനാണ്യംകൊണ്ട് ഹസ്സന് എന്ത് ഗുണം ഉണ്ടാക്കാനാണ്, ഏത് രീതിയി ലാണ് അവനിത് ഉപയോഗിക്കുക?"

സാദ് എന്നെ ഈ നാണ്യം ഏല്പിച്ചുകൊണ്ട് തിരിച്ചടിച്ചു. "സാദി പറഞ്ഞതൊന്നും ശ്രദ്ധിക്കേണ്ട. ഇത് നീ കൈയിൽ വെക്കൂ. അയാൾ ഇഷ്ടംപോലെ ചിരിച്ചോട്ടെ. ഒരു ദിവസം വരും. ഇൻഷാ അള്ളാ, അന്ന് നീ ഇതുമൂലം വലിയൊരു ധനവാനാകും."

ഞാൻ ആ ഈയത്തുട്ട് എടുത്ത് എന്റെ പോക്കറ്റിലിട്ടു. അവർ ഇരുവരും എന്നോട് വിടപറഞ്ഞ് സ്വന്തം വഴിക്കു പോയി - അപ്പോഴേക്കും നേരം പുലർന്നതിനാൽ ഷാഹ്രസാദ് കഥപറച്ചിൽ നിർത്തി.

അറുനൂറ്റി പത്തൊമ്പതാംരാവ്

ഷാഹ്രസാദ് പറഞ്ഞു - അല്ലയോ കീർത്തിമാനായ രാജാവേ, ഹസൻ അൽ ഹബ്ബാർ തന്റെ കഥ തുടർന്നു - സാദും സാദിയും സ്ഥലംവിട്ട ഉടനെ ഞാൻ കയറ് പിരിക്കാൻ പോയി. രാത്രിവരെ ആ ജോലി തുടർന്നു. ഉറങ്ങാൻ പോകുന്ന സമയത്ത് വസ്ത്രം മാറുമ്പോൾ സാദ് എനിക്കു തന്ന ഈയത്തുട്ട് പോക്കറ്റിൽനിന്ന് നിലത്തുവീണു. ഞാനത് പെറുക്കിയെടുത്ത് ശ്രദ്ധയോടെ ചുമരിലെ ഒരു ദ്വാരത്തിൽ വെച്ചു. അതേരാത്രി ഒരു മീൻകാരൻ (എന്റെ അയൽവാസി) ചില്ലറ നാണ്യം കടം മേടിക്കാനായി എന്റെ അടുത്ത് ഭാര്യയെ അയയ്ക്കാനിടയായി. അയാൾക്ക് ആ തുട്ടുകൊണ്ട് കുറച്ച് നൂൽ വാങ്ങി അന്നുരാത്രിതന്നെ തന്റെ കീറിയ വലയുടെ അറ്റകുറ്റപ്പണി ചെയ്യണം. എന്നാലേ പിറ്റേന്നു രാവിലെ വല വീശാൻ പോയി മീൻപിടിക്കാനാകൂ. അതാണയാളുടെ അന്നന്നത്തെ ഉപജീവനമാർഗ്ഗം. എല്ലാ അയൽവാസികളുടെ അടുത്തും ചെന്ന് ഒരു ചെമ്പ് നാണ്യം കടം വാങ്ങിക്കൊണ്ടുവരാനായി അയാൾ ഭാര്യയോടാവശ്യപ്പെട്ടു. അതുകൊണ്ട് നൂല് വാങ്ങാനായിരുന്നു ഉദ്ദേശ്യം. ആ സ്ത്രീ എല്ലാ വീട്ടിലും ചെന്നു. എന്നാൽ ആരിൽനിന്നും ഒരു ചെമ്പുതുട്ട് കടമായി അവൾക്ക് കിട്ടിയില്ല. അവൾ തളർന്ന് നിരാശയോടെ വീട്ടിൽ തിരിച്ചെത്തി. അപ്പോൾ മീൻകാരൻ ചോദിച്ചു, "നീ ഹസൻ അൽ ഹബ്ബാലിന്റെ അടുത്ത് പോയോ?"

"ഇല്ല, ഞാനയാളുടെ വീട്ടിൽ പോയില്ല. അത് ഏറ്റവും ദൂരെയാണ്. അതുമല്ല, ഞാനവിടെ പോയാലും കടം കിട്ടാതെ മടങ്ങേണ്ടി വരുമെന്നെനിക്ക് തോന്നി."

"കടന്നുപോ മടിച്ചീ, ഒന്നിനും കൊള്ളാത്തവൾ." മീൻകാരൻ അലറി. "ഇതേനിമിഷം പോയി നോക്കൂ. ഒരുപക്ഷേ, അവന്റെ പക്കൽ ഒരു ചെമ്പുതുട്ട് നിനക്ക് കടംതരാൻ ഉണ്ടായേക്കും."

അങ്ങനെ ആ സ്ത്രീ മുറുമുറുത്തുകൊണ്ട് നടന്നുവന്ന് എന്റെ വാതിൽക്കൽ മുട്ടി. പറഞ്ഞു, "ഹേ, ഹസ്സൻ അൽ ഹബ്ബാൽ, എന്റെ ഭർത്താവിന് ഒരു ചില്ലറത്തുട്ട് വേണം. അദ്ദേഹത്തിന്റെ വല കേടുപാടു തീർക്കാൻ ചരട് വാങ്ങാനായിട്ട്."

സാദ് തന്ന നാണ്യം എന്റെ ഓർമ്മയിൽ എത്തി. അത് എവിടെയാണ് വെച്ചിട്ടുള്ളതെന്ന് ഓർമ്മിച്ചുകൊണ്ട് ഞാനവളോട് വിളിച്ചുപറഞ്ഞു.

"ഒരു നിമിഷം ക്ഷമിക്കൂ, എന്റെ ഭാര്യ വന്ന് നിനക്കാവശ്യമുള്ളത് തരും."

എന്റെ ഭാര്യ ഈ ബഹളം കേട്ട് ഉറക്കത്തിൽനിന്ന് എഴുന്നേറ്റിരുന്നു. ആ ചില്ലറപൈസ എവിടെയാണ് വെച്ചിട്ടുള്ളതെന്ന് ഞാനവളോട്

പറഞ്ഞു. അവൾ അതെടുത്തുകൊണ്ടുവന്ന് ആ സ്ത്രീക്ക് നല്കി. അവൾ അതീവസന്തോഷത്തോടെ എന്റെ ഭാര്യയോട് പറഞ്ഞു.

"നീയും നിന്റെ ഭർത്താവും എന്റെ പുരുഷനോട് വലിയ ദയയാണ് കാണിച്ചത്. അതുകൊണ്ട് ഞാൻ നിന്നോട് ശപഥം ചെയ്യുന്നു, നാളെ ആദ്യത്തെ വലയിൽ അദ്ദേഹത്തിന് കിട്ടുന്ന മത്സ്യമെല്ലാം നിനക്കുള്ളതായിരിക്കും. എന്റെ ഭർത്താവ് എന്റെ ഈ ശപഥത്തെക്കുറിച്ച് കേൾക്കുമ്പോൾ അത് അംഗീകരിക്കും എന്നെനിക്കുറപ്പുണ്ട്."

ആ സ്ത്രീ പണം കൊണ്ടുപോയി ഭർത്താവിന് കൊടുത്ത് തന്റെ വാഗ്ദാനത്തെക്കുറിച്ച് അറിയിച്ചപ്പോൾ അവൻ സമ്മതത്തോടെ പറഞ്ഞു, "നീ വളരെ ബുദ്ധിപൂർവ്വം ഭംഗിയായി കാര്യങ്ങൾ നിർവ്വഹിച്ചു. ഈ കരാർ എനിക്ക് സമ്മതമാണ്."

അങ്ങനെ ആവശ്യമുള്ള ചരടുകൾ അവൻ വാങ്ങിക്കൊണ്ടുവന്ന് പുലർച്ചയ്ക്കു മുമ്പ് വലയുടെ അറ്റകുറ്റപ്പണികൾ മുഴുവൻ തീർത്തു. പതിവുപോലെ പുഴയിലേക്ക് മീൻപിടിക്കാൻ പോയി. അയാളുടെ ആദ്യത്തെ വീശലിന് ഒരേ ഒരു മീനാണ് കിട്ടിയത്. നീണ്ട് തടിച്ച ഒന്ന്. അത് എന്റെ പങ്ക് ആയി അവൻ മാറ്റിവെച്ചു. പിന്നെ പലപ്രാവശ്യം അവൻ വലവീശി. ധാരാളം ചെറുതും വലുതുമായ മീനുകൾ കിട്ടിയെങ്കിലും ആദ്യത്തെ വീശലിൽ കിട്ടിയ മീനിനോളം വലിപ്പം മറ്റൊന്നിനുമില്ലായിരുന്നു. അയാൾ തിരിച്ചെത്തിയ ഉടനെ എന്റെ പേരിൽ വീശിപ്പിടിച്ച മീനുമായി വന്ന് എന്നോട് പറഞ്ഞു, "അല്ലയോ എന്റെ അയൽവാസി, എന്റെ ഭാര്യ രാത്രി വാഗ്ദാനം ചെയ്തതുപോലെ എന്റെ ആദ്യ വലവീശലിൽ പെടുന്ന മത്സ്യങ്ങൾ എല്ലാം നിങ്ങൾക്കുള്ളതാണ്. എന്നാൽ ഈ ഒറ്റമീനായിരുന്നു ആദ്യവലയിൽ കിട്ടിയത്. ഇതാണത്. കഴിഞ്ഞ രാത്രിയിലെ കാരുണ്യത്തിനുള്ള നന്ദിപ്രകടനമായി ഇത് ദയവായി സ്വീകരിക്കുക. ഞങ്ങളുടെ വാഗ്ദാനം അങ്ങനെ നിറവേറ്റപ്പെടട്ടെ. സർവ്വശക്തനായ അള്ളാ കൃപ കാണിച്ചു. വല നിറയെ മീൻ തന്നിരുന്നെങ്കിൽ എല്ലാം നിങ്ങളുടേതായേനെ. എന്നാൽ ഇതാണ് നിങ്ങളുടെ വിധി. ഒരേ ഒരെണ്ണം മാത്രമാണ് ആദ്യവീശലിൽപെട്ടത്."

"ഞാൻ നിനക്ക് തന്ന നാണ്യം അത്ര വിലയുള്ളതൊന്നുമല്ല, അതിന് പ്രതിഫലം കാത്തിരിക്കാൻ മാത്രം." ഞാനത് വാങ്ങിക്കാൻ തയ്യാറായില്ല. എന്നാൽ എന്തൊക്കെ പറഞ്ഞിട്ടും അവൻ മീൻ തിരിച്ചുവാങ്ങിയില്ല. അത് എന്റേതാണെന്നവൻ ശഠിച്ചു. ഒടുവിൽ ഞാനത് സ്വീകരിക്കാൻ തയ്യാറായി. ഭാര്യയെ വിളിച്ച് മീൻ കൊടുത്തുകൊണ്ട് ഞാൻ പറഞ്ഞു, "പെണ്ണേ, ഈ മീൻ ഞാൻ ഇന്നലെ നമ്മുടെ അയൽവാസി മീൻകാരന് കൊടുത്ത ചില്ലറപൈസയുടെ പ്രതിഫലമാണ്. സാദ് പ്രഖ്യാപിച്ചിരുന്നത്, ഈ നാണ്യംകൊണ്ട് ഞാൻ വലിയൊരു ധനാഢ്യനായിത്തീരുമെന്നാണല്ലോ!"

പിന്നെ ആ രണ്ട് സുഹൃത്തുക്കൾ എന്നെ കാണാൻ വന്നതും അവർ പറഞ്ഞതും പ്രവർത്തിച്ചതും ആ ഈയത്തുട്ട് എനിക്ക് സാദ് തന്ന് അനുഗ്രഹിച്ചതുമെല്ലാം ഞാൻ ഭാര്യക്ക് വിവരിച്ചുകൊടുത്തു. ആ ഒരു മീൻ മാത്രം കണ്ട് അവൾ അതിശയത്തോടെ ചോദിച്ചു. "ഞാൻ ഇത് എങ്ങനെയാണ് പാകം ചെയ്യേണ്ടത്? എനിക്ക് തോന്നുന്നത് ഇത് കഷണമാക്കി കുട്ടികൾക്ക് ചുട്ടുകൊടുക്കാമെന്നാണ്, പ്രത്യേകിച്ച് മുളകോ മസാലയോ ഒന്നും ഇവിടെ ഇല്ലാത്തനിലയ്ക്ക്."

പിന്നെ, അവൾ മീൻകഷണങ്ങളായി നുറുക്കി കഴുകി വൃത്തിയാക്കി. അതിന്റെ വയറ്റിൽ അവൾ വലിയൊരു രത്നം കണ്ടെത്തി. അതൊരു ഗ്ലാസോ സ്ഫടികമോ ആണെന്നാണവൾ കരുതിയത്. കാരണം, രത്നങ്ങളെക്കുറിച്ചവൾ കേട്ടിട്ടുണ്ടെങ്കിലും ഒരിക്കലും സ്വന്തം കണ്ണുകൾകൊണ്ട് കണ്ടിട്ടില്ല. അതുകൊണ്ട് ഏറ്റവും ഇളയകുട്ടിക്കതവൾ കളിക്കാനായി കൊടുത്തു. എന്നാൽ, അതിന്റെ തിളക്കം കണ്ട് മറ്റ് കുട്ടികൾക്കും അത് വേണമെന്ന് മോഹം തോന്നി. ഓരോരുത്തനും മാറിമാറി എടുത്ത് കളിച്ചു. രാത്രി വിളക്ക് കത്തിച്ചുവെച്ചപ്പോൾ ആ രത്നത്തിന്റെ ഭംഗികണ്ട് തുറിച്ചുനോക്കി ആഹ്ലാദപൂർവ്വം കൈകൊട്ടി ആർത്തുവിളിച്ചു. എന്റെ ഭാര്യ മേശപ്പുറത്ത് ഭക്ഷണം നിരത്തിയപ്പോൾ മൂത്തമകൻ ആ രത്നം 'താല'ത്തിൽ വെച്ചു. ഞങ്ങൾ അത്താഴം കഴിച്ചുകഴിഞ്ഞ ഉടനെ കുട്ടികൾ ആ രത്നത്തിനുവേണ്ടി വഴക്കിട്ടു. ആദ്യം ഞാനവരുടെ അടിപിടി അത്ര കാര്യമാക്കിയില്ല. എന്നാൽ അത് ഭയങ്കര ബഹളമായി മാറിയപ്പോൾ ദേഷ്യത്തോടെ മൂത്തമകനോട് അതിന്റെ കാരണം ഞാൻ ആരാഞ്ഞു, "എന്തിനാണ് നിങ്ങൾ ഇങ്ങനെ വഴക്കിടുന്നതും ഒച്ചവെക്കുന്നതും?"

അവൻ മറുപടി നല്കി, "വിളക്കുപോലെ ജ്വലിക്കുന്ന ഒരു ചില്ലുകഷണത്തിനുവേണ്ടിയാണ് ഈ വഴക്ക്."

അത് കൊണ്ടുവരുവാൻ ഞാനവനോടാവശ്യപ്പെട്ടു. അതിന്റെ തിളക്കം കണ്ട് ഞാൻ വല്ലാതെ വിസ്മയിച്ചുപോയി. ഈ സ്ഫടികകഷണം എവിടെനിന്നാണ് കിട്ടിയതെന്ന് ഞാൻ ഭാര്യയോട് ചോദിച്ചു. "മീൻ മുറിക്കുന്ന സമയത്ത് അതിന്റെ വയറ്റിൽനിന്ന് കിട്ടിയതാണ്."

എന്നാലും അത് ഗ്ലാസ് അല്ലെന്ന് ഞാൻ വിചാരിച്ചില്ല. പിന്നെ വിളക്കണച്ച് കിടക്കുവാൻ ഞാൻ ഭാര്യയോട് ആവശ്യപ്പെട്ടു - അപ്പോഴേക്കും നേരം പുലർന്നതുകണ്ട് ഷാഹ്രസാദ് കഥപറച്ചിൽ നിർത്തി.

അറുനൂറ്റി ഇരുപതാംരാവ്

ഷാഹ്രസാദ് പറഞ്ഞു- അല്ലയോ കീർത്തിമാനായ രാജാവേ, ഹസൻ അൽഹബ്ബാൽ തന്റെ കഥ തുടർന്നു: ഭാര്യ വിളക്ക് കെടുത്തിയിട്ടും ആ രത്നത്തിന്റെ ശോഭയാൽ ഞങ്ങൾക്ക് വെളിച്ചം കാണാമായിരുന്നു. വിളക്ക് കത്തിച്ചുവെച്ചതുപോലെ! അപ്പോൾ ഞാൻ ആ രത്നമെടുത്ത് 'പാതെമ്പുറത്ത്' വെച്ചു. അതിന്റെ ശോഭയിൽ ഞങ്ങൾക്ക് പണിയെടുക്കാനാകും. ഞാൻ മനസ്സിൽ പറഞ്ഞു. "സാദ് എനിക്കുതന്ന നാണ്യം കൊണ്ട് ഗുണമുണ്ടായി. ഞങ്ങൾക്കിനി ഒരു വിളക്കിന്റെ ആവശ്യമില്ല. ചുരുങ്ങിയത് മണ്ണെണ്ണയെങ്കിലും ലാഭിക്കാമല്ലോ!"

ഞാൻ വിളക്ക് കെടുത്തി ആ 'ഗ്ലാസ്' കഷണത്തിന്റെ വെളിച്ചത്തിൽ ഇരിക്കുന്നതുകണ്ട് കുട്ടികൾ ആഹ്ലാദത്തോടെ നൃത്തം ചവുട്ടി. കൂവിവിളിച്ചു. എല്ലാ അയൽവാസികൾക്കും കേൾക്കാവുന്ന വിധത്തിലായിരുന്നു അവരുടെ കോലാഹലം! ഞാൻ അവരെ ശകാരിച്ച് ഉറങ്ങാനായി പറഞ്ഞുവിട്ടു. ഞങ്ങളും ഉടനെ കിടന്നുറങ്ങി.

പിറ്റേന്നു രാവിലെ ഞാൻ നേരത്തെ എഴുന്നേറ്റ് ജോലിക്ക് പോയി. ആ സ്ഫടികകഷണത്തെക്കുറിച്ച് ഓർത്തതേയില്ല. ഞങ്ങളുടെ അടുത്ത്

ധനികനായൊരു ജൂതൻ താമസിച്ചിരുന്നു. എല്ലാതരം രത്നങ്ങളും അയാൾ ക്രയവിക്രയം ചെയ്തിരുന്നു. വാങ്ങലും വില്ക്കലും. തലേന്ന് രാത്രി അവർ ഉറങ്ങാൻ കിടന്നപ്പോൾ, അയൽപക്കത്തെ കുട്ടികളുടെ ബഹളവും കൂക്കിവിളിയുംമൂലം ഒരു പോള കണ്ണടയ്ക്കാൻ കഴിഞ്ഞില്ല. നേരം പുലർന്നപ്പോൾ രത്നവ്യാപാരിയുടെ ഭാര്യ ഞങ്ങളുടെ വീട്ടിൽ വന്ന് ഞങ്ങളുടെ വീട്ടിൽ തലേന്നുനടന്ന കോലാഹലത്തെക്കുറിച്ച് ആ ഭാര്യാഭർത്താക്കന്മാരുടെ പരാതി അറിയിക്കാൻ തുനിഞ്ഞു. അവർ കുറ്റപ്പെടുത്താൻ തുടങ്ങുമ്പോഴേക്കും അവളുടെ ഉദ്ദേശ്യം മനസ്സിലാക്കിയ എന്റെ ഭാര്യ അവളോട് ക്ഷമാപണപൂർവ്വം പറഞ്ഞു "അല്ലയോ റാഹേൽ, എന്റെ കുട്ടികൾ ഇന്നലെ രാത്രി ബഹളംവെച്ച് നിങ്ങളെ ശല്യപ്പെടുത്തിയെന്നെനിക്ക് ഭയമുണ്ട്. ഞാൻ നിങ്ങളോടതിന് ക്ഷമ യാചിക്കുന്നു. അതിനുള്ള കാരണം ഞാൻ കാണിച്ചുതരാം. അവരുടെ ആഹ്ലാദത്തിമിർപ്പിനുള്ള ഹേതു നിങ്ങൾ സ്വയം വന്ന് കാണുക."

അപ്രകാരം അവൾ അകത്തുവന്ന് കുട്ടികൾ ബഹളം വെക്കാനിടയാക്കിയ സ്ഫടികകഷണം കണ്ടു. എല്ലാതരം അമൂല്യരത്നങ്ങളെ കുറിച്ചും വിദഗ്ധജ്ഞാനമുണ്ടായിരുന്ന ആ വജ്രവ്യാപാരിയുടെ പത്നി ഈ വജ്രംകണ്ട് കണ്ണുതള്ളിനിന്നുപോയി! അത്രയ്ക്കവൾ വിസ്മയിച്ചു.

പിന്നെ എങ്ങനെയാണത് മീനിന്റെ വയറ്റിൽ അവൾ കണ്ടെത്തിയതെന്ന് വിശദീകരിച്ചു.

ജൂതസ്ത്രീ പറഞ്ഞു. "മറ്റെല്ലാ ഗ്ലാസുകളേക്കാൾ സുന്ദരമാണീ ഗ്ലാസ്. എനിക്ക് ഇത്തരം ഒന്നുണ്ട്. ഞാനത് ചിലപ്പോഴൊക്കെ അണിയാറുമുണ്ട്. നീ ഇത് വില്ക്കുമെങ്കിൽ ഞാൻ വാങ്ങിക്കാൻ തയ്യാറാണ്."

അവളുടെ വാക്കുകൾകേട്ട് കുട്ടികൾ കരയാൻ തുടങ്ങി. "പ്രിയപ്പെട്ട അമ്മേ, നിങ്ങൾ ഇത് വിൽക്കരുത്. ഞങ്ങൾ ഇനി ബഹളം വെക്കില്ലെന്ന് വാക്കുതരുന്നു."

അവർ ഒരു വിധത്തിലും അത് വിട്ടുകൊടുക്കില്ലെന്ന് മനസ്സിലാക്കിയ സ്ത്രീകൾ നിശ്ശബ്ദത പാലിച്ചു. ജൂതസ്ത്രീയാണെന്നു പറഞ്ഞ് നടന്നുപോകവെ എന്റെ ഭാര്യയുടെ ചെവിയിൽ മന്ത്രിച്ചു. "ഇക്കാര്യം നിങ്ങൾ ആരോടും പറയരുത്. നിങ്ങൾ എപ്പോഴെങ്കിലും ഇത് വിൽക്കാനാഗ്രഹിച്ചാൽ ഉടനെ എന്നെ അറിയിക്കുക."

ജൂതൻ തന്റെ കടയിൽ ഇരിക്കുന്ന സമയത്ത് അയാളുടെ ഭാര്യ അടുത്തുചെന്ന് ആ സ്ഫടികകഷണത്തെക്കുറിച്ച് അയാളോട് പറഞ്ഞു. അയാൾ ഭാര്യയോടാവശ്യപ്പെട്ടു. "നേരെ തിരിച്ചുചെന്ന് ഒരു വിലപറയുക. അതെനിക്കുവേണ്ടിയാണെന്ന് അവളെ അറിയിക്കുക. ചെറിയൊരു തുകയിൽ ആരംഭിച്ച് അത് നിനക്ക് കിട്ടുന്നതുവരെ വില കൂട്ടിക്കൊണ്ടുപോകുക."

ജൂതസ്ത്രീ ഉടനെ എന്റെ വീട്ടിൽ തിരിച്ചെത്തി. ഇരുപത് ദിനാർ അതിന് കൊടുക്കാമെന്ന് പറഞ്ഞു. "ഇത്രയും നിസ്സാരമായൊരു വസ്തുവിന് വലിയൊരു തുകയായി അത് എന്റെ ഭാര്യ കരുതി. എന്തായാലും വിലപേശൽ അവൾ അവസാനിപ്പിച്ചില്ല. ആ സമയത്താണ് ഞാൻ ഉച്ചഭക്ഷണത്തിനായി വീട്ടിൽ എത്തിയത്. ഉമ്മറത്തുനിന്ന് ഈ രണ്ട് സ്ത്രീകളും സംസാരിക്കുന്നത് ഞാൻ കണ്ടു. എന്റെ ഭാര്യ എന്നെ പിടിച്ചുനിർത്തി പറഞ്ഞു. "ഈ അയൽവാസി നമ്മുടെ ഈ സ്ഫടികക്കഷണത്തിന് ഇരുപത് ദിനാർ വില പറയുന്നു. ഞാനവൾക്ക് അതിന് മറുപടി കൊടുത്തിട്ടില്ല. നിങ്ങൾ എന്തു പറയുന്നു?"

അപ്പോൾ സാദ് എന്നോട് പറഞ്ഞ കാര്യം ഞാൻ ഓർത്തു; അതായത് ഈ ഈയത്തുട്ടുകൊണ്ട് അത്രയേറെ സമ്പത്ത് എനിക്കുണ്ടാകുമെന്ന്. എന്റെ വിമുഖത കണ്ട് ജൂതസ്ത്രീ കരുതി ആ വിലയ്ക്ക് ഞാൻ സമ്മതിക്കില്ലെന്ന്. അവൾ പറഞ്ഞു "അല്ലയോ, അയൽക്കാരാ, നിനക്ക് ഇരുപത് സ്വർണനാണ്യംപോരെന്നുണ്ടെങ്കിൽ ഞാൻ അമ്പത് ദിനാർ തരാം."

അവൾ ഇരുപതിൽനിന്ന് നേരെ അമ്പതിലേക്കതിന്റെ വില ഉയർത്തിയപ്പോൾ ഈ സ്ഫടികക്കഷണം തീർച്ചയായും വലിയ വിലയുള്ളൊരു വസ്തുവാണെന്ന് എനിക്ക് തോന്നി. അതുകൊണ്ട് ഞാനവൾക്ക് മറുപടി ഒന്നും നല്കാതെ നിശ്ശബ്ദത പാലിച്ചു. എന്റെ മൗനം ശ്രദ്ധിച്ച അവൾ വിളിച്ചുപറഞ്ഞു. "അപ്പോൾ നൂറ് ദിനാർ പിടിച്ചോളൂ. അതിന്റെ പൂർണവിലയായി ഇത്രയും വലിയൊരു വിലയ്ക്ക് എന്റെ ഭർത്താവ് സമ്മതിക്കുമോ എന്നറിയില്ലെങ്കിലും."

ഞാൻ മറുപടി നല്കി, "എന്റെ നല്ലവളായ മഹതി, എന്തിന് ഇങ്ങനെ വിഡ്ഢിത്തങ്ങൾ പുലമ്പുന്നു? ഞാൻ ഒരു ലക്ഷം സ്വർണനാണ്യങ്ങൾക്കല്ലാതെ അത് വിൽക്കില്ല. നിങ്ങൾ എന്റെ അയൽവാസി ആയതുകൊണ്ട് മാത്രമാണാ തുകയ്ക്ക് തരാൻ തയ്യാറായത്."

ആ ജൂതസ്ത്രീ ലേലം ഉയർത്തി അമ്പതിനായിരം ദിനാർ വരെ എത്തിച്ച് പറഞ്ഞു, "രാവിലെ വരെ കാത്തിരിക്കണമെന്നാണെന്റെ അഭ്യർത്ഥന. അതുവരെ വിൽക്കരുത്. എന്റെ ഭർത്താവ് അപ്പോഴേക്കും വന്ന് അത് കാണും."

"സമ്മതമാണ്." ഞാൻ പറഞ്ഞു. "എല്ലാ ഉപകരണങ്ങളും കൊണ്ടുവന്ന് നിങ്ങളുടെ ഭർത്താവ് അത് പരിശോധിക്കട്ടെ." - അപ്പോഴേക്കും നേരം പുലർന്നതിനാൽ ഷാഹ്റസാദ് കഥപറച്ചിൽ നിർത്തി.

അറുനൂറ്റി ഇരുപത്തിയൊന്നാംരാവ്

ഷാഹ്റസാദ് പറഞ്ഞു - അല്ലയോ കീർത്തിമാനായ രാജാവേ അസൻ അൽ ഹബ്ബാൽ തന്റെ കഥ തുടർന്നു - പിറ്റേന്ന് ജൂതൻ എന്റെ വീട്ടിൽ എത്തി. ഞാൻ ആ വജ്രം എടുത്ത് കാണിച്ചുകൊടുത്തു. എന്റെ ഉള്ളം കൈയിലിരുന്ന് ഒരു ദീപംപോലെ അത് പ്രകാശിക്കുകയാണ്. തന്റെ ഭാര്യ അതിനെക്കുറിച്ച ഗുണങ്ങളെല്ലാം പരമാർത്ഥമാണെന്നയാൾക്ക് ബോധ്യമായി. അയാൾ അത് കൈയിലെടുത്ത് തിരിച്ചുംമറിച്ചും നോക്കി. സൂക്ഷ്മമായി പരിശോധിച്ചു. അതിന്റെ മനോഹാരിത കണ്ട് വിസ്മയത്തോടെ പറഞ്ഞു.

"എന്റെ ഭാര്യ നിനക്ക് അമ്പതിനായിരം സ്വർണനാണ്യങ്ങൾ തരാമെന്ന് പറഞ്ഞു. ഞാൻ നിനക്ക് ഇരുപതിനായിരം ദിനാർകൂടി തരാം."

ഞാൻ പറഞ്ഞു, "ഞാൻ ആവശ്യപ്പെട്ട തുക നിങ്ങളുടെ ഭാര്യ തീർച്ചയായും പറഞ്ഞുകാണും. ഒരു ലക്ഷം ദിനാർ. ഒട്ടും കുറയില്ല. ഒരു പൈപോലും."

വില എന്തെങ്കിലും കുറയ്ക്കാനായി ആ ജൂതൻ പരമാവധി പേശിനോക്കി. ഞാൻ ദൃഢസ്വരത്തിൽ മറുപടി നല്കി.

"ഒട്ടും കുറയില്ല. എന്റെ വിലയ്ക്ക് നിങ്ങൾ വാങ്ങാൻ ഉദ്ദേശിക്കുന്നില്ലെങ്കിൽ ഞാൻ മറ്റേതെങ്കിലും രത്നവ്യാപാരിക്ക് വിറ്റേക്കാം."

ഒടുവിൽ അയാളതിന് സമ്മതിച്ചു. രണ്ടായിരം സ്വർണനാണ്യങ്ങൾ എണ്ണി 'അഡ്വാൻസ്' ആയിത്തന്ന് പറഞ്ഞു, "നാളെ ഞാൻ ബാക്കി തുക കൊണ്ടുവന്ന് വജ്രം കൊണ്ടുപോകാം."

ഞാനതിന് സമ്മതിച്ചു. അപ്രകാരം പിറ്റേന്നയാൾ മറ്റ് കച്ചവടക്കാരിൽനിന്നും പങ്കാളികളിൽനിന്നും കടം എടുത്ത് മുഴുവൻ തുകയും സംഭരിച്ച് എന്റെ അടുത്തെത്തി. എനിക്ക് പണം മുഴുവൻ തന്ന് ആ വജ്രം കൊണ്ടുപോയി. ഇത്രയും ഭീമമായൊരു തുക നല്കിയതിൽ ഞാനവന് നന്ദിപറഞ്ഞു. യാദൃച്ഛികമായി ഇത്രയും വലിയൊരു സൗഭാഗ്യം കൈവന്നതിൽ സർവ്വേശ്വരനായ അള്ളായെ സ്തുതിച്ചു. അതുപോലെ എന്റെ ആ രണ്ട് സുഹൃത്തുക്കളേയും (സാദിയും സാദും) കണ്ട് നന്ദി പ്രകടിപ്പിക്കണമെന്ന് ഞാൻ ആഗ്രഹിച്ചു. അങ്ങനെ ഞാനെന്റെ വീട് ഭംഗിയായി സജ്ജീകരിച്ചു. വീട്ടാവശ്യങ്ങൾക്കായി ഭാര്യക്ക് പണം നല്കി. അവൾക്കും കുട്ടികൾക്കും നല്ല വസ്ത്രങ്ങൾ വാങ്ങിച്ചു. അതിനുംപുറമെ ഞാൻ മനോഹരമായൊരു കെട്ടിടം വാങ്ങി. ഏറ്റവും നല്ല ഫർണീച്ചർ ഇട്ട് സുന്ദരമായി അലങ്കരിച്ചു. നല്ല വസ്ത്രങ്ങളും വിഭവസമൃദ്ധമായ ആഹാരവും ആനന്ദകരമായ ജീവിതവും മാത്രം ആഗ്രഹിക്കുന്ന എന്റെ ഭാര്യയോട് ഞാൻ പറഞ്ഞു, "നമ്മൾ സ്വന്തം കൈത്തൊഴിൽ ഉപേക്ഷിക്കരുത്. കുറെ പണം അതിനായി മുടക്കി ആ തൊഴിൽ തുടരണം."

അങ്ങനെ ഞാൻ നഗരത്തിലെ എല്ലാ കയർ ഫാക്ടറികളിലും ചെന്ന് അനേകം ഫാക്ടറികൾ നല്ല വില കൊടുത്ത് വാങ്ങി അവ ഭംഗിയായി പ്രവർത്തിപ്പിച്ചു. ഓരോ ഫാക്ടറിയിലും ഓരോ മാനേജരെ അതിന്റെ പ്രവർത്തനച്ചുമതലകൾ ഏല്പിച്ചു. വിശ്വസ്തരും ബുദ്ധിമാന്മാരുമായ അവർ ബാഗ്ദാദ് നഗരം മുഴുവൻ എന്റെ കയർ ഫാക്ടറികൾ കാര്യക്ഷമതയോടെ പ്രവർത്തിപ്പിച്ചുകൊണ്ടിരിക്കുന്നു. എന്റെ കയർഫാക്ടറികളില്ലാത്ത ഒരിടവും ഇപ്പോൾ കാണാനാവില്ല. അതിനുംപുറമെ രാജ്യത്തിലെ എല്ലാ ജില്ലകളിലേയും പട്ടണങ്ങളിൽ എന്റെ 'ഗോഡൗണു'കൾ ഉണ്ട്. സത്യസന്ധരായ സൂപ്പർവൈസർമാർക്കാണ് അതിന്റെ ഓരോന്നിന്റേയും ചുമതല. അപ്രകാരം കണക്കില്ലാത്തത്ര സമ്പത്താണ് ഞാൻ സംഭരിച്ചിരിക്കുന്നത്. അവസാനമായി എന്റെ സ്വന്തം ബിസിനസ് ആസ്ഥാനമായി ഞാൻ മറ്റൊരു കെട്ടിടം വാങ്ങിച്ചു. ചുറ്റുപാടും ജീർണിച്ച കുറെ കെട്ടിടങ്ങളുണ്ടായിരുന്നു. അവയെല്ലാം പൊളിച്ചുകളഞ്ഞ് ഞാനവിടെ മനോഹരവും വിശാലവുമായൊരു കെട്ടിടം നിർമ്മിച്ചു. അതാണ് അങ്ങ് ഇന്നലെ കാണാനിടയായത്. ഇവിടെയാണ് ഞാൻ എന്റെ എല്ലാ തൊഴിലാളികളേയും പാർപ്പിച്ചിരിക്കുന്നത്. എന്റെ ഓഫീസ് പുസ്തകങ്ങളും കണക്കുകളും ഫയലുകളുമെല്ലാം സൂക്ഷിച്ചിരിക്കുന്നത് ഇവിടെയാണ്. എന്റെ 'ഗോഡൗണി'നടുത്ത് തന്നെ ലളിതമായ ഫർണീച്ചറോടെ നിർമ്മിക്കപ്പെട്ട വസതിയിലാണ് ഞാനും ഭാര്യയും കുട്ടികളും അനാർഭാടമായ ജീവിതം നയിച്ചിരുന്നത്. കുറച്ചു നാൾക്കുശേഷം ഞാൻ എന്റെ പഴയ വീട് വിട്ടുപോന്നു. ആ വീട്ടിലായിരുന്നല്ലോ സാദും സാദിയും എന്നെ കാണാൻ വന്നിരുന്നത്. ഞങ്ങൾ പിന്നീട് പുതിയ ബംഗ്ലാവിലേക്ക് താമസം മാറ്റി. അതിന് തൊട്ടുപിന്നാലെയാണ് എന്റെ സുഹൃത്തുക്കളും രക്ഷകരുമായ സാദും സാദിയും എന്നെ സന്ദർശിക്കാനായി പഴയ വീട്ടിലെത്തിയത്. എന്റെ പഴയ വർക്ക്ഷോപ്പിൽ പ്രവേശിച്ച അവർ എന്നെ കാണാതെ ആശ്ചര്യപ്പെട്ടുപോയി. അവർ അയൽവാസികളോട്

അന്വേഷിച്ചു. "ഇവിടെ ഉണ്ടായിരുന്ന ആ കയർ തൊഴിലാളി എവിടെയാണ് താമസിക്കുന്നത്? അവർ ജീവിച്ചിരിപ്പുണ്ടോ, അതോ മരിച്ചോ?" അവർ മറുപടി നല്കി. "അയാൾ ഇപ്പോൾ ധനികനായൊരു വ്യാപാരിയാണ്. ജനങ്ങൾ അയാളെ വെറും ഹസൻ എന്ന് വിളിക്കാറില്ല. 'കയർ നിർമ്മാതാവ് മാസ്റ്റർ ഹസൻ' എന്നാണ് വിളിക്കുക. അദ്ദേഹം ഗംഭീരമായൊരു ബംഗ്ലാവ് പണിതിട്ടിട്ടുണ്ട്. 'ഇന്ന' ഇടത്ത്. അവിടെയാണയാൾ താമസിക്കുന്നത്."

അങ്ങനെ ആ രണ്ട് സുഹൃത്തുക്കളും എന്നെ അന്വേഷിച്ച് പുറപ്പെട്ടു. എന്നെക്കുറിച്ചുള്ള ശുഭവാർത്ത അറിഞ്ഞ് അവർ സന്തോഷിച്ചു. എന്നാലും എല്ലാ സമ്പത്തും സാദ് കൊടുത്ത ആ 'ഈയത്തുട്ട്' കൊണ്ടുണ്ടായതാണെന്ന് വിശ്വസിക്കാൻ സാദി തയ്യാറായില്ല. അക്കാര്യം ചിന്തിച്ചുകൊണ്ട് അയാൾ സ്നേഹിതനോട് പറഞ്ഞു. "ഹസന്റെ സൗഭാഗ്യത്തെക്കുറിച്ച് കേട്ട് എനിക്ക് വളരെ സന്തോഷമായി. എന്നെ രണ്ട് പ്രാവശ്യം പറ്റിച്ച് അവൻ നാനൂറ് ദിനാർ കരസ്ഥമാക്കിയെങ്കിലും. എങ്ങനെയാണ് അവന് ഇത്രയും വലിയ സമ്പന്നനാകാൻ കഴിഞ്ഞത്? നീ കൊടുത്ത 'ഈയനാണ്യ'ത്തിൽ നിന്നാണതുണ്ടായതെന്ന് ചിന്തിക്കുന്നതുതന്നെ അസംബന്ധമാണ്. എന്നാലും ഞാനവനോട് ക്ഷമിക്കുന്നു. എനിക്ക് അവനോട് യാതൊരു വിദ്വേഷവുമില്ല."

മറ്റവൻ മറുപടി നല്കി. "നിങ്ങൾക്ക് തെറ്റുപറ്റി. എനിക്കറിയാം പഴയ ഹസൻ നല്ല മനുഷ്യനും സത്യസന്ധനുമാണ്. അവൻ നിങ്ങളെ കബളിപ്പിക്കില്ല. അവൻ പറഞ്ഞത് പച്ചപരമാർത്ഥമാണ്. എന്റെ മനസ്സ് എന്നെ പറഞ്ഞ് വിശ്വസിപ്പിക്കുന്നു. അവൻ ഈ സമ്പത്ത് മുഴുവൻ നേടിയത് ആ 'ഈയനാണയം' കൊണ്ടാണെന്ന്. എന്തായാലും അവന് പറയാനുള്ളത് നമ്മൾക്കുടനെ കേൾക്കാമല്ലോ."

ഇപ്രകാരം സംസാരിച്ചുകൊണ്ട് ഞാൻ താമസിക്കുന്ന തെരുവിൽ അവർ എത്തി. പ്രൗഢഗംഭീരമായ ഒരു ഉഗ്രൻ കൊട്ടാരംകണ്ട് അത് എന്റേതാണെന്നവർ ഊഹിച്ചു. അവർ വാതിൽക്കൽ മുട്ടിയപ്പോൾ ഒരു കാവൽക്കാരൻ വന്ന് വാതിൽ തുറന്നു. മനോഹരമായ മുറിക്കുള്ളിൽ നിരവധിപേർ ഇരിക്കുന്നതുകണ്ട്, തങ്ങൾ ഒരുപക്ഷേ വല്ല പ്രഭുവിന്റെ കൊട്ടാരത്തിൽ തെറ്റി പ്രവേശിച്ചതാണോ എന്ന് സാദി ആശ്ചര്യപ്പെട്ടു. പിന്നെ, ധൈര്യം സംഭവിച്ച് അയാൾ കാവൽക്കാരനോട് ചോദിച്ചു, "ഇത് ഖാജാ ഹസൻ അൽ ഹബ്ബാലിന്റെ വീടാണോ?" - അപ്പോഴേക്കും നേരം പുലർന്നതിനാൽ ഷാഹ്‌റസാദ് കഥപറച്ചിൽ നിർത്തി.

അറുനൂറ്റി ഇരുപത്തിരണ്ടാംരാവ്

ഷാഹ്‌റസാദ് പറഞ്ഞു - അല്ലയോ കീർത്തിമാനായ രാജാവേ, ഹസൻ അൽ ഹബ്ബാൽ തന്റെ കഥ തുടർന്നു - കാവൽക്കാരൻ മറുപടി നല്കി. "സത്യമായും ഇത് ഖാജാഹസൻ അൽഹബ്ബാലിന്റെ വീടാണ്. അദ്ദേഹം ഉള്ളിൽ ഉണ്ട്. ഓഫീസിൽ ഇരിക്കുന്നു. ദയവായി അകത്തേക്ക് വരിക. നിങ്ങളുടെ വരവ് അദ്ദേഹത്തെ അറിയിക്കാം."

അപ്പോൾ ഇരുസുഹൃത്തുക്കളും ഉള്ളിലേക്ക് കടന്നു. ഞാൻ അവരെ കണ്ട ഉടനെ തിരിച്ചറിഞ്ഞു. ഞാൻ ചാടി എഴുന്നേറ്റ് ഓടിച്ചെന്ന് അവരുടെ ഉടുപ്പിന്റെ അറ്റം ചുംബിച്ചു. അവർ എന്റെ കഴുത്തിൽ ചുറ്റിപ്പിടിച്ച്

ആലിംഗനം ചെയ്യാൻ ആഗ്രഹിച്ചതാണ്. എന്നാൽ എന്റെ മനസ്സിന്റെ എളിമ അവരെ അത്രയും താഴാൻ അനുവദിച്ചില്ല. ഞാൻ അവരെ വിശാല മായൊരു സ്വീകരണമുറിയിലേക്ക് ആനയിച്ചു. ഏറ്റവും ഉന്നതമായ പീഠ ത്തിൽ ഉപവിഷ്ടരാക്കി. എനിക്കതിനവരെ നിർബന്ധിക്കേണ്ടിവന്നു. ഞാൻ പറഞ്ഞു, "എന്റെ യജമാനന്മാരേ, ഞാൻ ഒരു രീതിയിലും പഴയ ആ കയറ് പിരിക്കുന്നവനായ പാവം ഹസനേക്കാൾ ഉന്നതനല്ല. നിങ്ങളുടെ നന്മയും എന്റെ ഉന്നമനത്തിനായുള്ള നിങ്ങളുടെ പ്രാർത്ഥനയും എനി ക്കൊരിക്കലും മറക്കാനാവില്ല. നിങ്ങളേക്കാൾ അർഹരായവർ ആരാണു ള്ളത് ആ ഉന്നതപീഠങ്ങൾ അലങ്കരിക്കുവാൻ! അപ്പോൾ അവർ അതിൽ ഉപവിഷ്ടരായി. ഞാനവർക്കു മുന്നിലും.

സാദി പറഞ്ഞു. "നിന്റെ ഈ നിലകണ്ട് എനിക്ക് ആനന്ദം അടക്കാ നാകുന്നില്ല. നീ ആശിച്ചതെല്ലാം അള്ളാ നിനക്ക് തന്നിരിക്കുന്നു. ഞാൻ നിനക്ക് നല്കിയ നാനൂറ് സ്വർണനാണ്യങ്ങൾകൊണ്ടാണ് ഈ നിലയി ലെത്താൻ നിനക്ക് കഴിഞ്ഞതെന്ന കാര്യത്തിൽ എനിക്ക് യാതൊരു സംശ യവുമില്ല. എന്നാൽ എന്നോട് സത്യം പറയൂ. എന്തിനാണ് രണ്ട് പ്രാവശ്യം നീ എന്നെ പറ്റിച്ചതും എന്നോട് നുണ പറഞ്ഞതും?"

സാദ് ഈ വാക്കുകൾ ധാർമ്മികരോഷത്തോടെയാണെങ്കിലും നിശ്ശ ബ്ദനായി കേട്ടിരുന്നു. ഞാനതിന് മറുപടി പറയാൻ തുടങ്ങുന്നതിനു മുമ്പ് അയാൾ ഇടയ്ക്കുകയറി "അല്ലയോ സാദീ, എത്ര പ്രാവശ്യമാണ് ഞാൻ നിങ്ങൾക്ക് ഉറപ്പുതന്നത്. ആ ദിനാറുകൾ നഷ്ടപ്പെട്ടെന്ന് ഹസൻ പറഞ്ഞത് പൂർണസത്യമാണ്, നുണയല്ല എന്ന്."

പിന്നെ അവർ പരസ്പരം തർക്കിക്കാൻ തുടങ്ങി. അദ്ഭുതസ്ത ബ്ധനായ ഞാൻ സമനില വീണ്ടുകിട്ടിയപ്പോൾ പറഞ്ഞു. "അല്ലയോ യജമാനന്മാരേ എന്തിനാണീ വാഗ്സമരം? ഞാൻ അപേക്ഷിക്കുകയാണ്. എനിക്കുവേണ്ടി വിവാദങ്ങൾ നിർത്തൂ. എനിക്ക് സംഭവിച്ചതെല്ലാം ഞാൻ നിങ്ങളെ അറിയിച്ചിട്ടുള്ളതാണ്. നിങ്ങൾ അത് വിശ്വസിക്കുന്നുണ്ടോ ഇല്ലയോ എന്നതിൽ വലിയ കാര്യമൊന്നുമില്ല. ഇപ്പോൾ എന്റെ കഥയിലെ സത്യം മനസ്സിലാക്കുക."

പിന്നെ, ഞാൻ ആ 'ഈയത്തുട്ട്' മീൻപിടുത്തക്കാരന് നല്കിയതും മീനിന്റെ വയറ്റിൽ വജ്രം കണ്ടെത്തിയതും എല്ലാം വിവരിച്ചുകൊടുത്തു. ചുരുക്കത്തിൽ ഞാൻ ഇപ്പോൾ അങ്ങേക്ക് വിവരിച്ചുതന്ന എല്ലാ കാര്യ ങ്ങളും! എന്റെ വീരസാഹസകഥ കേട്ട സാദി പറഞ്ഞു: "അല്ലയോ ഖാജാ ഹസൻ, ഒരു മീനിന്റെ വയറ്റിൽ ഇത്രയും വലിയൊരു വജ്രം കണ്ടെത്തി യത് വിചിത്രമായി എനിക്ക് തോന്നുന്നു. ഒരു കഴുകൻ നിന്റെ തലപ്പാവ് തട്ടിക്കൊണ്ടുപോയതുപോലെയോ, നിന്റെ ഭാര്യ കളിമണ്ണിനു പകരം ഒരു ഭരണി തവിട് കൈമാറിയതുപോലെയോ ആ കഥ സത്യമാണെന്ന് നീ പറയുന്നു. എന്നിട്ടും നിന്റെ വാക്കുകൾ എനിക്ക് വിശ്വസിക്കാനാകുന്നില്ല. എന്റെ അഭിപ്രായത്തിൽ ഞാൻ തന്ന നാനൂറ് സ്വർണനാണ്യങ്ങൾ ഉപ യോഗിച്ചുണ്ടാക്കിയതാണ് ഈ സ്വത്തെല്ലാം."

എന്നാൽ, അവർ ഇരുവരും പോകാനായി എഴുന്നേറ്റപ്പോൾ ഞാനും എഴുന്നേറ്റുകൊണ്ട് പറഞ്ഞു.

"എന്റെ യജമാനന്മാരേ, എന്റെ ദരിദ്രഗൃഹം സന്ദർശിച്ച് നിങ്ങൾ എന്നോട് ഔദാര്യം കാണിച്ചിട്ടുണ്ട്. ഞാൻ നിങ്ങളോട് കേണപേക്ഷി ക്കുകയാണ്, ഇന്നു രാത്രി നിങ്ങൾ ഇവിടന്ന് അത്താഴം കഴിച്ച് ഈ

സേവകന്റെ വീട്ടിൽ തങ്ങണം. നാളെ പുഴയിലൂടെ യാത്രചെയ്ത് എന്റെ നാട്ടിൻപുറത്തെ വീട് കാണിച്ചുതരുവാൻ ഞാൻ ആഗ്രഹിക്കുന്നു. ഈയിടെ വാങ്ങിച്ചതാണത്."

വിമുഖതയോടെയാണെങ്കിലും ഒടുവിലവർ സമ്മതിച്ചു. അത്താഴത്തിന് നിർദ്ദേശം നല്കിയശേഷം ഞാനവർക്ക് വീടിന്റെ ഉൾവശവും ഫർണീച്ചറുമെല്ലാം കാണിച്ചുകൊടുത്ത് അവരെ പ്രീതിപ്പെടുത്തുന്ന രീതിയിൽ സംസാരിച്ചുകൊണ്ടിരുന്നു. അപ്പോൾ ഒരു അടിമ വന്ന് അത്താഴം നിരത്തിയെന്ന് അറിയിച്ചു. ഞാനവരെ തീൻമുറിയിലേക്ക് കൊണ്ടുപോയി. വിഭവസമൃദ്ധമായ ഭക്ഷണം തളികയിൽ വിളമ്പിവെച്ചിരുന്നു. എല്ലാ ഭാഗത്തും കർപ്പൂരഗന്ധമുള്ള മെഴുകുതിരികൾ കത്തിച്ചുവെച്ചിരുന്നു. തീൻമേശയ്ക്ക് മുന്നിൽ ഗായകസംഘവും വാദ്യസംഗീതക്കാരും ആനന്ദകരമായ ഗാനങ്ങൾ ഉയർത്തുന്നു. മുറിയുടെ മുകൾഭാഗത്ത് സ്ത്രീകൾ ആകർഷണീയമായ വിധത്തിൽ നൃത്തം ചെയ്യുന്നു.

അത്താഴം കഴിച്ചശേഷം ഞങ്ങൾ ഉറങ്ങാൻ പോയി. നേരം പുലർന്ന ഉടനെ എഴുന്നേറ്റ് പ്രാർത്ഥിച്ച്, നല്ലൊരു ബോട്ടിൽ കയറി, തുഴഞ്ഞ് എന്റെ നാട്ടിൻപുറത്തെ വീട്ടിലെത്തി. പിന്നെ മെല്ലെ നടന്ന് വീട്ടിലേക്ക് പ്രവേശിച്ചു. ഞങ്ങളുടെ പുതിയ വീടുകൾ എല്ലാം ഞാൻ അവരെ കാണിച്ചു. അവർ അതെല്ലാം കണ്ട് വിസ്മയിച്ചുപോയി! ഞങ്ങൾ ഉദ്യാനത്തിലേക്ക് നടന്നു. നടപ്പാതയുടെ ഇരുവശത്തും വരിയായി നില്ക്കുന്ന പലതരം ഫലവൃക്ഷങ്ങളിൽ പഴുത്ത ഫലങ്ങൾ ഞാന്നുകിടക്കുന്നു. പുഴയിൽനിന്ന് ഇഷ്ടികകൊണ്ട് നിർമ്മിച്ച തോടുകളിലൂടെയാണ് നനയ്ക്കാനുള്ള വെള്ളം കൊണ്ടുവരുന്നത്. ചുറ്റും പൂച്ചെടികളുടെ കൂട്ടമാണ്. അവയിൽനിന്നുയരുന്ന സൗരഭ്യം അവിടമാകെ വ്യാപിച്ചിരിക്കുന്നു. പൊക്കത്തിൽ വെള്ളം ചീറ്റുന്ന ഫൗണ്ടനുകൾ അവിടവിടെയായി നിലകൊള്ളുന്നു. പച്ചിലച്ചില്ലകൾക്കിടയിലിരിക്കുന്ന കിളികളുടെ മധുരഗാനങ്ങൾ സദാസമയം കേട്ടുകൊണ്ടിരിക്കാം. ചുരുക്കത്തിൽ, അവിടെ തങ്ങിനില്ക്കുന്ന സൗരഭ്യവും സൗന്ദര്യവും ഏത് മനസ്സിനും ആഹ്ലാദവും ആനന്ദവും പ്രദാനം ചെയ്യുന്നതരത്തിലുള്ളതാണ്! ആനന്ദലഹരിയിൽ ഇരുസുഹൃത്തുക്കളും ചുറ്റിക്കറങ്ങി. ഇത്രയും അഴകാർന്നൊരു സ്ഥലത്തേക്കവരെ കൂട്ടിക്കൊണ്ടുവന്നതിൽ പലതവണ അവർ എന്നോട് നന്ദിപറഞ്ഞു.

"സർവ്വശക്തനായ അള്ളാ നിനക്ക് എല്ലാവിധ അഭിവൃദ്ധിയും നല്കട്ടെ!" ഒടുവിൽ ഞാനവരെ തോട്ടമതിലിന്നടുത്തുള്ള, ഒരു പൊക്കമുള്ള വൃക്ഷത്തിനടുത്തേക്ക് കൊണ്ടുചെന്നു. ഞാൻ വിശ്രമിക്കാനും ലഘുഭക്ഷണം കഴിക്കാനും ഉപയോഗിക്കുന്ന ഒരു കൊച്ചു വേനൽക്കാല ഹർമ്മ്യം അവർക്ക് കാണിച്ചുകൊടുത്തു. മുറിയിൽ കുഷനുകളും ദിവാനുകളും വൃത്തിയായി സജ്ജീകരിച്ചിരുന്നു. - അപ്പോഴേക്കും നേരം പുലർന്നതിനാൽ ഷാഹ്രസാദ് കഥപറച്ചിൽ നിർത്തി.

അറുനൂറ്റി ഇരുപത്തിമൂന്നാംരാവ്

ഷാഹ്രസാദ് പറഞ്ഞു - അല്ലയോ കീർത്തിമാനായ രാജാവേ, ഹസൻ അൽഹബ്ബാൽ തന്റെ കഥ തുടർന്നു. ഞങ്ങൾ ആ വേനൽക്കാല വസതിയിൽ സംസാരിച്ചുകൊണ്ടിരിക്കവെ, എന്റെ രണ്ട് പുത്രന്മാർ (അവരെ ഒരു മാറ്റത്തിനായി അവരുടെ ഗവർണറോടൊപ്പം നേരത്തെ വേനൽക്കാല

വസതിയിലേക്കയച്ചിരുന്നു.) തോട്ടത്തിൽ കിളിക്കൂടുകൾ തിരഞ്ഞ് അലയുകയായിരുന്നു. മരത്തിന്റെ ഏറ്റവും മുകളിലെ കൊമ്പിൽ അവർ വലിയൊരു കിളിക്കൂട് കണ്ടെത്തി. അവർ അത് കൊമ്പോടെ മുറിച്ച് കൊണ്ടുപോകാൻ ആഗ്രഹിച്ചു. എന്നാൽ, അവർക്കത്ര ശക്തിയോ പരിശീലനമോ ഇല്ലാത്തതിനാൽ അത്ര മുകളിൽച്ചെന്ന് ആ സാഹസം ചെയ്യേണ്ടെന്ന് വെച്ചു. അവർ തങ്ങളുടെ കാര്യങ്ങൾ ചെയ്തുകൊടുത്തിരുന്ന ഒരു അടിമപയ്യനെ വിളിച്ച് മരത്തിൽ കയറാനാവശ്യപ്പെട്ടു. അവൻ ഉത്തരവനുസരിച്ച് മുകളിലെത്തി. എന്നാൽ അദ്ഭുതസ്തബ്ധനായി നിന്നുപോയി! കാരണം, ആ പക്ഷി കൂടുണ്ടാക്കിയിരിക്കുന്നത് മുഖ്യമായും ഒരു പഴയ തലപ്പാവ് കൊണ്ടാണ്. അവൻ അതെടുത്ത് താഴെ ഇറങ്ങിവന്ന് കുട്ടികൾക്ക് കൊടുത്തു. മൂത്തമകൻ അത് തോണ്ടി എടുത്ത് കൊണ്ടുവന്ന് എന്റെ കാല്ക്കൽ വെച്ച് ഇളിച്ചുകൊണ്ട് പറഞ്ഞു,

“എന്റെ അച്ഛാ, ഇങ്ങോട്ടൊന്നു നോക്കൂ, ഈ പക്ഷിക്കൂട് തുണികൊണ്ടുണ്ടാക്കിയിട്ടുള്ളതാണ്!”

സാദും സാദിയും ആശ്ചര്യത്തോടെ അതിലേക്ക് നോക്കി. എന്നാൽ, ഞാനത് സൂക്ഷ്മപരിശോധന നടത്തിയപ്പോൾ കഴുകൻ തട്ടിക്കൊണ്ടുപോയ എന്റെ തലപ്പാവാണതെന്ന് തിരിച്ചറിഞ്ഞു. എന്റെ അദ്ഭുതം പതിന്മടങ്ങായി വർദ്ധിച്ചു. എന്റെ രണ്ട് സുഹൃത്തുക്കളോടായി ഞാൻ പറഞ്ഞു. “ഈ തലപ്പാവ് നന്നായി പരിശോധിക്കുക. നിങ്ങൾ ആദ്യമായി എന്നെ കരുണയോടെ സന്ദർശിക്കാനെത്തിയപ്പോൾ ഈ തലപ്പാവ് തന്നെയാണോ ഞാൻ ധരിച്ചിരുന്നതെന്ന് ഉറപ്പുവരുത്തുക.”

സാദ് പറഞ്ഞു, “എനിക്കറിയില്ല.”

സാദി അഭിപ്രായപ്പെട്ടു. “അതിൽ നൂറ്റിത്തൊണ്ണൂറ് സ്വർണനാണ്യങ്ങൾ കണ്ടെത്തിയാൽ അത് നിന്റെ തലപ്പാവ് തന്നെയാണെന്ന് ഉറപ്പിക്കാം. സത്യമായും.”

ഞാൻ പറഞ്ഞു, “ഇത് എന്റെ തലപ്പാവ് തന്നെയാണ് എന്റെ പ്രഭോ.”

ഞാനത് കൈയിലെടുത്തപ്പോൾ ഭാരമുള്ളതായി തോന്നി. അതിന്റെ ഒരു മൂലയ്ക്ക് ഒരു കെട്ട് ഉണ്ട്. ഞാനത് അഴിച്ചു. അതാ നോക്കൂ! സ്വർണനാണ്യങ്ങൾ നിറച്ച പണസഞ്ചി! അത് സാദിയെ കാണിച്ച് ഞാൻ വിളിച്ചു പറഞ്ഞു. “ഈ പണസഞ്ചി നിങ്ങൾക്ക് തിരിച്ചറിയാൻ കഴിയുന്നില്ലേ?”

അയാൾ മറുപടി നല്കി. “ഞാൻ നിന്നെ ആദ്യമായി കണ്ടപ്പോൾ ത്തന്ന പണസഞ്ചി തന്നെയാണത്.”

അപ്പോൾ ഞാനാ പണസഞ്ചിയുടെ വായതുറന്ന്, പരവതാനിയിൽ സ്വർണനാണ്യങ്ങൾ കുടഞ്ഞ് വീഴ്ത്തി. അയാളോടാ പണം എണ്ണിനോക്കാൻ ആവശ്യപ്പെട്ടു. അയാൾ ഓരോ നാണ്യവും എടുത്ത് എണ്ണി തിട്ടപ്പെടുത്തി - നൂറ്റിത്തൊണ്ണൂറ് ദിനാർ! അയാൾ ലജ്ജിച്ച് അമ്പരപ്പോടെ പറഞ്ഞു. “ഇപ്പോൾ ഞാൻ നിന്റെ വാക്കുകൾ വിശ്വസിക്കുന്നു. എന്നാലും, നീ സമ്പാദിച്ച സ്വത്തിന്റെ പാതി ഞാൻ രണ്ടാമത് തന്ന ഇരുനൂറ് സ്വർണനാണ്യം കൊണ്ടാണെന്നും മറ്റേപ്പാതി സ്വത്ത് സാദ് തന്ന 'ഈയത്തുട്ട് കൊണ്ടാണെന്നും നിനക്ക് സമ്മതിക്കേണ്ടിവരും!”

അതിന് ഞാനൊരു മറുപടിയും കൊടുത്തില്ല. എന്നാൽ എന്റെ രണ്ട് സുഹൃത്തുക്കളും ഇതിന്മേലുള്ള വാഗ്വാദം നിർത്തിയില്ല. പിന്നെ ഞങ്ങൾ ആഹാരം കഴിക്കാനിരുന്നു. മതിയാവോളം തീറ്റയും കുടിയും കഴിഞ്ഞ് ശീതളമായ വള്ളിക്കുടിയിൽ എന്റെ സുഹൃത്തുക്കൾ ഉറങ്ങാൻ പോയി.

പിറ്റേന്ന് നേരം നന്നായി പുലർന്നപ്പോൾ ഞങ്ങൾ കുതിരപ്പുറത്തേറി ബാഗ്ദാദിലേക്ക് യാത്രപുറപ്പെട്ടു. ഭൃത്യജനങ്ങളോട് പിന്നാലെ വരാനും ആജ്ഞ നല്കി. എന്തായാലും നഗരത്തിലെത്തിയപ്പോൾ എല്ലാ കടകളും അടച്ചിരിക്കുന്നതാണ് ഞങ്ങൾ കണ്ടത്. ഒരിടത്തുനിന്നും കുതിരകൾക്കുള്ള ധാന്യമോ കാലിത്തീറ്റയോ കിട്ടിയില്ല. ഉണക്കിയ കാലിത്തീറ്റയോ വൈക്കോലോ കിട്ടുമോ എന്നന്വേഷിക്കാനായി ഞങ്ങളോടൊപ്പമുണ്ടായിരുന്ന രണ്ട് അടിമപയ്യന്മാരെ വിട്ടു. അവരിലൊരാൾ ഒരു ധാന്യകച്ചവടക്കാരന്റെ കടയിൽ ഒരു തവിട് ഭരണി കണ്ടെത്തി. അതിന്റെ വില കൊടുത്ത് അവനത് ഭരണിയോടെ വാങ്ങി, പിറ്റേന്ന് ഭരണി തിരിച്ച് കൊടുക്കാമെന്ന വ്യവസ്ഥയിൽ. അവൻ ഭരണിയിൽ കൈയിട്ട് തവിട് എടുത്ത് ആ ഇരുട്ടത്തിരുന്ന് കുതിരകൾക്ക് കൊടുത്തുകൊണ്ടിരുന്നു. - അപ്പോഴേക്കും നേരം പുലർന്നതിനാൽ ഷാഹ്രസാദ് കഥപറച്ചിൽ നിർത്തി.

അറുനൂറ്റി ഇരുപത്തിനാലാംരാവ്

ഷാഹ്രസാദ് പറഞ്ഞു - അല്ലയോ കീർത്തിമാനായ രാജാവേ, ഹസൻ അൽഹബ്ബാൽ തന്റെ കഥ തുടർന്നു. അങ്ങനെ അടിമപയ്യൻ തവിടുഭരണിയിൽ കൈയിട്ട് തവിട് കൈനിറയെ എടുത്ത് കുതിരകൾക്കു മുന്നിൽ വെച്ചുകൊണ്ടിരുന്നു. പെട്ടെന്നവന്റെ കൈ ഒരു തുണിക്കഷണത്തിൽ കുടുങ്ങി. അതിന് അല്പം ഭാരമുള്ളതായി അവനനുഭവപ്പെട്ടു. ഉടനെ അവനത് എന്റെ അടുക്കൽ കൊണ്ടുവന്ന് പറഞ്ഞു,

"നോക്കൂ, ഇതല്ലേ അങ്ങ് പലപ്പോഴും ഞങ്ങളോട് പറയാറുള്ള ആ തുണിക്കെട്ട്?"

ഞാനത് എടുത്തുനോക്കി വിസ്മയസ്തബ്ധനായി! അതേ പൊതിയാണ് നൂറ്റിത്തൊണ്ണൂറ് ദിനാറുമായി തവിട്ഭരണിയിൽ വെച്ചത്.

അപ്പോൾ ഞാൻ എന്റെ സുഹൃത്തുക്കളോട് പറഞ്ഞു. "അല്ലയോ യജമാനന്മാരേ, അത് അള്ളായെ സന്തോഷിപ്പിച്ചിരിക്കുന്നു. ഞാൻ പറഞ്ഞത് സത്യമാണെന്ന്, അല്ലെങ്കിൽ നമ്മൾ വേർപെട്ടശേഷം നിങ്ങൾ വിശ്വസിക്കില്ലായിരുന്നു. എല്ലാറ്റിനും ഇപ്പോൾ നിങ്ങൾ സാക്ഷ്യം വഹിച്ചല്ലോ." ഞാൻ സാദിയോടായി തുടർന്നു: "ഇതാ മറ്റേ പണവും. നിങ്ങൾ എനിക്കുതന്നെ ഇരുനൂറ് ദിനാറിൽ പത്തുദിനാർ എടുത്തശേഷം ബാക്കി നൂറ്റിതൊണ്ണൂറ് ദിനാർ ഇതേ തുണിയിലാണ് കെട്ടിവെച്ചതെന്ന് ഞാൻ തിരിച്ചറിയുന്നു. അത് എന്റെ ഭാര്യയുടെ അടുത്തേക്ക് കൊണ്ടുപോയാൽ, ഈ തവിട്ഭരണിതന്നെയാണോ കളിമൺകച്ചവടക്കാരന് പകരം നല്കിയതെന്ന് സാക്ഷ്യപ്പെടുത്താനാകും." ഞങ്ങൾ ആ ഭരണി അവളുടെ അടുത്തേക്കയച്ചു. ഉടനെത്തന്നെ അവളിൽനിന്ന് മറുപടി ലഭിച്ചു.

"സത്യമായും എനിക്ക് നന്നായി അറിയാം. ഇതേ ഭരണിയിൽത്തന്നെയാണ് ഞാൻ തവിട് നിറച്ചുവെച്ചത്."

അങ്ങനെ തന്റെ തെറ്റ് സാദി ഏറ്റെടുത്തുകൊണ്ട് സാദ്നോട് പറഞ്ഞു, "നീ പറഞ്ഞത് സത്യമാണെന്ന് ഞാൻ മനസ്സിലാക്കുന്നു. പണം വരുന്നത് പണംകൊണ്ടല്ല. സർവ്വശക്തനായ അള്ളായുടെ കൃപകൊണ്ടാണ്, 'അവൻ' ദരിദ്രനെ ധനികനാക്കുന്നു!"

തന്റെ 'അവിശ്വാസ'ത്തിന്റേയും 'സംശയ'ത്തിന്റേയും പേരിൽ അയാൾ മാപ്പ് യാചിച്ചു. ഞങ്ങൾ അത് സ്വീകരിച്ചു. നേരത്തെതന്നെ

ഞങ്ങൾ ഉറങ്ങാൻ കിടന്നു. പിറ്റേന്ന് പുലർച്ചെ ഇരുസുഹൃത്തുക്കളും എന്നോട് യാത്രപറഞ്ഞ് സ്വന്തം ഗൃഹങ്ങളിലേക്ക് പോകാൻ തയ്യാറായി. ഞാൻ യാതൊരു തെറ്റും ചെയ്തിട്ടില്ലെന്നും അവർ എനിക്ക് സമ്മാനിച്ച പണം ഞാൻ നശിപ്പിച്ചിട്ടില്ലെന്നും അവർ മനസ്സിൽതട്ടിത്തന്നെ എന്നോട് പറഞ്ഞു. - കാലിഫാ ഹരൂൻ അൽ റഷീദ് ഖ്വാജാഹസന്റെ കഥ കേട്ടു കഴിഞ്ഞപ്പോൾ ഇപ്രകാരം അഭിപ്രായപ്പെട്ടു. "ജനങ്ങൾ നിന്നെക്കുറിച്ച് വളരെ നല്ല വിവരങ്ങളാണ് എനിക്ക് നല്കിയത്. ഓരോരുത്തനും നീ നല്ലവനും സത്യസന്ധനുമാണെന്ന് സാക്ഷ്യപ്പെടുത്തുന്നു. അതിനും പുറമെ നിന്നെ ഇത്രയും സമ്പന്നനാക്കിയ ആ അമൂല്യരത്നം എന്റെ ഖജനാവിലുണ്ട്. ഞാൻ ഉടനെത്തന്നെ സാദിയെ ഇങ്ങോട്ട് വിളിച്ചുവരു ത്താൻ ആഗ്രഹിക്കുന്നു. അവൻ അത് സ്വന്തം കണ്ണുകൾകൊണ്ട് കാണട്ടെ. പണം കൊണ്ടുമാത്രം മനുഷ്യൻ ധനികനോ ദരിദ്രനോ ആകി ല്ലെന്ന് ഉറപ്പിക്കട്ടെ!"

വിശ്വാസികളുടെ നേതാവ് ഖ്വാജാഹസൻ അൽ ഹബ്ബാലിനോട് പറഞ്ഞു. "ഇപ്പോൾത്തന്നെ നീ ട്രഷററുടെ അടുത്തുചെന്ന് നിന്റെ കഥ പറഞ്ഞുകൊടുക്കുക. അവൻ ഒരു കുറിപ്പ് തയ്യാറാക്കി ഈ രത്ന ത്തോടൊപ്പം എക്കാലത്തേയും ഓർമ്മയ്ക്കായിവെക്കട്ടെ." പിന്നെ തല കുനിച്ച് അദ്ദേഹം ഖ്വാജാഹസനെ യാത്രയാക്കി. സീതിനൂമാനും ബാബാ അബ്ദുള്ളായും രാജസിംഹാസനത്തിന്റെ കാലിൽ ചുംബിച്ച് വിട പറഞ്ഞു.

ഈ കഥ പറഞ്ഞവസാനിപ്പിച്ചശേഷം 'ആലിബാബയും നാല്പത് കള്ളന്മാരു'ടേയും കഥ പറയുവാൻ ഷാഹ്രസാദ് പോകുകയായിരുന്നു. അപ്പോൾ 'ഷഹ്രിയാർ' രാജാവ് അവളെ തടഞ്ഞുകൊണ്ട് പറഞ്ഞു. "അല്ലയോ ഷാഹ്രസാദ്, ഞാൻ നിന്റെ കഥ കേട്ട് അതീവസന്തുഷ്ട നായി. എന്നാൽ ഇപ്പോൾ നേരം പുലരാറായി. ഇന്നും നിന്റെ ജീവൻ ഞാൻ വിട്ടുതന്നിരിക്കുന്നു. നാളെ രാത്രി നിന്റെ പുതിയ കഥ അനാ യാസം ഇരുന്നു കേൾക്കാമെന്ന ആശയിൽ." - അങ്ങനെ നേരം പുലർന്ന തിനാൽ ഷാഹ്രസാദ് കഥപറച്ചിൽ നിർത്തി.

അറുനൂറ്റി ഇരുപത്തിയഞ്ചാംരാവ്

നേരം പുലർന്നപ്പോൾ 'ദുനിയാസാദ്' രാജ്ഞി ഷാഹ്രസാദിനെ മയക്ക ത്തിൽനിന്നും വിളിച്ചുണർത്തി പറഞ്ഞു.

"എഴുന്നേൽക്കൂ, എന്റെ സഹോദരി, കഷ്ടം! വരാൻ പോകുന്ന ശിക്ഷാവിധിയിൽ സംഭ്രമിച്ചു നില്ക്കുന്നത് വേദനിക്കുന്ന ഒരു കാര്യം തന്നെയാണ്."

ഷാഹ്രസാദ് മറുപടി നല്കി. "എന്റെ പ്രിയ സോദരീ, അങ്ങനെ മനസ്സ് തളർത്തേണ്ട, ദീർഘായുസ്സുണ്ടെങ്കിൽ മൂർച്ചയുള്ള വാളിനത് മാറ്റാ നാവില്ല. സർവ്വശക്തനായ അള്ളായിൽ വിശ്വാസമർപ്പിക്കുക. ഇത്തരം ഉത്ക്കണ്ഠകൾ മനസ്സിൽനിന്നും വലിച്ചെറിയുക. എന്റെ കഥകൾ ദീർഘാ യുസ്സിന്റെ ചിഹ്നങ്ങൾ ആണ്." അതിനുശേഷം രാജ്ഞി ഷാഹ്രസാദ് ഇപ്രകാരം കഥപറയാൻ തുടങ്ങി.

ആലിബാബായും നാല്പത് കള്ളന്മാരും

പണ്ടുപണ്ട്, അനേകവർഷങ്ങൾക്കുമുമ്പ് പേർഷ്യായിലെ ഒരു പട്ടണത്തിൽ 'കാസിം' എന്നും 'ആലിബാബാ' എന്നും പേരുള്ള രണ്ട് സഹോദരന്മാർ ഉണ്ടായിരുന്നു. അവരുടെ അച്ഛന്റെ മരണസമയത്തുണ്ടായിരുന്ന അല്പം സ്വത്ത് അവർ തുല്യമായി ഭാഗിച്ചെടുത്തു. എന്നാൽ, അതിവേഗം അവർ അതെല്ലാം കളഞ്ഞുകുളിച്ചു. മൂത്തവൻ ധനികനായൊരു വ്യാപാരിയുടെ പുത്രിയേയാണ് വിവാഹം കഴിച്ചത്. അതുകൊണ്ട് ഭാര്യാപിതാവ് മൃതിയടഞ്ഞപ്പോൾ അവൻ അമൂല്യവസ്തുക്കളും അനേകം വിലപിടിച്ച ചരക്കുകളും നിറഞ്ഞ കടകളുടെ ഉടമയായി. അതിനുംപുറമെ ഭൂമിക്കടിയിൽ ധാരാളം സ്വർണവും കുഴിച്ചിട്ടിരുന്നു. അങ്ങനെ നഗരത്തിലയാൾ പ്രധാന വ്യക്തിയായി കരുതപ്പെട്ടു. എന്നാൽ, ആലിബാബ വിവാഹം കഴിച്ചത് ദരിദ്രയായ ഒരു സ്ത്രീയെ ആയിരുന്നു. അതുകൊണ്ട് അവർ ജീവിച്ചിരുന്നത് ഒരു ചെറ്റക്കുടിലിൽ ആയിരുന്നു. ആലിബാബാ ദിവസവും കാട്ടിൽപോയി വിറക് വെട്ടി തന്റെ മൂന്ന് കഴുതപ്പുറത്ത് കയറ്റി പട്ടണത്തിലെ അങ്ങാടിയിൽ കൊണ്ടുപോയി വിറ്റുകിട്ടുന്ന പണംകൊണ്ടാണ് അരിഷ്ടിച്ച് ജീവിച്ചിരുന്നത്.

ഒരു ദിവസം ആലിബാബാ ആവശ്യത്തിനുള്ള ഉണക്കവിറക് സംഭരിച്ച് കഴുതകളുടെ പുറത്ത് കയറ്റവെ, പെട്ടെന്ന് ചുഴലിക്കാറ്റുപോലെ പൊടിപടലം ഉയർന്നുവന്ന് തന്നെ സമീപിക്കുന്നതവൻ കണ്ടു. അവൻ സൂക്ഷിച്ചുനോക്കിയപ്പോൾ ഒരുസംഘം ആളുകൾ കുതിരപ്പുറത്ത് പറന്നുവരികയാണെന്നവന് മനസ്സിലായി. അവർ അവന്റെ അടുത്തെത്താറായി. അവൻ വല്ലാതെ പരിഭ്രമിച്ചുപോയി. അതൊരു കൊള്ളസംഘമാണോ എന്നായിരുന്നു അവന്റെ ഭയം. എങ്കിൽ അവർ തന്നെ കൊന്ന് കഴുതകളെ കൈക്കലാക്കുമെന്നതുറപ്പാണ്. ഈ ഭയത്താൽ അവൻ ഓടി. എന്നാൽ അവർ അടുത്തെത്തിയതിനാൽ അവന് അവിടെനിന്ന് രക്ഷപ്പെടാനായില്ല. അവൻ വിറക് കയറ്റിയ കഴുതകളെ കുറ്റിക്കാടുകൾക്കുള്ളിൽ ഒളിപ്പിച്ചുനിർത്തി. സ്വയം വലിയ ഒരു മരത്തിന് മുകളിൽ കയറി ഒരു കൊമ്പിനു പിന്നിൽ ഒളിച്ചിരുന്നു. അവിടെ ഇരുന്നാൽ താഴെ നടക്കുന്നതെല്ലാം അവന് കാണാൻ കഴിയും. എന്നാൽ, താഴെയുള്ളവർക്കവനെ കാണാൻ പറ്റുകയുമില്ല. ഒരു പാറയ്ക്കടുത്ത് നില്ക്കുന്ന പൊക്കത്തിലുള്ളൊരു വൃക്ഷമാണത്. കരുണയുള്ളവരും ഊർജ്ജസ്വലരുമായ യുവാക്കളാണാ അശ്വാരൂഢർ. അവർ ആ പാറയ്ക്കടുത്തെത്തി കുതിരപ്പുറത്തുനിന്ന് താഴേക്കിറങ്ങി. അപ്പോൾ ആലിബാബായ്ക്ക് അവരെ ഭംഗിയായി കാണാൻ കഴിഞ്ഞു. അവർ കൊള്ളക്കാരാണെന്ന് വേഷവിധാനത്തിൽ നിന്നും രൂപത്തിൽനിന്നും അവൻ മനസ്സിലാക്കി. ഒരു സാർത്ഥവാഹകസംഘത്തെ തകർത്ത് അവരുടെ സ്വത്തെല്ലാം തട്ടിയെടുത്ത് കൊണ്ടുവന്ന് കൊള്ളമുതൽ ഒളിപ്പിച്ചുവെക്കാനുള്ള തങ്ങളുടെ സുരക്ഷിതസങ്കേതത്തിലെത്തിയിരിക്കുകയാണ്. അവർ നാല്പത് പേരുണ്ടെന്ന് അവൻ എണ്ണി തിട്ടപ്പെടുത്തി. – അപ്പോഴേക്കും നേരം പുലർന്നതിനാൽ ഷാഹ്റസാദ് കഥപറച്ചിൽ നിർത്തി.

അറുനൂറ്റി ഇരുപത്തിയാറാംരാവ്

ഷാഹ്റസാദ് പറഞ്ഞു - അല്ലയോ കീർത്തിമാനായ രാജാവേ, ആ കൊള്ളക്കാർ മരച്ചുവട്ടിൽ വന്ന ഉടനെ ആലിബാബാ അവരെ കണ്ടു. ഓരോരുത്തനും അവനവന്റെ കുതിരയെ മേയാനായി വിട്ടു. പിന്നെ, സ്വന്തം ചാക്കുകൾ എടുത്ത് കൊണ്ടുവന്നു. അവ നിറയെ സ്വർണവും വെള്ളിയുമാണ്. അവരുടെ നേതാവാണെന്ന് തോന്നിപ്പിക്കുന്ന ഒരുവൻ മുന്നോട്ടുവന്നു. അവന്റെ തോളിൽ കൊള്ളമുതൽ നിറച്ച ചാക്ക് ഉണ്ടായിരുന്നു. അവൻ മുൾച്ചെടികൾ നിറഞ്ഞ കുറ്റിക്കാട്ടിലൂടെ നടന്നുചെന്ന് ഒരു പ്രത്യേക സ്ഥലത്തെത്തി ഈ വിചിത്രമായ വാക്കുകൾ ഉച്ചരിച്ചു, "തുറക്കൂ, ഓ, സിം സിം!" ഉടനെ പാറമുഖത്ത് വലിയൊരു വാതിൽ തുറക്കപ്പെട്ടു. കൊള്ളക്കാർ എല്ലാവരും അതിനകത്തേക്ക് കടന്നു. അവസാനം അവരുടെ നേതാവും. അതോടെ വാതിൽ സ്വയം അടക്കപ്പെട്ടു! വളരെ നേരത്തോളം അവർ ആ ഗുഹയ്ക്കുള്ളിൽ കഴിഞ്ഞു. ആലിബാബാ മരത്തിനു മുകളിൽത്തന്നെ ഒളിച്ചിരിക്കാൻ നിർബന്ധിതനായി. താൻ താഴെ ഇറങ്ങിയ സമയത്ത് സന്ദർഭവശാൽ അവർ പുറത്തുവന്ന് അവനെ കണ്ടാൽ മരണം ഉറപ്പുതന്നെ എന്നവൻ ചിന്തിച്ചു. ഒടുവിൽ താഴെ ഇറങ്ങിവന്ന് അവരുടെ ഒരു കുതിരപ്പുറത്തേറി തന്റെ കഴുതകളേയും തെളിച്ച് പട്ടണത്തിലേക്ക് പോകാമെന്ന് തീരുമാനമെടുത്തു. പെട്ടെന്നതാ ആ വാതിൽ തുറക്കുന്നു! കൊള്ളത്തലവനായിരുന്നു ആദ്യം പുറത്തിറങ്ങിയത്. പിന്നെ കവാടത്തിൽ നിലയുറപ്പിച്ച് തന്റെ പുറത്തേക്ക് വരുന്ന ആളുകളെ എണ്ണി തിട്ടപ്പെടുത്തി ധൃതിയിൽ തന്റെ ജോലി തീർത്തശേഷം ആ മാന്ത്രികവാക്കുകൾ ഉരുവിട്ടു. "അടയ്ക്കൂ, ഓ സിം സിം!" ഉടനെ കവാടം സ്വയം അടഞ്ഞു. എല്ലാവരുടേയും കണക്കെടുത്ത ശേഷം, സഞ്ചികൾ കുതിരകളിൽ തൂക്കിയിട്ടശേഷം കുതിരപ്പുറത്തേറി ഓടിച്ചുപോയി. നേതാവിനു പിന്നാലെ വന്നവഴിക്കുതന്നെയായിരുന്നു അവരുടെ പോക്ക്.

ആലിബാബാ മരത്തിനു മുകളിൽത്തന്നെ ഒളിച്ചിരുന്ന് അവരുടെ പോക്ക് ശ്രദ്ധിച്ച് നോക്കി. അവർ കൺമുമ്പിൽനിന്ന് മറഞ്ഞെന്ന് ഉറപ്പാകുന്നതുവരെ അവൻ ആ ഇരുപ്പ് തുടർന്നു. സന്ദർഭവശാൽ അവരിൽ ആരെങ്കിലും തിരിച്ചുവന്ന് തന്നെ കണ്ടുപിടിച്ചെങ്കിലോ! പിന്നെ അവൻ ചിന്തിച്ചു.

"ഞാനും ആ മാന്ത്രികവാക്കുകളുടെ മേന്മ ഒന്ന് പരീക്ഷിച്ചുനോക്കട്ടെ. വാതിൽ തുറക്കുകയും അടയ്ക്കുകയും ചെയ്യുമോ എന്നൊന്ന് നോക്കാം!"

അവൻ താഴെ ഇറങ്ങി ഉറക്കെ വിളിച്ചുപറഞ്ഞു. "തുറക്കൂ, ഓ, സിം സിം!" അവൻ ആ വാക്കുകൾ ഉച്ചരിച്ച ഉടനെ ആ കവാടം തുറന്നു. അവൻ ഉള്ളിലേക്ക് കടന്നു. അതൊരു വലിയ ഗുഹയായിരുന്നു. വില്ലുപോലെ വളഞ്ഞ കമാനംപോലുള്ളത്. നല്ല പൊക്കമുള്ള ഒരാളുടെ ഉയരമുണ്ടതിന്. പാറ തുളച്ച് ഉണ്ടാക്കിയിട്ടുള്ളതാണത്. പാറയുടെ മുകൾഭാഗത്തെ തുളകളിലൂടെ അതിലേക്ക് വെളിച്ചവും വായുവും കടന്നുവരുന്നു. അവിടം ഒന്നുമില്ലാത്ത ഇരുളടഞ്ഞ അറകളായിരിക്കുമെന്നാണവൻ പ്രതീക്ഷിച്ചിരുന്നത്. എന്നാൽ അതിനകം മുഴുവൻ എല്ലാവിധ സാധനങ്ങളും ചരക്കുകളും കെട്ടി ഭാണ്ഡമായി വെച്ചിരിക്കുന്നതുകണ്ട്

അവൻ അദ്ഭുതപ്പെട്ടുപോയി! തറ മുതൽ മേൽക്കൂരവരെ അവ അട്ടിയിട്ടുവെച്ചിരിക്കയാണ്. കെട്ടുകണക്കിന് സിൽക്ക് തുണികളും ചിത്രപട്ടാമ്പരങ്ങളും ചിത്രത്തയ്യൽ വേല ചെയ്ത തുണികളും ടൺകണക്കിന് മനോഹരമായ പരവതാനികളും! അതിനുംപുറമെ അളക്കാനാവാത്തത്ര സ്വർണവും വെള്ളിനാണ്യങ്ങളും. കുറെ നിലത്ത് കുന്നുകൂട്ടിയിട്ടുണ്ട്. പിന്നെ, ചാക്കുകളിലും നിറച്ചുവെച്ചിരിക്കുന്നു. ഇത്രയധികം പണവും ചരക്കുകളും കുന്നുകൂടി കിടക്കുന്നതുകണ്ട് ആലിബാബ മനസ്സിൽ ഉറപ്പിച്ചു. ഏതാനും മാസങ്ങളായി സംഭരിക്കപ്പെട്ടവയല്ല ഇതെല്ലാം. ഏതാനും തലമുറകളായി കള്ളന്മാർ സംഭരിച്ചുവെച്ച കൊള്ളമുതലാണ് ഇതെല്ലാം!

അവൻ ഉള്ളിൽ നിൽക്കവെ ഗുഹാകവാടം സ്വയം അടഞ്ഞു. എന്നാലും ആ മാന്ത്രികവാക്കുകൾ അവന് ഹൃദിസ്ഥമായതിനാൽ പേടിയൊന്നും തോന്നിയില്ല. വിലപിടിച്ച സാധനങ്ങളൊന്നും അവൻ ശ്രദ്ധിക്കാൻ പോയില്ല. സ്വർണനാണയചാക്കുകളിലായിരുന്നു അവന്റെ നോട്ടം. തന്റെ കഴുതകൾക്ക് ചുമക്കാവുന്നത്ര സ്വർണം അവൻ ചുമന്നുകൊണ്ടുപോയി കഴുതകളുടെ പുറത്ത് കയറ്റി. അതിനുമീതെ ഉണക്കവിറകുകൊള്ളികൾ കെട്ടിവെച്ചു. ഒറ്റ മനുഷ്യനും ഉള്ളിലെ ചാക്കുകൾ കാണില്ല. തന്റെ പതിവ് അനുസരിച്ച് വിറക് കൊണ്ടുവരികയാണെന്നേ ആരും കരുതൂ. ഒടുവിൽ അവൻ വിളിച്ചുപറഞ്ഞു. “അടയ്ക്കൂ, ഓ സിം സിം!” ഉടനെ ഗുഹാവാതിൽ സ്വയം അടഞ്ഞു. അങ്ങനെ ഭാരം കയറ്റിയ കഴുതകളേയുംകൊണ്ട് ആലിബാബ അവയുടെ മുന്നിലായി വേഗം നഗരത്തിലേക്ക് നടന്നു. വീട്ടിലെത്തിയശേഷം അവയെ മുറ്റത്തേക്ക് ഓടിച്ചുവിട്ടു. പിന്നെ ഗേറ്റ് ഭദ്രമായി അടച്ച് ആദ്യം വിറകെടുത്ത് താഴെ ഇട്ട്, ഉള്ളിലുള്ള സ്വർണചാക്കുകൾ ചുമന്ന് അവൻ ഭാര്യയുടെ അടുത്തെത്തി. ചാക്ക് നിറയെ നാണ്യങ്ങൾകണ്ട് ആലിബാബ കൊള്ളയടിച്ചതാണെന്ന് സംശയിച്ച് അവൾ അവനെ കുറ്റപ്പെടുത്തി ശകാരിക്കാൻ തുടങ്ങി. - അപ്പോഴേക്കും നേരം പുലരാറായെന്നുകണ്ട് ഷാഹ്രസാദ് തന്റെ കഥ പറച്ചിൽ നിർത്തി.

അറുനൂറ്റി ഇരുപത്തിയേഴാംരാവ്

ഷാഹ്രസാദ് പറഞ്ഞു - അല്ലയോ കീർത്തിമാനായ രാജാവേ, ആലിബാബ ഭാര്യയോട് പറഞ്ഞു “തീർച്ചയായും ഞാനൊരു കൊള്ളക്കാരനല്ല. എന്നെ ശകാരിക്കയല്ല, നമ്മുടെ സൗഭാഗ്യത്തിൽ നീ എന്നോടൊപ്പം ആഹ്ലാദിക്കുകയാണ് വേണ്ടത്.”

അതിനുശേഷം അവൻ തന്റെ വീരസാഹസകഥ അവൾക്ക് വിവരിച്ചുകൊടുത്ത് ചാക്കുകളിലെ സ്വർണനാണ്യങ്ങൾ അവളുടെ മുന്നിൽ ചൊരിഞ്ഞ് കുന്നുകൂട്ടാൻ തുടങ്ങി. അവളുടെ കണ്ണുകൾ അതിന്റെ ശോഭയിൽ മഞ്ഞളിച്ചുപോയി. ഭർത്താവിന്റെ വീരസാഹസത്തിൽ അവൾ പുളകംകൊണ്ടു. പിന്നെ അവൾ സ്വർണനാണ്യങ്ങൾ എണ്ണാൻ തുടങ്ങി. അതുകണ്ട് ആലിബാബ പറഞ്ഞു. “ഓ, മണ്ടി, എത്രനേരം നീ ഈ നാണ്യങ്ങൾ എണ്ണിക്കൊണ്ടിരിക്കും? ഞാനൊരു കുഴി കുഴിച്ച് ഈ ധനമെല്ലാം അതിനുള്ളിൽ ഒളിപ്പിച്ചുവെക്കാം. ആരും ഈ രഹസ്യം അറിയില്ല.”

അവൾ മറുപടി നല്കി. "നിങ്ങൾ പറഞ്ഞത് ശരിതന്നെ. എന്നാലും ഞാനാനാണ്യങ്ങൾ ഒന്ന് അളന്നു നോക്കട്ടെ. എത്ര തുകയുണ്ടാകുമെന്നൊരു ഊഹം കിട്ടുമല്ലോ."

"ശരി. നിന്റെ ഇഷ്ടംപോലെ. എന്നാൽ ഇക്കാര്യം ഒറ്റ ആളോടും മിണ്ടിപ്പോകരുത്."

ഉടനെ കാസിമിന്റെ വീട്ടിലേക്ക് തുലാസ് കടംചോദിക്കാനായി അവൾ ധൃതിയിൽ പാഞ്ഞു. ആ സ്വർണനാണ്യങ്ങൾ തൂക്കം നോക്കി, അതിന്റെ വിലയുടെ ഒരു ഏകദേശരൂപം കണ്ടെത്തുകയായിരുന്നു അവളുടെ ലക്ഷ്യം.

കാസിമിനെ അവിടെ കാണാൻ പറ്റാതെ വന്നപ്പോൾ, അവൾ അവന്റെ ഭാര്യയോട് പറഞ്ഞു. "നിങ്ങളുടെ ആ തുലാസ് ഒരു നിമിഷ നേരത്തേക്ക് കടം തരുവാൻ ഞാൻ അപേക്ഷിക്കുകയാണ്."

"വലുതാണോ ചെറുതാണോ നിങ്ങൾക്കു വേണ്ടത്?"

"വലുത് വേണ്ട, ചെറുത് മതി."

"ഒരു നിമിഷം, നിനക്ക് വേണ്ട തുലാസ് ഞാൻ നോക്കിയെടുക്കട്ടെ."

ഈ നാട്യത്തിൽ കാസിമിന്റെ ഭാര്യ അകത്തുചെന്ന്, തുലാസിന്റെ തട്ടിന്നടിയിൽകുറച്ച് മെഴുകും കൊഴുപ്പും പുരട്ടി. ആലിബാബായുടെ ഭാര്യ എന്ത് സാധനമാണ് തൂക്കിനോക്കാൻ പോകുന്നതെന്ന് അറിയാനുള്ള സ്ത്രീസഹജമായ ജിജ്ഞാസയായിരുന്നു അത്. തൂക്കിനോക്കുന്നത് എന്തായാലും മെഴുകിലും കൊഴുപ്പിലും പറ്റിപ്പിടിക്കുമെന്നതവൾക്കുറപ്പാണ്. ആലിബാബയുടെ ഭാര്യ യാതൊരു സംശയവുമില്ലാതെ ആ തുലാസ് വീട്ടിലേക്ക് കൊണ്ടുപോയി. സ്വർണനാണ്യങ്ങൾ തൂക്കിനോക്കാൻ തുടങ്ങി. ആ സമയത്ത് ആലിബാബ കുഴികുഴിച്ചുകൊണ്ടിരുന്നു. പണം തൂക്കിനോക്കിയശേഷം അവർ അതെല്ലാം കെട്ടി ആ കുഴിയിലിറക്കിവെച്ച് ശ്രദ്ധയോടെ മണ്ണിട്ടുമൂടി. നല്ലവളായ ഭാര്യ തുലാസ് തന്റെ ബന്ധുവിന് തിരിച്ചുകൊടുത്തപ്പോൾ അതിന്റെ തട്ടിന്നടിയിൽ ഒരു സ്വർണനാണ്യം ഒട്ടിപ്പിടിച്ചിരുന്നത് ആർക്കും അറിയില്ലായിരുന്നു. കാസിമിന്റെ ഭാര്യക്ക് സ്വർണനാണ്യം കണ്ടപ്പോൾ അസൂയയും കോപവും അടക്കാനായില്ല. അവൾ ആത്മഗതമായി പറഞ്ഞു. "അത് ശരി! അവർ എന്റെ തുലാസ് കടം വാങ്ങിച്ചത് സ്വർണനാണ്യങ്ങൾ തൂക്കിനോക്കാനായിരുന്നോ?"

അവൾ ആശ്ചര്യപ്പെട്ടു. ആലിബാബയെപ്പോലെ ഇത്രയും ദരിദ്രനായ ഒരുവൻ എന്നാണ് ഇത്രയും അളവറ്റ പണം സമ്പാദിച്ചത്, സ്വർണനാണ്യങ്ങൾ തുലാസിൽ തൂക്കിനോക്കാൻ മാത്രം. അങ്ങനെ ദീർഘനേരം ഇക്കാര്യം ചിന്തിച്ചശേഷം വൈകുന്നേരം ഭർത്താവ് വീട്ടിലെത്തിയപ്പോൾ അവൾ പറഞ്ഞു. "ഹേ മനുഷ്യാ, നിങ്ങൾ സ്വയം വിചാരിക്കുന്നത് വലിയ പണക്കാരനാണെന്നാണ്. എന്നാൽ നോക്കൂ നിങ്ങളുടെ സഹോദരൻ ആലിബാബ നിങ്ങളേക്കാൾ എത്രവലിയ സമ്പന്നനാണ്. അവന്റെ പക്കൽ സ്വർണനാണ്യങ്ങൾ കുന്നുകൂട്ടി ഇട്ടിരിക്കയാണ്. അവൻ പണം തുലാസിൽ നോക്കുകയാണ് ചെയ്യുന്നത്. നിങ്ങളോ നാണ്യങ്ങൾ കൈയിലെടുത്ത് എണ്ണുകയും!"

"നീ എങ്ങനെയാണ് ഇതറിഞ്ഞത്?" കാസിം ചോദിച്ചു. അതിനു മറുപടിയായി അയാളുടെ ഭാര്യ നടന്ന സംഭവങ്ങളെല്ലാം വിവരിച്ചുകൊടുത്തു. അവൾ തുലാസ്, മെഴുക്കും കൊഴുപ്പും പുരട്ടിക്കൊടുത്തതും തുലാസിന്റെ

തട്ടിന്നടിയിൽ സ്വർണനാണ്യം പറ്റിപ്പിടിച്ചിരുന്നതുമെല്ലാം. പുരാതന കാലത്തെ ഏതോ രാജാവിന്റെ ലിഖിതമുള്ള സ്വർണനാണ്യം അവൾ ഭർത്താവിന് കാണിച്ചുകൊടുത്തു. അസൂയയും കുശുമ്പുംമൂലം കാസിമിന് അന്നുരാത്രി ഉറക്കം വന്നില്ല. പിറ്റേന്ന് പുലർച്ചയ്ക്കെഴുന്നേറ്റ് ആലിബാബയുടെ അടുത്ത് ചെന്നവൻ പറഞ്ഞു. "എന്റെ സഹോദരാ, കാഴ്ചയ്ക്ക് നീ ദരിദ്രനാണ്. എന്നാൽ സത്യത്തിൽ നീ വലിയ സമ്പന്നനും. നിന്റെ സ്വർണനാണ്യങ്ങൾ തുലാസിൽ തൂക്കിനോക്കാൻ മാത്രം ധനികൻ!"

ആലിബാബ മറുപടി നല്കി. "നീ എന്താണീ പറയുന്നത്? എനിക്കൊന്നും മനസ്സിലാകുന്നില്ല. നിന്റെ ഉദ്ദേശ്യം വ്യക്തമാക്കുക."

കാസിം കോപത്തോടെ തിരിച്ചടിച്ചു, "ഞാൻ പറയുന്നതൊന്നും മനസ്സിലായില്ലെന്ന് നീ നടിക്കേണ്ട. എന്നെ വഞ്ചിക്കാനും പറ്റില്ല."

പിന്നെ, ആ സ്വർണദിനാർ കാണിച്ചുകൊണ്ടയാൾ ഒച്ചവെച്ചു. "ഇതുപോലുള്ള ആയിരക്കണക്കിന് നാണ്യങ്ങൾ നിന്റെ പക്കലുണ്ട്. അതിനിടയ്ക്ക് ആ തുലാസിന്നടിയിൽ പറ്റിപ്പിടിച്ച ഈ ദിനാർ എന്റെ ഭാര്യ കണ്ടെത്തിയതാണ്."

താൻ സംഭരിച്ച സ്വർണനാണ്യങ്ങളെ കാസിമും ഭാര്യയും എങ്ങനെയാണ് മനസ്സിലാക്കിയതെന്ന് അപ്പോൾ ആലിബാബ മനസ്സിലാക്കി. അവൻ മനസ്സിൽ മന്ത്രിച്ചു. കാര്യങ്ങൾ അവനിൽനിന്ന് ഒളിപ്പിച്ചുവെക്കാനാവില്ല. അത് കൂടുതൽ കുഴപ്പങ്ങളിലേക്കേ നയിക്കൂ. അങ്ങനെ സഹോദരനോട് കൊള്ളക്കാരെക്കുറിച്ചുള്ള എല്ലാകാര്യങ്ങളും അവൻ തുറന്നു പറഞ്ഞു. ഗുഹയ്ക്കകത്ത് കുന്നുകൂടിക്കിടക്കുന്ന സമ്പത്തിനെക്കുറിച്ചും.

ഈ കഥകേട്ട് കാസിം ആശ്ചര്യത്തോടെ ഉത്ഘോഷിച്ചു. "ആ സ്ഥലം വ്യക്തമായി മനസ്സിലാക്കാൻ എനിക്കാഗ്രഹമുണ്ട്. നീ സമ്പത്ത് കുന്നുകൂടി കിടക്കുന്നതുകണ്ട സ്ഥലം. അതുപോലെ വാതിൽ തുറക്കുവാനും അടയ്ക്കുവാനും ഉപയോഗിക്കുന്ന മാന്ത്രികവാക്കുകളും. നീ എന്നോട് മുഴുവൻ സത്യം പറഞ്ഞില്ലെങ്കിൽ ഈ സ്വർണനാണ്യങ്ങളെക്കുറിച്ച് ഞാൻ ഗവർണറെ അറിയിക്കും. അതോടെ നിന്റെ എല്ലാ സ്വത്തുക്കളും കണ്ടുകെട്ടുകയും നിന്നെ അപമാനിച്ച് തുറുങ്കിലടയ്ക്കുകയും ചെയ്യും."

അപ്പോൾ ആലിബാബ മാന്ത്രികവാക്കുകളടക്കം എല്ലാം ചേട്ടനോട് തുറന്നുപറഞ്ഞു. ഇതെല്ലാം ശ്രദ്ധിച്ചുകേട്ട് പഠിച്ച കാസിം പിറ്റേന്നു രാവിലെ യാത്ര പുറപ്പെട്ടു. വാടകയ്ക്കെടുത്ത പത്ത് കോവർ കഴുതകളേയും കൂട്ടിയിരുന്നു. ആലിബാബ വിവരിച്ചുകൊടുത്ത സ്ഥലം കൃത്യമായി കണ്ടെത്തി. ആലിബാബ വർണ്ണിച്ച പാറയും ഒളിച്ചിരുന്ന വൃക്ഷവും അതാ മുന്നിൽ നിൽക്കുന്നു. ആ കവാടത്തിൽനിന്നുകൊണ്ടയാൾ ഭയങ്കര ആഹ്ലാദത്തോടെ വിളിച്ചു പറഞ്ഞു. "തുറക്കൂ, ഓ സിം സിം."

കവാടം സ്വയം മലർക്കെ തുറന്നു. ഉടനെ കാസിം ഉള്ളിലേക്ക് കടന്നു ചെന്ന് ചുറ്റുപാടും കുന്നുകൂടിക്കിടക്കുന്ന സ്വർണനാണ്യങ്ങളും രത്നങ്ങളും കണ്ടു. അവൻ അദ്ഭുതപരതന്ത്രനായി അതിലേക്ക് ദൃഷ്ടി പായിച്ചുകൊണ്ട് നില്ക്കവെ, പതിവ്ശൈലിയിൽ കവാടം സ്വയം അടഞ്ഞു. ഇത്രയും സമ്പത്ത് കൺമുന്നിൽ കണ്ടപ്പോൾ വിസ്മയത്തോടെ അയാൾ തരിച്ചുനിന്നുപോയി. പിന്നെ ആനന്ദലഹരിയിൽ തന്റെ സഞ്ചികളിൽ സ്വർണനാണ്യങ്ങൾ കുത്തിനിറയ്ക്കാൻ തുടങ്ങി. പത്ത് കോവർകഴുതകൾക്ക് ചുമക്കാവുന്നത്ര. അവ കവാടത്തിൽ കൊണ്ടുവന്നു

വെച്ച് കഴുതകളുടെ പുറത്ത് കയറ്റാൻ തയ്യാറെടുത്തു. എന്നാൽ സർവ്വ ശക്തനായ അള്ളായുടെ നിശ്ചയമെന്നു പറയട്ടെ അയാൾ ആ മാന്ത്രിക വാക്കുകൾ മറന്നുപോയിരുന്നു. അയാൾ അലറി വിളിച്ച് "തുറക്കൂ ഓ, ബാർലി." വാതിൽ അനങ്ങിയില്ല. ആകെ പരിഭ്രമമായി. ആശ്ചര്യത്തോടെ അയാൾ എല്ലാ സാധനങ്ങളുടേയും പേരുകൾ വിളിച്ചുപറഞ്ഞു. 'ഡിസെയിം' ഒഴികെ. ആ വാക്ക് 'സിം സിം' മാത്രം അയാളുടെ ഓർമ്മ യിൽ വന്നില്ല. അത്തരം ഒരു വാക്ക് ഒരിക്കലും കേട്ടിട്ടില്ലാത്തതുപോലെ. അയാൾ വാതില്ക്കൽ നിറച്ചുവെച്ച ചാക്കുകളെക്കുറിച്ചല്ല അപ്പോൾ ഓർത്തത്. എങ്ങനെ പുറത്തുകടക്കും എന്നുമാത്രമാണ്. അന്ധാളിപ്പോടെ അയാൾ ഗുഹയ്ക്കുള്ളിൽ അങ്ങോട്ടുമിങ്ങോട്ടും നടക്കാൻ തുടങ്ങി. സമ്പത്തുകണ്ട് ആനന്ദമൂർച്ഛയിലെത്തിയിരുന്ന അവന്റെ ഹൃദയം കനത്ത ദുഃഖത്തിൽ തകർന്നു. - അപ്പോഴേക്കും നേരം പുലർന്നതിനാൽ ഷാഹ്റസാദ് കഥപറച്ചിൽ നിർത്തി.

അറുനൂറ്റി ഇരുപത്തിയെട്ടാംരാവ്

ഷാഹ്റസാദ് പറഞ്ഞു - അല്ലയോ കീർത്തിമാനായ രാജാവേ, കാസിം ജീവനിലുള്ള ആശ നിശ്ശേഷം കൈവെടിഞ്ഞു. അസൂയയും കുശുമ്പും മൂലം അത് അപകടപ്പെടുത്തി. ഉച്ചയായപ്പോൾ ഭക്ഷണം കഴിക്കാനെ ത്തിയ കൊള്ളക്കാർ ദൂരെനിന്നുതന്നെ കുറച്ച് കോവർ കഴുതകൾ ഗുഹാ മുഖത്ത് നില്ക്കുന്നതുകണ്ട് വല്ലാതെ വിസ്മയിച്ചുപോയി. എന്തിനാണ് ഈ മൃഗങ്ങൾ അവിടെ എത്തിയിട്ടുള്ളത്? സന്ദർഭവശാൽ കാസിം അവയെ വാതിൽക്കൽ നിർത്തിയില്ലായിരുന്നെങ്കിൽ, അവ കുറ്റിക്കാട്ടിൽ അലഞ്ഞുനടക്കുമായിരുന്നു. എന്തായാലും കള്ളന്മാർ അവയെ പിടികൂടാ നൊന്നും നിന്നില്ല. അതിലേക്ക് വലിയ ശ്രദ്ധ തിരിച്ചില്ലെങ്കിലും എങ്ങനെ പട്ടണത്തിൽനിന്നും ഇത്ര ദൂരേക്കവർ നടന്നുവന്നു എന്ന് അദ്ഭുതപ്പെടാ തിരുന്നില്ല. ഗുഹാകവാടത്തിലെത്തി നേതാവും അനുചരന്മാരും കുതിര പ്പുറത്തുനിന്ന് താഴെ ഇറങ്ങി. മന്ത്രവാക്കുകൾ ഉരുവിട്ടു. ഉടനെ കവാടം സ്വയം തുറന്നു. ഗുഹയ്ക്കുള്ളിലിരുന്ന് കുതിരക്കുളമ്പടി ശബ്ദം അടുത്തു വരുന്നത് കാസിം കേട്ടിരുന്നു. അത് കൊള്ളക്കാരുടെ വരവാണെന്നവന് ഉറപ്പായിരുന്നു. അവർ അവനെ കൊല്ലുമെന്ന കാര്യത്തിൽ കാസിമിന് ഒരു സംശയവുമില്ലായിരുന്നു. പേടിച്ചുവിറച്ചുകൊണ്ടവൻ നിലത്ത് പതിഞ്ഞുകിടന്നു. എന്നാൽ വാതിൽ തുറന്ന ഉടനെ അവൻ ചാടിഎഴു ന്നേറ്റ് പുറത്തേക്ക് പാഞ്ഞു രക്ഷപ്പെടാമെന്നായിരുന്നു അവന്റെ പ്രതീക്ഷ. എന്നാൽ നിർഭാഗ്യവാനായ കാസിം ആ കൊള്ളസംഘത്തിന്റെ മുന്നിൽ നിന്നിരുന്ന നേതാവിന്റെ മേൽ ചെന്നിടിച്ചു. അയാൾ അവനെ അടിച്ച് നിലത്ത് വീഴ്ത്തി. ഉടനെ അടുത്ത് നിന്നിരുന്ന ഒരു കൊള്ളക്കാരൻ വാളൂരി ഒറ്റ വെട്ടിനവനെ രണ്ടായി പിളർന്നു. പിന്നെ കൊള്ളക്കാർ ഗുഹ യ്ക്കുള്ളിലേക്ക് പാഞ്ഞു. കാസിം കൊണ്ടുപോകാനായി ചാക്കിൽ നിറച്ചു വെച്ചിരുന്ന സ്വർണനാണ്യങ്ങൾ അവർ പഴയ സ്ഥാനത്തുതന്നെ കൊണ്ടു വെച്ചു. ആലിബാബ എടുത്തുകൊണ്ടുപോയ സ്വർണത്തെക്കുറിച്ചവരുടെ ശ്രദ്ധതിരിഞ്ഞില്ല. കാരണം, എങ്ങനെ ഈ വിചിത്രമനുഷ്യൻ ഈ ഗുഹ യ്ക്കുള്ളിൽ കടന്നുകൂടി എന്ന ചിന്തയിൽ അവർ വിസ്മയസ്തബ്ധരാ യിരുന്നു. പാറയുടെ മുകളിലെ ദ്വാരത്തിലൂടെ ആർക്കും ഇറങ്ങിവരാൻ

പറ്റില്ലെന്ന് എല്ലാവർക്കും അറിയാമായിരുന്നു. കാരണം പാറ അത്രയും പൊക്കത്തിൽ ചെങ്കുത്തായിട്ടുള്ളതാണ്. അതിനുംപുറമെ വല്ലാതെ വഴുക്കുള്ളതിനാൽ മുകളിലേക്ക് കയറാനാകില്ല. കവാടത്തിലൂടെ കടക്കണമെങ്കിൽ മന്ത്രവാക്കുകൾ അറിയാതെ പറ്റില്ല. എന്തായാലും, തത്ക്കാലം അവർ കാസിമിന്റെ മൃതദേഹം നാലായി മുറിച്ച് ഗുഹയ്ക്കുള്ളിൽ വാതിലിൽ കെട്ടിത്തൂക്കിയിട്ടു. രണ്ട് കഷണങ്ങൾ വലതുവശത്തും മറ്റ് രണ്ടു കഷണങ്ങൾ ഇടതുവശത്തും. ഗുഹയ്ക്കുള്ളിൽ കയറുന്നവർക്കത് ഒരു താക്കീത് ആയിരിക്കട്ടെ. പിന്നെ അവർ പുറത്തുവന്ന് സ്വന്തം ജോലിക്കായി കുതിരപ്പുറത്ത് കയറി പാഞ്ഞുപോയി. രാത്രി ആയിട്ടും കാസിം തിരിച്ചുവരാതായപ്പോൾ അയാളുടെ ഭാര്യ മനോവേദനയോടെ ആലിബാബയുടെ അരികിലേക്ക് ഓടിവന്ന് പറഞ്ഞു. "അല്ലയോ എന്റെ സഹോദരാ, കാസിം ഇനിയും തിരിച്ചെത്തിയിട്ടില്ല. അദ്ദേഹം എവിടേക്കാണ് പോയിരിക്കുന്നതെന്ന് നിനക്കറിയാമല്ലോ. എന്തെങ്കിലും അപകടം അദ്ദേഹത്തിന് വന്നുപിണഞ്ഞിരിക്കുമോ എന്നാണെന്റെ ഭയം."

ചേട്ടൻ തിരിച്ചുവരാത്തത് എന്തെങ്കിലും അത്യാഹിതംമൂലം ആയിരിക്കുമെന്ന് ആലിബാബയും ഊഹിച്ചു. എന്നാലും തന്റെ സഹോദരപത്നിയെ ആശ്വസിപ്പിക്കാനവൻ ശ്രമിച്ചു.

"അല്ലയോ ചേടത്തി, ഒരുപക്ഷേ കാസിം നേരെ നഗരത്തിലേക്ക് വരുന്നതിനുപകരം ഗ്രാമങ്ങളിലൂടെ ചുറ്റിക്കറങ്ങി ദീർഘമായ പാത തിരഞ്ഞെടുത്ത് അതിലൂടെ വരുന്നുണ്ടാകാം. ഉടനെ ഇവിടെ എത്തും. അതുകൊണ്ടായിരിക്കാം അവൻ വൈകുന്നതെന്നാണ് എന്റെ വിശ്വാസം."

അങ്ങനെ അല്പം മനസ്സമാധാനം ലഭിച്ച കാസിമിന്റെ ഭാര്യ വീട്ടിലേക്ക് തിരിച്ചുപോയി. ഭർത്താവിന്റെ വരവും കാത്തിരുന്നു. എന്നാൽ അർദ്ധരാത്രി കഴിഞ്ഞിട്ടും അയാൾ വരാതായപ്പോൾ അവൾക്ക് മനോവ്യഥ അടക്കാനായില്ല. അതീവദുഃഖിതയാണെങ്കിലും ഉറക്കെ കരയാനവൾ ഭയപ്പെട്ടു. അയൽവാസികൾ കരച്ചിൽകേട്ട് അവിടെവന്ന് രഹസ്യം കണ്ടുപിടിച്ചെങ്കിലോ. അതുകൊണ്ടവൾ നിശ്ശബ്ദം കരഞ്ഞു. സ്വയം കുറ്റപ്പെടുത്തിക്കൊണ്ട് പറഞ്ഞു. "ഞാൻ എന്തിന് ഈ രഹസ്യം അദ്ദേഹത്തോട് വെളിപ്പെടുത്തി? എന്തിന് അദ്ദേഹത്തിൽ ആലിബാബയോട് അസൂയയും കുശുമ്പും ജനിപ്പിച്ചു? അതിന്റെ ഫലമാണ് ഈ അത്യാഹിതം എന്നിൽ വന്നുപതിച്ചത്."

നേരം വെളുക്കുവോളം അവൾ കണ്ണീരൊഴുക്കിക്കൊണ്ട് കിടന്നു. പുലർച്ചയ്ക്ക് ചാടി എഴുന്നേറ്റ് ആലിബാബയുടെ അടുക്കലേക്ക് പാഞ്ഞു. അവനോട് തന്റെ സഹോദരനെ അന്വേഷിച്ച് പോകാനായി കേണപേക്ഷിച്ചു. അവൻ ചേടത്തിയെ സമാധാനിപ്പിച്ചുകൊണ്ട് നേരെ കുതിരപ്പുറത്തേറി കാട്ടിലേക്ക് പുറപ്പെട്ടു. പാറയ്ക്ക് മുകളിലെത്തിയപ്പോൾ അവിടെ ചോര ചിന്തിക്കിടക്കുന്നതുകണ്ടവൻ അതിശയിച്ചുപോയി. എന്നാൽ, സഹോദരനേയോ പത്ത് കോവർ കഴുതകളേയോ കാണാനില്ല. ഇത്രയും ചീത്ത ഒരു അടയാളം അപായലക്ഷണമാണെന്നവൻ ഊഹിച്ചു. അവൻ ഗുഹാകവാടത്തിന്നരികിൽ ചെന്ന് ആ മന്ത്രം ഉച്ചരിച്ചു. "തുറക്കൂ, ഓ സിം സിം!" വാതിൽ തുറക്കപ്പെട്ടു. അവൻ ഉള്ളിലേക്ക് കടക്കവെ, വാതിലിന്റെ ഇടതും വലതും വശങ്ങളിലായി കാസിമിന്റെ മൃതദേഹക്കഷണങ്ങൾ കെട്ടിഞാത്തിയിട്ടിരിക്കുന്നതായി കണ്ടു. അവൻ ഈ കാഴ്ചകണ്ട് വല്ലാതെ ഭയപ്പെട്ടുപോയെങ്കിലും ആ മൃതശരീര

ഭാഗങ്ങൾ പാതി ഒരു തുണിയിലും മറ്റെ പാതി മറ്റൊരു തുണിയിലുമായി പൊതിഞ്ഞ് അവയ്ക്കു മീതെ മരച്ചില്ലകളും വിറകുകഷണങ്ങളും വെച്ചുകെട്ടി. ആർക്കും കാണാനാവാത്ത രീതിയിൽ മൃതദേഹം ഒളിപ്പിച്ചു വെച്ചു. കൂടെ കൊണ്ടുവന്ന മറ്റ് രണ്ട് കഴുതപ്പുറത്ത് സ്വർണ്ണച്ചാക്കുകൾ കയറ്റി അതേപ്രകാരം ശ്രദ്ധിച്ച് വിറകുകൊള്ളികൾകൊണ്ട് പൊതിഞ്ഞു. എല്ലാം ചെയ്തുകഴിഞ്ഞ്, മന്ത്രംചൊല്ലി കവാടം അടച്ച് വളരെ കരുതലോടെ വീട്ടിലേക്ക് മടങ്ങി. പണച്ചാക്കുകളുമായി വന്ന കഴുതകളെ അയാൾ ഭാര്യയെ ഏല്പിച്ചു. പണച്ചാക്കുകൾ ശുഷ്കാന്തിയോടെ കുഴിച്ചിടുവാൻ നിർദ്ദേശവും നല്കി. കാസിമിന്റെ കാര്യം ഒന്നും അവളോടവൻ മിണ്ടിയില്ല. ശവം കയറ്റിയിട്ടുള്ള മറ്റേ കഴുതയുമായി ചേട്ടന്റെ വീട്ടിൽചെന്ന് ഗേറ്റിൽ മെല്ലെ മുട്ടി. കാസിമിന് അതിബുദ്ധിമതിയായ 'മോർജിയാനാ' എന്നുപേരുള്ളൊരു അടിമപ്പെൺകുട്ടിയുണ്ടായിരുന്നു. അവൾ മൃദുവായി ഗേറ്റിന്റെ ഓടാമ്പൽ നീക്കി ആലിബാബായേയും കഴുതയേയും മുറ്റത്തേക്ക് കടത്തി. അവൻ മൃതദേഹം കഴുതപ്പുറത്തുനിന്ന് ഇറക്കിക്കൊണ്ട് പറഞ്ഞു. "ധൃതിയിൽ നിന്റെ യജമാനന്റെ അന്തിമകർമ്മങ്ങൾക്കുള്ള ഒരുക്കങ്ങൾ ചെയ്യുക. നീ നേരെ പോയി ഈ വിവരം നിന്റെ യജമാനത്തിയെ അറിയിക്കുക. ഇക്കാര്യത്തിൽ നിന്നെ സഹായിക്കാനായി ഞാൻ പെട്ടെന്ന് തിരിച്ചെത്താം."

ആ സമയത്ത് അവിടെ എത്തിയ കാസിമിന്റെ വിധവ ഭർതൃസഹോദരനെ കണ്ട് ഉറക്കെ വിളിച്ചുചോദിച്ചു. "ഹേ, ആലിബാബാ, എന്റെ ഭർത്താവിനെക്കുറിച്ച് എന്ത് വാർത്തയാണ് കൊണ്ടുവന്നിരിക്കുന്നത്? കഷ്ടം, നിന്റെ മുഖത്ത് ദുഃഖലക്ഷണങ്ങളാണല്ലോ ഞാൻ കാണുന്നത്. പെട്ടെന്ന് പറയൂ. എന്താണ് സംഭവിച്ചത്?" അപ്പോൾ അവൻ നടന്ന സംഭവങ്ങൾ വിശദീകരിച്ചുകൊടുത്തു - അവളുടെ ഭർത്താവ് ഗുഹയിൽ പ്രവേശിച്ചതും കൊള്ളക്കാർ അവനെ കൊന്നതും മൃതശരീരം അവൻ ഒളിപ്പിച്ച് കടത്തിയതുമെല്ലാം - അപ്പോഴേക്കും നേരം പുലർന്നതിനാൽ ഷാഹ്റസാദ് കഥപറച്ചിൽ നിർത്തി.

അറുനൂറ്റി ഇരുപത്തിയൊമ്പതാംരാവ്

ഷാഹ്റസാദ് പറഞ്ഞു - അല്ലയോ കീർത്തിമാനായ രാജാവേ, ആലിബാബാ തുടർന്നു. "അല്ലയോ ചേടത്തി, നടന്നതെന്തായാലും നടന്നു. എന്നാൽ ഇക്കാര്യം രഹസ്യമായി വെക്കേണ്ടത് നമ്മുടെ ആവശ്യമാണ്. ഈ രഹസ്യത്തിലാണ് നമ്മുടെ ജീവൻതന്നെ നിലനില്ക്കുന്നത്!"

ദുഃഖം അടക്കാനാവാതെ പൊട്ടിക്കരഞ്ഞുകൊണ്ടവൾ മറുപടിനല്കി. "ദൈവകല്പനയാലാണ് എന്റെ ഭർത്താവിന്നിത് സംഭവിച്ചത്. ഇത് രഹസ്യമായി കാത്തുസൂക്ഷിക്കപ്പെടും."

അവൻ പറഞ്ഞു. "അള്ളായുടെ ആജ്ഞ മറികടക്കാനാവില്ല. അവന്റെ ആത്മാവിന് ശാന്തി കിട്ടട്ടെ! ദുഃഖാചരണം കഴിഞ്ഞശേഷം ഞാൻ നിങ്ങളെ ഭാര്യയായി സ്വീകരിക്കാം. നിങ്ങൾ ശാന്തിയും സമാധാനവുമായി സന്തോഷകരമായൊരു ജീവിതം നയിക്കും. എന്റെ ആദ്യഭാര്യ നിങ്ങളെ ദ്രോഹിക്കുമെന്നോ അസൂയയോടെ നോക്കുമെന്നോ പേടിക്കേണ്ട. അവൾ മൃദുലഹൃദയയും ദയാലുവുമാണ്."

ആ വിധവ തന്റെ നഷ്ടത്തിൽ ഉറക്കെ വിലപിച്ചു. "നിന്റെ ഇഷ്ടം പോലെ ആകട്ടെ."

പന്നെ ആലിബാബാ അവളെ സ്വന്തം ഭർത്താവിനുവേണ്ടി കരയാനും വിലപിക്കാനും വിട്ടുകൊണ്ട് തന്റെ സഹോദരന്റെ ശവസംസ്കാരചടങ്ങുകൾ മൊർജിയാനയുമായി ചർച്ചചെയ്ത് ഒരുക്കാൻ തുടങ്ങി. പല ചർച്ചകൾക്കും താക്കീതുകൾക്കുംശേഷം ആലിബാബ അടിമപ്പെൺകുട്ടിയെ ചുമതലകൾ ഏല്പിച്ച് കഴുതപ്പുറത്ത് കയറി തിരിച്ചുപോന്നു.

ആലിബാബാ പോയശേഷം മൊർജിയാനാ ധൃതിയിൽ ഒരു മരുന്നു കടയിലെത്തി. അത്യാസന്നനിലയിൽ രോഗം പിടിച്ച് കിടക്കുന്ന ഒരാൾക്ക് കൊടുക്കാനുള്ള മരുന്ന് അവൾ കടക്കാരനോട് ആവശ്യപ്പെട്ടു.

കടക്കാരൻ ചോദിച്ചു "ഇത്തരം ഒരു മരുന്നു കൊടുക്കാൻ മാത്രം രോഗബാധിതനായ ആരാണ് നിന്റെ വീട്ടിലുള്ളത്?"

അവൾ മറുപടി നല്കി "എന്റെ യജമാനൻ കാസിം ചാകാറായി കിടക്കുകയാണ്. കുറച്ചുനാളായി അദ്ദേഹം സംസാരിക്കയോ ആഹാരം കഴിക്കയോ ചെയ്യുന്നില്ല. രക്ഷപ്പെടുമെന്ന് ഞങ്ങൾക്ക് ഒരാശയുമില്ല."

പിറ്റേന്ന് മൊർജിയാനാ വീണ്ടും പോയി മരുന്നുകച്ചവടക്കാരനോട് ഒരു രോഗിക്ക് അന്തിമനിമിഷത്തിൽ കൊടുക്കാനുള്ള മരുന്നും ദ്രാവകസത്തും മറ്റും ചോദിച്ചുവാങ്ങി. അയാൾ അതെല്ലാം കൊടുത്തപ്പോൾ അവൾ ഉറക്കെ കരഞ്ഞുകൊണ്ട് പറഞ്ഞു. "ഇത് കഴിക്കാനുള്ള യോഗമുണ്ടാകുമോ അദ്ദേഹത്തിനെന്ന് ഞാൻ ഭയപ്പെടുന്നു. ഞാൻ വീട്ടിൽ തിരിച്ചെത്തുമ്പോഴേക്കും ഒരുപക്ഷേ എല്ലാം കഴിഞ്ഞിരിക്കും."

അതിന്നിടയ്ക്ക് കാസിമിന്റെ വീട്ടിൽനിന്നുള്ള കരച്ചിലിന്റെ ശബ്ദവും വിലാപവും ആകാംക്ഷയോടെ പ്രതീക്ഷിച്ചിരിക്കയായിരുന്നു ആലിബാബ. ആ സൂചന കിട്ടിയാലുടനെ ശവസംസ്കാരചടങ്ങ് തുടങ്ങാൻ കാത്തിരിക്കയാണവൻ. പിറ്റേന്ന്, മൂടുപടമിട്ടുകൊണ്ട് മൊർജിയാനാ ശവവസ്ത്രം തുന്നുന്ന ബാബാ മുസ്തഫാ എന്ന തുന്നൽക്കാരന്റെ അടുത്തു ചെന്ന്, ശവവസ്ത്രം തുന്നിത്തരാനാവശ്യപ്പെട്ടു. അയാൾ കടതുറന്ന ഉടനെ ഒരു സ്വർണനാണ്യം അയാൾക്ക് കൊടുത്തുകൊണ്ട് പറഞ്ഞു. "നിങ്ങൾ കണ്ണുകൾ മൂടിക്കെട്ടി എന്നോടൊപ്പം വരുവാൻ തയ്യാറാണോ?"

മുസ്തഫാ അതിന് തയ്യാറാകാതിരുന്നപ്പോൾ മൊർജിയാനാ അയാളുടെ ഉള്ളംകൈയിൽ മറ്റൊരു സ്വർണനാണ്യംകൂടി വച്ചുകൊടുത്ത്, തന്നോടൊപ്പം വരുവാൻ അപേക്ഷിച്ചു. പണക്കൊതിയനായ തയ്യൽക്കാരൻ അതിന് സമ്മതം മൂളി. അങ്ങനെ ഒരു ഉറുമാൽകൊണ്ട് അവൾ അയാളുടെ കണ്ണ് മൂടിക്കെട്ടി, കൈപിടിച്ച്, തന്റെ യജമാനന്റെ മൃതദേഹം കിടക്കുന്ന മുറിയിലേക്കയാളെ ആനയിച്ചു. പിന്നെ, ഇരുളടഞ്ഞ മുറിയിൽവെച്ച് അയാളുടെ കണ്ണിലെ കെട്ട് അഴിച്ചുമാറ്റി. എന്നിട്ട്, മൃതശരീരത്തിന്റെ നാല് ഭാഗങ്ങളും തുന്നിച്ചേർക്കാൻ അയാളോട് ആവശ്യപ്പെട്ടു. ഒരു തുണി മൃതശരീരത്തിലിട്ടുകൊണ്ട് അവൾ തയ്യൽക്കാരനോട് പറഞ്ഞു. "ധൃതിയിൽ ഈ ശവശരീരത്തിനനുയോജ്യമായൊരു വസ്ത്രം തുന്നുക. ഞാൻ നിങ്ങൾക്ക് രണ്ട് ദിനാർകൂടി തരാം."

ബാബാ മുസ്തഫാ പെട്ടെന്ന് ശവവസ്ത്രം, നീളവും വീതിയുമെടുത്ത് തുന്നിത്തീർത്തു. മൊർജിയാനാ അയാൾക്ക് വാഗ്ദാനം ചെയ്ത തുക നല്കി. വീണ്ടും അയാളുടെ കണ്ണുകൾ ഉറുമാലുകൊണ്ട് മൂടിക്കെട്ടി അയാളുടെ സ്ഥലത്ത് തിരിച്ചെത്തിച്ചു. അതിനുശേഷം ധൃതിയിൽ അവൾ

തിരിച്ചുപോന്നു. ആലിബാബയോടൊപ്പം മൃതദേഹം ചൂടുവെള്ളത്തിൽ കുളിപ്പിച്ച് ശവവസ്ത്രം ധരിപ്പിച്ച്, ശവസംസ്കാരത്തിന് തയ്യാറാക്കി വൃത്തിയുള്ളൊരിടത്ത് കിടത്തി. ഇത്രയും തയ്യാറെടുപ്പുകൾ നടത്തിയ ശേഷം മൊർജിയാനാ പള്ളിയിൽ പോയി 'ഇന്ന' വീട്ടിൽ ദുഃഖാചരണത്തോടെ ആളുകൾ ശവസംസ്കാരത്തിനായി കാത്തിരിക്കുകയാണെന്ന് 'ഇമാ'മിനെ അറിയിച്ചു. അദ്ദേഹം വന്ന് മരിച്ചവനുവേണ്ടി പ്രാർത്ഥന ചൊല്ലണമെന്ന് കേണപേക്ഷിച്ചു. ഇമാം അവളോടൊപ്പം ചെന്നു. പിന്നെ നാല് അയൽവാസികൾ ശവമഞ്ചം ചുമന്നു. അതവർ തോളിൽ വെച്ച് ഇമാമിനോടും മറ്റ് സഹായിക്കാനെത്തിയവരോടുമൊപ്പം നടന്നു. ആചാരപ്രകാരമുള്ള ചടങ്ങ് കഴിഞ്ഞതോടെ നാലുപേർ ശവപ്പെട്ടി ചുമന്ന് നടന്നു. മൊർജിയാനാ അവർക്കു മുന്നിൽ ശിരസ്സ് മറക്കാതെ നടന്നു. നെഞ്ചത്തടിച്ച് ഉറക്കെ വിലപിച്ചുകൊണ്ടായിരുന്നു പോക്ക്. അബ്ദുള്ളയും അയൽവാസികളും അനുഗമിച്ചു. അങ്ങനെ ആ വിലാപയാത്ര ശ്മശാനത്തിലേക്ക് പ്രവേശിച്ചു. മൃതശരീരം മറവുചെയ്തു. പിന്നീട് എല്ലാവരും അവരവരുടെ വഴിക്കുപോയി. ആ പ്രദേശത്തെ സ്ത്രീകൾ ആചാരപ്രകാരം കാസിമിന്റെ വിധവയുടെ വീട്ടിൽ കൂടി അവളെ ആശ്വസിപ്പിച്ചുകൊണ്ട് ഒരുമണിക്കൂർ സമയം ചിലവഴിച്ചു. അതവൾക്ക് മനസ്സമാധാനവും സന്തോഷവും നല്കി.

ആലിബാബാ ആചാരപ്രകാരം നാല്പതു ദിവസം വീട്ടിലിരുന്ന് സഹോദരന്റെ വിയോഗത്തിൽ ദുഃഖാചരണം നടത്തി. അങ്ങനെ അവനും ഭാര്യക്കും (കാസിമിന്റെ വിധവ) മൊർജിയാനയ്ക്കുമല്ലാതെ ആ നഗരത്തിലെ മറ്റാർക്കും കാസിമിന്റെ മരണരഹസ്യം അറിയില്ലായിരുന്നു.

നാല്പത് ദിവസത്തെ ദുഃഖാചരണം അവസാനിച്ചപ്പോൾ മൃതിയടഞ്ഞ സഹോദരന്റെ സ്വത്തെല്ലാം അവൻ സ്വന്തം വീട്ടിലേക്ക് നീക്കി. വിധവയെ പരസ്യമായി വിവാഹം കഴിച്ചു. പിന്നെ, തന്റെ സഹോദരപുത്രനെ വിളിച്ചുവരുത്തി മൃതിയടഞ്ഞ ആളുടെ ബിസിനസ് നടത്താനേല്പിച്ചു. അവൻ ധനികനായൊരു വ്യാപാരിയോടൊപ്പം വളരെക്കാലം താമസിച്ച് വ്യാപാരത്തിന്റെ എല്ലാ തുറകളിലും നല്ല പ്രാവീണ്യം നേടിയിരുന്നു. - അപ്പോഴേക്കും നേരം പുലർന്നതിനാൽ ഷാഹ്രസാദ് കഥ പറച്ചിൽ നിർത്തി.

അറുനൂറ്റി മുപ്പതാംരാവ്

ഷാഹ്രസാദ് പറഞ്ഞു. "അല്ലയോ കീർത്തിമാനായ രാജാവേ, ഒരു ദിവസം കൊള്ളക്കാർ തങ്ങളുടെ ഖജനാവ് ഗുഹയിലെത്തി. കാസിമിന്റെ മൃതശരീരത്തിന്റെ പൊടിപോലും അവിടെ കാണാതായപ്പോൾ അവർ വല്ലാതെ ആശ്ചര്യപ്പെട്ടുപോയി. ധാരാളം സ്വർണം എടുത്തുകൊണ്ടുപോയതായും അവർ കണ്ടു. കൊള്ളത്തലവൻ പറഞ്ഞു, "നമ്മൾക്കിതിനെക്കുറിച്ച് അന്വേഷണം നടത്തണം. അല്ലെങ്കിൽ ഇനിയും നമ്മൾക്ക് ഒരുപാട് ധനനഷ്ടം സഹിക്കേണ്ടിവരും. ഇത് നമ്മളും നമ്മുടെ പൂർവ്വികന്മാരും അനേകവർഷംകൊണ്ട് സ്വരൂപിച്ചതാണ്. അതെല്ലാം കുറെശ്ശെ കുറെശ്ശെയായി നശിച്ച് ഇല്ലാതാകും."

തങ്ങൾ വധിച്ച ആൾക്ക് വാതിൽ തുറക്കാനുള്ള മന്ത്രം അറിയാമായിരുന്നുവെന്ന് അവർ എല്ലാവരും ഒരുപോലെ സമ്മതിച്ചു. അതിനും

പുറമെ മറ്റൊരാൾക്കും മന്ത്രം അറിയാം. അങ്ങനെയാണ് അകത്തുകടന്ന് ആ ശവശരീരം എടുത്തുകൊണ്ടുപോയത്. ഒപ്പം കുറെ സ്വർണനാണയങ്ങളും. അതുകൊണ്ട് നമ്മൾ ശുഷ്കാന്തിയോടെ അന്വേഷണം നടത്തി ആ മനുഷ്യനെ കണ്ടെത്തണം. അതിനാൽ തങ്ങളിൽ സമർത്ഥനായ ഒരാൾ പരദേശി വ്യാപാരിയുടെ വേഷം ധരിച്ച് നഗരത്തിലെത്തി വാസസ്ഥലങ്ങളിലും തെരുവുകളിലും അലഞ്ഞുതിരിഞ്ഞ് ഏതെങ്കിലും മനുഷ്യൻ ഈയിടെ മൃതിയടഞ്ഞിട്ടുണ്ടോ എന്ന് കണ്ടെത്തണം. എങ്കിൽ എവിടെയാണവൻ താമസിക്കുന്നതെന്നും. ഇത്രയും സൂചന കിട്ടിയാൽ അവർക്ക് തങ്ങൾ അന്വേഷിക്കുന്ന ആളെ പിടികൂടാനാകുമെന്ന് കൂട്ടായ ചർച്ചയ്ക്കുശേഷം അവർ തീരുമാനിച്ചു.

കൊള്ളക്കാരിലൊരുവൻ അഭിപ്രായപ്പെട്ടു, “എന്നെ പോകാനനുവദിക്കുക, ഞാൻ പട്ടണത്തിൽ പോയി വിവരങ്ങൾ അന്വേഷിച്ചു കണ്ടെത്തി ഉടനെതന്നെ നിങ്ങളെ വിവരമറിയിക്കാം. ഞാനാ ഉദ്യമത്തിൽ പരാജയപ്പെട്ടാൽ പിഴയായി എന്റെ ജീവൻ നല്കാം.”

അങ്ങനെ ആ കൊള്ളക്കാരൻ വേഷംമാറി രാത്രിസമയത്ത് പട്ടണത്തിൽ പ്രവേശിച്ചു. പിറ്റേന്ന് അതിരാവിലെ മാർക്കറ്റ് സ്ക്വയറിലെത്തിയപ്പോൾ ഒറ്റ കടയും തുറന്നിരുന്നില്ല. ബാബാ മുസ്തഫായുടെ തുന്നൽപീടിക മാത്രം തുറന്നിരിക്കുന്നതായി അവൻ കണ്ടു. അയാൾ സൂചിയും നൂലും പിടിച്ച് സ്റ്റൂളിൽ ഇരിപ്പുണ്ട്. ആ കള്ളൻ അയാൾക്ക് സലാം പറഞ്ഞ് അടുത്തുകൂടി. “ഇനിയും നേരം വെളുത്തിട്ടില്ല. ഇരുട്ടുതന്നെയാണിപ്പോഴും, നിനക്കെങ്ങനെ തുന്നാൻ കഴിയുന്നു?”

തയ്യൽക്കാരൻ മറുപടി നല്കി. “നീ ഒരു പരദേശിയാണെന്ന് ഞാൻ വിചാരിക്കുന്നു. എനിക്ക് പ്രായമായെങ്കിലും എന്റെ കാഴ്ചശക്തി അതിസൂക്ഷ്മമാണ്. ഇന്നലെയാണ് കഷണമാക്കിയ ഒരു ശവശരീരം ഇരുട്ടുമുറിയിലിരുന്ന് തുന്നിച്ചേർത്തത്. “കൊള്ളക്കാരൻ സ്വയം പറഞ്ഞു, “ഈ തയ്യൽക്കാരനിൽനിന്ന് എനിക്കാവശ്യമുള്ള വാർത്ത കിട്ടുമെന്ന് തോന്നുന്നു.” കൂടുതൽ തുമ്പ് കിട്ടുമെന്ന പ്രതീക്ഷയിൽ അയാൾ ചോദിച്ചു. “നിങ്ങൾ എന്നോട് തമാശ പറയുകയാണോ? ശവത്തിലിടാനുള്ള വസ്ത്രം തുന്നിയെന്നായിരിക്കും നിങ്ങൾ ഉദ്ദേശിച്ചത്. ഉടുപ്പുകൾ തുന്നലാണല്ലോ നിങ്ങളുടെ തൊഴിൽ.”

“അത് നിനക്കറിയേണ്ട കാര്യമില്ല. കൂടുതൽ ചോദ്യങ്ങളൊന്നും എന്നോട് വേണ്ട.”

അപ്പോൾ കള്ളൻ അയാളുടെ കൈയിൽ ഒരു സ്വർണനാണ്യം വെച്ചുകൊടുത്തുകൊണ്ട് തുടർന്നു. “നിങ്ങൾ ഒളിച്ചുവെക്കുന്ന കാര്യം കണ്ടുപിടിക്കാനൊന്നും ഞാൻ ആഗ്രഹിക്കുന്നില്ല. എന്റെ ഹൃദയവും ഏതൊരു സത്യസന്ധനായ മനുഷ്യനെപ്പോലെയും രഹസ്യങ്ങളുടെ കല്ലറയാണ്! ഒറ്റകാര്യം മാത്രം എനിക്കറിഞ്ഞാൽ മതി, ഏത് വീട്ടിലാണ് നീ ആ കൃത്യം ചെയ്തത്? നിനക്കെന്നെ അവിടേക്ക് കൂട്ടിക്കൊണ്ടുപോകാമോ? അല്ലെങ്കിൽ വീടേതാണെന്ന് നിർദ്ദേശിക്കാമോ?”

തയ്യൽക്കാരൻ ആർത്തിയോടെ ആ സ്വർണനാണ്യം കൈക്കലാക്കി, ഉറക്കെ പറഞ്ഞു.

“ഞാൻ സ്വന്തം കണ്ണുകൊണ്ട് അങ്ങോട്ട് പോകാനുള്ള വഴി കണ്ടിട്ടില്ല. ഏതോ ഒരു അടിമപ്പെൺകുട്ടി എന്നെ അവിടേക്ക് നയിക്കുകയായിരുന്നു. അവൾ എന്റെ കണ്ണുകൾ കെട്ടി ഏതോ ഒരു വീട്ടിലേക്ക് കൊണ്ടു

പോയി. അവിടത്തെ ഒരു ഇരുട്ടുമുറിയിലെത്തിച്ചു, കഷണങ്ങളാക്കപ്പെട്ട മൃതശരീരം അവിടെ കിടന്നിരുന്നു. പിന്നെ എന്റെ കണ്ണുകൾ ബന്ധിച്ചിരുന്ന ഉറുമാൽ അവൾ ഊരിക്കളഞ്ഞു. എന്നോട് ആദ്യം മൃതദേഹം തുന്നിക്കെട്ടാനും പിന്നീട് ശവം മറയ്ക്കാനുള്ള തുണി തുന്നാനും ആജ്ഞാപിച്ചു. ആ പണി കഴിഞ്ഞപ്പോൾ വീണ്ടും ഉറുമാൽകൊണ്ടവൾ എന്റെ കണ്ണുകൾ മൂടിക്കെട്ടി ഇവിടേക്ക് കൂട്ടിക്കൊണ്ടുവന്നുവിട്ടു. അതുകൊണ്ട് വീട് എവിടെയാണെന്ന് നിന്നോട് പറഞ്ഞുതരാനെനിക്കു കഴിയില്ല."

കള്ളൻ പറഞ്ഞു, "നീ പറയുന്ന വീട് നിനക്കറിയില്ലെങ്കിലും നിന്റെ കണ്ണുകെട്ടിയ സ്ഥലത്തേക്ക് എന്നെ കൊണ്ടുപോകാൻ കഴിയുമല്ലൊ. പിന്നെ നിന്റെ കണ്ണുകൾ ഞാൻ ഒരു ഉറുമാൽകൊണ്ട് കെട്ടി നിനക്ക് തോന്നുന്നിടത്തേക്ക് നടക്കുക. അപ്പോൾ ഒരുപക്ഷേ, ഉദ്ദിഷ്ടസ്ഥാനത്ത് എത്തിയേക്കാം. ഇത്രയും ഉപകാരം നീ എനിക്ക് ചെയ്തുതരില്ലേ, ഇതാ നിനക്ക് ഒരു ദിനാർകൂടി."

കൊള്ളക്കാരൻ ഒരു ദിനാർ കൂടി അവന്റെ ഉള്ളംകൈയിൽ വെച്ചുകൊടുത്തു. ബാബാ മുസ്തഫാ ആദ്യത്തെ സ്വർണനാണ്യത്തോടൊപ്പം ഇതും പോക്കറ്റിലിട്ടു. കട അതുപോലെത്തന്നെ തുറന്നിട്ട് അയാൾ മൊർജിയാനാ തന്റെ കണ്ണ് കെട്ടിയ സ്ഥലത്തേക്ക് നടന്നു. കൊള്ളക്കാരൻ അയാളോടൊപ്പം ചെന്ന് അയാളുടെ കണ്ണുകൾ ഒരു ഉറുമാൽകൊണ്ട് കെട്ടി. അയാളുടെ കരം ഗ്രഹിച്ച് ഒപ്പം നടന്നു. വളരെ ബുദ്ധിമാനായ ബാബാ മുസ്തഫാ, അടിമപ്പെൺകുട്ടിയോടൊപ്പം നടന്ന റോഡിലൂടെ കാൽവെയ്പുകൾ എണ്ണിക്കൊണ്ട് മെല്ലെ നീങ്ങി. ഒരിടത്തെത്തിയപ്പോൾ പെട്ടെന്ന് നിന്നുകൊണ്ട് പറഞ്ഞു.

"ഇത്രയും ദൂരമാണ് ഞാനവളോടൊപ്പം വന്നത്." ഇരുവരും വന്നു നിന്നത് കാസിമിന്റെ വീടിന് മുന്നിലാണ്. ഇപ്പോൾ അയാളുടെ അനിയൻ ആലിബാബാ താമസിക്കുന്ന വീട്. - അപ്പോഴേക്കും നേരം പുലർന്നതിനാൽ ഷാഹ്രസാദ് കഥപറച്ചിൽ നിർത്തി.

അറുനൂറ്റി മുപ്പത്തിയൊന്നാംരാവ്

ഷാഹ്രസാദ് പറഞ്ഞു - അല്ലയോ കീർത്തിമാനായ രാജാവേ, ആ കൊള്ളക്കാരൻ ആ വീടിന്റെ വാതിലിൽ വെളുത്ത ചോക്കുകൊണ്ട് അടയാളങ്ങൾ വരച്ചു. പെട്ടെന്ന് ആ വീട് തിരിച്ചറിയാമല്ലൊ. പിന്നീടയാൾ തയ്യൽക്കാരന്റെ കണ്ണിലെ കെട്ടഴിച്ച് പറഞ്ഞു. "അല്ലയോ ബാബാ മുസ്തഫാ, നിനക്ക് ഈ ഉപകാരത്തിന് നന്ദിപറയുന്നു. നിന്റെ നന്മയ്ക്ക് സർവ്വശക്തനായ അള്ളാ പ്രത്യുപകാരം ചെയ്യും. ഇനി ദയവായി പറയൂ, ഈ വീട്ടിൽ ആരാണ് താമസിക്കുന്നത്?"

അയാൾ പറഞ്ഞു, "സത്യത്തിൽ എനിക്കറിയില്ല. നഗരത്തിന്റെ ഈ ഭാഗത്തെക്കുറിച്ച് എനിക്കത്ര പരിചയമില്ല."

തയ്യൽക്കാരനെക്കൊണ്ട് കൂടുതൽ ഗുണമൊന്നുമില്ലെന്നുകണ്ട്, അവനോട് പലപ്രാവശ്യം നന്ദി പറഞ്ഞ് കടയിലേക്ക് തിരിച്ചയച്ചു. ധൃതിപിടിച്ച് ആ കള്ളൻ മറ്റ് കൊള്ളക്കാർ തന്നെ കാത്തുനില്ക്കുന്ന കുറ്റിക്കാട്ടിലേക്ക് പാഞ്ഞു. അല്പസമയത്തിനുശേഷം, പുറത്തുവന്ന മാർജിയാന, വീട്ടുവാതിലിൽ വെള്ള ചോക്കുകൊണ്ട് വരച്ച അടയാളങ്ങൾ കണ്ട്

വിസ്മയിച്ചുപോയി. അവർ കുറച്ചുനേരം ഗാഢചിന്തയിലാണ്ടു. ഏതോ ശത്രു യജമാനനെ തകർക്കാനായി അദ്ദേഹത്തിന്റെ വീട് തിരിച്ചറിയാൻ വേണ്ടി വരച്ചുവെച്ച അടയാളങ്ങളാണിതെന്നവൾ മനസ്സിലാക്കി. അവൾ അയൽവാസികളുടെ വീടുകളിലെ വാതിലിൽ ഈ ചിഹ്നങ്ങൾ വരച്ചു വെച്ച് അക്കാര്യം രഹസ്യമാക്കിവെച്ചു. യജമാനനോടോ യജമാനത്തി യോടോപോലും പറഞ്ഞില്ല. അതിനിടയ്ക്ക് കള്ളൻ തന്റെ സഖാക്കളോട് തന്റെ വീരസാഹസകഥ വിശദീകരിച്ചു. കൊള്ളത്തലവനും കൂട്ടരും ഒറ്റ യ്ക്കൊറ്റക്കായി നഗരത്തിലേക്ക് പല മാർഗ്ഗങ്ങളിലൂടെ പ്രവേശിച്ചു. ആലി ബാബായുടെ വാതിലിൽ ചോക്കുകൊണ്ട് അടയാളങ്ങൾ വരച്ചവൻ കൊള്ളത്തലവനോടൊപ്പം യാത്രചെയ്തു, ആ വീട് കാണിച്ചുകൊടുക്ക ണമല്ലോ! അവൻ കൊള്ളത്തലവനെ നേരെ ആലിബാബായുടെ വീടിന്റെ വാതിൽക്കൽ കൊണ്ടുപോയി താൻ വരച്ചിട്ട അടയാളങ്ങൾ കാണിച്ചു കൊടുത്തു. എന്നാൽ, അതേ അടയാളങ്ങൾ എല്ലാ വീടുകളുടേയും വാതിലുകളിൽ കണ്ട് അയാൾ ആശ്ചര്യത്തോടെ ചോദിച്ചു. "ഇതിൽ ഏത് വീടാണതെന്ന് ഉറപ്പിച്ച് പറയാമോ?"

ഇതുകേട്ട് ആ കള്ളൻ വല്ലാത്ത സംഭ്രമത്തോടെ മറുപടി നല്കാനാ കാതെ അമ്പരന്ന് നിന്നു! അവൻ ശപഥം ചെയ്ത് പറഞ്ഞു. "ഞാൻ ഒരു വാതിലിൽ തീർച്ചയായും അടയാളങ്ങൾ വരച്ചുവെച്ചതാണ്. എന്നാൽ മറ്റു വാതിലുകളിലും ഈ അടയാളങ്ങൾ എങ്ങനെ വന്നെന്ന് എനിക്കറി യില്ല. ഏതാണ് ഞാൻ വരച്ച വാതിലെന്നും എനിക്ക് ഉറപ്പിച്ചുപറയാൻ കഴിയില്ല." അതുകേട്ട് കൊള്ളത്തലവൻ മാർക്കറ്റിൽ ചെന്ന് തന്റെ അനു ചരന്മാരോട് പറഞ്ഞു. "നമ്മുടെ കഠിനാധ്വാനമെല്ലാം വൃഥാവിലായി! നമ്മൾ കാണാനുദ്ദേശിച്ചുവന്ന വീട് കണ്ടെത്താനായില്ല. ഇപ്പോൾ കാട്ടിലെ നമ്മുടെ സങ്കേതത്തിലേക്ക് മടങ്ങാം. ഞാനും അങ്ങോട്ടേക്കുതന്നെ തിരിക്കാം."

ആ കൊള്ളസംഘം ആ ഖജനാവ് ഗുഹയിൽ ഒത്തുകൂടി. കൊള്ള ക്കാരെല്ലാം കൂടിയപ്പോൾ, തങ്ങളുടെ സമയം നഗരത്തിൽ നഷ്ടപ്പെടു ത്തിയവനെ ശിക്ഷിക്കാൻ കൊള്ളത്തലവൻ തീരുമാനിച്ചു. അങ്ങനെ എല്ലാവരുടേയും മുന്നിൽവെച്ച് അയാൾ അവനെ ബന്ധനസ്ഥനാക്കി. എന്നിട്ടവനോടു പറഞ്ഞു. "നമ്മുടെ പണം കൊള്ളയടിച്ചവനെക്കുറിച്ചുള്ള വിവരം കൊണ്ടുവരാനായി ഇവനെ ഞാൻ പ്രത്യേക താല്പര്യമെടുത്ത് പട്ടണത്തിലേക്കയച്ചു. യാതൊരു ഫലവുമില്ലാതെ!" അതിനുള്ള ശിക്ഷ യായി അവൻ തൂക്കിലേറ്റപ്പെട്ടു.

അപ്പോൾ മറ്റൊരുവൻ മുന്നോട്ടുവന്ന് പറഞ്ഞു. "ഞാൻ അവിടെ പോയി അക്കാര്യം അന്വേഷിച്ച് അങ്ങ് ആഗ്രഹിക്കുന്ന ഫലം നേടി വരാം."

കൊള്ളത്തലവൻ അവന് പാരിതോഷികങ്ങൾ വാഗ്ദാനം ചെയ്ത് അവനെ യാത്രയാക്കി. വിധിയെന്നു പറയട്ടെ, ഈ രണ്ടാമത്തെ കള്ളനും ആദ്യം പോയത് തയ്യൽക്കാരൻ ബാബാ മുസ്തഫായുടെ വീട്ടിലേക്കാണ്. മുമ്പത്തെ കള്ളൻ ചെയ്തതുപോലെ! അതേ രീതിയിൽ ആ തയ്യൽക്കാ രന് അവൻ സ്വർണനാണ്യം സമ്മാനിച്ച്, അലിബാബായുടെ വീട്ടുപടി ക്കലെത്തിച്ചു. ഇവിടെ മുമ്പത്തെ കള്ളനെപ്പോലെ അയാൾ ഗേറ്റിൽ ചുകന്ന ചോക്കുകൊണ്ട് അടയാളങ്ങൾ വരച്ചിട്ടു. അത് വെളുത്ത ചോക്കി നേക്കാൾ ഭംഗിയായി തിരിച്ചറിയാമല്ലോ. പിന്നെ പ്രച്ഛന്നവേഷധാരിയായ

അയാൾ വേഗം തന്റെ സംഘത്തിൽ തിരിച്ചെത്തി. എന്നാൽ ഈ ചുകന്ന അടയാളങ്ങൾ കണ്ട മൊർജിയാനാ അതിൽ ദുരൂഹതയുണ്ടെന്ന ചിന്തയോടെ മറ്റെല്ലാ വാതിലുകളിലുംചുകന്ന ചോക്കുകൊണ്ട് അടയാള ങ്ങൾ രേഖപ്പെടുത്തി. അവൾ ചെയ്ത പണി മറ്റാരേയും അറിയിച്ചില്ല.

അതിനിടെ കൊള്ളസംഘത്തിൽ തിരിച്ചെത്തിയ കൊള്ളക്കാരൻ പൊങ്ങച്ചത്തോടെ പറഞ്ഞു, "അല്ലയോ കേപ്റ്റൻ, ഞാൻ ആ വീട് കണ്ടെത്തി. അതിൽ അടയാളം രേഖപ്പെടുത്തിയിട്ടുണ്ട്. അതുകൊണ്ട് അയൽവീടുകളിൽനിന്നും ആ വീട് തിരിച്ചറിയാൻ എനിക്ക് യാതൊരു പ്രയാസവുമുണ്ടാകില്ല." - അപ്പോഴേക്കും നേരം പുലർന്നതിനാൽ ഷാഹ്റസാദ് കഥപറച്ചിൽ നിർത്തി.

അറുനൂറ്റി മുപ്പത്തിരണ്ടാംരാവ്

ഷാഹ്റസാദ് പറഞ്ഞു - അല്ലയോ കീർത്തിമാനായ രാജാവേ, കൊള്ള ത്തലവൻ തന്റെ അനുചരന്മാരെ എല്ലാവരേയും നഗരത്തിലേക്കയച്ചു. അയാൾ പഴയതുപോലെ സ്ഥലം കണ്ടെത്തിയെങ്കിലും എല്ലാ വീട്ടുവാ തിലുകളിലും ഒരേപോലെ ചുകന്ന ചോക്കുകൊണ്ട് വരച്ച അടയാളങ്ങൾ കണ്ട് ആശയക്കുഴപ്പത്തിലായി. അങ്ങനെ ആ കൊള്ളക്കാരെല്ലാം നിരാ ശരായി തിരിച്ചുപോയി. കൊള്ളത്തലവൻ ദുഃഖിതനും ഭയങ്കര കോപി ഷ്ഠനുമായിരുന്നു. ഇവനേയും അയാൾ തൂക്കിലേറ്റി. എന്റെ സംഘത്തി ലുള്ളവരാരും ഇനി അവരുടെ ഗവേഷണം പിൻതുടരില്ലെന്ന് ഞാൻ കരു തുന്നു. അതുകൊണ്ട് ഞാൻ തന്നെ പോയി ആ വീട് കണ്ടുപിടിക്കാം."

അപ്രകാരം അയാൾ ബാബാ മുസ്തഫായുടെ സഹായത്തോടെ (അവന് ഇക്കാര്യത്തിൽ ധാരാളം സ്വർണനാണ്യങ്ങൾ നേടാനായി.) നടന്നുചെന്ന് ആലിബാബായുടെ വീടിന് മുന്നിലെത്തി. അയാൾ പുറ മേക്ക് യാതൊരു അടയാളവും അവിടെ വരച്ചുവെച്ചിലെങ്കിലും ഹൃദയ ത്തിൽ കുറിച്ചുവെച്ചു. പിന്നെ കാട്ടിലേക്ക് മടങ്ങിച്ചെന്ന് തന്റെ ആളുക ളോട് പറഞ്ഞു. "എനിക്ക് നന്നായി ആ വീട് അറിയാം. വ്യക്തമായി അതെന്റെ മനസ്സിൽ പതിഞ്ഞുകിടക്കുന്നുണ്ട്. അത് കണ്ടെത്തുവാൻ ഇനി യാതൊരു വിഷമവുമില്ല. ഉടനെ പോയി പത്തൊമ്പത് കോവർകഴുതകൾ, വലിയൊരു തുകൽസഞ്ചി നിറയെ കടുകെണ്ണ, മുപ്പത്തിയേഴ് ഒഴിഞ്ഞ പാത്രങ്ങൾ എന്നിവ എനിക്ക് വാങ്ങിച്ച് കൊണ്ടുവരിക. ഞാൻ ഒരു എണ്ണ ക്കച്ചവടക്കാരന്റെ രൂപത്തിൽ കോവർകഴുതകളെ പട്ടണത്തിലേക്ക് കൊണ്ടുപോകും. രാത്രി ആകുമ്പോഴേക്കും ആ വീട്ടിലെത്തി അന്നു രാത്രി അവിടെ തങ്ങാനുള്ള അനുവാദം ഗൃഹനാഥനോടു ചോദിക്കും. അതിനു ശേഷം പറ്റിയ സന്ദർഭം നോക്കി നമ്മൾ അവനുമേൽ ചാടിവീണ് അവനെ വധിക്കും." കൊള്ളത്തലവൻ തുടർന്നു. "അവനെ കൊന്നതിനുശേഷം, നമ്മളിൽനിന്നും അവൻ തട്ടിയെടുത്ത സ്വർണവും മറ്റും കഴുതകളുടെ പുറത്തുകയറ്റി കൊണ്ടുപോരും."

ഈ ഉപദേശം കള്ളന്മാരെ സന്തോഷിപ്പിച്ചു. ഉടനെ കൊള്ളത്തല വന്റെ നിർദേശപ്രകാരം കഴുതകളേയും തുകൽസഞ്ചികളും മറ്റും വാങ്ങി ക്കാനായി അവർ പുറപ്പെട്ടു. മൂന്നു ദിവസത്തിനുശേഷം അതെല്ലാം സംഘടിപ്പിച്ച് കൊള്ളത്തലവൻ കച്ചവടക്കാരന്റെ വേഷത്തിൽ പുറപ്പെടാൻ

തയ്യാറായി. എല്ലാ തുകൽസഞ്ചിയുടെ പുറംഭാഗത്തും കടുകെണ്ണ പുരട്ടി. ഓരോ ഒഴിഞ്ഞ സഞ്ചിയിലും ഓരോരുത്തനെ ഒളിപ്പിച്ചിരുത്തി. അതെല്ലാം കഴുതകളുടെ പുറത്ത് കയറ്റിവെച്ചു. അതായത്, മുപ്പത്തിയേഴ് സഞ്ചികളിൽ ഓരോന്നിലും ആയുധധാരിയായ ഓരോ കള്ളൻ കയറി ഇരുന്നു. ഒന്നിൽ നിറയെ കടുകെണ്ണയും. അങ്ങനെ കഴുതകളെ മുന്നിൽ നടത്തി രാത്രി ആയതോടെ അയാൾ ആലിബാബയുടെ വീടിന് മുന്നിലെത്തി. അപ്പോൾ ഗൃഹനാഥൻ അത്താഴശേഷം വീടിനു മുന്നിൽ ഉലാത്തുകയായിരുന്നു. കൊള്ളത്തലവൻ അയാളെ സലാം ചെയ്ത് പറഞ്ഞു: "ഞാൻ 'ഇന്ന' ഗ്രാമത്തിൽനിന്നു വരുന്ന എണ്ണവ്യാപാരിയാണ്. ഇടയ്ക്കിടെ എണ്ണ വിൽക്കാനായി ഈ ഭാഗത്ത് വരാറുണ്ട്. ഇപ്രാവശ്യം രാത്രി വൈകിപ്പോയതിനാൽ തങ്ങാൻ ഒരിടം കിട്ടിയില്ല. ഞാൻ വല്ലാത്ത പരിഭ്രമത്തിലാണ്. നിങ്ങൾ എന്നോട് കരുണ കാണിക്കണം. ഇന്നു രാത്രി ഈ മുറ്റത്ത് എന്നെ കഴുതകളോടൊപ്പം കഴിയാൻ അനുവദിക്കണമെന്ന് ഞാൻ കേണപേക്ഷിക്കയാണ്. അനുമതി ലഭിച്ചാൽ എനിക്ക് ഈ എണ്ണ തുകൽ ഭരണികൾ താഴെ ഇറക്കിവെക്കാനും കോവർകഴുതകൾക്ക് ഭക്ഷണം കൊടുക്കാനും പറ്റുമായിരുന്നു."

ആലിബാബ ആ കൊള്ളത്തലവന്റെ ശബ്ദം അന്ന് മരത്തിനു മുകളിൽ ഒളിച്ചിരുന്നപ്പോൾ കേൾക്കുകയും ഗുഹയിലേക്ക് കടക്കുമ്പോൾ കാണുകയും ചെയ്തിട്ടുണ്ടെങ്കിലും, ആ പ്രച്ഛന്നവേഷത്തിൽ കൊള്ളത്തലവനെ അവന് തിരിച്ചറിയാനായില്ല. അതിനാൽ ആ കൊള്ളക്കാരനെ അവൻ ഹൃദ്യമായി സ്വീകരിച്ച് അന്നുരാത്രി സ്വതന്ത്രമായി അവിടെ കഴിയാനുള്ള അനുമതി നല്കി. ഒരു ഒഴിഞ്ഞ തൊഴുത്ത് കഴുതകളെ കെട്ടിയിടാനായി അവൻ കാണിച്ചുകൊടുത്തു. ഒരു അടിമബാലനെ വിളിച്ച് കാലിത്തീറ്റയും വെള്ളവും കൊണ്ടുകൊടുക്കുവാൻ പറഞ്ഞു.

ആലിബാബ തന്റെ അടിമപ്പെൺകുട്ടി മൊർജിയാനയ്ക്കും ഉത്തരവു കൊടുത്തു. "ഒരു അതിഥി വന്നിട്ടുണ്ട്. അയാൾ ഇന്നു രാത്രി ഇവിടെ തങ്ങും. പെട്ടെന്ന് അയാൾക്ക് അത്താഴം ഉണ്ടാക്കിക്കൊടുക്കുക. അയാൾക്ക് ഉറങ്ങാനുള്ള സൗകര്യങ്ങളും ചെയ്തുകൊടുക്കുക."

കൊള്ളത്തലവൻ എല്ലാ തുകൽഭരണികളും താഴെ ഇറക്കിവെക്കുകയും കഴുതകൾക്ക് തീറ്റിയും വെള്ളവും കൊടുക്കുകയും ചെയ്തു കഴിഞ്ഞപ്പോൾ ആലിബാബ അവനെ ഏറ്റവും ഔദാര്യത്തോടും കരുണയോടുംകൂടി സ്വീകരിച്ച് മൊർജിയാനയെ അയാളുടെ അരികിലേക്ക് വിളിപ്പിച്ച് പറഞ്ഞു.

"നീ യാതൊരു കുറവും കൂടാതെ ഈ അപരിചിതനെ സേവിക്കണം. നാളെ അതിരാവിലെ ഞാൻ സ്നാനഗൃഹത്തിലേക്ക് കുളിക്കാൻ പോകും. അപ്പോൾ, എന്റെ അടിമബാലന്റെ കൈയിൽ എനിക്ക് വസ്ത്രം മാറ്റാനായി ഒരു വൃത്തിയുള്ള വെളുത്ത സൂട്ട് കൊടുത്തേല്പിക്കുക. ഞാൻ തിരിച്ചുവരുമ്പോൾ കുടിക്കാനായി സൂപ്പ് തയ്യാറാക്കിവെക്കണം."

അവൾ മറുപടി നല്കി. "അങ്ങയുടെ ആജ്ഞപ്രകാരം എല്ലാം ഞാൻ തയ്യാറാക്കിവെക്കാം."

അങ്ങനെ ആലിബാബാ ഉറങ്ങാനായി പോയി. കൊള്ളത്തലവൻ അത്താഴം കഴിച്ചശേഷം, തൊഴുത്തിൽ ചെന്ന് കഴുതകൾ ആഹാരവും വെള്ളവും കഴിച്ചിട്ടുണ്ടോ എന്ന് നോക്കാനായി പോയി. - അപ്പോഴേക്കും നേരം പുലർന്നതിനാൽ ഷാഹ്റസാദ് കഥപറച്ചിൽ നിർത്തി.

അറുനൂറ്റി മുപ്പത്തിമൂന്നാംരാവ്

ഷാഹ്രസാദ് പറഞ്ഞു - അല്ലയോ കീർത്തിമാനായ രാജാവേ, കൊള്ളക്കാരൻ കഴുതകളെ നോക്കിവന്നശേഷം എണ്ണഭരണികളാണെന്ന് ആലിബാബ കരുതിയ തുകൽഭരണികൾക്കരികിൽ രഹസ്യമായിച്ചെന്ന് മെല്ലെ മന്ത്രിച്ചു. "ഇന്ന് അർദ്ധരാത്രി എന്റെ ശബ്ദം കേട്ട ഉടനെ നിങ്ങൾ പെട്ടെന്ന് സ്വന്തം കഠാരികൾ ഉപയോഗിച്ച് ഭരണിയുടെ മുകൾഅറ്റം മുതൽ അടിവരെ കീറിപ്പൊളിച്ച് പുറത്ത് ചാടുക."

പിന്നീട് അടുക്കളയ്ക്കടുത്തുള്ള ഒരു മുറിയിൽ തനിക്കായി സജ്ജീകരിച്ച കിടക്കയിലേക്കയാൾ നടന്നു. മൊർജിയാനാ വിളക്കുപിടിച്ച് അവന് വഴികാട്ടിക്കൊടുത്തു. അവൾ പറഞ്ഞു. "നിങ്ങൾക്ക് എന്തെങ്കിലും ആവശ്യമുണ്ടെങ്കിൽ, അങ്ങയുടെ ഈ അടിമയോട് കല്പിക്കാൻ മടിക്കരുതെന്ന് ഞാൻ അപേക്ഷിക്കുന്നു. അങ്ങയുടെ കല്പന കേൾക്കാൻ ഈയുള്ളവൾ സദാ സന്നദ്ധയാണ്."

അയാൾ മറുപടി നല്കി. "ഇനി ഒരാവശ്യവുമില്ല." പിന്നെ വിളക്കണച്ച് അയാൾ ഉറങ്ങാൻ കിടന്നു. കുറച്ചുകഴിഞ്ഞ് തന്റെ ആളുകളെ എഴുന്നേല്പിച്ച് പണിതീർക്കണം. അതിനിടയ്ക്ക് യജമാനന്റെ ഉത്തരവനുസരിച്ചുള്ള ജോലികളെല്ലാം മൊർജിയാനാ ചെയ്തു. ആദ്യം ഒരു വൃത്തിയുള്ള വെള്ള സൂട്ടെടുത്ത് അബ്ദുള്ളായ്ക്ക് കൊടുത്തു. അവൻ കിടക്കാനായി പോയിരുന്നില്ല. പിന്നെ സൂപ്പ് ഉണ്ടാക്കാനായി പാത്രമെടുത്ത് അടുപ്പത്ത് വെച്ച് തീ കത്തിച്ചു. കുറച്ചുകഴിഞ്ഞ് സൂപ്പ് തിളച്ചോ എന്ന് നോക്കാനായി പോയപ്പോൾ വിളക്കുകളിലെ എണ്ണതീർന്ന് എല്ലാം കെട്ടുപോയിരിക്കുന്നു. ഒരിടത്തുനിന്നും എണ്ണ അവൾക്ക് കിട്ടാനും നിവൃത്തിയില്ല. അവളുടെ പരിഭ്രമംകണ്ട് അടിമപ്പയ്യൻ അബ്ദുള്ള അവളോടു ചോദിച്ചു. "എന്തിന് വിഷമിക്കണം? അവിടെ ഒരുപാട് എണ്ണഭരണികൾ ഉള്ളതല്ലേ. അവിടെ പോയി നിനക്കിഷ്ടമുള്ളത്ര എണ്ണ എടുത്തേക്കൂ."

അവന്റെ നിർദ്ദേശത്തിന് മൊർജിയാനാ നന്ദി പറഞ്ഞു. അബ്ദുള്ള ഉറങ്ങാൻ പോയി. അവന് നേരത്തെ എഴുന്നേറ്റ് യജമാനനോടൊപ്പം സ്നാനഗൃഹത്തിലേക്ക് പോകേണ്ടതാണ്. അതുകൊണ്ട് അടിമപ്പെൺകുട്ടി എണ്ണപ്പാത്രവുമായി എണ്ണഭരണികൾ വരിയായി നിരത്തിവെച്ചിട്ടുള്ള ഷെഡ്ഡിലേക്ക് നടന്നു. അവൾ ഒരു ഭരണിക്കടുത്തെത്തിയപ്പോൾ കൊള്ളത്തലവനെ കാത്തിരിക്കുന്ന കള്ളൻ അവളുടെ പാദനിസ്വനം കേട്ട് തന്റെ തലവനാണെന്നു കരുതി മന്ത്രിച്ചു. "പുറത്തുചാടാനുള്ള സമയമായോ?" മനുഷ്യശബ്ദം കേട്ട് മൊർജിയാനാ ഒന്നു ഞെട്ടി. എന്നാൽ ധീരയും ബുദ്ധിമതിയുമായ അവൾ മറുപടി നല്കി. "സമയമായിട്ടില്ല." എന്നിട്ടവൾ മനസ്സിൽ മന്ത്രിച്ചു. "ഭരണികളിൽ എണ്ണനിറച്ചിരിക്കുകയല്ല. എന്തോ ദുരൂഹതയുണ്ടെന്നെനിക്കു തോന്നുന്നു. ഒരുപക്ഷേ, ഈ എണ്ണവ്യാപാരിക്ക് യജമാനനെ ചതിച്ചുകൊല്ലാനുള്ള വല്ല പദ്ധതിയും കാണും. അതുകൊണ്ട് നന്മ നിറഞ്ഞവനായ അള്ളാ ഈ കെണിയിൽനിന്ന് ഞങ്ങളെ രക്ഷിച്ചിരിക്കുന്നു."

അങ്ങനെ കൊള്ളത്തലവന്റെ സ്വരത്തിൽ അവൾ പറഞ്ഞു. "ഇനിയും ആയിട്ടില്ലാ, സമയമായിട്ടില്ല." പിന്നെ അടുത്ത ഭരണിയിലേക്ക് ചെന്ന് അവനോടും ഇതേ മറുപടിതന്നെ പറഞ്ഞു. അപ്രകാരം എല്ലാ ഭരണിയിലുള്ളവരോടും അത് ആവർത്തിച്ചു. അവൾ അതിനുശേഷം

ആത്മഗതമായി പറഞ്ഞു. "ദൈവത്തിനു സ്തുതി! എന്റെ യജമാനൻ ഇയാളെ എണ്ണവ്യാപാരിയാണെന്ന് വിശ്വസിച്ചിരിക്കുകയാണ്. എന്നാൽ ഒരു സംഘം കൊള്ളക്കാരെയാണദ്ദേഹം ഉള്ളിൽ കയറ്റിയിരിക്കുന്നത്. അവർ അദ്ദേഹത്തിനുനേരെ ചാടിവീണ് കൊള്ളയടിക്കാനും കൊല്ലാനുമുള്ള ചിഹ്നം കാത്തിരിക്കയാണ്."

ഒടുവിൽ അവൾ അവസാനത്തെ ഭരണിയിൽ എത്തി. അതിൽനിന്ന് എണ്ണ തുളുമ്പുന്നതുകണ്ട് അവൾ തന്റെ പാത്രത്തിൽ എണ്ണ പകർന്നെടുത്തു. തിരിച്ച് അടുക്കളയിൽ വന്ന് വിളക്ക് കത്തിച്ചു. പിന്നെ, വലിയൊരു 'അണ്ടാവ്' കൊണ്ടുവന്ന് അതിൽ നിറയെ ഭരണിയിലെ എണ്ണ നിറച്ച് തീപൂട്ടി എണ്ണ തിളപ്പിച്ചു. ആ തിളച്ച എണ്ണപാത്രത്തിൽ നിറച്ച് കൊണ്ടുപോയി തുകൽ ഭരണിക്കുള്ളിലിരിക്കുന്ന ഓരോരുത്തന്റേയും തലയിൽ ഒഴിച്ചു. അവർ ഭരണിയിൽനിന്ന് രക്ഷപ്പെടാനാകാതെ വെന്ത് ഉരുകി ചത്തു. അങ്ങനെ എല്ലാ ഭരണികളും ശവഭരണികളായി മാറി. ഈ ബുദ്ധിമതിയായ അടിമപ്പെൺകുട്ടി, നിശ്ശബ്ദം വീട്ടിലുള്ളവർപോലും അറിയാതെ ഈ കൊള്ളക്കാരെ വെടുപ്പാക്കി. സ്വയം തൃപ്തയായ അവൾ, എല്ലാ കള്ളന്മാരേയും വധിച്ചശേഷം അടുക്കളയിലേക്കു ചെന്ന് വാതിലടച്ച് ആലിബാബായ്ക്ക് സൂപ്പ് ഉണ്ടാക്കാൻ തുടങ്ങി. കഷ്ടിച്ച് ഒരു മണിക്കൂർ കഴിഞ്ഞപ്പോഴേക്കും കൊള്ളത്തലവൻ ഉറക്കമുണർന്നു. അയാൾ ജനാല തുറന്ന് പുറത്തേക്ക് നോക്കി. ഇരുട്ടും നിശ്ശബ്ദതയും തളംകെട്ടി നിൽക്കുന്നു! അയാൾ തന്റെ അനുചരന്മാരോട് കൈകൊട്ടി പുറത്തു വരാൻ സൂചന നല്കി. എന്നാൽ മറുപടിയായി യാതൊരു ശബ്ദവും കേട്ടില്ല. അല്പം കഴിഞ്ഞ് അയാൾ വീണ്ടും കൈകൊട്ടി ഉറക്കെ വിളിച്ചു. എന്നിട്ടും യാതൊരു മറുപടിയുമില്ല. മൂന്നാംപ്രാവശ്യം അലറിവിളിച്ചിട്ടും മറുപടി കിട്ടാതായപ്പോൾ അയാൾ പരിഭ്രമിച്ച് ഭരണികൾ വെച്ചിരിക്കുന്ന ഷെഡ്ഡിൽ എത്തി. അയാൾ സ്വയം പറഞ്ഞു, "ജോലി ആരംഭിക്കേണ്ട സമയമായപ്പോഴേക്കും ഒരുപക്ഷേ, എല്ലാവരും ഉറങ്ങിപ്പോയിരിക്കാം. അതുകൊണ്ട് ഉടനെ ഞാനവരെ ഉണർത്തട്ടെ."

അയാൾ ഏറ്റവും അടുത്ത ഭരണിക്കടുത്തെത്തിയപ്പോൾ എണ്ണയുടേയും പുഴുങ്ങിയ മാംസത്തിന്റേയും ദുർഗന്ധം ശ്വസിച്ച് അവൻ ഞെട്ടിപ്പോയി! ഭരണിയുടെ പുറത്ത് സ്പർശിച്ചപ്പോൾ കൈപൊള്ളിപ്പോയി. മറ്റ് ഓരോ ഭരണിക്കടുത്തും അയാൾ പോയി പരിശോധിച്ചു. അതേനില തന്നെ. തന്റെ അനുചരന്മാർക്ക് വന്നുപെട്ട ദുരന്തം അവന് ശരിക്കും മനസ്സിലായി. സ്വന്തം രക്ഷയെക്കുറിച്ചോർത്ത് അയാൾ ഓടി മതിൽചാടി രക്ഷപ്പെട്ടു. ഭയങ്കര പകയും നിരാശയും അവനെ വിഴുങ്ങി.

കുറച്ചുനേരം കാത്തിരുന്നിട്ടും കൊള്ളത്തലവൻ തിരിച്ചുവരുന്നത് മൊർജിയാനായ്ക്ക് കാണാൻ കഴിഞ്ഞില്ല. അതുകൊണ്ട് അയാൾ മതിൽചാടി ജീവനുംകൊണ്ട് ഓടി രക്ഷപ്പെട്ടിട്ടുണ്ടാകുമെന്നവൾ ഊഹിച്ചു. കാരണം, അവരുടെ ഗേറ്റ് ഇരട്ടപ്പൂട്ട് പൂട്ടിയിരിക്കുകയായിരുന്നു. ഇപ്രകാരം കൊള്ളക്കാരെ മുഴുവൻ നശിപ്പിച്ചശേഷം അവൾ മനസ്സമാധാനത്തോടെ കിടന്നുറങ്ങി. നേരം വെളുക്കുന്നതിന് രണ്ടു മണിക്കൂർ ഉള്ളപ്പോൾ ആലിബാബാ എഴുന്നേറ്റ് സ്നാനഗൃഹത്തിലേക്ക് പോയി. രാത്രിയിലെ വീരസാഹസങ്ങളെക്കുറിച്ചൊന്നും അയാൾക്കറിയില്ലായിരുന്നു. കാരണം, ധീരയായ അടിമപ്പെണ്ണ് അയാളെ ഉണർത്തിയിരുന്നില്ല.

അതൊരു അത്യാവശ്യകാര്യമായി അവൾ കരുതിയില്ല. എന്തുകൊണ്ടെന്നാൽ, തന്റെ പദ്ധതികൾ അവൾ വെളിപ്പെടുത്തിയിരുന്നെങ്കിൽ ഒരുപക്ഷേ, അത് നടക്കാതെ പോയേനെ. ആലിബാബാ കുളികഴിഞ്ഞെത്തിയപ്പോഴേക്കും സൂര്യൻ നന്നായി ഉദിച്ചുയർന്നുകഴിഞ്ഞിരുന്നു. ആ ഭരണികൾ അപ്പോഴും ഷെഡ്ഡിൽത്തന്നെ ഇരിക്കുന്നതുകണ്ട് ഭയങ്കര അദ്ഭുതത്തോടെ അയാൾ ചോദിച്ചു.

"എന്തുകൊണ്ടാണ് എന്റെ അതിഥി, എണ്ണവ്യാപാരി തന്റെ കോവർകഴുതകളെ എണ്ണഭരണികൾ കയറ്റി മാർക്കറ്റിലേക്ക് കൊണ്ടുപോകാതിരുന്നത്?" - അപ്പോഴേക്കും നേരം പുലരാറായെന്നുകണ്ട് ഷാഹ്രസാദ് തന്റെ കഥപറച്ചിൽ നിർത്തി.

അറുനൂറ്റി മുപ്പത്തിനാലാംരാവ്

ഷാഹ്രസാദ് പറഞ്ഞു - അല്ലയോ കീർത്തിമാനായ രാജാവേ, താൻ മൊർജിയാനായുടെ ചുമതലയിലേല്പിച്ച അതിഥിയായ എണ്ണ വ്യാപാരിക്ക് എന്തുപറ്റിയെന്ന് ആലിബാബാ അടിമപ്പെൺകുട്ടിയോട് ചോദിച്ചു.

അവൾ മറുപടി നല്കി. "അള്ളാ അങ്ങയുടെ ആയുസ്സ് നീട്ടിത്തരുവാനായി കൃപ കാട്ടിയിരിക്കുന്നു. ഈ വ്യാപാരിയെക്കുറിച്ച് രഹസ്യമായി ഇരുന്ന് ഞാൻ കാര്യങ്ങൾ പറയാം."

അങ്ങനെ ആലിബാബാ ആ പെൺകുട്ടിയോടൊപ്പം വീടിനു പുറത്തുവന്ന് ആദ്യം ഗേറ്റ് അടച്ച് കുറ്റിയിട്ടു. പിന്നെ ഒരു ഭരണി കാണിച്ചുകൊണ്ടവൾ പറഞ്ഞു. "ഞാൻ നിങ്ങളോട് ഇതിനുള്ളിലേക്ക് നോക്കാൻ അപേക്ഷിക്കുന്നു. അതിൽ എണ്ണയാണോ, മറ്റെന്തെങ്കിലുമാണോ?"

അയാൾ ഉള്ളിലേക്ക് എത്തിനോക്കിയപ്പോൾ വല്ലാതെപേടിച്ച് ഉറക്കെ നിലവിളിച്ചുപോയി; ബോധം കെട്ട് വീണേനെ!

മൊർജിയാന പറഞ്ഞു. "അവനെ പേടിക്കേണ്ട. നിങ്ങളെ ഉപദ്രവിക്കാനുള്ള കഴിവ് അവനില്ല. ചത്ത് മരവിച്ചുകഴിഞ്ഞു. ഇത്തരം ആശ്വാസവാക്കുകൾ കേട്ട് ആലിബാബ ചോദിച്ചു. "അല്ലയോ മൊർജിയാനാ, എന്ത് തരം ദ്രോഹത്തിൽനിന്നാണ് നാം രക്ഷപ്പെട്ടത്? ഈ വൃത്തികെട്ടവന് ഈ വിധി എങ്ങനെ സംഭവിച്ചു?"

അവൾ മറുപടി നല്കി. "അൽഹംദോലില്ല." ഞാൻ നിങ്ങളോട് എല്ലാം വിവരിച്ചുതരാം. എന്നാൽ ബഹളമുണ്ടാക്കരുത്. ഉറക്കെ സംസാരിക്കരുത്. സന്ദർഭവശാൽ അയൽവാസികൾ രഹസ്യം അറിഞ്ഞുകഴിഞ്ഞാൽ എല്ലാം കുഴപ്പമാകും. ആ ഓരോ ഭരണിയും ആദ്യത്തേതുമുതൽ അവസാനത്തേതുവരെ പരിശോധിച്ചുനോക്കുക."

അപ്രകാരം എല്ലാ ഭരണിക്കുള്ളിലേക്കും ആലിബാബാ സൂക്ഷിച്ചുനോക്കി. എല്ലാറ്റിലും ആയുധധാരിയായ ഓരോ മനുഷ്യൻ മരിച്ചുകിടക്കുന്നു. അദ്ഭുതസ്തബ്ധനായി മിണ്ടാനാകാതെ അയാൾ ഭരണിയിലേക്ക് മിഴിച്ചുനോക്കിനിന്നു.

അല്പനേരത്തിനുശേഷം സമനില വീണ്ടുകിട്ടിയപ്പോൾ അയാൾ ചോദിച്ചു,

"ആ എണ്ണവ്യാപാരി എവിടെ?"

അവൾ മറുപടി നല്കി. "അവനെക്കുറിച്ചും ഞാൻ പറയാം. ആ ദുഷ്ടൻ എണ്ണവ്യാപാരി ആയിരുന്നില്ല. ഒരു കൊലപാതകിയാണ്. അയാളുടെ തേനൂറുന്ന വാക്കുകൾകേട്ട് അങ്ങ് നാശത്തിലേക്ക് നീങ്ങിയേനെ. ഇനി അയാൾ ആരാണെന്നും എന്താണ് സംഭവിച്ചതെന്നും ഞാൻ പറയാം. അതിനിടയ്ക്ക് പറയട്ടെ, നിങ്ങൾ ഇപ്പോൾ സ്നാനഗൃഹത്തിൽനിന്നും വന്നതല്ലേയുള്ളൂ. ആദ്യം സൂപ്പ് കുടിച്ച് വയറും ആരോഗ്യവും ഉഷാറാകട്ടെ."

ആലിബാബാ വീടിനകത്ത് ചെന്ന് മൊർജിയാനാ പകർന്നുകൊടുത്ത സൂപ്പ് കുടിച്ചു. അതിനുശേഷം അവളുടെ യജമാനൻ അവളോട് പറഞ്ഞു. "ഈ അദ്ഭുതകരമായ കഥ കേൾക്കുവാൻ ഞാൻ സസന്തോഷം കാത്തിരിക്കുന്നു. ദയവായി അത് പറഞ്ഞ് എന്റെ മനസ്സിന് സമാധാനം നല്കുക."

അപ്രകാരം ആ അടിമപ്പെൺകുട്ടി സംഭവിച്ച കാര്യങ്ങളെല്ലാം അതേപടി വിവരിച്ചു. "അല്ലയോ യജമാനനേ, അങ്ങ് എന്നോട് സൂപ്പ് ഉണ്ടാക്കിവെക്കാൻ ഉത്തരവ് നല്കി ഉറങ്ങാൻ പോയപ്പോൾ അങ്ങയുടെ ഈ അടിമ ഒരു വൃത്തിയുള്ള വെള്ളസൂട്ടെടുത്ത് പയ്യൻ അബ്ദുള്ളയെ ഏല്പിച്ചു. പിന്നെ അടുപ്പിൽ തീ പൂട്ടി സൂപ്പ് തിളപ്പിക്കാൻ തുടങ്ങി. അത് പാകമായോ എന്ന് പരിശോധിക്കാമെന്ന് വെച്ചപ്പോൾ ആണറിയുന്നത് വിളക്കിലെ എണ്ണയെല്ലാം തീർന്നെന്ന്. ഉടനെ അബ്ദുള്ളയോട് ഇക്കാര്യം സൂചിപ്പിച്ചപ്പോൾ ഷെഡ്ഡിൽ വെച്ചിട്ടുള്ള എണ്ണഭരണിയിൽനിന്ന് കുറച്ച് എണ്ണ ഒഴിച്ചെടുക്കാമല്ലോ എന്നവൻ ഉപദേശിച്ചു. അതനുസരിച്ച് ഞാൻ ഒരു പാത്രമെടുത്ത് ആദ്യത്തെ ഭരണിയുടെ അടുത്തെത്തി.

പെട്ടെന്ന് ഭരണിക്കകത്തുനിന്ന് മന്ത്രിക്കുന്ന സ്വരം ഞാൻ കേട്ടു. വളരെ കരുതലോടെയാണ് സംസാരം. 'ഞങ്ങൾക്ക് പുറത്തുചാടാൻ സമയമായോ?' ഞാൻ വിസ്മയിച്ചുപോയി. ഈ വ്യാപാരിയായി നടിച്ച് വന്നവൻ അങ്ങയെ കൊലചെയ്യാനായി ഗൂഢാലോചന നടത്തി എത്തിയിട്ടുള്ളവനാണെന്ന് ഞാൻ നിശ്ചയിച്ചു. അതുകൊണ്ട് ഞാൻ മറുപടി നല്കി. 'സമയം ഇനിയും ആയിട്ടില്ല.' പിന്നെ രണ്ടാമത്തെ ഭരണിയിലെത്തി. ഇതു തന്നെ ആവർത്തിക്കപ്പെട്ടു. അതേപ്രകാരം അവരോടെല്ലാവരോടും. അവരെല്ലാവരും കൊള്ളത്തലവനിൽനിന്നുള്ള ഒരു സൂചനയ്ക്കായി കാത്തിരിക്കയാണെന്ന് എനിക്ക് ബോധ്യമായി. നിങ്ങൾ ഒരു എണ്ണവ്യാപാരിയാണെന്ന് കരുതി ആദരിച്ച് വീട്ടിനുള്ളിൽ അതിഥിയായി സ്വീകരിച്ചവൻ, വാസ്തവത്തിൽ കൊള്ളത്തലവനാണ്. അവൻ ഇത്രയും ആളുകളെ കടത്തിക്കൊണ്ടുവന്നത് നിങ്ങളെ കൊലചെയ്യാനും നിങ്ങളുടെ സാധനങ്ങളും വീടും കൊള്ളയടിക്കാനും വേണ്ടിയാണ്. എന്നാൽ അവന്റെ പദ്ധതികൾ നടപ്പാക്കാൻ ഞാൻ യാതൊരവസരവും നല്കിയില്ല. അവസാന ഭരണിയിൽ നിറയെ എണ്ണയാണെന്ന് ഞാൻ കണ്ടെത്തി. അതിൽനിന്ന് കുറച്ചെടുത്ത് ഞാൻ വിളക്ക് കത്തിച്ചു. പിന്നെ, വലിയൊരു 'അണ്ടാവ്' അടുപ്പത്തുവെച്ച് ഞാൻ കൊണ്ടുവന്ന എണ്ണ മുഴുവൻ അതിൽ ഒഴിച്ച് തിളപ്പിച്ചു. എണ്ണ തിളച്ചുമറിഞ്ഞപ്പോൾ അതൊരു പാത്രത്തിലാക്കി ഓരോരുത്തന്റേയും തലയിലേക്കൊഴിച്ച് പൊള്ളിച്ചുകൊന്നു. ഇപ്രകാരം എല്ലാവരേയും വധിച്ചശേഷം ഞാൻ അടുക്കളയിലേക്ക് മടങ്ങിവന്ന് വിളക്ക് കെടുത്തി ജനാലയ്ക്കൽ ചെന്ന് പുറത്തേക്കു നോക്കിനിന്നു. ആ കള്ളവ്യാപാരിയുടെ നീക്കങ്ങൾ ശ്രദ്ധിച്ചു. അധികം സമയം എനിക്ക് കാത്തു

നിൽക്കേണ്ടിവന്നില്ല. ആ കൊള്ളത്തലവൻ എഴുന്നേറ്റ് വന്ന് തന്റെ അനുചരന്മാർക്ക് സംജ്ഞകൾ നല്കി. മറുപടിയൊന്നും ലഭിക്കാതായപ്പോൾ അയാൾ താഴെ വന്ന് ഭരണിക്കടുത്തെത്തി. തന്റെ മനുഷ്യരെല്ലാം കൊല്ലപ്പെട്ടെന്നുകണ്ട് സ്വന്തം ജീവൻ രക്ഷിക്കാനായി ഇരുട്ടിലൂടെ പാഞ്ഞുപോയി. എങ്ങോട്ടാണെന്ന് എനിക്കറിയില്ല. ഗേറ്റ് ഇരട്ടത്താഴിട്ട് പൂട്ടിയിട്ടുള്ളതിനാൽ അവൻ മതില് ചാടിയിട്ടായിരിക്കണം രക്ഷപ്പെട്ടതെന്ന് ഞാൻ കരുതുന്നു. പിന്നെ മനസ്സമാധാനത്തോടെ ഞാൻ കിടന്നുറങ്ങി." മൊർജിയാനാ തന്റെ യജമാനനോട് ഈ കഥ പറഞ്ഞശേഷം തുടർന്നു. "ഇതാണ് സത്യമായി സംഭവിച്ചത്. തീർച്ചയായും കുറച്ചു നാളായി എനിക്ക് ചില സൂചനകൾ കിട്ടിയിരുന്നു. എന്നാൽ അയൽവാസികൾ അറിയരുതെന്ന ചിന്തയിൽ ഞാനത് നിങ്ങളിൽനിന്ന് ഒളിപ്പിച്ചുവെച്ചതാണ്. ഇപ്പോൾ നിങ്ങളോടത് പറയാതെ രക്ഷയില്ലാതായി. ഒരു ദിവസം ഞാൻ വീടിന്റെ ഗേറ്റിൽ വെളുത്ത ചോക്കുകൊണ്ട് വരച്ച അടയാളങ്ങൾ കണ്ടു. പിറ്റേന്ന് അതിനടുത്ത് ചുകന്ന ചോക്കുകൊണ്ട് വരച്ച അടയാളങ്ങളും. അതിന്റെ ഉദ്ദേശ്യം എന്താണെന്ന് എനിക്ക് മനസ്സിലായില്ലെങ്കിലും ആ ചിഹ്നങ്ങൾ അയൽപക്കക്കാരുടെ ഗേറ്റുകളിലും അതേപടി ഞാൻ വരച്ചുവെച്ചു. എന്റെ യജമാനനെ കുടുക്കി നശിപ്പിക്കാനായി ചില ശത്രുക്കൾ ചെയ്തതാണിതെന്ന് ഞാൻ ഊഹിച്ചു. അതുകൊണ്ടാണ് വീട് തിരിച്ചറിയാതിരിക്കാനായി അതേപോലുള്ള അടയാളങ്ങൾ അയൽവാസികളുടെ പടിവാതിലുകളിലും ഞാൻ വരച്ചുവെച്ചത്." - അപ്പോഴേക്കും നേരം പുലർന്നതിനാൽ ഷാഹ്റസാദ് കഥപറച്ചിൽ നിർത്തി.

അറുനൂറ്റി മുപ്പത്തിയഞ്ചാംരാവ്

ഷാഹ്റസാദ് തുടർന്നു - അല്ലയോ കീർത്തിമാനായ രാജാവേ, മൊർജിയാനാ ആലിബാബയോട് പറഞ്ഞു.

"ഈ അടയാളങ്ങളും ദുഷ്പ്രവൃത്തികളും ആ കാട്ടിലെ കൊള്ളക്കാരുടേതാണോ എന്ന് നിങ്ങൾ സ്വയം കണ്ടറിഞ്ഞ് വിധികല്പിക്കുക. വീണ്ടും വീട് കണ്ട് തിരിച്ചറിയാൻ വേണ്ടിയാണവർ നമ്മുടെ വാതിൽക്കൽ ഈ അടയാളങ്ങൾ വരച്ചുവെച്ചത്. ഈ നാല്പത് കള്ളന്മാരിൽ രണ്ടുപേർ കൂടി ബാക്കിയുണ്ട്. അവരെക്കുറിച്ചൊരു പിടിയുമില്ല. അവരെ സൂക്ഷിക്കുക. മുഖ്യമായും ഇവിടന്ന് ഓടി രക്ഷപ്പെട്ട കൊള്ളത്തലവനെ. അവനെ കരുതിയിരിക്കുക. ജാഗ്രതയോടെ. അവന്റെ കൈയിൽ നിങ്ങൾ ചെന്നുപെട്ടാൽ അവൻ വെച്ചേക്കില്ല. ഉടനെ കൊന്നുകളയും തീർച്ച. നിങ്ങളുടെ ജീവനും സ്വത്തും രക്ഷിക്കാൻ വേണ്ടി എന്നെക്കൊണ്ട് കഴിയുന്നതെല്ലാം ഞാൻ ചെയ്യും. എന്റെ യജമാനനുവേണ്ടി എല്ലാവിധ സേവനവും ചെയ്യാൻ ഈ അടിമ സന്നദ്ധയാണ്."

ഇതുകേട്ട് ആഹ്ലാദഭരിതനായ ആലിബാബാ അവളോട് പറഞ്ഞു "നിന്റെ പ്രവൃത്തിയിൽ ഞാൻ അങ്ങേയറ്റം സന്തുഷ്ടനാണ്. അതിനുവേണ്ടി എന്ത് പ്രതിഫലമാണ് ഞാൻ നിനക്ക് നല്കേണ്ടതെന്ന് പറയൂ. എന്റെ അന്തിമശ്വാസംവരെ നീ ചെയ്ത ധീരകൃത്യങ്ങൾ ഞാൻ ഓർക്കും."

അവൾ പറഞ്ഞു. "നമ്മൾ ഉടനെ ചിന്തിക്കേണ്ടത് ഈ ശവശരീരങ്ങൾ എങ്ങനെ മറവുചെയ്യും എന്നാണ്. ഈ രഹസ്യം മറ്റാരും അറിയാൻ

പാടില്ല." ഉടനെ ആലിബാബാ തന്റെ അടിമബാലൻ അബ്ദുള്ളായേയും കൂട്ടി തോട്ടത്തിലേക്ക് പോയി. അവിടെ ഒരു വൃക്ഷത്തിനടിയിൽ ആഴമുള്ളൊരു കുഴികുഴിച്ച് ആ കള്ളന്മാരുടെ ശവശരീരങ്ങളെല്ലാം വലിച്ചുകൊണ്ടുപോയി അതിലിട്ട് മൂടി. മുപ്പത്തിയേഴ് മൃതദേഹങ്ങളും അതിൽ അടക്കംചെയ്ത് മീതെ മണ്ണ് ഇട്ട് പഴയതുപോലെ നിരപ്പാക്കി. തുകൽ ഭരണികളും ആയുധങ്ങളുമെല്ലാം അപ്രകാരം ഒളിപ്പിച്ചുവെച്ചു. കോവർ കഴുതകളെ ഒന്നും രണ്ടുമായി സമർത്ഥനായ അബ്ദുള്ളയെക്കൊണ്ട് ചന്തയിൽ ആലിബാബാ വില്പിച്ചു. അങ്ങനെ കാര്യങ്ങൾ ഭംഗിയായി ഒതുക്കിത്തീർത്തു. ആർക്കും അതിനെക്കുറിച്ച് ഒരറിവും കിട്ടിയില്ല. കൊള്ളത്തലവനും ബാക്കി രണ്ട് കൊള്ളക്കാരും തന്നോട് പ്രതികാരം ചെയ്യുമോ എന്ന വിഷമം ആലിബാബായുടെ മനസ്സിൽ തങ്ങിനിന്നിരുന്നു. അവൻ എല്ലാത്തരം മുൻകരുതലുകളുമെടുത്ത് രഹസ്യമായി കഴിഞ്ഞുകൂടി. കഴിഞ്ഞ കാര്യങ്ങൾ ആരും അറിയാതിരിക്കാനവൻ ശ്രദ്ധിച്ചുപോന്നു. കൊള്ളക്കാരുടെ ഗുഹയിൽനിന്നും എടുത്തുകൊണ്ടുപോന്ന സമ്പത്തിനെക്കുറിച്ചും ഒരക്ഷരം അവൻ മിണ്ടിയിട്ടില്ല.

അതിനിടയിൽ അവിടെനിന്നും ഓടിരക്ഷപ്പെട്ട കൊള്ളത്തലവൻ അടക്കാനാവാത്ത കോപത്തോടും മനോവ്യഥയോടുംകൂടി കാട്ടിലെത്തി. അയാൾ വിവേകം നഷ്ടപ്പെട്ടവനെപ്പോലെയും പുകമറയിൽ അകപ്പെട്ടവനെപ്പോലെയുമായി. അവൻ കാര്യങ്ങൾ വീണ്ടും വീണ്ടും മനസ്സിലിട്ട് ചിന്തിച്ചുനോക്കി. ഒടുവിൽ, ആലിബാബയുടെ ജീവനെടുക്കണമെന്ന തീരുമാനത്തിൽ അവൻ എത്തി. അല്ലെങ്കിൽ 'മാന്ത്രികവാക്കുകൾ' അറിയാവുന്ന തന്റെ ശത്രു ഗുഹയിൽ സംഭരിച്ചുവെച്ചിരിക്കുന്ന സമ്പത്ത് മുഴുവൻ എടുത്തുകൊണ്ടുപോയി സ്വന്തമാക്കും. താൻ ഒറ്റയ്ക്ക് ഇക്കാര്യം നിർവ്വഹിക്കുമെന്നും അവൻ ദൃഢനിശ്ചയമെടുത്തു. ആലിബാബയെ ഉന്മൂലനം ചെയ്തശേഷം താൻ മറ്റൊരു കൊള്ളസംഘത്തെ സംഘടിപ്പിച്ച് തന്റെ കൊള്ളയും കവർച്ചയും നിർബാധം തുടരും. തീർച്ചയായും അവന്റെ പൂർവികന്മാർ തലമുറകളായി നടത്തിയിരുന്ന തൊഴിലാണല്ലോ അത്. അങ്ങനെ അവൻ അന്നത്തെ രാത്രി സുഖമായി കിടന്നുറങ്ങി. നേരം പുലർന്നപ്പോൾ ഭംഗിയായി വസ്ത്രം ധരിച്ച് നഗരത്തിൽ ചെന്ന് ഒരു സത്രത്തിൽ എത്തി. അവൻ ചിന്തിച്ചു, "ഇത്രയും ആളുകളുടെ കൊലയെക്കുറിച്ചുള്ള വാർത്ത ഗവർണറുടെ ചെവിയിൽ എത്തിക്കാണും. ആലിബാബയെ ബന്ധനസ്ഥനാക്കി നീതിപീഠത്തിനു മുന്നിൽ കൊണ്ടുവന്നുകാണും. അയാളുടെ വീട് ഇടിച്ചുനിരപ്പാക്കി സ്വത്തെല്ലാം കണ്ടുകെട്ടിയിട്ടുണ്ടാകും. ഈ വാർത്തകൾ നഗരവാസികൾ കേട്ടിട്ടുണ്ടായിരിക്കണം."

അതുകൊണ്ടയാൾ നേരിട്ട് സത്രം സൂക്ഷിപ്പുകാരനോട് ചോദിച്ചു, "കഴിഞ്ഞ രണ്ടു ദിവസങ്ങളിൽ നഗരത്തിൽ വിചിത്രമായ എന്തെങ്കിലും കാര്യങ്ങൾ സംഭവിച്ചോ?"

താൻ കേട്ടതും കണ്ടതുമായ കാര്യങ്ങൾ സത്രക്കാരൻ വിവരിച്ചുകൊടുത്തു. എന്നാൽ, തനിക്ക് താത്പര്യമുള്ള കാര്യങ്ങളൊന്നും ആ കൊള്ളത്തലവന് കേൾക്കാൻ കഴിഞ്ഞില്ല. ആലിബാബാ വളരെ ജാഗരൂകനാണെന്നും ബുദ്ധിമാനാണെന്നും അവൻ മനസ്സിലാക്കി. അവൻ ഇത്രയും അമൂല്യമായ സമ്പത്ത് എടുത്തുകൊണ്ടുപോയെന്നു മാത്രമല്ല, ഇത്രയേറെ ജീവിതങ്ങളും നശിപ്പിച്ചിരിക്കുന്നു. എന്നിട്ടും ക്ഷതമേൽക്കാതെ രക്ഷപ്പെടുകയും ചെയ്തിരിക്കുന്നു. അതിനുംപുറമെ വിവേക

പൂർവ്വം പെരുമാറിയില്ലെങ്കിൽ സ്വന്തം ജീവൻതന്നെ ശത്രു അപകടത്തി ലാക്കിയേക്കും.

ഇത്തരം ചിന്തയിൽ കൊള്ളത്തലവൻ, ഒരു കട ബസാറിൽ വാടക യ്ക്കെടുത്ത് വ്യാപാരം തുടങ്ങി. സന്ദർഭവശാൽ ഈ കട, മൃതിയടഞ്ഞ കാസിമിന്റെ മകന്റ (ആലിബാബായുടെ സഹോദരപുത്രൻ) കടയുടെ നേരെ മുന്നിലായിരുന്നു. കൊള്ളത്തലവൻ ('ഖാജാഹസൻ' എന്നാണ യാൾ സ്വയം വിളിച്ചിരുന്നത്.) എല്ലാ അയൽവ്യാപാരികളുമായി അതിവേഗം സൗഹൃദം സ്ഥാപിച്ചു. വളരെ സംസ്കാരത്തോടെയാണെ ല്ലാവരോടും പെരുമാറിയിരുന്നത്. പ്രത്യേകിച്ചും കാസിമിന്റെ മകനോട്. സുമുഖനും ഭംഗിയായി വസ്ത്രധാരണം ചെയ്യുന്നവനുമായ ആ ചെറുപ്പ ക്കാരൻ വളരെനേരം അവനോടൊപ്പം ഇരുന്ന് സംഭാഷണത്തിലേർ പ്പെടുമായിരുന്നു. ഏതാനും ദിവസങ്ങൾക്കുശേഷം, ആലിബാബാ തന്റെ സഹോദരപുത്രനെ സന്ദർശിക്കാനിടയായി. ഇടയ്ക്കിടെ അയാൾ അവിടെ ചെല്ലാറുണ്ട്. കൊള്ളത്തലവൻ ആലിബാബയെ കണ്ട ഉടനെ തിരിച്ചറിഞ്ഞു. ഒരു സുപ്രഭാതത്തിൽ അയാൾ യുവാവിനോടു ചോദിച്ചു, "നിന്റെ കച്ചവടസ്ഥലത്ത് ഇടയ്ക്കിടെ വന്നുപോകുന്ന ആ മനുഷ്യൻ ആരാണ്?"

"എന്റെ ഇളയച്ഛൻ. അച്ഛന്റെ അനിയൻ."

അതിനുശേഷം കൊള്ളത്തലവൻ അവനോട് കൂടുതൽ ആദരവോ ടെയും സ്നേഹത്തോടെയും പെരുമാറാൻ തുടങ്ങി. സ്വന്തം പ്രയോജന ത്തിനായി വഞ്ചിക്കാനുള്ള പദ്ധതികൾ തയ്യാറാക്കി. അവന് നല്ല നല്ല പാരിതോഷികങ്ങൾ നല്കി. വീട്ടിൽ കൊണ്ടുപോയി സ്വാദിഷ്ഠവും വിഭവ സമൃദ്ധവുമായ സൽക്കാരങ്ങൾ നല്കി. അപ്പോൾ തന്റെ വീട്ടിലേക്ക് ആ വ്യാപാരിയെ അത്താഴത്തിനായി ക്ഷണിക്കേണ്ടത് സാമാന്യമര്യാദയാ ണല്ലോ എന്ന് ആലിബാബയുടെ സഹോദരപുത്രൻ കരുതി. എന്നാൽ, തന്റെ വീട് ചെറുതായതിനാൽ ഖാജാഹസനെപ്പോലെ ആഡംബരങ്ങൾ പ്രദർശിപ്പിക്കാനാവില്ലല്ലോ എന്ന് വിചാരിച്ച് അവൻ ഇക്കാര്യം ഇളയച്ഛ നുമായി കൂടിയാലോചിച്ചു. - അപ്പോഴേക്കും നേരം പുലർന്നതിനാൽ ഷാഹ്രസാദ് കഥപറച്ചിൽ നിർത്തി.

അറുനൂറ്റി മുപ്പത്തിയാറാംരാവ്

ഷാഹ്രസാദ് പറഞ്ഞു - അല്ലയോ കീർത്തിമാനായ രാജാവേ, ആലി ബാബാ തന്റെ സഹോദരപുത്രനോട് മറുപടി നല്കി - "നീ നല്ല കാര്യ മാണ് പറഞ്ഞത്. നിന്നെ പരിചരിച്ചതുപോലെത്തന്നെ വളരെ ഭംഗിയായി നീ നിന്റെ സുഹൃത്തിനേയും പരിചരിക്കണം. നാളെ വെള്ളിയാഴ്ച എല്ലാ മാന്യകച്ചവടക്കാരേയുംപോലെ നീയും കട അടയ്ക്കുമല്ലോ. നാളെ പ്രാത ലിനുശേഷം ഖാജാഹസനെ നടക്കാനായി കൊണ്ടുപോകുക. അങ്ങനെ പ്രഭാതസഞ്ചാരത്തിനിടെ യാദൃച്ഛികമായ രീതിയിൽ ഇങ്ങോട്ട് കൊണ്ടു വരിക. അതിനിടയിൽ ഞാൻ മൊർജിയാനയോടു പറഞ്ഞ് സ്വാദിഷ്ഠ മായ ഭോജനങ്ങളോടെ ഒരു ഉഗ്രൻ സദ്യ ഒരുക്കാം. നീ ഒരുവിധത്തിലും വിഷമിക്കേണ്ട. എല്ലാം എനിക്കു വിട്ടുതരൂ."

അപ്രകാരം പിറ്റേന്ന് വെള്ളിയാഴ്ച ആലിബാബായുടെ സഹോദര പുത്രൻ ഖാജാഹസനെ തോട്ടത്തിൽ നടക്കാൻ കൊണ്ടുപോയി. തിരിച്ചു വരുമ്പോൾ ഇളയച്ഛൻ താമസിക്കുന്ന തെരുവിലൂടെ നടന്നു. അവർ വീടിന് മുന്നിലെത്തിയപ്പോൾ വാതിൽക്കൽ മുട്ടിക്കൊണ്ട് യുവാവ് പറഞ്ഞു. "അല്ലയോ പ്രഭോ, ഇതെന്റെ രണ്ടാമത്തെ വീടാണ്. എന്റെ ഇളയച്ഛൻ നിങ്ങളെക്കുറിച്ചു കേട്ട് നിങ്ങളെ കാണാനായി വല്ലാത്ത മോഹത്തോടെ ഇരിപ്പാണ്. അതുകൊണ്ട് അങ്ങേക്ക് ഒന്ന് ഉള്ളിൽ കയറി അദ്ദേഹത്തെ കാണുന്നതിൽ വിരോധമുണ്ടോ? എങ്കിൽ ശരിക്കും ഞാനങ്ങയോട് സന്തുഷ്ടനും നന്ദിയുള്ളവനുമായിരിക്കും."

ഖാജാഹസന്റെ ഹൃദയം ആഹ്ലാദംകൊണ്ട് തുള്ളിക്കളിച്ചു. തന്റെ ശത്രുവിന്റെ വീട്ടിൽ കയറാനുള്ള അവസരം ഇതാ വന്നണഞ്ഞിരിക്കുന്നു. വഞ്ചനയിലൂടെ തന്റെ ലക്ഷ്യപ്രാപ്തി അനായാസം നേടാനിതോടെ കഴിയും. എന്നാലും അയാൾ ഉള്ളിലേക്ക് കടക്കാൻ വിമുഖത പ്രകടിപ്പിച്ച് ക്ഷമാപണത്തോടെ മുന്നോട്ട് നടക്കാൻ തുനിഞ്ഞു. കാവൽക്കാരൻ അടിമ പടിവാതിൽ തുറന്നുപിടിച്ച് നിൽക്കുകയാണ്. ആലിബാബായുടെ സഹോദരപുത്രൻ കൂട്ടുകാരന്റെ കൈപിടിച്ച് കുറെയേറെ നിർബന്ധിച്ചതിനാൽ അയാൾ ഒരുവിധത്തിൽ സമ്മതിച്ച് ഉള്ളിലേക്ക് ചെന്നു. തന്നെ ആദരിച്ച് ബഹുമാനിച്ചതിലയാൾ വലിയ സന്തോഷം പ്രകടിപ്പിച്ചു. ഗൃഹനാഥൻ അത്യാദരപൂർവ്വം എളിമയോടെ അയാളെ സ്വീകരിച്ച് സുഖവിവരങ്ങൾ ആരാഞ്ഞു. ആലിബാബാ പറഞ്ഞു "എന്റെ പ്രഭോ, എന്റെ സഹോദരപുത്രനോട് അങ്ങ് കാണിക്കുന്ന സ്നേഹവാത്സല്യങ്ങളിൽ എനിക്കങ്ങയോട് നന്ദിയും കടപ്പാടുമുണ്ട്. എന്നേക്കാളേറെ വാത്സല്യമാണ് അങ്ങ് അവനോട് കാണിക്കുന്നത്."

സുഖകരമായ വാക്കുകളിൽ ഖാജാഹസൻ മറുപടി നല്കി. "നിങ്ങളുടെ സഹോദരപുത്രന് എന്റെ പെരുമാറ്റരീതികൾ ഇഷ്ടപ്പെട്ടു. അവനിൽ ഞാൻ പ്രീതനാണ്. അവൻ വളരെ ചെറുപ്പമാണെങ്കിലും അള്ളാ അവന് ഭയങ്കര ബുദ്ധിശക്തിയാണ് അനുഗ്രഹിച്ചു നല്കിയിട്ടുള്ളത്."

അപ്രകാരം അവർ സൗഹൃദസംഭാഷണത്തിൽ മുഴുകി. കുറച്ചു കഴിഞ്ഞ് അയാൾ എഴുന്നേറ്റ് പോകാൻ തയ്യാറായി.

"എന്റെ പ്രഭോ, അങ്ങയുടെ സേവകനെ ഇപ്പോൾ പോകാനനുവദിക്കൂ. മറ്റേതെങ്കിലും ദിവസം ഇൻഷാ അള്ളാ അവൻ വീണ്ടും അങ്ങയുടെ സേവനത്തിനായി എത്തും." എന്തായാലും ആലിബാബാ അയാളെ പോകാൻ അനുവദിച്ചില്ല. "എന്റെ സുഹൃത്തേ, ഇപ്പോൾ എവിടെ പോകാനാണ്? ഞാൻ അങ്ങയെ എന്റെ തീൻമേശയിലേക്ക് ക്ഷണിക്കുന്നു. നമ്മൾ ഒന്നിച്ചിരുന്ന് ഭക്ഷണം കഴിച്ചശേഷം സമാധാനത്തോടെ നിങ്ങൾക്ക് തിരിച്ചുപോകാം. ഒരുപക്ഷേ, നിങ്ങൾ കഴിക്കാറുള്ളത്ര സ്വാദിഷ്ഠമോ വിഭവസമൃദ്ധമോ ആയിരിക്കില്ല എന്റെ ഭക്ഷണം. എന്നാലും ഇന്ന് എന്നോടൊപ്പം നിങ്ങൾ ആഹാരം കഴിക്കണമെന്നത് എന്റെ ഒരു അഭ്യർത്ഥനയാണ്."

ഖാജാഹസൻ മറുപടി നല്കി. "എന്റെ പ്രഭോ, അങ്ങയുടെ ആദരവോടെയുള്ള ക്ഷണത്തിന് ഞാൻ കൃതജ്ഞനാണ്. നിങ്ങളോടൊപ്പം സസന്തോഷം ഞാൻ ആഹാരം കഴിക്കാനിരുന്നേനെ. എന്നാൽ ഒരു പ്രത്യേകകാരണംമൂലം എന്നോട് ക്ഷമിക്കണം. എനിക്കധികനേരം ഇവിടെ

തങ്ങാനോ നിങ്ങളോടൊപ്പം ഭക്ഷണം കഴിക്കാനോ പറ്റാത്തതിൽ എന്നോട് പൊറുക്കുക."

ആതിഥേയൻ മറുപടി നല്കി. "ഞാനങ്ങയോട് കേണപേക്ഷിക്കയാണ്. എന്റെ പ്രഭോ, ഇത്ര അത്യാവശ്യവും ഗുരുതരവുമായ കാരണം എന്താണ്?"

ഖാജാഹസൻ പറഞ്ഞു. "ഇതാണ് കാരണം: ഈയിടെ എന്റെ അസുഖം ഭേദമാക്കിയ വൈദ്യന്റെ ഉപദേശപ്രകാരം ഉപ്പ് ഇട്ട് പാകം ചെയ്ത ഭക്ഷണം കഴിക്കാൻ പാടില്ല."

അതുകേട്ട് ആലിബാബാ പറഞ്ഞു. "ഇത്രയേ ഉള്ളൂ. എങ്കിൽ എന്നെ ഉപേക്ഷിക്കല്ലെ. അങ്ങയോടൊപ്പം ആഹാരം കഴിക്കുന്നതിലുള്ള ബഹുമതി എന്നിൽനിന്ന് തട്ടിത്തെറിപ്പിക്കല്ലെ. ഭക്ഷണം ഇനിയും പാകം ചെയ്തിട്ടില്ല. അടുക്കളക്കാരിയോട് ഉപ്പ് ഇടരുതെന്ന് ഞാൻ ഇപ്പോൾ ത്തന്നെ പോയി പറയാം. അല്പം കാത്തിരിക്കുക. അടുക്കളയിൽപോയി പറഞ്ഞ് ഉടനെ അങ്ങയുടെ അരികിൽ തിരിച്ചെത്താം."

അപ്രകാരം പറഞ്ഞ് ആലിബാബാ മൊർജിയാനായുടെ അടുത്തു ചെന്ന് ഒരു പാചകത്തിലും ഉപ്പ് ഇടരുതെന്ന് ഉത്തരവ് നല്കി. പാചകത്തിൽ മുഴുകിയിരുന്ന അവൾ ഈ ഉത്തരവ് കേട്ട് വല്ലാതെ വിസ്മയിച്ചു പോയി. അവൾ യജമാനനോട് ചോദിച്ചു, "ഈ ഉപ്പ് ഇടാത്ത ഇറച്ചിക്കറി കഴിക്കുന്നവൻ ആരാണ്?"

അയാൾ മറുപടി നല്കി. "നിനക്കിതിൽ എന്താണ് കാര്യം? ഞാൻ പറയുന്നത് അനുസരിച്ചാൽ മാത്രം മതി."

"ശരി. അങ്ങയുടെ ആഗ്രഹപ്രകാരം എല്ലാം ചെയ്തിരിക്കും."

എന്നാലും ഇത്തരം വിചിത്രനിർദ്ദേശം നല്കിയവനെക്കുറിച്ചോർത്ത് അവൾ അദ്ഭുതപ്പെട്ടു. ആ അപൂർവ്വവ്യക്തിയെ കാണാൻ വല്ലാത്ത മോഹം. ഭക്ഷണം തയ്യാറായി. അവൾ അടിമപയ്യൻ അബ്ദുള്ളയോട് തീൻമേശ വിരിക്കാനാവശ്യപ്പെട്ടു. ഭക്ഷണം മേശപ്പുറത്ത് നിരത്തുവാൻ അവളും അവനെ സഹായിച്ചു. ഖാജാഹസനെ കണ്ട ഉടനെ അവൾ ആളെ തിരിച്ചറിഞ്ഞു. അപരിചിതനായൊരു വിദേശിവ്യാപാരിയുടെ വേഷത്തിലായിരുന്നു അയാൾ എങ്കിലും! അതിനുംപുറമെ അവളുടെ സൂക്ഷ്മനിരീക്ഷണത്തിൽ അയാൾ മേലങ്കിക്കുള്ളിൽ ഒരു കഠാരി ഒളിപ്പിച്ചുവെച്ചിരിക്കുന്നതും അവൾ കണ്ടുപിടിച്ചു. "ഹോ ഹോ!" അവൾ സ്വയം പറഞ്ഞു. "ഇതാണ് ആ ദുഷ്ടൻ ഉപ്പു തിന്നാത്തതിന്റെ കാരണം. തന്റെ മുഖ്യശത്രുവായ എന്റെ യജമാനനെ കൊല്ലുകയാണയാളുടെ ലക്ഷ്യം. ഏതായാലും അയാൾ എന്റെ യജമാനന് എന്തെങ്കിലും ദ്രോഹം ചെയ്യുന്നതിനുമുമ്പ് അയാളെ ഞാൻ വേണ്ടിടത്തേക്ക് അയയ്ക്കും." - അപ്പോഴേക്കും നേരം പുലർന്നതിനാൽ ഷാഹ്രസാദ് കഥപറച്ചിൽ നിർത്തി.

അറുനൂറ്റി മുപ്പത്തിയേഴാംരാവ്

ഷാഹ്രസാദ് പറഞ്ഞു - അല്ലയോ കീർത്തിമാനായ രാജാവേ, മൊർജിയാനാ തീൻമേശമേൽ വെള്ളത്തുണി വിരിച്ച്, ഭക്ഷണം വിളമ്പിവെച്ച ശേഷം അടുക്കളയിലേക്ക് തിരിച്ചുചെന്ന് കൊള്ളത്തലവനെ തട്ടാനുള്ള മാർഗ്ഗങ്ങൾ ചിന്തിച്ചു. ആലിബാബായും ഖാജാഹസനും മതിയാവോളം

ഭക്ഷണം കഴിച്ചുകഴിഞ്ഞപ്പോൾ 'മധുരം' കൊണ്ടുവരുവാനുള്ള ഉത്തരവുമായി അബ്ദുള്ളാ എത്തി. അവൾ മേശ വൃത്തിയാക്കി ഉണങ്ങിയതും പഴുത്തതുമായ പഴങ്ങൾ കൊണ്ടുവന്ന് വെച്ചു. പിന്നെ, ഒരു ജാറിൽ ബീറും മൂന്നു കപ്പുകളും നിരത്തി. ഒടുവിൽ അവൾ അബ്ദുള്ളയോടൊപ്പം അത്താഴം കഴിക്കാനെന്ന ഭാവേന മറ്റൊരു മുറിയിലേക്ക് പോയി. അപ്പോൾ, ഖ്വാജാഹസൻ എന്ന ആ കൊള്ളത്തലവൻ, എല്ലാം തടസ്സങ്ങളും നീങ്ങി എന്ന് വിശ്വസിച്ച് മതിമറന്നാഹ്ലാദിച്ച് സ്വയം പറഞ്ഞു, "എനിക്ക് പ്രതികാരം ചെയ്യാനുള്ള സമയം വന്നണഞ്ഞിരിക്കുന്നു. എന്റെ കഠാരികൊണ്ടുള്ള ഒറ്റക്കുത്തിന് ഞാൻ ഇവന്റെ പ്രാണൻ എടുക്കും. പിന്നെ തോട്ടത്തിലൂടെ ഞാൻ ഓടിരക്ഷപ്പെടും. അവന്റെ സഹോദരപുത്രൻ എന്റെ കൈയിൽ തൊടാനുള്ള സാഹസത്തിന് മുതിരില്ല. അവന് ആ ലക്ഷ്യംവെച്ച് വിരലനക്കാൻ ശ്രമിച്ചാൽ മറ്റൊരു കുത്തുകൊണ്ട് അവന്റെ ഇഹലോകവാസവും ഞാൻ അവസാനിപ്പിക്കും. എന്നാലും അടിമബാലനും പാചകക്കാരിയും ഭക്ഷണം കഴിച്ച് ഉറങ്ങാൻ പോകുന്നതുവരെ ഞാൻ കാക്കുന്നതാണ് നല്ലത്."

എന്തായാലും മൊർജിയാനാ അതിയായ ആഗ്രഹത്തോടെ അവനെ നിരീക്ഷിച്ചുകൊണ്ടിരിക്കയായിരുന്നു. അവന്റെ ഉദ്ദേശ്യം ഊഹിച്ചുകൊണ്ടവൾ മനസ്സിൽ പറഞ്ഞു. "ഈ ദുഷ്ടന് എന്റെ യജമാനനുമേൽ കൈവെക്കാനവസരം കൊടുക്കാൻ പാടില്ല. ഏതെങ്കിലും ഉപായം പ്രയോഗിച്ച് അവന്റെ പദ്ധതി തകർത്ത് ഉടനെ അവനെ വധിച്ചുകളയണം."

അപ്രകാരം ആ വിശ്വസ്തയായ അടിമപ്പെൺകുട്ടി തന്റെ വസ്ത്രം ഊരിക്കളഞ്ഞ് സുന്ദരിയായൊരു നർത്തകിയുടെ ഉടുപ്പുകൾ അണിഞ്ഞു. വിലപിടിച്ചൊരു ഉറുമാൽകൊണ്ട് മുഖംമറച്ചു. തലയിലൊരു സുന്ദരമായ തലപ്പാട് ചുറ്റി, അരയിൽ മിന്നിത്തിളങ്ങുന്ന സ്വർണവും വെള്ളിക്കസവുമുള്ള ഒരു കച്ചകെട്ടി, അതിനുള്ളിൽ ഒരു കഠാരിയും വെച്ചു. അതിന്റെ പിടി അതിമനോഹരമായ ചിത്രപ്പണികളോടെ രത്നചകിതമായിരുന്നു. അങ്ങനെ പ്രച്ഛന്നവേഷത്തിൽ അവൾ അടിമപ്പയ്യൻ അബ്ദുള്ളയോടു പറഞ്ഞു. "നിന്റെ തമ്പോർ എടുക്കൂ, നമ്മുടെ യജമാനന്റെ അതിഥിയുടെ ബഹുമാനാർത്ഥം നമ്മൾക്ക് താളത്തിനൊത്ത് പാട്ടുപാടി നൃത്തം ചെയ്യാം."

അങ്ങനെ അവളുടെ ഉത്തരവനുസരിച്ച് അവൻ പെട്ടെന്ന് തയ്യാറെടുത്തു. ഇരുവരും ആ മുറിയിലേക്ക് പ്രവേശിച്ചു. പയ്യൻ വാദ്യമേളങ്ങളോടെ മുന്നിലും പെൺകുട്ടി പിന്നിലും. കുനിഞ്ഞു വന്ദിച്ചുകൊണ്ട് നിൽക്കുന്ന അവർക്ക് പാടാനും ആടാനുമുള്ള അനുമതി നല്കപ്പെട്ടു. ആലിബാബാ പറഞ്ഞു, "നിങ്ങളുടെ കഴിവിനനുസരിച്ച് ഏറ്റവും ഭംഗിയായി പാടുകയും ആടുകയും ചെയ്യുക. നമ്മുടെ ഈ വിശിഷ്ടാതിഥി ആഹ്ലാദിക്കട്ടെ."

ഖ്വാജാഹസൻ അഭിപ്രായപ്പെട്ടു. "എന്റെ പ്രഭോ, അങ്ങ് എത്ര രസകരമായ കലാപരിപാടികളാണ് തയ്യാറാക്കിയിരിക്കുന്നത്."

അടിമബാലൻ അബ്ദുള്ള തമ്പോറ് അടിക്കാനും മൊർജിയാന അഴകാർന്ന രീതിയിൽ നൃത്തംചെയ്യാനും തുടങ്ങി. സുന്ദരമായ കാൽവെപ്പുകളോടെയും കാമചേഷ്ടകളോടെയുമുള്ള അവളുടെ നൃത്തം എല്ലാവരേയും അങ്ങേയറ്റം ആനന്ദിപ്പിച്ചു. പെട്ടെന്ന് കഠാരി വലിച്ചൂരി ഇരുവശങ്ങളിലേക്കും വീശിക്കൊണ്ടുള്ള ദ്രുതഗതിയിലുള്ള ചലനങ്ങൾ ആണ്

കാണികളെ ഏറ്റവുമധികം രസിപ്പിച്ചത്. ഇടയ്ക്കവൾ തിളങ്ങുന്ന കഠാരി കക്ഷത്തിലേക്ക് കയറ്റിവെക്കും. ചിലപ്പോൾ മാറിടത്തിനടിയിലേക്കും. ഒടുവിൽ അവൾ അബ്ദുള്ളയിൽനിന്ന് തമ്പോറ് വാങ്ങി തോളിലിട്ട്, വലതു കൈയിൽ കഠാരി മുറുക്കിപ്പിടിച്ച് ആചാരപ്രകാരം ഇനാം വാങ്ങുവാനായി ആസ്വാദകരുടെ മുന്നിൽ കൈനീട്ടി. ആദ്യം അവൾ ചെന്നുനിന്നത് ആലി ബാബായുടെ മുന്നിലാണ്. അയാൾ ഒരു സ്വർണനാണ്യം തമ്പോറിലേക്ക് ഇട്ടുകൊടുത്തു. അപ്രകാരം ഒരു സ്വർണനാണ്യം അയാളുടെ സഹോദരപുത്രനും നല്കി. അപ്പോൾ അവൾ അടുത്തുവന്നുകൊണ്ടിരിക്കവെ, ഖ്വാജാഹസൻ പണസഞ്ചി വലിച്ചെടുക്കാൻ കൈ പോക്കറ്റിലേക്കിട്ടു. പെട്ടെന്നവൾ അവന്റെ അടുത്തെത്തി മർമ്മസ്ഥാനത്ത് കഠാരി കുത്തിയിറക്കി. ഉടനെ ആ കൊള്ളത്തലവൻ ചത്തുവീണു. ആലിബാബാ ചകിതനായി, കോപാന്ധനായി അലറി. "ഹേ, വൃത്തികെട്ടവളേ, എന്റെ നാശത്തിനായി എന്തിന് ഈ പണി നീ ചെയ്തു?"

എന്നാൽ അവൾ മറുപടി നല്കി. "അല്ല എന്റെ പ്രഭോ, നേരെമറിച്ചാണ്. അയാളെ ഞാൻ കൊന്നത് അങ്ങയുടെ ജീവൻ രക്ഷിക്കാനാണ്; അങ്ങയെ നശിപ്പിക്കാൻ വേണ്ടിയല്ല. അയാളുടെ വസ്ത്രം ഊരിനോക്കൂ. അപ്പോൾ അതിനുള്ളിൽ ഒളിപ്പിച്ചുവെച്ചിട്ടുള്ളത് എന്താണെന്ന് നിങ്ങൾക്കു കാണാം."

അപ്രകാരം ആലിബാബാ അയാളുടെ വസ്ത്രം പരിശോധിച്ച്, ഒളിപ്പിച്ചുവെച്ച കഠാരി കണ്ടെത്തി. മൊർജിയാന പറഞ്ഞു. "അങ്ങയുടെ മുഖ്യ ശത്രു ആണിവൻ. അയാളെ നന്നായി ഒന്ന് നിരീക്ഷിക്കുക. അയാൾ ആ എണ്ണവ്യാപാരി ആയി വന്ന കൊള്ളത്തലവനല്ലാതെ മറ്റാരുമല്ല. അയാൾ ഇവിടെ എത്തിയത് അങ്ങയുടെ ജീവനെടുക്കാനുള്ള ഉദ്ദേശ്യത്തിലാണ്. അങ്ങയുടെ ഉപ്പ് അയാൾ തിന്നില്ല. നിങ്ങൾ എന്നോടത് പറഞ്ഞപ്പോൾത്തന്നെ എനിക്ക് സംശയം തോന്നിയിരുന്നു. ആദ്യവീക്ഷണത്തിൽത്തന്നെ അയാൾ നിങ്ങളെ തീർച്ചയായും കൊല്ലുമെന്ന് എനിക്ക് ഉറപ്പു തോന്നി. സർവ്വശക്തനായ അള്ളായ്ക്ക് സ്തുതി. എല്ലാം ഞാൻ ഊഹിച്ചതുപോലെത്തന്നെ ആയി."

അപ്പോൾ ആലിബാബാ അവൾക്കുമേൽ നന്ദിയും കൃതജ്ഞതയും ചൊരിഞ്ഞുകൊണ്ട് പറഞ്ഞു. "നോക്കൂ, രണ്ടുപ്രാവശ്യം നീ അവനിൽനിന്ന് എന്റെ ജീവൻ രക്ഷിച്ചു." അവളുടെ തോളിൽ തലചായ്ച്ചുകൊണ്ടയാൾ കരഞ്ഞു. "നോക്കൂ, നിന്നെ ഞാൻ സ്വതന്ത്രയാക്കിയിരിക്കുന്നു. ഈ ഉപകാരത്തിന്റെ പാരിതോഷികമായി ഞാൻ നിന്നെ എന്റെ സഹോദരപുത്രന് വിവാഹം കഴിച്ചുകൊടുക്കുന്നു."

പിന്നെ, ആ യുവാവിനുനേരെ തിരിഞ്ഞ് ആലിബാബാ പറഞ്ഞു. "ഞാൻ പറഞ്ഞതുപോലെ നീ അനുസരിക്കൂ. നിനക്ക് അഭിവൃദ്ധിയേ ഉണ്ടാകൂ. നീ മൊർജിയാനായെ വിവാഹം കഴിക്കൂ. അവൾ ഉത്തരവാദിത്വത്തിന്റേയും വിശ്വസ്തതയുടേയും ഉത്തമോദാഹരണമാണ്. ഇപ്പോൾ നീ മനസ്സിലാക്കുന്നോ, ഖ്വാജാഹസൻ നീയുമായി സൗഹൃദം സൃഷ്ടിച്ചത് എന്റെ ജീവനെടുക്കാനുള്ള ഒരവസരം കണ്ടെത്താൻ വേണ്ടി മാത്രമായിരുന്നു. എന്നാൽ, ഈ യുവതി തന്റെ നല്ല ഔചിത്യബോധവും ബുദ്ധിശക്തിയും മൂലം അയാളുടെ കഥ കഴിക്കുകയും നമ്മളെ രക്ഷിക്കുകയും ചെയ്തു." - അപ്പോഴേക്കും നേരം പുലർന്നതിനാൽ ഷാഹ്രസാദ് കഥപറച്ചിൽ നിർത്തി.

അറുനൂറ്റി മുപ്പത്തിയെട്ടാംരാവ്

ഷാഹ്‌രസാദ് പറഞ്ഞു - അല്ലയോ കീർത്തിമാനായ രാജാവേ, ആലിബാബായുടെ സഹോദരപുത്രൻ ഉടനെ മൊർജിയാനായെ വിവാഹം കഴിക്കാൻ സമ്മതം മൂളി.

അതിനുശേഷം മൂവരും ചേർന്ന് ആ ശവശരീരം പൊക്കിയെടുത്ത് ശ്രദ്ധയോടെ രഹസ്യമായി പറമ്പിൽ കൊണ്ടുപോയി കുഴിച്ചിട്ടു. പിന്നീട് അതിഗംഭീരമായ ആഘോഷത്തോടും പ്രൗഢിയോടുംകൂടി തന്റെ സഹോദരപുത്രന്റെ വിവാഹം മൊർജിയാനയുമായി നടത്തി. സുഹൃത്തുക്കൾക്കും ബന്ധുക്കൾക്കും അയൽവാസികൾക്കും വിഭവസമൃദ്ധമായ സദ്യ നല്കി. ഗംഭീരമായ വാദ്യസംഗീതവും ഗാനമേളയും നൃത്തപരിപാടികളും നടത്തപ്പെട്ടു. ആലിബാബാ തുടങ്ങിയ എല്ലാ വ്യാപാരവ്യവസായ സംരംഭങ്ങളും വമ്പിച്ച വിജയമായിരുന്നു. കാലം അവനുനേരെ നോക്കി പുഞ്ചിരിതൂകി. പുതിയ പുതിയ ധനാഗമമാർഗ്ഗങ്ങൾ അവനെത്തേടിയെത്തി. കൊള്ളക്കാരോടുള്ള ഭീതിമൂലം സ്വന്തം ചേട്ടൻ കാസിമിന്റെ മൃതദേഹം കടത്തിക്കൊണ്ടുവന്നശേഷം ഒരിക്കൽപോലും സമ്പത്ത് കുന്നുകൂടി കിടക്കുന്ന ആ ഗുഹയിലേക്കവൻ തിരിഞ്ഞുനോക്കിയിട്ടില്ല.

എന്നാൽ, കുറച്ചുനാളുകൾക്കുശേഷം ഒരു ദിവസം രാവിലെ ഒരു വാടകക്കുതിരപ്പുറത്തേറി എല്ലാവിധ മുൻകരുതലുമെടുത്ത് യാതൊരു മനുഷ്യനോ കുതിരയോ അവിടെ ഇല്ലെന്ന് ഉറപ്പുവരുത്തി ആലിബാബാ ആ ഗുഹാമുഖത്തെത്തി. പിന്നെ കുതിരപ്പുറത്തുനിന്ന് താഴെ ഇറങ്ങി. അതിനെ ഒരു മരത്തിൽ കെട്ടിയിട്ട് ഗുഹാകവാടത്തിലെത്തി. താൻ ഓർത്തുവെച്ചിരുന്ന ആ വാക്ക് ഉച്ചരിച്ചു. "തുറക്കൂ സിംസിം." അതാ വാതിൽ തുറക്കുന്നു! ഉള്ളിലേക്ക് കടന്നപ്പോൾ താൻ വിട്ടുപോന്നതുപോലെത്തന്നെ ആരാലും സ്പർശിക്കപ്പെടാതെ ആ സമ്പത്തെല്ലാം കുന്നുകൂടിക്കിടക്കുന്നു. സ്വർണവും വെള്ളിയും രത്നങ്ങളുമെല്ലാം!

അപ്പോൾ അവൻ മനസ്സിലാക്കി, കൊള്ളസംഘത്തിലെ ഒറ്റ വ്യക്തിയും ജീവനോടെ ഇരിക്കുന്നില്ലെന്ന്! താനൊഴിച്ച് മറ്റാർക്കും ഈ രഹസ്യസങ്കേതം അറിയില്ലെന്നും ആലിബാബാ ഉറപ്പാക്കി. ഉടനെ തന്റെ കുതിരയ്ക്ക് ചുമക്കാവുന്നത്ര സ്വർണനാണ്യങ്ങൾ അവൻ തുണിയിൽ നിറച്ച് ഭാണ്ഡമാക്കി വീട്ടിലേക്ക് കൊണ്ടുപോന്നു. പിൽക്കാലത്ത് അവൻ ഈ നിക്ഷേപസ്ഥലം തന്റെ മക്കൾക്കും മക്കളുടെ മക്കൾക്കും കാണിച്ചുകൊടുത്തു. ഗുഹാകവാടം തുറക്കേണ്ടതും എങ്ങനെയാണെന്നവരെ പഠിപ്പിച്ചു. അങ്ങനെ ആലിബാബയും കുടുംബക്കാരും ജീവിതകാലം മുഴുവനും സമ്പൽസമൃദ്ധിയോടെ സന്തോഷം നിറഞ്ഞ ജീവിതം ആ നഗരത്തിൽ നയിച്ചു. ഒരുകാലത്ത് അതേ നഗരത്തിൽ എത്ര ദരിദ്രനായിട്ടാണവൻ ജീവിച്ചിരുന്നത്. ആ നിക്ഷേപം നിറഞ്ഞ കലവറയുടെ അനുഗ്രഹത്താൽ അവൻ ഏറ്റവും ഉന്നതസ്ഥാനത്തെത്തി.

അഹമ്മദ് രാജകുമാരനും യക്ഷി പെരിബാനുവും

പണ്ടുപണ്ട് വളരെക്കാലങ്ങൾക്കുമുമ്പ് ഇന്ത്യയിൽ ഒരു സുൽത്താൻ വാണിരുന്നു. അദ്ദേഹത്തിന് മൂന്നു പുത്രന്മാരാണ് ഉണ്ടായിരുന്നത്.

മൂത്തവൻ ഹുസെയിൻ രാജകുമാരൻ, രണ്ടാമത്തവൻ അലി രാജകുമാരൻ, ഏറ്റവും താഴെയുള്ളവൻ അഹമ്മദ് രാജകുമാരൻ. അതിനുംപുറമെ, രാജാവിന്റെ സഹോദരപുത്രിയും ആ കൊട്ടാരത്തിൽ ഉണ്ടായിരുന്നു. ചെറുപ്പത്തിൽ മരിച്ചുപോയ അനിയൻ. അദ്ദേഹത്തിന്റെ ഒരേഒരു പുത്രിയുടെ ഉത്തരവാദിത്വം രാജാവ് ഏറ്റെടുത്തിരുന്നു. ആ രാജകുമാരിയുടെ പേര് 'നൂർഅൽനിഹാർ' എന്നായിരുന്നു. അവളുടെ പഠിപ്പിന്റെ കാര്യത്തിൽ വല്ലാത്ത ശുഷ്കാന്തി അദ്ദേഹം കാണിച്ചിരുന്നു. എഴുതാനും വായിക്കാനും തുന്നാനും ചിത്രപ്പണി ചെയ്യാനും പാടാനും വാദ്യസംഗീതം വായിക്കാനും മറ്റും അദ്ദേഹം അതീവശ്രദ്ധയോടെ അവളെ അഭ്യസിപ്പിച്ചു. സൗന്ദര്യത്തിലും അംഗലാവണ്യത്തിലും ബുദ്ധിശക്തിയിലും അവൾ ആ രാജ്യത്തിലെ എല്ലാ യുവതികളേയും കടത്തിവെട്ടി.

അവൾ തന്റെ പിതൃസഹോദരപുത്രന്മാരോടൊപ്പം സന്തോഷത്തോടും ആനന്ദത്തോടുംകൂടി കളിച്ച് വളർന്നു. അവർ ഒന്നിച്ച് ഭക്ഷണം കഴിച്ച് ഒന്നിച്ച് കളിച്ച് ഒന്നിച്ച് ഉറങ്ങി കുട്ടിക്കാലം കഴിച്ചു. അവൾ വിവാഹപ്രായമായപ്പോൾ സമീപരാജ്യങ്ങളിലെ ഏതെങ്കിലും രാജകുമാരന് അവളെ വിവാഹം കഴിച്ചുകൊടുക്കണമെന്ന് രാജാവ് തീരുമാനിച്ചു. എന്നാൽ പിന്നീടാണ് അദ്ദേഹത്തിന് മനസ്സിലായത് തന്റെ മൂന്നു പുത്രന്മാരും അവളിൽ അഗാധമായി അനുരക്തരാണെന്ന്. ഓരോരുത്തനും അവളുടെ പ്രേമം കരസ്ഥമാക്കി വിവാഹം കഴിക്കാൻ മനസാ മോഹിച്ചു. അത് കണ്ടറിഞ്ഞ രാജാവ് വല്ലാത്ത ധർമ്മസങ്കടത്തിലായി. അദ്ദേഹം സ്വയം പറഞ്ഞു. "ഞാൻ ഏതെങ്കിലും ഒരു പുത്രന് അവളെ വിവാഹം ചെയ്തുകൊടുത്താൽ മറ്റ് രണ്ടു പുത്രന്മാർ അസംതൃപ്തരാകും. എന്റെ തീരുമാനത്തിനെതിരെ അവർ മുറുമുറുക്കും. അതിനും പുറമെ എന്റെ മനസ്സിന് അവരുടെ ദുഃഖം താങ്ങാനാവില്ല. ഞാൻ അവരെ അപരിചിതനായ ഏതെങ്കിലും രാജകുമാരന് വിവാഹം ചെയ്തുകൊടുത്താലോ, എന്റെ മൂന്നു പുത്രന്മാരുടേയും ഹൃദയം തകരും. ആർക്കറിയാം അവർ സ്വയം വെട്ടിമരിക്കയോ നാടുവിട്ട് വിദേശരാജ്യങ്ങളിലേക്ക് ഓടിപ്പോകുകയോ ചെയ്യില്ലെന്ന്? കാര്യം കുഴപ്പം പിടിച്ചതും ആപൽക്കരവുമാണ്. അതുകൊണ്ട് അവരുടെ അച്ഛൻ എന്ന നിലയ്ക്ക് ഒരു തീരുമാനത്തിലെത്തണമെന്ന് എനിക്കുതോന്നി. അവരിൽ ഒരാൾ അവളെ വിവാഹം കഴിച്ചാൽ മറ്റു രണ്ടുപേർ അസംതൃപ്തരാകരുത്." സുൽത്താൻ കുറെനേരം ഇക്കാര്യം മനസ്സിലിട്ട് പരിചിന്തനം ചെയ്തുകൊണ്ടിരുന്നു. ഒടുവിൽ, അദ്ദേഹം ഒരു ഉപായം കണ്ടെത്തി. മൂന്ന് രാജകുമാരന്മാരേയും വിളിച്ചു വരുത്തി അവരോടായി പറഞ്ഞു. "എന്റെ മക്കളേ, എന്റെ അഭിപ്രായത്തിൽ നിങ്ങൾ ഓരോരുത്തനും തുല്യകഴിവുള്ള പ്രതിഭകളാണ്. ഏതെങ്കിലും ഒരുവനോട് എനിക്കു പ്രത്യേക താത്പര്യം കാണിക്കാൻ കഴിയില്ല. പ്രത്യേകിച്ചും 'നൂർ അൽനിഹാർ' രാജകുമാരിയെ വിവാഹം കഴിക്കേണ്ട കാര്യത്തിൽ. അവളെ മൂന്നുപേർക്കായി വിവാഹം കഴിച്ചുതരാനും എനിക്കധികാരമില്ല. എന്നാൽ ഞാൻ ഒരു പദ്ധതി ആലോചിച്ചു തയ്യാറാക്കിയിട്ടുണ്ട്. അതുപ്രകാരം അവൾ നിങ്ങളിൽ ഒരാളുടെ ഭാര്യയാകും. എന്നാലും അതുകൊണ്ട് മറ്റു സഹോദരന്മാർക്ക് ദേഷ്യമോ അസൂയയോ തോന്നില്ല. നിങ്ങൾ തമ്മിലുള്ള സ്നേഹവും പരസ്പര വാത്സല്യവും കുറയുകയുമില്ല. ഒരാൾ മറ്റൊരാളുടെ സന്തോഷത്തിൽ അസൂയാലുവുമായിരിക്കില്ല. ചുരുക്കത്തിൽ ഇതാണെന്റെ പദ്ധതി. നിങ്ങൾ

ഓരോരുത്തരും വ്യത്യസ്ത ദിക്കിലേക്ക് വിദൂരദേശങ്ങളിലേക്ക് യാത്ര പോകുക. നിങ്ങൾ യാത്രയ്ക്കിടയിൽ കണ്ടെത്തിയ ഏറ്റവും അദ്ഭുതകരവും വിസ്മയകരവുമായ വസ്തു എന്റെ അടുത്തേക്ക് കൊണ്ടുവരിക. ഏറ്റവും അപൂർവ്വവും വിചിത്രവുമായ വസ്തുക്കളുമായി വരുന്നവനായിരിക്കും 'നൂർ അൽനിഹാർ' രാജകുമാരിയുടെ ഭർത്താവ്. നിങ്ങൾ ഈ നിർദ്ദേശത്തിന് സമ്മതിക്കുക. നിങ്ങളുടെ യാത്രയ്ക്കും അപൂർവ്വ വസ്തുക്കൾ വാങ്ങിക്കുന്നതിനും മറ്റും ആവശ്യമുള്ള പണം നിങ്ങൾക്ക് ഖജനാവിൽനിന്ന് എടുക്കാം. ഇഷ്ടമുള്ള പണം." എപ്പോഴും അച്ഛനെ അനുസരിക്കുന്ന ആ മൂന്ന് മക്കളും ഒരേ സ്വരത്തിൽ ആ നിർദ്ദേശം അംഗീകരിച്ചു. ഓരോരുത്തനും അതിൽ സംതൃപ്തനായിരുന്നു. താനായിരിക്കും ഏറ്റവും അസാധാരണമായ സമ്മാനങ്ങൾ രാജാവിന് കൊണ്ടുകൊടുത്ത് രാജകുമാരിയെ ഭാര്യയായി നേടുക എന്ന് ഓരോരുത്തനും ദൃഢമായി വിശ്വസിച്ചു. അങ്ങനെ ഓരോ രാജകുമാരനും അവനവന് ആവശ്യമുള്ള പണം യാതൊരു പിശുക്കും കാണിക്കാതെ രാജാവ് നല്കി. അവരുമായി കൂടിയാലോചിച്ച് ഉടനെതന്നെ യാത്ര പുറപ്പെടുവാൻ നിർദ്ദേശം നല്കി. അള്ളാ ശാന്തിയും സമാധാനവും നല്കട്ടെ എന്നദ്ദേഹം മക്കളെ ആശീർവ്വദിച്ചു. – അപ്പോഴേക്കും നേരം പുലരാറായെന്നുകണ്ട് ഷാഹ്രസാദ് തന്റെ കഥപറച്ചിൽ നിർത്തി.

അറുനൂറ്റി നാല്പത്തിനാലാംരാവ്

ഷാഹ്രസാദ് പറഞ്ഞു – അല്ലയോ കീർത്തിമാനായ രാജാവേ, മൂന്ന് സഹോദരന്മാരും കരയിലും കടലിലും യാത്ര ചെയ്യാനുള്ള തയ്യാറെടുപ്പുകൾ പൂർത്തിയാക്കി. അവർ സഞ്ചാരികളായ വ്യാപാരികളുടെ വേഷമാണ് സ്വീകരിച്ചത്. അവർ ഒന്നാംതരം കുതിരപ്പുറത്തേറി ആവശ്യമുള്ള എല്ലാ സാധനങ്ങളും കൈവശംവെച്ചുകൊണ്ട് ഒന്നിച്ച് കൊട്ടാരത്തിൽനിന്നും യാത്രയായി. കുറേദൂരം ഒരേപാതയിലൂടെ ആയിരുന്നു അവരുടെ യാത്ര. പിന്നെ മൂന്നുവഴിക്ക് തിരിയുന്ന ഒരു സ്ഥലത്തെത്തിയപ്പോൾ അവർ താഴെ ഇറങ്ങി. ഒരു സത്രത്തിൽ കയറി അത്താഴം കഴിച്ചു. പിന്നെ അവർ ഒരു കരാർ വ്യവസ്ഥയുണ്ടാക്കി. ഇത്രയും സമയം അവർ ഒന്നിച്ചു യാത്രചെയ്തു. പിറ്റേന്ന് നേരം പുലരുമ്പോൾ പ്രത്യേകം പ്രത്യേകം റോഡ് സ്വീകരിക്കും. തങ്ങളുടേതായ വ്യത്യസ്തമാർഗ്ഗങ്ങളിലൂടെ വിദൂരദേശങ്ങളിലേക്ക് സഞ്ചരിക്കും. യാത്രയുടെ ദൈർഘ്യം ഒരു വർഷം മാത്രമായിരിക്കും. അതിനുശേഷം സ്വന്തം രാജ്യത്ത് തിരിച്ചെത്തും. മൂവരും ഇതേ സങ്കേതത്തിൽ സന്ധിച്ച് ഒന്നിച്ച് അച്ഛന്റെ അടുത്തേക്ക് പോകും. ആദ്യം സത്രത്തിൽ എത്തുന്നവൻ മറ്റുള്ളവർക്കായി അവിടെ കാത്തിരിക്കണമെന്നും അവർ തീരുമാനിച്ചു. ഇപ്രകാരം എല്ലാ വ്യവസ്ഥകളും അംഗീകരിക്കപ്പെട്ടശേഷം അവർ ഉറങ്ങാൻ പോയി.

നേരം പുലർന്നപ്പോൾ അവർ പരസ്പരം ആലിംഗനംചെയ്ത് യാത്ര പറഞ്ഞ് പിരിഞ്ഞു. ഒടുവിൽ കുതിരപ്പുറത്തേറി അവരവരുടേതായ മാർഗ്ഗത്തിലൂടെ പ്രയാണമാരംഭിച്ചു. ഏറ്റവും മൂത്തവനായ 'ഹുസെയിൻ' പലപ്പോഴും 'ബിഷൻഗർ' രാജ്യത്തിലെ അദ്ഭുതങ്ങളെക്കുറിച്ച് കേട്ടിരുന്നു. ആ രാജ്യം കാണാനവന് വലിയ മോഹമായിരുന്നു. അവൻ അങ്ങോട്ടുള്ള മാർഗ്ഗത്തിലൂടെ യാത്രതിരിച്ചു. ആ വഴിയിലൂടെ പോയിരുന്ന ഒരു

സാർത്ഥവാഹകസംഘത്തോടൊപ്പം അവൻ ചേർന്നു. അവർ പല രാജ്യങ്ങളിലൂടെയും കടലിലൂടെയും സഞ്ചരിച്ച് മണലാരണ്യങ്ങളും വൻവനങ്ങളും കടന്ന് ഫലഭൂയിഷ്ടമായ വയലുകളും ഗ്രാമങ്ങളും പട്ടണങ്ങളും പിന്നിട്ട് മുന്നോട്ടുള്ള യാത്രതുടർന്നു.

മൂന്നുമാസത്തെ ദീർഘയാത്രയ്ക്കുശേഷം വിശാലരാജ്യമായ ബിഷർഗറിൽ എത്തി. കരുത്തരായ ഭരണാധിപന്മാരാണവിടം ഭരിച്ചിരുന്നത്. വിദേശവ്യാപാരികളുടേതായൊരു സത്രത്തിൽ അവൻ തങ്ങി. അവിടത്തെ ആളുകളിൽ നിന്നവൻ ഒരു കാര്യം മനസ്സിലാക്കി. നഗരത്തിൽ ഒരു വലിയ 'മാർക്കറ്റ്' ഉണ്ടെന്ന്. അവിടെ എല്ലാതരം അപൂർവ്വവസ്തുക്കളുടെ ക്രയവിക്രയം നടക്കാറുണ്ട്. അദ്ഭുതകരമായ വസ്തുക്കൾ പലതും അവിടന്ന് വാങ്ങാൻ കിട്ടും. ഹുസെയിൻ രാജകുമാരൻ പിറ്റേന്ന് ബസാറിലേക്ക് പോയി. ആ ബസാറിന്റെ നീളവും വീതിയും കണ്ടവൻ വിസ്മയിച്ചുനിന്നു. പല തെരുവുകളായി അത് വിഭജിക്കപ്പെട്ടിരിക്കുന്നു. തട്ടുകൾ ഉള്ളവയാണെങ്കിലും 'ആകാശവെളിച്ച'ത്തിനുള്ള ജാലകങ്ങൾ മേൽക്കൂരയിൽ കാണാം. തെരുവിന്റെ ഇരുവശത്തുമുള്ള കടകൾ ഒരേ അളവിൽ ഒരേ മാതൃകയിലാണ് നിർമ്മിക്കപ്പെട്ടിട്ടുള്ളത്. അവയുടെ മുന്നിൽ വിരിപ്പന്തൽ ഉള്ളതിനാൽ വെളിച്ചം മുഖത്തടിക്കാതെ സുഖകരമായ തണൽ നല്കുന്നു. ഈ കടകളിൽ വിവിധതരം വസ്തുക്കൾ വില്പനയ്ക്കായി വെച്ചിരിക്കുന്നു. പാത്രങ്ങൾ, ഏറ്റവും വിലയുള്ള തുണിത്തരങ്ങൾ, സിൽക്ക് ഉടുപ്പുകൾ, പേർഷ്യയിൽനിന്നും ഈജിപ്തിൽനിന്നും കൊണ്ടുവന്ന സാറ്റിൻതുണികൾ തുടങ്ങിയ നിരവധി സാധനങ്ങൾ അവിടെ ലഭ്യമാണ്. എല്ലാത്തരം ചൈനാ മൺപാത്രങ്ങളും ഗ്ലാസുകളും പരവതാനികളും സുലഭമായി അവിടെ ലഭിക്കും. ഹുസെയിൻ രാജകുമാരൻ അവിടെയെല്ലാം അദ്ഭുതപരതന്ത്രനായി ചുറ്റിക്കറങ്ങി. കടകളിൽ കയറിയിറങ്ങി. താൻ സ്വപ്നത്തിൽപോലും ദർശിച്ചിട്ടില്ലാത്ത വിശിഷ്ട വസ്തുക്കളാണവൻ അവിടെ കണ്ടത്. അങ്ങനെ ഓരോ ദൃശ്യങ്ങൾ കണ്ടു നടന്ന് അവൻ രത്നക്കടകളുടെ തെരുവിലെത്തി. രത്നങ്ങളും മുത്തുകളും പരിശുദ്ധസ്വർണവും വജ്രങ്ങളും മുത്തുകളും മറ്റു പലതരം രത്നങ്ങളും പതിച്ച വെള്ളിപ്പാത്രങ്ങളും കണ്ട് അവൻ അദ്ഭുതസ്തബ്ധനായി മിഴിച്ചുനിന്നുപോയി. എല്ലാം വെട്ടിത്തിളങ്ങുന്നു. ആ കടകളിൽ പ്രഭാപൂരംതന്നെ. അവൻ സ്വയം പറഞ്ഞു. "ഒരു തെരുവിൽത്തന്നെ ഇത്രയും അമൂല്യമായ രത്നങ്ങളും സമ്പത്തും ഉണ്ടെങ്കിൽ ഈ നഗരത്തിൽ എന്തുമാത്രം ധനം കുന്നുകൂടിക്കിടക്കുന്നുണ്ടെന്ന് ദൈവത്തിനു മാത്രമേ അറിയൂ."

ബ്രാഹ്മണ സ്ത്രീകൾ അടിമുടി സർവ്വാഭരണഭൂഷിതകളായി നടക്കുന്നതുകണ്ട് ഹുസെയിന് ഉണ്ടായ ആശ്ചര്യം ചില്ലറയല്ല. എത്ര വിലിപിടിച്ച വസ്ത്രങ്ങളാണവർ ധരിച്ചിരിക്കുന്നത്. അവരുടെ അടിമബാലന്മാരും ഭൃത്യകളും രത്നങ്ങൾ പതിച്ച നെക്ലേസുകളും വളകളുമാണ് ധരിച്ചിരിക്കുന്നത്. ഒരു തെരുവ് നിറയെ പൂക്കടകളാണ്. കാരണം, അവിടത്തെ പാവങ്ങളും ധനികരും ഒരുപോലെ പൂമാലകൾ അണിയുന്നു. ചിലർ കൈയിലും ചിലർ ശിരസ്സിലും പൂമാലകൾ ധരിക്കുന്നു. കഴുത്തിൽ പൂമാലയിടുന്നതും വിരളമല്ല. തെരുവ് ഒരു പൂന്തോട്ടംപോലെ കാണപ്പെട്ടു. മറ്റു വ്യാപാരികൾപോലും അവരുടെ എല്ലാ കടകളിലും 'ബൊക്കെ'കൾ വെച്ചിരിക്കുന്നത് കാണാം. അവിടെയെല്ലാം സുഗന്ധം വ്യാപിച്ചിരിക്കുന്നു.

നടന്നുനടന്ന് ഹുസെയിൻ രാജകുമാരൻ തളർന്നുപോയി. കുറച്ചുനേരം എവിടെയെങ്കിലും ഇരുന്ന് വിശ്രമിക്കണമെന്ന് തോന്നി. ക്ഷീണിതനായ അവന്റെ മുഖംകണ്ട് ഒരു വ്യാപാരി തന്റെ കടയിൽ കയറി ഇരിക്കാനവ നോട് അപേക്ഷിച്ചു. അയാൾക്ക് സലാം പറഞ്ഞ് ആ പരദേശി അവിടെ കയറി ഇരുന്നു. ഉടനെ ഒരു ദല്ലാൾ വന്ന് നാല് വാര സമചതുരമുള്ളൊരു പരവതാനി വിൽക്കാൻ ഉണ്ടെന്നു പറഞ്ഞു. "ഇത് വിൽക്കാനുള്ളതാണ്. അതിന്റെ വില തരുന്നവന് ഞാൻ കൊടുക്കും. അതായത് മുപ്പതിനാ യിരം സ്വർണനാണ്യം." - അപ്പോഴേക്കും നേരം പുലർന്നതുകണ്ട് ഷാഹ്‌രസാദ് തന്റെ കഥപറച്ചിൽ നിർത്തി.

അറുനൂറ്റി നാല്പത്തിയഞ്ചാംരാവ്

ഷാഹ്‌രസാദ് തുടർന്നു - അല്ലയോ കീർത്തിമാനായ രാജാവേ, അതിന്റെ വിലകേട്ട് രാജകുമാരൻ അദ്ഭുതപ്പെട്ടുപോയി. ദല്ലാളെ വിളിച്ച് ആ പര വതാനി നന്നായി പരിശോധിച്ചശേഷം ചോദിച്ചു. "ഇത്തരം പരവതാനി ഏതാനും വെള്ളിനാണയങ്ങൾക്ക് വില്ക്കപ്പെടുന്നവയാണ്. എന്നാൽ മുപ്പതിനായിരം സ്വർണനാണ്യങ്ങൾ ചോദിക്കാൻമാത്രം എന്ത് പ്രത്യേക ഗുണമാണ് ഇതിനുള്ളത്?'

ബിഷൻഗറിൽ പുതിയതായി എത്തിയ ഒരു വ്യാപാരിയാണ് ഹുസെ യിൻ എന്ന് കരുതിയ ദല്ലാൾ മറുപടി നല്കി. "എന്റെ പ്രഭോ, ഞാൻ ഈ പരവതാനിക്ക് വലിയൊരു തുക ചോദിച്ചെന്നാണോ നിങ്ങൾ കരു തുന്നത്? എന്റെ യജമാനൻ പറഞ്ഞിട്ടുള്ളത് നാല്പതിനായിരം ദിനാ റിൽ കുറവിന് കൊടുക്കരുതെന്നാണ്."

"അപ്പോൾ ഇതിന് അദ്ഭുതകരമായ എന്തെങ്കിലും ഗുണമുണ്ടായിരി ക്കണം. അല്ലാതെ ഇത്രയും വലിയൊരു വില ചോദിക്കുമോ?"

"അതു ശരിയാണ്. എന്റെ പ്രഭോ, ഇതിന്റെ ഗുണങ്ങൾ അപൂർവ്വവും വിസ്മയകരവുമാണ്. ഇതിൽ ഇരുന്ന് ഏതെങ്കിലും സ്ഥലത്തേക്ക് പോകണമെന്ന് ആരെങ്കിലും ചിന്തിച്ചാൽ കണ്ണടച്ചു തുറക്കുന്നതിനുമുമ്പ് ആ സ്ഥലത്ത് അവനെ ഈ പരവതാനി എത്തിക്കും. അടുത്ത സ്ഥലമാ യാലും അനേകം ദിവസങ്ങൾ യാത്രചെയ്ത് എത്തേണ്ട വിദൂരസ്ഥലമാ യാലും."

ഈ വാക്കുകൾകേട്ട് രാജകുമാരൻ ആത്മഗതമായി പറഞ്ഞു. "ആ പരവതാനിപോലെ അതിശയകരമായ മറ്റ് ഒരു സാധനം എന്റെ അച്ഛന് സമ്മാനിക്കാനായി കിട്ടില്ല. ഇതിനേക്കാൾ ഏറെ സംതൃപ്തിയും സന്തോ ഷവും മറ്റൊന്നിനും സുൽത്താന് നല്കാനാവില്ല. സർവ്വശക്തനായ അള്ളായ്ക്ക് സ്തുതി. ഇതോടെ എന്റെ യാത്രാലക്ഷ്യം ഇൻഷാ അള്ളാ, സഫലമായി. ഞാൻ എന്റെ ആഗ്രഹം നേടിയെടുക്കും. ഇത് അച്ഛന് ശാശ്വതമായ ആനന്ദം നല്കും."

അങ്ങനെ ആ പരവതാനി വാങ്ങാൻ തീരുമാനിച്ചുകൊണ്ട് രാജകു മാരൻ ദല്ലാൾക്കു നേരെ തിരിഞ്ഞു. "നീ വർണ്ണിച്ചതുപോലുള്ള ഗുണ ങ്ങൾ ഇതിനുണ്ടെങ്കിൽ സത്യമായും നീ ആവശ്യപ്പെട്ട വില അധികമല്ല. നീ പറഞ്ഞ വിലതന്ന് അത് വാങ്ങിക്കാൻ ഞാൻ തയ്യാറാണ്."

"നിങ്ങൾക്ക് എന്റെ വാക്കുകളിൽ സംശയമുണ്ടെങ്കിൽ അതൊന്നു പരീക്ഷിച്ചുനോക്കി സ്വന്തം സംശയം ദൂരീകരിക്കുവാൻ ഞാൻ

അപേക്ഷിക്കുന്നു. ഈ പരവതാനിയിൽ കയറി ഇരിക്കുക, നിങ്ങളുടെ ആഗ്രഹപ്രകാരം നിങ്ങൾ താമസിക്കുന്ന സത്രത്തിലേക്ക് പോകാൻ പറയുക. അങ്ങനെ എന്റെ വാക്കുകൾ സത്യമാണെന്ന് നിങ്ങൾക്ക് സാക്ഷ്യപ്പെടുത്താനാകും. അതിനുശേഷം പണം തന്നാൽ മതി."

അപ്രകാരം അയാൾ പരവതാനി നിലത്ത് വിരിച്ച് രാജകുമാരനെ അതിന്മേൽ ഇരുത്തി അയാൾ അവന്റെ അടുത്തിരുന്നു. രാജകുമാരന്റെ ആഗ്രഹപ്രകാരം സത്രത്തിലേക്ക് ഇരുവരും പറന്നു. അങ്ങനെ ഏറ്റവും മൂത്തസഹോദരൻ അങ്ങേയറ്റം ആഹ്ലാദിച്ചു. ഏറ്റവും അപൂർവ്വമായൊരു വസ്തുവാണ് തനിക്ക് കരസ്ഥമാക്കാൻ കഴിഞ്ഞതെന്നവൻ വിശ്വസിച്ചു. ഇത്തരം ഒരു സാധനം ഒരു രാജ്യത്തോ ഒരു രാജാവിന്റെ അടുത്തോ കാണാൻ കഴിയില്ല. അവന്റെ ഹൃദയവും ആത്മാവും ആനന്ദലഹരിയിൽ ആറാടി. ബിഷൻഗറിൽ വന്ന് ഇത്രയും അപൂർവ്വവസ്തു കരസ്ഥമാക്കാനായല്ലൊ. നാല്പതിനായിരം സ്വർണനാണ്യങ്ങൾ രാജകുമാരൻ ദല്ലാളിന് പരവതാനിക്കായി എണ്ണിക്കൊടുത്തു. മറ്റൊരു ഇരുപതിനായിരം ദിനാർ അയാൾക്ക് 'മധുരം' കഴിക്കാൻവേണ്ടിയും.

രാജാവ് ഇതുകണ്ട ഉടനെ രാജകുമാരിയെ തനിക്ക് വിവാഹം കഴിച്ചുതരുമെന്ന് അവൻ സ്വയം പറഞ്ഞുകൊണ്ടിരുന്നു. തന്റെ മറ്റ് രണ്ട് സഹോദരന്മാർ ലോകം മുഴുവൻ അന്വേഷിച്ചുനടന്നാലും ഇതുമായി തുലനം ചെയ്യാവുന്ന ഒരു അപൂർവ്വവസ്തു അവർക്ക് നേടാനാവില്ലെന്ന് അവന് ഉറപ്പായിരുന്നു. ഉടനെത്തന്നെ ആ പരവതാനിയിലിരുന്ന് യാത്ര ചെയ്ത് സ്വന്തം നാട്ടിലെത്താനവന്റെ ഹൃദയം കൊതിച്ചു. ചുരുങ്ങിയത്, സത്രത്തിൽ ചെന്ന് തങ്ങളുടെ കരാറനുസരിച്ച് മറ്റു സഹോദരന്മാരെ കാത്തുനിൽക്കാനെങ്കിലും. അപ്പോൾ ഒരുപാട് വൈകിയെങ്കിലോ? സാഹസികമായ ചില നടപടിയെടുക്കാനവൻ പ്രലോഭിപ്പിക്കപ്പെട്ടെങ്കിലോ! പിന്നെ, ആ നാട്ടിൽത്തന്നെ കുറച്ചുനാൾകൂടി തങ്ങാമെന്നവൻ കരുതി. ആ രാജ്യത്തെ രാജാവിനേയും ജനങ്ങളേയും കാണുക എന്നത് വളരെക്കാലത്തെ അവന്റെ മോഹമായിരുന്നല്ലൊ. പ്രകൃതിഭംഗി കണ്ടാസ്വദിച്ച് അവിടേയും സമീപപ്രദേശങ്ങളിലും ചുറ്റിക്കറങ്ങാമെന്നവൻ കരുതി. അങ്ങനെ ഹുസെയിൻ രാജകുമാരൻ ബിഷൻഗറിൽ കുറച്ചു മാസങ്ങൾ കൂടി തങ്ങി.

ആ രാജ്യത്തെ രാജാവ് ആഴ്ചയിൽ ഒരു ദിവസം വിദേശവ്യാപാരികളുടെ പ്രശ്നങ്ങളെക്കുറിച്ച് ചർച്ചചെയ്യാൻ ദർബാർ കൂടാറുണ്ട്. അപ്പോൾ വല്ലപ്പോഴും രാജാവിനെ കാണാറുണ്ട്. എന്നാലും ആരും അവന്റെ വീരസാഹസത്തെക്കുറിച്ച് പറഞ്ഞുകൊടുത്തിട്ടില്ല. എന്തൊക്കെ ആയാലും, അവന്റെ സൗന്ദര്യവും അംഗചലനങ്ങളും മനക്കരുത്തും ധീരതയും ബുദ്ധിശക്തിയും കണ്ട് ജനങ്ങൾ അവനെ വലിയ ആദരവോടെയും ബഹുമാനത്തോടെയുമാണ് സ്വന്തം മനസ്സുകളിൽ പ്രതിഷ്ഠിച്ചത്. സഹപ്രവർത്തകരായ വ്യാപാരികളുടെ കാര്യം പറയേണ്ടതുമില്ലല്ലൊ. കാലക്രമേണ കച്ചേരിയിലെ പ്രിയങ്കരനായൊരു വ്യക്തിയായി അവൻ മാറി. ഭരണസമ്പ്രദായങ്ങൾ എല്ലാം അവൻ പഠിച്ചു. പ്രശസ്തമായ അമ്പലങ്ങൾ എല്ലാം രാജകുമാരൻ സന്ദർശിച്ചു. മനോഹരമായ കലാസൃഷ്ടികളായിരുന്നു അവയെല്ലാം. അവൻ ആദ്യം കണ്ടത് പിച്ചളകൊണ്ടു നിർമ്മിച്ച സുന്ദരമായൊരു 'പഗോഡ'യായിരുന്നു. അതിന്റെ ഉൾഭാഗത്തിനുതന്നെ മൂന്ന് ചതുരശ്രവാര വിസ്തീർണമുണ്ട്. മധ്യത്തിൽ ഒരു

സുന്ദരനായ മനുഷ്യനെപ്പോലുള്ള ഒരു സ്വർണവിഗ്രഹം കുടികൊള്ളുന്നു. അതിശയകരമായ കലാവിരുതോടെയാണത് സൃഷ്ടിച്ചിരിക്കുന്നത്. അതിന്റെ കണ്ണുകൾ വിലമതിക്കാനാവാത്ത രണ്ട് മാണിക്യക്കല്ലുകളാണ്. മറ്റൊരു ക്ഷേത്രം അവൻ കണ്ടത് ഒരു ഗ്രാമത്തിൽ നിർമ്മിച്ചിട്ടുള്ളതാണ്. ആദ്യത്തേതിനേക്കാൾ ഒട്ടും പിന്നിലല്ല ഇതിന്റെ മനോഹാരിത! അര ഏക്കർ സ്ഥലത്ത് സ്ഥിതിചെയ്യുന്ന ഈ ക്ഷേത്രവളപ്പിൽ നിറയെ സൗരഭ്യം പരത്തുന്ന പൂക്കൾ വിടർന്നുനിൽക്കുന്നു - പനിനീർ, മുല്ല, പിച്ചകം, മറ്റ് നിരവധി സുഗന്ധം നിറഞ്ഞ പൂക്കൾ. ചുറ്റും മൂന്നടി പൊക്കമുള്ള വാതിലുകൾ ഉള്ളതിനാൽ മൃഗങ്ങൾക്കൊന്നും അതിനുള്ളിൽ അലഞ്ഞുതിരിയാൻ പറ്റില്ല. നടുവിൽ ഒരാളുടെ പൊക്കമുള്ള ഒരു മട്ടുപ്പാവുണ്ട്. വെണ്ണക്കല്ലുകൊണ്ടാണത് നിർമ്മിച്ചിരിക്കുന്നത്. അതിന്റെ 'സ്ലാബു'കൾ കൂട്ടിയോജിപ്പിച്ചതാണെന്നേ തോന്നില്ല. ഒറ്റ 'സ്ലാബ്' ആണെന്നേ തോന്നൂ. ആ 'സ്ലാബി'ന്റെ മധ്യത്തിലാണ് നല്ല പൊക്കത്തിലുള്ള ഗോപുരം നിലകൊള്ളുന്നത്. അനേകം നാഴികകൾക്കപ്പുറത്ത് നിന്നുതന്നെ അത് കാണാൻ കഴിയും. അതിന്റെ മൂലകളിലുള്ള ചുകന്ന മാർബിളുകൾ കണ്ണാടിപോലെ തിളങ്ങുകയും പ്രതിബിംബിക്കുകയും ചെയ്യുന്നു. ഗോപുരത്തിന്റെ പുറംവശം അതിവിദഗ്ധമായ കലാസൃഷ്ടികൾകൊണ്ട് അലങ്കരിക്കപ്പെട്ടിരിക്കുന്നു. അതിനുള്ളിൽ നിരവധി വിഗ്രഹങ്ങൾ ചിട്ടയോടെ വരിയായി നിരത്തിയിരിക്കുന്നു. ഇവിടേക്ക് ദിവസം മുഴുവൻ ആയിരക്കണക്കിന് ബ്രാഹ്മണസ്ത്രീപുരുഷന്മാർ ആരാധനയ്ക്കായി പ്രവഹിച്ചുകൊണ്ടിരിക്കുന്നു. അവിടെ കായികമത്സരങ്ങൾ, വിനോദപരിപാടികൾ, പൂജകൾ, മതപരമായ ചടങ്ങുകൾ തുടങ്ങിയവയെല്ലാം അരങ്ങേറാറുണ്ട്. ചിലർ സദ്യ നടത്തുന്നു. മറ്റു ചിലർ പാടുകയോ നൃത്തം ചെയ്യുകയോ വാദ്യസംഗീതം വായിക്കുകയോ ചെയ്യുന്നു. അതോടൊപ്പം കളികളും വിനോദങ്ങളും തകർക്കുന്നുണ്ടായിരിക്കും. ഇവിടേക്ക് എല്ലാ കാലത്തും വിദൂരദേശങ്ങളിൽനിന്നുപോലും ഭക്തജനങ്ങൾ വഴിപാടിനും പ്രാർത്ഥനകളുമായി എത്തുന്നു. എല്ലാവരും സ്വർണവും വെള്ളിയും വിലപിടിച്ച അപൂർവ്വവസ്തുക്കളുമായി ക്ഷേത്രത്തിലെത്തി രാജകീയ ഉദ്യോഗസ്ഥരുടെ സാന്നിധ്യത്തിൽ നിവേദിക്കുന്നു. - അപ്പോഴേക്കും നേരം പുലർന്നതിനാൽ ഷാഹ്രസാദ് തന്റെ കഥപറച്ചിൽ നിർത്തി.

അറുനൂറ്റി നാല്പത്തിയാറാംരാവ്

ഷാഹ്രസാദ് പറഞ്ഞു - അല്ലയോ കീർത്തിമാനായ രാജാവേ, ബിഷൻഗർ നഗരത്തിൽ വർഷത്തിലൊരിക്കൽ നടക്കാറുള്ള ഉത്സവവും ഹുസെയിൻ രാജകുമാരൻ കണ്ടു. ദരിദ്രരും ധനികരുമായ എല്ലാ ജനങ്ങളും ഒന്നിച്ചുചേർന്ന് ക്ഷേത്രം പ്രദക്ഷിണം വെക്കും. പ്രശസ്തരും പണ്ഡിതരുമായ പുരോഹിതർ ശാസ്ത്രങ്ങൾ ഉരുവിട്ടുകൊണ്ടിരിക്കും. ഇന്ത്യയിലെ നാനാഭാഗത്തുനിന്നും ഭക്തജനങ്ങൾ അവിടെ തടിച്ചുകൂടുന്ന കാഴ്ചകണ്ട് ഹുസെയിൻ രാജകുമാരൻ ആശ്ചര്യത്തോടെ നോക്കിനിൽക്കാറുണ്ട്. ഇത്രയും വലിയ പുരുഷാരത്തിനിടയിലൂടെ ആ അമ്പലത്തിലെ ആരാധനാസമ്പ്രദായം എപ്രകാരമാണെന്ന് മനസ്സിലാക്കാനവന് കഴിഞ്ഞില്ല. അമ്പലത്തിന്റെ ഒരു വശത്തുള്ള മൈതാനത്ത് പുതുതായി

മുളകൾകൊണ്ട് നിർമ്മിക്കപ്പെട്ട പൊക്കത്തിലുള്ള ഒരു 'ഗാലറി'യുണ്ട്. അതിന്റെ അടിഭാഗം നാല്പത് തൂണുകൾകൊണ്ടാണ് താങ്ങിയിരിക്കുന്നത്. പ്രൗഢഗംഭീരമായൊരു സൃഷ്ടി. ഇവിടെ ആഴ്ചയിലൊരിക്കൽ രാജാവ് മന്ത്രിമാരോടൊപ്പം പ്രത്യക്ഷപ്പെടും. നാട്ടിലെത്തിയ എല്ലാ പരദേശികൾക്കും നീതി നേടാനുള്ള ഒരവസരമാണത്.

കൊട്ടാരത്തിന്റെ ഉൾവശം ഭംഗിയായി അലങ്കരിക്കപ്പെട്ടിരിക്കുന്നു. വിലപിടിച്ച ഫർണീച്ചർ എല്ലാ മുറികളിലും കാണാം. ചുമരുകളിൽ സുന്ദരമായ പ്രകൃതിദൃശ്യങ്ങൾ, വിവിധതരം പക്ഷികൾ, മൃഗങ്ങൾ, ചിത്രശലഭങ്ങൾ തുടങ്ങിയവ അതിവിദഗ്ധമായ രീതിയിൽ കൊത്തിവെച്ചിരിക്കുന്നു. അവയ്ക്കെല്ലാം ജീവനുണ്ടെന്നേ കണ്ടാൽതോന്നൂ. 'ഗാലറി'യുടെ മറ്റ് മൂന്നു വശങ്ങളിൽ സാധാരണക്കാർക്കായി നിർമ്മിക്കപ്പെട്ട 'പവലിയനു'കളാണ്. അതിനു പുറമെയും ഉള്ളിലും ഭംഗിയായി അലങ്കരിച്ച് ശോഭായമാനമാക്കിത്തീർത്തിരിക്കുന്നു. എത്രപേർക്കു വേണമെങ്കിലും അനായാസം അതിലേക്ക് വരാനും പോകാനും പറ്റും. അത്രയ്ക്ക് സുതാര്യമായ രീതിയിലാണതിന്റെ നിർമ്മാണം. അവിടെനിന്നാൽ ആളുകൾക്ക് കായികാഭ്യാസങ്ങളും കളികളും ദർശിക്കാവുന്നതാണ്. ചത്വരത്തിന്റെ ഓരോവശത്തും ആനകളെ വരിയായി നിർത്തിയിരിക്കുന്നു. മൊത്തം ആയിരം ആനകളെങ്കിലും ഉണ്ടാകും. അവയുടെ തുമ്പിക്കൈകളും ചെവികളും മറ്റും ചായമടിച്ചിട്ടുണ്ട്. 'അമ്പാരി'യും ഇരിപ്പിടവുമെല്ലാം ചിത്രപട്ടാംബരമിട്ട് അലങ്കരിച്ചിരിക്കുന്നു. അവിടം വാദ്യഘോഷങ്ങൾകൊണ്ട് മുഖരിതമാണ്. കോമാളികൾ ജനങ്ങളെ ചിരിപ്പിച്ചുകൊണ്ട് 'മിമിക്രി' കാണിച്ച് വിലസുന്നു. എല്ലാ കായികാഭ്യാസങ്ങളേക്കാളും കൂടുതൽ രാജകുമാരന് ഇഷ്ടമായത് ആനകളുടെ പ്രകടനമാണ്. അവനതിൽ വല്ലാത്ത വിസ്മയം തോന്നി. ആനകളുടെ പ്രകടനങ്ങൾ പതിവായി പ്രകടിപ്പിക്കാറുള്ളത് രാജാവിന്റെ സന്നിധിയിൽ വെച്ചാണ്. അങ്ങനെ ബിസൻഗറിലെ ഉത്സവങ്ങളും വിനോദങ്ങളും കണ്ടാസ്വദിച്ചുകൊണ്ട് ഹുസെയിൻ രാജകുമാരൻ ഒരു വർഷം കഴിച്ചു. സഹോദരന്മാരുമായുള്ള കരാറിന്റെ സമയമായപ്പോൾ രാജകുമാരൻ താമസിച്ചിരുന്ന സത്രത്തിന്റെ പിന്നിലെ മുറ്റത്ത് പരവതാനി വിരിച്ച്, അതിൽ തന്റെ കുതിരകളേയും അവിടന്ന് വാങ്ങിച്ചുകൂട്ടിയ എല്ലാ സാധനങ്ങളും കയറ്റി രാജകുമാരനും ഒപ്പം കയറി ഇരുന്ന് തന്റെ സഹോദരന്മാർ ഒത്തുകൂടാമെന്ന് ഏറ്റിരുന്ന സത്രത്തിലേക്ക് പോകട്ടെ എന്ന് മനസ്സിൽ ധ്യാനിച്ചു. അപ്പോഴേക്കും പരവതാനി പറക്കാൻ തുടങ്ങി. കണ്ണടച്ചു തുറക്കുന്നതിനു മുമ്പത് ആകാശത്തേക്കുയർന്ന് ഉദ്ദിഷ്ടസ്ഥാനത്തെത്തിച്ചു. അവിടെ സഹോദരന്മാരേയും പ്രതീക്ഷിച്ച് വ്യാപാരിയുടെ വേഷത്തിൽ താമസിച്ചു.

ഇനി കേൾക്കുക, കീർത്തിമാനായ രാജാവേ, ഹുസെയിൻ രാജകുമാരന്റെ രണ്ടാമത്തെ സഹോദരന് എന്തുപറ്റി എന്ന് നമ്മൾക്കു നോക്കാം. ഇരുസഹോദരന്മാരോടും വിടപറഞ്ഞ് മൂന്നു ദിവസം കഴിഞ്ഞപ്പോൾ അവൻ പേർഷ്യയിലേക്ക് പോകുന്ന ഒരു സാർത്ഥവാഹകസംഘത്തോടൊപ്പം ചേർന്നു. പിന്നെ നാലുമാസത്തെ യാത്രയ്ക്കുശേഷം ഇറാന്റെ തലസ്ഥാനമായ 'ഷിരാസി'ൽ എത്തി. അവിടെ ഒരു സത്രത്തിൽ അവൻ ഇറങ്ങി. കൂടെ യാത്രചെയ്ത വ്യാപാരികളും അവിടെത്തന്നെ താമസിച്ചു. ഇതിനകം അവൻ അവരുമായി സൗഹൃദം സ്ഥാപിച്ചുകഴിഞ്ഞിരുന്നു. ഒരു രത്നവ്യാപാരിയെന്ന ഭാവത്തിലാണവൻ കഴിഞ്ഞത്. പിറ്റേന്ന്

വ്യാപാരികൾ തങ്ങളുടെ പക്കലുള്ള ചരക്കുകൾ വിൽക്കാനും അവിടത്തെ ചരക്കുകൾ വാങ്ങാനുമായി പുറത്തുപോയി. എന്നാൽ, കച്ചവടച്ചരക്കുകളൊന്നും കൊണ്ടുവന്നിട്ടില്ലായിരുന്ന അലി രാജകുമാരൻ, തന്റെ യാത്രാവേഷം ധരിച്ച് കൂടെ ഉണ്ടായിരുന്ന ഒരു സുഹൃത്തിനോടൊപ്പം 'ബ്യസിസ്താൻ' എന്ന മുഖ്യബസാറിലേക്ക് പോയി. അതൊരു തുണി മാർക്കറ്റാണ്. അലി ആ സ്ഥലത്തെല്ലാം ചുറ്റിക്കറങ്ങി. എല്ലാ കടകളും ഇഷ്ടിക കൊണ്ട് നിർമ്മിച്ചിട്ടുള്ളതാണ്. മുൻവശത്ത് തൂണുകളിൽ ഉറപ്പിച്ചിട്ടുള്ള ആർച്ചുകൾ മനോഹരമാണ്. ഭയങ്കര വിലപിടിച്ച സാമാനങ്ങൾ നിറഞ്ഞ കലവറകളും കടകളും അവൻ വളരെ വിസ്മയത്തോടെ നോക്കിക്കണ്ടു. ഈ ഒറ്റമാർക്കറ്റിൽത്തന്നെ ഇത്രയും സമ്പത്ത് കുന്നുകൂടി കിടക്കുന്നുണ്ടെങ്കിൽ ഈ പട്ടണത്തിൽ എന്തുമാത്രം സമ്പത്തായിരിക്കും ഉണ്ടായിരിക്കുക എന്നവൻ അദ്ഭുതപ്പെട്ടു. ദല്ലാളന്മാർ അവരുടെ സാധനങ്ങൾ ലേലം വിളിക്കുന്നുണ്ട്. ഒരാൾ നീളമുള്ള ഒരു ആനക്കൊമ്പ് കുഴൽ പിടിച്ച് അത് മുപ്പതിനായിരം സ്വർണനാണ്യത്തിന് കൊടുക്കുന്നതാണെന്ന് വിളിച്ചുപറയുന്നതു കേട്ടു. ഇതുകേട്ട് അലി രാജകുമാരൻ ചിന്തിച്ചു, 'തീർച്ചയായും ഇത്രയും നിസ്സാര സാധനത്തിന് ഇത്രയും വലിയ വില ചോദിക്കുന്ന ഈ മനുഷ്യൻ ഒരു വിഡ്ഢിയാണ്'. – അപ്പോഴേക്കും നേരം പുലർന്നതിനാൽ ഷാഹ്രസാദ് കഥപറച്ചിൽ നിർത്തി.

അറുനൂറ്റി നാല്പത്തിയേഴാംരാവ്

ഷാഹ്രസാദ് പറഞ്ഞു – അല്ലയോ കീർത്തിമാനായ രാജാവേ, താൻ പരിചയപ്പെട്ട കടക്കാരിൽ ഒരാളോട് അലിരാജകുമാരൻ ചോദിച്ചു.

"എന്റെ സുഹൃത്തേ, ഈ ചെറിയ ആനക്കൊമ്പ് പൈപ്പിന്നവൻ മുപ്പതിനായിരം സ്വർണനാണ്യം വിലയായി ചോദിക്കുന്നതു കേട്ടില്ലേ. അവന് ഭ്രാന്താണോ? തീർച്ചയായും ഒരു വിഡ്ഢിയല്ലാതെ ആരും അവന് ഈ വില നല്കില്ല. ആരാണ് ഇത്രയും പണം അതിനായി നശിപ്പിക്കുക."

കടക്കാരൻ പറഞ്ഞു. "എന്റെ പ്രഭോ, ഈ ദല്ലാളേക്കാൾ ബുദ്ധിമാനായ മറ്റൊരാളും ഈ തൊഴിലിൽ കാണില്ല. അയാളിലൂടെ ആയിരക്കണക്കിന് ദിനാറിന്റെ ചരക്കുകളാണ് ഞാൻ വിറ്റിട്ടുള്ളത്. ഇന്നലെവരെ അവൻ നല്ല വിവേകത്തോടെയാണ് പെരുമാറിയിരുന്നത്. ഇന്നത്തെ അവസ്ഥ എന്താണെന്ന് എനിക്കറിയില്ല. അവന് ഭ്രാന്തായിട്ടുണ്ടോ എന്തോ? എന്നാൽ ഒരു കാര്യം എനിക്ക് നന്നായി അറിയാം. അവൻ മുപ്പതിനായിരം രൂപ ആനക്കൊമ്പ് പൈപ്പിന് ചോദിച്ചാൽ അത്രയോ അതിലധികമോ വില അതിനുണ്ടാകും. എന്തായാലും നമ്മൾക്ക് സ്വന്തം കണ്ണുകൾകൊണ്ടത് പരിശോധിക്കാം. നിങ്ങൾ ഇവിടെത്തന്നെ ഇരിക്കുക. അയാൾ ഇതുവഴി പോകുമ്പോൾ ഞാൻ നോക്കാം."

അങ്ങനെ ദല്ലാൾ വരുന്നതും പ്രതീക്ഷിച്ച് അലി രാജകുമാരൻ അവിടെത്തന്നെ ഇരുന്നു. ദല്ലാൾ ആ തെരുവിലെത്തി. അപ്പോൾ കട ഉടമ അയാളെ വിളിച്ച് ചോദിച്ചു. "ഹേ, മനുഷ്യാ, ഈ കൊച്ചുപൈപ്പിന് വിചിത്രമായ എന്ത് ഗുണമാണുള്ളത്? ഇത്രയും വലിയൊരു വില നീ വിളിച്ചുപറയുന്നതുകേട്ട് എല്ലാവരും ആശ്ചര്യപ്പെട്ടിരിക്കുകയാണ്.

പ്രത്യേകിച്ച് എന്റെ ഈ സുഹൃത്ത്. അദ്ദേഹം കരുതുന്നു, നിനക്ക് ഭ്രാന്താണെന്ന്."

വിവേകശാലിയായ ദല്ലാൾ എന്തായാലും ഇതുകേട്ട് ക്ഷോഭിച്ചില്ല. സൗമ്യമായി മറുപടി നല്കി. "എന്റെ പ്രഭോ, ഇത്രയും വലിയൊരു വില ചോദിക്കുന്ന എന്നെ ഭ്രാന്തനായി നിങ്ങൾ കരുതിയതിൽ തെറ്റൊന്നും പറയാനാവില്ല. കാരണം, ഇതത്രയ്ക്ക് നിസ്സാരമായൊരു വസ്തുവാണല്ലൊ. എന്നാൽ ഞാനതിന്റെ ഗുണങ്ങൾ നിങ്ങൾക്ക് മനസ്സിലാക്കിത്തന്നാൽ, നിങ്ങൾ ഈ വിലയ്ക്കത് വാങ്ങാൻ ഒട്ടും മടി കാണിക്കില്ല. ഉടനെ സമ്മതിക്കും. നിങ്ങൾ മാത്രമല്ല, ഞാനിത് വിളിച്ചുപറയുന്നതു കേട്ട എല്ലാവരും ചിരിക്കുകയും 'മൂഢൻ' എന്ന് എന്നെ വിളിക്കുകയും ചെയ്തു."

ആ ദല്ലാൾ പൈപ്പ് അലിരാജകുമാരന് കൈമാറിക്കൊണ്ട് പറഞ്ഞു, "ഈ ആനക്കൊമ്പ് പൈപ്പ് പരിശോധിച്ച് നോക്കൂ. അതിന്റെ ഗുണങ്ങൾ ഞാൻ നിങ്ങൾക്ക് വിശദീകരിച്ച് തരാം. അതിന്റെ രണ്ട് അറ്റത്തും ഓരോ 'ലെൻസ്' പിടിപ്പിച്ചിട്ടുള്ളത് കണ്ടോ? അതിന്റെ ഒരറ്റത്ത് കണ്ണുവെച്ച് നിങ്ങൾ കാണാൻ ആഗ്രഹിക്കുന്ന വസ്തുവിനെ മനസ്സിൽ ധ്യാനിച്ച് നോക്കിയാൽ അത് നൂറുകണക്കിന് നാഴിക ദൂരെയായാലും വ്യക്തമായി തൊട്ടടുത്ത് നിങ്ങൾക്കു കാണാൻ കഴിയും."

"ഇത് എല്ലാ ധാരണകളേയും കടത്തിവെട്ടുന്നു. നിങ്ങൾ പറയുന്നത് സത്യമാണെന്ന് സമ്മതിക്കണമെങ്കിൽ എനിക്കിത് സ്വയം പരിശോധിച്ച് തൃപ്തിപ്പെടണം. അല്ലാത്തിടത്തോളംകാലം എനിക്കിത് വിശ്വസിക്കാനാവില്ല."

ആ കുഴൽ കൈകാര്യംചെയ്യുന്ന രീതി അയാൾ രാജകുമാരനെ പഠിപ്പിച്ചു. "നിങ്ങൾ എന്താണ് ദൂരെനിന്ന് കണ്ടറിയാനാഗ്രഹിക്കുന്നത്, അതിലേക്ക് ഈ പൈപ്പിലൂടെ നോക്കുക. അത് അടുത്തുനിൽക്കുന്നതായി നിങ്ങൾക്ക് കാണാൻ കഴിയും."

അലിരാജകുമാരൻ സ്വന്തം അച്ഛനെ മനസ്സിൽ ധ്യാനിച്ച് അദ്ദേഹത്തെ കാണാൻ ആഗ്രഹിച്ചുകൊണ്ട് ആ പൈപ്പിലൂടെ നോക്കി. അച്ഛൻ പൂർണ ആരോഗ്യത്തോടെ സിംഹാസനത്തിലിരുന്ന് ജനങ്ങൾക്ക് നീതിനിർവ്വഹണം ചെയ്യുന്നതവൻകണ്ടു. പിന്നെ തന്റെ പ്രേമഭാജനമായ 'നൂർ അൽനിഹാർ' രാജകുമാരിയെ കാണാനവൻ കൊതിച്ചു. അവൾ അതാ, സ്വന്തം മെത്തയിൽ തോഴിമാരാൽ ചുറ്റപ്പെട്ട് കളിച്ചും ചിരിച്ചും സുഖമായി ഇരിക്കുന്നു.

ഈ ആശ്ചര്യജനകമായ കാഴ്ചകണ്ട് അവൻ അടക്കാനാകാത്ത വിസ്മയത്തോടെ ആത്മഗതമായി പറഞ്ഞു.

"ഞാൻ ഒരു പത്ത് കൊല്ലക്കാലം അലഞ്ഞുതിരിഞ്ഞ് അന്വേഷിച്ചാലും എനിക്ക് ആ പൈപ്പുപോലെ ഇത്രയും അപൂർവവും അമൂല്യവുമായൊരു വസ്തു ഒരിക്കലും കണ്ടെത്താനാവില്ല."

പിന്നെ, ആ രാജകുമാരൻ ദല്ലാളിനോട് പറഞ്ഞു. "നീ വർണ്ണിച്ചതുപോലുള്ള ഗുണങ്ങൾ തീർച്ചയായും ഞാനീ പൈപ്പിൽ കാണുന്നു. സസന്തോഷം. നീ പറഞ്ഞ മുപ്പതിനായിരം സ്വർണനാണ്യങ്ങൾ ഞാനിതിന് തരാം."

എന്നാൽ നാല്പതിനായിരത്തിൽ കുറഞ്ഞ തുകയ്ക്ക് തന്റെ യജമാനൻ വിൽക്കില്ലെന്ന് ദല്ലാൾ പറഞ്ഞു.

ദല്ലാൾ സത്യസന്ധനാണെന്ന് തെളിഞ്ഞപ്പോൾ നാല്പതിനായിരം സ്വർണനാണ്യങ്ങൾ തൂക്കി രാജകുമാരൻ ദല്ലാളിന് നല്കി ആ ആന ക്കൊമ്പ് പൈപ്പ് കൈക്കലാക്കി. അത് തീർച്ചയായും അച്ഛനെ പ്രീതനാക്കുമെന്നും തനിക്ക് നൂർഅൽനിഹാർ രാജകുമാരിയെ കൈപിടിച്ചുതരുമെന്ന് അവൻ ആഹ്ലാദപൂർവ്വം ഓർത്തു.

അങ്ങനെ സംതൃപ്തമായ മനസ്സോടെ അലി, 'ഷിറാസ്' നഗരവും പേർഷ്യയിലെ മറ്റു ഭാഗങ്ങളും കണ്ടുകൊണ്ട് വിനോദസഞ്ചാരം നടത്തി. ഒടുവിൽ ഒരു വർഷം രസകരമായി ചിലവഴിച്ചശേഷം അവൻ ഒരു സർത്ഥവാഹകസംഘത്തോടൊപ്പം ഇന്ത്യയിലേക്ക് മടങ്ങി. സുരക്ഷിതനായി ഹുസെയിൻ താമസിക്കുന്ന സത്രത്തിൽ എത്തി. അവിടെ മൂന്നാമത്തെ സഹോദരന്റെ വരവും പ്രതീക്ഷിച്ച് ഇരുവരും കഴിഞ്ഞു.

ഇനി രാജാവേ ഏറ്റവും ഇളയ സഹോദരനായ അഹമ്മദ് രാജകുമാരന് എന്തു സംഭവിച്ചുവെന്ന് ശ്രദ്ധിച്ചു കേൾക്കുക. തീർച്ചയായും അവന്റെ വീരസാഹസം എല്ലാറ്റിനേക്കാളും അപൂർവ്വതരത്തിലുള്ളതായിരുന്നു. തന്റെ സഹോദരന്മാരോട് വിടപറഞ്ഞശേഷം 'സമർഘണ്ടി'ലേക്ക് പോകുന്ന മാർഗ്ഗമാണവൻ സ്വീകരിച്ചത്. സുദീർഘമായ യാത്രയ്ക്കുശേഷം അവൻ അവിടെ ഒരു സത്രത്തിൽ തങ്ങി. പിറ്റേന്ന് പ്രധാന മാർക്കറ്റ് കാണാനായി ഇറങ്ങിത്തിരിച്ചു. 'ബസിസ്റ്റാൻ' എന്നാണതിനെ ജനങ്ങൾ വിളിക്കുന്നത്. ഭംഗിയായി സൃഷ്ടിക്കപ്പെട്ട ഒരു ബസാർ ആണത്. കലാപരമായി പണിതെടുത്ത കടകൾ. അവ നിറയെ അപൂർവ്വവസ്തുക്കൾ. വിലപിടിച്ച സാധനങ്ങളും ചരക്കുകളും. അവൻ അങ്ങോട്ടുമിങ്ങോട്ടും അലഞ്ഞുനടക്കവെ ഒരു ദല്ലാൾ 'മാന്ത്രികആപ്പിൾ' എന്ന് വിളിച്ചുപറഞ്ഞു നടക്കുന്നത് കാണാനിടയായി. "മുപ്പതിനായിരം സ്വർണനാണ്യത്തിന് ഇതാർക്കെങ്കിലും വേണോ?"

അഹമ്മദ് രാജകുമാരൻ അയാളോട് പറഞ്ഞു, "നിന്റെ കൈയിലുള്ള ആപ്പിൾ ദയവായി എനിക്കൊന്നു കാണിച്ചുതരൂ. എന്നിട്ട് ഇത്രയും വലിയൊരു വില വാങ്ങിക്കാൻമാത്രമുള്ള ഇതിന്റെ ഗുണങ്ങൾ എനിക്ക് വിവരിച്ചുതരൂ."

ദല്ലാൾ മന്ദഹാസത്തോടെ അവന് ആപ്പിൾ കൈമാറിയശേഷം പറഞ്ഞു,

"അതിൽ വിസ്മയപ്പെടേണ്ട എന്റെ നല്ലവനായ പ്രഭോ, സത്യത്തിൽ ഞാനിതിന്റെ ഗുണങ്ങൾ വിവരിച്ചുതന്നാൽ മാനവസമുദായത്തിന് ഇത് എപ്രകാരം ഉപകാരപ്രദമായിരിക്കുമെന്ന് നിങ്ങൾക്ക് മനസ്സിലാകും. അപ്പോൾ എന്റെ അഭ്യർത്ഥന അതിർകടന്നതാണെന്ന് നിങ്ങൾ കരുതുകയില്ല. എന്നുമാത്രമല്ല, ഒരു ഖജനാവ് സ്വർണംതന്നെ നിങ്ങൾ അതിനായി തരാൻ തയ്യാറാകും." - അപ്പോഴേക്കും നേരം പുലരാറായെന്നു മനസ്സിലാക്കിയ ഷാഹ്രഹാദ് തന്റെ കഥപറച്ചിൽ നിർത്തി.

അറുനൂറ്റി നാല്പത്തിയെട്ടാംരാവ്

ഷാഹ്രസാദ് പറഞ്ഞു - അല്ലയോ കീർത്തിമാനായ രാജാവേ, ദല്ലാൾ അഹമ്മദ് രാജകുമാരനോട് പറഞ്ഞു,

"ഞാൻ പറയുന്നതു ശ്രദ്ധിച്ചു കേൾക്കൂ എന്റെ പ്രഭോ, ഈ മാന്ത്രിക ആപ്പിളിൽ ഒളിഞ്ഞുകിടക്കുന്ന ഗുണങ്ങൾ ഞാൻ നിങ്ങൾക്കു വിവരിച്ചു തരാം. ആർക്കെങ്കിലും അസുഖം ബാധിച്ചാൽ അവൻ എത്രതന്നെ ഗുരുതരാവസ്ഥയായാലും മരണാസന്നനായാൽപോലും ഈ ആപ്പിൾ മണപ്പിച്ചാൽ ആ വ്യക്തി ഉടനെ അസുഖം മാറി ആരോഗ്യവാനായിത്തീരും. പനിയോ പ്ലേഗോ മാരകമായ മറ്റെന്തെങ്കിലും അസുഖമോ ആയാലും. അങ്ങനെ ഒരു രോഗമേ ബാധിച്ചിട്ടില്ല എന്നമട്ടിൽ പൂർണആരോഗ്യവാനായിത്തീരും. ഈ ആപ്പിൾ മണപ്പിച്ചാൽ ആ വ്യക്തി മരണംവരെ എല്ലാ രോഗങ്ങളിൽനിന്നും മുക്തനായിരിക്കും."

രാജകുമാരൻ ചോദിച്ചു. "നീ ഇതു പറയുന്നതെല്ലാം സത്യമാണെന്ന് എനിക്കെങ്ങനെ ഉറപ്പിക്കാം? നീ പറയുന്നതുപോലെത്തന്നെയാണ് കാര്യങ്ങൾ എങ്കിൽ സത്യമായും നീ ആവശ്യപ്പെടുന്ന വില ഞാൻ സസന്തോഷം നിനക്ക് നല്കുന്നതായിരിക്കും."

ദല്ലാൾ പറഞ്ഞു, "എന്റെ പ്രഭോ, സമർഘണ്ടിന്റെ ഏതു ഭാഗത്തുള്ളവർക്കും നന്നായി അറിയാവുന്ന ഒരു കാര്യമാണ്, ഈ നഗരത്തിൽ ഒരുകാലത്ത് ഒരു ദിവ്യൻ ജീവിച്ചിരുന്നെന്നത്. അദ്ഭുതകരമായ സിദ്ധിയുള്ള അദ്ദേഹം നിരവധി ഔഷധച്ചെടികളുടെ ചാറും ധാതുക്കളും മറ്റും ചേർത്ത് വളരെ വർഷങ്ങൾ നീണ്ടുനിന്ന ഗവേഷണത്തിന്റെ ഫലമായി ഈ ആപ്പിൾ സൃഷ്ടിച്ചെടുത്തു. ഈ മഹത്തായ 'സൃഷ്ടി' കുറ്റമറ്റതായി രൂപപ്പെടുത്തിയശേഷം അത് മണപ്പിച്ച് ആയിരക്കണക്കിന് രോഗികൾ സുഖം പ്രാപിച്ചിട്ടുണ്ട്. ആ പഴം ഒന്ന് മണപ്പിച്ചാൽ മാത്രം മതി. എന്നാൽ കഷ്ടം, പെട്ടെന്നദ്ദേഹം സ്വർഗ്ഗലോകം പൂകി. ആ ആപ്പിളിന്റെ വിശിഷ്ട ഗന്ധം നുകരുന്നതിനു മുമ്പെ! മരണദുഃഖം അനുഭവിക്കുന്ന ഒരു ഭാര്യയും കുട്ടികളും ആശ്രിതരുമടങ്ങുന്ന വലിയൊരു കുടുംബമാണ് അദ്ദേഹത്തിന്റേത്. കാര്യമായ സ്വത്തൊന്നും സമ്പാദ്യമായിട്ടില്ല. ഈ അദ്ഭുതവസ്തു വിറ്റാലല്ലാതെ ആ കുടുംബത്തെ പോറ്റാൻ ആ ദിവ്യന്റെ വിധവയ്ക്കാവില്ല."

ദല്ലാൾ ഈ കഥ രാജകുമാരനോട് പറഞ്ഞുകൊണ്ടിരിക്കവെ, അവർക്കുചുറ്റും കുറെ നഗരവാസികൾ വന്നുകൂടി. അവരിലൊരാൾ ദല്ലാളിന്റെ പരിചയക്കാരനായിരുന്നു. അയാൾ പറഞ്ഞു, "എന്റെ ഒരു സ്നേഹിതൻ വീട്ടിൽ മരിക്കാറായി കിടക്കുകയാണ്. വൈദ്യന്മാരെല്ലാം അവനെ നിരാശയോടെ കയ്യൊഴിഞ്ഞു. അതുകൊണ്ട് ഈ ആപ്പിൾ അവനെ ഒന്ന് മണപ്പിക്കുവാനനുവദിക്കണമെന്ന് ഞാൻ യാചിക്കുകയാണ്. അവന്റെ ജീവൻ രക്ഷപ്പെട്ടേക്കും."

ഈ വാക്കുകൾ കേട്ട് അഹമ്മദ് രാജകുമാരൻ ദല്ലാളിനു നേരെ തിരിഞ്ഞു. "എന്റെ സ്നേഹിതാ, ഈ രോഗിയുടെ ജീവൻ ഈ ആപ്പിൾ മണപ്പിച്ച് രക്ഷിക്കാൻ കഴിഞ്ഞാൽ ഞാനീ ആപ്പിൾ നാല്പതിനായിരം സ്വർണനാണ്യങ്ങൾതന്ന് വാങ്ങിക്കും."

മുപ്പത്തയ്യായിരം ദിനാറിന് അത് വില്ക്കാനുള്ള അനുവാദം ആ ദല്ലാളിന് ഉണ്ടായിരുന്നു. അതുകൊണ്ട് ദല്ലാൾ കമ്മീഷനായി അയ്യായിരം ദിനാർ കിട്ടുമെന്നറിഞ്ഞപ്പോൾ അവൻ തൃപ്തനായി.

"ശരി എന്റെ പ്രഭോ. നിങ്ങൾക്ക് ഈ ആപ്പിളിന്റെ ഗുണങ്ങൾ പരീക്ഷിക്കാം. നൂറുകണക്കിന് രോഗികളെ ഇതുകൊണ്ട് സുഖപ്പെടുത്തിയിട്ടുള്ളതാണ്."

അപ്രകാരം ആ ജനങ്ങളോടൊപ്പം രോഗിയുടെ വീട്ടിലേക്ക് രാജകുമാരൻ ചെന്നു. അന്തിമശ്വാസം വലിച്ചുകൊണ്ട് ആ രോഗി കട്ടിലിൽ ശയിക്കുകയാണ്. മരണാസന്നനായ ആ രോഗി ആപ്പിൾ മണപ്പിച്ചതോടെ പൂർണആരോഗ്യത്തോടെ ചാടിഎഴുന്നേറ്റു.

അഹമ്മദ് ഉടനെ ആ മാന്ത്രിക ആപ്പിള് നാല്പതിനായിരം ദിനാറിന് വാങ്ങിച്ചു. തന്റെ യാത്രാലക്ഷ്യം സഫലമായതോടെ അവൻ ഒരു സാർത്ഥവാഹകസംഘത്തോടൊപ്പം ഇന്ത്യയിലേക്ക് പുറപ്പെട്ട് അച്ഛന്റെ അടുത്തെത്താൻ ആഗ്രഹിച്ചു. എന്നാൽ അതിനിടയിൽ സമർഘണ്ടിൽ ചുറ്റിക്കറങ്ങി മനോഹരമായ ആ രാജ്യത്തെ ദൃശ്യങ്ങൾ കണ്ടാസ്വദിക്കാനും അവന് മോഹമുണ്ടായിരുന്നു. ലോകാത്ഭുതങ്ങളിലൊന്നാണത്രെ സമർഘണ്ട് സമതലത്തിലെ 'സോഘ്ഡ്', അത് കാണണമെന്നവന് വലിയ ആഗ്രഹമുണ്ടായിരുന്നു. ഒരു സ്വർഗ്ഗരാജ്യംപോലെ മനോഹരമായി വെട്ടിത്തിളങ്ങുന്നൊരു സമതലമാണത്. തോട്ടങ്ങളിൽ എല്ലാത്തരം പൂക്കളും പഴങ്ങളും നിറഞ്ഞ ചെടികളും വൃക്ഷങ്ങളുമാണ്. അവിടത്തെ നഗരങ്ങളും കൊട്ടാരങ്ങളും സന്ദർശകരെ വിസ്മയിപ്പിക്കുന്ന രീതിയിലുള്ളവയാണ്. ആരും ആഹ്ലാദത്തോടെ മിഴിച്ചുനോക്കിനിന്നുപോകും.

കുറച്ചുനാൾക്കുശേഷം ഒരു സാർത്ഥവാഹകസംഘത്തോടൊപ്പം അഹമ്മദ് രാജകുമാരൻ ഇന്ത്യയിലേക്ക് പുറപ്പെട്ടു. അവന്റെ ദീർഘയാത്ര അവസാനിച്ചപ്പോൾ തന്റെ മറ്റു സഹോദരന്മാർ താമസിച്ചിരുന്ന സത്രത്തിൽ അവൻ എത്തി. സഹോദരന്മാരായ ഹുസെയിനും അലിയും അക്ഷമരായി അവനെ കാത്തിരിക്കയായിരുന്നു. അവർ മൂവരും അതിരില്ലാതെ ആഹ്ലാദിച്ചു. പരസ്പരം ആലിംഗനത്തിലമർന്നു. ദീർഘമായ വേർപാടിനുശേഷം അവർ സുരക്ഷിതരും ആരോഗ്യവാന്മാരുമായി തിരിച്ചെത്തിയതിൽ അവർ സർവ്വശക്തനായ അള്ളായ്ക്ക് നന്ദിപറഞ്ഞു.

ആദ്യം മൂത്തവനായ ഹുസെയിൻ രാജകുമാരൻ അവർക്കുനേരെ തിരിഞ്ഞ് പറഞ്ഞു. "ഇനി ഓരോരുത്തരും അവരവർക്ക് സംഭവിച്ച കാര്യങ്ങൾ വിവരിക്കാം. എന്ത് അപൂർവ്വവസ്തുക്കളാണ് കൊണ്ടുവന്നിട്ടുള്ളതെന്നും അവയുടെ ഗുണങ്ങൾ എന്താണെന്നും വിശദീകരിക്കാം. മൂത്തവനായ ഞാൻ ആദ്യം എന്റെ സാഹസങ്ങൾ വിവരിക്കാം. ഞാൻ 'ബിഷംഗറി'യിൽനിന്ന് ഒരു അപൂർവ്വതരം പരവതാനിയാണ് കൊണ്ടുവന്നിട്ടുള്ളത്. അതിന്റെ ഗുണം എന്താണെന്നുവെച്ചാൽ, അതിൽ ആരെങ്കിലും ഇരുന്ന് ഏതെങ്കിലും രാജ്യമോ നഗരമോ സന്ദർശിക്കണമെന്ന് മനസ്സിൽ വിചാരിച്ചാൽ അതുടനെ അനായാസവും സുരക്ഷിതവുമായി അവരെ അവിടെ എത്തിക്കും. മാസങ്ങളോ വർഷങ്ങളോ നീണ്ടുനിൽക്കുന്ന യാത്രയാണെങ്കിൽപോലും. ഇതിന് ഞാൻ കൊടുത്ത വില നാല്പതിനായിരം ദിനാർ ആണ്. ഞാൻ ബിഷംഗർ രാജ്യത്തിലെ അദ്ഭുതകാഴ്ചകളെല്ലാം ചുറ്റിയടിച്ച് കണ്ടശേഷം ഈ പരവതാനിയിലിരുന്ന് യാത്രചെയ്താണ് ഇവിടെ എത്തിയത്. നേരെ ഇവിടെ വന്ന് ഈ സത്രത്തിൽ താമസമാക്കി. മൂന്ന് മാസത്തോളമായി നിങ്ങളേയും കാത്ത് ഞാനിവിടെ തങ്ങുന്നു. പറക്കുന്ന പരവതാനി എന്റെ കൈയിലുണ്ട്. ആർക്ക് വേണമെങ്കിലും പരീക്ഷിച്ചുനോക്കാം."

മൂത്ത രാജകുമാരന്റെ കഥ പറഞ്ഞുതീർന്നപ്പോൾ അലി രാജകുമാരൻ സംസാരിക്കാൻ തുടങ്ങി, "അല്ലയോ സഹോദരാ, നിങ്ങൾ കൊണ്ടുവന്ന പരവതാനി വളരെ അപൂർവ്വവും ഏറ്റവും അതിശയകരവുമായ ഒരു

പാരിതോഷികമാണ്. നിങ്ങളുടെ പ്രസ്താവനപ്രകാരം ഈ ലോകത്ത് ഇതുമായി തുലനം ചെയ്യാൻ മറ്റൊരു വസ്തുവുമില്ല."

പിന്നെ ആനക്കൊമ്പുകൊണ്ടുള്ള ദൂരദർശനി പൈപ്പ് എടുത്ത് കാണിച്ചുകൊണ്ടവൻ പറഞ്ഞു. "നിങ്ങൾ ഇങ്ങോട്ടു നോക്കൂ, ഞാനും നാല്പതിനായിരം ദിനാർ കൊടുത്ത് ഒരു സാധനം കൊണ്ടുവന്നിട്ടുണ്ട്. അതിന്റെ ഗുണങ്ങൾ ഞാൻ നിങ്ങൾക്ക് ഇപ്പോൾ കാണിച്ചുതരാം." - അപ്പോഴേക്കും നേരം പുലരാറായെന്നുകണ്ട് ഷാഹ്രസാദ് തന്റെ കഥ പറച്ചിൽ നിർത്തി.

അറുനൂറ്റി നാല്പത്തിയൊമ്പതാംരാവ്

ഷാഹ്രസാദ് പറഞ്ഞു - അല്ലയോ കീർത്തിമാനായ രാജാവേ, അലി രാജകുമാരൻ താൻ വാങ്ങിച്ച ദൂരദർശിനിയുടെ ഗുണങ്ങളെക്കുറിച്ച് വാചാലനായി. "ഈ ആനക്കൊമ്പുകൊണ്ടുള്ള പൈപ്പ് നിങ്ങൾ കണ്ടോ? ഇതിലൂടെ കാഴ്ചയിൽനിന്ന് മറഞ്ഞുകിടക്കുന്ന വസ്തുക്കൾ, എത്ര മൈലുകൾക്കപ്പുറത്തായാലും നിങ്ങൾക്ക് കാണാൻ കഴിയും. സത്യത്തിൽ, ഏറ്റവും ആശ്ചര്യകരമായൊരു വസ്തുവാണത്. നിങ്ങൾക്കിത് പരീക്ഷിച്ചുനോക്കാം. ഇരുവരും ഒന്ന് ശ്രമിച്ചുനോക്കൂ. ഒരു കണ്ണടച്ച് ആ ഗ്ലാസിലൂടെ കണ്ണ് അടുപ്പിച്ചുവെച്ച് നോക്കൂ. എന്നിട്ട് എന്ത് വസ്തുവാണ് കാണേണ്ടതെന്ന് മനസ്സിൽ ധ്യാനിക്കൂ. അപ്പോൾ നൂറുകണക്കിന് മൈലുകൾക്കപ്പുറത്തുള്ള വസ്തുവാണെങ്കിലും നിങ്ങളുടെ തൊട്ടുമുന്നിലത് നിങ്ങൾക്ക് കാണാൻ കഴിയും."

ഇതുകേട്ടതോടെ ഹുസെയിൻ രാജകുമാരൻ അലി രാജകുമാരന്റെ കൈയിൽനിന്നും പൈപ്പ് വാങ്ങിച്ച് അവന്റെ നിർദ്ദേശപ്രകാരം ഒരു കണ്ണടച്ച് നൂർഅൽനിഹാർ രാജകുമാരിയെ മനസ്സിൽ ധ്യാനിച്ച് ആ ചെറിയ 'ലെൻസി'ലൂടെ നോക്കി. ഇരു സഹോദരന്മാരും അവന്റെ അഭിപ്രായം കേൾക്കാനായി ഉൽക്കണ്ഠയോടെ നിന്നു. പെട്ടെന്ന് അവന്റെ മുഖത്തിന്റെ നിറം മാറുന്നതും വാടിയ പൂപോലെ തളരുന്നതും വേദനയോടെ കണ്ണുകൾ നിറഞ്ഞൊഴുകുന്നതും അവർ കണ്ടു. അവർ അമ്പരപ്പിൽനിന്നും മുക്തരായി. ഈ വിചിത്രമാറ്റത്തിനുള്ള കാരണം തിരക്കുന്നതിനുമുമ്പു തന്നെ അവൻ നിലവിളിച്ചു. "കഷ്ടം! നമ്മൾ ഇത്രയും കഷ്ടപ്പാടുകൾ അനുഭവിച്ച് ദൂരയാത്ര നടത്തിയതെല്ലാം നൂർഅൽനിഹാർ രാജകുമാരിയെ വിവാഹം കഴിക്കാനാകുമെന്ന ആശയിലായിരുന്നു. എന്നാൽ, എല്ലാം വൃഥാവിലായി. അവൾ മരണത്തോടടുത്ത നിലയിൽ അന്തിമശ്വാസം വലിച്ചുകൊണ്ട് മെത്തയിൽ ശയിക്കുകയാണ്. അവൾക്കുചുറ്റും സ്ത്രീകൾ കൂടിനിന്ന് അടക്കാനാവാത്ത വേദനയോടെ വിലപിക്കുന്നു. എന്റെ സഹോദരന്മാരേ, നിങ്ങൾക്ക് അവസാനമായി ഒരിക്കൽക്കൂടി അവളെ കാണണ്ടേ, അവൾ മരിക്കുന്നതിനുമുമ്പ് ഈ ദൂരദർശിനിയിലൂടെ ഒരു നോക്ക് കണ്ടോളൂ."

ഉടനെ ആ പൈപ്പ് അലി രാജകുമാരൻ വാങ്ങിച്ചുനോക്കി. സഹോദരൻ ഹുസെയിൻ വിവരിച്ചതുപോലെത്തന്നെയാണ് നില. പിന്നെ അത് അഹമ്മദ് രാജകുമാരന് കൈമാറി. നൂർഅൽനിഹാർ രാജകുമാരി മരണക്കിടക്കയിലാണെന്ന് അവനും ബോധ്യമായി. അവൻ സഹോദരന്മാരോട് പറഞ്ഞു, "നമ്മൾ മൂവരും ഒരുപോലെ അവളെ സ്നേഹിക്കുന്നു.

ഓരോരുത്തരുടേയും ഏറ്റവും വലിയ ജീവിതാഭിലാഷം അവളെ നേടുക എന്നതാണ്. അവൾ മരണവക്ത്രത്തിലാണ്. എന്നാലും നമ്മൾക്ക് പെട്ടെന്നവിടെ എത്താൻ കഴിഞ്ഞാൽ എനിക്കവളുടെ ജീവൻ രക്ഷിക്കാൻ കഴിയും."

അപ്രകാരം പറഞ്ഞ് അവൻ തന്റെ പോക്കറ്റിൽനിന്നും ആ മാന്ത്രിക ആപ്പിൾ പുറത്തെടുത്ത് അവർക്ക് കാണിച്ചുകൊണ്ട് ഉത്ഘോഷിച്ചു.

"പറക്കും പരവതാനിയേക്കാളോ ദൂരദർശനിയേക്കാളോ ഒട്ടും വില കുറഞ്ഞതല്ല ഈ സാധനം. സമർഘണ്ടിൽനിന്ന് നാല്പതിനായിരം ദിനാറിന് ഞാൻ വാങ്ങിച്ചതാണിത്. അതിന്റെ ഗുണങ്ങൾ പരീക്ഷിക്കാനുള്ള ഏറ്റവും നല്ല അവസരമാണിത്. ആളുകൾ എന്നോട് പറഞ്ഞത് ഏത് രോഗി ഇത് മണപ്പിക്കുമോ ആ വ്യക്തി മരണക്കിടക്കയിലായാൽപോലും രോഗമുക്തി നേടി പൂർണആരോഗ്യത്തോടെ കിടക്കയിൽനിന്ന് ചാടി എഴുന്നേൽക്കുമെന്നാണ്. ഞാനത് പരീക്ഷിച്ചിട്ടുള്ളതാണ്. എന്നാൽ അതിന്റെ വിസ്മയകരമായ കഴിവ് നൂർഅൽനിഹാറിന്റെ കാര്യത്തിൽ ഞാൻ പ്രയോഗിച്ച് കാണിക്കാം. നിങ്ങൾക്കത് സ്വയം കാണാം. നമ്മൾക്ക് അവൾ മരിക്കുന്നതിനു മുമ്പ് അവിടെ എത്തിച്ചേരാൻ കഴിയണമെന്നുമാത്രം."

ഹുസെയിൻ രാജകുമാരൻ അഭിപ്രായപ്പെട്ടു. "അതെളുപ്പമല്ലേ. കണ്ണടച്ച് തുറക്കുന്നതിനുമുമ്പ് എന്റെ പരവതാനി എല്ലാവരേയും അവിടെ എത്തിക്കും. നേരെ നമ്മുടെ പ്രിയപ്പെട്ടവളുടെ കട്ടിലിന്നരികിൽ. നിങ്ങൾ എന്നോടൊപ്പം യാതൊരു ശങ്കയും കൂടാതെ കയറിയിരിക്കുന്നു. മൂന്നുപേർക്കിരിക്കാൻ ധാരാളം സ്ഥലമുണ്ട്. നമ്മൾക്ക് പെട്ടെന്ന് അവിടെ എത്താം. ഭൃത്യന്മാർ നമ്മളെ പിന്തുടരട്ടെ."

അങ്ങനെ മൂന്നു സഹോദരന്മാരും പറക്കുംപരവതാനിയിൽ ഇരുന്ന് നൂർഅൽനിഹാർ രാജകുമാരിയെ മനസ്സിൽ ധ്യാനിച്ചു. ഒരു നിമിഷത്തിനുള്ളിൽ അവർ അവളുടെ മുറിയിലെത്തി. പരിചാരികമാരും നപുംസകങ്ങളും അവരുടെ പെട്ടെന്നുള്ള വരവിൽ ഞെട്ടിപ്പോയി. അപരിചിതർ എങ്ങനെ മുറിക്കുള്ളിൽ കടന്നുവന്നു എന്നോർത്ത് അവർ വല്ലാതെ പേടിക്കയും അദ്ഭുതപ്പെടുകയും ചെയ്തു. അവർ രാജകുമാരന്മാർക്കുനേരെ വാളുകളുമായി പാഞ്ഞെത്തി. അപ്പോൾ അവർ രാജകുമാരന്മാരെ തിരിച്ചറിഞ്ഞെങ്കിലും എങ്ങനെ ഉള്ളിൽ അതിക്രമിച്ച് കയറി എന്നതവരെ ആശ്ചര്യപ്പെടുത്തി. ഉടനെ സഹോദരന്മാർ പരവതാനിയിൽനിന്നും എഴുന്നേറ്റു. അഹമ്മദ് രാജകുമാരൻ മുന്നോട്ടുചെന്ന് രാജകുമാരിയുടെ മൂക്കിൽ മാന്ത്രികആപ്പിൾ വെച്ചു.അവൾ മെത്തയിൽ അബോധാവസ്ഥയിൽ നീണ്ടുനിവർന്നു കിടക്കുകയാണ്. ആ ആപ്പിളിന്റെ ഗന്ധം അവളുടെ മസ്തിഷ്കത്തിൽ പ്രവശിച്ചതോടെ രോഗം തൽക്ഷണം അവളെ വിട്ടൊഴിഞ്ഞു. പരിപൂർണ ആരോഗ്യവതിയായി അവൾ മാറി. അവൾ കണ്ണുകൾ തുറന്ന് കിടക്കയിൽ എഴുന്നേറ്റ് ഇരുന്ന് ഉത്സാഹത്തോടെ ചുറ്റും ദൃഷ്ടി പായിച്ചു. പ്രത്യേകിച്ചും തന്റെ മുന്നിൽ നില്ക്കുന്ന രാജകുമാരന്മാരെ. സുഖനിദ്രയിൽ നിന്നെഴുന്നേറ്റ പൂർണ ആരോഗ്യവതിയായൊരു യുവതിയുടെ മാനസികാവസ്ഥയായിരുന്നു അപ്പോൾ രാജകുമാരിയുടേത്. അവൾ കട്ടിലിൽനിന്നെഴുന്നേറ്റ് തന്റെ പരിചാരികമാരോട് പുതിയ വസ്ത്രങ്ങൾ കൊണ്ടുവരാനായി ആജ്ഞാപിച്ചു. അവർ അവളോട് മൂന്ന് രാജകുമാരന്മാരുടെ പെട്ടെന്നുള്ള പ്രത്യക്ഷപ്പെടലും അഹമ്മദ് രാജകുമാരൻ അവളെ എന്തോ മണപ്പിച്ച് രോഗം മാറ്റിയതും വിശദീകരിച്ചുകൊടുത്തു.

കുളികഴിഞ്ഞ് ഉടുപ്പുമാറ്റിവന്നശേഷം അവൾ ആഹ്ലാദത്തോടെ രാജകുമാരന്മാരെ കാണാനെത്തി, അവരോട് നന്ദി പ്രകടിപ്പിച്ചു. മുഖ്യമായും അഹമ്മദ് രാജകുമാരനോട്. അവനാണല്ലോ അവളെ രോഗവിമുക്തയാക്കി ജീവനും ആരോഗ്യവും തിരിച്ചുനല്കിയത്. - അപ്പോഴേക്കും നേരം പുലരാറായെന്നുകണ്ട് ഷാഹ്‌രസാദ് തന്റെ കഥപറച്ചിൽ നിർത്തി.

അറുനൂറ്റി അമ്പതാംരാവ്

ഷാഹ്‌രസാദ് പറഞ്ഞു - അല്ലയോ കീർത്തിമാനായ രാജാവേ, ആപൽക്കരമായ സ്ഥിതിയിൽനിന്ന് പെട്ടെന്ന് പൂർണആരോഗ്യവതിയായി മാറിയ നൂർ അൽനിഹാർ രാജകുമാരിയെ കണ്ട് എല്ലാ രാജകുമാരന്മാരും അങ്ങേയറ്റം ആഹ്ലാദിച്ചു. തത്ക്കാലം അവളോട് വിടപറഞ്ഞ് അവർ അച്ഛനെ കാണാൻ പോയി. അതിന്നിടയ്ക്ക് നപുംസകങ്ങൾ എല്ലാ വിവരങ്ങളും രാജാവിനെ അറിയിച്ചുകഴിഞ്ഞിരുന്നു. പുത്രന്മാർ സുൽത്താന് മുന്നിൽ എത്തിയപ്പോൾ അദ്ദേഹം എഴുന്നേറ്റുചെന്ന് അവരെ ആലിംഗനം ചെയ്ത് നെറ്റിയിൽ ചുംബിച്ചു. അവരെ വീണ്ടും കാണാൻ കഴിഞ്ഞതിൽ സന്തോഷം പ്രകടിപ്പിച്ചു. സ്വന്തം മകളെപ്പോലെ താൻ കരുതുന്ന പ്രിയപ്പെട്ട രാജകുമാരിയുടെ സുഖവിവരം അവരിൽനിന്നുമറിഞ്ഞ് ആഹ്ലാദിച്ചു.

പിന്നെ തങ്ങൾ യാത്രയ്ക്കിടയിൽ കരസ്ഥമാക്കിയ വിസ്മയകരമായ അപൂർവ്വവസ്തുക്കൾ ആ മൂന്ന് സഹോദരന്മാർ പുറത്തെടുത്ത് സുൽത്താന് പ്രദർശിപ്പിച്ചു. ആദ്യം ഹുസെയിൻ രാജകുമാരൻ പറക്കുന്ന പരവതാനി (കണ്ണടച്ചുതുറക്കുന്നതിനുമുമ്പ് അവരെ വിദൂരദേശത്തുനിന്ന് അവിടെ എത്തിച്ചത്) കാണിച്ചുകൊണ്ട് പറഞ്ഞു. "പുറമേക്ക് കാണാൻ ഈ പരവതാനിക്ക് ഒരു പ്രൗഢിയുമില്ല. എന്നാൽ, അദ്ഭുതകരമായ ഗുണങ്ങളാണ് അതിനുള്ളത്. ഇത്രയും അപൂർവ്വമായൊരു വസ്തു ഈ ലോകത്ത് കാണാനാകില്ലെന്ന് ഞാൻ കരുതുന്നു." പിന്നീട് അലി രാജകുമാരൻ തന്റെ ദൂരദർശിനി രാജാവിന് സമ്മാനിച്ചുകൊണ്ട് പറഞ്ഞു. "ഈ പൈപ്പിനു മുന്നിൽ 'ജംഷീദി'ന്റെ കണ്ണാടി ഒന്നുമല്ല. ഇതിലൂടെ ലോകത്തുള്ള എല്ലാ സാധനങ്ങളും നമ്മൾക്കു മുന്നിൽ വ്യക്തമായി കാണാനാകും."

ഏറ്റവും ഒടുവിൽ അഹമ്മദ് രാജകുമാരൻ നൂർഅൽനിഹാറിന്റെ ജീവൻ അതിശയകരമായ വിധത്തിൽ രക്ഷിച്ച മാന്ത്രികആപ്പിൾ പുറത്തെടുത്ത് സുൽത്താന് കൊടുത്തുകൊണ്ട് പറഞ്ഞു. "ഈ പഴം മണപ്പിച്ച് എല്ലാത്തരം മാരകരോഗങ്ങളും തൽസമയം മാറ്റി, രോഗികളെ പൂർണആരോഗ്യമുള്ളവരാക്കാൻ കഴിയും."

അങ്ങനെ ഓരോരുത്തരും തങ്ങൾ കൊണ്ടുവന്ന അപൂർവ്വവസ്തുക്കൾ പ്രദർശിപ്പിച്ചുകൊണ്ട് സുൽത്താനോട് പറഞ്ഞു. "അല്ലയോ പ്രഭോ, ഞങ്ങൾ കൊണ്ടുവന്ന പാരിതോഷികങ്ങൾ പരിശോധിച്ച് ഏതാണ് ഏറ്റവും ശ്രേഷ്ഠവും അഭിനന്ദനീയവുമെന്ന് അരുളിച്ചെയ്യുക. അങ്ങനെ അങ്ങയുടെ വാഗ്ദാനമനുസരിച്ച് ഞങ്ങളിലൊരാൾ നൂർഅൽനിഹാർ രാജകുമാരിയെ വിവാഹം കഴിക്കട്ടെ."

അവരുടെ അവകാശവാദങ്ങൾ സുൽത്താൻ ക്ഷമയോടെ കേട്ടശേഷം എപ്രകാരമാണ് ഓരോ സമ്മാനവും തന്റെ സഹോദരപുത്രിയുടെ ജീവൻ

രക്ഷിക്കുന്നതിൽ സഹായിച്ചതെന്ന് അദ്ദേഹം മനസ്സിലാക്കി. അല്പനേരം അഗാധചിന്തയിലാണ്ട അദ്ദേഹം മറുപടി നല്കി. "രാജകുമാരിയെ സുഖപ്പെടുത്താനുപയോഗിച്ച മാന്ത്രികആപ്പിൾ കൊണ്ടുവന്ന അഹമ്മദ് രാജകുമാരന് അവളുടെ കൈപിടിച്ചുകൊടുത്താൽ, ഞാൻ മറ്റ് ഇരുവരോടും ചെയ്യുന്ന അനീതി ആയിരിക്കും അത്. എന്നാലും അവന്റെ അപൂർവ്വ വസ്തുവാണ് അവളെ മാരകമായ രോഗത്തിൽനിന്നും ജീവിതത്തിലേക്ക് തിരിച്ചുകൊണ്ടുവന്നത്. പക്ഷേ, അലി രാജകുമാരന്റെ ദൂരദർശിനി ഇല്ലായിരുന്നെങ്കിൽ അവളുടെ അവസ്ഥ എങ്ങനെ അറിയാനാണ്? അതുപോലെത്തന്നെ ഹുസെയിൻ രാജകുമാരന്റെ പറക്കും പരവതാനി ഇല്ലായിരുന്നെങ്കിൽ നിങ്ങൾ ഒറ്റനിമിഷംകൊണ്ട് എങ്ങനെ ഒന്നിച്ചിവിടെ എത്താനാണ്? എത്തിയില്ലെങ്കിൽ മാന്ത്രികആപ്പിൾകൊണ്ടെന്ത് പ്രയോജനം? അതുകൊണ്ട് നിങ്ങൾ മൂവരും അവളെ സുഖപ്പെടുത്തുന്നതിൽ ഒരുപോലെ പങ്കാളികളാണ്. കാരണം, നിങ്ങളിൽ ഏതെങ്കിലും ഒരാളുടെ സേവനം ഇല്ലായിരുന്നെങ്കിൽ അവളെ രക്ഷിക്കാനാകില്ലായിരുന്നു. അവൾ സുഖം പ്രാപിച്ചതിൽ നിങ്ങൾ മൂവരും ഒരുപോലെ അനുമോദനാർഹരാണ്. അതിനുംപുറമെ ഈ മൂന്ന് വസ്തുക്കളും ഒരുപോലെ അപൂർവ്വവും വിചിത്രവുമാണ്. ഒന്ന് ഒന്നിന് മേലെയോ താഴെയോ അല്ല. എനിക്ക് അവയെ തരംതിരിച്ച് കാണാൻ കഴിയില്ല. ഏറ്റവും അപൂർവ്വമായ വസ്തു കൊണ്ടുവരുന്നവന് നൂർഅൽനിഹാർ രാജകുമാരിയെ വിവാഹം കഴിച്ചുകൊടുക്കുമെന്ന് ഞാൻ ശപഥം ചെയ്തിരുന്നതുതന്നെയാണ്. എന്നാൽ, എല്ലാം ഒരേപോലെ അപൂർവ്വമാണെന്ന വസ്തുത വിചിത്രംതന്നെ. പ്രശ്നം ഇനിയും പരിഹരിക്കാൻ കഴിഞ്ഞിട്ടില്ല. എന്നാലും, ആർക്കും വിദ്വേഷം തോന്നാത്ത രീതിയിൽ ഇന്നുതന്നെ ഒരു പരിഹാരം കണ്ടെത്തണം എന്നാണെന്റെ ആഗ്രഹം. ഞാൻ ഒരു പദ്ധതി തയ്യാറാക്കാം. അതിൽ വിജയിയാകുന്നവന് ഞാൻ നൂർഅൽനിഹാറിന്റെ കൈപിടിച്ചേല്പിക്കും. അങ്ങനെ എന്റെ ശപഥം ഞാൻ നിറവേറ്റും. എല്ലാ ചുമതലകളിൽനിന്നും സ്വതന്ത്രനാകും. ഈ പദ്ധതിയാണ് ഞാൻ തയ്യാറാക്കിയിരിക്കുന്നത്. - അതായത്, നിങ്ങൾ ഓരോരുത്തനും അവരവരുടെ കുതിരപ്പുറത്ത് കയറുക. നിങ്ങൾക്ക് അമ്പുകളും വില്ലും നല്കപ്പെടും. പിന്നെ മൈതാനത്തിലേക്ക് കുതിരകളെ ഓടിച്ച് ചെല്ലുക. അവിടേക്ക് ഞാനും മന്ത്രിമാരും പ്രഭുക്കന്മാരുമെല്ലാം നിങ്ങളെ പിന്തുടരും. അവിടെ നിങ്ങൾ ഓരോരുത്തരായി എന്റെ സാന്നിധ്യത്തിൽ ദൂരേക്ക് അമ്പെയ്യുക. ആരുടെ അമ്പാണോ ഏറ്റവും ദൂരത്തിലെത്തുന്നത് അവനായിരിക്കും നൂർ അൽനിഹാർ രാജകുമാരിയെ വിവാഹം കഴിക്കുവാൻ അർഹതയുള്ളവൻ."

അപ്രകാരം അച്ഛന്റെ തീരുമാനത്തേയോ വിവേകത്തേയോ എതിർക്കാൻ കഴിയാത്ത മക്കൾ, അമ്പുകളും വില്ലും എടുത്ത് നേരെ മൈതാനത്തിലേക്ക് പോയി. രാജാവും മക്കളുടെ സമ്മാനങ്ങൾ ഖജനാവിൽ സൂക്ഷിച്ചശേഷം വസീർമാരോടും പ്രഭുക്കന്മാരോടുംകൂടി മൈതാനത്തിലെത്തി. എല്ലാം തയ്യാറായിക്കഴിഞ്ഞപ്പോൾ രാജാവകാശിയായ മൂത്തപുത്രൻ ഹുസെയിൻ രാജകുമാരൻ സകല കരുത്തും വൈദഗ്ധ്യവും പ്രയോഗിച്ച് ദൂരേക്ക് അമ്പെയ്തു. അവനുശേഷം അലി രാജകുമാരൻ സർവ്വശക്തിയുമുപയോഗിച്ച് ബാണം വലിച്ചുവിട്ടു. അത് ഒന്നാമത്തെ അമ്പിന് മുന്നിലാണ് കുത്തിനിന്നത്. അവസാനം അഹമ്മദ് രാജകുമാരന്റെ ഊഴമായിരുന്നു. അവനും അതേ ദിശയിലേക്ക് ഉന്നംവെച്ച്

കരുത്തോടെ അസ്ത്രം വിട്ടു. എന്നാൽ, വിധിയെന്നു പറയട്ടെ, പട്ടാളക്കാരേയും അശ്വാരൂഢരേയും അമ്പ് നിലത്തുകുത്തുന്ന സ്ഥലം നിരീക്ഷിക്കാനായി നിർത്തിയിരുന്നെങ്കിലും ആർക്കും ആ അമ്പ് കാണാനായില്ല. അതിന്റെ യാതൊരു ചിഹ്നംപോലും ഒരിടത്തുമില്ല. അത് ഭൂഗർഭത്തിലേക്ക് ആഴ്ന്നുപോയോ, ആകാശത്തിലേക്ക് ഉയർന്നുപോയോ എന്നാർക്കും അറിയില്ല. അവർ എല്ലായിടത്തും അസ്ത്രത്തിനായി തിരച്ചിൽ നടത്തി. ഒടുവിൽ തിരച്ചിൽ നിർത്താനായി രാജാവ് ഉത്തരവ് നല്കി. ചില ദുഷ്ടന്മാരുടെ അഭിപ്രായത്തിൽ അഹമ്മദ് രാജകുമാരൻ അസ്ത്രം എയ്തിട്ടേ ഉണ്ടാകില്ല എന്നാണ്.

അവസാനം അലി രാജകുമാരനനുകൂലമായി രാജാവ് വിധി കല്പിച്ചു. ഹുസെയിൻ രാജകുമാരനേക്കാൾ ദൂരേക്ക് അസ്ത്രം എയ്തത് അവനാണല്ലൊ. അലി രാജകുമാരൻ നൂർഅൽനിഹാർ രാജകുമാരിയെ വിവാഹം ചെയ്യുമെന്ന് രാജാവ് പ്രഖ്യാപിച്ചു. വിധിപ്രകാരമുള്ള കല്യാണച്ചടങ്ങുകൾ അതിഗംഭീരമായ ആഘോഷങ്ങളോടെ തയ്യാറാക്കപ്പെട്ടു. പ്രൗഢമായ ആ വിവാഹാഘോഷങ്ങളിൽ ഒന്നും ഹുസെയിൻ പങ്കെടുത്തില്ല. നിരാശയും അസൂയയും അവനെ തകർത്തുകളഞ്ഞു. സത്യത്തിൽ മറ്റ് രണ്ടു സഹോദരന്മാരേക്കാളേറെ നൂർഅൽനിഹാറിനെ സ്നേഹിച്ചിരുന്നത് അവനായിരുന്നു. അവൻ തന്റെ രാജകീയവസ്ത്രങ്ങൾ ഉപേക്ഷിച്ച് ഒരു സന്ന്യാസിജീവിതം നയിക്കാനായി ഫക്കീറിന്റെ വേഷം ധരിച്ചു. അസൂയമൂലം ജ്വലിച്ചിരുന്ന അഹമ്മദ് രാജകുമാരനും വിവാഹാഘോഷത്തിൽ പങ്കുകൊണ്ടില്ല. എന്തായാലും ഹുസെയിൻ രാജകുമാരനെപ്പോലെ അവൻ സന്ന്യാസമൊന്നും സ്വീകരിച്ചില്ല. ദിവസം മുഴുവൻ തന്റെ അമ്പ് എവിടെപ്പോയി എന്നവൻ അന്വേഷിച്ചു നടന്നു. ഒരു ദിവസം രാവിലെ രാജകുമാരന്മാരായ ഹുസെയിനിന്റേയും അലിയുടേയും അമ്പുകൾ പതിച്ചസ്ഥലത്ത് അവൻ ഒറ്റയ്ക്ക് ചുറ്റിക്കറങ്ങി. അതിനടുത്തുള്ള കുന്നിൻചെരുവുകളും നന്നായി പരിശോധിച്ചു - അപ്പോഴേക്കും നേരം പുലർന്നതിനാൽ ഷഹ്റസാദ് കഥപറച്ചിൽ അവസാനിപ്പിച്ചു.

അറുനൂറ്റി അമ്പത്തിയൊന്നാംരാവ്

ഷാഹ്റസാദ് പറഞ്ഞു - അല്ലയോ കീർത്തിമാനായ രാജാവേ, അഹമ്മദ് രാജകുമാരൻ കുന്നിൻമുകളിലും താഴ്വരയിലുമെല്ലാം തന്റെ നഷ്ടപ്പെട്ട അസ്ത്രം തിരഞ്ഞുനടന്നു. കുറേദൂരം പോയപ്പോൾ അതൊരു പാറപ്പുറത്ത് കിടക്കുന്നതവൻ കണ്ടു. അവൻ അദ്ഭുതസ്തബ്ധനായി നിന്നുപോയി. എങ്ങനെ ഇത് ഇത്രദൂരം പറന്നുവന്നു? അതിനേക്കാൾ അവൻ അദ്ഭുതപ്പെട്ടത്, ആ ബാണം നിലത്ത് കുത്തിനിൽക്കുകയല്ല, തെറിച്ചുവന്ന് പാറപ്പുറത്ത് വീണിരിക്കുകയാണ് എന്നതാണ്! അവൻ ആത്മഗതമായി പറഞ്ഞു. “തീർച്ചയായും ഇതിൽ എന്തോ ദുരൂഹതയുണ്ട്. അല്ലെങ്കിൽ ഒരാൾക്ക് ഇത്രദൂരം എങ്ങനെ അമ്പെയ്യാനാകും. അതും ഈ രീതിയിൽ പാറപ്പുറത്ത് വീഴ്ത്താൻ!”

അപ്പോൾത്തന്നെ അവൻ പാറക്കെട്ടുകളുടെ ഇടയിലൂടെ കയറിയിറങ്ങി, ചെങ്കുത്തായ കുന്നുകൾക്കിടയിലൂടെ കടന്ന് ഭൂമിക്കടിയിലേക്കുള്ള ഒരു ഇടനാഴിയിലെത്തി. ഏതാനും ചുവടുകൾ മുന്നോട്ടുവെച്ചപ്പോൾ

അവനൊരു ഇരുമ്പ് വാതിൽ കണ്ടു. അത് ഒന്നു തള്ളിയതോടെ അനായാസമായി തുറന്നു. അതിന് ഓടാമ്പൽ ഒന്നുമില്ലായിരുന്നു. അമ്പും കൈയിൽപിടിച്ച് അവൻ ഉള്ളിലേക്ക് പ്രവേശിച്ചു. ഒരു ചെരുവിലേക്കാണത് എത്തിയത്. ആ ചെരുവിലൂടെ അവൻ കയറി. അവിടം കൂരിരുട്ടായിരുന്നു. അവൻ ഭയന്നുപോയി. കുറച്ചപ്പുറത്ത് ആ ഗുഹ പരന്ന് വികസിച്ച് ഒരു ചത്വരംപോലെ കാണപ്പെട്ടു. അവിടെ വിളക്കുകൾ കത്തുന്നുണ്ട്. പ്രകാശംനിറഞ്ഞ അന്തരീക്ഷം. അല്പദൂരംകൂടി നടന്നപ്പോൾ വലിയൊരു കൊട്ടാരം അവൻ കണ്ടു. കൊട്ടാരത്തിനുള്ളിൽനിന്നും അപ്പോൾ സുന്ദരിയായൊരു മാലാഖയെപ്പോലുള്ള യുവതി പുറത്തേക്കു വന്നു. രാജകുമാരിമാരുടെ വേഷം! അടിമുടി ഏറ്റവും വിലപിടിച്ച രത്നാഭരണങ്ങൾ അണിഞ്ഞിരിക്കുന്നു. അവൾ മന്ദംമന്ദം നടന്നുവന്നു. കൂടെ നിരവധി പരിചാരികമാരുമുണ്ട്. പതിന്നാലാംരാവിലെ ചന്ദ്രനും താരകളും പോലെ! ഈ സ്വർഗ്ഗീയസുന്ദരിയെകണ്ട് അഹമ്മദ് രാജകുമാരൻ അവളെ സലാം ചെയ്തു. അവളത് തിരിച്ചുനല്കി. അവൾ മുന്നോട്ടുവന്ന് ഹൃദ്യമായ രീതിയിൽ അവനെ അഭിവാദ്യം ചെയ്ത്, മധുരസ്വരത്തിൽ പറഞ്ഞു.

"അല്ലയോ അഹമ്മദ് രാജകുമാരാ, അങ്ങേക്ക് സ്വാഗതം. നിങ്ങളെ കണ്ടതിൽ എനിക്ക് അതിയായ സന്തോഷമുണ്ട്. നിങ്ങൾ എന്തുകൊണ്ടാണ് എന്നിൽനിന്ന് ഇത്രയുംകാലം വേർപെട്ടുനിന്നത്?"

തന്റെ പേരെടുത്തവൾ സംസാരിക്കുന്നതുകേട്ട് രാജകുമാരൻ വല്ലാതെ ആശ്ചര്യപ്പെട്ടുപോയി! കാരണം, അവൾ ആരാണെന്ന് അവനറിഞ്ഞുകൂടാ. ഇതിനുമുമ്പവർ ഒരിക്കലും പരസ്പരം കണ്ടിട്ടില്ല. പിന്നെ എങ്ങനെയാണ് ഞാനാരാണെന്നും എന്റെ പേര് എന്താണെന്നും അവൾ അറിഞ്ഞത്? അവൾക്കുമുന്നിൽ നിലത്തവൻ ചുംബിച്ച് പറഞ്ഞു.

"അല്ലയോ ഭവതി, ഈ വിചിത്രമായ സ്ഥത്ത് നിങ്ങൾ സസന്തോഷം മധുരവാക്കുകളോടെ എന്നെ സ്വാഗതം ചെയ്തതിൽ ഞാൻ നന്ദിയും കൃതജ്ഞതയും രേഖപ്പെടുത്തുന്നു. ഞാൻ വിമുഖതയോടെയും അന്ധാളിപ്പോടെയുമാണിതിനുള്ളിലേക്ക് കടന്നത്. ഞാൻ ഏകനാണ്, അപരിചിതനും. എന്നാൽ, ഈ അടിമയുടെ പേര് നിങ്ങൾ എങ്ങനെ അറിഞ്ഞു എന്നോർക്കുമ്പോൾ അതിലേറെ പരിഭ്രമമുണ്ട്."

അവൾ മന്ദഹാസത്തോടെ മറുപടി നല്കി.

"അല്ലയോ പ്രഭോ, ഉള്ളിലേക്ക് വരൂ. നമ്മൾക്കിവിടെ ഇരുന്ന് ശാന്തമായി സംസാരിക്കാം. അങ്ങയുടെ ചോദ്യങ്ങൾക്കെല്ലാം ഞാൻ മറുപടി നല്കാം."

അങ്ങനെ അവൾ ഉള്ളിലേക്ക് നടന്നു. അഹമ്മദ് രാജകുമാരൻ അവളുടെ കാലടികൾ പിൻതുടർന്നു. അതിന്റെ ഉള്ളിലെ ചിത്രപ്പണികളും മനോഹരമായ അലങ്കാരവേലകളും പെയിന്റിംഗും ആഡംബരങ്ങളും ലോകത്തൊരിടത്തും കാണാൻ കഴിയില്ല. അവന്റെ അമ്പരപ്പുകണ്ട് ആ മഹതി ചോദിച്ചു. "ഈ കൊട്ടാരം എന്റെ മറ്റു കൊട്ടാരങ്ങളെപ്പോലെത്തന്നെയാണ്. ഈ കൊട്ടാരം സസന്തോഷം ഞാൻ നിങ്ങൾക്കായി സമർപ്പിക്കുന്നു. എല്ലാ കൊട്ടാരങ്ങളും കാണുമ്പോൾ ഒരുപക്ഷേ, നിങ്ങൾ ആശ്ചര്യപ്പെട്ടുപോകും!" അവൾ ഉയർന്ന ഒരു പീഠത്തിൽ ഉപവിഷ്ഠയായി. വല്ലാത്ത വാത്സല്യത്തോടെ അഹമ്മദ് രാജകുമാരനെ പിടിച്ച് അടുത്തിരുത്തി.

അവൾ പറഞ്ഞു. "നിങ്ങൾക്കെന്നെ അറിയില്ലെങ്കിലും എനിക്ക് നിങ്ങളെ നന്നായി അറിയാം. എന്റെ കഥ മുഴുവൻ പറഞ്ഞുതീരുമ്പോൾ

നിങ്ങൾക്ക് അദ്ഭുതം തോന്നും. എന്നാൽ, ഞാൻ ആരാണെന്ന് ആദ്യം നിങ്ങളോട് തുറന്നുപറയട്ടെ! നിങ്ങളുടെ പുണ്യഗ്രന്ഥത്തിൽ നിങ്ങൾ വായിച്ചുകാണുമല്ലോ, ഈ ലോകം മനുഷ്യരുടേതുപോലെ 'ജിന്നു'കളുടേയും വാസസ്ഥലമാണെന്ന്. അവർ രൂപത്തിൽ മനുഷ്യരെപ്പോലെ ത്തന്നെയാണ്. ഏറ്റവും ശ്രേഷ്ഠനായ ജിന്ന് രാജാവിന്റെ ഏകമകളാണ് ഞാൻ. പേര് 'പെരീബാനു'. നിങ്ങൾ ആരാണെന്നും രാജാവായ നിങ്ങളുടെ പിതാവ് ആരാണെന്നും നിങ്ങളുടെ പിതൃസഹോദരപുത്രി നൂർ അൽനിഹാർ ആരാണെന്നും കേൾക്കുമ്പോൾ നിങ്ങൾ അദ്ഭുതപ്പെടരുത്! നിങ്ങളേയും നിങ്ങളുടെ ബന്ധുക്കളേയുംകുറിച്ച് എനിക്ക് എല്ലാം അറിയാം. നൂർഅൽനിഹാർ രാജകുമാരിയെ വിവാഹം കഴിക്കാൻ വേണ്ടി നിങ്ങളും നിങ്ങളുടെ രണ്ട് സഹോദരന്മാരും ഭ്രാന്ത് പിടിച്ച് നടക്കുകയായിരുന്നു. നിങ്ങളുടെ അച്ഛൻ തീരുമാനിച്ചതനുസരിച്ച് നിങ്ങളെ മൂവരേയും വിദൂരദേശങ്ങളിലേക്ക് പറഞ്ഞയച്ചു. നിങ്ങൾ പോയത് സമർഖണ്ടിലേക്കായിരുന്നു. അവിടെനിന്ന് ഔഷധഗുണമുള്ള ദുരൂഹമായ ഒരു മാന്ത്രിക ആപ്പിൾ നാല്പതിനായിരം ദിനാറിന് വാങ്ങിച്ചുകൊണ്ടുവന്നു. അത് ഉപയോഗിച്ച് നിങ്ങൾ സ്വന്തം പ്രേമഭാജനമായ രാജകുമാരിയെ മാരകമായ രോഗത്തിൽനിന്ന് രക്ഷിച്ച് പൂർണആരോഗ്യവതിയാക്കിത്തീർത്തു. അതേ സമയം നിങ്ങളുടെ ഏറ്റവും മൂത്ത സഹോദരൻ ബിഷൻഗറിൽനിന്ന് അതേവിലയ്ക്ക് ഒരു പറക്കും പരവതാനിയും 'ഷിരാസ്' നഗരത്തിൽനിന്ന് അലി രാജകുമാരൻ ഒരു ദൂരദർശിനിയും നാല്പതിനായിരം ദിനാർ കൊടുത്ത് വാങ്ങിച്ചു. ഞാൻ ഇത്രയും പറഞ്ഞത് നിങ്ങളുടെ കാര്യങ്ങൾ എല്ലാം എനിക്കറിയാമെന്ന് കാണിക്കാനാണ്. ഇനി നിങ്ങൾക്കെന്നോട് സത്യം പറയാമോ എന്റെ സൗന്ദര്യത്തെയാണോ, നിങ്ങളുടെ സഹോദരപത്നിയായ നൂർഅൽനിഹാറിന്റെ സൗന്ദര്യത്തെയാണോ നിങ്ങൾ കൂടുതൽ പ്രശംസിക്കുന്നത്? എന്റെ ഹൃദയം നിങ്ങൾക്കുവേണ്ടി എരിഞ്ഞുകൊണ്ടിരിക്കുകയാണ്. എന്റെ മോഹം നിയന്ത്രിക്കാനാകുന്നില്ല. നമ്മൾ വിവാഹിതരായി പ്രേമത്തോടെ ജീവിതം ആനന്ദകരമായി ചിലവഴിക്കണമെന്നാണെന്റെ അഭിലാഷം. പറയൂ, നിങ്ങൾക്കെന്നെ വിവാഹം കഴിക്കാൻ ആഗ്രഹമില്ലേ? അതോ ഇപ്പോഴും പിതൃസഹോദരപുത്രിയെത്തന്നെ മോഹിച്ച് ദുഃഖിച്ചിരിപ്പാണോ? നിങ്ങളോട് പ്രേമപരവശയായ ഞാൻ മൈതാനത്ത് അമ്പെയ്യുന്ന സമയത്ത് നിന്നോടൊപ്പം അദൃശ്യയായി നിൽക്കുന്നുണ്ടായിരുന്നു. നിങ്ങൾ അമ്പെയ്തപ്പോൾ അലിയുടെ അത്രദൂരം അതെത്തുകയില്ലെന്നു മനസ്സിലാക്കിയ ഞാൻ നിലംതൊടുന്നതിനു മുമ്പത് പിടിച്ചെടുത്ത് കാണാമറയത്ത് കൊണ്ടുപോയി, ഈ ഇരുമ്പ് വാതിലിലേക്ക് എറിഞ്ഞു. അത് പുറകോട്ട് തെറിച്ച് നിങ്ങൾ കണ്ടതുപോലെ ആ പാറപ്പുറത്തുവീണു. ആ ദിവസം മുതൽ ഞാൻ നിങ്ങളേയും പ്രതീക്ഷിച്ച് ഇരിപ്പാണ്. ആ അമ്പ് കണ്ടെത്തുന്നതുവരെ നിങ്ങൾ അത് തിരഞ്ഞുകൊണ്ടിരിക്കുമെന്ന് എനിക്കറിയാം. അങ്ങനെ നിങ്ങളെ ഇവിടെ വരുത്താനുള്ള എന്റെ പദ്ധതി വിജയിച്ചു."

സുന്ദരിയായ യുവതി 'പെരിബാനു' അനുരാഗപൂർവ്വം അഹമ്മദ് രാജകുമാരനെ കടാക്ഷിച്ചുകൊണ്ട് ഇത്രയും പറഞ്ഞു. പിന്നെ ലജ്ജാവതിയായി പ്രേമം തുളുമ്പുന്ന ആ നയനങ്ങൾ തിരിച്ചു. – അപ്പോഴേക്കും നേരം പുലരാറായതിനാൽ ഷാഹ്രസാദ് തന്റെ കഥ പറച്ചിൽ നിർത്തി.

അറുനൂറ്റി അമ്പത്തിരണ്ടാംരാവ്

ഷാഹ്‌രസാദ് പറഞ്ഞു - അല്ലയോ കീർത്തിമാനായ രാജാവേ, അഹമ്മദ് രാജകുമാരൻ പെരിബാനുവിന്റെ ഈ വാക്കുകൾ കേട്ട് അതിയായി ആഹ്ലാദിച്ചു. അവൻ ആത്മഗതമായി പറഞ്ഞു.

"നൂർഅൽനിഹാറിനെ നേടാൻ എനിക്ക് കഴിവില്ല. അവളേക്കാൾ എത്ര സുന്ദരിയും അംഗലാവണ്യമുള്ളവളുമാണ് പെരിബാനു."

ചുരുക്കത്തിൽ, അവളുടെ മായാവലയത്തിൽപെട്ട് അവൻ തന്റെ പിതൃസഹോദരപുത്രിയോടുള്ള പ്രേമം പാടെ വിസ്മരിച്ചു. അവൻ മറുപടി നല്കി. "അല്ലയോ ഭവതി, ലോകൈകസുന്ദരി, നിന്നെ ഞാൻ മോഹിക്കുന്നെന്നു മാത്രമല്ല, നിന്റെ ആജ്ഞയനുസരിച്ച് ജീവിതകാലം മുഴുവൻ നിന്നെ സേവിക്കാനും ഞാൻ സന്നദ്ധനാണ്. എന്നാൽ, ഞാൻ മനുഷ്യനും നീ മനുഷ്യവർഗ്ഗത്തിൽപെടാത്തവളുമാണ്. നിന്റെ സുഹൃത്തുക്കളും വീട്ടുകാരും ബന്ധുക്കളും നമ്മൾ ഒന്നിക്കുന്നതിൽ ഒരുപക്ഷേ, അനിഷ്ടം പ്രകടിപ്പിച്ചേക്കാം."

എന്നാൽ അവൾ മറുപടി നല്കി. എന്റെ മാതാപിതാക്കൾ എനിക്ക് ഇഷ്ടമുള്ളവനെ വിവാഹം കഴിക്കാൻ പൂർണഅനുമതി തന്നിട്ടുണ്ട്. അവർ പറയുന്നത്, നിങ്ങൾ എന്റെ സേവകനായിരിക്കുമെന്ന് അല്ല, എന്റെ പ്രഭുവും യജമാനനുമായിരിക്കുമെന്ന്. എന്തുകൊണ്ടെന്നാൽ ഞാനും എന്റെ ജീവനും സ്വത്തുമെല്ലാം അങ്ങയുടേതാണ്. ഞാനെന്നുമെന്നും നിങ്ങളുടെ അടിമയായിരിക്കും. ഇപ്പോൾ സമ്മതം മൂളൂ. ഞാൻ നിങ്ങളോട് യാചിക്കുകയാണ്. എന്നെ സ്വന്തം ഭാര്യയായി സ്വീകരിക്കൂ. നിങ്ങൾ എന്റെ അഭ്യർത്ഥന നിരാകരിക്കില്ലെന്ന് എന്റെ ഹൃദയം മന്ത്രിക്കുന്നു." പെരിബാനു തുടർന്നു. "ഞാൻ ഇക്കാര്യത്തെക്കുറിച്ച് നിങ്ങളോട് നേരത്തെ പറഞ്ഞുകഴിഞ്ഞല്ലോ. എനിക്കിതിന് പൂർണഅധികാരം ലഭിച്ചിട്ടുണ്ടെന്ന്. അതിനുംപുറമെ, യക്ഷികളായ ഞങ്ങൾക്കിടയിൽ ഓർമ്മവെച്ചകാലം മുതൽ ഒരു ആചാരം പ്രചാരത്തിലുണ്ട്. പെൺകുട്ടികൾ വിവാഹപ്രായമാകുമ്പോൾ സ്വയം കാര്യഗ്രഹണശേഷിയുള്ളവരാകുമ്പോൾ, ഓരോരുത്തർക്കും സ്വന്തം ഹൃദയാഭിലാഷപ്രകാരം തനിക്ക് ഏറ്റവും ഇഷ്ടമുള്ളവനെ, തന്റെ ജീവിതം ആനന്ദഭരിതമാക്കുമെന്ന് വിശ്വാസമുള്ളവനെ, വിവാഹം കഴിക്കാം. അപ്രകാരം ഭാര്യാഭർത്താക്കന്മാർക്ക് സന്തോഷം നിറഞ്ഞ ജീവിതം ശാന്തിയും സമാധാനവുമായി നയിക്കാനാകും. എന്നാൽ, ഒരു പെൺകുട്ടിയെ മാതാപിതാക്കളുടെ ആഗ്രഹപ്രകാരം പെൺകുട്ടിയുടെ താത്പര്യം പരിഗണിക്കാതെ അപരിചിതനായ ഒരു വ്യക്തിക്ക് (അവൻ വിരൂപനോ അംഗവികലനോ ആകാം) കല്യാണം കഴിച്ചുകൊടുത്താൽ അവളുടെ സ്നേഹം നേടാനാകാതെ ആ ദാമ്പത്യജീവിതം തകർച്ചയിലേക്ക് നീങ്ങുന്നു. അത്തരം ബന്ധത്തിൽനിന്നുണ്ടാകുന്ന കഷ്ടതകൾ ജീവാവസാനംവരെ അനുഭവിക്കേണ്ടിവരുന്നു. നമ്മൾക്ക് വിവാഹം കഴിക്കാൻ മനുഷ്യവർഗ്ഗത്തിലേതുപോലെ ആരേയും അനുനയിപ്പിക്കേണ്ടതില്ല. നാം പ്രേമിക്കുന്നവന്റെ പേര് പ്രഖ്യാപിക്കുന്നു. അത്രതന്നെ. അതിനുള്ള സ്വാതന്ത്ര്യം ഞങ്ങൾക്കുണ്ട്."

ഈ വിശദീകരണം കേട്ട് അഹമ്മദ് രാജകുമാരൻ ആഹ്ലാദഭരിതനായി. അവളുടെ ഉടുപ്പിന്റെ അറ്റം ചുംബിക്കാനായി കുനിഞ്ഞു. അവളത് തടഞ്ഞ് പകരം തന്റെ കൈ ചുംബിക്കാനായി നീട്ടി. രാജകുമാരൻ വികാരാ

വേശത്തോടെ ആ കരം ഗ്രഹിച്ച് ആ നാട്ടിലെ ആചാരപ്രകാരം അതിൽ ചുംബിച്ച് ആ കൈ സ്വന്തം നെഞ്ചത്തും കൈകളിലും അമർത്തിപ്പിടിച്ചു.

മനോഹരമായ പുഞ്ചിരിയോടെ ആ യക്ഷി പറഞ്ഞു. "എന്റെ കരം ഗ്രഹിച്ചുകൊണ്ട് എന്നെപ്പോലെ നീയും ശപഥം ചെയ്യൂ. ഞാൻ എന്നും നിന്നോട് വിശ്വസ്തനും വിധേയനുമായിരിക്കും. ഒരിക്കലും വിശ്വാസ വഞ്ചന ചെയ്യില്ല എന്ന്."

രാജകുമാരൻ മറുപടി നല്കി. "അല്ലയോ വിശ്വസുന്ദരി, എന്റെ പ്രിയതമേ, എന്റെ ഹൃദയത്തിനെ ഞാൻ വഞ്ചിക്കുമെന്നു നീ കരുതുന്നുണ്ടോ? എന്റെ ശരീരവും ആത്മാവും നിനക്കായി സമർപ്പിച്ച ഈ ഞാൻ അങ്ങനെ ചെയ്യുമെന്ന് നീ വിചാരിക്കുന്നുണ്ടോ? നീ എന്റെ രാജ്ഞിയാണ്. എന്റെ ചക്രവർത്തിനി. എന്നെ സ്വതന്ത്രനായി ഞാൻ നിനക്ക് വിട്ടുതരുന്നു. നിനക്ക് ഇഷ്ടമുള്ളത് എന്നോടു ചെയ്തോളൂ."

പെരിബാനു രാജകുമാരന് മറുപടി കൊടുത്തു. "നിങ്ങൾ എന്റെ ഭർത്താവാണ്. ഞാൻ നിങ്ങളുടെ ഭാര്യയും. നമ്മൾ തമ്മിൽ ചെയ്ത പവിത്രമായ ശപഥം വിവാഹകരാറിന് പകരം നിലകൊള്ളുന്നു. നമ്മൾക്ക് ഒരു ഖാസിയുടെ ആവശ്യമില്ല. നമ്മളെ സംബന്ധിച്ചിടത്തോളം വിവാഹക്കരാറും മറ്റ് ആഘോഷങ്ങളും അധികപ്പറ്റാണ്. അനാവശ്യമാണ്. ആദ്യരാത്രി ശയിക്കേണ്ട മുറി ഞാൻ നിങ്ങൾക്ക് കാണിച്ചുതരാം. നിങ്ങൾ അത് കണ്ട് പ്രശംസിക്കുമെന്നെനിക്കറിയാം. ഇതുപോലൊന്ന് മനുഷ്യവർഗ്ഗത്തിനില്ലെന്ന് നിങ്ങൾ സമ്മതിക്കും."

പിന്നെ അവൾ തീൻമേശ വിരിച്ച് വിവിധതരം ഭക്ഷണസാധനങ്ങൾ രത്നംപതിച്ച സ്വർണപാത്രങ്ങളിൽ നിരത്തിവെച്ചു. അങ്ങനെ അവർ ഒന്നിച്ചിരുന്ന് മതിവരുവോളം തീറ്റയും കുടിയും തുടർന്നു. ഭക്ഷണശേഷം പെരിബാനു രാജകുമാരന്റെ കൈപിടിച്ചുനടത്തി ശയനമുറിയിലെത്തി. അവിടെ കുന്നുകൂട്ടിയിരിക്കുന്ന തിളങ്ങുന്ന രത്നങ്ങളും മുത്തുകളും കണ്ട് കണ്ണ് മഞ്ഞളിച്ച് അവൻ വിസ്മയിച്ച് നിന്നുപോയി. അവൻ നിലവിളിച്ചു "ഈ ലോകത്ത് ഇത്രയും വിലപിടിച്ച രത്നങ്ങളോടുകൂടിയ അമൂല്യമായ ഫർണീച്ചർ വിരിച്ച ആഡംബരപൂർണമായ ഒരു മുറി ഉണ്ടാകില്ല."

പെരിബാനു പറഞ്ഞു. "നിങ്ങൾ ഈ കൊട്ടാരത്തെ ഇത്രയും പ്രശംസിക്കുകയാണെങ്കിൽ, എന്റെ അച്ഛനായ ജിന്നുകളുടെ രാജാവിന്റെ കൊട്ടാരങ്ങളും കോട്ടകളും കണ്ടാൽ എന്താണ് പറയുക? എന്റെ തോട്ടം കണ്ടാലും നിങ്ങൾക്ക് ആഹ്ലാദവും ആശ്ചര്യവും അടക്കാനാകില്ല. എന്നാൽ ഇത്രയും ഇരുട്ടായസമയത്ത് നിങ്ങളെ അങ്ങോട്ട് കൊണ്ടുപോകുന്നില്ല."

പിന്നെ അഹമ്മദ് രാജകുമാരനെ അവൾ മറ്റൊരു മുറിയിലേക്ക് കൂട്ടിക്കൊണ്ടുപോയി. അവിടെ അത്താഴം വിളമ്പിവെച്ചിരുന്നു. ആ മുറിയുടെ മനോഹാരിത ആരേയും വിസ്മയിപ്പിക്കുന്ന രീതിയിലായിരുന്നു. കൂടുതൽ ആഡംബരപൂർണവും ശോഭായമാനവും! നൂറുകണക്കിന് മെഴുകുതിരികളാണ് സുന്ദരമായഷാന്റ്ലിയറിൽ പ്രകാശിച്ചുകൊണ്ടിരുന്നത്. കർപ്പൂരഗന്ധം അപ്പോൾ അവിടെ വ്യാപിച്ചിരുന്നു. എല്ലാ വശങ്ങളിലും ശോഭയാർന്ന വിളക്കുകൾ, സ്വർണഫ്ളവർവേസുകൾ, കലാപരമായ കൊത്തുപണികളോടുകൂടിയ പാത്രങ്ങൾ, വിലമതിക്കാനാവാത്ത കൗതുകവസ്തുക്കൾ, ചുമരുകൾ നിറയെ പിടിപ്പിച്ചുവെച്ചിരിക്കുന്നു! - അപ്പോഴേക്കും നേരം പുലർന്നതിനാൽ ഷാഹ്റസാദ് കഥപറച്ചിൽ നിർത്തി.

അറുനൂറ്റി അമ്പത്തിമൂന്നാംരാവ്

ഷാഹ്രസാദ് പറഞ്ഞു - അല്ലയോ കീർത്തിമാനായ രാജാവേ, ഒരു മനുഷ്യനും ആ മുറിയുടെ മനോഹാരിതയും പ്രൗഢിയും വർണ്ണിക്കാനാവില്ല. വിലപിടിച്ച, തിളങ്ങുന്ന, വർണപ്പകിട്ടാർന്ന വസ്ത്രങ്ങൾ ധരിച്ച അഴകുള്ള യുവതികളുടെ നൃത്തവും ഗാനാലാപനവും വാദ്യസംഗീതവും ഏതൊരുവനേയും പിടിച്ചിരുത്തുന്ന രീതിയിൽ ആകർഷകങ്ങളായിരുന്നു. പിന്നെ ആഹാരം കഴിച്ചുകൊണ്ട് അവർ ആനന്ദത്തോടെ കളിച്ചുരസിച്ചു. പെരിബാനു തന്റെ കൈകൊണ്ട് ഓരോ പ്ലേറ്റിലെ വിഭവവും എടുത്ത് അതിന്റെ പേര് പറഞ്ഞുകൊണ്ട് അഹമ്മദ് രാജകുമാരന്റെ വായിൽവെച്ച് ഊട്ടിക്കൊണ്ടിരുന്നു. എന്നാൽ, അല്ലയോ കീർത്തിമാനായ ഷഹര്യാർ രാജാവേ, ഈ സ്വാദിഷ്ടമായ, ജിന്നുകളുടെ വിഭവത്തെക്കുറിച്ച് വർണിക്കാൻ എനിക്ക് കഴിയില്ല. കാരണം, ഒരു മനുഷ്യജീവിയും ഇത് കഴിക്കുകയോ കാണുകയോ ചെയ്തിട്ടില്ല. അത്താഴശേഷം അവർ ഏറ്റവും നല്ല വീഞ്ഞ് കുടിച്ചു. മധുരപലഹാരങ്ങളും ഉണക്കപ്പഴങ്ങളും കഴിച്ചു. വിവിധതരത്തിലുള്ള സ്വാദിഷ്ഠമായ ഫലങ്ങൾ. തീറ്റയും കുടിയും കഴിഞ്ഞശേഷം അവർ മറ്റൊരു മുറിയിലേക്ക് പോയി. അവിടെ ഇട്ടിരുന്ന അതിസുന്ദരമായൊരു ദിവാനിൽ അവർ ഇരുവരും ഇരുന്ന് ശാന്തരായി സംഭാഷണത്തിൽ മുഴുകി. സുന്ദരികളായ ജിന്നുകളും യക്ഷികളും അവരുടെ മുന്നിലെത്തി. വശ്യമായ രീതിയിൽ അഴകാർന്ന അംഗചലനങ്ങളോടെ നൃത്തമാരംഭിച്ചു. പെരിബാനുവും അഹമ്മദ് രാജകുമാരനും അവരുടെ നൃത്തങ്ങൾ ആഹ്ലാദത്തോടെ നോക്കിയിരുന്നു.

ഒടുവിൽ, വിനോദങ്ങളിൽ പങ്കെടുത്ത് തളർന്നുപോയ അവർ എഴുന്നേറ്റ് മറ്റൊരു മുറിയിലേക്ക് പോയി. ആദ്യരാത്രി ശയിക്കാനുള്ള കട്ടിൽ അടിമകൾ അവിടെ സജ്ജമാക്കിയിരുന്നു. സ്വർണംകൊണ്ട് നിർമ്മിച്ച് രത്നങ്ങൾ പതിച്ച കട്ടിൽ! ചന്ദനഗന്ധമുള്ള മനോഹരമായ ചിത്രത്തുന്നലുകൾ ഉള്ള സാറ്റിൻതുണികൊണ്ടുള്ള കിടക്കവിരി. വിവാഹാഘോഷങ്ങളിൽ പങ്കെടുത്തവരെല്ലാം പരിചാരികമാരടക്കം രണ്ട് വരിയായി നിന്നുകൊണ്ട് വധൂവരന്മാർ കടന്നുവന്നപ്പോൾ ഹൃദ്യമായി സ്വാഗതം ചെയ്തു. പിന്നെ വിടവാങ്ങി സ്വന്തം വഴിക്ക് പോയി. വധൂവരന്മാരെ ആദ്യരാത്രി ആസ്വദിക്കാനായി ഒറ്റയ്ക്ക് വിട്ടു.

ഈ രീതിയിൽ വിവാഹാഘോഷ പരിപാടികൾ എന്നും ആവർത്തിക്കപ്പെട്ടു. പുതുമയാർന്ന സ്വാദിഷ്ഠമായ വിഭവങ്ങൾ, വിനോദപരിപാടികൾ, ആനന്ദകരമായ നൃത്തകലാസംഗമങ്ങൾ, ആകർഷണീയവും മധുരവുമായ സംഗീതക്കച്ചേരികൾ എല്ലാം എന്നും അരങ്ങേറിക്കൊണ്ടിരുന്നു. അഹമ്മദ് രാജകുമാരൻ ഒരായിരം വർഷങ്ങൾ മനുഷ്യജീവിതം നയിച്ചാലും ഇത്രയും മനോഹരമായ അനുഭവങ്ങൾ പങ്കുവെക്കാനോ ഇത്രയും ആനന്ദകരമായ പ്രേമജീവിതം ആസ്വദിക്കാനോ കഴിയുമായിരുന്നില്ല. അങ്ങനെ പെരിബാനുവിനോടൊപ്പം ആറുമാസങ്ങൾ ആ യക്ഷിദേശത്ത് രാജകുമാരൻ കഴിഞ്ഞു. ഭാര്യയെ ഒരു നിമിഷംപോലും വിട്ടുനിൽക്കാൻ പറ്റാത്തത്ര അഗാധമായിരുന്നു അവന് അവളോടുള്ള പ്രേമം. അവളെ കാണാതാകുമ്പോൾ ഒരുതരം അസ്വസ്ഥതയും വിഷമവും അവന് അനുഭവപ്പെടുന്നു. ഈ വിധത്തിൽ, പെരിബാനുവിനും അവനോട് ഹൃദയം നിറഞ്ഞ സ്നേഹമായിരുന്നു. പുതിയതരം വിനോദപരിപാടികൾ

ആവിഷ്കരിച്ച് അവൾ അവനെ കൂടുതൽ സന്തുഷ്ടനാക്കാൻ ശ്രമിച്ചുകൊണ്ടിരുന്നു. അവളോടുള്ള വൈകാരികപ്രേമത്തിനടിമപ്പെട്ട രാജകുമാരൻ, തന്റെ വീട്ടുകാരേയും ബന്ധുക്കളേയും പാടേ വിസ്മരിച്ചു. എന്നാൽ, കുറച്ചുകാലത്തിനുശേഷം ഉറക്കത്തിൽ നിന്നെഴുന്നേറ്റതുപോലെ ഓർമ്മകൾ വീണ്ടും അവന്റെ മനസ്സിൽ ഉയർന്നുവന്നു. ഇടയ്ക്കിടയ്ക്ക് അച്ഛനെ കാണാനുള്ള മോഹം അവന്റെ മനസ്സിൽ ഓടിയെത്തും. അവൻ സ്വയം വീട്ടിൽ ചെന്നാലല്ലാതെ അവരുടെ സ്ഥിതിയറിയാൻ യാതൊരു മാർഗ്ഗവുമില്ലല്ലൊ. അതുകൊണ്ട് ഒരു ദിവസം അവൻ പെരിബാനുവിനോട് പറഞ്ഞു. "നിനക്ക് വിരോധമില്ലെങ്കിൽ വളരെനാളായി എന്നെ കാണാതെ ദുഃഖിച്ചിരിക്കുന്ന അച്ഛനെ സന്ദർശിക്കാൻ ഏതാനും ദിവസത്തെ ഒഴിവ് എനിക്കു തരാമോ? ഞാൻ നിന്നോട് യാചിക്കുകയാണ്."

പെരിബാനു ഇതുകേട്ട് വല്ലാതെ അന്ധാളിച്ചുപോയി. തന്റേതായതെല്ലാം ആസ്വദിച്ചശേഷം മടുപ്പുതോന്നിയതുകൊണ്ടായിരിക്കണം എന്തെങ്കിലും ഒഴിവുകഴിവു പറഞ്ഞ് തന്നെ അവൻ വിട്ടുപോകുന്നതെന്നവൾ കരുതി. അതുകൊണ്ടവൾ മറുപടി നല്കി. "നിങ്ങൾ സ്വന്തം പ്രതിജ്ഞകളും ശപഥവും മറന്നോ? അതുകൊണ്ടല്ലേ എന്നെ വിട്ടുപിരിയാൻ ഇപ്പോൾ നിങ്ങൾ ചിന്തിക്കുന്നത്? നിങ്ങളുടെ പ്രേമവും മോഹവും നിലച്ചോ? എന്നാൽ എന്റെ മനസ്സ് ഇപ്പോഴും നിങ്ങളെ ആദ്യം കണ്ടത്തേതുപോലെ ആവേശംകൊണ്ട് ത്രസിക്കുകയാണ്. നിങ്ങളെക്കുറിച്ചുള്ള ചിന്തപോലും എന്നെ ആനന്ദമൂർച്ഛയിലെത്തിക്കുന്നു."

രാജകുമാരൻ മറുപടി നല്കി. "എന്റെ പ്രാണപ്രിയേ, എന്റെ രാജ്ഞി, എന്റെ ചക്രവർത്തിനി, നിന്റെ മനസ്സിനെ എന്ത് ദുഷ്ചിന്തകളാണ് വേട്ടയാടുന്നത്? എന്തിന് ഇത്തരം വിഷാദം നിറഞ്ഞ വാക്കുകൾ പ്രയോഗിക്കുന്നു? നീ പറയുന്നതുപോലെത്തന്നെയാണ് നിനക്ക് എന്നോടുള്ള പ്രേമവാത്സല്യങ്ങളെന്ന് എനിക്ക് നന്നായറിയാം. ഈ സത്യം ഞാൻ അംഗീകരിച്ചിട്ടുള്ളതല്ലേ. അതോ നിന്നോടുള്ള എന്റെ വികാരതീവ്രത കുറഞ്ഞതായി നിനക്ക് തോന്നിയിട്ടുണ്ടോ? ഞാൻ നന്ദിയില്ലാത്തവനാണെന്ന് നിനക്ക് തോന്നിയിട്ടുണ്ടോ? ഞാനെന്നും നിന്നോട് സ്നേഹവാത്സല്യങ്ങൾ നിറഞ്ഞവനാണ്. നിന്നെപ്പോലെ സത്യസന്ധനാണ്. ഒരിക്കലും ഒരു വഞ്ചകൻ ആകില്ല. നിന്നെ വിട്ട് പിരിയും ഞാനെന്ന ചിന്ത എന്റെ മനസ്സിൽ ഒരിക്കലും പൊട്ടിമുളക്കില്ല. ആ രീതിയിലൊരു തോന്നൽ എന്റെ മനസ്സിലൂടെ കടന്നുപോയിട്ടേ ഇല്ല. എന്നാൽ, എന്റെ അച്ഛൻ വൃദ്ധനായി. അദ്ദേഹത്തിന് ഏറ്റവും ഇളയപുത്രന്റെ ഇത്രയും നീണ്ട വേർപാടിന്റെ ദുഃഖം താങ്ങാനാകില്ല. നീ ഉത്തരവ് നല്കിയാൽ, ഞാൻ അച്ഛനെ ചെന്നുകണ്ട് പെട്ടെന്ന് നിന്റെ കരവലയത്തിലേക്ക് തിരിച്ചുവരാനാഗ്രഹിക്കുന്നു. എന്തായാലും നിന്റെ ഇഷ്ടത്തിനനുസരിച്ചേ ഞാൻ നില്ക്കൂ. എനിക്കത്രയ്ക്ക് അഗാധമാണ് നിന്നോടുള്ള സ്നേഹം. ഞാൻ രാവും പകലും ഒരു നിമിഷംപോലും നിന്നിൽനിന്നു മാറാതെ, സദാസമയം നിന്റെ അടുത്തുതന്നെ ഉണ്ടാകും."

അവന്റെ പ്രഭാഷണം കേട്ട് പെരിബാനുവിന് ചെറിയൊരു ആശ്വാസം തോന്നി. അയാളുടെ നോട്ടത്തിൽനിന്നും വാക്കുകളിൽനിന്നും പ്രവൃത്തികളിൽനിന്നുമെല്ലാം അവൻ ശരിക്കും തന്നെ അഗാധമായി സ്നേഹിക്കുന്നുണ്ടെന്നും അവന്റെ ഹൃദയം അവന്റെ നാവുപോലെ ദൃഢമായ

സത്യമാണെന്നും അവൾക്കുറപ്പായി. അങ്ങനെ അവൾ അവന് പോകാൻ അനുമതി നല്കി. സ്വതന്ത്രനായി പോയി അച്ഛനെ സന്ദർശിച്ച് വരാം. അതേസമയം ബന്ധുജനങ്ങളോടൊപ്പം അധികനാൾ നിൽക്കരുതെന്ന് കർശനമായി ആജ്ഞയും അവൾ നല്കിയിരുന്നു. ഇനി കേൾക്കുക, ഷഹര്യാർ രാജാവേ, ഹിന്ദുസ്ഥാൻ സുൽത്താന് എന്തു സംഭവിച്ചെന്നും അലി രാജകുമാരനെ നൂർഅൽനിഹാർ രാജകുമാരിയെകൊണ്ട് വിവാഹം കഴിപ്പിച്ചശേഷം എന്താണ് സ്ഥിതിഗതികളെന്നും നമ്മൾക്ക് നോക്കാം. - അപ്പോഴേക്കും നേരം പുലർന്നതിനാൽ ഷാഹ്രസാദ് കഥപറച്ചിൽ നിർത്തി.

അറുനൂറ്റി അമ്പത്തിനാലാംരാവ്

ഷാഹ്രസാദ് പറഞ്ഞു - അല്ലയോ കീർത്തിമാനായ രാജാവേ, വളരെ നാളുകളായി ഹുസെയിൻ രാജകുമാരനേയും അഹമ്മദ് രാജകുമാരനേയും കാണാതായപ്പോൾ അസഹ്യമായ ഹൃദയവേദനയോടെ സുൽത്താൻ തന്റെ മന്ത്രിമാരോട് എന്താണ് മക്കൾക്ക് പറ്റിയതെന്നും അവർ എവിടെയാണെന്നും ചോദിച്ചു. അതുകേട്ട് മന്ത്രിമാർ പറഞ്ഞു. "ഞങ്ങളുടെ പ്രഭോ, അങ്ങയുടെ മൂത്ത പുത്രനും രാജ്യാവകാശിയുമായ ഹുസെയിൻ രാജകുമാരൻ അസൂയയും നിരാശയും സഹിക്കാനാകാതെ രാജകീയ വസ്ത്രങ്ങളും ഭൗതികമോഹങ്ങളും കൈവെടിഞ്ഞ് ഒരു ഭക്ത സന്ന്യാസിയായി മാറി. അങ്ങയുടെ മൂന്നാമത്തെ പുത്രൻ അഹമ്മദ് രാജകുമാരനും ഭയങ്കര പകയോടെ നഗരം വിട്ടുപോയി. അദ്ദേഹത്തെക്കുറിച്ച് ആർക്കും ഒന്നും അറിയില്ല. ഓടിപ്പോയതാണോ, മറ്റെന്തെങ്കിലും സംഭവിച്ചതാണോ എന്നൊന്നും."

അതീവദുഃഖിതനായ രാജാവ് ഉടനെ എല്ലാ നവാബ്മാർക്കും പ്രാദേശിക ഗവർണർമാർക്കും കർശനരാജകീയ കല്പനകളയയ്ക്കാൻ ഉത്തരവിട്ടു. അഹമ്മദ് രാജകുമാരൻ എവിടെയാണെന്ന് കണ്ടുപിടിച്ച് നേരെ രാജസന്നിധിയിലെത്തിക്കുക. ആ രാജകീയ കല്പന ശിരസ്സാ വഹിച്ചുകൊണ്ട് അങ്ങേഅറ്റം ആത്മാർത്ഥശ്രമം നടത്തിയെങ്കിലും ആർക്കും രാജകുമാരന്റെ ഒരു തുമ്പുപോലും സൂചന കിട്ടിയില്ല. അസഹ്യമായ ഹൃദയവേദനയോടെ സുൽത്താൻ തന്റെ വസീറിനോട് സ്വയം അന്വേഷണം നടത്താനായി ഉത്തരവിട്ടു. വസീർ മറുപടി നല്കി. "എന്റെ ജീവനാണേ ശപഥം ചെയ്തു പറയട്ടെ, അങ്ങയുടെ ഈ അടിമ എല്ലാ പ്രദേശത്തും അരിച്ചുപെറുക്കി അന്വേഷണം നടത്തി. ഒരു നേരിയ തെളിവുപോലും ശേഖരിക്കാനായില്ല. അവൻ എനിക്ക് സ്വന്തം മകനെപ്പോലെ പ്രിയപ്പെട്ടവനായതിനാൽ എന്നെ ഇക്കാര്യം എല്ലാവരേക്കാളേറെ വേദനിപ്പിക്കുന്നു."

അഹമ്മദ് രാജകുമാരന്റെ വേർപാടിൽ രാജാവ് അടക്കാനാവാത്ത സങ്കടത്തിലാണെന്നും സദാസമയം തകർന്ന ഹൃദയത്തോടെ കണ്ണീരൊഴുക്കിക്കൊണ്ടിരിക്കയാണെന്നും മന്ത്രിമാർക്കും പ്രഭുക്കന്മാർക്കും മനസ്സിലായി. അപ്പോൾ ദുർമ്മന്ത്രവാദത്തിൽ പേരുകേട്ട ഒരു മന്ത്രവാദിനിയെക്കുറിച്ച് വസീർ ഓർത്തു. അവൾക്ക് ആകാശത്തെ നക്ഷത്രങ്ങളെ മന്ത്രത്താൽ ആവാഹിച്ച് കൊണ്ടുവരാൻ പറ്റുമത്രെ! തലസ്ഥാനനഗരിയിലെ വിഖ്യാതയായൊരു വ്യക്തിയാണവൾ. അങ്ങനെ സുൽത്താന്റെ അടുത്തു ചെന്ന് അവളുടെ മാന്ത്രികശക്തിയെക്കുറിച്ച് വസീർ ഉണർത്തിച്ചു. "ഞാൻ

അങ്ങയോട് അപേക്ഷിക്കുകയാണ് പ്രഭോ. ഈ മന്ത്രവാദിനിയെ വിളിച്ചു വരുത്തി നഷ്ടപ്പെട്ട പുത്രനെക്കുറിച്ച് അന്വേഷിക്കുക."

രാജാവ് മറുപടി നല്കി. "നല്ല കാര്യമാണ് പറഞ്ഞത്. അവളെ ഇങ്ങോട്ടു കൊണ്ടുവരട്ടെ. ഒരുപക്ഷേ, അവൾക്ക് രാജകുമാരനെക്കുറിച്ച് വിവരങ്ങൾ നല്കാൻ കഴിഞ്ഞേക്കും. ഉടനെ അവർ മന്ത്രവാദിനിയെ രാജാവിന് മുമ്പിൽ എത്തിച്ചു.

"എന്റെ നല്ലവളായ പെണ്ണേ, അലി രാജകുമാരനും നൂർഅൽനിഹാറും തമ്മിലുള്ള വിവാഹത്തിനുശേഷം എന്റെ ഏറ്റവും താഴെയുള്ള മകൻ അഹമ്മദ് രാജകുമാരൻ പ്രേമനൈരാശ്യംമൂലം ഞങ്ങളെ ഉപേക്ഷിച്ച് പോയി. അവനെക്കുറിച്ച് ആർക്കും ഒന്നും അറിയില്ല. നിന്റെ മാന്ത്രിക ജ്ഞാനം പ്രയോഗിച്ച് ഇത്രയും കാര്യങ്ങളെങ്കിലും എന്നോട് പറയാമോ - അവൻ ഇപ്പോഴും ജീവിച്ചിരിപ്പുണ്ടോ, അതോ മരിച്ചോ? ജീവിച്ചിരിപ്പുണ്ടെങ്കിൽ അവൻ എവിടെയാണ്, എങ്ങനെ കഴിയുന്നു? അതിനുംപുറമെ, എനിക്ക് അവനെ വീണ്ടും കാണാനുള്ള യോഗമുണ്ടോ?"

മന്ത്രവാദിനി മറുപടി നല്കി. "അല്ലയോ മഹാരാജാവേ, അജ്ഞാതമായ കാര്യങ്ങളെക്കുറിച്ചുള്ള ഈ ചോദ്യങ്ങൾക്കെല്ലാം ഒറ്റഅടിക്ക് മറുപടി നല്കാൻ എനിക്കു കഴിയില്ല. എന്നാൽ, അങ്ങ് എന്നോട് കനിവ് കാണിച്ച് ഒരു ദിവസത്തെ സാവകാശം തന്നാൽ, ഞാൻ എന്റെ ഗ്രന്ഥങ്ങളെല്ലാം പരിശോധിച്ച് നാളെ തൃപ്തികരമായൊരു മറുപടി തരാം."

സുൽത്താൻ സമ്മതിച്ചു. "അപ്പോൾ നിനക്ക് തക്കതായ മറുപടി നല്കി എന്റെ മനസ്സിലെ ദുഃഖം ശമിപ്പിക്കാനാകും. വിശദമായ ഉത്തരം കിട്ടിയാൽ നിനക്ക് അത്യുന്നതമായൊരു പദവിയും മഹത്തായൊരു പാരിതോഷികവും ഞാൻ നല്കുന്നതായിരിക്കും."

പിറ്റേന്ന് വസീറിനോടൊപ്പം എത്തിയ മന്ത്രവാദിനി രാജാവിനെ മുഖം കാണിക്കാനനുവാദം ചോദിച്ചു. ഉടനെ രാജസന്നിധിയിലെത്തി ഉണർത്തിച്ചു.

"ഞാൻ എല്ലാ ജ്ഞാനവും വൈദഗ്ധ്യവും ഉപയോഗിച്ച് സർവ്വവിധ അന്വേഷണങ്ങളും നടത്തി. അങ്ങയുടെ പുത്രൻ അഹമ്മദ് രാജകുമാരൻ ഈ ലോകത്ത് ജീവിച്ചിരിപ്പുണ്ടെന്ന് എനിക്കുറപ്പാണ്. അക്കാര്യം ആലോചിച്ച് അങ്ങിനി സങ്കടപ്പെടേണ്ട. എവിടെയാണവനെന്ന് തത്ക്കാലം എനിക്ക് കണ്ടെത്താനായില്ല. എങ്ങനെ ഞാനവനെ കണ്ടുപിടിക്കുക എന്നും എവിടെയാണവൻ വസിക്കുന്നതെന്നും ഇപ്പോൾ പറയാൻ കഴിയില്ല."

എന്തായാലും ഇതുകേട്ടപ്പോൾ സുൽത്താന് വലിയ മനസ്സമാധാനം തോന്നി. താൻ മരിക്കുന്നതിനുമുമ്പ് വീണ്ടും മകനെ കാണാനാകുമെന്ന ആശ മനസ്സിൽ ഉദിച്ചു.

ഇനി നമ്മൾക്ക് അഹമ്മദ് രാജകുമാരന്റെ കഥയിലേക്ക് മടങ്ങാം. അവൻ അച്ഛനെ സന്ദർശിക്കാൻതന്നെ ഉറപ്പിച്ചിരിക്കുകയാണെന്ന് മനസ്സിലായ പെരിബാനുവിന് അവന് തന്നോടുള്ള ആത്മാർത്ഥസ്നേഹത്തിൽ പൂർണവിശ്വാസമായിരുന്നു. അതുകൊണ്ട് അവനെ വീട്ടിലേക്ക് പോകാനനുവദിച്ചില്ലെങ്കിൽ അത് തന്റെ ഭാഗത്തുനിന്നുള്ള ഒരു തെറ്റായി വ്യാഖ്യാനിക്കപ്പെടും. അതുകൊണ്ട് അക്കാര്യത്തെക്കുറിച്ചവൾ അഗാധമായി ചിന്തിച്ചു. നിരവധി മണിക്കൂറോളം മനസ്സിലിട്ടത് തിരിച്ചും മറിച്ചും പരിശോധിച്ചു. ഒടുവിൽ, ഒരു ദിവസം അവൾ ഭർത്താവിനു നേരെ

തിരിഞ്ഞ് പറഞ്ഞു. “എനിക്ക് നിങ്ങളെ ഒരു മിനിറ്റ് നേരംപോലും വിട്ടു പിരിഞ്ഞിരിക്കാനാകില്ലെങ്കിലും, നിങ്ങളെ കാണാതെ ഒരു നിമിഷം പോലും നീക്കാനാകില്ലെങ്കിലും നിങ്ങൾ അച്ഛനെ കാണാനായി എന്നോട് നല്കിയ അപേക്ഷ ഇനി ഞാൻ മുടക്കുന്നില്ല. എന്നാൽ ഈ ആനുകൂല്യം ഒരു വ്യവസ്ഥയിന്മേൽ ആയിരിക്കും. അല്ലെങ്കിൽ, നിങ്ങൾക്ക് ഞാൻ അത്തരം ഒരനുമതി ഒരിക്കലും തരില്ല. അച്ഛനെ കണ്ടശേഷം അതി ശീഘ്രം തിരിച്ചെത്തുമെന്ന് എന്നോട് ശപഥം ചെയ്യുക. ദീർഘകാലം അവിടെ താമസിച്ച് എനിക്ക് നിങ്ങൾ ദുഃഖവും മനോവേദനയും നല്ക രുത്. നിങ്ങളുടെ സുരക്ഷിതമായുള്ള തിരിച്ചുവരവോർത്തുള്ള ഉത്ക്ക ണ്ഠയും നല്കരുത്.”

തന്റെ ആഗ്രഹം നേടിയെടുക്കാനായതിൽ അഹമ്മദ് രാജകുമാരൻ സന്തുഷ്ടനായി. അവളോട് നന്ദി പറഞ്ഞു. “എന്റെ പ്രിയതമേ, എന്നെ ഓർത്ത് ഒരു രീതിയിലും നീ പേടിക്കേണ്ട. എന്നെ വിശ്വസിക്കൂ. ഞാൻ എന്റെ അച്ഛനെ കണ്ട ഉടനെ നിന്റെ അടുത്തേക്ക് പറന്നെത്തും. നീയി ല്ലാതെ എന്ത് ആകർഷണമാണ് എനിക്ക് ഈ ജീവിതത്തോടുള്ളത്? ഏതാനും ദിവസങ്ങൾ നീയുമായി എനിക്ക് വേർപെട്ട് കഴിയേണ്ടി വരു മെങ്കിലും എന്റെ മനസ്സ് എപ്പോഴും നിന്നോടൊപ്പമായിരിക്കും. നിന്നോ ടൊപ്പം മാത്രം.”

അഹമ്മദ് രാജകുമാരന്റെ ഈ ഹൃദയസ്പൃക്കായ വാക്കുകൾ കേട്ട് പെരിബാനു മതിമറന്നാഹ്ലാദിച്ചു. അതോടെ അവളെ സ്വപ്നത്തിൽ പോലും വന്ന് അലട്ടിയിരുന്ന ദുരൂഹസംശയങ്ങളും ഭീതിയും അകന്നു പോയി - അപ്പോഴേക്കും നേരം പുലർന്നതിനാൽ ഷാഹ്റസാദ് തന്റെ കഥപറച്ചിൽ അവസാനിപ്പിച്ചു.

അറുനൂറ്റി അമ്പത്തിയഞ്ചാംരാവ്

ഷാഹ്റസാദ് പറഞ്ഞു - അല്ലയോ കീർത്തിമാനായ രാജാവേ, സന്തു ഷ്ടമായ ഈ അന്തരീക്ഷത്തിൽ പെരിബാനു തന്റെ ഭർത്താവിനെ അഭി സംബോധന ചെയ്തു. “അപ്പോൾ നിങ്ങൾ അച്ഛനെ കണ്ട് പ്രണാമ മർപ്പിച്ച് തിരിച്ചുവരിക. എന്നാൽ അതിനുമുമ്പ് ഒരു നിർദ്ദേശം ഞാൻ നിങ്ങൾക്കു തരുന്നു. ഒരുവിധത്തിലും എന്റെ ഉപദേശം മറക്കരുത്. നമ്മുടെ വിവാഹത്തെക്കുറിച്ചോ അദ്ഭുതങ്ങളെക്കുറിച്ചോ ആരോടും ഒര ക്ഷരം മിണ്ടിപ്പോകരുത്. ശ്രദ്ധാപൂർവ്വം അവയെല്ലാം നിങ്ങളുടെ അച്ഛ നിൽനിന്നും ബന്ധുക്കളിൽനിന്നും മറ്റുള്ളവരിൽനിന്നും മറച്ചുവെക്കുക. ഇതുമാത്രമേ നിങ്ങൾ അച്ഛനോട് പറയാൻ പാടുള്ളൂ. അപ്പോൾ അദ്ദേഹ ത്തിന് മനസ്സമാധാനം ലഭിക്കും. അതായത് നിങ്ങൾ സന്തോഷവാനും ആരോഗ്യവാനുമാണ്. കുറച്ചു ദിവസത്തിനുവേണ്ടിയാണ് നിങ്ങൾ നാട്ടി ലേക്ക് തിരിച്ചുവന്നിട്ടുള്ളത്; അച്ഛനെ കണ്ട് സുഖവിവരമറിയാൻ.”

പിന്നെ വേഗം യാത്രയ്ക്കുള്ള തയ്യാറെടുപ്പുകൾ നടത്താനായി അവൾ തന്റെ ആളുകൾക്ക് ഉത്തരവ് നല്കി.

എല്ലാം തയ്യാറായപ്പോൾ, ആയുധധാരികളായ ഇരുപത് അശ്വാ രൂഢരെ തന്റെ ഭർത്താവിനെ അനുഗമിക്കാനായി നിയോഗിച്ചു. കാറ്റു പോലെ കുതിച്ചുപായുന്ന കരുത്തനായൊരു കുതിരയെ അവൾ

അവന് നല്കി. അതിന്റെ ജീനിയും ഇരിപ്പിടവുമെല്ലാം വിലപിടിച്ച രത്നങ്ങൾ പതിച്ചവയായിരുന്നു. അതിമനോഹരം! പിന്നെ, വികാരവായ്പോടെ അവർ പരസ്പരം ആലിംഗനത്തിലമർന്നു. അവർ വിടപറയുന്ന നേരത്ത്, അവളുടെ മനസ്സമാധാനത്തിനുവേണ്ടി അഹമ്മദ് രാജകുമാരൻ തന്റെ ശപഥം ഒരിക്കൽകൂടി ആവർത്തിച്ചു. പിന്നെ സ്വന്തം കുതിരപ്പുറത്തേറി ജിന്നുകളായ അശ്വാരൂഢരുടെ അകമ്പടിയോടെ പ്രൗഢമായ ആ പ്രയാണം ആരംഭിച്ചു. ശുഷ്കാന്തിയോടെ യാത്രചെയ്ത്, അച്ഛന്റെ തലസ്ഥാനനഗരിയിലെത്തി. ഇവിടെ ഭയങ്കര ആഹ്ലാദത്തോടെയാണ് രാജകുമാരൻ അഭിവാദ്യം ചെയ്യപ്പെട്ടത്. ഇത്തരം ഒരു സ്വീകരണം ആ രാജ്യം ഒരിക്കലും കണ്ടിട്ടില്ല. മന്ത്രിമാരും ഭരണതലത്തിലെ ഉന്നതന്മാരും പൗരന്മാരും കർഷകരുമെല്ലാം ഒരുപോലെ ആനന്ദലഹരിയിൽ ആറാടി. അവനെ വീണ്ടും കാണാൻ കഴിഞ്ഞതിലുള്ള അവരുടെ സന്തോഷം വർണനാതീതമായിരുന്നു. എല്ലാവരും തങ്ങളുടെ ജോലിവിട്ട് ഓടിയെത്തി ആശീർവ്വദിച്ചുകൊണ്ട് അശ്വാരൂഢരുടെ ഘോഷയാത്രയെ അനുഗമിച്ചു. രാജകുമാരന്റെ ചുറ്റുമായി നടന്ന് അവർ കൊട്ടാരഗേറ്റിൽ എത്തി.

അവിടെ രാജകുമാരൻ കുതിരപ്പുറത്തുനിന്ന് താഴെ ഇറങ്ങി. ദർബാർ ഹാളിലേക്ക് പ്രവേശിച്ച് അച്ഛന്റെ കാൽക്കൽ സാഷ്ടാംഗം പ്രണമിച്ച് പുത്രോചിതമായ സ്നേഹത്തോടെ പാദങ്ങളിൽ ചുംബിച്ചു. അപ്രതീക്ഷിതമായി പുത്രനെ കണ്ടതിലുള്ള ആഹ്ലാദത്താൽ സുൽത്താൻ സിംഹാസനത്തിൽനിന്നും ചാടി എഴുന്നേറ്റ് മകന്റെ കഴുത്തിൽ കൈചുറ്റിപ്പിടിച്ച് ആനന്ദാശ്രുക്കൾ പൊഴിച്ച് അവന്റെ നെറ്റിയിൽ ചുംബിച്ചു.

"എന്റെ പ്രിയപ്പെട്ട കുട്ടീ, നൂർഅൽനിഹാർ രാജകുമാരി നഷ്ടപ്പെട്ട നിരാശയിൽ നീ പെട്ടെന്ന് സ്വന്തം വീടുവിട്ട് ഇറങ്ങിപ്പോയി. ഞങ്ങൾ എത്ര സൂക്ഷ്മമായി അന്വേഷണം നടത്തിയിട്ടും നിന്റെ പൊടിപോലും ഞങ്ങൾക്ക് കണ്ടെത്താനായില്ല. നിന്റെ തിരോധാനത്തിലുള്ള ദുഃഖം സഹിക്കാനാവാതെ ഞാനീ നിലയിലായി. നീ കാണുന്നില്ലേ. ഇത്രകാലം നീ എവിടെയായിരുന്നു? എങ്ങനെയാണ് നീ ജീവിച്ചിരുന്നത്?"

അഹമ്മദ് രാജകുമാരൻ മറുപടി നല്കി. "അലി രാജകുമാരൻ എന്റെ പിതൃസഹോദരപുത്രിയുടെ കരം ഗ്രഹിച്ചപ്പോൾ സത്യത്തിൽ എന്റെ ഹൃദയം തകർന്നിരുന്നു. എന്നാൽ, അതു മാത്രമല്ല എന്റെ നീണ്ട വേർപാടിന് കാരണം. അങ്ങ് ഓർക്കുന്നുണ്ടായിരിക്കുമല്ലോ അങ്ങയുടെ ആജ്ഞയനുസരിച്ച് ഞങ്ങൾ മൂന്നു സഹോദരന്മാരും മൈതാനത്തിൽ അമ്പും വില്ലുമായി എത്തിയത്. ഇത്രയും പരന്നുകിടക്കുന്ന മൈതാനമായിട്ടും എന്റെ അമ്പ് അപ്രത്യക്ഷമായി. അതെവിടെ ചെന്നുവീണെന്ന് ആർക്കും കണ്ടെത്താനായില്ല. വിധിയെന്നു പറയട്ടെ, ഒരു ദിവസം ഞാൻ ഒറ്റയ്ക്ക് ആ അമ്പുംതേടി വേദനനിറഞ്ഞ ഹൃദയത്തോടെ അലഞ്ഞുനടന്നു. ആകസ്മികമായി എന്റെ അമ്പ് കണ്ടെത്താനായെങ്കിലോ! എന്റെ സഹോദരന്മാരായ ഹുസൈയിൻ രാജകുമാരന്റേയും അലി രാജകുമാരന്റേയും അമ്പുകൾ പതിച്ച പരിസരമെല്ലാം ഞാൻ പരിശോധിച്ചു. ആ പരിസരത്തുനിന്നത് ലഭിക്കുമെന്നായിരുന്നു എന്റെ വിചാരം. എന്നാൽ, എന്റെ പ്രയത്നങ്ങളെല്ലാം വൃഥാവിലായി. എനിക്കവിടെ അമ്പൊന്നും കണ്ടെത്താനായില്ല. വഴങ്ങാത്ത പിടിവാശിയോടെ ഞാൻ അന്വേഷണം തുടർന്ന് മുന്നേറി. ഒരുപാടുദൂരം നടന്നശേഷം നിരാശനായി ഞാൻ മടങ്ങിവരാൻ നിന്നതാണ്. കാരണം, എന്റെ അമ്പിന് അത്രയും ദൂരെ

എത്താനാകില്ലെന്നെനിക്ക് നന്നായി അറിയാം. ഏത് പ്രഗദ്ഭനായ വില്ലാളി വീരനും അത്രയും ദൂരേക്ക് അമ്പെയ്യാനാവില്ല. പെട്ടെന്ന് മുന്നിലുള്ള ഒരു പാറപ്പുറത്തത് കിടക്കുന്നതെന്റെ ദൃഷ്ടിയിൽപ്പെട്ടു! ഇവിടെനിന്ന് നാല് നാഴികദൂരെയാണത്."

സുൽത്താൻ ഈ കഥ കേട്ട് ആശ്ചര്യഭരിതനായി തരിച്ചിരുന്നുപോയി. രാജകുമാരൻ തുടർന്നു. "അങ്ങനെ ഞാൻ ആ അമ്പ് നിലത്തുനിന്ന് പൊക്കിയെടുത്ത് ശ്രദ്ധയോടെ പരിശോധിച്ചു. ഞാൻ എയ്ത അതേ അമ്പുതന്നെയാണതെന്ന് എനിക്ക് ബോധ്യമായി. എന്നാലും ഇത്രദൂരം അതെങ്ങനെ വരാനാണെന്ന് ഞാൻ വിസ്മയത്തോടെ ചിന്തിച്ചു. എന്റെ പ്രഭോ, ഇതിൽ എന്തോ ദുരൂഹതയുണ്ട്. അങ്ങനെ ചിന്തയിലാണ്ട് നടക്കവേ ഇത്രയും നാൾ സുഖവും സമാധാനവുമായി കഴിഞ്ഞ സ്ഥലത്ത് ഞാൻ എത്തി. ഇതിൽ കൂടുതൽ എന്റെ കഥ ഞാൻ അങ്ങയോട് പറയില്ല. അങ്ങയുടെ സുഖവിവരങ്ങൾ അറിയാൻ വേണ്ടി മാത്രം ഞാനിവിടെ വന്നതാണ്. ഇനി എന്നെ എന്റെ സുഖവാസസ്ഥലത്തേക്ക് തിരിച്ചുപോകാൻ അങ്ങ് അനുമതി നല്കണം. ഒരു മകന്റേതായ എല്ലാവിധ സ്നേഹത്തോടുംകൂടി ഞാൻ അങ്ങയെ സന്ദർശിക്കാൻ ഇടയ്ക്കിടെ എത്തും. സുഖവിവരങ്ങളറിഞ്ഞ് തിരിച്ചുപോകും."

രാജാവ് മറുപടി നല്കി. "എന്റെ കുട്ടീ, നിന്നെ കണ്ടതിലുള്ള എന്റെ സന്തോഷം വർണിക്കാനാവില്ല. എനിക്കിപ്പോൾ തൃപ്തിയായി. നീ അടുത്തൊരു പ്രദേശത്ത് ആനന്ദകരമായ ജീവിതം നയിക്കുന്നു എന്നതിനാൽ ഞാൻ നിന്നെ പോകാനനുവദിക്കുന്നു. എന്നാൽ, എപ്പോഴെങ്കിലും നിന്റെ ഇങ്ങോട്ടുള്ള വരവ് ദീർഘിച്ചുപോയാൽ നിന്റെ സുഖവിവരവും ആരോഗ്യനിലയും ഞാൻ എങ്ങനെയാണറിയുക? പറയൂ."

അഹമ്മദ് രാജകുമാരൻ മറുപടി നല്കി.

"എന്റെ പ്രഭോ, രാജാവേ അങ്ങ് ആവശ്യപ്പെടുന്ന കാര്യം ഒരു രഹസ്യമാണ്. അത് എന്റെ മനസ്സിന്റെ അടിത്തട്ടിൽ കാത്തുസൂക്ഷിക്കേണ്ടതാണ്. ഞാൻ നേരത്തെ സൂചിപ്പിച്ചല്ലോ, എനിക്കത് അങ്ങയോട് പ്രകടിപ്പിക്കാൻ കഴിയില്ല. അതെങ്ങനെ കണ്ടെത്താനാകുമെന്നും എനിക്കു പറയാൻ കഴിയില്ല. എന്തായാലും മനസ്സ് വിഷമിപ്പിക്കരുത്. ഞാൻ ഇടയ്ക്കിടെ അങ്ങേക്കു മുന്നിൽ പ്രത്യക്ഷപ്പെട്ടുകൊള്ളാം. എപ്പോഴും വന്ന് അങ്ങേക്ക് ശല്യം തോന്നാതിരുന്നാൽ മതി."

"എന്റെ മോനേ..." സുൽത്താൻ തുടർന്നു. "നിനക്കത് രഹസ്യമായി വെക്കണമെന്നുണ്ടെങ്കിൽ എനിക്ക് അറിയേണ്ട. എന്നാൽ ഒരു കാര്യം മാത്രം ഞാൻ നിന്നിൽനിന്ന് ആഗ്രഹിക്കുന്നു. നിന്റെ ആരോഗ്യവും ആനന്ദവും ഉറപ്പാക്കിയാൽ മാത്രം മതി. നിനക്ക് സ്വന്തം വീട്ടിലേക്ക് വേഗം പോകണമെന്നുണ്ടെങ്കിൽ ഞാനതിന് പൂർണസമ്മതത്തോടെ അനുമതി തരുന്നു. എന്നാൽ മാസത്തിലൊരിക്കൽ എന്നെ വന്നു കാണാൻ മറക്കരുത്. നീ ഇപ്പോൾ ചെയ്തതുപോലെ; അത്തരം മറവ് എനിക്ക് ഉത്കണ്ഠയും വിഷമവും ഉണ്ടാക്കും."

അഹമ്മദ് രാജകുമാരൻ മൂന്നുദിവസം അച്ഛനോടൊപ്പം താമസിച്ചു. എന്നാൽ ഒരു നിമിഷംപോലും പെരിബാനുവിന്റെ ഓർമ്മ അവന്റെ മനസ്സിൽനിന്നും മാഞ്ഞുപോയില്ല. നാലാംദിവസം കുതിരപ്പുറത്തേറി പഴയ പ്രൗഢിയോടെ വന്നിടത്തേക്കുതന്നെ തിരിച്ചു. - അപ്പോഴേക്കും നേരം പുലർന്നതിനാൽ ഷാഹ്റസാദ് തന്റെ കഥപറച്ചിൽ അവസാനിപ്പിച്ചു.

അറുനൂറ്റി അമ്പത്തിയാറാംരാവ്

ഷാഹ്‌റസാദ് പറഞ്ഞു - അല്ലയോ കീർത്തിമാനായ രാജാവേ, അഹമ്മദ് രാജകുമാരൻ തിരിച്ചുവരുന്നതുകണ്ട് പെരിബാനു മതിമറന്ന് ആഹ്ലാദിച്ചു. അവർ പരസ്പരം വേർപെട്ടിട്ട് മുന്നൂറു വർഷങ്ങൾ ആയെന്നാണ് അവൾക്കു തോന്നിയത്. ഏകാന്തതയിൽ ഇരിക്കുമ്പോൾ പ്രേമം സൃഷ്ടിക്കുന്ന സ്ഥിതി അപ്രകാരമാണ്. ഹ്രസ്വകാലത്തേക്കുള്ള തന്റെ അസാന്നിധ്യത്തിന് രാജകുമാരൻ ക്ഷമ ചോദിച്ചു. അതവളെ കൂടുതൽ ആഹ്ലാദിപ്പിച്ചു. അങ്ങനെ ഈ കമിതാക്കൾ സ്നേഹിച്ചും സ്നേഹിക്കപ്പെട്ടും ആനന്ദലഹരിയിൽ സന്തോഷങ്ങൾ പരസ്പരം പങ്കുവെച്ച് ജീവിതം ആസ്വദിച്ചു.

അങ്ങനെ ഒരു മാസം കടന്നുപോയി. അഹമ്മദ് രാജകുമാരൻ ഒരിക്കൽപോലും അച്ഛന്റെ പേര് സൂചിപ്പിക്കുകയോ തന്റെ വാഗ്ദാനമനുസരിച്ച് അച്ഛനെ കാണാൻ പോകണമെന്ന് പറയുകയോ ചെയ്തിട്ടില്ല. ഈ മാറ്റം ശ്രദ്ധിച്ച പെരിബാനു ഒരു ദിവസം അവനോട് പറഞ്ഞു,

"അന്ന് നിങ്ങൾ പറഞ്ഞിരുന്നല്ലോ മാസംതോറും അച്ഛന്റെ സുഖവിവരമറിയാൻ കൊട്ടാരത്തിലേക്ക് പോകുമെന്ന്. അദ്ദേഹം നിങ്ങളെ ആകാംക്ഷയോടെ കാത്തിരിക്കുമെന്നും കാണാതിരുന്നാൽ വല്ലാതെ മനസ്സ് വേദനിക്കുമെന്നും. എന്നിട്ട് നിങ്ങൾ എന്താണ് അത് അവഗണിക്കുന്നത്?"

അഹമ്മദ് രാജകുമാരൻ മറുപടി നല്കി,

"നീ പറയുന്നതുപോലെത്തന്നെയാണ്. എന്നാൽ, നിന്റെ ഉത്തരവും അനുമതിയും കാത്തിരിക്കയാണ് ഞാൻ. യാത്രക്കാര്യം നിന്നോട് പറയണമല്ലോ എന്ന് ചിന്തിച്ച് സ്വയം സംയമനം പാലിച്ചിരിക്കയാണ്."

അവൾ മറുപടി നല്കി. "നിങ്ങൾക്ക് അവിടെ പോകാനും തിരിച്ചുവരാനും സ്വാതന്ത്ര്യമുണ്ട്. ഇനി എന്റെ അനുവാദത്തിനായി കാത്തിരിക്കേണ്ടതില്ല. ഓരോ മാസാരംഭത്തിലും നിങ്ങൾക്ക് അച്ഛന്റെ അടുത്തുപോയി മൂന്നു ദിവസം താമസിച്ച് നാലാംദിവസം തിരിച്ചുവരാം. അത് തെറ്റിക്കാതിരുന്നാൽ മതി. ഇനി മുതൽ അതിനായി എന്റെ അനുവാദം ചോദിക്കേണ്ട ആവശ്യമില്ല."

പിറ്റേന്ന് രാവിലെ നേരത്തെത്തന്നെ അഹമ്മദ് രാജകുമാരൻ യാത്ര പുറപ്പെട്ടു. മുമ്പത്തെപ്പോലെ അശ്വാരൂഢരുടെ അകമ്പടിയോടെ തികഞ്ഞ പ്രൗഢിയിൽ. അവൻ അച്ഛന്റെ രാജധാനിയിലെത്തി അദ്ദേഹത്തെ പ്രണമിച്ചു. ഇപ്രകാരം ഓരോ മാസവും പ്രതാപത്തോടെ കുതിരപ്പടയാളികളുടെ അകമ്പടിയോടെ പൂർവ്വാധികം പ്രൗഢിയിൽ അച്ഛന്റെ സുഖവിവരങ്ങൾ അറിയാനുള്ള കുമാരന്റെ സന്ദർശനം തുടർന്നു. പതിവുപോലെ മൂന്നുദിവസം അച്ഛനോടൊപ്പം താമസിച്ച് നാലാംദിവസം ഭാര്യ പെരിബാനുവിന്നരികിലേക്ക് തിരിച്ചുവരും.

എന്നാൽ, ഓരോ സന്ദർശനത്തിലും അവന്റെ അകമ്പടിസേനയുടെ ആയുധങ്ങളും സംഖ്യയും വർദ്ധിച്ചുവരുന്നതുകണ്ട് രാജാവിന്റെ ഉറ്റസുഹൃത്തായ ഒരു മന്ത്രി, അഹമ്മദ് രാജകുമാരന്റെ അമിതമായ സമ്പത്തും സൈനികശക്തിയും കണ്ട് വലിയ അസൂയാലുവായി മാറി. അയാൾ ആത്മഗതമായി പറഞ്ഞു. "ഈ രാജകുമാരൻ എവിടെന്നാണ് വരുന്നതെന്ന് ആർക്കും പറയാൻ കഴിയില്ല. ഇത്രയും മഹാപ്രതാപമുള്ളൊരു

അനുചരസംഘം എവിടെ നിന്നാണിവന് ലഭിക്കുന്നത്?" അങ്ങനെ ചിന്തിക്കുംതോറും അയാളുടെ അസൂയയും ദ്രോഹചിന്തയും വർദ്ധിച്ചു വന്നു. അവൻ രാജാവിന്റെ അടുത്തുചെന്ന് കാപട്യം നിറഞ്ഞ വാക്കുകളോടെ ഉദ്ബോധിപ്പിച്ചു.

"അല്ലയോ എന്റെ പ്രഭോ, മഹാരാജാവേ, അഹമ്മദ് രാജകുമാരന്റെ നടപടിക്രമങ്ങൾ അങ്ങ് ശ്രദ്ധിച്ചില്ലെങ്കിൽ, വളരെ ബുദ്ധിമുട്ടിൽ എത്തിച്ചേരും. ദിനംപ്രതി രാജകുമാരന്റെ അനുചരസംഘത്തിന്റെ എണ്ണവും കരുത്തും വർദ്ധിച്ചുവരുന്നത് അങ്ങു കാണുന്നില്ലേ? അവൻ അങ്ങേക്കെതിരെ ഗൂഢാലോചന നടത്തി അങ്ങയെ തുറുങ്കിലടച്ച് അങ്ങയിൽനിന്ന് ഭരണസാരഥ്യം ഏറ്റെടുത്തെങ്കിലോ? അങ്ങ് അലി രാജകുമാരന് നൂർ അൽനിഹാർ രാജകുമാരിയെ വിവാഹം കഴിച്ചുകൊടുത്തതു മുതൽ ഹുസെയിൻ രാജകുമാരന്റേയും അഹമ്മദ് രാജകുമാരന്റേയും വിരോധം സമ്പാദിച്ചു. അങ്ങനെ മനോവേദന സഹിക്കാനാവാതെ അവരിലൊരുവൻ ഭൗതികസുഖങ്ങളെല്ലാം ത്യജിച്ച് ഒരു 'ഫക്കീർ' ആയി മാറി. മറ്റവൻ, അതായത് അഹമ്മദ് രാജകുമാരൻ, അങ്ങയുടെ മുന്നിൽ അമിതമായ കരുത്തും പ്രതാപവും പ്രകടിപ്പിച്ചുകൊണ്ട് പ്രത്യക്ഷപ്പെടുന്നു. അവർ ഇരുവരും പ്രതികാരം ചെയ്യാൻ തക്കം നോക്കിയിരിക്കുകയാണെന്ന കാര്യത്തിൽ യാതൊരു സംശയവുമില്ല. അവർ അങ്ങയെ സ്വന്തം നിയന്ത്രണത്തിൽ കൊണ്ടുവന്നാൽ, ഇരുവരുംകൂടി അങ്ങയെ ചതിച്ച് കൊല്ലും. അതുകൊണ്ട് അങ്ങ് സൂക്ഷിച്ചിരിക്കുക. വീണ്ടും ഞാൻ ആവർത്തിക്കുകയാണ് സൂക്ഷിച്ചിരിക്കുക. വളരെ വൈകുന്നതിനുമുമ്പ്, വേണ്ടരീതിയിൽ കാര്യങ്ങൾ കൈകാര്യം ചെയ്യുക." ദ്രോഹബുദ്ധിയായ വസീർ തുടർന്നു. "അങ്ങേക്ക് അറിയാവുന്ന കാര്യമല്ലേ അഹമ്മദ് രാജകുമാരൻ തന്റെ മൂന്നുദിവസത്തെ സന്ദർശനം അവസാനിക്കുമ്പോൾ, ഒരിക്കലും അങ്ങയുടെ അനുവാദം ചോദിച്ചിട്ടോ കുടുംബാംഗങ്ങളോട് വിടപറഞ്ഞിട്ടോ അല്ല തിരിച്ചുപോകുന്നതെന്ന്. അത്തരം പെരുമാറ്റം കലാപത്തിന്റെ ആരംഭത്തെയാണ് കുറിക്കുന്നത്. ഹൃദയത്തിലെ തീരാപ്പകയുടെ സൂചന. അങ്ങയുടെ വിവേകവും ബുദ്ധിയുമാണ് ഇതിലൊരു തീരുമാനം എടുക്കേണ്ടത്."

ശുദ്ധമനസ്സുള്ള സുൽത്താന്റെ ഹൃദയത്തിലേക്ക് ഈ വാക്കുകൾ തുളച്ചുകയറി. ദാരുണമായ സംശയങ്ങൾ ഉണർത്തുവാൻ ഇത് ഇടയാക്കി. അദ്ദേഹം ചിന്തിച്ചു. "അഹമ്മദ് രാജകുമാരന്റെ എന്നോടുള്ള മനോഗതിയും പദ്ധതികളും കർത്തവ്യനിഷ്ഠയോടെയുള്ളതാണോ അല്ലയോ എന്ന് ആർക്കറിയാം. ഒരു പക്ഷേ അവൻ പ്രതികാരദാഹിയായി എനിക്കെതിരെ ഗൂഢാലോചന നടത്തുന്നുണ്ടാകാം. അതുകൊണ്ട് അവനെക്കുറിച്ച് ഞാൻ അന്വേഷണം നടത്തുന്നതാണ് നല്ലത്. അവൻ എവിടെയാണ് താമസിക്കുന്നതെന്നും ഇത്രയും പ്രതാപവും സമ്പത്തും എങ്ങനെ നേടിയെന്നും."

ഇത്തരം ശങ്കനിറഞ്ഞ ചിന്തയോടെ അദ്ദേഹം ഒരു ദിവസം രഹസ്യമായി ആ മന്ത്രവാദിനിയെ സ്വന്തം മുറിയിലേക്ക് വിളിപ്പിച്ചു. അഹമ്മദ് രാജകുമാരനെ എപ്പോഴും അനുകൂലിച്ചിരുന്ന പ്രധാന വസീറിനെ ഇക്കാര്യം രാജാവ് അറിയിച്ചതേയില്ല.

സുൽത്താൻ മന്ത്രവാദിനിയോട് ചോദിച്ചു. "മുമ്പ് നീ മാന്ത്രികജ്ഞാനത്തിലൂടെ അഹമ്മദ് രാജകുമാരൻ ജീവിച്ചിരിപ്പുണ്ടെന്ന വാർത്ത എനിക്ക്

തന്നിരുന്നു. അതിന് ഞാൻ നിന്നോട് കൃതജ്ഞതയുള്ളവനാണ്. ഇപ്പോൾ അവന്റെ കാര്യത്തിൽ കൂടുതൽ അന്വേഷണം നടത്തി എന്റെ മനസ്സിലെ വേദനയ്ക്ക് ആശ്വാസം കണ്ടെത്തുവാൻ ഞാൻ ആഗ്രഹിക്കുന്നു. എന്റെ മകൻ ജീവിച്ചിരിക്കുന്നുണ്ടെങ്കിലും എന്നെ കാണാൻ എല്ലാ മാസവും വരുന്നുണ്ടെങ്കിലും അവൻ എവിടെയാണ് താമസിക്കുന്നതെന്നോ എവിടെ നിന്നാണ് എന്നെ കാണാൻ വരുന്നതെന്നോ എനിക്കറിയില്ല. അവൻ അക്കാര്യം സ്വന്തം അച്ഛനിൽനിന്ന് മറച്ചുപിടിക്കുന്നു. നീ ഉടനെ, എന്റെ മന്ത്രിമാരോ പ്രഭുക്കന്മാരോ ഉദ്യോഗസ്ഥന്മാരോ അറിയാതെ പോയി അന്വേഷിച്ച് ധൃതിയിൽ അവന്റെ വാസസ്ഥലം കണ്ടുപിടിച്ച് എനിക്ക് വിവരം തരിക. ഇപ്പോൾ തത്ക്കാലം അവൻ ഇവിടെ താമസിക്കുന്നുണ്ട്. പതിവ് സന്ദർശനത്തിന് വന്നിരിക്കുന്നു. നാലാംദിവസം ആരോടും യാത്ര പറയാതെ എന്നോടോ ഏതെങ്കിലും മന്ത്രിയോടോ ഉദ്യോഗസ്ഥനോടോ വിടപറയാതെ അവൻ തന്റെ അനുചരസംഘത്തെ വിളിച്ച് കുതിരപ്പുറത്തേറി സ്ഥലംവിടുന്നു. കുറച്ചുദൂരം സഞ്ചരിച്ചശേഷം പെട്ടെന്ന് അപ്രത്യക്ഷനാകുന്നു. വേഗം അവന് മുമ്പ് പോയി വഴിവക്കിലുള്ള ഏതെങ്കിലും ഗുഹയിൽ ഒളിച്ചിരുന്ന് അവന്റെ വീട് കണ്ടുപിടിച്ച് പെട്ടെന്ന് ആ വിവരം എനിക്ക് എത്തിക്കാമോ?"

അതനുസരിച്ച് മന്ത്രവാദിനി രാജസന്നിധിയിൽനിന്നും വിടവാങ്ങി. നാല് നാഴിക നടന്നശേഷം അവൾ പാറയ്ക്കുള്ളിലെ ഒരു ഗുഹയിൽ ഒളിച്ചിരുന്നു. അതിനടുത്ത് നിന്നായിരുന്നു അഹമ്മദ് രാജകുമാരൻ തന്റെ അമ്പ് കണ്ടെത്തിയത്. അവന്റെ വരവും പ്രതീക്ഷിച്ച് മന്ത്രവാദിനി അവിടെ ഇരുപ്പുറപ്പിച്ചു. നേരം പുലർന്ന ഉടനെ പതിവുപോലെ അച്ഛനോടോ ഏതെങ്കിലും മന്ത്രിയോടോ യാത്ര പറയാതെ രാജകുമാരൻ തിരിച്ചുപോന്നു. വഴിക്കുവെച്ച് മന്ത്രവാദിനി രാജകുമാരനേയും സംഘത്തേയും ഒളിച്ചിരുന്ന് വീക്ഷിച്ചു. പല ഭാഗത്തേക്കായി തിരിഞ്ഞുപോകുന്ന വഴികൾക്കിടയിലൂടെ ഏതോ ഒരു ഗുഹയിലേക്കവർ കടന്നു. കടുംതൂക്കായ മലയിടുക്കുകളിൽക്കിടയിലൂടെ പാറക്കൂട്ടങ്ങൾ കടന്നുപോകുന്ന ആ വഴി കാൽനടക്കാർക്ക് പറ്റിയതായിരുന്നില്ല. ഇതുകണ്ട് ഒരു കാര്യം മന്ത്രിവാദിനിക്ക് ഉറപ്പായി. ഭൂഗർഭത്തിലേക്കാണീ പാത പോകുന്നത്. ജിന്നുകളുടേയോ യക്ഷികളുടേയോ വാസസ്ഥലത്തേക്ക്. പെട്ടെന്ന് രാജകുമാരനും കുതിരപ്പടയും അവളുടെ ദൃഷ്ടിയിൽനിന്നും അപ്രത്യക്ഷരായി.

മന്ത്രവാദിനി ഒളിസങ്കേതത്തിൽനിന്നും മെല്ലെ പുറത്തിറങ്ങി ചുറ്റുപാടും ശുഷ്കാന്തിയോടെ കറങ്ങിനടന്ന് പരിശോധിച്ചു. അവൾക്ക് ഭൂഗർഭമാർഗ്ഗമോ അഹമ്മദ് രാജകുമാരൻ കണ്ട ഇരുമ്പ് വാതിലോ തിരിച്ചറിയാനായില്ല. കാരണം, മനുഷ്യവർഗ്ഗത്തിലെ ആർക്കും അത് കാണാനുള്ള കഴിവില്ല. യക്ഷി പെരിബാനു ആഗ്രഹിക്കുന്നവനു മാത്രമേ അത് ദൃശ്യമാകൂ. പ്രത്യേകിച്ചും 'ഒളിഞ്ഞുനോട്ട'ക്കാരികളായ സ്ത്രീവർഗ്ഗത്തിന്റെ ദൃഷ്ടിയിൽനിന്നത് സ്ഥിരമായി മൂടിവെച്ചിരിക്കയാണ്. അപ്പോൾ മന്ത്രവാദിനി ആത്മഗതമായി പറഞ്ഞു. "ഞാൻ ചെയ്ത കഷ്ടപ്പാടുകളെല്ലാം പാഴായി. സത്യമായും ഞാൻ ഏറ്റെടുത്ത അന്വേഷണചുമതല പരാജയത്തിലവസാനിച്ചു."

അവൾ നേരെ സുൽത്താന്റെ അടുത്തെത്തി കണ്ട സംഭവങ്ങളെല്ലാം വിവരിച്ചുകൊടുത്തു. ചെങ്കുത്തായ അപകടംപിടിച്ച വഴികളിലൂടെ

രാജകുമാരനും സംഘവും സഞ്ചരിച്ച് പെട്ടെന്ന് ഭൂഗർഭത്തിലേക്ക് അപ്രത്യക്ഷമായ കഥ മന്ത്രവാദിനി അദ്ദേഹത്തെ അതേപടി ധരിപ്പിച്ചു. ഒടുവിൽ ഇപ്രകാരം പറഞ്ഞവസാനിപ്പിച്ചു. "ഞാൻ പരമാവധി ശ്രമിച്ചുനോക്കിയെങ്കിലും രാജകുമാരന്റെ വാസസ്ഥലം കണ്ടുപിടിക്കുന്നതിൽ വിജയിക്കാനായില്ല. അങ്ങ് അതിനായി എനിക്ക് അല്പം സമയം തരണമെന്ന് ഞാൻ യാചിക്കുന്നു. അധികനാൾ എന്റെ മാന്ത്രികശക്തിയിൽനിന്നും ഈ ദുരൂഹത മറച്ചുവെക്കാനാകില്ല."

സുൽത്താൻ മറുപടി നല്കി. "നിന്റെ ഇഷ്ടംപോലെ ആകട്ടെ. നിനക്ക് ആവശ്യമുള്ള സമയം അന്വേഷണത്തിനായി ഞാൻ തരുന്നു. നിന്റെ തിരിച്ചുവരവ് പ്രതീക്ഷിച്ചിരിക്കയായിരിക്കും ഞാൻ." - അപ്പോഴേക്കും നേരം പുലർന്നതിനാൽ ഷാഹ്രസാദ് തന്റെ കഥപറച്ചിൽ അവസാനിപ്പിച്ചു.

അറുനൂറ്റി അമ്പത്തിയേഴാംരാവ്

ഷാഹ്രസാദ് പറഞ്ഞു - അല്ലയോ കീർത്തിമാനായ രാജാവേ, സുൽത്താൻ മന്ത്രവാദിനിക്ക് വലിയൊരു രത്നവും ധാരാളം പണവും പാരിതോഷികമായി നല്കി. "ഈ രത്നം നിനക്ക് പ്രതിഫലമായി ഇരിക്കട്ടെ. ഇതുവരെ കഷ്ടപ്പെട്ടതിനും ഭാവിയിൽ ചെയ്യാൻ പോകുന്ന സഹായത്തിനുമായി. നീ തിരിച്ചുവന്ന് രഹസ്യം കണ്ടെത്തിയതായി എനിക്ക് വിവരം തന്നാൽ ഇതിനേക്കാൾ എത്രയോ വലിയ പാരിതോഷികമായിരിക്കും നിനക്ക് നല്കുക. അപ്പോൾ നിന്റെ ഹൃദയം ആഹ്ലാദത്തിലാറാടും. ഏറ്റവും ഉന്നതബഹുമതിയായിരിക്കും ഞാൻ നിനക്ക് നല്കാൻ പോകുന്നത്."

അങ്ങനെ രാജകുമാരൻ തിരിച്ചുവരുന്ന ദിവസവും കാത്ത് മന്ത്രവാദിനി ഇരിപ്പായി. എല്ലാ മാസാരംഭത്തിലും അവൻ അച്ഛനെ കാണാനെത്തുമെന്നും മൂന്നു ദിവസം അച്ഛനോടൊപ്പം താമസിച്ച് മടങ്ങിപ്പോകുമെന്നും അവൾക്ക് നന്നായറിയാം. രാജകുമാരൻ പുറപ്പെടുന്നതിന്റെ തലേ ദിവസം രാത്രി അവൾ വഴിയോരത്തെ പാറകൾക്കിടയിൽ ഒളിച്ചിരുന്നു. പിറ്റേന്നു രാവിലെ അവനും അനുചരസംഘവും കുതിരപ്പട്ടാളവും ഇരുമ്പ് വാതിലിലൂടെ പുറത്തുകടന്ന് മന്ത്രവാദിനി ഒളിച്ചിരുന്ന പാറയ്ക്കരികിലൂടെ നീങ്ങി. അവൾ തന്റെ വൃത്തികെട്ട വേഷത്തിൽ നിലത്ത് പതുങ്ങിക്കിടന്ന് എല്ലാം നിരീക്ഷിച്ചു. രാജകുമാരൻ കടുംതൂക്കായ പാത കടന്ന് അടുത്തെത്തിയപ്പോൾ വല്ലാത്ത കഷ്ടപ്പാട് അനുഭവിക്കുന്നവളെപ്പോലെ അവൾ കണ്ണീരൊഴുക്കാനും വിലപിക്കാനും തുടങ്ങി. അവൾ അവന്റെ സഹായത്തിനായി കേണപേക്ഷിച്ചു. ഒടുവിൽ അവളുടെ സങ്കടംകണ്ട് അലിവ് തോന്നിയ രാജകുമാരൻ കുതിരയെ നിർത്തി അവൾ ദുഃഖിച്ച് കരയുന്നതിന്റെ കാരണം എന്താണെന്നും താൻ എന്ത് സഹായമാണ് ചെയ്യേണ്ടതെന്നും ചോദിച്ചു. അതിന് മറുപടിയായി ആ സൂത്രക്കാരി കിഴവി കൂടുതൽ ഉച്ചത്തിൽ കരയുകയാണുണ്ടായത്. അവളുടെ കണ്ണുനീരും നിലവിളിയും ദയനീയശബ്ദവും കേട്ട് രാജകുമാരന്റെ മനസ്സലിഞ്ഞു. അവന് തന്നോട് അനുകമ്പ തോന്നിയിട്ടുണ്ടെന്ന് മനസ്സിലാക്കിയ മന്ത്രവാദിനി ഒരു ദീർഘശ്വാസം വിട്ട് ഞരങ്ങിക്കൊണ്ട് അസഹ്യവേദന

സഹിക്കുന്ന ഭാവത്തിൽ പറഞ്ഞു. "അല്ലയോ എന്റെ പ്രഭോ, ഞാൻ എന്റെ വീട്ടിൽനിന്നും നഗരത്തിലേക്ക് നടന്നുവരുമ്പോൾ നോക്കൂ ഇത്രയും ദൂരം എത്തിയതോടെ പെട്ടെന്ന് ഭയങ്കര സന്നിപാതജ്വരം എന്നെ പിടികൂടി. വിറച്ചുവിറച്ച് ഞാനിവിടെ വീണു. ഞാൻ വല്ലാതെ തളർന്നു പോയി. നീ ഈ കാണുന്നതുപോലെ. എനിക്ക് നിലത്തുനിന്ന് എഴു ന്നേൽക്കാൻ പോലും പറ്റുന്നില്ല. എങ്ങനെ ഞാൻ വീട്ടിൽ തിരിച്ചെത്തും?"

രാജകുമാരൻ മറുപടി നല്കി. "കഷ്ടം, നല്ലവളായ സ്ത്രീ, അടു ത്തൊന്നും നിങ്ങൾക്ക് വിശ്രമിക്കാനായി പറ്റിയ ഒരു വീടില്ലേ? എന്താ യാലും എനിക്കൊരു വീട് അറിയാം. നിങ്ങൾക്ക് ഇഷ്ടമാണെങ്കിൽ ഞാൻ അങ്ങോട്ട് കൊണ്ടുപോകാം. അവിടത്തെ ശുശ്രൂഷകൊണ്ട് ഇൻഷാ അള്ളാ, നിങ്ങൾ പെട്ടെന്ന് സുഖം പ്രാപിക്കും. എന്നോടൊപ്പം വരൂ."

ഞരക്കത്തോടെ വിലപിച്ചുകൊണ്ട് മന്ത്രവാദിനി മറുപടി നല്കി.

"എന്റെ ഓരോ അവയവും തളർന്നിരിക്കുകയാണ്. നിസ്സഹായാവ സ്ഥയിലുള്ള എനിക്ക് ഒരുതരത്തിലും നിലത്തുനിന്ന് എഴുന്നേല്ക്കാൻ കഴിയില്ല. അനങ്ങാൻപോലും പറ്റില്ല. ആരുടെയെങ്കിലും സഹായഹസ്ത മില്ലാതെ."

രാജകുമാരൻ ഒരു കുതിരപ്പടയാളിയോട് ദുർബലയായ ആ സ്ത്രീയെ പൊക്കിയെടുത്ത് തന്റെ കുതിരപ്പുറത്ത് കയറ്റി ഇരുത്താൻ ഉത്തരവിട്ടു. ഉടനെ അവൻ യജമാനന്റെ ഉത്തരവ് മാനിച്ചു. അഹമ്മദ് രാജകുമാരൻ അവളുമായി തന്റെ വാസസ്ഥലത്തേക്ക് തിരിച്ചുവന്ന് പെരിബാനുവിനെ വിളിപ്പിച്ചു. അവന്റെ ഭാര്യ പരിഭ്രമത്തോടെ ഓടിയെത്തി രാജകുമാരനോട് ചോദിച്ചു, "എന്തെങ്കിലും കുഴപ്പമുണ്ടോ, സുഖമില്ലേ? എന്താണ് നിങ്ങൾ തിരിച്ചുവന്നത്? എന്തിനാണെന്നെ വിളിപ്പിച്ചത്?"

അഹമ്മദ് രാജകുമാരൻ രോഗിയും നിസ്സഹായയുമായ ആ കിഴവി യെക്കുറിച്ച് പറഞ്ഞു. "ഞാൻ യാത്ര പുറപ്പെട്ട ഉടനെ വഴിയോരത്ത് വേദ നിച്ച് തളർന്നുകിടക്കുന്ന ഈ കിഴവിയെ കണ്ടു. അവളുടെ ദയനീയാവ സ്ഥയിൽ എനിക്ക് ദയതോന്നി അവളെ ഇങ്ങോട്ട് കൂട്ടിക്കൊണ്ടുവന്നു. പാറക്കൂട്ടത്തിൽ കിടന്ന് ചാകാൻ ഞാൻ അവളെ അനുവദിച്ചില്ല നീ അവളെ കൊണ്ടുപോയി മരുന്നുകൊടുക്കൂ. നീ ചെയ്യുന്ന ഈ ഉപകാര ത്തിന് എത്ര നന്ദി പറഞ്ഞാലും കൃതജ്ഞത രേഖപ്പെടുത്തിയാലും എനിക്ക് മതിയാവില്ല." - അപ്പോഴേക്കും നേരം പുലർന്നതിനാൽ ഷാഹ്രസാദ് കഥപറച്ചിൽ നിർത്തി.

അറുനൂറ്റി അമ്പത്തിയെട്ടാംരാവ്

ഷാഹ്രസാദ് പറഞ്ഞു - അല്ലയോ കീർത്തിമാനായ രാജാവേ, പെരി ബാനു ആ വൃദ്ധയെ നോക്കിയശേഷം തന്റെ രണ്ട് ഭൃത്യകളെ വിളിച്ച് അവളെ അപ്പുറത്തുള്ള ഒരു മുറിയിൽ കൊണ്ടുപോയി വളരെ ശ്രദ്ധിച്ച് വേണ്ടരീതിയിൽ സൗമ്യതയോടെ ശുശ്രൂഷിക്കുവാൻ ഉത്തരവിട്ടു. അവർ യജമാനത്തിയുടെ ഉത്തരവ് അതേപടി അനുസരിച്ചു.

പെരിബാനു അഹമ്മദ് രാജകുമാരനോട് പറഞ്ഞു. "അല്ലയോ പ്രഭോ, നിങ്ങൾ ഈ വൃദ്ധയോട് കാണിച്ച ദയാവായ്പിൽ എനിക്ക് സന്തോഷം തോന്നുന്നു. എന്നോട് നിങ്ങൾ അപേക്ഷിച്ചതുപോലെ അവളുടെ കാര്യം ഞാൻ ഭംഗിയായി നിർവ്വഹിക്കും. എന്നാൽ, നിങ്ങളുടെ സന്മനസ്സ് മൂലം

എന്തെങ്കിലും ദോഷം സംഭവിക്കുമോ എന്ന് എന്റെ മനസ്സു പറയുന്നു. ഈ വൃദ്ധ, നിങ്ങളെ പറഞ്ഞു വിശ്വസിപ്പിച്ചതുപോലെ രോഗിയൊന്നു മല്ല. അവൾ നിങ്ങളെ വഞ്ചിക്കുകയാണ്. ഏതോ അസൂയാലുക്കളോ ശത്രുക്കളോ എന്റേയും നിങ്ങളുടേയും നേരെ ഗൂഢാലോചന നടത്തു ന്നുണ്ടെന്നാണെന്റെ വിശ്വാസം. എന്തായാലും മനസ്സമാധാനത്തോടെ യാത്ര പുറപ്പെടൂ."

ഭാര്യയുടെ വാക്കുകൾ അത്ര കാര്യമാക്കാതെ അവൻ മറുപടി നല്കി. "എന്റെ ഭവതി, സർവ്വശക്തനായ അള്ളാ നിന്നെ എല്ലാ വിഷമങ്ങളിൽ നിന്നും രക്ഷിക്കട്ടെ. എന്നെ സഹായിക്കാനും സംരക്ഷിക്കാനും നീ ഉള്ള പ്പോൾ ഞാൻ യാതൊരു ദ്രോഹത്തെയും ഭയപ്പെടുന്നില്ല. എന്നെ നശി പ്പിക്കാൻ പദ്ധതിയിടുന്ന ഒരു ശത്രുവിനേയും എനിക്കറിയില്ല. ജീവിച്ചിരി ക്കുന്ന ഒരു വ്യക്തിയോടും ഞാൻ വിദ്വേഷം വെച്ചുപുലർത്തുന്നുമില്ല. മനുഷ്യരുടേയോ ജിന്നുകളുടേയോ ഭാഗത്തുനിന്ന് യാതൊരു ദ്രോഹവും ഞാൻ പ്രതീക്ഷിക്കുന്നില്ല."

രാജകുമാരൻ വീണ്ടും പെരിബാനുവിനോട് വിടവാങ്ങി തന്റെ അനു ചരസംഘത്തോടൊപ്പം അച്ഛന്റെ കൊട്ടാരത്തിലേക്ക് പോയി. മന്ത്രിയുടെ ദ്രോഹം നിറഞ്ഞ ഉപദേശം അദ്ദേഹത്തിന്റെ മനസ്സിനുള്ളിൽ പതിഞ്ഞു കിടന്നിരുന്നതിനാൽ സുൽത്താന് മകനെ കാണാൻ ആന്തരികമായി ഭയ മുണ്ടായിരുന്നു. എന്നാലും പുറമേക്ക് സ്നേഹവാത്സല്യങ്ങൾ പ്രകടിപ്പിച്ചു കൊണ്ടദ്ദേഹം അവനെ സ്വീകരിച്ചു.

അതിനിടയ്ക്ക് മന്ത്രവാദിനിയെ ശുശ്രൂഷിക്കാനായി പെരിബാനു ചുമ തലപ്പെടുത്തിയ രണ്ട് ഭൃത്യകൾ ഫർണീച്ചർ ധാരാളം ഉള്ള വിശാലമാ യൊരു മുറിയിലേക്ക് ആ വൃദ്ധയെ കൊണ്ടുപോയി. സാറ്റിൻ വിരിയുള്ള സുഖകരമായൊരു മെത്തയിൽ അവളെ കിടത്തി. ഒരു പരിചാരിക മന്ത്ര വാദിനിയുടെ അടുത്തിരുന്നു. മറ്റവൾ ധൃതിയിൽ ഒരു കപ്പ് എടുത്ത് പനി ക്കുള്ള മരുന്ന് അതിൽ ഒഴിച്ചു. പിന്നെ വൃദ്ധയെ പിടിച്ചിരുത്തിക്കൊണ്ട് പറഞ്ഞു,

"ഈ കപ്പിലെ മരുന്ന് വലിച്ചുകുടിക്കൂ. നിങ്ങൾക്ക് എന്ത് അസുഖമു ണ്ടെങ്കിലും ഇത് കഴിച്ചാൽ ഉടനെ മാറി പൂർണ ആരോഗ്യവതിയായി ത്തീരും."

വളരെ ക്ഷീണം അഭിനയിച്ചുകൊണ്ട് മന്ത്രവാദിനി ആ കപ്പെടുത്ത് പൊക്കി മരുന്ന് മുഴുവൻ കുടിച്ച് കിടക്കയിൽ മലർന്നു കിടന്നു. പരിചരി ച്ചിരുന്നവർ ഒരു 'ക്വിൽറ്റു' കൊണ്ടവളെ പുതപ്പിച്ചു.

"ഇനി കിടന്ന് ഉറങ്ങിക്കൊള്ളൂ. ഈ മരുന്നിന്റെ ഗുണം അപ്പോൾ നിങ്ങൾക്ക് മനസ്സിലാകും."

ഒരുമണിക്കൂറോളം നേരം ആ വൃദ്ധയെ ഉറങ്ങാൻ അവർ അനുവ ദിച്ചു. ഇനി ആ വൃദ്ധയ്ക്ക് മറ്റൊന്നും ചെയ്യാനില്ല. രാജകുമാരന്റെ വാസ സ്ഥലം കണ്ടെത്തുക എന്ന ലക്ഷ്യം സഫലീകൃതമായിരിക്കുന്നു. സുൽത്താനെ അക്കാര്യം പോയി അറിയിക്കുകയേ വേണ്ടൂ. അവൾ എഴുന്നേറ്റ് ആ ഭൃത്യകളെ ഇരുവരേയും വിളിച്ചുവരുത്തി പറഞ്ഞു. "ആ മരുന്ന് കുടിച്ചപ്പോൾ എന്റെ അസുഖങ്ങളെല്ലാം മാറി. ഞാൻ പൂർണ ആരോഗ്യവതിയായിത്തീർന്നിരിക്കുന്നു. വീണ്ടും സുഖകരമായ അവസ്ഥ യിലെത്തി. അവയവങ്ങൾക്കെല്ലാം പുതുജീവനും ഊർജ്ജസ്വലതയും കൈവന്നിരിക്കുന്നു. അതുകൊണ്ട് നിങ്ങളുടെ യജമാനത്തിയെ ഒന്നു

കണ്ട് പരിചയപ്പെടണം. അവളോട് നന്ദിപറഞ്ഞ് അവളുടെ വസ്ത്രാഗ്ര ത്തിൽ എനിക്ക് ചുംബിക്കണം. പിന്നെ വീട്ടിലേക്ക് പുറപ്പെടണം."

അപ്രകാരം ആ രണ്ട് ഭൃത്യകളും മന്ത്രവാദിനിയെ ഉള്ളിലേക്ക് മനോ ഹരമായ മുറികളിലൂടെ നടത്തി കൊണ്ടുപോയി യജമാനത്തിയുടെ മുറി യിലെത്തിച്ചു. ഓരോ മുറിയും ഒന്നിനേക്കാൾ ഒന്ന് മെച്ചമായ രീതിയിൽ രാജകീയ പ്രൗഢിയുള്ളതായിരുന്നു. പെരിബാനുവിന്റെ മുറിയുടെ മനോ ഹാരിത വർണിക്കാനാവാത്ത വിധത്തിലായിരുന്നു. അപൂർവ്വവസ്തു ക്കളും ഏറ്റവും വിലപിടിച്ച ഫർണീച്ചറുമാണവിടെ സജ്ജീകരിച്ചിരുന്നത്. ഇത്രയും ശ്രേഷ്ഠമായൊരു മുറി ഈ ലോകത്ത് ആരും കണ്ടുകാണില്ല. രത്നങ്ങളും വജ്രങ്ങളും മരതകക്കല്ലുകളും മുത്തുകളും പതിച്ച പ്രൗഢ ഗംഭീരമായ സിംഹാസനത്തിലാണ് പെരിബാനു ഉപവിഷ്ടയായിരിക്കു ന്നത്. അതിസുന്ദരികളായ നിരവധി യക്ഷിയുവതികൾ മനോഹരമായ ഉടുപ്പുകൾ അണിഞ്ഞ് അവളുടെ കല്പനയും കാത്ത് കൈകൾ മടക്കി നിൽക്കുന്നു. ആ മുറികളുടെ മനോഹാരിതയും ഫർണീച്ചറിന്റെ അഴകും പെരിബാനുവിന്റെ സിംഹാസനത്തിന്റെ ഐശ്വര്യവും കണ്ട് മന്ത്രവാദി നിയുടെ കണ്ണ്തള്ളി. അവൾ അദ്ഭുതസ്തബ്ധയായി നിന്നുപോയി. സംഭ്ര മവും അമ്പരപ്പുംമൂലം അവൾക്ക് ഒരക്ഷരം മിണ്ടാനായില്ല. അവൾ കുനിഞ്ഞ് പെരിബാനുവിന്റെ പാദങ്ങളിൽ ശിരസ്സ് വെച്ചു. രാജകുമാരി മൃദുവായി സമാശ്വസിപ്പിക്കുന്ന സ്വരത്തിൽ പറഞ്ഞു.

"അല്ലയോ നല്ലവളായ സ്ത്രീ, എന്റെ കൊട്ടാരത്തിൽ ഒരു അതിഥി യായി നിന്നെ സ്വാഗതം ചെയ്യാൻ എനിക്ക് സന്തോഷമുണ്ട്. അതിനേ ക്കാളേറെ നിന്റെ രോഗം പൂർണമായി മാറി എന്നറിയാൻ കഴിഞ്ഞതിൽ. അതുകൊണ്ട് മനസ്സമാധാനത്തോടെ ഈ കൊട്ടാരത്തിനുള്ളിൽ എന്റെ ഭൃത്യകളോടൊപ്പം ചുറ്റിക്കറങ്ങി നിനക്ക് പരിശോധിക്കേണ്ടതെല്ലാം പരി ശോധിക്കുക."

അതുകേട്ട് മന്ത്രവാദിനി വീണ്ടും കുനിഞ്ഞുവണങ്ങി പെരിബാനു വിന്റെ കാൽക്കീഴിലെ പരവതാനിയിൽ ചുംബിച്ചു. അവളുടെ ഔദാര്യ ത്തിൽ അതീവകൃതജ്ഞത പ്രകടിപ്പിച്ച് ആതിഥേയയോട് വിടപറഞ്ഞു. വൃദ്ധയെ ഭൃത്യകൾ കൊട്ടാരം കാണിച്ചുകൊടുക്കാനായി കൂട്ടിക്കൊണ്ടു പോയി. ഓരോ മുറികളിലെ അലങ്കാരങ്ങളും ശോഭായമാനമായ അന്ത രീക്ഷവും കണ്ട് ആ വൃദ്ധയുടെ കണ്ണ് മഞ്ഞളിച്ചു പോയി. അവയെ വർണ്ണിക്കാനുള്ള വാക്കുകൾ അവൾക്ക് കിട്ടിയില്ല. ഒടുവിൽ യക്ഷികൾ അവളെ പുറത്തേക്കുള്ള ഇരുമ്പുഗേറ്റുവരെ പിന്തുടർന്ന് അവളെ ആശം സിച്ച് യാത്രയാക്കി. ദുഷ്ടമനഃസ്ഥിതിക്കാരിയായ ആ മന്ത്രവാദിനി പല പ്രാവശ്യം അവർക്ക് നന്ദിപറഞ്ഞ് സ്വന്തം വീട്ടിലേക്കുള്ള വഴിയിലേക്ക് തിരിഞ്ഞു. എന്നാൽ, കുറച്ച് ദൂരം ചെന്നപ്പോൾ അവൾക്ക് തോന്നി ആ ഇരുമ്പ് ഗേറ്റിന്റെ സ്ഥാനം മനസ്സിൽ ഉറപ്പിച്ചുവെക്കണമെന്ന്. അങ്ങനെ അവൾ തിരിച്ചുനടന്നു. എന്നാൽ അതാ, ആ ഇരുമ്പുഗേറ്റ് അപ്രത്യക്ഷ മായിരിക്കുന്നു. മറ്റ് ഏതൊരു സ്ത്രീക്കെന്നതുപോലെ അവൾക്കും അത് അഗോചരമായിരിക്കും. അങ്ങനെ, കുറെനേരം അവൾ കൊട്ടാരവാതിലും കൊട്ടാരവും മറ്റും തിരഞ്ഞുനടന്നു. എന്നാൽ അതിന്റെ പൊടിപോലും കണ്ടെത്താനായില്ല. നിരാശയോടെ ആ കിഴവി നഗരത്തിലേക്ക് നടന്നു. വിജനമായൊരു പാതയിലൂടെ പതുങ്ങിനടന്ന് രഹസ്യവാതിലിലൂടെ രാജകൊട്ടാരത്തിൽ പ്രവേശിച്ചു. സുരക്ഷിതയായി ഉള്ളിൽ എത്തി

ക്കഴിഞ്ഞപ്പോൾ ഒരു നപുംസകത്തെ വിളിച്ച് സുൽത്താന് സന്ദേശം എത്തിച്ചു. അവളെ ഉടനെ തന്റെ മുന്നിൽ ഹാജരാക്കാൻ കല്പനയായി. പരിഭ്രമത്തോടെയാണവൾ അദ്ദേഹത്തെ സമീപിച്ചത്. അവളുടെ മുഖ ഭാവം കണ്ട് തന്റെ ദൗത്യം പരാജയപ്പെട്ടു എന്ന് ഊഹിച്ച രാജാവ് ചോദിച്ചു. "എന്താണ് വിവരം? നിന്റെ പദ്ധതി വിജയപൂർവ്വം പൂർത്തിയാക്കിയോ അതോ എല്ലാം അവതാളത്തിലായോ?" - അപ്പോഴേക്കും നേരം പുലർന്നതിനാൽ ഷാഹ്‌റസാദ് കഥപറച്ചിൽ നിർത്തി.

അറുനൂറ്റി അമ്പത്തിയൊമ്പതാംരാവ്

ഷാഹ്‌റസാദ് പറഞ്ഞു - അല്ലയോ കീർത്തിമാനായ രാജാവേ, ദുഷ്ടനായ മന്ത്രിയുടെ സൃഷ്ടിയായ ആ മന്ത്രവാദിനി പറഞ്ഞു. "അല്ലയോ മഹാരാജാവേ, അങ്ങയുടെ ഉത്തരവ്പ്രകാരം ഞാൻ ഇക്കാര്യം പൂർണമായും നിരീക്ഷിച്ചറിഞ്ഞു. സംഭവിച്ച കാര്യങ്ങളെല്ലാം ഞാൻ പറയാൻ പോകുകയാണ്. എന്റെ മുഖത്തെ ദുഃഖഭാവവും വിഷാദവും അതുമായി ബന്ധപ്പെട്ടതല്ല, മറ്റ് ചില കാരണങ്ങൾ മൂലമാണ്."

പിന്നെ അവൾ തന്റെ വീരസാഹസകഥ വിവരിക്കാൻ തുടങ്ങി. "ഞാൻ പാറക്കൂട്ടത്തിനടുത്തെത്തിയപ്പോൾ അസുഖം നടിച്ചുകൊണ്ട് വഴിയോരത്ത് ഇരുന്നു. അപ്പോൾ അഹമ്മദ് രാജകുമാരൻ അതിലെ വരാനിടയായി. എന്റെ വിലാപവും ദുഃഖകരമായ നിലയുംകണ്ട് രാജകുമാരന് എന്നോട് ദയതോന്നി. അല്പനേരത്തെ ആശയവിനിമയത്തിനുശേഷം അവൻ എന്നെ ഒരു ഇരുമ്പുഗേറ്റിനുള്ളിലേക്ക് കടത്തി. ഭൂഗർഭപാതയിലൂടെ നടന്ന് അതിമനോഹരമായൊരു കൊട്ടാരത്തിലെത്തിച്ചു. എന്നെ അതിസുന്ദരിയായ പെരിബാനു എന്നൊരു യക്ഷിയെ രാജകുമാരൻ ഏല്പിച്ചു. ഒരു മനുഷ്യനും അവളെപ്പോലൊരു സുന്ദരിയെ കണ്ടു കാണില്ല. ഏതാനും ദിവസങ്ങൾ എന്നെ അവിടെ താമസിച്ച് ശുശ്രൂഷിക്കുവാൻ രാജകുമാരൻ അവൾക്ക് ഉത്തരവ് നല്കി. അവനെ പ്രീതിപ്പെടുത്താനായി അവൾ ഉടനെ രണ്ട് യുവതികളെ എന്റെ സേവനത്തിനായി ഏല്പിച്ചു. രാജകുമാരനും പെരിബാനുവും ഭാര്യാഭർത്താക്കന്മാരാണെന്നാണ് എന്റെ നിഗമനം. ഒരേ ശരീരംപോലെയാണവരുടെ പെരുമാറ്റം. എനിക്ക് നടക്കാനോ നിൽക്കാനോപോലും ആരോഗ്യമില്ല എന്ന രീതിയിലായിരുന്നു എന്റെ അഭിനയം. അപ്പോൾ ആ രണ്ട് സ്ത്രീകളും ഓരോ ഭാഗത്ത് നിന്ന് എന്നെ താങ്ങിപ്പിടിച്ച് ഉള്ളിലെ മുറിയിലേക്ക് കൊണ്ടുപോയി. അവിടെവെച്ച് എനിക്ക് കഴിക്കാനായി മരുന്നു തന്നു. ഒരു മെത്തയിൽ കിടന്നുറങ്ങാൻ അനുവദിച്ചു. അപ്പോൾ ഞാൻ ചിന്തിച്ചു, സത്യമായും രോഗം അഭിനയിച്ചതിനാൽ ആഗ്രഹിച്ചതെല്ലാം എനിക്ക് നേടാൻ കഴിഞ്ഞു. ഇനി കൂടുതൽ വഞ്ചിക്കേണ്ട ആവശ്യമില്ല. അങ്ങനെ അല്പനേരം കിടന്നശേഷം ഞാൻ എഴുന്നേറ്റ് ദാസിമാരോട് പറഞ്ഞു, 'നിങ്ങൾ തന്ന മരുന്ന് എന്റെ പനി മാറ്റി എന്റെ അവയവങ്ങൾക്കെല്ലാം പൂർവ്വാധികം ശക്തി നല്കിയിരിക്കുന്നു. ശരീരം കരുത്താർജ്ജിച്ചു. അവർ എന്നെ പെരിബാനുവിന്റെ അടുത്തേക്ക് കൊണ്ടുപോയി. ഞാൻ വീണ്ടും ആരോഗ്യവതിയും ആഹ്ലാദവതിയുമായിക്കണ്ട് വളരെയേറെ സന്തോഷിച്ചു.

എന്നെ കൊണ്ടുപോയി എല്ലാ മുറികളും കാണിച്ചുകൊടുക്കാനായി അവൾ പരിചാരികമാർക്ക് ഉത്തരവ് നല്കി. അതിനുശഷം ഞാൻ തിരിച്ചു പോകാനാഗ്രഹം പ്രകടിപ്പിച്ചു. അങ്ങനെ ഞാനിതാ വീണ്ടും അങ്ങയുടെ സന്നിധിയിൽ എത്തിയിരിക്കുന്നു."

സംഭവിച്ച കാര്യങ്ങളെല്ലാം പറഞ്ഞുതീർന്നശേഷം മന്ത്രവാദിനി തുടർന്നു. "ഒരുപക്ഷേ, പെരിബാനുവിന്റെ സമ്പത്തും പ്രതാപവും പ്രൗഢിയും അറിഞ്ഞപ്പോൾ അങ്ങ് സന്തോഷിക്കുന്നുണ്ടാകും. ഈ യക്ഷിയെ അഹമ്മദ് രാജകുമാരൻ വിവാഹം കഴിച്ചത് നന്നായെന്ന്. അവന് ഇത്രയും സമ്പത്തും അധികാരവും നേടാനായല്ലൊ. കാര്യം മറ്റൊരു രീതിയിലാണെന്നാണ് അങ്ങയുടെ ഈ അടിമ കരുതുന്നത്. അത് നല്ലതല്ല എന്ന് ഞാൻ ആണയിട്ട് പറയുന്നു. അങ്ങയുടെ മകന് ഇത്രയും ശക്തിയും സമ്പത്തും വന്നുചേരുമ്പോൾ നമ്മുടെ രാജ്യത്ത് കലാപമുയർത്താൻ പെരിബാനുവിന്റെ സഹായത്തോടെ അവൻ ശ്രമിക്കില്ലെന്ന് ആർക്കറിയാം? സ്ത്രീകളുടെ കപടോപായങ്ങളും വശീകരണതന്ത്രങ്ങളും സൂക്ഷിക്കുക. രാജകുമാരൻ അവളുടെ പ്രേമവലയത്തിൽപെട്ടിരിക്കയാണ്. യാദൃച്ഛയാ, അവളുടെ പ്രേരണയാൽ അങ്ങേക്കെതിരെ അവൻ തിരിഞ്ഞേക്കാം. അങ്ങയുടെ സമ്പത്തിൽ കൈവെച്ചേക്കാം. അങ്ങയുടെ പ്രജകളെ വഴിതെറ്റിച്ച് സ്വയം രാജാവായി അധികാരത്തിലേറിയേക്കാം. അച്ഛനെതിരെ പ്രവർത്തിക്കാനവന് മനസ്സില്ലെങ്കിലും രാജകുമാരിയുടെ സ്വാധീനം കുറെശ്ശെകുറെശ്ശെ അവനിൽ പ്രവർത്തിച്ച് ഒടുവിൽ ഒരു തികഞ്ഞ കലാപകാരിയായി മാറ്റിയെടുക്കും. കൂടുതലൊന്നും ഞാൻ പറയുന്നില്ല. ഇപ്പോൾ കാര്യം ഗുരുതരമാണെന്ന് അങ്ങേക്ക് മനസ്സിലായല്ലൊ. അതുകൊണ്ട് അശ്രദ്ധനാകാതെ പൂർണഗൗരവത്തോടെ കാര്യം പരിഗണിക്കുക." ഇത്രയും പറഞ്ഞ് കിഴവി പോകാൻ തയ്യാറായി.

രാജാവ് പറഞ്ഞു. "രണ്ട് കാര്യങ്ങളിൽ എനിക്ക് നിന്നോട് കടപ്പാടുണ്ട്. ഒന്ന്, നീ വളരെയേറെ കഷ്ടപ്പെട്ട് എനിക്കുവേണ്ടി ജീവൻതന്നെ പണയംവെച്ചാണ് എന്റെ മകനെക്കുറിച്ചുള്ള നിജസ്ഥിതി കണ്ടെത്തിയത്. രണ്ട്, എനിക്ക് തന്ന ദൃഢവും സന്മാർഗ്ഗകവുമായ വിലപിടിച്ച ഉപദേശം. ഈ രണ്ട് കാര്യങ്ങൾക്കും ഞാൻ നിന്നോട് നന്ദിപറയുന്നു."

അവൾക്ക് ഉന്നത ബഹുമതി നല്കി രാജാവ് അവളെ പറഞ്ഞയച്ചു. അവൾ കൊട്ടാരത്തിൽനിന്നും പോയ ഉടനെ വല്ലാത്ത മനോവ്യഥയോടെ അദ്ദേഹം തന്റെ രണ്ടാം വസീറിനെ (രാജാവിന്റെ മനസ്സിൽ അഹമ്മദ് രാജകുമാരനെതിരെ ദ്രോഹബുദ്ധി കടത്തിവിട്ടവൻ) വിളിച്ചുവരുത്തി. അയാളും തന്റെ സുഹൃത്തുക്കളും രാജസന്നിധിയിലെത്തിയപ്പോൾ രാജാവ് കാര്യങ്ങളെല്ലാം അവരുടെ മുന്നിൽ നിരത്തി. അദ്ദേഹം അവരുടെ അഭിപ്രായം ആരാഞ്ഞു.

"എന്താണ് നിങ്ങളുടെ ഉപദേശം? ഈ യക്ഷിയുടെ കപടതന്ത്രങ്ങളിൽനിന്നും എന്റെ രാജ്യത്തേയും എന്നേയും രക്ഷിക്കാൻ ഞാൻ എന്താണ് ചെയ്യേണ്ടത്?"

അവരിൽ ഒരു ഉപദേഷ്ടാവ് മറുപടി നല്കി. "അത് നിസ്സാരകാര്യമാണ്. പരിഹാരം നമ്മുടെ കൈയിൽത്തന്നെ ഉണ്ടല്ലൊ. അഹമ്മദ് രാജകുമാരൻ ഇപ്പോൾ കൊട്ടാരത്തിനകത്തില്ലെങ്കിലും നഗരത്തിൽ ഉണ്ടല്ലൊ. അവനെ തടവുകാരനായി പിടിച്ച് അകത്തിടുക. കൊന്നുകളയരുത്. ഒരുപക്ഷേ, ആ പ്രവൃത്തി കലാപം സൃഷ്ടിച്ചെങ്കിലോ? എന്നാൽ എന്തു

തന്നെ ആയാലും അവനെ അറസ്റ്റ് ചെയ്യണം. പ്രകോപിതനായാൽ ഇരുമ്പഴിക്കുള്ളിൽ അടച്ചിടുക." - അപ്പോഴേക്കും നേരം പുലർന്നതിനാൽ ഷാഹ്റസാദ് കഥപറച്ചിൽ നിർത്തി.

അറുനൂറ്റി അറുപതാംരാവ്

ഷാഹ്റസാദ് പറഞ്ഞു - അല്ലയോ കീർത്തിമാനായ രാജാവേ, ഈ മഹാപാതകിയായ ഉപദേഷ്ടാവിന്റെ ഉപദേശം ദുഷ്ടൻ മന്ത്രിയും കൂട്ടുകാരും അംഗീകരിച്ചു. സുൽത്താൻ നിശ്ശബ്ദത പാലിച്ചെങ്കിലും പിറ്റേന്നു രാവിലെ മന്ത്രവാദിനിയെ വിളിച്ചുവരുത്തി രാജകുമാരനെ ബന്ദിയാക്കി തടവിലിടണമോ വേണ്ടയോ എന്ന് ചർച്ചചെയ്തു.

അവൾ അഭിപ്രായപ്പെട്ടു. "അല്ലയോ മഹാരാജാവേ, ഈ ഉപദേശം ബുദ്ധിയില്ലായ്മയും യുക്തിഹീനവുമാണ്. നിങ്ങൾ അഹമ്മദ് രാജകുമാരനെ തുറുങ്കിലടച്ചാൽ അതുതന്നെ അവന്റെ സേനയോടും ചെയ്യേണ്ടിവരും. അവർ ജിന്നുകളായതിനാൽ അവരുടെ പ്രതികാരനടപടി എത്ര ശക്തമായിരിക്കുമെന്ന് ആർക്കാണ് പറയാൻ കഴിയുക? തടവറകൾക്കോ ഇരുമ്പ് ഗേറ്റുകൾക്കോ അവരെ തടഞ്ഞുനിർത്താനായേക്കില്ല. അവർ രക്ഷപ്പെട്ട് യക്ഷി രാജകുമാരിക്ക് ഈ അക്രമപ്രവൃത്തികളെക്കുറിച്ച് വിവരം നല്കും. തന്റെ ഭർത്താവ് വഞ്ചിതനായി ഒരു സാധാരണ കുറ്റവാളിയെപ്പോലെ തടവറയിൽ കിടന്ന് കഷ്ടപ്പെടേണ്ടിവന്നു എന്നറിഞ്ഞാൽ ആ യക്ഷി രാജകുമാരി തീർച്ചയായും നിങ്ങൾക്കുനേരെ കടുത്ത പ്രതികാര നടപടി കൈക്കൊള്ളും. അവൾ തൊടുത്തുവിടുന്ന നാശനഷ്ടങ്ങൾ നമ്മൾക്ക് തടയാനാകില്ല. നിങ്ങൾ എന്നെ വിശ്വാസത്തിലെടുത്താൽ എന്താണ് ചെയ്യേണ്ടതെന്ന് ഞാൻ ഉപദേശിക്കാം. അതുവഴി നിങ്ങളുടെ ആഗ്രഹംപോലെ വിജയം കൈവരിക്കാനും നിങ്ങൾക്കോ നിങ്ങളുടെ രാജാധികാരത്തിനോ യാതൊരു കോട്ടവും സംഭവിക്കാതെ നിലനിർത്താനും കഴിയും. അങ്ങേക്കറിയാമല്ലോ മനുഷ്യവർഗ്ഗം നീണ്ട വർഷങ്ങളോളം കഷ്ടപ്പെട്ട് അധ്വാനിച്ചിട്ടും തീർക്കാൻപറ്റാത്ത പണികൾ 'ജിന്നുകളും യക്ഷികളും ചെറിയൊരു കാലയളവിനുള്ളിൽ വിസ്മയകരമായ വിധത്തിൽ അനായാസം അത് ചെയ്തുതീർക്കുന്നു. അങ്ങ് ഇപ്പോൾ ഒരു നായാട്ട് സംഘവുമായി കാട്ടിലേക്ക് പോകുകയാണെന്നിരിക്കട്ടെ. അങ്ങേക്കും അങ്ങയുടെ പടയാളികൾക്കും അനുചരന്മാർക്കും ഭൃത്യഗണങ്ങൾക്കും മറ്റും താമസിക്കാനായി നിരവധി കൂടാരങ്ങൾ നിർമ്മിക്കേണ്ടിവരും. അവ നിർമ്മിക്കാനും അതിനുള്ള സാമാനങ്ങളും സാമഗ്രികളും മറ്റ് സാധനങ്ങളും കൊണ്ടുപോകാനും മറ്റും ഒരുപാട് സമയവും പണവും ചിലവഴിക്കേണ്ടിവരും. എനിക്ക് അങ്ങയോടുള്ള ഉപദേശം ഇതാണ്, മഹാരാജാവേ, അങ്ങ് താഴെ പറയുന്ന പരീക്ഷണങ്ങൾ അഹമ്മദ് രാജകുമാരനിൽ നടത്തുക. എല്ലാ കൂടാരങ്ങളും നിർമ്മിക്കാനുള്ള 'ഷാമിയാനാ' കൊണ്ടുവരുവാനായി അവന് ഉത്തരവ് കൊടുക്കുക. മനുഷ്യന്മാരേക്കാൾ അനായാസമായി 'ജിന്നു'കളെക്കൊണ്ടത് അവന് ചെയ്യിപ്പിക്കാൻ കഴിയും."

പിന്നെ മന്ത്രവാദിനി അല്പസമയം നിശ്ശബ്ദ പാലിച്ചു. വീണ്ടും സുൽത്താനോടവൾ തുടർന്നു. "അഹമ്മദ് രാജകുമാരൻ ഈ ജോലി

ചെയ്തുതീർത്ത ഉടനെ ഇതിനേക്കാൾ വലിയൊരു ആശ്ചര്യകരമായ പണി കൊടുക്കുക. അത് ചെയ്തുതീർക്കാനവൻ അല്പം വിഷമിച്ചേക്കും. ഈ രീതിയിൽ കഠിനമായ ജോലികൾ കൊടുത്തുകൊണ്ടിരുന്നാൽ ജിന്നുകളുടെ അധ്വാനംമൂലം ഖജനാവിലെ പണം വർദ്ധിച്ചുകൊണ്ടേ ഇരിക്കും. മകൻ മടുത്ത് ഈ പണി നിർത്തുന്നതുവരെ അങ്ങ് അവന് ജോലി നിർത്താതെ കൊടുത്തുകൊണ്ടിരിക്കണം. ലജ്ജിതനും എളിമയുള്ളവനുമായ അവൻ പിന്നീട് ഒരിക്കലും തൽസ്ഥാനത്തേക്ക് വരാൻ ധൈര്യപ്പെടില്ല. അങ്ങനെ അവന്റെ കൈയിൽനിന്നുണ്ടായേക്കാവുന്ന ദ്രോഹഭയത്തിൽനിന്നും അങ്ങേക്ക് രക്ഷപ്പെടാൻ കഴിയും. അങ്ങേക്കവനെ തുറുങ്കിൽ അടക്കേണ്ടിവരികയുമില്ല. കൊല്ലുകയും വേണ്ട."

ഈ വിവേകം നിറഞ്ഞ വാക്കുകൾ കേട്ട് സുൽത്താൻ അവ അതേപടി തന്റെ ഉപദേഷ്ടാക്കളെ അറിയിച്ചു. അവരുടെ അഭിപ്രായം ആരാഞ്ഞു. അവർ നിശ്ശബ്ദരായിരിക്കയാണുണ്ടായത്. നല്ലതോ ചീത്തയോ ആയ അഭിപ്രായങ്ങൾ ഒന്നും മിണ്ടിയില്ല. അപ്പോൾ അദ്ദേഹം അത് സ്വയം അംഗീകരിച്ചു. കൂടുതലൊന്നും ചർച്ച ചെയ്യാൻ പോയില്ല.

പിറ്റേന്ന് അഹമ്മദ് രാജകുമാരൻ രാജാവിനെ സന്ദർശിക്കാനെത്തി. അമിതവാത്സല്യത്തോടെ അദ്ദേഹം മകനെ സ്വാഗതം ചെയ്തു. അവനെ മാറോടണച്ച് കണ്ണുകളിലും നെറ്റിയിലും ചുംബിച്ചു. വളരെനേരം അവർ സംസാരിച്ചുകൊണ്ടിരുന്നു. ഒരവസരം കിട്ടിയപ്പോൾ സുൽത്താൻ പറഞ്ഞു. "എന്റെ പ്രിയപ്പെട്ട മോനേ, അഹമ്മദ്, വളരെക്കാലത്തോളം നിന്നെ കാണാൻ കഴിയാതിരുന്നതിനാൽ ഞാൻ വളരെ ദുഃഖിതനായാണ് കഴിഞ്ഞിരുന്നത്. നീ തിരിച്ചുവന്നപ്പോൾ എനിക്കുണ്ടായ ആഹ്ലാദം പറഞ്ഞറിയിക്കാനാവില്ല. നീ സ്വന്തം കാര്യങ്ങൾ എന്നിൽനിന്ന് മറച്ചുവെച്ചിട്ടും ഞാനാ രഹസ്യം കണ്ടുപിടിക്കാൻ ശ്രമിച്ചിരുന്നില്ല. നിന്നോട് നിർബന്ധിച്ച് ചോദിക്കാനും പോയില്ല. ഇപ്പോൾ ആളുകൾ പറയുന്നത് ഞാൻ കേട്ടു, പ്രതാപിയായ ഒരു യക്ഷി രാജകുമാരിയെ നീ വിവാഹം കഴിച്ചെന്ന്. അവളെപ്പോലൊരു സുന്ദരി ഈ ലോകത്തില്ലെന്നും. ആ വാർത്തയറിഞ്ഞ് എനിക്ക് അങ്ങേയറ്റം സന്തോഷം തോന്നി. എനിക്ക് നിന്റെ യക്ഷിഭാര്യയെക്കുറിച്ച് കൂടുതലൊന്നും അറിയില്ല. നീ എന്നോട് പറയുന്നതുവരെ കൂടുതലൊന്നും അറിയാനും ഞാൻ ആഗ്രഹിക്കുന്നില്ല. എന്നാൽ ഒരു കാര്യം പറയൂ, നിന്നിൽനിന്നും ഞാൻ എന്തെങ്കിലും സഹായം ആവശ്യപ്പെട്ടാൽ അവളിലൂടെ നീ നേടിത്തരുമോ? നീ ആവശ്യപ്പെടുന്ന രീതിയിൽ അവൾ ഉപകാരം ചെയ്യാൻ സന്നദ്ധയാകുമോ?"

രാജകുമാരൻ പറഞ്ഞു, "എന്റെ പ്രഭോ, അങ്ങ് എന്താണ് എന്നിൽനിന്നാവശ്യപ്പെടുന്നത്? എന്റെ ഭാര്യ സ്വന്തം ശരീരവും ആത്മാവും ഭർത്താവിനായി സമർപ്പിച്ചവളാണ്. അതുകൊണ്ട് എന്താണ് അങ്ങേക്ക് എന്നിൽനിന്നും അവളിൽനിന്നും വേണ്ടതെന്ന് ദയവായി പറയൂ."

സുൽത്താൻ മറുപടി നല്കി. "നിനക്കറിയാമല്ലോ ഞാൻ ഇടയ്ക്കിടെ നായാട്ടിന് പോകുന്ന കാര്യം. അപ്പോൾ, നിരവധി കൂടാരങ്ങളും ഷാമിയാനകളും എനിക്ക് പടുത്തുയർത്തേണ്ടിവരും. പലയിടത്തേക്കും ഒട്ടകങ്ങളും കുതിരകളും കഴുതകളും ആണ് സാമാനങ്ങൾ അവിടേക്കെല്ലാം ചുമന്നുകൊണ്ടുപോകുന്നത്. നീ വിചാരിച്ചാൽ മനുഷ്യർ നിർമ്മിക്കുന്നതിനേക്കാൾ അനായാസം ജിന്നുകളെക്കൊണ്ടവ നിർമ്മിക്കാനാകും. അതുകൊണ്ട് ഞങ്ങളുടെ ദർബാറും താമസവും തൊഴുത്തുമെല്ലാം

അടങ്ങുന്ന കൂടാരങ്ങൾക്കുള്ള ഷാമിയാനയും മറ്റ് സാധനങ്ങളും ഓരോ സ്ഥലങ്ങളിലേക്ക് ചുമന്നുകൊണ്ടുപോയി നിർമ്മിക്കുവാൻ ഞാൻ നിന്നോട് ആവശ്യപ്പെടുന്നു. ഈ ഉപകാരത്തിനായി നീ ആ മഹതിയോട് അഭ്യർത്ഥിച്ചാൽ അവൾ അതിനനുമതി തരുമെന്നെനിക്ക് പൂർണ വിശ്വാസമുണ്ട്. അതുമൂലം നിരവധി വണ്ടികളും മൃഗങ്ങളും മനുഷ്യരും സമയവും ഇതിനായി ദുരുപയോഗപ്പെടുത്തുന്നത് എനിക്ക് തടയാനാകും."

രാജകുമാരൻ മറുപടി നല്കി. "അച്ഛാ, സുൽത്താനേ, അങ്ങ് അക്കാര്യമോർത്ത് വിഷമിക്കരുത്. ഞാനുടനെ അങ്ങയുടെ ആഗ്രഹം എന്റെ ഭാര്യ പെരിബാനുവിനെ അറിയിക്കാം. അങ്ങ് വിവരിച്ചതുപോലുള്ളൊരു പവലിയൻ നിർമ്മിക്കാനുള്ള കഴിവ് ഈ ജിന്നുകൾക്കുണ്ടോ എന്നെനിക്കറിയില്ല. അതിനുള്ള വൈദഗ്ധ്യം ഉണ്ടെങ്കിൽത്തന്നെ അവൾ അതിനുള്ള സഹായം തരുമോ ഇല്ലയോ എന്നെനിക്കറിയില്ല. എനിക്കത്തരം കാര്യങ്ങൾ അങ്ങയോട് വാഗ്ദാനം ചെയ്യാൻ കഴിയില്ലെങ്കിലും എന്റെ കഴിവിനനുസരിച്ച് സസന്തോഷം അങ്ങയെ സേവിക്കാൻ ഞാൻ തയ്യാറാണ്."

- അപ്പോഴേക്കും നേരം പുലർന്നതിനാൽ ഷാഹ്‌രസാദ് കഥപറച്ചിൽ നിർത്തി.

അറുനൂറ്റി അറുപത്തിയൊന്നാംരാവ്

ഷാഹ്‌രസാദ് പറഞ്ഞു - അല്ലയോ കീർത്തിമാനായ രാജാവേ, സുൽത്താൻ അഹമ്മദ് രാജകുമാരനോട് പറഞ്ഞു, "നീ ഞാൻ ആവശ്യപ്പെട്ട കാര്യം സാധിപ്പിച്ചുതരുന്നതിൽ പരാജയപ്പെട്ടാൽ എന്റെ മോനേ, നിന്റെ മുഖം വീണ്ടും കാണാൻ ഞാൻ ആഗ്രഹിക്കുന്നില്ല. സത്യത്തിൽ നീ ദയനീയനായൊരു ഭർത്താവാണ്. ഇത്രയും നിസ്സാരമായൊരു കാര്യം നിരസിക്കുകയും നിർദ്ദേശിക്കുന്നതൊന്നും ചെയ്യാതിരിക്കുകയും ചെയ്യുന്ന ഒരു ഭാര്യയുള്ള ഭർത്താവിന്റെ നില ദുഃഖകരംതന്നെ. അവളുടെ ദൃഷ്ടിയിൽ നീ നിസ്സാരനാണ്. യാതൊരു വിലയുമില്ലാത്തവൻ. അവൾക്ക് നിന്നോട് യഥാർത്ഥ സ്നേഹമില്ല. എന്റെ മോനേ, നീ നേരെ പോയി അവളോട് കൂടാരത്തിന്റെ കാര്യം പറയുക. അവൾ അതിന് സമ്മതംമൂളിയാൽ നിന്നോടവൾക്ക് സ്നേഹമുണ്ടെന്ന് മനസ്സിലാക്കാം. നീയാണ് അവൾക്ക് മറ്റെല്ലാറ്റിനേക്കാൾ പ്രിയങ്കരം. ഞാൻ കേട്ടിട്ടുള്ളത് അവൾ നിന്നെ ആത്മാർത്ഥവും ഹൃദയംഗമവുമായ രീതിയിൽ സ്നേഹിക്കുന്നുണ്ടെന്നാണ്. ഒരു രീതിയിലും നിന്റെ അഭ്യർത്ഥന അവൾ നിരസിക്കില്ല. അവളുടെ കണ്ണുകൾ ആവശ്യപ്പെട്ടാൽപോലും!"

രാജകുമാരൻ എപ്പോൾ അച്ഛന്റെ അടുത്തുവന്നാലും മൂന്നു ദിവസം അവിടെ താമസിച്ച് നാലാംദിവസമാണ് ഭാര്യയുടെ അടുത്തേക്ക് പോകാറുള്ളത്. എന്നാൽ ഈ പ്രാവശ്യം രണ്ട് ദിവസം മാത്രം കൊട്ടാരത്തിൽ തങ്ങി മൂന്നാംദിവസം മടക്കയാത്രയ്ക്ക് തയ്യാറായി. അവൻ വീട്ടിലെത്തിയപ്പോൾ അവന്റെ ഹൃദയവേദനയും മുഖത്തെ മ്ലാനതയും പെരിബാനു നിരീക്ഷിച്ചു. അവൾ ചോദിച്ചു. "നിങ്ങൾക്ക് സുഖംതന്നെയല്ലേ? എന്താണ് നിങ്ങൾ അച്ഛന്റെ അടുത്തുനിന്ന് ഇന്ന് തിരിച്ചെത്തിയത്? നാളെയല്ലേ വരാൻ ഉദ്ദേശിച്ച ദിവസം? എന്താണ് മുഖത്തിനൊരു വാട്ടം?"

അവൻ സ്നേഹപൂർവ്വം അവളെ ആലിംഗനം ചെയ്ത് ചുംബിച്ച ശേഷം അച്ഛനുമായി നടന്ന സംവാദം തുടക്കം മുതൽ അവസാനംവരെ

പറഞ്ഞു കേൾപ്പിച്ചു. എല്ലാംകേട്ട് അവൾ മറുപടി നല്കി. "നിങ്ങൾക്ക് വേഗം ഞാൻ മനശ്ശാന്തി നല്കാം. നിങ്ങളെ ഇപ്രകാരം ദുഃഖിതനായി ഒരു നിമിഷംകൂടി എനിക്ക് കണ്ടിരിക്കാനാവില്ല. എന്തായാലും സുൽത്താന്റെ ഈ നിവേദനത്തിൽ നിന്നെനിക്ക് മനസ്സിലാക്കാനാകുന്നത്, അദ്ദേഹത്തിന്റെ അന്ത്യം അടുത്തുകഴിഞ്ഞു എന്നാണ്. അദ്ദേഹം ഇഹ ലോകവാസം വെടിഞ്ഞ് അള്ളായുടെ സന്നിധാനത്തിലെത്തും. ചില ശത്രു ക്കളുടെ വേലയാണിത്. ധാരാളം കുഴപ്പങ്ങൾ അവർ നിങ്ങൾക്കായി സൃഷ്ടിച്ചുകഴിഞ്ഞിരിക്കുന്നു. അതിന്റെ ഫലമായാണ് അങ്ങയുടെ അച്ഛൻ വരാൻ പോകുന്ന മരണത്തെക്കുറിച്ചറിയാതെ ശുഷ്കാന്തിയോടെ സ്വന്തം ശവക്കുഴി തോണ്ടുന്നത്."

ഉത്ക്കണ്ഠാകുലനായ രാജകുമാരൻ ഭാര്യയോട് മറുപടി പറഞ്ഞു. "സർവ്വശക്തനായ അള്ളായ്ക്ക് സ്തുതി. രാജാവ് പൂർണആരോഗ്യവാ നായിരിക്കുന്നു. വാർധക്യത്തിന്റെ അവശതയോ ക്ഷീണമോ ഒന്നും കാണുന്നില്ല. ഇന്നു രാവിലെയാണ് അരോഗദൃഢഗാത്രനായ അദ്ദേഹത്തെ ഞാൻ വിട്ടുപിരിഞ്ഞത്. സത്യത്തിൽ ഇത്രയും ഊർജ്ജസ്വലനായി അച്ഛനെ ഞാൻ കണ്ടിട്ടേയില്ല. തീർച്ചയായും അദ്ദേഹത്തെക്കുറിച്ച് ഞാൻ പറയുന്നതിനു മുമ്പുതന്നെ നീ മനസ്സിലാക്കിക്കാണും. പ്രത്യേകിച്ചും നമ്മുടെ വിവാഹത്തെക്കുറിച്ചും ഈ വീടിനെക്കുറിച്ചുമെല്ലാം അദ്ദേഹം എങ്ങനെ അറിഞ്ഞു?"

പെരിബാനു പറഞ്ഞു. "എന്റെ രാജകുമാരാ, നിങ്ങൾ പനിപിടിച്ച വളാണെന്നും പറഞ്ഞ് ഒരു വൃദ്ധയെ ഇവിടെ കൊണ്ടുവന്നപ്പോൾ ഞാൻ എന്താണ് അഭിപ്രായപ്പെട്ടതെന്ന് അറിയാമല്ലോ. ആ സ്ത്രീ സാത്താന്റെ വർഗ്ഗത്തിൽപെട്ട ഒരു മന്ത്രവാദിനിയാണ്. നിങ്ങളുടെ അച്ഛന്റെ ആഗ്രഹ പ്രകാരം നമ്മുടെ വാസസ്ഥലത്തെക്കുറിച്ചുള്ള എല്ലാ വിവരങ്ങളും അവൾ സംഭരിച്ച് രാജാവിന് വിവരം നല്കി. അതു മാത്രമല്ല അവൾ രോഗിയോ, വേദന അനുഭവിക്കുന്നവളോ അല്ലെന്നും രോഗിയായി അഭിനയിക്കുക യായിരുന്നെന്നും എനിക്ക് വ്യക്തമായി മനസ്സിലായിരുന്നു. എല്ലാവിധ രോഗങ്ങളും മാറ്റുന്ന മരുന്നാണ് ഞാനവൾക്ക് കുടിക്കാൻ കൊടുത്തത്. അതിന്റെ ഗുണംകൊണ്ടാണവൾ രോഗമുക്തയായി ആരോഗ്യവതിയാ യിത്തീർന്നതെന്നവൾ നമ്മെ തെറ്റിദ്ധരിപ്പിക്കാൻ ശ്രമിച്ചു. അങ്ങനെ അവൾ പോകുന്നതിനു മുമ്പ് ഈ കൊട്ടാരത്തിലെ എല്ലാ മുറികളും അല ങ്കാരവസ്തുക്കളും ഫർണീച്ചറും മറ്റും കാണിച്ചുകൊടുക്കാനായി രണ്ട് സ്ത്രീകളെ ഞാൻ അവളോടൊപ്പം അയച്ചിരുന്നു. നിങ്ങളുടേയും എന്റേയും നില അവൾ അറിയുന്നതാണ് നല്ലതെന്ന് എനിക്കു തോന്നി. ഇതെല്ലാം നിങ്ങൾ മൂലം സംഭവിച്ചതാണ്. കാരണം, ആ വൃദ്ധയോട് സഹാനുഭൂതി കാട്ടണമെന്ന് നിങ്ങൾ എന്നോടാജ്ഞാപിച്ചു. അതുകൊണ്ട് അവൾ പൂർണആരോഗ്യത്തോടും ആഹ്ലാദത്തോടുംകൂടി തിരിച്ചുപോകു ന്നതുകണ്ട് ഞാൻ സന്തോഷിച്ചു. അവളൊഴിച്ച് മറ്റൊരു മനുഷ്യജീവിയും ഇതിനുള്ളിൽ പ്രവേശിച്ചിട്ടില്ല. ഈ പരിസരത്തുപോലും വന്നിട്ടില്ല."

അവളുടെ വാക്കുകൾ കേട്ട് അഹമ്മദ് രാജകുമാരൻ അവളെ കൃത ജ്ഞതയോടെ പ്രശംസിച്ചുകൊണ്ട് പറഞ്ഞു. "അല്ലയോ, ലോകൈക സുന്ദരി, ഞാൻ നിന്നോടൊരു വരം ചോദിക്കുന്നു. എന്റെ അച്ഛൻ എന്നോട ഭ്യർത്ഥിച്ച കാര്യം അതായത്, അദ്ദേഹത്തേയും പരിവാരങ്ങളേയും മൃഗ ങ്ങളേയും താമസിപ്പിക്കാനുള്ള കൂടാരങ്ങളുടെ മൊത്തം 'ഷാമിയാനാ'

ഓരോ കേമ്പിലേക്കും ചുമന്നുകൊണ്ടുപോയി എത്തിക്കുക. ഇത്രയും വിസ്മയകരമായൊരു പ്രവൃത്തി ഞാൻ ചിന്തിക്കുകപോലും ചെയ്തിട്ടില്ല. എന്നാലും അത് വാങ്ങിക്കാനും അദ്ദേഹത്തിന്റെ സന്നിധിയിലെത്താനും ഞാൻ രാജഭക്തിയോടെ പരമാവധി ശ്രമിക്കും."

അവൾ അഭിപ്രായപ്പെട്ടു. "ഇത്രയും നിസ്സാരകാര്യത്തിന് നിങ്ങൾ എന്തിന് വിഷമിക്കണം? ഞാനത് നിങ്ങൾക്കുവേണ്ടി പെട്ടെന്ന് എത്തിക്കാം."

ഉടനെ തന്റെ ഖജനാവ് സൂക്ഷിപ്പുകാരിയായ ഒരു യുവതിയെ അവൾ വിളിപ്പിച്ച് പറഞ്ഞു. 'അല്ലയോ നൂർജഹാൻ, നീ തൽക്ഷണം പോയി 'ഇന്നയിന്ന' രീതിയിലുള്ള ഒരു 'പവലിയൻ' എനിക്കുവേണ്ടി കൊണ്ടുവരിക."

അവൾ ഉടനെ സ്ഥലംവിട്ടു. അതിവേഗം രാജകുമാരി ആജ്ഞാപിച്ച രീതിയിലുള്ള പവലിയനുമായി തിരിച്ചെത്തി. അത് പെരിബാനു അഹമ്മദ് രാജകുമാരന്റെ കൈയിൽ വെച്ചുകൊടുത്തു. - അപ്പോഴേക്കും നേരം പുലരാറായെന്നറിഞ്ഞ് ഷാഹ്‌രസാദ് തന്റെ കഥ പറച്ചിൽ നിർത്തി.

അറുനൂറ്റി അറുപത്തിരണ്ടാംരാവ്

ഷാഹ്‌രസാദ് പറഞ്ഞു - അല്ലയോ കീർത്തിമാനായ രാജാവേ ആ 'പവലിയൻ' കൈയിൽ വെച്ചുകൊണ്ട് അഹമ്മദ് രാജകുമാരൻ ചിന്തിച്ചു. "എന്താണ് പെരിബാനു എനിക്കു തന്നത്? തീർച്ചയായും അവൾ എന്നെ കളിയാക്കിയതാണ്."

ഭർത്താവിന്റെ മുഖഭാവത്തിലൂടെ അവന്റെ മനസ്സ് പഠിച്ച് പൊട്ടിച്ചിരിച്ചുകൊണ്ട് അവൾ ചോദിച്ചു.

"എന്താണിത് എന്റെ പ്രാണപ്രിയനായ രാജകുമാരാ? ഞാൻ നിങ്ങളെ കളിയാക്കുകയാണെന്നാണോ കരുതുന്നത്?" അവൾ നൂർജഹാനെ അഭിസംബോധന ചെയ്തുകൊണ്ട് തുടർന്നു. "അഹമ്മദ് രാജകുമാരന്റെ കൈയിൽനിന്ന് ആ കൂടാരം എടുത്തുകൊണ്ടുപോയി ആ മൈതാനത്ത് വിരിക്കുക. അപ്പോൾ നിങ്ങൾക്കതിന്റെ വ്യാപ്തി കാണുകയും അത്തരത്തിലുള്ളതു തന്നെയാണോ രാജകുമാരന്റെ അച്ഛൻ സുൽത്താൻ ആവശ്യപ്പെടുന്നതെന്ന് അറിയുകയും ചെയ്യാമല്ലോ."

ആ ഖജനാവ് സൂക്ഷിപ്പുകാരി പവലിയൻ വാങ്ങിച്ചുകൊണ്ടുപോയി കൊട്ടാരത്തിനു മുന്നിലുള്ള മൈതാനത്ത് വിരിച്ചുവെച്ചു. കൊട്ടാരംമുതൽ മൈതാനത്തിന്റെ ഒരറ്റം വരെ അത് പരന്നുകിടന്നു. അത്രയ്ക്കു വലുതായിരുന്നു അതിന്റെ വിസ്തീർണം. (അഹമ്മദ് രാജകുമാരൻ ഉദ്ദേശിച്ചതുപോലെത്തന്നെ.) രാജദർബാർ കൂടാനുള്ള സ്ഥലം അതിനകത്തുണ്ട്. രണ്ട് സൈന്യങ്ങൾക്ക് അവരുടെ കുതിരകളോടൊപ്പം അതിനുള്ളിൽ യാതൊരു അസൗകര്യവും കൂടാതെ സുഖമായി കഴിയാം.

അവൻ പെരിബാനുവിനോട് ക്ഷമയാചിച്ചു. "ഇത്രയും ബൃഹത്തും ആശ്ചര്യകരവുമായിരിക്കുമെന്ന് ഞാൻ വിചാരിച്ചില്ല. അതുകൊണ്ട് ആദ്യനോട്ടത്തിൽ ഞാൻ തെറ്റിദ്ധരിച്ചു."

ട്രഷറർ അത് മടക്കിപ്പിടിച്ച് രാജകുമാരന്റെ ഉള്ളംകൈയിൽ വെച്ചുകൊടുത്തു. പിന്നെ ഒട്ടും സമയംകളയാതെ അവൻ കുതിരപ്പുറത്തേറി

കുതിരപ്പടയാളികളുടെ അകമ്പടിയോടെ രാജകൊട്ടാരത്തിലേക്ക് തിരിച്ചു. ആചാരപ്രകാരം രാജാവിനെ പ്രണമിച്ച് അവൻ ആ 'പവലിയൻ' അച്ഛന് സമ്മാനിച്ചു. ആദ്യനോട്ടത്തിൽ സുൽത്താൻ അതൊരു കൊച്ചു കാര്യമാണെന്നാണ് കരുതിയത്. എന്നാൽ അത് വിരിച്ചുവെച്ചപ്പോൾ അദ്ദേഹം അദ്ഭുതസ്തബ്ധനായി നിന്നുപോയി. കാരണം, അത് തന്റെ തലസ്ഥാനവും നഗരപ്രാന്തങ്ങളും മൂടാനുള്ളത്ര വലുതായിരുന്നു. എന്നാലും അച്ഛൻ പൂർണതൃപ്തനല്ലായിരുന്നു. കാരണം അതിന്റെ വലിപ്പം വല്ലാതെ കൂടിപ്പോയത്രേ. എന്നാൽ അതിനുള്ളിലെ ആവശ്യമനുസരിച്ച് അതിന്റെ വലിപ്പം സ്വയം പരിമിതപ്പെടുത്തുമെന്നവൻ അദ്ദേഹത്തിന് ഉറപ്പു കൊടുത്തു. ഇത്രയും അപൂർവ്വമായൊരു സമ്മാനം നല്കിയതിൽ സുൽത്താൻ മകനോട് നന്ദി പറഞ്ഞു.

"അല്ലയോ എന്റെ മോനേ, ഇത്രയും വിശിഷ്ടമായൊരു പാരിതോഷികം കൊടുത്തയച്ചതിൽ എനിക്ക് നിന്റെ ഭാര്യയോടുള്ള നന്ദിയും കൃതജ്ഞതയും അറിയിക്കുക. ഇപ്പോൾ തീർച്ചയായും സത്യം എനിക്ക് മനസ്സിലായി. അവൾ നിന്നെ ഹൃദയംഗമമായി ആത്മാർത്ഥതയോടെ ജീവനു തുല്യം സ്നേഹിക്കുന്നുണ്ടെന്ന്. എന്റെ സംശയങ്ങളും ഭീതിയും മാറി."

ആ ഷാമിയാന ഊരിയെടുത്ത് സശ്രദ്ധം ഖജനാവിൽ സൂക്ഷിക്കണമെന്ന് രാജാവ് ഉത്തരവിട്ടു. എന്നാൽ രാജകുമാരനിൽനിന്നും സുൽത്താന് വിചിത്രമായ ഈ സമ്മാനം ലഭിച്ചപ്പോൾ, മന്ത്രവാദിനിയും ദുഷ്ടനായ മന്ത്രിയും മറ്റ് ഉപദേഷ്ടാക്കളും അദ്ദേഹത്തിന്റെ മനസ്സിൽ കയറ്റിവിട്ട പേടിയും സംശയവും അസൂയയും സുൽത്താന്റെ മനസ്സിൽ എന്നത്തേക്കാളേറെ ശക്തിപ്രാപിക്കയാണുണ്ടായത്. എന്തുകൊണ്ടെന്നാൽ യക്ഷിയായ മകന്റെ ഭാര്യ അവനെ ജീവന് തുല്യം സ്നേഹിക്കുന്നുണ്ടെന്നും രാജാവ് എത്രതന്നെ സമ്പന്നനും കരുത്തനുമായിരുന്നാലും അദ്ദേഹത്തെ ഭർത്താവിനെക്കൊണ്ട് തകർത്തുകളയിക്കാൻ അവൾക്ക് കഴിവുണ്ടെന്നും രാജാവിനിപ്പോൾ ബോധ്യമായി. അവൾക്ക് വേണമെന്നുണ്ടെങ്കിൽ തന്നെ വധിച്ച് മകനെ രാജാവാക്കി വാഴിക്കാനാകുമെന്നോർത്ത് അദ്ദേഹം വല്ലാതെ ഭയപ്പെട്ടു. മുമ്പ് ഉപദേശങ്ങൾ കൊടുത്തിരുന്ന ആ മന്ത്രവാദിനിയെ അദ്ദേഹം വീണ്ടും വിളിച്ചുവരുത്തി. ആ ദുർമന്ത്രവാദിനിയുടെ കൗശലവും ദ്രോഹബുദ്ധിയുമായിരുന്നു രാജാവിന് കൂടുതൽ വിശ്വാസം. മുഖ്യമായും അതിനെയാണാശ്രയിച്ചിരുന്നതും. തന്റെ മനോഗതത്തെക്കുറിച്ചദ്ദേഹം അവളോട് തുറന്നു പറഞ്ഞപ്പോൾ ആ വൃദ്ധ അല്പനേരം ചിന്തയിലാണ്ടു. പിന്നെ പുരികമുയർത്തി പറഞ്ഞു.

"അല്ലയോ മഹാരാജാവേ, അങ്ങ് വെറുതെ സ്വയം വിഷമിക്കയാണ്. അങ്ങ് രാജകുമാരനോട് ഒറ്റ കാര്യം ആവശ്യപ്പെട്ടാൽ മതി. 'സിംഹങ്ങളുടെ നീർച്ചോല'യിൽനിന്ന് വെള്ളം കൊണ്ടുവന്നുതരുക. തന്റെ അന്തസ്സ് നിലനിർത്താനായി അങ്ങയുടെ ആഗ്രഹം അവൻ നിറവേറ്റിത്തരും. എത്ര ബുദ്ധിമുട്ടായാലും. അതിലവൻ പരാജയപ്പെട്ടാൽ പിന്നെ ഒരിക്കലും നിർലജ്ജനായി കച്ചേരിയിൽ വന്ന് അങ്ങേക്ക് മുഖം കാണിക്കാൻ ധൈര്യപ്പെടില്ല. ഇതിനേക്കാൾ നല്ല പദ്ധതി അങ്ങേക്ക് കൈക്കൊള്ളാനാവില്ല. അതുകൊണ്ട് ഒട്ടും സമയം പാഴാക്കാതെ ആ മാർഗ്ഗത്തിലേക്ക് തിരിയൂ."

പിറ്റേന്ന് വൈകുന്നേരം മന്ത്രിമാരാൽ ചുറ്റപ്പെട്ട് ദർബാറിൽ ഇരിക്കവെ അഹമ്മദ് രാജകുമാരൻ എത്തി. അച്ഛനെ പ്രണമിച്ച് അദ്ദേഹത്തിനരികിൽ

താഴെ ആസനസ്ഥനായി. വലിയ പ്രീതി പ്രകടിപ്പിച്ചുകൊണ്ട് അദ്ദേഹം പുത്രനോട് പറഞ്ഞു.

"എന്റെ അഭ്യർത്ഥനയനുസരിച്ച് നീ പവലിയൻ കൊണ്ടുവന്നതിൽ എനിക്ക് അതിയായ സന്തോഷമുണ്ട്. എന്റെ ഖജനാവിൽ തീർച്ചയായും ഈ വിചിത്രവും അപൂർവ്വവുമായ വസ്തു ഇല്ല. എന്നിട്ടും ഒരു വസ്തുവിന്റെ കുറവ് എനിക്കുണ്ട്. അത് നിനക്ക് കൊണ്ടുവരാൻ കഴിഞ്ഞാൽ എനിക്ക് അങ്ങേയറ്റം സന്തോഷമായിരിക്കും. നിന്റെ ഭാര്യ യക്ഷി സ്ഥിരമായി 'സിംഹങ്ങളുടെ നീർച്ചോല'യിലെ വെള്ളമാണ് ഉപയോഗിക്കുന്നതെന്ന് ഞാൻ കേട്ടിട്ടുണ്ട്. ആ വെള്ളം കുടിച്ചാൽ പനിയും മറ്റെല്ലാ മാരകരോഗങ്ങളും വിട്ടുപോകുമെന്നും എനിക്കറിയാം. ഞാൻ ആരോഗ്യവാനായിരിക്കണമെന്നാണ് നീ ആഗ്രഹിക്കുന്നതെന്നും നിനക്കതിൽ ഉൽക്കണ്ഠയുണ്ടെന്നും ആ വെള്ളം കൊണ്ടുവന്ന് നീ എന്നെ സന്തുഷ്ടനാക്കണം. അങ്ങനെ അവസരം വരുമ്പോൾ എനിക്കത് കുടിക്കാമല്ലൊ. നിന്നോടുള്ള എന്റെ സ്നേഹവാത്സല്യങ്ങൾ കണക്കിലെടുത്ത് നീ എന്റെ അഭ്യർത്ഥന നിരസിക്കില്ലെന്നെനിക്കുറപ്പുണ്ട്."

ഈ ആവശ്യം കേട്ട് അഹമ്മദ് രാജകുമാരൻ വിസ്മയസ്തബ്ധനായി. ഇത്രവേഗം അച്ഛൻ രണ്ടാമതൊരാവശ്യം ഉന്നയിക്കുമെന്നവൻ കരുതിയില്ല. അതുകൊണ്ട് നിശ്ശബ്ദനായി അവൻ ചിന്തിച്ചു.

"ഏതെങ്കിലും രീതിയിൽ പെരിബാനു രാജകുമാരിയിൽനിന്നും ആ പവലിയൻ ഞാൻ സംഘടിപ്പിച്ചു എന്നേയുള്ളൂ. എന്നാൽ ഇനി അവൾ എങ്ങനെ പ്രതികരിക്കുമെന്ന് അള്ളായ്ക്കു മാത്രമേ അറിയൂ. ഈ പുതിയ ആവശ്യം അവളെ പ്രകോപിപ്പിക്കുമോ ഇല്ലയോ എന്നെനിക്കറിയില്ല. എന്തായാലും എന്റെ അഭ്യർത്ഥനകൾ ഒന്നും അവൾ നിരാകരിക്കില്ലെന്ന് എനിക്കറിയാം."

അങ്ങനെ വളരെ മടിച്ചുകൊണ്ട് അഹമ്മദ് രാജകുമാരൻ മറുപടി നല്കി.

"അല്ലയോ പ്രഭോ രാജാവേ, എനിക്ക് ഇക്കാര്യത്തിൽ യാതൊന്നും ചെയ്യാനുള്ള കഴിവില്ല. എന്റെ ഭാര്യയെ ആശ്രയിച്ചാണത് ഇരിക്കുന്നത്. എന്നാലും ആ വെള്ളം കൊണ്ടുവന്നുതരുവാൻ ഞാനവളോട് അപേക്ഷിക്കാം. അവൾ കൃപ കാണിച്ച് അതിന് സമ്മതിച്ചാൽ ഞാനത് നേരെ അങ്ങയുടെ അടുത്തെത്തിക്കാം. തീർച്ചയായും അതെത്തിക്കുമെന്നൊന്നും എനിക്ക് വാക്കുതരാനാവില്ല. ഞാൻ സസന്തോഷം കഠിനമായി അതിനുവേണ്ടി പ്രയത്നിക്കും. അങ്ങയുടെ ഗുണത്തിനുവേണ്ടി പരമാവധി ശ്രമിക്കും. എന്നാൽ ഈ വെള്ളം അവളോട് കൊണ്ടുവരാൻ ആവശ്യപ്പെടുന്നത് പവലിയൻ കൊണ്ടുവരാൻ ആവശ്യപ്പെടുന്നതിനേക്കാൾ ദുഷ്കരമാണ്."

പിറ്റേന്ന് രാജകുമാരൻ വിടവാങ്ങി പെരിബാനുവിന്റെ അടുത്തേക്ക് മടങ്ങി. സ്നേഹപൂർവ്വം ആലിംഗനം ചെയ്ത് കുശലപ്രശ്നങ്ങൾക്കുശേഷം അവൻ പറഞ്ഞു. "എന്റെ പ്രിയതമേ, എന്റെ കണ്ണേ, സുൽത്താൻ നിനക്ക് നന്ദിയും കൃതജ്ഞതയും തന്നയച്ചിരിക്കുന്നു. തന്റെ ആഗ്രഹങ്ങൾ സാധിപ്പിച്ചുകൊടുത്തതിൽ അദ്ദേഹം അതീവസന്തുഷ്ടനാണ്. അതായത് പവലിയൻ കൊടുത്തയച്ചതിന്. ഒരിക്കൽകൂടി അദ്ദേഹം ഒരാവശ്യം ഉന്നയിച്ചിരിക്കുന്നു. നിന്റെ ഉദാരതയിൽ വിശ്വാസമർപ്പിച്ചുകൊണ്ട് രാജാവ് യാചിക്കുകയാണ്. 'സിംഹങ്ങളുടെ നീർച്ചോല'യിൽനിന്ന് കുറച്ച്

വെള്ളം കൊണ്ടുകൊടുക്കുവാൻ. ഈ ആവശ്യം നിനക്കിഷ്ടമാവില്ലെന്നെനിക്കറിയാം. എങ്കിൽ അത് പാടേ മറന്നേക്കൂ. നിന്റെ ഇഷ്ടം മാത്രമാണെന്റെ ഒരേ ഒരാഗ്രഹം."

പെരിബാനു മറുപടി പറഞ്ഞു. "നിങ്ങളുടെ അച്ഛൻ സുൽത്താൻ ഈ പരീക്ഷണങ്ങൾ എന്റേയും നിങ്ങളുടേയും മേൽ നടത്തുന്നത് ആ മന്ത്രവാദിനിയുടെ നിർദ്ദേശപ്രകാരമാണെന്ന് എനിക്കു തോന്നുന്നു. അല്ലാതെ ഇത്തരം ആവശ്യങ്ങൾ ഉന്നയിക്കാൻ തരമില്ല." - അപ്പോഴേക്കും നേരം പുലരാറായതിനാൽ ഷാഹ്റസാദ് തന്റെ കഥപറച്ചിൽ നിർത്തി.

അറുനൂറ്റി അറുപത്തിമൂന്നാംരാവ്

ഷാഹ്റസാദ് പറഞ്ഞു - അല്ലയോ കീർത്തിമാനായ രാജാവേ, പെരിബാനു അഹമ്മദ് രാജകുമാരനോട് തുടർന്നു, "എന്തായാലും സുൽത്താൻ മനസ്സിൽ കൊണ്ടുനടക്കുന്ന ഈ പാരിതോഷികം കൂടി ഞാൻ അദ്ദേഹത്തിന് നല്കും. അതുകൊണ്ട് നിങ്ങൾക്കോ എനിക്കോ യാതൊരു ദ്രോഹവും സംഭവിക്കില്ല; അത് ഭയങ്കര ആപൽക്കരമായ ജോലിയാണെങ്കിലും. ദുഷ്ടബുദ്ധിയും നികൃഷ്ടതയുമാണിതിനു പിന്നിൽ പ്രവർത്തിക്കുന്നത്. എന്റെ വാക്കുകൾ ശ്രദ്ധിക്കുക. അവ അവഗണിക്കരുത്. അല്ലെങ്കിൽ നിങ്ങളുടെ നാശം സുനിശ്ചിതമാണ്. എന്താണ് ചെയ്യേണ്ടതെന്ന് ഞാൻ പറയാം. നിങ്ങൾ നമ്മുടെ കോട്ടയിലെ ഹാളിൽ മലമുകളിൽ ഉറപ്പിച്ചിരിക്കുന്ന ഒരു ഫൗണ്ടേഷൻ കണ്ടിട്ടില്ലേ. ഭീകരന്മാരായ നാല് സിംഹങ്ങൾ അതിന് കാവൽ നിൽക്കുന്നു. 'സിംഹങ്ങളുടെ നീർച്ചോല'യിലേക്കുള്ള മാർഗ്ഗത്തിന്റെ കാവൽഭടന്മാരാണിവർ. ഒരു ജോടി സിംഹങ്ങൾ കാവൽ നിൽക്കുമ്പോൾ മറ്റേ ജോടി വിശ്രമിക്കുന്നു. അങ്ങനെ ജീവനുള്ള ഒറ്റ വ്യക്തിയും അവരെ കടന്നുപോകാൻ ശക്തരല്ല. എന്നാലും യാതൊരു അപകടവും ആ ഭീകരജന്തുക്കളിൽനിന്ന് നിങ്ങൾക്ക് സംഭവിക്കാതെ നിങ്ങളുടെ ആഗ്രഹം സഫലീകരിക്കാനുള്ള മാർഗ്ഗം ഞാൻ പഠിപ്പിക്കാം."

ഇപ്രകാരം പറഞ്ഞ് അവൾ തന്റെ ആനക്കൊമ്പ് പെട്ടിയിൽനിന്നും ഒരു ഉണ്ടനൂൽ എടുത്ത് സൂചി ഉപയോഗിച്ച് അതുകൊണ്ടൊരു നൂൽപന്ത് ഉണ്ടാക്കി. അതവൾ തന്റെ ഭർത്താവിന്റെ കൈയിൽ കൊടുത്ത് പറഞ്ഞു. "ആദ്യം നിങ്ങൾ വളരെ ശുഷ്കാന്തിയോടെ ഈ പന്ത് കൈയിൽ പിടിക്കണം. അതിന്റെ ഉപയോഗം ഉടനെ നിങ്ങൾക്ക് ഞാൻ വിവരിച്ചുതരാം. രണ്ടാമതായി, ദ്രുതഗതിയിൽ പായുന്ന രണ്ട് കുതിരകളെ നിങ്ങൾ തിരഞ്ഞെടുക്കുക. ഒന്ന് നിങ്ങൾക്കുവേണ്ടിയും മറ്റൊന്ന് നാലായി മുറിച്ച ചെമ്മരിയാടിനെ ചുമന്നുകൊണ്ടുപോകാനും. മൂന്നാമത്, ഞാൻ തരുന്ന ഒരു കുപ്പി നിങ്ങൾ കൈയിൽ വെക്കുക. ഇത് വെള്ളം നിറച്ച് കൊണ്ടുവരാൻ വേണ്ടിയുള്ളതാണ്. ഇൻഷാ അള്ളാ, നിങ്ങൾ അതിൽ നിറച്ചാണ് 'സിംഹങ്ങളുടെ നീർച്ചോല'യിലെ വെള്ളം കൊണ്ടുവരേണ്ടത്. നാളെ നേരം പുലരുന്നതോടെ നിങ്ങൾ തിരഞ്ഞെടുത്ത ഒരു കുതിരപ്പുറത്തേറി മറ്റേതിനെ ഒപ്പം തെളിച്ച് മുന്നോട്ടു പോകുക. കോട്ടയുടെ ഗേറ്റിൽ എത്തുമ്പോൾ അത് തുറക്കപ്പെടും. ഗേറ്റിൽനിന്ന് അല്പം ദൂരെയായി നിലത്തൊരു നൂൽപന്ത് കിടക്കുന്നതു കാണാം. അത് കോട്ടവാതിലിലേക്ക്

സ്വയം ഉരുളാൻ തുടങ്ങും. തുറന്നുകിടക്കുന്ന വാതിലിലൂടെ നിങ്ങൾ അതിനെ പിന്തുടരുക. ഒടുവിൽ അതൊരു സ്ഥലത്തെത്തുമ്പോൾ നിശ്ച ലമാകും. ആ സമയത്ത് നിങ്ങൾക്ക് നാല് സിംഹങ്ങളെ കാണാൻ കഴിയും. രണ്ടെണ്ണം കാവൽ നിൽക്കുന്നതും രണ്ടെണ്ണം ഉറങ്ങുന്നതും. ആ സമയത്ത് നാല് സിംഹങ്ങളും നിങ്ങളുടെ ഓരോ അവയവവും പിച്ചി ച്ചീന്താനെന്നമട്ടിൽ അലറിക്കൊണ്ട് നിങ്ങളുടെ മേൽ ചാടിവീഴാൻ നിൽക്കും. എന്തായാലും അന്ധാളിക്കുകയോ പേടിക്കുകയോ അരുത്. ധീരതയോടെ മുന്നേറിക്കൊണ്ട് ഓരോ സിംഹത്തിനും മുറിച്ചുവച്ച ചെമ്മരിയാട് കഷണങ്ങൾ നിലത്തേക്ക് എറിഞ്ഞുകൊടുക്കുക. ഒരിക്കലും നിങ്ങൾ കുതിരപ്പുറത്തുനിന്ന് താഴെ ഇറങ്ങരുത്. എന്നാൽ കുതിരകളെ പറപ്പിച്ച് നീർച്ചോലയിലെത്തി താഴെ ഇറങ്ങി വെള്ളം കുപ്പിയിൽ നിറച്ച്, സകല ശക്തിയും പ്രയോഗിച്ച് കുതിരയെ അതിശീഘ്രം തിരിച്ച് ഓടിപ്പി ക്കുക. ആ സിംഹങ്ങൾ ആർത്തിയോടെ ഇറച്ചിതിന്നുന്ന സമയമായതി നാൽ നിങ്ങളെ ദ്രോഹിക്കില്ല."

പിറ്റേന്ന് അതിരാവിലെ എഴുന്നേറ്റ് പെരിബാനു നിർദ്ദേശിച്ചതുപോലെ എല്ലാ തയ്യാറെടുപ്പുകളും അഹമ്മദ് രാജകുമാരൻ നടത്തി കോട്ടയിലേക്ക് തിരിച്ചു. ഇരുമ്പുഗേറ്റ് കടന്ന് അങ്കണത്തിലൂടെ നടന്നുചെന്ന് വാതിൽ തുറന്ന് ഹാളിൽ പ്രവേശിച്ചു. സിംഹങ്ങൾക്ക് ഓരോരുത്തർക്കും നാലായി പിളർന്ന ചെമ്മരിയാടുകളെ എറിഞ്ഞുകൊടുത്ത് അതിവേഗം നീർച്ചോ ലയുടെ അടുത്തെത്തി. കുപ്പിയിൽ വെള്ളം നിറച്ച് പരമാവധി വേഗത്തിൽ മടങ്ങിപ്പോന്നു. എന്നാൽ, കുറച്ചുദൂരം സവാരി ചെയ്തശേഷം പിൻ തിരിഞ്ഞുനോക്കിയപ്പോൾ രണ്ട് സിംഹങ്ങൾ തന്നെ അനുഗമിക്കുന്നത വൻ കണ്ടു. ഒട്ടും പരിഭ്രമിക്കാതെ അവൻ വാളൂരിപ്പിടിച്ച് ആത്മരക്ഷ യ്ക്കായി തയ്യാറെടുത്തു. അപ്പോൾ വാളൂരിപ്പിടിച്ച രാജകുമാരനെ കണ്ട ഒരു സിംഹം പാതയുടെ ഒരു വശത്തേക്ക് മാറിനിന്ന് മിഴിച്ചുനോക്കി ക്കൊണ്ട് തലകുലുക്കുകയും വാലാട്ടുകയും ചെയ്തു. അതായത് താൻ ശാന്തനായി നടക്കാമെന്നും പേടിക്കേണ്ടതില്ലെന്നും വാൾ ഉറയിലിടണ മെന്നും അഭ്യർത്ഥിക്കുന്നതുപോലെ. മറ്റേ സിംഹവും അതേരീതിയിൽ രാജകുമാരന് മുന്നിലായി ശാന്തനായി നടന്നു. ഈ വിധത്തിൽ രണ്ട് സിംഹങ്ങളും അവനെ അനുഗമിച്ച് രാജാവിന്റെ കൊട്ടാരഗേറ്റുവരെ എത്തി. രണ്ടാമത്തെ ജോടിയും രാജകുമാരനെ സാവധാനം പിന്തുടർന്ന് കൊട്ടാരഗേറ്റുവരെ വന്നിരുന്നു. രാജകുമാരനെ സുരക്ഷിതനായി കൊട്ടാര ത്തിലെത്തിച്ചശേഷം, നാല് സിംഹങ്ങളും തിരിച്ചുപോയി. ഇത്തരം വിസ്മ യകരമായ കാഴ്ചകണ്ട് നഗരവാസികളെല്ലാം ഭയപ്പെട്ട് ഓടിമറഞ്ഞു. ആ വശീകരിക്കപ്പെട്ട സിംഹങ്ങൾ ഒറ്റ മനുഷ്യനേയും ഉപദ്രവിച്ചില്ലെങ്കിലും. ആ സമയത്ത് തങ്ങളുടെ യജമാനൻ ഒറ്റയ്ക്ക് യാത്രചെയ്യുന്നതുകണ്ട കുതിരപ്പടയാളികൾ രാജകുമാരന്റെ സഹായത്തിനായി പിൻതുടർന്നു.

സുൽത്താൻ ദർബാറിൽ ഇരുന്ന് തന്റെ മന്ത്രിമാരോടൊപ്പം സംസാ രിച്ചുകൊണ്ടിരിക്കവേയാണ് അദ്ദേഹത്തിനു മുന്നിൽ മകൻ പ്രത്യക്ഷ പ്പെട്ടത്. അഹമ്മദ് രാജകുമാരൻ അച്ഛനെ പ്രണമിച്ച് ആശംസിച്ചു. ആചാര പ്രകാരം അദ്ദേഹത്തിന്റെ സമ്പൽസമൃദ്ധിക്കും ആയുരാരോഗ്യത്തിനും വേണ്ടി പ്രാർത്ഥിച്ചു. അദ്ദേഹത്തിനു മുന്നിൽ സിംഹങ്ങളുടെ നീർച്ചോ ലയിലെ വെള്ളം നിറച്ച കുപ്പി സമർപ്പിച്ച് പറഞ്ഞു.

"നോക്കൂ, എന്നോടാവശ്യപ്പെട്ട സമ്മാനം ഞാനിതാ അങ്ങേക്കായി കൊണ്ടുവന്നിരിക്കുന്നു. കിട്ടാൻ പ്രയാസമുള്ള ഏറ്റവും അപൂർവ്വമായ ജലമാണിത്. അങ്ങയുടെ ട്രഷറിയിൽ ഇത്രയും വിശിഷ്ടവും അമൂല്യവുമായൊരു വസ്തു ഉണ്ടാകില്ല. അങ്ങേക്ക് എന്തെങ്കിലും അസുഖം വന്ന് കിടപ്പായാൽ (അള്ളാ സഹായിച്ച് അത്തരം ഒരു ഗതി അങ്ങേക്ക് ഉണ്ടാകാതിരിക്കട്ടെ!) ഈ വെള്ളം ഒരിറക്ക് കഴിച്ചാൽ മതി. പരിപൂർണ ആരോഗ്യവാനാകാൻ. ഏത് മാരകരോഗമായാലും."

അഹമ്മദ് രാജകുമാരൻ സംസാരിച്ചുകഴിഞ്ഞപ്പോൾ സുൽത്താൻ സ്നേഹവാത്സല്യത്തോടെയും ആദരവോടെയുംകൂടെ മകനെ ആലിംഗനം ചെയ്ത് ശിരസ്സിൽ ചുംബിച്ചു. പിന്നെ, തന്റെ വലതുവശത്ത് പിടിച്ചിരുത്തി പറഞ്ഞു.

"എന്റെ മോനേ, നീ സ്വന്തം ജീവൻപോലും പണയപ്പെടുത്തി ഇത്രയും ആപല്ക്കരമായൊരു സ്ഥലത്തുനിന്ന് ഈ ജലം കൊണ്ടുവന്നതിന് എനിക്ക് നിന്നോട് നിസ്സീമമായ കടപ്പാടുണ്ട്."

ഈ ജലം കൊണ്ടുവരാനുള്ള ദുർഘടങ്ങളും ആപത്തുകളും മാരകമായ ആ പ്രദേശത്തിന്റെ സവിശേഷതകളും മുമ്പുതന്നെ മന്ത്രവാദിനി രാജാവിനോട് വിശദീകരിച്ചിരുന്നു. അതുകൊണ്ട് മകന്റെ വീരസാഹസം എത്രത്തോളം മഹത്താണെന്ന് അദ്ദേഹം ശരിക്കും മനസ്സിലാക്കി. അദ്ദേഹം ഇപ്രകാരം പറഞ്ഞു. "എന്നോട് പറയൂ എന്റെ മോനേ, നീ എങ്ങനെയാണ് യാതൊരു പോറലുമേൽക്കാതെ സിംഹങ്ങളിൽനിന്നും രക്ഷപ്പെട്ട് സുരക്ഷിതനുംആരോഗ്യവാനുമായി അവിടെ നിന്നും വെള്ളവുമായി തിരിച്ചെത്തിയത്? - അപ്പോഴേക്കും നേരം പുലർന്നതിനാൽ ഷാഹ്രസാദ് കഥപറച്ചിൽ നിർത്തി.

അറുനൂറ്റി അറുപത്തിനാലാംരാവ്

ഷാഹ്രസാദ് പറഞ്ഞു, അല്ലയോ കീർത്തിമാനായ രാജാവേ, രാജകുമാരൻ മറുപടി നല്കി. "അങ്ങയുടെ കാരുണ്യമെന്നു പറയട്ടെ, എന്റെ പ്രഭുവായ രാജാവേ ഞാനവിടെനിന്ന് രക്ഷപ്പെട്ടത് മുഖ്യമായും എന്റെ ഭാര്യ പെരിബാനുവിന്റെ ആജ്ഞപ്രകാരം പ്രവർത്തിച്ചതുകൊണ്ടാണ്. സിംഹങ്ങളുടെ നിർച്ചോല'യിലെ ജലം കൊണ്ടുവരാനായത് അവളുടെ കല്പനകൾ പാലിച്ചതുകൊണ്ടു മാത്രമാണ്."

പിന്നെ പോകുമ്പോഴും തിരിച്ചുവരുമ്പോഴും അവൻ അനുഭവിച്ച പ്രശ്നങ്ങളും അനുഭവങ്ങളും സ്വന്തം അച്ഛനോട് വിവരിച്ചുകൊടുത്തു. തന്റെ പുത്രന്റെ വീരസാഹസകൃത്യങ്ങളും ധീരതയും കേട്ടറിഞ്ഞ സുൽത്താൻ കൂടുതൽ ഭയാക്രാന്തനായി. ഉൾപ്പകയും ദ്രോഹബുദ്ധിയും അസൂയയും അദ്ദേഹത്തിന്റെ മനസ്സിൽ പതിന്മടങ്ങ് വർധിച്ചു. എന്തായാലും യഥാർത്ഥ വികാരങ്ങൾ മറച്ചുവെച്ചുകൊണ്ട് അദ്ദേഹം അഹമ്മദ് രാജകുമാരനെ സ്വന്തം മുറിയിലേക്ക് പറഞ്ഞയച്ചു. ഉടനെ മന്ത്രവാദിനിയെ രാജാവ് വിളിച്ചുവരുത്തി. അവൾ എത്തിയപ്പോൾ സിംഹങ്ങളുടെ നീർച്ചോലയിൽനിന്ന് രാജകുമാരൻ ജലം കൊണ്ടുവന്ന കാര്യം വിവരിച്ചുകൊടുത്തു. അവൾ അക്കാര്യത്തെക്കുറിച്ച് കുറെയൊക്കെ നഗരവാസികളിൽനിന്നറിഞ്ഞിരുന്നു. സിംഹങ്ങളുടെ വരവിനെക്കുറിച്ചുള്ള വാർത്ത

ഇതിനകം നഗരം മുഴുവൻ വ്യാപിച്ചുകഴിഞ്ഞിരുന്നു. എന്നാൽ, രാജാവിൽനിന്നും പൂർണവിവരങ്ങൾ ലഭിച്ചുകഴിഞ്ഞപ്പോൾ അവൾ വല്ലാതെ വിസ്മയിച്ചുപോയി. തന്റെ പുതിയ പദ്ധതി അദ്ദേഹത്തിന്റെ ചെവിയിൽ മന്ത്രിച്ച് വിജയഭാവത്തോടെ പറഞ്ഞു.

"അല്ലയോ മഹാരാജാവേ, ഇപ്രാവശ്യം അങ്ങ് രാജകുമാരന് കൊടുക്കുന്ന ഈ കല്പന എനിക്കു തോന്നുന്നത്, അവന് ഒരിക്കലും നിർവ്വഹിക്കാനാവാത്തതും മാരകവും ആയിരിക്കുമെന്നാണ്."

"നീ പറയുന്നത് ശരിയാണ്." രാജാവ് മറുപടി നല്കി. "നീ നിർദ്ദേശിച്ച ഈ പദ്ധതി ഞാൻ തീർച്ചയായും ശ്രമിച്ചുനോക്കും."

അപ്രകാരം പിറ്റേന്ന് അഹമ്മദ് രാജകുമാരൻ അച്ഛന്റെ സന്നിധിയിലെത്തിയപ്പോൾ രാജാവ് അവനോട് പറഞ്ഞു. "എന്റെ പ്രിയപ്പെട്ട മോനേ, നിന്റെ ശ്രേഷ്ഠമായ ഗുണങ്ങളും വീരപരാക്രമങ്ങളും സന്തുഷ്ടമായ കുടുംബജീവിതവും കണ്ട് ഞാൻ അങ്ങേയറ്റം സന്തോഷിക്കുന്നു. അതുപോലെ നീ എനിക്കുതന്ന അപൂർവ്വമായ രണ്ട് സമ്മാനങ്ങളിലും ഞാൻ അതീവസന്തുഷ്ടനാണ്. ഇനി അവസാനമായി ഒരു ആഗ്രഹംകൂടി എനിക്കുണ്ട്. നിനക്ക് എന്റെ ഈ അഭിലാഷം പൂർത്തീകരിക്കാൻ കഴിയുമോ? എങ്കിൽ എന്റെ പ്രിയങ്കരനായ മകനിൽ പരമാവധി പ്രീതനായി ശേഷിച്ച ജീവിതകാലം മുഴുവൻ അവനോട് കൃതജ്ഞനായിരിക്കും."

രാജകുമാരൻ മറുപടി നല്കി. "എന്ത് ആഗ്രഹമാണ് അങ്ങേക്കുള്ളത്? എനിക്ക് കഴിയാവുന്നതെന്തും ചെയ്തുതരാൻ ഞാൻ സന്നദ്ധനാണ്."

രാജാവ് അവനോട് മറുപടി പറഞ്ഞു. "എനിക്ക് നീ മൂന്നടിയിൽ കൂടുതൽ പൊക്കമില്ലാത്തൊരു മനുഷ്യനെ കൊണ്ടുവന്നുതരണം. അവന് മുപ്പത് അടി നീളമുള്ള താടിമീശ ഉണ്ടായിരിക്കണം. വലിയ ഉരുക്കുകൊണ്ടുള്ള അഞ്ഞൂറ് റാത്തൽ ഭാരമുള്ള ഗദ തോളിൽവെച്ച് നെറ്റിചുളിക്കാതെ അനായാസം നടക്കാൻ കഴിയണം." ഈ വിധത്തിൽ സുൽത്താൻ നന്മയും തിന്മയും ഒരുപോലെ ഗൗനിക്കാതെ വിധിവൈപരീത്യത്താൽ പാപത്തിലേക്ക് വഴുതിവീഴുകയായിരുന്നു. ഈ ആവശ്യം തീർച്ചയായും അദ്ദേഹത്തെ സ്വന്തം നാശത്തിലേക്കായിരിക്കും നയിക്കുന്നത്. തനിക്ക് എന്താണതുമൂലം സംഭവിക്കാൻ പോകുന്നതെന്ന് അറിയാതെ അച്ഛനോടുള്ള അന്ധമായ സ്നേഹംമൂലം അദ്ദേഹം ആവശ്യപ്പെട്ടതെന്തും നല്കുവാൻ രാജകുമാരൻ തയ്യാറായിരുന്നു. അതുകൊണ്ട് അവൻ മറുപടി നല്കി.

"എന്റെ അച്ഛാ, സുൽത്താനേ, ഈ ലോകത്ത് അങ്ങ് ആഗ്രഹിക്കുന്ന തരത്തിലുള്ളൊരു മനുഷ്യനെ കണ്ടെത്താനാകുമെന്ന് ഞാൻ കരുതുന്നില്ല. എങ്കിലും അങ്ങയുടെ ആഗ്രഹസഫലീകരണത്തിനായി ഞാൻ പരമാവധി ശ്രമിക്കാം."

ഉടനെ രാജകുമാരൻ സ്വന്തം കൊട്ടാരത്തിലേക്ക് തിരിച്ചുപോന്നു. പെരിബാനു ആഹ്ലാദപൂർവ്വം സ്നേഹത്തോടെ അവനെ സ്വാഗതം ചെയ്തു. എന്നാൽ അവന്റെ മുഖം മ്ലാനമായിരുന്നു. അച്ഛന്റെ അവസാന നിർദ്ദേശം ഓർത്ത് അവന് ഹൃദയഭാരം താങ്ങാനായിരുന്നില്ല. അവന്റെ മനോവേദന ഊഹിച്ചുകൊണ്ട് രാജകുമാരി ചോദിച്ചു.

"എന്റെ പ്രാണനാഥാ, പ്രഭോ, ഇന്ന് എന്ത് വാർത്തയാണ് നിങ്ങൾ എനിക്കായി കൊണ്ടുവന്നിരിക്കുന്നത്?"

അവൻ മറുപടി നല്കി. 'സുൽത്താൻ ഓരോ സന്ദർശനത്തിലും എന്നോട് നൂതനമായ എന്തെങ്കിലും കാര്യം ആവശ്യപ്പെടുന്നു, വല്ലാത്ത ഭാരമാണെന്റെ ഹൃദയത്തിലത് ഉളവാക്കുന്നത്. ഇന്ന് എന്നെ നാണംകെടുത്താമെന്ന ആശയിൽ മാത്രം ഈ ലോകത്ത് കണ്ടെത്താനാവാത്തൊരു വസ്തുവാണ് എന്നോടാവശ്യപ്പെട്ടിരിക്കുന്നത്." പിന്നീട് രാജാവ് പറഞ്ഞ കാര്യങ്ങളെല്ലാം അഹമ്മദ് രാജകുമാരൻ അവൾക്ക് വിവരിച്ചുകൊടുത്തു. - അപ്പോഴേക്കും നേരം പുലർന്നതിനാൽ ഷാഹ്രസാദ് തന്റെ കഥപറച്ചിൽ നിർത്തി.

അറുനൂറ്റി അറുപത്തിയഞ്ചാംരാവ്

ഷാഹ്രസാദ് പറഞ്ഞു - അല്ലയോ കീർത്തിമാനായ രാജാവേ, രാജകുമാരന്റെ വാക്കുകൾ കേട്ട് പെരിബാനു മറുപടി നല്കി. "ഇക്കാര്യമോർത്ത് നിങ്ങൾ മനസ്സ് വിഷമിപ്പിക്കേണ്ട. വലിയ ആപൽക്കരമായ പരിതഃസ്ഥിതി തരണം ചെയ്തുകൊണ്ടാണ് നിങ്ങൾ അച്ഛനുവേണ്ടി 'സിംഹങ്ങളുടെ നീർച്ചോല'യിൽനിന്ന് ജലം സംഭരിച്ച് കൊണ്ടുകൊടുത്തത്. അങ്ങയുടെ ആഗ്രഹം അന്ന് സഫലമായല്ലോ. ഈ പണി അതിനേക്കാളേറെ ബുദ്ധിമുട്ടുള്ളതോ ആപൽക്കരമോ അല്ല. എന്തെന്നാൽ നിങ്ങൾ വർണിച്ച ഈ വ്യക്തി എന്റെ സ്വന്തം സഹോദരൻ 'ഷബ്ബാർ' അല്ലാതെ മറ്റാരുമല്ല. ഞങ്ങൾ ഇരുവരും ഒരേ അച്ഛനമ്മമാരുടെ മക്കളാണെങ്കിലും സർവ്വശക്തനായ അള്ളാ ഞങ്ങളെ വ്യത്യസ്തരൂപങ്ങളിലാണ് സൃഷ്ടിച്ചത്. അതിനുംപുറമെ, അവൻ വീരശൂരപരാക്രമിയാണ്. എന്റെ താത്പര്യങ്ങൾ നിറവേറ്റിത്തരാനുള്ള അവസരങ്ങൾ കാത്തിരിക്കുകയാണവൻ. അവൻ ഏറ്റെടുക്കുന്ന ജോലികൾ സംതൃപ്തിയോടെ പൂർത്തീകരിക്കപ്പെടും. നിങ്ങളുടെ അച്ഛൻ, സുൽത്താൻ, വർണ്ണിച്ചതുപോലെത്തന്നെയാണവന്റെ രൂപം. ആയുധം അദ്ദേഹം പറഞ്ഞ ഭാരിച്ച ആ ഉരുക്ക്ഗദ തന്നെ. ഞാൻ ഇപ്പോൾത്തന്നെ അവനെ വിളിച്ചുവരുത്താം. അവനെ കണ്ട് നിങ്ങൾ ഭയപ്പെടരുത്."

അഹമ്മദ് രാജകുമാരൻ പറഞ്ഞു. "അവൻ നിന്റെ സ്വന്തം സഹോദരനാണെങ്കിൽ അവന്റെ രൂപത്തിന് എന്ത് പ്രസക്തി? വിലപിടിച്ചൊരു സുഹൃത്തിനേയോ പ്രിയപ്പെട്ടൊരു ബന്ധുവിനേയോ കാണുന്നതുപോലെയുള്ള സന്തോഷമാണെനിക്കവനെ കാണുമ്പോൾ ഉണ്ടാകുക. അതുകൊണ്ട് ഞാനവനെ കാണുമ്പോൾ എന്തിന് ഭയപ്പെടണം?"

ഉടനെ പെരിബാനു തന്റെ ഒരു പരിചാരികയെ പറഞ്ഞയച്ച് തന്റെ രഹസ്യകലവറയിൽനിന്നും സുന്ദരമായൊരു സ്വർണക്കോപ്പു വരുത്തിച്ചു. പിന്നെ, ചെറിയൊരു അഗ്നികുണ്ഠം തയ്യാറാക്കാൻ ഉത്തരവിട്ടു. അതിനുശേഷം മുത്തുകളും രത്നങ്ങളും പതിച്ചൊരു ചെപ്പ് വരുത്തി (അവളുടെ ബന്ധുക്കളുടെ സമ്മാനം) അതിൽനിന്ന് കുറച്ച് കുന്തിരിക്കം എടുത്ത് അഗ്നികുണ്ഡത്തിലേക്കിട്ടു. ഭയങ്കരമായ പുകപടലം ചുരുളുകളായി കൊട്ടാരത്തിന് മുന്നിൽ ഉയർന്നുവന്നു. ഏതാനും നിമിഷങ്ങൾക്കുശേഷം പെരിബാനു തന്റെ ജോലി നിർത്തി വിളിച്ചുപറഞ്ഞു, "നോക്കൂ, എന്റെ സഹോദരൻ ഷബ്ബാർ വരുന്നു! നിങ്ങൾക്കവന്റെ രൂപം കാണാൻ കഴിയുന്നുണ്ടോ?"

രാജകുമാരൻ ദൃഷ്ടി ഉയർത്തിനോക്കിയപ്പോൾ, മൂന്നടിയിലധികം പൊക്കമില്ലാത്തൊരു കുള്ളനെ കണ്ടു. നെഞ്ചിൽ വലിയൊരു മുഴ, കൂനുള്ള മുതുക്. എന്നാൽ, മുഖഭാവത്തിനും നടത്തത്തിനും ഒരു രാജകീയതയുണ്ട്. വലതു തോളിൽ കരുത്തുറ്റ ഒരു ഉരുക്കുഗദ, മുപ്പതടി നീളമുള്ള ഇടതൂർന്ന താടിമീശ. എന്നാൽ മീശ നിലത്തുകിടന്ന് ഇഴയാത്ത രീതിയിൽ ഭംഗിയായി ഒതുക്കി നിർത്തിയിരിക്കുന്നു. നീണ്ട് ചുരുണ്ടുകിടക്കുന്ന മേൽമീശകൾ ഇരുചെവികളിൽ ചുരുട്ടിവെച്ചിരിക്കുന്നു. നീണ്ട രോമങ്ങൾകൊണ്ട് മൂടിയിരിക്കുകയാണ് അവന്റെ മുഖം മുഴുവൻ. പന്നിയുടെ കണ്ണുകൾ പോലെയാണവന്റെ കണ്ണുകൾ. കിരീടം ധരിച്ച അവന്റെ ശിരസ്സ്, ശരീരഘടനയുമായി തുലനം ചെയ്യുമ്പോൾ ഭയങ്കര വലുതാണ്.

അഹമ്മദ് രാജകുമാരൻ ശാന്തനായി ഭാര്യയുടെ അടുത്ത് ഇരുന്നു. ആ രൂപം അടുത്തേക്കു വരുന്നതുകണ്ട് ഭയപ്പാടൊന്നും അവന് തോന്നിയില്ല. ഷബ്ബാർ അടുത്തെത്തി അവനെ നോക്കിക്കൊണ്ട് പെരിബാനുവിനോട് ചോദിച്ചു, "നിന്റെ അടുത്തിരിക്കുന്ന ഈ മനുഷ്യൻ ആരാണ്?" അവൾ മറുപടി നല്കി. "എന്റെ സഹോദരാ, എന്റെ പ്രിയപ്പെട്ട ഭർത്താവാണിത്. ഹിന്ദുസ്ഥാൻ സുൽത്താന്റെ പുത്രൻ അഹമ്മദ് രാജകുമാരൻ. ഞാൻ നിനക്ക് ഞങ്ങളുടെ വിവാഹത്തിനുള്ള ക്ഷണം അയച്ചിരുന്നില്ല. കാരണം, നീ ഏതോ വലിയ യുദ്ധത്തിന് പോയിരിക്കയായിരുന്നു. എന്തായാലും ഇപ്പോൾ നീ സർവശക്തനായ അള്ളായുടെ കൃപയാൽ ശത്രുക്കളെ നിഗ്രഹിച്ച് വിജയശ്രീലാളിതനായി തിരിച്ചെത്തിയല്ലൊ. അതുകൊണ്ടാണ് ഞാൻ നിന്നെ എന്നെ സംബന്ധിക്കുന്ന ഒരു കാര്യത്തിനായി വിളിച്ചുവരുത്തിയത്."

ഇതുകേട്ട് ഷബ്ബാർ ആദരവോടെ അഹമ്മദ് രാജകുമാരനെ നോക്കി പറഞ്ഞു, "എന്റെ പ്രിയപ്പെട്ട സഹോദരീ, ഞാൻ എന്തെങ്കിലും ഇവന് നല്കേണ്ടതുണ്ടോ?" അവൾ മറുപടി നല്കി, "ഇദ്ദേഹത്തിന്റെ അച്ഛൻ സുൽത്താന് നിന്നെ കാണാൻ വല്ലാത്ത മോഹം. ഉടനെ നീ അവിടെ ചെല്ലണമെന്ന് ഞാൻ നിന്നോട് അഭ്യർത്ഥിക്കുന്നു. വഴികാട്ടിയായി രാജകുമാരനേയും ഒപ്പം കൂട്ടിക്കൊള്ളൂ."

അവൻ സമ്മതിച്ചു. "ഈ നിമിഷം പുറപ്പെടാൻ ഞാൻ തയ്യാറാണ്."

എന്നാൽ അവൾ തടഞ്ഞു, "വരട്ടെ, എന്റെ സഹോദരാ, നീ യാത്ര ചെയ്ത് ക്ഷീണിച്ചിരിക്കയാണ്. നാളെ രാവിലേക്ക് ആ യാത്ര നീട്ടിവെക്കുക. ഇന്നു വൈകുന്നേരം അഹമ്മദ് രാജകുമാരനെ പറ്റിയുള്ള കാര്യങ്ങളെല്ലാം ഞാൻ വിവരിച്ചുതരാം.

സമയമായപ്പോൾ രാജാവിനെകുറിച്ചും ഉപദേഷ്ടാക്കളെക്കുറിച്ചും പെരിബാനു തന്റെ സഹോദരൻ ഷബ്ബാറിന് വിവരിച്ചുകൊടുത്തു. പ്രത്യേകിച്ചും മന്ത്രവാദിനി കിഴവിയുടെ ദുഷ്പ്രവൃത്തികളെപ്പറ്റി! അവൾ മെനഞ്ഞെടുത്ത പദ്ധതികൾ ഓരോന്നും രാജകുമാരി വിശദീകരിച്ചുകൊടുത്തു. രാജകുമാരന്റെ ജീവൻ അപകടപ്പെടുത്തി രാജകൊട്ടാരത്തിലേക്കുള്ള അവന്റെ പോക്ക് തടയലായിരുന്നു ആ കിഴവിയുടെ ലക്ഷ്യം. അവൾ സുൽത്താനുമേൽ അത്രയ്ക്ക് നിയന്ത്രണം നേടിക്കഴിഞ്ഞു. സ്വന്തം മനസ്സ് അദ്ദേഹം അവൾക്ക് വിട്ടുകൊടുത്തു. അവൾ കല്പിക്കുന്നതെല്ലാം അദ്ദേഹം അനുസരിക്കുന്നു. പിറ്റേന്ന് പുലർച്ചയ്ക്ക് ജിന്നി ഷബ്ബാറും അഹമ്മദ് രാജകുമാരനും ഒന്നിച്ച് സുൽത്താനെ സന്ദർശിക്കാനായി പുറപ്പെട്ടു.

അവർ നഗരകവാടത്തിലെത്തിയപ്പോൾ പ്രഭുക്കന്മാരും സാധാരണക്കാരുമെല്ലാം ആ കുള്ളന്റെ വൃത്തികെട്ട രൂപം കണ്ട് മാനസിക സംഭ്രാന്തിയോടെ ഞെട്ടിത്തെറിച്ചുപോയി. അവർ നാനാഭാഗങ്ങളിലേക്കും പരക്കം പാഞ്ഞു. ഓട്ടത്തിനിടയിൽ അവരുടെ ചെരുപ്പുകളും ഷൂസുകളും തെറിച്ചുപോയി. അടുത്തുകണ്ട കടകളിലും വീടുകളിലും ഭയചകിതരായ അവർ ഓടിക്കയറി. ഗേറ്റുകളും വാതിലുകളും അടച്ചുപൂട്ടി ഉള്ളിൽ ഒളിച്ചിരുന്നു. പരിഭ്രാന്തി പിടിച്ചുള്ള ഓട്ടത്തിനിടയിൽ ചെരിപ്പുകളും ഷൂസുകളും മാത്രമല്ല, തലപ്പാവുകളും നിലത്ത് തെറിച്ച് വീണിരുന്നു.

അഹമ്മദ് രാജകുമാരനും തെരുവുകളിലൂടെ നീങ്ങി കൊട്ടാരപരിസരത്തെത്തി. എല്ലാ തെരുവുകളും മാർക്കറ്റുകളും മരുഭൂമിപോലെ വിജനമായിരുന്നു അപ്പോൾ. നഗരകവാടത്തിലെ കാവൽക്കാർ ഷബ്ബാറിനെ കണ്ട് ഓടി രക്ഷപ്പെട്ടതിനാൽ നഗരത്തിൽ അവരെ തടയാൻ ആരുമില്ലായിരുന്നു.

അവർ നേരെ ഡർബാർ ഹാളിലേക്ക് ചെന്നു. സുൽത്താൻ സഭകൂടിയിരിക്കയായിരുന്നു അപ്പോൾ. പ്രഭുക്കന്മാരും നാടുവാഴികളും മന്ത്രിമാരും മറ്റ് ഉദ്യോഗസ്ഥന്മാരും അവരുടെ പദവിക്കനുസൃതമായി നില്ക്കുന്നതവർ കണ്ടു. അവർ ഷബ്ബാറിനെകണ്ട ഉടനെ ഉഗ്രഭീതിയോടെ ഓടിയൊളിച്ചു. രക്ഷാഭടന്മാരുടെ സ്ഥിതിയും അതുതന്നെ. രാജാവ് സിംഹാസനത്തിൽ നിശ്ചലനായി തരിച്ചിരുന്നു. ഷബ്ബാർ രാജകീയഭാവത്തിൽ സുൽത്താന്റെ അടുത്തുചെന്ന് അട്ടഹസിച്ചു. "അല്ലയോ രാജാവേ, അങ്ങ് എന്നെ കാണാനുള്ള ആഗ്രഹം പ്രകടിപ്പിച്ചിരുന്നല്ലോ. നോക്കൂ, ഞാനിതാ എത്തിയിരിക്കുന്നു. പറയൂ, ഞാൻ എന്താണ് അങ്ങേക്കുവേണ്ടി ചെയ്യേണ്ടത്?" - അപ്പോഴേക്കും നേരം പുലർന്നതിനാൽ ഷാഹ്രസാദ് കഥപറച്ചിൽ നിർത്തി.

അറുനൂറ്റി അറുപത്തിയാറാംരാവ്

ഷാഹ്രസാദ് പറഞ്ഞു - അല്ലയോ കീർത്തിമാനായ രാജാവേ, സുൽത്താൻ ഷബ്ബാറിനോട് മറുപടി ഒന്നും പറഞ്ഞില്ല. ആ വികൃതവും ഭീകരവുമായ മുഖം കാണാതിരിക്കാൻ കണ്ണുകൾ പൊത്തി ഇരുന്നു. പിന്നാക്കം തലതിരിച്ച് പേടിച്ചോടുവാൻ തുനിഞ്ഞു. സുൽത്താന്റെ മര്യാദയില്ലാത്ത ഈ പെരുമാറ്റത്തിൽ ഷബ്ബാർ ക്രുദ്ധനായി. ഈ ഭീരുവിന്റെ ഉത്തരവനുസരിച്ചല്ലേ താൻ ഇത്ര ബുദ്ധിമുട്ടി ഇവിടെ വന്നതെന്നോർത്ത് ഷബ്ബാറിന് ക്രോധം അടക്കാനായില്ല. പ്രത്യേകിച്ചും തന്നെക്കണ്ട് അദ്ദേഹം ഓടിരക്ഷപ്പെടാൻ ശ്രമിക്കുകയാണല്ലോ എന്നോർത്തപ്പോൾ! ആ ജിന്നി, ഒരു നിമിഷംപോലും കാത്തുനില്ക്കാതെ തന്റെ ഉരുക്കുഗദ രണ്ട് പ്രാവശ്യം വീശി അഹമ്മദ് രാജകുമാരൻ സിംഹാസനത്തിനടുത്ത് എത്തുന്നതിനുമുമ്പ് ശക്തിയായി രാജാവിന്റെ തലയ്ക്കടിച്ചു. തലയോട് തകർന്ന് തലച്ചോറ് തലയിൽ ചിന്നിച്ചിതറി!

അങ്ങനെ ശത്രുവിനെ വകവരുത്തിയശേഷം, സുൽത്താന്റെ വലതുവശത്തുനിന്നിരുന്ന വസീറിനുനേരെ ഭയങ്കര കോപത്തോടെ അവൻ ചെന്നു. ആത്മനിയന്ത്രണമില്ലാത്ത ആ നിലയിൽ അയാളേയും അവൻ കൊന്നുകളയേണ്ടതാണ്. എന്നാൽ അഹമ്മദ് രാജകുമാരൻ അദ്ദേഹത്തിന്റെ ജീവൻ രക്ഷിക്കാനായി കേണപേക്ഷിച്ചു. "അദ്ദേഹത്തെ

കൊല്ലല്ലെ. അദ്ദേഹം എന്റെ സുഹൃത്താണ്. ഒരിക്കലും ഒരു ചീത്തവാക്കു പോലും ഇന്നേവരെ എന്നോട് പറഞ്ഞിട്ടില്ല. അതുപോലെയല്ല അദ്ദേഹത്തിന്റെ സഹപ്രവർത്തകരുടെ കാര്യം."

ഈ വാക്കുകൾ കേട്ട് കുപിതനായ ഷബ്ബാർ, മറ്റ് മന്ത്രിമാരുടേയും ദുരുപദേഷ്ടാക്കളുടേയും നേരെ ചാടിവീണു. അഹമ്മദ് രാജകുമാരനെതിരെ കുതന്ത്രങ്ങൾ മെനഞ്ഞെടുത്ത് ഗൂഢാലോചനകൾ നടത്തി മാരകമായ പദ്ധതികൾ തയ്യാറാക്കിയവരെയെല്ലാം ഗദകൊണ്ടടിച്ച് കൊന്നൊടുക്കി. അവിടന്നും ഓടി രക്ഷപ്പെട്ട് ഒളിച്ചിരുന്നവരുടെ ജീവൻ മാത്രം രക്ഷപ്പെട്ടു. പിന്നെ ദർബാർഹാളിൽ നിന്നും മുറ്റത്തേക്കിറങ്ങിയ ആ കുള്ളൻ താൻ രാജകുമാരന്റെ ആഗ്രഹപ്രകാരം ജീവൻ രക്ഷിച്ച വസീറിനോട് പറഞ്ഞു, "കേൾക്കൂ, എന്റെ സഹോദരീഭർത്താവിനോട് വിരോധമുള്ള ഒരു മന്ത്രവാദിനിത്തള്ളയുണ്ടല്ലോ. അവളെ ഉടനെ എന്റെ മുന്നിൽ ഹാജരാക്കുക. അതുപോലെ അവന്റെ അച്ഛന്റെ മനസ്സിൽ അവനെതിരായി വെറുപ്പും വിദ്വേഷവും അസൂയയും കുത്തിവെച്ച എല്ലാവരേയും. അവരോട് മുഴുവൻ തങ്ങളുടെ ദുഷ്പ്രവൃത്തികൾക്ക് എനിക്ക് പ്രതികാരം ചെയ്യണം."

മുഖ്യവസീർ അവരെ എല്ലാവരേയും ഹാജരാക്കി - ആദ്യം മന്ത്രവാദിനി. പിന്നെ ദുഷ്ടനായ മന്ത്രിയും അവന്റെ സ്തുതിപാഠകരും. ഷബ്ബാർ ഓരോരുത്തരേയും തന്റെ ഉരുക്കുഗദകൊണ്ട് തലയ്ക്കടിച്ച് നിഷ്കരുണം കൊന്നുകളഞ്ഞു. മന്ത്രവാദിനിയെ കൊല്ലുമ്പോൾ അവൻ അലറി വിളിച്ചു. "ഇതാണ് രാജാവിനോടുള്ള നിന്റെ പദ്ധതികളുടെ അന്ത്യം. ഇതാണ് നിന്റെ ചതിയുടേയും വിശ്വാസവഞ്ചനയുടേയും ഫലം. അതുകൊണ്ട് രോഗിയായി നടിക്കാതിരിക്കാൻ പഠിക്കുക."

അന്ധമായ രോഷാഗ്നിയിൽ അവൻ നഗരവാസികളെ മുഴുവൻ കൊന്നൊടുക്കിയേനെ. എന്നാൽ, രാജകുമാരൻ അവനെ മൃദുവായ വാക്കുകളും മുഖസ്തുതികളും മൂലം ശാന്തനാക്കി. അതിനുശേഷം ഷബ്ബാർ അഹമ്മദ് രാജകുമാരനെ സിംഹാസനത്തിലേറ്റി ഹിന്ദുസ്ഥാന്റെ സുൽത്താനായി വാഴിച്ചു. വലുപ്പച്ചെറുപ്പമില്ലാതെ എല്ലാ പ്രജകളും ഈ വാർത്തകേട്ട് അളവില്ലാതെ ആഹ്ലാദിച്ചു. കാരണം, അഹമ്മദ് രാജകുമാരൻ എല്ലാവർക്കും ഒരുപോലെ പ്രിയങ്കരനായിരുന്നു. അവരെല്ലാവരും കൂട്ടമായി വന്ന് പുതിയ സുൽത്താന് പാരിതോഷികങ്ങളും കാഴ്ചകളും സമർപ്പിച്ച് അദ്ദേഹത്തിന് തങ്ങളുടെ കൂറ് പ്രഖ്യാപിച്ചു. എല്ലാവരും ഏകകണ്ഠമായി മുദ്രാവാക്യം വിളിച്ചു. "അഹമ്മദ് രാജാവ് നീണാൾ വാഴട്ടെ!"

എല്ലാം കഴിഞ്ഞശേഷം ഷബ്ബാർ തന്റെ സഹോദരിയെ വിളിച്ചു വരുത്തി അവളെ രാജ്ഞിയായി വാഴിച്ചു. ഹർബാനു എന്ന പുതിയ നാമധേയം അവൾ സ്വീകരിച്ചു. സമയമായപ്പോൾ സഹോദരിയേയും അഹമ്മദ് രാജാവിനേയും വിട്ട് ജിന്നി സ്വന്തം വീട്ടിലേക്ക് മടങ്ങി. - അപ്പോഴേക്കും നേരം പുലർന്നതിനാൽ ഷാഹ്രസാദ് കഥപറച്ചിൽ നിർത്തി.

അറുനൂറ്റി അറുപത്തിയേഴാംരാവ്

ഷാഹ്രസാദ് പറഞ്ഞു - അല്ലയോ കീർത്തിമാനായ രാജാവേ, ഈ സംഭവങ്ങൾക്കുശേഷം അഹമ്മദ് രാജാവ് തന്റെ സഹോദരനായ അലി രാജകുമാരനേയും നൂർഅൽനിഹാറിനേയും വിളിച്ചുവരുത്തി. തലസ്ഥാന

നഗരിക്കടുത്തുള്ള വലിയൊരു നഗരത്തിന്റെ ഗവർണനായി അലിരാജ കുമാരനെ നിയമിച്ച് വൻ ആഘോഷങ്ങളോടെ അന്തസ്സായ രീതിയിൽ അങ്ങോട്ടയച്ചു. ഒരു ഉന്നത ഉദ്യോഗസ്ഥനെ ഹുസൈൻ രാജകുമാരന്റെ അടുത്തേക്കയച്ച് നടന്ന സംഭവങ്ങളെല്ലാം വിവരിച്ചുകൊടുത്തു. രാജാവ് ഇപ്രകാരം ഒരു സന്ദേശം മൂത്ത സഹോദരന് അയക്കുകയും ചെയ്തു. "നിങ്ങൾ ആഗ്രഹിക്കുന്ന ഏത് രാജ്യത്തിന്റേയോ നഗരത്തിന്റേയോ ഭരണാധിപനായി ഞാൻ നിങ്ങളെ നിയമിക്കാം. അങ്ങ് സമ്മതിച്ചാൽ ഞാൻ ഉടനെ നിയമനഉത്തരവ് കൊടുത്തുവിടാം."

എന്നാൽ, സന്ന്യാസ ജീവിതത്തിൽ സംതൃപ്തിയും സന്തോഷവും കണ്ടെത്തിയ ആ രാജകുമാരൻ ഭരണത്തിലോ ലൗകിക ജീവിതത്തിലോ ഒട്ടും തല്പരനല്ലായിരുന്നു. അതുകൊണ്ട് അകൈതവമായ കൃതജ്ഞ തയോടെ അദ്ദേഹം ആ ഉന്നത ഓഫീസറെ തിരിച്ചയച്ചു. ലൗകികമായ എല്ലാ കാര്യങ്ങളും ത്യജിച്ച് ഏകാന്തജീവിതം നയിക്കാൻ തന്നെ അനുവ ദിക്കണമെന്ന ഒരു അഭ്യർത്ഥന മാത്രം ആ രാജകുമാരന്റെ രാജാവി നയച്ചുകൊടുത്തു. ഷാഹ്റസാദ് ഈ കഥ പറഞ്ഞുതീർന്നിട്ടും നേരം പുലർന്നിട്ടില്ലാതിരുന്നതിനാൽ ഷഹ്റ്യാർ രാജാവ് അഭിപ്രായപ്പെട്ടു. "നിന്റെ ഈ കഥ ഏറ്റവും ആശ്ചര്യകരവും പ്രശംസനീയവുമാണ്. നേരം ഇനിയും പുലർന്നിട്ടില്ലാത്തതിനാൽ ഒരു കഥ കൂടി പറയുവാൻ ഞാൻ നിന്നോട് അപേക്ഷിക്കുന്നു."

അവൾ മറുപടി നല്കി, "അങ്ങയുടെ ഇഷ്ടംപോലെയാകട്ടെ രാജാവേ. അങ്ങയുടെ കല്പന അനുസരിക്കേണ്ട അടിമയാണ് ഞാൻ." - ഉടനെ അവൾ അടുത്ത കഥപറയാൻ തുടങ്ങി.

അനിയത്തിയോട് അസൂയപ്പെട്ട രണ്ട് സഹോദരിമാർ

വളരെക്കാലം മുമ്പ് ഖുസ്രോവ് ഷാ എന്നൊരു രാജാവ് പേർഷ്യാ ഭരിച്ചിരുന്നു. നീതിന്യായത്തിന് പ്രശസ്തി കേട്ടവനായിരുന്നു അദ്ദേഹം. വൃദ്ധനായ പിതാവ് മൃതിയടഞ്ഞപ്പോൾ അദ്ദേഹത്തിന്റെ രാജ്യാവകാശം മുഴുവൻ മകനിൽ വന്നുചേർന്നു. നീതിമാനായ ഖുസ്രോവ് ഷായുടെ ഭരണത്തിൽ കടുവാകളും കുട്ടികളും ഒരേ അരുവിയിൽനിന്ന് അടുത്ത ടുത്തുനിന്ന് വെള്ളം കുടിച്ചിരുന്നവത്രെ! അദ്ദേഹത്തിന്റെ ഖജനാവ് എപ്പോഴും നിറഞ്ഞിരിക്കും. അത്രയ്ക്ക് സമ്പന്നൻ. അദ്ദേഹത്തിന്റെ സൈന്യവും രക്ഷാഭടന്മാരും കണക്കില്ലാത്തത്ര വലുതാണ്. അദ്ദേഹം തന്റെ വിശ്വസ്തനായ വസീറുമൊത്ത് ജനാഭിപ്രായമറിയാനായി പ്രച്ഛന്ന വേഷത്തിൽ രാത്രി ചുറ്റിക്കറങ്ങുമായിരുന്നു. അങ്ങനെ ഒരു ദിവസം വൈകുന്നേരം അവർ ഇരുവരും വ്യാപാരികളുടെ വേഷത്തിൽ തെരുവു കളിലും ബസാറിലും മറ്റും ചുറ്റിക്കറങ്ങുകയായിരുന്നു. എന്താണവിടെ നടക്കുന്ന നല്ലതും ചീത്തയുമായ കാര്യങ്ങൾ എന്നറിയണം! ഇരുട്ട് വ്യാപിച്ച നേരത്ത് ദരിദ്രർ താമസിക്കുന്ന പ്രദേശത്തിലൂടെ ആയിരുന്നു അവർ നടന്നിരുന്നത്. അപ്പോൾ ഒരു വീട്ടിനുള്ളിൽ നിന്ന് സ്ത്രീകൾ ഉറക്കെ സംസാരിക്കുന്ന ശബ്ദം ഷാ കേട്ടു. അദ്ദേഹം ആ വീടിന്റെ

വാതിലിന്റെ ദ്വാരത്തിലൂടെ ഉള്ളിലേക്ക് ഒളിച്ചുനോക്കി. മൂന്ന് സുന്ദരികളായ സഹോദരിമാർ ദിവാനിൽ ഇരുന്ന് ഭക്ഷണം കഴിച്ചുകൊണ്ട് സംസാരിക്കുകയാണ്. ആ വാതിലിന്റെ വിടവിൽ ചെവി അമർത്തിവെച്ച് അവർ പറയുന്നത് കേൾക്കാൻ ഉത്ക്കണ്ഠയോടെ രാജാവ് കാത്തിരുന്നു. അവർ പറഞ്ഞതെല്ലാം അദ്ദേഹം കേട്ടു. ഏറ്റവും മൂത്തവൾ പറഞ്ഞു, “ഷായുടെ ബേക്കറിക്കാരനെ വിവാഹം കഴിച്ചാൽ നന്നായിരുന്നെന്ന് എനിക്കു തോന്നുന്നു. അപ്പോൾ എനിക്ക് സമൃദ്ധിയായി അപ്പം കഴിക്കാൻ കിട്ടുമല്ലോ. നഗരത്തിലെ ഏറ്റവും വെണ്മയാർന്ന അപ്പം! അപ്പോൾ എന്റെ സൗഭാഗ്യത്തിൽ നിങ്ങൾ ഭയങ്കരമായി അസൂയപ്പെടും. എന്നോട് ദ്രോഹചിന്ത തോന്നും.”

രണ്ടാമത്തവൾ പറഞ്ഞു, “ഞാൻ ഷായുടെ ഷെഫിന്റെ ഭാര്യയാകാനാണ് ആഗ്രഹിക്കുന്നത്. അപ്പോൾ രാജാവിന് വിളമ്പുന്ന കറികളെല്ലാം എനിക്കും കഴിക്കാമല്ലോ. കൊട്ടാരബേക്കറിയിലെ അപ്പം ഇതുമായി തുലനം ചെയ്യുമ്പോൾ ഒന്നുമല്ല.”

മൂന്നാമത്തവളും ഏറ്റവും ഇളയവളുമായ സഹോദരി പറഞ്ഞു, (അവരിൽ ഏറ്റവും സുന്ദരിയും ആകർഷണീയതയുള്ളവളും ബുദ്ധിമതിയും സരസമായി സംസാരിക്കുന്നവളും അവളാണ്) ‘അല്ലയോ സഹോദരിമാരേ, എന്റെ അഭിലാഷം നിങ്ങളുടേതുപോലെ വെറും സാധാരണമോഹമല്ല. അപ്പമോ കറികളോ ഞാൻ വകവെക്കുന്നില്ല. അതിനേക്കാൾ മഹത്തരവും ശ്രേഷ്ഠവുമായ കാര്യങ്ങളാണ് ഞാൻ ചിന്തിക്കുന്നത്. തീർച്ചയായും എനിക്ക് രാജാവിനേക്കാൾ താഴ്ന്ന ഒരാളേയും വിവാഹം കഴിക്കേണ്ട. എന്നിട്ട് സുന്ദരനായൊരു രാജകുമാരന്റെ മാതാവാകണം. വീരനായൊരു മാതൃകാ രാജകുമാരന്റെ അമ്മ. അവന്റെ ഒരു വശത്തെ തലമുടി സുവർണനിറവും മറുവശത്തേത് വെള്ളിനിറവുമായിരിക്കണം. അവൻ കരയുമ്പോൾ കണ്ണുനീർത്തുള്ളികൾക്കുപകരം മുത്തുമണികൾ കൊഴിയണം. ചിരിക്കുമ്പോൾ അവന്റെ ചെഞ്ചുണ്ടുകൾ പുതുതായി വിരിഞ്ഞ റോസാദളങ്ങൾപോലെ ഇരിക്കണം.”

ഈ മൂന്ന് സഹോദരിമാരുടേയും ആഗ്രഹങ്ങൾ കേട്ട് രാജാവ് വല്ലാതെ ആശ്ചര്യപ്പെട്ടുപോയി. പ്രത്യേകിച്ചും ഏറ്റവും താഴെയുള്ളവളുടേത്. അവരെ എല്ലാവരേയും ഒരുപോലെ പ്രീതിപ്പെടുത്താമെന്ന് അദ്ദേഹം തീരുമാനിച്ചു.

രാജാവ് മന്ത്രിയോട് പറഞ്ഞു, “ഈ വീട് നന്നായി ഓർത്തുവെക്കുക. നാളെ രാവിലെ ഈ മൂന്നുപേരേയും എന്റെ മുന്നിൽ ഹാജരാക്കുക.”

വസീർ മറുപടി നല്കി. “അല്ലയോ മഹാരാജാവേ, അങ്ങയുടെ ഉത്തരവുപോലെ.”

അങ്ങനെ ഇരുവരും കൊട്ടാരത്തിലേക്ക് മടങ്ങി, രാത്രി വിശ്രമിച്ചു.

നേരം പുലർന്നപ്പോൾ വസീർ ആ സഹോദരിമാരുടെ വീട്ടിലെത്തി അവരെ കൂട്ടിക്കൊണ്ടുവന്ന് രാജാവിന് മുന്നിൽ ഹാജരാക്കി. അദ്ദേഹം അവരെ ഹൃദ്യമായി സ്വീകരിച്ച് കാരുണ്യത്തോടെ ചോദിച്ചു, “അല്ലയോ നല്ലവരായ സ്ത്രീകളേ, ഇന്നലെ രാത്രി നിങ്ങൾ എന്തു കാര്യമാണ് ഉല്ലാസത്തോടെ പരസ്പരം സംസാരിച്ചുകൊണ്ടിരുന്നത്? നിങ്ങൾ രാജാവിനോട് എല്ലാം വ്യക്തമായി വിവരിച്ചുതരിക. ഞങ്ങൾക്ക് എല്ലാം

വിശദമായി അറിയണം. കുറച്ചൊക്കെ ഞങ്ങൾ കേട്ടിട്ടുണ്ട്. എന്നാൽ നിങ്ങൾ ഒരിക്കൽകൂടി അത് രാജാവിന് ആവർത്തിച്ചുകൊടുക്കണം." -അപ്പോഴേക്കും നേരം പുലരാറായതിനാൽ ഷാഹ്രസാദ് കഥപറച്ചിൽ നിർത്തി.

അറുനൂറ്റി അറുപത്തിയെട്ടാംരാവ്

ഷാഹ്രസാദ് പറഞ്ഞു - അല്ലയോ കീർത്തിമാനായ രാജാവേ, ഷായുടെ ഈ വാക്കുകൾ കേട്ട് പരിഭ്രാന്തരായ സഹോദരിമാർ മിണ്ടാനാകാതെ ലജ്ജിച്ച് തലകുനിച്ചുനിന്നു. എന്തൊക്കെ പറഞ്ഞിട്ടും പ്രോത്സാഹിപ്പിച്ചിട്ടും അവർക്ക് ധൈര്യം കിട്ടിയില്ല. എന്തായാലും സുന്ദരിയും അംഗലാവണ്യമുള്ളവളുമായ ഏറ്റവും ഇളയ സഹോദരിയോട് രാജാവിന് വല്ലാത്ത ഭ്രമം തോന്നി. പ്രേമത്തോടെ ധൈര്യം പകർന്നുകൊടുത്തുകൊണ്ടദ്ദേഹം പറഞ്ഞു, "അല്ലയോ സുന്ദരിമാരേ, മനസ്സിൽ ഭയമോ വിഷമമോ വേണ്ട. ലജ്ജിക്കയോ പരിഭ്രമിക്കയോ വേണ്ട. ഷായോട് നിങ്ങൾ മൂവരും സ്വന്തം ആഗ്രഹങ്ങൾ തുറന്നുപറയുന്നതിൽ നാണിക്കേണ്ട. അവ സസന്തോഷം നിർവഹിക്കപ്പെടും."

ഉടനെ അവർ മൂവരും രാജാവിന്റെ കാൽക്കൽ വീണ് തുറന്ന് സംസാരിക്കുന്നതിൽ ക്ഷമ ചോദിച്ചശേഷം അവരുടെ രാത്രിയിലെ സംഭാഷണം പൂർണമായി വിവരിച്ചുകൊടുത്തു. ഓരോരുത്തരുടേയും ആഗ്രഹങ്ങൾ അതേപടി ആവർത്തിച്ചു. അതേദിവസം തന്നെ ഖുസ്രോവ്ഷാ തന്റെ മുഖ്യബേക്കറിക്കാരനെക്കൊണ്ട് മൂത്തവളേയും മുഖ്യപാചകനെക്കൊണ്ട് രണ്ടാമത്തെ സഹോദരിയേയും വിവാഹം കഴിപ്പിക്കാൻ തീരുമാനിച്ചു. മൂന്നാമത്തവളുമായുള്ള തന്റെ വിവാഹത്തിന് തയ്യാറെടുപ്പ് നടത്താൻ രാജാവ് ഉത്തരവിട്ടു. അതിഗംഭീരമായ ഒരുക്കങ്ങൾ രാജാവിന്റെ വിവാഹത്തിനായി ധാരാളം പണം ചിലവുചെയ്ത് തുടങ്ങിവെച്ചു. എല്ലാവിധ ആഘോഷങ്ങളും അരങ്ങേറിയശേഷം രാജകീയപ്രൗഢിയോടെ ഷായുടെ വിവാഹം നടത്തപ്പെട്ടു. വധുവിന് അന്തഃപുരത്തിന്റെ ദീപം, ഇറാൻ രാജ്യത്തിന്റെ ബാനു എന്നീ പേരുകൾ നല്കപ്പെട്ടു. മറ്റ് രണ്ട് സഹോദരിമാരുടേയും വിവാഹം അവരവരുടെ പദവിക്കനുസൃതമായ രീതിയിൽ നേരിയ ആഘോഷങ്ങളോടെ നടത്തപ്പെട്ടു. മൂത്തവളെ മുഖ്യബേക്കറിക്കാരനും രണ്ടാമത്തവളെ മുഖ്യപാചകക്കാരനും ആണല്ലോ വിവാഹം കഴിച്ചത്. സത്യത്തിൽ താന്താങ്ങളുടെ ആഗ്രഹപ്രകാരമുള്ള ഭർത്താക്കന്മാരെ ലഭിച്ച മൂത്ത രണ്ട് സഹോദരിമാർ സന്തുഷ്ടരും സംതൃപ്തരുമായി ശാന്തജീവിതം നയിക്കേണ്ടതാണ്. എന്നാൽ, വിധി മറ്റൊരുവിധത്തിലായിരുന്നു! തങ്ങളുടെ ഏറ്റവും ഇളയ സഹോദരിക്ക് ഇത്രയും ഉന്നതസ്ഥാനം ലഭിച്ചതിലും അതിഗംഭീരമായ ആഘോഷത്തോടെ അവളുടെ വിവാഹം നടത്തപ്പെട്ടതിലും ഇരുവർക്കും അടക്കാനാവാത്ത അസൂയ ഉണ്ടായിരുന്നു. വിദ്വേഷംകൊണ്ടവരുടെ ഹൃദയം കത്തിജ്വലിച്ചു. ഏതെങ്കിലും രീതിയിൽ അവളെ നശിപ്പിക്കണമെന്നവർ തീരുമാനത്തിലെത്തി. അങ്ങനെ ഉൾപ്പകയോടെ അവർ നിരവധി മാസങ്ങൾ കഴിച്ചുകൂട്ടി. രാവും പകലും അവർ ദുഃഖവും വേദനയും കോപവും അടക്കാൻ പാടുപെട്ടു. പ്രത്യേകിച്ചും

വശ്യമായ രീതിയിൽ അവൾ അണിഞ്ഞൊരുങ്ങി പ്രതാപത്തോടെ നടക്കുന്നത് കാണുമ്പോൾ.

ഒരു ദിവസം പ്രഭാതത്തിൽ ഇരുസഹോദരിമാരും സ്നാനഗൃഹത്തിൽ കണ്ടുമുട്ടിയപ്പോൾ, രഹസ്യമായൊരവസരം മുതലെടുത്ത്, മൂത്തവൾ രണ്ടാമത്തവളോട് പറഞ്ഞു, "നമ്മളേക്കാളേറെ സുന്ദരിയൊന്നുമല്ലാത്ത നമ്മുടെ അനിയത്തി, ഇത്രയും അന്തസ്സും പ്രൗഢിയുമുള്ള രാജ്ഞി പദവിയിലേക്ക് ഉയർത്തപ്പെട്ടത് ദുഃഖകരമായൊരു കാര്യം തന്നെയാണ്. തീർച്ചയായും ആ ചിന്തപോലും അസഹനീയമാണ്."

മറ്റവൾ പറഞ്ഞു, "എന്റെ സഹോദരീ, ഇക്കാര്യത്തിൽ ഞാനും വല്ലാത്ത ആശയക്കുഴപ്പത്തിലും അസ്വസ്ഥതയിലുമാണ്. രാജാവ് അവളിൽ എന്ത് ഗുണം കണ്ടിട്ടാണ് അവളെ പത്നിയായി തെരഞ്ഞെടുത്തതെന്ന് എനിക്കറിയില്ല. ആ 'കുരങ്ങുമോന്ത'യുള്ളവൾ ആ പദവിക്ക് യോജിച്ചവളേയല്ല. അവളുടെ യുവത്വം മാത്രമാണൊരു കൈമുതലായുള്ളത്. മറ്റുള്ളവരേക്കാൾ ഗുണമേന്മയുള്ളവളാണവൾ എന്ന് സ്തുതിക്കാൻ മാത്രം എന്താണ് ഷാ അവളിൽ ദർശിച്ചത്? എന്റെ മനസ്സിൽ തോന്നുന്നത്, അവളല്ല നീയാണ് രാജാവിനോടൊപ്പം മെത്ത പങ്കിടേണ്ടവൾ എന്നാണ്. ഈ ദുഷ്ടയെ രാജ്ഞി ആക്കിയതിൽ എനിക്ക് രാജാവിനോട് വിദ്വേഷമുണ്ട്."

മൂത്ത സഹോദരി തുടർന്നു, "എനിക്കും ഇക്കാര്യത്തിൽ വല്ലാത്ത അദ്ഭുതം തോന്നുന്നു. ഞാൻ ശപഥം ചെയ്യുന്നു, നിന്റെ യുവത്വവും സൗന്ദര്യവും അംഗലാവണ്യവും വശ്യതയും രാജാവിനെ വിവാഹത്തിന് പ്രേരിപ്പിക്കാൻ തയ്യാറാണ്! ഈ നിസ്സാര 'കുടല'യെ പാണിഗ്രഹണം ചെയ്യുന്നതിനുപകരം നിന്നെ ആയിരുന്നു രാജാവ് രാജ്ഞിയായി വാഴിക്കേണ്ടിയിരുന്നത്. തീർച്ചയായും തികഞ്ഞ അവിവേകമാണ് അദ്ദേഹം കാണിച്ചത്. നിന്നെ നിരാശയിലാഴ്ത്തിയത് അന്യായമാണ്. ഈ ചിന്ത എന്നെ കഠിനമായി വിഷമിപ്പിക്കുന്നു." - അപ്പോഴേക്കും നേരം പുലർന്നതിനാൽ ഷാഹ്റസാദ് കഥപറച്ചിൽ അവസാനിപ്പിച്ചു.

അറുനൂറ്റി അറുപത്തിയൊമ്പതാംരാവ്

ഷാഹ്റസാദ് പറഞ്ഞു - "അല്ലയോ കീർത്തിമാനായ രാജാവ്, ആ രണ്ട് സഹോദരിമാരും കുറെനേരം രഹസ്യമായി ഇരുന്ന് ചർച്ച നടത്തി. രാജാവിന്റെ ദൃഷ്ടിയിൽ ഏറ്റവും ഇളയ അനിയത്തിയെ എങ്ങനെ തരം താഴ്ത്തി കാണിച്ച് അവളുടെ ജീവിതം തകർക്കുമെന്നതായിരുന്നു അവരുടെ ചർച്ചാവിഷയം.

രാവും പകലും അവർ ആ വിഷയം മനസ്സിൽ ഉരുവിട്ടുകൊണ്ട് നടന്നു. അവർ പരസ്പരം കണ്ടുമുട്ടുമ്പോൾ ദീർഘനേരം അതിനെക്കുറിച്ച് ചർച്ച ചെയ്തു. സ്വന്തം സഹോദരിയായ രാജ്ഞിയെ ദ്രോഹിക്കാനുള്ള അനന്തമായ പദ്ധതികളെക്കുറിച്ച് പര്യാലോചിച്ചു. പറ്റുമെങ്കിൽ അവളെ വധിച്ചുകളയണം! എന്നാൽ, ഒന്നും അവർക്ക് ഉറപ്പിക്കാനായില്ല. അനിയത്തിയോട് ആ ഇരുസഹോദരിമാരും ഇപ്രകാരം വെറുപ്പും വിദ്വേഷവും ദ്രോഹബുദ്ധിയും മനസ്സിൽ താലോലിച്ച് വളർത്തിക്കൊണ്ടിരിക്കുമ്പോഴും

അനിയത്തി അവരെ വിവാഹത്തിന് മുമ്പുള്ളതുപോലെ സ്നേഹാദരവോടെയാണ് പെരുമാറിയത്. താഴ്ന്ന നിലയിലുള്ള അവരെ എങ്ങനെയെല്ലാം സഹായിക്കാം എന്ന ചിന്ത മാത്രമായിരുന്നു അവളുടെ മനസ്സിൽ. വിവാഹം കഴിഞ്ഞ് ഏതാനും മാസങ്ങൾ കഴിഞ്ഞപ്പോൾ രാജ്ഞി ഗർഭിണിയാണെന്ന വിവരം അറിഞ്ഞ രാജാവ് അതീവസന്തുഷ്ടനായി. ഉടനെത്തന്നെ നഗരവാസികളോട് ഗംഭീരമായ ആഘോഷങ്ങളും സദ്യകളും ഒരുക്കുവാനായി രാജാവ് ആജ്ഞ നല്കി. സാമ്രാജ്യം മുഴുവൻ അവധി പ്രഖ്യാപിക്കപ്പെട്ടു. ഏറ്റവും സുപ്രധാനവും അപൂർവ്വവുമായ സന്ദർഭങ്ങളിലേതുപോലെ ഉല്ലാസ, വിനോദപരിപാടികൾ സംഘടിപ്പിക്കപ്പെട്ടു.

എന്നാൽ, അസൂയാലുക്കളായ ആ രണ്ട് സഹോദരിമാരുടെ കാതുകളിൽ ആ വാർത്ത എത്തിയപ്പോൾ രാജ്ഞിക്ക് അഭിനന്ദനങ്ങൾ അർപ്പിക്കാനവർ നിർബന്ധിതരായി. നീണ്ട സന്ദർശനത്തിനുശേഷം വിടവാങ്ങവെ അവർ പറഞ്ഞു. "സർവശക്തനായ അള്ളായ്ക്ക് നന്ദി. ഞങ്ങളുടെ സഹോദരിക്ക് ഇത്തരം ഒരു ശുഭദിനം കാണിച്ചുകൊടുത്തല്ലോ. ഒരാവശ്യം ഞങ്ങൾ നിന്റെ മുന്നിൽ വെക്കുന്നു. നീ കുഞ്ഞിനെ പ്രസവിക്കാറാകുമ്പോൾ, നിന്റെ പ്രസവശുശ്രൂഷയ്ക്കായി ഞങ്ങളെ നിയോഗിക്കണം. നാല്പത് ദിവസങ്ങൾ നിന്നോടൊപ്പം താമസിച്ച് നിന്നെ ഞങ്ങൾ ശുശ്രൂഷിക്കും."

രാജ്ഞി ആഹ്ലാദത്തോടെ മറുപടി നല്കി. "എന്റെ സഹോദരിമാരേ, അങ്ങനെ ആണെങ്കിൽ എനിക്ക് വളരെ സന്തോഷമായി. ഇത്തരം ഒരു സന്ദർഭത്തിൽ നിങ്ങളെപ്പോലെ മറ്റാരെയാണ് വിശ്വസിക്കാനും ആശ്രയിക്കാനുമാകുക? എന്റെ പ്രസവകാലത്ത് നിങ്ങളുടെ സാന്നിധ്യം ഏറ്റവും സ്വാഗതാർഹമാണ്. അവസരത്തിനനുയോജ്യമായ തീരുമാനമാണ് നിങ്ങളുടേത്. എന്നാൽ രാജാവ് കല്പിക്കുന്നതുപോലെയല്ലാതെ തന്നിഷ്ടത്തിനൊരു തീരുമാനമെടുക്കാനാവില്ലല്ലോ. എന്റെ ഉപദേശം ഇതാണ് - രാജാവിനോട് അടുപ്പമുള്ള നിങ്ങളുടെ സുഹൃത്തുക്കളോട് ഇക്കാര്യം പറയുക. അവർ നേരിട്ട് നിങ്ങൾ പ്രസവശുശ്രൂഷ ചെയ്യുമെന്ന് രാജാവിനെ അറിയിക്കട്ടെ. നമ്മൾ മൂന്നുപേരും തമ്മിലുള്ള ആത്മബന്ധം കണക്കിലെടുത്ത് ഷാ നിങ്ങളെ എന്നോടൊപ്പം താമസിച്ച് എന്റെ പ്രസവശുശ്രൂഷ നടത്താൻ അനുവദിക്കുമെന്ന കാര്യത്തിൽ എനിക്ക് സംശയമില്ല."

അപ്പോൾ അവർ മനസ്സുനിറയെ ദുഷ്ചിന്തകളും ദ്രോഹവാസനയുമായി സ്വന്തം വീടുകളിലേക്ക് മടങ്ങി. തങ്ങളുടെ ഭർത്താക്കന്മാരോട് അവരുടെ ആഗ്രഹങ്ങൾ അറിയിച്ചു. അവരുടെ രഹസ്യലക്ഷ്യത്തെക്കുറിച്ച് അജ്ഞരായ ഭർത്താക്കന്മാർ അങ്ങേയറ്റം എളിമയോടെ ഈ അഭ്യർഥന രാജാവിന്റെ അനുമതിക്കായി സമർപ്പിച്ചു.

രാജാവ് മറുപടി നല്കി. "ഞാൻ ആലോചിച്ച് ഉചിതമായ മറുപടി നിങ്ങൾക്ക് തരാം."

അപ്രകാരം പറഞ്ഞ് അദ്ദേഹം രാജ്ഞിയുടെ അടുത്തെത്തി സംഗതി അവതരിപ്പിച്ചു. "അല്ലയോ ഭഗവതി, നിനക്ക് സന്തോഷമാണെങ്കിൽ ഞാൻ ആലോചിക്കുകയാണ്, നിന്റെ പ്രസവസമയത്ത് ശുശ്രൂഷിക്കാനായി സ്വന്തം സഹോദരിമാരുടെ സഹായം സ്വീകരിക്കുകയല്ലേ നല്ലതെന്ന്. അപരിചിതരായ നേഴ്സുമാരേക്കാൾ ഭേദം സഹോദരിമാർതന്നെ ആയിരിക്കും. എന്റെ അഭിപ്രായം തന്നെയാണ് നിന്റേതുമെങ്കിൽ നിന്റെ സമയം

ആകുന്നതിനുമുമ്പ് അവരുടെ സമ്മതം നേടാനുള്ള നടപടി ഞാൻ ഉടനെ എടുക്കാം. വാടകയ്ക്കെടുക്കുന്ന നേഴ്സുമാരേക്കാൾ സ്നേഹപൂർവം ചേച്ചിമാർ നിന്നെ ശ്രദ്ധിക്കും. അവരുടെ കരങ്ങളിൽ നീ കൂടുതൽ സുരക്ഷിതയായിരിക്കും."

രാജ്ഞി മറുപടി നല്കി. "അല്ലയോ എന്റെ പ്രഭോ രാജാവേ, ഞാനും അപ്രകാരം തന്നെയാണ് കരുതുന്നത്. അത്തരം സന്ദർഭത്തിൽ അന്യരേക്കാൾ നല്ലത് ചേച്ചിമാർ എന്റെ അടുത്ത് ഉണ്ടാകുന്നതാണ്."

അതനുസരിച്ച് രാജാവ് അവരുടെ അഭ്യർഥന അംഗീകരിച്ചു. പ്രസവകാലത്തേക്കുള്ള തയ്യാറെടുപ്പുകൾ ചെയ്യാനായി സഹോദരിമാർ കൊട്ടാരത്തിൽ വന്ന് താമസമാക്കി. അങ്ങനെ തങ്ങളുടെ തീരാപ്പകയോടെയുള്ള പദ്ധതി നടപ്പാക്കാനുള്ള മാർഗ്ഗങ്ങൾ അവർ ആസൂത്രണം ചെയ്തു. അനേകം നാളുകളായി അതവരുടെ മനസ്സിൽ കിടന്ന് കുഴഞ്ഞുമറിയുകയായിരുന്നു, ലക്ഷ്യസ്ഥാനത്തെത്താതെ! സമയമായപ്പോൾ രാജ്ഞി അതിസുന്ദരനായൊരു ആൺകുഞ്ഞിന് ജന്മം നല്കി. ആ കുഞ്ഞിനെ കണ്ടപ്പോൾ അസൂയാലുക്കളായ ചേച്ചിമാരുടെ രോഷം ഇരട്ടിയായി. അവരുടെ ഹൃദയം കോപാഗ്നിയിൽ ജ്വലിച്ചു. അവർ വീണ്ടും രഹസ്യമായി ചർച്ച ചെയ്തു. യാതൊരു ദയാദാക്ഷിണ്യവുമില്ലാതെ, ക്രൂരമായ തീരുമാനത്തിലവർ എത്തിച്ചേർന്നു. വളരെ രഹസ്യമായി ശ്രദ്ധാപൂർവം നവജാതശിശുവിനെ ഒരു കഷണം കമ്പിളിയിൽ പൊതിഞ്ഞ് ഒരു കുട്ടയിലാക്കി രാജ്ഞിയുടെ മുറിക്കരികിലൂടെ ഒഴുകുന്ന ഒരു നീർച്ചോലയിലേക്ക് എറിഞ്ഞു! ആ കുഞ്ഞിന്റെ സ്ഥാനത്ത് ഒരു ചത്ത നായക്കുട്ടിയെ എടുത്തുകൊണ്ടുവന്ന് കിടത്തി. അതിനെ അവർ മറ്റ് ആയമാർക്കും നേഴ്സുമാർക്കും കാണിച്ചുകൊടുത്തു. ചത്ത നായക്കുട്ടിയേയാണ് രാജ്ഞി പ്രസവിച്ചതെന്ന് ചേച്ചിമാർ ഉറപ്പിച്ചുപറഞ്ഞു. രാജാവിന്റെ ചെവിയിൽ വിലക്ഷണമായ ഈ വാർത്ത എത്തിയപ്പോൾ വേദനയും കോപവും അദ്ദേഹത്തിന് അടക്കാനായില്ല. - അപ്പോഴേക്കും നേരം പുലർന്നതിനാൽ ഷാഹ്രസാദ് കഥപറച്ചിൽ നിർത്തി.

അറുനൂറ്റി എഴുപതാംരാവ്

ഷാഹ്രസാദ് പറഞ്ഞു - അല്ലയോ കീർത്തിമാനായ രാജാവേ, 'ഷാ' കോപത്താൽ പൊട്ടിത്തെറിച്ച് രാജ്ഞിയെ വെട്ടിക്കൊല്ലാനായി ഊരിയ വാളുമായി എത്തിയതാണ്. ആ സമയത്ത് അദ്ദേഹത്തോടൊപ്പമുണ്ടായിരുന്ന വസീർ, അദ്ദേഹത്തെ ആശ്വസിപ്പിച്ച് കോപമടക്കി. അല്ലെങ്കിൽ പ്രാകൃതമായ രീതിയിൽ അദ്ദേഹം അനീതി ചെയ്തുപോയേനെ! വസീർ രാജാവിനെ സമാധാനിപ്പിച്ചു. "ഭൂമിയിലുള്ള അള്ളായുടെ പ്രതിബിംബമേ, ഈ അനിഷ്ടസംഭവം അള്ളാ വിധിച്ചിട്ടുള്ളതാണ്. ഒരു മനുഷ്യനും അതിനെ എതിർക്കാനധികാരമില്ല. രാജ്ഞി നിരപരാധിയാണ്. അങ്ങേക്കെതിരായി യാതൊരു കുറ്റവും ചെയ്തിട്ടില്ല. അവൾ പ്രസവിച്ചത് എന്തായാലും അവർ സ്വയം വരിച്ചിട്ടുള്ളതല്ല. അവൾക്കതിൽ തീർച്ചയായും യാതൊരു കൈയുമില്ല."

ഇതും മറ്റ് ചില സദുപദേശങ്ങളും വസീർ നല്കിയപ്പോൾ നിഷ്കളങ്കയായ രാജകുമാരിയെ നിഷ്കരുണം കൊല ചെയ്യാനുള്ള ഉദ്യമത്തിൽനിന്നും രാജാവ് പിന്മാറി.

അതിനിടയിൽ, നവജാതശിശുവിനേയും വഹിച്ചുകൊണ്ടുള്ള കുട്ട നീർച്ചോലയിലൂടെ ഒഴുകി രാജകീയഉദ്യാനത്തിലെത്തി. തോട്ടങ്ങളുടേയും വിനോദവകുപ്പിന്റേയും മേധാവി സന്ദർഭവശാൽ നീർച്ചാലിനരികിലൂടെ നടന്നുപോകുകയായിരുന്നു. അയാൾ വെള്ളത്തിലൂടെ ഒഴുകിപ്പോകുന്ന ആ കുട്ടകണ്ട് അതെടുത്ത് തന്റെ അടുത്തേക്ക് കൊണ്ടുവരുവാൻ തോട്ട ക്കാരനോട് പറഞ്ഞു. അയാൾ തോടിന്റെ അരികിലൂടെ ഓടിച്ചെന്ന് ഒരു തോട്ടികൊണ്ട് ആ കുട്ട പുറത്തെടുത്ത് തോട്ടം മേധാവിയെ ഏല്പിച്ചു. അതിസുന്ദരനായൊരു ചോരക്കുഞ്ഞിനെ കമ്പിളിത്തുണിയിൽ പൊതിഞ്ഞ് അതിൽ ഇട്ടിരിക്കുന്നതുകണ്ട് അയാൾ വിസ്മയസ്തബ്ധ നായി തരിച്ചുനിന്നുപോയി. പൂന്തോട്ടങ്ങളുടേയും വിനോദവകുപ്പുകളു ടേയും മേധാവിയായ ഇയാൾ, സുൽത്താന്റെ സുഹൃത്തായ ഒരു പ്രഭു വാണ്. അയാൾക്ക് മക്കളില്ലായിരുന്നു. തന്റെ അനന്തരാവകാശിയായി സ്വന്തം കുലം നിലനിർത്തുവാൻ ഒരു സന്താനത്തെ അനുഗ്രഹിച്ചു നല്കണമെന്ന് അയാൾ നിത്യേന സർവശക്തനായ അള്ളാവിനോട് പ്രാർഥി ക്കാറുണ്ട്. ആ കുട്ടയിലെ കുഞ്ഞിനെക്കണ്ട് ആഹ്ലാദത്തോടെ ആ കുട്ട യുമെടുത്ത് അയാൾ വീട്ടിലെത്തി ഭാര്യക്ക് കൊടുത്തുകൊണ്ട് പറഞ്ഞു.

“നോക്കൂ, അള്ളാ നമ്മൾക്കായി അയച്ചുതന്ന ഒരു ആൺകുഞ്ഞ്! വെള്ളത്തിലൂടെ ഒഴുകിപ്പോകുന്നത് ഞാനിപ്പോൾത്തന്നെയാണ് കാണാ നിടയായത്. ഒരു നേഴ്സിനെ ഉടനെ വരുത്തി ഇവനെ മുലയൂട്ടാനുള്ള തയ്യാറെടുപ്പുകൾ നടത്തൂ. ഇവനെ നീ സ്വന്തം മകനാണെന്നു കരുതി ശ്രദ്ധിച്ചുവളർത്തുക.”

അവൾ ആ കുഞ്ഞിനെ വലിയ ആനന്ദത്തോടെ സ്വീകരിച്ച് മാറോട ണച്ചു ശുഷ്കാന്തിയോടെ താൻ പ്രസവിച്ച കുഞ്ഞിനെപ്പോലെ ശുശ്രൂ ഷിച്ചു. ഈ കുഞ്ഞിനെക്കുറിച്ചയാൾ ആരോടും ഒന്നും മിണ്ടിയില്ല. ആരുടെ കുഞ്ഞാണിതെന്ന് അന്വേഷിക്കാനും പോയില്ല. സന്ദർഭവശാൽ ആരെങ്കിലും അവകാശവാദങ്ങൾ ഉന്നയിച്ച് കുഞ്ഞിനെ തന്നിൽനിന്നും തട്ടിയെടുത്തെങ്കിലോ!

എന്നാൽ, അത് കൊട്ടാരത്തിലെ രാജ്ഞിയുടെ മുറിയുടെ വശത്തു നിന്നാണത് വന്നതെന്ന് അയാൾക്ക് ഉറപ്പായിരുന്നു. കാര്യമായ അന്വേ ഷണം നടത്തുന്നത് അവിവേകമായിരിക്കും എന്നയാൾക്ക് തോന്നി. അയാളും ഭാര്യയും അത് പരമരഹസ്യമായി കാത്ത് സൂക്ഷിച്ചു.

ഒരു വർഷത്തിനുശേഷം രാജ്ഞി വീണ്ടും പ്രസവിച്ചു. രണ്ടാമ ത്തേതും ആൺകുഞ്ഞായിരുന്നു. പിശാചുക്കളായ ചേച്ചിമാർ മുമ്പ് ചെയ്തതുപോലെതന്നെ, ആ കുഞ്ഞിനെ ഒരു തുണിയിൽ പൊതിഞ്ഞ് കുട്ടയിലാക്കി നീർച്ചോലയിലേക്കിട്ടു. കുഞ്ഞിനുപകരം ഒരു പൂച്ചക്കുഞ്ഞി നെയാണ് പ്രസവിച്ചതെന്ന് അവർ വിളംബരം ചെയ്തു. സർവശക്തനായ അള്ളായുടെ കാരുണ്യത്താൽ അതേ പ്രഭുവിന്റെ കൈയിൽത്തന്നെ ഈ കുഞ്ഞും വന്നുപെട്ടു. അയാൾ അതിനെ കൊണ്ടുപോയി ഭാര്യക്ക് കൊടു ത്തുകൊണ്ട് ഇവനേയും ആദ്യത്തെ കുഞ്ഞിനെപ്പോലെ ശുഷ്കാന്തി യോടെ നോക്കിവളർത്തണമെന്ന് കർശനനിർദ്ദേശം നല്കി. വിലക്ഷണം പിടിച്ച വാർത്ത കേട്ട് വീണ്ടും ‘ഷാ’ കുപിതനായി രാജ്ഞിയെ വെട്ടി ക്കൊല്ലാനായി ചാടി എഴുന്നേറ്റു. വീണ്ടും വസീർ അദ്ദേഹത്തെ സദുപ ദേശങ്ങൾ നല്കി സമാധാനിപ്പിച്ചു. രണ്ടാം പ്രാവശ്യവും നിർഭാഗ്യവതി യായ ആ അമ്മയുടെ ജീവൻ അയാൾ രക്ഷിച്ചു. അടുത്ത വർഷം രാജ്ഞി

പ്രസവിച്ചത് ഒരു പെൺകുഞ്ഞിനെ ആയിരുന്നു. അതിനോടും അതിന്റെ സഹോദരന്മാരോട് ചെയ്ത രീതിയിലുള്ള ക്രൂരതയാണ് ആ രണ്ട് സഹോദരിമാരും ചെയ്തത്. ആ നിഷ്കളങ്കയായ കുഞ്ഞിനെ ഒരു കുട്ടയിലാക്കി തോട്ടിലേക്കിട്ടു. അവളേയും അതേ പ്രഭു തന്നെ കണ്ടെത്തി പൊക്കിയെടുത്ത് കൊണ്ടുപോയി ഭാര്യയെ ഏല്പിച്ചു. ആ കുഞ്ഞിനേയും മറ്റ് രണ്ട് ആൺകുഞ്ഞുങ്ങളോടൊപ്പം ശ്രദ്ധിച്ച് വളർത്താനയാൾ ഭാര്യക്ക് ഉത്തരവ് നല്കി. ക്രൂരരും അസൂയാലുക്കളുമായ സഹോദരിമാർ രാജ്ഞി മൂന്നാമത് പ്രസവിച്ചത് ഒരു എലി ആയിരുന്നെന്ന് പ്രചരിപ്പിച്ചു. അത് കേട്ടതോടെ രാജാവ് അസഹ്യമായ ക്രോധത്തോടെ നിന്ന് ജ്വലിച്ചു. അദ്ദേഹം വസീറിനുനേരെ അട്ടഹസിച്ചു.

"എന്ത്, ഈ പെണ്ണ് എന്നോടൊപ്പം ശയിച്ച് എനിക്ക് നല്കിയത് വെറും കീടങ്ങളെ മാത്രം! ഈ രാജാവിന് അവളെ ഇനി ജീവിക്കാനനുവദിക്കാനാവില്ല. എങ്കിൽ അവൾ ഭീകരജന്തുക്കളെ പ്രസവിച്ച് ഈ കൊട്ടാരം നിറയ്ക്കും. ഈ നശിച്ച വൃത്തികെട്ടവളിൽ നിന്നും കൊട്ടാരത്തെ രക്ഷിച്ച് ശുദ്ധമാകണം. സത്യത്തിൽ, അവൾതന്നെ ഒരു ഭീകരസത്വമാണ്. അത്തരം വൃത്തികെട്ടൊരു ജന്തുവിനെ ഇവിടെ ജീവിക്കാനനുവദിച്ചുകൂടാ." ഇപ്രകാരം അലറിവിളിച്ചുകൊണ്ട് അവളെ കൊന്നുകളയാനായി 'ഷാ' അവർക്ക് ആജ്ഞ നല്കി.

എന്നാൽ അവിടെ കൂടിയിരുന്ന മന്ത്രിമാരും ഉന്നത ഉദ്യോഗസ്ഥരും രാജാവിന്റെ കാൽക്കൽ വീണ് രാജ്ഞിയോട് കരുണ കാണിക്കണമെന്നും മാപ്പ് കൊടുക്കണമെന്നും അപേക്ഷിച്ചു. വസീറും കൂപ്പുകൈയോടെ അഭ്യർത്ഥിച്ചു. "അല്ലയോ മഹാരാജാവേ, അങ്ങയുടെ ഈ അടിമ ഒരു കാര്യം ബോധിപ്പിക്കാൻ നിർബന്ധിതനായിരിക്കയാണ്. തന്റേതല്ലാത്ത കുറ്റം ചുമത്തി ഒരു സ്ത്രീയുടെ ജീവൻ എടുക്കുവാൻ ഈ രാജ്യത്തിലെ നിയമം അനുവദിക്കുന്നില്ല. അവൾക്ക് വിധിയോട് ഇടപെടാൻ കഴിയില്ല. അവൾക്ക് അസാധാരണപിറവികളെ തടയാനും കഴിയില്ല. മൂന്നു പ്രാവശ്യം അവൾക്കത് സംഭവിച്ചു. അത്തരം സംഭവങ്ങൾ ചിലപ്പോൾ മറ്റ് സ്ത്രീകൾക്കും സംഭവിച്ചിട്ടുണ്ട്. അവർ ശിക്ഷയല്ല, സഹാനുഭൂതിയാണ് അർഹിക്കുന്നത്. രാജാവിന് അവളോടൊപ്പം ജീവിക്കാൻ ഇഷ്ടമില്ലെങ്കിൽ അത് നിർത്തിക്കോട്ടെ. അദ്ദേഹത്തിന്റെ പ്രീതി നഷ്ടപ്പെടുന്നതുതന്നെ വലിയൊരു ശിക്ഷയാണ്. 'ഷാ'യ്ക്ക് അവളെ കാണുന്നതുപോലും അസഹ്യമായെങ്കിൽ അവൾ പ്രത്യേകമായൊരു മുറിയിൽ കഴിയട്ടെ. മരണംവരെ ദാനധർമ്മാദികളിൽ മുഴുകിക്കഴിഞ്ഞോട്ടെ. പ്രായമായ ഈ വസീറിന്റ സദുപദേശം കേട്ട് രാജ്ഞിയെ വധിക്കുന്നത് തെറ്റാണെന്ന് ഖുസ്രോവ് ഷാ മനസ്സിലാക്കി. എല്ലാം വിധിയുടെ കളിയാണെന്നദ്ദേഹം തിരിച്ചറിഞ്ഞു. രാജാവ് വസീറിനോട് പറഞ്ഞു. "നിങ്ങളുടെ ഇടപെടൽ മൂലം അവളുടെ ജീവൻ രക്ഷപ്പെട്ടു. അല്ലയോ ബുദ്ധിമാനായ മന്ത്രി എന്നാലും ഭീതിദമായൊരു അന്തരീക്ഷത്തിലേക്കവളെ രാജാവ് വിട്ടുകൊടുക്കാൻ പോകുന്നു. ഒരുപക്ഷേ, അത് മരണത്തേക്കാൾ കഠിനമായ ശിക്ഷയായിരിക്കും. നിങ്ങൾ ഉടനെ, ആ പ്രധാന പള്ളിയുടെ ഓരത്തായി ഇരുമ്പഴികളിട്ട ഒരു മരക്കൂട് നിർമ്മിച്ച് രാജ്ഞിയെ അതിനുള്ളിൽ അടച്ചിടുക. ഭീകരനായ കാട്ടുമൃഗത്തെ കൂട്ടിലിട്ട് പൂട്ടുന്നതുപോലെ! എന്നിട്ട് പൊതുപ്രാർഥനയ്ക്കായി പോകുന്ന എല്ലാ മുസ്ലീമുകളും അവളുടെ മുഖത്ത് തുപ്പട്ടെ! ആരെങ്കിലും ഈ ആജ്ഞ അനുസരിച്ചില്ലെങ്കിൽ

അവർ ഇതേരീതിയിൽ ശിക്ഷിക്കപ്പെടും. അതുകൊണ്ട് കാവൽക്കാരേയും സുരക്ഷാഭടന്മാരേയും അവിടെ നിയോഗിക്കുക. അനുസരണ ബലം പ്രയോഗിച്ചിട്ടായാലും നടപ്പാക്കണം. എന്തെങ്കിലും രീതിയിലുള്ള എതിർപ്പുണ്ടെങ്കിൽ എന്നെ അറിയിക്കുക."

വസീറിന് തിരിച്ചുപറയാൻ ധൈര്യമില്ലായിരുന്നു. ഷായുടെ കല്പനകൾ അദ്ദേഹം നടപ്പിലാക്കി. നിരപരാധിയായ രാജ്ഞിക്ക് നല്കിയ ഈ കടുത്ത ശിക്ഷ സത്യത്തിൽ കൊടുക്കേണ്ടത് അവളുടെ അസൂയാലുക്കളായ സഹോദരിമാർക്കായിരുന്നു. - അപ്പോഴേക്കും നേരം പുലർന്നതിനാൽ ഷാഹ്രസാദ് കഥപറച്ചിൽ നിർത്തി.

അറുനൂറ്റി എഴുപത്തിയൊന്നാംരാവ്

ഷാഹ്രസാദ് പറഞ്ഞു - അല്ലയോ കീർത്തിമാനായ രാജാവേ, കൂട് പെട്ടെന്ന് നിർമിക്കപ്പെട്ടു. പ്രസവം കഴിഞ്ഞ് നാല്പതു ദിവസത്തിനു ശേഷം ശുദ്ധയായ രാജ്ഞിയെ കൂട്ടിലിട്ട് പൂട്ടി. രാജകല്പനയനുസരിച്ച് വലിയ പള്ളിയിൽ നിസ്കാരത്തിന് വരുന്നവരെല്ലാം ആദ്യം അവളുടെ മുഖത്ത് തുപ്പണം. ഹതഭാഗ്യയായ അവൾക്കറിയാം താൻ ഈ മാനഹാനി അനുഭവിക്കേണ്ടവളല്ലെന്ന്. എന്നിട്ടും ക്ഷമയോടെ എല്ലാം അവൾ സഹിച്ചു. എന്നു മാത്രമല്ല, വളരെ കുറച്ചുപേർ മാത്രമേ അവൾ നിരപരാധിയല്ലെന്നും രാജാവ് ചുമത്തിയ പീഡനങ്ങൾക്കും അപമാനങ്ങൾക്കും അവൾ അർഹയല്ലെന്നും കരുതിയിരുന്നുള്ളൂ. അവർക്കവളോട് അനുകമ്പയായിരുന്നു. അവളെ സ്വതന്ത്രയാക്കണമെന്നവർ ജഗദീശ്വരനോട് പ്രാർഥിച്ചു.

അതിനിടയ്ക്ക് ഉദ്യാനങ്ങളുടേയും വിനോദങ്ങളുടേയും മേധാവിയായ ആ പ്രഭുവും പത്നിയും ആ രണ്ട് രാജകുമാരന്മാരേയും രാജകുമാരിയേയും സ്നേഹവാത്സല്യങ്ങളോടെ ലാളിച്ചുവളർത്തി. കുഞ്ഞുങ്ങൾ വളർന്നുവരുംതോറും അവർക്കുള്ള സ്നേഹവും അടുപ്പവും വർധിച്ചു വന്നു. ഏറ്റവും മൂത്ത രാജകുമാരന് 'ബാഹ്മൻ' എന്നും അവന്റെ സഹോദരനെ 'പർവീസ്' എന്നും നാമകരണം ചെയ്തു. പെൺകുട്ടി അതിസുന്ദരിയായതിനാൽ അവൾക്കവർ 'പെരീസാദാ' എന്ന് പേരിട്ടു. രാജകുമാരന്മാർക്ക് വിദ്യാഭ്യാസം നല്കേണ്ട പ്രായമായപ്പോൾ വളർത്തച്ഛൻ അവരെ എഴുതാനും വായിക്കാനും പഠിപ്പിച്ചു. കലകളും ശാസ്ത്രങ്ങളും പഠിപ്പിക്കാനായി പ്രത്യേകം പ്രത്യേകം അധ്യാപകരെ നിയമിച്ചു. രാജകുമാരിയും പഠിപ്പിൽ വലിയ ഔത്സുക്യം കാണിച്ചപ്പോൾ അവളേയും പഠിപ്പിക്കാൻ അതേ അധ്യാപകരെത്തന്നെ ചുമതലപ്പെടുത്തി. അതിവേഗം അവൾ സ്വന്തം സഹോദരന്മാരെപ്പോലെ അനായാസം വായിക്കാനും എഴുതാനും പഠിച്ചു. പ്രാഥമിക വിദ്യാഭ്യാസത്തിനുശേഷം മതപണ്ഡിതന്മാരേയും ഫിലോസഫർമാരേയും നിയോഗിച്ച് അവരെ ഖുർ-ആൻ വ്യാഖ്യാനങ്ങളും മറ്റും അഭ്യസിപ്പിച്ചു. അപ്രകാരം ഗണിതം, സാഹിത്യം, ചരിത്രം മുതലായവയും പഠിപ്പിച്ചു. ദുർഗ്രഹമായ ശാസ്ത്രങ്ങളും അജ്ഞേയമായ ശാസ്ത്രവിധികളും അവർ സ്വായത്തമാക്കി. എത്ര വേഗത്തിലാണ് അവർ ഈ വിഷയങ്ങളിലെല്ലാം പ്രാവീണ്യം നേടിയതെന്നോർത്ത് അധ്യാപകന്മാർ ആശ്ചര്യപ്പെട്ടു. അതിനിപുണരായ സന്ന്യാസിവര്യന്മാരെപോലും

കവച്ചുവെക്കുന്ന രീതിയിലായിരുന്നു അവരുടെ അഭൂതപൂർവമായ പാണ്ഡിത്യം. അതിനു പുറമെ കുതിരസ്സവാരിയിലും മത്സരഓട്ടത്തിലും വെടിവെപ്പിലും വാൾ കുന്തമെറിയുന്നതിലും മറ്റെല്ലാതരം കായികാഭ്യാസങ്ങളിലും യുദ്ധകലയിലും അവർ മൂവരും മുൻപന്തിയിലായിരുന്നു. പെരിസാദാ രാജകുമാരിയാകട്ടെ, നൃത്തത്തിലും വിവിധതരം വാദ്യോപകരണങ്ങൾ വായിക്കുന്നതിലും അതിസമർത്ഥയായിരുന്നു. അക്കാലത്തെ 'മണിമുത്താ'യി അവൾ പ്രശസ്തി നേടി. എല്ലാ വിജ്ഞാനശാഖകളിലും തന്റെ വളർത്തുമക്കൾ വിദഗ്ധരായി വളർന്നുവന്നതിൽ വളർത്തച്ഛൻ അടക്കാനാവാത്ത ആഹ്ലാദത്തിലായിരുന്നു. തത്ക്കാലം തന്റെ വളർന്നുവരുന്ന കുടുംബത്തിന് ആ വീട് ചെറുതാണെന്ന് കണ്ട് നഗരത്തിന് കുറച്ച് ദൂരെയായി കുറച്ച് സ്ഥലം വാങ്ങിച്ചു; പറമ്പും വയലുകളും മറ്റും അതിൽ അടങ്ങിയിരുന്നു. മനോഹരമായൊരു വൻകെട്ടിടം അതിനുള്ളിൽ അയാൾ നിർമ്മിക്കാൻ തുടങ്ങി. ദിവസം മുഴുവൻ ശില്പികളേയും ആശാരിമാരേയും ജോലിക്കാരേയും നിർദ്ദേശിച്ചുകൊണ്ട് രാവും പകലും അയാൾ അവിടെ ചിലവഴിച്ചു. ഏറ്റവും സുന്ദരമായ ശില്പങ്ങളും പെയിന്റിംഗുകളുമാണ് ചുമരുകളിൽ അലങ്കരിക്കപ്പെട്ടിരുന്നത്. ബംഗ്ലാവിനു മുന്നിൽ പറുദീസയെ ഓർമിപ്പിക്കുന്നതരത്തിലുള്ള ഒരു മനോഹരമായ പൂന്തോട്ടം അദ്ദേഹം നിർമിച്ചു. അത് നിറയെ സൗരഭ്യം പരത്തുന്ന പൂച്ചെടികളും ഔഷധച്ചെടികളും ഫലവൃക്ഷങ്ങളുമായിരുന്നു. അതിനും പുറമെ ചുറ്റുപാടും വൻമതിലുകളാൽ ചുറ്റപ്പെട്ട ഉദ്യാനങ്ങളും മൈതാനങ്ങളുമാണ്. രാജകുമാരന്മാർക്കും രാജകുമാരിക്കും കായികാഭ്യാസങ്ങളും കളികളും പരിശീലിക്കാനുള്ള സ്ഥലം അവിടെയാണ്.

ബംഗ്ലാവിന്റെ പണിതീർന്ന് വാസയോഗ്യമായപ്പോൾ തലമുറകളായി ഷായുടെ സേവകനായ അയാൾ, തനിക്ക് നഗരം ഉപേക്ഷിച്ച് പുതിയ ഗ്രാമവസതിയിൽ സ്ഥിരതാമസമാക്കാനുള്ള അനുമതിക്കായി ഷായോട് അപേക്ഷിച്ചു. അയാളോട് എന്നും പ്രീതനായിരുന്ന രാജാവ് ആ അപേക്ഷ സസന്തോഷം അംഗീകരിച്ചു. അതിനുംപുറമെ തന്റെ പഴയ സേവകനോടുള്ള ഉന്നതാഭിപ്രായം തെളിയിക്കുന്നതിനായി അയാൾക്കിഷ്ടമുള്ള 'വരം' ചോദിക്കാമെന്ന് രാജാവ് അരുളിച്ചെയ്തു. എന്ത് ചോദിച്ചാലും തരാമെന്നും!

അയാൾ മറുപടി നല്കി. "എന്റെ പ്രഭോ, എനിക്ക് എന്റെ ശേഷിച്ച കാലം ഷായുടെ സംരക്ഷണത്തിന്റെ തണലിൽ അങ്ങയെ സേവിച്ചുകൊണ്ട് (അങ്ങയുടെ അച്ഛനെ ഞാൻ സേവിച്ചിരുന്നതുപോലെ) കഴിയാനനുവാദം കിട്ടിയാൽ മാത്രം മതി."

ഷാ നന്ദി പറഞ്ഞ്, ശാന്തിയും സമാധാനവും ആശംസിച്ച് അയാളെ യാത്രയാക്കി. അയാൾ രണ്ട് രാജകുമാരന്മാരോടും രാജകുമാരിയോടുമൊപ്പം പുതിയ വീട്ടിലേക്ക് താമസം മാറ്റി. ഏതാനും വർഷങ്ങൾക്കു മുമ്പ് അയാളുടെ ഭാര്യ ഇഹലോകവാസം വെടിഞ്ഞിരുന്നു. പുതിയ വീട്ടിൽ താമസമാക്കി അഞ്ചാറ് മാസങ്ങൾ കഴിഞ്ഞപ്പോൾ അയാൾ പെട്ടെന്ന് അസുഖം പിടിപെട്ട് കിടപ്പിലായി.

മുമ്പ് പല അവസരങ്ങൾ കിട്ടിയിട്ടും തന്റെ അനാഥശിശുക്കളോട് അവർ ആരാണെന്ന വസ്തുത അയാൾ വെളിപ്പെടുത്തിയിരുന്നില്ല. ആരോ വലിച്ചെറിഞ്ഞ അവരെ ചോരക്കുഞ്ഞുങ്ങളായിരുന്നപ്പോൾ താൻ എടുത്തുകൊണ്ടുവന്ന് വാത്സല്യത്തോടെ ഓമനിച്ച് സ്വന്തം കുഞ്ഞുങ്ങളെപ്പോലെ

വളർത്തിയെടുത്തതാണെന്ന കാര്യം അയാൾ ഒളിച്ചുവെച്ചിരിക്കുകയായിരുന്നു. മരിക്കുന്നതിനു തൊട്ടുമുമ്പ് അയാൾ അവരോട് പരസ്പരം സ്നേഹാദരങ്ങളോടെ എന്നുമെന്നും കഴിയണമെന്ന് നിർദ്ദേശിച്ചു. സത്യാവസ്ഥ വെളിപ്പെടുത്തിയില്ല. വളർത്തച്ഛന്റെ നിര്യാണം അവരുടെ ഹൃദയം തകർത്തുകളഞ്ഞു. കാരണം, അയാൾ സ്വന്തം അച്ഛനാണെന്നാണ വരെല്ലാം കരുതിയിരുന്നത്. അവർ ഉറക്കെ വിലപിച്ചുകൊണ്ടിരുന്നു. പിന്നെ, അനുയോജ്യമായ രീതിയിൽ അച്ഛന്റെ മൃതദേഹം സംസ്കരിച്ചു. അതിനുശേഷം ഇരുസഹോദരന്മാരും സഹോദരിയും ശാന്തിയും സമാധാനത്തോടുംകൂടെ ആ ഗൃഹത്തിൽ താമസിച്ചു. ഒരു ദിവസം ധീരരായ ആ രാജകുമാരന്മാർ നായാട്ടിനായി കുതിരപ്പുറത്തേറി സ്ഥലംവിട്ടു. വീട്ടിൽ പെരീസാദാ രാജകുമാരി ഒറ്റയ്ക്ക് ഇരിക്കവെ ഒരു വൃദ്ധ അവിടെ എത്തി. – അപ്പോഴേക്കും നേരം പുലർന്നതിനാൽ ഷാഹ്രസാദ് രാജകുമാരി കഥ പറച്ചിൽ നിർത്തി.

അറുനൂറ്റി എഴുപത്തിരണ്ടാംരാവ്

ഷാഹ്രസാദ് പറഞ്ഞു – അല്ലയോ കീർത്തിമാനായ രാജാവേ, യാദൃച്ഛികമായി ഒരു മുസ്ലീം സന്ന്യാസിനി ആ വാതിൽക്കലെത്തി ഉള്ളിൽ വന്ന് പ്രാർഥിച്ചോട്ടെ എന്ന് അനുമതി ചോദിച്ചു. നിസ്കാരസമയമായിരുന്നു അത്. അവൾക്ക് കൈകാലുകളും മുഖവും കഴുകണമായിരുന്നു. അവളെ ഉള്ളിലേക്ക് കൊണ്ടുവരുവാനായി പെരീസാദാ ഉത്തരവ് കൊടുത്തു. അവളെ സലാം ചെയ്ത് സ്വാഗതം ചെയ്തു. ആ സന്ന്യാസിനിയുടെ പ്രാർഥന കഴിഞ്ഞശേഷം രാജകുമാരിയുടെ ഉത്തരവനുസരിച്ച് പരിചാരികമാർ വീടും തോട്ടവും ഫർണീച്ചറും ഉദ്യാനവും കളിസ്ഥലവുമെല്ലാം നടന്ന് കാണിച്ചുകൊടുത്തു. ഇതെല്ലാം കണ്ട് പ്രീതയായ സന്ന്യാസിനി സ്വയം പറഞ്ഞു. “ഈ കൊട്ടാരസദൃശമായ കെട്ടിടവും പരിസരവും സൃഷ്ടിച്ച മനുഷ്യൻ സത്യമായും അതിവിദഗ്ധനും സമർഥനുമായ കലാകാരനാണ്.”

ഒടുവിൽ ഭൃത്യകൾ അവളെ രാജകുമാരിയുടെ അടുക്കലേക്ക് കൊണ്ടുപോയി. സന്ന്യാസിനിയെ കാത്തിരിക്കയായിരുന്ന അവൾ പറഞ്ഞു. “വരൂ നല്ലവളായ അമ്മേ, എന്റെ അടുത്ത് ഇരിക്കൂ. ഒരു പുണ്യവാളത്തിയുടെ സാമീപ്യത്താൽ ഞാൻ സായൂജ്യമടയട്ടെ. അറിഞ്ഞുകൂടാത്ത പലതും അറിയാനവസരം ലഭിച്ചതിൽ ഭാഗ്യവതിയാണ്. നിങ്ങളുടെ പവിത്രമായ വാക്കുകൾ കേട്ട് ഈ ലോകത്തിലും അടുത്ത ലോകത്തിലും എനിക്ക് നേടാനാകുന്നത് നിസ്സാരഗുണങ്ങളല്ല. നിങ്ങൾ സ്വീകരിച്ചത് നേർമാർഗമാണ്. നേർമാർഗത്തിലൂടെതന്നെ ചരിക്കുന്നു. അതിനായി എല്ലാ മനുഷ്യരും കഷ്ടപ്പെട്ട് ശ്രമിക്കുകയും ആശിച്ച് ദുഃഖിക്കുകയും ചെയ്യുന്നു.”

ആ സന്ന്യാസിനി സസന്തോഷം രാജകുമാരിയുടെ കാൽക്കൽ ഇരിക്കാൻ തുടങ്ങി. എന്നാൽ, രാജകുമാരി ഭവ്യതയോടെ എഴുന്നേറ്റ് അവളുടെ കരം ഗ്രഹിച്ച് അടുത്തിരുത്തി.

സന്ന്യാസിനി പറഞ്ഞു, “അല്ലയോ ഭവതി, നിങ്ങളെപ്പോലെ ഇത്രയും എളിമയുള്ളൊരു സ്ത്രീയെ എന്റെ കണ്ണുകൾ ഇതുവരെ ദർശിച്ചിട്ടില്ല. തീർച്ചയായും ഞാൻ ഈ ബഹുമതിക്കർഹയല്ലെങ്കിലും നിങ്ങളുടെ ആജ്ഞയനുസരിച്ച് ഞാനിവിടെ ഇരിക്കാം.”

അവർ അവിടെ ഇരുന്ന് സംസാരിക്കവെ, അടിമപ്പെൺകുട്ടികൾ അവർക്കു മുന്നിലെ മേശയിൽ പുത്തൻ പഴങ്ങളും ഉണക്കപ്പഴങ്ങളും മധുരപലഹാരങ്ങളും കേക്കും മറ്റും പല പ്ലേറ്റുകളിലായി നിരത്തി. രാജകുമാരി ഒരു കേക്കെടുത്ത് സ്വാമിനിക്ക് നീട്ടിക്കൊണ്ട് പറഞ്ഞു, "അല്ലയോ മാതാവ്, ഇത് കഴിച്ച് ക്ഷീണം മാറ്റുക. നിങ്ങൾക്ക് ഇഷ്ടമുള്ള പഴങ്ങൾ എടുത്ത് കഴിക്കൂ. നിങ്ങൾ വീട്ടിൽനിന്ന് പോന്നിട്ട് സമയം കുറെ ആയല്ലോ. വഴിക്കുവെച്ച് ഭക്ഷണമൊന്നും കഴിച്ചുകാണുകയുമില്ല."

സന്ന്യാസിനി മറുപടി നല്കി. "അല്ലയോ, ഉന്നതകുലജാതയായ ഭവതി, ഇത്തരം വിഭവസമൃദ്ധമായ ഭക്ഷണം എനിക്ക് നിഷിദ്ധമാണ്. എന്നാലും നിങ്ങളോടത് നിരസിക്കുന്നത് മര്യാദകേടാണ്. എന്തുകൊണ്ടെന്നാൽ, നിന്നെപ്പോലൊരു ഉദാരമതിയെ ഭക്ഷണവുമായി എന്റെ അടുക്കലേക്കയച്ചത് സർവശക്തനായ അള്ളായാണ്."

അവർ ഇരുവരും ആഹാരം കഴിച്ചുകൊണ്ടിരിക്കവേ, രാജകുമാരി സന്ന്യാസിനിയോട് അവളുടെ സന്ന്യാസജീവിതത്തേയും ഭക്തിയേയും കുറിച്ചറിയാൻ ആഗ്രഹം പ്രകടിപ്പിച്ചു. തനിക്കറിയാവുന്ന രീതിയിൽ അവളതിന് രാജകുമാരിക്ക് ഉത്തരം നല്കി. പിന്നെ രാജകുമാരി അവളോട് ഉത്ക്കണ്ഠയോടെ ചോദിച്ചു. "എന്റെ ഒരു അപേക്ഷയുണ്ട്. ഈ കെട്ടിടത്തിന്റെ ശില്പകലയേയും ഭംഗിയേയും ഫർണീച്ചറിന്റെ മനോഹാരിതയേയുംകുറിച്ച് നിങ്ങളുടെ ആത്മാർഥമായ അഭിപ്രായം എന്തൊക്കെയാണെന്ന് പറയുമോ? ഇതിന്റെ പ്ലാൻ കുറ്റമറ്റതാണോ, കെട്ടിടത്തിലോ ഉദ്യാനത്തിലോ എന്തെങ്കിലും കുറ്റമോ കുറവോ ഉണ്ടോ?"

അവൾ മറുപടി നല്കി. "നങ്ങൾ എന്റെ അഭിപ്രായത്തെക്കുറിച്ച് കനിഞ്ഞപേക്ഷിച്ചതുകൊണ്ട് ഞാൻ തുറന്നുപറയട്ടെ, കെട്ടിടവും മുറികളും ഫർണീച്ചറുമെല്ലാം മികച്ചതും കുറ്റമറ്റതാണ്. എല്ലാം ഉന്നതനിലവാരം പുലർത്തുന്നു. എന്നാലും ഞാൻ കരുതുന്നത് മൂന്ന് കാര്യങ്ങൾ കൂടി ചെയ്യേണ്ടതുണ്ട് എന്നാണ്. അത് കൂടി പൂർത്തീകരിക്കപ്പെട്ടാൽ ഈ സ്ഥലം പരിപൂർണമായും കുറ്റമറ്റതാകും."

പെരിസാദാ രാജകുമാരി ആണയിട്ടുകൊണ്ട് പറഞ്ഞു, "അല്ലയോ മാതാവേ, ഞാൻ കേണപേക്ഷിക്കുകയാണ്. എന്താണ് ആ അപൂർണമായ മൂന്ന് വസ്തുക്കൾ? അവ പൂർത്തീകരിക്കാനായി എത്ര ബുദ്ധിമുട്ടാനും ശ്രമിക്കാനും ഞാൻ തയ്യാറാണ്.

രാജകുമാരി ഇത്രയും കഠിനമായി സമ്മർദ്ദം ചെലുത്തിയപ്പോൾ സന്ന്യാസിനി അത് പറയാൻ നിർബന്ധിതയായി.

"അല്ലയോ ഭവതീ, ഒന്നാമത്തേത് സംസാരിക്കുന്ന പക്ഷി. അതിന്റെ പേര് 'ബുൾ ബുൾ-ഇ-ഹസാർ-ദാസ്താൻ.' അവനെ കണ്ടെത്താൻ വളരെ വിഷമമാണ്. ഒരു അപൂർവപക്ഷിയാണത്. അവൻ മധുരഗാനങ്ങൾ ആലപിക്കുമ്പോൾ എല്ലാ വശത്തുനിന്നും ആയിരക്കണക്കിന് പക്ഷികൾ അവന്റെ അടുത്ത് പറന്നെത്തും. രണ്ടാമത്തേത്, 'പാടുന്ന വൃക്ഷം' ആണ്. അതിന്റെ മൃദുവായ ഇലകൾ കാറ്റിൽ കൂട്ടിയുരസുമ്പോൾ മനോഹരമായ സംഗീതത്തിന് ജന്മം നല്കുന്നു. അത് ചെവിയിൽ വന്നലയ്ക്കുമ്പോൾ കേൾക്കുന്നവന്റെ ഹൃദയങ്ങൾ ആനന്ദത്തിലാറാടും. മൂന്നാമത്തേത്, ശുദ്ധവും സുതാര്യവുമായ സ്വർണവെള്ളം ആണ്. അതിൽനിന്ന് ഒരു തുള്ളി ഒരു ബേസിനിൽ ഇറ്റിച്ച് തോട്ടത്തിൽ കൊണ്ടുവെച്ചാൽ അത് ഉടനെ വക്കോളം നിറഞ്ഞ് ഒരു 'ഫൗണ്ടൻ' പോലെ മുകളിലേക്ക്

ചീറ്റുന്നു. മുകളിലേക്കുയരുന്ന വെള്ളം വീണ്ടും ബേസിനിൽ വന്ന് പതിക്കുന്നതിനാൽ വെള്ളം ഒരു തുള്ളിപോലും നഷ്ടപ്പെടുന്നുമില്ല."

രാജകുമാരി മറുപടി നല്കി. "ഈ അദ്ഭുതകരമായ വസ്തുക്കൾ എവിടെ കണ്ടെത്താനാകുമെന്ന് തീർച്ചയായും നിങ്ങൾക്കറിയാമെന്ന് ഞാൻ വിശ്വസിക്കുന്നു. ആ സ്ഥലവും അത് നേടാനുള്ള മാർഗവും അങ്ങ് എന്നോട് പറയണമെന്ന് ഞാൻ യാചിക്കുന്നു." അപ്പോഴേക്കും നേരം പുലർന്നതിനാൽ ഷാഹ്രസാദ് തന്റെ കഥപറച്ചിൽ അവസാനിപ്പിച്ചു.

അറുനൂറ്റി എഴുപത്തിമൂന്നാംരാവ്

ഷാഹ്രസാദ് പറഞ്ഞു- അല്ലയോ കീർത്തിമാനായ രാജാവേ, ആ സന്ന്യാസിനി രാജകുമാരിയോട് പറഞ്ഞു, "ഇന്ത്യയുടെ അതിർത്തിപ്രദേശത്ത് മാത്രമേ ഇവ കണ്ടെത്താനാകൂ. ഈ കെട്ടിടത്തിൽനിന്നും കിഴക്കോട്ട് പോകുന്ന റോഡിലൂടെ ബഹുദൂരം യാത്രചെയ്യേണ്ടിവരും. ഇവ അന്വേഷിച്ചുപോകുന്നവൻ ഇരുപതു ദിവസത്തെ പ്രയാണത്തിനുശേഷം ആദ്യം കണ്ടുമുട്ടുന്ന മനുഷ്യനോട് എവിടെയാണ് തനിക്ക് 'സംസാരിക്കുന്ന പക്ഷി, പാടുന്ന വൃക്ഷം, സ്വർണവെള്ളം' എന്നിവ കണ്ടെത്താനാകുക എന്ന് ചോദിക്കുക. അവയെല്ലാം എവിടെനിന്ന് നേടാനാകുമെന്ന് ആ മനുഷ്യൻ പറഞ്ഞുതരും."

കഥ മുഴുവൻ പറഞ്ഞുകഴിഞ്ഞശേഷം രാജകുമാരിയെ അനുഗ്രഹിച്ചുകൊണ്ട് സന്ന്യാസിനി വിടപറഞ്ഞു സ്വന്തം വീട്ടിലേക്ക് പോയി. രാജകുമാരിയാകട്ടെ അവൾ പറഞ്ഞ വാക്കുകൾ ഓർത്ത് അഗാധമായ ചിന്തയിലാണ്ടുപോയി. വെറും ജിജ്ഞാസയുടെ പേരിലാണ് രാജകുമാരി ഇതെല്ലാം അന്വേഷിച്ചറിഞ്ഞതെന്നു കരുതിയാണ് തനിക്കറിയാവുന്ന വിവരണങ്ങളെല്ലാം സന്ന്യാസിനി വിശദീകരിച്ചുകൊടുത്തത്. എന്നാൽ 'പെരിസാദാ' ഇക്കാര്യങ്ങളെല്ലാം കരസ്ഥമാക്കണമെന്ന് ഉറച്ച തീരുമാനമെടുത്ത് കഴിഞ്ഞിരുന്നു. തന്റെ സകല കരുത്തും ഉപയോഗിച്ച് ഈ മൂന്ന് അദ്ഭുതവസ്തുക്കളും സ്വന്തമാക്കുമെന്നവൾ പ്രതിജ്ഞയെടുത്തു. അതിനെക്കുറിച്ച് കൂടുതൽ ചിന്തിക്കുംതോറും ആ സംരംഭം കൂടുതൽ കഠിനമാണെന്ന് കാണപ്പെട്ടു. ആ ഉദ്യമം പരാജയപ്പെട്ടെങ്കിലോ എന്ന ചിന്ത അവളെ കൂടുതൽ അസ്വസ്ഥയാക്കുകയും ചെയ്തു. അവൾ അങ്ങനെ ഉത്ക്കണ്ഠാകുലയായി സംഭ്രമിച്ച് ഇരിക്കവെ അവളുടെ സഹോദരന്മാർ നായാട്ടു കഴിഞ്ഞ് തിരിച്ചെത്തി. അവൾ ദുഃഖിതയായിരിക്കുന്നതുകണ്ട് എന്തായിരിക്കാം അതിന് കാരണമെന്നവർ ആശ്ചര്യപ്പെട്ടു.

ബാഹ്മൻ രാജകുമാരൻ ചോദിച്ചു, "എന്റെ അനിയത്തീ, എന്താണിത്ര മനോവേദനയോടെ നീ ഇരിക്കുന്നത്? സർവശക്തനായ അള്ളാ നിന്റെ അസുഖം മാറ്റിത്തരട്ടെ. അല്ലെങ്കിൽ മനസ്സിനെ അലട്ടുന്ന ദുഃഖചിന്തകൾ ദൂരീകരിക്കട്ടെ. ഞാൻ നിന്നോട് അപേക്ഷിക്കുകയാണ്. നിന്നെ അലട്ടുന്ന വേദന എന്താണെന്ന് ഞങ്ങളോട് പറയൂ. അതിൽ ഞങ്ങളേയും പങ്കാളികളാക്കി നിന്നെ സഹായിക്കാനനുവദിക്കൂ."

രാജകുമാരി ഒരക്ഷരം മിണ്ടിയില്ല. നീണ്ട മൗനത്തിനുശേഷം അവൾ ശിരസ്സുയർത്തി സഹോദരന്മാർക്കുനേരെ നോക്കി. പിന്നെ ദൃഷ്ടി താഴ്ത്തി, പതിവിന് വിപരീതമായ രീതിയിൽ ഇരിപ്പ് തുടർന്നു. "ഞങ്ങളോട് പറയാൻ മടിക്കുന്ന എന്തോ കാര്യം നിന്റെ മനസ്സിൽ ഉണ്ടെന്ന് ഉറപ്പാണ്.

നിന്നെ വിഷമിപ്പിക്കുന്ന പ്രശ്നം എന്താണെന്ന് നീ ഞങ്ങളോട് പറയുന്നതുവരെ ഞാനിവിടെനിന്ന് പോകില്ലെന്ന് ശപഥം ചെയ്യുന്നു. ശൈശവം മുതലുള്ള സഹോദരീസഹോദരബന്ധത്തിന് ഉലച്ചിൽ വന്നതായി ഒരു പക്ഷേ, നീ കരുതുന്നുണ്ടായിരിക്കുമോ?"

തന്റെ സഹോദരന്മാരുടെ വിഷമവും മനോവ്യഥയും കണ്ട് അവൾ സംസാരിക്കാൻ നിർബന്ധിതയായി. "എന്റെ പ്രിയപ്പെട്ട ചേട്ടന്മാരേ, എന്റെ ദുഃഖവും ഉത്ക്കണ്ഠയും എന്തുകൊണ്ടാണെന്ന് ഞാൻ നിങ്ങളോടു പറയാം; അതുകൊണ്ട് യാതൊരു പ്രയോജനവുമില്ലെങ്കിലും. നമ്മുടെ സ്നേഹംനിറഞ്ഞ അച്ഛൻ നമ്മൾക്കായി നിർമ്മിച്ചുതന്നിട്ടുള്ള ഈ കൊട്ടാരം എല്ലാ രീതിയിലും കുറ്റമറ്റതാണ്. പൂർണതയിലും സുഖസൗകര്യങ്ങളിലും ഉത്തമം. എന്നാലും ഇന്ന് സന്ദർഭവശാൽ ഒരു വസ്തുത ഞാൻ കണ്ടെത്താനിടയായി. അതായത്, മൂന്നു കാര്യങ്ങൾ ഈ വീടിനും ഉദ്യാനത്തിനും ഉള്ളിൽ സ്ഥാപിച്ചാൽ, നമ്മുടെ സ്ഥലവുമായി തുലനം ചെയ്യാവുന്ന മറ്റൊരു സ്ഥലവും ഈ ലോകത്ത് ഉണ്ടാകില്ല. ഈ മൂന്നു കാര്യങ്ങൾ, സംസാരിക്കുന്ന പക്ഷി, പാടുന്ന വൃക്ഷം, സ്വർണവെള്ളം എന്നിവയാണ്. ഈ വിവരം അറിഞ്ഞതു മുതൽ അവ നമ്മുടെ സ്ഥലത്ത് സ്ഥാപിക്കാനുള്ള മോഹം എന്റെ ഹൃദയത്തിൽനിറഞ്ഞ് തുളുമ്പുകയാണ്. ഏതെങ്കിലും രീതിയിൽ അവ എനിക്ക് നേടണമെന്ന അഭിലാഷം അടക്കാനാകുന്നില്ല. നിങ്ങൾ എത്ര കഠിനാധ്വാനത്തോടെ ശ്രമിച്ചിട്ടാണെങ്കിലും ഈ അപൂർവവസ്തുക്കൾ എനിക്ക് നേടിത്തരുവാനുള്ള മാർഗം കണ്ടെത്തുക."

ബാഹമൻ രാജകുമാരൻ മറുപടി നല്കി. "എന്റേയും അനിയന്റേയും ജീവൻ പൂർണമായും നിന്റെ ആഗ്രഹം സഫലീകരിക്കാനായി തയ്യാറാണ്. ഈ വിചിത്രവസ്തുക്കൾ എവിടെ കണ്ടെത്താനാകുമെന്ന ഒരു സൂചന മാത്രം നീ തന്നാൽ മതി. നാളെ നേരം വെളുക്കുന്നതോടെ ഞാനവ അന്വേഷിച്ച് പുറപ്പെടാം."

തന്റെ സഹോദരൻ യാത്ര പുറപ്പെടാൻ തയ്യാറാണെന്ന് മനസ്സിലാക്കിയ പർവീസ് രാജകുമാരൻ പറഞ്ഞു, "അല്ലയോ ചേട്ടാ, അങ്ങ് ഞങ്ങളിൽ ഏറ്റവും മൂത്തവനാണ്. അങ്ങ് വീട്ടിലിരിക്കൂ. ഞാൻ ആ മൂന്ന് സാധനങ്ങളും അന്വേഷിച്ചുപിടിച്ച് അനിയത്തിക്കായി കൊണ്ടുവരാം. വർഷങ്ങളോളം നീണ്ടുനിന്നേക്കാവുന്ന ഈ കഠിനാധ്വാനം ഏറ്റെടുക്കാൻ തീർച്ചയായും ഞാൻ തന്നെയാണ് അനുയോജ്യൻ."

ബാഹമൻ രാജകുമാരൻ മറുപടി നല്കി, "നിന്റെ കഴിവിലും കരുത്തിലും എനിക്ക് പൂർണവിശ്വാസമുണ്ട്. എനിക്ക് ചെയ്യാൻ കഴിയുന്ന പ്രവൃത്തികളെല്ലാം അതേ രീതിയിൽ ചെയ്യാൻ നിനക്കും കഴിയും. എന്നാലും, ഞാൻ തന്നെ ഇതിനായി പോകുമെന്ന് ദൃഢപ്രതിജ്ഞ എടുത്തുകഴിഞ്ഞു. ഒറ്റയ്ക്ക് ആരുടേയും സഹായമില്ലാതെ. നീ ഇവിടെത്തന്നെ നിന്ന് നമ്മുടെ അനിയത്തിയേയും വീടും സംരക്ഷിക്കുക."

പിറ്റേന്ന് സഹോദരിയിൽ നിന്ന് താൻ യാത്രചെയ്യേണ്ട മാർഗവും അടയാളങ്ങളും ബാഹമൻ രാജകുമാരൻ ചോദിച്ചു മനസ്സിലാക്കി.

ആയുധധാരിയായി യാത്രയ്ക്ക് അനുയോജ്യമായ വസ്ത്രങ്ങൾ ധരിച്ച് ഇരുവരോടും യാത്രപറഞ്ഞ് കരുത്തുറ്റ കുതിരപ്പുറത്തേറി പുറപ്പെടാൻ അവൻ നിൽക്കവെ, നിറഞ്ഞ കണ്ണുകളോടെ ഇടറിയ ശബ്ദത്തിൽ പെരീസാദാ രാജകുമാരി പറഞ്ഞു, 'എന്റെ പ്രിയപ്പെട്ട ചേട്ടാ, ഈ കയ്പേറിയ

വേർപാട് ഞങ്ങളുടെ ഹൃദയം തകർക്കുന്നു. നിങ്ങളുടെ യാത്ര ഞങ്ങൾക്ക് സഹിക്കാനാകുന്നില്ല. നിങ്ങളുടെ വിദൂരദേശത്തേക്കുള്ള പോക്ക് അപൂർവ വസ്തുക്കൾക്കായി ഞാൻ ദുഃഖിച്ചതിനേക്കാൾ എത്രയോ മടങ്ങ് ദുഃഖ മാണ് എനിക്ക് നല്കുന്നതെന്നോ. നിങ്ങളുടെ യാത്രാവിവരങ്ങൾ ദിവ സേന ലഭിക്കാൻ കഴിഞ്ഞാലേ അല്പമെങ്കിലും മനസ്സമാധാനവും ആശ്വാ സവും എനിക്ക് കിട്ടൂ. അല്ലെങ്കിൽ എന്നും ദുഃഖിക്കാനേ നേരമുണ്ടാകൂ. - അപ്പോഴേക്കും നേരം പുലരാറായതിനാൽ ഷാഹ്റസാദ് തന്റെ കഥപ റച്ചിൽ നിർത്തി.

അറുനൂറ്റി എഴുപത്തിനാലാംരാവ്

ഷാഹ്റസാദ് പറഞ്ഞു - അല്ലയോ കീർത്തിമാനായ രാജാവേ, ബാഹ്മൻ രാജകുമാരൻ മറുപടി നല്കി. "അല്ലയോ എന്റെ അനിയത്തീ, ഇക്കാര്യം ശ്രമിച്ചുനോക്കാൻ തന്നെ ഞാൻ ഉറപ്പിച്ചിരിക്കുകയാണ്. നീ ഉത്ക്കണ്ഠാ കുലയാകുകയോ ഭയപ്പെടുകയോ വേണ്ട. 'ഇൻഷാ അള്ളാ' ഞാൻ വിജയശ്രീലാളിതനായി തിരിച്ചുവരും. ഞാൻ പോയശേഷം എന്റെ സുര ക്ഷിതത്വത്തെക്കുറിച്ച് എനിക്ക് എന്തെങ്കിലും ഭീതി തോന്നുന്നുണ്ടെങ്കിൽ ഞാൻ നിനക്ക് തരുന്ന ഈ സ്മാരകചിഹ്നത്തിലൂടെ എന്റെ നില നല്ല താണോ ചീത്തയാണോ എന്ന് നിനക്കറിയാൻ കഴിയും."

പിന്നെ തന്റെ അരയിൽ കെട്ടിയിരുന്ന ഷാളിൽനിന്നൊരു നായാട്ടു കത്തിയെടുത്ത് പെരിസാദാ രാജകുമാരിക്ക് നല്കിക്കൊണ്ട് പറഞ്ഞു. "ഈ കത്തി സദാസമയം നിന്നോടൊപ്പം വെക്കുക. ഏതെങ്കിലും സമ യത്ത് എന്റെ നിലയെക്കുറിച്ച് നിനക്കറിയണമെന്നുണ്ടെങ്കിൽ ഈ കത്തി ഉറയിൽനിന്ന് വലിച്ചൂരുക. കത്തി ഇതുപോലെ വൃത്തിയുള്ളതും തിള ങ്ങുന്നതുമാണെങ്കിൽ ഞാൻ പൂർണആരോഗ്യവാനും സുരക്ഷിതനുമാ ണെന്ന് മനസ്സിലാക്കണം. എന്നാൽ, അതിൽ രക്തക്കറ കണ്ടാൽ ഞാൻ കൊല്ലപ്പെട്ടെന്ന് മനസ്സിലാക്കുക. പിന്നെ, എന്റെ ആത്മാവിനുവേണ്ടി പ്രാർഥിക്കുകയല്ലാതെ മറ്റൊന്നും നിനക്ക് ചെയ്യാനില്ല."

ഇപ്രകാരം ആശ്വാസവാക്കുകൾ പറഞ്ഞ് രാജകുമാരൻ ഇന്ത്യയുടെ ദിശയിലേക്കുള്ള റോഡിലൂടെ യാത്ര പുറപ്പെട്ടു. ഇടത്തോട്ടോ വല ത്തോട്ടോ തിരിയാതെ ഒരേ ലക്ഷ്യംവെച്ച് നേരെ മുന്നേറി. അങ്ങനെ ഇറാ നിൽനിന്നും പുറപ്പെട്ട് ഏതാനും ദിവസങ്ങൾ കഴിഞ്ഞു. ഇരുപതാം ദിവസം യാത്രയുടെ അന്ത്യമായി. പെട്ടെന്ന്, ബീഭത്സരൂപമുള്ളൊരു വൃദ്ധൻ തന്റെ ഓലമേഞ്ഞ കുടിലിനടുത്തുള്ള ഒരു മരത്തിന് കീഴിൽ ഇരിക്കുന്നതു കണ്ടു. ആ കുടിലിലാണവൻ വെയിലും മഞ്ഞും മഴയും ഏൽക്കാതെ കഴിഞ്ഞിരുന്നത്. പടുകിഴവനായ ആ മനുഷ്യന്റെ തല മുടിയും താടിയും മീശയുമെല്ലാം മഞ്ഞുപോലെ വെളുത്തിരുന്നു. നീണ്ട് തടിച്ച് ഞാന്നുകിടക്കുന്ന അയാളുടെ മേൽച്ചുണ്ട് വായയുടെ ഭാഗം മൂടി യിരിക്കുന്നു. താടിമീശ നിലത്ത് കിടന്നിഴയുന്നു. കൈകാൽ വിരലു കളിലെ നഖങ്ങൾ കാട്ടുമൃഗങ്ങളുടേതുപോലുണ്ട്. ശിരസ്സിൽ 'മലബാർ മീൻപിടുത്ത'ക്കാരെപോലെ ഒരു ഓലത്തൊപ്പി ധരിച്ചിട്ടുണ്ട്. ഒരു പായ ക്കഷണമാണ് നഗ്നത മറയ്ക്കാനായി അരയിൽ ചുറ്റിയിരിക്കുന്നത്. അനേകം വർഷങ്ങൾക്കു മുമ്പ് ലൗകികജീവിതം ഉപേക്ഷിച്ച് നവീന ലോകത്തുനിന്നും ഓടിപ്പോന്ന് ഫക്കീറായി മാറിയവനാണ് ആ വൃദ്ധൻ.

പട്ടിണികിടന്ന് ദൈവഭക്തിയിൽ കഴിയുന്നവനായതിനാലാണ് കീർത്തിമാനായ രാജാവേ ആ വൃദ്ധന്റെ രൂപം ഞാൻ വർണിച്ചതുപോലെ ആയത്.

നേരം പുലർന്നപ്പോൾ മുതൽ ബാഹ്മൻ രാജകുമാരൻ അതീവശ്രദ്ധയോടെ പരിസരം നിരീക്ഷിക്കുകയായിരുന്നു. താൻ അന്വേഷിച്ചുവന്ന അപൂർവവസ്തുക്കളെക്കുറിച്ച് ചോദിച്ചറിയുവാൻ ആരെയെങ്കിലും ദൂരെ നിന്ന് കാണുമോ എന്ന പ്രതീക്ഷയിൽ. തന്റെ യാത്രയുടെ ഇരുപതാം ദിവസം രാജകുമാരൻ ആദ്യം കണ്ട വ്യക്തി ഈ വൃദ്ധനാണ്. അവൻ അയാളുടെ അരികിലേക്ക് കുതിരയെ ഓടിച്ച് ചെന്നു. ഈ വൃദ്ധൻ തന്നെ ആയിരിക്കും സന്യാസിനി സൂചിപ്പിച്ച വ്യക്തിയെന്ന് അവന് ഉറപ്പുതോന്നി.

ബാഹ്മൻ രാജകുമാരൻ കുതിരപ്പുറത്തുനിന്ന് താഴെ ഇറങ്ങി ഫക്കീറിനെ താഴ്ന്ന് വണങ്ങി പറഞ്ഞു, "അല്ലയോ പിതാവേ, സർവശക്തനായ അള്ളാ അങ്ങേക്ക് ദീർഘായുസ്സും ശാന്തിയും സമാധാനവും കനിഞ്ഞ് നല്കട്ടെ."

അതിന് ഫക്കീർ മറുപടി നല്കിയെങ്കിലും അവ്യക്തമായ ഉച്ചാരണം മൂലം രാജകുമാരന് ഒരക്ഷരംപോലും പിടികിട്ടിയില്ല. വൃദ്ധന്റെ നീണ്ട താടികൊണ്ട് വായ് പൂർണമായും മൂടിയിരിക്കുന്നതിനാലാണ് സംസാരം അവ്യക്തമായതെന്ന് രാജകുമാരൻ മനസ്സിലാക്കി. വെറും മുരൾച്ച മാത്രമാണ് വായിൽനിന്നും പുറത്ത് വന്നിരുന്നത്. അതുകൊണ്ട് അവൻ കുതിരയെ ഒരു മരത്തിൽ കെട്ടിയിട്ട് ഒരു കത്രിക വലിച്ചെടുത്ത് പറഞ്ഞു, "അല്ലയോ പുണ്യവാളാ, അങ്ങയുടെ വായ ഈ മീശകൊണ്ട് പൂർണമായും മൂടിയിരിക്കുകയാണ്. ഞാൻ അങ്ങയോട് യാചിക്കുകയാണ്, സംസാരശേഷി ഇല്ലാതാക്കുകയും കാഴ്ചശക്തി നശിപ്പിക്കുകയും ചെയ്യുന്ന ഈ നീണ്ട തഴച്ച മീശ ഞാൻ വെട്ടിക്കളയട്ടെ? ഇപ്പോൾ അങ്ങയെ കാണാൻ പേടിതോന്നും. ഒരു കരടിയെപ്പോലെയുണ്ട്."

ഫക്കീർ തലകുലുക്കി സമ്മതിച്ചു. താടിയും മീശയുമെല്ലാം കത്രിച്ച് വൃത്തിയാക്കിയപ്പോൾ ഫക്കീറിനെ കാണാൻ ആരോഗ്യവാനായ ഒരു യുവാവിനെപ്പോലെ ഉണ്ടായിരുന്നു.

ബാഹ്മൻ അയാളോട് പറഞ്ഞു, "ദൈവമേ, നിങ്ങൾക്ക് സ്വന്തം മുഖം കാണിച്ചുതരാനായി എന്റെ കൈയിൽ ഒരു കണ്ണാടി ഉണ്ടായിരുന്നെങ്കിൽ നിങ്ങൾ എത്ര ആരോഗ്യവാനായൊരു യുവാവിനെപ്പോലെയുണ്ടെന്ന് മനസ്സിലായേനെ!"

ഈ മുഖസ്തുതികേട്ട് പുഞ്ചിരിച്ചുകൊണ്ട് ഫക്കീർ പറഞ്ഞു, "നിന്റെ ഈ നന്മനിറഞ്ഞ സേവനത്തിനും കരുണാർദ്രമായ വാക്കുകൾക്കും നന്ദി. ഇതിനുപകരം എന്ത് ഉപകാരമാണ് നിനക്ക് ഞാൻ ചെയ്തുതരേണ്ടത്? എന്തായാലും ആവശ്യപ്പെടാൻ ഞാൻ നിന്നോട് അഭ്യർഥിക്കുകയാണ്. പൂർണമനസ്സോടെ ആത്മാർഥമായി നിന്നെ തൃപ്തനാക്കാൻ ഞാൻ ശ്രമിക്കും."

അപ്പോൾ രാജകുമാരൻ പറഞ്ഞു, "അല്ലയോ പുണ്യവാളാ, ഞാൻ വളരെ കഷ്ടപ്പെട്ട് യാത്രചെയ്ത് ദൂരദേശത്തുനിന്ന് വരികയാണ്. മൂന്നു കാര്യങ്ങൾ നേടാൻ വേണ്ടിയാണ് ഞാൻ എത്തിയിരിക്കുന്നത്. അതായത്, ഏതോ ഒരു സംസാരിക്കുന്ന പക്ഷി, ഒരു പാടുന്ന വൃക്ഷം, പിന്നെ, സ്വർണവെള്ളം. ഈ പ്രദേശത്തിനടുത്തുനിന്നുതന്നെ ഈ മൂന്നു സാധനങ്ങളും കണ്ടെത്താനാകുമെന്ന് എനിക്കുറപ്പുണ്ട്. - അപ്പോഴേക്കും നേരം പുലരാറായെന്നുകണ്ട് ഷാഹ്റസാദ് തന്റെ കഥപറച്ചിൽ നിർത്തി.

അറുനൂറ്റി എഴുപത്തിയഞ്ചാംരാവ്

ഷാഹ്‌രസാദ് പറഞ്ഞു - അല്ലയോ കീർത്തിമാനായ രാജാവേ, രാജകുമാരൻ ഫക്കീറിനു നേരെ തിരിഞ്ഞ് തുടർന്നു, “അല്ലയോ ദൈവഭക്താ, ഞാൻ അന്വേഷിക്കുന്ന മൂന്ന് സാധനങ്ങളും ഈ പ്രദേശത്തുതന്നെ ഉണ്ടെന്ന് എനിക്കറിയാമെങ്കിലും അവ കണ്ടെത്താവുന്ന കൃത്യമായ സ്ഥലം എനിക്കറിയില്ല. അങ്ങേക്ക് ആ സ്ഥലത്തെക്കുറിച്ച് ശരിയായ വിവരം അറിയാം. എന്നോടത് പറയണം. ഞാനൊരിക്കലും അങ്ങയുടെ കാരുണ്യം മറക്കില്ല. എന്റെ സുദീർഘമായ ഈ യാത്ര വെറുതെ ആയില്ല എന്ന സംതൃപ്തി അപ്പോൾ എനിക്കുണ്ടാകും.”

രാജകുമാരന്റെ ഈ വാക്കുകൾ കേട്ട് ഫക്കീറിന്റെ മുഖഭാവം മാറി. മെഴുകുപോലെ വിളറിവെളുത്തു. പിന്നെ, മുഖം കുനിച്ച് അഗാധമായ ചിന്തയിലാണ്ട് നിശ്ശബ്ദമായി ഇരുന്നു.

രാജകുമാരൻ ചോദിച്ചു. “അല്ലയോ പുണ്യപിതാവേ, ഞാൻ പറഞ്ഞ വാക്കുകൾ അങ്ങേക്ക് മനസ്സിലായോ? അങ്ങേക്ക് കാര്യത്തെക്കുറിച്ചൊന്നും അറിയില്ലെങ്കിൽ ദയവായി നേരിട്ട് പറയൂ. എങ്കിൽ ഞാൻ കുറേക്കൂടി മുന്നോട്ട് പോയി അന്വേഷണം തുടരാം.”

നീണ്ട മൗനത്തിനുശേഷം ഫക്കീർ മറുപടി നല്കി. “അല്ലയോ പരദേശീ, എനിക്ക് നീ അന്വേഷിക്കുന്ന ആ സ്ഥലം വളരെ ഭംഗിയായി അറിയാമെന്നതൊരു സത്യമാണ്. നീ എന്നെ പരിചരിച്ചതിനാൽ എനിക്ക് നീ പ്രിയങ്കരനാണ്. അതുകൊണ്ട് തന്നെയാണ് നിന്റെ നന്മയെ ഉദ്ദേശിച്ച് എനിക്കത് പറയാൻ ഇഷ്ടമില്ലാത്തതും.”

രാജകുമാരൻ നിർബന്ധിച്ചു. “അല്ലയോ പുണ്യാത്മാവേ, എന്തിനാണ് അങ്ങ് ഈ വിവരം എന്നിൽനിന്ന് മറച്ചുപിടിക്കുന്നത്? എന്തുകൊണ്ടാണ് അങ്ങ് സ്വമനസ്സാലേ അത് ഞാൻ അറിയാൻ ആഗ്രഹിക്കാത്തത്?” ഫക്കീർ മറുപടി നല്കി. “അത് കഠിനമായൊരു പാതയാണ്. യാത്ര ചെയ്യാനാവാത്ത ദുർഘടം പിടിച്ച പാത. പ്രാണഹാനി സംഭവിക്കാവുന്ന അപകടങ്ങൾ നിറഞ്ഞത്. നിങ്ങൾക്ക് പുറമെ നിരവധിപേർ ഇവിടെ വന്ന് എന്നോട് ആ മാർഗം ചോദിച്ചിട്ടുണ്ട്. ഞാൻ അവരോടത് പറയാൻ വിസമ്മതിച്ചു. എന്നാൽ, അവർ അതൊന്നും ശ്രദ്ധിച്ചില്ല. എന്റെ താക്കീതുകൾ അവഗണിച്ചു. എന്നെ വല്ലാതെ നിർബന്ധിച്ച് ആ രഹസ്യം മനസ്സിലാക്കി, എന്റെ മനസ്സിനുള്ളിൽ കാത്തുസൂക്ഷിച്ച ആ രഹസ്യം. അറിയാമോ എന്റെ മോനേ, ആ ധീരന്മാരെല്ലാം മരിച്ചുപോയി. ഒറ്റ ആളും സുരക്ഷിതനായി എന്റെ അടുത്ത് തിരിച്ചെത്തിയില്ല. നീ സ്വന്തം വിലപ്പെട്ട ജീവൻ നശിപ്പിക്കരുത്. എന്റെ ഉപദേശം സ്വീകരിച്ച് മുന്നോട്ട് യാത്രചെയ്യരുത്. ഒട്ടും താമസിക്കാതെ സ്വന്തം വീട്ടിലേക്ക് പോയി കുടുംബത്തോടൊപ്പം ചേരുന്നതാണ് നല്ലത്.”

ബാഹ്മൻ രാജകുമാരൻ ദൃഢനിശ്ചയത്തോടെ മറുപടി നല്കി. “അങ്ങ് ദയാവായ്പോടെ നല്ല സൗഹൃദത്തോടെ ഏറ്റവും നല്ല ഉപദേശം എനിക്ക് നല്കി. അങ്ങേക്ക് പറയാനുള്ളതെല്ലാം ഞാൻ ഭവ്യതയോടെ കേട്ടു. ഞാനതിന് കൃതജ്ഞതയുള്ളവനാണ്. എന്നാൽ, എന്റെ മുന്നിലുള്ള അപകടത്തെ ഓർത്ത് ഞാൻ ഒരിഞ്ച് ഇളകില്ല. അങ്ങയുടെ ഭീഷണികൾ എത്രതന്നെ മാരകമായാലും എന്നെ ലക്ഷ്യത്തിൽനിന്ന് പിന്തിരിപ്പിക്കാനാവില്ല. അതിനുംപുറമെ കള്ളന്മാരോ ശത്രുക്കളോ സന്ദർഭവശാൽ എന്റെ മേൽ ചാടിവീണാൽ എനിക്ക് ആത്മരക്ഷയ്ക്കുള്ള ആയുധങ്ങൾ

ഉണ്ടെന്ന് അറിയിക്കട്ടെ. ആർക്കും എന്നെ ദ്രോഹിക്കാനാവില്ല. അത്രയ്ക്ക് കരുത്തും ധീരതയും എനിക്കുണ്ടെന്ന് ഞാൻ ഉറപ്പുതരുന്നു."

അതിന് ഫക്കീർ മറുപടി പറഞ്ഞു, "നിനക്ക് മാർഗതടസ്സമുണ്ടാക്കി ദ്രോഹിക്കുന്നവർ മനുഷ്യന് അഗോചരരായവരാണ്. നിന്റെ മുന്നിലവർ ഒരിക്കലും പ്രത്യക്ഷപ്പെടില്ല. പിന്നെ എങ്ങനെയാണ് നിനക്ക് അവരെ പ്രതിരോധിക്കാനാകുക?" അവൻ മറുപടി നല്കി. "അങ്ങനെ ആയിക്കോട്ടെ. എന്നാലും ഞാൻ പേടിക്കുന്നില്ല. അങ്ങോട്ടുള്ള വഴി കാണിച്ചു തരണമെന്നു മാത്രമാണ് എനിക്കങ്ങയോടുള്ള പ്രാർഥന."

രാജകുമാരൻ യാത്രയുടെ കാര്യത്തിൽ ഉറച്ച തീരുമാനമെടുത്തിരിക്കയാണെന്നും ഒരുതരത്തിലും തനിക്കവനെ ആ ഉദ്യമത്തിൽനിന്ന് പിന്തിരിപ്പിക്കാനാവില്ലെന്നും ഫക്കീറിന് ബോധ്യമായപ്പോൾ അയാൾ തന്റെ അടുത്തുകിടന്ന ഒരു സഞ്ചിയിൽ കൈയിട്ട് അതിൽനിന്ന് ഒരു പന്ത് പുറത്തെടുത്ത് പറഞ്ഞു, "കഷ്ടം, എന്റെ മോനേ, നീ എന്റെ ഉപദേശം സ്വീകരിക്കുന്നില്ലല്ലോ. എനിക്ക് നിന്റെ മാർഗം പിന്തുടരേണ്ടിവന്നിരിക്കുന്നു. ഈ പന്ത് എടുക്കുക, നീ കുതിരപ്പുറത്ത് കയറി ഈ പന്ത് നിന്റെ മുന്നിലേക്ക് എറിയുക. അത് ഉരുണ്ടുപോകുന്നിടത്തോളം കുതിരപ്പുറത്ത് നീ അതിനെ പിന്തുടരുക. മലയടിവാരത്തിൽ അത് ചെന്നു നില്ക്കുമ്പോൾ നീ കുതിരപ്പുറത്തുനിന്ന് താഴെ ഇറങ്ങി കടിഞ്ഞാൺ കുതിരയുടെ കഴുത്തിലിട്ട് അതിനെ അവിടെ ഒറ്റയ്ക്ക് വിടുക. നീ തിരിച്ചു വരുന്നതുവരെ അതവിടെ അനങ്ങാതെ നിന്നോളും. പിന്നെ മലകയറുക. പാതയുടെ ഇരുവശങ്ങളിലും ഇടതും വലതും വലിയ കറുത്ത പാറക്കല്ലുകൾ കാണാം. ഇവിടെ പലതരത്തിലുള്ള ഭീകരശബ്ദങ്ങളും നിന്റെ ചെവികളിൽ വന്നലയ്ക്കും. നിന്നെ പ്രകോപിപ്പിക്കാനും ഭയപ്പെടുത്താനും വേണ്ടി. നിന്റെ മുന്നോട്ടുള്ള പോക്ക് തടയുകയാണവയുടെ ലക്ഷ്യം. യാതൊരു ഭയവും പാടില്ല. ആ ഭീകരശബ്ദങ്ങളൊന്നും ശ്രദ്ധിക്കരുത്. ഒരു കാര്യം സൂക്ഷിക്കുക. ഞാൻ വീണ്ടും പറയുകയാണ്. നീ ഒരിക്കലും തലതിരിച്ച് നോക്കരുത്. നിന്റെ ധൈര്യം ചോർന്നുപോകുകയോ പിന്നിലേക്ക് ഒന്ന് ദൃഷ്ടി പായിക്കുകയോ ചെയ്താൽ ഉടനെ നീ കരിങ്കല്ലായിത്തീരും. നിനക്കറിയാമോ രാജകുമാരാ, നീ വരുന്ന വഴിക്കുവെച്ച് കാണുന്ന കരിങ്കല്ലുകളെല്ലാം നിന്നെപ്പോലെ ആ മൂന്ന് കാര്യങ്ങൾതേടി വന്ന ധീരരും കരുത്തരുമായ യുവാക്കളാണ്. അഗോചരരായി ആ പിശാചുക്കളുടെ ഭീകര അട്ടഹാസങ്ങൾ കേട്ട് പേടിച്ച അവർ കരിങ്കല്ലുകളായി മാറി. എന്തായാലും നീ മലമുകളിൽ ആരോഗ്യത്തോടെ സുരക്ഷിതനായി എത്തിക്കഴിഞ്ഞാൽ ഏറ്റവും മുകളിൽ സംസാരിക്കുന്ന പക്ഷി വസിക്കുന്നതു കാണാം. അത് നിന്റെ ചോദ്യങ്ങൾക്ക് മറുപടി തരാൻ തയ്യാറായി ഇരിക്കുന്നുണ്ടാകും. അതുകൊണ്ട് പാടുന്ന വൃക്ഷവും സ്വർണവെള്ളവും എവിടെ കണ്ടെത്താനാകുമെന്ന് ആ പക്ഷിയോട് ചോദിക്കുക. നീ ആവശ്യപ്പെടുന്ന കാര്യങ്ങൾക്കെല്ലാം അവൻ കൃത്യമായി മറുപടി നല്കും. നീ സുരക്ഷിതത്വത്തോടെ ഈ മൂന്ന് സാധനങ്ങളും കരസ്ഥമാക്കിക്കഴിഞ്ഞാൽ എല്ലാ അപകടങ്ങളിൽനിന്നും മുക്തനായി എന്നു പറയാം. എന്നാലും, നീ ഇനിയും യാത്ര പുറപ്പെട്ടിട്ടില്ലാത്ത നിലയ്ക്ക് എന്റെ ഉപദേശം ചെവിക്കൊള്ളുക. ഈ ഉദ്ദേശ്യം ഉപേക്ഷിച്ച് വീട്ടിലേക്ക് ആരോഗ്യവാനായി സമാധാനത്തോടെ തിരിച്ചുപോകുക." അപ്പോഴേക്കും നേരം പുലർന്നതിനാൽ ഷാഹ്റസാദ് തന്റെ കഥപറച്ചിൽ നിർത്തി.

അറുനൂറ്റി എഴുപത്തിയാറാംരാവ്

ഷാഹ്‌രസാദ് പറഞ്ഞു - അല്ലയോ കീർത്തിമാനായ രാജാവേ, രാജകുമാരൻ ഫക്കീറിനോട് മറുപടി നല്കി, "അല്ലയോ പുണ്യാത്മാവേ, ഞാൻ എന്റെ ലക്ഷ്യം നേടുന്നതുവരെ തിരിച്ചുപോകില്ല. ഇല്ല. ഒരിക്കലുമില്ല. അപ്പോൾ സ്വസ്തി!"

അവൻ കുതിരപ്പുറത്തേറി മുന്നിലേക്ക് പന്ത് എറിഞ്ഞു. അത് ഭയങ്കര വേഗത്തിൽ പാഞ്ഞു. അവൻ അതിന്റെ പിന്നാലെ കുതിരപ്പുറത്തും. ഫക്കീർ പറഞ്ഞ ആ കുന്നിലെ അടിവാരത്തിലെത്തിയപ്പോൾ പന്തിന്റെ പ്രയാണം നിലച്ചു. ഉടനെ രാജകുമാരൻ കുതിരപ്പുറത്തു നിന്നിറങ്ങി. കടിഞ്ഞാൺ കുതിരപ്പുറത്തേക്കെറിഞ്ഞ് അതിനെ അവിടെത്തന്നെ നിർത്തി മല കയറാൻ തുടങ്ങി. മലയടിവാരം മുതൽ മലമുകൾവരെ നിരനിരയായി വലിയ കരിങ്കല്ലുകൾ കിടക്കുന്നതവന് കാണാൻ കഴിഞ്ഞു. എന്നാലും അവന്റെ മനസ്സിൽ ഭയം ഒട്ടും തോന്നിയില്ല. നാലഞ്ച് കാൽവെപ്പുകൾ വെച്ചപ്പോഴേക്കും ഭീകരമായ പലതരത്തിലുള്ള വൃത്തികെട്ട ശബ്ദങ്ങൾകൊണ്ടവിടം മുഖരിതമായി. ആ ഫക്കീർ താക്കീത് നല്കിയിരുന്നതുപോലെത്തന്നെ. എന്തായാലും ബാഹ്മൻ രാജകുമാരൻ നിർഭയം നെഞ്ചുയർത്തിപ്പിടിച്ച് മുന്നോട്ടുള്ള പ്രയാണം തുടർന്നു. അവന് ചുറ്റു നിന്നും ഭീകരമായ ശബ്ദങ്ങൾ ഉയർന്നുകേട്ടതല്ലാതെ ജീവനുള്ള ഒന്നിനേയും കണ്ടില്ല. ചില ശബ്ദങ്ങൾ വിളിച്ചു പറഞ്ഞു, "നീ ഏത് മണ്ടൻ മനുഷ്യനാണ്? എന്തിനിവിടെ വന്നു? അവനെ തടുക്കൂ. പോകാൻ അനുവദിക്കരുത്." മറ്റ് ശബ്ദങ്ങൾ അട്ടഹസിച്ചു. "അവന്റെ മേൽ ചാടിവീഴുക, ഈ വിഡ്ഢിയെ പിടികൂടി കൊന്നുകളയൂ." അപ്പോഴേക്കും അവരുടെ അലർച്ച ഉച്ചത്തിലായി. ഇടിവെട്ടുന്നതുപോലുള്ള അട്ടഹാസങ്ങൾ. പല ശബ്ദങ്ങൾ ഒന്നിച്ച് അലറി വിളിച്ചു. "കള്ളൻ, കൊലപാതകി, ഘാതകൻ." മറ്റൊരു ശബ്ദം അപഹസിക്കുന്ന രീതിയിൽ മെല്ലെ പറഞ്ഞു, "അവൻ പൊയ്ക്കോട്ടെ. അവൻ നല്ല മനുഷ്യനല്ലെ. അവൻ കടന്നു പൊയ്ക്കോട്ടെ. അവനു മാത്രമേ പക്ഷിക്കൂടും സംസാരിക്കുന്ന പക്ഷിയേയും കരസ്ഥനാക്കാനാകൂ." രാജകുമാരൻ ധീരതയോടെ, യാതൊരു പേടിയുമില്ലാതെ, ഊർജ്ജസ്വലതയോടെ മുന്നോട്ട് നീങ്ങി. എന്നാലും ശബ്ദം കൂടുതൽ കൂടുതൽ അടുത്ത് വരുകയും നാനാഭാഗത്തുനിന്നും ഉള്ള അട്ടഹാസങ്ങൾ അസഹ്യമാകുകയും ചെയ്തപ്പോൾ അവൻ വല്ലാതെ പരിഭ്രമിച്ചുപോയി. അവന്റെ കാലുകൾ വിറച്ചു. മുട്ടുകൾ കൂട്ടിയിടിക്കാൻ തുടങ്ങി. ആടിയുലഞ്ഞുകൊണ്ട് കുറച്ചു പടവുകൾ അവൻ മുന്നേറി. പേടി പൂർണമായും അവനെ വിഴുങ്ങിക്കളഞ്ഞു. ഫക്കീർ പറഞ്ഞ മുൻകരുതലുകളെല്ലാം പാടേ മറന്ന അവൻ പിൻതിരിഞ്ഞുനോക്കി. അതേ നിമിഷം അവന് മുമ്പ് ഈ ലക്ഷ്യത്തിനായി എത്തിയ നിരവധി ധീരയുവാക്കളെപ്പോലെ അവനും കരിങ്കല്ലായി മാറി.

അക്കാലമത്രയും രാജകുമാരി പെരീസാദാ ചേട്ടൻ കൊടുത്തുപോയ നായാട്ടുകത്തി ഉറയിലിട്ട് ഒപ്പം കൊണ്ടുനടക്കുമായിരുന്നു. ബാഹ്മന്റെ ആപല്ക്കരമായ യാത്ര ആരംഭിച്ചശേഷം എപ്പോഴെങ്കിലും ഉത്ക്കണ്ഠാകുലയാകുമ്പോൾ അവൾ കഠാരിയുടെ ഉറയൂരി സഹോദരന്റെ ആരോഗ്യനില പരിശോധിക്കും. അന്ന് അവൻ കല്ലായി മാറുന്നതുവരെ കഠാരിയുടെ ബ്ലേഡ് ശുദ്ധവും വെട്ടിത്തിളങ്ങുന്നതുമായിരുന്നു. എന്നാൽ,

അന്നത്തെ ദിവസം സന്ദർഭവശാൽ, പർവീസ് രാജകുമാരൻ പെരിസാദാ രാജകുമാരിയോട് ആവശ്യപ്പെട്ടു. "അല്ലയോ അനിയത്തീ, നീ ആ നായാട്ടുകത്തി എനിക്കൊന്ന് തരാമോ? നമ്മുടെ ചേട്ടനെങ്ങനെയുണ്ടെന്ന് ഒന്ന് നോക്കട്ടെ."

അങ്ങനെ അവൾ സദാസമയം അരപ്പട്ടയിൽ വെക്കാറുള്ള ആ കഠാരി എടുത്ത് അവന് നല്കി. അവൻ കഠാരി ഉറയിൽനിന്ന് ഊരിയ ഉടനെ അതാ നോക്കൂ, കട്ടപിടിച്ച രക്തത്തുള്ളികൾ നിലത്ത് ഇറ്റിറ്റു വീഴുന്നു! ഇതുകണ്ട് അവൻ കത്തി നിലത്ത് വലിച്ചെറിഞ്ഞ് ഉറക്കെ നിലവിളിച്ചു. എന്താണ് കാര്യം എന്ന് ഊഹിച്ച രാജകുമാരിയും അടക്കാനാകാത്ത ദുഃഖത്തോടെ ഉച്ചത്തിൽ വിലപിക്കാൻ തുടങ്ങി. അവൾ കണ്ണുനീരൊഴുക്കി തേങ്ങിക്കൊണ്ട് പറഞ്ഞു, "കഷ്ടം, എന്റെ സഹോദരാ, നിങ്ങൾ എനിക്കുവേണ്ടി സ്വന്തം ജീവൻ ബലിയർപ്പിച്ചു. എന്റെ ദുഃഖവും ദുർഘടവും എത്ര ദുഷ്കരം. ഞാനെന്തിന് നിങ്ങളോട് സംസാരിക്കുന്ന പക്ഷിയേയും പാടുന്ന വൃക്ഷത്തേയും സ്വർണവെള്ളത്തേയുംകുറിച്ച് പറഞ്ഞു? ഞാൻ എന്തിന് ആ സന്ന്യാസിയോട് നമ്മുടെ വീടിനെക്കുറിച്ചുള്ള അവളുടെ അഭിപ്രായം ആരാഞ്ഞു? അതുകൊണ്ടല്ലേ ഈ മൂന്നു കാര്യങ്ങളെക്കുറിച്ചവൾ പറയാനിടയായത്? ദൈവമേ, അവൾ നമ്മുടെ വീട്ടുപടിക്കൽ വന്ന് നമ്മുടെ ജീവിതം ഇരുട്ടിലാക്കിയില്ലായിരുന്നെങ്കിൽ! നന്ദിയില്ലാത്ത വഞ്ചകീ, നിനക്ക് ഞാൻ നല്കിയ ആദരവിനും ഉപകാരത്തിനും നീ തന്ന പ്രത്യുപകാരമാണോ ഇത്? നീ എന്തിനാണ് ഈ മൂന്ന് അപൂർവവസ്തുക്കൾ നേടാനായി എന്നെ പ്രലോഭിപ്പിച്ചത്? എന്റെ ചേട്ടനില്ലാതെ ഇവയെല്ലാം നേടിയിട്ട് എനിക്കെന്ത് ഗുണമാണുള്ളത്? അവയെ ഞാൻ എന്താണ് ചെയ്യുക?"

ഇപ്രകാരം കഠിനമായ ദുഃഖത്തോടെ, തന്റെ സഹോദരൻ ബാഹമന്റെ വിയോഗത്തെക്കുറിച്ചോർത്ത് പെരീസാദാ ഉറക്കെ വിലപിച്ചുകൊണ്ടിരുന്നു. അതുപോലെ പർവീസും തന്റെ ചേട്ടന്റെ ഓർമയിൽ നിയന്ത്രിക്കാനാവാത്ത മനോവേദനയോടെ പൊട്ടിക്കരഞ്ഞു.

ഒടുവിൽ ദുഃഖം അടക്കിക്കൊണ്ട് രാജകുമാരൻ തന്റെ സഹോദരി പെരീസാദായുടെ നേരെ തിരിഞ്ഞ് പറഞ്ഞു, (അവൾക്ക് ഇനിയും ആ മൂന്ന് അദ്ഭുതവസ്തുക്കൾ വേണമെന്ന ആഗ്രഹമുണ്ടെന്നവന് തോന്നി.) "അല്ലയോ എന്റെ അനിയത്തീ, ഞാൻ ഉടനെ പുറപ്പെടാനാഗ്രഹിക്കുന്നു. നമ്മുടെ ചേട്ടൻ ബാഹമൻ വിധിവൈപരീത്യത്താൽ മരിച്ചതാണോ അതോ ഏതെങ്കിലും ശത്രു അവനെ കൊന്നതാണോ എന്നെനിക്ക് കണ്ടെത്തണം. അവനെ കൊന്നതാണെങ്കിൽ ആ കൊലപാതകിയോട് ഞാൻ തീർച്ചയായും പ്രതികാരം ചെയ്യും."

പെരീസാദാ കണ്ണുനീരോടെ അവനെ തടഞ്ഞുകൊണ്ട് പറഞ്ഞു, "അല്ലയോ എന്റെ സ്നേഹം നിറഞ്ഞ സഹോദരാ അള്ളാ നിന്നെ സംരക്ഷിക്കട്ടെ. നമ്മുടെ മൃതിയടഞ്ഞ പ്രിയങ്കരനായ ചേട്ടന്റെ മാർഗം പിൻതുടരല്ലേ, ആപല്ക്കരമായ ഈ യാത്രയ്ക്കായി എന്നെ വിട്ടുപോകല്ലേ. എനിക്ക് ആ അപൂർവവസ്തുക്കളൊന്നും വേണ്ട. അതിനുവേണ്ടിയുള്ള ഉദ്യമത്തിൽ നീയും എനിക്ക് നഷ്ടപ്പെട്ടെങ്കിലോ എന്നാണെന്റെ ഭയം."

എന്നാൽ, അവളുടെ വിലപിച്ചുകൊണ്ടുള്ള അഭ്യർത്ഥനകളൊന്നും അവൻ ചെവിക്കൊണ്ടില്ല. പിറ്റേന്നുതന്നെ അവൻ യാത്രയ്ക്ക് തയ്യാറായി. യാത്ര പറഞ്ഞിറങ്ങുന്നതിനുമുമ്പ് രാജകുമാരി അവനോട് പറഞ്ഞു.

"ബാഹ്മൻ എനിക്കുതന്നെ നായാട്ടുകത്തി അവനെന്തെങ്കിലും ആപത്ത് പറ്റിയാൽ എന്നെ അറിയിക്കാൻ വേണ്ടി തന്നതായിരുന്നു. എന്നാൽ നിന്നെ ക്കുറിച്ചുള്ള വിവരങ്ങൾ ഞാൻ എങ്ങനെയാണ് അറിയുക?"

അപ്പോൾ നൂറ് മുത്തുകൾ കോർത്തിട്ട ഒരു ചരട് മാല എടുത്തു കൊണ്ടവൻ പറഞ്ഞു. "ഈ മുത്തുകൾ ഓരോന്നും വേർപെട്ട് ഈ ചരടിൽ കിടക്കുന്നിടത്തോളംകാലം ഞാൻ സുരക്ഷിതനാണെന്നും ജീവ നോടെ ഇരിക്കുന്നുണ്ടെന്നും നിനക്ക് കരുതാം. എന്നാൽ ആ മുത്തുകൾ പരസ്പരം ഒട്ടിപ്പിടിച്ചാൽ ഞാൻ മരിച്ചു എന്ന് നീ മനസ്സിലാക്കണം." രാജകുമാരി ആ മുത്തുചരടുമാല സ്വന്തം കഴുത്തിലിട്ടു. ഓരോ മണി ക്കൂറും അത് പരിശോധിച്ച് രണ്ടാമത്തെ സഹോദരന്റെ ആരോഗ്യനില ഉറപ്പിക്കുമായിരുന്നു. പർവീസ് രാജകുമാരൻ യാത്ര പുറപ്പെട്ട് ഇരുപത് ദിവസങ്ങൾക്കുശേഷം അന്ന് ബാഹ്മൻ ഫക്കീറിനെ കണ്ടുമുട്ടിയ അതേ സ്ഥലത്തെത്തി. ഫക്കീർ അതേ നിലയിൽതന്നെ ആയിരുന്നു. അയാളെ രാജകുമാരൻ സലാം ചെയ്തുകൊണ്ട് ചോദിച്ചു. "സംസാരിക്കുന്ന പക്ഷി യേയും പാടുന്ന വൃക്ഷത്തേയും സ്വർണവെള്ളവും എവിടെ കണ്ടെത്താ നാകുമെന്ന് നിങ്ങൾക്കെന്നോട് പറയാമോ? എങ്ങനെ എനിക്കവ കരസ്ഥ മാക്കാനാകും? ഇക്കാര്യം പറഞ്ഞുതരാനായി ഞാൻ നിങ്ങളോട് കേണ പേക്ഷിക്കുകയാണ്." അപ്പോഴേക്കും നേരം പുലരാറായതിനാൽ ഷാഹ്റസാദ് തന്റെ കഥപറച്ചിൽ നിർത്തി.

അറുനൂറ്റി എഴുപത്തിയേഴാംരാവ്

ഷാഹ്റസാദ് പറഞ്ഞു - അല്ലയോ കീർത്തിമാനായ രാജാവേ, പർവീസ് രാജകുമാരനെ ആപല്ക്കരമായ ആ ഉദ്യമത്തിൽനിന്ന് പിൻതിരിയാനായി ഫക്കീർ ആവുന്നത്ര ശ്രമിച്ചുനോക്കി. മാർഗമധ്യേ സംഭവിക്കാവുന്ന എല്ലാ തരം ദുർഘടങ്ങളും അപകടസാധ്യതകളും പറഞ്ഞ് ധരിപ്പിച്ചു. ഫക്കീർ പറഞ്ഞു, "ഏതാനും ദിവസങ്ങൾക്കു മുമ്പ് കാഴ്ചയിലും പ്രായത്തിലും നിന്നെപ്പോലുള്ളൊരു യുവാവ്, നീ അന്വേഷിച്ചുവന്ന അതേ കാര്യത്തി നായി ഇവിടെ എത്തിയിരുന്നു. ആ സ്ഥലത്തെ അപകടങ്ങളെക്കുറിച്ച് അവനെ ബോധ്യപ്പെടുത്തിയിരുന്നു. ഈ തന്നിഷ്ട പ്രവൃത്തിയിൽനിന്ന് പിൻതിരിപ്പിക്കാൻ ഞാൻ പരമാവധി ശ്രമിച്ചു. എന്നാൽ എന്റെ മുന്നറി യിപ്പുകളെല്ലാം അവൻ തൃണവൽഗണിച്ചു. എന്റെ സദുപദേശങ്ങൾ നിരാ കരിച്ചു.

പിന്നെ ആ അപൂർവസാധനങ്ങൾ കണ്ടെത്താനുള്ള മാർഗം എന്നിൽനിന്ന് പൂർണമായി ഗ്രഹിച്ചശേഷമാണ് അവൻ യാത്ര പുറപ്പെട്ടത്. എല്ലാവിധ നിർദ്ദേശങ്ങളും ഞാൻ നല്കിയിരുന്നു. എന്നാൽ ഇതുവരെ അവൻ മടങ്ങിവന്നിട്ടില്ല. ആപൽക്കരമായ ആ ഉദ്യമത്തിൽ അവനുമുമ്പ് ജീവൻ വെടിഞ്ഞ പലരേയുംപോലെ അവൻ മരിച്ചുപോയിരിക്കാം."

പർവീസ് രാജകുമാരൻ പറഞ്ഞു, "അല്ലയോ പുണ്യാത്മാവേ, അങ്ങ് പറഞ്ഞ ആളെ എനിക്കറിയാം. അതെന്റെ സഹോദരനാണ്. അവൻ മരി ച്ചെന്നും എനിക്കറിയാം. എന്നാൽ എങ്ങനെയാണ് മരിച്ചതെന്നതിന് യാതൊരു സൂചനയുമില്ല."

ഫക്കീർ മറുപടി നല്കി. "എന്റെ പ്രഭോ, അക്കാര്യത്തെക്കുറിച്ച് ഞാൻ പറയാം. ഞാൻ ഇപ്പോൾത്തന്നെ നിന്നോട് സൂചിപ്പിച്ച നിരവധിപേരെ

പ്പോലെ അവനും കരിങ്കല്ലായിത്തീർന്നു! നീ എന്റെ ഉപദേശപ്രകാരം പ്രവർത്തിച്ചില്ലെങ്കിൽ നിന്റെ സഹോദരനെപ്പോലെ നീയും നശിച്ചു പോകും. ഞാൻ ഹൃദയത്തിൽത്തട്ടി നിനക്ക് താക്കീത് തരുകയാണ്. ഈ യത്നത്തിൽനിന്നും പിൻവാങ്ങുക."

പർവീസ് രാജകുമാരൻ അല്പനേരം ഈ വാക്കുകളെക്കുറിച്ച് ചിന്തിച്ച ശേഷം പറഞ്ഞു, "അല്ലയോ പുണ്യവാളാ, ഞാൻ അങ്ങയോട് വീണ്ടും വീണ്ടും നന്ദി പറയുന്നു. നിങ്ങൾ എന്റെ നന്മമാത്രം ലാക്കാക്കിയാണ് ഇത്രയും സദുപദേശങ്ങൾ ദയാപൂർവം നല്കിയത്. അതിന് ഞാൻ വളരെ കൃതജ്ഞനാണ്. ഒരു അപരിചിതനായ ഞാൻ അത്രയും ആനുകൂല്യ ങ്ങൾക്കർഹനല്ല. എന്നാൽ എത്രതന്നെ നിർബന്ധിച്ചാലും ഈ ഉദ്യമ ത്തിൽനിന്ന് ഞാൻ പിൻതിരിയില്ലെന്ന് ദൃഢനിശ്ചയമെടുത്ത നിലയ്ക്ക് ഞാൻ യാചിക്കുകയാണ്. എനിക്കാ മാർഗം കാണിച്ചുതരൂ. അത്തരമൊരു സഹായം ചെയ്തുതരൂ എന്ന് ഞാൻ കേണപേക്ഷിക്കുകയാണ്. എന്റെ സഹോദരന് നല്കിയ രീതിയിൽ പൂർണനിർദ്ദേശങ്ങൾ എനിക്കു തരൂ." ഫക്കീർ മറുപടി നല്കി. "അപ്പോൾ എന്റെ താക്കീതുകൾ നീ ചെവി ക്കൊള്ളില്ല. എന്റെ ആഗ്രഹപ്രകാരം പ്രവർത്തിക്കില്ല. ശരി. എന്നെ അതൊട്ടും ബാധിക്കുന്നതല്ല. എല്ലാം വിധിപോലെ വരട്ടെ. എന്റെ പ്രായ ത്തിന്റേയും അനുഭവസമ്പത്തിന്റേയും പേരിലാണത് പറഞ്ഞത്. എനിക്ക് നിന്നെ അങ്ങോട്ടയയ്ക്കാൻ ആഗ്രഹമില്ലെന്ന്."

പർവീസ് രാജകുമാരൻ കുതിരപ്പുറത്തേറിയപ്പോൾ ഫക്കീർ തന്റെ സഞ്ചിയിൽനിന്ന് ഒരു പന്ത് പുറത്തെടുത്ത് ആ യുവാവിന്റെ കൈയിൽ വെച്ചുകൊടുത്തു. എന്നിട്ട് എന്താണ് ചെയ്യേണ്ടതെന്ന് ചേട്ടനെ നിർദ്ദേ ശിച്ചതുപോലെ അവനേയും നിർദ്ദേശിച്ചു. നിരവധി ഉപദേശങ്ങളും താക്കീതുകളും നല്കിയശേഷം ഫക്കീർ അവസാനിപ്പിച്ചു. "എന്റെ പ്രഭോ, ഭീകരമായി ഭീഷണി സ്വരങ്ങളിൽ ഒട്ടും പകയ്ക്കുകയോ പേടി ക്കുകയോ അരുത്. അദൃശ്യരായവരിൽനിന്നാണാ അട്ടഹാസങ്ങൾ, അഗോചരവ്യക്തികൾ. ധീരതയോടെ, നിർഭയം കുന്നിൻമുകളിലേക്ക് കയറുക. അവിടെ സംസാരിക്കുന്ന പക്ഷി ഇരിക്കുന്ന കൂടും പാടുന്ന വൃക്ഷവും സ്വർണവെള്ളവും നിനക്ക് കണ്ടെത്താനാകും."

ഫക്കീർ അവനോട് വിടപറഞ്ഞു, ശുഭയാത്ര ആശംസിച്ചു. രാജകുമാ രൻ യാത്ര ആരംഭിച്ചു. അവൻ ആ പന്ത് മുന്നിലേക്ക് എറിഞ്ഞു. അത് അതിവേഗം പാഞ്ഞപ്പോൾ അതിനുപിന്നാലെ രാജകുമാരനും കുതിര പ്പുറത്ത് പാഞ്ഞു. കുന്നിൻകീഴിലെത്തിയപ്പോൾ പന്ത് നിന്നു. അവൻ കുതിരപ്പുറത്തുനിന്ന് താഴെ ഇറങ്ങി. കുന്നിൻമുകളിലേക്ക് കയറിപ്പോ കേണ്ട വഴിയെക്കുറിച്ചുള്ള ഫക്കീറിന്റെ നിർദ്ദേശം ഓർത്ത് ഏതാനും നിമിഷം നിന്നു. പിന്നെ, തികഞ്ഞ ധീരതയോടെ ദൃഢനിശ്ചയമെടുത്ത് കുന്നിൻമുകളിലേക്ക് കയറാൻ തുടങ്ങി. എന്നാൽ അപ്പോഴേക്കും ഭീകര മായ അലർച്ചയും നിലവിളിയും ഉയർന്നുവന്നു. ആ ശബ്ദങ്ങൾ നില വിളിച്ചു, "ഹേ, അപശകുനം പിടിച്ച യുവാവേ, നിൽക്കൂ, നിന്റെ ധിക്കാര ത്തിന് ചാട്ടവാറടി നിനക്കിപ്പോൾ കിട്ടും."

അദൃശ്യവ്യക്തികളുടെ ഇത്തരം അപമാനകരമായ ശകാരങ്ങൾ കേട്ട പർവീസ് രാജകുമാരന്റെ രക്തം തിളച്ചു. അവന് കോപം അടക്കാനാ യില്ല. വികാരാധീനനായ അവൻ, ഫക്കീർ ഉപദേശിച്ചുകൊടുത്ത വിവേകം നിറഞ്ഞ വാക്കുകൾ നിശ്ശേഷം വിസ്മരിച്ചു. അവൻ ഉറയിൽനിന്നും വാൾ

വലിച്ചൂരി തന്നെ അധിക്ഷേപിച്ചവനെ വധിക്കാനായി തിരിഞ്ഞു. എന്നാൽ, അവന് ആരേയും കാണാനായില്ല. പക്ഷേ, പിൻതിരിഞ്ഞുനോക്കിയ ഉടനെ അവനും അവന്റെ കുതിരയും കരിങ്കല്ലുകളായി മാറി. രാജകുമാരിയാകട്ടെ, രാവും പകലും പർവീസ് കൊടുത്ത ആ മുത്തുമാല നിരീക്ഷിച്ചുകൊണ്ടിരുന്നു. ഉറങ്ങാൻ കിടക്കുന്നതിനു മുമ്പ് അവൾ അതിലെ മുത്തുകൾ എണ്ണിനോക്കാറുണ്ട്. രാത്രി ഉറങ്ങുമ്പോൾ അത് കഴുത്തിൽ അണിയും. നേരം വെളുത്ത ഉടനെ എഴുന്നേറ്റ് ആദ്യം നോക്കുന്നത് ആ മാലയിലേക്കായിരിക്കും. രണ്ടാമത്തെ സഹോദരൻ കരിങ്കല്ലായി രൂപാന്തരപ്പെട്ട സമയത്ത് ആ മാലയിലെ മുത്തുകൾ പരസ്പരം ഇളകാനാവാത്ത മട്ടിൽ ഒട്ടിയിരിക്കുന്നതായി അവൾ കണ്ടു. പർവീസ് രാജകുമാരനും തനിക്ക് എന്നന്നേക്കുമായി നഷ്ടപ്പെട്ടെന്ന് അവൾ മനസ്സിലാക്കി. - അപ്പോഴേക്കും നേരം പുലർന്നതിനാൽ ഷാഹ്റസാദ് തന്റെ കഥപറച്ചിൽ നിർത്തി.

അറുനൂറ്റി എഴുപത്തിയെട്ടാംരാവ്

ഷാഹ്റസാദ് പറഞ്ഞു - അല്ലയോ കീർത്തിമാനായ രാജാവേ, പെട്ടെന്നുള്ള ആഘാതത്തിൽ പെരീസാദാ രാജകുമാരിയുടെ ഹൃദയം ദുഃഖത്തിലാണ്ടുപോയി. അവൾ ആത്മഗതമായി പറഞ്ഞു, "എന്തൊരു ദുർഗതി! എത്ര ദുഷ്കരം! സഹോദരന്മാരുടെ സ്നേഹമില്ലാതെ ജീവിക്കുക എന്നത് എത്ര കഠിനമായിരിക്കും. അവരുടെ യുവത്വം എനിക്കായി അവർ ത്യജിച്ചു. എന്റെ വിധി എന്തെങ്കിലുമാകട്ടെ, അവരുടെ വിധി പങ്കുകൊള്ളുന്നതാണ് ശരിയായ മാർഗം. അല്ലെങ്കിൽ 'അന്തിമവിധിദിന'ത്തിന് ഞാൻ എന്താണ് പറയുക?"

അങ്ങനെ പിറ്റേന്ന് രാവിലെ എഴുന്നേറ്റ ഉടനെ ഒരു യുവാവിനെപ്പോലെ അവൾ വസ്ത്രധാരണം ചെയ്തു. അവൾ തന്റെ ഭൃത്യകളേയും അടിമകളേയും വിളിച്ച് താൻ ചെറിയൊരു യാത്രയ്ക്ക് പോകുകയാണെന്നും തിരിച്ചെത്തുന്നതുവരെ വീടിന്റെ ചുമതല അവരെ ഏല്പിക്കുകയാണെന്നും മുന്നറിയിപ്പ് നല്കി. പിന്നെ കുതിരപ്പുറത്തേറി ഒറ്റയ്ക്ക് യാത്രയായി. കുതിരസവാരിയിൽ വിദഗ്ധയായ അവൾ സഹോദരന്മാരോടൊപ്പം നായാട്ടിനും മത്സരങ്ങൾക്കും മറ്റും പോയിട്ടുള്ളവളായിരുന്നതിനാൽ യാത്രാക്ലേശങ്ങൾ മറ്റുള്ള സ്ത്രീകളെപ്പോലെ ഒരു പ്രശ്നമേ അല്ലായിരുന്നു. അങ്ങനെ ഇരുപതാംദിവസം അവൾ ആ ഫക്കീറിന്റെ കുടിലിന്നടുത്തെത്തി. അയാളെ സമീപിച്ച് സലാം ചെയ്തശേഷം അവൾ ചോദിച്ചു, "അല്ലയോ ദിവ്യാത്മാവായ ബാബാ, നല്ലവനായ അങ്ങയുടെ അടുത്ത് അല്പനേരം വിശ്രമിച്ച് ക്ഷീണംമാറ്റട്ടെ. പിന്നീട് ഈ പരിസരത്തുള്ള ഏതോ ഒരു സംസാരിക്കുന്ന പക്ഷിയുടേയും പാടുന്ന വൃക്ഷത്തിന്റേയും സ്വർണവെള്ളത്തിന്റേയും സ്ഥലത്തേക്ക് പോകാനുള്ള മാർഗം നിർദ്ദേശിച്ചുതരണമെന്ന് ഞാൻ യാചിക്കുകയാണ്. അത് അങ്ങ് കനിഞ്ഞ് അരുളിചെയ്യണം. അത് പറഞ്ഞു തന്നാൽ ഏറ്റവും വലിയ ഉപകാരമായി ഞാനത് എന്നും കാണും."

ഫക്കീർ പറഞ്ഞു, "നിന്റെ സ്വരത്തിൽനിന്ന് നീയൊരു സ്ത്രീയാണെന്ന് ഞാൻ മനസ്സിലാക്കുന്നു. പുരുഷവേഷത്തിലാണെങ്കിലും. നീ ചോദിച്ച സ്ഥലം എനിക്കറിയാം, എന്നാൽ നിന്റെ ഉദ്ദേശ്യമെന്താണെന്ന് എന്നോടു പറയുക."

രാജകുമാരി മറുപടി നല്കി. “ഈ അദ്ഭുതകരമായ അപൂർവവസ്തുക്കളെക്കുറിച്ച് ഞാൻ ധാരാളം കഥകൾ കേട്ടിട്ടുണ്ട്. അവ കരസ്ഥമാക്കി വീട്ടിൽ കൊണ്ടുപോയി അവിടത്തെ ഏറ്റവും വലിയ അലങ്കാരവസ്തുക്കളായി പ്രതിഷ്ഠിക്കണം.”

ഫക്കീർ പറഞ്ഞു, “എന്റെ മോളേ, സത്യത്തിൽ ഈ വസ്തുക്കൾ തികച്ചും സ്തുത്യർഹവും അപൂർവവുമാണ്. നിന്നെപ്പോലുള്ള സുന്ദരികൾക്കവ യോജിച്ചതാണ്. അവ കരസ്ഥമാക്കി വീട്ടിൽ കൊണ്ടുപോകേണ്ടതുമാണ്. എന്നാൽ അതിനെ ചുറ്റിപ്പറ്റിയുള്ള അപായങ്ങളെക്കുറിച്ച് നിനക്ക് യാതൊന്നുമറിയില്ല. ഇത്തരം വ്യർഥചിന്തകൾ ഉപേക്ഷിച്ച് നീ വന്ന വഴിക്ക് തിരിച്ചുപോകുന്നതാണ് നല്ലത്.”

രാജകുമാരി മറുപടി നല്കി. “അല്ലയോ ദിവ്യബാബാ, ഞാൻ വിദൂരദേശത്തുനിന്ന് വന്നത് ഇക്കാര്യം നേടി തിരിച്ചുപോകാൻ വേണ്ടിയാണ്. എന്റെ ആഗ്രഹം സഫലമാകാതെ ഞാൻ തിരിച്ചുപോകില്ല. ഇല്ല, ഒരിക്കലുമില്ല. ദയവായി ആ അപകടങ്ങൾ ഏത് രീതിയിലുള്ളതാണെന്ന് പറഞ്ഞുതരിക. അത് കേട്ടശേഷം, എനിക്കത് അഭിമുഖീകരിക്കാനുള്ള കരുത്തും ധീരതയുമുണ്ടോ എന്ന് ഞാൻ തീരുമാനിക്കും.”

അപ്പോൾ വൃദ്ധൻ രാജകുമാരിയോട് റോഡിൽ നേരിടേണ്ടിവരുന്ന ആപല്ക്കരമായ പരിതഃസ്ഥിതിയെക്കുറിച്ച് രാജകുമാരന്മാരായ ബാഹ്മനും പർവീസിനും വിവരിച്ചതുപോലെ വിശദീകരിച്ചുകൊടുത്തു. അതിപ്രകാരം പറഞ്ഞവസാനിപ്പിച്ചു. “നീ മലയടിവാരത്തുനിന്ന് മലമുകളിലേക്ക് കയറാൻ തുടങ്ങുമ്പോഴേക്കും അപകടകരമായ സംഭവങ്ങൾ അരങ്ങേറിത്തുടങ്ങും. മലയുടെ ശിഖരത്തിലെത്തുന്നതുവരെ അത് തുടരും. അവിടെയാണ് സംസാരിക്കുന്ന പക്ഷിയും പക്ഷിക്കൂടും. അവനെ കരസ്ഥമാക്കുന്നതിൽ നീ വിജയിച്ചാൽ അവൻ നിന്നെ പാടുന്ന വൃക്ഷത്തിലേക്കും സ്വർണവെള്ളത്തിലേക്കും നയിക്കും. നീ മലമുകളിലേക്ക് കയറുന്ന സമയമത്രയും ‘അശരീരികൾ’ അലറിപ്പൊളിച്ചുകൊണ്ടിരിക്കും. അധിക്ഷേപവും ഭീഷണിയും നിന്റെ കാതുകളിൽ അലയടിക്കും. നിന്റെ പാതയിൽ വലിയ കരിങ്കല്ലുകൾ ചിതറിക്കിടക്കുന്നത് നിനക്ക് കാണാൻ കഴിയും. ഇവർ ഈ ഉദ്യമത്തിനായി എത്തിയ ധീരയുവാക്കളായിരുന്നെന്നും പെട്ടെന്നുയർന്ന ഘോരവും ഭീകരവുമായ അട്ടഹാസങ്ങളിൽ ഭയന്ന് പിൻതിരിഞ്ഞു നോക്കിയപ്പോൾ കരിങ്കല്ലുകളായി രൂപാന്തരപ്പെട്ടതാണെന്നും നീ അറിയണം. അവരുടെ കാര്യങ്ങൾ എപ്പോഴും മനസ്സിൽ കരുതിവെക്കണം. തുടക്കത്തിൽ ആ അട്ടഹാസങ്ങൾ അവർ സമചിത്തതയോടെ ധൈര്യമായി നേരിട്ടു. പിന്നീടവരുടെ ഹൃദയവും മനസ്സും ദുർബലമായി. ഒരു പക്ഷേ, അശരീരികളുടെ നിന്ദയും ശാപവാക്കുകളും ആ ധീരസാഹസികരെ കുപിതരാക്കിയിരിക്കാം. അവരോട് പൊരുതാനായി പിൻതിരിഞ്ഞിരിക്കാം. തൽക്ഷണം കുതിരയോടൊപ്പം അവർ ശിലയായി മാറിയിരിക്കാം.”

ഫക്കീർ എല്ലാ കാര്യങ്ങളും വിവരിച്ചു കഴിഞ്ഞപ്പോൾ രാജകുമാരി മറുപടി നല്കി.

“അങ്ങ് പറയുന്നതിൽനിന്ന് എനിക്ക് വ്യക്തമാകുന്നത് ഈ ഘോരശബ്ദങ്ങൾ വെറും പേടിപ്പിക്കാൻ വേണ്ടിയുള്ള കോലാഹലങ്ങളാണ് എന്നാണ്. ഒരു മനുഷ്യനെ മലകയറുമ്പോൾ നേരിട്ട് തടയാനായി അവിടെ ഒന്നുമില്ല. ആരും ആക്രമിക്കുമെന്നും പേടിക്കേണ്ടതില്ല. ആകെ

സൂക്ഷിക്കാനുള്ളത് പിന്നാക്കം തിരിഞ്ഞുനോക്കരുതെന്നു മാത്രം." അല്പം നിർത്തിയശേഷം അവൾ തുടർന്നു. "അല്ലയോ പുണ്യാത്മാവേ, ഞാനൊരു സ്ത്രീയാണെങ്കിലും എനിക്ക് ഈ സാഹസികതയ്ക്കുള്ള ധൈര്യവും ശാരീരികവും മാനസികവുമായ കരുത്തും ഉണ്ട്. ഞാനാ അപ ശബ്ദങ്ങൾ ശ്രദ്ധിക്കില്ല. അതുകേട്ട് ക്രുദ്ധയാകില്ല. എന്നെ കൊടുംഭീതി യിലെത്തിക്കാനുള്ള ശക്തിയും അവയ്ക്കില്ല. അതിനുംപുറമെ ഈ പദ്ധതി വിജയത്തിലെത്തിക്കാനുള്ള ഒരു ഉപായവും ഞാൻ തയ്യാറാക്കി യിട്ടുണ്ട്. അതുകൊണ്ട് വിജയം സുനിശ്ചിതമാണ്."

"നീ എന്താണ് ചെയ്യാൻ പോകുന്നത്?" ഫക്കീർ ചോദിച്ചു.

അവൾ മറുപടി നല്കി. "എന്റെ ചെവിയിൽ ഞാൻ പഞ്ഞി കുത്തി നിറയ്ക്കും. അപ്പോൾ ആ ഭയാനകമായ ശബ്ദങ്ങൾ എന്റെ ചെവികളിൽ വന്നലയ്ക്കില്ല. മനസ്സിനെ അത് പേടിപ്പിക്കുകയുമില്ല."

ഫക്കീർ ശരിക്കും അദ്ഭുതസ്തബ്ധനായി നിന്നു. അയാൾ ആശ്ചര്യ ത്തോടെ പറഞ്ഞു. "അല്ലയോ ഭവതി, അന്വേഷിച്ചുവന്ന സാധനങ്ങൾ നിനക്ക് ലഭിക്കാൻ വിധിക്കപ്പെട്ടവയാണെന്ന് തോന്നുന്നു. ഈ പദ്ധതി ആരുടെ മനസ്സിലും ഇതുവരെ പൊട്ടിമുളച്ചിട്ടില്ല. അതുകൊണ്ടായിരിക്കാം അവരെല്ലാവരും ദയനീയമായി പരാജയപ്പെട്ടതും നശിച്ചുപോയതും. നീ നന്നായി സൂക്ഷിക്കണം. എന്തായാലും ലക്ഷ്യപ്രാപ്തിക്കപ്പുറം സാഹസ ത്തിന് തുനിയരുത്."

അവൾ മറുപടി നല്കി. "എനിക്ക് പേടിക്കാൻ കാരണമൊന്നും കാണു ന്നില്ല. എന്തുകൊണ്ടെന്നാൽ, ഈ ഒറ്റ അപകടമല്ലേ എന്റെ പോക്ക് തട യാനായിട്ടുള്ളൂ. എന്റെ മനസ്സ് ഉറപ്പിച്ചു പറയുന്നു, ഞാൻ തീർച്ചയായും ഈ 'പാരിതോഷികം' നേടുമെന്ന്. ഇത്രയും കഷ്ടപ്പാടുകൾ ഞാൻ സഹി ച്ചത് അതിനുവേണ്ടിയാണല്ലോ. ഇനിയും ഞാൻ അത് ഉപേക്ഷിച്ചു പോകണമെന്നാണോ നിങ്ങൾ പറയുന്നത്?"

വീണ്ടും അവളോട് തിരിച്ചുപോകുവാൻ ഫക്കീർ അഭ്യർഥിച്ചു. എന്നാൽ, പെരീസാദാ അത് ശ്രദ്ധിക്കാൻ തയ്യാറായില്ല. മുമ്പത്തെപ്പോലെ ഉറച്ചുനിന്നു. അവളുടെ മനസ്സ് മാറ്റാനാവില്ലെന്ന് മനസ്സിലാക്കിയ ഫക്കീർ ഉത്ഘോഷിച്ചു. "ശരി, മുന്നോട്ടുതന്നെ പോകുക, എന്റെ മോളെ, സർവ ശക്തനായ അള്ളായുടെ അനുഗ്രഹം നിനക്കുണ്ടായിരിക്കും. 'അവൻ' നിന്നെ എല്ലാ അപകടങ്ങളിൽനിന്നും സംരക്ഷിക്കട്ടെ!"

പിന്നെ, തന്റെ സഞ്ചിയിൽനിന്ന് ഒരു പന്ത് എടുത്ത് അവൾക്ക് കൊടുത്തുകൊണ്ട് പറഞ്ഞു, "കുതിരപ്പുറത്തേറിയശേഷം നീ ഈ പന്ത് മുന്നോട്ട് എറിയുക. അത് പോകുന്നിടത്തോളം നീ പിൻതുടരുക. മല യടിവാരത്തിലത് നിൽക്കുമ്പോൾ കുതിരപ്പുറത്തുനിന്ന് താഴെ ഇറങ്ങി മലകയറുക. അതിനുശേഷം ഞാൻ മുമ്പ് നിന്നോടു പറഞ്ഞതുപോലെ യെല്ലാം സംഭവിക്കും." - അപ്പോഴേക്കും നേരം പുലർന്നതിനാൽ ഷാഹ്രസാദ് കഥപറച്ചിൽ നിർത്തി.

അറുനൂറ്റി എഴുപത്തിയൊമ്പതാംരാവ്

ഷാഹ്രസാദ് പറഞ്ഞു - അല്ലയോ കീർത്തിമാനായ രാജാവേ, രാജകു മാരി ഫക്കീറിനോട് വിടവാങ്ങിയശേഷം നേരെ കുതിരപ്പുറത്തേറി പന്ത് മുന്നിലേക്കെറിഞ്ഞ് അതിനു പിന്നാലെ പാഞ്ഞു. അത് മലയെ

ലക്ഷ്യമാക്കി അതിവേഗം ഉരുണ്ടുപോയി. അവൾ അതിശീഘ്രം അതിനോടൊപ്പം കുതിരയെ പായിച്ചു. മലയടിവാരത്തിലെത്തിയപ്പോൾ അത് പെട്ടെന്ന് നിന്നു. ഉടനെ രാജകുമാരി കുതിരപ്പുറത്തുനിന്ന് താഴെ ഇറങ്ങി ശ്രദ്ധാപൂർവം ഇരുചെവികളിലും പഞ്ഞിവെച്ച് അടച്ച് ഒട്ടും ഭീതി തീണ്ടാതെ ധൈര്യസമേതം മലകയറാൻ തുടങ്ങി. ഏതാനും പടവുകൾ വെച്ചപ്പോഴേക്കും ഭീകരമായ ശബ്ദങ്ങൾ ചുറ്റുപാടുകളിൽനിന്നും ഉയർന്നു. എന്നാൽ കാതുകളിൽ പഞ്ഞി കുത്തിനിറച്ചിരുന്നതിനാൽ അവൾ ഒരു ശബ്ദവും കേട്ടില്ല. വൃത്തികെട്ട നിലവിളിയും അപമാനകരമായ ശകാരങ്ങളും അവിടെ മാറ്റൊലിക്കൊണ്ടു. അതും അവൾ കേട്ടില്ല. അവസാനം സ്ത്രീകൾക്ക് കേൾക്കാൻകൊള്ളാത്ത വൃത്തികേടുകളും ബീഭത്സമായ അട്ടഹാസങ്ങളും ചീറലും നിലവിളിയും മുഴങ്ങി. എന്തോ നേരിയ ശബ്ദം അവൾ കേട്ടു എന്നല്ലാതെ എന്താണതെന്നൊന്നും പിടികിട്ടിയില്ല. അവൾ ചിരിച്ചുകൊണ്ട് സ്വയം പറഞ്ഞു, "അവറ്റകളുടെ കോലാഹലം ഞാനെന്തിന് ശ്രദ്ധിക്കണം? അവർ കരയുകയോ കുരയ്ക്കുകയോ ചെയ്തോട്ടെ. കഴിയാവുന്നത്ര ഉച്ചത്തിൽ. അതുകൊണ്ടൊന്നും എന്നെ ലക്ഷ്യത്തിൽനിന്ന് പിന്തിരിപ്പിക്കാനാവില്ല."

ഞാൻ ലക്ഷ്യസ്ഥാനത്ത് എത്താറായപ്പോൾ ശബ്ദകോലാഹലം പരമാവധി ഭീകരമായി. അന്തരീക്ഷം അവയുടെ ബഹളംകൊണ്ട് മുഖരിതമായി. ആർക്കും സഹിക്കാനാവാത്ത തരത്തിലായിരുന്നു ആ 'അശരീരി'കളുടെ അട്ടഹാസം. രാജകുമാരി എന്തായാലും പരമാവധി വേഗതയിൽ ദൃഢചിത്തതയോടെ മുന്നോട്ട് കുതിച്ച് മലയുടെ കൊടുമുടിയിലെത്താറായി. സംസാരിക്കുന്ന പക്ഷിയുടെ കൂട് അവൾ കണ്ടു. പക്ഷി അതിനുള്ളിലിരുന്ന് മനോഹരഗാനങ്ങൾ ആലപിക്കുന്നു. എന്നാൽ രാജകുമാരി അടുത്ത് വരുന്നതുകണ്ട് ആ കൊച്ചുകിളി, അതിശയകരമായ രീതിയിൽ ഇടിവെട്ടുന്ന സ്വരത്തിൽ അലറി, "തിരിച്ചുപോകൂ, വിഡ്ഢീ, വേഗം തിരിച്ചുപോകൂ, അടുത്ത് വരരുത്."

രാജകുമാരി അതൊട്ടും ശ്രദ്ധിക്കാതെ ധീരതയോടെ കൊടുമുടിയിലെത്തി. പക്ഷിക്കൂടിനടുത്തുള്ള നിരപ്പായ സ്ഥലത്തുചെന്ന് കൂടെടുത്ത് അവൾ പറഞ്ഞു, "ചുരുങ്ങിയത് ഇതെടുക്കാനെങ്കിലും കഴിഞ്ഞല്ലൊ. നിനക്കെന്നിൽനിന്ന് രക്ഷപ്പെടാനാവില്ല."

പിന്നെ തന്റെ ചെവികൾക്കുള്ളിൽ കുത്തിനിറച്ചിരുന്ന പഞ്ഞി പുറത്തെടുത്ത് സംസാരിക്കുന്ന പക്ഷിയുടെ മൃദുവായ മറുപടി ശ്രദ്ധിച്ചു. "ഓ, ശ്രേഷ്ഠയും ധീരയുമായ വനിതേ, ആഹ്ലാദവതിയായിരിക്കൂ. യാതൊരു ദോഷമോ ദ്രോഹമോ നിനക്ക് സംഭവിക്കില്ല, മുമ്പ് എന്നെ സ്വന്തമാക്കാൻ ശ്രമിച്ചവർക്ക് സംഭവിച്ചതുപോലെ. ഞാൻ കൂട്ടിലടയ്ക്കപ്പെട്ടവനാണെങ്കിലും ഈ ലോകത്ത് നടക്കുന്ന കാര്യങ്ങളെല്ലാം രഹസ്യമായി എനിക്കറിയാൻ കഴിയുന്നു. നിന്റെ അടിമയായി കഴിയുന്നതിൽ എനിക്ക് സന്തോഷമേയുള്ളൂ. നീ എന്റെ യജമാനത്തിയാണ്. അതിനും പുറമെ നിന്നെക്കുറിച്ചുള്ള കാര്യങ്ങൾ നിന്നേക്കാളേറെ എനിക്കറിയാം. ഒരു ദിവസം നിന്റെ കൃതജ്ഞതയ്ക്കനുസൃതമായൊരു സേവനം ഞാൻ നിനക്കുവേണ്ടി ചെയ്യും. ഇപ്പോൾ എന്താണ് നിന്റെ ആജ്ഞ? പറയൂ, നിന്റെ ആഗ്രഹം ഞാൻ നിറവേറ്റും."

ഈ വാക്കുകൾ കേട്ട് പെരീസാദാ രാജകുമാരി ഹൃദയം തുറന്ന് ആഹ്ലാദിച്ചു. എന്നാൽ ആ സന്തോഷത്തിനിടയിൽ താൻ ജീവനെപ്പോലെ

സ്നേഹിച്ചിരുന്ന സഹോദരന്മാരുടെ നിര്യാണത്തെ ഓർത്ത് മനസ്സ് വേദനിക്കാൻ തുടങ്ങി. അവൾ സംസാരിക്കുന്ന പക്ഷിയോട് പറഞ്ഞു,

"ഞാൻ കുറെ കാര്യങ്ങൾ ആഗ്രഹിക്കുന്നുണ്ട്. എന്നാൽ ആദ്യം പറയൂ, സ്വർണവെള്ളം ഈ സ്ഥലത്തുതന്നെയാണോ ഉള്ളത്? എങ്കിൽ എവിടെയാണത് എനിക്ക് കണ്ടെത്താനാകുക എന്ന് പറയൂ."

അപ്രകാരം സംസാരിക്കുന്ന പക്ഷി അവളെ സ്വർണവെള്ളം കിട്ടുന്ന സ്ഥലം നിർദ്ദേശിച്ചുകൊടുത്തു. ആ മാന്ത്രികഫൗണ്ടനിൽ നിന്ന് അവൾ കൊണ്ടുവന്ന ഒരു വെള്ളിഭരണിയിൽ നിറയെ സ്വർണവെള്ളം നിറച്ചു.

പിന്നെ അവൾ പക്ഷിയോട് പറഞ്ഞു, "മൂന്നാമത്തേതും അവസാനത്തേതുമായി ഞാൻ തേടിയെത്തിയ പാരിതോഷികം പാടുന്ന വൃക്ഷമാണ്. അതെവിടെ എന്ന് കണ്ടെത്താനാകുമെന്നുകൂടി പറയുക."

പക്ഷി മറുപടി നല്കി. "ഓ, സുന്ദരിയായ രാജകുമാരി, നിന്റെ പിന്നിലെ കുറ്റിക്കാട്ടിൽ കൈയെത്താവുന്ന ദൂരത്ത് ആ വൃക്ഷം വളരുന്നു." അവൾ അവിടേക്കു ചെന്നപ്പോൾ മധുരഗാനങ്ങൾ ആലപിച്ചുകൊണ്ടു നില്ക്കുന്ന ആ വൃക്ഷം കണ്ടെത്തി. എന്നാൽ അത് വലിയൊരു വൃക്ഷമായതിനാൽ രാജകുമാരി തന്റെ അടിമപക്ഷിയുടെ അരികിലെത്തി പറഞ്ഞു, "വൃക്ഷം തീർച്ചയായും ഞാൻ കണ്ടു. എന്നാലത് ഭയങ്കര തടിയും പൊക്കവുമുള്ളതാണ്. ഞാൻ എങ്ങനെയാണത് പറിച്ചെടുക്കുക?"

അവൻ മറുപടി നല്കി. "അതിന്റെ ചെറിയൊരു ചില്ല പൊട്ടിച്ചെടുക്കുക. അത് നിങ്ങളുടെ തോട്ടത്തിൽ കുഴിച്ചിട്ടാൽ മതി. തൽക്ഷണം അതിന് വേര് മുളയ്ക്കും. നിമിഷത്തിനകം അത് വളർന്ന് വലുതായി ഈ കാണുന്ന വൃക്ഷം പോലെയാകും."

അപ്രകാരം രാജകുമാരി അതിന്റെ ഒരു ചില്ല ഒടിച്ചെടുത്തു. അങ്ങനെ ആ സന്ന്യാസിനി പറഞ്ഞ മൂന്ന് അപൂർവവസ്തുക്കളും കരസ്ഥമാക്കിയ രാജകുമാരി സീമാതീതമായ സന്തോഷത്തോടെ പക്ഷിയോട് പറഞ്ഞു,

"സത്യത്തിൽ എന്റെ ആഗ്രഹം സഫലീകൃതമായി. എന്നാൽ, ഒരു കാര്യം മാത്രം ബാക്കിയായി. അത് കൂടി നേടാനായിരുന്നെങ്കിൽ ഞാൻ പ്രീതയായേനെ. ഈ ലക്ഷ്യത്തിനായി ഇവിടെ എത്തിയ എന്റെ രണ്ട് സഹോദരന്മാർ ഇവിടെ എവിടെയോ കരിങ്കല്ലുകളായി രൂപാന്തരപ്പെട്ട് കിടപ്പുണ്ട്. അവരെ വീണ്ടും ജീവിപ്പിച്ച് എന്നോടൊപ്പം വീട്ടിലേക്ക് കൊണ്ടു പോകണമെന്നെനിക്ക് മോഹമുണ്ട്. അപ്പോൾ എന്റെ വിജയം പൂർണമായി സംതൃപ്തിയോടെ എനിക്ക് മടങ്ങാം. എന്റെ എല്ലാ ആഗ്രഹങ്ങളും നിറവേറ്റാനുള്ള എന്തെങ്കിലും പദ്ധതി നീ എനിക്കു പറഞ്ഞുതരൂ." - അപ്പോഴേക്കും നേരം പുലർന്നതിനാൽ ഷാഹ്രസാദ് തന്റെ കഥപറച്ചിൽ നിർത്തി.

അറുനൂറ്റി എൺപതാംരാവ്

ഷാഹ്രസാദ് പറഞ്ഞു - അല്ലയോ കീർത്തിമാനായ രാജാവേ, സംസാരിക്കുന്ന പക്ഷി മറുപടി നല്കി, "ഹേ രാജകുമാരീ, വിഷമിക്കേണ്ട. കാര്യം എളുപ്പമാണ്. കുറച്ച് സ്വർണവെള്ളം വെള്ളിപ്പാത്രത്തിൽ നിന്നെടുത്ത് ചുറ്റുപാടുമുള്ള കരിങ്കല്ലുകളിൽ തളിക്കുക. അതിന്റെ ഗുണംകൊണ്ട് ഓരോരുത്തനും വീണ്ടും ജീവനുള്ളവരായി മാറും. നിന്റെ രണ്ട് സഹോദരന്മാർ മാത്രമല്ല, മറ്റുള്ളവരും."

പെരീസാദാ രാജ്ഞിക്ക് സന്തോഷമായി, അങ്ങനെ ആ മൂന്ന് സമ്മാനങ്ങളുമായി അവൾ നടന്നു. വഴിയോരത്ത് കണ്ട ഓരോ കരിങ്കല്ലിലും അവൾ സ്വർണവെള്ളം കുടഞ്ഞു. അതാ നോക്കൂ. അവർ മനുഷ്യരും കുതിരകളുമായി രൂപാന്തരപ്പെട്ടിരിക്കുന്നു. അവർക്കിടയിൽ അവളുടെ സഹോദരന്മാരുമുണ്ടായിരുന്നു. അവൾ അവരുടെ കഴുത്തിൽ കൈയിട്ട് ആലിംഗനം ചെയ്തു. അവൾ ആശ്ചര്യത്തോടെ ചോദിച്ചു. "അല്ലയോ സഹോദരന്മാരേ, നിങ്ങൾ ഇവിടെ എന്ത് ചെയ്യുകയായിരുന്നു?"

അവർ മറുപടി നല്കി. "ഞങ്ങൾ ഗാഢനിദ്രയിലായിരുന്നു."

"നിങ്ങൾ എന്നിൽനിന്ന് ഇത്ര ദൂരെ വന്ന് സുഖമായി കിടന്നുറങ്ങിയതോർത്ത് എനിക്ക് ആശ്ചര്യം തോന്നുന്നു. നിങ്ങൾ എന്നെ വിട്ടുപോന്നത് എന്ത് ഉദ്ദേശത്തിലാണെന്ന് മറന്നുവോ? അതായത്, സംസാരിക്കുന്ന പക്ഷിയേയും പാടുന്ന വൃക്ഷത്തേയും സ്വർണവെള്ളവും കരസ്ഥമാക്കാൻ. ഇവിടം നിറയെ കരിങ്കല്ലുകൾ ചിതറിക്കിടക്കുന്നത് നിങ്ങൾ കണ്ടിരുന്നില്ലേ? നോക്കൂ, ഇപ്പോൾ വല്ല കല്ലുകളും ഇവിടെ ഉണ്ടോ? നമ്മൾക്ക് ചുറ്റും നില്ക്കുന്ന ഈ മനുഷ്യരും കുതിരകളും ആയിരുന്നു ആ കരിങ്കല്ലുകൾ. നിങ്ങളും അതിലുണ്ടായിരുന്നു. സർവശക്തനായ അള്ളായുടെ കൃപയാൽ എല്ലാവർക്കും പുനർജന്മം ലഭിച്ചിരിക്കുന്നു. യാത്ര പുറപ്പെടാൻ തയ്യാറായി നില്ക്കുന്നു. എന്ത് അദ്ഭുതകൃത്യംകൊണ്ടാണ് നിങ്ങൾ ഇരുവരും അവരും വീണ്ടും ജീവനുള്ളവരായതെന്ന് അറിയാനാഗ്രഹമുണ്ടോ? എന്റെ കൈയിലുള്ള വെള്ളിപ്പാത്രത്തിലെ സ്വർണവെള്ളം തളിച്ചപ്പോഴാണ് ദൈവാനുഗ്രഹത്താൽ നിങ്ങൾക്ക് ജീവൻ തിരിച്ചുകിട്ടിയത്. എനിക്ക് സംസാരിക്കുന്ന പക്ഷിയുള്ള ഈ കൂടും എന്റെ കൈയിലുള്ള പാടുന്ന വൃക്ഷത്തിന്റെ ഈ ചില്ലയും സ്വർണവെള്ളവും കരസ്ഥമാക്കാൻ കഴിഞ്ഞപ്പോൾ നിങ്ങൾ ഇരുവരും എന്നോടൊപ്പമില്ലെങ്കിൽ ഇവ വീട്ടിലേക്ക് കൊണ്ടുപോകില്ലെന്ന് ഞാൻ ഉറപ്പിച്ചു. അതുകൊണ്ട് നിങ്ങളെ ജീവിപ്പിക്കാനുള്ള മാർഗമെന്താണെന്ന് ഞാനീ പക്ഷിയോട് ചോദിച്ചു. എന്നോട് അല്പം സ്വർണവെള്ളം കരിങ്കല്ലുകളിൽ കുടയാനായി അവർ ഉപദേശിച്ചു. ഞാൻ അപ്രകാരം ചെയ്തതോടെ നിങ്ങളും മറ്റുള്ളവരും യഥാർഥരൂപം പ്രാപിച്ചു."

ഇതുകേട്ട രാജകുമാരന്മാർ ബാഹമനും പർവീസും തങ്ങളുടെ അനിയത്തി പെരീസാദായോട് നന്ദി പറയുകയും അവളെ വാഴ്ത്തുകയും ചെയ്തു. അവൾ ജീവൻ നല്കിയ മറ്റെല്ലാവരും അവൾക്ക് കൃതജ്ഞത രേഖപ്പെടുത്തുകയും അവളെ ഹൃദയംഗമമായി ആശംസിക്കുകയും ചെയ്തു. അവർ ഏകകണ്ഠമായി പറഞ്ഞു. "അല്ലയോ ഭവതീ, ഞങ്ങൾ ഇപ്പോൾ നിങ്ങളുടെ അടിമകളാണ്. നിങ്ങൾ ഞങ്ങൾക്ക് നല്കിയ ഈ സഹായത്തിന് ഒരു ജന്മം മുഴുവൻ ഞങ്ങൾ നിങ്ങളെ സേവിച്ചാലും മതിയാവില്ല. അത്രയ്ക്ക് ഞങ്ങൾ നിങ്ങളോട് കടപ്പെട്ടവരാണ്. പൂർണമനസ്സോടെയും ഹൃദയംനിറഞ്ഞ നന്ദിയോടെയും നിങ്ങളുടെ ഉത്തരവ് കേൾക്കാൻ ഞങ്ങൾ ഇതാ തയ്യാറായി നിൽക്കുന്നു, ആജ്ഞാപിച്ചാലും."

പെരീസാദാ മറുപടി നല്കി. "എന്റെ ലക്ഷ്യവും ഉദ്ദേശ്യവും സ്വന്തം സഹോദരന്മാരെ ജീവിപ്പിക്കലായിരുന്നു. അപ്രകാരം പ്രവർത്തിക്കവെ നിങ്ങൾക്കും ഗുണംകിട്ടി. നിങ്ങളുടെ അംഗീകാരം, മറ്റൊരു ആനന്ദകരമായ

കാര്യമായി ഞാൻ സ്വീകരിക്കുന്നു. ഇപ്പോൾ നിങ്ങൾ എല്ലാവരും കുതിരപ്പുറത്തേറി അള്ളായുടെ അനുഗ്രഹത്തോടെ സ്വന്തം വീടുകളിലേക്ക് പോകുക."

ഇപ്രകാരം അവരെ യാത്രയാക്കി രാജകുമാരി സ്വയം പുറപ്പെടാൻ തയ്യാറായി. എന്നാൽ, അവൾ കുതിരപ്പുറത്ത് കയറാൻ നിൽക്കവെ, താൻ പക്ഷിക്കൂടും പിടിച്ച് മുന്നിൽ സവാരി ചെയ്യട്ടെ എന്ന് ബാഹമൻ രാജകുമാരൻ രാജകുമാരിയോട് അനുവാദം ചോദിച്ചു.

അവൾ മറുപടി പറഞ്ഞു, "അങ്ങനെ പാടില്ല ചേട്ടാ. ഈ പക്ഷി എന്റെ അടിമയാണിപ്പോൾ. ഞാൻ തന്നെ അവനെ കൈയിൽ പിടിച്ച് യാത്ര ചെയ്യണം. നീ ഈ മരച്ചില്ല വേണമെങ്കിൽ പിടിച്ചോളൂ. എന്നാൽ ഞാൻ കുതിരപ്പുറത്ത് കയറി ഇരിക്കുന്നതുവരെ ഈ കിളിക്കൂട് ഒന്ന് പിടിക്കൂ."

അവൾ കുതിരപ്പുത്ത് കയറി കിളിക്കൂട് കയറ്റി തന്റെ മുന്നിൽ വെച്ചു. പർവീസ് രാജകുമാരനോട് സ്വർണവെള്ളം നിറച്ച വെള്ളിപ്പാത്രം ശ്രദ്ധയോടെ പിടിച്ച് ഇരിക്കാനായി അവൾ ആവശ്യപ്പെട്ടു. അവനത് യാതൊരു എതിരും പറയാതെ അനുസരിച്ചു. അവർ യാത്രക്കൊരുങ്ങിയപ്പോഴേക്കും അവൾ സ്വർണവെള്ളം തളിച്ച് ജീവൻ നല്കിയ പ്രഭുകുമാരന്മാരും പുറപ്പെടാൻ തയ്യാറായി നില്ക്കുകയായിരുന്നു. രാജകുമാരി അവർക്കുനേരെ തിരിഞ്ഞ് ചോദിച്ചു. "എന്തിനാണ് യാത്ര വൈകിപ്പിക്കുന്നത്? എന്താണ് ആരും നമ്മളെ നയിക്കാൻ മുന്നോട്ടുവരാത്തത്?"

എല്ലാവരും മടിച്ചു നിന്നതിനാൽ അവൾ ആജ്ഞ നല്കി. "നമ്മളിൽ ആരാണ് ഏറ്റവും ഉന്നതപദവി അർഹിക്കുന്നത് അവൻ നമ്മെ നയിക്കട്ടെ."

അപ്പോൾ എല്ലാവരും ഒറ്റസ്വരത്തിൽ ഉദ്ഘോഷിച്ചു. "അല്ലയോ സുന്ദരിയായ രാജകുമാരി, നിങ്ങളെപ്പോലെ അന്തസ്സും പദവിയുമുള്ള ആരും ഞങ്ങളെ നയിക്കാനായി ഈ കൂട്ടത്തിൽ ഇല്ല. നിങ്ങളുടെ മുന്നിൽ സവാരി ചെയ്യാൻ ധൈര്യമുള്ളവരുമില്ല."

അവരിൽ ആരും നേതൃത്വം ഏറ്റെടുക്കാൻ കഴിവുള്ളവരാണെന്ന് കരുതാത്തതിനാൽ അവൾ ക്ഷമാപണത്തോടെ പറഞ്ഞു, "അല്ലയോ പ്രഭുക്കന്മാരേ, ഞാൻ നിങ്ങളെ നയിക്കാൻ അർഹതയുള്ളവളൊന്നുമല്ല, എന്നാലും നിങ്ങളുടെ ഉത്തരവ് ഞാൻ അനുസരിക്കുന്നു."

അപ്രകാരം അവൾ മുന്നിലെത്തി. അതിനു പിന്നിൽ അവളുടെ സഹോദരന്മാരും. അവർക്കുശേഷം മറ്റു പ്രഭുക്കന്മാരും അണിനിരന്നു. അവർ മടക്കയാത്ര ചെയ്യവെ, തങ്ങൾക്ക് വേണ്ട നിർദ്ദേശങ്ങളും സഹായങ്ങളും ചെയ്തുതതന്ന ആ വൃദ്ധൻ ഫക്കീറിനെ കണ്ട് നന്ദി പറയണമെന്ന് അവർ എല്ലാവരും ആഗ്രഹിച്ചു. എന്നാൽ അവർ ആ വൃദ്ധന്റെ കുടിലിലെത്തിയപ്പോൾ അദ്ദേഹം മരിച്ചുകിടക്കുന്നതാണവർ കണ്ടത്. പ്രായാധിക്യംകൊണ്ട് മൃതിയടഞ്ഞതാണോ അതോ പെരീസാദാ ആ മൂന്ന് അപൂർവവസ്തുക്കൾ കരസ്ഥയാക്കിയതിലുള്ള കുറ്റബോധംകൊണ്ട് ജീവൻ ത്യജിച്ചതാണോ എന്നാർക്കും അറിയില്ല. വിധി ആ ഫക്കീറിനെയാണല്ലോ അപൂർവവസ്തുക്കളുടെ രക്ഷകനും മാർഗദർശിയുമായി നിയമിക്കപ്പെട്ടിരുന്നത്. – അപ്പോഴേക്കും നേരം പുലർന്നതിനാൽ ഷാഹ്റസാദ് തന്റെ കഥപറച്ചിൽ അവസാനിപ്പിച്ചു.

അറുനൂറ്റി എൺപത്തിയൊന്നാംരാവ്

ഷാഹ്‌രസാദ് പറഞ്ഞു - അല്ലയോ കീർത്തിമാനായ രാജാവേ, അവർ ഒന്നിച്ചു യാത്രചെയ്തു. ഓരോരുത്തന്റേയും ജന്മനാടെത്തിയപ്പോൾ അവർ ഓരോരുത്തരായി യാത്ര പറഞ്ഞ് പിരിഞ്ഞു. ഒടുവിൽ രാജകുമാരി പെരീസാദായും ചേട്ടന്മാരും മാത്രമായി. അവർ മൂവരും സുരക്ഷിതരായി സ്വന്തം ബംഗ്ലാവിൽ പ്രവേശിച്ചു. ആ കിളിക്കൂട് തന്റെ പൂന്തോട്ടത്തിൽ പെരീസാദാ തൂക്കിയിട്ടു. അപ്പോഴേക്കും ആ പക്ഷിയുടെ മധുരഗാനങ്ങൾ കേട്ട് പ്രാവുകൾ, ബുൾബുളുകൾ, രാപ്പാടിക്കുയിലുകൾ, തത്തകൾ, വാനമ്പാടികൾ തുടങ്ങിയ നാനാതരം പക്ഷികൾ അവിടെ പറന്നെത്തി. അടുത്ത പ്രദേശത്തേയും ദൂരദേശത്തേയും പക്ഷികൾ അതിൽ ഉൾപ്പെട്ടിരുന്നു.

പാടുന്ന വൃക്ഷത്തിന്റെ ചില്ല രാജകുമാരി തോട്ടത്തിൽ കുഴിച്ചിട്ടു. പെട്ടെന്നതിന് വേര് പിടിച്ചു. കൊമ്പും ചില്ലകളും ഇലകളും പൊട്ടിമുളച്ചു. അതിശീഘ്രം വളർന്ന് പന്തലിച്ച് വൻമരമായി മാറി. അവൾ ചില്ല ഒടിച്ചെടുത്ത അതേ വൃക്ഷത്തിന്റത്ര വളർന്ന് വലുതായി ഇലകൾകൊണ്ട് നിറഞ്ഞു. ആദ്യത്തെ മരംപോലെ മനോഹരമായി ഗാനം ആലപിക്കാൻ തുടങ്ങി. ഒടുവിൽ, തോട്ടത്തിനുള്ളിൽ ഒരു വലിയ മാർബിൾ കുളം നിർമിച്ച് അതിൽ സ്വർണവെള്ളം ഒഴിച്ചു. തൽക്ഷണം ആ കുളം നിറഞ്ഞ് ഇരുപതടി പൊക്കത്തിലേക്ക് ഫൗണ്ടൻ പ്രവർത്തിക്കാൻ തുടങ്ങി. വെള്ളം തിരിച്ച് കുളത്തിലേക്കുതന്നെ പതിച്ചിരുന്നതിനാൽ ഒരു തുള്ളിവെള്ളം പോലും നഷ്ടപ്പെട്ടിരുന്നില്ല. അത് നിലയ്ക്കാതെ പ്രവർത്തിച്ചുകൊണ്ടിരുന്നു.

അതിവേഗം ഈ മൂന്ന് അപൂർവവും അദ്ഭുതകരവുമായ വസ്തുക്കളെക്കുറിച്ചുള്ള വാർത്ത സ്വന്തം നാട്ടിലും അന്യരാജ്യങ്ങളിലും പരന്നു. ഇവ കാണാനും കേൾക്കാനുമായി ധാരാളം ആളുകൾ ആ നഗരത്തിലേക്ക് ഒഴുകി. അവിടത്തെ ഗേറ്റുകൾ കാണികൾക്കും സന്ദർശകർക്കുമായി സദാസമയം തുറന്നിട്ടു. വീട്ടിലും തോട്ടത്തിലും ആർക്കും ഏത് സമയത്തും വരാനും പോകാനും അനുവാദമുണ്ടായിരുന്നു. അവർ ഈ അപൂർവവസ്തുക്കൾ നേരിൽ കണ്ട് ആഹ്ലാദിച്ച് പ്രശംസിച്ച് തിരിച്ചുപോയി.

യാത്രാക്ഷീണം തീർത്തശേഷം ഒരു ദിവസം രാജകുമാരന്മാർ നായാട്ടിന് പോയി. സന്ദർഭവശാൽ, വിധിയെന്നു പറയട്ടെ, അതേസ്ഥലത്ത് ഇറാൻ ഷായും നായാട്ടിനായി എത്തിയിരുന്നു.

ഒരു സംഘം പടയാളികളും വേട്ടക്കാരും അടുത്ത് വരുന്നതുകണ്ട രാജകുമാരന്മാർ അത്തരം ഒരു കൂടിക്കാഴ്ച ഒഴിവാക്കാനായി വീട്ടിലേക്ക് തിരിച്ചുപോകാനാഗ്രഹിച്ചു. വിധിവൈപരീത്യത്താൽ അവർ പോയ വഴിയിലൂടെത്തന്നെയായിരുന്നു ഖുസ്രോവ് ഷായും വന്നിരുന്നത്. ആ വഴി വളരെ ഇടുങ്ങിയതായതിനാൽ അവർക്ക് കുതിരയെ തിരിച്ച് മറ്റൊരു വഴിയിലൂടെ പോകേണ്ടിവന്നു. അവർ കുതിരയുടെ കടിഞ്ഞാൺ പിടിച്ചു നിർത്തി താഴെ ഇറങ്ങി അതീവഭവ്യതയോടെ രാജാവിനെ സലാം ചെയ്ത് തലകുനിച്ചു നിന്നു. അവരുടെ കുതിരകളുടെ വിലപിടിച്ച ജീനിയും ഇരിപ്പിടവും രാജകുമാരന്മാരുടെ ആകർഷണീയമായ വസ്ത്രങ്ങളും മറ്റും

കണ്ട് അവർ തന്റെ വസീറിന്റേയോ മന്ത്രിമാരുടേയോ പുത്രന്മാരായിരിക്കുമെന്ന് രാജാവ് കരുതി. അവരുടെ മുഖം കാണാനദ്ദേഹത്തിന് വലിയ മോഹം തോന്നി. അവരോട് മുഖമുയർത്തി കുത്തനെ നില്ക്കാനായി അദ്ദേഹം കല്പിച്ചു. അവർ എളിമയോടെ കണ്ണുകൾ താഴ്ത്തി ഉത്തരവ് അനുസരിച്ചു. അവരുടെ എളിമ നിറഞ്ഞ പെരുമാറ്റവും സുന്ദരവും ആകർഷണീയമായ അവരുടെ മുഖവും അംഗലാവണ്യവും കണ്ട രാജാവ് വളരെ സന്തുഷ്ടനായി. അല്പനേരം അവരെ വിസ്മയത്തോടെയും ആരാധനയോടെയും മിഴിച്ച് നോക്കിയശേഷം അവർ ആരാണെന്നും പേരുകൾ എന്താണെന്നും താമസം എവിടെയാണെന്നും അദ്ദേഹം ആരാഞ്ഞു. ബാഹമൻ രാജകുമാരൻ മറുപടി നല്കി, "അല്ലയോ ലോകരക്ഷകാ, രാജാവിന്റെ പൂന്തോട്ടങ്ങളുടേയും വിനോദവകുപ്പിന്റേയും മേധാവി ആയിരുന്ന ആളുടെ മക്കളാണ് ഞങ്ങൾ. അദ്ദേഹം മരണം അടുത്തിരിക്കുന്ന സമയത്താണ് ഞങ്ങൾക്കായി നഗരാതിർത്തിക്കപ്പുറത്ത് ഒരു കെട്ടിടം നിർമ്മിച്ചത്. അങ്ങയുടെ സേവനത്തിന് യോഗ്യരായിത്തീരുന്നതുവരെ അവിടെ താമസിക്കാൻ തീരുമാനിച്ചു."

ഷാ ചോദ്യം തുടർന്നു, "എങ്ങനെയാണ് നിങ്ങൾക്ക് നായാട്ടിന് പോകാൻ പറ്റുക? ഇതൊരു രാജകീയവിനോദമല്ലേ? സാധാരണ പ്രജകൾക്കും ഉദ്യോഗസ്ഥർക്കും ഉദ്ദേശിച്ചിട്ടുള്ളതല്ലേ നായാട്ട്?"

ബാഹമൻ രാജകുമാരൻ മറുപടി നല്കി. "അല്ലയോ ലോകരക്ഷകാ, ഞങ്ങൾ ചെറുപ്പമാണ്. വീട്ടിനുള്ളിൽ വളർത്തപ്പെട്ടതിനാൽ രാജകീയ ആചാരങ്ങളൊന്നും അറിയില്ല. എന്നാൽ, രാജാവിന്റെ സൈന്യത്തിൽ ചേരാൻ ഞങ്ങൾ അവസരം നോക്കിയിരിക്കയാണ്. ഞങ്ങൾ കഠിനാധ്വാനം ചെയ്യാനാഗ്രഹിക്കുന്നു." ഈ മറുപടി രാജാവിനെ പ്രീതനാക്കി. അദ്ദേഹം പറഞ്ഞു, "നിങ്ങൾ ശ്രേഷ്ഠരുടെ മത്സരവിനോദമായ നായാട്ട് എങ്ങനെയുണ്ടെന്ന് ഷായ്ക്ക് കാണണം. ഏത് മൃഗത്തെ വേണമെങ്കിലും ഇരയായി നിങ്ങൾക്ക് തിരഞ്ഞെടുക്കാം. വേട്ടയാടിയ മൃഗത്തെ എന്റെ മുന്നിൽ ഹാജരാക്കണം."

ഉടനെ രാജകുമാരന്മാർ കുതിരപ്പുറത്തേറി. രാജാവിന്റെ സംഘത്തിൽ ചേർന്നു. അവർ ഏറ്റവും നിബിഡമായ കാട്ടിൽ എത്തിയപ്പോൾ ബാഹമൻ രാജകുമാരൻ ഒരു കടുവയുടേയും പർവീസ് രാജകുമാരൻ ഒരു കരടിയുടെ പിന്നാലേയും പുറപ്പെട്ടു. ഇരുവരും അതിവിദഗ്ധമായി കുന്തങ്ങൾ പ്രയോഗിച്ച് താന്താങ്ങളുടെ ഇരയെ കൊന്നുവീഴ്ത്തി രാജാവിന്റെ മുന്നിൽ കൊണ്ടുവന്ന് സമർപ്പിച്ചു. വീണ്ടും അവർ കാട്ടിനുള്ളിലേക്ക് കടന്നു. ഇപ്രാവശ്യം ബാഹമൻ രാജകുമാരൻ ഒരു കരടിയേയും പർവീസ് രാജകുമാരൻ ഒരു കടുവയേയുമാണ് വേട്ടയാടി വധിച്ചത്. മൂന്നാംതവണയും അവർ ഇറങ്ങി പുറപ്പെട്ടപ്പോൾ രാജാവ് തടഞ്ഞുകൊണ്ട് പറഞ്ഞു. "എന്ത്! നിങ്ങൾ രാജാവിന്റെ വന്യമൃഗസങ്കേതം ഒറ്റഅടിക്ക് മുടിക്കുമോ? ഇതുമതി. ധാരാളത്തിലധികം. നിങ്ങളുടെ ധീരത സാക്ഷ്യം വഹിക്കണമെന്നേ ഷായ്ക്ക് ആഗ്രഹമുണ്ടായിരുന്നുള്ളൂ. അതിന്റെ തെളിവ് സ്വന്തം കണ്ണുകളാൽ ദർശിച്ച് അദ്ദേഹം പ്രീതനായിരിക്കുന്നു. ഞങ്ങളോടൊപ്പം വരൂ. നമ്മൾക്ക് ഭക്ഷണം കഴിക്കാം."

ബാഹമൻ രാജകുമാരൻ മറുപടി നല്കി. "അങ്ങ് ഈ എളിയ ഭൃത്യരോട് കാണിക്കുന്ന ഉപകാരങ്ങൾക്കും ഉന്നതമായ ആദരവിനും ഞങ്ങൾ അർഹരല്ല. ഞങ്ങൾ കർത്തവ്യബോധത്തോടെയും എളിമയോടെയും

അങ്ങയോട് അപേക്ഷിക്കുകയാണ് ഇന്നത്തെ ദിവസം ഞങ്ങളോട് ക്ഷമിക്കണമെന്ന്. എന്നാൽ ലോകസംരക്ഷകൻ കനിഞ്ഞരുളുകയാണെങ്കിൽ മറ്റേതെങ്കിലും സമയം അങ്ങയുടെ ഈ അടിമകൾ സസന്തോഷം അങ്ങയുടെ മംഗളകരമായ ഉത്തരവുകൾ ആഹ്ലാദത്തോടെ നിർവഹിച്ചുതരും." – അപ്പോഴേക്കും നേരം പുലർന്നതിനാൽ ഷാഹ്റസാദ് തന്റെ കഥപറച്ചിൽ നിർത്തി.

അറുനൂറ്റി എൺപത്തിരണ്ടാംരാവ്

ഷാഹ്റസാദ് പറഞ്ഞു – അല്ലയോ കീർത്തിമാനായ രാജാവേ, ഈ നിരാകരണം കേട്ട് ഖുസ്രോവ് ഷാ അദ്ഭുതപ്പെട്ടുപോയി. അതിനുള്ള കാരണം ആരാഞ്ഞപ്പോൾ ബാഹ്മൻ രാജകുമാരൻ മറുപടി നല്കി. "അല്ലയോ രാജാവേ, എന്നോട് ക്ഷമിക്കണം. ഞങ്ങൾക്ക് വീട്ടിൽ ഒരേ ഒരു സഹോദരിയാണുള്ളത്. ഞങ്ങൾ മൂവരും സഹോദരസ്നേഹത്താൽ അത്രയ്ക്ക് ഗാഢമായി ബന്ധിക്കപ്പെട്ടവരാണ്. അതുകൊണ്ട് അവളുമായി കൂടിയാലോചിക്കാതെ ഞങ്ങൾ ഒരിടത്തും പോകാറില്ല. അവളും എന്ത് കാര്യവും ഞങ്ങളോട് കൂടിയാലോചിച്ചേ ചെയ്യാറുള്ളൂ."

ഇത്തരം സഹോദരസ്നേഹത്തെക്കുറിച്ചറിഞ്ഞ് രാജാവ് അതീവ സന്തുഷ്ടനായി. അദ്ദേഹം പറഞ്ഞു. "ഷാ ഇന്ന് നിങ്ങളെ സ്വതന്ത്രരായി പോകാനനുവദിക്കുന്നു. നിങ്ങളുടെ സഹോദരിയുമായി കൂടിയാലോചിച്ച് നാളെ നായാട്ട് കൂടാരത്തിൽ വന്ന് അള്ളായുടെ പ്രതിബിംബത്തെ കാണുക. അവളുടെ അനുമതിയോടെ രാജാവിനോടൊപ്പം ഭക്ഷണം കഴിക്കുക."

അങ്ങനെ രാജകുമാരന്മാർ രാജാവിനെ വന്ദിച്ച് വിടപറഞ്ഞ് ഇറങ്ങി നേരെ വീട്ടിലേക്ക് കുതിരപ്പുറത്തേറി പാഞ്ഞുപോയി. എന്നാൽ രാജാവുമായുണ്ടായ കൂടിക്കാഴ്ചയെക്കുറിച്ചവർ ഇരുവരും അനിയത്തിയോട് പറയാൻ മറന്നു. ഒറ്റ വാക്കുപോലും അവർക്ക് ഓർമ ഉണ്ടായിരുന്നില്ല എന്നതാണ് സത്യം. പിറ്റേന്ന് അവർ വീണ്ടും നായാട്ടിനു പോയി. നായാട്ടിനുശേഷം ഷാ അവരോട് അന്വേഷിച്ചു. "രാജാവിനെ സേവിക്കേണ്ട കാര്യം നിങ്ങൾ സഹോദരിയുമായി കൂടിയാലോചിച്ചോ? അവളുടെ അനുവാദം നിങ്ങൾക്ക് ലഭിച്ചുവോ?"

ഇതുകേട്ട് രാജകുമാരന്മാർ പേടിച്ച് ഞെട്ടിപ്പോയി. അവരുടെ മുഖം വിളർത്തു. അവർ പരസ്പരം കണ്ണുകളിലേക്ക് നോക്കി. പിന്നെ ബാഹ്മൻ പറഞ്ഞു, "മാപ്പാക്കണം അല്ലയോ ലോകരക്ഷകാ, ഞങ്ങളുടെ ഈ ഉത്തരവ് ലംഘനം പൊറുക്കണം. ഞങ്ങൾ ഇരുവരും അങ്ങയുടെ കല്പന മറന്നു. സഹോദരിയോടക്കാര്യം പറഞ്ഞതേയില്ല."

"സാരമില്ല. അവളോട് ഇന്ന് ചോദിച്ച് നാളെ മറുപടി എന്നെ അറിയിക്കുക." രാജാവ് ആശ്വസിപ്പിച്ചു.

എന്നാൽ അന്നും അതുതന്നെ സംഭവിച്ചു. അവർ ആ സന്ദേശം മറന്നു. എന്നിട്ടും അവരുടെ ഓർമക്കുറവിൽ രാജാവ് കോപിച്ചില്ല. അദ്ദേഹം പോക്കറ്റിൽ നിന്ന് മൂന്ന് ചെറിയ സ്വർണപ്പന്തുകൾ എടുത്ത് ഒരു സിൽക്ക് ഉറുമാലിൽ കെട്ടി ബാഹ്മൻ രാജകുമാരനെ ഏല്പിച്ചുകൊണ്ട് പറഞ്ഞു. "ഈ പന്തുകൾ കെട്ടിയ ഉറുമാൽ നിന്റെ അരക്കച്ചയിൽ വെക്കുക. അപ്പോൾ നീ സഹോദരിയോട് ചോദിക്കാൻ മറക്കില്ല.

സന്ദർഭവശാൽ, നിന്റെ ഓർമയിൽ നിന്നത് വിട്ടുപോയാൽ കിടക്കാൻ നേരത്ത് ആ കച്ച ഊരുമ്പോൾ ഈ പന്തുകൾ താഴെ വീണ് ശബ്ദ മുണ്ടാക്കും. അപ്പോൾ നീ ആ വാഗ്ദാനം ഓർക്കും."

ഇത്തരം കർശനമായ നിരോധന ഉത്തരവ് രാജാവ് നല്കിയിട്ടുപോലും രാജാവിന്റെ ഉത്തരവും അവർ രാജാവിന് നല്കിയ വാഗ്ദാനവും മറന്നു പോയി. എന്തായാലും ബാഹ്മൻ ഉറങ്ങാനായി കിടപ്പുമുറിയിൽ ചെന്ന പ്പോൾ അരക്കച്ച ഊരിയതോടെ സ്വർണപന്തുകൾ നിലത്തുവീണ് ശബ്ദമുണ്ടാക്കി. പെട്ടെന്ന് ഷായുടെ സന്ദേശം അവന്റെ മനസ്സിലൂടെ പാഞ്ഞുപോയി. അവനും അനിയനും ഉടനെ പെരീസാദായുടെ അടു ത്തെത്തി. അവൾ ഉറങ്ങാൻ തയ്യാറെടുക്കുകയായിരുന്നു. പതിവില്ലാത്ത ഈ നേരത്ത് അവിടെ ചെന്ന് അവളെ ബുദ്ധിമുട്ടിച്ചതിൽ പലപ്രാവശ്യം ക്ഷമ യാചിച്ച് സംഭവിച്ച കാര്യങ്ങളെല്ലാം അവളോട് വിശദീകരിച്ചു കൊടുത്തു.

തുടർച്ചയായുണ്ടായ മൂന്നുദിവസത്തെ മറവിയിലവൾക്ക് ഖേദം തോന്നി. രാജകീയസന്ദേശം മറക്കാൻ പാടില്ലാത്തതാണ്. "ഭാഗ്യം നിങ്ങ ളുടെ ഭാഗത്താണ്. എന്റെ സഹോദരന്മാരേ, അതുകൊണ്ടാണ് ലോകര ക്ഷകന്റെ ശ്രദ്ധയിൽ നിങ്ങൾ പെടാൻ ഇടയായത്. ഉന്നതങ്ങളിലേക്ക് ഉയരാനുള്ളൊരവസരമാണ് കൈവന്നിരിക്കുന്നത്. നിങ്ങളുടെ സഹോ ദരീസ്നേഹത്തിന്റെ ആധിക്യംമൂലം രാജാവ് കനിഞ്ഞരുളിയിട്ടും അദ്ദേഹ ത്തിന്റെ സേവനത്തിൽ ചേരാതിരുന്നതിൽ എനിക്ക് വലിയ വിഷമമുണ്ട്. എന്തായാലും എന്നേക്കാളേറെ ഇക്കാര്യത്തിൽ കൂടുതൽ ഖേദിക്കേ ണ്ടതും പശ്ചാത്തപിക്കേണ്ടതും നിങ്ങളാണ്. ഉതകുന്ന ഒരു ഒഴികഴിവ് പറയുന്നതിൽ നിങ്ങൾ പരാജയപ്പെട്ടു. നിങ്ങളുടെ ക്ഷമ യാചിക്കൽ നിർമര്യാദയും പരുഷവുമായേ കരുതപ്പെടൂ. രാജാവിന്റെ ആഗ്രഹങ്ങൾ വിഫലമാകുന്നത് ആപല്ക്കരമാണ്. അങ്ങേഅറ്റത്തെ ദയാദാക്ഷിണ്യ ത്താലാണ് ഷാ നിങ്ങളോട് അദ്ദേഹത്തിന്റെ സേവനത്തിൽ ചേരാൻ ആവശ്യപ്പെട്ടത്. നിങ്ങളാകട്ടെ ഇത്രയും ശ്രേഷ്ഠമായ ഉത്തരവുകൾ മണ്ട ന്മാരെപ്പോലെ ചെറുത്ത് എനിക്ക് വല്ലാത്ത മനോവേദന സൃഷ്ടിച്ചു. എന്തായാലും ഞാൻ എന്റെ അടിമയായ സംസാരിക്കുന്ന പക്ഷിയുമായി ചർച്ച ചെയ്തു നോക്കട്ടെ. ഗുരുതരമായ എന്തെങ്കിലും പ്രശ്നങ്ങൾ എനിക്ക് ഉണ്ടാകുമ്പോൾ ഞാൻ അവന്റെ ഉപദേശമാണ് ആരായാറു ള്ളത്."

രാജകുമാരി ആ പക്ഷിക്കൂട് തന്റെ അടുത്ത് എടുത്തുവെച്ച് ചേട്ട ന്മാർ അവളോട് പറഞ്ഞതെല്ലാം ആ പക്ഷിയെ അറിയിച്ച് എന്താണിനി ചെയ്യേണ്ടതെന്ന ഉപദേശം ആരാഞ്ഞു.

പക്ഷി പറഞ്ഞു, "ഷായുടെ ആഗ്രഹപ്രകാരം എന്തുപറഞ്ഞാലും അത് നിറവേറ്റി അദ്ദേഹത്തെ രാജകുമാരന്മാർ പ്രീതിപ്പെടുത്തട്ടെ. അതിനുംപുറമെ അവർ രാജാവിനായി ഒരു സദ്യ ഒരുക്കി ഏറ്റവും എളിമ യോടെ അദ്ദേഹത്തെ വീട്ടിലേക്ക് ക്ഷണിക്കട്ടെ. അപ്രകാരം രാജഭക്തിയും കൂറും സാക്ഷ്യപ്പെടുത്തുക."

രാജകുമാരി പറഞ്ഞു, "ഹേ പക്ഷീ, എന്റെ സഹോദരന്മാർ എനിക്ക് ഏറ്റവും പ്രിയങ്കരരാണ്. ഒരു നിമിഷംപോലും അവരെ വിട്ട് ജീവിക്കാ നെനിക്ക് കഴിയില്ല. അവരുടെ സാഹസികത ഞങ്ങളുടെ സ്നേഹ വാത്സല്യങ്ങളെ തകർക്കാതിരിക്കാൻ അള്ളാ കടാക്ഷിക്കട്ടെ."

പക്ഷി പറഞ്ഞു, "നല്ലതിന് വേണ്ടിയുള്ള ഉപദേശമാണ് ഞാൻ നിനക്ക് തന്നത്. ശരിയായ മാർഗം. അത് അനുസരിക്കുന്നതിൽ നീ പേടിക്കേണ്ട. അതിൽനിന്ന് നന്മയല്ലാതെ മറ്റൊന്നും സംഭവിക്കില്ല."

എന്നാൽ രാജകുമാരി പറഞ്ഞു.

"രാജാവ് ഞങ്ങളുടെ വീടിന്റെ ഉമ്മറപ്പടി കയറിവരുമ്പോൾ ഞാൻ മൂടുപടമില്ലാതെ അദ്ദേഹത്തെ സ്വീകരിക്കണമോ?"

"തീർച്ചയായും." പക്ഷി പറഞ്ഞു. "അതുകൊണ്ട് നിനക്കൊരു ദ്രോഹവും ഉണ്ടാകില്ല. നേരെ മറിച്ച് അത് നിനക്ക് ഗുണമേ ചെയ്യൂ." - അപ്പോഴേക്കും നേരം പുലർന്നതിനാൽ ഷാഹ്റസാദ് തന്റെ കഥപറച്ചിൽ നിർത്തി.

അറുനൂറ്റി എൺപത്തിമൂന്നാംരാവ്

ഷാഹ്റസാദ് പറഞ്ഞു - അല്ലയോ കീർത്തിമാനായ രാജാവേ, പിറ്റേന്ന് നേരം പുലർന്നപ്പോൾത്തന്നെ രാജകുമാരന്മാരായ ബാഹ്മനും പർവീസും നായാട്ടുകൂടാരത്തിലെത്തി. ഖുസ്രോവ് ഷായെ കണ്ടു. അദ്ദേഹം അവരോട് ചോദിച്ചു, "നിങ്ങളുടെ അനിയത്തിയിൽനിന്ന് എന്ത് മറുപടിയാണ് നിങ്ങൾ കൊണ്ടുവന്നിരിക്കുന്നത്?"

മൂത്ത സഹോദരൻ മറുപടി നല്കി. "അല്ലയോ അള്ളായുടെ പ്രതിപുരുഷാ, സത്യമായും ഞങ്ങൾ അങ്ങയുടെ അടിമകളാണ്. അങ്ങ് അരുളിച്ചെയ്യുന്നതെന്തും അനുസരിക്കാൻ ഞങ്ങൾ തയ്യാറാണ്. എല്ലാ കാര്യങ്ങളും ഞങ്ങൾ അനിയത്തിയുമായി ചർച്ച ചെയ്തു. അവളുടെ സമ്മതം നേടി. അതിനേക്കാളേറെ രാജാവിന്റെ ആജ്ഞ ഉടനെ നടപ്പാക്കാൻ സഹകരിക്കാതിരുന്നതിൽ അവൾ ഞങ്ങളെ കുറ്റപ്പെടുത്തുകയും ശാസിക്കുകയും ചെയ്തു. അതുകൊണ്ട് വല്ലാത്ത മനോവേദനയോടെ അവൾ സ്വന്തം പേരിൽ രാജാവിനോട് മാപ്പ് ഇരക്കാനായി ഞങ്ങളോട് നിർദ്ദേശിച്ചിരിക്കയാണ്."

"രാജാവിന്റെ അപ്രീതി നേടാൻ മാത്രം കുറ്റമൊന്നും നിങ്ങൾ ചെയ്തിട്ടില്ലല്ലോ. നേരെമറിച്ച് നിങ്ങൾ സഹോദരീ സഹോദരന്മാർ തമ്മിലുള്ള സ്നേഹബന്ധത്തെക്കുറിച്ചറിയാൻ എനിക്ക് അതിയായ ആഹ്ലാദമാണുണ്ടായത്."

ഇത്രയും കരുണാർദ്രമായ വാക്കുകൾ ഷായിൽനിന്നും കേട്ടപ്പോൾ ആ രാജകുമാരന്മാർക്ക് വലിയ മനസ്സമാധാനമായി. അവർ ലജ്ജിച്ച് തല താഴ്ത്തിനിന്നു. അന്ന് നായാട്ടിൽ രാജാവ് അത്ര വലിയ താത്പര്യം കാണിച്ചില്ല. രാജകുമാരന്മാർ ഒറ്റയ്ക്ക് സവാരി ചെയ്യുന്നതുകണ്ട് അദ്ദേഹം അവരെ തന്റെ സന്നിധിയിലേക്ക് വിളിപ്പിച്ചു. ഔദാര്യത്തോടെ സംസാരിച്ച് അവരെ സന്തോഷിപ്പിച്ചു. നായാട്ടുകഴിഞ്ഞ് ക്ഷീണം തോന്നിയപ്പോൾ, അദ്ദേഹം കുതിരയെ കൊട്ടാരത്തിലേക്ക് തിരിച്ചു. തന്റെ അരികിലായി സവാരി ചെയ്യാൻ രാജാവ് രാജകുമാരന്മാരോട് അരുളിച്ചെയ്തു. അപരിചിതരായ ഈ യുവാക്കളോട് രാജാവ് ഇത്രയും പ്രത്യേക താത്പര്യം കാണിക്കുന്നതുകണ്ട്, വസീറുമാരുടേയും രാജസഭാംഗങ്ങളുടേയും ഉന്നത ഉദ്യോഗസ്ഥരുടേയും മനസ്സിൽ അസൂയ ആളിക്കത്തി. സൈന്യത്തിന് മുന്നിൽ അവർ സവാരി ചെയ്യവെ, പ്രധാന തെരുവുകളിലെത്തിയപ്പോൾ

എല്ലാവരുടേയും ശ്രദ്ധയും ആ യുവാക്കളിലേക്ക് തിരിഞ്ഞു. അവർ പരസ്പരം ചോദിച്ചു, "ഷായുടെ ചാരത്ത് സവാരി ചെയ്യുന്ന രണ്ടുപേർ ആരാണ്? ഈ നഗരവാസികൾ തന്നെയാണോ അതോ പരദേശികളോ?"

ജനങ്ങൾ അവരെ പുകഴ്ത്തുകയും ആശംസിക്കുകയും ചെയ്തു. അവർ പറഞ്ഞു, "നമ്മുടെ മഹാരാജാവിന് അള്ളാ ധീരന്മാരും സുന്ദരന്മാരുമായ രണ്ട് രാജകുമാരന്മാരെ അയച്ചുകൊടുത്തിരിക്കുന്നു. അവരാണ് അദ്ദേഹത്തിന്റെ പാർശ്വങ്ങളിലൂടെ സവാരി ചെയ്യുന്നത്. നമ്മുടെ നിർഭാഗ്യവതിയായ രാജ്ഞി ആൺമക്കളെയാണ് പ്രസവിച്ചിരുന്നതെങ്കിൽ അള്ളായുടെ കൃപയാൽ അവർ ഈ പ്രായത്തിലുള്ളവർ ആകുമായിരുന്നു."

കുതിരസവാരിസംഘം കൊട്ടാരത്തിലെത്തിയ ഉടനെ രാജാവ് തന്റെ കുതിരപ്പുറത്തുനിന്നും താഴെ ഇറങ്ങി രാജകുമാരന്മാരെ സ്വകാര്യ മുറിയിലേക്ക് ആനയിച്ചു. അതിമനോഹരമായ ഫർണീച്ചർകൊണ്ട് സജ്ജമാക്കിയ വിശാലമായൊരു മുറിയായിരുന്നു അത്. വിശിഷ്ടമായ പഴങ്ങളോടൊപ്പം വിഭവസമൃദ്ധമായ ഭക്ഷണപദാർഥങ്ങൾ അവിടത്തെ ഒരു മേശയിൽ നിരത്തിവെച്ചിരുന്നു. രാജാവ് ഉപവിഷ്ടനായശേഷം രാജകുമാരന്മാരോടും തന്നോടൊപ്പം ഇരിക്കാനായി ആവശ്യപ്പെട്ടു. എളിമയോടെ അവർ ആ ക്ഷണം സ്വീകരിച്ച് ആദരപൂർവം നിശ്ശബ്ദരായി ആഹാരം കഴിക്കാൻ തുടങ്ങി. പിന്നീട് ഷാ അവരെ ഊഷ്മളമായ സംഭാഷണത്തിലേക്ക് നയിച്ചു. അവരുടെ വിവേകവും ബുദ്ധികൂർമതയും പരീക്ഷിക്കാനെന്നോണം നിരവധി ചോദ്യങ്ങൾ പല വിഷയങ്ങളെക്കുറിച്ചും ചോദിക്കാൻ തുടങ്ങി. അവർ എല്ലാവിധ കലകളിലും ശാസ്ത്രങ്ങളിലും പ്രാവീണ്യം നേടിയവരായിരുന്നതിനാൽ എല്ലാ ചോദ്യങ്ങൾക്കും അനായാസം മറുപടി നല്കിക്കൊണ്ടിരുന്നു. ഷാ വല്ലാത്ത പ്രശംസയോടെ അന്തംവിട്ട് ഇരുന്നുപോയി. ഈ രണ്ട് യുവാക്കളെപ്പോലെ സമർഥരും സുന്ദരന്മാരുമായ പുത്രന്മാരെ തനിക്ക് നല്കി സർവശക്തനായ അള്ളാ കൃപ കാണിച്ചില്ലല്ലോ എന്നോർത്ത് രാജാവ് ദുഃഖിച്ചു. അവരുടെ സംഭാഷണം കൂടുതൽ നേരം കേട്ടിരിക്കാനായി അദ്ദേഹം ആഹാരം കഴിക്കുന്നത് വളരെ സാവധാനത്തിലാക്കി. ഒടുവിൽ തീൻമേശയിൽ നിന്നവർ എഴുന്നേറ്റ് രാജാവിന്റെ മറ്റൊരു സ്വകാര്യമുറിയിലേക്ക് എല്ലാവരും ഒന്നിച്ച് പോയി. കുറെനേരം അവിടെ അവർ സംഭാഷണത്തിൽ മുഴുകി ഇരുന്നു. അവസാനം, ആനന്ദം നിറഞ്ഞ ആരാധനാഭാവത്തിൽ രാജാവ് ഉത്ഘോഷിച്ചു. "ഇതുവരെ ഒരിക്കലും ഇത്രയും അന്തസ്സോടെ വളർത്തപ്പെട്ട വിവേകശാലികളും ജ്ഞാനികളും സുന്ദരന്മാരുമായ യുവാക്കളെ ഞാൻ കണ്ടിട്ടില്ല. ഈ ലോകത്തൊരിടത്തും ഇവർക്ക് കിടപിടിക്കാനാകുന്നവരെ കാണാനാകുമെന്ന് ഞാൻ കരുതുന്നില്ല." അദ്ദേഹം ഓർമിപ്പിച്ചു. "നേരം വൈകുന്നു. നമ്മൾക്ക് സംഗീതം ആസ്വദിച്ച് ഹൃദയത്തിന് ആഹ്ലാദം പകരാം."

രാജകീയ ഗായകസംഘം വാദ്യസംഗീതം ആരംഭിച്ചു. അതിമനോജ്ഞമായ ഗാനങ്ങൾ അവിടെ ഒഴുകാൻ തുടങ്ങി. അതോടൊപ്പം കണ്ണുകൾക്ക് കുളിർമയും ആനന്ദവും പ്രദാനം ചെയ്യുന്ന സംഘനൃത്തവും അരങ്ങേറി. സുന്ദരിമാരും സുന്ദരന്മാരും നിറഞ്ഞ ഒരു വിദഗ്ധനർത്തകസംഘമായിരുന്നു അത്. ആ രാജകീയ ആഘോഷം സന്ധ്യയാകുന്നതുവരെ തുടർന്നു. രാജകുമാരന്മാർ ആനന്ദത്തിലാറാടിക്കൊണ്ട് ഈ കലാപരിപാടികൾ മനസ്സുനിറയെ ആസ്വദിച്ചു.

സന്ധ്യയായപ്പോൾ തങ്ങളിൽ രാജാവ് കനിഞ്ഞരുളിയ ഔദാര്യങ്ങളെ

സ്മരിച്ച് അതീവകൃതജ്ഞതയോടെ രാജകുമാരന്മാർ വിടവാങ്ങാൻ തയ്യാറായി. അവർ പുറപ്പെടുന്നതിനു മുമ്പ് രാജാവ് പറഞ്ഞു. "നാളെ നായാട്ട് മൈതാനത്തിൽ നിങ്ങൾ വീണ്ടും വരിക. പിന്നീട് കൊട്ടാരത്തിലേക്ക് മടങ്ങാം. ഷായാണേ, നിങ്ങൾ എപ്പോഴും അദ്ദേഹത്തോടൊപ്പം വേണമെന്നാണ് അദ്ദേഹത്തിന്റെ ആഗ്രഹം. എപ്പോഴും നിങ്ങൾ അടുത്തിരുന്ന് സംസാരിച്ച് സന്തോഷിപ്പിക്കണം."

ബാഹ്മൻ രാജകുമാരൻ അദ്ദേഹത്തിന്റെ മുന്നിൽ പ്രണമിച്ച് മറുപടി നല്കി. "ഞങ്ങളുടെ അന്തിമാഭിലാഷവും അതുതന്നെയാണ്. അല്ലയോ അള്ളായുടെ പ്രതിബിംബമേ, നാളെ നായാട്ട് കഴിഞ്ഞ് മടങ്ങവെ ഞങ്ങളുടെ എളിയ വീടിന്നരികിലൂടെ കടന്നുപോകുമ്പോൾ അങ്ങ് അതിനുള്ളിലേക്ക് കാലെടുത്തുവെച്ച് എഴുന്നള്ളി അല്പനേരം വിശ്രമിച്ച് പോയാൽ ഞങ്ങൾക്കും അനിയത്തിക്കും വിലമതിക്കാത്തത്ര വലിയ ബഹുമതിയായിരിക്കും. ഉന്നതനായ രാജാവിന്റെ പദവിക്കനുസൃതമായ ഒരു സ്ഥലമല്ല അതെങ്കിലും ഇടയ്ക്കെല്ലാം പ്രതാപികളായ രാജാക്കന്മാർ തങ്ങളുടെ അടിമകളുടെ കുടിലുകൾ സന്ദർശിക്കാറുണ്ടല്ലോ!"

അവരുടെ എളിമയോടെയുള്ള മധുരവചനങ്ങൾ കേട്ട് കൃപയോടെ രാജാവ് മറുപടി നല്കി.

"നിങ്ങളുടെ നിലയിലുള്ളവരുടെ ഗൃഹം നിങ്ങളെപ്പോലെ സുന്ദരവും ശ്രേഷ്ഠവുമായിരിക്കും. ഷാ പൂർണമനസ്സോടെ നിങ്ങളുടെ നാളത്തെ ക്ഷണം സ്വീകരിക്കുന്നു. നിങ്ങൾ ഇരുവരുടേയും അനിയത്തിയുടേയും അതിഥിയായി ഞാൻ അവിടെ വരുന്നതായിരിക്കും. ഷാ അവളെ കണ്ടിട്ടില്ലെങ്കിലും അവൾ എല്ലാം തികഞ്ഞ ഗുണവതിയായിരിക്കുമെന്ന് അദ്ദേഹത്തിന് ഉറപ്പുണ്ട്. ശരി. അപ്പോൾ നിങ്ങൾ ഇരുവർക്കും നാളെ രാവിലെ ഷായെ പതിവുസ്ഥലത്ത് പ്രതീക്ഷിക്കാം."

രാജകുമാരന്മാർ ഷായോട് വിടവാങ്ങി സ്വന്തം വീട്ടിൽ തിരിച്ചെത്തി അനിയത്തിയോട് പറഞ്ഞു. "ഹേ പെരീസാദാ, നാളെ നായാട്ടിനുശേഷം ഷാ നമ്മുടെ വീട്ടിലെത്തി അല്പനേരം തങ്ങും."

അവൾ പറഞ്ഞു, "രാജകീയ വിരുന്നിനുള്ള എല്ലാ തയ്യാറെടുപ്പുകളും നമ്മൾ നടത്തണം. രാജാവിനെ പ്രസാദിപ്പിക്കണം. നമ്മൾ ലജ്ജിതരാകാൻ പാടില്ല. ഞാൻ ഇക്കാര്യത്തിൽ സംസാരിക്കുന്ന പക്ഷിയുടെ ഉപദേശം തേടാം. അവന്റെ അഭിപ്രായപ്രകാരം രാജാവിന്റെ അഭിരുചി അനുസരിച്ചുള്ള ആഹാരം പാചകം ചെയ്യാം." - അപ്പോഴേക്കും നേരം പുലർന്നതിനാൽ ഷാഹ്രസാദ് തന്റെ കഥപറച്ചിൽ നിർത്തി.

അറുനൂറ്റി എൺപത്തിനാലാംരാവ്

ഷാഹ്രസാദ് പറഞ്ഞു - അല്ലയോ കീർത്തിമാനായ രാജാവേ, രാജകുമാരന്മാർ അവളുടെ പദ്ധതി അംഗീകരിച്ചശേഷം ഉറങ്ങാൻ പോയി. പെരീസാദാ പക്ഷിക്കൂട് കൊണ്ടുവരുത്തി അടുത്ത് വെച്ചുകൊണ്ട് പറഞ്ഞു,

"ഹേ പക്ഷീ, നാളെ ഈ വീട്ടിൽ ഷാ സസന്തോഷം എഴുന്നെള്ളുമെന്ന് ഞങ്ങളോട് കനിഞ്ഞ് അരുളിച്ചെയ്തിരിക്കയാണ്. അതുകൊണ്ട് ഞങ്ങളുടെ പ്രഭുവിന് ഏറ്റവും നല്ല സദ്യ ഒരുക്കണം. നീ പറയൂ. എന്തൊക്കെത്തരം ഭക്ഷണപദാർഥങ്ങളാണ് പാചകക്കാർ അദ്ദേഹത്തിനു

വേണ്ടി തയ്യാറാക്കേണ്ടത്?"

പക്ഷി മറുപടി നല്കി. "എന്റെ ഭവതി, നിങ്ങളുടെ പക്കൽ അതിവിദഗ്ധരായ പാചകക്കാരും പലഹാരമുണ്ടാക്കുന്നവരുമുണ്ടല്ലൊ. തിരഞ്ഞെടുത്ത ഏറ്റവും രുചികരമായ ഭക്ഷണസാധനങ്ങൾ പാചകം ചെയ്യാൻ അവരോട് പറയൂ. അതിനെല്ലാം ഉപരിയായി നിങ്ങൾ സ്വയം ചെയ്യേണ്ട ഒരു കാര്യമുണ്ട്. ഒരു പച്ച 'കുക്കുമ്പറി'ന്നകത്ത് മുത്തുകൾ നിറച്ചുവെപ്പിക്കുക. അവർ അത് ചെയ്യുന്നത് നിങ്ങൾ സ്വന്തം കണ്ണുകൾകൊണ്ട് നോക്കി ഉറപ്പുവരുത്തണം."

രാജകുമാരി ആശ്ചര്യത്തോടെ ചോദിച്ചു, "അത്തരം ഒരു പാചകത്തെക്കുറിച്ച് ഞാനിതുവരെ കേട്ടിട്ടേയില്ല. എന്താണിത്? മുത്തുകൾ നിറച്ച 'കുക്കുമ്പറു'കൾ! ഭക്ഷണം കഴിക്കാൻ ആണ് രാജാവ് വരുന്നത്. മുത്തുകളിലേക്ക് തുറിച്ചുനോക്കിയിരിക്കാൻ വേണ്ടിയല്ല. അതിനും പുറമെ ഒരു 'കുക്കുമ്പറി'ൽ പോലും കുത്തിനിറയ്ക്കാനുള്ള മുത്തുകൾ എന്റെ പക്കൽ ഇല്ല."

സംസാരിക്കുന്ന പക്ഷി മറുപടി നല്കി. "അത് എളുപ്പമുള്ള കാര്യമാണ്. നിങ്ങൾ ഭയപ്പെടേണ്ട. എന്റെ ഉപദേശപ്രകാരം ചെയ്താൽ മതി. എനിക്ക് നിങ്ങളുടെ നന്മയല്ലാതെ മറ്റൊന്നും നോട്ടമില്ല. ദോഷം വരുന്ന കാര്യങ്ങളൊന്നും ഞാൻ ഉപദേശിക്കില്ല. മുത്തുകൾ സംഭരിക്കാനായി നിങ്ങൾ ഇപ്രകാരം ചെയ്യുക. നാളെ അതിരാവിലെ നിങ്ങൾ ഉദ്യാനത്തിലെത്തുക. വലതുവശത്ത് കാണുന്ന മരത്തിനു താഴെ ഒരു കുഴി കുഴിക്കുക. നിങ്ങൾക്ക് ആവശ്യമുള്ളത്ര മുത്തുകൾ ആ കുഴിയിൽ കണ്ടെത്താനാകും."

അങ്ങനെ പിറ്റേന്ന് നേരം പുലർന്ന ഉടനെ പെരീസാദാ രാജകുമാരി ഒരു തോട്ടക്കാരൻ പയ്യനേയും കൂട്ടി സംസാരിക്കുന്ന പക്ഷി പറഞ്ഞ സ്ഥലത്തേക്ക് പോയി. അവിടെ കുറച്ച് വലിപ്പത്തിലും ആഴത്തിലും ഉള്ള ഒരു കുഴി കുഴിച്ചു. പെട്ടെന്നവന്റെ കൈക്കോട്ട് ഏതോ കട്ടിയുള്ളൊരു സാധനത്തിൽ കൊണ്ടു. തോട്ടക്കാരൻ ഉടനെ കൈകൊണ്ട് മണ്ണ് മാറ്റിയപ്പോൾ ഒരടി സമചതുരമുള്ളൊരു സ്വർണപ്പെട്ടി കണ്ടെത്തി. അവൻ രാജകുമാരിക്കത് ചൂണ്ടിക്കാണിച്ചു; ആശ്ചര്യത്തോടെ രാജകുമാരി പറഞ്ഞു, "ഇതേ കാര്യത്തിനു വേണ്ടിയാണ് ഞാൻ നിന്നെ കൂട്ടിക്കൊണ്ടുവന്നത്. അതിന് യാതൊരു കേടും വരുത്താതെ സൂക്ഷിച്ച് കുഴിച്ച് പുറത്തെടുക്കുക."

അവൻ കല്പനപോലെ ശ്രദ്ധിച്ച് അത് പുറത്തെടുത്ത് രാജകുമാരിയെ ഏല്പിച്ചു. അവൾ അത് തുറന്നുനോക്കിയപ്പോൾ കടലിൽനിന്ന് അപ്പോൾതന്നെ സംഭരിച്ച പുത്തൻ മുത്തുകളാണെന്ന് കണ്ടു. എല്ലാം ഒരേ വലുപ്പത്തിൽ, ഒരേ പോലെ ഉരുണ്ടത്, സംസാരിക്കുന്ന പക്ഷി പറഞ്ഞ ഉദ്ദേശ്യത്തിന് തികച്ചും അനുയോജ്യമായവ. ഇതുകണ്ട് പെരീസാദാ സീമാതീതമായി ആഹ്ലാദിച്ചു. ആ പെട്ടിയുമെടുത്ത് വീട്ടിലേക്ക് മടങ്ങി. തോട്ടക്കാരൻ പയ്യനോടൊപ്പം ഇത്രനേരത്തെ പതിവിന് വിപരീതമായി തോട്ടത്തിലേക്ക് അനിയത്തി പോകുന്നതുകണ്ട് അദ്ഭുതപ്പെട്ട രാജകുമാരന്മാർ ധൃതിയിൽ ഉടുപ്പുമാറ്റി അവളെ കാണാനെത്തി. കൈയിൽ അസാധാരണമായ എന്തോ വസ്തുവുമായി രാജകുമാരി അവരുടെ അടുത്തേക്ക്

നടന്ന് വരുകയായിരുന്നു. അടുത്തെത്തിയപ്പോൾ അതൊരു സ്വർണ പ്പെട്ടിയാണെന്നവർക്കു മനസ്സിലായി. എന്നാൽ, എവിടന്ന് കിട്ടി എന്നറി യില്ല. അവർ പറഞ്ഞു, "അല്ലയോ അനിയത്തീ, നേരം പുലർന്ന ഉടനെ നീ തോട്ടത്തിലേക്ക് പോകുന്നത് ഞങ്ങൾ കണ്ടു. ഒരു തോട്ടക്കാരന് പയ്യനോടൊപ്പം പോകുമ്പോൾ നിന്റെ കൈയിൽ ഒന്നും ഉണ്ടായിരുന്നില്ല. എന്നാൽ തിരിച്ചുവരുമ്പോൾ കൈയിൽ ഒരു സ്വർണപ്പെട്ടി കാണുന്നല്ലോ. എവിടെനിന്ന്, എങ്ങനെയാണത് കിട്ടിയതെന്ന് ഞങ്ങളോട് തുറന്നു പറയൂ. ഒരുപക്ഷേ, തോട്ടത്തിൽ വല്ല നിക്ഷേപവും ഒളിഞ്ഞുകിടക്കുന്നുണ്ടാകാം?"

പെരീസാദാ മറുപടി നല്കി. "നീ പറഞ്ഞത് സത്യമാണ്. എന്റെ സഹോദരന്മാരേ, ഞാനീ പയ്യനെ കൊണ്ടുപോയത് ഒരു മരത്തിന്റെ അടി യിൽ കുഴിക്കാൻ വേണ്ടിയാണ്. ആ കുഴിയിൽനിന്ന് ഈ മുത്ത് പേടകം എനിക്ക് ലഭിച്ചു. ഇത് കാണുമ്പോൾ നിങ്ങളുടെ ഹൃദയങ്ങൾ ആഹ്ലാദ ത്താൽ ത്രസിക്കും."

ഉടനെ രാജകുമാരി ആ പെട്ടി തുറന്ന് അവർക്ക് കാണിച്ചുകൊടുത്തു. അവർ അദ്ഭുതസ്തബ്ധരായി നിന്നുപോയി. അങ്ങേയറ്റം ആഹ്ലാദിക്കു കയും ചെയ്തു. രാജകുമാരി പറഞ്ഞു, "ഇപ്പോൾത്തന്നെ നിങ്ങൾ ഇരു വരും എന്നോടൊപ്പം വരൂ. ഗൗരവമുള്ളൊരു കാര്യമുണ്ട്."

ബാഹമൻ രാജകുമാരൻ പറഞ്ഞു. "എന്താണ് ചെയ്യാനുള്ളത്? ഞങ്ങ ളോട് ദയവായി വേഗം പറയൂ. നീ ഒന്നും ഞങ്ങളിൽനിന്നിതുവരെ മറച്ചു വെച്ചിട്ടില്ലല്ലോ."

"അല്ലയോ സഹോദരന്മാരേ, എനിക്ക് നിങ്ങളിൽനിന്ന് ഒന്നും ഒളിച്ചു വെക്കാനില്ല. എന്നെക്കുറിച്ച് മോശമായിട്ടൊന്നും ചിന്തിക്കരുത്. ഞാൻ നിങ്ങളോടിപ്പോൾ മുഴുവൻ കഥയും പറയാം."

പിന്നെ സംസാരിക്കുന്ന പക്ഷി തന്ന ഉപദേശം അവൾ അവരെ അറി യിച്ചു. അവർ അതിനെക്കുറിച്ച് ഗാഢമായി മനസ്സിലിട്ട് വിശകലനം ചെയ്തുനോക്കി. അവളുടെ അടിമപ്പക്ഷി എന്തിനാണ് മുത്തുകൾ നിറച്ച പച്ച 'കുക്കുമ്പർ' രാജാവിന് മുന്നിൽ തീൻമേശയിൽ വെച്ചുകൊടുക്കു വാൻ ഉപദേശിച്ചതെന്ന് അവർക്ക് ഒരുപിടിയും കിട്ടിയില്ല. എത്ര ആലോ ചിച്ചിട്ടും അതിനുള്ള കാരണം മനസ്സിലാക്കാനായില്ല.

രാജകുമാരി തുടർന്നു. "സംസാരിക്കുന്ന പക്ഷി ബുദ്ധിയുള്ളവനും നിരീക്ഷണപാടവമുള്ളവനുമാണ്. അതുകൊണ്ട് അവന്റെ ഉപദേശം നമ്മൾക്ക് ഉപകാരപ്രദമായിരിക്കുമെന്നാണ് ഞാൻ കരുതുന്നത്. എന്താ യാലും എന്തോ ചില ലക്ഷ്യങ്ങളും ഉദ്ദേശ്യങ്ങളും അതിനുണ്ടായിരിക്കും. അതുകൊണ്ട് ആ പക്ഷി നിർദ്ദേശിച്ചതുപോലെത്തന്നെ നമ്മൾ ചെയ്യണം." പിന്നെ രാജകുമാരി സ്വന്തം മുറിയിലേക്ക് പോയി മുഖ്യ പാചകക്കാരനെ വിളിച്ച് ഉത്തരവിട്ടു. "ഇന്ന് ദൈവത്തിന്റെ പ്രതിപുരു ഷനായ ഷാ ദയാപൂർവം നമ്മളെ സന്ദർശിക്കാനെത്തുകയാണ്. ഇവി ടന്ന് ഉച്ചഭക്ഷണം കഴിക്കും. അതുകൊണ്ട് ഏറ്റവും സ്വാദിഷ്ടവും രാജാ വിന്റെ അഭിരുചിക്കനുയോജ്യവുമായ ആഹാരപദാർഥങ്ങൾ നിങ്ങൾ പാചകം ചെയ്യുക. അതിൽ ഒരു ഇനം നീ മാത്രമായിരിക്കണം തയ്യാറാ ക്കേണ്ടത്. മറ്റാരും അത് സ്പർശിക്കാൻ പാടില്ല. ഇത് മുത്തുകൾ നിറച്ച ഏറ്റവും പുത്തനായ പച്ച 'കുക്കുമ്പറു'കളാണ്." - അപ്പോഴേക്കും നേരം പുലർന്നതിനാൽ ഷാഹ്റസാദ് തന്റെ കഥ പറച്ചിൽ നിർത്തി.

അറുനൂറ്റി എൺപത്തിയഞ്ചാംരാവ്

ഷാഹ്രസാദ് പറഞ്ഞു - അല്ലയോ കീർത്തിമാനായ രാജാവേ, ഭയങ്കര അദ്ഭുതത്തോടെ രാജകുമാരിയുടെ നിർദ്ദേശങ്ങൾ മുഖ്യപാചകക്കാരൻ നിന്ന് കേട്ടു. അവൻ സ്വയം പറഞ്ഞു, "ആരെങ്കിലും ഇത്തരം ഒരു ആഹാരത്തെക്കുറിച്ച് കേട്ടിട്ടുണ്ടോ. അത് സ്വപ്നത്തിൽപോലും ദർശിച്ചിട്ടുണ്ടോ?" അവന്റെ വിസ്മയഭാവം കണ്ട് രാജകുമാരി പറഞ്ഞു. "ഇത്തരം ഒരു ഉത്തരവുതന്ന ഞാൻ ചിത്തഭ്രമമുള്ളവളാണെന്ന് കരുതുന്നതുപോലെയുണ്ടല്ലോ നിന്റെ മുഖഭാവം. എനിക്കറിയാം ഇതുവരെ ആരും ഇങ്ങനെ ഒരു ആഹാരപദാർഥം കഴിച്ചിട്ടുണ്ടാവില്ലെന്ന്. എന്നാൽ, നിനക്കെന്താണതിൽ കാര്യം? നിന്നോട് ആജ്ഞാപിച്ചതുപോലെ നീ ചെയ്യുക. മുത്തുകൾ നിറച്ച ഈ പെട്ടി നീ കണ്ടോ. കുക്കുമ്പർ തയ്യാറാക്കാൻ ആവശ്യമുള്ള മുത്തുകൾ ഇതിൽനിന്ന് എടുക്കുക. ബാക്കിയുള്ളത് ഈ പെട്ടിയിൽത്തന്നെ ഇരിക്കട്ടെ."

ആശ്ചര്യവും പരിഭ്രമവുംമൂലം പാചകക്കാരന് ഒരക്ഷരം മിണ്ടാൻ കഴിഞ്ഞില്ല. അവൻ ആവശ്യമുള്ള മുത്തുകൾ പെട്ടിയിൽനിന്നും എടുത്ത് സദ്യക്കുള്ള ഭക്ഷണം പാകംചെയ്യുന്നിടത്തേക്ക് നടന്നു.

അതിനിടയിൽ രാജകുമാരി വീടും പരിസരവും അതിമനോഹരമായ രീതിയിൽ അലങ്കരിക്കുവാൻ അടിമകളോട് നിർദ്ദേശങ്ങൾ നല്കി. പരവതാനികൾ, ദിവാനുകൾ, വിളക്കുകൾ, ഫർണീച്ചർ എല്ലാം ആകർഷണീയമായ രീതിയിൽ സജ്ജീകരിക്കപ്പെട്ടു. പിറ്റേന്ന്, നേരം പുലർന്ന ഉടനെ വിലപിടിച്ച വസ്ത്രങ്ങൾ ധരിച്ച് രാജകുമാരന്മാരായ ബാഹ്മനും പർവീസും നിശ്ചിതസ്ഥലത്തെത്തി ഷായെ വന്ദിച്ചു. രാജാവ് കൃത്യനിഷ്ഠയോടെ സമയത്തിനുതന്നെ തയ്യാറായിനിന്നിരുന്നു. അവർ എല്ലാവരും നായാട്ടിനായി പുറപ്പെട്ടു.

ഉച്ചസൂര്യന്റെ ചൂട് വർധിക്കാൻ തുടങ്ങുമ്പോഴേക്കും രാജാവ് നായാട്ട് അവസാനിപ്പിച്ച് രാജകുമാരന്മാരോടൊപ്പം അവരുടെ വീട്ടിലേക്ക് പുറപ്പെട്ടു. അവർ വീടിനടുത്തെത്താറായപ്പോൾ ഭൃത്യർ ഓടിവന്ന് രാജാവിന്റെ ശുഭകരമായ എഴുന്നെള്ളത്തിനെക്കുറിച്ച് രാജകുമാരിക്ക് വിവരം നല്കി. അവൾ ധൃതിയിൽ ഓടിച്ചെന്ന് വീട്ടുവാതില്ക്കൽ അദ്ദേഹത്തിന്റെ വരവും പ്രതീക്ഷിച്ച് നിന്നു. രാജാവ് ഗേറ്റിലെത്തി കുതിരപ്പുറത്തുനിന്ന് താഴെ ഇറങ്ങി. ഉമ്മറപ്പടി കയറി വാതില്ക്കലെത്തിയപ്പോൾ അവൾ രാജാവിന്റെ കാൽക്കൽ വീണ് അർച്ചന നടത്തി. അപ്പോൾ അവളുടെ സഹോദരന്മാർ പറഞ്ഞു, "അല്ലയോ ലോകരക്ഷകാ, ഞങ്ങൾ അങ്ങയോട് പറഞ്ഞിട്ടുള്ള ഞങ്ങളുടെ സഹോദരിയാണിവൾ."

ഷാ അതീവകാരുണ്യത്തോടെ അവളെ പിടിച്ചെഴുന്നേല്പിച്ചു. അവളുടെ അഴകും അംഗലാവണ്യവുംകണ്ട് അദ്ദേഹം വിസ്മയിച്ചുപോയി. പിന്നെ സ്വയം ചിന്തിച്ചു, "അവളും സ്വന്തം സഹോദരന്മാരെപ്പോലെ എത്ര അഴകുള്ളവളാണ്. സൗന്ദര്യത്തിലോ ശ്രേഷ്ഠതയിലോ അവരുമായി തുലനം ചെയ്യാവുന്നവരാരും എന്റെ നഗരത്തിലോ രാജ്യത്തിലോ കാണില്ല. ഈ ഗ്രാമവസതിയും ഞാനിതുവരെ കണ്ടിട്ടുള്ളതിൽ വെച്ച് ഏറ്റവും പ്രൗഢിയുള്ളതാണ്."

രാജകുമാരി അദ്ദേഹത്തെ ഉള്ളിലേക്ക് നയിച്ചു. അവിടത്തെ സുന്ദരസൃഷ്ടികളെല്ലാം കാണിച്ചുകൊടുത്തു. താൻ കണ്ട മനോഹരദൃശ്യങ്ങൾ

അദ്ദേഹത്തെ വല്ലാതെ ആകർഷിക്കയും ആഹ്ലാദിപ്പിക്കയും ചെയ്തു. ആ കെട്ടിടത്തിലുള്ളതെല്ലാം കണ്ടശേഷം ഖുസ്രോവ് രാജാവ് രാജകുമാരിയോട് പറഞ്ഞു, "നിന്റെ ഈ വീട് ഷായുടെ കൊട്ടാരത്തേക്കാൾ പ്രൗഢഗംഭീരമാണ്. അദ്ദേഹത്തിന് നിന്റെ പൂന്തോട്ടത്തിലൂടെ ഒന്ന് നടക്കണമെന്നുണ്ട്. അത് ഈ വീടുപോലെത്തന്നെ ആകർഷണീയമായിരിക്കുമെന്നതിൽ സംശയമില്ല."

അപ്പോൾ ഉദ്യാനം കാണാവുന്നവിധത്തിൽ അവിടത്തെ വാതിൽ രാജകുമാരി മലർക്കെ തുറന്നു. മറ്റെല്ലാ കാഴ്ചകളേക്കാൾ അദ്ദേഹത്തിന്റെ ദൃഷ്ടി പതിഞ്ഞത് ധാരമുറിയാതെ പ്രവർത്തിക്കുന്ന മനോഹരമായ ഫൗണ്ടനിലാണ്. പരിശുദ്ധവും സുതാര്യവുമായ സ്വർണവെള്ളം 'ജെറ്റി'ലൂടെ നിലയ്ക്കാതെ മുകളിലേക്ക് ചീറ്റിക്കൊണ്ടിരിക്കുന്നു. അതിശയകരമായ ആ ഫൗണ്ടൻ കണ്ട് അദ്ദേഹം വിളിച്ചുപറഞ്ഞു. "ഇത് തീർച്ചയായും തേജസ്സുറ്റ ഒരു ഫൗണ്ടൻ തന്നെ. ഇത്രയും പ്രശംസനീയമായ ഒന്ന് ഞാനിതുവരെ കണ്ടിട്ടില്ല. എന്നാൽ ഒരു കാര്യം പറയൂ, ഇതിന്റെ ഉദ്ഭവസ്ഥാനം ഏതാണ്? എങ്ങനെയാണ് ഇത്ര ദൂരത്തേക്കിത് വെള്ളം പൊങ്ങുന്നത്? നിരന്തരമായി വെള്ളം വന്നുകൊണ്ടിരിക്കുന്നത് എങ്ങനെയാണ്? ഏത് രീതിയിലാണത് നിർമിക്കപ്പെട്ടിരിക്കുന്നത്? ഷായ്ക്കത് പരിശോധിച്ചറിഞ്ഞാൽ കൊള്ളാമെന്നുണ്ട്."

"അല്ലയോ രാജാക്കന്മാരുടെ രാജാവേ, ഈ ഭൂമികളുടെ നാഥാ," രാജകുമാരി പറഞ്ഞു, "അങ്ങയുടെ ആഗ്രഹംപോലെ ചെയ്തോളൂ."

അവർ ഫൗണ്ടേഷന്റെ അടുത്തേക്ക് ചെന്നു. ഷാ ആഹ്ലാദത്തോടെ അത് മിഴിച്ചുനോക്കി നിൽക്കവെ, മനോഹരമായ സംഗീതം താളാത്മകമായി ഒഴുകിവരുന്നത് രാജാവ് കേട്ടു. അദ്ദേഹം ഗായകസംഘം അടുത്തുണ്ടാകുമെന്ന് കരുതി ചുറ്റുപാടും പരതിനോക്കി. എന്നാൽ ആരേയും കാണാൻ കഴിഞ്ഞില്ല. അടുത്തും ദൂരെയും നോക്കിയെങ്കിലും ഫലമുണ്ടായില്ല. അദ്ദേഹം ഗാനാലാപനം കേട്ടു. പക്ഷേ, പാട്ടുകാരെ കാണാനായില്ല. ഒടുവിൽ വല്ലാതെ അമ്പരന്നുകൊണ്ടദ്ദേഹം ഉച്ചത്തിൽ ചോദിച്ചു, "ഈ മധുരമായ ഗാനം എവിടെനിന്നാണ് വരുന്നത്? ഭൂഗർഭത്തിൽ നിന്നോ അതോ അന്തരീക്ഷത്തിൽനിന്നോ? അത് ഹൃദയത്തിനുള്ളിൽ പരമാനന്ദം നിറയ്ക്കുന്നു. എന്നാൽ ഗായകരെ ഒന്നു കാണാത്തത് വിചിത്രം തന്നെ."

രാജകുമാരി പുഞ്ചിരിയോടെ മറുപടി നല്കി. "അല്ലയോ മഹാരാജാവേ, ഇവിടെ ഗായകരൊന്നുമില്ല. അങ്ങ് കേൾക്കുന്ന സംഗീതം ആ വൃക്ഷത്തിൽനിന്ന് വരുന്നതാണ്. ദയവായി നടന്നുചെന്ന് അത് ഒന്ന് പരിശോധിക്കുവാൻ ഞാൻ അപേക്ഷിക്കുന്നു." അങ്ങനെ അദ്ദേഹം അവിടേക്ക് നടന്നുചെന്നു. സംഗീതത്തിൽ അദ്ദേഹം കൂടുതൽ കൂടുതൽ ആകൃഷ്ടനായി. ഇടയ്ക്കിടെ രാജാവ് സ്വർണവെള്ളത്തേയും ഇടയ്ക്കിടെ പാടുന്ന വൃക്ഷത്തേയും തികഞ്ഞ അദ്ഭുതത്തോടെ മാറിമാറി നോക്കിക്കൊണ്ടിരുന്നു. "ഓഹ്, അള്ളാ." അദ്ദേഹം സ്വയം പറഞ്ഞു. "ഇതെല്ലാം പ്രകൃതിദത്തമാണോ അതോ മാന്ത്രികശക്തിയാൽ സൃഷ്ടിക്കപ്പെട്ടതോ? ഈ സ്ഥലം ദുരൂഹതകൾ നിറഞ്ഞതായി കാണപ്പെടുന്നു, ഇല്ലേ?"

പിന്നെ, രാജകുമാരിക്കു നേരെ തിരിഞ്ഞ് അദ്ദേഹം പറഞ്ഞു, "അല്ലയോ ഭവതീ, പൂന്തോട്ടത്തിന്റെ നടുവിൽ നട്ടിട്ടുള്ള ഈ അദ്ഭുതകരമായ വൃക്ഷം എപ്പോഴാണ് വളർന്നുവന്നതെന്ന് ദയവായി പറയാമോ?

ഇത് വിദൂരദേശത്തുനിന്ന് ആരെങ്കിലും വിശേഷസമ്മാനമായി കൊണ്ടു തന്നതാണോ, അതിന്റെ പേരെന്താണ്?"

പെരീസാദാ മറുപടി നല്കി. "അല്ലയോ മഹാരാജാവേ, ഈ പാടുന്ന അദ്ഭുതവൃക്ഷം നമ്മുടെ രാജ്യത്ത് വളരുന്നതല്ല. എവിടന്ന്, എങ്ങനെ ഞാനിത് നേടി എന്നതൊരു നീണ്ട കഥയാണ്. ആ പാടുന്ന മരവും സ്വർണ വെള്ളവും സംസാരിക്കുന്ന പക്ഷിയും എനിക്ക് ഒരേ സ്ഥലത്തുനിന്ന് ഒന്നിച്ച് കിട്ടിയതാണെന്ന് പറഞ്ഞാൽ മതിയല്ലോ! ഈ അടിമയോടൊപ്പം വന്ന് ഈ മൂന്നാമത്തെ അപൂർവവസ്തു കാണാൻ കരുണയുണ്ടാകണം. ഷാ അല്പം വിശ്രമിച്ച് നായാട്ടിന്റെ ക്ഷീണം മാറ്റിക്കഴിഞ്ഞാൽ ഈ മൂന്ന് വിചിത്ര വസ്തുക്കളേയുംകുറിച്ചുള്ള കഥ ലോകരക്ഷിതാവിന് വിശദ മായി വിവരിച്ചുതരാം." അതിന് രാജാവ് ഇപ്രകാരം മറുപടി നല്കി. "ഈ അദ്ഭുതകാഴ്ചകൾ കണ്ട് ഷായുടെ ക്ഷീണമെല്ലാം പമ്പകടന്നിരിക്കുന്നു. ഇനി സംസാരിക്കുന്ന പക്ഷിയെ സന്ദർശിക്കാം." - അപ്പോഴേക്കും നേരം പുലർന്നതിനാൽ ഷാഹ്റസാദ് തന്റെ കഥപറച്ചിൽ നിർത്തി.

അറുനൂറ്റി എൺപത്തിയാറാംരാവ്

ഷാഹ്റസാദ് പറഞ്ഞു - അല്ലയോ കീർത്തിമാനായ രാജാവേ, രാജ കുമാരി ഷായ്ക്ക് സംസാരിക്കുന്ന പക്ഷിയെ കാണിച്ചുകൊടുത്തു. പിന്നെ അവർ ഉദ്യാനത്തിലേക്കുതന്നെ തിരിച്ചുവന്നു. അദ്ദേഹം അടങ്ങാത്ത അദ്ഭുതത്തോടെ ഫൗണ്ടനിലേക്കുതന്നെ കണ്ണുംനട്ടുകൊണ്ട് ഉറക്കെ ചോദിച്ചു. "ഇതെങ്ങനെയാണ്? ഒരിടത്തുനിന്നും വെള്ളം വരുന്നതോ, തോടോ ഒന്നും ഷായ്ക്ക് കാണാൻ കഴിയുന്നില്ല. അത്രയും വെള്ളം സംഭ രിച്ചുവെക്കാനുള്ള കുളവുമില്ല."

രാജകുമാരി മറുപടി നല്കി. "അങ്ങ് പറയുന്നത് സത്യമാണ് മഹാ രാജാവേ! ഈ ഫൗണ്ടന് വെള്ളത്തിനായി ഒരു ഉദ്ഭവസ്ഥാനമില്ല. ചെറി യൊരു മാർബിൾ തൊട്ടിയിൽ ഞാൻ സ്വർണവെള്ളം നിറച്ചിരിക്കയാണ്. സർവശക്തനായ അള്ളായുടെ കരുത്തിനാൽ അത് വർധിച്ചുവന്നു. പിന്നെ അങ്ങ് കാണുന്നതുപോലെ ഫൗണ്ടൻ ആയി ആകാശത്തേക്ക് ഉയരുന്നു. അതിനും പുറമെ രാവും പകലും അത് പ്രവർത്തിച്ചുകൊണ്ടേ ഇരിക്കുന്നു. അദ്ഭുതമെന്നു പറയട്ടെ, അതിൽ നിന്നുയരുന്ന വെള്ളം ഒരു തുള്ളി പോലും പാഴാകാതെ മാർബിൾ ബേസിനിൽത്തന്നെ തിരിച്ചെത്തുന്നു."

ആശ്ചര്യഭരിതനായ രാജാവ് സംസാരിക്കുന്ന പക്ഷിയുടെ അടു ത്തേക്ക് പോകാൻ ആവശ്യപ്പെട്ടു. അവിടെ ചെന്നപ്പോൾ ആയിരക്കണ ക്കിന് പക്ഷികൾ മരക്കൊമ്പുകളിലിരുന്ന് ഗാനാലാപനം നടത്തുന്നതാണ് അദ്ദേഹം കണ്ടത്. മധുരമായ ആ സംഗീതം അന്തരീക്ഷത്തിൽ തങ്ങി നില്ക്കുന്നു.

രാജാവ് അവളോട് ചോദിച്ചു, "എന്റെ ഭവതീ, എവിടെനിന്നാണ് ഇത്രയും എണ്ണമറ്റ കിളികൾ അടുത്തുള്ള വൃക്ഷങ്ങളിൽ വന്നിരുന്ന് പാടാനായി എത്തിയത്? മറ്റു മരങ്ങളിലൊന്നും അവയെ കാണുന്നില്ലല്ലോ."

പെരീസാദാ മറുപടി നല്കി. "അല്ലയോ മഹാരാജാവേ, അവരെല്ലാം സംസാരിക്കുന്ന പക്ഷിയാൽ ആകർഷിക്കപ്പെട്ട് വന്നതാണ്. അവ നോടൊപ്പം ഇരുന്ന് പാടാൻ. അതുകൊണ്ടാണ് ഈ കിളിക്കൂട്

ഞാത്തിയിട്ടിരിക്കുന്നതിന്റെ അടുത്തുള്ള മരങ്ങളിൽ മാത്രം വന്നിരിക്കുന്നത്. ഏതൊരു രാപ്പാടിക്കുയിലിനേക്കാൾ മനോഹരമായി അവൻ പാടും."

ഷാ പക്ഷിക്കൂടിനടുത്തുചെന്ന് ആ പക്ഷിയുടെ ഗാനം കേൾക്കാനായി ചെകിടോർത്തു. രാജകുമാരി അപ്പോൾ തന്റെ അടിമയോടായി പറഞ്ഞു. അല്ലയോ എന്റെ അടിമപ്പക്ഷി, ലോകരക്ഷകൻ ഇവിടെ എത്തിയിട്ടുള്ളത് നിനക്കറിയില്ലേ? നീ എന്താണ് അദ്ദേഹത്തെ ബഹുമാനിക്കാത്തതും വന്ദിക്കാത്തതും?"

ഈ വാക്കുകൾ കേട്ട് സംസാരിക്കുന്ന പക്ഷി പാട്ട് നിർത്തി. അതോടെ മറ്റെല്ലാ പക്ഷികളും നിശ്ശബ്ദതയിലാണ്ട് ഇരുന്നു. കാരണം, അവരെല്ലാം തങ്ങളുടെ പ്രഭുവിനോട് കൂറ് ഉള്ളവരായിരുന്നു. പ്രഭു നിശ്ശബ്ദനാകുമ്പോൾ അവർ ഒരക്ഷരം മിണ്ടാൻ ധൈര്യപ്പെടില്ല. സംസാരിക്കുന്ന പക്ഷി പിന്നെ മനുഷ്യസ്വരത്തിൽ പറഞ്ഞു,

"അല്ലയോ മഹാരാജാവേ, സർവശക്തനായ അള്ളാ അങ്ങേക്ക് ആരോഗ്യവും ആനന്ദവും നല്കട്ടെ."

ഷാ അവന് അഭിവാദ്യങ്ങൾ തിരിച്ചുനല്കി. പെരീസാദായുടെ അടിമപ്പക്ഷി രാജാവിനെ ആശീർവദിച്ചുകൊണ്ടേയിരുന്നു. അതിനിടയ്ക്ക് വിഭവസമൃദ്ധമായ ഭക്ഷണപദാർഥങ്ങൾ മേശമേൽ നിരത്തപ്പെട്ടു. ഷാ പക്ഷിയെ തന്റെ അടുത്ത് ഇരുത്തി. അതിനടുത്തുതന്നെയാണ് അതിന്റെ കൂടെ തൂക്കിയിട്ടിരുന്നത്.

പച്ച കുക്കുമ്പർ പ്ലേറ്റ് രാജാവിന്റെ നേരെ മുന്നിലാണ് വെച്ചിരുന്നത്. അദ്ദേഹം അതെടുക്കാനായി കൈനീട്ടിയെങ്കിലും അദ്ഭുതത്തോടെ പെട്ടെന്ന് കൈ പിൻവലിച്ചു. എന്തുകൊണ്ടെന്നാൽ കുക്കുമ്പറിന്റെ രണ്ട് അറ്റങ്ങളിലും മുത്തുകൾ പുറത്തേക്ക് കാണാമായിരുന്നു. അദ്ദേഹം രാജകുമാരിയോടും സഹോദരന്മാരോടും ചോദിച്ചു, "ഇതെന്തു ഭക്ഷണമാണ്? കഴിക്കാനുള്ളതാണെന്നെനിക്ക് തോന്നുന്നില്ല. പിന്നെ എന്തിനാണിത് ഷായ്ക്കു മുന്നിൽ വെച്ചത്? വിശദീകരിക്കൂ, ഞാൻ ആജ്ഞാപിക്കുന്നു. ഇതിന്റെ അർഥമെന്താണ്?"

അവർക്ക് ഒരു മറുപടി കൊടുക്കാനായില്ല. കാരണം മറുപടി അവർക്ക് അറിയില്ലായിരുന്നു. എല്ലാവരും നിശ്ശബ്ദത പാലിച്ചപ്പോൾ സംസാരിക്കുന്ന പക്ഷി മറുപടി നല്കി. "അല്ലയോ മഹാരാജാവേ, മുത്തുകൾ നിറച്ച കുക്കുമ്പർ വിചിത്രമായൊരു ഭക്ഷണമായി അങ്ങേക്ക് തോന്നുന്നോ? അപ്പോൾ അങ്ങയുടെ പത്നി, അള്ളായുടെ നിയമത്തിന് വിരുദ്ധമായി നായയേയും പൂച്ചയേയും എലിയേയും പ്രസവിച്ചെന്നറിഞ്ഞപ്പോൾ അതെത്രയേറെ വിചിത്രവും വിസ്മയകരവുമാണെന്ന് അങ്ങേക്ക് തോന്നിയില്ലേ? വിസ്മയകരമെന്നു പറഞ്ഞാൽ മാത്രം പോരാ, കാരണം ആരാണ് ഒരു സ്ത്രീ ഇപ്രകാരം മൃഗങ്ങളെ പ്രസവിച്ചതായി കേട്ടിട്ടുള്ളത്?"

ഷാ സംസാരിക്കുന്ന പക്ഷിയോട് മറുപടി നല്കി. "നീ പറഞ്ഞത് തീർച്ചയായും ശരിയാണ്. ഇത്തരം സംഭവങ്ങൾ അള്ളായുടെ നിയമമനുസരിച്ചുള്ളവയല്ല. എന്നാൽ വയറ്റാട്ടിമാരുടെ ദൃക്സാക്ഷിവിവരണം ഞാൻ വിശ്വസിച്ചു. അവർ അന്യരല്ല. രാജ്ഞിയുടെ സ്വന്തം സഹോദരിമാരാണ്. ഒരേ മാതാപിതാക്കളുടെ പുത്രിമാർ. രാജ്ഞിയുടെ പ്രസവസമയത്ത് അവർ ഇരുവരും അവളോടൊപ്പം ഉണ്ടായിരുന്നു. അപ്പോൾ അവർ പറഞ്ഞ വാക്കുകൾ വിശ്വസിക്കയല്ലാതെ മറ്റെന്താണ് ഞാൻ ചെയ്യുക?"

സംസാരിക്കുന്ന പക്ഷി പറഞ്ഞു. "അല്ലയോ മഹാരാജാവേ, തീർച്ച യായും അതിന്റെ സത്യാവസ്ഥ എനിക്ക് അജ്ഞാതമല്ല. അവർ രാജ്ഞിയുടെ സഹോദരിമാരാണെങ്കിലും രാജാവിന് ഏറ്റവും ഇളയ അനിയത്തിയോടുള്ള സ്നേഹാദരങ്ങളും രാജകീയ ആനുകൂല്യങ്ങളും കണ്ട് അവളോടവർക്ക് അടങ്ങാത്ത ദ്വേഷ്യവും പകയും വെറുപ്പും അസൂയയുമായിരുന്നു. അതുകൊണ്ട് അവർ അവൾക്കെതിരെ ദുഷ്ടപദ്ധതികൾ മെനഞ്ഞെടുത്തു. അവരുടെ വഞ്ചന, ഒടുവിൽ രാജാവിനെ പത്നിയിൽനിന്നും അകറ്റുന്നതിൽ വിജയിച്ചു. അവളുടെ ഗുണങ്ങൾ രാജാവിൽനിന്നും മറച്ചുവെക്കപ്പെട്ടു. അവരുടെ ക്രൂരതകളും രാജദ്രോഹവും അങ്ങേക്ക് ഇതാ തുറന്നു കാണിച്ചിരിക്കുന്നു. അങ്ങേക്ക് കൂടുതൽ തെളിവുകൾ ആവശ്യമുണ്ടെങ്കിൽ അവരെ നേരിൽ വിളിച്ച് ഈ 'കേസ്' വിചാരണ ചെയ്യുക. എനിക്കിത് അങ്ങയിൽനിന്ന് ഒളിച്ചുവെക്കാൻ കഴിയുന്നില്ല. അതിന് അങ്ങയോട് ഞാൻ മാപ്പ് ഇരക്കുന്നു." - അപ്പോഴേക്കും നേരം പുലരാറായതിനാൽ ഷാഹ്രസാദ് തന്റെ കഥപറച്ചിൽ നിർത്തി.

അറുനൂറ്റി എൺപത്തിയേഴാംരാവ്

ഷാഹ്രസാദ് പറഞ്ഞു - അല്ലയോ കീർത്തിമാനായ രാജാവേ, സംസാരിക്കുന്ന പക്ഷി ഇപ്രകാരം ഖുസ്രോവ് ഷായോട് തുടർന്നു. "സുന്ദരന്മാരും ശൂരന്മാരുമായ ഈ രാജകുമാരന്മാരും അവരുടെ അനിയത്തിയും അതിസുന്ദരിയുമായ ഈ രാജകുമാരിയും അങ്ങയുടെ പത്നി പ്രസവിച്ച അങ്ങയുടെ സ്വന്തം നിയമാനുസൃത സന്തതികളാണ്. നികൃഷ്ടഹൃദയരായ ആ വയറ്റാട്ടിമാർ (പത്നീസഹോദരിമാർ) പ്രസവിച്ച ഉടനെ കുഞ്ഞുങ്ങളെ എടുത്തുമാറ്റി. ഓരോ പ്രാവശ്യം കുഞ്ഞ് ജനിക്കുമ്പോഴും അതിനെ പൊതിഞ്ഞ് ഒരു കുട്ടയിലിട്ട് അവർ ഉദ്യാനത്തിലൂടെ ഒഴുകുന്ന നീർച്ചോലയിലേക്കെറിയും. ആരും അറിയാതെ കുഞ്ഞുങ്ങളെ ഉന്മൂലനം ചെയ്യുകയായിരുന്നു അവരുടെ ലക്ഷ്യം. എന്നാൽ, ഭാഗ്യവശാൽ അങ്ങയുടെ തോട്ടങ്ങളുടേയും വിനോദങ്ങളുടേയും വകുപ്പ് മേധാവി കുഞ്ഞുങ്ങൾ തോട്ടിലൂടെ ഒഴുകിപ്പോകുന്നത് കാണാനിടവരികയും അവരെ പൊക്കിയെടുത്ത് വീട്ടിൽ കൊണ്ടുവന്ന് സ്നേഹവാത്സല്യങ്ങളോട് ലാളിച്ചുവളർത്തുകയും ചെയ്തു. അവർ വളർന്ന് വലുതായപ്പോൾ എല്ലാ വിഷയങ്ങളിലും കലകളിലും ശാസ്ത്രങ്ങളിലും വിദഗ്ധ പരിശീലനം നല്കി. അദ്ദേഹം അവരെ സ്നേഹവാത്സല്യങ്ങളോടെ സ്വന്തം മക്കളെപ്പോലെ വളർത്തി. അല്ലയോ ഖുസ്രോവ് ഷാ, അങ്ങ് അജ്ഞതയുടേയും അശ്രദ്ധയുടേയും ഉറക്കത്തിൽനിന്ന് സടകുടഞ്ഞെഴുന്നേല്ക്കുക. ഈ രാജകുമാരന്മാരായ ബാഹമനും പർവീസും അവരുടെ സഹോദരി പെരീസാദാ രാജകുമാരിയും അങ്ങയുടെ സ്വന്തം സന്തതികളാണെന്ന് മനസ്സിലാക്കുക. അവർ അങ്ങയുടെ നിയമാനുസൃതരായ പിൻഗാമികളാണ്."

രാജാവ് ആ വാക്കുകൾ കേട്ട് അതിന്റെ പൊരുൾ സത്യമാണെന്ന് ഉറപ്പായപ്പോൾ അദ്ദേഹത്തിന്റെ പത്നീസഹോദരിമാരായ പിശാചുക്കളുടെ ദുഷ്പ്രവൃത്തികൾ പൂർണമായും മനസ്സിലാക്കി. അദ്ദേഹം സംസാരിക്കുന്ന പക്ഷിയോട് പറഞ്ഞു. "അല്ലയോ പക്ഷീ, നിന്റെ സത്യപ്രസ്താവന ഞാൻ തീർച്ചയായും വിശ്വസിക്കുന്നു. എന്തുകൊണ്ടെന്നാൽ, ഞാൻ ആദ്യമായി ഇവരെ നായാട്ട് പരിസരത്തുവെച്ച് കണ്ടുമുട്ടിയപ്പോൾ സ്വന്തം

മക്കളെ കണ്ടതുപോലെ അവരോടുള്ള സ്നേഹം എന്റെ ഹൃദയത്തിൽ നിറഞ്ഞൊഴുകുകയായിരുന്നു! കാന്തം ഇരുമ്പിനെ ആകർഷിക്കുന്നതു പോലെയാണ് അവരും അവരുടെ സഹോദരിയും എന്റെ സ്നേഹം അവരിലേക്കാകർഷിച്ചെടുത്തത്. രക്തത്തിന്റെ ശബ്ദം എന്നോട് വിളിച്ചു പറയുകയും നിർബന്ധിക്കുകയും ചെയ്തു. കുറ്റങ്ങൾ ഏറ്റുപറയാനും അവർ എന്റെ പത്നിയുടെ ഗർഭപാത്രത്തിൽനിന്ന് പിറന്നവരാണെന്ന് അംഗീകരിക്കാനും രാജ്ഞിയുടെ ദാരുണമായ വിധിക്ക് ഉത്തരവാദി ഞാനാണെന്നും അതെന്നോട് ഉദ്ബോധിപ്പിച്ചു."

പിന്നെ, രാജകുമാരന്മാരുടേയും രാജകുമാരിയുടേയും നേരെ തിരിഞ്ഞ് നിറഞ്ഞ കണ്ണുകളോടെ ഇടറിയ സ്വരത്തിൽ അദ്ദേഹം പറഞ്ഞു. "നിങ്ങൾ എന്റെ മക്കളാണ്. ഇനി മുതൽ എന്നെ അച്ഛനായി കാണുക."

ഇതുകേട്ട ഉടനെ അവർ ഓടിച്ചെന്ന് ആഹ്ലാദപൂർവം അദ്ദേഹത്തിന്റെ കഴുത്തിൽ ഞാന്നുകിടന്ന് പരസ്പരം ആലിംഗനബദ്ധരായി. പിന്നെ, അവർ ഭക്ഷണം കഴിക്കാനിരുന്നു. ഭക്ഷണശേഷം ഖുസ്രോവ്ഷാ അവരോട് പറഞ്ഞു. "എന്റെ മക്കളേ, ഞാൻ ഇപ്പോൾ പോകട്ടെ. എന്നാൽ ഇൻഷാ അള്ളാ, നാളെ ഞാൻ രാജ്ഞിയായ നിങ്ങളുടെ അമ്മയേയും കൊണ്ട് ഇവിടെ എത്തും."

അങ്ങനെ സ്നേഹപൂർവം വിടപറഞ്ഞ് രാജാവ് കുതിരപ്പുറത്തേറി കൊട്ടാരത്തിലേക്ക് പോയി. കൊട്ടാരദർബാറിലെത്തി സിംഹാസനത്തിൽ ഉപവിഷ്ടനായ ഉടനെ അദ്ദേഹം വസീറിനോട് ഉത്തരവിട്ടു. "നിങ്ങൾ ഉടനെ ദുഷ്ടസ്ത്രീകളായ രാജ്ഞീസഹോദരിമാരെ കയ്യാമംവെച്ച് ഇവിടെ ഹാജരാക്കുക. അവരുടെ ദുഷ്പ്രവൃത്തികൾ ഒടുവിൽ വെളിച്ചത്ത് വന്നിരിക്കുന്നു. കൊലപാതകികൾക്കുള്ള മരണശിക്ഷയാണവർ അർഹിക്കുന്നത്. ആരാച്ചാർ തന്റെ വാൾ മൂർച്ചപ്പെടുത്തട്ടെ. ഈ ഭൂമി അവരുടെ രക്തത്തിനായി ദാഹിച്ചിരിക്കയാണ്. നിങ്ങൾ സ്വയം പോയി അവരുടെ ശിരച്ഛേദം ഉറപ്പ് വരുത്തുക. ഒട്ടും സമയനഷ്ടം വരുത്തരുത്. മറ്റൊരു ഉത്തരവിനായി കാത്തിരിക്കേണ്ട. തൽക്ഷണം എന്റെ കല്പന നടപ്പാക്കുക."

വസീർ ഉടനെ പോയി തന്റെ സാന്നിധ്യത്തിൽ വെച്ചുതന്നെ അസൂയാലുക്കളായ സഹോദരിമാരുടെ ശിരച്ഛേദം നടത്തിച്ചു. അങ്ങനെ അവരുടെ ദുഷ്പ്രവൃത്തിക്ക് തക്കതായ ശിക്ഷ നല്കപ്പെട്ടു.

അതിനുശേഷം ഖുസ്രോവ് ഷായും സംഘവും കാൽനടയായി മുഖ്യ പള്ളിയുടെ അടുത്തുള്ള രാജ്ഞിയുടെ തടവറയ്ക്ക് മുന്നിലെത്തി. അനേകവർഷങ്ങളായി തീവ്രദുഃഖവും അപമാനവും സഹിച്ച് രാജ്ഞി അതിനുള്ളിൽ കിടക്കുന്നു. രാജാവ് സ്വന്തം കൈകൊണ്ട് അവളെ പിടിച്ച് തടവറയ്ക്ക് പുറത്തേക്ക് കൊണ്ടുവന്നു. മൃദുവായി ആശ്ലേഷിച്ചു. അവളുടെ വേദനാജനകമായ അവസ്ഥയും ദയനീയ മുഖഭാവവും വൃത്തികെട്ട വേഷവും കണ്ട് അദ്ദേഹം പൊട്ടിക്കരഞ്ഞു. ഞാൻ അന്യായവും കുറ്റകരവുമായി നിന്നോട് ചെയ്ത പ്രവൃത്തിക്ക് സർവശക്തനായ അള്ളാ എനിക്ക് മാപ്പ് നല്കട്ടെ. നിരപരാധിയും യാതൊരു തെറ്റും ചെയ്യാത്തവളുമായ നിന്നോട് ചതിപ്രയോഗം നടത്തി എന്റെ മനസ്സിൽ നിന്നോട് ഉഗ്രവിദ്വേഷവും കോപവും സൃഷ്ടിച്ച നിന്റെ സഹോദരിമാരെ ഞാൻ കൊന്നുകളഞ്ഞു. അവർക്ക് തങ്ങളുടെ ദുഷ്പ്രവൃത്തികൾക്ക് തക്കതായ പ്രതിഫലം ലഭിച്ചു." – അപ്പോഴേക്കും നേരം പുലരാറായതിനാൽ ഷാഹ്റസാദ് തന്റെ കഥപറച്ചിൽ നിർത്തി.

അറുനൂറ്റി എൺപത്തിയെട്ടാംരാവ്

ഷാഹ്റസാദ് പറഞ്ഞു - അല്ലയോ കീർത്തിമാനായ രാജാവേ, മഹാരാജാവ് അതീവ കരുണയോടും സ്നേഹത്തോടും കൂടി നടന്ന സംഭവങ്ങളെല്ലാം തന്റെ പത്നിക്ക് വിവരിച്ചുകൊടുത്തു. അദ്ദേഹത്തോട് സംസാരിക്കുന്ന പക്ഷി പറഞ്ഞതെല്ലാം. "എന്നോടൊപ്പം കൊട്ടാരത്തിലേക്ക് വരൂ. നിന്റെ രണ്ട് പുത്രന്മാരും ഒരു പുത്രിയും എത്ര അഴകുള്ളവരായി വളർന്നിരിക്കുന്നു എന്ന് നിനക്ക് കാണാം. എന്നോടൊപ്പം വേഗം പോയി അവരെ ആശ്ലേഷിച്ച് മാറോടണക്കാം. അവർ നിന്റെ മക്കളാണ്. നിന്റെ കണ്ണുകളിലെ പ്രകാശം. എന്നാൽ, ആദ്യം കുളിമുറിയിൽ പോയി നന്നായി കുളിച്ച് രാജകീയവസ്ത്രങ്ങളും ആഭരണങ്ങളും ധരിക്കൂ."

രാജാവ് സ്വന്തം കൈകൾകൊണ്ട് തടവുമുറി തുറന്ന് രാജ്ഞിയെ മോചിപ്പിച്ച് തന്റെ തെറ്റിന് ക്ഷമാപണം നടത്തി എന്ന വാർത്ത നഗരം മുഴുവൻ വ്യാപിച്ചുകഴിഞ്ഞിരുന്നു. ആ രാജകുമാരനും രാജകുമാരിയും രാജ്ഞിയുടെ സ്വന്തം സന്തതികളാണെന്നും പത്നിക്കെതിരെ ഗൂഢാലോചന നടത്തിയ സഹോദരിമാരെ ഖുസ്രോവ് ഷാ ശിക്ഷിച്ചെന്നും പ്രജകൾ ഇതിനകം മനസ്സിലാക്കിക്കഴിഞ്ഞിരുന്നു. അങ്ങനെ തലസ്ഥാന നഗരിയും രാജ്യം മുഴുവനും ആനന്ദത്തിലാറാടി. പ്രജകളെല്ലാം രാജ്ഞിയെ വാഴ്ത്തുകയും സഹോദരികളായ പിശാചുക്കളെ ശപിക്കുകയും ചെയ്തു.

രാജ്ഞി സ്നാനഗൃഹത്തിൽ പോയി കുളിച്ചശേഷം രാജകീയ വസ്ത്രങ്ങളും ആഭരണങ്ങളും ധരിച്ച് രാജാവിനോടൊപ്പം സന്തം മക്കളെ കാണാൻ പോയി. രാജാവ് അവളെ രാജകുമാരന്മാരായ ബാഹമന്റേയും പർവീസിന്റേയും പെരീസാദാ രാജകുമാരിയുടേയും മുന്നിലേക്ക് നയിച്ച് പറഞ്ഞു, "നോക്കൂ, ഇതാണ് നിന്റെ മക്കൾ. നിന്റെ ഗർഭപാത്രത്തിൽ ജനിച്ചവർ, നിന്റെ ഹൃദയത്തിന്റെ കാതൽ. നിന്റെ സ്വന്തം പുത്രന്മാരും പുത്രിയും. അവരെ എല്ലാവിധ മാതൃസ്നേഹത്തോടുംകൂടി മാറോടണയ്ക്കുക. ഞാൻ ചെയ്തതുപോലെ സ്നേഹവാത്സല്യങ്ങൾ നല്കുക. നീ അവർക്ക് ജന്മം നല്കിയപ്പോൾ നിന്റെ നശിച്ച സഹോദരിമാർ അവരെ നിന്നിൽനിന്നും വേർപെടുത്തി കൊണ്ടുപോയി ആ നീർച്ചാലിലേക്ക് എറിഞ്ഞു. എന്നിട്ട് നീ ആദ്യം പ്രസവിച്ചത് നായക്കുട്ടിയും രണ്ടാമത്തേത് പൂച്ചക്കുട്ടിയും അവസാനത്തേത് എലിക്കുട്ടിയുമാണെന്ന് പറഞ്ഞു. അവരുടെ ദോഷാരോപണം വിശ്വസിച്ചുപോയ എനിക്ക് സ്വയം ആശ്വസിക്കാൻ അർഹതയില്ല. നീ സമ്മാനിച്ച ഈ സന്തതികളെ നിന്റെ മുന്നിൽ സമർപ്പിച്ച് പ്രായശ്ചിത്തം ചെയ്യാൻ മാത്രമേ എനിക്ക് കഴിയൂ. സ്വന്തം മക്കളെ സർവശക്തനായ അള്ളാ നമ്മൾക്ക് തിരിച്ചുതന്നിരിക്കുന്നു. അതും നമ്മുടെ മക്കളാണെന്ന് അഭിമാനിക്കാവുന്ന രീതിയിൽ വളർത്തി വലുതാക്കിയശേഷം!"

അപ്പോൾ രാജകുമാരന്മാരും രാജകുമാരിയും അമ്മയുടെ കഴുത്തിൽ ചുറ്റിപ്പിടിച്ച് ആലിംഗനത്തിലമർന്ന് ആനന്ദാശ്രുക്കൾ പൊഴിച്ചു. അതിനുശേഷം മക്കളോടൊപ്പം രാജാവും രാജ്ഞിയും ആഹാരം കഴിക്കാനായി ഇരുന്നു. ഭക്ഷണം കഴിച്ചശേഷം അവർ പാടുന്ന വൃക്ഷവും സ്വർണ വെള്ളവും കാണാനായി ഉദ്യാനത്തിലേക്ക് നടന്നു. രാജ്ഞി അതുകണ്ട് ആശ്ചര്യഭരിതയായി നിന്നുപോയി. പിന്നെ സംസാരിക്കുന്ന പക്ഷിയുടെ അടുക്കൽ അവർ എത്തി. രാജാവ് ഭക്ഷണം കഴിക്കവെ അവനെക്കുറിച്ച്

വല്ലാതെ പ്രശംസിച്ചു. പക്ഷിയുടെ മധുരഭാഷണവും സംഗീതാത്മകമായ ഗാനങ്ങളും രാജ്ഞിയെ അങ്ങേയറ്റം ആഹ്ലാദിപ്പിച്ചു.

എല്ലാം കണ്ടുകഴിഞ്ഞശേഷം രാജാവ് സ്വന്തം കുതിരപ്പുറത്തേറി. ബാഹ്മൻ രാജകുമാരൻ അദ്ദേഹത്തിന്റെ വലതുവശത്തും പർവീസ് രാജകുമാരൻ ഇടതുവശത്തും നിലകൊണ്ടു. രാജ്ഞിയും പെരീസാദാ രാജകുമാരിയും ഒരു പല്ലക്കിൽ കയറി അടുത്തടുത്തായി ഇരുന്നു. എന്നിട്ടവർ രാജകൊട്ടാരത്തിലേക്ക് യാത്രതിരിച്ചു. രാജകീയഘോഷയാത്ര എല്ലാവിധ പ്രൗഢിയോടെയും നഗരത്തിലേക്ക് പ്രവേശിച്ചപ്പോൾ ഈ സന്തോഷ വാർത്തയറിഞ്ഞ നഗരവാസികൾ അത് കാണാനായി പാതയുടെ ഇരുവശങ്ങളിലും തിങ്ങിക്കൂടി. ഘോഷയാത്ര കടന്നുപോകവെ അവർ സോത്സാഹം ആർത്തുവിളിച്ച് അഭിവാദ്യങ്ങൾ അർപ്പിച്ചു. ഒരിക്കൽ അപമാനിതയായി തുറുങ്കിൽ അടയ്ക്കപ്പെട്ടുകിടന്ന രാജ്ഞിയെക്കണ്ട് ദുഃഖിച്ച ജനങ്ങൾ അവൾ വീണ്ടും സ്വതന്ത്രയായിക്കണ്ട് ആനന്ദലഹരിയിൽ ആറാടി.

മുഖ്യമായും അവരുടെ ശ്രദ്ധപതിഞ്ഞത് രാജകുമാരി പിടിച്ചിരുന്ന കിളിക്കൂട്ടിലെ സംസാരിക്കുന്ന പക്ഷിയിലായിരുന്നു. അവർ സവാരി ചെയ്യവെ ആയിരക്കണക്കിന് പക്ഷികൾ ഗാനങ്ങൾ ആലപിച്ചുകൊണ്ട് നാനാഭാഗത്തുനിന്നും പറന്നുവന്ന് അവരെ വട്ടമിട്ടുകൊണ്ടിരുന്നു. ആ പക്ഷിക്കൂടിനെ അനുഗമിച്ചുകൊണ്ട്. അപ്പോൾ അവിടം സംഗീതസാന്ദ്രമായ ഒരു അന്തരീക്ഷമായി മാറി. അനേകം പക്ഷിക്കൂട്ടങ്ങൾ അവിടെയുള്ള മരക്കൊമ്പുകളിലും വീടുകളിലെ മേൽക്കൂരകളിലും ഇരുന്ന് പക്ഷിക്കൂട്ടിലുള്ള തങ്ങളുടെ പ്രഭുവിനെ സ്വാഗതം ചെയ്യാനെന്നോണം സ്തുതിഗീതങ്ങൾ ആലപിച്ചുകൊണ്ടിരുന്നു. കൊട്ടാരത്തിലെത്തിയപ്പോൾ രാജാവും രാജ്ഞിയും മക്കളും വിഭവസമൃദ്ധമായ സദ്യ കഴിക്കാനായി ഇരുന്നു. നഗരം മുഴുവൻ അത്യുജ്ജ്വലമായ ദീപാലങ്കാരങ്ങളാൽ ശോഭായമാനമായിരുന്നു. പ്രജകൾ നൃത്തംവെച്ചും മറ്റുതരത്തിലുള്ള ആഹ്ലാദപ്രകടനങ്ങൾ നടത്തിയും കൊണ്ടാടി. അനേകം ദിവസങ്ങൾ ഈ ആഘോഷപരിപാടികൾ തലസ്ഥാനനഗരിയിലും രാജ്യത്തുടനീളവും നീണ്ടുനിന്നു. ഓരോ വീട്ടിലും എന്നും വിഭവസമൃദ്ധമായ സദ്യകൾ ഒരുക്കപ്പെട്ടു.

ആഘോഷങ്ങൾ അവസാനിച്ചപ്പോൾ മൂത്തപുത്രനായ ബാഹ്മൻ രാജകുമാരനെ തന്റെ കിരീടാവകാശിയായി രാജാവ് വാഴിച്ചു. രാജ്യഭരണം അവന്റെ അധീനതയിലാക്കി. രാജകുമാരന്റെ ഭരണത്തിൻകീഴിൽ രാജ്യത്തിന്റെ സമ്പൽസമൃദ്ധി പൂർവ്വാധികം വർധിച്ചു. തന്റെ രണ്ടാമത്തെ പുത്രൻ പർവീസിന് ഷാ സൈനികച്ചുമതലകൾ ഏല്പിച്ചു. കുതിരപ്പടയുടേയും കാലാൾപ്പടയുടേയും പൂർണ ഉത്തരവാദിത്വം. പെരിസാദാ രാജകുമാരിയെ ഒരു ശക്തമായ രാജ്യത്തിന്റെ പരാക്രമശാലിയായൊരു രാജാവിന് വിവാഹം കഴിച്ചുകൊടുത്തു. ഒടുവിൽ രാജമാതാവ് തന്റെ തടവറയിലെ ദുരിതം നിറഞ്ഞ ജീവിതാനുഭവങ്ങൾ പൂർണമായും വിസ്മരിച്ച് സന്തോഷവും ആഹ്ലാദവും നിറഞ്ഞ ജീവിതം നയിച്ചു.

പിന്നീട് വിധി അവർക്കോരോത്തർക്കും ഏറ്റവും മനോരഞ്ജകമായ ജീവിതമാണ് പ്രദാനം ചെയ്തത്. മരണംവരെ അവർ ആനന്ദകരമായ ആ ജീവിതം തുടർന്നു.

പരിസമാപ്തി

ഇതിനകം രാജാവിന് ഷാഹ്റസാദിൽ മൂന്നു പുത്രന്മാർ പിറന്നു. അങ്ങനെ അവൾ കഥകൾ പറഞ്ഞവസാനിപ്പിച്ച് എഴുന്നേറ്റ് രാജാവിനു മുന്നിലെ നിലം ചുംബിച്ചുകൊണ്ട് പറഞ്ഞു. "അല്ലയോ മഹാരാജാവേ, പണ്ടു കാലത്തെ മനുഷ്യരുടെ കഥകളും ഉപദേശങ്ങളും പറഞ്ഞ് കഴിഞ്ഞ ആയിരത്തൊന്ന് രാവുകൾ അങ്ങയുടെ ഈ ദാസി അങ്ങയെ വിനോദിപ്പിച്ചു. അങ്ങയോട് ഒരു വരം ചോദിക്കുവാൻ ധൈര്യം കാണിക്കുന്നതിൽ അങ്ങ് കോപിക്കുമോ?" അദ്ദേഹം മറുപടി നല്കി. "ചോദിക്കൂ, ഷാഹ്റസാദ്, അത് നിനക്ക് അനുവദിച്ചു നല്കുന്നതായിരിക്കും."

ഉടനെ അവൾ 'നെഴ്സു'മാരോടും നപുംസകങ്ങളോടുമായി വിളിച്ചു പറഞ്ഞു. "എന്റെ കുഞ്ഞുങ്ങളെ ഇങ്ങോട്ട് കൊണ്ടുവരൂ."

അവർ ധൃതിയിൽ കുട്ടികളെ അവളുടെ അടുത്തേക്ക് കൊണ്ടുവന്നു. മൂന്ന് കുഞ്ഞുങ്ങൾ ഉണ്ടായിരുന്നു. ഒരുത്തൻ നടന്നു തുടങ്ങി. മറ്റൊരുത്തൻ മുട്ടുകുത്തി നീന്തുന്നു, മൂന്നാമത്തവൻ മുലകുടിക്കുന്ന പ്രായമാണ്. അവൾ അവരെ വാങ്ങി രാജാവിന് മുന്നിൽ ഇരുത്തി. വീണ്ടും തറയിൽ ചുംബിച്ച് പറഞ്ഞു, "അല്ലയോ മഹാരാജാവേ, ഇവർ അങ്ങയുടെ കുഞ്ഞുങ്ങളാണ്. ഇവരെ ഓർത്ത് എന്നെ മരണശിക്ഷയിൽനിന്ന് രക്ഷിക്കുക, എന്തുകൊണ്ടെന്നാൽ അങ്ങ് എന്നെ കൊന്നാൽ അവർ അമ്മയില്ലാത്തവരാകും. മറ്റൊരു സ്ത്രീയെക്കൊണ്ടും അവരെ വേണ്ടരീതിയിൽ വളർത്തിക്കൊണ്ടു വരാനാകില്ല."

രാജാവിതുകേട്ട് കരഞ്ഞുപോയി. കുട്ടികളെ മാറോടണച്ചുകൊണ്ട് പറഞ്ഞു, "അള്ളായാണേ, ഷാഹ്റസാദ്, ഈ കുഞ്ഞുങ്ങൾ പിറക്കുന്നതിന് മുമ്പുതന്നെ ഞാൻ നിനക്ക് മാപ്പ് നല്കിക്കഴിഞ്ഞു. കാരണം, നീ ഒരു പതിവ്രതയും പരിശുദ്ധയും സമർഥയും ഈശ്വരഭക്തിയുള്ളവളുമാണ്. നിന്നെയും അച്ഛനേയും അമ്മയേയും നിന്റെ വംശത്തേയും അള്ളാ അനുഗ്രഹിക്കട്ടെ. നിനക്കൊരു ദ്രോഹവും എന്നിൽനിന്നുണ്ടാകില്ലെന്ന് അള്ളായെ ആണയിട്ട് ഞാൻ പറയുന്നു."

അവൾ അദ്ദേഹത്തിന്റെ കൈകളിലും പാദങ്ങളിലും ചുംബിച്ചുകൊണ്ട് പറഞ്ഞു, "ദൈവം അങ്ങേക്ക് ദീർഘായുസ്സും സമ്പൽസമൃദ്ധിയും പ്രതാപവും നല്കട്ടെ." അവൾ തുടർന്നു.

"സ്ത്രീകളിൽനിന്ന് നിങ്ങൾക്ക് ഉണ്ടായ അനുഭവങ്ങൾ നിങ്ങളെ വിസ്മയിപ്പിച്ചിട്ടുണ്ടെന്നത് ശരിതന്നെ. മുമ്പുള്ള 'കോസ്റോസ്' രാജാക്കന്മാർക്ക് നിങ്ങൾ അനുഭവിച്ചതിനേക്കാൾ എത്രയോ ദുഃഖകരമായ

അനുഭവങ്ങളാണ് സഹിക്കേണ്ടി വന്നിട്ടുള്ളത്. കാലിഫാമാർക്കും രാജാക്കന്മാർക്കും മറ്റ് സ്ത്രീകൾമൂലം സംഭവിച്ചിട്ടുള്ള ദുരിതങ്ങളുടെ കഥകൾ ഞാൻ പറഞ്ഞുതന്നല്ലൊ. ബുദ്ധിയുള്ളവർക്ക് വിവേകപൂർവമായ മുന്നറിയിപ്പിന് അത് ധാരാളം മതി."

അവൾ പറഞ്ഞുനിർത്തിയപ്പോൾ അവളുടെ പ്രഭാഷണത്തിൽനിന്ന് താൻ പലതും നേടിയിട്ടുണ്ടെന്ന് ഷഹ്രിയാർ രാജാവിന് ബോധ്യമായി. തന്റെ യുക്തിപൂർവമായ ചിന്താശക്തി വർധിച്ചിട്ടുണ്ട്. ഹൃദയം നിർമലമായിരിക്കുന്നു. അള്ളായുടെ നേരെ കൈകളുയർത്തി അദ്ദേഹം സ്വയം പറഞ്ഞു. "എനിക്ക് സംഭവിച്ചതിനേക്കാൾ കൂടുതൽ ദാരുണമായ കാര്യങ്ങൾ 'കോസ്റോസ്' രാജാക്കന്മാർക്ക് സംഭവിച്ചിട്ടുണ്ടെന്നുവെച്ച് എന്റെ കഴിഞ്ഞകാലത്തെ ഞാൻ കുറ്റപ്പെടുത്താതിരിക്കില്ല. ഷാഹ്രസാദിനെപ്പോലെ ഒരുവളെ ഒരു രാജ്യത്തിലും കണ്ടെത്താനാവില്ല. അതുകൊണ്ട് തന്റെ സൃഷ്ടികളെ പീഡനത്തിൽനിന്നും കൊലയിൽ നിന്നും രക്ഷിക്കാനുള്ള ഒരു ഉപാധിയായി അവളെ നിയോഗിച്ച അള്ളായെ ഞാൻ സ്തുതിക്കുന്നു."

പിന്നെ രാജാവ് എഴുന്നേറ്റ് അവളുടെ ശിരസ്സിൽ ചുംബിച്ചു. അവളും സഹോദരി ദുനിയാസാദും അങ്ങേയറ്റം സന്തോഷിച്ചു. പിറ്റേന്ന് രാവിലെ രാജാവ് സിംഹാസനത്തിൽ ഉപവിഷ്ടനായി നാടുവാഴികളേയും മന്ത്രിമാരേയും കൊട്ടാരം സൂക്ഷിപ്പുകാരേയും ഉന്നതഉദ്യോഗസ്ഥരേയും സൈനികമേധാവികളേയും ദർബാറിലേക്ക് വിളിപ്പിച്ചു. അവർ അവിടെ സന്നിഹിതരായി രാജാവിനു മുന്നിലെ നിലത്ത് ചുംബിച്ചു.

അദ്ദേഹം ഷാഹ്രസാദിന്റെ അച്ഛനായ വസീറിന് വിലപിടിച്ച മനോഹരമായ ബഹുമതി വസ്ത്രം നല്കി ആദരിച്ചുകൊണ്ട് പറഞ്ഞു, "നിങ്ങളുടെ ശ്രേഷ്ഠമായ പുത്രിയെ എനിക്ക് ഭാര്യയായി നല്കിയതിന് അള്ളാ നിങ്ങളെ സംരക്ഷിക്കട്ടെ. എത്രയോ മാന്യരുടെ പുത്രിമാരെ വധിപ്പിച്ച എന്നിൽ പശ്ചാത്താപം ഉണർത്തിയത് അവളാണ്. തീർച്ചയായും അവൾ പരിശുദ്ധയും ദൈവഭക്തയുമാണ്. പതിവ്രതയും നിഷ്കളങ്കയുമാണവൾ. അവളിലൂടെ മൂന്ന് ആൺകുട്ടികളെ നല്കി അള്ളാ എന്നോട് കൃപ കാട്ടി. അവന്റെ ഉപകാരത്തിന് മുന്നിൽ ഞാൻ നമിക്കുന്നു."

പിന്നെ, മന്ത്രിമാർക്കും പ്രഭുക്കന്മാർക്കും ഉന്നതഭരണമേധാവികൾക്കും രാജാവ് ബഹുമതി വസ്ത്രങ്ങൾ സമ്മാനിച്ചു. താനും ഷാഹ്രസാദുമായുള്ള ആത്മബന്ധത്തെക്കുറിച്ചും അവളുടെ സദുപദേശങ്ങൾമൂലം താൻ പശ്ചാത്തപിച്ചതിനെക്കുറിച്ചും വസീറിന്റെ പുത്രിയായ ഷാഹ്രസാദിനെ ഔപചാരികമായി വിവാഹം കഴിക്കാൻ തീരുമാനിച്ചതിനെക്കുറിച്ചും രാജാവവരോട് ചുരുക്കി വിവരിച്ചു. വിവാഹക്കരാർ തയ്യാറാക്കാനും ഉത്തരവ് നല്കി. ഇതുകേട്ട് അവിടെ സന്നിഹിതരായിരുന്നവരെല്ലാം അദ്ദേഹത്തിന് മുന്നിലെ നിലത്ത് ചുംബിച്ച് അദ്ദേഹത്തേയും ഷാഹ്രസാദിനേയും ആശംസിച്ചു. വസീർ അവളോട് നന്ദി രേഖപ്പെടുത്തി. അതിനുശേഷം സഭ പിരിഞ്ഞു. ഷഹ്രിയാർ സസന്തോഷം എഴുന്നേറ്റപ്പോൾ മറ്റുള്ളവരെല്ലാം സ്വന്തം വീടുകളിലേക്ക് തിരിച്ചുപോയി. രാജാവ് വസീറിന്റെ പുത്രിയെ വിവാഹം കഴിക്കാൻ പോകുകയാണെന്ന

വാർത്ത രാജ്യമാസകലം പരന്നു. അതോടെ വിവാഹാഘോഷങ്ങൾക്കുള്ള തയ്യാറെടുപ്പുകൾ ആരംഭിച്ചു. തന്റെ സഹോദരനായ ഷാസമാൻ രാജാവിനെ അദ്ദേഹം ക്ഷണിച്ചുവരുത്തി. ഷഹ്‌രിയാർ രാജാവ് സൈന്യത്തോടൊപ്പം മുന്നോട്ടുചെന്ന് അനിയനെ സ്വീകരിച്ച് കൊണ്ടുവന്നു.

നഗരം മുഴുവൻ അത്യാഡംബരത്തോടെ അലങ്കരിക്കപ്പെട്ടു. സുഗന്ധവസ്തുക്കൾ പുകച്ച് അന്തരീക്ഷം സൗരഭ്യ പൂർണമാക്കി. വാദ്യഘോഷങ്ങൾ മുഴക്കി. എല്ലാത്തരം വാദ്യോപകരണങ്ങളും വിദഗ്ധരായ സംഗീതജ്ഞന്മാർ വായിച്ച് ആനന്ദകരമായൊരു അന്തരീക്ഷം സൃഷ്ടിച്ചു. രാജാവ് അവർക്കുമേൽ പാരിതോഷികങ്ങൾ കോരിച്ചൊരിഞ്ഞു. ശ്രദ്ധേയമായൊരു ദിനംതന്നെ ആയിരുന്നു അത്. അവർ കൊട്ടാരത്തിലെത്തിയപ്പോൾ വിഭവസമൃദ്ധമായ സദ്യ രാജാവ് അവർക്ക് നല്കി. എല്ലാവിധ വിശിഷ്ട വിഭവങ്ങളും പഴങ്ങളും മധുരപലഹാരങ്ങളും പൊതുജനങ്ങൾക്കായി തീൻമേശകളിൽ നിരത്തപ്പെട്ടു. നഗരകേന്ദ്രങ്ങളിൽ തമ്പോറടിച്ച് നഗരവാസികളെ സദ്യക്കായി കൊട്ടാരത്തിലെത്താൻ പ്രഖ്യാപനങ്ങൾ നടത്തിക്കൊണ്ടേയിരുന്നു. അങ്ങനെ ദരിദ്രനെന്നോ ധനികനെന്നോ വ്യത്യാസമില്ലാതെ വിഭവസമൃദ്ധമായ സദ്യ ഏഴ് ദിവസം തുടർന്നു. രാവും പകലും.

രാജാവ് തന്റെ സഹോദരനോടൊപ്പം സ്വകാര്യ മുറിയിൽ അടച്ചിരുന്നു. അദ്ദേഹവും വസീറിന്റെ മകൾ ഷാഹ്‌രസാദും തമ്മിൽ നിലനിന്ന മൂന്നുവർഷത്തെ സ്നേഹബന്ധത്തെക്കുറിച്ച് വിശദീകരിച്ചു. അവളിൽ നിന്ന് കേട്ട പഴഞ്ചൊല്ലുകളും ഗുണപാഠകഥകളും അനുഭവകഥകൾ, ചരിത്രങ്ങൾ, കവിതകൾ, സംഭാഷണങ്ങൾ തുടങ്ങിയവയും അദ്ദേഹം അനുജനെ ധരിപ്പിച്ചു. അതെല്ലാം കേട്ട് 'ഷാസമാൻ' രാജാവ് അദ്ഭുതസ്തബ്ധനായി ഇരുന്നുപോയി. അദ്ദേഹം ചേട്ടനോട് അഭിപ്രായപ്പെട്ടു. "എനിക്കവളുടെ അനിയത്തിയെ വിവാഹം കഴിക്കാനാഗ്രഹമുണ്ട്. അപ്പോൾ നമ്മൾ ഇരുസഹോദരന്മാരും ആ സഹോദരിമാരെ വിവാഹം കഴിച്ചാൽ കൂടുതൽ അടുക്കുമല്ലോ. സത്യത്തിൽ കഴിഞ്ഞ മൂന്നു വർഷങ്ങളായി ഒറ്റ സ്ത്രീയിലും ഞാൻ ആനന്ദം കണ്ടെത്തിയിട്ടില്ല. അങ്ങയെപ്പോലെ ഓരോ രാത്രിയും ഏതെങ്കിലും ഒരു സ്ത്രീയോടൊപ്പം ശയിച്ച് പിറ്റേന്നവളെ ശിരച്ഛേദം ചെയ്യുകയായിരുന്നു പതിവ്. എന്നാൽ, ഇപ്പോൾ എന്റെ മനസ്സ് മാറി, അങ്ങയുടെ ഭാര്യാസഹോദരി ദുനിയാസാദിനെ വിവാഹം കഴിക്കാൻ ഞാൻ ആഗ്രഹിക്കുന്നു."

സഹോദരന്റെ വാക്കുകൾ കേട്ട് ഷഹ്‌രിയാർ രാജാവിന് അതിയായ സന്തോഷം തോന്നി. ഉടനെ ചാടി എഴുന്നേറ്റ് ഭാര്യ ഷാഹ്‌രസാദിന്റെ അടുത്തെത്തി. തന്റെ സഹോദരൻ പറഞ്ഞ കാര്യം അറിയിച്ചു. അതായത് അവളുടെ സഹോദരി ദുനിയാസാദിനെ വിവാഹം കഴിക്കാനാഗ്രഹിക്കുന്നെന്ന്. അവൾ മറുപടി നല്കി. "അല്ലയോ മഹാരാജാവേ, ഒരു വ്യവസ്ഥമാത്രം ഞാൻ ആവശ്യപ്പെടുന്നു. അതായത്, അദ്ദേഹം നമ്മളോടൊപ്പം താമസിക്കണം. കാരണം, ഞാനും അനിയത്തിയും ഒന്നിച്ച് ഒരേ മനസ്സായി വളർന്നവരാണ്. ഒരു മണിക്കൂർപോലും ഞങ്ങൾക്ക് വേർപിരിഞ്ഞിരിക്കാനാവില്ല. അദ്ദേഹത്തിന് ഈ വ്യവസ്ഥ സ്വീകാര്യമാണെങ്കിൽ വിവാഹത്തിന് പൂർണസമ്മതം."

ഷഹ്‌രിയാർ രാജാവ് ഉടനെ അനിയന്റെ അടുക്കൽ തിരിച്ചെത്തി. ഷാഹ്‌രസാദിന്റെ വ്യവസ്ഥ അറിയിച്ചു. ഷാസമാൻ മറുപടി നല്കി. “സത്യത്തിൽ എന്റെ മനസ്സിലെ മോഹവും അതുതന്നെയാണ്. എനിക്ക് അങ്ങയേയും ഒരു മണിക്കൂർപോലും വേർപിരിഞ്ഞിരിക്കാനാവില്ല. ആ രാജ്യഭരണത്തിന്റെ കാര്യമാണെങ്കിൽ സർവശക്തനായ അള്ളാ തിരഞ്ഞെടുക്കുന്നവൻ ആരായാലും അവൻ ഭരിക്കട്ടെ. രാജ്യഭരണത്തിൽ എനിക്കിനി യാതൊരു താത്പര്യവുമില്ല.”

സഹോദരന്റെ വാക്കുകൾ കേട്ട് ഷഹ്‌രിയാർ രാജാവ് അങ്ങേയറ്റം ആഹ്ലാദത്തോടെ പറഞ്ഞു. “സത്യമായും ഞാൻ ആഗ്രഹിച്ചതും അതുതന്നെ ആയിരുന്നു എന്റെ അനിയാ. അതുകൊണ്ട് നമ്മളെ ഒന്നിച്ച് യോജിപ്പിച്ച അള്ളാ വാഴ്ത്തപ്പെടട്ടെ, ‘അൽഹം ദോലില്ലാ.”

അപ്പോൾത്തന്നെ അദ്ദേഹം ഖാസിമാർ, ഉലേമമാർ, പ്രഭുക്കന്മാർ, മന്ത്രിമാർ, വകുപ്പു മേധാവികൾ, സൈനികതലവന്മാർ എന്നിവരെ വിളിച്ചുവരുത്തി രണ്ട് സഹോദരന്മാരും രണ്ട് സഹോദരിമാരും തമ്മിലുള്ള വിവാഹം നടത്തിച്ചു. വിവാഹക്കരാറുകൾ ഒപ്പുവെക്കപ്പെട്ടു. സന്നിഹിതരായവർക്കെല്ലാം പാരിതോഷികങ്ങൾ നല്കപ്പെട്ടു. നഗരം അതിമനോഹരമായി അലങ്കരിച്ച് ആഘോഷപരിപാടികൾ പുനരാരംഭിച്ചു. രാജകൊട്ടാരം അത്യുജ്ജ്വലമായ രീതിയിൽ അലങ്കരിക്കാനായി പ്രഭുക്കന്മാർക്കും വസീറിനും അരമനമേധാവികൾക്കും നാടുവാഴികൾക്കും രാജാവ് ഉത്തരവ് നല്കി. നഗരവാസികൾ ആനന്ദലഹരിയിലാറാടി. ചെമ്മരിയാടുകളെ കൊന്ന് നിരവധി അടുക്കളകളിൽ ആഹാരപദാർഥങ്ങൾ പാചകം ചെയ്ത് എളിയവരോ ഉന്നതരോ എന്ന വകഭേദമില്ലാതെ വരുന്നവരെയെല്ലാം വിഭവസമൃദ്ധമായ സദ്യ നല്കി സംതൃപ്തരാക്കി.

നപുംസകങ്ങൾ നേരത്തെതന്നെ പോയി കല്യാണപ്പെണ്ണുങ്ങൾക്കായുള്ള സ്നാനഗൃഹങ്ങൾ സജ്ജമാക്കി. പനീർവെള്ളം അവിടെ നിറച്ചുവെച്ചു. സുഗന്ധദ്രവ്യങ്ങൾ പുകച്ച് അന്തരീക്ഷത്തിൽ സൗരഭ്യം പരത്തി.

അങ്ങനെ ഷാഹ്‌രസാദും സഹോദരി ദുനിയാസാദും തലമുടി കഴുകി കോതിവെച്ചു. സ്നാനം കഴിഞ്ഞ് സ്നാനഗൃഹത്തിന് പുറത്തുവന്ന അവർ മനോഹരവും വിലപിടിച്ചതുമായ വസ്ത്രങ്ങളും ആഭരണങ്ങളും അണിഞ്ഞു. ‘കോസ്റോസ്’ രാജാക്കന്മാർക്ക് വേണ്ടി പോലും ഇത്രയും വിലപിടിച്ച ഉടയാടകൾ ഉണ്ടാക്കിയിട്ടില്ല. സ്വർണകസവ് പട്ടിൽ നെയ്തെടുത്ത പക്ഷിമൃഗാദികളുടെ രൂപങ്ങൾ അടങ്ങിയ ഷാഹ്‌രസാദിന്റെ ഉടുപ്പ് അതിമനോഹരമായിരുന്നു.

‘അലക്സാണ്ടർ’ പോലും വിഭാവനം ചെയ്തിട്ടില്ലാത്തത്ര അമൂല്യരത്നങ്ങൾ പതിച്ച ‘നെക്‌ലേസു’കളാണ് ഇരുസഹോദരിമാരും കഴുത്തിലിട്ടിരുന്നത്. അവയുടെ ശോഭ ഏവരുടേയും കണ്ണുകൾ മഞ്ഞളിപ്പിച്ചു. സൂര്യചന്ദ്രന്മാരേക്കാൾ ശോഭയായിരുന്നു അവർക്ക്. അവർക്കു മുന്നിൽ സ്വർണത്തട്ടുകളിൽ കത്തിച്ചുവെച്ച മെഴുകുതിരികൾ പ്രകാശം പരത്തിയിരുന്നെങ്കിലും അവരുടെ മുഖകാന്തി അവയുടെ ശോഭ മങ്ങിപ്പിച്ചതായി കാണപ്പെട്ടു. അവരുടെ കണ്ണുകളേക്കാൾ തീക്ഷ്ണമായിരുന്നു അവരുടെ കൺപീലികൾ. ഏത് ഹൃദയത്തേയും വശീകരിക്കുന്നവയും. അവരുടെ

കവിളുകൾ റോസാപ്പൂപോലെ അരുണിമയാർന്നവയും കഴുത്തും ശരീരവും വടിവുറ്റവയുമായിരുന്നു. അവരുടെ കണ്ണുകൾ പേടമാനിന്റേതുപോലെ അനിയന്ത്രിതമായി ഓടിക്കളിച്ചു. അടിമപ്പെൺകുട്ടികൾ വാദ്യസംഗീതത്തോടെ അവരെ എതിരേൽക്കാനായി എത്തി. പിന്നെ രണ്ട് രാജാക്കന്മാരും സ്നാനഗൃഹത്തിലേക്ക് കടന്നു. അവർ തിരിച്ചുവന്ന്, രത്നങ്ങളും മുത്തുകളും പതിച്ച മനോഹരമായ ഇരിപ്പിടങ്ങളിൽ ആസനസ്ഥരായി. അപ്പോൾ ഇരുസഹോദരിമാരും അവിടെ എത്തി ഭർത്താക്കന്മാരുടെ ചാരത്ത് നിലയുറപ്പിച്ചു. അതിസുന്ദരികളായ ഈ യുവതിമാർ പൂർണചന്ദ്രന്മാരെപ്പോലെ വെട്ടിത്തിളങ്ങി.

ആദ്യം ഷാഹ്റസാദിനെയാണവർ വസ്ത്രപ്രദർശനത്തിനായി മുന്നോട്ടു നയിച്ചത്. ചുകന്ന വസ്ത്രമായിരുന്നു ആദ്യം ധരിച്ചിരുന്നത്. ഷഹ്രിയാർ രാജാവ് എഴുന്നേറ്റ് ആ വസ്ത്രപ്രദർശനം ആസ്വദിച്ചു. അവിടെ കൂടിയിരുന്ന സ്ത്രീപുരുഷന്മാരുടെ ഹൃദയങ്ങൾ അവൾ ശരിക്കും കവർന്നെടുത്തെന്ന് പറയാം.

പിന്നെ, ദുനിയാസാദിനെ നീല പട്ടാംബരം ഉടുപ്പിച്ച് അവർ കൊണ്ടുവന്നു. പൂർണചന്ദ്രനെപ്പോലെ അവൾ വെട്ടിത്തിളങ്ങി. ഷാസമാൻ രാജാവ് ആഹ്ലാദം നിറഞ്ഞ ആവേശത്തോടെ അവളെ നോക്കിനിന്നു.

ഇതേരീതിയിൽ ഷാഹ്റസാദും അനിയത്തി ദുനിയാസാദും ഏഴു പ്രാവശ്യം വ്യത്യസ്ത നിറങ്ങളിലുള്ള മനോഹരമായ ഉടയാടകളിൽ ഭർത്താക്കന്മാരുടെ മുന്നിൽ പ്രദർശിപ്പിക്കപ്പെട്ടു. സ്ത്രീപ്രദർശനം അവസാനിപ്പിച്ചപ്പോൾ അവിടെ സന്നിഹിതരായിരുന്നവർക്കെല്ലാം പാരിതോഷികളടുപ്പുകൾ വിതരണം ചെയ്തു. വധുക്കളെ സ്വന്തം മുറികളിലേക്കയച്ചു. ഷാഹ്റസാദ് ഷഹ്രിയാർ രാജാവിനോടൊപ്പവും ദുനിയാസാദ് ഷാസമാൻ രാജാവിനോടൊപ്പവും ആനന്ദലഹരിയിൽ ആറാടിക്കൊണ്ട് വിവാഹരാത്രി ആസ്വദിച്ചു.

നേരം പുലർന്നപ്പോൾ വസീർ രണ്ട് രാജാക്കന്മാരേയും മുഖം കാണിക്കാനായി അത്തി. അവരുടെ മുന്നിൽ നിലത്ത് ചുംബിച്ചു. അവർ അദ്ദേഹത്തെ ഔദാര്യത്തോടെ സ്വാഗതം ചെയ്ത് നന്ദി രേഖപ്പെടുത്തി. പിന്നീടവർ ദർബാറിലെത്തി സിംഹാസനങ്ങളിലിരുന്നു. മന്ത്രിമാരും പ്രഭുക്കന്മാരും നാടുവാഴികളും എത്തി. അവരുടെ മുന്നിലെ തറയിൽ ചുംബിച്ചു. ഷഹ്രിയാർ രാജാവ് അവർക്ക് ബഹുമതി വസ്ത്രങ്ങൾ സമ്മാനിച്ചു. അവർ രാജാവിനും സഹോദരനും വേണ്ടി പ്രാർഥിച്ചു. ആയുരാരോഗ്യങ്ങൾ നേർന്നു. പിന്നെ, ഇരുരാജാക്കന്മാരും അവരുടെ ശ്വശുരനായ വസീറിനെ സമർഘണ്ട് വൈസ്രോയിയായി നിയമിച്ചു. അഞ്ച് പ്രശസ്തരായ പ്രഭുക്കന്മാരെ അദ്ദേഹത്തോടൊപ്പം അങ്ങോട്ടയയ്ക്കാൻ തീരുമാനിച്ചു. അവർ ഭരണത്തിൽ വസീറിനെ സഹായിക്കും. വസീർ അവരുടെ മുന്നിലെ നിലത്ത് ചുംബിച്ച് അവയുടെ ദീർഘായുസ്സിനായി പ്രാർഥിച്ചു. പിന്നെ അദ്ദേഹം തന്റെ പുത്രിമാരുടെ അടുത്ത് യാത്ര പറയാനായി ചെന്നു. നപുംസകങ്ങളും രക്ഷാഭടന്മാരും അദ്ദേഹത്തിനു മുന്നിൽ നടന്ന് വിടവാങ്ങൽ 'സല്യൂട്ട്' ചെയ്തു. പുത്രിമാർ അദ്ദേഹത്തിന്റെ കരങ്ങളിൽ ചുംബിച്ചു. ആനന്ദകരമായ രാജകീയ ജീവിതം ആശംസിച്ചു. ധാരാളം ധനവും സമ്മാനിച്ചു. അതിനുശേഷം അദ്ദേഹം

സമർഘണ്ടിലേക്ക് യാത്ര പുറപ്പെട്ടു. നിരവധി രാപ്പകലുകൾ യാത്ര ചെയ്ത് സമർഘണ്ടിന് സമീപമെത്തിയപ്പോൾ നഗരവാസികൾ എതിരേൽക്കാനായി മുന്നോട്ടുചെന്ന് ആഹ്ലാദപൂർവം അദ്ദേഹത്തെ സ്വാഗതം ചെയ്തു. അങ്ങനെ അദ്ദേഹം നഗരത്തിലേക്ക് പ്രവേശിച്ചു. ഒരു വിശേഷ ദിനംപോലെ അവിടത്തെ വീടുകളെല്ലാം അന്ന് മനോഹരമായി അലങ്കരിക്കപ്പെട്ടിരുന്നു. അദ്ദേഹം രാജസിംഹാസനത്തിൽ ഉപവിഷ്ടനായി. മന്ത്രിമാരും പ്രഭുക്കന്മാരും നാടുവാഴികളും ഉന്നത ഉദ്യോഗസ്ഥരും അദ്ദേഹത്തിന് അഭിവാദ്യങ്ങൾ അർപ്പിച്ചു. അദ്ദേഹത്തിന്റെ വിജയത്തിനും നീതിനിർവ്വഹണത്തിനും ദീർഘായുസ്സിനും വേണ്ടി അവർ പ്രാർഥിച്ചു. അദ്ദേഹം അവർക്ക് ബഹുമതി വസ്ത്രങ്ങളും പാരിതോഷികങ്ങളും നല്കി. ആദരവോടെ പെരുമാറി. അവർ അദ്ദേഹത്തെ സുൽത്താനായി വാഴിച്ചു.

ശ്വശുരൻ സമർഘണ്ടിലേക്ക് യാത്രതിരിച്ച ഉടനെ ഷഹ്രിയാർ രാജാവ് എല്ലാ പ്രഭുക്കന്മാരേയും ഉന്നതരേയും വിളിച്ചുവരുത്തി അതിഗംഭീരവും വിഭവസമൃദ്ധവുമായൊരു സദ്യ നടത്തി. അദ്ദേഹം അവർക്കെല്ലാം പാരിതോഷികങ്ങളും ബഹുമതി വസ്ത്രങ്ങളും നല്കി. അവരുടെ സാന്നിധ്യത്തിൽ വെച്ചുതന്നെ രാജ്യങ്ങൾ തന്റേയും സഹോദരന്റേയും പേരിൽ അദ്ദേഹം വിഭജിച്ചു. ജനം അതിൽ വളരെയേറെ സന്തുഷ്ടരായി. അങ്ങനെ ഓരോ ദിവസം മാറിമാറി അവർ രാജ്യഭരണം നടത്തി. എന്നും അവർ സ്വരച്ചേർച്ചയോടെ ജീവിച്ചു. അപ്രകാരം തന്നെ അവരുടെ ഭാര്യമാരും പരസ്പരം സ്നേഹിച്ച് പൊരുത്തപ്പെട്ട് ജീവിതം നയിച്ചു. സർവശക്തനായ അള്ളായോടവർ എന്നും നന്ദിയുള്ളവരായിരുന്നു. പ്രജകൾ ശാന്തിയും സമാധാനവുമായി ജീവിതം നയിച്ചു. പുരോഹിതന്മാർ രാജാക്കന്മാർക്കുവേണ്ടി ദേവാലയത്തിലെ പ്രസംഗപീഠത്തിൽ നിന്നുകൊണ്ട് പ്രാർഥിച്ചു. അവരെക്കുറിച്ചുള്ള വാർത്തകൾ യാത്രക്കാരിലൂടെ വിദൂര ദേശങ്ങളിൽപോലും വ്യാപിച്ചു. കാലക്രമേണ തനിക്ക് ഭാര്യ പറഞ്ഞുതന്ന എല്ലാ കഥകളും ആദ്യംമുതൽ അവസാനംവരെ ചരിത്രകാരന്മാരേയും പകർപ്പെഴുത്തുകാരേയും വിളിപ്പിച്ച് സമാഹരിപ്പിച്ചു. അതിന് "ആയിരത്തൊന്ന് രാവുകളിലെ കഥകൾ" എന്ന് നാമകരണം ചെയ്തു. മുപ്പത് വാല്യങ്ങളായിട്ടാണത് തയ്യാറാക്കപ്പെട്ടത്. അതദ്ദേഹം സർക്കാർ ഖജനാവിൽ സൂക്ഷിച്ചു.

അങ്ങനെ ഇരുസഹോദരന്മാരും ഭാര്യമാരോടൊപ്പം ആനന്ദത്തോടെയും ആഹ്ലാദത്തോടെയും ജീവിതം ആസ്വദിച്ചു. സർവശക്തനായ അള്ളാ അവരുടെ ജീവിതത്തിലെ ഓരോ നിമിഷവും ആനന്ദനിമിഷങ്ങളായി മാറ്റി. ഇപ്രകാരം മരണംവരെ ധന്യമായ അവരുടെ ജീവിതം തുടർന്നു.

അവരുടെ മരണശേഷം അവരുടെ കൊട്ടാരങ്ങൾ തകർന്ന് മണ്ണടിഞ്ഞു. പിൻതലമുറയിലെ രാജാക്കന്മാർ അതിനവകാശികളായി വന്നു. ആ പരമ്പരയിലെ ബുദ്ധിമാനായൊരു രാജാവ് കഥകളും ഇതിഹാസങ്ങളും ഇഷ്ടപ്പെടുന്നവനായിരുന്നു, പ്രത്യേകിച്ച് രാജാക്കന്മാരുടെ ചരിത്രങ്ങൾ. മുപ്പത് വാല്യങ്ങളിൽ തയ്യാറാക്കപ്പെട്ട വിസ്മയകരമായ കഥകളും വീരസാഹസചരിത്രങ്ങളും ഖജനാവിൽ കിടക്കുന്നത് അദ്ദേഹം

കാണാനിടയായി. അദ്ദേഹം ആദ്യവാല്യം എടുത്ത് വായിച്ചുനോക്കി. പിന്നെ രണ്ടാമത്തേതും മൂന്നാമത്തേതും... അവസാനത്തേത് വരെ. ഓരോ വാല്യം വായിക്കുന്തോറും മുന്നത്തേതിനേക്കാൾ വിസ്മയകരമാണ് പിന്നീട് വായിക്കുന്ന വാല്യമെന്ന് അദ്ദേഹത്തിന് തോന്നി. അദ്ദേഹം ഈ കൃതിയെ വാനോളം പ്രശംസിച്ചു. ജനങ്ങളോട് ആ മുപ്പത് വാല്യങ്ങളും അതേപടി പകർത്തി എഴുതി എല്ലാ രാജ്യങ്ങളിലും വിതരണം ചെയ്യാൻ രാജാവ് ഉത്തരവിട്ടു. വിദേശരാജ്യങ്ങളിലും ഇതിന് വലിയ പ്രചാരം ലഭിച്ചു. ജനങ്ങൾ അതിന് "ആയിരത്തൊന്ന് രാവുകളിലെ വിസ്മയങ്ങളും അദ്ഭുതങ്ങളും" എന്ന് പേരിട്ടു. ഈ പുസ്തകത്തിന്റെ പിറവിയെക്കുറിച്ച് നമ്മളിലേക്ക് പകർന്നുതന്ന വിവരം ഇതുമാത്രമാണ്. അള്ളാ എല്ലാം അറിയുന്നവനാണ്. ഒരുകാലത്തും മാറ്റമുണ്ടാകാത്ത സർവശക്തനായ 'അവൻ' വാഴ്ത്തപ്പെടട്ടെ. 'അവന്റെ' സൃഷ്ടികളിൽ ഏറ്റവും ശ്രേഷ്ഠനായി തിരഞ്ഞെടുക്കപ്പെട്ടവനും ദൈവത്തിന്റെ പ്രതിപുരുഷനും മനുഷ്യവർഗത്തിന്റെ രാജകുമാരനുമായ മുഹമ്മദിലൂടെ നന്മയ്ക്കും ദൈവാനുഗ്രഹത്തിനും വേണ്ടി നമ്മൾക്ക് പ്രാർഥിക്കാം.

കെ.പി.ബാലചന്ദ്രൻ

www.ingramcontent.com/pod-product-compliance
Lightning Source LLC
Chambersburg PA
CBHW031318230926
51848CB00001B/2
* 9 7 8 8 1 8 4 2 3 4 9 9 2 *